பருவம்

பருவம்

மகாபாரதக் கதையில் காணப்படும் போர் - அமைதி, அன்பு - இறப்பு, மனிதன் - கடவுள் ஆகியவற்றை மையமாகக் கொண்ட புகழ் பெற்ற கன்னட நாவல்.

கன்னட மூலம்
எஸ். எல். பைரப்பா

தமிழாக்கம்
பாவண்ணன்

சாகித்திய அகாதெமி

Paruvam: Tamil translation by Paavannan of S.L. Bhyrappa's modern Kannada classic 'Parva', Sahitya Akademi, New Delhi, (Reprint 2024), Rs. 950/-

உரிமை © சாகித்திய அகாதெமி

ஆசிரியர்	:	தமிழண்ணல்
ஆசிரியர்	:	எஸ்.எல்.பைரப்பா
பொருள்	:	நாவல்
வெளியீடு	:	சாகித்திய அகாதெமி
முதல் பதிப்பு	:	2002
இரண்டாம் பதிப்பு	:	2015
மூன்றாம் பதிப்பு	:	2016
நான்காம் பதிப்பு	:	2019
ஐந்தாம் பதிப்பு	:	2024
ISBN	:	978-93-6183-668-8
விலை	:	ரூ. 950/-

All rights reserved. No part of this book may be reproduced or utilized in any form or by any means, electronic or mechanical including photocopying, recording or by any information storage and retrival system, without permission in writing from Sahitya Akademi.

சாகித்திய அகாதெமி

தலைமை அலுவலகம் : இரவீந்திர பவன், 35, பெரோஸ்ஷா சாலை, புது தில்லி 110 001.
secretary@sahitya-akademi.gov.in | 011-23386626/27/28.

விற்பனை அலுவலகம் : 'ஸ்வாதி' மந்திர் சாலை, புது தில்லி 110 001
sales@sahitya-akademi.gov.in | 011-23745297, 23364204.

கொல்கத்தா : 4, டி.எல். கான் சாலை, கொல்கத்தா 700 025
rs.rok@sahitya-akademi.gov.in | 033-24191683/24191706.

சென்னை : குணா வளாகம், 443, இரண்டாம் தளம், அண்ணா சாலை, தேனாம்பேட்டை, சென்னை 600 018.
chennaioffice@sahitya-akademi.gov.in 044-24311741 | 24354815

மும்பை : 172, மும்பை மராத்தி கிரந்த சங்கிரகாலய சாலை, தாதர், மும்பை 400 014
rs.rom@sahitya-akademi.gov.in 022-24135744 | 24131948.

பெங்களூரு : மத்தியக் கல்லூரி வளாகம், பல்கலைக்கழக நூலக கட்டிடம், டாக்டர் அம்பேத்கர் வீதி, பெங்களூரு 560 001
rs.rob@sahitya-akademi.gov.in. 080-22245152, 22130870.

அட்டை வடிவமைப்பு: Spectrum Graphic Studio, Chennai
ஒளி அச்சு: : Image Digital, Chennai
அச்சகம்: Mani Offset, Chennai
Visit our website at http://www.sahitya-akademi.gov.in

சமர்ப்பணம்

என் படைப்பூக்கத்துக்கு ஆதார ஊற்றாக விளங்குபவளும் கேழ்வரகு அரைத்தவண்ணம் ஜைமினி யின் காவியத்திலிருந்தும் குமார வியாச பாரதத்தி லிருந்தும் பாடல்களை எனக்காகப் பாடிக் காட்டியவளும் கேழ்வரகுக் களியை ஊட்டியவண்ணம் அப்பாடல்களின் பொருளை விளக்கிச் சொன்னவளும் அபூர்வமாகத் தனித்திருக்கும் ஓய்வுப் பொழுதில் தானே சுயமாக எழுதிப் புனைந்த பாடல்களை என்னிடம் பாடிக் காட்டிப் பகிர்ந்து கொண்டவளும் அவற்றுக்கு நான் உரைத்த திருத்தங்களை உற்சாகத்தோடு செவிமடுத்தவளும் என்னை வளர்த்தவளும் ஒரு ஞாபகமாக மட்டும் எனக்குள் உயிர் வாழ என் பதினோராவது வயதிலேயே என்னை விட்டு மறைந்தவளுமான என் அம்மா கௌரம்மாவுக்கு....

முன்னுரை

ஏறத்தாழ இருபது ஆண்டுகளுக்கு முன்பு மகாபாரதத்தின் எதார்த்தத்தைப் பற்றிப் படரத் தொடங்கிய என் கற்பனை 1966ல் சிக்கமகளூரில் டாக்டர். நாராயணப்பா அவர்களைச் சந்தித்து விவாதித்த போது ஓர் அரை வடிவத்தைக் கொண்டது. இதைப்பற்றி நான் ஒரு நாவல் எழுத வேண்டும் என்று பலமுறை என்னை வற்புறுத்தி வந்தார் அவர். அதற்கடுத்த ஆண்டில் இமயமலைத் தொடரை ஒட்டிய கடவால் என்னும் பகுதியில் திரிந்து கொண்டு இருந்தபோது ஒருத்தியைப் பலர் மணந்துகொள்ளும் பழக்கம் உள்ள கிராமம் ஒன்றில் தங்க நேர்ந்தது. திரௌபதையின் காலத்தில் இருந்து இப்பழக்கம் வந்தது என்று சொல்லும் இவர்கள் ஏறத்தாழ இரண்டு தாலுக்காவில் உள்ள கிராமங்களெங்கும் நிறைந்திருப்பதைக் கண்டேன். மேலும் பத்ரி, ஜோதிர்மடம் ஆகிய இடங்களுக்குச் சென்று அவற்றின் சரித்திரம் பற்றியும் பழக்கவழக்கங்கள் பற்றியுமான தகவல்களைத் திரட்டினேன். அப்போதுதான் மகாபாரதத்தின் பல பாத்திரங்களைப் பற்றிய சித்திரங்கள் என் மனத்தில் உருவாகின. 1971இல் இது குறித்து மிக ஆழமாக ஆய்வுகளை மேற்கொள்ளத் தொடங்கினேன். மூல நூலான வியாசபாரதத்தை ஒருமுறை முழுக்கவும் படித்தபிறகு வேத காலத்தின் இறுதிப் பகுதியில் நிலவிய பொருளாதார, சமூக, அரசியல் நிலைகளைப் பற்றியும் சமய நிலைகளைப் பற்றியும் தீவிரமாக ஆய்வு செய்தேன். ஏறத்தாழ ஐந்து ஆண்டுகால ஆராய்ச்சிக்குப் பிறகு 1974இல் மகாபாரதத்தோடு தொடர்புடைய இமயமலைப் பகுதியில் சிலகாலம் தங்கி இருந்தேன். பிறகு மீண்டும் 1975இல் துவாரகை, ஆரவல்லி மலைத் தொடர்கள், விராடநகரம், மதுரா, தில்லி, குருக்ஷேத்திரம் அஸ்தினாவதி, பர்நாவம், சக்கரநகரம், ராஜகிரி ஆகிய இடங்களில் பயணம் மேற்கொண்டு மேலும் ஆய்வுகள் நிகழ்த்தினேன். ஆனால் இப்பயணத்திற்கு முன், டாக்டர். ரமேஷ் அவர்களின் உதவியாலும் மைசூரில் உள்ள இந்தியத் தொல்பொருல் ஆய்வுத் துறையின் உதவியாலும் போதுமான தெளிவைப்

பெற்றிருந்தேன். மைசூர்ப் பல்கலைக்கழகத்தின் நூலகத்தில் பணிசெய்த (மிகப்பெரும் பண்டிதரான திரு. ஏ.ஆர். கிருஷ்ணமூர்த்தியின் பேத்தியான) திருமதி லீலா அவர்கள் இது தொடர்பான எல்லா நூல்களையும் தகவல்களையும் எனக்குக் கொடுத்து உதவினார். என் ஆய்வில் ஏற்பட்ட சந்தேகங்களையெல்லாம் திரு. என். பாலசுப்பிரமண்ய அவர்கள் தீர்த்து வைத்தார்கள். ஒரு கட்டத்தில் திரு. பா. வெ. ஆச்சார்ய அவர்களிட மிருந்து கூட இத்தகு உதவி கிடைத்தது. துவாரகை, விராட நகர், குருஷேத்திரம் ஆகிய இடங்களின் சரித்திரபூர்வமான தகவல்களை வல்லுநர்களாகிய டாக்டர். ஜே.ஜே. தாகர், ஆச்சார்ய தேவேந்திரஜி ஷர்மா மற்றும் டாக்டர். எச். ஏ. பாட்கே ஆகியோர் கொடுத்துதவினர். தில்லியில் உள்ள தேசிய விஞ்ஞான வரலாற்றுக் கழகத்தின் முக்கிய ஆசிரியரான டாக்டர். பி.வி. சுப்பராயப்பா அவர்கள் பல முக்கியமான தகவல்களைக் கொடுத்துதவினார்.

12-10-1975 தொடங்கி 27-12-1976 வரையிலான காலத்தில் இந்நாவலை எழுதி முடித்தேன். ஏறத்தாழ ஓராண்டு, இரண்டு மாதங்கள், இதன் ஆரம்ப அத்தியாயங்கள் சிலவற்றை மைசூரில் உள்ள ராமகிருஷ்ண ஆசிரமத்தைச் சேர்ந்த வேதக் கல்லூரியின் அறை ஒன்றில் எழுதினேன். அக்கையெழுத்துப் பிரதியை எம்.எஸ்.கே. பிரபு, பிரபுசங்கர், என். பாலசுப்ரமண்ய அவர்கள் படித்தார்கள். இந்நண்பர்கள் படித்து விவாதம் செய்தபோது, இதை விமர்சன பூர்வமாகப் பார்க்கும் வாய்ப்பும் எனக்குக் கிடைத்தது. தலைப்பு வைக்க முடியாமல் தவித்துக் கொண்டிருந்தபோது ஹா.மா.நாயக் அவர்கள்தான் 'பருவம்' என்கிற தலைப்பை உறுதி செய்ததோடு மட்டும் அல்லாமல் அச்சமைப்பையும் பொறுப்போடு பார்த்துக் கொண்டார். இந்நண்பர்கள் அனைவர்க்கும் நான் நன்றிக் கடன் பட்டிருக்கிறேன்.

இதை எழுதும் காலத்திலும் சரி, எழுதத் தொடங்கும் முன்பு நான் மேற்கொண்டிருந்த ஆய்வுக்காலத்திலும் சரி, நேர்முகமாகவும் மறைமுகமாகவும் பல நண்பர்கள் உதவினார்கள். இந்த நாவலை எழுதத் தொடங்கும் முன்பு முன்பு நான் மேற்கொண்ட பயணங்கள், எண்ணங்கள், ஆய்வுகள், எழுதும்போது பல்வேறு நிலைகளில் எனக்கு ஏற்பட்ட கருத்துகள் பற்றியும் எழுதிய முறை பற்றியும் நீண்ட கட்டுரை ஒன்றை எழுதினேன், இந்நாவலை வாசிக்கும் வாசகன் மீது ஏறத்தாழ ஐம்பது அறுபது பக்கங்கள் நீளும் இக்கட்டுரையைப் பாரமாகச் சுமத்தும் எண்ணம் இல்லாததால் விரைவிலேயே வெளிவர இருக்கும் என் கட்டுரைத் தொகுதி ஒன்றில் அதைச் சேர்த்துள்ளேன். அவற்றிலிருந்து

முன்னுரை

ஒரு சில குறிப்புகளை மட்டும் இங்கு கொடுப்பதைப் பொருத்தும் என்று எண்ணுகிறேன்.

"டாக்டர், தாகர் குறிப்பிடும் கிருஷ்ணனின் துவாரகை நகரம் உண்மையான ஒன்று அல்லது பொய்யான ஒன்று எனத் தீர்மானமாக நிறுவும் ஆதாரங்கள் எதுவும் என் வசம் இல்லை. என் நோக்கமும் அது அல்ல, லோதல், ஹரப்பா, மொகஞ்சதாரோ ஆகிய நாகரிகங்களைப் பற்றிய என் வாசிப்பின் பின்னணியில் யோசிக்கும்போது கிருஷ்ணனின் துவராகை இருந்திருக்க முடியாத ஒன்றல்ல என்றே தோன்றுகிறது. இந்தப் பகுதியில் நான் அலைந்து திரியும்போதும், இக்கடலை ஒட்டிய கலங்கரை விளக்கத்தின் மேல் ஏறி நின்று பார்க்கும்போதும் என் மனம் 1975லிருந்து முற்றிலும் விடுபட்டு யாதவர்களின் காலத்தோடு இணைந்து கொண்டது. அந்தக் காலத்தின் ஊரும் கடலும் மக்கள் வாழ்க்கை முறையும் புவியியல் அமைப்பும் என் அனுபவத்தோடு கலந்தன. சமகாலத்திய ஒன்றைப் பற்றி எழுதும் போது எழுத்தாளன் தகவல்களுக்காகத் தேடி அலையத் தேவையில்லை. அவனை அறியாமல் அவனுடைய அனுபவத்தோடு இரண்டறக் கலந்து விட்ட விவரங்கள் படைப்புக்குத் தகுந்த வரையில் தாமாகப் பொங்கி வந்து விழுந்து விடும். ஆனால் சரித்திர பூர்வமான விஷயங்கள் அந்த அளவு அனுபவத்தோடு நெருக்கமாகக் கலப்பதில்லை. ஆனால் ஆய்வுக்கு உகந்ததாக இருக்கிறது. ஆனால் துவாரகையைப் பொறுத்தமட்டில், அதை நான் அனுபவபூர்வமாக உணர்ந்தேன். யாதவர்களின் துவாரகைக்குள் நான் நுழைந்தேன். வேண்டும்போது நுழைந்து திரும்பும் சக்தி எனக்கிருந்தது. மேலும் அதன் வழிகளைப் பற்றியும் நான் அறிவேன்.

"ஜெய்ப்பூர் மாவட்டத்தில் உள்ள விராட நகர்க்குப் பக்கத்தில் சின்னக் குருஷேத்திரமான கோகிரஹன யுத்தம் நடந்த இடத்துக்குப் பக்கத்திலேயே பீமனின் பெயரில் ஒரு குகை இருந்தது... புதுமணத் தம்பதிகள் இன்றும் அக்குகைக்குச் சென்று வழிபடுகிறார்கள். நான் அங்கே போய் இருந்தபோது ஒரு தம்பதி வந்திருந்தார்கள். நான் அந்த மணமகனோடு பேசிப் பழக்க முண்டாக்கிக் கொண்டு அந்த வழிபாட்டின் பொருளைப்பற்றிக் கேட்டேன். 'என் மனைவியின் மேல் யாராவது கண் வைத்தால் அவனைக் கொல்லும் சக்தியைப் பீமதேவன் கொடுப்பான்' என்று அவன் சொன்னான்... இப்பகுதியில் எழுத்து பூர்வமான பாரதக் கதையும் மக்களின் நம்பிக்கையும் பொருந்தி வருகிறது. கீசகனைக் கொன்ற நிகழ்ச்சி உண்மையல்ல எனினும், அது மக்களின் மனத்தில் மூட்டியிருக்கும் உணர்வு பொய் அல்ல. இங்கே ஒரு படைப்பாளிக்குத்

தேவையான உண்மை எது? மனைவியைச் சீண்டிப்பார்க்க வந்தவனைக் கொல்லும் வேகம் நமக்கு இல்லையா? மேற்குத் தேசத்து ஆண்களுக்கும் இருக்காதா? உலகம் முழுமைக்கும், காலம் முழுமைக்கும் பொருந்தக் கூடிய இந்த ஆண் குணம் அல்லது ஆண் அதிகாரம், ஆண் ஆளுமை இலக்கியத்துக்கான கருவாக இருக்கக் கூடாதா?"

"பதினெட்டு அக்ஷோஹினி என்றால் என்ன? இதற்கும் சரியான விடை எங்கும் கிடைப்பதில்லை. இதனால் பாரத யுத்தத்தில் ஈடுபட்ட படைகளின் எண்ணிக்கை பற்றி விவாதத்தில் இறங்க விரும்பாமல் யுத்த பூமியின் இட விஸ்தாரத்தைப் பற்றி யோசிக்கத் தொடங்கினேன். ஆசிரியர்களின் கற்பனையில் அதுவரை காணாத ஒரு காட்சி அது... ஆரியவர்த்தத்தின் எல்லா அரசர்களும் இப்போரில் ஈடுபட என்ன காரணம்? சாதாரணமாக இந்த யுத்தம் தர்மயுத்தம் என்று அழைக்கப்படுகிறது. ஆனால் தருமத்துக்கு (பாண்டவர்களுக்கு) எதிராகத்தானே மிகப்பெரும் அளவில் படை இருந்தது. தேவை உள்ளவர்கள் மோதிக் கொள்ளட்டும், நமக்கேன் வம்பு என்று மற்றவர்கள் விட்டிருக்கலாமில்லையா? ஆனால் ஆரிய அரசர்கள் அப்படிப் பட்டவர் களாக இல்லை. சூதாட்டம், யுத்தம், பெண் கிடைக்கும் சுயம்வரம் என்றால் ஓடோடி வரும் கூட்டம் அது. டாக்டர், பட்கே அவர்களுடன் ரிக்ஷாவில் அமர்ந்து கொண்டு குருஷேத்திரப் பகுதியில் பாறை இருக்குமிடமெங்கும் அலைந்து திரிந்தபோது இந்த எண்ணம் எழுந்தது. ஆரியர்களின் சுபாவத்தைப் பிரதிபலிப்பதாகவும், அவர்களின் வாழ்க்கை முறையால் பாதிக்கப்பட்ட மக்களைப் பற்றிச் சொல்வதாகவும் இந்த யுத்தத்தைச் சித்தரிக்க வேண்டும் என்று மனத்தளவில் அப்போதே முடிவு கட்டினேன்.

"12-10-1975 அன்று எழுதத் தொடங்கிய நாவலில், முதல் ஒரு பக்கத்தை எழுதி முடிப்பதற்குள்ளேயே அநத முதல் தினத்தில் போதும் போதுமாகிவிட்டது. இரண்டாவது நாளில் மூன்று பக்கங்கள், பத்துப் பக்கங்கள் எழுதிய பிறகுதான் ஒரு பிடிப்பு வந்தது. நேர்முக அனுபவம் வாய்ந்தவை என்றும், அப்படி வாய்க்கப் பெறாதவை என்றும் படைப்பு களைப் பிரிப்பது தவறு என்று எண்ணுகிறேன். நான் எழுதும் எல்லாப் படைப்புகளும் என் அனுபவத்துக்குள்ளானவைதான். ஒன்றிரண்டு தகவல்களிலோ அல்லது ஒன்றிரண்டு வார்த்தைகளிலோ அவ்வனுபவம் வெளிப்படாமல் போகலாம். ஆனால் மூலக்கரு என் அனுபவத்தில் இருந்து கிளைத்தெழுவது. அதற்கு அந்தக்காலம், இந்தக்காலம் என்கிற வேறுபாடு எதுவும் இல்லை.

"மகாபாரதப் பாத்திரங்களின் கதையை நான் எழுதவில்லை. மனித சமுதாயத்தின் பல்வேறு முகங்கள், உணர்வுகள், உறவுகள், முரண்கள் பற்றிய பிரக்ஞை இந்த நாவலை எழுதி முடிக்கும் வரை இருந்தது. சிற்சில இடங்களில் ஒன்றிரண்டு புதிய பாத்திரங்களைச் சேர்க்கும்போதும், சிற்சில சம்பவங்களைச் சேர்க்கும்போதும், நாவலின் பரிமாணம் பெருகியது..."

"அவ்வப்போது என் மனத்தில் கற்பனையில் இருந்த வடிவத்திலிருந்து முற்றிலும் வேறுவிதமாக நாவல் வளர்ந்து புது வடிவம் கொண்டது.' "பருவம் எழுதிய அனுபவம் எனக்குள் புதிய உணர்வையூட்டியது. நான் புதிதாய்ப் பிறந்தேன். நம் பல நம்பிக்கைகளின் அடிப்படையே பழக்கம் தான். இவற்றைத் துறந்து வாழ்க்கையின் இறுதிப்புள்ளியான மரணத்தின் கோணத்திலிருந்து வாழ்க்கையைப் பார்த்தால் ஒரு புது தெளிவு பிறக்கக்கூடும் என்று எனக்குத் தோன்றியது. என் வயது என்ன? இன்னும் எத்தனை ஆண்டுகால வாழ்க்கை எஞ்சியுள்ளது? அதற்குள் நான் காணக் கூடிய உண்மை ஏதேனும் இருக்குமா? என்கிற கேள்விகள் ஆதாரசுருதியாய் எழுந்து என் மனத்தில் சதாகாலமும் ஒலித்துக் கொண்டிருந்தது."

-எஸ்.எல். பைரப்பா

இராவதி மற்றும் சந்திரபாகா ஆகிய நதிகளுக்கு இடைப்பட்ட பிரதேசத்திலிருந்த மக்களை மத்ரர்கள் என்று அழைத்தார்கள். அப்பிரதேசத்தினுடைய அரசனின் பெயர் சல்லியன். இப்போது கிழவன். பேத்தியைப் பக்கத்தில் உட்கார வைத்துக்கொண்டு கேட்டான்.

"எனக்கு வயசு எத்தனை இருக்குமென்று நினைக்கிறாய்?"

"தாத்தா, உன்னைவிட பெரியவர்களே இல்லை"- என்றாள் இருபது வயசை நெருங்கும் இளம்பெண்.

"ஆனாலும் நடக்கும்போது முதுகு வளைவதில்லை. இடுப்பும் வளைவதில்லை, ஏன் தெரியுமா?"

"நீ ரொம்ப உறுதியாக இருக்கிறாய்." பெருமை மிகுந்த புன்னகையோடு சொன்னாள் அவள்.

"அப்படி இல்லை. நாங்களெல்லாம் அந்தக் காலத்து மனிதர்கள்." அங்கொன்றும் இங்கொன்றுமாய் நரைபடியத் தொடங்கிவிட்ட தாடி குலுங்குகிறவண்ணம் சிரித்தபடி சொன்னான்.

"அந்தக் காலத்து மனிதர்களென்று சொல்லும் போதெல்லாம் "நாங்கள்" என்று சொல்கிறாயே, அப்படியென்றால் எத்தனை பேர்?"

"இத்தனைபேர் என்று கணக்கிருக்கிறதா? என்னை மாதிரி வயசானவர்கள் எல்லாரும்தான்."

"உன் அளவுக்கு வயசானவர்களே இந்த அரண்மனையில் இல்லையே."

"வேறு நாட்டு அரண்மனைகளில் இருக்கிறார்கள். அரண்மனைக்கு வெளியே இருக்கிற சாதாரண ஜனங்கள் கூட அப்படித்தான். அந்த காலத்தவர்களென்று சொன்னாலே உறுதிதான்."

"அது ஏன் அப்படி?"

"அவர்கள் பழக்க வழக்கம் அப்படி. வாழ்க்கை நடத்திய முறை அப்படி. உங்களை மாதிரி இல்லை. தேச ஒழுக்கம், குல ஒழுக்கத்தையெல்லாம் விட்டுவிட்டு மற்றவர்களை மாதிரி நாமும் இருக்கவேண்டுமென்று கிளம்பி..." என்று சொல்லிக் கொண்டு இருக்கும்போதே இடையில் குறுக்கிட்ட பேத்தி. "தாத்தா மறுபடியும் அந்த விஷயத்தைப் பற்றிப் பேசக்கூடாது என்று எனக்கும் உனக்கும் ஒப்பந்தம் இருப்பதை சீக்கிரத்தில் மறந்து விட்டாயா?" என்றாள்.

“உண்மைதான். உன்னிடம் எதற்கு இந்த பேச்சு, வரட்டும் உன் அப்பன். சூதாடப் போயிருக்கிறானாம். அவனிடம் பேசுகிறேன். என்றைக்கு திரும்பி வரப் போகிறானோ! ம்ஹூம். நூறுதரம் ஆடியாகி விட்டதல்லவா. முதுகு நரம்பு முறுக்கி சுளுக்கு விழுகிற மாதிரி இரண்டு கொடுத்து விட்டு சொல்கிறேன்” -இரு கணங்களுக்கு முன்பு தாடி குலுங்குகிற மாதிரி சிரித்த கிழவன் சட்டென மாறிவிட்டான்; “இந்நேரத்துக்கு கல்யாணம் முடிந்து, ரெண்டு ஆண்பிள்ளைகளுக்குத் தாயாகி இருக்கவேண்டும் நீ. உன் அப்பன் சொல்வதுதான் சரி என்று அவனுக்குத் தகுந்த மாதிரியே ஆட்டம்போட்டு இன்னும் கன்னியாகவே இருக்கிறாய். இது என்ன அழகு?”

இந்தப் பேச்சு வரும்போது பதில் சொல்லிவிட்டால் தாத்தாவுக்குக் கோபம் வந்துவிடும் என்பது இரண்யவதிக்குத் தெரியும். கை உயர்த்தி முதுகில் தப்பென இரண்டு அடி கொடுத்தாலும் கொடுத்துவிடுவார். உறுதியாகவும் அகலமாகவும் இருக்கும் அவர் உள்ளங்கை. எனினும் அப்பாவின் வார்த்தைகள்தான் மனசுக்கு இதமாக இருக்கிறது. சூதாடப் போயிருப்பதாகத் தாத்தா நினைத்துக்கொண்டு இருக்கிறார். உண்மையான விஷயம் அவளுக்குத் தெரியும். அவள் அம்மா நேற்று இரவு ரகசியமாக அவனிடம் தெரிவித்திருந்தாள். போன காரியம் முடியட்டும் இன்று சாயங்கால ஹோமத்தில் அக்கினி தேவனுக்கு இன்னும் கொஞ்சம் அவிசு, “இருபது வண்டி தாமிரம், பித்தளை, துணிமணி, நகை கிடைக்கும். அவ்வளவு அழகான பெண் நீ” என்று தனக்குத்தானே சொல்லிக் கொள்கிற மாதிரி சொல்லிக் கொண்டார் கிழவர். பெண்ணுக்கு மேலும் கோபம் மூண்டது. ஏதோ அழகாக இருக்கிறேன். இந்தத் தேசத்துப் பெண்களே இப்படித்தானாம். பௌர்ணமிக்கு மறுநாள் தெரிகிற நிலவைப் போல உருண்டமுகம், தேய்த்து விளக்கிய பாத்திரத்தின் பளபளப்பில் தன் முகம் தெரிந்த ஞாபகம் வந்தது. அதற்காக சீதனம் வாங்கிக் கொண்டு பெண்களை விற்பது சரியாகுமா? இதனால்தான் குரு, பாஞ்சாலம், சூரசேனம், விராடம், இன்னும் வடகிழக்குத் திசையில் இருக்கிற தேசங்கள் எல்லாம் நம்மை மட்டமாகப் பார்க்கிறார்கள். அப்பா சொல்வது சரி. கிழக்குத் தேசத்தவர்களைப் போலவும் தெற்குத் தேசத்தவர்களைப் போலவும் சுயம்வரத்துக்கு ஏற்பாடு செய்து, வெற்றி கண்ட ஆண் மகனுக்கு பெண் வீட்டாரே வண்டி வண்டியாக அன்பளிப்பு கொடுத்துத் திருமணம் செய்து வைத்தால், புருஷன் வீட்டில் தனக்கும் ஒரு மரியாதை இருக்கும். தன் குலத்துக்கும் மரியாதை இருக்கும். அல்லது நல்ல ஒரு நாட்டின் க்ஷத்திரிய குமாரன் ஒருவன் ரதத்தில் வந்து தன்னை விரும்ப, தானும் அவனை விரும்ப அவன் தன்னையே சிறையெடுத்துக் கொண்டு ரதத்தில் புறப்பட்டுச் சென்றால்.. வீசும்

காற்று, குளம்படி ஓசை, புழுதி, கைக்கு அகப்படாத ஓட்டம், கடைசியில் துரத்திக்கொண்டு வருபவர்களைத் தோற்கடித்த அப்பா, தாத்தா, தாத்தாவைத் துரத்துகிற சக்தி இருக்கிறதா? நடக்கும்போது இடுப்பு தளர்வதில்லை, முதுகு வளைவதில்லை.

"தாத்தா, உனக்கு எத்தனை வயசு?"

"சரியான ஆள்தான் நீ. பேச்சை மாற்றுவதற்காக இதே கேள்வியை மறுபடியும் கேட்கிறாயா?"

"இல்லை. இதுதான் வயசென்று சரியாக நீ என்றைக்கும் சொன்னதே இல்லையே."

"இன்றைக்குச் சொல்கிறேன் கேட்டுக்கொள். எண்பத்து நான்கு."

"எப்படி கணக்கு வைத்திருக்கிறாய்?"

"எப்படி? ம்" -என்று தலையுயர்த்தி மரப்பலகைகளால் ஆன உத்திரத்தைப் பார்த்தபடி சொன்னான்: "பீஷ்மனை விட முப்பத்தாறு வருஷம் சின்னவன் நான். இப்பொழுது அவனுக்கு நூற்றி இருபது வயசாம். அப்படியென்றால் எனக்கு? விரல்விட்டு எண்ணிப்பார்."

தன் சிவந்த நீளமான விரல்களை உள்ளங்கையை நோக்கி மடக்கி மடக்கி எண்ணினாள் அவள். பதில் கிடைக்கும் முன்பேயே மனசிலிருந்து ஒரு கேள்வியெழுந்தது.

"பீஷ்மருக்கு நூற்றி இருபது வயசிருக்குமென உனக்கு எப்படித் தெரியும்?"என்று தாத்தாவின் பக்கம் திரும்பிக் கேட்டபோது, அவர் முகத்தின் உற்சாகக்களை திடுமென குன்றியது. "நான் எதற்கு கேட்கிறேனெனில் அந்த பீஷ்மர் எந்த காலத்திலும் நம் ஊருக்கும் சரி, நம் நாட்டுக்கும் சரி வந்ததே இல்லை. நீயும் அங்கே போனதில்லை..."

கிழவனின் மனசு இன்னும் கவலை கொண்டது. அமைதியானான். அவன் முகத்தில் படர்ந்த கவலை ரேகைகளைக் கண்ட அவள் மேற்கொண்டு எந்தக் கேள்வியும் கேட்கவில்லை. நூற்றியிருப்பதில் முப்பத்தாறு போனால் மிச்சம் எத்தனை என்று இப்போது அவளுக்கு விடை கிடைத்துவிட்டது. எவ்வளவு பெரியவர் நம் தாத்தா என்று தோன்றியது. ஆனால் தாத்தாவை விட முப்பத்தாறு வருஷம் மூத்தவரான பீஷ்மர் இன்னும் எவ்வளவு பெரியவராக இருக்க வேண்டும். திடுமென ஏதோ நினைத்துக் கொண்டவள் போலச் சொன்னாள்: "கோபம் கொள்ளாதே தாத்தா. அந்தக் காலத்தில் தன்னுடைய தம்பி பிள்ளைகளுக்காக நம் பாட்டியைப் பெண் கேட்டு அந்த பீஷ்மரே நம் அரண்மனைக்கு வந்தாரென்று எனக்குத் தெரியும். அப்பொழுது நான் பிறந்திருக்கவே இல்லை. அப்பாவாகிலும் பிறந்திருந்தாரா?"

தாத்தா எதுவும் பேசவில்லை. ஏன் என்கிற காரணம் அவளுக்குப் புரியவில்லை. கிழவன் எழுந்து வாசலைத் தாண்டி வெளியே சென்றான். வெயிலின் தகிப்பில் தோட்டத்துச் செடிகள் எல்லாம் வதங்கிக் கிடந்தன. சாகல நகரம் முழுக்கவும்- -வெறும் சாகல நகரம் மட்டுமல்ல-மத்ர தேசம் முழுக்கவுமே தண்ணீர்க்குப் பஞ்சமில்லை. ஆனால் எரியும் கோடையில் தோட்டத்துச் செடிகளுக்குப் பாய்ச்சும் அளவுக்குத் தண்ணீர் எங்கிருந்து வரவேண்டும்? தோட்டத்தைத் தாண்டி அந்தப் பக்கம் இருக்கிற மரங்கள் கூட மழைக்காக உலர்ந்து எத்தனை மாதங்களாக நின்று கொண்டிருக்கின்றன? சூரியன் மறைந்து பொழுது சாய்ந்த பிறகுங்கூட சின்னப்பாறை எவ்வளவு சூடாக இருக்கிறது. அரசனான தான் வெறும் தரையில் உட்காரக் கூடாது. தர்ப்பைகளால் ஆன பாயை எடுத்துக்கொண்டு பின்னாலேயே வந்து கொண்டிருந்தான் சேவகன். பாயை விரித்த பிறகு அச்சேவகனைப் புறப்பட்டுச் செல்லுமாறு பணித்தான் சல்லியன். பறவைகள் கூட எவ்விதமான அசைவுமின்றி முடங்கிக் கிடந்தன. கிஞ்சித்தும் காற்றின் அசைவு இல்லை. தனியாக உட்கார்ந்திருந்தான் கிழவன். கழுத்து, நெற்றி, மார்பு எங்கும் வேர்வையின் பிசுபிசுப்பு. இந்த மாசமே மழை வந்திருக்க வேண்டும். ஓ காற்றே:

மஹாந்தம் கோஷம் உத சா நிஷிஞ்ச
ஸ்யந்தந்தாம் குல்யாவிஷுதாம் புரஸ்தாப்!
க்ருதேன் த்யாவாப்ருபியுந்தி
சுப்ரபாணம் பவந்த்யக்யைப்ய!

சோவென்று பொழியும் முதல் மழையில் தலை, தோள்கள், முதுகு எங்கும் குளிரும் வண்ணம் நனைந்து, உடம்பெங்கும் எழுந்திருக்கிற கோடைக்கால வேர்க்குருகள் அடங்கிக் கரைகிற வண்ணம் நனைந்து... அமைதி; அமைதி; அமைதி. அவன் வந்து என் தங்கையை அழைத்துச் சென்று அறுபது வருஷகாலம் ஓடி விட்டது. ஒரு முறையும் இடையில் சொந்தம் பாராட்டிக் கொண்டு வந்ததில்லை. சேனைகளை ஊருக்கு வெளியே நிறுத்தி, தன் மீது நம்பிக்கை வைக்கக் கோரும் முகபாவத்துடன் அரண்மனைக்கு வந்து தம் விசித்திரவீரியனுடைய மகனுக்குப் பெண் கொடு என்று கேட்டு வந்ததற்குப் பிறகு, ஒரு முறையும் வந்து பார்த்ததில்லை. “பீஷ்மா, குருவம்சத்தில் தங்கையைக் கட்டிக் கொடுப்பது என் பாக்கியம் என்றே நினைக்கிறேன். ஆனால் குந்திபோஜனின் வளர்ப்பு மகளோடும், சூரராஜனின் மகளோடும் உன் தம்பி பாண்டுவின் கல்யாணம் நடந்தேறியது என்று கேள்விப்பட்டேன். பெரிய மனைவி இருக்கும்போது என் தங்கைக்கு எந்த விதத்தில் சுகம் கிடைக்கும்?” என்று அப்போது கேட்டான். உடற்கட்டிலும் முகத்திலும் இருந்த உறுதி அவனது குரலுக்கும் இருந்தது. “மத்ரராஜா, திருமணம் நடந்து மூன்று வருஷத்துக்குப் பிறகும்கூடக் கருவுறாதவளுக்கு பெரிய மனைவி என்கிற பட்டம் எப்படி இருக்கும்? பெற்றெடுக்கும் குழந்தைகளை-

குறிப்பாக ஆண் குழந்தைகளை-அடிப்படையாக வைத்தல்லவா சுத்த ஆரியக் குடும்பத்தில் ஒரு பெண்ணின் இடம் மதிப்புக்குரியதாகும்? உங்கள்தேசத்துப் பெண்களுக்கு பத்துப்பிள்ளைகளுக்குக் கண்டிப்பாகத் தாயாகிற கர்ப்ப சக்தி உண்டு. அழகிலோ, கேட்கவே வேண்டாம்" என்றெல்லாம் சொன்னான் பீஷ்மன். அப்போது அதெல்லாம் பெருமை என்று தோன்றியது. அவன் உருவமே இப்போது மறந்து விட்டதல்லவா. அறுபது வருஷங்கள் உருண்டு விட்டன. மார்பில் பெருகிய வேர்வையை, உடுத்திக் கொண்டிருந்த பருத்தி ஆடையாலேயே ஒத்தித் துடைத்துக் கொண்டான். "பீஷ்மா, எங்கள் தேசத்துப் பழக்க வழக்கத்தைப் பற்றி நீ அறிவாய் அல்லவா?" 'ஓஹோ, எங்கள் குருதேசத்திற்கு மேற்கே போகப்போக சீர்வரிசை கொடுக்காவிட்டால் பெண் தர மாட்டார்கள் என்று எனக்குத் தெரியும். பெண்ணின் தகுதிக்குத் தகுந்த மாதிரி சீர்வரிசையின் அளவும் நிச்சயிக்கப்படும் இல்லையா? இருபது வண்டிகள் நிறைய சீர்வரிசை கொண்டு வந்திருக்கிறேன். தாமிரப் பாத்திரங்கள், பருத்தி, பட்டு, கம்பளி ஆடைகள், ஒரு தட்டு நிறைய தங்கக் காசுகள், குரு தேசத்துப் பொற்காசுகளைப் பற்றித் தெரியுமில்லையா, எல்லாமே சுத்தத் தங்கம், உங்கள் மேற்குப் பகுதிகளில் இருப்பது மாதிரி இல்லை." குரு தேசத்தின் செல்வச் செழிப்பு எப்படிப்பட்டது! ஹஸ்தினாவதியில் இருக்கிற செல்வத்தைப் போல வேறு எங்குமே கிடையாதாம். அப்படிப்பட்ட குடும்பத்தோடு எப்படியோ சம்பந்தம் நடந்தது. ஆனால் அதற்குப் பின் ஒருமுறை கூட பீஷ்மன் இங்கே வரவில்லை. தனக்குச் சமமானவனாக என்னை நடத்தவில்லை. கன்னிப்பெண்ணை அழைத்துச் சென்றுவிட்டான். அதற்கப்புறம் ஒருமுறை கூட ஊருக்குத் திரும்பி வரவே இல்லை. ஆண்மையற்ற புருஷனுக்குக் கட்டி வைத்துவிட்டார்கள் என்கிற கோபத்தில் வரச் சொல்லி ஆள்அனுப்பினாலும் கூட ஒரு போதும் தங்கையும் வந்ததில்லை. ஆண்மையும் வீரியமும் அற்ற ஒருவன் தனக்குக் கணவனாக அமைய நேர்ந்தால் மத்ர தேசத்தில் இருக்கிற எந்தப் பெண்ணுக்குத்தான் கோபம் வராது? ஒரு மழையைப் போல விரிந்து சொரிய வேண்டும். தாகம் தணிந்து மனம் குளிர்ந்து அப்போதுதான் அமைதி பெருகும்.

அதே தருணத்தில் அழகான பெண் வேலையாட்கள் பெரிய மண்குடங்கள் நிறைய நீர் சுமந்து அருகில் வந்தனர். தோட்டத்தின் தரைமுழுக்கத் தண்ணீர் தெளித்தனர். ஒரே கணத்தில் தண்ணீரை உறிஞ்சிக் கொண்டது பூமி. மீண்டும் அப்பெண்கள் தண்ணீர் சுமந்து வந்தார்கள். தெளித்தார்கள். மீண்டும் கொண்டு வந்தார்கள். "சேவகிகளே, நன்றாக ஊற்றுங்கள்" என்று அரசன் அவர்களிடம் சத்தமிட்டுச் சொன்னான். அந்தக் கூட்டத்தின் தலைவிபோல இருந்தவள் "மண்ணெல்லாம் சேறாயிடுமே" என்றாள். "ஆகட்டும். பூமி நனையட்டும்" என்றான் அரசன். அதே நேரத்தில் அப்பெண்கள் தன் வலது கையைப் பானையின் வாயில் குறுக்கே வைத்து சுற்றிலும்

தண்ணீரை ஊற்றினார்கள். இதன்பின் வெப்பம் சற்றே தணிந்தது. அப்பெண்கள் அனைவரும் புறப்பட்டுச் சென்றதுமே அரசனின் மனம் மீண்டும் குரு தேசத்தின் செல்வச் செழிப்பைப்பற்றி எண்ணத் தொடங்கியது. எத்தனை எத்தனை யானைகள்! பசுக்கள்! ரதங்கள்! குதிரைகள்! மண்ணாலான பாத்திரமே இல்லையாம். முழுக்க முழுக்கத் தாமிரப் பாத்திரங்கள்தானாம்! வேறு எங்கும் காண முடியாத அளவு பற்பல தலைமுறைகளாகக் கொழித்துப் பெருகுகிற தங்கம். பீஷ்மன், சந்தனு, ருஷ்டிசேனன் என்று ஞாபகத்திலிருந்து பெயர்களைச் சொல்ல விரல்விட்டு எண்ணத் தொடங்கினான். ருஷ்டிசேனன், பிரதாபன், திலீபன், பீமசேனன், ருக்ஷன், தேவதீர்த்தன், ஆக்ரோதனன். ஞாபகத் தின் ஆழத்தில் பெரிய பாறை குறுக்கிட்டது. அதன் பின்னணியில் எத்தனையோ தலைமுறைகள். குருதேசத்திலிருந்து ஒரு சூதன் வந்திருந்தான். ஹஸ்தினாவதியை ஸ்தாபித்த ஹஸ்தினன் என்பவன் பீஷ்மனுக்கு நாற்பது தலைமுறை முந்தினவனாம். எவ்வளவு செல்வம் சேர்ந்திருக்க வேண்டும் அந்த நகரில். சரியான ஆள்களைக் கண்டுபிடித்து அவர்கள் மூலம் மத்ர தேசத்துப் பெருமைகளைப் பாட வைக்க வேண்டும் என்று அவன் நினைத்துக் கொண்டான். பூமியில் தண்ணீர் பரவிக் குளிர்ந்த பிறகு நொய்யென்று காற்றில் ராகமிட்டபடி வந்து உடல்மேல் உட்கார வருகிற பூச்சிகளின் எண்ணிக்கை குறைந்தது. கொட்டாவி விட்டபடி இரண்டு கைகளையும் உயர்த்தி நெட்டி முறித்த வண்ணம் சல்லியன் எழுந்தபோது பேத்தி வந்தாள். “தாத்தா அப்பா வந்து விட்டார்” என்றாள் அவள். “அனுப்பு இங்கே” என்றான் கிழவன்.

சிறிது நேரம் கழித்து மகனான ருக்மரதன் வந்தான். ஐம்பது வயசானாலும் கூட இளமையோடு காணப்படுகிற அவன் தோளில் படர்ந்த உத்தரீயத்தைச் சரிபடுத்திக் கொண்டு தந்தையின் எதிரில் நின்று குனிந்து தரையைத் தொட்டு வணங்கினான். தந்தை தனது நெற்றியைத் தொட்டபிறகு இரண்டு அடிகள் பின்வாங்கி உட்கார்ந்தான்.

“நீ போய் ஒரு பட்சகாலம் ஆகியிருக்குமில்லையா ருக்மரதா?”

“ஆமாம் அப்பா.”

“எவ்வளவு தோற்றாய்? எவ்வளவு ஜெயித்தாய்?”

“அப்படியெல்லாம் தோற்கக்கூடிய சூதாட்டக்காரனில்லை நான். அதிகமாக வரவும் இல்லை. நான் போனது வேறு ஒரு காரியத்துக்காக, சூது ஒரு காரணம். அவ்வளவுதான்.”

“அப்படி என்ன காரியம்?”

“நான் சொன்னால் குலப்பழக்கமே பாழாகிவிட்டதென்று நீ கோபப் படுவாய்.”

“மகளுக்கு சுயம்வரம் ஏற்பாடு செய்கிற முயற்சிதானே.”

“என் அப்பாவுக்கு எல்லாமே தெரிந்துதானிருக்கிறது.”

“சரி. இப்பொழுது நம்மிடமும் போதுமான வசதி இருக்கிறது. சுயம்வரம் நடத்தி என்னென்ன கொடுத்தனுப்ப வேண்டுமோ, அதை எல்லாவற்றையும் கொடுத்தனுப்பு. ஆனால் எது நடந்தாலும் சீக்கிரம் நடக்கவேண்டும். பெண் பருவமடைந்து வந்து ஏறத்தாழ ஐம்பது தரமாவது வீட்டுவிலக்கு ஆகியிருக்கும். கரு உருவாகக்கூடிய காலத்தில் விந்து சேர்ந்து கர்ப்பமாக்காமல் இருப்பது எவ்வளவு பெரிய பாவம்! இப்படி ஐம்பது தடவை உண்டான நஷ்டத்துக்கும் பாவத்துக்கும் நீயும் நானும் உன் தாத்தாவும் நரகத்துக்குத்தான் போய்ச் சேரவேண்டுமோ என்னமோ!”

“அப்பா, நீ சொல்வது உண்மைதான். ஆனால் சுயம்வர மென்று சொன்னால் அதற்கு வசதி வேண்டும். பல தேசங்களி லிருந்து ராஜாக்களையும் ராஜகுமாரர்களையும் கூப்பிடவேண்டும். அவர்களை வரவேற்கிற செலவு, அவர்களுக்குச் செய்ய வேண்டிய சீர் செலவு, கல்யாணத்துக்கான சீர் செலவு-இதற்கெல்லாம் கொஞ்சமாகவா செலவாகும்? இதற்கான ஏற்பாடுகளை எல்லாம் செய்வதற்கு இத்தனை நாளாகிவிட்டது. நாம் என்ன குரு பாஞ்சால தேசத்தவர்களா, காசி, யாதவ நாட்டுக்காரர்களா, வேண்டுமென்று சொன்ன உடனே கஜானாவிலிருந்து எடுத்துக் கொடுக்க?”

“அவர்கள் அளவுக்கு வசதி இல்லையென்று சொன்னால், அவர்கள் பழக்கம் மட்டும் எதற்கு? பெண்ணுக்குப் பணம் வாங்குகிற நமது பழக்கப்படியே செய்துவிட்டுப் போகலாம். செல்வமும் வரும். காலாகாலத்தில் அவளும் கர்ப்பமாகி, பாவமும் தொலையும், கல்யாண மில்லாமல் குழந்தை பெற்றுவிடப் போகிறாளே என்று அந்தப் பெண்ணையும் அனாவசியமாக இம்சைப்படுத்துகிறாய். புத்திசாலித் தனமா இது?”

மகன் எந்தப் பதிலும் சொல்லவில்லை, அவனிடம் தகுந்த பதில் இல்லை என்று நினைத்த சல்லியன் இன்னும் அழுத்தமாக வலியுறுத்திச் சொன்னான், “கர்ப்பமாகக் கூடிய காலம் தள்ளிப் போக தள்ளிப் போக, அது மிகப்பெரிய பாவம் என்பது முக்கியமான தர்மம். அதற்குக் களங்கம் தரக்கூடிய எந்த காரியத்தையும் என்னால் சகித்துக் கொள்ள முடியாது.”

“அப்பா, நீ மத்ர ராஜ்ஜியத்தைத் தாண்டி வெளியே போய்ப் பார்த்ததில்லை. நமது மத்ர தேசத்துப் பெண்களுடைய அழகு எல்லா இடங்களிலும் பிரசித்தமான ஒரு விஷயம். அதே சமயத்தில் பாலியல் சுதந்திரம் இல்லாதவர்கள் இவர்கள் என்று நமது பெண்களைப் பற்றி எங்கே போனாலும் ஒரு மாதிரி பேசுகிறார்கள். கிழக்கு நாடுகளில் போய் எந்த இளைஞனாவது ‘நான் மத்ர தேசத்திலிருந்து

வருகிறேன்' என்று சொன்னால் போதும், உடனே அடுத்தவன், 'நண்பா, என்னையும் உங்கள் நாட்டுக்கு அழைத்துக்கொண்டுபோ. எனக்கு சொர்க்கத்தைப் பார்க்கவேண்டுமென்று ரொம்ப ஆசை' என்று மர்மமான ஒரு சிரிப்போடு கேட்கிறான். இதற்கெல்லாம் ஒரு முடிவு கட்டியாக வேண்டும்."

"அது நமது தேசத்துடைய பழக்கம். அதையெல்லாம் தப்பு என்று சொல்லக் கூடாது" உறுதியான குரலில் கர்ஜிப்பவனைப்போலச் சொன்னான் கிழவன். ஆனால் குரலில் கோபம் இல்லை. மகன் எந்தப் பதிலும் சொல்லவில்லை. கடந்த இரணடு வருஷங்களாக ஆரம்பத்தில் இருந்ததைப் போன்ற எதிர்ப்பு தந்தையிடம் இல்லை என்பதை அவன் அறிந்தே இருந்தான். சுயம்வரமே ஆனாலும் சீக்கிரம் ஆக வேண்டும் என்பதுதான் அவன் தந்தையின் விருப்பம். வீட்டு விலக்காகிப் பேத்தி தனித்திருக்க நேர்கிற ஒவ்வொரு முறையும் ஒரு ஜென்ம அளவு நரக வாழ்வு கூடுவது போல அவன் தந்தையின் மனம் வருந்தியது; கோபம் கொண்டது; அச்சம் கொண்டது; அவனுக்கும் அந்த பயம் இருந்தது. அதற்காக சுயம்வரமாக இல்லாமல் பெண்ணுக்காக பணத்தை வாங்கிக் கொண்டு எந்த விதமான சீர்வரிசையும் இல்லாமல் புருஷன் வீட்டுக்குப் பெண்ணை அனுப்பி விட்டால், நம் குலத்தினுடைய பெருமை எப்படி வளரும்?

"சூதாடப் போவதாகச் சொல்லிவிட்டு சுயம்வரம் ஏற்பாடு செய்யப் போனதாகச் சொல்கிறாயே, என்னென்ன ஏற்பாடு செய்து வந்தாய், சொல்."

"தற்சமயத்துக்கு சுயம்வரம் ஏற்பாடு செய்கிற நிலைமை இல்லை."

"குலப்பழக்கத்தை மீறவேண்டுமென்று கிளம்பினால் நூறு தடங்கல் வரும் என்று நான் சொல்லவில்லையா? நிலைமை சரியில்லை என்று சொன்னால்...?" அவன் தந்தையின் குரல் உயர்ந்து மாறியது. இப்பொழுது அவன் குரலில் கோபம் கூடியிருந்தது.

மகன் அமைதியாகப் பதில் சொன்னான்: "ரதம், குதிரை, ஐம்பது வில் வீரர்கள் எல்லாரையும் அழைத்துக்கொண்டு தரிகர்த்தி தேசத்துக்குப் போயிருந்தேன். அந்த நேரத்து ராஜா சுஷர்மன் ஆரம்பத்திலிருந்தே எனக்கு நண்பன். சுயம்வரம் செய்வதெல்லாம் சரி. வெறுமனே நமது மேற்குப்புறத்து நாடுகளைச் சேர்ந்த ராஜாக்கள் மட்டும் வந்தால், அதிக அளவு கௌரவமாக இருக்காது. குரு பாஞ் சாலம், காசி, மகதம், சேதி நாடுகளிலிருந்து வருகிறவர்கள் ஒரு பக்கம், அப்புறம் விதர்பம், தற்சமயம் யாதவர்கள் கைவசம் இருக்கிற துவாரகை ஆகிய நாடுகளிலிருந்து வருகிற இளவரசர்கள் இன்னொரு பக்கம், இப்படியே இந்திரன், அக்னி, யமன், வாயு ஆகிய எல்லாப் பக்கங்களி லிருந்தும் ஆட்கள் வந்து கலந்துகொள்ளவேண்டும். குரு பாஞ் சாலத்தைச் சேர்ந்த பிராமணர்கள், சடங்குகள் செய்து வைக்கிற

முக்கியஸ்தர்கள் எல்லாரும் வந்து பங்கெடுக்க வேண்டும். அப்பொழுது தான் சுயம்வரம் பெரிய கௌரவமாக இருக்கும். தேவையான ஏற்பாடு களைச் செய்ய நீ ஆரம்பி. வருகிற விருந்தாளிகளை மரியாதையாக தக்கபடி கவனிக்க என்னென்ன தேவையோ அதையெல்லாம் நான் அனுப்புகிறேன். ஆனால் தற்சமயத்துக்கு கிழக்குத் தேசங்களிலிருந்து யாரும் சுயம்வரத்துக்கு வரக்கூடிய நிலைமை இல்லையென்று சொன்னான்."

"ஏன்? என்னாயிற்று?" -கிழவன் கேட்டான்.

"திருதராஷ்டிரனின் பிள்ளைகளுக்கும் பாண்டுவின் பிள்ளை களுக்கும் ஹஸ்தினாவதியில் நடந்த பழைய மோதலைப் பற்றித் தெரியுமில்லையா? பாண்டுவின் பிள்ளைகள் பன்னிரண்டு வருஷகாலம் வனவாசத்தையும் ஒரு வருஷ அஞ்ஞாதவாசத்தையும் முடித்து விட்டார்கள். இரண்டு பேருக்கும் யுத்தம்." என்று சொல்லிக் கொண்டு போனவனைத் தடுத்து அவன் தந்தை கேட்டான்.

"அது சரி, அஞ்ஞாதவாசத்தை எங்கே முடித்தார்களாம்?"

"அங்கேயே பக்கத்தில் விராட நகரத்தில்."

"கதவு பின்னாலேயே கள்ளன் மறைந்திருப்பானென்று சொல்வது பொய்யில்லை."

'எங்கேயோ தொலைவாகப் போயிருக்கலாம் என்று துரியோதனன் நினைத்துக்கொண்டிருந்தானாம். அவர்கள் சம்பந்தி துருபதனுடைய ராஜ்யத்திலோ அல்லது நண்பன் கிருஷ்ணனுடைய துவாரகையிலோ இருக்க வேண்டுமென்று நினைத்து அந்த இடங்களுக்கெல்லாம் ஒற்றர்களையெல்லாமல் அவன் அனுப்பி வைத்தானாம். அந்தப் பக்கம் இமயமலை வரைக்கும்கூட ஆள் போய் தேடியதாம். பதின்மூன்று வருஷம் கழித்து இப்பொழுது திரும்பி வந்து எங்கள் ராஜ்யத்தை எங்களுக்குத் திருப்பிக் கொடுக்குமாறு சொல்லி அனுப்பினால், அதெல்லாம் கொடுக்க முடியாது என்று அவன் கண்டிப்பாகச் சொல்லி விட்டானாம்.

"மண்ணும் சரி, பெண்ணும் சரி. ஒரு தரம் அனுபவித்து ருசி பார்த்தவன் எவனும் விட்டுக் கொடுப்பானா?"

பல் விழுந்த வாயைத் திறந்து சிரித்தான் கிழவன்.

"வெறும் அனுபவிக்கக் கிடைத்தது என்று மட்டுமல்ல. அடிப்படையான ஒரு கேள்வியை ரொம்ப அழுத்திப் பேசுகிறானாம் துரியோதனன். அவனும் அவனுடைய பதின்மூன்று தம்பிகளும் ஒரு தங்கையும் தாம் குரு வம்சத்தில் பிறந்த உண்மையான ஆள்களாம். அதாவது அவர்களின் தந்தை திருதராஷ்டிரனுக்கு நேரிடையாகப் பிறந்தவர்களாம். ஆனால் அந்த ஐந்து பேரும் தம்முடைய அப்பாவுக்கு நேரிடையாகப் பிறந்தவர்கள் இல்லையாம். பாண்டுவினுடைய

மனைவிகள் யார் யாரையோ அழைத்து, அவர்கள் மூலமாகக் கர்ப்ப மாகி, அந்த ஐந்து பேரும் பிறந்தார்களாம். அதனாலே அவர்கள் நிஜமான கௌரவர்களே இல்லையாம். முதலில் அவர்களுக்கு காண்டவ பிரஸ்தத்தைத் தந்ததே தப்பு. அந்தத் தப்பினை சூதாட்டம் மூலமாக நான் சரிப்படுத்தினேன். அதை மறுபடியும் கெடுக்கலாமென்று நினைத்து நீங்கள் யாரும் வரவேண்டாமென்று பெரியவர்களிடம் சொல்லிவிட்டானாம்."

"என்ன சொன்னானாம்?" அவன் தந்தைக்குக் கோபம் வந்தது. அதே சமயம் அவன் சொன்னது முழுக்கப் புரியாமலும் இருந்தது.

"அந்த ஐந்து பேரும் தம்முடைய அப்பா மூலமாக நேரிடையாகப் பிறந்தவர்கள் இல்லை. அவர்கள் அம்மா யார் யாரையோ அழைத்துச் சேர்ந்து கர்ப்பமாகிப் பெற்றெடுத்தாள். அதனால் அவர்கள் அசலான கௌரவர்கள் கிடையாது. கௌரவ ராஜ்யத்தில் அவர்களுக்கு அதிகாரமும் இல்லை என்று சொன்னானாம்."

சிறிது நேரத்திற்கு கிழவனின் மூளை செயலிழந்து விட்டது. உள்ளே அடர்ந்த இருள். வெளியே மங்கலாக நிலா. இன்று என்ன திதி? சுக்ல பஞ்சமி. இருட்டுக்குள் நிதானமாகக் கண்கள் பழகிவிட துணியால் முகத்தைத் துடைத்தபடி சொன்னான். "ஊர்பேர் தெரியாதவர்களிடம் போய் விபச்சாரம் செய்து பெற்றெடுக்கவில்லை. சாஸ்திரப்படி, ஒத்துக் கொள்ளப்பட்ட நியோக முறைப்படி பிள்ளை களைப் பெற்றெடுத்தார்கள். வம்சம் வளரவேண்டுமென்று நியோக முறையைப் பின்பற்றும்படி தன் மனைவிகளைப் பாண்டுவே தூண்டினான். அவனது கட்டளைப் படிதான் அவர்கள் ஒவ்வொரு காரியத்தையும் செய்தார்கள். துரியோதனன் ஒரு மோசக்காரன். ராஜ்யத்தைத் திருப்பிக் கொடுப்பதற்குத் தயங்கிக் கொண்டு இல்லாத கதையை யெல்லாம் கட்டிப் பேசுகிறான். நமது சேனைகளை அனுப்பு. பாண்டவர்களை ஆதரித்துத் துரியோதனனைக் கொன்று தர்மத்தை நிலைநாட்டுவோம்."

"அப்பா, வரவர ஒன்றுமில்லாத விஷயத்துக்கெல்லாம் நீ ரொம்ப சத்தம் போட்டு எதற்காகப் பேசுகிறாய்?"

"தர்மத்தை அதர்மம் என்றும் அதர்மத்தைத் தர்மமென்றும் சொன்னால் கோபம் வராதா? நீ ரொம்ப அமைதியாக இருக்கிறாயே, துரியோதனன் பேச்சு உனக்கு ரொம்ப சரியென்று படுகிறதா?"

"ராஜ்யத்தைத் திருப்பித் தரக் கூடாது என்கிற எண்ணத்தில் அவன் இந்த மாதிரியெல்லாம் பேசுகிறான் என்பது உண்மை. ஆனால் நேரிடையாகப் புருஷன் மூலமாகப் பிறப்பதற்கும், என்னதான் புருஷன் அனுமதியோடு இருந்தாலும் அடுத்தவர்கள் மூலமாகப் பிறப்பதற்கும்

வித்தியாசமில்லையா?"

"தர்மத்தின்படி எந்த வித்தியாசமும் இல்லை. தர்மத்தின் மேல் மதிப்பு இருக்கவேண்டும்."

உடனடியாக எந்தப் பதிலும் மகனுக்குத் தோன்றவில்லை. கோபத்தால் அவன் தந்தையின் உதடுகள் துடித்தன. எதிரில் உட்கார்ந் திருப்பவனையே துரியோதனன் என்று நினைத்து அடிப்பதற்குக் கையை ஓங்கி, பாதியில் தெளிவு பிறந்ததும் கையைக் கீழே இறக்கினான். ஒருமுறை குளிர்ந்த காற்று வீசியபோதுதான் அவனுக்குத் தன் கழுத்து, மார்பு, முதுகு எங்கும் வேர்வையில் நனைந்திருப்பது தெரிந்தது. துணியால் துடைத்துக்கொள்ளும் போது திடுமென ஓர் எண்ணம் உதித்தது. "அதை அப்படிச் சொன்னால், துரியோதனன் அப்பா திருதராஷ்டிரனும் சரி, பாண்டவர்களின் அப்பா பாண்டுவும் சரி, இரண்டு பேரும் பிறந்தது நியோக முறையால்தான். அதுவும் அவர்கள் அப்பா செத்ததற்கப்புறம் எந்த அனுமதியும் இல்லாமல் வெறுமனே புருஷன் பேரை நினைத்து அவனுடைய மனைவிமார்கள் நியோகமுறையில் கர்ப்பமடைந்தார்கள் என்பதால் துரியோதனன் கூட அசலான குருவம்சத்தைச் சேர்ந்தவனல்லை என்று சொல்லலாமா?"

"வெறும் நம்பிக்கையால் ஒருவன் இன்னொருவனுக்கு மகனாக இருக்கமுடியுமா?" என்று மகனும் ஒரு கேள்வியை முன் வைத்தான்.

இருவரின் வார்த்தைகளும் ஒன்றோடு ஒன்று மோதிச் சிதறின. ஒருவரின் கேள்வி இன்னொருவரின் மனசில் உறைக்கவே இல்லை. அதனால் யாரும் யாருக்கும் பதில் சொல்ல முடியாமல் போனது. அரண்மனைக்குள் எண்ணெய் விளக்கு மௌனமாக எரிந்து கொண்டிருப்பது தெரிந்தது. தொடர்ந்து மூன்றுமுறை கொட்டாவி விட்டான் ருக்மரதன். "பிரயாணம் போய் வந்து ரொம்ப களைப்பாக இருப்பாய், நீ போய் ஓய்வெடுத்துக்கொள்" என்று அவன் தந்தை கூறினான். தன் தந்தையின் அரண்மனையிலிருந்து வெளியேறிப் பக்கத்திலேயே இருந்த தன் அரண்மனைக்கு நடந்து சென்றான் ருக்மரதன். பாலில் சமைத்த உணவை உண்டு வெளி முற்றத்தில் குளிர்ந்த தரையின் மேல் ஒரு பலகையைப் போட்டு அதன்மேல் தர்ப்பைப் புற்களாலான பாயை விரித்துச் சல்லியன் படுத்துக் கொண்டான். மனைவி இறந்துவிட்டாள். அழகான பணிப்பெண்கள் அரண்மனைக்குள்ளேயே இருந்த போதிலும், அவர்களை அழைப்பதை விட்டுப் பல வருஷங்கள் ஆகிவிட்டன. அவர்களைத் தொடுவது கூட இல்லை. அகன்று விரிந்த வானத்தைப் பார்த்தபடி மல்லாந்து படுத்திருந்த அவன், வானைத் துளையிட்டதுபோல ஒளிர்கிற நட்சத்திங்களைக் கண்டதுமே அவனுக்குப் பீஷ்மனின் நினைவு வந்தது. கிழக்கு, மேற்கு, வடக்கு, தெற்கு ஆகிய எல்லாத் திசைகளிலுமிருக்கிற க்ஷத்திரிய சமூகத்தில் பீஷ்மனைப் போன்ற ஞானவானும் நீதிமானும் யாருமே இல்லை. அவனே முன்னின்று, இறந்துபோன தம்பியின்

மனைவிமார்களுக்கு நியோகம் செய்வித்து வம்சம் வளர உதவினான். பாண்டுவின் பிள்ளைகளையும் எந்த மறுவார்த்தையும் இல்லாமல் பேரர்களாக ஏற்றுக் கொண்டான். இப்போது ராஜ்ஜியத்தைத் திருப்பித் தர மனசில்லாத துரியோதனன் தர்மத்தையே அழிக்கக் கிளம்பியிருக்கிறான். உயரே ஒளிரும் நட்சத்திரங்களின் முன்னிலையில் தர்மத்தின் மீதும் மரபின் மீதும் தான் கொண்டுள்ள ஆழமான பற்றை உணர்ந்தான். பக்கவாட்டில் புரண்டு படுத்தபோது திடுமென மகன்மேல் கோபம் மூண்டது. பெண்ணுக்கு விலையாகச் சீர்பெறுவதும் அவமானமாம். திருமணத்துக்கு முன்னால் பெண் குழந்தை பெற்றுக் கொள்வதும் தப்பாம். நியோக முறையும் சரியில்லையாம். அப்படியென்றால் பெரியவர்கள் உருவாக்கிய மரபுகளெல்லாம் தவறா? முட்டாள், முட்டாள். சுயம்வரம் நடத்த இன்னும் என்ன தடை? அங்கே பாண்டவர்களும் துரியோதனனும் யுத்தமிட்டால், இங்கே நாம் சுயம்வரம் நடத்திக்கொள்ள என்ன தடை? காலையில் கூப்பிட்டுக் கேட்க வேண்டும் என்று எண்ணிக் கொண்டான். தூக்கம் வந்தது. எப்போதும் அப்படித்தான். தூக்கம் வரவில்லை என்கிற துன்பம் சல்லிய ராஜனுக்கு எப்போதும் இருந்ததில்லை. ஆனால் வயசாகி விட்டதன் காரணமாக சரியாக நள்ளிரவில் விழிப்பு மூண்டு, மறுபடியும் நாலைந்து நாழிகைகளுக்கப்புறம் நல்ல தூக்கம் வரும். நள்ளிரவில் விழித்துக் கொள்ளும்போது வானின் உயரம், நட்சத்திரங்கள் ஆகியவற்றைப் பார்த்தபடியும், நட்சத்திரங்கள் இருக்குமிடத்தை அடையாள மிட்டபடியுமிருப்பதால், விழிப்பு அலுப்பதில்லை. குளிர்காலத்தில் வீட்டுக்குள் படுக்கும்போது மட்டும்தான் இந்த விழிப்பு வேளை பெரிய பிரச்சினையாக இருக்கும். மீண்டும் உறக்கம் வரும்வரை பெரிய சுமையைச் சுமந்துகொண்டிருப்பது போல இருக்கும்.

அரண்மனையின் மேல் அறையில் குளிர்ந்த காற்று உடலைத் தழுவப் படுத்திருந்த இரண்யவதிக்கும் உறக்கமில்லை. திரிகர்த்தத்தி லிருந்து திரும்பிய அவள் தந்தை தன் தாயிடம் சொல்லிக் கொண்டிருந்ததை ஞாபகப்படுத்திக்கொண்டாள். அங்கே குரு தேசத்தவர்கள் இடையே யுத்தம் மூளப்போகிறதாம். யுத்தம் என்றால் சாதாரண யுத்தமில்லையாம். கிழக்கு, தெற்கு தேசத்துக்காரர்கள் எல்லாருமே யுத்தத்தில் பங்கெடுத்துக் கொள்கிறார்களாம். ரதப் படையும் குதிரைப்படையும் காலாட்படையும் அழைத்துக்கொண்டு பல அரசர்கள் இப்பவே புறப்பட்டு விட்டார்களாம். இந்த நிலையில் சுயம்வரத்துக்கு அழைத்தால் யார் வரப்போகிறார்கள்? கிழக்கு, தெற்குத் தேசத்து ராஜாக்களை விடுத்து வெறும் பாஞ்சாலம், கேகயம், காந்தார தேசங்களின் அரசர்களை மட்டும் அழைத்துச் சுயம்வரம் நடத்துவது அப்பாவுக்கு அவ்வளவு பெரிய கௌரவத்துக்குரியதாக இருக்காதாம். அம்மாவும் துயருடன் இருக்கிறாள். ஆனாலும் என் அளவுக்கு இருக்குமா அவள் துயரம்? இந்த கோடைக்காலப் புழுக்கத்தில் கூட ஊரிலிருந்து திரும்பிய அப்பாவோடு கீழே அறைக்குள் படுத்திருக்கிறாள்.

இங்கே என்னைக் காவல் காக்க கிழட்டுப் பணிப் பெண்கள். வானில் மின்னியபடி வெளிப்படும் நட்சத்திரங்கள். வலிமை மிக்க இளைஞன் ஒருவன் என்னைக் கட்டியணைத்துக் குதிரையின் மேல் ஏற்றி புழுதி பறக்கப் பறந்து செல்வான்... ம்ஹூம். பெரிய மண்டபத்தில் பல தேசங்களிலிருந்து வந்து குழுமியிருக்கிற அரசர்களுள் எனக்குப் பிடித்தவனைத் தேர்ந்தெடுத்துத் திருமணம் செய்து கொள்கிற சுதந்திரம்! அப்பா சொல்வதே சரி. ஆனாலும் எத்தனை வருஷங்கள் காத்திருப்பது? புரண்டு படுத்தாள். தூக்கம் வரவில்லை. தாத்தாவின் வார்த்தை உண்மை. மரபு மற்றும் நெறிமுறை பற்றியும் தாத்தாவுக்குத் தெரிந்திருக்கிற அளவுக்கு அப்பாவுக்கு என்ன தெரியும்? திருமணத்துக்கு முன்னால் குழந்தை பெற்றுக் கொள்வதில் என்ன தப்பு? மனைவியோடு குழந்தையும் வருவது இலாபகரமானதுதானே? பணிப்பெண்கள்கூட அதையேதான் சொல்கிறார்கள். நம் அரண்மனையில் மட்டும் இந்தப் பழக்கத்தை மாற்றிப் புதியதொரு பழக்கத்தைப் பின்பற்ற வேண்டும் என்று பிடிவாதம் பிடிக்கிறான். என்னைப் பாதுகாக்க இந்தப் பெண்களின் காவல். மீண்டும் புரண்டு படுத்தாள். சட்டென எழுந்து உட்கார்ந்தாள். படிக்கட்டின் அருகில் உட்கார்ந்து காவல் புரிந்த கிழட்டுப் பணிப் பெண் ஓடி வந்து பக்கத்தில் நின்றாள். “பயப்படாதே. யார் கூடவும் ஓடிப்போவதற்காக நான் எழுந்திருக்கவில்லை, கொஞ்சம் தண்ணீர் கொடு.” என்றாள். மண்பாத்திரத்தில் நிரப்பியிருந்த தண்ணீரைப் பணிப்பெண் கொண்டுவந்து கொடுத்ததும் சட்டென வாங்கிக் குடித்து முடித்தாள். தண்ணீர் குடித்ததுமே உடல் வெப்பம் தணிந்து வேர்வையில் நனைந்தாள். விருப்பமில்லாத மனசோடு மீண்டும் தூங்கச் சென்றாள். பாத்திரத்தை அருகிலேயே கீழே வைத்த பணிப் பெண் அவள் தலையை நீவியபடி “தூக்கம் வரவில்லையா? உன் வயதில் எனக்கு அந்தக் காலத்தில் இரண்டு பிள்ளைகள் இருந்தார்கள்” என்றாள்.எதுவும் பேசாமல் கண்மூடிப்படுத்தாள் இரண்யவதி. மெல்லிய குரலில் தனக்குத்தானே, “தூக்கமில்லாமல் ஒரு பெண் இப்படி புரண்டுபடுத்தால் கடவுள் கூட எந்தப் படையலையும் ஏற்க மாட்டார். ராஜாவே மரபை மீறமுடிவெடுத்து விட்டால் நாட்டில் மழை எப்படிப் பொழியும்? பசுவின் மடி எப்படி நிரம்பும்? பெண்கள் எப்படி கர்ப்பமடைவார்கள்?... ஒன்று பத்தாகி, பத்து நூறாகி, நூறு ஆயிரமாகி மக்கள்தொகை எப்படி பெருகும் குதிரைகள்...” என்று சொல்லிக்கொண்டிருக்கும்போதே மாடிக்கு வரும் மரப்படிகளில் யாரோ ஏறிவரும் காலடியோசை கேட்டு பேச்சை நிறுத்தினாள். காலடி ஓசையிலிருந்தே வருவது யார் என்று இருவருக்கும் தெரிந்தது. மாடியின்மேல் மகளுக்குப் பக்கத்தில் காவலாகப் படுக்க இரண்யவதியின் தாய் மேலே வந்து கொண்டிருந்தாள். பணிப்பெண் எழுந்து முதலில் உட்கார்ந்திருந்த படிக்கட்டுகளின் அருகில் சென்று உட்கார்ந்தாள். “உள்ளே ஒரே வேக்காடு” என்று சொன்னபடி இரண்யவதியின் பக்கத்தில் வந்து படுத்தாள் ராணி. விரைவில் உறங்கிக் குறட்டைவிட ஆரம்பித்தாள். மகள் உறக்கமின்றிப் புரண்டவண்ணமே இருந்தாள்.

* * *

சல்லிய ராஜனுக்கு இரண்டாவது முறையாக வரும் உறக்கம் அதிக நேரம் நீடித்திருப்பதில்லை. அதிகாலையில் விழிப்பு நேர்ந்து விடும். எழுந்ததுமே சாகலப்பட்டணத்தின் கிழக்குப் பகுதியை நோக்கி நடப்பான். நான்கு மெய்க்காப்பாளர்கள் அவனைப் பின் தொடர்வார்கள். காலைக்கடன்களை முடித்துக்கொண்டு, ஊருக்கு வெளியே ஓடும் நதியில் குளித்து, தூய ஆடையுடுத்திக் கொண்டு அரண்மனைக்குத் திரும்பி வருவான். அரண்மனைப் புரோகிதன் ஹோமதத்தனின் மேற்பார்வையில் மிகவும் அக்கறையோடு தினமும் ஹோமம் வளர்த்துப் பூசை செய்தான். மந்திரம், சடங்குகள் அவற்றைச் செய்யும் முறைகள் அனைத்தும் அவன் அறிவான். எனினும் தலைமைப் பீடத்தில் குலப்புரோகிதனை உட்காரவைத்து அவன் சொன்னவண்ணம் செய்தான். இந்த பிராமணனுக்கும் அவனுக்கும் நல்ல நெருக்கம் இருந்தது. பல நாட்களில் மாலை வேளைகளில் இரண்டுபேரும் குதிரைகள் மேல் உட்கார்ந்து ஒன்றாகப் போவதுண்டு. இன்றைய தினம் மகன், மருமகள், பேத்தி மற்றும் இதர பேரக் குழந்தைகளோடு சேர்ந்து ஹோமம் செய்து முடித்த பிறகு சாப்பிட உட்கார்ந்தார்கள். வயசான பிறகும் கூட சல்லிய ராஜனுக்கு 'சத்து' என்ற பலகாரத்தின் மீது விருப்பம் அதிகம். பால் அல்லது தயிரில் ஊற வைத்த தானிய மாவின் உருண்டை மீது தேன் தடவப்பட்டிருக்கும் பலகாரத்திற்குத் தான் சத்து என்று பெயர். இதை அவன் விரும்புவதற்குக் காரணம். அதன் ருசி மட்டுமல்ல, சுலபமாகச் செரித்துவிடும் என்பதும் காரணம். அதற்காக மற்ற பலகாரங்களை உண்ணமாட்டான் என்று சொல்ல முடியாது.

சாப்பிடும்போது மகன் தன் தந்தையிடம் "அப்பா, நம் மத்ர தேசத்தில் 'கரம்ப' செய்கிற மாதிரி வேற எந்த தேசத்திலும் யாரும் செய்வதில்லை" என்றான்.

"நம் பசுக்கள் கொடுக்கிற கெட்டியான பால் மாதிரி வேறு எங்கும் கிடைப்பதில்லையாம். நானும் கேள்விப்பட்டிருக்கிறேன்" என்றான் புரோகிதன்.

"அப்படித்தான் சொல்லிக்கொள்கிறார்கள். நல்ல 'கரம்ப' செய்வதற்கு நல்ல தரமான கோதுமை வேண்டும். நமது தேசத்தில் விளைகிற கோதுமையின் ருசியே தனி. அது சரி, இதை எப்படி செய்கிறார்கள்?"

அவர்களுக்குப் பரிமாறிக்கொண்டிருந்த சமையல்காரன் "முதலில் கோதுமையை நெய் ஊற்றி நன்றாக வறுக்க வேண்டும். அப்புறமாக அரைத்து மாவாக்க வேண்டும். அப்புறம் மாவை மறுபடியும் நெய்யூற்றி வேக வைக்க வேண்டும். வெறுமனே வாயால் சொன்னால் போதாது.

செய்முறையும் தெரிந்திருக்கவேண்டும்."

"அஸ்தினாபுரத்தில் செய்வதைக் காட்டிலும் நமது 'கரம்ப' உயர்ந்ததா?" என்று சல்லிய ராஜன் கேட்டான். "அப்பா, ஒவ்வொன்றையும் நீ அவர்களோடு ஏன் ஒப்பிட்டுப் பார்க்கிறாய்? உன்னைப் பொறுத்த வரைக்கும் அவர்கள் 'கரம்ப' தான் உயர்வு. அவர்கள் குடும்பம்தான் உயர்வு. அவர்கள் படைக்கிற அரிசி மாவுதான் உயர்வு. அதுமட்டுமல்ல. அவர்கள் செல்வம்தான் உயர்வு. அவர்களின் அரசன் தான் உயர்வு. அதிலும் அந்தக் கிழவன் பீஷ்மன் இருக்கிறானே, அவன் எல்லாரைவிடவும் உயர்வு. முதலிலிருந்தே ஏன் இப்படி நினைக்கிறாய்?"

"இருக்கிற விஷயத்தைச் சொன்னால் உனக்கு ஏன் இவ்வளவு கோபம் வருகிறது? ஆரியவர்த்தத்தில் இன்றைய தேதிக்கு குருபாஞ்சாலத்தவர்கள் உயர்ந்தவர்களென்று எல்லாரும் ஒத்துக்கொண்டிருக்கிற விஷயம். சரி, அதை விடு. ஹோமதத்தா, சாஸ்திர சம்பிரதாயங்களிலே யார் உயர்ந்தவர்களென்று உன்னால்தான் சொல்ல முடியும். நீயே சொல் யார் உயர்ந்தவர்கள்?"

நெருப்பில் வேகவைத்து எடுத்த அரிசி மாவு ரொட்டியை அவசரம் அவசரமாய்த் தின்று விழுங்கிய புரோகிதன், "வேதக்கல்வி, சடங்குமுறை, மொழிச் சுத்தம் ஆகிய விஷயங்களில் குரு பாஞ்சாலத்தவர்கள்தான் உயர்ந்தவர்கள் என அவர்களின் பிராமணர்கள் சொல்வது வழக்கம்" என்றான்.

"அவர்களே தன்னைப்பற்றி அப்படிச் சொல்லிக் கொள்கிறார்கள். அப்படித்தானே?" என்று ருக்மரதன் இடை மறித்தான்.

"வெறுமனே சொல்லிக்கொள்வது மட்டும் கிடையாது. உண்மையிலேயே இந்த விஷயங்களிலே ஆழமான பயிற்சியும் தேர்ச்சியும் உடையவர்கள் நிறையபேர் அந்தத் தேசங்களிலே இருக்கிறார்கள். அந்த ராஜாக்களும் ஏறத்தாழ அதே பயிற்சியுடையவர்கள்தான். ஏகப்பட்ட யாகங்களை அவர்களே நடத்திக்கொள்கிறார்கள். வேத விற்பன்னர்களை நல்லபடி மதிக்கிறார்கள். பாண்டுவின் மகன் தர்ம ராஜாவையே எடுத்துக்கொண்டாலும், முப்பத்தேழு முப்பத்தெட்டு வயதிலேயே ராஜசூய யாகம் செய்துவிட்டான். அந்த வயதில் அந்த மாதிரி ஒரு காரியம் செய்ய ஏன் மற்ற ராஜாக்களின் மனத்தில் தோன்றவில்லை? அதனால்தான் படித்தவர்கள் நிறையபேர் அங்கே போய்ச் சேருகிறார்கள். பீஷ்மனே ஒரு முக்கிய வேத விற்பன்னன். குரு வம்சம் வளர்வதற்காக கிருஷ்ணதுவைபாயனன் ஒருபடி மேலே சென்று வீரியதானமே செய்திருக்கிறான்.

இப்பொழுது கொஞ்ச காலத்துக்கு முன்னால்தான் அங்கே வந்து சேர்ந்தான். அஸ்வத்தாமன், கிருஷ்ணன் எல்லாரும் சாமான்யமான பண்டிதர்களா? பாஞ்சால தேசத்து ராஜாக்களும் அதே மாதிரிதான்.

அதைப் பற்றியெல்லாம் சொல்லவேண்டுமென்றால், ஒருநாள் முழுக்க என்னால் சொல்ல முடியும்” என்று சொன்ன புரோகிதன் தயிர் கலந்து செய்த பானகத்தை எடுத்துக் குடித்து முடித்தான்.

“இந்தத் தலைமுறைச் சேர்ந்தவர்கள் மட்டுமில்லை, அவர்கள் வம்சத்திலே பெரிய பெரிய யாகங்களைச் செய்தவர்கள் அந்தக் காலத் தலைமுறைகளிலே நிறைய பேர் இருந்தார்கள். ஒரு யாகம் செய்வது என்பது சும்மா விளையாட்டுக் காரியம் கிடையாது. குபேரனின் கஜானாவே வேண்டும்” என்று சல்லியனும் கூடவே சொன்னான்.

ருக்மரதன் எதுவும் பேசவில்லை. அவனுக்கு மனம் கசந்தது. அப்பாவுக்காகட்டும், ஹோமதத்தனுக்காகட்டும் வேண்டுமென்று தன்னைக் கேலி செய்து அவமதிக்கும் நோக்கமில்லை என்று அவனுக்குத் தெரியும். அதனாலேயே அமைதியாக உட்கார்ந்திருந்தான். அப்போது ஹோமதத்தன், “வர வர யாகம் செய்வதே கஷ்டமாகிக் கொண்டிருக்கிறது. மந்திரத்தினுடைய சக்தியை அதிக அளவில் மக்கள் தெரிந்துகொள்ள அதிக அளவில் புரோகிதர்கள் தேவைப் படுகிறார்கள். ஆரம்பத்தில் ஒருவன் மட்டுமே போதுமாக இருந்தது. அப்புறம் பிரம்ம ஸ்தானத்துக்கு ஒருவன், சடங்கு செய்ய ஒருவன், மந்திரம் சொல்ல ஒருவன், ‘அத்வர்யு’ வாக சடங்குகளின் நடைமுறைகளைக் கண்காணிக்கிறவன் ஒருவனென்று மொத்தத்தில் நாலுபேர்கள் தேவைப்படுகிறார்கள். பாண்டவர்கள் காட்டுக்குப் போனதுக்கப்புறம் துரியோதனன் பிரம்ம ஸ்தானத்துக்கு நாலுபேர், சடங்கு செய்ய நாலுபேர், மந்திரம் சொல்ல நாலு பேர், அத்வர்யுவாக நாலு பேர் என்று ஆகமொத்தம் பதினாறு பேர்கள் வைத்து பெரிய அளவில் ஒரு யாகம் செய்தான். இவர்கள் இல்லாமல் இவர்களுடைய சிஷ்யர்கள் வேறு. மொத்தத்தில் யாகம் செய்வது என்பது சாதாரண மனிதர்களால் ஆகிற காரியமில்லை.”

ருக்மரதனின் கவனம் உள்முகமாகத் திரும்பியது. யாகம் என்பது அதிக செலவு விழுங்கும் காரியம் என்பது அவனுக்குத் தெரிந்திருந்தது. ஆனால் இந்த அளவுக்கு இருக்கும் என்பதைக் கற்பனையிலும் நினைத்ததில்லை. திடீரென சுயம்வரத்துக்காகும் செலவைக் கணக் கிட்டுப் பார்த்தது மனம். எவ்வளவு அரசர்கள்! அவர்களுடைய பரிவாரங்கள், அவர்கள் அனைவருக்கும் சாப்பாடு, தங்கும் வசதி, அவர்களுடைய குதிரைகளுக்குத் தீவனம், கொள் ஆகியவை, பெரிய மணமண்டபம், சீர்வரிசை இவை எல்லாவற்றையும் செய்ய முடியுமா? அந்தப் பக்கத்து அரசர்களால் மட்டும் இது எப்படி சாத்தியமாகிறது? அவ்வளவு பெரிய யாகம் நடத்த குருபாஞ்சால தேசத்தவர்களால் எப்படி முடிகிறது? இதற்குச் செல்வம் எங்கிருந்து கிடைக்கிறது? முப்பதேழு முப்பத்தெட்டு வயசிலேயே தர்மராஜா ராஜசூய யாகம் நடத்தியது இன்னும் கூட ஞாபகமுள்ளது. இன்றைக்குப் பதினைந்து வருஷங்கள் முன்னால் அவனது சொந்த அத்தை மகனான நகுலன்

ரத பரிவாரங்களோடும் வீரர்களோடும் அழகான ஒரு வெள்ளைக் குதிரையை ஓட்டிக்கொண்டு வந்தான். தன் தங்கையின் மகன் யாகம் பற்றிய செய்தியைக் கொண்டு வருவதை அறிந்து மிகுந்த மகிழ்ச்சியுற்று தன் பங்குக்குச் சில கம்பளிகள், தானியம், பத்து ரதங்கள், இருபது குதிரைகள் கொடுக்கலாம் என்ற எண்ணத்துடன் அவன் தந்தையே சொல்லியனுப்பினான். மிகவும் பயபக்தியுடன் அப்பாவை வணங்கினான் நகுலன். சில இடங்களில் போர் செய்து வெற்றியும் பெற்று வந்தானாம். இதே தருணத்தில் வேறு வேறு திசைகளில் இரண்டு மூத்த சகோதரர்களும் ஒரு இளைய சகோதரனும் இதே நோக்கத்துக்காகப் பிரயாணம் செய்து கொண்டிருந்தார்கள். சட்டென தன் வாய்திறந்து "பத்து இடங்களில் இருந்து பிடுங்கிவந்து இப்படி ஒரு பெரிய யாகம் செய்து, பெரியவர்களாகத் தம்மைக்காட்டிக் கொள்ள வேண்டுமா?" என்றான் அவன்.

"பிடுங்கிக்கொண்டு வரவும் சக்தி வேண்டும். உன்னால் செய்ய முடியுமா?" என்று பொக்கை வாயைத் திறந்து சிரித்தபடி கேட்டான் கிழவன்.

மகன் எதுவும் பேசவில்லை, வெகு நாட்களுக்குப் பிறகு ஊர் திரும்பியிருக்கும் அவனுக்காகத் தனிப்பட்ட முறையில் சமைத்திருந்த மாட்டுக்கறியை மென்று சுவைத்தபடி அமைதியாய் இருந்தான் அவன். "மாட்டுக்கறியோடு ஒப்பிடும்போது ஆட்டுக்கறிக்கு ருசியே இல்லை, அல்லவா?" என்று கேட்ட ஹோமதத்தனின் கேள்விக்கு அவன் எந்தப் பதிலும் சொல்லவில்லை. சிறிது நேரம் யாரும் பேசிக் கொள்ள வில்லை. பாலும் தேனும் கலந்த பானகத்தை ருசித்துக் குடிக்க ஆரம்பித்தான் கிழவன்.

சாப்பாட்டுக்குப் பின்னர் உறங்கச் சென்றான் சல்லியன். கதவு, ஜன்னல் சுவர்களில் கட்டப்பட்டிருந்த மூலிகை வேர்களின் மேல் தண்ணீர் இறைத்து படுக்கை அறையைக் குளுமையாக்கி வைத்திருந்தார்கள். வேலையாட்கள் சாப்பாட்டுக்குப்பின் உறங்கும் இரண்டு நாழிகை நேர உறக்கத்தின் மூலம் அதற்குப்பின் தோன்றும் விழிப்பைச் சமாளித்தான். தான் வழக்கமாக உறங்கும் பகுதிக்கு ருக்மரதன் உறங்கச் சென்றான். ஆனால் தூக்கம் வரவில்லை. தன்னால் சுயம்வரம் ஏற்பாடு செய்ய முடியுமா? அல்லது அப்பாவின் வார்த்தைப்படி யாரடமிருந்தாவது பெண்ணுக்கான விலையைப் பெற்று அவனுக்கே மணம் முடித்து வைப்பதன் மூலம் மகளின் பிரச்சினையைத் தீர்க்க முடியுமா? இல்லை. அது சரியில்லை. நாமே மணமகனைத் தேர்ந்தெடுக்க வேண்டும். அதற்குச் சுயம்வரமே சரியான வழி. திரிகர்த்த தேசத்தவர்கள் ஆதரவு கொடுப்பதாகச் சொன்னது மனத்திற்கு ஆறுதலாக இருந்தது. ஆனால் குரு தேசத்தில் நடக்கிற யுத்தத்தின் காரணமாகப் பல அரசர்கள் வராமல் போனால், எல்லாம் ஏற்பாடு செய்து என்ன பயன்" –என்று வெறுமனே கண்களை இமைத்த

படி யோசித்திருக்கும் போது அவனது மனைவி அருகில் வந்து "இரண்யவதி வீட்டு விலக்காகி இருக்கிறாள்" என்றாள்.

ருக்மரதனை மீண்டும் கவலை தொற்றிக்கொண்டது. பாவம் செய்தவன்போல் மனம் கலங்கி வெறுமனே கண்களை மூடினான். வீட்டுவிலக்கின் சுழற்சிக் காலத்தின் இடைப்பட்ட பொழுதுகளில் பெண்கள் கருவுறுதற்கான வாய்ப்புகள் எப்போதும் உண்டு. அதை வீணடிக்கும் ஒவ்வொரு பொழுதும் விளைநிலத்தைத் தரிசாகப் போட்டு வைத்திருப்பது போலப் பாவம் நிறைந்தது ஆகும். அப்பாவும் சொல்லிக்கொண்டே இருக்கிறார். அப்பா மட்டுமல்ல, நம்முடைய ஆரிய தர்மமும் அதையேதான் சொல்கிறது. ஐம்பத்தொன்றாம் முறையாக இரண்யவதி வீட்டுவிலக்காகி இருக்கிறாள். முதலில் பெண் வேண்டித் தரப்படும் பொருள்களை வாங்கக் கூடாது என்று சிறிது காலம் தாழ்த்தினான். பிறகு சுயம்வரம் ஏற்பாடு செய்யும் முயற்சியில் மேலும் பன்னிரண்டு சுற்றுகள் தாமதமாக்கினேன். இப்போது குரு தேசத்து யுத்தத்தால் என்மகளின் கருப்பை வறண்டிருக்கும் நிலைமைக்கு மூடினான். மீண்டும் பாவத்தின் நினைவு அவனை அச்சுறுத்தியது. விலக்கு முடிந்து குளித்து முழுகிய நாளில் கணவன் ஊரில் இல்லாவிடில், கணவனின் சீடனையே அழைத்த குருபத்தினிகளின் கதைகள் ஏராள மாக உள்ளன. அவர்கள் நெறி முறை அறியாதவர்களா? கணவன் மீது பக்தி இல்லாதவர்களா? என் வீட்டுக்குள்ளேயே எவ்வளவு பெரிய பாவம் ஏற்படுகிறது என்று நினைத்தபோது பக்கத்தில் வந்து உட்காரந்த அவன் மனைவி "தூங்கி விட்டீர்களா?" என்று கேட்டாள்.

"இல்லை" என்றபடி கண்களைத் திறந்தான் அவன்.

"பிறப்பது ஆண் குழந்தையாகட்டும், பெண் குழந்தையாகட்டும், அதில் என்ன தப்பு இருக்கிறது?"

அவன் வெறுமனே 'உம்' கொட்டினான். மீண்டும் அதே கேள்வியை அவள் அழுத்திக் கேட்க ஆரம்பித்தால், அதற்குத் தகுந்த விடை தன்னிடம் இல்லை என்பது அவனுக்குத் தெரியும். மீண்டும் அவள் இதையே கேட்கக் கூடுமென கண்களை மூடிக்கொண்டான். ஆனால் சிறிது நேரம் கழித்து அவள் கேட்டாள். "நம் கல்யாணத்துக்கு முன்னால் எனக்கு ஓர் ஆண் குழந்தை இருந்தது தெரியுமில்லையா. என் தாய்வீட்டில் பிறந்த குழந்தை. 'எங்களுக்குக் குழந்தை வேண்டும், நீ பெண்ணை மட்டும் அழைத்துக்கொண்டு போ' என்று அப்பா சொன்னதற்கு 'பெண் எனக்குச் சொந்தமாகிவிட்ட பிறகு அவளு டைய வயிற்றில் பிறந்த குழந்தையும் எனக்கே சொந்தமாக வேண்டும். அதெல்லாம் உங்களுக்கு விட்டுத்தர முடியாது' என்று நீங்கள் அவரோடு வாதிட்டீர்கள், கடைசியில் 'இது மாதிரி பத்து குழந்தைகளை நான் பெற்றுத் தருகிறேன். இந்தக் குழந்தை மேல் அப்பா உயிரையே வைத்திருக்கிறார். விட்டு விடுங்கள்' என்று நான் கெஞ்சிக் கேட்டுக் கொண்ட பிறகல்லவா நீங்கள் விட்டு வந்தீர்கள், இப்போது மட்டும்

ஏன் இப்படி மாறிவிட்டீர்கள், என்ன ஆயிற்று உங்களுக்கு?”

“என்ன ஆனது எனக்கு?” அவன் கண்திறந்தான். புரண்டு மனைவியின் முகத்தைப் பார்த்தான். வரவர கல்யாணத்திற்கு முன்பு பிறந்த அந்தக் குழந்தையின் காரணமாக இவள் மீது ஒரு வகையான வெறுப்பு சிற்சில வேளைகளில் மனசில் தோன்றுகிறது. அவள் மீது எந்தத் தப்புமில்லை என்று தெரிந்திருந்தாலும் கூட நானே இவளைக் கண்டு, காதலித்து, கட்டிக் கொண்டபிறகு, அந்தக் குழந்தையைக் கேட்டு வாதாடியிருந்தாலும் கூட, வெறுப்பு தோன்றுவதைக் கட்டுப் படுத்திக் கொள்ள முடியவில்லை. ஆனால் ஒரு முறையும் இதுபற்றி அவளிடம் வாய்விட்டுக் கேட்டதில்லை. இப்போது “என்ன ஆயிற்று உங்களுக்கு?” என்று என் கண்களை நேருக்கு நேர் பார்த்துக் கேட்கிறாள். மகளுக்காகப் பரிந்து இதைக் கேட்கவில்லை. கருவுறாமல் கழிக்கும் காலத்தால் நேரும் பாவம் குடும்பத்தைத் தாக்கிவிடும் என்ற பயத்தால் கேட்கிறாள். அவன் எவ்விதமான பதிலையும் சொல்லவில்லை. அவள் முகத்தையே பார்த்துக் கொண்டிருந்தான். அவன் கண்களை நேருக்கு நேர் உற்றுப் பார்த்தாள் அவள்.

திடுமென எழுந்து உட்கார்ந்த அவள், “கிழக்குத் தேசங்களான குரு, பாஞ்சாலம், காசி, இன்னும் மற்ற இடங்களிலும், தெற்குத் தேசங்களான விராடம், மத்ஸ்ய, சேதி, விதர்பாதி ஆகிய இடங்களிலும் கல்யாணமில்லாமல் பிறக்கிற குழந்தை என்றாலேயே வெறுக்கிறார்கள். இன்னும் சிலர் பாவம் என்கிறார்கள். சாமானிய மக்கள் இது பற்றி என்ன நினைக்கிறார்கள், என்ன பேசுகிறார்கள் என்பது ஒருபக்கம் இருக்கட்டும், ராஜகுடும்பங்களில் பெரிய தலைக் குனிவை உண்டாக்கும் அவமானமாக நினைக்கிறார்கள். பதினைந்து வருஷங்களுக்கு முன்னால் என் அத்தை பிள்ளைகளான பாண்டவர்கள் நடத்திய ராஜசூய யாகத்திற்குச் சென்றிருந்தேன். அப்போது அவர்கள் பண்பாடு, பழக்கவழக்கங்கள் பற்றி விசாரித்தேன். நம் அரண்மனைக்கு வருகை தருகிற பிராமணர்களிடமும் அடிக்கடி கேட்டிருக்கிறேன். பழைய பழக்கவழக்கங்களையே இன்னும் கண்ணை மூடிக்கொண்டு பின்பற்றுபவர்களை ரொம்பவும் மட்டமானவர்கள் என்று அவர்கள் எண்ணுகிறார்கள். என் வீட்டிலேயே என் மகளுக்கே ஏதாவது ஒன்று இப்படி நடந்துவிட்டால் ஆர்யவர்க்கத்தில் நாம் கௌரவமாக தலை நிமிர்ந்து வாழ முடியுமா?” என்று கேட்டான்.

கௌரவத்திலும் செல்வத்திலும் ஆரியவர்த்த அரசர்களைக் காட்டிலும் பிரம்மவர்த்தத்தில் இருக்கிற தம்மைப் போன்றவர்கள் குறைவானவர்களே என்று அவளுக்கும் தெரியும். அவர்களுக்குச் சரிசமமான ஓர் இடத்தை அடைய முடியாவிட்டாலும், அவர்களுக்கு நெருக்கமான ஓர் இடத்தை அடைவது முக்கியம் என்கிற ஆவல் அவளிடம் இல்லை என்று சொல்ல முடியாது. ‘தேவையின்றி மரபுகளை ஏன் மாற்றி நடக்கவேண்டும்? முன்னோர்களின் மரபு களையும் பழக்க

வழக்கங்களையும் கிண்டல் செய்வதும் ஒதுக்கித் தள்ளியும் மனசுக்குத் தோன்றியபடி நடப்பதன் மூலமும் ஒருவன் உயர்ந்தவன் ஆகிவிட முடியுமா? மற்றவர்களை நாம் ஏன் பின்பற்ற வேண்டும்?" என்று தனக்குத் தானே அவள் கேட்டுக்கொண்டாள். தன் கணவனுக்குத் தன்னைவிட பல தேசங்களைப் பற்றித் தெரியும். தன்னைவிட அதிக அளவில் பல விஷயங்களைப் பற்றி அறிந்தவன் என்றும் தெரியும். ஆனால், எல்லாவற்றிலும் ஆரியவர்த்தக்காரர்களைப் போல இருக்க நினைக்கிற இந்த புத்திதான் அவளுக்குப் பிடிக்கவில்லை. "அப்பா அடிக்கடி சொல்லிக் கொண்டிருக்கிற குருதேசத்து பீஷ்மனின் சின்னம்மாவுக்கும் திருமணத்துக்கு முன் பிறந்த ஒரு பிள்ளை இருந்ததாம். இப்பொழுது ஆர்யவத்தமும் பிரம்மவர்த்தமும் ஒரே நேரத்தில் வேத சாஸ்தரங்களைக் கரைத்துக் குடித்த பண்டிதன் என்று பாராட்டுகிற கிருஷ்ண துவைபாயனன் கூட இப்படி பிறந்த ஒரு பிள்ளைதானாம். குருவம்சத்துக் குடும்பத்திலே கூட இப்படிப்பட்ட சம்பவங்கள் நடந்திருக்கின்றன அல்லவா!" என்றாள் அவள்.

"அது நடந்து ஒரு நூற்றாண்டு ஓடிவிட்டது. இப்பொழுது அவர்கள் அனைவரும் மாறிவிட்டார்கள். பல விஷயங்களில் அவர்கள் தம்மை மாற்றிக்கொண்டார்கள்."

மேற்கொண்டு அவள் எதையும் பேசவில்லை. கொடுக்கிற செல்வத்தின் அளவைப் பார்த்துப் பெண்ணைக் கொடுப்பதைக் காட்டிலும், ஆண்களையெல்லாம் அழைத்துப் பெண்ணே பார்த்துத் தேர்ந்தெடுப்பது என்பது உண்மையிலேயே சிறந்த விஷயம் என்று அவளும் கொள்கையளவில் ஒத்துக்கொண்டாள். அவள் கணவனால் தான் இவ்விஷயம் அவளுடைய மனத்தில் தோன்றியது. திருமணத்துக்கு முன்பு பிறக்கிற குழந்தைகள் பற்றிய எண்ணங்கள் தோன்றுவதற்கும் கூட அவனே ஆதாரம். அது எல்லாம் சரியோ, என்னமோ, ஆனால் கருவுறாமல் கழியும் காலவிரயத்தைப் பற்றி அவன் கொள்ளும் முடிவு அவ்வளவு சரியில்லை. இந்தப் பாவத்துக்குப் பரிகாரம் என்ன என்று யோசித்தபடி உட்கார்ந்திருந்த அவள் கண்கள் மத்தியான வெயிலின் புழுக்கத்தால் களைப்புற்றுத் தளர்ச்சியுற்றன. எழுந்து தான் உள் அறைக்குச் சென்றாள். அங்கே விலக்கான இரண்யவதி ஒற்றையாடையால் உடலைப் போர்த்திக்கொண்டு உட்கார்ந்திருந்தாள்.

* * * *

மறுநாள் சல்லிய ராஜனைக் காண்பதற்காக ஒரு தூதுவன் வந்தான். ஐந்து குதிரைப்படை வீரர்களோடு அவன் வந்திருந்தான். யாரோ ஒரு பெரிய அரசனின் தூதுவனாக வந்திருக்கும் பிராமணன் என்பது பார்க்கும்போதே தெரிந்தது. அரண்மனையிலேயே அத் தூதுவனை வரவேற்றான் அரசன். அப்போது அவனோடு மூத்த மகனான ருக்மரதன் மற்றும் அவனுடைய தம்பிகளான வஜ்ரன், அஜயன் ஆகியோரும் இருந்தார்கள். புரோகிதன் ஹோமதத்தனும்

கூடவே இருந்தான். ஒரு தூதன் என்கிற முறையில் அரசனை வணங்கியும், ஒரு பிராமணன் என்கிற முறையில் அவனுக்கு ஆசிகள் வழங்கியும், எல்லா மரியாதைகளையும் ஏற்றுக்கொண்டு இருக்கையில் அமர்ந்தபின் தன்னை அறிமுகப்படுத்திக் கொண்டான். தன் வருகைக்கான காரணத்தையும் சொன்னான். விராட தேசத்தில் அஞ்ஞாத வாசத்தை முடித்தபின் பாண்டவர்களுள் மூன்றாமவனாகிய அர்ஜுனனின் மகனுக்கு விராட ராஜனின் இளைய மகளைக் கொடுத்துத் திருமணம் செய்து வைத்தார்கள். தற்சமயம் அவர்கள் விராட தேசத்தின் வடக்கே இருக்கிற உபப்லவ்ய என்னும் நகரில் தங்கித் தம் காரியங்களைச் செய்து கொண்டிருந்தார்கள். அவர்களுக்குச் சேர வேண்டிய பாகத்தைத் தரமுடியாது எனக் கண்டிப்பாகச் சொல்லி மறுத்துவிட்டான் துரியோதனன். அவன் எத்தகைய கொடுமைக்காரன் என்று தனிப்பட விளக்க வேண்டிய அவசியம் எதுவும் இல்லை. எவ்வகையில் பார்த்தாலும் பாண்டவர்கள் சல்லியனுக்குத் தங்கையின் பிள்ளைகள் ஆவார்கள். தாமே நேரிடையாக வந்து தாய்மாமனின் பாதங்களைத் தொட்டு வணங்கி ஆதரவு கேட்கப் புறப்பட்டார்கள். ஆனால் யுத்தத்திற்கான பல ஏற்பாடுகள் செய்யவேண்டி இருந்தன. மேலும் தனது தாய்மாமன் வெறும் சம்பிரதாயமான உபசரிப்புகளை எதிர்பார்க்க மாட்டான் என்று அவர்கள் எண்ணியதும் ஒரு காரணம். இதனால்தான் தன்னையே ஒரு தூதுவனாக அவர்களுக்குப் பதிலாக அனுப்பினர் என்று அவன் எடுத்துரைத்தான். தங்களில் காலாட்படை, யானைப்படை, குதிரைப்படை, தேர்ப்படைகளை அனுப்பித் தருவதோடு மட்டுமன்றி, நீங்களே நேரில் வந்து படைத் தலைமை தாங்கி வெற்றியைப் பெற்றுத் தரவேண்டும் என்று அவன் விண்ணப்பித்தான்.

“நீ எங்கிருந்து வருகிறாய்?” என்று ஹோமதத்தன் அவனிடம் கேட்டான்.

“காம்பில்யம்”

தெற்குப் பாஞ்சாலத்தில் இருக்கும் துருபதனின் ஊர் அது. பாண்டவர்களின் மாமனார் ஊர் என்று உடனே சல்லியனும் அவனது பிள்ளைகளும் தெரிந்துகொண்டார்கள். தூதுவனின் நாகரிகமான மொழிநடை, சுய கௌரவத்துக்கு எந்தவிதமான இழுக்கும் நேர்ந்து விடாதபடி அவன் வார்த்தைகளைக் கையாண்ட விதம், உறவு முறைகளை மென்மையாய்ச் சுட்டிக்காட்டிய விதம் ஆகிய எல்லாவற்றாலும் கவரப்பட்ட ஹோமதத்தனின் மனம் குரு பாஞ்சால தேசங்களின் உன்னத குணங்களைப் பற்றியும் பண்பாடு பற்றியும் மெச்சுவதில் மூழ்கியது.

"எந்தெந்த அரசர்கள் உங்களுக்கு உதவியாக இருக்கிறார்கள்?" என்று ருக்மரதன் கேட்டான்.

"பாஞ்சாலர்களும் மத்ஸ்ய தேசத்தவர்களும் பாண்டவர்களுக்கு மாமனார் முறையாக வேண்டும். யாதவர்கள் நம் பக்கமே. ஐந்து கேகயர்கள், சித்ராயுதன், சேக்கித்தானன், சத்யத்ருதி, வ்யாக்ரதத்தன், சுந்திரசேனன், மகாரதி காசிராஜன், தாய்மாமனாகிய அவர், அவருடைய பிள்ளைகளாகிய நீங்கள்... இன்னும் விவரித்துச் சொல்ல வேண்டும் என்றால் ஆர்யவர்த்தம், பிரம்மவர்த்தம் முழுக்க முழுக்கப் பாண்டவர்கள் பக்கம் இருக்கிறது. பாண்டவர்கள் பக்கம் இருக்கிறார்கள் என்பது மட்டுமல்ல, தர்மத்தின் பக்கமும் இருக்கிறார்கள். வேத சாஸ்திர விற்பன்னர்களும் தர்மவான்களும் பாணடவர்களின் பக்கமே. அஸ்தினாபுரத்திலேயே கூட துரோணாச்சாரியரும், கிருபாச்சாரியரும் பீஷ்மரும் மனசளவில் பாண்டவர்களையே ஆதரிக்கிறார்கள் என்று உங்களுக்கு நான் சொல்ல வேண்டிய அவசியமில்லை."

இதைக் கேட்டு சந்தோஷப்பட்டான் சல்லியன். அவன் சொல் வளத்தை மெச்சினான் ஹோமதத்தன். ருக்மரதனும் அவனை மிகவும் பாராட்டினான். ஆனால் ஒரு நிமிடம் கழித்து 'அப்படியென்றால் இவர்கள் அனைவரையும் தவிர்த்து மற்றவர்கள் அனைவரும் திருதராஷ்டிரனின் பக்கத்தைச் சேர்ந்தவர்கள் என்று பொருள்படுகிறது. விராட தேசத்துக்கு வடக்கில் இருக்கிற திரிகர்த்தி சகோதரர்கள் ஐந்து பேர்களும், கோசலராஜன் பிரம்மத்பலனும் தாய்மாமனாகிய சகுனியும், காந்தார தேசத்தின் எல்லா அரசர்களும், பௌரவம், ஜலசுந்தம், பாஹ்விகதம் ஆகிய தேசத்து அரசர்களும், அலம்புஷனும் ப்ரக்ஜோதிஷ்புரத்தைச் சேர்ந்த பகதத்தும், அலசனும், விருட்சகனும்... இதுமட்டுமில்லை அஸ்தினாபுரத்தில் இருக்கிற துரோணாச்சாரியரும், கிருபாச்சாரியரும் பாண்டவர்கள் மீது அன்புடையவர்கள் எனினும் யுத்தமென ஒன்று நடக்குமெனில் அவர்கள் துரியோதனனை விட்டு வேறு எப்பக்கமும் சேர மாட்டார்கள். மகாவீரனாகிய கர்ணனும் அவன் பக்கமே இருப்பான். அவன் மகனாகிய வீரசேசனனும் மிகப் பெரிய வீரனாவான்..."

பாண்டவர்களின் தூதுவனுடைய முகம் சற்றே சுருங்கியது. ஆனால் உடனே அதைச் சமாளித்துக் கொண்டு, "அரசரே, நீங்கள் குறிப்பிட்ட இவர்கள் அனைவரும் இன்னும் பாண்டவர்கள் பக்கம் சேரவில்லை என்பது உண்மைதான். அதே சமயத்தில் துரியோதனனின் பக்கம் ஒட்டுமொத்தமாகச் சேர்ந்துவிட்டார்கள் என்று சொல்வதற்கும் இல்லை. துரியோதனனின் அடிமை போல இருக்கும் கர்ணனைத் தவிர மற்றவர்கள் அனைவரும் பாண்டவர்களின் பக்கம் கட்டாயம் சேர்வார்கள். மீன் நதிக்குள் குதிக்கப் போகிறதோ, மண்ணில் குதிக்கப் போகிறதோ? ஆரியர்கள் தர்மத்தைப் பின்பற்றப் போகிறார்களோ, அதர்மத்தைப் பின்பற்றப் போகிறார்களோ? சல்லிய அரசரே, நான்

பிராமணனாக இருந்தால் கூட, நீங்கள் அறிவில் பெரியவர். ஆரிய தர்மதைதைக் குறித்து நீங்களே சொல்லுங்கள்" என்றான்.

சல்லியன் தொண்டையைச் செருமிச் சரிப்படுத்திக்கொண்டான். ஏதோ பதில் சொல்ல முனைந்த ருக்மரதன், எதுவும் சொல்லாமல் தன்னைக் கட்டுப்படுத்திக் கொண்டான். "பாண்டவர்களுக்குரிய தேசத்தை துரியோதனன் திருப்பித்தரவில்லையென்றால், இந்த சல்லியனின் நான்கு வகைப்படைகளும் துரியோதனனைத் தாக்கும். இது உறுதி" என்றான் சல்லியன்.

"உங்கள் தங்கை பிள்ளைகள் ரொம்பவும் கொடுத்து வைத்த வர்கள். உங்கள் ஆசீர்வாதம் ஒன்றே போதும் அவர்கள் வெற்றி கொள்வார்கள்."

மறுபடியும் ஏதோ பேச முனைந்தான் ருக்மரதன். வலக்கையை உயர்த்தி அவனைப் பேசவிடாமல் தடுத்த சல்லியன் "நான் வாக்குறுதி கொடுத்துவிட்டேன். என்றைக்கு இங்கிருந்து புறப்பட வேண்டும், எந்த இடத்தில் சேர வேண்டும் என்று அவர்கள் சொல்லி அனுப்பு கிறார்களோ, அன்றே நானும் என்னுடைய பிள்ளைகளும் படைகளும் மொத்தமாகப் புறப்பட்டு வருவோம். போய் என் மருமக்களிடம் சொல்லுங்கள்" என்று சொன்னான்.

அந்தப் பேச்சை அத்தோடு நிறுத்திக்கொண்டான் அத்தூதுவன். சல்லியனின் வீட்டு நலன் குறித்தும் அவனது ஆரோக்கியம் குறித்தும் அக்கறையோடு விசாரித்தான். பிறகு "பேத்திக்குச் சுயம்வரம் ஏற்பாடு செய்ய இருக்கிறீர்களாமே. பாண்டவர்களுக்கு வீராதி வீரர்களான ஐந்து பிள்ளைகள் இருக்கிறார்கள். அவர்களில் மூத்தவன் உங்கள் பேத்திக்குப் பொருத்தமானவன். அவனுக்கு நானே வேதப்பயிற்சி செய்து வைத்து வில்வித்தை சொல்லித் தந்தேன். எது எப்படி இருந்தாலும் சுயம்வரத்துக்கு நாங்களும் வருவோம் அல்லவா" என்று சொன்ன போதுதான் ருக்மரதனின் முகம் சற்றே மலர்ந்தது. மத்ர தேசத்தின் மற்ற பகுதிகளில் உள்ள அரசர்களைச் சந்திக்கும் பொருட்டு மறு நாள் அதிகாலையிலேயே தனது மெய்க்காவல் படையினருடன் அத்தூதுவன் புறப்பட்டுச் சென்றான்.

* * *

பாஞ்சால தேசத்துத் தூதுவன் பாண்டவர் சார்பில் வந்து சல்லியனின் மனசைக் கவர்ந்து போர் உதவியையும் பெற்றுக்கொண்டு சென்றான். போர் ஏற்படுவது நிச்சயம். எப்பொழுது என்பது உறுதியாய்ச் சொல்ல முடியாது. நிச்சயம் பெரிய அளவில் நடக்கும். நடக்க இருக்கும் போரில் உதவி வேண்டி இரண்டு அணிகளைச் சேர்ந்தவர்களும் தத்தம் தூதுவர்களை ஆரிய தேசத்தில் இருக்கிற எல்லா அரசர்களிடமும் அனுப்புகிறார்கள். உதவிகள் பற்றிய உறுதியை அடைய வேண்டும். படைகளைத் தயார் செய்ய வேண்டும். இன்னும்

இரண்டு மூன்று வாரங்களில் மழைக்காலம் தொடங்க இருக்கிறது. ஏரி, குளங்கள் நிரம்பத் தொடங்கும். நதிகள் நிரம்பி அருவிகள் பொழியத் தொடங்கும். பொங்கி வழியும் நீர் கிராமங்களின் பக்கமும் சிறு நகரங்களின் பக்கமும் ஓடிச் சுற்றி வளைத்துக்கொள்ளும். அநேகமாக ஆரியமக்கள் அனைவருமே ஆற்றோரம் வாழ்ந்து கொண்டிருப்பவர்கள். மழைக்காலத்தில் அவர்களால் எங்கும்போக முடியாது. காலாலேயே நடக்க முடியாத நிலப்பரப்பில் தேரின் சக்கரங்கள் கண்டிப்பாக சிக்கிக்கொள்ளும். அநேகமாக ஆரிய மக்கள் அனைவருமே ஆற்றோரம் வாழ்ந்து கொண்டிருப்பவர்கள். மழைக் காலத்தில் அவர்களால் எங்கும் போக முடியாது. காலாலேயே நடக்க முடியாத நிலப்பரப்பில் தேரின் சக்கரங்கள் கண்டிப்பாக சிக்கிக் கொள்ளும். யானைகள் வழுக்கி விழும். படைகள் முகாமடைய வழி இருக்காது. அவர்களுக்கான சமையலுக்குத் தேவைப்படும் விறகுகள் கிடைக்காது. மொத்தத்தில் போர் நடக்கவேண்டுமென்றால், அது மழைக்காலத்திற்குப் பிறகுதான். நடக்கவேண்டும். புரட்டாசி, ஐப்பசிக்குப் பிறகு. அதுவரையில் வெறும் ஏற்பாடுகள் நடந்து கொண்டிருக்கலாம். இது போலவே தூதுவர்கள் பல அரசர்களைக் காணும் பொருட்டுக் குதிரை ஏறி அலைய வேண்டும். படகுகளில் செல்ல வேண்டும். நீந்திக்கூட கடக்க வேண்டும். நடுநடுவே சுழிகளில் அகப்பட்டு மீளவும் வேண்டும். அது அத்தனை சாதாரணமான விஷய மல்ல.

தன் படைகளுக்குத் தயாராக இருக்கும்படி ஆணையிட்டான் சல்லியன். மரவேலை செய்பவர்கள் தேர்ச் சக்கரங்களையும் மற்ற பாகங்களையும் தட்டித் தட்டிப் பரிசோதனை செய்தனர். பழுதான பாகங்களையெல்லாம் கழற்றிவிட்டுப் புதியனவற்றைச் செய்து பொருத்தினர். புதிய கயிறுகள் திரித்தனர். கொல்லர்கள் கூரான உலோக முனைகளைச் செய்து அம்புகளில் பொருத்தினர். தோலாலான ஆடைகளையும் புதியதாய்ச் செய்ய ஏற்பாடுகள் நடந்தன. தாரை, தப்பட்டை, சங்கு ஆகியவற்றின் முழக்கங்களுக்கு யானைகளைப் பழக்கினர் மாவுத்தர்கள். மத்ரதேசம் போர்க்களத்தில் அவ்வளவாகப் பழகி அனுபவம் வாய்ந்த தேசமல்ல. சமீப காலத்தில் அப்படி ஒரு பெரிய போர் எதுவும் நடந்ததுமில்லை. அதனால் படை வீரர்களுக்கு விசேஷ பயிற்சியளிக்க வேண்டும். போருக்கான எல்லா ஏற்பாடு களையும் செய்யும் பொறுப்பினை எண்பது வயதைக் கடந்த சல்லியனே முன்னின்று பார்த்துக்கொண்டான். உபயோகப்படுத்தா உலோகப் பாத்திரம் துருப்பிடித்து விடுவது போல போர் எதிலேயும் ஈடுபடாத க்ஷத்திரியர்கள் சோம்பி விடுகிறார்கள் என்று தனக்குத் தானே சொல்லிக்கொண்டான். காலை, மாலை இரண்டு வேளை களிலும் தானே தேரிலேறிக் கடிவாளத்தைப் பிடித்துக் குதிரைகளை ஓட்டினான். குதிரையோட்டிக்குத் தேவையான எல்லா நுணுக்கங் களையும் தெரிந்தவன் என்கிற தனது பழைய பெருமையை மீண்டும் நிலைநிறுத்தும் பொருட்டு ஆர்வத்துடன் பயிற்சியில் ஈடுபட்டான்.

போர் வரும், தாம் அனைவரும் ஹோ என்று உரத்த குரலில் முழக்கமிட்டுக்கொண்டு பாய்வோம் என்கிற உற்சாகம் படை வீரர்களிடையே பொங்கியது. கோடைக்காலம் என்பதால் வயல் வெளி வேலைகள் எதுவும் இருக்கவில்லை. விவசாயத்தில் ஈடுபடும் வைசியர்கள்கூட வில்வித்தையைப் பயிற்சி செய்யத் தொடங்கினர்.

பாஞ்சால தேசத்துப் புரோகிதன் வந்து ருக்மரதனின் மனசைக் கவர்ந்தான். அவன் மனத்தில் இருந்த சுயம்வரம் பற்றிய கனவை ஆதரித்து உற்சாகம் ஊட்டினான். அச்சுயம்வரத்தில் அனைவரும் வந்து பங்கெடுத்துக் கொள்வார்கள் என்று பாஞ்சாலம், மற்றும் பாண்டவர்கள் சார்பாக அவன் வாக்குறுதியளித்தான். தானே முன்னின்று வேதம் மற்றும் போர்க்கலைகளைப் பயிற்றவித்த பாண்டவர்களின் மூத்த மகனுக்கு இரண்யவதி மாலையிட்டால் அது பெரிய அதிர்ஷ்டம் என்று சொன்னான். ருக்மரதனின் மனம் இப்போது பாண்டவர்களின் பக்கம் திரும்பியது. ராஜசூய யாகம் செய்து ஆரிய தேசம் முழுக்கப் புகழ் பெற்றவர்கள் அவர்கள். அப்படிப் பட்டவர்களின் மூத்த மகனுக்குத் தன் மகள் மூத்த அரசியாக ஆனால்...! இவை அனைத்தையும் தன் மனைவியிடம் சொன்னான் அவன். அவளும் மகிழ்ச்சியோடு தன் ஒப்புதலை வழங்கினாள். பிறகு அவன் மகளை அழைத்து, "உன் பாட்டனின் தங்கை வயிற்றுப்பேரன். அவனுக்கே மாலை சூடு. எதிர்காலத்தில் ராஜசூய யாகத்துக்கோ அல்லது அசுவமேத யாகத்துக்கோ கங்கணம் கட்டிக்கொள்ளும் அதிர்ஷ்டம் உனக்குக் கிடைக்கும்" என்று சொன்னான்.

"அவர் நல்ல பலசாலியா? அழகாக இருப்பாரா? நீ பார்த்திருக் கிறாயா அப்பா?" என்று மகள் கேட்டாள்.

"பாண்டவர்களின் பிள்ளை வீரம், அழகில் குறைவுடையவனாக இருப்பானா?"

இரண்யவதியின் முகம் மலர்ந்தது.

தன் இளைய சகோதரர்களை மட்டுமன்றி, தன் சொந்த ஆண் பிள்ளைகளையும் போருக்கான கடுமையான பயிற்சியில் ஈடுபடுத்தினான் ருக்மரதன். அனைவரும் எதிர்பார்த்திருந்தபடியே வானத்தில் கருமேகங்கள் கவிந்தன. உடலில் வேர்வை வழிந்தது. தகிக்கும் வெப்பத்தால் வேர்வை பொங்கி அருவியாக வழிந்தது. ஓர் இரவில், அனைவரும் வெப்பத்திலிருந்து தப்பிக்க மேல் மாடியிலும் பூங்காக்களிலும் திறந்த வெளிகளிலும் கூடி உறங்கும் போது, படபட வென மழை பொழியத் தொடங்கியது எல்லாரும் சட்டென விழித் தெழுந்தார்கள்.

"யோ வர்தன் ஓவுதீனாம் யோ அபாம்!
யோ விஷ்வஸ்ய ஜகத்தூ தேவ ஈஷே..."

எல்லாரும் பிரார்த்திக்கத் தொடங்கினர். சிறுசிறு தூறலாகத் தொடங்கிய மழை பெரிய அளவில் பொழியத் தொடங்கியது. தம் அரசன் உறங்கும் பூங்காவுக்கே அனைவரும் ஓடினார்கள். குடும்பப் புரோகிதனான ஹோமதத்தனும் தன் மனைவியோடு வந்தான். ருக்மரதன், வஜ்ரன், அஜயன் ஆகிய அனைவரும் தம் மனைவிமார்களோடு வந்து சேர்ந்தார்கள். ஹோமதத்தினரின் உறுதியான குரலைப் பின்பற்றி எல்லாரும் மழைக்கடவுளான இந்திரனைத் துதித்துப் பாடத் தொடங்கினர். அவர்களின் குரல் மழையின் ஓசையையும் மீறி வானில் மோதியது.

“இதயம்வசஹ பர்ஜன்யாய ஸ்வராஜே
ஹ்ருதோ அஸ்த்வந்தரம் தஜ்ஜ ஜோபத்
மயோ புவஹ் வருஷ்டயஹ சூத்வஸ்மே
சுபிப்பலா ஓஷிதீர்தீவா கோபாஹ”

பிரார்த்தனைக்குப் பிறகு இளைஞர் முதியவர், ஆண், பெண் எந்த பேதமுமின்றி தத்தம் மேலாடைகளைக் கழற்றி வீசி எறிந்துவிட்டு தோள்களிலும் முதுகிலும் மார்பிலும் வெப்பத்தால் தோன்றிய கொப்புளங்கள் நனைந்து குளிருமாறு முதல் மழையில் நனைந்தனர். மழைக்கடவுளை நோக்கிப் பாடப்படும் பாடலைத் தம் மனசுக்குத் தோன்றியபடி வாய்க்கு வந்த ராகத்தில் பாடி ஆடத் தொடங்கினர். மழையும் நின்றபாடில்லை. யாரும் வீட்டுக்குள் சென்ற பாடும் இல்லை. உச்சி முதல் பாதம் வரை மழையில் நனைந்த உற்சாகத்தில் உரத்த குரலில் பாடி ஆடினான் சல்லியன்.

மழைக்குப் பிறகு வைசியர்கள் அனைவரும் விவசாயத்துக்குத் திரும்பினர். ஆனால் ராஜவம்சத்தைச் சேர்ந்தவர்கள் மட்டும் போர்ப் பயிற்சியை நிறுத்தவில்லை. ஏறத்தாழ ஒரு மாத காலத்திற்கும் மேலாக, தினமும் மூன்று நான்கு முறைகள் மழை பொழிந்தது. உலர்ந்த பூமி மழையில் நனைந்து தன் வெப்பத்தைத் தணித்துக்கொண்டது. அடுத்த மழையில் நன்கு குளிர்ந்தது. பூமி தன் தாகத்தை மீண்டும் மீண்டும் தணித்துக்கொண்டது. இறுதியில் விதைக்கத் தகுதியானதாக பூமி மாறியது. வைசியர்களுக்கு ஆனந்தமோ ஆனந்தம். அது வரையில் மக்கள் போரில் காட்டிவந்த உற்சாகம் சற்றே குறைந்தது.

மழை நின்று மீண்டும் வெப்பமும் வேர்வையும் அதிகரிக்கத் தொடங்கும்போது, ஒரு நாள் திரிகர்த்த தேசத்திலிருந்து ஐந்து ஆட்சியாளர்களுள் ஒருவனாகிய சுஷர்மன் சாகலப்பட்டணத்திற்கு வந்து சேர்ந்தான். பேரரசனாகிய சல்லியனைக் கௌரவத்தோடு வணங்கி, தனக்கு வழங்கப்பட்ட தேன் முதலிய பொருள்களை ஏற்றுக் கொண்டான். அவனுடைய மகன் ருக்மரதனுக்கு சுஷர்மன் நெருங்கிய நண்பன். இருவரும் ஒரே வயசுக்காரர்கள். மெய்க்காவல் படையினர்க்கு உணவும் குதிரைகளுக்குத் தீவனமும் கிடைப்பதற்கு வேலைக்காரர்கள் மூலம் ஏற்பாடு செய்துவிட்டு, “ருக்மரதன் இப்பொழுது பயிற்சி முகாமில்

இருக்கிறான். அழைத்து வர ஆள் அனுப்புகிறேன். அதுவரையில் ஓய்வு எடுத்துக்கொள்" என்று சுஷர்மனிடம் சொன்னான்.

ருக்மரதனின் இருப்பிடத்துக்குப் பக்கத்திலேயே இருந்த விருந்தினர் மாளிகையில் சுஷர்மன் குளித்து முடித்து ஓய்வெடுத்துக் கொண்டிருக்கும் போது ருக்மரதன் வந்து சேர்ந்தான். இரண்டு நண்பர்களும் ஒருவரையொருவர் தழுவிக்கொண்டனர். உணவை அங்கேயே வரவழைத்து உண்டனர். "நீ வரும்போது சமையல் வேலை யெல்லாம் முடிந்துவிட்டது. உனக்காக இரவுச் சாப்பாட்டுக்காக ஒரு மாட்டையடித்துச் சமைக்கிறார்கள். சரியாகக் கவனித்துக்கொள்ள வில்லை என்று கோபித்துக்கொள்ள வேண்டாம்" என்று சுஷர்மனை உபசரித்தான் ருக்மரதன். இறைச்சித் துண்டொன்றை எடுத்துத் தின்ற வண்ணம் "எங்கிருந்து இங்கே வந்தாய்?" என்று ருக்மரதன் கேட்டான்.

"எங்கள் ஊரிலிருந்துதான்..."

"பொய். உங்கள் ஊரிலிருந்து வந்திருக்க வேண்டுமென்றால் சந்திரபாகா நதிப்பக்கத்திலிருந்து வந்திருக்க வேண்டும். ஆனால் நீ வந்தது ஷத்தத்ரு பக்கத்திலிருந்து அல்லவா..."

"உன் ஒற்றர்கள் மிகவும் திறமைசாலிகள்."

"அப்படியென்றால் அஸ்தினாபுரம் சென்றிருந்தாயா?"

"உன்னிடமிருந்து எதையுமே மறைக்க முடியாது. உயிருக்கு யிரான நண்பனிடத்தில் ஒளிவுமறைவு என்பதே இல்லை. முதலில் சாப்பாட்டு வேலையை முடிப்போம்" என்றான் சுஷர்மன்.

பரிமாறிக்கொண்டிருந்த இளம் பணிப்பெண்களின் முன்னிலை யில் பேசத்தக்க விஷயமல்ல இது என்று எண்ணிப் பேச்சை மாற்றிய ருக்மரதன் திரிகர்த்த தேசத்தின் மழையைப் பற்றிக் கேட்டான், பிறகு "பரிமாறிய பெண்களில் உனக்கு யார் வேண்டும்?" என்று கேட்டான்.

"அதெல்லாம் ராத்திரிக்கு, இப்போது பேசலாம்."

பணிப்பெண்களையெல்லாம் அனுப்பிய பின்பு உள்ளே மிருதுவான மெத்தை விரித்த மரக்கட்டிலின் அருகில் விருந்தாளியை அழைத்துக்கொண்டு போனான். அங்கே பக்கத்திலேயே சூதாடும் தாயக்கட்டைகளிருந்தன.

"ஆட ஆரம்பித்தால் நான் வந்த விஷயம் மறந்து போகும். அதுவும் உன்கூட ஆடுகிற உற்சாகத்தில் எல்லாமே மறந்து போகும்" என்ற சுஷர்மன் படுக்கையின் மேல் உட்கார்ந்து தலையணை மேல் வலது கையை ஊன்றியபடி பேசினான். "நானும் நீயும் சிநேகிதர்கள். இதுவரை எந்த விஷயத்திலும் நமக்குள் சண்டை வந்ததில்லை. சண்டைக்கான எண்ணம் கூட மனசில் தோன்றியதில்லை. அது ஆட்டமாக இருந்தாலும் சரி, பெண்கள் விஷயமாக இருந்தாலும் சரி

எதிலேயும் கருத்து மாறுபாடு வந்ததில்லை. ஆனால் ஒருவருக்கொருவரை எதிரியாக விதி நிறுத்திவிட்டது போலத் தெரிகிறது. ஆனாலும் தன்னால் ஆன எல்லா முயற்சிகளையும் செய்த பிறகுதானே மனிதன் விதிக்குக் கட்டுப்பட வேண்டும் அல்லவா...?"

ருக்மரதன் நாலைந்து முறைகள் மூச்சை இழுத்து வெளியிடும் மட்டும் அமைதியாக இருந்தான். அதற்குள் நண்பனுடைய பேச்சின் பொருள் அவனுக்குப் புரிந்தது. மீண்டும் ஏழெட்டு முறை மூச்சு வாங்கிய பிறகு "பாண்டவர்கள் சார்பாகப் பாஞ்சால தேசத்திலிருந்து ஒரு தூதுவன் வந்திருந்தான்" என்றான்.

"தெரியும், தெரியும், யார் யாரை எங்கெங்கே அவர்கள் அனுப்பு கிறார்கள் என்கிற எல்லா விஷயங்களும் துரியோதனனுக்குத் தெரியும்" என்றான் சுஷர்மன்.

"என் அப்பாவுக்குத் தங்கையின் பிள்ளைகள் என்று தனிப்பட்ட பிரியம் இருக்கிறது. பேத்திக்கு சுயம்வர ஏற்பாடு செய்யுங்கள், நாங்கள் எல்லாருமே வருகிறோம். பாண்டவர்களின் மூத்த மகனுக்கு உங்கள் பேத்தி மாலையிட்டால் அது அவன் அதிர்ஷ்டம் என்றெல்லாம் சொன்னான், உடனேயே என்னையும் என் பிள்ளைகளையும் என் படையையும் பாண்டவர்களுக்கு உதவியாக இருக்கும்படி சொல்லி விட்டார் அப்பா. பேசக்கூட எனக்கு வாய்ப்பு இல்லாமல் போய் விட்டது. அப்பாவின் சுபாவம்தான் உனக்கு நன்றாகத் தெரியுமே."

சிறிது நேரம் யாரும் பேசவில்லை. பிறகு, "அப்படியென்றால் எதிரும் புதிருமாக நின்று நாம் போரிடுவது சரியாக இருக்குமா?" என்று கேட்டான்.

"சீச்சீ, எப்படியாவது அதைத் தவிர்க்கவேண்டும். என் மனசில் ஒரு விஷயம் தோன்றுகிறது. ஆனால் அப்பா தன் பிடிவாதத்தை விடுவதில்லை. இருக்கட்டும், வேண்டுமென்றால் தொண்ணூறு வயசை நெருங்கும் கிழவன் கொஞ்சம் படைகளை அழைத்துச் செல்லட்டும். ஏதாவது ஒரு காரணம் சொல்லி நான் தப்பித்து விடுகிறேன். அதே மாதிரி என் தம்பிகளும் தப்பித்துக்கொள்ள ஒரு வழி செய்கிறேன். இதுபோலவே நீயும் ஏதாவது செய்து தப்பித்து விடு. அடுத்தவர்கள் சண்டைக்காக நாம் ஏன் மோதிக்கொள்ள வேண்டும்?"

"பாண்டவர்களுக்கெதிராக போர் நடக்கும்போது நான் பின் வாங்கினால் அது க்ஷத்திரிய வம்சத்துக்கே இரண்டகம் விளைவித்தது போல ஆகும். விராட தேசத்தின் வடக்கே விராடனுக்குச் சொந்தமான பசுக்களைக் கவர்ந்துவர நானே சென்றேன். பாழாய்ப் போன பாண்டவர்கள் அங்கேயே இருந்தார்கள். என்னால் அதிக அளவில் பசுக்களைக் கவர முடியவில்லை. கிடைக்காவிட்டாலும் பரவாயில்லை, அவர்களிடம் மோதி தோற்கும்படி ஆகிவிட்டது. அது பெருத்த அவமானம். அவர்கள் அங்கேயே இருக்கிறார்கள் என்று முன் கூட்டித்

தெரிந்திருந்தால், இன்னும் கொஞ்சம் கூடுதலான படைகளோடு சென்றிருப்பேன். பட்ட அவமானத்துக்குப் பழிவாங்கவில்லையென்றால், அவன் எப்படி உண்மையான க்ஷத்திரியனாவான்?"

மீண்டும் சிறிது நேரத்திற்கு இருவரும் எதுவும் பேசிக்கொள்ளவில்லை. பிறகு "பாண்டவர்களை வெறுப்பதற்கு உனக்காவது இந்தக் காரணம் இருக்கிறது. ஆனால் நான் எப்படி அவர்களை வெறுக்க முடியும்? அதுவும் தன் தங்கையின் பிள்ளைகள் என்று தெரிந்த அப்பா அவர்களைக் கட்டித் தழுவிய பிறகு...?" என்றான் ருக்மரதன்.

"உன் உயிருக்குயிரான நண்பனாகிய நான் அவர்களை வெறுக்கிறேன் என்கிற ஒரு காரணம் போதாதா உனக்கு? இதைவிட வேறு ஒரு பெரிய காரணம் வேண்டுமா?"

ருக்மரதனின் நிலை தர்மசங்கடமானது. வேண்டும் என்று சொல்வது ஒரு பக்கம் இருக்கட்டும், நினைக்கக்கூட அவன் மனம் இடம் தரவில்லை. ஒரே வயசுக்காரன். ஆரியவர்த்தத்தைச் சேர்ந்தவர்களுக்குச் சமமாகத் தம் மதிப்பையும் கௌரவத்தையும் பழக்கங்களையும் கருத்துக்களையும் உயர்த்திக்கொள்ள வேண்டும் என்று கனவு காணும் தோழன். மகளின் சுயம்வரத்துக்குத் தேவையான உதவிகளைச் செய்வதாகத் தாமாகவே முன்வந்து உறுதியளித்துள்ளான். அவனுடைய பகைவனைத் தானும் பகைவனாகக் கருதாமல் இருப்பது எப்படி? சட்டென அப்பாவின் மேல் கோபம் மூண்டது. அரசாட்சிப் பொறுப்பைத் தன்னிடம் ஒப்படைத்துப் பட்டாபிஷேகம் செய்த அப்பா, இப்படிப்பட்ட முக்கிய விஷயத்தில் இன்னும் எதற்காகத் தலையிட வேண்டும் என்று தோன்றியது. நேருக்கு நேர் நின்று அப்பாவிடம் அப்படிக் கேட்கிற எண்ணமோ, துணிச்சலோ அவனுக்கில்லை. இப்படி எண்ணிக்கொண்டிருக்கும் போதே சுஷர்மன் குறுக்கிட்டு, "மற்றவர்கள் சண்டையிலே நாம் ஏன் தலையிட வேண்டும் என்று மத்ர, திரிகர்த்த தேசத்தவர்களும் மற்றவர்களும் நினைக்கலாம். பிரச்சினைகளிலிருந்து விலகி சும்மா இருக்கலாமே என்று நீ கேட்கலாம். கேகயர்கள் பாண்டவர்கள் கூட சேரப் போகிறார்கள் என்று வதந்தியாய் உள்ளது. காந்தார தேசத்தவர்கள் மட்டும் துரியோதனனின் பக்கம்தான். இந்த யுத்தத்திலே அநேகமாக ஆரிய வர்த்தத்தில் இருக்கிற எல்லாரும் ஏதாவது ஒரு பக்கத்தில் சேர்ந்து மோதப் போகிறார்கள். எந்தப் பக்கமும் சேராமல் நாம் சும்மா இருந்துவிட்டால் நம்மை அனைவரும் பேடிகள் என்று சொல்ல மாட்டார்களா? அங்கே யுத்தம் நடந்துகொண்டு இருக்கும் போது, இங்கே தாசிப் பெண்களோடு சரசமாடிக் கொண்டோ, சோம பானம் குடித்துக் கொண்டோ, தாயக்கட்டைகளை உருட்டிக் கொண்டோ இருப்பது க்ஷத்திரியனாய்ப் பிறந்த ஒருவனால் சாத்தியமாகுமா?".. என்றான்.

அவன் பேச்சை இடைமறித்து ருக்மரதன், "இந்த யுத்தத்தில் யார்

ஜெயிப்பார்கள் என்று நீ நினைக்கிறாய்?" என்று கேட்டான்.

"துரியோதனன்தான். இதிலே உனக்கு எந்த சந்தேகமும் வேண்டாம்" என்று சற்றும் தாமதிக்காமல் சொல்லிவைத்த மாதிரி பதில் சொன்னான் சுஷர்மன். மீண்டும் சிறிது நேர யோசனைக்குப் பிறகு நிதானமான குரலில், "எப்படி என்கிறாயா? முதலாவதாக, பதின்மூன்று வருஷகாலம் காட்டிலே அலைந்த பாண்டவர்கள் சரியான சாப்பாடு இல்லாமல் தெம்பற்றவர்களாக இருக்கிறார்கள். இரண்டாவதாக, துரியோதனன் பக்கம் சேர்ந்து கொள்கிற அளவுக்கு மற்ற அரசர்கள் பாண்டவர்கள் பக்கம் சேரமாட்டார்கள். என்ன தான் இருந்தாலும் அதிகாரத்தில் இருக்கிற அரசன் அவன். கருவூலமே அவன் கையில் இருக்கிறது. படைக்கென்று எவ்வளவு வேண்டுமானாலும் அவனால் செலவு செய்ய முடியும். இவ்வளவு காலம் காடெல்லாம் சுற்றித் தீர்த்த யாத்திரை சென்று தாடியோடு திரும்பி வந்திருக்கிற பாண்டவர்களைப் பார்த்ததும் ஒரு மரியாதைக்கு எல்லாரும் வணங்கக் கூடும். ஆனால் யாரும் ஆதரிக்க மாட்டார்கள்" என்றான்.

"அந்தக் காலத்திலே ராஜசூய யாகமெல்லாம் செய்த அரசர் களல்லவா அவர்கள்?"

"பழம் பெருமை நினைவுகளிலிருந்து அரசியல் பலம் வருவதில்லை. இன்றைய தினத்தில் யார் அதிகாரத்தில் இருக்கிறார்கள் என்பதைப் பொறுத்துத்தான் வருகிறது. கடந்த பதின்மூன்று வருஷங்களாக ஆட்சியைப் பலப்படுத்திய துரியோதனன் மக்கள் மனசில் பாண்டவர் களின் பெயரே மறந்து போகிற மாதிரி செய்திருக்கிறான். அவர்களே கட்டிய இந்திரப்பிரஸ்தத்திலும் கூட மக்கள் அவர்களை மறந்து விடும் அளவுக்குச் செய்துள்ளான். பாஞ்சால தேசத்துக்காக ஒன்றிரண்டு பேர்கள் இவர்கள் பக்கம் சேரக்கூடும். தோற்கிற காளையின் வாலை நீ ஏன் பிடிக்கிறாய்? வெற்றி பெறுகிற காளை உன்மேல் பாய்ந்து சாகடிக்காமல் இருக்குமா? உன் தந்தை நல்ல விவேகி. ஆனால் பாசத்துக்குக் கட்டுப்பட்டு முட்டாள்தனமாகச் செயல்படுகிறார்."

சாயங்காலம் வரை இருவரும் பேசிக்கொண்டிருந்தனர். அப்போது மழை பெய்யத் தொடங்கியது. எங்கேயும் வெளியே கிளம்ப முடியவில்லை. ருக்மரதன் தன் தம்பிகளை அழைத்துவரச் செய்தான். அவர்களிடமும் கௌரவர்களுக்குச் சார்பாகப் பேசினான சுஷர்மன். நல்ல இளங்கன்று ஒன்றை வெட்டி இரவு விருந்துக்காகக் கறி சமைத்திருந்தார்கள். சாப்பாட்டுக்குப் பிறகு தனக்காக ஏற்பாடு செய்யப்பட்டிருந்த படுக்கையில் உட்கார்ந்தவண்ணம் சுஷர்மன், "பாண்டவர்களில் மூத்த மகனுக்கு உன் மகளைக் கட்டிவைக்க ஏற்பாடு செய்வதாகப் பாஞ்சாலத்திலிருந்து வந்த புரோகிதன் சொன்னதாகச் சொன்னாயே. உன் மகளுக்கு எத்தனை பேர் கணவனாவார்கள் தெரியுமா, ஐந்து பேர். இது ஆரியநெறியா அல்லது காடு மலைகளில்

வசிக்கும் ஜனங்களின் பழக்க வழக்கமா? ஆரிய சமுதாயத்திலிருந்து நீ வெளியேற வேண்டியிருக்கும்" என்று ருக்மரதனிடம் சொன்னான்.

"அது எப்படி?"

"பாண்டவர்கள் ஐந்து பேரும் மொத்தமாகச் சேர்ந்துதானே திரௌபதையை மணந்து கொண்டார்கள்? எந்தப் பிள்ளைக்கு யார் அப்பா என்று அவர்களுக்கே தெரியாது. அவளுக்கும் தெரியாது. மொத்தத்தில் அவர்களுக்குத் தெரிந்ததெல்லாம் மூத்தவனின் பெயர் மட்டுமே. ஒரு வேளை உன் மகளைக் கல்யாணம் செய்து கொண்டாலும் கூட, எங்கள் வீட்டுப் பழக்கம் இப்படி, நாங்கள் ஐந்து பேருமே உன்னைப் பகிர்ந்து கொள்கிறோம் என்று அவர்கள் வற்புறுத்தினால், உன் மகளால் என்ன செய்ய முடியும்? நீதான் என்ன செய்ய முடியும்?"

இதுவரை இந்த எண்ணம் ருக்மரதனின் மனசில் தோன்றவே இல்லை. இப்போது அதை நினைத்து மனம் குழம்பியது. மூப்பின் காரணமாக அப்பா குழம்பியிருப்பதும் உறுதியானது. நண்பனுக்குப் பதில் சொல்ல முடியாமல் வெறுமனே உட்கார்ந்தான். மூன்று முறை கொட்டாவி விட்ட பிறகு சுஷர்மனே முன்வந்து, "ஒரு பெரிய ராஜ்யத்துக்கு உன் மகள் ராணியாக வேண்டும் என்று எனக்கும் ஆசைதான். துரியோதனனின் மூத்தமகன் சுயம்வரத்துக்கு வரும்படி நான் ஏற்பாடு செய்கிறேன். யுத்தம் முடியட்டும். அதுவரை காத்திரு." என்று சொன்னான்.

ருக்மரதன் எழுந்து நின்றான். "சரி, நீ தூங்கு" என்று சொல்லி விட்டு அங்கிருந்து வெளியே வந்தான். மேனியெங்கும் சந்தனத்தைப் பூசிக்கொண்டும் வண்ண வண்ணப் பூக்களை அணிந்துகொண்டும் நின்றிருந்த பத்து தாசிப்பெண்களைப் பார்த்தான். அவர்களின் நடுவே நின்றிருந்தவளின் கையில் அரிசியிலிருந்து பிழிந்தெடுத்த மது நிரம்பிய பாத்திரமிருந்தது. அப்போதுதான் தனது மறதியை நினைத்து வருத்தப்பட்டான். உடனே மீண்டும் அறைக்குள் சென்று நண்பனிடம், "எழுந்து பார். உனக்குச் சேவை செய்ய பத்து இளம்பெண்கள் இருக்கிறார்கள். எத்தனைபேர் தேவையாக இருந்தாலும் அல்லது யாரை வேண்டுமானாலும் தேர்ந்தெடுத்துக்கொள். எப்படிப்பட்ட பலசாலியான ஆணாக இருந்தாலும் அவனைச் சோர்வடைய வைக்கிற சக்தி எங்கள் மத்ர தேசத்துப் பெண்களுக்கு உண்டு என்பது மட்டும் ஞாபகத்தில் இருக்கட்டும். உனக்கும் ஐம்பது வயசாகிவிட்டதல்லவா?" என்றான்.

இருவரும் ஒன்றாக உட்கார்ந்து பெண்கள் கொடுத்த மதுவை அருந்தினார்கள். சிறிது நேரத்துக்குப் பின்பு ருக்மரதன் எழுந்து தன் அறைக்குச் சென்றான். அழகான பெண் ஒருத்தி அவன் தோள்களைத் தாங்கிப் பிடித்து ராணியின் படுக்கையறை வரை அழைத்து வந்து

விட்டுவிட்டுத் திரும்பிச் சென்றாள்.

வெளியே மழை பொழிந்து கொண்டிருந்தது. மது அருந்தியிருந்த ராணி போதையின் மயக்கத்திலிருந்தாள். பக்கத்தில் கணவன் வந்து படுத்துக் கொண்டது கூட அவளுக்குத் தெரியவில்லை. போதையின் மயக்கத்திலும் கூட ருக்மரதனால் தூங்க இயலவில்லை. தனக்குத் தானே முணுமுணுத்துக் கொள்ளத் தொடங்கினான். "திரௌபதைக்கும் இப்படித்தான் நடந்தது. சுயம்வரத்தில் அர்ஜுனனே வெற்றி பெற்றான். அதற்குப் பிறகு மூத்தவனான தருமன் துருபதனிடம், "நாங்கள் சுயம்வரத்தில் வென்ற பிறகு அவளோடு நாங்கள் எல்லா விதத்திலும் சேர்ந்திருப்போம். கேட்கிற அதிகாரம் உனக்கில்லை" என்றானாம். இரண்யவதியிடமும் இதே போல நாளை சொன்னால்...! அச்சமுண்டானது. ஆரிய தர்மத்தை மீறிய பாண்டவர்களுக்கு யாரும் எந்த உதவியும் செய்யமாட்டார்கள் என்று தோன்றியது. செய்யக்கூடாது என்று நிச்சயித்துக் கொண்டான். எவ்வளவு முறை புரண்டு படுத்தாலும் தூக்கம் வரவில்லை. அப்பா முட்டாள்தனமாக நடந்துகொண்டார். அவருக்குப் புரியும்படி எடுத்துச் சொல்ல வேண்டும். யாரிடமாவது பேசவேண்டும் என்கிற வேட்கை அவனைத் தூண்டியது. பக்கத்தில் ஆழ்ந்த உறக்கத்தில் இருந்த மனைவியின் தோள்களை அழுத்தி எழுப்பினான். அவள் 'ம்' என்று முணகினாள். ஆனால் மீண்டும் உறங்கத் தொடங்கினாள். நாலைந்து முறை தட்டித்தட்டி எழுப்பிய பிறகு விழித்தெழுந்தாள். "இரண்யவதியைப் பாண்டவர்களின் மகனுக்குக் கொடுத்தால் என்ன ஆகும் என்று நாம் இதுவரை யோசிக்கவே இல்லையே. எவ்வளவு பெரிய தவறு செய்ய இருந்தோம் தெரியுமா?" என்று அவளிடம் சொன்னான்.

அவள் மீண்டும் படுக்கையில் சரிந்து உறங்க ஆரம்பித்தாள். "இங்கே பார். நான் எவ்வளவு பெரிய விஷயத்தைப் பற்றிப் பேசுகிறேன். நீ தூங்கி வழிகிறாயே. பேசு" அன்று அவளை உலுக்கினான் ருக்மரதன். அவள் எதுவும் பேசவில்லை. மீண்டும் அவள் தோள்களில் தட்டி எழுப்பி எல்லாவற்றையும் தொடக்கத்திலிருந்து மறுபடியும் ஒருமுறை விவரித்துவிட்டு, அதைப்பற்றி அவளையும் பேசுமாறு வற்புறுத்தினான்.

"ஐந்து பேரையும் தாங்கக்கூடிய சக்தி அவளுக்கிருந்தால், தாராளமாக செய்து கொள்ளட்டும்" என்று பிதற்றினாள் அவள். "என்ன சொன்னாய்?" என்று ருக்மரதன் கேட்பதற்குள் அவள் மீண்டும் உறக்கத்தில் ஆழ்ந்தாள்.

* * *

அடுத்த நாளே சுஷர்மன் புறப்பட்டான். மெய்க்காவல் படையினர் தொடர்ந்து வர நதிக்கரை வரை சென்று சுஷர்மனை

வழியனுப்பி விட்டுத் திரும்பிய ருக்மரதன் தன் தந்தையின் அரண்மனைக்குச் சென்றான். தோட்டத்தில் மாலை வெளிச்சத்தில் தன் நரைத்த தலைமுடி மின்னக் குனிந்தவண்ணம் புதியதாகப் பூத்திருக்கும் செண்பகப்பூவைப் பார்த்தபடி உட்கார்ந்திருந்தான் சல்லியன். ருக்மரதனைப் பார்த்ததும், "நல்லபடி வழியனுப்பினாயா?" என்று கேட்டான். புறப்படும் முன்பு பெரியவரின் இருப்பிடத்துக்கு வந்து வணங்கி விடைபெற்றுச் சென்றிருந்தான் சுஷர்மன். சுற்றி வளைக்காமல் நேரிடையாக விஷயத்துக்கு வந்தான் ருக்மரதன். "ஐந்து பேருக்கு ஒரு மனைவி. அப்படிப்பட்டவர்களின் மூத்த மகனுக்கு நாம் பெண் கொடுத்தால், அன்று துருபதனுக்கு அவர்கள் சொன்ன பதிலைப் போலவே நமக்கும் சொன்னால் என்ன ஆவது? நம்முடைய ஆரிய தர்மம் என்னாவது?"

முதியவனான சல்லியனுக்கு இது சரியென்று தோன்றவில்லை. இப்படியெல்லாம் மகனுக்குச் சொல்லிக் கொடுத்தவன் அந்தத் திரிகர்த்த தேசத்தவன்தான் என்று அவனுக்குப் புரிந்தது. நடந்தவை அனைத்தும் தப்பென்று அழைத்துப் புதிதாகச் செய்ய வேண்டுமென்று இந்த நண்பர்கள் இருவரும் பேசிக் கொண்டிருக்கிறார்கள். சட்டென மனசில் தோன்றியதைச் சல்லியன் சொன்னான்.

"அது அதர்மமென்றால், அதை பீஷ்மன் ஒப்புக் கொண்டிருப்பானா? ஆரிய தர்மங்களைப் பற்றி அவனைவிட அதிகம் தெரிந்தவர்கள் யார் இருக்கிறார்கள்?"

வாயைக் கட்டிப் போட்டதுபோல ஆனது ருக்மரதனுக்கு. பீஷ்மரும் துரோணாச்சாரியரும் ஒப்புக் கொண்டிருக்கிறார்கள். அதுமட்டுமல்ல, இப்படித் திருமணம் செய்துகொண்ட பாண்டவர் களின் ராஜசூயத்துக்கு எல்லா ஆரிய அரசர்களும் ஆரியப் புரோகிதர் களும் சென்றிருக்கிறார்கள். விருப்பமில்லையென்றால் அந்த வீட்டா ரோடு திருமண சம்பந்தத்தை நிறுத்திக்கொள்ளலாம். ஆனால் பாண்டவர்களின் திருமணத்தைத் தவறு என்று சொல்வது முறை யில்லை.

"உன் சிநேகிதன் இதைச் சொல்லிக் கொடுத்தானா?" என்று சல்லியன் கேட்டான். நண்பனைப் பழித்ததால் ருக்மரதனுக்குக் கோபம் மூண்டது. ஆனால் குரு பாஞ்சால தேசத்தவர்கள் எல்லாருமே இத்திருமணத்தை ஒப்புக்கொண்டிருக்கும் போது தன் நண்பன் மட்டுமே இதைப்பற்றிக் கேள்வியெழுப்புவது ஏன் என்று புரியாமல் குழம்பினான் ருக்மரதன். "ஆனால் ஆரியர்களிடையே இது போன்ற திருமணம் எங்காவது நடந்ததுண்டா?" என்று அடுத்த கேள்வியை எழுப்பினான் ருக்மரதன். சல்லியனிடம் இதற்கு விடை இல்லை. அங்கேயே நின்று பேச்சை வளர்க்க விரும்பாமல் தன் இருப்பிடத்துக்குத் திரும்பினான் ருக்மரதன். இரவில் தூக்கக் கலக்கத்தில் ஏதேதோ பிதற்றிய மனைவியிடம் இப்போது நிதானமாகப் பேசவேண்டும் என்று தோன்றியது.

ஆரியர்களின் நெறிமுறைகளைப் பற்றியும் பழக்க வழக்கங்களைப் பற்றியும் நன்கு அறிந்தவன் சல்லியன். ஆனால் ஒரு பெண்ணை ஐந்து சகோதரர்கள் கூடித் திருமணம் செய்து கொண்டதாக வேறெங்கும் நடந்ததாகக் கேள்விப்பட்டது கூட இல்லை. நடந்தது தர்மத்துக்கு மாறானது எனில் பீஷ்மனைப் போன்றவர்கள் எப்படி ஒப்புக் கொண்டார்கள்? மற்ற மற்ற அரசர்களும் தர்ம நியாயங்களைப் பற்றி நன்கு தெரிந்து வைத்துக்கொண்டிருக்கிற பண்டிதர்களும் ராஜசூய யாகத்துக்கு எப்படி வந்தார்கள்?

அந்தத் திருமணம் என்னமோ நெறிமுறைக்குட்பட்டதுதான், ஆனால் எப்படி என்பதுதான் புரியவில்லை. புரியாவிட்டால்தான் என்ன குடிமுழுகப் போகிறது என்று மனசை அமைதிப்படுத்திக் கொண்டு, மெய்க் காவல்படையினரோடு ரதமேறி ஆயுதப்பயிற்சிக் கூடத்துக்குச் சென்றான். மழை ஆரம்பித்த பிறகு பயிற்சியின் வேகம் குறைந்துவிட்டது. அவனும் இந்தப் பக்கம் வந்து பார்க்கவே இல்லை. ரதத்தின் சக்கரங்கள் சேற்றில் புதைந்து விட்டன. குதிரைகளால் இழுக்க முடியவில்லை. சுற்றிலும் ஐம்பது க்ஷத்திரிய இளைஞர்கள் வில்வித்தைப் பயிற்சியில் ஈடுபட்டிருந்தார்கள். மேலும் சுமார் இருபது இளைஞர்கள் வேறுவிதமான பயிற்சிகளில் ஈடுபட்டிருந்தார்கள். சல்லியன் வந்ததை அறிந்ததும் தமக்குள் பேசிக்கொண்டிருந்ததை நிறுத்தி விட்டு பயிற்சியில் முழு வேகத்தோடு ஈடுபட்டனர். வேர்வை வழியும் அவர்களின் உடல்கள் எண்ணெய் தடவியதுபோல மின்னின. சல்லியனுக்கும் ஒரு தாசிப் பெண்ணுக்கும் பிறந்த சலாகன் என்பவனின் மேற்பார்வையில் பயிற்சி நடந்துகொண்டிருந்தது.

அவன் சல்லியனை நெருங்கிக் கேட்டான்.

"அப்பா, யுத்தத்துக்கு கிளம்புவது எப்போது?"

"இன்னும் தெரியவில்லை மகனே, அவர்கள் சொல்லி அனுப்புவார்கள்."

"யுத்தம் நடக்குமோ, நடக்காமல் இருக்குமோ தெரியவில்லை. எதற்காகத் தினந்தோறும் பயிற்சி பயிற்சி என்று உடல் சோரக் கஷ்டப்பட வேண்டும் என எல்லாருமே அலுத்துக் கொள்கிறார்கள். அதற்காகத்தான் கேட்டேன்."

"யுத்தம் இருக்கிறதோ, இல்லையோ, பயிற்சியை நிறுத்தக்கூடாது என்று உனக்குத் தெரியாதா?"

"ஆனால் இந்த அளவுக்குக் கடுமையான பயிற்சி ஏன் என்பது தான் இவர்கள் கேள்வி."

சல்லியன் எதுவும் பதில் சொல்லவில்லை. மழைக்காலம் முடியு மட்டும் யுத்தம் வராது என்பது நிச்சயம். அது அவர்களுக்கும் தெரியும். எதுவும் சொல்லாமல், தானே ரதத்தைச் செலுத்திக்

கொண்டு முன்னால் சென்றான். வெட்டவெளி வந்ததும் ரதத்தை வேகமாக ஓட்டினான். பிறகு திடுமென நிறுத்தினான். சட்டென ஒடித்துத் திருப்பினான். அவை புதிய குதிரைகள், நிலமும் சேறாக இருந்தது. ஆனால் தனக்கு அவை அடங்குகின்றன என்று பெருமையோடு எண்ணிக்கொண்டான். "என்னதான் இருந்தாலும் 'நான் சல்லியன் அல்லவா' என்று பெருமிதத்தோடு ரதத்தைச் செலுத்தி வந்து ஒரு மூலையில் நிறுத்தினான். அப்போது 'அக்கா தங்கைகள் கூடி ஒருவனைத் திருமணம் செய்து கொள்வதைக் கேள்விப்பட்டிருக்கிறேன். ஆனால் அண்ணன் தம்பிகள் சேர்ந்து ஒரு பெண்ணைத் திருமணம் செய்துகொள்வதை எங்கேயும் கேள்விப் பட்டதில்லை' என்று நினைத்துக்கொண்டான். கொஞ்ச நேரம் ரதத்தின் மேலேயே உட்கார்ந்திருந்தான். பொழுது சாய்ந்தது! மழை வரும் அறிகுறிகள் தெரிந்தன. அரண்மனைப் பக்கம் ரதத்தைத் திருப்பி வந்து சேர்ந்தபோது நெருப்பில் நெய் சொரியும் ஹோமத்தின் மணம் கமழ்ந்தது. குளித்த பிறகு அவனும் சென்று ஹோமத்தில் பங்கெடுத்துக் கொண்டான். அதற்குப் பின் புரோகிதனை அருகில் அழைத்துத் தன் பிரச்சினையைச் சொன்னான்.

"பாஞ்சாலத்தையும் அஸ்தினாபுரத்தையும் சேர்ந்த வேத விற்பன்னர்கள் ஒப்புக்கொண்டிருக்கிறார்கள் என்றால் அது நியாய மாகத்தானே இருக்க வேண்டும்?"

அவன் பதில் சொன்னான். மேற்கொண்டு எதுவும் கேட்கச் சல்லியனுக்குத் தோன்றவில்லை.

* * *

தந்தைக்கும் மகனுக்குமிடையில் சிறிது வாக்குவாதம் நடந்தது. பீஷ்மரைப் போன்றவர்களே அதை ஒப்புக்கொண்டிருக்கிறார்கள் என்பதைக் காட்டிலும் பெரிய எந்த விடையையும் அப்பா சொல்ல வில்லை. துரியோதனனும் ஹஸ்தினாவதியைச் சேர்ந்த மற்றவர்களும் திரிகர்த்தர்களும் துரியோதனனை ஆதரிக்கும் மற்ற எல்லா அரசர் களும் இத்திருமணத்தைக் கிண்டல் செய்கிறார்கள் என்று மகன் சொன்னான். சகோதரர்கள் சேர்ந்து ஒரு பெண்ணைத் திருமணம் செய்து கொள்வது என்பது சில காட்டுவாசிகளின் பழக்கம் என்று அவன் சொன்னான். காட்டிலேயே பிறந்து வளர்ந்து பெரியவர் களாகி, காட்டுவாசிகளோடு பழகிப்பழகி பாண்டவர்களுக்கும் அப் பழக்கம் வந்துவிட்டது என்றும் ஆரிய நெறிகளை யெல்லாம் அவர்கள் பாழாக்கி விட்டார்கள் என்றும் மகன் வாதிட்டான். தன் மகளை அவர்களுக்குக் கொடுப்பது சாத்தியமில்லை என்றும் துரியோதனனைப் போன்ற செல்வச் செழிப்புள்ள அரசனைப் பகைத்துக்கொண்டு அவர்களுக்கு எதற்காக உதவ வேண்டும் என்றும் சொன்னான். மழைக்காலம் முடிந்து போக்குவரத்து இயல்பான நிலைக்குத் திரும்பிய பிறகு அவனது ஒற்றர்கள் செய்தியைக்

கொண்டுவரத் தொடங்கினார்கள். யுத்தம் நடப்பது உறுதியாகி விட்டது. பீஷ்மரும் துரோணரும் துரியோதனின் பக்கம் இருந்து அரசைக் காக்கிறார்களாம். ஆரியவர்த்தத்தின் பற்பல அரசர்களும் துரியோதனனின் பக்கம் ஆதரவு அளிக்கிறார்களாம். யாதவர்களின் கிருஷ்ணன் மட்டும் பாண்டவர்களின் பக்கம் நிற்கிறானாம். மற்றவர்கள் அனைவரும் கிருஷ்ணனின் அண்ணன் பலராமன் உட்பட – துரியோதனனுக்கு உதவும் பொருட்டுத் தொலைவான இடங்களில் இருந்து புறப்பட்டு விட்டார்களாம். “அப்பா, பீஷ்மனைப் போல தர்ம நியாயங்களில் கைதேர்ந்தவர் யாருமே இல்லை என்ற நீயே ஒரு நாளைக்குப் பத்து தரம் சொல்வாய். இப்பொழுது அவனே துரியோதனின் பக்கம் என்றால் நியாயம் யார் பக்கம் இருக்கிறது என்று நீயே புரிந்துகொள்” என்றான் ருக்மரதன்.

“பாண்டவர்களுக்கு நான் ஏற்கனவே உறுதி அளித்து விட்டேனே.”

அப்பாவும் குழப்பத்தில்தான் இருக்கிறார் என்று மகனுக்குத் தெரியும். வஜ்ரனும் அஜயனும் சேர்ந்து ஒரு வழியை ஆலோசித்துச் சொன்னார்கள்.

“சூதாடப்போகும்போது அவர்கள் நம்மைக் கேட்டுவிட்டுச் செய்யவில்லை. இப்போது யுத்தத்தையும் நம்மைக் கேட்டுவிட்டு நிச்சயிக்கவில்லை. எந்தப் பக்கத்திலும் நாம் சேர வேண்டாம். நடுநிலையாக இருந்து விடுவோம்.”

அந்தத் தருணத்துக்கு அதுவே சரியென ருக்மரதனுக்கும் தோன்றியது. இதற்குச் சல்லியனும் ஒப்புக் கொண்டான். எல்லார்க்கும் மனம் லேசானது.

வில்வித்தைப் பயிற்சிக்கு விவசாயிகள் வரத் தேவையில்லை என்று கிராமந்தோறும் அறிவிக்க ஏற்பாடு செய்தான் ருக்மரதன். மக்கள் நிம்மதிப் பெருமூச்சு விட்டார்கள். அம்முறை நல்ல அறுவடையை எதிர்பார்த்தார்கள் மக்கள். களையெடுத்தல், வேலி கட்டுதல், மாடு கன்றுகளைப் பராமரித்தல் ஆகியவற்றில் எல்லாரும் மும்முரமாக ஈடுபட்டிருந்தார்கள். ஆட்சி நிர்வாகத்தில் முழுக்கவனம் செலுத்தினான் ருக்மரதன். படையைத் தயார் செய்யும் பொறுப்பு வகித்துக் கொண்டிருந்த வஜ்ரனுக்கும் அஜயனுக்கும் அப்பொறுப்பிலிருந்து பெரும் விடுதலை கிடைத்தது. நல்ல மது இருந்தது. அழகான தாசிப் பெண்கள் படுக்கையில் துணை இருந்தார்கள். ஆனால் நாலைந்து நாட்களுக்குள்ளேயே அளவற்ற மகிழ்ச்சியே அலுப்பைக் கொடுத்தது. நாணை முறுக்கேற்றியபடி ஓடுவது, ஓடும் ரதத்திலிருந்து குறிபார்த்து அம்பு எய்துவது, யானையின் மேல் உட்கார்ந்தபடி காடுகளில் முட்புதர்களைத் தாண்டி விலங்குகள் மேல் குறிபார்த்து அம்பு எய்வது ஆகியவை தரும் சிலிர்ப்பும் சந்தோஷமும் படுக்கைச் சுகத்தில் இல்லை என்று அவர்கள் உணர்ந்தார்கள். ஒருநாள்

இருவரும் பேசிக்கொண்டே பயிற்சிக்கூடத்துக்குச் சென்றார்கள். ஆனால் அங்கே யாரும் இல்லை. க்ஷத்திரியர்கள் கூட இல்லை. கோபமுடன் படை வீரர்களை வரவழைக்க ஆணையிட்டனர். ஒவ்வொருவராக வந்த வீரர்கள் கைகுவித்து வணங்கி இருவரின் கட்டளைகளையும் கேட்டுக் கொண்டார்கள்.

"யுத்தமே இல்லை என்ற பிறகு வெறும் பயிற்சிகளால் எந்தப் பயனும் இல்லை. வேட்டையாவது ஆடலாம்."

அவர்கள் சொல்வதும் உண்மை என்றே தோன்றியது. யானைகளை அழைத்துக்கொண்டு, வில், அம்பு, ஈட்டி, கத்தி, வலை ஆகியவற்றையும் எடுத்துக்கொண்டு காட்டுக்குள் சென்றார்கள். மழையின் காரணமாகக் காடு பச்சைப்பசேல் என்று இருந்தது. மான், முயல் போன்றவற்றை வேட்டையாடினார்கள். இரண்டு சிறுத்தைகளும் ஒரு புலியும் கூட கிடைத்தன. எல்லாருக்கும் மெய்ச்சிலிர்க்கும் அனுபவம் கிடைத்தது. மறுநாள் அடுத்த காடு, அதற்கடுத்த நாள் பக்கத்திலிருக்கும் இன்னொரு காடு எனப் பதினைந்து நாட்களில் மத்ர தேசத்தில் இருக்கிற எல்லாக் காடுகளுக்கும் சென்றாகிவிட்டது. இன்னும் குறைந்த பட்சம் ஒரு மாத காலத்திற்கு எந்த வேட்டையும் கிடைக்காது. அடுத்து என்ன செய்வது என்று புரியவில்லை. வீரர்கள் அனைவரும் மது அருந்துவதிலும் பெண்களோடு இன்பமாக இருப்பதி லும் திளைத்தார்கள். வஜ்ரனும் அஜயனும் கூட இதே விதத்தில் பொழுதைக் கழித்தார்கள். ஆனால் மீண்டும் அலுப்பு. கடுமையான உழைப்பினால் உண்டாகும் அலுப்பிலிருந்து விடுபட வேண்டுமானால் பெண்ணின் துணை இன்பம் பயக்கும் என்பதும் முழுக்க முழுக்க பெண்களோடேயே இருப்பது போன்ற அலுப்பூட்டும் விஷயம் வேறெதுவும் இல்லை என்பதும் வெகு சீக்கிரத்தில் அவர்களுக்குப் புரிந்தது. மீண்டும் வேட்டையாடப் புறப்பட்டார்கள். மற்ற தேசத்தின் காடுகளுக்கு ஓடிச் சென்ற விலங்குகள் எதுவும் இன்னும் திரும்பி வரவில்லை என்று அறிந்து நிராசையுடன் திரும்பினார்கள்.

அஜயன் வஜ்ரனிடம் சொன்னான்.

"ஆயுதப் பயிற்சி செய்து பழகியதைப்போல நாமெல்லாம் விவசாய வேலைகளையும் பழகியிருந்தால் நன்றாக இருந்திருக்கும், இல்லையா அண்ணா?"

"விவசாயம் பார்த்துக் கொண்டிருந்தால் நம்மால் எப்படி வீரர் களாக ஆக முடியும்? ஆயுதப்பயிற்சி, யுத்தம், எஞ்சிய நேரங்களில் இன்பம். இவையே வீரர்களின் வாழ்க்கை முறை."

"யுத்தம் நடந்துகொண்டிருந்தால் பரவாயில்லை. இல்லையென்றால் வெறிபிடித்த மாதிரி இருக்கிறது பார்."

"அதனால்தான் யுத்தம் வருமாறு செய்ய வேண்டும். இல்லை யென்றால் நமக்கு எந்தவித சுகமும் இல்லை. இன்னொரு முக்கிய விஷயமும் இதில் இருக்கிறது. எந்த யுத்தமும் இல்லாமல் வெகு காலம் கழிந்து விட்டால் அரசர்கள் எப்படி நம்மை வைத்துக் கொண்டிருப்பார்கள்? நீங்களும் சென்று விவசாயம் பாருங்கள் என்று அனுப்பி விடுவார்கள். அப்புறம் சேற்றில் இறங்கித்தான் நாம் வேலை செய்ய வேண்டும். அதுமட்டுமல்ல, வீரன் என்கிற கௌரவமும் இல்லாமல் போய்விடும்."

அஜயன் மௌனமானான். அண்ணனின் வார்த்தைகளை ஒப்புக் கொண்டான். இதற்கு வேறென்ன வழி என்று இருவரும் மௌனமாக யோசிக்கத் தொடங்கினார்கள். ஏதோ புதுசாக ஒன்றைக் கண்டு பிடித்துவிட்டவனைப்போல குரலைத் தாழ்த்தி, "எல்லாம் அளவோடு இருந்தால் பெண்களை நாம் வெற்றிகொள்ள முடியும். அளவுக்கு மீறிப் போனால் அவர்களிடம் நாம் தோற்கத்தான் வேண்டும். இந்த அவமானத்தைக் காட்டிலும் யுத்தத்தில் இறப்பது எவ்வளவோ மேல் அல்லவா" என்றான் வஜ்ரன்.

ருத்மரதனுக்கு இப்படிப்பட்ட கவலைகள் எதுவும் இல்லை. நிர்வாகத்தில் இருக்கிற பிரச்சினைகளைத் தீர்ப்பதற்கே நேரம் சரியாக இருந்தது. எந்த வேலையுமே இல்லை என்கிற சந்தர்ப்பத்தில்தான் வேட்டைக்குச் சென்றான். அப்புறம் எந்த அரசனுடனாவது சூது ஆடினான். பெண்களின் பக்கம் அவன் மனம் ஈடுபடுவதே மிகவும் குறைவு. அதுவுமன்றி அவனுக்கு வயசும் ஐம்பதை நெருங்கிக் கொண்டிருந்தது. வரப்போகும் யுத்தத்தில் யார் பக்கமும் சேராமல் நடுநிலைமை வகிப்பது என்று தந்தை, மகன், தம்பிகள் எல்லாரும் கூடி ஏகமனதாக முடிவு எடுத்திருந்தாலும் கூட ருக்மரதனின் மனம் அமைதியுறவில்லை. அரசனாக இருப்பதால் ஏனைய தேசங் களின் செய்திகளையும் நடப்புகளையும் அறிந்து கொள்வது அவனுக்கு முக்கியமாக இருந்தது. அடுத்தடுத்து ஒற்றர்கள் செய்திகளைக் கொண்டு வந்த வண்ணம் இருந்தார்கள். கோடைக்காலத்தில் சென்ற சிலர் மழைக்காலமான பிறகும் கூட இன்னும் திரும்பவில்லை. இப்பொழுதுதான் ஒவ்வொருவராக வர ஆரம்பிக்கிறார்கள். ஹஸ்தினாவதியிலிருந்தும் கூட ஆட்கள் வந்திருந்தார்கள். யுத்த ஏற்பாடுகளைச் செய்யும் மைய இடமாகப் பாண்டவர்கள் வகுத்துக் கொண்ட உபப்லவ்யத்திலிருந்து கூட சிலர் திரும்பி வந்திருந்தார்கள். தொலை தூரத்தில் உள்ள காசி வரையில் சென்று வந்தவர்களும் இருந்தார்கள். சிலர் பாண்டவர்களுக்கு ஆதரவாகவும் மற்றவர்கள் துரியோதனனுக்கு ஆதரவாகவும் இருக்கிறார்களாம். ஆனால் இந்த யுத்தத்தில் எந்தப் பக்கமும் சேராமல் நடுநிலை வகிக்கிற அரசு எதுவுமே இல்லையாம். மேலும் கிராதர்கள், ராட்சசர்கள், நாகர்கள் போன்ற ஆரியர் அல்லாதவர்கள்கூட இந்த யுத்தத்தில் பங்கெடுக்க இருக்கிறார்களாம். பகாசுரன், இடும்பாசுரன் போன்றவர்களை பீமன்

ஏற்கனவே கொன்றிருக்கிறானாம். பீமனை எதிர்த்துப் பழி தீர்த்துக் கொள்ளும் பொருட்டு இந்த இருவரின் சொந்தக்காரர்களும் துரியோதனனின் பக்கம் சேர்ந்திருக்கிறார்களாம். "இதை வைத்து எப்படியாவது செழுமைப்படுத்திப் பிழைத்துக் கொள்ளுங்கள்" என்று ஒரு காலத்தில் திருதராஷ்டிரன் காண்டவபிரஸ்தம் என்னும் பகுதியைப் பாண்டவர்களுக்குத் தந்து அனுப்பினான் அல்லவா, அப்பகுதியைச் சுற்றி இருந்த காடுகளையெல்லாம் பாண்டவர்கள் அழித்து விவசாய நிலங்களாக மாற்றும்போது அங்கு வசித்து வந்த நாகர்களைப் பகைத்துக்கொண்டார்களாம். கோபமுற்ற அர்ஜுனன் நல்ல வெயில் காலத்தில் அந்தக் காடுகளுக்குத் தீ மூட்டிவிட்டானாம். எவ்வளவோ நாகர்கள் இறந்து போக, எஞ்சிய சிலர் மட்டும் அங்கிருந்து தப்பிச் சென்றார்களாம். திரிகர்த்த, காந்தார தேசத்தில் இருக்கிற நாகர்களை யெல்லாம் அழைத்த துரியோதனன், "அர்ஜுனனைக் கொல்ல இது சரியான வாய்ப்பு" என்று சொன்னானாம். அவர்கள் அனைவரும் தமக்கே சொந்தமான ஒரு படையை வகுத்துக்கொண்டு துரியோதனனின் பக்கம் சேர்ந்துவிட்டார்களாம். இடும்பனின் தங்கைக்கும் பீமனுக்கும் பிறந்த கடோத்கஜன் என்னும் ராட்சசன் ஒருவன் இருக்கிறானாம். அவன் உதவியைப் பெறுவதற்காகப் பீமனையே அனுப்பினார்களாம் பாண்டவர்கள். ஒரு வருஷ காலம் மட்டுமே தன்னோடு இருந்துவிட்டுச் சென்றவன்தான் எனினும் இடும்பைக்குப் பீமனின் மேல் இருந்த காதல் துளியும் குறையவில்லையாம். தன் ராட்சசப் படையோடு கடோத்கஜன் பாண்டவர்கள் பக்கம் சேர்ந்து விட்டானாம். பகாசுரன் மற்றும் இடும்பனின் சாவுக்காகப் பழிவாங்கத் துடித்து துரியோதனின் பக்கம் சேர்ந்து கொண்ட ராட்சசர்களுக்கு எதிராகப் பாண்டவர்கள் இந்த கடோத்கஜனைக் கொண்டுவந்து நிறுத்தியுள்ளார்கள்.

ஒவ்வொருவரும் கொண்டுவந்த செய்திகளைக் கேட்டபிறகு ருக்மரதனின் மனச்சித்திரம் பெரிதாக வளர்ந்தது. மொத்தத்தில் இதுவரையில் இவ்வளவு பெரிய அளவில் எந்த யுத்தமும் நடந்த தில்லை. எங்கேயும் கேள்விப்பட்ட ஞாபகம் கூட யாருக்கும் இல்லை. தனக்குள் மனச்சித்திரத்தை எழுப்புவதில் ருக்மரதனுக்கு ஆர்வம் பிறந்தது. எவ்வளவு வீரர்கள், எத்தனை ரதங்கள், எத்தனை குதிரைகள், எப்படிப்பட்ட போர்க்கருவிகள், எவ்வகையான யுத்த வியூகங்கள் என்றெல்லாம் யோசிக்க ஆரம்பித்தான். தனக்கு வெகு அருகிலேயே ஆரியர்களும் ஆரியர் அல்லாதோர்களும் சேர்ந்து இப்படிப்பட்ட ஒரு பெரிய யுத்தத்தில் ஈடுபட்டிருக்கும்போது, நடுநிலை என்ற பெயரில் மூடிய கதவுகளுக்குப் பின்னால் தான் மட்டும் எப்படி உட்கார்ந்திருக்க முடியும்? இப்படி ஒரு யுத்தம் நடந்ததென்று வயசான காலத்தில் சின்னப்பிள்ளைக்கு சொல்லும்போது 'நீ ஏன் யுத்தத்தில் சேரவில்லை?' என்று அவர்கள் கேட்கும்போது அவர்களுக்கு என்ன வென்று பதில் சொல்வது எனக் குழம்பினான். யுத்தத்தில் பங்கெடுத்துக்

கொள்வதில்லை என்று அப்பாவுக்கு வாக்குறுதி கொடுத்திருக்கிறான். யுத்தபூமி என்பது வெறும் பார்வையாளனுக்கான இடம் அல்ல. பார்வையாளனுக்கு அங்கே எந்தவிதமான மதிப்பும் இல்லை என்கிற ரீதியில் பிறந்த எண்ணங்களால் அவனது உற்சாகம் வடிந்தது.

ஒரு நாள் அவையில் அமர்ந்து நிர்வாகத் தொடர்பாகப் பேசிக் கொண்டிருக்கும்போது முக்கியத் தச்சனாகிய நந்தகன் வந்தான். "உடைந்துபோன ரதங்களைச் சரிப்படுத்தவும் புதுசாக இருநூறு ரதச்சக்கரங்கள் தயாரிக்கவும் பொருள்களைச் சுமந்து செல்ல ஐந்நூறு புதிய வண்டிகள் வேண்டுமென்றும் ஏற்கனவே கட்டளையிடப் பட்டிருந்தது. எல்லாக் கிராமங்களிலிருந்தும் தச்சர்களை இதற்காக வரவழைத்துவிட்டேன். இப்போது என்னடாவென்றால் யுத்தத்திற்குச் செல்லும் எண்ணம் கைவிடப்பட்டு விட்டதென்றும் எந்த வேலையும் வேண்டாம் என்றும் மந்திரி சொல்கிறார். 'கிராமங்களில் கிடைக்கக் கூடிய வேறு சின்னச்சின்ன வேலைகளையெல்லாம் விட்டு எல்லாத் தச்சர்களும் வந்துவிட்டார். ஒரு வருஷம் செய்யவேண்டிய வேலை வீணாகிவிட்டது. உங்களுக்கு வேலை வேண்டாமென்றாலும் கூட எங்களுக்குச் சேர வேண்டிய கூலி கொடுத்து விடுங்கள்' என்று அந்தத் தச்சர்கள் சொல்கிறார்கள்.

கொடுக்க முடியாது என்று இப்போது மறுப்பதற்கில்லை. கொடுத்த பிறகு அவர்களிடம் வேலை வாங்க வேண்டும். செய்யும் ரதச் சக்கரங்கள், வண்டிகள் எல்லாம் பயன்படுத்த முடியாமல் குவிந்து துருப்பிடித்துவிடும். அவர்களுடைய கூலிக்காகக் கருவூலத்தில் இருக்கிற தானியங்களையும் கம்பளிகளையும் எடுத்துக் கொடுத்து விட்டால் அந்த அதிகப்படிச் செலவுக்காகும் தொகையைக் கூடுதல் வரியாக விவசாயிகளிடமிருந்து வசூலிக்க வேண்டும். ஒரே குழப்பமாக இருந்தது. நாளை முடிவு சொல்வதாகச் சொல்லி அவனை அனுப்பி வைத்தான். அன்றே நண்பகல் வேளையில் கொல்லன் வந்தான். அவனும் அதே பிரச்சினையை முன் வைத்தான். அம்புகளில் பொருத்தப்படும் உலோகத்தாலான கூர் முனைகள், கத்திகள், கேடயங்கள் முதலியவற்றைத் தயாரிக்கும் வேலை ஆரம்பித்தாகி விட்டது. மொத்தமாக எவ்வளவு தேவையாக இருக்கும். இன்னும் அதிகப்படியாக எத்தனைக் கொல்லர்களை வரவழைக்கலாம் என்று கேட்டு வந்தான். அவனையும் அடுத்த நாள் வரச்சொல்லி அனுப்பி வைத்தான்.

* * *

அந்த வருடத்தில் நல்ல விளைச்சல் - கதிர்கள் வளர ஆரம்பித்தன. மற்ற தானியப்பயிர்களிலும் பூ விட ஆரம்பித்துவிட்டது. பரந்த வயல்வெளிகளின் அழகு மீண்டும் மீண்டும் பார்க்கத் தூண்டியது. நகருக்கு வெளியே குதிரை ஏறிச் சென்றான் சல்லியராஜன். கூடவே நான்கு மெய்க்காவற்படை வீரர்கள் சென்றார்கள். ஏதோ ஒரு

வயலின் புல்வெளியில் குதிரையை விட்டிறங்கிய சல்லியராஜன் கால்களை நீட்டி உட்கார்ந்தான். சின்ன வயசிலிருந்து அவனுக்குப் பிடித்தமான பச்சை வயல்களின் மணத்தை ஆழ்ந்து நுகர்ந்தான். எத்தனை ஆண்டுகள் கழிந்துவிட்டன என்று ஆச்சரியத்தில் மூழ்கினான். ஒரு விதமான ஈர்ப்பு அவனை ஆட்கொண்டது. இந்தப் பசுமையின் வாசனையை நுகரும்போது இன்னும் எத்தனை ஆண்டுகள் வேண்டுமானாலும் வாழலாம் என்று தோன்றியது. இயற்கையோடு இயைந்தபடியே வாழ்ந்துவிட்ட இத்தனை ஆண்டுகளின் நினைவு களும் மனசில் புரண்டன. பசுமையின் மணம் தேங்கிய நீர்நிலையை ஞாபகப்படுத்தியது. எதற்காக என்று புரியவில்லை. சிறிதும் உற்சாகம் இல்லை. அரண்மனை, ருசியான சாப்பாடு, சேவை செய்யும் தாசிப் பெண்கள், பிள்ளைகள், பேரப்பிள்ளைகள் - எல்லாமே தேங்கிவிட்ட நீராகத் தோன்றுகிறது. இன்னும் எத்தனை ஆண்டுகள் உயிரோடு இருக்க இயலும்? பீஷ்மனுக்கு நூற்றியிருபது வயசாம். தானும் அந்த வயசுவரை வாழக்கூடும். ஆனால் அவன் ஜென்ம பிரம்மச்சாரி. ஒரு பிரம்மச்சாரியின் ஆயுள் காலம் அதிகமாக இருக்குமோ என்று தன்னைத்தானே கேட்டுக்கொண்டான். அதிக நாட்கள் உயிரோடு வாழ வேண்டுமென்று அவன் சபதம் செய்யவில்லை, தன்னாலும் அத்தனை ஆண்டுகள் வாழ முடியும் என்று எண்ணிக்கொண்டான். ஆனால் உயிர்வாழ்ந்து என்ன செய்ய? அரசாங்கப் பொறுப்பை ஏற்றுக் கொள்ள வேண்டிய அவசியமில்லை. அதற்கு விருப்பமும் இல்லை, இப்போதெல்லாம் மதுவில் எந்த விதமான நாட்டமுமில்லை. பெண்களின்பால் ஈடுபாடும் இல்லை. ஈடுபாட்டுக்குத் தேவையான ஆதாரச் சக்தி வற்றி எத்தனையோ ஆண்டுளாகி விட்டன. இதற்கிடையில்தான் யுத்தத்தின்பால் ஆர்வம் பிறந்தது. ஆனால் அதற்குள் யுத்தத்திற்குச் செல்லக்கூடாது என்று முடிவும் ஆகிவிட்டது. கதிர்கள் வெடிக்கும் சமயம் இப்போது. அதன் மணத்தை மீண்டும் ஆழ்ந்து நுகர்ந்தான். குதிரை ஏறி வாள்பிடித்தும் ரதம் ஏறி வில் பிடித்தும் போர்புரியும் க்ஷத்திரியனுக்கு பயிர்பச்சையின் மணம் நுகரும் விருப்பம் எதற்கு என்று நினைத்தபடி புல்தரையிலேயே மல்லாந்து படுத்தான். மெய்க்காவல் வீரர்கள் கீழே விரிக்க ஒரு விரிப்பைக் கொண்டுவந்தார்கள். வேண்டாம் என்று அவர்களைக் கைச்சைகையால் தடுத்து அப்படியே படுத்தான். பீஷ்மன்தான் துரியோதனனின் கடைசிச் சேனாதிபதியாம். ஆற்றல் மிக்க வீரன். விரிந்த மார்க்கட்டு. 'இந்த வயசில் எனக்கு எதற்கு சேனைத் தலைமைப் பதவி, பேசாமல் காட்டுக்குச் சென்று தவம் செய்யப் போகிறேன்' என்று ஏன் அவனுக்குத் தோன்றவில்லை? தவத்திற்கும் பிரசித்தி பெற்ற வம்சம்தான் அது. இமைகளை மெல்லத் திறக்கும் போது ஏழு நிறங்களில் ஒளிக் கீற்றுகள் தோன்றி யுத்தத்தில் பாயும் அம்புகளைப் போலத் தாக்கின. சல்லிய ராஜன் திடுமென எழுந்து உட்கார்ந்தான். மெய்க்காவல் படையினர் குதிரையைச் சரியாகப் பிடித்துக்கொண்டார்கள். மெல்ல ஏறி ஆசனத்தில் அமர்ந்து ஊருக்கு

வெளியே ஓட்டினான். மெய்க்காவல் வீரர்களின் குதிரைகளைப் பின்தள்ளிவிட்டு, அவன் குதிரை முன்னோக்கிப் பாய்ந்தது. சிறிதும் பிடி தளராமல் அலுப்புமில்லாமல் ஓட்டினான். தொடர்ந்து வந்த வீரர்களின் கண்களுக்கு வெறும் புழுதிப் படலம் மட்டும்தான் தெரிந்தது. குதிரை தெரியவில்லை. சல்லியரானுக்கு உற்சாகம் மூண்டது. சிறிது நேரத்திற்குள் குதிரைக்கு வேர்த்தது. அவனும் வேர்வையில் மூழ்கினான். அலுப்பு நீங்கியது.

* * *

ருக்மரதனுக்குச் சூதாடலாமா என்ற எண்ணம் தோன்றியது. சகோதரர்களான வஜ்ரன், அஜயனுடன் ஆடினால் அத்தனை நிறைவு கிட்டுவதில்லை. அவர்களை வெல்வதற்கும் அல்லது அவர்களிடம் தோற்பதற்கும் இடையில் பெரிய வித்தியாசம் எதுவும் இல்லை. அதில் எந்த விதமான உற்சாகமும் இல்லை. தனக்கே சொந்தமான காடுகளில் வேட்டையாடுவதிலும் அத்தனை உற்சாகம் பிறப்பதில்லை. பத்து ஆண்டுகளாக இந்த ஆட்சி நிர்வாகத்தைத் தனியே கவனித்து வந்துள்ளான் அவன். அதற்கு முன்பு அப்பாவுக்குத் துணையாக இருந்தான். அதிலும் அத்தனை உற்சாகமில்லை. அக்கம்பக்கத்து ராஜாக்களுடன் சூதாடுவது கூட உற்சாகமாகத்தான இருந்தது. தாயக்கட்டைகள் உருண்டு நிற்கும் காட்சி மூச்சைப்பிடித்துக் கொண்டு பார்க்கிற வண்ணம் இருந்தது. ஆனால் இப்போது எல்லாரும் யுத்த ஏற்பாடுகளைக் கவனித்துக் கொண்டிருந்தார்கள். எப்போதும் யுத்தத்தைப் பற்றியே பேசினார்கள். யாருக்கும் சூதாடுவதில் நாட்டமில்லை. ஒருவன் பாண்டவர்கள் பக்கமா அல்லது துரியோதனன் பக்கமா என்பதை ஆதாரமாகக் கொண்டு இன்னொருவனுக்கு அவன் நண்பனாகவோ அல்லது பகைவனாகவோ ஆனான். நண்பனாகவுமில்லாமல் பகைவனாகவுமில்லாமல் உறவு வைத்துக்கொள்வது ஒரு க்ஷத்திரியனால் முடியாத காரியம் என்று தனக்குத் தானே சொல்லிக்கொண்டான் அவன். சுஷர்மனின் எதிரியாவதிலிருந்து தற்சமயத்துக்குத் தப்பித்தாயிற்று. ஆனால் தொடக்க காலத்தில் இருந்த இறுக்கமான நட்பும் நெருக்கமும் இப்போது இல்லை என்பதை அவன் மனம் உணர்ந்தது. பாண்டவர் களுக்கு ஆதரவாகவாவது யுத்தத்திற்குச் சென்றுவிட வேண்டும் என்று அடி மனத்தின் ஒரு மூலையில் ஒரு எண்ணம் உதித்தது.

ஒரு நாள் துரியோதனனின் தம்பி துச்சாதனனே வந்தான். நகர வாயிலில் வந்து இறங்கியதும் தனது வருகையைக் குறித்துத் தூதுவர்கள் மூலம் செய்தியனுப்பினான். ருக்மரதன் தன் சகோதரனான வஜ்ரனை ரதத்தோடு அனுப்பி அரச கௌரவத்தோடு வரவேற்று அழைத்து வருமாறு செய்தான். முதலில் சல்லியராஜனின் பாதங் களைத் தொட்டு வணங்கி ஆசிகள் பெற்றான் துச்சாதனன், பிறகு 'மாமா' என்று அன்போடு அழைத்துத் தனக்கு அதிகம் நேர

மில்லை என்கிற பீடிகையோடு தன் பேச்சைத் தொடங்கினான். "பாண்டவர்கள் உங்களின் மருமகப்பிள்ளைகள் என்பது நிஜம். அதே சமயத்தில் நாங்களும் உங்களுக்கு மருமகப் பிள்ளைகள்தானே. பாண்டுவைத் திருமணம் செய்துகொண்ட உங்கள் தங்கை என்ன சுகத்தைக் கண்டாள் சொல்லுங்கள், அவளுடைய சாவுக்கு நாங்கள் பொறுப்பல்ல. அவள் காட்டுக்குப் போனதற்குக் கூட நாங்கள் காரணமாக இருந்ததில்லை. உங்கள் தங்கை பிள்ளைகளுக்கு ராஜ்ஜியம் வேண்டும் என்று நீங்கள் விரும்பினால், அது வேறு விஷயம். அவர்களுக்காக நாங்கள் ராஜ்ஜியத்தைக் கொடுத்தாலும் கூட, அவர்கள் குதிரைகளைக் கழுவிக் குளிப்பாட்ட வேண்டும் என்கிற தலையெழுத்திலிருந்து தப்ப முடியவில்லை. மூத்த மனைவியின் பிள்ளைகள்ஏறும் குதிரையின் சாணத்தை அள்ளுவதே அவர்களின் தொழிலாக இருக்கும்போது, அந்த மூத்த மனைவியின் பிள்ளைகளுக்கு நீங்கள் எதற்காக ஆதரவளிக்க வேண்டும்? யுத்தத்தில் நாங்கள் வெல்லும் பட்சத்தில் உங்கள் தங்கையின் பிள்ளைகளாகிய இருவருக்கும் அந்த ராஜ்யத்தைக் கொடுக்கிறோம். இது துரியோதனன் இட்ட கட்டளைச் செய்தி. மூத்தவர்களாகிய மூவரிடம்தான் எங்களுக்குப் பகை. சின்னவர்களிடம் அல்ல" என்றான்.

பாண்டவர்கள் ஐவரோடுமிருந்த நெருக்கமான உணர்வு உடைந்ததைப்போல இருந்தது சல்லியராஜனுக்கு. அதற்குள் ருக்மரதனைப் பார்த்த துச்சாதனன், "யுத்தம் என்றால் அதற்குப் பணம் வேண்டும். படை வீரர்களுக்குத் துணிமணிகளும் சாப்பாடும் ஆயுதங்களும் வழங்க வேண்டும். தம் உயிரைக் கூட விடத் தயாராய் அவர்கள் ஏன் காத்திருக்க வேண்டும்? என்னிடம் ஆயிரம் கம்பளிகள், ஆயிரம் ஜோடி உறைகள், ஒரு குடம் நிறைய தங்க நாணயங்கள் உள்ளன. உன் சேனைக்குப் பரிசாக அல்ல. மூத்தவரான மாமனை வணங்கிச் செலுத்த வேண்டிய அன்பளிப்பாகக் கொண்டு வந்துள்ளேன். இங்கிருந்து நீங்கள் புறப்பட்ட நாளிலிருந்து, போர் முடிந்து அங்கிருந்து திரும்பி ஊர்வந்து சேரும் வரைக்கும், எல்லாப் படை வீரர்களுக்கும் யானைகளுக்கும் குதிரைகளுக்கும் தேவையான எல்லாவிதமான வசதிகளையும் நாங்கள் செய்து தருகிறோம். அது எங்கள் பொறுப்பு. எவ்வளவு பால், நெய், மாவு, அரிசி தேவைப்படும் என்பதை இப்போதே எனக்குச் சொல்லிவிடுங்கள். அதுபோல இரண்டு மடங்கு கிடைக்க நான் ஏற்பாடு செய்கிறேன். அஸ்தினாவதி அரசனின் கை எவ்வளவு தாராளமோ, அந்த அளவுக்கு அவனுடைய சமையல் காரர்களும் தாராளமானவர்கள்" என்றான்.

சல்லியராஜன் எதுவும் பேசவில்லை. ருக்மரதனின் முகத்தைப் பார்த்தே அவனுடைய மனப் போக்கை ஊகித்தான் துச்சாதனன். பிறகு மீண்டும் அவனே தொடர்ந்து, "இன்னும் ஒரு விஷயம். இந்த யுத்தம் நடந்தே தீரும் என்று எண்ண வேண்டாம். அந்தக் கிருஷ்ணனின் பேச்சைக் கேட்டுக்கொண்டு எங்களைப் பயமுறுத்தினார்கள்

பாண்டவர்கள். 'எங்களுக்கு அவர்கள் ஆதரவு இருக்கிறது, இவர்கள் ஆதரவு இருக்கிறது' என்று கூச்சலிட்டார்கள். 'எங்களுக்கும் ஆதரவு கொடுப்பவர்கள் இருக்கிறார்கள். வாருங்கள் காட்டுகிறோம்' என்று சொன்னோம். இப்போது அவர்களுடைய ஆட்கள் வருகிறார்களாம். நாம் அனைவரும் ஓர் அணியாக நின்று அவர்களை எதிர்ப்போம். பலப்பரீட்சையில் இறங்கும் முன்பு 'பார்த்துக் கொள்ளுங்கள் எங்கள் கூட்டத்தை' என்று காட்டுவோம். அப்போது அவர்கள் வழிக்கு வருவார்கள். யார் பக்கம் நியாயம் இருக்கிறது என்பதை அப்போது தீர்மானிக்கலாம். சிம்மாசனத்தில் நாங்கள் தொடந்து இருப்பதோ அல்லது அதைத் துறப்பதோ முக்கியமில்லை. தர்மம் ஜெயிக்க வேண்டும். அது முக்கியம். தர்மம் தோற்றால், மக்களுக்கு எப்படி நல்லது நடக்கும்? துரியோதனன் அரசாளுவது மக்களுக்காகத்தான், நீங்களே அஸ்தினாவதிக்கு வந்து பாருங்கள்" என்றான்.

* * *

நகருக்குக் கிழக்குப்புறமாக நதிக்கரையோரத்தில் விதுரனின் வீடு இருந்தது. உதிக்கும் சூரியனைப் பார்த்தபடி முன்வாசலிலிருந்து வாசலின் முன் கல்லாலும் சாந்தாலும் கட்டப்பட்ட பெரிய முற்றம் இருந்தது. அதற்கு முப்பது படிகள் கீழே கங்கை நதி. ஓடும் நீருக்குப் பக்கத்தில் உட்கார்ந்திருப்பது குந்தியின் பழக்கம். தண்ணீரின் மேல் இருக்கிற ஈடுபாட்டாலோ அல்லது பொழுது போகாத அலுப்பினாலோ, மத்தியான வெயில் வேளையில் மரத்தடியில் உட்கார்ந்திருந்தாள். மீன்கள் நீந்தி விளையாடும் நீரில் இரண்டு பாதங்களும் இருந்தன. அழுக்கு எதுவும் இல்லாவிட்டாலும் மீன்கள் நெருங்கி நெருங்கிப் பாதங்களைச் சீண்டுகின்றன. மீன்கள் மேலே துள்ளிக் கலக்காத தருணங்களில் நீர்ப்பரப்பில் அவளுடைய பிம்பம் தெளிவாகத் தெரிந்தது. உயரமான உருவம். சுருக்கம் விழுந்த முகம், வெளுத்த கூந்தல், இந்தப் பிம்பத்தைப் பார்த்து பார்த்து அலுப்பாகி விட்டது அவளுக்கு. நீரின் முன் உட்கார்ந்தால் வேறு எதுவும் தெரிவதில்லையே, சமாதானப் பேச்சுவார்த்தைக்காகக் கிருஷ்ணன் சென்றுள்ளான். ஆகாத வேலையைச் செய்ய இவன் எதற்காக வந்தான் என்று தோன்றியது அவளுக்கு. அங்கே என்னென்ன பேசுகிறார்களோ என்று நினைத்துக்கொண்டிருந்தபோது எதிரே விதுரன் வந்தான். அரண்மனைக்குக் கிருஷ்ணனுடன் அவனும் சென்றிருந்தான். குந்தி திரும்பிப் பார்த்தாள். அக்கம்பக்கத்தில் யாரும் இல்லை என்பதைச் சுற்றிப் பார்த்து உறுதி செய்துகொண்ட பிறகு குந்தியை நெருங்கி உட்கார்ந்தான் அவன். பிறகு தன் அரண்மனைக் கோலத்தை அகற்றி மார்பிலும் தோளிலும் குளிர்ந்த காற்று படும்படிச் செய்தான்.

"கிருஷ்ணன் எங்கே?"

"கிருஷ்ணனைப் பிடித்துக் கட்டிச் சிறை வைக்க முயற்சி செய்தான் துரியோதனன். 'என் ஊருக்குள் வந்து எனக்கு ஆதரவாக

இருப்பவர்கள் வீடுகளுக்குச் சென்று அவர்களின் மனசைக் கெடுக்கிற வேலையைச் செய்கிறாயா' என்றான். கிருஷ்ணனின் மெய்க்காவல் படையினர் எச்சரிக்கையாக இருந்ததால், கிருஷ்ணனால் தப்பிக்க முடிந்தது. 'இனி நீ இங்கே இருப்பது சரியல்ல' என்று நானும் சொன்னேன். அவனும் உடனே கிளம்பிப் போய்விட்டான். நீ செய்ய வேண்டியது என்ன என்று நேற்று இரவே உன்னிடம் சொல்லி இருக்கிறானாமே, அதை ஞாபகப்படுத்து என்று மட்டும் அவசரம் அவசரமாகச் சொல்லிவிட்டுப் போனான்."

"சரி" என்றாள் குந்தி. பிரமைபிடித்ததுபோல எதிரே உட்கார்ந் திருந்த விதுரனிடம் மீண்டும் கேட்டாள்.

"என்னதான் நடந்தது அங்கே?"

"தூதனாக வந்த கிருஷ்ணனைக் கட்டிச் சிறைப்பிடிக்க முயற்சி செய்தான் என்றுதான் சொன்னேனே, அதற்குமேல் சொல்ல என்ன இருக்கிறது?"

"அதுதான் தெரிந்த விஷயமாயிற்றே, அப்புறம் எதற்கு தூதனுப்ப வேண்டும் இவர்கள்?"

"இன்னொரு விஷயத்தையும் பேசினான் துரியோதனன். பிதாமகர் அதைக்கேட்டு அதிர்ந்து விட்டார். திருதராஷ்டிரனின் முகத்தைப் பார்த்தபோது அவ்விஷயத்தைக் கேட்டு உள்ளுக்குள்ளேயே மகிழ்ச்சியடைகிறான் என்று எனக்குத் தோன்றியது. பாண்டவர்களில் யாருமே அவர்களுடைய அப்பாவுக்குப் பிறந்தவர்கள் அல்லர். அவர்களைப் பாண்டவர்கள் என்று கூப்பிடக் கூட என் மனம் ஒப்புக் கொள்ளவில்லை. இந்த வம்சத்தையே சேராதவர்களுக்கு அநியாயமாக இந்த ராஜ்யத்தில் பங்கு கொடுத்தீர்கள். அந்த அநியாயத்தை, சூதில் வென்று நான் சரி செய்தேன். இப்பொழுது மீண்டும்..."

"அப்படியென்றால் குந்தி விபச்சாரி என்றானா?"

"அந்தப் பொருளில் அவன் சொல்லவில்லை. நியோக முறையில் பிறந்த பிள்ளைகள் சட்டப்படியான சந்ததியாக மாட்டார்கள் என்றான். காலம் காலமாக இருந்து வருகிற மரபுகளை வேரறுக்கிற மாதிரி பேசினான். அவன் சகோதரர்களும் கர்ணனும் சகுனியும் இதற்கு ஆதரவு அளிக்கிறார்கள்..."

"ராஜ்ஜியத்தை விட்டுக்கொடுக்க மனசில்லாமல்..."

"ஆமாம் ஆமாம். கொஞ்சமும் நெறிமுறையற்ற வார்த்தைகள்."

குந்தி எதுவும் பேசவில்லை. பாதங்களின் மேல் ஓடும் நீர்ப் பரப்பையே பார்த்தபடி அமைதியாயிருந்தாள். நீரில் தெரியும் தன் நிழலைப் பார்த்தபடி இருந்தாள். உயர்ந்த உருவம். அதனால்தான் அவளுக்குப் பிரிதா என்று பெயரிட்டிருந்தார்கள். சுருக்கம் விழுந்த

முகம். வெளுத்த கூந்தல். “நீ ஒன்றும் மனக்கவலை கொள்ளவேண்டாம். அங்கே அவன் சொன்னதைத்தான் உன்னிடம் சொன்னேன்” என்று தாழ்ந்த குரலில் சொன்னான். “இன்றைய பேச்சு முழுசையும் நான் கவனித்தேன். குந்தியின் பிள்ளைகள், குந்தியின் பிள்ளைகள் என்று தான் திரும்பித் திரும்பிச் சொன்னான். பாண்டவர்கள் என்கிற வார்த்தையை ஒருமுறை கூட அவன் சொல்லவில்லை” என்றான். “இந்தத் தோல் சுருங்கிய கூந்தல் வெளுத்த பெண்ணின் பிள்ளைகள் பாண்டவர்கள் அல்ல, இந்த கௌரவ வம்சத்துக்கே சேர்ந்தவர்கள் அல்ல. பிரிதாவின் மனச் சக்தியைப் பற்றி இந்த நாய்க் குட்டிகளுக்கு என்ன தெரியும்” என்று தனக்குத்தானே சொல்லிக் கொண்டாள் குந்தி. ஒரு மீன் துள்ளிப் பாயவும் கலங்கிய நீரில் அவளது பிம்பம் கலைந்து மறைந்தது.

“விதுரா, நீ போய்ச் சாப்பிடு போ, ஏற்கனவே நேரமாகி விட்டது.” என்றபடி திரும்பினாள் குந்தி. மர இலைகளிடையே பாய்ந்து வந்த சூரியக் கதிர்கள் அவளது நெற்றியில் விழுந்து ஒளிர்ந்தன.

“நீயும் வா, எழுந்திரு.”

விதுரனின் மனைவி பாரசவி அவர்களுக்காகக் காத்திருந்தாள். அவனுடைய பிள்ளைகளும், பேரப் பிள்ளைகளும், கொள்ளுப் பேரர்களும் ஏற்கனவே சாப்பிட்டு முடித்திருந்தார்கள். அந்த மூவருக்கும் சமையல்காரன் பரிமாறினான். பற்களில்லாதவர்கள் எளிதாக மென்று செரித்துக் கொள்ளும் வண்ணம் சமைக்கப்பட்ட சோறு, குடிக்கச் சுவையான பாயசம். சாப்பாட்டுக்குப் பின்பு குந்தி தூங்கவில்லை. படியிறங்கி வந்து ஆற்றங்கரையில் நீருக்குப் பக்கத்தில் பாறையின்மேல் உட்கார்ந்தாள் அவள். குந்தியின் பிள்ளைகளாம். அதை நினைத்ததும் அவளுக்குக் கோபம் வந்தது. இல்லை, தான் கோபமுற்றது நினைவுக்கு வந்தது. அவர்களும் இந்த வம்சத்தைச் சேர்ந்த மருமகளின் பிள்ளைகள் தானே தவிர, அவர்களின் கர்ப்பத்துக்குக் காரணமாக இல்லாத ஆணின் பிள்ளைகளாக எப்படி இருக்க முடியும்? இவனுடைய அப்பா குருடன். திருமணத்துக்கு முன்னால் பெண் என்றால் என்னவென்றே தெரியாதவன். மனைவி என ஒருத்தி வந்து, அவள் கருவுற்ற பிறகே, அந்த இன்பத்தின் சுவையால் தாசிப் பெண்களோடு உறவு கொள்ளத் தொடங்கினான். இல்லா விட்டால் இவன் வெறும் காந்தாரியின் மகனாகத் தானிருப்பான். இவனுடைய அப்பா அம்பிகாவின் மகன்தானே, இவனும் அதுபோல ஆகியிருப்பான். கோபம் மூண்டது. ஆனால் பழைய நெறிமுறையை, தான் மருமகளாகச் சேர்ந்திருக்கிற குருவம்சத்தின் மூதாதையர்களை நிந்திக்கக்கூடாது என்று பொறுமை கொண்டாள். சந்ததியை வளர்க்க வேண்டி, சந்தையில் இளங்கன்றுகளையும் எருதுகளையும் விலைபேசி வாங்குவது போல பெண்களை மருமகளாக்கிக் கொண்டார்கள் அந்தக் காலத்தவர்கள். என் அத்தைமார்கள் மூலமாக என் புருஷனையும்

இவன் அப்பாவையும் பெற்றெடுக்க வைத்தது போல என் மூலமாக இந்தப் பிள்ளைகளைப் பெற்றெடுக்க நேர்ந்தது. இப்போது இவர்கள் பாண்டவர்கள் இல்லையாம். இதைக் கேட்டு உள்ளுக்குள்ளேயே அந்தக் கிழவனும் மகிழ்ச்சியுற்றானாம். தூ. காறித்துப்ப வேண்டும் போல இருக்கிறது. மூத்த மகன் பிறந்தபோது ரிஷியே வைத்த பெயர் தருமன். இமயமலைச் சாரலில், பதரிகாசிரமத்தில் கடும்தவம் செய்த ரிஷியின் ஞானத்தைக் களங்கப்படுத்தும் இந்த நெறிகெட்டவன் அதிக நாட்கள் வாழமாட்டான் என்று மனம் சாபமிட்டது. 'என் மூத்த மகன் எப்போதும் தர்ம நெறிகளிலிருந்து பிறழ்ந்தவன் அல்ல. மற்ற பிள்ளைகளும் இப்படித்தான். யாரும் குறைவானவர்கள் இல்லை' என்று தனக்குத்தானே சொல்லிக்கொண்டாள். மனம் சிறிது அமைதியுற்றது. அப்படியே அந்தப் பாறைமேல் படுத்துக் கொண்டாள். கடந்த பதின்மூன்று அல்லது பதின்மூன்றரை ஆண்டுகளாக மதிய வேளையில் இந்தக் கற்பாறையே தன் படுக்கையாக ஆனது என்று திடுமென எண்ணிக்கொண்டாள். மெல்ல மெல்லக் கண்களை மூடி உறக்கத்தில் ஆழ்ந்தாள். குருவம்சத்தை நிலைநாட்டிய பெயர்கள் ஞாபகத்தில் எழுந்தன. துஷ்யந்தன், பரதன், அஸ்தினன், அஜமிளன், மஹாபௌமன், திலீபன் மற்றும் இவர்களைப்போல நூறு தலைமுறைகள் இருந்ததாம். தற்சமயத்திற்கு பீஷ்மன், பாண்டு என்ன குறையுடையவனா? "மகளே, பிரதா, அங்கே கம்பீரமாக பத்மாசனமிட்டு உட்கார்ந்திருக்கிறான் பார். அரும்பு மீசையும் சின்ன தாடியுமுள்ள இளம் வயசுக்காரன். பளிச்சென்ற வெண்ணிற உடம்பு, இந்தச் சின்ன வயசிலேயே சுற்று வட்டாரத்தில் இருக்கிற ராஜ்ஜியங்களை வெற்றி கொண்ட வீரன். நேராகச் சென்று அவனுக்கே மாலையிடு" என்று அப்பா சொன்ன அந்த நாளை மனம் நினைத்துக் கொண்டது. அப்பாவின் வார்த்தைகளை அம்மாவும் ஆதரித்தாள். "அவனுடைய அண்ணன்காரன் குருடன். அடுத்து ராஜ்ஜியம் ஆளப்போவது இவன் தான் என்கிறார்கள். ராஜசூய யாகமோ அல்லது அஸ்வமேத யாகமோ செய்யப் போகிற ராஜனின் பட்ட மகிஷியாகி இருப்பாய். உன்னோடு நடக்க இருப்பதுதான் அவனுடைய முதல் திருமணம்." என்று அம்மாவும் அப்போது சொன்னாள். தேரின் கவனமும் அவன் இருக்கும் பக்கமே இருந்தது. "பிரதா, உன் உயரம் மற்றும் பருமனுக்குப் பொருத்தமான உடற்கட்டு அவனுக்கு. ஓர் ஆண் என்பவன் பசியோடு மேலே பாயும் சிங்கம் போல இருக்கவேண்டும். உனக்குப் பொருத்தமான அரசகுமாரன் இந்தக் கூட்டத்தில் வேறு எவரேனும் இருப்பதாக எனக்குத் தோன்றவில்லை. முதல் இரவிலேயே அவன் உன்னைக் கசக்கிவிடக்கூடும்" என்று குறும்புடன் கண்களைச் சிமிட்டியபடி சொன்னாள் தோழி. "கொஞ்சம் வெளுத்த நிறம்தான். ஆனால் எப்படிப்பட்ட உடற்கட்டு. சின்ன வயசுதான். ஏறத்தாழ என் வயசுதான் இருக்கும். பதினெட்டோ பத்தொன்பதோ, என்று மனசுக்குள் சொல்லிக் கொண்டாள். சபையின் நடுவில் நடக்கும் போது எல்லாருடைய கண்களும் அவளையே மொய்த்தன. தாடி

வளர்த்தவர்கள், சற்றே நரை விழுந்த தாடியையுடையவர்கள், நீல நிறத் தாடிக்காரர்கள், பழுப்பாக அரும்பும் தாடிக்காரர்கள் எனப் பலவகைப்பட்ட அரசர்கள் அங்கிருந்தார்கள். ஒவ்வொருவராகப் பார்த்துக்கொண்டு நடக்கும்போது தோழியின் வார்த்தை உண்மை என்று தோன்றியது. பாய்ந்து மேலே விழும் சிங்கத்தைப் போன்று உடற்கட்டு. எடைமிக்க வில்லைத் தூக்கி வளைத்து அம்பெய்தி அம்பெய்திப் புடைத்துப் பருத்த தோள்கள். தொடர்ச்சியான விற்பயிற்சியால் உறுதியான கைகள், வேறு எந்தவிதமான யோசனையும் வரவில்லை. 'என் நீண்ட கைகள் தாமாகவே நீண்டன. பெருமையுடன் தலைநிமிர்த்தி, கண்ணோடு கண்கலந்து, வெற்றிமாலைக்காகக் குனிந்தான்' என்று தனக்குத்தானே சொல்லிக்கொண்டாள். அவன் பிரதாவை வென்றான். 'வேறு எந்த இளவரசனாவது எழுந்து நின்று அவனைச் சவாலுக்கிழுத்து மோதி என்னை அடைய ஏன் முயற்சி செய்யவில்லை?' என்று இப்போது கேட்டுக்கொண்டாள்.

எவ்வளவு கோலாகலமான கல்யாணம்! குரு வம்சத்தில் பட்டத்தரசியாகிப் போகிறாள் என்கிற பெருமையில் அவளுடைய தந்தை ஏராளமான பொருட்செலவைச் செய்தான். பெண் குழந்தையே இல்லை என்பதால் ஏங்கி ஏங்கிக் கடைசியில் தத்தெடுத்துக் கொண்ட மகளின்மேல் அன்பால் அதனைச் செய்தான். குரு தேசத்து அரண்மனைக்கு வண்டி வண்டியாக சீர்வரிசைகளை அனுப்பினான். "அப்பா என்னோடு பத்து அழகானதாசிப் பெண்களை அனுப்பினார். எல்லாம் இந்த ஆண் சிங்கத்தின் சேவைக்காக. முதல் இரவிலேயே உணர்ந்தேன். ஆனால் புரியவில்லை. அவனது அகன்ற மார்பும் தோள்களும் என்னைத் தழுவின. வியர்வையில் நனைந்த நடு இளம்வயது மார்பு, ஒரு முனிவனின் மார்பைப்போல மிருதுவானதல்ல. அவன் மெல்லிய குரலில், 'குந்தி, உன் முகம் வெகு அழகாக இருக்கிறது. உன் புருவங்கள் அழகு. உன் மார்பும் அழகு' என்று ஏதேதோ சொல்லிக் கிசுகிசுத்தான். எல்லாம் வெறும் வார்த்தைகள். ஆனால் தோழி சொல்லிக் காட்டியதும் நான் ஆசைப் பட்டதும் எனக்குத் தெரிந்ததும் மட்டும் நடக்கவில்லை. தோல்வியடைந்த காளைபோல படுத்துத் தூங்கிவிட்டான். நெடுந்தூரப் பயணத்தால் களைப்பாக இருக்கிறது என்றும் தூக்கம் வருகிறது என்றும் சொல்லிவிட்டுத் தூங்கினான். எனக்கு உண்மை புரியவில்லை. கண்ணிமை விலகும் தருணம் தள்ளிப் போனது ஒருவகையில் எனக்கும் மன அமைதியைக் கொடுத்தது. தூங்கிவிட்டான். உண்மையோ இல்லையோ? கண்களை மூடிப்படுத்திருந்தான். எனக்கு எப்படித் தூக்கம் வரும்? ஒருபுறம் ஆசை, மறுபுறம் வெட்கம், இன்னொரு புறம் பட்டமகிஷியாகும் கனவு."

"காலையில் தோழி துளைத்துத் துளைத்துக் கேட்டபோது கூட நான் ஏன் உண்மையைச் சொல்லவில்லை? அப்படிச் செய்தாரா, இப்படிச் செய்தாரா, நீ என்ன செய்தாய், என்ன சொன்னாய் என்று அவள் கேட்ட எல்லாக் கேள்விகளுக்கும் தலைகுனிந்து வெறுமனே 'ம்.. ம்' என்று தலையாட்டி விட்டேன். 'முழுசாகப் புரியவில்லையா, அல்லது கணவனின் மரியாதையைக் காப்பாற்றும் ஆர்வத்தில் சொல்கிறாயா? அது என்ன நடந்தது, சொல்' என்று மீண்டும் மீண்டும் துளைத்துக் கேட்டாள் அவள். அப்புறம் நானே கற்பித்துக்கொண்டும் பழைய ஞாபகத்திலிருந்தும் எல்லாவற்றையும் முழுக்க வர்ணித்தேன். அதிர்ஷ்டம் தனக்கு மோசம் செய்திருக்கிறது என்று சொல்வதற்குப் பதிலாக எனக்கு நானே மோசம் செய்துகொண்டேன். அந்த ஒரு நாள் மட்டுமல்ல, தொடர்ந்து எல்லா நாட்களிலும் எல்லத் தோழிகளிடமும் வெறும் பொய்களையேதான் சொல்லிக்கொண்டிருந்தேன். தோழி யிடம் உண்மை சொல்லி இருந்தால், அவள் அம்மாவிடம் சொல்லி, அம்மாவின் மூலம் அப்பாவுக்குத் தெரிந்து, அவர் பாண்டுவின் அருகதையை அம்பலப்படுத்தி வேறொரு திருமணத்தையே நடத்தி வைத்திருப்பார். ஆஹா, புறத் தோற்றத்திற்குப் பார்க்க எத்தனை வாட்டசாட்டமான ஆண்" என்று தம் பழம் நினைவுகளில் ஆழ்ந்தாள் குந்தி.

பீஷ்மனுக்குஅ மிகவும் அவசரம். வீட்டுக்கு வந்த மருமகள் முதன்முறை வீட்டுக்கு விலக்காகி உட்கார்ந்ததைக் கேள்விப்பட்டு மனக்கவலையடைந்தானாம். இரண்டாம் முறை விலக்கானதைக் கேள்விப்பட்டு அதிர்ச்சியடைந்தானாம். மூன்றாம் முறையும் விலக்கான போது, தன் வீராதி வீர மகனுக்குத் தகுந்த மனைவி கிடைக்கவில்லை என்று எல்லாப் பழிகளையும் மருமகள் மேல் சுமத்தினானாம். இவ்வளவு நடந்தபோதும் தான் ஏன் உண்மையை வெளிச் சொல்லவில்லை என்று தன்னையே கேட்டுக்கொண்டாள். தோழியிடம் கூட உண்மையை மறைத்துப் புருஷனின் வீரத்தைப்பற்றிக் கதையளந்து கொண்டிருந்தாள். அவளோடு கூடவே வந்திருந்த தோழிகளில் ஒருத்தியைக் கூட அவன் ஏறெடுத்துப் பார்த்ததில்லை. அவனது மோகத்தையும் வேகத்தையும் தணிக்கும் சக்தி மிக்க மனைவி கிடைத்திருக்கும் போது தோழிகளின் பக்கம் அவனுடைய பார்வை ஏன் போகிறது என்று பொருள்படுத்திக் கொண்டார்கள் தோழிகள்.

"திருதராஷ்டிரன் தனக்குத்தானே ஏமாற்றிக் கொள்கிறான்" என்று விதுரனின் குரல் கேட்டது.

குந்திக்குத் திடுமெனப் புற உலகப் பிரக்ஞை வந்தது. விதுரன் அருகில் உட்கார்ந்தான். அவளும் எழுந்து உட்கார்ந்தாள். "உனக்குக் களைப்பாக இருந்தால் படுத்துக்கொள்" என்றான் விதுரன். "இல்லை, சும்மாதான் படுத்திருந்தேன்" என்றாள் குந்தி.

“இந்த ஐந்து பேரும் குந்தி. மாதுரியின் பிள்ளைகள்தான் என்று சொல்லிச் சந்தோஷப்பட்டுக் கொள்கிற அவன், அதே கணக்குப்படி பார்த்தால் தான் கூட வெறும் அம்பிகாவின் மகன்தான் என்பதைக் காணாத குருடனாக இருக்கிறான்.”

“பீமனிடம் சொல்லி அவன் இரண்டு கண்களிலும் இரண்டு அம்புகளை எய்தால், பார்வை வந்துவிடும்” என்று சொன்னபடி குனிந்து அவள் இரண்டு கைகளாலும் நீரை அள்ளிக் குடித்தாள்.

“கடைசியில் அப்படித்தான் எல்லாம் முடியும்” என்று விதுரன் சொல்லிக் கொண்டிருக்கும்போது படிகளிறங்கி ஒரு வேலைக்காரன் நெருங்கி வந்தான். பிதாமகர் சொல்லியனுப்பினாரென்று அங்கேயே நின்றான். அவனுடனேயே நிதானமாய்ப் படியேறி மேலே சென்றான் விதுரன்.

ஆற்றிலிருந்து நீரையள்ளி வேர்வையால் அழுக்கான தனது முகத்தைத் துடைத்துக்கொண்டாள் குந்தி. வெள்ளைப் புடவையின் முந்தானையில் துடைத்தபடி மீண்டும் உட்கார்ந்தாள். எல்லா உண்மையும் தெரிந்திருந்தும் தன்னைத்தானே ஏமாற்றிக் கொள்கிறான் திருதராஷ்டிரன் என்று மனசுக்குள்ளேயே சொல்லிக் கொண்டாள். தானும் கூட ஒரு வகையில் தன்னைத்தானே ஏமாற்றிக் கொண்டவள்தான் என்று நினைத்துக்கொள்ளும்போது இன்னொன்றும் ஞாபகத்திற்கு வந்தது. வாழ்க்கை முழுக்க வெறுமை, ஏமாற்றம், சுகமாக இருந்தது எப்போது? “திருமணமான புதுசில் எல்லாரும் புருஷனிடமிருந்து ஏமாற்றத்தையல்லவா அனுபவித்தேன். என்னைத் தனிமையிலாவது விட்டிருக்கலாம். அதுவும் கிடையாது. மேலே விழுவது, தன் ஆண்மையை நிரூபிப்பது, குந்தி இங்கே வா, குந்தி அப்படி வா, இங்கே பார் இதைப்போல் செய், அப்படிச் செய், ஏதேதோ வீணான வேலைகளில் ஈடுபட்டு என்னையும் ஈடுபடுத்தி, இறுதியில் மலை ஏறமுடியாத காளை போலக் களைத்து விழுவான். தானே அவமானமாக உணர்ந்து, கடைசியில் எந்தக் காரணமுமில்லாமல் என் மேல் கோபமுற்று நீ எனக்குத் தகுதியான மனைவியில்லை என்ற நிந்தித்து எல்லாத் தப்புகளையும் என்மேல் சுமத்தினான். இதற்கு நடுவில் அவனது செயல்களால் தூண்டப்படுகிற நான் நிறைவின்மையாலேயே வெந்து மடிவதா அல்லது காரணங்களற்ற பழிகளாகிய நெருப்பில் பொசுங்குவதா? ஒவ்வொரு இரவும் இதே இம்சை. வேறு எங்கேயாவது படுத்துக்கொள்ளக் கூடாதா இவன் என்று தினமும் நினைப்பேன். அப்பொழுதாவது நான் இதையெல்லாம் தோழியிடம் சொல்லி இருக்கக்கூடாதா?”

ஒருநாள் அவனை மடக்கினேன்; “பொருத்தமற்ற மனைவி என்று என்னைத் திட்டுகிறாயே, என்னிடம் காணாத எதை இன்னொரு பெண்ணிடம் பார்க்க முடியும் என்று நினைக்கிறாய் நீ? ஒரு பெண்ணைச் சந்தோஷப்படுத்தும் சக்தி உனக்கிருந்தால், உனக்கு நான்

பொருத்தமானவளே" என்றேன்.

அவனது கோபம் எல்லை மீறியது. சட்டென கன்னத்தில் அறைந்துவிட்டு, "சக்தி இல்லை என்று சொல்கிற அளவுக்கு உன் வாயில் வார்த்தை வந்துவிட்டதா? என் அரண்மனையைச் சேர்ந்த எந்தத் தாசிப்பெண்ணையும் விட்டு வைத்தவன் அல்ல நான். இப்பொழுது ஓராண்டாக பிரம்மச்சரிய விரதத்தில் இருக்கிறேன். புரிந்துகொள். குறைந்தது நூறு பணிப்பெண்களாவது என்னோடு படுக்கையில் இருந்திருப்பார்கள்" என்றான்.

அன்று இரவு முழுக்க அழுதேன் நான். கணவன் நூறு பணிப் பெண்களோடு இருந்தவன் என்பதற்காக அல்ல. பொய்களால் தன்னைப் பற்றிச் சுய பெருமை பேசிக்கொண்டு அடித்தான் என்பதால். அன்றிலிருந்து அவனுக்கு வரும் கோபத்திற்கு அளவு கிடையாது. தினந்தோறும் பக்கத்தில்தான் படுப்பான். காரணமில்லாமல் திட்டுவான். என் வளர்ப்புத் தந்தையாகிய போஜராஜாவையும் என் தந்தையாகிய சூரசேனனையும் மிகவும் கீழ்மையான முறையில் திட்டுவான். அதே நேரத்தில் அவன் சேஷ்டைகளிலிருந்து தப்பித்தேன். அந்த அளவுக்கு நல்லது. மெல்ல மெல்ல அமைதிப்படுத்தி அவனிடம் எல்லாவற்றையும் கேட்டேன். அவன் தன்னைப்பற்றிப் பெருமையுடன் பேசினான். ஆனால் எனக்குப் புரிந்துவிட்டது. பதினைந்து வயதிலேயே வேலைக்காரப் பெண்களிடம் ஏதோ விளையாடிக் கொண்டிருந்தானாம். இளவரசனின் காதலைப் பெறுவதற்காக ஒவ்வொருவராகப் போட்டி போட்டுக்கொண்டு இவன் மேல் விழுந்து காமக் கலைகள் எல்லாவற்றையும் பிரயோகித்து இவனைச் சந்தோஷப் படுத்தினார்களாம். இவனது சக்தியைப் பற்றிப் பலவாறாகப் பேசிப் போதையேற்றி மேலும் மேலும் இன்பம் அனுபவித்தார்களாம். மூன்று ஆண்டுகளில் இவனது சக்தி குறைந்துவிட்டதாம். கடைசியாக எதுவுமே முடியாத நிலைமையாகி விட்டதாம். இப்படி சக்தி இழந்தவனை வைத்துக்கொண்டு நான் என்ன செய்ய முடியும்? கணவன் வீட்டுக்கு வந்த இரண்டு ஆண்டுகளுக்குப் பிறகு தோழியிடம் எல்லா விவரங்களையும் சொன்னேன்.

"பட்டமகிஷியே, சில நாட்களாக அவர் நம் ஊரைச் சேர்ந்த தாசிப்பெண்களை வேறு வேறு இடங்களுக்கு அழைத்தாராம். அவர்களிடமும் இதே கதைதானாம். நேரிடையாக மோதாமல் படைகளை வைத்துக்கொண்டு வெறுமனே போக்குக் காட்டுகிற எதிரியைப் போல இருந்ததாகத்தான் அவர்களும் சொல்கிறார்கள். பட்டமகிஷியிடமாவது நல்லபடி இருக்கக் கூடும் என்று நான் நினைத்திருந்தேன்" என்றாள் தோழி.

"இத்தனை நாட்கள் உன்னிடம் நான் சொன்னது எல்லாம் பொய். வெறும் பொய்" என்று அவளை அணைத்துக்கொண்டு அழுதேன்.

“நீ ஏன் இப்படி உன்னை நீயே ஏமாற்றிக் கொண்டாய்? முதலி லேயே ஏன் என்னிடம் இதைச் சொல்லவில்லை.”

“தெரியவில்லை. புருஷனின் திறமையைப் பற்றி இல்லாததை யெல்லாம் இருந்ததாகக் கற்பித்துக்கொண்டு சொல்வதில் ஒரு விதமான சுகம் கிடைத்ததோ என்னமோ. அது மட்டுமல்லாமல், பிரசித்தி பெற்ற குருவம்சத்தின் இளவரசராயிற்றே அவர்.”

“இந்த ராஜாக்கள் எல்லாருமே அப்படித்தான் என்று எனக்குத் தோன்றுகிறது. எல்லா ஆண்களுமே ஆண்மையற்றவர்கள். இப்படிப் பட்டவர்களுக்கு மனைவிகளாக இருப்பதைவிட பிரமச்சரியத்தின் மூலம் ஆண்மை பொலியத் தவம் இருக்கிற முனிவர்களுக்கு மனைவி களாக இருக்கலாம். அவர்களின் கவனம் இந்தப் பக்கம் திரும்பும்போது நல்ல சுகமாவது கிடைக்கும் தெரியுமா?”

நான் எந்தப் பதிலும் சொல்லவில்லை. ஆனால் அவள் வார்த்தைகள் நினைவிலெழ, அது உண்மை என்று தோன்றியது. அது அவளுக்கும் தெரிந்த விஷயம்தான். முதிய குந்தியின் மன ஓட்டம் ஒரு கணத்திற்கு நின்றது. தண்ணீருக்குள் தெரியும் நிழலின் பக்கம் அவள் கவனம் திரும்பியது. பழைய நினைவுகள் எல்லாம் புரண்டு புரண்டு மனத்திலெழுந்தன. இப்படிப் பழைய நினைவுகள் புரண்டு வருவது இதுதான் முதல்முறை என்றல்ல, ஆனால் இத்தனை தெளிவாகவும் விவரமாகவும் தோன்றியதில்லை. ஏன் இப்படி மூண்டெழுகின்றன? என்று தனக்குத் தானே சொல்லிக்கொண்டாள். யாரிடமோ சொல்வது போலவும், ம்... ம்... என்று அவர்கள் கேட்டுக் கொண்டிருப்பது போலவும் தோன்றுகிறது. கேட்கிறவர்கள் யார்? அந்தத் தோழி இறந்த பிறகு, அவளைப் போல மனசுக்கு நெருக்கமானவர்கள் யாரும் அமையவில்லை. ஒரு வாழ்வில் ஒரே ஒரு உண்மையான நட்புதான் இருக்கமுடியும். அன்றைய பேச்சுக்குப் பின் மூன்று ஆண்டுகள்தான் அவள் உயிருடன் இருந்தாள். என்னோடு இமயமலைச் சாரலுக்கு அவளும் வந்திருந்தாள். குளிர் தாங்க முடியாமல் இறந்து போனாள். இப்படிப்பட்ட விஷயங்களை யாரிடம் சொல்ல முடியும்! மருமகள் திரௌபதை பக்கத்தில் இருந்தபோது கொஞ்சம் கொஞ்சம் சொல்லிக் கொள்ளமுடிந்தது. அவளும் கஷ்டங்களுக்கு உள்ளானவள். பன்னிரண்டு வருஷங்கள் வனவாசம், ஓர் ஆண்டு அஞ்ஞாதவாசம். ஆனால் நான் பட்ட அளவுக்கு கஷ்டமல்ல அது. ஐந்து கணவர்கள். ஒவ்வொருவரும் நான்கு பெண்களைத் திருப்திப் படுத்தும் ஆற்றலுள்ள வர்கள். மனம் விரும்பும் வகையில் இன்பம் கொடுக்கும் புருஷன் இருந்தால் போதும், மற்ற எதுவுமே கஷ்டமே இல்லை.

இந்தச் சமயத்தில் இன்னொரு விஷயமும் ஞாபகத்துக்கு வருகிறது. கிழட்டு மாமனாகிய பீஷ்மன் படைவீரர்களோடும் இருபது வண்டிகள் நிறைய ஆடை அணிகலன்களோடும் பாத்திரங்களோடும் கம்பளிகள், நகைகளோடும் மத்ரதேசத்துக்கு சென்றான். இந்தக் குந்தியின் மூலம்

தன் வம்சம் வளரவில்லை என்பதால் வீரனான தன் மகனுக்குப் பொருத்தமான இன்னொரு பெண்ணைக் கொண்டுவரச் சென்றான். எனக்குச் சிரிப்பு வந்தது. அதே சமயத்தில் அச்சமும் உண்டானது. இவன் மூலம் யாருக்கும் குழந்தை உண்டாக முடியாது. ஆனால் வருபவள் அவன் இதயத்தைக் கவர்ந்து இடம் பிடித்துவிட்டால் என் வாழ்க்கை மேலும் நரகமாகும். என்தோழியும் அதையே சொன்னாள். இந்த க்ஷத்திரியர்கள் எத்தனை பேரை வேண்டுமானாலும் மணந்து கொள்ளலாம். எத்தனை தாசிப் பெண்களோடு வேண்டுமானாலும் இருக்கலாம். வேண்டாம் என்று யார் தடுப்பார்கள்? இவன் என்னைச் சந்திப்பதையே விட்டுவிட்டான். என் முகத்தைப் பார்ப்பதைத் தவிர்த்துத் தொலைவாகவே இருக்கிறான். ஆனாலும் ஒருமுறை நானே நெருங்கிச் சென்று கேட்டேன்.

"நான் கேள்விப்படுவதெல்லாம் உண்மையா?"

"பெரியப்பதான் வீட்டுக்குப் பெரியவர். அவர் செய்கிற காரியத்தை நான் எப்படி தடுக்க முடியும்?"

"எந்தக் காரணமுமில்லாமல் இன்னொரு மனைவி எதற்கு, இவளே போதும், இவள் மேல் எந்தத் தப்புமில்லை என்று சொல்லுங்கள்."

"அப்படியென்றால் என்னுடைய தப்பு என்று சொல்கிறாயா? நூறு தாசிப்பெண்களைக் கட்டி ஆண்டவன் நான்" என்று முறைத்தான் அவன்.

நான் வெறுப்போடு திரும்பினேன்.

புதிய மருமகளாகிய மாதுரியின் மூலம் குருவம்சத்தை வளர்க்கத் திட்டமிட்டான் பீஷ்மன். என்னைவிட மெலிந்தவள். இரண்டு ஆண்டுகள் வயசில் சின்னவள். என் அளவுக்கு உடல்வாகு இல்லை. ஆனால் ஆளை ஈர்க்கும் அழகும் கவர்ச்சியும் மிக்கவள். கூர்மையான கண்கள். அவள் அழகைக் கண்டு அரண்மனையில் இருந்தவர்கள் எல்லாரும் வாயைப்பிளந்தார்கள். திருமணச் சடங்குகள் முடியும் வரை கூட இருந்துவிட்டு, அதற்குப் பின்பு என்னுடைய அரண்மனைக்குத் திரும்பினேன் நான். இன்னும் நான்தான் பட்டத்தரசி. வேண்டுமென்றால் அவளே வந்து என்னைப் பார்க்கலாம். இல்லாவிட்டால் தனியாகவே இருக்கலாம். அவனும் இந்தப் பக்கம் வரவே இல்லை. அவளுடைய புதிய சின்ன அரண்மனையிலேயே இருந்தான். ஒரு மாதம் கழிந்தது. வீட்டு விலக்காகி உட்கார்ந்தாள் மாதுரி. பாரமான என் மனம் லேசானது. இருபத்தொன்பதாவது நாள் மெல்ல மெல்ல வளர்ந்து வானில் படரும் முழுநிலா போல, நானும் தவறாமல் விலக்காகி உட்கார்ந்தேன். குளித்த பிறகு அவளே என்னைத் தேடிக் கொண்டு வந்தாள். பேச்சிலும் திறமையானவள் அவள். எடுத்துமே "அக்கா" என்றாள். "வண்டி வண்டியாகச் சீர் ஏற்றி அனுப்பினார்களாமே உங்கள் பெற்றோர்கள். சுயம்வரம் நடத்தினார்களாமே. உங்களுக்கு நான்

சமமில்லை. எங்கள் பக்கத்தில் பெண்ணுக்குரிய சீரைப் பெற்றுக் கொண்டு பெண்களைக் கொடுக்கிறார்கள். பெண்ணின் வீட்டில் திருமணம் செய்து வைப்பதில்லை. அந்தப் பக்கத்துப் பழக்கம் அது. எனக்கு நீங்களே துணை, என்னை அன்புடன் நடத்த வேண்டும்" என்றாள்.

"அன்புக்கென்ன வாழ்ந்தது?" என்று எனக்குள்ளேயே சொல்லிக் கொண்டாள். "வீட்டு விலக்காகி இருக்கிறாயாமே?" என்று மனசு தாங்காமலேயே கேட்டாள்.

"வேறென்ன செய்வது?" என்று என் கண்களை நோக்கினாள். "நீங்களும் அப்படித்தானே ஆனீர்கள்?"

ஒரு மாதத்தில் எல்லாவற்றையும் புரிந்துகொண்டாள். என்னைப் போல மனசுக்குள்ளேயே வைத்து மருகவில்லை.

இருவர்க்கிடையேயும் மெல்ல நட்பு அரும்பியது. பொறாமைக்கு வழியில்லை. அவள் ஊர், நாடு, பிறந்தது வளர்ந்தது எல்லாவற்றையும் சொன்னாள். என் தாய் தந்தை குறித்தும் விசாரித்தாள். "அக்கா, நமக்குள்ளாவது அடிக்கடி மனம் விட்டுப்பேச வேண்டும். வேறு எந்த வழியும் இல்லை" என்றாள். இது நடந்ததற்கு மறுநாள் அவன் எனது இருப்பிடத்துக்கு வந்தான். ஏதோ வெற்றியின் பெருமிதம் முகத்தில்.

"இந்த குந்தியின் ஞாபகம் வந்து எத்தனை நாட்களாயிற்று," என்றேன்.

"உன்னைவிட அவள் நல்ல பெண். ஒரு பெண்ணாக நீ எப்படி பிறந்தாயோ, தெரியவில்லை" என்று என்னைச் சீண்டினான்.

"அவளும் விலக்காகியிருக்கிறாளாமே" -என்றேன் நான். என் மேல் பழி சுமத்தும் அவசரத்தில் அவனும் பொய் சொல்கிறான். இதுவரைக்கும் அவன்பால் ஒருவிதமான இரக்கம் எனக்குள் இருந்தது. இப்போது அதுவும் விலகி முழுக்க முழுக்க வெறுப்பே நிறைந்து விட்டது. முகத்தைப் பார்க்கக்கூட அருவருப்பாய் இருந்தது. நாண்களின் தாக்குதலால் உருவான தழும்புகள் நிரம்பிய தோள்கள். அவனையே நன்கு உற்றுப் பார்த்தேன். என் பார்வையில் அந்த அளவுக்குச் சக்தி இருக்கிறது என்பது அதுவரை எனக்கே தெரியாது. உண்மை அறிந்தவன் பொய் சொல்பவனை வெறும் பார்வையாலேயே தாக்கி இல்லாமலாக்க முடியும் என்று அன்றைய தினம் புரிந்தது. அவன் கண்களில் பொறாமை நிரம்பியது. அது மாறிக் கோபம் மூண்டது. தோற்றவனுக்கு வென்றவன் மேல் தோன்றும் கையாலாகாத கோபம். நான் எனது பார்வையை விலக்கிக் கொள்ளவே இல்லை. பிறகு அவனது பார்வை தாழத் தொடங்கியது. "அவள் ஒருத்தியை மட்டுமல்ல, இன்னும் நாலைந்து பெண்களை நீ மணந்து கொண்டாலும் அவர்கள் விலக்காவதை உன்னால் நிறுத்தமுடியாது. ஒவ்வொரு

முறையும் அதன் ரத்தம் பூமியில் விழும்போதெல்லாம், உன் எல்லாப் பிறவிகளுக்கும் பாவக்கணக்கு ஏறும். அதை மறைத்துவிட்டு மூத்த மனைவியிடம் பொய் சொல்வது இன்னும் பாவம்" என்றேன் நான். அவன் பார்வை தாழ்ந்தது. பூமிக்குள் ஒளிந்துகொள்ள இடம் தேடுவதுபோல அலைந்தது. முகம் வெளுத்து நெற்றியின் மேல் சின்னதாக வேர்வை அரும்பியது. கழுத்தில் சுற்றியிருந்த வெள்ளைத் துணி வேர்வையில் ஒட்டிக்கொண்டது. எழுந்து அதைத் துடைக்க முயலவில்லை நான். அவன் எதிரிலேயே அசைவற்று நிமிர்ந்து உட்கார்ந்திருந்தேன். அதற்குப் பின் அவன் பேசவே இல்லை. அந்த அறையே நிசப்தமாக ஆயிற்று. ஜன்னல் வழியே உள்ளே வீசும் வெயிலும் அறைக்குள் பரவிய நறுமணமும் நாங்களும் திடுமென ஜடப்பொருள்களாக மாறிவிட்டதைப் போல் இருந்தது. அவன் எழுந்தான். தட் தட் தட் என்று ஓசை எழுப்பிக்கொண்டு நடந்து வெளியேறினான். எனக்குள் எதையோ வெற்றி கண்ட உணர்வு.

அடுத்த நாள் நண்பகல் வேளையில் செய்தி வந்தது. அன்றைய தினம் காலையிலேயே குதிரைப் படையோடும் ரதங்களோடும் காலாட்படைகளோடும் திக்விஜயத்திற்குக் கிளம்பிச் சென்றானாம். சுற்றிலுமுள்ள ராஜ்ஜியங்கள் மேல் படையெடுத்து வெல்லவும், காட்டில் உள்ளவர்களை விரட்டி விடவும். குருதேசத்தை விஸ்தரித்து சொர்க்கத்தில் இருக்கிற குருவம்சத்தின் முன்னோர்களுக்கு ஆனந்த மூட்டவும் சென்றானாம். நகரத்தில் இருக்கிற குருவம்சத்தின் முன்னோர்களுக்கு ஆனந்தமூட்டவும் சென்றானாம். நகரத்தில் இருக்கிற மக்களுக்குச் சந்தோஷமோ சந்தோஷம். தம் ஊரின் பெருமை எங்கெங்கும் பரவுமென்றும் தம் நாட்டின் எல்லை விரிந்து பரவும் என்றும் அவர்கள் எண்ணினார்கள். பாண்டுவின் தலையைத் தடவிக்கொடுத்து முதுகைத் தட்டிக் கொடுத்துத் தன் ஆசிகளை வழங்கினானாம் பீஷ்மன். அமைச்சர்களும் வேலைக்காரர்களும் வம்சப் பெருமையை உரக்கச் சொல்ல, அரசனின் பெருமை மேலும் மேலும் ஓங்க பிரார்த்தித்த புரோகிதர்களின் மந்திர ஓசை வானை எட்டியது. இளவரசனை வழியனுப்ப அவனது இளம் மனைவிகள் மட்டும் வரவில்லை என்று சிலர் வருத்தப்பட்டார்களாம். இன்னும் இளம் வயசுதானே, இப்போதே புருஷன் தன்னைவிட்டு யுத்தத்திற்குப் போவது அவர்களுக்குப் பிடிக்கவில்லை போலும் என்று தாமாகவே சிலர் பொருள் கற்பித்தார்களாம். இது க்ஷத்திரியப் பெண்களுக்கு அழகல்ல என்று மேலும் சிலர், குறிப்பாக என்னைப் பற்றிச் சொன்னார்களாம்.

அவனது பயணம் ஏறத்தாழ ஆறு மாதங்கள் நீடித்தன. ஒரு முழுக் காடே எங்கள் கட்டுப்பாட்டின் கீழ் வந்ததாம். அதன் குடிமக்கள் பயந்து பதறி ஓடினார்களாம். அக்கம்பக்கத்து அரசர்கள் தோற்று ஆற்றுக்கு இந்தப் பக்கத்தின்மேல் தமக்கு எந்த அதிகாரமும் இல்லை என்று ஒப்புக்கொண்டார்களாம். அவர்கள் ஒப்படைத்த குதிரைகள்,

ரதங்கள், ஆபரணங்கள் எல்லாம் அஸ்தினாவதிக்கு வந்து சேர்ந்தன. நாட்டு மக்கள் ஊர்வலத்தோடு சென்று அவற்றை வரவேற்று எதிர் கொண்டார்கள். மற்றோர் இடத்தில் காட்டுவாசிகள் தோற்று, தம் வசமிருந்த நூறு கம்பளிகளை ஒப்படைத்தார்களாம். குருவம்சத்தின் பேரும் புகழும் ஆரியவர்த்தமெங்கும் பரவியதாம். தொடர்ந்து போர்களி லும் பயணங்களிலுமே அலைந்துகொண்டிருந்தான் பாண்டு. நடுவில் ஒரு முறையும் ஊருக்கு வந்து செல்லவில்லை. குதிரை ஏறி வேகமாக வந்தால் ஒரு பகலில் வந்து விடக் கூடிய தொலைவுதான். ஆனாலும் வரவில்லை. அவரது ரதத்துக்குப் பின்னாலேயே அழகிய பத்து தாசிப் பெண்கள் இருக்கிறார்களாம். தோற்ற அரசர்கள் தமக்குப் பிடித்தமான நாலைந்து இளம் பெண்களைக் காணிக்கையாகவும் தருகிறார்களாம். அப்புறம் மனைவிகளை நினைத்துக்கொண்டு ஊர் திரும்பவேண்டிய அவசரம் என்ன இருக்கிறது இளவரசனுக்கு? நாட்டு மக்கள் அனைவரும் அவனைப் பற்றிப் பெருமையோடு பேசிக்கொள்ளும் தகவல்கள் தோழிக்குத் தெரிந்து, அவள் மூலம் என்னை வந்து சேர்ந்தன. வடதிசையில், இமயமலைச் சாரலில் கங்காதவராவைத் தாண்டி அரசாண்டு கொண்டிருந்த ஒரு கந்தர்வனைத் தோற்கடித்து, வெற்றிக்காணிக்கையாக அவனிடமிருந்து ஆடல் பாடல்களிலும் அலங்காரங்களிலும் வல்லவர்களான ஐந்து அழகான இளம் பெண்களை அடைந்தானாம். நல்ல பூ வேலைப்பாடு மிக்க சிவப்புக் கம்பளியாலான பத்து பெரிய விரிப்புகளையும் தந்தானாம்.

மாதுரி தினமும் என் இடத்துக்கு வந்தாள். இருவருக்கும் நேர்ந்த அதிர்ஷ்டக்கேட்டைப் பற்றிப் பேசினாள். அவள் சொல்வதையெல்லாம் நான் வெறுமனே கேட்டுக்கொண்டிருந்தேன். கந்தர்வப் பெண்களை வெற்றிக்காணிக்கையாக இளவரசன் அடைந்தான் என்ற செய்தியைக் கேட்டபோது சற்றே அஞ்சினாள். “எப்படிப்பட்ட அழகிகள் கிடைத்தால் தான் என்ன, ஏன் வெறுமனே பயப்படுகிறாய்?” என்று நான் சொன்னேன்.

“அப்படியில்லை. அந்தக் கந்தர்வப் பெண்களுக்கு காமக் கலையின் பல நுணுக்கங்கள் தெரியுமாம். விருப்பமில்லாத ஆடவனைக்கூட மயக்கி ஆசையூட்டி, வில்லுக்கு நாண் கட்டித் தயார் செய்வதுபோல ஆக்கி விடுவார்களாம்.”

“ஒரு வேளை வில்லுக்கு வளைந்து கொடுக்கும் ஆற்றல் இல்லை யென்றால், என்ன செய்ய முடியும்?”

“அக்கா, உங்களுக்குத் தெரியாது. எங்கள் பக்கத்தில் எப்படிப்பட்ட வில்லையும் வளைத்து நாண்பூட்டி விடுவார்கள்.”

“அப்படியென்றால் இத்தனை நாட்கள் நீ ஏன் சும்மா இருக் கிறாய்?”

“எனக்குத் தெரிந்தவரையில் எல்லாம் செய்தேன். அதனால் அவருக்கும் சந்தோஷம்தான். ஆனால் எந்தப் பயனும் விளையவில்லை. அவ்வளவுதான். மருத்துவரின் மருந்தை நோயாளி மெச்சிப் பாராட்டினாலும் கூட நோய் குணமாகவில்லை என்பதுபோல.”

“என்னென்ன செய்தாய்?”

வெட்கத்துடன் சொல்லத் தொடங்கினாள் மாதுரி. என்னால் கற்பனை கூட செய்து பார்க்க முடியாத விஷயங்கள். அதற்குப்பின் அவற்றைக் கேட்ட என் தோழி கூட மிகவும் ஆச்சரியப்பட்டாள்.

“மாதுரி, இதெல்லாம் உனக்கு எப்படித் தெரிந்தது?”

“எங்கள் தேசத்தில் பெரிய பெண்கள் சின்னப் பெண்களுக்குச் சொல்லித் தருவார்கள். ஏன், உன் தாய்வீட்டில் யாரும் உனக்குச் சொல்லித் தரவில்லையா?” என்று சாதாரணமாகக் கேட்டாள் அவள்.

எனது அறியாமையை எண்ணி மனம் நொந்தேன் நான். மாதுரியின் மேல் சற்றே பொறாமையும் பிறந்தது. என்றாவது ஒரு நாள், கணவனின் நோயைக் குணப்படுத்தி அதனுடைய பலனைத் தானே அடைந்து விட்டால்...! எனக்கும் முன்னால் கருவுற்று, ஆண் பிள்ளையைப் பெற்றெடுத்து, மகாராணி என்னும் பட்டத்தைச் சுலபமாகக் கைப்பற்றிக் கொண்டால்...! தந்திரமாக அவளுடைய ரகசியத்தைப் பற்றித் துளைத்துத் துளைத்துக் கேட்டேன். தனக்குத் தெரிந்ததையெல்லாம் விவரித்தாள் அவள். அன்று முதல் நாங்கள் இருவரும் தனிமையில் உட்கார்ந்து பேசுவது வழக்கமானது. ஒரு குருபோல பேச்சைத் தொடங்கினாள் அவள். அக்காட்சிகளை யெல்லாம் மனசில் கற்பனை செய்தபடி கேட்டுக்கொண்டிருந்தேன். ஆண்மையற்ற ஒரு கணவனுடன் வாழ நேரும் எந்தப் பெண்ணுக்குத்தான் வேதனை இருக்காது! ஆனால் மாதுரியிடமிருந்து கலைகளின் நுணுக்கங்களைக் கேட்டுத் தெரிந்து கொண்ட பின்பு மேலும் என் வேதனை கூடிப் பைத்தியம் பிடித்தவளானேன். கடைசியில் பாண்டுவின் சித்திரமே மனசிலிருந்து அகன்று விட, திருமணத்துக்கு முன்னர் இன்பத்துக்கான வேட்கையை எனக்குள் தூண்டித் தணித்த அந்த முனிவரின் முகம் தோன்றியது. மாதுரி சொல்லித் தந்த கலைகளையெல்லாம் அந்த முனிவரோடு கற்பனையில் அனுபவித்தேன். அவனாவது எப்போதாவது ஒரு முறை இந்தப் பக்கம் வந்து செல்லக் கூடாதா என்று நினைத்து வேதனையில் வெந்து கொண்டிருந்தேன்.

ஆறு மாதத்திற்குப் பிறகு பாண்டு ஊருக்குத் திரும்பினான். ஊரே அலங்கரிக்கப்பட்டது. வீட்டின் வெளிச்சுவர்களில் செம்மண் குழம்பால் கோடு இழுக்கப்பட்டது. வீதியெங்கும் நீர் தெளித்து புழுதியடங்க வைத்து, எங்கெங்கும் பசுமையான தோரணங்கள் கட்டப்பட்டன. யானைகள், குதிரைகள் எல்லாம் அலங்கரிக்கப் பட்டன. முதியவனாகிய பீஷ்மனே தலைவாசலுக்குச் சென்று

அவனை வரவேற்கப் புறப்பட்டான். விருப்பமில்லையெனினும் வரவேற்பில் என் மனசும் பங்கெடுத்துக்கொண்டது. உப்பரிகையில் நின்று நானும் பார்த்தேன். மாதுரியும் பார்த்தாள். போரில் அவன் வென்றெடுத்த பொருட்களைச் சுமந்த வண்டிகள் வரிசை வரிசையாக வந்துகொண்டிருந்தன. வெற்றிக்காணிக்கைகளாக வந்த அழகிகள் எல்லாம் ரதங்களில் வந்தார்கள். கடைசியாக அவன் வந்தான். எந்தக் கவலையும் அற்றவனாக இருந்தான் அவன்.

ஊருக்கு வந்த இரண்டாம் நாள் எனது அரண்மனைக்கு வந்தான். அதற்கு முதல் நாள் முழுக்க எனக்கு வெறும் கனவுகள். புதிய மருந்தொன்றைக் கண்டுபிடித்துத் தயாரித்த மருத்துவனின் கனவு. நெருங்கி வந்தான். எதிரே உட்கார்ந்தான். முகத்தில் அகங்காரம் பொலிந்தது. அன்று நொறுங்கிய பொய் மீண்டும் ஒளிவீசியது. எனக்கு அருவருப்பாக இருந்தது. என் பார்வையைச் சந்திக்கும் வல்லமையின்றித் தன் பார்வையை எங்கேயோ பதித்திருந்தான் அவன். நானும் அமைதியாகவே உட்கார்ந்திருந்தேன். கடைசியில் அவனே பேசினான்.

"குந்தி, நான் புறப்பட்டுப்போய் ஆறு மாதங்கள் உருண்டு விட்டன."

எனக்கு மேலும் அருவருப்பானது. அமைதியாகவே இருந்தான். சிறிது நேரத்துக்குப்பிறகு மீண்டும் அவனே பேசினான்.

"நான் சொல்வது கேட்கிறதா குந்தி, ஆறுமாத காலம் நான் சுற்றிக்கொண்டிருந்தேன்."

"ஆறு முறைகள் நானும் விலக்கானேன்" - என் வாயில் இருந்து வார்த்தைகள் தானே விழுந்தன.

கழுத்தைத் திருப்பி எனது பக்கம் பார்த்தான் அவன். வலக்கையையுயர்த்தி என் கன்னத்தில் சட்டென அறைந்தான். வலிமைமிக்க க்ஷத்திரியனின் விரல்கள். நான் எதுவும் பேசவில்லை. அழவுமில்லை. பதில் சொல்லவும் இல்லை. என் கண்களில் ஒரு துளி கண்ணீர் கூட வரவில்லை.

பழைய நினைவுகளிலிருந்து மீண்ட குந்தி தண்ணீர்க்குள் தெரிந்த தன் நிழலைப் பார்த்துக்கொண்டாள். ஏறத்தாழ அறுபது வருஷங்கள் ஓடிவிட்டன. எல்லாவற்றையும் யாரால் ஞாபகம் வைத்திருக்க முடியும்? ஆனால் தெளிவாக ஞாபகத்தில் இருப்பது இது ஒன்றுதான். அவன் என்னைக் கோபத்துடன் பார்த்தாலும், அக்கோபப் பார்வையை நானும் கண் இமைக்காமல் பார்த்தேன். அது அவன் கோபத் தீயில் மேலும் எண்ணெய் ஊற்றிய மாதிரி இருந்தது. அவன் பார்வையில் முதலில் புகை வீசியது. தீ படரத் தொடங்கியது. எரிந்தது. சாம்பலானது. நெற்றியெங்கும் வேர்வை அரும்பியது.

கழுத்தைச் சுற்றிலும் வேர்வை வழிந்தது. நான் வெட்கமடைந்தேன். "மகாராஜா, புழுக்கமாக இருக்கிறதா?" என்று சொன்னபடி எழுந்து என் புடவை முந்தானையால் அவன் கழுத்தையும் மார்பையும் முதுகையும் தொட்டுத் துடைத்தேன். விம்மி அழத் தயாரானவன் போலானான் அவன். 'குந்தி' என்று அழைத்தபடி என் கைகளைப் பிடித்தான். அருகில் அமர்ந்து ஒரு குழந்தையைப் போல எனது மார்பில் முகம்புதைத்துக் கொண்டான். எதுவும் பேசவில்லை. எனக்கும் என்மேலேயே கோபம் வந்தது. இழுத்து அணைத்துக் கொண்டேன். இந்த பிரதாவுக்கு இருக்கிற அகன்ற மார்பும் உடல்வாகும் தோள்களும் இவனைத் தழுவிக் கொள்ளும் உயர்ந்த உடல்கட்டும் மாதுரிக்கும் இல்லை, வேறு எந்தப் பெண்ணுக்கும் இல்லை என்று அந்தக் கணத்தில் எண்ணிக்கொண்டேன். இழுத்துக் கதகதப்பாக அணைத்துக் கொண்டான். நானும் கதகதப்பாக உணர்ந்தேன். அவன் கண்களில் இருந்து பெருகிய நீரால் என் மார்பு நனைந்தது. எனக்கும் அழுகை முட்டியது. அவன் பின் கழுத்தும் மார்பும் தோள்களும் போரில் பட்ட காயங்களால் புண்ணாகியிருந்தன. சிற்றிசில அம்புக்காயங்கள் மட்டும் ஆறிவிட்டன. உள் அடி பட்டிருக்கும் சில காயங்கள் மட்டும் ஆறாமலிருந்தன.

சாயங்காலம் வரைக்கும் மௌனமாகவே இருந்து சென்றவன் அடுத்து ஒரு மாதம் வரைக்கும் இந்தப் பக்கம் திரும்பவே இல்லை. மாதுரியிடமும் செல்லவில்லையாம். போரிலிருந்து திரும்பிய பிறகு அவளிடம் செல்லவே இல்லையாம். கங்கை நதிக்கு அப்பக்கத்தில் பர்ணசாலை கட்டிக்கொண்டு அங்கேயே இருந்தானாம்.

தலை நிமிர்ந்து பார்த்தாள் குந்தி. நதிக்கு அந்தப் பக்கத்தில் வெள்ளப்பெருக்கின்போது அடித்துச் செல்லப்பட்டுத் தரை மட்டமான இடத்தின்அடையாளம் இன்னும் இருந்தது. அறுபது வருஷ காலத்திற்குப் பிறகு கூட அது அழியவில்லை. போருக்குச் சென்று திரும்பிய இளவரசன் இரண்டு மனைவிகளையும் அழகிய தாசிப் பெண்களையும் கந்தர்வப் பெண்களையும் விட்டுவிட்டு பர்ணசாலையில் வசித்தான். புரோகிதர்களோடும் வேதம் கற்பதிலும் அவன் நேரம் கழிந்தது. அவன் மேல் இருந்த கோபமும் வெறுப்பும் கரைந்துவிட்டது. அவன் எனக்கு எந்தவிதமான மோசமும் செய்ய வில்லை. தனக்கும் செய்து கொள்ளவில்லை. நான் அவனுக்கு உண்மையான மனைவியாய் இருக்கிறேன். இப்பொழுது திடுமெனக் குடில் கட்டிக்கொண்டு தனிமையில் இருக்கவேண்டிய அவசியம் என்ன வந்தது? இருந்தாற்போல் இருந்து திடுமெனப் போர்க்கோலம் பூண்டு ஊரை விட்டுச் சென்றான். இப்போது திடுமென ஆன்மிக விஷயத்தில் ஈடுபட்டுள்ளான். எங்கே பார்த்தாலும் இந்த க்ஷத்திரியர்கள் இப்படித்தான் இருக்கிறார்கள். எதிலுமே அளவுக்கதிகம்தான். திசை தெரியாத அளவுக்கு அதிகம்.

ஒருநாள் தானாகவே என்னிடம் வந்தான். வெயில் மங்கி பொழுது சாயும் மாலை. விலக்கு முடிந்த இரண்டாது நாளோ மூன்றாவது நாளோ அது. உள்ளே வந்தான். நெருங்கி வந்தான். உட்கார்ந்தான். என் கைகளுக்குள்ளே தன் கைகளை வைத்தான். முகத்தில் எந்த விதமுமான அகங்காரமும் இல்லை எனக்கு அருவருப்பூட்டும் பொய்யின் சுவடு கிஞ்சித்துமில்லை. என் பார்வையைத் தவிர்க்கிற முயற்சியும் இல்லை. நேருக்கு நேர் பார்த்து அமைதியான குரலில் நிதானமாகப் பேசினான். "குந்தி, இந்த ராஜ்ஜியம் வேண்டாம். இந்த ராஜபதவியும் வேண்டாம். இமயத்துக்குச் சென்று தவத்தில் ஆழ்ந்து வாழ்வில் எஞ்சிய காலத்தைக் கழிக்கத் தீர்மானித்திருக்கிறேன். எனக்கு ஒன்றும் அதிக வயசாகவில்லை. இருபத்து நான்கு. உன்னைப் போலவேதான். ஆனால் இன்னும் அதிக நாட்கள் வாழமாட்டேன் என்று உள்மனம் சொல்கிறது. இமயத்துக்குச் செல்ல உன் அனுமதி வேண்டும். அது இல்லாமல் புறப்படுவது தர்மத்திற்கு விரோதமானது" என்றான்.

என் உறுதி குலைந்து சரிந்தது போலிருந்தது. என் கணவனின் தன்னம்பிக்கையையும் சுயமரியாதையையும் இந்த அளவுக்கு நான் சிதைத்திருக்கக் கூடாது என்று தோன்றியது. அவனது இரண்டு ங்ககளையும் பற்றி எடுத்து "தயவுசெய்து உங்கள் மனைவியை மன்னித்து விடுங்கள்" என்றேன்.

"உன்மேல் எதுவும் தப்பில்லை. எல்லாவற்றையும் யோசித்து விட்டுத்தான் நான் இந்த முடிவுக்கு வந்தேன்." என்று சுய விமர்சனம் கொண்ட தெளிவான குரலில் சொன்னான்.

"தவம் செய்யப் போகும் திட்டத்தைக் கைவிட்டால் என்ன ஆகும்?"

"இங்கே இருந்து நான் செய்ய என்ன இருக்கிறது? ஒவ்வொரு மாதமும் உருளும்போதும் உனக்கு உண்டாகும் வீட்டு விலக்குச் சுற்றுகளை நிறுத்தமுடியாத நிலையில்..."

என்ன பதில் சொல்வது என்று எதுவும் தோன்றவில்லை. பாவத்தின் பயம் என்னையும் தொற்றிக்கொண்டது. அமைதியாக உட்கார்ந்தேன்.

"சுயம்வரத்தில் விருப்பப்பட்டு கைப்பிடித்து வந்த பெண் நீ. முதல் மனைவிதான் தர்மபத்தினி. அது மட்டுமல்லாமல் எக்கச்சக்கமான சீர்களுடன் வந்தவள். உனது அனுமதிதான் முக்கியம்."

எனக்கு மகிழ்ச்சியாக இருந்தது. அளவு கடந்த மகிழ்ச்சி.

"நாளைக்கு வருகிறேன்" என்று சொல்லி அவன் புறப்பட்டான். இதே நதியைத்தான் அன்று தாண்டி அங்கே கட்டப்பட்டிருந்த பர்ண சாலைக்குச் சென்றான்.

அவனில்லாமல் இருப்பது என்பது முடியாத காரியம் என்று தோன்றியது எனக்கு. ஒரு மாசத்துக்கு முன்னால் எங்களுக்குள்ளிருந்த பிணக்கு விலகி ஒன்றான பிறகு அவனை விட்டு விலகியிருப்பது அசாத்தியம் என்று தோன்றியது. தவம் செய்யப் போகும் கணவனோ டேயே ஏன் செல்லக்கூடாது? இங்கே இருந்து செய்ய என்ன இருக்கிறது? பாவத்தைத் தன் தவத்தால் களைய அவன் நிச்சயித்திருக் கிறான். நானும் அவனோடு தவம் இருந்து இந்தப் பாவத்தைப் போக்கிக்கொண்டால் என்ன? தவம் என்றால் என்ன என்று முழுக்கத் தெரியவில்லை எனக்கு. ஆனால் பாவத்தின் பயம் மட்டும் மனசைப் பிடித்து ஆட்டுகிறது. என் ஊருக்குத் திரும்பிப் போவது அல்லது இங்கேயே இருப்பது ஆகிய இரண்டைக் காட்டிலும் அவனோடேயே செல்லும் சித்திரம்தான் அடிக்கடி கண்முன்னே எழுந்தது. அடுத்த நாள் அவன் வந்ததும் என் எண்ணத்தை வெளியிட்டேன். “குந்தி, நீராஜகுமாரி. அது உனக்குச் சிரமங்களைத் தரும்” என்றெல்லாம் கூறினான். சாதாரணமாகப் புருஷன்மார்கள் தம் மனைவிகளிடம் சொல்லும் வார்த்தைகள். ஆனால் என் முடிவைக் கேட்டு அவன் முகத்தில் ஒருவிதமான அமைதி படர்வதை உணர முடிந்தது. “நீ வரவேண்டாம்” என்று சொல்வது சம்பிரதாயம் என்றே அல்லது உடனேயே ஒத்துக் கொண்டால் தனது ஆண்மைக்கு இழுக்கு வந்து விடும் என்ற எண்ணம் அவன் மனசில் பிறந்திருப்பதுபோலத் தோன்றியது. எனக்குக் கோபம் வந்தது.

மாதுரியும் புறப்பட்டாள். “உனக்கு எதற்குத் தவ வாழ்வின் கஷ்டங்கள்? நீ இளவரசி” என்று நானே அவளைத் தடுக்கப் பாடு பட்டேன். “இங்கே இருந்து நான் என்ன செய்யப் போகிறேன். இங்கே எப்படி தனியாக இருக்கமுடியும்?” என்றாள். கடைசியில் “வண்டி வண்டியாகச் சீர் எடுத்துக்கொண்டு வந்த நீங்களே கிளம்பி விட்டீர்கள். வண்டிவண்டியாகச் சீர் கொடுத்துக் கல்யாணம் செய்து கொண்டு வந்த நான் இங்கிருப்பது அழகா? இதைப் பார்க்கிறவர்கள்தான் என்ன சொல்வார்கள்?” என்று வாய்திறந்து சொல்லியே விட்டாள் அவள். எனக்கு அவளைப் பார்த்து இரக்க முண்டானது. வலக்கையால் இழுத்து அணைத்துக்கொண்டேன். குனிந்தபடி கண்ணீர் விட்டாள் அவள். ஆளைக் கவரும் உடற்கட்டு. பார்வையாலேயே வெல்லும் முகம். மைதீட்டிய அவள் கண்களின் கவர்ச்சி அவளை இன்னும் கவர்ச்சியுடையவளாக ஆக்கியது. “அக்கா, இளவரசர் முழுக்க முழுக்க உங்கள் வசத்திலிருக்கிறார். உங்களைக் கேட்காமல் எதுவும் செய்ய மாட்டார் போலத் தெரிகிறது. என்னையும் அழைத்துப் போகச் சொல்லுங்கள். அதைவிட நீங்களே என்னையும் அழைத்துச் செல்லுங்கள்” என்றாள்.

“அது உனக்கு எப்படித் தெரியும்?”

“அதைக்கூடத் தெரிந்து கொள்ளமுடியாதா என்னால்?”

தவம் செய்யப் போவதைக் கேட்டு அதிகமும் கவலையடைந்தது பீஷ்மன்தான். இப்போது வெற்றி உலா சென்று வந்ததைப் போல மேலும் பற்பல முறைகள் சென்று வந்து குருவம்சத்தின் பெருமையையும் புகழையும் பரப்பவல்ல ஓர் அரசன் இப்படி ராஜ்ஜியத்தைத் துறந்துப் புறப்படத் தயாராக இருக்கும் பொழுது, இந்த ராஜ்ஜிய பாரத்தைச் சுமந்த வயசான பெரியப்பா கவலைக்குள்ளாவது இயல்புதான். ஆனால் பாண்டு செல்வதில் உறுதியாக இருக்கிறான். பெரியப்பாவுக்கும் அவனுக்குமிடையில் விவாதம் எழுந்தது. "வாழ்நாள் முழுக்க அங்கு இருப்பதற்காக நான் செல்லவில்லை. அங்கே சித்தர்கள் உள்ளார்கள். நிறைய சாதுக்கள் இருக்கிறார்கள். பல விசேஷ மூலிகைகள் கிடைக்குமிடம் அது. பெரிய பெரிய மருத்துவ ரகசியங்கள் தெரிந்த யோகிகள் இருக்கிறார்கள். ஒரு குழந்தைக்குத் தகப்பனாகும் தகுதி யோடுதான் நான் திரும்பி வருவேன். அதுவரைக்கும் ஆட்சிப் பொறுப்பை நீங்களே கவனித்திருங்கள்" என்று அவன் அவரிடம் சொன்னான். பெரியப்பா ஒத்துக்கொள்ள வேண்டியதானது. அந்த நேரத்தில் இந்த துரியோதனனின் தந்தையாகிய திருதராஷ்டிரன் தன் குருட்டுக் கண்களிலிருந்து கண்ணீர் பெருகத் தம்பியிடத்தில் வந்து, "நீ சென்று விட்டால் ராஜ்ஜியத்தின் கதி என்னாவது? எனது கதி என்னாவது? குருவம்சத்தின் பாரம் முழுக்க இப்பொழுது உன்னிடம் தான் உள்ளது. புறப்பட நீ முடிவு செய்துவிட்டபடியால் அதை நான் தடுக்க விரும்பவில்லை. ஆனால் சீக்கிரமாகத் திரும்பி வரவேண்டும் என்று மட்டும் கேட்டுக் கொள்கிறேன்" என்று சொன்னான். தம்பியை விட அண்ணன் பத்து பதினைந்து நாள்கள் அளவுக்குப் பெரியவன்.

அத்தைமார்களிடமும் பாட்டிமார்களிடமும் எனக்கு அந்த அளவு அதிகமான தொடர்பு இல்லை. பாட்டி சத்யவதி தன் அரண்மனைக்குள்ளேயே இருந்தாலும் கூட யாரோடும் சேருவ தில்லை. தானுண்டு தன் தியானமுண்டு என்றிருந்தாள். அதைத் தியானம் என்பதா, தவம் என்பதா என்று தெரியவில்லை. ஆரம்பத்தில் மீனவனின் மகள்தானாம். இப்போது உண்மையான க்ஷத்திரிய விதவையைப் போலவே இருந்தாள். அத்தைமார்களாகிய அம்பாலிகையும் திருதராஷ்டிரனின் தாயாகிய அம்பிகாவும்கூட அதே வழியைக் கடைப்பிடித்திருந்தார்கள். தம் அத்தையே அவர்களின் வழிகாட்டி அவளோடேயே இருந்து அவளுக்குச் சேவை செய்வதிலேயே காலம் கழித்தார்கள். வேறுவிதமான லௌகிக விவகாரங்களில் ஈடுபாடு காட்டவில்லை. மருமகள்களிடம் கூட அதிகம் பேசுவதில்லை. முழுக்க முழுக்க ஓய்வு மிக்க நிலை. தவம் செய்யப் போகும் மகனின் பிரிவு அவர்களிடம் எந்தவிதமான பாதிப்பையும் ஏற்படுத்தவில்லை. ஆனால் ராஜ்ஜியப் பொறுப்பில் யாருமில்லை என்பதுதான் அவர்கள் வருத்தமாக இருந்தது. கூடவே மனைவிமார்களும் சென்றார்கள். அங்கே மருத்துவர்கள் இருக்கிறார்கள், மூலிகைகள் உண்டு என்று கேட்டு

அவர்கள் சிறிது மகிழ்ச்சியடைந்தார்கள்.

நாங்கள் புறப்படத் தயாரானதும், நகரமே சோகத்தில் ஆழ்ந்தது. இருபத்துநாலு வயதேயான இளைய அரசன் பல வெற்றிகள் கண்டவன். தன் ஊரின் பெருமையை அதிகரித்தவன். அரசனின் பெருமையை தன் பெருமையாக எண்ணி ஊரார்கள் மகிழ்ந்தார்கள். வேறு யாராவது தம் ஊரின் மேல் போரெடுத்து வந்து வென்றால், தம் பெருமை பாழாகும் என்று அஞ்சினார்கள். சீக்கிரமாக திரும்பி வருமாறு வேண்டிக் கேட்டுக்கொண்டு ஆற்றங்கரை வரைக்கும் வந்து அனுப்பி வைத்தார்கள்.

இமயத்துக்குச் சென்ற பிறகுதான் நானும் பாண்டுவும் திருமண பந்தத்தைப் புரிந்துகொண்டோம். உடலின்ப ஆசைகளையெல்லாம் ஒதுக்கிவிட்டு கணவனோடு சேர்ந்து ஆன்மிக வழியில் சாதனை புரியவேண்டிய நேரம் இது என்று இருவரும் உணர்ந்துகொண்டோம். நானும் அவனும் ஒரே பர்ணசாலையில் மரப்பலகைகளை விரித்து, அவற்றின் மேல் புல்லைப் பரப்பிக் கம்பளியாலான ஒரே போர்வை யைப் போர்த்திக்கொண்டு இருவரும் உறங்கினோம். வரப்போகும் பிறவிகளைப்பற்றிக் கனவு கண்டோம். பின்னால் இருந்த இன்னொரு குடிலில் தனியாகப் படுக்கையில் படுத்திருந்தாள் மாதுரி. புருஷனின் சுகம் இருவருக்குமே இல்லையென்றாலும் பக்கத்தில் உறங்கும் சுகமாவது பட்டமகிஷியாகிய எனக்குக் கிடைத்தது. புருஷனின் இயலாமையை ஏறத்தாழ நான் மறந்தே விட்டேன். ஒரு குழந்தையைப் போல எல்லாவற்றையும் சொல்லி ஒப்புக்கொண்ட புருஷனுக்கெதிராக எந்தப் பெண்தான் அதையே நினைத்துக்கொண்டிருப்பாள். இந்தக் குறைதானே எங்களை இந்த அளவுக்குக் கொண்டு வந்து நிறுத்தி யுள்ளது. அது எப்படியோ போகட்டும், முழுக்க முழுக்க இங்கே நானே எஜமானி. நான் சொல்கிற மாதிரி அவன். மாதுரியும் இதைக் கவனித்தாள். ஆனால் என்றும் எதிர்ப்பேச்சு பேசியதில்லை. எனது கட்டளையை எப்போதும் மீறியதில்லை. நானும் அவள்மேல் எப்போதும் அதிகாரம் செலுத்தியதில்லை. ஒரு புறத்தில் வாழ்க்கை மிகுந்த சந்தோஷமுடையதாக இருந்தது. அவ்வப்பொழுது ஊரி லிருந்து பீஷ்மன் கழுதைகள் மேலே ஏற்றி அனுப்பிய அரிசி, கோதுமை, வெல்லம், நெய், கம்பளி, புடவை, வேட்டி ஆகியவை கிடைத்துக் கொண்டிருந்தன. அரண்மனையில் இருப்பதுபோல இல்லையெனினும் சமையலுக்கும் பிற வேலைகளுக்கும் துணையாக வேலைக்காரர்களும் அனுப்பி வைக்கப்பட்டார்கள். ஓமக் குண்டத்தின் புகை அவியாத அளவு பார்த்துக்கொள்ள புரோகிதர்களும் அனுப்பி வைக்கப்பட்டிருந்தார்கள்.

அஸ்தினாவதியிலிருந்து நான்கு நாள் பயண தூரத்தில் இருந்தது கங்காத்வாரம். புருஷனுக்கு இணையாக நடந்த போதிலும் எனக்கு எந்த அலுப்பும் தோன்றவில்லை. ஆனால் மாதுரி களைப்புற்றாள்.

"அக்கா, நீங்கள் ஆண்பிள்ளை போல நடக்கிறீர்கள்" என்றாள். "நீ குதிரையேறி வா" என்று சொன்னான் அவன். நாங்கள் இருவரும் நடக்கும்போது தான் மட்டும் குதிரையேறி வருவதை நினைத்து அவள் கூச்சப்பட்டாள். "குந்தி சொல்வதைப்போல் செய்" என்று இளவரசன் சொன்னான். கால்களின் நீளமும் வேகமும் ஒன்றாகவே இருக்கும்போது நடக்கும் பாங்கும் ஒன்றாகத்தானே இருக்க வேண்டும். "குந்தி, அப்பாவுக்குச் சொந்தமான தேசத்தின் பெயரால் மனைவியை அழைப்பது ஆரிய அரசர்களின் பழக்கம். இனி உனக்குப் பிறந்த போது சூட்டிய பிரதா என்ற பெயராலேயே அழைக்கிறேன். உன் உடல் வாகைப் பார்க்கும்போது எனக்குப் பெருமையாக இருக்கிறது." என்றான். எனக்கு வெட்கம் படர்ந்தது. உடல் குறுகி நடக்க ஆரம்பித்தேன். கங்காத்வாரம் தொலைவில் இருக்கிறது என்னும் போதே மலைகளின் நீல விளிம்பைப் பார்க்க முடிந்தது. அதைப் பார்த்துப் பரவசத்தில் ஊமையானேன். நான் பிறந்த ஊரிலும் புகுந்த ஊரிலும் வாடிக்கையாய்ப் பார்த்துப் பழகிய காடுகளின் பச்சை நிறம் போல அல்ல இது. வானத்து நீலத்தைப் பிரதிபலிக்கும் மலையின் நீலம். "இந்த இடம்தானே அது" என்றேன்.

"இதுதான் தொடக்கம். இதில் ஏறி அந்தப் பக்கத்தில் இருக்கும் சில சிகரங்களைத் தாண்டி பத்து பதினைந்து நாட்கள் ஏறி இறங்கிய பிறகு தேவலோகம் தொடங்கும் இடம் வரும்" என்று சொன்னான் பாண்டு.

எனது உற்சாகம் வளர்ந்தது. புது உலகத்தை அடைந்து அங்கே வாழ்வைத் தொடங்குகிற உற்சாகம். சத்தமாய்க் கூவ வேண்டும் போல ஆசை. தாய் வீட்டில் கழித்த இளமை, புருஷன் வீட்டில் சுமந்த பாரம் எல்லாவற்றையும் மறந்து வாழும் உற்சாகம். உண்மையான சுக ராஜ்ஜியம் இதுதான் என்கிற உணர்வு மனசில் பிறந்தது. எதற்காக என்றோ, ஏன் என்றோ என்னால் சொல்ல முடியவில்லை. அவ்வவ்போது பக்கத்தில் வந்த தோழி, "பிரதா, உன் முகத்தில் எவ்வளவு சந்தோஷம் தெரிகிறது, அறிவாயா?" என்றாள். இதை அவள் வேறு சொல்ல வேண்டுமா? ஒவ்வொரு சிகரத்திலும் ஏறி இறங்கும்போது முன்னாலும் பின்னாலும் அந்தப் பக்கமும் இந்தப் பக்கமும் தெரிகிற நீல வண்ண விளிம்புகளைப் பார்க்கும்போது நானே உணர்கிறேன். வானையே துளைத்துக்கொண்டு சென்று இன்னும் கொஞ்சம் சந்தோஷத்தை அனுபவிக்க வேண்டும் போல இருந்தது. இரண்டு அல்லது மூன்று நாட்கள்தான் இந்த மனநிலை. பிறகு மனம் கனக்கத் தொடங்கியது. உற்சாகம் குறைந்தது. மூங்கிலை ஊன்றி மலையேறும் ஒவ்வொரு அடியும் என் மனசின் வேதனையையும் அதிகரித்தது. உடல் வேட்கையால் வந்த வேதனை அல்ல அது. ஏன், எதற்காக என்று தெரியாத ஒன்று. மலைகளே அப்படித்தான், காரணமே இல்லாமல் அவற்றைப் பார்க்கும்போது சுகம் பொங்கும்; துயர் கொடுக்கும். ஏன், எதற்கு என்ற காரணங்கள் எப்போதும்

விளங்குவதில்லை.

மலையேறத் தொடங்கிய பதின்மூன்றாம் நாளோ அல்லது பதினான்காம் நாளோ நாங்கள் அந்த இடத்தை அடைந்தோம். முதலிலேயே சென்றிருந்த வேலைக்காரர்கள் அங்கே ஆசிரமங்கள் அமைத்திருந்தார்கள். தென்புறத்தில் ஒரு மலை. வடபுறத்தில் இன்னொரு பெரிய மலை. நடுவே சின்ன சமவெளி. எங்கெங்கும் பசுமையான மரங்கள். மணம் வீசும் மலர்கள். நினைவுகளைத் தூண்டித் தூண்டிப் பித்துப்பிடிக்க வைக்கின்றன. எத்தனை நிறங்களில் எத்தனை விதம் விதமான பூக்கள். "இங்கேதான் நாம் இருக்கப் போகிறோம்" என்று பாண்டு சொன்னான்.

"மகாராஜா, சந்தோஷத்தாலேயே பைத்தியம் பிடித்துவிடும் அளவுக்கு இடம் என்னமோ அழகாகத்தான் இருக்கிறது. வழிநெடுக பூக்களாகவே உள்ளன. நகரிலிருந்து பத்தொன்பது நாள் பயணத்துக்குப் பிறகு, வேர்த்து விறுவிறுத்து உடல் நரம்புகள் எல்லாம் வலிக்க மூச்சு முட்ட நடந்த பிறகு இந்த இடத்தைத் தேர்ந்தெடுக்க என்ன காரணம்?"

"பிரதா, நீயே யோசித்துப் பார்" என்றான் அவன். அவனும் மிகவும் களைத்திருந்தான். மூங்கிலை ஊன்றிக்கொண்டு மேல்மூச்சு கீழ்மூச்சு வாங்கக் கூறினான்.

யோசித்தேன். எதுவும் விளங்கவில்லை. "நீங்களே சொல்லுங்கள்" என்றேன். கொஞ்சம் பெரிசான ஒரு குடிசை. மழைநீர் உள்ளே இறங்காத அளவுக்கு உறுதியான, அதே நேரத்தில் சரிவான கூரை. உள்ளே கதகதப்பாக உணரும் வகையில் சுவர்கள் வைக்கோலால் நன்கு மூடப்பட்டிருந்தது. அதன் பின்புறத்தில் இன்னொரு குடிசை. கொஞ்சம் சிறிய அளவுடையது. பக்கத்தில் இருப்பது யாகசாலை என்பதைப் பார்க்கும்போதே தெரிந்தது. பக்கத்திலேயே சமையலறை. வேலைக்காரர்கள் தங்கும் குடிசைகள். அதற்குப் பின் குதிரை லாயம். இவை அனைத்தும் ஒரே சமமான பூமியில் இல்லை. ஏற்ற இறக்கங்களுடன் இருந்தன. நடுவே சின்னச்சின்னக் கற்களைப் பதித்து உருவாக்கிய படிக்கட்டுகள்.

"நான் கேட்டதற்கு எந்தப் பதிலும் சொல்லவே இல்லையே."

"என்ன?"

"இந்த இடத்தைத் தேர்ந்தெடுத்தது ஏனென்று நீயே சொல் என்றேன்."

"நான் கேட்ட கேள்வி எனக்கே திரும்பி விட்டது. இந்த இடமே அப்படிப்பட்டது. எதற்காகத் தேர்ந்தெடுத்தீர்கள்?"

"எதிரில் அழகான மலை இருக்கிறது பார்" ஊன்றுகோலால் சுட்டிக்காட்டிச் சொன்னான். "அங்கிருந்து தேவ உலகம் ஆரம்பிக் கிறது. அதற்கு மேல் அவர்கள் இடம்.

"அப்படியென்றால் என்ன பொருள்?" என்று நடுவில் குறுக் கிட்டேன் நான்.

"நாங்கள் குரு வம்சத்தவர், நீங்கள் யாதவர்கள், அவர்கள் மாத்ரர்கள் என்று வேறுபாடு இருக்கிறதல்லவா, அதேபோல தேவர்கள் என்னும் ஜனங்களின் ராஜ்யம் இந்த மலையிலிருந்து மேலே தொடங்குகிறது. நம் ஆரியர்களின் மூலமே அவர்கள்தானாம். இப்பொழுதும் அவர்களுக்கு அரசனாக இருப்பவனின் பெயர் இந்திரன்.

புரோகிதனின் பெயர் பிரஹஸ்பதி. மந்திரங்களில் நாம் சொல்கிற அக்னி, வாயு என்கிற பெயர்கள்தான் அவர்களுக்கும். அதே முறையில் தான் அவர்களுடைய அரசாங்க அமைப்பு. மருந்து மூலிகைகள் பற்றி அவர்களுக்குத் தெரிந்திருக்கிற அளவு ஆரியவர்த்தத்தில் உள்ள எவருக்கும் தெரியாது. மீண்டும் இளமையை அடையும் மருத்துவத்திலும் கைதேர்ந்தவர்கள் அவர்கள். அவையெல்லாம் கிடைக்கும் இடம் இது. நம் பக்கத்தில் உள்ள கோதுமை, அரிசி, பயிறு வகைகள் எல்லாம் இங்கே இவர்களுக்கு அபூர்வமானவை. பார்த்தால் வாயைப் பிளந்து கொள்வார்கள். அவ்வப்போது கொஞ்சம் கொஞ்சம் அவர்களுக்குக் கொடுத்து மருந்து வாங்கி என் வியாதி குணமாகிக் குழந்தைகள் உண்டானால்..." என்றபடி குரலைத் தாழ்த்தினான்.

என் காலுக்கு அடியே இருக்கிற நிலம் குலைந்து சரிந்ததைப் போல இருந்தது. தவம் செய்ய என்று இங்கே புறப்பட்ட பிறகு மனம் ஒருவகையில் அமைதியடைந்திருந்தது. கணவன், தாம்பத்தியம், குழந்தைகள் ஆகிய விஷயங்களை எல்லாம் மறந்திருந்தது. கருவுற முடியாத பாவத்துக்குப் பிராயச்சித்தமாக தவம் ஒன்றே வழியென மனம் குறித்துக் கொண்டிருந்தது. அந்த எண்ணம் உதித்தது கூட இவனால்தான். இப்போது இவனே மீண்டும் ஆசையை ஊட்டு கின்றான். "வேண்டாம் வேண்டாம். அதெல்லாம் வேண்டாம்" என்றேன்.

"ஏன், தாயாகும் விருப்பமில்லையா உனக்கு?"

"இல்லை."

"குருவம்சம் வளர வேண்டாமா? இந்த வம்சத்தில் மருமகளாக வந்த நீ இப்படிச் சொல்லலாமா?" என்றான். இவனுக்கு எப்படிச் சொல்லிப் புரியவைப்பது? ஒன்று அந்த வழியாவது சரியாக இருக்க வேண்டும், இல்லை இந்த வழியாவது சரியாக இருக்க வேண்டும். ஏதோ மலையைச் சேர்ந்தவர்கள் மருந்து கொடுப்பார்கள் என்கிற நம்பிக்கையால் மீண்டும் மனசில் ஆசையை வளர்த்துக்கொண்டு நலிந்து நலிந்து, அந்நலிவுகளாலேயே கணவனின் மேல் கோபமும் வெறுப்பும் அதிகமாகி... எதற்காக இந்த இம்சை? ஆனால் இவனுக்குப் புரியும்படி எடுத்துச் சொன்னால், தன்னையே நொந்து கொள்வான். குருவம்சத்தை மேலும் மேலும் வளர்த்து முன்னேற்றும் பொறுப்புடைய இவன் துக்கத்தால் கண்ணீர் சிந்தினால் என் இதயமே உடைந்தது போல

இருக்கிறது. என்னளவில் நான் செயலற்றவளாக இருக்கவேண்டும். இவனது ஆசையைத் தூண்டக்கூடாது, வேட்கையை வளர்க்கக் கூடாது என்று நிச்சயித்தேன். நிச்சயிப்பது எளிது. குருவம்சத்துக்கு மருமகளாக வந்து இப்படிப்பட்ட செயலின்மையோடு வாழ்வது எப்படி? "அந்த ஐந்து பேரும் குரு குலத்தைச் சேர்ந்தவர்களே அல்லர். அவர்களைப் பாண்டவர்கள் என்று நான் அழைக்க மாட்டேன். குந்தியின் பிள்ளைகள் என்று வேண்டுமானால் அழைப்பேன்" என்று துரியோதனன் சொன்னானாமே, மனசை அடக்கி, அடக்கி, அடக்கி, என் ஆசைகளையெல்லாம் மறந்து, பாண்டுவின் நம்பிக்கை நொறுங்கி விடாமல் பார்த்துக்கொண்டு இந்தக் குருவம்சத்தின் மருமகளாகக் கடமையாற்றியதை அவன் அறிவானா?" உதடுகளைக் கடித்தபடி தன் நிழலைத் தண்ணீருக்குள் பார்த்துக் கொண்டாள் குந்தி. இத்தனை நாட்கள் இந்த வம்சத்தின் மருமகளாகவே வாழ்ந்து கொண்டிருக்கிறேன். மருமகளுக்குப் பிறந்தவர்கள் மகனுக்கும் பிள்ளைகளாக ஏன் ஆவதில்லை? வெறும் வார்த்தைகளால் அதர்மம் ஜெயிக்கக் கூடும். ஆனால் யுத்தத்தில் ஜெயிக்க இயலாது. "குந்தி தோற்கமாட்டாள்" என்று சொல்லிக்கொண்டாள். தண்ணீருக்குள் தெரிந்த அவள் நிழலின் இரண்டு விழிகளும் அவளையே மீண்டும் திருப்பி உற்றுப் பார்ப்பதைப்போல இருந்தன. மரக்கிளைகளின் வழியே கசிந்த சூரிய வெளிச்சம் பட்டு அவளது பிம்பம் கலைந்தது. தலையை உயர்த்தித் திரும்பிப் பார்த்தாள். நண்பகலில் இருந்த இடத்திலிருந்து வெகுவாகக் கீழே இறங்கியிருந்தது சூரியன். இப்படியே மெல்ல மெல்ல இறங்கி மறைந்து நாளைக் காலை மீண்டும் உதிக்கும் வேளையில் தான் தாமதம் செய்யாமல் போகச் சொல்லியிருந்தான் கிருஷ்ணன். அதிகாலையில் சூரியன் உதிக்கும் முன்பே தன்னந்தனியாக ஆற்றங்கரைக்கு வருவான் அவன். பாயும் இதே நதியில்தான், இன்னும் கொஞ்சம் கீழே தள்ளி. உதிக்கும் சூரியனைக் கைகுவித்து வணங்கிக் கண்மூடித் தியானிப்பான். "அப்பொழுது நீ தனியாகப் போ. நான் அவனிடம் ஏற்கனவே எல்லாவற்றையும் சொல்லி இருக்கிறேன். நீ பக்கத்தில் போய் நில். 'மகனே கர்ணா' என்று கூப்பிடு. பாண்டவர்கள் உன் தம்பிகள். அதை மறக்காதே. அதுதான் நான் சொல்ல விரும்புவது. வேறெதுவும் நான் கேட்க விரும்பவில்லை" எனச் சொல்லுமாறு சொன்னான் கிருஷ்ணன். நிதானமாய்த் தனது பார்வையை வேறுபக்கம் செலுத்தினாள் குந்தி. நீரில் இன்னும் நிழல் தெரிந்தது. ஆனால் அவள் உடல் முழுக்க நடுங்கியது. குருவம்சத்தின் மருமகளுக்குப் பிறந்த மகன் ஏன் கௌரவனாகவில்லை என்று தனக்குத்தானே கேட்டுக் கொண்டாள். பெற்றெடுத்த பிள்ளைகள் முன்னிலையிலேயே குந்தி தோற்கவேண்டும் என்று எங்கோ யாரோ சொன்னதுபோல இருந்தது. நிழல் கடகடவென நடுங்கத் தொடங்கியது. கண்களை மூடிக் கொண்டாள். கொஞ்சம் கட்டுப்பாட்டுக்குள் வருவதுபோல இருந்தது. குருவம்சத்தினுடைய மூத்த மருமகளின் மூத்த மகன் மூத்த கௌரவனாகி இருந்தால், குந்திக்கு இந்தச் சிக்கல் வந்திருக்காது.

மலைகளே அப்படித்தான், காரணமில்லாமல் துக்கத்தையெல்லாம் ஞாபகத்திற்கு இழுத்துவரும். ஏன், எதற்காக என்று எதுவுமே முதலில் புரியவில்லை. அப்புறம் அந்தத் துயரம் மெல்ல மெல்ல வளரத் தொடங்கியது. எதிரே தேவர்களின் உலகம் ஆரம்பமாகும் மலையின் உயரத்தைப் பார்க்கும்போதும், பாயும் சிறு ஓடையில் குளிப்பதற்காக இறங்கும்போதும் பூக்களைப் பறித்து மாலையாகக் கட்டும்போதும் கூட அதே ஞாபகம். ஏனென்று புலப்படும் முன்னேயே முளைத்து, வளர்ந்து, படர்ந்து மறைந்துகொண்டது. இப்பொழுது புரிந்து கொள்ளும் ஆற்றலும் தெளிவும் உள்ளன. ஆனால் எதுவும் தோன்றுவ தில்லை. வேதனைகளைச் சகித்துக்கொள்ளச் செயலற்ற உணர்வு நிலையை அடைதல் வேண்டும். காயான க்ஷத்திரியனைவிடப் பழுத்த முனிவர் எவ்வளவோ பங்கு மேல் என்று இப்பொழுதும் என் மனம் சொல்கிறது. இந்த ரகசியத்தின் முடிச்சுகளை முதன்முதலில் விடுவித்தவனைப் பற்றிய ஞாபகங்களை யார்தான் மறக்க முடியும்? அதுவும் ரகசியத்தின் கண்ணிகளை அவிழ்க்க இயலாத ஒருவனுடன் வாழ நேர்ந்துவிட்ட ஒரு பெண்ணால் எப்படி முடியும்? ரகசியத்தை அறிந்து அனுபவிக்க வேண்டும். அனுபவம் அற்ற அறிவு ஆண்மை யற்றவனின் வறட்டு ஜம்பம் போலாகும். சின்ன வயசிலிருந்தே குழந்தை எப்படி பிறக்கிறது, அழுதும் சிரித்தும் கைகால்களை உதைத்தும் தாவுகிற குழந்தை என்னும் பொம்மை எங்கே பிறந்து எப்படி வருகிறது என்பன போன்ற கேள்விள் என்னைத் துளைத்துக்கொண்டிருந்தன. மிகவும் சிறியவளாக இருந்தபோது பெற்ற தாயிடம் இதைப்பற்றிக் கேட்டபோது அவரது பார்வை பக்கத்தில் இருந்த தாசிப்பெண்களின் பக்கம் திரும்பியது. அதற்கப்புறம் வேறு யாரிடமும் கேட்கவில்லை. வளர்ப்புத் தந்தையின் வீட்டுக்கு வந்த பிறகும் கூட படபடவென்று பேசிக்கொண்டிருந்தேன். எங்கேயாவது யார் வீட்டிலாவது குழந்தை பிறந்திருந்தால், ஓடி அவர்களைப் பார்த்துப் பேசவேண்டும் என்கிற துடிப்பு இருந்தது. ஆர்வமிருந்தது. பிறந்த என்றால் என்ன, இதுவரை எங்கிருக்கிறது, எப்படி வருகிறது என்று பலவாறு யோசித்தேன். பெண்களின் வயிற்றிலிருந்து என்பது போகப்போகப் புரிந்தாலும் கூட நம்பிக்கை வரவில்லை. அதை வயிற்றுக்குள் வைப்பவர்கள் யார்? மெல்ல மெல்ல வயது வளர்ந்தது. யாரையும் இது பற்றியெல்லாம் கேட்கக்கூடாது என்கிற வெட்கத்தையும் அது எப்படியோ வளர்த்துக் கொண்டது. ஆனாலும் சந்தேகம் அகலவில்லை. வளர்ப்புத் தந்தையின் அரண்மனைக்குத் துர்வாச முனிவர் வந்தபோது, முனிவருக்குச் சேவை செய்ய வீட்டில் ஒரு பெண் இருப்பதை எண்ணி அப்பாவுக்கு அளவு கடந்த சந்தோஷம்.

“அரசரே, மகளுக்கு எத்தனை வயது?”

“பதினைந்து.”

"எப்படி வளர்ந்து நிற்கிறாள்! நீ புண்ணியம் செய்வதன். பெரிய பெரிய வீரர்களுக்குத் தாயாகப் போகிறாள் இவள்."

மை அப்பாவுக்கு அதைக்கேட்டு அளவுகடந்த ஆனந்தம். எனக்கும் பெரு. தாயாகப் போகிறேன், அதுவும் பெரிய பெரிய வீரர்களின் தாயாகப் போகிறேன். எனக்கும் கைகால்களை உதைத்துக் கொண்டு சிரிக்கிற குழந்தைகள் பிறக்கும் என்கிற பெருமை. "மகளே, இப்படிப் பட்ட முனிவர்கள் வீட்டுக்கு வந்திருக்கும்போது, வீட்டில் இருக்கிற மகள்தான் சேவை செய்யவேண்டும். பழக்கவழக்கம் பற்றி நீயும் அறிவாய் அல்லவா. எந்த விஷயத்திலும் எந்தக் குறையும் அவருக்கு நேரக்கூடாது" என்றார் அப்பா. கொஞ்சம் முன்கோபக்கார். ஆனால் நல்ல முனிவர். அலைபாயும் முடியைக் கட்டிக் கிரீடம் சூட்டினால் எவ்வளவு அழகாக இருக்கும் என்று கற்பனை செய்தேன் நான். மிகவும் அக்கறையோடு அவருக்குச் சேவை செய்தேன். நெருக்கம் அதிகமானது. என்னமோ, அவரிடம் கேட்கவேண்டும் என்று ஆசையெழுந்தது. ஒரு நாள் கேட்டே விட்டேன்.

"முனிவரே, குழந்தை எப்படிப் பிறக்கிறது?"

அவர் திரும்பிப் பார்த்தார். இந்தக் கேள்வியை நானா கேட்டேன் என்று நம்பாதவரைப் போலப் பார்த்தார். பதில் எதுவும் சொல்ல வில்லை. நானும் அங்கேயே நின்றிருந்தேன். "எதற்காகக் கேட்கிறாய?" என்றார் அவர்.

"பெரிய பெரிய வீரர்களுக்குத் தாயாவேன் என்று அன்றொரு நாள் சொன்னீர்களல்லவா, எப்படி ஆவேன் என்று தெரிந்துகொள்ள ஆசை."

"அது நடக்கும்போது தானாக நடக்கும். இப்பொழுது என்ன அதற்கு?"

நான் எதுவும் பேசவில்லை. ஆனால் அந்த இடத்தை விட்டு நகரவும் இல்லை. பதில் சொல்லித்தான் தீரவேண்டும் என்று பிடிவாதம் பிடித்தவள் போல நின்றேன்.

"குழந்தை என்றால் ரொம்பவும் ஆசையா?"

"ஆமாம்"

மறுபடி எதுவும் பேசவில்லை அவர். நானும் அந்த இடத்தை விட்டு நகரவில்லை.

குந்தி பெருமூச்செறிந்தாள். நடுங்கிக் கொண்டிருந்த நிழல் இப்போது எந்தவித சலனமுமின்றி இருந்தது. குந்தியையே திரும்பி உற்றுப் பார்ப்பது போல இருந்தது.

எந்த உள்நோக்கமும் இல்லாத கேள்வி. அவரே மீண்டும் "இந்தப் பக்கம் வா" என்றார். தனக்கு அருகில் நெருக்கமாக உட்கார வைத்துக் கொண்டார். அவருடைய வெற்றுமார்பில் முடி அடர்ந்திருந்தது. தாடி இறங்கிய முகம். வலக்கையை நீட்டி என் கையைப் பற்றினார். "அருகில் வா, இன்னும் நெருங்கி அருகில் வா" என்றார். "குழந்தை என்றால் மிகவும் ஆசையா உனக்கு?" என்று கேட்டுவிட்டு என் முகத்தைப் பார்த்தார். என்னைக் கட்டித் தழுவிக் கொண்டார். என்ன ஆயிற்று எனக்கு? எந்தப் பரவசமும் இல்லை. வெட்கமும் ஆர்வமும் தான். ஒரு வகையான சுகம். அச்சம். பிரதா, பிரதா என்று அன்போடு மெல்ல அழைத்தார். பிறகு என் முகத்தைப் பார்த்துப் புன்முறுவல் செய்தார்.

மறுநாள் என்னை அவராகவே அழைத்தார். எனக்கு அதிக அளவு எதுவும் புரியவில்லை. ஆனால் மீண்டும் அச்சுகத்தை அனுபவிக்க வேண்டும் என்கிற ஆசை. இரவு முழுக்கத் தூங்கவே இல்லை, பிரதா, பிரதா என்று அன்புடன் முத்தமிட்டபடி அழைக்கும் போது அவருடைய மென்மையான தாடி என்னை வருடியது. அடுத்த நாளும் இப்படியே ஆனது. ஒவ்வொரு நாளும் இப்படியே தொடர்ந்தது. என்னைப் பக்கத்தில் அழைப்பார் என்று எனக்குத் தெரியும். அதை எதிர்ப்பார்த்தே நான் அவர் அருகில் நின்றிருந்தேன். என் விலக்கான நாள் விவரம் பற்றித் தெரியும் எனக்கு. அந்த நாளுக்கு ஒன்றிரண்டு நாள்களுக்கு முன்னால் நான் அவரோடு உட்கார்ந்திருந்தேன். சட்டென அவர் முன்னிலையிலே எழுந்து சென்று வாந்தியெடுத்துவிட்டுத் திரும்பினேன். மெல்லச் சிரிப்புடன் நெருங்கிய அவர் என் தலையைத் தடவியபடி "இப்பொழுது உனக்கே ஒரு குழந்தை பிறக்கப் போகிறது. நீ தாயாகப் போகிறாய்" என்றான்.

"எப்படி?" என்றேன்.

"எல்லாம் பொறுமையாக உனக்கே புரியும்." என்றார். சாயங்கால ஹோமத்தில் பங்கெடுத்துக்கொள்ள அப்பா வந்தபோது அவரே எல்லாவற்றையும் சொன்னார். "குந்தி போஜனே, உனக்குப் பேரன் பிறக்கப் போகிறான்" என்றார். அப்பாவின் முகத்தில் முதலில் சந்தோஷம் குடிகொண்டது. சட்டென துயரம் கொண்டார். இதற்குப் பின்பு இரண்டு நாட்கள் கழித்து அந்த முனிவர் புறப்பட்டுச் சென்றார். போகும் முன்பு ஆசிகள் வழங்கிவிட்டு, "பிரதா, நான் இரண்டு வாரங்களுக்கு முன்னாலேயே சென்றிருப்பேன். ஆனால் உன் கோரிக்கையையும் ஆசையையும் நிறைவேற்றி வைக்க வேண்டும் என்றுதான் போக வில்லை. உனக்கு ஆண்பிள்ளை பிறந்தால், அவன் உலகம்புகழும் வீராதி வீரனாக இருப்பான். பெண் பிறந்தால் அவள் உன்னைப்போல அழகாக இருப்பாள்." என்றார். அப்பாவின் முன்னிலையிலேயே எல்லாவற்றை யும் சொல்லி விட்டுக் கிளம்பிவிட்டார்.

நான் இன்னும் ஆர்வத்தால் தூண்டப்பட்டேன். அம்மாவின் தோழி ஒருத்தியிடம் தனியாக இருக்கும்போது பக்கத்தில் அழைத்துக்

கேட்டேன். அவள் எல்லாவற்றையும் விவரமாக விளக்கிச் சொன்னாள். "முனிவரோடு நிகழ்ந்த உறவின் காரணமாக உன் வயிற்றில் குழந்தை தோன்றியுள்ளது. அது மெல்ல மெல்ல வளர்ந்து ஒன்பது மாதம் நிறையும் போது கையும் காலும் கண்ணும் மூக்கும் மற்ற அவயவங்களும் வளர்ந்து பிறக்கும்" என்றாள். அதற்குள் அவள் சொன்னது எல்லாம் உண்மை என்று எனக்கும் புரிந்தது. ஆனால் மேலும் மேலும் அறிந்துகொள்ள வேண்டும் என்கிற ஆர்வம் மட்டும் தணியவில்லை. ஒரு விதமான உற்சாகம். சும்மாவாச்சும் ஓடியாடுகிற, மரம் ஏறிக் கிளைகளில் தொங்குகிற, மரக்கிளையில் கயிற்றைக் கட்டி ஊஞ்சல் ஆடுகிற உற்சாகம். என் தோழிகளை எல்லாம் கூட்டிவைத்துக்கொண்டு இதைப்பற்றியே பேசினேன். நடுநடுவே வாந்தியின் தொல்லைகள். கணக்குப் பார்த்தேன். ஒன்று, இரண்டு, மூன்று, நான்கு மாதங்கள். அம்மாவின் தோழி சொன்னது உண்மை தான். என் வயிற்றில் ஏதோ ஒன்று வளர்கிறது. கொஞ்சம் வயிறு முன்சரிந்தது. ஆச்சரியம், சந்தோஷம். ஒருநாள் அப்பா என்னை அழைத்து அம்மாவின் முன்னிலையிலேயே "பிரதா இனிமேல் நீ அரண்மனையின் உட்பகுதியில் இருந்து வெளியே வர வேண்டாம். திருமணமில்லாமல் தாயாகப் போகிறாய். மறைத்து வைக்காவிட்டால் நமது ராஜ குடும்பத்தின் மான மரியாதை போய்விடும்" என்று சொன்னார்.

"அது எப்படிப் போகும்? என்னாகும்" என்று நான் கேட்டேன்.

"அது எப்படிப் போகும்? என்னாகும்?" என்று தண்ணீருக்குள் இருக்கிற நிழல் கூட பெருமூச்சு விட்டது. மலைகளே அப்படித் தான், மறைந்து போன துயரங்களையெல்லாம் மீண்டும் மீண்டும் ஞாபகமூட்டும். இந்த நினைவே துன்புறுத்துகிறது. எல்லா ஏற்பாடு களையும் அவர்கள் ஏற்கனவே செய்தார்கள். "மகளே, பயப் படாதே, பழங்காலத்துப் பழக்கவழக்கங்களில் தேர்ந்தவர் முனிவர். நம் பக்கத்து க்ஷத்திரியர்களெல்லாம் இந்த விஷயத்தில் இன்னும் பல படிகள் முன்னேறியவர்கள். திருமணத்துக்கு முன்னால் பெண்கள் தாயாகுவது அவமானம். அவளைத் திருமணம் செய்ய யாரும் முன் வருவதில்லை. நீ ஒரு நல்ல அரசனுக்கு மனைவி ஆகவேண்டும் என்பது எங்கள் ஆசை" என்று என்னென்னமோ சொல்லி என்னை அமைதிப் படுத்தினார்கள். பிறந்த குழந்தை அழுதது. கண், மூக்கு, வாய் இருக்கிற உயிருள்ள குழந்தை. கை கால்களை உதைத்தது. என் ஆர்வம் அடங்கியது. ஆனால் அந்த அற்புதத்தை அவர்கள் எடுத்துச் சென்றார்கள். அம்மாவின் நம்பிக்கைக்குரிய தோழி, எனக்குக் குழந்தை பிறப்பது பற்றி முன்பொருமுறை விரிவாகச் சொன்னவள் அந்தக் குழந்தையை எடுத்துச் சென்றாள். பிறந்த ஊரில் யாரோ பெற்றுக் கொடுத்த குழந்தை என்று சொல்லித் தன் கணவன் வீட்டுக்கு எடுத்துச் செல்லுமாறு ராதாவிடம் கொடுத்தனுப்பினார்கள். நாளை அந்தக் குழந்தையிடம் சென்று பிச்சை கேட்க வேண்டும். நிழல் மீண்டும்

தண்ணீருக்குள் அசைந்து நடுங்கத் தொடங்கியது.

பழைய நினைவுகளை அசை போட்டுக் கொண்டிருந்தபோது மலையிலிருந்து இறங்கி இரு வைத்தியர்கள் வந்தார்கள். ஒரே மாதிரியான உடற்கட்டு. அழகு. இரட்டைப் பிறவிகளாம். பருத்தி ஆடை எதுவும் இல்லை. தோல்களால் ஆன ஆடையை உடுத்தியிருந்தார்கள். அவர்கள் எப்போதும் ஒன்றாகவே செயல்பட்டார்கள். நோயாளிகளுக்கு கைகால்களில் ஏதேனும் வலி இருந்தால், முட்டி ஏதேனும் நழுவியிருந்தால், ஒருவர் பிடித்துக் கொள்கிறார்கள். இன்னொருவர் கட்டு கட்டுகிறார். இருவரும் சேர்ந்தே மூலிகை இலைகளைத் தேடி எடுத்து வருகிறார்கள். ஒருவர் அரைக்கிறார். இன்னொருவர் அதைக் கலக்குகிறார். அரிசி, கோதுமை என்றால் அளவற்ற ஆசை கொள்கிறார்கள். கழுதைகள் மேல் ஏற்றிய அரிசி மூட்டைகளும் கோதுமை மூட்டைகளும் குவிந்துகிடந்தன. அவர்கள் மருத்துவத்தைத் தொடங்கினார்கள். அவருக்கு மீண்டும் ஆண்மையுண்டாகிக் குழந்தை பெற்றெடுத்துக் கொள்ளத் தகுதியான மருத்துவம். என் வயிற்றில் வலிமைமிக்க ஒரு குழந்தை பிறக்கும் என்று அவர்கள் அடிக்கடி உறுதி சொல்லிக்கொண்டே இருந்தார்கள். என் வயிற்றைத் தொட்டுச் சிரிப்பார்கள். இந்தத் தேவர்கள் உலகில் ஆண்-பெண் உறவைப் பற்றி நமக்கு இருப்பதைப் போன்ற கூச்ச உணர்வு எதுவுமில்லை. மிகவும் சிரத்யோடு மருந்தை உட்கொண்டான் பாண்டு. எனக்கும் அதன்பால் அக்கறை பிறந்தது. புதிய கனவு ஆரம்பமானது. முதல்முறை வயிற்றில் கருவுற்று வளர்ந்ததைப் போலவே இன்னொரு முறையும் கருவுற்று, வயிறு முன்சரிந்து, மலைக்காற்றையெல்லாம் உள்ளிழுத்துக் கொள்ளும் ஆசை. பிரதாவுக்குக் குழந்தைகள் என்றால் எப்போதும் ஆசை. பத்து, பதினைந்து, இருபது தேவர்களின் பிரதேசத்திலிருந்து பிறந்து வரும் ஆறும் மூலிகை இலைகளின் நறுமணம் நிரம்பிய மலைக்காற்றும் பற்பலவிதமான தாவரங்களும் பூக்களும் நிறைந்த சூழலும் மருத்துவர்களின் மருந்துகளும் பாண்டுவைக் குணப்படுத்தி பிரதா மீண்டும் கருவுற்றுக் குழந்தையைச் சுமப்பாளா? அங்கிருந்த குளுமையான சூழல் எனக்கு மிகவும் பிடித்திருந்தது. ஆனால் என் தோழிக்கு இருமல் தொடங்கியது. மூச்சு வாங்க மிகவும் சிரமப்பட்டாள் அவள். "நீ வேண்டுமானால் ஊருக்குப்போ" என்று சொன்னாலும் கூட கேட்காமல் என்னோடேயே இருந்தாள். தேவர்கள் மருத்துவம் செய்தும் கூட அவள் பிழைக்கவில்லை. இறந்துவிட்டாள். அவளது மறைவால் நான் துயரத்தில் மூழ்கியிருக்கும் போது அஸ்தினாவதியில் இருந்து ஒரு செய்தி வந்தது. செய்தியைக் கொண்டு வந்தது அரசனின் நம்பிக்கைக்குரிய ஒருவன். அவன்தான் நூற்றுக்கணக்கான கழுதைகளின் மேல் தானியங்களை ஏற்றிக்கொண்டு ஒவ்வொரு முறையும் வந்தவன். இந்த செய்தியைச் சொல்வதற்காகவே அவன் இந்த முறை வந்திருந்தான். நாங்கள் இங்கு வந்து ஏறத்தாழ ஓராண்டு ஆகிவிட்டதல்லவா, மீண்டும் நாங்கள்

திரும்புவோம் என்கிற எதிர்பார்ப்பைப் பீஷ்மன் கைவிட்டு ஆறு மாதங்கள் ஆகிவிட்டதாம். தான் உருவாக்கி வளர்த்துப் பெரிதாக்கிய குருவம்சத்தைக் காப்பாற்றவும் மேம்படுத்தவும் கண்களில்லாத திருதராஷ்டிரனுக்குத் திருமணம் செய்ய முடிவு செய்துள்ளதாக அத்தூதன் தெரிவித்தான்.

"பெண் எந்த ஊர்?" என்று பாண்டு கேட்டான்.

"காந்தார தேசத்தைச் சேர்ந்தவள். எதற்கும் உதவாத குருடனுக்கு நம் பக்கத்தைச் சேர்ந்தவர்கள் யாரும் பெண் கொடுக்க முன்வரவில்லை. காந்தார தேசத்தில் சீர்வரிசையைப் பெற்றுக்கொண்டு பெண்களைக் கொடுக்கிறார்களாம். மத்ர தேசத்திலிருந்து உங்களுக்கு இரண்டாம் திருமணம் செய்யப் பெண் எடுக்கவில்லையா, அதேபோலே நடத்தினார்கள். ரதங்கள், குதிரைகளின் மேல் படைகள், வண்டிகள் நிறைய ஏராளமான செல்வத்தை எடுத்துக்கொண்டு சென்றார்கள். அவர்கள் பெண் கொடுத்தார்கள்."

"காந்தார தேசத்துப் பெண்கள் ஆரியவர்த்தத்தைச் சேர்ந்த பெண்களைப்போல புருஷன் சொல்வதைக் கேட்கிற பழக்கம் அற்றவர்கள் என்று கேள்விப்பட்டேன், உண்மையா?" என்று பாண்டு கேட்டான். பக்கத்தில் நானும் இருந்தேன். வேறு யாரும் இல்லை.

"அப்படித்தான் சொல்கிறார்கள். ஆனால் இவள் நம்பக்கத்துப் பெண்களைவிட புருஷன் மேல் பக்தி உள்ளவள். கணவன் குருடன் என்று தெரிந்த அன்றே தன் இரண்டு கண்களையும் ஒரு துணியால் கட்டிக்கொண்டாளாம். அதற்கப்புறம் இந்த உலகில் எந்தப் பொருளையும் கண்திறந்து பார்க்கவில்லை. அஸ்தினாவதியில் திருமண மண்டபத்தில் கூட அப்படியே கண்ணைக் கட்டிக்கொண்டு நின்றிருந்தாளாம். திருமணச் சடங்குகளைக் கூட ஒரு குருடியைப் போலவே செய்தாளாம். கணவன் பிறவிக் குருடன். ஆனால் இவள் எதற்குத் தன்னையே குருடியாக்கிக் கொள்ள வேண்டும். அஸ்தினாவதியின் மக்கள் அனைவரும் 'பொறுமைசாலி' என்றும் 'பதிபக்தி உள்ளவள்' என்றும் பாராட்டி அவள் கால்களில் விழுந்து வணங்குகிறார்கள். அவள் குணங்களைப்பற்றிப் புகழ்ந்து பேசுகிறார்கள்."

"அண்ணன் ரொம்பவும் அதிர்ஷ்டக்காரன்."

எனக்கும் அப்படித்தான் தோன்றியது. உடற்கட்டைப் பொறுத்த மட்டில் சகோதரர்கள் இருவரும் ஒரே அளவானவர்கள். ஆனால் கண்களில்லாதவன் எந்தக் காரியத்தைத்தான் செய்ய முடியும்? குறி வைத்து அம்பு செய்ய முடியாத பிறகு, ஒரு க்ஷத்திரியனாக இருந்து என்ன பயன்? அப்படிப்பட்டவனுக்கு இப்படி ஒரு பய பக்தியுள்ள மனைவி. குந்தியைவிட காந்தாரியை அஸ்தினாவதிக்காரர்கள் புகழ் கிறார்கள். பாராட்டையும் புகழையும் பெறும் வாய்ப்பே எனக்குக் கிடைக்கவில்லை. தவம் செய்யவென்று புருஷனுடன் கிளம்பி

இங்கு வந்தேன் என்கிற ஒரே விஷயத்தைத் தவிர. கணவன் குருடன் என்பதால் தன் கண்களையும் துணியால் கட்டிக்கொண்டு நகர மக்களால் ஒருத்தி பாராட்டப்படுகிறாள் என்றால், அதை எண்ணும்போது எனக்குச் சற்றே பொறாமையாகவே இருந்தது உண்மைதான், நான் பொறாமைப்பட்டேன். ஏன், படக்கூடாதா?

தாழ்ந்த குரலில் தூதுவன், "அரசாட்சிப் பொறுப்பை ஏற்கப் பீஷ்மனுக்கு விருப்பமில்லையாம். நீங்களும் இந்த இடத்துக்கு வந்து விட்டீர்கள். ஆட்சி நிர்வாகத்துக்கு ஒருவர் அவசியமில்லையா? தற்சமயத்துக்குத் திருதராஷ்டிரனையே சிம்மாசனத்தில் உட்கார்த்தி வைத்திருக்கிறார் பீஷ்மர்" என்று ரகசியமாகச் சொன்னான் தூதுவன்.

"திருராஷ்டிரனுக்கா?"

'நெருக்கடியான நேரத்தில் கண்ணற்றவனை அனுமதிக்கலாம் என்று சாஸ்திர தர்மம் சொல்கிறது. எப்படியிருந்தாலும் ஆட்சி நிர்வாகத்தைக் கவனித்துக்கொள்ளப் போவது பீஷ்மர்தானே."

இதைப்பற்றி நான் ஒன்றும் பெரிதாகக் கவலைப்படவில்லை. இளவரசனாகிய திருரதராஷ்டிரன் விருப்பப்பட்டால், அவனது சேவைக்காக அரண்மனையில் ஏராளமான பெண்கள் இருக்கிறார்கள். அவன் இப்பொழுதே அவர்களோடு தொடர்பு வைத்துக் கொண்டுள்ளானோ, என்னமோ தெரியவில்லை. இப்பொழுது திருமணமும் ஆகிவிட்டது. எப்பொழுதும் போல நினைவுகளிலும் கனவுகளிலும் என் மனம் மூழ்கியது. இதற்கிடையில் குளிர்காலம் தொடங்கியது. அஸ்தினாவதியிலும் போஜ நகரத்திலும் உட்கார்ந்து கற்பனைகூட செய்ய முடியாத அளவுக்கு குளிர். தெற்குப் புறத்திலிருந்த மலையும் தேவர்கள் உலகத்து மலைகளும் பனியில் மூடிக்கொண்டன. எங்கள் இருப்பிடத்தைச் சுற்றியுமிருந்த செடிகொடிகள் மேல் எங்கும் வெண்மை படர்ந்தது. குளிர் என்றால் கூட, அதுவும் ஒருவகையில் சந்தோஷம்தான். வெளியே வெண்மை போர்த்திய மலையைப் பார்க்கும் போது ஓவென்று கூவவேண்டும் என்கிற வேகம் பிறந்தது. அப்போது தேவர்கள் உலகத்தில் இருந்து எத்தனையோ பேர்கள் இறங்கி வந்தார்கள். மேலே தாங்க இயலாத குளிர் என்று கழுதைகள் மீதும் குதிரைகள் மீதும் தம் பொருள்களை ஏற்றிக் கொண்டு வந்தார்கள். நாங்கள் இருந்த இடம் இருப்பதிலேயே சற்று கதகதப்பான இடம். ஒவ்வொரு குளிர்காலத்திலும் அவர்களில் சிலர் இதுபோல கீழே இறங்கி வருவது உண்டாம். இன்னும் சிலர் வேறொரு இடத்திலிருந்து வருவார்களாம். நாங்கள் இருந்த பக்கமாக இறங்கியவர்கள் எங்கள் இடத்திலிருந்து ஏழெட்டு நாழிகை நேரப் பயணம் தேவைப்படும் தொலைவில் குடிசைகள் கட்டிக்கொண்டார்கள். எங்களுக்கு மருத்துவம் பார்க்கும் வைத்தியர்களும் இந்தக் கும்பலில் இருந்தார்கள். அவ்வப் பொழுது வேட்டையாடியபடியோ அல்லது மூலிகைகளைத் தேடிய படியோ எங்கள் பக்கத்திற்கு அருகில் அவர்களைப் பார்த்தோம்.

எங்கள் உணவை அவர்களுக்குக் கொடுக்கும்போது, அதை உண்பதில் அவர்களுக்கு ஆனந்தமாக இருந்தது. எங்கள் இருவரின் மொழிகளும் வேறு வேறு. எங்கள் மொழியைவிட சற்றே வித்தியாசமானது. அவர்கள் பேசுவது எங்களுக்குப் புரியாது என்றல்ல. தேவதத்தைப் போல ஒரு மொழி. வானில் இருக்கிற கடவுளுக்குக் கேட்கிற மாதிரி உரத்த குரலில் அவர்கள் உச்சரிப்பிருந்தது. என்னதான் இருந்தாலும் தேவர்கள். அவர்களிடையே மொத்தம் முப்பத்திரண்டு பிரிவுகளும், ஒவ்வொரு பிரிவுக்குள்ளும் இருக்கிற பெண்கள் அனைவரும் அந்தப் பிரிவில் இருக்கிற எல்லா ஆண்களுக்கும் மனைவிகளாம். ஆணாகட்டும் பெண்ணாகட்டும், யார் யாரைக் கூப்பிட்டாலும் மறுப்பதில்லையாம். ஆண், பெண் இருவருக்கும் சம அதிகாரம். பிறக்கும் குழந்தைகள் எல்லாரும் அந்துப் பிரிவுக்குச் சொந்தமாகும். எல்லோரும் எல்லோருக்கும் மனைவிகள். எல்லாரும் எல்லார்க்கும் கணவன்களே! இதில் எந்தக் கூச்சமும் இல்லை. வெட்கமும் இல்லை. இந்த விஷயத்தில் யாரும் யாரையும் தப்பாக எடுத்துக்கொள்வதில்லை. அப்படி வேறுபடுத்திப் பார்ப்பவன் குழுத்தலைவனின் தண்டனைக்கு உள்ளாக நேரும். “ஒருவகையில் அவர்களின் முறைகளே சரி என்று தோன்றுகிறதல்லவா?” என்று மாதுரி ஒருமுறை சொன்னாள். “அவர்களைப் பார்த்தீர்களா, எல்லாப் பெண்களும் இடுப்பில் குழந்தைகளோடு அலைகிறார்கள். நம்மைப் போல யாருமே மலடிகள் அல்ல” என்று மேலும் சொன்னாள். அவள் செல்வது சரி என்றே தோன்றியது. பருத்தியாடை இல்லை. ஆண்களுக்கும் பெண்களுக்கும் பொதுவான உறுதியான கம்பளி ஆடை போர்த்திக்கொண்டு இருக்கும்போது ஏதோ மலைவாசி களைப் போலக் காணப்பட்டார்கள். போர்வையை விலக்கும் போது அவர்களுக்குத் தான் எவ்வளவு அழகான உடல்கட்டு. அழகான வெண்ணிறம். நம்மைப் போல் பழுப்புநிற ஆரியர்களல்ல. அவர்கள் தான் ஆரியர்களின் உண்மையான முன்னோர்களாம். நம்மைவிடத் தூய்மையானவர்களாம். அவர்களின் பழக்கவழக்கங்களே ஆரம்பக் காலத்திலிருந்து நிலவிவரும் பழக்க வழக்கங்களாம். நிலப் பகுதிகளில் வசிக்கும் ஆரியர்களின் பழக்கவழக்கங்களை அவர்களில் பலபேர் அறியமாட்டார்கள். அறிந்து வைத்துள்ளவர்கள் அடிப்படைப் பழக்க வழக்கத்திலிருந்து பிறழ்ந்தவர்கள் என்று ஒருவகையில் நம்மை மட்டமாய்த்தான் பார்ப்பார்கள். அவர்களில் யாராவது இந்தப் பக்கம் வந்தால் போதும். வேறு ஜனசந்தடியேயற்ற அந்த இடத்தில் அவர்களை அழைத்து உட்கார வைத்துக் கொண்டு பேசுவதே ஒரு பொழுதுபோக்கு. ஒருவகையில் சந்தோஷம் என்றும் சொல்ல வேண்டும். மாதுரியும் அதற்காகவே காத்துக் கொண்டிருப்பாள். அவர்களுக்கோ நம் தானியவகைகளால் செய்த உணவு என்றால் வெகு விருப்பம். அவர்கள் உலகில் இவையெல்லாம் விளைவதில்லையாம்.

தூதுவன் வந்து சென்றதற்குப் பிறகு பாண்டு என்னிடம் கூட அதிகம் பேசவில்லை. தனக்குள்ளேயே ஏதோ யோசித்தவண்ண

மிருந்தான். தண்ணீர் உறையும் குளிர். இரவு வேளையில் என்னை இறுக்கமாய்த் தழுவிக்கொண்டிருப்பான். தாயின் கதகதப்பான உடலோடு குழந்தை ஒட்டிக் கிடப்பதைப் போல அவனும் கிடப்பான். தொடக்கத்தில் என்னென்னவேமா பேசிக்கொண்டிருப்பான். இப்பொழுது எல்லா நேரங்களிலும் மௌனமாகவே இருந்தான். பகல் பொழுதுகளில் பனிமூடிய மலைப்பகுதிகளைப் பார்க்கச் செல்வேன் நான். கூடவே மாதுரியும் இருப்பாள். யாராவது தேவர்கள் வழியில் அகப்பட்டால், அவர்களோடு பேசிக்கொண்டிருப்போம். ஒருமுறை எங்கள் இடத்திலிருந்து ஒரு நாழிகைப் பயண தூரத்திற்குள்ளேயே ஒரு சிற்றூர் இருந்ததைக் கண்டோம். மலையை ஒட்டி ஆறு குடிசைகள் அங்கே இருந்தன. கீழே பாயும் ஆற்றைக் கடக்க மூங்கில் பாலம் இருந்தது. அங்கிருந்த பெண்களோடு நாங்கள் பேசிப் பழகினோம். சிற்சில சமயங்களில் அவர்களே எங்களைத் தேடிக்கொண்டு வருவதுமுண்டு. அவர்களுக்கும் நம் உணவு வகைகள் எனில் கொள்ளை ஆசை. குடும்பத்தில் எல்லாச் சகோதரர்களும் சேர்ந்து திருமணம் செய்து கொள்ளும் பழக்கமும் அவர்களிடம் இருந்தது. நான்கு சகோதரர்கள் இருந்தால், அவர்கள் ஒருத்தியையோ, இரண்டு பேரையோ, மூன்று பேரையோ விருப்பம் போல மணம் செய்து கொள்கிறார்கள். அப்பெண்கள் எல்லாச் சகோதரர்களுக்கும் மனைவிகளாவார்கள். எந்த மனைவியின் வயிற்றில் குழந்தை பிறந்தாலும் மூத்த சகோதரனின் பெயரால் அழைக்கப்படுவான். "ஒருவகையில் இது நல்லமுறை அல்லவா?" என்று மாதுரி சொன்னாள். நான் வெளிப்படையாய் அதை ஒத்துக் கொள்ளவில்லை. "உனக்கு எத்தனை மனைவிகள்?" என்று யாரையாவது கேட்டால் அவன் நான்கு விரல்களை உயர்த்திக் காட்டுவான். அவனுக்குப் பக்கத்தில் இருந்த ஒரு பெண்ணிடம் 'உனக்கு எத்தனை கணவன்கள்?" என்று கேட்டால் "ஆறு" என்று சொல்வாள். அதாவது ஆறு சகோதரர்களுக்கு நான்கு மனைவிகள். நானும் மாதுரியும் ஒருவரையொருவர் பார்த்துக் கொண்டோம். தலையைத் தாழ்த்தி, "அக்கா, நம் ஆசிரமத்துக்குப் போகலாம் வா" என்றாள் மாதுரி.

குளிர்காலம் முடியத் தொடங்கியது. எங்கள் சமவெளிப் பகுதியில் பனி உருகி ஆறாக ஓட ஆரம்பித்தது. சில இடங்களில் பனி அடர்ந்து வெண்மையாகவும் சில இடங்களில் பனி கரைந்து கருமையாகவும் காணப்பட்டன மலைகள். ஒருநாள் இரவில் பாண்டு என் தோளைத் தொட்டு, "குந்தி, நாம் இங்கே வந்திருக்கவே கூடாது" என்றான்.

"மருந்து இதுவரை எந்தப் பயனையும் தரவில்லை என்பதற்காகவா?"

"அது மட்டுமில்லை. நான் இங்கே வந்துவிட்டதால் பெரியப்பா திருதராஷ்டிரனுக்குத் திருமணம் செய்து வைத்துவிட்டார். அவன் மனைவி விரைவிலேயே கர்ப்பமாகக்கூடும். தற்சமயத்துக்கென்றாலும் இப்போது அவனே அரசாட்சி செய்கிறான். எதிர்காலத்தில் அவன்

குழந்தைகளுக்கே குரு ராஜ்ஜியம் கிடைக்கும். முதன்முதலில் பட்டத்துக்கு வந்து, பல நாடுகளை வென்று குரு ராஜ்ஜியத்தை விஸ்தரித்த நான் இங்கே ஆசிரமத்திலேயே இருக்க வேண்டியதாகி விட்டது."

இந்த யோசனையே எனக்குள் எழவில்லை. இப்பொழுது பயந்தேன். அங்கிருந்து தானியங்கள் தவறாமல் கிடைத்துக் கொண்டிருப்பதால் இங்கே நாங்கள் நிம்மதியாக இருக்கிறோம். எதிர்காலத்தில் அவர்கள் அதை நிறுத்திவிட்டால் இந்தத் தேவர்களைப் போலவே அல்லது காட்டுவாசிகளைப் போலவோ வேட்டையாடிக் கொண்டும் ஆட்டுத்தோலைக் கத்தரித்துப் போர்வையாய்ப் போர்த்திக் கொண்டும் அலைய வேண்டியதுதான். பாண்டுவின் பெருமூச்சு கேட்டது. "திரும்பிப் போகலாமா?" என்று கேட்டேன்.

"அதையும் யோசித்துப் பார்த்தேன். தவம் செய்ய என்று சொல்லி இங்கு வந்து விட்டோம். தவத்தால் ஆன பயன் என்ன? எதையாவது சாதித்திருந்தால் திரும்பிப் போக மனம் வரும். பெரியப்பாவையும் பொதுமக்களையும் எந்த முகத்தை வைத்துக்கொண்டு பார்ப்பேன்? ஒரு குழந்தையாவது பிறந்திருந்தால்..." என்று மீண்டும் தோளைத் தொட்டான்.

"மருந்து இன்னும் பயன்தரவில்லையே?"

"வேறு எந்த வழியும் இல்லையா?" என்று என்னையே கேட்டான் அவன். பிறகு மௌனமானான். வேறு என்ன வழி இருக்கிறது? இம்மலைகள் எனக்குள் எதை ஞாபக மூட்டுகிறது என்று புரிந்தது. என் தோழியின் மறைவுக்குப் பின்பு அந்த ரகசியத்தை அறிந்தவர்கள் யாரும் இல்லை. கணவனிடம் சொல்லி விடவேண்டும் என்கிற ஆர்வம் பலமுறை எனக்குள் எழுந்தது. ஆனாலும் மறைத்தே வந்தேன். இப்பொழுது சொல்லிவிடலாம் என்றும் சொல்ல இது நல்ல தருணம் என்றும் தோன்றியது.

"உங்களுக்குத் தெரியாது. அப்படிப் பார்த்தால் நமக்கு ஒன்பது அல்லது பத்து வயசில் ஒரு மகன் இருக்கிறான்."

"எப்படி?"

"திருமணத்துக்கு முன்னால் பிறந்தவன்." பிறகு நான் அமைதி யானேன்.

அவன் எதுவும் பேசவில்லை. கோபமோ, வெறுப்பா எதுவும் வெளிக்காட்டவில்லை. என் மனசு மட்டும் லேசானது. சிறிது நேரத்துக்குப் பின்பு "எப்படி நடந்தது? இப்பொழுது எங்கே?" என்று கேட்டான்.

நடந்த விஷயங்களைச் சொன்னேன். ரகசியத்தை அப்பாவும் அம்மாவும் மறைத்ததையும் சொல்லி, "இப்பொழுது எங்கே

இருக்கிறதோ தெரியவில்லை. அந்தச் சூத மகள் எங்கே தூக்கிக்கொண்டு போனாளோ, தெரியாது. நாம் இருவரும் ஊர் திரும்பிய பின் அப்பாவிடம் கேட்டால், கண்டிப்பாகத் தேடித் தருவார்" என்றேன். சொல்லச் சொல்ல எனக்குள் ஒருவகையான உற்சாகம் பிறந்ததும் என் குழந்தையைத் திரும்பவும் அடைந்து அவனைத் தழுவி உச்சி முகர என் உடல் பரபரத்தது. அவன் எதுவும் பேசவில்லை. வெளியே மலைக்காற்று வீசிக் கொண்டிருந்தது. இருமலைகளின் இடையே உள்ள சமவெளியில் வீசும் காற்று. 'குந்தி' என்று அழைத்தபடி நெருங்கி வந்து வலது கையால் ஆடையை விலக்கி என் வயிற்றைத் தொட்டான். "குந்தி, நல்ல சக்தி மிக்க விளைநிலம் போன்றது உன் வயிறு. ஆனால் விதைக்கும் சக்திதான் எனக்கு இல்லாமல் போய்விட்டதே" என்றான். பிறகு அப்படியே சாய்ந்து நீண்ட பெருமூச்சுவிட்டான். என் மனம் அந்தக் குழந்தையை எண்ணிக்கொண்டது. அரசனின் தலையை உறுதியாய்ப் பற்றிக் கொண்டேன். சமவெளிக் காற்று ஒரே அளவாக வீசிக் கொண்டிருந்தது. முன் பக்கத்திலிருந்து பின்னோக்கியா அல்லது பின்னாலிருந்து முன்னோக்கியா, தெரியவில்லை. அரசனின் பாட்டியாகிய சத்யவதிக்கும் திருமணத்திற்கு முன்பு பிறந்த மகன் ஒருவன் இருக்கிறான் என்கிற செய்தி அஸ்தினாவதிக்கு வந்தபிறகு தெரிந்தது. இப்போது அவன் பெரிய வேத பண்டிதனாக இருக்கிறான். என் இரண்டு விதவை அத்தைமார்களும் நியோக முறையில் என் கணவனையும் திருதராஷ்டிரனையும் பெற்றெடுக்கக் காரணமானவன். இந்தத் திருமணத்துக்கு முன் பிறந்த மகன்தானாம். அவன் அஸ்தினாவதிக்கு வந்தால், நகரத்து மக்கள் அனைவரும் அவன் காலில் விழுந்து வணங்குவார்கள். என் மகனை மட்டும் என் அப்பா ஏன் மறைத்துவிட்டார்? என்னையும் வீட்டுக்குள் ஏன் ரகசியமாக வைத்திருந்தார்? சத்யவதி மீனவப்பெண்ணாம். அவர்களிடையே எந்தக் கூச்சமும் இல்லாமல் குழந்தை இருக்கிற பெண்ணைத் திருமணம் செய்து கொள்ளும் பழக்கம் உண்டாம். இந்த க்ஷத்திரியர்கள் மட்டும் ஏன் இதை வெட்கத்துக்குரியதாக எண்ண வேண்டும்? காற்றின் ஓசை குறைந்தது. மிகப்பெரிய மலைகள் எந்தச் சத்தமும் இன்றி நின்றிருந்தன. நிலவா அல்லது வானிலிருந்து கசியும் வெளிச்சமா தெரியவில்லை. அஸ்தினாவதியில் இல்லாத வெட்கம் குந்திபோஜ ராஜ்ஜியத்தில் மட்டும் ஏன் உறுத்தவேண்டும் என்று தோன்றியது.

"அரசே, என்னை உனக்குத் திருமணம் செய்து கொடுத்த பிறகு என் குழந்தையும் உங்களுக்குச் சொந்தமானதுதானே?"

"பழைய சாஸ்திர சம்பிரதாயம் எனக்கும் தெரியும். ஆனால் இப்பொழுது போய் அந்தக் குழந்தையைத் தேடிக் கண்டுபிடித்து அஸ்தினாவதிக்கு அழைத்துச் சென்றால் மக்கள் அவனை ஒப்புக்கொள்ள மாட்டார்கள். திருமணத்தன்றே இப்படிப் பிறந்த குழந்தையையும் ஏற்றிருக்க வேண்டும். அப்போது பிரச்சினை இருக்காது."

என் திருமண நினைவுகளில் ஆழ்ந்தது மனம். ஒரு வயது குழந்தையை இடுப்பில் சுமந்துகொண்டோ அல்லது மெல்ல மெல்ல அடிவைக்கிற மகனையோ மகளையோ பக்கத்தில் நிற்க வைத்துக் கொண்டு அந்த குழந்தையோடு மணமகளின் கழுத்தில் மாலையிட, தாய், குழந்தை இருவரையும் அவன் தன் மனைவியாகவும் குழந்தையாகவும் ஏற்றுக்கொண்டால் எவ்வளவு நன்றாக இருக்கும் என்று நினைத்துக்கொண்டேன். அச்சமயத்தில் என் தந்தை, தாயிடம் சொன்னதுவும் ஞாபகத்துக்கு வந்தது. அவர், "வரவர ஆண்கள் அந்த மாதிரி பெண்களை மணம் செய்துகொள்ள மறுக்கிறார்கள். இல்லையென்றால் நாம் ஏன் இந்தச் சங்கதியை மறைக்கவேண்டும்? மகள் அழுவாள் என்று எனக்குத் தெரியாதா?" என்றார். இது என்ன குழப்பம், எல்லாவற்றையும் உதறிவிட்டுச் சொல்லலாம் என்று தோன்றியது. ஆனால் எங்கே போகமுடியும்? மார்பில் முகம் புதைத்து பெருமூச்சுவிடும் கணவனின் தலையைப் பற்றி படி வேறு வழியில்லாமல் படுத்துக்கொண்டேன்.

மீண்டும் மீண்டும் அரசன் என் வயிற்றைச் சந்தோஷத்துடன் தடவிக் கொண்டிருந்தான். அவன் எதையோ சொல்ல முற்படுகிறான் என்று தோன்றியது. மெல்ல அவனைத் தழுவி முத்தமிட்டு அவன் காதில் குரல்தாழ்த்தி "சொல்லுங்கள், என்ன வேண்டும், சொல்லுங்கள்" என்றேன்.

"நமக்கு முன் திருதராஷ்டிரன் தந்தையானால், நமக்கு எதிர் காலமே இல்லை."

"நான் என்ன செய்ய வேண்டும் என்று சொல்லுங்கள். நீங்கள் சொன்னபடியே கேட்கிறேன்."

"உன் வயிற்றில் விழும் விதை எப்போதும் வீணாகாது. எனக்கு ஒரு குழந்தையைச் சீக்கிரம் பெற்றுக்கொடு. புரிகிறதா?"

* * *

சாஸ்திரங்களும் சம்பிரதாயங்களும் இதுபற்றி என்ன சொல்கிறது என்று எனக்கு நன்றாகத் தெரியும். சொந்தக் குடும்பப் புரோகிதனை மட்டுமே இதில் ஈடுபடுத்த முடியும். ஆனால் அஸ்தினாவதியிலிருந்து எங்கள் கூடவே வந்த புரோகிதன் இந்தக் குளிரைத் தாங்க முடியாமல் திரும்பவும் ஊருக்குச் சென்று விட்டான். ஹோமம் மற்றும் சடங்குகளையெல்லாம் அரசனே செய்து வந்தான். முழுக்க முழுக்கக் குளிர் மறைந்து கோடை தொடங்கிய பிறகுதான் அவன் மீண்டும் திரும்பி வருவான். ஆனால் இப்பொழுது காத்திருக்கவோ நேரமில்லை. ஏற்கனவே அரசன் எல்லாவற்றையும் யோசித்து வைத்திருக்கிறான் என்று அப்புறமாகத் தெரிந்தது. தேவர்கள் உலகத்தில் இருந்து முக்கிய பிராமணனை வரவழைத்தான். பழைய உலக நெறிகளை யெல்லாம் அறிந்தவனும் மக்களின் சரி, தவறுகளை விசாரித்துத் தீர்ப்பு வழங்கும்

ஆற்றல் நிறைந்தவனுமாகிய மனிதனே வந்தான். அவனைப் பார்த்ததுமே எனக்கு துர்வாச முனிவரின் ஞாபகம் வந்தது. அதே முகம். அதே தாடி. தடித்த கம்பளியால் உடல் முழுக்கப் போர்த்திக் கொண்டிருந்தான். நடுவயசுக்காரன். வானை எட்டுமளவுக்கு உயர்ந்த குரல். எங்கள் சாப்பாட்டைப் பெரிதும் பாராட்டினான். எனக்குள் ஆர்வம், வேட்கை. துர்வாச முனிவருடன் இருந்த சமயத்தில் எதுவும் அறியாத வயது. இப்பொழுது என் மனநிலை வேறுவிதம். இதைப் பற்றிய அறிவு இருக்கிறது. ஆசை இருக்கிறது. குறிக்கோள் என்ன என்றும் தெரிகிறது. இத்தனை நாட்களும் ஏங்கி நலிந்த ஞாபகமும் இருக்கிறது. ஆனால் இப்பொழுது என் கணவனின் வேண்டுகோளின்படி வந்திருக்கிற இளைஞனிடத்தில் ஆர்வம் எதுவும் வெளிப்படையாய்த் தோன்றவில்லை. உற்சாகம் கூட இல்லை. இவள் புதியவள் என்கிற எண்ணம் கூட அவனிடம் இருந்ததைப் போல் தெரியவில்லை. அவன் குழுவில் இதுவரை எத்தனை பெண்களை நுகர்ந்திருக்கிறானோ!

“அரசே, நியோகம் என்று சொல்கிறீர்களே, அதற்கு சாஸ்திர அடிப்படை என்ன?” என்று கேட்டான் அவன்.

“கணவனால் குழந்தை பெற்றுக்கொள்ள இயலாத நிலை வரும்போது அல்லது குழந்தைகள் இல்லாமலேயே அவன் இறந்து போகும்போது, அவனுடைய வம்சம் வளர்வதற்காக. அவன் மனைவிக்கு...”

“சரி... சரி” என்று வானே அதிரும்படி சிரித்துவிட்டு, “உண்மை யான அடிப்படை நெறியை நீங்கள் எப்படி எப்படியோ வளைத்து என்னென்னமோ செய்து கொண்டிருக்கிறீர்கள். ஒரு குழுவில் ஒருவன் இறந்தால், நூற்றுக்கணக்கில் மற்றவர்கள் இருக்கிறார்கள் அல்லவா? அதே போல் ஒருத்தி இறந்தாலும், மற்ற நூற்றுக்கணக்கான பெண்கள் இருக்கிறார்கள் இல்லையா? எங்களிடத்தில் இப்படி ஒரு பழக்கமும் இல்லை. அதற்கான அவசியம் இல்லை. தர்ம நெறிகள் எவை என்பது எனக்கு நன்றாகத் தெரியும். அதனால்தான் என்னைத் தர்ம அதிகாரியாக நியமித்திருக்கிறார்கள்” என்றான்.

“தர்மராஜா, அடிப்படையான ஒரு தர்மம் நாட்டுக்கு நாடு வேறுபடுவதும் உண்டு. எங்கள் பக்கத்துப் பழக்கம் இப்படி. ஒருவனுக்கு ஒருத்தியே பட்டமகிஷி. வேறு சிலர் இருக்கக்கூடும். ஆனால் ஒரு பெண்ணுக்கு ஒருவனே கணவன். பலர் என்பது சாத்தியமில்லை. எங்கள் பழக்கத்துக்குத் தகுந்தபடி இந்த நியோக முறைக்கு நீங்கள் ஒத்துழைக்க வேண்டும்” என்று பாண்டு கேட்டுக்கொண்டான்.

“சரி, இந்தப் பழக்கமே எங்களிடம் இல்லாததால், இதற்குத் தடையும் எங்களிடம் இல்லை. மனைவி என்பவளைத் தனிப்பட்ட வகையில் சொந்தமான சொத்தாக பாவிக்கக்கூடாது என்பது மட்டும் எங்கள் தர்மம். இவளை நான் திருமணம் எதுவும் செய்து கொள்ளப் போவதில்லை என்பதால் உன் கோரிக்கையை நிறைவேற்றுவதில்

எந்தப் பிரச்சனையும் இல்லை."

பிறகு பாண்டு என்னிடம் வந்தான். இந்த ஆடவனுடன் நான் மோகம் கொள்வதில்லை என்றும் அவன் நெருக்கமாக என்னோடு இருக்கும்போது கூட என் மனம் கணவனின் உருவத்தை மனசிலெண்ணி அதிலேயே லயித்திருக்கவேண்டும் என்றும் குழந்தை வேண்டும் என்பதைத் தவிர வேறு எந்த விதமான வேட்கையும் எனக்குள் இருக்கலாகாது என்றும் கருவுற்றது நிச்சயமான பிறகு இவனைத் தந்தையாக பாவிக்கவேண்டும் என்றும் என்னிடம் சில வாக்குறுதிகளைப் பெற்றுக்கொண்டான்.

* * *

வாக்குறுதி கொடுத்தேன். முகம் தளர்ந்து சுருங்கிய, அகன்ற கண்களையுடைய, கூந்தல் நரைத்த நிழல் சொன்னது. கருவடைந்ததை உறுதி செய்து கொண்ட பின்பு அவனிடமிருந்து விலகுதல் என்கிற வாக்குறுதியை மட்டும் நிறைவேற்றினேன். பாண்டுவுக்கு அநியாயம் செய்ய மனமில்லை. ஆனால் எல்லா வாக்குறுதிகளையும் நிறை வேற்றுவது என்பது இயலாததாக இருந்தது. இதுவரை நியோகத்தில் ஈடுபட்ட எந்தப் பெண்தான் -என் அத்தைமார்களாகிய அம்பாலிகை, அம்பிகை உட்பட தன்னோடு உறவு கொள்ளும் ஆடவனைத் தந்தையாக எண்ண முடியும்? கிருஷ்ணதுவைபாயனன் கூட என் அத்தைமார்களோடு உறவாடியபோது மகள்களாகவா நினைத்தான்? அது போன்ற எண்ணம் உதித்தால், நியோகம் என்பதே அசாத்தியமாகி விடும் அல்லவா? நிழல் உருவத்தின் கண்கள் பாதி மூடிக் கொண்டன. நியோகம் தொடங்கிய நாளில் இருந்து பாண்டு பின்புறம் உள்ள குடிசையில் மாதுரியோடு இருக்கத் தொடங்கினான். தேவர்களின் தர்மராஜன் பாண்டுவின் ஸ்தானத்தில் என் குடிசையில் இருந்தான். நான் அவனுக்குச் சேவை புரிந்துகொண்டிருந்தேன். கதகதப்பான வெந்நீரில் அவனைக் குளிப்பாட்டி, உடல் துவட்டினேன். நானே சமைத்த உணவை அவனுக்கு என் கைகளாலேயே ஊட்டிவிட்டேன். அக்னி குண்டத்தில் சொரிவதை விட அதிக அளவு நெய்யை அவன் சாப்பாட்டில் ஊற்றினேன். அரசகுமாரியாகப் பிறந்த நான் ஒரு பணிப்பெண்ணைப் போல அவனுக்குச் சேவை செய்தேன். இதற்குமுன் ஒரே முறை துர்வாச முனிவருக்கு மட்டுமே இதே போன்று சேவை செய்துள்ளேன். மற்றபடி எனக்குப் பணிப்பெண்கள் செய்யும் சேவைகளே அதிகம். கணவன் பாண்டுவுக்குச் சேவை செய்யும் ஆசை இருந்தது. ஆனால் அதற்குத் தகுதியற்றுப் போய்விட்டான் அவன். அவனை எண்ணியதுமே அவனைக் குறித்த பரிதாப உணர்வே மேலெழுந்தது. ஆனால் அவன் கால்களைத் தொட்டு மற்றபடி சேவை செய்யும் எண்ணம் என்றும் வந்ததில்லை. இந்தத் தேவ தர்மராஜாவுக்குச் சேவை செய்யும் எண்ணம் தானாகவே வந்தது. அவனும் கேட்கவில்லை.

ஒருநாள் அவனே, "குந்தி, உங்கள் உலகத்தில் எல்லாப் பெண் களும் கணவனுக்கு இப்படித்தான் சேவை செய்வார்களா?" என்று கேட்டான்.

"உங்களிடையே எப்படி?" என்று மறுகேள்வி கேட்டேன் நான்.

"ஒருவனே கணவன் என்பதால் நீங்கள் இப்படிச் செய்கிறீர்கள் இல்லையா?" இரவில் துணையாக எந்தக் கணவன் வருவானோ, எந்த மனைவி வருவாளோ என்று யாருக்கும் தெரிந்திருப்பதில்லை. தமக்குச் சுகம் தரும்படி ஆண்களை வலி யுறுத்துவார்கள் எங்கள் பெண்கள். அவர்கள் உன்னைப் போலச் சேவை செய்வதில்லை."

நாளாக நாளாக அவனது அன்பு பெருகியது. "உன்னோடு இருக்கும் நாட்கள் மட்டுமே என் வாழ்வில் புண்ணியமான நாள்கள்" என்று அன்பைப் பொழிந்தான்.

வாந்தி வரத் தொடங்கியது. எனக்குள் ஏகப்பட்ட மகிழ்ச்சி. ஒருநாள் அதிகாலையில் அது நடந்தது. குளிரிலேயே எழுந்து வெளியே சென்றேன். மலைச்சிகரங்கள் நிலவைக் காட்டிலும் வெண்மையாக ஒளிர்ந்தன. பார்த்தபடியே மெய்மறந்து நின்றிருந்தேன். அந்த நினைவுகள் மீண்டும் மனசில் எழுந்தன. அப்பொழுது அதைப் புரிந்து கொள்ளவில்லை. இப்பொழுது புரிகிறது. முழுக்க முழுக்கப் புரிகிறது. வெகு நேரம் அப்படியே நின்றிருந்துவிட்டுப் பிறகு உள்ளே சென்றேன். கதவுகளை மூடிக்கொண்டு மீண்டும் அவன் அருகில் சென்று படுத்தேன். கதகதப்பாக அவன் என்னை அணைத்தபடி, "வாந்தி எடுத்தாயா, அப்படியென்றால், உறுதியாய் கர்ப்பம்தான்?" என்று கேட்டான்.

"தயவுசெய்து அப்படி வெளியே சொல்லாதே. குறிப்பாகக்கூட தெரிந்துவிட்டால் போதும். உன்னைத் திரும்பப் போகச் சொல்வான் அரசன்." என்று அவன் காதில் ரகசியமாகச் சொன்னேன். பெருமூச் செறிந்த அவன் இன்னும் நெருக்கமாய் என்னைத் தழுவிக் கொண்டான்.

கர்ப்பகாலத்தில் வரும் வாந்தியைத் தடுத்து நிறுத்த முயற்சி செய்வது அத்தனை சுலபமான விஷயமல்ல. இவைபற்றிய விவரங்கள் மாதுரிக்குத் தெரியும். மிகவும் எச்சரிக்கையோடு உடம்பெல்லாம் கண்ணாகவும் காதாகவும் மாறிக் காத்துக்கொண்டிருந்தாள். அவளுக்குப் பொறாமை இருக்காதா? முடிந்தமட்டும் அதை மறைத்து வைத்தேன். அவர்களிடமிருந்து ரகசியத்தைக் காப்பாற்றும் ஒவ்வொரு நாளும் என் அதிர்ஷ்ட நாட்களின் எண்ணிகையில் ஒரு நாள்கூடியது. மதிய வேளையில், "குந்தி, ஏதாவது அறிகுறி தெரிந்ததா?" என்று பாண்டு அவசரத்துடன் கேட்டான். "இன்னும் காலம் இருக்கிறது" என்று சொன்னேன் நான். ஒருநாள் காலை என் முயற்சிகளையெல்லாம் தூள் தூளாக்கி விட்டு பெருஞ்சத்தத்துடன் வாந்தி எடுத்தபோது,

அச்சத்தம் மாதுரியின் குடிசைக்கு மட்டுமல்ல, எங்கள் பகுதி முழுக்கக் கேட்டது. அருகில் ஓடிவந்த மாதுரி, "அக்கா, நம் ராஜ்ஜியம் நமக்கே உறுதியானது" என்றாள். அவள் மனத்தில் உண்மையான சந்தோஷம் இருந்ததோ, அல்லது என் சுகமான அனுபவங்களை அன்றைக்கே முடித்து வைக்கும் பொறாமை இருந்ததோ, வயிற்றில் எழும் சங்கடத்தால் எதுவும் புரியவில்லை. பாண்டுவுக்குச் செய்தியைச் சொன்னதும் அவளே. ஓடோடி வந்தான் அவன். என் கைகளைப் பற்றிக்கொண்டான். ஓடிச் சென்று தர்ம அதிகாரியின் கைளையும் பற்றிக்கொண்டான். அன்றே ஒரு கொழுத்த மாட்டை அடித்துத் தர்ம அதிகாரிக்கு விருந்து படைத்துத் தன் நன்றிகளைத் தெரிவித்துக்கொண்டான். விருந்து முடிய மாலை வேளை ஆனது. விருந்தாளி புறப்பட நேரம் இல்லை. இரவு தங்கிக் காலையில் செல்லலாம் என்று ஏற்பாடானது. ஆனால் புரோகிதனுக்கென்று கட்டப்பட்டிருந்த குடிசையில் தங்க ஏற்பாடுகளைச் செய்தான் பாண்டு. என்னை நெருங்கி, அவனது வம்சவித்து வளரும் என் வயிற்றைத்தடவிப் பார்த்து மகிழ்ச்சியடைய விரும்பினான் போலும். எனக்குள் பொங்கிய துயரத்தையும் வேதனையையும் யார் அறிவார்கள்? விடிந்ததும், விருந்தாளி புறப்படும்போது அவன் காலில் விழுந்து வணங்கினேன். "தர்ம அதிகாரி, உங்கள் மகளை ஆசிர்வதியுங்கள்" என்று பாண்டுவும் கேட்டுக்கொண்டான்.

ஒரு புதிய கனவு ஆரம்பமானது. கைகால்களை உதைத்து வானத்தின் உயரத்திற்குத் தூக்கிக்கொள்ளச் சொல்லி மழலை கொஞ்சும் உயிரின் கனவு. மரம் செடி, கொடிகள், மலைகள் எல்லாமே கைகால்களை உதைப்பது போலவும் மழலை பேசுவது போலவும் எண்ணிக்கொண்டேன். நடுநடுவே ஒருவிதமான சங்கடம். பனி கரைந்து மலையின் பசுமை தெரிந்தது. குளிர் எதுவும் இல்லாத நல்ல வானிலை. அஸ்தினாவதியிலிருந்து உணவுப்பொருட்களைச் சுமந்த கழுதைகள் வரிசையாய் வந்து சேர்ந்தன. இந்த முறையும் அதே தூதுவன் வந்தான். இன்னொருமுறை இந்தக் குளிர் அண்டும் இடத்துக்கு வர இயலாது என்றான். அவள் இன்னும் கருவுறவில்லை என்றும், விரைவில் கருவுற வேண்டும் என்கிற ஆவல் அவளுக்கும் அவளது சகோதரனுக்கும் இருக்கிறதென்றும் அரண்மனைத் தாசிப் பெண்கள் தமக்குள் பேசிக் கொள்கிறார்களாம். அவளது ஊர்ப் பழக்கமே வேறாம். தங்கை அல்லது அக்காவுக்குப் பிறக்கும் குழந்தையை வளர்க்கும் பொறுப்பு அவளது சகோதரனுக்குரியதாம். அவளுடைய அண்ணன் சகுனி என்பவன் இங்கேயே வந்து இருக்கிறானாம். மலை, காடுகளில் வசிக்கும் கூட்டத்தைச் சேர்ந்த வறியவன் அவன். இங்கு இத்தனை சுகங்கள் இருக்கிறதே என்று வந்திருந்தாலும் வந்திருக்கக் கூடும் என்று தூதுவன் சொன்னான். குளிர்காலம் முடிந்ததுமே தம் பொருள்களையெல்லாம் கழுதைகள் மேலே ஏற்றிக் கொண்டு தேவர்கள் தம் பழைய இருப்பிடத்துக்குத்

திரும்பிச் சென்றார்கள். பக்கத்தில் இருக்கிற சிற்றூர்களைத் தவிர, சமவெளிப்பகுதியில் நாங்கள் மட்டுமே இருந்தோம். மீண்டும் பூக்கள் மலரத் தொடங்கின. மரத்தடியில் நீர் பாய்ந்தோடியது. எங்கும் இளம் பசுமை. அதிகக் குளிரும், அதிகப் புழுக்கமும் இல்லாத இளம்வெயில். அதற்குப்பின் மழைக்காலம். சுழித்துப் பாயும் நீரோட்டம், மழைக் காலம் முடிந்த பிறகு, அடர்ந்த பசுமையும் இளம் காற்றும் மறைந்து மீண்டும் குளிர்காலம் தொடங்கும் வேளையில் குழந்தை பிறந்தது. நாங்கள் ஆசைப்பட்டபடியே ஆண்குழந்தை. பனியைப் போல அமைதியான முகம், வெண்மை நிறம், பூமியில் விழுந்து அழுத மறுகணமே அவனைப் பார்க்க ஆவல் கொண்டேன். வேலை செய்ய ஆட்கள் இருந்தாலும், துணைக்கு மாதுரி இருந்தாலும் பிரசவத்துக்குப் பிறகு எனக்கு எல்லா விதங்களிலும் ஒத்தாசையாய் இருந்தவன் பாண்டுதான். இரண்டு பக்கங்களிலும் கதகதப்புக்காக உருவாக்கப்பட்ட கணப்புகள் ஒருபோதும் நின்றுவிடாமல் பார்த்துக் கொண்டான். குழந்தை அழும்போது பக்கத்தில் படுக்க வைத்துக் கொண்டு ஆசையோடு மெல்லத் தட்டி அமைதிப் படுத்தியவனும் அவனேதான். எல்லா மந்திரங்களையும் சொல்கிற புரோகிதன் வேறு இல்லாமல் போய்விட்டான். அதனால் அரசனே ஓர் ஹோமத்துக்கு ஏற்பாடு செய்தான். குழந்தைக்கு என்ன பெயர் இடுவது என்று பேச்சு எழுந்தது. குருவம்சத்தைச் சேர்ந்தவர்களான மூத்தோர்களின் பழைய பெயர்களையெல்லாம் ஞாபகப்படுத்தினான். இறுதியில் தருமன் என்ற பெயரே முடிவானது. தேவர்களின் தர்ம அதிகாரியின் தயவால் பிறந்தவன் என்கிற காரணத்துக்காக மட்டுமல்ல, பாண்டுவுக்குத் தந்தை என்னும் கௌரவமான ஸ்தானத்தைத் தந்தவன் என்பதாலும் தான். பழைய தருமநெறிகளுக்குக் கட்டுப்பட்டுப் பிறந்தவன் என்கிற பொருளையெல்லாம் பிற்பாடு அவனே விளக்கிச் சொன்னான். இதுவே பொருத்தமான பெயர் என்று அவன் தீர்மானித்ததை பத்ரீகா ஆசிரமத்துக்குச் சென்ற ஒரு முனிவரும் எங்களோடு தங்கி இருக்க நேர்ந்தபோது வரவேற்றார்.

குளிர்காலம் முழுக்கவும் நான் கவனமுடன் பார்த்துக் கொள்ளப் பட்டேன். மகன் வயிறு குளிரக் குடிக்கும் அளவுக்குப் பால் சுரந்தது. அவ்வப்பொழுது கம்பளியில் குழந்தையைச் சுற்றியெடுத்து தொடை மேல் கிடத்திக்கொண்டு கொஞ்சும் பாண்டு ஒருநாள் என்னிடம், "குந்தி, இந்தக் குழந்தை மிகவும் அழகாக இருக்கிறது. ரொம்ப அமைதியான குணம். ஒரு நாளும் இவன் அழுது தொந்தரவு செய்வ தில்லை" என்றான்.

"ஆமாம். குழந்தை என்றால் கைகால்களை உதைத்து அழ வேண்டும். அப்பொழுதுதான் அழகு."

"ஆனால் இது ரொம்பவும் அமைதி. உடல்கூட மிகவும் மெலிந்திருக்கிறது. உன்னைப்போல் உறுதியான பெண்ணுக்கு

இப்படி ஒரு சாதாரண உடற்கட்டு உள்ள குழந்தை பிறந்திருக்கிற தென்றால், அதற்குக் காரணம் அந்த தர்ம அதிகாரிதான். என்னதான் இருந்தாலும் தர்ம அதிகாரி சாஸ்திர நிபுணன். அவ்வளவுதான். படைவீரன் இல்லையே."

நான் எதுவும் பேசவில்லை. அவன் மனசில் என்ன இருக்கிறது என்று அறியும் ஆவல் இருந்தது.

"ஒரு க்ஷத்திரியனுக்கு அவனுடைய குழந்தைகளின் வீரத்தால் தான் புகழ் வருகிறது. இது புற உலக விவகாரங்களுக்கான குழந்தை என்று தோன்றுகிறது. சரியான ஒரு வீரனோடு நீ சேர்ந்து வலிமைமிக்க ஒரு குழந்தையைப் பெற்றுத் தந்தால் நான் மிகவும் மகிழ்ச்சியடைவேன்."

இதை நான் சற்றும் எதிர்பார்க்கவில்லை. வாழ்வில் ஒருமுறை மட்டும் தானாகவே கிட்டிய அதிர்ஷ்டத்தை அரசன் இன்னொருமுறை வழங்குகிறான். ஒன்றல்ல, பத்தல்ல, இருபது குழந்தைகளைக் கூடப் பெற்றுத்தர இந்தக் குந்தி தயாராக இருக்கிறாள் என்பது இவனுக்குத் தெரியாது. தருமனைத் தூக்கியணைத்து முத்தமிட்டேன். "அரசே, க்ஷத்திரியனின் தேவை பற்றி உன்னைவிட யாருக்கு நன்றாகத் தெரியும்? அதை நிறைவேற்றுவது பட்டமகிஷியின் கடமை. சொல்வதற்கு கூச்சப்பட வேண்டாம்" என்றேன்.

இது நடந்து பதினைந்து நாட்களுக்குப் பிறகு இரட்டை மருத்துவர்கள் வந்தார்கள். பாண்டுவை இருவரும் சோதித்துப் பார்த்தார்கள். புதிய மூலிகைகள் சிலவற்றைக் கொடுத்து, "இவை உங்களுக்குச் சக்தியைத் தரும். இன்னும் ஓராண்டு காலத்திற்குள் குழந்தையைப் பெறும் சக்தியை அடைவீர்கள்" என்று சொன்னார்கள்.

அரசனுக்கு மிகவும் சந்தோஷமானது. எத்தனை நாட்களானாலும் மாதங்களானாலும் ஆண்டுகளானாலும் இந்த மருத்துவர்கள் மேல் பாண்டு கொண்டிருக்கும் நம்பிக்கையும் உறுதியும் கிஞ்சித்தும் குறையாது என்று நான் அறிவேன். அவர்களிடமே பேச்சை ஆரம்பித் தான் அவன்.

"உங்கள் தர்ம அதிகாரி மூலம்தான் என் மூத்த மகன் பிறந்தான். ஆனால் நான் விரும்பிய அளவுக்குச் சக்தியுள்ளவனாக இல்லை இக்குழந்தை. சக்தி மிக்க ஒரு குழந்தையைப் பெற்றுத் தரவல்ல ஒரு நல்ல படைவீரன் வேண்டும். அப்படி யாராவது இருக்கிறார்களா?"

மருத்துவர்கள் யோசித்து விட்டுப் பதில் சொன்னார்கள்.

"அப்படி ஒருவன் இருக்கிறான். அவன் எங்கள் படையின் முக்கிய சேனைத் தலைவன். இருப்பவர்களிலேயே மிகவும் வீரனாக இருப்பவனைத்தான் நாங்கள் சேனைத் தலைவனாக நியமிப்போம்.

"என் வேண்டுகோளை அவன் ஒத்துக்கொள்வானா?"

“நாங்கள் சொன்னால் ஒருவேளை ஒப்புக் கொள்ளக்கூடும். தேவர்கள் உலகில் பகைவர்களின் தொந்தரவு எதுவுமற்ற நாட்களா யிருந்தால் எந்தப் பிரச்சனையும் இருக்காது. இவளையே அங்கே அனுப்பி வைத்தால் ரொம்ப நல்லது. அவனுக்கும் தன் வேலைகளைப் பார்த்துக்கொள்ள வசதியாக இருக்கும்.”

அரசன் சிறிது நேரம் யோசித்துவிட்டு, “இவளை அனுப்ப முடியாது. அவனையே வரச் செய்யுங்கள். அவன் என்ன காணிக்கை கேட்டாலும் அதைக் கொடுப்பேன்” என்றான்.

“அப்படியென்றால் நீயும் எங்களோடு வா. சேர்ந்து பேசிப் பார்க்கலாம்” என்றார்கள் அவர்கள்.

துணைக்கு இரண்டு ஆட்களையும் அழைத்துக்கொண்டு அரசன் அவர்களோடு வடக்குத் திசையில் இருந்த மலையில் ஏறிச் சென்றான். கீழே திரும்பி வர பதினைந்து நாட்கள் பிடித்தன. “இந்த முறைவந்த குளிர்காலத்திலும் மேலேயிருந்து தேவர்களின் ஒரு கூட்டம் வந்ததாம். ஆனால் போனமுறை வந்த கூட்டம் அல்ல இது. இவர்களிடையேயும் எல்லாரும் கலந்து வாழும் முறைதானாம்.” என்று மாதுரி சொன்னாள். பதினைந்து நாள்களுக்குப் பிறகு பாண்டு திரும்பி வந்தான். போன வேலை நல்லபடி முடிந்தது. இன்னும் ஏழு நாட்கள் கழித்து வருவதாக அந்தச் சேனாதிபதி சொன்னானாம். “குந்தி, அவன் எப்படிப்பட்ட பலசாலி தெரியுமடா, நம் ஆரியவர்த்தத்தில் எங்கும் அப்படி ஒரு பலசாலியைப் பார்த்ததில்லை. நான் அவனோடு பேசும்போது தலையை அண்ணாந்துதான் பேசவேண்டும். அவ்வளவு உயரம். அதற்குத் தகுந்த உடற்கட்டு, தோள்கள், உறுதியான கால்கள் அப்படிப்பட்ட வீரனின் கருவைத் தாங்குவது உனக்குச் சிரம மாகக் கூட இருக்கும்.” என்று சொன்னான்.

“குருவம்ச வீரர்களுக்கு நான் தாயாக வேண்டாமா?”

அரசனுக்கு மிகவும் மகிழ்ச்சியுண்டானது. தன் பயணக் களைப்பை யெல்லாம் மறந்து சிரித்தான். அவன் முதுகைப் பிடித்துவிட்டபடி “ஏன் இத்தனை களைப்பு?” என்று கேட்டேன். என் தொடையின்மேல் தலை வைத்துப் படுத்தான். குழந்தையைப் போல் கால்களைக் குறுக்கி முகம் புதைத்துக் கண்களை மூடிக் கொண்டான். கணத்துக்கு ஒரு முறை அவனிடமிருந்து பெருமூச்சு கிளம்பியது. “ஏன் இவ்வளவு களைப்பு?” என்று கேட்டேன் நான்.

“நம்மால் இருக்க முடியாத உலகம் தேவர்கள் உலகம். எதிரே இருக்கிற மலையைப் பார். அதில் ஏறத் தொடங்கும் போதே ஆயாசமாக இருந்தது. நடப்பது ஒரு பக்கம் இருக்கட்டும், சும்மா உட்கார்ந்தால் கூட மேல் மூச்சு கீழ்மூச்சு வாங்குகிறது. எழுந்திருக்கக் கூட முடியாமல் கால் நீட்டிப் படுத்துவிட்டேன். கூடவே அந்த மருத்துவர்கள் மட்டும் இல்லையென்றால் செத்தே

போயிருப்பேன். சட்டென்று பக்கத்தில் கிட்டிய மூலிகைத் தழையைக் கசக்கிப் பருகக் கொடுத்தார்கள். சிறிது ஓய்வு எடுத்த பிறகு பொறுமையாக நடந்தேன். எனக்கு எப்படி இருக்கிறது தெரியுமா? குளிர்காலத்தில் நாம் இங்கிருந்து பார்க்க எப்படி இருக்கிறதோ, அதே மாதிரி கோடை காலத்தில்கூட பனி மூடியபடி இருக்கிறது. எங்கும் மலைகள். பளபளக்கும் அவற்றின் சிகரங்கள். தாங்க முடியாத குளிர். அது எந்தத் திசையோ, எந்த வழியோ, அந்தத் தேவர்களுக்கு மட்டுமே தெரியும். "இந்த உலகத்துக்கு வந்து எங்களை வெல்லக் கூடியவர்கள் யாருமே இல்லை" என்றார்கள் மருத்துவர்கள். அது உண்மைதான். என்னைப்போன்ற வீரனுக்கே அந்த மலையில் ஏறும்போது மூச்சு வாங்குகிறது. இதற்கு மேல் ஏறி, அவர்களை வெற்றிகொள்வது என்பது ஆகக் கூடியகாரியமா? உண்மையைச் சொல்லப் போனால், அந்த ஊரை அடைந்த பிறகு ஓய்வு என்ற பெயரில் அந்த மருத்துவர்கள் வீட்டிலேயே மூன்று நாட்கள் படுத்துக் கிடந்தேன். ஆனாலும் மூச்சு வாங்குவது நிற்கவில்லை. இன்னும் சில நாள்கள் இருக்க ஆசை இருந்தாலும் கூட, சீக்கிரமாய் அந்தச் சேனாதிபதியைப் பார்த்துப் பேசிவிட்டுத் திரும்பி விட்டேன். இப்பொழுது மலையை விட்டு இறங்கும் போதும் ஆயாசம். இன்னும் கூட மூச்சு வாங்குவது நிற்கவில்லை. நன்றாக படுத்து ஓய்வு எடுத்துக்கொள், சரியாகும் என்று மருத்துவர்கள் சொல்லி இருக்கிறார்கள்."

நானும் அதையே சொன்னேன். ஒரு புறத்தில் குழந்தை தருமனைப் படுக்கவைத்துக்கொண்டு, மறுபக்கத்தில் அவனைப் படுக்க வைத்து கை கால்களைப் பிடித்து வலி நீங்குமாறு நீவி விட்டேன். "குந்தி, இதற்குமுன் என்றும் இப்படி நீ என்னைக் கவனித்துக் கொண்டதில்லையே" என்றான் பாண்டு. "இனிமேல் செய்வேன்" என்றேன் நான். ஒரு நோயாளியைப் போலப் படுத்து உறங்கினான் அவன். அவன் மேல் ஒருவிதமான இரக்கமும் பரிவும் உண்டானது. இனிமேல் இவனை நல்லபடி கவனித்துக்கொள்ள வேண்டும் என்று தோன்றியது. இரவில் ஒன்றிரண்டு முறை 'குந்தி' என்று முனகியதைத் தவிர நன்றாக உறங்கினான். ஐந்தாறு நாள்களுக்குள் முழுக் களைப்பும் நீங்கிப் புத்துணர்வு கொண்டான். முகத்தில் களை படர்ந்தது. ஆனால் மலைப்பகுதியில் சிறிது தூரமே ஏறினாலும் கூட மூச்சு வாங்கியது. மலைகளுக்கு இடையே இருந்த அச் சிறு சமவெளிப்பகுதியில், ஏறி இறங்காமல் நடக்கிற மாதிரியான இடம் எங்கே இருக்கிறது? வெளியே எங்கும் செல்லாமல் உள்ளேயே படுத்திருந்தான்.

சரியாக ஏழாவது நாளில் தேவர்களின் சேனாதிபதி வந்தான். கூடவே பத்து மெய்க்காவல் படைவீரர்கள் வந்தார்கள். இப்படிப்பட்டவனுக்கு மெய்க்காவல் படை எதற்கு என்று தோன்றியது. எனக்கு எதிரே நின்றால் உயரமான நானே கூட நிமிர்ந்துதான் பேச வேண்டும். அவ்வளவு உயரம். பாண்டு சொன்னது போலவே ஆஜானுபாகுவான உடற்கட்டும் தோள்களும். அவன் முகத்தில் கொஞ்சம் முரட்டுத்தனம்

இருந்தது. ஆனால் அதைக் குரூரம் என்று சொல்ல முடியாது. மற்றபடி அமைதியானவனாகவே காணப்பட்டான். அவனெதிரில் நின்றிருந்தேன் நான். "இவள்தான் உன் மனைவியா?" என்றபடி என்னையே பார்த்தான். அவன் கண்களைப் பார்க்கும்போதே ஆசை பிறந்தது. மலையோரக் காற்று போல கணீரென்ற குரல் அவனுக்கு அரசன் அவனை உபசரித்தான். குளிப்பதற்காக வெந்நீர் வைக்க ஏற்பாடு செய்தான். இரவு விருந்துக்காக ஒரு ஆட்டை வெட்டுமாறு ஆட்களுக்குச் சொன்னான். மேல் உலகத்தில் தான் கண்டு பேசி வந்தவர்களில் நலம் குறித்து விசாரித்தான். நானே முன்னின்று அவனை உபசரித்தேன். மாதுரி தன் குடிசையிலேயே தங்கிவிட்டாள். அரசன் மட்டும் குழந்தையைத் தூக்கிச் சென்று அவளுடைய கையில் கொடுத்து வந்தான்.

இரவு விருந்து முடிந்ததும் முன்பு போலவே என்னிடமிருந்து 'இந்த ஆடவனுடன் நான் மோகம் கொள்வதில்லை. அவன் என்னோடு நெருக்கமாக இருக்கும் போதெல்லாம் என் மனம் கணவன் மேலேயே இருக்கும்... குழந்தைக்கான வேட்கையைத் தவிர என் மனத்தில் வேறெந்த வேட்கையும் இல்லை... கர்ப்பம் உறுதியான தருணத்திலிருந்து இவனைத் தந்தையாகப் பாவித்து..." என்றெல்லாம் உறுதிமொழி பெற்றுக்கொண்டான்.

அந்தச் சேனாதிபதியின் உடற்கட்டு என் கற்பனையை மீறியதாக இருந்தது. அவனை இறுக்கமாய்த் தழுவும்போது கூட என் இடக்கை விரலால் வலக்கை விரலைத் தொட முடியாது. கல்போல் உறுதி அவனுக்குப் பொருத்தமானவள் தானா நான் என்ற எண்ணம் தோன்றியது. இத்தனை நாட்களும் பிரதா என்ற பெயர் சுமந்த என் உருவம், உடற்கட்டு பற்றி ஒருவிதமான பெருமை இருந்தது. இப்பொழுது அவையெல்லாம் எங்கோ கரைந்து போயின. "உன் பெயர் என்ன?" என்று கேட்டான் அவன். "பிரதா" என்றேன் நான். "ஓஹோ, பெரிய உடற்கட்டுள்ளவள் என்பதால் இப்பெயரா? உங்கள் உலகத்தில் நீதான் பெரிய உடற்கட்டு உள்ளவளோ?" என்று கேட்டான் அவன். "உன்னோடு ஒப்பிடும்போது இது ஒன்றுமே இல்லை" என்றே நான்.

"எங்கள் பக்கத்துப் பெண்களைப் பார்த்திருக்கிறாயா?"

"குளிர்காலத்தில் ஒரு கூட்டம் இங்கு வருமில்லையா, அப்போது பார்த்திருக்கிறேன்."

"எங்கள் பக்கத்தில் கூட உன்னைப்போல் ஒரு பெண்ணும் இல்லை. பிரதா என்ற பெயர் உனக்கு மிகவும் பொருத்தமே" என்றான். நன்றியோடு நான் பாண்டுவை நினைத்துக் கொண்டேன். எப்படிப்பட்ட தேர்வு. என் எலும்புகள் நொறுங்குமாறு அவன் என்னை ஆரத்தழுவ வேண்டும் என்று எண்ணினேன். ஓர் அடிமை யைப் போல அவனுக்குச் சேவை செய்ய வேண்டும் என்று தோன்றியது.

மறுநாள் அதிகாலையில் பெரிய பெரிய பாத்திரங்களில் வெந்நீர் கூட வைக்க ஏற்பாடு செய்தேன். நானே அவனைக் குளியலறையில் உட்காரவைத்துக் குளிப்பாட்டினேன். சிறிய கல்லால் அவன் முதுகில் அழுக்குப் போகத் தேய்த்துக் குளிப்பாட்டிய பிறகு அழைத்து வந்து அறையில் படுக்கச் செய்தேன். நானே சமையல் செய்ய வேண்டுமென்றும் நானே எதிரில் நின்று பரிமாற வேண்டுமென்றும் சாப்பிட்ட பிறகு அவன் கையைக் கழுவ வேண்டுமென்றும் ஆசைப் பட்டேன். ஆனால் அதிக நேரம் படுத்திருக்கும் சுபாவம் அவனுக்கு இல்லை. காலையில் உண்டு முடித்ததுமே தம் மெய்க்காவல் வீரர்களுடன் சேர்ந்து வேட்டையாடக் கிளம்பி விட்டான். அந்தப் பெரிய உடற்கட்டு. ஆனால் அவ்வளவு பெரிய மலையில் ஒரு முயலைப் போல சரசரவென ஏறினான். எந்த விதமான களைப்புமில்லை. ஓய்வும் இல்லை. தோளில் வில்லோடும் கையில் கத்தியோடும் தேவர்கள் உலகத்திற்கு எதிர்ப்புறம் இருந்த மலையில் ஏறியதைப் பார்த்தபடி நின்றுவிட்டேன். வேட்டை யில் தான் கொன்ற ஒரு புலியைச் சுமந்தபடி சாயங்காலம் அவன் திரும்பினான். வேட்டையில் சிக்கிய ஒரு காட்டெருமையையும் நான்கு மான்களையும் அங்கேயே உரித்து, அவற்றின் மாமிசத்தைச் சுமந்து வந்தார்கள் மெய்க்காவல் படைவீரர்கள். பாண்டுவுக்கும் மிகவும் சந்தோஷம். புலி எப்படி கிடைத்தது, அதை நீ எப்படிக் கொன்றாய் என் விவரங்களையெல்லாம் அவனிடம் கேட்டான். நானே சமையலறைக்குச் சென்று முன்னின்று சமையலைக் கவனித்துக் கொண்டேன்.

அன்று இரவு எனக்குள் நம்பிக்கை தோன்றியது. மாதுரி சொல்லித் தந்தவையெல்லாம் நினைவுக்கு வந்தது. அவற்றைப் பயன்படுத்தி அவனோடு இன்பமாக இருந்தேன். நடு இரவில் அவன், “பிரதா, பெண்களின் தோள்களிடையே இருக்கும்போது இத்தனை சுகமாக இருக்கும் என்று இதுவரை எனக்குத் தெரியவே தெரியாது. ஒரு குழந்தையைப்போல ஆணின்தோளில் பாதுகாப்பாகச் சேர்ந்துவிடும் ஒரு பெண்ணின் மூலம் எப்படிப்பட்ட சுகத்தை ஆண் அடைய முடியும்?” என்றான்.

அவன் வார்த்தைகளின் பொருளை உடனடியாய் நான் புரிந்து கொள்ளவில்லை. மெல்ல மெல்லப் புரிந்து கொண்டேன். ஆனந்தக் கண்ணீரால் என் கண்கள் தளும்பின. அவன் முகத்தை மார்பில் புதைத்துக்கொள்ளவேண்டுமோ, கால்களில் அவனைக் கிடத்திக்கொள்ள வேண்டுமோ, அல்லது அவன் கால்களைத் தொட்டு நீவி விட வேண்டுமோ, எதுவும் புரியவில்லை எனக்கு. “தேவர்கள் உலகத்தில் உள்ள எந்தப் பெண்ணுக்கும் உன் வேலைக்காரியாக இருக்கக்கூடத் தகுதி இல்லை” என்றான். இதற்கு மேல் என்ன வேண்டும்? எனக்கு மனநிறைவாக இருந்தது. அவன் என்ன சொல்ல விழைகிறான் என்று நன்கு புரிந்தது. ஒரு புலியையே கொன்று தோளில் சுமந்து வரும் ஒரு மாவீரனுக்கு சந்தோஷத்தையும் அமைதியையும் தரும் ஆற்றல்

என்னிடம் இருக்கிறது. என் தோள்களா? என் மார்பா? என் உடற்கட்டா? சாதாரண உடற்கட்டுள்ள ஆண்களுக்கு இவை உண்மையென்று தோன்றக்கூடும். என்னைப் போன்றவளே நிமிர்ந்து பார்த்துப் பேச வேண்டிய இவனுக்கு, இவை உண்மையல்ல. என் சக்தி எனக்குப் புரிந்தது. அத்தெளிவின் சந்தோஷத்திலேயே அன்றைய இரவு தூங்கிவிட்டேன்.

காலையில் எழுந்து அவனை வெந்நீரில் குளிப்பாட்டினேன். உபசரித்தேன். அவன் வேட்டைக்குச் செல்லவில்லை. குடிலுக் குள்ளேயே என்னையும் உட்காரவைத்துக் கொண்டு கையைப் பிடித்து முகத்தை வருடியபடி இருந்தான். நான் கூச்சத்தில் தலை குனிந்து கொண்டிருந்தேன். அகன்ற உள்ளங்கைகளிடையே என் முகத்தை ஏந்தி, "பிரதா, என்னோடு தேவ உலகத்திற்கு நீயும் வந்துவிடு. தனிப்பட்ட வகையில் குழுவின் முக்கியஸ்தர்கள் தமக்காகவென்று மனைவிகளை வைத்துக் கொள்ளும் பழக்கம் எங்களிடையே உண்டு. அதன்படி நீ என் மனைவியாகி விடு" என்றான் நான் அவன் முகத்தைப் பார்த்தேன். மிடுக்கான அந்தக் கண்களில் எனக்குண்டான திருப்தியைவிட, அதிக அளவு திருப்தியைக் கண்டேன்.

"திருமணப்பழக்க வழக்கங்களைப் பொறுத்த மட்டில் எங்களு டையதே வேறு; உங்களுடையதே வேறு..."

சட்டென அவன் எந்தப் பதிலும் பேசவில்லை. அவன் என்ன புரிந்துகொண்டானோ, தெரியவில்லை. சிறிது நேரம் கழித்து, "உனக்கு விருப்பமில்லையெனில் மற்ற பெண்களின் சகவாசத்தை விட்டுவிடுவேன். நீ மட்டுமே எனக்குப் போதும். வேண்டு மெனில் சத்தியம் செய்து கொடுக்கிறேன்" என்று சொல்லி என் கைகளைப் பற்றினான். நான் தலையைக் குனிந்து கொண்டேன். "இன்னும் பெரிய வீரனாக வேண்டும் என்பது என் ஆசை. உன் அரவணைப்பில் என்னால் அதைச் சாதிக்க முடியும்." என்றான். மெல்ல நிமிர்ந்து ஓரப்பார்வையில் அவனைப் பார்த்தேன். "இன்னும் எவ்வளவோ அவகாசம் இருக்கிறது. மெல்ல யோசித்துப் பதில் சொல்" என்றான். நான் எதுவும் பேசவில்லை. மௌனமாக இருந்தேன். அங்கேயே உட்கார்ந்திருப்பதைச் சங்கடமாக உணர்ந்தவனைப்போல எழுந்து, அந்தக் குடிலுக்குள்ளேயே இருந்த வில், அம்புகளை எடுத்துக்கொண்டு வெளியேறினான். உண்டுவிட்டு உறங்கிக்கொண்டிருந்த தன் மெய்க்காவல் வீரகளைக் கூட அவன் அழைக்கவில்லை. எனக்குள் ஒருவகையான வெற்றிப் பெருமிதம் பொங்கி வழிந்தது. சுயம்வரத்தில் என் கையைப் பற்றுவதற்காக எத்தனையோ அரசர்களும் இளவரசர்களும் வந்திருந்தார்கள். அப்போதும் எனக்குள் பெருமிதம் பொங்கி வழிந்தது. இப்போது அதன் பொருள் புரிந்தது. சுயம்வரத்திற்கு வேண்டியவர்கள், வேண்டாதவர்கள் எல்லாரும் வந்திருப்பார்கள். எல்லாரும் ஒன்று கூடும் சந்தர்ப்பமாதலால், எல்லாரும் சேர்ந்து சூதாடுவார்கள். குடித்துக் களிப்பார்கள். இவளைத் திருமணம் செய்துகொள்ள வேண்டும்

என்று முழு மனத்தோடு யாரும் வந்திருப்பதில்லை. இப்பொழுது, அவர்கள் அனைவரையும் விட வல்லவனான இந்த வீரன் மிகவும் வாஞ்சையோடு என் அருகாமையை வேண்டுகிறான். தன் குழுவில் உள்ள மற்ற பெண்களின் தொடர்பைக்கூட விட்டு விடுவதாகச் சத்தியம் செய்கிறான். இந்தப் பெண்களுடன் எந்த க்ஷத்திரியன்தான் இங்கு பழகாமல் இருக்கிறான். நான் நல்ல அதிர்ஷ்டக்காரி என்று தோன்றியது. ஆண்மையும் வீரமும் மிக்க இவனைப்போலவே பத்துப் பிள்ளைகளை வயிற்றில் சுமந்து பெற்றெடுத்து மனநிறைவோடு வாழும் ஆசை தோன்றியது. “பாண்டு அரசரே, நான் செல்கிறேன். உங்களுக்காகப் பெற்றெடுத்த பிள்ளையை உங்களிடமேயே தருகிறேன். வேண்டாம் என்றால் மாதுரிக்கு யாருடனாவது நியோகம் செய்வித்துக்கொள்” என்று சொல்லத் தோன்றியது. நான் ஒரு வார்த்தை சரி என்றால் போதும், என்னைத் தோள் மேலே தூக்கி வைத்துக்கொண்டு தேவர்கள் உலக மலைகளைப் புலியைப் போலத் தாவிக் கடந்து விடுவான். குடிலுக்குள்ளேயே தனிமையில் உட்கார்ந்திருந்தேன். யோசனையின் பாரத்தைத் தாங்க முடியாதவளாக எழுந்து வெளியே வந்தேன். முகத்தில் அமைதி தவழும் குழந்தையாகிய தருமனை வைத்துக்கொண்டு மாதுரி, கீழே ஒரு பள்ளத்தின் அருகில் நின்றிருந்தாள். மாதுரியின் இடுப்பில் உட்காரப் பொருத்தமான குழந்தை. என் தோளிலும் இடுப்பிலும் அக்குழந்தை மிகச் சிறியதாக இருக்கும். நானும் கீழே இறங்கி அவள் நிற்கும் இடத்துக்குச் சென்றேன். குழந்தை கையை என் பக்கமாய் நீட்டியது. நான் தூக்கிக்கொண்டேன். “ஆளையே நசுக்கிவிடும் உடல்வாகு அவனுக்கு. இல்லையா?” என்றாள் மாதுரி. நான் பரவசமானேன்.

அன்று இரவும் அவன் என்னிடம் கேட்டுக்கொண்டான்.

“என்ன முடிவு செய்தாய்? இங்கே பார், நீ வேண்டாம் என்று சொன்னாலும் கூட உன்னைத் தூக்கித் தோள் மேல் வைத்துக் கொண்டு நடந்து செல்கிற சக்தி எனக்கிருக்கிறது நோயாளியான பாண்டு அரசனால் என்னைப் பிடிக்க முடியாது. உங்கள் ஆட்களுக்கும் எங்களைப் பிடிக்கிற சக்தி கிடையாது. என்னோடு பத்து மெய்க்காவல் படைவீரர்கள் வேறு இருக்கிறார்கள். ஆனால் அப்படி உன்னைத் தூக்கிச் செல்வது முடியாத காரியம் என்று எனக்குத் தெரியும். உன்னைத் தொட்டு உணர்ந்த பிறகு, தூக்கிச் செல்ல வாய்ப்பான எந்தப் பெண்ணும் எனக்குத் துச்சமே.”

எனக்குப் பேசும் சக்தியே இல்லாமற் போனது. “பேசு” என்று மீண்டும் மீண்டும் கேட்டான். என்னமோ மிகவும் களைத்தவனைப் போல பெருமூச்சு விட்டான். பிறகு “நீ யோசித்துச் சொல்ல இன்னும் காலமிருக்கிறதல்லவா” என்று எனக்கும் தனக்குமாக அவனே சொல்லிக் கொண்டான். இருவரும் மௌனமாக எந்த அசைவு மின்றிப் படுத்திருந்தோம். குடிலுக்கு வெளியே மலைக்காற்று. சிற்சில

வேளைகளில் எங்கோ கரடி கத்தும் சத்தம் கேட்டது. எனக்குத் தூக்கம் வரும் வேளையில் விடிந்து விட்டது. அவன் இன்னும் புரண்டு புரண்டு படுத்தவண்ணம் இருந்தான்.

நான் விடிந்து எழுந்தபோது அவன் இல்லை. எழுந்து குளித்தேன். அவனது ஆள்கள் குடிலுக்குப் பின்புறம் இருக்கிற பாறையின்மேல் நின்று எதையோ விரலால் சுட்டிக்காட்டிக் கொண்டிருந்தார்கள். ஏதோ விளையாட்டுக்கு என்பது போல ஒரு இலக்கை நோக்கி ஒருவன் அம்பெய்தினான். நான் அதிர்ந்து போனேன். மனம் குழம்பியது. பின்பக்கம் உள்ள குடிலுக்குச் செல்லவில்லை. தருமனைக்கூடத் தூக்கி விளையாடவில்லை. மாதுரியிடம் ஏதும் பேசவில்லை. திரும்பவும் எனது குடிலுக்கே வந்து படுத்துக்கொண்டேன். சிறிது நேரத்தில் பாண்டு வந்தான். அவன் முகம் மௌனத்தில் உறைந்திருந்தது. சிம்மாசனத்துக்கு அருகே நிற்கும் குடிமகனைப் போல என்னருகில் படுக்கைக்குக் கீழே தரையில் உட்கார்ந்தான். பேசச் சிரமப்படுவது போல இருந்தது அவனது முகம். இறுதியில் திணறித் திணறி, "குந்தி, நேற்றுக் காலையிலும் இரவிலும் அவன் உன்னிடம் எதைக் கேட்டு வற்புறுத்துகிறான் என்பது எனக்கும் கேட்டது. அவன் சத்தம் குடிலுக்குப் பின்பக்கத்தில் தெளிவாகக் கேட்டது" என்றான்.

எனக்குப் பயம் எதுவும் இல்லை. ஆனால் பயம், குழப்பம், கோபம் ஆகியவற்றைத் தாண்டிய ஏதோ ஒரு உணர்வின் ஆழத்தில் எனது மனம் மூழ்கியிருந்தது. அவன் சொல்வது மட்டும் காதில் விழுந்தது. என் மனம் எங்கோ குழப்பத்தில் இருந்தது. ஊமையாக எந்தக் காரணமும் இல்லாமல் அவனது முகத்தைப் பார்த்தேன். அவன் என் கைகளைப் பற்றினான். அவன் கைகள் மிகவும் பலவீனமுற்றிருப்பதை உணர்ந்தேன். "நீ செய்து தந்த சத்தியத்தை நினைத்துக்கொள். குருவம்சத்தின் வளர்ச்சிக்காக ஒரு வீரமகனை வேண்டி மட்டுமே என் ஆணையின்படி இது..." என்று எனக்குள் ஒருமுறை திரும்பவும் சொல்லிக்கொண்டேன். ஏதேதோ சிந்தனைகள் மனசில் புரண்டன. இந்த வம்சத்திற்காக நான் செய்துள்ள தியாகத்தையும் எனது சொந்த சுகத்தைக் கூட நான் பலியிட்டு விட்டு நிற்பதையும் இவர்களில் யார் அறிவார்கள்? சத்தியம் செய்து கொடுத்த மனைவியின் முன் கடமை என்பதை முன்னிருத்தி எனது எல்லாச் சுகங்களையும் பலியாகக் கேட்ட கணவன் உயிரோடு இருந்தால், ஒருவேளை அவனுக்குப் புரிந்திருக்குமோ! தர்மநெறிக்கு ஒரு புதிய அர்த்தத்தச் சொன்னானாம் துரியோதனன். அவர்கள் வெறும் குந்தியின் பிள்ளைகள்தாம் என்று சொன்னானாம். பற்களற்ற வாய் கோபத்தில் இறுகியது. தர்மநெறி என்றால் என்ன? இந்தக் குந்தி தானறிந்த தர்ம நெறியிலிருந்து என்றைக்கும் பிறழ்ந்ததில்லை என்று எனக்கு நானே சொல்லிக்கொண்டேன். ஞாபகச் சிடுக்கிலிருந்து இறந்த கால நினைவுகளை மீண்டும் பிரித்தெடுக்க ஆரம்பித்தேன். பொழுது சாய்ந்து கொண்டிருந்தது. இடுப்பில் பரவிய வலி கூட சிறிது குறைந்தது.

கரடி வேட்டையாடி விட்டுத் திரும்பிய அந்த வீராதி வீரன் என் கையைப் பற்றிக்கொண்டு பாண்டுவை விட குரல் தழுதழுக்கத் தன் கோரிக்கையை மீண்டும் முன்வைத்தான். ஆற்றாமையாலும் இயலாமையாலும் பாண்டுவுக்கு உண்டான தழுதழுத்தல் அல்ல இது. ஒவ்வொரு நாளும் இரவில் அவன் கண்ணீர் விட்டுக் கெஞ்சினான். நானும் பல நாள் அவன் மார்பில் புதைந்த வண்ணம் கண்ணீர் சிந்தியிருக்கிறேன். ஆனாலும் கரு உறுதியான பிறகு நானே வலிந்து போய் பாண்டுவிடம் சொன்னேன். சேனாதிபதியை முடிந்த மட்டும் அமைதிப்படுத்தினேன். அதன்பின் எட்டு நாட்கள் அவன் குடிலிலேயே இருந்தாலும் அவனோடு படுக்கையைப் பகிர்ந்து கொள்ளவேயில்லை. குந்திக்குத் தர்மநெறி என்பது இல்லையா? என் மனமே பழைய நினைவுகளுக்குப் பொருள் சொன்னது. “பிரதா, பொறுமை நிறைந்த நீ. பலம் நிறைந்த நான். எப்படிப்பட்ட குழந்தை பிறக்கும் தெரியுமா. எங்கள் தேவ உலகத்திற்கு வந்தால் அவனைத்தான் சேனாதிபதியாக்குவார்கள்” என்று அடிக்கடி சொல்வதுண்டு அவன். அப்படிப்பட்ட வீரனே என் மகன் பீமன். “அவன் வயிற்றுக்கு மட்டும் எந்தக் குறையும் வைக்காதே. அவனது பலம் குறைந்தால் நாம் அனைவருமே நாசமாவோம்” என்று காட்டுக்குச் செல்வதற்கு முன் திரௌபதைக்குச் சொன்னேன். காட்டிலே கிடைக்கிற பழங்களையும், வேட்டையாடிச் சுட்டுக்கொண்டுவரும் மிருகங்களின் மாமிசத்தையும் வைத்துக்கொண்டு எந்த விதத்தில் அவள்தான் அவனை உபசரித்து விட முடியும்? விராட நகரில் சமையல்காரனாகச் சேர்ந்து நன்கு சாப்பிட்டுப் பலசாலியாக இருக்கிறானென்று கிருஷ்ணன் சொன்னான். குழந்தை என்றால் அவன்தான். இடுப்பில் அவனைத் தூக்கிக்கொண்டு பத்தடி தூரம் நடப்பதற்குள் மாதுரி களைத்து விடுவாள். பாண்டுவுக்கு அவனைத் தூக்குவதற்குள் மேல்மூச்சு கீழ்மூச்சு வாங்கும். அன்பு செய்வதிலும் கூட அவனே உயர்ந்தவன். அந்தச் சேனாதிபதியைப் போலவே ஆழ்ந்த அன்பு செய்யும் குணம் அவனிடமும் இருந்தது. இப்போது அவனுக்கு ஐம்பத்து மூன்றோ, ஐம்பத்து நாலோ வயசிருக்க வேண்டும். இந்தப் பதின்மூன்று வருஷகாலத்தில் சற்றே கூன் விழுந்திருக்கிறதாம். என்னதான் கூன் இருந்தாலும், அவனது பிறப்பின் பெருமை இல்லையென்றாகி விடுமா. ஓர் ஆள் கையை மேலே உயர்த்தி நிற்கும் அளவுக்கு அவன் உயரம். அவனது தோள் உயரத்துக்குக் கூட காணமாட்டாள் திரௌபதை. மார்புவரை இருப்பாள், என்றும் அவளுக்குப் பிடித்தவன். அப்படிப்பட்ட மருமகள் பன்னிரண்டு வருஷ காலம் காட்டுவாசியைப்போல காட்டில் அலைந்து விட்டு ஒரு வருஷ காலம் பணிப்பெண்ணாக இருந்தாளாமே. அமைதியான மூத்தமகன், வீரம் மிக் இரண்டாம் மகன் இருவரும் பிறந்த பிறகு ஊருக்குத் திரும்பிச் செல்லலாம் என்றால் பாண்டு ஏன் கேட்கவில்லை. அவனுக்கு ஏதோ ஒரு பைத்தியக்கார எண்ணம். தேவஉலகத்தைச் சேர்ந்த மருத்துவர்களின் மருத்துவத்தில் அசைக்க முடியாத குருட்டுத் தனமான நம்பிக்கை.

தனக்கு மீண்டும் குழந்தையைப் பெற்றுக் கொள்ளும் ஆற்றல் கிட்டும் என்கிற எதிர்பார்ப்பு. ஒருவேளை அவனுக்குச் சொந்தமாக ஒரு குழந்தை பிறந்திருந்தால் நியோகத்தில் பிறந்த இந்தக் குழந்தைகளை ஒதுக்கியிருப்பானோ என்னமோ. அப்பொழுது நானும் அவனது கையைப் பற்றி அல்ல, மூக்கைப் பிடித்துத் திருகித் தர்மநெறி பற்றி நானும் கேட்டிருப்பேன். அந்த ஆசைதான் அவனை ஆட்டிப் படைத்திருக்க வேண்டும். இல்லாவிட்டால் அங்கே தங்க ஏன் விருப்பப் பட்டிருக்க வேண்டும்? மீண்டும் மீண்டும் அந்த வைத்தியர்கள் வந்தபோதெல்லாம் மாசக்கணக்கில் தங்க வைத்து உபசரித்துத் தானியங்களைக் கொடுத்துக்கொண்டே இருக்கவேண்டும். தேவ உலகத்துக்குச் சென்று வந்த பிறகு அவனுக்கு வந்த மூச்சுவிடும் பிரச்சினைக்கு அந்த மருத்துவர்கள் எவ்வளவு மருந்து கொடுத்தும் முழுக்கக் குணமடையவில்லை. மீண்டும் மலையேறும் சக்தி அவனுக்கு வரவே இல்லை. அப்பொழுதே திரும்பிவந்து சிம்மாசனத்தில் உட்கார்ந்திருந்தால் நடப்பதே வேறாக இருந்திருக்கும்; இந்தப் பிரச்சினையே வந்திருக்காது என்று யோசித்தபடி நீரையே பார்த்துக் கொண்டிருந்தாள். நிழல் தெரிந்தாலும் கூட தண்ணீர் ஓடிக் கொண்டிருந்தது. ஆச்சரியமாக இருந்தது. ஓடும் நீரில் அசைவேயற்ற வகையில் நிழல் எப்படித் தெரிகிறது? சிறிது நேரம் இந்தப் புதிரிலேயே பொழுது கழிந்தது. மலைகளில் பாய்ந்து வரும்போது இந்த நீரில் அமைதி எங்கே இருந்தது? ஒரு வயது நிரம்பிய பீமனைத் தூக்கிக் கொண்டு திரும்புவது மிகவும் சிரமம். அவனுக்கு இன்னும் நடக்க வரவில்லை. குடிலுக்குப் பக்கத்தில் இருந்த அருவிநீரில் குளிப்பதென்றால் இன்னும் பேச்சுகூட வராத குழந்தைக்கு அளவு கடந்த ஆனந்தம். குளிர் பற்றிய பயம் இல்லை. வெயில் பற்றிய கவலையும் இல்லை. இந்தச் சந்தர்ப்பத்தில்தான் இந்திரன் வந்து சேர்ந்தான். தன் ஞாபகத்தை மீண்டும் சரிப்படுத்திக்கொண்டாள். ஆமாம், அப்பொழுதுதான் வந்திருந்தான். அருமையான அழகன் அவன். நீண்ட கூர்மையான மூக்கு, மெல்லிய புருவங்கள். பனிபோன்ற நிறம். என்னைப் போலவே உயரம். மயில் இறகுகளால் எழுதி அலங்கரிக்கப்பட்ட மேல் போர்வை. குழந்தையைக் குளிப்பாட்டிக்கொண்டிருந்த இடத்தில் வந்து நின்றான். சிறிது தூரத்தில் வில் அம்புகளோடு அவனுடைய ஆள்கள் நின்றிருந் தார்கள். என்னைத் தூக்கிச் செல்லும் ஆயத்தத்தோடு வந்ததைப் போல இருந்தது. ஆனால் முகத்தில் அமைதி தவழ்ந்தது.

"நீதான் பிரதாவா?" என்று ஏற்கனவே அறிமுகம் ஆனவன் போலக் கேட்டான்.

நனைந்து உடலோடு ஒட்டிக்கிடந்த துணியைச் சரிப்படுத்திய படி "நீங்கள் யார்?" என்று கேட்டேன் நான்.

"எங்கள் சேனாதிபதியின் மகனல்லவா இவன்? பார்க்கும் போதே தெரிகிறது. எங்கள் ஆட்களின் முக ஜாடை இருக்கிறது."

இவன் தேவர்கள் கூட்டத்தைச் சேர்ந்தவன் என்று புரிந்தது. தம் கூட்டத்தைச் சேர்ந்த முக்கியஸ்தர்களின் அடையாளங்கள் பற்றி ஏற்கனவே தர்ம அதிகாரியும் சேனாதிபதியும் சொன்ன தகவல்களை நினைத்துக் கொண்டேன். "நீங்கள் யார் என்று சொல்லவே இல்லையே" என்றேன்.

"இந்திரன்."

"அப்படி என்றால்…?"

"ஓ… தெரிந்து கொண்டே கேட்கிறாயா? தேவ உலகத்தின் தலைவனை இந்திரன் என்பார்கள். நான் இந்தப் பதவிக்கு வந்து ஐந்தாண்டுகளாகின்றன."

"அப்படியா" என்று வேறு விஷயங்களையும் தெரிந்து கொள்ளும் ஆவலுடன் சொன்னேன். எனக்குக் கூச்சமாய் இருந்தது. தலையைத் தாழ்த்திக் கொண்டேன். மிகவும் தர்ம சங்கடமாக உணர்ந்தேன். தலையை நிமிர்த்திப் பார்த்தேன். வில்லைப் பிடித்திருந்தவர்களைக் காணவில்லை. என் பக்கத்தில் நெருங்கி வந்தான் அவன். கையை நீட்டிக் குழந்தையைக் கேட்டான். புதியவர்களிடம் செல்ல பீமன் எப்போதும் தயங்கியதுமில்லை, அழுவதுமில்லை. புதிய முகம், மயில் இறகுகளால் அலங்கரிக்கப்பட்ட போர்வையைப் பார்த்து அவனிடம் சென்று விட்டது குழந்தை. அவனைக் கட்டித் தழுவிக் கொஞ்சினான். அருவியிலிருந்து நீர் வழிந்துகொண்டிருந்தது. குழந்தையைத் தொடைமேல் வைத்துக் கொண்டு பாறைமேல் உட்கார்ந்தான். என்னைப் பார்த்து "கொஞ்சம் உட்கார். உன்னிடம் பேச வேண்டும்" என்றான்.

எனக்கு வெட்கமாக இருந்தது. "உங்களோடு எனக்கென்ன பேச்சு?" என்றேன்.

அவன் கோபம் கொள்ளவில்லை. குழந்தையோடு இன்னும் கொஞ்சியபடி, "பிரதா, எங்கள் உலகத்தில் மொத்தம் முப்பத்திரெண்டு குழுக்கள் உள்ளன. ஒவ்வொரு குழுவுக்குள்ளும் எல்லாருக்கும் எல்லாரும் கணவன் மனைவிகளே! இது உனக்குக் கூடத் தெரிந்திருக்கும். ஆனால் ஒரு குழுவைச் சேர்ந்த ஆண் இன்னொரு குழுவைச் சேர்ந்த பெண்ணை எந்தக் காரணத்தைக் கொண்டும் தொடமாட்டான். ஆனால் இந்திரன் மட்டும் எந்தக் குழுவிலுமிருக்கிற எந்தப் பெண்ணை யும் தொட முடியும். தன்னிடம் இந்திரன் வருகிறான் என்பது எந்தப் பெண்ணுக்கும் பெருமையான விஷயமாகும்."

"ஆனால் நான் உங்கள் உலகத்தைச் சேர்ந்த பெண்ணில்லை."

"ஆனால் முழுக்க முழுக்க இந்த இடத்துக்குப் புதியவளுமில்லை. அது இருக்கட்டும். சுகமாக இருப்பது என்பது என்னவென்று உன்னோடு சேர்ந்திருக்கும் நேரம் வரைக்கும் தனக்குத் தெரியாது

என்றும், உன் மூலம்தான் தெரிந்து கொண்டதாகவும் சேனாதிபதி சொன்னான். நீ அவனது மனைவியாக மறுத்தாயாமே. உன் தர்ம சங்கடம் அவனுக்கும் புரிகிறது. குழுவின் முக்கியஸ்தர்களும் இந்திரனும் மட்டுமே சொந்தமாக மனைவி வைத்துக் கொள்ளலாம். எனக்கு ஏற்கனவே திருமணமாகிவிட்டது. வேறு திருமணம் செய்துகொள்ள முடியாது. ஆனாலும் உன்னிடம் வேண்டிக் கேட்டுக்கொள்ள வேண்டுமென்றுதான் வந்திருக்கிறேன். உன்னைப் பார்த்த பிறகு என் சேனாதிபதியின் வார்த்தை உண்மைதான் என்று புரிகிறது."

சுற்றி வளைக்காமல் நேரிடையாக அவன் கேட்டதும் எனக்கு மூச்சே நின்றுவிட்டது. எவ்வளவு முயற்சி செய்தாலும் என் தலை தாழ்ந்தது. அவன் தொடையில் உட்கார்ந்து குழந்தை சிரித்து ஆடியது. தேனில் ஒட்டிக்கொண்ட ஈயைப்போல முற்றிலும் எதிர்பார்த்த சூழலில் வந்து நின்ற அவனோடு மனம் ஒட்டிவிட்டது.

"அவசியம் தேவைப்பட்டால் உதவியாக இருக்கும் என்று இருபது விர் வீரர்களை அழைத்து வந்திருக்கிறேன். உன்னைத் தூக்கிச் செல்வது எனக்கொன்றும் சிரமமில்லை. ஆனால் அது சாத்தியமில்லை என்று சேனாதிபதி ஏன் சொன்னான் என்று எனக்கு உன்னைப் பார்த்த பிறகு இப்போது புரிகிறது" என்று நிதானமாய்ச் சொன்னான் அவன்.

பேசாமல் மௌனமாக உட்கார்ந்திருப்பது மிகவும் தர்ம சங்கடமாக இருந்தது. என் முக அசைவுகளில் இருந்தே என் மனத்தில் என்ன இருக்கிறது என்பதை இவன் புரிந்து கொள்கிறான் என்று தோன்றியது. அவனிடம் பொய் சொல்லக்கூடாது என்று முடிவெடுத்தேன். அவனை நேரிடையாய்ப் பார்த்துப் பேசுவது சிரமாகத் தோன்றியது. அருவியின் பக்கம் பார்த்தபடி, "எங்கள் உலகத்தில் திருமணமான பெண் தன் கணவனைத் தவிர வேறொரு ஆடவனை நினைக்கக் கூடாது" என்றேன்.

"எங்கள் உலகத்திலும் அப்படித்தான். ஆனால் எங்கள் உலகத்தைச் சேர்ந்த தர்ம அதிகாரி, சேனாதிபதி இருவரையும் நியோகம் என்னும் பழக்கத்தின் அடிப்படையில் ஏற்றுக்கொண்டாய் அல்லவா? அதேபோல் என்னையும் ஏற்றுக்கொள்."

"விதவையாக இருந்தால் அது வேறு விஷயம். கணவன் இருக்கும்போது நியோகத்தை நிச்சயம் செய்பவன் அவனே. அது மட்டுமல்லாமல், ஏற்கனவே எங்களுக்கு இரண்டு ஆண் குழந்தைகள் இருக்கின்றன. இன்னும் நியோகம் என்றால் அது பேராசையாகும்" இந்த நேரத்துக்குள் அவன் முகத்தைப் பார்த்துப் பேசும் துணிவு எனக்குள் பிறந்திருந்தது. என்னதான் இருந்தாலும் அவன் ஒரு ராஜ்யத்துக்குத் தலைவன். பிரச்சினைக்கு ஒரு முடிவு காண்பது அத்தனை சிரமமாகவில்லை. அவன் முகமே அதைக் காட்டியது.

"அப்படியென்றால் உனக்குச் சம்மதம்தான் இல்லையா. நான் கொடுத்துவைத்தவன். நீ இப்பொழுது உன் இடத்திற்குச் செல். சிறிது நேரத்துக்குள் நானே வந்து உன் கணவனோடு பேசுகிறேன். அவன் கண்டிப்பாக ஒத்துக்கொள்வான். ஒரு மனைவி என்கிற வகையில் நீயும் அவனை ஒப்புக்கொள்ள முயற்சி செய். ஒத்துக்கொள்ள வைப்பாய் அல்லவா?" என்று எழுந்து சத்தியம் செய்யச் சொல்பவனைப் போல என் கையைப் பற்றினான்.

வெட்கத்தால் எனது தலை தாழ்ந்தது. அவனே குழந்தையை எனது இடுப்பில் உட்கார வைத்தான். நான் வேகவேகமாக நீர்ப்பரப்பைக் கடந்து எனது குடிலுக்கு வந்தேன். அருவியைத் தாண்டி எவ்வளவோ தூரம் வந்தாயிற்று. மனசில் குழப்பம், உல்லாசம், இதம், பாரம், எல்லாம் மாறிமாறித் தோன்றியது. அரசன் படுத்த வண்ணம் தருமனுடன் ஆடிக்கொண்டிருந்தான். வெயிலிலிருந்து சட்டென நிழல் பரப்புக்குள் வந்ததால் பீமன் அழத்தொடங்கினான். அவன் அப்பாவின் அருகில் உட்கார வைத்தேன். இந்திரனின் உருவம் கண்ணுக்குள்ளேயே இருந்தது. மலைகளை எல்லாம் கண்ணாலேயே படம்பிடித்து விடுகிற கவர்ச்சி மிக்க நீலக் கண்கள் அவனுக்கு. கூர்மையான மூக்கு கன்னம் கொண்ட அழகான முகக்கட்டு. சிறிது நேரத்திற்குள் ஐந்து வில்வீரர்கள் வந்தார்கள். அரசன் பாண்டுவைப் பார்க்கவேண்டும் என்று என்னிடமேயே கேட்டார்கள். அரசன் எழுந்து வெளியே வந்தான். தேவர்களின் அரசன் இந்திரன் அருவிக்கருகில் காத்துக் கொண்டிருப்பதாய்த் தெரிவித்தார்கள். அரசனுக்கு மகிழ்ச்சி உண்டானது. "நானே வந்து வரவேற்கிறேன். ஆனால் அந்த இடத்தில் இறங்கினால் பிறகு மீண்டும் ஏறுவது கஷ்டமாக இருக்கும். தயவு செய்து இங்கேயே வருமாறு சொல்வீர்களா" என்றான்.

வீரர்கள் சுற்றிவர கம்பீரத்துடன் இந்திரன் வந்தான். விருந்தாளிக்குத் தேவையான உணவு வகைகளை ஏற்பாடு செய்யச் சொன்னான் அரசன். அரசனுக்கு இந்திரனின் அறிமுகம் ஏற்கனவே இருந்தது. இருவரும் ஒருவரையொருவர் விசாரித்துக்கொண்டார்கள். இந்திரனும் அரசனும் பேசிக்கொண்டிருப்பதைக் கூர்மையாய் காதில் கேட்டபடியே வெயிலில் வெளியே இரண்டு குழந்தைகளையும் வைத்துக் கொண்டு உட்கார்ந்தேன்.

"இந்திரா நீ இங்கே வந்தது என் பாக்கியம். அஸ்தினாவதிக்கு வந்திருந்தால் ராஜ உபசாரம் செய்திருப்பேன். இந்தக் குடிலின் எளிமையைக் கண்டு எங்கள் மனத்தையும் சாதாரணமானதுதான் என்று தயவுசெய்து எண்ணிவிடாதே. உன் வரவுக்கு ஏதேனும் முக்கியக் காரணமுண்டா?"

"உன் அண்ணன் திருதராஷ்டிரனுக்கு ஆண் குழந்தை பிறந்திருக் கிறதாமே."

"ஆமாம். செய்தி கிடைத்தது."

"அப்படியென்றால் அரசாட்சிக்காக உன் பிள்ளைகளும் அவன் பிள்ளைகளும் அடித்துக்கொள்ளப் போவது நிச்சயம்."

"அப்படித்தான் எனக்கும் தோன்றுகிறது."

"இத்தனை நாளும் ஆட்சியில் இருக்கிற உன் சகோதரன் கருவூலத்தில் இருக்கிற செல்வத்தையெல்லாம் செலவு செய்து மக்களு டைய ஆதரவையும், படை வீரர்களின் ஆதரவையும் பெற்றிருப்பான். நாளைக்கே யுத்தம் என்றால் உன்பக்கமும் உன் பிள்ளைகள் பக்கமும் யார் இருப்பார்கள்?"

அரசன் எதுவும் பேசவில்லை. அவன் முகத்தில் படர்ந்திருக்கக் கூடிய கவலையை என்னால் ஊகிக்க முடிந்தது.

"உன் இரண்டு பிள்ளைகளும் தேவர்களின் கருணையினால் பிறந்தவர்கள். இன்னும் ஒரு வீர மகனை உனக்கு அளிக்க வேண்டும் என்பது எங்கள் மக்களின் ஆசை. அதற்காக என்னை இங்கு அனுப்பினார்கள். உனக்காக சேனாதிபதி என்னிடம் வேண்டிக் கொண்டான்."

"தேவ அரசனே, குழந்தையில்லாதவன் ஒன்று அல்லது இரண்டு குழந்தைகளை நியோக முறை மூலம் தன் மனைவி வழியாகப் பெற்றுக்கொள்ள முடியும். எனக்கு ஏற்கனவே இரண்டு குழந்தைகள் இருக்கிறார்கள்."

"உன் பெரிய மகன் ஒரு போர்வீரனாவான் என்று ஏனோ எனக்குத் தோன்றவில்லை. அவனை விட்டால் இன்னும் ஒரு மகன்தான் உனக்கு" என்ற இந்திரன் அமைதியாக இருந்தான் சிறிது நேரத்துக்குப் பின் அவனே "தேவ உலகத்தில் இருக்கிற சகல குழுக்களிலும் இருக்கிற பெண்களின் மேலும் எனக்கு அதிகாரமிருக்கிறது. இவர்களல்லாமல், அரசவையின் நடனப் பெண்களுமிருக்கிறார்கள். நீயே அவர்களைப் பார்த்திருக்கிறாய். அவர்களின் முதல் கடமை எனக்குச் சேவை செய்வதுதான். எனக்கு பெண்கள் என்றால் அத்தனை ஆர்வம் இல்லை. எதிர் காலத்தில் அஸ்தினாவதியில் உன் ராஜ்ஜியம் நீடித்திருக்க வேண்டும் என்று உன்னிடம் சொல்ல எங்களவர்கள் என்னை அனுப்பினார்கள். அதனால் வந்தேன். உனக்கு வேண்டாமென்று தோன்றினால் நான் செல்கிறேன்."

மீண்டும் மௌனம். பிறகு பாண்டுவே முன்வந்து "தேவர்களுக்கு நான் மிகவும் நன்றிக்கடன் பட்டிருக்கிறேன். உங்களவர்களின் விருப்பத்தை நான் நிராகரிக்கவில்லை. நீயே நியோகம் செய்ய வேண்டும் என்று கேட்டுக் கொள்கிறேன்" என்றான்.

"வரம் தர வந்திருப்பவன் நான். அதை நீ யார் வழியாக ஏற்றுக் கொண்டாலும் சரிதான். தேவர்களான தர்ம அதிகாரி சேனாதிபதி ஆகியோரின் கருவைத் தாங்கும் ஆற்றல் தனக்குண்டு என உன் பெரிய மனைவி வாழ்ந்து காட்டி இருக்கிறாள். இந்திரனின் கருவை ஆற்றல் மிக்கவளே ஏற்றுக் கொள்வது நல்லது இல்லையா. உனக்கு யார் சரி என்று தோன்றுகிறதோ அதன்படி யோசித்து முடிவு செய்."

விருந்தாளியை ஓய்வு எடுக்கச் சொல்லிவிட்டு பாண்டு வெளியே வந்தான். அதற்குள் நான் சிறிது தூரம் நடந்திருந்தேன். எதிரே இருந்த மரத்தினருகில் என்னை அழைத்துச் சென்று மீண்டும் நியோகத்திற்குத் தயாராக இருக்குமாறு கேட்டுக்கொண்டான். இந்திரனுக்கு விருந்து படைக்கப்பட்டது. அன்றைய இரவை, மீண்டும் ஒரு முறை என்னிடம் வாக்குறுதிகளை வாங்கிக் கொண்டான் அவன். "இந்த ஆடவனின் மேல் நான் மோகம் கொள்வதில்லை... கருவடைந்தது உறுதியான கணத்திலிருந்து நான் இவனைத் தந்தையாக எண்ணி..."

இந்த இந்திரன் அழகானவன் மட்டுமில்லை. புத்திசாலியும் கூட உடற்கட்டு மிக்கவன் மட்டுமில்லை, கலைகளில் வல்லவன் கூட மனமும் உடலும் தாமாக உணரும் இன்பத்தை இரவு வேளையில் நுகர்வது மட்டுமல்ல, விளக்கொளியில் பார்த்து இன்பம் நுகரும் காலைகளிலும் என்னை ஈடுபடுத்தினான். அவன் பேச்சிலும், முகபாவத்திலும், மிடுக்கிலும், செயல்பாட்டிலும் சேனாதிபதியளவுக்கு ஆழ்ந்த ஈடுபாடு இல்லை என்பது எனக்குத் தெரிந்தது. ஆனால் முழுக்க ஆழ்ந்து மூழ்கிவிடாமல் ஆண் பெண் உறவுக்கு நடுவே முடிவற்ற சக்தியையும் படைப்பாற்றலையும் தனிமைப்படுத்தி மனத்தளவில் சின்ன விலகலோடு உணரத் தூண்டினான். இவன் வெறும் பாலின்பம் நுகரத் துடிக்கும் பேராசைக்காரனோ என்று சிற்சில சமயங்களில் கோபம் வந்தது. ஆனால் அந்த அழகனின் பேராசை என்னை மலைச் சிகரங்களுக்கும் அப்பால் மிதப்பது போல உணரத் தூண்டியது. இந்தத் தேவர்களின் அரசனுக்கு இரவு, பகல் என்கிற வித்தியாசமே இல்லை. அவனது மெய்க்காவலர்கள் கொண்டு வந்து தந்த மரத்திலிருந்து செய்யப்பட்ட ஒரு வகை மதுவை என்னையும் அருந்தச் சொல்லி வற்புறுத்தினான். அதன்பின் தனக்குப் பிடித்தமான முறையில் நடனமாடுவான். என்னையும் ஆடத் தூண்டுவான். "கண்ணே, நான் உன் அடிமை" என்று சொல்லிச் சொல்லி என்னை வென்றான். மலைப் புறங்களில் திரிவதற்காக என்னை வற்புறுத்தி அழைத்துச் சென்றான்.

இந்திரன் எத்தனை நாட்கள் இருந்தானோ, அதை யார் கணக்கு வைத்திருக்கிறார்கள்? ஒருவேளை பாண்டுவும் மாதுரியும் கணக்கு வைத்திருக்கக் கூடும். சமவெளிப்பகுதி உலர்ந்து போகத் தொடங்கும்போது அந்த நாட்களை என் மனம் விரும்பும். என்னையே நான் ஒரு பூவைப்போல உணர்வேன். தனக்கு மனைவியாகும்படி

அவன் என்னைக் கேட்கவில்லை. என்னை எந்தவித உணர்ச்சிக் குழப்பத்திற்கும் ஆளாக்கவில்லை. கூடவே வந்துவிடு என்று என்னைத் தர்மசங்கடத்துக்குள்ளாக்கவில்லை. இன்னும் கொஞ்ச காலத்திற்கு சேர்ந்து சந்தோஷமாக இருப்போம் என்ற எண்ணத்துடன் கருவுற்ற விஷயத்தை பாண்டுவிடம் மறைத்துவைக்க இடமில்லாதபடி சாதாரண நாட்களில் இன்பத்தை வாரி வழங்கினான். நியோக முறையின் விதிகளைப் பற்றி எடுத்துச் சொன்னதும் அதே நாளில் எந்தச் வருத்தமுமின்றி எல்லாரிடமிருந்தும் விடைபெற்றுச் சென்றான். முகத்தில் திருப்தி ததும்பும் குறிப்பு. "அரசனே, இந்திரனின் மகனே உன் மகனாகப் போகிறான். எதிர்காலத்தில் யார் இங்கே இந்திரனாக இருந்தாலும், உனக்குத் தேவைப்படும்போது தேவ சேனையையே உனக்காக அனுப்பி உதவுவார்கள். மறக்க வேண்டாம்" என்று சொல்லிய பின் நட்புணர்வோடு தழுவிக் கொண்டான். பிறகு பிரிந்து சென்றான்.

அர்ஜுனனுக்கும் அதே உருவ அமைப்பு. கூர்மையான கண்கள். நீலக் கண்கள். கூர்மையான மூக்கு. அழகான கன்னம். வடிவான முக அமைப்பு. அவன் சுபாவமும் அப்படியே. வேகம், சுறுசுறுப்பு, உல்லாசம், அன்பு செய்தல் எல்லாவற்றிலும் கூட அப்படியே. குந்தியின் கருப்பை கருவின் குணத்தை என்றைக்கும் ஊனப்படுத்தியதில்லை. குழந்தை பிறந்ததுமே எனக்குள் தோன்றியது. பெண்களை வசப்படுத்திக் கொள்ளும் அந்த நீலக் கண்களே போதும், அவன் தந்தையை அடையாளம் காண. அவன் குழந்தையாய் இருந்தபோது அவனைத் தூக்கிக்கொள்ள யார் விழைந்தார்கள்? அதற்குள்ளாக மாதுரிக்கு என்மேல் ஏராளமான பொறாமை வளர்ந்துவிட்டது. அவள் கூட அவனை அள்ளியெடுத்துக் கொஞ்சியதில்லை. பொறாமையுண்டாவது இயல்புதான். இத்தனை நாட்களும் நான் அவள் மனத்தைப் புரிந்துகொள்ள முயற்சியே செய்யவில்லை. பாண்டுவின் வேண்டுகோளின்படிதான் தருமன் பிறந்தான். அடுத்து சோனதிபதியைத் தேர்ந்தெடுத்து அழைத்து வந்ததும் அவனே. இந்திரன் கூட என்னைத்தான் விரும்பினான். இதில் என் தப்பு என்ன இருக்கிறது? எனினும் நான் மூன்று முறை ஆனந்தமாய் இருந்திருக்கிறேன். மூன்று முறை கருவுற்றேன். மெலிந்த உடல்வாகுடைய அவள் மனமும் மெலிந்தே இருக்கிறது. ஒரு நாள் குடிலுக்குள் பாண்டுவிடம் அவள், "நமக்கு இப்போது மூன்று ஆண்பிள்ளைகள் இருக்கிறார்கள். அக்காவே அந்த மூன்று பிள்ளைகளையும் சுமந்து பெற்றெடுத்தாள். அதே அளவு வேதனைக்கு என்னை நானே உள்ளாக்கிக்கொள்வதுதான் என் மனசுக்கு நிம்மதியைத் தரும். இவ்வளவு நாள்கள் நானும் தாயாகும் ஆசை கனவாகவே இருக்கிறது. ஒரு முறையாவது..." என்று இழுத்தபடி பேசுவதைக் கேட்டேன்.

அவள் மேல் பரிவு பிறந்தது எனக்கு. அரசன் மூத்த மனைவியாகிய என்னிடம் இது பற்றிக் கேட்டான். நானும் "சீக்கிரம் ஏற்பாடு செய்யுங்கள்" என்றேன். இப்போது யாரைத் தேர்ந்தெடுப்பது? இந்த

நேரத்தில் மருத்துவர்களும் அவனுக்கும் இருந்த நட்பு மிகவும் நெருக்கமானது. அவனும் அவர்களின் விடாத மருத்துவத்தால் தன் ஆற்றலை மீண்டும் பெற்றுவிட்டவன் போலக் காணப்பட்டான். இது ஒன்றே அவர்களைப் பாராட்டவும் மகா புருஷர்கள் என்று புகழவும் போதுமாக இருந்தது. அடுத்த முறை அந்த மருத்துவர்கள் வந்தபோது அவர்களில் ஒருவனிடம், இதைப்பற்றிக் கேட்டான். அவன், "அரசனே, நாங்கள் இரட்டையர்கள். ஒருவரில்லாமல் இன்னொருவர் மருத்துவம் கூடச் செய்யமாட்டோம். ஒரு மருத்துவன் என்கிற முறையில் இதைச் செய்ய நீங்கள் வேண்டிக்கொள்வதால், நாங்கள் இருவருமே சேர்ந்து ஈடுபட ஒப்புக்கொள்கிறோம்" என்றான்.

அரசன் என்னைக் கேட்டான். எனக்கு அது ஒன்றும் தப்பாகத் தோன்றவில்லை. தேவர்களிடையே ஒரு குழுவில் இருக்கிறவர்கள் அனைவரும் சகோதர பாசத்துடன் இருக்கிறார்கள். எங்கள் சமவெளிப் பகுதிக்குப் பக்கத்தில் இருக்கிற சகோதரர்கள் அனைவரும் சேர்ந்து மணவாழ்க்கை நடத்துகின்றனர். மாதுரி சிரித்துக் கொண்டாள். புருஷனுக்குப் பதிலாக நானே நின்று அவளிடம் வாக்குறுதி வாங்கினேன். இத்தனை நாட்களும் ஏங்கி இருந்த மாதுரிக்கு ஏக சந்தோஷம். புதுவாழ்வின் மகிழ்ச்சியில் அவள் முகம் பொலிவுற்றது. நானே தழுவிக் கொஞ்சவேண்டும் என்று எண்ணும் அளவுக்கு அவள் அழகு கூடியது. அந்த சமயத்தில் தருமனுக்கு ஆறு வயது, பீமனுக்கு நான்கு வயது. அர்ஜுனனுக்கு இரண்டு வயது. மாதுரியின் வயிறு அவளுடைய உடல்வாகை மீறி வளர்ந்தது. எனக்கும் குழந்தை என்றால் கொள்ளை ஆசை. வளர்ந்த குழந்தைகள் இல்லை. ரத்தமும் சதையுமாக இளங்குழந்தைகள். மாதுரிக்குப் பேறுகாலம் எப்போது என்று காத்திருந்தேன். அவள் பேறுகாலத்தில் நானே துணையாக இருந்தேன். மிகவும் மகிழ்ச்சியாக இருந்தது. இரட்டை ஆண் குழந்தைகள். அரசனின் வம்சத்தையும் புகழையும் ஐந்து திசைகளிலும் பரப்பும் குழந்தைகள்.

"அக்கா, இவர்கள் ஆணாகப் பிறந்து விட்டதில் எனக்கு வருத்தமாய் இருக்கிறது. நான் பெண் பிறக்கும் என்று எதிர் பார்த்திருந்தேன்" என்று மாதுரி சொன்னாள்.

இரட்டை மருத்துவர்கள் இவளோடு உறவு கொண்டாடியதில் இவளுக்கும் இரட்டைக் குழந்தைகள் பிறந்திருக்குமா? அப்படி இருக்க முடியாது. இங்கே இருக்கிற ஒரு பெண்ணோடு நாலைந்து ஆண்கள் சந்தோஷமாக இருக்கிறார்களே, ஆனால் ஒரு முறை ஒரு குழந்தைதான் பெற்றெடுக்கிறார்கள். தேவகுலப் பெண்களும் இப்படித்தான். இரட்டையர்களாகப் பிறப்பது அபூர்வம். எனினும் எனக்குள் பொறாமை புகைந்தது. எதிர்காலத்தை நினைத்து எச்சரிக்கை உணர்வும் பிறந்தது. ஒரே நேரத்தில் இரண்டு பிள்ளைகள் பிறந்து விட்டன. இவள் வயிறு எனது வயிற்றைக்காட்டிலும் சக்தி மிக்கதா? இன்னொரு

முறை வாய்ப்புக் கிடைத்து, அப்போதும் அவள் இரட்டையராகவே குழந்தைகளைப் பெற்றெடுத்தால்.. சின்னவள் என்றாலும் அவளுடைய ஸ்தானம் என் ஸ்தானத்தைவிடப் பெரியதாகும். அடுத்த முறை ஒரே குழந்தைக்குத் தாயானாலும் கூட, மொத்தம் மூன்று குழந்தைகளை பெற்றெடுத்த எனக்குச் சமமாகி விடுவாள் என்று தோன்றியது. இதனால் பாண்டுவிடம், "பீமனுக்குப் பிறகு எனக்குக் கூட நியோகத் தில் ஈடுபாடு போய்விட்டது. தேவர்களின் நல்லுறவு வேண்டும் என்பதற்காக நீயே என்னை வற்புறுத்தி இந்திரனோடு இருக்கச் செய்தாய். இப்பொழுது மாதுரிக்கும் இரட்டைக் குழந்தைகள். இனி மேல் அவளே வேண்டும் என்று கேட்டாலும் சம்மதிக்கக்கூடாது. பேராசையால் தர்மநெறி சீரழியக் கூடாது. நீயே குணமாகிவிட்டால், அது வேறு விஷயம். அப்போது எத்தனை பிள்ளைகள் வேண்டுமானால் பெற்றுக்கொள்ளலாம்" என்று எடுத்துச் சொன்னேன்.

இந்த வாதத்தை ஏற்றுக் கொண்டது மட்டுமன்றி மனமாரப் பாராட்டவும் செய்தான் பாண்டு.

அஸ்தினாவதியை நாங்கள் விட்டு வந்து ஒன்பது ஆண்டுகள் ஓடிவிட்டன. அங்கே காந்தாரிக்கும் ஒன்றன்பின் ஒன்றாய்ப் பிள்ளைகள் பிறந்தார்களாம். இந்திரனின் பேச்சு சும்மா என்னை அடைவதற்காகச் சொன்னதல்ல. ஒரு பக்கம் நம் பிள்ளைகளும் இன்னொரு பக்கம் காந்தாரியின் பிள்ளைகளும் அரசாட்சிக்காகப் போராடப் போவது நிச்சயம் என்று தோன்றியது. இப்பொழுதாவது நாங்கள் திரும்பிச் சென்றால்..? அதுதான் நல்லது என்று தோன்றியது. பாண்டுவிடம் எடுத்துச் சொன்னேன். வற்புறுத்தினேன். ஆனால் அவன் கேட்கவில்லை. "மருந்து இப்போது மிகவும் நம்பிக்கையூட்டும் அறிகுறிகளைக் காட்டுகிறது" என்றான். "மெல்ல மெல்ல நான் எனது ஆற்றலைத் திரும்பப் பெறுகிறேன். முழுக்க அதை அடையாமல் பாதியிலேயே எதற்கு ஊருக்குச் செல்ல வேண்டும்?" என்று கேட்டான். "ஐந்து பிள்ளைகள் இருக்கிறார்களே, போதாதா" என்று ஒருநாள் கேட்டேன். "உண்மைதான், இன்னும் ஐந்து பிள்ளைகள் இருந்தால் என்ன நஷ்டம்?" என்று கேட்டான். அவன் வெளிப்படையாய்ச் சொல்லா விட்டாலும் தன் ரத்தத்திற்குப் பிறந்த பிள்ளைகள் வேண்டும் என்று அவன் விரும்புவது புரிந்தது. அதிக அளவில் வாதித்து அவனை மனக்கஷ்டத்துக்குள்ளாக்குவது தேவையில்லை என்று தோன்றியது. குறைந்தபட்சம் நானும் மாதுரியும் நியோகத்தின் மூலமாவது சுகம் கண்டோம். ஆற்றாமையால் மனசுக்குள்ளேயே எவ்வளவு துன்பப் படுகிறானோ அவன் என்று தோன்றியது. அவனுக்குள் சக்தி பெருகட்டும் என்று நானும் வேண்டிக்கொண்டேன். ஆனால் நாளாக நாளாக அவன் பலவீனமாகிக் கொண்டிருந்தான். மலையொட்டிய பகுதியில் எல்லா இடங்களிலும் மேடுகளும் பள்ளங்களும் நிறைந் திருந்தன. சமமான தரைப்பகுதி இல்லை. அவற்றில் ஏறி இறங்கினால் அவனால் மூச்சு விடமுடியவில்லை.

இப்பொழுது எனக்கு ஐந்து பிள்ளைகள். மாதுரியின் வயிற்றில் பிறந்திருந்தாலும் நகுலனும் சகோதேவனும் எனது மடியினைவிட்டு இறங்கியதே இல்லை. தமது தந்தையைப் போலவே இருவருமே அழகு மிக்கவர்கள். கொஞ்சம் உடற்கட்டில் மெலிந்தவர்கள். தருமனைப் போலவே அமைதியான சுபாவம். பீமனைப் போல கல்லும் நொறுங்கி விடுகிற மாதிரி கூச்சலிடுவதில்லை. கால்களும் உதைப்பதில்லை. இதனால் உற்சாகம் குன்றியிருந்தார்கள் என்று அர்த்தமில்லை. குறுநகை, பெரியம்மாவின் மடி நோகும் என்று மெல்ல உயர்த்தி உதைக்கும் கைகால்கள்.

ஆண்டுகள் கழியக்கழிய பணியாட்கள் குறைந்து வந்தார்கள். இங்கு இருக்கிற குளிர் மற்றும் தனிமை இரண்டையும் பொறுத்துக்கொள்ள முடியாமல் சிலர் திரும்பிச் சென்றுவிட்டார்கள். சமீப காலமாக நாட்டிலிருந்து வருகிற அரிசி மற்றும் தானியங்கள் போதுமான அளவில் இல்லை. அளவில் குறைந்து வந்தது. பிள்ளைகளைப் பார்த்துக் கொள்ளும் பொறுப்பு முழுக்க என்மேல் விழுந்தது. இயலாமையால் நலிந்து கொண்டிருந்த பாண்டுவைப் பார்த்துக்கொள்ளும் பொறுப்பு மாதுரியைச் சார்ந்திருந்தது. அவனுக்கு நான் ஏதேனும் ஒத்தாசை செய்யப்போனால் அவன் மிகவும் கூச்சப்பட்டான். ஆசை, நம்பிக்கை, இயலாமையை அவனது முகம் புலப்படுத்தியது. முப்பத்து மூன்று, முப்பத்து நான்கு வயதிலேயே அவன் உடல் பருத்து ஊதியது. நாற்பத்தைந்து, நாற்பத்தாறு ஆண்டுகள் உருண்ட பிறகு கூட தண்ணீரில் அந்த முகம் தெளிவாகத் தெரிவது போல இருந்தது. அவன் தானே முன்வந்து மரணத்தைத் தேடிக் கொண்டான். குழந்தை களைக் கவனிக்கும் பொறுப்பில் மூழ்கி இருந்த நான் அதை உணர முடியவில்லை."

அவள் நினைவுகள் யாரோ நடந்து வரும் சத்தம் கேட்டு தப்பட்டன. நிதானமாகத் திரும்பிப் பார்த்தாள். படிகளில் இறங்கிக் கொண்டிருந்தான் விதுரன். "அப்பொழுதிலிருந்து இங்கே தான் உட்கார்ந்திருக்கிறாயா?" என்று கேட்டான். அவளுக்குப் பக்கத்தில் வந்து உட்கார்ந்தபடி "எதைப்பற்றி யோசித்துக்கொண்டிருக்கிறாய்?" என்றான்.

"பாண்டவர்களே இல்லை என்று சொன்னானே, எப்படி அவனால் அதைச் சொல்ல முடிந்தது?" என்று கேட்டாள் குந்தி.

"வெறுமனே யோசிப்பதால் இப்பிரச்சினை தீர்ந்துவிடாது" என்றான் விதுரன்.

அவளுக்கும் அது உண்மை என்று தோன்றியது. "பீஷ்மர் கூப்பிட்டு அனுப்பினாரே, என்ன விஷயமாம்?" என்று கேட்டாள்.

"இவ்வளவு நேரம் புலம்பினார். தர்மநெறிகளை எல்லாம் இப்படி களங்கப்படுத்தினால் உலகம் உருப்படுமா என்கிற பயம். எல்லாமே

வெறும் புலம்பல். சரி, நீங்களும் துரோணரும் கிருபாச்சாரியாரும் நானும் சேர்ந்து ஒன்றாகப்போய் துரியோதனனிடம் இதுபற்றிப் பேசுவோம். நீ இப்படியெல்லாம் பேசினால் பாண்டவர்களைப் பாண்டவர்களே அல்ல என்று பேசினால் நாங்கள் யாருமே இந்த ஊரில் இருக்கமாட்டோம். அவர்கள் இருக்கிற இடத்துக்கே கிளம்பிச் சென்றுவிடுவோம் என்று சொல்லலாம் என்றேன்."

"அதற்கு என்ன பதில் சொன்னார்?"

"அஸ்தினாபுரம் என்றால் அவருக்கு அளவு கடந்த பிரியம் என்று நினைக்கிறேன்" என்று சொன்ன விதுரன் அமைதியானான்.

"சொல், சொல்" என்று குந்தி வற்புறுத்தினாள்.

"ஒரு பக்கம் தர்மநெறிகள் என்று சொல்லிக் கொண்டிருந்தாலும் இன்னொரு பக்கம் துரியோதனன் மேல் அவருக்கு ஒருவிதமான பிரியமும் இருக்கிறது. ஏன் இப்படி என்று நானும் பல நாட்களாக யோசிக்கிறேன். அவர்கள் திருதராஷ்டிரனுக்குப் பிறந்தவர்கள் என்கிற காரணத்தாலோ என்னமோ, இது வெறும் என் ஊகம்தான்."

ஆதாரமாய் எண்ணிக் கொண்டிருந்த படிகளில் ஒன்று சரிந்தது போல இருந்தது, குந்திக்கு. இந்த முதியவர்கள் மனத்தில் உண்மையில் என்னதான் இருக்கிறது என்பது புலப்படவில்லை. அவர் எதிரில் உட்கார்ந்து எப்போதும் பேசியதில்லை அவள். தொடக்கத்திலிருந்தே அவ்வளவு பயம், கௌரவம். ஆனால் தர்ம நெறிகளில் கை தேர்ந்த அவரைப் போன்றவர்களே 'இல்லை' என்று சொல்கிறார்களே என்று சந்தேகம் வந்தது.

"இன்னொரு விஷயம் குந்தி. உன்னைக் கூடவே அழைத்து வருமாறு கிருஷ்ணனிடம் சொல்லி அனுப்பி இருந்தார்களாம் உன் பிள்ளைகள். எதிர்பாராத விதமாக கிருஷ்ணன் துரியோதனிடமிருந்து தப்பித்துச் செல்ல வேண்டியதாகிவிட்டது. தனியாக ஒரு ரதம் ஏற்பாடு செய்து உன்னை அதில் அனுப்பி வைக்க வேண்டும் என்று செய்தி அனுப்பி இருக்கிறான் கிருஷ்ணன். அந்த ஆள் இப்போது தான் என்னிடம் வந்து சொன்னான்."

பதின்மூன்று ஆண்டுகள் முடிந்து நான்கு மாதங்கள் உருண்டு விட்டன. பிள்ளைகளையும் திரௌபதையையும் பார்க்கும் ஆவல் எழுகிறது. கிருஷ்ணனோடேயே செல்லவேண்டும் என்று நினைத்திருந்தாள். "சூரியன் மறையப் போகிற நேரம். வா போகலாம்" என்று விதுரன் முதலில் எழுந்தான். "நீ போ, இன்னும் கொஞ்ச நேரம் இருந்துவிட்டு நான் வருகிறேன்" என்றாள். ஆற்றில் இறங்கி கை, முகம் கால்கள் கழுவிவிட்டு மெல்லப் படியேறி நடந்தான் விதுரன். துரியோதனன் மற்றும் அவன் சகோதரர்கள் மேல் பீஷ்மருக்கு அதிக அளவு அன்பு இருப்பது தெரியும். ஆனால் இந்த விசேஷ அன்பு

அவர்கள் திருதராஷ்டிரனுக்கு நேரிடையாய்ப் பிறந்தவர்கள் என்கிற காரணத்தால் மட்டுமா என்ற யோசனையே அவள் தலையைக் குடைந்தது. நம்பிக்கை வரவில்லை. எதையும் தீர யோசிக்காமல் பேசும் சுபாவம் விதுரனுக்கில்லை என்ற எண்ணமும் கூடவே எழுந்தது. சிறிது நேரம் அங்கேயே உட்கார்ந்திருந்தான். சூரியன் மறைந்தான். தண்ணீருள் அவளுடைய நிழல் மங்கத் தொடங்கியது. உற்றுப் பார்த்தால் மட்டுமே தெரியும். எண்பத்தொன்று வயசாகிறது. கண்பார்வை மங்கத் தொடங்கிவிட்டது. இன்னும் என்ன இருக்கிறது என்று தோன்றியது. முப்பத்தந்து வயசில் விதவையானேன். எதிர் காலத்தில் இப்படி எல்லாம் கேட்க நேரும், பார்க்க நேரும் என்றோ என்னமோ, மாதுரி இறந்து விட்டாள். அவளுக்கு என்னைவிட நல்ல புரிதல் இருந்ததோ என்னமோ? அவள் மேலும் கணவன் மேலும் கோபம் வந்தது. கணவனது இறுதிக்காலத்தில் அவளே அருகிலிருந்து கவனித்துக் கொண்டாள். நான் ஏதேனும் ஒத்தாசை செய்யப் போனால் அவன் மிகவும் கூசினான். ஏன் என்பது போகப்போகப் புரிந்தது. நான் குடும்பத்தின் தலைவி. ஒருவேளை தாயைக்கண்டு அஞ்சும் குழந்தையைப்போல பயந்தானோ என்னமோ. எனக்குப் புரியவில்லை. ஒருநாள் நண்பகல் வேளை. குளிர்காலம் முடிந்து கொண்டிருந்தது. அப்போது, வெயிலில் அக்கா அக்கா என்று அழுதபடி ஓடி வந்தாள் மாதுரி. ஏதாவது குழந்தை தண்ணீரில் விழுந்துவிட்டதோ, ஏதேனும் மிருகம் தாக்கி விட்டதோ, என்று சட்டென குடிலைச் சுற்றிப் பார்த்தேன். நகுலனும் சகாதேவனும் ஆடிக்கொண்டு இருந்தார்கள். மரத்தில் இருக்கிற பழத்தை அம்பால் குறிபார்த்தபடி இருந்தான் அர்ஜுனன். தருமனும் பீமனும் என்னிடம் சொல்லிவிட்டே பக்கத்தில் இருக்கிற சிற்றூர்க்குச் சென்றிருந்தார்கள். "என்ன, என்ன" என்றேன். "அரசன்..." என்றபடி கேவிக்கேவி அழுதபடி என் மார்பில் சாய்ந்தாள். எங்கே, என்ன நடந்தது என்று கேட்கும்போதே எனக்கு புரிந்துவிட்டது. என் கையைப் பிடித்துக் கொண்ட முன்னே ஓடினாள். மலைப்புறம் பனியில் மூழ்கியிருந்தது. பள்ளத்தில் இருந்த நீர் கூட உறைந்து கெட்டித் தயிர் போல இருந்தது. மேடு பள்ளங்களைத் தாண்டி வளைந்து வளைந்து நடந்து ஒரு பாறையருகில் வந்து சேர்ந்தோம். பாறையின் நிழலில் மல்லாந்த நிலையில் இறந்துகிடந்தான் பாண்டு. அவனை வாட்டி வந்த வேதனை இன்னும் முகத்தில் படிந்திருந்தது. "என்ன நடந்தது" என்று கேட்டேன். "மூச்சுவிட முடியவில்லை" என்றாள். "இவ்வளவு தூரமம் ஏன் நடத்தி அழைத்து வந்தாய்?" என்று மீண்டும் நான் கேட்டபோது அவள் அழ ஆரம்பித்தாள். இருபுறமும் இருக்கிற மலைச் சிகரங்களில் அவள் அழுகுரல் முட்டி மோதியது. என் அழுகை தொண்டையிலேயே முட்டி நின்றது. அரசனின் மார்பு, உடல், கை, கால்களை மெல்ல வருடினேன். அவன் எதுவும் உள்ளாடைகள் அணிந்திருக்காததைக் கண்டேன். குளிக்க வந்ததைப் போலிருந்தது. இதற்குள் எனது கவனம் மாதுரியின் பக்கம் திரும்பியது. சட்டென எல்லாம் புரிந்தது. "கணவனையே

கொன்ற பாவி நீ. அதற்காகத்தான் இதுவரைக்கும் நடத்தி அழைத்து வந்தாயா?" என்று வேகமுடன் அவள் கன்னத்தில் அறைந்தபோது நான் என் வசமே இல்லை. மறுகணமே அவள் மயக்கமாகி விழுந்தாள். உடுத்திக் கொண்டிருந்த கம்பளியாலேயே அவளது உள்ளங்கை, கால், உடல், முகம் எங்கும் தேய்த்துத் தேய்த்துச் சூடாக்கி அவளுடைய மயக்கத்தைத் தெளிவிக்க முயற்சி செய்தேன் என்பதில் அரசனின் சாவுத் துயரம் மனசின் இன்னொரு மூலையில் நின்றது. ஒரு புறம் பிணமான அரசன், மறுபுறம் மயக்கமுற்ற மாதுரி. இந்நிலையில் இருவரையும் அங்கேயே விட்டு ஆட்களை அழைத்துவரச் செல்ல மனம் இடந்தரவில்லை. அப்படியே விட்டுச் சென்றால் குளிருக்காக மேலிருந்து தப்பி வந்து மறைந்திருக்கும் ஓநாய்களுக்கு இரையாகிவிட நேரும். மாதுரியின் மயக்கம் தெளியும் வண்ணம் அவள் உள்ளங்கையிலும் காலிலும் அழுத்தித் தேய்த்தேன். அரசனின் உடலை உறைந்து விடா வண்ணம் துணியால் இழுத்து மூடினேன். "மாதுரி, மாதுரி, நடந்தது நடந்துவிட்டது. இங்கே பார். சின்னப்பிள்ளைகள் அங்கே குடிலுக்கு வெளியே ஆடிக் கொண்டிருப்பார்கள். ஆட்களுக்குக்கூட சொல்லிவிட்டு வரவில்லை" என்று அவள் காதில் குனிந்து சொன்னேன். வேறு என்ன செய்வது என்று எதுவும் புரியவில்லை.

ரொம்பநேரம் கழித்து அவளுக்கு உணர்வு திரும்பியது. கண் திறந்தாள். வேண்டாம் என்று நான் மறுத்தபோதும் எழுந்து உட்கார்ந்தாள். குனிந்த தலை நிமிரவில்லை. "ஆட்களைக் கூப்பிட்டுக் கொண்டு வருகிறேன். அவரைப் பார்த்துக்கொள்" என்று சொல்லிவிட்டு ஓடிச் சென்றேன். குழந்தைகளைப் பார்த்துக்கொள்ளுமாறு ஒருவனிடம் சொல்லிவிட்டு, மேலும் இருவரோடு அந்த இடத்துக்குத் திரும்பி வருவதற்குள் எனக்கு மூச்சு வாங்கியது. அரசனின் தலையைத் தன் மடியில் தூக்கி வைத்துக்கொண்டு உட்கார்ந்திருந்தாள் மாதுரி. அவள் கண்கள் வறிதே இருந்தாலும் முகம் நனைந்திருந்தது. "என்ன நடந்தது?" என்று ஆட்கள் கேட்டபோது தன்னை எதுவும் கேட்க வேண்டாம் என்று கையாலேயே சைகை செய்தாள் அவள்.

அடுத்து அவனது தகனமே செய்யவேண்டிய வேலையாய் இருந்தது. அதைப்பற்றி யாருமே யோசிக்கவில்லை. இந்த உலகத்தி லேயே இல்லாததைப்போல் இருந்தாள் மாதுரி. அவனது உடலைத் தகனம் செய்த பிறகு நேரும் வெறுமையைக் கற்பனை செய்து பார்த்தபோது என்னை அச்சம் தழுவியது. நானும் அமைதியாய் உட்கார்ந்திருந்தேன். ஆட்கள் நின்று கொண்டிருந்தார்கள். ரொம்ப நேரம் கழித்து நானே ஆட்களிடம், "பக்கத்தில் இருக்கிற சிற்றூருக்குச் சென்று தருமனையும் பீமனையும் அழைத்துக் கொண்டு வாருங்கள்" என்றேன். ஓர் ஆள் உடனே ஓடினான்.

"அம்மா, இப்படியே எவ்வளவு நேரம்தான் சும்மா உட்கார்ந் திருப்பது? அடுத்து என்ன செய்வது என்று யோசிப்போம். பிணம்

அழுகத் தொடங்கிவிடும். இது குளிர்காலம். ரொம்ப நேரம் பிணத்தை வைத்துக்கொண்டிருப்பது நல்லதல்ல” என்று வயசான வேலையாள் சொன்னான். நான் மாதுரியின் முகத்தைப் பார்த்தேன். அவனது வார்த்தைகள் எதுவுமே காதில் விழாதவள்போல உட்கார்ந்திருந்தாள் அவள். நானும் அசையவில்லை. சிறிது நேரத்துக்குள் பீமனையும் தருமனையும் அழைத்துக் கொண்டு வந்து சேர்ந்தான் அந்த ஆள். “அப்பாவுக்கு என்ன அம்மா?” என்று தருமன் என்னிடம் கேட்டான். “அப்பா செத்துவிட்டாராமே, அப்படியென்றால் என்ன அம்மா?” என்றபடி எட்டுவயது நிரம்பிய பீமன் மாதுரியின் தோளைத் தொட்டுக் கேட்டான். அதற்குள் அந்த சிற்றூரிலிருந்து ஏழெட்டு பேர் ஓடி வந்தார்கள். அவர்களின் பின்னாலேயே பெண்களும் குழந்தைகளும் வயசானவர்களும் வந்து பிணத்தைச் சுற்றி நின்றுகொண்டார்கள். பொறுமையாகத் தன் மடியிலிருந்த பாண்டுவின் தலையை இறக்கித் தரையில் கிடத்தினாள் மாதுரி. எழுந்து என்னருகில் வந்து, “அடுத்து என்ன செய்ய வேண்டுமோ, அதைச் செய்யுங்கள். நான் அவரைத் தழுவியபடியே தீக்குளிக்கிறேன்” என்று சொன்னாள்.

எனக்குச் சட்டென எதுவும் புரியவில்லை. “என்ன சொல்கிறாய் நீ” என்று கேட்டதற்கு மீண்டும் தனது முடிவை உறுதியுடன் சொன்னாள். “நான் அடித்துவிட்டேன் என்று கோபமா? நடந்தது நடந்துவிட்டது. நீ இப்படி முடிவெடுத்தால் குழந்தைகளின் கதி என்னாவது? எனக்குந் தான் யார் துணையிருக்கிறார்கள்?” என்று கேட்டேன்.

மாதுரி தனது முடிவை மாற்றிக் கொள்ளவில்லை. வேலையாட்கள் கூட அவளிடம் எடுத்துச் சொன்னார்கள். சிற்றூரைச் சேர்ந்தவர்களும், தருமனும் பீமனும் கூட அந்த முடிவைக் கைவிடுமாறு கேட்டார்கள். நகுலனையும் சகாதேவனையும் எனது மடியில் கிடத்திக்கொண்டு அவளிடம் எவ்வளவோ எடுத்துச் சொன்னேன். அவள் சிறிதும் ஒப்ப வில்லை. அவள் மனம் மாறட்டும் என்று சடங்குகளைச் சற்றே தாமதப்படுத்தினேன் நான். ஊராரின் ஒத்தாசையோடு குடிலுக்குள் பிணத்தைக் கொண்டு வரச் செய்து கதகதப்பான கம்பளியின் மேல் கிடத்தி வைத்தேன். ‘நாளைக்குத் தகனம் செய்யலாம்” என்றேன். அவள் பிணத்தருகிலேயே உட்கார்ந்தாள். செய்தி கேள்விப்பட்டு பக்கத்தில் இருக்கிற சிற்றூர்களிலிருந்து இன்னும் சிலர் வந்து பார்த்தனர். அவர்களும் அவளிடம் எடுத்துச் சொன்னார்கள். ஆனால் அவள் மட்டும் எதற்கும் அசைந்து கொடுக்கவில்லை. யாரும் பக்கத்தில் வராதவண்ணம் குடிலின் வாயிலை அடைத்துக் கொண்டாள். இரவு நேரத்தில் குடிலுக்குள் நானும், மரித்த அந்த உடலும், அவளும் மட்டுமே இருந்தோம். எரிந்துகொண்டிருந்த விளக்கும் இருந்தது.

நள்ளிரவு வரைக்கும் எதுவும் பேசாமல் இருந்த மாதுரி திடீரென என்னிடம் பேசினாள்.

“நான் சாகப்போகிறதென்னமோ உண்மை. அதற்குமுன் உங்களிடம் எல்லாவற்றையும் சொல்லிவிடுகிறேன். என் பிள்ளை களைப் பெற்றெடுத்த தாய் போலவே நீங்கள் கவனித்துக் கொள்கிறீர்கள். என்மேல் மட்டும் உங்களுக்கு பொறாமை என்று எனக்குத் தெரியும். இக்குழந்தைகளையும் நீங்களே பெற்றெடுக்க வேண்டும் என்றுதானே நீங்கள் ஆசைப்பட்டீர்கள்?”

நான் எதுவும் பேசவில்லை. வெறுமனே அவளது முகத்தைப் பார்த்தபடி இருந்தேன். என் பதிலை எதிர்பார்க்காமல் அவள் மேலும் தொடர்ந்தாள்.

“அரசன் தன் ஆற்றலை மீண்டும் கைவரப்பெற்று ஐந்தாறு மாதங்கள் ஆகின்றன. ஆனால் அவன் உங்களைக் கண்டு பயந்தான். எதற்காக என்று தெரியவில்லை. எனக்கும் உங்களைக் கண்டு பயம்தான். சும்மா சுற்றிவரலாம் என்று சொல்லி அவ்வளவு தூரம் அவன்தான் அழைத்துக் கொண்டு சென்றான். எனக்கும் அதிக வேட்கையாயிருந்தது. உடல் வேட்கைபோல ஒரு பெரிய தண்டனை இல்லை. அந்தக் கிழவனாகிய பீஷ்மன் பணபலம், படைபலம் இரண்டையும் காட்டி என்னை அழைத்து வந்துவிட்டான். முடிவற்ற வேட்கைக்கு என்னை ஆளாக்கி விட்டுக் கதவை மூடிக்கொண்டான். அந்தப் பாவி கண்டிப்பாக நரகத்துக்குத்தான் செல்வான். அவனுக்குச் சொர்க்கம் கிடைக்காது. சாவதற்கு முன்னால் அவனை எதற்காகச் சபிக்க வேண்டும். சரி, நான் என்ன சொல்லிக் கொண்டிருந்தேன்?” என்று எதையோ நினைவுப்படுத்திக்கொள்பவள் போல் நிறுத்தினாள். “உனக்கும் என்மேல் பயம் என்று சொன்னாய்” என்றேன்.

“ஆமாம். அரசனுக்கு உங்களைக் கட்டுப்படுத்தி ஆள வேண்டும் என்று ஆசை. ஆனால் உங்களை நெருங்கும் துணிச்சலில்லை. என்னிடம் ஒருநாள் வந்து, “குந்தி ஒரு பெரிய பெண் யானையைப் போன்றவள். பார்க்கும்போதே மனம் அடிமையாகிவிடுகிறது. அவளைக் கட்டியாள்வது முடியாத காரியம். நீயே எனக்குப் பொருத்தமானவள்” என்றான். உங்கள் மேல் எனக்கிருந்த பொறாமையை அந்த வார்த்தை தணித்துவிட்டது. சொல்வதைக் கேட்கிறீர்களா?” என்று பேசுவதை நிறுத்திவிட்டு என் முகத்தை உற்றுப்பார்த்தாள். நான் கேட்டபடியே உட்கார்ந்திருந்தேன். மீண்டும் அவள் தொடர்ந்தாள். “வேட்கை என்று சொன்னேனில்லையா, ஐந்தாறு மாதமாகவே நானும் அவரும் ஒன்றாக வெளியே கிளம்பி சுற்றிவிட்டுத் திரும்பினோம். பாறைகள் மறைவிலும் மரங்களின் மறைவிலும் என்னை உறவுக்குத் தூண்டுவதுண்டு. ஆனால் அவரிடம் முழுமையான அளவில் சக்தியில்லை. வெகுசீக்கிரம் தளர்ந்து படுத்து விடுவார். அரசரே ஏன் இத்தனை அவசரம்? மருந்தின் பயன் இன்னும் முழுமையாகட்டுமே. இன்னும் கொஞ்சம் பொறுத்திருக்கலாமே என்று சொன்னால் கூட அவர் கேட்பதில்லை.

நிராசையாலும் வேட்கையா லும் நான் தவிதவித்தேன். அவரிடம் ஏன் பொறுமை இல்லை தெரியுமா, வெகுசீக்கிரம் தன் மூலம் ஒரு குழந்தை பிறக்கவேண்டும், அதைத் தூக்கிக் கொஞ்சி விளையாடவேண்டும் என்கிற பித்து அவரை ஆட்கொண்டிருந்தது. அவரது குழந்தையைப் பெற்றெடுக்கப் போகிறோமே என்கிற பேராசை எனக்கு. உங்கள் மேல் இருக்கிற பொறாமையை இப்படித் தணித்துக்கொள்ள முடிவு செய்தேன்" என்றாள். எனக்கு மயக்கம் வருவதுபோல தலை சுற்றியது. எதிரில் இருந்த பிணத்தின் மேல் தலையைச் சாய்த்துக்கொண்டேன். மலைப் பகுதியின் ஆழ்ந்த அமைதி என் நாடி நரம்புகளை உறைய வைத்தது. சிறிது நேரத்துக்குப் பிறகு மீண்டும் எழுந்து உட்கார்ந்தேன். மாதுரி என்னையே பார்த்துக்கொண்டிருந்தாள். பிறகு அவளே மீண்டும் பேசத் தொடங்கினாள். “இன்று மதியம் என்ன நடந்தது தெரியுமா? நானே அவரைத் தூண்டினேன். அவர் வழக்கம் போல வேகமாய்ச் சோர்ந்துவிட்டார். எவ்வளவு பெரிய வேதனை அது! அவரை இறுக்கமாய்த் தழுவினேன். விடுபட அவருக்கு வாய்ப்பே தரவில்லை. இவ்வளவுதான் உங்கள் ஆற்றலா, இது போதாது, இது போதாது என்று அவர் தோள்களைப் பிடித்துக் குலுக்கினேன். முன்பு அஸ்தினாபுரத்தில் எங்கள் நாட்டுப் பெண்கள் எங்களுக்குச் சொல்லித் தருவார்கள் என்று உன்னிடம் சொன்னேனே, ஞாபகமிருக்கிறதா, அக்கலைகள் அனைத்தையும் பயன்படுத்தினேன். தொடக்கத்தில் அவர் அதை வேதனையாக உணர்ந்தார். பிறகு மெல்ல மெல்ல அவருக்கும் இதில் ஒருவகையான உற்சாகம் பிறந்தது. “மாதுரி, மாதுரி, உன்னால் என் ஆற்றலை மீண்டும் அடைந்தது போல உள்ளது. இப்படிப்பட்ட ஆற்றலை இதுவரைக்கும் நான் உணர்ந்தது கிடையாது.” என்று மோகத்தில் பிதற்றினார். தன் ஆற்றலை மீண்டும் கைவரப்பெற்றார் என்கிற மகிழ்ச்சியில் நானும் மெய்மறந்தேன். அவர் முகத்தில்தான் எப்படிப்பட்ட சந்தோஷம். நானும் ஆனந்தத்தின் முதல் படியில் காலடி வைத்தேன். அதற்குள் அவர் முகம் சுருங்கியதைக் கண்டேன். வேதனையின் முடிச்சுகள் பரவுவதைப் பார்த்தேன். கீழே விழுந்தார். அவர் இதயத்துடிப்பு நின்றுவிட்டிருந்தது. சிறிது நேரத்துக்குப் பிறகு தான் நடந்ததைப் புரிந்துகொண்டேன்.” என்றாள்.

சட்டென அவள்மீது எனக்கு இரக்கம் பிறந்தது. என் வயிற்றில் பிறந்தவள்போல இருந்தாள் அவள். துரதிருஷ்டமான மகள். எழுந்து பிணத்தைக் கடந்து சென்று அவள் அருகில் உட்கார்ந்தேன். இரண்டு கைகளாலும் ஆதரவாய் அவளைத் தழுவிக் கொண்டேன். அவள் எதையுமே பொருட்படுத்தாதவளாய் உட்கார்ந்திருந்தாள். எதிரில் கிடக்கிற பிணத்தைப்போல எந்த விதமான அசைவுமற்று உட்கார்ந்திருந்தாள். என் கண்கள் கலங்கின. அவள் கண்கள் பனியைப் போல உறைந்திருந்தன. வெகுநேரம் அவளைத் தழுவிய படியே உட்கார்ந்திருந்தேன். அசையாத மரச் சிலைபோலிருந்தாள்

அவள். இறுதியில் அவளுடைய மனத்தை மாற்றும் முயற்சியில் அவளிடம் "கணவனுடன் உடன்கட்டை ஏறலாம். ஆனால், ஐந்தாறு மாதங்களுக்கு முன்னால் அரசன் தன் ஆற்றலை மீண்டும் அடைந்தான் என்று இப்பொழுது நீயேதானே சொன்னாய். இதற்குள் நீ ஒருவேளை கருவுற்றிருக்கலாம். அல்லது இன்றைய உறவின் காரணமாகக் கருவுறலாம். நீ இறந்தால், ஒரு குழந்தையைக் கொல்கிற பாவமும் வந்து சேரும். அது மிகப்பெரிய பாவம் அதற்கு நீ ஆளாக வேண்டாம். காலையில் தகனத்திற்கான மற்ற ஏற்பாடுகளைக் கவனிப்போம்" என்று சொன்னேன்.

உடனடியாய் எந்தப் பதிலும் சொல்லவில்லை அவள். என் மனத்தில் நம்பிக்கை துளிர்த்தது. ஆனால் சிறிது நேரத்துக்குப் பின்பு "உங்களுக்கு ஞாபகமில்லையா, நகுலனும் சகாதேவனும் பிறந்த பிறகு என் வீட்டுவிலக்கு நின்றேபோய்விட்டது. கர்ப்பமா, இல்லையா என்பது எதுவும் எனக்குத் தெரியவில்லை. அது எதுவாக இருந்தாலும், நான் உடன்கட்டை ஏறத்தான் செய்வேன்."

"ஒரு வேளை கர்ப்பமாக இருந்தால்..."

"இருந்தாலும் அதுதான் எனது முடிவு. வயசாளியான சந்தனு வுக்கு நம் மாமனார் விசித்திரவீரியன் பிறந்தது, அதற்கப்புறம் அவனுக்கு நேர்ந்த கதையெல்லாம் நமக்குத் தெரியாதா? நோயாளியின் குழந்தையை எனது வயிற்றில் சுமந்து அது அங்கஹீனத்தோடோ அல்லது கோழையாகவோ பிறக்க நான் சம்மதிக்கமாட்டேன். நகுலனும் சகாதேவனும் சக்தியோடும் ஆரோக்கியத்தோடும் இருக்கிறார்கள். அது போதும் எனக்கு."

அதற்குப் பின்பு நான் எதுவும் பேசவில்லை. அவளது சபதத்தை மாற்றிக்கொள்ளுமாறு செய்வது சாத்தியமில்லை என்று என் உள் மனமே சொன்னது. மறுபடியும் அவளே, "வாழும் ஆசையைத் தூண்டுமாறு மீண்டும் எதுவும் பேசாதீர்கள். செத்து சாதிக்கப் போவது என்ன என்று நீங்கள் கேட்கக்கூடும். வாழ்ந்துதான் என்ன சாதிக்கப் போகிறோம், சொல்லுங்கள். இவ்வளவு நாளும் ஒரு விதவையைப் போல ஆசைகளையெல்லாம் அடக்கிக்கொண்டு இருந்து விட்டேன். எதிர்காலத்திலும் இப்படித்தான் இருக்கவேண்டும். அஸ்தினாவதிக்குத் தானே நாம் அனைவரும் திரும்பிச் செல்ல வேண்டும்? கணவனைக் கொன்றவள் இவள் என்று பழிசொல்லிப் பழிசொல்லியே எல்லாரும் என்னைச் சாகடித்து விடுவார்கள்" என்றாள்.

குளிர்காலத்திற்காக கீழே இறங்கி வந்திருந்த தேவர்களின் ஒரு குழு செய்தியைக் கேள்விப்பட்டு குடிலுக்கு வந்தார்கள். அக்கம் பக்கத்தில் உள்ள சிற்றூர்க்காரர்களும் வந்தார்கள். சுற்றிலும் ஆட்கூட்டம். அழுகிற குழந்தைகளைக் குடிலுக்குள்ளேயே வேலைக் காரர்கள் கவனித்துக் கொண்டிருந்தார்கள். எரியும் சிதையில் மாதுரி ஏறினாள்.

பிணத்தைத் தழுவியபடி படுத்துக் கொண்டாள். நான் மீண்டும் ஆனமட்டும் "மாதுரி, மாதுரி எழுந்து வா" என்று கூவினேன். ஆனால் அதற்குள் மாதுரி நெருப்பில் எரியத் தொடங்கினாள். அவள் அலறல்கள் கேட்டன. ஆனால் அவள் நெருப்பைவிட்டு இறங்கவில்லை. எல்லாப் பொறுப்புகளையும் என்வசம் விட்டுவிட்டு அவள் இறந்துவிட்டாள்.

அரசனின் மரணச் செய்தியைக் கேட்டதும் தேவர்கள் அனைவரும் வந்தனர். தர்ம அதிகாரி, சேனாதிபதி, இந்திரன், மருத்துவ இரட்டையர்கள் எல்லாரும் வந்திருந்தனர். "பிரதா, எதற்காகக் கிளம்பிச் செல்கிறாய்? இவர்கள் அனைவரும் எங்கள் பிள்ளைகள். நீ எங்கள் மனைவி. நீயும் தேவ உலகத்தைச் சேர்ந்தவளாகிவிடு. இவர்களும் தேவ உலகப் பிரஜைகளாகி விடுவார்கள்" என்று அன்போடு கேட்டுக்கொண்டார்கள். சேனாதிபதியோ பீமனைத் தழுவி எடுத்துக்கொண்டான். இந்திரனும் அர்ஜுனனின் மேல் பாசத்தைப் பொழிந்தான். மருத்துவ இரட்டையர்களுக்கு நகுலன் மேலும் சகாதேவன் மீதும் அளவு கடந்த பாசம், முப்பத்தைந்து ஆண்டுகள் நான் பட்ட வேதனையை மறந்து, விதவைக் கோலம் இன்றி தேவர்கள் உலகில் மகிழ்ச்சியோடு வாழ்கிற வாய்ப்பையும் இழந்து, அஸ்தினாவதியில் ஒரு விதவையாக வாழ என்னை நானே உட்படுத்திக் கொண்டேன். அவர்களின் அன்புக் கோரிக்கைகளையும் ஏற்காமல் ஏறி இறங்கி ஒருவழியாக அஸ்தினாவதிக்கு வந்து சேர்ந்தோம். நகுலனையும் சகாதேவனையும் வேலைக்காரர்கள் மாற்றி மாற்றித் தூக்கிக்கொண்டு வந்தார்கள். அப்பொழுது ஐந்து பிள்ளைகளையும் ஒருங்கே கட்டியணைத்துக் கொண்ட பீஷ்மர், இப்போது மட்டும் ஏன் வித்தியாசம் பாராட்ட வேண்டும்? குந்தி நெடுமூச்செறிந்தாள். இருள் கவிந்து நதியின் நீர்ப்பரப்பு கண்ணுக்குத் தெரியவில்லை. ஆனால் அதன் சலசலப்பு மட்டும் கேட்டுக் கொண்டிருந்தது. கண்களைத் திறந்தபடி அவள் உட்கார்ந்திருந்தாள். எந்த நிழலும் நீர்ப்பரப்பில் இல்லை. சிறிது நேரம் கழித்த பிறகு மேலிருந்தபடி விதுரன் கூப்பிடும் குரல் கேட்டது. மெல்ல எழுந்து சுண்ணாம்புச் சாந்தால் கட்டப்பட்ட படிக்கட்டுக்களில் ஏறி மேலே சென்றாள். வீட்டுக்குள்ளிருந்து ஹோமம் நடக்கும் அடையாளமாக நெய்மணம் கமழ்ந்தது.

விதுரனோடு சாப்பிட உட்கார்ந்தாள். பாலூற்றிச் சமைத்த மிருதுவான சாப்பாடு. மரப்பாத்திரத்தைத் தூக்கிக் குழைந்த உணவைப் பருகினாள். கூடவே விதுரனும் நோயாளியான அவன் மனைவியும் உணவுண்டார்கள். அவன் பிள்ளைகளும் பேரப்பிள்ளைகளும் தோட்டத்தின் பக்கமும் உப்பரிகைக்கும் சென்றிருந்தார்கள். நாளை அதிகாலையில் சீக்கிரம் எழுந்திருக்க வேண்டும் என்பது ஞாபகத்துக்கு வந்தது குந்திக்கு. சூரியோதயத்துக்கு முன்பே நதிக்கரைக்கு வரும் கர்ணனைக் காணவேண்டும். மனம் துக்கத்தில் மூழ்கியது. ஏதோ முள் குத்தியதுபோல இருந்தது. சாப்பிட்ட பிறகு வெளியே

வந்து திண்ணையில் உட்கார்ந்தாள். சிறிது நேரத்திற்குள் விதுரனும் அங்கே வந்தான். இருவருமே எதுவும் பேசாமல் வெறுமனே உட்கார்ந்திருந்தார்கள். தொடக்கத்தில் இருந்தே இப்படித்தான். இருவரும் மௌனமாகவே வெகுநேரம் உட்கார்ந்திருந்தார்கள். ரொம்ப நேரம் கழித்து, "தூங்கவில்லையா குந்தி?" என்று கேட்டான் விதுரன்.

"தூங்கத்தான் போகிறேன். ஒரே ஒரு விஷயம். அப்பொழுது இதே பீஷ்மன்தான் சண்டையெல்லாம் வேண்டாம் என்று அந்த மூலையில் இருக்கிற காண்டவப் பிரஸ்தத்தைக் கொடுத்துச் சமாதானப்படுத்தி வைத்தான். தலைநகரான அஸ்தினாவதி துரியோதனனுக்கே சொந்தமாக இருக்கும்படி செய்தான். குந்தி அஸ்தினாவதிக்கு வந்து சேர்ந்து விட்டாள் என்று என் பிள்ளைகளுக்குச் செய்தி அனுப்ப வேண்டும். இங்கிருந்து எங்கும் செல்ல மாட்டாள் என்றும் யுத்தம் செய்து அவர்கள் அஸ்தினாவதியை வெல்ல வேண்டும் என்றும் இங்கேதான் பட்டாபிஷேகம் செய்துகொள்ள வேண்டும் என்று சொல்லி அனுப்பு."

விதுரன் குழம்பினான். "என்ன சொல்கிறாய் நீ?" என்று அவளைப் பார்த்துக் கேட்டான்.

"அந்தக் குருடனுக்கு முன்னாலேயே என் கணவனுக்கு பட்டாபிஷேகம் நடந்ததா, இல்லையா? துரியோதனனைவிட தருமன் இரண்டு வயது மூத்தவனா, இல்லையா? என் பிள்ளைகள் தான் குரும்வம்சத்துக்குச் சொந்தமான அஸ்தினாவதியில் இருந்து ஆட்சி செய்ய வேண்டும். தர்ம முறைப்படிதான் நான் பேசுகிறேன். இதைச் சரியான முறையில் உள்வாங்கி அவர்களுக்கு எடுத்துரைக்கவல்ல தூதுவனை அனுப்பு. வெற்றிக்குப் பிறகு, வெற்றிப்படையோடு வந்துதான் அவர்கள் என்னைப் பார்க்க வேண்டும். அதுவரை இங்கிருந்து எங்கும் நான் சொல்ல மாட்டேன்."

"ஒரு வேளை சமாதானமாகப் போக நேர்ந்தால்...?"

"துரியோதனன் இந்திரப்பிரஸ்தத்திற்குச் செல்லட்டும்."

* * *

உபப்லாவ்ய நகரிலேயே கூடாரமைத்துத் தங்கி இருந்தான் கிருஷ்ணன். போர் ஏற்பாடுகளுக்கான மைய இடமாய் இருந்தது அது. ரொம்ப சிறிய ஊரும் அல்ல. ரொம்பப் பெரிய ஊரும் அல்ல. தலைநகரான விராட நகரில் பாதியளவு கூட இல்லை. போர் ஏற்பாட்டுக்கு உதவும் வகையில் புதிதாகத் திருமண உறவால் சொந்தக் காரனாகி விட்ட விராட அரசனே பாண்டவர்களுக்கு அந்த ஊரைத் தந்திருந்தான். பாண்டவர்களுக்கு மட்டுமில்லாமல், போரில் கலந்துகொள்ள அழைக்கப்பட்ட மற்ற தேசத்து அரசர்களும் தங்கி இருக்க வசதியாகப் பல வீடுகளைக் காலி செய்து கொடுத்தான்.

தகிக்கும் மத்தியான வெயிலைத் தாங்கிக்கொள்ள முடியாமல் குளிர்ச்சியான தரைமீது படுத்திருந்தான். வேர்களால் பிணையப்பட்ட திரைச்சீலைகள் சாளரங்களில் தொங்கிக் கொண்டிருந்தன. குளுமை யான காற்றுக்காக வேலைக்காரர்கள் அத் திரைச்சீலைகளில் தொடர்ந்து தண்ணீரைத் தெளித்துக்கொண்டிருந்தார்கள். பீமன் அரைத்தூக்கத்தில் இருந்தான். குறைவாகத்தான் சாப்பிடவேண்டும் என்று மனசில் முடிவெடுத்துக் கொண்டு உட்கார்ந்தால் கூட, இறைச்சியையும் சுவையான பண்டங்களையும் பார்த்த பிறகு மனசில் எடுத்த முடிவுப்படியே எப்படி சாப்பிட முடியும்? இன்னும் வயிறு நிரம்பிப் பாரமாகி விட்டது. கூடவே இந்தப் புழுக்கம். இன்னும் சில நாழிகை நேரம். பொழுது இறங்க இறங்கப் புழுக்கம் குறையும். வெளியே இருக்கிற மரத்தடியில் படுத்திருப்பது இந்த வேர்ப் பாய்க்குப் பக்கத்தில் படுத்திருப்பதைக் காட்டிலும் நன்றாகவே இருக்கும் என்று எண்ணினான். அதே வேளையில் ஒரு வேலையாள் உள்ளே வந்து யாதவ அரசன் கிருஷ்ணன் வந்துள்ளதாகத் தெரிவித்தான்.

பீமன் எழுந்து உட்கார்ந்தான். பட்டுத்துணி விரித்த மணைப் பலகையைக் காட்டி உட்காரச் சொன்ன பிறகு கூட, பீமனுக்குப் பக்கத்திலேயே குளிர்ச்சியான தரையில் கிருஷ்ணன் உட்கார்ந்தான். அவன் மீண்டும் எதற்காக வந்திருக்கிறான் என்பது பீமனுக்குத் தெரியும். அதுவரையில் மறந்திருந்த மனக்கொதிப்பு மீண்டும் மூண்டது. தன் மேல் ஆபரணங்களை எடுத்துப் பக்கத்தில் வைத்து விட்டு, கழுத்திலும் மார்பிலும் படிந்த வியர்வையைத் துடைத்துக் கொண்ட கிருஷ்ணன், “என்னதான் சொன்னாலும், மத்ஸ்ய தேசத்துப் பசுக்கள் உயர்ரகப் பசுக்களாகும். அவை கொடுக்கும் கெட்டியான பாலைப் போல மதுரா தேசத்துப் பசுக்களைத் தவிர வேறு எந்தப் பசுவும் கொடுப்பதில்லை. அதனால்தான் ஒருவன் எத்தனை ‘கிரம்பு’களைச் (பாலும் கோதுமை மாவும் சேர்த்து செய்யப்படும் இனிப்பு) சாப்பிட்டாலும் அலுக்கவே அலுப்பதில்லை, இல்லையா?” என்றான்.

பீமன் எதுவும் பேசவில்லை. அவன் முகத்தைப் பார்த்து மனசி லிருப்பதை உணர்ந்தான் கிருஷ்ணன். மீண்டும் “இல்லையா?” என்றான்.

“உன் மதுரா நகரத்துப் பாலின் ருசியைப் பற்றி எனக்கு எதுவும் தெரியாது. இந்த விராட நகரத்துப் பசும்பால் மிகவும் சுவையானது. மலைக்கும் குன்றுக்கும் சென்று மேய்ந்து வயிறாறப் புல்லைத் தின்கிற பசுக்களின் பால்தான் இனிக்கும். ஆனால் ஏறி இறங்கி நடந்து சோர்வடையும் பசுக்கள் குறைவான அளவிலேயே பால் கொடுக்கும். உடம்பின் நீர்ச்சத்து வியர்வையாகி வெளியேறுவதால் பாலின் அளவு குறைகிறதோ என்னமோ.”

“ரொம்பச் சரியாய்ச் சொன்னாய் பீமா, பசுக்களின் விஷயத்தில் உனக்கு இருக்கிற அறிவு எனக்கும்கூட இல்லை” என்றபடி கிருஷ்ணன்

மேலும் பீமனை நெருங்கி அவனது தோள்களைத் தன் வலது கையால் தட்டிக் கொடுத்தான்.

"பால், தயிர், நெய், வெண்ணெய் ஆகிய சாப்பாட்டு விஷயங் களைப் பொறுத்தமட்டில் உன்னைவிட நான் அதிகம் தெரிந்து வைத்திருக்கிறேன். சும்மா பேச்சுக்காக நீ பாராட்டுகிறாய் என்று நான் நினைக்கவில்லை. ஆனால் சும்மா என்னைப் பாராட்டுவதற்காக நீ இங்கே வரவில்லை. என்னைப் பாராட்டிப் பாராட்டிப் பேசி அங்கே உன்னோடு வருவதற்காக என்னை ஒத்துக்கொள்ள வைக்கத்தானே இந்த முயற்சிகள். பருத்த உடம்புடைய என்னைப் போன்றவர்களுக்கே வேர்வை அதிகம். உன்னைப் போன்றவர்கள் பாடு எவ்வளவோ பரவா யில்லை" என்றான். பிறகு விசிறியால் வேகவேகமாகத் தனக்குத்தானே விசிறிக் கொண்டபடி "சவாரிக் குதிரைகள் கூட களைப்பதில்லை" என்று சொன்னான்.

"உனக்கு மட்டும் விசிறிக் கொள்கிறாயே. எனது பக்கமும் காற்று வரட்டுமே" என்றான் கிருஷ்ணன். பீமன் விசிறும் திசையில் நகர்ந்து உட்கார்ந்தான். சிறிது ஆசுவாசமாக உணர்ந்த பிறகு "அங்கே என்று சொன்னாயே, எங்கே இருக்கிறது அந்த இடம். வாய்விட்டுச் சொல். என்னதான் ஆனாலும் முதல் மனைவி. இளைய மனத்தை வென்று வசப்படுத்தியவள். பெயரைச் சொல்லக்கூட வெட்கமா. மனசுக்குள் அவள் மீது ஆசை வைத்துக் கொண்டு ஏன் இல்லாததுபோல நடிக் கிறாய்?"

பீமனுக்குக் கோபம் வந்தது. கிருஷ்ணனைத் தவிர வேறு யாராவது இந்த வார்த்தைகளைச் சொல்லியிருந்தால் தூக்கி இரண்டு அடிகள் கொடுத்திருப்பான். அவ்வளவு கோபம். மெல்ல அமைதியடைந்த பிறகு, "எனக்கும் ஐம்பத்து மூன்று வயசோ ஐம்பத்து நான்கோ, அம்மா இருந்தால் சரியாக ஞாபகம் வைத்துக் கொண்டு சொல்வாள். அதுவும் அல்லாமல் பன்னிரண்டு வருஷகாலம் வனவாசம். ஒரு வருஷம் அஞ் ஞாத வாசம். பெண், காதல், இதற்கெல்லாம் என் மனசில் இனி எந்த இடமும் இல்லை" என்றான்.

"வேறு பெண்கள் மீது உனக்கு ஆசை இல்லை என்பது எனக்கும் தெரியும். ஆனால் காதல் வசப்பட்டு உன்னைச் சொக்க வைத்துக் கைப்பிடித்தவள். நீயும் உருகிக் கரைந்து அன்பைப் பொழிந்த முதல் மனைவி. அதற்கெல்லாம் வயசு என்ன செய்யும்?"

"அது அல்ல நான் சொல்வது. ஐம்பது வயசைத் தாண்டினாலும் கூட, காட்டில் சாப்பாடு இல்லாமல் சிரமப்பட்டிருந்தாலும் கூட, இந்த பீமனின் தோள்களுடைய சக்திக்கு எந்தக் குறையுமில்லை. பிரதாவின் மகன் நான். தேவ சேனாதிபதியின் கருவாம். எப்படிப்பட்ட

படைகள் வந்தாலும் எதிர்த்து நின்று அடித்து விரட்டும் வலிமை இருக்கும்போது, அடுத்தவர்களின் உதவி எதற்கு? பிச்சை கேட்பது பீமனுக்குத் தெரியாத கலை. நான் வரமாட்டேன். அதைத் தவிர வேறு ஏதையாவது பேசு."

"யுத்தம் நடக்கப்போகிறது, வா என்று கூப்பிடுவது எப்படி பிச்சையாகும்? இப்படித்தான் பல அரசர்களுக்குச் சொல்லி அனுப்பி இருக்கிறோம். துரியோதனனும் பலர் உதவிக்கு ஆள் அனுப்பி இருக்கிறான் அவை எல்லாம் பிச்சையாகுமா? இப்படிப்பட்ட சந்தர்ப்பத்தில் வெளி தேசத்து அரசர்களெல்லாம் வந்து உதவி செய்யும்போது. வளர்ந்து ஆளாகி நிற்கிற உனது மகன் வந்து உதவக் கூடாதா? அவனுக்குச் செய்தியைத் தெரிவிக்காமல் அவன் எப்படி வருவான்? நீதான் போய்ச் சொல்லிவிட்டு வர வேண்டும். அப்படியே உன் மனைவியையும் பார்த்துவிட்டு வரலாம்."

ரொம்பவும் நெருக்கமான குரவிலல் மெதுவாகப் பேசினான் கிருஷ்ணன். ஏற்கனவே சிவந்திருக்கும் பீமனின் முகம் மேலும் சிவந்தது. எதுவும் பேச்சு வராமல், கையில் பிடித்திருந்த விசிறியையே பார்த்திருந்தான். சுவரோரம் ஒரு பெரிய ஈ முட்டி முட்டித் திரும்பியது. சிறிது நேரத்திற்குப்பின் கிருஷ்ணன், "திருமணத்திற்குப் பின்பு மீண்டும் ஒரு முறை கூட போகவில்லை. அந்தப் பிள்ளையை எடுத்துக் கொஞ்சி வளர்த்ததில்லை. மனைவியைக் கூட இன்னொரு முறை பார்க்கவில்லை. இப்பொழுது போய் நீ உனது ராட்சச சேனை யோடு வந்து எனக்கு உதவிசெய் என்று எப்படிக் கேட்பது என்று நீ கேட்கக் கூடும். அவரவர்கள் இருக்கிற சூழலுக்குத் தகுந்தபடி அவரவர்கள் பழக்கவழக்கங்களும் மாறுகின்றன. ஒரு தந்தையின் துணை இல்லாமலேயே தாயே எல்லாப் பொறுப்புகளையும் ஏற்றுக் குழந்தைகளை வளர்க்கிற பழக்கம் எத்தனைக் குடிகளிடம் இருக்கிறது தெரியுமா? நீ ஏன் வளர்க்கவில்லை என்று யாரும் யாரிடமும் போய்க் கேட்பதில்லை. அப்படிக் கேட்பது என்றால் என்ன என்பதே அவர் களுக்குத் தெரியாது. நீ ஏன் மறுபடி வரவில்லை என்று அவள் உன்னைக் கேட்காமலே கூட இருக்கலாம். அதுவுமில்லாமல் வனவாசத்திலும் அஞ்ஞாத வாசத்திலுமே உன் வாழ்க்கை கழிந்து விட்டது. இதற்கு நடுவில் அவளைப் பார்க்க உனக்கு நேரம்தான் எங்கே இருந்தது? இப்படியெல்லாம் நடந்து விட்டது தெரியுமா என்று சொன்னால் அவள் புரிந்துகொள்ளமாட்டாளா? உன் மனசின் வேதனை எனக்குப் புரிகிறது" என்றான்.

பேச்சை நிறுத்தினான் கிருஷ்ணன். இதற்கு உடனடியாகப் பதில் சொன்னான் பீமன். "எல்லாருடைய மனசும் உனக்குப் புரியும். பெரிய புத்திசாலிதான் நீ" என்றான். குரலில் மட்டுமல்ல, முகம், கண், மூக்கு

எங்கும் கோபத்தின் சிவப்பு படர்ந்தது. அதுவரைக்கும் விசிறுவதை நிறுத்தி இருந்தவன் படபடவென விசிறிக்கொள்ளத் தொடங்கினான். சுவரில் முட்டி மோதிக்கொண்டிருந்த வண்டின் ரீங்காரம் குறையத் தொடங்கியது. மேலும் சிறிது நேரம் அமைதியாய் இருந்தான் கிருஷ்ணன். மீண்டும் நிதானமான குரலில், "உனது தோள்பலம் எல்லாம் துவந்த யுத்தத்தில்தான் பயன்படும். ஜராசந்தனைப் போல துரியோதனன் மூர்க்கனல்ல. பீமனோடு வந்து துவந்த யுத்தம் செய், வெற்றி பெற்றால் ராஜ்ஜியம் உனக்கு, இல்லாவிட்டால் ராஜ்ஜியம் பாண்டவர்களுக்கு என்று அவனை அழைத்தால், அவன் வரமாட்டான். இந்திரப்பிரஸ்தத்தில் நீங்கள் சேர்த்து வைத்த செல்வம் எல்லாம் கூட அவனது கஜானாவில் இருக்கிறது. அவனுக்குத் துணையாக ஏகப்பட்ட அரசர்கள் சேருவார்கள். நிறைய படை, ரதங்கள், குதிரைகள், யானைகள் சேரும். அவர்களின் முன் உனது ஒருவனுடைய தோள்பலம் என்ன செய்யும்? எந்தப் பக்கத்திலிருந்து எத்தனை வீரர்கள் சேர்ந்தாலும் நீங்கள் சேர்த்துக்கொள்ள வேண்டும். இதுமட்டுமல்ல, இன்னொரு விஷயத்தையும் ஞாபகத்தில் வைத்துக் கொள்ள வேண்டும்" என்றான். இதற்கிடையில் பீமனின் வலது கை விசிறுவதை நிறுத்தியிருந்தது. கீழே குனிந்தபடி இருந்தவன் நிமிர்ந்து அவனது முகத்தை உற்றுப் பார்த்தான். "நீ கொன்ற இடும்பன், பகன், கிம்மீரன் முதலிய ராட்சசர்களின் குழுக்களைத் தேடிச்சென்று ஆதரவு திரட்டுவதற்காகத் தூதுவர்களை அனுப்பி இருக்கிறான் துரியோதனன். உன்னைப் பழிவாங்க வேண்டும் என்ற எண்ணம் அவர்களுக்கு இருக்காதா? யுத்தகளத்தில், ராட்சசர்கள் போரிடும் முறையே தனி. அது உனக்கும் தெரியும். இரவு வேளையில் புகுந்து தாக்கும் பழக்கம் அவர்களுக்குண்டு. தம் உயிரைப் பற்றிக் கவலைப்படாமல் அவர்களை எதிர்த்து நின்று சண்டையிடுகிற வலிமை எந்த ஆரியனுக்கு உண்டு? துரியோதனனின் பக்கம் சேர்கிற ராட்சசர்களை எதிர்கொள்ளவல்ல சிற்சிலராவது கூட இல்லாமல் தனியாளாக நின்று நீ என்ன செய்ய முடியும்?" என்று கேட்டான்.

கிருஷ்ணனையே உற்றுப் பார்த்தான் பீமன். சுவரை முட்டிக் கொண்டிருந்த ஈ இப்போது இல்லை. எங்கே போனது என்று பார்க்க ஆர்வம் காட்டவில்லை பீமன். திரைச்சீலையின் மேல் மறுபடியும் தண்ணீர் தெளித்தான் வேலைக்காரன். "இந்த ஊர் எவ்வளவோ பரவாயில்லை. கோடைக் காலமானாலும் தண்ணீர்ப் பிரச்சினை இல்லை." என்று பீமன் நினைத்துக்கொண்டிருக்கும்போது இடைமறித்து கிருஷ்ணன், "கடோத்கஜனைப் பார்த்து வர உன்னை விடத் தகுதியான ஆள் வேறு யார் இருக்கிறார்கள் சொல்" என்று கேட்டான்.

எங்கோ டண் டண் என்று மணியடிக்கிற ஓசை கேட்டது. ஓர் உலோகத்திலான தட்டைச் சுத்தியால் தட்டுகிற சத்தம். அதற்குள்

வெளியே மரங்களும் அசைகிற சத்தம் கேட்டது. காற்று வீசியது. புயலைப் போல புழுதியைப் பரப்பிக்கொண்டு வீசியது காற்று. பூமியில் இருந்து வானம் வரைக்கும் அடர்ந்திருந்த புழுக்கத்தைத் தணித்தது அக்காற்று. ஈரமான திரைச்சீலையைத் தாண்டி புழுதி வரவில்லை. வியர்வையால் நனைந்த உடலில் ஒட்டுவதுமில்லை. பன்னிரண்டு வருஷகால வனவாசத்தில், நாலு வருஷகாலம் இமயமலையருகே இருந்ததுபோக எஞ்சிய எட்டு வருஷகாலத்தில் கோடைக்காலம் முழுக்க வியர்வையால் ஈரமான உடம்பில் புழுதி வந்து அப்பிக்கொள்ளும் நகர வேதனை. ஆனாலும் புழுதி வீசும் காற்று அடங்கிய பிறகு குளிர்ந்த ஓடையிலோ குளத்திலோ முழுகிக் குளித்த பிறகு உடம்பு இதமாகிவிடும் ஞாபகம் வந்தது. "கிருஷ்ணா, வெளியே போகலாம் வா, புயல் காற்றைப் பார்க்க நன்றாக இருக்கும்" என்று பீமன் எழுந்தான். கிருஷ்ணனும் அவனைப் பின் தொடர்ந்தான். மிகவும் வேகமாக வீசிக் கொண்டிருந்தது காற்று. அவர்கள் வசித்துக் கொண்டிருந்த காட்டிலுள்ள மரங்களெல்லாம் நடுங்கிக் கொண்டிருந்தன. மூங்கில்கள் வில்லாக வளைந்தன. உலர்ந்த மூங்கில்கள் ஒன்றோடு ஒன்று உரசியதால் நெருப்புப் பொறி பறந்தது. காடு முழுக்க நெருப்பைப் படர வைக்குமாறு வேகமாகக் காற்று வீசியது. அதே சமயத்தில் வானத்தை முழுக்க மூடிவிடும் அளவுக்குமில்லை காற்று. இந்த உபப்லாவ்ய நகரில் எல்லா இடங்களிலும் புழுதியே நிறைந்திருக்கிறது. பனியைப் போல எல்லா இடங்களிலும் ஒட்டி இருக்கிறது. உலர்ந்த மரக்கிளைகள் காற்றின் வீச்சைத் தாங்க முடியாமல் கீழே விழுந்தன. முற்றத்தில் நின்றபடி கிருஷ்ணனும் பீமனும் வேடிக்கை பார்த்துக் கொண்டிருந்தார்கள். பீமனின் தோள் உயரத்துக்குக் கிருஷ்ணன் இருந்தான். கை உயர்த்தி நின்றால் பீமனின் உயரத்தை எட்ட முடியும். புயலையே பார்த்துக்கொண்டிருந்தான் பீமன். கிருஷ்ணனும் அதையே பார்த்துக்கொண்டிருந்தான். சிறுவயதில் மதுராநகரில் பிருந்தாவனத்தில் இப்படிப்பட்ட புயலினைப் பார்த்த ஞாபகம் மீண்டும் மனசிலெழுந்தது. இந்தப் புயலுக்கிடையேயும் அடிக்கடி 'டண்டண்' என்ற மணியோசை கேட்டது. ஏறத்தாழ இரண்டு நாழிகைகளுக்குப் பிறகு காற்று அமைதியானது. அதற்கப்புறம் இனிய குளுமையான காற்று வீசியது. பீமனுக்கு மகிழ்ச்சி பொங்கியது. இதற்கிடையில் கிருஷ்ணன் தன் இருப்பிடத்துக்குத் திரும்பிச் சென்று விட்டான். ஊருக்குப் பின்னால் இருக்கிற குளத்தை நோக்கித் தனியாக நடந்தான் பீமன். மரங்களுக்கிடையே கற்சுவருக்கு நடுவிலிருந்த குளத்தில் தொப்பென விழுந்து மூழ்கினான். சிறிது நேரம் நீந்தினான். ரொம்பவும் சிறிய குளம் அது. அகலம் குறைவானது. கங்கை நதிதான் நீந்துவதற்கு ஏற்ற இடம் என்று எண்ணிக்கொண்டான். அஸ்தினாவதியைப் பற்றியும் நினைத்தான். நதியோரத்தில் அடர்த்தியான பசுமை மிக்க மரங்கள். அகன்ற இலைகளையுடைய புதர்கள். கோடையிலும்

குளுமையாக இருக்கும் தண்ணீர். ஒரு நாளில் நடந்து சென்றால் அடைந்துவிடக்கூடிய தூரத்தில் கங்காத்வார் என்னும் இடம் இருந்தது. இமயத்தின் பனி உருகிக் கரைந்து கங்காத்வாரில் நீராக ஓடுகிறது. கோடையிலும் கூட குளிர் அகலாத இடம் அது. இந்திரப் பிரஸ்தத்தில் இருக்கிற யமுனை நதியைப் பற்றியும் நினைத்துக் கொண்டான். கங்கை மேல் பிறக்கும் ஆர்வமும் ஈடுபாடும் தனக்கு ஏன் யமுனையின் மீது பிறக்கவில்லை என்று தன்னையே கேட்டுக் கொண்டான் பீமன். சின்ன வயதில் நீந்திக் களித்த நதியைவிட வேறு எந்த இடத்தின் மேலும் பிரியம் உண்டாகுவது சாத்தியமில்லை என்று தோன்றியது. அங்கேதான் அந்தக் குருடனின் மகன் எனக்கு விஷம் கலந்த இனிப்பு உண்டையைக் கொடுத்துச் செய்து நீரில் மூழ்கிச்சாகடிக்க முயற்சி செய்தான். ஆனால் இதில் நதியின்மேல் குற்றம் சொல்ல என்ன இருக்கிறது? கங்கையின்மேல் தன் பிரியம் அதிகம் என்று சொல்லிக்கொண்டே மல்லாந்து படுத்தான். வாய்க்குள் நீர் நிறைந்து வானத்தைப் பார்த்து உமிழ்ந்தான். நீர் நிறைந்த கண்களுக்கு எண்ணெய் விழுந்ததைப்போல் தெளிவில்லாமல் இருந்தது. நீந்துவதை விட உயரத்திலிருந்து தண்ணீருக்குள் தாவுவதும் பின்பக்கமும் முன் பக்கமும் கைகளை மாறி மாறி அடித்துக்கொள்வதும் சிறுவனா யிருந்த போதில் மிகவும் மகிழ்ச்சிக்குரிய ஆட்டங்கள்" ஆனால் இப்பொழுது அத்தகைய ஆட்டங்களின் மேல் ஆர்வம் இல்லை. வெறுமனே நீந்துவதிலும் மிதப்பதைப் போலக் கிடப்பதிலும் திருப்தி யுற்றான். குளத்திற்குள் நிற்கும்போது அதன் ஆழம் அவன் கழுத்தளவு இருந்தது. "இது மிகவும் சின்னக் குளம், ஒருவன் இதில் குளிக்கலாமே தவிர நீந்த முடியாது" என்று சொல்லிக்கொண்டு கரையேறினான். கரையிலேயே உட்கார்ந்து உடல் ஈரம் உலர்ந்த பிறகு ஆடைகளை அணிந்துகொண்டு வீட்டுக்கு வந்தான். ஓரளவு தாங்குகிற விதத்தில் வெப்பம் இருந்தது. உடல் லேசானது போல இருந்தது. சூரியன் மறையும் நேரமாதலால் அந்த அளவு புழுக்கம் இல்லை.

வீட்டுக்குள் நுழையும்போதே, "ராணி வந்திருக்கிறார். உப்பரிகை யில் காற்றுவாங்கிக் கொண்டு நின்றிருக்கிறார்" என்று சேவகன் சொன்னான்.

உப்பரிகைக்குச் செல்லும் படியேறினான் பீமன். இந்த நேரத்தில் திரௌபதை வந்ததுகூட ஒருவகையில் நல்லதுதான். பேசிக் கொண்டிருக்கலாம் என்று நினைத்தபடி உப்பரிகையை அடைந்த போது அவள் கூடவே இருந்த இரண்டு பணிப் பெண்களும் எழுந்து நின்றார்கள். அவன் மேலே வந்து சேர்ந்ததும், அவர்கள் கீழிறங்கி நடந்தார்கள். மிருதுவான பாயின் மேல் உட்கார்ந்திருந்த திரௌபதை எழுந்து நின்றாள். நெருங்கி வந்த கணவனின் கையைச் சேர்த்துப் பிடித்துக் கொண்டாள். வானம் செம்பு நிறத்தில் படர்ந்திருந்தது.

சாதாரணமான ஓர் ஆரியப் பெண்ணைவிட நிறத்தில் சற்றே மட்டான திரௌபதையின் முகம் மேலும் கருத்துக் காணப்பட்டது. அவளது முகத்தில் கவலையின் கோடுகள் தெரிந்தன. கூந்தலில் அங்கங்கே காணப்படும் வெறுப்பு அவளுக்கு ஒருவிதமான கம்பீரமான தோற்றத் தைத் தந்தது. தன் மார்பு அளவுக்கு வரும் அவள் தலையை வருடியபடி “உனக்கு இந்த அளவுக்கு தலை நரைத்திருப்பதை நான் பார்த்ததே இல்லை” என்றான்.

“இப்பொழுது பார்த்தாகி விட்டதல்லவா, கருகரு என மின்னுகிற கூந்தலுடைய ஒரு ராஜகுமாரியைக் கொண்டு வந்து திருமணம் செய்து வைக்கட்டுமா?”

கீழே உட்கார்ந்தான் பீமன். அவளுடைய கையைப் பற்றி அவளையும் கீழே உட்கார வைத்தான். அவள் பேசாமல் உட்கார்ந்தாள். வானத்தையே வெறித்துப் பார்த்தபடி இருந்தான் அவன். சிறிது நேரத்துக்குப் பின் “கொஞ்ச நேரம் நீந்தலாம் என்று போயிருந்தேன். ரொம்பச் சின்னக் குளம். நீயும் பார்த்திருப்பாயே. திடுமென கங்கை நதியை நினைத்துக்கொண்டேன். அப்பொழுதே இந்தப் பீமன் இனி மேல் கங்கையில்தான் நீராடுவானே தவிர யமுனையில் இல்லை என்று தீர்மானித்துக் கொண்டேன்” என்றான்.

பாஞ்சாலி எதுவும் பேசவில்லை. இப்படிப்பட்ட மனநிலையில் அவன் பேசும் போதெல்லாம் அவளே அவனுடைய துணை. எந்த நாளும் அர்ஜுனனோடு உட்கார்ந்து தன் கனவை விவரித்துச் சொன்ன தில்லை. அவர்கள் இருவரின் கனவுகளும் வேறுவேறு வகையானவை. தருமன் மூத்தவன். ஆரம்பகாலத்தில் நெருக்கம் இருந்தது. இந்திரப் பிரஸ்தத்தில் பட்டம் கட்டிக்கொண்ட பிறகு அவனுள் ஒரு வகையான ராஜ கம்பீரம் சேர்ந்து கொண்டது. ஆனால் பீமன் தம் இளமைத் துடிப்புகளையும் சாகச ஆட்டங்களையும் குழந்தை மனத்தையும் இழுக்கவில்லை. ராஜசூயத்திற்குப் பின்பு சூதாட்டத்தில் எல்லாவற்றையும் தோற்ற தருமன் மனைவியையும் சகோதரர்களையும் கூட சூதாட்டத்தில் இழந்து எல்லோரையும் வனவாசிகளாக்கியபோது அவனது இரண்டு கைகளையும் சுட்டுப் பொசுக்கவேண்டும் என்று துடித்தவன் பீமன். அர்ஜுனன் முன்வந்து தடுக்கவில்லையென்றால் நிச்சயம் கட்டியிருப்பான். காட்டின் இருக்க நேர்ந்த பன்னிரண்டு வருஷ காலத்திலும் ஏதாவது ஒரு விஷயத்தை முன்னிட்டு அவனைக் கோபித்துக்கொண்டே இருந்தான். இந்திரப்பிரஸ்தத்தில் அரசாளும் போதுதான் சகோதரர்களிடையே ஒருவிதமான நல்லுறவு இருந்தது. சூதாட்டத்தில் எல்லாவற்றையும் இழந்தபிறகு பீமன் முழுக்க முழுக்க அவனை வெறுக்கத் தொடங்கினான். அதற்குப் பின் எந்த விதமான நெருக்க உணர்வும் சகோதரர்களிடையே ஏற்பட வழியே உண்டாகவில்லை.

மற்ற சகோதரர்களான நகுலனோடும் சகாதேவனோடும் எவ்வளவு பிரியத்தோடு நடந்து கொண்டாலும் அவர்கள் அவனிடம் பயபக்தி யோடுதான் இருந்தார்கள். இதனால் அவனோடு மனம் விட்டுப் பேசவும் அவன் கனவு, ஆசைகளைப் பகிர்ந்துகொள்ளவும் பாஞ் சாலியை விட்டால் யாரும் இல்லை. அது மட்டுமல்லாமல் தாய்வீட்டுப் பெயரான கிருஷ்னை என்ற பெயரால் அவனைத் தவிர வேறு யாரும் அழைத்ததில்லை.

“நான் சொன்னது காதில் விழுந்ததா?” என்றான்.

“மூத்தவனின் முடிவுதானே இறுதியானது. சமாதானப் பேச்சுக்குக் கிருஷ்ணனையே அனுப்ப வேண்டுமெனச் சொன்னானாம்.”

“கிருஷணன் வேண்டுமென்றால் போகட்டும். ஆனால் கண்டிப் பாகச் சமாதானம் உண்டாகாது.”

“ஒரு வேளை அந்தக் கிழவர் சொல்லி துரியோதனன் ஒப்புக் கொண்டால்...”

“கிழவர் எடுத்துச்சொல்வார் என்பது உண்மை. ஆனால் அவன் ஒப்புக் கொள்வான் என்று சொல்வது பொய். அவனுடைய மனத்தை என்னைத் தவிர வேறு யாராலும் புரிந்துகொள்ள முடியாது. இரண்டு யானைகள் மோதிக் கொள்வதை நீ பார்த்திருக்கிறாயா? அதனுடைய மனம் இதற்கும் இதனுடைய மனம் அதற்கும்தான் தெரியும். அந்த அளவுக்கு வேடிக்கை பார்க்கிறவர்களுக்குத் தெரியாது. அவனை யானை யோடு கூட ஒப்பிட முடியாது. அதிக பட்சமாக அவனை நாயோடு ஒப்பிடலாம்.”

“யானையைக் கண்டு பயப்படுகிற நாய் கூட சமாதானத்திற்கு இணையாகலாம் இல்லையா?”

“இங்கே பார் கிருஷ்ணை,” என்று தன் இதயத்தையே கிழித்துக் காட்டுபவன் போல கையைக்காட்டி, “மீண்டும் அரசனாக வேண்டும் என்கிற ஆசை தருமனுக்கு இருக்கிறது. அர்ஜுனனுக்கும் இருக்கிறது. நகுலனுக்கும் சகாதேவனுக்கும் இல்லை என்று என்னால் முடிவாகச் சொல்ல முடியாது. ஆனால் எனக்கு முழுக்க முழுக்க இல்லை. பன்னிரண்டு வருஷ காலமாக காட்டில் அலைந்து கண்ட கண்ட காய்கனிகளையும் வேட்டையில் அகப்பட்ட பிராணிகளின் மாமிசங் களையும் தின்று, அப்புறம் ஒரு வருஷ காலத்திற்கு எவனோ ஒருவனின் சமையலறையில் வேலைக்காரனாக இருந்து கழித்த பிறகு, சுகத்தை அனுபவிக்கிற வயசையெல்லாம் தாண்டியதற்கப்புறம் அரண்மனையில் இருந்தால் என்ன, காட்டில் இருந்தால் என்ன? உண்மையில் காட்டின் மீது எனக்கு அபரிமிதமான ஈடுபாடு பிறந்துள்ளது. எனக்கு இருக்கிற ஒரே ஆசை துரியோதனன், துச்சாதனன், கர்ணன்,

சகுனி மற்றும் ஏனைய கௌரவச் சேனையையும் இவர்களையெல்லாம் பெற்றெடுத்த அந்தக் குருடனையும் கொல்வதுதான். நட்ட நடுச்சபையில் என்னை அவமானப்படுத்தியதற்கும் ஓர் அடிமைப்பெண்ணைப்போல என் மனைவியை அவமானப்படுத்தியதற்கும் பழி வாங்குவதற்கே நான் உயிரோடு இருக்கிறேன். ஒருவேளை சமாதானம் ஏற்பட்டு இந்திரப்பிரஸ்தம் நமக்குத் திருப்பிக் கிடைத்தாலும் கூட, எப்படியாவது சேனைகளின் முக்கிய அதிகாரியாக ஆவேன். அவர்கள் மேல் படையெடுத்துச் சென்று அவர்கள் அனைவரையும் பூண்டோடு அழிப்பேன். இதுவரைக்கும் இந்த வார்த்தைகளை யாருடைய முன்னாலும் சொல்லிக் காட்டியதில்லை. ஆனால் துரியோதனனுக்கு மட்டும் இது தெளிவாகத் தெரியும். இது கூடத் தெரியாத அளவுக்கு முட்டாள் அல்ல அவன். மோப்பம் பிடிக்க நாய்க்குச் சொல்லித் தரவா வேண்டும்?"

வைத்த கண்வாங்காமல் அவன் முகத்தையே பார்த்துக் கொண்டிருந்தாள் திரௌபதை. இப்பொழுதும் அவள் கண்கள் அப்பொழுதுதான் பூத்த தாமரைப் பூக்கள் போல இருந்தன. பீமன் அவளது கண்களையே உற்றுப் பார்த்தான். இருவரின் நெஞ்சங்களும் மௌனத்தில் கலந்தன. இருவர்க்கும் இது தெரிந்தே இருந்தது. திடுமென அவள் கண்கள் தளும்பின. அவள் வாய்விட்டு அழக்கூடும் என்று எண்ணினான் பீமன். "கிருஷ்ணை, நீ அழுதால், எனக்கும் அழுகை வரும். அழாமல் உன் உணர்வுகளை உள்ளுக்குள்ளேயே பூட்டி மறைத்தால் எனக்குக் கோபம்வரும். என்னோடு இருக்கும்போது நீ வெளிப்படையாக இருக்கவேண்டும்" என்றான்.

இப்போது அவளால் தடுத்துக்கொள்ள இயலவில்லை. அழத் தொடங்கினாள். தானே முன்னால் நகர்ந்து அவனது மடியில் முகம் புதைத்துக் கேவினாள். ஒரு குழந்தையை அரவணைப்பது போல அவளை அரவணைத்துக்கொண்டான் பீமன். "உன்னிடம் சொல்லி அழாமல் வேறு யாரிடம் சொல்லி அழப் போகிறேன்?" என்று விசும்பினாள் அவள். அவனதுதொடைகளைத்தழுவியபடி அவன் முகத்தை நிமிர்ந்து பார்த்தாள். அவன் கண்களும் கண்ணீரால் நிறைந்திருந்தன. அவனும் அழக்கூடும் என்று அவள் எதிர்பார்த்திருந்தாள். "பீமா, ஆண்களின் கண்களில் கண்ணீர் வரக்கூடாது. ஒரே ஒரு சொட்டுக் கண்ணீர் வந்தாலும் கூட, அது கங்கை நதிக்குச் சமம். இத்தனை நாட்களாக எனக்காக உன் கண்களில் எவ்வளவு கண்ணீர் வழிந்திருக்கும் என்று எனக்குத் தெரியும். மற்றவர்கள் கண்களிலிருந்து எனக்காக ஒரு சொட்டுக் கண்ணீர் கூட வந்ததில்லை" என்றபடி தன் புடவை முந்தானையால் அவனது கண்களைத் துடைத்தாள். அவள் மனம் லேசானது. அவன் மௌனமாக உட்கார்ந்திருந்தான். பொழுது சாய்ந்து இருளத் தொடங்கியது. காற்றின் புழுதியால் நட்சத்திரங்கள் மங்கலாகத்

தெரிந்தன.

கிருஷ்ணை ஏதோ சொல்ல முற்பட்டாள். பீமன் அதைக் கவனிக்கவில்லை. இருட்டில் அவள் முகம் அவ்வளவு தெளிவாகத் தெரியவில்லை. அவளையே பார்த்துக் கொண்டிருந்த அவன் மனசில் துரியோதனனின் குருட்டுத் தந்தையுடைய வெளுத்த தாடியின் ஞாபகம் வந்தது. பதின்மூன்றரை வருஷங்களுக்கு முந்தைய நிலை அது. இப்பொழுது எப்படியிருக்கிறதோ தெரியவில்லை.

"அங்கே செல்லப் புறப்பட்டு விட்டாயாமே, உண்மையா?" என்று கேட்டாள் அவள்.

"எங்கே?"

"ராட்சசப் படைகளை அனுப்புமாறு கேட்க."

"அது கிருஷ்ணனின் திட்டம். அவன் சொல்வதும் சரி என்றுதான் தோன்றுகிறது."

பதின்மூன்றரை வருஷங்களுக்கு முன்பிருந்த வெளுத்த தாடியைப் பற்றிய கற்பனையிலேயே இன்னும் மூழ்கியிருந்தான் அவன்.

"அந்தப் படை இல்லாமல் இந்தப் பீமனால் வெல்ல முடியாதா?" என்று அவன் தோள்களை வருடியபடிக் கேட்டாள் அவள்.

"நமக்கு எதிரிகளாக ராட்சசச்சேனையை யெல்லாம் வளைத்துப் போட்டிருக்கிறானாம் துரியோதனன். அவர்களை எதிர்க்க இன்னொரு ராட்சசசேனை இல்லையென்றால் நம்பாடு கஷ்டமாகிவிடும். கிருஷ்ணனின் ஆலோசனை சரியானதுதான். அது மட்டுமல்லாமல் அவன் என் மகன். வந்து தன் தந்தைக்கு உதவி செய்யட்டுமே..."

அதற்குப்பின் மௌனமானாள் அவள். சிறிது நேரத்திற்குப்பின் அவனே, "ஏன் செய்யக்கூடாதா?" என்றபொழுது அவள் "ம்" என்றாள். அக்குரல் அத்தனை சுரத்தாயில்லை என்பதையும் சோகத்தோடு இருந்ததையும் உணர்ந்தான் பீமன். "ஏன் வருத்தப்படுகிறாய்?" என்று அவள் தோள்களைக் குலுக்கிக் கேட்டான் பீமன். "நான் ஒன்றும் வருந்தவில்லையே" என்று கிலுக்கெனச் சிரித்தாள் அவள். ஆனால் அது செயற்கையான சிரிப்பு என்று அவனுக்குத் தெரிந்தது. "கிருஷ்ணை, எது உன் மனசை வருத்திக் கொண்டிருக்கிறது. சொல், சீக்கிரம் சொல். எனக்குக் கோப மூட்டவேண்டாம்" என்றான் அவனுக்குக் கோபமுண்டானதை அவனது ஏறிய குரலிலிருந்து மட்டுமல்ல, தன் தோள்களைப்பற்றிய அவன் கைகளின் அழுத்தத்தின் மூலமும் அவளுக்குப் புரிந்தது.

“உன் ஒருவனைத்தான் நான் மலைபோல நம்பிக் கொண்டிருக்கிறேன். இது உனக்கும் தெரியும். அது எப்போதும் உன் மனத்தில் இருந்தால் போதும்.”

“அப்படியென்றால்...”

“புரிந்துகொள்ள முடியாததைச் சொல்லியும் எந்தப் பயனும் இல்லை. அதை நீ கேட்கவும் வேண்டாம். பதில் சொல்லி என் தொண்டைதான் வறளும்” என்று முடிவாகச் சொல்லிவிட்டு சிலையைப் போல உட்கார்ந்தாள் அவள்.

ஆழ்ந்த யோசனையில் மூழ்கினான் பீமன். சிறிது நேரம் தனக்குள்ளேயே யோசித்து யோசித்து எந்த முடிவையும் அடைய முடியாததால் கோபம் மூண்டது. “இது யுத்த காலம். பெண்களின் விடுகதைப் பேச்சுகளையெல்லாம் கேட்டுக்கொண்டு சும்மா இருக்க முடியாது. நீயே சீக்கிரம் சொல்” என்று மீண்டும் அவள் தோள்களைக் குலுக்கிக் கேட்டான் பீமன்.

தோள்கள் வலிப்பதையுணர்ந்தாள் அவள். அதற்குள் மனத்திற்குள்ளேயே அவளும் ஒரு முடிவுக்கு வந்துவிட்டாள். மீண்டும் உறுதியான குரலில், “நீயே புரிந்துகொள். நான் எதையும் சொல்ல மாட்டேன். உனக்குக் கோபம் அதிகமானால் என்ன சொல்வாய் என்று எனக்குத் தெரியும். அப்படி ஏதேனும் நீ செய்தால், எதிரிகளின் எலும்பை மட்டுமல்ல மனைவியின் எலும்பையும் முறித்தவன் பீமன் என்கிற பெயருக்கு நீ ஆளாவாய்” என்றாள்.

அவன் கோபம் அதிகரித்தது. அவள் பல நேரங்களிலும் இப்படித்தான். எதையும் நேருக்கு நேர் சொல்வதில்லை. சுற்றி வளைத்துத்தான் சொல்வாள். எப்போதும் பேச்சால் அவனை வதை செய்கிறாள். எப்படிப்பட்ட மனைவியோ இவள், திட்டவேண்டும் என்று தோன்றியது. ஆனால் வழக்கமாய்த் தன் வாயில் வரக்கூடிய வசை வார்த்தைகளுக்கு அவள் ஏற்கனவே பதிலும் சொல்லிவிட்டாள் என்பதால் எதுவும் செய்யத் தோன்றாமல் உட்கார்ந்தான். அப்போது மீண்டும் பதின்மூன்றரை வருஷங்களுக்கு முன்பு இருந்தது போல தாடி வெளுத்துத்தான் இருப்பானா, அல்லது இன்னும் முகம்சுருங்கித் தளர்ந்து போய் இருப்பானா என்கிற எண்ணம் தோன்றியது. அப்பா இறந்து, சின்னம்மாவும் அப்பாவோடேயே உடன்கட்டை ஏறி இறந்து போன பிறகு திக்கற்ற நிலையில் மலைகளையும் குன்றுகளையும் ஏறி இறங்கிக் களைத்து ஊர்சேர்ந்து இவரே தந்தை என்கிற எண்ணத்தோடு பெரியப்பாவின் காலில் விழுந்து வணங்கியதையெல்லாம் மீண்டும் நினைத்துக்கொண்டான். “குருடா, குருடா, வா உன் கண்களைப் பிடுங்குகிறேன். எப்படியும் நீ யுத்தத்திற்கு வரப்போவதில்லை,

அரண்மனைக்குள்ளே வந்து உன் கண்களைப் பிடுங்குகிறேன்" என்று மனசில் நினைத்துக் கொண்டாள். அப்பொழுது திரௌபதை எழுந்து நின்றாள். "ஏன் எழுந்துவிட்டாய்?" என்று கேட்டான் பீமன்.

"என் கூடாரத்துக்குச் செல்கிறேன்."

"இங்கேயே இரு."

அவள் எதுவும் பேசவில்லை. அவள் கையைப் பற்றி இழுத்து உட்கார வைத்தான் அவன். அவள் மௌனமாக உட்கார்ந்தாள்.

"ஏன்?" என்றான் அவன்.

"அந்த விஷயத்தை இனி பேச வேண்டாம். அதைவிட்டுப் பதின் மூன்றரை வருஷங்களாகின்றன."

"இப்பொழுது அந்தப் பழைய முறை நடைமுறையில் இல்லையே..."

"நடைமுறையில் இல்லைதான். இனிமேல்தான் யார் யார் எப்பொழுது என்னோடு இருக்க வேண்டும் என்று நிச்சயித்துக் கொள்ள வேண்டும். இனி நிச்சயம் செய்துதான் என்ன ஆகப் போகிறது? விலக்கு நிற்கிற காலம் நெருங்கிக் கொண்டிருக்கிறது."

"அஞ்ஞாதவாசம் முடிந்த பிறகு தருமனோடு இருந்தாய் இல்லையா?"

"நீ என்ன வேண்டுமானால் சொல்லிக் கொள். தொடக்கத்தில் இருந்தே அவனுக்கு இந்த விஷயத்தில் அவ்வளவாக அக்கறை இல்லை. ஆனாலும் யாராக இருந்தாலும் வரைமுறைப்படிதான் இருக்க வேண்டும். இன்னும் ஆறு மாதகாலம் பீமனுக்கில்லை. எனக்கும் அப்படித்தான்" என்று சிரித்தாள். ஆனால் அவளது சிரிப்பில் வருத்தம் கலந்திருந்தது. பீமன் சிரிக்கவில்லை. சிறிது நேரத்திற்குப் பின் அவளது நீண்ட கூந்தலை இரண்டு கைகளாலும் பிடித்துத் தடவினான். பிறகு "நீ இனி போகலாம். பணிப்பெண்கள் கீழே காத்திருக்கிறார்கள் இல்லையா?" என்றான்.

வட்டவடிவில் கட்டப்பட்ட வீடுகள் அந்நகரில் இருந்தன. அதனால் திருடர்களாலும் எதிரிகளாலும் எளிதில் உள்ளே நுழைந்து விட முடியாது. இருந்தாலும் வேலைக்காரப் பெண்களோடு தானும் கூடவே சென்று தன் வீட்டிலிருந்து மூன்று வீடுகள் தள்ளி இருக்கிற அவளது வீட்டில் அவளை விட்டு வந்தான்.

* * *

சரியான வழி தெரிந்த இருவரும் நல்ல குதிரை வீரர்கள் இருபது பேரும் மட்டும் தன்னோடு வந்தால் போதும் என்று அடம்பிடித்தான் பீமன். ஆனால் தருமன், அர்ஜுனன், கிருஷ்ணன், திரௌபதை யாருமே

இதை ஒத்துக் கொள்ளவில்லை. மத்ஸ்யத்தேசத்தின் வடக்குப் பகுதியில் இருந்தது உபப்லாவ்யநகரம். அங்கிருந்து இடும்பை நாட்டுக்கு குரு நாட்டின் வழியாகவும் செல்லலாம். பாஞ்சால தேசத்தின் வழியாகவும் செல்லலாம். குருநாட்டின் தெற்குப் பகுதியாகிய வாரணாவதியில் இருந்து ஓர் இரவு, ஒரு பகல் முழுக்கப் பயணம் செய்தால் அடைந்துவிடும் தூரம்தான். அதன் காட்டுவழி கூட கொஞ்சம் கொஞ்சம் பீமனுக்கு ஞாபகமிருந்தது. வழியென்றால், ஜனநடமாட்டத்தால் உருவான வழி இல்லை. உயிரைக் காப்பாற்றிக் கொள்வதற்காக இந்த ஐந்து பேர்களும் தாயோடு ஏறி இறங்கி அலைந்து நடந்த வழியாகும். இடும்ப நாட்டின் எல்லைகளை இன்னும் அக்கம் பக்கத்து நாட்டு அரசர்கள் ஒப்புக் கொள்ளவில்லை. இந்தப் பக்கம் குரு தேசத்தவர்களும், அந்தப் பக்கம் பாஞ்சால தேசத்தவர்களும் இருந்தால் கூட, யாராலும் எளிதாகப் படையெடுத்து அடக்கி ஆக்ரமித்துக்கொள்ள முடியாத அடர்ந்த காடு ஆகும் அது. புலி, சிறுத்தை முதலிய அபாயகரமான மிருகங்களால் நிரம்பிய அக்காட்டுக்குள் எந்த ஆரியனும் நுழைந்து திரும்பியதில்லை. காட்டை அழிக்காமல் விவசாயத்துக்கு வழி செய்து கொள்ளாமல் அங்கு செல்வது சாத்தியமில்லை. காட்டுக்குள்ளேயே கிடைக்கிற காய் கனிகளையும் வேர்களையும் வேட்டையாடிய பிராணி களின் மாமிசத்தையும் தின்று ராட்சசர்களால் மட்டுமே அங்கு வாழ முடிந்தது. வேறு யாரும் அங்கு வாழ்வது சாத்தியமில்லை. மற்றவர்கள் அங்கு வருவதை ராட்சசர்களும் விரும்புவதில்லை.

குருநாட்டின் வழியாகச் செல்லும் பாதையில் செல்ல வேண்டாம் என்று மற்ற சகோதரர்கள் பீமனிடம் எடுத்துச் சொன்னார்கள். எப்படியாவது ஆள் வைத்து பீமனைக் கொல்ல துரியோதனன் முயற்சி செய்வான். இப்போது அவனது ஊர் வழியாகவே செல்கிறான் என்கிற சங்கதி தெரிந்து விட்டால், இவ்வாய்ப்பை அவன் தவறவிடமாட்டான். அதனால் எல்லாரும் சுற்றுவழியாய்ச் செல்லுமாறு அவனுக்கு எடுத்துச் சொன்னார்கள். ஆனால் பீமனின் மனசில் இருந்தது ஒரே ஒரு வழிதான். வாரணாவதியில் இருந்து ஓர் இரவு, ஒரு பகல் நடந்து சென்றால் சேர்ந்து விடுகிற அடர்த்தியான காட்டுவழி. இப்போது அவனுக்கு முன்னும் பின்னும் விற்பயிற்சியில் தேர்ந்த பத்துப்பத்து குதிரை வீரர்கள் வந்தார்கள். நடுவில் சமைப்பதற்காக அரிசி, மாவு மூட்டை, நெய்ப் பாத்திரமும் எடுத்துக் கொண்டார்கள். உட்கார்ந்து அல்லது படுத்து ஓய்வு எடுப்பதற்கான ஏற்பாடும் இருந்தது. பயப்படு வதற்கு எந்தக் காரணமும் இல்லை. முன்பு சென்று எத்தனை ஆண்டுகளாகிவிட்டன. நினைவு படுத்திக்கொள்ள முயன்றான் பீமன். இப்போது அஞ்ஞாதவாசம் முடிந்து ஆறு மாதங்கள் முடிந்துள்ளன. அஞ்ஞாதவாசம் ஒரு வருஷம். வனவாசம் பன்னிரண்டு வருஷம். அதற்கு முன் அரசாண்ட காலம். ஏகசக்கர நகரில் பிச்சைக்காரர்கள்

போல் வாழ்ந்தது, மாமனாராகிய துருபதனின் அரண்மனையில் ஆறுமாத காலம் இருந்தது, அதற்கு முன் இடும்பையோடு ஒரு வருஷம். மொத்தம் எவ்வளவாயிற்று? இருபத்தேழோ, இருபத்தெட்டோ, சரியாகக் கணக்கு பார்க்க முடியவில்லை. ஆனாலும் அவ்வளவு காலம் இருக்கும். ஓ... எவ்வளவு காலம் ஆகிவிட்டது. இடையே என்னென்னமோ நடந்து விட்டது. எப்போதும் பத்து வீரர்கள் முன்னாலும் பத்து வீரர்கள் பின்னாலும் துரியோதனின் சூழ்ச்சி பலித்துவிடாதபடி சூழ்ந்துவர நடப்பதை வழக்கமாகக் கொண்டிருந்தார்கள். அப்பொழுது கூட துரியோதனனின் கொலைப் பட்டாளத்திலிருந்து தப்பிக்க அவர்கள் காட்டுக்குள் நுழைந்து ஆடைகளையும் பெயர்களையும் மாற்றிக்கொண்டு அலைந்து திரிய நேர்ந்தது. கற்பனையான ஒரு துரியோதனன் தனக்கு முன்னால் நிற்பதாக எண்ணிக்கொண்டு, "உன் தலையை வெட்டி, உன் ராஜ்யத்தைக் கைப்பற்றி, மக்களின் மனத்திலிருந்து உன் பெயரையே அழித்தொழிக்கிறவரைக்கும் என் பெயர் பீமனே அல்ல" என்று சொல்லிக்கொண்டான். அப்பொழுது தனது பெயரின் மீது அவனது கவனம் திரும்பியது. எவ்வளவு பொருத்தமான பெயரை என் தாயும் தந்தையும் வைத்துள்ளார்கள். குழந்தையாக இருக்கும் போதே அப்படி ஓர் உடல்வாகு இருந்ததாம். இடுப்பில் தூக்கிவைத்துக் கொண்டால் இடுப்பே நிறைந்து போகுமாம். அம்மாவைப் போன்ற பெண்களே என்னைத் தூக்கிக்கொண்டு நடந்தால் மேல் மூச்சு கீழ் மூச்சு வாங்குமாம். அவன் கவனம் தன்னைச் சுமந்து நடந்த குதிரையின் பக்கம் திரும்பியது. தன்னுடைய சவாரிக்காகவே இதைத் தேர்ந்தெடுத்து அனுப்பியிருக்கிறார்கள் என்று எண்ணினான். ஆனாலும் சுமையைத் தாளமாட்டாமல் பொறுமையாக அடிவைத்து நடந்தது. வனவாசத்தின் பொழுது எந்தக் குதிரையும் இல்லை. நாளை இந்த நேரத்திற்கு உயிரோடு இருப்போம் என்கிற நம்பிக்கையும் இல்லை. உயிரைக் காப்பாற்றிக் கொள்வதற்காக காட்டுக்குள் சந்து பொந்தெல்லாம் திரிய வேண்டியிருந்தது. அர்ஜுனன்தான் எல்லாரையும் முன்னின்று நடத்தினான். அவனுக்குப் பின் துணியாலேயே தொட்டில் போலக் கட்டி அதில் அம்மாவை உட்காரவைத்து நான் சுமந்தபடி சென்றேன். எனக்குப் பின்னால் தருமனும் இளைய சகோதரர்களும். ஒரு பறவை படபடவென்று இறகுகளை அடித்துக் கொண்டாலும் யாரோ கொலை செய்ய வந்தவனைக் கண்டதுபோல மனம் பயந்து தவித்தது. அந்த அரக்கு மாளிகைக்குக் கூட நானே தீயிட்டேன். சுரங்கப்பாதை வழியாக அனைவரையும் அழைத்துக்கொண்டு தப்பிப்பதற்கு முன் நானே அந்த வீட்டுக்குத் தீமூட்டினேன். வீடு முழுக்க சீக்கிரத்தில் நெருப்புப் பிடிக்கிற பொருட்களாகவே இருந்தன. அந்தக் காட்டுப் பெண்ணையும் அவளது ஐந்து பிள்ளைகளையும் எரித்துச் சாம்பலாக்கிவிட்டு உயர்ந்து எரிந்தது தீ... எரிந்து சாம்பலான அந்தப் பிணங்களையே அந்தத் துரியோதனன் குந்தியென்றும் குந்தியின்

பிள்ளைகளென்றும் எண்ணிச் சந்தோஷம் தாங்காமல் சோமரசத்தில் பாலும் தேனும் கலந்து குடித்தானாம். இரண்டு ஆண்டுகள் கழித்து, சுயம்வர மண்டபத்தில் காண நேர்ந்தபோது அவன் முகம்போன போக்கைப் பார்க்க வேண்டுமே. தருமனுக்கு இளவரசன் என்னும் பட்டம் கட்டியபொழுது சூழ்ந்திருந்த பெரியவர்களும் மற்றும் இளைஞர்களும் பொதுமக்களும் மெச்சும்படி அவன் நிர்வாகத்தைக் கவனித்துக் கொண்டான். மிகச் சிறந்த ஆட்சியாளன். விவேகம் நிறைந்தவன். பொறுமைசாலி. நற்குணங்கள் நிறைந்தவன் என்னும் பெருமைகளை ஈட்டினான். எல்லாம் சரி, ஆடத் தெரியாதபோது எதற்காகச் சூதாடச் சென்றான்? அதிகாரமும் ராஜசூய யாகப் பெருமையும் அவன் தலையை நிறைத்தன. இதைவிட மோசமான குணம் என்ன வென்றால் வயசில் பெரியவர்கள் எது சொன்னாலும் அதற்குச் சரியென்று தலையாட்டுவதும் காலில் விழுவதும். இன்னும் கூட அந்தப் பலவீனம் அவனை விடவில்லை. இதைப் பயன்படுத்திக்கொண்டே அந்தக் குருட்டுக் கிழவன் எல்லாரையும் ஏமாற்றிவிட்டான். நாளுக்கு நாள் இவனுடைய புகழ் வளர்ந்து வளர்ந்து இறுதியில் ஒரு நாள் மக்கள் அனைவரும் இவனையே சிம்மாசனத்தில் அமர்த்த விரும்பிவிட்டால் என்ன செய்வது என்றுதான் அப்பாவும் மகனும் சேர்ந்து திட்ட மிட்டிருக்கிறார்கள். எவ்வளவு மென்மையான வார்த்தைகள்! வெண்ணெய் போன்ற குரல்! அன்பு பொங்கும் பேச்சு! "என் அன்புள்ள மகனே, தருமா, அரசாளும் உனது திறமையைக் கண்ட என் மனம் முழு மகிழ்ச்சி அடைகிறது. இந்தச் சின்ன வயசிலேயே எத்தனை பெரிய பாரத்தைச் சுமக்கிறாய் நீ?"

"அப்பா, இது உங்கள் ராஜ்ஜியம். என் ஆட்சித் திறமையை உங்கள் காலடியில் விழுந்து சேவை செய்யக் கிடைத்த பாக்கியம் என்று கருதுகிறேன்."

"பெரியவர்கள் மேல் நீ கொண்டுள்ள பக்தியே உன்னைக் காப்பாற்றும். ஆட்சியில் இருந்து இருந்து நீ களைத்திருக்கக் கூடும். சில நாட்கள் ஓய்வெடுத்துக் கொள். நீ கவனிக்க வேண்டிய இன்னொரு முக்கிய விஷயம் உள்ளது. வாரணாவதம் என்கிற பெயரில் நம்முடைய ஊர் ஒன்றுண்டு, கேள்விப்பட்டிருக்கிறாயா?"

"இல்லை அப்பா."

"நமது எதிரிகளாகிய பாஞ்சால தேசத்தின் எல்லையோரம் இருக்கிற ஊர் அது. அவர்கள் நம் ஆட்சிக்குச் சரிவரப் பணிந்து நடப்பதில்லை. இரண்டு தேசங்களின் எல்லையில் வாழும் மக்கள் ஓர் ஆட்சிக்குக் கட்டுப்பட்டு நடப்பது சிரமம்தான் இல்லையா? உன்னைப்போன்ற பொதுமக்கள் விரும்பும் இளவரசர்கள் ஒன்றிரண்டு வருஷ காலம் அங்கே இருந்தால், அல்லது இரண்டாவது தலைநகரம்

என்று எண்ணி அங்கிருந்தால், ஆட்சி முறைகளாலும் நீதி வழங்கும் முறைகளாலும் மக்களின் மனசில் இடம்பிடிக்க முடியும். இது அந்த இடத்தை ஸ்திரப்படுத்திக்கொள்ள உதவும். அதுமட்டுமல்லாமல் இதன் மூலம் பக்கத்தில் உள்ள பாஞ்சாலத்திலிருந்தும் ஒன்றிரண்டு பகுதிகளையும் கூட வெல்லமுடியும். இந்தத் தேசத்தை விஸ்தரித்துப் புகழ் பெற்றான் உன் தந்தை. நீயும் அப்படிப்பட்ட காரியத்தைச் செய்ய வேண்டாமா? ஏன் அமைதியாகவே இருக்கிறாய்? நான் சொல்வது பற்றி என்ன நினைக்கிறாய்?"

"நீங்கள் சொல்வது சரியே, தந்தையே."

"நீயும் உன் சகோதரர்களும் தாயாரும் அங்கு சுகமாக வாழும் பொருட்டு ஒரு பெரிய அரண்மனையைக் கட்டி இருக்கிறேன். குருதேசத்தின் இளவரசனுக்கு சாதாரண வீடு போதுமா? புத்தம் புதிய அரண்மனை. அதற்குச் செய்யப்பட்டிருக்கிற வண்ணவண்ண அலங்காரங்களைப்போல இந்திர உலகத்திற்கும் இல்லையாம் தருமா, இங்கே கொஞ்சம் வா" என்று சொன்னபடி அவனை அருகில் அழைத்துத் தழுவி உச்சி முகர்ந்தான். "இதையெல்லாம் பார்த்துச் சந்தோஷப்பட எனக்குக் கண்கள் இல்லாமல் போய் விட்டன. பிறக்கும்போதே கடவுள் எனது கண்களைப் பிடுங்கிக்கொண்டான். உன் கூட நானும் வந்திருந்து அங்கே இருக்கிற நறுமலர்களின் மணத்தை நுகர ஆசை இருந்தாலும் இந்த அஸ்தினாவதி என்னை விடுவதில்லை. பிறந்ததற்குப் பின்பு எப்போதும் எந்த நாளிலும் இந்த அரண்மனையை விட்டுச் சென்றதில்லை."

மக்களின் தொடர்பையும் மக்களிடையே தமக்குப் பிறந்த புகழின் வேரையும் கத்தரிப்பதே பெரியப்பாவின் எண்ணம் என்று தருமன் வீட்டுக்கு வந்து சொன்னான். அது மட்டுமா அவன் எண்ணமாக இருந்தது? மூல ஆதாரத்தைத் தேட ஆரம்பித்தது பீமனின் மனம். இப்படிப் பல நேரங்களில் அவன் மனம் ஆராய்ச்சியில் ஈடுபட்டு விடும். இவற்றுக்கெல்லாம் துரியோதனனே காரணம் என்பதிலும் அவனது ஆலோசனைப்படிதான் நடக்கிறது என்பதிலும் எந்த சந்தேகமும் இல்லை. ஆனால் துரியோதனனைவிட அவனது அப்பா மோசமானவன் என்பதைத் தருமனும் அர்ஜுனனும் ஒத்துக்கொள்வ தில்லை. இருவருமே அப்படித்தான். வயசில் பெரியவர்கள் என்றாலே மரியாதை அதிகம். மரியாதை அதிகமாகும்போது கண்கள் குருடா கின்றன. கிருஷ்ணைதான் சரி, மகனைவிட அப்பா நீசன் என்பதை ஒப்புக்கொள்வாள். யார் மீதும் அவளுக்குக் குருட்டுத்தனமான மரியாதை என்பது இல்லை. கிருஷ்ணையின் நினைவால் மனம் நிறைந்தது.

"உன் ஒருவனையே நம்பிக்கொண்டிருக்கிறேன், எப்போதும் அது உனது மனத்திலிருந்தால் போதும்" என்று சொன்னாள். அப்படிச் சொல்லும் முன்பு அவள் அழுதாள். அவள் பேசாத பேச்சு எதுவுமில்லை. ஆனால், நேற்றுச் சொல்வதற்கு முன்பு அழுது விட்டாள். தன் மனத்தையே நேராகத் தொட்டது மாதிரி இருந்தது அந்த அழுகை. அதற்குப்பின் இதன் பொருள் என்ன என்று எத்தனை முறை கேட்டும் பயனில்லை. அவள் சொல்லவே இல்லை. அவளது நம்பிக்கைக்குக் குறை வருகிற மாதிரியான எந்த வேலையைச் செய்கிறேன் நான்? குதிரையின் நடை நிதானமானது. முன்னும் பின்னும் நடந்த குதிரைகளும் சோர்ந்திருந்தன. எவ்வளவு தூரம் வந்திருப்போம் என்பது தெரியவில்லை. மத்ஸ்ய தேசம் என்றால் வெறும் குன்றுகள். எரித்துக் குவித்துவைத்த சாம்பல் போன்ற குன்றுகள். வெயில் வேறு. முன்னால் சென்றுகொண்டிருந்த குதிரைவீரன் நின்றான். "அரசே, இந்த ஏற்றத்துக்குப் பிறகு ஒரு குளம் வரும். சுற்றிலும் ஒரு பெரிய தோப்பு உண்டு. குதிரைகள் மிகவும் சோர்ந்துவிட்டன. நாமும் சிறிது நேரம் ஓய்வு எடுத்துக்கொண்டு வெயில் குறைந்த பிறகு செல்லலாம். இந்த வழி எனக்கு நன்றாகத் தெரியும். நிலவொளியில் நன்றாக வழி பார்த்துச் செல்லலாம்" என்றான்.

குதிரைகளை நீர் அருந்தச்செய்த பிறகு தாமும் அருந்தினார்கள் அவர்கள். பின்பு அடுப்பொன்றை உருவாக்கி சமையல் செய்ய ஆரம்பித்தார்கள். மரநிழலில் உட்கார்ந்தான் பீமன். சுகமான காற்று. நனைந்த திரைச்சீலைகளுக்குப் பின்பு இருப்பதை விடச் சுகமான காற்று. அப்படியே மல்லாந்து படுத்தான். வெயிலில் மர இலைகள் உலர்ந்திருந்தன. பதின்மூன்றரை வருஷங்களுக்குப் பின்பு கிழவனின் முகம் எப்படி இருக்கும்? அரண்மனைச் சுகத்தால் இன்னும் கொஞ்சம் பருத்து உப்பியிருக்கிறதோ அல்லது தன் மகனைப் பீமன் கொல்லும் காலம் நெருங்கிவிட்டது என்ற அச்சத்தால் தோலைப் போலச் சுருங்கி உயர்ந்திருக்குமா? மக்களின் தொடர்பையும் மக்களிடையே பரவிவரும் புகழையும் கத்தரிப்பது ஒன்றே கிழவனின் எண்ணமாகி இருந்தது.

அரக்கு மாளிகைகட்டி, அதில் எல்லாரையும் இருக்க வைத்துச் சுட்டுச் சாம்பலாக்குகிற திட்டமெல்லாம் மகனுடையதுதான். அவன் அப்பாவுக்கு அதில் எந்தப் பங்குமில்லை என்று சித்தப்பாதான் பிற்பாடு சொன்னான். சித்தப்பாவின் புரிதல்கள் ஏன் தப்பாக இருக்கக் கூடாது? குருடனுக்கும் சித்தப்பாவுக்கும் விசித்திரமான சம்பந்தம் உண்டு. பரஸ்பரம் ஒருவர்மேல் மற்றவர்க்குக் கோபம் இருக்கிறது. இவன் என் தாயினுடைய பணிப்பெண்ணுக்குப் பிறந்தவன், நான் சொல்வதைக் கேட்டு நடப்பதில்லை, எனக்குப் புத்தி சொல்லத்தான் அடிக்கடி வருவான் என்கிற கோபம். ஆனால் பணியாட்களும் ஊர் மக்களும் விவசாயிகளும் வியாபாரிகளும் அவன்மீது மிகுந்த

மதிப்பு வைத்துள்ளார்கள். குருடன் மனம் கலங்கித் தவிக்கத் தொடங்கும் போது கூடவே இருந்து சமாதானப்படுத்த அவனால்தான் முடிந்தது. சின்ன வயசில் குளியல் அறைக்கும் சாப்பாட்டு அறைக்கும் அரண்மனை முற்றங்களிலும் அவன் கையைப் பிடித்து நடமாட்டத்திற்கு உதவியதெல்லாம் அவன்தானாம். நீ ஒரு அடிமை, உன் இடம் எது என்று தெரிந்து நடந்துகொள் என்று காலையில் திட்டுவானாம். மறுநாள் ஆளனுப்பி அழைத்து வந்து, "தம்பி, என் மேல் கோபித்துக்கொண்டு நீ வராமல் இருந்துவிட்டால் எனக்கு வேறு யார் துணை?" என்று கட்டியணைத்துக்கொண்டு கண்ணீர் விடுவானாம். அது உண்மையான கண்ணீர்தானோ அல்லது வேண்டும் பொழுது வரவழைத்துக்கொள்கிற கண்ணீரோ? இந்தச் சித்தப்பாவும் அப்படித்தான். உதைத்தாலும் திட்டினாலும் ஒரு நாயைப்போல அவனருகிலேயே இருக்கிறான். திருராஷ்டிரன் ஒரு பாவி என்று சொல்வான். ஆனால் அந்தப் பாவியைவிட்டு விலகி இருப்பதில்லை. தான் மட்டும் எந்தப் பாவத்திலும் ஈடுபடுவதில்லை. இது என்ன விசித்திர உறவோ என்று எண்ணிக்கொண்டு இருக்கும் பொழுதே ஐந்தாவது முறையோ ஆறாவது முறையோ, கொட்டாவி வந்தது. கண்களை மூடினான். மரநிழல் இதமாக இருந்தது. எனினும் இலைகளின் நடுவிலிருக்கிற சந்து வழியாக மாலைச் சூரியனின் கதிர்கள் கண்களைக் குத்துகின்றன. இமைகளைக் குத்திக் கண் களைத் தாக்கின. மீண்டும் தகதகவென எரிகிற மாளிகையின் ஞாபகம் அவனுள் எழுந்தது. "ஆறு கருகிய பிணங்கள். கூடவே துரியோதனனால் ஏவப்பட்ட கொலைகாரனாகிய புரோசனின் பிணம். அவன் செத்தது ஒருவகையில் நியாயம்தான். ஆனால் எந்தப் பாவமும் செய்யாத அப்பாவிப் பெண்மணியும் அவளுடைய ஐந்து பிள்ளைகளும் இறந்தது எவ்வகையில் நியாயம்? அன்றைய இரவு அந்த மாளிகைக்குள் இருக்கும்போது இவர்கள் எரிந்து சாம்பலானதால் இது குந்தி, இவை அவளுடைய பிள்ளைகள் என்று துரியோதனன் நினைக்கக் கூடும், இதனால் தம்மைத் தேடும் திட்டங்களையும் கொல்லும் திட்டங்களையும் நிறுத்தக்கூடும் என்று நினைத்தவனும் நான்தான். உயிரைக் காப்பாற்றிக்கொள்வதற்காக அப்படி எண்ணினேன்." வெயில் ஊசியாக இறங்கி இம்சைப்படுத்தியது. பக்கவாட்டில் சாய்ந்து படுத்தான். கண்களை மூடிக்கொண்டான். பாழாய்ப்போன உயிரைக் காப்பாற்றிக்கொள்ள யாரை வேண்டுமானால் பலி கொடுத்து விடுவதா? சீ என்று தோன்றியது. அதுதான் பலி கொடுத்தாகிவிட்டதே என்று சொல்லிக்கொண்டபோது மீண்டும் கொட்டாவி வந்தது. தூக்கம் வந்தது. பதின்மூன்றரை வருஷங்களும், அதற்கும் முந்தைய பத்து வருஷங்களும், அதற்கும் முந்தைய இரண்டு வருஷங்களும் அதற்கும் முந்தைய காலமும் எல்லாம் ஒன்றாகிச் சேர்ந்து ஒரு பந்தாகத் திரண்டு அவனை அழுத்தியது. நரம்புகள் கட்டறுந்தது

போல் இருந்தது. எங்கோ தொலைவில் ஒரு குதிரை கனைப்பதுபோல இருந்தது. பிறகு நான்கு குதிரைகளின் கனைப்புச் சத்தம், ஆறு குதிரைகளின் கனைப்புச் சத்தம், அப்புறம் எட்டுக் குதிரைகளின் கனைப்புச் சத்தம் அடுத்தடுத்துக் கேட்டது. சட்டென விழித்தெழுந்து பார்த்தபோது உடம்பெல்லாம் வேர்த்து அழுக்காகியிருந்தது. எழுந்து குளத்தங்கரைக்குச் சென்று கழுத்துப்புறத்தையும் தோள்களையும் அக்குளையும் நன்றாய்த் தண்ணீரால் கழுவி பத்துமுறை கைகளைக் குவித்து நீரள்ளிக் குடித்த பிறகுதான் மனம் அமைதியடைந்தது. மீண்டும் வியர்க்கத் தொடங்கிய உடலைத் துண்டால் துடைத்தான். பக்கத்தில் இருந்த நிழலில் உட்கார்ந்தான். மீண்டும் கிருஷ்ணையின் ஞாபகம் மூண்டது. "உன் ஒருவனையே நம்பிக் கொண்டிருக்கிறேன். அது மட்டும் உன் மனத்தில் எப்போதும் இருந்தால் போதும்" என்ற அவள் குரல் மனசில் ஒலித்தது. "இந்தச் சூழலில் இதன் பொருள் என்ன? புரியுமாறு சொல்" என்றபோது எதுவும் சொல்லவில்லை. கிருஷ்ணை எப்போதும் இப்படித்தான் புதிராய்ப் பேசுவாள். எதையும் வெளிப்படையாய்ச் சொல்வதில்லை. அவளது மனத்திற்குள் இருப்பதை யார்தான் புரிந்துகொள்ள முடியும்? அவள் ஒருத்தி மட்டும் தான் இப்படி இருக்கிறாளா அல்லது எல்லாப் பெண்களும் இப்படி இருப்பார்களா? எல்லாரும் என்றால் வேறு யார்? அம்மா. அம்மா என்றும் புதிராகப் பேசுவதில்லை. ஒருவேளை அப்பாவிடம் பேசி யிருப்பாளோ? இவர்களைத் தவிர நம் வீட்டில் வேறு பெண்கள் யார் இருக்கிறார்கள்? சுபத்திரை. அவள் அர்ஜுனனின் மனைவி. என்னோடு அதிகம் பேசுவதற்கு வாய்ப்பே இல்லை. நான் பார்த்த ஒரே பெண் கிருஷ்ணைதான். பெண் என்றால் புதிர், புதிர் என்றால் பெண்தான்" என்று நினைத்துக் கொண்டிருக்கும்போது குதிரைவீரன் வந்து சாப்பாடு தயாராக இருப்பதாகச் சொன்னான். சோறு மற்றும் எள் விரவிய மாவால் செய்த ரொட்டிகள். சுடச்சுட வேகவைத்த இறைச்சி. "எனக்கு எவ்வளவு வேண்டும், என்ன வேண்டும் என்பது இவர்களுக்குத் தெரியும். ஆனால் பச்சையான மாட்டு இறைச்சி வேகவைத்த இறைச்சியைவிட ருசியாக இருக்கும் என்று இவர்களுக்குத் தெரியாது. மாமிசத்தைப் பச்சையாகச் சாப்பிட்டால், உடனே அவன் ஆரியன் அல்லாதவன், ராட்சசன் என்று சொல்கிறார்கள். ஆரியன், ஆரியன் அல்லாதவன் என்பது வேகவைத்துச் சாப்பிடுவதில்தான் இருக்கிறதோ?" சட்டென இடும்பையின் ஞாபகம் வந்தது. அவளும் மாமிசத்தைப் பச்சையாகவே தின்று கொண்டிருந்தாள். "வேக வைத்துத் தின்னும்போது வேறு வகையான ருசி உண்டு. உனக்கு அந்த ருசி தெரியாது. ஒருமுறை தின்று பார் என்று நானே அவளை வற்புறுத்தித் தின்ன வைத்து அந்த ருசிக்கு அவளைப் பழக்கினேன். அந்த ருசி அவளுக்கு உண்மையாகவே பிடித்திருந்ததோ அல்லது சும்மா மேலுக்குப் பிடித்திருப்பதாய்க் காட்டிக் கொண்டாளோ? மெச்சுவதற்காக

நடிப்பது என்பது அவளது சுபாவத்திலேயே இல்லை. பேசுவதானாலும் சரி, எந்த விதமான நடவடிக்கை என்றாலும் சரி, எல்லாமே நேருக்கு நேர்தான். தன்னுடைய தேவைகள், தேவையற்றவைகள் பற்றிச் சொல்வதில் எந்தப் புதிரும் இருப்பதில்லை. சுரங்கத்தின் வழியே அன்றைய தினம் தப்பித்துக் காட்டுக்குள் வந்த உடனேயே நதிக்கரைக்கு வந்து சித்தப்பா நியமித்திருந்த படகோட்டியின் உதவி யோடு நதியைக் கடந்தோம். தாமதம் செய்ய வேண்டாம் என்றும் ஆனமட்டும் தொலைவான இடத்திற்குப் பிரயாணம் செய்து தலைமறைவாகி விடுங்கள் என்றும் இல்லாவிட்டால் கொலையாகி விடுவோம் என்றும் அவன்தான் சொன்னான். இரவு முழுக்கவும் மறுநாள் பகல் முழுக்கவும் அந்த அடர்ந்த காட்டில் அலைந்தோம். அதற்கு முன்னும் சரி, அதற்குப் பின்னும் சரி, அப்படிப்பட்ட ஒரு காட்டை நாங்கள் பார்த்ததே இல்லை. முன்னால் அர்ஜுனன், அடுத்து அம்மாவைச் சுமந்தபடி நான், பின்னால் மற்றவர்கள். நடந்து கொண்டிருந்தோம். சத்தமாக பேசக்கூட முடியாது. உணவில்லை. நீரில்லை. அலைந்தலைந்து அங்கேயே சுற்றிக்கொண்டிருக்கக் கூடாது என்பதற்காக அடையாளங்கள் செய்தபடி நேராகத் தெற்குத் திசையை நோக்கி நடந்தோம். நதிக்குத் தென்புறமாக அந்தக் காடு இருந்தது. அதன் பெயர் என்ன? இடும்பநாடு. அதன் சொந்தப் பெயர் இல்லை அது. நாங்கள் இந்தப் பெயரிட்டு அழைத்தோம். எல்லாரும் களைத்திருந்தாலும் அந்தக் காட்டில் எப்படி அச்சமில்லாமல் தூங்குவது? நீங்கள் அனைவரும் தூங்குங்கள். நான் எச்சரிக்கையாகக் காவல் இருக்கிறேன் என்று நான் சொன்னதும் அருவி நீரைக் குடித்து விட்டு அனைவரும் உறங்கினார்கள். வயிற்றுக்கு எதுவும் இல்லாதால் அவர்களால் பலமாகக் குறட்டை கூட விடமுடியவில்லை. புலிகளோ, சிறுத்தைகளோ வந்துவிடக்கூடாது என்று மிக எச்சரிக்கையாக சுற்றிச் சுற்றிப் பார்த்துக் கொண்டிருந்தபோதுதான் அவளைப் பார்க்க நேர்ந்தது. இது என்ன மாயமோ என்று தோன்றுகிற அளவுக்கு அவள் உயரம். என் தோள் அளவுக்கே வரும் ஆரிய இளைஞர்களைக் காட்டிலும் உயரம். வளமான பசுவைப் போல உடற்கட்டு, இடையில் மட்டும் தோலால் ஆன ஆடையைச் சுற்றிக் கொண்டிருந்தாள். எனக்குத் தெளிவாக ஞாபகமிருக்கிறது. ஒரு பக்கம் அச்சம். எங்கிருந்தோ எட்டிப் பார்ப்பதும் பிறகு மறைந்து விடுவதுமாக இருந்தாள். விடிகிற நேரத்தில் என்னால் தூக்கத்தைக் கட்டுப்படுத்த முடியாத போது நேரிடையாக எதிரில் வந்து பேசினாள். எங்கள் ஆரிய மொழியைப்பேலேவே அவளது ராட்ச மொழி. தேவர்கள் உலகத்தில் தேவர்கள் பேசுகிற முறையை ஏறக்குறைய அது ஒத்திருந்தது. உரத்த குரலில், "நீங்கள் எல்லாரும் யார்? இந்தக் காட்டுக்கு எதற்காக வந்தீர்கள்?" என்று கேட்டாள். சில போலியான பெயர்களைச் சொல்லிவிட்டு "நீ யார், இந்த இருளில் இங்கே என்ன செய்கிறாய்?" என்று கேட்டேன், நான். அவள் பதில் எந்தப்

புதிரையும் கொண்டிருக்காமல் நேரிடையாக இருந்தது. "என் பெயர் சாலகடங்கடி. நாங்கள் ராட்சசர்கள். என் அண்ணன்தான் ராட்சசக் குலத்தலைவன். இரவு காட்டைச் சுற்றிக் கொண்டு வரும்போது எதிர்பாரா விதமாக உங்களைப் பார்த்தேன். உன்னைப் பார்த்ததுமே உன்மேல் ஆசை எழுந்தது. இங்கே படுத்துக்கிடக்கிறார்களே, இவர்களைப் போல அல்லாமல் அழகான ராட்சசனைப் போல இருக்கிறாய் நீ நீ எனக்குக் கணவனாகி விடு" என்றாள். இரண்டு இரவுகளும் ஒரு பகலும் வயிற்றுக்கு இல்லாமல் அலைந்த அலைச்சலில் உருவான களைப்பும் தூக்கமும் போன இடம் தெரியவில்லை. அதிகாலை வெளிச்சத்தில் நான் அவளைப் பார்த்தேன். அவள் அழகு. அவள் உயரம். அந்த உறுதி. இவளைவிடப் பொருத்தமான இன்னொரு பெண்ணைக் கடவுளால் படைக்க முடியாது. மிகவும் இளைய வயது அவளுக்கு. எனக்கும் எத்தனை வயதிருக்கும்? இருபத்தைந்தோ என்னமோ, அவளது கேள்வியைக் கேட்டு என் இதயம் வெடித்து விடும்போல இருந்தது. வாழ்வில் முதன் முறையாக இப்படி ஒரு பெண்ணைச் சந்திக்க நேர்ந்ததால் சற்றே பயமாக இருந்தது. "இந்தக் காடு, நீ இந்தக் காட்டு மக்கள் எல்லாமே எனக்கு அறிமுகமில்லாதவை. உன்னை எப்படி நம்புவது?" என்று அவளிடம் கேட்டேன் நான்.

'உன்மீது ஆசையில்லாமலா இரவு முழுக்க மரத்தின் பின்னால் மறைந்து மறைந்து உன்னைப் பார்த்துக்கொண்டிருந்தேன். இதில் நம்பிக்கைப் பிரச்சினை ஏன் வந்தது? என் ஆசையைக் கட்டுப்படுத்த இயலவில்லை. நெருங்கி வா. இந்த ஆட்கள் இப்பொழுது விழிப்பதாகத் தெரியவில்லை" என்று சொல்லிக்கொண்டே தழுவிக்கொள்ள என்னை நெருங்கினாள். எந்த ஆரியப் பெண் இத்தனை வெளிப்படையாகவும் நேரிடையாகவும் தன் ஆசையை வெளிப்படுத்துவாள்? இத்தனைக்கும் எனக்குத் தெரிந்த ஆரியப் பெண்கள் யார் இருக்கிறார்கள்? திருமணமான முதல் நாளில் தருமனோடு அன்றைய இரவைக் கழித்த திரௌபதை அடுத்த நாள் என் அறைக்கு வந்தாள். என் ஆசை கட்டுக்கடங்காததாக இருந்தது. சாலகடங்கடியோடு ஓராண்டு வாழ்ந்த பிறகு ஏறத்தாழ ஒரு வருஷம் மூன்று மாதங்கள் எந்தப் பெண்ணோடும் எனக்குத் தொடர்பு இருந்ததில்லை. உயரம் மற்றும் உடற்கட்டில் என்னை விடச்சிறியவளாக இருந்தாலும் சுயம்வரத்துக்கு வந்திருந்த எல்லா அரசர்களும் தம் மனசைப் பறிகொடுக்க வைத்த அழகி அவள். சாலகடங்கடியோடு இம்மாதிரியான விஷயங்களில் நேரிடையாகப் பழகி ஈடுபட்ட நான் அதே விதத்தில் அவளையும் நெருங்கினேன். என் பிடியைத் தாள முடியாமல் என்னை உதறி மூச்சுவாங்கியபடி, "ஏன் இத்தனை முரட்டுத்தனம். ஓர் ஆரியனுக்குரிய பொறுமை உன்னிடம் இல்லை" என்றாள். எனக்கு அவமானமாகிப் போனது. முகத்தைத் திருப்பிக்கொண்டு இரவு முழுக்க உட்கார்ந்திருந்தேன்.

அவள் எப்போதும் புதிரானவள். “இப்படி இருக்கக் கூடாது” என்கிறாள். “இப்படி இருக்க வேண்டும்” என்று சொல்வதில்லை. ஒரு முறை காட்டில் இருக்கும்போது அவளுக்குப் பிடித்தமான மலரைப்பறித்துக் கொண்டு வந்து தந்த அன்று, “பீமா, நீஇப்படி இரு, இப்படிச் செய் என்று ஒரு கணவனிடம் ஒரு பெண் எடுத்துச் சொல்லி அவற்றின்படி அவன் நடப்பதால் அந்தப் பெண்ணுக்கு எப்படி சந்தோஷம் இருக்கும்? இன்றைக்கு சும்மா பேச்சு வாக்கில் இந்தப் பூவின் வாசனை ரொம்ப நன்றாக இருக்கும் என்றுதான் சொல்லிக்கொண்டிருந்தேன். வேண்டும் என்று கூடச் சொல்லவில்லை. நீ அதைப் புரிந்து கொண்டாய். அந்தப் பாதிக் குறிப்பில் இருந்து நீ என் ஆசையைத் தெரிந்துகொண்டாய். எங்கெங்கோ காட்டுக்குள் அலைந்து எனக்காக அதைக் கொண்டுவந்துவிட்டாய். எப்போதும் இப்படிக் குறிப்பறிந்து நடக்கிறவனாக இருந்தால், எவ்வளவு நன்றாக இருக்கும்” என்றாள். அவள் குறிப்பைப் புரிந்துகொள்வதற்கு விழிப்புணர்வோடு இருக்க வேண்டும். “உன் ஒருவனையே மலை போல நம்பிக் கொண்டிருக்கிறேன். அது உன் மனசுக்கும் தெரியும். அந்த எண்ணம் எப்போதும் உன் மனத்திலிருந்தால் போதும்” என்று நேற்றுச் சொன்னாளே, இதில் இருக்கிற குறிப்பு என்ன? சொன்னவள் முழுக்கச் சொல்லவில்லை. புதிராகச் சொன்னாள். அந்த அளவுக்குச் சுயமரியாதை. “புரிந்துகொள்ள உனக்கு விருப்பமில்லை என்னும் போது நான் மட்டும் உடைத்து உடைத்துச் சொல்லவேண்டுமா” என்று முகத்தைத் திருப்பிக்கொண்டு நடந்து சென்று விட்டாள். அவ்வளவு கர்வம். எத்தனையோ சந்தர்ப்பங்களில் முட்டிவரும் அழுகையைக்கூட இந்தக் கர்வம் தடுத்து நிறுத்தியிருக்கிறது. “பீமா, உன் எதிரில் தான் எந்தத் தயக்கமும் இல்லாமல் அழக்கூட முடிகிறது. மற்ற நான்கு பேர் முன்னிலையில் ஒரு சொட்டுக் கண்ணீர் கூட விட மாட்டேன். அப்படி அழுதுவிட்டால், நான் துருபதனின் மகள் இல்லை” என்று ஒருநாள் சொன்னாள். எப்போது அது? தன் ஞாபகத்துக்குள் மூழ்கினான் பீமன். எப்போது என்பது சட்டென நினைவுக்கு வரவில்லை. “அது எப்பொழுதோ, மொத்தத்தில் அவளுடைய கண்ணீரால்தான் அவளுடைய மனமும் எனது மனமும் இணைந்து ஒன்றாயின.”

* * *

சாப்பாட்டுககுப் பிறகு நீலன் ஒரு பாயை விரித்துத் தந்தான். துணிகளால் ஆன தலையணை. குடுமியை அவிழ்த்துத் தளர்த்திக் கொண்டு படுத்த பீமனுக்கு சட்டென தூக்கம் வந்துவிட்டது. மதிய உணவுக்குப் பிறகு இரண்டு நாழிகைகளுக்கு உறங்குவது பீமனின் பழக்கம் என்பதை நீலன் அறிந்து வைத்திருந்தான். அவனுக்கும் பீமனுக்கும் ஒன்றரை வருஷப் பழக்கம். பன்னிரண்டு வருஷ காலம்

வனவாசத்தை முடித்துக்கொண்டு ஒரு வருஷ காலம் அஞ்ஞாதவாசம் இருப்பதற்காக விராட அரசனின் சமையல்கட்டில் உதவியாளனாக இருந்தான் பீமன். மூத்தவனாகிய தருமன் அரச சபையில் இருந்தான். தாமக்ரந்தி என்ற பெயரில் நகுலன் குதிரைகள் லாயத்தில் இருந்தான். தந்திரிபாலனாக இருந்தான் சகாதேவன். விராடனின் மனைவிக்கு அலங்காரம் செய்யும் அடிமையாக இருந்தாள் திரௌபதை. அப்பொழுதுதான் நீலனுக்கும் பீமனுக்கும் நட்பு ஏற்பட்டது.விராடனின் நெருங்கிய மெய்க்காப்பாளனாகிய நீலனுக்கு அரசனுக்குச் சமைக்கப்படும் சமையலறையிலேயே சாப்பாடு தயாரானது. வல்லன் என்கிற பெயரில் சமையல்காரனாகச் சேர்ந்த பீமன் தன் சமையல் திறமை மூலம் அரச குடும்பத்தை மட்டுமல்ல, அங்கே சாப்பிட்டவர்கள் எல்லோருடைய மனங்களையும் கவர்ந்திருந்தான். பரிமாறுவதிலும் எந்தக் குறையும் வைப்பதில்லை பீமன். இப்படித்தான் பீமனுடன் நீலனுடைய நட்பும் நெருக்கமும் வளர்ந்தது. "சமையல்காரனே, உன் உடற்கட்டு நன்றாக இருக்கிறது. காலை, மாலை இரண்டு வேளைகளிலும் நீ உடற்பயிற்சி செய்கிறாயாமே. என்னைப் போலவே ஏன் நீயும் போர்வீரனாக ஆகக்கூடாது" என்று கேட்டான் நீலன்.

"சமையல்காரனாக இருந்தால் வேண்டும்போது வேண்டிய அளவு சாப்பிடலாம். சமையல்காரன் முன் பல்லை இளித்துக் கொண்டு நிற்பது தவிர போர் வீரனாக ஆனால் என்ன கிடைக்கும்? இப்போது நீ என் எதிரே நிற்கிறாயே அதுபோல்தான் நானும் இன்னொருவர் முன நிற்கவேண்டும்" என்று பீமன் சிரித்தான்.

அஞ்ஞாதவாசம் முடிந்த பிறகு இவர்கள் பாண்டவர்கள், இவன் தான் பீமன், தம்முடைய ராஜ்ஜியத்தின் சேனாதிபதியாகிய கீசகனைக் கொன்றவன் என்று தெரிந்துகொண்டதும் அவனை நேருக்கு நேர் பார்க்க வெட்கம் கொண்டான் நீலன். ஆனால் நீலனின் குணநலன், தைரியம்பற்றி நன்றாகத் தெரிந்த பீமன் தானே முன்வந்து அவனை அழைத்துப் பேசி, முதுகைத் தட்டிக் கொடுத்து தன்னோடு இருந்து பணியாற்றும் பொருட்டு உபப்லாவ்ய நகருக்கு அழைத்து வந்தான்.

மதிய வேளையாதலால் அதிகநேரம் தூக்கம் வரவில்லை. சீக்கிர மாகவே எழுந்து உட்கார்ந்தான் பீமன். ஏனைய வீரர்கள் அங்கங்கே மரங்களடியில் படுத்திருந்தார்கள். வெயிலின் புழுக்கத்தில் பிரயாணம் செய்ய முடியாது என்று தோன்றியது. இரவு முழுக்கப் பிரயாணம் செய்துகொள்ளலாம் என்று அவர்கள் திட்டமிட்டிருந்தார்கள். எனவே அவர்கள் களைப்போடு படுத்திருந்தார்கள். நீரில் நனைத்த கோதுமைத் தவிட்டைக் குதிரைக்குத்தானே கொடுத்துத் தின்ன வைத்து தண்ணீர் பருக வைத்தான் பீமன். மென்று கொண்டு இருக்கும்பொருட்டு சிறிது புல்லையும் எடுத்து வந்து அதனருகில் போட்டபோது நீலன்

தூக்கத்திலிருந்து விழித்து அவனருகில் வந்தான். எதையோ அவன் கேட்க வந்திருக்கிறான் என்று குறிப்பால் உணர்ந்த பீமன் உட்காருமாறு சைகை காட்டினான்.

பாய்க்குப் பக்கத்தில் தரைமேல் உட்கார்ந்த நீலன், "அரசரே, எவ்வளவோ ராட்சசர்களோடு மோதிக் கொன்றிருப்பதாக உம்மைப் பற்றிக் கேள்விப்பட்டிருக்கிறேன். அப்படியிருக்கும் போது ஒரு ராட்சசனின் உதவியைக் கேட்பதற்காக நாம் அனைவரும் சென்று கொண்டிருக்கிறோம். அப்படி என்ன விசேஷம் அவர்களிடத்தில்? நம்மைச் விடச் சிறந்த வில்வீரர்களா?" என்று கேட்டான்.

அப்பொழுதுதான் தூக்கத்திலிருந்து விழித்தெழுந்த பீமன் நீண்ட கொட்டாவியொன்றைவிட்டு மீசையைச் சரிசெய்தபடி "என்ன விசேஷமா? சதா காலமும் காட்டிலிருப்பவர்கள் ராட்சசர்கள். புலி, சிறுத்தைகள், கரடிகள் நடுவே சதா காலமும் வாழ்பவர்கள். அவற்றைக் கொன்று தம் வாழ்வை நடத்துபவர்கள். இதனால் அவர்களிடம் பயம் இருக்காது. இருந்தாலும் குறைவாகத்தான் இருக்கும். சாதாரணமாக நீ யாரை எதிர்த்துச் சண்டையிடுகிறாயோ, அவர்களின் குணம் உனக்கும் வருவதில்லையா? அது போலத்தான் புலியின் குணமும் கரடியின் குணமும் ராட்சசர்களுக்குண்டு. போர்க்களத்தில் ஆபத்தில் மாட்டிக்கொள்ளாமல் உள்ளே புகுந்துவிட அவர்களால் முடியும். மழை, வெயில், குளிர் எதையும் பொருட்படுத்தாத உடல்கட்டு அவர் களுக்கு. எப்படிப்பட்ட மரமானாலும் அதில் அவர்களால் ஏற முடியும். எந்த உயரத்திலிருந்தும் அவர்களால் குதிக்கமுடியும். தண்ணீரில் நீந்திக் கடக்கமுடியும். தேவைப்பட்டால் உள்நீச்சலிலேயே சென்றுவிடவும் முடியும். பச்சை மாமிசத்தைச் சாப்பிட்டுச் சாப்பிட்டு வளர்ந்த உறுதி அவர்களிடமுண்டு. புலிகளும் கரடிகளும் கண்ணுக்குத் தெரியா விட்டாலும் அவற்றின் காலடிச்சத்தம் கேட்டு அம்பு எய்துவதில் வல்லவர்கள். வெறும் மோப்ப சக்தியால் மட்டும் தம் எதிரிகளை அடையாளம் கண்டு கொள்வார்கள்" என்றான்.

"அவர்களோடு சண்டையிடும்போது நீ எந்த வகையான போர் முறையைக் கையாண்டாய்? முதன்முதல் அவர்களோடு மோதும்போது அச்சமில்லையா?"

"நானா?" மற்றுமொருமுறை சின்னதாகக் கொட்டாவி விட்டான் பீமன். நினைவுபடுத்திக் கொள்பவன்போலச் சிறிது நேரம் யோசித் திருந்துவிட்டு மீண்டும் பேசத் தொடங்கினான்.

"உடம்பு வலிக்காமல் சண்டைபோடுவதில் என்ன சுகம் இருக்கிறது? வெறும் மானையும் முயலையும் வேட்டையாடுவதில் என்ன சுகம் கிடைக்கும்? தூரத்தில் நின்று குறிபார்த்து அம்பு விடுவது

எல்லாம் பெண்களின் வேலை என்று இன்றைக்கும் தோன்றுகிறது. எனக்கு எதுவானாலும் நேருக்குநேர் நிகழ வேண்டும். என்னோடு சரிசமமாக நின்று மல்யுத்தம் செய்ய யார் தயாராக இருக்கிறார்கள். வெறும் புழு பூச்சிகளை நசுக்குகிற மாதிரிதான் முதலிலெல்லாம் நம் திறமை இருந்தது. ஆனால் எங்கள் தாயாதிக்காரனான துரியோதனன் எங்களை அரக்கு மாளிகையில் வைத்துச் சுட்டுவிடவேண்டும் என்று தந்திரம் செய்திருந்தான். அதற்கு நாங்களே நெருப்பு மூட்டிவிட்டு சுரங்கத்தின் வழியே தப்பித் தலைமறைவாகி விட்டோம்" என்றான்.

"நானும் கேள்விப்பட்டேன். எங்கள் அரசரிடம் தருமன் சொல்லிக்கொண்டிருந்தபோது நானும் பக்கத்தில்தான் இருந்தேன். அங்கிருந்து புறப்பட்டு காட்டுவழியே சென்றுகொண்டிருந்தபோது மற்றவர்கள் எல்லாரும் களைப்பால் உறங்க விழித்திருந்த உன்னைப் பார்த்து இடும்பை மோகம் கொண்டாளாம். அவளுடைய அண்ணனை நீ கொன்றாயாம். உங்கள் இருவரிடையே எப்படி நடந்தது அந்தச் சண்டை? இப்போது நாம் அங்கே போகிறோமே, ஒருவேளை எதிர்பாராத தருணத்தில் எந்த ராட்சசனாவது நம்மைத் தாக்கினால் எப்படி நம்மைப் பாதுகாத்துக்கொள்வது என்பதற்காகக் கேட்கிறேன்."

இடும்பையோடு தான் கொண்ட காதல் உறவைப்பற்றி அவனோடு பேசப் பீமனுக்கு விருப்பமில்லை. எங்கிருந்து தொடங்குவது என்று புரியாமல் ஒரு கணம் குழம்பிய பிறகு சொல்ல ஆரம்பித்தான்.

"அப்பொழுதுதான் விடிந்தது. என் தாயும் சகோதரர்களும் சுத்தமான ஒரு பாறையின்மேல் படுத்திருந்தார்கள். சிறிது இடைவெளி யிட்டு நின்றிருந்த என் பக்கத்தில் அவள் நின்றிருந்தாள். ஏதோ ஒரு மறைவிடத்திலிருந்து தாவி வந்தான் அவள் அண்ணன். புலிபோல இருந்தது அவன் தாவல். ஏறத்தாழ முப்பது வயதிருக்கும். எனக்கு இருபத்து நான்கோ, இருபத்தைந்தோ, சரியாக ஞாபகமில்லை. என்னைப்போலவே அவனுக்கும் உறுதியான உடற்கட்டு. புலிக்கு இருப்பதைப் போலவே அகன்று உறுதியான முன்னங்கைகள்..."

"நம்மைப்போல சிவந்த நிறம்தான். உடல் முழுக்க மூடாமல் காற்றிலும் வெயிலிலும் மழையிலும் திரிந்து திரிந்து கொஞ்சம்நிறம் மட்டாகி இருக்கும், அவ்வளவுதான். ஒரே தாவாகத் தாவி என் முன்னால் வந்து நின்றான். "யாரைக் கேட்டு இந்த இடும்பாசுரனின் எல்லைக்குள் காலடி வைத்தாய்? சொல்" என்று கர்ஜித்தான். வானத்திலிருக்கிற சூரியனிடத்தில் பேசுகிறமாதிரி கெட்டியான குரல். எனக்கும் சற்றே பயம்தான். ராட்சசர்களைப் பற்றிக் கேள்விப் பட்டிருந்தேன். அதுவரை அவர்களைப் பார்த்ததில்லை. சட்டென அவனது தங்கையின் பக்கம் பார்த்தேன். அவன் சட்டென அவளைப் பார்த்து "எல்லையைச் சுற்றி

வருகிறேன் என்று சொல்லிவிட்டு அத்துமீறி வந்து இந்த அடுத்த குலத்தவனோடு என்ன பேசிக் கொண்டிருக்கிறாய்" என்று கேட்டான். "உன் காதல் பேச்சுக்களையெல்லாம் நானும் கேட்டுக் கொண்டுதான் இருந்தேன். உன்னை அப்புறமாய் விசாரித்துக் கொள்கிறேன். உனக்கு நான் அண்ணன் மட்டுமல்ல, இந்த ராஜ்ஜியத்தின் அரசனுமாவேன். என்னமோ சொந்தவீடு என்று நினைத்து என் ராஜ்யத்துக்குள் வந்து படுத்துத் தூங்கிக்கொண்டிருக்கிறார்களே, இவர்கள் தலைகளை முதலில் பிளக்கிறேன்" என்று சொன்னபடி குனிந்து பக்கத்தில் கிடந்த கல்லை எடுத்தான். சத்தம் கேட்டு தூக்கத்திலிருந்து விழித்த அவர்களை நோக்கிச் சென்றான். அதே நொடியில் நான் அவனை மறித்துத் தாக்கினேன். இல்லா விட்டால் அந்தப் பாறாங்கல்லுக்கு ஒருவரோ இருவரோ இரையாகி இருக்கக்கூடும்."

சம்பவங்களால் ஈர்க்கப்பட்ட நீலன், "அப்புறம்?" என்று கேட்டான்.

"எனது பிடியில் அவன் சிக்கிக்கொண்டதுமே என் முதுகு வழியாக அந்தக் கல் உருண்டு விழுந்தது. என் முதுகில் சதை கிழிந்தது. நல்லவேளை என் முதுகெலும்புக்கு ஒன்றும் ஆகவில்லை. அவனும் பலமான ஆள்தான். என் பிடியிலிருந்து ஒருமுறை அவன் நழுவிவிட்டான். ஆனால் அவன் தரையில் மல்லாந்து விழுந்தான். உடனே நானும் அவன் மேல் விழுந்தேன். முதுகில் நல்ல அடி அவனுக்கு. என் கால்கள் வலித்தன. கீழே விழுந்தவன் உருண்டு புரண்டு கூவினான். யுத்தகளத்தில் நேரம் என்பது மிகவும் முக்கியம். எந்த நேரத்தில் எதைச் செய்யவேண்டுமோ அதைத் தெரிந்துகொண்டு, அதே நேரத்தில் அதைச் சீக்கிரம் செய்யவேண்டும். அப்படிச் செய்தால் வெற்றி நிச்சயம். அவனைக் கொல்லவேண்டும் என்று நான் நினைக்க வில்லை. அப்படி நினைத்திருந்தால் அப்பொழுதே அவன் கழுத்தை நெரித்துக் கொன்றிருப்பேன். நானும் வெறும் மல்யுத்த விளையாட்டு விளையாடினேன். அவன் என் பிடியிலிருந்து விடுபட்டான். இவ்வளவும் அந்தப் பாறை மேலேயே நடந்தது. இது அபாயம், ஒருவேளை நானே விழுந்தால் கூட எலும்பு முறியும் என்று வேண்டு மென்றே பத்தடி தூரம் பின்னால் நகர்ந்து நிலப்பகுதிக்குச் சென்று நின்றுகொண்டேன். அவன் வேகத்தோடு என்னைத் தாக்க வந்தான்."

"அவன் கதையை முடித்துவிடலாம் என்று அப்போதும் உனக்குத் தோன்றவில்லையா?"

"இல்லை. அதுதான் என் முட்டாள்தனம். அவனைத் திமிர விடாமல் இறுக்கிப் பிடித்துக்கொண்டபோதும், கால்களால் அவன் மேல் பிடியை இறுக்கியபோதும் அவன் உடல் என்மேல் உரசும் போதெல்லாம் ஒருமாதிரி சந்தோஷமாக இருந்தது. அஸ்தினாபுரத்தில்

மல்யுத்தப் பயிற்சி செய்துகொண்டிருக்கும் போது, என்னுடைய உடற்கட்டுக்கும் வலிமைக்கும் தந்திரங்களுக்கும் ஈடுகொடுக்கிற ஆள் இல்லவே இல்லை. ரொம்ப நாட்களாக ஒரு யானையைச் சீண்டி விட்டு அதனோடு சண்டை செய்துகொண்டிருந்தேன். அதன் கால் களும் தும்பிகளையும் எனக்கு ஒரு மாதிரியான சந்தோஷம் தரும். எதுவாய் இருந்தாலும் தும்பிக்கையால் சுற்றிக் கால்களின் கீழே போட்டு நசுக்கிற ஒரு தந்திரத்தைவிட்டால் வேறு எதுவும் அதற்குத் தெரியாது. அபாயம் என்று தெரிந்திருந்தாலும் என் தினவெடுத்த தோள்களின் திருப்திக்காக அவ்வப்போது இதைச் செய்து வந்தேன். அந்தச் சமயத்தில் இவன் கிடைத்தான். உண்மையான மல்யுத்தக் கலையின் இன்பத்தை அனுபவித்தேன். மாரோடு மார் சேர்த்து, காலோடு கால் பின்னி, பிடிபோட்டு தரையில் உருண்டு சந்தோஷமாகவே சண்டையிட்டேன். ஆனால் ஒரு விஷயம். இந்த ராட்சசர்களே வலிமை மிக்கவர்கள். ஆனால் என் அளவுக்கு அல்ல. மற்ற ஆரிய மல்யுத்தக்காரர்களைவிட நிச்சயமாகப் பலம் அதிகம். ஆனால் யுத்தம் செய்யும் முறை, தந்திரம், எங்கே பிடித்தால் உடம்பின் எந்தப் பகுதியைக் கட்டுப்படுத்த முடியும். உடன்பின் எந்த பாகத்தில் முதலில் தாக்கவேண்டும். எந்த நரம்பை அழுத்தினால் உடம்பைச் செயலிழக்கச் செய்யமுடியும் என்கிற தந்திர ஞானமெல்லாம் அவர்களுக்கில்லை. என்னதான் இருந்தாலும் அவர்களின் யுத்தமுறை புலிகளின் யுத்தமுறை. மேலே விழுந்து கழுத்தை நெரித்துச் சாகடிப்பது அல்லது ஒரு காலை மிதித்துக்கொண்டு இன்னொரு தொடையை முரிப்பதுதான் அவர்களுக்குத் தெரியும். இதற்குள் அர்ஜுனன் என்னைப் பார்த்து, "அண்ணா, நீ அவனோடு மல்யுத்தம் பழகுகிறாய். அவன் உன்னைக் கொல்லப் பார்க்கிறான். தாமதப் படுத்தாமல் நீ அவனைக் கொல்" என்று கூவினான். இதற்குள் அவர்கள் தூக்கக் கலக்கத்திலிருந்து முழுக்க விலகி அருகே வந்தார்கள்.

"அவன்மேல் விழுந்து அவர்களும் தாக்கினார்களா?"

"பொறு. சொல்கிறேன். அப்போது நானும் களைப்பாக இருந்தேன். இரண்டு இரவு, ஒரு பகல் முழுக்கத் தூக்கமே இல்லை. இரண்டு நாள்களாக எதுவும் சாப்பிடவுமில்லை. ஒரு இரவு, ஒரு பகல் முழுக்க அம்மாவைத் தோளில் தூக்கிக்கொண்டு நடந்த களைப்பு வேறு. எனக்கு மூச்சு வாங்கியது. தூக்கக் களைப்பு வேறு. அர்ஜுனனுக்கும் மற்றவர்களுக்கும் அது புரிந்துதானிருந்தது. ஆனாலும் என்னுடைய ஒரு சுபாவத்தைப் பற்றி அவர்கள் நன்கு அறிவார்கள். உன் ராஜ்யத்திற்குள் இன்னொருவன் ஆக்கிரமிப்பு நிகழ்த்தினால் நீ சும்மா இருப்பாயா? நீ குறிபார்த்துக்கொண்டிருக்கிற வேட்டையை இன்னொருவன் அடித்து வீழ்த்தினால் சும்மா இருப்பாயா? அதே போல்தான் என் எதிராளியை மற்றவன் அடித்து வீழ்த்தினால் சும்மா இருப்பாயா? அதே போல்தான் என் எதிராளியை மற்றவன் அடித்து

வீழ்த்தினால் எனக்கு நிராசையாகத்தானே ஆகும்? கொஞ்சம் நகர்ந்து நின்றுகொள் அண்ணா, நான் அவன் மீது அம்பெய்து கொல்கிறேன் என்று கூவினான் அர்ஜுனன். நான்தான் அவனைத் தடுத்தேன். என்னைக் கொல்லும் வேகத்தோடு இடும்பாசுரன் என்னைக் கீழே தள்ளினான். அதுவரைக்கும் நான் செய்து கொண்டு இருந்ததெல்லாம் வெறும் மல்யுத்த விளையாட்டுத்தான். யாரையும் கொன்றதில்லை. தொலைவில் நின்றுகொண்டு அம்பெய்து கொல்வது என்பது ஒருவகையில் சுலபமான வேலை. கத்திச் சண்டைபோட்டுக் கொல்வது கூட அவ்வளவு சுலபமில்லை. மாரோடு மார்சேர்த்து உருண்டு புரண்டு மோதுகிறவனைக் கொல்வது எவ்வளவு கஷ்டம் தெரியுமா? அதுவும் இதுவரை யாரையும் அப்படிக் கொல்லாதவனுக்கு. இதற்குள் அவன் பக்கத்திலிருந்த ஆலமரத்தில் இருந்து ஒரு கிளையை முரித்துக் கொண்டான். நானும் ஒன்றை முரித்து எடுத்துக்கொண்டேன். என்னைத் தாக்குவதற்காக நெருங்கினான் அவன். சட்டென விலகிக் கொண்டேன் நான். அவன் அடி தலையில் பட்டது. என் அடி அவன் தலையில் பட்டது. ரத்தம் பெருகியது. தலை சூழ்கூழாகிவிட்டது. கூவு வதற்காக வாயைத் திறந்தவன் முழுக்கக் கூவவும் இல்லை, அப்படியே வாய்பிளந்தபடி குப்புற தரையில் விழுந்தான்."

"அப்புறம்? அவன் தங்கை சும்மா இருந்தாளா?"

"ரத்தம் பெருகும் அவனது தலையை மடியில் எடுத்து வைத்துக் கொண்டு ஐயோ என்று அழத் தொடங்கினாள். அவளது அழுகைச் சத்தத்துக்குப் பயந்து காட்டிலுள்ள மரம்செடி கொடிகள் எல்லாம் ஊமையாய் நின்றன. யாரோ இரண்டு ராட்சசர்கள் ஓடி வந்தார்கள். அவர்கள் வரும் சத்தத்தினைக் கேட்டதுமே அர்ஜுனன் ஒன்றின் பின் ஒன்றாக ஏழெட்டு அம்புகள் எய்தினான். இடும்பாசுரனின் பிணத்தைப் பார்ப்பதற்கு முன்பேயே அவர்கள் உயிரிழந்து விழுந்தார்கள். மடிமேல் வைத்திருந்த அண்ணனின் தலையைக் கீழே வைத்துவிட்டு அவள் ஓடி மறைந்தாள். அவள் கால்கள் ரத்தத்தால் நனைந்திருந்தன. இரு ராட்சசர்கள் வலியால் துடித்துக்கொண்டிருந்தார்கள். அவர்கள் உயிர்நிலையில் அம்புகள் தாக்கியிருந்தன. யாரும் பிழைக்கவில்லை. அவள் ஓடி மறைந்து கொண்டாள். தன் ஆட்களையெல்லாம் அழைத்து வரச் சென்றிருக்கக்கூடும் என்று நாங்கள் நினைத்தோம். இங்கிருந்து ஓடிவிட வேண்டும் அல்லது இங்கேயே இருந்து அவள் அழைத்து வரும் ஆட்களை எதிர்க்கவேண்டும். எங்கே ஓடிப் போக முடியும்? நாங்கள் வந்த திசையே மறந்து போய்விட்டது. திரும்பிச் சென்றால் துரியோதனனின் பயம். எதுவாக இருந்தாலும் அபாயம்தான் என்பது உறுதியாய்த் தேரிந்தது. எனக்கோ தூக்க மயக்கம் வேறு. "தருமா, அர்ஜுனா, நகுலா, சகாதேவா இனி நீங்கள் பார்த்துக் கொள்ளுங்கள். இன்னும் ஒரு கணம் நான் நின்றிருந்தாலும் நான் தலைசுற்றி

விழுந்து விடுவது நிச்சயம் என்று சொன்னபடி கிளைகளை முரித்த மரத்தடியிலேயே படுத்துக்கொண்டேன். நான்கு ஐந்து முறை மூச்சு இழுத்ததுதான் ஞாபகத்தில் இருந்தது."

"மறுபடியும் ராட்சசர்கள் வரவில்லையா?"

"நான் தூங்கி விழித்தபோது பகலும் போய் சாயங்காலமும் போய் இரவாகிவிட்டது. அது விழிப்பு கூட கிடையாது. என் அம்மா தோள்களைத் தட்டித் தட்டி எழுப்பியபோதுதான் இரவு என்று தெரிந்து கொண்டேன். என் எதிரில் இறந்துபோன இடும்பாசுரனின் தங்கை, வயதில் மூத்த ஏழெட்டு ராட்சசர்கள் நின்றிருந்தார்கள். அவர்கள் சண்டையிட வந்தமாதிரி தெரியவில்லை. 'எங்கள் அரசனைக் கொன்ற இந்த வீரனை எங்கள் ராஜகுமாரி மணம்புரிந்து கொள்வாள். அவளைக் கைபிடித்து நீ எங்கள் அரசனாக வேண்டும்' என்று என்னை வேண்டிக் கேட்டுக்கொண்டார்கள். அம்மாவும் அவர்கள் விருப்பத்துக்கு ஒத்துக்கொண்டாள்.

"அப்புறம்?"

"அப்புறம் என்ன? ஏற்கனவே அவள் மேல் எனக்கும் விருப்பம் இருந்தது. அது எப்படிப்பட்ட விருப்பம் தெரியுமா?" என்றான். பிறகு அந்த விஷயத்தைப் பற்றி மேற்கொண்டு எதுவும் சொல்லாமல் நிறுத்தி, "நீ போர் வீரன். அந்த விஷயமெல்லாம் உனக்கு எதற்கு? போர் சம்பந்தப்பட்ட விஷயங்களைத் தெரிந்து கொள்வதில்தான் ஒரு போர் வீரன் ஆசைப்படவேண்டும். மற்றவற்றில் அல்ல" என்று சொன்னான். அவன் மனம் உள்முகமாகத் திரும்பியது. நினைவுகள் உடைத்துக்கொண்டு வந்தன. ஆனால் முப்பது வயசு நிரம்பிய இந்த இளைஞனிடம் இது பற்றியெல்லாம் பேசுவதற்கு மிகவும் கூச்சமாக இருந்தது. பெண்களைப் பற்றியோ, சிருங்காரம் பற்றியோ, அவன் வேறு யாருடனும் பேசியதில்லை. இத்தனை வயதுக்கப்புறம் அதைப் பற்றிப் பேச நினைக்கும்போதே நாக்குத் தனக்குத்தானே சுருண்டு விடுகிறது. "அவையெல்லாம் உனக்கு எதற்கு?" என்று சொன்னபிறகு நீலனுக்குக் கூச்சமாய் இருந்தது. அவமானமாகவும் இருந்தது. வெறுமனே தலையைக் குனிந்தபடி உட்கார்ந்தான். பிறகு மெல்ல எழுந்தான். வானத்தை அண்ணாந்து பார்த்து, "பொழுது சாய்ந்துவிட்டது. நாம் புறப்படலாமா?" என்று சொல்லிவிட்டு படுத்துக் குறட்டைவிட்டுக் கொண்டிருந்த மற்றவர்களையெல்லாம் எழுப்பத் தொடங்கினான்.

மீண்டும் பிரயாணம் தொடங்கியது. இடுப்பில் கத்தி தொங்கவும் முதுகில் அம்பறாத்துணி தொங்கவும் நீலன் குதிரையில் முதலில் சென்றான். அவனுக்குப் பின்னால் இதே ஏற்பாடுகளுடன் பத்து வீரர்கள். நடுவில் பீமன். அவனுக்குப் பின்னால் பத்து வீரர்கள்.

எல்லாக் குதிரைகளின் மேலும் அரிசி, தானியம், மாவு மூட்டைகள் இருந்தன. சில குதிரைகள் மேல் சமையல் பாத்திரங்கள் இருந்தன. சிலவற்றின் மேல் நிலத்தின் மீது விரிக்கும் விரிப்புத்துணிகள் இருந்தன. கிழக்கு முகமாகச் சென்று கொண்டிருந்ததால் அஸ்தமனச் சூரியனின் வெளிச்சம் அவர்கள் முதுகில் அடித்துக்கொண்டிருந்தது. குதிரைகளின் காலடிச்சத்தம். புழுதி. "இன்னும் மூன்று அல்லது நான்கு நாட்களுக்குள் இடும்ப நாட்டை அடைந்துவிடலாம். மனைவி சாலகடங்கடியையும் மகன் கடோத்கஜனையும் பார்க்கலாம்" என்று நினைத்தான் பீமன். அவன் மனம் ஒருவகையில் குழம்பியது. இத்தனை ஆண்டுகளாக எந்தத் தொடர்பும் இல்லை. இப்பொழுது "நான்தான் பீமன், உனக்கு ஒரு வருஷகாலம் கணவனாக இருந்தவன்" என்று அவளிடமும் "நான்தான் உன் அப்பா" என்று அவனிடமும் சொல்லிக்கொண்டு முன்னால் போய் நிற்பதைச் சிறுமையாய் உணர்ந்தான். இப்படியே திரும்பிச் சென்றுவிடலாமா என்று தோன்றியது. "ஆனாலும் கிளம்பியாகி விட்டது. கிருஷ்ணனுக்கும் வாக்குறுதி கொடுத்தாகிவிட்டது. துரியோதனனின் பக்கத்தில் சேர்ந்திருக்கிற ராட்சசர்களுக்குப் பதிலடி கொடுக்கிற விதத்தில் எங்கள் பக்கம் படை இல்லை அவர்கள் எதிர்ப்பைத் தாங்கமுடியாமல் எங்கள் படை நசுங்கிவிடும் என்று சொல்லப் போனால் அவள் என்னைத் திட்டினாலும் திட்டக்கூடும். 'இத்தனை ஆண்டுகள் ஏன் மறந்திருந்தாய்' என்ற முதுகிலேயே நான்கு அடி கொடுக்கக் கூடும். ஆனால் என்னை வெறுக்கமாட்டாள் என்பது மட்டும் மனசுக்குக் கச்சிதமாய்த் தோன்றியது. நான் என்றால் அவளுக்கு எவ்வளவு அன்பு! பார்த்த கணத்திலேயே பிறந்து உறுதியான அன்பு! அண்ணனின் ரத்தம் ஒழுகும் தலையை எடுத்து மடியில் வைத்துக்கொண்டு காட்டில் இருக்கிற மரம் செடி கொடிகள் கூட கலங்கும்படி உருக்கமாய் அழுதவள் தன் அண்ணனைக் கொன்றவனையே திருமணம் செய்துகொள்ள வேண்டும் என்று விரும்பிய அன்பு. நான் உண்மையிலேயே முரடன். பெண்களின் மனம் எனக்குப் புரிவதில்லை. அம்மா இல்லையென்றால் நான் ஒப்புக்கொண்டிருக்கமாட்டேனோ என்னமோ! என்னை எழுப்பு வதற்கு முன்னரேயே அம்மா தருமனோடும் அர்ஜுனனோடும் பேசி முடிவெடுத்திருந்தார்கள். தற்சமயத்திற்கு இந்தக் காட்டின் நடுப்பகுதியில் வசிக்கிற இந்த ராடச்சர்களின் இருப்பிடத்தில் இருப்பதே நல்லது என்று தருமனும் அர்ஜுனனும் சொன்னார்கள். துரியோதனனின் பக்கத்தைச் சேர்ந்தவர்கள் இங்கு நுழையமுடியாது. இவளைத் திருமணம் செய்துகொண்டு இவர்களுக்கு அரசனாகப் பீமன் ஆகிவிட்டால் மற்றவர்கள் பாதுகாப்பாக இருக்கலாம். இல்லாவிடில் இவர்களே கூட நம்மையே கொன்று தின்றாலும் தின்னக் கூடும். இப்படி மற்றவர்கள் ஆளாளுக்குச் சொல்லிக்கொண்டிருந்தபோது அம்மா, "பெண்ணின் மனசையும் அன்பையும் புரிந்துகொள்ளவேண்டுமானால்

கொஞ்சம் முதிர்ச்சி வேண்டும் நீ இன்னும் விளையாட்டுப் பிள்ளையாய் இருக்கிறாய். உன் புரிதல் போதாது. பெண் தன் மனத்தை உனக்கு அர்ப்பணிக்க வரும்போது வேண்டாம் என்று சொல்வது பெரிய பாவம். இவர்கள் ராட்சசர்கள், இவர்கள் நாகர்கள், இவர்கள் நிஷாதர்கள், இவர்கள் கிராதர்கள், இவர்கள் ஆரியர்கள், இவர்கள் தேவர்கள் என்கிற வேறுபாடு எதுவும் அன்புக்கு இல்லை. அவள் உன்னை நேசிக்கிறாள். அவள் விருப்பத்தை நிறைவேற்றுவது உனது கடமை. எழுந்திரு" என்று எழுப்பி உட்காரவைத்தாள். அம்மாவின் கட்டளையை மீறுவது எப்படி? சாலகடங்கடியின் அன்பை நான் புரிந்துகொள்ளும் முன்பு அம்மா புரிந்து கொண்டாள். எப்படிப்பட்ட அன்பு அது! அன்றைய இரவே இன்னும் காட்டின் உட்புறத்தை நோக்கி எங்களை அழைத்துச் சென்றாள் அவள். ஏறத்தாழ நள்ளிரவு வரைக்கும் நடந்தோம். எங்களுக்காக சமைக்கப்பட்ட இறைச்சியை உண்டு பசியாறினோம். விடிந்ததும் திருமணம் என்று அம்மா சொன்னபிறகு மரத்தின் உச்சியில் இரண்டு கிளைகளுக்கு நடுவில் கட்டப்பட்டிருந்த மூங்கிலாலான சின்னஞ்சிறிய குடிசைக்குள் தூங்கினாள். அப்படிப்பட்ட குடிசைகளுக்குள்ளேயே நாங்களும் தூங்கினோம். மரம் ஏறுவது என்றால் அம்மாவுக்குப் பயம். கீழே படுப்பதென்றாலும் புலி, கரடிகளின் ஆபத்தும் இருந்தது. அடுத்த நாள் நதிக்கரையில் அம்மாவின் சொற்படி ஆரிய முறைப்படி திருமணம் நடந்தது. பிறகு பக்கத்தில் இருக்கிற பாறைகளின் மறைவுக்கு அவள் என்னை அழைத்துச் சென்றாள். அங்கு என்மேல் அளவற்ற அன்பைப் பொழிந்தாள். என்முகம் உடலெங்கும் நாக்கால் ஈரப் படுத்திக் கடித்து என்னைத் திக்குமுக்காட வைத்தாள். அபாரமான உடற்கட்டு அவளுக்கு. மல்யுத்தக்காரர்களைப் போன்ற உறுதியான கால்கள், தொடைகள், தோள்கள், மார்பு. தான் விரும்பும் இடத்துக்கு என்னையே தூக்கிச் செல்லும் அளவுக்கு உறுதியான உடற்கட்டு. கோபம் வந்துவிட்டால் தடதடவென முதுகில் நாலு கொடுத்துவிட்டு அப்புறம் தணிந்து தழுவிக்கொள்வாள். வேட்டையாடுவதிலும், நீந்துவதிலும், ஓடுவதிலும், மர உச்சியில் இருக்கிற மூங்கில் குடிசையில் தங்கும் போதும், காட்டு யானைகளில் இருந்து தப்பிக்க முனையும் போதும் சிறிதும் அச்சமற்று என்னோடு துணையாக இருந்தாள். ஒரு குழந்தையைப்போல கணவனைக் காப்பாற்றுகிற சக்தி அவளிடம் இருந்தது. சமபலமுள்ள ஒருவனோடு மல்யுத்தம் புரியும்போது எத்தகைய ஆனந்தம் கிட்டுமோ, அதே ஆனந்தம் அவளோடு கூடி இருக்கும் சந்தர்ப்பத்திலும் கிடைத்தது. கிருஷ்ணையோடு ஒருநாளும் இப்படி இருந்ததில்லை. இவள் மிருவானவள். எங்கே வாடிக் கசங்கி விடுமோ என்று மென்மையாகப் பிடித்து மெல்ல நுகர்ந்து ஆனந்தம் கொள்ள வேண்டிய பூ போன்றவள். இவளுடைய ஆற்றல் எதுவானாலும் அது பேச்சளவிலும் புருவத்தைச் சுழிப்பதிலும், கண்ணீரின் அமைதியிலும்

மட்டும்தான். சாலகடங்கடியைப் போல் ஒரு நாளும் என் உடல் மேல் சாய்ந்ததில்லை இவள். கண் அசைவிலிருந்தே அவளுடைய ஆசையை நாம் புரிந்துகொள்ள வேண்டும். இல்லாவிட்டால் எந்தச் சுகமும் இல்லை. ஆரிய மனைவி என்றால் இப்படித்தான் இருக்க வேண்டுமாம். 'நீ ஏன் அப்படி இருப்பதில்லை கிருஷ்ணை?' என்று கேட்டால் முகம் சுருங்கிப் புருவத்தை உயர்த்திக்கொண்டு அப்படிச் சொல்வாள். அதெல்லாம் சரி. அவள் மானமரியாதையைக் காப்பாற்ற நான் பட்ட சிரமங்களும் பாடும் குறைவா? சூதாட்டத்துக்குப் பிறகு துச்சாதனன் அவளுடைய புடவையைப் பிடித்து இழுத்தபோதும், காட்டுக்குள் ஜயந்தரன் அவளைத் தூக்கிக்கொண்டு ஓட முயற்சி செய்த போதும், அவள் மேல் மோகம் கொண்டு கீசகன் அலைந்தபோதும் நான்தானே அவளைக் காப்பாற்றினேன். இதே சாலகடங்கடியாக இருந்தால் துச்சாதனனின் குடலைப் பிடுங்கி மாலையாகப் போட்டுக் கொண்டிருப்பாள். ஜயத்ரதனின் கழுத்தை முரித்து கல்லில் அடித்துக் கூழாக்கியிருப்பாள். கீசகனின் ஆண் உறுப்பையே நசுக்கி இல்லாமல் ஆக்கியிருப்பாள். கிருஷ்ணையால் இக்காரியங்களைச் செய்ய இயலாது. ஆரியப் பெண். இருந்தாலும் அவளது வார்த்தையை மீற முடியாது. அவளைக் காப்பாற்றுவதும் அவளுக்கு ஏற்படும் அவமானங்களில் இருந்து காப்பாற்றுவதும், அவமானப்படுத்த முனைபவர்களை தண்டிப்பதும் விருப்பமறிந்து ஆசையை நிறைவேற்றுவதுமே ஆண்மைக்கு அழகு. என் ஆண்மையைப் புலப்படுத்தும் வண்ணம் எந்தக் கோரிக்கையையும் சாலகடங்கடி முன் வைத்ததில்லை. நானும் நிறைவேற்றக் கூடிய சந்தர்ப்பம் வந்ததில்லை. இப்பொழுது அவளிடம் உதவியை எதிர்பார்த்துச் செல்கிறேன்." இதை நினைத்த பீமன் மீண்டும் உடல் கூசினான். திரும்பிச் சென்றுவிடலாமா என்று தோன்றியது.

சூரியன் மறைந்தது. சீக்கிரமே மலைப்பாதை முடிந்து சமவெளிப் பிரதேசம் தொடங்கிவிடும் என்று தோன்றியது. "சீக்கிரம் மத்ஸ்ய தேசத்து எல்லை முடிந்து விடும். இன்னும் சிறிது தூரத்தில் போஜர் களின் தேசம். மதுரா தேசத்தைச் சேர்ந்த யாதவர்கள் தொடக்கத்தில் இருந்த இடம் இதுதான். சிறிது ஓய்வெடுத்துக்கொண்டு செல்லலாம்" என்றான் நீலன். மெல்ல இருள்படரத் தொடங்கியது. தொலைவில் ஒரே ஒரு சின்னக் குன்று. அதை ஏறி இறங்கிவிட்டால் அப்புறம் சமவெளிப் பிரதேசம். "கொஞ்ச நேரத்தில் நிலா வந்துவிடும். இன்னும் சில நாழிகைப் பயணத்திற்குள் தண்ணீர் இருக்கிற இடத்தையும் அடைவோம். அங்கே சிறிது நேரம் தங்கி, உணவுண்டு, இளைப்பாறிவிட்டு இரவு முழுக்கப் பயணம் செய்வோம்" என்று சொன்னான் நீலன்.

மீண்டும் திரும்பிச் செல்ல முடியாத தொலைவுக்கு வந்து விட்டோம் என்று பீமனுக்குத் தோன்றியது. ஒத்துக்கொண்டு புறப்பட்டு வந்தாகிவிட்டது. இவ்வளவு தொலைவும் வந்தாகிவிட்டது.

இந்த நிலையில் திரும்பிவிடலாம் என்றால் கூட வந்திருக்கிற இந்தப் போர் வீரர்கள்தான் என்ன நினைத்துக் கொள்வார்கள்? ஒரு திசையில் நடந்த பிறகு நிறுத்துவது அவ்வளவு சரியில்லை என்று தோன்றியது. புறப்பட்டிருக்கக் கூடாது. புறப்பட்ட பிறகு திரும்பிச் செல்லக் கூடாது. திடுமென அம்மாவின் ஞாபகம் வந்தது. அது கோபத்தைத் தூண்டியது. அவள் ஏன் அந்தத் திருமணத்தைச் செய்து வைத்தாள்? சாலகடங்கடியின் ஆசையை நிராகரிப்பது பாவம் என்று போதித்து ஒப்புக்கொள்ளச் செய்தவளும் அவளே, ஏழெட்டு மாதங்களுக்குப் பிறகு "நாம் இங்கு இருந்தது போதும், எங்காவது ஆரிய நாட்டுக்குப் போகலாம்" என்று சொன்னவளும் அவள்தான். அம்மாவும் மற்ற நான்கு சகோதரர்களும் நலமுடன் இருப்பதற்கு அவள் எவ்வளவு பாடுபட்டாள். அவர்களுக்காக இறைச்சியை வேக வைக்கிற ஏற்பாட்டைச் செய்தாள். அவர்களால் மரத்தின் உச்சியில் அமைந்த மூங்கில் குடிலில் இருக்க முடியாது என்ற சூழல் வந்தபோது தம் பழக்கத்திற்கு முற்றிலும் மாறாக நிலத்தின் மேல் குடிசை கட்டி, சுற்றிலும் மரவேலி கட்டி, அதைச் சுற்றிச் சில ராட்சசர்களைக் காவலுக்கு ஏற்பாடு செய்தவளும் அவளே! வழக்கமாக அவர்கள் உண்ணுகிற பழம், கிழங்கு வகைகளை எப்பாடு பட்டாவது சேகரித்துத் தரவும் ஏற்பாடு செய்திருந்தாள். இத்தனைக்குப் பிறகும் அம்மாவுக்கு அங்கிருந்து கிளம்பவேண்டும் என்று எண்ணம் வந்தது. "அவள் மீதான மோகத்தில் முற்றும் மூழ்கி விட்டான் பீமன். இங்கேயே இருந்துவிடலாம் என்கிறான். பிரசவமாகட்டும். எப்படியாவது இங்கிருந்து அவனைப் புறப்பட வைக்கவேண்டும்" என்று அம்மா சொன்னதை நானே காதாரக் கேட்டேன். மோகம் என்றால் என்ன? எப்படிப்பட்ட மரமாக இருந்தாலும் ஏறிக் கிளைக்குக் கிளை தாவும் சாலகடங்கடி கருவுற்று வயிறு பருத்த பிறகு இரவு வேளைகளில் என்னோடு வந்து படுப்பதற்குக் கூட அவளால் மரத்திலேறிக் குடிலுக்கு வரமுடியவில்லை. வேட்டைக்குச் செல்லும்போது கூட சீக்கிரமாகவே களைப்புற்று, என்மேல் சாய்ந்து களைப்பாறிக் கொண்டாள். அவளைப் பார்த்ததும் தோன்றும் பரிதாபம்தான் மோகமா? "என்னை விட்டுச் சென்று விடுவாயா? இங்கே இருப்பது சாத்தியமில்லை என்று உன் அம்மா என்னிடம் சொன்னாள். அவள் வசதியாக இருக்க என்னென்ன செய்ய வேண்டும் சொல்?"

"வேண்டுமென்றால் உன் சகோதரர்கள் எங்கள் ராட்சசப் பெண்களில் யாரை வேண்டுமானாலும் தேர்ந்தெடுத்துத் திருமணம் செய்து கொள்ளட்டுமே" என்று நாலைந்து முறைகள் சொல்லிப் பார்த்தாள். முதலிலிருந்தே அம்மாவுக்கு அவள் மீது முழு அன்பு இருந்ததில்லை. இப்போது எனக்குப் புரிகிறது. "சாலகடங்கடி என்கிற பெயர் வேண்டாம். நம் பக்கத்துப் பெயர் ஒன்றைச் சூட்டுவோம்" என்று

ஆலோசனை சொன்னவளும் இவளே. கமலபாலிகை என்று புதிய பெயரைத் தேர்ந்தெடுத்து வைத்தவளும் இவளே! புதிய பெயரை அவள் எத்தனை உற்சாகத்துடன் ஒப்புக் கொண்டாள்! கமலபாலிகை என்கிற அந்தப் பெயரை தனக்குத்தானே அவள் பத்து முறை அழைத்துக் கொண்டாள். இனிமேல் இந்தப் பெயரால்தான் தன்னை அழைக்கவேண்டும் என்று தன்னைச் சார்ந்தவர்களுக்கெல்லாம் சொல்லிவிட்டாள். இந்தப் பெயரை அம்மா எதற்காகத் தேர்ந்தெடுத்தாள் என்று எனக்குப் புரியவில்லை. கமலபாலிகை என்றால் தாமரைப் பூவைக் காப்பவள், அதன்மேல் கவனத்தைக் குவித்துப் பாதுகாப்பவள் என்று பொருள். அவள் ஏன் கமலமுகி என்று பெயரிடவில்லை? கமலலோசனை என்று ஏன் பெயரிடவில்லை? அவள் முகத்தை மனம் ஞாபகப்படுத்திக் கொண்டது. நிறைந்த அழகு. நிறைந்த வளர்ச்சி. தாமரை போலவே உருண்டமுகம். சிவந்த நிறம். பெயர் சூட்டுவதில் கூட அம்மா வஞ்சித்துவிட்டாள். வேறுபாடு காட்டிவிட்டாள். "நாம் இங்கே என்னதான் பயமற்று இருந்தாலும், இந்த வாழ்க்கை ஆரிய வாழ்க்கை முறையிலானதல்ல. ஆரிய உணவு வகை இல்லை. உடை வகை இல்லை. இங்கேயே இருந்தால் இவர்களைப் போல நாமும் ராட்சசர்களாகத் தான் ஆவோம்" என்று கவலையோடு சொன்னாள். "உனது அம்மாவும் சகோதரர்களும் எங்கு வேண்டுமானாலும் போகட்டும். நீ மட்டும் என்னை விட்டு எங்கும் சென்றுவிடாதே. இந்த ராட்சச குலமே உன்னை அரசனாக ஏற்று, உன் மேல் எவ்வளவு பயபக்தியோடும் பணிவோடும் இருக்கிறார்கள், பார்" என்று அழுதாள் கமலபாலிகை. அந்தப் பெயர் வேண்டாம். சாலகடங்கடியே போதும். இதை அம்மாவிடம் சொன்ன போது அவளுக்குக் கோபம் வந்துவிட்டது. "என்னிடமிருந்தும் என் மற்ற பிள்ளைகளிடமிருந்தும் உன்னைப் பிரித்துவிடத் திட்ட மிட்டு விட்டாளா அந்த மாயக்காரி? இந்தக் குந்தியிடம் அந்த வேலையெல்லாம் நடக்காது. இன்றே இங்கிருந்து புறப்படு" என்று பிடிவாதத்தோடு சொன்னாள். இறுதியாக, பிரசவமாகி குழந்தைக்கு மூன்றுமாதம் ஆன பிறகு கிளம்பலாம் என்று முடிவானது. இதற்குப் பின்பு ஒரு கணமும் இங்கு தங்கக் கூடாது என்று சொன்னாள் அம்மா. ஒரு மாதம் முழுக்க என் பொருட்டு மாமியாரும் மருமகளும் கண்ணீர் வடித்தனர். நானும் பிடிவாதம் பிடித்து அவர்கள் ஐந்து பேரையும் அனுப்பிவிட்டு நான் அங்கேயே தங்கிவிட்டிருந்தால் என்ன நடந்திருக்கும்?" இந்த எண்ணம் அவனுக்குச் சற்று ஆறுதலைத் தந்தது. மனம் சற்றே அமைதியானது. இத்தனை ஆண்டுகள் கழித்து மனைவியிடமும் பிள்ளையிடமும் உதவி கோரி செல்லவேண்டிய நிலைமை வந்திருக்காது என்று தோன்றியபோது மனம் லேசானது.

அதற்குள் இருள் கவிந்து நிலவு எழுந்தது. குதிரைகளின் குளம்படியோசை மழை விழும் சத்தத்தைப்போல இருந்தது.

பூமியிலிருந்து இடுப்பளவு வரை புழுதி. சிறிது தூரத்திற்கப்பால் நாய்கள் குரைப்பது கேட்டது. நான்கு குதிரை வீரர்கள் சட்டெனக் குறுக்கில் வந்து "நீங்கள் யார்" என்று கேட்டார்கள். ஏற்கனவே தமக்குள் திட்டமிட்டிருந்தபடியே "நாங்கள் எல்லாரும் விராட ராஜ்ஜியத்தைச் சேர்ந்தவர்கள். ஒரு யாகம் செய்ய பிராமணர்கள் தேவைப்படுகிறார்கள். அவர்களைப் பார்த்து அழைத்து வர துருபத ராஜ்ஜியத்துக்குச் சென்று கொண்டிருக்கிறோம்" என்றார்கள். "பிராமணர்களை அழைத்துவர இத்தனை ஆட்கள் ஏன்?" என்று கேட்டதற்கு "ராஜமரியாதை" என்றார்கள். மேற்கொண்டு எதையும் கேட்கவில்லை அவர்கள். "குடிநீர் வசதி எங்கே கிடைக்கும்?" என்று அவர்களிடமே கேட்டு இடத்தைத் தெரிந்துகொண்டான் நீலன்.

குளத்தையடைந்த பிறகு எல்லாரும் முகம், கை, கால் கழுவிக் கொண்டார்கள். மதியச் சாப்பாட்டில் எஞ்சியதை நிலா வெளிச்சத்தில் உட்கார்ந்து சாப்பிட்டு தண்ணீர் குடித்தார்கள். மீண்டும் பயணம் தொடர்ந்தது. முதலில் வேகவேகமாக நடையிட்ட குதிரைகள் சோர்வால் மிகவும் மெல்ல நடையிடத் தொடங்கின. அதிகாலைப் பொழுதில் ஒரு தோப்பை அடைந்தார்கள். குதிரைகளையெல்லாம் மரங் களில் கட்டி இளைப்பாற விட்டுவிட்டு, இரண்டு வீரர்களைக் காவலாகவும் நியமித்துவிட்டு, மற்ற அனைவரும் மரங்களின் அடியில் கிடந்த உலர்ந்த சருகுகளின் மேல் படுத்து உறங்கினார்கள். நண்பகல் வரைக்கும் உறங்கினார்கள். அப்புறம் எழுந்து சாப்பிட்டுவிட்டு மீண்டும் உறங்கினார்கள். சாயங்கால அளவில் மீண்டும் பயணத்தைத் தொடர்ந்தார்கள். ஏறத்தாழ நள்ளிரவளவில் பாஞ்சால தேசத்தைச் சேர்ந்து விடுவோம் என்று நீலன் கூறினான். சாப்பாட்டுக்குப் பிறகு நான்கு மணி நேரம் தூங்கி இளைப்பாறி பீமன் எழுந்து உட்கார்ந்தான். இன்னும் கொஞ்சம் வெயிலிருந்தது. வேர்வைப் பிசுபிசுப்பு போக நன்றாகத் தேய்த்துக் குளித்து வருவதற்குள் நீலனும் எழுந்து வந்தான். பாயின்மேல் நாலடி இடைவெளியில் இருவரும் உட்கார்ந்தார்கள்.

"என்ன நீலா?"

"சும்மாதான் உட்கார்ந்தேன்"

"நீ சும்மா உட்கார்கிற ஆள் இல்லை. அது என்ன சொல்ல வருகிறாயோ சொல். அல்லது கேட்க வருகிறாயோ கேள்."

"அரசே, நாள்தோறும் ஒருவண்டி சாப்பாடு, இரண்டு மாடுகள், ஒரு மனிதன் எல்லாவற்றையும் தின்னுகிற ஒரு ராட்சசனைத் தன்னந்தனியே சமாளித்து கொன்று விட்டாயாமே. அதை உனது வாயிலிருந்தே கேட்க ஆசையாக இருக்கிறது."

"உனக்கு யார் சொன்னது?"

"பத்து இருபது வருஷங்களாக எங்கள் ஊர் ஜனங்களெல்லாம் இதைக் கதைகதையாய்ச் சொல்லிக் கொண்டிருக்கிறார்கள். நீதான் அந்தப் பீமன் என்று தெரிந்த பிறகு ஊர்க்காரர்கள் எல்லாரும் கும்பல்கும்பலாக உன்னைப் பார்க்க வந்தார்கள். இன்றைக்கும் நீ எல்லார்க்கும் ஒரு புராண புருஷன்."

"ஒரு வண்டி சாப்பாடு, அந்த வண்டியை இழுக்கிற இரண்டு எருதுகள், ஒரு மனிதன் எல்லாவற்றையும் அவன் தின்றுகொண்டு வந்தது என்னமோ உண்மை. ஆனால் தனியாக அல்ல, அவனும் அவனது ஆட்களும் சேர்ந்து. அவர்களுடைய தலைவனை வெறும் மற்போரிலேயே கொன்று மற்றவர்களையெல்லாம் பயமுறுத்தி விரட்டியது மட்டும் உண்மை."

"எந்த ஊர்? நரமாமிசம் தின்னும் அவர்களை விரட்டுவதற்கு எந்த அரசனும் அல்லது படையும் இல்லையா அந்த ஊரில்?"

"எல்லா அரசர்களும் வீரர்களாக இருந்து விடுவார்களா? அல்லது வீரர்கள் எல்லோரும் அரசராவது ஆகக் கூடிய காரியமா? உங்கள் விராட தேசத்து அரசன், வீரனா? அங்கு ஒரு ஓநாய் சேர்ந்திருக்கவில்லையா? அதுதான் நான் கொன்றேனே, அந்தக் கீசகனைப் பற்றித்தான் சொல் கிறேன். அதேபோல அங்கும் ஓநாய் சேர்ந்து கொண்டிருந்தது."

"ஊரின் பெயர் என்ன?"

"ஏகசக்ர நகரம் என்பது அதன் பெயர். ஒரு வருஷ காலம் இடும்பாசுரனின் காட்டில் இருந்த பிறகு தெற்குப் பக்கம் புறப்பட்டுச் சென்றோம். துரியோதனனின் கொலைப்படை பற்றிய பயம் இன்னும் எங்களிடையே இருந்தது. அடுத்து என்ன செய்வது என்று தெரிய வில்லை. தெற்கு நோக்கி நான்கு நாட்கள் நடந்தபிறகு கிருஷ்ண துவைபாயனர் என்னும் முனிவரைப் பார்த்தோம். அவர் பெயரைக் கேள்விப்பட்டிருக்கிறாயா?"

"பார்த்திருக்கிறேன். பதினைந்து வருஷங்களுக்கு முன்னால் எங்கள் ராஜ்ஜியத்துக்கும் வந்திருந்தார். அவர் அளவுக்கு வேதமறிந்தவர்களே இல்லையாமே. ஊரே அவர் கால்களில் விழுந்து வணங்கியது."

"எங்களைப்பற்றி அவரிடம் தெரிவித்தோம். ஒருவிதத்தில் எங்களுக்குத் தாத்தா முறையாக வேண்டும் அவர். எங்கள் தாத்தா குழந்தைகளின்றி இறந்தபோது நியோக முறையில் எங்கள் பாட்டி யோடிருந்து எங்கள் தந்தையும் துரியோதனனின் தந்தையும் பிறக்கக் காரணமாக இருந்ததே அவர்தான். பேரர்கள் என்கிற அன்பு காரணமாக எங்களை அருகில் அழைத்து பக்கத்திலேயே ஏகசக்ர நகரம் உள்ளதென்றும், அங்கே சென்று பிராமணர்கள் எனச்

சொல்லிக்கொண்டு பிச்சையெடுத்து வாழ்க்கை நடத்துங்கள் என்றும் சில நாட்களுக்குப் பிறகு தான் குருநாட்டுக்குச் செல்வதாகவும் மீண்டும் ஏழெட்டு மாதங்களுக்குப் பிறகு அதே ஊர்க்குத் திரும்பி வருவதாகவும் அதற்குள் விதுரனைச் சந்தித்து அடுத்து என்ன செய்ய வேண்டும் என்று ஆலோசனை கேட்டு வருவதாகவும் சொன்னார். இப்படித்தான் அந்த ஊர்க்குச் சென்றோம். அங்கே ஒரு பிராமணனின் வீடு இருந்தது. ஒரு காலத்தில் நன்றாக வாழ்ந்திருக்கிறான். பெரிய வீடு. ஆனால் நாங்கள் போன நேரத்தில் மிகவும் ஏழ்மையில் இருந்தான். அந்த வீட்டின் ஒரு பகுதியில் இருப்பதற்குச் சம்மதித்தான். அங்கு தான் நாங்கள் தங்கியிருந்தோம். ஐந்து பேர்களும் வேறுவேறு தெருக்களில் மந்திரம் சொல்லிப் பிச்சை எடுத்தோம். அந்த அவமானம் எப்படிப்பட்டது புரிகிறதா? நீயும் ஒரு க்ஷத்திரியன்தானே?"

"ஆமாம்."

"பிச்சைக்கென்று போனால் போதும், என்னய்யா, ஆளைப் பார்த்தால் மல்யுத்தக்காரனைப்போல இருக்கிறாய். வெட்டினால் நான்கு ஆட்களுக்குச் சமமாய் இருப்பாய் போலத் தெரிகிறதே. பிச்சை கேட்டு வர உங்களுக்கு வெட்கமாய் இல்லையா என்று கேட்டார்கள். அதுவும் என்னைப் பார்த்துத்தான் எல்லாரும் கேட்டார்கள். எனக்குக் கோபம். பேசாமல் அந்தக் காட்டிலேயே சுகமாக இருந்திருக்கலாம். இப்படி ஒரு நிலைமையில் அலைவதைக் காட்டிலும் அது மேல் என்றேன்."

"அப்படியென்றால் காட்டிலிருந்து ஏன் வெளியேறினீர்கள்?"

"எங்கள் அம்மாதான் எங்களைப் புறப்பட வைத்தாள். இங்கேயே இருந்து விட்டால் எங்கே தன் பிள்ளைகளும் ராட்சசர்களைப் போல பச்சை மாமிசம் தின்று அவர்களைப் போலவே இருக்க ஆரம்பித்து விடுவார்களோ என்று பயந்தாள். மொத்தத்திலே எனக்குப் பிச்சை யெடுப்பதில் விருப்பமே இல்லை. போவதையே நிறுத்தி விட்டேன். மற்றவர்கள் யாரையும் அந்த அளவுக்குக் கடுமையாகப் பேசவில்லை. அவர்கள் பிச்சை யெடுத்துக்கொண்டு வருவார்கள். அதில் பாதியை நானே சாப்பிட்டு விடுவேன். அல்லும் பகலும் அந்த வீட்டுக்குள்ளேயே ஒரு மூலையில் உடற்பயிற்சி செய்து கொண்டிருந்தேன்."

"உடற்பயிற்சி செய்வதை நிறுத்திவிட்டால் உடல்வலி வரும் இல்லையா?"

"இவன் சரியான மல்யுத்தக்காரன் என்று சொல்வதற்கு அது தான் அடையாளம். அந்தப் பிராமணனின் வீட்டில் இருந்தவர்கள் கூட அப்படித்தான் சந்தேகப்பட்டு கேட்டார்கள். அவன் ஒன்றும்

மல்யுத்தக்காரனில்லை. சும்மா அவர்களோடு சேர்ந்து சேர்ந்து அப்பழக்கத்தில் இப்படி உடம்பை வளர்த்து வைத்திருக்கிறான் என்று எங்கள் அம்மா சொல்லி எப்படியோ சமாளித்து விட்டாள். ஆமாம் என்று சொல்லி இருந்தால் எப்படியாவது விஷயம் வெளியே பரவி விடும். நாங்கள் ஐந்துபேர் சகோதரர்கள். விதவைத்தாய். ஒற்றர்கள் மூலம் எப்படியாவது துரியோதனனுக்குச் செய்தி எட்டிவிட்டால்...! மொத்தத்தில் எங்களை யாரும் அடையாளம் கண்டு கொள்ளவில்லை. ஆரம்பத்தில் பிச்சை நன்றாகக் கிடைத்துக்கொண்டு வந்தது. விடிந்ததும் மீண்டும் அதே வீடுகளுக்குச் சென்றால் யார்தான் பிச்சை இடுவார்கள்? ஒரு பை நிறையக் கிடைத்து வந்த பிச்சை முக்கால் பை அளவுக்குக் குறைந்தது. அப்புறம் பாதியாய்க் குறைந்தது. மீண்டும் கால் பாகமாய்க் குறைந்தது. தருமனும் அர்ஜுனனும் நகுலனும் சகாதேவனும் வெளியே பிச்சை எடுக்கச் செல்வதென்றால் அலுத்துக் கொள்ளத் தொடங்கினார்கள்.ஆனால் சாப்பாட்டுக்கு வேறு வழியில்லை. இந்த ஊரை விட்டு வேறு ஊருக்குச் சென்று விடலாம் என்றாலோ, கிருஷ்ணதுவைபாயன முனிவர் திரும்பி வருவதாய்ச் சொல்லி இருந்த சமயம் அது. எவ்வளவோ நாட்கள் அரை வயிற்றோடு இருந்தோம். மற்றவர்களுக்கே அரைவயிறு என்றால் நான் கொலைப்பட்டினி. சிற்சில நாட்களில் அவர்கள் பக்கத்தில் இருக்கிற ஊர்களுக்குச் சென்று யாசித்து வந்தார்கள். ஊர் என்று சொல்லத்தக்க அளவுக்குப் பெரிய கிராமங்கள் எதுவும் பக்கத்தில் இல்லை. யாராவது இரண்டு பேர் மட்டும் இங்கு இருக்கலாம் என்றும் மற்றவர்கள் பக்கத்தில் உள்ள வேறு எந்த ஊருக்காவது சென்று முனிவர் வரும் வரையில் பிழைத்திருக்கலாம் என்றும் அங்கே கிடைக்கும் உணவுப் பொருட்களில் இருந்து இங்கு இருப்பவர்களுக்கும் கொஞ்சம் அனுப்பலாம் என்றும் சொன்னோம். ஆனால் அதற்கு அம்மா ஒப்புக் கொள்ளவில்லை. ஐந்து பிள்ளைகளும் ஒன்றாகத்தான் இருக்கவேண்டும் என்று பிடிவாதமாய் இருந்தாள். இந்தத் தருணத்தில் என்ன செய்ய முடியும்? அந்த இடம் ஊர் என்பதால் எவ்வளவு தொலைவு நடந்து சென்றாலும் வேட்டைக்கு ஒரு முயல் கூட கிடைப்பதில்லை."

நீலன் வெறுமனே உம் கொட்டினான். என்ன செய்வது என்று எதுவும் புலப்படவில்லை. பீமன் மீண்டும் தொடர்ந்தான். "தினந்தோறும் எங்கள் தலையெழுத்தை நொந்து கொள்வோம். துரியோதனனைத் திட்டுவோம். பெருமூச்சு விட்டுக் கொள்வோம். வயிற்றில் ஈரத்துணியோடு படுத்துக்கொள்வோம். இவற்றைத் தவிர வேறு எந்த வேலையுமில்லை. இதற்குள் எங்களுக்கு ஒரு விஷயம் புரிந்துவிட்டது. அந்த ஏகசக்ரப்பட்டணத்தின் அரசன் வேத்திரக்கருஹம் என்னும் ஊரில் இருக்கிறான் என்றும் அவன் மிகப்பெரிய கோழை என்றும் தெரிந்துகொண்டோம். அவனிடம் படைபலமோ வீரர்களோ

இல்லை என்பது இதன் பொருள்எல்ல. எல்லாரும் இருந்தார்கள். ஒரு அரசனிடம் துணிவும் வீரமும் இருந்தால்தானே வீரர்களிடமும் இருக்கும். இந்த அரசனின் அப்பா உண்மையிலேயே பெரிய வீரனாம். அரசனின் மூத்த மகனுக்குப் பட்டம் கட்டும் பரம்பரை. இந்தக் கோழைக்குக் கட்டி விட்டார்கள். அரசனின் மகன் என்கிற காரணத்தாலேயே ஒருவன் எப்படி அரசனாகிவிட முடியும்? துணிவும் ஆற்றலும் உள்ள ஒரு சாமானியன் ஏன் அரசனாகக் கூடாது? ஒரு கோழை அரசனாக இருந்தால் என்னென்ன நடக்குமோ, அவை எல்லாம் அந்த ஊரில் நடந்தன. ஏகசக்கிர நகரில் இருந்து சிறிது தொலைவில் யமுனை நதிக்கரையோரத்தில் ஒரு ராட்சசன் வந்து சேர்ந்தான். அவனோடு அவன் கூட்டத்தைச் சேர்ந்தவர்களும் இருந்தார்கள். எல்லாரும் கூடி ஏதாவது ஒரு ஊருக்குள் நுழைந்து அகப்பட்ட மனிதர்களைக் கொன்று தின்னுவதும், தானியங்களையும் பசுக்களையும் கொள்ளை அடித்துச் செல்வதும் அவர்களுக்கு வாடிக்கையாக இருந்தன. எல்லோரும் அரசனிடம் சென்று முறையிட்டார்கள். அரசன் தன் சேனையோடு அங்கே சென்றான். இந்த ராட்சசக் கூட்டம் அவர்களைத் தாக்கியது. அரசனுக்குக் கைகால்கள் நடுங்கத் தொடங்கிவிட்டன. திரும்பிச் செல்லக்கூட சக்தியற்று பக்கத்தில் இருந்த மெய்க்காவல் வீரர்களைப் பிடித்துக்கொண்டான். படைவீரர்களும் நடுங்கிக் கொண்டிருந்தார்கள். அந்த ராட்சசனின் பெயர் பகாசுரன். இந்தச் சூழலில் வேறு வழியில்லாமல் அந்த ராட்சசனுக்கும் அரசனுக்கும் இடையில் ஓர் ஒப்பந்தம் ஏற்பட்டது. ராட்சசன் தங்கியிருக்கிற இடத்திற்குத் தினந்தோறும் பகல் வேளையில் ஒரு வண்டி நிறைய ருசியான சாப்பாடும், வண்டியிழுக்கக்கூடிய இளம் எருதுகள் இரண்டும், ஒரு மனிதனையும் அனுப்பி வைக்க வேண்டும். இந்த ராஜ்ஜியத்தைச் சேர்ந்த எந்த ஊர்க்குள்ளும் நுழைவதில்லை என்றும், யாரையும் கொல்வதில்லை என்றும், இந்த அரசனுக்கு எதிராக இந்த ராஜ்யத்தின் மேல் படையெடுத்துக்கொண்டு வேறு யாராவது வந்தால் அவர்களை எதிர்த்துத் தோற்கடிப்பது பகாசுரனின் பொறுப்பு என்றும் முடிவானது. இந்த ஒப்பந்தத்தின் உட்பொருள் உனக்குப் புரிகிறதா?"

'என்ன?"

"முட்டாள் அரசனுக்குத் தன் ராஜ்ஜியத்தைக் காக்கிற பொறுப்பு கூட தற்சமயம் இல்லை. ராட்சசர்களின் கொடுமையில் இருந்து மற்றவர்களைக் காப்பாற்றும் பொறுப்பும் இல்லை. ஆனால் அதே ராட்சசர்களின் துணையோடு சிம்மாசனத்தில் தொடர்ந்து இருக்க முடியும். ஒவ்வொரு நாளும் ஒவ்வொரு குடும்பம் என்கிற முறையில் அவனுக்கு அனுப்ப வேண்டியவற்றிக்கு ஏற்பாடு செய்யவேண்டும். தகுதியற்ற ஒருவன் ஆட்சி பீடத்தில் ஏறினால் தனக்கு எதிரான இரண்டு சக்திகளைத் தனக்குகந்த வகையில் எதிரும் புதிருமாக நிறுத்தித்

தப்பித்துக்கொண்டு விடுவான் என்பதற்கு இவனே பெரிய உதாரணம். இதற்கிடையில் அரசனுக்குச் செலுத்த வேண்டிய வரி வகைகளையும் மக்கள் செலுத்தியே ஆக வேண்டும். அந்த ராஜ்ஜியத்திற்குள் அடங்கிய எல்லா ஊர்களுக்கும் இந்த விதி பொருந்தும் “நாளையிலிருந்து இந்த ஊரின் முறை தொடங்குகிறது” என்று ஒரு தூதுவன் நாங்கள் தங்கியிருந்த ஊருக்கு வந்து அறிவித்துவிட்டுச் சென்றான். எங்களுக்குத் தங்க இடம் கொடுத்த பிராமணனின் வீடுதான் ஊரில் முதல் வீடு. அடுத்த நாள் வண்டி நிறைய சாப்பாடும் இரண்டு இளம் காளைகளும் ஒரு மனிதனையும் அவன்தான் அனுப்பியாக வேண்டும். இருந்த சிறிது அவகாசத்திற்குள் சாப்பாட்டுக்கும் காளைகளுக்கும் என்ன ஏற்பாடு செய்வது? கடனோ உடனோ வாங்கி இவற்றையெல்லாம் ஏற்பாடு செய்தால் கூட, மனிதனுக்கு எங்கே போவான் அவன்? வீட்டில் இருக்கிற யாரை அனுப்புவது? வசதி இருக்கிறவர்களாக இருந்தால் முடிந்த அளவு பணத்தாசை காட்டி ஏதோ ஏழைக் குடும்பங்களில் இருந்து யாராவது ஒருவனைப் பலிக்கு ஏற்பாடு செய்ய முடியும். அப்படிப்பட்ட வசதிக்காரர்கள் எத்தனை பேர் இருப்பார்கள்? ‘மறுநாள் உங்கள் வீட்டிலிருந்து ஏற்பாடு ஆக வேண்டும்’ என்று தூதுவன் சொல்லிவிட்டுச் சென்றுவிட்டான். புருஷன் மனைவி, திருமண வயசில் ஒரு பெண், சின்ன வயசில் ஒரு மகன். இவ்வளவுதான் அவர்கள் குடும்பம். கூக்குரலிட்டு அழ ஆரம்பித்து விட்டார்கள். கையாலாகாத கணவன் மனைவியைத் திட்டினான். மனைவி கணவனின் மேல் புகார் சொன்னாள். இரண்டு பிள்ளைகளும் பெற்றோர்களைக் கட்டிப் பிடித்துக்கொண்டார்கள். கணவனும் மனைவியும் ஒருவர் கையை ஒருவர் பற்றிக்கொண்டார்கள். எல்லாரும் ஒன்றாக அழுதார்கள். நாளை தானே பலியாகச் செல்வதாகக் கணவன் சொன்னான். அவன் செல்வதுதானே முறை? ஆனால் மனைவியோ, “நீங்கள் சென்றுவிட்டால் அதன் விளைவு என்னாகும் என்று யோசித்துப் பார்த்தீர்களா? நான் விதவையாவேன். எனக்குத் துளியும் மதிப்பு இருக்காது. திருமணத்திற்குக் காத்துக்கொண்டிருக்கும் இவளை யாராவது வந்து தூக்கிக்கொண்டு சென்று விடுவார்கள். கொள்ளைக்காரர்களையோ போக்கிரிகளையோ கட்டுப்படுத்தி அடக்கியாளுகிற சக்தி அரசனுக்கில்லை. இதனால் நான் செல்கிறேன். நீ இருந்து குழந்தைகளைக் காப்பாற்று” என்று சொல்லி அழுதாள், அந்தப் பெண், “நாம் நான்கு பேருமே இரவோடு இரவாக இந்த ஊரைவிட்டு யாருக்கும் தெரியாமல் ஓடிப் போய்விடலாம்” என்று ஒரு வழி சொன்னாள். “இன்றைக்கே நம் வீட்டைச் சுற்றி ஒற்றர்கள் திரிய ஆரம்பித்திருப்பார்கள். ஆரம்பத்திலேயே இந்த வேலையைச் செய்திருக்கவேண்டும். நாலு வருஷத்திற்கு முன்னாலேயே நானும் இந்தத் திட்டத்தத்தான் சொன்னேன். உன் அம்மாதான் வேண்டாம் என்று சொல்லிவிட்டாள். பிறந்து வளர்ந்த ஊரைவிட்டு வர மறுத்து விட்டாள். இவளது பேச்சைக் கேட்டு இப்படியாகிவிட்டது பார்”

என்று அந்த பிராமணன் சொன்னான். மீண்டும் எல்லாரும் ஒன்று சேர்ந்து அழ ஆரம்பித்தார்கள். எனக்கு இது எதுவுமே தெரியாது. அதே வீட்டின் வேறொரு மூலையில் வேறு எந்த வேலையும் இல்லாததால் படுத்துக்கொண்டிருந்தேன். மற்ற நான்கு பேரும் வெளியே சென்றிருந்தார்கள். எங்கள் அம்மா அவர்கள் பேசுவதை யெல்லாம் கேட்டுக்கொண்டிருந்தாள். அவர்களிடமே சென்று விசாரித்திருக் கிறாள். விஷயம் என்ன என்று முழுக்கப் புரிந்தது. சிறிது நேரம் அவளும் என்ன செய்வது என்று புரியாமல் தலையில் கை வைத்துக் கொண்டுவிட்டாளாம். பிறகு நான் படுத்துக்கொண்டிருந்த அறைக்கு வந்து நடந்ததையெல்லாம் சொல்லி என்னை எழுப்பினாள். "நாம் தங்கிக்கொள்ள ஒரு வருஷகாலமாக இடம் கொடுத்தவர்கள் இவர்கள். நாம் பட்டினி கிடந்த போதெல்லாம் தம்மிடம் இருந்ததை நமக்கும் பகிர்ந்து கொடுத்தவர்கள். அந்த நன்றிக்கடனில் சிறிதளவாவது நாம் தீர்க்கவேண்டும் இல்லையா?" என்று என்னிடம் கேட்டாள்.

"என்ன செய்ய வேண்டும், சொல் அம்மா" என்று நான் அவளிடம் கேட்டேன். "வண்டியோடு உன்னை அனுப்புவதாக நான் சொல்கிறேன். நீங்கள் எல்லாரும் ஒன்றாகச் சென்று ஏதாவது செய்து அந்த ராட்சசனைக் கொன்றுவிட்டு வாருங்கள். நமக்கு உதவி செய்பவர்களுக்கு நன்றிக் கடன் செலுத்துவது மட்டுமல்ல, நரமாமிசம் தின்னும் ஒருவனை அழித்த புண்ணியமும் கிடைக்கும். உன்னோடு இருந்தாளே, கமலபாலிகை, என்னதான் உன்மீது அவளுக்குப் பிரியம் இருந்தாலும் இந்த நரமாமிசம் சாப்பிடுபவர்களைக் கண்டாலே எனக்குப் பிடிப்பதில்லை. பச்சையாகவே இறைச்சியைச் சாப்பிடுவார்கள் நரமாமிசம் சாப்பிட மட்டும் தயங்குவார்களா?" என்றாள் அம்மா.

"சாலகடங்கடியைப் பற்றி இப்படிச் சொன்னதைக் கேட்டு எனக்குக் கோபம் வந்தது. ஆனால் இந்த ராட்சசனைக் கொல்லப் போகிற உற்சாகத்தில் அதைப் பெரிதுபடுத்தவில்லை. இந்த ராட்சசனைப் பற்றி ஏற்கனவே சிறிது கேள்விப்பட்டிருக்கிறேன். நானே சென்று அந்தப் பிராமணனைப் பார்த்து என்னை அனுப்பி வைக்குமாறு கேட்டுக் கொண்டேன். ஊருக்குச் சிறிது தொலைவில் யமுனை நதிக்கரையை யொட்டிய ஒரு குகையில் அவன் தங்கி இருந்தான். அவனோடு அவன் மனைவியும் பிள்ளைகளும் இருந்தார்கள். இத்தனை நாட்கள் சாப்பிட்டுச் சாப்பிட்டு அரிசிச் சோறின் ருசியும் நரமாமிசத்தின் ருசியும் அவனுக்குத் தலைக்கேறிவிட்டது. அவனது கூட்டாளிகள் எப்போதும் இங்கு இருப்பதில்லையாம். எந்தெந்த காட்டுக்குள்ளேயோ சுற்றிக் கொண்டிருப்பார்களாம். குரு நாட்டுக்குச் சொந்தமான காடுகளிலும், அந்தப் பக்கம் கிழக்குத் திசையில் மகதநாடு வரைக்கும் அவர்கள் அலைவார்களாம். வண்டியோடு செல்கிற எருதுகள் பகாசுரனைச் சார்ந்தவர்கள் பலரும் ஒன்று சேரும்போது மட்டுமே கொல்லப்படும்.

சோற்றையும் மனிதனையும் மட்டும் அடுத்த நாள் பகலுக்குள் சாப்பிட்டு விடுவார்கள். இவைதாம் அவர்களைப்பற்றி நான் சேகரித்த தகவல்கள். இதற்குள் வெளியே சென்றிருந்த மற்ற நான்கு சகோதரர்களும் வந்துவிட்டார்கள். அறையில் உட்கார்ந்து நாங்கள் ஆறு பேரும் ஆலோசனை செய்தோம். இந்தப் பகாசுரனைக் கொல்ல முடியுமா என்பதுதான் எல்லோர்க்கும் கேள்வியாய் இருந்தது. கண்டிப்பாக முடியும் என்று சொன்னேன் நான். மேலும் விவாதம் தொடர்வதை விரும்பவில்லை நான். அவனைக் கொன்றால் நாங்கள் யார் என்கிற விஷயம் வெளிப்பட்டு விடுமோ என்கிற பிரச்சனையும் இருந்தது. ‘அது தெரியாமல் சமாளிக்கலாம்’ என்றான் தருமன். அதிக நேரம் இதைப் பற்றி ஆலோசிக்கத் தேவையில்லையென்றும் மறுநாள் காலையில் அங்கே போவதென்றும் முடிவானது. வெறுமனே செல்வது வேண்டாம் என்றும் சாப்பாட்டு வண்டியை ஓட்டிக்கொண்டு செல்லலாமென்றும் முடிவானது. அம்மா அவர்களிடம் சென்று “என் இரண்டாம் மகனை அனுப்புகிறேன்” என்று சொன்னபோது அவர்கள் ஒப்புக்கொள்ளவில்லை. “அது பெரிய பாவம். அப்பாவத்திற்கு நாங்கள் ஒப்புக்கொள்ளமாட்டோம்” என்றார்கள். அம்மா சற்று வற்புறுத்தியதற்குப் பிறகு ஒப்புக்கொண்டார்கள். யார்தான் ஒத்துக் கொள்ளமாட்டார்கள்?” மற்றபடி சாப்பாட்டுக்குத் தேவையான ஏற்பாடுகளைச் செய்யுங்கள் என்று அம்மா அவர்களிடம் சொல்லி விட்டுத் திரும்பினாள். வீட்டில் இருந்ததையெல்லாம் விற்றும் கடன் வாங்கியும் அரிசி, நெய், வெல்லம், எண்ணெய், கோதுமை எல்லாம் வாங்கினார்கள். அன்று மதியம் நல்ல சாப்பாடு கிடைத்தது. வயிறாற உண்டேன். மீண்டும் இரவிலும் திருப்தியாகச் சாப்பிட்டேன். என் பலம் சிறிது கூடியது. மற்றவர்களும் சாப்பிட்டார்கள்.”

நீலனின் முகத்தில் ஆரவமும் பரபரப்பும் கூடியது. அடுத்து ராட்சசனுடனான மோதல் பற்றிய செய்திதான் என்று புரிந்து விட்டது. இரண்டு அடி முன்னால் நகர்ந்து உட்கார்ந்தான். அவன் உட்கார்ந்த இடத்தில் வெயில் படர்ந்ததும் ஒரு காரணம்.

“படுக்கப்போகும் முன்பு மீண்டும் விவாதித்தோம். ஐந்து பேரும் அங்கே செல்வதென்றும், ராட்சசனோடு பீமன் நேருக்கு நேராக மோதுவதென்றும், மற்றவர்கள் அவன்மேல் அம்புகள் எய்துவது என்றும் தருமன் சொன்னான். “பிச்சையெடுக்க இறங்கிய பிறகு வில்லையும் அம்பையும் தொடவே இல்லை. நாளைக்குக் காலையில் சீக்கிரம் எழுந்து சிறிது நேரம் பயிற்சி செய்து கொள்கிறேன். அம்புகளையும் தீட்டிக் கொள்கிறேன்” என்றான் அர்ஜுனன். அது தான் சரி என்று நகுலனனும் சகாதேவனும் சொன்னார்கள். ஆனால் எனது எண்ணமே வேறாக இருந்தது. இது என்னுடைய வேட்டை, இன்னொருவர் கூட வந்து கொல்லுவது வேண்டாம்

என்று நினைத்தேன். மேலும் ராட்சசர்களுடன் ஏறத்தாழ ஓராண்டுக்காலம் வாழ்ந்து இருந்ததால் அவர்களுடைய போராட்ட முறைகளைத் தெரிந்து வைத்திருந்தேன். வனமிருகங்களைப் போல தாக்கத் தொடங்கினால் கண்மண் தெரியாமல் தாக்குவார்கள். ஏதேனும் ஒரு விலங்கைத் தாக்கி வீழ்த்தினால் மற்ற விலங்குகள் ஓடி விடுவதைப் போலவே ராட்சசர்களின் தலைவனை வீழ்த்திவிட்டால் போதும், மற்றவர்கள் ஓடிவிடுவார்கள். அவர்களுடைய போர் முறைகளில் எந்த விதமான தந்திரத்துக்கும் இடமில்லை. முழுக்க முழுக்க உடல் பலத்தைப் பிரயோகித்து மோதுவதுதான் அவர்களுடைய சண்டை முறை. அதில் எந்த விதமான திட்டத்துக்கும் முன் ஆலோசனைக்கும் இடம் இல்லை. ஆரம்பத்தில் காட்டுகிற வேகம் சிறிதளவும் குறையாமல் தொடர்ந்து பதட்டமின்றிப் போர் செய்தால், அவர்களை வெல்வது சுலபம். எந்த எதிர்ப்புமின்றி இவ்வளவு காலமும் அவனுக்குச் சாப்பாட்டு வண்டி போய்க்கொண்டிருப்பதால் அவன் தனிமையில்தான் இருக்கவேண்டும் என்பது எனது எண்ணம். மேலும் ஒருவனாகச் சென்று அவன் கதையை முடிக்கும் வேகம் என்னை முடுக்கிக்கொண்டிருந்தது. என் திட்டத்தை மற்றவர்களும் ஏற்றுக் கொண்டார்கள். “எப்படி ஆனாலும் சரி, நீங்கள் நான்கு பேரும் அங்கே எங்கேயாவது மறைவாகப் பதுங்கியிருங்கள்” என்று சொன்னாள் அம்மா. அதை யாரும் மறுக்கவில்லை. பிறகு எல்லாரும் தூங்கச் சென்றோம்.கனவில்கூட அவனோடு போர்புரிவது போலவே இருந்தது.

“அந்த ஊரிலிருந்து போகிற முதல் சாப்பாட்டு வண்டி. அதுவும் வெளியூர்க்காரனாகிய நான் அந்த ஊரைச் சேர்ந்த ஒருவனின் உயிரைக் காப்பாற்றக் கிளம்பி விட்டேன் என்பதால் விடிந்ததும் என்னைப் பார்க்க ஊரே சேர்ந்துவிட்டது. வெட்கம் கெட்ட ஜனங்கள். அங்கே சேர்ந்துவிட்ட ஜனங்களில் பாதியளவு ஒன்றாய்ச் சேர்ந்து பகாசுரனைக் கொன்று அந்த அரசனையும் கொன்று வேறு தகுதியான ஒருவனை அரசனாக்கி இருக்க முடியும். பாரமான வண்டியை இழுத்துக்கொண்டு காளைகள் நடந்தன. நானும் வண்டியில் ஏறி உட்கார்ந்திருந்தேன். வழிநெடுக எதையாவது வாயில் போட்டுக் கொரித்துக்கொண்டிருந்தேன். வழியில் அங்கங்கே வண்டியை நிறுத்தி வேண்டுமென்றே தாமதம் செய்தேன். அவனைக் காக்கவைத்து எரிச்சலூட்ட வேண்டும் என்பது என் திட்டம். ஒரு மரத்தின் கிளையை உடைத்து அதைத் தயார்ப்படுத்திக் கொண்டே சென்றேன். நான் போய்ச் சேர்ந்ததுமே ‘ஏன் இத்தனை தாமதம்,’ என்று சத்தமிட்டான். ‘உங்கள் அப்பா கேட்கட்டும் அந்தக் கேள்வியை’ என்று பதில் சொன்னேன் நான். ‘என்னைப் பார்த்து எதிர்க்கேள்வி கேட்பவன் யாரடா?” என்று கேட்டுக் கொண்டே வந்தான் அவன். தனியாய்த்தான் இருந்தான். இரண்டு வருஷங்களுக்கு முன் இடும்பாசுரனோடு போரிட்டதற்கும் இவனோடு

போரிட்டதற்கும் வித்தியாசம் இருந்தது. இப்போது அவர்களின் பலவீனங்களையெல்லாம் தெரிந்து கொண்டேன். மேலும் அவனோடு போரிடும்போது கொஞ்சம் மல்யுத்தம் ஆடிப் பார்க்கலாம் என்று தோன்றியது. இப்போது இவனைக் கொன்றே தீரவேண்டும் என்ற தெளிவான முடிவோடு சென்றிருந்தேன். ரோஷம் கொள்ளும் காட்டு விலங்குகள் பாயுமே தவிர, எதிராளியின் அடிகளிலிருந்து தப்பித்துக் கொள்ள முனைவதில்லை. பகாசுரன் தாக்க வந்தான். நான் விலகித் தப்பித்துக் கொண்டேன். நான் தயாரித்து வைத்திருந்த மரக்கிளையால் இடம்பார்த்து அடித்தேன். தடுமாறி விட்டான். அவன் திரும்பிப் பார்க்கக் கூட அவகாசம் கொடுக்கவில்லை. மீண்டும் மீண்டும் தாக்கினேன். அவன் கீழே சரிந்து விட்டான். அடுத்து என்ன செய்வது என்று சிறிது நேரம் யோசித்தேன். இதற்கிடையில் அவனது அலறல் கேட்டு அவன் கூட்டத்தைச் சேர்ந்த பெண்களும் குழந்தைகளும் ஓடி வந்தார்கள். அவனது பிணத்தைத் தூக்கிக்கொண்டு அவர்களைப் பார்த்து ஓடினேன் நான். அவர்கள் பின்னாலேயே சென்று குகைவாசலில் அந்தப் பிணத்தை வீசினேன். ஒரு வருஷப் பழக்கத்தில் எனக்கு அவர்கள் மொழி தெரியும். குகையிலிருந்தவர்களை நோக்கி அவர்கள் மொழியிலேயே, “இனிமேல் எந்த ராட்சசனாவது இந்தப் பக்கம் வந்தால் இந்தக் கதிதான். நசுக்கி விடுவேன்” என்று கூவிச் சொன்னேன். அந்தப் பெண்கள் என்மேல் விழுந்து தாக்கக்கூடும் என்று நினைத்திருந்தேன். ஏனோ அப்படி நிகழவில்லை. இத்தனை நாட்களும் உட்கார்ந்து சாப்பிட்டுச் சாப்பிட்டு நம் பெண்களைப் போல மாறிப் போனார்களோ என்னமோ, என்னால் இன்றுவரை புரிந்துகொள்ள இயலவில்லை. ஒரு வேளை பகாசுரன் உண்மையான ராட்சசனில்லையோ என்னமோ? அல்லது தனது தலைவனின் சாவைக் கண்டு பயந்துவிட்டார்களோ, தெரியவில்லை. நான் திரும்பி வருவ தற்குள் அச்சத்தால் வண்டியைக் குடை சாய வைத்த எருதுகள் கீழே விழுந்திருந்தன. கயிற்றின் பிடியில் இறுக்கப்பட்டு மூச்சு வாங்கக் கூட எருதுகள் சிரமப்பட்டுக்கொண்டிருந்தன. சோறு எல்லாம் மண்ணில் சிதறிவிட்டது. வண்டியை மீண்டும் நேராக்கி ஏறி உட்கார்ந்துகொண்டு ஊருக்குள் ஓட்டி வந்ததேன். என் சகோதரர்கள் மறைவாகவே நடந்து இருட்டிய பிறகு திரும்பினார்கள். அன்றுமுதல் எந்த ராட்சசனும் அந்த ராஜ்ஜியத்துக்குள்ளேயே வரவில்லை. மறுநாள் நானே அந்தக் குகை வரைக்கும் சென்று பார்த்து வந்தேன். காலியாகக் கிடந்தது. உலர்ந்த எலும்புத் துண்டுகளும் இறைச்சித் துண்டுகளும் தவிர வேறு எதுவும் அங்கே இல்லை. எல்லாரும் ஓடிவிட்டிருந்தார்கள்.

“இவ்வளவுதானா, இன்னும் இருக்கிறதா?” என்று ஆசையோட கேட்ட நீலனுக்கு ஏமாற்றமாக இருந்தது.

"ஒரு கணத்தில் சண்டை முடிந்து விட்டது என்று சொன்னேன் இல்லையா?" என்றான் பீமன்.

கோடை வெப்பத்தால் எல்லாச் சந்தடியும் அடங்கியிருந்தது. மரத்தடியில் படுத்துத் தூங்கியவர்கள் உடலெங்கும் வேர்வையால் நனைந்திருந்தது. உடலில் வெயில் பட்டதால் கண்கள் மூடிய நிலையிலேயே எழுந்து நிழல் இருந்த பக்கத்தில் சென்று படுத்தார்கள். எங்கோ ஒரு காகம் கூவியதைத் தவிர, வேறு எந்தச் சத்தமும் இல்லை.

சிறிது நேரத்துக்குப் பிறகு "பகாசுரனைக் கொன்று காப்பாற்றியவன் என்று ஜனங்களெல்லாம் உனக்குப் பயந்து மரியாதை கொடுத்திருக்க வேண்டும் இல்லையா?" என்று கேட்டான்.

"ஆமாம், ஆமாம். பயந்து பயந்து எல்லாரும் தூரத்திலிருந்தே கூடிக்கூடி நின்றுகொண்டு பார்த்தார்கள்."

"செய்தியறிந்து அந்த அரசனும் பயந்திருப்பான் இல்லை?"

"இருக்கலாம்."

'அவனையும் கொன்று நீயே சிம்மாசனத்தில் உட்கார்ந்திருக்கலாமே. ஜனங்களும் அதை மகிழ்ச்சியோடு ஏற்றுக் கொண்டிருக்கக் கூடும்."

"என்ன கேட்டாய்?"

நீலன் தான் முன்பு கேட்டதை மீண்டும் கேட்டான்.

"ஏன் அப்படிச் செய்யவில்லை?" என்பதற்கு என்ன பதில் சொல்வது என்று பீமனுக்குத் தோன்றவில்லை. நடந்ததை யெல்லாம் மீண்டும் நினைவுபடுத்திப் பார்த்துக்கொண்டான். அப்படிச் சுலபமாய்ச் செய்திருக்கலாம் என்று இப்போது தோன்றியது. தோற்றவன் போல மௌனமானான். மனசில் ஒரு யோசனையும் எழவில்லை. உடலில் வேர்வையின் பிசுபிசுப்பை உணர்ந்தான். எழுந்து குளத்தின் அருகே நடந்தான். அதற்குள் நீலனே ஓடிச் சென்று ஒரு பாத்திரத்தில் நீரை முகர்ந்து கொண்டு வந்தான். முகம், கை, கால், அக்குள், கழுத்து எங்கும் நன்றாகத் தேய்த்துக் கழுவிக்கொண்டான் பீமன். எல்லாரும் எழுந்தார்கள். போதும் என்கிற அளவுக்கு குதிரைகள் நீரருந்த ஏற்பாடு செய்தார்கள். தாமும் கை கால் முகம் கழுவிக்கொண்டு குதிரையேறினார்கள்.

* * *

பயணம் தொடர்ந்தது. வழக்கம்போல நீலன் முன்னே நடந்தான். "வேத்திரகிரஹத்துக்கு சுலபமாக அரசனாகி இருக்கமுடியும். பொது மக்களும் அதை விரும்பினார்கள். அச்சத்தால் அந்த அரசனே

சரணடைந்து இருப்பானோ என்னமோ. பாழான துரியோதனனின் கொடுமையும் இருந்திருக்காது. ஆனால் இது அப்போது தோன்றவே இல்லை” என்று நினைத்தான் பீமன். இரண்டு பக்கங்களும் பெரிய பெரிய மரங்கள் இருந்தன. நடுவே குளுமையான காற்று வீசும் பாதை பயணம் செய்யச் சுகமாக இருந்தது. பக்கத்தில் ஏதாவது ஊர் இருக்கக் கூடும். பீமன் மீண்டும் யோசனையில் ஆழ்ந்தான். உண்மையில் என்ன நடந்தது? ‘உங்கள் மகனுக்கு இவ்வளவு சக்தி எப்படி வந்தது’ என்று சுற்றுவட்டாரத்தில் இருக்கிறவர்கள் எல்லாரும் அம்மாவைக் கேட்டார்கள். ‘அது கடவுள் கொடுத்த வரம். கடவுளின் முக்கிய சேனாதிபதியின் மூலம் கிடைத்தது. இது சாதாரண மனிதர்களுக் கெல்லாம் கிடைக்காது’ என்று பெருமையுடன் சொன்னாள். எனக்கும் பெருமையாக இருந்தது. தோளில் அவளைச் சுமந்து வந்தேன். இடும்பாசுரனுடன் போரிட்டுக் கொன்றேன். அப்புறம் பகாசுரனையும் கொன்றேன். இதற்கப்புறம் மாபெரும் பலசாலிகளை எல்லாம் கூட கொன்றிருக்கிறேன். ஜராசந்தன், கிழவன், அவனைக் கொன்றது அவ்வளவு பெரிய விஷயமில்லை. அதற்குப் பின் என்னைக் கண்டு பயந்து கிழக்குத் தேசத்தைச் சேர்ந்தவர்கள் எல்லாம் ராஜ்ஜியத்திற்குக் காணிக்கை வழங்கினார்கள். திரௌபதையைத் தூக்கிச் செல்ல வந்த சைந்தவனைப் பிடித்துத் தலையை மழித்து, கீசகனைக் கொன்று கூழ்கூழாக்கினேன். இந்தப் பீமனின் சக்தி என்னவென்று இந்த ஆரியவர்த்தத்திற்கே தெரியவில்லை. துரியோதனனையும் அவனைச் சார்ந்தவர்களையும் தாக்கி எலும்பை உடைத்துச் சாகடிக்கவில்லை யென்றால் என் பிறப்புக்குக் காரணமாக இருந்த அந்தக் கடவுள் பெயருக்கே களங்கம் வந்துவிடும். பிறப்புக்குக் காரணமாயிருந்தவன் பெயருக்கு இந்தப் பீமன் என்றும் களங்கம் உண்டாக்கமாட்டான் என்பதை அம்மாவும் உணர்ந்துகொள்ளட்டும். அந்தப் பக்கம் வண்டியை ஓட்டிக்கொண்டு குகையை நோக்கி நான் போனதும், பாஞ்சால தேசத்து அரசனின் ஆள் சுயம்வரம் பற்றிய தகவலைச் சொல்லிக்கொண்டு போனானாம். சுயம்வரத்தின் விதி கடுமையானது. ஓர் ஆள் எழுந்து கையைத் தூக்கிக்கொண்டு நின்றால் ஆகும் உயரத்தின் அளவுள்ள ஒரு வில் இருக்கிறதாம். அது தாமிரத்தால் ஆனதாம். அதை எடுத்து நாண்பூட்டி துருபதராஜனின் சபையில் சுட்டிக் காட்டும் இடத்தில் அம்பு எய்ய வேண்டுமாம். அந்த வில் வீரனுக்கு மகளைத் திருமணம் செய்து வைப்பானாம் அரசன். நான் திரும்பி வருவதற்குள் அம்மா ஒரு முடிவெடுத்திருந்தாள். இரவில் அடங்கிய குரலில் எங்களைப் பார்த்து, “நாம் அனைவரும் அங்கே செல்லலாம். உங்களுக்கு வில் பயிற்சி விட்டுப்போய் இருக்கிறது. இனி தினமும் பயிற்சி செய்யுங்கள். அர்ஜுனா, நீ மிகவும் அக்கறையுடன் செய். பாஞ்சால தேசத்துக்கும் குரு தேசத்துக்கும் இடையில் ஆரம்பத்திலிருந்தே உறவு சரியில்லை. பாஞ்சால தேசத்துச் சம்பந்தம்

கிடைத்தால் அவனுடைய படையும் நமக்குக் கிடைத்தது போலத்தான். துரியோதனனுக்குப் பயந்து கிடக்கவேண்டிய அவசியம் இல்லை. நம்மை அவர்களால் எப்போதும் ஏமாற்ற முடியாது" என்று சொன்னாள் அம்மா. புத்திக்கூர்மை மிக்கவள். அவளைப் பார்த்துப் பதின்மூன்றரை வருஷகாலம் ஆகிறது. வனவாசத்தின் அலைச்சலும், வெயில் மழை காற்றில் திரிவதும், பசியும் பட்டினியும் அவளால் தாங்க முடியாது. சம்பந்தி வீட்டில் பேரப் பிள்ளைகளுடன் இருக்கச் சொன்னபோது அவள் மறுத்துவிட்டாள். துவாரகைக்குச் செல்லுமாறு சொன்ன போதும் கேட்கவில்லை. "இந்த அஸ்தினாவதியிலேயே இருக்கிறேன், இங்கு நான் இருப்பதைத் தடுக்கும் அதிகாரம் யார்க்கும் இல்லை" என்று சொல்லிவிட்டாள். நாங்கள்தாம் அஸ்தினாவதியை ஆளவேண்டும் என்கிற ஆசை அவளுக்குத் தொடக்கத்தில் இருந்தே இருந்தது. காண்டவப்பிரஸ்தத்துக்குச் சென்று அதை இந்திரப் பிரஸ்தமாக மாற்றி ராஜசூயம் செய்து அஸ்தினாபுரமே எங்களைப் பார்த்து மெச்சிக் கொள்ளும்படி செய்தாள். இருந்தாலும், 'மூல இடத்தைவிட்டு வெளியேவந்து சம்பாதித்தது இது. நியாயமாய்ப் பார்க்கப் போனால் உங்களுக்குத்தான் அஸ்தினாவதி சேர வேண்டும். குருடன் தன் தந்திரத்தால் உங்களை வெளியேற்றிவிட்டான். வயசில் பெரியவர்கள் ஊமையாய்ப் பார்த்துக்கொண்டிருக்கிறார்கள்' என்று சொன்னாள். பதின்மூன்றரை வருஷங்களாக அவளைப் பார்க்காமல் எப்படி இருக்கிறேன்? அவள் இப்போது எப்படி இருக்கிறாள்? சித்தப்பாவின் தூதுவன் வந்து சொன்னாலும் கூட நேருக்கு நேர் பார்க்கிற மாதிரி இருக்காது. கூந்தல் எல்லாம் பஞ்சு மாதிரி நரைத்து வெளுத்து விட்டதாம். முன்பு இருந்ததுபோல இப்போது முகம் அகன்றிருக்கவில்லையாம். முதுகு வளைந்து கூன் விழுந்துவிட்டதாம். ஏன் அம்மாவின் முதுகு கூன் விழ வேண்டும்? எத்தனை வயசிருக்கும் அவளுக்கு? பீமன் கணக்குப் போட்டுப் பார்த்தான். முடியவில்லை. எப்படியோ எண்பத்தொன்று முடிந்திருக்கவேண்டும். அதற்குள் ஏன் கூன் விழவேண்டும்? நான் பக்கத்தில் இருந்தபோது தினந்தோறும் முதுகுக்கு எண்ணெய் தடவி வெந்நீர் ஊற்றிச் சரி செய்து வந்தேன். வனவாசமும் அஞ்ஞாத வாசமும் முடிந்து விட்டது. பேரன் அபிமன்யு வின் திருமணத்திற்கு வரவேண்டும் என்று சொல்லி அனுப்பியபோது, "யார் யார் வீட்டுக்கோ நான் எப்படி வரமுடியும். சொந்த ராஜ்ஜியத்தை மீட்டெடுத்துக் கொண்ட பிறகு வந்து கூப்பிடச் சொல்லுங்கள்" என்று சொல்லிவிட்டாள். அம்மாவுக்கு இருக்கும் ஆண்மை கூட தருமனுக்கு இல்லை. தருமம் என்னும் முகமூடியை எப்பொழுதும் அணிந்து கொண்டிருப்பதுதான் இதற்குக் காரணமோ என்னமோ. குந்தியின் மகன் என்று நெஞ்சை நிமிர்த்திச் சொல்லிக்கொள்ளும் தைரியம் அவனுக்கிருக்கிறதா? அம்மா கை நிறைய அள்ளித் தூக்கிக்கொள்கிற குழந்தையாகத் தான் மட்டுமே இருந்தது ஞாபகத்துக்கு வந்தது. தூக்கிக்

கொண்டு மலையின் ஏற்ற இறக்கங்களில் நடப்பதற்குள் அம்மாவுக்கு மூச்சு வாங்கியது. ஆனாலும் தூக்காமல் விட்டதில்லையாம். அப்பா இறந்தபோது எனக்கு ஏழு வயது. அவ்வளவு தெளிவாக ஞாபகம் இல்லை. தருமன் என்னைத் தூக்கிக்கொண்டிருந்தானாம். என்னைத் தூக்கினால் அவனுக்கு மூச்சு வாங்குமாம். வெறுமனே கையைப் பற்றிக் கொள்வானாம். அப்பா எப்படி இருந்தாரோ அவ்வளவாய் ஞாபக மில்லை. எத்தனையோ வருஷங்களுக்கு முந்தைய ஞாபகம். தனது சகோதரன் திருதராஷ்டிரனைப்போல இருந்தாரா? சீ. அப்பாவின் கண்கள் குருடல்ல. திருதராஷ்டிரனும் அப்பாவும் சகோதரிகளான இருவர்க்குத் தனித்தனியே பிறந்தவர்கள். ஆனால் நியோக முறையில் ஒருவருக்கே பிறந்தவர்கள். எனினும் ஒன்றாகத்தான் இருக்கவேண்டும் என்கிற கட்டாயமா என்ன? சூரியன் மறையத் தொடங்கியது. பின் பக்கம் மரம் செடிகளின் இடைவெளியில் மூழ்கி மறையத் தொடங்கியது. பாதையின் பக்கம் கவனம் திரும்பியது. பாஞ்சால தேசம் நெருங்கிக் கொண்டிருக்கிறது. விராட தேசத்தைவிட சமவெளிப்பகுதிகள் நிறைந்த நாடு பாஞ்சாலம். நீர், பயிர், மழை எல்லாவற்றிலுமே செழிப்பான நாடு. மேற்கு நோக்கியும் தெற்கு நோக்கியும் நல்ல பாதை வசதிகள் இருந்தன. கிழக்குப் பக்கமும் வடக்குப் பக்கமும் நல்ல காடுகள் இருந்தன. அதற்கப்பால் பனி படர்ந்த மலைகள். அப்பா உயிரோடு இருந்திருந்தால், துருபதனின் மகளை மணம் செய்து கொள்வதைச் சம்மதித்திருப்பாரா? இரண்டு தேசங்களுக்குமிடையே காலம் காலமாகப் பகை இருந்து வந்ததாம். குரு நாட்டை விஸ்தரித்த வீரராம் அப்பா. அவர் உயிருடன் இருந்திருந்தால் அவருடைய பெயரிலேயே ராஜசூய யாகம் செய்து அஸ்வமேத யாகமும் செய்து ஆரியவர்த்தம், பிரம்மவர்த்தம் இரண்டிலும் மிகச் சிறந்த அரசன் என்கிற புகழை அவர் அடையும்படி செய்திருக்கலாம் என்று அம்மா அடிக்கடி சொல்வாள். சின்ன வயசிலேயே ஏன் இறந்து போனாரோ? முப்பத்தைந்து வயசுதானாம். ஐந்து பிள்ளைகளையும் தூக்கிக்கொண்டு மலைகளின் ஏற்ற இறக்கங்களையும் சிகரங்களையும் தாண்டி அஸ்தினாபுரத்துக்கு வந்தபோது அம்மாவுக்கும் முப்பத்தைந்து வயதுதானாம். உருவ அமைப்பில் அம்மாவை விடச் சிறியவளாம் சின்னம்மா. மானுக்கிருப்பதைப் போன்ற கூர்மையான விழிகளாம். முதலில் எங்களுக்குத் தெரியாது. அப்புறம்தான் அப்பாவோடு சின்னம்மாவும் உடன்படுக்கை ஏறி இறந்து விட்டாள் என்று தெரிந்து கொண்டோம். நகுலனுக்கும் சகாதேவனுக்கும் எதுவும் தெரியாது. அவ்வளவாய் ஞாபகங்கள் ஒட்டாத வயது. எங்கள் அனைவரையும் அழைத்துக்கொண்டு அம்மா புறப்படும்போது தேவ உலகத்து முக்கியஸ்தர்கள் எல்லாரும் வந்திருந்தார்களாம். நியோக முறையில் நாங்கள் பிறக்கக் காரணமாக இருந்த தரும அதிகாரியும் சேனாதிபதியும் இந்திரனும் இரட்டை மருத்துவர்களும்

வந்திருந்தார்களாம். அம் மருத்துவர்கள் எத்தனையோ ஆண்டுகள் தொடர்ந்து அப்பாவுக்கு மருத்துவம் செய்து வந்தார்களாம். ஆயினும் அவரது உடல்நிலை ஏன் சீராகவில்லை? அம்மாவுக்கு எல்லாம் தெரியும். ஆனால் வாய்விட்டு எதையும் சொல்வதில்லை. இந்த வம்சத்தவர்களைப் போல ஆகக் கூடாது என்றும் தாசிப் பெண்கள் பின்னால் அலையக் கூடாது என்றும் அடிக்கடி சொல்லிக்கொண்டிருப்பாள். ஒருவேளை அளவுக்கு மீறிய காம விளையாட்டுகளில் ஈடுபட்டுத்தான் அப்பா இறந்தாரா? குருட்டுத் திருதராஷ்டிரனுக்கு நூறு பிள்ளைகள். தாசிப் பெண்களுக்குப் பிறந்தவர்கள் மட்டும் எண்பத்தாறு, அவர்கள் அனைவரும் தந்தையின் கடன் தீர்ப்பதற்கென்று என்னோடு போரிட வருவார்களா? எறும்புகளை நசுக்குவதுபோல நசுக்கி விடுவேன். பீமனின் சக்தி என்றால் அவர்கள் என்னவென்று எண்ணிக் கொண்டார்கள். தேவர்கள் தம் சேனைக்குத் தலைவனாகத் தேர்ந் தெடுத்துக் கொண்டவனின் வீரியத்தால் பிறந்த பாண்டுபுத்திரன் நான். ஆரியவர்த்தத்திலேயே பிரசித்திப் பெற்ற மல்யுத்தக்காரனாகிய கீசகனையே வதம் செய்து நசுக்கி விடவில்லையா நான்? அப்பாவைப் பற்றிய ஒரு நினைவு நன்றாக ஞாபகம் உள்ளது.

ஒரே தூக்காய்த் தூக்கி என்னைத் தழுவிக்கொண்டாராம் அப்பா. எவ்வளவு இறுக்கமான தழுவல் அது. என்னை வணங்கச் செய்தாள் அம்மா. குருடனின் பிள்ளைகளையெல்லாம் ஒரே நசுக்காய் நசுக்கி விடுவேன் என்று பீமன் நினைத்துக்கொண்டிருக்கும்போது புற உலகின் பிரக்ஞை ஏற்பட்டது. சூரியன் அஸ்தமனமாகி எவ்வளவோ நேரமானது. சுற்றிலும் இருள் கவியத் தொடங்கியது. நேற்றைக்கு வந்ததை விடச் சற்றுத் தாமதமாகவே நிலா இன்று வரக்கூடும். முன்னாலும் குதிரைகள், பின்னாலும் குதிரைகள். வழி காட்டுகிற, இடப்புறமாகவோ வலப்புறமாகவோ திருப்புகிற, அதட்டுகிற எந்த அவசியமும் இன்றி அவனைச் சுமந்திருந்த குதிரை அதன்பாட்டுக்குச் சென்றுகொண்டிருந்தது. முதல் குதிரைக்காரன் கடிவாளத்தை இறுக்கமாய்ப் பிடித்திருந்தான். தொடர்ந்த பயணத்தால் முதுகு, இடுப்பு, தொடை எங்கும் வலி படர்ந்தது. குதிரை மீது ஏறியே பதின்மூன்றரை வருஷங்கள் ஆகிவிட்டன அல்லவா. நீலன் சொல்வது போல் நான் ரதத்தில் ஏறி வந்திருக்கலாம். ஆனால் பாதைகளே இல்லாத அடர்ந்த காட்டில் ரதமேறிச் செல்வது எப்படி முடியும்? இன்னும் ஒருநாள் பயணம். புழுதிப்படலம். மேகக் கூட்டம்போல் எழுந்து மிதக்கிற புழுதியைப் பார்க்கிறபோது பழைய நினைவுகள் புரள்கின்றன. சின்ன வயசில் வடக்குப் பக்கம் மலையைப் பார்த்தபடி உட்கார்ந்திருந்தேன். பனிகரைந்து வழியும் நீர். அதை மூடிய நீலத் துணிபோல வானம். எங்கும் படர்ந்திருக்கும் வெண்பனி. உச்சியில் பளபளவென்று வானை அண்ணாந்து பார்த்தபடியிருக்கும் வெள்ளைச்

சிகரம். அதன் மேல் ஏற வேண்டும் என்று கிளம்பினால் அம்மா விடமாட்டாள். தடுத்து விடுவாள். ஒரு கயிற்றால் என்னைக் கட்டிப் போட்டுவிடுவாள். அங்கிருப்பவர்களெல்லாம் தேவர்களாம். ஒருவனாய்ச் சென்று அவர்களோடு சேர்ந்துகொண்டு விடுவேனோ என்கிற பயம். கூட நீயும் வா என்று அழைத்தால் அவள் முகத்தில் சந்தோஷம் படரும். ஆனால் அப்பா தடுத்து விடுவார். அப்பாவையும் வா என்று அழைக்கலாமெனில் அவருக்கு மலை ஏறும் சக்தி இல்லை. மூச்சு வாங்கும். தேவ உலகத்தில் எங்கெங்கும் வெண்மைதானாம். நினைவுகள் என்னை வதைக்கின்றன. அங்கே போகவேண்டும். வெண்மையான சிகரத்தின் மீது ஏற வேண்டும். வெண்மையான ஏரியையும் குளத்தையும் பார்க்கவேண்டும். வெண்மையான ஏற்ற இறக்கங்களையும் காணவேண்டும். வன வாசத்தில் நாலு வருஷ காலம் இமயமலையையொட்டிய அடிவாரப் பகுதியில் இருந்தோம். ஆனால் அது கந்தர்வ நாடு. தேவநாடு அல்ல. அர்ஜுனனைப் புண்ணியம் செய்தவன் என்றுதான் சொல்ல வேண்டும். வெண்சிகரங்களும் வெள்ளை ஏரிகளும் குளங்களும் வெளுத்த ஏற்ற இறக்கங்களும் நிறைந்த தேவ நாட்டில் இருந்தான்.

நிலா வெளிச்சம் படர்ந்த சிறிது நேரத்திற்குள் ஒரு நதி குறுக்கிட்டது. மிகப்பெரிய நதி. நதிக்கரையோரம் மிகவும் நீண்ட மணற்பரப்பு. உடலில் பிசுபிசுத்து ஒட்டும் வியர்வை தானாகவே குறைந்தது. மணற்பரப்பாதலால் குதிரைகளால் வேகமாக அடியெடுத்து வைக்க இயலவில்லை. எனினும் முன்னால் நீர் இருக்கிறது என்று புரிந்து கொண்ட குதிரைகள் வேகவேகமாக அடியெடுத்து வைத்தன. இன்னும் நூறு அடி தூரம் சென்றால் நீரில் இறங்கிவிடலாம் என்னும் கட்டத்தில் நீலன் குதிரையில் இருந்து கீழே இறங்கினான். எல்லாரையும் இறங்கும்படிச் சொன்னான். "கோடைக்காலம். புலியும் சிறுத்தைகளும் நீரருந்த ஒருவேளை வந்தாலும் வரலாம். யானைகள் நிச்சயம் இருக்கும். தீப்பந்தத்தை அணைக்கவேண்டாம். கரையோரம் கிடக்கிற மரக்கட்டை, சருகு எல்லாவற்றையும் சேர்த்துக் கூட்டி நெருப்பு பற்ற வையுங்கள்" என்றான். எல்லாரும் கீழே இறங்கினார்கள். தம் கடிவாளங்களைக் கூட்டாளிகளிடம் பிடிக்கச் சொல்லிவிட்டு பிறகு சேகரிப்பதற்காகப் பதினைந்து பேர்கள் சென்றார்கள்.

"யமுனை தானே இது?" என்று நீலனை நெருங்கி வந்து பீமன் கேட்டான்.

"ஆமாம். நானும் உன்னிடம் கேட்க வேண்டும் என்றுதான் நினைத்தேன். கோடைக்காலத்தில் யமுனையின் வேகம் கங்கையின் வேகத்தைப் போல இருப்பதில்லை என்று கேள்விப்பட்டிருக்கிறேன். மத்ஸ்ய பகுதியைச் சேர்ந்தவனாகிய எனக்கு நதிகளைப் பற்றிய ஞானம்

இல்லை. நீ யமுனையின் கரையிலேயே இருந்தவன். இதனுடைய குணங்கள் பற்றித் தெரியும். இன்று இரவில் நதியைக் கடந்து விடலாமா என்பதற்காகத்தான் இவ்வளவு கேட்கிறேன். வெறுமனே கடப்பது என்றாலும் பரவாயில்லை. முதுகில் சாமான்கள் சுமந்த குதிரைகளும் கடக்க வேண்டும். அரிசியும் தானியமும் மாவும் நனைந்துவிடக் கூடாது. தெரியாத வழியில் எங்கேயாவது பள்ளம் இருக்கக்கூடும். இந்தப் பகுதியைப் பார்க்கும்போதே ஆழமாக இருப்பது நிச்சயம் என்று தோன்றுகிறது. ஆனால் எவ்வளவு ஆழம் இருக்கும்?"

"ஆழத்தை அளந்து பார்க்க யாரிடமாவது மூங்கிலைக் கொடுத்தனுப்பு."

"அதைச் செய்கிறேன். அப்புறம் இன்னொரு விஷயம். நதியைத் தாண்டிய பிறகு ஏழெட்டு நாழிகை நேரப் பிரயாணத்தில் பாஞ்சால தேசத்து எல்லை தொடங்குகிறது. அங்கிருந்து இடது பக்கம் திரும்ப வேண்டும் என்பதுதான் நம் கணக்கு. திரும்பினால் நாம் சென்று பார்க்க வேண்டிய ராட்சசர்களின் நாடு. அநேகமாக நள்ளிரவை யொட்டி நாம் பாஞ்சால தேசத்தை அடைவோம். அதற்குப்பின் நாம் படுத்துறங்கி ஓய்வு எடுத்துக்கொண்டு காலயில் எழுந்திருப்பதற்குள் வெயில் ஏறி விடும். பிறகு காட்டுக்குள்தானே செல்ல வேண்டும். திட்ட வட்டமான வழி எதுவும் இருக்காது. இப்போது இங்கேயே படுத்து உறங்கி ஓய்வு எடுத்துக்கொண்டு காலையில் சீக்கிரம் எழுந்து ராட்சசர் நாட்டின் எல்லையை அடைந்து விடலாம். பிறகு யார் மூலமாவது நாம் செல்லவேண்டிய வழி பற்றிக் கேட்டுக் கொள்ளலாம். காலை வேளையின் குளிரில் நாம் அங்கே சென்று சேர்ந்து விட்டோமானால் போதும். எப்படியும் அங்கே இருக்கிற மரங்கள், பாறைகள், குளங்கள் பற்றிய விவரங்கள் உனக்குத் தெரியுமில்லையா?"

"எல்லாமே ரொம்ப காலத்திற்கு முன்பு பார்த்தது."

"ஆனால் ராட்சசர் நாடு அதிக அளவு மாற்றத்திற்கு உள்ளாக வில்லை என்று கேள்விப்பட்டுள்ளேன். இதுவே நம் ஆரியர்களென்றால் மரங்களை வெட்டி காட்டை அழித்து விவசாயம் செய்யத் தொடங்கி இருப்பார்கள். ஊர் பெருத்து, மாடுகள் பெருகி, பாதைகள் அமைத்து எவ்வளவோ மாறி இருக்கும். அடையாளமே மாறிப் போயிருக்கும்."

பீமனுக்கு வேறு ஏதோ ஞாபகம் வந்தது. காட்டை அழித்து ஊர் அமைத்து, விவசாயம் செய்து, பாதைகள் அமைத்து, அடையாளமே மாறிப்போகிற அளவு ஊரை அமைக்கிற ஞாபகம். "ம்" என்றான்.

"அரசே, மறந்துவிட்டது என்றுதான் எல்லாமே தோன்றும். ஆனால் அந்த இடத்திற்குச் சென்று நின்றால் எல்லாமே ஞாபகத்துக்கு வந்து விடும். சின்ன வயசில் பார்த்த எங்கள் பாட்டியின் ஊரை மறந்தே

விட்டது என்றுதான் எண்ணிக்கொண்டிருந்தேன். போன வருஷம் போயிருந்தேன். ஏறத்தாழ இருபத்தைந்து வருஷங்கள் ஆகி விட்டிருந்தன. ஆனால் கால் வைத்ததுமே நாய்க்குட்டியை வைத்துக்கொண்டு நான் ஆடிய இடங்கள் எல்லாம் சட்டென ஞாபகத்துக்கு வந்துவிட்டது. நாங்கள் ஆறு சிறுவர்கள் இருந்தோம் எங்களையெல்லாம் பிடித்து எங்கள் மாமா நீச்சல் கற்றுக் கொடுத்ததெல்லாம் கூட என்னமோ நேற்றைக்கு நடந்ததுபோல ஞாபகத்துக்கு வந்து விட்டது."

பீமன் வெறுமனே "ம்" என்றான்.

"அப்படியென்றால் எப்படிச் செய்யலாம்?"

"ம்"

பீமனின் மனம் எங்கேயோ பதிந்திருக்கிறது என்பதை நீலன் புரிந்து கொண்டான். நீரின் ஆழத்தைப் பார்ப்பதற்காக நன்கு நீந்தத் தெரிந்தவர்கள் இருவரை அனுப்பும் பொருட்டு திரும்பி நடந்தான். அதற்குள் வீரர்கள் உலர்ந்த விறகுகள் சருகுகளை ஓரிடத்தில் கூட்டி வைத்தார்கள். எல்லாவற்றையும் ஒரேயடியாகக் கொளுத்துவது வேண்டாம் என்று நினைத்தான் பீமன். அவன் மனசில் நினைத்ததையே மற்றவர்களும் சொன்னார்கள்.

"சீதோஷ்ண நிலை ரொம்ப நன்றாக இருக்கிறது. நிலா வெளிச்சம் வேறு. இவ்வளவு பெரிய மரங்கள். இவ்வளவு பெரிய நதி. இவை யெல்லாம் நமது நாட்டில் கிடைக்குமா? இங்கேயே இரவு தங்கி விட்டுச் செல்லலாம்."

மதியம் சமைத்து எஞ்சிய உணவை எல்லாரும் சாப்பிட்டார்கள். வனவிலங்குகளை அச்சுறுத்தும் பொருட்டு நெருப்பு எரிய வைத்துக் கொண்டு வில் அம்போடு ஒருவர் மாற்றி ஒருவர் என்ற முறை வைத்து காவல் காப்பது என்று முடிவானது. மிருதுவான மணற்பரப்பின் மேல் பாய் விரித்து, அதன்மேல் துணிகளின் விரிப்பையும் விரித்து பீமனுக்குப் படுக்கை ஏற்பாடு செய்தார்கள். பீமன் படுத்து கால் நீட்டினான். நிலா வெளிச்சம். ஓசையில்லாமல் ஓடிக்கொண்டிருக்கும் பெரிய நதி. தான் பார்த்தவற்றில் கங்கைக்கு அடுத்தபடி பெரிய நதி இதுதான். இந்த நதியின் கரையோரம்தான்... இங்கிருந்து எவ்வளவு தூரத்தில் இருக்கும் இந்திரப்பிரஸ்த நகரம்? குரு நாட்டுக்குள் செல்லாமல் சுற்றி வளைத்துக் கொண்டு வந்துள்ளோம் என்றால், ஒரு நாள் அல்லது இரண்டு நாள் குதிரைப் பிரயாணத்தில் அடைந்துவிடக் கூடிய தொலைவில்தான் இருக்க வேண்டும். அங்கிருந்தபோது நதிக்கரையிலேயே பல நாட்களில் நிலா வெளிச்சத்தில் கழித்திருக்கிறோம். கோடையாகி விட்டால் நதிக்கரையோரமாகவே நிலா வெளிச்சத்தில் படுத்துக் கிடப்பேன். எவ்வளவோ நாட்கள் என் கூட கிருஷ்ணன் இருப்பான். அவன்

பிறந்து வளர்ந்தது இந்த ஊரில்தான். எனக்குக் கங்கையின் மீது இருக்கும் பிரியத்தைப்போல அவனுக்கு யமுனையின் மீது பிரியம் அதிகம். "பீமா, கங்கைக் கரை துரியோதனனுக்கே எல்லையாக இருக்கட்டும். என்னமோ மட்டமானது என்று யமுனையைப் பற்றி நினைக்க வேண்டாம். நதிக்கரையோரமாகவே சென்றால் நான் பிறந்து வளர்ந்த மதுரா நகரம் இருக்கும். இந்தக் காண்டவ வனத்தை அழித்து விவசாயத்துக்குத் தகுந்தபடி மாற்றுவோம். சின்னஞ்சிறு கிராமமாக இருக்கிற இந்த இடத்தில் ஒரு பெரிய நகரையே கட்டுவோம். ஆரியவர்த்தத்திலேயே அப்படி ஒரு நகரம் இல்லாத அளவு நாம் இந்த நகரை எழுப்புவோம்" என்றான். அவன் பேச்சு உண்மையிலேயே உற்சாகம் ஊட்ட வல்லது. புதியவற்றை உருவாக்குவதில் அவன் காட்டும் ஆர்வத்துக்கும், அவனுடைய புத்திக் கூர்மைக்கும் அளவே இல்லை. மிக அழகான நகரமாகிய துவாரகையையும் நிர்மாணித்தது அவன்தான். நான் மட்டும் ஒருமுறை கூட அந்த இடத்துக்குச் சென்றதில்லை. இந்த யுத்தம் முடிந்த பிறகுதான் செல்ல வேண்டும். காண்டவவனம் மட்டும் சாதாரண காடா என்ன? இடும்பாசுரனின் காட்டைக் காட்டிலும், சீ, அவன் பெயரைச் சொல்லி ஏன் அழைக்க வேண்டும், சாலகடங்கடியின் காட்டைக் காட்டிலும் பெரிய காடு அது. அடர்த்தியானதும் கூட. நாகர்கள் தான் அங்கே வளத்துக் கொண்டிருந்தார்கள். காட்டின் நடுவில் காண்டவ பிரஸ்தம் என்னும் கிராமம் இருந்தது. கொடிய விலங்குகள் வாழும் இடம். மோசமான சீதோஷ்ண நிலை உள்ள இடம். துருபத ராஜனின் சம்பந்தியான பிறகு அன்பு வார்த்தை பேசி ஊருக்கு அழைத்த குருடன் தந்திரமாக அந்த இடத்தை எங்கள் தலையில் கட்டிவிட்டான்.

"பிள்ளைகளே, வெயிலின் வெப்பம் தாளாமல் நீங்கள் இருந்த இடம் நெருப்புப் பற்றி எரிந்து சாம்பலாகி விட்டது என்று கேள்விப் பட்டபோது என்னுடைய நெஞ்சே வெடித்தது போல இருந்தது. சொந்தப் பிள்ளைகளைக் காட்டிலும் தம்பியின் பிள்ளைகள் பெரியவர்கள். நமது குருவம்சம் செய்த புண்ணியத்தால் அல்லவா நீங்கள் மீண்டும் பிழைத்து வந்தீர்கள். என் மகன் துரியோதனன் தான் நீங்கள் இருந்த இடம் தீப்பிடித்து எரியக் காரணமாக இருந்தான் என்று சிலர் சொன்னார்களாம். நல்லவேளை, இந்த உலகத்தின் பழிச் சொல்லிலிருந்து தப்பித்தோம்" என்று சொன்னபடி கண்ணீர் வராத கண்களைத் துடைத்துக் கொண்டான். உண்மையிலேயே ஒன்றிரண்டு சொட்டுக் கண்ணீர் இருந்ததோ என்னமோ, எப்பொழுதும் மூடிய படியே இருக்கும் கண்களைப் பலவந்தமாகத் திறந்து பார்த்தால் பரிதாபமாக இருக்கும். "துரியோதனன் கொஞ்சம் துடுக்கானவன். உண்மைதான். இன்னும் சின்ன வயது. சரி, நடந்ததெல்லாம் போகட்டும். சகோதரர்கள் அனைவரும் ஒரே இடத்தில் சேர்ந்திருக்க

வேண்டாம் என்று முடிவெடுத்திருக்கிறேன் நான். தெற்கே நமக்குச் சொந்தமான காண்டவப் பிரஸ்தம் இருக்கிறது. அந்தக் காலத்தில் ஆயு, புரூரவன், நகுஷனின் ஆட்சியில் அதுதானே தலைநகராக இருந்தது. அதற்கப்புறம்தான் தலைநகரம் அஸ்தினாபுரத்துக்கு மாறியது. புழக்கமில்லாததால் அங்குமிங்கும் மரம் செடி முளைத்து அடர்ந்திருக்கிறதாம். நீங்கள் ஐந்து பேரும் அங்கு சென்று சீரும் சிறப்புமாக ஆட்சி செய்யுங்கள். குரு நாட்டின் தெற்குப் பகுதியும் வளம்பெற வேண்டும் அல்லவா? காண்டவபிரஸ்தம் முழுக்க முழுக்க உங்களைச் சார்ந்ததாகும்." என்றான்.

எவ்வளவு தந்திரமாக எங்களைக் காட்டுக்கு அனுப்பினான். கிருஷ்ணனின் துணையில்லாவிட்டால் இந்த இடம் அஸ்தினா புரத்தையும் மீறிய பெரிய நகராக ஆகி இருக்க வாய்ப்பில்லை. அவன் உற்சாகத்துக்கு அளவே இல்லை. வெண்ணெய் மாதிரி பேசி எங்களைக் காட்டுக்கு அனுப்பினான் கிழவன். ரதங்கள், குதிரைகள், பசுக்கள், எருதுகள், பாத்திரங்கள், ஆடை அணிகலன்கள், கம்பளிகள் அனைத்தையும் மாமனாராகிய துருபதன் அனுப்பி வைத்தான். துவாரகையிலிருந்து கிருஷ்ணன் அனுப்பியது என்னமோ குறைவுதான். கடல்வழி வாணிகத்தின் மூலம் ஏராளமாகச் சம்பாதித்துப் பொருள் சேர்த்துச் செல்வந்தர்களாக இருந்தார்கள் யாதவர்கள். அஸ்தினா புரத்தையும் மீறக் கூடிய அளவு செல்வமாம். நாங்கள் ஐந்து பேரும் கிருஷ்ணனும் அம்மாவும் திரௌபதையும் மிகுந்த உற்சாகத்தோடு காண்டவப்பிரஸ்தத்துககுக் கிளம்பினோம். வந்த நாளே நானும் அர்ஜுனனும் நகுலனும் சகாதேவனும் கிருஷ்ணனும் குதிரை மீதேறி காடு முழுக்கவும் சுற்றினோம். எந்தெந்த இடத்தை முதலில் அழித்து விவசாயத்துக்குத் தக்கதாக மாற்றுவது என்று முடிவெடுத்தோம். கண்முன்னால் அவ்வளவு வேலைகளை வைத்துக்கொண்டு சும்மா உட்கார்ந்திருப்பது எப்படி? வெயிலில் இலைகள் உதிர்ந்து உலர்ந்து நின்றிருந்த மரங்கள். ஒரு மூலையில் நெருப்பு வைத்தோம். உடனே பற்றிக்கொண்டது. வானைக் கரும்புகை மூடிக்கொண்டது. மஞ்சள் நெருப்பு படுவேகமாக எங்கும் பரவியது. அதில் பறவைகள், புழு பூச்சிகள், பாம்புகள், தேள்கள், பல்லிகள் போன்ற சின்னப் பிராணிகள் எல்லாம் மடிந்தன. பெரிய மிருகங்களான புலிகள், சிறுத்தைகள் போன்றவையெல்லாம் நெருப்பின் வெப்பம் தாளாமல் ஓடின. அவ்வளவு வேகமாயப் பரவிய நெருப்பை நான் அதுவரை பார்த்ததே இல்லை. கொஞ்சம் காற்று வேகமாக வீச ஆரம்பித்தால் போதும், நெருப்பும் வேகமாக எழுந்து பரவியது. யுத்தம் என்றால் இப்படி இருக்கவேண்டும். துரியோதனனின் குதிரைப்படையும் யானைப் படையும் ரதங்களும் உலர்ந்த காட்டைப் போல நின்றிருக்க வேண்டும். நெருப்பு அம்புகள் பாய்ந்ததுமே மரத்தாலான ரதங்களில்

நெருப்பு பற்றிக் கொள்ளும். ஒன்றின் வழியாக இன்னொன்று என எல்லாமே பற்றிக் கொள்ளும். எல்லாத் திசைகளில் இருந்தும் பாய்ந்து வரும் நெருப்பு அம்புகளால் இந்தக் காண்டவ வனம் எரிவது போலத் துரியோதனனின் படையும் அழியும். எரிந்து கருகிய ஐந்து சகோதரர்கள் மற்றும் ஒரு வயசான தாயின் பிணங்களைப் போல அவர்களும் எரிந்து கருகுவார்கள். நடுவில் துரியோதனனும், சுற்றிலும் துச்சாதனனும் கர்ணனும் சகுனியும் மற்றும் அவனைச் சார்ந்தவர்களும் கிடப்பார்கள். குருடன் யுத்த களத்திற்கு வரப் போவதில்லை. வரவும் முடியாது என்று நினைத்தான் பீமன். இந்த இடத்தில் அவனுக்குக் கொட்டாவி வந்தது. கூட வந்தவர்களில் சிலர் படுத்திருக்கிறார்கள். சிலர் நதிக்கரையில் உட்கார்ந்துகொண்டிருக்கிறார்கள். வானில் மிதந்தபடி இருந்தது நிலவு. மீண்டும் கொட்டாவி வந்தது. அங்கே தங்கியது சரிதான் என்று நினைத்துக்கொண்டான் பீமன். ஆனால் தூக்கம் வரவில்லை. இந்திரப்பிரஸ்த நினைவுகளே திரும்பத் திரும்ப வந்தன. எவ்வளவு சிரமப்பட்டு கட்டிய நகரம். காடாக இருந்த இடத்தையெல்லாம் அழித்து விவசாய பூமியாக்கி, பாசனத்துக்குத் தேவையான அணையைக் கட்டி, எங்கள் மீது இருந்த அன்பால் எங்களோடயே வந்த விவசாயிகளுக்கு நிலத்தைப் பங்கிட்டுக் கொடுத்து பாடுபட்ட சிரமங்கள் கொஞ்சமா? அந்த இடம் எங்களுக்குச் சும்மா கிடைத்து விடவில்லை. குருடன் தானமாகக் கொடுக்கவுமில்லை. பெயருக்கு அது குருநாட்டோடு சேர்ந்தது தான் என்றாலும், உண்மையில் நாகர்களுக்குச் சொந்தமான இடம் அது. நாங்கள் வந்து சேர்ந்ததுமே அவர்கள் எங்களுக்கு எதிராகக் கிளம்பிவிட்டார்கள். நெருப்பு வைத்த பிறகு சும்மா இருப்பார்களா? எரியும் காட்டிலிருந்து வெளியே வந்தார்கள். விஷம் நிரம்பிய அம்புகளை எங்கள் மீது எய்தார்கள். உடம்பில் துளி தைத்தாலும் போதும், அந்தக் கணமே விஷமேறி இறக்க நேரும். எல்லா நாகர்களும் கூட்டாகச் சேர்ந்து வில் அம்புகளோடு எங்களைத் தாக்க வந்தார்கள். எங்களிடம் படைவீரர்கள் யாரும் இல்லை. நாங்கள் மொத்தமே ஐந்துபேர், கூட கிருஷ்ணன். குதிரை களையும் ரதங்களையும் ஓட்டி வந்த சில பாஞ்சால வீரர்கள். கிருஷ்ணனின் வீரர்கள் இன்னும் வந்து சேர்ந்த பாடில்லை. மெய்க்காவல் படைவீரர்கள் யாரையும் நாங்கள் துணைக்கு அழைத்து வரவில்லை. நாங்கள் அனைவரும் எப்படியாவது நாகர்களின் அம்புகளுக்குப் பலியாகிச் சாகட்டும் என்று நினைத்துத்தான் இந்த இடத்தைக் குருடன் கொடுத்தானோ என்னமோ? கிருஷ்ணனின் துணிச்சல் மெச்சத் தக்கது. சட்டென்று எங்களிடம் குதிரைகளைத் திருப்பச் சொன்னான். தற்காப்பு உடைகளை அணிந்துகொண்டு நாகர்களிடமிருந்து தப்பித்துக் காட்டின் பின்பகுதிக்குச் சென்றோம். காட்டின் மூலை முடுக்குகள் எங்கும் நெருப்புப் பற்றவைத்துக்கொண்டே சென்றோம். எல்லாத் திசைகளிலிருந்தும் காட்டில் நெருப்பு பரவியது. அப்புறம்

எப்படி அவர்களால் தப்பிக்க முடியும்? உள்ளே அகப்பட்டுக்கொண்டவர்களைக் காப்பாற்ற வெளியிலிருந்து நுழைந்தவர்கள் மீண்டும் உள்ளே நெருப்புக்குள் அகப்பட்டு மடிந்தார்கள். உள்ளிருந்து உயிர்ப் பயத்தால் தப்பித்து வெளியே வர முயன்றவர்கள் வெளியிலிருந்த நாங்கள் வீசும் அம்புகளுக்குப் பலியானார்கள். எத்தனையோ பேர் இறந்தார்கள். ஒன்றும் கணக்கில்லை. கிருஷ்ணனின் புத்திக் கூர்மை வேறு யாருக்கும் வராது. ஒரே நேரத்தில் சுற்றிலும் நெருப்பு வைக்காமல் இருந்திருந்தால் நாங்கள் யாரும் பிழைத்தே இருக்க மாட்டோம். தேன்கூட்டில் இருந்து கிளம்பி வரும் தேனீக்களைப் போல நெருப்புக்குள் அகப்பட்டுக் கொண்டவர்கள் எத்தனை பேர் இருப்பார்களோ? நாங்கள் எத்தனை பேர் இருந்தோம்? அவர்கள் குறைந்த பட்சம் அறுநூறு எழுநூறு பேர்களாவது இருப்பார்கள். எல்லாருமே ஆண்களல்ல. சிலர் தப்பித்துச் சென்றிருக்கலாம். நதிக்கரையோரமாக இருக்கிற பகுதிக்கு நாங்கள் நெருப்புப் பற்ற வைக்கவில்லை. தப்பித்துச் சென்றவர்கள் இந்த வழியாகத் தாண்டி நதியைக் கடந்துத் தப்பித்துச் சென்றிருக்கலாம். அவர்கள் அனைவரும் இப்போது ‘பாண்டவர்கள்தான் எங்கள் முக்கிய எதிரிகள்’ என்று சொல்லிக்கொண்டு அங்கங்கே திரிந்துகொண்டிருக்கிறார்களாம். ஆரிய வர்த்தத்தில் அங்கங்கே வசிக்கிற நாகர்களை யெல்லாம் சந்தித்துப் பேச தூதுவர்களை அனுப்பியுள்ளானாம் துரியோதனன். “நான் பாண்டவர்கள் மீது போர் தொடுக்கப்போகிறேன். என் பக்கம் சேர்ந்து கொள்ளுங்கள். உங்கள் பகையை இன்னும் நீங்கள் தீர்த்துக் கொள்ளவில்லை. அவர்கள் தலைகளைத் துண்டிக்கிற வாய்ப்பை நான் உங்களுக்குத் தருகிறேன்” என்று சொல்லுமாறு பாடமேற்றி அனுப்பியுள்ளானாம். “எங்கள் பகைவரையெல்லாம் தந்திரமாக ஒன்று சேர்ந்து உன் பக்கம் இழுத்துக்கொள்ள நினைக்கும் உன் தலையைத் துண்டித்து என் இடது காலால் நசுக்காவிட்டால் என் பெயரை மாற்றிக் கொள்கிறேன். இந்தப் பெயரை விடுத்து வேறு எந்தப் பெயரை வைத்துக் கொள்வது? எதுவும் புரியவில்லை. பீமன் என்கிற பெயரை விடுத்தால் வேறு எந்தப் பெயரும் எனக்கு இல்லை. ரொம்ப ஆலோசித்து வைத்த பெயர். பிறந்த குழந்தையின் உடல்வாகு மற்றும் உறுதியையும் பார்த்ததுமே அப்பாவின் வாயில் இந்தப் பெயர் தானாக வந்தாம். இதை மாற்ற எவனால் முடியும் என்று எண்ணும் போது உடல் உறைந்ததைப்போல இருந்தது. இரண்டு கால்களையும் உறுதியாய் வளைக்காமல் நிறுத்தி இடுப்பை உறுதியாக்கிக் குனிந்து கைளை நீட்டி மண்ணைத் தொட நினைக்கும்போது அவன் பார்வை தோளின் மேல் பதிந்தது. தனக்கு வயதாவதைப் பற்றி எண்ணிக் கொண்டான் பீமன். சின்ன வயதில் பாறைபோல் இருந்த தசைக் கோளம் இப்போது தளர்ந்திருந்தது. பன்னிரண்டு வருஷ வனவாசம் தான் காரணம். தினமும் வேட்டை கிடைக்கும் என்பது உறுதி இல்லை. இருக்கிற

உணவில் தினமும் தருமனோடு பேச வருகிற முனிவருக்கும் கொடுக்க வேண்டும். பால், தயிர் எதுவுமில்லை. வெண்ணெய், நெய் எதுவுமில்லை. சோறுமில்லை. ரொட்டியுமில்லை. பின்பு உடல் தளராமல் என்ன செய்யும்? கிருஷ்ணையின் கண்காணிப்பும் பராமரிப்பும் இல்லை என்றால் இந்த அளவு கூட உடல் இருக்காது. "இவனுக்குச் சரியான வேளையில் சாப்பாடு கொடு. வயிற்றுக்கு எந்தக் குறையும் வைக்காதே. மற்றவையெல்லாம் தானாக நடக்கும்" என்று அவளிடம்தான் அம்மா சொன்னாள். விராட நகரில் சமையல்காரனாக இல்லாமல் இருந்திருந்தால் ஒருவேளை பீமன் செத்திருக்கக் கூடும். தருமன் யுத்தத்திற்கு நின்றிருக்கவே மாட்டான். மீண்டும் காட்டுக்கே சென்றிருப்பான். அர்ஜுனனும் அண்ணனையே பின் தொடர்ந்திருப்பான். நகுலனும் சகாதேவனும் அண்ணனின் சொல் மீறாத தம்பிகள். அப்புறம் கிருஷ்ணையின் கதி? "பீமன் சாகவில்லை கிருஷ்ணை, நினைவிருக்கட்டும். எனக்கும் உனக்கும் வேறு வேறு ஆசைகளில்லை. மேலும் உனக்குப் பட்டமகிஷியாகும் ஆசையில்லை. துரியோதனனையும் அவனது சகோதரர்களையும் கொன்று கர்ணன், சகுனி ஆகியோரின் தலைகளை உருளவைத்து இடது காலால் நசுக்கிக் கூழாக்குவதைப் பார்ப்பதற்காகவே நீ உயிரோடு இருக்கிறாய். அதைச் செய்து காட்டாமல் நான் சாக மாட்டேன். எமனே வந்து கூப்பிட்டால் கூட உன்னை அனுப்பவும் மாட்டேன்" என்று நினைத்துக்கொண்ட படியே படுத்தான். நதிக்கரையோரம் உட்கார்ந்திருந்தவர்கள் அனைவரும் ஒவ்வொருவராக வந்து படுத்துக்கொண்டார்கள்.

தன்னிடமிருந்து சற்று தொலைவில் அவர்கள் படுத்திருந்தாலும் கூட அவர்களுடைய குறட்டைச் சத்தம் பலமாக இருந்தது. கூடவே சில்வண்டுகளின் ஓசை. இப்பொழுது இந்திரப் பிரஸ்தத்தில் யாரும் இல்லையாம். ஒரு அரசாக இப்போது இல்லையாம். தலைநகராகவு மில்லை. நாங்கள் வெளியேறிய பிறகு வேத விற்பன்னர்கள், நடனக் கலைஞர்கள், இசைக்கலைஞர்கள், மல்யுத்தர்கள், படை வீரர்கள், எல்லாருமே வெளியேறிவிட்டார்கள். யாருமே இல்லை. முதலில் இருந்தபடியே ஆகிவிட்டது. காடாக மண்டி வளர்ந்த பிறகு மீண்டும் அந்த இடத்தை நாகர்களுக்கே துரியோதனன் தரக்கூடும். ஆரிய வர்த்தம், பிரம்மவர்த்தம் எங்குமே இல்லாத அளவுக்கு அழகான நகரம் அது. காண்டவ வனத்தின் வழியாக எங்கோயோ போய்க் கொண்டிருந்தானாம் மயாசுரன். அவன் போகவேண்டிய இடம் காந்தார தேசத்திற்கு அந்தப் பக்கம் இருக்கும் பகுதியாம். வயிற்றுப் பாட்டுக்காகத் தேசத்தைத் துறந்து ஜராசந்தன் ஆண்டு கொண்டிருந்த கிரிவிருஜ்ஜத்துக்குச் சென்றானாம். பெரிய அரசன். ஏதேனும் வேலை கொடுத்துக் கை நிறைய அள்ளிக் கொடுப்பான் என்று எண்ணிச் சென்றானாம். தப்பித்து காட்டிலிருந்து வெளியே வரும் வேளையில் அவன் மேல் அம்பெய்யக் கிருஷ்ணன் தயாராகிவிட்டான். ஒரு

கணம் பார்த்தால் நாகர்களைப் போல இல்லை என்று அர்ஜுனன் கிருஷ்ணனைத் தடுத்தான். இல்லாவிட்டால் மயாசுரன் இறந்திருக்கக் கூடும். அவன் இல்லாமல் இந்த இந்திரப்பிரஸ்தம் நிர்மாணிக்க முடிந்திருக்காது. அர்ஜுனனை நெருங்கிய அவன், "எனது உயிரைக் காப்பாற்றிய நீ யார்?" என்று கேட்டான்.

"இந்த ராஜ்ஜியத்தின் அரசனுடைய தம்பி நான். என் பெயர் அர்ஜுனன்."

"என் உயிரைக் காப்பாற்றினாய். இதற்குக் கைமாறாக என்ன செய்வது?"

"உன்னால் என்ன செய்யமுடியும்?" நீ யார்? இங்கே எதற்கு வந்தாய்?"

"நான் ஒரு சிற்பி. இந்தத் தேசத்தில் கட்டப்படுகிற எல்லாக் கட்டிடங்களை விடவும் மிகவும் சிறப்பான கட்டிடத்தை என்னால் கட்ட முடியும்."

கிருஷ்ணன் மனம் உடனே திட்டமிடத் தொடங்கியது. அவனுடைய துவாரகை நகரத்தின் கட்டட அமைப்பும், கட்டும் முறையும் இந்தத் தேசத்தின் வேறு எந்தப் பகுதியிலும் இல்லாதவையாம். அவன் சிற்பியைப் பார்த்து, "நாங்கள் ஒரு புதிய நகரத்தை நிர்மானிக்கவுள்ளோம். புதிய புதிய மாளிகைகளைக் கட்ட வேண்டும். நீ கேட்கிற பொருள்களுக்கும் உதவிக்கும் எல்லா விதமான ஏற்பாடுகளையும் செய்து தருகிறோம். உன் திறமையை யெல்லாம் உபயோகித்து வேறெங்கும் இல்லாத அளவுக்கு அழகான நகரைக் கட்டித்தர வேண்டும், முடியுமா?" என்று கேட்டான்.

மயன் அங்கேயே தங்கினான். துவாரகையில் இருந்து, மேலும் சில சிற்பிகளை வரவழைத்தான் கிருஷ்ணன். ஒரு வருஷத்துக் குள்ளேயே நகரக் கட்டுமான வேலை தொடங்கியது. குறுகலான அஸ்தினாபுரத்தைப் போல அல்ல இது. மாட மாளிகைகள், ஒவ்வொரு வீட்டுக்குள்ளும் குளியலறைகள். ஊருக்கு நடுவில் அங்கங்கே நீச்சல் குளங்கள். குளத்தைச் சுற்றிச் செங்கற்களாலான சுவர்கள். அதைச் சுற்றிலும் நிழல்தரும் மரங்கள், மழை நின்ற மறு நாழிகைக்குள் தானாகவே மழைநீர் வெளியேறி துப்புறவாக இருக்கும்படி அமைக்கப்பட்டது. மழை பெய்தால் அங்கங்கே நீர் தேங்கியும், வீடுகளைத் தீவாக்கியும், கொசுக்களையும் பூச்சிகளையும் பரப்பியும், நாற்றமுண்டாக்கியும் விடுகிற அஸ்தினாபுரத்தைப் போல அல்ல, எல்லாவற்றிற்கும் இந்திரப் பிரஸ்தத்தில் நல்ல வடிகால் முறை ஏற்பாடு செய்யப்பட்டது. இந்திரப்பிரஸ்தத்தின் வீதிகள் மிகவும் அகலமானவை. எதிரும் புதிருமாக இரண்டு வண்டிகள் ஒரே நேரத்தில் போகவும் வரவும்

தோதான தெரு. தெருக்கோடியில் தாதுக்களை உருக்கி உலோகம் செய்கிற கொல்லர்களின் உலைக்களம். இந்தக் கொள்ளர்களைப் பற்றி நினைத்ததுமே, உபப்லாவ்ய நகரைவிட்டக் கிளம்பும் முன்தினம் மாலையில் நன்கு கொதியேறிய உலோகத்தைச் சம்மட்டியால் ஓங்கி ஓங்கி அவர்கள் அடித்துக்கொண்டிருந்த அடிகள் நினைவுக்கு வந்தன. பீமனுக்குத் தூக்கம் வரவில்லை. அவை யெல்லாம் எவ்வளவு உற்சாகம் நிறைந்த வருஷங்கள் என்று எண்ணிக் கொண்டான். பத்து ஆண்டுகளுக்குள் என்னென்னமோ நடந்து விட்டது. படுத்துக் கொண்டிருந்தவன் எழுந்து உட்கார்ந்தான். எல்லா இடங்களிலும் கண்ணுக்குக் குளுமையான சுகம்தரும் நிலா வெளிச்சம் இருந்தது. வெண்மையான மணற்பரப்பு. நீருக்கருகில் சென்று உட்கார ஆசையாய் இருந்தது. எழுந்து நின்றான். மற்ற வீரர்கள் எல்லாரும் உறங்கிக் கொண்டிருந்தார்கள். காவல்காக்கும் இரண்டு வீரர்கள் மட்டும் சற்றுத் தொலைவில் நெருப்பு எரித்துக் கொண்டிருந்தார்கள். மணற்பரப்பில் அடி வைத்து தனிமையில் நடந்தான் பீமன். நீர் குளிர்ச்சியாக இருந்தது. பாதம் முழுகும் வரை உள்ளே காலை நீட்டிக்கொண்டு உட்கார்ந்தான். நிலையாய் நிற்பது போன்ற தோற்றத்தைத் தரும் நீர்ப்பரப்பு எந்தவிதமான ஓசையுமற்றிருந்தது. அள்ளிக் குடிக்கவேண்டும் போல இருந்தது. ஏழெட்டுமுறை நீரைக் கைகளால் அள்ளிக் குடித்து நீண்ட மூச்சு வாங்கினான். இதே நதியின் மேற் பகுதியில் ஒன்றிரண்டு நாட்கள் பயணம் செய்தால் சேர்ந்து விடக்கூடிய தூரத்திலுள்ள நகரம். என்னென்னவெல்லாமோ நடந்து விட்டதே என்று நடந்ததையெல்லாம் ஒவ்வொன்றாக யோசிக்கத் தொடங்கினான். ஒன்றை அடுத்து ஒன்று என எங்கே நடந்தது, எல்லாமே மொத்தமாக நடந்து முடிந்து விட்டன. காட்டையழித்து, நாகர்களை விரட்டிய பின்பு வைத்த தீ பதினைந்து நாள்களுக்கு எரிந்தது. அதற்குப் பிறகுதான் ஆட்கள் உள்ளே நுழைந்து அரையும் குறையுமாய் நிற்கிற மரங்களைக் கோடாரிகளால் வெட்டிச் சாய்க்கத் தொடங்கினார்கள். அவை அனைத்தும் சக்கையாய் உலர்ந்த பின்பு மீண்டும் நெருப்பு வைத்தோம். புகை, புழுதி, சாம்பல் புழுக்கம் அந்த வருஷம் மழை சற்றே தாமதமாக வரத் தொடங்கியது. ஒருவேளை மழை பொழிந்திருந்தாலும் அதே வருஷத்தில் விளைந்து அறுவடை செய்வது எப்படி? பாஞ்சாலத்தில் இருந்து எங்களுக்கு உணவுப் பொருட்கள் வராமல் போயிருந்தால் நாங்களும் எங்களோடு இருந்தவர்களும் பட்டினி கிடந்திருக்க வேண்டும். அடுத்த ஆண்டில் தான் விளைச்சல் பெருகியது. எப்படிப்பட்ட விளைச்சல் அது? கதிர்களின் சுமையைத் தாங்காமல் வளைந்து படுத்துவிடுகிற பயிர். செய்தியைக் கேள்விப்பட்டதுமே முதலில் வந்திருந்த ஜனங்களின் சொந்தக்காரர்கள் அனைவரும் வந்து விட்டார்கள். இந்திரப்பிரஸ்தம் என்றால் எல்லாம் நிறைந்த ஊர். ம்ஹூம். அப்போது இன்னும்

அந்தப் பெயரைச் சூட்டியிருக்கவில்லை. காண்டவப்பிரஸ்தம் என்று தான் இருந்தது. காண்டவப்பிரஸ்தம் என்றால் தச்சர்கள், கல் உடைப்பவர்கள், கட்டிடத் தொழிலாளிகள், மண்பாண்டம் செய்யும் குயவர்கள், சிற்பிகள், கட்டிட விற்பன்னர்கள், ரதம் செய்பவர்கள், விவசாயிகள் எல்லோருக்கும் வேலைகள் தொடர்ந்து கிடைக்கிற, நிறைவான ஊர் என்று பொருள். எங்கும் ஒரே உற்சாகம். புதிதாகப் படைக்கும் உற்சாகம். பழைய ஊருக்குப் பெயரிருந்தது. புதிய ஊரில் எல்லா வசதிகளும் இருந்தன. எல்லோரும் இதைப் பற்றியே பேசுவார்கள். எவ்வளவு விசாலமான வீதிகள். குளிக்கும் குளங்கள். தூய்மையான வீடுகள். மயனையோ அல்லது துவாரகையிலிருந்து வந்த சிற்பிகளையோ கலந்து ஆலோசிக்காமல் யாரும் எந்த மாளிகையையும் எழுப்புவதில்லை. சுவர்களைக் கூடக்கட்டுவதில்லை. ஒவ்வொரு தெருவும் ராஜ வீதியைப் போலவே இருந்தது. எல்லா வேலைகளும் முடிந்த பிறகு இந்த நகருக்குப் பழைய பெயராகிய காண்டவப் பிரஸ்தம் என்பதை மாற்றிப் புதிய பெயரைச் சூட்டலாம் என்று முடிவு எடுத்தபோதுதான் இந்திரப்பிரஸ்தம் என்கிற பெயர் பிரஸ்தாபிக்கப்பட்டது. இதையே எல்லாரும் உற்சாகத்துடன் ஏற்றுக் கொண்டார்கள். கிருஷ்ணைக்கு அடுத்தடுத்த ஆண் குழந்தைகளே பிறந்தார்கள். ஒவ்வொரு குழந்தை பிறக்கும் போதும் அம்மாவுக்கும் தருமனுக்கும் எனக்கும் அர்ஜுனனுக்கும், நகுலனுக்கும், சகாதேவனுக்கும் மகிழ்ச்சி பொங்கியது. பெற்றெடுத்த அவளுக்கும் மகிழ்ச்சிதான். பிருத்தி விந்தியன், சுருத்தசோமன், சுருத்தகீர்த்தி, சதாநீகன், சுருத்தசேனன் என்ற பிள்ளைகளுக்குப் பெயரிட்டோம். பேரப்பிள்ளைகளை எவ்வளவு நேரம் எடுத்துக் கொஞ்சினாலும் அம்மாவுக்குத் திருப்தி வராது. தளராமல் குழந்தைகள் பெறுவதும், பிரசவத்துக்குப்பின் தீட்டுக்காலம் கழிந்ததும் மீண்டும் கருவுறத் தயாராய் ஆவதுமாக இருக்கிறது மருமகளை அவள் வாய்நிறையப் புகழ்ந்தாள். கிருஷ்ணையின் கருப்பை பசுமையான நிலம் போன்றிருந்தது. அனாவசியமாக விலக்காகி உட்கார்கிற நிலை அவளுக்கு எப்போதும் வந்ததில்லை. தொடர்ந்து அவள் கருவுற்றுக் கொண்டிருந்தாள். பிள்ளைகளுக்கு என்மேல் மிகுந்த பிரியமுண்டு. ஓடி வந்து என் மடியில் விழுவார்கள். முதுகு தலை, தோள்கள் எங்கும் சுதந்திரமாக ஏறி விளையாடுவார்கள். அவர்களைப் பொறுத்தமட்டில் அப்பா என்றால் நான்தான். மற்றவர் களும் அப்பா என்பது உண்மைதான். ஐந்து பிள்ளைகளையும் மொத்த மாகத் தூக்கிக்கொண்டு இதே யமுனை நதிக்கரையில் மணலில் ஆடினேன். பீமனுக்குச் சிரிப்பு வந்தது. பீறிட்டுக் கொண்டு வரும் சிரிப்புச் சத்தத்தையுணர்ந்த சுயபிரக்ஞை வந்தது. எங்கெங்கும் நிசப்தம். பறைவகைளின் சத்தம் கூட இல்லை. சில்வண்டுகளின் ஓசைகூட நின்றுவிட்டது. நிலா மெல்ல மெல்ல மேற்குப் பக்கம் சாய்ந்து கொண்டிருந்தது. நள்ளிரவைத் தாண்டி எவ்வளவோ நேரமாகி

விட்டது. அதிகாலையிலேயே சீக்கிரம் எழுந்து புறப்படலாம் என்று நீலன் சொன்னது நினைவுக்கு வந்தது. நீரிலிருந்து கால்களை வெளியே எடுத்து மணற்பரப்பில் அழுத்தமாய்ப் பதித்துத் தன் இடத்திற்குத் திரும்பிவந்து படுத்தான்.

தூங்க வேண்டும் என்று நினைத்தாலும்கூட மனம் இன்னும் இந்திரப்பிரஸ்தம் பற்றிய நினைவுகளிலேயே உழன்றது. ஆரிய வர்த்தத்திலேயே எங்கும் இல்லாத அளவுக்குச் சீரும் சிறப்புமாக நிர்மாணிக்கப்பட்ட புதிய நகரம். புதிய அரண்மனை. "சிற்பிகள் எவ்வளவு பேர் வேண்டுமானாலும் கிடைப்பார்கள். ஆனால் சிற்பி விரும்பியவண்ணம் எல்லாப் பொருள்களையும் வாங்கித் தருகிற அரசர்கள் கிட்டுவது அருமை" என்று மயனே பாராட்டிச் சொன்னான். அந்த அளவுக்குப் புகழ் வாய்ந்த நகரம். தருமனின் எதிர்பார்ப்புகளை அந்நகரம் நிறைவேற்றியது என்றுதான் சொல்ல வேண்டும். தூரத்தில் இருக்கிற பல தேசங்களின் அரசர்களும் அந்நகரின் வரவேற்புக் கூடத்தில் சேர்ந்து அதன் அழகை மெச்சினார்கள். பிராமணர்கள் எல்லா இடங்களிலும் பார்வையிட்டுத் தாம் பார்த்த புத்தம்புதிய பொருட்கள் பற்றி விதம்விதமாகப் பேசினார்கள். துரியோதனனால் தந்திரமாகக் கொல்ல ஏற்பாடு செய்யப்பட்ட பாண்டுவின் புத்தரர் களின் பெருமையையும் திறமையையும் அவர்கள் அனைவரும் கண் குளிரப் பார்த்துப் பெருமையுடன் பேசவேண்டும் என்று தருமன் ஆசைப்பட்டான். பாண்டுவின் புத்திரர்களுள் மூத்தவனான தருமனே சிம்மாசனத்தில் ஏறினான். எங்கள் அனைவருக்கும் மகிழ்ச்சியாக இருந்தது. மற்ற தேசத்துக்காரர்கள் எல்லாரும் எங்கள் நகரைப் பார்த்துப் பாராட்டவேண்டும் என்று எண்ணினோம். அதற்கு வழிதான் ராஜசூய யாகம். கிருஷ்ணனுக்குச் சொல்லி அனுப்பினோம். அவன் வந்ததும் முதல் அடி ஜராசந்தன் மேல் விழுந்தது. அதுவும் இந்தப் பீமனின் மூலம்தான் என்று நினைத்துக்கொண்டிருக்கும்போது திரும்பிப் பார்க்க வேண்டும் போலத் தோன்றியது. கொட்டாவியும் வந்தது. இந்த முறை கொட்டாவியோடு தூக்கமும் வந்தது. இதமான காற்று வீசியது. காதுக்குள் பேரமைதி. காது, மூக்கு, கண் என ஒவ்வொரு புலனும் அமைதிக்குள் மூழ்க, தூக்கத்தில் மூழ்கினான்.

* * *

அதிகாலையில் எல்லோரும் சீக்கிரம் எழுந்தார்கள். யாரும் வந்து எழுப்பவில்லையெனினும் பீமன் எழுந்து கொண்டான். இன்றைய பயணம் நெடுந்தொலைவு அல்ல. காட்டின் எல்லையை நெருங்கி அங்கே தங்கி விடுவதென்றும் மறுநாள் காலை எழுந்து காட்டுக்குள் செல்லலாமென்றும் அவர்கள் திட்டமிட்டிருந்தார்கள். ஆற்றைக் கடந்த பிறகு அடர்த்தியான மரங்களும் செடிகளுமாக

இருந்தன. விவசாய நிலம் குறைவு. ரொம்ப தூரம் தள்ளித் தள்ளி கிராமங்கள். விடியும்போது பயணத்தைத் தொடங்கியதில் இருந்து பீமனின் மனசில் குழந்தைகள் பற்றிய நினைவுகள் நிரம்பி இருந்தன. இந்திரப் பிரஸ்தத்தில் இருந்தபோது தினந்தோறும் அவர்களோடு விளையாடுபவன் அவன்தான். குளிர்காலத்தில் ஆற்றங்கரை மணற்பரப்பிலும் கோடைக்காலத்தில் ஆற்றிற்குள்ளும் அவர்களை ஆடவைப்பான். தன்னைப் பார்த்த போதெல்லாம் உடலில் ஏறி அவர்கள் விளையாடிய நினைவு வருகிறது. ராஜசூயம் நடக்கும்போது பிருத்திவிந்தியனுக்கு ஒன்பது வயது நிரம்பியது. மற்றவர்களுக்கு எட்டு, ஏழு, ஆறு வயது ஆகும். மூத்தவன் ஒரு கணமும் என்னை விட்டு அகன்றதில்லை. சூதில் தருமன் எல்லாவற்றையும் இழக்க, ராஜ்ஜியத்தையெல்லாம் இழந்து காட்டுக்குச் செல்ல வேண்டிய நேரத்தில் பிள்ளைகளையும் காட்டுக்கு அழைத்துச் செல்லும் திட்டத் திற்குக் கிருஷ்ணை ஒத்துக்கொள்ளவில்லை. தன் தாய் வீட்டுக்கு அனுப்பி வைத்துவிட்டாள். பிரிந்து செல்லும் முன் குழந்தைகள் 'அப்பா' என்று என்னைக் கட்டிக்கொண்டு அழுதார்கள். பதின் மூன்றரை வருஷகாலம் ஒருவரையொருவர் பார்த்துக்கொள்ள முடிய வில்லை. ராஜ்ஜியம் கைவிட்டுப் போனபோது கூட நான் அழவில்லை. ஆனால் அப்போது அழுகையைத் தடுக்க முடிய வில்லை. தலைகுனிந்து நின்று கொண்டிருந்த தருமனின் மீது மேலும் கோபம் மூண்டது. இப்பொழுது பிள்ளைகள் எவ்வளவோ மாறி விட்டார்கள். முன்பு போல இல்லை. உபப்லாவ்ய நகருக்கு வந்து நான்கு மாதங்கள் ஓடிவிட்டன. வழக்கமாக அவர்களிடமிருக்கும் உற்சாகம் இப்போது இல்லை. க்ஷத்திரிய இளைஞர்களுக்கு இருக்க வேண்டிய வேகம் இல்லை. கம்பீரம் இல்லை. வழக்கத்தை மீறிய மௌனத்தில் உறைந்திருந்தார்கள். ஏன் இப்படி ஆனார்கள்? பிருத்திவந்தியா என்று அருகில் அழைத்து அணைத்தால், அவன் சட்டென வளைந்து குனிந்து வணங்கினான். தலை குனிந்து நின்றான். இருபத்து நான்கு வயசுக்கார இளைஞனுக்கு முகத்தில் எந்தவிதமான மகிழ்ச்சியும் இல்லை. மற்றவர்களும் அப்படியே நின்றிருந்தார்கள். ஏன் அப்படி இருக்கிறார்கள்? திருஷ்டத்துய்மன் சரியாகக் கவனித்துக் கொள்ளவில்லையா? அவனது மனைவி அலட்சியமாக நடந்து கொண்டாளா?" வெயில் ஏறத் தொடங்கி இருந்தாலும் சுற்றிலும் மரங்கள் இருந்ததால் அவ்வளவாகத் தெரியவில்லை. அவனுக்கு உடல் வேர்த்தது. ஆனாலும் இதமான காற்று வீசிக்கொண்டிருந்ததால் பிரச்சினையாக இல்லை. தள்ளித் தள்ளிப் பெருமரங்கள் இருந்தன. "ஏதோ கிராமம் இருக்கும் போல இருக்கிறது. அங்கே விசாரிக்கலாம்" என்று தனக்குப் பின்னால் வந்து கொண்டிருந்தவனிடம் நீலன் சொல்வது கேட்டது. "குழந்தைகள் வளரும்போது தந்தையும் கூடவே இருக்கவேண்டும். இல்லையென்றால் அந்நியமாகி விடுவார்கள்" என்று

தோன்றியது. தன்னைத் தொல்லைப்படுத்திக் கொண்டிருந்த பிரச்சினைக்கு விடை தெரிந்ததால், மனம் அதிலேயே உறைந்தது. “இல்லையென்றால் அந்நியமாகி விடுவார்கள்” என்ற வார்த்தையைத் திரும்பத் திரும்பச் சொல்லிக் கொண்டிருந்தது மனம். “திருஷ்டத்துய்மன் வீரன்தான். ஆனால் பிள்ளைகளுக்கு நானே விற்பயிற்சியைக் கற்றுக் கொடுத்திருக்கவேண்டும். கூடவே உடற்பயிற்சிகள் கற்றுத் தந்து, வேர்வை வழியவேலை வாங்கி, உணவு கொடுத்திருக்க வேண்டும். வாள்வீச்சு, கதை யுத்தம், கோடாரிச்சண்டை எல்லாவற்றிலும் அவர்களை வல்லவர்களாக்கி இருக்க வேண்டும். ஆனால் துரதிருஷ்ட வசமாக கதை யுத்தத்திற்கு வேண்டிய உடற்கட்டு ஐந்துபேருள் யாருக்கும் இல்லை. வளரும் வயசில் புஷ்டியான உணவைக்கூட சாப்பிட முடியாத அளவுக்குப் பாட்டனாரின் வீட்டில் வறுமை இருந்ததா? சாப்பிட்டு அனுபவிக்கத் தெரியாத ஜனங்கள்” என்று அவர்கள் மீது கோபம் கொண்டான் பீமன். இப்போது பாதையின் கோணம் மாறி இடது பக்கம் மெல்லத் திரும்பியது. வலது திசையில் மரங்கள் எதுவும் இல்லையாதலால் சுள்ளென்று வெயில் அடித்தது. வெள்ளைப் பசுக்களின் கூட்டம் ஒன்று எதிரே வத்து. அவற்றோடு வந்த காவல் நாய்கள் குதிரைகளைப் பார்த்ததுமே குரைக்கத் தொடங்கின. குரைத்தபடியே அவனை தொலைவில் ஓடின. பசுக்கள் பயப்படவில்லை. அவற்றின் மேய்ப்பர்கள் ஒருபக்கமாக ஓட்டிக் கொண்டு வழி நடத்தி வந்தார்கள். அவர்களை அருகில் அழைத்த நீலன் வழிபற்றி விசாரித்தான். எதிரில் தெரியும் கிராமத்திற்கு இடது பக்கம் திரும்பினால் பன்னிரண்டு மைல் தூரப் பயணத்தில் அக்காட்டின் எல்லை கிடைக்கும் என்றான் அவன். அதைவிட அதிக விவரங்களுடன் அவனுக்குச் சொல்லத் தெரியவில்லை. மற்றவர்களுக்கும் தெரியவில்லை. பசு, கன்றுகளை மேய்ப்பதற்குக் கூட அந்த எல்லைப் பக்கம் அவர்கள் சென்றதில்லையாம். இதுதான் கடைசிக் கிராமம் என்று அவர்கள் தெரிவித்தார்கள். குதிரைகள் மீண்டும் புறப்பட ஆரம்பித்தன. போய்க்கொண்டிருக்கும்போதே துருபதனின் வீட்டில் உணவுக்கு எந்தக் குறைச்சலும் இல்லை என்பது பீமனுக்கு ஞாபகம் வந்தது. திருமணமான புதிதில் எல்லோரும் இருக்கும்போதே எவ்வளவு நன்றாகக் கவனித்துக்கொண்டார்கள். தான் சாப்பிடுவதை எவ்வளவு ஆச்சரியத்துடன் திருஷ்டத்துய்மன் பார்த்தான் என்பது நினைவுக்கு வந்தது. விற்பயிற்சிக்குத் தேவையான உடற்கட்டு மட்டுமே பிள்ளைகளிடம் இருந்தது. மல்யுத்தத்திற்கோ, கதை யுத்தத்திற்கோ அவர்கள் பொருத்தமானவர்கள் அல்ல. அதற்குத் தேவையானது அர்ஜுனனுக்கோ அல்லது தருமனுக்கோ இருப்பது போன்ற உடற்கட்டு அல்ல. நகுலன், சகாதேவனுக்கு இருப்பது போன்றதும் அல்ல. இவர்களெல்லாம் எப்படி மல்யுத்தக்காரர்களாக முடியும் என்று தனக்குத்தானே கேட்டுக்கொண்டான். சட்டெனக் குதிரைகளின்

வேகம் குறைந்தது. வேக வேகமாக ஓடிவந்த அவன் குதிரை பாரம் அதிகரித்ததைப் போல பொறுமையாக நடக்கத் தொடங்கியது.

மதிய வேளையில் அவர்கள் பயணத்தை நிறுத்தினார்கள். அடர்ந்த காடு தொடங்கியது. அதிக அளவு என்னும் படியாக புழுக்க மெதுவும் இல்லை. அண்ணாந்து பார்க்கத்தக்க அளவுக்கு உயர்ந்து விரிந்த பெரிய மரங்கள். மரங்களுக்கிடையே பச்சைப் பசேலென செடி களும் கொடிகளும் புதராக அடர்ந்திருந்தன. பச்சைப் பாய்களை இணைத்துத் தைத்ததுபோல எங்கு நோக்கினும் பசுமையாய்த் தெரிந்தது. பச்சைப் பரப்புக்கு நடுவே பெரிய பாறைகளின் வரிசை தெரிந்தது. அந்தப் பாறைகள்தான் அந்த ரட்சசர்களின் எல்லை என்பதை பீமன் நினைத்துக் கொண்டான். “தெற்கு எல்லையா? ஆமாம். இந்த எல்லை வழியாய்த்தான் அன்று காட்டை விட்டு வெளியேறி, அடுத்து எங்கே செல்வது என்ற எந்த நோக்கமும் இன்றி நடந்து நடந்து இறுதியில் கிருஷ்ண துவைபாயனரைச் சந்தித்து, அவரது சொற்படி ஏகசக்கிரபுரத்தை அடைந்தோம்.” இப்போது காட்டின் உள் விவரங்கள் எல்லாம் தனக்குத்தானே ஞாபகம் வந்துவிட்டன. பாறைகள், பள்ளங்கள், ஏற்ற இறக்கங்கள், யானைகளின் இருப்பிடம், பறவைகள் தங்கும் தோப்புகள் எல்லாம் நினைவுக்கு வந்தன. இந்தக் காடு அப்படியே இருக்கிறது. ஒன்றும் மாறிவிடவில்லை. விவசாய நிலமாக மாறிவிடவில்லை. இதனால் வழி விலக வாய்ப்பில்லை. இருவர் சமையலுக்கான ஏற்பாடுகளைச் செய்தார்கள். குளிர்ந்த தண்ணீரில் குளிக்கவும் குதிரைகளைக் குளிப்பாட்டவும் அருகிலிருந்த குளத்தை நோக்கி மற்றவர்கள் சென்றார்கள். இருந்தாற்போல இருந்து திடுமென மௌனமானான் பீமன். இன்று முழுக்க ஓய்வு. நள்ளிரவு வரை பாதிப்பேர்கள் காவல்காக்க பாதிப்பேர் உறங்குவது என்றும் நள்ளிரவு தாண்டியதும் தூங்கியவர்கள் விழித்துக் காவல்காக்க மற்றவர்கள் தூங்குவது என்றும் ஏற்பாடு ஆனது. அதிகாலை வேளையில் தான் முன்னின்று வழிகாட்ட எல்லாரும் பின் தொடர்வது என்றும் முடிவானது. அப்பொழுதுதான் அநேகமாக நண்பகல் வேளைக்குள் சென்று சேரமுடியும். இந்த இடத்திலிருந்தே திரும்பிவிட்டால் என்ன என்று மீண்டும் யோசனை எழுந்தது. அந்த யோசனையின் பின்பு மனம் லேசான மாதிரி இருந்தது. ஆனால் இத்தனை தொலைவு வந்த பிறகு திரும்பிச் செல்ல முடியாது. “மனசுக்குப் பிடிக்கிறதோ இல்லையோ சில வேலைகளைச் செய்து தான் தீரவேண்டும், இல்லாவிட்டால் வெற்றிகொள்ள முடியாது” என்றான் கிருஷ்ணன். தருமனும் அர்ஜுனனும் வற்புறுத்தினார்கள். இப்போது வெறுங்கையை வீசிக்கொண்டு எப்படித் திரும்புவது? சமையல் ஆகும் வரையில் படுத்திருக்கலாம் என்று தோன்றியது. “சாலகடங்கடி இப்போது எப்படி இருக்கக் கூடும்? ஏறத்தாழ என்

அளவுதான் வயசிருக்கும். உண்மையில் அதுதானா அல்லது வேறா? நான் கேட்கவில்லை. அவளும் சொல்லவில்லை. என் மீது அவளுக்கு அளவுகடந்த ஆசை இருந்தது. எவ்வளவோ எடுத்துச் சொல்லிக் கெஞ்சினாள். அழுதாள். எங்களுக்குத் தங்க ஓர் இடம் தேவையாக இருந்தது. நான் அவளோடு இருந்தேன். பீமனுக்குச் சரியான ஜோடி அவள்தான். ஆரியவர்த்தம் முழுக்க எங்கு தேடினாலும் கிடைக்காத உடலுறுதியும் உடற்கட்டும் உள்ள பெண். கர்ப்பிணியாக இருந்தாலும், அது தெரியாத அளவுக்கு உயரமான பெண். வயிறு சரிந்து வெளித் தெரியவில்லை. பிறந்த குழந்தை என் மடிநிறையும் அளவுக்கு இருந்தது. நான் பிறந்தபோது கூட இப்படித்தான் இருந்தேனாம். இந்தக் குழந்தை நான் குழந்தையாய் இருந்தபோது இருந்ததைக் காட்டிலும் பெரிய அளவுள்ளதாம். அம்மாவே சொன்னாள். ஆனாலும் அம்மாவை நினைத்தால் கோபம் பொத்துக்கொண்டு வருகிறது. அப்படிப்பட்ட குழந்தையையும் பிரசவமான பெண்ணையும் தனியே விட்டுவிட்டு எதற்காக அழைத்துக்கொண்டு கிளம்பினாள். இன்னும் அதிக நாட்கள் தங்கினால் ஒரு வேளை குழந்தைமேல் அன்பு அதிகரித்து அந்த இடத்தை விட்டு வர மறுத்து விடுவேன் என்பதால் அப்படிச் செய்தாளா? அந்தக் குழந்தையை நான் கூட அதிக நாட்கள் தூக்கி வைத்துக் கொண்டதில்லை. கொஞ்சியதுமில்லை. அழும் குழந்தையிடமிருந்தும் மனைவியிடமிருந்தும் என்னைப் பிரித்து இந்த நாட்டை விட்டே அழைத்துச் சென்றுவிட்டாள். அவள் பெரிய பாவி" என்று தோன்றியது. கண்களை மூடி அப்படியே படுத்தான். நேரம் கழியக் கழிய அவனுடைய மௌனமும் அதிகரித்தது. அப்படியே உறங்கி விட்டான்.

சிறிது நேரத்துக்குள் நீலன் வந்து எழுப்பிவிட்டான். "அரசே, சமையல் வேலை முடிந்துவிட்டது. நீ சாப்பிடாமல் மற்றவர்கள் சாப்பிட மாட்டார்கள். எழுந்து குளிக்கலாம்."

சட்டென்று எழுந்தான் பீமன். ஓடையின் அருகில் நிதானமாக நடந்து சென்றான். தண்ணீரின் குளுமை சுகமாக இருந்தது. இறங்கி மார்பளவுத் தண்ணீரில் நின்றபோது அந்தக் குழந்தையின் முகமே ஞாபகத்துக்கு வந்தது. இப்படிப்பட்ட தண்ணீரில் குளிப்பாட்டி, இடுப்பில் கயிறு கட்டிப் பிடித்து நீச்சல் கற்றுத்தந்து, தோள்மேல் தூக்கி வைத்து ஆட்டம் போட்டு, கொறிக்கக் கொடுக்கிற பண்டத்தில் பாதியை மிச்சப்படுத்தி ஊட்டி... இவையெல்லாம் இந்தக் குழந்தையோடு அல்ல. பிருத்விந்தியனோடும் சுருத்தசோமனோடும் சுருத்தகீர்த்தியோடும் சதானிகனோடும் சுருத்தசேனனோடும்தான். யமுனை நதிக்கரையில்தான் இது நடந்தது. மணல் இருக்கும் கரையில் ஒவ்வொரு குழந்தையாய்த் தூக்கித் தூக்கி விளையாட்டுக்குப் போட, அக்குழந்தைகள் மீண்டும் மீண்டும் நெருங்கி வந்து "அப்பா நான், அப்பா

நான்" என்று கூச்சலிட... பீமனின் வயிறு பெரியது. வேட்டையாடிய விலங்குகளின் இறைச்சியும் சமைத்த சோற்றையும் பழங்களையும் அவனுக்கு உண்ணக் கொடுத்து, "உன் வயிறு பெரியது, ஓநாய் போன்றது உன் வயிறு. நீதான் என் செல்ல ஓநாய். எனக்கே சொந்தமான ஓநாய்" என்பாள் அவள். பிறகு என் வயிற்றில் முத்தம் பதிப்பாள். தழுவிக் கொள்வாள். அந்தக் குழந்தையும் இப்போது என்னைப் போல பெரிய வயிற்றைக் கொண்டதாக இருக்கும். அவளும் தாராளமாகக் கொடுத்திருக்கக்கூடும் என்று நினைத்தான்.

தேய்த்துக் குளிக்காமல் தண்ணீருக்குள்ளேயே உட்கார்ந்திருந்தான் பீமன். மீண்டும் அவன் அருகில் வந்து கூப்பிட்டான் நீலன். உடனே தண்ணீரை விட்டு வெளியே வந்த பீமன் வெயில் இருக்கும் இடமாய்த் தேடி உடல் ஈரம் உலரும் மட்டும் நின்றான். சாப்பிடும்போது மீண்டும் அவன் யோசனைகளுக்குள் மூழ்கினான். "நான் அவனை வளர்க்கவில்லை. ஒரு தந்தையாகப் பக்கத்தில் நின்று அவன் வளர்ச்சியில் துணை செய்ய வில்லை, இப்பொழுது அவனிடமே போய் எனக்காக நீ வந்து யுத்தத்தில் போராடு என்று கேட்பதைக் காட்டிலும் திரும்பி விடுவதே சரி" என்று தோன்றியது. சாப்பாட்டுக்குப் பிறகு இருவரை மட்டும் காவலுக்கு நிறுத்திவிட்டு மற்றவர்கள் உறங்கத் தொடங்கினர். அரை நாழிகை நேரத்துக்குள் அவர்கள் தூக்கத்தில் மூழ்கினர். இவ்வளவு சுகமான மரநிழலில் படுத்துறங்க அவனுக்கு விருப்பமில்லையெனினும் அவன் உடல் விரும்பியது. ஆனாலும் பீமனால் தூங்க முடியவில்லை. திரும்பிச் செல்ல வேண்டும் என்று மனம் துடித்துக்கொண்டே இருந்தது. அதே நேரத்தில் அதை மற்றவர்களிடம் எடுத்துச் சொல்ல இயலாத நிலையில் இருந்தான். சிறிது நேரத்துக்குப் பிறகு அவன் எழுந்து உட்கார்ந்தான். எழுந்து வடதிசையில் தெரிந்த பாறையின் மேட்டுப் பகுதியை நோக்கி நடந்தான். ராட்சச நாட்டின் தென் எல்லை அது. பாறைமேல் ஏறி அந்தப் பக்கம் பார்த்தபடி வெறுமனே உட்கார்ந்திருந்தான். காட்டைப் பற்றிய முழு விவரங்களும் அவன் நினைவில் விரிந்தன. எதிரே தெரியும் உயர்ந்த மரத்தையும் புதரையும் தாண்டி நடந்தால் முள்மரங்கள் அடங்கிய ஒரு தோப்பு வரும். அதற்கு இடப்புறமாகத் திரும்பி குளத்தைக் கடந்து ஏறத்தாழ ஒரே பாதையாய் நீளும் திசையில் நடந்தால் சாலகடங்கடி தங்கியிருக்கும் இடம் வந்துவிடும். இப்பொழுதே கிளம்பினால் இருட்டுவதற்குள் சென்று சேர்ந்துவிட முடியும் என்று தோன்றியது. அம்மாவின் மீது தோன்றிய கோபம் மீண்டும் நினைவுக்கு வந்தது. அதற்குள் இரண்டு ராட்சசர்களைக் காண நேர்ந்தது. பீமனின் வயசையொத்தவர்கள். அவர்களும் பீமனைப் பார்த்தார்கள். எதிரியைப் பார்த்த புலிகளைப் போல அவனைப் பார்த்தார்கள். கையில் வில்லும் அம்புகளும் வைத்திருந்தார்கள். சட்டென விஷம் தோய்ந்த அம்புகளை எய்தாலும்

எய்துவிடக் கூடும். சட்டென ஞாபகத்துக்கு வந்த ராட்சசர்களின் மொழியில் "யார் நீங்கள்? இங்கே வாருங்கள்" என்று கூவினான் பீமன்.

அவர்கள் வரவில்லை.

"நானும் உங்களைச் சேர்ந்தவன்தான். சாலகடங்கடியைத் தெரியுமா உங்களுக்கு?" -பீமன் மீண்டும் கூவினான்.

அவர்களின் அச்சம் சற்று தணிந்த மாதிரி இருந்தது. பாறையை விட்டு இறங்கிய பீமன் அவர்களை நோக்கிச் சென்றான். கையில் வில், அம்பு, தடி ஆகிய எந்த ஆயுதமும் இல்லாமல் ஒற்றை ஆளாய் வருபவனை நோக்கி அவர்களும் அசையாமல் நின்றார்கள். அவர்களை நெருங்கிய பீமன், "உங்கள் அரசன் யார்?" என்று கேட்டான்.

அவர்களில் ஒருவன், "கடோத்கஜன்" என்றான்.

"கடோத்கஜனின் தாய் சாலகடங்கடி எங்கே இருக்கிறாள்?"

"அங்கேதான். மகன் இருக்கும் மரத்துக்குப் பக்கத்து மரத்திலேயே."

"கடோத்கஜனின் தந்தை பீமன் வந்திருக்கிறான் என்றும் இந்தப் பாறைக்கு அந்தப் பக்கம் தங்கி இருக்கிறான் என்றும் அவளைப் பார்க்கத்தான் வந்துள்ளான் என்றும் சொல்வீர்களா?"

"சரி" என்றான் ஒருவன். இன்னொருவன் அவனை அடையாளம் கண்டு கொண்டான். "எனக்கு அடையாளம் புரிகிறது. ஏறத்தாழ இருபத்தெட்டு வருஷங்கள் இருக்கும் இல்லையா. நான் உங்களைப் பார்த்திருக்கிறேன். தினந்தோறும் வேட்டையாடி உங்களுக்காகப் புதிய மாமிசம் எடுத்து வந்தவன் நான்தான். உனக்கு ஞாபகம் இருக்கிறதா, என் பெயர் ராக்கன்."

பீமன் நினைவுபடுத்திக்கொண்டான். சட்டென ஞாபகம் வந்தது. அவனேதான் இவன். ஆனால் இப்பொழுது பற்களில் பாதி விழுந்து பொக்கைவாயாக இருக்கிறான்.

"சாலகடங்கடி எப்படி இருக்கிறாள்?"

"நீ புறப்பட்டுப் போனபிறகு மாமிசம், நீர், காய், கனி, கிழங்கு எதையுமே தொடாமல் உட்கார்ந்து விட்டாள். குழந்தை மட்டும் இல்லாதிருந்தால் அவள் இறந்தே போயிருக்கக் கூடும். குழந்தைக்காகத் தான் உயிர் வாழ்ந்தாள்."

பீமனின் மனம் உருகியது. பெருமிதமாகவும் இருந்தது. இங்கு வந்தது வீண் போகவில்லை என்று தோன்றியது. ராக்கன் மீண்டும் தொடர்ந்து, "நீ போன பிற்பாடு இரண்டு மூன்று வருஷ காலத்துக்கு அவள் எந்த ஆணையும் ஏறெடுத்துக் கூட பார்க்கவில்லை" என்று

சொன்னபோது அவனது பெருமை நிலைகுலைந்த மாதிரி இருந்தது. அப்படியென்றால் அதற்குப்பின் யாருடனாவது இருந்தாளா? யார் அந்த ஆண்மகன்? அவனைப் பிடித்துத் துவட்டியெடுத்து... என்று பற்களை கோபத்துடன் நறநறவென்று கடித்த போது, 'இன்றைக்கும் அவள் உன்னை நினைத்துக் கொள்கிறாள். அம்மாவின் பேச்சைக் கேட்டு அவன் கிளம்பிப் போய்விட்டான், போனவன் ஒரு தரமாவது திரும்பி வந்திருக்கக்கூடாதா என்று சொல்லிச் சொல்லி அழுகிறாள். நீ வந்துள்ள விஷயத்தை இப்போதே போய் அவளிடம் சொல்கிறேன். நிச்சயமாக எனக்கு இன்றைக்கு ஒரு வெள்ளிக்காப்பு பரிசாகக் கிடைக்கப் போகிறது" என்று தொடர்ந்து சொன்னான் ராக்கன். தன் கூட்டாளியைக் கூப்பிட்டுக்கொண்டு ஒரே ஓட்டமாய் ஓடத் தொடங்கினான். நீண்டு உயர்ந்த மரமும் புதரும் இருந்த இடம் வரைக்கும் ஓடி இருவரும் மறைந்தார்கள்.

மீண்டும் திரும்பி நடந்த பீமன் பாறைகள் மேல் வந்து உட்கார்ந்தான். இனம் புரியாத சுழலில் சிக்கித் தவித்தது மனம். கோபம், துயரம், அவமானம், இயலாமையால் அவன் மனம் கொந்தளித்தது. அந்தப் பாறை நாலு ஆள் உயரம் இருக்கும். காலையிலிருந்து மாலை வரைக்கும் பொழுது எப்படி ஏறி எப்படி இறங்கினாலும் துளிக்கூட வெயில் படாத பாறை. அதன் மேலேயே மல்லாந்து படுத்தான். தூங்கும்போது எந்த ராட்சசனாவது வந்து தலைமேல் கல்லைத் தூக்கிப் போட்டு நசுக்கிக் கூழாக்கிவிடக் கூடும் என்கிற பயம் வரவில்லை. அம்மாவின் மீது தோன்றிய கோபமும் அதிகரித்தது. அக்கோபம் தன் மீதும் திரும்பியது.

அன்று இரவு யாரும் சரியாக உறங்கவில்லை. காட்டின் ஏதோ ஒரு மூலையில் யானை பிளிறுவது கேட்டது. நடுநடுவே புலியின் உறுமல். நள்ளிரவு கடந்ததும் பீமனுக்கு உறக்கம் வந்தது. எனினும் சிறிது நேரத்துக்குள்ளேயே மீண்டும் விழிப்பு தட்டியது. பாறைகளின் பக்கத்திலிருந்து தாரை தப்பட்டைகளின் ஓசை. எல்லோரும் எழுந்து உட்கார்ந்தார்கள். சத்தம் வரவர நெருங்கி வந்தது. அதற்கப்புறம் பந்தங்களின் வெளிச்சம் தெரிந்தது. பந்தம் பிடித்திருந்தவர்கள் பாறை மேல் ஏறி நின்றார்கள். மற்றவர்கள் வில் அம்பு மற்றும் ஆயுதங்களோடு நின்றிருந்தார்கள். எல்லோரும் அச்சத்தால் நடுங்கினார்கள். பயந்து போன குதிரைகள் நின்ற இடத்திலேயே சுழன்று சுழன்று வந்தன. அவர்களைத் தைரியப்படுத்திய பீமன் எழுந்து நின்றான். தனியாக பாறையை நோக்கிச் சென்றான். பாதித் தொலைவு சென்று நின்று கொண்டான். தாரை தப்பட்டைகளின் ஓசை நின்றது. "நான்தான் பீமன். கடோத்கஜனின் தந்தை. நீங்கள் எல்லோரும் யார்?" என்று சத்தமிட்டுக் கேட்டான்.

பீமனின் மெய்க்காவல் வீரர்களுக்கு ஆச்சரியமாய் இருந்தது. அவன் பேச்சு தம்முடையதைப் போல இருந்தாலும் வார்த்தைகள் முன்பின் மாறியும் உயர்ந்த குரலிலும் இருந்தது.

பாறையில் இருந்து ஒருவன் மட்டும் இறங்கி வந்தான். அவனுக்கு இரண்டு பக்கங்களிலும் பந்தம் பிடித்த இரண்டு வீரர்கள் வந்தார்கள். பீமன் அவனையே உற்றுப் பார்த்தான். அவனையே உரித்து வைத்த மாதிரி இருந்தது. இளம் வயசில் தான் இருந்ததைக் காட்டிலும் சற்று உயரமாகவும், கூடுதலான உடற்கட்டு உடையவனாகவும் இருந்தான். ஆனால் முகம் மட்டும் அப்படியே இருந்தது. மரத்திலிருந்து எந்தக் கிளையை வேண்டுமானாலும் உடைத்து எந்த விலங்கையும் எதிர்த்துத் தாக்கும் வலிமை கொண்ட முக அமைப்பு, "நீ கடோத்கஜனா?" என்றான் பீமன். நெருங்கி வந்தவன் குனிந்து அவன் காலைத் தொட்டு வணங்கினான். இப்பொழுது பாறை முகட்டிலிருந்து மேலும் நான்கு இளைஞர்கள் இறங்கி வந்தார்கள். எல்லோருடைய கையிலும் ஒவ்வொரு தீப்பந்தம் இருந்தது. ராட்சசர்களுக்கேயான உடற்கட்டு. ஆனாலும் கடோத்கஜனைப் போன்ற உயரம் இல்லை. மரக்கிளையை இழுத்து முறித்து விடும் யானையின் பலம் இருப்பதாகத் தெரியவில்லை. அவர்களும் கடோத்கஜனைப் போலவே குனிந்து பீமனை வணங்கினார்கள். "இவர்கள் அனைவரும் என் தம்பிகள்" என்று கடோத்கஜன் சொன்னான். பிறகு அவர்கள் பீமனைச் சுற்றி நின்று கொண்டார்கள்.

"அம்மாவும் வருவதற்குக் கிளம்பினாள். நாங்களே சென்று அழைத்து வருவதாகச்சொல்லி அவளைத் தடுத்து நிறுத்திவிட்டோம். ஒரே இரவில் நாட்டின் எல்லை வரைக்கும் நடந்து வந்து திரும்பவும் நடந்து செல்வதென்றால் அவளுக்குக் கால்வலி வந்துவிடும். இப்போது அவளது சக்தி குறைந்திருக்கிறது" என்று சொன்னான் கடோத்கஜன்.

அவர்களுடனேயே பீமனும் கிளம்பவேண்டும் என்று முடிவானது. ஆனால் அவனுடன் வந்தவர்களை அழைத்துச் செல்ல கடோத்கஜன் ஒத்துக் கொள்ளவில்லை. "நீ என் தந்தை. என் தாயின் முதல் கணவன். அதனால் எங்கள் அனைவருக்கும் நீ தந்தையாவாய். ஆனால் இவர்கள் அந்நியர்கள். இவர்களைக் காட்டுக்குள் அழைத்துச் செல்ல முடியாது. அது எங்கள் மரபுக்கு விரோதமானது. அதனால் அவர்கள் இங்கேயே இருக்கட்டும். அவர்களைப் பாதுகாக்க எங்கள் ஆட்கள் இருபது பேரை விட்டுச் செல்லலாம். இந்த இருபது பேரும் பாறைக்கு இந்தப் பக்கம் இருந்தபடியே காட்டு விலங்காலோ அல்லது எந்த ராட்சசனாலோ ஆபத்து வராதபடிக்குப் பார்த்துக் கொள்வார்கள்" என்றான் கடோத்கஜன்.

எல்லாவற்றையும் நீலனுக்கு எடுத்துச் சொல்லி அவர்களுடன் புறப்பட்டான் பீமன். பாறையைத் தாண்டியதும் பீமனின் முன் வந்த கடோத்கஜன் குனிந்து தன் தோள்மேல் அமர்ந்து கொள்ளுமாறு சொன்னான். பீமன் மறுத்து விட்டான். "இதுவரைக்கும் எனது தோள் மீது ஜனங்களையெல்லாம் தூக்கிச் சுமந்திருக்கிறேன். ஆனால் யார் தோள் மீதும் நான் உட்கார்ந்ததில்லை. இப்போதும் உட்கார்ந்து செல்கிற அளவுக்குச் சக்தியற்றுப் போகவில்லை..." என்றான்.

"உங்களைத் தோள்மீது தூக்கி வரவேண்டும் என்பது அம்மாவின் கட்டளை" என்று சொன்னான் கடோத்கஜன். ஆனால் பீமன் உட்கார மறுத்துவிட்டான். கடோத்கஜனோ எழுந்திருக்கவே இல்லை. உட்கார்ந்த நிலையிலேயே இருந்தான். ஆனால் எதுவும் பேசவில்லை. பீமன் நின்றபடியே இருந்தான். கடோத்கஜனோ உட்கார்ந்தே இருந்தான். எவ்வளவோ எடுத்துச் சொல்லி மறுத்தான் பீமன். அவனோ மௌனமாகவே உட்கார்ந்திருந்தான். அரசன் உட்கார வாகாகக் குனிந்து காத்திருக்கும் பட்டத்து யானையைப்போல உட்கார்ந் திருந்தான். இறுதியில் வேறு வழியின்றி அவனது தோள்மேல் தன் இரண்டு கால்களையும் போட்டுக்கொண்டு உட்கார்ந்தாள் பீமன். எந்தவிதமான ஆயாசமும் இல்லாமல் சட்டென எழுந்த கடோத்கஜன் தடதடவென்று ஓட ஆரம்பித்தான். நான்கு சகோதரர்களும் அவனுக்கு முன்னால் ஓடிக் கொண்டிருந்தார்கள். "அம்மாடி, எவ்வளவு வேகமாக ஓடுகிறான் இவன். இவனது வயசில் எனக்கும்கூட இத்தனை சக்தி இருந்ததோ என்னமோ, இல்லவே இல்லை" என்று மனசிலேயே சொல்லிக்கொண்டான் பீமன். தன் உயரத்தையும் தனக்கு மேல் உட்கார்ந்திருப்பவனின் உயரத்தையும் கணக்கு வைத்துக்கொண்டு வளைந்த மரம், கிளைகள் வரும்போது, அதற்குத் தகுந்தபடி உடலை வளைத்தும் நெளித்தும் ஓடினான். உலர்ந்த மரக்கட்டை போன்ற தோள்களையும். எடுப்பாகப் புடைத்து நிற்கும் மார்க்கட்டையும், பார்க்கப் பார்க்கப் பீமனுக்கு மகிழ்ச்சியாக இருந்தது. வெயிலில் நிகழ்த்திய பிரயாணத்தையும் வரப்போகிற யுத்தத்தையும், இத்தனை நாட்களாக மனசை அரித்துக்கொண்டிருந்த துயரங்களையும் மறந்தான். இடையில் எந்த இடத்திலும் கடோத்கஜன் நிற்கவில்லை. இளைப்பாறவுமில்லை. பாரத்தைச் சரிப்படுத்திக்கொள்கிற விதத்தில் ஒரு அங்குலம் கூட அப்படி இப்படி அசைத்துக் கொள்ளவில்லை. ஒரே வேகத்தில் அவன் ஓடிக்கொண்டே இருந்ததால் பீமனின் உடலிலேயே வேர்வை வழிந்தது. சுமப்பவனின் வேர்வையும் உட்கார்ந்திருப்பவனின் வேர்வையும் சங்கமித்தது. பீமனுக்கு உடலில் புது ரத்தம் பாய்ந்த மாதிரி இருந்தது. தனக்கு மீண்டும் இளமை திரும்பியதைப்போல உணர்ந்தான்.

விடிவதற்கு முன்பேயே அவர்கள் தம் இருப்பிடத்தை அடைந்து விட்டார்கள். இவர்கள் வரும் ஓசையைத் தொலைவிலிருந்து கேட்டதுமே தோப்பின் அருகிலும் தாரை தப்பட்டை ஓசை எழுந்தது. அந்த இடத்தின் அடையாளம் பீமனுக்கும் புரிந்தது. அதே மரம். அவனும் சாலகடங்கடியும் ஓராண்டுக்காலம் இரவும் பகலும் கூடி வாழ்ந்த மூங்கில் குடிலைத் தாங்கிய அதே மரம். அதிகம் வளர்ந்த மாதிரி தெரியவில்லை. அப்படியே இருந்தது. இதற்குள் சாலகடங்கடியே கண்ணில் பட்டாள். மூப்பின் காரணமாக உடல் சுருங்கி இருந்தது. கம்பீரமாக இருந்தாலும் முகத்தில் சுருக்கங்கள். அவள் கூந்தல் வெளுத்திருந்தது. ஆனாலும் பார்த்தவுடனேயே அடையாளம் கண்டு கொண்டான். கடோத்கஜன் தாயின் எதிரே நின்றான். பிரயாணம் முடிந்ததும் உடலை வளைத்துக் குனிகிற யானையைப் போலக் குனிந்து உட்கார்ந்தான். தான் எழுந்திருக்கும் முன்பேயே, மகனின் தலையை வருடித் தழுவிய பீமன் மூன்று முறை நீண்ட பெருமூச்சு வாங்கினான்.

எதிரில் வந்து நின்ற பீமனின் கைகளை உறுதியாய்ப் பற்றிக் கொண்டாள் சாலகடங்கடி. அதே உறுதியான பழைய பிடி. பிறகு அவனது முகம், கை, மார்பு, உடலெங்கும் தன் இரண்டு கைகளாலும் தொட்டு வருடினாள். திடுமென ஓரடி பின்னால் சென்று அவனது முதுகில் ஏழெட்டு முறைகள் குத்தினாள். முகம் இறுகியது. கண்கள் சிவந்தன. பீமா, பீமா, பீமா என்று பிதற்றியவண்ணம் மீண்டும் அவன் முதுகில் குத்தினாள். அவன் வெறுமனே தலைகுனிந்து நின்றிருந்தான். அடிபட்ட இடம் சிவந்து வீங்கும் வண்ணம் மீண்டும் அவள் அவனை அடித்தாள். அவன் சிறிதும் அசையவில்லை. இறுதியில் அடிப்பதை நிறுத்தி விட்டு அவன் முன் வந்து நின்றாள். குனிந்த அவன் தலையை இரண்டு கைகளாலும் தாங்கி நிமிர்த்தி அவனது கண்களை நேருக்கு நேர் சந்தித்தாள். அவளுடைய கண்கள் தளும்பின. பீமா பீமா என்று சொல்லும்போதே அவளுக்கு அழுகை முட்டியது. அவனுடைய வலது தோளில் மீண்டும் ஓர் அடி கொடுத்தாள்.

அதற்குள் எதிரிலிருந்த மரத்திலிருந்து ஓர் இளம்பெண் இறங்கி வந்தாள். ராட்சசப் பெண்களைப்போலவே சக்தி மிக்க உடற்கட்டு. சாதாரணமான ஒரு ராட்சசப் பெண்ணைவிடக் கூடுதலான உடற்கட்டு என்றே சொல்லலாம். மற்ற பெண்களைப் போலவே தோலாலான ஆடை உடுத்தியிருந்தாள். மார்புக்கு எந்த மறைப்பும் இல்லை. கழுத்து, கை, கால்களில் தந்தத்தாலான வளைகளையும் மின்னும் மணிச் சரங்களையும் அணிந்துகொண்டிருந்தாள். முதல்நாள் கழுத்தில் அணிந்திருந்த பூமாலை சற்றே உலர்ந்து கசங்கி இருந்தது. இறங்கும் போது இடது தோளில் ஒரு குழந்தையையும் சுமந்துகொண்டு வந்தாள். அவளைப் பார்த்ததுமே அவள் கடோத்கஜனின் குழந்தை என்றும்

புரிந்துவிட்டது. நெருங்கி வந்து அவன் காலடியில் குழந்தையைக் கிடத்திவிட்டு அவளும் குனிந்து அவன் பாதங்களைத் தொட்டு வணங்கினாள். "உன் பெயர் என்ன?" என்று கேட்டான் பீமன்.

"காமகடங்கடி."

குழந்தையைத் தூக்கிக் கொண்டான் பீமன். கைநிறைய அள்ளி வைத்துக்கொண்டாலும் அக்குழந்தையின் உடலை மறைக்க முடியாது. அந்த அளவு வளர்ச்சி. சிவப்பு நிறம். அவன் தந்தையைப் போலவே உடற்கட்டு. பிறந்து மூன்று அல்லது நான்கு மாதங்கள்தான் ஆகி இருக்க வேண்டும். எடுத்து மார்போடு அணைத்து அதன் முதுகை வருடியபடி "குழந்தையின் பெயர் என்ன?" என்று கேட்டான்.

"பார்பரகன்" என்று அதன் தாய் சொன்னாள்.

* * *

பீமனுக்குக் களைப்பாக இருந்தது. குளிக்கலாம் போல இருந்தது. தோப்புக்கு எதிரே சற்றுத் தொலைவில் ஒரு குளம் இருக்கும் ஞாபகம் வந்தது. "நான் குளித்து விட்டு வருகிறேன்" என்றான் பீமன். "சரி வா, நானும் வருகிறேன்" என்று சாலகடங்கடியும் கூடவே வந்தாள். வழியில் அவள் எதுவும் பேசவில்லை. பொழுது நன்கு விடிந்து விட்டது. ஆனால் சூரியனின் கிரணங்களை மரங்களின் அடர்த்தி காரணமாகப் பார்க்க முடியவில்லை. குளத்தருகில் இருபது முப்பது ராட்சசர்கள் இருந்தார்கள். காலையில் எழுந்து காலைக்கடன்களை முடிக்க வந்திருந்தார்கள். சாலகடங்கடியைப் பார்த்ததுமே அக்குளத்தின் மறுபக்கம் கிளம்பிச் சென்றார்கள். அவளே ஒரு வேப்பங்குச்சியை உடைத்து இரண்டாகத் துண்டாக்கி, ஒரு துண்டை அவனிடம் கொடுத்துவிட்டு மற்றொரு துண்டால் பல்விளக்கத் தொடங்கினாள். பீமனுக்கு கூச்சமாக இருந்தது.

பல் விளக்கியபடியே, "நீ என்னோடு வந்து விட்டாயே, உன் கணவன் ஒன்றும் சொல்லமாட்டானா?" என்று பீமன் கேட்டான்.

"எனக்கு வேறு யார் கணவன்?"

"அப்படியென்றால் நீ மறுபடி திருமணம் செய்து கொள்ளவே இல்லையா? இவர்கள் என் சகோதரர்கள் என்று நான்கு இளைஞர் களைக் காட்டினானே கடோத்கஜன்..."

சட்டென எந்தப் பதிலும் சொல்லவில்லை சாலகடங்கடி. வேப்பங் குச்சியைத் தூரமாக எறிந்துவிட்டுக் குளத்திலிறங்கி வாய் கொப்புளித்து முகம் கழுவிய பின்னர் அவனை நெருங்கினாள். அவனது இரண்டு தோள்கள் மீதும் இரண்டு கைகளை வைத்து உறுதியாய்ப் பற்றி அவன் முகத்தைப் பார்த்தவண்ணம், "ஒரு வருஷகாலம் கணவன்

தலைமறைவாக இருந்துவிட்டால் அவன் இறந்துவிட்டதாக நினைத்து இன்னொரு திருமணம் செய்து கொள்வது எங்கள் பழக்கம். கட்டாயம் திரும்பி வருவதாக நீயாவது சொன்னாயா? ஆனாலும் கூட நானும் நாலு வருஷங்கள் காத்திருந்தேன். மகாராணியாக இருக்கிறவளுக்கு நிறைய பிள்ளைகள் இல்லையென்றால் ராட்சசக் குலம் சும்மா இருக்குமா? ஆனாலும் நான் வேறு யாரையும் திருமணம் செய்து கொள்ளவில்லை. குழந்தை களுக்காக ஒருவனோடு இருந்தேன். எனக்கும் நான்கு குழந்தைகள் பிறந்தார்கள். அவ்வளவுதான்" என்றாள்.

வெறுமனே தலைகுனிந்து நின்றான் பீமன். சிறிது நேரத்துக்குப் பின் அவள் பிடியிலிருந்து கைகளை விடுவித்துக்கொண்டு வேப்பங் குச்சியை எறிந்துவிட்டு குளத்தருகில் சென்று முகம் கழுவினான். அப்படியே நீரில் இறங்கி நீந்தினான். அவள் பக்கம் திரும்பிக் கூட பார்க்கவில்லை. கைகால்களை அடித்தபடி நீந்திச் சென்றான். அலைகளின் எழுச்சியோ இரைச்சலோ இல்லாத ஒரே அளவான ஆழமுள்ள நீரில் தன்பாட்டுக்கு நீந்திக்கொண்டே இருந்தான். அப்பொழுதுதான் "கொஞ்சம் இந்தப் பக்கம் திரும்பு" என்று சாலகடங்கடி கூவுவது கேட்டது. அவளும் நீந்தியபடி அவனை நோக்கி வந்தாள். பீமன் நின்றான். நெருங்கி வந்ததும், "திரும்பி வருவதாக நீ எந்த வாக்குறுதியும் கொடுக்கவில்லை. 'நான் எந்த வார்த்தையையும் மீறவில்லை' என்று நீ வேண்டுமானால் சொல்லக் கூடும். சூதாட்டத்தில் தோற்று நீங்கள் ஐந்து சகோதரர்களும் பன்னிரண்டு வருஷ காலம் வனவாசம் செய்தீர்களாமே. காட்டிலேயே இருக்கக்கூடிய வாய்ப்பு வந்தபோது நீங்கள் இந்தக் காட்டிலேயே வந்து இருந்திருக்கலாமே. இது காடு இல்லையா? ஏன் வரவில்லை? உன் அம்மா தடுத்துவிட்டாளா? உன் அம்மாவை எதிர்த்து ஒரு நாளும் ஒரு வார்த்தை சொன்னதில்லை. மதிக்காமல் விட்டதில்லை. ஆனாலும் என்னைக் கண்டால் ஏன் அவளுக்குப் பிடிக்காமல் போயிற்று?' என்று கேட்டாள்.

"ஏன் அப்படிச் செய்யவில்லை?" என்று பீமன் தன் மனத்தையே கேட்டுக்கொண்டான். "இது அம்மாவின் தப்பு அல்ல. ஆனாலும் இங்கு மீண்டும் வரும் எண்ணம் ஒரு முறையும் தன் மனசில் தோன்றவே இல்லை. ஒரு வேளை கிருஷ்ணையும் கூட இருந்ததாலா? இல்லை, இல்லை." அக்கேள்வி ஒரு புழுவைப் போல அவன் மனத்தைத் துளைத்தது. வெட்கமாக இருந்தது. அவள் எதுவும் பேசவில்லை. பீமனும் நீந்தாமல் வெறுமனே மிதந்து கொண்டிருந்தான். சிறிது நேரத்திற்குப் பின்பு, அவளே மீண்டும், "நீ ரொம்பவும் களைத்திருக்கிறாய். எவ்வளவு தூரத்திலிருந்து வந்தாய்? எத்தனை நாட்கள் பயணம்? மிதக்கத் திராணியில்லாமல் உன் கால்கள் நடுங்குகின்றன பார். சீக்கிரம் கரைக்கு வா... உடலைத் துவட்டிக் கொள்" என்று சொல்லி அவன் தோளைத்

தொட்டுக் கரைக்கு இழுத்தாள். அவனும் எந்தப் பதிலையும் சொல்லாமல் கரைக்கு நீந்தினான். கரையில் அவனை உட்கார வைத்து உடம்பைத் தேய்ப்பதற்காகவென்றே இருந்த சிறுசிறு கற்களில் ஒன்றை எடுத்து அவன் மார்பு, தோள், முதுகு எங்கும் தேய்த்து அழுக்கெடுத்து அவன் மேல் தண்ணீரை வாரி வாரி இறைத்தாள். பிறகு அவனை நிற்கவைத்து தொடை, முட்டி, பாதங்களெங்கும் தேய்த்தாள். அவன்மேல் அத்தனை அழுக்கில்லை. இருவருமே மீண்டும் தண்ணீரில் இறங்கிக் குளித்து விட்டுக் கரையேறினார்கள். ஈர உடம்போடு தோப்புக்கு இருவரும் நடந்தார்கள். சூரியனின் கிரணங்களை இப்போது மரச்சந்திடையே காண முடிந்தது. ஈரம் உலர்ந்த உடல் சற்றே நடுங்கத் தொடங்கியது.

அவளும் அவனும் முதன்முதலில் படுத்துறங்கிய குடிலிருக்கும் மரத்தருகில் நின்று 'ம், ஏறு" என்றாள். பீமன் ஏறினான். சுலபமாக மரத்திலேறும் பயிற்சி கைவிட்டுப் போயிருப்பதை எண்ணிப் பார்த்தான் பீமன். எந்தவிதமான சிரமமும் இல்லாமல் சாலகடங்கடி அவனைத் தொடர்ந்தாள். குடிலருகே சென்றதும், அதன் வாசலைத் திறந்து உள்ளே புகுந்துகொண்டான் பீமன். முன்பு இருந்ததைப்போலவே நல்ல நீள அகலமும் உயரமும் உள்ள குடில். மிருதுவான புற்களால் ஆன பாய் விரித்திருந்தது. மரக்குச்சிகளால் உட்புறம் எங்கும் அலங்கரிக்கப்பட்டிருந்தது. ஒரு மூலையில் மூடி வைக்கப்பட்டிருந்த ஒரு பெரிய பானையும் சிறிய அளவிலான இரண்டு பானைகளும் இருந்தன. அவன் பார்வை அந்தப் பக்கம் திரும்பியதைக் கண்ட அவள், "காட்டெருமையின் மாமிசம். வேக வைத்தது. உனக்காக மருமகள் தேடித் தேடிக் கிழங்குகளைக் கொண்டுவந்து வேக வைத்திருக்கிறாள். நீ இங்கிருந்தபோது பனங்கள்ளை விரும்பிக் குடித்தாய் இல்லையா, அதற்காகக் கடோத்கஜன் இன்று தான் குடிக்கும் மரத்திலிருந்து இறக்கிக் கொண்டுவந்திருக்கிறான். நாம் குளிப்பதற்காகச் சென்றபோது இவற்றையெல்லாம் இங்கு கொண்டு வந்து வைத்திருக்கிறார்கள். நீ ஓநாயைப் போன்று வயிற்றையுள்ளவன் அல்லவா" என்றபடி நெருங்கி வந்து அவன் வயிற்றை மெல்ல வருடியபடி "என் அருமை ஓநாய் வயிறு. கடோத்கஜனுக்கும் உன்னைப் போலவே பசி, மற்றவர்கள் இந்த விஷயத்தில் கையாலாகாதவர்கள்" என்றாள்.

"அவர்களெல்லாரும் எங்கே?"

"படுத்துக் கொண்டிருக்கிறார்கள். உன்னை அழைத்து வர எல்லை வரைக்கும் வந்து மீண்டும் திரும்பினார்கள் இல்லையா? காமகடங்கடியும் என்னோடு இரவு முழுக்க விழித்திருந்தாள். அவளால் தூக்கத்தைக் கட்டுப்படுத்த முடியாது. சாயங்காலம் மீண்டும் அனைவரும் ஒன்றாகச் சந்திக்கலாம். நீ இப்போது சாப்பிடு வா"

என்றாள். பின்பு, பனை ஓலையால் ஆன தட்டை அவன் முன் வைத்து இரண்டு வகை உணவுகளையும் கைநிறைய அள்ளி அள்ளி வைத்தாள். இன்னும் புளிக்காத கள்ளை ஒரு மண் குடுவையில் ஊற்றி வைத்தாள். "நீயும் சாப்பிடு" என்று அவன் அவளை அழைத்தான். அதே தட்டிலிருந்து அவளும் எடுத்து உண்டாள். சாப்பிட்டுக் கொண்டே, "எங்கள் ராட்சசக்குலத்தின் மீது உனக்கு ஏன் இத்தனை வெறுப்பு?" என்று கேட்டாள்.

"எனக்கு வெறுப்பு என்று உனக்கு யார் சொன்னது?"

"இங்கிருந்து போனபின்பு எங்கள் குலத்தைச் சேர்ந்தவனான பகாசுரன் என்பவனைக் கொன்றாயாமே. அது நடந்து பன்னிரண்டு பதின்மூன்று வருஷங்களுக்குப் பின்பு பகாசுரனின் தம்பி கிர்மீரன் என்பவனையும் கொன்றாயாமே. நரமாமிசம் தின்னும் ருசிக்காக இக்கொலையைச் செய்திருக்க முடியாது. ஏனென்றால் நீ நரமாமிசம் தின்னும் ஆளில்லை."

'நரமாமிசம் தின்னும் ஆசை அதிகமாகி ஒரு ராஜ்ஜியத்தையே நடுநடுங்க வைத்துக்கொண்டிருந்தான் பகாசுரன். எங்களுக்கு தங்க இடமளித்துக் காப்பாற்றிய ஒரு குடும்பத்துக்கு நன்றிக்கடன் செலுத்து வதற்காக அவனைக் கொல்லவேண்டியதாக இருந்தது. அவனைக் கொன்றதற்காக எங்களைப் பழிவாங்க அவனது தம்பி கிர்மீரன் நாங்கள் காட்டிலிருந்த காலத்தில் தினந்தோறும் இரவில் வந்து தொந்தரவு செய்துகொண்டே இருந்தான். அப்படிப்பட்டவனைக் கொல்லாமல் நாங்கள் எப்படி உயிர்வாழ முடியும்?"

அவள் மறுபடி எதுவும் பேசவில்லை. ஒழுங்காக சாப்பிடவும் இல்லை. அவனுக்கு மட்டும் தன் பெரிய கைகளால் வாரி வாரி வைத்தாள்.

இறுதியில் சொன்னாள்.

"இப்பொழுது என்ன நடந்திருக்கிறது தெரியுமா? நீங்களும் உங்கள் பகைவர்களும் போரிடப் போகிறீர்களாம். உன்னைக் கொல்லத் துடித்துக்கொண்டிருக்கிற எல்லா ராட்சசர்களும் ஒன்றாகி இருக்கிறார்கள். உன் ஒருவன் மேல்தான் அவர்கள் கோபம். ராட்சசர்கள் மேல் பாய்ந்து கொல்லும் வலிமை கொண்டவன் உன்னைவிட்டால் உங்கள் குலத்தில் யார் இருக்கிறார்கள்? இதனால் அவர்களின் முக்கியக் குறி நீ தான். மற்றபடி உன் அண்ணனோ, தம்பிகளோ அல்ல. அக்கம்பக்கத்திலுள்ள வேறு வேறு ராட்சசர்கள் எல்லாரும் இங்கு வந்திருந்தார்கள். 'நீங்கள் பெரிய அளவில் இருக்கிறீர்கள். கடோத்கஜன் ஒருவனே போதும். ராட்சசர்கள் குழுவுக்கே தலைவன் போல இருக்கிற ஆற்றல் அவனுக்குள்ளது. நீங்கள்

எங்களோடு சேர வேண்டும்" என்று வற்புறுத்தினார்கள். இவனும் உற்சாகத்தோடு கிளம்பிவிட்டான். அப்பொழுது அவனை இந்த இடத்துக்குத்தான் அழைத்து வந்து எல்லாவற்றையும் சொன்னேன். 'அவன்தான் உன் அப்பா. உன் சகோதரர்களை வேறொருவனுக்கு நான் பெற்றெடுத்திருந்தாலும் அவன் ஒருவன்தான் என் கணவன்' என்றேன். 'அவன் என் அப்பா என்பது உண்மையானால் ஏன் என்னை ஒருமுறை கூடப் பார்க்க வரவில்லை' என்று கேட்டான். அவன் கேட்டது சரியா தப்பா என்று எனக்குத் தெரியவில்லை. நீயே சொல்."

அவள் முகத்தையே பார்த்துக்கொண்டிருந்த பீமன் தலையைத் தாழ்த்திக்கொண்டான். சாப்பிடுவதையும் நிறுத்திவிட்டான். இங்கே வந்திருக்கவே கூடாது என்று தோன்றியது. வந்ததால் உண்டாகி இருக்கும் மகிழ்ச்சியை இல்லை என்று மறுப்பதற்கில்லை. ஆனால் வேறு வேறு வடிவங்களில் தன்னுள் எழுந்து தொல்லை தரும் இந்தக் கேள்விக்கு என்ன விடைசொல்வது? பக்கத்தில் உள்ள மரத்திலிருந்து குழந்தை ஒன்று அழுத சத்தம் கேட்டது. பீமனின் கவனம் அப்பக்கம் திரும்பியது. அதைக் கவனித்த அவள், "உன் பேரன்தான். பால் குடிப்பதற்கு மட்டும்தான் அவனுக்கு அம்மா வேண்டும். மற்றபடி அவனது ஆட்டம், தூக்கம் எல்லாம் என் மடியில்தான். இல்லாவிட்டால் அழுத வாய் மூடமாட்டான்" என்றாள். இப்பொழுது அவள் முகத்தின் பக்கம் தனது பார்வையைத் திருப்பினான் பீமன். "ஏன் சாப்பிடுவதை நிறுத்தி விட்டாய்? அதற்குள் வயிறு நிரம்பிவிட்டதா? வேக வைத்ததை யெல்லாம் நீ மிச்சம் வைத்தால் உன் மருமகள் உன்னைக் கிண்டல் செய்யமாட்டாளா? என்னமோ வயிறு பெருத்தவன் வயிறு பெருத்தவன் என்று சொன்னாயே, இவ்வளவுதான் அவன் வயிறா என்று என்னையுமல்லவா கேலி செய்வாள்" என்றாள்.

அவன் மீண்டும் உணவு உண்ண ஆரம்பித்தான்.

"இப்பொழுது ராட்சசக் குலமே இரண்டு பிரிவாக நிற்கிறது. "நீ எங்கள் எதிரிக்குப் பிறந்தவன். உன்னையும், உன் அம்மாவையும் முதலில் கொன்று தீர்க்க வேண்டும்" என்று அன்றே அவர்கள் துடித்தார்கள். ஆனால் எங்கள் காட்டுக்குள்ளே வந்து எங்களையே அடிப்பது என்றால் அது அத்தனை சுலபமான காரியமில்லை. "நீ அவனுக்குப் பிறந்திருக்கலாம். ஆனால் எல்லாவற்றையும் விட குலதருமம் முக்கியம், அதைத் தெரிந்துகொள்' என்று சொல்லி கடோத்கஜனைத் தம் வார்த்தைக்குக் கட்டுப்படும்படி செய்தார்கள். அவர்கள் எல்லாரும் போன பிறகு அவன் என்னிடம் வந்து 'அம்மா... எது தருமம் என்று எனக்கு எதுவும் புரியவில்லை. நீயே விளக்கமாகச் சொல் என்று..."

சொல்லிக்கொண்டிருக்கும் போதே குழந்தையின் அழுகைச் சத்தம் இன்னும் பலமாகக் கேட்டது. தோப்பில் எந்த மரத்தின் மீதும் பறவைகளைக் கூடு கட்ட அனுமதித்ததில்லை பறவையின் முட்டைகள் பாம்புகளை ஈர்க்கும் என்பதால் அப்படி ஒரு பழக்கம் அவர்களிடையே இருந்தது. காலை நேரத்தில் அக்குழந்தையின் அழுகை மெல்ல மெல்ல உயரத் தொடங்கியது. வாய்க்குள் இருந்த இறைச்சி தொண்டையில் அகப்பட்டுக்கொண்டதைப் போல இருந்தது. “இனி அவன் அழுகையை நிறுத்த மாட்டான். இங்கேயே தூக்கிக்கொண்டு வந்துவிடுகிறேன்” என்று எழுந்து கதவைத் திறந்து மரத்திலிருந்து சரசரவென இறங்கத் தொடங் கினாள்.

* * *

அதிகாலையில் பீமன் புறப்படுவதற்கு முன்பு, அவனுக்கு விடைகொடுத்து வழியனுப்பி வைப்பதற்காக அவன் தங்கி இருந்த இடத்துக்கு வந்தாள் கிருஷ்ணை. ஏழெட்டு நாள்களில் திரும்பி விடுவதாகத்தான் பயணம் திட்டமிடப்பட்டிருந்தது. ஆனால் அவளுக்கு மட்டும் ஏதோ வருஷக்கணக்கில் பிரிந்திருக்கப் போவது போன்ற உணர்வு எழுந்தது. ஆனாலும் அழவில்லை. முகத்தைத் தொங்கப் போட்டுக் கொள்ளவும் இல்லை. இயல்பாக இருப்பதைவிட சற்று அதிக அளவிலேயே முகத்தில் பொலிவையும் புன்னகையையும் தேக்கிப் பீமனிடம் கேலிப்பேச்சு பேசிக்கொண்டிருந்தாள். வழியனுப்பி வைப்பதற்காக அவளும் ஊர் எல்லை வரைக்கும் வந்தாள். தருமன், கிருஷ்ணன், அர்ஜுனன், நகுலன், சகாதேவன் மற்றும் தன்னுடைய ஐந்து பிள்ளைகள் முன்னிலையில் பீமனின் கையைப் பற்றி, “பீமா, உன்னைத்தான் நான் மலைபோல நம்பிக்கொண்டிருக்கிறேன் என்பது நினைவில் உள்ளது, இல்லையா?” என்று மெல்ல புன்னகை சிந்தினாள். எல்லாக் கலகலப்பையும் மீறி அவள் மனத்திலிருக்கும் சோகத்தை அவள் குரல் காட்டிக் கொடுத்தது.

அவன் குதிரையேறி முன்னும் பின்னும் வீரர்கள் தொடரச் சென்று மறைந்த பிறகு அவள் தன் தோழிகளுடன் இருப்பிடத்துக்குத் திரும்பினாள். கூடவே ஐந்து பிள்ளைகளும் திரும்பினார்கள். அஞ்ஞாத வாசத்துக்குப் பிறகு இங்கே அழைத்து வரப்பட்ட பிள்ளைகள் தனி மாளிகையில் இருக்க ஏற்பாடு செய்யப்படவில்லை. தன்னோடேயே இருக்குமாறு செய்தாள். பதின்மூன்றரை ஆண்டுகளுக்குப் பிறகு தானே அவர்களுக்குத் தன் கையால் சமைத்து உணவு பரிமாறினாள். தன்னைச் சுற்றி உட்காரவைத்துக்கொண்டு துருபதன் பற்றியும் திருஷ்டத்துய்மனைப்ப ற்றியும் விசாரித்தாள். காட்டில் தான் பட்ட துயரங்களையும் சிரமங்களையும் இடையிடையே நேர்ந்த இன்ப மயமான தருணங்களையும் எடுத்துச் சொன்னாள். அவர்கள்

எப்போதும் ஒற்றுமையாக இருக்கிறார்கள். தாயைச் சுற்றி உட்கார்ந்திருக்கும் போதும் சரி, அதிகாலையில் விற்பயிற்சி செய்யும் போதும் சரி, வேறு எந்த வேலை செய்யும் போதும் தாம் ஏதோ ஒரு தனிக்குழு என்பதுபோல எப்போதும் ஒன்றாகவே இருந்தார்கள். இந்த இடத்துக்குப் புதியவர்கள் என்பதாலோ, உள்ளூரில் எந்த நண்பர்களும் இல்லை என்பதாலோ, தம்மைச் சுற்றிலும் என்ன நடக்கிறது என்பதை முழுக்கப் புரிந்துகொள்ள முடியாததாலோ அப்படி இருந்தார்கள். தந்தைமார்கள் அனைவரும் போருக்கான ஏற்பாட்டைக் கவனித்துக்கொண்டிருந்தார்கள். போர் உதவி வேண்டி பல தேசங்களுக்குப் பிரயாணம் செய்வதிலும், தூதுவர்களிடம் செய்தி சொல்லி அனுப்புவதிலும், இங்கேயே உட்கார்ந்து ஒருவர்க்கொருவர் ஆலோசித்துக் கொள்வதிலும், நாலா பக்கங்களிலிருந்தும் வரும் யுத்தக் கருவிகளை வைக்க ஏற்பாடு செய்வதிலும் அவர்கள் மும்முரமாக மூழ்கி இருந்தார்கள். அபிமன்யு மட்டும்தான் அவர்களுக்குச் சமவயதுக் காரன். உண்மையில் சமவயது என்று கூடச் சொல்லமுடியாது. ஐந்து சகோதரர்களுள் இளையவனைக் காட்டிலும் மூன்று ஆண்டுகள் இளையவன். அவர்களிடையே ரொம்ப நெருக்கமான தொடர்பு இருந்தது என்றும் சொல்லமுடியாது. தந்தைமார்கள் வனவாசத்திற்குப் புறப்பட்ட போது அவர்கள் தம் மாமனின் வீட்டுக்குச் சென்றார்கள். அப்பொழுது மூத்தவனாகிய பிருத்திவிந்தியனுக்கு வயது பதினொன்று. இளையவளாகிய சுருத்தசேனனுக்கு வயது ஆறு. அபிமன்யுவுக்கு மூன்று. ஆனால் அபிமன்யு தன் பெற்றோருடன் தனியே வளர்ந்தான். பிருத்தி விந்தியனுக்கும் சுருத்தசோமனுக்கும் மட்டும் அவனுடைய ஞாபகம் இருக்கிறது. மற்றவர்களுக்கு அந்த ஞாபகம் கூட இல்லை. மூன்றே வயது நிரம்பிய அபிமன்யுவுக்கு இந்தச் சகோதரர்கள் பற்றிய ஞாபகம் இருக்க வாய்ப்பே இல்லை. இதனால் அவர்கள் ஒருவர்க்கொருவர் நெருக்கமாக இருக்கவில்லை. வனவாசமும் அஞ் ஞாதவாசமும் முடிந்ததுமே விராட ராஜனின் மகள் உத்தரையை அபிமன்யுவுக்குத் திருமணம் செய்து வைத்தார்கள். அப்போது அவனுக்கு வயது பதினாறு. அவளுக்கும் ஏறத்தாழ அதே வயது தான். இருவருமே இதே உபப்லாவ்ய நகருக்குள் இன்னொரு மாளிகையில் இருந்தார்கள். அவர்களோடு அவனுடைய தாயாகிய சுபத்திரையும் தந்தையாகிய அர்ஜுனனும் இருந்தார்கள். மற்ற ஐந்து பேரைக் காட்டிலும் வில்பயிற்சியில் ரொம்பத் திறமைசாலியாக அபிமன்யு திகழ்கிறான். தந்தையைப் போலவே சுறுசுறுப்பான விரல் களும் கூர்மையான பார்வையும் அவனுகிருந்தது. இன்று காலை நடந்த பயிற்சியில் கூட அவனிடம் விசேஷ கவனம் செலுத்திய அர்ஜுனன் வில்லைப் பிடிக்கவேண்டிய முறை, குறி பார்க்கும் முறை, வேறுவேறு வகையான அம்புகளைப் பயன்படுத்தவேண்டிய சந்தர்ப்பங்கள் எல்லா வற்றையும் விளக்கமாகவும் பொறுமையாகவும் சொல்லித் தந்தான்.

பக்கத்திலேயே இருக்கும் இவர்களுக்கும் சொல்லித் தந்தான். ஆனாலும் அபிமன்யுவைப் போல உரிமையுடன் அவனிடம் கேட்க அவர்களால் முடியவில்லை. ஏனென்று காரணம் புரியவில்லை. மூத்தவனான பிருத்திவிந்தியன் அடிக்கடி இந்த எண்ணத்தில் மூழ்கினான்.

ஐந்து பிள்ளைகளுக்கும் சாப்பாடு பரிமாறிக்கொண்டே கிருஷ்ணை எதை எதையோ யோசிக்கத் தொடங்கினாள். “மூத்தவனுக்கு இருபத்து நாலு வயசாகிறது. இரண்டாமவனுக்கு இருபத்து மூன்று. குறைந்த பட்சம் இந்த இருவர்க்குமாவது இந்நேரம் திருமணம் ஆகி இருக்க வேண்டும். மனைவிமார்கள் வந்திருக்கவேண்டும். எங்கும் சுயம்வரம் நடக்கவே இல்லையாம். ஒருவேளை எந்த அரசனும் இவர்களுக்குப் பெண்தர முன்வரவில்லையா? ராஜ்ஜியம் இல்லாமல் தாய் தந்தையர்கள் காட்டில் போய் இருக்கும்போது எந்த அரசன் தான் கூப்பிட்டுப் பெண் தருவான்? மகனே பிருத்திவிந்தியா, ஏன் இவ்வளவு தின்றால் உன் அப்பா பீமன் சும்மா இருப்பாரா? பார்க்க நேர்ந்தால் திட்டுவார். எப்படி மெலிந்து போய் இருக்கிறார்கள். நாம் இனி எப்போதும் ஜெயித்து, எப்போது ராஜ்ஜியத்தை அடைந்து, பிள்ளைகளுக்குத் திருமணம் செய்து...! இங்கு கூட இவர்களுடைய சேவைக்காக இத்தனைப் பெண்கள் இருக்கிறார்கள். ஒருத்தியைக் கூட இவர்களில் யாரும் ஏறெடுத்துப் பார்ப்பதில்லை...” மற்ற அரச குமாரர்களைப்போல இவர்கள் இல்லை என்பதில் ஒருவகையில் அவளுக்குத் திருப்தியாய் இருந்தது.

“இளையவனான சுருத்தசேனன் இங்கே வந்த அன்று என் அருகில் கூட வரவில்லை. என்னை அவனுக்கு அடையாளமும் தெரியவில்லை. நானே அவனருகில் சென்று கையை இழுத்து அணைத்தபோது திமிறி விடுவித்துக்கொள்ள முயற்சி செய்தான். “நான் உன் அம்மா அல்லவா” என்று மூன்று முறை கேட்ட பிறகு ‘தெரியும்’ என்றான். ‘அப்படியென்றால் ஏன் அருகில் வரவில்லை?” என்று கேட்டபோது எந்தப் பதிலும் சொல்லவில்லை. எடுத்ததற்கெல்லாம் கோபம் அவனுக்கு. இப்பொழுது அவன் ஒருவன்தான் எப்பொழுதும் ‘அம்மா அம்மா’ என்று பின்னாலேயே அலைகிறான். வயது பத்தொன்பதாகிறது. மனைவியென்று ஒருத்தி வந்தபிறகும் இப்படியே இருப்பானா? இவனுக்கு எப்படிப்பட்ட மனைவி கிடைக்கப் போகிறாள்? மற்றவர் களுக்குப் புரியும் விஷயங்கள் இவனுக்கு அவ்வளவாகப் புரிவதில்லை.” இன்று காலை நேரத்திலேயே இப்படிப் புழுங்குகிறது. வாணலியைப் போல வறுத்தெடுக்கிறது. இந்த மத்ஸ்ய தேசமே இப்படித்தான். குன்றுகள், காடுகள் மிகவும் குறைவு. தண்ணீர்ப்பரப்பும் குறைவு. புழுக்கம் அதிகம். கோடைக்காலம் வந்ததும் மலையில் ஏறிக் கொள்ள வேண்டும். இமயமலைச்சாரலில் நான்கு கோடைகளைக் கழித்திருக்கிறோம் என்பதுவும் கூடவே ஞாபகம் வந்தது. ‘ஜோதிஷ்மதி’

என்று வேலைக்காரியைக் கூப்பிட்டாள். அவள் ஓடிவந்து அருகில் நின்றாள். "புழுக்கம் தாளவில்லை. திரைச்சீலையை உயர்த்தி கொஞ்சம் தண்ணீர் தெளி. ஒரு விசிறியைக் கொடு" என்றாள். முப்பது வயசுப் பெண்ணான ஜோதிஷ்மதி வாசலிலும் சாளரங்களிலும் 'லாமஞ்சா' என்னும் வேர்களாலான திரைப்பாயை ஏற்றி அவற்றின்மேல் தண்ணீர் இறைக்கத் தொடங்கினாள். இப்பொழுது தான் உயிர் வந்ததுபோல் இருந்தது. ஆனால் புழுக்கம் அகன்று குளுமை படரக் குறைந்தபட்சம் இன்னும் ஒரு நாழிகையாவது வேண்டும். அங்கேயும் கோடை இருக்குமெனினும் வெப்பக்காற்று வீசுவதில்லை. இந்நேரத்திற்குப் பீமன் பதினாறு மைல் தூரமாவது பிரயாணம் செய்திருக்கக் கூடும். குதிரைகள் அவ்வளவு வேகமாக ஓடுமா? அடித்து ஓட்டிவிடமுடியும். முதல் மனைவியைக் காணும் ஆர்வத்தில் விரட்டிவிட முடியும் என்று நினைத்துக்கொள்ளும் போதே அவளுக்குச் சிரிப்பு வந்தது. அப்படிச் சொன்னால் அவனுக்கு எவ்வளவு கோபம் வருமோ? திரும்பி வரட்டும். அதைச் சொல்லிச் சொல்லி அவனை வெறியேற்றுகிறேன்.

"ஜோதிஷ்மதி, பிள்ளைகளெல்லாம் எங்கே?"

"விற்பயிற்சி செய்யச் சென்றார்கள் இல்லையா. இப்பொழுது ரதப் பயிற்சி செய்கிறார்கள்."

"இந்தப் புழுக்கத்திலா, வெளியில் இப்படி தகிக்கிறதே."

அவள் எந்தப் பதிலும் சொல்லவில்லை. என்னதான் சொல்லிவிடமுடியும். "யுத்தம் நெருங்கிவிட்டது. நமக்கான யுத்தம். வெயில், புழுக்கம் என்று நம் பிள்ளைகள் உட்கார்ந்து விட்டால் என்ன ஆவது! அதுவரை இவர்களில் யாரும் அந்த உத்தரகுமாரன் போன்ற கோழை இல்லை. அப்படிப்பட்ட ஒரு மகன் இருந்து விட்டால், யாராலும் மானத்தோடு தலைநிமிர்ந்த நடக்க முடியாது. சுருத்தசேனன் மற்ற விஷயங்களில் என்னமோ குழந்தை போலத் தான். ஆனால் வில் பிடித்துவிட்டால் குறி தப்பாது. அவன் எய்யும் அம்புகளைக் கண்ணால் கூடப் பார்க்க முடியாது. அத்தனை வேகம். என் அண்ணன்தான் எப்படிப் பட்டவன்! பாஞ்சாலர்கள் எப்பொழுதும் ஆண்வழி வந்த வம்சம். துருபதராஜனின் மகன் என் அண்ணன். அவனே முன்னின்று கற்றுக் கொடுத்தானென்றால் குறி மட்டுமல்ல, தைரியத்துக்கும் எந்தக் குறையுமிருக்காது. அது மட்டுமல்ல, தந்தைமார்களிலும் யாரும் கோழை அல்ல. மூத்த தந்தை கூட கோழை அல்ல. இவ்வளவு நேரத்திற்கு இன்னும் நாலு மைல் சென்றிருக்கக் கூடும் பீமன். வழியில் என்னை நினைத்துக் கொள்வானோ என்னமோ, கிருஷ்ணை அதிர்ஷ்டம் கெட்டவள். எப்போது சுகப் பட்டேன் நான்? வாழ்க்கை நெடுகவும் கஷ்டம், வருத்தம், துயரம்,

இந்திரப்பிரஸ்தத்தைக் கட்டி ராஜசூயம் செய்யும்போது கூட இது குறையவில்லை. கிருஷ்ணையின் மனத்துயரம் யாருக்குத் தெரியும்? அத்தைக்குக் கூடப் புரிவதில்லை. பீமன் ஒருவனைத்தான் மலை போல நம்பியிருந்தேன். இப்போது அதுவும் கைநழுவும் காலம் வந்துவிட்டதோ. இருபத்தாறு வருஷ இல்லற வாழ்வை எண்ணிக் கொண்டது மனம். ஆமாம். பீமன் ஒருவன்தான் நம்பிக்கைக்குரியவன், அவனுக்குத்தான் அன்பு செலுத்தத் தெரியும் என்கிற என் எண்ணம் இத்தனை நாள் வரைக்கும் நிலைத்திருந்தது. எதிர்காலத்திலும் நிலைத்திருக்குமா என்பதைப் பொறுத்திருந்துதான் பார்க்கவேண்டும். ஒருவேளை நிலைக்காமல் போனால்...” கிருஷ்ணையின் கண்களில் அழுகை முட்டியது. கிருஷ்ணை அழுவதில்லை. அழுதாலும் அவன் முன்னிலையில் அழுவதில்லை. என்னைப் பார்த்து ‘உன் முகத்தைக் காட்டாதே’ என்றான் இல்லையா, இருக்கட்டும் அவனுக்குப் பாடம் புகட்டுகிறேன்” என்று சொல்லிக்கொண்டாள். அவனைவிட எனக்குப் பிடிவாதம் அதிகம் என்று அவனுக்கே தெரியும் என்று எண்ணியபோது அவளுடைய தன்னம்பிக்கை அதிகமானது. புழுக்கத்தைத் தாங்கிக்கொள்ளும் சக்தி வந்தது. ‘லாமஞ்ச’ வேர்களினால் ஆன பாயில் இறைத்த தண்ணீரால் அறையெங்கும் குளுமை பரவி இருந்தது. இருபத்தெட்டு வருஷங்களுக்கு முந்திய தொடர்பாம். அதுவும் எதிர்பாராத தருணத்தில் உருவானதாம். அவளே இவள். கண்டவுடன் காதல் கொண்டு திருமணம் செய்து கொண்டாளாம். நம்மை விட அவளுக்கு எவ்வளவு சுதந்தரம் என்று தோன்றியது. ராட்சசக்குலம். அரண்மனை இல்லை, சாதாரணமான வீடு கூட இல்லை. குறைந்த பட்சம் ஒரு குடிசை கூட இல்லை. மரங்களின் மேல் மூங்கில்களால் கட்டிய குடிலில்தான் அவர்கள் இருந்தார்களாம். அது ஏதோ இளம்பருவத்து மயக்கம் என்றாலும் கிருஷ்ணையுடன் இருபத்தாறு வருஷம் இல்லறம் நடத்திய பிற்பாடு மீண்டும் அவள் நினைவு முளைவிட்டதா. அப்படி எண்ண முடியாது. பீமன் நம்பிக்கைக்குரியவன். அவன் மேல் இருக்கிற நம்பிக்கை சரிந்து விட்டால் உலகத்தில் காற்று வீசாது, மேகங்கள் கூடி மழை பொழியாதுஎன்று எண்ணிக் கொண்டிருக்கும்போது வெளியே இருந்து காற்று வீசியது. திரைப்பாயைக் கடந்து வந்த குளுமையான காற்று. இந்த வெயிலிலும் கொல்லர்கள் தம் உலைக்களத்தில் அடிக்கும் டண்டன் என்கிற ஓசை காற்றில் மிதந்து வந்தது. எத்தனை பேர்கள் இருக்கிறார்களோ, குறைந்தபட்சம் இருவராவது இருக்கவேண்டும். பிடித்துக்கொள்ள ஒருவன். அடிக்க ஒருவன். காலையில் பீமனை வழியனுப்பச் சென்றபோது இரண்டு வண்டிகள் நின்றிருப்பதைப் பார்த்தாள். பக்கத்தில் ஒரு பெண் வாந்தி எடுத்துக்கொண்டிருந்தாள். அவளுக்கு எத்தனை வயதிருக்கும்? இருபத்தைந்து இருக்குமா? தான் கர்ப்பமாக இருந்ததைப் பற்றியும் வாந்தி எடுத்ததைப் பற்றியும் எண்ணிக் கொண்டாள். பழசையெல்லாம் அசைபோட்டபடி சுவரில்

சரிந்து உட்கார்ந்தாள். இப்போது எவ்வளவு தூரம் சென்றிருப்பானோ பீமன்? வெளியே கடும் வெயில். மெல்ல மெல்ல அவன் தலைமுடி உதிர்ந்து வழுக்கையாகிக் கொண்டிருக்கிறான். ஆனாலும் தலையை மறைத்துக்கொள்ள எதுவும் வேண்டாம் என்கிறான். அவனுக்கு உடலை மறைத்துக் கொள்கிற எந்தக் கேடயமும் பிடிக்காது. அப்படியே இருக்கவேண்டும். இதைச் சொல்லலாம், இதைச் சொல்லக் கூடாது என்கிற விவரம் கூட அவனுக்குத் தெரியாது. முதல் நாள் அவனது சகோதரனாகிய தருமனுடன் திருமணமாகி அன்றைய இரவு அவனுடன் கழிந்ததற்கு மறுநாள் அதே இடத்தில் அதே மந்திரங்களுடன் அவளுக்கும் பீமனுக்கும் திருமணம் நடந்தது. அன்றைய இரவு அவனோடேயே தங்கி இருந்தாள். அவன் தன் அண்ணனைப்போல கூச்சம் உள்ளவன் அல்ல. குழப்பமானாவனும் அல்ல. நேரிடையாக ஒரு குழந்தையைப்போலத் தழுவித் தூக்கிக் கூரை வரைக்கும் அவளைத் தூக்கிப் போட்டுப் பிடித்தான். உயிர்போவது போல எனக்குப் பயம். ஆடுவதற்குக் கிட்டிய குழந்தை என்று என்னை நினைத்தானோ என்னமோ, பயத்தால் அலறியபோது, "பயமா? எதற்கு?" என்றான்.

"இப்படிச் செய்தால்..." என்று முகத்தைத் தொங்கப் போட்டுக் கொண்டு சொன்னேன்.

"சாலகடங்கடியை இப்படித் தூக்கிப் போட்டுப் பிடித்தால் சந்தோஷமடைவாள். இன்னொரு முறை செய் என்று கெஞ்சுவாள். உன்னைவிட அவள் அதிக எடையுள்ளவள். அவளை அடித்தால் என் கைதான் வலிக்கும். அவ்வளவு உறுதி."

"யார் அந்த சாலகடங்கடி?"

"என் முதல் மனைவி. ராட்சசக் குலத்தைச் சேர்ந்தவள்" என்று எல்லாவற்றையும் சொல்லி விட்டான். "அவளுக்கு எப்பேர்ப்பட்ட சக்தி தெரியுமா? நம் ஆரியப் பெண்கள் யாருக்கும் அப்படி ஒரு சக்தி இல்லை. இங்கே பார். கையை மடக்கினால் உப்பும் புஜங்களைப் போலவே அவள் புஜங்களும் இருக்கும். இறுக்கிப் பிடித்தால் தப்பித்துக்கொள்ள முடியாது. அப்படி இருக்கும் பிடி. என்னைப் போன்ற கணவனைக் கூட தோளில் தூக்கி வைத்துக்கொண்டு ஒரே மூச்சில் நாலுமைல் நடக்க முடியும். அப்படிப்பட்ட உடல்வாகு அவளுக்கு. என் தோள் அளவு உயரமுள்ளவள் அவள். அதாவது சாதாரணமாக நம் ஆரிய இளைஞனின் உயரம். உன்னைப்போல் அல்ல" என்றான். அவனும் முரடு. பெண்களின் மென்மையான மனத்தைப் புரிந்துகொள்கிற புத்தி அவனுக்கு என்றும் இல்லை. "ஆனாலும் இங்கே பார் கிருஷ்ணை, உன் பெயர் கிருஷ்ணை அல்லவா, உன்னைக் கிருஷ்ணை என்றே அழைக்கிறேன். பாஞ்

சாலி என்பதெல்லாம் வேண்டாம். பெண்டாட்டியை அவளுடைய தேசத்தின் பெயரை வைத்துக் கூப்பிடுவதே ஒருவகையில் சரி. ஆனால் அப்படிக் கூப்பிட்டால் ஏதோ விலகிப்போகிற மாதிரி இருக்கிறது. இங்கே பார் கிருஷ்ணை, என்னைக் கண்டதும் என்மேல் காதல் கொண்டாள் சாலகடங்கடி. ஆனால் எனக்கு எதுவும் தோன்றவில்லை. அம்மாவின் வற்புறுத்தலுக்காக அவளை மணந்து, அவளுடன் இருந்து பழகிய பிறகு, அவளை விட்டுப் பிரிய முடியாத அளவுக்கு காதல் கொண்டுவிட்டேன். ஆனால் உன்னைப் பொறுத்தமட்டில் அப்படி யில்லை. சுயம்வர மண்டபத்தில் உன்னைப் பார்த்த மறுகணமே என் மனம் உருகி விட்டது. ஏன் என்று இந்தக் கணம் வரையிலும் தெரிய வில்லை. உன் அழகா, உன் உடல்நிறமா, எது என்னை ஈர்த்தது என்று தெரியவில்லை. உன் நிறமொன்றும் வெண்மையாகப் பொலியும் நிறம் அல்ல, ஆனாலும் ஏன் என்று தெரியவில்லை" என்றான்.

திருமணமான புதிதில் எத்தனையோ முறை சாலகடங்கடியின் பெயரைச் சொன்னதுண்டு. பேச்சு நடுவே வேண்டுமென்றே அவள் பெயரைக் கோர்த்துவிடுவான். அவள் உடற்கட்டைப் பற்றியும் உறுதியைப் பற்றியும் அடிக்கடி சொல்வான். ஆனாலும் என்ன வென்று சொல்லத் தெரியாமல் ஒருவகையான ஈடுபாடு என்மேல் இருந்ததாம். பெண்களிடம் எதைப் பேசலாம், எதைப் பேசக் கூடாது என்று கூடத் தெரியாத முட்டாள்தனம். பேச்சு என்றால் அவன் தம்பி அர்ஜுனன்தான். அம்பு எய்துவதில் எப்படி புத்திசாலியோ அதே புத்திக்கூர்மை பேச்சிலும் உண்டு. ஒவ்வொரு வார்த்தைக்கும் ஒவ்வொரு அடியாக மனம் இறங்கி எனக்கே தெரியாத வண்ணம் அவனுக்குள் மூழ்கிவிடும். அந்த அளவுக்குப் பேச்சில் மன்னன். ஆரியவர்த்தத்திலேயே சிறந்த வில்லாளன் என்று சுயம்வர மண்டபத் தில் வெற்றி பெற்று வந்தவன். உலோகத்தாலான வில்லை எடுத்து நாண்பூட்டியபோதும் குறி தவறாத பிடி. எப்பேர்ப்பட்ட அழகன் அவன்! கூர்மையான மூக்கு. எடுப்பான கன்னம். நீலநிறக் கண்கள். தூய வெள்ளை நிறம். அவன் நிறத்தோடு ஒப்பிடும்போது நிஜமாகவே நான் கிருஷ்ணைதான் (கருப்புதான்) உறுதியாக நடந்தாலும் ஓசை வராத காலடிகள். வில்லை ஆளுவதில் மட்டுமின்றி இனிய இசைக் கருவிகளை மீட்டுவதிலும் வல்லவன். குருதட்சணை வேண்டுமென்று இவர்கள் அனைவரும் அப்பாவின் மேல் படையெடுத்து வந்தபோது இவனது வீரதீரத்தையும் அழகையும் கண்டு அப்பாவே மயங்கி விட்டாராம். உடலின் எந்தப் பகுதியும் கொஞ்சம் அதிகம் அல்லது கொஞ்சம் குறைவு என்று சொல்லும்படி இல்லாமல் அளவாகச் செதுக்கியது மாதிரி இருந்ததாம். அப்படிப்பட்டவன் மூன்றாம் இரவை என்னோடு கழிக்க வந்தபோது அவன் உடலில் பரவிய நடுக்கம் இன்னும் ஞாபகம் இருக்கிறது. மெல்ல நடுங்கும் விரல்களால் என் முகத்தைப்

பிடித்து உயர்த்தி, "உனக்கு அடிமையாக இருக்க வந்திருக்கிறான் இந்த அர்ஜுனன். அருள் புரிவாயா துருபத ராஜகுமாரி?" என்றான். இந்த நளினமான பேச்சிலும் அணுகு முறையிலும் முதலில் தோற்ற நான் மீண்டும் அவனிடம் தோற்றேன். அர்ஜுனா, தொடக்கத்திலேயே நீ என்னை வென்றுவிட்டாய். கிருஷ்ணையைவிட அதிர்ஷ்டம் செய்தவள் வேறு யாரும் இருக்க முடியாது என்று அன்று இரவிலேயே உணரச் செய்த விட்டாய். உன்னிடமிருந்து கிடைத்த இந்த சந்தோஷத்தின் பலத்திலேயே மற்ற நான்கு பேரையும் நான் சகித்துக்கொள்வேன். அப்படிச் சகித்துக் கொள்ளவும்செய்தேன். அம்மா, எப்படிப்பட்ட நாட்கள் அவை. என்னுடன் இருக்கவும், என்னுடன் சேரவும் என்னைத் தொட்டுப் பேசவும் ஐந்து பேரும் ஆர்வத்தால் துடித்த நாட்கள்! அவர்கள் அனைவரும் புதிதாய்த் திருமணமானவர்கள். எல்லோருக்கும் எந்தக் குறையும் இல்லாத இளம் வயது. தனக்கு மனைவி இருக்க வேண்டும் என்கிற அடங்காத அருகிலேயே தன் வேட்கை. வேகம். ஒருவரையடுத்து ஒருவர். ஒவ்வொரு இரவும் ஒருவர். மற்ற நான்கு நாட்களில் அடக்கி வைத்திருக்கும் கொடிய பசியைத் தனக்குக் கிடைத்துள்ள ஒரு இரவில் தணித்துக்கொள்ள எண்ணும் வேகம். இரவு முழுக்க அன்றைய கணவனின் வேகத்துக்கு ஈடுகொடுத்துவிட்டுப் பகல் முழுக்கத் தூங்கி விடுவேன். 'நீ சாலகடங்கடியைப் போல உறுதியானவள் இல்லை' என்று சொன்ன பீமனுக்குப் புத்தியில்லை - இத்தனை ஆண்களைத் தாங்கிக் கொள்கிற சக்தி கிருஷ்ணைக்கு எப்படி வந்தது? அவளுக்கே ஆச்சரியமாக இருந்தது. எல்லாப் பெண்களுக்கும் இந்த அளவு சக்தி இருக்குமா என்று தோன்றியது. அது எனக்குப் பெருமையாய் இருந்தது. 'அம்மா, உன் ஆற்றல் ஒப்பற்றது' என்று தோழி சொல்வதுண்டு. ஆனால் ஒவ்வொரு இரவும் மனம் அர்ஜுனனுக்காக ஏங்கியது. மற்றவர்களுக்குள் நான் தேடிக் கொண்டிருந்தது அவனைத்தான். நான்கு பாண்டவர்களையும் நான் அர்ஜுனன் என்கிற எண்ணம் வழியாய்த்தான் உணர்ந்தேன். எல்லோரையுமே நான் ஓரளவுக்காவது அர்ஜுனனாகத்தான் நினைத்தேன். அவனுடன் கழிக்கப்போகும் இரவுக்காகக் காத்திருப்பதே வாழ்வின் முக்கிய குறிக்கோள் என்பது போல நாட்களை எண்ணிக்கொண்டிருந்தேன். வெளியே காற்று இல்லை போலிருக்கிறது. திரைப்பாய் வழியாக காற்று வரவில்லை. டண்டண் என்று ஒலித்துக் கொண்டிருந்த ஓசையும் இல்லை. காற்று வேறு எந்தப் பக்கத்திலாவது வீசிக்கொண்டிருக்க வேண்டும். சரியாக உணர முடிவதில்லை. உள்ளே ஒரே வெப்பமாக இருந்தது. உடலில் வியர்வை பிசுபிசுத்தது. "ஜோதிஷ்மதி, ஒரு விசிறி கொடு. அந்தப் பாய்வேண்டாம். காற்றே இல்லை" என்றாள். விசிறியைக் கொண்டு வந்த பணிப்பெண் விசிறியபடி பக்கத்தில் உட்கார்ந்தாள். இதமாக இருந்தது. மேலாடையை அவிழ்த்து விட்டு உட்காரலாமா என்று இருந்தது. எனினும் சற்றே தளர்த்திக்கொண்டு உட்கார்ந்தாள். இப்படியே

காற்று நிற்காமல் வீச வேண்டும் போல இருந்தது. அந்தக் கூடம் முழுக்க வெறிச்சோடி இருந்தது. பணிப்பெண் பக்கத்தில் வந்து உட்கார்ந்ததுமே நினைவுகள் தடம்புரண்டன. கடைசியாய் எதைப் பற்றி யோசித்துக் கொண்டிருந்தாள்? "இதுவா அல்லது அதுவா, எதுவு மில்லை" "ஜோதிஷ்மதி, அந்த விசிறியைக் கொடு, நானே விசிறிக் கொள்கிறேன், நீ போ" என்றாள். அதற்கு ஜோதிஷ்மதி, "பாய்களை நன்றாக நனைத்துவிட்டேன். வேறு எந்த வேலையும் இல்லை. நானே விசிறி விடுகிறேன்" என்றாள். "வேண்டாம் வேண்டாம். சொன்னபடி செய். நீ போ. என்னைத் தனியாக இருக்க விடு" என்று கையை நீட்டி விசிறியைப் பிடுங்கிக்கொண்டாள். பணிப்பெண் எழுந்து வேறு அறைக்குச் சென்றாள். அறையில் வேறு யாரும் இல்லை. வெறிச்சோடி இருந்தது. அறையையே பார்த்துக்கொண்டிருந்தன அவள் கண்கள். இந்த நேரத்திற்கு எவ்வளவு தூரம் போயிருக்க முடியும்? வெளியே கடும் வெயில். ஒரேயடியாகக் குதிரைகள் செல்லுமா? பாவி துரியோதனன் வழியில் கொலைப்படையை ஏவி இருப்பானோ? ஏவினால்தான் என்ன, துணைக்கு இருபது மெய்க்காவல் வீரர்கள் இருக்கிறார்கள்.

எந்த வீரனின் துணையும் வேண்டாம். பீமனைக் கொல்ல வல்லவன் இந்த உலகத்தில் பிறக்கவில்லை. பீமனின் கையால் பலியாவதே துரியோதனனின் தலையெழுத்தாக இருக்கும்போது இந்தக் கொலைப் படையால் என்ன செய்ய முடியும்? எத்தனை ராட்சசர்களைக் கொன்றிருக்கிறான். ஜயத்ரதனைச் சிறைப்பிடித்து, கீசகனை வதம் செய்து, கிழக்குத் தேசத்தைச் சேர்ந்த பல அரசர்களைத் தோற்கடித்து, ராஜசூயத்துக்குக் காணிக்கைகளைப் பெற்று வந்தவன் அவன். அவனைக் கொல்வது இயலாத காரியம். அஞ்சத் தேவையில்லை. இந்த நேரத்துக்கு இருபது மைல்களாவது சென்றிருக்கக் கூடும். மூன்று நாட்கள் அல்லது நான்கு நாட்களுக்குண்டான பயணம். அதற்கப்புறம் பீமன் கிருஷ்ணையை மறந்து விடுவான். ஆதரவு இல்லாதவளாகி விடுவாள் கிருஷ்ணை. அவளுக்கு எந்த ஆதரவும் தேவையில்லை. தன் பாட்டுக்குச் சுதந்திரமாக இருப்பாள். வேண்டுமென்றால் அவள் தம் பிள்ளைகளைச் சார்ந்திருப்பாள். வேண்டுமென்றால், அந்தச் சாலகடங்கடியோடேயே அவன் இருந்துகொள்ளட்டும், அவளைத் தன்னோடு அழைத்துக்கொண்டு வேண்டுமானாலும் வரட்டும்" என்று நினைத்துக் கொண்டிருக்கும்போதே வெளியிலிருந்து காற்று வீசியது. இதமாக இருந்தது. விசிறி வேண்டாம். "அவனை எனக்கு இருபத்தாறு வருஷங்களாகத் தெரியும். அவன் கிருஷ்ணையைக் கைவிட மாட்டான். என்னை விட்டு அவனும்தான் எப்படி இருப்பான்."

"கிருஷ்ணையை விட்டு அவனால் எப்படி வாழ முடியும்? பீமா, பெண்ணின் மனத்தை உன்னால் புரிந்துகொள்ளவே முடியாதா? இன்னொரு பெண்ணைப் பற்றி கட்டியவளிடம் வந்து பேசினால்

அவள் மனம் எத்தனை துயருறும் என்ற புரிதல் கூட உனக்கு இல்லையா? அவனிடமே கேட்டேன் இதை. அவன் ஆடுபோல தலையைத் தொங்கவிட்டுக் கொண்டான். ஆனால் 'அது ஏன் உனக்குத் துயரத்தைத் தரவேண்டும்?' என்று கேட்டான். சிறிது நேரத்தில் எனது வார்த்தையின் முழுப் பொருளும் அவன் மனத்தில் உறைத்தபோது எதுவும் பேசவில்லை. மௌனமாகி விட்டான். இரவு முழுக்க மௌனமாகவே இருந்தான். என்னைத் தொடவுமில்லை. அன்றுதான் அவள் பெயரை அவன் சொன்ன கடைசி நாள். பிறகு அவள் பெயரை அவன் எடுக்கவேயில்லை. பீமனின் மனசுக்குள் வேறெந்த பெண்ணைப் பற்றிய எண்ணம் என்றாவது வந்திருக்குமோ என்னமோ! ஆனால் என்னோடு முழுக்க முழுக்க ஒட்டிக்கொண்டு விட்டான். தினசரி ஒருவர் என்னும் விதியை மாற்றி ஆண்டுக்கு ஒருவர் என்னோடு இருப்பது என்று விதியை அமைத்துக்கொண்டபோது நான்கு வருஷகாலம் அவன் தனிமையில் இருந்தான். அப்போதுகூட வேறு எந்தப் பெண்ணைக் குறித்தும் ஆலோசித்ததில்லை. தனக்கென்று தனியாக ஒருத்தியை மனைவியாக்கிக் கொள்ளவில்லை. ராஜசூயத்திற்கான காணிக்கையோடு எவ்வளவோ இளம் பெண்களையும் வேறு தேசங்களில் இருந்து அழைத்து வந்தான். ஆனால் ஒருத்தியைக் கூட அவன் தீண்டியதில்லை. ஒரு பெண்ணையே நினைத்து அவளோடேயே வாழ்நாளைக் கழிப்பவன் அவன். அவனால் கிருஷ்ணையை விட்டு வாழ முடியாது. ஓர் ஆணின் புத்திசாலித்தனத்தின் முன் பெண் தன்னையே முழுக்க ஒப்படைக்கிறாள். தனது புத்திசாலித் தனத்தாலும் சாதுரியத்தாலும் எந்தப் பெண்ணையும் அவன் ஈர்த்ததில்லை. ஆனால் அர்ஜுனன் வித்தியாசமானவன். அர்ஜுனா, தொடர்ந்து ஐந்து வருஷகாலம் என்னை மயக்கிப் பித்தேற வைத்து, சதாகாலமும் என் மனம் உன்னையே நினைக்கும்படி செய்தாய். ஆனால் அடுத்து உன்முறை நாலு வருஷ காலம் இடைவெளி இருக்கும்போது, பெண்துணை இல்லாமல் உன்னால் இருக்கமுடியாததாலும் எனக்காகக் காத்திருக்க மனம் இல்லாமலும் நீ எத்தனை பெண்களை அனுபவித்தாய் என்பது அந்தக் கடவுளுக்குத்தான் தெரியும். இது போதாது என்று இன்னொருத்தியையும் மனைவியாக்கிக் கொண்டாய். பெண்களை மயக்குவது உனக்குக் கைவந்த கலையானது. இந்த விஷயத்தில் நீ தூய்மையானவன் அல்ல. ஆனால் ஒரு கையில் ஐந்து விரல்களைப் போல பாண்டவர்கள். ஐந்து பேரையும் அரவணைத்துச் செல்வது இந்தக் கிருஷ்ணைக்குப் பழக்கமாகி விட்டது. இந்தக் கணம் வரைக்கும் எல்லோரின் மீதுமான என் அன்பு எள்ளளவும் குறையவில்லை. என் முகம் பார்த்துப் பேசும் தகுதியை நீ இழந்துவிட்டாய். இந்த ஆரிய வர்த்தத்திலேயே உன்னைப் போன்ற வில் வீரன் இல்லை என்பது உண்மைதான். எப்படி வளைந்து எப்படி கோணலாகி விட்டது என்

வாழ்வு? இந்த ஆரிய வர்த்தத்திலேயே சிறந்த ஒரு வில்லாளிக்கு என் மகள் மனைவியாகிச் செல்கிறாள் என்று தன் தந்தை ஆனந்தமுற்றபோது எனக்கும்தான் எவ்வளவு மகிழ்ச்சி. மிகச் சிறந்த வீரனுக்குத்தானே ஒரு க்ஷத்திரியப் பெண் மாலையிட முடியும். துருபதராஜனின் மகள் சுலபமாகக் கிடைத்துவிடும் பெண் அல்ல. தூக்குவதற்குச் சிரமான வில்லை எடுத்து, கட்டுவதற்குச் சிரமமான நாணை ஏற்றி, சிரமமான இலக்கைக் குறி பார்த்து வீழ்த்தாமல் இவள் கிடைப்பது அரிது. வீரர்களை மதித்துக் கௌரவவித்து மரியாதை செலுத்துபவர் க்ஷத்திரியனாகிய என் அப்பா. எதிரியானாலும் அவனது திறமையை மெச்சி மனசாரப் பாராட்டுபவர் அவர். க்ஷத்திரியன் ஒரு பெண்ணை வெற்றி கொள்கிறான். எப்போதும் தானமாகப் பெறுவதில்லை. என் அப்பாவின் வார்த்தைகள் மெய்சிலிர்க்க வைக்கின்றன. நானும் அவ்வார்த்தைகளை மனசின் மூலையில் அசை போடுகிறேன்.

"எல்லாம் முடிந்தது. அர்ஜுனன் வெற்றி பெற்றான். வில்லைத் தூக்கி நாண்பூட்டி அம்பேற்றி ஒரே குறியில் இலக்கை வீழ்த்தினான். தன் அப்பா என்னும் மரத்திலிருந்து அறுபட்ட அர்ஜுனனின் கூடைக்குள் விழுந்தாள் அவள். ஆரிய வர்த்தத்தின் எல்லா அரசர்களும் என்னை அடைய போட்டி போட்டுக் கொண்டு வந்திருந்தார்கள். ஆட்டத்தில் தோற்றபிறகு கூட புன்னகையுடன் திரும்பும் பண்பு எந்த க்ஷத்திரியனுக்கு இருக்கிறது? அதுவும் ஆரிய வர்த்தத்தில் உள்ள க்ஷத்திரியர்களின் ரத்தத்தில். சூதாட்டத்தில் வென்றால் என்னமோ ஆகாயத்தை வளைத்துவிட்ட பெருமை. தோற்றுவிட்டாலோ சண்டை வாங்கி ரத்த ஆறு ஓட வைப்பது. அது தன் ரத்தமாக இருந்தாலும் சரி, வெற்றி பெற்றவனின் ரத்தமாக இருந்தாலும் சரி, மொத்தத்தில் ஓட வேண்டும். இப்படி ஒரு மோதல் நிகழ்ந்தால் தவிர்ப்பதற்கென்றே ஒரு தடுப்புக் காவல் படையை ஏற்பாடு செய்திருந்தார் அப்பா. அது இல்லாவிட்டால் அர்ஜுனன் பறித்த வெற்றிக் கனியை வேறு எவனாவது தட்டிக்கொண்டு போயிருந்திருப்பானோ என்னமோ, கடவுளுக்குத்தான் வெளிச்சம்.

"எல்லாம் நடந்து முடிந்தது. அர்ஜுனன் வெற்றி பெற்றான். வீட்டுக்கு அழைத்துச் சென்றான். வீடு என்றால் எப்படிப்பட்டது. தெரியுமா, என் வாழ்நாளிலே அப்படி ஒரு வீட்டுக்குள் காலடி எடுத்து வைத்திருக்கமாட்டேன். எங்கள் ஊரின் தெற்குப் பகுதியில் உள்ள குயவர்கள் குடியிருப்புக்குப் பின்னால் இருக்கிற ஒரு குடிசை. வெயில் உள்ளே அடிக்காமல் இருக்கும் பொருட்டு கூரையின் சந்துப் பகுதிகளில் சட்டி, பானைகள் கவிழ்த்து வைக்கப்பட்டிருந்தன. தரையெங்கும் ஈரம் படர்ந்திருந்தது. நல்ல வேளை, குடிசைக்குள் ஈரம் இல்லை. இவர்கள் வசிப்பதற்கென்றே பிரத்யேகமாக கட்டிக் கொண்ட குடிசையாம் அது. வெற்றிகொண்ட ராஜகுமாரியை

அழைத்துச் செல்ல ஒரு ரதம் கூட இல்லாமல் நடத்தியே அழைத்து வந்தார்கள். சுயம்வரத்துக்கென்றே தயாரிக்கப்பட்ட விசேஷ அணிகலன்களோடும் மின்னும் ஆபரணங்களோடும் ராஜகுமாரி தெருவில் நடந்து வந்தால் பார்க்கக்கூடும். ஜனங்களின் எண்ணிக்கை குறைவாகவா இருக்கும்? வீடுகளிலிருந்து தெருவுக்கு ஓடிவந்தும் தடதடவென்று தம் வீடுகளில் மாடங்களுக்கு ஓடியும் ஆண்களும் பெண்களும் இளையவர்களும் வயசானவர்களும் பார்த்தபடியே இருந்தார்கள். பாதை நெடுகக் கும்பல் கும்பலாக என்னையே தொடர்ந்து வந்தது மக்கள் கூட்டம். கூட அர்ஜுனனும் மற்றவர்கள் என்னைச் சுற்றியும் வந்தார்கள். ஒருவழியாகக் குயவனின் வீட்டுக்குப் பின்புறம் இருந்த குடிசையை அடைந்தோம். "அம்மா" என்று அழைத்தான் அர்ஜுனன். உள்ளே அழைத்துச் சென்றான். "வென்று அழைத்து வந்திருக்கிறேன் பார்" என்றான். "இந்த உலகத்தில் எனக்குப் பொருத்தமான பெண்ணே இல்லை இல்லை என்று சொல்வாயே, இவளைப் பார். பொருத்தம்தானா?" என்று கேட்டான். அவன் தாய் என்னை நெருங்கி வந்து தன் கைளால் என் முகத்தை ஏந்திப் பார்த்தாள். எவ்வளவு அகன்ற கைகள். எவ்வளவு பெரிய உடல்வாகு. வெளுத்த தலைக்கூந்தல். தன்னம்பிக்கை மிகுந்த முகம். வெள்ளயாடை, ஆபரணங்கள் எதுவும் இல்லாத ஏழ்மையின் கோலம். என் முகத்தையும் தோளையும் தொட்டுத் தடவிக் கொடுத்தபடி, "உண்மையிலேயே அழகாக இருக்கிறாள். தான் தான் லட்சணமானவன் என்ற எண்ண மிருக்கிறது இவனுக்கு. அவன் கொட்டத்தை அடக்கும் அளவு அழகானவள் நீ" என்று தழுவிக்கொண்டாள். அத்தையின் மனம் விசாலமானது. லட்சணமான மருமகளைக் கண்டால் அத்தைமார் களிடத்தில் பொறாமை மூண்டு விடுமாம். ஆனால் இந்த அத்தை ஒரு நாளும் ஒரு கணமும் என்னைத் தனக்குப் போட்டியாக நினைத்து நடந்ததில்லை. "கிருஷ்ணை, நீ நன்றாக ஆடையுடுத்து, அணிகலன்களை அணிந்துகொள். நன்றாகச் சாப்பிடு" என்றே சொன்னாள். ராஜசூய யாகம் நடக்கும் போது அரசவைக்குச் செல்லும் முன் அலங்காரம் முடிந்த கையோடு அவளைப் பார்த்து வணங்கச் சென்றபோது "என் மகளே, என் பிள்ளைகள் பெற்றிருக்கும் பெருமை எல்லாம் உன்னால்தான்" என்று கண்ணீர் மல்கச் சொல்லித் தழுவிக் கொண்டாள். அவளைப் பார்த்துப் பதின்மூன்றரை வருஷங்கள் ஆகிவிட்டன. இப்போது எப்படி இருக்கிறாளோ! எப்படி பலவீன முற்றிருக்கிறாளோ! பிள்ளைகள், மருமகள், பேரப்பிள்ளைகள் மற்றும் இந்த ராஜ்ஜியத்திலிருந்து பிரிந்து இருக்கிறாள். "ஆரிய வர்த்தத்தில் யாராலும் வளைக்க முடியாத வில்லை வைத்தான் துருபதராஜா. நான் அதை வளைத்தேன். இவளையும் உன் விருப்பத்திற் கேற்ப இருக்கும் பொருட்டு வளைத்தேன். அந்த அரசன் முறையாக வந்து கௌரவ காணிக்கையளித்து வீட்டுக்கு அழைத்துச் சென்று திருமணம் செய்து

வைக்கிற வரைக்கும் நான் காத்திருக்க மாட்டேன். நீயே ஆசீர்வாதம் வழங்கி 'திருமணமாகிவிட்டது' என்று சொல்" என்றான் அர்ஜுனன்.

"அம்மா, இந்த அர்ஜுனன் வில்லை வளைத்திருக்கலாம்" என்றபடி அர்ஜுனனுக்குப் பக்கத்தில் அவனைவிட ஒரு முழம் அதிகமாக உயர்ந்த உருவத்துடன் இருந்த பீமன் இடைமறித்தான். "இப்படிப்பட்ட சுயம்வரத்தில் வெறுமனே போட்டியில் வெற்றி பெற்றால் மட்டும் போதாது. பெண் வந்து வெற்றி மாலை போட்டுவிட்டால் மட்டும் கூட போதாது. அவளைச் சுற்றி நின்று கொண்டிருக்கிற க்ஷத்திரியர்கள் சும்மா இருப்பார்களா? தத்தம் பலத்தைக் காட்டி அவளை எப்படியாவது கடத்திக்கொண்டு போகத்தான் முயற்சி செய்வார்கள். இன்றைக்கும் அதுதான் நடந்தது. துரியோதனனும் அவனைச் சார்ந்தவர் களும் கூட இன்று வந்திருந்தார்கள். வில்லை வளைத்து இலக்கை வீழ்த்தியது அர்ஜுனன்தான் என்று தெரிந்ததுமே இவளைக் கடத்திக் கொண்டு போய்த்த னக்குரியவளாக ஆக்கிக்கொள்வதற்காக முயற்சி செய்தார்கள். இலக்கை வீழ்த்திய மகிழ்ச்சியிலும் சுற்றிலும் எழுந்த ஆரவாரத்திலும் அர்ஜுனன் தன்னையே மறந்து நின்றிருந்தான். நான் சட்டென முன்னே பாய்ந்து இந்தப் பெண்ணின் தோளைப் பிடித்து இழுத்துவிட்டு துரியோதனனின் மேலே விழுந்தேன். சுயம்வர மண்டபத்தில் இருந்த தூண்களில் ஒன்றைப் பிடுங்கி எல்லாரையும் விளாசித் தள்ளினேன். தூணைப் பிடுங்கியதால் அந்த மண்டபம் சரிந்தது. சுற்றிலும் ஒரே கலவரமானது. இதற்குள் துருபதனின் வீரர்கள் ஓடிவந்துவிட்டார்கள். மொத்தத்தில் என்ன நடந்தது என்றால், வில் வளைத்ததே வேறு சங்கதி. அர்ஜுனன் பாடுபட்டு இலக்கை வீழ்த்தி இருக்கலாம். ஆனால் பாதுகாப்பாக இவளை அழைத்துக்கொண்டு வந்தது நான். இவளின் இடது பக்கத் தோளை வேண்டுமானால் பார். நான் பற்றி இழுத்ததற்கான விரல் அடையாளம் இன்னும் சிவந்து தெரிகிறது பார். அதனால் இவள் எனக்குத்தான் மனைவியாக வேண்டும்" என்றான்.

யாரும் பேசவில்லை. நிசப்தம். மறுகணம் அர்ஜுனன் பொங்கி எழுந்தான். "வில்லை வளைக்கிறவனுக்குத்தான் தன் மகள் என்று சொன்னான் துருபத ராஜா. நான் போட்டியில் வென்றேன். நடுவில் யாரோ சில போக்கிரிகள் குறுக்கே வந்தார்கள். அண்ணன் ஸ்தானத்தில் இருக்கிறவன் தம்பிக்குச் சொந்தமான பெண்ணைக் காப்பாற்றி இருக்கலாம். அதற்காக 'அந்தப் பெண்ணே எனக்குச் சொந்தம்' என்று நீ சொன்னால், சொன்ன வாய் புழுத்துவிடும்."

"எல்லா தர்மசாஸ்திரங்களும் உன் வாயில்தான் இருக்கிறது என்று நினைத்துக் கொண்டிருக்கிறாயா? நான் இல்லாதிருந்தால் இந்நேரத்திற்கு அஸ்தினாபுரத்தை நோக்கிப் பத்துப் பன்னிரண்டு

மைல் தூரம் போயிருப்பாள் இந்தப் பெண். துரியோதனனுக்குக் கிடைத்திருந்தால் உனக்குச் சந்தோஷம். சொந்த அண்ணனுக்குக் கிடைத்தால் வயிற்றெரிச்சல்."

பீமனை அதுவரை நான் பார்த்ததே இல்லை. அப்போதும் பார்க்கவில்லை. அவ்வளவு உயரம். நிமிர்ந்து பார்ப்பதற்கு வெட்கமாக இருந்தது. அதுமட்டுமல்லாமல் அங்கு உண்டான மோதலைப் பார்த்து மனசில் அச்சமாகவும் இருந்தது.

"வயிற்றெரிச்சல் என்கிற வார்த்தையெல்லாம் வேண்டாம். குடிசையை விட்டு வெளியே வா. நீயும் வில், அம்பு எடுத்துக்கொள். நானும் எடுத்துக் கொள்கிறேன். ஒரே குறியில் நான் உன்னை வீழ்த்தி விட்டால் இவள் எனக்குச் சொந்தம். ஒருவேளை நீ என்னை வீழ்த்தி விட்டால் இவள் உனக்குச் சொந்தம். நீ சரியான ஆண்மகனாக இருந்தால் ஒத்துக்கொள்."

"அர்ஜுனா, அண்ணனையே சண்டைக்கு இழுக்கும் அளவுக்கு ஆண்மகனாகி விட்டாயா நீ? எந்த நாளும் நீ என்னைப் பழித்துப் பேசியது கிடையாது. நீ சொல்வது துவந்தயுத்தம். யாரும் வில்லையும் அம்பையும் பிடித்து துவந்தயுத்தம் நிகழ்த்துவதில்லை. அது எதுவாக இருந்தாலும் மல்யுத்தத்தில்தான். வெளியே வா. ஒரே பிடியில் உன் எலும்பை முறித்துப் பொடிப்பொடியாக்கி விடுகிறேன்.." என்று சொல்லிக் கொண்டிருக்கும்போதே பீமனின் தோளிலும் அர்ஜுனனின் தோளிலும் இரண்டு அடி கொடுத்தாள் அத்தை. இப்படி தலைக்குயர்ந்த பிள்ளைகளையும் அடிக்கிற தாயை நான் பார்த்ததில்லை. என் தாய் உயிருடன் இருந்தால், திருஷ்டத்துய்மனை அடிப்பாளா? அடிவாங்கியதுமே இருவருமே நாய்க்குட்டிகளைப் போல அமைதியானார்கள். குடிசையில் நிசப்தம். "விற்போரைப் போன்றது தான் மற்போரும். ஒரே வயிற்றில் பிறந்த சகோதரர்கள் ஒரு பெண்ணின் மேல் இருக்கிற மோகத்திற்காக ஒருவரையொருவர் அடித்துக் கொள்ளத் துணிவது என்றால்... நீங்கள் வெட்கப்படவேண்டும். வாயை மூடிக் கொண்டு நில்லுங்கள். நான் விசாரிக்கிறேன். தருமா, உன் வாயில் பொய் வராது. நீ சொல். அங்கே என்ன நடந்தது?" என்றாள் அவள்.

இவர்கள் பாண்டவர்கள் என்று எனக்கு அப்போது தெரியாது. தருமன் என்பவன் மூத்தவன். சாந்தமான முகம் கொண்டவன். அவனிடம் பீமனின் உடற்கட்டில்லை. அர்ஜுனனின் கூர்மையும் இல்ல. நிதானமானவன். அன்று இருந்ததைப்போலவே இன்றும் இருக்கிறான். எதுவும் பேசாமல் அமைதியாக நின்றான். 'தருமா, உண்மையைச் சொல்' என்று தாய் மீண்டும் வலியுறுத்தினாள். இந்நேரத்திற்குள் எனக்கே ஒவ்வொருவரையும் நிமிர்ந்து பார்க்கும் தைரியம் வந்துவிட்டது. தொண்டையில் ஏதோ இடறிக்கொண்ட

குரலில், "அம்மா, அர்ஜுனன் அல்லது பீமன் இருவரில் யாரை இவள் மணந்தாலும் ஒரு தருமநெறியை மீறியது போல ஆகும். மூத்தவனுக்குத் திருமணமாகாமல் இளையவர்கள் திருமணம் செய்து கொள்வது ஆரியர்களின் பழக்கமில்லை" என்றான்.

"அப்படியென்றால்?" - துடிப்பான குரலில் அர்ஜுனன் குறுக்கிட்டான்.

மேற்கொண்டு எதுவும் பேசவில்லை தருமன். ஆனால் இடையிடையே என்னைத் திருட்டுத்தனமாய்ப் பார்ப்பதை மட்டும் நிறுத்திவிடவில்லை. அவனால் நிறுத்த முடியவில்லை. பயத்தாலோ அல்லது வேறு எதனாலோ எனக்கு உடல்முழுக்க வியர்த்துக் கொட்டியது. எவ்வளவு யோசித்தாலும் இப்போது ஞாபகம் வரவில்லை."

விசிறியை அசைப்பதை நிறுத்திய கிருஷ்ணை இருபத்தாறு வருஷங்களுக்கு முந்தைய அந்தக் கணத்தில் தன் நினைவைக் குவித்தாள். யார் யார் என்னென்ன சொன்னார்கள். என்கிற நினைவு வருகிறது. ஆனால் அவளுக்குள் என்ன நிகழ்ந்தது என்கிற ஞாபகம் இல்லை. முடிந்தவரை ஞாபகப்படுத்திக்கொள்ள முயன்றாள். "என் உடலைச் சுமந்திருந்த இரண்டு கால்களும் வியர்த்து பூமிக்குள் புதையுண்டதைப்போல இருந்தன."

"அப்படியென்றால் இவளைத் திருமணம் செய்து கொள்ளும் ஆசை உனக்கும் இருக்கிறதா. அண்ணா, நியாயத்தைத் தவிர வேறெதையும் பேசத் தெரியாதவன் நீ என்று இத்தனை நாளும் எண்ணியிருந்தேன். பெரியவனுக்கு மணமாகாமல் சிறியவனுக்கு மணம் முடிக்கக் கூடாது என்று சொல்கிறாயே, இடும்பாசுரனின் காட்டில் உனக்கு ஏன் அந்த ஆசை வரவில்லை? நீ மூத்தவன் என்கிற உரிமையை ஏன் விட்டுக் கொடுத்தாய்? அந்த ராட்சசப் பெண் இடது கையாலே உனது குடுமியைப் பிடித்துத் தூக்கிக் குலுக்கி விடுவாள் என்கிற பயத்தாலா?" என்று அர்ஜுனன் கேட்ட கேள்விக்கு அவன் எந்தப் பதிலும் சொல்லாமல் குனிந்த தலை நிமிராமல் இருந்தான். அழுத குழந்தையின் முகம்போல அவன் முகம் சிவந்திருந்தது. "தருமா, நீ என்ன சொல்கிறாய்?" என்று கேட்ட தாயின் குரலிலும் ஆச்சரியமும் அச்சமும் நிறைந்திருந்தன. அவள் சோர்ந்து கீழே உட்கார்ந்தாள். "நீயும் உட்கார் பெண்ணே" என்று கையைப் பிடித்துத் தனக்கு எதிரேயே உட்காரவைத்துக் கொண்டாள். குடிசையின் வாசல் கதவு திறந்தது. குயவனின் வீட்டிற்கு எதிர்ப்புறத்திலும் சுற்றிலும் கும்பல் கும்பலாக மக்கள் நிறைந்திருந்தார்கள். எல்லோரும் எங்கள் ஊரின் மக்கள். "பீமா, அர்ஜுனா, நகுலா, சகாதேவா, தருமா நீங்கள் அனைவரும் வெளியே போய் அவர்களில் யாரும் நமது குடிசைப் பக்கம் வரக் கூடாது என்று அச்சுறுத்திவிட்டு வாருங்கள். யாராவது நின்றால் அம்பெய்தி

விடுவேன் என்று சொல்லிவிட்டு வா" என்றாள். அவர்கள் எல்லோரும் வெளியே சென்றார்கள். என்னைப்பக்கத்தில் அழைத்து உட்காரவைத்த அவர்களின் அம்மா, "நீ ரொம்பவும் அழகானவள் அல்ல. கொஞ்சம் நிறம் மட்டுதான். எனினும் உன் முகமும் கண்களும் கொண்டிருக்கிற கவர்ச்சி அசாதாரணமானது. இல்லாவிடில், ஒருவருக்கொருவர் ஏன் இவர்கள் அடித்துக்கொள்ளப் போகிறார்கள்? உன்னை மீண்டும் உன் தந்தையிடமே ஒப்படைத்து விடுகிறேன். வீட்டுக்குள்ளே மோதலை உருவாக்குவதற்காகவா உன்னை மருமகளாக்கிக்கொள்ள வேண்டும்?" என்றாள். அந்த வார்த்தைகள் என்னைக் கோபம்கொள்ள வைத்தன. என் கவர்ச்சியைப் பற்றித் தோழிகள் எல்லாரும் சொல்வதுண்டு. அப்பாவும் அம்மாவும் இதைப்பற்றிப் பெருமையாய்ப் பேசுவார்கள். சுயம்வரத்துக்கு வந்திருந்த அரசர்கள் எல்லாம் வாயைப் பிளந்து கொண்டு பார்த்தார்கள் என்று தோழியே சொன்னாள். ஆனால் இந்தக் குந்தி என் மீது குற்றம் சுமத்துகிறாள். நிமிர்ந்து அவள் முகத்தைப் பார்த்தேன். அவள் முகத்தில் வருத்தமும் இயலாமையும் கவிந்திருந்தன. என்னைக் குறித்த நல்லெண்ணமும் அவள் முகத்தில் இருந்தது. தன் பிள்ளைகளைக் காட்டிலும் தானே என் மீது அதிக அளவில் மோகம் கொண்டிருப்பது போன்ற பார்வை. தானே என்னை மணந்துகொண்டதுபோல என் இரண்டு கைகளையும் பிடித்துக் கொண்டு உட்கார்ந்தாள். எவ்வளவு பெரிய கைகள். எவ்வளவு உறுதியான கதகதப்பான பிடி. நான் வெறுமனே தலையைத் தாழ்த்தி உட்கார்ந்துகொண்டேன். "யாரும் இங்கே அருகில் நிற்கக் கூடாது. எல்லோரும் அவர்வர்கள் வீட்டுக்குப்போய் விடுங்கள்," "உங்கள் ராஜகுமாரியை வேண்டுமானால் திருமண மண்டபத்தில் பார்த்துக் கொள்ளுங்கள்," "இப்பொழுதே கிளம்பிச் செல்லுங்கள்," "அங்கே பாருங்கள். உங்களைத் துரத்தியடிக்க அரசாங்க வீரர்களே வருகிறார்கள்." சிறிது நேரத்திற்குப் பின் ஒருவர் பின் ஒருவராக உள்ளே வந்தார்கள். அம்மாவைச் சுற்றி உட்கார்ந்தார்கள். என்மேல் இருக்கும் உரிமையை நிலை நாட்டத் துடிப்பது போலவும் என்னைச் சுமந்து கொண்டு ஓடிப்போகத் தயாராக இருப்பது போலவும் இருந்தது அந்தத் தோரணை. ஒவ்வொருவனின் கையிலும் வில்லும் அம்பும் இருந்தது. பீமன் மட்டும் வெறும் கையினனாக இருந்தான். எனக்கு எதற்கு இந்த ஆட்டச் சாமான்களாகிய வில்லும் அம்பும் என்கிற பெருமை அவன் முகத்தில் பொங்கியது. "சகாதேவா, குடிசை வாசலை மூடு" என்று அம்மா சொன்னாள். எழுந்து வாசலை மூடியவன்தான் சகாதேவன் என்பதை ஓரப்பார்வையால் குறித்துக் கொண்டேன். அழகான இளைஞன். என் வயது இருக்குமோ அல்லது என்னைவிட இளைஞனோ. ஆண்மை மிக்க உறுதியான உடலில் பெண்மை மின்னும் மிருதுவான தோற்றம். தாடி மீசை அரும்பாத முகம். அந்தக் கும்பலில் இருந்த இன்னொருவனும் அதேபோல

இருந்தான். அதே வயது. அதே உடல்வாகு. ஏற்கனவே பொழுது இறங்கி விட்டது. சாளரமில்லாத குடிசையின் கதவைச் சாத்தியதும் உட்புறம் எங்கும் இருண்டது. எல்லாரும் வெறும் உருவங்களாகவே தெரிந்தார்கள். உடல் அளவின் வித்தியாசம்தான் தெரிந்தது. என் கையைப்பற்றிக் கொண்டிருந்த அவர்களின் தாய் “சகாதேவா, தருமனும் இவள் மீது மோகம் கொண்டுள்ளான். அவனிடமிருந்து இனி நியாயம் கிடைக்காது. இப்பிரச்சனையில் நியாயம் எது என்று நீயே சொல்லிவிடு. நான் தீர்மனித்துக் கொள்கிறேன். இந்த மூன்று பேரும் அதற்கு அடங்கி நடக்க வேண்டும். இவளால் நமது அமைதிக்கும் மகிழ்ச்சிக்கும் குந்தகம் நேரும் என்றால் இப்பொழுதே இவளை இவளுடைய தந்தையிடமேயே விட்டுவிட்டு இன்றிரவே நாம் அனைவரும் இந்த ஊரைவிட்டுக் கிளம்பிவிடலாம்” என்றாள்.

சகாதேவன் எதுவும் பேசவில்லை. எல்லாரும் தண்ணீருக்குள் மூழ்கி இருப்பவர்களைப்போல மூச்சை அடக்கிக்கொண்டு உட்கார்ந்திருந்தார்கள். அவர்களின் தாய் மட்டும்தான் மூச்சு வாங்கிய மாதிரி இருந்தது. என் இதயத் துடிப்பு அதிகரித்தது. “ஏன் பேசாமல் இருக்கிறாய்?” என்றாள் அவள். வெளியே அரண்மனை வீரர்களின் “போகாவிட்டால் இங்கேயே கைது செய்வோம்” என்னும் அதட்டல் குரல் கேட்டது. “சகாதேவா, நீ பொய்பேசுபவன் அல்ல. உண்மையான நியாயம் என்ன? அதைச் சொல்” என்று மீண்டும் கேட்டாள். அவன் இருமினான். தொண்டையைச் செருமினான். தொண்டையிலிருந்து வெளியே கேட்காத சின்னக் குரலில், “அம்மா, இந்த இருட்டில் கூட நகுலன் எந்தப் பக்கம் பார்க்கிறான் என்பதைக் கவனி” என்றான். அவன் சொல்லி முடித்ததுமே ‘சகாதேவனின் மனமும் யாரை நினைத்துக் கொண்டுள்ளது என்பதையும் கேட்டுத் தெரிந்துகொள் அம்மா” என்றான் நகுலன்.

என் இதயத்துடிப்பு ஏறத்தாழ நின்றே விட்டது. அவர்கள் தாயின் மூச்சுத் சத்தம் கூட கேட்கவில்லை. உட்புறம் எங்கும் இருட்டே என் கைகளிடமிருந்து தன் கைகளை விலக்கிக் கொண்டாள் அவள். அந்தக் கணத்தில் நான் மிகவும் தனிமையை உணர்ந்தேன். என் சக்திக்கு மீறி மௌனம். யாரும் துணையற்ற தனிமை. கயிறு அறுந்து வானில் அலையும் பட்டத்தைப் போன்ற தனிமை.

சிறிது நேரத்திற்குப் பின்பு அம்மா, “குயவனின் மனைவி கொஞ்சம் கோதுமை கொடுத்தாள். பாலும் வெல்லமும் கலந்து பாயசம் செய்திருக்கிறேன். எல்லாரும் குடிக்கலாம் எழுந்திருங்கள்” என்றாள்.

சகாதேவன் எழுந்து விளக்கை ஏற்றினான். தேக்கு மர இலைகளால் ஆன தட்டுகளில் எல்லாரும் சாப்பிட்டார்கள். சாப்பிட்டு முடித்ததும் அவர்களிடம், “நானும் இளவரசியும் சாப்பிட்டு உள்ளே

படுத்துக் கொள்கிறோம். நீங்கள் ஐந்து பேரும் வெளியே வில்லோடும் அம்போடும் நின்று இரவு முழுக்கக் காவல் காத்துக் கொண்டிருக்க வேண்டும். துரியோதனனின் ஆட்களோ அல்லது வேறு யாராவதோ உள்ளே புகுந்து இவளைத் தூக்கிச் சென்றுவிட்டால் என்ன செய்வது? இந்த விஷயத்தில் நான் ஒரு தீர்மானத்திற்கு வரும்வரை நீங்கள் அடித்துக்கொள்ள வேண்டாம். பீமா, அர்ஜுனா உங்களைத் தனிப் பட்ட முறையில் எச்சரிக்கிறேன்." என்றாள்.

"பாயசத்தின் ருசியை யார் பார்த்தார்கள்? வாசலைச் சாத்திய பின் மங்கலாக எரியும் விளக்கு வெளிச்சத்தில் என் தோள்களைப் பற்றிய பாண்டவர்களின் தாய், 'உங்களுக்குப் பக்கத்து நாடாகிய குருநாட்டில் பாண்டு ராஜாவின் பிள்ளைக்கு இழைக்கப்பட்ட அநியாயத்தைக் கேள்விப்பட்டிருக்கிறாயா? அரக்கு மாளிகையில் தங்கவைத்து நெருப்பிட்டுக் கொளுத்த முயன்றான் துரியோதனன். அந்த ஆபத்திலிருந்து அவர்கள் எப்படியோ தப்பிப் பிழைத்தார்கள். அது வேறு யாருமல்ல, நாங்கள்தாம். எனக்குப் பிறந்தவர்கள் எல்லாரும் ஆண்பிள்ளைகள். எனக்குப் பெண் குழந்தை பிறக்கவில்லை. இப்போது நீயே என் மகளாகி விடு' என்றாள்.

"எப்படிப்பட்ட பெரிய கைகள். தளர்ந்திருந்தாலும் அகன்ற மார்பு. தனிமையைப் போக்கி நம்பிக்கையைக் கொடுக்கிற அரவணைப்பு. என் தாயும் சாகும் முன்பு இப்படித்தான் அணைத்துக் கொண்டாள். அதற்கப்புறம் இந்தக் கிருஷ்ணையை யார் அப்படி அணைத்தார்கள்? பாண்டவர்களின் தாய் என் மனத்தை வென்றாள். அர்ஜுனன் அம்பு தொடுத்து மீன் இயந்திர இலக்கை அடித்தான். மேலே வந்து விழுந்தவர்களையெல்லாம் விலக்கி என்னை விடுவித்தான் பீமன். மற்றவர்களும் அவரவர்களாலான அளவுக்கு என்னையாரும் தூக்கிச் சென்று விடாத படிக்குத் தடுத்துக் காப்பாற்றினார்கள். ஆனால் உண்மையில் என் மனத்தை வென்றவள் பாண்டவரின் தாய் ஒருத்தியே. இரவில் எனது பக்கத்தில் படுத்து வலக்கையால் என் கன்னத்தை வருடியபடி குரு நாட்டின் கதை முழுக்க என்னிடம் சொன்னாள். பாண்டவர்களுக்கு நேர்ந்த அநியாயங்களைப் பற்றிச் சொன்னாள். எல்லாமே எனக்குத் தெரிந்த விஷயங்கள் தான். குரு தேசத்து அரண்மனையில் நடந்த ஒவ்வொரு விஷயத்தைப் பற்றியும் என்னிடம் விவரமாய்ச் சொல்லி இருந்தார் அப்பா. திமிர் பிடித்த துரோணனுக்கு அடைக்கலம் கொடுத்து அப்பாவை அவமானப் படுத்தியதில் ஈடுபட்ட பீஷ்மனின் பரம்பரைக்கதையைச் சொல்லி இருந்தார். ஆனாலும் அப்பாவுக்கு அர்ஜுனன் என்றால் அளவற்ற பிரியம். அப்பாவின் மூலம் அவனைப்பற்றிக் கேட்டுக் கேட்டே அவன் மீது ஆசை பிறந்ததோ என்னமோ.

நள்ளிரவுக்குப் பின்னர் அவள், 'இல்லறவாழ்வு பற்றி நீ என்ன புரிந்து கொண்டுள்ளாய்?' என்று கேட்டாள்.

"எனக்குத்தான் என்ன தெரியும்? திருமணமான என் தோழிகள் சிலர் ரகசியமாகச் சொன்ன சில சங்கதிகள் தெரியும். ஆர்வத்தில் அவர்கள் சொன்ன சின்ன விஷயத்தைக்கூடப் பெரிசாக்கிச் சந்தோஷப் படுவேன். இந்த முறையில்தான் நான் தெரிந்து கொண்டேன் என்று இவளிடம் எப்படிச் சொல்வது?

"அவளே அப்புறம் சொன்னாள். 'தாம்பத்திய சுகத்தை அடைவதிலும் சரி, வழங்குவதிலும் சரி, ஆண்களைக் காட்டிலும் ஐந்து மடங்கு சக்தி பெண்களுக்கு உண்டு. மழை பெய்ததும் மேகம் கரைந்து விடுவதைப் போல. ஒரு மேகத்தால் பூமி திருப்தியாகி விடுமா? வெளியே நதிபோலப் பொங்கிப் பெருகி ஓடினாலும் கூட உள்ளே நனைந்திருப்பதில்லை. பூமி மீண்டும் தன் வெப்பத்தைத் தணித்துக் கொள்ள இன்னொரு மேகத்துக்காகக் காத்திருக்கும். பதினெட்டு பத்தொன்பது வயது நிரம்பிய உனக்கு இதைப் புரிந்து கொள்வதில் சிரமம் இருக்காது. என் ஐந்து பிள்ளைகளையும் மொத்தமாய் நீ திருமணம் செய்து கொள். ஐவருமே வீர புருஷர்கள். உனக்கு நிறைந்த சுகம் கிடைக்கும். உன்னைப்போல் தாம்பத்ய சுகத்தை அனுபவிக்கப் போகிறவள் இந்த ஆரிய வர்த்தத்திலேயே யாரும் இல்லை. இதையே என் ஆசீர்வாதமாக எடுத்துக்கொள்' என்றாள்.

'என்ன வார்த்தை சொல்கிறீர்கள்?' என்று குழப்பத்தோடு குரல் நடுங்கக் கேட்டேன் நான். எதற்காக அப்படி நடுங்கினேன் என்பது இன்றைக்கும் எனக்குப் புரியவில்லை.

"அதற்கு அவள், 'ஏன் பயப்படுகிறாய்? என் பிள்ளைகள் அனைவரும் நீ சொல்கிறபடி நடக்க நான் உத்தரவாதம் தருகிறேன். இது என்ன ஊரில் இல்லாத பழக்கம் என்று நீ சொல்ல வேண்டாம். நாங்கள் இருந்த இமயமலைச்சாரலில் இதுதான் பழக்கம். ஒரு வீட்டுக்குத் திருமணம் செய்து கொண்டு வருபவள் அங்குள்ள சகோதரர்கள் அனைவருக்கும் மனைவியே. இமயமலையின் உச்சியில் தேவர்கள் என்கிற இனம் இருக்கிறது. ஆரியர்கள் என்னும் குழு தோன்ற மூல காரணம் இவர்கள்தான். அவர்களிடம் கூட இந்தப் பழக்கம் இருந்தது' என்றாள்.

"நான் அவளை மறித்து, 'ஆரியர்களல்லாத கூட்டத்தினரிடம் தான் இந்த ராஜ்ஜியத்தில் இந்தப் பழக்கம் இருக்கிறது. அரண்மனைக்குத் தேவையான விறகு, வேட்டையாடிய பிராணிகள், கம்பளி ஆகியவற்றைக் கொடுக்கிற கூட்டத்திடம் கூட இப்பழக்கம் இருக்கிறது. என் பணிப்பெண்கள் சிலர் கூட இக்கூட்டத்தைச்

சேர்ந்தவர்கள்தான். ஆனால் நாம் ஆரியர்கள். பாஞ்சால தேசத்தவர்கள் என்றால் ஆரியவர்த்தத்திலேயே பெயர் பெற்ற இனம்' என்று சொன்னேன்.

"அதற்கு அவள், 'அநேகமாக இந்த ஏற்பாட்டுக்கு உன் தந்தை ஒத்துக் கொள்ளக்கூடும். ஒரு நாட்டின் அரசன் என்பவன் இதன் சாதக பாதகங்களைக் கேட்கக் கூடும். அதற்குத் தகுந்த பதில்களைத் தருமன் சொல்வான். எப்படியோ போட்டியில் வென்று, உன்னை அடைந்தாகிவிட்டது. நாங்கள் வென்றெடுத்த ஒன்றை எப்படி வேண்டுமானாலும் அனுபவிக்கலாம், பங்கிட்டும் கொள்ளலாம் என்கிற அதிகாரம் எங்களுக்கிருக்கிறது. நீ ஏன் அவர்களை விரோதித்து, வரும் சந்தோஷத்தைக் கெடுத்துக் கொள்கிறாய்? உன்னைத்தேடி சந்தோஷம் நதி போலப் பெருகி வரும்போது வேண்டாம் என்று நீ முகம் திருப்பிக் கொள்வது விவேகமில்லை. நீ கிழித்த கோட்டை இம்மியளவு கூட தாண்டாத அளவுக்கு என் பிள்ளைகள் இருப்பார்கள். அதற்கு நான் பொறுப்பு' என்றாள்.

"அடுத்த நாள் என் அப்பா இவர்கள் அனைவரையும் அரண்மனைக்குக் கூப்பிட்டு அரசகுமாரர்களுக்குரிய உடைகளைக் கொடுத்து, ஆபரணங்கள் கொடுத்து பீடத்தில் அமரவைத்து திருமண விஷயம் பற்றிப் பேசியபோது, எடுத்த எடுப்பிலேயே தருமன்' நேற்று நாங்கள் போட்டியில் வென்ற இளவரசியை நாங்கள் ஐந்து பேருமே திருமணம் செய்து கொள்கிறோம். எங்கள் விருப்பப்படி திருமணம் செய்து தரும் எண்ணம் இருந்தால் அதற்குத் தகுந்த ஏற்பாடுகளைச் செய்யுங்கள். இல்லையென்றால் எங்கள் வசதிக்குத் தகுந்தபடி நாங்களே செய்து கொள்கிறோம். 'மீன் இயந்திரத்தை வீழ்த்துகிறவனுக்கு என் பெண் என்று நீங்கள் சொல்லி இருக்கிறீர்கள். அதை வீழ்த்தி பெண்ணை நாங்கள் அடைந்தாகி விட்டது. அவள் இப்போது எங்கள் சொத்து, அதில் குறுக்கிடும் அதிகாரம் யாருக்கும் இல்லை' என்றானாம்.

"அதற்கு அப்பா, 'ஆனால் நீ சொல்வது ஆரிய வர்க்கத்திலேயே இல்லாத பழக்கம்' என்றாராம். அதற்குத் தருமன், 'அது தருமத்துக்கு விரோதமானது என்றால் இதே ராஜ்ஜியத்தில் ஆரியரல்லாதோர் அப்பழக்கத்தைப் பின்பற்ற ஏன் அனுமதித்தீர்கள்? அது மட்டுமல்லாமல் இதுவரை எத்தனை ஆரிய அரசர்கள் ஆரியரல்லாத பெண்களைத் திருமணம் செய்து கொண்டிருக்கிறார்கள் தெரியுமா? அவர்களோடு பிறக்கும் பிள்ளைகளை அரியாசனத்தில் அமர வைத்திருக்கிறார்கள் தெரியுமா? அப்படி இருக்கும்போது அவர்களுடைய பழக்கமான இதை நாம் பின்பற்றுவதில் என்ன தப்பு?" என்று கேட்டான்.

"அஸ்தினாபுரத்தில் இளவரசன் பட்டம் சூட்டிக்கொண்டு நிர்வாகம் செய்தவனாம் தருமன். அவனோடு வாதம் புரிந்து வெல்ல

முடியுமா? ‘அரசரே, என்னதான் ஆனாலும் நீங்கள் வயசில் மூத்தவர். எங்கள் மதிப்புக்குரியவர். உங்கள் மகளை இங்கே அழைத்து வருகிறோம். நீங்களே எங்களுக்கு ஒரு வழி செய்யவும். உங்கள் ஆசிகள் இல்லாமல் நாங்கள் வாழ்ந்துவிட முடியுமா? இனி உங்கள் ஆசிகளின் பலமே எதிர்காலத்தில் எங்களைக் காக்க வேண்டும்’ என்று சொன்னபடி தருமன் எழுந்து அப்பாவை வணங்கினான். மற்ற நால்வரும் கூட வணங்கினார்கள். அப்பா தோற்றார். இல்லை, அவர்தான் வென்றார். குருவம்சத்தின் ஒரு கிளையைத் தன் ஆசீர்வாதத்தின் கீழ் கட்டுக்குத் கொண்டுவந்தார்.

‘மறுநாள் என்னையும் குந்தியையும் அரண்மனைக்கு வர வழைத்தார் அப்பா. குந்திக்குச் சகல மரியாதைகளையும் செய்து அமர வைத்த பிறகு என்னிடம் வந்து, ‘இதில் உன் விருப்பம் என்ன, சொல்?’ என்று கேட்டார்.

“உடனே நான், ‘என் கருத்தை எதற்காக அப்பா கேட்கிறாய்? ஒருவேளை நான் மறுத்தால் இதைத் தவிர்க்க முடியுமா. நீ விதித்த விதியின்படியே அவர்கள் என்னைப் போட்டியில் வென்று அடைந்தது உண்மை. அடைந்த பிறகு தம் விருப்பம்போல பங்கிட்டுக் கொள்ளும் அதிகாரமும் அவர்களுக்கு உண்டு. வென்றிருந்தாலும் கூட தருமத்துக்கு விரோதமாக பெண்ணை அனுபவிக்க நான் விடமாட்டேன் என்று உன்னால் தடுத்து நிறுத்த முடியுமா?’ என்று கேட்டேன்.

“அதற்கு அப்பா ‘இந்த ராஜ்ஜியத்தில் இருக்கிற ஆரியரல்லாத வர்களிடையே இந்தப் பழக்கம் இன்னும் இருப்பதற்கு ஏன் அனுமதிக்கிறாய் என்று என்னைப் பார்த்துத் தருமன் கேட்டான். அது அவர்கள் குலமரபு என்று சொன்னேன். குலதருமம் என்கிற பெயரில் எதையெல்லாமோ செய்வதற்கு அரசன் என்பவன் அனுமதித்தால், அந்தப் பாவத்தில் அரசனுக்கும் பங்கு இருக்கிறதில்லையா? உன் ராஜ்ஜியத்திலேயே காடுகளில் இருக்கிற ராட்சசர்கள் தம் குலமரபின் படி நரமாமிசம் தின்கிறார்கள். அதை ஏன் நான் ஒத்துக்கொள்ளவில்லை என்றும் கேட்கிறான். நேற்றிலிருந்து இந்த தருமத்தைப் பற்றி யோசித்து யோசித்து என் தலையே உடைந்து விடும்போல இருக்கிறது. அவர்கள் சொல்வதை ஒத்துக்கொள்ளவேண்டும் என்றுதான் என் மனம் சொல்கிறது. இதற்கு மேல் உனக்குத் தனிப்பட்ட வகையில் விருப்பமில்லை என்றால் சொல், வீரர்களிடம் சொல்லி அவர்களைப் பாஞ்சால தேசத்திலிருந்து ஓட ஓட விரட்டி விடுகிறேன்’ என்றார்.

“முழுப்பொறுப்பையும் அப்பா என் தலைமீது சுமத்தி விட்டார். இதற்கு முடிவு தேடும் உற்சாகம் எனக்குள் பெருகியது. ஐந்து வீர புருஷர்களைக் கட்டியாள்கிற உற்சாகம். எந்த ஆரியப் பெண்ணுக்கும் கிடைக்காத நிறைந்த சுகத்தை அனுபவிக்கப் போகும் உற்சாகம்.

இதுவரைக்கும் கற்பனையிலேயே மங்கலாய்த் தோன்றி மறைந்த சுகம் இப்போது உண்மையிலேயே ஐந்து பரிமாணங்களில் என்னை நெருங்கி வரும் உற்சாகம். ஆரியர்களின் மூல புருஷர்களாகிய தேவர்களின் பழக்கம்தான் இது என்கிற நிம்மதி. 'அப்பா, உன் விருப்பம். என்னை வென்றெடுத்தவர்களின் விருப்பத்துக்குக் கட்டுப்படுவதே எனது தருமம்' என்றேன்.

“எப்படி வாழ்க்கை நடத்துவது என்று ஐந்து பேரோடும் பேசி விவரங்களைக் கேட்டுக் கொண்டிருந்தார் அப்பா. கதவுக்குப் பின்னால் நின்றபடி நான் எல்லாவற்றையும் கேட்டுக் கொண்டிருந்தேன். இந்தப் பழக்கம் மூல ஆரியர்களிடம் இருந்துதான் வந்ததென்றாலும், அது இப்போதும் நடைமுறைக்கும் இருக்க வேண்டுமல்லவா என்று அப்பா சொன்னார். எங்கள் குலப் புரோகிதரும் விவாதத்தில் பங்கெடுத்துக் கொண்டார். அவர்கள் அனைவரும் சேர்ந்து திருமணத்தைப் பற்றிய விதிகளை வரையறுத்தார்கள். முதலாவதாக, மூத்தவனாகிய தருமன் தான் அரசாள வேண்டும். அவனுடைய பட்ட மகிஷியாக நான் இருக்க வேண்டும். இரண்டாவதாக, மூத்தவனே அரசனாக இருந்தாலும், அரசாட்சிப் பொறுப்பில் எல்லாச் சகோதரர்களுக்கும் பங்கு உண்டு. அதே போல என் மீதும் எல்லாச் சகோதரர்களுக்கும் உரிமை உண்டு. மூன்றாவதாக, ராஜ்ஜியத்தில் உண்டாகிற எல்லா விதமான வளர்ச்சிகளும் அரசனின் பெயரில் நடப்பது போலவே எனக்குப் பிறக்கும் எல்லாக் குழந்தைகளுக்கும் தருமனின் பெயரா லேயே அழைக்கப்பட வேண்டும். தந்தைமார்களில் யார் இறந்தாலும், அதில் கலந்து கொண்டு சடங்குகள் செய்கிற உரிமை எல்லோர்க்கும் உண்டு. ஐந்தாவதாக, எதிர்காலத்தில் வேறு எங்காகிலும் நடக்கும் சுயம்வரத்தில் பங்கேற்று அப்பெண்ணை அடைய நேர்ந்தால் அல்லது, எந்தப் போரிலாவது ஈடுபட்டு வெல்லும்போது தோற்ற அரசன் காணிக்கையாகத் தன் பெண்ணையே வழங்கும்போது, அப்பெண்ணையும் இதே விதத்தில் பெயரளவில் மூத்தவனுக்கு மணம் முடித்து வைத்து மற்றவர்களுக்கும் உரியவளாக்க வேண்டும். அந்த மனைவியோடு மற்றவர்கள் நடத்த நேரும் இல்லற வாழ்க்கையை நெறிப்படுத்தி முறைமைப் படுத்தும் பொறுப்பு மூத்த மனைவியைச் சார்ந்தது. ஆறாவதாக... அந்த விதிகள் இப்போது யாருக்கு வேண்டும். ஆரிய முறைகள். ஆரிய தருமங்கள். இவற்றைப் பற்றித் தான் பேசினார்கள். எல்லாம் வெட்டிப் பேச்சு. இதை எவ்வளவு சுலபமாக அர்ஜுனன் மீறி விட்டான். தனக்கு மட்டுமென்று ஒருத்தியை மணந்து கொண்டான். இங்கே நான் மட்டும் இருக்கிறேன். பட்டமகிஷியாகி, அவனது அரசாட்சியின் அடையாளமாகி, அவனது சூதாட்டத்தில் பணப் பொருளாகி, அவமானத்துக்கு ஆளாகி காட்டுவாசிகளைப் போல் வேட்டையாடி மாமிசம் தின்று, காய் கனி கிழங்குகளைத் தின்று,

கண்டவர்கள் வீட்டில் ஊழியம் செய்து... வேறு எந்த ஆரியவர்த்தப் பெண்ணுக்கும் கிடைக்காத பாக்கியமாம்! ஐந்து மடங்கு சுகமாம்! எதற்காகத்தான் வீரப்போட்டிகள் நடத்தித் திருமணத்துக்கு ஏற்பாடு செய்கிறார்களோ! சக்தி மிக்கவன் வென்று, வென்ற பின்பு விரும்பும் விதத்திலும் விருப்பம் உள்ளவர்களோடும் கூடிக் களித்து, வேண்டாம் என்கிற போது வீசி எறிந்து... இந்த க்ஷத்ரியப் பழக்கத்தை யார்தான் தொடங்கி வைத்தார்களோ!"

ஜோதிஷ்மதி கிருஷ்ணையின் அருகில் வந்தாள். "அம்மா, பிள்ளைகள் அனைவரும் ஒரே ரதத்திலேறி வருகிறார்கள். வெளியே எப்படிப்பட்ட வெயில் தெரியுமா?"

சிறிது நேரத்துக்குள் வீட்டின் முன் சத்தம் கேட்டது. பிள்ளைகள் ரதத்திலிருந்து இறங்கினார்கள். வாசல் அருகே சென்றாள் கிருஷ்ணை. எவ்வளவு கடுமையான வெயில்! அவர்கள் உடல் முழுக்க வேர்வை வழிந்தது. புழுதியும் அப்பிக் கொண்டிருந்தது. எல்லாரும் உள்ளே வந்தார்கள். குளித்தார்கள். சமையல் கட்டில் வேலை செய்யும் பணிப்பெண்கள் உணவுப் பொருட்களைக் கொண்டுவந்து வைத்தார்கள். ஜோதிஷ்மதி கொண்டு வந்து வைத்ததைப் பிள்ளைகளுக்குப் போதுமான அளவு அள்ளியெடுத்துப் பரிமாறினாள். தானும் அவர்களோடு உட்கார்ந்து சாப்பிட்டாள். சாப்பிட்டு முடித்ததுமே பிள்ளைகள் கொட்டாவி விடத் தொடங்கினார்கள். வெளியே கடுமையான வெயில். திரைப்பாய்கள் தொங்கும் அறையின் நடுவில் ஜோதிஷ்மதி பாய்களைக் கொண்டு வந்து விரித்தாள். ஐந்து சகோதரர்களும் ஒன்றாயப் படுத்தார்கள். பிருத்திவிந்தியன் சற்றே உயரம் குறைந்தவன். இளையவன் சுருத்தசேனன் வயசில் சின்னவனாலும் உயரத்தில் எல்லாரை விடவும் பெரியவன். யாரைப்போல இவன்? பேச்சு அதிகம். கிருஷ்ணை யோசித்தபடியே இருந்தாள். சரியாக நிச்சயிக்க முடியவில்லை. பீமனின் உடற்கட்டு இவர்களில் யாரிடமும் இல்லை. ஒருவனுக்கு நெற்றி நகுலனைப் போல இருந்தால், மூக்கு அர்ஜுனனைப் போன்றதா அல்லது சகாதேவனைப் போன்றதா அல்லது தருமனைப் போன்றதா என்று தோன்றுகிறது. எவருடையதைப் போன்றதென்று உறுதியாய்ச் சொல்வதற்கில்லை. மொத்தத்தில் பாண்டவர்களின் பிள்ளைகள் இவர்கள். பிருத்தி விந்தியனுக்கு அதிகமாகப் பேசும் பழக்கமில்லை. தனக்குள்ளேயே எதையோ சதாகாலமும் மௌனமாக யோசித்துக் கொண்டிருந்தான் இப்போதும் கூரையைப் பார்த்தபடி மௌனமாகப் படுத்திருக்கிறான். மற்றவர்கள் யுத்தம் புரியும்போது பின்புறத்திலிருந்தும் ஒரு கூட்டம் தாக்க வந்தால் இருபுறங்களிலும் எப்படி மாறி மாறி அம்புகள் எய்வது என்பது பற்றி விவாதித்துக் கொண்டிருந்தார்கள். முதலில் சுருத்தசேனன் தூங்கினான். அவனைத் தொடர்ந்து சுருத்தசோமனும் தூங்கினான். பேச்சை நிறுத்திய சுருத்தகீர்த்தியும் சதாநீகனும் ஒன்றாகக்

கொட்டாவி விட்டார்கள். மூத்தவன் மட்டும் எந்தப் பேச்சிலும் பங்கெடுத்துக் கொள்ளவில்லை. தூங்கவும் இல்லை. கூரை முகட்டைப் பார்த்தபடியே மல்லாந்து படுத்திருந்தான். அவனது தாய் கிருஷ்ணை விசிறியுடன் அவன் அருகில் வந்து அமர்ந்தாள். எல்லாருக்கும் காற்று படும்படி வேகமாக விசிறிக் கொண்டே "தூக்கம் வரவில்லையா?" என்று அவனிடம் கேட்டாள்.

"தூக்கம் வரும் என்கிற உத்தரவாதம் இல்லை."

"இந்த வெயிலில் பயிற்சி செய்த களைப்பில்லையா?"

"அப்படியொன்றும் அதிகமாக இல்லை."

அவன் பேசுவதே குறைச்சல். தனக்குத் தோன்றுவதை வாய் விட்டுச் சொல்வது இன்னும் குறைவு. இங்கே வந்த பிறகு இந்த ஐந்து மாதங்களில் அம்மாவிடம் மட்டும் எப்போதாவது சிற்சில சமயங்களில் பேசுகிறான். அதுவும் யாரும் இல்லாத போதும், அவள் கவனத்தைத் தன்பக்கம் திருப்ப அவன் எண்ணும் போதும் மட்டும்தான்.

"பின்பக்கத்திலிருந்து எதிரிகள் கூட்டமாகத் தாக்கினால் என்ன செய்வது என்பதை யார் உனக்குச் சொல்லித் தந்தது?"

"அபிமன்யு."

"அவனுக்குப் பதினாறு வயதுதான் ஆகிறது. உனக்கு இருபத்தாறு முடிந்து விட்டது. வில்வித்தையில் அவனிடமிருந்து தெரிந்து கொள்கிற அளவுக்கு நீ ஞானத்தில் பின்தங்கி இருக்கிறாயா? உன் மாமன் சொல்லித் தரவில்லையா?"

"சொல்லித் தந்திருக்கிறார். நன்றாகவே சொல்லித் தந்திருக்கிறார். ஆனால் அபிமன்யுவுக்கு அவன் அப்பாவே சொல்லிக் கொடுக்கிறார். யுத்தத் தந்திரங்களில் அபிமன்யுவின் அப்பாவை விடச் சிறந்தவர் யார் இருக்கிறார்கள்?"

"கூரை முகட்டைப் பார்த்தபடி மிகவும் சாதாரணமாகச் சொன்னான் பிருத்விந்தியன். ஆனால் இவ்வார்த்தைகள் கிருஷ்ணையின் மனசில் தைத்தன. அர்ஜுனன் தன் மகனுக்கு யுத்தத் தந்திரங்களைச் சொல்லிக்கொடுக்கிறான். சொல்லிக் கொடுக்க வேண்டியதுதான். அதே சமயத்தில் இந்த ஐந்து பேரும் அவன் பிள்ளைகளில்லையா? அல்லது இவர்கள் அனைவரும் தருமனின் பிள்ளைகள் என்பது அவன் எண்ணமா? அர்ஜுனனின் இன்னொரு புதிய முகத்தை அவள் இப்போது பார்த்தாள். அவன் புத்திசாலி, ரசிகன், வீரன், அழகன், அகங்காரம் நிறைந்தவன். சுயநலக்காரன். அபிமன்யுவின் திருமண நிச்சயத்தின் போதே மனத்தில் தோன்றிய இந்த உணர்வு இப்போது மீண்டும் எழுந்து அவன் மீது வெறுப்பு பிறக்க வைத்தது. எதிரில்

வந்து நின்றால் பேச அசிங்கப்படுகிற அளவு வெறுப்பு பிறந்தது. ஐந்து பிள்ளைகள் மீதும் காற்று படும்படியாக வேகமாக விசிறியை வீசினாள். பிருத்திவிந்தியன் இன்னும் கூரை முகட்டைப் பார்த்தபடியே இருந்தான். இந்த ஈனனுக்கு தருமத்தைக் கண்டு கூட எந்த அச்சமும் இல்லை என்று அவன் உள்மனத்தில் முடிவுகட்டினாள். என்னதான் இருந்தாலும் தருமத்தின் பொறுப்புகளை நான் ஒருத்தியே சுமக்க வேண்டும். அதன் விதிகளுக்குக் கட்டுப்பட்டு நான் நசுங்க வேண்டும். அதன் நெருப்பில் நான் மட்டுமே எரிய வேண்டும். மற்றவர்களுக்கு என்ன கட்டுப்பாடு இருக்கிறது? அதுவும் அர்ஜுனனுக்கு? ஒவ்வொருவருடனும் ஒவ்வொரு இரவைக் கழித்த பிறகு, ஆறாவது நாள் பகலில் என்னைத் தனியாக அழைத்தாள் குந்தி. என் கைகளைப் பற்றிக்கொண்டு, ‘மகளே, ஐந்து பேருக்கும் நீ சமமாகக் கிடைக்கிற மாதிரி நடந்து விட்டது. இப்போது உனக்கு ஒரு முக்கியமான தருமத்தைப் பற்றிச் சொல்கிறேன். கேள். கணவனுக்கு உண்மையானவளாகவும் விருப்பமுள்ளவளாகவும் நடந்து கொள்வதே ஓர் ஆரியப் பெண்ணின் முக்கியக் கடமை என்பது உனக்கும் தெரிந்திருக்கும். உன் கணவர்கள் ஒற்றுமையாக இருந்தால்தான் அவர்களால் இழந்த ராஜ்ஜியத்தை மீட்கமுடியும். அப்பொழுதுதான் அவர்களால் தன்னைத்தானே காத்துக்கொள்ள முடியும். எந்தக் காரணத்தை முன்னிட்டும் அவர்களுக்குள் விரிசல் விழுந்து விட்டால், விரிசல் விழுந்த கட்டிடம் போல எல்லாரும் நாசமாகிப் போவார்கள். என்றைக்கும் எதற்காகவும் தனக்குள் சண்டையிட்டுக் கொள்ளாதவர்கள் உனக்காக அன்று சண்டையிட்டுக் கொண்டார்கள். இப்போது மீண்டும் பழைய நாட்களைப் போல சகோதரர்களாக ஒன்றாக இருக்கிறார்கள். உன் அன்பு ஒருவனுக்கு அதிகமாகவும் மற்றொருவனுக்குக் குறைவாகவும் கிடைக்கிறது என்கிற எண்ணம் அவர்களுக்கு வந்து விட்டால், அவர்களுக்குள் பூசல் தோன்றிவிடும். அதனால் யாருக்கும் எந்த வித்தியாசமும் இல்லாமல் சம அளவில் எல்லார்க்கும் உன் அன்பு கிடைக்கும்படி செய்ய வேண்டும். சம அளவில் எல்லாரும் மகிழ்ச்சியாக இருக்கும்படி பார்த்துக் கொள்ள வேண்டும்” என்றாள்.

தன் பிள்ளைகள் ஒற்றுமையாக இருக்கவேண்டுமென்றும் சந்தோஷமாக இருக்கவேண்டுமென்றும் மனைவிக்கான கடமைகள் பற்றி அத்தைக்காரி எடுத்துச் சொன்னாள். கிருஷ்ணை மீண்டும் தன் பழைய நினைவுகளுக்குள் அமிழ்ந்தாள்.

“இந்தக் கடமைகளைச் சரிவரச் செய்யவும் தருமத்தைக் காப்பாற்றவும் இந்த உடம்பாலும் மனசாலும் வார்த்தையாலும் எவ்வளவு கஷ்டப்பட்டேன்! ஆனாலும் மனத்தில் எல்லோருக்கும் சமமாக இடம் கொடுக்க முடிந்ததா? யாரால்தான் அது முடியும்? மனசுபடும் வேதனையை அவள் எப்படி அறிவாள்? ஒருவனிடமும்

அதிக அளவு அன்பாகப் பேசியதில்லை. ஒருவனிடம் சிரித்தும் இன்னொருவனிடம் சிடுசிடுவென்றும் எப்போதும் பேசியதில்லை. மூத்தவனாகிய தருமனிடம் எப்படிப் பழகினேனோ, அதே அளவுதான் இளையவர்களாகிய நகுலனோடும் சகாதேவனோடும் பழகினேன். ஆனால் அர்ஜுனனைத் தவிர வேறு யாரிடமும் என்னால் மனசைப் பறிகொடுக்க முடியவில்லை. ஆளை மயக்கும் பேச்சு அவனுக்கு. காதல் விளையாட்டுக்களில் மட்டுமல்லாமல் காதல் பேச்சுகளிலும் கை தேர்ந்தவன் அவன். தன் வார்த்தைகளால் மனசுக்குள் ஒளிந்து கொண்டிருக்கும் விஷயங்களையெல்லாம் வெளியே கொட்ட வைத்து விடுவான். வார்த்தைகளால் மட்டுமல்ல, மனசாலும் நான் அர்ஜுனனின்பால் அதிக அளவு இழுக்கப்பட்டேன். பிறகு மெல்ல மெல்ல உடலாலும் இழுக்கப்பட்டேன். அர்ஜுனனோடு கழித்த இரவுகளில் வேறு ஏதோ புதிய உலகில் சஞ்சரிப்பது போன்றிருந்தேன். என்றாலும் இந்தக் கிருஷ்ணை மற்றவர்களுக்குக் குறைவைக்கவில்லை. அதிக முயற்சியில்லாமலேயே அவனோடு சந்தோஷமாக இருக்க முடிந்தது. மற்றவர்களோடு சந்தோஷமாக இருக்க சிறிது அதிக முயற்சியும் வரவழைத்துக் கொண்ட உற்சாகமும் தேவைப்பட்டது. திருமணமான ஆறாம் நாளிலிருந்தே இந்தத் துருபதனின் மகள் இந்தப் பிரச்சினையில் அகப்பட்டுக் கொண்டாள். பாண்டுவின் பிள்ளைகளின் ஒற்றுமை குலைந்து விடாதபடிக் காப்பாற்றி வைத்தாள். அது என் கட்டுப்பாட்டை மீறித் தானாகக் குலைந்தால் நான் என்ன செய்ய முடியும்? என் முயற்சிகள் எல்லாம் வீணாகி விட்டதே என்று வருத்தப்படுவது ஒன்றுதான் வழி." வெளியே காற்று இல்லை. இந்த வெயிலிலும் எங்கோ தொலைவில் கொல்லனின் உலைக்களத்திலிருந்து சம்மட்டிகளின் ஓசை கேட்கிறது? மீண்டும் அவள் தன் நினைவு களுக்குள் ஆழ்ந்தாள். "அவளுக்கு இருபத்தைந்து வயது இருக்கக் கூடும். எத்தனையாவது கர்ப்பமோ இது? ஒன்றைத் தொடர்ந்து ஒன்று என ஐந்து பிள்ளைகள். அப்புறம் இரண்டு மாதம் தீட்டுக்காலம். அப்புறம் பசித்த புலிகளாக இரவுக்கொருவனாக வருபவனுடன் தாம்பத்தியம். அத்தைக்காரிக்குப் பெருமை. அடுத்தடுத்து ஆண் குழந்தைகளாகப் பிறந்ததால், அவளுக்கு மகிழ்ச்சி. காண்டவ வனம் விவசாய நிலமாக மாறியதும் அப்போது தான் இந்திரப்பிரஸ்தம் என்னும் புதிய பெயரைச் சூட்டிக்கொண்டது அந்நகரம். பதினெட்டு வயசானபோது இருந்த உற்சாகமும் ஆர்வமும் இருபத்து நான்கு வயசிலேயே குறைந்து தளர்ந்த பசுவைப்போல ஆகிவிட்டேன். திடகாத்திரமான ஐந்து ஆண்கள். ஒவ்வொருவனுக்கும் ஐந்து நாள் பசியை ஒரே நாளில் தீர்த்துக் கொள்ளும் வேகம். ஒருபக்கம் அவர்களின் பசியைத் தணித்தேன். இன்னொரு பக்கம் குழந்தைகளைப் பெற்று வளர்த்தேன். ஒரு பெண்ணுக்கு ஐந்து ஆண்களுக்குச் சமமான ஆற்றல் உண்டு என்று அத்தை சொன்னது பொய் என்று தோன்றியது. விலக்காவது,

பிரசவம், தீட்டு என்கிற எந்த அவஸ்தையும் இல்லாமல் முலைப்பாலின் மூலம் குழந்தைகளுக்குச் சக்தியைப் புகட்டும் சிரமமில்லாமல் முப்பது நாளும் தயாராக இருக்கிற ஒரு ஆண்மகனுக்கே பெண் சமமற்றிருக்கும் போது ஐந்து ஆண்களுக்குச் சமமாக அவள் எப்படி இருக்க முடியும்? அத்தை என்னிடம் பொய் சொல்லி விட்டாள். எந்தப் புரிதலுமே இல்லாத பதினெட்டு வயசில் இப்படிச் சொல்லி என் உற்சாகத்தைக் கிளப்பி விட்டாள். தன் பிள்ளைகளின் சந்தோஷமும் ஒற்றுமையுமே அவளுக்கு முக்கியம்! பெண்ணின் ஆசையும் ஐந்து ஆடவர்களின் சக்தியும் சமமென்பது, இல்லற சுகமே இல்லாமல் இளமையைக் கழித்த இவளுடைய பிரமையா? தளர்ந்த பசுவாக, சாறு பிழிந்த கருப்பஞ்சக்கையாக ஆன பிறகு, நானே அவளிடம் சொன்ன பிறகு தானே அவள் புதிய தாம்பத்திய முறையை ஏற்பாடு செய்து, அதைத் தன் பிள்ளைகளுக்கும் சொல்லி ஒப்புக்கொள்ள வைத்தாள். தினந்தோறும் ஒருவன் என்கிற முறை வேண்டாம். ஆண்டுக்கொருவன் என்கிற முறை. ஒவ்வொருவனுக்கும் நான்கு ஆண்டுகள் பிரம்மச்சரியம். ஓர் ஆண்டு தாம்பத்தியம். இதன் பிறகுதான் ஒரு பெண் என்பவள் ஒரு ஆணுக்குச் சமமானாள். என் உடலும் தப்பித்தது. இதனால் உயிரும் பிழைத்தது. தன்னுடைய முறை இல்லாதபோது மனைவியை யாரும் அணுகக் கூடாது. தன்னுடைய முறை இல்லாதவனை நானும் சேர்த்துக் கொள்ளக்கூடாது. அப்போதும் அவள் வந்து, 'மகளே, இந்த முறையில் கூட பேதமிருப்பதாக யாரும் உணர்ந்து யாருக்கும் கோபம் வந்துவிடக்கூடாது. அந்த அளவுக்கு நீ பார்த்துக்கொள்ள வேண்டும். இது உன் கடமை' என்று சொன்னாள்.

"புதிய முறையினால் உடலுக்குச் சிறிது ஓய்வு கிட்டியது. ஆனால் மனசுக்கு எவ்வளவு இம்சை? இந்தக் கிருஷ்ணைக்கு மனம் என்ற ஒன்றிருக்கிறது என்பது எப்போதுதான் இந்த அத்தைக்குப் புரியும்? எல்லா ஆண்களும் எப்படி ஒரே மாதிரி இருப்பார்கள்? அரசைத் திறமையோடு ஆண்டாலும் என் மனத்தை ஒருபோதும் வெல்லாத தருமன்தான் முதலாண்டில் என்னோடு இருந்தான். இதமான வார்த்தையில்லை. இதயத்தின் ஆழத்தைத் தொடும் செயல் முறையும் இல்லை. எப்போதும் அரசனுக்குரிய கம்பீரம்தான். விளைச்சல் பெருகி, செல்வம் பெருகி, ஆட்சி வளமாக அவனது கௌரவமும் கம்பீரமும் அதிகமாயிற்று. எப்போதும் அவன் கொஞ்சிப் பேசிய தில்லை. சகோதரர்கள், தாய், நண்பர்கள் யாரோடும் அவன் கலகலப்பாகப் பேசியதில்லை. நான் மற்றவர்களோடு பேசலாம். ஆனால் அவர்களோடு சேர்ந்து உறங்கத்தான் கூடாது. அந்த ஆண்டு யாருடைய முறையோ அவனுடைய மாளிகையில்தான் நான் தங்க வேண்டும். துணைக்குப் பிள்ளைகள் இருந்ததால் அதைத் தாங்கிக் கொண்டிருந்தேன். ஆனால் மனம் முழுக்க அர்ஜுனனின் மேல இருந்தது. அவனுடைய

இனிமையான வார்த்தைகளையும் அன்பான அணைப்பையும் கற்பனை செய்தபடி தூங்கினேன். இன்னும் இரண்டு ஆண்டுகளுக்கு அர்ஜுனனின் ஸ்பரிச சுகம் இல்லை. இது கிடைத்த பிறகு மீண்டும் அவன் சுகத்துக்கு நான்கு வருஷங்கள் காத்திருக்க வேண்டும். இது என்ன புதிய வேதனை!

"ஒருநாள் அர்ஜுனன் நான் இருந்த அந்தப்புரத்துக்கு வந்தான். வழக்கம்போல் வழக்குகளைக் கவனித்தபடி பார்வையாளர்கள் கூடத்தில் இருந்தான் தருமன். எல்லாப் பணிப்பெண்களும் அறையை விட்டு வெளியே போய் விட்டார்கள். ஆடிக்கொண்டிருந்த குழந்தைகளை தூக்கிக் கொண்டான். என் எதிரில் உட்கார்ந்தான். நான் தலை குனிந்தபடி உட்கார்ந்திருந்தேன். யாருமே பேசவில்லை. எனக்கும் அவனுக்குமிடையே பேச்சு எதற்கு வேண்டும்? எல்லாமே இருவருக்கும் புரிந்தது. இறுதியில் அவனே, 'பாஞ்சாலி' என்று அழைத்தான். நான் முகம் நிமிர்த்தி அவன் முகத்தைப் பார்த்தேன். என் இதயத் துடிப்பு அதிகரித்தது. நெற்றி வியர்த்தது. அவன் என்னை நோக்கி நெருங்கி வந்தான். என் முகத்தைத் தன் கைகளால் தாங்கிப் பிடித்தான் அவன். 'காதில் விழுந்ததா?' என்று முணுமுணுத்தான். நான் தலையைத் தாழ்த்திக் கொண்டேன். சட்டென எழுந்துபோய் வாசல் கதவை அடைத்து விட்டு வந்தான். பக்கத்தில் இருந்த தருமனின் கட்டிலுக்கு அப்படியே என்னைத் தூக்கிச் சென்றான். நான் வேண்டாம் என்று மறுத்தேன். ஆனால் அவனைத் தடுக்கவில்லை. வழக்கமாய் அவன் கொஞ்சிப் பேசும் காதல் வார்த்தைகள் இல்லை. எந்தக் கவிதைகளும் சொல்லவில்லை. மென்மையான பேச்சு இல்லை. புகழ்மொழி இல்லை. இதமான அணைப்பு இல்லை. ஆனந்தக் கண்ணீரைத் தளும்ப வைக்கும் அன்பான வருடல் இல்லை. பொறுமையற்ற ஒரு மிருகத்தைப் போல நடந்துகொண்டான். அவசரம் அவசரமாக விபச்சாரத்தில் ஈடுபட்டு விட்டு ஓடிப் போகிறவனைப் போல ஓடிப்போனான். அவன் ஓடிச் சென்ற பிறகு எனக்கும் என்னமோ விபச்சாரத்தில் ஈடுபட்டதைப் போன்ற குறுகுறுப்பு உண்டானது. நானே ஒப்புக்கொண்ட விதியை நானே மீறிய மாதிரி ஆனது.

"மகுடம் தரித்த தலையுடன் பார்வையாளர்கள் கூடத்திலிருந்து நண்பகல் வேளையில் திரும்பி வந்தான் தருமன். வந்ததுமே 'அர்ஜுனன் போய்விட்டானா?' என்று கேட்டான். நான் பயந்தேன். எனக்குள் குற்ற உணர்வு பெருகியது. அது என்னமோ அவன் கணவன் என்கிற உணர்வைக் காட்டிலும் நியாயம் வழங்கும் நீதிபதியாக நினைப்பதே முதலிலிருந்தே பழக்கமாகிவிட்டது. வெறுமனே 'ம்' என்றேன். மறுபடி அவன் எதையும் கேட்கவில்லை. அறைக்குள் நடந்ததை அவன் அறிய வழியில்லை? யார் சொல்லி இருக்கக்கூடும்? என் பணிப் பெண்கள் யாரும் என் சொல்லை மீறி நடப்பதில்லை. ஆனால் இனிமேல்

ஒரு போதும் இப்படிப்பட்ட விபச்சாரத்துக்கு இடம் தரக்கூடாது என்று மனசுக்குள் தீர்மானித்தேன். இந்தக் கிருஷ்ணை விதிகளை மீறி நடப்பவளாக இருக்கக்கூடாது. அர்ஜுனன் மீண்டும் வந்தால் அவனுக்குப் புரிகிற மாதிரி எடுத்துச் சொல்ல வேண்டும். மறுநாள் அதே நேரத்தில் மீண்டும் அவன் வந்தான். பிள்ளைகளைத் தூக்கிக் கொண்டு அறையை விட்டு வெளியே சென்றார்கள் பணிப்பெண்கள். இதமான, மிருதுவான வார்த்தைகளால் என் முடிவை அவனிடம் எடுத்துரைத்தேன். அவனோடு பேசும்போது என்னால் எப்படிக் கரடுமுரடான வார்த்தைகளைப் பயன்படுத்த முடியும்? ஆனால் அவன் கேட்கவில்லை. அவனை நான் வெறுப்பதாக நினைத்துக் கொண்டான். என்மீது கோபமுற்றான். என் கன்னத்தில் அறைந்து விட்டான். 'நான் என்றால் உனக்கு அவ்வளவு இளப்பமா' என்றெல்லாம் சத்தமிட்டான். என்னிடம் கோபித்துக் கொண்டு புறப்பட்டுப் போய் விட்டான். மீண்டும் ஒரு வாரத்திற்கு வரவே இல்லை. அப்புறம் வந்தான். கடும் வார்த்தைகளால் என்னைத் திட்டினான். 'ஞாபகமிருக்கட்டும். போட்டியில் வில்லை வளைத்து உன்னை வென்றவன் நான்தான்' என்றான்.

"அதற்குப் பதிலாக, 'இங்கே பார் அர்ஜுனா, சகோதரர்களிடையே இப்படிப்பட்ட பேச்சு வரக்கூடாது. மற்ற நான்கு சகோதரர்களுக்கும் இல்லாத விசேஷ அதிகாரத்திற்கு நீ ஆசைப்படக் கூடாது. உங்கள் ஐவருக்குமிடையே இருக்கிற ஒற்றுமையைக் காப்பாற்றுவேன் என்று உங்கள் அம்மாவுக்கு வாக்குறுதி கொடுத்துள்ளேன். அதை முக்கியக் கடமையாக நினைத்து ஒரு மனைவியாகிய நான் கட்டுப்பாடோடு இருக்கும் போது, 'நான்தான் வென்றேன்' என்று ஒற்றுமைக்கு உலை வைக்கிற வார்த்தையை சகோதரனாகிய நீ சொல்லலாமா? அந்த எண்ணம் உனது மனசில் எழலாமா?' என்று அவனிடமேயே கேட்டேன். ரொம்ப மிருதுவான குரலில்தான் கேட்டேன். ஏதோ கெஞ்சிக் கேட்கிற மாதிரி அவனிடம் கேட்டுக்கொண்டேன். எனக்கு இன்னும் நன்றாக ஞாபகமிருக்கிறது. அதைக் கேட்டதும் சிறிது நேரம் தலை குனிந்தபடி நின்றிருந்தான். 'உட்கார்' என்று சொல்லச் சொல்லக் காதிலேயே விழாதமாதிரி திரும்பிக் கூடப் பார்க்காமல் கிளம்பிப் போய்விட்டான்.

"அன்றைக்குப் போனவன் அப்புறம் திரும்பி வரவே இல்லை. ஒரு நாள், நாள்கள். ஒரு வாரம். ஒரு மாதம். அவன் நகரத்திலேயே இல்லை. அவனோடு எப்போதும் இருக்கிற ஐம்பது வில் வீரர்களும் ஐம்பது குதிரைகளும் இல்லை. எங்கே போனான் இவன்? 'பாஞ்சாலி, இங்கே வந்திருந்தானே, இன்ன இடத்திற்குப் போகிறேன் என்று ஏதேனும் உன்னிடம் சொன்னானா?' என்று தருமன் என்னிடத்தில் கேட்டான். அத்தை கூட என்னையே விசாரித்தாள். எதுவுமே

தேரியாதவள்போல் இருந்துவிட்டேன் நான். ஆனால் உண்மையான விஷயத்தை என்னைப்பற்றி வேறு யார் அறிவார்? அர்ஜுனா, என் மேல் இருக்கிற கோபத்தால் நீ எங்கேயோ போய் இருக்கிறாய்? பாஞ்சாலியின் மனசை வேதனைக்குள்ளாக்குவதைத் தவிர வேறு நோக்கம் ஏதேனும் உண்டா உனக்கு? உன் நோக்கம் நிறைவேறி விட்டது. நான் வேதனைக்குள்ளாகி நொந்துபோய் இருக்கிறேன். வா. சீக்கிரம் வா. அத்தையிடம் சொல்லி முறையை மாற்றுவோம். ஆனால், திடுமென எப்படி மாற்றுவது? முதலில் இருந்தது போல ஒவ்வொரு இரவும் ஒருவன் என்கிற முறை என்றால் என்னால் தாங்கமுடியாது. வருஷத்துக் கொருவன் என்றாலோ ஆசையைக் கட்டுப்படுத்த முடியாது. இரண்டும் வேண்டாம். மாதத்துக்கு ஒருவன் என்ற முறை வைத்துக் கொள்ளலாம். என் மனசுக்கும் நிம்மதி. சீக்கிரமாக வருக. அத்தையிடத்தில் நானே பேசுகிறேன். இப்படி மனசுக்குள்ளேயே எவ்வளவு கெஞ்சியிருப்பேன். உன் மனசுக்குக் கேட்கவில்லையா? உன் அந்தரங்கம் செவிடாகி விட்டதா? வாழ்க்கையிலேயே முதன் முறையாக நான் வேதனையில் வெந்தேன். பல தேசங்களில் அலைந்து இரண்டு நாகக் கன்னியர்களை மணந்து அவர்களோடு ஆளுக்கொரு ஆண் குழந்தையும் பெற்று தந்தையானாய். கடைசியில் துவாரகைக்குச் சென்று கிருஷ்ணனின் தங்கையின் மீது காதல் கொண்டு உனக்குத் தனிப்பட்ட மனைவியாக்கிக் கொண்டாய். இதற்குள் மூன்று வருஷங்கள் கரைந்து விட்டன.

"அர்ஜுனா, நீ புத்திசாலி, அழகன். உன் வார்த்தைகளால் எந்தப் பெண்ணையும் வசப்படுத்தி விடுவாய். அர்ஜுனா, நீ என்னை மயக்கமுற வைத்து விட்டாய். இதற்குப் பிறகு மேலும் மூன்று பேரை மயக்கி மணந்து கொண்டு விட்டாய். இது போதாதென்று திருமணம் செய்து கொள்ளாமலேயே எத்தனை பெண்களை மயக்கினாய்? அர்ஜுனா, நீ அகங்காரம் நிறைந்தவன். பெண்களை உன் அகங்காரத்துக்குப் பலியாக்கினாய். இந்தப் பாஞ்சாலி மட்டும் உன் அகங்காரத்துக்குப் பலியாக விரும்பவில்லை. அர்ஜுனா, சபதத்தில் நீ தோற்றாய். முரட்டுத் தனமான உனது மிருகப் பசிக்கு இந்தப் பாஞ்சாலி இடம் தர வில்லை என்கிற ஒரே காரணத்தால் அவளை உன் இடது காலால் உதைத்துச் சென்று விட்டாய். ஆனால் ஆரியவர்த்தத்திலேயே மிகப் பெரிய வில்வீரனாகிய நீ, சுபத்திரையை அழைத்து வந்த பிறகு என்னை நேருக்கு நேர் நின்று பார்க்கக் கூட முடியாத கோழையாகி விட்டாய்.." பிருத்திவிந்தியன் தூங்குவதற்குத் திரும்பிப் படுத்தான். கண்களை மூடிக் கொண்டிருந்தான். ஆனால் இன்னும் தூக்கம் வரவில்லை. வெறுமனே கண்களை மூடிக் கொண்டிருப்பதற்கும், உண்மையிலேயே தூங்குவதற்கும் வித்தியாசம் தெரியாதா? அவனைப் பற்றி மனசுக்குள்ளேயே எண்ணத் தொடங்கினாள். "இவள் மிகவும் புத்திக் கூர்மை மிக்கவன். எல்லாவற்றையும் மனசுக்குள்ளேயே

சுமந்து கொண்டிருக்கிறான். எல்லாவற்றையும் மனசில் சுமந்து கொண்டிருப்பவர்களுக்குச் சீக்கிரத்தில் தூக்கம் வருவதில்லையாம். இதையெல்லாம் நான் யாரிடம் சொல்லி மனசை ஆற்றிக்கொள்ள முடியும்? ஆண் பிள்ளைகளிடம் சொல்ல முடியாது. எனக்கோ பெண்பிள்ளைகள் இல்லை. ஐந்து குழந்தைகளோடு நிறுத்திக் கொண்டேன். தினமும் ஒருவர் என்கிற முறைமாறி ஆண்டுக்கொரு முறை தொடங்கியதுமே நான் கருவுறுவது நின்று விட்டது. இந்தப் பாண்டவச் சகோதரர்களிடையே ஒற்றுமையைக் கட்டிக் காப்பாற்று வதற்காக நான் பட்ட பாட்டையும் சிரமங்களையும் யாரிடம் சொல்வேன்! சுபத்திரை புத்திசாலிப் பெண். என்னைப்போல் தாயில்லாத பெண்ணில்லை அவள். தன் பிள்ளைகளுக்கு நடுவில் ஒற்றுமையை நிலைநிறுத்த வேண்டி தாயின் வேஷத்தில் வந்து சபதத்தால் கட்டுகிற குந்தியைத் தன் திருமணத்தில் காண வேண்டிய அவசியம் அவளுக்கில்லை. ஐந்து பேரையும் ஒன்றாகக் கட்டி ஆளுவேன் என்கிற பைத்தியக்காரக் கனவுக்கு இடம் கொடுக்கும் சின்னப் பெண்ணும் அல்ல அவள். அர்ஜுனனின் அழகுக்கும் வார்த்தை ஜாலத்துக்கும் அவள் அடிமையானாள் என்பது உண்மைதான். ஆனால் தான் எடுத்து வைக்கும் ஒவ்வொரு அடியைப் பற்றிய கணிப்பு அவளுக்கிருந்தது. 'வீரனே, உன் கையைப் பற்றுவது என் பாக்கியம் என்று நினைக்கிறேன். ஆனால் உன் ஒருவனின் கையை மட்டுமே பற்றியிருக்கிறேன்' என்று தொடக்கத்திலேயே சொல்லிவிட்டாளாம்.

'அப்படியென்றால்?' என்று இவன் கேட்டானாம்.

'யார் எந்தப் பெண்ணைத் திருமணம் செய்துகொண்டாலும் அது மூத்தவனின் பெயரில்தான் ஆகவேண்டும் என்றும், மற்ற எல்லாச் சகோதரர்களுக்கும் அவள் மீது சம உரிமை உண்டு என்றும் உங்களிடையே ஒரு ஒப்பந்தம் இருக்கிறதாமே. அப்படி ஐந்து பேருக்கும் மனைவியாக என்னால் இருக்கமுடியாது. ஓர் ஆரியப் பெண்ணுக்கு ஒருவனே கணவன்' என்று அவள் பதில் சொன்னாளாம். இவனுக்குச் சந்தோஷமே உண்டாகி இருக்க வேண்டும். ஆகாமல் இருக்குமா என்ன! 'ஓ யாதவப் பெண்ணே, உன் விருப்பம் போலவே ஆகட்டும்' என்று சொல்லி விட்டானாம்.

'நீ மட்டும் ஒத்துக்கொள்வது முக்கியம் இல்லை. உன் வீட்டுக்கு வந்த பிறகு உன் ஒப்புதலையும் மீறி, இந்த வீட்டுக்கு வந்தால் இங்கிருக்கிற பழக்கங்களுக்கு அனுசரித்துக் கொண்டுதான் போக வேண்டும் என்று உன் அண்ணன் கட்டளையிட்டு விட்டால் நான் என்ன செய்வேன்? அந்தக் காலத்தில் துருபத ராஜனிடமும் இதே போலக் கேட்டானாமே அவன்?" என்றாளாம் சுபத்திரை. அதற்கு இப்பொழுது என்ன செய்ய வேண்டும். அதைச் சொல்' என்றானாம்

அர்ஜுனன்.

“அர்ஜுனனை அவள் திருமணம் செய்துகொண்டால், அவனுக்கு மட்டுமே மனைவியாக இருப்பாள் என்றும் சகோதரர்களாகிய நாங்கள் செய்து கொண்ட திருமண ஒப்பந்தம் இவளைக் கட்டுப்படுத்தாது என்றும் இதற்கு இந்த நாட்டின் அரசனும் மூத்தவனுமாகிய நான் முழுப் பொறுப்பேற்கிறேன் என்றும் உன் அண்ணன் சொல்ல வேண்டும். மற்றவர்களையும் சம்மதிக்க வைக்க வேண்டும். உன் தாயும் இதை ஒப்புக்கொள்ள வேண்டும்’ என்று சொன்னாளாம் சுபத்திரை.

“இவன் எதுவும் பேசாமல் தலையைத் தாழ்த்திக்கொண்டு உட்கார்ந்துவிட்டானாம். அவள் இன்னொரு கட்டளையையும் சேர்த்துக் கொண்டாளாம். ‘நான் உன்னைத் திருமணம் செய்து கொண்ட பிறகு நான் ஒருத்தி மட்டுமே உன் வாழ்க்கை முழுக்க மனைவியாக இருக்க வேண்டும். நான் உயிரோடு இருக்கும் வரை வேறொருத்தியை நீ மணக்கக்கூடாது. எந்தச் சுயம்வரத்திலும் நீ கலந்து கொள்ளக்கூடாது. வெற்றிக்காணிக்கை என்கிற வகையில் கூட எந்த அரசனிடமிருந்தும் அல்லது வேறு யாரிடமிருந்தும் எந்தப் பெண்ணையும் ஏற்றுக்கொள்ளக் கூடாது’ என்றாளாம்.

“எல்லாக் கோணங்களிலிருந்தும் தனக்குப் பாதுகாப்பு இருக்கும்படி பார்த்துக் கொண்டாள். இவை எல்லாம் அவள் மனசில் தாமாகத் தோன்றிய எண்ணங்களா, அல்லது அவள் அண்ணன் கிருஷ்ணன் சொல்லிக் கொடுத்தானா அல்லது ஆண் தன்னைத் தேடி தன்னிடம் வரும்போது இப்படிப்பட்ட விதிகளை விதித்து ஒப்புக்கொள்ள வைப்பது நல்லது என்று அவள் அம்மாவோ தோழியோ சொல்லிக் கொடுத்திருக்க வேண்டும். மொத்தத்தில் புத்திசாலிதான். என்னைவிட புத்திசாலி. புருஷனின் அண்ணன் சூதாட்டத்தில் எல்லாவற்றையும் இழந்து வனவாசத்திற்குக் கிளம்பியபோது தன்னுடைய மூன்று வயதுக் குழந்தையுடன் தாய்வீட்டுக்குப் போய்விட்டாள் சுபத்திரை. என்னைப் போல காட்டில் கல்லையும் முள்ளையும் மிதித்துக்கொண்டும் மிருகங்களுக்குப் பயந்துகொண்டும் இரவுகளில் மொய்க்கும் கொசு, வண்டுகளால் கடிபட்டும் பசி பட்டினியை மனசார ஏற்றுக்கொண்டும் வாழாமல்… சுபத்திரை புத்திசாலி. பதின்மூன்று வருஷங்கள் கழித்து வந்ததும் பதினாறு வயது நிரம்பிய தன் மகனுக்கு விராட அரசனின் மகளைத் திருமணம் செய்து வைத்துவிட்டாள். இந்தக் கிருஷ்ணையின் மகனுக்கு இருபத்தாறு வயதானாலும் இன்னும் திருமணம் செய்து வைப்பவர் இல்லை. சுபத்திரை இங்கு வருவதற்கு முன்பேயே ‘என் மகன் அபிமன்யுவுக்கு உத்தரையை மணம் செய்து கொடுக்கிறாயா? என்று அர்ஜுனனே கேட்டானாம். யாதவப் பெண்ணே, நான் தோற்ற இடத்தில் நீ வெற்றி பெற்று விட்டாய். புருஷனைப் பிடிக்கும்

வைத்திருப்பதில் உன் வெற்றி பெரியது.

"சுபத்திரை வென்றாள். இங்கே குந்தி என்னைத் தோற்க வைத்தாள். 'சுபத்திரையை எனக்கு மட்டும் மனைவியாக வைத்துக்கொள்ள நீங்கள் சம்மதிக்கவில்லையென்றால் நான் இந்திரப்பிரஸ்த்துக்கே திரும்பி வர மாட்டேன். பாண்டவர்கள் என்பது இனி மேல் ஐந்து பேரல்ல, நான்கு பேர்தான்' என்று தூதுவன் மூலம் அர்ஜுனன் சொல்லியனுப்பிய செய்தியைக் கேட்டு பெற்ற தாயின் மனம் மாறிவிட்டது. சொல்லாமல் கொள்ளாமல் ஊரை விட்டுப்போய் இரண்டு வருஷங்கள் சுற்றிவிட்டு மணலூரிலிருந்து எங்கோ தேசாந்திரம் சென்று விட்டார் என்று கூடப்போன குதிரை வீரர்கள் திரும்பி வந்து சொன்னபோது அவன் இறந்துதான் போனான் என்று எண்ணித் துக்கப்பட்ட தாய்க்கும் விசனப்பட்ட சகோதரர்களுக்கும் அவன் உயிரோடு திரும்பி வந்தால் போதும் என்று இருந்தது. இந்த நிலையில் ஒத்துக் கொள்ளாமல் என்ன செய்வார்கள்? ஆரிய வர்த்தத்தையே சஞ்சலத்துக்குள்ளாக்கிய இந்தக் கிருஷ்ணையைப் போல் அழகானவளா அந்த சுபத்திரை? இவர்கள் யாருமே அவளைப் பார்த்ததே இல்லை. எட்டு வருஷ காலத்துக்குக்கும் மேல் இவர்களின் இளமைப் பசிக்கு ஈடுகொடுத்து இந்தக் கிருஷ்ணை இளமையை இழந்து நின்றாள். அர்ஜுனன் விதித்த விதிகள் அனைத்தையும் அவர்கள் ஒப்புக் கொண்டார்கள். வீட்டுக்கு மகன் திரும்பி வந்துவிட்டால் போதும் என்றிருந்தது குந்திக்கு. அது மட்டுமல்ல, குந்தியின் தாய்வழிச் சொந்தமான பெண் அல்லவா சுபத்திரை. சுபத்திரையின் வருகையால் தாய்வழித் தொடர்பும் சொந்தமும் இன்னும் கூடுதலாக நெருக்கமாகும். இந்த வாய்ப்பை விட எப்படி மனம்வரும் குந்திக்கு. குயவனின் வீட்டுப் பின்பக்கம் பிச்சைக்காரர்கள்போல வாழ்ந்திருந்த சமயத்தில் இவர்களைக் கைப் பிடித்தவள் நான். ஐவரின் ஒற்றுமையை எந்த நாளும் காப்பேன் என்று விரதம் பூண்டவள் நான். என் அப்பாவின் வசமிருந்த படைபலத்தைக் கண்டு அஞ்சி திருதராஷ்டிரனே கூப்பிட்டு ராஜ்ஜியத்தைக் கொடுக்கக் காரணமாக இருந்தவளும் நான். இந்திரப்பிரஸ்தத்தின் அன்னையாகிவிட்ட குந்திக்கு இந்த மூத்த மருமகளின் மனம் எப்படிப் புரியும். 'அர்ஜுனன் இப்படியெல்லாம் சொல்லி அனுப்பி இருக்கிறான். என்ன பதில் சொல்லட்டும்' என்று என்னிடம் ஒரு வார்த்தை கேட்டாளா அவள்? தருமனாவது கேட்டானா? யார்தான் கேட்டார்கள்?" விசிறிக்கொண்டிருந்த கைகள் நின்றன. படுத்துக் கொண்டிருந்த ஐந்து பிள்ளைகளின் முகம், கழுத்துப் புறங்களில் எல்லாம் வியர்வைத் துளிகள். திரைப்பாய்கள் முற்றும் நனைந்து ஒழுகும் அளவுக்குத் தண்ணீர் ஊற்றியிருக்கிறாள் ஜோதிஷ்மதி. உலைக்களத்தில் இன்னும் வேலை நடந்துகொண்டிருந்தது போலும். இன்னும் சம்மட்டி அடிகள் தொடர்ந்து கேட்டன. "இங்கு

மட்டும்தான் இப்படி வெயில் காய்கிறதா? குருநாடு முழுக்கவும் இப்படித்தான் இருக்கிறதா? காடுகளில் நெருப்புப் பற்றிக் கொள்ளும் சமயம் இதுதான் ஊர்களிலும், கூட குடிசைகளில் நெருப்புப் பற்றும் நேரம் இதுதான். அஸ்தினாபுரத்திலும் எப்படியோ நெருப்புத் தாக்கி ஊரும் அரண்மனையும் எரிந்து சாம்பலாகி விட்டன என்று செய்தி வந்தால் எவ்வளவு நன்றாக இருக்கும். அந்தக் குருடனும் அவன் மாளிகைகளும் அந்தக் குருடியும் அவன் பிள்ளைகளும் கூட எரிந்து சாம்பலானார்கள் என்ற செய்தி வந்தால் எவ்வளவு நன்றாக இருக்கும். ஒருவேளை அதற்கப்புறம் இந்தச் சூடு தணியலாம். அதற்கப்புறம் இந்தத் திரைப்பாய் தேவைப்படாது. விசிறி தேவைப்படாது. வியர்வைக்கே இடமில்லாமல் இந்தப் பிரபஞ்சமே குளிர்ந்துவிடும்" என்று எண்ணினாள் கிருஷ்ணை. ஆனால் அவள் கைகள் தாமாக விசிறியை அசைத்துக்கொண்டிருந்தன. "ஐந்து பேரையும் கட்டிக் கொண்டு வாழ்க்கை நடத்துவதை என்னமோ எளிதான காரியம் போல எல்லாரும் நினைத்துக்கொண்டிருந்தார்கள். சூதாட்டச் சபையின் மத்தியில், 'வாடி, வந்து என் மடி மேல உட்கார்' என்று துரியோதனன் கூப்பிட்டபோது, 'துரியோதனா, சகோதரனின் மனைவியை இப்படிச் சொல்லிக் கூப்பிடுபவன் சுத்த ஆரியனே அல்லன்' என்றான் பீஷ்மன். அது பீஷ்மனா, விதுரனா என்று எனக்குச் சரியாக ஞாபகம் இல்லை. அப்போது அந்தத் துரியோதனன் அவர்களைப் பார்த்து 'தருமன், பீமன், அர்ஜுனன் எல்லோருக்கும் நானும் சகோதரன்தானே. சகோதரன் என்கிற முறையில் என் உரிமையைத்தான் நிலைநாட்டிக் கொள்கிறேன்' என்று சொன்னான். 'நாங்கள் மொத்தம் பதினான்கு பேர் சகோதரர்கள்' என்று குறுக்கே பேசினான் துச்சாதனன். அந்தப் பதினான்கு பேரோடும் இரவுக்கு ஒருவனாக இந்தக் கிருஷ்ணை கழித்திருக்க வேண்டுமா? படை பலத்தால் கட்டுப்படுத்தப்பட்ட ஒரு விலைமகளைப்போல என்னை நினைத்துவிட்டார்கள். ஆனால் யாரும் இது போன்ற வார்த்தைகளை சுபத்திரையிடம் பேசவில்லை."

* * *

பிருத்திவிந்தியன் படுக்கையில் புரண்டான். கண்களைத் திறந்து கொண்டான். மீண்டும் மூடினான். சிறிது நேரத்துக்குப் பின் சட்டென எழுந்து உட்கார்ந்து உடுத்தியிருந்த துணியாலேயே முகத்திலும் கழுத்திலும் அரும்பியிருந்த வேர்வையைத் துடைத்துக்கொண்டான். "ரொம்பவும் புழுக்கம், இல்லையா?" என்று விசிறிக் கொண்டிருந்தவள் சொன்னாள். சட்டென்று அவள் கையில் இருந்த விசிறியை வாங்கி வேகவேகமாக தன்க்கு விசிறி ஆசுவாசப்படுத்திக் கொண்ட பிறகு, "ரொம்ப நேரமாக நீயே விசிறிக்கொண்டிருக்கிறாயே வா, இங்கு வந்து உட்கார். உனக்கும் இவர்களுக்கும் படுகிற மாதிரி நானே விசிறுகிறேன்" என்றான்.

"அதை இங்கே கொடு. ஒரு ஆண்பிள்ளை எனக்கு விசிறலாமா" என்று சொன்னபடி அவள் கையை நீட்டினாள்.

அவன் கொடுக்கவில்லை. அவள் மீதும் காற்று படும்படி அவனே விசிறினான். அவள் உடம்புக்குக் காற்று இதமாக இருந்தது. புழுக்கம் தானாகக் குறைந்ததைப்போல இருந்தது. "இவன் ஒரு ஆண்மகன். வில்லையும் அம்பையும் பிடிக்கிற கை. விசிறுவது பெண்களின் வேலை" என்று அவள் நினைத்துக்கொண்டாள். அவனுடைய உறுதியான தோள்களையும் கைகளையும் கண்டு தனது சகோதரன் அவனை நல்ல முறையில் தான் வளர்ந்திருக்கிறான் என்று எண்ணிக்கொண்டாள். இவனது உடற்கட்டு கூட என் சகோதரனைப்போலவே இருக்கிறது. படுத்துக்கொண்டிருந்த மற்ற நால்வரின் மீதும் அவள் கண்கள் படர்ந்தன. முகம், கண், மூக்கு என ஏதாவது ஒன்றில் அவர்கள் அனைவருமே அவனைக் கொண்டிருந் தார்கள். கூர்மையாகப் பார்த்தபோது அவர்கள் அனைவருமே தன் அப்பாவைப்போல இருந்தார்கள் என்பது புலப்பட்டது. தாயில்லாத பெண் என்று அளவுக்கதிகமாக அன்பு செலுத்திச் சீராட்டிய தந்தையை நினைத்துக்கொண்டாள் அவள். அவள் மனம் நாற்பது ஆண்டு களுக்கு முன்பு நடந்த சம்பவத்தில் தோய்ந்து நின்றது.

"மாமா ஒரு செய்தி சொல்லியனுப்பியிருக்கிறார். இன்றைக்குக் காலையில்தான் அந்தத் தூதுவன் வந்தான்."

"என்ன செய்தி? உங்கள் தாத்தாவின் உடல்நிலை நன்றாக இருக்கிறது இல்லையா?"

'அதெல்லாம் நன்றாகத்தான் இருக்கிறது. பல தேசங்களுக்கும் வேத சாஸ்திரம் படித்த பண்டிதர்களையெல்லாம் அனுப்பி பிரச்சாரம் செய்விக்க ஆரம்பித்திருக்கிறானாம். 'சகோதரர்கள் எல்லாரும் கூடி ஒரு பெண்ணை மனைவியாக்கிக் கொள்கிற ஆரியர்களல்லாதவர்களின் பழக்கத்தைத் தன் வீட்டிலேயே இப்போது ஆரம்பித்திருக்கிறான் துருபதராஜா. பாண்டவர்கள் எல்லாருமே மலைப் பிரதேசங்களின் நடுவே பிறந்து வளர்ந்தவர்கள். தம்முடைய பழக்க வழக்கங்களை முழு ஆரிய சமூகத்தின் மேல் சுமத்துவதற்கு மாமனாரும் மருமகன்களும் சேர்ந்து திட்டமிட்டிருக்கிறார்கள். நீங்கள் எந்தப் பக்கம் நிற்கப் போகிறீர்கள்? நீங்கள் ஆரியர்களா? ஆரியரல்லாதவர்களா?' என்று அந்த வேத சாஸ்திரிகள் அனைவரின் முன்னிலையிலும் கேள்வி கேட்கின்றனராம்..."

பொதுவாகவே அதிகம் பேசாத மகன் தன்னிடமே இத்தனை வாக்கியங்களை மொத்தமாகப் பேசியுள்ளானே என்று வியந்தாள் அவள். துரியோதனன் இந்த மாதிரி பிரச்சாரத்தில் ஈடுபட்டிருப்பதில்

அவள் ஆச்சரியம் கொள்ளவில்லை. எதுவாக இருந்தாலும் யுத்தம் நிச்சயம். ஆதரவு திரட்டுவதற்காகப் பொய் சொல்வது இயல்புதான். எந்த ஆதாரமும் காரணமும் இல்லாமலேயே பொய்கள் சொல்வதில் வல்லவன் துரியோதனன். பாண்டவர்கள் உடனடியாக மாற்றுப் பிரச்சாரம் செய்வது ஒன்றுதான் இதற்கு ஒரே பதில். ஆனால் இந்த வார்த்தைகள் அவளை வேறொரு திசையில் இழுத்தன. அப்போது பிருத்திவிந்தியன், 'அதனால் இப்போது நடக்கப் போவது தருமயுத்தம். நீங்கள் என்னை ஆதரிக்கவில்லையென்றால் தருமம் நிச்சயமாக அழிந்து போகும். உங்கள் மூதாதையர்கள் நரகத்தில் நலிவார்கள்' என்றெல்லாம் அந்த வேத சாஸ்திரிகள் மக்களை அச்சுறுத்து கிறார்களாம்."

"அச்சுறுத்திக் கொள்ளட்டும், விடு. இந்த விஷயத்தில் உண்மை யான தருமம் எது என்று எனக்குத் தெரியும். தருமம்தான் வெல்ல வேண்டும் என்றால் நாம்தான் வென்றாக வேண்டும். ஆனால் அதருமத்திற்கு வெற்றி கிடைக்காது என்று எப்படிச் சொல்வது? சரி, அதெல்லாம் இருக்கட்டும். உனக்கு இதுபற்றி என்ன தோன்றுகிறது. அதைச்சொல்."

"எதுபற்றி?"

பிரச்சினை இதுதான் என்று அவனிடம் வாய்விட்டுச் சொல்ல முடியவில்லை. என்னமோ கட்டிப்போட்ட மாதிரி இருந்தது. ஆனால் இவனோடு இந்த விஷயம் பற்றிப் பேச வேண்டும் என்று கடந்த நான்கு மாதங்களாக மனம் அடித்துக்கொண்டிருந்தது. ஆனால் இவனோ வாய்விட்டே பேசாதவனாக இருந்தான். இன்று இவனாகவே பேச்சை ஆரம்பித்துவிட்டான். அதுவும் இந்த விஷயத்தைப்பற்றியே பேச்சு வந்துவிட்டது. இறுதியில் கேட்டே விடுவது என்று முடிவுக்கு வந்தவளாய் "உன் தாத்தா என்னை ஐந்து பேருக்கு திருமணம் செய்து வைத்தது பற்றி..." என்றாள்.

அவன் எந்தப் பதிலும் சொல்லவில்லை. படுத்துக்கொண்டிருந்த தன் சகோதரர்கள் மீதும் தாயின் மீதும் தொடர்ந்து காற்று படுமாறு விசிறிக்கொண்டே இருந்தான். அப்போது மண்பானை நிறைய நீர் சுமந்துகொண்டு வந்தாள் ஜோதிஷ்மதி. மரக்குடுவையால் மொண்டு மொண்டு திரைப்பாய்களின் மேல் தெளித்தாள். மிகவேகமாய் உலர்ந்துவிட்ட திரைப்பாய்கள் மீண்டும் நீரில் நனைந்தன. அவள் போனபிறகும் கூட எந்தப் பதிலையும் சொல்லாமல் விசிறியபடியே உட்கார்ந்திருந்தான் அவன். இந்தக் கேள்விக்குப் பதில் சொல்ல இவ்வளவு நேரம் வேண்டுமா? அல்லது மனசில் இருப்பதை அவனால் வெளியே சொல்ல முடியவில்லையா? நிமிர்ந்த அவன் முகத்தை நேருக்கு நேர் பார்த்து "உனக்கு என்ன தோன்றுகிறது?" என்று மீண்டும் கேட்டாள்.

அவன் மெல்லப் பதில் சொல்லத் தொடங்கினான்.

“காம்பில்ய நகரில் இருந்தபோது, இது எதுவுமே இயற்கைக்கு விரோதமாக எனக்குத் தோன்றியதில்லை, அம்மா. அந்த நாட்டு மக்கள் எங்கள் ஐந்து பேரையும் கண்டால் எவ்வளவோ பிரியமாக இருப்பார்கள். எங்கள் மீது ஆரியரல்லாதவர்களுக்கெல்லாம் ரொம்ப வும் விருப்பம். தமது பழக்கவழக்கத்தைப் பின்பற்றுகிற ஒரு அரசனின் மீது மதிப்பும் மரியாதையும் அன்பும் அதிகமாகவே இருக்கும் என்று இப்போதுதான் எனக்குப் புரிகிறது. அங்கிருக்கிற ஆரியர்கள் கூட இதைப்பற்றி எப்போதும் மட்டமாகப் பேசியதில்லை. என்ன தான் நடந்தாலும் அது அரண்மனைக்குள் நடந்த விஷயம். ஆனால் இந்த ஊருக்கு வந்த நான்கு மாதங்களில் எல்லோருமே எங்களை ஒருவிதமாகப் பார்க்கிறார்கள். எல்லோரைப் போலவே நாங்களும் சகோதரர்கள் அல்லது இளவரசர்கள் என்கிற எண்ணம் இவர்களிடம் இல்லை. ஒரு நாள் சுருத்தசேனனின் தேர் அச்சு முறிந்து போய்விட்டது. அதைச் சரிசெய்ய வந்த தச்சன் அவனை என்னமோ தூண்டித் தூண்டிக் கேட்டான். சுருத்தசேனனுக்கு எப்போதுமே பேச்சு அதிகம். இதனால் அந்தத் தச்சனும் இவனோடு சட்டென்று ஒட்டிக் கொண்டு சரளமாகப் பேச ஆரம்பித்துவிட்டான். திடு மென்று. ‘இளவரசரே, நீங்கள் எல்லாரும் ஐந்து பேரையுமே அப்பா என்று கூப்பிடுவீர்களா அல்லது மூத்தவர் தருமரை மட்டும் அப்பா என்றும் மற்றவர்களை சித்தப்பா என்றும் கூப்பிடுவீர்களா?” என்று கேட்டுவிட்டான். இவனும் வெகுளியாக, ‘எல்லாரையும்தான் அப்பா என்று கூப்பிடுவோம்’ என்று சொல்லிவிட்டான். ‘ஐந்து பேரில் யாரைப் பார்த்தாலும் அப்பா என்கிற உணர்வு சமமாக வருமா... அல்லது...’ என்று கேட்டுக் கொண்டிருந்தவன் சட்டெனத் திரும்பி பக்கத்தில் நான் இருப்பதை அறிந்து நாக்கைக் கடித்தபடி தலை குனிந்து தன் வேலையைக் கவனிக்கத் தொடங்கினான். காம்பில்ய நகரில் எங்களை யாரும் இந்த மாதிரியெல்லாம் கேட்டதில்லை...”

அவளுக்கும் அப்படித்தான் தோன்றியது. ஆனால் யாரும் அவளிடம் இப்படிக் கேட்கவில்லை, என்று எண்ணும்போதே அவன் யோசனையில் மூழ்கினாள். “நாங்கள்தான் பாண்டவர்கள் என்று தெரிந்த நாளிலிருந்து விராட நகரத்து மக்கள் ஒருவிதமான மரியாதையோடும் அச்சத்தோடும் நடக்கத் தொடங்கினர். ராஜசூயம் செய்தோம். எங்கள் சேனாதிபதி புகழ்பெற்ற மல்யுத்தக்காரனான கீசகனை நசுக்கிக் கூழாக்கினான் என்கிற பயம் அவர்களிடம் இருந்தது. பசுக்களைத் திருட வந்திருந்த கௌரவர்களை விரட்டி அடித்தவர்கள் என்கிற பயமும் இருந்தது. அடையாளம் தெரிந்ததுமே சுதேஷ்ணை கைகுவித்து வணங்கி மன்னிப்பு கேட்டாள். இச் சூழலில் வேலைக்காரர்கள் போன்றவர்களுக்கு எங்களைப் பற்றிப் பேச எப்படி தைரியம் வரும்?

மகன் சொல்வது நிஜம்தான். எங்கள் பாஞ்சாலத்தில் இது அவ்வளவு வித்தியாசமான ஒன்றாக இருக்காது. ஆனால் பாஞ்சாலத்துக்கு வடக்கிலும் மேற்கிலும் இருக்கிற பெரும்பாலானவர்களுக்கு இப்படி ஒரு பழக்கம் இருக்கிறது என்பதே தெரியாது. அதைக் கேள்விப்பட்டும் இருக்க மாட்டார்கள்.

“அம்மா, உன்னிடம் ஒரு கேள்வியைக் கேட்கவேண்டும் என்று ரொம்ப நாட்களாக மனசுக்குள்ளேயே யோசித்துக்கொண்டிருந்தேன். ஆனால் கேட்கமுடியவில்லை...”

“என்னிடம் கேட்பதில் உனக்கு என்ன தடை?”

ஆனால் அவன் வார்த்தைகளை மென்று விழுங்கினான். அவள் அவனை நெருங்கித் தன் வலது கையால் நெற்றியை வருடி, “நீ பேசுவதே கொஞ்சம். என்னிடம் கூட அப்படித்தான் இருக்க வேண்டுமா? உன்னைவிட்டால் எனக்கும் பேச்சுத்துணை யார் இருக்கிறார்கள்?” என்றாள்.

அம்மாவின் கை குறுக்கே இருந்ததால் அவன் விசிறுவதை நிறுத்தினான். குனிந்திருந்ததால் பாய், தலையணை மீதும், சுருத்த சேனனின் தலைமீதும், அம்மாவின் இரண்டு கால்கள் மீதும் அவனது பார்வை பதிந்திருந்தது. மெல்லிய குரலில், “வாழ்வில் ரொம்பவும் கஷ்டப்பட்டவள் நீ. பன்னிரண்டு வருஷங்கள் காட்டில் இருந்தவள். பல முனிவர்களைக் காட்டில் சந்தித்திருக்கக் கூடும் நீ. அதனால் நிச்சயமாக இந்தக் கேள்விக்கு உனக்குப் பதில் தெரிந்திருக்கும்.” என்றான்.

“என்ன விஷயம், சொல்.”

“உண்மையான ஆரியதருமம் என்றால் என்ன?”

சிறிது நேரம் விசிறுவதை நிறுத்தியிருந்ததால் மீண்டும் வியர்க்கத் தொடங்கியது. படுத்திருந்த மற்ற நான்கு பேர்களுக்கும் வேர்த்து வழிந்தது. புழுக்கத்தின் தவிப்பு தாளாமல் புரண்டு படுத்தார்கள். சதாநீகனும் சுருத்தசேனனும் வாய்க்குள் வேப்பங்காய் விழுந்த மாதிரி முகச்சுளிப்போடு ஒரு கணம் கண்ணைத் திறந்து மறுகணம் கண்ணை மூடிக்கொண்டனர். பிருத்திவிந்தியனின் கைகளிலிருந்து விசிறியை வாங்கி ஐந்து பேர் மீதும் காற்று படும்படி வேகமாய் விசிறினாள் அவள். சுருத்த கீர்த்தி குறட்டையை நிறுத்திப் பக்கத்தில் புரண்டான். மீண்டும் தூக்கத்தில் ஆழ்ந்தான். மெல்லக் குறட்டை விடத் தொடங்கினான். ஆரிய தருமம் என்றால் என்ன என்று தன்னைத் தானே கேட்டுக் கொண்டாள் அவள். அப்படி ஒரு நேரிடையான கேள்வியை அதுவரைக்கும் அவள் கேட்டுக்கொண்டதில்லை. ஆனால் தருமனின் வார்த்தைகளைக் கேட்டுக்கேட்டுக் காதுகளே செவிடாகி விட்டன.

விடிந்து எழுந்தால் போதும், தருமனுக்கும் இது ஒன்றுதான் பேச்சு. காட்டில் அவனைச் சந்திக்க வந்த முனிவர்களுக்கும் இது ஒன்றே பேச்சு. பீமனும் அர்ஜுனனும் கூடி அவ்வப்போது இதில் கலந்து கொண்டார்கள். சூதாட்டச் சபையில் வயதானவர்களான பீஷ்மர், துரோணாச்சாரியார், கிருபாச்சாரியார் ஆகியோரைப் பார்த்து அவளும் இதே கேள்வியைக் கேட்டவள்தான். ஆரியதருமம் என்றால் என்ன? பிருத்திவிந்தியன் நிமிர்ந்து அவள் கண்களைப் பார்த்தான். காட்டில் வசிக்கும்போது சிற்சில சமயங்களில் தருமனைப் பார்த்துக் கிண்டல் செய்து பேசிய வார்த்தைகள் ஞாபகத்துக்கு வந்து சிரிப்பைத் தந்தது. காரணம் என்னவென்று தெரியாமலும் பிருத்தவந்தியனும் சிரிப்பில் பங்கேற்றான். சிரிப்புச்சத்தம் கேட்டு சுருத்தகீர்த்தியும் சதானிகரும் விழித்தெழுந்தார்கள். அவர்கள் எழுந்திருக்கும் அவசரத்திலான சலசலப்பைக் கேட்டு மற்ற இருவர்களும் கூட எழுந்தார்கள்.

"எதற்காகச் சிரிக்கிறீர்கள்?" என்று சுருத்தகீர்த்தி கேட்டான்.

"ஆரியதருமம் என்றால் என்ன என்று உன் அண்ணன் கேட்டான். வேட்டை, சூது, மது, பெண்களுடன் சல்லாபம் என்று ஞாபகம் வந்தது. சிரிப்பும் வந்தது."

தூக்கத்திலிருந்து விழித்த நால்வரும் உரக்கச் சிரித்தார்கள். பிருத்திவிந்தியனின் வாய் மட்டும் மெல்ல விரிந்தது. ஆனால் சிரிக்க வில்லை.

"காட்டிலே வசிப்பவர்கள் வயிற்றுப்பாட்டுக்காக வேட்டை யாடுவது இயல்பு. ஊரில் இருப்பவர்களுக்கு மிருகங்களால் தொல்லை ஏற்படும்போதும் விவசாயத்துக்கோ, பசு, எருது குதிரைகளுக்கோ தொல்லை உண்டாகும் போதும் வேட்டையாடப் போகிற பழக்கம் ஆரியர்களிடத்தில்தான் இருக்கிறது. காட்டுவாசிகளிடம் அந்தப் பழக்கம் இல்லை. குடிப்பதைப் பற்றிச் சொல்லவே தேவையில்லை. ஏதோ சில தழைகளை நசுக்கிச் சாறெடுத்து மூங்கில் குழாயிலோ அல்லது வேறு பாத்திரத்திலோ ஊற்றி வைத்திருந்து அப்புறம் குடிக்கிறார்கள். நான் காட்டில் இருக்கும்போது பார்த்திருக்கிறேனே. அதைக் குடித்தால் மயக்கம் வருவதில்லை. உற்சாகமாக இருக்கும். ஆரோக்கியத்திற்கு நல்லது. ஆனால் இந்த ஆரியர்களை எடுத்துக் கொள். யாகத்தின் பெயரிலும் அதுதான். ஏதோ விசேஷம், திருவிழா, பௌர்ணமி என்றாலும் அதுதான். அது இல்லாமல் வீட்டில் எந்தக் காரியமும் நடக்காது. குடிக்காமல் யுத்தம் புரியமாட்டார்கள். குடித்து மயங்காத கடவுள் கூட இல்லை. அரிசியிலிருந்தும் வெல்லத்தில் இருந்தும், சோமத்தழையிலிருந்தும் எந்தெந்த மாதிரி செய்தால் எந்தெந்த அளவு போதை ஏறும் என்பதைக் கற்று வைத்திருக்கிறார்கள்.

அது மட்டுமா, அதை எல்லாக் கடவுள் காரியங்களிலும் இருக்க வேண்டிய ஒன்றாக ஆக்கிவிட்டார்கள். திருமணம் முடிந்த பிறகு பெண்ணை அனுப்பும்போது அவளோடு குறைந்தபட்சம் பத்து இளம்பெண்களையும் அனுப்பவேண்டும். இதுவே திருமணம் செய்து கொள்பவன் ஒரு பெரிய அரசன் என்றால் நூறு இளம்பெண்களை அனுப்பவேண்டும். அவர்களுக்குக் குழந்தைகள் பிறந்து பிறந்து அடிமைக் குலம் வளரும்...”

அப்போது இடைமறித்த பிருத்திவிந்தியன், “இது க்ஷத்திரியர்கள் பழக்கமில்லையா?” என்று கேட்டான்.

“அவர்கள்தானே தம்மை ஆரியதருமத்தின் காவலர்களாகத் தெரிவித்துக் கொள்கிறார்கள்? அவர்கள் செய்வதைத் தப்பு என்று எந்த புரோகிதன் சொல்கிறான்?”

அம்மாவின் வார்த்தைகள் உண்மைதான் என்பதுபோல அமைதியானவன் அவன். மனசுக்குள்ளேயே அதை அசைபோட்டான். அவள் மீண்டும் தொடர்ந்தாள்.

“சூதைப்பற்றி நான் எதுவுமே சொல்லத் தேவையில்லை. செல்வச் செழிப்பிலே மிதந்துகொண்டிருந்த எங்களை அழிக்க சூதாட்டத்தைத் தவிர வேறு வழியில்லை என்று சரியாகக் கணக்கிட்டுத் திட்ட மிட்டான் துரியோதனன். பல அரசர்களைத் தன் சிறையில் அடைத்துக் கொடுமைப்படுத்தி வந்த ஜராசந்தனின் முதுகெலும்பையே முறித்து மூலைக்கு ஒன்றாய் வீசி வெற்றிக்கொடி நாட்டியவர்களை யுத்தத்திலே சந்தித்து வெல்ல முடியாது என்று அவனுக்குத் தெரியும். சகோதரர்களிடையே சண்டை மூட்ட முயன்ற அவன் முயற்சிகளும் பலிக்கவில்லை. சூதாட்டம் ஒன்றுதான் வழி. நியாய தருமங்களில் நேர்மையானவர் என்று பெயரெடுத்த உன் பெரியப்பாவுக்குச் சூதாட்டப்பித்து இருந்தது என்னமோ உண்மைதான். அரச நிர்வாகக் காரியங்களைத் தம்பிகள் அனைவரும் கவனித்துக்கொண்டார்கள். அரியாசனத்தில் வீற்றிருந்தவனுக்கு பொழுது எப்படிப் போகுமாம்? பண்டிதர்களுடன் நியாய தருமங்களைப் பற்றிய விவாதம். அப்புறம் முகஸ்துதி செய்யும் ஆட்களோடு சூதாட்டம். அவர்கள் ஒரு போதும் தருமன் தோற்குமாறு விட்டதில்லை. தோற்றுவிட்டால் அதிகாரத்தில் இருப்பவனின் கோபத்தை அது தூண்டி விடாதா? சதாகாலமும் வெற்றிதான். தான் மிகப்பெரிய ஆட்டக்காரன் என்கிற எண்ணம் இவனுக்கு. துரியோதனனுக்கு இவனுடைய பலவீனம் எப்படியோ தெரிந்துவிட்டது. சூதாட்டத்திற்கு வருகவென்று வெளிப்படையாகவே சொல்லி அழைத்தான். இவ்வளவு தரும நியாயம் பேசுகிறவன் வரமுடியாது என்று ஏன் சொல்லி அனுப்ப வில்லை. சூதாட்டப் பழக்கம், அகங்காரம் இரண்டும்தான் காரணமா?

யுத்தத்திற்கும் சூதாட்டத்துக்கும் அழைக்கும்போது வர மறுப்பது ஆரிய தருமத்துக்கு அழகில்லையாம். அங்கே சென்று எல்லோரின் முன்னிலையிலும் சூதாட உட்கார்ந்து ஒவ்வொன்றாகத் தோற்று மண்ணைக் கவ்வினான். அப்போது சபையில் இருந்த பெரியவர்கள், 'துரியோதனா, போதும். மேலும் ஆடச்சொல்லி அவனை வற்புறுத்த வேண்டாம்' என்று வற்புறுத்தினார்களாம். திட்டினார்களாம். ஆனால் 'சூதாடுவது அதர்மம். நீ எழுந்து போ' என்று ஏன் யாரும் சொல்லவில்லை. ராஜ்ஜியத்தையெல்லாம் இழந்து, தம்பிகளையெல்லாம் கூட வைத்திழந்து, தன்னையும் தோற்று, என்னையும் பந்தயப்பொருளாக வைத்து இழந்து, வீட்டு விலக்காகி ஒற்றையாடை உடுத்திக்கொண்டிருந்த என்னை அந்த நீசக் இழுத்துக் கொண்டுபோய்ச் சபையில் நிறுத்தி, இங்கிருந்து அங்கும் அங்கிருந்து இங்கும் தள்ளி அவமானப்படுத்தி, 'இப்போது நீ எங்கள் அடிமை, வா, வந்து எங்களோடு படு' என்று அவன் என்னைப் பார்த்துக் கூப்பிடும்போது, அப்படிக் கூப்பிடுகிற உரிமை அவனுக்கு இருக்கிறது என்பதுபோல எல்லாரும் ஊமையாக உட்கார்ந்திருந்தார்கள். தருமன் சூதாடியது தப்பு என்று யாருமே சொல்லவில்லை..."

சொல்லும்போது அவள் விழிகள் நிறைந்தன. தொண்டை அடைத்தது. பேசமுடியாமல் புடவை முந்தானையால் தன் விழிகளைத் துடைத்துக்கொண்டாள். பிள்ளைகள் அனைவரையும் துயரம் பற்றியது. இளையவனான சுருத்தசேனனின் கண்களில் ஈரம் படர்ந்தது.

".. தருமம் என்றால் என்ன என்று தெரிந்தவன் ஒருவன்தான். நாங்கள் காட்டுக்குப்போய் இரண்டு மாதங்கள் கழித்த பிறகு துவாரகையிலிருந்து கிருஷ்ணன் வந்தான். வந்ததுமே அவன் தருமனைப் பார்த்த பார்வையை நீங்கள் பார்த்திருக்கவேண்டும். ஆரிய தருமத்துக்கெல்லாம் தான்தான் அதிபதி என்று எண்ணிக் கொண்டிருந்தவன் அவமானத்தால் கூனிக் குறுகிப்போனான். 'யுத்தத்துக்கும் சூதாட்டத்துக்கும் அழைத்தால் போக மறுப்பது ஆரிய தருமத்துக்கு எப்படி விரோதமாகும்? யுத்தத்திற்கு வா என்று புலி அழைத்தால் உடனே மான் போய்த்தான் தீர வேண்டுமா? தனது தந்திரம், சாமர்த்தியத்தைப் பயன்படுத்திச் சமயம் பார்த்துத் தாக்கினால் ஒரு மானால் கூட புலியை வீழ்த்த முடியும். உனக்குத் தெரியுமா, நான் கூட ஒரு எல்லை வரையில் ஜராசந்தனிடம் பொறுமையாக இருந்தேன். அவன் எப்பொழுது தன் பொறுமையை யெல்லாம் இழந்து என்னையே யுத்தத்திற்கு வா என்று கூப்பிட்ட போது தந்திரமாகத் தப்பித்துச் சென்று விட்டான். யாதவ குலத்தைச் சேர்ந்த கிருஷ்ணன் பேடி என்றும் அவன் ஆரியனே இல்லை என்றும் இந்தப் பக்கத்தைச் சேர்ந்தவர்கள் எல்லோரும் சொன்னார்களாம். ஆனால் தருணம் பார்த்திருந்து உங்கள் மூலமாக அவன் கதையை

முடிக்கவில்லையா? யுத்தத்தின் விஷயமே வேறு. கூப்பிடும்போது வரமாட்டேன் என்று சொன்னாலும் எதிரி தாக்க ஆரம்பித்த பிறகு சும்மா இருக்க முடியாது. ஆனால் சூதாட்டத்துக்கு வரமுடியாது என்று நீ சொல்லி இருந்தால் அவன் எப்படி உன்னோடு ஆடியிருக்க முடியும். காலம் முழுக்கவும் அந்த தாயக்கட்டைகளிடம் நம் வாழ்வை அடகு வைக்க வேண்டுமா? அதை விடவும் ஈனத்தனமான, புத்தி இல்லாத காரியம் வேறு எதுவும் கிடையாது. தருமம் என்றால் என்ன என்று உன் மனசில் நினைத்துக்கொண்டாய். வெறும் மனப்பாடம் செய்கிற விஷயம் என்று நினைத்துக்கொண்டாயா? துரியோதனன் சூதாடக் கூப்பிட்டு ஆடுவதற்காக அஸ்தினாபுரத்திற்கு நீ போய் இருக்கிறாய் என்கிற விஷயம் எனக்குக் கிடைத்தது. ஏதாவது ஏடாகூடமாக ஆகும் என்று எனக்குத் தோன்றியது. நீங்கள் வசதியோடும் செல்வத்தோடும் இருப்பதைத் துரியோதனன் போன்ற ஒரு தாயாதி எப்படிப் பொறுத்துக்கொள்வான்? அதைத் தவிடு பொடியாக்கி எப்பொழுது நடுத்தெருவில் நிறுத்தலாம் என்றுதானே காத்திருப்பான். இதைக் கண்டுணர ஒரு சாதாரணமான மூளை போதும். ஆனால் அந்த அளவுக்குக் கூட நீ புத்தி இல்லாதவனாகப் போய்விட்டாய். உடனேயே கிளம்பி வரவேண்டும் என்றுதான் நான் நினைத்திருந்தேன். அதே சமயத்தில் சால்வன் வந்து துவாரகையை முற்றுகையிட்டுவிட்டான். மிகப்பெரிய படையோடு வந்திருந்தான். நான் எங்கள் ஆட்களையெல்லாம் ஒன்றாகத் திரட்டி அவனைத் தோற்கடித்து, மீண்டும் அவனாலும் அவன் பக்கத்தைச் சார்ந்தவர்களாலும் எந்த ஆபத்தும் நேர்ந்து விடாதபடி பாதுகாப்பு ஏற்பாடுகளைச் செய்துவிட்டு வருவதற்குள் நீ தோற்றுவிட்டாய். குழந்தையை அழைத்துக் கொண்டு துவாரகைக்கு வந்தாள் சுபத்திரை. குறைந்தபட்சம் சூதாடுகிற சமயத்திலாவது நான் அஸ்தினாபுரத்துக்கு வந்திருந்தால் உனக்கும் அந்தத் துரியோதனனுக்கும் புத்திமதி சொல்லி இருப்பேன். சொன்ன பேச்சைக் கேட்டிருக்கவில்லையென்றால் கைகளையே வெட்டியிருப்பேன். சூதாடுபவர்களுக்குத் தரவேண்டிய தண்டனைதான் அது. முதலில் உன் கையைத்தான் வெட்டியிருப்பேன் நான். அப்புறம்தான் அவன் கையை வெட்டப் போவேன்' என்றான்..."

"பெரியப்பா என்ன பதில் சொன்னார்?" என்று கேட்டான் பிருத்திவிந்தியன்.

"என்ன சொல்ல முடியும் அவனால்? இந்தப் புழுக்கத்தில் உங்கள் முகம் இப்படி வியர்க்கிறதே. ஆனால் அப்பொழுது கடுங்குளிர். ஆனால் அதில் கூட அவனுக்கு வேர்த்து வேர்த்து வழிந்தது. தலை யைத் தாழ்த்திக்கொண்டு உட்கார்ந்தான்..."

“சூதாடுவது அதர்மம் என்று நீ ஏன் சொல்லவில்லை அம்மா?”

“ஆண்கள் செய்வதைத் தப்பு என்று துணிந்து சொல்கிற தைரியம் எனக்கு எங்கே இருந்தது? சூதாடப் போகவேண்டாம் என்று தடுத்தேன். அழுதேன். வாதாடினேன். பின்னால் வந்து கிருஷ்ணன் சொல்கிற வரைக்கும் தருமத்தின் அர்த்தம் என்ன என்று எனக்கும்தான் எப்படித் தெரியும்? தெரிந்திருந்தால் அவனோடு வாதித்து அவனைக் கட்டுப்படுத்தி இருப்பேன். அவன் எனக்கு அடங்கி இருப்பானோ ‘இல்லை’ என்னை மீறிப் போயிருப்பானோ தெரியவில்லை. இதற்குப் பிறகுதான் சுயசிந்தனையை வளர்த்துக்கொண்டேன் நான்…”

“உனக்கு எப்பொழுதுதான் தைரியம் வந்தது?” என்று சுருத்தசேனன் கேட்டான்.

“தைரியமா?” என்று கேட்டுவிட்டுப் பதிலைத் தேடி தன் ஞாபகத்துள் அமிழ்ந்தாள். திருமணம் நடந்த நாளில் இருந்து தருமனோடும் குந்தியோடும் தான் பயபக்தியோடு நடந்து கொண்ட காலத்தையெல்லாம் மீண்டும் நினைவுப்படுத்திக் கொள்ளும்போது ஜோதிஷ்மதி அருகில் வந்து, “திரைப்பாய்களுக்கு மறுபடியும் தண்ணீர் ஊற்றட்டுமா, அல்லது பின்னால் தோட்டத்துக்கு வருகிறீர்களா? வெயில் இறங்கி விட்டது. தோட்டத்தில் செடிகளுக்கும் தரைக்கும் தண்ணீர் வைத்துள்ளார்கள் ஆட்கள். ஓரளவு குளுமையாக இருக்கிறது…”

“இங்கே ஒரே புழுக்கமும் வேர்வையுமாக கசகசப்பாக இருக்கிறது. அங்கேயே செல்லலாம்” என்று சுருத்தசேனன் எழுந்து நின்றான்.

அவளும் கசகசப்பாகவே உணர்ந்தாள். எல்லாருமே அவள் பதிலை ஆவலுடன் எதிர்பார்த்திருந்தார்கள். ஆனால் தனக்குத் தைரியம் பிறந்தது எப்போது என்பது இன்னும் தெளிவாக அவளுக்கே தெரியவில்லை. யோசனையினூடே தானாகவே எழுந்து நின்றாள் அவள். எல்லாரும் எழுந்து நின்றார்கள். குளிக்க வேண்டும்போல் இருந்தது. மண்குடங்களில் நீர் நிரப்பப்பட்டுக் குளியல் அறையில் தயாராக இருப்பதாக ஜோதிஷ்மதி வந்து சொல்லிவிட்டுச் சென்றாள். வேர்வை அழுக்குப் போக அவள் முதுகு, கழுத்து, உடம்பெங்கும் தேய்க்கும் கல்லால் தேய்த்துத் தேய்த்து போதும் போதும் என்று சொல்கிற மட்டும் கூடவே இருந்து தண்ணீர் ஊற்றினாள். தோட்டம் குளுமையாக இருந்தது. பிள்ளைகள் எல்லாரும் கூட குளித்துவிட்டு வந்தார்கள். அவளிடம் பேச்சு சுவாரஸ்யம் இல்லை. அதுவுமன்றி தனக்குத் தைரியம் வந்த தருணம் குறித்து இன்னும் அவளால் எந்த முடிவுக்கும் சரியாக வர முடியவில்லை. குளிர்ந்த தரைமேல் விரித்த பாயில் வானத்தை அண்ணாந்து பார்த்தபடி படுத்தாள். சுற்றிலும் ஐந்து பிள்ளைகள். பிருத்திவிந்தியனின் கையில் இன்னும்

விசிறி இருந்தது. ஓரளவுக்குக் குளுமையாகவே சூழல் இருந்தாலும், படுத்திருந்த தாய்க்கு பொறுமையாக விசிறி விட்டான். அவளுக்குக் கண்ணை மூடிக்கொள்ள வேண்டும் போல இருந்தது. அப்படியே தூக்கமும் வந்தது.

* * *

அன்று இரவு தருமனின் மாளிகையில் அவனோடு படுத்திருந்த போது தூக்கம் வரவில்லை. முற்றம் முழுக்க நீரைத் தெளித்து வெப்பம் போகுமாறு செய்த பின்பு, மிருதுவான பாயை விரித்து, அதன்மேல் படுத்திருந்தார்கள். நீல வானின் இருட்டில் நட்சத்திரங்கள் மின்னிக் கொண்டிருந்தன. பக்கத்தில்தான் கணவன் இருந்தான். மூத்த கணவன். அவன் தூங்கிவிட்டானோ இல்லையோ, தெரியவில்லை. இருட்டில் எந்தப் பேச்சும் இல்லாமல்கூட படுத்திருக்கக் கூடும். முதலிலிருந்தே இப்படித்தான். சூதாடி எல்லாவற்றையும் தோற்ற பிறகு அவளை நிமிர்ந்து பார்த்துப் பேசும் தைரியம் கூட அவனிடம் மூண்டிருந்தது. அஞ்ஞாத வாசத்திற்குப் பிறகு மீண்டும் அவனோடு படுத்திருக்க ஆரம்பித்தேன். பழைய முறையை மீண்டும் புதுப்பித்து விட்டதில் இப்போது அவன் முறை. வெறுமனே படுத்திருக்கக்கூடும். அவனுக்கும் வேண்டாம். எனக்கும் வேண்டாம். படுத்து விடிந்ததும் எழுந்து என்னிடத்திற்கு மீண்டும் சென்று விடுவது வழக்கம். ‘தருமம் என்றால் என்ன? எனக்கு எப்போது தைரியம் வந்தது?’ மீண்டும் அக்கேள்விகள் நினைவில் மோதுகின்றன. கொஞ்சம் குளுமையான பொழுது என்பதால் தொடர்ந்து பிரயாணம் செய்கிறார்களோ அல்லது எங்கேயாவது முகாமிட்டுத் தங்கிவிட்டார்களோ? இந்த வெயில் காலத்தில் பகல் முழுக்கக் குதிரைகளில் உட்கார்ந்து பயணம் செய்தாலும் எந்தப் பாதிப்பும் நேராத உடல்வாகு அவனுக்கு. வெயில், குளிர், காற்று எதுவாக இருந்தாலும் சரி, அவனை ஒன்றும் செய்யாது. அவனுக்கு மட்டும்தான் உடலும் உறுதி, மனமும் உறுதி. ‘உன்னைத்தான் மலைபோல நம்பி இருக்கிறேன்’ என்று வாய்விட்டுச் சொல்லி இருந்திருக்கக் கூடாதோ? இருவரின் அந்தரங்கத்துக்கும் தெரிந்த ஒரு விஷயத்தை ஏன் வாய்விட்டுச் சொல்லவேண்டும். சிற்சில சமயங்களில் மனம் கொந்தளித்து விடுகிறது. அவன் மட்டும் எந்தச் சந்தர்ப்பத்திலும் குழம்பியதே இல்லை. இரவு நேரத்தில் கீசகனைக் கொல்ல வேண்டும் என்று முடிவெடுத்த பிறகு பகலில் நன்றாகச் சாப்பிட்டு உறங்கி விட்டான். எப்படித்தான் தூக்கம் வந்ததோ? பாறை போன்றவன் அவன்.” பக்கத்தில் படுத்திருந்த தருமன் புரண்டு படுத்தான். புழுக்கமோ, என்னமோ தலையணைக்குப் பக்கத்தில் தான் விசிறி இருந்தது. “விசிறட்டுமா?” என்று கேட்டாள் அவள். அவன் ‘ம்’ என்று கூட சொல்லவில்லை. தானே விசிறியைக் கையில் எடுத்து விசிறத் தொடங்கினாள். மீண்டும் அவள் மனம் பழைய நினைவுகளில் அமிழ்ந்தது... “நிறைந்த சபை

அது! ஆரியவர்த்தத்திலேயே ஈடு இணையில்லாத பீஷ்மரும் என் அப்பாவின் வயசையொத்த துரோணாச்சாரியரும் கிருபாச்சாரியாரும் இன்னும் பற்பல அரசர்களும் இருந்தார்கள். அவர்கள் யாருக்குமே தருமம் எது என்பது தெரியவில்லை. தெரியவில்லையோ அல்லது தெரிவிக்கத் தைரியமில்லையோ, எல்லாரும் தலை குனிந்து உட்கார்ந்திருந்தார்கள். சூதாடக் கூப்பிட்டவுடனே இவன் கிளம்பி விட்டான். என்னையும் கூடவே வா என்றான். பின்னாலேயே எல்லாத் தம்பிகளும் வந்தார்கள். நாங்கள்தான் யாகம் செய்பவர்கள், வீராதி வீரர்கள் என்று காட்டிக் கொள்ளப் புறப்பட்டு விட்டார்களா? பல தேசத்துக்காரர்களும் காணிக்கையாகக் கொடுத்தனுப்பிய ஆபரணங்களில் அழகானவற்றைத் தேர்ந்தெடுத்து அணிந்துகொண்டு நானும் அவர்களோடு கிளம்பி விட்டேன். தயாதிகளின் மனைவிமார்கள் முன்னிலையில் மெச்சுகிற மாதிரி போய் நிற்கிற ஆசை எனக்கும்தானே இருந்தது. அஸ்தினாபுரத்தின் செல்வச் செழிப்பு உலகப் புகழ் பெற்றது. 'எங்கள் ஊரில் இருக்கிற ஆபரணங்களைப்போல வேறு எந்த நாட்டு கருவூலத்திலும் இருக்காது' என்று சிறுசிறு தேசங்களில் இருந்து வந்தவர்களோடு இந்தத் துரியோதனனின் மனைவியும் துச்சாசனனின் மனைவியும் ராஜசூய யாகத்திற்கு வந்திருந்தபோது பேசிப்பேசி பெருமை அடித்துக்கொண்டார்கள். என்னைப் பார்த்ததும் மிகவும் அன்போடும் மதிப்போடும்தான் வரவேற்றார்கள். எல்லோருமே கூடி விட்டார்கள். ராஜசூய யாகம் செய்தவர்களின் மனைவி இவள்தான் என்றோ அல்லது ஐந்து பேர்களோடு இல்லறம் நடத்துகிறவள் இவள்தான் என்றோ நினைத்துப் பார்த்துக்கொண்டிருந்தார்கள். கிழவி காந்தாரி கூட எவ்வளவு அக்கறையோடு வந்து பேசினாள். 'நீ ரொம்ப அழகியாமே. என் பிள்ளைகளின் கண்கள் ரொம்பவும் கெட்ட கண்கள். நீ சீக்கிரம் உன் கணவர்களுடன் காண்டவப் பிரஸ்தத்துக்கே போய்விடு' என்று சொன்னாள் அவள். ஆனால் அது பத்து பதினான்கு வருஷங்களுக்கு முன்னால். இப்போது அப்படி எதுவும் பேசவில்லை. இன்னும் நான்கைந்து நாட்களுக்குள் இந்தப் பாஞ்சாலியின் ஆடை ஆபரணங்கள் எல்லாமே தனக்கே சொந்தமாகப் போகிறது என்று அவர்கள் எல்லாருக்குமே தெரியும். அல்லது ஒருவேளை அன்போடு வரவேற்பவர்கள் போல நாடகம் நடத்தினார்களா? வெளியே ஆண்கள் என்ன பேசிக் கொள்கிறார்கள் என்பது உண்மையிலேயே அவர்களுக்குத் தெரியாதா? இல்லை, தெரிந்திருக்குமோ? உண்மையிலேயே தெரியவில்லை. ஆண்கள்தான் தாயாதிகள். வேறு வீடுகளிலிருந்து வந்த தமக்குள் எதற்குச் சண்டை என்கிற எண்ணம் அவர்களுக்குள் இருந்ததைப்போலத் தெரிந்தது. அஸ்தினாவதியின் செல்வச் செழிப்பில் கொஞ்சம் செருக்கோடு நடப்பது என்பது வேறு விஷயம். அது பெண்களின் சுபாவம். தன் வீட்டு ஆண்களின் கோபதாபங்களிலும் பொறாமைகளிலும்

பங்கெடுத்துக் கொள்வது என்பது வேறு விஷயம். வீட்டு விலக்காகி ஒற்றையாடையில் இருக்கும்போது துச்சாதனன் என்னைத் தொட்டு இழுத்துக் கொண்டுபோய் சூதாட்டச் சபையில் நிறுத்தியபோது அவர்கள் அனைவரும் உண்மையிலேயே நடுங்கினார்கள். நடத்தை கெட்ட ஆண்களைத் தடுக்கும் தைரியம் எந்த ஆரியப் பெண்ணுக்குத் தான் இருக்கிறது? அவர்கள் அனைவரும் அத்தைக்காரியான காந்தாரியிடம் ஓடினார்களாம். 'உங்கள் மகன் துச்சாதனன் பாஞ்சாலியிடம் இப்படியெல்லாம் நடந்து கொள்கிறான். இதனால் சர்வமும் நாசமாகி விடும். நீங்கள் உடனே தலையிட்டு தடுத்து நிறுத்துங்கள்' என்று முறையிட்டார்களாம்.

"துச்சாதனனின் வார்த்தைகளைக் கேட்டதும் நான் பயந்து நடுங்கி ஓரகத்தியர்களின் பின்னால் ஓடி மறைந்தேன். அங்கும் தாவி வந்து என்னைப் பிடித்து விட்டான் பாவி. என் முந்தானையை இழுத்துத் தோள்மீது கை வைத்து, 'ஒற்றை ஆடையில் இருக்கிறாயா? மேலாடை அணியவில்லையா? விலக்கான பெண்தானே நீ. நிர்வாண மாக இருந்தால்கூடப் பரவாயில்லை. அடிமைக்கு எதற்கு ஆடை?" என்று ஆர்ப்பாட்டமாகக் கூவினான். என்னைப் பேசக்கூட விடாமல் தோளைப் பற்றி இழுத்துக்கொண்டு போனான். அன்று சுயம்வர மண்டபத்தில் என்னை இவனும் பார்த்தானாம். என் மீது ஆசைப்பட்டிருக்கக்கூடுமோ, என்னமோ. இப்போது என்னைத் தொட்டுப் பார்த்து அதைத் தீர்த்துக்கொண்டான். பீஷ்மர், துரோணாச்சாரியர், பாண்டவர்கள் எல்லாருமே தலை குனிந்திருந்தார்கள். துரியோதனன், கர்ணன், சகுனி மூன்று பேர் மட்டும்தான் நிமிர்ந்து உட்கார்ந்திருந்தார்கள். கர்ணனோ, 'நடக்கட்டும் நடக்கட்டும் துச்சாதனா' என்று ஆர்ப்பாட்டமாகச் சிரித்து உற்சாகக் குரல் எழுப்பினான். சகுனியும் உரக்கச் சிரித்தான். இப்போது எனக்கு ஞாபகம் வந்துவிட்டது. எனக்கு முதன்முதலில் தைரியம் பிறந்தது அப்போதுதான். ஆண்களின் கட்டுப்பாட்டின் மேல் ஒரு பெண்ணுக்கு நம்பிக்கை இருக்கும்வரை அவளுக்குத் தைரியத்தின் அவசியம் இல்லை. அந்தச் சபையில் இருந்த யாருக்குமே கட்டுப்பாடோ, நாகரிகமோ இல்லை. தருமத்தைப் பற்றிய அடிப்படை ஞானம் கூட இல்லை. பீஷ்மர், துரோணாச்சாரியர், விதுரர் யாருக்குமே இல்லை "தருமன் என்னை இப்படிச் சூதில் பணயமாக வைத்து ஆடியது நியாயமா?" என்று பீஷ்மரிடம் சென்று நேரிடையாகவே கேட்டேன். குரு பிதாமகரும் எல்லா ஆரியர்களுக்கும் மூத்தவரும், தர்ம ஞானங்களையெல்லாம் அறிந்த வெண்தாடிப் பிரம்மச்சாரி சொன்ன பதில் இன்னும் ஞாபகம் இருக்கிறது. 'தன்னையே வைத்து இழந்துவிட்ட ஒருவனுக்கு அடுத்தவர்களைப் பணயமாக வைக்கிற அதிகாரம் இல்லை என்பது உண்மை. ஆனால் பெண் என்பவள் எக்காலத்திலும் ஆணுக்குச் சொந்தமானாவள். தருமநெறி என்பது

ரொம்பவும் சிக்கலாகவும் சூட்சுமமாகவும் இருக்கிறது. அதனால் இந்த விஷயத்தைப் பற்றி என்னால் எதுவும் செய்ய முடியாது. இந்தப் பாவி சகுனி எல்லாத் தருமங்களையும் மீறி தருமனுக்குச் சூதாடும் பித்தேற்றி' என்று சகுனியைப் பழிக்கத் தொடங்கிவிட்டான். இவ்வளவு தான் அந்தக் கிழவனின் தரும ஞானம்.

"பீமனின் மனசிலிருந்துதான் உண்மையான தருமம் வெளிப் பட்டது. பீமனைப்பற்றி அன்று வரைக்கும் நான் சரியாகப் புரிந்து கொள்ளவே இல்லை. சாகசக்காரன், சக்தி மிக்கவன், முன்கோபக்காரன், பிள்ளைகள் என்றால் உயிரை விடுபவன் என்றுதான் அவனைப்பற்றி நினைத்திருந்தேன். அந்தச் சபையில் அவன் கோபத்தால் கொதித்துக் கொண்டிருந்தான். தருமஞானம் ரொம்பச் சிக்கலானது என்று சொல்லிவிட்டு பீஷ்மர் கண்ணை மூடிக்கொண்டதும் உட்கார்ந்த இடத்திலிருந்தே பீமன், 'தருமா, உனக்கு என்னடா தெரியும்?' சூதாடுகிற இடத்திலே சாதாரணமாகத் தொண்டு மகளிர் இருப்பதுண்டு. தொண்டு மகளிரின் வீடுகளிலும் சாதாரணமாகச் சூது ஆடப்படுவதுண்டு. தன் உடம்பின் மேல் இருக்கிற துணியைக் கூடப் பணயமாக வைத்து ஒரு சூதாடி ஆடுவான். ஆனால் எந்தக் காலத்திலும் அவன் தன் தொண்டு மகளைப் பணயமாக வைப்பதில்லை. அப்படி வைக்க நேர்ந்தால் அந்தத் தொண்டுமகளே கைக்கு அகப்பட்டதை எடுத்துக் கொள்வாள். அப்படிப்பட்ட நிலையில் நீ ஒரு தருமபத்தினியை, பட்டத்து ராணியை, மனைவியைப் பணயமாக வைத்து ஆடிவிட்டாயே. இப்போது நீ ஆட்டத்தில் இழந்திருக்கிற ரதங்கள், ஆபரணங்கள் எல்லாம் எங்கிருந்து வந்தன என்று தெரியுமா? ராஜ சூயத்திற்காகக் கிழக்கத்திய தேசங்களில் இருந்து நான் காணிக்கையால் பெற்று வந்தவை அவை. நாம் எல்லாருமே வேர்வை சிந்திக் கட்டிய நகரம் இந்திரப்பிரஸ்தம். ஏதோ மூத்தவனின் வார்த்தைக்குக் கட்டுப்பட வேண்டும் என்கிற தருமத்தின் காரணமாக எல்லாவற்றையும் சகித்துக் கொண்டேன். ஆனால் நீ ஒரு விலைமகளை விடவும் கீழானவளாக மனைவியை நினைத்துப் பணயப் பொருளாக்கி விட்டாய். நீயே அப்படிச் செய்துவிட்ட பிறகு இந்த முட்டாள்கள் அவளைத் தொட்டு அடிமை என்று அழைப்பதை எப்படித் தடுப்பது? முதலில் உன்னைத் தண்டிக்க வேண்டும். சகாதேவா, போ, போய் உடனே கொஞ்சம் நெருப்பு எடுத்து வா. முதலில் இவன் இரண்டு கைகளையும் எரித்துச் சாம்பலாக்கிய பின்னால் மற்றவர்களைக் கவனித்துக்கொள்கிறேன்" என்றான்.

"தருமம் என்பது தராசுத்தட்டிலே தானாக வந்து உட்கார்ந்து விடாது. நாம்தாம் கண்டுபிடிக்க வேண்டும். அர்ஜுனன் புத்திசாலி தான். ஆனால் தருமத்தைப் பற்றி அவனுக்கு என்ன தெரியும்? சட்டெனக் குறுக்கில் வந்து, 'பீமா, பெரியண்ணனை அவமானப்படுத்த

வேண்டாம். யுத்தத்திற்கும் சூதாட்டத்திற்கும் ஒருவன் அழைத்த பிறகு போக மறுப்பது என்பது பேடித்தனம். அது க்ஷத்திரியனுக்கு அழகல்ல. பெரியண்ணனின் மீது தப்பில்லை' என்று பீமனை அமைதியாக்கி விட்டான். அது ஏன்? அவன் சொன்னதெல்லாம் சும்மா கோபத்தில் சொன்ன வார்த்தைகளா? அல்லது தருமத்தைப் பற்றி இன்னும் அவன் சரியாகப் புரிந்து கொள்ளவில்லையா? இதற்குமேல் என்ன நடக்கவேண்டும்? பெண்டாட்டியின் உடலைக் கையால் தொட்டு இன்னொருவன் இழுப்பதைப் பார்த்துக்கொண்டிருக்கிற பேடியைவிட, அவனை இழுத்துக் கொல்கிற அல்லது அந்த முயற்சியில் தான் இறந்து போகிற ஆண்மையில்லாதவனுக்கு எவ்வளவு புரிதல் இருந்து என்ன பயன்? அர்ஜுனன் பீமனின் மனசை தருமத்தின் பெயரைச் சொல்லிக் கெடுத்துவிட்டான். ஒரு நாயைப் போல அண்ணனுக்கு அடிபணிய வைத்துவிட்டான். அப்பொழுது கர்ணன், 'தன்னையே பணயமாக வைத்துத் தோற்று- தன் ராஜ்ஜியங்களையும் வைத்துத் தோற்று அடிமையாகி விட்டான். இன்னும் ராஜ அணிகலன்கள் அணிந்து கொண்டிருப்பது இங்கிருக்கிற மற்ற அரசர்களையெல்லாம் அவமானப்படுத்துகிற காரியமாகும். ஓர் உயர்ந்தவனுக்குரிய அணிகலன் களை அடிமையானவன் அணிந்துகொண்டால் அது அந்த உயர்ந்தவனுக்குத்தானே அவமானம். உடனடியாக அவர்கள் தம்முடைய எல்லா அணிகலன்களையும் கழற்றிவிட்டுச் சாதாரண உடைகளை உடுத்தவேண்டும் என்று சொல்' என்றான்.

"இந்த வார்த்தையை அவன் சொன்னதுமே தருமன் தன் தலைக்கிரீடத்தைக் கழற்றிக் கீழே வைத்துவிட்டான். கழுத்தில் அணிந்திருந்த எல்லா அணிகலன்களையும் கழற்றுவது அதற்குப்பின் சுலபமாகி விட்டது. ஒரு சாதாரண மனிதனைப்போல இருந்தான். இப்போது அடிமையாகவே ஆகிவிட்டான். முன்புபோலவே தலை யைத் தாழ்த்தியே உட்கார்ந்தான். அண்ணனைத் தொடர்ந்து, மகுடம், அணிகலன்களையெல்லாம் கழற்றி வைத்தான் அர்ஜுனன். அண்ணனுக்கு நாயாய் இருப்பதிலேயே மூழ்கித் தன் வீரத்தை மறந்தான். அடுத்து நகுலனும் சகாதேவனும் அப்படிச் செய்தார்கள். ஆனால் பீமனும் அவர்களைத் தொடர்ந்து கிரீடத்தைக் கழற்றப் போன போதுதான் எனக்கு நெருப்பால் சுட்டமாதிரி இருந்தது. பீமனுக்கு உண்மையான புரிதல் இல்லை. தருமத்தின் ஆழத்தில் மூழ்கித் தனக்குத்தானே புரிந்துகொள்கிற சூட்சும அறிவு அவனுக்கில்லை. அவர்கள் தம் உருவத்தை மாற்றிக்கொள்ள வேண்டும் என்கிற அறிவு துரியோதனனுக்கு உதிக்கவில்லை. அது கர்ணனுக்குத்தான் உதித்தது. அவர்கள் தம் அலங்கார ஆடைகளைக் கழற்றிச் சாதாரண ஆடைகளை உடுத்திக்கொள்கிற வரைக்கும் கூட அவனுக்குப் பொறுமை இல்லை. ஒருவேளை இந்தச் சந்தர்ப்பத்திலாவது என்

முழங்காலையும் தொடையையும் பார்க்கிற ஆசையாலோ, என்னமோ அவன் பறந்தான். ஏவி விடப்பட்ட துச்சாதனன் நேராக என்னிடம் வந்து என் முந்தானையின் மேல் கைவைத்தான். என்னை நிர்வாணப் படுத்தவேண்டும் என்பதைத் தவிர வேறு என்ன உத்தேசம் அவனுக்கு இருக்க முடியும்? வீட்டு விலக்கான சமயம். உள்ளாடை கூட அணிந்திருக்கவில்லை. ஐந்து பேருக்கும் மனைவி இவள் என்று இவர்கள் எந்நாளும் ஒப்புக்கொண்டதில்லை. ஐந்து பேரையும் வைத்துக் கொண்டிருப்பவள், விபச்சாரி என்றுதான் நினைத்து விட்டார்கள். எனக்குத் துணிச்சல் வந்தது. துருபதனின் மகள் நான். ஒரு நாளும் தவறாமல் அக்கினி பூஜை செய்து வந்தேன். அக்கினியை வழிபடுபவர்களுக்குத் தேவைப்பட்ட நேரத்தில் துணிவு பிறக்காமல் இருக்குமா? "அக்னிம் மன்யே பிதரமக்னிமாபிம்! அக்னிம் பிராதரம் சதமித் சகாயம்!!" (நெருப்பு என்பது தந்தை, நெருப்பு என்பது தாய்; நெருப்பு என்பது சகோதரன்; நெருப்பு என்பது தோழன்) எனக்கு மறந்தே போய்விட்டது. விசிறிக்கொண்டே இருந்தேன். கை வலித்தது. பக்கத்தில் இவன் சுகமாகப் படுத்திருந்தான். தூக்கம் வந்துவிட்டது. தூக்கம் வராமல் எங்கே போகும். நிறைந்த சபையில் தாயாதிக்காரன் தன் மனைவியின் புடவையைப் பிடித்து இழுத்தபோது தலைகுனிந்து பார்த்துக்கொண்டிருந்தவனுக்கு தூக்கம் வராமல் வேறென்ன வரும்? விசிறியைக் கீழே வைத்தேன். கை இன்னும் வலித்தது. வலது கையால் இடது கையைப் பற்றி மெல்ல அழுத்தி நீவி விட்டுக் கொண்டாள். வானில் நிலா தோன்றிவிட்டது. அவள் மீண்டும் தனது பழைய நினைவுகளில் மூழ்கிவிட்டாள். "சட்டென எனக்குத் தோன்றியது. அந்தத் துச்சாதனனைப் பார்த்து, 'ஏ நாயே, நான் இந்த முட்டாள்களின் மனைவி மட்டுமல்ல, துருபத ராஜனின் மகள். அக்கினியை வழிபடும் துருபத ராஜனின் மகள். திருஷ்டத்துய்மனின் தங்கை. மகளை அடிமையாக்கியவர்களின் நாட்டையே காடாக்கி விடுவார்கள் அவர்கள். எச்சரிக்கை' என்று கூவினேன்.

"உடனே துரியோதனன், 'உன் அப்பாவின் கொடி மரத்தை முறித்துத்தான் எங்கள் குருவுக்கு கட்டில் செய்தோம் தெரியுமா? அதிகம் பேசுகிற வேல வேண்டாம். நான் உன்னை அடிமை என்று அழைப்பதில்லை. ராணி என்றே அழைக்கிறேன். வா, வந்து என் தொடைமேல் உட்கார்' என்றான்.

"எனக்குக் கோபம் பொத்துக்கொண்டு வந்தது. என் தந்தையைக் கட்டியது நீயல்ல. அர்ஜுனன். இன்றைக்கு உன் எதிரியாகிவிட்ட அர்ஜுனன். அப்பொழுது என் அண்ணன் சின்ன வயதுக்காரன். இப்பொழுது அவன் சேனாதிபதி. இளவரசன். தெரிந்துகொள்" என்று அவனைப் பார்த்துக் கூவினேன்.

“அப்போது துச்சாதனன், ‘எல்லாக் காலத்திலும் இந்தப் பாஞ் சால தேசத்தவர்கள் நம் குரு தேசத்தைப் பழித்தும் பயமுறுத்தியுமே வருகிறார்கள். நாம் பலசாலிகளான பிறகுதான் அவர்களின் அச்சுறுத்தல் நின்றுள்ளது. இப்போது இவள் தன் அப்பா வழியில் நம்மைப் பார்த்து பயமுறுத்துகிறாள். அவளை கண்டு நாம் ஏன் பயப்பட வேண்டும்’ என்று சொல்ல ‘இழுத்துப் போடடா, நான் இருக்கிறேன். எதற்கும் பயப்பட வேண்டாம்’ என்று சொன்னான் கர்ணன். வீட்டில் இருக்கிற நாய்க்குத் தெரு நாயின் ஒத்தாசை.

உடனே அவர்கள் அனைவரையும் பார்த்து, ‘வெறுமனே அப்பா, அண்ணனின் ஆதரவு மட்டுமே எனக்கிருக்கிறது என்று நினைக்காதே. நாய்களே, ராஜசூய யாகத்தில் தலைமையிடம் யாருக்குக் கொடுத்தார்கள் தெரியுமா? சிசுபாலனின் கழுத்தை வெட்டியவன் யார் தெரியுமா? ஞாபகம் இருக்கிறதா? அவனுக்கு எப்படியும் செய்தி தெரியவரும். அவனும் வருவான். இந்த ஐந்து பேரும் ஆண்மையில்லாதவர்கள் என்பது இப்போது புரிந்துவிட்டது. ஆனால் என் அப்பாவும் அண்ணனும் ஆண்மையில்லாதவர்கள் அல்ல. யாதவ குலத்தைச் சேர்ந்த கிருஷ்ணனும் எனக்கு அண்ணன் முறைதான். துவாரகைச் சேனையையே இங்கு திரட்டிக்கொண்டு வருவான். தெற்கிலிருந்து பாஞ்சால தேசத்துப்படையும் வரும். இந்த அஸ்தினாபுரத்தையே அழித்து, கங்கை நீர் தெளித்து, காடாக்கி விடுவார்கள், ஜாக்கிரதை’ என்று சொன்னேன்.

“எல்லார்க்கும் இப்போதுதான் பயம் வந்தது. துரியோதனனின் முகம் இருண்டது. சட்டென பீமன் எழுந்து, ‘ஏ, துச்சாதனா, என் மனைவியின் மேல் உன் கை பட்டு விட்டது. உன்னை மல்லாக்க விழ வைத்து உன் இதயத்தைப் பிளந்து ரத்தத்தைக் குடிக்கவில்லை யென்றால் என் பெயர் பீமன் இல்லை, பார்த்துக் கொள். இதை நான் செய்யவில்லை என்றால் என் அப்பாவும் தாத்தாவும் சொர்க்கத் திற்குச் செல்ல மாட்டார்கள்’ என்று கூவினான். பீமனின் தைரியம் எப்போதும் ஒடுங்கிக் கிடப்பதில்லை. அவ்வப்போது புத்தி மட்டும் சற்று மங்கும். அவ்வளவுதான். அவன் குரல் கேட்டுச் சபையே நடுங்கியது. சபையைத் தாண்டியும் ஒலித்த அவனது குரலைக் கேட்டு துச்சாதனனைப் பெற்றெடுத்த தாய் கண்ணிருந்தும் குருடியாகித் தோழியின் உதவியோடு ஓடோடி வந்தாள். குருட்டுக் கணவனைக் கூப்பிட்டுக் கொண்டு உள்ளே சென்றாள். அதுவரை தலையைக் குனிந்து கொண்டிருந்த முதியவர்கள் எல்லாரும் மெல்ல மெல்ல விழித்தெழுந்தார்கள். துரியோதனனுக்குப் புத்தி சொல்ல ஆரம்பித்தான் விதுரன். அதுவும் எப்படிப்பட்ட புத்தி! ‘சூதாடுவது க்ஷத்திரியனின் குணம்தான். அது இயற்கைதான். ஆனால் அளவு மீறிச் சூதாடுவது மட்டுமே குற்றம். உள்நோக்கத்தோடு சூதாடுவது அதருமம்.’ இந்தப்

பக்கமும் இல்லை. அந்தப் பக்கமும் இல்லை இரண்டும் கெட்டான் பேச்சு. தருமம், நீதி நெறிமுறைகளில் விதுரன் பெரிய வல்லுனன். அவன் மூலமாகத்தானே சூதாடுவதற்காக இந்திரப்பிரஸ்தத்துக்கு வர வேண்டுமென்று சொல்லி அனுப்பினார்கள்? துரியோதனன் கும்பலின் உத்தேசம் என்ன என்று அவனுக்குத் தெரியாதா? ஒரு குற்றத்தைக் குற்றம் என்று தெளிவாகச் சொல்லத் தெரியாத ஆள். ஆனால் நல்லவன்.

"துரியோதனன் பயந்தது என்னமோ உண்மை. அதைச் சட்டென்று ஒப்புக்கொண்டு பின்வாங்கிவிட்டால் அவன் மதிப்பு என்னாவது? எவ்வளவு புத்திசாலித்தனத்தோடு என்னுடன் பேசினான் தெரியுமா, 'உன்னை அவமானப்படுத்த வேண்டும் என்பது என் நோக்கம் இல்லை. அடிமையாகிவிட்ட ஒரு பெண் அடிமையைப் போல இருப்பது தானே அழகு. உன் அரண்மனையின் உன் பணிப்பெண் உன்னைப் போலவே மேலாடையும் அணிகலன்களும் அணிந்து கொண்டு வந்தால் நீ சும்மா இருப்பாயா? தன் தம்பிகளையெல்லாம் பணயமிட்டுத் தோற்றான் தருமன். உன்னைப் பணயமாக வைக்க அவனுக்கு அதிகாரம் இருக்கிறதா? இல்லையா, நீயே சொல். இருக்கிறது என்றால் நீ என் அடிமை, இல்லை என்றால் நீ சுதந்தரமான பெண். அதற்கு மறுபேச்சு கிடையாது. நீ விரும்பும் இடத்தில் விரும்பும் விதங் களில் இருந்து கொள்ளலாம். இப்போது முடிவு உன் கையில்..." என்று என்னைப் பார்த்துச் சொன்னான்.

"அவன் பேச்சின் பொருள் என்ன? தம்பிகளை வைத்து ஆடலாம். என்னை வைத்து ஆடும் உரிமை கிடையாது என்றால் நான் வெளி ஆள் என்றுதானே பொருளாகும். அப்படியென்றால் எனக்கும் அவனுக்கும் இருந்த உறவின் பெயர்... வார்த்தையில் புத்திசாலிதான். இந்தச் சூழலில் தருமத்தைப் புரிந்துகொள்ளும் பொறுமையும் கூர்மை யான புத்தியும் யாருக்கு இருக்கும்?

"அவன் பேச்சின் உட்பொருள் என்ன என்பதைப் புரிந்துகொள்ள எனக்கு அதிக நேரமாகவில்லை. இவன் என் கணவனில்லை என்று சொன்னால் இந்தப் பாண்டவர்களுக்குப் பாஞ்சால தேசத்தின் ஆதரவு கிடைக்காது. அதே நேரத்தில் பாஞ்சால தேசத்துக்கும் பாண்டவர்களின் ஆதரவு கிடைக்காது. அப்போது அவர்கள் மீது படையெடுத்துச் சென்று வெற்றி கொள்வது சுலபமாகும். எப்படிப் பட்ட சிக்கலில் அகப்பட்டு விட்டேன்" துச்சாதனன் தான் பற்றி இருந்த புடவை முந்தானையை விட்டான் பொறிக்குள் அகப்பட்டுக் கொண்ட மானைப் பிடித்துக்கொண்டிருக்கத் தேவையில்லை என்று அவன் நினைத்துக்கொண்டான் போலும்.

தருமத்துக்குக் கட்டுப்பட்டவன் போல துரியோதனன் அந்த ஐந்து பேரும் இருக்கிற திசையில் திரும்பி, 'பீமா, சாப்பிட்டுக்

கொழுத்து உடம்பு பருத்திருக்கிறது என்று துள்ளுவதால் தருமத்தின் சிக்கல்களை விடுவிக்க முடியுமா? அவளைக் கேட்ட மாதிரியே உன்னிடமும் கேட்கிறேன். பதில் சொல். உன்னைப் பணயப் பொருளாக வைக்கிற அதிகாரம் உன்பெரிய அண்ணனுக்கு இருக்கிறதா இல்லையா. இருக்கிறது என்றால் நீ அடிமை. ஒரு அடிமை என் எதிரில் இப்படிக் கூவி அலட்டக் கூடாது. இல்லை என்று சொன்னால், நீ இந்தக் கணமே சுதந்திர மனிதன். உனக்கு விருப்பமான இடங்களுக்கு விருப்பமான நேரங்களில் போய்க்கொள்ளலாம். ஆனால் நீங்கள் பெருமையோடு இந்திரப்பிரஸ்தம் என்று அழைக்கிற காண்டவப்பிரஸ்தம் மட்டும் எனக்குச் சொந்தமானது. ஏனென்றால் அதைப் பணயமிட்ட நேரத்தில் எந்த தருமப் பிரச்சனையும் இல்லை' என்றான்.

பீமனைக் கட்டி வைத்ததுபோல ஆகிவிட்டது. வீரனைப்போல நிமிர்ந்து நின்றவன் மீண்டும் தலையைக் குனிந்துகொண்டான். 'அர்ஜுனா, உன்னிடமும் இதே கேள்வியைத்தான் கேட்கிறேன். உன்னைப் பணயமாக வைக்கிற அதிகாரம் உன் பெரியண்ணனுக்கு இல்லை என்று சொல்லிவிட்டு உன் விருப்பம் போலச் சுதந்திர மனிதனாக நடமாடக் கூடிய உரிமை உனக்கு உண்டு. நகுலனுக்கும் சகாதேவனுக்கும் உண்டு. தன்னைத்தானே வைத்துத் தோற்று விட்டதால் தருமனுக்கு மட்டும் இந்த வாய்ப்பு இல்லை. அவன் அடிமையாய்த்தான் இருக்கவேண்டும். என் ராஜ்ஜியத்தில் எந்த அடிமைக்கும் ஒருபோதும் சாப்பாட்டுக்கும் துணிமணிக்கும் குறை வைத்ததில்லை. தயவு தாட்சண்யமின்றி யாரையும் நடத்தியதில்லை. செய்ய முடியாத வேலையைச் செய்யுமாறு என்றும் தூண்டியதில்லை. உணவு, உறக்கம், பெண்கள் விஷயங்களில் என்றும் குறுக்கிடுவதில்லை. குரு ராஜ்ஜியத்தை விட்டுத் தாராளமாகப் போகலாம் என்று சொல்லி இருந்தாலும் கூட எந்த அடிமையையும் எந்நாளும் இந்த ஊரைவிட்டுச் சென்றதில்லை. என் ராஜ்ஜியத்தில் அடிமை என்பது ஒரு பெயர். ஒரு குறியீடு. அவ்வளவுதான். சுகத்துக்கு எந்தக் குறைச்சலும் இல்லை' என்றான் துரியோதனன்.

"அர்ஜுனன் பதில் சொல்வான் என்று நான் எதிர்பார்க்கவில்லை. நகுலனைப் பற்றியும் சகாதேவனைப் பற்றியும் சொல்லாமல் இருப்பதே நல்லது. அப்போது துரியோதனன் தருமனின் பக்கம் திரும்பி, 'தருமா நீ தோற்றுவிட்டாய். ஒரு அரசனாக இருந்தவன் தன் அரசு அணிகலன்களையெல்லாம் கழற்றி வைத்துவிட்டுத் தலைகுனிந்து உட்கார்ந்திருப்பவனைப் பார்த்து சபையில் உள்ள பெரியவர்கள் இரக்கம் கொள்வது இயல்புதான். அவர்கள் இரக்கம் கொள்கிறார்கள் என்பதாலேயே உன் பக்கம்தான் தருமம் இருக்கிறது என்று ஆகி விடாது. நாம் இரண்டு பேருமே சூதாடினோம். ஒருவேளை நான் தோற்று, நீ வென்றிருந்தால், அது தருமமாகி இருக்கலாம். ஏனென்றால் இந்தப் பெரியவர்கள் என்றும் உன்மேல் இரக்கம் உள்ளவர்கள். நீ

தருமநெறிகளைக் கடைப்பிடிக்கிறவன். முதலிலிருந்தே நீ இப்படித் தான் என்றும் சொல்கிறார்கள். ராஜசூய யாகம் செய்து சொர்க்க லோகம் வரைக்கும் புகழை வளர்த்துக் கொண்டிருக்கிறாய். ஆனால் **'அன்யே ஜாயம் பரிம்ருஷந்தயஸ்ய! யஸ்யாக்ரத்வேதனே வாஜ்யக்ஷ!!"** (அடுத்தவர்களின் பணத்தின் மேல் ஆசை வந்து சூதாடும் சூதாடியின் மனைவியுடைய ஆடை அணிகலன்கள் முதலியவற்றை மற்ற சூதாடிகள் பிடித்து இழுப்பார்கள்) என்கிற வேத வரிகளை நீ படித்ததில்லையா? நானும் நீயும் சேர்ந்துதானே வேத அத்யயனம் செய்தோம். அஸ்தினா புரத்தின் சொத்துக்களின் மேல் ஆசையில்லாமல்தான் நீ ஆட உட்கார்ந்தாயா? தோற்றுப்போய் பணயத்தொகையைக் கட்ட இயலாதவனின் மனைவியின்மேல் கை வைத்துத் துணியை இழுப்பது ஆண்டாண்டுகளாக இருந்து வருகிற பழக்கம். அதனால் என் தம்பி துச்சாதனன் ஏதோ பாவமான செயலைச் செய்துவிட்டதாக நீயோ உன் தம்பிகளோ எண்ண வேண்டாம்' என்றான்.

தருமன் தலையை அசைக்கவில்லை. குனிந்த தலை நிமிராமல் இருந்தான். துரியோதனன் மீண்டும் மற்றவர்களைப் பாத்து, **'பிதாமா தாப்ராதர ஏனமாஹுஹ! நஜானீமோ நயதா பத்தமேதம்!!'** (சூதாட்டத் தில் தோற்றவனுடைய பெற்றோர்களும் சகோதரர்களும் அந்தச் சூதாடியைப் பார்த்து 'இவன் யார் என்றே எங்களுக்குத் தெரியாது. உங்கள் விருப்பப்படி இவனைக் கட்டி இழுத்துச் செல்லுங்கள்' என்று சொல்வார்கள்) இதுவும் வேதத்தில் சொல்லி இருப்பதுதான். எனவே நான் இப்போது உங்களுக்குக் கொடுத்திருக்கிற வாய்ப்பைப் பயன்படுத்திக்கொண்டு, கூடப் பிறந்தவர்களையே பணயப் பொருளாக்கி அடிமைகளாக்கிய இந்தச் சூதாடி யார் என்றே தெரியவில்லை என்று தரும நெறிப்படியே சொல்லிவிட்டுச் சுதந்திர மனிதர்களாக மாறுங்கள். புதுசாக ஒரு ராஜ்ஜியத்தைத் தேடிக் கொள்வது ஒன்றும் கஷ்டமான வேலை இல்லை' என்றான்.

"சகோதரர்கள் என்ன பதில் சொல்லப் போகிறார்கள்? பீமன் என்ன சொல்லப் போகிறான்? அர்ஜுனன் என்ன யோசிக்கிறான்? நான்கு சகோதரர்களும் சுதந்திர மனிதர்களாகி பாஞ்சாலப் படை யின் உதவியுடன் இந்திரப் பிரஸ்தத்தையே வெற்றி கொள்வது சாத்தியமில்லையா? அல்லது நீங்கள் சுதந்திர மனிதர்கள் என்று துரியோதனன் சொல்லக்கூடிய வார்த்தைகளின் பின்னணியில் என்ன உட்பொருள் மறைந்திருக்கிறது என்கிற யோசனையா? அதற்குள் குருட்டுத் திருதராஷ்டிரன் பணிப்பெண்ணின் கையைப் பிடித்தபடி உள்ளே தடதடவென்று வந்தான். என்னிடம் வந்து நின்றான். அவன் பின்னால் காந்தாரி. கணவனுக்குப் பார்ப்பதற்குக் கண்கள் இல்லை என்னும்போது தனக்கு மட்டும் கண்பார்வை எதற்கென்றுத் துணியால் கண்களைக் கட்டி மறைத்துக்கொண்ட பெண். நின்று

நின்று எனக்குக் கால்வலி ஆரம்பித்தது. முதலிலேயே விலக்காக இருந்ததில் நீண்ட நேரம் நின்றிருந்தால் இங்கேயே ரத்தப்போக்கு தொடங்கிவிடும் போல இருந்தது. நிறைந்த சபையில் அது எவ்வளவு அவமானமாக இருக்கும். இப்போது மட்டும் கொஞ்சநஞ்சமாகவா அவமானம் நேர்ந்திருக்கிறது? ஆனாலும் பெண்களுக்கென்று ஒரு மரியாதை உண்டு இல்லையா?

‘மகளே’ என்று கையை நீட்டி அழைத்தான் திருதராஷ்டிரன். இதுவரைக்கும் காட்டாத அன்புமிக்க குரலில் ‘நீ பத்தினி. உன் கண்ணில் இருந்து கண்ணீர் வந்தால் அது இந்த வம்சத்துக்கே ஆகாது. உனக்கு என்ன வரம் வேண்டுமோ கேள், நீ கேட்பதைத் தரும் அதிகாரம் எனக்கு இருக்கிறது. என் மகன் துரியோதனன் அரசனாக இருந்தாலும் முழு அதிகாரம் என்னிடம் இருக்கிறது கேள்’ என்றான்.

ஆச்சரியம்! இந்த சூழலுக்கெல்லாம் யார் காரணம்? அதை யெல்லாம் யோசிக்கும் மனநிலையில் நான் இல்லை.

‘ஒரு தாய்க்குத் தன் குழந்தைகளை விட அன்புக்குரியவர்கள் யார் இருக்க முடியும்? அவர்களை இன்னும் பணயப் பொருளாக்கிச் சூதாட்டத்தில் தோற்கவில்லை அல்லவா?’ என்று கேட்டேன்.

திருதராஷ்டிரன் மட்டுமில்லாமல் சபையில் இருந்த அனைவருமே ‘ஆமாம் ஆமாம்’ என்று சொன்னார்கள்.

‘எந்தப் பாவமும் செய்யாத அந்தப் பிள்ளைகளுக்கு அடிமையின் பிள்ளைகள் என்று அவமானப்பெயர் வருவது வேண்டாம். அவர் களுக்குத் தந்தைமார்களாகிய ஐந்து பேரையும் தத்தம் வில் அம்பு களுடன் சுதந்திர மனிதர்களாக்கி விடுங்கள். நான் அடிமை என்பதை ஒருகாலும் ஒத்துக்கொள்ள மாட்டேன். துரியோதனனும் கர்ணனும் இங்கு பேசிய பேச்சின்படி நான் இதைச் சொல்லவில்லை. நான் சுதந்திரமானவள்தான்...’

‘சரி. உன் கணவன் இழந்திருக்கிற ராஜ்ஜியத்தையும் சொத்துக்களை யும் திரும்பக் கேட்டுவிடு’ என்று அவனே என்னைத் தூண்டினான்.

‘இல்லை. நான் கேட்கமாட்டேன்.’

‘ஏன் கேட்கமாட்டாய்?’

‘அரசே, நானும் ஒரு அரசனின் மகள்தான். திருமணம் செய்வித்து அனுப்பிவிட்டான் என்பதால் எனக்கும் அவருக்கும் இடையிலான உறவு முடிந்துவிட்டது என்று பொருள் இல்லை. அது மட்டுமல்லாமல் இப்போதுதானே என் கணவர்கள் சுதந்திர புருஷர்களாக ஆகி இருக்கிறார்கள். கெஞ்சிக் கேட்பது என்பது க்ஷத்திரியர்களுக்கு அழகில்லை.’

"என்னுடைய பிள்ளைகளும் பாண்டவர்களும் அரசாட்சிக்காகச் சண்டையிட்டுக்கொள்வதை என்றும் நான் அனுமதிக்கமாட்டேன். சூதாட்டத்தில் தருமன் தோற்றவை அனைத்தையும் நான் திருப்பிக் கொடுத்துவிட்டேன். நீங்கள் ஆறுபேரும் இந்தக் கணமே இந்திரப்பிரஸ்தத்துக்குப் புறப்படுங்கள். ஒரு கணத்தையும் வீணாக்காதீர்கள். பாஞ்சால இளவரசியே, இன்று அதிகமும் அவமானப்பட்டிருப்பது நீதான். நீ அமைதியாக நடந்தவை அனைத்தை யும் மறந்துவிட வேண்டும். நான் கொடுக்கும் வரத்துக்குப் பதிலாக நீ இதை மட்டும் செய்தால் போதும்" என்று மேலும் சொன்னான் திருதராஷ்டிரன். அப்போது துரியோதனன் "அப்பா" என்று குறுக்கிட்டு ஏதோ சொல்ல முனைந்தான். "அப்பனும் இல்லை சுப்பனும் இல்லை. வாயை மூடிக்கொண்டு சும்மா இரு" என்று சத்தமிட்டான் திருதராஷ்டிரன். சபை அத்துடன் கலைந்தது. சபை கலைகிற சமயத்தில் துரியோதனனும் கர்ணனும் "கடைசியில் ஒரு பெண்ணால் பிழைத்து விட்டார்கள்" என்று பேசிக்கொள்வதை நான் கேட்டேன்.

சூதாட்டத்தில் வெற்றி பெறும்போது பித்தேறும் என்றும் தோற்கும்போது வெறி பிடிக்கும் என்றும் சொல்லும் கிருஷ்ணனின் வார்த்தைகள் உண்மையானவை. ஊருக்குத் திரும்பும் வழியில் தருமன் எதுவும் பேசாமல் தலைகுனிந்தபடியே வந்தான். இரவில் தங்கும்பொருட்டு ஓர் இடத்தில் கூடாரமடித்துத் தங்கினோம். சட்டென எழுந்து உட்கார்ந்து "இப்பவே மீண்டும் திரும்பிச் செல்கிறேன். வா, வந்து மீண்டும் ஆடு என்று அவனைச் சவாலுக்கு அழைக்கிறேன். அவனைத் தோற்கடிக்கிறேன். அஸ்தினாவதியையே பணயப்பொருளாக வைக்கச் சொல்லி வெற்றி பெறுகிறேன்" என்றான். பக்கத்துக் கூடாரத்தில் இருந்த அர்ஜுனனையும் அழைத்து அவனுக்கும் பித்தேற்றினான். 'ராஜசூய யாகம் செய்த நாம் இந்தத் தோல்வியின் அவமானத்தைச் சுமக்க வேண்டுமா? மீண்டும் அவர்களோடு ஆடி அவர்களைத் தோற்கடிக்கவில்லையென்றால் நாம் பாண்டுவின் குமாரர்களாக இருந்து எந்தப் பயனும் இல்லை. தாயக் கட்டைகளைச் செய்யும்போதே ஏதோ தந்திரம் செய்து நம்மை மோசம் செய்திருக்கிறான் என்று எண்ணுகிறேன். இந்தத் தாயக்கட்டை வேண்டாம், வேறொன்றுக்கு ஏற்பாடு செய்யுங்கள் என்பேன். இல்லையென்றால் இது என்னுடைய தாயக்கட்டை இதை வைத்து ஆடலாம் என்பேன். இந்த முறை அவன் எப்படி வெல்வான் என்பதைப் பார்த்துவிடலாம்' என்று இவன் செய்த ஆர்ப்பாட்டத்திற்கு அவனும் ஒப்புக்கொண்டு விட்டான். பீமன் எங்கே போய் தூங்கிக் கிடந்தானோ, இதற்குள் மீண்டும் சூதாடுவதற்காகத் திருதராஷ்டிரன் அனுப்பிய ஆள் வந்து கூப்பிட்டான். உடனேயே புறப்பட்டு விட்டான் தருமன், அர்ஜுனனும் அவனைத் தொடர்ந்தான். அவர்களுக்குப் பின்னால் ரதத்தில் நானும்

பீமனும் சென்றோம். பீமன் ஏன் அப்படி ஊமையாய் இருந்தானோ தெரியவில்லை. சூதாட்டத்திற்கு அழைத்தால் வரமுடியாது என்று சொல்கிற பதில் சரியோ அல்லது தப்போ என்கிற விஷயத்தில் அவனுக்குச் சரியான புரிதல் கிடையாது. வீர சாகசங்களில் ஒருவன் தன்னை இழப்பது போலவே சூதாட்டங்களிலும் தன்னை இழக்க வேண்டும், இல்லாவிடில் அவன் ஆரியனே அல்ல என்னும் கருத்தை உடைத்துக்கொண்டு அவனால் வர இயலவில்லை. அவன் மட்டுமல்ல, பிற்காலத்தில் விவரமாகக் கிருஷ்ணன் வந்து சொல்கிற வரை எனக்கும் அதைப்பற்றி தெளிவு இல்லை. திரும்பவும் ஆடக் கிளம்பியவன் மனத்தில் என்னதான் நினைத்தானோ? தனக்கும் ஆடத் தெரியும் என்று காட்டிக்கொள்கிற ஆவேசமா? "பெண்ணால் பிழைத்துக் கொண்டான்" என்கிற கறையை அழித்துச் சுதந்திரமாக ஆடியே சுதந்திர புருஷர்களானோம் என்று நிறுவத் துடிக்கிற அகங்காரமா? இதுவரைக்கும் இதைப்பற்றி யாரிடமும் அவன் பேசியதில்லை. இந்தப் பன்னிரண்டு வருஷ வனவாசத்தில் எத்தனையோ முறைகள் தோண்டித் தோண்டிக் கேட்டுவிட்டான் பீமன்? நேரிடையாகவே கிருஷ்ணன் கேட்டபோதும் எந்தப் பதிலும் இல்லை. மௌனம். ஒரே வகையான மௌனம். இங்கே பக்கத்தில் படுத்து ஆழ்ந்த உறக்கத்தில் இருப்பதைப் போன்ற மௌனம். நிறைந்த சபையில் தனக்கும் தம்பிகளுக்கும் தன் மனைவிக்கும் நேர்ந்த அவமானங்களைக் காட்டிலும் 'பெண்ணால் பிழைத்துக் கொண்டான்' என்று சொல்லப்பட்ட வார்த்தையால் அதிக அவமானமாக உணர்ந்தானா? இவனைப் போய் தரும நெறிகளில் சிறந்தவன் என்று எப்படிச் சொல்கிறார்களோ என நொந்து கொண்டபடியே கண்ணை மூடினாள். கொட்டாவி வந்தது. "நான் இப்பொழுது தூங்க வேண்டும். எத்தனை நாட்களாக இதே சிந்தனைகளும் கவலைகளும் மனசை அரித்துக் கொண்டே உள்ளன. இவையே எனக்குப் பக்கத் துணையாகி விட்டன. எந்தப் பயனும் இல்லாமல் ஏன் மீண்டும் மீண்டும் மனசில் இவை வருகின்றனவோ" என்று நினைத்தபோது மறுபடியும் கொட்டாவி விட்டாள். கண்களை மூடியதும் மீண்டும் பழைய நினைவுகளில் அமிழ்ந்தாள். "காட்டுக்குப் போனபிறகு எங்களைப் பார்ப்பதற்காக வந்திருந்த கிருஷ்ணன் வேதத்தில் எழுதியிருக்கும் வாசகங்களைப் பற்றிச் சொன்னான். "**அக்ஷைர் மாதீவ்யஹ கிருஷிமித் சிருஷஸ்வ வித்தே ரமஸ்வ பஹுமன்யமானஹ! தத்ர காவஹ கித தத்ர ஜாயாதம்மே விசஷ்ட் சவிதாயம்மர்யஹ!!**" என்று சூதாடிச் சூதாடிப் பாழானவன் சொல்வானாம். (தாயக்கட்டைகளை உருட்டிச் சூதாட வேண்டாம். விவசாயம் செய். விசாயத்தால் வருகிற செல்வத்தையே முக்கியமான செல்வம் என்று நினைத்துச் சந்தோஷமாக இரு. அதன் மூலம்தான் உனக்குப் பசுக்களும் மனைவியும் கிடைக்கும். இதனை இந்த உலகத்துக்கு ஈசனாகிய சவித்ரு சொல்லிக் கொடுத்தான்.) அன்று

துரியோதனனின் சபையில் கிருஷ்ணன் இருந்திருந்தால் அவனுக்குத் தகுந்த பதிலைச் சொல்லி இருப்பான். பொழுது விடிந்து பொழுது போகிற வரைக்கும் வேத விற்பன்னர்களோடு பேசிப் பொழுதைக் கழிக்கிற தருமனுக்கு இந்த வேத வாசகம் தெரியாதா? கிருஷ்ணன்தான் சரி. சதா காலமும் தருமம் தருமம் என்று புலம்பிக்கொண்டே இருப்பதில்லை. ஆனால் தருமத்தைப் பற்றி அவனுக்குத் தெரியும் அளவு இங்கு யாருக்கும் தெரியாது. அவனைப் போல அதைப் புரிந்து கொண்டவர்கள் வேறு யாரும் இல்லை. அவனுடைய விவேகம் இவர்களுக்கு இல்லை. காலையில் அவனுடைய இருப்பிடத்திற்குச் செல்ல வேண்டும். மீண்டும் அந்தச் சூதாட்ட இடத்தைப் பற்றிய நினைப்பு. பீமனையும் கர்ணனையும் நினைத்துப் பார்க்கிறேன். 'இந்த நிறைந்த சபையில் அவமானப்படுத்திப் பேசிய கர்ணனையும் அவனது கூட்டாளிகளையும் யுத்தத்தில் கொல்வேன். அப்படி நான் கொல்லாவிட்டால் இந்த மலை நிலைகுலைந்து தரைமட்டமாகட்டும். நிலவு தன் குளிர்ச்சியை இழந்து போகட்டும். சூரிய ஒளியே இல்லாமல் போகட்டும். இன்றைய தினத்தில் இருந்து பதினாலாவது வருஷத்தில் நம்முடைய ராஜ்ஜியத்தைத் துரியோதனன் திருப்பித் தரவில்லை என்றால் என் சபதத்தை நிச்சயம் நிறைவேற்றுவேன்' என்றான் அர்ஜுனன். அவனிடம் பீமன், 'அர்ஜுனா, அடிபட்ட நாய் போலப் புலம்பிச் சபதம் செய்ய வேண்டாம். சிங்கத்தைப் போலச் செய்து காட்டு. ராஜ்ஜியத்தைத் திருப்பிக் கொடுத்தாலும் சரி, கொடுக்காவிட்டாலும் சரி, துரியோதனனின் தொடையை முறித்து துச்சாதனனின் நெஞ்சைப் பிளந்து ரத்தம் குடிப்பேன் என்று நான் சபதம் செய்திருக்கிறேன். அதுபோலவே உன் சபதமும் இருக்கட்டும்..." என்றான்.

'ஒரு வேளை இவர்கள் ஆட்டத்தின் விதிகளை மீறாமல் ஆடினால்..' என்று கேட்டான் அர்ஜுனன்.

'நாய்ப்புத்திக்காரனோடு எனக்கு எந்தப் பேச்சும் இல்லை. நான் சபதம் செய்தது செய்ததுதான்' என்றான் பீமன். 'எல்லாவற்றிற்கும் காரணம் அந்தச் சகுனிதான். எங்கள் மனைவி திரௌபதைக்கு நேர்ந்த அவமானத்திற்குப் பழியாக அவனையே நான் யுத்தத்தில் எதிர்த்துக் கொல்வேன்' என்றான் சகாதேவன். 'தருமன் அனுமதித்தால், திருதராஷ்ரனின் பிள்ளைகளைக் கொல்லும் யுத்தத்தில் நானும் பங்கேற்பேன்' என்றான் நகுலன்.

* * *

"அர்ஜுனா, நீ நல்ல வில் வீரன். நல்ல திறமையான பேச்சாளி. ஆனால் கோழை. உன் வில் திறமையைப் பற்றி அப்பா சொல்லக் கேட்டுச் சொல்லக் கேட்டு உன்மேல் ஆசை வைத்தேன். அதற்கப் புறம் உன் பேச்சுத்திறமைக்கும் மயங்கினேன். மனம் பக்குவம்

அடைகிறவரை ஒரு பெண்ணுக்கு எப்படிப்பட்டவனைக் காதலிக்க வேண்டும் என்பது தெரிவதில்லை. கஷ்டங்களில் மூழ்கி ஆறுதலைத் தேடி அடையும் வரை தான் காதலிக்கிறவனை விமர்சனபூர்வமாகப் பார்ப்பதில்லை. பீமா, உன் உண்மையான தோற்றத்தை முதலிலேயே அடையாளம் கண்டுகொள்ளவில்லை. கடமைக்காக உனக்கு மனைவியாக இருந்தேனே தவிர, மனம் நிறைந்த அன்போடு உன்னை நான் நெருங்கியதே இல்லை. எந்த விதமான நளினமும் மென்மையும் பேச்சுத் திறமையும் இல்லாத உன்னை அப்போது சரியாகப் புரிந்து கொள்ளவில்லை. ஆனால் என் மனம் உன்னை நினைத்து உருகி, உன்மீது அன்பு பொங்கி வழிய, உன்னையே நினைத்த அந்த நாளை என்னால் எப்படி மறக்க முடியும்? அஸ்தினாவதியில் இருந்து மூன்று பகல்கள், மூன்று இரவுகள் முழுக்கக் குளிரில் நடந்து நடந்து என் கால்கள் தளர்ந்து விட்டன. அப்போது என்னைக் கவனிக்க உனக்கு நேரம் எங்கே இருந்தது? பெண்கள்பால் இதமான வார்த்தைகளைப் பேசும் சுபாவம் உனக்கு என்றுமே இருந்ததில்லை. உன் கோபம் உனக்கு. காட்டுக்குள்ளேயே ஒரு பர்ணசாலை அமைத்துக் கொள்ளலாமென தருமனும் அர்ஜுனனும் பேசிக்கொண்டிருக்கும்போதுதானே கிர்மீரன் என்னும் ராட்சசன் நம்மைத் தாக்க வந்தான். அவனுடைய கர்ஜனை யைக் கேட்டே நடுநடுங்கி நான் மயங்கியே வீழ்ந்து விட்டேன். நான் கண்ணைத் திறந்தபோது சகாதேவன் எனக்கு விசிறிக் கொண்டிருந்தான். 'யார் நீ?' என்று தருமன் அவனிடம் கேட்கும் குரல் கேட்டது.

'நீங்கள் எல்லாம் யார்?'

'பாண்டவர்கள். நான் தருமன். எங்காவது நீர் கிடைக்குமா என்று பார்ப்பதற்காக என் தம்பி போய் இருக்கிறான். இவன் அர்ஜுனன். இவர்கள் இருவரும் என் கடைசித் தம்பிகள். சூதாட்டத்தில் துரியோதனனிடம் எல்லாவற்றையும் தோற்று பன்னிரண்டு வருஷங்கள் கழிப்பதற்காக வந்துள்ளோம்.'

'என் காட்டுக்குள் வருவதற்கு உங்களுக்கு எப்படி தைரியம் வந்தது? உன் பெயரையும் உன் தம்பி பெயரையும் என்ன என்று சொன்னாய்?'

'நான் தருமன். என் தம்பி பீமன். அவன் தம்...'

'போதும் போதும், என் அண்ணன் பகாசுரனைக் கொன்ற பீமன் அவன்தானா? உங்கள் எல்லாரையும் கொன்றால், அது எங்களுக்கு விருந்துச் சாப்பாடு மாதிரிதான். என் அண்ணனுடைய ஆத்மாவுக்கும் அமைதி கிடைக்கும்' என்று சொல்லிக் கொண்டே பக்கத்தில் இருந்த ஒரு பெரிய பாறையை எடுத்தான். அவனது வேகம் தருமனை நிலைகுலைய வைத்தது. சட்டென அர்ஜுனன் வில்லை

எடுத்து அம்பெய்தினான். ஆனாலும் மிருகத்தனமாகத் தாக்க முன்வரும் யானையை அம்பு என்ன செய்யும்? இதற்குள் பின்புறம் ஒரு மரத்தின் கிளையை யாரோ முறிக்கும் சத்தம் கேட்டது. பீமா, அது நீதான். ஒரு புயலுக்குரிய வேகத்தோடு நீ வந்து தாக்கினாய். அவன் பாறையைச் சுழற்றி அடிக்கும்முன் நீ அவனைத் தாக்கி வீழ்த்தினாய். உன்வேகமும் வலிமையும் உயிரைக் கூட பொருட்படுத்தாமல் முன்னேறித் தாக்கும் தைரியமும் புலிகளுக்கும் சிங்கங்களுக்கும் மட்டுமே வரும். யுத்த தந்திரங்களிலும் வில் வித்தையிலும் தேர்ச்சி பெற்றவர்களுக்கு எப்படி வரும்? அவனும் சட்டென சுதாரித்து எழுந்து உன்னைப் புலிபோலத் தாக்கினான். எந்த சத்தமும் இல்லாமல் அவன் தோளைப் பற்றிக் கைகளை வளைத்துவிட்டாய் நீ. வலியால் அலறினான் அவன். பிடியி லிருந்து சமாளித்து எழுந்து மீண்டும் வேகமாகத் தாக்கினான். அவனைத் தந்திரமாக மீண்டும் பிடித்து வளைத்தாய் நீ. அவன் நெஞ்சில் உன் கால்களால் மிதித்தாய். அந்த அசுரன் தன் பற்களால் உன் கைகளில் கடித்தான். கடி பட்டதில் சதையே துண்டாகி ரத்தம் பெருகியது. ஆனால் எந்த வலியையும் பொருட்படுத்தாமல் அவன் குரல்வளையை இறுக்கிக் கொன்றுவிட்டாய். இரண்டு காட்டு விலங்குகள் சண்டை போட்டுக்கொள்வதைப் போல இரு மனிதர்கள் சண்டைபோட்டுக் கொள்வதை நான் அதுவரையில் பார்த்ததே இல்லை. நீ மல்யுத்த வீரன் என்று எனக்குத் தெரியும். ஆனால் ஒரு புலியைப்போல சண்டையிடக் கூடியவன் என்று தெரியாது. இடும்பாசுரனையும் பகாசுரனையும் நீ கொன்றவன் என்று கேள்விப்பட்டிருக்கிறேன். ஆனால் ராட்சசர்களையும் அவர்களுடைய சுபாவங்களையும் கண் கூடாகப் பார்த்ததில்லை. மூச்சு நின்று மல்லாந்த வாக்கிலேயே இறந்து விட்டவனின் மார்பை ஏன் பிளந்தாய்? மார்பைப் பிளந்த பிறகு அவன் தோலை எதற்குக் கிழித்தாய்? அவன் ஏற்கனவே செத்துப்போய்விட்டான் என்று உனக்குத் தெரியாதா? குரோதம் நிறைந்த உன் காதுகளில், 'பீமா, விடு, விட்டுவிடு அவன் செத்து விட்டான்' என்று அர்ஜுனன் கூவியது கேட்கவில்லையா? இப்படி நீ செய்ததையெல்லாம் கூட நீ மறந்துவிட்டாய் போலும். பிற்பாடு நான் எத்தனையோ முறைகள் ஞாபகமூட்டினாலும் ஞாபகம் வரவில்லை. நீ ஏன் அப்படிச் செய்தாய் என்று எனக்குத் தெரியும். நீ அவனது மார்பைப் பிளந்தாய். இந்தக் கிருஷ்ணையின் இதயம் அக்கணத்தில் இருந்து உன்பக்கம் விட்டது. சுபத்திரையை அர்ஜுனன் அழைத்துக்கொண்டு வந்த நாளிலிருந்தே என் இதயம் வெறுமையாக இருந்தது. விற்பதற்கும் ஆளில்லாத வாங்குவதற்கும் ஆள் இல்லாத பாழுங் குகையைப்போல இருந்தது என் இதயம். அங்கிருந்து அர்ஜுனன் அகன்ற பின்பு அந்த இடத்தில் இன்னொருவரை வைக்க முடியும் என்கிற நம்பிக்கையே எனக்கு இருந்ததில்லை. திரௌபதை ஒரு அதிர்ஷ்டம் கெட்ட பெண். ஒரு புருஷனே வெறுத்து ஒதுக்குகிற

அளவுக்கு அதிர்ஷ்டம் கெட்டவள். உன்னைப்போல் ஒருவன் அந்த இடத்தை நிரப்பக்கூடும் என்கிற எண்ணமேயின்றி எப்படிப்பட்ட துயரத்தில் மூழ்கி இருந்தேன் தெரியுமா?

"இதையெல்லாம் உனக்கு எப்படிச் சொல்வேன்? இந்தக் கிருஷ்ணைக்குத்தான் கடமையின் பெயராலும் தருமத்தின் பெயராலும் எத்தனை எத்தனை கட்டுப்பாடுகள். காட்டுக்கு அனுப்புவதற்காக ஊர்கோடி வரைக்கும் கூடவே வந்தாள் அத்தைக்காரி. ஒரு மரத்தின் பின்னே மறைவாக என்னை அழைத்துச் சென்று அழுகையோடு என்னை ஆதரவோடு அணைத்தபடி, 'ஏதோ புத்தி கெட்டுப் போய் தருமன் சூதாடினான் என்பதற்காக தருமனை நீ வெறுத்துவிடாதே. தற்சமயத்துக்கு பீமனின்பால் உனக்கு ஈடுபாடு ஏற்பட்டிருப்பது இயல்புதான். ஆனால் எல்லாரையும் சமமாகப் பாவித்து எல்லாரையும் சமமாக நேசிக்கிற உன் விரதத்தைக் காப்பாற்று. ஒரு கையில் ஐந்து விரல்களைப் போல இருக்கும் அவர்களின் ஒற்றுமையை நீ காப்பாற்று' என்று சொன்னாள்.

"அர்ஜுனனிடம் என்னையே முழுக்க முழுக்க ஒப்படைத்திருந்தாலும் கூட அதைப்பற்றி அவனிடம் வாய்திறந்து ஒரு வார்த்தை சொன்னதில்லை. ஆனால் நான்கு இரவுகளுக்குப் பிறகு அவனுடைய முறை வந்தபோது இந்த உடலும் கையும் தோளும் முகமும் கண்களும் நான் எதை மறைக்க நினைக்கிறேனோ அதைச் சொல்லாமல் சொல்லிவிடும். ஆனால் இந்த வனவாசத்தில் எல்லோரும் பிரம்மச்சாரிகள்தான். எந்த உறவும் கிடையாது. ஒருவேளை துரியோதனனின் நோக்கமே இதுதானோ என்னமோ. இந்தப் பதின் மூன்று வருஷங்களின் முடிவில் பாண்டவர்கள் தம் இளமையை இழந்தும் திரௌபதை கருத்தரிக்கும் சக்தியையே இழந்தும் ஒரு பொருளற்ற வாழ்வை வாழ்ந்தவர்களாகவே இருக்கவேண்டும் என்பது தான் அவன் நோக்கமோ?

ஐந்து ஆண்டுகள் அளவுகடந்த ஆனந்தமான வாழ்வு. பிறகு வருடாந்திர முறையால் அன்பற்ற காலம். இளமையின் இன்பத்தை முழுமையாய் அறிந்து துய்க்கவேண்டிய வயதுக்காலத்தில் வெறுமை யான வனவாசம். ஆனால் உண்மையான காதலே இந்தக் கிருஷ்ணை யின் மனத்தில் அப்பொழுதுதான் அரும்பியது. அதை அவனிடம் சொல்லிக்கொள்கிற மாதிரியும் இல்லை. காதலின் நுண்மையான பொருளைத் துளியும் அறியாத யானை அவன். ஆனாலும் அன்புக்கு அணை போட்டுத் தடுக்கும் பெண்ணல்ல கிருஷ்ணை. ராஜ்ஜியம் இருந்தவரையில் பணிப்பெண்களின் சேவைகளுக்குப் பழகிய பீமனுக்கு அன்றிலிருந்து நான் சேவை செய்ய ஆரம்பித்தேன். அவன் வேட்டையாடிக் கொண்டுவந்த மாமிசத்தை வேக வைத்தும் கையாலேயே

தோண்டி எடுத்து வந்த கிழங்கு வகைகளையும் கனிகளையும் போதும் போதும் என்று சொன்னபடி என் கைகளை அவன் பற்றிக் கொண்டு சொல்கிற வரைக்கும் பரிமாறும் பேறு எனக்குக் கிடைத்தது. மத்தியான வெயிலில் மரத்தடியில் படுத்திருந்தவனின் தலையை உயர்த்தி என் மடியில் வைத்துக்கொண்டு அவன் தூங்குமாறு செய்தேன். 'பீமா எங்கிருந்தோ தாழம்பூ வாசனை வருகிறதல்லவா' என்று கேட்டால், 'உனக்கு அதைச் சூட்டிக்கொள்ளவேண்டும் என்று ஆசையாக இருக்கிறதா. கொஞ்சம் இரு. போய் எடுத்து வந்து தருகிறேன்' என்று, உடனே கிளம்பி வாசனையைப் பின்தொடர்ந்து போய் புதர்களையெல்லாம் தாண்டி, பாம்புகளும் பூச்சிகளும் இருக்கும் வழிகளையெல்லாம் கடந்து சென்று அப்பூவைப் பறித்து வந்து கொடுத்தான். அந்தப் பூக்களை அணிந்து கொள்வதில் என் கூந்தல் பெருமையுற்றது. அன்பின் நுணுக்கத்தையும் குறிப்புகளையும் முற்றுமாகப் பீமன் அறியமாட்டான் என்று சொல்ல முடியாது. என் உணர்வுகளை அவையன்றி வேறு யார் அறிவார்கள்? நடந்து கொண்டு இருக்கும்போது கால்கள் வலித்தாலும், வேலைகள் செய்து நான் சோர்ந்திருந்தாலும், துயரம் தாளாமல் மனம்நொந்திருந்தாலும், அவையெல்லாம் அவனையன்றி வேறு யாருக்குப் புரியும்?

வனவாசத்தின் பன்னிரண்டு ஆண்டுகளையும் அவனைப் பார்த்த படியே ஓட்டி விட்டேன். இந்த அவல நிலைகளுக்கெல்லாம் காரண மான தருமன் என்னோடு நேருக்கு நேர் பேசுவதைத் தானாகவே நிறுத்திக் கொண்டான். அவன் முகவாட்டத்தைப் பார்த்துச் சகித்துக் கொள்ள முடியாமல் நானே முன்வந்து பேச ஆரம்பித்தாலும் என்னோடு பேசுவதையே அவன் தவிர்த்தான். சுபத்திரையை மணந்து கொண்ட பிறகு அர்ஜுனனிடம் அவன் அதுவரை என்மீது காட்டிய அன்பெல்லாம் வெறும் நாடகம் என்று நேருக்கு நேராகவே சொன்ன பிறகு, எங்களிடையே இருந்த உறவு வெறும் பெயரளவுக்கு மட்டுமே இருந்தது. நகுலனுக்கும் சகாதேவனுக்கும் என்னை அணுக வேண்டும் என்றாலே ஏதோ ஒருவகை பதட்டமிருந்தது. முழுக்க முழுக்க என் கவனத்தையெல்லாம் பீமனின் மேலேயே குவித்தேன். அத்தைக்குத் தந்த வாக்குறுதியை மீறினேன். ஐந்து பேரையும் இந்தப் பாஞ் சாலி சமமாகப் பாவிக்கவில்லை என்பது அவர்களுக்கும் தெரியும். அவர்கள் பால் எழும் ஈடுபாடே சமமின்றி இருக்கும் போது காதல் மட்டும் எப்படிச் சமமாகப் பொங்கியெழும்? எங்களது ராஜ்ஜியத்தை அவர்கள் திருப்பித் தந்தாலும் சரி, திருப்பித் தராவிட்டாலும் சரி, அவர்களைக் கொல்லவேண்டும் என்று என் மனத்தில் தோன்றிய எண்ணமே அவனது மனத்தில் சபதமாக மாறியது. மற்ற நான்கு பேர்களில் யாரிடம் இந்த உறுதி இருந்தது? தன் மனைவியின் மேல் இன்னொருத்தன் கை பட்டதும், யார் தூண்டுதலும் இல்லாமலே

பொங்கியெழுந்தவன் அவன் ஒருவனே. அவனிடம்தான் அந்த உறுதி இருந்தது. அந்தக் கட்டத்தில் தானாகவே சீறியெழாதவர்களின் அன்பு மட்டும் எப்படி உண்மையாக இருக்கும்? தன்னை யாராவது பழித்துப் பேசினால் கூட பொறுத்துக்கொண்டு போகிற பீமனால் தன் மனைவியை மற்றவர்கள் பழித்துப் பேசுவதை சகித்துக்கொள்ள முடிவதில்லை. ஒரு மனைவி மீது கணவன் கொள்ளும் அன்புக்கு இதைவிடச் சிறந்த உதாரணம் என்ன இருக்க முடியும்?

ஜயத்ரதன் என்னைத் தூக்கிக்கொண்டு சென்ற போதும், பலவந்தப் படுத்தி என்னை அடையப் போவதாகக் கீசகன் பயமுறுத்திய போதும் பீமனுக்கு வந்த கோபத்தைப்போல வேறு யாருக்கும் வரவில்லை. அவளுக்கு வந்த அவமானம் தனக்கும்தான் என்கிற உணர்வு மற்றவர்களிடம் இல்லை. ஏறத்தாழ நாற்பது வயசை நெருங்குகிற ஜயத்ரதன் ஏதோ ஒரு சுயம்வரத்தில் கலந்துகொள்வதற்காகச் சென்று கொண்டிருந்தானாம். அவன் கூட இன்னும் இரண்டு அரசர்களும் சென்றார்களாம். காட்டின் எல்லையில் ரதங்களும் குதிரைகளும் தயாராக இருந்தன. முப்பத்துநாலு வயசில் ஒரு மனைவி இருக்கும் போது சுயம்வரத்தில் பங்கெடுத்துக்கொள்ள ஆசைப்பட்டான் அவன். சுபத்திரை அர்ஜுனிடத்தில் சில விதிமுறைகள் விழித்தது சரியே. தன்னைத் திருமணம் செய்துகொண்ட பிறகு வேறு எந்த சுயம்வரத்திற்கும் செல்லக்கூடாது என்றும், தோல்வியடைந்த அரசர்களிடமிருந்து காணிக்கையாகப் பெண்களைப் பெறக்கூடாது என்றும் அவன் விதித்த விதிமுறைகள் மிகவும் அவசியமானவை. அவற்றை இந்த ஆரிய அரசர்கள் எல்லோருக்கும் விதிக்கவேண்டும். அன்று ஜயத்ரதன் நிச்சயம் வழிதப்பி வரவில்லை. அவன் என்னை நேரிடையாய்ப் பார்த்ததில்லை. ஆனால் என் அழகைப்பற்றிக் கேள்விப் பட்டிருந்தான். ரதங்கள் நுழைய முடியாது என்கிற இடத்தில் அவற்றை நிறுத்திவிட்டு ஒரு சில மெய்க்காவல் வீரர்களுடன் நாங்கள் இருந்த இடத்திற்கு வந்தான். எப்படிப் பார்த்தாலும் எங்களுக்கு ஒருவகையில் உறவுக்காரனாக வேண்டும் அவன். காந்தாரியின் கடைசி மகளான துச்சலையின் கணவன். 'பார்த்து விட்டும் விசாரித்துவிட்டும் போகலாம் என்று வந்தேன்' எனச் சொன்னாலே போதும், தருமனின் உபசரிப்புக்கு அளவே இருக்காது என்பது அவனுக்குத் தெரியாமலா இருந்திருக்கும். தன் வருகையைப்பற்றிச் சென்று தெரிவிக்குமாறு தன் நண்பன் கோடிகாஸ்யனை அனுப்பினான். அந்த நேரத்தில் ஐந்து பேரும் வேட்டைக்கு சென்று விட்டிருந்தார்கள். பர்ணசாலையில் திரௌபதை மட்டுமே தனியாக இருப்பதை அறிந்து கொண்ட அவன் யாருடைய துணையுமின்றி வந்தான். என்னைப் பார்த்ததுமே பைத்தியமாகிவிட்டான் அவன். ஏறத்தாழ நாற்பத்தைந்து வயசை நெருங்கிய பெண்ணைப் பார்த்து, நாற்பது வயசை நெருங்கும் ஆண்

மயக்கம்கொள்ள முடியுமா?

இது நடந்ததன் பின் ஒன்றரை வருஷம் கழித்துத்தான் விராட நகரில் கீசகன் என்னைப் பார்த்தான். அவனும் என்னைப் பார்த்து மயங்கினான். கெஞ்சினான். நான் மறுக்கவே என்னைப் பலவந்தப் படுத்த ஆரம்பித்தான். இந்த அழகுதான் எவ்வளவு மோச மானது என்று தோன்றுகிறது. இருபத்தைந்து வயசில் ஒரு மகன் இருக்கிறான் என்று சொன்னால் இன்றைக்கும் யாரும் நம்புவதில்லை. 'உன் வயது முப்பது இருக்கும்...' என்றுதான் சொல்கிறார்கள். இக்கிருஷ்ணையின் உடற்கட்டுக்கும் முகத்துக்கும் தளர்ச்சி என்பதே இல்லையா? அல்லது நிலவைப்போல ஒரு பருவத்தில் தேய்ந்தும் மறுபருவத்தில் வளர்ந்தும் விடுகிற சக்தி இருக்கிறதா?" அவள் மெல்ல யோசனைகளில் இருந்து விடுபட்டுக் கண்களைத் திறந்தாள். அங்கங்கே இறைந்து கிடக்கிற நட்சத்திரங்களுக்கு நடுவே அழகாக ஒளி வீசியது நிலவு. புழுதி அப்பியதைப் போல இருந்தாலும் வானம் அழகாக இருந்தது. மழை பெய்து இந்த அழுக்கையெல்லாம் அகற்றிய பின்னால், இன்னும் எவ்வளவு அழகாக இருக்கக்கூடும். மல்லாந்து படுத்தபடி நிலவையே பார்த்துக்கொண்டிருக்கும்போது நிலவை நோக்கித் தான் செல்வதாகவும் நிலா தன்னை நோக்கி வருவதாகவும் தோன்றியது. மீண்டும் அவள் தன் பழைய நினைவுகளில் மூழ்கினாள்...

"அந்த வெட்கங்கெட்ட ஜயத்ரதன் என்னையே பார்த்துக் கொண்டிருந்தான். முந்தானையைச் சரிப்படுத்தியபடி குடிசைக்குள் நுழைந்த தருணத்தில் பின்புறமாக வந்து என்னைக் கட்டித் தழுவ முயற்சி செய்தான். உயரத்துக்குப் பொருத்தமற்ற உடற்கட்டு அவனுக்கு. உறுதியான கைகள் சத்தமிட்டபோதும் என்னை விடாமல் என்னைக் கீழே வீழ்த்திக் கைகளையும் கால்களையும் கட்டி முதுகில் தூக்கிக் கொண்டான். என் உடல் முதுகோடு உராயும் சுகத்தை வேறு யாருக்கும் கொடுத்து விடக்கூடாது என்கிற எண்ணத்தில் தானே சுமந்து சென்றான்..." இதை நினைக்கிறபோது அவளுக்குச் சிரிப்பு வந்தது. என் சிரிப்புச் சத்தம் பக்கத்தில் படுத்திருக்கிற தருமனுக்குக் கேட்டிருக்குமோ என்னமோ என்கிற எண்ணத்துடன் அவன் பக்கம் பார்த்தாள். எந்த அசைவும் இல்லை. அவன் தூக்கம் கலையவில்லை என்பது உறுதியானது. அவள் மீண்டும் தன் பழைய நினைவுகளில் மூழ்கினாள்... "கூவிக்கூவி என் தொண்டை வறண்டு விட்டது. காம நினைவுகளால் மனம் கெட்டிருந்தான் அவன். சட்டெனத் திரும்பி என் வாய்க்குள் ஒரு துணியைத் திணித்திருந்தால் என்னால் கூவவும் முடிந்திருக்காது. எனது சத்தத்தை ஓடைக்கருகில் தர்ப்பைப் புல்லுக்காக உட்கார்ந்த புரோகிதனும் கேட்டிருக்க மாட்டான். பாண்டவர்கள் வேட்டைக்குப் போயிருக்கிற திசையில் ஓடிச் சென்று அவர்களிடம் நடந்ததைச் சொல்லி இருக்கவும் முடிந்திருக்காது. அதற்குள்

காட்டைத் தாண்டி ரதத்தில் என்னைக் கட்டிய நிலையிலேயே கிடத்திக் கொண்டு மெய்க்காவல் வீரர்களோடும் படைவீரர்களோடும் பறந்து விட்டிருந்தால் என் நிலை என்னவாகியிருக்குமோ! ஒரு மிருகத்தைப் போன்ற உடற்கட்டுடைய அவனோடு, அவனுக்குத் தன் தங்கையைத் திருமணம் செய்து கொடுத்த துரியோதனனும் துச்சாதனும் கூட தன் ஆசையைத் தீர்த்துக்கொள்ள வந்திருப்பார்களோ என்னமோ! கிருஷ்ணை அதிர்ஷ்டம் கெட்டவள்தான் என்றாலும், அது அந்த அளவு மோசமாக இல்லை. கடைசி நொடியில் பிழைத்தேன். பீமன் வந்து காப்பாற்றி விட்டான்.

பீமன் அந்தப் பேராசைக்காரனைக் கொல்ல முனைந்தபோது தருமன் குறுக்கிட்டு, "பீமா, நீ என் வார்த்தையைக் கேட்க மாட்டாய் என்று தெரியும். அடுத்தவனுக்குச் சொந்தமான பெண்மேல் ஆசை வைத்த பாவிதான் இவன். உண்மைதான். ஆனாலும் நம் சகோதரியின் கணவன். இவனைக் கொல்லுவது பாவம். பெரியம்மா காந்தாரியின் வயிறு எரியுமில்லையா?" என்றான்.

"தன்னுடைய மருமகள் கிருஷ்ணையின் பெண்மைக்குக் களங்கம் உண்டாகி இருந்தால் நம் அம்மா குந்தியின் வயிறு எரிந்திருக்காதா?" என்று கேட்டான் பீமன்.

"பீமா, நீயும் நானும் ஒரு தாய் வயிற்றுப்பிள்ளைகள். ஒரே வாழ்க்கை வாழ்கிறவர்கள். இல்லாவிட்டால் என் மனசில் தோன்றுகிற எண்ணத்தை நீ எப்படிப் பேச முடியும்?"

"இவனை உயிரோடு பிடித்து வர நான் எடுத்துக்கொண்ட முயற்சியில் உண்டான என் காயங்களைப் பாருங்கள். இவனோடு வந்திருந்த ஐந்து ஆண்களின் கைகால்களை உடைத்து கொன்று விட்டேன். மற்றவர்கள் ஓடிவிட்டார்கள். இவனையும் அங்கேயே கொன்றிருந்தால் எனக்குக் காயங்களாவது ஆகாமல் இருந்திருக்கும்..."

அவனைக் கொன்றே தீர வேண்டும் என்ற முடிவுடன் இருந்தான் பீமன். அவனை உயிருடன் அனுப்பிவிடலாம் என்று தருமனும் அர்ஜுனனும் சொன்னார்கள். கடைசியில் மொட்டையடித்து அனுப்பி விடலாம் என்று முடிவானது. கடைசியில் அர்ஜுனனின் கூர்மையான அம்புகளால் ஜயத்ரதனின் தலையில் ஐந்துகொத்து முடியை விட்டுவிட்டு முற்றுமாக பீமனே மழித்தான். தானறிந்த தருமநெறிகளையெல்லாம் ஜயத்ரதனுக்குப் போதிக்கத் தொடங்கி விட்டான் தருமன். 'தப்பு செய்து விட்டேன். மன்னியுங்கள்' என்று கையெடுத்துக் கும்பிட்டு உயிர்ப்பிச்சை பெற்று ஓடியவன் காட்டின் எல்லையில் நிறுத்தியிருந்த ரதத்தில் ஏறி, தலையில் ஒரு துணியைச் சுற்றிக் கொண்டுப் போய்விட்டான். ஊர் போய்ச் சேர்ந்தவன் தன்

மைத்துனனான துரியோதனனிடம் தனக்கு நேர்ந்த அவமானத் துக்குப் பழி வாங்காமல் விடப்போவதில்லை என்று சபதம் எடுத்துக் கொண்டானாம். தன் தேசத்தைச் சேர்ந்த ஆயிரம் உயர் ஜாதிக் குதிரைகளை இப்போது நடக்கப் போகிற யுத்தத்துக்கு அப்போதிருந்தே பழக்கி வைக்கத் தொடங்கினானாம். இப்போது அக்குதிரைகளும் அவனது படைவீரர்களும் அஸ்தினாபுரத்தை வந்து சேர்ந்தாயிற்றாம். மகனுக்குத் துணையாக வருகிற மருமகனைக் கண்டு காந்தாரிக்கு ரொம்பவும் சந்தோஷமாம். அண்ணனுக்குத் துணையாச் செல்லும் புருஷனை துச்சலை முத்தங்களால் வழியனுப்பி இருக்கக் கூடும். பீமனின் தோளிலும் பிடறியிலும் நெற்றியிலும் ஆன காயங்களின் வடுக்கள் இன்னும் அப்படியே உள்ளன…” யோசனைகளுடனேயே மறுபுறம் புரண்டு படுத்தாள் கிருஷ்ணை.

புழுதிபடிந்த வானத்தில் நிலவு இன்னும் ஒளிவீசிக் கொண்டிருந்தது. யோசனைகளில் மூழ்கி விட்டால் தூக்கம் வருவ தில்லை. எத்தனையாவது ஜாமமாக இருக்கும் இது என்று மனத்திற்குள் நினைத்தாள். பகலிலோ புழுக்கம் இரவிலோ தூக்கம் வருவதில்லை. இரவெல்லாம் யோசனைகளில் கழிந்து விடுகிறது. பீமன் புறப்பட்டுப் போனதில் இருந்து பகலிலும் இரவிலும் யோசனைகளே திரும்பத்திரும்பத் தாக்குகின்றன. மீண்டும் அவள் மறுபுறம் புரண்டு படுத்தாள். பக்கத்தில் படுத்திருந்த தருமன் ஏதோ கனவு கண்டவன் போல சட்டென எழுந்து உட்கார்ந்தான். “என்ன?” என்றாள். அவன் எதுவும் சொல்லவில்லை. அவளே எழுந்திருந்து படுக்கைக்குச் சிறிது தூரத்திலேயே ஈரமண் மேல் வைக்கப்பட்டிருந்த தண்ணீர்ப்பானையில் இருந்து ஒரு சிறிய குடுவையில் முகர்ந்து அவனிடம் கொடுத்தாள். அதைக் கடகடவென்று வாங்கிக் குடித்த பின்பு உதடுகளைத் துடைத்தபடி அவன் மீண்டும் படுத்துக்கொண்டான். வெயில் காலமே இப்படித்தான், உடம்பில் இருக்கிற நீர்ச்சத்தெல்லாம் வியர்வையாய்ப் பெருகி வற்றிப்போகும்போது சட்டெனத் தூக்கம் கலைந்து விடும் என்று தனக்குள்ளேயே சொல்லிக்கொண்டு தானும் ஒரு குடுவை நீரை முகர்ந்து குடித்தாள். உடல் வெப்பம் சற்று தணிந்ததைப்போல இருந்தது. வந்து மீண்டும் படுத்தாள். தண்ணீர் குடித்துவிட்டுப்படுத்த பிறகு அவனுக்குத் தூக்கம் வரவில்லை போலும். அவளுக்கு உறுதியாய்த் தெரிந்தது. அவனுடன் சிறிது நேரம் பேசிக் கொண்டிருக்கலாம் என்று எண்ணினாள். ஆனால் அது சாத்திய மில்லை. மீண்டும் அவள் மெல்ல மெல்ல யோசனைகளுக்குள் மூழ்கினாள். “…இன்னும் சமாதானமாகச் செல்வது சாத்தியம் என்று எண்ணுகிறான் தருமன். தனது நாட்டை, துரியோதனன் திருப்பிக் கொடுத்து விடுவான் என்று தருமன் நம்புகிறான். ஒருவேளை முழு அரசைத் திருப்பித் தராவிட்டாலும் கூட ஐந்து கிராமங்களையாவது

கொடுக்குமாறு கேட்க ஆள் அனுப்ப முடிவு செய்துள்ளானாம்.

நாட்டைத் திருப்பிக் கொடுத்து விட்டால் யுத்தம் வேண்டாம் என்று நினைக்கிறான். அப்படி நேரின் அவனுக்கும் அவன் சகோதரர் களுக்கும் மனைவியாகிய எனக்கும் நேர்ந்த அவமானத்திற்குப் பழி வாங்குவது எப்படி? நாட்டைக் கொடுக்காவிட்டாலும் கூட பரவா யில்லை. ஐந்து கிராமங்களையாவது கொடுக்கட்டும். யுத்தத்தைத் தவிர்த்து விடலாம் என்று நினைக்கிற இவனோடு என்ன பேசுவது? நான் என்ன சொல்வேன் என்பது அவனுக்கும் தெரியும். பேச ஆரம்பித்தால் அவன் பேச்சில் அடிக்கிற தரும நெறிகளின் வீச்சம் எத்தகையது என்பது எனக்கும் தெரியும். அவனுக்குக் கோபத்தையும் எரிச்சலையும் ஊட்டி நான் அழுவதில்தான் முடியும் அந்தப் பேச்சு. இந்த ஜன்மத்தில் இவனுக்கு விவேகம் பிறக்கப் போவதில்லை. அதிர்ஷ்டவசமாக அவனுக்குத் தெரியாமலேயே கீசகனைக் கொன்றான் பீமன். ஒரு வேளை இவனுக்குத் தெரிந்திருந்தால் அவனைத் தடுத்திருக்கக் கூடும். அப்புறம், ‘உன் மனைவியை என்னிடம் ஏன் அனுப்பவில்லை? இதனால் நீங்கள் என் எதிரிகள். நான் உங்கள் எதிரிகளுக்கு ஆதரவு கொடுக்கிறேன்’ என்று சொல்லிவிட்டு அவன் துரியோதனனின் பக்கத்தில சேரக் கூடும். காமம் பிறந்து விட்டாலேயே, அது வெறுப்பிலும் கோபத்திலும்தான் முடியும். தனக்குக் காதல் பிச்சை போடுமாறுதான் முதலில் அழுகிற மாதிரியான குரலில் கேட்டான் கீசகன். நான் அதை மறுத்தபோது பலவந்தமாக என்னை அடையத் துடித்தான். இதில் என்து தவறு என்ன இருக்கிறது? வயசானாலும் உடல் தளராமல் பார்க்க அழகாயிருக்கிறேன். அவ்வளவுதான். அவன் என்னைவிடச் சிறியவன். சுதேஷ்ணைக்கு தூரத்துச் சொந்தக்காரன். நாற்பது அல்லது நாற்பத்தைந்துக்குள்தான் இருக்கும் அவன் வயது! கிருஷ்ணனைத் தவிர எந்த ஆண்மகன் தான் என்னைப் பார்த்ததுமே சஞ்சலப்படவில்லை? துரியோதனன், துச்சாதனன், ஜயத்ரதன், கர்ணன், கீசகன் எல்லாருமே சஞ்சலமுற்றார்கள். எந்த ஆடவனின் கண்ணிலும் விழாமல் அந்தப் புரத்துக்குள்ளேயே அடங்கிக் கிடக்கவேண்டுமா? பெண்கள் ஒத்துக்கொள்ளவில்லை என்று தெரியும்போது அத்தோடு விட்டுவிடலாமில்லையா இந்த ஆடவர்கள்? கிருஷ்ணன் ஒருவனுக்குத் தான் சுயகட்டுப்பாட்டுக்குள் இருக்கிறது மனம். அவனது பார்வை, மனம், குரல், பேச்சு எதிலும் எப்போதும் வித்தியாசம் தெரியவில்லை. என் சுயம்வரத்துக்கு அவனும் வந்திருந்தானாம். ஆனால் வில்லை எடுக்க முன் வரவில்லை. அவனும் அர்ஜுனனைப் போலவே சிறந்த வில் வீரன். அர்ஜுனனை ஒத்த வயசுதான். ஆனாலும் என்னை அடைய வேண்டும் என்கிற ஆசை அவனுக்கு ஏன் பிறக்கவில்லை? அத்தனை பேர்களுக்கு நடுவில் வில்லைத் தூக்க முடியாமல் போனால் அவமானமாகி விடுமோ என்கிற பயம் எதுவும் அவனிடம்

இருந்தமாதிரி தெரியவில்லை. சில சந்தர்ப்பங்களில் தோல்வியடைவது அவமானம் ஆகாது. தோல்வியை அமைதியாக ஏற்றுக்கொள்ள வேண்டும் என்று அவனே சொல்கிறானே. ஆனாலும் சுயம்வரத்தில் இந்தக் கிருஷ்ணையை வெற்றிகொள்ள வராத ஒரே க்ஷத்திரியன் அவன் மட்டுமே. அவன் கூட இங்கேதான் இருக்கிறான். நாளை அவனை வரவழைத்து அவனுடனாவது பேசவேண்டும். சிறிது மன அமைதியாவது கிடைக்கக் கூடும்..." அவள் மீண்டும் புரண்டு படுத்தாள். மீண்டும் யோசனைகள் அவள் மனசில் கவிந்தன. கண்டவர்களின் வீட்டில் அடிமைப்பெண்ணாகி தான் பட்ட கஷ்டங்கள், தன் அழகில் மயங்கி அடையத் துடித்த கீசகனின் பலவந்த முயற்சிகள் எல்லாம் மீண்டும் மீண்டும் நினைவுக்கு வந்தன. பெருகி வரும் வெள்ளத்திற்கு அணைகட்ட முயற்சி செய்தால் அணையையே உடைத்துக்கொண்டு அந்த வெள்ளம் பொங்கி எழுவது போலவே யோசனைகளும் கட்டறுந்து பொங்கின... "அஞ்ஞாதவாசத்தைக் காட்டிலும் வனவாசம் எவ்வளவோ பரவாயில்லை. நாகரிகமான உடை, உணவு, வசதிகள் இல்லையெனினும் சுதந்திரமாக இருக்க முடிந்தது. ஒரு அடிமைப்பெண்ணாக வேலை செய்வதைக் காட்டிலும் வேதனையான அனுபவம் வேறு என்ன இருக்க முடியும்? சுதேஷ்ணை கொடுமைக்காரி இல்லை. அவளுடைய கொடுமையையும் அன்பையும் காட்டிலும், ஓர் அடிமையாக வேலை செய்ய நேர்ந்த அவலம்தான் தாங்க முடியாததாக இருக்கிறது. பிறந்ததிலிருந்தே அடிமையாக இருப்பவர்களின் மன உணர்வுகள் எப்படி இருக்குமோ, தெரியவில்லை. அரசனைச் சுற்றி நிற்கிற அழகான ஒவ்வொரு பெண்ணும், அரசனின் பார்வை தன்மீது படும்போதுதான் அதிர்ஷ்டம் கண் திறக்கிறது என்று நினைத்துக் கொள்கிறாளே, அவளுடைய மனநிலை எப்படி இருக்கும்? அஞ்ஞாதவாசம் என்பது உண்மையில் புதுசாகப் பிறந்து வாழ்வதைப் போன்றது. பழைய பெயர், வாழ்க்கை முறை, உறவுகள் எல்லாவற்றையும் துறந்து புதிய வாழ்க்கையை வாழ ஆரம்பிப்பது போன்றது. பேரரசி கிருஷ்ணை என்பதை மறைத்து அடிமைப் பெண் என்னும் வேஷம். ஒரு யானையையே போராடி வெல்லக் கூடிய பீமன் ஒரு சமையல்காரன் வேஷம் பூண நேர்ந்தது. பிருஹன்னளை என்கிற பெயரில் அலி வேஷம் பூண்ட அர்ஜுனன் பெண்களுக்கு நாட்டியம் சொல்லிக் கொடுத்தான். விராட அரசனின் குதிரை லாயத்தில் வேலைக்காரனாக இருந்தான் நகுலன். சகாதேவன் மாடுகள் மேய்ப்பவனானான். புதிய பெயர்களில் எல்லாரும் வேலையாட்களே. எப்படியோ, துரியோதனன் எல்லோரையும் வேலைக்காரர்கள் என்ற அளவிற்கு இறக்கிவிட்டான். மறைமுகமாகவேனும் அவனது ஆசை பலித்துவிட்டது. தருமன் மட்டும் கங்கன் என்கிற பெயரில் பிராமண வேஷம்பூண்டு விராட அரசனின் சபையில் தரும நெறிகளை எடுத்துச் சொல்கிறவனாக மாறினான். இவன் எப்பொழுதுமே

அதிர்ஷ்டக்காரன்தான். விராடனுக்கும் பகடை ஆடும் பழக்கம் இருந்தது. வனவாசத்தில் இருந்த பன்னிரண்டு வருஷ காலத்தில் இவன் பகடையையே தொடாததில் இருந்து மறந்துவிட்டான் போலும் என்று நான் நினைத்துக்கொண்டிருந்தது தப்பு. முதலில் விராட அரசனுக்கு ஆட்டத்தில் உதவி செய்வதுபோல இருந்தான். பிறகு அவனோடேயே ஆட ஆரம்பித்துவிட்டான். பகல், இரவு எந்த வித்தியாசமும் இல்லாமல் ஆட்டமே கதியாய்க் கிடந்தான். விராட அரசனையும் அந்த ஆட்டத்தில் மூழ்க வைத்தான். சூதாடிகளும் குடிகாரர்களும் விலைமகளும் தேச எல்லைகளையெல்லாம் மீறி எந்த இடமாக இருந்தாலும் தம்மையொத்தவர்களைக் கண்டு நொடியில் நட்பாகி விடுவார்கள் என்று சொல்லப்படுகிற வாய் வழக்கு சத்தியமானது. அஞ்ஞாதவாசம் என்பதால் அவனோடு பேச நேர்ந்தால் எங்கே எங்களது அடையாளம் புலப்பட்டு விடுமோ என்பதால் நான் அவனோடு பேசுவதே இல்லை. நான் எதுவுமே கேட்கவே மாட்டேன் என்கிற விஷயமே அவனுக்கு ஆடுகிற தைரியத்தைக் கொடுத்து விட்டது போலும். என்னதான் இருந்தாலும் இவன் விராட அரசனின் அடைக்கலத்தில் இருந்தவன். விராட அரசனின் வெற்றிகள் அவ்வளவு முக்கியமான விஷயமல்ல. அவனுடைய தொகை அவனுக்கே கிடைப்பதைப் போலவே ஆகும். இவன் வென்றால் மட்டுமே, அது உண்மையான வெற்றியாகும். சூதாட்டத்தில் ராஜ்ஜியத்தையே இழந்து விட்டவன் இச்சில்லறைக் காசுகளை வெற்றித் தொகையாய்ப் பெறுவதில் சந்தோஷம் கொண்டான். 'அஞ்ஞாத வாசம் முடிந்து நம் ராஜ்ஜியம் நமது கைக்கு வந்த பிறகும் இவனால் இந்தப் பழக்கத்தை விட முடியவில்லை என்றால் இவனுடைய இரண்டு கைகளையும் பத்து விரல்களையும் வெட்டி எறிந்து விடுவேன். ஓர் அங்கஹீனனாகி அவன் அரசாள முடியாது என்பதால் பிருத்திவிந்தியனுக்குப் பட்டம் கட்டிவிடலாம்' என்று பீமன் ஏற்கனவே என்னிடம் சொல்லி இருக்கிறான். கடைசியில் இவனுக்கு இதுதான் நேரப்போகிறதோ என்னமோ. எப்படியோ, தன் துரதிருஷ்டத்தின் வேதனையைச் சூதாட்டத்தின் போதையில் மறந்திருந்தான் என்றுதான் சொல்ல வேண்டும். அவன் பேசுவதெல்லாம் பெரிய பெரிய நீதி வாசகங்கள். தன் எதிரிலேயே கீசகன் என்னை அடித்தபோது கூட அதை அமைதியாய்ப் பார்த்துக்கொண்டிருக்கும் அளவுக்கு அவன் நீதி மொழிகளில் மூழ்கி இருந்தான். எவ்வளவு வேகமாக உதைத்து விட்டான், பாவி. தன் காம வேட்கைகளைத் தீர்த்துக் கொள்ளமுடியாத போது மனிதனுக்கு வருகிற கோபத்தைப் போல வேறு எந்த சந்தர்ப்பத்திலும் வருவதில்லை.

"சைரந்திரி, பொறுமையுடன் இரு. உன் ராணியிடமே செல். அவசரப்பட வேண்டாம்' என்று எனக்கே புத்திமதிகள் சொல்லிவிட்டு அத்தோடு கைகழுவிவிட்டான். அஞ்ஞாதவாசமாக இருப்பதால்

வறட்டுக் கோபத்தால் நம் அடையாளத்தை நாமே காட்டிக் கொடுத்து விடக் கூடாது என்பது உண்மைதான். ஆனால் தான் கட்டிய மனைவிக்கு இப்படிப்பட்ட ஒரு அவமானம் நடந்திருக்கும் போது இப்படிச் சொல்லிவிட்டு அந்தப் பக்கம் திரும்பி பகடை ஆடத் தொடங்கி விட்டால் பிரச்சினை தீர்ந்து விடுமா? கீசகனையும் அவனது பத்து சகோதரர்களையும் பீமன் கொன்றிருக்கவில்லையென்றால் இந்தக் கிருஷ்ணையின் மானம் என்ன ஆகி இருக்கும். அவர்கள் அனைவரையும் கொன்றதற்கு மறுநாள் பயந்துபோன சுதேஷ்ணையும் விராடனும், 'உன்னைக் கையெடுத்துக் கும்பிடுகிறோம். எங்கள் வீட்டைவிட்டுப் போய்விடு' என்றும் 'உன் விருப்பத்திற்கு மாறாக உன்னைத் துரத்துவதாக எண்ண வேண்டாம். உனக்குத் தோன்றுகிற நேரத்தில் போனால் போதும். ஆனால், எங்களையும் எங்கள் பிள்ளை களையும் காப்பாற்று' என்றும் கெஞ்சினார்கள்.

"எங்களை விடாமல் சதாகாலமும் தொந்தரவு செய்துகொண்டே இருந்தார்கள். உன் புருஷனால் அவர்களின் தொல்லைகளில் இருந்து தப்பினோம்' என்று நன்றியோடு என்னிடம் வந்து கையெடுத்துக் கும்பிட்டுச் சென்ற பணிப்பெண்கள் எத்தனைபேர் தெரியுமா? பீமா உனக்குப் பின்னால் அவர்கள் அனைவருடைய வாழ்த்துகளின் பலம் உள்ளது. நீ வலிமையுள்ளவன்..." வெளியே சேவலின் கொக்கரக்கோ ஓசை கேட்டது. மெல்லக் கண் மூடினாள். மீண்டும் சேவலின் கொக்கரக்கோ ஓசை. பெட்டைக் கோழி எழுந்திருக்கும் முன்பே இது எழுந்து உலாவரத் தொடங்கிவிட்டது. இன்னும் அரை நாழிகைக்குள் விடிந்துவிடும். அதற்கப்புறம் வெயிலும் வந்துவிடும் என்று நினைத்தபடி எழுந்து உட்கார்ந்தாள் அவள். மீண்டும் நீர்க்குடத்துக்கு அருகில் சென்று ஒரு குடுவை நீரை அருந்தினாள். மெல்லப் படியிறங்கிக் கீழே வரும்போது கீழே தரையில் பாய்விரித்து ஜோதிஷ்மதி படுத்திருப்பது தெரிந்தது. அவளை எழுப்பாமல் தானே பின்கட்டுக்குச் சென்று வேப்பங்குச்சியை உடைத்துப் பல் துலக்க ஆரம்பித்தாள். அப்போது, 'பீமா, எனக்காக வாழ்க்கை முழுக்கவும் நீ சிரமப்பட்டாய். காட்டிலே இருக்கும்போது என்னை உனது தோள் மீது ஏற்றிக்கொண்டு திரிந்தாய். என்னை அவமானப்படுத்தியவர்களை எல்லாம் கொன்றாய். கௌரவர்களையும் கொன்று விட்டால் பழிவாங்கும் படலத்தின் இறுதி அத்தியாயம் முடிந்து விடும். அதற்காக ராட்சசர்களின் ஆதரவைக் கேட்டுப் பெறுவதற்காக சென்றுள்ளாய்' என்று மனசுக்குள்ளேயே எண்ணிக் கொண்டாள். அவனுடனேயே அவனது முதல் மனைவியும் திரும்பி வந்து விட்டால் என்ன செய்வது என்று தோன்றியது. சட்டென அவளுக்குள் பழைய நினைவுகள் எழுந்தன. "அர்ஜுனன் ஆசையோடு வந்தபோது விரதம் என்கிற பெயரிலும் விதி என்கிற பெயரிலும் திருப்பி அனுப்பினேன். கோபத்துடன் ஊரை விட்டே

போனவன் நாகப் பெண்களையும் அப்ஸரப் பெண்களையும் நன்றாக அனுபவித்துவிட்டு இறுதியில் சுபத்திரையையும் மணந்துகொண்டு கையோடு அழைத்தே வந்தான். ஏறத்தாழ பதின்மூன்றரை வருஷங்களின் இடைவெளிக்குப் பிறகு தானாகவே முன் வந்து ஆசையோடு ‘இன்று இரவு வீட்டில் தங்கி விட்டுப்போ’ என்று பீமன் கேட்டுக் கொண்டபோது மீண்டும் இந்தக் கட்டுப்பாட்டின் பெயரால் அவனது வேண்டுகோளை மறுத்து விட்டேன். துரதிருஷ்டவசமாக தண்ணீர் இன்றி உலர்ந்து போன மரம் போன்ற தருமனின் முறை நடக்கும் காலம் இது. ஆனாலும் எனக்குக் கட்டுப்பாடு. பீமன் கோபித்திருக்கக் கூடும். அவனுக்கு முற்றிலும் பொருத்தமானவளான சாலகடங்கடியைத் திரும்ப அழைத்து வந்துவிட்டால். பீமன் அப்படிப்பட்டவனல்ல. என் பீமன் அர்ஜுனனைப் போன்றவனல்ல..” தன்னைத் தானே தேற்றிக் கொண்டாள் அவள். முகம் கழுவிய பிறகும் கூட களைப்பு இருந்தது. ஒரு பாயை இழுத்துப் போட்டு அங்கேயே படுத்து விடலாம் என்று தோன்றியது. தாகமாகவும் இருந்தது. பக்கத்திலேயே இருந்த தன் பிள்ளைகளின் மாளிகைக்குச் சென்றாள். பிள்ளைகள் அனைவரும் மேலே உப்பரிகையில் உறங்கினார்கள். அங்கேயும் வண்டுகள் ஓயாமல் ரீங்கரிக்கின்றன. மேலே செல்வதற்காக ஏணியில் ஏறினாள். இன்னும் ஆழ்நத உறக்கத்தில் இருந்த பிள்ளைகளுக்குப் பக்கத்தில் பாயின் ஓரத்தில் படுத்தாள். ஏறத்தாழ விடியத் தொடங்கி இருந்தாலும், வெயில் ஆரம்பிக்கும் அறிகுறிகள் இருந்தாலும் மனசுக்கு இதமாக இருந்தது. மனம் ‘பீமா பீமா பீமா’ என்று உள்ளுக்குள் கூவிக்கொண்டிருந்தது. அவனுடைய முதல் மனைவியையாவது அழைத்து வரட்டும். இன்னும் பத்துத் பேரையாவது அழைத்து வரட்டும். அவனுடைய தொடையை முறித்து, இவனுடைய மார்பைப் பிளந்தால் போதும். வேண்டுமென்றால் நான் என் பிள்ளைகளுடன் மீண்டும் காட்டுக்கே போய்விடுகிறேன்...” திடுமெனக் கீழே சத்தம் கேட்டது. அர்ஜுனனின் குரல். தெருவிலோ அல்லது மாளிகைக்கு அருகிலோ அந்தக் குரல் கேட்டது. “என்ன சொன்னாய்?” என்று யாரிடமோ அவனது குரல் கேட்டது.

“இரவோடிரவாகவே இரண்டு வண்டிகளைக் கட்டிக்கொண்டு அவர்கள் கிளம்பிப் போய்விட்டார்கள்” என்று சேவகனோ அல்லது சாரதியோ பதில் சொல்வதும் கேட்டது.

“அவர்கள் ஒத்துக்கொண்டதாக நீ சொன்னாயே.”

“அவர்களுக்கு அம்பு முனைகள் செய்ய வராதாம். வண்டிக்குத் தேவையான உபகரணங்களைச் செய்பவர்களாம் அவர்கள். இவற்றைச் செய்யும்போது அம்பு முனைகளையும் சுலபமாகச் செய்யலாமே என்று நான்தான் அவர்களைப் பார்த்துச் சத்தமிட்டேன் சத்தத்துக்குப்

பயந்து ஒத்துக்கொண்டார்கள். ஆனால் பிறகு ஓடிவிட்டார்கள். உங்களிடம் சொல்லலாம் என்றுதான் செய்தி அனுப்பினேன்.

"அவர்களைத் துரத்திச் சென்று பிடிக்க முடியாதா? மிஞ்சி மிஞ்சிப் போனாலும் இருபது இருபத்தைந்து மைல்தான் சென்றிருப்பார்கள்."

"அர்ஜுனா, அவர்கள் நாடோடிகள். உண்மையிலேயே இந்த வேலை அவர்களுக்குத் தெரியாமலிருக்கலாம். அல்லது கூலி கொடுக்காமல் வெறுமனே வேலை வாங்கிக்கொண்டு அனுப்பி விடுவார்கள் என்றும் எண்ணி இருக்கலாம். இந்தச் சந்தர்ப்பத்திலே அவர்களைத் தேடிக் கண்டுபிடிக்கக் குதிரைகளும் ஆள்களும் எங்கே இருக்கிறார்கள்? நாம் யுத்த உதவி வேண்டி இன்னும் பல தேசங்களுக்கு ஆட்களை அனுப்ப வேண்டும்" அது நகுலனின் குரலைப் போல இருந்தது.

அதற்கப்புறம் அமைதி. பின்பு காலணிகளின் சத்தம். குளிப்பதற்காக குளத்திற்குச் செல்கிறார்களோ என்னமோ என்று நினைக்கும்போது திரௌபதைக்குத் தூக்கம் வந்தது. ஆழ்ந்த உறக்கம். ஆழ்ந்த உறக்கத்தில் எங்கோ சம்மட்டிகள் அடிக்கப்படும் ஓசை தெளிவின்றிக் கேட்டது. மறுபுறம் புரண்டு உறங்கத் தொடங்கினாள் அவள்.

* * *

யாதவர்களின் படைபலத்தைக் கேட்டுப் பெறுவதற்காகத் துரியோதனன் துவாரகைக்குச் சென்றிருக்கிறான் என்கிற செய்தி வந்தது. அப்போது உபப்லாவ்ய நகரில் இருந்த கிருஷ்ணன், தருமன், அர்ஜுனன் மற்றும் அனைவருக்கும் இது ஒரு பிரச்சினையானது. படைபலத்தைக் கேட்டுப் பெறுவது மட்டுமின்றி, யாதவர்களின் ஒற்றுமையை உடைத்து அவர்களின் ஒரு சில முக்கியஸ்தர்களையேனும் தனது பக்கத்தில் இழுத்துக்கொள்ள வேண்டும் என்பதுதான் துரியோதனனின் எண்ணமாக இருக்கும் என உடனேயே புரிந்து கொண்டான் கிருஷ்ணன் காலையில்தான் செய்தி கிடைத்தது. மதிய நேரத்திற்குள் எல்லாவற்றையும் ஆலோசித்து முடிவெடுத்தார்கள். அஞ் ஞாதவாசம் முடிந்த பிறகு விராட அரசனின் மகளை அபிமன்யு மணந்து கொள்வதாக முடிவெடுத்ததையொட்டி சுபத்திரையோடும் அபிமன்யுவோடும் இந்த ஊருக்கு வந்து நான்கு மாதங்கள் முடிந்து விட்டன. அதற்கப்புறம் ஊருக்குத் திரும்பிச் செல்லவே இல்லை என்பது ஞாபகத்துக்கு வந்தது. தன்மேல் பலராமனுக்குப் பொறாமையுள்ளது என்பதை அவனும் அறிந்திருந்தான். சுபத்திரையை அர்ஜுனன் மணந்து கொண்ட வழிமுறையைப் பலராமனால் ஏற்றுக் கொள்ள முடியவில்லை. அதனால் வேண்டுமென்றே பகைவர்கள் பக்கம் சேர்ந்து விட்டாலும் ஆச்சரியப்படுவதற்கில்லை. இந்த நுணுக்கத்தை நன்றாக அறிந்திருப்பதாலேயே, அதன் பயனை அடையும்பொருட்டு

துரியோதனன் புறப்பட்டிருக்கவேண்டும் என்பது கிருஷ்ணனுக்கு ஒரு கணத்தில் புரிந்தது. தான் உடனடியாகத் துவாரகைக்குச் சென்று தன் குலத்தைச் சேர்ந்தவர்களின் முழு ஆதரவும் தனது பக்கமாக இருக்கச் செய்ய வேண்டியதன் அவசியத்தைத் தருமனுக்கும் அர்ஜுனனுக்கும் எடுத்துச் சொன்னான் கிருஷ்ணன். சாயங்காலம் வெயில் இறங்கிய பிறகு கிளம்புவது என்று முடிவானது. பிரயாணத்துக்கென்று கிருஷ்ணனிடமே ரதங்கள் இருந்தன. வில்லும் அம்புகளும் ஈட்டிகளும் வாள்களும் கூட இருந்தன. எங்கே சென்றாலும் எத்தனை நாட்கள் தங்கினாலும் அவனோடேயே தங்குகிற மெய்க்காவல் வீரர்களும் இருந்தார்கள். பிரயாணத்துக்குத் தேவையான பொருட்களை ரதத்தில் ஏற்றுமாறு ஆணையிடப் பட்டது.

ஊருக்கு வடதிசையில் இருக்கிற குளம் வரை சென்று கிருஷ்ணனை வழியனுப்பிவிட்டு வந்த பிறகு தருமனுக்கு ஒரு செய்தி கிடைத்தது. சுபத்திரையை அர்ஜுனன் மணந்து கொண்ட வழி முறையால் பலராமன் கோபமுற்றிருந்தாலும் சுபத்திரையே பலராமனிடம் நேரிடையாய்ச் சென்று அழுது முறையிட்டால் அவன் மனம் மாறக் கூடும் என்று நினைத்தான் தருமன். அதுவுமன்றி இது நடந்து பதினேழு வருஷங்கள் ஓடிப் பழைய சங்கதியாகி விட்டது. இதனால் கிருஷ்ணனோடு சுபத்திரையும் சென்றிருந்தால் நன்றாக இருந்திருக்கும் என்று நினைத்தான். அதற்குள் இரவாகி விட்டது. அந்த யோசனையுடனேயே தூங்கச் சென்றான். விடிந்ததும் அர்ஜுனனும் சுபத்திரையும் துவாரகைக்குச் சென்று வரட்டும் என்று முடிவெடுத்தான். ஆனால் கடுமையான கோடைக்காலம் அது. குதிரைகளும் சோர்வடையக் கூடும். வெயிலை வாங்கிப் பிரதிபலிக்கிற பாறைகள் நிரம்பிய மலைகளுக்கு இடையே தான் பயணம் செய்தாக வேண்டும். நடுவழியில் தண்ணீர் கூட கிடைக்காது. ஏறத்தாழ இருபது நாள்களாவது தேவைப்படும் பயணம். ஆனால் போய்த்தான் தீரவேண்டும் என்று முடிவெடுத்தான். உடனே அந்த நள்ளிரவிலேயே எழுந்து மாளிகையிலிருந்து வெளியே வந்தான். கீழே படுத்திருந்த பணிப்பெண்ணை எழுப்பி அர்ஜுனனை அழைத்து வருமாறு செய்தான். அர்ஜுனன் பீமனைப் போல அல்ல. எந்த நேரத்தில் எழுப்பினாலும் எழுந்திருந்து விடும் அளவுக்கு எச்சரிக்கையாகவே இருப்பான். தூக்கம் இல்லாமல் கூட இருப்பான். தன் மாளிகையில் சுபத்திரையுடன் உறங்கிக்கொண்டிருந்த அர்ஜுனன் உடனே எழுந்து வந்தான். தருமனின் மாளிகைக்குப் பின்புறத்தில் உள்ள தோட்டத்திற்குச் சென்று இருவரும் பேசினார்கள். மறுநாள் காலையிலேயே புறப் படுவது என்றும் முடிவானது. ரதங்களுக்கும் குதிரைகளுக்கும் மெய்க் காவல் படையினருக்கும் அப்போதே சொல்லியனுப்புவதாகச் சொல்லி எழுந்து நின்றான் அர்ஜுனன்.

“நான் அந்தத் தேசங்களையெல்லாம் பார்த்ததில்லை. ரொம்ப தூரம். வழியிலே ஆபிரர்களின் நாடு குறுக்கிடும் என்று நீ ஏற்கனவே சொல்லி இருக்கிறாய் அல்லவா. உன்னோடு சுபத்திரையும் இருப்பாள். மிகவும் எச்சரிக்கையாய் இரு. எத்தனைபேர் வேண்டுமானாலும் மெய்க்காவல் படையினரை அழைத்துச் செல். குறைந்தபட்சம் ஐம்பது பேராவது இருக்கட்டும்” என்று கொட்டாவி விட்டபடி சொன்னான் தருமன்.

“வெற்றி எனக்குத் துணையாக இருக்கும்போது எந்த ஆபிரனும் ஒன்றும் செய்ய முடியாது. ஆரியப் பெண்ணின் மேல் கண்வைக்கிற எவனையும் உயிரோடு விடமாட்டேன்...”

“அது சரிதான். இருந்தாலும் கூடவே மெய்க் காவலர்கள் இருக்கட்டும். சேமிப்பில் இருந்த மாவையெல்லாம் கிருஷ்ணனின் வழிப்பயணத்துக்குக் கட்டிக் கொடுத்தாயிற்று. இப்பொழுது உனக்குக் கொடுத்தனுப்ப ஒன்றுமில்லை. அரைக்க வேண்டும். காலையில் அரைக்க ஆரம்பித்தால் சாயங்காலம்தான் வேலை முடியும். அதற்குப் பின் கிளம்பினால் போதும்.”

“நீ போய்த் தூங்கு. போ. அந்த ஏற்பாட்டை எல்லாம் நான் கவனித்துக் கொள்கிறேன்” என்றபடி அர்ஜுனன் எழுந்து நின்றான்.

தருமன் தனது மாளிகைக்குத் திரும்பி வந்து தண்ணீர் குடித்து விட்டுப் படுத்தான். திரௌபதை தூங்கி விட்டாளோ என்னமோ தெரியவில்லை. மறுபக்கம் திரும்பிப் படுத்திருந்தாள். அவனுக்குச் சட்டென பீமனின் ஞாபகம் வந்தது. நேற்றைக்கு முன் தினம் தானே கிளம்பிப் போனான் என்று நினைத்துக்கொண்டான். இல்லை, இல்லை. அதற்கும் முன்தினம். நாளைக்கு அவன் இடும்பாசுரனின் காட்டைச் சேரக்கூடும். போன காரியம் என்ன ஆகுமோ என்று நினைத்துக்கொண்டிருக்கும்போது தூக்கக் கலக்கத்தால் மீண்டும் கொட்டாவி விட்டான்.

* * *

உச்சிக்கு ஏறிய சூரியன் வெயில் நெருப்பை இறைத்துக் கொண்டிருந்தபோது முன்பக்கம் ஆறு ரதங்கள் செல்ல, பின்பக்கம் ஆறு ரதங்கள் வர அர்ஜுனனும் சுபத்திரையும் நடுவில் உள்ள ரதத்தில் ஏறிக்கொண்டார்கள். ஊருக்கு மேற்கே உள்ள மலையைத் தாண்டி அவர்கள் பயணம் தொடர்ந்தது. ஒவ்வொரு ரதத்திலும் ஒரு சாரதியும் மூன்று வீரர்களும் இருந்தார்கள். ஒவ்வொரு ரதத்திற்கும் இரண்டு குதிரைகள். அர்ஜுனனும் சுபத்திரையும் இருந்த ரதத்தில் மட்டும் அழகான ஐந்து குதிரைகளைப் பூட்டி இருந்தார்கள். மேலே வெயில் படாத வண்ணம், எந்தத் திசையில் வேண்டுமானாலும் தூக்கி

நிறுத்திக் கட்டிக் கொள்கிறபடி லாமஞ்சத்தால் ஆன திரைப்பாய்கள் ஒவ்வொரு ரதத்திலும் இருந்தன. முன்னால் செல்லும் ரதங்கள் எழுப்பும் புழுதியில் அந்த ரதத்தின் ஐந்து வெள்ளைக் குதிரைகளும் செல்ல வேண்டும்.

ரொம்ப நேரம் பேசாமலேயே உட்கார்ந்திருந்த அர்ஜுனன், "நாம் கிளம்பியதற்குச் சரியாக ஒருநாள் முன்பாக கிருஷ்ணன் கிளம்பினான். நாம் கொஞ்சம் வேகமாகச் சென்றால் நடு வழியிலேயே அவனைப் பிடித்துவிடலாம். அப்போது இத்தனை மெய்க்காவல் வீரர்களுக்கு அவசியம் இருக்காது. முக்கால்வாசிப் பேர்களைத் திருப்பி அனுப்பி விடலாம். இன்னும் எந்தெந்த இடத்திற்கு ஆட்களை அனுப்ப வேண்டி இருக்குமோ தெரியவில்லை. நாமே இத்தனை ரதங்களையும் வீரர்களையும் அழைத்து வந்து விட்டோம். அவர்களுக்குச் சிரமமாக இருக்கலாம்" என்றான்.

"துவாரகையில் இங்கிருப்பதை விடவும் புழுக்கம் அதிகம். ஆனால் வெயில் குறைவு. சூரியன் மறைந்த பிறகுதான் கடல் காற்று வீசும். அப்பொழுது தான் கொஞ்சம் குளுமையாய் இருக்கும். இங்கே விசிறி மட்டைகூட அப்போதுதான் சுட்டு வைத்த ரொட்டி மாதிரி இருக்கிறது. அங்கே அப்படி இல்லை..." என்றாள் சுபத்திரை.

அவன் வலப்பக்கம் திரும்பி அவளைப் பார்த்தான். அவள் காதையும் கழுத்தையும் கன்னங்களையும் பார்த்தான். "இந்த அளவுக்குப் புழுதி அங்கு இல்லவே இல்லை" என்று கூறினாள் சுபத்திரை. அவன் மீண்டும் இடது பக்கம் திரும்பிக்கொண்டான். "வெப்பத்தை உமிழும் இந்த மலைப்பாதைகளூடே இருபது நாட்களாவது பயணம் செய்யவேண்டும். அப்புறம் அங்கே இரண்டு மூன்று நான்காவது இருக்கவேண்டும். குதிரைகளுக்கும் ஓய்வு தேவைப்படும். வெளிப்படையாக எனக்குக் கையும் காலும் வலிக்கிறது என்று எந்த வீரனும் சொல்லமாட்டான். மொத்தத்தில் ஏறத்தாழ ஒன்றரை மாதமாவது எந்த வேலையுமின்றி வீணாய்ப் போகும்..." என்று அர்ஜுனன் நினைத்தான். அப்போது குறுக்கிட்ட சுபத்திரை, "இங்கு மழை பெய்வதற்கு முன்னாலேயே துவாரகையில் பெய்ய ஆரம்பித்து விடும் இல்லையா?" என்றாள். "ஒருவேளை சீக்கிரமாகவே மழை தொடங்கிவிட்டால் இந்தப் பாதை களில் பயணம் செய்வது சிரமம். அப்போது ஊர் திரும்புவது இன்னும் தாமதமாகி விடுமே" என்று நினைத்தபடியே அவன் இடப்புறமாகவே பார்த்தபடி வந்தான். சட்டென அவன் மனம் இறந்த காலத்தை நினைக்கத் தொடங்கியது. மழைக்காலம் முடிந்து விட்டிருந்தது அப்போது. பதினேழு அல்லது பதினெட்டு வருஷங்களுக்கு முன்னால் இதே பாதை வழியாகத்தான் சுபத்திரையை வலது பக்கம் உட்கார வைத்துக்கொண்டு இருபத்தோரு நாள் பயணம் செய்து துவாரகையில்

இருந்து இந்திரப்பிரஸ்தத்துக்கு வந்தேன். இதே மலைகள்தான் அப்போதும் இருந்தன. ஆனால் உஷ்ணத்தைப் பரப்பி நிற்கவில்லை. மாறாக இலைகளும் பூக்களுமாக செடிகளும் மரங்களும் பூத்து நின்றன. வழிநெடுக உற்சாகமான பயணம் அது. வலது பக்கத்தில் இவள் இருந்தாள். பதினெட்டு வயதிலும் இனங்கிருப்பது போலவே சற்றே பருத்திருந்தாள். எழில் கொஞ்சும் முகம். இந்திரப்பிரஸ்தம் வந்து சேரும் வரை வழிநெடுக உற்சாகம்தான். இவளை இங்கே அழைத்து வரும் வரைக்கும் அவளது சக்தி எப்படிப்பட்டது என்று எனக்குத் தெரியாது. எல்லாம் நடந்து பதினெட்டு வருஷங்களாகிவிட்டன. இப்போது வழி அனுப்ப எல்லாரும் வந்திருந்தபோது அவளும் வந்திருந்தாள். தருமன், நகுலன், சகாதேவன், ஐந்து பிள்ளைகள், அபிமன்யு, உத்தரை எல்லாருமே வந்திருந்தார்கள். "போய் வாருங்கள், போகும் காரியம் வெற்றிகரமாய் முடியட்டும். பிரயாணம் சுகமாக அமையட்டும். காட்டு மிருகங்களாலும் மழையாலும் வெயிலாலும் எந்தத் தொல்லையும் நேராமல் இருக்கட்டும்" என்றாள் திரௌபதை. அவ்வளவுதான். கண்களில் ஒரு துளி கண்ணீரும் இல்லை. முகத்தில் எந்த விதமான பிரிவு வேதனையும் இல்லை. யாரோ தொலைதூரத்து உறவுக்காரர் ஒருவரை வழியனுப்ப வந்தது போன்ற முக உணர்வுடன் இருந்தாள்" அர்ஜுனன் அவனது ஆட்களும் சென்று கொண்டிருந்த பாதையில் ஒரு குன்று முடிந்து அடுத்த குன்று தெரிய ஆரம்பித்தது. அதற்கடுத்து இன்னொன்றும் இருந்தது. வெறும் வெப்பத்தை உமிழும் குன்றுகள். இன்னும் பத்துப் பதினைந்து நாட்களுக்கு இப்படி மொட்டையாய் நிற்கும் குன்றுகளையே பார்க்க நேரும். திடீரென ரத்திற்குள் தனது பார்வையைச் செலுத்தினான். அவனுடைய நான்கு வில்கள் இருந்தன. கையை உயர்த்தி நின்றால் ஆகும் அளவு உயரத்திற்குச் சமமான உலோகத்தாலான வில்கள் அவை. பின்பக்கம் ஏராளமான அம்புகள். இது தவிர முன்னால் ஆறு ரதங்கள் செல்ல பின்னால் ஆறு தரங்கள் வந்துகொண்டிருந்தன. ஒவ்வொன்றிலும் நான்கு வீரர்கள் இருந்தார்கள். இவற்றுக்கெல்லாம் என்ன அவசியம் என்று தோன்றியது. எதிர்ப்படுபவர்கள் ஆபீரர்களாக இருந்தாலும் நாகர்களாக இருந்தாலும் ராட்சசர்களாக இருந்தாலும் இந்த அர்ஜுனனின் ஓர் அம்பு போதாதா என்று தோன்றியது. இடப்பக்கத்தில் இருந்த குன்றின் மறைவில் என்னமோ ஓடி மறைந்ததைப் போல இருந்தது- சட்டென்று ஒரு வில்லை எடுத்து அத்திசையை நோக்கி ஓர் அம்பை எய்தினான "என்னது அது?" என்று கேட்டாள் சுபத்திரை. ரதத்தைச் செலுத்திக் கொண்டிருந்த சாரதி திரும்பிப் பார்த்தாள். அர்ஜுனன் சாரதியிடம் "அங்கே ஒரு முயல் விழுந்து கிடக்கிறது. ரதத்தை நிறுத்திவிட்டு அதைப்போய் எடுத்து வா, அப்படியே எனது அம்பையும் எடுத்து வா" என்றான் அர்ஜுனன். தொடர்ந்து வந்து கொண்டிருந்த ஆறு ரதங்களும் ஒன்றன்பின் ஒன்றாய் வரிசையாய்

நின்றன. சாரதி அத்திசையில் சென்றான். பின்னால் நிறுத்திய ரதங்களின் சாரதிகளும் சென்றார்கள். அர்ஜுனன் சுட்டிக் காட்டிய திசையில் ஒரு முயல் சாகும் தறுவாயில் விழுந்திருந்தது. வயிற்றில் அம்பு தைத்திருந்தது. கால்களைப் பிடித்துத் தூக்கிக்கொண்டு வருவதற்குள் அந்த முயல் இறந்து விட்டது. "அரசரே, ஓடும் ரதத்திலிருந்து ஒன்றைக் குறி பார்த்து வீழ்த்துவதை நான் இதுவரைக்கும் பார்த்ததே இல்லை. கேள்விப் பட்டதும் இல்லை. சுபாவத்திலேயே முயல் ரொம்ப பயந்த குணமுடைய பிராணி. இத்தனை ரதங்கள் ஒன்றாகப் போகிற ஓசையைக் கேட்டு அச்சம் கொண்டுவிட்டதோ என்னமோ?" என்று சாரதி ஆச்சரியத்தோடு அர்ஜுனனிடம் கேட்டான்.

"அதைப் பார்த்த பிறகுதான் திரும்பி வில்லையெடுத்து அம்பெய்தினேன். ஆனால் குறி அவ்வளவு சரியாக இல்லை. எந்த இடத்தில் அம்பு தைத்திருந்தது?"

"சரியாக வயிற்றில் தைத்துள்ளது. ஓடிக் கொண்டுதானே இருந்தது அது?"

"ஓடாமல் நின்று கொண்டா இருக்கும் முயல்? உட்கார்ந்தோ படுத்தோ கிடக்கிற முயலை அடிக்கிற ஆள் என்று விஜயனை நினைத்து விட்டாயா?"

பின்னால் வந்த ரதத்தின் சாரதி அப்பொழுதே அந்த முயலை உரித்துச் சமையல் சாமான்களுடன் சேர்த்துவிட்டான். ரத்தம் தோய்ந்த அம்பை எடுத்துத் துடைத்துவிட்டு அர்ஜுனனிடம் கொடுத்தான். அர்ஜுனனின் சாரதி மீண்டும் ரதத்தில் ஏறி உட்கார்ந்து ஓட்ட ஆரம்பித்தான். ரதம் வேகவேகமாக ஓட ஆரம்பித்தது. சாரதி திடுமென "விஜயன் என்று யாரையோ சொன்னீர்களே, யார் அவர்?" என்று கேட்டான்.

அக்கேள்விக்கு அர்ஜுனன் பதில் சொல்லவில்லை. அம்பின் நுனியில் ஒட்டிக் கொண்டிருந்த ரத்தத் துளிகளை விரல்களால் துடைத்தபடி அவன் கேட்டதே காதில் விழாதவண்ணம் உட்கார்ந் திருந்தான். பிறகு திடுமென சாரதியைப் பார்த்து "எந்தக் குலத்தைச் சேர்ந்தவன் நீ?" என்று கேட்டான்.

"நாங்கள் 'சூத' குலத்தைச் சேர்ந்தவர்கள். தேரோட்டுவதுதான் எங்கள் குலத்தொழில்."

"உங்கள் மத்ஸ்ய தேசத்துச் சூதர்கள் எல்லாருக்குமே இது ஒன்று தான் தொழிலா?"

"அடிப்படையில் நான் மத்ஸ்ய தேசத்தைச் சேர்ந்தவன் அல்ல கேகய நாட்டைச் சேர்ந்தவன்."

"அரசர் கீசகரோடு வந்தவன்..." என்று சொல்லிக் கொண்டே வந்த சாரதி சட்டென பேச்சை நிறுத்தினான்.

அதன் காரணம் அர்ஜுனனுக்குப் புரிந்தது. ரதத்தின் இடது பக்கச் சக்கரம் ஒரு கல்லின் மேல் ஏறிக் குலுங்கி வலப்பக்கம் திரும்பியது. அழகான முகம் கொண்ட சுபத்திரைக்கு எதுவும் புரியவில்லை. அவளுடைய முகம் மட்டுமே அழகு என்று எண்ணிக்கொண்டான் அர்ஜுனன். அவளோடு எதுவும் பேசவில்லை. கேகயத்தில் சூதர்களே அரசர்களாம். அங்கே அரசகுமாரியாக இருந்தவள்தான் சுதேஷ்ணை. கிழவனாகிய விராடனுக்கு இவளைத் தவிர வேறு எந்த பெண்தான் கிப்பாள்? அந்தப் பக்கத்து அரசர்களே அப்படித்தான். யாரும் சுத்த க்ஷத்திரியர்கள் இல்லை. இன்னும் தேரோட்டும் தொழிலைக் கற்றுக் கொள்கிறார்களோ என்னமோ என்று நினைத்த அர்ஜுனன், "உங்கள் பக்கத்து சூதர்களுக்குத் தேரோட்டுவது ஒன்றுதான் வேலையா?" என்று கேட்டான்.

"இல்லை அரசே. தேர் செய்வது, தேரைப் பழுது பார்ப்பது, சண்டைக்குப் போவது எல்லாமே நாங்கள் செய்வது உண்டு. உண்மை யைச் சொல்லப்போனால் எங்களுக்கும் க்ஷத்திரியர்களுக்கும் எந்த வித்தியாசமும் இல்லை. எங்கள் தேசத்தில் சூதர்களே அரசாட்சி செய்கிறார்கள். இங்கு இருப்பதைப் போல அல்ல..."

"நான் அதைப்பற்றிக் கேட்கவில்லை. தேர் செய்வது, தேரைப் பழுது பார்ப்பது, சண்டைக்குப்போவது எல்லாமே சூதர்களின் காரியங்கள்தான். ஆனால் அரசாளுவது என்பது தருமத்துக்கு விரோத மானது. தன்னுடைய அரசனின் விருதுகளையும் பட்டங் களையும் பெருமைகளையும் பாட்டாகப் புனைந்து புகழ் பரப்புவது கூட சூதனின் வேலைதான். இதை மனப்பாடமாக வைத்திருந்து இளந் தலைமுறையினருக்கும் சொல்லிக் கொடுப்பது கூட சூதனின் வேலை தான்."

ஒரு கணம் பின்புறம் திரும்பிய சாரதி அர்ஜுனனைப் பார்த்து விட்டு மீண்டும் குதிரைகள் பக்கம் திரும்பினான். கேகய நாட்டுக் குதிரைகள் வேக வேகமாய்ப் பாய்ந்தன. குதிரைகளின் முழங்கால் வரைக்கும் புழுதி அப்பிக் கொண்டிருந்தது. புறப்படும்போது நன்கு குளிப்பாட்டிய பிறகே தேரில் பூட்டியிருந்தான். அடுத்து தண்ணீர் கிடைக்கிற இடத்தில்தான் நன்கு தேய்த்துக் குளிப்பாட்ட வேண்டும் என்று நினைத்தான்.

"விஜயன் என்றால் யார் என்று கேட்டாய் அல்லவா? நீ யாரிடம் வேலை செய்கிறாயோ, அவரின் விருதுகளைப் பற்றியும் அவற்றை அடைந்த முறைகளைப் பற்றியும் நீ அறிந்திருக்க வேண்டும். வெறும்

தேரை ஓட்டிக் கொண்டிருப்பவன் மட்டுமல்ல தேரோட்டி" என்று சொன்னான் அர்ஜுனன்.

பொழுது சாய்ந்து இருளத் தொடங்கியபோது கூட புழுக்கம் தணியவில்லை. குன்றுகள் முடிவற்றவனாக இருந்தன. இவை போன்ற குன்றுகளும் காடுகளும் திருடர்களுக்கும் கொள்ளைக்காரர்களுக்கும் மிகவும் வசதியாகி விடும் என்று எண்ணிக் கொண்டே அர்ஜுனன் தனது வலப்பக்கத்தில் உட்கார்ந்திருந்த சுபத்திரையை ஓரக்கண்ணால் பார்த்தான். மேடு பள்ளங்களில் ரதம் ஏறி இறங்கும் போதெல்லாம் தடுமாறிக் குலுங்க, சுபத்திரையும் தடுமாறிக்கொண்டிருந்தாள். வெள்ளை நிறம். ஆனாலும் காட்டில் வெயிலிலும் மழையிலும் குளிரிலும் அலைந்து திரிந்தாலும் கூட நிறம் மங்காத அவன் உடலுக்கும் அவள் நிறத்துக்கும் வித்தியாசம் இருந்தது. பனிப் பிரதேசத்தை ஆள்பவனின் நிறத்தைத்தான் அடைந்திருப்பதாய் எண்ணினான் அர்ஜுனன். சட்டென அவனுக்கு ஓர் எண்ணம் உதித்தது. அது சரியென்றும் தோன்றியது. அதைச் செய்யாவிடில் ஏதோ ஒரு வகையில் தன்னால் தாங்கிக்கொள்ள இயலாது என்று தோன்றியது. முன்னால் வளைந்து செல்லும் பாதையில் ஆறு ரதங்களும் நீண்டு செல்லும் ஒரு பாம்பை ஒத்திருந்தது. பின் பக்கம் திரும்பும்போது அந்த ஆறு ரதங்களும் பாம்பின் வாலை ஒத்திருந்தது. சிறிது தூரமே அந்த வளைவான பாதை.அதற்கப்புறம் பாதை நேரானது. ஐந்து குதிரைகளால் இழுக்கப் படும் ஒரு ரதத்தை வெறுமனே ஐந்து சாதாரண ரதங்கள் பின்பற்றுவது பாம்புவடிவக் கற்பனைக்குப் பொருத்தமாக இல்லை. அக்கற்பனைக்குப் பொருந்த இன்னும் நிறைய ரதங்கள் வேண்டும் என்று எண்ணினான். அச்சமயம் சற்று முன்னர் தோன்றிய எண்ணம் மேலும் வலுவாக வேரூன்றியது.

"உன் பெயரைச் சொல்லவே இல்லையே நீ?"

"என் பெயரா, துஷ்டன்"

"பன்னிரண்டு ரதங்களையும் நாற்பத்தெட்டு வீரர்களையும் அழைத்துக்கொண்டு போ என்றுதான் என் அண்ணன் சொன்னான். அதைப்பற்றி நான் அவ்வளவாக அப்போது யோசிக்கவில்லை. அர்ஜுனன் இருக்கும்போது மெய்க்காவல் வீரர்கள் வேண்டுமா என்ன? இப்போது ஒரு காரியம் செய். இந்த ஒரு ரதமும் கூட இரண்டு ரதங்களும் போதும். அதாவது எட்டு வீரர்கள் போதும். வழியில் கூடாரம் அடிக்க, சமைக்க அவர்கள் உதவி தேவைப்படும். இவர்களுக்கு மட்டும் வழியில் தேவைப்படும் சமையல் பொருள்களை வைத்துக் கொண்டு எஞ்சியவற்றை எடுத்துக்கொண்டு மற்றவர்களைப் போகுமாறு சொல்லிவிடு. வேண்டுமென்றால் கூட இரண்டு குதிரைகள் இருக்கட்டும்."

"ஆனால் வழியில் பலவிதமான இனமக்கள் இருக்கிறார்களாம். ஆரியப் பெண்கள் என்றால் விடுவதில்லையாமே."

"விஜயன் இருக்கும்போது, விஜயனின் வில்லும் அம்பும் இருக்கும் போது அவையெல்லாம் பொய். ரதத்தை நிறுத்தி மற்றவர்களுக்குச் சங்கதியைத் தெரிவித்துவிடு."

"அதெல்லாம் வேண்டாம். கூடவே வரட்டும் அவர்களும்" என்று சுபத்திரை குறுக்கிட்டாள்.

"பயமா?" என்று அவளிடம் கேட்டான் அர்ஜுனன்.

"பயமெல்லாம் கிடையாது. வெறுமனே இரண்டு ரதங்கள் கூட வர, தாய்வீட்டுக்குச் செல்வது எந்த வகையிலும் கௌரவத்துக்குரியதாக இருக்காது. அந்தக் கோணத்தில் நீ யோசிக்க வேண்டாமா?"

அர்ஜுனன் பக்கத்தில் திரும்பிப்பார்த்தான். அவள் கருங்கூந்தல் மின்னியது. இவளுக்கு முப்பத்தைந்து வயதிருக்கக் கூடும் என்று எண்ணிக்கொண்டான். திருமணம் நடந்தபோது அவளுக்குப் பதினெட்டு வயசு தனக்கு முப்பத்து நாலு வயசு என்பதையும் நினைவுபடுத்திக் கொண்டான். சாரதிக்கு என்ன செய்வது என்று புரியவில்லை. குதிரைகள் நின்று விட்டன. பின்னால் தொடர்ந்து வந்துகொண்டிருந்த ஆறு ரதங்களும் கூட நின்றுவிட்டன. முன்னால் சென்று கொண்டிருந்த வீரர்களும் இதைக் கவனித்து தத்தம் ரதங்களை நிறுத்தினார்கள். துஷ்டன் அர்ஜுனனின் முகத்தைப் பார்த்தான். தன் துணிவை நிறுவிக்காட்ட கிடைத்த ஒரு வாய்ப்பில் சுபத்திரையின் குறுக்கீட்டை விரும்பாதவன்போல இருந்தது அவன் முகம் அவள் ஆசைக்குக் குறுக்கே நிற்கவும் விரும்பவில்லை அவன். "உன் விருப்பம் போலவே நடக்கட்டும். எல்லாருமே வரட்டும்" என்றான். தேரோட்டி மீண்டும் குதிரைகளை ஓட்டினான். அவனைத் தொடர்ந்து முன் பக்கத்தில் இருந்தவர்களும் பின் பக்கத்தில் இருந்தவர்களும் தத்தம் ரதத்தை மீண்டும் ஓட்ட ஆரம்பித்தார்கள்.

"நமக்கு முன்னால் கிளம்பிய துவாரகைக்காரர்கள் முன்னால் தான் சென்றுகொண்டிருக்கக் கூடும். இன்னும் இரண்டு மூன்று நாட்களில் அவர்களைப் பிடித்துவிட்டால் அவர்களோடேயே சேர்ந்து போகலாம். முன்னால் செல்லக்கூடிய தேரோட்டியிடம் இன்னும் வேகமாகப் போகுமாறு சொல். அவனுக்கு வழி நன்றாகத் தெரியு மில்லையா?" என்று தேரோட்டியிடம் கேட்டான் அர்ஜுனன்.

"இப்போதே இருட்டத் தொடங்கிவிட்டது. இன்னும் இரண்டு நாழிகை நேர பயணத்தில் விருட்ச ஸ்தானம் வந்து விடும். நம் மத்ஸ்ய தேசத்தின் கடைசி ஊர், அப்புறம் அரைநாள் பயணதூரத்திற்கு வெறுமனே குன்றுகளும் காடுகளும்தான். இன்றைய இரவு விருட்ச

ஸ்தானத்தில் தங்கியிருந்துவிட்டு நாளை அதிகாலை எழுந்து பயணத்தைத் தொடங்கலாம்." என்றான் தேரோட்டி.

"வேண்டாம் விருட்ச ஸ்தானத்தில் ரதங்களை நிறுத்திவிட்டு சாப்பிடுவோம். தோல்களாலான பைகளில் தண்ணீரை நிரப்பிக் கொள்வோம். பிறகு உடனேயே புறப்பட்டு விடுவோம். இரவு முழுக்கப் பயணம் செய்வோம். வழி மட்டும் சரியாகத் தெரிந்தால் போதும். முன்னால் செல்கிற தேரோட்டியிடம் தீப்பந்தம் கொளுத்திக் கொள்ளச் சொல்..."

ஏதோ சொல்வதற்காக வாயைத் திறந்தாள் சுபத்திரை. அவள் பேசத் தொடங்கும் முன்பேயே அவளைத் தடுத்த அர்ஜுனன், "எதற்கும் பயப்பட வேண்டாம் சுபத்திரை. தைரியமாகப் படுத்துக்கொள். இந்த ரதத்திலேயே போதுமான இடம் உள்ளது. பத்து நாட்களானாலும் கொஞ்சமும் தூங்காமல் என்னால் இருக்க முடியும்" என்றான். தீப்பந்தம் கொளுத்த முதல் தேரோட்டிக்குச் சொல்லுமாறு தனக்கு முன்னே சென்று கொண்டிருந்த தேரோட்டியிடம் சத்தமிட்டுச் சொன்னான் துஷ்டன். அவன் தனக்கு முன்னால் இருந்த தேரோட்டியிடம் விஷயத்தைச் சொன்னான். தனக்கு முன் இருந்த வில்லை எடுத்துத் தன் தொடை மீது வைத்துக்கொண்டான் அர்ஜுனன்.

எல்லாரும் விருட்சஸ்தானத்தில் இறங்கி உணவுண்டார்கள். குதிரைகளுக்கும் தீவனம் கொடுத்தார்கள். வயிறு நிறைய நீர் பருக வைத்தனர். மறுநாள் காலை உணவுக்கு வேண்டி மாவைப் பிசைந்துவைத்தார்கள். எல்லா ரதங்களுக்கும் சக்கரங்களில் எண்ணெய் ஊற்றினார்கள். ஒவ்வொரு ரதத்திலும் ஒவ்வொரு தீப்பந்தம் பொருத்தப்பட்டது. அந்த ஊரைச் சேர்ந்த இரண்டு இளைஞர்கள் வழிகாட்டுவதற்காக குதிரையேறி கூடவே வந்தார்கள். இரவு முழுக்க அவர்களோடு இருந்து வழிகாட்டுமாறு அந்த ஊர்த்தலைவன் அந்த இளைஞர்களுக்குக் கட்டளையிட்டிருந்தான். ஊர் மறைந்ததுமே அடர்த்தியான இருளில் பயணம் தொடர்ந்தது. குன்றுகளின் உருவங்கள் மேலோட்டமாகத் தெரிந்தன. புழுதி மண்டலத்தில் வானம் மங்கலாய்த் தெரிந்தாலும் மின்னும் நட்சத்திரங்கள் தெரிந்தன. அங்குமிங்குமாக நிறையச் செடிகளும், உயர்ந்த மரங்களும் இருந்தன. பகலில் அந்த இடம் பச்சைப்பசேலென தெரியக் கூடும். இரவில் எல்லா இடங்களும் கருப்பாகவே தெரிந்தன. அங்குமிங்குமாக நிறையச் செடிகளும், உயர்ந்த மரங்களும் இருந்தன. பகலில் அந்த இடம் பச்சைப்பசேலென தெரியக் கூடும். இரவில் எல்லா இடங்களும் கருப்பாகவே தெரிந்தன. ரதங்களின் வேகம் கூடியது. அங்கங்கே சிற்சில இடங்களில் குலுங்கினாலும் பெரிய பாறைகள் அல்லது கற்கள் எதுவும் இல்லாத பாதை. சுபத்திரை தூங்கி வழிந்தாள். சிறிது

நேரம் உட்கார்ந்த இடத்திலேயே தூக்கத்தால் அசைந்தாள். பிற்பாடு இடது பக்கம் திரும்பி அவனது தோள்களில் சாய்ந்து கொண்டாள். சிறிது நேரத்துக்குப்பின் அவனது வலது பக்கத் தொடையில் தலையை வைத்துக் கால்களை நீட்டிக் கொண்டாள். முன்பக்கத்தில் வைத்திருந்த வில்களை நகர்த்தி இடம் உண்டாக்கிக் கொண்டு அவளை அங்கே கிடத்தினான் அர்ஜுனன். கால்களை முழுக்கவும் நேராக நீட்டிப் படுத்துக்கொண்டாள் அவள். ரதத்தின் அசைவுகள் அவள் தூக்கத்துக்குத் துணையாக இருந்தன. ஒரு பெரிய வில்லை எடுத்து அம்புவிடத் தயாரானவன்போல உட்கார்ந்தான் அர்ஜுனன். பக்கத்திலேயே அவனுடைய அம்புகள் இருந்தன. ஆனால் நாண் இன்னும் முறுக்கேற்றப்படாமல் இருந்தது. இமைக்கும் நேரம் மட்டுமே பயன்படப் போகிற வில்லுக்கு முறுக்கேற்றுவது எதற்கு என்று எண்ணிக் கொண்டான் அவன். இத்தனைக்கும் யார் தாக்குதல் நிகழ்த்திவிட முடியும்? புலியோ சிறுத்தையோ காடியோ எதிர்ப்பட்டால் வேட்டையாடிய திருப்தியாவது கிடைக்கும் என்கிற ஆசை மனத்தில் எழுந்தபோது, இத்தனை ரதங்கள் கூடி எழுப்பும் ஓசைக்கு நடுவே அவை வெளியே வருவது சாத்தியமே இல்லை என்றும் தோன்றியது. ஒரு வில்லாளன் என்பவன் வெறும் கண்களால் மட்டும் ஓர் இலக்கைக் குறி பார்ப்பவன் கிடையாது. காதுகளால் கேட்டபடியும் குறி பார்க்க வேண்டும். பாஞ்சாலியின் சுயம்வரத்தில் மீன் பொறியைக் குறிபார்த்து இலக்கை வீழ்த்தியது வெறும் கண்ணால் என்றுதான் பலர் நினைத்துக் கொண்டுள்ளார்கள். கீழே தண்ணீர், தண்ணீர்க்குள் நிழலாகத் தெரியும் மீன் பொறியின் பிம்பம். அதற்கும் கீழே சுற்றிக் கொண்டிருந்த சக்கரத்தின் ஆரக்கால்களின் இடையே அம்பை விட வேண்டியிருந்தது. தண்ணீரில் பிம்பம் மட்டுமே தெரிந்தது. ஆனால் சுழலும் சக்கரம் தெரியவில்லை. அதன் ஓசையை வைத்துத்தான் அதன் இடத்தை மனம் தீர்மானித்தது. ஓசையின் தடங்களை அறிந்து இலக்கை வீழ்த்த அறியாத வரைக்கும் பயிற்சி முழுமையான ஒன்றாகாது என்று ஆச்சாரியர் சொன்னது உண்மைதான் என்று நினைத்த அர்ஜுனன் தன் யோசனைகளில் மூழ்கினான். "அன்று இரவு சாப்பிடும்போது காற்றின் வேகத்தால் விளக்கு அணையாமல் இருந்திருக்குமேயானால் இந்த விஷயத்தை நான் கற்றிருக்கவே முடியாது. இருட்டிலும் கூட சிறிதும் பிசகாமல் கை வாயைச் சென்று அடைவது எப்படி? அது வெறும் பயிற்சியால் மட்டுமா? வீழ்த்த வேண்டிய இலக்கு கண்ணில் படுவது. அதற்குத் தகுந்தபடி வில்லை வளைத்துக் குறி பார்ப்பது, அம்பை எய்வது, அம்பின் பாய்ச்சல் இலக்கின் மீதான தாக்குதல் ஆகிய எல்லாமே ஒரே கணத்தில் வரிசைமுறை தவறாமல் நடக்க வேண்டும். பார்வை, தோள், புஜம், விரல்கள் எல்லாமே ஒரே உறுப்பாக நின்று செயல்படாவிடில் விற்பயிற்சி எப்பயனையும் அளிக்காது என்று ஆச்சாரியார் எல்லாரிடமும் சொல்வதுண்டு. ஆனால் அது எல்லாரிடமும் கை கூடவில்லை. இந்த அர்ஜுனனுக்கு

மட்டும்தான் கை கூடியது. அது ஒரு பெரிய மரம். பிதாமகனைப் போல நூறு வருஷத்துக்கும் மேலான பழைய உயர்ந்த மரம். அதன் நுனிக் கிளையின் இலைகளில் சந்தில் தெரியும் கழுகுப் பொம்மை. உற்றுப் பார்த்தால் ஒழிய கண்ணுக்குத் தெரியாத இலக்கு. நல்ல வெயில் நேரம். கண்களை நேரிடையாகவே சூரிய ஒளி தாக்கியது. 'அரச குமாரர்களே, எல்லாரும் தத்தம் வில்களைத் தயார்ப்படுத்திக் கொண்டு நாணை இழுத்து அம்புபூட்டி குறி பார்த்தபடி நில்லுங்கள். நான் யார் பெயரைச் சொல்கிறேனோ, அவன் மட்டும் அம்பு விட வேண்டும். கழுகுப் பொம்மை கீழே விழுந்தால் அவன் வென்றதாகப் பொருள்' என்று ஆச்சாரியார் சொன்னார். நான் முழுக் கவனத்தையும் குவித்து நின்றேன். தொடக்கத்தில் இருந்தே இப்படித்தான். பயிற்சி பெறும் போதும் சரி, சாதனைகளை நிகழ்த்திய போதும் சரி, என் முழுக் கவனத்தையும் ஒருமுகமாய்க் குவித்து விடுவேன். குரு சொல்லிக் கொடுத்தது ஒரு விஷயம் என்றால், கடும் பயிற்சியின் விளைவாக நான் நூறு விஷயங்கள் பயின்றேன். பார்வை, தோள், புஜம், விரல்கள் எல்லாமே ஒரே உறுப்பாக மாறிக் கடுமையான பயிற்சி செய்தேன். உட்கார்ந்த இடத்திலும் நின்ற இடத்திலும் கனவிலும் கூட மனத்தளவில் பயிற்சியிலேயே இருந்தேன். பதினாறு வயதுக்கு முன்னாலேயே வலது பக்கத்தோளும் கையும் விரல்களும் நாண் இழுப்பதாலும் தொடுவதாலும் ரத்தம் கசிந்து கசிந்து வடு உண்டாகி விட்டது..." அர்ஜுனனின் கைகள் தாமாக அவனது வடுக்களைத் தடவிக்கொண்டன. வடுக்கள் இருந்த இடம் தொடு உணர்வையே இழந்திருந்தது. ஏகசக்கர நகரில் பிராமணனாக வேடம் பூண்டு இருக்கும்போது இந்த வடுக்களை மறைப்பது மிகவும் சிரமமாகி விட்டது. அதுவரை எந்தச் சீடனையும் தழுவிக் கொள்ளாத துரோணாச்சாரியார் அர்ஜுனனைத் தழுவிக் கொண்டு, "நல்ல குரு ஒருவர் தனக்கு அமைய வேண்டும் என்று ஒரு மாணவன் தேடுவதைப்போலவே, நல்ல தகுதியான மாணவனுக்காகக் குருவும் அலைவதுண்டு. இந்தத் துரோணரின் பெயரைப் பூமியில் நிலைநிறுத்துபவன் நீ ஒருவனே. உன் கவனம் இன்னும் தீவிரமடைய வேண்டும். கூர்மையடைய வேண்டும். இன்னும் பயிற்சி செய். மறுபடியும் மறுபடியும் கடுமையான பயிற்சியை மேற்கொள். பெரிய பெரிய வில்களைக் கையாண்டு பழகு. குறிபார்க்கப் பயிலும் அதே நேரத்தில் தொலைவில் இருக்கிற பொருளைக் குறி பார்க்கவும் பயிற்சி செய். அம்பு என்பது வெறுமனே போய்த் தைப்பதில்லை. கோடரியால் துண்டாக்கினது போல துண்டாக்க வேண்டும். இது அர்ஜுனன் விட்ட பாணம் என்ற பெயர் வாங்க வேண்டும்" என்று சொன்னார். மேலும், "இனிமேல் இவ்வித்தையில் இருக்கிற தந்திரங்களைச் சொல்லித் தர மாட்டேன். இப்படி எய்தால் இப்படி இலக்கை வீழ்த்த முடியும் என்று வெறுமனே ஆலோசனை சொல்வோம். நீயே சொந்தமாகப் பயின்று தந்திரங்களை அறிய வேண்டும்" என்றார். அவரைப் பார்த்துப்

பதின்மூன்றரை வருஷங்கள் உருண்டோடி விட்டன. என்னமோ ஆரோக்கியமாக இருக்கிறாராம். ஆனாலும் முகவாட்டத்தோடு இருக்கிறாராம். மகனைப் பற்றித்தான் சதா நேரமும் கவலையாம். பசுக்களைக் கவர்ந்து செல்ல வந்தபோது அவரும் வந்திருந்தாராம். அவர் என்னைப் பார்த்தாராம். நான்தான் சரியாகப் பார்க்கவில்லை. துவாரகையில் இருந்து திரும்பிய பின்பு எப்படியாவது ஒருமுறை அவரைப் பார்க்க வேண்டும். அவரது கால்களைத் தொட்டு வணங்க வேண்டும்."

சரிவான பாதை, குதிரைகளை மெல்ல மெல்ல ஓட்டினான் சாரதி. சிறிது நேரப் பயணத்திற்குப் பின்னர் சமதரையை அடைந்தது. பாதை. அதற்கப்புறம் ரதங்கள் வேகமாக ஓட ஆரம்பித்தன. திரைப் பாய்களை நான்கு புறங்களில் இருந்தும் எடுத்துவிட்ட பிறகு நாலாபக்கங்களில் இருந்தும் வானம் தெரிந்தது. அங்கங்கே குன்றுகள் குறுக்கிடும்போது மட்டும் வானம் மறைந்தது. புழுதியின் காரணமாக நட்சத்திரங்களை அவ்வளவு தெளிவாகப் பார்க்க முடிய வில்லை. வலப்பக்கம் மங்கலாய்த் தெரிந்த நட்சத்திரங்களைப் பார்த்தபடி உட்கார்ந்தான். மனசுக்குள்ளேயே பேசத் தொடங்கினான். "யுத்தம் நடக்கட்டும். இந்த ஆரியவர்த்தத்திலேயே இதுவரை யாரும் காணாத அளவுக்கு வில்வீரத்தைக் காட்டுகிறேன். அர்ஜுனன் எங்கே இருக்கிறான் என்று புலப்படும் முன்னரேயே, அவனது அம்புகள் பாய்ந்து தைத்து விடும். தொலைவிலிருந்து ஒன்றையடுத்து ஒன்றாக இந்த அர்ஜுனன் பத்து அம்புகள் எய்தால் போதும், முழுப்படையே திசைதப்பி ஓட வேண்டும். இந்த வில் வீரத்தைப் பற்றிக் கவிஞர்கள் பாட்டு கட்டிப் பாட வேண்டும். வரப்போகும் க்ஷத்திரியக் குலத்தைச் சேர்ந்த தலைமுறைகள் அப்பாடல்களைப் பாடி மகிழ வேண்டும். அர்ஜுனனின் பெயர் அழிவற்ற ஒன்றாக நிலைக்க வேண்டும். வானில் மின்னும் நட்சத்திரங்களைப் போல நிரந்தரமாக இருக்க வேண்டும். யுத்தத்திற்குப் பிறகு குருவான துரோணர் வந்து தழுவி, 'என் கற்பனைக்கும் எட்டாத அளவுக்கு வில் திறமையைக் காட்டினாய். அந்தக் காலத்தில் இந்திரனின் பெயரை எவ்வாறு தேசம் முழுக்கப் பாடிப் புகழ்ந்தார்களோ, அவ்வாறே எதிர்காலத்தைச் சேர்ந்தவர்களும் உன்னைப் புகழ்ந்து பாடத் தோதாக நானே பாடல்கள் இயற்றி வேதத்தோடு சேர்ந்து விடுகிறேன்' என்று சொல்ல வேண்டும். இந்திரனை விடப் பெரிய வீரர்கள் யார் இருக்கிறார்கள்? இந்திரனை வழிபட்ட பிறகுதானே எல்லா வீரர்களும் போர்க்களத்தில் இறங்கு கிறார்கள். அப்பொழுதுதான் தோல்வி அவர்களை நெருங்காது என்று அவர்கள் நம்புகிறார்கள். தாசரராஜன யுத்தத்தில் அரசன் சுதாசனுக்கு வெற்றி கிடைக்க உதவியது இந்திரன்தானே. சுதாசனின் எதிரிகளை பஞ்சனி நதியில் மூழ்கடித்ததும் இந்திரன்தான். வரப் போகும் யுத்தத்தில் வெற்றியை ஈட்டித் தரப்போகும் பெயராக என்னுடைய

பெயர் விளங்கட்டும். எந்தெந்த நாடுகளிலிருந்தெல்லாம் இந்த யுத்தத்தில் பங்கேற்றுக்கொள்வதற்காக அரசர்கள் வரப் போகிறார்களோ. இந்த ஆரியவர்த்தத்திலேயே இந்த அளவு பெரிய யுத்தம் இதுவரை நடந்ததே இல்லை. இந்த யுத்தத்தின் வெற்றியை ஈட்டித்தரப் போவது நான் எண்ணும்போது... தேவர்களின் அரசனாகிய இந்திரனுக்குப் பிறந்தவனாம் நான். பிறக்கும்போதே அவன் பெயரோடு தான் பிறந்திருக்கிறேன். இந்திரனே, என் பெயர் உன் அளவுக்காவது உயர வேண்டும். அதற்குக் கருணை காட்டு. நான் உன் மகன். என் பெயரும் புகழும் பெருகுவதற்காகவது இந்த யுத்தம் நடக்கட்டும். மிகப்பெரிய அளவில் நடக்கட்டும்." என்ற ஆவல் மிகுந்த யோசனைகளில் மூழ்கிய அர்ஜுனன் அப்படியே கண்ணை மூடினான். குன்றுகளின் பக்கத்தில் இருந்து வந்த நரியின் ஊளையையும் வலப்பக்கத்தில் அடர்த்தியாக வளர்ந்து படர்ந்திருந்த மரங்களையும், ரதங்களின் சக்கரங்கள் உருளும் ஓசையையும், குதிரைகளின் கனைப்புகளையும் அறியாத வண்ணம் அவன் தன்னைப் பற்றிய எண்ணத்தில் ஆழ்ந்திருந்தான்.

சிறிது நேரத்துக்குள் நிலா எழுந்தது. பகலில் உறிஞ்சிய வெப்பத்தை மலைகள் வீசிக்கொண்டிருந்தாலும் சற்றே குளுமையைப் படரச் செய்தது நிலா, இருட்டில் உடலைப் பற்றிய எண்ணத்தில் ஆழ்ந்திருக்கும் மனம் நிலவின் வருகைக்குப் பின்னர் வெளியே படர்வதில் ஆர்வம் கொண்டது. அம்பு எய்யத் தயாரான நிலையிலிருந்த அர்ஜுனன் சாதாரண நிலைக்குத் திரும்பினான். வில்லேந்தி உட்கார்ந்திருக்க மனசில் முன்பு தோன்றிய எண்ணம் இப்போது மனசிலிருந்து மறைந்தது. குதிரைகளின் வெண்மை நிறம் கூடத் தெளிவாகத் தெரியும் அளவு நிலவு உச்சிக்கு ஏறிய பின்னர் மெல்லப் பின்புறம் கழுத்தைத் திருப்பிய சாரதி, "அரசே, நாங்கள் எல்லோரும் இருக்கும்போது நீங்கள் எதற்காக விழித்திருக்கிறீர்கள்? நன்றாகத் தூங்குங்கள்" என்றான்.

காற்றில் எழுந்த புழுதி நிலவைச் சற்றே மறைத்தது. மழை வராமல் இந்தப் புழுதி போகாது என்று யோசித்தபடி இருந்த அர்ஜுனன் "எந்த ஆயாசமும் வெளித் தெரியாதபடி என்னால் பத்து நாட்கள் வரைக்கும் கூட தூக்கமின்றி இருக்க முடியும்" என்றான்.

அதற்கப்புறம் சாரதி எதுவும் பேசவில்லை. குதிரைகள் பக்கம் திரும்பி உட்கார்ந்தான். முன்னால் செல்லும் ரதங்களின் வழியில் அவை தம் பாட்டுக்கு போய்க்கொண்டிருந்தன அக்குதிரைகள். தூக்கத்தில் சாரதி அசைந்தாடுவது பின்புறத்தில் இருந்து பார்க்கும் போது அர்ஜுனனுக்கு நன்றாகத் தெரிந்தது. ஆனால் அவன் அதைப் பொருட்படுத்தவில்லை. தன் யோசனைகளுக்குள் மூழ்கினான். "பாஞ் சாலியின் சுயம்வரத்தில் மீன் பொறியை வீழ்த்திய பின்னர்தான் அர்ஜுனனைப் போன்ற வில்லாளன் ஆரியவர்த்தத்திலேயே இல்லை

என்கிற பெயரைப் பெற்றேன். எத்தனை வருஷங்கள் ஓடிவிட்டன? இருபத்தாறு வருஷங்களுக்கும் மேல் ஓடிவிட்டன. எல்லாம் பழைய சங்கதியாகிவிட்டது. இந்த யுத்தம் நடந்து முடியட்டும். இந்த அர்ஜுனன் எவ்வளவு பெரிய வீரன் என்பதைப் புலப்படுத்துகிறேன். இதற்கெல்லாம் அடிப்படைக் காரணம் குருதான். ஆனால் அவர் சொல்லித் தந்ததைத் தொடர்ந்து நான் தனிப்பட்ட வகையில் செய்த பயிற்சிகள் பற்றி அவர்க்கே எதுவும் தெரியாது. தெரிவிக்க எந்த வாய்ப்புமே இல்லாமல் போனது. பன்னிரண்டு வருஷ வனவாசக் காலத்தை இந்த அர்ஜுனன் வீணான வழியில் கழிக்கவில்லை. முதல் ஆறு வருஷங்கள் காட்டு மிருகங்களை வேட்டையாடுவதிலேயே கழித்தேன். தாவிப் பறக்கும் பறவைகள், தொலைவில் துள்ளி ஓடும் மான், அபூர்வமாகத் தென்படும் புலி, சிறுத்தைகள் எல்லாவற்றையும் வேட்டையாடினேன். 'அர்ஜுனா, எதிர்காலத்தில் யுத்தமென ஒன்று நடந்தால் அதில் நாம் வெல்ல வேண்டும். நீ குருவிடம் கற்றுக் கொண்டதே அளவு கடந்ததுதான். ஆனால் எண்ணிக்கையில் அதிகமான பேர்களைக் கொண்ட படைகளை நம் திறமையைக் கொண்டு எதிர்க்க வேண்டிய சந்தர்ப்பம் வரலாம். இங்கிருந்து நீ இமயமலைக்குச் செல். அதில் ஏறு. அங்கே கிராதர்கள் என்னும் ஓர் இனம் இருக்கிறது. அவர்களில் யாருடனாவது நட்பு உண்டாக்கிக் கொண்டு உன் பயிற்சியைச் செய். அப்படியே நாம் பிறப்பதற்குக் காரணமாக இருந்த அந்தத் தேவர்கள் உலகத்துக்கும் ஒரு முறை சென்று வா. அங்கே இருக்கும் இந்திரன்தான் உன் தந்தை. அங்குள்ள தரும அதிகாரி என் தந்தையாகும். சேனாதிபதி பீமனின் தந்தையாக வேண்டும். அம்மா சொல்லி இருக்கிறாள், இல்லையா? உறவு முறையை நீ தெளிவுபட எடுத்துச் சொன்னால் அவர்கள் உனக்கு அக்கறையுடன் ஏதேனும் புதிதாகச் சொல்லித்தரக் கூடும். ஆரியர்களின் புராதன அறிவைப் பற்றியெல்லாம் அவர்கள் அறிவார்கள். மலையின் நுனியில் நின்று கொண்டு கீழே புள்ளிபோலத் தெரிகிற அல்லது காணாமல் இருந்தாலும் உத்தேசமாக ஓர் இடத்தைக் கணித்து வீழ்த்துவதில் அவர்கள் வல்லவர்கள்' என்று தருமன் அர்ஜுனனிடம் சொன்னான்.

"சூதாடும் பழக்கம் ஒன்றைத்தவிர தருமனைப் பற்றிச் சிறப்பாகச் சொல்ல வேண்டுமென்றால், அவன் சிறந்த ஞானி. குரு எனக்குப் போதித்தார் என்பது உண்மை. ஆனால் அது அளவு கடந்ததா? என் பயிற்சியென்று எதுவும் இல்லாமல் போனால் குருவின் முயற்சி வெற்றி அடைந்திருக்கக்கூடுமா?" என்று எண்ணத் தொடங்கினான் அர்ஜுனன். அதைத் தொடர்ந்து அவன் மனம் பயிற்சிக்கும் அறிதலுக்கும் இருக்கிற தொடர்பையும் குருவின் வழி காட்டல் களுக்கும் ஒரு மாணவனின் உழைப்புக்கும் இருக்கிற தொடர்பைப் பற்றியும் எண்ணத் தொடங்கியது. என்னோடு சேர்ந்து அவருக்குப்

பல மாணவர்கள் இருந்தார்கள். அவர்களில் எவருக்குமே ஏன் கைவரப் பெறவில்லை? ஏன் அர்ஜுனனின் அளவு பயிற்சியை மேற் கொள்ளவில்லை? இந்த அர்ஜுனன் அளவுக்கு அவர்களால் ஏன் கடுமையாக உழைக்க இயலவில்லை? குரு சொல்லித் தருவதைக் காட்டிலும் ஒரு மாணவனின் முயற்சியை முக்கியமாகக் கருதுகிறது எனது மனம். ஆனால் அதே சமயத்தில் தன் மாணவனை மிகவும் நேசிக்கிற ஒரு குருவை பக்தியுடன் வணங்கவேண்டும் என்றும் எண்ணுகிறது. கிராதரிடமும் தேவ உலகத்தவர்களிடமும் சேர்ந்து இன்னும் தீவிரமாகக் கற்றுக்கொண்டும் பயிற்சி செய்து கொண்டும் வருவது நல்லது என்கிற திட்டம் தருமனின் மனத்தில்தான் முதலில் உதித்தது. அந்த அளவுக்கு முன் ஆலோசனை யாருக்கு வரும்? ஒரு நாள் ஆற்றங்கரையோரமாய் அழைத்துச் சென்று, 'தைரியத்திலும், ஆற்றலிலும், ஞானத்திலும் உனக்கிருக்கிற தேர்ச்சி வேறு யாருக்கும் இல்லை. நகுலனும் சகாதேவனும் இன்னும் இளையவர்கள். எதையுமே அவர்களால் சுயேச்சையாய்ச் செய்ய இயலவில்லை. நீ ஒருவனே என் தம்பி. நம் ராஜ்ஜியத்தை ஒருவேளை துரியோதனன் திருப்பித் தருவதாக ஒரு சூழல் உருவானால், அது பெரும்பாலும் உனது வில்வீரத்தைப் பார்த்துத்தான் இருக்கும். ஆள்மீது பாய்ந்து பீமன் தாக்குதல் நிகழ்த்தக் கூடும். ஆனாலும் அது மிருகத்தனமான யுத்தமுறை. தொலைவிலிருந்து அம்புகளை எய்து எதிரியைக் கலங்க அடிப்பது நவீன யுத்தமுறை. இந்த யுத்தம் பீமனின் யுத்த முறையைக் காட்டிலும் எவ்வளவோ மடங்கு மேலானது என்று சொன்னான் தருமன். வில்லின் பெருமையைப் பற்றி அவன் அறிவான். மரக்கிளைகள், பாறைகள் ஆகியவற்றைப் பயன்படுத்தும் காட்டு வாசிகளைப்போல யுத்தம் நிகழ்த்தும் பீமனுக்கு இதைப்பற்றி என்ன தெரியும். கதாயுத்தம் மூலம் திருராஷ்டிரனின் பிள்ளைகள் அனைவரையும் வீழ்த்தி விடுவதாகத் தினமும் சபதம் செய்கிற அவனுக்கு யுத்த தந்திரங்கள் பற்றி என்ன தெரியும்? அடைமழையைப் போல எதிரி தொடர்ந்து அம்புகளை எய்துகொண்டே இருப்பானே எனில் கதையோடு அவனை அணுகுவது எப்படி? முரட்டுத்தனமான யுத்தமுறையிலும் முரட்டுத்தனமான பேச்சிலும் மூழ்கியவன் அவன். வாழைத்தண்டை நசுக்குவது மாதிரி நசுக்குவதற்குப் பெயர் யுத்தம் அல்ல. பார்த்துக் கொண்டிருப்பவர்களும் கேள்விப்படுவர்களும் மூக்கின்மேல் விரல் வைத்து ஆச்சரியப்படத்தக்க அளவில் காட்டப்பட வேண்டிய திறமைக்குப் பெயர்தான் யுத்தம்.'

நிலா பளிச்சென்று இருந்தது. குன்றுகளே இல்லாமல் வெறும் வெட்டவெளியாக இருந்தது பாதை. தொலைவில் குன்றுகளின் சரிவுகளுக்கிடையே வெற்றிடமாய் இருந்த வெட்டவெளியில் நிலா வெளிச்சம் வீணாகப் பொழிந்தது. புழுதியை எழுப்பிப் பரவ வைத்துக்

கொண்டும் சத்தமிட்டுக் கொண்டும் சென்ற ரதங்கள் நிலவை ரசிக்க முடியாமல் செய்கிறது என்று அர்ஜுனனுக்குத் தோன்றியது. ஒரு கணம் ரதங்களை நிறுத்தச் சொல்லலாமா என்று தோன்றியது. அவர்கள் 'ஏதற்காக' என்று கேட்டால் என்ன சொல்வது? யாரும் கேட்காமல் கூட இருக்குக் கூடும். இங்கே புழுக்கத்தைத் தணித்திருக்கிறது. தூக்கத்தையோ, விழிப்பையோ கடந்த ஒரு அமைதிநிலை மனசில் தோன்றியது. திடுமென எதுவோ ஞாபகத்துக்கு வந்து துஷ்டனிடம் ரதத்தை நிறுத்துமாறு சொன்னான். ஓர் அம்பையெடுத்து அவனது கழுத்துப் புறத்தில் சீண்டினான். "ஏதாவது சோமரஸம் இருக்கிறதா" என்று அவனிடம் கேட்டான் அர்ஜுனன்.

"சுத்தமான சோமக் கொடிகளில் இருந்து தாயாரிக்கப்பட்டது இங்கில்லை. வேறு ஒரு மரத்திலிருந்து இறக்கப்பட்ட மதுதான் இருக்கிறது. விருட்சஸ்தலத்தில் ஒரு பையில் நிரப்பித் தந்தார்கள். இந்த உஷ்ணத்தில் நன்றாகப் புளித்திருக்கக் கூடும்."

"அத்துடன் கலப்பதற்கு நம்மிடம் பால் கூட இல்லையே"

"இல்லை அரசரே."

"சரி, அதையே கொஞ்சம் கொடு"

துஷ்டன் ரதத்தை நிறுத்தவில்லை. முன்னால் சென்று கொண்டிருந்த தேரோட்டியைக் கூவி அழைத்துச் சொன்னான். அவன் தனக்கும் முன்னால் சென்று கொண்டிருந்தவனிடம் கூவிச் சொன்னான். நாலாவதாகச் செல்லும் ரதத்தில்தான் மதுப்பை வைக்கப்பட்டிருந்தது. முதல் நாள் இரவே எல்லாரும் குடித்திருந்தார்கள். எஞ்சிய மதுவை ஒருமரக் குடுவையில் ஊற்றி எடுத்துக் கொண்டு ரதத்திலிருந்து இறங்கி வந்து துஷ்டனிடம் தந்துவிட்டு மீண்டும் ஓடிச் சென்று தன் ரதத்தில் ஏறிக்கொண்டான் தேரோட்டி.

மிகவும் பணிவோடு இரண்டு கைகளாலும் குடுவையை ஏந்தி அர்ஜுனனின் முன் நீட்டினான் துஷ்டன். குடுவையின் மூடியைத் திறந்து இரண்டு மிடறுகள் குடித்தபிறகுதான் அர்ஜுனனுக்கு எதிரே படுத்திருக்கும் மனைவியின் ஞாபகம் வந்தது. எழுப்பி அவளுக்கும் தர நினைத்தான். மது என்றால் அவளுக்கும் அவனைப் போலவே விருப்பம் அதிகம். துவாரகையைச் சேர்ந்தவர்கள் அனைவருமே அப்படித்தான். துவாரகைக்காரர்கள் மட்டும் அல்ல, யாதவ குலத்தைச் சேர்ந்தவர்கள் எல்லாருமே அப்படித்தான். உட்கார்ந்த இடத்திலிருந்தே அவளது வலது தோளைப் பிடித்து உலுக்கி எழுப்பினான். அவள் எழுந்திருக்கவில்லை. இன்னும் கொஞ்சம் வேகமாக உலுக்கினான். லேசாக விழித்தாள். மெல்ல அசைந்தாள். புரண்டாள். மீண்டும் தூக்கத்தில் ஆழ்ந்து விட்டாள். அர்ஜுனன் அலுத்துக்கொண்டான்.

கோபம் வேறு வந்தது. இப்பொழுது எழுப்பிக் கொடுத்தால் குடித்து விட்டு மீண்டும் அவள் தூங்கச் செல்லக் கூடும் என்று நினைத்தான். குடிப்பது என்பது வெறுமனே தூக்கத்தில் ஆழ்ந்து விடுவதற்காக அல்ல என்று தோன்றியது. தனியாகவே மேலும் இரண்டு மிடறுகள் குடித்தான். சற்றே புளிப்பு அதிகமாக இருந்தது. அப்பொழுதுதான் மரத்திலிருந்து இறக்கியதாக இருக்க வேண்டும். கூடவே பாலும் தேனும் கலந்திருக்க வேண்டும். எல்லாம் சேர்ந்த நல்ல கலவையாக இருந்தது. இப்படி எண்ணும்போது தனியாக ஒருவனே குடிப்பதை அலுப்பாக உணர்ந்தான். நல்ல கூட்டாளி இல்லை என்றால், குடிப்பதில் என்ன மகிழ்ச்சி இருக்கக்கூடும் என்று எண்ணியபடியே ரதத்திற்கு வெளியே பார்த்தான். தொலைவில் குன்றுகளுக்கிடையே தெரிந்த நிலவும் தன்னுடன் மௌனமாகப் பயணம் செய்துகொண்டிருப்பது போலத் தோன்றியது. ஒரு குன்றில் பின்னணியில் இருந்து மௌனமாக அடுத்த குன்றின் பின் ஊர்ந்து செல்வதுபோல நிலவு மிதந்தது. குதிரைகள் கூட சத்தமின்றி ஓடக் கற்றிருந்ததுபோல இருந்தது. ரதச் சக்கரங்களும் கூட அமைதியாக ஓடின. நிலவு அமைதியாகவே பின்தொடர்ந்து வந்தது. இன்னும் இரண்டு மிடறுகளைக் குடித்த பின்பு மூடியால் குடுவையை மூடித் தொடைமேல் வைத்துக் கொண்டான். கூட்டாளி வேண்டும், கூட இருந்து மது அருந்த ஓர் ஆள் வேண்டும் என்று எண்ணத் தொடங்கிய அர்ஜுனன் தன் நினைவுகளுக்குள் மூழ்கினான். “இந்நேரத்திற்குள் எவ்வளவு தொலைவு போயிருப்பானோ, தெரியவில்லை. அவன் எப்போதுமே வேகமான ஆள். துளியும் களைப்பின்றி இரவு பகல் பாராமல் வெயில் மழை குளிர் எதைப்பற்றியும் கவலைப்படாமல் எந்த வேலையையும் வேகமாகச் செய்து முடிப்பவன். அடுத்தவர்கள் கண் இமைக்கும் நேரத்திற்குள் எதையும் செய்து முடிப்பவன். இந்த ரதத்தில் அவனும் என்னோடு இருந்தால் எவ்வளவு நன்றாக இருக்கும்! இந்த நிலவு வெளிச்சத்தின் ஆனந்தத்தில் இருவருமே ஒரே குடுவையில் மாறி மாறி மது அருந்தியபடி பொழுதைக் கழிக்கலாம். பன்னிரெண்டு வருஷ கால வனவாசத்திற்குப் பிறகு ஒரு முழு வருஷத்தை அஞ்ஞாதவாசத்தில் தனிமையில் கழித்தேன். அதற்கப்புறம் உபப்லாவ்ய நகருக்கு வந்த என் நண்பன் நேற்று மாலை வரை என்னோடு இருந்தான். இந்தப் பிரயாணத்தைப் பற்றி அண்ணன் முதலிலேயே சொல்லி இருந்தால் கிருஷ்ணனோடு சேர்ந்தே இந்தப் பிரயாணம் நடந்திருக்கும். இதே ரதத்தில் நாங்கள் இருவரும் ஒன்றாகப் பயணம் செய்து கொண்டிருந்திருப்போம். அப்போது வெப்பமோ, புழுக்கமா, வியர்வையோ எதுவுமே பெரிசாகத் தெரியாது. ஒரு வார்த்தையும் பேசாமல் இருவரும் அமைதியாய் உட்கார்ந்திருந்தால் கூட மனசில் பேரமைதி குடிகொள்ளும். “இப்படி யோசித்துக் கொண்டிருக்கும் போது அவனது கை தானாக குடுவையின் மூடியைத் திறந்தது. ஆனால்

வேண்டாம் என்று மனம் மறுத்து மூடிவிட்டது. குன்றின் பின்னணியில் தெரிந்த நிலா அப்போது ஒரு மரத்தின் கிளைகளிடையே அகப்பட்டது போல தெரிந்தது. கள்ளாக இருந்தாலும், மதுவாக இருந்தாலும், சோமரசமாக இருந்தாலும் தன்னோடு கூட இருந்து மகிழ்ச்சியுடன் குடிப்பதற்குப் பொருத்தமான ஆள் பாஞ்சாலி மட்டும்தான் என்று நினைத்தான். மீண்டும் தன் நினைவுகளுக்குள் மூழ்கினான் அவன். "ஐந்து நாட்களுக்கு ஓர் இரவு என்னும் முறை அமுலில் இருந்த ஐந்து வருஷ காலத்தில் உஷ்ணம், குளிர், வெயில், இருட்டு எல்லா வற்றையும் மறந்து விட்டிருந்தேன். எல்லா இடங்களிலும் அவளே இருப்பதுபோல இருந்தது. என்னைத் தன் வார்த்தைகளால் கட்டுப் படுத்தினாள். என்னைத் தோல்வியுறச் செய்தாலும் ஒருவிதமான வெற்றியுணர்வு எனக்குள் பொங்கியெழச் செய்தாள். முழுக்க முழுக்க என் கனவுகளால் இரவை நிரப்பினாள். இதைத் தொடர்ந்து வரும் நான்கு நாட்கள் பிரிவாற்றாமையால் துடிக்க வைத்தாள். அவளோடு பேசத் தொடங்கினால் என் கனவுகளும் ஆசைகளும் மலர்ந்து விரியும். அவளை விட்டுப் பிரிந்த பிறகு கனவுகள் வற்றிப் போகாத் தொடங்கின. கனவுகளற்ற வறட்டுத்தனமான விழிபபு என் வாழ்க்கையாகிவிட்டது. அவளை என்னிடமிருந்து பிரித்தது யார்? ஐந்தாம் நாள் கிடைக்க இருக்கும் விருந்துக்காக நான்கு நாட்கள் பசியைத் தாங்கிக்கொள்ள முடியும். ஆனால் ஐந்தாவது வருஷம் கிடைக்கப்போகும் விருந்துக்காக நான்கு வருஷங்கள் காத்திருக்க முடியுமா? அவள் அதைப் புரிந்துகொள்ளவில்லை. வீட்டில் உலவிக் கொண்டிருந்த பணிப்பெண்களை உறவுக்காக அழைப்பதை இந்த அர்ஜுனன் விரும்பவில்லை. பணிப்பெண்களுடன் எந்த வகையான உறவும் கொள்ளக்கூடாது என்று சின்ன வயசிலிருந்தே எங்கள் ஐந்து பேருக்கும் அம்மா அடிக்கடி சொல்வதுண்டு. தன்னை விடத் தாழ்ந்த நிலையில் இருப்பவர்களோடு உறவென்ன வேண்டிக் கிடக்கிறது என்று அவள் சொல்வாள். வேறாரு பெண்ணை மணந்து கொள்ளாமல் இந்த நான்கு வருஷ கால விரதத்தை எப்படி தாங்கிக் கொள்வது? முறை என்று விதித்தது என்னமோ உண்மைதான். ஆனால் அதற்காக இத்தனை கடுமையாய் அதைப் பின்பற்ற வேண்டுமா? என் ஆசைக்கு அவள் இணங்கிப் போயிருந்தால் அண்ணன் அதை ஆட்சேபித்திருக்கப் போவதில்லை. சதா காலமும் தரும நெறிகளைப் பற்றிய பேச்சிலும் யோசனைகளிலும் ஆழ்ந்து கொண்டிருக்கும் தருமனுக்கு இல்லற இன்பம் பற்றிய ஆழ்ந்த ஆசை எதுவும் இல்லை. சதா காலமும் உடற்பயிற்சியில் ஆழ்ந்திருக்கும் பீமனின் வேட்கை முழுக்க வேர்வையாகிக் கரைந்தது. நகுலனோ அல்லது சகாதேவனோ இருவருமே தம் ஆசையை வெளிப்படையாய் புலப்படுத்தியவர்கள் இல்லை. என் எதிரில் வந்து ஆட்சேபிக்கிற துணிச்சலும் அவர்களுக்கு இல்லை. இந்த அர்ஜுனனைப் பொறுத்த மட்டிலும் மனத்தாலும்

உடலாலும் வேறு வேறு விதிமுறைகளுக்குக் கட்டுப்பட்டவன் என்பது ஏன் அவளுக்குப் புரியாமல் போனது? 'முறை' அல்லது 'விரதம்' என்னும் பெயரால் ஏன் என்னைப் புறக்கணிக்க முற்பட்டாள்? அவள் மனசுக்குள் என்ன நினைத்தாள் என்பதை இந்தக் கணம் வரைக்கும் அறிந்துகொள்ள வழியில்லை. அறிந்துகொள்ள எந்த வாய்ப்பையும் அவள் எனக்கு வழங்கவில்லை. என் பாஞ்சாலி, நீ மிகவும் உறுதி வாய்ந்தவள். உன் உறுதியாகிய நெருப்பில் என்னைப் பொசுக்குகிறாய். நானும் நீயும் சந்தித்துப் பேசி இப்பிரச்சினைக்கு ஒரு முடிவு கட்ட முடியவில்லை. இந்தச் சுபத்திரையோடு துவாரகையில் இருந்து புறப்படும்போது இருந்த மகிழ்ச்சி எல்லாம், இந்திரப்பிரஸ்தம் இன்னும் இரண்டு நாள் பயண தூரத்தில் இருக்கிறது என்னும்போது எல்லாம் வடிந்து விட்டது. உன் சக்தியே பெருகிப் பரவி இருக்கும் இடத்தில் வேறு ஒருவர் எப்படி நுழைய முடியும்? மிகவும் மனம் உடைந்த நிலையில் நகருக்குள் நுழைந்து நீ இருக்கும் இடத்திற்கே இவளை அழைத்து வந்து 'இவளைத் தங்கையாக நீ ஏற்றுக்கொள்ள வேண்டும்' என்று சொன்ன போது இவளை மகிழ்ச்சியோடு வரவேற்றுத் தழுவிக்கொண்டாய். துளியும் அழவில்லை. கோபம் கொள்ளவும் இல்லை. உதாசீனப்படுத்தவும் இல்லை. இவளாலோ அல்லது இந்தத் திருமணத்தாலோ நீ சற்றும் பாதிக்கப்படவே இல்லை என்பது போலவே நீ காட்டிக் கொண்டாய். அதனால்தான் இன்னும் உன்னையே நான் நினைத்துக் கொண்டிருக்கிறேன். இப்பொழுது எனக்கு எல்லாம் புரிகிறது. அடுத்த நாள் தனிமையில் உன்னைச் சந்தித்துப்பேச வந்தபோது, 'எப்படியோ உன் பிடிவாதத்தால் வெற்றியைத் தேடிக் கொண்டாய். சந்தோஷமாய் இரு' என்று சொன்னாய். அமைதியாய் இருக்க நீ முயற்சி செய்தா லும், உன் குரல் உடைந்திருந்ததையும், உன் கண்கள் ஈரமாகி உலர்ந்திருந்ததையும் நான் கவனிக்கவே இல்லை என்று நினைத்துக் கொண்டாயா? கடைசியாக, "இல்லை என்று மட்டும் நீ பொய் சொல்ல வேண்டாம். வில்லை எடுத்துச் சுயம்வரத்தில் இவளை வென்றெடுத்த எனக்கு இவள் மீது தனிப்பட்டவகையில் உரிமை இருக்க வேண்டும் என்று சொன்ன அகங்காரம் கொண்டவன் நீ. பிடிவாதமோ, வெறியோ இந்த அகங்காரத்தில் இருந்துதான் பிறக்கிறது என்று நீயே எல்லாவற்றையும் பேசி, நீயே தீர்ப்பாகச் சிலவற்றையும் சொல்லி முடித்துவிட்டுச் சென்றுவிட் டாய். உண்மையிலேயே அகங்காரம் கொண்டவனா நான்? யாரிடமும் சொல்லாமல் ஊரைவிட்டுப் போனது அவள் மேல் எழுந்த கோபத்தாலும் எரிச்சலாலும்தானா?

'சுயம்வரத்துக்கு வந்திருந்த எல்லாருமே என் அழகான தோற்றத்தைக் கண்டு சிலையாகி உறைந்து விட்டார்கள். அழகை மட்டுமல்ல, என் கம்பீரத்தையும் தன்னம்பிக்கையையும் பார்த்துத் தான் உறைந்துவிட்டார்கள். காம்பில்ய நகரில் எங்களைத் தாக்க

வந்த க்ஷத்திரியர்களோடு மோதி வீழ்த்தி அவளோடு தெருவில் நடந்து செல்லும் போது எவ்வளவு பெருமையாகவும் கர்வமாகவும் இருந்தது. குயவனின் வீட்டுக்குப் பின்பக்கம் இருந்த எங்கள் குடிசையைச் சேர்வதற்குள் அந்த நான்கு பேரும் அவள் மேல் மையலுற்று விட்டார்கள். அம்மா என்னைத் தனியே அழைத்து, 'அர்ஜுனா, சுயம்வரத்தில் நடந்த போட்டியில் நீ வென்றிருக்கக் கூடும். ஆனால், நீ ஒரு தனிப்பட்ட யுத்தத்தில் வென்றதன் பலனை எவ்வாறு எல்லா சகோதரர்களும் சேர்ந்து நுகர்கிறீர்களோ, அவ்வாறே இந்தப் பெண்ணின் மீதும் ஐவர்க்கும் சம உரிமை இருக்கட்டும். இல்லா விட்டால் உங்களுக்கிடையே இருக்கிற ஒற்றுமை உடைந்துவிடும். அவளிடம் நான் போய்ப் பேசுகிறேன். அவளோடு ஐந்து பேருமே சேர்ந்து வாழுங்கள்' என்றாள். அப்படி அம்மா சொன்ன மறுகணமே, 'எனக்கு அவள்மீது எவ்விதமான உரிமையும் இல்லை. ஆசையும் இல்லை. அவர்கள் நான்குபேர் மட்டுமே ஏதாவது செய்து கொள்ளட்டும். நான் பிரம்மச்சாரியாகவே இருந்து விடுகிறேன்' என்று சொன்னேன். உள்மனத்தில் வேதனையும் விரக்தியும் இருந்தாலும் வெளித்தோற்றத்திற்குப் பிடிவாதம் பிடித்தேன். 'இங்கே பாரப்பா, நீயே இப்படிப் பேசினால் உங்களிடையே உள்ள ஒற்றுமை குலைந்து விடும். வேண்டவே வேண்டாம் என்று அடம்பிடிக்கக் கூடாது. கசப்பையெல்லாம் மறந்து ஐந்து பேருமே அவளோடு சந்தோஷமாக இருங்கள் என்று அம்மா மீண்டும் வலியுறுத்தினாள். ரொம்ப நேரத்திற்கு என்னோடு உட்கார்ந்து எனக்குப் போதித்தாள் அம்மா. எதுவுமே வேண்டாம் என்று துறந்து செல்பவன் கர்வம் மிக்கவனாக முடியுமா? முழுக்க முழுக்க எனக்குச் சொந்தமாக வேண்டியவளை மற்றவர்களோடு சேர்ந்து பகிர்ந்துகொள்ள இசைந்த தியாக மனம் கொண்டவன் அகங்காரம் கொண்டவனாக முடியுமா?..." இப்படி எண்ணங்களிடையே உழன்று கொண்டிருக்கும்போதே இன்னும் கொஞ்சம் மது அருந்த வேண்டும் போல இருந்தது. மூடியைத் திறந்து குடித்தபிறகு உதடுகளைத் துடைத்துக் கொள்ளும்போது மீண்டும் பழைய நினைவுகள் மூண்டெழுந்தன. "ஒருவனுக்கு இல்லாத பழக்கத்தைச் சுட்டிக் காட்டித் திட்டினால், யாருக்குத்தான் கோபம் வராது? அதனால்தான் அவள் என்னை 'அகங்காரம் கொண்டவன்' என்று திட்டியபோது எனக்குக் கோபம் வந்தது. இல்லாத ஒன்றைப் பற்றி அவள் ஏன்பேச வேண்டும்? உன்மீது எனக்கு எந்த உரிமையும் வேண்டாம். இருக்கிற கொஞ்ச நஞ்ச உரிமையைக் கூட மற்றவர் களுக்கே விட்டுக் கொடுத்துவிட்டு வெளியேறி விடுகிறேன் என்ற எண்ணத்தில்தான் நான் ஊரைவிட்டு வெளியேறினேன். ஏன் ஊரை விட்டு வெளியேனேன்? நான் கோபத்தின் வசப்பட்டிருந்தேன் என்பது உண்மை. இவள் இனி வேண்டவே வேண்டாம் என்கிற எண்ணமும் இருந்தது, உண்மை. இருபது வருஷங்களுக்கு முன்பு நடந்த சம்பவத்தையும் அப்போதைய

மனநிலைகளையும் என்னால் துல்லியமாக ஞாபகத்தில் வைத்திருக்க முடியவில்லை. ஏன், எப்படி, எங்கே என்ற கேள்விகள் எதுவுமே இப்போது புரியவில்லை. சில மெய்க்காவல் படை வீரர்களும் குதிரைகளும் மட்டும் கூட இருந்தார்கள். ஈடு இணையற்ற இந்த வில்லும் இருந்தது. என் வயது அப்போது முப்பத்தொன்று. ஆரியவர்த்தத்தில் எந்த மூலையில் சுயம்வரம் நடந்தாலும் சரி, எப்படிப்பட்ட சிரமங்கள் நிறைந்த போட்டிகளானாலும் சரி, நூற்றுக்கணக்கில், ஏன், ஆயிரக்கணக்கில் கூட வில்களை வளைத்து வெல்லத் துடிக்கிற வயது அது. போட்டிகள் எதுவுமே இல்லாத சுயம்வரமாக இருந்தாலும் கூட, ஆயிரம் இளவரசர்களிடையே உட்கார்ந்திருந்தாலும் தனிப்பட பளிச்சென்று தெரியும் என் அழகைக் கண்ட பிறகு எந்த இளவரசியாவது என்னைத் தவிர வேறு எவனுக்காவது மாலையிட்டு விடுவாளா? அப்படிப்பட்ட தன்னம்பிக்கை என்னிடம் இருந்தது. ஒருவேளை என்னைத் தவிர வேறு யாருக்கேனும் அவள் மாலை அணிவித்தால், அவள் எனக்குச் சற்றும் தகுதியானவள் அல்ல என்று என் உள்மனம் சொல்லிவிடும். என்னைப் பிரிந்திருப்பதில் அம்மாவுக்கு எவ்வளவு துயரம் உண்டாகும் என்றும், இப்படிப்பட்ட வீரச் சகோதரனைப் பிரிந்திருப்பதில் மற்ற சகோதரர்களுக்கு எந்த அளவுக்கு வருத்தம் உண்டாகும் என்றும் எனக்குத் தெரியும். ஆனால் அப்போது என் மனநிலை எப்படி இருந்தது? எனக்குச் சரியாக ஞாபகம் இல்லை. புதிய புதிய ஊர்களையும் நாடு நகரங்களையும், புதிய புதிய மலை, குன்று, காடு நதிகளையும், வேறு வேறு மொழி பேசும் நகர மனிதர்களையும் பார்க்கிற ஆசையோ என்னமோ. வெறும் அலைகிற ஆவல் மட்டும்தானா அது? இந்த அர்ஜுனன் பார்த்த அளவுக்குப் புதிய ஊர்களையும் புதுப்புது மனிதர்களையும் வேறு யாரேனும் பார்த்திருப்பார்களா? ஆரியவர்த்தத்தையே வரைந்து காட்டுகிற அளவுக்கு எல்லாத் தகவல்களையும் அறிந்தவன் நான்..." குடுவையை மூடித் தன் காலுககருகில் இருந்த மூலையில் வைத்தான். ரதம் எவ்வளவு வேகமாக ஓடினாலும் குலுங்காத அளவுக்கு அடிப்பகுதி அகன்றிருந்தது. இப்போது நிலவு ரதத்தின் உச்சியில் இருந்தது. எங்கே சென்றாலும் கூடவே தொடர்ந்து வருகிற அடிமையைப் போல நிலா கூடவே ஓடி வந்தது. குன்றுகளிடையேயோ, மரக்கிளைகளிடையேயோ அகப் பட்டுப் பின்வாங்கி விடாமல் தொடர்ந்து வந்து கொண்டிருந்தது.

"இந்திரப்பிரஸ்தத்தை விட்டு வெளியேறும்போது எந்த ஊருக்குச் செல்வது என்கிற எந்தத் திட்டமும் மனசில் இல்லாத போதும் நான் ஏன் வடதிசையை நோக்கிச் சென்றேன்? அங்கிருந்து நான் பிறந்து வளர்ந்த இமயமலையின் அடிவாரத்தைச் சென்று பார்க்கிற ஆசை உள்மனத்தில் இருந்ததா? மிகவும் விரக்தியாக இருக்கும்போது இளமைக் கால நினைவுகள் எழுகின்றன. கோடையில் எங்கும் பச்சைப்

பசேலென மின்னும் புல்வெளி. குளிர்காலத்தில் எங்கும் பனிபடர்ந்த குன்றுகள். அங்கங்கே சிற்சில குடிசைகள். தம் மனைவிகளை எந்த வித்தியாசமும் பாராமல் தமக்குள் பகிர்ந்துகொண்டு சேர்ந்து வாழும் சகோதரர்கள். எந்த அரசனின் ஆளுகைக்கும் உட்படாத வாழ்வு. என் இளமையைக் கழித்த அந்த இடத்துக்குச் செல்ல நினைத்தேனோ என்னமோ. ஆனால் போகவில்லை. குதிரைமேல் உட்கார்ந்து தொடர்ந்து பயணம் செய்ததில் உண்டான களைப்பு நீங்கவும் உடம்பில் படிந்த புழுதியைக் கழுவிக் கொள்ளும் பொருட்டும் கங்கையின் குளிர்ந்த நீரில் கழுத்து வரைக்கும் முழுக உட்கார்ந்து கொண்டேன். அப்போதுதான் அந்தப்பெண் உலுப்பி வந்தாள். நேரிடையாக என்னைப் பார்த்து, "பார்த்தால் இளவரசனைப் போலத் தெரிகிறாய். எந்த தேசத்தைச் சேர்ந்தவன் நீ? நான் செய்த புண்ணியங்களின் பயனாகத்தான் இங்கு வந்தாயா? அல்லது நீயாகவே ஏதாவது காரணத்தை முன்னிட்டு வந்தாயா?" என்று கேட்டாள்.

"அவள் நாகர் இனத்தைச் சேர்ந்தவள். இந்த நாகர் இனப் பெண்களின் சுதந்திரமே சுதந்திரம். அதுவும் மலைப்பகுதிகளில் வாழும் நாகர் இனப் பெண்களின் சுதந்திரத்தைப் பற்றி தனியே எடுத்துச் சொலலத் தேவையில்லை. அவளுடைய தந்தையார் ஆரியரைப் போல வீட்டில் அக்கினிபூஜையை நடத்தினாலும் கூட, பெண்களின் சுதந்திரத்ததைக் கட்டுப்படுத்தி முடக்கவில்லை. இந்தப் பக்கத்து நாகர்கள் அனைவரும் மெல்ல மெல்ல ஆரியர்களின் பழக்க வழக்கங்களை மேற்கொள்ளத் தொடங்கி விட்டார்கள். தம் இனத்துக்குள் எவ்வளவு சுதந்திரமாக வேண்டுமானாலும் இருக்கப் பெண்களை அனுமதிக்கும் அவர்கள், வெளியாட்களோடு சிறிதளவு சுதந்திரமாக நடந்து கொண்டாலும் அதை அவமானத்துக்கு உரிய ஒன்றாக எண்ணுகிறார்கள். ஆனால் இதுவரைக்கும் சூரிய இனத்தைச் சேர்ந்த எந்தப் பெண்ணும் நாகர் இனத்தைச் சேர்ந்த எந்த ஆடவனையும் மணந்து கொண்டதில்லை. ஆரியப் பெண்கள் மயங்கி ஆசை கொள்ளும் விதத்தில் நாகர் இன ஆண்களிடம் விசேஷமாக என்ன இருக்கிறது? ஒருவேளை அப்படிச் செய்துகொள்ள எந்தப் பெண்ணாவது முன்வந்தாலும் அவளைச் சும்மா விடுவார்களா நம் ஆள்கள்" இந்த எண்ணம் அர்ஜுனனுக்குப் பெருமிதமூட்டியது. ரதத்தின் அசைவுகளுக்கு ஏற்றபடி அவன் தலையும் ஆடியது. அவ்வளவு நேரம் உட்கார்ந்திருந்தாலும் முதுகு சற்றும் வளையவில்லை. முதுகின் எலும்புகளிலும் நரம்புகளிலும் சோர்வின் எந்த அறிகுறியும் இல்லை. மறுபடியும் அவன் தன் பழைய நினைவுகளில் மூழ்கினான். "யானைகளை அடக்கும்வ லிமை பொருந்தியவர்கள் நாகர் இனத்தில் உண்டு. அக்குழுவின் முக்கியஸ்தரின் மகள் அவள். வெறும் மூங்கில் களால் கட்டிய வீடு. சுவர்கள் கூட மூங்கிலாலேயே ஆகி இருந்தன.

மூங்கிலாலான பாய்களையே பயன்படுத்தினார்கள். மூங்கிலால் ஆன குடுவையிலேலே சோமரசத்தை நிரப்பி இருந்தார்கள். ஐராவத இனத்தைச் சேர்ந்தவர்களாம் அவர்கள். மகளால் அன்புடன் அழைத்து வரப் பட்டவன் என்பதால் என்னை மிகவும் கௌரவத்துடன் நடத்தினார். கங்கை நதியில் குளிப்பதற்காக இறங்கிய என்னைப் பார்த்த அந்தக் கணமே என்மீது அவளுக்கு ஆசை பிறந்ததாம். எதையும் மூடி மறைக்காமல் இயல்பாக எழுந்த தூய ஆசை அது. பார்ப்பதற்கு அவள் ஒன்றும் தீய பெண்ணாகத் தோன்றவில்லை. ஏதோ விதிகளை யெல்லாம் மீறி நடப்பவளாக எனக்குத் தோன்றவில்லை. காட்டில் சுயேச்சையாக நடக்கும் மானைப் பார்த்து உருவாகும் அன்பைப் போல அவளைக் கண்டதும் எனக்கு அன்பு பிறந்தது. படுக்கையறையின் காமக் கலைகளில் அவ்வளவாகத் தேர்ந்தவள் அல்ல அவள். ஆனால் சுதந்திரமாக இருந்தாள். என் கலை அவள் சுதந்தரத்தின் முன் கரைந்தது. அவள் என்னுடையவள் ஆனாள். இந்த ஒரு ஜென்மத்துக்கு மட்டுமன்றி வரப்போகும் எல்லா ஜென்மங்களுக்கும் என்னுடைய அடிமை ஆனாள். ஒரு மானைப்போல சுதந்திரமாய்த் திரியும் ஆசை அவளிடம் இருந்தது. ஒரே மூச்சில் மலையுச்சி வரை ஏறி இறங்கும் வலிமையும்ஆரோக்கியமும் அவளிடம் இருந்தது. கருவுற்று ஆறு மாதம் ஆகிற வரைக்கும் காடுமேடுகளில் என்னைவிடச் சுறுசுறுப்பாக வேட்டையாடிக் கொண்டிருந்தாள். தந்தையின் அக்னி முன்பு நின்று என்னை மணந்து கொண்டாள். என்னை மணந்து கொண்டதுமே கருவுற்றாள். உயிருக்குயிராக என்னோடு ஒட்டிக் கொண்டாள். என்னோடு கூட வந்திருந்த மெய்க்காவலர்கள் எல்லோருக்கும் இதனால் சற்றே வருத்தமிருந்தது. பல தேசங்களைச் சுற்றுகிற ஆரவத்தோடும் வேகத்தோடும் கிளம்பிய அவர்கள் இந்த மலையடிவாரத்தில் நாக இனப் பெண்களுடன் கொஞ்சி விளையாடிக் காலத்தைக் கழிப்பது சாத்தியமாகுமா? ஊருக்காவது திரும்பிச் செல்கிறோம் என்று சொல்லத் தொடங்கினார்கள். ‘இந்தப் பெண்கள் என்னவோ அழகிகள் தான். நல்ல உடற்கட்டு உள்ளவர்கள்தான். இல்லையென்று சொல்லவில்லை. ஆனால் திருமணம் செய்து கொண்டு கூடி வாழ ஆரியப் பெண்கள்தான் தகுதி வாய்ந்தவர்கள். உங்களைப் பார்த்தால் இங்கிருந்து உடனடியாகப் புறப்படுவதாகத் தெரியவில்லை. இங்கேயே நிலையாக இருந்துவிட உத்தேசமா?’ என்று கேட்டார்கள். எனக்குக் கோபம் வந்தது. ஆனால் உள்மனத்திற்கு அவர்கள் பேசும் விஷயத்தின் குறிப்பு புரிந்தது. இந்தப் பெண்ணோடு என் வேட்கை தணியக் கூடும். ஆனால் ஆழ்மனத்தில் புதைந்திருக்கும் விரக்தி நீங்கிகுவதில்லை. மீண்டும் பாஞ்சாலியின் அந்தத் தீவிர விரதத்தின் ஞாபகம். உடல் வேட்கை தணிந்த பிறகு கூடக் கவர்ந்து இழுக்கும் வலிமை அவள் அன்புக்கு உண்டு. வெறுமனே படுத்திருந்தாலும் கூட, மௌனமாக அர்த்தங்களைச் சிருஷ்டிக்கும் உடல் வனப்பு அவளுக்கு

உண்டு. பாஞ்சாலி வேட்டைக்கு உரிய ஒருத்தி மட்டுமல்ல நல்ல துணை. காமம் தணிந்த பின்பு கூட தோழமையை உணர்த்தும் நல்ல துணை. இந்த அளவுக்கு எனக்கு அப்போது விஷயம் புரியவில்லை. உலுப்பிக்கும் பாஞ்சாலிக்கும் இடையில் இருந்த வேறுபாடுகளை மனம் மௌனமாக உணர்ந்தது. உலுப்பியின் எல்லை புரிந்தது. ஆனால் பாஞ்சாலியின் பெருமை புரியவில்லை.

"அங்கிருந்து கிளம்ப இருப்பதாகச் சொன்னதும் உலுப்பி எப்படி யெல்லாம் அழுதாள். விருப்பம் இல்லாத ஒருத்தியோடு வாழ்வது கஷ்டம். விடுவித்துக்கொண்டு செல்வது இன்னும் கஷ்டம். அவளுக்கு ஒரு குழந்தை பிறந்துவிட்டால் அவளை விட்டு நீங்குவது இன்னும் கஷ்டமாக இருக்குமோ என்னமோ. என் மெய்க்காப்பாளர்களுள் ஒருவனான நபன் சரியான தருணத்தில் எனக்கு எடுத்துச் சொல்லவில்லை யென்றால் நான் அங்கேயேதங்கி விட்டிருப்பேன். ஆனாலும் நான் பிரிந்து செல்வதில் அவளுக்குப் பெரிதும் வருத்தம்தான். எனக்கும் புறப்படுவதை நினைத்துத் துயரமாக இருந்தது. ஆனால் அதே சமயத்தில் இருப்பதும் முடியாத காரியமாக இருந்தது. தர்மசங்கடான நிலை. ஆனால் வெளியேறிய பிறகு ஆனந்தமும் துக்கமும் கலந்த மனநிலை. மீண்டும் எந்த நோக்கமும் இல்லாத, எந்தத்திசையும் அறியாத பிரயாணம். இந்த ஆறு மாதங்களில் என்ன சாகித்தேன்? காமத்தில் மனநிறைவா? ஆறு மாதங்களில் எரிந்து அவிந்து போகிற கொழுப்புதான் காமமா? இப்படித் திக்குத் தெரியாமல் பயணம் செய்வதைக் காட்டிலும் இந்திரப் பிரஸ்தத்துக்கே திரும்பச்சென்று, இருக்கிற பணிப்பெண்களில் இளமையும் அழகும் கொண்டவளாகப் பார்த்துத் தேர்ந்தெடுத்துக் கொண்டு இருக்கலாம். இந்த அர்ஜுனன் அழைத்தால் பெண்கள் வராமல் போய்விடுவார்களா? அவர்கள் அனைவரும் பாஞ்சாலியோடு வந்த பெண்கள் அல்லவா? வேற்று நாட்டு அரசர்கள் தம் நட்பின் அடையாளமாக அனுப்பிய பெண் களும் அங்கே இருக்கிறார்கள். இல்லையா? ஒரு பெண்ணுக்காக சொல்லாமல் கொள்ளாமல் ஊரைவிட்டே அர்ஜுனன் வந்து இப்படி அலைய வேண்டுமா? ஆனால் இந்திரப்பிரஸ்தத்திலேயே இருந்து பணிப்பெண்களோடு கூடி ஆனந்தமாக வாழ்வதும் சாத்திய மற்றிருந்தது. அம்மாவின் கட்டளை தடுத்தது. கருத்து தெரியும் முன்பே பணிப் பெண்களோடு சேரக்கூடாது என்று அம்மா சொல்லிச் சொல்லி மனசில் விதையூன்றி வளர்த்துவிட்டாள். இந்த விஷயத்தைப் பொறுத்த மட்டில் எங்கள் ஐவரையும் ஆரிய வர்தத்திலேயே தூய்மையானவர்ளாக்கினாள். 'திருமணத்திற்கு முன்பு உண்டாகும் காமம் தப்பானது. திருமணத்திற்குப் பின்பு பணிப்பெண்களோடு கூத்தடிப்பதும் தப்பானது' என்பது அம்மாவின் உறுதியான கருத்து. அப்படியென்றால் திருமணமான மகளோடு எதற்காகப் பணிப்

பெண்களை அனுப்புகிறார்கள்? இவர்கள் அனைவரும் ராஜ காணிக்கை என்று பெண்களை ஏன் ஒப்படைக்கிறார்கள்?" என்று அம்மாவிடம் ஒரு முறை கேட்டேன். பதில் சொல்வதற்கு மாறாக அம்மா அழத் தொடங்கினாள். பெற்றெடுத்த தாய் கண்ணீர் விடும்போது விவாதம் செய்வது எப்படி? அவளைப் பார்த்துப் பதின்மூன்றரை ஆண்டுகள் ஓடிவிட்டன. எல்லாப் பிள்ளைகளையும் சமமாகவே எண்ணுகிறாள். பீமன் மட்டும் அதிக செல்லம் அவளுக்கு. ஆனால் என் மீது மட்டும் ஒளிக்க முடியாத பேரன்பு, 'இந்த ராஜ்ஜியத்தை வென்று, பிறகு என்னை வந்து அழைத்துச் செல்லுங்கள். மீண்டும் பிரமாண வேஷம் போட்டுக் கொண்டு ஏகசக்ர நகரில் பிச்சையெடுத்துச் சாப்பிட்டது போல இனிமேல் என்னால் சாப்பிட முடியாது.' என்று முடிவாகச் சொல்லி அனுப்பிவிட்டாள். அம்மா பிடிவாதக்காரி..." அப்போது பாதை வலது பக்கத்தில் திரும்பியது. உச்சியில் இருந்த நிலவு மெல்ல மெல்ல மேற்கு நோக்கிச் சரியத் தொடங்கியது. சரியாக முகத்தின் மேல் நிலவொளி பட்டது. தன் அளவைப் பெருக்கிக் கொள்வது போல நிலா தெரிந்தாலும், முழுக்க முழுக்க அது துயரத்தில் மூழ்கியதைப் போல இருந்தது. முகத்துக்கு நேராக வெளிச்சம் விழுவதால் குதிரைகளின் கண்கள் கூசின. நடந்து நடந்து களைத்துப்போன குதிரைகள் வேகம் குறைந்து மெதுவாக நடந்தன. படுத்துத் தூங்கிக்கொண்டிருந்த சுபத்திரை திடுக்கிட்டு எழுந்தாள். ஒரு கணம் எதுவும் புரியாமல் சுற்றிப் பார்த்தாள். அவள் ஆடைகளிலும் உடலிலும் கூந்தலிலும் புழுதி படிந்திருந்தது. சட்டென ஏதோ ஞாபகம் வந்தவளைப் போல "தண்ணீர்" என்றாள். ரதத்திற்குள்ளேயே ஒரு மூலையில் மூடி வைத்திருந்த தண்ணீர்க் குடுவையில் இருந்து ஒரு பாத்திரத்தில் தண்ணீரை முகர்ந்து கொடுத்தான் அர்ஜுனன். அதை வாங்கிக் கடகட வென்று குடித்தாள் சுபத்திரை. முகம், கழுத்து எங்கும் படர்ந்த வியர்வையைத் துடைத்துக்கொண்டாள். மீண்டும் பழையபடி படுத்துக்கொண்டாள். அர்ஜுனனுக்கும் தண்ணீர் குடிக்கவேண்டும் போலத் தோன்றியது. அவள் குடித்துவிட்ட வைத்த பாத்திரத்திலேயே இன்னும் கொஞ்சம் நீரை முகர்ந்து அவனும் குடித்தான். மீண்டும் பழைய இடத்துக்கே வந்து விராமாசனத்திலிருந்து சற்றும் நிலை மாறாமல் உட்காந்தான். நள்ளிரவுக்குப் பின் தூக்கம் கலைந்த சாரதி அர்ஜுனன் பக்கம் திரும்பி, "அரசரே, கொஞ்சம் கூட நீங்கள் தூங்கவில்லையா? நீங்களே தூக்க மில்லாமல் இருக்கும்போது நான் தூங்கி விழுவதை நினைத்து வெட்கமாக இருக்கிறது." என்றான்.

"ஒரு அரசனாக இருப்பவன் தூங்கி வழியக் கூடாது."

சிறிது நேரத்துக்குப்பின் சாரதி, "அரசரிடம் நான் ஒன்று கேட்கலாமா?" என்று கேட்டான்.

"எங்கள் ராஜ்ஜியம் எங்களது கைக்குத் திரும்பக் கிடைக்கும் முன்பு நான் உனக்கு என்ன கொடுக்க முடியும்?"

"பெரிதாக ஒன்றும் இல்லை. இப்போது நடக்கப்போகிற யுத்தத்தில் ஒரு வீரனுக்குத் தேரோட்டக் கூடிய வாய்ப்பைக் கொடுப்பீர்களா? தேர்ப்படை முழுவதையும் நீங்கள்தான் கவனிக்கிறீர்களாம்."

"பிரயாணத்துக்காக ரதம் ஓட்டுவது என்பது வேறு விஷயம். ஆனால் யுத்தத்தில் ஓட்டுவது என்பது சிரமம். உன்னால் முடியுமா?"

"முடியும், அதைத்தான் முக்கியமான நான் இதுவரையில் செய்து வந்தேன். ஆனால் எங்கள் மத்ஸ்ய தேசம் குன்றுகள் நிறைந்த நாடு அல்லவா. அங்கு தேர்ப்படையுடன் போர் செய்வது என்பதே குறைவு. அதனால் இதுவரை வாய்ப்பு நேரவில்லை. நான் விற்பயிற்சி செய்தவன். ஓடுகிற குதிரையின் மேலேயே உட்கார்ந்து குறிபார்த்து அம்பு எய்ய முடியும்."

தன்னால் முடிந்த மட்டும் செய்வதாக தேரோட்டிக்கு வாக்குறுதியளித்தான் அர்ஜுனன். சிறிது நேரத்தில் கண்ணின் நேர்ப்பார்வையில் படுகிற அளவுக்கு நிலவு கீழே இறங்கியது. ஏதோ கேட்க விரும்புபவன் போல சாரதி இரண்டு முறை திரும்பித் திரும்பிப் பார்த்தான். அர்ஜுனன் அவனிடம், "என்ன விஷயம் சொல்" என்று கேட்ட பிறகு "இன்னொரு விஷயம்" என்றான்.

"அரசரே, நீங்கள் உங்களது ராஜ்ஜியத்துக்குத் திரும்பச் செல்வீர்கள் இல்லையா, அப்பொழுது என்னையும் அழைத்துக் கொண்டு செல்லுங்கள். குதிரைகளை நல்லபடி கவனித்துக் கொள்வேன். தேரோட்டவும் தெரியும். என்னால் தச்சு வேலையையும் செய்ய முடியும். வாழத் தேவையான அளவுக்கு நீங்கள் சம்பளம் கொடுத்தால் போதும்."

"உண்மையைச் சொல்லட்டுமா?"

"ம் சொல்" அவனிடம் பேசுவது அர்ஜுனனுக்கு ஒருவிதமான ஆசுவாசமாக இருந்தது. தேர், குதிரைகள், குன்றுகள், மரம், செடி, வானம், நிலவு ஆகியவற்றின் மீது கவனம் திரும்பியது.

"நான் கேகய தேசத்தைச் சேர்ந்தவன் என்று சொன்னேனில்லையா? இங்கே வந்த பிறகுதான் எனக்குத் திருமணமானது. என் மனைவியும் கேகய தேசத்தைச் சேர்ந்தவளே. அவளுடைய பெற்றோர்க்கு அவள் ஒரே பெண். மற்றபடி ஆண் குழந்தையும் இல்லை. பெண்குழந்தையும் இல்லை. அதனால் அவர்களையும் எங்களோடேயே வைத்துக் கொண்டிருந்தோம். ஆனால் என் மனைவிக்கு என் மீது கொண்ட பிரியத்தை விடத் தந்தையின் மேல் பிரியம் அதிகம். என்னை என்னமோ வீட்டு வேலைக்காரன் என்று எண்ணி விட்டாள்."

"வேறு யாராவது நல்ல பெண்ணாகப் பார்த்துத் திருமணம் செய்து கொண்டிருக்கலாமே."

"முயற்சி செய்தேன். ஆனால் என் அத்தைக்காரிக்கும் ராணி சுதேஷ்ணைக்கும் நெருக்கம் அதிகம். நான் தனியே போகிறேன் என்றால் அரண்மனைக்காரர்கள் விடமாட்டார்கள். நீங்கள் அவருடைய சம்பந்தியாகி இங்கே உபப்லாவ்ய நகருக்கு வந்தீர்களல்லவா, இதை அங்கிருந்து ஒரு சாக்காக வைத்துக் கொண்டாவது விலகித் தொலைவாக இருக்கலாம் என்றுதான் சகோதரர் நகுலனைக் கேட்டுக் கொண்டு இங்கே வந்துவிட்டேன். இனி திரும்புகிற உத்தேசம் இல்லை. உங்கள் தேசத்துக்குச் சென்ற பிறகு என்னோடு வந்து இருக்கும்படி அழைப்பேன். வந்தால் வரட்டும், இல்லாவிட்டால் என் வழியை நான் பார்த்துக் கொள்வேன்."

அர்ஜுனனுக்கு அவன் மீது இரக்கம் பிறந்தது. "உன் பெயர் துஷ்டன் என்றுதானே சொன்னாய்?" என்று அவனிடம் கேட்டான்.

"ஆமாம் அரசரே"

"நினைவு வைத்திருக்கிறேன். ஒருவேளை மறந்து விட்டாலும் ஞாபகப் படுத்து. எங்கள் ராஜ்ஜியத்துக்குத் திரும்பிப் போன பின்னால் எனக்குச் சாரதியாக உன்னையே நியமித்துக் கொள்கிறேன். இதற்கிடையில் விராட நகரிலிருந்து உனக்கு ஏதாவது அழைப்பு வந்தாலும் 'துஷ்டன் எங்களோடு இருக்கட்டும். அவன் சேவை அவசியம்' என்று சொல்லி அனுப்பி விடுகிறேன். போதுமா?"

இருந்த இடத்திலிருந்தே திரும்பித் தலை தாழ்த்தி வணங்கினான் அவன். பிறகு சரியாக அமர்ந்து குதிரைகளை விரட்டினான். ஐந்து குதிரைகள் பூட்டிய அவனது ரதம் மட்டுமே வேகமாக ஓடியது. மற்ற குதிரைகள் நிதானமாக ஓடி வந்தன. சிறிதும் இடைவெளியில்லாமல் நெடுந்தூரம் வந்து விட்டன குதிரைகள். ரதங்கள் சாதாரண வேகத்தில் தான் ஓடிக் கொண்டிருந்தன. இன்னும் இவற்றை விரட்டி ஓட வைப்பது சரியல்ல என்று எண்ணினான் அர்ஜுனன். இன்னும் எவ்வளவு தூரம் சென்றிருப்பானோ கிருஷ்ணன் என்று யோசித்தான். அவனைப் பிடிக்க முடியுமோ அல்லது இருபது நாட்களுக்கும் கூடுதலான இந்தப் பிரயாணத்தை இப்படித் தனிமையிலேயேதான் கழிக்க நேருமோ என்று யோசித்துக் கொண்டிருக்கும் போதே முன்னால் சென்று கொண்டிருந்த ரதம் நின்றது போல இருந்தது. உடனே அதற்குப் பின்னால் சென்ற ரதமும் நின்றது. வரிசையாக எல்லா ரதங்களும் நிற்க வேண்டி வந்தது. ரதங்களுக்கு முன்னால் குதிரை மேல் உட்கார்ந்து வழிகாட்டியபடி சென்றவன் அர்ஜுனனிடம் வந்து, தலை தாழ்த்தி வணங்கி, "முன்னால் உற்றுப் பார்த்தால் ஒரு தோப்பு

தெரிகிறது அல்லவா, அதற்கு வலப்பக்கத்தில் ஒரு ஊர் இருக்கிறது. ஜலஸ்தானம் என்பது அதன் பெயர். பெயருக்குத் தகுந்தபடி தண்ணீர் வசதி நிறைய உண்டு. பக்கத்தில் உள்ள மலையில் ஒரு அருவி கூட இருக்கிறது. கீழே எப்போதும் வற்றாத குளம் ஒன்றும் இருக்கிறது. மத்ஸ்ய தேசத்தின் மேற்கு எல்லை இது. நாங்கள் இங்கு தங்கி இளைப்பாறிவிட்டுத் திரும்பச் செல்கிறோம். நீங்கள் கூட பகல் முழுக்க இந்தத் தோப்பின் குளுமையில் இருந்து விட்டு பொழுது சாய்ந்த பிறகு புறப்படுவது நல்லது" என்றான்.

* * *

அந்த ஊர்க்காரர்கள் அனைவரும் பால், தயிர், நெய் என்று நிறைய கொண்டு வந்து அர்ஜுனனிடம் கொடுத்தார்கள். பழம், காய்கறிகள், இறைச்சியையும் கொண்டுவந்து கொடுத்தார்கள். சூரியோதய சமயத்தில் குளித்து அக்கினி வழிபாட்டை முடித்த அர்ஜுனன் பாலில் வெந்த சோற்றையும் வேகவைக்கப்பட்ட இறைசியையும் உண்டான். பிறகு மரங்களின் குளுமையான நிழலில் படுத்து உறங்கினான். சிறிது நேரத்திற்குள் சுபத்திரையும் உறங்கினாள். தண்ணீரில் குதிரைகளைக் குளிப்பாட்டி, ரதங்களையும் கழுவிய பின்னர் மற்றவர்களும் குளித்து முடித்தார்கள். சாப்பாட்டை முடித்துக்கொண்டு அங்கங்கே மர நிழலில் படுத்து உறங்கத் தொடங்கினார்கள். முறைவைத்துக் காவல் காப்பதற்காக நான்கு வீரர்கள் ஆளுக்கொரு திசையில் வில்லேந்தி நின்றிருந்தார்கள்.

சூரியன் மறைய இன்னும் நான்கு நாழிகைகள் இருக்கும் போது அவர்கள் தூங்கி எழுந்தார்கள். மீண்டும் குளித்தார்கள். வழிப் பயணத்துக்குத் தேவையான அளவு தண்ணீரை நிரப்பிக் கொண்டார்கள். புறப்படும் முன்பு ஊர் முக்கியஸ்தரிடம் விசாரித்த போது அவர்கள் வருவதற்கு முதல் நாள் யாரும் வந்து தங்கவில்லை என்றும் ஆனால் நள்ளிரவை யொட்டி இருபது ரதங்கள் புஷ்கரத்துக்குச் செல்வதாகச் சொல்லி இந்த வழியாகப் போனதாகவும் தெரியவந்தது. அந்த ஊரிலிருந்து மூன்று நாள் பயணத்தொலைவில் இருந்தது புஷ்கரம். கிருஷ்ணனின் ரதங்களாய்த்தான் அவை இருக்கவேண்டும் என்று நினைத்துக்கொண்டான் அர்ஜுனன். தொலைவில் உள்ள துவராகையின் பெயரைச் சொல்வதற்குப் பதில் பக்கத்தில் இருக்கிற ஊரின் பெயரைச் சொல்லி இருக்கிறான். தம்மை விட வெகு வேகமாகச் செல்கிறார்கள் என்று எண்ணிக்கொண்டான் அர்ஜுனன். நன்றாக வேகமாகச் செல்லக் கூடிய ஒரு ரதத்தைப் போகச் செய்து அதன் பின்பு தன் ஐந்து குதிரைகள் பூட்டிய ரதத்தை ஓட்டச் செய்தான். மற்றவர்களும் வேகமாய்ப்பின் தொடரவேண்டும் என்று கட்டளையிட்டான். முதல் நாளைவிட அன்று வெயில்

கடுமையாக இருந்தது. சகித்துக்கொள்ள முடியாத அளவுக்குப் புழுக்கம். எதிர்ப்புறத்தில் இறங்கும் சூரியனின் ஒளி நேராக முகத்தில் தாக்கியது. சூரிய ஒளியைத் தடுக்கும் பொருட்டு திரைப்பாயை அவிழ்த்து விட்டாள் சுபத்திரை. ஆனால் தன் பக்கத்தில் இருக்கும் திரைப்பாயை அர்ஜுனன் அவிழ்க்கவில்லை. வெளியே பார்த்தபடி உட்கார்ந்திருந்தான். நிமிர்ந்து உட்கார்ந்தபடி ரதத்தை ஓட்டும் சாரதி முதல் நாளை விட அன்று உற்சாகமாக இருப்பதாக நினைத்தான். அவனோடு ஒரு விதமான நெருக்கத்தை உணர்ந்தான் அர்ஜுனன். மதிய உறக்கத்தின் பொழுது கூட அவனுடைய கனவில் துஷ்டன் இரண்டு முறைகள் தோன்றினான். இப்போது அதைச் சரியாக ஞாபகப்படுத்திக்கொள்ள முடியவில்லை. ஆனால் அது துஷ்டன் தான் என்பது மட்டும் தெளிவாக ஞாபகத்துக்கு வந்தது. அவனுடைய நிலையைத் தன்னால் தெளிவாகப் புரிந்துகொள்ள முடியாது என்றும் நம்பினான். பெற்றோர்களைத் துறக்கமுடியாது. விட்டு விட்டுக் கிளம்ப முடியாத மகள். கூட்டுக் குடும்பத்தில் மாமனார் மாமியாரின் கை ஓங்கிய நிர்வாகம். தன்னை ஒரு அடிமையாக அவர்கள் நினைக்காவிட்டாலும் கூட மெல்ல மெல்ல தனக்குள்ளேயே அவ்விதமாகத் தோன்றத் தொடங்கிவிடும் உணர்வு வேறு யாருக்கும் புரியாது என்றும் தனக்குத்தான் புரியும் என்றும் நினைத்துக்கொண்டான் அர்ஜுனன். தொடர்ந்து தன் பழைய நினைவுகளில் மூழ்கினான்... "உலுப்பியை விட்டுப் பிரிந்து கிழக்குப் பக்கமாக சென்று கொண்டிருந்தவன் மணலூரில் அகப்பட்டுக் கொண்டேன். அங்கே இருந்த சித்திரவாகன ராஜாவைச் சென்று பார்த்தேன். அஸ்தினாபுரத்தின் பாண்டு குமாரன் என்று என்னை அறிமுகப்படுத்திக்கொண்டேன். அவனிடமே விருந்தாளியாக தங்கி இருந்தேன். எதேச்சையாகவோ அல்லது ஏற்பாடு செய்யப்பட்டோ நான் அவனது மகளைப் பார்த்தேன். அவளைப் பார்த்து நான் மயங்க வேண்டும் என்ற எண்ணம் அவனுக்குள் இருந்ததோ என்னமோ. அவன் எதிர்பார்த்தபடியே அவளைப் பார்த்ததுமே நானும் சொக்கிப் போனேன். அந்தச் சித்திராங்கதை உண்மையிலேயே அழகானவளா? இருபது வருஷங்களுக்கு முன்பு நடந்ததை நினைத்துக் கொள்கிறேன். சித்திரவாகனன் சூரிய வழியில் வந்த அரசன்தான். ஆனால் அவளிடம் சூரிய லட்சணங்களோடு கந்தர்வர்களுக்கு உரிய லட்சணங்களும் இருந்தன. கூர்மையான கண்கள். சின்னப் புருவம். வெண்மையும் மாநிறமும் கலந்த கலவையான உடல்நிறம். ஏறத்தாழ மின்னும் இளமஞ்சள் நிறம். அவள் அழகியாக இல்லாவிட்டால் பசித்து வேட்கையுடன் இருந்த அந்த நாட்களில் பார்த்ததெல்லாமே எனக்கு விருந்தாகத் தெரிந்ததோ என்னமோ. ஆனால் முதலில் வேட்கை தணிந்த பிறகு கூட அவள் மேல் எழுந்த மோகம் தணியவில்லை.

"புகழ்பெற்ற பரம்பரையிலிருந்து வந்தவனும் சிறந்த வில் வீரனும் நல்ல அழகனுமாகிய நீ என் மகளின் அழகில் வசப்பட்டு விட்டதைக் கேட்கச் சந்தோஷமாகத்தான் இருக்கிறது. ஆனால் என் நிலைமையையும் நீ புரிந்துகொள்ள வேண்டும். எனக்கு இருப்பது ஒரே மகள். ஆண்பிள்ளை யாருமில்லை. பிரபஞ்சனரின் வம்சம் வளர்ந்து தழைத்தோங்க வேண்டும். இந்த ராஜ்ஜியம் நிலைத்திருக்க வேண்டும். அதனால் என் மகளையே மகனாக நினைத்து வளர்த்திருக்கிறேன்." என்றான் சித்திரவாகனன்.

'அப்படியென்றால் திருமணம் செய்துதர மாட்டீர்களா?"

"திருமணம் செய்து வைக்காமல் வம்சம் வளர்வது எப்படி? இந்த அரசுக்குச் சொந்தக்காரியாக திருமணமான பிறகும் அவள் இங்கேயே தங்கியிருக்க வேண்டும். அவள் வயிற்றில் பிறக்கும் என் பேரன் இந்த நாட்டின் சிம்மாசனத்தில் அமர வேண்டும். இது உனக்குச் சம்மதம் என்றால் உங்கள் திருமணத்திற்கு எந்தத் தடையும் இல்லை. உன்னைப் போன்ற வீரன் ஒருவன் இந்தத் தேசத்துக்குச் சேனாதிபதியாக இருந்தால், தேசத்துக்கும் ஒரு பாதுகாப்பு கிடைக்கும். வயசாகிக் கொண்டே போகும் எனக்கும் போரிடும் சக்தி குறைந்து விட்டது. வடதிசையில் இருக்கிற கந்தர்வர்கள் வேறு தொந்தரவு கொடுத்துக் கொண்டே இருக்கிறார்கள். உன்னைப் போன்ற வீரனொருவன் இங்கே சேனாதிபதியாக இருக்கிறான் என்று தெரிந்தால் போதும், அடங்கி ஒடுங்கி விடுவார்கள்."

"துஷ்டனைப் பொறுத்த வரையில் தொடக்கத்தில் எல்லாமே சரியாகத் தான் இருந்திருக்க வேண்டும். தனது சொந்த தேசத்தை விட்டு இங்கு வயிற்றுப் பிழைப்புக்காக வந்திருக்கிறான். மாமனார் குடும்பம் வசதியானதாக, சொத்துள்ளதாக இருக்கவேண்டும். ஒரே மகள், எல்லாச் சொத்தும் அவள் மூலம் தனக்கே வரும் என்கிற ஆசையும் இருந்திருக்கலாம். ஆனால் எனக்கு அப்படிப்பட்ட எந்த பிரமையும் இருக்கவில்லை. சிம்மாசனத்தில் இருப்பதையும் விரும்பவில்லை. அப்படி யென்றால் இந்த விதிகளுக்கு என்னைக் கட்டுப்படவைத்த அம்சம் என்ன? இருபது வருஷங்கள் ஓடிவிட்டன. அந்தக் காலத்தில் இதுபற்றி யோசித்திருக்கவில்லை. இப்பொழுதோ எதுவும் தெளிவாக ஞாபகத்தில் இல்லை. பாஞ்சாலியின் மீது இருந்த கோபம், சகோதரர்களிடமிருந்து பிரிந்திருக்க வேண்டும் என்று நினைத்த ஆசை, தாயை விட்டு விலகி வந்து அவளைத் துயரத்தில் ஆழ்த்த வேண்டும் என்கிற விருப்பம், இளமை வேகம் எல்லாம் சேர்ந்துதான் என்னைத் தூண்டிற்றா? சித்திராங்கதை என் மனைவியானாள். என் அழகிலும் உடற்கட்டின் வனப்பிலும் மயங்கி விழுந்தாள். என் வில் திறமையைக் கண்டு பாராட்டிச் சிரித்தாள். ஆனால் தன் எல்லா சொத்து சுகங்களையும்

எனக்காகத் துறந்துவிட்டு வருகிற அளவு அவளுக்கு என் மேல் மோகம் இல்லை. இதுதான் துஷ்டனின் பிரச்சினையும் என்று எண்ணுகிறேன். ஓர் ஆணைப்போல பெற்றோர்களிடம் வளர்கிற பெண் ஒருத்திக்குச் சகலத்தையும் தன்னை விரும்பும் ஆடவனுக்கு அளிப்பது என்றால் என்னவென்று தெரியாது. சொல்லி வருவதில்லை அக்குணம். அவளுக்கு எப்போதுமே எதையுமே பெற்றுத்தான் பழக்கம். கொடுத்துப் பழக்கமில்லை. கொடுக்காமல் பெறுவது மட்டும் எப்படிச் சாத்தியமாகும்? சித்திராங்கதையிடம் எந்தக் குறையும் இல்லை. மெச்சிப் பாராட்டுகிற மாதிரியும் எதுவும் இல்லை. உலுப்பியைப் போலவே திருமணமான உடனேயே கருவுற்றாள். நாட்கள் வீணாகவில்லை. அவள் வயிற்றில் கரு வளர வளர என் மனசில் தனிமையுணர்வு படரத்தொடங்கியது. அவளிடமிருந்து விலகிச் செல்வது போன்ற உணர்வு படத் தொடங்கியது. சித்திரவாகனனின் பேரக் குழந்தை பிறக்க இருந்தது. மணலூரர் ராஜ்ஜியத்தின் அதிபதி அரும்பிக்கொண்டிருந்தான். அவ்வளவுதான். இதில் இந்த அர்ஜுனனுக்கு என்ன லாபம்? அர்ஜுனனுக்குப் பிறக்க இருந்த குழந்தைதான். ஆனால் குருகுலத்தின் எந்தப் பெருமையும் அதற்கு இல்லை. சித்திராங்கதைக்கும் பெருமை. சந்தோஷத்தில் மிதந்துகொண்டிருந்த அவர்களுக்கு மனசிற்குள்ளேயே குமைந்துகொண்டிருந்த என் வேதனை எப்படிப் புரியும். அரண்மனை முழுக்க விழாக்கோலம் பூண்டுவிட்டது. ஆனந்தத்தில் மிதக்கும் தாத்தா. ஆனந்தத்தில் மிதக்கும் மகள். இத்தனை ஆனந்தத்துக்கு நடுவே நீ ஏன் இத்தனை விசனத்தோடும் அலுப்போடும் இருக்கிறாய் என்று கேட்க அவளுக்கு எங்கே நேரம் இருந்தது. இதே சமயத்தில் வடதிசை எல்லையில் இருக்கிற கிராமப்பகுதியில் கந்தர்வர்கள் புகுந்து தானியங்களைக் கொள்ளையடித்துச் செல்கிறார்கள் என்கிற செய்தி மட்டும் வராவிட்டால் என் ஞாபகமே அவர்களுக்கு வந்திருக்காதோ என்னமோ, என்னைப் பொறுத்த வரையிலும், யுத்தம் ஒன்றுதான் எல்லாக் கவலைகளையும் போக்கும் மருந்து. என்னோடு வந்திருந்த வீரர்களும் சித்திரவாகனனின் சக்தியற்ற வீரர்களும் என் பக்கம் இருந்தார்கள். மலையிடுக்குகளில் மறைந்து நின்று அம்பு விடும் அந்தத் திருடர்களுடன் நடந்த யுத்தம் எப்படிப்பட்டது தெரியுமா? ஆனாலும் கிடைத்தவர்களைச் சிறைபிடித்தோம். அவர்களுடைய அரசனின் ஊருக்கும் வீட்டுக்கும் தீ வைத்தோம். வயிற்றுப்பாட்டுக்கு எதுவும் இல்லாததால் மலையிலிருந்து கீழே இறங்கி வந்து தானியங் களைக் கொள்ளையடித்தார்களோ என்னமோ. கந்தர்வப் பெண்கள் மேல் என் மெய்க்காவல் வீரர்களுக்கும் ஆசை. உடலில் விதவிதமான வண்ணங்களைப் பூசிக்கொண்டும் சுருள் சுருளான கூந்தலை அழகுபட அலங்கரித்துக்கொண்டும் மணம் மிக்க மலரை அணிந்து கொண்டும் அவர்கள் அழகாக இருந்தார்கள். நம் பக்கத்துப் பெண்களுக்கு மட்டும் இந்த அழகு ஏன் வருவதில்லை. மயிலிறகையும் மற்ற பறவையின் இறகுகளையும்

இணைத்து கழுத்து, மார்பு, இடுப்பு முழுக்க அழகாக அணிந்துகொண்டும் குழலூதிக்கொண்டும் வாத்தியங்களை முழக்கிக் கொண்டும் நடனமாடி வரும்போது யார்தான் மயங்க மாட்டார்கள்? தானியங்கள் எதுவும் விளையாத மலைப்பகுதி ஒன்றைத் தவிர சொர்க்கத்தையே தன்னிடம் வைத்திருப்பவர்கள் அவர்கள். விவசாயத்திற்குத் தகுதியான நிலத்தை மலையை விட்டிறங்கிக் கண்டு பிடித்து, ஏன் அவர்கள் அதில் ஈடுபடவில்லை." எதிரே இருந்த குன்றுகளின் இடையே அஸ்தமனமாகும் சூரியன் நெருப்புப் பந்து போல இருந்தது. இந்த நெருப்பில் வெந்து வெந்து பூமியே கருத்தது. உடலெங்கும் வேர்வை கசகசத்தது. ரதத்தின் சக்கரங்களின் அச்சிலிருந்து சொட்டுச் சொட்டாய் ஒழுகும் எண்ணெய்த் துளிபோல உடல் முழுக்க வியர்வை ஒழுகியது. புழுக்கம் தாளாமல் சுபத்திரை விசிறிக் கொண்டாள். அதன் காற்று அர்ஜுனன் மேலும் பட்டது. சின்ன இளம்புல் முளைத்தது போல் முடி முளைத்த அவளது முன்னங்கையிலும் காலிலும் வேர்வை படிந்திருந்தது. மீண்டும் அர்ஜுனன் தன் பழைய நினைவுகளில் ஆழ்ந்தான். கந்தர்வப் பெண்களின் உடல்கள் சுத்தமானதும் மென்மையானதும் புல் போல முளைக்கும் முடியற்றதுமாகும் என்று நினைத்துக்கொண்டான். முடி முளைத்த பெண்கள் என்றாலே அவனுக்கு வெறுப்பாக இருந்தது. "கந்தர்வ தேசத்தில் ஆண்களுக்கே கூட முடி குறைவு. பெண்களைப் பற்றி சொல்லவே வேண்டாம். அதுவரையில் கந்தர்வர்களை அவர்களுடைய மலைப்பகுதிக்கே சென்று தாக்கியதில்லையாம். அவனுடைய படைவீரர்களுக்குப் பயம். தைரியமாகத் தாக்கியவர்கள் என் வீரர்களே. எதிர்த்து நின்று போரிட்டவர்களும் என் வீரர்கள் தான். மலையிலிருந்து இறங்கும் அருவியின் அருகில் தானே அந்த ஐந்து பெண்களையும் பார்த்தேன். பெண்கள்தான் என்றாலும் கைகளில் வில்லேந்தி இருந்தார்கள். பறவைகளை அடிக்கிற வில்களை எடுத்துக்கொண்டு இந்த அர்ஜுனனை அடிக்க வந்தால்... என் வில்லின் உயரத்தையும் அகலத்தையும் பார்த்தே அசந்து விட்டார்கள் அவர்கள். அவர்களைத் தாக்குகிற அளவுக்கு இதயமற்றவனா நான்? ஆனாலும் அவர்களுக்குத் தன்னம்பிக்கை அதிகம். 'நாங்கள் ஐந்து பேரும் உன்னைச் சிறைப்பிடித்திருக்கிறோம். வில்லைக் கீழே போட்டு விட்டுச் சரணடைந்து விடு' என்றார்கள்.

"உங்கள் கந்தர்வக்கூட்டத்தையே சிறைப்பிடிக்க வந்திருக்கிறேன் நான்"

"முடிந்தால் பிடித்துக்கொள்" என்று என்னைச் சூழ்ந்து கொண்டார்கள். என்ன நம்பிக்கையில் அப்படிச் செய்தார்களோ தெரிய வில்லை.

“உங்களை அனுப்பி உங்கள் கவர்ச்சி வலையில் என்னை விழவைத்த பிற்பாடு தனிமையில் இருக்கும்போது என்னைக் கொல்ல எண்ணும் உங்கள் ஆண்களின் திட்டம் என்னிடம் பலிக்காது.”

“எங்களை யாரும் அனுப்பவில்லை. இவ்வளவு பெரிய வில்லை எடுத்துக்கொண்டு எதையோ எங்கள் மலைமேல் தேடியபடி இருக்கும் உன்னைத் தொலைவிலிருந்தே வெகு நேரமாய்ப் பார்த்துக் கொண்டிருக்கிறோம். உன்னைச் சந்தித்துவிட வேண்டும் என்றுதான் நேராக உன்னிடமே வந்தோம். நாங்கள் ஐந்து பேரும் சிநேகிதிகள். ஒன்றாக ஆடிப்பாடி வளர்ந்தவர்கள்.”

“உலுப்பியைப் போலவே முகத்துக்கு நேரான பேச்சு. அவர்கள் வார்த்தையை ஏன் நம்பக் கூடாது. ஆனாலும் எச்சரிக்கையாய் இருக்கவேண்டும். என் மெய்க் காவலர்களைக் கூவி அழைத்தேன். யாரும் வரவில்லை. கந்தர்வப் பெண்களின் மேல் மோகம் கொண்டு எங்காவது மரங்களுக்குப் பின்னாலோ பாறைகளுக்குப் பின்னாலோ மறைந்துவிட்டார்களோ தெரியவில்லை. சிரிப்பு வந்தது.”

“உனக்குள்ளேயே சிரித்துக் கொள்கிறாயே என்ன விஷயம்?” என்று கேட்டாள் சுபத்திரை. அவள் பக்கம் திரும்பிப் பார்த்தான் அவன். சட்டென சிரிப்பு மறைந்து கம்பீரம் வந்து விட்டது. அவள் இன்னும் விசிறிக்கொண்டிருந்தாள். மீண்டும் அவன் இடப்புறம் திரும்பிக்கொண்டான். மறுபடியும் தன் பழைய நினைவுகளுக்குள் மூழ்கினான்...” எங்கு பார்த்தாலும் மலைகள், குன்றுகள். எங்கும் பச்சைப் பசேலென்று செடிகள், கொடிகள், மரங்கள், பசுந்தளிர்கள் நிரம்பிய செடிகள். பல வண்ணப் பூக்கள். மெல்லிய ஓசையுடன் விழுந்து கொண்டிருக்கும் அழகான அருவி, வியர்வை வழியாத, அருவருப்பாக முடிவளராத, மெலிந்த புருவமுள்ள, கூர்மையான கண்களையுடைய ஐந்து இளம் பெண்கள். ‘கந்தர்வர்கள் எல்லாருமே பயந்துகொண்டு தொலைவில் இருக்கிற மலைகளின் பக்கம் ஓடிவிட்டார்கள். இங்கே அகப்பட்டுக்கொண்ட எங்கள் பெண்களிடம் உன் வீரர்கள் ஏன் முரட்டுத்தனமாக நடந்துகொள்ள வேண்டும்? உன் வீரர்களைப் போல காட்டுமிராண்டித்தனமாய் நீ நடந்து கொள்ளமாட்டாய் இல்லையா?” என்று அவர்கள் கேட்டார்கள். காட்டுவாசிகள் என்று எங்களை அழைத்துக் கூச்சப்பட வைத்து விட்டாள். எங்கள் வீரர்களை யெல்லாம் அழைத்து அழைத்துக் காதலின் அடிப்படை விஷயங்களைப்பற்றிச் சொல்லி அனுப்ப வேண்டியதாகி விட்டது.

‘எங்கள் ஐவரையும் உன்னால் தோற்கடிக்க முடியுமா? அல்லது எங்களில் அதிர்ஷ்டம் இருக்கிற ஒருத்தியை மட்டும் உன் சக்திக்கு ஏற்றபடி தேர்ந்தெடுத்துக் கொள்கிறாயா?’ என்று சவாலுக்கு அழைக்கிற மாதிரி கேட்டார்கள். ஒருவனுக்கு ஐந்து பெண்கள். அவர்களின்

வார்த்தைகளில் ஒருவிதமான பெருமிதம் இருந்தது. 'ஒரு வேளை நீ தோற்றால்?' என்று சிலுக்கென்று சிரித்தபடி அவள் கேட்டாள். மீண்டும் அவளே, 'பயப்பட வேண்டாம். நாங்கள் ஐந்து பேருமே ஏற்கனவே உன்னைக் கண்டு தோற்றுப்போய் விட்டோம். தோல்வியுற்ற பெண்களைச் சேர்க்கிற எந்த ஆணும் தோற்பதில்லை' என்றாள்.

அது ஒரு மரத்தாலான வீடு. மிருதுவான கம்பள விரிப்பு. இனிய, மிதமாகப் புளிப்பேறிய, உற்சாகமூட்டும் மது. போதுமான அளவு தேனும் கலந்திருந்தது. மூன்று இரவுகள் மூன்று பகல்கள். தூக்கத்தை வென்று விழித்திருந்தேன். ஒருத்தியை அடுத்து மற்றொருத்தி, அவளுக்கு அடுத்தபடி இன்னொருத்தி வரிசையாக ஐந்து பேரும் என்னோடு இருந்தார்கள். வரிசையாக ஐந்துபேரும் வந்து போனபிறகு, மீண்டும் முதலாமவள் வந்தாள். ஐவருமே தோல்வியை ஒப்புக்கொண்டார்கள். என்னை வெல்லவேண்டும் என்று சிரத்தையோடு அவர்கள் இன்ப விளையாட்டுகளில் காட்டிய வேகம் எனக்குள் இன்ப வெள்ளத் தையே திறந்துவிட்டது. அந்தப் பரவசம். அந்தக் கலையின்பம். இந்த அர்ஜுனன் ஆயிரம் வருஷங்கள் தவம் செய்திருந்தாலும் தெரிந்து கொள்ள முடியாத விவரங்கள் அன்று புலப்பட்டன. இப்படி யோசிக்கும் போதே அவன் முகத்தில் புன்னகை விரிந்தது. "மறுபடியும் மறுபடியும் உங்களுக்குள்ளேயே சிரித்துக் கொள்கிறீர்களே, என்ன விஷயம்?" என்று சுபத்திரை கேட்டாள்.

ஒரு கணம் சுபத்திரையின் பக்கம் திரும்பினான் அர்ஜுனன். "உன் ஒருத்திக்கு மட்டும் ஏன் விசிறிக் கொள்கிறாய்?" என்று கேட்டான். குழப்பத்தோடு அவனைப் பார்த்தாள் அவள். "இவ்வளவு புழுங்கினால் வேறு என்ன செய்ய முடியும்" என்று சொன்னாள் அவள். அதற்கப்புறம் வேறு எதையும் சொல்லவில்லை அவள். மண் குடுவையால் நீர் குடித்த பிறகு, காற்று அதிகமாகத் தன் மேல் படும்படி வேகவேகமாக விசிறிக் கொண்டாள். சூரியன் மலைகளின் இடுக்கில் மறைந்தது. ஏற்கனவே கொதித்துப்போய் இருந்த மலைகள் சூரியனை விழுங்கி மீண்டும் கொதிப்பேறியதுபோல இருந்தது. ரொம்பவும் ஆயாசமாக இருந்தது. சக்தியெல்லாம் உறிஞ்சப்பட்டு விட்டதுபோல சோர்வு எழுந்தது. எழுந்து நின்றால் உட்கார முடியாத அளவு முதுகுவலி. ஒன்றையடுத்து ஒவ்வொன்றாகப் பெருமூச்சு விட்டாள். அர்ஜுனன் மீண்டும் பழைய நினைவுகளில் மூழ்கினாள். "அந்த ஐந்து பேர்களுள் ஒருத்தி என்னிடம் வந்து 'உன் ஆட்களெல்லாம் வெளியேயே நேற்றிலிருந்து காத்துக் கொண்டிருக்கிறார்கள். உள்ளே அனுப்பட்டுமா' என்று கேட்டாள். நான் தலையசைத்தேன். உள்ளே வந்தவர்களோடு என்னால் பேச முடியவில்லை. என் நண்பன் சிரவணன் புத்திசாலி. உடனே நிலைமையைப் புரிந்துகொண்டான். சட்டென மரப்பலவைகளை இணைத்து ஒரு படுக்கையைப்போலச் செய்து அதில் என்னைக் கிடத்தித்

தூக்கிக்கொண்டு மலைகளில் இருந்து இறங்கிப் புல்வெளிக்கு வந்து சேர்ந்தார்கள். இந்தத் தருணத்தில், இந்தச் சூழலில் கந்தர்வ ஆண்கள் என்னைப் பார்க்க நேர்ந்திருந்தால் என்ன ஆகி இருந்திருக்குமோ? குதிரை ஓடுவதால் ஏற்படும் உடல் குலுக்கலைக்கூடத் தாங்க முடியாமல் இருந்தேன். முதலில் தென்பட்ட கிராமத்தில் எட்டு நாட்கள் தங்கி இளைப்பாறினோம். சோமரசமும், பாலும், தயிரும் தேனும் நெய் கலந்த சோறும் எங்களுக்குக் கிடைத்தன. உடம்பு முழுக்க நன்கு நல்லெண்ணெய் தேய்த்துக் கொண்டு இதமான சூட்டில் குளித்த பிறகுப் படுத்துத் தூங்கி ஓய்வெடுப்பதே என் வேலையாகி விட்டது. இந்த அர்ஜுனனுக்கு இதுதான் தேவையாக இருந்ததா? காமக் கலையின் சாமர்த்தியங்களால் அவனை வீழ்த்தி ஆனந்தத்தின் உச்சிக்கு அழைத்துச் சென்று அவன் சக்தியை யெல்லாம் உறிஞ்சி விடும் அந்த ஐந்து பெண்கள் தான் அவனுக்குத் தேவையா? தன்னுடன் குடும்பம் நடத்தித் தன் தந்தைக்கு ஒரு பேரனைப் பெற்றுத் தரும் மனைவி தேவையா?"

"சிரவணா, இந்த சித்திரவாகனனின் ராஜ்ஜியத்தில் இருந்தது போதும். இங்கிருந்து கிளம்பி விடுவோம்" என்று என் நண்பனிடம் சொன்னேன்.

"அரசரே, நான் ஆரம்பத்திலேயே சொன்னேன். உன்னைப் போன்ற மாவீரன் மாமனார் வீட்டிலே அரண்மனைக் காவல்காரன்போல இருப்பது நன்றாக இல்லை. உடனே கிளம்பு" என்றான் அவன்.

"எங்கே செல்வது என்று அப்போதும் தெரிந்திருக்கவில்லை. கிளம்பப் போகிறேன் என்று சொன்னதும் சித்திராங்கதை வருத்தத் திற்குள்ளானாள். போகவேண்டாம் என்று தடுத்தாள். அழவில்லை. கெஞ்சிக்கேட்டுக் கொள்ளவுமில்லை. 'நீ கிளம்பிப் போய்விட்டால் கந்தர்வர்களிடமிருந்து இந்த ராஜ்ஜியத்தை யார் காப்பாற்றுவார்கள்? உங்கள் மகனுக்கு எதிர்காலத்தில் ராஜ்ஜியமில்லாமல் போனால் என்ன செய்வது என்பது அவள் தந்தையின் கவலையாய் இருந்தது.

"உனக்காக உன் மகள் ஓர் ஆண் குழந்தைக்குத் தயாராகும்படி செய்தேன். அவனையும் அவனுக்குரிய இந்த ராஜ்ஜியத்தையும் இனி காப்பாற்ற வேண்டிய பொறுப்பு உங்களைச் சார்ந்ததாகும்" என்றேன் நான்.

"இந்த ஓராண்டு காலத்தில் அங்குள்ள பெண்களோடு சேர்ந்து வாழத் தலைப்பட்ட சில வீரர்கள் புறப்படத் தயாராக இல்லை. மற்ற வீரர்களோடு அத்தேசத்தை விட்டு வெளியேறிய போது எங்கே செல்வது என்று புரியவில்லை. ஆனால் புறப்படும் வரை இருந்த மனக்குமைச்சல் அடங்கி ஒருவிதமான நிம்மதி இருந்தது. திடுமென

தனிமையில் பயணம் செய்ய வேண்டும் என்கிற ஆசை பிறந்தது. மெய்க்காவல் படையினரே வேண்டாம் என்று தோன்றியது. அதிர்ஷ்டவசமாக அவர்களுக்கோ உடனடியாய் ஊருக்குத் திரும்ப வேண்டும் என்ற ஆசை பிறந்தது. அதுவும் நல்லதாகப் போயிற்று என்று எண்ணிக்கொண்டு சிரவணன் தலைமையில் எல்லாரையும் அனுப்பிவிட்டுத் தனியாகக் கிளம்பிவிட்டேன் நான். என் குதிரை, எனது வில், அம்புகள் ஆகியவை மட்டுமே எனக்குத் துணையாக இருந்தன. 'அரசரே, வேறு எந்தப் பெண்ணோடும் சேர வேண்டாம். உங்களின் வலிமையான உடலையும் சக்தியையும் பெண்களோடு சேர்ந்து இழக்க வேண்டாம்' என்று என் அருகில் வந்து சொல்லி விட்டுச் சென்றான் அவன்..."

அதற்குள் இருட்டிவிட்டது. முந்தைய நாளைப் போலவே மலைத் தொடர்ச்சி ஒரு கோடுபோல மங்கலாகத் தெரிந்தது. வேர்வை யினால் ஆடைகள் உடலோடு ஒட்டிக்கொண்டன. பக்கத்தில் இருந்த ஏதோ ஒரு மரத்தில் வண்டுகளின் சத்தம். முதலில் செல்லும் தேரோட்டி இன்னும் தீப்பந்தங்கள் ஏற்றவில்லை. திடுமென திசைதப்பி வந்தவனைப்போல உணர்ந்தான் அர்ஜுனன். இது கனவா அல்லது நனவா என்று கூடப் புரியாத அளவுக்கு மனம் குழம்பிக் கிடந்தது. இந்த வழியே இப்படித்தான். நெடுகவும் உலர்ந்து கிடக்கும் மலைகள். முள் மரங்கள்முட்புதர்கள், முள்செடிகள், புலி, சிறுத்தைகள். இதுவரைக்கும் ஒன்றுகூட கண்ணில் படவில்லை. மொத்தம் பன்னிரண்டு ரதங்கள். அவற்றில் வீரர்கள். சத்தத்துக்குப் பயந்து வேறெங்காவது ஓடி இருக்கக் கூடும் என்ற எண்ணத்தில் இருக்கும்போது எதிரே ஒரு தோப்பு தெரிந்தது. தோப்புக்கு முன்னால் ஒரு வீடு இருந்தது. உள்ளே விளக்கு எரியும் வெளிச்சம். முதலில் தேரோட்டிச் சென்றவன் நிறுத்தினான். அவன் எதிர்பார்த்த சிற்றூர் அதுதான். தோப்புக்குப் பக்கத்திலேயே கிணறு. கயிறு கட்டி தண்ணீர் எடுக்க வேண்டும். எல்லா ரதங்களும் நின்றன. ஊர்க்காரர்கள் கயிறும் குடமும் தந்தார்கள். முதலில் குதிரைகளின் தண்ணீர் தாகம் தணியும்படி நீரருந்தச் செய்தார்கள். பிறகு அவர்களும் அருந்தினார்கள். முதல் நாள் சமைத்ததில் எஞ் சியவற்றை எடுத்து வைத்துக்கொண்டு சாப்பிட்டார்கள். கிணற்றுக்குப் பக்கத்தில் இருந்த காவல்காரனிடம் அர்ஜுனன். "நேற்று ஏறத்தாழ இதே நேரத்திற்கு இருபது ரதங்கள் இந்தப் பக்கமாகப் போனதைப் பார்த்தாயா?" என்று கேட்டான்.

"இந்த நேரத்திற்கில்லை. நேற்றுக் காலையிலேயே போயிற்று. வேகவேகமாகப் போனார்கள். இங்கே நின்று தண்ணீர் கூடக் குடிக்க வில்லை. அனர்த்த தேசத்துக்குச் செல்வதாகச் சொன்னார்கள்" என்றான்.

அப்படியென்றால் தனக்கும் அவர்களுக்கும் இருந்த ஒரு நாள் பயண வித்தியாசம் என்பது ஒன்றரை நாள் பயண வித்தியாசமாகி விட்டது என்று நினைத்தான் அர்ஜுனன். இனி அவனைப் பிடிப்பது அரிது. துவாரகை வரையில் இப்படித் தனியாகத்தான் செல்ல வேண்டி இருக்கும் என்று எண்ணும்போது மனத்தில் உற்சாகம் குன்றியது. குதிரைகளைத் தன்பாட்டுக்கு ஓடவிட்டுவிட்டு சும்மா உட்கார்ந்திருக்கவேண்டியதுதான் என்று நினைத்தான். "பசிக்கும் தாகத்துக்கும் தளர்ந்து போகிற ஆளில்லை கிருஷ்ணன். புழுக்கமோ குளிரோ கூட அவனைத் தளரவைக்க முடியாது. ஆனால் குதிரைகள், ரதங்கள், வீரர்கள் கதி? தனது வேகத்துக்கு ஈடுகொடுக்கக் கூடிய ஒரு பெருங்குழுவையே வைத்துள்ளான். அவர்கள் மண்ணில் கால் பதித்து நடப்பதில்லை. காற்றைக் கிழித்துக்கொண்டு பறப்பார்கள். தருமன் கொஞ்சம் நிதான புத்திக்காரன். என்னையும் அவனோடு அனுப்ப வேண்டும் என்று ஏற்கனவே முடிவு செய்திருந்தால் அவனோடேயே சென்றிருக்கலாம். இவ்வளவு நீண்ட பயணம். ஒரே ஒரு முறைதான். இந்த வழியாக வந்திருக்கிறேன். இவளைத் திருமணம் செய்து கொண்டு அழைத்து வரும்போது இந்த வழியாக வந்தேன்" என்று நினைத்தான் அர்ஜுனன். இதற்குள் ரதங்கள் புறப்பட்டுவிட்டன. நன்றாக வழி தெரிந்தவர்கள் முன்னால் சென்றார்கள். அதற்கடுத்து ஐந்து வெள்ளைக் குதிரைகள் பூட்டிய இந்த அர்ஜுனனின் ரதம். முதல் நாளை விட இருள் அதிகமாக இருந்தது. ஒருவனாகக் குதிரை ஏறிச் சென்றிருந்தால் இதற்குள் கிருஷ்ணனைப் பிடித்திருக்க முடியும். இவ்வளவு பெரிய கூட்டத்தோடும் ஏற்பாடோடும் செல்லும் போது எப்படி முடியும் என்று நினைத்தான். மீண்டும் தன் பழைய நினைவுகளில் ஆழ்ந்தான். "முதன்முதலில் துவாரகைக்குச் சென்ற போது தனியாகத்தானே குதிரையில் சென்றேன். மணலூரிலிருந்து நேராகத் துவாரகைக்குச் சென்றேன். ஒரு மூலையிலிருந்து இன்னொரு மூலைக்குப் பயணம். நடுவில் எத்தனை எத்தனை தேசங்கள். வேண்டுமென்றே குரு நாட்டையும் பாஞ்சால நாட்டையும் தவிர்த்து, கோசல ராஜ்ஜியம் வழியாகவும் தசார்ண தேசம் வழியாகவும் வந்தேன். யாரோ நடுவில் தப்பாக வழிகாட்ட குந்தல தேசத்தின் பக்கம் ஆறு நாளும் அலைந்தேன். மீண்டும் திரும்பி வந்து நிஷாதம், அவந்தி ஆகிய தேசங்கள் வழியாக வந்தேன். இப்போது அதெல்லாம் மறந்து போய் விட்டது. அப்பொழுதெல்லாம் எனக்கு என்ன தேவையாக இருந்தது? வீட்டைத் துறந்து ஊரைத் துறந்து கிளம்பியவனுக்கு உலுப்பி, சித்திராங்கதை மற்றும் ஐந்து பெண்களின் குழுவின் அறிமுகம் கிடைத்தது. அறிமுகம் கிடைத்ததோடு அந்த உறவு உறுதிப்படவும் செய்தது. வாழ்க்கையில் ஒரு துணை வேண்டும். ஒண்டியாய் அலைகிற இந்த அர்ஜுனனுக்கு ஒரு தோழமை வேண்டும். பெண்களைச் சொக்க வைக்கிற, ஆண்களைப் பொறாமை கொள்ளத் தூண்டுகிற அழகு நிறைந்த இந்த அர்ஜுனனுக்கு

ஒரு தோழமை வேண்டும். அடிக்கடி குருவால் பெருமையுடன் அணைக்கப் பட்டு பாராட்டுக்குள்ளான இந்த அர்ஜுனனுக்கு ஒரு துணை வேண்டும். தன் மனைவி இவளெனத் தனிப்பட்ட வகையில் யாரையும் சுட்டிக்காட்ட இயலாத பருவத்திலேயே இமயமலையை விட்டு வந்தாயிற்று. நட்பு கிடைக்கவல்ல இளமைப் பருவத்தை அங்கு கழிக்க இயலாமல் போனது. தாயாதிகளுடன் இருக்க நேர்ந்த அஸ்தினாபுரத்தில் கூட சமவயதுக்காரர்களின் நட்பு கிடைக்கவில்லை. அயல் தேசமான ஏகசக்கிர நகரில் கூட நல்ல நட்பு அமையவில்லை. இந்திரப்பிரஸ்தத்தை நிர்மாணிக்கும் போது தானாக முன் வந்து எங்களுக்காக ஏராளமான அளவில் ரதங்களையும் குதிரைகளையும் பாத்திரங்களையும் ஆபரணங்களையும் கொடுத்து உதவி, எங்களோடு சேர்ந்து காட்டை நாடாக்கிய கிருஷ்ணனைத் தவிர வேறு யார் இருக்கிறார்கள், இந்த அர்ஜுனனோடு நட்பு கொண்டாட, அவன் இருக்குமிடத்தைத் தவிர்த்து வேறு எங்கே செல்ல முடியும்? ஊரை விட்டு வந்து அனாதையாகத் திரிகிற தன் நிலைமையைப்பற்றி அவனைத் தவிர வேறு யாரிடம் சொல்லி ஆற்றிக்கொள்ள முடியும்? எங்கெங்கேயோ அலைந்து துவாரகை வந்து சேரும் வழி தெரியாமல் பிரபாச தேசத்தை அடைந்து, அங்கிருந்து சொல்லி அனுப்பிய பிறகு அவனே குதிரையில் ஏறிப் பறந்தோடி வந்தான். அன்போடும் அவசரத்தோடும் வேர்வையைக் கூடப் பார்க்காமல் வந்து தழுவிக் கொண்டான். ஊரைவிட்டு வந்த பிறகு நடந்ததையெல்லாம் அவனிடம் சொன்னேன். ஆரியவர்த்தத்தின் மேற்கு எல்லையில் இருந்து கிளம்பி தன்னந் தனியாக மலைகளிலும் குன்றுகளிலும் சுற்றி அலைந்து திரிந்ததையும் பட்ட அனுபவங்களையும் சொன்னபோது மிகவும் நிதானமாகக் கேட்டுப் புரிந்து கொண்டான். ‘அர்ஜுனா, துவாரகைக்குச் செல்லலாம். வேறு எதைப்பற்றியும் யோசிக்க வேண்டாம். எல்லாவற்றையும் அப்புறம் பார்த்துக்கொள்ளலாம். தன்னைத்தானே இழிவு படுத்திக் கொள்வதும் தனக்குத் தானே தண்டனை வழங்கிக் கொள்வதும் உன்னைப் போன்ற வீரனுக்கு அழகில்லை. துவாரகையே உனக்குச் சொந்தமாக இருக்கும்போது ஏன் உன்னை நீயே அனாதை என்று சொல்லிக் கொள்கிறாய்? நீ எதற்கும் கவலைப்படவேண்டாம். இவன் எதற்காக எந்தக் காரணமும் இல்லாமல் துவாரகைக்கு வந்தான் என்று யாரும் உன்னைக் கேட்கமாட்டார்கள். அப்படி யாராவது கேட்டாலும் கூட, எங்களுக்கு எப்போதும் தொல்லை கொடுத்துக் கொண்டிருக்கும் சால்வனை எதிர்த்துப் போரிடும் பொருட்டு இந்தப் பாண்டவ வீரனை நானே வரச்சொல்லி செய்தி அனுப்பி வரவழைத்தேன் என்று சொல்லி விடுகிறேன். ஒரு வீரன் எங்கே இருந்தாலும் பயன் தருபவனே. எதையும் நினைத்து நீ குழம்ப வேண்டாம்’ என்று எனக்கு எவ்வளவோ தைரியமூட்டினான்.

"குழப்பத்தைத் தெளிவாக்குகிற நெருக்கமும் மனத்தில் அமைதியையும் மகிழ்ச்சியையும் மலர வைக்கிற அன்பும் அவனிடம் இருந்தது.

"எங்களுக்கு மிகவும் அழகான நகரைக் கட்டுவித்தான் கிருஷ்ணன். எப்பொழுதும் அலைகளின் ஓசை எழும் கடலோரம் தான் அவன் வீடு இருந்தது. எழுந்தெழுந்து புரண்டு கரையும் அலைகள். கடலுக்குப் பக்கத்தில் உட்கார்ந்திருக்கும்போது முதலில் அது வெண்மையாகத் தோன்றியது. அப்புறம் மெல்ல மெல்ல நீலமாக மாறியது. அதற்கப்புறம் பசுமையாகமாறியது. அதைப் பார்த்துக்கொண்டே இருந்ததில் மெய்மறந்து விட்டது. அவனும் தன்னையே மறந்துவிட்டான். திடுமென அவன், 'அர்ஜுனா, இந்தக் கடலைப் பார்க்கும்போது எப்படி உலகம் மறந்து விடுகிறதோ, அப்படியே நீ என்னோடு கூட இருக்கும் போதும் இந்த உலகம் மறந்து விடுகிறது' என்று சொன்னான். அந்தக் கடலைப் பார்க்கிற வரையில் எனக்கு கடல் என்றால் என்ன என்றே தெரியாது. இந்திரப்பிரஸ்தத்தை நிர்மாணிக்க அவன் வந்திருந்தபோது கடலைப்பற்றியும், எங்கும் இல்லாத அளவுக்கு விரிந்திருக்கும் அதன் பரப்பைப் பற்றியும், எண்ணிக்கையற்ற அளவில் அலைகள் பிறப்பதும், பிறந்து பொங்கி எழுந்து கரையை அடைவதும், பின்பு உடைவதும் பற்றிய வருணனைகளை எங்களுக்கு எடுத்துச் சொல்லி இருந்தது உண்டு. கடலைப் பற்றிய பேச்சு வந்த போதெல்லாம், அதையே நினைத்துக்கொண்டு அமைதியில் மூழ்கி விடுவான் அவன். அலைகளைப் பற்றியும் அவற்றின் எழுச்சியைப்பற்றியும் கடல் கொடுக்கும் பரவசம் பற்றியும் அவன் வாயால் சொல்லக் கேட்க வேண்டும். அந்த அளவுக்கு தத்ரூபமாக இருக்கும்.

"அங்கே போய்ச் சேர்ந்து மூன்று மாதங்களுக்குப் பிறகு ஒருநாள் பௌர்ணமியன்று, கடல் பொங்கிக் கொந்தளித்ததைப் பார்த்துக் கொண்டிருந்தபோது, 'பார்த்தனே, வீட்டைவிட்டு வெளியேறிய சில நாட்களுக்குப் பிறகு வீட்டு நினைவு தோன்றித் தொந்தரவு செய்ய ஆரம்பிக்கும். ஆனாலும் சுய கௌரவம் அந்த இடத்தில் குறுக்கே வந்துவிடும். உன் அண்ணனுக்கு நான் தகவல் அனுப்புகிறேன். அவனே வந்து உன்னை அழைத்துக்கொண்டு போவான், சரிதானே?' என்றான்.

"என் மனத்தில் இருந்ததைப் பூடகமாக உணர்ந்துகொண்டு அதைப்பற்றியே நிதானமாகப் பேச்சை ஆரம்பித்துவிட்டான். நண்பனாக இருந்தாலும் சரி, பகைவனாக இருந்தாலும் சரி, மனத்தை ஆழ்ந்து பார்த்துப் புரிந்துகொள்ளும் அவனுடைய ஆற்றலின் முன்பு யாருடைய ஆற்றலும் செல்லாது. துரியோதனன் துவாரகைக்கு வந்தான் என்கிற ஒரு செய்தி மட்டும் அவனுக்குக் கிடைத்தால் போதும். என்ன சொல்லி இருப்பான், எப்படி சொல்லி இருப்பான், பலராமனின் மனம் எந்த அளவில் வேலை செய்யும், துவாரகையில் உள்ள மற்ற எந்தெந்த

முக்கியஸ்தர்களின் வீடுகளுக்குத் துரியோதனன் சென்றிருக்கக்கூடும் என்று எல்லா சங்கதிகளையும் ஊகித்து விடுவான். அங்கே போனபிறகு நடந்ததையெல்லாம் விசாரித்துப் பார்த்தால், நடந்துபோன விஷயங்களும் அவன் கற்பனையும் ஏறத்தாழ ஒன்றாகவே இருக்கும். இதே மாதிரியான நிலா வெளிச்சத்தில் கடற்கரையில் அமர்ந்து கொண்டு மோதி அலையும் அலைகளைப் பார்த்தபடி. 'இப்போது உன் மனத்தைக் கொள்ளைகொண்டவள் என் தங்கை சுபத்திரை. என் தந்தையின் இன்னொரு மனைவிக்குப் பிறந்தவள்.' என்றான்.

"அவள் இவனுக்குத் தங்கை முறையாக வேண்டும் என்று எனக்குத் தெரியாதா? எனக்குத் தெரியும் என்கிற விஷயம் அவனுக்குத் தெரியாதா? ஆனால் திடுமென அறிமுகப்படுத்துகிற ரீதியில் ஏன் பேசினான் அவன்? இவளைப் பார்த்து எதற்காக மோகம் கொண்டேனோ?"

வலப்புறம் திரும்பி சுபத்திரை இருந்த திசையின் பக்கம் பார்த்தான் அர்ஜுனன். முன்னால் செல்லும் ரதத்தில் பொருத்தப்பட்டிருந்த தீப்பந்தத்தின் வெளிச்சத்தில் அவள் முகம் நன்றாகத் தெரிந்தது. தூங்கவில்லை. கையில் விசிறி மட்டையைப் பிடித்தபடி வெறுமனே உட்கார்ந்திருந்தாள். இனிமையான முகம். கருங்கூந்தல். ரொம்பவும் பருத்துக் காணப்படவில்லை. ஆனால் பதினெட்டு வருஷங்களுக்கு முன்பு இருந்ததைவிடப் பருத்து விட்டாள். இன்னும் மூப்பு நெருங்கவில்லை. இன்னும் கூந்தல் கருகருவென்றே இருக்கிறது. முன்னால் செல்லும் ரதத்தில் தீப்பந்தம் எரியவில்லை என்றால், சுற்றுவட்டாரத்தில் மலைத்தொடர்ச்சி ஒரு கோடுபோல மங்கலாக எழுந்து காணப்பெறும். எவ்வளவுதான் வேகமாகப் போனாலும் இனி கிருஷ்ணனை வழியில் பிடிப்பது சாத்தியமில்லை. 'துஷ்டா, நீ கொஞ்சம் ஒதுங்கி நேற்றுப் போலவே முன்னால் ஐந்து ரதங்களைப் போகச் செய்துவிட்டு நம் ரதத்தை நடுவில் ஓட்டு, தீப்பந்தத்தின் புகை கண்ணை உறுத்துகிறது" என்றான் அர்ஜுனன்.

"ஆமாம் ஆமாம்" என்று சுபத்திரையும் பெருமூச்சு விட்டாள்.

இருள் அமைதியாக இருந்தது.

அடர்ந்த இருளில் எல்லாமே தெளிவற்றுத் தெரிந்தது.

அமைதியான இருளில் மனம் விழித்தெழுந்தது. நினைவுகள் தெளிவாகப் புலப்படத் தொடங்கின. மீண்டும் யோசனைகளில் ஆழ்ந்தான் அர்ஜுனன்.

"ஏன் இவளிடம் மோகம் கொண்டேன்?" என்று தன்னையே கேட்டுக் கொண்டான். பாதையில் கற்கள் எதுவுமே இல்லை. மண்ணும் சகதியுமான பாதை அதனால் எந்தக் குலுக்கலுமில்லாமல் ரதங்கள் ஓடின. அவன் மனத்தில் கிருஷ்ணனைப் பற்றிய நினைவுகள்

நிறைந்திருந்தன. அவனுடைய அருகாமையையும் ஆறுதல் சொல்லும் பரிவும் நினைவுக்கு வந்தன. "கடற்கரையின் மணற்பரப்பில் கூடவே உட்கார்ந்து, கூடவே கனவுகளில் ஆழ்ந்த தோழன் அவன். எத்தனையோ இரவுகளில் தன் மனைவியை உள்ளேயே விட்டுவிட்டு என்னோடு மணற்பரப்பில் வந்து உட்கார்ந்து பேசியிருந்தான். சுபத்திரையின் புருவங்கள் அவனுக்கிருப்பதைப்போலவே இருந்தன. கன்ன அமைப்பு அவளுடைய அண்ணனையொத்தது. அடர்ந்த கருங்கூந்தல். அவனைப் போலவே நல்ல குணம். நல்ல கற்பனை வளம். இவளைக் கைப்பிடித்தால் என் உள்மன ஆசைகள் ஈடேறும் என்று மனத்திற்குள் உறுதியாக நம்பினேன். எனக்கு இப்போதுதான் புரிகிறது. தங்கைக்குள் அண்ணனின் சாயலைப் பார்த்தேன். அந்த முப்பத்து மூன்று வயசில் அப்படித் தோன்றவில்லை. வசுதேவனுக்குப் பல மனைவிகளும் பல குழந்தைகளும் இருந்தபோதும் யாரும் கிருஷ்ணனைப்போல இல்லை. மற்றவர்களோடு எனக்கு அத்தனை நெருக்கமும் இல்லை. இவளைப் பார்த்ததுமே கிருஷ்ணனின் குணங்களையெல்லாம் இவளுள் கண்டு கனவில் மூழ்கினேன். "கிருஷ்ணா, அவளை நான் மணக்குமாறு வழி செய். என் வாழ்க்கையில் இத்திருமணம் மிகப்பெரிய மகிழ்ச்சியைத் தரும்" என்று அவனிடம் சொன்னேன்.

"பார்த்தா, ஒரு பெண்ணால் வாழ்வின் மிகப்பெரிய மகிழ்ச்சியைத் தரமுடியுமா?" என்று கேட்டுவிட்டு அவன் சிரித்தான்.

"என்னால் விளக்கிச் சொல்லமுடியாது. ஆனால் எனக்குள் நான் கண்டிருக்கும் சத்தியத்தின் ஒளியை நீ அறிந்து கொள்ள வில்லை. அவளை அடைய ஒரு வழியைச் சொல். சுயம்வரம் ஏற்பாடு செய்தால் அங்கே அவள் என்னை ஏற்றுக்கொள்வாள் இல்லையா? துருபத அரசன் செய்ததுபோல வில் போட்டி வைத்தால் அதில் நான் கண்டிப்பாய் வெற்றி கொள்வேன். எது எப்படி இருந்தாலும்..." என்று இழுத்தேன்.

இரண்டு நாட்களுக்குப் பிறகு அவனே மீண்டும், "பார்த்தா, சுபத்திரையின் மனசில் இருப்பதை அறிந்து கொள்ளமுயற்சி செய்தேன். சுயம்வரத்துக்கு ஏற்பாடு செய்தால் அவள் உன்னை மணக்க வாய்ப்பில்லை. பந்தயம் என்று வந்தால் அதன் முடிவு எப்படி இருக்குமோ, யாருக்குத் தெரியும். உன்னை மீறும் திறமைசாலிகள் இந்த இடைக்காலத்தில் ஆரியவர்த்தத்தில் யாரும் உருவாகவில்லை என்று எப்படிச் சொல்ல முடியும்? பந்தயத்தில் போட்டியிட நீ எழுந்திருக்கும்போதே அவள் வேண்டாம் என்று மறுத்துவிட்டால் அதில் நீ கலந்துகொள்ள முடியாது. முதல் கட்டத்திலேயே பாஞ்சாலி கர்ணனை மறுத்துவிடவில்லையா?" என்று சொன்னான்.

“நான் ஒன்றும் சூதனில்லையே? உயர்ந்த க்ஷத்திரிய வம்சத்தைச் சேர்ந்தவன். சுத்த ஆரியன்.”

“ஆனால் வயசில் இளைஞனில்லை. ஏறத்தாழ என் வயசுக்காரன். அது மட்டுமல்லாமல் ஐந்து சகோதரர்கள் சேர்ந்து ஒரு பெண்ணோடு வாழ்கிற கும்பலைச் சேர்ந்தவன். இது எல்லாமே அவள் மனசிலிருந்தால்...”

“கிருஷ்ணா, உன்மேல் ஆணையிட்டுச் சொல்கிறேன். இந்தக் கூட்டுத் திருமணமே வேண்டாம். எனக்கென்று தனியாக ஒரு மனைவி வேண்டும். இதில் உன் தங்கைக்கு எந்த சந்தேகமும் வேண்டாம். அவள் ஒருத்திதான் என் மனைவி.”

“இவளைப் பார்த்து ஆசையை வளர்த்துக்கொண்டு அவனுக்குத் தொல்லை தந்தவன் நான். இவளை அடைவதற்கு வழி சொல்லித் தந்தவன் அவன். இதனால் அண்ணன் பலராமனின் பழிச் சொல்லுக்கு ஆளானான். “நாளைக்கு மறுநாள் அவள் ரைவத மலைக்கு ரதமேறிச் செல்ல இருக்கிறாள். நீயும் இம்மலையைப் பார்த்திருக்கிறாயில்லையா? பௌர்ணமியன்று இம்மலைக்குச் சென்று சுற்றி வருகிற பழக்கம் இவளுக்கிருக்கிறது. என் ரதத்தில் ஏறிக்கொண்டு வேட்க்குச் செல்பவன் போல நீயும் செல். நடுவழியில் நாலு அம்புகள் விட்டுக கூட இருக்கிற பணிப் பெண்களையும் மெய்க்காவல் வீரர்களையும் பயமுறுத்திவிட்டு அவளை உனது ரதத்தில் ஏற்றிக்கொண்டு உங்கள் இந்திரப்பிரஸ்த நகரை நோக்கிச் சென்று விடு. எவ்வளவு வேகமாய்ச் செல்ல முடியுமோ அவ்வளவு வேகமாய்ச் செல். வழியில் அவளைப் பாதுகாப்பாய் அழைத்துச் செல்ல வேண்டியது உன் பொறுப்பு. இதற்குத் துணிச்சல் வேண்டும். உன்னால் முடியுமா?” என்று கேட்டான்.

“இந்த ரதத்தைப்போலவே அதுவும் உறுதியான ரதம்தான். இவை போலவே அன்றும் நான்கு பெரிய வில்கள் இருந்தன. கூர்மையான அம்புகள். அதற்குள் என்னிடம் நன்றாகப் பழகி விட்ட குதிரைகள்...”

அர்ஜுனன் திரும்பி வலது பக்கத்தில் பார்த்தான். உட்கார்ந்த வாக்கில் தூங்கிக்கொண்டிருந்தாள் சுபத்திரை. மீண்டும் அவன் தன் பழைய நினைவுகளுள் ஆழ்ந்தான்.

“ஆனந்த தேசம் வரைக்கும்தான் வழி தெரிந்திருந்தது. மேற்கொண்டு அங்குமிங்கும் விசாரித்துக்கொண்டுதான் செல்ல வேண்டியிருந்தது. “ஒரே ஒரு இரவு கழிந்துவிட்டால் போதும். அதற்கப்புறம் நாங்களே உங்கள் திருமணத்தை நடத்தி வைப்பதாக ஒப்புக்கொண்டு திரும்ப அழைத்துக் கொள்வோம்” என்று கிருஷ்ணன் நம்பிக்கையூட்டியிருந்தான். ஒருவேளை அவனது திட்டம் பலிக்காமல் போயிருந்தால் எங்களைத் துரத்தி வரும் வீரர்கள் மேல் அம்பெய்தித் தடுக்க வேண்டியிருந்திருக்கும். என் ரதத்தின் குதிரைகளையும் வேகமாக

ஓட்ட வேண்டியிருந்திருக்கும். ஒருவேளை இவள் ரதத்தில் இருந்து கீழே குதித்துத் தப்பிக்க முயற்சித்திருந்தால் இவளது கைகளையும் கால்களையும் கட்டிப் படுக்க வைத்திருக்கவேண்டியிருந்திருக்கும்..."

சுபத்திரை இன்னும் தூங்கி வழிந்துகொண்டிருந்தாள்.

"முன்பெல்லாம் இவள் தூங்காத நாளே இல்லை. கனவு காணத் தெரியாதவர்கள்தான் தூக்கம் வராமல் புரண்டுகொண்டிருப்பார்கள். எழுந்து உட்கார்ந்து நிலவையோ நட்சத்திரத்தையோ பார்த்துக் கொண்டிருப்பார்கள். கோடைக் காலத்தில் இந்திரப்பிரஸ்தத்தின் உயர்ந்த மாளிகையின் மேல் மாடியில் இருவரும் தழுவிய நிலையில் இருக்கும்போதே, வானில் நிலா முளைத்திருக்கும் அல்லது நட்சத்திரங்கள் பொலிந்திருக்கும். கீழே பூமியில் மரங்களின் வேரைத் தழுவியபடி யமுனை நதி ஓடிக்கொண்டிருக்கும். என் தோள்களில் சாய்ந்தபடித் தன் கனவுகளைத் தூண்டி நிறைவேற்றிக்கொள்ளும் தோழி அவள்தான். ஐந்து இரவுகளுக்கு ஒருமுறை என்பது விதி. எலும்புகளையும் உறையவைக்கும் குளிர்காலத்தில் கூட என்னை எழுப்பி மாளிகையின் உப்பரிகைக்கு அழைத்துச் சென்று விடுவாள். வானில் உலவும் நிலவைத் தனியே விடக்கூடாது என்பதுபோல உப்பரிகையில் உலவியபடி நிலவைப் பற்றிப் பாடல் புனைந்து பாடினாள். மற்ற நால்வரில் எவரையும் அவள் உப்பரிகைக்கு அழைத்துச் சென்றதில்லை. முழு இரவும் தூக்கமின்றி இருந்ததில்லை. இவளை மணந்து கொண்டு அழைத்து வந்த பிறகு அவளோடு அவ்விதம் இருந்து கனவு காணும்வாய்ப்பே இல்லாமல் போயிற்று. நேற்று இரவு முழுக்கத் தூங்கிக் கொண்டிருந்தாள். இன்று நண்பகலில் கூட தோப்பில் நன்றாகத் தூங்கினாள். இப்பொழுது இவ்வளவு சீக்கிரமாகவே மீண்டும் உறங்க ஆரம்பித்து விட்டாள். முன்னும் பின்னும் ரதங்கள் வர எங்கள் ரதம் நடுவில் சென்று கொண்டுள்ளது. இதனால் சாரதிக்கு அதிக வேலை இல்லை. துஷ்டன்கூட உட்கார்ந்த இடத்திலேயே தூங்கி வழிந்து கொண்டிருந்தான். குதிரைகள் தம் பாட்டுக்கு முன்னால் செல்லும் குதிரைகளைப் பின்பற்றின."

"சுபத்திரை" என்று அழைத்தபடி அவளது வலது தோளைத் தொட்டான் ஒருமுறை ஆழ்ந்து மூச்சு வாங்கிய பிறகு 'ம்' என்றாள்.

"என்ன இவ்வளவு தூக்கம்?" என்று அவளை மீண்டும் உலுக்கினான்.

"என்ன?" என்றாள் அவள். கண்ணை மூடிக்கொண்டே இருந்தன. அந்த இருட்டிலும் அவன் பார்த்தான். இரண்டு கைகளையும் நீட்டித் தோள்களை முறித்தபடி, "கீழேயாவது படுத்துக்கொள்கிறேன். இந்த வில்களையெல்லாம் சிறிது ஓரமாக ஒதுக்கி வை' என்றாள். "அப்புறமாகத்

தூங்கலாம், ஏதாவது பேசு" என்று கேட்டதுமே அவள் தோள்களை முறிப்பதை நிறுத்தினாள். "என்ன பேசுவது?" என்றபடி கண்களைத் திறந்தாள். என்ன சொல்வது என்று தெரியாமலேயே தொலைவில் வானையே உற்றுப் பார்த்துக் கொண்டிருந்தான் அவன். பாதை முழுக்கவும் மண்ணாக இருந்ததால் ஒரே புழுதிமயமாக இருந்தது. ஆனால் எந்தக் குலுக்கலுமின்றி, தூக்கித் தூக்கிப் போடாமல், சிற்றலைகள் நடுவே செல்கிற படகு போல சென்று கொண்டிருந்தது ரதம்.

"என்னமோ கேட்டாயே, என்ன அது?" என்று சுபத்திரை கேட்டாள்.

"கிருஷ்ணன் இல்லாத சமயத்தில் துரியோதனன் அங்கே சென்றிருக்கிறான். அங்கே என்ன நடக்கக் கூடும்?"

கடைசியாக அவன் சொல்வதைப் புரிந்துகொண்டு முழுக்கவும் விழித்தெழுந்தாள். "கடந்த பதின்மூன்று வருஷங்களாக நீ அங்கேதான் இருந்தாய். யார் யார் மனம் எப்படி எப்படி என்று உனக்கு நன்றாகத் தெரிந்திருக்குமில்லையா?" என்று அவளிடம் கேட்டான் அர்ஜுனன்.

"ஒவ்வொருவரும் என்னென்ன நினைப்பார்கள் என்று ஏன் கவலைப்பட வேண்டும்? அந்த ஊர், இந்த ஊர் என்று அலைவதே கிருஷ்ணனின் வேலை. இப்பொழுது கூட உபப்லாவ்ய நகரில் நமக்காக வந்து இருக்கவில்லையா, இப்படி யார் யார் வேலையை எல்லாமோ செய்வதற்காகக் கிளம்பி விடுவான். ஊரை விட்டுப் போகாமல் இருக்கிற அண்ணனிடம்தான் படையின் பொறுப்பு இருக்கும். அந்தக் காலத்தில் நீ என்னைத் தூக்கிக்கொண்டு வந்தாயே, அந்த அவமானத்தை அவன் இன்னும் மறக்கவில்லை."

"இவளைத் தூக்கிச் செல்வதைத் தவிர வேறு வழி எதுவும் அப்போது தெரியவில்லை. என்னதான் இருந்தாலும் க்ஷத்திரியர் களுக்கு உகந்த திருமண முறைதானே அது" என்று நினைத்துக் கொண்டான் அர்ஜுனன். "இந்த அர்ஜுனன் மரபை என்றும் மீறியதில்லை. அவ்வளவு ஞானவானாகிய பலராமனுக்கு இது கூடத் தெரியவில்லையா?" என்கிற யோசனையைத் தொடர்ந்து மீண்டும் தன் பழைய நினைவுகளில் ஆழ்ந்தான். "என்னுடைய அம்புகளுக்குப் பயந்துபோன சுபத்திரையின் பணிப்பெண்ணும் மெய்க்காவல் வீரர்களும் ரைவதக மலையில் இருந்து துவாரகைக்கு ஓடி விட்டார்கள். அவர்களின் ரதத்தின் ஒரு சக்கரத்தை உடைத்து நொண்டியாக்கினேன். இவற்றையெல்லாம் கேள்விப்பட்டதுமே பலராமன் சீற்றம் கொண்டானாம். நகர அபாயமணியை உடனே அடிக்கச் சொன்னானாம். "உங்கள் கொடிகளை ஏற்றுங்கள். வில் அம்புகளை எடுத்துக் கொள்ளுங்கள். பலராமனின் கீழ் இப்போது

ஒரு யுத்தம் நடக்கப் போகிறது. எல்லாரும் பொதுக்கூடத்தில் உடனடியாக வந்து சேருங்கள்" என்று எல்லாப் படைவீரர்களுக்கும் அழைப்பு விடுவித்தான். தமுக்குச் சத்தம் கேட்டு எல்லா வீரர்களும் பொதுக்கூடத்திற்கு வந்து விட்டார்களாம். வெளியே வரிசை வரிசையாக யுத்தக் குதிரைகள். வெண்ணிற மேனியனாகிய பலராமனின் கண்கள் சிவந்து கனல் வீசியதாம். "யாதவ வீரர்களே, இப்படிப்பட்ட வேலைகளைச் செய்திருப்பது கிருஷ்ணனின் நண்பன் அர்ஜுனன். இத்தனை நாட்களாக நமது வீட்டிலேயே இருந்து நம்மோடேயே சாப்பிட்டு, திரிந்து விட்டு நம் வீட்டுப் பெண்ணைக் கடத்திக்கொண்டு போய் விட்டான். நம் பெண்ணொருத்தியை இன்னொருவன் கடத்திச் செல்வதென்றால், அது நமது கௌரவத்திற்கும் நமது ஆண்மைக்கும் சவால் விட்டதுபோல ஆகும். இந்தப் போக்கிரியைத் துரத்திச் சென்று பிடித்துக் கொன்று நம் நாய்களுக்கு இரையாக்குங்கள். அப்பொழுது தான் யாதவர்களின் கௌரவம் நிலைத்து நிற்கும்." என்று வீரர்களிடம் பேசினானாம் பலராமன்.

"சாத்யகியோ அல்லது உத்தவனோ, யார் என்று சரியாகத் தெரிய வில்லை, உடனே எழுந்து, "கிருஷ்ணனின் நண்பன்தானே அவன். கிருஷ்ணனையே கூப்பிட்டுக் கேட்போம்" என்று சொன்னானாம். நிதானமாகக் கிருஷ்ணன் வந்து சேர்ந்தானாம். அவனோடு பேசி யாரால் வெல்ல முடியும். "அண்ணா, கடத்திக் கொண்டு போகிற அளவுக்கு ஒரு குடும்பப் பெண்ணின் மேல் ஒருவன் ஆழமான காதல் கொண்டிருக்கிறான் என்றால், அது அந்தக் குடும்பத்தின் மீது அவன் கொண்டிருக்கிற மதிப்பையும் மரியாதையையும் குறிக்கும். அர்ஜுனனால் நமக்கு எந்த விதமான அவமானமும் நேரவில்லை. மாறாகப் பெருமையே உண்டாகியுள்ளது" என்று சொன்னானாம் கிருஷ்ணன்.

"கடத்திக்கொண்டு செல்வதுதான் பெரிய மனிதனுக்கு அழகா?" என்று கேட்டானாம் பலராமன்.

"அண்ணா, இவளை அடைந்தே தீரவேண்டும் என்று ஒருவன் மனசுக்குள் சபதம் எடுத்துக்கொண்டிருக்கிறான் என்றால் இதைத் தவிர வேறு வழி என்ன இருக்கிறது? சுயம்வரத்திற்கு வருபவர்களிடம் கிடைத்தால் கிடைக்கட்டும், கிடைக்காமல் போனால் போகட்டும் என்ற எண்ணம் தான் இருக்குமேயொழிய அர்ஜுனனுக்கு இருப்பதைப் போன்ற ஆழ்ந்த உறுதி எதுவும் இருக்காது. முன்பு, துருபதன் ஏற்பாடு செய்திருந்த சுயம்வரத்தில் அவன் எப்படி வெற்றி பெற்றான் என்பதை நீயே பார்த்தாய். அப்படிப்பட்ட ஒரு போட்டியை நாம் ஏற்பாடு செய்திருந்தால் அதிலும் அவனே வெற்றி பெற்றிருப்பான். இப்பொழுது கூட, அவனைத் திரும்பவும் அழைத்து அவனுடைய ஆயுதத் திறமையை உனக்குத் திருப்தி தரும் முறையில் பரிசோதித்துக்

கொள். அதற்கப்புறம் திருமணம் செய்து கொடு. அவனைப் போன்ற வீரன் வேறு யார் உனக்குக் கிடைக்கக் கூடும்?" என்று சொன்னானாம் கிருஷ்ணன்.

'ஐந்து பேர்கள் சேர்ந்து ஒரு பெண்ணைத் திருமணம் செய்து கொண்ட வீடு அது' என்றானாம் பலராமன்.

"திரும்பவும் அழைத்து உன் ஒருவனுக்குத்தான் அவள் மனைவியாக இருப்பாள் என்கிற விதிக்கு அவனை ஒத்துக்கொள்ள வைத்து, அதற்கப்புறம் திருமணம் செய்து கொடுப்போம்."

தனது பேச்சினால் பலராமனைக் கட்டுப்படுத்தினான் கிருஷ்ணன். ஆனாலும் அவனது மனசில் எந்தவிதமான மாற்றமும் ஏற்படவில்லை.

"இதெல்லாம் நடந்து பதினெட்டு வருஷங்கள் ஆன பின்பும் மறக்கவில்லையல்லவா?" என்று அர்ஜுனன் சுபத்திரையிடம் கேட்டான்.

"பதினெட்டு வருஷங்களென்ன, இந்த ஜென்மம் இருக்கிற வரைக்கும் மறக்கக் கூடிய சுபாவமில்லை அவனுக்கு. அன்பு என்றாலும் சரி. கோபம் என்றாலும் சரி, இரண்டும் அப்படித்தான். உங்களுக்குக் காண்டவப் பிரஸ்தத்தை கொடுத்து அனுப்பிய பிறகு கிருஷ்ணன் ஒன்றிரண்டு வருஷ காலம் அங்கு வந்து தங்கியிருந்தானல்லவா, அப்போது எனக்கு பன்னிரண்டு அல்லது பதின்மூன்று வயது இருக்கும். தனியாகச் செல்லமாக வளர்ந்தவள் நான். எனக்கு என்ன விவரங்கள் தெரியும்? ஏறத்தாழ அதே காலத்தில்தான் துரியோதனன் துவாரகைக்கு வந்து அண்ணனிடம் கதாயுத்தம் கற்றுக் கொண்டான். "உன்னைப்போல கதாயுத்தம் புரிகிறவன் இந்த ஆரியவர்த்தத்திலேயே இதுவரைக்கும் பிறந்ததில்லை. இனிமேலும் பிறக்கப்போவதில்லை. துரோணரிடம் கற்றிருந்தாலும் கூட உன்னிடம் கற்றுக்கொள்ளாவிட்டால் என் பயிற்சி முழுமையாகாது என்று தெரிந்து வந்திருக்கிறேன். என்னை மாணவனாக ஏற்றுக்கொண்டு கற்றுக்கொடு" என்று சொன்னானாம். அப்பொழுது துரியோதனன் மீது அவனுக்குண்டான அன்பை யாராலும் அழிக்கமுடியாது. அதற்குத் தகுந்த மாதிரிதான் அவனும் அடிக்கடி இவனைப் பாராட்டிப் பாராட்டிப் பேசி நட்பை வளர்த்துக் கொள் கிறான்."

"ஆனாலும் சொந்தத் தங்கையின் நலத்துக்கு விரோதமாக அவன் செயல்படக் கூடுமா?"

"எப்படிச் சொல்ல முடியும்? தங்கை என்றாலும் நான் மாற்றாந் தாயின் மகள். எங்களிடையே வயது வித்தியாசமும் அதிகம். நாங்கள் ஒரே வீட்டில் ஒன்றாக வளர்ந்தவர்களில்லை. அப்பாவின் ஒவ்வொரு மனைவிக்கும் தனித்தனியாக ஒவ்வொரு வீடு இருந்தது. எவ்வளவு தூரத்துச் சொந்தமாக இருந்தாலும் ஒரு நெருக்கத்தை வளர்த்துக்

கொள்வது கிருஷ்ணனின் சுபாவம். நீங்கள் எல்லோரும் பதின்மூன்று வருஷ காலம் காட்டுக்குப் போயிருந்தபோது என்னைத் தன்னோடு கூடவே வைத்திருந்து காப்பாற்றியவன் கிருஷ்ணன். "சூதாட்டத்தில் எல்லாவற்றையும் தோற்று, பெண்டாட்டியை வைத்து வாழத் தெரியாமல் பிறந்த வீட்டுக்கு அனுப்பிவைத்துவிட்டார்கள் முட்டாள்கள்" என்று பெரிய அண்ணன் சொல்லிக்கொண்டிருந்தான். ஒருநாள் கூட என்னைத் தனது வீட்டுக்குக் கூப்பிட்டு அன்போடு பேசியதில்லை. உபசரித்ததுமில்லை. கதாயுத்தத்தில் அவ்வளவு தேர்ச்சி பெற்றவனாக இருந்தும் ஒரு நாள் கூட அபிமன்யுவை அழைத்துச் சொல்லித் தந்ததில்லை. தங்கை மகனுக்கு ஆயுதப்பயிற்சியை ஏற்பாடு செய்தவன் கிருஷ்ணன். பொதுவாழ்வு பற்றியும் ஒழுக்கம் பற்றியும் சொல்லித் தந்தவன் சத்யகி."

யாதவப் படைபலம் எத்தகையது என்கிற கேள்வி அர்ஜுனனின் மனசில் எழுந்தது. இதுபற்றி சுபத்திரைக்கு அவ்வளவாகத் தெரியாது. தனக்கு உத்தேசமாகத் தெரிந்த மட்டில் அது ஒன்றும் அவ்வளவு பலம் பொருந்திய படை அல்ல என்று நினைத்தான். மேலும் யாதவர்கள் என்பவர்கள் ஒரு சாதியையோ அல்லது ஒரு குலத்தையோ சேர்ந்தவர்கள் அல்ல. துவாரகை, பிரபாஸம் ஆகியவை உள்ளடங்கிய கடலோரம் நெடுகப் படர்ந்திருக்கிற விருஷ்டி, போஜம், அந்தகம், ஷினி ஆகிய பல்வேறு வம்சங்களைச் சேர்ந்தவர்களை ஒட்டுமொத்தமாக அழைக்கிற பெயர்தான் அது. ஒவ்வொரு குழுவுக்கும் ஒவ்வொரு கூட்டம். ஒவ்வொரு படை தனிப்பட்ட வகையில் பெருமை கொண்ட வீரர்களின் எண்ணிக்கை அதிகம். சத்யகன், சாத்யகி, கிருதவர்மன், பிரத்யும்னன், சாம்பன், நிஷடன், சங்கன், சாரதேஷ்ணன், விப்ரதன், சாரணன், கதன் ஆகியோர் சில முக்கிய வீரர்கள். சேனை எதுவும் இல்லாத இந்த வீரர்களில் பலராமனை ஆதரிப்பவர்கள் எத்தனை பேர் இருப்பார்கள்? கிருஷ்ணனுக்கு ஆதரவானவர்கள் எத்தனைபேர் இருப்பார்கள்? சத்யகனுக்கு வயதாகி விட்டது. சாத்யகி தொடக்கக் காலத்தில் இருந்தே கிருஷ்ணனை ஆதரிப்பவன். பிரதயும்னனும் சாம்பனும் கிருஷ்ணனின் சொந்தப் பிள்ளைகள். ஆனாலும் துரியோதனனின் மகளாகிய லட்சணையைச் சாம்பன் திருமணம் செய்து கொண்டுள்ளான். மாமனாருக்கு ஆதரவாக அப்பாவையே எதிர்த்து அவன் போர்க்களத்தில் இறங்க நேருமா? லட்சணையைச் சிறைப்படுத்தி அழைத்து வருவதற்காகச் சென்று அகப்பட்டுக் கொண்டானாம் சாம்பன். துரியோதனன் அவனைப் பிடித்துச் சிறையில் அடைத்துவிட்டானாம். அதற்கப்புறம் பலராமன் தான் போய் துரியோதனனிடம் பேசிச் சாம்பனை விடுவிக்கச் செய்து மகளையும் திருமணம் செய்து வைக்கச் செய்தானாம். இதனால் மாமனாராகிய துரியோதனனின் மேல் சாம்பனுக்குக் கோபமிருந்தாலும் இருக்கும்.

ஒருவேளை யார் பக்கமும் சேராமல் துவாரகையிலேயே இருந்தாலும் இருக்க நேரும். கிருதவர்மன் பலராமனுக்கு மிகவும் நெருங்கியவன். ஆரம்பத்திலிருந்தே அவர்கள் நெருக்கமானவர்கள்தான். இப்பொழுது எப்படி இருக்கிறார்களோ தெரியவில்லை. சதனும் பலராமனும் ஒரே தாய்க்குப் பிறந்தவர்கள். ஆனாலும் கூட கிருஷ்ணனின் வார்த்தைக்குத்தான் ஆதரவு கொடுப்பவன் சதன். ஒருவேளை பலராமனின் சம்மதத்தைத் துரியோதனன் அடைந்தாலும் கூட யாதவச் சேனை முழுக்க அவன் பக்கம் சேராது. எனினும் யாதவர்களுக்குச் சொந்தமான சொத்திலிருந்து ஒரு பகுதியை அவனுக்கு தானமாகப் பலராமன் கொடுக்கக் கூடும்." இப்படிப்பட்ட யோசனைகளில் மூழ்கிக் கொண்டிருக்கும்போது முதுகுக்குப் பின்புறத்திலிருந்து நிலா முளைத்தது. திரும்பிப் பார்த்தான். வானில் மங்கலான நிலா தெரிந்தது. ஏனோ, நிலவையே பார்த்துக் கொண்டிருக்கும் ஆர்வம் மனத்தில் எழவில்லை. மீண்டும் பழையபடி திரும்பிக்கொண்டான். சுபத்திரையின் மேல் பார்வை படிந்தது. உட்கார்ந்தபடியே தூங்கி வழிந்தாள். நீளவாக்கில் வைத்திருந்த வில்களைக் குனிந்து எடுத்து குறுக்கில் ஒதுக்கி வைத்து விட்டு அவளைக் கீழே படுத்துக் கொள்ளுமாறு சொன்னான். வேறு எதைப்பற்றியும் கவலை கொள்ளாதவளைப் போல அவள் உடனே படுத்துக் கொண்டாள். கையை மடித்து அதன் மேல் தலையை வைத்துக் கால்களைச் சுருட்டிப் படுத்துக்கொண்டாள்.

நிலா மெல்ல மெல்ல பொலிவு பெற்றது. வழிப் பயணம் மகிழ்ச்சி தரக்கூடிய ஒன்றாக இருந்தது. அர்ஜுனனுக்கும் தூங்க விருப்பமாய் இருந்தது. ஆனால் அத்தூக்கம் தன்னையே ஆட்கொள்கிற தூக்கமல்ல.

திடீரென துஷ்டன் பேசினான்.

"விராட அரசனின் படை முழுக்க உங்களுக்கு ஆதரவாக இருக்கிறது."

அர்ஜுனனுக்கு இப்பேச்சில் புதுமை எதுவும் இருப்பதாகத் தெரிய வில்லை. மிகச் சமீபத்தில் அர்ஜுனனுக்குச் சம்பந்தியாகி இருப்பவன் விராடன். அது மட்டுமல்லாமல் துரியோதனன் மீது அவனுக்குக் கோபமுண்டு. போர் ஏற்பாடுகளைச் செய்து கொள்வதற்காக ஒரு கிராமத்தையே கொடுத்தான். கேட்ட அளவு ரதங்களையும் குதிரை களையும் படைவீரர்களையும் எல்லோருக்கும் தேவைப்படும் உணவுப் பொருட்களையும் கொடுத்தான்.

"அது தெரிந்த விஷயம்தானே" என்றான் அர்ஜுனன்.

துஷ்டன் மறுபடியும் பேசவில்லை. அர்ஜுனனும் கேட்கவில்லை. சிறிது நேரத்துக்குப் பின்பு, "அது வெறும் அரசனின் ஆணைக்குக் கட்டுப்பட்டதால் என்று நினைக்க வேண்டாம். வீரர்களுக்கு உங்கள்

பக்கம் நின்று போரிடுவதில் வெகுவாக விருப்பம் இருக்கிறது. குறிப்பாகத் தேரோட்டிகள். உன் அண்ணன் பீமனுக்காக அவர்கள் தாம் உயிரைக் கூடத் தரத் தயாராக உள்ளார்கள். யுத்தத்தில் அவனது படையில் சேர்ந்து போராடுவதற்காக எல்லாரும் தயாராக உள்ளார்கள்." என்றான்.

அர்ஜுனனுக்கு ஆச்சரியமாக இருந்தது. இவர்களுக்கெல்லாம் பீமனின் மீது ஏன் இத்தனை அன்பு? அவனிடம் வில் திறமையும் இல்லை. கவர்ச்சியான உருவமும் இல்லை. சாதாரண சமையல்காரனாக அஞ்ஞாதவாசத்தைக் கழித்தான். இந்தப் படை வீரர்களுடன் அவர்களுக்கு எப்படி நெருக்கம் உண்டானது? விவரமாகக் கேட்டுக்கொள்ள விருப்பம் இல்லை. எதற்காகவோ மனத்தில் உற்சாகம் பிறக்கவில்லை. வழியில் எங்கோ ஒரு கல் மீது ஏறி இறங்கியதில் ரதம் குலுங்கியது. தானாகவே பேச்சைத் தொடர்ந்த துஷ்டன், "எங்கள் சேனாதிபதி கீசகனின் பத்து தம்பிகளைத் தன்னந்தனியாக ஒரே இரவில் கொன்று வீழ்த்தியவன் அல்லவா அவன், அன்றிலிருந்து எங்கள் தேரோட்டும் இனத்திலிருக்கிற பெண்கள் மதிப்போடும் மரியாதையோடும் தத்தும் கணவன்மார்களின் பேச்சைக் கேட்கிறார்கள். அந்தக் கணவன்மார்கள் எல்லாருமே பீமனை உண்மையாகக் கடவுள் என்றே எண்ணிக் கொண்டிருக்கிறார்கள்" என்றான்.

ஏதோ புரிந்த மாதிரி இருந்தது. அர்ஜுனனுக்கு. உட்கார்ந்த இடத்திலேயே தவறி விழுந்துவிட்ட மாதிரி இருந்தது. மறுபடியும் எதுவும் பேசவில்லை துஷ்டன். அர்ஜுனனின் மனத்தில் வெறுமை கூடியது. சிறிது நேரத்திற்குப் பின்பு உட்கார்ந்திருப்பதில் அலுப்பாக உணர்ந்தான். 'கொஞ்சம் அந்தப் பக்கம் நகர்ந்து படு' என்று சுபத்திரையை நகர்ந்து படுக்க வைத்துத் தானும் பக்கத்தில் படுத்துக் கொண்டான். கொட்டாவி வந்தது. ஆனாலும் தூக்கம் வரவில்லை. "திரௌபதையை விரும்பிய கீசகன் தன் மாளிகையிலேயே பலவந்தப்படுத்தினான். அங்கிருந்து தப்பி ஓடியவளை விராடனின் மாளிகை வரைக்கும் பின்தொடர்ந்து துரத்திச் சென்று விராடனின் முன்னிலையிலேயே அடித்தான். அர்ஜுனனின் மனமும் அதைக் கண்டு கொதித்தது. ஆனாலும் என்ன செய்ய முடியும்? தத்தம் ஆயுதங்களையெல்லாம் மூட்டையாய்க் கட்டி ஊருக்கு வெளியே நாலு மைல் தூரத்தில் இருக்கிற வன்னி மரத்தில் கட்டி வைத்திருந்தார்கள். அங்கே போய் வில்லையும் அம்பையும் எடுத்து வந்து..." ஆனால் வில்லாலும் அம்பாலும் மட்டுமே கீசகனைக் கொன்றிருக்க முடியுமா? இவர்கள் யார் என்கிற அடையாளம் தெரிந்து விட்டால்..? அர்ஜுனன் மீண்டும் தன் நினைவுகளில் மூழ்கினான்... "அன்று சாயங்காலமே அண்ணனைப் பார்த்து விஷயத்தைச் சொன்னேன். அஞ்ஞானவாசம் முடிகிற வரைக்கும் அமைதியாக இருக்கவேண்டும். இதைப்பற்றிப் பாஞ்சாலிக்கும்

எடுத்துச் சொல்லி இருப்பதாகவும் அவன் சொன்னான். அதற்குப் பின்பு தான் என் மனம் அமைதியானது. அவசரப் பட்டுக் கீசகனைப் பீமன் கொன்றதால்தானே, துரியோதனனுக்கு விஷயம் தெரிந்து பாண்டவர்கள் இங்கேயே இருக்கிறார்கள் என்ற முடிவோடு விராடனின் பசுக்களைக் கவர்ந்து போவதற்காக ஆள் அனுப்பினான். அஞ்ஞாதவாசத்தில் அடையாளம் கண்டுபிடிக்கப் பட்டிருந்தால் மீண்டும் பன்னிரண்டு வருஷங்கள் காட்டிலும் ஒரு வருஷம் யார் கண்ணிலும் படாமலும் இருந்திருக்கவேண்டும். பீமனின் முட்டாள்தனத்தால் எல்லாருக்கும் துன்பமே ஏற்பட்டது." இப்படிப்பட்ட எண்ணம் அவனுக்குச் சற்று மனஅமைதியைத் தந்தது. தனக்கு அவமானம் நேர்ந்தபோது கூட அவள் அர்ஜுனனைத் தேடி வரவில்லை. போய்ப் பீமனிடம்தானே சொன்னாள் என்கிற எண்ணம் அவனைப் புண்படுத்தியது. 'இந்த அர்ஜுனன் இல்லவே இல்லை' என்று நினைத்து விட்டாளா பாஞ்சாலி? ஒரே பக்கமாக படுத்திருந்ததில் வலித்தது. மறுபுறம் புரண்டு படுத்தான். 'கொஞ்சம் நகர்ந்து படு" என்று அவளை நகரவைத்து இடம் உண்டாக்கிக் கொண்டு புரண்டான். மீண்டும் பழைய நினைவுகளில் மெல்ல மெல்ல அமிழ்ந்தான்_ "அடையாளம் தெரிந்து விட்டாலும்கூட மீண்டும் காட்டுக்குச் செல்கிற அவசியம் இல்லை என்று சொன்னான் பீமன். பாஞ்சாலியும் அதையேதான் சொன்னாள். தர்ம நெறிகளை மீறுவதில் இருவரும் ஒன்றே. ஆரம்பத்தில் இருந்தே இதை நான் கவனித்துக் கொண்டுதான் வந்திருக்கிறேன். பீமனுக்குத் தர்ம நெறிகளைப் பற்றி அவ்வளவு அக்கறை இல்லை. முழுக்க முழுக்க அவனது சார்பாகப் பேச ஆரம்பித்து விட்டாள் பாஞ்சாலி. அந்தப் பீமன்தான் விராட தேசத்து வீரர்களுக்கெல்லாம் கடவுளாகியிருக்கிறான். தர்ம நெறிகளுக்குக் கட்டுப்பட்டும் பெரியண்ணனின் வார்த்தைகளுக்கு மதிப்புக் கொடுத்துக் கடைபிடித்தும் நடக்கிற இந்த வில்வீரனை... காட்டில் இருக்கும்போது அடிக்கடி பீமன், 'நீ ஆடிய சூதாட்டத்தின் பந்தய விதியை முழுக்க முழுக்க ஒப்புக் கொள்வோம். அதன் பொருள் என்ன? நாம் பன்னிரெண்டு வருஷகாலம் காட்டில் இருக்க வேண்டும் என்றுதானே. இந்த இடைக்காலத்தில் துரியோதனனையோ, துச்சாதனனையோ, கர்ணனையோ, சகுனியையோ கொல்லக்கூடாது என்றோ, அவர்கள்மீது போர் தொடுக்கக்கூடாது என்றோ எந்த விதியும் இல்லையே. கிருஷ்ணனின் படையையும் சேர்த்துக் கொண்டால் போதும். நான் போய் துரியோதனனின் கழுத்தை முறித்து, என் இடது காலாலேயே உதைத்து, துச்சாதனனின் நெஞ்சைக் கிழித்து கர்ணனையும் சகுனியையும் கொன்று காட்டு நாய்களுக்கும் நரிகளுக்கும் தீனியாகப் போட்டால்தான் தருமதேவதைக்குத் திருப்தியாகும். இல்லாவிட்டால் இந்தப் பாண்டுவின் வம்சம் நிலைத்து நிற்காது' என்றான். தன் வசதிக்கு ஏற்றபடி தருமத்துக்கு வியாக்கியானம் சொன்னவன் பீமன். ஆரியவர்த்தத்துக்கே விரோத

மாகப் பெரியண்ணனை இகழ்ந்து பேசி கேவலப்படுத்தியவன் பீமன். இவர்களுக்கு அவன்தான் கடவுளாகி இருக்கிறான். காம்பில்ய நகரில் இருந்தபோது எங்களுக்கு விவரம் தெரியவில்லை. ஏகசக்ர நகரில் பகாசுரனைக் கொன்றதற்காக ஊர்க்காரர்கள் எல்லாரும் சேர்ந்து அவனைக் கடவுளாகக் கொண்டாடினார்கள். ஆனால் அதற்குள் நாங்கள் ஏகசக்ர நகரினை விட்டு கிளம்பிச் சென்றுவிட்டோம். ஜராசந்தனைக் கொன்றதால் சிறையிலிருந்து விடுதலையான அரசர்கள் எல்லாரும் அவனைக் கடவுளாகவே நினைத்து வழிபட்டார்கள். அதனால்தான் ராஜசூய யாகம் செய்தபோது காணிக்கைகளை வசூல் செய்வதற்காக அவனையே கிழக்குத் திசையில் இருக்கிற ராஜ்ஜியங்களுக்கு அனுப்பி வைத்தான். அவனை எதிர்த்துப் போராடத் துணிவற்ற அரசர்கள் அனைவரும் அவனை வழிபட்டு வண்டிக் கணக்கில் தம் காணிக்கைகளை நிரப்பி அனுப்பி வைத்தார்கள். அதிர்ஷ்டசாலிகள் தருமத்துக்கு விரோதமாகச் செயல்பட்டால் கூட வெற்றி பெற்று விடுகிறார்கள். பீமா, நீ என் அண்ணன்தான். உன்னைக் கண்டால் எனக்கு எந்த விதமான பொறாமையும் இல்லை. ஆனால் தருமத்துக்கு விரோதமாக நடந்தவனை மதித்து வழிபடுகிற இந்த ஜனங்களை என்னவென்று சொல்வது?" அர்ஜுனனுக்கு மறுபுறம் மீண்டும் புரண்டு படுக்கவேண்டும்போல இருந்தது. ஓடுகிற ரதத்தில் படுக்க வேண்டாம் என்றும் தோன்றியது. வழிநெடுகக் குன்றுகளும் மரஞ் செடி கொடிகளும்தான் இருக்கின்றன என்று தெரிந்தாலும் கூட அவற்றைப் பார்க்கவேண்டும் என்று தோன்றியது. தூங்காமல் கீழே படுத்திருந்தாலும் அவற்றைப் பார்க்க இயலாது என்றும் தோன்றியது. இதனால் எழுந்து முதலில் இருந்தபடி முதுகை வளைத்து உட்கார்ந்தான். ஆரியனாகப் பிறந்து மூத்தவர்களை மதிக்காமல் போவது மதிப்புக்குரிய விஷயம்தானா? திருதராஷ்டிரனை அவன் ஒரு நாளும் தந்தையாக நினைத்ததில்லை. பெரியப்பா என்று அழைத்தவனுமில்லை. அவரைக் குருடன் என்று பெயர்சூட்டியே குறிப்பிடுகிறான். அம்மா காந்தாரியையும் குருடி என்றே அழைக்கிறான். தான் பெற்ற பிள்ளையை மெச்சிக் கொள்ளாத தாய் எங்கே இருக்கிறாள்? புருஷன் கண்களற்று இந்த உலகத்தைப் பார்ப்பதிலிருந்து வஞ்சிக்கப்பட்டுக் குருடாக இருக்கும்போது, தான் மட்டும் கண் பார்வையோடு இந்த உலகத்தைப் பார்த்து, ஓடியாடிச் சுகமடைவது தருமத்துக்கு விரோதமானது என்று நினைத்து தானே தன் கண்களில் துணிப்பட்டை கட்டிக்கொண்டு குருடியாக ஆன பெண் தெய்வத்தை அம்மா என்று அழைக்காமல் குருடி என்று அழைக்கிற பீமனுக்குத் தரம நெறிகளைப் பற்றி என்ன தெரியும்? குரு வம்சத்திற்குப் பெருமையைத் தேடித் தந்தவளல்லவா அவள்? அவளைக் 'காந்தாரி மாதா' என்று அழைத்தால் போதும்' உடனே கிண்டல் செய்கிறான். மெல்லச் சிரித்தபடி அந்தக் கிண்டலில் பாஞ்சாலியும் ஈடுபடுகிறாள்.

கீழ்மைமிக்க மனமுடைய இவ்விரு வருக்கும் கண்டிப்பாக நரகம் காத்திருக்கிறது. தருமத்துக்கு விரோதமானவர்கள்தான் ஒற்றுமையாக இருப்பார்கள். ஐந்து பேரையும் சமமாகவே பாவிக்கிறேன் என்று என்னதான் அவள் மேலுக்குக் காட்டிக்கொண்டாலும், இப்பொழுது பீமனின் பின்னால்தான் அலைந்து கொண்டிருக்கிறாள். உள் மனத்தில் விரதத்தைக் கை விட்டுவிட்டதால் தருமத்தை மீறிய பாவத்துக்கும் உள்ளாகிறாள் அவள். சொந்த சுகங்களைவிட தருமம் பெரியது. புகழை விடவும் தருமம் பெரியது. தந்தை இல்லாத குடும்பத்தில் தந்தையார் ஸ்தானத்தில் இருப்பவன் மூத்தவன்தான். அவன் சூதாட்டத்துக்குப் போனது தப்பாகக்கூட இருக்கலாம். விரோதியாக இருந்தால்கூட, 'வந்து சூதாடு வா' என்று சவால் விடும் பொழுது ராஜசூய யாகம் செய்து வானளாவிய புகழை ஈட்டிய ஓர் அரசன் சூதாடச்செல்லாமல் இருக்க முடியுமா? ஆட்டத்தில் உட்கார்ந்த பிறகு தோற்கக் கூடாது. ஜெயித்துக்கொண்டே இருக்கவேண்டும் என்று சொல்வது எந்த நியாயம்? தோற்றுவிட்ட குற்றத்திற்காக, ராஜசூய யாகம் செய்த கைளைச் சுட்டுக் கரியாக்க வேண்டும் என்று நிறைந்த சபையில் கூக்குரலிட்டவன் அவன். வயதில் மூத்தவர்கள் மீது அவனுக்கு எந்த மரியாதையுமில்லை. தூக்கிவைத்துக் கொஞ்சிய பிதாமகர், எல்லாவற்றையும் சொல்லித் தந்த குருக்கள் எல்லோரையும் சந்தர்ப்பவாதிகள் என்கிற ஒரே வார்த்தையால் கோபத்தில் திட்டி விடுகிறான். பழிவாங்குதல் ஒன்றுதான் ஆரியனுக்கு இருக்கிற ஒரே தருமமா? பழிவாங்குகிற புத்தியால் கீசகனையும் அவனது தம்பிகளையும் கொன்றது கொஞ்சம் முன்னே பின்னே ஆகி இருந்தாலும், அஞ் ஞாத வாசத்தின் விதி மீறப்பட்டு மீண்டும் பன்னிரெண்டு ஆண்டுகள் காட்டில் இருக்கவேண்டி வந்திருக்கும். அற்கப்புறம் ஓராண்டு காலத்துக்கு மாறுவேஷம் போட்டுக் கொண்டு அஞ்ஞாதவாசத்துக்கு அலையவேண்டி வந்திருக்கும்.

"தற்சமயத்திற்குப் பழிவாங்குவதைக் காட்டிலும் எதிர்காலத்துக்கு உகந்த திட்டங்களைப் பற்றி யோசிப்பது நல்லது. இந்தத் தருமங்களுக்கு எல்லாம் குறியீடாக இருப்பவன் பெரியண்ணன். அவன் வார்த்தையைப் புரிந்து கொண்டு அதன்படி நடந்து கொண்டிருப்பவன் இந்த அர்ஜுனன். கந்தர்வர்களைத் தோற்கடித்து துரியோதனனைக் காப்பாற்றி மீட்டுக் கொண்டு வந்தது இந்த அர்ஜுனன். இப்படிப்பட்ட சூழலில் எதிரியின் சாவில் குரூர திருப்தியடைபவன் பீமன். தன்னைச் சேர்ந்த கால்நடைச் செல்வத்தின் பாதுகாப்புக்குப் பொறுப்பாளி அரசன் தான். அவற்றின் கணக்கு வழக்கும் அவனுக்குத் தெரிந்திருக்க வேண்டும். அரசச் சின்னத்தை கால்நடைகளின் பிருஷ்டபாகத்தில் பதித்து வகைப்படுத்த வேண்டும். பால்தரும் மாடுகள் எத்தனை, பால்தராதவை எத்தனை, பசுக்கன்றுகள் எத்தனை, கிடாரிக் கன்றுகள் எத்தனை, இறைச்சிக்காக

ஒதுக்கப்பட்ட மாடுகள் எத்தனை, என்கிற கணக்குவழக்கையெல்லாம் ஆண்டுக்கொருதரம் பார்ப்பது ஒவ்வொரு அரசனின் கடமையாகும். இப்படிப்பட்ட வேலைகளில் அரசர்கள் ஈடுபட்டிருக்கும்போது, அந்தப்புரத்திலேயே தனிமையில் இருந்து இருந்து அலுப்புண்டான அரசியர்களும் இளவரசிகளும் சேர்ந்து கொள்வது என்பது வழக்கத்தில் இல்லாத ஒன்றில்லை. காட்டுக்குள் மிகவும் தாழ்ந்த நிலையில் இருக்கிற அரண்மனைக்குத்தான் நன்றாகத் தின்று வளர்ந்த கொழுப்பைக் காட்டிக் கொள்வதற்காகவும் கிழிந்த துணிமணிகளோடு இருக்கிற பாஞ்சாலியின் முன்னிலையில் அழகழகான ஆபரணங்களை அணிந் திருக்கும் தம் மனைவிமார்களோடும் மற்ற பெண்களோடும் வந்து வயிற்றெரிச்சலைக் கிளப்பவும்தான் துரியோதனன் வந்திருந்தான் என்று பீமன் சொன்னது உண்மையா? முழுக்க முழுக்க இது பொய்யாகவும் இருக்க முடியாது. துரியோதனன் அப்படிப்பட்டவன்தான். அவன் ரத்தத்தின் குணமே பொறாமைதான். அந்தத் துரியோதனனுக்கும் கந்தர்வர்களுக்குமிடையேயான யுத்தம் இப்படித்தான் தொடங்கியது. துவைதக் காடு யாருக்குச் சொந்தம் என்பதுதான் மோதலுக்குக் காரணம். இதேபோல அப்போதும் கோடைக்காலம்தான். இரண்டு ஆண்டுகளுக்கு முன்பு கடுமையான கோடை இருந்ததல்லவா? இமயமலைச் சாரலையொட்டி வசித்தால் புழுக்கம் குறைவாக இருக்கக் கூடும் என்கிற நம்பிக்கையில்தான் நாங்கள் அங்கே போய்த் தங்கி இருந்தோம். அந்தக் காட்டின் இன்னொரு பகுதியில் அஸ்தினாவதி அரண்மனையைச் சேர்ந்த பசுக்கள் மேய்ந்து கொண்டிருந்தன. இவன் தன் பரிவாரங்களுடன் அங்கே சென்றபோது, 'குரு தேசத்தைச் சேர்ந்த வட எல்லை எது என்று தெரியுமா? துவைதவனம் யாருக்குச் சொந்த மானது? எங்களுக்குச் சொந்தமான காட்டுக்குள் உங்கள் பசுக்கள் எப்படி வந்தன? நீ எப்படி தேரோட்டிக் கொண்டு இங்கே வரலாம்?' என்று கந்தர்வர்கள் கேட்டிருக்கிறார்கள். 'நீ யார் அதைக் கேட்க?' என்று அவர்களைப் பார்த்துக் கேட்டிக்கிறான் துரியோதனன். துவைத வனம் முழுக்க முழுக்க மேடு பள்ளங்கள் நிறைந்த பூமி. இமயமலைத் தொடர்ச்சியின் ஆரம்ப இடம் அதுதான். அது இந்த இடத்திலிருந்துதான் ஆரம்பிக்கிறது என்று யாரும் அங்கே கோடு கிழித்து எல்லை பிரித்துத் தரவில்லை. துரியோதனன் சொன்ன பதில் சரியாகவே இருக்கக்கூடும். பெரிய அண்ணனின் விவேகம் பற்றி இப்போதுதான் புரிகிறது. நாளை ஒரு வேளை யுத்தமுண்டாகி துரியோதனனைச் சேர்ந்தவர்கள் அனைவரும் இறந்து ஒருவேளை நாமே மீண்டும் அஸ்தினாபுரத்திலிருந்தே ஆட்சி செய்கிற வாய்ப்பு இருந்தால், நமது வடஎல்லை திருத்தமாகப் பதிவாக வேண்டும். அந்தக் கந்தர்வர்களின் சித்திரசேனனை அழைத்து, 'இங்கே பார். இந்தத் துவைத வனம் உனக்குச் சொந்தமானது என்று ஏற்கனவே நீ உரிமைக் குரல் எழுப்பி இருக்கிறாய். உன் எல்லை எதுவோ, அங்கேயே இரு.

எச்சரிக்கை' என்று சொல்லக்கூடும். அரசாட்சிக்குத் தேவையான இத்தகைய முன் ஆலோசனை பீமனுக்குத் தோன்றவே தோன்றாது என்று நினைத்துக் கொள்ளும்போது தனக்கும் இதுவரைக்கும் தோன்றவே இல்லையென்று ஞாபகம் வந்தது. இருந்ததோ இல்லையோ, அண்ணன் நம் அனைவரை விடவும் விவேகம் நிறைந்தவன். தருமநெறிகளை அறிந்தவன். ஆரியவர்த்தத்தைப் பற்றி அறிந்தவர்கள் அவனளவு யாரும் இல்லை. புராதனக் கதைகள் பலவற்றை அறிவான் அவன். எத்தனையோ முனிவர்கள். விசித்திரமான வகையில் அவர்களுக்குப் பிறந்தவர்கள், எத்தனையோ அரசர்கள், அவர்கள் செய்த யாகங்களின் விவரங்கள், எந்தெந்த யாகத்துக்கு எந்தெந்தப் பொருட்கள் வேண்டும். எப்படிப்பட்ட சாஸ்திரங்களைப் பின்பற்ற வேண்டும், எந்த அளவுக்குத் தட்சணை கொடுக்க வேண்டும், விருந்தாளிகளை எப்படி உபசரிக்க வேண்டும் ஆகிய மரபான விஷயங்களைப் பற்றி அவன் அளவுக்கு அறிந்தவர்களே இல்லை. இருபத்தொன்று இருபத்திரண்டு வயதிலேயே அவனுக்கு 'இளவரசர்' பட்டம் கட்டி அரசாளும் பொறுப்பையும் நியாயம் வழங்கும் பொறுப்பையும் அவனிடம் ஒப்படைத்தார் பிதாமகர். அவரே மெச்சும்படி மக்களின் பிரச்சினைகளை ஆழமாக அலசி நியாயம் வழங்கினான். இவனுக்குத் தருமன் என்று பெயரிட்டது எவ்வளவு பொருத்தமானது என்று பெரியவர்கள் எல்லாருமே புகழத் தொடங்கினர். இந்திரப்பிரஸ்தத்தை ஆட்சி செய்யும்போது கூட இந்தப் பெயரையே சம்பாதித்தான். விராடனின் அரண்மனையில் கங்கபட்டன் என்கிற பெயரில் ஒரு பிராமணனாக மறைந்துகொண்டு சேர்ந்த பிறகு ஆஸ்தானப் புரோகிதருக்கே பல விஷயங்களின் சரி தவறுகளை எடுத்துச் சொன்னான். வனவாசத்தில் கூட அவனைச் சந்திப்பதற்கு எத்தனையோ முனிவர்கள் வந்து போனார்கள். அவர் களோடு சேர்ந்து இரவு பகல் பார்க்காமல் தரும விஷயங்களைப் பற்றி விவாதம் நடத்தினான், அப்படிப்பட்ட தருமனை அவிவேகி என்று திட்டுகிற பீமனைத் தரும தேவதை மன்னிப்பாளா? தேவர்கள் உலகத்தைச் சேர்ந்த தரும அதிகாரிக்கு நேரிடையாகவே பிறந்தவன் அவன். அவனது ரத்தத்திலேயே பொதிந்திருப்பது தரும அறிவு." என்று எண்ணிக் கொள்ளும்போது அர்ஜுனனின் மனம் பக்தியோடு வணங்கியது. சிறிது நேரத்திற்குப் பின் மீண்டும் அவன் மனம் பழைய நினைவுகளில் அமிழ்ந்தது- ஆனால் தேவர்களின் பழக்க வழக்கங்களும் நம் ஆரியவர்த்தத்தின் பழக்க வழக்கங்களும் வேறுபட்டிருப்பது ஏன் என்கிற கேள்வி மனத்தின் ஒரு மூலையில் எழுந்தாலும் துரியோதன னுக்கும் கந்தர்வர்களுக்கும் இடையில் நடந்த யுத்தத்தினைப் பற்றிய எண்ணங்களில் மனம் அமிழ்ந்தது. துரியோதனனை அவர்கள் எப்படிச் சிறை பிடித்தார்கள் என்று கேட்கக் கூட வாய்ப்பில்லை. மேல்மூச்சு கீழ்மூச்சு வாங்க ஓடி வந்த வீரர்கள் கண்களில் நீர் வழிய 'தூக்கிக் கொண்டு போய்விட்டார்கள். துரியோதனனின் கை கால்களைக் கட்டித்

தூக்கிக்கொண்டு சென்றுவிட்டார்கள். பெண்களையெல்லாம், அவரவர்கள் அணிந்துகொண்டிருந்த துணிகளையே அவிழ்த்து அவரவர்களின் கைகால்களைக் கட்டி முதுகில் தூக்கிக்கொண்டு போய்விட்டார்கள், என்று சொன்னார்கள். தம் கால்நடைகளைப் பற்றிய கணக்கெடுப்புக்காக அங்கே போயிருந்தான் என்பது பற்றியும் எல்லைப் பிரச்சினை எழுந்தது பற்றியும் மட்டும் அறிவேன். உடனே புறப்பட்டுப்போய் அவர்களோடு மோதி அவனை விடுவித்துக்கொண்டு வந்தேன். தலையைத் தாழ்த்தியபடி நின்றிருந்த அவன் ஒரு கணமும் கண்முன் நிற்பதற்குக் கூச்சப்பட்டவனைப் போல ஓடிவிட்டான். இச்சூழலில் யுத்த விவரங்களைப்பற்றி அவனிடம் எப்படிக் கேட்டு அறிய முடியும்? அந்த மனைநிலையில் கேட்டிருந்தாலும் அவன் சொல்லி இருப்பானா? அவர்களெல்லாரும் காட்டிலேயே வசிப்பவர்கள். குரங்குகளைப்போல மரங்களையும் மலைகளையும் ஏறி இறங்க அவர்களால் முடியும். களைப்பு என்பதையே அறியாதவர்கள் அவர்கள். உறுதியான உடலமைப்பு கொண்டவர்கள். ஆனால் துரியோதனன் நகரச் சூழலில் நன்றாகத் தின்று வளர்ந்தவன். அவனது படைவீரர்கள் மலைகளையே பார்த்ததில்லை. தோற்றுப்போனவர்கள் போல அவர்கள் மலை மேல் ஏறி இவர்களுக்குப் போக்குக் காட்ட முடியும். பின்னாலேயே துரத்திச் சென்ற இவர்களைக் களைத்த நேரம் பார்த்து மடக்கிப் பிடித்திருக்கக் கூடும். அல்லது பின்பக்கமாக வந்து நாலைந்து பெண்களைத் தூக்கிக்கொண்டு மலைமேல் ஏறி இருந்திருக்கலாம். அவர்களை மீட்டுக்கொண்டு மலைமேல் ஏறி இருக்கலாம். களைப்பான நேரம் பார்த்து மடக்கிப் பிடித்து காட்டில் கிடக்கும் கொடிகளாலேயே அவர்களைக் கட்டி அழைத்துச் சென்றிருக்கலாம். மலை நாட்டுக்காரர்களுடன் போரிடுவது என்பது மிகவும் அபாயகரமானது. நாட்டில் இருப்பவர்களைப்போல ரதம், குதிரை, யானைகளோடு வந்து நேருக்கு நேர்நின்று அவர்கள் போரிடு வதில்லை. பாறைகள் மறைவிலும் மரங்களின் மறைவிலும் நின்று கொள்வார்கள். பாறை, மரம் ஆகியவற்றின் நிறத்திலிருந்து சற்றும் வேறுபடாத வகையிலேயே உடையணிந்து, வில்லேந்தி, சிறிதும் அசையாமல் நின்றிருப்பார்கள். எந்தத் திசையிலிருந்து எந்த அம்பு வருகிறது என்று கூட யாராலும் கண்டுபிடிக்க முடியாது. நகரத்து வீரர்களைப் போல ரதங்களோ, குதிரைகளோ எதுவும் அவர்களிடம் இல்லை. மலைகளுக்குச் சென்று அவர்களோடு போரிட்டு அவர்களை வென்றவர்கள் இல்லை. அவ்வளவு எளிதாக அவர்கள் கீழே இறங்கிவந்து தன் முகத்தைக் காட்டுவதுமில்லை. யாரிடமும் போரிடச் செல்வது மில்லை. மனிதனாகப் பிறந்தவன் நாலாவிதத் திறமையையும் அறிந்திருக்க வேண்டும். பயின்றிருக்க வேண்டும். கிராதர்களிடமும் தேவ உலகத்துத் தேவர்களோடும் இருந்து அவர்களுடைய புதிய சண்டை முறையை அறிந்துகொண்டு வந்தவன் நான். இல்லாவிடில்

நானும் கஷ்டப்பட்டிருப்பேன். மணலூரில் இருந்தபோது அதன் வடபகுதியில் இருந்த கந்தர்வர் களைத் துரத்திச்சென்று விரட்டியடிக்க வில்லையா நான்? அப்போது ஆண்களே கைக்கு அகப்படவில்லை, ஆனால் இக்கந்தர்வர்கள் மிகவும் தைரியசாலிகள். எண்ணிக்கையில் அதிகமானவர்கள். துரியோதனனுக்கு ஆன கதையைச் சொல்லி அழுதார்கள் வீரர்கள். சூழலை மிகச் சீக்கிரமாய்ப் புரிந்து கொண்டான் அண்ணன் தருமன். எதிரே இருந்த பீமனைப் பார்த்து, "கேட்டாயா சங்கதியை. இக்கணமே இவர்களோடு செல், அவர்களின் வீரர்களை வென்று அவர்களின் தலைவன் சித்திரசேனனையும் வென்று நமது சகோதரனையும், பெண்களையும் மீட்டுக் கொண்டு வா" என்று சொன்னான். அதைக் கேட்டதுமே பீமன் உரக்கச் சிரித்துவிட்டான். அது என்ன வெறுப்போ? "வாயில் விரல் வைத்தாலாவது கடிக்கத் தெரியுமா உனக்கு?" என்று முகத்தில் அடித்தது போலக் கேட்டான். "காட்டு வாழ்க்கையின் வெயிலிலும் மழையிலும் அலைந்து பலவீனமாக இருக்கிற உன்னால் துரியோதனனைக் கொல்ல முடியுமா? தர்ம தேவதையே அந்தக் கந்தர்வன் வடிவில் வந்து அவனைச் சிறைபிடித்துக்கொண்டு போய் உள்ளார்கள். அவனைப்போய் மீட்டுக் கொண்டுவர வேண்டுமா? உன் புத்தி சூதாடுகிற உன் கைகளுக்கு வந்து விட்டது போலும்" என்று பதில் சொன்னான்.

'அப்படிச் சொல்லாதே பீமா, நமக்குள்ளேயே நாம் அடித்துக் கொள்ளலாம். ஆனால் வெளியே இருக்கிற ஒருவன் அடிக்க வரும் போது நாம் ஒன்று சேர்ந்து தாக்க வேண்டும்."

"உனது கிளிப்பேச்சைக் கேட்பேன் என்று நினைத்தாயா? யாராவது தாடி வைத்தவர்கள் வந்தால் போய் அவர்களிடம் புராணத்தையும் புண்ணிய கதைகளையும் கேட்டுக் கொண்டிரு போ."

"துரியோதனனின் வீரர்களை வைத்துக் கொண்டு இவ்வார்த்தை களைப் பேசலாமா? பாண்டவர்களிடம் ஒற்றுமை இல்லை. சிம்மாசனம் ஏறிய பெரிய அண்ணனுக்குச் சின்னவன் மதிப்பும் மரியாதையும் கொடுக்காமல் பேசுகிறான் என்றுதானே போய் துரியோதனனிடம் சொல்வார்கள். ஆனால் அந்த ஞானமெல்லாம் பீமனுக்கில்லை.

"அர்ஜுனா, இந்த பீமனுக்குத் தரும நுணுக்கங்களைப் பற்றித் தெரிவதில்லை. நமது ஆரியப் பெண்களை அதுவும் பொதுவாக நமது குருகுலத்தைச் சேர்ந்த பெண்களை வேறொருத்தன் வந்து கடத்திக் கொண்டு போயிருக்கும்போது, அவன் விரோதிதானே என்று பழைய விரோதத்தையே மனசில் நினைத்துக் கொண்டிருந்தால் தரும நெறி என்னாவது? பெரியவர்கள் நம்மைப் பற்றி என்ன நினைப்பார்கள்?

"எவ்வளவு விவேகம் நிறைந்தவன் அண்ணன். சட்டென்று எனது ரத்தம் கொதித்தது. நம் பெண்களைக் கடத்திக்கொண்டு போன

வர்களால் இந்த நேரத்திற்குள் ஏதாவது நேர்ந்து விட்டால்... எனது அனுபவமே இதற்கு விடையாகும். ஆண்கள், பெண்களிடையே அந்த அளவு கடுமையான கட்டுப்பாடுகள் எதுவும் இல்லாத கந்தர்வ குலத்தில், ஆண்கள், பெண்கள் என்றதும் ஆவென்று வாய்திறந்து கொள்வதில்லை. பூக்களாலும், அவற்றின் வண்ணங்களாலும், சூழலாலும், இசையாலும், ஆட்டத்தாலும் அவர்களின் மனங்களை வெல்ல முயற்சி செய்வார்கள். ஒரு வேளை அவர்கள் இந்நேரத்திற்குள் குருவம்சத்துப் பெண்களை வெகுதொலைவு அழைத்துச்சென்று கட்டுகளை அவிழ்த்து விட்டு அவர்கள் மனங்களை கவரும் பொருட்டுத் தம்மைப் பூக்களாலும் வண்ணங்களாலும் அலங்கரித்துக்கொண்டு ஆட்டத்தையும் பாட்டையும் தொடங்கி விட்டிருந்தால், அவர்களோடு சேர்ந்து கந்தர்வப் பெண்களும் நம் பெண்களின் மனத்தைக் கவர முயற்சிகளைத் தொடங்கி இருந்தால்... வேகமாகச் செல்லவேண்டும். ஆரியப் பெண்களுக்கு எந்த விபரீதமும் நேராதபடி, அவர்களின் தூய்மைக்கு எந்தக் குறையும் நேராதபடி குருவம்சத்தின் பெயரைக் காப்பாற்ற வேண்டும். இல்லாவிடில் அர்ஜுனனுக்கு நரகம்தான் கிடைக்கும்.

"அப்படியென்றால், பீமா, இதே குருவம்சத்துக்கு மருமகளாக வந்து சேர்ந்த, சொந்த மனைவியை நிறைந்த சபையில் அவமானப் படுத்தியவர்கள் அண்ணன் தம்பிகளே என்பதால், அதனால் குலத்துக்கு எந்த விதமான இழுக்கும் நேரவில்லை என்று சொல்கிற மாதிரி இருக்கிறது" என்று இடையே பாஞ்சாலி சொல்கிற வரைக்கும் அவளது இருப்பே எனக்கு மறந்திருந்தது.

"எனக்கு நேர்ந்த அவமானம் அவர்களுக்கும் நேர வேண்டாம். நீ வேகமாய்ச் சென்று என் ஓரகத்திகளான அவர்களை மீட்டுக் கொண்டு வா. துரியோதனனையும் துச்சாதனனையும் நீயே கொல்ல வேண்டும் என்கிற பிடிவாதம் வேண்டாம். கந்தர்வர்களிடம் அந்தப் பொறுப்பை விட்டுவிட்டு நீ வந்து விடு" என்று மீண்டும் பேசினாள் பாஞ்சாலி.

"அர்ஜுனா, பெண்களின் புத்தியே இவ்வளவுதான். நீ அதைப் பற்றிக் கவலைப்படாதே. சீக்கிரமாகக் கிளம்பு" என்றான் தருமன். எப்போதும் உரத்த குரலில் பேசாத அண்ணன் அன்று குரலையுயர்த்திக் கடுமையாகச் சொன்னான்.

இமயத்தின் உச்சியில் கந்தர்வர்களின் உலகத்தைவிட உயரமான பகுதிகளில் நான்கு ஆண்டுகாலம் கழித்து வந்திருந்த எனக்கு மலையின் கீழ்ப் பகுதியில் இருக்கிற இடத்திற்குச் செல்வது என்பது சாதாரண வேலைதான். விஜயன் என்ற பட்டத்தை இந்திரன் சும்மா கொடுத்துவிடவில்லை. உயரமான ஆள் ஒருவன் கையை உயர்த்தி

நின்றால் எவ்வளவு உயரம் உண்டோ, அந்த அளவுக்கு உயரமான வில்லை மிகவும் அனாயசமாக எந்தவிதச் சிரமத்துக்கும் உள்ளாகாமல் தூக்கி வளைக்கிற சக்தி என்னைத் தவிர வேறு எந்த வில்வீரனுக்கு இருக்கிறது மலைகளில் பாறைகளின் மறைவிலும் மரங்களின் மறைவிலும் உண்டாகும் சத்தத்தைக்கூடக் கண்டு பிடித்து விடுகிற கூர்மையான புலன் வேறு யாருக்கு இருக்கிறது? அர்ஜுனனைப் போன்ற மாவீரன் ஒருவன் வர நேரும் என்று சித்திரசேனன் கனவு கூட கண்டிருக்கமாட்டான். அம்பின் நுனி கோடரியைப்போன்று கூர்மையாக இருக்கும் என்று காட்டுவாசிகளான அவர்கள் அறிந்திருக்க வாய்ப்பில்லை. காட்டிலுள்ள கந்தர்வர்கள் மட்டுமல்ல, நாட்டில் இருக்கிற எந்த ஆரியன்தான் இவ்வளவு கூர்மையான அம்புகளைப் பார்த்திருக்க முடியும். துரியோதனனின் கையையும் காலையும் கட்டிக் கீழே வீழ்த்தி அவனைச் சுற்றி நின்று எல்லாரும் வெற்றிக்களியாட்டம் ஆடிக்கொண்டிருந்தார்கள். அந்த சித்திரசேனனே இறுதியில் என்னைப் பார்த்து, “உன் பகைவனையே மீட்டுக் கொண்டு போகிற விவேகமற்ற செயலைச் செய்ய ஏன் முனைந்தாய்?” என்று கேட்டான்.

“எங்களுக்குள் ஆயிரம் இருக்கும். ஆனால் வெளியிலிருந்து ஒருவன் தலையிட்டால் அதை விடமாட்டோம். அவன் எனக்கு அண்ணன்” என்றேன். அந்த வார்த்தை அவனை ஊமையாக்கி விட்டது. துரியோதனனையும் துச்சாதனனையும் மீட்டுக்கொண்டு வந்து அண்ணன் முன் நிறுத்துவதற்குள் குருவம்சத்து மருமகள்களை யெல்லாம் பீமன் மீட்டுக்கொண்டு வந்து விட்டிருந்தான். அவர் களையும் மீட்டுக்கொண்டு வந்து விட்டால் அந்தப் பெருமை அர்ஜுனனுக்குப் போய்விடும் என்று நினைத்தானோ என்னமோ? அல்லது பாஞ்சாலியின் கட்டளை என்று நினைத்து அதை நிறைவேற்றினானோ! பெண்களின் பேச்சைக் கேட்கிறவன் அவன். வரவர அண்ணனின் பேச்சைவிட அவனுக்கு மனைவியின் பேச்சுத் தான் பெரியதாக ஆகிவிட்டது. இப்படிப்பட்டவன் தரும நெறிகளை என்றைக்கு அறியமுடியும்.

அர்ஜுனன் தம் பழைய நினைவுகளிலிருந்து மீண்டான். இந்த அர்ஜுனன் என்றைக்கும் வயதில் மூத்தவர்களின் வார்த்தைகளை மீறியதில்லை. மரியாதைக்குறைவாக நடந்து கொண்டதும் இல்லை. அண்ணன் தருமனை மட்டுமல்ல, துரோணாச்சாரியர், பீஷ்மர், கிருபாச்சாரியர், திருதராஷ்டிரன், காந்தாரி ஆகியோர்களின் மனப் பூர்வமான ஆசிகள் இல்லாமல் வாழ்க்கையில் எந்த உயர்வும் சாத்திய மில்லை. யோசித்தவண்ணம் வானத்தை நிமிர்ந்து பார்த்தான். தலைக்கு மேல் உச்சியில் இருந்தது நிலா. மங்கலான வானில் அங்கொன்றும் இங்கொன்றுமாக நட்சத்திரங்கள் மின்னிக் கொண்டிருந்தன. அவற்றையே உற்றுப் பார்த்துக் கொண்டிருந்தான். அவன் மனம் அந்த

நட்சத்திரத்தைத் துருவி ஆராய்ந்து கொண்டிருந்தது. என்றென்றும் அழியாத பிரகாசம். ஒவ்வொரு நட்சத்திரமும் ஒவ்வொரு பெயர் சூட்டிக்கொண்டு மூவுலகங்களிலும் இருக்கிற மக்களுக்கு வெளிச்சத்தைக் கொடுத்துக் கொண்டிருந்தது. அண்ணாந்து வானத்தைப் பார்த்தவன் அப்படியே நட்சத்திரத்தைப் பார்த்தபடி கீழே உட்கார்ந்தான். குலுக்கல்களோடு ரதம் ஓடிக் கொண்டிருந்தது.

ரொம்ப நேரத்திற்குப் பின்புதான் வானிலிருந்து அவன் கவனம் திரும்பியது. ஒரே வெட்டவெளியாக இருந்தது. சட்டென மனத்தில் வெறுமை கவிந்தது. கொட்டாவி வந்தது. அது அலுப்பால் உண்டான கொட்டாவி என்றும் தூக்கத்தால் வந்ததல்ல என்றும் அவனுக்குப் புரிந்தது. துஷ்டனின் முதுகை உற்றுப் பார்த்தான். அவனுக்கும் தூக்கம் வரவில்லை என்று புரிந்தது. 'துஷ்டா' என்று அழைத்ததுமே பின்பக்கம் திரும்பிப் பார்த்தான். "மது இருக்கிறதா?" என்று அர்ஜுனன் கேட்ட கேள்விக்கு அவன் சட்டென எந்தப் பதிலையும் சொல்லவில்லை. சிறிது நேரத்துக்குப் பின்னர், "உங்களைப் போன்றவர்கள் குடிப்பதல்ல அது. வெறும் அரிசியால் தயாரிக்கப்பட்டது. புளிப்பு ஏறிவிட்டது. மிச்சம் வைத்திருக்கிறார்களோ, என்னமோ" என்று மெதுவாகச் சொன்னான். சற்றும் தயங்காத அர்ஜுனன், "கொஞ்சம் கொண்டுவா" என்றான். ஓடிக்கொண்டிருந்த ரதத்தில் இருந்து துஷ்டன் கீழே இறங்கி பின்னால் வந்து கொண்டிருந்த ஒரு ரதத்தின் அருகில் சென்று ஒரு குடுவையைக் கொண்டு வந்து அர்ஜுனனிடம் கொடுத்தான். பிறகு தன் இருக்கையில் அமர்ந்து ஐந்து குதிரைகளின் மூக்கணாங்கயிறுகளையும் பிடித்த படி உட்கார்ந்தான். மிகவும் புளித்துப்போன மதுவை அருந்த விரும்பவில்லை அர்ஜுனன். ஆனால் தொடர்ந்து வெட்டவெளிகளையே பார்த்துக்கொண்டிருந்தாலும் அதைப் பார்க்காமலும் இருக்க முடியவில்லை அவன். ஒரே ஒரு மிடறு மட்டும் குடித்துவிட்டு ஏப்பம் விடத் தொடங்கினான். அப்பொழுது துஷ்டன் அர்ஜுனனைப் பார்த்து மீண்டும் "உங்களுக்கு விஜயன் பெயர் வந்ததற்கான காரணத்தைச் சொல்லவே இல்லையே, சொல்கிறீர்களா?" என்று கேட்டான்.

"அந்தப்பட்டப் பெயரைப் பற்றியா.." என்று கேட்டவன் குடுவையில் இருந்த மதுவைக் கடகடவென்று குடித்து முடித்தான். குடுவையை மூடிவைத்த பிறகு வாயைத் துடைத்தபடி "அந்தப் பட்டப் பெயரைப் பற்றித்தானே நீ கேட்டாய்?" என்று மீண்டும் அவனிடம் கேட்டான்.

"எங்களைப் போன்ற ஆட்கள் குடிக்கிற மது அது. ஞாபகத்துக்கு வரவில்லையென்றால் வேண்டாம். நாளை சொல்லுங்கள்."

'முட்டாள். எத்தனை எத்தனையோ ஊர்களில் எத்தனையோ விதமான மதுவைக் குடித்தவன் நான். உனக்கென்ன தெரியும்?

இந்த அர்ஜுனனின் புத்திக்கூர்மையையோ, ஞாபக சக்தியையோ மறக்கடிக்கிற அளவுக்கு அந்த சோமதேவனே இதுவரைக்கும் ஒரு மதுவை படைத்ததில்லை." என்று சொன்னபடி நிமிர்ந்து உட்கார்ந்தான். பிறகு அவனிடம், "நாங்கள் பன்னிரண்டு ஆண்டுக் காலம் காட்டிலிருந்தது உனக்குத் தெரியுமா?" என்று கேட்டான்.

"அதெல்லாம் தெரியும். நீங்கள் ராஜ்ஜியம் உருவாக்கி, பிறகு சூதாடி, எல்லாவற்றையும் சூதில் தோற்றபிறகு போனதைத்தானே குறிப்பிடுகிறாய்?"

"ஆறேழு வருஷங்கள் முடிந்திருந்த சமயம் அது. ரொம்பவும் முன் ஆலோசனை உள்ள என் அண்ணன் என்னை அழைத்து, "எதிர் காலத்தில் யுத்தம் என ஒன்று நடந்தால், அதில் உன் வில்லின் திறமையால் நாம் வெற்றி கொள்ள வேண்டும். இப்போது நீ ஈடு இணையற்ற போர் வீரனாகத்தான் இருக்கிறாய். ஆனாலும்கூட வேறு வேறு கூட்டத்தைச் சேர்ந்த மக்களோடு சேர்ந்து அவர்களின் போர் முறைகளை அறிந்து கொள்வது நல்லது. தேவர்கள் உலகத்துக்குச் சென்று அவர்களிடம் விற்பயிற்சி கற்றுக் கொண்டு வா" என்று சொன்னான்.

"வானத்தைக் கடந்து சூரிய சந்திரர்களைக் கடந்து அதற்குமப்பால் இருக்கிற தேவர்கள் உலகத்துக்கு நீ சென்று வந்தாயா? எப்படி முடிந்தது உன்னால். இதற்காக எத்தனை வருஷங்கள் தவமிருந்தாய்?" என்று முகம் திருப்பிய துஷ்டனின் கைகள் தாமாகவே குவிந்து வணங்கின.

"அந்தத் தேவர்களின் உலகம் அல்ல. இமயமலைச் சாரலில், கங்கையும் யமுனையும் பிறந்து ஓடுகிற நதிப்படுகையில் இருக்கிற இடம் அது. அங்குள்ள குன்றுகளில் ஏறி இறங்கிச் சென்றால், அங்கே ஒரு கூட்டம் வசிப்பதைப் பார்க்கலாம். அவர்கள் குலத்தின் பெயர் தான் தேவர்கள் என்பது. நல்ல வீரர்கள். நாங்கள் பிறந்ததும், சின்ன வயசில் ஆடிஓடி மகிழ்ந்ததும் இந்த இடத்தில்தான். அது தெரியுமா உனக்கு? அப்பொழுது எங்களுக்கும் அவர்களுக்கும் நல்ல புரிதல் இருந்தது. அவர்கள் நாட்டைத்தான் தேவ உலகம் என்று அழைக்கிறார்கள். நாகர்கள் வசிக்கும் இடத்தை கந்தர்வ உலகம் என்றும் அழைப்பது போலத்தான் இதுவும். எந்த அளவுக்கு உயரத்தில் இருக்கிறது தெரியுமா? ஏறி ஏறி கால்முட்டி கழன்று விடும். அவ்வளவு உயரம். அங்கே சூரியன் வெப்பமாக இருப்பதில்லை. வெயில் என்கிற வார்த்தைக்கு இடமே இல்லை. மது புளிப்பதே இல்லை. வேக வைத்த சோறு கெட்டுப்போகாது. குளிர் காலத்திலோ எல்லாம் உறைந்துவிடும். தண்ணீர் கல் போல இறுகிவிடும். கோடைக்காலப் பிரச்சனை எதுவுமே அங்கு இல்லை. இந்திரப்பிரஸ்தத்தில் நாங்கள் ஆட்சி செய்து கொண்டு இருக்கும்போது அடிக்கடி அவர்களுக்காகத் தானியங்களை கழுதைகள்

மேலே ஏற்றி அனுப்புவோம். பூமியில் ஓடுகிற எல்லா நதிகளும் அங்கிருந்துதான் பிறக்கின்றன என்றாலும் அங்கே விவசாயம் செய்ய முடியாது. கோடையில் மலையின் சரிவில் கொத்திக் கிளறி அங்குமிங்கும் விதைத்தால்தான் உண்டு. இல்லாவிடில் வேட்டையாடிக்கொண்டு வரும் இறைச்சி, பழவகைகள்தான். ஆனாலும் அவர்கள் எவ்வளவு அழகான ஆட்கள் தெரியுமா? நல்ல ஆரோக்கியசாலிகள் அவர்கள். இங்கிருக்கிற மனிதனின் ஆற்றல் வியர்வையாக வெளியேறி வீணாகிறது. அங்கே நான்கு சிகரங்கள் ஏறி இறங்கினாலும் கூட உடல் வியர்க்காது... அவ்வளவு ஆற்றலுள்ளவர்கள்..."

அர்ஜுனனின் பேச்சைக் கேட்பதற்காக துஷ்டன் திரும்பிச் சரியாக உட்கார்ந்தான். அர்ஜுனன் சொல்வதற்கெல்லாம் அவன் 'ம்' கொட்டினான். பேசுகிற உற்சாகம் கூடியதும் உயர்ந்த குரலில் பேசத் தொடங்கினான். "எங்களைப்பற்றி அவர்களுக்கு நன்றாகத் தெரியும். அது மட்டுமல்லாமல் நாங்கள் ஐவரும் நியோக முறையில் பிறந்தவர்கள். எங்கள் தாயாரோடு நியோக முறையில் கூடி இருந்தவர்களும் அந்தத் தேவர்கள்தான். அந்த நெருக்கம் வேறு, குளிரில் தோலாலான போர்வையை போர்த்திக்கொண்டு நடந்தபடி நான் போனபோது இங்கே கீழே வெயில் அடித்தது. அவர்கள் பெரும்பாலும் வெளி ஆட்களைச் சேர்த்துக் கொள்வதில்லை. சொல்லாமல் கொள்ளாமல் அவர்கள் இடத்துக்கு நுழைந்துவிட முடியாது. அப்படி நுழைந்து விடுபவர்களைப் பாறையின் மறைவிலிருந்து வரும் அம்புகள் பாய்ந்து தாக்கி விடும், அவ்வளவு கஷ்டம்."

"அப்படியென்றால் நீங்கள் அவர்களை எப்படிச் சமாளித்தீர்கள்?"

"எல்லாப் பக்கங்களிலிருந்தும் அந்த நாட்டுக்குள் செல்ல முடியாது. மலைகளுக்கிடையே இடைவெளிகள் இருக்கும். அங்கிருந்து தான் ஏறவேண்டும். அங்கே நின்று சத்தமாகப் பேசி நம் அறிமுகத்தைச் சொல்லிக்கொண்டேதான் மலை ஏறுவது வழக்கம். நானும் அப்படித் தான் சென்றேன். கடைசியில் காவல் காப்பவர்களே என்னை மேலே அழைத்துக்கொண்டு சேர்ந்தார்கள்."

"விற்பயிற்சி சொல்லித் தந்தார்களா?"

"அவர்கள் பல குழுக்களாகப் பிரிந்துள்ளார்கள். ஒவ்வொரு குழுவும், ஒவ்வொரு ஆயுதப்பயிற்சியில் சிறந்தவர்கள். எனக்கு அந்தக் குழுவின் முக்கியஸ்தரே சொல்லித் தந்தார். வாயு, அக்கினி, வசு, வருணம், சாத்யன், நிஷ்குதி ஆகியோர் தாமாகவே முன் வந்து எனக்குச் சொல்லித் தந்தார்கள். இங்கே பூமியில் வைத்திருப்பதைப் போல பெரிய வில்கள் அவர்களிடம் இல்லை. ஆனால் குறி பார்ப்பதிலும் குறிதவறாமல் அம்பு எய்வதிலும் அவர்களிடமிருக்கும்

கூர்மையும் திறமையும் நமக்கில்லை. ஒரு வில்லிருந்து ஒரே வீச்சில் மூன்று நான்கு அம்புகள் வேறு வேறு தனித்தனி இலக்குகளை முன்வைத்து எய்து வீழ்த்த முடியும். அம்பு எப்போதும் நேராகத் தானே போகும். ஆனால் விரும்பும் திசையில் விரும்பும் வண்ணம் வளைந்து வளைந்து செல்லும்படி அவர்களால் அம்பு எய்ய முடியும். மலைகளாலான இடம் அல்லவா அது? பெரிய பெரிய பாறைகளின் மறைவில் நின்று அப்படிப்பட்ட அம்பை விட்டால் அது வளைந்து வளைந்து சென்று மறைவாக இருக்கிற பகைவனைத் தாக்கிவிடும். அதற்குத் தகுந்த மாதிரி அம்பின் எடை எந்தெந்த பாகத்தில் எவ்வளவு இருக்க வேண்டும் என்பதை கணக்கிட்டு அதற்குத் தகுந்த மாதிரி அம்புகளைத் தயார் செய்து வைத்திருப்பார்கள். அவை எல்லாவற்றையும் நான் கற்றுத் தேர்ந்தேன். இன்னும் பலவகையான தந்திரங்களையும் அறிந்தேன். எதையும் விடாமல் எல்லாவற்றையும் பூரணமாக எனக்குச் சொல்லித் தந்தார்கள். நான்கு வருஷகாலம் அவர்களோடேயே இருந்து, ஒரு சிறிய மாணவனைப்போல இருந்து எல்லாவற்றையும் பயின்று வந்தேன். 'இந்தக் கலையை எங்களைவிட நீ நன்றாகக் கற்றுக் கொண்டாய்' என்று அவர்களே என்னை மெச்சிப் புகழ்ந்தார்கள். துஷ்டனே, ஒருவேளை யுத்தம் நடந்தால் இந்த உலகம் என்னை வியந்து பார்க்கப் போகிறது."

"அப்படிப்பட்ட ஒரு அம்பை எய்து காட்டுவீர்களா அரசே?" என்று ஆசையோடு கேட்டான் துஷ்டன். ரதத்துக்கு வெளியே பார்த்தான் அர்ஜுனன். ஒரு வில்லை எடுத்து நாண்பூட்டி தன் அம்பறாத் தூணியிலிருந்து விசேஷ அம்பு ஒன்றை எடுத்தான். இடது பக்கமாக அம்பை எய்தியபடி, 'ரதத்தை நிறுத்து. அதோ எதிரே அகலமான ஒரு பாறை தெரிகிறதல்லவா, அதற்குப் பின்னால் ஒரு மரம் தெரிகிறதா?"

உற்றுப் பார்த்த துஷ்டன் "ஆமாம் ஆமாம்" என்று அடையாளம் சொன்னான்.

"அந்த மரத்தின் கீழ்வேரில் என் அம்பு தைத்துக் கொண்டுள்ளது. போய் எடுத்து வா."

மங்கலான நிலவு வெளிச்சம். ஓடும் ரதம். தூரத்திலிருக்கும் பாறை. அதற்குப் பின்னால் மரம். துஷ்டன் தனக்கு முன்னால் போய்க்கொண்டிருந்த ரதங்களுக்காக காத்திருந்தான். பின்னால் வந்து கொண்டிருந்த ரதங்களும் நின்றன. முன்னாலிருந்து இறங்கிய இரண்டு தேரோட்டிகளையும் அழைத்துக்கொண்டு புறப்பட்டான். மரத்தில் அம்பு தைத்துக் கொண்டிருந்ததை அவர்கள் பார்த்தார்கள். அவனுக்குப் பெருத்த ஆச்சரியம் பிறந்தது. அந்த அம்பைப் பிடுங்கிக் கொண்டுபோய் அர்ஜுனனின் கையில் ஒப்படைக்கும்போது பயத்தாலும் பக்தியாலும் அவன் கைகள் நடுங்கின. ரதங்கள் மீண்டும் வரிசையாகப் புறப்பட்டன.

அர்ஜுனன் அவனிடம், "இந்த குறி பார்க்கும் திறமை வெறுமனே கற்றுக்கொள்வதால் வரவில்லை. என்னுடைய இந்தப் பெரிய வில்லில் தினந்தோறும் பயிற்சி செய்து கொண்டேன். இந்த வில்லுக்குத் தகுந்த மாதிரியான எடையுள்ள அம்புகளை நானே உருவாக்கிக்கொண்டேன். சாதாரண அம்புக்கிருக்கும் வேகத்தை விட இவற்றிற்கு இரண்டு மடங்கி மூன்று மடங்கு வேகம் வேண்டும். அவ்வளவையும் கற்றேன். இந்த அம்புகளுக்கு எதிராக யாரால் நிற்க முடியும்? அன்று தேவர்களுக்கு அரசனாகிய இந்திரனே ஒருநாள், 'எங்களுக்கு மேற்குப் பக்கத்தில் ஒரு கூட்டம் இருக்கிறது. நாங்கள் இங்கிருக்கிற ஆட்டுத் தோலினால் கம்பளி நெய்து கீழே இருக்கிறவர்களுக்குக் கொடுத்துவிட்டு தானியங்கள், நெய் முதலியவற்றை வாங்கிக்கொள்வதற்காகக் கோடைக்காலத்தில் செல்வோம். அப்போது இறங்கும் வழியில் எங்களை மடக்கிக் கொள்ளையடிக்கிறார்கள் அவர்கள். முதலாவதாக அவர்கள் தொழிலே கொள்ளையடிப்பதுதான். இரண்டாவதாக அவர்களும் எங்களைப் போலவே கம்பளிகள் நெய்து கீழே எடுத்துச் சென்று விற்று வருபவர்கள் தான். ஆனால் அவர்கள் நெய்யும் கம்பளிகளைவிட எங்கள் கம்பளிகள் தரத்தில் உயர்ந்தாகும். கீழே இருக்கிறார்கள். எங்கள் கம்பளிகள் என்றால் போட்டி போட்டுக்கொண்டு வாங்குவார்கள். மேலும் நாம் கேட்கிற அளவு தானியங்களைத் தருவார்கள். அந்தக் குழுவின் பெயர் நிவாதவசர்கள் ஆகும். அவர்களின் கொட்டத்தை அடக்கினால் போதும், எங்களுக்கு குருதட்சணை கொடுத்ததற்குச் சமமாகி விடும், என்று சொன்னான். இதற்கு முன்பு எத்தனையோ முறைகள் அவர்களை ஒடுக்க முயற்சி செய்து தோற்றிருந்தார்கள். இப்பொழுது அதை நான் செய்து முடிக்க வேண்டும்" என்று நிச்சயித்துக் கொண்டேன்.

"எப்படி முடித்தீர்கள்?" என்று கை குவித்தபடியே ஆவலுடன் கேட்டுக் கொண்டிருந்தான்.

"அந்த ஆண்டு குளிர்காலம் தொடங்க இன்னும் சில நாட்கள் இருக்கும்போது சில கந்தர்வ வீரர்களுடன் முன்னாலேயே கீழே இறங்கி நிவாதகவசர்களின் இருப்பிடத்தைக் கண்டுபிடித்து மனசில் பதியவைத்துக் கொண்டேன். அவர்கள் வசிக்கிற சிற்றூர்களின் இடம், அவற்றிற்குச் செல்லும் வழி ஆகியவற்றை நன்கு அறிந்து கொண்டேன். நெருங்க முடியாத சிக்கலான இடம் அது. பிறகு கழுதைகள் மேல் கம்பளிகளை ஏற்றிக்கொண்டு கீழே இறங்குமாறு தேவ ஜனங்களைக் கேட்டுக்கொண்டேன். வழக்கம் போல அவர்களைக் கொள்ளையடிப்பதற்காக நிவாதகவசர்கள் வந்தார்கள். இன்னொரு பக்கமாக நான் சிலருடன் சென்று அவர்கள் கிராமங்களுக்கே நெருப்பு வைத்துப் பொசுக்கிவிட்டேன். பிறகு தம் சிற்றூர்களுக்கு திரும்பி வரும் பாதையில் அவர்களுக்காகக் காத்திருந்தோம். மேல்பக்கத்தி

லிருந்து நாங்கள் தாக்கினோம். பாதையின் குறுகலான இடத்தில் வசமாக அகப்பட்டுக்கொண்டு விட்ட அவர்களில் ஒருவனையும் விடவில்லை. எல்லாரையும் கொன்று விட்டோம். முதலிலிருந்தே அவர்களைக் கண்டு தேவர்கள் பயந்து நடுங்கினார்கள். இமயமலை யின் உச்சியில் வேறு எவருக்கும் இல்லாத அளவுக்குத் துணிச்சலும் திறமையும் இருக்கும் அவர்கள் கீழே வந்துவிட்டால் சக்தி குறைந்து விடும். அவர்களின் தொல்லையை அடக்காவிட்டால் பட்டமேறிய இந்திரன் கீழே இறங்க வேண்டியிருந்திருக்கும். பகைவர் களை யுத்தத்தில் கொல்லாத அரசனை அந்த நாட்டு மக்கள் அதிகாரத்திலிருந்து இறக்கிவிடுவார்கள். அவர்களுடைய பழக்கம் இது. அவன் ஆட்சியையே நிரந்தரமாகத் தொடர வழி செய்த எனக்குத் தனக்குச் சமமான ஆசனத்தை போட்டுத் தனக்குப் பக்கத்திலேயே உட்கார வைத்து எல்லாத் தேவர்களுக்கும் எதிரில் விஜயன் என்கிற விருதைக் கொடுத்தான்."

சிறிது நேரம் துஷ்டன் பழைய பக்தியோடு உட்கார்ந்திருந்தான். அர்ஜுனன் இன்னும் கொஞ்சம் ஏதாவது பேசக்கூடும் என்பது அவன் ஆசை. ஆனால் கேட்கத் தெரியவில்லை. பிறகு திரும்பி குதிரைகளின் பக்கத்தில் திரும்பி உட்கார்ந்தான். அர்ஜுனனின் மனம் தேவர்கள் உலகத்திலேயே பதிந்திருந்தது. "நான்கு வருஷகாலம் அவர்களோடு இருந்தாலும் வில்வித்தையைக் கற்றுக் கொள்வதிலும், எப்போதாவது அலுப்பாக இருக்கும்போது அவர்களுடைய நடனத்தைக் கற்றுக் கொள்வதிலும் இருந்தேன். இவற்றைத் தவிர வேறு திசையில் என் கவனம் திரும்பவில்லை. அர்ஜுனன் என்றால் கவனக் கூர்மை. அவர்களும் அப்படித்தான் இருந்தார்கள். ஆண்கள் பெண்களிடையே சுதந்திரமான போக்கு இருந்தாலும், யாரும் யாரோடும் எப்போதும் இருக்கலாம் என்ற பழக்க வழக்கம் இருந்தாலும், என்னை அவர்கள் வெளியாளாகவே நடத்தினார்கள். தம்மிடம் வில்வித்தை கற்றுக்கொள்ள வந்தவன் என்கிற கீழான எண்ணம்தான் அவர்களிடையே இருந்தது. ஆனால் இந்தினாலும் சேனைத்தலைவர்களாலும் செய்ய முடியாத ஒரு காரியத்தை நானே செய்ததாலும் இந்திரனே 'விஜயன்' என்கிற விருதளித்துத் தனக்குச் சமமான இருக்கையைத் தந்து மரியாதை செய்த பிறகுதான், தனக்குள் ஒருவனாக என்னை ஏற்றுக்கொண்டார்கள். விஜயன் என்பது இந்திரனின் பெயர். இவ்விருதை வேறு யாரும் சூட்டிக் கொள்ளும் அதிகாரமில்லை. மிகப்பெரிய வெற்றிவிழா ஏற்படுத்தினார்கள். உற்சாகமூட்டும் மது வழங்கப்பட்டது. வழக்கமாக முக்கியஸ்தர்களுக்கு மட்டுமே நடனமாடும் பெண்களாகிய கிருதாச்சி, மேனகை, ரம்பை, பூர்வசித்தை, ஸ்வயம்பிரபா, ஊர்வசி, மிஷ்ரகேஷி, தன்டகௌரி, வராதினி, கோபாலி, கும்பயோனி, சகஜன்யா, பிரஜாகதா, சித்திரசேனை, சித்ரலேகா, சஹா மற்றும் மதுரஸ்விரா எல்லாரும்

என்னைச் சூழ்ந்து நின்று ஆடினார்கள். இவர்கள் அனைவரும் இந்திரனின் நேரடிக் கண்காணிப்பில் இருந்தார்கள். யாராவது பரிசளிப்பு வழங்கத் தக்க அளவில் சேவை செய்திருந்தால், அவர்கள் அப்பெண்களில் யாரேனும் ஒருவரோடு ஒருநாளோ, ஒரு மாதமோ அல்லது ஒரு ஆண்டோ இந்திரனின் விருப்பப்படி இருக்கலாம். தேவர்கள் என்றால் அவர்கள் வெள்ளை நிறக்காரர்கள். பெண்களைப் பற்றியோ எதுவும் சொல்லவே வேண்டாம். இன்னும் பால்போல வெண்ணிறமாக இருப்பார்கள். பெண்களில் அழகான பெண்களைக் கண்டு தமக்கான பட்டியலில் அவர்களை வைத்துக் கொண்டான். ஆடுகளை மேய்ப்பது, கம்பளிகளை நெய்வது, குளிர்காலத்தைக் கழிப்பதற்காகக் கீழே செல்வதற்காகப் போகும் வழியில் கூடாரச் சாமான்களைத் தூக்கிக்கொண்டு செல்வது ஆகிய வேலைகளிலிருந்து அவர்கள் விடுவிக்கப்பட்டிருந்தார்கள். நடனமாடுவதும் மது அருந்துவதும் பாலியல் இன்பம் தரும் செயல்களில் ஈடுபடுவது மட்டுமே அவர்கள் வேலைகள். எனக்கு அவர்கள் விருந்து கொடுத்த அன்று குளிர்காலம் முடிந்து கோடை தொடங்கி இருந்தது. தெளிவான வானில் நிலா நீந்திக்கொண்டிருந்தது. கரைந்து உருகிக் கொண்டிருந்த பனிபடர்ந்த சிகரங்கள். உண்மையைச் சொல்லப் போனால் ஒளிரும் நிலவுக்குச் சொந்தமான வெளிச்சம் என்பதே இல்லை. ஆனாலும் கனவுகளைத் தூண்டி, சுற்றுப்புறங்களையே மறக்கடித்துவிட்டது நிலா. இதற்குள் சித்திரசேனன் எனது அருகில் வந்து, “விஜயா, உனக்கு இன்னொரு பரிசு காத்திருக்கிறது. என்னைப் பின்தொடர்ந்து வா, காட்டுகிறேன்.” என்று என்னை அழைத்துப் போனான். இந்திரனின் மாளிகைக்கு எதிரில் கட்டப்பட்டிருந்த மாளிகை. உள்ளே போனால் ஊர்வசி நின்றிருந்தாள். “இன்று மதியம் நீ இவளை ஓரக் கண்ணால் பார்த்தாயாமே. இந்திரன் உனக்கு இவளைப் பரிசாகத் தருமாறு சொன்னான். உனக்கு விருப்பம் இருக்கிற மட்டும் - அது எத்தனை நாட்களானாலும் பரவாயில்லை. நீயே அவளை வைத்துக் கொள்ளலாம். உங்கள் உலகத்துக்கே வேண்டு மானால் அழைத்துச் செல்” என்று சொல்லி வீட்டுக் கதவை மூடிக் கொண்டு சென்றான். அவள் முகத்தில் பெருமிதம் பொலிந்தது. மிக மங்கலான வெளிச்சத்தில் அவளது உடல் பனியைப் போல வெளுத்துத் தெரிந்தது. கதகதப்புக்காக ஒரு மூலையில் எழுந்து கொண்டிருந்தது நெருப்பு. மிருதுவான பாயில் மெத்தென்று கம்பளி விரிக்கப்பட்டிருந்தது.

“விஜயா, எங்கள் உலகத்துக்கு வந்து நாலரை வருஷங்களாகி விட்டதல்லவா, வில்வித்தையைவிட்டால் இங்கு கற்பதற்கு வேறொன்றும் இல்லை என்பதுபோல அதிலேயே கண்ணும் கருத்துமாக இருந்தாயாமே. அப்படி வாழ்வதைத்தான் வாழ்க்கை என்று எண்ணிக் கொண்டிருக்கிறாயா?” என்று கேட்டாள் ஊர்வசி.

"மனத்தின் வலிமையையும் நம்பிக்கையையும் குலைத்துக் குழப்பி விடும் அவளது பேச்சு லாவகம். அவளே மீண்டும், "என்ன புரிய வில்லையா? எங்களோடு ஒருபோதும் நடனமாடச் சேர்ந்ததில்லை. ஆண்களிடமிருந்து ஏனோதானோவென்று கொஞ்சம் கற்றுக் கொண்டும் கொஞ்சம் ஆடினாய். வாத்தியங்களை இசைத்துக் கொண்டிருந்தாய். எல்லாரும் சேர்ந்து மது அருந்தும் போதும் நீ அருந்தவில்லை. எங்களோடு சேர்ந்து பாடவில்லை. எங்களோடு சேர்ந்து வாத்தியக் கருவிகளை இசைக்கவில்லை. வில்லை எடுத்து டர்டர்ரென்று அம்பை விட்டால் வாழ்க்கை முடிந்துவிட்டது என்று எண்ணிக் கொண்டிருக்கிறாயா?" என்று என்னைப் பார்த்துக் கேட்டாள்.

"அவள் கேட்டு முடித்ததுமே எனக்கு என்ன தோன்றியது? பயமா?நான் என்ன பெண்களையே பார்த்திராத ஆணா? கடந்த பத்து வருஷங்களாக வனவாசத்தில் தொடர்ந்து பிரமச்சரியத்தைக் கடைபிடித்து வந்தேன். நாற்பத்தெட்டு வயது. பத்து வருஷக் கட்டுப்பாடு. காமக் கேளிக்கைகளில் கைதேர்ந்த இளம் பெண் என் முன்னால் நின்றிருந்தாள். என்ன வயதிருக்கும் அவளுக்கு, முப்பதிற்குள்தான் இருக்கும். பக்கத்தில் உட்கார்ந்து பரவசமூட்டும் வகையில் பேசிக் கொண்டிருந்தபோது எனக்குள் குழப்பம். இன்னும் கூட அதன் காரணத்தை என்னால் புரிந்துகொள்ள இயலவில்லை.

"விஜயா, உன்னைப்போல ஒருமுகமாகக் கவனத்தைக் குவித்துச் செயற்படும் ஆணைக் கண்டால் எந்தப் பெண்ணுக்குத் தான் ஆசை வராது? அதிலும் எங்களைப் போன்ற பெண்களுக்குப் பைத்தியமே பிடித்து விடுகிறது. எவ்வளவு அழகாக இருக்கிறாய் நீ. உன்மேல் ஆசையை உள்ளுக்குள்ளேயே வளர்த்துக்கொண்டு உருகிக் கொண்டிருந்தேன். ஆனாலும் நாங்கள் இந்திரனின் அரண்மனையைச் சேர்ந்தவர்கள். நாங்களாக எங்களது ஆசையே வெளியே யாரிடமும் சொல்லக்கூடாது. அதிர்ஷ்டவசமாக இந்திரனே இன்று என்னை உன்னிடம் அனுப்பி வைத்துள்ளான். இன்று இரவு பார். உனக்குத் திருப்தியாக இருந்தால், இவளை எனக்கே கொடுத்துவிடு என்று இந்திரனிடம் சொல். உன் பின்னாலேயே வந்து விடுகிறேன். பூமியில் வசிக்கிறவர்களுக்கு குழந்தைகள் என்றால் ரொம்ப ஆசையாமே. நீ கேட்கிற அளவு பத்துக் குழந்தைகள் பெற்றுக் கொடுக்கிறேன்.

"கேட்கக் கேட்க இனிமையான வார்த்தைகள், இந்த ஆசை வார்த்தைகளால் எந்த ஆடவனின் மனம்தான் தூண்டப்படாது? அவள் என் மீது உண்மையிலேயே ஆசை வைத்திருந்தாளோ அல்லது என்னை மோகம் கொள்ள வைக்க வீசப்பட்ட வலையோ. அது உண்மை யல்ல என்றாலும் கூட அவள் வார்த்தைகள் உண்மையாகவே ஆசை யைத் தூண்டின.

"அழகனே, முதலில் இந்த மதுவை அருந்து. பிறகு உண்மையான தேவ உலகத்தின் இன்பத்தை நுகரத் தயாராவாய்" என்றாள்.

அவள் என்னோடு மிகவும் நெருக்கமாக இருந்தாள். நிலவையே குழைத்து ஒரு பெண்ணாக உருவாக்கியதைப் போன்ற உன்னதமான சிருஷ்டி அவள். இந்திரனின் அரண்மனைக்குள் ஆடும் அழகிகளுக் குள்ளேயே ஊர்வசிதான் சிறந்த அழகியாம். அப்படிப் பட்ட வளைத்தான் இந்திரன் என்னிடம் அனுப்பி இருக்கிறான். அவள் கொடுத்த மது எப்படித் தயாரிக்கப் பட்டதோ, அவ்வளவு போதையாக இருந்தது. அப்படியென்றால் நம் இந்திரப்பிரஸ்தத்தில் தயாரிக்கப்படும் சோமரசம் உயர்ந்த தரத்திலானது இல்லையா? சிறிதுகூட புளிக்காமல் இந்த அளவுக்குப் போதையையும் ஆனந்தத்தையும் தரக்கூடிய ருசியான மதுவை இத்தனை வருஷங்களாகத் தேவ உலகத்தில் கூடக் குடித்ததில்லை. இந்திரனுக்கும் அவனுக்கு நெருக்கமான நண்பர்களுக்கும் மட்டுமே தரத்தக்க விசேஷமான மதுவா இது? நிலவே கீழே வந்து விடுவதைப் போல உணர வைக்கும் அனுபவம். கதகதப்பேறி மெல்ல வியர்க்க வைக்கும் இதம். எனக்கு மேலும் கதகதப்பூட்டும் அவளுடைய இனிய அணைப்பு. "விஜயா, தவம் செய்ய உட்கார்ந்தவனைப்போல நீ ஏன் இப்படி உட்கார்ந்திருக்கிறாய். இருவரும் ஒரே மாதிரி பரவசம் கொள்ள வில்லையெனில் உண்மையான இன்பம் எப்படிக் கிட்டும்?" என்று கேட்டாள் அவள்.

"மதிய வேளையில் கதகதப்பான வெயிலில் இந்திரனின் சபை முப்பத்து மூன்று குழுக்களின் முக்கியஸ்தர்களும் அங்கே கூடி இருந்தார்கள். இன்னும் பலர் அரண்மனைப் பெண்களின் ஆட்டம், பாட்டு, இசை, நடனத்தில் எல்லாரையும் மிஞ்சி விடும் நடனக்காரி இவள். உடலின் ஒவ்வொரு அசைவும் இவளது அழகை ஒவ்வொரு விதமாக அதிகரித்தது. ஏதோ ஈர்ப்பில் அவளைப் பார்த்துக் கொண்டிருந்தேன் நான். உண்மைதான். கடைசியில் இந்திரனின் பேச்சு, "முக்கியஸ்தர்களே! தேவர்களே! நமக்கு முக்கிய எதிரிகளாக இருந்த நிவாதவசர்களை அடக்கி அழித்த இவன் வெறுமனே நமது சீடனல்ல. இந்திரனாகிய என் மகன். எனக்கு முன்பு இந்திரனாக இருந்தவனுக்குப் பிறந்தவன். அவனைப் பார்த்தவர்களுக்கு இவனைப் பார்த்ததும் அடையாளம் தெரியும். இவனுடைய அழகான உடற்கட்டும் அழகும் அவனைப்போலவே உள்ளது. அதனால் ஒரு மகனைப்போல இவனைத் தழுவி முத்தம் தந்து எனது ஆசனத்திலேயே உட்கார வைத்து விஜயன் என்கிற பட்டப்பெயரை இவனுக்கு வழங்குகிறேன்." மலைச்சிகரங்களில்முட்டி மோதி எதிரொலித்தன வாழ்த்துக் குரல்கள்.

"விஜயா, உண்மையான தவத்தில் மூழ்கி இருந்த எத்தனையோ வயதான முனிவர்கள் மனத்தில் கூட உணர்ச்சியைத் தூண்டி

இருக்கிறேன். இப்படி நீ ஊமையாய் உட்கார்ந்திருந்தால் எதுவும் நடக்காது" என்றாள்.

"இங்கு வந்த நாலரை வருஷங்களுக்கு முன்னேயே அப்பா என்று அழைத்ததை இந்திரன் ஏற்றுக்கொண்டான். அன்று மாலை எனது தலையை வருடிக் கொடுத்தான். தேவ உலகத்துக்குப் புறப்படும் முன்பு தருமன் என்னிடம், "அர்ஜுனா, நீ தேவ உலகத்திற்குப் போன பின்பு நாம் அனைவரும் பிறக்கக் காரணமாக இருந்தவர்களைக் கண்டு வணங்கி ஆசிகள் பெற்று வா, நான் பிறக்கக் காரணமாக இருந்தவன் தரும அதிகாரி. அவனை அங்கே எமன் என்று சொல்வார்களாம். பீமனின் தோற்றத்திற்குக் காரணமானவன் சேனாதிபதி. உன் தோற்றத்திற்குக் காரணமானவன் அந்த இந்திரனே. நகுலனும் சகாதேவனும் பிறக்கக் காரணமாக இருந்தவர்கள் இரட்டை மருத்துவர்களான அஸ்வினிகள். அனைவருமே உனக்குத் தந்தைக்குச் சமமானவர்கள். அவர்களைச் சந்திக்கும் போது அவர்களுக்குப் பிறந்த பிள்ளைகளின் பெயர்களை ஞாபகமாக அவர்களுக்குச் சொல். அதே சமயம் அவர்களின் கால்களில் விழுந்து வணங்க மறக்காதே." என்று சொல்லி அனுப்பினான்.

"கீழே இறங்கி வந்த நிலா மனத்தைக் கொள்ளை கொண்டது. மனத்தை மீட்டியது. வண்டுகளின் ஓசை தவிர வேறு எதையும் கேட்க முடியாத அமைதி. 'விஜயா, என்னைக் கண்டால் உனக்கு ஏன் இத்தனை வெறுப்பு? இந்திரனின் ஆணைக்குக் கட்டுப்பட்டு மட்டுமே நான் இங்கே வரவில்லை. என் உடல் முழுக்க ஆசை நெருப்பாக எரிவதை உன் உடல் உணரவில்லையா? இந்த இமயத்தில் இருக்கிற பனியையெல்லாம் கரைத்து விடும் வலிமை மிக்க நெருப்பில் நான்வந்து விழுந்திருக்கும்போது நீ ஏன்? உறைந்துபோன பனிக்கட்டிப் போல இருக்கிறாய்?" என்று கேட்டாள் ஊர்வசி.

"அர்ஜுனா, நீ சிறந்த வில்வீரனாக இருக்கலாம். ஆனால் நபும்சகன் ஆண்மையற்றவன் என்று முதலிலேயே என்னிடம் நீ சொல்லி இருந்தால் நான் உன்மீது ஆசைப்பட்டிருக்கவே மாட்டேன். இப்படிப் பட்ட நிராசையும் நேர்ந்திருக்காது. இப்படி ஒரு வேதனையையும் அனுபவித்திருக்க மாட்டேன். ஏதோ மேலுக்கு ஆண்மகன் போலத் தோற்றமிருக்கிறது உனக்கு. உண்மையை மறைத்ததற்காக இந்த அடி" என்று சொன்னபடி பளார் என்று அறைந்தாள் ஊர்வசி. என் இடது கன்னம் ஊதிவிட்டது. ஏன் இந்தத் தோல்வி? அர்ஜுனனுக்கு இது வரைக்கும் என்றும் நேராத தோல்வி. "இந்த ஊர்வசியின் காலைத் தொட்டுப்பார்த்தால் போதும் என்று தேவ உலகத்தைச் சேர்ந்தவர்கள் எல்லாருமே காத்துக் கிடக்கும் போது, நானே ஆசைப்பட்டு வந்து தழுவிய பிறகும் கூட ஊமையைப்போல இருந்து நீ என்னை அவமானப்படுத்தி விட்டாய். இந்திரனுக்குச் சொல்லி உனக்குத்

தகுந்த தண்டனை விதிக்க ஏற்பாடு செய்கிறேன்." என்று எழுந்து நின்றாள் ஊர்வசி. அப்போது, "நானும் உன் காலைத் தொட்டுப் பார்க்கிறேன்" என்று நான் சொன்ன வார்த்தைகள் தொண்டை அடியிலேயே அமிழ்ந்துவிட்டன. அவள் மிகவும் வேகவேகமாகக் கிளம்பிப் போய்விட்டாள். நபும்சகன் என்று பெயர் வாங்குவதைக் காட்டிலும் வேறு எந்தப் பழியும் இல்லை. என் மனத்தில் அவள்பால் ஆர்வம் இருந்தது உண்மை. ஆனால் எதற்காகவோ உடல் இயங்க வில்லை. அர்ஜுனனின் ஆண்மை முடிந்து விட்டதா. அவள் எனது கன்னத்தில் அறைந்தபோது எனக்குக் கோபம் வரவில்லை. அவள் வெளியேறிய பிறகு ஏன் அழுகை முட்டிக்கொண்டு வந்தது? உடலில் முதலில் வேட்கை எழுந்து அதற்கப்புறம் மனம் கட்டுப்பாடு விதித்தால் அது வேறு விஷயம். ஆனால், மனமே உடலின் பங்கையும் ஆற்ற எழுந்தால் அவமானப்படத்தான் வேண்டும். இந்த அவமானத்துக்கான காரணத்தை மனசுக்குள்ளேயே நான் தேடிக் கொண்டிருப்பதற்குள் அவள் இந்திரனையே அழைத்து வந்து விட்டாள். இந்திரனின் அரசவை யில் ஆடும் ஒரு பெண்ணுக்குத் தான் எவ்வளவு அதிகாரம்.

"அர்ஜுனா, விஜயன் என்ற விருது வாங்கிய மாவீரன் நீ ஒருவேளை நீ உண்மையாகவே நபும்சகனாகவே இருந்தாலும் முழு மனத்தோடு உன்னை நீ அவளிடம் ஒப்படைத்துவிடு. உன் நோயைக் குணப்படுத்தி, உன்னை இயக்க வல்லவள் இவள். உன்னை முழுமையாக அவளிடம் ஒப்படைத்துக்கொள்ள விரும்பவில்லையென்றால் அது இவளுக்குச் செய்யும் அவமானமாகிவிடும். நீ என்னதான் பெரிய பதவியில் இருந்தாலும், ஆசைப்பட்டு வரும் பெண்ணை அவமானப்படுத்தும் உரிமை இந்தத் தேவ உலகத்தில் யாருக்கும் இல்லை. அதிலும் இவள் என் அரசவையின் நடனக்காரி. இவளுக்கு நேரும் அவமானம் எனக்கும் நேர்ந்ததாகும். நீயே இவளை வேட்கையோடு பார்த்தாயே என்றுதான் இவளை உன்னிடம் அனுப்பினேன்." என்றான் இந்திரன்.

"இந்திரனுக்கு என்ன பதில் சொல்ல முடியும்? அவளது தழுவலையும் கொஞ்சலையும் மீறி என் உடலில் வேட்கை எழவில்லை. மரக்கட்டை போலவே கிடந்தது. இப்படிக் கட்டையாகக் கிடக்கிறதே என்று நினைக்க நினைக்க, உடல் மேலும் கட்டையாக இறுகியது. உடலின் விசித்திரமான போக்கு எனக்குக் குழப்பத்தைத் தந்தது. ஒருவேளை, எனது ஆண்மை ஒரு முடிவுக்கு வந்து விட்டதா? இந்த நிலைமைக்கு உண்மையான காரணம் எனக்கே தெரியாமல் இருக்கும் போது இந்திரனுக்கு என்னால் எந்த விவரங்களைச் சொல்ல முடியும்?"

"தந்தையே, நான் ஏதாவது தப்பு செய்திருந்தால் அதற்குத் தகுந்த தண்டனை கொடு. வேண்டாம் என்று சொல்லவில்லை. ஆனால் நபும்சகன் என்று மட்டும் சொல்லாதே. நபும்சகன் என்கிற பழி என்றென்றும் என் பரம்பரையில் எந்த ஆணுக்கும் இல்லாதபடி

எனக்கு ஆசிகளைக் கொடு. ஒரு குறிப்பிட்ட கால பிரம்மச்சரியத்தைக் கூடத் தாங்க முடியாமல் பல தேசங்களில் அலைந்து பல பெண்களைத் தேடி அனுபவித்தவன் நான். இவளைத் தழுவ முடியாததற்கு...” யோசித்துக் கொண்டிருக்கும் போதுதான் ‘தருமத்தின் பெயரிலான காரணம் உண்டு’ என்று தோன்றியது.

“சொல்.”

“நீ நான் பிறப்பதற்குக் காரணமான தந்தை. நீயே இதை எல்லோரின் முன்னிலையிலும் என்னைத் தழுவிச் சொன்னாய். இவள் உன்னைச் சேர்ந்தவள். உனக்குச் சொந்தமானவள். இவளோடு சேரும் மற்ற குழு முக்கியஸ்தர்களுள் சிலர் என் சகோதரர்களின் பிறப்புக்குக் காரணமானவர். அதாவது எனக்கும் தந்தை முறையானவர். அப்படிப் பார்த்தால் இவள் எனக்குத் தாய்க்குச் சமம் இல்லையா?” என்று கேட்டேன்.

“ஊர்வசி இதைக் கேட்டதும் வேடிக்கையாய்ச் சிரித்தாள். “இந்திரா, அவனைவிடப் பத்து வயசாவது நீ சின்னவனாக இருப்பாய். அவனை எப்படி நீ பிறப்பித்திருக்க முடியும்?” என்று கேட்டாள்.

“இந்திரன் சிரிக்கவில்லை. அமைதியான குரலிலேயே, ‘உன் பிறப்புக்குக் காரணமானவன் எனக்கும் முன்பிருந்த இந்திரன். அவன் இறந்து பல ஆண்டுகள் ஆகிவிட்டன. அந்தப் பழைய இந்திரன் இவளது முகத்தைக் கூடப் பார்த்திருக்க முடியாது.” என்றான்.

“அப்படியென்றால் நீ ஏன் என்னை அழைத்துத் தழுவி வருடிக் கொடுத்து மகனே என்று கூப்பிட்டாய்?”

“நான் உட்கார்ந்திருந்த ஸ்தானத்திற்காக அப்படிச் சொன்னேன்.’

“அந்த ஸ்தானத்தினால் தான் இவள் எனக்குத் தாயைப் போலத் தெரிகிறாள்.”

இந்திரன் என் வாதத்தை ஒப்புக் கொண்டானா இல்லையா என்பது எனக்குத் தெரியாது. ஒப்புக்கொள்வதால் அவனுக்கு எந்த விதமான கஷ்டமும் இல்லை. மறுத்திருந்தாலும் எந்தப் பாதகமும் இல்லை. ஆனால் ஊர்வசி விடுகிறவளா? நபும்சகன் என்கிற சொல் என் உயிர் வேருக்கே வெட்டுக் கத்தியாக வந்து நிற்கிறது. என்னை அப்படியே அனுப்பினால் அவளது கவர்ச்சிக்கு அது ஒரு களங்கமாகி நின்று விடுமா? “இந்திரா, தேவ தரும அதிகாரியை வரவழைக்க ஏற்பாடு செய். மற்ற முக்கியஸ்தர்களையும் கூப்பிடு. இவன் எழுப்பியிருக்கும் பிரச்சினையின் நுணுக்கங்களை அவர்களால்தான் தீர்த்து வைக்க முடியும்? இப்பொழுதே ஏற்பாடுகள் நடக்கட்டும்” என்று கட்டளை விதித்தாள் அவள். அவளுக்குத்தான் எவ்வளவு அதிகாரம்.

மாலையிலேயே கூட்டம் கூடியது. கூட்டத்திற்கு வந்திருந்த தரும அதிகாரி தருமனின் பிறப்புக்குக் காரணமானவனில்லை. வேறு ஒருவன். ஏறத்தாழ என் வயதுக்குச் சமமானவன். பீமனுக்குத் தந்தையாக இருந்த சேனாதிபதி படுத்த படுக்கையாய் இருந்தார். காச நோயின் அவஸ்தையால் படுத்திருந்தார். நான் போய் அறிமுகப் படுத்திக்கொண்டு பேசிய போது மிகவும் அக்கறையோடு அம்மாவைப் பற்றியும் பீமனைப் பற்றியும் விசாரித்தான். என்னைத் தழுவித் தலையை வருடிக் கொடுத்தான். அவனது உறுதியான கைகளின் பிடியே அவன் கொண்டிருந்த அன்பைப் புலப்படுத்தியது. மற்ற தந்தைமார்களும் உயிரோடு இருந்திருந்தால், அவர்களும் அன்பு காட்டி இருந்திருப்பார்களோ என்னமோ. ஒருவேளை அன்பாக இருப்பதே இந்தச் சேனாதிபதியின் குணமோ, இரட்டை மருத்துவர்களும் கிடைக்க வில்லை.

மாலையில் கூடிய இந்திர சபையில் எல்லாவற்றையும் என்னிடமிருந்து கவனமாகக் கேட்ட தரும அதிகாரியின் பேச்சு மிகவும் விசித்திரமாக இருந்தது. 'அர்ஜுனா, நீ குறிப்பிடுகிற உறவு முறை எதுவுமே எங்களிடம் இல்லை. குழந்தைகள் இல்லாதவர்கள் நியோக முறையின் மூலம் குழந்தை பெறுவதைப்பற்றிச் சொன்னாயே, அந்தப் பழக்கமும் எங்களிடமும் இல்லை. உனக்கே தெரிந்திருக்கும் இல்லையா. ஒரு குழுவில் இருக்கிற எல்லா ஆண்களும் பெண்களும் கணவன் மனைவிகளே. ஒருத்திக்கு குழந்தை பிறக்கவில்லை என்றால் அவளுக்குக் கர்ப்ப சக்தி இல்லையென்று பொருள். ஐயோ, பிறக்கவே இல்லையே என்கிற துயரம் எதுவும் இல்லை. வயதுக்கு ஏற்ற மாதிரி மற்றவர்களைத் தாய் என்றோ தந்தை என்றோ அழைக்கிறார்கள் பிள்ளைகள். வயதுக்கு வநத பிறகு ஒரு குழுவைச் சேர்ந்த ஒரு பெண் இன்னொரு குழுவைச் சேர்ந்த இன்னொரு ஆடவனைத் திருமணம் செய்து கொள்கிறாள். சகோதர சகோதரிகளின் இடையிலான உறவை இப்படித் தவிர்க்கிறோம். மொத்தத்தில் இந்த உலகமே தனி. உங்கள் உலகத்தின் மரபுகளையும் நீதிகளையும் இங்கே புகுத்தி எங்கள் ஊர்வசியை ஏன் அவமதிக்கிறாய் என்று கேட்டார்.

"எங்கள் உலகத்து விதிமுறைகளை நான் கடைப்பிடிக்க வேண்டு மில்லையா?"

"அதை உங்கள் உலகத்தில் வைத்துக் கொள். அதை இங்கு விதைக்கலாம் என்று எண்ணினால் அது அதருமமாகும். மூல தருமத் தைப் பின்பற்றுபவர்கள் நாங்கள். நீங்கள் இல்லை."

"அர்ஜுனா, தரும அதிகாரியின் முடிவுதான் தீர்ப்பு. இனிமேல் எந்தக் காரணத்தை நீ சொன்னாலும் அதை இந்த உலகம் ஏற்றுக் கொள்ளாது. ஒன்று நீயாகவே 'ஆண்மையற்றவன்' என்று ஒத்துக்

கொள். நழுவப் பார்த்தால் நான் சும்மா இருக்க மாட்டேன். அல்லது மறுபடியும் படுக்கையறைக்கு வந்து உனது ஆண்மையை நிரூபி” என்றாள் ஊர்வசி. பால் போல வெளுத்த முகத்தில் ரத்தச்சிவப்பு படர்ந்தது. சட்டென்று அங்கிருந்து கிளம்பினாள்...”

ரதங்களின் வேகம் குறைந்ததைப்போல இருந்தது. சட்டென்று சுபத்திரை புரண்டு படுத்தாள். அர்ஜுனன் தன் வயிற்றில் ஏதோ ஒரு விதமான இறுக்கத்தை உணர்ந்தான். ரதம் குலுங்குவதைப் போலவே வயிறும் குலுங்குவது போல இருந்தது. அன்று பேசிய ஊர்வசியின் வார்த்தைகள் தம்மைக் குறித்த வெறும் தாக்குதலா அல்லது தனக்குக் கொடுத்த சாபமா என்று புரியாமல் குழம்பினான். அங்கிருந்து திரும்பி வந்த பிறகு மீண்டும் வனவாசத்தின் பிரம்மச்சரியம்தான். ஐந்து வருஷங்கள் பிரிந்திருந்தோமே என்று என்னதான் பாஞ்சாலி உபசரித்தாலும் முன்புபோல அன்பும் அக்கறையும் அப்போது இல்லை என்பது எனக்கே தெரியும். ஆனால் விராட நகரில் ஏன் நபும்சக வேடம் பூண்டு பெண்களுக்கு நடனம் சொல்லித் தருவதில் ஈடுபட்டேன்? கந்தர்வ உலகத்திலும் தேவ உலகத்திலும் இந்தக் கந்தர்வ கலையை ஆண்களும் பெண்களும் சாதாரணமாகவே கற்றுக் கொள்கிறார்கள். யார் வேண்டுமானாலும் இன்னொருவருக்குக் கற்றுத் தரலாம். ஆனால் ஆரியவர்த்தத்தில் மட்டும் பெண்களுக்குச் சொல்லித் தருபவன் அலியாக மட்டும் ஏன் இருக்கவேண்டும். ஆனால் மத்ர தேசத்திலும் காந்தார தேசத்திலும் பாலிகா தேசத்திலும் இப்படி இல்லையாம். இங்கே மட்டும், கற்றுக் கொள்கிற பெண்ணுக்கு ஏகப்பட்ட கட்டுப்பாடுகள் வந்துவிட்டன. அஞ்ஞாதவாசத்தில் வேறு எந்த வேலையும் என்னால் செய்ய முடியாதா? பேச்சிலும் பழக்க வழக்கத்திலும் நடையிலும் யாருக்கும் என் சுயரூபம் தெரிந்து விடாதபடி நான் நடந்து கொண்டதாகப் பாஞ்சாலியே சொன்னாள். அது வெறும் பொய்யா? என்னை நடன ஆசிரியராக நியமிக்கும் முன்பு அழகான பெண்களை என்னிடம் விட்டு என்னைப் பரிசோதித்தான் விராட அரசன். அந்தப் பரிசோதனையில் நான் சுலபமாகவே வெற்றி கொண்டேன். அதற்குப் பின் அநேகமாக எல்லா நாட்களிலும் காலை மற்றும் மாலை நேரங்களில் வயது வந்த பெண்களோடுதான் சகவாசம். அவர்களது உடல் அசைவுகளைத் தொட்டுத் தொட்டுத் திருத்தும் வேலை. அவர்களின் கைகளைப்பற்றி, தோள்களைப் பற்றி இடுப்பைப் பிடித்து நடனம் சொல்லித் தந்தபோது மனத்திற்கு இதமாக இருந்தாலும் உடல் எந்தச் சபலத்திற்கும் உள்ளாகவில்லை. அஞ்ஞாதவாசத்திற்குப் பிறகு சுபத்திரை அருகில் வரும்போது கூட உடலளவில் எந்தவிதமான எழுச்சியும் இல்லை. உபப்லாவ்ய நகருக்கு வந்து சேர்ந்த பிறகு எத்தனையோ நாட்கள் இவளே, “உனக்கு வயதாகி விட்டது. வனவாசத்தின் காரணமாக உனக்கு

விரைவாகவே மூப்பு உண்டாகி விட்டது என்று சொன்னாள். ஆனாலும் இந்த அர்ஜுனனுக்கு மூப்பு வந்து விட்டதா? காலை, மாலை எல்லா நேரங்களிலும் இவ்வளவு பெரிய வில்லைப் பிடித்து இன்னும் பயிற்சியில் ஈடுபடும் எனக்கு மூப்பாகி விட்டதா? ஐம்பது அல்லது ஐம்பத்தொன்றுதானே வயதிருக்கும் எனக்கு? படுக்கை அறைக்கு வா என்று என்னை ஊர்வசி அழைத்தபோது நான் ஏன் போகவில்லை? தோற்றுவிடுவேன் என்கிற பயமா? தன்னை முழுமையாக ஒப்படைத்துக் கொள்கிறவள் என்றும் நோயைக் குணப்படுத்த வல்லவள் என்றும் அவளைப்பற்றி இந்திரன் கூறினானே, நான் ஏன் அவ்விதம் செய்யவில்லை? வயிற்றை ஏதோ இறுக்கியதுபோல இருந்தது. உடம்பு முழுக்க வலி. கண்களில் ஊர்வசியின் உருவமே நிறைந்திருந்தது. எதிரில் உட்கார்ந்திருந்த துஷ்டன் தூங்கி விழுந்தான். காலுக்குப் பக்கத்தில் படுத்திருக்கும் சுபத்திரையின் மூச்சுச் சத்தம் தெளிவாகக் கேட்டது. தொலைவில் தெரியும் குன்றுகள் மூச்சுவிடச் சிரமப்பட்டவனின் வயிறு உப்பியதைப் போல இருந்தன. "பீமனின் புறப்புக்குக் காரணமான சோனாதிபதி ஒருவனே இன்னும் உயிரோடு இருக்கிறான். மற்றவர்களும் உயிருடன் இருந்திருந்தால் அவனைப் போலவே அன்புடன் இருந்திருப்பார்களோ என்னமோ, தரும அதிகாரி என்ன சொன்னான்? என் மனம் குழம்பி விட்டது. சரியாக எதுவும் ஞாபகம் இல்லை. உறவு முறையைப் பற்றி எதுவும் பேசவில்லை. நியோக முறை பற்றியும் இல்லை. குழந்தைகளற்ற பெண்களுக்குக் குழந்தைகள் உண்டாகட்டும் என்கிற ஒரே சிந்தனையோடும் நோக்கத் தோடும் என் பாட்டிகள் இருவருக்கும் கிருஷ்ணதுவைபாயணன் வீரியதானம் செய்தானாம். இந்தத் தேவர்கள் நியோக முறையில் என் அம்மாவோடு சேர்ந்திருக்கும்போது அவர்கள் மனம் என்ன நினைத்திருந்தது?" வயிற்று வலி திடுமென அதிகமானது. உட்கார்ந்த நிலையை மாற்றி ரதத்தின் கட்டையின் பக்கமாகச் சாய்ந்து கால் களை நீட்டி உட்கார்ந்தான். கொஞ்சம் ஆசுவாசமாக உணர்ந்தான். யாராவது விசிறியால் காற்றை வீசினால் நன்றாக இருக்கும். சுபத்திரை நன்றாகத் தூங்கிக்கொண்டிருந்தாள். அவள் விழித்திருந்தால் கூட, அவன் தேவையை அவனாகவே சொன்னாலொழிய தானே உணர்ந்து அவள் செய்யமாட்டாள். இந்த விஷயத்தில், பாஞ்சாலியின் குணமே வேறானது. அவன் மீது அவளுக்கு உண்மையான அன்பு இல்லா விட்டாலும் கூட, ஒரு மனைவி என்கிற முறையில் தன் கடமைகளை யெல்லாம் விடாமல் செய்வாள். அவளுக்குச் சமமான பெண் யார் இருப்பார்கள் என்று நினைத்துக்கொண்டிருக்கும்போது மனம் இந்திரப் பிரஸ்தத்தை நோக்கித் திரும்பியது. "சுபத்திரையை மணந்து கொண்டு வந்த பிறகு அவளோடு இருக்கும் வாய்ப்பே எனக்குக் கிட்ட வில்லை. இப்பொழுது அண்ணன் தருமனின் முறை. இதற்குப் பிறகு பீமன் ஓராண்டு காலம் இருப்பான். அதற்குப் பின்தான் எனது

முறை. அவளது கோபத்தையெல்லாம் தீர்த்து மீண்டும் பழைய நாட்களில் இருந்ததைப்போல நல்ல அன்புத் துணைவியாக வைத்துக் கொள்வேன்…" என்று நினைத்துக்கொண்டிருக்கும்போதே "இவர்கள் வெறுமனே குந்தியின் பிள்ளைகள். கௌரவ வம்சத்தைச் சேர்ந்தவர்களே இல்லை. அதனால் குரு ராஜ்ஜியத்தில் அவர்களுக்கு எந்த விதமான பங்கும் இல்லை' என்று எல்லா இடங்களிலும் துரியோதனன் சொல்லித்திரிகிற வார்த்தைகள் ஞாபகத்துக்கு வந்தன. ரதம் அதிக அளவில் குலுங்கியது. பிதாமகரின் நினைவும் வந்தது. அப்பா இறந்து போனதற்கப்புறம் நாங்கள் அனைவரும் அஸ்தினாபுரத்துக்கு வந்தபோது 'எவ்வளவு அழகான பையன் இவன்' என்று கொஞ்சித் தன் மடியில் என்னை இழுத்து உட்கார வைத்துக் கொண்டவர் அவர். கற்கள் நிரம்பிய பாதை. ரதத்தின் சக்கரங்கள் ஏறி ஏறி இறங்குவதில் தூக்கித் தூக்கிப் போட்டது. சாய்ந்துகொண்டு உட்கார்வது இனி சாத்தியமில்லை என்று தோன்றியது. வயிறு மீண்டும் வலித்தது. எழுந்து உட்காந்தான். சட்டென வாந்தி எடுத்தான். ரதத்திற்கு வெளியே தலையை உயர்த்த முயற்சி செய்யும் முன்பேயே வாந்தி வந்து விட்டது. தூங்கி வழிந்து கொண்டிருந்த துஷ்டன் சட்டென எழுந்து சுபத்திரையைத் தாண்டிக்கொண்டு உள்ளே வந்து அவன் தோள்களைப் பிடித்து முதுகை மெல்ல நீவிக் கொடுத்தான். 'இது அந்த அளவு நல்ல மது இல்லை, உங்களைப் போன்றவர்களுக்கு இது உகந்ததல்ல என்று முதலிலேயே சொன்னேன்' என்றான். அவன் வார்த்தைகள் அர்ஜுனனின் மனத்தில் உறைக்கவில்லை. முழுக்க முழுக்கப் பழைய நினைவுகளில் மூழ்கியிருந்தான். பிதாமகரின் நினைவு. சரியாக உருவம் அமையாத ஒரு கேள்வியும் அவன் மனசில் ஊன்றது. கிருஷ்ணனிடம் இந்தக் கேள்வியைக் கேட்க வேண்டுமென நினைத்துக் கொண்டிருந்தான்.

* * *

மாலை வேளைகளில் கடற்காற்று தவறாமல் வீசியது. வியர்வை அழுக்குகளிலிருந்து தப்பிக்க இக்காற்று உதவவில்லை என்றாலும் கூட, புழுக்கத்திலிருந்து தப்பித்து ஆசுவாசமாக இருக்க உதவியது. அலைகளின் சத்தம் அதிகமாகிக்கொண்டே இருந்தது. துவாரகை மக்களின் மனங்களின் காற்றுக்கும் அலைகளுக்கும் இடம் இருந்தது. கடற்கரையின் மணற்பரப்பில் நின்றபடியோ அல்லது உட்கார்ந்தபடியோதான் அலைகளைப் பார்க்கவேண்டும் என்பதில்லை. வீட்டுக்குள் படுத்துக் கண்மூடிக் கொண்டிருக்கும்போது கூட அலைகளின் சத்தத்தைக் கேட்க முடியும். அலை, காற்று, புழுக்கம், வியர்வை ஆகிய நான்கும் ஒன்றோடு ஒன்று இணைந்து அல்லது ஒன்றிலிருந்து இன்னொன்று தோன்றுகிற விஷயங்களாக இருந்தன. ஊரிலிருந்து ஒருநாள் குதிரைப்பயணத் தூரத்தில் இருக்கிற

ரைவதகக் குன்றின்மேல் ஏறினால் குளிர்ந்த காற்று வீசும். உடலிலும் வேர்வை வழியாது. ஆனாலும் யுயுதானனைப் போன்றவர்களுக்கு, அலைகள் ஓடித் தழுவிப்பரவுகிற மணற்பரப்பைப் பார்ப்பது என்பது ஆனந்தத்துக்குரிய விஷயம். கோடை நாட்களில் கூட வெயில் தாழ்வதற்கு முன்பேயே போய்க் கடற்கரையில் உட்கார்ந்து விடுவான். அலைகளின் சாரல், புழுக்கம், வெயில் மூன்றும் அவனது சிவந்த முகத்தை மேலும் சிவக்க வைத்தன. "எனக்கும் ஐம்பதாகி விட்டதல்லவா. என் பேரனுக்குப் பதினான்கு வயது முடிந்துவிட்டது. இனிமேல் முகம் சிவந்தால் என்ன? கருத்தால் என்ன?" என்று கேட்கிறவர்களிடம் பதில் சொல்வான். இவ்வளவு உரிமையுடன் கேட்பதற்கு வேறு யார் இருக்கிறார்கள்? அவன் சிநேகிதன் கிருஷ்ணன் ஒருவனே. வயதில் இருவரும் ஒத்தவரே யெனினும் உறவைப் பொறுத்தமட்டில் சித்தப்பா முறை ஆக வேண்டும். யுயுதானனின் அப்பாவுக்கு அப்பாவுக்கு அப்பாவுக்கு அப்பாவும், கிருஷ்ணனின் அப்பாவுக்கு அப்பாவுக்கு அப்பாவுக்கு அப்பாவும் ஒருவரே. ஒரே வயசுக்காரர்களாக இருந்து, நல்ல நெருக்கமான நண்பர்களாக இருக்கும்போது உறவைப்பற்றி யார் கவலைப்படுவார்கள்? "கிருஷ்ணா, பேரன் பிறந்த அன்றே, அதாவது என் முப்பத்தாறு வயசிலேயே என்னை நான் தாத்தா என்று எண்ணிக்கொண்டேன். பேரனுக்குத் திருமணமே ஆனபிறகு கூட நீ உன்னைத் தாத்தாவாக நினைத்துக் கொள்வதில்லை. தோலின் நிறம் கருத்துவிட்டது என்று உன்னை மாதிரி பாலேட்டையோ அல்லது சந்தனச்சாந்தையோ பூசிக்கொள்வதில்லை" என்று சொல்வான்.

மதிய நேரத்தில் மிதந்து மிதந்து வந்து நம்பிக்கை ஊட்டுகிற மேகங்கள் சாயங்காலக் காற்றில் கலைந்து போய்விட்டன. இன்று நிச்சயம் மழை வரும் என்று நினைத்து உடலில் வழியும் வேர்வையை முதல் மழையில் கழுவும் ஆசையுடன் எல்லாரும் வானத்தையே பார்த்துக் கொண்டிருந்தார்கள். சாயங்கால வேளையில் வீசும் காற்று மேகங்களைக் கலைப்பதைப் போலவே இவர்களுடைய ஆசையையும் கலைத்துவிட்டது. யுயுதானன் மட்டும் என்றும் காற்றைத் திட்டியதில்லை. காற்று உடலைத் தழுவ மணற்பரப்பில் உட்கார்ந்திருந்தால், கோபதாபங்கள் இறங்கிச் சமநிலைக்கு மனம் திரும்பும். நீல அலைகளைத் தாண்டிய நீர்ப்பரப்பில் அவன் கவனத்தைக் குவித்திருந்தான். இன்று மாலையும் அவன் மணற்பரப்பில்தான் உட்கார்ந்திருந்தான். அஸ்தமனச் சூரியனின் கதிர்கள் கண்ணில் பட்டுத் தெறித்தன. பீமன்பிடிக்கச் சென்ற படகு களின் பின்னால் மறையத் தொடங்கினான் சூரியன். "இந்த முறை ஏன் இன்னும் முதல்மழை தொடங்கவில்லை" என்கிற கவலை அவனை அரித்தது. புழுக்கத்தைத் தாங்க முடியாததாலோ அல்லது மனிதர்களுக்கும் கால்நடைகளுக்கும் குடிநீர் இல்லை என்பதாலோ அல்லது இந்த வருஷம் மழை இல்லாவிட்டால் அடுத்த வருஷம்

கண்டிப்பாகப் பஞ்சம் வந்துவிடும் என்கிற பயத்தாலோ இக் கவலை தோன்றவில்லை. இந்த ஆண்டில் ஆரியவர்த்தத்தில் இதுவரை காணாத அளவுக்கு மாபெரும் யுத்தமே நடக்கப் போகிறது என்று அவனது மனம் சொன்னது. இதையேதான் நண்பன் கிருஷ்ணனும் சொன்னான். வனவாசமும் அஞ்ஞாதவாசமும் முடிந்து வந்த பாண்டவர்களுக்குத் துரியோதனன் ராஜ்ஜியத்தைக் கொடுக்கட்டும் அல்லது கொடுக்காமல் போகட்டும். ஆனால் இவை எதுவுமே குருவம்சத்தோடு நடந்து முடிகிற விஷயமாக மட்டும் இல்லை. தம்முடைய சம்பந்தியாகிய பாஞ்சால நாட்டின் உதவியைப் பாண்டவர்கள் பெறுவது என்பது இயல்பான விஷயம்தான். இதற்காகப் பாஞ்சால தேசத்தவர்கள் பன்னிரண்டு ஆண்டுகளாகவே ஏற்பாடுகளையும் செய்து வந்திருக்கலாம். ஆனால் துரியோதனன் ஆரிய குல அரசர்களையெல்லாம் சந்தித்து ஆதரவு கோருகிறான். இதனால் தமது பலத்தைப் பெருக்கிக்கொள்வதற்காகப் பாண்டவர்களும் ஆதரவு தேடி அலைகிறார்கள். இதற்காகத்தானே கிருஷ்ணன் உபப்லாவ்ய நகருக்குச் சென்று தங்கினான். யுயுதானனின் நட்பு பாண்டவர்களின் பக்கம்தான் என்பது எல்லோருக்கும் தெரிந்த விஷயம்தான். கிருஷ்ணனின் நெருங்கிய நண்பன் அவன். அர்ஜுனனுக்கும் நெருங்கிய நண்பன்தான். ராஜசூய யாகத்தின் போது சென்று எவ்வளவோ உதவிகள் செய்திருந்தான். ஆடத் தெரியாதவனை அழைத்துப் பலவந்தமாக ஆடவைத்து விட்டான் துரியோதனன். “சூதாட்டத்தால் சம்பாதிப்பதே தவறு என்று ஆன பிறகு சூது ஆடத் தெரியுமா, தெரியாதா என்பது கேள்வியே இல்லை” என்று கிருஷ்ணன் சொன்னான். சூதாடி வென்றது மட்டுமன்றி, ஆட்ட விதியின்படி நடந்து கொள்ளாமல் ராஜ்ஜியத்தைத் திருப்பித் தர மனசில்லாமல் யுத்த ஏற்பாடு செய்துவிட்டு உதவி கேட்டு வந்துள்ளான் துரியோதனன். ஒரு அலை திடுமென மேலே எழுந்து வேகமாகப் புரண்டு வந்து கரையில் மோதி உடைந்தது. கால் தொடை வரைக்கும் ஈரமாகி விட்டது. நுரைகளை மட்டும் கரையில் விட்டுவிட்டு அலைகள் பின்வாங்கின. கோடைக்கால மாலையில் கடல்நீரின் தீண்டுதல் இதமாக இருந்தது. வந்தவன் பலராமனின் வீட்டிலேயே தங்கினான். “குருவே, என்னை விருந்தாளியாக எண்ணி உபசார கௌரவத்தோடு விருந்தினர் மாளிகையில் தங்க வைத்துவிட வேண்டாம்” என்று சொன்னானாம். “பலராமனின் சொந்த விருந்தாளிதானே துரியோதனன். சொந்தத் தங்கையையே பாண்டவர்கள் திருமணம் செய்து கொண்டிருந்தாலும், கிருஷ்ணனின் எண்ணத்துக்கு மாறாக, துரியோதனன் கேட்டதை யெல்லாம் பலராமன் தரவில்லையா? உபப்லாவ்ய நகரில் கிருஷ்ணன் இருப்பதைத் தெரிந்துகொண்டே, யாதவர்களின் ஒற்றுமையைப் பிளப்பதற்கு இங்கே வந்திருக்கிறான். இந்தத் தந்திரம் பலராமனுக்குப் புரியுமா?” என்றெல்லாம் நினைத்தான் யுயுதானன். இன்னொரு பெரிய அலை பொங்கி வருவது தொலைவிலிருந்தே தெரிந்தது. இது வெறும்

தொடையளவோடு மட்டுமன்றி, இடுப்புக்கும் மேலேயும் தொட்டுத் தாக்கும் என்று தெரிந்தாலும் கூட யுயுதானன் எழுந்திருக்காமல் அப்படியே உட்கார்ந்திருந்தான். அணிந்திருந்த ஆடை நனைந்தாலும் கூட ஒரு நாழிகையில் உலர்ந்துவிடும் என்கிற எண்ணம் தோன்றியது. அத்தோடு மேலே படரும் உப்பு நீரால் உண்டாகும் நாற்றம் தாங்க முடியாததாக இருக்குமே என்கிற எண்ணம் தோன்றுவதற்குள்ளேயே அலை நெருங்கி வந்து தாக்கியது. இடுப்புக்கும் மேலே வந்து தாக்கியது. உட்கார்ந்திருந்த மணற்பரப்பு அரிக்கப்பட்டுக் கரைந்தது. அடடா என்று சொல்லிச் சிரிப்பதற்குள் மூக்கு வாய் எங்கும் நீர் புகுந்து கண்களில் மணலும் நீரும் படிந்து புரையேறியது. அதைவிடப் பெரிய அலையொன்று வருவதை அறிந்து எழுந்து கரையேறினான்.

* * *

இரவு சாப்பாட்டுக்குப் பிறகு தன் வீட்டு முற்றத்தில் மிருதுவான விரிப்பை விரித்துப் படுத்தான் யுயுதானன். அனர்த்த தேசத்தில் மிருதுவான நீண்ட புல்வெளிப் பரப்பு அதிகம். சரியான பருவத்தில் அதை அறுத்துப் பக்குவப்படுத்திப் பாய்களாக நெய்யும் கலை யாதவர்களுக்குக் கைவந்திருந்தது- கோடைக்காலத்தில இவ்விரிப்பினைத் தவிர்த்து வேறு எதன் மேலும் படுக்க மனம் வருவதில்லை. முற்றத்தில் வரிசையாக விரிக்கப்பட்டிருந்த விரிப்புகளில் யுயுதானனின் தந்தை சத்யகன் மற்றும் பிள்ளைகளும் பேரப் பிள்ளைகளும் படுத்திருந்தனர். புதிதாகத் திருமணமானவர்கள் அல்லது இன்னும் இளமை குன்றாத தம்பதிகள் கோடைக்காலப் புழுக்கத்தையும் மீறி உள்ளே அறைக் குள்ளோ அல்லது வீட்டின் பின்கட்டின் மறைப்புக்குள்ளோ படுத்திருந்தார்கள். படுத்திருந்தவர்களைப் புரட்டிப்போடுகிற அளவு கடற்காற்று வேகமாக வீசியது. கடற்கரையோரமாக இருக்கிற இந்த ஊரில் மாளிகையின் மேலே படுப்பதைக் காட்டிலும் கீழே தரையில் படுப்பது அதிக வசதியாக இருந்தது. மாளிகையின் மேல் யாரேனும் தம்பதிகள் படுக்கக் கிளம்பினால் வீட்டில் இருக்கிற வயசானவர்கள், 'இந்த காற்று வேகத்தில் உன் மனைவி பறந்துவிடப் போகிறாள். நன்றாகக் கெட்டியாக அவளைப் பிடித்துக்கொண்டு தூங்கு, தூக்கக் கலக்கத்தில் கூட மறந்து பிடியை விட்டு விடாதே" என்று சொல்லிக் கிண்டல் செய்தார்கள். வயசானால் கூட துவாரகையின் கிழவிகளுக்கு இளமையான பேச்சினை விட மனமில்லை.

பிள்ளைகளிடையேயும் பேரப்பிள்ளைகளிடையேயும் ஏதோ சுவாரஸ்யமான பேச்சு நடந்துகொண்டிருக்கும்போதே, விரிப்புகளில் அருகருகே படுத்திருந்த யுயுதானனும் அவனது தந்தையாரும் தமக்குள் பேசிக் கொண்டிருந்தனர். பத்து ஆண்டுகளுக்கு முன்பு யுயுதானனின் தாயார் இறந்த பிறகு அவனுக்கு உற்ற துணையாக இருந்தவர்

அவனுடைய தந்தை மட்டுமே. இருவரிடையேயும் நெருக்கமான உறவு இருந்தது. அவனைப் பொறுத்த வரையில், அவனுடைய அப்பாவும் கிருஷ்ணனும்தான் நெருக்கமானவர்கள். கிருஷ்ணன் பக்கத்தில் இருந்தால் நாளெல்லாம் பேசிக் கொண்டிருக்கலாம். அந்தத் தேசம், இந்தத் தேசம், யுத்தம், சமாதானம், அரசியல், வியாபாரம் என்று எத்தனை எத்தனையோ விஷயங்களைப் பற்றிப் பேசிக்கொண்டே இருக்கலாம். தன்னுடைய காலத்தில் ஈடு இணையற்ற வீரனாக இருந்த அவன் அப்பாவுக்குத் தற்சமயம் உடல்நிலை சரியில்லை. வெளியே எங்கும் செல்லாமல் வீட்டோடு இருக்கும் அவருடைய ஆலோசனைகள் எல்லாம் அவரது அனுபவத்தால் பிறந்தவை. சத்யகனுக்குக் கடல் அவ்வளவாக ஒத்துக்கொள்வதில்லை. இந்தத் துவாரகையும் ஒத்துக்கொள்வதில்லை. அனர்த்த தேசமும் ஒத்துக் கொள்வதில்லை. "மனிதனாகப் பிறந்தவன் எப்போதும் நதிக்கரை யோரம்தான் வசிக்க வேண்டும். சுவையான நீர், விவசாய பூமி. ஏராளமான ஆடு மாடுகள். ஆனால் சமுத்திரக் கரையோரம் என்ன இருக்கிறது? உப்புத் தண்ணீர் தான் எங்கும். அப்புறம் மணற்பரப்பு. வியாபாரம். வருஷம் முழுக்க உடம்பில் கசகசவென்று ஒட்டும் வியர்வை. மதுரா நகரத்திற்கு இணையாக இந்த உலகத்தில் எந்த ஊர் இருக்கிறது?" என்று ஆயிரம் தடவைகளாவது சத்யகி சொல்லி இருக்கக் கூடும். ஜராசந்தனுக்குப் பயந்து யாதவர்கள் அனைவரும் இங்கு வந்து சேர்ந்து முப்பத்து மூன்று வருஷங்கள் ஆகிவிட்டன. அப்போது சத்யகிக்கு நாற்பத்தாறு வயது நடந்துகொண்டிருந்தது. நாற்பத்தாறு வயது வரைக்கும் பிறந்து, வளர்ந்து, வாழ்ந்து, பிள்ளைகளையும் பேரப் பிள்ளைகளையும் பெற்றுச் சந்தோஷமாக இருந்த மண்ணை அவ்வளவு சீக்கிரத்தில் மறக்க முடியுமா? "யுயுதா, அப்போது உனக்குப் பதினாறு வயது. உனக்கு அவ்வளவாகக் கருத்துத் தெரியாது. மதுரா நகருக்கும் துவாரகைக்கும் சரியாக வித்தியாசம் தெரியாத வயது. இங்கு இருப்பதைப்போல அங்கே சதா காலமும் வியர்வை இல்லை. கோடைக்காலத்தில் வெயில் அதிகமா இருந்தாலும், அது ஊமை வெயில்தான். இப்படி வேர்த்து ஒழுகாது. குளிர்காலத்தில் எவ்வளவுதான் வேலை செய்தாலும் களைப்பு இருக்காது. அந்தச் சூழலில் பசுக்கள் பால் கொடுத்த மாதிரி, இந்தச் சூழலில் பசுக்கள் எங்கே கொடுக்கின்றன? எப்படியோ, ஜராசந்தனின் கொடுமையிலிருந்து நாம் தப்பித்தோம். ஆனால் ஜராசந்தனைக் கொன்றது யார்? நம் வம்சத்தைச் சேர்ந்த ஒருத்தி பெற்றெடுத்த மகன்தானே அவன்? அவன் பெயர் என்ன? அது நடந்து பதின்மூன்று வருஷங்களாகி விட்டன. நாம் எல்லாருமே அன்றே மதுரா நகருக்குத் திரும்பியிருந்திருக்க வேண்டும். இப்பொழுது கூட அந்த மண்ணில் சென்று உயிர் பிரிந்தால் சொர்க்கத்துக்குச் சென்று விடலாம்" என்று அடிக்கடிச் சொல்லிக் கொண்டிருந்தான்.

ஜராசந்தனைப் பீமனின் மூலம் கிருஷ்ணன் கொல்லவைத்ததி லிருந்து மதுரா நகருக்குத் திரும்பச் செல்லும் ஆசை தன் அப்பாவின் மனத்தில் ஆழமாக வேரூன்றி இருப்பதை அவன் அறிவான். தாய் உயிரோடு இருந்தவரை அவளும் சதாகாலமும் திரும்பச் செல்வதைப் பற்றியே பேசிக்கொண்டிருந்தாள். மதுரா நகரை விட்டு வந்து பதினெட்டு ஆண்டுகள் கடந்துவிட்டன. ஆனால் யுயுதானனுக்குக் கடற்கரை பழகிவிட்டது. பதினாறு வயது வரை விளையாட்டுப் பிள்ளையாக இருந்து காலம் கழித்தாகிவிட்டது. அதற்கப்புறம்தான் சொந்த வாழ்க்கையின் தொடக்கம். அவ்விதம் சொந்த வாழ்வை ஆரம்பித்து இன்று வரை வாழ்க்கையை நடத்திக்கொண்டு வந்தது இந்த ஊரில்தான். கடலோர நகரமாகிய இந்தப் பகுதியில்தான். இங்கு வந்த பிறகுதான் யாதவர்கள் கடல் வாணிகத்தில் தலை சிறந்தவர்களாகிச் செல்வந்தரானார்கள். ஆரிய வர்த்தத்தில் மற்ற தேசத்துக்காரர்கள் முன் யாதவர்கள் ஒரு பொருட்டாகவே மதிக்கப் படாமல் இருந்தார்கள். பக்கத்திலேயே குருதேசமும் இருந்ததால் அவர்களுடைய எளிமை மிகவும் தூக்கலாகத் தெரிந்தது. அவர்கள் எல்லாரும் தாழ்ந்த தகுதியுள்ள க்ஷத்திரியர்கள் என்றே கருதப்பட்டு வந்தார்கள். இப்பொழுதோ அஸ்தினாபுரத்தின் அரசன் துரியோதனனே வந்திருக்கிறான். இவன் வரவு வெறும் படை உதவி கேட்டு மட்டும் அல்ல. யுத்தத்துக்காக ஆகும் பெரும் செலவுக்காகவும் உதவி கேட்டு வந்துள்ளான்." இந்த அளவு செல்வத்தை வாரி வழங்கிய கடற்கரையை விட்டு பழைய விவசாய நிலத்துக்குச் செல்வதால் என்ன பயன்?" என்று தனக்குத் தானே கேட்டுக் கொண்டான் யுயுதானன்.

பிள்ளைகளும் பேரப்பிள்ளைகளும் உரத்த குரலில் என்னமோ பேசிக் கொண்டிருந்தார்கள். பக்கத்தில் படுத்திருந்த யுயுதானனிடம், "அஸ்தினாபுரத்து அரசன் துரியோதனன் வந்துள்ளானாமே?" என்று கேட்டான் சத்யகி.

"ஆமாம்" என்றான் யுயுதானன். கிழவன் அதற்கப்புறம் எதுவும் பேசவில்லை. எல்லாப் பற்களும் விழுந்துபோன பொக்கைவாயால் அவன் "ம்" என்று சொன்னது சரியாகக் கேட்கவில்லை. "ம்?" என்று ஏதோ கேள்விகேட்டது போல இருந்தது. தந்தையோடு இத்தனை காலமும் பேசிப் பழகிய யுயுதானனுக்கே கூட சிற்சில சமயங்களில் "ம்" என்று சொல்வதற்கும் "ம்?" என்று கேள்விபோலக் கேட்பதற்கும் உள்ள வித்தியாசம் புலப்படுவதில்லை. தனது கேள்வியை இன்னொரு முறை விளக்கிச் சொன்ன பிறகு துரியோதனன் ஊருக்கு வந்துள்ள காரணத்தைச் சொன்னான் யுயுதானன். கடல் அலைகளின் இரைச்சல் இருந்தபோதும் கூட சத்யகிக்கு எல்லாம் தெளிவாகக் கேட்டது. வானத்தைப் பார்த்து மல்லாந்து படுத்தவன் எழுந்து உட்கார்ந்துக் கொண்டு "பாண்டவர்களுக்கும் அவர்களுடைய எதிரிகளுக்கும் யுத்தம்.

ஜராசந்தனைக் கொன்றது பாண்டவர்கள் அல்லவா? அதனால் இந்த யுத்தத்தில் அவர்கள் பக்கம் இருப்பதே சரி. அதுதான் தருமம். நீ என்ன சொல்கிறாய்?" என்று கேட்டான்.

"நிச்சயமாக. ஆனால் பலராமன் வக்கிரபுத்திக்காரன்."

"என்ன சொன்னாய்?" என்றபடி தனது இடது காதை இடது கையால் மகனின் பக்கம் நன்றாகத் திருப்பியபடி உட்கார்ந்தான். கடற்காற்றின் இரைச்சல் காதில் நன்றாக விழுந்தது.

"நீ சொல்வதும் நியாயம்தான். கிருஷ்ணனும் அதையேதான் சொல்கிறான். ஆனாலும் பலராமன் வக்கிரபுத்திக்காரன்" என்று மீண்டும் ஒருமுறை அப்பாவின் பக்கம் திரும்பிச் சொல்லிக் கொண்டிருந்தபோது பின்பக்கம் ஏதோ நிழலாடியது போலத் தெரிந்தது. முற்றத்தில் கலகலப்பாக நிகழ்ந்துகொண்டிருந்த பேச்சுச் சத்தம் திடீரென்று நின்று போயிருந்தது. திரும்பிப் பார்த்தான். பலராமனே வந்து நின்றிருந்தான். யுயுதானனுக்கு ஒரு மாதிரியாக இருந்தது. பலராமனைக் கண்டு அவன் எதற்காகவும் பயம் கொள்ளத் தேவையில்லை. ஒருவனை நிற்கவைத்துக் கொண்டு அவனது முன்னிலையிலேயே அவனை என்ன வேண்டுமென்றாலும் திட்டித் தீர்க்கலாம். அது சுலபம். ஆனால் ஆள் இல்லாதபோது ஒருவனைத் திட்டுவது என்பதும், அவனே வந்து எதிரே வந்து நின்று விடுவதும் மிகவும் கூச்சம் தரக்கூடிய விஷயம் ஆகும்.

"ஆமாம் சத்யகி, பலராமனின் புத்தி வக்கிரப் புத்தி. பலராமனும் வக்கிரம் பிடித்தவன்" என்று சொன்னபோது அவன் குரலில் கோபம் ஏறி இருந்தது. ஒருவேளை அவன் கோபம் கொள்ளாமல் இருந்திருந்தால் தொடர்ந்து பேச முடியாத அளவு குற்ற உணர்வு மனசை அரித்திருக்கும். இப்போது அவன் நேரிடையாகவே விஷயத்தைத் தொட்டுவிட்டது ஒரு வகையில் ஆசுவாசமாகவும் இருந்தது. தொடர்ந்து பேசவும் இது ஒரு வாய்ப்பாக இருந்தது.

"உண்மையைத்தானே சொன்னேன். இடையில் உன் சுபாவத்தை மாற்றிக்கொண்டிருந்தால் மன்னிப்புக் கேட்டுக் கொள்கிறேன். வா. வந்து உட்கார்" என்று விரிப்பில் தனக்குப் பக்கத்தில் இருந்த இடத்தைக் காட்டினான் யுயுதானன். தனது தகுதிக்குத் தகுந்தபடி பட்டு ஆடை உடுத்தியிருந்தான். ரோமங்கள் அடர்ந்த மார்பு புழுக்கத்தின் காரண மாகத் திறந்தே இருந்தது. அவன் தலையில் கிரீடம் இருந்தது. உட்கார்ந்த பிறகு தன் இடது கையால் இடது தாடையின் பக்கம் அடிக்கடி தொட்டுப்பார்த்துக் கொண்டான்.

"பல் வலியா?" என்று யுயுதானன் கேட்டான்.

“ஆமாம். ஆடிக்கொண்டிருக்கிறது. மேல்பக்கத்தில் இரண்டு பற்கள். இதோ... இங்கே” என்று நாக்கால் வருடிய வண்ணம் காட்டினான் பலராமன். “பிடுங்கிப் போட்டுவிடலாம் என்று பார்த்தால் அந்த அளவுக்கு வேர் வரையிலும் தளர்வாகவும் இல்லை. இந்த நேரம் பார்த்து வலது பக்கத்திலும் வலிக்கத் தொடங்கியுள்ளது.”

“அந்தக் கஷ்டங்களை நானும் அனுபவித்திருக்கிறேன்” என்றபடி சத்யகியும் பேச்சில் இணைந்து கொண்டான்.

“உனக்கு எத்தனை வயது?” என்று யுயுதானன் கேட்டான்.

“அவன் வயதைப் பற்றி நான் சொல்கிறேன். உறவு முறையில் நான் அவனுக்கு அண்ணனாக வேண்டும்” என்று சொன்னபடி மனசுக்குள்ளேயே கூட்டினான் சத்யகி. பிறகு, “எனக்கே எழுபத் தொன்பது வயது. எண்பது என்றே வைத்துக் கொள். உன் தாய் ரோஹிணிக்கு நீ மூத்த மகன். திருமணமான ஆண்டிலேயே நீ பிறந்து விட்டாய். உன் அப்பா உன் அம்மாவை மணந்துகொண்ட அன்றே உன் அம்மாவின் நான்கு இளைய சகோதரிகளையும் மணந்து கொண்டான். அப்பொழுது ஏற்பாடுகளை நானே ஓடியாடிக் கவனித்துக் கொண்டிருந்தேன். உன் அப்பாவுக்கும் என் வயதுதான். உன் அம்மாவும் அவளது சகோதரிகளும் பௌர வம்சத்துக்காரர்கள். மற்ற ஏழு மனைவிகளும் உக்கிரசேனனின் தம்பி தேவலனின் பெண்கள். எஞ்சிய இன்னும் இரண்டு மனைவிமார்களும் பணிப்பெண்களாக இருந்தவர்கள். மொத்தம் பதினான்கு மனைவிகள். வேண்டுமென்றால் அவர்கள் அனைவரின் பெயர்களையும் என்னால் கடகடவென்று மனப் பாடமாய்ச் சொல்ல முடியும். வரிசைப்படி அவர்களின் பெயர்கள் உனக்கு ஞாபகமிருக்கிறதா?”

மனசுக்குள்ளேயே ஞாபகப்படுத்திக் கொண்டான் பலராமன். ஆனால் மனப்பாடமாய்ச் சொல்ல வரவில்லை. அவனுடைய அம்மா வின் பெயர் ரோஹிணி. அதற்கப்புறம் இந்திரா இந்திரா. அப்புறம் வைசாகி, பத்ரா... அப்புறம், அப்புறம் சுனாமினி. மற்றவர்களின் பெயர்களைச் சொல்ல முடியாமல் மனத்துக்குள்ளேயே சொல்லிப் பார்த்துக் கொண்டிருக்கும் போதே சத்யகி கடகடவென்று வாய் விட்டுச் சொன்னான். “ரோஹிணி, இந்திரா, வைசாகி, பத்ரா, சுனாமினி, சகதேவி, சாந்திதேவி, ஸ்ரீதேவி, தேவரட்சதை, விருகதேவி, உபதேவி, தேவகி, சுதனுவும் வடவாவும் பணிப் பெண்கள். என்ன பலராமா, சொந்தத் தாயார்களின் பெயர்களே உனக்கு ஞாபகமில்லையா? இது ஒன்றும் கௌரவத்துக்குரிய விஷயமில்லை” என்றான்.

அவமானப்பட்டதுபோல உணர்ந்தான் பலராமன். கோபமும் பொத்துக் கொண்டு வந்தது “அண்ணா, இத்தனை மனைவிமார்களை ஏன்

மணந்துகொள்ள வேண்டும்? சகோதரிகள் ஏழுபேர் இருக்கிறார்கள் என்றால் எல்லாச் சகோதரிகளையும் ஏன் ஒருவனே மணந்து கொள்ள வேண்டும்? அவர்களுடைய பெயர்களை ஞாபகத்தில் வைத்துக் கொள்வது அவர்களுக்கும் சிரமம், பெற்ற பிள்ளைகளுக்கும் சிரமம் என்று ஏன் அவர்களுக்குப் புரிவதில்லை?" என்று சத்யகியிடம் கேட்டான்.

பலராமன் உண்மையிலேயே விளையாட்டுக்காக கேட்டானா அல்லது விவகாரமாகத்தான் கேட்டானா என்பதை சத்யகி சரியாகக் கவனிக்கவில்லை. கடகடவென்று பதினான்கு மனைவிமார்களின் பெயர்களையும் ஒப்பித்துவிட்ட பெருமையோடு இருந்தான். இந்த அனர்த்த தேசத்தில் இருக்கிற யாதவர்களுள் யார் யாருக்கு எத்தனை மனைவிகள் என்றும், அவர்களுக்குப் பிறந்த பிள்ளைகள் எத்தனைபேர் என்றும் தலைகீழ்ப் பாடமாகத் தனக்குத் தெரியும் என்கிற பெருமை அவனுக்கு எப்போதும் உண்டு. ஆனால் பேச்சின் திசையை உடனடியாக மாற்ற வேண்டும் என்று யுயுதானன் பேச்சின் இடையில் புகுந்தான்.

"அப்பா, பலராமனின் வயது எத்தனை என்று நீ சொல்லவே இல்லையே."

"அவனுக்கா, இப்பொழுது சொல்கிறேன் கேட்டுக்கொள். எனக்குப் பதினேழு வயது நடக்கும்போது இவன் அம்மாவின் திருமணம் நடந்தது. அதே ஆண்டில்தான் இவனும் பிறந்தான். மூத்த பையன். அதாவது என்னை விடப் பதினெட்டு வயது இளையவன். அப்படியென்றால் நீயே கணக்கிட்டுப்பார். அறுபத்தி இரண்டு."

"பல் விழுகிற வயது, இல்லையா?"

"அண்ணா, அஸ்தினாபுரத்திலிருந்து துரியோதனன் வந்திருக்கிறான். பீஷ்மனுக்கு நூற்றியிருபது வயதாம். ஒரு பல்கூட விழவில்லையாம். எவ்வளவு கெட்டியான ரொட்டியானாலும் ஒரே கடியில் கடித்துத் துண்டாக்கி விடுகிறானாம். தரும நெறிப்படி நடப்பவர்களுக்குப் பல் விழுவதே இல்லையாம்" என்று பலராமன் சொல்லிக்கொண்டிருக்கும்போதே சத்யகி "அப்படியென்றால் பல்லெல்லாம் விழுந்திருக்கிற நான் அதரும வழியில் நடந்தவனா?" என்று குறுக்கிட்டுக் கேட்டான்.

"நான் அந்தப் பொருளில் சொல்லவில்லை. சுத்த பிரம்மச்சாரிக்குப் பல்லே விழுவதில்லை என்று சொல்ல நினைத்து ஏதோ சொல்லி விட்டேன். எங்கள் அப்பாவைப் பாருங்கள். பதினாலு மனைவிகளைக் கட்டிக் கொண்டவர் பிணம்போலப் படுத்த படுக்கையாகி எத்தனை ஆண்டுகளாகி விட்டது!"

சத்யகிக்கு இப்பேச்சு அவ்வளவாகப் பிடிக்கவில்லை. யுயுதானனுக்கும் பிடிக்கவில்லை. துரியோதனன் தொடர்பான விஷயத்தைப் பற்றிப்

பேசுவதற்காகப் பலராமன் வந்துள்ளான் என்று இப்போது யுயுதானனுக்குப் புரிந்தது. வெளிப்படையாகப் பட்டாபிஷேகம் செய்து கொள்ளவில்லையென்றாலும் அனர்த்த தேசத்தில் உள்ள யாதவர்களுக்கெல்லாம் தன்னையே தலைவனாக நினைத்துக் கொண்டிருந்தான் பலராமன். வேண்டும்போது வரச் சொல்லித் தகவல் அனுப்புவதுண்டு. இப்போது அவனே வந்து விட்டான். அதன் காரணம், பின்னணி எல்லாமே யுயுதானனுக்குப் புரிந்தது. "துரியோதனனின் பக்கம் சார்ந்திருக்கிற எண்ணம் அவனுக்கு இருக்கக்கூடும். கிருஷ்ணன் வேறு ஊரில் இல்லை. அவனது நண்பனாகிய என்னையும் சம்பிரதாயத்துக்குக் கலந்தாலோசித்த மாதிரி காட்டிக்கொள்வதற்காகவோ அல்லது கிருஷ்ணனிடமிருந்து என்னைப் பிரிக்கிற சூழ்ச்சியாகவோ இருக்கும்," என்று நினைத்தான் யுயுதானன். பேச்சில் அவனை வெல்ல யுயுதானனால் முடியாது. சுற்றி வளைத்துப் பேசுகிற பழக்கம் எப்போதும் அவனுக்கு இல்லை. அதனால் நேரிடை யாகவே விஷயத்துக்கு வந்தான்.

"இது என்ன, என்றுமில்லாத வகையில் இந்த நேரத்தில் வந்திருக் கிறாய்?"

தன் தந்தையைப் பற்றிக் கடுமையாகப் பேச நேர்ந்து விட்டதை நினைத்து, பலராமனின் மனத்தில் கொஞ்சம் குழப்பம் இருந்தது. இச்சூழலில் நேரிடையாகவே யுயுதானன் பேச்சில் இறங்கியதால் மனம் லேசானது. "கடற்கரைப்பக்கம் போய் வரலாம் என்று கிளம்பினேன். நிலா வெளிச்சம் நன்றாக இருந்தால் சிற்சில சமயங்களில் இரவு வேளைகளிலும் வியாபாரத்தோணிகள் வந்து விடும். திடீர் திடீர் என்று இப்படி இரவு வேளைகளில் சென்று சோதனை செய்யவில்லை யென்றால், ஏற்றுமதி இறக்குமதி செய்யுமிடங்களில் உள்ளவர்கள் திருடத் தொடங்கி விடுவார்கள். நீயும் வா, போய்ப் பார்த்து விட்டு வரலாம்"

இருவரும் சேர்ந்து நடந்தார்கள். ஆனால் தோணிகள் வந்து நிற்கும் பக்கம் செல்லாமல் வேறொரு திசையில் முட்புதர்கள் வளர்ந்திருக்கும் திசையின் பக்கம் அழைத்துச் சென்றான் பலராமன். சிறிது தூரம் நடந்த பிறகு "இங்கே உட்காரலாம்" என்றான். எதிரே அலைகள். வெள்ளை நுரை, வரிசையாய் எழுந்து பொங்கிக் கரையில் மோதிக் கரைந்து பின்வாங்கும் சத்தம்.

"தோணிகள் வரக்கூடும் என்று சொன்னாயே."

"வந்துவிட்டன என்று நினைக்கிறேன். கொஞ்சம் நேரம் பேசிக் கொண்டிருக்கலாம். உட்கார்" யுயுதானனின் தோளில் கைவைத்து அழுத்திச் சொன்னான் பலராமன். உட்கார்ந்த பிறகு வலிக்கும்

தாடையை விரலால் தடவிக் கொடுத்தான். பத்துப்பதினைந்து முறைகளுக்கும் மேல் அலைகள் கரையை நெருங்கி உடைந்த பிறகு கூட அவனது கவனம் பல் வலியில் பதிந்திருந்தது. அல்லது பேச்சை எப்படி ஆரம்பிப்பது என்று தெரியாமல் வலியைப் பற்றி நினைத்துக் கொண்டிருந்தது.

'தனக்கு ஆதரவு கொடுக்குமாறு கேட்பதற்காகத்தான் துரியோதனன் வந்துள்ளானா?" என்று ஒரு கேள்வியோடு பேச்சைத் தொடங்கி வைத்தான் யுயுதானன்.

"இந்த விஷத்தில் யாதவர்கள் அனைவரும் ஒற்றுமையாகக் கூடி ஒரு முடிவை எடுக்க வேண்டும் என்பது எனது ஆசை. ஒருபோதும் நியாயத்தை நழுவவிட்டவர்கள் அல்லர் யாதவர்கள். உறவினர்கள் என்கிற நெருக்கத்தையும் மீறி நியாயத்தின் பக்கம் இருப்பவர்கள் யாதவர்கள். நானும் நீயும் கிருதவர்மனும் சேர்ந்து பேசி ஒரு முடிவு எடுத்த பிறகு துரியோதனனுக்குத் தெரிவித்து அனுப்பலாம்."

"கிருஷ்ணன்."

"ஊரிலேயே இல்லாமல் சதா காலமும் அங்குமிங்கும் அலைந்து கொண்டிருக்கிற அவனை எப்படி நம்பமுடியும்? இப்போது அவனிடம் சொந்தபுத்தி இல்லை. மனைவி பேச்சைக் கேட்டு நடக்கிறவன் அரசியலில் ஒரு விஷயத்தை நியாயமாக ஆலோசித்து முடிவெடுக்க முடியுமா?"

பலராமனின் மனசில் என்ன இருக்கிறது என்பது அப்போதே யுயுதானனுக்குப் புரிந்து விட்டது. கிருஷ்ணன் இல்லாமலேயே இந்த முக்கியமான விஷயத்தில் முடிவெடுக்க நினைக்கிறான். முடிவெடுப்பதென்ன, ஏற்கனவே மனசில் முடிவெடுத்து வைத்துள்ளான். துரியோதனனுக்கு ஏற்கனவே வாக்குறுதி கொடுத்திருக்கக்கூடும். கிருதவர்மன் எப்போதும் பலராமனின் பக்கம்தான். கிருஷ்ணனின் சார்பாக நிற்கிற தன்னையும் வளைத்துப் போடுவதற்காகத் தான் வந்துள்ளான் என்று நினைத்தான் யுயுதானன். மனைவிகளின் பேச்சைக் கேட்கிறவன் என்று கிருஷ்ணன் மீது அவன் சுமத்திய புகாரின் பின்னணி சட்டென ஞாபகத்துக்கு வந்தது. இதில் கிருஷ்ணனின் தப்பு என்ன இருக்கிறது. உண்மையில் ருக்மணியின் சகோதரனுக்கும் பலராமனுக்கும் நேர்ந்த மோதல்தான் காரணம். கிருஷ்ணன் மனைவியின் பக்கமும் பேசவில்லை. அண்ணனின் சார்பாகவும் பேசவில்லை. அவன்தான் இவ்விஷயத்தில் என்ன செய்ய முடியும்? ருக்மணியின் அண்ணனுக்கும் அவனுக்கும் ஆரம்பத்திலிருந்தே உறவு சரியில்லை. இச் சூழலில் நட்பு வளர்வது எப்படி? ருக்மணியைச் சிறையெடுத்து வந்து திருமணம் செய்து கொண்ட காலத்தில் "அந்தக்

கிருஷ்ணனைக் கொல்லாமல் மீண்டும் ஊர் திரும்ப மாட்டேன்" என்று தன் உயிரின் மேல் ஆணையிட்டு வந்தவன் அவன். அப்புறம் கிருஷ்ணனிடம் தோற்றோடி ஆணையின்படி சொந்த ஊருக்குச் செல்லாமல் புதி ஊர் ஒன்றை நிர்மாணித்துக் கொண்டு சாகும்வரையில் அங்கேயே இருந்தான். தன் தந்தை வாழ்ந்த ஊருக்கு ஒரு முறையும் சென்றதில்லை. சிறையெடுத்துச் சென்று திருமணம் செய்து கொள்வது என்பது க்ஷத்திரியர்களின் ஒரு பழக்கமாக இருக்கும்போது, திருமணத்தின் பின்பு உறவை வளர்த்துக் கொள்வதை விட்டு தனக்கு அவமானம் நேர்ந்துவிட்டது என்று நினைத்த முட்டாள் அவன். தங்கையின் வீட்டுக்கும் வரவில்லை. ஜராசந்தனின் கூட்டத்தோடு சேர்ந்துகொண்டான். தான் நிச்சயித்தபடி தனது தங்கை சிசுபாலனை மணந்துகொள்ள வேண்டும் என்று விருப்பப்பட்டான். ஜராசந்தனைக் கொல்வித்து, சிசுபாலனையும் கிருஷ்ணனே கொன்ற பிறகும் கூட ருக்மியின் கோபம் தணியவில்லை. இன்னும் அதிகமானது. ஒருமுறை கூட தங்கையை அழைத்துப் பேசியதில்லை. அவள் முகத்தைக் கூட ஏறெடுத்துப் பார்த்ததில்லை. ‘அவளைப் பார்க்கப் போனால் உனக்கும் எனக்கும் உள்ள தந்தை மகன் உறவு கூட இருக்காது’ என்று தன் தந்தையையும் பயமுறுத்திக் கடைசிவரைக்கும் ருக்மணிக்குத் தாய் வீட்டின் உறவு கிடைக்காமல் செய்த பிடிவாதக்காரன். எத்தனை ஆண்டுகள் ஆனாலும் பெண்களுக்குத் தாய் வீட்டுப் பாசம் இல்லாமல் போகுமா? தந்தை வந்து பார்க்காவிட்டாலும் பரவாயில்லை. நாமாவது போயத் தந்தையைப் பார்த்து நாலு வார்த்தை பேசிவிட்டு வர ருக்மணி அனுமதி கேட்டபோது கிருஷ்ணனால் எப்படி தடுத்திருக்க முடியும்? பத்து ஆண் பிள்ளைகளுக்குப் பிறகு ஒரு பெண் குழந்தையையும் பெற்ற தாய் அவள். முதல் மூன்று பிள்ளைகளுக்குத் திருமணம் முடித்தாகிவிட்டது. "இந்த விஷயத்தில் பிடிவாதம் வேண்டாம். நானே போய்ப் பார்த்துவிட்டு வருகிறேன். அனுப்பி வை" என்று கணவனிடம் வந்து கண்ணீர் சிந்தினால் எப்படி மறுக்க முடியும்? அவளது அண்ணனைப் போன்ற பிடிவாத சுபாவம் கொண்டவனல்லன் கிருஷ்ணன். "சரி, போய் வா" என்று அனுப்பி வைத்தான். இளம் பருவத்தினனாகிய நாலாவது மகன் பிருத்யும்னனையும் சில மெய்க் காவல் படை வீரர்களையும் அழைத்துக்கொண்டு சென்றாள். ருக்மி தடுத்தானாம். தடுக்கக் கூடிய ஆள்தான் அவன். திருமணமாகி இருபத்தாறு இருபத்தேழு வருஷங்களுக்குப் பிறகு தானாகவே வந்த சகோதரியிடம் முகம் கொடுத்துப் பேசவில்லையாம். ஆனால் அவனது மனைவி வந்து திட்டி அறிவுறுத்திய பிறகு எதிரில் வந்து நின்றானாம். காலில் விழுந்த சகோதரியின் விரல்களோடு அவளது கண்ணீரும் அவன் பாதங்களைத் தீண்டியது. அண்ணனின் கண்ணீர்த் துளிகள் தங்கையின் தலை மேல் விழுந்தன. ருக்மணியின் சுபாவமே அப்படிப் பட்டதுதான். வெறும் அழகி மட்டுமல்ல அவள். பொறுமை

சாலி. அமைதி நிரம்பியவள். அன்பானவள். ஒரு முறை ருக்மியைக் கொல்லக் கிருஷ்ணன் முனைந்தபோது தன் சகோதரப் பாசத்தால் அதைத் தடுத்து நிறுத்தினாள். "கிருஷ்ணனுக்கு ரதம் ஓட்டியபோது எனக்குப் பதினாறு வயது. நானே என் கண்களால் எல்லாவற்றையும் பார்த்திருக்கிறேன். கர்வம் கண்ணீராகக் கரைய ஆரம்பித்த பறகு, பிரிவு விலகி ஒன்றாகச் சேர்தல் என்பது இயற்கைதானே. ருக்மிணி போன்ற அன்பான சகோதரியின் விஷயத்தில் இது இன்னும் எளிமை யாகவே இருக்கும். மூன்று மாத காலம் அவன் தங்கையைத் திருப்பி அனுப்பவில்லை. அனுப்பி வைக்கிற தருணம் வந்தபோது அவனே முதன் முறையாக துவாரகைக்கு வந்திருந்தான். "அண்ணா, உன் மகள் சுபாங்கியை என் மகன் பிருத்யும்னனுக்குத் திருமணம் செய்து கொடு. உன் கோபம் முற்றும் விலகியதற்கு இது அடையாளமாக இருக்க வேண்டும். ஆனால் உன் மகளைப்போல என் நான்காவது மகனாகிய இவன் அழகானவன் அல்ல. சிவப்பு வண்ணத்துக்குப் பெயர் போனவர்கள், விதர்ப்ப தேசத்தவர்கள். பிருத்யும்னன் நிறத்தில் தனது அப்பாவைக் கொண்டிருப்பவன்" என்று கிருஷ்ணனின் முன்னிலையி லேயே சொல்லிச் சிரித்தாள்.

"ருக்மிணி, நீ கேட்பது என்னமோ சரி, ஆனால் பிருத்யும்னனும் சுபாங்கியும் ஏற்கனவே ஒருவரை ஒருவர் நேசித்துக்கொண்டிருக் கிறார்கள் என்று எண்ணுகிறேன்" என்று கிருஷ்ணன் சொன்னான். உடனே ருக்மிணி, 'அம்மாவோடு கிளம்பின பையனிடம், அங்கே போய் சும்மா இருக்காதே. உன் மாமன் மகளைச் சிறையெடுத்துக்கொண்டு வந்துவிடு என்று நீங்கள் ஒன்றும் சொல்லி அனுப்பவில்லைதானே' என்று கேட்டு முறுவலித்தாள்." இப்படிப் பழைய நிகழ்ச்சிகளில் யுயுதானனின் மனம் மூழ்கி இருந்தபோது பலராமன் மீண்டும் பழைய விஷயத்தைக் குறித்துப் பேசினான். "மனிதனுக்கு மனைவி என்பவள் முக்கியமா, கூடப்பிறந்த சகோதரன் முக்கியமா? ஆரிய தருமத்தை மறந்து போன அவன் அரசியலில் கூட பெண்களின் விஷயத்தைப் புகுத்துகிறான்" என்று சொன்னவன் சட்டென்று, "ஐயோ, கொஞ்சம் நாக்கு பட்டுவிட்டால் கூட என்னமாய் வலிக்கிறது" என்றபடி விரல்களால் இடதுபக்கக் கன்னத்தைத் தாங்கித் தடவிக் கொடுத்தான். இதற்கு யுயுதானன் எந்தப் பதிலும் சொல்லவில்லை. தான் நேரில் கண்ட காட்சியே மனசில் விரிந்தது. "சொந்த ஊருக்குத் திரும்பமாட்டேன் என்கிற பிடிவாதத்தால் தானே புதுசாகக் கட்டிய போஜகடகத்து அரண்மனையில் மிகவும் ஆடம்பரமாகத் திருமணம் நடந்தேறியதற்கு மறுநாள் அரண்மனையிலேயே சூதாட்டம் ஆரம்ப மானது. ருக்மியும் பலராமனும் எதிரும் புதிருமாக உட்கார்ந்து பகடையை உருட்டிக் கொண்டிருந்தார்கள். திருமணத்துக்காக வந்திருந்த பல நாட்டு அரசர்களும் சுற்றி நின்று பார்த்துக்கொண்டிருந்தார்கள்.

அஸ்மகதேசத்தைச் சேர்ந்த வேணு, அட்சயன், சுருத்தர்வன், சாணூரன், அம்ஷுமான ஆகியோரும், கலிங்கத்தேசத்து ஜயத்சேனனும் பார்த்துக் கொண்டிருந்தார்கள். பலராமனுக்குச் சரியாக ஆடவராது. சூதாட்டத்தில் நன்றாக ஆடக்கூடப் புத்திக் கூர்மை வேண்டும். திறமை வேண்டும். பயிற்சி வேண்டும். கடல் வியாபாரத்தில் செல்வந்தனாகி விட்டோம் என்கிற அகங்காரம் மட்டுமே ஒருவனிடம் இருக்குமென்றால் அது வீண்தான். அத்தகையவர்கள் தண்ணீராகப் பணத்தைத் தோற்றுக் கொண்டிருக்க வேண்டியதுதான். திருமணத்திற்காக ஊரில் இருந்து அழைத்துக் கொண்டு வந்த யானைகளையும் குதிரை களையும் ரதங்களையும் அணிந்திருந்த தங்க ஆபரணங்களையும் விலையுயர்ந்த ஆடை அணிகள் களையும் ஒவ்வொன்றாகப் பணயமாக வைத்துச் சூதாடிய பிறகு சண்டை போடுதல் என்பது சரிதானா? (ஆட்டத்திற்கு வந்த பிறகு ஒழுங்காக ஆடு. தோற்றுப் போனதற்காக ஏன் சண்டைக்கு வருகிறாய்? வேண்டுமென்றால் கடன் வாங்கிக் கொள். என்னிடமிருந்தோ அல்லது இங்கே வந்திருக்கிற மற்ற அரசர்களிடமிருந்தோ வாங்கிக்கொள்' என்றான் ருக்மி. ருக்மியும் இப்படிப் பேசி இருக்கக் கூடாது. அதுவும் புதுசாக உறவு கொண்டாடுபவனுடன் இப்படிப் பேசலாமா? அவன் பேசியதைக் கேட்டுச் சுற்றி இருந்தவர்கள் எல்லாரும் கொல்லென்று சிரித்து விட்டார்கள். கைதட்டியபடி திருமணத்துக்காக ஏற்பாடு செய்த மதுவை அருந்தினார்கள். திருமணம் போன்ற விசேஷங்களுக்காக தொலை தூரத்திலிருந்து பலரும் வருவதே இப்படிச் சூதாடவும் மதுஅருந்தவும்தான். பலராமனும் நல்ல போதையில் இருந்தான். "ஏய் ருக்மி, யாரிடம் பேசுகிறோம் என்று தெரிந்துதான் பேசுகிறாயா? நான் கடலரசன்" என்று கூவினான். போதை ஏறினாலும் சரி, கோபம் கூடினாலும் சரி, கன்னாபின்னாவென்று பேசத் தொடங்கிவிடுவான், பலராமன். அவனளவுக்கு ருக்மி குடித்திருக்கவில்லை. அவனாவது நிலைமையைப் புரிந்துகொண்டு அமைதியாக இருந்திருக்கலாம். குடித்திருப்பவனைக் காட்டிலும் சூதாட்டத்தில் உட்கார்ந்திருப்பவன் சீக்கிரம் சுயபுத்தியையும் நிதானத்தையும் இழந்து விடுகிறான் என்று கிருஷ்ணன் சொல்வது உண்மையான வார்த்தை. அந்தச் சூதின் குணமே அப்படி. "ஆடத் தெரியாதவனே..., ஒரு க்ஷத்திரியனாகப் பிறந்துவிட்டு சரியாகப் பகடை உருட்டத் தெரியவில்லை உனக்கு. துவாரகையின் யாதவர்கள் எவருமே ஆரியர்களே இல்லை" என்று ருக்மி சொன்னதுமே அவன் கண்கள் சிவப்பேறி விட்டன. உட்கார்ந்த இடத்திலிருந்தே சட்டென்று அவன்மேல் தாவி அவன் கழுத்தைப் பிடித்தான் பலராமன். என்ன நடக்கிறது என்று மற்றவர்களுக்குப் புரியும் முன்பேயே கண் இமைக்கிற நேரத்தில் அவன் கழுத்தைப் பிடித்துத் திருகிக் கொன்றுவிட்டான். வேணு, அட்சயன், சுருதர்வன், சானூரு, அம்சுமான், ஜயத்ஸேனன் எல்லாருமே திருமண மண்டபத்தில்

விழுந்துவிட்ட பிணத்தைக் கண்டு நடுங்கி விட்டார்கள். மணமகளின் தந்தையை மணமகனின் பெரியப்பாவே கொன்றுவிட்டான் என்று அரண்மனைச் சேவகர்களெல்லாரும் பேசிக்கொண்டே ஓடினார்கள். ருக்மணி அவனது பிணத்தின் மேல் விழுந்து அழுதாள். அவனது மனைவியும் பிள்ளைகளும் பேரப்பிள்ளைகளும் கூட அவன் மேல் விழுந்து அழுதார்கள். ருக்மணியின் தாய் வீட்டுப் பெண்களுடன் பழைய உறவு மீண்டும் புதுப்பிக்கப்பட்டதை முன்னிட்டு சிரித்துப் பேசிக்கொண்டிருந்த கிருஷ்ணன் அந்த இடத்துக்கு ஓடி வந்தான். பிணத்தைத் தனது மடியில் கிடத்தி இருந்தாள் ருக்மணி. ஆனால் அங்கிருந்தவர்களில் பலராமன் செய்தது குற்றம் என்று சொல்கிற தைரியம் யாருக்கு இருந்தது? ருக்மணியால் கூட அப்படி உரக்கப் பேச முடியும் என்று யார் எதிர்பார்த்தது? அழுது கொண்டிருந்தவள் சட்டென அழுகையை நிறுத்தி பலராமனின் எதிரில் சென்று "கணவனுக்கு அண்ணன் என்பதாலும் வயதில் பெரியவன் என்பதாலும்தான் உன்னை இத்தனை நாளும் வணங்கி வந்தேன். நீ இப்படிப்பட்ட ஒரு சண்டாளன் என்று எனக்கு முதலிலேயே தெரிந்திருந்தால் அப்படிச் செய்திருக்க மாட்டேன். இத்தனை வருஷங்களும் உங்களிடமிருந்து விலகி இருந்த என் அண்ணன் சுகமாக இருந்தான். நானாகவே இங்கு வந்து அவனிடம் பெண் கேட்டு மறுபடியும் உறவை உருவாக்கியதற்கு அடுத்த நாளே இப்படிப்பட்ட ஓர் ஈனத்தனமான வேலையைச் செய்து விட்டாய்' என்றவள் பிணத்துக்கு அருகில் நின்றிருந்த கிருஷ்ணனின் பக்கம் திரும்பி 'இவனுக்கு என்ன விதமான தண்டனை கொடுக்கலாம் என்பதை நீயே நிச்சயித்து விடு' என்றாள்.

கிருஷ்ணனால் என்ன சொல்ல முடியும்? அண்ணன் செய்த வெட்கம் கெட்ட செயலுக்காக வருத்தப்பட்டுத் தலை தாழ்ந்து நின்றிருந்தான். எல்லாரும் அவனையே பார்த்துக்கொண்டிருந்தார்கள். தன் மகன்தான் அந்த வீட்டுப் பெண்ணை மணந்து கொண்டிருந்தான். தன்னோடு பிறந்தவனே இத்தகைய ஒரு காரியத்தைச் செய்துவிட்டானே!

சட்டென்று பலராமன் தனது செயலை நியாயப்படுத்தத் தொடங்கினான். "உன் பக்கத்தில் இப்போது நிற்கிற இவளோடு உனக்கு எப்படித் திருமணம் நடந்தது என்பதை ஞாபகப்படுத்திக்கொள். விதர்ப தேசத்தைச் சேர்ந்த பீஷ்மகனின் மகளைத் தன்னுடைய வளர்ப்பு மகனாகிய சிசுபாலனுக்குக் கொடுத்தால் இந்தத் தெற்குப் பிரதேசம்வரைக்கும் தனது செல்வாக்கு படரும் என்று ஜராசந்தன் திட்டமிட்டிருந்தான். எப்படியாவது தனது செல்வாக்கை வளர்த்து வளர்த்து துவாரகை இருக்கிற அனர்த்த தேசத்தைச் சுற்றிலும் வளைத்துக் கொள்ள வேண்டும் என்பதுதான் அவனது திட்டம். எப்படியாவது இந்தப் பெண்ணைச் சிறையெடுத்து வந்துவிட்டால் ஜராசந்தனின் கொட்டத்தை அடக்கிய மாதிரியும் இருக்கும், எதிர்காலத்தில் பெண்ணின் தந்தை நமக்கு ஆதரவாக

இருப்பார் என்றுதானே நாம் திட்டமிட்டிருந்தோம். நீ இவளைச் சிறையெடுத்துக்கொண்டு கிளம்பியபோது பீஷ்மகன் உன்னைத் துரத்தி வரவில்லை. ருக்மிதான் துரத்தி வந்தான். உன்னைக் கொன்றே தீர வேண்டும் என்கிற வெறியோடு வந்தான். ஜராசந்தனின் சீடன் அல்லவா அவன். திருமணமாகி இத்தனை வருஷங்களுக்கப்புறமும் பகை புகைந்து கொண்டுதான் இருந்தது. இப்போது தன் கூட்டத்தில் சரியான மாப்பிள்ளை யாரும் கிடைக்கவில்லை என்பதால் உன் பையனுக்குப் பெண் கொடுக்க ஒத்துக் கொண்டான். அது போகட்டும். என்னையும் யாதவர்களையும் இவன் என்னவென்று சொன்னான் தெரியுமா? நாமெல்லாம் ஆரியர்களே இல்லையாம். ஜராசந்தனைப் பீமன் கொன்றான். சிசுபாலனை நீ கொன்றாய். இந்த ருக்மியை என் கையால் கொல்கிற பாக்கியம் எனக்குக் கிடைத்தது. அரசியல் விவகாரத்தில் தலையிடவேண்டாம் என்று உன் மனைவிக்குப் புத்திமதி சொல்லி வை. நீயே சொல்கிறாயா அல்லது நானே சொல்லித் தரட்டுமா?

"அயோக்கியனே, மரியாதையாய்ப் பேசு' என்று ருக்மிணி வெடித்துச் சீறினாள்.

'சும்மா குரைக்காதே நாயே. வாயை மூடிக் கொண்டிரு' என்று பலராமன் அவளைப் பார்த்து இரைந்தான். கிருஷ்ணனால் என்ன செய்ய முடியும். அண்ணன் செய்தது சரி என்று மனைவியை அடக்குவதா, அல்லது கோபத்தில் செய்துவிட்ட செயலுக்காக இங்கே சம்பந்தி வீட்டில் வைத்து அண்ணனோடு சண்டை போடுவதா? என்ன பேசுவது என்று புரியாமல் குனிந்த தலையை நிமிர்த்தாமல் கல்லைப் போல நின்றிருந்தான். ருக்மி கொலையுண்டதற்குத் தானே காரணம் என்பது போல அவன் குற்ற உணர்ச்சியோடு நின்றிருந்தான். இது நடந்து ஒரு வருஷம் இருக்கும். இன்னும் கொஞ்சம் கூடுதலாகக் கூட இருக்கலாம். அப்போது கோடைக்காலம் இன்னும் ஆரம்பமாகி இருக்கவில்லை. இனிமையான பகலும் குளிர்மிக்க இரவும் நிறைந்த காலம். அன்றிலிருந்து, சிவந்த நிறமுடைய ருக்மணி வருத்தத்தில் வெளுக்கத் தொடங்கி விட்டாள். அவளைச் சமாதானம் செய்யும் பொருட்டு அவளோடேயே அதிக நேரம் செலவழித்தான் கிருஷ்ணன்."

"ஒன்று இந்த பல் விழ வேண்டும். இல்லாவிட்டால் வலியாவது நிற்கவேண்டும்" என்று நாக்கு பல்லின் மேல் இடித்து விடாதபடி தெற்றித் தெற்றிப் பேசினான். மேகங்கள் கலைந்து மீண்டும் நீல நிறமானது வானம். நிலா வெளிச்சமும் நட்சத்திரங்களின் மினுமினுப்பும் இருந்தது. அலைகளும் மின்னிக்கொண்டிருந்தன.

"பலராமா. உனக்கும் சுற்றி வளைத்துப் பேசுகிற பழக்கம் இருந்ததில்லை. எனக்கும் சுற்றி வளைத்துப் பேசுகிற பழக்கம் இல்லை.

நீ கூற வருகிற விஷயத்துக்குச் சம்பந்தமில்லையென்றாலும் உன்னிடம் ஒரு கேள்வியைக் கேட்க விரும்புகிறேன் நான். சரியாக ஆடத் தெரியாத நீ ருக்மியோடு ஏன் ஆடப் போனாய்? உன்னைச் சூதாட வரச் சொல்லி அவனாக வந்து அழைக்கவில்லை. தோற்றுப்போன ஆத்திரத்தில் அவனைக் கொன்றுவிட்டாய். நீ செய்ததுதான் சரி என்று எடுத்துக் கொள்ளும் பட்சத்தில், இதேபோன்ற ஒரு சூதாட்டத்தில் தனக்குச் சொந்தமான எல்லாவற்றையும் ஆடத் தெரியாமல் சூதாட்டத்தில் தோற்ற பாண்டவர்கள் துரியோதனனைக் கொன்றிருக்கவேண்டு மில்லையா? கொல்லாமல் விட்டது அவர்கள் தப்பு இல்லையா?"

பலராமன் குழம்பினான். வலியைக் கூட மறந்து விடக்கூடிய அளவுக்குக் குழப்பம் பிறந்தது.

"என்ன சொல்கிறாய் நீ?" என்று அவனைக் கேட்டான்.

"சூதாட்டத்தில் விதித்துக்கொண்ட நிபந்தனையின்படி தமது ராஜ்ஜியத்தைக் கொடுக்குமாறு கேட்பதை மறுத்து போர் ஏற்பாட்டுக்கு உதவி கேட்டு வந்திருக்கிற இந்த துரியோதனனின் முகத்தில் காறித்துப்பி புத்தி சொல்லி இருக்க வேண்டாமா நீ?" என்றான் யுயுதானன். பலராமனுக்குக் கால் சுளுக்கி விழுந்தது போலானது. பல்வலியை மீண்டும் உணர்ந்தான். யுயுதானனே தொடர்ந்து "துரியோதனன் உனக்கு நண்பன் என்பது எனக்குத் தெரியும். உன்னிடம் சிஷ்யனாகச் சேர்ந்து கதாயுத்தம் கற்றுக் கொண்டவன் என்பதும் எனக்குத் தெரியும். அவன் மீது உனக்கு அன்புண்டு என்றும் தெரியும். அது மட்டும் அல்லாமல் கிருஷ்ணன் எதைச் செய்தாலும் அதற்கு எதிராகச் செய்யவேண்டும் என்றும் நினைக்கிறாய். உன் மனசாட்சியை நீயே கேட்டுப்பார். ருக்மியை நீ கொன்றது நியாயம் என்றால், பாண்டவர்கள் பக்கம் இரு. இல்லாவிட்டால் ருக்மணியின் மாளிகைக்குச் சென்று மன்னிப்பு கேட்டுக்கொள்." என்றான்.

மிகவும் புத்திசாலித்தனத்தோடு விவாதித்து பிரச்சினையின் இரண்டு முகங்களைத் தனித்தனியாக்கிக் காட்டியது போல இருந்தது. பலராமனின் மன அமைதியை ருக்மியின் விஷயம் முள்ளாகிக் குலைத்தது. "துரியோதனன் மீது எனக்கு அன்பு உண்டு என்று சொன்னாயல்லவா, அதே போல் கிருஷ்ணன் மீது உனக்கும் அன்புண்டு, இல்லையா? உன் வாழ்க்கையிலேயே என்றாவது கிருஷ்ணன் செய்தது தப்பு என்று சொல்லி இருக்கிறாயா? தன் எஜமானன் சொன்னபடியெல்லாம் குருட்டுத்தனமாக வாலாட்டுகிற நாயைப்போல நடந்திருக்கிறாய். நான் சொல்கிற நியாயத்தை உன்னால் எப்படிப் புரிந்துகொள்ள முடியும்? உன் மனசாட்சியை நீயே கேட்டுப் பார்?" என்று படபட வென்று பேசிய பிறகு இரண்டு கன்னங்களையும் வலி பொறுக்க இயலாமல் கைகளால் ஏந்திக் கொண்டான். யுயுதானனின் வாயைக்

கட்டியது போல ஆனது. அவனது பதிலுக்காகக் காத்திருக்கும் நிலையில் பலராமன் இல்லை. அந்த அளவுக்கு வலி. கன்னங்களை நீவி நீவிக் கொடுத்துக் கொண்டிருந்தான். சட்டென எதையோ நினைத்துக்கொண்டது போல எழுந்து நின்றான். “இந்த வலியை எல்லாம் போக்கிக்கொண்டு நாளை இதே நேரத்துக்கு வருகிறேன். பேசலாம். பலராமா, நீ செய்தது அநியாயம் என்று இதுவரை யாரும் என்னிடம் சொன்னதில்லை” என்று சொன்னவன் சம்பிரதாயத்துக்குக் கூட யுயுதானனிடம் வருகிறாயா, அல்லது இங்கேயே இருக்கிறாயா?” என்று ஒரு வார்த்தையும் கேட்காமல் கடற்கரை மணல் மேல் காலை அழுத்தி நடந்து தனது வீட்டுப் பக்கம் சென்றான். முட்புதர்களின் இடையிலிருந்து குருவிகளின் இரைச்சல் கேட்டது. இந்த நேரத்தில் புதர்களின் அருகில் பலராமன் நடந்ததால் இருக்கும் என்று எண்ணிக் கொண்டான் யுயுதானன்.

அங்கேயே உட்கார்ந்தான் யுயுதானன். அலைகளின் சத்தத்துக்குப் பழகிவிட்ட காதுகள், அலைகள் அமைதியாகிவிட்டதைப் போல இப்போது உணர்ந்தான். நிலா வெளிச்சம் எல்லாவற்றையும் மங்கலாகக் காட்டியது. பலராமனின் வார்த்தைகள் யுயுதானனுக்குக் கோபமூட்டின. “கிருஷ்ணன் எனக்கு எஜமானனமா? எஜமானன் சொன்னபடியெல்லாம் குருட்டுத்தனமாக வாலாட்டுகிற நாயா நான்?” என்று தன்னையே கேட்டுக்கொண்டான். கிருஷ்ணனுக்கும் தனக்கும் இடையில் இருக்கிற உறவை இந்தக் பலராமன் புரிந்து கொண்டிருக்கிற விதம் தவறானது என்பதைக் காட்டிலும் வேண்டு மென்றே அவன் இப்படிப் பேசி இருக்கிறான் என்று நினைத்து மனம் அமைதியடைந்தது. ஆனாலும் மனத்தின் ஒரு மூலையில் கிருஷ்ணனுக்கும் தனக்குமிடையேயான உறவை மறுபரிசீலனை செய்யும் பார்வை எழுந்தது. இது வரைக்கும் அந்த உறவுபற்றி அவன் என்றும் யோசித்த தில்லை. அவனைவிட ஐந்து வருஷங்கள் மூத்தவன்கிருஷ்ணன். யாதவர்களின் தற்போதைய நிலைக்கு அவனே பொறுப்பாளி. அனைத்து யாதவர்களை விடவும் அவனுடைய விவேகம் பெரிது. அவனது முன் ஆலோசனைகளும் முடிவுகளும் ஆரியவர்த்தம் முழுவதற்குமே நல்லது செய்ய எண்ணுபவை. அவனுக்கும் கிருஷ்ணனுக்கும் நடுவே என்றும் எஜமானன், வேலைக்காரன் என்கிற உணர்வு வந்ததில்லை. ஆனாலும் கிருஷ்ணனின் விவேகத்தை மனசார மெச்சி அவனது வார்த்தைகளின்படியே நடந்துள்ள திருப்தி யுயுதானனுக்கு இருந்தது. அதில் என்ன தப்பு இருக்கிறது என்கிற எண்ணமும் எழுந்தது. பலராமனின் மீது உண்டான கோபத்தால் அனைத்தையும் யோசிக்க வேண்டி வந்தது. வீட்டுக்குச் செல்லலாம் என்று எழுந்து நடக்கத் தொடங்கினான் யுயுதானன். அலைகளின் இரைச்சலைக் கேட்டுத் திரும்பிப் பார்த்தான். நிலவு வெளிச்சத்தில்

அலைகள் வெள்ளித் தகடுகள் போல மின்னிக் கொண்டிருந்தன. ஒரு கணம் அவற்றை நின்று பார்க்க வேண்டும் என்று தோன்றியது. அப்படியே நின்றான். அப்புறம் அலைகள் கரையைத் தொட்டுத் தொட்டு மீளும் இடத்துக்குச் சென்றான். மார்பிலும் தோளிலும் ஈரக் காற்று படிய அலைகளைப் பார்த்தபடியே கரையில் உட்கார்ந்தான். ஒன்று, இரண்டு, மூன்று, நான்கு என்று அலைகளின் பின்னே மனம் ஓடியது. மனம் பழைய நினைவுகளில் மூழ்கியது. "கிருஷ்ணனை முதன்முதலில் பார்த்தபோது எனக்கு என்ன வயது இருக்கும்? பன்னிரண்டோ, அல்லது பதின்மூன்றோ, அப்பொழுது மதுரா நகரில் கம்சன் ஆண்டுகொண்டிருந்தான். பெரிய கொடுங்கோலன் அவன். பெற்ற தந்தையையே சிறைச்சாலையில் அடைத்தவன். தனக்குத்தானே பட்டம் சூட்டிக் கொண்டான். சிறைச்சாலையில் இல்லாத யாதவர்கள் யாரும் இல்லை. அவனது ஆட்சியில் யாரும் சந்தோஷமாக இல்லை. தெருவிலேயே ஆடும்போது ஏதோ பேச்சு வாக்கில் அரண்மனை, அரசன் போன்ற வார்த்தைகள் தெரியாமல் வாயில் வந்து விட்டால், உடனே அப்பா சைகையாலேயே என்னை அழைத்துச் சென்று அந்த வார்த்தைகளையெல்லாம் பேசக்கூடாது என்று பயமுறுத்தி வைத்தார். தெருவில் போகிறவர்களில் இவனை நம்பலாம், இவனை நம்பக் கூடாது என்று யாருக்குத் தெரியும்? எங்கெங்கும் ஒற்றர்கள். தெருவிலே ஆடுகிற சிறுவர்கள் ஏதோ தெரியாத்தனமாக அரண்மனை, அரசன் என்கிற வார்த்தைகளைப் பேசிவிட்டால், அவர்களைப் பிடித்துச் சென்று 'இந்த வார்த்தையை நீ எப்படிப் பேசினாய்? உன் வீட்டில் அரண்மனை பற்றி என்ன பேசிக் கொள்கிறார்கள்? ஆட்சியைப் பற்றியும் அரசியல் பற்றியும் என்ன சொல்கிறார்கள், சொல்?' என்று கேட்டு சித்திரவதை செய்து சிறையிலடைத்தார்கள். மதுரா நகரத்தவர்கள் அனைவருமே சிறையில் இருந்தார்கள். அரசன் என்றால் பயம். கம்சனின் பிறந்த நாள் அன்று மக்களனைவரும் குடங்கள் நிறைய பால் சுமந்து, தூய ஆடை அணிந்து சிரித்த முகத்துடன் அரசனைப் பற்றி வாழ்க கோஷங்கள் எழுப்பியபடி அரண்மனைக்குச் செல்ல வேண்டும். கூட்டத்தைக் கண்காணிக்கக் கணக்கற்ற அளவில் ஒற்றர்கள் அலைந்துகொண்டிருந்தார்கள். கொண்டு வராதவர்களை அவர்கள் கண்டுபிடித்து விடுவார்கள். எல்லாப் பாலையும் வெண்ணெயையும் அவர்களே எடுத்துக்கொள்வார்கள். பசுக்களே வளர்க்காமல் பால் அருந்துகிற வீடு ஒற்றர்களின் வீடு என்றும் நிலத்திலே வியர்வை சிந்தி விவசாயம் செய்யாமல் பயனை மட்டும் அனுபவித்து உடம்பு வளர்க்கிறவர்கள் ஒற்றர்கள் என்றும் யாரைக் கேட்டாலும் சொல்லி விடுவார்கள். இங்கே இத்தனைபேர் ஆண்கள் இருந்தும் கூட ஏன் யாரும் கம்சனைக் கொல்ல முன்வரவில்லை? அவர்களை மரண பயம் தடுத்தது. நெருக்கமானவர்கள் கூடிப் பேசினால்தானே மனசில்

உறுதி பிறக்க வழியுண்டு. யாரைத்தான் நெருக்கமானவர்கள் என்று நம்புவது? ஒருவரை மற்றவர் நம்பமுடியாத நிலையைக் கம்சன் உருவாக்கி விட்டான். யாதவ முக்கியஸ்தர்கள் மீதும் யாதவ ஆட்சியாளர்கள் மீதும் சிறிதும் நம்பிக்கையின்றி தொலைவிலிருந்து ஜராசந்தனின் அரசியல் ஆலோசகர்களையும் காவல் படையினரையும் ஒற்றர்களையும் அழைத்து வைத்துக்கொண்டான். அயல் தேசத்து ஆட்சியாளர்கள் ஒற்றர்கள் என்றாலேயே ஏதோ காணாத பூதத்தைக் கண்டதுபோல அஞ்சி நடுங்கினார்கள் மக்கள். கிழக்குப் பகுதி முழுவதையும் அச்சத்தில் அமிழ்த்தி ஆண்டு கொண்டிருந்தான் ஜராசந்தன். கம்சனுக்குத் தன் இரண்டு மகள்களையும் கொடுத்து மருமகனாக்கிக் கொண்டிருந்தான் ஜராசந்தன். வேண்டுமென்று சொன்னால்போதும், அங்கிருந்து படை வந்துவிடும். சின்னஞ்சிறு பிரதேசமாகி மதுரா நகரின் குடிமக்கள் அப்படையின் முன் ஒரு பொருட்டே இல்லை. மிதித்து நசுக்கி விடும். மாபெரும்படை அது. இவ்வளவு பெரிது என்று கணக்கிட்டுச் சொல்ல இயலாது. கண்ணுக்குத் தெரியாத பூதம் ஆகாயத்துக்கும் பூமிக்கும் வளர்ந்து நிற்கிற பூதம்போல வளர்ந்து நிற்கும் பெரிய படை அது.

"இச்சூழலைப் பயன்படுத்திக்கொண்டு மக்களைச் சுரண்டியவர்கள் ஆருடக்காரர்கள்தான். கம்ச அரசே, உங்களைக் கொல்லும் முயற்சிகள் நடக்கின்றன. முதியவர்களால் அல்லது இளைஞர்களால் எப்போதும் தொல்லை உண்டு. எச்சரிக்கை" என்று கம்சனிடம் சொல்லி காணிக்கை பெற்றார்கள். காவல் படையினர் கைக்கு அகப்பட்ட இளைஞர்களை யெல்லாம் பிடித்துத் துன்புறுத்தினர். எதிர்காலத்தில் இவன்தான் அரசனைக் கொல்லப்போகிற இளைஞன் என்பது எப்படித் தெரியும்? ஆனாலும் அவர்கள் துன்புறுத்தப்பட்டார்கள். மூன்று நாட்கள் இருட்டறைவாசம். சாட்டையடிகள். பதினோரு வயது நிரம்பிய என்னைக் கூடப் பிடித்துச் சென்று மூன்று நாட்கள் சிறையில் அடைத்து வைத்தார்கள். பிறகு அரசனையோ அல்லது அரச அதிகாரிகளையோ கொல்லும் முயற்சியில் ஈடுபடக் கூடாது என்று சொல்லி என்னை விடுவித்தார்கள். இதுவரை அப்படி எண்ணாத எனக்கும் கூட அவர்கள் அனைவரையும் எப்படியாவது கொல்ல வேண்டும் என்று ஆசை எழுந்தது."

நினைவுகளில் இருந்து விடுபட்டான் யுயுதானன். தொலைவில் பெரிய அலை ஒன்று பொங்கியெழுவது தெரிந்தது. கடலில் தெரிந்த நிலவு வெளிச்சத்தையெல்லாம் உறிஞ்சிக்கொண்டு முன்னால் எழும்பியது. இந்த இரவில் இங்கே உட்கார்ந்தால் இந்த அருமையான காட்சியைக் காணும் வாய்ப்பு கிடைத்தது என்ற எண்ணத்தில் அக்காட்சியில் மனம் பறிகொடுத்தான். உடல் சிலிர்த்தது. இதற்கு முன் எப்போதும் இப்படிப்பட்ட ஒரு அனுபவத்துக்கு உள்ளானதில்லை. இப்படி

எண்ணும்போதே இளம் பருவத்தில் இப்படி ஒரு அனுபவத்துக்கு உள்ளானது ஞாபகத்துக்கு வந்தது. "அது எனக்கு மட்டுமே ஆன அனுபவமில்லை. முழு மதுரா நகருக்கே ஆன அனுபவம். கற்பனைக்கும் எட்டாத அளவு அரண்மனைக்கு முன்பு கூடிய மக்களுக்கு நடுவே இந்த விஷயம் நடந்தது. கம்சனின் மீது பாய்ந்து தாக்கிய கிருஷ்ணன் அவனைக் கொன்றான். பரவசத்தால் என் உடல் நடுங்கியது. சந்தோஷத்தில் ஏறத்தாழ மயங்கி விடும் நிலையில் இருந்தேன். பதினெட்டு வயது நிரம்பிய கிருஷ்ணன். கம்சனால் நடத்தப்பட்ட படை ஊர்வலத்தைக் காண விரஜதேசத்தில் இருந்து மதுராவுக்குப் பலராமனோடு வந்திருந்தான் கிருஷ்ணன். தானும் இந்திரனுக்குச் சமமே, இந்திரனின் மறு உருவமே தான்தான் என்று மக்கள் மனத்தில் ஒரு பிம்பத்தைத் தோற்றுவிப்பதற்காக இந்திரனின் பெயரில் அவ்வூர்வலத்தை ஆண்டுதோறும் நடத்தினான் கம்சன். கம்சனே பயன்படுத்தும் பெரியவில்லைப் பொதுமக்களின் முன் காட்டி, 'இந்த வில்லைத் தூக்கி வளைத்து நாணேற்ற வல்லவர்கள் இந்தக் கூட்டத்தில் யாரேனும் இருக்கிறார்களா?' என்று அதிகாரிகள் அறை கூவல் விடுத்தார்கள். அரசனின் ஆயுதத்தைத் தொட்டுத் தூக்கும் துணிச்சல் மதுரா நகரில் யாருக்கு இருந்தது? அப்படி யாரேனும் இருந்தால், அவன் சிறைச்சாலையில் அடைபடுவது நிச்சயம் என்று யாருக்குத்தான் தெரியாது? இந்த வில்லைத் தூக்கப் போகிறவர்கள் யார் என்று ஒருவர் முகத்தை ஒருவர் பார்த்துக் கொண்டிருந்தார்கள் மக்கள். அரசனின் பாராட்டைப் பெறவேண்டும் என்று சிலர் முன்வந்தார்கள். ஆனாலும் எங்கும் சுவர்போல நிற்கிற ஒற்றர்கள் எல்லாவற்றையும் கண்காணித்துக் கொண்டிருந்தார்கள். ஒரு சர்வாதிகாரியின் சக்தி ஏதாவது ஒரு எல்லைக்கு உட்பட்டதாகும். ஆனால் ஒற்றர்களின் சக்தியை யாரால் கணக்கிட முடியும்? அதிலும் கம்சனின் வில் இந்திரன் கையிலிருந்த வில்லே என்ற கதை பரவி இருந்தது. முப்பது வயதான பலராமனும் பதினெட்டு வயதான கிருஷ்ணனும் விரஜ தேசத்தில் நந்தகோபாலனின் வீட்டில் வளர்ந்தவர்கள், உருண்டை உருண்டையாக வெண்ணெயும் கணக்கற்ற ரொட்டிகளும் உண்டு, மாடுகளோடு காடு மேடுகளில் அலைந்து, விவசாயக் காலத்தில் ஏர்பிடித்து உழுது உரமேறிய உடற்கட்டு இருவருக்கும் இருந்தது. 'இந்த வில் வேதத்தில் குறிப்பிட்டுள்ள இந்திரனின் வில்லே ஆகும். தெய்வாம்சம் பொருந்திய அரசன் கம்சனைத் தவிர்த்து இதைத் தொட்டுத் தூக்கவல்ல மனிதர்கள் இந்த உலகத்திலேயே யாரும் இல்லை' என்று மீண்டும் அறைகூவல் விடுத்தான் வீரன். பார்க்கக் குழுமியிருந்தவர்களெல்லாரும் மூச்சைப் பிடித்துத் தலை குனிந்து நின்றிருந்தார்கள். 'சாதாரண ஆட்கள் இதைத் தொட்டால் தொட்ட மறுகணமே எரிந்து சாம்பலாகிவிடுவார்கள்.' என்று பயமூட்டினான் வீரன். 'நான் தூக்கிப் பார்க்கட்டும்?' என்று கேட்டானாம்

கிருஷ்ணன். 'திருமணம் ஆகி இருந்தால் உன் மனைவியை விதவையாக்க வேண்டும் என்று நீ நினைத்தால் தூக்கிப் பார்' என்று வெறுப்பேற்றினானாம் வீரன். அதையும் மீறி அடியெடுத்து வைத்து முன்னேறிச் சென்ற கிருஷ்ணன் வில்லைத் தூக்கி நிறுத்தியதல்லாமல் வளைத்து நாண் பூட்டிவிட முனைந்தான். வளைந்தபோது வில் உடைந்தது. பொது மக்கள் ஆச்சரியத்தில் உறைந்தார்கள். 'இவன் தெய்வாம்சம் பொருந்தியவன்' என்று யாரோ கும்பலில் கூவ எல்லாரும் அதை உடனடியாக நம்பினார்கள். இதுவரை அருகில் நின்ற வீரனே இதை நம்பித் தலை வணங்கினான். சட்டென வேகவேகமாகச் சென்று கம்சனிடத்தில் விஷயத்தைச் சொன்னான். தன்னைத்தானே தெய்வாம்சம் பொருந்தியவன் என்று கதை கட்டிவிட்டவன் இப்போது கிருஷ்ணனைப் பற்றிய புதிய கதையை நம்ப வேண்டி இருந்தது. இதனால் தானே நேரில் சென்று அவனைப் பிடிக்கப் பயந்து மதம் கொண்ட யானைப் பாகனை அழைத்து அவனைக் கொல்லுமாறு சொன்னான். பாகனும் தனக்கிருந்த பயத்தில் தானே நேராகச் செல்லாமல் இருந்த இடத்திலிருந்தே கிருஷ்ணனைக் கொல்லுமாறு யானையை அவிழ்த்து விட்டான். எப்படிப்பட்ட சூழலிலும் கிருஷ்ணனின் புத்திக்கூர்மை மழுங்குவதில்லை. பாம்பு கடித்தால் கூட, கடித்த பாம்பை உடனே பிடித்து, அது விஷமுள்ள பாம்பா, விஷமற்ற பாம்பா என்று பொறுமையுடன் சோதித்துப் பார்க்கும் பொறுமை அவனுக்குண்டு. தன்னை நோக்கி வந்த யானையை அடக்கி, தானாகவே திசை தெரியாமல் அது ஓடுமாறு செய்து. இறுதியில் அதன் மத்தகத்தில் ஓங்கி உதைத்துக் கொன்றான். விரஜ தேசத்து இளைஞனொருவன் பட்டத்துயானையைக் கொன்ற செய்தி மக்களிடையே பரவி 'கிருஷ்ணன் தெய்வாம்சம் பொருந்தியவன்' என்கிற செய்தி மக்களின் மனங்களில் ஆழமாய்ப் பதியப் போகும் தருணத்தில் கம்சனின் ஆஸ்தான மல்யுத்தக்காரர்களான சாணூரன் மற்றும் முஷ்டிகன் இருவரும் கிருஷ்ணனைச் சவாலுக்கு அழைத்தார்கள்.

மல்யுத்தம் நிகழும் இடத்தைச் சுற்றிலும் மக்கள் திரண்டிருந் தார்கள். அரண்மனையின் முற்றத்தில் போடப்பட்டிருந்த இருக்கையில் அமர்ந்திருந்தான் கம்சன். கீழே பூமி சமப்படுத்தப்பட்டு மிருதுவான செம்மண் போடப்பட்டிருந்தது. சாணூரனும் முஷ்டிகனும் உலகத்தி லேயே பேர்பெற்ற மல்யுத்தக்காரர்கள். மல்யுத்தத்தின் விதிகளை என்றும் பொருட்படுத்தாதவர்கள். மல்யுத்தத்தில் ஒருவனைத் தோற்கடிக்கலாமே தவிர கொல்லக் கூடாது என்கிற விதியைச் சிறிதும் பொருட்படுத்தாத குரூர மனம் கொண்டவர்கள். அநியாயமாக இந்தச் சிறுவன் இவர்களிடம் அகப்பட்டுச் சாகப் போகிறானே என்று என் பக்கத்தில் உட்கார்ந்திருந்த அப்பா முணுமுணுத்தபோது நான் வேதனைப்பட்டேன். அந்தக் குணம் வரைக்கும் அவனை நான் அறிந்ததில்லை. அவனுடைய அறிமுகமும்

இல்லை, எதிர்காலத்தில் நண்பர்களாக ஆவோம் என்கிற கனவும் இல்லை. கோலி விளையாடுகிற பன்னிரண்டு வயதுச் சிறுவன் நான். அவன் யானையையே கொன்ற பதினெட்டு வயதுக்காரன். எனினும் என் கவனம் முழுக்க அவன் மீதே பதிந்திருந்தது. யுத்தத்தில் சாணூரன் கீழே விழும்போதெல்லாம் பக்கத்தில் ஒற்றர்கள் உலவுகின்றனர் என்பதையும் மறந்து மக்கள் ஓவென்று சிரித்தார்கள். கிருஷ்ணன் களைப்புற்றுத் தடுமாறியபோதெல்லாம் பெருமூச்சு விட்டார்கள். நாற்பது வயதை நெருங்கிய சாணூரனும் பதினெட்டு வயதுக்காரனாகிய கிருஷ்ணனும் ஒருபக்கத்தில் மோதிக் கொண்டிருக்க, முப்பது வயதை நெருங்கிய பலராமன், அவனைவிடச் சற்றே வயதில் மூத்தவனாகிய முஷ்டிகனுடன் மோதிக்கொண்டிருந்தான். மக்களின் முழுக்கவனமும் சாணூரனுக்கும் கிருஷ்ணனுக்குமிடையே நடந்த யுத்தத்தின் மேல் பதிந்திருந்தது. கிருஷ்ணன் சாணூரனுக்கு ஓட்டம்காட்டி ஆட்டம் காட்டிச் சோர்வுற வைத்தான். நாற்பது வயதில் சோர்வு கொள்ளாதவர்கள் யார்? பிறகு அவனை வசமாகப் பிடித்து இறுக்கிக் கீழே வீழ்த்தினான். அவன் நெஞ்சில் ஏறி மிதித்தான். மக்களனைவரும் ஆனந்தத்தில் கைதட்டி ஆர்ப்பரித்தனர். இந்தக் கைதட்டல் சத்தத்திலேயே மல்யுத்தக் கூடத்திலிருந்து தாவி கம்சன் உட்கார்ந்திருந்த இடத்தை அடைந்துவிட்டான். அவன் புருவங்கள் நடப்பது எதையும் நம்பமுடியாமல் உயர்ந்தன. மக்களனைவரையும் சதா காலமும் பீதியில் ஆழ்த்திய கம்சனின் நெஞ்சைப் பிடித்தான் கிருஷ்ணன். கம்சனால் சிறிதும் குரலை உயர்த்தவோ, எதிர்ப்புக் காட்டவோ முடியாமல போனது. அதிர்ச்சியில் குலைந்துபோனான். பிறகு கிருஷ்ணன் மக்கள் கூட்டத்தைப் பார்த்து, நான் கொல்லும் முன்பேயே கம்சன் இறந்துவிட்டான். அவனது கழுத்தை மட்டும் முறித்தேன் அவ்வளவுதான் நான் செய்தது' என்று சத்தமிட்டுச் சொன்னான். கம்சன் இறப்பதற்கு முன்னாலேயே அவனது மெய்க்காப்பாளர்கள் கற்களை எறிந்தார்கள். இதற்குள் பலராமனும் முஷ்டிகனைக் கொன்றுவிட்டான். ஆனால் பலர் அதைக் கவனிக்கவில்லை.

பன்னிரண்டு வயதாக இருக்கும்போது கிருஷ்ணனைப் பற்றி உருவான மரியாதை, பற்று, பயம், கௌரவம், அன்பு எல்லாமே காலப்போக்கில் வளர்ந்தன. அத்தனை காலமும் கம்சனின் மீது உருவாகி இருந்த பெரியவர்களின் பயம் மறைந்து போனது. எல்லா இளைஞர்களையும் திரட்டித் துணிச்சல்காரர்களாக மாற்றினான் கிருஷ்ணன். கிருஷ்ணனோடு நானும் இருந்திருந்தால் நல்ல தைரியசாலியாக ஆகி இருப்பேனோ என்னமோ?" யுயுதானனின் யோசனை கலைந்தது. முள் மரங்களிடையிலிருந்து குழல் ஊதுவதைப் போன்ற பறவைகளின் சத்தம் கேட்டது. கிருஷ்ணன் இவற்றிற்கு

வேணு என்று பெயரிட்டிருந்தான். 'எஜமானனுக்குக் கட்டுப்பட்ட நாய்' என்பது பொய் என மனம் மறுபடியும் சொன்னது. இதற்குள் பின்புறத்தில் இருந்து "யார் அங்கே?" என்று குரல் கேட்டது. அந்தக் குரலிலேயே தெரிந்து விட்டது. அது நந்தகன் என்னும் நகரக் காவலாளியின் குரல். பின்னால் திரும்பிய யுயுதானன் 'நான் தான்' என்று குரல் கொடுத்தான். அவனை நெருங்கி வந்த நந்தகன், "இந்த இரவு வேளையில் ஏன் இங்கே உட்கார்ந்திருக்கிறாய்?" என்று கேட்டான். நந்தகனும் யுயுதானனைப் போலவே கிருஷ்ணனின் நண்பனே, யுயுதானனை விடவும் மிக நெருக்கமான நண்பன். யாதவர்கள் அனைவரும் மதுரா நகரை விட்டு விலகியபோது, ஜராசந்தனுக்குப் பயந்துகொண்டு க்ஷத்திரியனாகிய யுயுதானனும் வெளியேற வேண்டியதாயிற்று. ஆனால் விவசாயியாகிய நந்தகனுக்கு அந்தப் பயமில்லை. அவனுக்கு மதுரா சொந்த ஊரல்ல, கிருஷ்ணன் வளர்ந்த விரஜ தேசத்தைச் சேர்ந்தவன். யார் ஆட்சி புரிந்தால் என்ன, ஆண்டுக்கொரு முறை அரசுக்கு அளக்க வேண்டிய படியை அளந்து விட்டால் அதோடு வேலை முடிந்துவிட்டது. ஆனாலும் கூடவே விளையாடி வளர்ந்த கிருஷ்ணனின் மீது கொண்ட அளவற்ற அன்பின் காரணமாக தன்னுடைய பிறந்த ஊரையும், விவசாய நிலத்தையும், தந்தையையும், கூடப் பிறந்த சகோதரர்களையும் விட்டு வந்து விட்டான். அவனுக்கு அம்மா இல்லை. இப்பொழுது அவன் நகரக் காவல்காரனல்ல. துறைமுகத்தில் வந்து நிற்கும் படகுகளில் நிகழும் கள்ளக் கடத்தலையும் திருட்டுகளையும் கண்காணிக்கும் பொறுப்பும் அவனுக்கிருந்தது. அவனுக்குக் கீழே படைவீரர்கள் அடங்கிய ஒரு குழுவே இருந்தாலும் இந்த நள்ளிரவில் தனிமையில் நகர்வலம் செய்து கொண்டிருந்தான்.

"தானா, கடற்கரைக்கு வந்தாயா?" என்று நெருங்கி வந்து கேட்டான் நந்தகன்.

"இல்லை, ஏதோ பேசவேண்டும் என்று பலராமன் இங்கு அழைத்து வந்தான். இடையில் பல்வலியின் காரணமாகக் கிளம்பிப் போய்விட்டான். நான் சும்மா உட்கார்ந்து அலைகளைப் பார்த்துக் கொண்டிருந்தேன்."

"எல்லோரும் துரியோதனனை ஆதரிக்கலாம் என்று சொல்வதற் காகத்தானே அழைத்து வந்தான்...?"

"உன்னையும் கேட்டானா?"

"கிருஷ்ணனின் நண்பர்கள், உறவுக்காரர்கள் எல்லோரிடமும்..." என்று சொல்லிக் கொண்டிருந்தவன் சட்டென்று பேச்சை நிறுத்தி கடலில் எதையோ உற்றுப் பார்த்தான். "சரி, அப்புறம் பார்க்கலாம்" என்று

சொல்லிவிட்டு அவசரம் அவசரமாக மணற்பரப்பில் ஓடினான். தோளோடு இருந்த வில்லும் அம்பறாத் தூணியும் குலுங்கியது. எங்கோ தொலைவில் ஏதாவது படகொன்றைப் பார்த்திருக்கக் கூடும் என்று தோன்றியது. தானும் கூடவே சென்றிருக்கலாம் என்றும் நினைத்தான். ஆனால் ஓடத் தோன்றவில்லை. உட்கார்ந்த இடத்திலேயே எழுந்து உட்கார்ந்தான். ஓடிச்சென்ற நந்தகன் கண் பார்வையிலிருந்து மறைந்தான். அதற்கப்புறம் வரவில்லை. யுயுதானனுக்குத் தூக்கம் வந்தது. வீட்டுக்குத் திரும்பிச் சென்று படுத்துக் கொள்ளலாம் என்று தோன்றியது. பல்வலிக்குப் பலராமன் என்ன மருந்தைப் பயன் படுத்துவான் என்று அறிய ஆவலாய் இருந்தது. எப்பொழுதோ ஒரு முறை தன் தந்தைக்குப் பல்வலி வந்தபோது லவங்கத்தை வலிக்கிற பல்லில் அதக்கிக்கொண்டு படுத்தது நினைவுக்கு வந்தது. மணற்பரப்பில் காலை இழுத்து இழுத்து வைக்கவேண்டியிருந்தது. ஊர் எல்லைக் காவலனுக்குக் குரல் கொடுத்துத் தன்னை அடையாளப் படுத்திக் கொண்டு வீட்டை நோக்கி நடந்தான்.

* * *

முற்றத்தில் விரித்திருந்த பாயில் யுயுதானன் படுத்தபோது அவன் அப்பா, "இவ்வளவு நேரமாக என்ன ரகசியம் பேசிக் கொண்டிருந்தீர்கள்?" என்று கேட்டார்.

அதே நேரத்தில் யுயுதானன் தன் தந்தையிடம், "நம் யாதவர் களிடையே கம்சனைப் போன்ற சர்வாதிகாரி இருந்திருக்கிறானா?" என்று கேட்டான்.

"நான் அறிந்தவரை யாரும் இருந்ததில்லை."

"அப்படியானால் கம்சன் ஒருவன் மட்டும் ஏன் அப்படி ஆடினான்?"

சட்டென மகனின் பக்கம் புரண்டு படுத்தவர் "பெண்ணாகப் பிறந்தவள் உலகின் கட்டுப்பாடுகளுக்குக் கட்டுப்பட்டு எல்லாப் பழக்க வழக்கங்களையும் பின்பற்ற வேண்டும் என்று ஏன் சொல்லி இருக்கிறார்கள்? இது ஏன் இப்படி, அது ஏன் அப்படி என்று கேள்வி கேட்கக் கிளம்பி விட்டால், அதுதான் இந்த சமூகத்தின் அழிவுக்கு ஆரம்பம்" என்றார்.

"கொஞ்சம் புரிகிற மாதிரி விளக்கிச் சொல்."

"முதன் முதலில் இந்த வீட்டில் உன் மனைவி காலெடுத்து வைத்தபோது ஏதோ ஒன்றைச் செய் என்று சொன்னபோதும் ஒன்றைச் செய்யாதே என்று சொன்னபோதும் அவளுக்கு எவ்வளவு கோபம் வந்தது உனக்கு ஞாபகம் இருக்கிறதா? இப்போது அவளுக்கும் வயதாகி

மருமகள்கள் வந்தபிறகு எல்லாவற்றிற்கும் வளைந்து கொடுத்துக் கொண்டு போகிறாள், இல்லையா?”

“அப்பா, உன் மருமகளுக்கும் கம்சன் குரூரமாக மாறியதற்கும் என்ன சம்பந்தம்?”

“சும்மா சொன்னேன். கம்சனின் அம்மா மிகவும் துணிச்சலான பெண். குதிரை ஏறி வில் அம்பு எடுத்துக்கொண்டு வேட்டைக்குச் செல்வாள். நம் மதுரா நகருக்கு அருகில் இந்திரகிரி இருந்தது. குதிரையில் சென்றால் ஐந்தாறு நாழிகைகளுக்குள் சென்று விடலாம். அதற்குப் பக்கத்தில் இருந்த காட்டுக்குத் தன்னந்தனியே வேட்டைக்குச் சென்று கொண்டிருந்தாள். துணைக்கு அவளுடைய நெருங்கிய தோழியொருத்தி மட்டும் செல்வதுண்டு. இன்னும் கூட உயிர் வாழ்ந்து கொண்டிருக்கக் கூடும். அவள் பெயர் சித்ரா. இங்கே பக்கத்தில் தாமிர ஸ்தலம் என்ற இடத்தைப் பார்த்திருக்கிறாயா, அங்குதான் எங்கோ அவள் உயிர் வாழ்ந்து கொண்டிருக்கக் கூடும். அவளே நேரிடையாக என் அப்பாவிடம் சொன்னதை நான் கேட்டிருந்ததால் எனக்கு உண்மை தெரியும். அதற்காகத்தான் உன் மனைவியை அப்பொழுது திட்டினேன். இப்பொழுது உன் மருமகளுக்கும் சொல்கிறேன்...”

“இந்திரகிரி காட்டில் என்ன நடந்தது, அதைச் சொல்.”

“வீட்டு விலக்கு நெருங்கி வரும் சமயங்களில் ஒரு பெண் வீட்டை விட்டு வெளியே செல்லக் கூடாது. அந்தச் சமயத்தில் புதிய இடங்களுக்கும் நீர் நிலைகள் இருக்கிற இடங்களுக்கும் செல்லக் கூடாது என்கிற சம்பிரதாயம் நம்மிடம் உண்டு. அப்படிச் செய்தால் என்ன, இப்படிச் செய்தால் என்ன என்று கேள்வி கேட்கிற கூட்டத்தைச் சேர்ந்த அவள் விலக்கு நெருங்கி வரும் நேரத்தில் வேட்டைக்குச் செல்ல, அங்கேயே விலக்காகிவிட்டது. அந்த நேரத்தில் குதிரை ஏறக்கூடாது என்று அங்கேயே கூடாரம் அடித்துக்கொண்டு தங்கினாள். அங்கே பக்கத்திலேயே ஒரு ஏரி இருந்ததாம். தோழி வேண்டாம் வேண்டாம் என்று தடுத்த போதும் மீறி அதில் இறங்கிக் குளித்தாளாம். துஷ்ட சக்திகளும் கெட்ட கிரகங்களும் மானிடனாகப் பிறக்கக் காத்துக் கொண்டிருக்கும் என்பது எல்லார்க்கும் தெரிந்த விஷம். அப்படி காத்துக் கொண்டிருந்த ஒரு உயிரோ அல்லது ஒரு கிரகமோ அல்லது வேறு ஏதோ விலக்காக இருந்த இவளது கருப்பையில் நுழைந்து விட்டதாம். கன்னங்கரேலென்று மின்னுகிற ஒரு சக்தி மிக வேகமாக வந்து அவள் கருப்பையில் நுழைந்ததை அவளே பார்த்தாளாம். அதே மாதத்தில் அவள் கருவுற்றாள். ஆகத்தானே வேண்டும். அப்போது பிறந்தவன்தான் கம்சன். நம் யாதவர்களிடையே அந்த அளவு உயரம், அந்த உடல்வாகு யாருக்கும் இருந்ததில்லை. அது ராட்சசப் பிறப்பு. அதற்குப் பிறகு தன் துணிச்சலே தனக்குக் கேடு விளைத்து விட்டதே

என்று மிகவும் வருத்தப்பட்டாளாம். அதனால் என்ன பயன்? முதலி லேயே அந்தப் புத்தி இருந்திருக்க வேண்டுமில்லையா?”

விலக்கான நேரத்தில் பெண்கள் வீட்டை விட்டு வெளியே போகக் கூடாது. நீர்நிலைகள் இருக்கிற இடங்களின் அருகில் நெருங்கவும் கூடாது என்று அடிக்கடி அப்பா சொன்னதை யெல்லாம் நினைத்துப் பார்த்தான் யுயுதானன். அப்பா மட்டுமில்லை, வயதில் பெரியவர்கள் அனைவருமே இந்த விஷயத்தில் மிகவும் கட்டுப்பாடானவர்கள். இத்தனை வயசுக்கப்புறமும் தனக்கு இந்த மாதிரி விஷயங்களில் எதுவும் தெரியாது என்று நினைத்துக்கொண்டான். திருமணமான புதிதில் அவளுடைய மனைவிக்குச் சிறிதளவு இம்மாதிரியான குணம் உண்டு. இப்போது அவள் வயதில் முதிர்ந்து தனது மருமகளுக்குக் கட்டுப்பாடு விதிக்கிறாள். இந்த மாதிரியான துஷ்ட சக்திகளும் கெட்ட கிரகங்களும் ஏரி, குளம், கிணறுகளில் மட்டும்தான் இருக்குமா அல்லது கடலிலும் இருக்கக்கூடுமா என்று திடுமென சந்தேகம் வந்தது அவனுக்கு. கடலின் ஞாபகம் வந்ததுமே அவன் காதுகள் கடல் அலைகளின் இரைச்சலைக் கேட்டன. தன் சந்தேகத்தைப்பற்றி அப்பாவோடு பேசவேண்டும் என்று நினைத்தாலும் கூட கடல் அலைகளின் இரைச்சலில் தனது மனசைப் பறிகொடுத்து நின்றான் யுயுதானன். வானில் நிலா, பக்கத்திலேயே கடல். நிலாவோடு விளையாடுகிற மாதிரி அலைகளின் எழுச்சி. துவாரகையே சிறந்த இடம் என்று இன்னொரு முறை மனத்திற்குள்ளேயே எண்ணிக் கொண்டான். சிறிது நேரத்திற்குப் பின் திரும்பிப் பார்த்தபொழுது அப்பா தூங்கிக்கொண்டிருந்தார். சில நாட்களாக இப்படித்தான். விழித்துக்கொண்டே இருப்பார். சட்டென குறட்டை ஒலியுடன் தூங்க ஆரம்பித்துவிடுவார். அரை நாழிகை நேரத்துக்கெல்லாம் கண் திறந்து பார்ப்பார். கொட்டாவி வந்து யுயுதானனும் படுத்துக் கொண்டான். அலைகளின் சத்தத்தை மெய்மறந்து கேட்டபடி உறங்கி விட்டான். ஆனால் நடுவில் ஏதோ கனவு கண்டு திடுமென விழித்தான். கன்னங்கரேலென்று மின்னிக் கரிய சக்தியொன்று மின்னல் வேகத்தில் பாய்ந்து வந்து கருப்பைக்குள் தஞ்சம் புகுந்த காட்சியே மீண்டும் மீண்டும் மனசில் விரிந்தது. அப்பொழுது, அவளுக்கு வலித்திருக்காதா, பயமாக இருந்திருக்காதா...? கனவில் தோன்றிய காட்சியே தனக்கு அச்சமூட்டிவிட வேர்த்து விறுவிறுத்து எழுந்து உட்கார்ந்தான். அப்பா இன்னும் உறங்கிக் கொண்டிருந்தார். அலைகளின் இரைச்சல் சற்றே குறைந்திருப்பதைப் போல இருந்தது. நிலவு இன்னும் மேலேறி வந்திருந்தது. முற்றத்தில் வெளிச்சத்தைக் காட்டிலும் இருளே படர்ந்திருந்தது. இனிமேல் தனக்குத் தூக்கம் வராது என்று தெரிந்திருந்தாலும் கூட கண்களை மூடிக்கொண்டு மல்லாந்து படுத்தான். அலைகளின் ஓசையில் மனத்தைத் திரும்பியவனுக்கு அப்பா

சொன்னதெல்லாம் பொய்யாக இருக்கக்கூடும் என்று தோன்றியது. ஏனோ இது மாதிரியான விஷயங்களில் இது வரைக்கும் எந்த ஈடுபாடும் வந்ததில்லை. தாமிரஸ்தலத்துக்குச் சென்று சித்ராவைப் பார்க்கத்தான் வேண்டும் என்று தோன்றியது. ஆனால் அவள் இன்னும் உயிரோடு இருக்கிறாளா? அவள் துவாரகைக்கு எப்பொழுதோ வந்து போய்க் கொண்டிருந்தபோது அவளைப் பார்த்தாக ஞாபகம் வந்தது. சமீப காலமாக எங்கும் பார்க்கவில்லை. தொண்ணூறு வயசையொட்டிய கிழவி அவள். தாமிர ஸ்தலத்துக்கும் துவாரகைக்கும் வெகு தூரம் ஒன்றும் இல்லை. குதிரை ஏறினால் ஆறேழு நாழிகைகள் பிரயாண தூரத்தில் இருக்கிற இடம்தான். நேர்வழியே இருந்தது. அந்த ஊரை அதுவரைக்கும் அவன் பார்த்ததே இல்லை. அது எப்படி இருக்கும் என்று எண்ணிப் பார்த்தான். ஒரு பெரிய கோட்டை, அதையொட்டிய கோட்டை வாசல். உள்ளே நுழைந்தால் இருபது இருபத்தைந்து வீடுகள் இருக்கக் கூடும் என்று எண்ணிக்கொண்டான். அதே நேரத்தில் அலைகளின் ஓசை நெருங்கி வந்ததைக் கேட்டான். சத்தத்தை வைத்தே இது முன்னோக்கிப் பாயும் அலைகள் என்று மனசுக்குள் சொல்லிக்கொண்டான் யுயுதானன். பிறகு கைகால்களை உதறி உடம்பை முறுக்கித் தூக்கக் களைப்பைப் போக்கினான்.

மறுநாள் காலையில் குதிரையேறி தாமிரஸ்தலத்துக்குச் சென்றான். அறிமுகமற்ற புதியவன் ஒருவன் வந்து இறங்கியதைக் கண்ட நாய்கள் குரைத்தன. நெருங்கி வந்த நாய்களை விரட்டி மிரட்டியதும் வாலை ஆட்டியபடியே நின்றுவிட்டன. தான் நினைத்ததைப் போல வெறும் இருபது, இருபத்தைந்து வீடுகளை விடவும் அதிக அளவில் இருந்தன. ஏறத்தாழ நாற்பது இருக்கும். இரண்டு மட்டும் மிக உயர்ந்த மாளிகைகள். மற்றவையெல்லாம் ஒரே தரத்தில் அமைந்த வீடுகள். அமைப்பிலும் ஒரே மாதிரியானவை. வீடுகள் மட்டுமல்ல கோட்டைகூட தாமிர நிறத்தில் மின்னும் கற்களால் கட்டப்பட்டிருந்தன. பொருத்தமான பெயர்தான், யார் வைத்தார்களோ என்று நினைத்தபடி எதிரே வந்து கொண்டிருந்த சிறுமிகளில் ஒருத்தியிடம் "சித்ராவின் வீடு எங்கே இருக்கிறது?" என்று கேட்டான். 'எஜமானி சித்ரா பாட்டியின் வீடா?" என்று அந்தச் சிறுமி மீண்டும் விளக்கம் கேட்டாள்.

அப்பா சொன்னது சரிதான். தொண்ணூறு, தொண்ணூற்று ஐந்து வயதாவது அவளுக்கு இருக்கக்கூடும். பற்கள் விழுந்த பொக்கை வாய். அதிக அளவில் சுருக்கங்கள் விழுந்த முகம். இளம்வயதில் மிகவும் துடிப்பான பெண்ணாக இருந்திருக்கக் கூடும். காது சரியாகக் கேட்கவில்லை. "எனக்கு எத்தனை வயது என்று கேட்கிறாயா? அது பற்றி யாருக்குத் தெரியும். இந்தக் கண்களால் எதை எதையோ பார்த்திருக்கிறேன். எஜமானி இறந்த பிறகு எனக்கும் அரண்மனைக்கும் இருந்த உறவே முறிந்து போயிற்று. கம்சனைக் கொன்ற கிருஷ்ணன்

உனக்குத் தோழன் என்று கேள்விப் பட்டிருக்கிறேன். எதற்காகக் காரணமில்லாமல் துவாரகைக்கு நான் வரவேண்டும்? இப்போது காலமும் மாறி விட்டது. கிருஷ்ணன் கூட இந்தப் பக்கம் வரும் போது இங்கு வந்து பேசி இருந்துவிட்டுப் போவான்."

தன்னைக் கிருஷ்ணன்தான் அனுப்பி வைத்ததாகச் சொன்னான் அவன். தன் கையில் போட்டிருந்த தங்க மோதிரத்தைக் கழற்றி அவளிடம் கொடுத்தான். "இந்தா, இதை எடுத்துக்கொள். உண்மையி லேயே நீர்நிலைகளில் துஷ்ட சக்திகளும் சாபமுற்ற உயிர்களும் இருக்கின்றன என்று சொல்லப்படுவதையெல்லாம் உண்மையா பொய்யா என்று தெரிந்து கொள்வதற்காகத்தான் இங்கு வந்துள்ளேன். உன் எஜமானிக்குக் கம்சன் பிறக்க நேர்ந்தது அந்த வகையில்தான் என்று எல்லாரும் சொல்லிக்கொள்கிறார்கள். எனக்கு உண்மையைச் சொல். நான் யாரிடமும் சொல்லமாட்டேன். உன்மேல் ஆணை" என்று சொன்னபடி தோல் சுருங்கி வெறும் கூடாகிப் போயிருந்த அவளது உள்ளங்கையில் வைத்து அழுத்தினான்.

"இப்பொழுது எதற்கப்பா அந்தப் பழைய கதை எல்லாம்...?"

"பாட்டி, எனக்கு ஏற்கனவே கொஞ்ச நஞ்சம் தெரியும். கம்சன் இறந்து, நாங்கள் அந்த ஊரை விட்டு வெளியேறி... நீயே சொன்னதை போலே எவ்வளவோ காலம் கழிந்து விட்டது."

மோதிரம் அவள் கையிலேயே இருந்தது. "இதை நான் யாரிடமும் சொல்வதில்லை என்று சத்தியம் செய்து கொடுத்திருக்கிறேனே" என்று தனது தயக்கத்திற்கான கடைசி அஸ்திரத்தை வீசினாள்.

"அவளும் இறந்தாயிற்று. அவனும் இறந்தாயிற்று. நானும் இதை யாரிடமும் சொல்வதில்லை என்று இதோ உனக்குச் சத்தியம் செய்து கொடுக்கிறேன்" என்று மீண்டும் அவள் கையைப் பிடித்து மெல்ல அழுத்தினான்.

மோதிரத்தை எடுத்துத் தன் இடுப்பில் இருந்த சுருக்கில் செருகிக் கொண்டாள் சித்ரா. திண்ணைக்குக் கீழே கும்பலாய்க் கூடிவிட்ட சின்னப் பிள்ளைகளையெல்லாம் அதட்டி விரட்டினாள். இன்னமும் அவள் பேச்சு தெளிவாக இருப்பதைப் புரிந்துகொண்டான் யுயுதானன். "உள்ளே வந்து விடு" என்று அவனை உள்ளே அழைத்தாள். இருவரும் உள்ளே சென்றார்கள். அருந்துவதற்காக ஒரு செம்பில் பால் கொண்டு வந்து தந்தாள். சமையல் அறையின் கதவையொட்டி நின்றிருந்த பேரனின் மருமகளை உள்ளே போகுமாறு சொல்லிவிட்டு சுவரையொட்டி அவனுக்குப் பக்கத்திலேயே உட்கார்ந்து அவனிடம் கேட்டாள்.

"கிருஷ்ணனும் நீயும் நண்பர்கள்தானே, அவன் உனக்குச் சொல்ல வில்லையா?"

“ஒருநாள் அவளிடமேயே சென்று அவள் வாயாலேயே கேட்டுத் தெரிந்துகொள். அவளால்தான் விவரமாகச் சொல்ல முடியும் என்று சொல்லிவிட்டான். அவனுக்கு எல்லாமும் தெரியுமா?”

“மதுரா நகரிலிருந்து வெளியேறிவரும் வழியில் என்னைத் தனியே அழைத்து எல்லாவற்றையும் கேட்டுத் தெரிந்து கொண்டான். அப்பொழுது நல்ல ஞாபக சக்தியும் இருந்தது. இப்பொழுது வயதாகி விட்டது.”

“எவ்வளவு ஞாபகத்தில் இருக்கிறதோ, அவ்வளவு சொல்” என்ற போது யுயுதானனுக்குக் கிருஷ்ணனின் மேல் கோபம் வந்தது. அது என்ன அப்படிப்பட்ட ரகசியமோ, தனக்குத் தெரிந்தும்கூட ஒரு நாளும் கிருஷ்ணன் இது குறித்துப் பேசியதில்லை. அதற்கான சந்தர்ப்பமே அமையவில்லையோ என்னமோ. இருந்தாலும் தனக்குள் பிறந்த கோபத்தை வெளியே காட்டிக் கொள்ளாமல் மறைத்துக் கொண்டபோது சித்ரா சொல்ல ஆரம்பித்தாள்.

“அது அந்த நீர்நிலைக்குப் பக்கத்தில்தான் நடந்தது. ஆனால் சாபமுற்ற உயிர், அது, இது என்பதெல்லாம் எனக்குத் தெரியாது. என் எஜமானி மிகவும் அழகான உறுதியான பெண். இப்பொழுது நீங்கள் எல்லாரும் அடிக்கடி ரைவதக மலைக்குச் செல்கிறீர்களாமே, உண்மையா? இந்தப் பழக்கம் யாதவ க்ஷத்திரியர்களிடையே முதலிலிருந்தே இருந்தது. மதுரா நகருக்குப் பக்கத்தில் இந்திரகிரி என்று ஓர் இடம் இருக்கிறதே தெரியுமா? நம் தேசத்தை விட்டு வெளியேறியபோது உனக்கு எத்தனை வயது? கிழக்குப் பக்கத்தில் அந்த மலை இருந்தது. பல நிறங்களில் அழகான பூக்கள், கொடிகள், செடிகள், மரங்கள், அருமையான இடம் அது. அரசக் குடும்பத்தைச் சேர்ந்த பெண்கள் எல்லாரும் வந்திருந்தார்கள். கூடவே காவல்காரர்கள் வந்திருந்தார்கள். என் எஜமானி ரொம்ப அழகானவள் என்று ஏற்கனவே சொல்லி இருக்கிறேனில்லையா. அவள் நல்ல தைரியசாலி கூட. ஆனால் குழந்தை இல்லை. வில் அம்பு எடுத்துக்கொண்டு ஒரு மானைத் துரத்திக்கொண்டு அடர்ந்த மரங்களிருக்கும் பகுதிக்குச் சென்றுவிட்டாளாம். பக்கத்திலோ, சுற்றுவட்டாரத்திலோ யாரும் இல்லையாம். இதே நேரத்தில் துருமீனன் என்னும் ராட்சச ரத்தம் பாயும் அரசனொருவன் அங்கு வந்தான். ஆனால் முழுக்க ராட்சச குலத்தைச் சேர்ந்த தந்தைக்கும் அல்லது ராட்சச குலத்தைச் சேர்ந்த தாய்க்கும், ஆரிய குலத்தைச் சேர்ந்த தந்தைக்கும் பிறந்தவனாக இருக்க வேண்டும். அந்த மலையின் வடபாகத்தில் குன்றுகள் நிறைந்த பகுதியில் காட்டை வெட்டி ராஜ்ஜியத்தை அமைத்துக் கொண்டு ஆட்சிபுரிந்து வந்தானாம். ஆள் நல்ல உயரம். நல்ல வாட்டசாட்டமான உடல்வாகு. நம் யாதவர்களின் அரசரைப் போலவே அவனும் இருந்தான். உயர்

நிலையில் வாழ்பவர்களின் உணவு, உடை, பழக்க வழக்கங்களைத்தானே கீழ்நிலையில் இருப்பவர்களும் பின்பற்றுவார்கள். அதுவும் நாம் அவனது ராஜ்ஜியத்துக்கு அருகிலேயே வாழ்ந்து வருகிறோம். மஞ்சள் வண்ண பட்டை உடுத்தி, தலையில் கிரீடம் அணிந்து, கழுத்தில் வெள்ளைப் பூமாலையை அணிந்து கொண்டிருந்தான். காதில் தங்கக் கடுக்கன் ஒளிர்ந்தது. மானைத் தேடிக்கொண்டு சத்தம் காட்டாமல் சென்றாள் இவள். அவன் வந்து எதிரில் நின்றுவிட்டான். இவள் ஒன்றும் அஞ்சுகிற பெண் இல்லை. ஒரு கணம் தன் கணவன் உக்கிரசேனனே இப்படி வந்துள்ளானோ என்கிற சந்தேகத்தில் தடுமாறினாளாம். ஆனால் மென்மையான உடல்வாகு உள்ள இவனெங்கே ராட்ச ரத்தம் ஓடும் உடல்வாகு கொண்ட அவன் எங்கே? "நீ ஏன் எனது கணவனது உருவத்தில் வந்திருக்கிறாய்? என்று அவனைப் பார்த்துக் கேட்டாள். அவனோ, "பெண்ணே, நான் ஒன்றும் வேஷம் போட்டிருக்கவில்லை. உண்மையிலேயே நான் வேறொரு ஆண்" என்றான். இனி என்ன நடந்திருக்கக் கூடும் என்று விவரமாய்ச் சொல்ல வேண்டுமா? கணவனின் உருவத்தில் இன்னொருவன் இருப்பதில் இன்னொரு தந்திரமும் உண்டு. ஒருவேளை எதிர்காலத்தில் யாருக்காவது தெரிந்தாலும் கூட "நான், என் புருஷன்தான் அவன் என்று நினைத்தேன்" என்றோ அல்லது "என் புருஷன் என்று நினைத்துத்தான் அவனோடு உறவு கொண்டேன். இதில் எனது தப்பு என்ன இருக்கிறது?" என்று புரட்டிப் பேசி விட முடியும். அந்த வசதியோடு நெருங்கியதே அவனுடைய புத்திசாலித்தனம். இது மரபுதான்" என்று சொல்லிவிட்டுப் பற்கள் இல்லாத சித்ரா சிரித்தாள்.

"சரி, அப்புறம் என்ன நடந்தது?" என்று யுயுதானன் கேட்டான்.

"விவரமாகச் சொன்னால்தான் புரியுமா? மலையில் இருக்கிற விகாரத்துக்கென்று வந்த அரசன் பதினைந்து நாட்களாகத் திரும்பிச் செல்லவே இல்லை. இரவில் எங்களுக்கு நன்றாக மதுவையூற்றிக் கொடுத்துவிட்டு அவள் தனியே கிளம்பி விடுவாள். மறுநாள் இரவில் கிளம்பும் பொருட்டு பகல் முழுக்கத் தனியாகத் தூங்கி விடுவாள். எனக்கு மட்டும்தான் உண்மை விஷயம் தெரியும். ஒரு தோழியின் ஒத்தாசை இல்லாமல் இந்தக் காரியமெல்லாம் நடக்குமா? அங்கே ஊரில் பதினைந்து நாட்களாகியும் விகாரைக்குச் சென்றவள் இன்னும் திரும்பி வரவில்லையே என்று கணவன் நோய்வாய்ப்பட்டுவிட்டான். ஏதோ கொஞ்சம் சீராகவே ஒரு இரவில் திடுமென குதிரை மீதேறி இரண்டே இரண்டு மெய்க்காவல் வீரர்களோடு வந்து விட்டான். நல்ல நிலாவெளிச்சம். சுற்றுமுற்றும் பசுமையான செடிகொடிகள். நேராக நாங்கள் இருந்த இடத்துக்கே வந்து விட்டான். அரசியின் கூடாரம் எங்கே இருக்கிறது என்று விசாரித்துக்கொண்டு வாசலில் வந்து நின்றான். வாசலைக் காவல் காத்துக்கொண்டிருந்த எனக்கு

உள்ளூர பயம். என்னோடு துணைக்கு இன்னொரு பணிப்பெண் இருந்தாள். அவளும் பயந்துபோய் விட்டாள். இவன் ஏன் நம் முகத்தைப் பார்த்துக்கொண்டிருக்கிறான்? திரைச்சீலையை விலக்கிக் கொண்டு சட்டென்று உள்ளே நுழைந்து விட்டான். மங்கலான வெளிச்சத்தில் தன்னைப் போலவே இருக்கிறவனைப் படுக்கையில் பார்த்து அதிர்ச்சியில் உறைந்துவிட்டான் அரசன். அரசி மிகவும் பயந்து விட்டாள். ஆனாலும் புத்திசாலியான பெண். பக்கத்தில் இருந்தவனை இழுத்து நெருக்கமாக அணைத்துக்கொண்டு பதிவிரதையாகிய என்னை நெருங்க வந்துள்ளாயா? உனக்குச் சாபம் கொடுத்து விடுவேன்" என்று சத்தமிட்டாள். அந்த வேஷதாரி சட்டென படுக்கையில் இருந்து எழுந்து அரசனின் கன்னத்தில் அறைந்து மயக்கமுற வைத்துவிட்டுக் கிளம்பிச் சென்றான். இவனுக்கு விழிப்பு வந்தும் கூட அவள் தான் சொன்னதையே மீண்டும் சொல்லிச் சாதித்தாள். "நீதான் வந்து தங்கி இருக்கிறாய் என்று எண்ணிக்கொண்டிருந்தேன். சத்தமாகப் பேசாதே. உன் மரியாதைதான் போகும்" என்றாள்.

"அப்பொழுதே கொன்றிருக்கலாமே அவளை" என்று யுயுதானன் நடுவில் இடைமறித்துக் கேட்டான்.

"உங்கள் க்ஷத்திரியவகுப்பில் கூட சில பெண்கள் இருக்கிறார்கள். மோசம் செய்வது வெளியே தெரிந்து விட்டால், தன்னை ஏமாற்றி விட்டார்கள் என்று புருஷனிடம் சொல்லி அவனுக்குக் கையும் ஓடாமல் காலும் ஓடாமல் வைத்து விடுவார்கள். இவள் சொல்வது முழுப்பொய் என்பது மனச்சாட்சிக்குத் தெரிந்தால் கூட அதை உண்மை என்று நம்பவே அவர்களின் மனம் விரும்பும். அவளும் அத்தகைய பெண்தான். அவனும் அப்படி ஏமாந்து போகிறவன்தான். அன்று இரவே எல்லோரையும் ஊருக்கு அழைத்து வந்துவிட்டான். என்னை இருட்டறைக்கு அழைத்துச் சென்று கை கால்களை கட்டி உதைத்து உண்மையைத் தெரிந்து கொண்டான். ஆனால் அரசி அவனிடம், "அன்றைக்கு இரவில்தான் அவன் முதலில் வந்தான். நீதான் வந்திருப்பதாக நானும் நினைத்தேன். படுக்கையில் உட்காரவைத்துப் பேசிக்கொண்டிருந்தேன். அதற்குள் நீயே வந்துவிட்டாய்" என்று மீண்டும் சொல்லிச் சாதித்தாள். நான் தான் சொன்னேனே, உண்மை யாக இருக்கக் கூடாதா என்று விரும்புகிற கணவனாக அவன் இருக்கும்போது அவளது வாதமே உண்மையானது. இதில் இன்னொரு சங்கதி என்ன தெரியுமா? திருமணமாகி நான்கு வருஷங்களாகியும் கூட அவள் கருத்தரித்ததே இல்லை. இப்போது கர்ப்பமுற்றிருந்தாள். இதை யாரிடமும் சொல்லக்கூடாது என்று எனக்கும் அந்தப் பணிப் பெண்ணுக்கும் கட்டளையிட்டான்."

"அதற்கப்புறம் அவளுக்கு வேறு குழந்தைகள் பிறக்க வில்லையா?"

"பிறக்காமல் என்ன? முதல் குழந்தை மட்டும்தான் அந்த வேஷதாரிக்குப் பிறந்தவன். அடுத்தடுத்துப் பிறந்தவர்கள் உக்கிர சேனனுக்கே பிறந்தவர்கள். எட்டு ஆண் குழந்தைகள், ஐந்து பெண் குழந்தைகள். பெயர் கூட எனக்கு நன்றாக ஞாபகமிருக்கிறது. நியகிரோதன், சுநாமன், கங்கன், சுபூமிபன், சங்கன், சுதனன், அநாதிருஷ்டன், புஷ்டிமான் ஆகியோர் ஆண் பிள்ளைகள். கம்சா, கம்சவதி, கதனூ, கங்கா ராஷ்டிரபாலி ஆகியோர் பெண் பிள்ளைகள்."

"அவர்கள் எல்லாரும் எங்கே இருக்கிறார்கள்."

"அந்த சோகக் கதையையும் சொல்கிறேன். கேள். முதலில் கம்சன் பிறந்தான். குழந்தைப் பருவத்திலேயே நன்கு வாட்டசாட்டமாக இருந்தான். அவன் அம்மாவின் மடி கொள்ளாத குழந்தை. நல்ல உயரம். உக்கிரசேனன் அக்குழந்தையை எடுத்துக் கொஞ்சவில்லை. ஆனால் ஜாதகம் குறிக்கிற நாளில் மட்டும் அக்குழந்தையைத் தூக்கித் தலையை வருடிக்கொடுத்தான். தன் மகன்தான் இவன் என்பதற்கு அடையாளமாய் இதைச் செய்தான். அந்தக் குழந்தைக்கு ஆறுமாதம் நிறைவடைந்தபோது அவள் மீண்டும் கர்ப்பமுற்றாள். அது அவனுக்கே பிறந்ததல்லவா? பிரசவ அறைக்கு வேறு யார் வரமுடியும்? அதற்குப் பின்பு அடுத்தடுத்து அவளுக்குக் குழந்தைகள் பிறந்தன. மடியில் ஒரு குழந்தை பால் குடித்துக்கொண்டிருக்கும்போது வயிற்றில் இன்னொரு கரு வளரும். குழந்தைகளைப் பெற்றுப் பெற்றுச் சலித்துப் போகட்டும் என்றோ அல்லது இதன் மூலம் மனைவியின் மனத்தை வெல்ல முடியும் என்ற எண்ணமோ தெரியவில்லை. மொத்தத்தில் பதின்மூன்று பிள்ளைகள் பிறந்தார்கள். இதற்கு நடுவில் என்ன ஆனது தெரியுமா? அவன் தனக்குப் பிறந்த குழந்தைகளை மட்டும் நேசித்து வந்தான். மூத்தவனாகிய கம்சனை முழுக்க முழுக்க வெறுத்தான். ஒரு நாளும் அவனைத் தூக்கிக் கொஞ்சியதில்லை. மடிமேல் தூக்கி வைத்துக்கொண்டதில்லை. வளர்ந்தபோது கூட அவனோடு பேசியதில்லை. என்னமோ எதையோ தின்று வீட்டில் வளர்கிற பணிப்பெண்ணின் குழந்தை என்பது போல நடந்து கொண்டான். ஆனால் பெற்றெடுத்தவள் விடமுடியுமா? அவனைக் கண்டால் அவளுக்கு கொள்ளை ஆசை. அவ்வப்பொழுது கோபமும் வரும். உக்கிரசேனன் எப்போதும் அவனை அடித்ததில்லை. தண்டித்தது மில்லை. ஆனால் தாய்க்காரி அடித்து நொறுக்கினாள். சிற்சில சமயங்களில் அவனைத் தழுவிக்கொண்டு அழவும் செய்தாள். தன் சகோதர சகோதரிகளை மட்டும் அப்பா கொஞ்சுகிறாரே, தன்னைக் கண்டும் காணாததுபோலவே இருக்கிறாரே என்று நினைத்தான் அவன். நல்ல உறுதியான உடல்வாகு அவனுக்கு. நல்ல முறையில் எந்தக் குருவிடமும் சேர்ந்து படிக்கிற வாய்ப்பில்லை. வேதங்களைப் படிக்கிற

வாய்ப்பு இல்லை, அன்பு இருந்தால்தானே இவற்றைச் செய்ய முடியும்? தாய்க்காரிக்கு இதற்கெல்லாம் நேரமில்லை. பிரசவ அறையிலேயே அவள் காலம் கழிந்தது, தடி, கல், கோடரிகளைத் தானாகவே எடுத்து ஆயுதப் பயிற்சி செய்தான் அவன். தனக்குப் பிறந்த நியக்ரோதனனுக்கு பதினெட்டு வயது நிரம்பியபொழுது, அவனுக்கு இளவரசுப்பட்டம் கட்ட நினைத்தான் உக்கிரசேனன். ஆனால் பெற்றெடுத்தவள் சும்மா இருப்பாளா? 'ஏன் இந்த வேறுபாடு' என்று வாய்விட்டுக் கேட்டாள். அப்பொழுதாவது அவன் தன் மனைவியிடம் உண்மையைச் சொல்லி இருக்கலாம். சொல்லவில்லை. உண்மை தெரிந்தபிறகு கூட அவளோடு வாழ்ந்து பதின்மூன்று பிள்ளைகள் பெற்றவனில்லையா அவன்? "நியாயமாக மூத்தவனுக்குச் சேர வேண்டிய இளவரசுப் பட்டத்தை ஏன் இரண்டாவது மகனுக்குச் சூட்டுகிறீர்கள்?" என்று கேட்டான். அதற்குள் எப்படியோ தன் பிறப்பின் ரகசியம் கம்சனுக்குத் தெரிந்துவிட்டது. என்னோடு ஒரு பணிப்பெண் இருந்தாள் என்று சொன்னேனில்லையா, அவள் பெயர் இளா, ஓட்டைவாய் அவளுக்கு அவள்தான் சொல்லி விட்டாள். அவள் வேலைக்காரியாக இருப்பதற்குத்தான் சரி. தோழியாக இருக்கத் தக்கவளில்லை. கம்சன் விறுவிறுவென்று சென்று தாயிடம் கேட்டான். பெற்றுப் பெற்றுக் களைத்து படுத்த படுக்கையாய்க் கிடக்கும் தாய்க்காரி மகனின் தலையைத் தடவித் தந்து "மகனே, நீ என் மகன். நான் உனக்குத் தாய்" என்றாள். கோபமுடன் வெளியேறிய கம்சன் நேரிடையாக அரண்மனைக்குச் சென்று மந்திரி, புரோகிதர்கள் மற்றும் நகர முக்கியஸ்தர்கள் முன்னிலையில் உக்கிர சேனனைப் பார்த்து, 'இன்றைக்கே எனக்கு இளவரசுப் பட்டம் சூட்டுகிறாயா, இல்லையா?" என்று பயமூட்டும் குரலில் கேட்டுவிட்டான். அரசன் அப்பொழுதாவது வெளிப்படையாக உண்மையைச் சொல்லிப் பிரச்சினையை முடித்திருக்கலாம் அப்போதும் செய்யவில்லை. ரொம்பவும் பயந்தான், நடுங்கினான். இறுதியாக கோரிக்கைக்கு ஒத்துக் கொண்டான். அடுத்த நாளே இளவரசுப்பட்டம் கட்டினார்கள். கம்சனின் தலையில் கிரீடம் ஏறியது. உக்கிரசேனனே தன் கைகளால் சூட்டினான். நோயாளியான தாய் தலையணையில் சாய்ந்து உட்கார்ந்து பார்த்துவிட்டு இரண்டு சொட்டு கண்ணீர் சிந்தினாள். அதற்கப்புறம் உள்ளே சென்று தம் மற்ற பிள்ளைகளையெல்லாம் அழைத்துக் கட்டிப் பிடித்துக்கொண்டு ஓவென்று அழுதாள். அழுது அழுது அவள் மயங்கி விழுந்தாள். எதிர்காலத்தில் என்ன நடக்கப் போகிறது என்று அவனுக்குத் தெரியாதது அவளுக்குத் தெரிந்தது போலும், புத்தியின் வழியாகத் தெரிந்துகொள்வதைக் காட்டிலும் உணர்வு பூர்வமாகவே அவளுக்குத் தெரிந்தது போலும், அன்றைய தினம் அப்படி அழுதாள். அடுத்த ஒரு வாரத்தில் அவள் இறந்து போனாள். கணவனின் மடியிலேயே தலையை வைத்து உயிர் துறந்தாள். மோசம் செய்துவிட்டேன், மோசம் செய்து விட்டேன் என்று மூன்று முறை பிரக்ஞையற்ற நிலையிலும் கூவினாள்.

மனைவியின் பிணத்தைத் தழுவிக் கொண்டு ‘மோசம் போய்விட்டேன், மோசம் போய்விட்டேன்’ என்று அவனும் பிதற்றினான். பக்கத்தில் இருந்து காதாரக் கேட்ட வார்த்தை இது. அவள் உயிர் பிரிந்து போன பின்புதான் தான் மோசம் போனதைப்பற்றி அவன் ஆலோசிக்கத் தொடங்கினான் போலும். யாரோடும் பேசுவதில்லை. தனக்குள்ளேயே மூழ்கினான். ஆட்சி நிர்வாகத்தை அலட்சியப்படுத்தித் தனக்குப் பிறந்த பிள்ளைகளில் மிகச் சிறிய பிள்ளையை எடுத்து மடியில் வைத்துக் கொண்டு பாலாடையால் பால் புகட்டத் தொடங்கினான். எப்படி சிசுருக்ஷை செய்வது என்று நான்தான் சொல்லிக் கொடுத்தேன். அதன்படி அவன் செய்தான். அதற்குள் கம்சன் தனக்கென்று ஒரு குழுவை உருவாக்கி வளர்த்துவிட்டான். வெகு சீக்கிரத்தில் ஆட்சி நிர்வாகத்தைக் கைப்பற்றினான். நகரக் காலவர்களை மாற்றினான். மாவுத்தர்களை மாற்றினான். முக்கியஸ்தர்களாக அதுவரை இருந்தவர்களை வீட்டுக்கு அனுப்பி வைத்துவிட்டு தனக்கு விருப்பமானவர்களை அப்பதவிகளில் அமர்த்தினான். அதற்குப்பின் குளித்து விட்டு வருவதற்காகக் குளத்திற்குச் சென்றிருந்த நியக்ராதன் சுநாமன் கங்கன் சுபூமிதன் நான்கு பேரும் குளத்திலேயே மூழ்கி இறந்து போனார்களாம். அவர்கள் இறந்த பிறகு துக்கத்தைக் காட்டிலும் பயமே ஊரார்களிடம் பயம் அதிகமாகியது. எல்லா இடங்களிலும் குசுகுசு என்று பேசிக் கொண்டிருந்தார்கள். ஒரு மாத இடைவெளியிலேயே மற்ற இரண்டு ஆண் பிள்ளைகளும் அரண்மனையின் பின்கட்டில் ஆடிக்கொண்டிருந்தபோது புலிவந்து அடித்துக் கொன்று விட்டதாம். ஆமாம், அப்படிச் சொல்லிக் கொண்டார்கள். நேருக்கு நேர் பார்த்தவர்கள் இல்லை. எந்தத் திசையில் இருந்து வந்தது? அரண்மனையின் பின்புறம் ஆறு ஓடிக் கொண்டிருந்தது. ஆற்றைத்தாண்டி மக்கள் சந்தடி மிக்க ஊருக்குள் புலி வரமுடியுமா? அதுவும் சாயங்கால வேளையில்? உக்கிரசேனன் அலறினான. மறுநாளே ஆட்கள் அவனை மருத்துவ அறைக்கு அழைத்து வந்து அடைத்துப் பூட்டினான். யாரும் அவனைச் சந்தித்துச் சிரமம் தரக்கூடாது என்று மருத்துவர்கள் சொல்லி இருக்கிறார்கள் எனச் சொல்லி யாரையும் பார்க்கவிடாமல் தடுத்தான். இன்னும் இருந்த சின்னஞ்சிறு பிள்ளைகளுக்கு என்ன ஆனதோ தெரியவில்லை. ஏதோ வியாதி வந்து இறந்து போயிற்றாம். எல்லாம் ஒரே வாரத்தில் நடந்துவிட்டது. அப்படித்தான் ஊரில் பேசிக்கொண்டார்கள். அரண்மனையிலிருந்த எங்களுக்கு திடீரென்று அவர்கள் மாயமாக மறைந்து போன விஷயம் மட்டும்தான் தெரியும். ஆனால் எதையும் வாய்விட்டுச் சொல்லும் நிலையில் இல்லை நான்.”

சொல்லி முடிந்ததும் உள்வாசலைத் திரும்பிப் பார்த்தாள் சித்ரா. பேரனின் மனைவி வாசலுக்கு அருகில் நின்றுகொண்டு சைகை செய்ததைக் கண்டு எழுந்து உள்ளே சென்றாள். யுயுதானன் வெறுமனே

உட்கார்ந்தான். சின்ன வயதில் தான் கண்டதையும் அதற்கப்புறம் மதுரா நகரின் ஆட்சி முறையைப் பற்றிக் கண்டும் கேட்டும் அறிந்து கொண்டதையும் இப்பொழுது அறிந்து கொண்டதையும் இணைத்து புதியகோணத்தில் புரிந்துகொண்டான். இப்போது அவன் பேச்சை நிறுத்திவிட்டு உள்ளே சென்றபோது அவை தெளிவான உருவம் பூண்டன. துருமிளன் அரை ராட்சசனாக இருந்திருக்கலாம். அவர்களும் நம்மைப் போன்ற மனிதர்கள்தானே. பிற்காலத்தில் கம்சன் நரமாமிசம் சாப்பிடுவனாக ஆகவில்லையல்லவா.ஒருவேளை ராட்சசனுக்குப் பிறக்காமல் ஆரியன் ஒருவனுக்கு அவன் பிறந்திருந்தால், பிற்காலத்தில் அவன் எப்படி ஆனனோ அப்படி ஆகாமலிருந்திருப்பானோ, என்கிற எண்ணம் மனசின் ஒரு மூலையில் எழுந்தது. இன்னொரு விஷயமும் புரிந்தது. ஜராசந்தனும் கூட அரை ராட்சசன்தான். ஆரியத் தந்தையின் மூலம் ராட்சசத் தாய்க்குப் பிறந்தான் கம்சன். இந்தத் தொடர்புக்காகத்தான் இரண்டு பெண்களையும் இவனுக்குக் கொடுத்துத் திருமணம் செய்து வைத்தான் அவன். அப்படி யென்றால் கம்சனின் பிறப்பு பற்றிய விஷயத்தை ஜராசந்தனுக்குச் சொன்னது யார்? அவனுக்கு விஷயம் எப்படி தெரிந்தது? சகோதர சகோதரியல்களையெல்லாம் கொன்று தந்தையையும் சிறையில் அடைத்த பிறகு யாதவர்கள் அனைவரும் இயற்கையாகவே அவனிடமிருந்து விலகினார்கள். ஆட்சிபுரிய வெளி உதவி வேண்டும். கிழக்குப் பிரதேசங்களில் அவன் மிகுந்த செல்வாக்கு உள்ளவனாக இருந்தான். யுத்தத்தில் வெற்றி பெறுவதன் மூலமாக மட்டுமின்றி, பலருக்கும் உதவிகள் செய்யும் வகையிலும் அவன் தனது பேரரசை விஸ்தரித்துக் கொண்டான். இவன் இயல்பாகவே அவனது உதவியை நாடியவன். அதோடு அரை ராட்சசனின் ரத்தம் என்பதும் தெரிந்து இவன் மீது பாசம் கொண்டான் அவன். தன் பெண்களையும் கொடுத்து ரத்த உறவை உருவாக்கிக் கொண்டானோ, என்னமோ. அத்தோடு யாதவர்களின் சுதந்திரம் என்பது முற்றிலுமாக முடிந்து போனது. மதுரா நகரில் ஜராசந்தனின் பிரதிந்தித்துவ ஆட்சி ஆரம்பித்தது. ஒற்றர்கள் எங்கெங்கும் உலவினார்கள். சிறைகள் நிரம்பி வழிந்தன. சந்தேகமும் நம்பிக்கையின்மையும் நிறைந்த சூழல். திடீர் திடீர் என்று கொலைகள் நடந்தன. ஆயுதங்கள் வாங்குவதோ உபயோகப்படுத்துவதோ தடை செய்யப்பட்டன. உரத்துப் பேசுவது கூட தடுக்கப்பட்டது. இவை எல்லாமே ஓர் அமைப்பின் குணங்கள். ஒன்றையொன்று சார்ந்தவை அதிக அளவில் ஜராசந்தனைச் சார்ந்து தட்சன் இருக்கத் தொடங்கியதும் ஊருக்குள்ளேயே அந்நியர்கள் நடமாட்டம் அதிகரிக்கத் தொடங்கியது. அவனுக்குத் தன் மனைவிகள் மீது ஆசை அதிகம். அவர்களை விட்டு உணவு இல்லை. உறக்கம் இல்லை. நெருக்கமான பேச்சு எதுவும் இல்லை. அவர்களில் ஒருத்தியின் தொடையின் மேல்தான் அவன் படுத்திருப்பான். இன்னொருத்தி விசிறி விடுவாள். ஒரு பணிப்பெண்ணைக் கூட நிமர்ந்து பார்த்ததில்லை.

மூத்தவள் பெயர் ஆஸ்தியாகும். சின்னவள் பெயர் பிராப்தியாகும். இருவர்களில் யாருக்கும் குழந்தை இல்லை. குழந்தைகள் இல்லாததால் இன்னொரு திருமணம் செய்து கொள்ளும் ஆசை இல்லையோ அல்லது ஜராசந்தனைக் கண்டும் தம் மனைவிகளைக் கண்டும் பயந்தானோ, தெரியவில்லை. குழந்தைகள் இல்லாதால் இன்னொரு திருமணம் செய்துகொள்ளும் ஆசை இல்லையோ அல்லது ஜராசந்தனைக் கண்டும் தம் மனைவிகளைக் கண்டும் பயந்தானோ, தெரியவில்லை. குழந்தைகள் அற்ற, சொந்தத் தங்கைகளைக் கொன்ற இவனுக்குச் சித்தப்பா மகளாகிய தேவகியின் மீது ஆசை பிறந்தது. தேவகியின் முகமே அப்படிப்பட்டது. எண்பது வருஷங்கள் ஆயினும் கூட இன்றும் அன்பு நிறைந்த பெண்மையின் குணம் அவள் முகத்தில் ஒளிர்ந்தது. வசுதேவனின் மனைவிகளாகிய இந்த ஏழு பேர்களில் தேவகியின் மீது மட்டும் விசேஷ ஆசை உண்டானது. அவள் குழந்தைகளில் யாரவாது ஒருவரைத் தத்தெடுத்து வளர்த்து எதிர்காலத்தில் இந்த ஆட்சிப் பொறுப்பை ஒப்படைக்கும் ஆசை பிறந்திருக்கக்கூடும். கணவனின் அன்பு அந்தப் பக்கம் செல்வதைக் குழந்தைகளற்ற மனைவிமார்கள் சகித்துக்கொள்ள முடியாமல் போயிருக்கக் கூடும். ஆட்சியில் மீண்டும் யாதவர்கள் கை ஓங்கினால் தம் செல்வாக்கு குறையக் கூடும் என்று மகத ஆட்சிக்காரர்கள் சந்தேகப்பட்டிருக்கக் கூடும். கம்சனின் ஆஸ்தான ஆருடர்களும் மகதநாட்டைச் சேர்ந்தவர்களே. இந்தத் தேவகியின் வயிற்றில் பிறகும் குழந்தையால் தான் உனக்குச் சாவு என்று அவர்கள் எதிர்காலப் பலன் பார்த்துச் சொன்ன மறுகணமே இவனுக்கு அவள் மீது அளவு கடந்த துவேஷம் பிறந்தது. ஆனால் அவளை ஏன் கொல்லவில்லை? அவனால் முடியாத காரியமா அது? அவள்மீது அவ்வளவு பிரியம் வைத்திருந்தான். அதனால் அவளைக் கொல்ல மனம் வரவில்லை. உள்மனத்தில் இருக்கிற அன்புதான் பெரியது. அதனால் அவளைச் சிறையிலிட்டான். அவனுடைய மரணம் அவளால் நேரப்போவதில்லை, அவளுக்குப் பிறக்கப்போகும் குழந்தையால்தானே! அதனால் அவளுக்குப் பிறகும் ஒவ்வொரு குழந்தையையும் தம் முன்னிலையில் கொண்டு வந்து வெட்டிக் கொல்லவேண்டும் என்பது அவன் ஆணை. இதனால் தன் பிரியத்துக்குரிய அவளுக்கு எத்தனை துக்கமாக இருக்கும் என்பது அவனுக்குத் தெரியவேண்டாமா? பிறந்த குழந்தையைத் தன் கையால் கொல்லத் துடிக்கிற அளவுக்கு அவனது வெறி அதிகமானது."

யுயுதானனின் மனம் களைப்புற்றது. எதுவும் தோன்றாமல் சும்மா உட்கார்ந்திருந்தான். வண்டுகளின் ரீங்காரம் கேட்டது. ஊருக்குப் பக்கத்திலேயே இருந்த கடலின் ஓசை. மனம் மீண்டும் உற்சாகமுற்றது.

"மகத நாட்டு ஜோசியனின் வார்த்தையைக் கம்சன் மட்டுமல்ல, தேவகியும் வசுதேவனும் கூட நம்பினார்கள். கொடுமைகளுக்கு

உள்ளான யாதவர்கள் உயிர்வாழ அந்த நம்பிக்கை அவசியமாக இருந்தது. இப்படியே ஏழு பிள்ளைகளையும் பறிகொடுத்த தேவகி எட்டாவது பிள்ளையின்போது பிரசவத்திற்கு இன்னும் ஒரு மாதம் இருக்கிறது என்று சொல்லி எல்லாரையும் நம்பவைத்தாள். இது வரையும் பிறந்த குழந்தைகளையெல்லாம் தானாகவே முன் வந்து கொடுத்து வந்தவளாதலால் இந்த முறை கம்சனுக்கு எந்த விதமான சந்தேகமும் வரவில்லை. எட்டாவதாகப் பிறந்த ஆண் குழந்தையை வசுதேவனின் நண்பன் நந்தனின் வீட்டுக்கு எடுத்துச் சென்று, அந்த இடத்தில் இன்னொரு குழந்தையைக் கொண்டு வந்து படுக்க வைத்தான். அன்று பிறந்த குழந்தைக்கும் பிறந்து நாலைந்து நாட்களான குழந்தைக்கும் உள்ள வித்தியாசத்தைக் கம்சன் அறிய மாட்டானா? மொத்தத்தில் கம்சனைக் கொல்லவே தான் பிறந்தோம் என்கிற நம்பிக்கை கருத்து தெரியும் முன்பேயே கிருஷ்ணனிடம் உருவானதாம். அவனை வளர்த்த தாயும் தந்தையும் அதை ஊட்டி வளர்த்தார்களாம். இல்லா விட்டால் ஒரே தாவாய்த் தாவி கம்சனைத் தாக்கும் துணிச்சல் வந்திருக்குமா? கிருஷ்ணனின் சுபாவமே துணிச்சல் தான். பாம்பு கடித்தால் கூட, அந்தப் பாம்பைப் பிடித்து, அது எப்படிப்பட்ட விஷமுள்ள பாம்பு என்று சோதித்துப் பார்க்கிறவன் அவன்."

இந்த இடத்தில் தூக்கம் வருவது போல உணர்ந்தான். தூக்கக் கலக்கத்திலும் சித்ரா சொன்ன கம்சனின் கதையே ஞாபகம் வந்தது. எங்கிருந்தோ வேகமாக வந்து விழுந்த விதை மண்ணில் இயற்கை யாகவே வளர்ந்திருந்த செடிகொடிகளையும் அவற்றின் வேர்களையும் அறவே அழித்துவிட்டது. வெளியிலிருந்து வந்து விழுந்த விதை பாவத்தின் விதை. இப்பொழுது எல்லாம் தெளிவாகிவிட்டது. நடந்தவை அனைத்திற்கும் காரணம் மனைவியின்பால் உக்கிரசேனன் கொண்டிருந்த மயக்கத்தாலோ அல்லது அவள் அவனை ஏமாற்றிய தாலோ அல்ல. உண்மையிலேயே எங்கேயோ வெளியிலிருந்து வந்து விழுந்த பாவ விதைதான் காரணம் என்று எண்ணத் தொடங்கிய போது ஒரு புதிய உண்மையை யோசித்துக் கண்டடைந்த மகிழ்ச்சியில் விழித்துக் கொண்டான். தலையை உதறிக்கொண்டு சுய பிரக்ஞையை அடையும் தருணத்தில் பாட்டி உள்ளே இருந்து வந்தாள். "சாப்பிடப்பா, எழுந்திரு" என்று அழைத்தாள். சாப்பிட ஊருக்குச் சென்று விடுவதாகச் சொன்னதைப் பாட்டி ஏற்றுக்கொள்ளவில்லை. உள்ளே இருந்து பேரனின் மனைவி சாப்பாட்டுத் தட்டோடும் தண்ணீரோடும் வந்து விட்டாள். அவள் கொண்டு வந்த மரப்பாத்திரத்தில் கை, முகம் கழுவிக் கொண்டபின் அந்தப் பாத்திரத்தை எடுத்துக்கொண்டு உள்ளே சென்றாள்.

ரொட்டிகளும் பாலும் தயிரும் நெய்யும் கோதுமைச் சோறும் இருந்தன. ரொட்டிகளைப் பிட்டு பாலில் நனைத்தபடி எதிரில்

உட்கார்ந்திருந்த பாட்டியிடம், "உன் அரசி அந்த அயல் ஆடவனின் வலையில் அத்தனை சுலபமாக எப்படி விழுந்தாள்?" என்று கேட்டான் யுயுதானன்.

"தயவு செய்து அப்படிச் சொல்லாதே. நீ உக்கிரசேனனைப் பார்த்திருக்கிறாய் அல்லவா? பெரிய கோழை அவன். பெரிய பலவீனன். இப்போது அவனுக்கு நூறு வயசுக்கு மேலிருக்கும். இருந்தாலும் கூட யாதவர்களுக்கு அரசனாகச் சிம்மாசனத்தில் ஏன் உட்கார்ந்திருக்கிறான். அந்த அளவு பேராசைக்காரன். எனக்கு வயதாகி விட்டது. இதெல்லாம் வேண்டாம் என்று சொல்கிற எண்ணம் அவனிடம் இல்லை. ரொம்பவும் தடுமாற்றப் புத்திக்காரன் அவன். அரசி எப்படிப்பட்டவள் தெரியுமா? தனியாகச் சென்று புலிவேட்டையாடி வந்துவிடும் தைரியம் அவளிடம் உண்டு. அந்த அளவுக்குச் சக்தியும் உண்டு. அந்த அளவு வாட்டசாட்டமான உடல்வாகு வில்லேந்தி புறப்பட்டாள் என்றால், பார்க்க அம்சமாக இருக்கும். அவளுக்குக் கட்டுப்படாத குதிரைகளே இல்லை. இந்திரகிரியின் பக்கத்திலிருக்கும் காட்டுக்குத் தன்னந்தனியாக வேட்டைக்குத் தனியே சென்று வந்தாள். துருமினன் அங்கே நடந்தே வந்து விடுவான். அவனை நீங்கள் யாரும் பார்த்ததே இல்லை. புலியைப் போன்ற புஜங்கள், விரிந்த மார்பு, பார்த்தாலேயே எந்தப் பெண்ணுக்கும் ஆசை வரும். அரசியைப் போன்ற ஒரு தைரியமான பெண் அவன் மாதிரியான ஓர் ஆடவனிடம் மனசைப் பறி கொடுக்காமல் வேறு யார் மீது ஆசைப்பட முடியும்? அங்கிருந்து திரும்பி வந்ததுமே என்னிடம் "சித்ரா, இந்த மாதிரி பார்த்து ஆசை வைத்து விட்டேன். இன்று இரவு அவன் எனது கூடாரத்திற்கு வருவதாகச் சொல்லி இருக்கிறான். நீ எனது உயிர்த் தோழியல்லவா?" என்றாள். கீழே கவிந்திருந்த அவள் கண்களையும் தொங்கிய முகத்தையும் பார்க்க வேண்டும். அதன் பொருள் இந்த சித்ராவைத் தவிர வேறு யாருக்கும் தெரியாது."

"பதினைந்து நாட்கள் தொடர்ந்து ஒவ்வொரு இரவும் கூடாரத் திற்கு வந்திருந்தானா? அவனோடேயே அவள் போயிருந்திருக்கலாமே. இப்படிப்பட்ட புருஷனின் அருகில் மீண்டும் எதற்கு வந்தாள்? அழைத்துக்கொண்டு செல்ல துருமிளன் தயாராக இல்லையா?"

"என்ன சொன்னாய்?" என்றாள் சித்ரா. அவளுக்குச் சரியாகக் காது கேட்கவில்லை. சிற்சில சமயங்களில் கடல் அலையின் இரைச்சல் வீட்டுக்குள்ளும் கேட்டது. பாரமான ஓலை போட்டுக் கொண்டிருந்ததால் அவளது காதுகளின் துளைகள் பெரிதாகித் தொங்கின. "அவன் ஏன் தன்னோடு அவளை அழைத்துக்கொண்டு செல்லவில்லை என்றா கேட்டாய்? ஆனால் பிற்காலத்தில், அப்படிச் செய்யாததை எண்ணிப் பலமுறைகள் அவன் வருத்தப்பட்டான். தன்

அரண்மனையைச் சேர்ந்த ஒரு பணிப்பெண்ணை அனுப்பி, என்னை வரச்சொல்லி செய்தி அனுப்பி இருந்தான். அரசியிடம் சொல்லி விட்டே நான் சென்றேன். ராட்சசப் பிறப்பாக இருந்தாலும், எல்லா நடவடிக்கைகளும் நம்முடையவை போன்றே இருந்தன. 'சித்ரா, உன் அரசியை இன்னொரு முறை விகாரைக்கு வருமாறு செய். அங்கிருந்து என் ஊருக்கு நான் அழைத்து வந்துவிடுவேன். அல்லது அவளாகவே குதிரை ஏறி இங்கு வந்தாலும் வரட்டும். அல்லது என் படையோடு அங்கு வந்து அவளது கணவனைத் தோற்கடித்து அவளை அழைத்து வந்து விடுகிறேன். மொத்தத்தில் அவளது சம்மதம் வேண்டும்" என்று அங்கலாய்த்துச் சொன்னான். ஆனால் இவள்தான் ஒத்துக்கொள்ளவில்லை.

"அவன் மேலிருந்த ஆசை அதற்குள் வற்றிவிட்டதா?"

"என்ன சொன்னாய்? துருமிளனை நீ பார்த்ததில்லை. பார்த்தாலும் நீயும் ஒரு ஆணாக இருப்பதால் உனக்குப் புரியாது! முதல் இரவை அவனோடு கழிந்த பிறகு 'எத்தனை பிறவி எடுத்தாலும் அவனுடைய பணிப்பெண்ணாகக்கூட இருக்க, எந்தப் பெண்ணும் தயாராக இருப்பாள் அவ்வளவு சுகம்' என்று ராணியே என்னிடம் சொன்னாள். அவனோடு பதினைந்து இரவுகள் கழித்தவள் அவள். வயிற்றில் அவன் கரு. ஆனால் இவள் ஆரியப் பெண் இல்லையா? கணவனைத் தவிர வேறு ஆடவனுடன் உறவுகொள்ளக்கூடாது என்று நெறி வகுத்திருக்கிறார்களே. என் தலையெழுத்தே இப்படித்தான் என்று அழுதபடி இங்கேயே தங்கி விட்டாள். ராட்சசர்களிடையே கணவனைக் கொன்றவனோடு கூட ஒருத்தி மகிழ்ச்சியாக வாழ்ந்து விட முடியும். ஒருவருக்கொருவர் பிடித்திருக்க வேண்டும் என்பதுதான் முக்கியம்."

அதற்கப்புறம் உக்கிரசேனனுக்குப் பதின்மூன்று பிள்ளைகள் பிறந்தார்கள் என்று சொன்னாயே" என்று சொன்னபடி நனைந்த ரொட்டியை வாயில் வைத்தான்.

"முதலில் கணவனோடு எந்த உறவும் வைத்துக்கொள்ளவில்லை. முதன் முதலில் கருப்பையின் கதவைத் திறக்கும் சக்தி அவனுக்கில்லை என்று அவளே சொல்லி இருக்கிறாள். அதற்கப்புறம் சுலபம்தான். நீயும் திருமணமானவன்தானே! உனக்கு எத்தனை மனைவிகள்? எத்தனை பிள்ளைகள்? எத்தனை பேரப்பிள்ளைகள்?"

யுயுதானன் பதில் எதுவும் சொல்லவில்லை. பாலிலும் தேனிலும் ரொட்டியை நனைத்து நனைத்துச் சாப்பிட்டான். சித்ராவும் அமைதியாக இருந்தாள். பாவ விதை பற்றிய அவனது சிந்தனை மீண்டும் நினைவுக்கு வந்தது.

அதைக் குறித்து சித்ராவிடமே கேட்டு உறுதி செய்து கொள்ள வேண்டும் என்று நினைத்தான்.

"துருமிளன் முழு ராட்சசனில்லை. அவனது தாயோ தந்தையோ ராட்சசன். அவனது நடவடிக்கைகூட நமது நடவடிக்கை போலவே இருந்தது என்று நீயே சொல்லி இருக்கிறாய். அவனுக்குப் பிறந்தவன் என்ற காரணத்தாலேயே கம்சன் கொடுமைக்காரனாக இருக்க வேண்டிய தில்லை. ஆனாலும் அப்படி மாறியது யார் செய்த பாவத்தால்?" என்றவன் மீண்டும், "சும்மா என் மனத்திருப்திக்காகக் கேட்டேன். பாவத்திற்கும் ஒரு வேர், ஓர் ஆரம்பம். ஒரு பொறுப்பாளி உண்டு இல்லையா?" கேட்டான்.

இந்தக் கேள்வியை ஒத்துக் கொண்டான் யுயுதானன். ஏன் தனக்குள்ளேயே ஒரு விதமான பிரமையைச் சிருஷ்டித்துக்கொண்டு அல்லது மனைவி சொல்வது பொய் என்று தெரிந்தும் கூட அவள் சொன்னதையே நம்பியிருந்தான். இதனால் அவன் மிகவும் குழம்பிப் போனான். சிறிது நேரத்துக்குப் பின்பு சித்ராவே, "எனக்கு இன்னொரு விஷயமும் தோன்றுகிறது. சொன்னால் நீ கோபித்துக் கொள்ளமாட்டாயே?" என்று அவனிடம் கேட்டாள்.

"இதில் கோபம் ஏன் வருப்போகிறது. சொல், சொல்."

"உங்கள் க்ஷத்திரிய குலமே ரொம்பவும் கோபம் கொள்கிற குலம்."

"அதெல்லாம் இல்லை, சொல்," முகத்தில் இன்னும் கொஞ்சம் பொறுமை தோன்றும்படி வைத்துக் கொண்டான் யுயுதானன்.

"இப்பொழுது எதற்கப்பா அந்தக் கவலை? இதெல்லாம் நடந்து எத்தனையோ வருஷங்கள் ஓடிவிட்டன. போகட்டும் விடு."

"துருமிளனும் அரசியும் சேர்ந்திருந்ததில் அரசி கருவுற்றாள். அதன் முடிவுக்குப் பொறுப்பேற்றுக்கொள்ள அவன் ஏன் முன் வர வில்லை?"

"அடுத்தவன் கருவைத் தன்னுடையது என்று எப்படி ஒருவனால் ஏற்றுக்கொள்ள முடியும்?" என்றவன் மீண்டும் "உன் பெயர் என்ன வென்று சொன்னாய்? யுயுதானன் என்றாய் அல்லவா. என்னுடையது, அடுத்தவனுடையது என்கிற வேறுபாடு வரவர நம்மிடையே அதிகம். அதுவும் தற்சமயம் மிகவும் அதிகம். உங்கள் ஆட்கள் மதுரா நகரில் இருந்த போதும் சரி, இப்போது அனர்த்த தேசத்துக்கு வந்திருக்கிற போதும் சரி, எத்தனை பணிப்பெண்களை அவர்கள் தாயாக்கி விட்டிருக்கிறார்கள். அந்தப் பணிப்பெண்களின் கணவன்மார்கள் அதை ஏற்று எந்த வித்தியாசமும் காட்டாமல் சந்தோஷமாக வாழ வில்லையா? தாயின் கருத்தூய்மையைப் பரிசோதிக்கிற ஒரு

தந்திரமாய்த்தான் உங்களைப் போன்றவர்கள் குழந்தையின் உச்சியை முகர்ந்து பார்க்கிறீர்கள். தனக்குப் பிறந்த ஒவ்வொரு குழந்தையின் உச்சியையும் தாயின் முன்னிலையிலேயே முகர்ந்து பார்த்த பின்பு இது தன்னுடையதுதான் என்று உறுதிப்படுத்தினான் உக்கிரசேனன். உக்கிரசேனனுக்கும் எனக்கும் கூட குழந்தை பிறந்திருக்கிறது. பிறந்திருக்கலாம். அவர்கள் அவனுக்குப் பிறந்தவர்களா, என் கணவனுக்குப் பிறந்தவர்களா என்பது உறுதியாய்த் தெரியாது. அரசியின் தோழி என்பவள் அரசனுக்குப் பணிப்பெண்தான் என்பது திருமணமான தோழிமார்களின் கணவன்களுக்கும் தெரியும். ஆனால் உச்சியை முகர்ந்து பார்க்கிற பழக்கம் எங்களிடையே இல்லை நான் பெற்றெடுத்த எல்லாப் பிள்ளைகளையும் என் கணவன் சந்தோஷத் தோடு கொஞ்சியெடுத்து விளையாடினான். ஆனால் உக்கிரசேனன் கம்சனைக் குழந்தைப் பருவத்திலிருந்தே, ஏன் வேறுபடுத்தி நடத்தினான்?"

யுயுதானனின் பார்வை அவள் மீதே பதிந்திருந்தது. இமைக்கக்கூட மறந்து அவளையே பார்த்தபடி இருந்தான். முகத்திலும் கழுத்திலும் படிந்த வியர்வை வழிந்தது. துடைத்தபடி இருந்த கை கூட அப்படியே நின்றுவிட்டது. கடலின் ஓசை கூட நின்றுவிட்டது. அறைக்குள் சின்ன வண்டுகளின் ரீங்காரம் மட்டுமே அவன் பிரக்ஞையில் இருந்தது. வெகு சீக்கிரமாகச் சாப்பிட்டு முடித்தான். மீண்டும் பரிமாற வந்தபோது வேண்டாம் என்று தடுத்துவிட்டான். சிறிது நேரம் அப்படியே உட்கார்ந்திருந்த பிறகு அவனை நோக்கிய சித்ரா, "ரொம்பவும் புழுக்கமாக இருக்கிறது. இல்லையா? எப்பொழுதுமே இந்த அறை இப்படித்தான். வெளியே முற்றத்துக்குச் செல்லலாம் வா, அங்கு நல்ல கடற்காற்று வீசும்" என்றபடி எழுந்தான்.

வெளியே கம்பத்தில் கட்டிய குதிரையைச் சுற்றி முப்பது நாற்பது சிறுவர்களும் சிறுமிகளும் ஆடிக் கொண்டிருந்தன. பதினைந்து, இருபது பெண்கள் எதிர்வீட்டு முற்றத்திலும், வீதியிலும் நின்று தான் வெளியே வருவதையே எதிர்பார்த்துக் கொண்டிருப்பதை உணர்ந்தான் யுயுதானன்.

அவனோடேயே வெளியே வந்த சித்ரா எல்லாரையும் பார்த்ததும், "இவன் கிருஷ்ணனில்லை, யுயுதானன். அவனுடைய நண்பன். சும்மா இங்கே வந்தான். வேறு ஏதோ, வேலையாக இந்தப் பக்கம் வந்தவன் சும்மா பார்த்து விட்டுப் போகலாம் என்று வந்தான். கிருஷ்ணன் குரு நாட்டுக்குப் போய் மூன்று மாதங்களாகி விட்டன. துவாராகைக்கு எப்போது வருவானோ, யாருக்குத் தெரியும்?" என்று சத்தமிட்டுச் சொன்னான்.

அவர்கள் முகங்களில் உற்சாகம் குன்றியதைப் பார்த்தான் யுயுதானன். அவர்களின் வயது இருபதில் தொடங்கி நாற்பது. ஐம்பது

வரையில் இருக்கும். சிலர் கைகளில் குழந்தைகளை ஏந்தி வைத்துக் கொண்டிருந்தனர். அவர்கள் காலடியிலேயே சில குழந்தைகள் மண்ணில் விளையாடிக்கொண்டிருந்தனர். நிலங்களிலும் தொழுவங் களிலும் வேலை செய்துகொண்டிருந்தவர்கள் அப்படியே நேராக வந்துவிட்டதைப் போல இருந்தது.

"ஏதாவது சொல்ல வேண்டுமென்றால் இவனிடம் சொல்லுங்கள். கிருஷ்ணன் ஊருக்குத் திரும்பிய பிறகு அவனிடம் தெரிவித்து விடுவான்."

அவர்களைப் பார்த்து சித்ரா சொன்னதும், ஏறத்தாழ ஐம்பது வயது மதிக்கத்தக்க ஒரு பெண் சட்டென்று சிரித்தாள். மற்றவர்கள் யாரும் சிரிக்கவில்லை. தனது குதிரையின் பக்கமும் அதைச்சுற்றி ஆடிக் கொண்டிருந்த குழந்தைகள் பக்கமும் தனது பார்வையைத் திருப்பினான் யுயுதானன். குழந்தைகளும் எதையோ எதிர்பார்த்து ஏமாந்தது மாதிரி தெரிந்தது.

"இவர்களெல்லாரும் யார் தெரியுமா?" என்று சித்ரா கேட்டாள்.

அதற்குள் கும்பலில் இருந்த ஒருத்தி, "அவன் யார் என்று எங்களுக்குத் தெரியும். யுயுதானன் சாத்யகி" என்று சத்தமிட்டுச் சொன்னாள். சொன்னவள் யார் என்று திரும்பிப் பார்ப்பதற்குள் அவள் பேச்சை நிறுத்தியிருந்தாள். அடையாளம் தெரியவில்லை.

"நரகாசுரனிடமிருந்து விடுவித்து அழைத்து வந்த பிறகு மணந்து கொண்ட பெண்களில் இருபத்து நாலு பேருக்கு இந்த ஊரிலேயே வீடுகட்டிக் கொடுத்தான் கிருஷ்ணன். காட்டை வெட்டிச் சீராக்கி அவர்களுக்கு நிலம் உருவாக்கித் தந்தான். இவர்களே விவசாயம் செய்து வயிற்றுப்பாட்டைக் கவனித்துக்கொள்கிறார்கள். இந்தப் பிள்ளைகள் எல்லாம் இவர்களுடைய குழந்தைகள். இந்த ஊருக்கு வரும் போதெல்லாம் வெல்லம் கொண்டு வந்து கொடுப்பான் கிருஷ்ணன். உன் குதிரையைப் பார்த்து கிருஷ்ணன்தான் வந்திருக்க வேண்டும் என்று நினைத்து எல்லாரும் ஓடி வந்து விட்டார்கள். ஒன்றும் கிடைக்காது என்று தெரிந்ததும் எப்படி ஓடுகிறார்கள் பார்."

யுயுதானனுக்கு வருத்தமாயிருந்தது. குழந்தைகள் சிதறி ஓடினார்கள். நின்று கொண்டிருந்த பெண்கள் கூட ஒவ்வொரு வராகக் கலையத் தொடங்கினார்கள். ஏதோ பூச்சிகளின் கடியால் குதிரை நிலைகொள்ள முடியாமல் தவித்துக் கொண்டிருந்தது.

"ஒரு ஆணைக் கூடக் காணவில்லையே ஊரில்."

"காலை நேரத்தில் எந்த ஆண்பிள்ளைதான் வீட்டில் இருப்பான்? விவசாயத்திற்கும் மாடு மேய்க்கவும், வேட்டையாடவும் மீன் பிடிக்கவும் சென்றிருப்பார்கள். பெண்கள் கூடப் போய்விடுவார்ககள். இருந்தால்

என்னைப் போன்ற வயதான கிழவிகளும், சமையல் செய்கிறவர்களும் சின்னஞ்சிறு பிள்ளைகளும்தான் இருப்பார்கள். இந்த ஊரில் பத்து வீடுகளில் மட்டும் தான் ஆண்கள் இருக்கிறார்கள். மற்ற இருபத்து நாலு வீடுகளுக்கும் உன் சிநேகிதன் கிருஷ்ணன்தானே கணவன். சில வீடுகளில் வளர்ந்த இளைஞர்கள் கூட உண்டு."

தோள் அளவுக்கு வந்துவிட்டது சூரியன். இது மேற்கு பார்த்த வீடாக இருந்தாலும் கோட்டை மதில் சுவர் குறுக்கில் இருந்ததால் கடலைப் பார்க்க முடியவில்லை. வெறும் இரைச்சல் மட்டும் கேட்டுக் கொண்டிருந்தது.

* * *

குதிரை ஏறித் திரும்பும் வழியில் மேகங்கள் சிதறி வெயில் சுருக்கென்று தைத்தது. வியர்வை நெடி மூக்கைத் தாக்கியது. குழந்தையின் உச்சியை முகர்வதன் மூலம் தாயின் கருப்பைத் தூய்மையை எப்படி அறிய முடியும் என்பது ஆச்சரியமாக இருந்தது யுயுதானனுக்கு. பழைய நினைவுகளை அசை போடத் தொடங்கினான். "நான் கூட குழந்தை பிறந்தபோது உச்சியை முகரும் சாஸ்திரம் செய்தேன். அது வெயில் காலமாக இருந்தால் வியர்வை வாசனை அடித்தது. தலையைத் துவட்டி சாம்பராணிப் புகையைக் காட்டியிருந்ததால், கமகமவென்று மணத்தது. அதுமட்டுமல்லாமல், அந்தக் காலத்தில் இதைப் பற்றியெல்லாம் எனக்கு அக்கறையும் இருந்ததில்லை. என் மனைவியின் மீது நான் என்றும் சந்தேகப்பட்டதில்லை. சதாகாலமும் மாமனாரும் மாமியாரும் இருக்கிற வீட்டில் குடித்தனம் செய்கிற அவள் சுபாவமே வேறு. இந்த எண்ணம் இதமாக இருக்கிறது. இருபது இருபத்திரண்டு வயசிலேயே கம்சனைப் பற்றிய எல்லா விஷயங்களையும் கிருஷ்ணன் அறிந்து வைத்திருக்கிறான். ஆனால் ஒரு நாளும் இதுபற்றி என்னிடம் பேசியதில்லை. வேண்டுமென்றே மறைத்திருந்தானோ அல்லது வாய்ப்பு வரவில்லை என்று அமைதியாய் இருந்தானோ, தெரியவில்லை. இந்த முறை வந்ததும் அவனிடமே நேரிடையாகக் கேட்டு விட வேண்டும். கம்சனின் பிறப்பையொட்டிய பாவத்துக் காரணம் யார் என்று கேள்விக்குச் சித்ரா என்ன பதில் சொன்னாள். கிருஷ்ணனைத்தான் கேட்க வேண்டும். அவனும் சித்ரா வின் வார்த்தைகளை ஒத்துக்கொள்ளக் கூடும். அப்படியென்றால் இல்லறத்தில் ஒரு குழந்தையின் பிறப்பில் ஒழுக்கத்தின் பங்கு என்ன என்கிற கேள்வி மனசை அரிக்கத் தொடங்கியது. இடது பக்கத்தில் இருந்து கடல்காற்று வேகமாக வீச ஆரம்பித்தது. நெருக்கடியான நேரத்தில் கிருஷ்ணன் அங்கே பாண்டவர்களோடு போய் தங்கிவிட்டான். போனது சரி, ஆனால் திரும்பி எப்போது வருவான் என்பது யாருக்கும் தெரியவில்லை. பெண்டாட்டி பிள்ளை ஞாபகம் கூட இவனுக்கு

இருப்பதில்லை. அப்போது அவன் கம்சனைக் கொன்றபோது, மருமகனாவும் தன் பிரதிநிதியாகவும் இருந்தவன் கொலையுண்ட அதிர்ச்சியில் வேறு எப்படி ஒருவனால் செயல்பட முடியும்?" இந்த யோசனை யுயுதானனுக்கே ஆச்சரியமாக இருந்தது. இதுவரை கம்சனை ஒரு எதிரியாகவும் ராட்சசனாகவும், கொடுமைக்காரனாகவும், குரூரமானவனாகவும்தான் நினைத்திருந்தான். ஆனால் இப்போது? கம்சனின் தாயினுடைய நெருங்கிய தோழி வழியாகவும் கம்சனின் பிரசவத்தின்போது உதவியவன் வழியாகவும் உண்மைகளைத் தெரிந்து கொண்ட பிறகு கம்சனை மனிதாபிமான அடிப்படையில் பார்க்கத் தொடங்கினான். மாவீரர் களுக்கு ஆண் குழந்தைகளை விடவும் பெண் குழந்தைகள் மீது பிரியம் அதிகமிருக்கும். ஆஸ்தி, பிரஸ்தி என்ற இரண்டு பெண்கள் இருந்தார்கள் ஜராசந்தனுக்கு. இவர்கள் இருவர்களைத் தவிர வேறு எந்தப் பெண் குழந்தையும் அவனுக்கு இல்லை. இருவரையும் நன்றாக பார்த்துக்கொண்டான். ஏதோ பெரிய சதி நடந்திருக்கிறது, மகத ஜோசியனின் வார்த்தை உண்மையாகி விட்டது. மகத நாட்டு ஜோசியர்களும் ஆட்சி நிர்வாகிகளும் ஒற்றர்களும் இரண்டு பெண் களையும் விதவைக் கோலத்தில் கொண்டு வந்து விட இரண்டு பெண்களும் ஓவென்று அழுதார்கள். அப்போது அதைப் பார்த்துக் கொண்டு அவனால் எப்படி அமைதியாக இருக்க முடியும்?

கிருஷ்ணன் பெரிய துணிச்சல்காரன். பெரிய புத்திசாலியும் கூட ஒரு புலியைக் கொன்றால் அதன் ஜோடிப் புலி கண்டிப்பாக தேடிக் கொண்டு வருவதைப் போல ஜராசந்தன் கண்டிப்பாக வந்தே தீருவான் என்று அவன்தான் முதலில் சொன்னான். வயசில் பெரியவர்கள் எல்லாரும் இதைக்கேட்டு நடுங்கினார்கள். கம்சனின் கொடுங்கோல் ஆட்சியின் கீழ் இருந்து தன் ஆண்மையையே இழந்து விட்டிருந்தார்கள். இளைஞர்களையாவது உற்சாகப்படுத்தி ஒன்று திரட்டி அவர்களுக்கு படைக்கலப்பயிற்சி அளித்துத் தைரியசாலிகளாக ஆக்கலாம் என்றால் அதற்கும்தான் யார் முன்வந்தார்கள். தேசப் பாதுகாப்பில் ஈடுபட்டிருந்த அயல் தேசத்தவர்கள் கிளம்பிப் போனதும் பாதுகாப்புக் கட்டுப்பாடுகள் தளர்ந்து போயின. எதையும் கவனிப்பார் இல்லை. எல்லா இடங்களிலும் திருட்டு, கொலை, கொடுமை, கம்சனின் ஆட்சியே நன்றாக இருந்தது என்கிற அளவுக்கு ஆகிவிட்டது. 'யார் இந்தப் போக்கிரிப் பையன்?' என்று ஒரு சிலர் கிருஷ்ணனையே கூட கேட்டார்கள். என் அப்பாவைப் போன்ற ஒரு சிலர் கூடி கிருஷ்ணனுக்குப் பக்கத் துணையாக நின்று, புரியும்படி எடுத்துச் சொல்லி அமைப்பை ஓர் ஒழுங்குக்குக் கொண்டுவராமல் போயிருந்தால் என்ன நடந்திருக்குமோ? சினி, அநாத்ருஷ்டன், அக்ரூரன், ஷப்ருது, மற்றும் அத்தனை காலமும் சிறையில் நலிந்த ஏறத்தாழ அறுபதை நெருங்கும் உக்கிரசேனன் ஆகிய வீரர்கள் அனைவரும் அவனுக்குத் துணையாக நின்றார்கள்.

சித்திரகன், சியாமன், சத்ராஜிதன், பிரசேனன் எல்லாரும் மறந்துபோன படைக்கலப் பயிற்சிகளை மீண்டும் தொடங்கிப் பயிற்சி செய்யாவிட்டால், அப்போதே தோற்க நேர்ந்திருக்கும். அதே நேரத்தில்தான் என் அப்பாவின் யோசனைப் படி கிருஷ்ணனும் பலராமனும் அவந்திபுரத்துக்குச் சென்று சாந்திபனி என்ற குருவிடம் பயிற்சி பெற்றார்கள். அவசரம் அவசரமாக அறுபத்தி நான்கு நாட்கள் பயிற்சி பெற்றார்கள். வேதம், வில்வித்தை எல்லாம் கற்றார்கள். இதற்கிடையில் ஜராசந்தனின் சேனை வர உள்ளது என்ற செய்தியைக் கேள்விப்பட்டு ஓடோடி வந்தான். அதே தருணத்தில்தான் அஸ்தினாபுரத்தில் துரோணர் குருவாக இருந்து கலைகளைச் சொல்லிக்கொண்டிருந்தாராம். ஆனால் நம் அவசரத்துக்குச் சொல்லித் தருவாரா அவர்? ஜராசந்தனை எதிர்த்துப் பகையை வளர்த்துக்கொள்ள பீஷ்மர் ஒப்புக்கொள்வானா என்பது சந்தேகமாக இருந்தது. இதனால்தான் தொலைவாக இருந்தாலும், பரவாயில்லை என்று சாந்திபனியிடமேயே கற்றுக்கொள்ளுமாறு இருவரையும் அப்பா அனுப்பி வைத்தார்.

“யுத்தம் என்றால் அதுதான். பன்னிரண்டு வயது நிரம்பிய எனக்கும் தைரியம், உற்சாகம். ஓர் இடத்திலிருந்து இன்னோர் இடத்திற்குச் செய்தி அனுப்புவது, எதிரிகளின் செய்திகளைச் சேகரிப்பது ஆகியவை என் வேலைகள். பார்ப்பதற்குத்தான் சிறியவனாக இருந்தேன். ஆனால் மனசுக்குள் தைரியமாகவே இருந்தன. என் தைரியத்துக்குக் காரணம் கிருஷ்ணன். நடுக்கம் என்றால் என்னவென்றே அறியாதபடி நான் வளர உதவியவன் அவன். அவனைக் குரு என்று அழைக்காமல் வேறு எப்படி அழைப்பது? எஜமானனிடம் வாலைக் குழைக்கும் நாய் என்று சொல்கிறான் பலராமன். நகரை ஜராசந்தன் முற்றுகை யிட்டபோது அதைத் துணிச்சலாகத் தடுத்து எதிர்த்தவன் அவன். துணிச்சல்காரன் தான் அவன். ஆனால் அந்த அளவு தந்திரமில்லை. இன்றைக்கும் தந்திரம் இல்லை. கலிங்கத்தைச் சேர்ந்த கருத்தாயு, கரூவு நாட்டைச் சேர்ந்த தந்தவந்தன், விதர்ப்ப தேசத்தைச் சேர்ந்த சோமகன், மோஜிர நாட்டைச் சேர்ந்த ருக்மி, ஜராசந்தனின் வளர்ப்பு மகன் சிசுபாலன் ஆகியோர் ஜராசந்தனுக்கு ஆதரவாக இருந்தார்கள். ஒற்றர்கள் மூலம் செய்திகளைச் சேகரித்த கிருஷ்ணன் முதலிலேயே சொல்லி விட்டான். “யாரிடமும் பெரிய அளவில் படை எதுவும் இல்லை. அத்தனை தொலைவிலிருந்து ஆறு, பள்ளம், மேடு தாண்டி ஏறி இறங்கிக்கொண்டு ரதங்களையும் குதிரைகளையும் அழைத்து வருவது சிரமம். நம் மதுரா தேசத்துக்குப் பக்கத்தில் இருக்கிற பாஞ்சால தேசத்தவர்கள் அவனுக்கு எந்தப் படை உதவியும் செய்ய மாட்டார்கள். வெறுமனே அந்த அரசர்கள் மட்டும் வந்துள்ளார்கள். நான் சொல்கிறபடி எல்லாரும் கேளுங்கள். அவர்களை விரட்டி விடலாம் என்று சொன்னான். கடைசியில் கிருஷ்ணன் சொன்ன வார்த்தையே பலித்தது. மதுரா

நகரைச் சுற்றியுள்ள காடுகளில் மாடு மேய்ப்பவர்கள் போன்ற மாறு வேஷத்தில் பாதி வீரர்கள் இருந்தார்கள். மற்ற பாதி வீரர்கள் ஊர்க்குள் இருந்தார்கள். கோட்டைக் கதவைச் சாத்தி ரொம்பவும் பயந்திருப்பதைப் போல ஒரு தோற்றத்தை உண்டாக்கினோம். அவர்கள் நகருக்குள் நுழைந்தார்கள். மெல்ல மெல்ல காட்டிலிருந்து வெளிவந்த வீரர்கள் பின்பக்கமிருந்தும், இன்னும் பாதி வீரர்கள் கோட்டைக்குள்ளிருந்தும் வெளிப்பட்டு முன் பக்கமாகவும் அவர்களைச் சூழ்ந்து தாக்கினார்கள். வேறு வேறு திசைகளில் இருந்து நிகழ்த்திய தாக்குதலைக் கண்டு அவர்கள் அச்சம் கொண்டார்கள். எங்களிடம் படைபலம் அதிகம் என்று அவர்கள் எண்ணிக்கொண்டார்கள். அவர்கள் பயந்து ஓடத் தொடங்கினார்கள். அவர்கள் ஓடஓடத் துரத்திக்கொண்டு சென்று விரட்டியடித்தோம்...”

இந்த நினைவு யுயுதானனுக்கு மகிழ்ச்சியைக் கொடுத்தது. மெல்லச் சிரித்துக்கொண்டான். குதிரை தன்னைத்தான் உற்சாகப் படுத்துவதாக எண்ணிக்கொண்டு வேகவேகமாக ஓடத் தொடங்கியது. முட்புதர்களையெல்லாம் கடந்து அவன் வேகமாகச் சென்று கொண்டிருக்கும்போது சமீபகாலமாக யாதவப் படையினர் முன் தன்னை ஒரு மாவீரனாகக் காட்டிக் கொள்ளும் பலராமனை நினைத்துக்கொண்டான். அது மட்டுமல்ல. அவன் சொன்ன மற்ற விஷயங்களும் ஞாபகத்துக்கு வந்தன. “உண்மையிலேயே கிருஷ்ணன் பெரிய கோழை. வெறும் தந்திரக்காரன். அவ்வளவுதான். சிற்சில சமயங்களில் அத்தந்திரங்கள் வெற்றி பெறுகின்றன. இல்லை என்று சொல்லவில்லை. ஆனால் எல்லாத் தந்திரங்களும் எப்பொழுதும் வெற்றி பெற்றுவிடுமா? சக்தியாலும் துணிச்சலாலும்தான் ஒரு க்ஷத்திரியனுக்குக் கௌரவம் கிடைக்கும். பயந்துகொண்டு ஓடிப் போவதால் அல்ல” என்றான். பலராமனின் இந்துப் பேச்சை உற்சாகத் தோடு வரவேற்கவும் படையில் சிலர் இருந்தார்கள். எங்கள் படை யில் கிருஷ்ணனைப் பிடிக்காதவர்களும் சிலர் இருக்கத்தான் செய்தார்கள். இந்த இளைஞர்கள், மதுராவில் இருந்து துவராகைக்கு ஓடிப்போனவர்களைப்போல கோழைகள் அல்ல நாங்கள் என்று பீற்றிக் கொள்கிறார்கள். நாங்கள் இங்கு குடியேறியபோது அவர்கள் எல்லாரும் மூக்குச்சளி ஒழுக ஆடிக் கொண்டிருந்த சிறுவர்கள். இன்னும் சிலர் பிறந்திருக்கக் கூட இல்லை. இவர்கள் பார்வையில் தெரிவதையும் யாரும் கேள்வி கேட்கவில்லை. ஆனால் கிருஷ்ணன் கோழையா?

“எனக்கு நன்றாக ஞாபகம் உள்ளது. இரண்டாம் முறையாக மதுரா நகர் மீது ஜராசந்தன் தாக்குதல் நடத்திய போதுதான் இது பழி வாங்குகிற செயல் என்று புரிந்துகொண்டான். அவனும் பலராமனும் மேலும் சில இளைய வீரர்களும் தெற்குத் திசையை நோக்கிச்

கிளம்பினார்கள். வேண்டுமென்றே அவர்கள் ஊரில் இல்லாத சங்கதியை ஊர் முழுக்கப் பரப்பியாகி விட்டது. இதனால் மதுரா நகரை நோக்கி வரும் திட்டத்தை மாற்றி அவர்கள் இருவரையும் தொடர்ந்து செல்லத் திட்டமிட்டான் ஜராசந்தன். அவனிடம் மிகப் பெரிய சேனை இருந்தது. இதோ அகப்பட்டு விடுவார்கள் என்று படைக்கு நம்பிக்கை ஊட்டி அழைத்துச் சென்றான். எங்கோ வழிமாறி ஏதோ சுற்றுவழியில் அகப்பட்டுக்கொண்டார்கள். ரதங்களும், யானைகளும், வீரர்களும் எவ்வளவு தூரம் ஓடமுடியும்? உடல் பருத்த யானைகள் சுறுசுறுப்பாக முன்னால் ஓடும் பூனையைப் பிடிக்கப் போனதுபோல ஆனது. எத்தனயோ நாடுகளில் சுற்றுவழியில் அலைந்தார்கள். சோர்ந்த யானைகள் பின் தங்கின. ரதங்கள் முறிந்தன. குதிரைகள் தடுமாறிக் கீழே விழுந்தன. உணவு இல்லாமல் கலாட்படைகளும் சோர்ந்து விட்டன. இந்த நேரத்தில் மின்னல் வேகத்தில் வெளிப்பட்டு எல்லாரையும் வளைத்துக் கொண்டார்கள். ஜராசந்தனோடு சேர்ந்து வந்த வீரர்கள் உயிர் பிழைத்தால்போதும் என்று ஓடினார்கள். இன்னும் கொஞ்சம் அதிக அளவு சேனை தம்மிடம் இருந்தால் அந்த இடத்திலேயே அவனை எதிர்த்து ஒழித்துவிட்டிருக்க முடியும் என்று கிருஷ்ணனே என்னிடம் பலமுறை சொன்னதுண்டு.

இரண்டாம் முறையும் தோற்று ஓடிய ஜராசந்தன் இன்னொரு முறையும் மதுரா நகரைத் தாக்க ஏற்பாடுகள் செய்து கொண்டிருந்தான். இந்த முறை கிருஷ்ணனைக் கொல்ல முடியாவிட்டாலும் பரவா யில்லை, அவனது நகரையாவது அழித்துவிட வேண்டும் என்று நினைத்தான். இதைக் கூடச் செய்யாவிட்டால் தன் பெயரும் புகழும் என்னாவது என்று நினைத்தான் ஜராசந்தன். இந்த முறை மிகப் பெரிய சேனையைத் திரட்டினான். போன முறை ஆதரவு அளித்த எல்லா அரசர்களும் தம் முழுப்படையோடு இந்த முறை வந்திருந்தனர். அதுவரை மதுராவைச் சேர்ந்த இவ்வளவு அரசர்களும் ஒன்று சேர்ந்து கிருஷ்ணனைக் கொல்வதற்காக இத்தனை பெரிய படையோடு வந்ததில்லை. அவனுக்கு அப்போது இருபதோ, இருபத்தொன்றோதான் வயது. எனக்குப் பதினைந்து. அப்படிப்பட்ட சூழலில் முறையாகப் பயிற்சியை முடிக்க யாருக்குத்தான் எண்ணமிருக்கும்? இதற்குள் யாதவர் சேனையும் உருவாகி விட்டது. என்னைப் போன்ற வீரர்கள்தான் அதிக அளவில் இருந்தார்கள். கிருஷ்ணனின் தலைமைதான் எங்களுக்கு உற்சாகத்தையும் தைரியத்தையும் கொடுத்தது. நான்கு திசைகளிலிருந்தும் ஒற்றர்கள் செய்தியைச் சேகரித்துக்கொண்டு வந்தார்கள். இந்த முறையும் கிருஷ்ணன் நகரை விட்டுச் சென்று தப்பித்திருக்க முடியும். ஆனால் மதுரா நகரம் தரைமட்டமாகி விடுவது நிச்சயம். யாதவ முக்கியஸ்தர்கள் சிறைப்படுவதும் நிச்சயம். அப்படியென்றால் தப்பிப்பது என்றால் கிருஷ்ணனோடு சேர்ந்து

இந்த முக்கியஸ்தர்களும் தப்பித்துக் கொள்ள வேண்டும். ஆனால் ஜராசந்தன் அவர்களது மனைவி, மக்களை விட்டு வைத்துவிடுவானா? 'நேருக்கு நேர் யுத்தம் செய்யலாம், ஆன மட்டும் எதிரிகளைக் கொல்லுவோம். நாமும் ரத்தம் சிந்துவோம். இறக்க நேர்ந்தால் வீரமரணம் எய்துவோம்." என்று நாங்கள் எல்லாரும் முழங்கினோம் 'போராடுவோம் போராடுவோம்' என்று நானும் அப்போது தொண்டை கிழியக் கத்தினேன். ஆனால் பயந்து நடுங்கிய பெண்கள், வயதானவர்கள் முக்கியஸ்தர்கள் முன்னிலையில் கிருஷ்ணன் பேசிய பேச்சைக்கேட்டு மிகவும் கோபமுற்றேன். நமது வீர நாயகன் கோழையானான் என்று மனத்திற்குள்ளேயே அவனை வெறுத்தேன்.

"பெரியோர்களே, தந்தைமார்களே, ஒற்றர்களிடமிருந்து செய்தி வந்திருக்கிறது. இந்த முறை மிகப் பெரிய படைபலத்தோடு தாக்க வருகிறானாம் எதிரி. அவனுக்குச் சொந்தமான படையோ மிகப் பெரியது. அவனுடைய ராஜ்ஜியமும் பெரியது. அவன் மீது உள்ள பயத்தால் அவனது செல்வாக்குக்குக் கட்டுப்பட்ட பகுதிகளும் மிகப் பெரியது. அவர்கள் அனைவரின் ரதங்களும் யானைகளும் மதுரா நகரைத் தடைமட்டமாக்க எல்லா மூலைகளில் இருந்தும் வருகிறது. நமது அயல் தேசங்களான பாஞ்சாலமும், வடபகுதியில் உள்ள குரு தேசமும்தான் அவனுக்கு ஆதரவாக இல்லை. ஆனால் யுத்தம் என்று வந்த பிறகு எதையும் சொல்ல முடியாது. என் பக்கம் சார்ந்திருக்காவிட்டால் உன்னை எதிரியாக நினைத்துத் தாக்குவேன் என்ற அச்சுறுத்தினால் விருப்பமில்லாதவர்கள் கூட சேர்ந்துகொள்ள நேரும். ஜராசந்தனின் ஆத்திரம் அளவு மீறிவிட்டது. கம்சனைக் கொன்றதற்குப் பழிக்குப் பழி வாங்காவிட்டால் அவன் மன அகங்காரம் அமைதியுறுமா? அது மட்டுமன்றி இரண்டு முறைகள் தோற்றிருக்கிறான். அப்பொழுதே அவனைத் தாக்கி நாம் கொன்றிருக்கலாம். ஆனால் அதற்குரிய பலம் நம்மிடம் இல்லாமல் இருந்தது" என்று சொல்லிக் கொண்டிருக்கும் போது "கம்சனை நீ கொன்றதே தப்பு" என்று கூவினான் சங்கன்.

"அப்படியென்றால் எல்லாரும் தொடர்ந்து அடிமைகளாகவே இருந்திருப்பீர்களா? அவனைக் கொல்வதற்கே நான் பிறந்தேன் என்பதை நீங்கள் நம்பவில்லையா? மகத நாட்டு ஜோசியனின் வார்த்தையை நம்பியவர்கள் நீங்கள்தானே" என்று அவன் பேசிக் கொண்டிருந்தபோதே எல்லாவற்றிற்கும் காரணம் கிருஷ்ணன் தான் என்று முணுமுணுத்தபடி பழி சுமத்திப் பேசியதைக் கேட்டேன். அதைக் கேட்டு மிகவும் கோபம் கொண்டேன்.

"இப்பொழுது நமக்கு இரண்டே இரண்டு வழிகள்தான் உள்ளன. நானும், அண்ணன் பலராமனும் தலைமறைவாகி எங்கேயாவது கிளம்பிப்போகிறோம். என்றென்றும் மதுராவுக்குத் திரும்பி வராதபடி

சென்று விடுகிறோம். நீங்கள் அனைவரும் ஜராசந்தனைச் சரணடைந்து உயிர் பிழைத்துக் கொள்ளுங்கள். அல்லது நாம் அனைவருமே இந்த மதுரா நகரை விட்டு வெளியேறி எங்கேயாவது ஓர் இடத்துக்குச் சென்று விடலாம். ஜராசந்தனின் படைகள் வந்து சேர முடியாத இடமாகப் பார்த்து - நிலப்பகுதி முடிந்து கடல்பகுதி தொடங்கும் இடத்தில் - குடியேறி விடலாம்."

"க்ஷத்திரியனாகப் பிறந்தவன் போராடவேண்டும். அல்லது போரிட்டு மடியவேண்டும். தொடக்கத்தில் சூரத்தனம் காட்டி இப்போது வாலை மடித்து வைத்துக்கொண்டு ஓடினால் ஆரியவர்த்தத்தில் யாதவர்களின் கௌரவம் என்னாவது?" என்று மீண்டும் சத்தமிட்டுக் கேட்டான் சங்கன். உடனே எல்லாரும், "ஆமாம், வெட்கக்கேடு. வெட்கக்கேடு" என்று கூவினார்கள். பலராமனும் சத்தமிட்டான். எதுவும் சொல்லத் தோன்றாமல் குழம்பி விழித்தான் உக்கிரசேனன். கிருஷ்ணனின் தந்தை வசுதேவரின் முகத்திலும் குழப்பம். எனக்குப் பலராமனின் மீது அச்சூழலில் அபார மரியாதை ஏற்பட்டது. அவன்தான் அசலான வீரன். அவன்தான் அசலான க்ஷத்திரியன் என்று எண்ணிக் கொண்டேன்.

"யுத்தத்தில் நேரத்துக்குத் தகுந்தபடி பின்வாங்குவது கூட ஒரு தந்திரம்தான். மீண்டும் தக்க சமயம் பார்த்து எதிரியைத் தாக்கி வீழ்த்தி விடலாம். இது எப்படி வெட்கக் கேடான விஷயமாகும்?" என்று கிருஷ்ணன் கேட்டான்.

"யுத்த பூமியின் விஷயமே வேறு. ஆனால் நீ சொல்வது மூட்டை முடிச்சுகளோடு ஊரை விட்டு ஓடுகிற விஷயத்தைப் பற்றி. இப்படிச் செய்தால் யாதவர்களின் மரியாதை என்ன ஆகும்?" என்று பலராமன் சத்தமாகக் கேட்டான்.

"இரண்டும் ஒன்றுதான். வெறும் உயிரைக் காப்பாற்றிக் கொள்வதற்காக நான் சொல்லவில்லை. புதிய பாதுகாப்பான இடமாகப் பார்த்து தற்சமயத்திற்கு இருந்தபடி நம் பலத்தைப் பெருக்கிக்கொண்டு அதற்கப்புறம் ஜராசந்தனைக் கொள்வதற்காகத்தான் சொல் கிறேன்."

"அவ்வளவு தொலைவான இடத்திற்குச் சென்ற பின்பு கொல்வது எப்படி?"

"எப்படி என்பதை இந்த நொடியிலேயே எப்படிச் சொல்வது? இங்கே உட்கார்ந்திருக்கிற தாத்தா உக்கிரசேனன் மீதும், தந்தை வசுதேவர் மீதும் வீட்டுக்குள் துயரே உருவாக இருக்கும் தாய் தேவகி மீதும், உன்னைப் பெற்றெடுத்த தாய் ரோஹிணியின் மீதும் ஆணையிட்டுச் சொல்கிறேன். வெறும் உயிரைக் காப்பாற்றிக் கொள் வதற்காக நான் போகவில்லை. உயிர் வாழ்ந்தால் என்றாவது ஒரு நாள் எப்படியும் எதிரியை அழித்துவிட முடியும். பாய்ந்து வருகிற

நம்மைவிடப் பெரிய படையின் முன் நின்று உயிரை விட்டுவிட்டால் தற்சமயத்திற்கு க்ஷத்திரிய வேகம் தணியக்கூடும் ஆனால் அதன் மூலம் சாதிப்பது என்ன? இப்போது வெளியேறிச் சென்று இன்னொரு இடத்தில் குடியேறும் பழி எதுவெனினும் என் மீது இருக்கட்டும். சாயங்காலத்துக்குள் யோசித்து ஒரு முடிவைச் சொல்லுங்கள். நாளை காலைக்குள் எல்லாரும் கிளம்ப வேண்டும். இரவு தயராக வேண்டும்."

சாயங்காலத்திற்கு முன்னாலேயே எல்லாரும் ஒவ்வொருவராக வந்து தன் ஒப்புதலைத் தெரிவித்தார்கள். உக்கிரசேனன் முதலிலேயே தனது ஒப்புதலைத் தெரிவித்தான். வசுதேவன் ஒத்துக்கொண்டான். அக்ரூதன் ஒத்துக்கொண்டான். என் தந்தையும் ஒத்துக்கொண்டான். சித்ரகன், சத்யாஜிதன், பிரசேனன் எல்லாரும் ஒத்துக் கொண்டார்கள். ஒத்துக்கொள்ளாதவர்கள் யாருமே இல்லை. எல்லாருமே 'நீ எல்லாவற்றிற்கும் பொறுப்பு ஏற்கிறாய் என்பதாலும், இதனால் எதிர் காலத்தில் வரக்கூடிய எல்லாப் பழிகளுக்கும் நீயே பொறுப்பு எடுத்துக் கொள்வதாகச் சொன்னதாலும் தான் நாங்கள் அனைவரும் ஒத்துக் கொள்கிறோம்" என்றனர். மௌனமாக இருந்து தனது எதிர்ப்பைக் காட்டியவன் பலராமன் ஒருவனே. யாருக்காக இந்த அவமானங்களையெல்லாம் தாங்கிக்கொள்ளத் தயாரானான் கிருஷ்ணன்? ஆரியவர்த்தத்தைச் சேர்ந்த க்ஷத்திரியர்களிடம் வீரம் இருக்கிறது. போராடுவது அல்லது போரில் மடிவதுதான் அவர்கள் நெறி. அப்படிப் பட்டவனால் மட்டுமே சொர்க்கத்திற்குச் செல்ல முடியும். ஆரிய தருமத்தை மீறியதற்கான பழியை அவன் விரித்த முகத்தோடு ஏற்றுக் கொண்டான். மற்றவர்கள் பார்வையில் கோழைகளாகத் தெரியும்படி யாதவர்களுக்கு மாற்று வழி காட்டினான். வாரக் கணக்கில் மலை களையும், காடுகளையும் கடந்து நடந்தோம். ஜராசந்தனால் இத்தனை தூரத்திற்கு வர முடியுமா? மகதத்தில் இருந்து வெறுமனே இங்கு வந்து போவதற்கே நான்கு மாத காலம் பிடிக்கும். தெரியாத தேசம். நான்கு மாத காலத்திற்கு ஒருவன் ஊரை விட்டு இங்கு வந்துவிடில், அங்கே அவனது ராஜ்ஜியத்திற்கு ஆபத்து வந்துவிடாதா? இதையெல்லாம் ஆலோசித்துத்தான் இருபது வயது இளைஞனாகிய கிருஷ்ணன் இந்த இடத்தைத் தேர்ந்தெடுத்தான்.

"தலைமுறை தலைமுறையாக வாழ்ந்துவரும் ஓர் இடத்திலிருந்து இன்னோர் இடத்திற்குக் கிளம்பும் போது எந்தச் சாமான்களை எடுத்துச் செல்வது எந்தச் சாமான்களை விட்டுச் செல்வது என்கிற பிரச்சினை வரும். 'உங்கள் வண்டி நடுவழியில் அச்சு முறிந்து நிற்கக் கூடும். எருதுகள் பாரம் இழுக்காமல் களைத்துப் போக நேரும். செத்தாலும் சாகக் கூடும். உங்கள் பொருட்களே உங்களுக்கு வழியில் சுமையாகி நடுவழியில் வீசி விட்டுப் போகிற நிலைமை வரக்கூடும். அத்தியாவசியமானதை மட்டும் எடுத்துக் கொள்ளுங்கள். அங்கே

இந்த அளவு குளிர் இருக்காது. இத்தனை கம்பளிகள் தேவையில்லை. மாவு, பயிர், வேக வைக்கிற பாத்திரம் ஆகியவை மட்டும்போதும், வில் அம்பு போன்ற ஆயுதங்கள் இருக்கட்டும்' என்று எல்லார்க்கும் எடுத்துச் சொன்னான் கிருஷ்ணன். கிருஷ்ணன் என்னதான் எடுத்துச் சொன்னாலும் பெண்கள் ஏகப்பட்டதைக் கட்டிவிட்டார்கள். பயனற்ற பொருள்கள் மீதும்கூட அவர்களுக்குத்தான் எவ்வளவு ஆசை. யானைகளைப் பின்னால் வரும்படி விட்டுவிட்டுத் தன்னோடு குதிரைகளையும் ஆடுகளையும் ஓட்டிக்கொண்டு நடந்தார்கள். நடந்து நடந்து களைத்தார்கள். வழியில் காய்ச்சல் வந்தவர்கள் பலர். பாதம் வெடித்து ரத்தம் ஒழுக நடந்தவர்கள் பலர். எல்லாரிடமும் திசையறியாமல் அலைகிற ஓர் உணர்வு. வெயில் கொடுமை. கிருஷ்ணனின் பேச்சுக்குக் கட்டுப்பட்டு கிளம்பி இருந்தாலும் கூட வழிநெடுக அவனைத் திட்டிக்கொண்டேதான் வந்தார்கள். கம்சனின் ஆட்சியே பரவாயில்லை என்ற தமக்குள் ஒவ்வொரு வரும் பேசிக் கொண்டார்கள். எல்லா வசைகளையும் ஏற்றுக்கொண்டு குதிரையில் ஏறி முன்னும் பின்னும் மேற்பார்வை பார்த்தபடி வந்தான் கிருஷ்ணன். 'எல்லாரும் தத்தம் மாவையும் பயிரையும் ஒன்றாகக் கலந்து விடுங்கள். கூட்டாகச் சமையல் ஏற்பாடு நடக்கட்டும். எல்லாரும் கூடிச் சாப்பிடுகிற ஏற்பாடு செய்து கொண்டால் இன்னும் வேகமாய் பயணம் செய்யலாம்' என்று சொன்னான் கிருஷ்ணன். ஆனால் யாரும் கேட்கவில்லை. 'தான் கொண்டு வந்திருக்கும் தானியம்தான் உயர்வு, மற்றவை எல்லாம் மட்டம்; தான் செய்யும் சமையல்தான் உயர்வு, மற்றவர்கள் செய்வது மட்டம்' என்ற எண்ணம் எல்லாரிடமும் இருந்தது. வழியில் ஒவ்வொருவரும் தனித்தனியாக அடுப்பு மூட்டி உலை வைத்துச் சமைத்து உண்டார்கள். சிலர் எல்லா வேலை களையும் முடித்திருந்தால் சிலர் அப்போதுதான் தொடங்கி இருப்பார்கள். கிருஷ்ணன் வருத்தப்பட்டதில் என்ன பயன்? "ஏன் எங்களையெல்லாம் இப்படி இழுத்தடிக்கிறாய்?" என்று வயதான கிழவிகள் கேட்டார்கள். நடந்த உஷ்ணத்தால் பசுக்களில் கறவை அளவு குறைந்தது. பசுவின் காம்புகள் வற்றின. தாய்மார்களின் மார்பும் வற்றி, சின்னக் குழந்தைகள் பாலின்றி இறந்தன. குழந்தைகள் இறந்த கோபத்தில் கம்சன், ஜராசந்தன், கிருஷ்ணன் அனைவரையும் சபித்தனர் தாய்மார்கள். பிறந்ததுமே தாயை விட்டுப் பிரிந்துபோன கிருஷ்ணனுக்குத் தாய்மண் மீது எந்தப் பற்றும் இல்லை. எந்த மண்ணின் மீதும் அவனுக்குப் பற்றில்லை. பயணமாக இருந்தாலும் சரி, புதிய இடமாக இருந்தாலும் சரி, புதிய தட்பவெப்பச் சூழலாக இருந்தாலும் சரி, எங்கு வேண்டுமானாலும் தூங்கி எழுந்திருக்கிற அவனைப்போல யாராலும் இருக்க முடியாது..."

நினைத்துக் கொண்டிருக்கும்போதே அவன் கொட்டாவி விட்டான். முந்தின நாள் இரவே சரியாகத் தூங்கவில்லை என்ற ஞாபகம் வந்தது. "எனக்கு, ஒரு குதிரை தரப்பட்டிருந்தது. அதன்மேல் உட்கார்ந்து பயணம் செய்கிறவர்களையெல்லம் மேற்பார்வை செய்கிற வேலை என் பொறுப்பு. பதினைந்து வயது நிரம்பிய பையனுக்கு எவ்வளவு பெரிய பொறுப்பு. எனக்குள் நான் பெரியவன் என்கிற உணர்வு. கிருஷ்ணன் மெச்சுகிறபடி நடந்து கொள்ள வேண்டும் என்கிற துடிப்பு. "யுயுதானா, நீ என்னதான் சரியாக உன் கடமையைச் செய்து கொண்டிருந்தாலும் மக்கள் உன்னைத் திட்டுவார்கள். ஆனால் அதற்கெல்லாம் கோபித்துக் கொள்ளக்கூடாது. பொறுமையாய் இருக்கக் கற்றுக்கொள்" என்று கிருஷ்ணன் சொல்லி இருந்தான்.

அதற்குள் துவாரகை நெருங்கியது. கடற்கரையை அடைந்த போது சூரியன் உச்சியில் இருந்தது. எழும்பும் கடல் அலைகள் சூரியக் கதிர்களோடு நேருக்கு நேர் மோதின.

* * *

வழியில் பலராமனைச் சந்தித்தான். இடது கன்னம் சற்றே வீங்கியிருந்தது. ஆனால் முகத்தில் வலியின் வேதனை தெரியவில்லை. அருகில் நெருங்கியதும், "எப்படி இருக்கிறது பல்வலி?" என்று கேட்ட படி குதிரையில் இருந்து இறங்கினான் யுயுதானன்.

"இங்கே பார்" என்று பலராமன் ஆ என்று வாய்திறந்து மேல் பாகத்தில் இடது தாடையை ஒட்டிய பகுதியில் உள்ள பல்லை விரலால் சுட்டிக் காட்டினான். இரண்டு பற்கள் இல்லை "நேற்று இரவு இங்கிருந்து போனேனில்லையா, போனதும் ஒரு குப்பி நிறைய மதுவைக் குடித்தேன். கடல் வணிகர்கள் கொடுத்தது. எப்படிப்பட்டது தெரியுமா? ஆகாயத்தில் ஒரு கழுகு போல பறக்கிற மாதிரி இருந்தது. உள்ளே மது இறங்கியதும் எல்லா வலியும் போய்விட்டது. மரத்துப் போன மாதிரி இருந்தது. உடனே ஆடுகிற பற்களை பிடுங்கி விட்டேன். கொஞ்சம் வலி அவ்வளவுதான். கொஞ்சம் ரத்தம் வந்தது. அதற்கப்புறம் நிம்மதியாகத் தூங்கிவிட்டேன்" என்று சொல்லிச் சிரித்தான்.

"நண்பரானாலும் கூட இன்னும் காற்றழுத்தம் குறையவில்லை. நேற்று இரவு என்ன சொல்லிக் கொண்டிருந்தேன்? இது யாதவர் களுக்கு மரியாதைப் பிரச்சினை. கிருஷ்ணனைப் பொறுத்த வரையில் மான அவமானம் எல்லாம் ஒன்றுதான். நம் பெண்ணைத் திருட்டுத் தனமாகச் சிறையெடுத்துக் கொண்டு போய் நம்மையெல்லாம் அவமானப் படுத்தியவனின் பக்கம் சேர்வது என்பது மானமரியாதை உள்ளவர்கள் செய்கிற செயலாகுமா?"

"எதைப்பற்றி நீ சொல்கிறாய்?"

“என் தங்கை சுபத்திரையை அர்ஜுனன்...”

“அது நடந்து பதினேழு வருஷமாகி விட்டதில்லையா? அவளுக்கு மகன் பிறந்து அவனுக்கும் சமீபத்தில்தான் திருமணமும் நடந்தேறி விட்டது. தங்கையின் மகனுடைய திருமணத்திற்குச் செல்லாதவன் நீ ஒருவன் மட்டும்தான்.”

“எத்தனை வருஷங்கள் கடந்து போனாலும், பட்ட அவமானம் மாறுமா? நான் ருக்மியைக் கொன்றதில் உனக்கும் உடன்பாடில்லை. ஆனால் பலராமனின் ரத்தம் க்ஷத்திரிய ரத்தம். என்ன செய்வது? ஒரு குலத்தை அவமானப்படுத்த வேண்டும் என்றுதானே அக்குலத்தைச் சேர்ந்த பெண்ணைக் கடத்திக்கொண்டு வருவது? விதர்ப்ப தேசத்தவர் களின் மூக்கை உடைக்கவேண்டும் என்றுதானே ருக்மணியை நாம் சிறையெடுத்து வந்தோம்? ஆனால் நம்மை அவமானப்படுத்த அர்ஜுனனுக்கு என்ன காரணம் இருந்தது?”

“பலராமா, நீ இரண்டையும் தப்பாகப் புரிந்துகொள்கிறாய் பல்லின் வேர் தளர்ந்துவிட்டதால் ஞாபகத்தின் வேரும் தளர்ந்து விட்டதா? கோபித்துக் கொள்ளாதே. நாளாக நாளாக அன்பும் வெறுப்பும் கலந்து குழம்பி விடுகிறது. என்ன நடந்ததென்று நான் விளக்கிச் சொல்கிறேன். ஏதாவது தப்பு இருந்தால் திருத்து.”

பலராமன் எதுவும் பேசவில்லை. நின்று கொண்டிருந்தவன் ஒரு முள்மரத்தின் நிழலில் உட்கார்ந்தான். அலைகளையே பார்த்த படியிருந்தான். வெறுமனே கடலைப் பார்த்தபடி அவன் உட்கார்ந்த சந்தர்ப்பங்கள் மிகக்குறைவு. அவனுக்கும் கடலுக்கும் எந்த விதமான நேரிடையான தொடர்பும் இல்லை. வந்து போகும் வணிகப்படகுகள் மூலம் ஒரு மறைமுகமான தொடர்பு உண்டு. ஆனால் இப்பொழுது அலைகளை எண்ணியபடியே உட்கார்ந்திருந்தான். குதிரையை விட்டிறங்கிய யுயுதானன் அதை வீட்டுக்குச் செல்லும்படி ஓட்டிவிட்டு பலராமனின் எதிரே உட்கார்ந்தான். “சுபத்திரை நம் பெண். அர்ஜுனன் அவள்மீது காதல் வசப்பட்டான். அதாவது அவளிடம் தோற்றான் அதாவது நம்மிடம் தோற்றுப்போனான். இவளை அடைந்தே தீர வேண்டும் என்கிற ஆசை பிறந்தது. அவளை அவன் சிறையெடுத்துச் சென்றான். அப்போது அவன் ஏதாவது தடை விதித்தாளா? அல்லது மறுத்தாளா? இல்லை. இவன் அழகைக் கண்டு அவளும் மயங்கினாள். அதனால் ரதத்தின் மேல் உட்காரவைத்துக் கொண்டு அழைத்துச் சென்றான். இதில் அவமானம் என்கிற பேச்சுக்கு இடமே இல்லை. விதர்ப்ப தேசத்துக்காரர்களின் மூக்கை உடைப்பதற்காக ருக்மிணியைச் சிறையெடுத்து வரவில்லை. நாம் அனைவரும் மதுரா நகரை விட்டுப் புறப்படுவதற்கு முன்பேயே விதர்ப்ப தேசத்தில் ருக்மிணியின் சுயம் வரம் ஏற்பாடாகி இருந்தது. அதற்கு ஜராசந்தனின் கூட்டத்தைச்

சேர்ந்தவர்கள் அனைவரும் சென்றிருந்தார்கள். உன்னை மதுரா நகரைப் பார்த்துக்கொள்ளச் சொல்லிவிட்டு கிருஷ்ணனும் கிளம்ப உத்தேசித்தான். என்ன காரணம் என்று கேட்கலாம். அவன் இளைஞன். இன்னும் திருமணம் ஆகாதவன். சாதாரணமாக அத்தகையவர்களைத் தானே கன்னியர்கள் விரும்புவார்கள். ஒருவேளை கிருஷ்ணனுக்கே பெண் கிடைத்து விட்டால், ஆபத்துக் காலத்தில் மதுரா நகருக்கு விதர்ப்ப தேசத்தின் உதவி கிடைக்கும். உண்மையா, இல்லையா, நீயே சொல்."

"ஊர் ஊராகச் சுற்றும் ஒரு பிராமணனின் மூலம் ருக்மணியின் அழகைக் கேள்விப்பட்டிருந்தான் கிருஷ்ணன். அதுதான் காரணம்" என்று பலராமன் திருத்தினான்.

"அதுவும் இருக்கலாம். ஆனால் நீங்கள் எல்லாரும் சம்மதம் கொடுத்து அனுப்பியதற்குக் காரணம் இதுதானே? திருமணத்தில் மணமகனும் மணமகளும் அழகின்பால் ஈர்க்கப்பட்டாலும், இரண்டு சம்பந்தப்பட்ட குடும்பங்களின் ஈர்ப்புக்கான காரணங்கள் தனியாக இருக்குமில்லையா, இருக்குமா, இருக்காதா நீயே சொல்."

"சரி, இருக்கும். மேலே சொல்" - பலராமனின் பார்வை மீண்டும் அலைகளின் பக்கமேயே இருந்தது.

ஏதோ தடுத்தது போல இருந்தது யுயுதானனை. அசாதாரண மான அழகி ருக்மணி. இப்போது பேரப்பிள்ளைகளைக் கண்ட பாட்டி என்றாலும் கூட, இன்னும் முகத்தின் களை மாறவில்லை. கிருஷ்ணனிடம் இத்தகு கவர்ச்சி எதுவும் இல்லை. ஜராசந்தனின் மூக்கை உடைப்பதற்காகத்தான் சுயம்வரத்துக்குச் சென்றான் என்று ஏற்கனவே அவனும் நம்பியிருந்தான். எவ்வளவு பெரிய முட்டாள்தனம். இது ஒன்றுதான் தன் நண்பனின் உத்தேசமாக இருந்திருக்கும் என்பதை இப்போது மனம் ஒத்துக்கொள்ளவில்லை. அதனால் தடுமாறினான்.

"சுயம்வரத்திற்குச் சென்றானில்லையா? இதற்கு இடையில் ஜராசந்தன் மதுரா நகரை முற்றுகையிட்டுத் தோற்றுத் திரும்பினான். உங்கள் இருவரையும் துரத்தி அலைந்து, உங்களிருவரிடமிருந்தும் உதை வாங்கி ஓடிய சங்கதி ஆரியவர்த்தத்திற்கே தெரிந்து விட்டது. ஆரிய வர்த்தத்தைச் சேர்ந்த அரசர்கள் எல்லோரும் அங்கே வந்திருந் தார்கள். கம்சனைக் கொன்ற ஜராசந்தனை மண் கவ்வ வைத்த பத்தொன்பது வயது நிறைந்த இளைஞனே எல்லோரிடமும் பேசப்படும் விஷயமானான். இவனைப்பற்றி அறிந்த மணமகள் இவனுக்கே மாலையிடத் தீர்மானித்தாளாம். அப்படி தன் உயிருக்குயிரான சகோதரன் ருக்மியிடம் சொல்லிக்கொண்டிருந்தாளாம். இதெல்லாம் திருமணத்திற்குப் பிறகு ருக்மணியே என்னிடம் சொன்னது. அவன்

ஜராசந்தனின் கூட்டத்தைச் சேர்ந்தவன் என்பது அவளுக்கு எப்படித் தெரியும். அப்பொழுதுதானே பதினைந்து வயது நிறைந்த பெண் அவள். விஷயம் ஜராசந்தனை எட்டியது. பீஷ்மகனின் மகன் கிருஷ்ணனுக்கு மாலையிட்டால் அப்புறம் அவனை அடக்குவது மிகவும் கஷ்டம் என்று யோசித்தான். ருக்மிணியிடம் எவ்வளவுதான் எடுத்துச் சொன்னாலும் இளம் வயதுக்காரி பிடிவாதம் பிடித்தாள். என்ன செய்வது? இந்த சுயம்வரத்தையே நிறுத்தாவிட்டால் பீஷ்மகனின் தலைநகராகிய குந்தினபுரத்தையே தரைமட்டமாகி விடுவதாக அச்சுறுத்தினான். மணமகனின் தந்தை சற்று பயந்து விட்டான். கிருஷ்ணனை அங்கே கொல்லக்கூட முயற்சி செய்தான் ஜராசந்தன். ஆனால் சின்ன வயசிலேயே புற்றில் கைவிட்டுப் பாம்பைப் பிடித்து ஆடிப் பழகியவன் கிருஷ்ணன். மிகவும் எச்சரிக்கையாக இருந்து மதுரா நகருக்குத் திரும்பினான். சுயம்வரம் நின்றுபோனது. இதுவரைக்கும் உண்மையா, பொய்யா நீயே சொல்."

"நான் மதுரா நகருக்குப் பொறுப்பாளியாக இருந்தது நினைவிருக் கிறது. கிருஷ்ணன் போய்த் திரும்பியதும் நினைவிலிருக்கிறது. சரி, மேலே சொல்" என்று சொல்லும் போது பலராமன் பெரிய கொட்டாவி விட்டான். அவன் பிடுங்கிய இரண்டு பற்கள் இருந்த இடங்களில் பள்ளம் தெரிந்தது.

சுட்டுப் பொசுக்கிற வெயிலிலும் கொட்டாவி விடுவது இயற்கை தான் என்று நினைத்துக்கொண்டான் யுயுதானன். மேலும் சொல்லத் தொடங்கினான்.

"நாமெல்லாம் மதுரா நகரை விட்டு வெளியேறி துவாரகைக்குக் குடியேறினோமே, அப்போது ஜராசந்தன் நான்கு திசைகளிலிருந்தும் படையைக் கொண்டு வந்து மதுரா நகரைச் சுற்றிலும் நிறுத்தினானாம். ஊரே வெறுமையாய் இருந்தது. எங்கே போயிருக்கிறார்கள், எதற்காகப் போய் இருக்கிறார்கள் என்று தெரிந்துகொள்ள வழியில்லை. எங்கோ காட்டில் இருக்கக்கூடும், படைகள் எல்லாம் திரும்பச் சென்ற பிறகு மீண்டும் வந்து இருக்கக்கூடும் என்று நினைத்து ஊரையே தரைமட்டமாக்கிப் பாழாக்கக் கூறினான். பல தேசங்களிலிருந்து வந்திருக்கிற பல படைகளால் மிகவும் சின்ன நகரமான மதுராவைத் தரைட்டமாக்குவது எளிய காரியமாகவே இருந்தது. இனி இந்தப் பழைய ஊரை மீண்டும் புதுசாக நிர்மாணிப்பதைக் காட்டிலும் வேறு ஏதாவது புதிய ஊரில் சென்று இருக்கலாம் என்று தோன்றும்படி செய்துவிட்டான். யுத்தம் என்ற ஒன்று நடந்திருந்தால் வெற்றி பெற்ற திருப்தியாவது கிடைத்திருக்கும். இரண்டு முறை மண்ணைக் கவ்வ வைத்த எதிரிகளைக் கொன்ற திருப்தியாவது எஞ்சி இருக்கும். ஜராசந்தனோடு அவனுடைய வளர்ப்பு மகன் வந்திருந்தான். பெற்ற

அப்பா தமகோஷனைக் காட்டிலும் வளர்ப்பு அப்பாவின் மீது அதிக பாசம் கொண்டவன் அவன். மதுரா நகரை அழிக்கும் பொறுப்பை அவனே ஏற்றுக் கொண்டிருந்தான். ஊரை இடிக்கும் வேலையை மூன்றே நாட்களில் செய்து முடித்து விட்டானாம். ஜராசந்தரனுக்கு மிகவும் மகிழ்ச்சியாம். முதுகைத் தட்டிக் கொடுத்துத் தழுவிக் கொண்டானாம். தனக்குப் பிடித்து விட்டவர்களுக்கு விரும்பியதை விரும்பும் அளவு கொடுக்கிற தாராள மனசுக்காரனல்லவா அவன்?”

“என்ன இருந்தாற்போல் இருந்து திடீரென ஜராசந்தனைப் பாராட்டத் தொடங்கிவிட்டாய். நமது மதுரா நகரைத் தரைமட்டமாக்கி அழித்தவனல்லவா அவன்” என்று பலராமன் குறுக்கிட்டான்.

“எதிரியாக இருப்பதால் என்ன, அவனிடம் இருந்த நல்ல குணங்களைப் பாராட்டக் கூடாதா? அவனைத் தழுவிக்கொண்டு, ‘மகனே சிசுபாலா, உனக்கு ஒரு பரிசு கொடுக்கிறேன். இந்த ஆரிய வர்தத்திலேயே அவளைப்போன்ற அழகி வேறு எங்குமே இல்லை, ஏன், நீ கேள்விப்பட்டதில்லையா? பீஷ்மகனின் மகள் ருக்மணிதான் அந்தப் பேரழகி, அவளை உனக்கே திருமணம் செய்து வைக்கிறேன்’ என்றவனைக் குனிந்து வணங்கினானாம் சிசுபாலன். அங்கு வந்திருந்த அரசர்கள் எல்லோரும் நேராக விதர்ப்ப தேசத்துக்குச் சென்று திருமணத்தை நடத்தி வைத்துவிட்டே ஊருக்குத் திரும்ப வேண்டும் என்று கட்டளையிட்டான். அவன் சொன்னால் சொன்னதுதான். திருமணத்திற்கு அவ்வளவு படையும் எதற்கு? அதுமட்டுமல்லாமல் பிரயாணத்தின் பொழுதும் குந்தினபுரத்திற்குப் போய்ச் சேர்ந்த பிறகும் சாப்பாட்டுக்கு என்னவழி செய்வது? கடைசியில் படைவீரர்கள் எல்லோரும் தத்தம் ஊர்களுக்குத் திரும்பிச் செல்வதென்றும் எல்லா அரசர்களும், தேவைப்படும் அளவுக்கு மெய்க்காவல் படையினரும், இவர்களின் பிரயாணத்துக்குப் போதுமான அளவு ரதங்களும் குதிரைகளும் உணவுப் பொருள்களும் எடுத்துக்கொண்டு குந்தினபுரம் செல்வதென்றும் முடிவெடுத்தார்கள். இந்தச் செய்தி துவாரகையில் இருந்த நமக்கும் வந்து சேர்ந்தது. ஜராசந்தன் சென்று சிசுபாலனுக்கு ருக்மணியைக் கொடுக்குமாறு பீஷ்மகன் அரசனைக் கட்டாயப்படுத்துவானென்றும், அவனது கட்டளைக்கு எல்லாரும் கட்டுப்பட்டு விடுவார்கள் என்றும் நினைத்தான் கிருஷ்ணன். எப்படியாவது சென்று ருக்மணியைச் சிறையெடுத்து வந்துவிட்டால் ஜராசந்தனுக்கு முகத்தில் கரி பூசிய மாதிரி இருக்குமென்றும் மதுரா நகரை விட்டு வந்த அவமானத்தை இதன் மூலம் துடைத்துவிடலாம் என்றும் திட்டமிட்டதற்கு என் தந்தையும் ஒப்புக்கொண்டான். காரணன் பிரசேனன், சித்திரகர்களும் ஒப்புக்கொண்டார்கள். நீயும்தானே ஒப்புக் கொண்டாய். சொல்...”

“யுயுதானா, அப்பொழுது ஒத்துக் கொண்டது உண்மைதான். கிருஷ்ணன் சொன்ன காரணம் அப்போது சரி என்று தோன்றியது. ஆனால் உண்மையான விஷயம் என்ன தெரியுமா? ருக்மணி மிகப் பெரிய பேரழகி. அவளை எப்படியாவது திருமணம் செய்து கொள்ளும் ஆசை கிருஷ்ணனுக்கு இருந்தது. அதனால் சிறையெடுத்து வந்து விட வேண்டும் என்று முடிவெடுத்தான். இதுதான் உண்மை என்று அப்போது சொன்னால் யார் ஒத்துக் கொள்வார்கள்? அப்போது தானே சொந்த நாட்டைவிட்டு வெளியேறி இன்னொரு இடத்தில் குடியேறியவர்கள் நிலம் திருத்தி வீடுகட்டி விவசாய வேலையைக் கவனிக்காமல் இன்னொரு மூலையில் இருக்கிற விதர்ப்பதேசத்திற்குச் செல்ல ஒத்துக்கொள்வார்களா? அதனால்தான் அப்படிச் சொன்னான்.”

பலராமனின் வார்த்தையைக் கேட்டதும் அதிர்ச்சியாக இருந்தது யுயுதானனுக்கு. ஒருவேளை உண்மையாக இருந்தாலும் இருக்கலாமோ என்று தோன்றியது. பலராமன் மேலும் தொடர்ந்து, “யுயுதானா, சந்தேகம் வேண்டாம். பெண் என்றாலே கிருஷ்ணனுக்குச் சபலம் அதிகம். உன்னைப் போல என்னைப் போல ஒருத்தியை மட்டுமே திருமணம் செய்து கொண்டு திருப்தியாக இருக்கிறானா அவன்? இந்த ருக்மணிக்கு அப்புறம் ஏழு பெண்களை மணந்து கொண்டான். நரகாசுரனிடமிருந்து விடுவித்துக்கொண்டு வந்த பெண்களையெல்லாம் மணந்து கொண்டான். பெண் கிடைப்பாள் என்று தெரிந்தால் எது வேண்டு மானாலும் செய்வான். நம்மையெல்லாம் தன் வார்த்தையால் மயக்கி விட்டு விதர்ப்ப தேசத்துக்கு அழைத்துச் சென்றான் இல்லையா?”

அதிர்ச்சியில் உறைந்தவனுக்கு என்ன பதில் சொல்வது என்று சட்டென்று எதுவும் தோன்றவில்லை. அவன் குழப்பத்தில் ஆழ்ந்திருக்கும் போது பலராமனே மீண்டும் தொடர்ந்தான். “அப்பொழுது நீ பதினைந்தோ பதினாறோ நிரம்பிய சிறுவன். ருக்மணியைச் சிறையெடுத்து வந்த கிருஷ்ணனின் ரதத்தைத் துரத்தி வந்த எதிரிகளின் கையில் அகப்படாத வகையில் வேகமாக ஓட்டி யாதவர்களிடம் மாவீரன் என்னும் பெயரைப் பெற்றுக் கொண்டான். அந்த வரிசையில் நடந்ததை ஞாபகம் வைத்திருக்கும் உன் நினைவாற்றலை விட என் நினைவாற்றல் அதிகம். அப்போதே எனக்கு முப்பத்திரண்டு வயது. என்ன நடந்தது என்று சொல்கிறேன் கேள். ஜராசந்தனை அவமானப்படுத்த இது நல்ல தருணம் என்று நாங்கள் அனைவரும் கிளம்பினோம். எவ்வளவு வேகம், எவ்வளவு உழைப்பு தெரியுமா? நாங்கள் போவதற்குள் திருமணம் நிச்சயமாகி விட்டது. மறுநாள் திருமணம். பீஷ்மகருக்கு வேறு வழி இல்லை. சிசுபாலனுக்குப் பெண் கொடுக்கவில்லையென்றால் இந்திர புரதத்தையே இடித்துத் தரைமட்டமாக்கி இருப்பான் ஜராசந்தன். கொடுத்தால் அவனது க்ஷத்திரிய கௌரவம் குறைந்துவிட்டிருக்கும். அப்பாவுக்கு அடங்காத பிள்ளை ருக்மி. அவனை நான் கொன்றதை நீங்கள்

எல்லாரும் எதிர்த்தீர்களே. அந்த ருக்மி ஜராசந்தன், சிசுபாலனின் பக்கம் சேர்ந்திருந்தான். இந்த சூழலில் நாங்கள் எல்லோரும் போயிருந்தோம். பீஷ்மகனுக்கு விஷயம் புரிந்தது. நாங்கள் வந்திருப்பது வெளிப்படையாய்த் தெரிந்துவிட்டால் அந்தக் கணமே சண்டை தொடங்கி விடும் என்பதால் எங்களை ஊருக்கு வெளியேயே நிறுத்தி விட்டான்."

"ஊர் பேர் தெரியாதவர்களைப் போல ஊருக்கு வெளியே நிறுத்தி நம்மையெல்லாம் பீஷ்மகன் அவமானப்படுத்தி விட்டான் என்று நீ கோபப்பட்டாய். அந்த வயசிலேயும் உனக்குப் பொறுமை குறைவுதான்..."

"நீ சொல்வது சரிதான். எனக்குப் பொறுமை குறைவுதான். அதே சமயத்தில் கிருஷ்ணனுக்கு மற்றவர்களை மதிக்கத் தெரியாது. ஊருக்கு வெளியே நிறுத்தியதே நல்லதாகப் போயிற்று என்றான் கிருஷ்ணன். "நாளை திருமணமல்லவா, இன்று சாயங்காலம் பூஜைக்கென்று மணமகள் இந்தப் பக்கம் வர நேரலாம். யாராவது பிராமண வேஷம் போட்டுக் கொண்டு ஊருக்குள் சென்று அவள் எந்த இடத்துக்கு வரப்போகிறாள் என்பதை அறிந்து வர வேண்டும். சாதாரணமாக மரங்கள் அடர்ந்த தோப்புக்குள்தான் நடக்கும். அது பெண்களின் சடங்கு. அங்கே ஆண்கள் யாரும் இருக்க மாட்டார்கள். அப்பொழுது ஒரு கணம்கூட யோசிக்க அவகாசம் தராமல் அவளைச் சிறையெடுத்துக் கொண்டு நான் வேகமாகக் கிளம்புகிறேன். நீங்கள் எல்லாரும் இங்கேயே இருங்கள். என்னைத் துரத்தி வருபவர்களை இங்கேயே தடுத்து நிறுத்திப் போரிடுங்கள். அதற்குள் நான் ஒன்றிரண்டு நதிகளையாவது தாண்டி விடுவேன். ஒரு வேளை ரதம் முரிந்து விட்டால், அவளது கைகால்களைக் கட்டிக் குதிரைமேல் ஏற்றிக்கொண்டு செல்கிறேன்' என்றான் கிருஷ்ணன். அவனுக்குத் தேவைப்பட்டதெல்லாம் பெண். எல்லாம் அவன் சொன்னபடியே நடந்தது ஆனால் சாயங்கால இருட்டில் ஜராசந்தனோடும் அவளைச் சார்ந்த மற்றவர்களோடும் சண்டையிட்டதில் நமக்குத் தான் ஏகப்பட்ட காயம். உன் தந்தைக்கு முன் பல் உடைந்தது அந்த யுத்தத்தில்தான். இதோ இங்கேபார், என் முதுகில் நீளமாகத் தெரிகிற வடு அப்பொழுது ஆனதுதான்."

"ஜராசந்தனின் முகத்தில் கரிபூசியதெல்லாம் பொய்தானா?"

"பூசியவன் நான். கிருஷ்ணனல்ல"

பலராமன் எதுவும் பேசவில்லை.

யுயுதானனின் மனத்தில் பழைய நினைவுகள் நிழலாடின. "கிருஷ்ணன் ருக்மிணியைச் சிறையெடுத்து வந்து ரதத்தில் உட்கார்ந்ததும் நான் மிக வேகமாக ஓட்ட ஆரம்பித்தேன். மிகவும் சுறுசுறுப்பான குதிரைகள் அவை. பின்னால் இரண்டு மெய்க்

காப்பாளர்களின் ரதங்கள். அவர்களோடு நான்கு குதிரை வீரர்கள். எனது வேகத்தைப் பிடிக்க முடியாமல் அவர்கள் மிகவும் பின் தங்கியே வந்தார்கள். ருக்மணியின் கைகளையும் கால்களையும் கட்டியபடியே என் வேகத்தைக் கண்டு பாராட்டினான் கிருஷ்ணன். எனக்கு முன்னே பாதை இரண்டாகப் பிரிந்தது 'கிருஷ்ணா, எந்தப் பாதையில் செல்வது' என்று அவனைப் பெயரிட்டுக் கூப்பிட்டுக் கேட்டேன். நான் அவனைப் பெயரிட்டு அழைத்த பிறகுதான், அவன்தான் கிருஷ்ணன் என்று அறிந்து கொண்டாள் ருக்மிணி. உடனே அவள் 'யாதவா, கவலைப் படாதே, நான் ஒன்றும் குதித்துத் தப்பித்து விடமாட்டேன். கைகால்கள் வலிக்கின்றன. கட்டுகளை அவிழ்த்துவிடு' என்றாள். யாரோ போக்கிரி என்று எண்ணித்தான் அடம் பிடித்தாளாம். கட்டுகளை அவிழ்த்த பிறகு நன்றாகச் சாய்ந்து உட்கார்ந்துகொண்டு அவளே சொன்னாள். "சாரதி, இன்னும் வேகமாய்ப் போ. இருட்டிவிட்டால் போதும். ஜராசந்தன் பக்கமிருப்பவர்களுக்கு இநத தேசத்தின் வழி தெரியாது. அதற்கப்புறம் குதிரைகளுக்கு அதிகச் சிரமமுண்டாகாதபடி பொறுமையாக ஓட்டலாம்" என்றாள் அவள். அப்பொழுதுதான் அவளை முதன்முதலாக நேருக்கு நேர் பார்த்தேன். என் வயதுதான் அவளுக்கும். "அவர்களுக்கு வழி தெரியாமல் இருக்கலாம் ஆனால் உன் அப்பாவின் ஆட்களுக்கு வழி தெரியுமில்லையா?" என்று கிருஷ்ணன் கேட்டான். அதற்கு அவள் முறுவலித்தபடியே, 'ஒரு விதத்தில் பார்க்கப் போனால் அப்பாவின் மரியாதை பிழைத்தது என்றுதான் சொல்லவேண்டும். க்ஷத்திரியனாகப் பிறந்து ஜராசந்தனின் மீது இருக்கிற பயத்தால் மகளைக் கொடுக்க நேர்ந்து விட்டதல்லவா என்று மூன்று நாட்களாகச் சரியாகச் சாப்பிடக்கூட இல்லாமல் உள்ளுக்குள் குமைந்து கொண்டிருந்தார். நானும் அப்பாவும் கூட அழுதபடியே இருந்தோம். எங்கள் படையும் கிளம்பி இருக்கலாம். ஆனால் வேகமாய் வந்து பிடிக்காது' என்றாள். பிறகு சட்டென உடைந்து அழ ஆரம்பித்துவிட்டாள். அவள் தோள்களைத் தொட்டு கிருஷ்ணன் ஆறுதல் அளித்தான். 'உண்மையிலேயே நீ யார்? என் அம்மா, அப்பா..' என்று பேசத் தொடங்கியவள் மேற்கொண்டு பேச்சே வராமல் தேம்பித்தேம்பி அழத் தொடங்கினாள்..."

மீண்டும் பலராமன் பேசினான். "தான் எப்படிப்பட்டவன் என்று கிருஷ்ணன் எப்போதும் வாய்விட்டுச் சொன்னதில்லை. அவனது போக்கே வேறு மாதிரி. யாதவர்களுக்கு முக்கியத் தலைவன் தானே என்கிற எண்ணம் அவனுக்கு உண்டு. அவனை விடவும் மூத்தவன் நானிருக்கிறேன் என்கிற எண்ணம் அவனிடம் இல்லை. சும்மா பேருக்காக தாத்தா சிம்மாசனத்தில் உட்கார்ந்திருக்க வேண்டும். அவன் சொன்னபடியெல்லாம் நான் கேட்க வேண்டும் அவன் திருமணம் செய்து கொண்ட பெண்கள் எல்லோரும் சுகமாக வாழ வேண்டும்.

ஆரியவர்த்தத்திலேயே பேரரசன் என்று பேர் வாங்கிக்கொண்டு மினுக்கிக்கொண்டு வரவேண்டும் இல்லையா?"

யுயுதானன் எதுவும் பேசவில்லை. மனசில் பழைய நினைவுகள் விரிந்தன. ஆனால் அதற்குள் மீண்டும் பேசத் தொடங்கிய பலராமனின் வார்த்தைகள் நினைவுகளைத் தடுத்தன. "இவளை அவன் மணந்துகொள்ள வேண்டும் என்பதற்காக நான் உயிரைப் பற்றிக்கூடக் கவலைப்படாமல் போரிட்டேன். நம் படைபலம் என்ன, அவர்களின் படைபலம் என்ன? இவளுடைய சகோதரன்தானே பூர்ணாவதி வரைக்கும் துரத்தி வந்து கிருஷ்ணனோடு போரிட்டுத் தோற்றான். இதற்கப்புறமும்கூட அவன் ஜராசந்தன், சிசுபாலன் பக்கமே இருந்தான். சூதாட்டத்தில் என்னை அவமானப்படுத்தியதில் நான் அவனைக் கொன்றதில் என்ன தப்பு இருக்கிறது. இதையெல்லாம் மறந்து புருஷனின் எதிரில், அங்கே இருந்த எல்லோர் முன்னிலையிலும் ஒரு தம்பியின் மனைவி அப்படிப் பேசலாமா? எந்தப் பெண்ணுக்குத்தான் செய்நன்றி என்பது இருக்கிறது?"

யுயுதானன் அப்போதும் பேசவில்லை. அலைகளைப் பார்த்தபடி இருந்தான். வெகுதொலைவில் அலைகளுக்கு நடுவில் அசைவே இல்லாமல் நின்றுகொண்டிருந்த அலையைப் பார்த்தான். அது அசைய அசைய அவன் பார்வையும் அதோடு அசைந்தது. சட்டென்று அது வேகமாக மேலே எழும்பியது. மற்ற அலைகளும் கூடவே எழுந்தன. கரையைத் தொட்டு மிக வேகமாக மணலை நோக்கித் தாவி உடைந்தது கடல் கொந்தளிப்பதைக் கண்டு இருவரும் எழுந்து நின்றார்கள்.

ஏதோ சட்டென்று ஞாபகம் வந்தவனைப் போல பலராமன், "நான் வீட்டை விட்டுக் கிளம்பியபோது துரியோதனன் ஓய்வெடுத்துக் கொண்டிருந்தான். விருந்தாளியை ரொம்ப நேரம் காக்க வைக்கக் கூடாது. என்னதான் இருந்தாலும் அரியணையில் அமர்ந்திருக்கிற அரசன். நான் கிளம்ப வேண்டும். நீயும் வாயேன். அவனைச் சந்திக்கலாம்" என்றான்.

"நீ கிளம்பு"

"அப்படியென்றால் உனக்கு அவனைப் பார்க்க விருப்பமில்லையா?"

"பலராமா, நானும் வெளிப்படையாகப் பேசக் கூடிய ஆள்தான். அவன் அரசன். எனக்கு அவனைத் தெரியும். அவ்வளவுதான். ஆனால் நண்பனில்லை. அப்படி ஏதாவது வேலை இருந்தால் அவனே என் வீடு தேடி வரட்டும்."

பலராமன் எதுவும் பேசவில்லை. யுயுதானனின் இந்தப் பேச்சு அகங்காரம் நிறைந்ததென்று அவனுக்குத் தோன்றியது. கிருஷ்ணனின் நண்பன் இவன் என்று மனசில் நினைத்தபடியே புறப்பட்டுச் சென்றான். அதற்கிடையே கடலின் கொந்தளிப்பு மேலும்

அதிகமானது. யுயுதானன் பின் வாங்கி மிகவும் உயர்ந்த இடத்தில் நின்று கொண்டான். கடலின் நீலவண்ணம் மறைந்து செவ்வண்ணம் படர்ந்தது. வெயிலின் வண்ணம் தண்ணீருக்கும் வந்தது. ஓடும் ரதத்தில் காலிடையே முகம் புதைத்துத் தேம்பித் தேம்பி ருக்மணி அழுத சித்திரம் மனசில் எழுந்தது. மிகவும் அழகான முகம் அவளுக்கு. அவள் முகத்தில் தந்தையின் கௌரவம் காப்பாற்றப்பட்டதில் படர்ந்த அமைதி தெரிந்தது. அன்றிலிருந்து இன்று வரைக்கும் மிகவும் கௌரவத்தோடும், அமைதியோடும் குடித்தனம் நடத்தி வந்து கொண்டுள்ளாள். இப்படிப்பட்ட ஒரு மனைவி போதாதா கிருஷ்ணனுக்கு? ஆனால் பெண்களின் மேல் சபலம் அவனுக்கு. பலராமன் சொல்வது உண்மைதான். ஏதோ ஒரு காரணத்தின் சாக்கில் ஒரு பெண். சத்யஜிதனின் மகள் சத்யபாமா, ஜாம்பவந்தனின் மகள் ஜாம்பவதி, மித்திரவந்தை, நீலா, காளிந்தீ, லட்சுமணை என மொத்தம் எட்டு மனைவிமார்கள். அழகான உருவம். மயக்கும் வார்த்தை. கூர்மையான புத்தி. போரிட்ட யுத்தங்களில் எல்லாம் வெற்றி. போகிற இடங்களில் எல்லாம் அவனுக்குப் பெண் கொடுத்துக்கொண்டே இருந்தார்கள். அவனும் அனைவரையும் மணந்து கொண்டே இருந்தான். ஓர் ஆண் எத்தனைப் பெண்களைத்தான் மணந்து கொள்வான்? எத்தனை குழந்தைகளைத்தான் பெற்றுக் கொள்வான்? அதனால் நல்லுறவு மிக்க இல்லறம் சாத்தியம்தானா? அவன் ஊரில் இருப்பதே குறைச்சல். உலகில் இருக்கிற அரசியலும் வேண்டும். யாதவர்களின் பாதுகாப்பும் பொறுப்பும் வேண்டும். ஊருக்குத் திரும்பியதும் மனைவிமார்களிடையே பிரச்சினை, பொறாமை. அவளோடு மூன்று நாள்கள் இருந்தாயே, என்னோடு ஒரு பொழுது இருந்ததற்குள் உனக்கு உற்சாகம் குன்றி விட்டதா, என்று ஆளாளுக்குப் பேசுகிற மனைவிமார்கள். திருமணத்துக்கு முன்பு இருக்கிற கவர்ச்சி திருமணத்திற்குப் பின்பு நிலைத்திருக்குமா? மனைவிமார்களின் பிரச்சினையைச் சமாளிக்க முடியாமல்தான் கிருஷ்ணன் வெளியே அலைந்துகொண்டிருக்கிறான் என்று அப்பா சொல்வது உண்மை. அவனுடைய அப்பா வசுதேவனுக்கு பதினான்கு மனைவிகள் இருந்தார்கள். இவனுக்கு நூறு குறைவு என்று நினைத்துக் கொண்டிருக்கும் போதே உடம்பில் வியர்வை வழிந்தது. அண்ணாந்து பார்த்தான். மேகங்கள் எதுவும் இல்லை மழை எப்போதுதான் வருமோ என்ற எண்ணம் தோன்றியது. கடலில் கொந்தளிப்பு அதிக அளவில் இருந்தது. பெரிய கொப்பரையில் சிவப்புப்பால் பொங்குவது போலப் பொங்கிக்கொண்டிருந்தது. வெறும் எட்டு எப்படி? நரகாசுரனிடமிருந்து விடுவித்துக்கொண்டு வந்த பெண்கள் எத்தனை பேர்? கிருஷ்ணன் செய்வது தவறா சரியா தெரிவதே இல்லை என்று தோன்றியது. பலராமனுக்குப் பொறாமை என்னும் குருட்டுத்தனம் இருப்பது போலவே, எனக்கு நம்பிக்கை என்னும் குருட்டுத்தனம் இருக்கிறது போலும். நரகாசுரன் ஒரு வழிப்பறிக்

கொள்ளைக்காரன். பலத்த காவல் படையின்றி யாராலும் துவாரகைக்குள் நுழைந்து விட முடியாது. அவன் வெறுமனே தங்க ஆபரணங்கள், குதிரைகள், பாத்திரங்கள் ஆகியவற்றை மட்டும் திருடவில்லை. அழகான ஆரியப் பெண்களையும் கடத்திக்கொண்டு போய் வைத்திருந்தான். துவாரகையை விட்டுக் கிளம்பினால் போதும் என்று எல்லாரும் எண்ணத் தொடங்கிவிட்டார்கள். அப்போது கிருஷ்ணனின் துணிவும், பொறுமையும், புத்திசாலித்தனமும் இல்லையெனில் முயல்களைப் பிடிக்கிற வேட்டைக்காரன்போல நரகாசுரனின் கூட்டத்தையே பிடித்திருக்க முடியாது. அவனது மரணத்திற்குப் பிறகு ஒரு பிரச்சனை எழுந்தது. அவன் திருடிக் குவித்து வைத்திருந்த பொருட்களையெல்லாம் எல்லோருக்கும் சமமாகப் பிரித்தாயிற்று. ஆனால் பெண்களை என்ன செய்வது என்று புரியவில்லை. "யுயுதானா, கெட்டுப்போனவர்கள் என்று நாம் கைவிட்டு விட்டோமானால் இந்தப் பெண்களின் நிலைமை என்ன? இவர்களையும் நாமே பிரித்துக்கொண்டு திருமணம் செய்து கொள்ளலாம்' என்றான் கிருஷ்ணன். ஆனால் நாங்கள் எல்லோருமே அவனது வார்த்தைகளை எதிர்த்தோம். கெட்டுப்போனவர்களை மணந்து கொண்டு குழந்தைகள் பிறந்தால் யாதவர்களின் தூய்மை என்னாவது? ஆனால் கிருஷ்ணன் கேட்கவே இல்லை. 'நீங்கள் யாரும் ஒத்துக் கொள்ளவில்லையெனினும் நான் ஒருவனே மணம் செய்து கொள்கிறேன்' என்று சொன்னான். பிறகு அதன்படியே எல்லோரையும் மணந்தும் கொண்டான். அவர்கள் எத்தனை பேர்கள்? அதில் திருமணமானவர்களும் இருந்தார்கள். திருமணம் ஆகாதவர்களும் இருந்தார்கள். திருமணமான சிலருக்கு குழந்தைகளும் இருந்தார்கள். எல்லோரையும் வண்டிகளில் ஏற்றி அழைத்துக்கொண்டு வந்தபோது கிருஷ்ணனுக்குப் பெண் பைத்தியம்தான் பிடித்திருக்கிறது என்று யாதவர்கள் அனைவரும் கூறிச் சிரித்தார்கள். அப்பெண்களில் எத்தனை பேருடன் அவன் இருந்தானோ? எத்தனை பேர்களுக்குக் குழந்தைகள் பிறந்ததோ? அவனுக்குக் குழந்தைகள் ஏராளம். அடுத்த தலைமுறைகளில் அனைவருமே கிருஷ்ணனின் குழந்தைகள் ஆகி விடுவார்களோ என்று எண்ணத் தோன்றுகிறது..." அப்போது திடுமென தாமிரஸ்தலியின் நினைவு வந்தது. வானத்தையே அண்ணாந்து பார்த்துக் கொண்டிருந்தவன் தரையைக் குனிந்து பார்த்தான். கடல் இன்னும் கொந்தளித்துக் கொண்டிருந்தது. அலைகள் எழுந்தும் உயர்ந்தும் அடங்கியும் புரண்டும் வெவ்வேறு தோற்றங்களை தந்தன. மீண்டும் பழைய நினைவுகளில் அமிழ்ந்தான் யுயுதானன். "நாங்கள் மணந்துகொள்ள முன் வரவில்லை. நரகாசுரனின் உண்மைப் பெயர் என்ன? எங்கள் அனர்த்த தேசத்து வாழ்க்கையையே பாழாக்கி நரகமாக்கியதால் நாங்கள் அவனை நரகாசுரன் என்று அழைத்து வந்தோம். அவனது கும்பலைச் சேர்ந்தவர்கள் சிலர்க்குப் பிறந்த குழந்தைகள் சிலர். அவர்களால் சிறைப்பிடிக்கப்படும் போது இருந்த

கணவன்மார்கள் மூலம் பிறந்த குழந்தைகள் சிலர் அக் குழந்தைகள் அனைவரையுமே கிருஷ்ணன் தன் குழந்தைகள் என்றே ஏற்றுக் கொண்டான். சித்ராவின் வார்த்தைகள் ஞாபகத்துக்கு வந்தன. நாங்கள் யாருமே அந்தப் பெண்களை மணந்துகொள்ள ஏன் முன் வர வில்லை? தொடக்கத்தில் கிருஷ்ணனைத் தூற்றிக்கொண்டிருந்த என் மனைவி கூட வரவர சமீபகாலமாக, அந்தக் கிருஷ்ணன் மட்டும் இல்லையென்றால் அந்த வழிதப்பிய பெண்கள் அனைவரும் பெற்றெடுத்த குழந்தைகளோடு சமுத்திரத்தில் மூழ்கி உயிர்விட வேண்டியதுதான் என்று சொன்னாள். ஒருவேளை ஒருத்தியையோ அல்லது இருவரையோ நான் மணந்து கொண்டிருந்தால் இதே வார்த்தைகளைச் சொல்வாளோ? கிருஷ்ணனின் துணைவியரின் எதிர்வினை அப்போது எப்படி இருந்ததோ? நான் அதைப்பற்றி விமர்சனம் செய்யவில்லை. அவன் மீது கோபம் கொண்டு, அவனோடு பேசுவதையே இரண்டு மாதங்கள் கைவிட்டிருந்தேன். இன்னும் அந்தச் சுபாவம் என்னைவிட்டுப் போகவில்லை. யாரோடும் எந்த அளவுக்குச் சண்டை போட்டிருந்தாலும் பேச்சை மட்டும் நிறுத்த மாட்டான் கிருஷ்ணன். சிரித்த முகத்தோடேயே இருப்பான்...” யோசனையில் குறுக்கிடுகிற மாதிரி யுதானனின் இளைய மகன் சத்யகிருதன் அழைத்தபடியே அங்கு வந்தான்.

“அப்பா, இன்னும் நீ அக்கினிபூசையும் செய்யவில்லை. சாப்பாடு சாப்பிடவும் இல்லை. குதிரை இப்போதுதான் வீட்டுக்கு வந்து சேர்ந்தது. இவ்வளவு நேரம் ஆனபோதும் இன்னும் ஏன் உனது தந்தை வரவில்லை. போய்ப்பார்த்து கையோடு அழைத்து வா என்று தாத்தா கோபமுடன் சொல்லி அனுப்பினார்.”

* * *

‘**ஹ**வன’ என்னும் சடங்கைச் செய்து முடித்து, பசியாக இருந்த காரணத்தால் இன்னொரு முறை சாப்பிட்டான் யுயுதானன். சாப்பிட்டு முடித்ததுமே தூக்கம் வந்தது. உடம்பில் கசகசத்து, வழியும் வேர்வை, தாளமுடியாத புழுக்கம். இரவில் போதுமான அளவுக்குத் தூக்க மில்லாமை. இந்தப் பகல் நேரத்தில் படுக்கப் போனால் தன் தந்தையார் திட்டக் கூடும் என்று அவன் எதிர்பார்த்தான். பேரப் பிள்ளை பிறந்த பிறகு கூட அப்பா அவனைத் திட்டுவதை விடவில்லை. எனினும் தாள முடியாத தூக்கம் இமைகளை அழுத்தியது. சட்டென ஒரு யோசனை தோன்றியது. தொலைவில் வருகிற படகுகளைக் கண்காணிப்பதற்காக சரக்கு அறைக்கு மேலே மிக உயரமான கோபுரம் ஒன்றை நந்தகன் கட்டி இருந்தான். இரவு வேளைகளில் நாலைந்து காவல்காரர்கள் படுத்து உறங்குவதற்கு ஏற்ற வகையில் பெரிய முற்றம் இருந்தது. இதற்கு மேல் நந்தகனுக்கே மட்டுமே உரித்தான சின்ன அளவிலான

முற்றம் இருந்தது. அங்கு போய்ப் படுத்துவிட்டால் போதும் அப்பாவின் பார்வையில் தப்பித்து விட முடியும் என்று தோன்றியது. காற்றும் நன்றாக வரும் இடம் அது. அங்கே படுத்துக்கொள்ளலாம் என்று வீட்டிலிருந்து புறப்பட்டான் யுயுதானன்.

பதினைந்து பெரிய மாளிகைகளையும் இரண்டு மாடிக் கட்டடங்களைக் கொண்ட இரண்டு வரிசைகளையும் இரண்டு சரக்கு மாளிகைகளையும் கடந்த பிறகு நந்தகன் கண்காணிக்கும் கோபுரத்தை அடைந்தான். மேலே ஏறு வெளியிலேயே படிகள் இருந்தன. கோபுரத்தில் ஏறியதும் காற்று இதமாக வீசியது. வேர்வை உலர்ந்துவிடும் அளவுக்குக் காற்று இருந்தது. கோபுரத்தின் கீழ் முற்றத்தில் நாலைந்து இளைஞர்கள் உறங்கிக்கொண்டிருந்தனர். ஒருவன் மட்டும் சுவரோடு சரிந்து, கடலின் வடபாகம் முழுக்கத் தெரியும் அளவுக்கு உட்கார்ந்து பார்த்திருந்தான். யுயுதானனைப் பார்த்ததும் எழுந்து நின்று வணங்கினான். 'சிறிது நேரம் மேலே படுத்திருக்கிறேன்' என்று அவனிடம் சொன்னான் யுயுதானன். உடனே அந்த இளைஞனே மேலே வந்து பாயை விரித்துத் தலையணையாக ஒரு மரப்பலகையை வைத்துவிட்டு மீண்டும் கீழே இறங்கிச் சென்றான். நான்கு புறமும் சாளரங்கள். ஆளையே தூக்கி விசிறி அடித்து விடும் அளவுக்குக் காற்று வீசியது. கோடையின் வெப்பமான காற்றானாலும் தரையில் ஒவ்வொரு கணமும் அருவருப்பாக வழியும் வேர்வையி லிருந்து பெரிய விடுதலையாக உணர்ந்தான். படுத்ததுமே கொட்டாவி வந்தது. சீக்கிரமாகவே தூக்கமும் வந்தது.

போதுமான அளவு தூங்கியாகி விட்டது என்கிற திருப்தியோடு விழித்த சமயத்தில் கீழே இருந்து யாரோ உரக்கக் கூவுவது கேட்டது. மேலே வந்து அவனுக்காகப் பாய்விரித்துக் கொடுத்துச் சென்றவனின் குரல். "எழுந்திருங்கடா, எழுந்திருங்க. வடதிசையிலிருந்து படகுகள் வருகின்றன" என்று உறங்குகிறவர்களை எழுப்பும் குரல். யுயுதானன் எழுந்து வடதிசையில் இருக்கிற சாளரம் வழியே பார்த்தான். ரொம்பத் தொலைவில் படகுகள் வருவது தெரிந்தது. கொந்தளிப்பு அடங்கி கடல் அமைதியானது போல தெரிந்தது. கம்பளிகளையும், பீங்கான் பொருள்களையும் விலை மதிப்பற்ற வெள்ளிச் சாமான் களையும் வைடூரியத்தையும் அவை கொண்டு வரக் கூடும் என்று எண்ணி மீண்டும் படுத்துக் கொண்டான். படகுகள் வந்து நின்றபிறகு தூக்கத்துக்கு வாய்ப்பில்லை. சரக்குகளை இறக்குகிறவர்கள் எழுப்பும் சத்தமும் வெளியூரிலிருந்து வந்திருக்கும் பயணிகளோடு பேசும் சத்தமுமாக ஒரே அமர்க்களமாகி விடும் என்பதால் அதற்குள் ஆன மட்டும் மீண்டும் ஒரு குட்டித்தூக்கம் போட வேண்டும் என்று அவன் நினைத்தான். ஆனால் அதற்குள் நந்தகன் வந்தான். "நீ இங்கே படுத்திருக்கிறாய் என்று விபரதன் சொன்னான். சரி சரி தூங்கு படகுகள்

வந்துகொண்டு இருக்கின்றன. சரக்குகளை இறக்க ஏற்பாடு செய்து விட்டு வருகிறேன். இந்தப் புழுக்கத்தில் கூலிக்காரர்கள் எல்லாம் மூலைக்கு ஒருவராகக் கிடப்பார்கள். அவர்களையெல்லாம் தேட வேண்டும்" என்று சொல்லிவிட்டு, அவசரம் அவசரமாக இறங்கிச் சென்றான். யுயுதானன் மீண்டும் எழுந்து உட்கார்ந்தான். தரையில் உட்கார்ந்திருந்தாலும் கூட கடலைப் பார்க்க முடிகிற அளவுக்குச் சாளரங்கள் தாழ்வாகவே கட்டப்பட்டு இருந்தன. பின்பக்கம் கடல் எதிரே துவாரகை. அருகில்தான் கிருஷ்ணனின் மாளிகை இருந்தது. அதைச் சுற்றிலும் தனித்தனியாக எட்டு மனைவிமார்களுக்கும் எட்டு மாளிகைகள் இருந்தன. அதற்குப் பக்கத்தில்தான் தேவகியும் வசுதேவரும் இருந்தார்கள். அதற்குப் பக்கத்தில் உக்கிரசேனனின் மாளிகை. வயதாகி விட்டது. எழுந்து நடமாடுகிற அளவுக்கு உடலில் சக்தி இல்லை. மனைவி கூட உயிரோடு இல்லை. ஆனாலும் அவனுக்கு இன்னும் அரசாட்சியைத் துறக்க மனசில்லை. சித்ரா சொன்னது உண்மைதான் என்று எண்ணிக்கொண்டான் யுயுதானன். அதற்குப் பக்கத்தில்தான் பலராமனின் மாளிகை இருந்தது. ஒரே மனைவி என்பதால் ஒன்றாகவே வாழ்ந்து வந்தார்கள். கிருஷ்ணனைப் போன்று தனிப்பட்ட மாளிகைகளின் அவசியம் அவனுக்கில்லை. கிருஷ்ணன் எந்த மனைவியின் வீட்டில் இருந்தாலும் மற்றவர்களுக்குப் பொறாமை, புகைச்சல் உண்டாகும். பலராமனுக்கு அந்தப் பிரச்சினையே இல்லை. ஊருக்கு நடுவே மரத்துக்குப் பின்னால்தான் யுயுதானனின் வீடு இருந்தது.

வசந்த விழாவுக்கு என்று சுவர்களுக்குப் பூசிய வண்ணம் பொலிவாக இருந்தது. இந்த ஆண்டு நடந்த வசந்த விழாவுக்குக் கிருஷ்ணன் ஊரில் இல்லை. பாண்டவர்களைச் சந்திக்கச் சென்று மூன்று மூன்றரை மாதங்கள் ஆகிவிட்டன. அங்கே போனதுமே அவனுக்குத் துவாரகை மறந்து விடும். மறந்து விட்டானோ அல்லது அவர்களுக்கு மீண்டும் ராஜ்ஜியம் கிட்டும் வரை அங்கிருக்க வேண்டும் என்று நினைத்தானோ தெரியவில்லை. ராஜ்ஜியம் கிடைப்பதற்கு வழியே இல்லை. யுத்தத்தை நிச்சயித்து விட்டு உதவி கேட்டு துரியோதனனே துவாரகைக்கு வந்துள்ளான். வெறும் உதவியோ ஆதரவே கேட்பது மட்டும் அவனது உத்தேசம் இல்லை. இதைக் காரணமாகக் கொண்டு சகோதரர்களிடையே தீராத பிளவை உருவாக்குவதும் அவனது உத்தேசமாக இருக்கவேண்டும் என்று எண்ணிக் கொண்டிருக்கும்போது கீழே அலைகளின் இரைச்சலுக் கிடையே "ம், இழுங்கள். உறுதியாகக் கயிற்றைப் பிடித்து இழுங்கள்" என்று கூவும் குரல் கேட்டது. பதினைந்து இருபது பேர்களும் 'ம்' போட்டு இழுப்பது கேட்டது. யுயுதானன் திரும்பிப் பார்த்தான். முதல் படகைக் கரைக்கு அருகில் கொண்டு வந்து கட்டிக் கொண்டிருந்தார்கள்.

கீழே இறங்கிப் பார்க்கவேண்டும் என்று தோன்றியது. நீளப் படகின் மேல் பாகத்தில் இரண்டு பேர் கஷ்டப்பட்டு உருட்டினால் மட்டுமே அசையக் கூடிய பெரிய பெரிய கட்டுகள் இருந்தன. கட்டுகளை ஒன்றோடு ஒன்றாகப் பிணைத்துக் கட்டி இருந்தார்கள்.

"என்ன கட்டு அது?" என்று யுயுதானன் கேட்டான்.

"கம்பளிகள்" என்றான் நந்தகன். பிறகு கட்டுகளுக்கருகில் இருந்த கிருதனிடம் "அவரப்பட வேண்டாம். நிதானமாகச் செய். இல்லா விட்டால் கம்பளிகள் நனைந்து விடக் கூடும்" என்று சொன்னான். மீண்டும் யுயுதானனின் பக்கம் திரும்பி, "அந்தப் பக்கத்து ஆட்கள் புதுவகையான கம்பளிகளைப் பின்ன ஆரம்பித்துள்ளார்கள். அழகான நெசவு. அதற்கு அழகழகான வேலைப்பாடு. நான் போனமுறை அனுப்பி இருந்த பருத்தியாடை, தந்தப் பொருள்கள், மணிகளுக்குப் பதிலாக இந்தப் புதிய சரக்கை அனுப்பி இருக்கிறார்கள்" என்றான். மீண்டும் அந்த இளைஞனுக்கு எச்சரிக்கை செய்யும்பொருட்டுத் திரும்பினான். யுயுதானனும் அந்த இளைஞனையே பார்த்தான். ஏறத்தாழ இருபது வயதுதான் இருக்கும். நல்ல உடற்கட்டு. அகன்ற கண்கள். சுருட்டைமுடி. அதற்குள் கம்பளி உருளைகள் கரையில் சேர்ந்து விட்டன. படகுகளின் கீழ்பாகத்தில் கவிழ்ந்துவிடக் கூடாது என்று வைக்கப்பட்டிருந்த உலோகக் கட்டைகள் இருந்தன. கடலின் அலைகளால் ஈரம்பட்டுத் துரு பிடித்து நிறமிழந்திருந்தன. ஆனாலும் பார்த்த மாத்திரத்தில் அது தாமிரத்தாலானது என்று தெரிந்தது. உலோகக் கட்டைகளுக்கு நடுவில் உள்ள இடைவெளியில் அசையாமல் பாதுகாப்போடு வைக்கப்பட்ட பீங்கான் குடுவைகள். பார்த்த மாத்திரத்திலேயே அது வெளிநாட்டு மது என்று தெரிந்தது. அவனும் சிற்சில சமயங்களில் அதை அருந்தி ருசி பார்த்திருக்கிறான். பலராமன் சொல்கிறபடி ஒரு கழுகைப்போல வானில் பாய்ந்து செல்கிற சக்தி அந்த மதுவுக்கு உண்டு. இங்குள்ள சோமரசத்தைப்போல எளிமையானதல்ல. இந்தக் குடுவைகள் அனைத்தையும் வேறு யாருடைய கைக்கும் அகப் பட்டு விடாதபடி தனிப்பட்ட மாளிகையில் வைக்க ஏற்பாடு செய்வான் பலராமன். பல முறைகள் இம் மதுக் குடுவைகளை வெளிநாட்டவர்கள் இலவசமாகவே அனுப்புவதுண்டு. எளிமையான சோமபானத்தை விட்டு இந்த மதுவை அருந்தித்தான் யாதவர்கள் பாழாய்ப் போகிறார்கள் என்று தன் அப்பா அடிக்கடி திட்டிக் கொண்டிருப்பதை எண்ணிக்கொண்டான் யுயுதானன். கடலோரத்தில் உள்ள இந்த அனர்த்த தேசத்துக்கு வந்த பிறகு யாதவர்கள் வணிகத் துறையில் முன்னேறி இருந்தார்கள். பல தலைமுறைகளுக்குத் தேவையான செல்வச்செழிப்போடு உள்ள அஸ்தினாபுரத்தின் குரு வம்சக்காரர்களைவிட அதிக செல்வம் துவாரகைக்காரர்களிடம் இருந்தது. ஆரியவர்த்தத்திலேயே துவாரகைக்காரர்களை விட பெரிய

செல்வந்தர்கள் யாரும் இல்லை. ஆனால் வரவர யாதவர்கள் எல்லோருமே வெறும் சடங்கு சம்பிரதாயங்களுக்கு மட்டும் சோமபானத்தைப் பயன்படுத்திக்கொண்டு மற்றபடி அயல் நாட்டு மதுவினையே சதா நேரமும் அருந்தி, அதிலேயே மூழ்கிப் பாழாகிக் கொண்டிருப்பதை வருத்தமுடன் நினைத்துப் பார்த்தான். கிருதனும் மற்ற மூன்று ஆட்களும் தாமிரக் கட்டைகளைத் தூக்கிச் சென்று கொண்டிருந்தார்கள். அதற்கு நடுவில் மதுப்பீப்பாய்களைக் கொண்டு வந்து வைத்தார்கள்.

எல்லா வேலைகளையும் முடித்து விட்டு இடுப்பை வளைத்து சரிப்படுத்திக் கொண்டு வந்த கிருதனிடம் யுயுதானன் "எந்த ஊர்க் காரன் நீ?" என்று கேட்டான்.

"எதற்காக?" என்று ஆச்சரியத்தோடு மறு கேள்வி கேட்டான் அவன். பிறகு "அனர்த்த தேசம். இதே துவாரகைதான்" என்றான்.

"உன்னை நான் பார்த்ததே இல்லையே"

"நீங்கள் யுயுதானன் சாத்யகிதானே? கடலிலேயே நான் அதிக அளவில் திரிந்து கொண்டிருப்பேன். என் அம்மாவுக்கு உடல்நலம் சரியில்லை என்பதால் இந்த முறை ஊரிலேயே தங்கிவிட்டேன். இப்போது வந்திருக்கிற படகு திரும்பும்போது அதிலேயே பருத்தியாடை மூட்டைகளையும் தந்தந்தாலான சாமான்களையும் ஏற்றிக் கொண்டு சென்று விடுவேன்."

"உன் அப்பாவின் பெயர் என்ன?"

"படகுத் துறைக்கு நீங்கள் வருவதே அபூர்வம் அபூர்வம். என்று கூடச் சொல்ல முடியாது. வருவதே இல்லை. அதனால் உங்களுக்குத் தெரியவில்லை. கிருஷ்ண வாசுதேவரின் மகன் நான்."

யுயுதானன் இந்தப் பதிலைக் கேட்டுக் குழம்பினான். கிருஷ்ணனின் எட்டு மனைவிமார்களுள் யாருடைய மகன் இவன்? அவர்கள் அனைவருமே அறிமுகமானவர்கள்தான். வில்வித்தை, குதிரையேற்றம் முதலான க்ஷத்திரியக்கலைகளில் வல்லவர்களான பிறகு படகுத்துறைக் கூலியாளாக க்ஷத்திரியனுக்கல்லாத வேலையில் ஏன் ஈடுபட்டார்கள்? இப்படி மனசுக்குள் கேட்டுக்கொண்டிருக்கும்போதே கிருஷ்ணனால் நரகாசுரனிடமிருந்து விடுவிக்கப்பட்ட பெண்களில் ஒருத்தியின் பிள்ளையாக இருக்கலாம் என்று தோன்றியது. அவர்கள் அனைவரை யும் கிருஷ்ணன் ஏழு வருஷங்களுக்கு முன்னால்தான் திருமணம் புரிந்துகொண்டான். இருபது வயது நிரம்பிய இந்த இளைஞன் இவனுடைய தாய்க்கு ஏற்கனவே பிறந்திருக்க வேண்டும். ஒருவேளை நரகாசுரனின் கூட்டத்தினரின் பலாத்காரத்துக்கு ஆளாகிப் பிறந்தவனோ, அல்லது அந்தத் திருட்டுக் கூட்டத்தினிடம் அகப்படும் முன்பேயே

திருமணம் நடந்து கணவன் மூலம் பிறந்தவனோ என்று எண்ணிக் கொண்டிருக்கும்போதே சரக்குகளையெல்லாம் இறக்கி முடித்த படகை அனைவரும் கடலுக்குள் தள்ளிக்கொண்டிருந்தார்கள். இதற்குள் சரக்குகளை ஏற்றி இன்னொரு படகு வந்தது. அதிலிருந்தும் சரக்குகளை இறக்குபவர்களோடு கிருதன் சேர்ந்து கொண்டான். வேலை தொடங்கிய சிறிது நேரத்துக்குள்ளேயே ஒரு பெண்மணி அங்கு வந்தாள். முப்பத்தைந்து அல்லது முப்பத்தெட்டு வயதுதான் இருக்கும் அவளுக்கு. சோர்ந்த முகம். இடதுபுறத் தோளில் சுமார் ஒரு வயது மதிக்கத்தக்க குழந்தை இருந்தது. கழுத்தில் கயிறுகட்டி ஒரு உணவுப்பாத்திரம் தொங்கிக் கொண்டிருந்தது. கரையிலிருந்து அவள், "மகனே, கிருதா, சாப்பாடு கொண்டு வந்திருக்கிறேன். வா" என்று அழைத்தாள்.

"நீ எதற்காக எடுத்து வந்தாய். நானே வந்திருப்பேனே." படகுக் குள்ளிருந்தபடி அவன் கேட்டான்.

"இவ்வளவு நேரமாகியும் காணவில்லையே என்று வருத்தமாக இருந்தது. தலைக்கு மேலே வேலை இருந்தால் உனக்குப் பசி யெடுப்பது கூடத்தெரியாது."

"இந்துப் படகு இல்லாமல் இன்னும் மூன்று படகுகள் உள்ளன. சாப்பிட்டுவிட்டால் உடல் சோர்வாகிவிடும். படகுகளைப் பழுது பார்ப்பதற்காகத் தச்சர்களும் இப்போதும் வந்துவிடக் கூடுமே" என்று சொன்னபடி மேல் பாகத்தில் அடுக்கப்பட்டிருந்த சரக்குகளை இறக்கத் தொடங்கினான். அவள் அங்கேயே நின்றிருந்தாள். சிறிது நேரத்திற்குள் குழந்தை வேறு அழத்தொடங்கியது. அலைகளின் மெதுவான ஓசை, சருக்குகளை இறக்குகிற ஓசை ஜனநடமாட்டத்தின் ஓசை ஆகியவற்றிற்கு நடுவிலும் அந்தக் குழந்தையின் அழுகைக் குரலைத் தனித்து, உணர்ந்தான். "அம்மா, பாவம் குழந்தை, வெயிலைத் தாங்கமுடியாமல் அழுகிறது. அங்கே போய் உட்கார்ந்திரு. மோசமான வெயில் இது. குழந்தைக்கு காய்ச்சல் ஏதாவது வந்துவிடும்" என்றான். அவள் கோபுரத்துக்கு அருகில் சென்று அதன் படிகளில் மெல்ல ஏறத் தொடங்கினாள்.

அவளையே பார்த்துக்கொண்டிருந்தான் யுயுதானன். கிருஷ்ணனின் எட்டு மனைவிமார்களோடும் அவனுக்கு நல்ல பழக்கம் இருந்தது. அவர்களின் மாளிகைகளுக்குச் சென்று வேடிக்கையாய்ப் பேசவும், தேவையானதைக் கேட்டு வாங்கிச் சாப்பிடவும் உரிமை இருந்தது. அவன் ஊரில் இல்லாத சமயத்தில் ஏதேனும் வேலை இருந்தால், அவனுக்குத்தான் அவர்களுடைய அழைப்பு வரும். ஆனால் நரகாசுரனிடமிருந்து விடுவித்துக்கொண்டு வந்து மணம் புரிந்து கொண்ட மனைவிமார்களில் ஒருவரும் அறிமுகம் இல்லை.

துவாரகையில் சிலரும், பிரபாசத்தில் சிலரும், கடற்கரையோரமாக உள்ள ஊர்களில் அங்கங்கே சிலருமாக எல்லோருக்கும் தங்க வசதி செய்து கொடுத்துக் குடியேற்றி வைத்திருப்பது பற்றி அவனுக்கும் தெரிந்திருந்தது. இன்று காலையில் தர்மஸ்தலத்தில் தொலைவி லிருந்து அவர்களைப் பார்த்ததோடு சரி. ஒருநாளும் ஒருவர் வீட்டுக்கும் போனதில்லை. பேசியதில்லை. அவர்களும் அவனது வீட்டுக்கு வந்ததில்லை. அறிமுகத்துக்கான அவசியமே இல்லை என்பது போலவும் அல்லது அறிமுகப்படுத்திக் கொள்ளும் அளவுக்கு ஒருவரை மற்றவர் முக்கியமாய் எண்ணவில்லை என்பது போலவும் ஆகிவிட்டது. இதில் எது சரியாக இருக்கும் என்று யோசித்து யோசித்துக் குழம்பியதுதான் மிச்சம். எந்த பதிலும் கிடைக்கவில்லை.

இப்போது அவனுக்குக் கிருதன் மீது ஒரு வகையான ஈடுபாடு பிறந்தது. அவனுடைய அம்மாவின் பெயர் என்னவென்று தெரிய வில்லை. ஆனால் அவள் மீது ஒருவகையான பரிவு பிறந்தது. ஏழை களுக்குரிய எளிய சாதாரண புது ஆடைகளை உடுத்தியிருந்தாள் அவள். மற்ற எட்டு மனைவிகளில் யார் முகத்திலும் இல்லாத பேரமைதி அவளது முகத்தில் தெரிந்தது. எதைப் பற்றியும் புகார் இல்லாத ஒரு திருப்தியுணர்வும் அவள் கண்களில் தெரிந்தது. சமீப காலத்தில் ஏதோ பெரும் வியாதியில் படுத்து குணமாகி எழுந்தவள் போலத் தெரிந்தாள். அவளைச் சந்தித்துப் பேச வேண்டும் போலத் தோன்றியது. ஆனால் அறிமுகமில்லாததால் கூச்சமாக இருந்தது. தயங்கியபடியே கோபுரத்திற்குச் செல்லும் படிகளில் ஏறினான். முதலில் தென்பட்ட முற்றத்தில் சாளரம் திறந்திருக்க, அதன் அருகில் குழந்தைக்குப் பாலூட்டிக் கொண்டிருந்தாள் அவள். இவனைப் பார்த்ததுமே பயத்தாலும் மரியாதையாலும் குழம்பி குழந்தையை அப்படியே மாரோடு அணைத்தபடி எழுந்து உட்கார்ந்தாள்.

“உட்கார்ந்து கொள். இப்பொழுதுதான் கிருதுவின் அறிமுகம் கிடைத்தது. உன்னைப் பார்த்ததில்லை. அதனால் வந்தேன். என்னைத் தெரிகிறதா?”

“யுயுதானன் சாத்யகியைத் தெரியாதவர்கள் கூட இந்த அனர்த்த தேசத்தில் இருக்கிறார்களா?”

அவளது பதிலால் அவனுக்கு மகிழ்ச்சியுண்டானது. உட்காரச் சொல்லி அவளை வற்புறுத்தினான். சுவரோடு சாய்ந்தபடி உட்கார்ந்து மீண்டும் குழந்தைக்குப் பால் ஊட்டினாள். பருத்த அவள் மார்பைப் பார்த்ததுமே யுயுதானன் தன் கடைசிக் குழந்தையை நினைத்துக் கொண்டான்.

‘என்னை எப்போது பார்த்திருக்கிறாய்?”

"கொள்ளைக்காரர்களிடமிருந்து எங்களையெல்லாம் மீட்ட போது நீங்கள்தானே எங்களை இங்கே அழைத்து வந்தீர்கள்? எங்கள் திருமணம் நடந்தபோது கூட நீங்களும் இருந்தீர்கள் அல்லவா"

அவனுக்கு நினைவு வந்தது. "ஏழு ஆண்டுகளுக்கு முன்னால், முப்பது வண்டிகளில் அவர்களை ஏற்றிக் கொண்டு துவாரகைக்கு அழைத்து வந்தது நான்தான். கடற்கரையில் இவர்கள் அனைவரையும் கிருஷ்ணன் மணந்து கொண்ட போது ஒவ்வொருத்தியாக முன்வந்து அவனுக்கு மாலை சூட்டினர். குழந்தை இருந்தவர்கள் அவனுக்கு அறிமுகப்படுத்தினார்கள். அவனும் அவர்களின் மாலைகளை ஏற்றுக் கொண்டு, அவர்களுக்குத் தானும் மாலை சூட்டினான். அந்தத் திருமணத்தின்போது நானும் எதிரிலேயே நின்றிருந்தேன். உண்மைதான். ஆனால் அவனுடைய திட்டத்தை ஒத்துக்கொள்ளவில்லை. அவனோடு சண்டைபோடப் பிடிக்காமல் அமைதியாக உட்கார்ந்திருந்தேன். இப்பொழுது அந்தக் கோபமில்லை. இவளைப் பார்த்ததுமே ஏதோ இனம்புரியாத இரக்கம் பிறக்கிறது."

"மகன் கூலி வேலை செய்கிறானே, வீட்டில் அந்த அளவுக்கு ஏழ்மையா?" என்று கேட்டான்.

"கிருஷ்ணனுக்கு மனைவி என்றான பிறகு நான் ஏழை என்று எப்படிச் சொல்ல முடியும்?" என்று சொல்லிவிட்டுச் சிரித்தாள். அச்சிரிப்பில் சோகத்தின் நிழல் தெரிந்தது. ஆனால் வெறுப்பில்லை அலுப்புமில்லை.

"அப்படியென்றால்" என்று யுயுதானன் கேட்டான்.

"திருமணமான புதிதில் எல்லோருக்கும் தனித்தனி வீடுகள் கட்டிக் கொடுத்தார். கருவூலத்தில் இருந்து வாழ்க்கைப்பாட்டுக்கென்று போதுமான அளவு செல்வம் கிடைக்க வழியும் செய்திருந்தார். ஒரு வருஷம் போனது. உங்கள் நண்பர் நிரந்தரமாக ஊரில் எங்கே தங்கி இருக்கிறார்? இருந்தால் கூட கருவூலப் பொறுப்பு அவர் அண்ணன் பலராமன் கையில்தானே இருக்கிறது. எங்களை அவர் மணந்து கொள்வதை இந்த ஊர்க்காரர்கள் யாருமே விரும்பவில்லை. பலராமனுக்குக் கட்டோடு பிடிக்கவில்லை. தம்பியின் கணக்கிலடங்காத மனைவிகளுக்கு, கருவூலச் செல்வத்தை ஏன் பயன்படுத்த வேண்டும்? அதனால் அதற்குப் பிறகு கொடுப்பதை நிறுத்தி விட்டார்கள். இவர் ஊரிலேயே தங்காமல் எங்கெங்கோ அலைந்து கொண்டிருந்தார். இங்கே நாங்கள் என்ன செய்வது? வயிற்றுப்பாட்டுக்கு ஏதாவது வழி செய்ய வேண்டுமே. கிருஷ்ண வாசுதேவருக்கு மனைவியாக இருந்து கொண்டு மற்றவர்கள் கைகளை எதிர்பார்ப்பது அவருடைய கௌரவத்துக்கு இழுக்கு. இதனால் இப்படி ஏதாவது ஒரு வேலை

செய்ய வேண்டியதாகி விட்டது. என் மகன் கிருதுவுக்கு அப்போது பதினாலு வயது. நல்ல உறுதியான உடல்வாகு உடையவனாக இருந்தான். அப்போதே வேலைக்கு வந்து விட்டான். வீட்டிலேயே பருத்தி நூல் நூற்கத் தொடங்கினேன் நான்.

“மற்றவர்கள்?”

“எல்லாருமே துவாரகையில் எப்படி இருக்க முடியும்? சிலர் மிரபாச நகரில் இருக்கிறார்கள். மேலும் சிலர் பற்பல ஊர்களில் இருக்கிறார்கள். விவசாயம், நூல்நூற்பது, நெசவு என்று ஏதாவது ஒரு வேலை பார்த்துக் கொண்டிருக்கிறார்கள். கடற்கரையோரமாகிய இந்தப் பகுதியில் விவசாயத்துக்குரிய நல்ல நிலம் மிகவும் குறைச்சல். நரகாசுரனிடமிருந்து மீட்டு வந்த செல்வத்தில் கொஞ்சம் பாத்திரங் களையும் கொஞ்சம் தங்கத்தையும் தனக்காக வைத்துக் கொண்டு, எங்களுக்குக் கொஞ்சம் பகிர்ந்தளித்து விட்டு எஞ்சியதை யெல்லாம் கருவூலத்தில் சேர்த்து விட்டார். ஆனால் பலராமனோ கருவூலத்தி லிருந்து எங்களுக்கெல்லாம் கிருஷ்ணன் வாரி வாரி வழங்கி விட்டார் என்று கோபம் கொண்டார்.”

மூன்று நான்கு வருஷங்களுக்கு முன்பு இதேபோல ஒரு பிரச்சினை எழுந்தது ஞாபகம் வந்தது யுயுதானனுக்கு. கிருஷ்ணனின் நண்பன் என்பதால் யுயுதானனை அவர்கள் அழைக்கவில்லை. கிருஷ்ணனும் இதை வாய்விட்டுச் சொல்லவில்லை. அப்படியே சும்மா இருந்து விட்டான். அந்தப் பழைய விஷயங்களும் இவளுடைய தற்போதைய பேச்சும் பொருந்திப் போயிற்று. வெளியே படகுகளின் அருகே எழுந்த ஓசை தற்சமயம் இல்லை. சிறிது நேரத்திற்குப் பின் குழந்தையை இடது மார்பில் இருந்து வலது மார்புக்கு மாற்றினாள். அப்போது கீழே பொருட்களை உருட்டுகிற சத்தம் கேட்டது. பேச்சை மேலும் வளர்க்கும் வழி தெரியாமல் “உன் பெயர் என்ன?” என்று அவளிடம் கேட்டான்.

“திருதி”

“யார் வைத்தவர்கள்?”

“பிளைகளுக்கு யார் பெயர் வைப்பார்கள். தாய் தந்தை, பாட்டன் பாட்டி.”

“அவர்களெல்லோரும் யார்?”

“எங்களுக்குச் சொந்த இடம் சிந்து தேசம். விவசாயக் குடும்பம். நல்ல விவசாய நிலம் இருந்தது.”

“நரகாசுரனின் கூட்டத்திடம் எப்படி அகப்பட்டாய்?”

“திருமணம் நடந்தது. கணவனும், கணவனுடைய வீட்டுக்காரர்களும் ஆடம்பரமான வகையில் என்னை அழைத்துக்கொண்டு சென்றார்கள். இந்த வழிப்பறிக் கொள்ளைக்காரர்கள் எங்களை வழிமறித்துத் தாக்கினார்கள். எங்கள் ஆட்களிடமும் சில ஆயுதங்கள் இருந்தன. ஆனால் கொள்ளையே தொழிலாக இருப்பவர்கள் முன் எங்கள் ஆயுதம் எடுபடுமா? இளம்பெண்களுக்கு எந்தக் காயமும் ஏற்படாத வகையில் அவர்கள் தாக்குதல் நிகழ்த்தினார்கள். நானும், இன்னும் இரண்டு பெண்களும் சிறைபிடிக்கப்பட்டோம். மற்றவர்களைக் கொன்று விட்டார்கள். தங்கம், தாமிரம், மணமகளுக்காகக் கொடுத்தனுப்பட்ட சீர்வரிசைச் சாமான்கள் எல்லாவற்றையும் எடுத்துக்கொண்டார்கள்.”

“கிருதன் எப்போது பிறந்தான்?”

“சிறை பிடிக்கப்பட்ட பின்பு ஒரு வருஷம் கழித்து...”

“உன் விருப்பத்தையும் மீறியா?”

“அந்தக் கொள்கைக்காரர்களை எந்தப் பெண்தான் விரும்புவாள்? ஒருவருக்கு ஒருவர் என்கிற வகையில் எல்லாரும் பலாத்காரம் செய்தார்கள்.”

அதைக் கேட்டதும் யுயுதானனுக்குத் துக்கமானது. இப்படிப் பட்ட கூட்டத்தின் கொட்டத்தை அடக்கி ஒடுக்க நிச்சயித்து செய்து முடித்த கிருஷ்ணனின் மீது உயர்வான எண்ணம் பிறந்தது. அப்படி யென்றால் இவர்கள் அனர்த்த தேசத்தைச் சேர்ந்தவர்கள் அல்ல, வேறு வேறு ராஜ்யங்களிலும் கண்மறைவாகத் திரிந்து கொண்டிருந்தவர்கள் வெளியே படகுகளில் சரக்குகளை இறக்கும் ஓசையோடு அலைகளின் சத்தமும் வந்துகொண்டிருந்தது.

அலையின் வேகம் அதிகமாக இருந்தது. “கிருஷ்ணன் உன் வீட்டுக்கு வருவதுண்டா?” என்று கேட்டான் யுயுதானன். “என்ன கேள்வி கேட்கிறாய் நீ?” என்ற கேள்வியையே அவள் சட்டென்று கேட்டாள். அப்பொழுது அவள் குரலில் அமைதி இழந்து சீற்றம் எழுந்தது. நிமிர்ந்து அவளைப் பார்த்தான் அவன். முகத்திலும் கோபத்தின் அடையாளம். “என்னை என்னவென்று நினைத்துக்கொண்டிருக்கிறாய் நீ?” அவர் வராமல் இந்தக் குழந்தை எப்படிப் பிறந்ததாம்?”

“கோபித்துக்கொள்ள வேண்டாம். நான் எந்தக் கெட்ட அர்த்தத்திலும் கேட்கவில்லை. நீங்கள் இத்தனை பேர் இருக்கிறீர்களே, அவனுக்கும் ஏற்கனவே எட்டு பேர் மனைவிகள் இருக்கிறார்கள், அவன் ஊரில் இருக்கிற காலமும் குறைச்சலாயிற்றே, ஊருக்குத் திரும்பியதும் மற்ற வேலைகளும் அவனுக்கிருக்குமே, எல்லாருடைய வீடுகளுக்கும் செல்ல அவனுக்கும் எப்படித்தான் நேரம் கிடைக்கும் என்ற எண்ணத்தில்தான் கேட்டேன்.”

அவள் பெருமூச்செறிந்தாள். கோபம் தானாகவே குறைந்தது. அவருடைய நண்பராக இருப்பதால் நீ அப்படி கீழான அர்த்தத்தில் கேட்கவில்லை என்று எனக்கும் தெரியும். ஏறத்தாழ இரண்டு ஆண்டு களாவது இருக்கும், ஒரு நாள் அவர் வந்தார். தொடர்ந்து மூன்று நாட்கள் என் வீட்டிலேயே இருந்தார். இந்த பிறவிக்கே போதும் போதும் என்கிற அளவுக்குச் சந்தோஷமும் திருப்தியும் கிடைத்தது. அது வரைக்கும் நான் கோபத்தோடு இருந்தேன். பேருக்கு மணந்து கொண்டு கைவிட்டு விட்டார் என்று எண்ணிக்கொண்டிருந்தேன். இப்பொழுது புரிகிறது. அவருக்கு எங்கெங்கோ வேலைகள். ஊரில் இருப்பதும் குறைவு. இருந்தாலும் கூட நீ சொல்வதுபோல வேலைச் சுமை அதிகம். நல்ல முறையில் திருமணம் செய்துகொண்டு வந்த, நல்ல செல்வச் செழிப்புள்ள குடும்பங்களைச் சேர்ந்த பெண்கள் எட்டுப் பேர் வேறு. நாங்களும் இத்தனை பேர்கள் இருக்கிறோம். அவரால் யார் யார் வீட்டுக்குத்தான் வர முடியும். ஆனாலும் முடியும் போதெல்லாம் யாராவது ஒருவர் வீட்டுக்காவது சென்று ஒரு நாளாவது இருந்துவிட்டு வருகிறார். இதைவிட அதிகமாக நாங்கள் எதிர்பார்க்கலாமா?"

வெளியே கடல் பொங்கியதைப்போல இருந்து. ஒரு வகையான கவலை அவனைத் தொற்றிக்கொண்டது. சாளரம் வழியாக வெளியே பார்த்தான். அலைகளின் அளவு உயர்ந்துகொண்டிருந்தது. கடலின் அருகில் சரிந்துகொண்டிருந்தான் சூரியன். அலைகள் சூரியனின் வெளிச்சத்தைப் பிரதிபலித்துக்கொண்டிருந்தது அவளைத் திரும்பிப் பார்த்தான் யுயுதானன். இப்பொழுது குழந்தை தூங்கிக் கொண்டிருந்தது. மார்பிலிருந்து குழந்தையை விடுவித்துக் கீழே இருந்த பாயில் கிடத்தினாள்.

"உன்னோடு இருக்கிற மற்ற மனைவிமார்கள்கூட, உன்னைப் போலவே யோசிப்பார்களா? உன்னைப்போலவே அவர்களும் அவனை விரும்புவார்களா?" என்று யுயுதானன் கேட்டான்.

அவள் எந்தப் பதிலும் சொல்லவில்லை. குழந்தையின் மீது வந்து உட்கார்ந்த ஈயை வலது கையை வீசி விரட்டினாள். விரட்டிய வண்ணமே கையை விரித்து அவனது பக்கம் காட்டியது போல இருந்தது. ஐந்து விரல்களும் ஒரே மாதிரியாக இருப்பது சாத்தியமா? என்பதே அவள் பதிலாக இருக்கவேண்டும் என்று நினைத்தான் அவன். அவனது உலக ஞானமும் அந்தப் பதிலுக்கு இசைந்ததாக இருந்தது. அப்படி எதிர்ப்பார்ப்பதும் தவறு என்று எண்ணிக் கொண்டு இருக்கும்போது அலைகளின் கொந்தளிப்பு சட்டென அடங்கியதைப்போல இருந்தது. அப்பொழுது அவள் "மற்றவர்கள் விஷயம் எனக்கு வேண்டாம். இந்தக் குழந்தை பிறந்த பிறகு ஒரு

முறை வீட்டுக்கு வந்து இதன் உச்சி முகர்ந்து முத்தம் கொடுத்து, ஒரு பெயர் வைத்துவிட்டு வந்தால் போதும். வேறு எதுவும் எனக்கு வேண்டாம். என் மகன் கிருதுவைப் பார்த்தாய் அல்லவா. அவன் தலையை வருடிக் கொடுத்து மார்போடு மார்பு சேர்த்து அணைத்து இந்த பெயரை அவனுக்கிட்டதும் அவர்தான்." என்றாள்.

கிருதுவின் பெயர் பிரஸ்தாபிக்கப்பட்டபோதே அவன் மேலே வந்து சேர்ந்தான். இடுப்பில் துண்டு மட்டுமே கட்டியிருந்தான். உடல், கை, மார்பு, கழுத்து எங்கும் வியர்வை வழிந்திருந்தது. அந்த இடத்தில் யுயுதானனைக் கண்டதும் என்ன செய்வது என்று புரியாமல் குழம்பிப்போய் நின்றிருந்தான். "சாப்பிடு வா, கை கழுவினாயா?" என்று தாய்க்காரி கேட்டாள். "அப்புறம் சாப்பிடுகிறேன்" என்றான் அவன். தரையைப் பார்த்தபடியே பேசினான். "நான் இங்கேயே இருக்கிறேன். நீ சாப்பிடு" என்று யுயுதானன் சொன்னபிறகு கூட அவன் நிமிர்ந்து பார்க்கவில்லை. யுயுதானனும் சங்கடமாய் உணர்ந்தான். "நீ சாப்பிடு. நான் மேலே இருக்கிறேன்" என்றபடி உட்கார்ந்த நிலையிலிருந்து எழுந்து படியேறி மேலே சென்றான். 'அப்பாடா' என்று மனம் நிம்மதியடையும் வண்ணம் நல்ல இதமான காற்று வீசிக்கொண்டிருந்தது. நான்கு புறங்களிலுமிருந்த சாளரங்களைத் திறந்துவிட்டு நின்று கொண்டான். அலைகளின் ஓசையை அந்த அளவு உயரத்திலிருந்து கேட்கமுடியவில்லை. ஆனால் விரிந்த அளவில் கடலைப் பார்க்க முடிந்தது. கீழே இருப்பதைக் காட்டிலும் இங்கே மன நிம்மதியாக உணர்ந்தான். எவ்வளவோ நேரம் தொலைவிலேயே பார்வையைப் பதித்திருந்தவன் திரும்பிப் பார்த்தான். துவாரகை நிலம் முழுக்கத் தெரிந்தது. மாளிகைகள், கூடங்கள், வரிசையான வீதிகள், நட்சத்திரங்கள் போல அங்குமிங்கும் இருந்த வீடுகள், அவற்றைச் சுற்றிய கோட்டை எல்லாம் தெரிந்தன. இவை அனைத்தையும் தாமே கட்டியவை என்கிற மனநிறைவு அவனுடைய நெஞ்சில் எழுந்தது. மதுரா நகரைக் காட்டிலும் பல வகைகளிலும் அழகும் வசதியும் தூய்மையும் நிறைந்த இடம் துவாரகை என்று எண்ணிப் பெருமை கொண்டான் அவன். கோட்டையைச் சுற்றிய நிலப்பரப்பில் அவன் பார்வை பதிந்தது. தாமிர வண்ணத் திறந்தவெளி. அதைத் தாண்டி ரைவதக மலையின் தொடர்ச்சி. அதைத்தாண்டி மங்கலான வெளி. பின்புறத்தில் இருந்த எல்லை காணாத கடலும் முன்புறத்தில் தெரியும் நகரும் ஒரே நேரத்தில் கண்முன் எழுந்தன. எத்தனையோ தேசங்களையும் நகரங்களையும் பார்த்ததையெல்லாம் நினைத்துப் பார்த்தான். சிந்து, பாலிகம், வாததானம், காந்தாரம், கேகயம், திரிகர்த்தம், மதீரம், உத்தரகுரு, ஹேமகூடம், குரு, பாஞ்சாலம், கோஜம், கோசலம், விதேஹம், அங்கம், வங்கம், புண்ரம், ரம்பா, மகதம், கோசலம் குந்தலம், புளிந்திரம், கலிங்கம், சேதி, அவந்தி, விதர்பம், ஒவ்வொன்றிற்குள்ளும்

எத்தனையோ துணைத் தேசங்கள். ஒவ்வொன்றிற்குள்ளும் பற்பல ராஜ்ஜியங்கள். அரசர்கள், இவற்றையெல்லாம் தாண்டிய பிரதேசங் களுக்கும் சென்று வந்திருப்பதை எண்ணிப் பார்த்தான். அந்தப் பக்கம் இமயம். இந்தப்பக்கம் விந்தியம். எல்லா விவரங்களும் கிருஷ்ணனுக்குத்தான் தெரியும். எந்தெந்த தேசம் எங்கெங்கே இருக்கிறது, அது எவ்வளவு தூரத்தில் உள்ளது. அங்கே ஆட்சியாளர் களின் பலம் எவ்வளவு, அவற்றையாளும் அரசன் எப்படிப்பட்டவன் என்கிற கேள்விகளுக்கெல்லாம் அவனுக்குத் தெளிவாக விடை தெரியும். மீண்டும் கடலைப் பார்க்க மனம் விரும்பியது. திரும்பிப் பார்த்தான். எந்த வித்தியாசமும் இல்லாமல் பரந்திருந்த நீர்ப்பரப்பு, அலைகள்தான் வேறு வேறு திசைகளில் பிரிந்து தற்காலிகமாகப் பிரிவுகளை உண்டாக்குவதுபோல இருந்தது. கண்ணுக்குப் புலப்படா விட்டாலும் அலைகளற்ற பகுதி இருக்கக் கூடுமா என்று கேட்டுக் கொண்டான். அதே நேரத்தில் ஏதோ ஓர் உண்மை புரிந்தமாதிரி இருந்தது. நிலப்பரப்புக்கு எல்லையாக கடற்பகுதி இருக்கிறது என்று சொல்லப்படுவதுண்டு. ஆனால் கடற் பரப்புக்கு எது எல்லை? நிலப்பரப்பே எல்லையாக இருக்கிறது என்று யாரும் சொல்லக் கேட்டதில்லை. முடிவற்றது அது. மதுரா நகரில் இருந்து வெளியேறி கடலோரப் பகுதிக்கு வந்துள்ளோம் என்று நினைத்தபோது கிருஷ்ணனின் நினைவு வந்தது. "விராட நகரில்தான் இன்னும் இருக்கிறானோ அல்லது வேறு எங்கேயாவது கிளம்பிப் போய் விட்டானோ, நாட்டை விட்டு வெளியே போனால், அவன் எங்கே இருக்கிறான். என்ன செய்கிறான், எதைப்பற்றி யோசிக்கிறான் என்பது யாருக்கும் தெரியாது. திரும்பி வந்து அவனாகவே சொல்லும் வரை எல்லாம் புதிராக இருக்கும். என்னைவிட்டால் வேறு யாரிடம் சொல்வான் அவன். ஜராசந்தனைக் கொல்லத் துணையாக இருந்த பாண்டவர்களுக்கு வெற்றியை ஈட்டித் தராமல் தற்சமயத்திற்கு அவன் திரும்பி வர மாட்டான். இந்த அனர்த்த தேசத்துக்கு வந்து, இந்த துவாரகைப் பட்டணத்தை நிர்மாணித்துக் கொண்டு, வணிகத்துக்கான எல்லா ஏற்பாடுகளையும் செய்து, செல்வச் செழிப்பை அடைந்த பிறகு எல்லாருமே ஜராசந்தனை மறந்தே போய்விட்டோம். பலராமன் போன்றவர்களுக்கு மதுரா நகரில் இருந்து வெளியேறி வந்த அவமான எண்ணம் கூட இல்லை. ஆனால் கிருஷ்ணன் அப்படி இல்லை. பழைய உறவுகளையெல்லாம் தேடித்தேடிச் சென்று புதுப்பித்துக் கொண்டான். குருடனாகிய திருதராஷ்டிரன் பாண்டவர்களுக்குக் கொஞ்சம் காட்டுப் பகுதியைக் கொடுத்து 'அங்கேயே ஊர், நாடு, நகரம் எல்லாம் கூட்டமைத்துக்கொண்டு வாழ்ந்து கொள்ளுங்கள்' என்று வாய்வார்த்தையாகச் சொல்லி அனுப்பியபோது கிருஷ்ணன் தான் துவாரகையிலிருந்து தங்கத்தையும் தாமிரப் பாத்திரங்களையும், ரதங்களையும் குதிரைகளையும் அனுப்பி வைத்தான். தாம் சம்பாதித்துத்

தேடிச் சேர்த்தையெல்லாம் அவர்களுக்கு ஏன் கொடுக்கவேண்டும் என்று பலராமன் எதிர்த்தான். பலராமன் மட்டுமல்ல, யாதவர்கள் அனைவருமே எதிர்த்தார்கள். பிறந்த மண்ணை விட்டு வந்து கதிகெட்டு, அயல் தேசத்துக்கு வந்து ஏதோ அதிர்ஷ்டவசத்தால் செல்வம் சேரத் தொடங்கி இருக்கும்போது, அதையெடுத்து அடையாளம் தெரியாதவர்களுக்கெல்லாம் ஏன் கொடுக்கவேண்டும் என்று கேட்டார்கள். வயசில் பெரியவர்களுக்குக் கூட இதே பேச்சுத்தான். அத்தை பிள்ளைகளாக இருக்கலாம். போஜ வம்சத்தைச் சேர்ந்த குந்தி குழந்தையாக இருந்த போதே தத்தெடுக்கப்பட்டவள். குந்தி என்கிற பெயரே அவளுக்குப் பிற்காலத்தில் நிலைத்துவிட்டது. அவளுடைய உண்மைப் பெயர் என்ன என்பது இங்கே யாருக்குமே தெரியாது. அவர்களுக்காக இவ்வளவு செல்வத்தை இங்கிருந்து அனுப்ப வேண்டுமா என்று கேட்டார்கள். கிருஷ்ணனின் முன் ஆலோசனை மற்றவர்களுக்குப் புரியவில்லை. அதிர்ஷ்டவசமாக யாரும் தடை செய்ய முன்வரவில்லை. தம் அதிருப்தியை மட்டுமே வெளிப்படுத்தினார்கள். மதுரா நகருக்குப் பக்கத்தில் நம் நம்பிக்கைக்குரியவர்கள் வேறு யார் இருப்பார்களா? இருந்தாலும் கூட, ஜராசந்தனின் மீது இருந்த பயத்தால் யார் சேர்த்துக் கொண்டார்கள்? பாண்டவர்களிடம் விரிந்த அளவு ராஜ்ஜியம் எதுவும் இல்லை. ஆனால் துணிச்சலும் சாதிக்கும் தன்னம்பிக்கையும் இருந்தன. ஈடு இணையற்ற பீமனின் பலம், அர்ஜுனனின் வில் வீரம், பார்க்க நிதானமான தோற்றமுள்ள வர்களானாலும் போரில் துணைநிற்கக்கூடிய நகுல சகாதேவர்களின் தைரியம் ஆகியவற்றை விட செல்வம்முக்கியமாகி விடுமா? பக்கத்திலேயே அவர்களின் சம்பந்தியான பாஞ்சாலர்கள். இவர்கள் இருவரும் சேர்ந்து மேற்கு எல்லைப் பகுதியில் ஜராசந்தனின் வரவைத் தடுக்க முடியும் என்பதை எல்லாரை விடவும் முன்னதாக கிருஷ்ணன் தெரிந்துகொண்டான். வேரூன்றத் தொடங்கியிருந்த அந்தக் காலத்தில் அவர்களுக்கு என்று உதவி செய்யாமல் இருந்திருந்தால், அவர்கள் சிதறுண்டு இருக்கக் கூடும். இத்தனை தூரத்தில் வாழ்ந்துகொண்டு பலசாலியான ஜராசந்தனை எதிர்த்து நிற்பது என்பது சாத்தியமற்றுப் போயிருக்கும். அப்படிப் பட்டவனைக் கிருஷ்ணன் சமாளித்தான். பாண்டவர்கள் நிலைத்து நின்றார்கள். சுற்றிலும் காடாக இருந்த இடம் விவசாய நிலமாக ஆனது. புது முறையிலான நகரை உருவாக்கினார்கள். எதிரிகள் **அனைவரும் பார்த்துப் பார்த்துப்** பொறாமைப்படும் அளவுக்கு மென்மேலும் சீரும் சிறப்புமாக வளர்ந்தார்கள். அவர்களுக்கு ஒரு வழிகாட்டியாக இருந்தான் கிருஷ்ணன். ராஜசூய யாகம் செய்யும்படி அவன்தான் அவர்களைத் தூண்டினான். ஆரியவர்த்தத்தில் இருந்த அரசர்கள் அனைவரும் தம் பெருமையையும் வீரத்தையும் ஏற்று ஒப்புக் கொள்ளும் வரை யாரும் ராஜசூய யாகம் செய்யலாமா? ஆனால் ஜராசந்தனையே வென்று வீழ்த்தும் அளவுக்கு பாண்டவர்களிடம்

வீரம் இருந்தது. அந்த படைபலமும் மற்ற அரசர்களின் ஆதரவும் ஒத்துழைப்பும் பாண்டவர்களுக்கன்றி வேறு யாருக்குக் கிடைக்கும்? இதைக் கொண்டு அவர்கள் ஜராசந்தனோடு மோதி வீழ்த்தி வெற்றி அடைந்திருக்கலாம். ஆனால் நேருக்கு நேராகக் குகையிலேயே ஜராசந்தனுடன் மோதும் வழியைச் சொன்னான் கிருஷ்ணன். எந்த யுத்தத்திலும் அவன் அப்படித்தான். உயிர் என்பது பொருட்படுத்த தக்க ஒன்றே அல்ல. தருமன் சிறிது பயந்தானாம். மற்ற ஏராளமான அரசர்களைச் சிறையில் அடைத்து வைத்திருப்பதைப்போல தன் தம்பிகளையும் சிறையில் அடைத்துவிட்டால் என்ன செய்வது என்று குழம்பினானாம். ராட்சசத் தாயின் வயிற்றில் பிறந்தவன் அவன். இந்த கிருஷ்ணனையும் இரண்டு தம்பிகளையும் நடுத்தெருவில் நிறுத்தி கைகால்களை வெட்டித் தோலை உரிக்கவும் தயங்காதவன் அவன். பைரவனின் வழிவந்த வாமசாரர்களின் செல்வாக்குக்கு உட்பட்டவன் அவன். சிம்மாசனத்தில் அமரத் தகுதியுடைய நூற்றியொரு க்ஷத்திரிய அரசர்களைச் சிறைப்பிடிக்கத் திட்டமிட்டிருந்தான் அவன். நூற்றி யொருவரும் கிடைத்த பிறகு அவர்கள் அனைவரையும் வெட்டிப் பலி கொடுக்கவும் திட்டமிட்டிருந்தான். அந்தக் கூட்டத்தில் இந்த மூன்று பேரும் அகப்பட்டுக் கொண்டால் என்ன செய்வது என்று அஞ்சினான் தருமன். ‘கிருஷ்ணா, எனக்கு ராஜசூய யாகம் எதுவும் வேண்டாம். என் இரண்டு தம்பிகளையும் பலியாக்க எனக்கு விருப்ப மில்லை’ என்றான். ஆனால் பீமனும் அர்ஜுனனும் வலிமை மிகுந்தவர்கள். கிருஷ்ணனின் எண்ணங்களை ஈடேற்றுவதற்கே பிறந்தவர்கள். ‘ஆபத்துகளைக் கண்டு அஞ்சுகிறவனால் வெற்றி பெற முடியுமா? என் கூட வாருங்கள். எனக்கு நேர்வதே உங்களுக்கும் நேரும். இதற்கு நான் பொறுப்பு ஏற்றுக் கொள்கிறேன்’ என்று கிருஷ்ணன் எடுத்துச் சொன்னதுமே அவர்கள் ஒத்துக்கொண்டார்களாம். கிருஷ்ணன் சொல்வது சரி. அவர்கள் இருவரும் அபரிமிதமான ஆற்றல் கொண்ட வீரர்கள். ஆனால் எதிரிகளின் பலத்தைப் பற்றியோ பலவீனத்தைப் பற்றியோ அறிந்து கொள்ளும் ஆற்றல் இல்லை. எப்படியோ தருமனை யும் ஒத்துக்கொள்ள வைத்து, மூன்று பேரும் கிளம்பினார்கள். முன்னால் கிருஷ்ணன் நடுவில் பீமன். இறுதியில் அர்ஜுனன். மூன்று பேரும் மூன்று பலம் பொருந்திய குதிரைகள் மீது சென்றார்கள். ஆரிய உலகத்தில் இருக்கிற எல்லா ஊர்களும் ஏரிகளும் நதிகளும் குன்றுகளும் மலைகளும் காடுகளும் கிருஷ்ணனுக்குத் தெரியும். அயல் தேசத்துக்காரர்கள் யாரேனும் சந்திக்க நேர்ந்தால், எல்லாவற்றையும் கேட்டுக்கேட்டுத் தெரிந்து கொள்வான். கேட்டதை ஞாபகத்திலும் வைத்துக் கொள்வான். ஏதாவது ஒரு காரணத்தை முன்னிட்டு சதா காலமும் வெளியேயே சுற்றிக்கொண்டு இருப்பதால் அநேகமாக எல்லா வழிகளும் அவனுக்குப் பழகி விட்டன. பத்து ஊர்களுக்கு வழி தெரிந்த பின்பு பதினொன்றாவது ஊருக்கு வழியை அறிவது

சுலபமாகவே இருக்கும். அது மட்டுமல்லாமல் இடையில் சந்திக்க நேர்பவர்களிடமிருந்தும் விவரங்களைக் கேட்டுத் தெரிந்துகொள்ள முடியும். காண்டவப்பிரஸ்தத்துக்கும் கிரிவிரஜத்துக்கும் இடையில் எவ்வளவு தொலைவு நல்ல குதிரைகள் என்றாலும் இருபது நாட்கள் ஆகும். இடையில் கங்கை, சோணி, கண்டகி ஆகிய பல நதிகள். பல காடுகள். வழிச் சாப்பாட்டுக்காகக் கொண்டுவந்த உணவுப் பொருட்களை வழியிலேயே சமைத்து உண்டு நிற்காமலேயே பயணத்தைத் தொடர்ந்து ஒருவழியாக கிரிவிரஜம் சேர்ந்தார்கள். தலைநகரத்தைக் கட்டிக்கொள்ள அது பொருத்தமான இடம்தான். இந்தத் துவாரகையைக் காட்டிலும் அதிக பாதுகாப்புள்ளது அது. சுற்றிலும் மலைத்தொடர்ச்சி. நான்கு புறங்களிலும் மலைப்பகுதியே இருக்க, நடுவில் ஒரு ராஜ்ஜியத்துக்குப் போதுமான அளவு நிலப்பரப்பு இருந்தது. அங்கே பிறந்து பெருகி வெளியே பாயும் நதி. எந்த நாளிலும் வற்றாத நதிப்பெருக்கு. எத்தனை எதிரிகள் வந்து முற்றுகையிட்டாலும் ஒருபோதும் பிரச்சினை இருக்காது. மலைத்தொடர்ச்சியின் அடிவாரங்களில் அடர்ந்து வளர்ந்த காடுகள். விறகுக்கு ஒருபோதும் குறைவில்லை. உள்ளிருந்து வெளியே சென்று வர யாருக்கும் தெரியாத வகையில் ரகசிய வழிகள் இருந்தன. மலைத்தொடர்ச்சியின் அந்தப் பக்கத்தில் ஜராசந்தனின் பெரும்படை நின்றிருந்தது. சுற்றிலும் விவசாய நிலங்கள். எந்த இடத்தில் பஞ்சம் இருந்தாலும் ஜராசந்தனின் மகதத்தில் மழைக்குப் பஞ்சமிருக்காது. அவனை எப்படி யுத்தத்தில் தோற்கடிக்க முடியும்? கிருஷ்ணனின் தந்திரமே சரி. குரூரமான புலியின் குகைக்குள்ளே புகுந்து, நேருக்கு நேர் சந்தித்து மர்ம ஸ்தானத்திலேயே தாக்கி வீழ்த்தும் தந்திரம். ஆனால் எவ்வளவு பயங்கரமானது!" அதை எண்ணும்போதே யுயுதானனின் உடல் நடுங்கியது. வியர்த்தது. காற்று வெகுவேகமாக வீசியது. சாளரத்தின் வழியே வெளியே பார்த்தான். ஊஞ்சல் போல முன்னும் பின்னும் நகரும் அலைகள். பெரிய சத்தத் துடன் கரையில் மோதி உடைந்தன.

* * *

நிலா வெளிச்சத்தில் கிரிவிரஜ நகரம் அழகான கனவு உலகத்தைப்போல இருந்தது. அதே சமயத்தில் பயம் தருவதாகவும் இருந்தது. சுற்றிலும் மலைகளின் வரிசை. அவற்றின் மேல் அடர்ந்து வளர்ந்திருக்கும் காடுகள். நிலாவெளிச்சத்தில் அவை கருப்பாய்த் தெரிந்தது. வைகார மலையின் அடிவாரத்தில், சுடுநீர் நிரம்பிய குளத்தில் கழுத்து வரை மூழ்கி நின்றிருந்த ஜராசந்தன், தனது நாட்டுக்கு அரணாக இருந்த மலைத் தொடரைப் பார்த்தபடி இருந்தான். சிறுவயதில் தன் தாயோடு இம்மலைச்சிகரங்களை ஒரே நாளில் பல முறை வேகவேகமாக இறங்கி இருக்கிறான். இளம்பருவத்தில் போர்ப் பயிற்சியில் ஈடுபட்டிருந்த சமயத்தில் தோளிலும் புஜங்களிலும்

தொடைகளிலும் கட்டுக்கட்டாகச் சதை திரண்டிருந்தது. இரும்பு போல உடல் விண்ணென்றிருந்தது. இப்போது வயதின் காரணமாக நடந்தால் தொடைகளும் முழங்காலும் வலிக்கின்றன. அவனுக்கு எழுபது வயது நடந்து கொண்டிருந்தது. எனினும் 'இதெல்லாம் ஒரு வயதா' என்று தோன்றியது. தன் அம்மாவின் ஞாபகம் வந்தது அவனுக்கு. அவளும் பலசாலியான பெண். அவளும் அடிக்கடி உடல் வலியால் வருந்தினாள். வாதம் என்றார்கள் வைத்தியர்கள். 'எனக்கும் அதேதானா?' என்று எண்ணினான் அவன். தொடர்ந்து நினைவுகளில் மூழ்கினான். "எத்தனை நாட்களாக இருக்கிறது அந்த வலி. இந்த வெந்நீர்க்குளம் எப்படிப்பட்ட வலியாய் இருந்தாலும் அதைக் கரைத்து வியர்வையாக்கி வெளியேற்றி விடும். வேறு எந்த நகரிலும் இப்படிப்பட்ட வெந்நீர்க்குளத்தைப் பற்றிக் கேள்விப்பட்டதும் இல்லை. பார்த்ததும் இல்லை. கிரிவிரஜம் ஒரு புண்ணியஸ்தலம். மண்ணிலிருந்து ஊற்றெடுத்துக் கிளம்பிவரும் நீரே வெந்நீராக இருக்கும். இந்தக் குளத்தைக் கட்டுவித்தவர் அப்பாதான். நீர் ஊறி வரும் இடத்துக்குச் சற்றுமேலே விரல் அகலத்துக்கு ஒரு கால்வாயும், அதன்மேல் இந்த மேடையையும் நிர்மாணித்தார்." இது குளிக்கத் தகுந்த சூடுதான் என்றும் வலிக்கு இதமாக இருக்கும் என்றும் நினைத்தபடி குளத்தில் கால் வைத்தான் அவன். சட்டென்று சறுக்கி விட நிலைகுலைந்து விழுந்தான். தலை வரை முழுகி விட்டது. சட்டென சமாளித்து மீண்டும் எழுந்தான். இதுவரை நடந்தே இராத சம்பவம் இப்போது எப்படி நடந்தது என்று தெரியவில்லை. "ஏதாவது அபசகுனமாக நடக்கப் போகிறதோ" என்று எண்ணினான். நீரின் வேகம் அதிகமானது போல இருந்தது. 'நீரின் வேகத்தைக் குறைத்து வை அல்லது சிறிது நேரமாவது நிறுத்திவிடு' என்று தொலைவில் இருந்த வேலைக்காரர்களிடம் சொன்னான். அப்போது அது குளிர்காலத்தின் தொடக்கக்கட்டம் என்பது அவன் நினைவுக்கு வந்தது. "இந்த மலைச்சிகரத்தின் காடுகளில் அப்படி என்னதான் இருக்கிறது? நகரங்களில் மனிதர்களும் நகர வாசல்களிலும் சுங்க வாசல்களிலும் படைவீரர்களும் இருந்தார்கள். ஆனால் காட்டில் என்ன இருக்கும்? காடு என்றாலே விலங்குகள்தான். புலிகள், கரடிகள் ஓநாய்கள். அவை தாக்க வந்தால் அவற்றைத் தாக்க வேண்டும். காடு என்றாலே விலங்குகளைத் தாக்குவதும், அவற்றைக் கொல்வதும்தான். எத்தனையோ தேசங்களின் காடுகளில் பல இரவுகளில் அலைத்திருக் கிறேன். ஆனாலும் இருட்டு என்றதும் - அரை இருட்டு என்றாலும் கூட - ஏன் இப்பொழுது பயம் தோன்றுகிறது? இதில் அச்சம் கொள்ள என்ன இருக்கிறது?" அப்போது பேய், பிசாசு, பூதங்களைப் பற்றி நினைத்துக் கொண்டான். சின்னப்பிள்ளையாய் இருந்தபோது தனக்கு அம்மா சொன்ன கதைகளையெல்லாம் நினைவுக்கு வந்தன. தீப்பந்தங்களின் வெளிச்சத்தில் பேய்களும் பிசாசுகளும் அஞ்சி விலகி

ஓடிவிடும் என்று நம்பிக்கை கொண்டிருந்தார்கள். "ஆனால் அரை இருட்டிலும், நிலா வெளிச்சக் காலத்திலும் தீப்பந்தங்களையா எடுத்துச் செல்கிறோம்? ஒருவேளை என்னைத் தூங்க வைப்பதற்காகவும் பயமூட்டவும் அவள் இக்கதைகளைச் சொல்லி இருக்கக் கூடும். ஆனால் என் அம்மாவின் முன்னோர்களாகிய ராட்சசர்கள் காட்டிலேயே வசித்தவர்கள். இரவில் நடமாடியவர்கள். ஆனால் அப்பாவை மணந்து கொண்டு அரண்மனைக்கு வந்த பிறகு அம்மாவுக்கும் இருட்டு என்றால் பயம் வந்துவிட்டது போலும். என் அம்மாவோடு கூடப் பிறந்த இரண்டு மூத்த சகோதரிகளின் ஞாபகம் வருகிறது. நான் ராட்சசனைப் போல சிறுவயதில் இருந்ததைப் பார்த்துவிட்டு மிகவும் அஞ்சினார்கள் அவர்கள். கடைசி வரைக்கும் என்னைப் பார்த்து பயந்து கொண்டேதான் இருந்தார்கள். ராட்சசப் பெண்ணின் வயிற்றில் பிறந்த மாத்திரத்தில், என்ன ஆகி விட்டது? அவர்களின் முகங்கள் சரியாக நினைவில் இல்லை. அப்போது வெறும் பதினாலு வயதுச் சிறுவன் நான். இது நடந்து ஐம்பத்தைந்து அல்லது ஐம்பத்தாறு ஆண்டுகள் கடந்து விட்டன. இத்தனை ஆண்டுகளுக்குப் பின்னரும் ஒருவரின் முகம் எப்படி நினைவில் பதிந்திருக்கும். ஆனாலும் அவர்கள் சொன்ன கதைகள், ராட்சச யுத்தம், வீரம், பலம், பச்சை மரத்தின் கிளைகளையே வளைத்து உடைகிற சக்தி எதிரியைக் கீழே வீழ்த்திக் கல்லாலேயே தலையை உடைத்து நசுக்குகிற குணம், வனதேவதையின் முன்பு வரிசையாக நிற்கவைத்துக் கொடுக்கிற ரத்தபலி ஆகியவற்றைப் பற்றி ஒவ்வொரு முறை கேட்கும் போதும் உடல் சிலிர்க்கும். மீண்டும் மீண்டும் கேட்கிற ஆசை எழும். சமீபகாலமாக மகதத்தைச் சுற்றி யிருக்கும் காட்டிலும் மலையடிவாரங்களிலும் ராட்சசர்களே இல்லை. ராட்சசப் பெண்ணாக இருந்தாலும், அவள் மீது காதல் கொண்டு மணம் புரிந்து கொண்டார் அப்பா. அம்மாவைக் கண்டால் அவருக்கு அளவற்ற ஆசை. ஆண் குழந்தையைப் பெற்றுத் தந்தவள் என்பதால் மட்டுமல்ல இந்த ஆசை. மனசாரவே அம்மா மீது ஆசை கொண்டிருந்தார் அப்பா. குழந்தைக்குப் பெயர் வைக்கும்போது அம்மாவின் பெயரையும் இணைத்துவைக்க வேண்டும் என்கிற அளவுக்கு ஆசை இருந்தது. ஆனால் ராட்சசக் குலத்தையே அவர் வெறுத்தார். எங்கெங்கு அவர்கள் வசித்தார்களோ, அவர்களையெல்லாம் மிருகங்களைப்போல வேட்டையாடிக் கொன்று வீழ்த்தினார். அந்த அளவுக்கு வெறுப்பு இருந்தது. பிருஹதிருதன் என்கிற பெயரைக் கேட்டாலேயே போதும், ராட்சசர்கள் மட்டு மல்ல, மற்ற அரசர்களும் கூட நடுநடுங்கினார்கள். அந்த அளவுக்கு வெறுப்பு இருந்தது. அந்த அளவு கம்பீரமான ஓர் ஆண்மகனாக இருந்தார் அப்பா..." யோசனையிலிருந்து ஒரு கணம் விடுபட்டவன் வேலைக்காரனைப் பார்த்து "ரொம்ப குளிர்கிறது. இன்னும் கொஞ்சம் வெந்நீரைத் திறந்து விடு" என்று ஆணையிட்டான். பிறகு தொடர்ந்து யோசனையில் மூழ்கினான். "அந்த விபுல மலைக்கு அப்பக்கத்தில்

இருந்த காட்டில் அம்மாவைத் தனிமையில் சந்தித்தாராம். அம்மா அவரைச் சும்மா விடவில்லையாம். வில்லையெடுத்து அம்பு எய்யாமல், கல்லையோ பாறையையோ எடுத்து மோதச் செல்லாமல், கையில் இருந்த கத்தியாலும் சண்டையிடாமல் நேருக்குநேர் கைச் சண்டை போட ஏன் முடிவெடுத்தார் அச்சண்டையில் அப்பா தளர்ந்து தோற்றுப்போக, அம்மாவே வென்றாளாம். அவருடைய எதிரிலேயே உட்கார்ந்துகொண்டு என்னிடம் இதை அம்மா விவரிக்கும்போது அவள் இதயம் பெருமிதத்தில் விரிந்தது. அப்பாவின் முகத்திலும் பெருமையின் கோடுகள்." மீண்டும் யோசனை கலைய வேலைக் காரனைப் பார்த்து, "வெந்நீரைக் கொஞ்சம் குறைத்துவிடு" என்று ஆணையிட்டான். பிறகு மீண்டும் தன் யோசனையில் மூழ்கினான். "என்னைப் போல ஆற்றலும் உடல்வாகும் உள்ளவன் பிறக்க வேண்டும் என்றால், அவன் ராட்சசப் பெண்ணைத்தான் மணக்க வேண்டும்" என்று நினைத்தபடி தன் நிழலைத் தண்ணீர்க்குள் பார்த்துக்கொண்டான். "நான் திருமண வயதையடைந்தபோது இந்தத் தேசத்தில் ராட்சசப் பிறப்பே இல்லாதபடி வேரறுத்திருந்தார் அப்பா. அவர் செய்த மிகப்பெரிய தப்பு அது. பாம்பின் நஞ்சு கூட சில மருத்துவ முறைகளுக்குப் பயன்படும் என்பதால் பாம்பைக் கூட வாழ அனுமதிக்க வேண்டும் என்பதை அவர் உணரவில்லை. யானை சாணம் போடுவதுபோல ஆரிய க்ஷத்திரிய மனைவியின் மூலம் எனக்கு சகாதேவன் பிறந்தான்..." யோசித்தபடியே அவன் தன் காலில் இருந்த அழுக்கைத் தேய்த்துக் குளிக்கத் தொடங்கினான்.

விளக்கு வெளிச்சத்தில் அவன் சாப்பிட்டுக் கொண்டிருந்தபோது எதிரேயே உட்கார்ந்திருந்த ஆஸ்தி, "தொடர்ந்து ஐந்து முறைகள் கொட்டாவி வந்துவிட்டன. சாப்பாடும் உள்ளே இறங்கவில்லை" என்றாள்.

அவளுடைய தங்கை பிராப்தி சட்டென்று "உட்கார்ந்ததில் இருந்து எண்ணிக்கொண்டு தான் இருக்கிறேன். மொத்தத்தில் அப்பா முப்பத்தாறு முறை கொட்டாவி விட்டுவிட்டார். கண்களிலும் தூக்கக் கலக்கம் தெரிகிறது" என்றாள்.

"வெந்நீர்க் குளத்தில் குளித்தாலே அப்படித்தான். குளித்து முடித்த பிறகு இரண்டு நாழிகை நேரத்துக்கு வேர்த்து வேர்த்து வழியும். இன்றைக்கு ரொம்ப நேரம் குளத்துக்குள்ளேயே இருந்து விட்டேன்" என்றான் ஜராசந்தன்.

அவன் எவ்வளவோ மறுத்தபோதும் அவனுடைய விதவைப் பெண்கள் இருவரும் வேகவைத்த இறைச்சியை எடுத்து எடுத்துப் பரிமாறினார்கள். இறைச்சியில் இருந்து வழியும் ரசத்தையும் ஊற்றினார்கள். கணவனாகிய கம்சன் இறந்த பிறகு இருவருமே தந்தை யிடம் வந்து சேர்ந்துவிட்டார்கள். தாயை இழந்த அப்பாவுக்குத்

துணையாக இருந்தார்கள். இன்னொரு முறை கொட்டாவி விட்டதும் சாப்பாடு போதும் என்று எழ முயற்சி செய்தான். அதற்குள் ஒரு பெருத்த சத்தம் கேட்டது. "சைத்யக மலைச் சிகரத்திலிருந்துதானே இந்தச் சத்தம் வருகிறது. உலோகப்பாத்திரம் ஒன்று கல்லில் விழுந்து உருள்வதைப்போல கேட்கிறது இச்சத்தம். அரண்மனைக்குள் கேட்கிற அளவு சத்தம் போடுகிறவன் யார்? அவன் தோலை உரிக்க வேண்டும்" என்று உறுமினான். அதே நேரத்தில் அவனது சத்தத்தைக் கேட்டுப் பணியாள் உள்ளே வந்தான். போய்ப் பார்த்துவிட்டு வருவதற்காக அனுமதி வேண்டி நின்றான். ஜராசந்தனிடம் இருந்து எந்தப் பதிலும் வராததால், என்னவென்று பார்த்துவிட்டு வரத் தானே முடிவெடுத்துச் சென்றான். இன்னொரு முறை அவனுக்குக் கொட்டாவி வந்தது. "பாழாய்ப் போன கொட்டாவி எங்கிருந்துதான் வருகிறதோ தெரியவில்லை. மகளே பிராப்தி, நான் போய்ப் படுத்துக்கொள்கிறேன்" என்று எழுந்து மாடிக்குச் செல்லும் படிகளில் ஏறத் தொடங்கினான். அப்போது கால் தசைகளின் வலி சற்றே குறைந்ததுபோல இருந்தது. இரண்டாவது மகளாகிய பிராப்தி மது நிரம்பிய குடுவையை அவனுடைய கைகளில் கொடுத்து "கொஞ்சம் அதிகமாகவே இருக்கிறது. நன்றாகத் தூங்கு. விடிகிற வேளைக்குள் கை கால் வலியெல்லாம் பறந்து காய்ந்த பஞ்சுபோல லேசாகிவிடும்" என்று சொன்னபடி அவன் எதிரில் உட்கார்ந்தாள். "இன்னும் நீங்கள் சாப்பிடவில்லையே" என்று சொன்ன போதும் கூட அவள் எழுந்திருக்கவில்லை.

குடுவையில் இருந்த மதுவில் பாதியைக் குடித்து முடித்த தருணத்தில் கீழிருந்து வேலைக்காரன் கூவினான்.

"அரசே, அபசகுனமாக இருக்கிறது. சைத்யக மலையின் மேல் நாம் கட்டி இருந்த பெரிய மேளத்தின் தோலைக் கிழித்து, அந்த மூன்று மேளங்களையும் யாரோ மேலேயிருந்து உருட்டி விட்டுள்ளார்கள். யாரோ மூன்று புதிய ஆட்கள்."

அபசகுனம் என்ற வார்த்தையோடு செய்தியைச் சொல்ல ஆரம்பித்த வேலைக்காரனின் மேல் ஜராசந்தனுக்கு அளவு கடந்த கோபம் வந்தது. ஆனாலும் அது அபசகுனம்தான் என்கிற எண்ணம் உள்மனத்தில் படரத் தொடங்கியது. நரமாமிசம் தின்னும் ராட்சசக் கூட்டத்தையே வேட்டையாடிக் கொன்ற ஜராசந்தனின் தந்தை பிரஹதிருதன், அவர்களின் தோலை உரித்துக் கட்டிய மேளங்கள் அவை. சைத்யக மலையின் சிகரத்தில் ஓர் அடுப்பு போன்ற தோற்றத்துடன் அவை வைக்கப்பட்டிருந்தன. ஒவ்வொரு நாளும் காலையிலும் மாலையிலும் இரவிலும் ஆக மூன்று முறைகள் அம்மேளங்கள் அடிக்கப்பெறும். அந்த ஓசை மக்களின் மனத்தில் பணிவையும் அடக்கத்தையும் நிரப்பும். முழங்கும் இந்த மேளங்களை நிலைநிறுத்தி

எத்தனை ஆண்டுகள் ஆகி இருக்கும் என்று யோசித்தான் ஜராசந்தன். பிறகு தான் பிறந்த அதே ஆண்டில்தான் அவையும் பொருத்தப்பட்டன என்பது நினைவுக்கு வந்தது. அன்றிலிருந்து குளிர் காலமாக இருந்தாலும் கோடைக்காலமாக இருந்தாலும் சரி, நாள் தவறாமல் மும்மூன்று முறை முழங்கிக்கொண்டிருந்தது. மழையில் நனையாவண்ணம், அவற்றிற்கு மேல் கோபுரங்கள் கட்டப்பட்டிருந்தன.

"அவர்கள் தோலை உரிக்கவில்லையா நீ? இங்கு அவர்களைப் பிடித்து இழுத்து வா. நிலா வெளிச்சத்திலும் அரை இருட்டிலும் எங்காவது தப்பித்துவிடப் போகிறார்கள்" என்று கர்ஜித்தான் ஜராசந்தன். மூன்று பேர்களுடைய தோலை உரித்தால் கூட ஒரு மேளமாவது செய்கிற அளவு ஆகுமா என்று ஐயமெழ, "அவர்கள் எப்படி இருக் கிறார்கள்?" என்று கேட்டான்.

"மங்கலாக இருந்ததால் சரியாகப் பார்க்க முடியவில்லை. இருவர் நன்றாக வாட்டசாட்டமாக இருந்தார்கள். மூன்றாவது ஆள் மட்டும் உங்களைவிட இன்னும் உயரமாகவும், உங்களை விட உடல்வாகு மிக்கவனாகவும் இருந்தான். பார்க்க மூன்று பேருமே பிராமணர்கள் போலவே இருந்தார்கள்."

"ஏன் பிடித்து இழுத்து வரவில்லை?"

"காவல்காரன் ஒருவன் மட்டுமே இருந்தான் அரசரைப் பார்க்க வேண்டும் அழைத்துச் செல் என்று கேட்டார்கள். ஆனால் நிற்காம லேயே கிளம்பிவிட்டார்கள். இங்கே எந்த நேரமும் வந்து விடலாம்.

ஜராசந்தனுக்கு வியப்பாக இருந்தது. குழப்பமாகவும் இருந்தது. "என்னைப் பார்க்க வருபவன் நகர முன்வாயில் வழியாக வராமல், ஏன் இப்படி வருகிறான்? எங்கிருந்து வருகிறார்கள். மலையின் மேல் இருக்கிற மேளங்களை ஏன் உடைத்தார்கள்?" என்று மனசுக்குள்ளேயே கேட்டுக் கொண்டிருந்தான். சிறிது நேரத்திற்குள் அவர்கள் மூவருமே அவன் முன்னிலையில் வந்து நின்றார்கள். முதலில் இருந்தவனை எங்கோ பார்த்த மாதிரி இருந்தது. கருத்த நிறம். எனினும் கவர்ச்சியான முகம். நடுவில் இருந்தவன் மிகவும் அழகாக இருந்தான். கடைசியாக இருந்தவனைப் பார்த்தாலே கட்டிப்பிடித்துக்கொள்ள வேண்டும் என்ற எண்ணத்தைத் தூண்டும் உடல்வாகுடன் இருந்தான். நீண்ட அங்கியும் கழுத்தில் நெற்றியில் சந்தனப் பொட்டும் பின்பக்கம் நீளமாகத் தொங்கும் முடியோடும் இருந்தான். அவன் நடை வீரத்தின் அடையாளமாகக் கம்பீரமாக இருந்தது.

"பேரரசர் ஜராசந்தனுக்கு பேரரசர்க்கு எங்கள் ஆசிகள். ஓய்வெடுத்துக் கொள்ளும் வேளையில் தொல்லை கொடுக்க நேர்ந்து விட்டது. விருந்தினர்களாக வந்துள்ள இந்த இரண்டு பேர்களையும்

சரியான முறையில் வரவேற்க வேண்டும். ஆனால் வந்த விஷயத்தைப் பற்றி உங்களோடு பேசி முடிவுக்கு வராமல் உங்கள் மரியாதையை ஏற்றுக்கொள்ள மாட்டோம். சரியாக நள்ளிரவு நேரத்தில்தான் இவர்கள் இருவரும் வாய்திறந்து பேசுவார்கள். எனவே தற்சமயத்திற்கு நீங்கள் சென்று ஓய்வெடுத்துக்கொள்ளுங்கள். நள்ளிரவில் நீங்கள் இங்கு வந்தாலும் சரி. அல்லது எங்களை நீங்கள் இருக்கும் இடத்தில் அழைத்துக் கொண்டாலும் சரி, அப்போது பேசலாம். அதுவரைக்கும் நாங்கள் இங்கு உட்கார்ந்திருக்கிறோம். நல்ல விரிப்பு ஒன்று இருந்தால் எங்களுக்குப் போதும்."

ஜராசந்தன் உறங்க முயற்சி செய்தான். ஆனால் தூக்கம் வரவில்லை. அவர்கள் மூவரும் வெளியே திண்ணையில் பாயை விரித்து பத்மாசனமிட்டு உட்கார்ந்திருந்தார்கள். அவர்கள் யாராக இருக்கக்கூடும் என்று மீண்டும் மீண்டும் யோசித்துக் குழம்பினான். அந்த மூன்றாமவனின் தொடைகள் பத்மாசனத்திற்கு முயற்சி செய்தும் கட்டுப்பட்டு மடிந்து கொள்ளவில்லை. மற்ற இருவர்களுக்கும் கூட பிராமணர்களைப் போன்ற மெலிந்த உடல்வாகு இல்லை. நள்ளிரவு வரை பேசக் கூடாது என்கிற விரதம் என்னவாக இருக்கும்? என்று யோசித்தான். கண்ணை மூடிப்படுத்தபோது நள்ளிரவு வேளைக்காகக் காத்திருக்கும் இவர்கள் பைரவனை வழிபடும் ஆட்களாக இருக்கக் கூடுமோ என்று சந்தேகம் வந்தது. அப்படி இருக்கும் பட்சத்தில் தனக்கு நெருங்கியவர்களாகவே ஆவார்கள் என்கிற மன அமைதி பிறந்தது. கூடவே பயமும் தோன்றியது. நரபலி கொடுக்க நேரும்போது தன்னையே பலி கொடுத்துவிட்டால் என்ன செய்வது என்று யோசித்தான். கீழே காவல்காரர்கள் இமைக்காமல்கூட காவல் காக்கிறார்கள் என்ற எண்ணம் இருந்தாலும் பயத்தில் எழுந்து படுக்கையறையில் இருந்து எட்டிப்பார்த்தான். சுடுகாட்டில் பலிக்காகச் செய்து நிறுத்திய பொம்மைகள் போல மூன்று பேரும் உட்கார்ந்திருந்தார்கள். உட்கார்ந்த நிலையில் சிறிதும் மாற்றமில்லாமல் இமைக்கவுமின்றி உட்கார்ந்திருந்தார்கள். "எதற்காக இவர்கள் மலைமேல் இருந்த மேளங்களை உடைத்து அதன் தோலைக் கிழித்து அங்கிருந்து உருட்டினார்கள்?" என்று தனக்குள்ளேயே கேட்டுக் கொண்டான். இன்றிலிருந்து மேள ஒலி கேட்காது என்று உணர்ந்தான். இதனால் மக்களின் மனத்தில் எந்த வகையான எண்ணம் தோன்றுமோ என்று நினைத்தபடி திரும்பிப் படுத்தபோது "எதற்காக வந்திருக்கிறார்கள் இவர்கள்" என்கிற கேள்வி மீண்டும் மனசில் எழுந்தது. கீழே சென்று "இப்பொழுதே வந்த வேலையைப் பற்றிப் பேசுங்கள்" என்று கேட்டுவிட வேண்டும் என்று தோன்றியது. நள்ளிரவு வரை அவர்கள் பேசும் பழக்கம் இல்லை என்று அவன் சொன்னால்... என்கிற சந்தேகமும் வந்தது. இறுதியில், "ஏதோ தமக்கு ஆகவேண்டிய காரியத்துக்காகத்தான் வந்திருக்கக்

கூடும். வேண்டும் என்றால், நள்ளிரவிலேயே அவர்கள் ஒரு வார்த்தை சொல்லி அனுப்பட்டும்" என்று தீர்மானித்தபடி படுக்கச் சென்றான். கண்மூடித் தூங்க முயற்சித்தாலும் தூக்கம் வரவில்லை. ஒரு முறையும் கொட்டாவி வரவில்லை. வராது என்று தெரிந்தும் முயற்சி செய்து எந்தப் பயனும் இல்லை எனப் படுக்கையிலிருந்து எழுந்து சாளரம் வழியாக வெளியே பார்க்கத் தொடங்கினான். நிலா வெளிச்சம் குறைந்து கொண்டிருந்தது. தொலைவிலிருந்த மலைச்சரிவை மென் மேலும் மர்மம் கொண்டதாக இருந்தது. நள்ளிரவு என்றாலே மர்மம் நிறைந்த வேளைதான். "அவர்களோடு பேச இன்னும் எவ்வளவு நேரம்தான் காத்திருக்க வேண்டுமோ, சகாதேவன் இப்போது தூங்கியிருக்கக் கூடுமோ, மேளம் கிழிபட்டு கீழே உருண்ட சத்தம் அவனுக்குக் கேட்டிருக்காதா? கேட்டிருந்தால் கூட அதைப்பற்றியெல்லாம் கவலைப் படாமல் இழுத்துப் போர்த்திக்கொண்டு தூங்குகிறவன் அவன்" என்று நினைத்துக்கொண்டிருந்தபோது திடுமென சிசுபாலனின் ஞாபகம் வந்தது. யாரும் அவனைத் தர்மகோஷனின் மகன் என்று அழைப்பதில்லை ஜராசந்தனின் வளர்ப்பு மகன் என்று தான் அழைத்தார்கள். துணிச்சல் என்கிற வார்த்தைக்குச் சரியான உதாரணம் அவன்தான். "அவனே எனக்குப் பிள்ளையாய் பிறந்திருக்கக் கூடாதா?அவன் அம்மா யாதவக் கூட்டத்தைச் சேர்ந்தவளாம். இந்துப் பக்கம் அவன் வந்து எவ்வளவோ நாட்களாகி விட்டன. வடக்குத் திசைப்பக்கம் பாண்டவர்களின் பலம் அதிகரித்து வருகிறது. அவர்கள் மீது ஒரு கண் வைத்திருக்கவேண்டும் என்று போன முறை வந்திருந்தபோது எச்சரித்தான். இந்தச் சகாதேவன் சரியான கழுதை. அவனுக்கு எதுவும் தெரியாது. எந்தப் புரிதலும் கிடையாது. ஒரு க்ஷத்திரியனுக்குரிய வேட்கை எதுவுமே அவனிடம் இல்லை" என்று எண்ணியபடியே மீண்டும் மலைச்சிகரங்களின் பக்கம் பார்வையைப் பதித்திருந்தான் "இப்போது என்ன நேரமிருக்குமோ, முழுக்க முழுக்க நிலா வெளிச்சம் கரைந்து இருள் அடர்ந்து விட்டது. இன்றைக்கு என்ன திதி என்றும் தெரியவில்லையே" என யோசித்தபடி படுக்கை அறையின் ஒரு மூலையில் இருந்து இன்னொரு மூலைக்கு நடக்கத் தொடங்கினான். விளக்கு வெளிச்சத்தில் தன் உருவத்தின் நிழல் ஒவ்வொரு அடிக்கும் மாறிக்கொண்டிருந்ததைப் பார்த்தான். கீழே உட்கார்ந்திருப்பவர்களைப்பற்றி மீண்டும் நினைத்துக்கொண்டான். தன்னைக் கட்டுப்படுத்திக்கொள்ள இயலாமல் வாயில் அருகே காவல் காத்துக்கொண்டிருந்த வேலைக்காரனைக் கைத்தட்டிக் கூப்பிட்டான். வெளியே இருந்த வேலைக்காரன் உள்ளே ஓடி வந்தான்.

"அவர்கள் என்ன செய்துகொண்டிருக்கிறார்கள்."

"சுடுகாட்டுப் பொம்மைகள் மாதிரி கொஞ்சமும் அசையாமல் அப்படியே உட்கார்ந்திருக்கிறார்கள்."

“இன்னும் நள்ளிரவாகவில்லையா அவர்களுக்கு?”

“கேட்கிறேன்.”

வேண்டாம் என்று தடுக்க மனம் வரவில்லை. கீழே வேலைக்காரன் இறங்கிச் செல்லும் சத்தம் அவனுக்கும் கேட்டது. வேலைக்காரன் மீண்டும் மேலே வந்து, “இப்பொழுது பேசுகிறார்களாம்” என்று சொன்னாள்.

அவர்கள் முன்பு உட்கார்ந்த நிலையிலேயே உட்கார்ந்திருந்தார்கள். எதிரே தன் தகுதிக்குத் தகுந்த மாதிரி பெரிய இருக்கையில் அழகான விரிப்பை விரித்து அதன் மேல் உட்கார்ந்தான் ஜராசந்தன். “நீங்கள் இங்கு வந்திருப்பது பற்றி எனக்கு மிகவும் சந்தேகமாக இருக்கிறது. நீங்கள் எதற்காக உங்களுக்குச் சிறிதும் பொருந்தாத பிராமண வேஷத்தில் இருக்கிறீர்கள்?” என்று கேட்டான்.

முன்பு பேசியவனே இப்போதும் பதில் சொன்னான். “ஆரிய சம்பிரதாய முறைகள் பற்றிய புரிதல்கள் பாராட்டுக்குரியதே. ஆனால் நீ பாதி ஆரியன் என்பதாலேயே உனது புரிதலும் பாதியளவுதான் உள்ளது. க்ஷத்திரிய பிரம்மச்சாரிகள் மட்டுமே பூமாலையையும் சந்தனத்தையும் அணிந்திருப்பார்கள். பிராமணர்கள் அணிவதில்லை. நீ குருவேதத்தில் சேர்ந்து அத்யயனம் செய்திருந்தால் இதைப் பற்றித் தெரிந்திருக்கும்.”

அவன் சொன்னது சரியோ, தப்போ தெரியவில்லை. ஆனால் தன்னை இந்த அளவுக்குத் தன்னை ஒருமையில் அழைத்து தான் குருகுலத்தில் சேர்ந்து படிக்காத, பண்பாட்டு ரீதியில் இழிந்தவன் என்று தன் முன்னிலையே கட்டிக் காட்டியதைப் பார்த்து அவனுக்குக் கட்டுக்கடங்காத கோபம் வந்தது. ஆனால் மேளங்களைக் கிழிந்தெறிந்து நள்ளிரவு வரையில் பேசுவதற்காகக் காத்திருக்க வைத்த இவர்கள்மீது ஆத்திரத்தைத் தீர்த்துக் கொள்ளும் வழி தெரியாமல் பேச்சைத் தொடர வேண்டியதாயிற்று.

“நீங்கள் யார் என்பதை முதலில் சொல்லுங்கள்” என்று அவர்களைப் பார்த்து ஆணையிட்டான்.

“அதைப்பற்றித் தெரிந்துகொள்ளும் முன்பு இன்னொன்றையும் புரிந்துகொள். எங்கள் படை இந்த இரவில் உனது கிரிவிரஜத்தைச் சுற்றிச் சூழ்ந்து வளைத்திருக்கிறார்கள். எங்கள் படை என்றால் யார் யார் அடங்கிய படை தெரியுமா? துருபதன் தலைமையிலும் திருஷ்டத்துய்மன் தலைமையிலும் பாஞ்சால தேசத்துப் படையும் துரோணாச்சாரியார் தலைமையில் கௌரவர் சேனையும் பலராமனின் தலைமையில் யாதவர்களின் படையும் தருமனின் தலைமையில் பாண்டவர்களின் படையும், உனக்கு அஞ்சித் தெற்குத் திசைப்பக்கம் சென்றிருந்த சூரசேனன், பத்ரகாரன், போதன், சால்வன், படஞ்சரன்,

சுகுட்டன், குவிந்தன், குந்தி, சால்வாயனன் ஆகியோரின் படைகளும் வந்து காத்திருக்கின்றன. நீ சிறையில் அடைத்து வைத்திருக்கிற எண்பத்தாறு அரசர்களின் படைகளும் வந்து காத்திருக்கின்றன. மேற்கொண்டு எந்த விவரமும் வேண்டாம். நடு இரவில் சுற்றி வளைத்து முக்கிய இடங்களைக் கைப்பற்றிக்கொள்ளும் வரைக்கும் பேச வேண்டாம் என்பதற்காகத் தான் பேசுவதில்லை என்று சொன்னோம்."

மேளம் உடைந்து விழுந்த அபசகுன வேளை பற்றி நினைத்துக் கொண்டிருந்தான் ஜராசந்தன். "இன்னும் என்னை அடையாளம் கண்டு பிடிக்க முடியவில்லையா?" என்று எல்லோருக்கும் பதிலாக இதுவரை பேசிக் கொண்டிருந்தவன் கேட்டான். அவனது பார்வை ஜராசந்தனின் கண்களையே நேருக்கு நேர் பார்த்துக்கொண்டிருந்தது. "என்னை நன்றாகப் பார்" என்று மீண்டும் மௌனமாக உட்கார்ந்தான். உள்ளூரக் குழம்பிப் போயிருந்த ஜராசந்தனால் முடியாது என்று நினைத்து அவனே மீண்டும், "நான்தான் கிருஷ்ண வாசுதேவன். நீ படை திரட்டி எங்களைத் தாக்க வந்தபோது போராடாமல் தலைமறைவானவன். அப்போது உன்வசம் எவ்வளவு படை இருந்ததோ, அதே அளவு படையைத் திரட்டிக்கொண்டு வந்திருக்கிறேன். துருபதனின் அரண்மனையில் நடந்த சுயம்வரத்தில் தன் வில் திறமையால் பெண்ணை அடைந்த வில்வீரன் அர்ஜுனன், சுயம்வரத்தில் முக்கிய கம்பத்தைப் பிடுங்கி எல்லா க்ஷத்திரியர்கள் மீதும் வீசிய பீமன் ஆகிய இருவரும் இவர்கள்தான்." என்றான். ஜராசந்தனுக்கு இப்போது நினைவுக்கு வந்தது. திருமணப்பந்தலே சரிந்து விழுகிற அளவுக்குக் கம்பத்தைப் பிடுங்கி விட்டான் அவன். சுயம்வரம்தானே என்று எண்ணிப் படை எதுவுமின்றிச் சென்றது தப்பாகிவிட்டது. இதற்குள் கிருஷ்ணனே மீண்டும் "எந்த எதிரியாலும் மலைச் சிகரங்களின் மேலிருக்கிற, மேளங்களை வீழ்த்த முடியாது என்று நினைத்துக் கொண்டிருந்தாயல்லவா! இப்போது அதே மேளங்களை வீழ்த்தி விட்டோம். சுற்றி இருக்கிற மலைகளைப் பெரிய பாதுகாப்பு என்று எண்ணி இருந்தாய். உன்னை ஒரு எலிபோலப் பிடிப்பதற்கு இப்போது அவையே பயன்பட்டுள்ளன. ஆனால் நாங்கள் சுத்த க்ஷத்திரியர்கள். எந்தக் காரணமுமின்றி யாரையும் கொல்ல மாட்டோம். நீ மதுரா நகரத்தை இடித்துத் தரை மட்டமாக்கியது போல இந்த நகரத்தை நாங்கள் செய்யப் போவதில்லை. சுத்த ஆரியன் படைபலத்தை மட்டுமே நம்பிக்கொண்டிருக்க மாட்டான். சொந்தத் தோள் பலத்தை நம்புவான். இந்த அளவுக்கு எங்களது படையே இந்த நகரைச் சுற்றி வளைத்துக் கொண்டிருந்தாலும், அதைப் பயன்படுத்தாமல் உனக்கு க்ஷத்திரிய முறையில் ஒரு வாய்ப்புத் தருகிறேன். ஏற்றுக் கொள்கிறாயா?" என்று கேட்டான்.

தன் அரண்மனையின் அஸ்திவாரமே ஆட்டம் கண்டு சரிந்தது போல உணர்ந்தான் ஜராசந்தன். சூழலைச் சரியாகப் புரிந்து கொள்ள முயற்சி செய்யும்போதே கிருஷ்ணன் அவனை நோக்கி நேராகக் கேட்டான்.

“நீ ஆரியனா, இல்லையா என்பதை உன்னால் விளக்க முடியுமா?”

“எனது ஆரியத்துவம் மாடு மேய்ப்பவர்களின் ஆரியத்துவத்தை விடச் சிறந்ததே ஆகும்” என்று கோபமாகச் சொன்னான் ஜராசந்தன்.

“சரி, நீ ஆரியன்தான் என்றால் எங்கள் சவாலை ஏற்றுக்கொள். எங்கள் மூன்று பேர்களில் யாருடன் வேண்டுமானாலும் துவந்த யுத்தத்துக்குத் தயாராகு. இந்த அர்ஜுனனுடன் விற்போர் செய். பீமனுடன் மல்யுத்தம் செய். என்னைப் பொறுத்தமட்டில் இரண்டில் எதற்கும் தயார். என் மேல் தனிப்பட்ட வகையில் உனக்குக் கோபமுண்டு. வேண்டுமென்றால் என்னையே தேர்ந்தெடுத்து மோதினாலும் சரி, தோற்கடித்து விடுகிற பட்சத்தில் உன் நகரைச் சுற்றி வளைத்து முற்றுகையிட்டுள்ள எங்கள் படை பின்வாங்கிவிடும். ஒருவேளை நீ தோற்றால், உன் கிரிவிரஜம் எங்கங்ளுக்கு வேண்டாம். உன் மகத ராஜ்ஜியமும் வேண்டாம். உன் ராஜ்ஜியத்தை உன் மகன் சகாதேவனுக்கே கொடுத்து விட்டுத் திரும்பிச் சென்று விடுகிறோம். ராட்சசர்களைப் பூண்டோடு வேரறுத்து மகத ராஜ்ஜியத்தை உன் தந்தை நிறுவினாலும், தலைக்கு உயர்ந்த பிள்ளையாகி விட்ட உனக்குப் பட்டம் கட்டிவிட்டுக் காட்டுக்குத் தவம் செய்யப் போன உன் தந்தை வீர ஆரியன். ஆனால் தலைக்கு உயர்ந்த பிள்ளையை வைத்துக் கொண்டு அவனிடம் ஆட்சிப் பொறுப்பைத் தராமல் நீயே அதிகாரத்தில் தொடர்ந்து இருப்பது அநாகரிகம். வேதத்தின் மேல் ஆணையிட்டுச் சொல்கிறேன். நீ தோற்றால் இந்த ராஜ்ஜியத்தை உன் மகனிடம் ஒப்படைத்துவிட்டுத் திரும்பி விடுவோம். அவனுக்குத் துன்பம் நேரும் காலங்களில் துணையாக இருப்போம். நீ ஆரியன் தான் என்றால், உண்மையான ஆண் மகனாக இருக்கும் பட்சத்தில், க்ஷத்திரியன்தான் என்றால் எங்கள்மூவரில் யாரையாவது ஒருவரைத் துவந்த யுத்தத்துக்குத் தேர்ந்தெடுத்துக்கொள். இந்த பீமன் சக்தி வாய்ந்த மல்யுத்த வீரன். அவன் வேண்டாம். என்னைப் பற்றிக் கோழை என்று அவதூறு பேசுகிறாயல்லவா, என்னையே தேர்ந்தெடு. அல்லது நீ ஆரியனில்லை என்றும், ஆண்மகன் இல்லையென்றும், க்ஷத்திரியனில்லை என்றும் ஒத்துக்கொள். நாங்கள் திரும்பி விடுகிறோம்.”

ஜராசந்தனுக்குக் கோபம் அதிகரித்தது. மூன்று பேர்களையும் ஒரு முறை நன்றாக உற்றுப் பார்த்தான். பிறகு, “உயிருக்குப் பயந்து கொண்டு ஓடுகிறவனோடு நான் சண்டையிட மாட்டேன்” என்றான். பிறகு பீமனின் பக்கம் பார்த்து, “ராட்சச குலப் பெண்ணை மணந்து

கொண்டவன் நீதானா?" என்று கேட்டான். பீமன் பதில் எதுவும் சொல்லவில்லை. கிருஷ்ணனே "ஆமாம்" என்றான். அதுவரை உட்கார்ந் திருந்த ஜராசந்தன் எழுந்து கீழே வந்து பீமனின் தோளைத் தொட்டு "நீ வா" என்றான். சட்டென பீமன் எழுந்து நின்றான்.

"உன் மகனை அழைத்து, கீரிடம் சூட்டிப் பட்டம் கட்டி விடு. ஏனெனில் இந்த ராஜ்ஜியத்தின் மேல் எங்களுக்கு எந்த ஆசையும் இல்லை" என்று இடைமறித்தான் கிருஷ்ணன்.

ஜராசந்தன் கைதட்டி ஓசையெழுப்பினான். வேலைக்காரன் ஓடிச் சென்றான். சகாதேவனை அழைத்து வந்தான். அரைத் தூக்கத்தில் கண்களைத் துடைத்த படி தனது அரண்மனையிலிருந்து வந்த சகாதேவன் குழம்பிப்போய் நின்றான். அப்பா எடுத்த தந்த வாள், கிரீடம் ஆகியவற்றை ஏற்றுக்கொள்ள இயலவில்லை. "துப்பட்டைக் காரர்களை அழை" என்று ஜராசந்தன் வேலைக்காரனிடம் சொல்லும் போது இடைமறித்த கிருஷ்ணன், "துப்பட்டைச் சத்தத்தில் மல்யுத்தம் செய்வது ராட்சசர்களின் பழக்கம். அது வேண்டாம்." என்றான். பெரிய தீப்பந்தங்களோடு வாசல் முற்றத்தில் சூழ்ந்து நின்றனர் வேலைக்காரர்கள். அதுவரையில் உள்ளே நின்றிருந்த ஆஸ்தியும், பிராப்தியும் வெளியே வந்தார்கள். அவர்களைக் கண்டதுமே அருகில் சென்ற கிருஷ்ணன் குனிந்து வணங்கி, "நீங்கள் என் அத்தைமார்கள். உங்களுக்குப் பெண்பிள்ளை இருந்திருந்தால் எனக்கு மனைவியாகியிருப்பாள். எனக்குத்தான் கொடுத்து வைக்கவில்லை" என்றான். அவனுடைய தணிந்த குரலால் அவர்கள் குழம்பி நின்றார்கள். அதற்குள் பீமனுக்கு இடுப்புத் துணியைச் சரியாகக் கட்டித் தயார் செய்தான் அர்ஜுனன். அறைக்குள்ளிருந்து கொண்டு வந்து தரப்பட்ட இடுப்புத்துணியை இறுக்கமாகக் கட்டிக் கொண்டான் ஜராசந்தன். சுற்றி எரியும் தீப்பந்தங்களின் வெளிச்சத்தில் பீமனின் சதைத் திரட்சி மின்னியது. அந்தக் கவர்சியால் ஈர்க்கப்பட்டான் ஜராசந்தன். எழுபது வயதில் அவனுடைய புஜங்கள் தளர்வடைந்து துவண்டிருந்தன. அதற்குள் அரண்மனை ஆட்கள் எல்லாரும் அங்கே சுற்றிச் சூழ்ந்து கொண்டார்கள்.

* * *

"**மி**கச் சுலபமாகத் தன் வலையில் ஜராசந்தனை விழ வைத்து விட்டான் கிருஷ்ணன். எதிரியின் மனத்தில் பொதிந்திருக்கும் ரகசிய உண்மைகளை அறிவதே யுத்தத்தில் முக்கால் பங்கு வேலை என்று அடிக்கடி கிருஷ்ணன் சொல்வது சரிதான். முப்பத்துமூன்று அல்லது முப்பத்து நான்கு வயதான பீமனைவிட இரண்டு வயது சின்னவன் கிருஷ்ணன். அவனுக்குத் தாய்மாமன் கம்சன். கம்சனுக்குப் பெண்ணைத் திருமணம் செய்து கொடுத்தவன் ஜராசந்தன். எழுபது வயது ஆனவன்.

எழுபது வயதான பிறகும்கூட ஆட்சிப்பொறுப்பை மகனிடம் விட்டுத் தராதவன். அந்த அளவு பேராசைக்காரன். "வயதில் சமமற்றவர்கள் மல்யுத்தம் செய்யக்கூடாது என்கிற விதி தெரியாதா?" என்று ஜராசந்தன் கிருஷ்ணனைக் கேட்டிருக்கலாம். ஆனால் கேட்கவில்லை. அவன் கேட்கமாட்டான் என்கிற ரகசியம் அவனுக்குத் தெரியும். அரைத் தூக்கத்தில் இருந்த பையனை எழுப்பிப் பட்டம் கட்டிவிட்டு முற்றத்துக்கு வந்து நின்றுவிட்டான். பிறப்பினாலும் வயதினாலும் ராஜபோகத்தினாலும் ஜராசந்தனுக்குப் பருத்த உடல்வாகு. பீமனின் உடற்கட்டு இறுக்கமானது. ஒருநாளும் விடாமல் செய்த உடற்பயிற்சி அவனது உடலைக் கல்லைப்போல வைத்திருந்தது- இளைஞன். இருவரும் கை கோர்த்து, தோளோடு தோள் அணைத்து இறுக்கி மூச்சுக்கட்டும் போதே ஜராசந்தனுக்கு இளைப்பு வாங்கியது. "பீமா, ஜராசந்தன் சோர்வுற்றதுபோலத் தெரிகிறது. போனால் போகிறது விட்டுவிடு" என்று கிருஷ்ணன் குத்திக் காட்டிப் பேசியதும் ரோஷம் கொண்ட கிழவன் தன் சக்தியையெல்லாம் ஒன்று திரட்டி மூச்சைக் கட்டி இறுக்கினான். பீமன் கொஞ்சம் மந்தபுத்திக்காரன். வெறுமனே பிடிவிளையாட்டு ஆடிக் கொண்டிருந்தான். ஒருவேளை கிழவன்தானே இவன் என்கிற இரக்கம் இருந்ததோ என்னமோ, எத்தனையோ முறைகள் கிருஷ்ணன் சைகை செய்த போதிலும் கூட பீமன் அதைக் கவனிக்க வில்லை. கடைசியில் கிருஷ்ணனும் அர்ஜுனனும் ஆளுக்கொரு பக்கம் நின்று சைகை செய்து அவனுக்குப் புரியுமாறு சொன்ன பிறகுதான் களைத்து மூச்சு வாங்கிக் கொண்டிருந்த ஜராசந்தனைக் கீழே வீழ்த்தி முதுகில் ஏறிப் பீமன் அழுத்தினான். அப்போது ஜராசந்தனின் உயிர் பிரிந்தது." யுயுதானன் தன் பழைய நினைவுகளில் இருந்து மெல்ல விடுபட்டான். ஜராசந்தனின் மரணத்தைப் பற்றிப் பேசும்போது கிருஷ்ணன், "யுயுதானா, வேண்டுமென்றே ஜராசந்தனைக் கீழே வீழ்த்திப் பீமன் கொல்லவில்லை. அப்படியே கொன்றிருந்தாலும் அது தோல்வி அடையச் செய்ததாகாது. வயதில் பெரியவர்களை பீமன் பெரிதும் மதிப்பவன்" என்று சொன்னதும் ஞாபகம் வருகிறது. கோழைத்தனம் கொண்ட மகனாகிய சகாதேவன் அஞ்சி நடுங்கிக் கொண்டிருந்தானாம். பலசாலிகளான தந்தைமார்களுக்குப் பிறக்கும் குழந்தைகள் ஏன் கோழைகளாக இருக்கிறார்கள்?

விடிகாலையில் ஜராசந்தனின் பிணத்தை அரண்மனையின் வாசலில் கிடத்தி உண்மையை வெளிப்படுத்தியபோது ஊர் மக்கள் அனைவரும்பயந்து போனார்களாம். சேனைத் தலைவர்கள் அனைவரும் ஓடி வந்து பீமனின் கால்களையும் கிருஷ்ணனின் கால்களையும் பிடித்துக் கொண்டார்களாம். தேசபக்தி என்பதும் ராஜபக்தி என்பதும் யாருக்குமே இல்லையா. தேசபக்தியை வளர்த் தெடுப்பதற்குப் பதிலாகத் தன்னைப் பார்த்ததும் உருவாகும் அச்சத்தையே

வளர்ப்பதில் கண்ணும் கருத்துமாக இருந்துவிட்டானா, சர்வாதி காரியான ஜராசந்தன். ராஜதந்திரம் என்பது சற்றே சிரமமான வேலை. பலி கொடுப்பதற்காக ஜராசந்தனால் சிறை வைக்கப்பட்டிருந்த எல்லாரையும் அன்றே கிருஷ்ணன் விடுதலை செய்தான். திடுமென கடலிலிருந்து காற்று வேகமாக வீசத்தொடங்கியது. உடல் முழுக்க அரும்பிப் படிந்திருந்த வியர்வை மறைந்து இதமானது. கொஞ்சம் தண்ணீர் இருந்தால், புஜங்களையும் வயிற்றையும் முதுகையும் பிடறியையும் கழுவிக்கொண்டு துடைக்காமலேயே விட்டுவிட்டால் வீசும் காற்றுக்கு இன்னும் இதமாக இருக்கும் என்று நினைத்து அங்கேயே சுற்றுமுற்றும் பார்ததான். மூலையில் மண்பானையொன்று இருந்தது. பக்கத்திலேயே நீர் முகர்ந்துகொள்ள சின்னப் பாத்திரமும் இருந்தது. அப்பாத்திரத்தில் நீரை நிரப்பி வியர்வையையெல்லாம் கழுவிக்கொண்டான். இப்பொழுது மனம் முழுக்க முழுக்கக் கடலின் பக்கம் திரும்பியது கடல் விரிவதும் சுருங்குவதுமாக இருந்தது. ஒரே பார்வையில் கடலை விழுங்கிவிடுகிற மாதிரி கடலையே வெறித்துக் கொண்டிருந்தான். மீண்டும் யுயுதானன் தன் பழைய நினைவுகளில் மூழ்கினான்… “கடல் வரை நீண்டிருக்கும் நிலப்பரப்பில் உள்ள எல்லா அரசர்களையும் எதிர்த்து அடக்கியோ அல்லது சுமுகமாகவோ தன் பெருமையை ஒப்புக்கொள்ள வைக்கும் சடங்குதான் ராஜசூய யாகம். பெரிய பாறையைப் புரட்டித் தள்ளிய பிறகு பள்ளம் தோன்றுவதுதான் பெரிய வேலையா? ஜராசந்தனையே கொன்றவன் என்கிற செய்தி ஆரியவர்த்தம் முழுக்கப் பரவிய பிறகு பாண்டவர்கள் செய்த ராஜசூய யாகத்தை எந்த அரசன் மறுத்துப் பேசுவான். ஒருபுறம் ஜராசந்தனைக் கொன்றவர்கள் என்று பயந்தவர்கள் மறுபுறம் வெற்றிபெற்ற அவர்களோடு இணைந்துகொள்ளத் துடித்தவர்கள். கிழக்குத் திசையில் உள்ள ராஜ்ஜியங்களிலிருந்து வண்டிக்கணக்கில் காணிக்கைப் பொருள்களை ஏற்றிக்கொண்டு வந்தான் பீமன். வடக்குத் திசையிலுள்ள ராஜ்ஜியங்களிலிருந்து அர்ஜுனனும் தெற்கி லிருந்து சகாதேவனும் மேற்கிலிருந்து நகுலனும் கொண்டு வந்த காணிக்கைப் பொருள்களை ஏற்றிக் கொண்டு வந்தான் பீமன். வடக்குத் திசையிலுள்ள ராஜ்ஜியங்களிலிருந்து அர்ஜுனனும் தெற்கிலிருந்து சகாதேவனும் மேற்கிலிருந்து நகுலனும் கொண்டு வந்த காணிக்கைப் பொருட்களுக்கும் குறைவில்லை.” திடுமென யுயுதானனுக்கு ஓர் எண்ணம் உதித்தது. “பீமனுக்கும் அர்ஜுனனுக்கும் பதிலாக என்னை யும் இன்னொருவனையும் வேறு யார் - பலராமனையும் அழைத்துச் சென்றிருந்தால் நாங்கள் ஜராசந்தனைக் கொன்றிருக்க மாட்டோமா? எழுபது வயதுக் கிழவனுக்கு ஆட்டம் காட்டிச் சோர்வு வரச் செய்து மூச்சு முட்டவைப்பது சிரமமான வேலையா, அதற்குப் பீமன் அவசியமா? நான் செய்திருப்பேன். கிருஷ்ணன் கூட சுலபமாகச் செய்திருப்பான். ஜராசந்தனைக் கொன்ற பேரும்

புகழும் மதுரா நகரைவிட்டு ஓடிவந்த நமக்கே கிடைத்திருக்கும். நாமே ராஜசூய யாகத்தையும் செய்திருக்கலாம். பீமனுக்குக் காணிக்கை வழங்கிய கிழக்குத் திசையில் உள்ள ராஜ்ஜியங்களில் இருந்து நாமும் காணிக்கைகளைப் பெற்றிருக்க முடியும். மற்ற திசைகளிலும் பயணம் செய்திருக்கலாம். ஆனால்..." சாளரம் வழியாக வெளியே பார்த்த யுயுதானன் பெருமூச்சு விட்டான். சற்று முன்பு கழுவியதால் இதமான உடலெங்கும் மீண்டும் வியர்த்தது. "சொன்ன பேச்சைக் கேட்கும் ஆட்கள் அல்லர் யாதவர்கள். இத்தனை வயதாகிவிட்டாலும் கூட உற்சவ காலங்களில் இரு தோள்களையும் இரண்டு பேர் தூக்கிக் கொண்டு வந்து சிம்மாசனத்தில் உட்கார வைத்தால் உட்கார்வதைத் தவிர வேறு எதற்கும் கையாலாகாத உக்கிரசேனனுக்கு ஆட்சிப் பொறுப்பிலிருந்து விலகும் எண்ணம் வரவில்லை. அவன் விலகினால் தான் பட்டம் சூட்டிக் கொள்ளவேண்டும் என்கிற எண்ணம் மூத்தவன் பலராமனுக்கு இருக்கிறது. மூத்தவனாகிய தன்னைப் புறக்கணித்து விட்டுக் கிருஷ்ணன் பேரும் புகழும் அடைவதைக் கண்டு தொடக்கக் காலத்தில் இருந்தே அவனுக்கு வருத்தம் உண்டு. பலராமன் அரசனானால், கிருஷ்ணனின் எல்லாக் காரியங்களும் தடைபடும் தன் அதிகாரத்தால் அவனைக் கட்டுப்படுத்தப் பலராமன் நினைப்பான். கிருஷ்ணனின் ஒப்புதல் இல்லாமல் பலராமன் அரசனாக முடியாது. பலராமன் இருக்கும் வரை கிருஷ்ணனால் சிம்மாசனம் ஏறமுடியாது. ஏற வேண்டும் என்கிற ஆர்வம் அவனிடம் இருப்பதாகச் சொல்ல முடியாது. இதுவரைக்கும் அப்படி ஒரு ஆசையை வெளிப்படுத்தி ஒருநாளும் என்னோடு பேசியதில்லை. அவன் மனத்தில் எண்ணிக் கொண்ட வேலை நடந்தால் போதும் அவனுக்கு. தன்மேல் சுமத்தப் படும் பழிச் சொற்களையெல்லாம் அந்த அளவுக்கு அவன் பொருட் படுத்துவதில்லை..." யுயுதானன் தன் துண்டால் முதுகையும் பிடறியையும் அழுத்தித் துடைத்துக்கொண்டான். வெளியே வெயில் குறைந்து மேகங்கள் கூடின. இன்று மழை வரக் கூடுமா என்று வானைஅண்ணாந்து பார்த்தான். ஏறத்தாழ தினமும் இதே போல் தான் ஆகிக் கொண்டிருந்தது. நிராசையோடு பார்வையைத் தாழ்த்திக்கொண்டான். "அவ்வளவாகப் பொருட்படுத்துவதில்லை என்பது முழு உண்மையில்லை. பொருட்படுத்துவான். ஆனால் அதை முன்னிட்டு மனம் கொதிக்க அனுமதிப்பது இல்லை. நேரம் வரும் போது எழுந்து நிற்பான். மனசில் இருப்பதைக் கேட்டு விடுவான். அப்படிச் செய்யாவிட்டால் யார்தான் அவனை மதிப்பார்கள்?"... இதன் பின்னணியிலேயே யுயுதானனுக்குச் சிசுபாலனின் ஞாபகம் வந்தது... "உண்மைதான். தக்க நேரத்தில் எழுந்து நின்று தன் அதிகாரத்தை நிலைநிறுத்தக் கிருஷ்ணன் தயங்குவதில்லை. சிசுபாலன் அதிர்ச்சியடைந்தான். அதனால்தான் பீமனுக்குக் காணிக்கை வழங்கி அனுப்பி வைத்தான் அவன். மேலும் பாண்டவர்களை எதிரிகளாக

எண்ணுவதற்கு அவனுக்கு எந்தக் காரணமும் இல்லை. ராஜசூய யாகத்தில் பங்கெடுத்துக்கொள்ள இந்திரப்பிரஸ்தத்துக்கு வந்த பிறகுதான் இதன் பின்னணியில் நின்று இயக்குபவன் கிருஷ்ணன் என்று தெரிந்து கொண்டான். மதுரா நகரைச் சேர்ந்த யாதவர்களைப் பிடிக்காத, முன்பு ஜராசந்தனால் பயன்கள் அடைந்த அரசர்களையெல்லாம் ஒன்று திரட்டினான். ராஜசூய யாகத்தில் யார் முதல் மரியாதை பெறுவது என்கிற கேள்வி வந்தபோது, அது வேறு யாருக்காவது ஒரு வேளை கிடைத்திருந்தால் அமைதியாக இருந்திருப்பானோ என்னமோ, அந்த மரியாதையைத்தான் பெற வேண்டும் என்கிற ஆசை அவனுக்கில்லை. அது கிடைக்கிற வாய்ப்பும் இல்லை. ருக்மணிக்கும் அவனுக்கும் திருமணத்தை நிச்சயித்திருந்தான் ஜராசந்தன். மதுரா நகரைத் தரை மட்டமாக்கும் வேலையில் முன்னின்று செய்து முடித்ததும் ஜராசந்தனே வாக்குக் கொடுத்திருந்தான். ஆனால் அந்த அழகியான ருக்மணியைச் சிறையெடுத்துக்கொண்டு போய் விட்ட கிருஷ்ணனை எப்படி மன்னிக்க முடியும்? நிராசையும் அவமானமும் சேர்ந்து கொண்டதில் அவன் ஏனையவற்றை மறந்துவிட்டான். தன் பழைய நண்பர்களையெல்லாம் திரட்டிக்கொண்டு முன்வந்த சிசுபாலன் கிருஷ்ணனுக்கு முதல் மரியாதை தரப்படுவதைத் தடுத்தான். அவனுடைய வாதங்களை முற்றும் மறுத்துவிடுவதற்குமில்லை. 'தருமராஜா, உனக்கும் கிருஷ்ணனுக்கும் நெருங்கிய நட்பு இருக்குமென்றால், அவனை அரண்மனைக்குள் அழைத்துச்சென்று வேண்டிய மரியாதைகளைச் செய். ஆனால் இத்தனை அரசர்கள் இங்கே சேர்ந்திருக்கும்போது எதை முன்னிட்டு அந்தக் கிருஷ்ணனுக்கு முதல் மரியாதை செய்கிறாய்? மற்றவர்கள் எல்லாம் எந்த வகையில் தாழ்வுற்றுப் போய்விட்டார்கள்? நாங்கள் அனைவரும் பட்டம் சூட்டிக்கொண்ட சிம்மாசனத்தில் அமர்ந்திருக்கிற அரசர்கள். இவன் பட்டம் சூட்டிக்கொண்டவனில்லை. குறைந்தபட்சம் எந்த அரசுக்கும் இளவரசுப்பட்டமும் பெற்றவனும் இல்லை. சாதாரண க்ஷத்திரியன். சாதாரணமானவனுக்கு முதல் மரியாதை செய்து முதலில் சிம்மாசனத்தில் உட்காரவைத்துவிட்டு அதற்கப்புறம் உள்ள வரிசைகளில் மற்றவர்களை உட்காரவைக்கிற உன் வேலை எல்லோரையும் அவமானப்படுத்துவதுபோல இல்லையா?" என்றான். இந்த வாதத்தை எப்படி மறுப்பது? தமக்கு இந்த அளவுக்கு ஒத்தாசையாக இருந்து உதவிகள் செய்த கிருஷ்ணனுக்கு முதல் மரியாதை செய்து முதலில் சிம்மாசனத்தில் உட்காரவைத்து வீட்டு அதற்கப்புறம் உள்ள வரிசைகளில் மற்றவர்களை உட்காரவைக்கிற உன் வேலை எல்லாரையும் அவமானப்படுத்துவதுபோல இல்லையா?" என்றான். இந்த வாதத்தை எப்படி மறுப்பது? தமக்கு இந்த அளவுக்கு ஒத்தாசையாக இருந்து உதவிகள் செய்த கிருஷ்ணனுக்கு முதல் மரியாதை கொடுத்து கௌரவப்படுத்த எண்ணுவது பாண்டவர்களைப் பொறுத்த வரையில்

சகஜமான ஒன்றுதான். ஆனால் கிருஷ்ணனும் அந்த மரியாதைக்கு ஆசைப்படவில்லையா? இல்லா விட்டால், பாண்டவர்களின் மனத்தில் இருப்பதை அறிந்து, தனது குரு வம்சத்தைச் சேர்ந்தவர்கள் ராஜசூய யாகம் செய்ய ஒத்துழைத்தவனைத் தீர்த்துக் கட்டத் துணையாக இருந்தவன் என்ற பெருமிதத்தாலும், முதல் மரியாதைப் பட்டம் கிருஷ்ணனுக்குக் கிடைக்கட்டும் என்று கிருஷ்ணனின் பெயரைப் பீஷ்மன் பிரஸ்தாபித்த போது உடனேயே ஏன் ஒப்புக்கொண்டான். "எனக்கு இது வேண்டாம், நான் வயதில் மிகவும் சின்னவன்" என்று மறுத்திருக்க முடியும். அவனுக்கு அப்பொழுது என்ன வயதிருக்கும்? முப்பத்தைந்தோ, முப்பத்தாறோ, இருக்கும். அல்லது இன்னும் ஒரு வயது குறைவாக இருக்கலாம். தன்னை விட மூத்தவர்கள் யாரையாவது அவன் ஏற்றுக் கொள்ளச் செய்திருக்கலாம். அல்லது பட்டாபிஷேகம் செய்துகொண்ட அரசர்கள் யாரையாவது ஏற்றுக்கொள்ளச் செய்திருக்கலாம். மாறாக, தன் மரியாதையைப் பற்றிக் கேள்வி கேட்ட சிசுபாலனின் சவாலை ஏற்று மோதலுக்குத் தயாரானான். அங்கேயே சுற்றியிருந்த எல்லா அரசர்களின் முன்னிலையிலும் அவனோடு துவந்த யுத்தம் நடத்தினான். சிசுபாலன் சாதாரண வீரனில்லை. ஒருவேளை யுத்தத்தில் சிசுபாலன் தோற்றிருந்தால்... "பாயின் மேல் மல்லாந்து படுத்தான் யுயுதானன். கண்கள் தானாகவே மூடிக் கொண்டன. இன்னொரு முறை தூங்கவேண்டும் போல இருந்தது. இந்தக் கோடை நாட்களே இப்படித்தான். கடற்கரையோரம் இருக்கிறோம் என்கிற எண்ணம் அவனுக்கு ஓரளவு மன அமைதியைக் கொடுத்தது. மீண்டும் அஸ்தினாபுரத்தின் ஞாபகம் படர்ந்தது.. "ராஜசூய யாகத்திற்கு நாங்கள் அனைவருமே சென்றிருந்தோம். என்ன ஆடம்பரம்! என்ன கூட்டம்! என்ன கோலாகலம்!" என்று தோன்றியது. துவந்த யுத்தத்தில் சிசுபாலனைக் கொன்ற கிருஷ்ணன், அவனுக்கு ஈமக்கிரியைகள் செய்து முடித்துவிட்டு நேராகச் சென்று முதல் மரியாதைக்குரிய ஆசனத்திலேயே உட்கார்ந்ததும் ஞாபகம் வந்தது. பலராமனும் அங்கேதான் இருந்தான். ஒருவேளை அந்தக் கணத்திலிருந்துதான் பலராமனின் மனத்தில் கசப்புப் படர்ந்ததா? என்கிற கேள்வியும் முளைத்தது. அந்த விழாவில் அவன் எந்தப் பகையையும் காட்டிக்கொள்ளவில்லை. வருத்தமாகவும் பேசவில்லை. ஆனால் கசப்பு இல்லாமல் இருக்குமா? இன்னும் கொஞ்சம் தூக்கம் இழுத்தது. இரண்டு முறைகள் தூக்கக்கலக்கத்தில் கொட்டாவியும் வந்தது. அந்தச் சின்ன வயதில் அத்தனை சாதனைகளையும் செய்தவன்-ராஜசூய யாகத்துக்குச் சூத்திரதாரியாக இருந்தவன்-முதல் மரியாதைக்குத் தகுதியானவனில்லையா? சாதனைகளால் வரும் தகுதியைவிட வயதினால் வரும் தகுதி முக்கியமாகி விடுமா? அல்லது பட்டத்தால் வரும் தகுதி முக்கியமாகிவிடுமா? என்கிற கேள்வி அவன் முன் தோன்றிய போது உறக்கம் தழுவியது.

* * *

தூக்கம் தெளிந்தது. முழுக்க விழிக்கும் முன்பேயே ஏதோ காலடிச்சத்தம் கேட்டது. யாரோ பேசும் குரலும் கேட்டது. அரை விழிப்பில் கூட ஒரு குரலுக்குச் சொந்தக்காரன் நந்தகன் என்று தெரிந்தது. இன்னொரு குரலுக்குச் சொந்தக்காரன் யாரென்று தெரியவில்லை. அவனுடைய உச்சரிப்பு மிகவும் வேடிக்கையாக இருந்தது. சில சொற்களின் பொருள் புரியவில்லை. நந்தகனைச் செவிடன் என்று நினைத்துக்கொண்டவன் போலச் சத்தமாகப் பேசினான். "நீ இங்கே படுத்திருப்பதாய் கிருதன் சொன்னான். யாரும் தூக்கத்தைக் கெடுக்கவில்லை அல்லவா?" என்று கேட்டபடி அருகில் வந்து உட்கார்ந்தான் நந்தகன். தன்னோடு வந்திருந்தவனையும் அருகில் அழைத்து உட்காரச் சொன்னான். புதியவனுக்குக் காலை மடக்கி உட்காரச் சொன்னான். புதியவனுக்குக் காலை மடக்கி உட்காரத் தெரியாததால் முட்டி போட்டவண்ணம் உட்கார்ந்தான். அந்தப் புதியவனைப் பார்த்ததுமே அவன் அபீர் என்னும் பிரிவைச் சேர்ந்தவன் என்பது தெரிந்துவிட்டது. சிவந்த நிறம். நல்ல உயரம். கூர்மையான மூக்கு. திடமான உடற்கட்டு. கூர்மையான பார்வை. பெரிய நீளமான தடி அவனது கையில் இருந்தது. ஓட்டத்தில் வேட்டை நாயையும் தோற்கடிக்க வல்ல நீண்ட கால்களோடிருந்தான்.

யுயுதானன் எழுந்து கைகால்களை உதறி உடம்பை முறித்தான். பிறகு நந்தகன், "மறுபடியும் இவர்களுக்கும் யாதவர்களுக்குமிடையே சண்டை மூண்டு விட்டது. இந்த முறை யாதவர்களே தப்பு செய்தவர்கள் என்று கிருஷ்ணனையே கூப்பிட்டுச் சொல்லத்தான் வந்திருக்கிறான். ஆனால் கிருஷ்ணன் எப்போது இங்கே வருவான் என்ற தகவல் யாருக்கும் தெரியவில்லை. இந்தப் பிரச்சினையை எப்படித் தீர்ப்பது?" என்று கேட்டான்.

இந்த மோதலுக்கான பின்னணி விவரங்கள் எல்லாமே யுயுதானனுக்கும் தெரியும். முதலில் அனர்த்த தேசம் அபீர் இனக்காரர்களுக்கே சொந்தமாக இருந்ததாம். ஆனால் அவர்கள் எந்த நாளிலும் எந்த இடத்திலும் நிலையாகத் தங்கி பூமியில் உழுது விதைத்துப் பயிரிட்டவர்கள் இல்லை. தானியங்களையே தன் அடிப்படை உணவாகப் பழகிக்கொண்டவர்களுமல்லர். அவர்கள் கால்நடை மேய்க்கும் நாடோடிகள். பசு மாமிசத்தையும், பால், காய், கிழங்கு, கனி வகைகளையும் உண்டு உயிர் வாழ்கிறவர்கள். அவர்களின் சில குழுக்களிடையே மழைக்காலத்திற்கு முன்னே சமவெளிப்பகுதியை தேடிச் சென்று கோதுமை விதைத்து, விளைவித்து, அறுவடை செய்து கல்லால் அரைத்து மாவாக்கி உண்ணும் பழக்கமும் இருந்தது. ஆனால் ஆரியர்களைப்போல ஏர்பூட்டி உழுவதானாலும், உரம் போட்டு, களை எடுத்து விளைச்சலைப் பாதுகாப்பதும் அவர்களுக்குப் பழகவில்லை. மதுரா நகரைச் சேர்ந்த யாதவர்கள் இங்கு வரும் முன்னர், இங்கே

ஆரியர் இருந்திருக்கிறார்கள். ஆனால் மதுரா நகரிலிருந்து இத்தனை பேர் வெளியேறி இங்கு வந்து குடியேறிய பிறகு நிலம் திருத்தி உழுது விவசாயம் செய்ய வேண்டிய அவசியமானது. வனவிலங்குகளிடமிருந்து விளைச்சலைக் காப்பாற்றிக்கொள்ள பயிர்களைச் சுற்ற வேலி கட்டி இருந்தார்கள். ஆனால் அபீர்களோ அல்லது அவர்கள் மேய்த்துக் கொண்டிருந்த மாடுகளோ உள்ளே நுழைவதைத் தடுக்க இயலவில்லை. தாம் சுதந்தரமாக நடமாட முடியாமல் எல்லா இடங்களையும் சுற்றி வளைத்து விவசாய நிலங்களாக மாற்றிக்கொண்டவர்கள் மீது அபீர் குழுவைச் சேர்ந்த சில இளைஞர்களுக்குக் கோபம் வந்தது. இதனால் அவர்களே வேலிகளைப் பலவந்தமாக உடைத்து எரிந்து விட்டு மாடுகளை மேய்த்தார்கள். உலோகத்தால் கூர்மையான முனைகள் கொண்ட அம்புகளைப் பயன்படுத்தும் ஆரியர்க்கும், நஞ்சு தோய்த்த கூரான மூங்கில் அம்புகளைப் பயன்படுத்தும் அபீரர்களுக்கும் அடிக்கடி மோதல் நடந்துகொண்டிருந்தது. சில சமயங்களில் சாதாரண சண்டைகளையெல்லாம் யுத்தமாக மாற்றி கைக்குக் கிடைத்தவர் களையெல்லாம் கொன்றார்கள். இரவு வேளைகளில் காத்திருக்கும் அபீரர்கள் யாதவர் வீடுகள், தோட்டங்கள் எல்லாவற்றிற்கும் நெருப்பு வைத்தார்கள். ரொம்ப நாட்களுக்கு முன்பு மதுரா நகரைச் சுற்றிலும் வாழ்ந்து வந்த நரகர்கள் கூட இதே போல தொல்லை கொடுத்து வந்தார்கள். அப்பாவைப் போன்ற வயதில் பெரியவர்கள் சின்ன வயதாக இருந்தபோது நடந்த விஷயம் அது. விரஜ நாட்டில் ஒரு விவசாயியின் வீட்டில் கிருஷ்ணன் சின்னப் பிள்ளையாக இருந்த போது கூட இதே போல நாகர்களின் தொந்தரவு இருந்ததாகச் சொல்வதுண்டு. ஒருமுறை ஆற்றைத் தாண்டி வந்த அவர்களுடைய முக்கியஸ்தன் நந்தகனைப் பார்த்து, “நந்தகா, உங்கள் ஊரில் இருந்த போது கிருஷ்ணன் யாரோ ஒரு நாகனைக் கொன்றனாமே, அவனுடைய பெயர் என்ன?” என்று கேட்டான்.

“அவனுடைய பெயரா?” என்று நந்தகன் ஞாபகப்படுத்தி கொண்டான். முகத்தைச் சுருக்கித் தலையைச் சொரிந்து கொண்டபடி, “காளி என்று எண்ணுகிறேன். நாங்கள் கூடச் சென்றிருந்தோம். ஆற்றைத் தாண்டி அவர்கள் வந்து கொண்டிருந்தார்கள். ஒவ்வொரு நாளும் அல்ல, என்றாவது ஒரு நாள் எங்களை ஏமாற்றி நுழைநது வயல்களுக்கெல்லாம் நெருப்பு வைத்துவிட்டுத் தப்பித்து விடுவார்கள். நாங்கள் ஒவ்வொரு நாள் இரவும் அவர்களுக்காக உட்கார்ந்து எதிர்ப் பார்த்திருப்போம். ஒருநாள் வசமாக அகப்பட்டு விட்டார்கள். காளி மட்டுமல்ல, கூட வந்த இன்னும் மூன்றுபேரும் அகப்பட்டார்கள். எல்லாரையும் கொன்று விட்டோம். அன்றிலிருந்து அந்தக்காட்டை விட்டே அவர்கள் வெகு தொலைவுக்கு ஓடி விட்டார்கள். எங்கு போனார்களோ, யாருக்கும் தெரியவில்லை” என்றான். சிறிது

நேரத்திற்குப் பிறகு, "நீ ஏன் தெரிந்துகொள்ள விரும்புகிறாய்?" என்று கேட்டான்.

"சும்மாதான் கேட்டேன். ஏதோ ஞாபகம் வந்தது" என்ற யுயுதானனிற்கு கிருஷ்ணனிடம் தோன்றிய மாற்றங்கள் ஞாபகம் வந்தன. விரஜ நகரில் இருந்தபோது காளியைக் கொன்று, அவனது இனத்தாரை விரட்டினான். அதற்கப்புறம் பாண்டவர்கள் காண்டவ வனத்தை அழித்து விவசாய பூமியாக மாற்றியபோது நாகர்களின் இன்னொரு பிரிவினர் அவனை எதிர்த்தார்களாம். கிருஷ்ணனே முன்னின்று அர்ஜுனன் மற்றும் அவனது சகோதரர்கள் மூலம் காட்டுக்குத் தீயிட வைத்து அவர்களில் யாரும் தப்பித்துச் சென்றுவிடாதபடி அம்புகள் எய்ய வைத்துக் கொல்வித்தானாம். அதற்கப்புறம்தான் இங்கு இந்த அபீர்களின் பிரச்சினை தொடங்கியது. பலராமனும் கிருதவர்மனும் இவர்களுக்கு அவ்வப்போது தகுந்த பாடங்களைக் கற்பித்து வந்தார்கள். அப்போது கிருஷ்ணனே நடுவில் இருந்து இரண்டு அணிக்காரர்களையும் ஒரே இடத்தில் அமர வைத்துக் குறைகளைக் கேட்டு இருவருக்கும் பாதகங்கள் எதுவும் நேராமல் ஓர் ஒப்பந்தத்திற்கு வர ஏற்பாடு செய்தான். "நமக்கு இப்போது இருக்கிற விவசாய நிலங்களே போதும். இந்தப் பரப்பிலேயே விவசாயத்தைத் தீவிரப்படுத்துவோம். இனிமேல் காட்டைப் புதுசாக அழிக்க மாட்டோம். நீங்கள் உங்களது கால்நடைகள் எங்களது வேலிக்கு அருகில் வராமல் பார்த்துக் கொள்ள வேண்டும். காட்டு மிருகங்களால் உங்களது கால்நடைக்கும் ஆபத்து எங்கள் நிலங்களுக்கும் சேதம். அவற்றை வேட்டையாடுவதற்கு எங்கள் உதவியை நீங்கள் நாடலாம். நாங்கள் வருவோம். விலங்குகளின் இறைச்சி உங்களைச் சேர்ந்ததாகும். எங்களுக்குத் தேவையில்லை" என்றான். இந்த ஒப்பந்தத்தைப் பலராமனும் கிருதவர்மனும் எவ்வளவோ எதிர்த்தார்கள். 'கூடச் சேர்ந்து வேட்டையாடுவதாம். இறைச்சியெல்லாம் அவர்களுக்குச் சொந்தமாம். மிச்சமிருக்கிற காட்டை அழிப்பதில்லையாம். மாடு மேய்க்கிற காட்டுவாசிகளுக்கு வீர ஆரியர்கள் அஞ்சுவதா? நீ கோழையாக இருந்தால் இவர்களோடு மோத நீ வரவேண்டாம். வீட்டுக்குள் போர்த்திக்கொண்டு படுத்துக்கொள்" என்று அவர்கள் முன்னிலையிலேயே சொன்னான் பலராமன். அதன் பிறகு கிருஷ்ணன் தான் விளக்கிச் சொன்னான். "நாம் இங்கு வரும் முன்பு அவர்கள் இந்த இடத்தில் இருந்தார்கள். இப்போது அவர்களும் வாழ வேண்டும். நாமும் வாழ வேண்டும். இப்போது விவசாயத்துக்கென்று நாம் உருவாக்கி வைத்திருக்கிற நிலங்களே போதும். இவ்வளவு விளைச்சலை அறுவடை செய்கிற நமக்கு விலங்குகளின் இறைச்சி அவசியமில்லை. அவர்கள் நம்மைப் போல விவசாயம் செய்வதில்லை. இறைச்சியை அவர்களே எடுத்துக் கொள்ளட்டும் இந்தச் சண்டை வேண்டாம்"

என்றான். என் தந்தையும், வசுதேவரும், உக்கிரசேனனும் கிருஷ்ணனின் வார்த்தைகளுக்குக் கட்டுப்பட்டதால் பலராமனும் கிருதவர்மனும் மற்ற வீரர்களும் ஒத்துக்கொண்டார்கள். அதுவும் ஒரு வகையில் நல்லதாகவே ஆயிற்று. இரண்டு இனங்களும் நெருக்கமுடன் இருக்க நேர்ந்தது. இந்திர விழா அன்று அவர்கள் குடங்கள் நிறையப் பாலும் மதுவும் எருமை இறைச்சியும் கொண்டு வந்து கொடுத்தார்கள். நாங்கள் வழங்கிய பிரதுகா, சக்து என்கிற விசேஷ பலகாரங்களையும் பாயசத்தையும் ருசித்துச் சாப்பிட்டுச் சென்றார்கள். கிருஷ்ணனே முன்னின்று அவர்களுடைய பெண்களுக்கும் குழந்தைகளுக்கும் பால் கஞ்சியைப் பாத்திரம் நிரம்ப எடுத்து எடுத்து வழங்கினான். இப்போது ஏன் சண்டை தொடங்கியது என்று யோசித்துக்கொண்டு இருக்கும் போது ஒரு விஷயம் ஞாபகத்துக்கு வந்தது. இந்தமுறை இந்திர விழாவின்போது கிருஷ்ணன் ஊரிலேயே இல்லை. இவர்கள் யாருமே விருந்துக்கு அழைக்கப் பெறவில்லை. அந்தக் கோபத்தில் தான் ஏதேனும் சண்டைமூண்டு விட்டதோ என்று எண்ணிக்கொண்டிருக்கும்போது எதிரில் முட்டி போட்டு உட்கார்ந்திருந்த அபீரன், "காட்டை அழித்துப் புதுசாக விவசாய நிலத்தைப் பெருக்குவதில்லை என்று கிருஷ்ணனின் முன்னிலையில்தான் ஒப்பந்தமானது. ஆனால் இங்கே பாருங்கள்" என்றபடி உட்கார்ந்த இடத்திலிருந்தே பின்புறம் திரும்பி சாளரத்தின் வழியே தெரிந்த சிறிய குன்றின் பக்கம் கைகாட்டினான். பிறகு "அதற்கு அந்தப் பக்கத்தில் இருக்கிற ஒரு காட்டுக்கு உங்கள் இனக்காரர்கள் நெருப்பிட்டுள்ளார்கள். இப்போது நல்ல கோடைக்காலம். காடு முழுக்க உலர்ந்து போய் இருக்கிறது. இந்தப் பக்கத்தில் இருந்துதான் நெருப்பு வைத்துள்ளார்கள். காற்றில் அந்தப் பக்கமும் நெருப்பு பரவி விடும். அவ்வளவு தொலைவு சென்று உங்களால் விவசாயம் செய்ய முடியுமா? இருக்கிற நிலங்களிலேயே விளைச்சலைப் பெருக்க வழி செய்வோம் என்பதுதானே ஒப்பந்தத்தின் விதி" என்றான்.

யுயுதானனுக்கு இந்தச் செய்தியே தெரியாது. நேற்று இரவு பலராமனைச் சந்தித்த போது அவனும் இதுபற்றி ஒன்றும் சொல்லவில்லை. சொல்லி இருக்கக்கூடும். துரியோதனனைப் பற்றி ஏதோ முக்கிய விஷயம் என்று பேச வந்து இதை மறந்து விட்டிருப்பான். அல்லது கிருஷ்ணன் செய்து வைத்த ஒப்பந்தத்தை மீறுவதை நான் விரும்ப மாட்டேன், தப்பு என்று சொல்வேன் எனச் சொல்லாமலேயே சென்றானோ என்னமோ என்கிற எண்ணங்கள் மனத்தின் ஒரு மூலையில் ஓடிக்கொண்டிருந்தன. மனத்தின் இன்னொரு மூலை அபீரனின் உச்சரிப்பையும் வாக்கியத்தையும் கவனித்துக்கொண்டிருந்தது. 'த்வம்' என்பதற்குப் பதில் 'தோம்' என்றான். 'அக்னி' என்பதற்குப் பதில் 'அகணி' என்றான். க்ஷேத்திரம் என்பதை 'கேத்திரம்' என்று சொன்னான். கிருஷ்ணன் என்பதை 'கிஷ்ணன்' என்றான். தம்முடன் தொடர்பு

வளர்ந்த பிறகுதான் மெல்ல அவர்களில் பலர் இந்த மொழியையும் கற்றிருக்கிறார்கள் என்று நினைத்த யுயுதானன் "இப்போது என்ன செய்ய வேண்டும் சொல்" என்று கேட்டான்.

"கிருஷ்ணன் இருந்திருந்தால் சரிப்படுத்தி இருப்பான். அவனுடைய நண்பன் நீ. உங்கள் ஆட்களுக்கு எடுத்துச் சொல்லிச் சரிப்படுத்து."

இன்னொரு விஷயத்தையும் யுயுதானன் கவனித்தான். தன்னைச் செவிடன் என்று எண்ணி இந்த அளவு சத்தமாகப் பேசுகிறானோ இவன். அல்லது இவன் பேசுகிற விதமே இப்படித்தானா? 'மெதுவாகப் பேசு' என்று சொன்னால் கூட 'ஆகட்டும் ஆகட்டும்' என்று தலையாட்டி விட்டு மீண்டும் சத்தமாகவே பேசினான்.

"நமது ஆரிய மொழியைப் பேசும்போது இவர்கள் குரல் உயர்ந்து விடுகிறது. ஆனால் தமக்குள் பேசிக் கொள்ளும் போது சாதாரண மாகவே பேசிக் கொள்கிறார்கள்" என்றான் நந்தகன்.

யாருக்குப் புத்தி சொல்வது என்று யோசித்த வண்ணம் அமைதியாய் உட்கார்ந்திருந்தான் யுயுதானன். இதுவரை கவனிக்கத் தோன்றாத வியர்வையை இப்போதுதான் கவனித்துக்கொண்டிருக்கும் போதுவேட்டை நாயைப் போலச் சட்டென எழுந்த அபீரன், "பொழுது சாய்ந்து கொண்டிருக்கிறது. இருட்டுவதற்குள் நான் எனது கூட்டத் தோடு போய்ச் சேர வேண்டும். நான் வரட்டுமா?" என்று கேட்டான்.

என்ன பேசுவது என்று யுயுதானனுக்கு இன்னும் தோன்ற வில்லை. "சரி போய் வா" என்று சொல்லியனுப்பினான். வீட்டுக்குப் போனதும் முதலில் அப்பாவிடம் இதுபற்றிப் பேசிய பிறகு வசுதேவரிடம் சென்று பேசினால் இதற்கு ஒரு முடிவு காண முடியும் என்று தோன்றியது. நீளமான தடியைக் கையில் எடுத்துக்கொண்ட அபீரன் படியிறங்கிச் சென்றான். சிறிது நேரம் எதுவும் பேசாமல் இருந்தான் யுயுதானன். பிறகு சாளரம் வழியே வெளியே பார்த்தான். "நந்தகா, அவன் தனியாகச் சென்றிருக்கிறானே. ஊரில் நமது ஆண்கள் அவனை அடித்து விடப் போகிறார்கள்" என்று சொன்னான். "அப்படி எந்தக் காரணமும் இல்லாமல் சண்டைக்குச் செல்லமாட்டார்கள். அது மட்டுமில்லாமல் ஊரில் சிலரை அவனுக்கு நன்றாகத் தெரியும். நம் மொழியும் அவனுக்குத் தெரியும். அவர்களுடைய வீடுகளுக்குச் சென்று வேகவைத்த சோளத்தையோ அல்லது நெய் தடவிய ரொட்டிகளையோ அல்லது எது இருக்கிறதோ அதைக் கேட்டு வாங்கிச் சாப்பிடாமல் போகமாட்டான். உன்னைப் போன்ற வசதிக் காரர்களின் வீட்டுக்குச் செல்லமாட்டான், அவ்வளவுதான்..." என்று சொன்னான் நந்தகன்.

யுயுதானனின் மனம் லேசானது. நந்தகன் எழுந்து மூலையில் இருந்த குடத்தின் அருகில் சென்று குடுவையில் நீர் முகர்ந்து முதலில் யுயுதானனுக்குத் தந்து விட்டுப் பிறகு தானும் குடித்தான். அதன் பின்பு யுயுதானனுக்குப் பக்கத்தில் வந்து பாயில் படுத்தான். அவன் மனம் எதைப் பற்றியோ ஆழ்ந்த யோசனையில் மூழ்கி இருக்கிறது என்று புரிந்துகொண்ட யுயுதானன் மேற்கொண்டு எதையும் பேசவில்லை. நேற்றிலிருந்து ஏதாவது ஒரு யோசனை அவன் மனத்தை அரித்துக் கொண்டிருந்தது. சிறிது நேரத்துக்குப் பின்பு நந்தகனே பேசத் தொடங்கினான்.

“அஸ்தினாபுரத்து அரசன் வந்திருக்கிறானாம். அவனுக்கும் நம் சுபத்திரையைச் சேர்ந்தவர்களுக்கும் போர் நடக்கப்போகிறதாம். அவனுக்கே யாதவர்களின் ஆதரவு கிடைக்க வேண்டும் என்று பலராமன் சொன்னானாமே, உண்மையா?”

“அப்படித்தான் நினைக்கிறேன். இப்பொழுது கிருஷ்ணன் ஊரில் இருந்திருக்கவேண்டும். அது போகட்டும் உன் மனசுக்கு யார் பக்கம் நியாயம் இருப்பதாகத் தெரிகிறது?”

“சூதாட்டத்தின் விதிப்படி பதின்மூன்று ஆண்டுகள் கழித்து வந்தவுடன் நாட்டைத் திருப்பித் தரவேண்டும் என்பது எல்லாருக்கும் தெரிந்த விஷயம்தான். அவர்கள் இருவரின் பகையைப் பற்றியும் சுபத்திரை அடிக்கடி சொல்லிக்கொண்டிருந்தாள். க்ஷத்திரியர்களின் புத்தியே ஏதேனும் ஒரு காரணத்தைத் தேடிக்கொண்டே இருப்பது தான். உன் இனத்தைத் திட்டினேன் என்று கோபம்கொள்ள வேண்டாம்.”

நந்தகன் வைசியப் பிரிவைச் சேர்ந்தவன். விவசாயம் செய்வதும் கால்நடைகளை வளர்ப்பதும் ரதங்களைப் பழுது பார்ப்பதும் புதிய ரதங்களைச் செய்வதும் தச்சுத் தொழில் செய்வதும் ஆடைகள் நெய்வதும் அவர்கள் தொழில்கள் ஆகும்.

“எனக்கு வரவர என்ன தோன்றுகிறது தெரியுமா? கம்சன் கொடுமைக்காரன், கெட்டவன் என்றுதான் நானும் இத்தனை நாட்கள் நம்பிக்கொண்டிருந்தேன். அதற்குப் பின் ஜராசந்தன் வந்து மதுரா நகரை ஆக்கிரமித்துக் கொண்டால் நம் நிலை என்ன ஆகுமோ என்று பயம் கொண்டேன். கிருஷ்ணனும் நானும் ஒன்றாகவே வளர்ந்தோம். உண்மையிலேயே அவனை எனது சகோதரன் என்றே நம்பி வந்தேன். ஏனென்றால், எனக்கு மூன்று வயது இருக்கும் போது, என் அம்மா கருவுற்று ஒரு குழந்தையைப் பெற்றெடுத்து, அக்குழந்தைக்கு மூன்று மாதங்கள் இருக்கும்போது இறந்து விட்டதாம். பால்திரண்டு மார்வலியால் துடித்தாளாம் அம்மா. இதனால் என்னை இழுத்து மார்பில் பால் குடிக்கச் சொன்னாளாம். எனக்கு அதுவே

பழக்கமாகி பால் நின்றபிறகும் கூட வெறுமனே மார்பைச் சப்பிக் கொண்டிருந்தேனாம். கொடுக்கவில்லையென்றால் அழுது ஊரைக் கூட்டி விடுவேனாம். எனக்கு இப்போது கூட நினைவிருக்கிறது. அவனுக்கு மட்டும் கொடுத்தாயே, எனக்கு ஏன் கொடுக்கவில்லை என்று ஒரு நாள் கிருஷ்ணன் வந்து அடம் பிடித்து அழுதான். அவன் ஒரு பக்கமும் நான் ஒரு பக்கமுமாக அம்மாவிடம் பால் குடித்தோம். நடுநடுவே பல் பட்டுவிட, அம்மாவிடம் உதைகளும் வாங்கினோம். அதற்குப் பின்பு அவனும் எங்களைப் போலவே நிலம் உழுதான். மாடு மேய்த்தான். வில் எடுத்துக் கொண்டுவந்து வேட்டையாடினான். அவனுடைய பதின்மூன்றாம் வயதில்தான் அவன் க்ஷத்திரியன் என்கிற உண்மையையும் தாய்தந்தை இன்னார் என்கிற உண்மையையும் அவனிடம் தனிப்பட்ட வகையில் எடுத்துச் சொன்னார்களாம். அன்றிலிருந்து ஆளே மாறிவிட்டான். பழைய விஷயங்களையெல்லாம் யோசிக்கும்போது இப்போது புரிகிறது. அப்பொழுது எதுவும் புரியவில்லை. ஆள் மாறிவிட்டான் என்றால் எப்படி? எப்பொழுதும் மல்யுத்தப் பயிற்சி. விற்பயிற்சி, உலகத்தையே தலை மேல் சுமந்து கொண்டிருப்பது போன்ற கம்பீரமான முகம். அதற்கு முன்பு இருந்த சிறுபிள்ளை விளையாட்டுக்கள் எல்லாம் மறந்து போயின. இதன் காரணம் என்ன தெரியுமா? தான் க்ஷத்திரியன் என்கிற எண்ணம் வந்ததால்தான்...” என்று சொல்லிக்கொண்டே சென்றவனைப் பாதியில் நிறுத்திய யுயுதானன் “தன்னைப் பெற்ற தாய் தந்தையின் நிலை இப்படி இருக்கிறதே என்ற கவலை காரணமாக இருக்கலாம்” என்றான்.

“அதுவும் இருக்கலாம். அவன் க்ஷத்திரியனாக இல்லாமல் இருந்திருந்தால் அல்லது அவனுடைய உண்மையான பிறப்பு தெரியாமல் இருந்திருந்தால் விரஜ நகரத்திலேயே சுகமாக விவசாயம் செய்து கொண்டிருந்திருப்பான். புத்திக்கூர்மை உள்ளவனாதலால் தச்சுவேலையிலும் உலோக வேலைகளிலும் ஏதாவது புதிய சாதனை படைத்திருக்கக் கூடும். அவனும் சுகமாக இருந்திருப்பான். மற்றவர் களும் சுகமாக இருந்திருப்பார்கள்” என்று சொன்னவன் மேற்கொண்டு எதுவும் பேசத் தோன்றாமல் அமைதியானான்.

“என்ன நீ சொல்கிறாய்?”- என்று கேட்டபடி எழுந்து உட்கார்ந்தான் யுயுதானன். இடது பக்கத்தின் சாளரத்தில் கடல் பொங்கி எழுவது தெரிந்தது. கடல் இப்படிப்பட்டது என்று திட்ட வட்டமாக யாராலும் சொல்ல முடியாது. சிற்சில சமயங்களில் அண்ட வெளியில் இருநது உருண்டு வந்த குடம்போலத் தோன்றும். சிற்சில சமயங்களில் விரித்துவைத்த பாய்போலத் தோன்றும். கடலின் கணங்களைப் பற்றி எண்ணத் தொடங்கியதும் நந்தகன் பேசிக் கொண்டிருந்த விஷயத்தின் தொடர்ச்சி அறுபட்டுப் போனது.

"எதற்காகச் சொல்கிறேன் என்றால்..." என்று நந்தகன் தொடர்ந்து பேசினான். "கம்சன் உயிருடன் இருந்த போது யாதவ க்ஷத்திரியர்களை அச்சுறுத்தித் துன்புறுத்தினான். ஆனால் மற்றவர்கள் பக்கம் வர வில்லை. விளைச்சலில் ஆறில் ஒரு பாகம் கொடுத்தால் போதும், முடிந்துவிட்டது. நாங்கள் அனைவரும் கொடுத்திருந்தோம். யார் ஆண்டால் எங்களுக்கென்ன? சில நாட்களுக்கு முன்பு எங்கள் ஊரில் இருந்து உறவினர்கள் சிலர் வந்திருந்தார்கள். இந்தக் கோடையில் வெகு தூரத்திலிருந்து வந்திருந்தார்கள். இங்கே நான் வசதியோடு இருக்கிறேன். அவர்களுக்கோ பயணம் செய்யக் கூட குதிரைக்கு வழி இல்லை. நடந்து நடந்து உஷ்ணத்தால் காலில் தோலே கழன்று விட்டதாம். சிறுநீரில் ரத்தம் வரத்தொடங்கி விட்டதாம். இப்பொழுது விரஜ நகரில் அரசனே இல்லை. மதுரா நகரைச் சேர்ந்தவர்கள்தான் இங்கு ஓடி வந்து விட்டார்கள். ஜராசந்தன் மதுரா நகரையே அழித்து விட்டுச்சென்றுவிட்டார்கள். சரி, அரசன் இல்லையென்றால் போனால் போகிறது. ஆறில் ஒரு பாகம் மிச்சம் என்று இருப்பதற்கும் விடுவதில்லை. கண்டகண்ட போக்கிரிகள் எல்லாம் குதிரை ஏறி வந்து 'நான்தான் அரசன், வரி கொடு' என்று இருப்பதைப் பிடுங்கிக் கொள்கிறார்களாம். ஓர் ஆண்டிலேயே இரண்டு மூன்று முறைகள் கொடுத்தே தீர வேண்டிய கொடுமை. துவாரகையிலிருந்து திரும்பி வந்தாவது மீண்டும் மதுரா நகரைக் கட்டி ஆளட்டும், நாங்கள் சுகமாக இருப்போம் என்று அங்குள்ளவர்கள் எல்லாம் சொல்லி அனுப்பி இருக்கிறார்களாம்."

இதைக் கேட்டதுமே யுயுதானனுக்கு உற்சாகம் பொங்கியது. ஜராசந்தனைக் கொன்ற பிறகு மதுரா நகருக்குத் திரும்பிச் செல்லும் எண்ணமே யாருக்கும் தோன்றவில்லை. கிருஷ்ணனுக்கும் கூடத் தோன்றவில்லை. துவாரகை நகரம் செல்வத்தைக் கொடுத்துள்ளது. இருந்த போதிலும் யாதவர்களின் ஒரு பிரிவு மீண்டும் மதுரா நகருக்கே சென்று ஏன் வேரூன்றக் கூடாது. என்னதான் இருந்தாலும் அதுதானே மூல இடம். "பலராமனிடம் இது பற்றிப் பேசினேன். இனி மதுரா யாருக்கு வேண்டும் என்று சொல்லி விட்டான்" என்ற நந்தகன் அமைதியானான். யாருமே வரவில்லை என்றாலும் கூட தான் மட்டும் தனியாக ஏன் போயிருக்கக் கூடாது என்னும் ஆசை தலை தூக்கியது.

"ராஜ்ஜியத்தைக் கட்டியெழுப்புவதும் ஆளுவதும் க்ஷத்திரியர் களின் வேலை. ஆசை, பழக்கம் எல்லாமே அதுதான். நான் சொல்ல வருவது என்ன வென்றால், எந்த அரசன் வந்தாலும் உழுது விதைக்கிற வேலையைச் செய்துதான் ஆகவேண்டும். துரியோதனின் பக்கம் நியாயமுள்ளதா, பாண்டவர்கள் பக்கம் நியாயம் இருக்கிறதா என்பது எனக்கு அவ்வளவு முக்கியமாய்த் தெரியவில்லை. வயிற்றுப் பாட்டுக்கு ஒரு வழி இருக்கும்போது அதற்குமேல் என்ன தேவை இருக்கிறது?

சூதாடினார்கள். வெற்றி பெற்றவர்கள் தோற்றவர்களுக்குப் பணயத் தொகையைத் திருப்பித்தர மறுத்து விட்டார்கள். இப்பொழுது இதனால் போரும் வரப் போகிறது. க்ஷத்திரிய இனம் இருக்கிற வரைக்கும் யுத்தம் இருந்து கொண்டுதான் இருக்கும். விவசாயிகளாகிய எங்களுக்கு யார் வென்றால்தான் என்ன?"

நந்தகன் பேசிக் கொண்டிருந்தபோது யுயுதானனின் மனசில் கிருஷ்ணன் ஊருக்குத் திரும்பியதும் மதுரா நகருக்குத் திரும்பிச் செல்லும் விஷயத்தைப் பற்றிக் கலந்தாலோசிக்க வேண்டும் என்று முடிவெடுத்தான். போய் நகரைப் புனர்நிர்மாணம் செய்வது என்பது அத்தனை சுலபமான காரியமில்லை. அக்கம் பக்கத்தில் உள்ள அரசர்களோடு மீண்டும் யுத்தம் வரலாம். வெளியே பொழுது சரிந்து கொண்டிருந்தது. கடல்பரப்பு அதிகமானதைப் போல இருந்தது. சிவந்த சூரியன் கடலுக்கு அந்தப் பக்கம் இறங்கியதைப் போலவும் தோன்றியது. மதுரா நகரில் கடல் இல்லை. ஆனால் நதி இருக்கிறது. இப்போது கடலைப் பார்த்துக்கொண்டிருக்கும் ஆசை தோன்றவே இல்லையே என்ற எண்ணமும் அவன் மனசில் எழுந்தது.

"அபீரர்களால் ஒரு பிரச்சினையும் இல்லை. அவர்கள் தம் வேலையைப் பார்த்துக் கொண்டு தம் வழியில் சென்று கொண்டிருந்தார்கள். அரிப்பெடுத்துச் சண்டைக்குப் போனது நம்மவர்களின் தப்புத்தான். குதிரை மேல் ஏறி வில்லெடுத்துச் சண்டை போட வேண்டும் என்கிற எண்ணத்தில் சிலர் போய்க் கொட்டகைக்குத் தீ வைத்திருக்கிறார்கள். வெயிலைப் பற்றியோ, மழையைப் பற்றியோ கவலைப்படாமல் உழவும் விதைக்கவும் பறவைகள் ஓட்டவும் காவல் காக்கவும் இவர்களா போகப் போகிறார்கள்? நீயாவது போய்ப் பலராமனுடன் பேசி இந்த அனாவசியமான மோதலைத் தவிர்க்கப் பார். கிருஷ்ணன் இருந்திருந்தால் என்ன செய்திருப்பானோ? அவனுடைய நெருங்கிய நண்பன் நீ என்று தான் அபீரன் உன்னைத் தேடிக் கொண்டு வந்தான்."

ஏதாவது பேசவேண்டும் என்ற எண்ணமும் யுயுதானனுக்குத் தோன்றியது. கிருஷ்ணன் வரும்வரை அமைதியாக இருந்தால், அதற்குள் இரண்டு பக்கமும் வெறுப்பும் கோபமும் முற்றிச் சண்டை வந்து விடும். இதை எப்படியாவது தவிர்க்கவேண்டும் என்று அவன் முடிவெடுத்தபோது, "படகுகளைப் பழுது பார்க்கக் கொடுத்திருந்தேன். என்ன செய்துகொண்டிருக்கிறார்கள் என்பதைப் போய்த்தான் பார்க்க வேண்டும். நாளைக்கு மறுநாள் ஒட்டு மொத்தமாய்ப் பத்து கப்பல்கள் புறப்பட வேண்டும். அதற்கப்புறம் உன்னை வந்து சந்திக்கிறேன். உன்னிடம் பேச நிறைய விஷயங்கள் உள்ளன" என்றபடி நந்தகன் எழுந்து நின்றான்.

* * *

அங்கிருந்து பலராமனின் இருப்பிடத்துக்குச் சென்றான் யுயுதானன். ஆச்சரியமுற்ற பலராமன், "துரியோதனன் உன்னை வந்து சந்தித்தானா?" என்று கேட்டான்.

"எங்கே?"

உன்னைப் பார்க்கவேண்டுமென்று அவனே உனது இருப்பிடத்துக்குக் கிளம்பினான். ஒரு நாழிகை ஆகி இருக்கும். ஒருவேளை உன் அப்பாவோடு பேசிக்கொண்டிருக்கலாம். நீ கடலோரத்திலிருந்து வருகிறாயோ என்னமோ?"

யுயுதானனுக்கு ஆச்சரியமாக இருந்தது. ஒரு விதமான பெருமித உணர்வும் எழுந்தது. அஸ்தினாபுரத்தின் அரசன் தன்னைத் தேடி வீட்டுக்குச் சென்றிருக்கிறான் என்ற செய்தியால் அந்த உணர்வு எழுந்தது. ஆனால் இது சுயநலம் நிறைந்தது என்று உடனே மனம் சொன்னது. பலராமனின் கை மீண்டும் மீண்டும் கன்னத்தைத் தடவி விட்டுக் கொண்டிருந்தது. "இப்போது எப்படி இருக்கிறது?" என்று கேட்டான் யுயுதானன்.

"நேற்றைய அளவுக்கு இல்லை. ஆனாலும் தடவிக்கொடுக்க வேண்டும்போல உள்ளது."

வலியின்பொருட்டோ அல்லது வலியை ஒரு சாக்காகக் கொண்டோ அவன் மதுவருந்தியிருப்பது தெரிந்தது. வீட்டில் காத்திருக்கும் துரியோதனனைச் சென்று பார்க்கவேண்டும் என்று தோன்றியது. சுற்றி வளைக்காமல் அபீரர்களின் பிரச்சினையைப் பற்றிச் சொல்லி, அதைப்பற்றிய தனது கருத்தையும் சொன்னான்.

"எதற்காகச் சண்டை அடிக்கடி நடக்கிறது தெரியுமா?" என்று பலராமன் கேட்டான்.

"அதுதான் சொன்னேனே, செய்து கொண்ட ஒப்பந்த விதிகளை மீறும்போது இரண்டு அணிகளிடையேயும் சண்டை வருவது இயற்கை தானே. நம் ஆள்கள் எதற்காகக் காட்டுக்குத் தீ வைக்க வேண்டும்?"

"யுயுதானா, இதெல்லாம் சும்மா மேலோட்டமான காரணம். நம் ஆரியப் பெண்கள் கொஞ்சம் சிவப்பாக அழகாக இருக்கிறார்கள் என்பது உண்மை. துணைக்கு யாருமின்றி அவர்கள் எங்குமே வெளியே செல்லக்கூடாதா? நிலத்தில் வேலை செய்யக்கூடாதா? நம் பெண்களை அவர்கள் கடத்திக்கொண்டு போனாலும் நாம் சும்மா இருக்கவேண்டுமா?"

தம் இனத்துப் பெண்களை ஆபீரர்களும், நாகரும், குவிந்தரும் வாய்பிளந்து பார்ப்பதுவும், நேரம் வாய்க்கும்போது கடத்திக்கொண்டு சென்று விடுவதுமான விஷயம் பொய்யில்லை என்பது யுயுதானனிற்கும்

தெரியும்.

"இந்த மாதிரி செயல்களில் ஈடுபடக்கூடாது என்கிற விதியையும் ஒப்பந்தத்தில் சேர்த்துக்கொள்வோம். கிருஷ்ணன் வந்தபிறகு ஒருமுறை கூடி இதுபற்றிப் பேசலாம்."

கிருஷ்ணன் என்கிற பெயரைக் கேட்டதுமே பலராமனுக்குக் கோபம் வந்தது. "பெண்களின் விஷயத்தில் கிருஷ்ணன் மூலம் ஒரு முடிவுக்கு வர முடியும் என்று நீ நினைக்கிறாயா? நேரம் வாய்த்தால் அபீரப் பெண்களையும் அனுபவித்து விடுவான் அவன். அப்புறம் தானாகச் செல்லவில்லை என்றும் அவர்களாகவே அவனிடம் சரணடைந்தார்கள் என்றும் சொல்லிக்கொள்வான்."

"பொய், பொய். எட்டு மனைவிகள். அத்தோடு நரகாசுரனிட மிருந்து மீட்டு வந்த பெண்கள். இத்தனை பேர் இருக்கும்போது அந்தக் கருத்த பெண்களை அவன் ஏன் நாட வேண்டும்?" என்று சட்டென பலராமனின் வார்த்தைகளை மறுத்தான் யுயுதானன்.

"பெண்களில் கருப்பென்ன, சிவப்பென்ன? கிருஷ்ணனைப் பற்றி முழு விவரமும் உனக்குத் தெரியாது. தானே இப்படிச் செய்யும்போது நம் பெண்களில் சிலரோடு அவர்கள் இருந்து விட்டுப் போவதில் என்ன தவறு என்று அவன் கேட்டாலும் கேட்கக்கூடும். நம் இனப்பெருமை அறிந்தவனுக்குத்தானே இது பற்றிப் பேசத் தகுதியுண்டு. கண்டிப்பாக அது கிருஷ்ணனில்லை."

யுயுதானன் கோபமுற்றான். யார்மீது என்பதுவும் எதனால் என்பதுவும் மட்டும் புரியவில்லை. "என் மனசைக் குழப்பிக் கெடுப்பதற்காக இந்தப் பலராமன் வேண்டுமென்றே பொய் சொல்கிறானா? அல்லது ஒருவேளை கிருஷ்ணன் இப்படியும் செய்யக்கூடியவன்தானா? எட்டுப்பேரை மணம்புரிந்து கொண்டுள்ளான். நரகாசுரனிடமிருந்து மீட்டுக்கொண்டுவந்த பெண்களையெல்லாம் கடலோரத்தில் வைத்துத் திருமணம் செய்து கொண்டுள்ளான். ஆனால் இப்படி, எந்தத் திருமணத் தொடர்பும் இல்லாத பிற பெண்களின் சகவாசம் வைத்துக் கொண்டுள்ளானா? என்னதான் நண்பன் என்றாலும் கூட அவனுக்கும் எனக்கும் வயது வித்தியாசமும் உண்டு. அவன் ஒரு தலைமைப் பதவியில் உள்ளான் என்கிற விஷயத்தை நான் என்றும் மறக்கவில்லை. இதனால் பெண்களின் விஷயத்தைப் பற்றி அத்தனை இயல்பாக அவனிடம் என்னால் பேச முடிந்ததில்லை. அவனும் இதுபற்றி என்னிடம் பேசியதில்லை. இந்தச் சூழலில், இந்த வார்த்தைகளை எப்படி நம்புவது?" மேலும் கிருஷ்ணனைப் பற்றி மற்றவர்களிடம் விவரிப்பதற்கும் அவனுக்கு மனம் வரவில்லை.

ஆனாலும் எப்படியாவது உண்மையைக் கண்டுபிடிக்க வேண்டும் என்று நினைத்துக்கொண்டான்.

* * *

யுயுதானன் வீட்டை அடைந்தபோது தன் தந்தையோடு முற்றத்தில் உட்கார்ந்து துரியோதனன் பேசிக்கொண்டிருப்பதைப் பார்த்தான். பதினான்கு வருஷங்களுக்கு முன்பு பாண்டவர்கள் ராஜசூய யாகம் செய்தபோது அவனைப் பார்த்தது. அப்பொழுதும் இதே செருக்கு. இப்போது அதைவிடக் கொஞ்சம் அதிகம் என்றே சொல்லவேண்டும். முற்றத்தில் பெரிய பலகையைப் போட்டு, அதன் மேல் மிருதுவான விரிப்பொன்றை மடித்துப் போட்டு, அதன் மேல் பட்டால் ஆன விரிப்பையும் போட்டுத் துரியோதனனை உட்கார வைத்திருந்தார் அப்பா. அவனுக்கு எதிரே சாதாரணமாக மணைப்பலகையின் மீது உட்கார்ந்திருந்தார். இந்தப் புழுக்கத்தில் கூடத் துரியோதனன் கிரீடம் அணிந்திருந்தான். மின்னும் முத்து மாலைகளையும் நீளமான பட்டு அங்கிகளையும் அணிந்திருந்தான். அகன்ற முகம். காந்தார தேசத்துச் சாயல் நன்றாகத் தெரிந்தது. அவனுக்குப் பக்கத்தில் நின்ற பணிப்பெண் பெரிய விசிறியால் விசிறிக்கொண்டிருந்தாள். தன்னைவிட வயதில் மூத்தவனாகிய அவனுடைய பாதங்களைத் தொட்டு வணங்கினான் யுயுதானன். அவன் இவனைப் பார்த்ததுமே எழுந்து ஆரத் தழுவிப் பக்கத்திலேயே உட்காருமாறு தோளைப் பற்றி இழுத்தான். ஆனால் தன் தந்தை எதிரிலேயே சாதாரணமான மணைப் பலகையின் மீது உட்கார்ந்திருக்கும்போது துரியோதனனோடு சேர்ந்து எப்படி உட்காருவது? அதற்குள் பணிப்பெண் இன்னொரு மணைப்பலகையைக் கொண்டு வந்தாள். அதன்மீது உட்கார்ந்தபடி யுயுதானன். "ரொம்பப் புழுக்கமில்லையா?" என்று கேட்டான்.

"கடுமையான புழுக்கம்" என்றபடி பணிப்பெண்ணின் பக்கம் திரும்பிய துரியோதனன் "நன்றாக விசிறி விடுகிறாள்" என்றான்.

"இங்கு புழுக்கம் அதிகமாக இருக்கிறதா? அல்லது அங்கு புழுக்கம் அதிகமா? அங்குள்ள தட்பவெப்ப நிலையே எனக்கு மறந்து போய்விட்டது" என்று அப்பா கேட்டார்.

"அங்கு வெப்பம் அதிகம். இங்கு வியர்வை அதிகம். சமைத்த உணவு சீக்கிரமே இங்கு கெட்டுப் போகிறது. புளித்து விடுகிறது. அதோடு புழுக்கம்..." என்று சொல்லிக்கொண்டு சென்ற துரியோதனனை இடைமறித்த அப்பா, "நூறு தரம் அதைச் சொல். மதுரா நகருக்குப் பக்கத்தில்தானே குரு நாடும் இருக்கிறது" என்றார்.

பக்கத்தில் இருந்த வெற்றுப் பாத்திரங்களைப் பார்த்து விருந்தாளிக்கு ஏற்கனவே தேனும் இனிய பானகமும் கொடுத்தாகி

விட்டது என்று புரிந்துகொண்டான் யுயுதானன். "யுயுதானா, யாதவர்களில் என் குரு பலராமனைத் தவிர்த்துவிட்டுப் பார்த்தால் நீதான் முக்கியமான வீரன். உன் தந்தை யாதவ குலத்துக்கு மட்டுமல்ல, இந்த ஆரிய குலத்துக்கே சிறந்த எடுத்துக்காட்டாக இருப்பவர். அதனால்தான் உன்னோடு ஒரு நுணுக்கமான பிரச்சனையைப் பற்றிப் பேசவேண்டுமென்று வந்தேன். நான் ஏதேனும் தப்பாகப் பேசினால் நீங்கள் திருத்தவேண்டும். சரிதானே, சத்யகி அவர்களே?" என்றான் துரியோதனன். யுயுதானன் தந்தையின் முகத்தைப் பார்த்தான். பொக்கை வாயைச் சந்தோஷத்தோடு திறந்து "சரி, சரி" என்று தலையாட்டினான்.

"இந்தத் துரியோதனனிடம் வேறு கெட்ட குணங்கள் ஏதேனும் இருக்கக் கூடும். ஆனால் நான் பேராசைக்காரனில்லை. முக்கியமான விஷயம் என்ன என்றால் என் அப்பா பிறவிக் குருடன். கணவன் குருடனாக இருப்பதால் பார்வையால் வரும் இன்பம் எதுவும் தனக்கும் வேண்டாம் என்று தன் கண்களைத் தானே துணியால் கட்டிக் கொண்டு அன்றிலிருந்து இன்று வரைக்கும் குருடாக இருக்கிறாள் என் அம்மா. குருநாட்டில் மட்டுமில்லை. ஆரியவர்த்தம் முழுக்க அனைவருமே அவளைத் தாயாக நினைக்கிறார்கள். பதிவிரதை நெறிக்குச் சிறந்த எடுத்துக்காட்டாக நாங்கள் பதினான்கு பேர் பிறந்தோம். எங்கள் சின்னம்மா குந்தியைப் பற்றித் தவறாகப் பேசக்கூடாது. என்னதான் இருந்தாலும் அவளும் எங்கள் குடும்பத்தைச் சேர்ந்தவளே. அடிப்படையில் அவள் உங்கள் யாதவக் குலத்தைச் சேர்ந்தவளாம். எங்களைப் பொறுத்தமட்டில் அது ஒன்றும் முக்கிய விஷயமில்லை. அது போகட்டும். அவள் பிள்ளைகள் அவளுடைய கணவனின் அனுமதியோடு ஏற்பாடு செய்யப்பட்ட நியோக முறையில் பிறந்தவர்கள் என்று சொல்கிறார்கள். ஆனால் இங்கே ஒரு கேள்வி எழுகிறது. நியோகம் செய்வதென்றால், அவ்வளவு தொலைவில் உள்ள இமயமலைக்குச் சென்றுதான் செய்ய வேண்டுமா? இங்கேயே நெறி பிறழாத பிராமணன் மூலமோ அல்லது கணவனின் கூடப்பிறந்த சகோதரன் மூலமோ செய்வித்துக் கொள்ளாமல், வெளியாட்கள் மூலம் அதுவும் மலை உச்சியில் வாழும் அநாகரிகமானவர்கள் மூலம் ஏன் செய்விக்க வேண்டும்? அதுவும் போகட்டும். மக்கட்பேறு இல்லாமல் போய்விடக்கூடாது என்பதற்காக ஒரு குழந்தை வேண்டி செய்யப்படுவதுதான் நியோகம். ஆனால் அடுத்தடுத்து மூன்று பிள்ளைகளைக் குந்தி பெற்றுக் கொண்டாள். அது போதாதென்று இரண்டாவது மனைவிக்கும் நியோகம் செய்விக்கப்பட்டது. ஒரு பக்கம் கையாலாகாத கணவன் ஆண்மையின்றித் தூண்டப்படுவது, இன்னொரு பக்கம் மனைவிகள் குழந்தை பெற்றுக்கொண்டே இருப்பது எல்லாவற்றையும் பார்த்து நீங்களே முடிவு செய்யுங்கள். பழம்

பெருமை வாய்ந்த குருவம்சத்துக்கு உண்மையான உரிமையுள்ளவர் யார் என்பதை நீங்களே சொல்லுங்கள். யுத்தத்திற்கு உதவி வேண்டி நான் வந்ததென்னமோ உண்மைதான். ஆனால் உதவி முக்கியமில்லை. தரும நெறிகளைக் காப்பாற்றுவது முக்கியம். தருமவழி எது என்று இப்போது நீங்களே தீர்மானித்துச் சொல்லுங்கள். அந்த முடிவு எதுவானாலும் அதற்கு நான் கட்டுப்படுகிறேன். சூரியன் உள்ள வரைக்கும் சந்திரன் உள்ள வரைக்கும் நிலைத்திருக்கும் புகழுக்குரியவர்கள் யாதவர்கள். தருமநெறி மீறாதவர்கள் என்கிற புகழ் எப்போதும் உங்களுக்கு உண்டு. யாதவர்களில் யாரோ ஒருவன் தரும நெறியிலிருந்து மீறிவிட்டான் என்பதால் யாதவ குலத்திற்கு இருக்கும் பேரும் புகழும் ஒருபோதும் களங்கமுறாது."

சட்டென காற்று வீசுவது நின்றது. பணிப்பெண் துரியோதனனுக்கு விசிறியபடி இருந்தாள். வெற்று மார்பினனாக இருந்த யுயுதானனனின் உடல் முழுக்க வியர்வை வழிந்தோடியது. எதிரில் துரியோதனனை உட்காரவைத்துக்கொண்டு அணிந்திருக்கும் ஆடையாலேயே வேர்வையைத் துடைத்துக்கொள்வது அசிங்கமென்று தோன்றியது. அது மட்டுமல்லாமல் காலையில் இருந்து துடைத்துத் துடைத்து துணியே ஒருவிதமான வாடை அடிக்கிற மாதிரி இருந்தது. வானத்தைப் பார்த்தபடி இருந்தான். பொழுது சரிந்து இருட்டத் தொடங்கி இருந்தது.

"சாயங்கால ஹோமத்துக்கு நேரமாகிறது. நான் கிளம்பட்டுமா?" என்று துரியோதனன் கேட்டான்.

"இங்கே செய்யலாமே" என்றான் சத்யகன். கூடவே "இது அரசர்க் குரிய அரண்மனை இல்லை" என்றும் சேர்த்துக்கொண்டான்.

"மாமா, அந்த மாதிரி வித்தியாசம் பார்ப்பவனில்லை இந்தத் துரியோதனன். நாளை காலை ஹோமத்துக்கும் சாப்பாட்டுக்கும் உங்கள் வீட்டுக்கே வருகிறேன். சரிதானே! துவாரகைக்குச் சென்ற பிறகு சத்யகி மாமாவின் வீட்டில் சாப்பிடாமல் வந்துவிடாதே. அவர்கள் வீட்டுச் சமையல் ருசி அஸ்வமேத யாகத்தின் பிரசாதத்திற்கும் இருப்ப தில்லை என்று தாத்தா பீஷ்மர் சொல்லி அனுப்பினார்."

"அப்படியா?" என்று சந்தோஷத்தில் மலர்ந்த சத்யகின் அதை மேலும் உறுதிப்படுத்திக் கொள்வதற்காக "எங்கள் வீட்டுச் சமையலின் ருசி பீஷ்மருக்கு எப்படித் தெரியும்?" என்று கேட்டான்.

"அவருக்குத் தெரியாதது என்ன இருக்கிறது?" என்று சம்பிரதாய மாகச் சொல்லப்பட்ட துரியோதனனின் பதிலே அவனுக்குப் போது மாக இருந்தது. "நாளைக்கு அவசியம் வந்து விடு. அழைத்து வருவதற்காக யுயுதானனை அனுப்புகிறேன். யுயுதானா, இப்பொழுது

துரியோதனனோடு பலராமனின் அரண்மனை வரைக்கும் சென்று வழியனுப்பிவிட்டு வா" என்று யுயுதானனுக்குக் கட்டளையிட்டான்.

இரவில் சீக்கிரமாகவே படுத்துக்கொண்டான் யுயுதானன். உள்ளே சமையல் அறையில் மருமகளோடும் மற்ற வேலைக் காரர்களோடும் நாளை காலையில் செய்யவேண்டிய சமையலைப் பற்றிச் சொல்லிக்கொண்டிருந்தான் சத்யகன். அப்பொழுதே போய் இளங்கன்று ஒன்றைப் பிடித்து வரும்படி கட்டளையிட்டான். சொன்னதையே திரும்பத்திரும்பச் சொல்லிக்கொண்டிருந்தான். அவனுடைய வார்த்தைகள் காதில் அறைவதுபோல விழுந்தாலும் கூட, அவனுடைய கவனம் வேறு எங்கோ பதிந்திருந்தது. "பாண்டவர்கள் ராஜசூய யாகம் செய்து பதினான்கு வருஷங்கள் ஆகின்றன. நானும் போயிருந்தேன். அங்கே வந்தவர்களில் பலர் காந்தாரியின் தியாக குணத்தைப்பற்றிப் பேசிக்கொண்டிருந்தார்கள். ஆரிய தருமம் கூறும் பெண்மைக்கு எடுத்துக்காட்டு என்று எல்லாருமே சொன்னார்கள். தன் கணவனால் காணமுடியாததைத் தானும் பார்க்கத் தேவையில்லை என்று தன் கண்களைக் கட்டிக்கொண்டாள். ஆனால் ராஜசூயத்துக்குத் திருதராஷ்டிரன் வராததால் அவனை என்னால் பார்க்கமுடியாமல் போயிற்று. பிறந்ததில் இருந்தே ஊர் எல்லையைத் தாண்டிச் செல்லாதவனாம் அவன். வந்திருந்தாலும் கண் தெரியாத அவனால் எதைப் பார்க்கமுடியும். அவ்வளவுதான். அதை ஊரிலிருந்தபடியே எல்லாரும் திரும்பி வந்தபிறகு கேட்டுத் தெரிந்து கொள்வதாகச் சொல்லிவிட்டானாம். அவனே வராதபோது அவள் எப்படி வருவாள்?" என்றாவது ஒருநாள் அவளைப் பார்த்தே தீர வேண்டும் என்கிற ஆசை அவன் மனசில் பிறந்தது. "எப்படிப்பட்ட அரசன், எந்தக் கர்வமும் இல்லாதவன், அவன் நம் வீட்டுக்குச் சாப்பிட வர ஒத்துக்கொண்டது நம்முடைய அதிர்ஷ்டம்" என்று அப்பா திருப்பித்திருப்பிச் சொல்லிக்கொண்டிருந்தார். காற்று வெப்பமாக வீசிக்கொண்டிருந்தது. தூக்கம் கண்களை இழுத்தது. ஆனால் காற்றின் வெப்பம் தாங்கமுடியாமல் இருந்தது. உடலை முறுக்கியபடி அடுத்த பக்கம் திரும்பிப் படுத்தபோது யுயுதானனுக்குத் துரியோதனன் சொன்னதெல்லாம் சரி என்று தோன்றியது. "நாங்கள் எங்கள் தந்தைக்குப் பிறந்தவர்கள். பாண்டவர்கள் வெளியாட்களுக்குப் பிறந்தவர்கள். அதனால் எங்கள் பக்கம்தான் நியாயம் இருக்கிறது." என்றான் துரியோதனன். அவனுடைய வாதத்தில் குறை இருப்பதாக யாரும் சொல்லமுடியாது. எனினும் இதை முற்றிலுமாக ஒப்புக் கொள்ளவும் அவன் மனம் இடம் கொடுக்கவில்லை. கிருஷ்ணனைப் போல அர்ஜுனன் சுபத்திரையை மணந்துகொள்ளும் விஷயத்தில் அவனும் உதவி செய்திருந்தான்.

"கடந்த பதின்மூன்று ஆண்டுகளாகச் சொந்தத் தங்கையைப் போலிருந்தாள் சுபத்திரை. விடிந்தால் போதும், எங்கள் வீட்டுக்கு வந்துவிடுவாள். வில் வித்தையில் யுயுதானனின் மாணவன்தான் அபிமன்யு என்று சொல்லிக்கொள்ளும் அளவு நான் அவனுக்குப் பயிற்சி கொடுத்திருக்கிறேன். நியோகம் என்பது எப்படி பாவமாகும்? ஒன்றோ, இரண்டோ, மூன்றோ, அது கணவனைப் பொறுத்த விஷயம்..." இப்படி யோசித்துக்கொண்டிருந்தபோது வெளியாரின் கரு என்பதே பாவம் என காலையில்தான் யோசித்துக்கொண்டிருந்தது நினைவுக்கு வந்தது. துருமிளனிற்குப் பிறந்ததால்தானே கம்சன் இப்படி வளர்ந்து இப்படி மாறி யாதவ குலத்தையே நசுக்கிச் சீரழிந்தான்? அயலவர் கரு என்பது குயில் கூட்டில் காக்கை முட்டை வந்து சேருவது போல ஆகும். அப்படியென்றால் பாண்டவர்கள் குருவம்சத்தையே அழிப்பதற்காகத்தான் பிறந்திருக்கிறார்களா? இதில் நியாயம் என்பது மிகவும் முக்கியம். தருமம் முக்கியம். நம் சுபத்திரையை அவன் மணந்திருக்கிறான் என்பதோ, நமக்கும் அவர்களுக்கும் இடையே நல்ல நட்பு இருக்கிறது என்பதாலோ நியாயத்தை அறிவதில் பிறழ்ந்துவிடக் கூடாது. சட்டெனத் தாகமாக இருப்பதுபோல உணர்ந்தான். வேலைக்காரியை அழைத்துத் தண்ணீர் எடுத்து வரச் சொல்லிச் சத்தமிட எண்ணமில்லாமல், தானே எழுந்துபோய் வாசல் அருகில் திண்ணையில் வைக்கப்பட்டிருந்த குடத்திலிருந்து நீரை கொண்டு குடித்தான். கழுத்திலும் மார்பிலும் வழிந்த நீரைத் துடைத்தபடி தன் இருப்பிடத்திற்குத் திரும்பி வந்து பாயின் மேல் உட்கார்ந்தான். அப்பா இன்னும் சமையலறையில் நாளைக்கு செய்யப் போகும் 'கரம்ப' என்னும் தின்பண்டத்தைப் பற்றிப் பேசிக்கொண்டிருந்தார். மீண்டும் யோசனைகளில் ஆழ்ந்தான் யுயுதானன். "வயதில் மூத்த யாரையும் பாண்டவர்கள் அவமதிக்கவில்லை. துரியோதனனை விட அதிகக் கௌரவமுள்ளவர்களாகவே நடந்து கொள்கிறார்கள். கம்சனைப் போன்ற குரூரமானவர்களில்லை. தருமராஜனின் ஆட்சியில் கொடுமை என்கிற வார்த்தைக்கே இடமில்லை." கொட்டாவி வந்ததால் பாயில் அப்படியே மல்லாந்து படுத்தான் யுயுதானன். திடுமென உக்கிர சேனனுக்கும் கம்சனுக்கும் கருத்து வேறுபாடு வரக்காரணம் என்ன என்ற கேள்வி அவன் மனத்தில் எழுந்தது. அத்தோடு நரகாசுரனிடமிருந்து விடுவித்துக்கொண்டு வந்த பெண்களுக்கு அயலார்கள் மூலம் பிறந்த குழந்தைகளையெல்லாம் தன் குழந்தைகளாகவே கிருஷ்ணன் ஏற்றுக் கொண்ட சம்பவமும் நினைவுக்கு வந்தது. தலையைத் தடவிக் கொடுத்து உச்சி முகர்ந்து அணைத்து கிருதன் என்று பெயரிட்டவனும் அவன்தான். யுயுதானன் மனத்தில் குழப்பம் உண்டானது. ஒருபுறம் வெளியாள் கருவால் பிறந்த கொடுமைக்காரன் கம்சன். மறுபுறத்தில் வெளியாள்களுக்குப் பிறந்தவர்களையெல்லாம் கூட தன் பிள்ளைகள் என்று மனசார ஒப்பிப் பெயர்சூட்டி, கம்சனைக் கொன்ற கிருஷ்ணன்.

ஒருபக்கம் தேவி காந்தாரிக்குக் குருட்டுக் கணவன் மூலம் பிறந்த பிள்ளைகள். மறுபக்கம் நியோக முறையால் அடுத்தவர் மூலம் பிறந்த பாண்டவர்கள். வெளிப்படையாகவே பாண்டவர்கள் பக்கம் நின்றான் கிருஷ்ணன். எவ்வளவு சீராக எடை தூக்கிப்பார்த்தாலும் சமமாக வில்லை. "பச்சைக் குழந்தையாகிய கம்சனின்பால் உக்கிரசேனன் வித்தியாசமாக நடந்து கொண்டான்?" என்று கேள்வி மனத்திலேயே அரித்தது. இப்படிப் பட்ட சிக்கல்களை விடுவிக்கவல்ல பண்டிதர்கள் யாரும் துவாரகையில் இல்லை." விராட நகருக்குச் சென்ற கிருஷ்ணன் இன்னும் வந்து சேரவில்லை. எவ்வளவோ நாள்களாகி விட்டன. இந்தக் கேள்விக்குப் பதில் கிடைக்கும் வரை அவனே சொன்னாலும் நான் பாண்டவர்கள் பக்கம் சேரமாட்டேன், எனக்கும் யுத்தத்திற்கும் எந்தச் சம்பந்தமும் இல்லை என்று சொல்லி விடுவேன்" என நினைத் தான். மெல்ல மெல்லத் தூக்கம் தழுவியது.

* * *

"உண்மைதான். சீக்கிரமாகவே வந்துவிட்டேன்" என்று தனக்குத் தானே சொல்லிக்கொண்டான் கர்ணன். நாய் அவனை அமைதியாகப் பின் தொடர்ந்தது. ஒருவேளை இன்று உடற்பயிற்சி செய்யாததால் சீக்கிரம் வர நேர்ந்து விட்டது போலும் என்று எண்ணிக்கொண்டான். "இந்த அறுபத்தைந்து வயதில் உடற்பயிற்சிக்கென்று எவ்வளவு நேரம் செலவழித்து விடுவேன்?" என்றும் நினைத்தான். தன் வாழ்விலேயே முதன் முதலாக மூப்புபற்றி யோசித்தான் கர்ணன். அதைப்பற்றி வருத்தமும் இல்லை. பெருமையும் இல்லை. ஒருவிதமான கவலை. உற்சாகமின்மை. அவ்வளவு தான். "இந்த இருளில் படகே தெரிய வில்லை. பல ஆண்டுகளாகத் தொடர்ந்து வரும் படகு. வானிலும் எதுவும் தெளிவாகத் தெரியவில்லை. எல்லாம் மங்கலாகத் தெரிகிறது. கோழி கூவிய சத்தத்தைக் கேட்ட பிறகுதான் புறப்பட்டேன். ஒருவேளை என்னைப்போலவே கோழிக்கும் தூக்கம் கலைந்து விழிப்பு வந்துவிட்டதோ என்று தோன்றியது. உற்றுப் பார்த்தபோது நதிக்கரை தெரிந்தது. குளிக்கிற இடத்தைத் தவிர, நதியின் இருபக்கக் கரைகளிலும் மூன்று ஆள் உயரத்திற்குப் புல் அடர்ந்து வளர்ந்திருந்தது. மீண்டும் வானை நோக்கி அண்ணாந்து பார்த்தான் கர்ணன். வானத்தில் இருந்து ஏதோ சாம்பல் பறந்து வந்து அவன் முகத்தில் விழுந்ததைப்போல இருந்தது. உடனே அது பிரமை என்று புரிந்ததும் சிரிக்கத் தோன்றியது. ஒருநாள் இருளில் கிருஷ்ணனைச் சந்தித்தது ஞாபகம் வந்தது. அது பொழுது சாய்ந்த முன்னிரவுப் பொழுதா, பின்னிரவுப் பொழுதா தெரியவில்லை. அதைத் தொடர்ந்து நினைவுகளில் மூழ்கினான் கர்ணன்.

"அவனை அருகாமையில் ஒருபோதும் பார்த்ததில்லை நான். இதே கரையோரத்தில்தான் சிறிது தூரம் நடந்த பிறகு, 'கர்ணா, குதிரைகளின் கயிற்றை அப்படியே விட்டுவிட்டு இங்கு இறங்கி வா. உன்னோடு கொஞ்சம் பேசவேண்டும்' என்றான் கிருஷ்ணன். குனிந்து என் காலைத் தொட்டு, 'பயப்படவேண்டாம். என்னை விட நீ பதினான்கு வருஷம் பெரியவன். என் அத்தையின் மூத்த மகன்' என்றான். எல்லாம் பிரமை. வானம் பார்ப்பதற்கு சாம்பல் போலத் தோன்றும். ஆனால் அது விழுமா? கடவுளே, வெறுமனே ஒருநாள் இரவு தூக்கமின்றிப் போனதால் இப்படியெல்லாம் ஆக வேண்டுமா? குனிந்து நீரையள்ளி முகத்தைக் கழுவிக்கொண்டான். 'குந்தி என் அத்தை என்கிற விஷயம் உனக்குத் தெரியுமில்லையா? அவளுக்குப் பிறந்த மூத்த மகன் நீ' என்று மீண்டும் சொன்னான் கிருஷ்ணன். எதற்காக மீண்டும் மீண்டும் முகத்தைக் கழுவிக்கொண்டேன். கரையில் படுத்திருந்த நாய் மெல்ல ஓசையெழுப்பியது. இவ்வளவு அதிகாலையில் ஏன் வந்தாய் என்று அது கூடக் கேட்கிறதுபோலும். கரையில் உட்கார்ந்திருக்கும் நாயின் தோற்றமும் அது என் திசையிலேயே பார்த்துக்கொண்டிருப்பதும் தெளிவற்றுத் தோன்றியது. காலையில் எழுந்து வரும்போது என்னோடு வரத் தவறியதில்லை. பக்கத்தில் சென்று அதைத் தடவிக் கொடுக்கவேண்டும் போலத் தோன்றியது. 'எனக்கும் அந்த உண்மை முன்பு தெரியாது. பாண்டவர்கள் ராஜசூய யாகம் செய்தபோதுதானே உன்னை நெருக்கமாகப் பார்த்தேன். உன் முகத்தைப் பார்த்ததுமே குந்தியின் சாயல் அதில் இருப்பதைக் கண்டு அதிர்ச்சி அடைந்தேன். அதே அகன்ற கண்கள். நெற்றி, முகம், பல்வரிசை, சட்டெனச் சந்தேகம் வந்தது. அங்கிருந்து கிளம்பியவன் குந்தபோஜனின் அரண்மனையில் விசாரித்தேன். நேற்று இரவு உன் தாய் குந்தியிடமும் விசாரித்தேன். ஒத்துக் கொண்டாள்." என்றான் கிருஷ்ணன். இன்னும் சரியாக விடியவில்லை. இருட்டில் தண்ணீருக்குள் முகத்தின் நிழல் சரியாகத் தெரிவதில்லை. பின்னால் நடந்து உட்கார்ந்தேன். நெருங்கி வந்த நாயின் கழுத்தைப் பிடித்துக் கொண்டேன். அந்த நாய் வாலை ஆட்டித் தன் அன்பைத் தெரிவித்தது. குட்டியாக இருந்த போதிலிருந்தே இது என்னிடமே வளர்கிறது. என்னை விட்டு ஒருநாளும் இருந்ததில்லை. என்றாவது ஒருநாள் பிரிந்திருந்தாலும் எதையும் சாப்பிடாமல் நாக்கைத் தொங்கப் போட்டபடி உட்கார்ந்திருக்கும். தன் அன்பைக் காட்டுவதற்காக குனிந்து என் காலைத் தொட்டது நாய். 'கர்ணா, நான் உன்னை எதற்காகவும் கட்டாயப்படுத்தவில்லை. நீயே யோசித்துப் பார். நீதான் செய்யப் போகிறவன். நீ சரி என்றால் அதைப் பாண்டவர்களிடம் தெரிவிக்கிறேன். அவர்கள் உன் காலில் வந்து விழுவார்கள். எல்லா வகையிலும் உனக்கும் நண்பன்தானே துரியோதனன்." என்றான் கிருஷ்ணன். முழங்காலிடையே புகுந்த நாய் அந்தக் கதகதப்பினால்

கவரப்பட்டு அங்கேயே படுத்துக்கொண்டது. எனக்கும் படுத்துக்கொள்ள வேண்டும் போலத் தோன்றுகிறது. ஆனால் படுத்தால் தூக்கம் வரப் போவதில்லை என்பதுவும் தெரியும். இரவு முழுக்க வராத தூக்கம் இப்பொழுதுதானா வரப் போகிறது? உடல் முழுக்க வலி. கொட்டாவி, அப்படியே கண்மூடிக் கொண்டேன். மீண்டும் தூக்கக் கலக்கம். படுக்கவேண்டும் போலத் தோன்றியது. நாயைப் பக்கத்தில் தள்ளிவிட்டு மணற்பரப்பிலேயே நீட்டிப் படுத்தேன். தூக்கம் வந்தது. ஆனால் துண்டு துண்டாய் நிறையக் கனவுகள். கனவுகளில் சின்னச் சின்னச் சித்திரங்கள். ஒன்றோடொன்று தொடர்பில்லாதவை. அடையாளம் தெரியாதவை. ஒரு தொடர்ச்சியோ, முறையோ, இணைப்போ இன்றி குழப்பமான சித்திரங்கள். எந்த அசைவும் இன்றி கன்னங்கரேலென்று தெரிகிறது நதி. ஆற்று நீர் முழுக்க சித்திரங்களாக மாறி, வெள்ளமாகப் பெருகி என்னை மூழ்க வைத்து மூச்சை முட்ட வைக்கிறது. சட்டெனப் பயந்து எழுந்து உட்கார்ந்தேன். சற்றே தொலைவில் இருந்த நாய் அருகில் நெருங்கி வந்து நின்றது. எந்த நதி அது? தொடக்கத்திலிருந்தே நதியைப் பற்றிய கனவுகளே ஏராளமாக வந்துள்ளன. சின்ன வயதில் இக்கனவுகளே அதிகம். கொஞ்சம் வயதான பிறகு குறைந்தன. கல்யாணத்துக்கப்புறமும், குழந்தைகள் பிறந்ததும், பேரப்பிள்ளைகளைப் பெற்றதும் அநேகமாக இக்கனவுகள் நின்றே போய்விட்டன. ஒருமுறையோ இருமுறையோ மட்டும் தோன்றின. கடந்த எட்டு அல்லது பத்து ஆண்டுகளில் ஒரு முறை கூட வந்ததில்லை. நதியில் சட்டென வெள்ளம் புரண்டு வந்து என்னை மூழ்கடிப்பது போன்ற கனவு அது. தொடக்கத்தில் இக்கனவு வரும்போது அருகில் படுத்திருக்கும் என் மனைவியின் தோளை உலுக்காவிட்டால், பயம் என்னுள் என்னென்ன விளைவுகளை உண்டாக்கி இருக்குமோ தெரிய வில்லை. மீண்டும் மீண்டும் தோன்றி என் தூக்கங்களை பழைய பாவம்தான் என்னைத் துரத்திக் கொண்டே இருக்கிறது போலும். இந்த மாதிரிக் கனவுகள் துரியோதனனுக்கு வருவதுண்டா என்று விசாரித்தபோது அவன் இல்லையென்று மறுத்தான். ஏதோ தீய சக்திகளின் வேலை அது என்று அவன் நினைத்தான். இந்தத் தீய சக்தியை விரட்டும் பொருட்டு எனக்காக ஒரு பெரிய பூசையையே செய்தான். இந்தப் பூசைக்கப்புறம் இரண்டு மாத காலத்திற்கு எனக்கு எந்த விதமான கனவும் இல்லை. அதற்கப்புறம் வெள்ளமாகப் பொங்கி என்னை மூழ்க வைத்து மூச்சு முட்ட வைத்தது. அந்தக் கனவு மீண்டும் மீண்டும் வரத் தொடங்கியது.

நாய் எழுந்து நின்றது. படபடவென்று உடம்பையும் காது களையும் உதறிக்கொண்டது. "குளிப்பதற்கு என்னமோ மனசே வர வில்லை. குளிக்காமலும் சூரியதேவனை வழிபடாமலும் வீட்டுக்குச் செல்வதும் முடியாத காரியம். வாழ்விலேயே இப்படி என்றைக்கும்

நடந்தது கிடையாது. ஒரு நட்சத்திரம் கூடத் தெரியவில்லை. கோழி கூவியது ஒன்றுதான் அடையாளம். ஒருவேளை, வேளை தப்பிக் கூவி விட்டதோ என்னமோ! ஏன் அம்மா என்னிடம் பொய் சொல்ல வேண்டும்? கேட்டுத் தெரிந்துகொள்ள அவள் அங்கு இல்லை. அப்பாவும் இல்லை. தனக்குப் பிறந்ததுதான் என்று சொன்னால் அக்கம் பக்கத்தில் இருப்பவர்கள் நம்பி இருக்கமாட்டார்கள். அவள் குழந்தைப் பேறே இல்லாதவளா? அல்லது குழந்தைக்குத் தந்தையாக முடியாத அளவுக்கு ஆண்மையற்றவரா அப்பா? இரண்டுமே பொய்யாக இருக்க வேண்டும். அவ்வளவு அன்பு மிக்க அம்மா எப்படி மலடியாக இருக்க முடியும்? அருமை மகனே என்று அழைத்தபடி கன்னங்களை மெல்ல ஆசையாய்க் கடித்து விட்டுத் தழுவிய அம்மாவின் ஞாபகம் இன்னும் உள்ளது. எல்லாம் ஏழெட்டு வயது நடந்து கொண்டிருந்தபோது கிட்டிய அனுபவங்கள். 'என்னைப்போல வெறுமனே வில்களைச் செய்து கொண்டு உட்கார்ந்திருக்காதே. அவற்றைப் பழகவும் வேண்டாம்' என்று அப்பா அடிக்கடி சொல்வார். க்ஷத்திரிய ரத்தத்திற்குப் பிறந்திருந்தாலும், முழுச் க்ஷத்திரியனாக மாறாமல் வில் அம்பு செய்பவனாக மட்டுமே இருந்து சிறந்த வில்வீரன் என்று பட்டம் பெறாமல் தேரோட்டும் வீரனாக ஆகாமல் வெறுமனே தேர்களை செய்துகொண்டிருப்பவனாக இருந்து விட்டேன். இது கூடாது என்பது அவர் விருப்பம். 'வாழ்க்கை முழுக்க திருதராஷ்டிரனுக்குத் தேரோட்டியாகக் காலம் கழித்துவிட்டேன். நீ ஒரு பொழுதும் யாருக்கும் சாரதியாகக் கூடாது' என்றார் அவர். மெல்லமெல்ல விடிந்துகொண்டிருந்தது. இரண்டு கரைகளின் ஓரமும் அடர்ந்து வளர்ந்திருந்த புல்லும் புதர்களும் தெரிந்தன. திரும்பிப் பார்த்தால் நீரில் நனைத்துக் கரையோரம் இழுத்துப் போட்ட மரத் துண்டுகள், பலகைகள் மற்றும் வில்லுக்காக வளைத்து இழுத்துப் பக்குவத்திற்காகக் கட்டி இருந்த மூங்கில்கள் கயிறுக்காக நனைக்கப்பட்டிருந்த சணல் எல்லாம் இருந்தன. இதனைத் 'சூதர்கள் துறை' என்று பெயரிட்டு அழைப்பது எவ்வளவு பொருத்தமானது என்று தோன்றியது. இதுபற்றி இதற்கு முன்பு யோசித்தது கூட இல்லை. இங்கிருந்து ஏறத்தாழ ஆயிரம்அடிகள் தொலைவில் 'க்ஷத்திரியத்துறை' இருக்கிறது. அதற்கு அடுத்து 'பிராமணத்துறை' இருக்கிறது. ஒருவர் குளிக்கவும் துணி துவைக்கவுமான இடத்திற்குத்தான் 'துறை' என்று பெயர். அந்தந்த வகுப்பினரும் அவரவர்களுக்கு உரிய வேலைகளுக்கான தண்ணீரையும் இங்கிருந்து எடுத்துக்கொள்ள முடியும். சூதர்கள் துறை முழுக்க வெட்டி அறுக்கப்பட்ட மரத்துண்டுகள் மற்றும் ரதங்களுக்குத் தேவையான எல்லாப் பொருட்களும் கிடக்கின்றன. விராட நகரத்தில் பாண்டவர்கள் வெளிப்பட்டதும் யுத்தம் நிச்சயம் என்று தெரிந்துவிட்டது. அன்றிலிருந்து சூதர்கள் அனைவருக்கும் ஓயாத வேலை. நல்ல நிலாவெளிச்சம் இருந்தால் இரவிலும் கூட

வேலை நடக்கும். விடியத் தொடங்கிவிட்டது இப்போது. என்னும் கூட குளிப்பதற்கான நேரம் இன்னும் ஆகவில்லை. குளித்து முடித்து மேலே எழுந்திருக்கும்போது கிழக்கில் எழும் சூரியனைப் பார்ப்பதுபோல இருக்கவேண்டும்.” சிறிது நேரம் வெறுமனே உட்கார்ந்திருந்தான் கர்ணன். “அம்மாவும் இல்லை. எல்லா ரகசியமும் தெரிந்துவிட்ட பிறகு கேட்க என்ன இருக்கிறது? அல்லது ஒருவேளை எனக்கும் துரியோதனனுக்கும் இருக்கிற உறவைத் துண்டிப்பதற்காகக் கிருஷ்ணனே கட்டிவிட்ட கதையா? வேண்டாத குழந்தையைத் தொட்டியில் கிடத்தி ஆற்றில் விடுவது ஒன்றும் புதிய கதை இல்லை. அப்பாவும் அம்மாவும் அவளுடைய தாய் வீட்டிலிருந்து திரும்பிக் கொண்டிருந்தார்களாம். இரவு தங்க நேர்ந்த ஊருக்குப் பக்கத்தில் இருந்த நதியிலேயே காலையில் குளித்து முழுகி எழுந்து சூரிய வணக்கம் செய்து கொண்டிருந்தபோது தொலைவில் மிதந்து வந்த தொட்டிலைப் பார்த்தாராம். உள்ளே சிரித்தபடி இருந்தேனாம் நான். அதிகாலைச் சூரியனைப் போலவே என் பொக்கை வாய்ச் சிரிப்பு பிரகாசித்ததாம். ‘நான் குழந்தை வேண்டும்’ என்று கடவுளை வேண்டிக்கொண்டிருந்தேன். வரம் கொடுத்தது போல கடவுளே இந்தக் குழந்தையை அனுப்பி இருக்கிறார். இதோ பார் தூக்கு’ என்று அம்மா சொன்னதும் அப்பா ஆச்சரியத்தில் உறைந்துபோய் நின்று விட்டாராம். கரையை நெருங்கிய தொட்டில் தண்ணீரின் வேகத்தில் விலகி மீண்டும் மிதக்கத் தொடங்கியதும் ‘ஐயோ, என் குழந்தை’ என்று அலறியபடி அதைப் பிடிக்க அம்மா தண்ணீரில் குதித்து விட்டாளாம். ஆச்சரியத்திலிருந்து மீண்ட அப்பாவும் தண்ணீரில் பாய்ந்து மிதந்து போய்க் கொண்டிருந்த தொட்டிலைப் பிடித்தபடி இழுத்துக் கொண்டு கரையை அடைந்தார். ‘மகனே, ஆரிய தேவனே உன்னை அனுப்பி இருக்கிறான். மண்ணைப் பிசைந்துப் பொம்மை செய்யும் குயவனைப் போல, தன் ஒளியின் ஒரு பாகத்திலிருந்து உன்னை உருவாக்கி, தன் கிரணங்களாகிய படகில் கிடத்தி என்னிடம் சேர்ப்பித்துள்ளான். தேரோட்டிகளின் கடவுள் அல்லவா அவன்?’ என்று ஆனந்தக் கண்ணீர் சொரிந்தாள் அம்மா. அம்மா இவ்வார்த்தைகளைச் சொன்னதும் என் மனம் சூரியனையே தொட்டுவிடும் அளவுக்கு விரிந்தது. அவளுக்குத்தான் எவ்வளவு பெருமை. என் இளம் மனத்தில் எவ்வளவு அழகான கனவுகளைச் சிருஷ்டித்தாள். வளர வளர என் அறிவும் வளர்ந்தது. குழந்தைப் பிறப்பு பற்றிய உண்மைகளை அறிந்தேன். நான் இந்த அம்மாவின் கருவில் இருந்து பிறக்காமல், பிடிக்காத ஒரு தாயின் கருவில் பிறந்தேன் என்கிற விஷயத்தைத் தெரிந்து கொண்டபோது துயரமாக இருந்தது. இன்னொரு பக்கம் நானும் மற்றவர்களைப் போல ஒரு பெண்ணுக்குத்தான் பிறந்தேன் என்பதும் சூரியக் கடவுளால் தன் ஒளியின் பாகத்திலிருந்து விசேஷமாக உருவாக்கப்பட்டவன்

இல்லை என்பதும் கூட என் கனவைக் குலைத்தது. ஆனால் பல ஆண்டுகளுக்குப் பின் வில் பயிற்சியில் தேர்ந்த பிறகு துரியோதனனின் வலது கரமானேன். 'என் கிரீடத்தில் ஒளிரும் வைரக்கல்' என அவன் என்னைப் புகழ்ந்தபோது சூரிய ஒளிக் கற்றைகளால் விசேஷமாக உருவானவன் என்று மீண்டும் நம்பத் தொடங்கினேன். அத்தோடு தெய்வாம்சம் மிக்க மகன் என்ற அம்மாவின் மாசற்ற அன்பும் எனக்குக் கிடைத்தது. அதிகாலையில் சூரியனின் முன்னிலையில் நின்று பிரார்த்தனை செய்யும்போது என் பற்றும் பக்தியும் மலர்ந்தது. வீட்டுக்குத் திரும்பியதுமே அம்மாவை வணங்கி அணைத்துத் தூக்கி மிருதுவான பாயில் கிடத்தினேன். பாழாய்ப் போன கிருஷ்ணன் எல்லாவற்றையும் கெடுத்துவிட்டான். நான் சூரிய வம்சத்தைச் சேர்ந்தவன் என்கிற நம்பிக்கையைக் கெடுத்தான். பாழும் குந்தியின் ரத்தத்தில் பிறந்த மகன் என்று சொல்லிவிட்டான்."

இத்தருணத்தில் கர்ணனின் கண்கள் தானாக மூடிக்கொண்டன. ஆனால் அது உறக்கத்தால் அல்ல. மனத்தில் அடர்ந்திருக்கும் இருளால். சிறிது நேரம் அப்படியே உட்கார்ந்திருந்தான். தன் யோசனைகளை யெல்லாம் அறுத்துக்கொண்டவன்போலச் சட்டென எழுந்தான். அணிந்திருந்த ஆடைகளையும் கவசங்களையும் கழற்றிக் கரையில் வைத்துவிட்டு இடுப்புத் துணியோடு தண்ணீருக்குள் இறங்கியபோது இன்னும் கொஞ்சம் வெளிச்சம் படர்ந்தது. வழக்கம்போல இடுப்பு அளவு ஆழத்திற்குச் சென்று நின்றுகொண்டான். ஆனால் உடலையோ தோள்களையோ தேய்த்துக் கொள்ளும் உற்சாகமில்லை. இன்னும் குளிர்காலம் தொடங்கவில்லை என்றாலும் கூட ஒரு நாள் இரவிற்குள் கங்கையிலிருந்து ஓடி வந்த தண்ணீர் குளிர்ந்தது. தண்ணீருக்குள் உடலின் நிழல் தெரியத் தொடங்கியது. அவனது உடற்கட்டைப் பற்றிக் கிருஷ்ணன் சொல்லித்தான் தெரிந்துகொள்ள வேண்டும் என்பது இல்லை. அவனுடைய தோள்கள் அகன்றவை. மார்பு அகன்றது. முகம் அகன்றது. கண்களும் அகன்றவை. உயர்ந்த நெற்றி. "அந்தக் குந்தியை இதுவரை நான் சரியாகப் பார்த்ததே இல்லை. கடந்த பதின்மூன்றரை ஆண்டுகளாக இங்கேயே விதுரனின் வீட்டில்தான் இருக்கிறாளாம். இந்தத் துறையிலிருந்து இன்னும் கொஞ்சம் தூரத்தில் புல் மண்டிய புதர்களுக்கு அந்தப் பக்கத்தில் இருக்கிற கரையோரம்தான் அவள் வந்து உட்கார்ந்திருப்பாளாம். அந்தப் பாண்டவர்களின் தாயைச் சென்று பார்ப்பதில் என்ன இருக்கிறது என்ற எண்ணத்தில் நான் அவ்வளவாய் அதில் ஆர்வம் காட்டவில்லை. கிருஷ்ணன் சொன்னதை வைத்துக் கொண்டு அவளுடைய முகத்தை நானே கற்பனை செய்துகொள்ள வேண்டும்" என்று நினைத்தான் கர்ணன். அப்போது கிருஷ்ணன் சொன்னது ஞாபகத்திற்கு வந்தது. "கர்ணா, உண்மையிலேயே குந்தியின் சாயலில் பிறந்தவன் நீ ஒருவன்தான். தருமன், பீமன், அர்ஜுனன் மூவரும்

தேவர்கள் உலகத்தைச் சேர்ந்தவர்களோடு குந்திக்கு ஏற்பாடான நியோக முறையில் பிறந்தவர்கள். அவர்களிடம் அவளுடைய சாயல் சிறிதும் இல்லை. உன்உடல் நிறம் கூட அவளுடையதைப் போலவே இருக்கிறது." என்றான் கிருஷ்ணன். கண்ணாடியைப் போலிருந்த தண்ணீர்ப்பரப்பை ஓங்கிக் குத்திக் கலக்கினான் கர்ணன். பிறகு நீந்தத் தொடங்கினான். தினமும் இக்கரையில் இருந்து அடுத்த கரை வரைக்கும் இரண்டு முறை நீந்திச் சென்று வருவது வழக்கம். ஆனால் இப்போது முதன்முதலாகப் பாதிவழியிலேயே களைப்பாக இருந்தது. அது மட்டுமல்ல, மேற்புறத்தில் அமைதியாகவும் ஆரவாரமும் இல்லாத தாகத் தெரியும் தண்ணீர் ஆழத்தில் எப்படியெல்லாம் இழுக்கிறது என்று தோன்றியது. சிறிது நேரம் எச்சரிக்கையாக இல்லாவிட்டால் வேகத்தில் தண்ணீர் இழுத்துச் சென்று விடும். என்ன நடக்கிறது என்று தெரிந்துகொள்ளக்கூட நேரமின்றி எல்லாம் நடந்து முடிந்து விடும். இதனால் கைகால்களைப் பயத்தால் உதைத்துக் கொள்ளத் தொடங்கினான். இதுவரைக்கும் ஒரு பொழுதும் இத்தனை சத்தத் துடன் நீந்தியதே இல்லை. "அம்பு எய்யத்தயாரானவில் வீரன் போல எந்தச் சத்தமும் இன்றி நேராக நீந்த வேண்டும்" என்று பிள்ளைகளுக்கும் பேரப்பிள்ளைகளுக்கும் சொன்ன புத்திமதி ஞாபகத்துக்கு வந்து வெட்கம் தோன்றியது. கரையிலிருந்த நாய் தன் எஜமானனை யாரோ தண்ணீருக்குள் இருந்து கொண்டு தாக்குகிறார்கள் என நினைத்து குரைக்கத் தொடங்கியது. பிறகு நேரிடையாக அவனுக்கு உதவி செய்யத் தண்ணீருக்குள் தாவியது. ஒரு வேளை நாய் சுழியில் அகப்பட நேர்ந்தால் அப்புறம் காப்பாற்றுவது சிரமம் என்று அறிந்த கர்ணன் அவசரம் அவசரமாகக் கரையை நோக்கி நீந்தினான். தண்ணீரில் நடுங்கிக்கொண்டிருந்த நாயை நெருங்கினான். அதைக் கரையில் சேர்த்த பிறகு மீண்டும் இடுப்பளவு தண்ணீரில் சென்று நின்று கொண்டான். பாதங்களுக்குக் கீழே மண் அரித்துக் கொண்டோடுவதை உணர்ந்த போது தன் ஆதாரமே நழுவியதுபோல இருந்தது. தான் என்றும் இதுபோல நின்றிருந்ததில்லை என நினைத்துக் கொண்டான் கர்ணன். அதற்குள் முழுச்சூரியனும் தெரிந்தது. தண்ணீர்க்குள் இருந்த கால் களும் பாதங்களும் குட்டையாகத் தெரிந்தன. சூரிய வணக்கம் செய்யும் நேரம் நெருங்கி விட்டது. பழக்கத்தின் காரணமாக கைகள் தாமாகக் குவிந்தன. கண்கள் பாதி மூடிக்கொண்டன. நாக்கு உச்சரிக்கத் தொடங்கியது. "**உத்வேதி சுபகோ விஷ்வசக்ஷா! சாதாரண சூர்யோமானுபானாம்! சக்ஷுர்மித்ஸ்ய வரணஸ்ய தேவ சர்மேவய சமவிவ்யக்தமாம்ஸி!**" பிராமணன் என்பவன் புனித அக்கினி வழியாகக் கடவுளை வழிபடுகிறான். பிராமணன் மூலமாகப் பூசையைச் செய்துதான் க்ஷத்ரியன் கடவுளை வழிபட வேண்டியுள்ளது. சூத இனத்துக்கு இந்த இரண்டு முறைகளாலும் கடவுளை வழிபடும் உரிமை இல்லை. கடந்த ஐம்பது ஆண்டுகளில் என்றுமே இல்லாதபடி தடுமாறினான்

கர்ணன். சூரியன் ஒருவனே தினந்தோறும் கண்ணுக்குத் தென்படும் கடவுள். தேரோட்டும் சாதியைச் சேர்ந்தவர்களின் முதல் கடமையே ஏழு குதிரைகள் பூட்டிய சூரியனின் தேரை ஓட்டுவது தான் என்று அடிக்கடி தான் சொல்லும் வாசகம் கர்ணனின் நினைவுக்கு வந்தது. மந்திரங்களைச் சரியாக உச்சரிக்க முடியாமல் தடுமாறிய கர்ணன் கண்களை முற்றுமாக மூடிக்கொண்டு தன் கவனத்தைக் குவித்தான். வீட்டிலேயே பூசைகள் செய்ய பிராமணர்கள் நிறையபேர் இருந்த போதும் இங்கு சூரிய வணக்கம் செய்வதையே தனது பழக்கமாய்க் கொண்டிருந்தான் கர்ணன். சூரியக் கடவுளை ஆழ்ந்த பக்தியோடு வணங்கும் பக்தன் அவன். அசையாத நீர்ப்பரப்பை ஒரு சிறு கல் எறிந்து குலைத்து விடுவதுபோல தனது பக்தி சிறைவுற்றதோ என வியந்தான். அல்லது குத்தும் சூரியக் கதிர்களாலோ, வெளிச்சம்பட்டு கரையில் மின்னும் இலைகளாலோ, பொழுது விடிந்ததால் நீரின் வண்ணம் மாறி விட்டதாலோ தன் கவனம் சிதைந்து விட்டதோ என்று எண்ணினான். எந்திரகதியில் அவன் மந்திரத்தை உச்சரித்தான். கையால் மூன்றுமுறை நீரை எடுத்து சூரியனுக்கு அர்ப்பணித்தான். பிறகு கரையேறினான்.

வாலை ஆட்டியபடி தன் அன்பைத் தெரிவித்த நாய் அவனுக்குப் பக்கத்தில் வந்து நின்றது. உடம்பில் வழிந்த நீரைக் கைகளால் வழித்து உதறிய கர்ணன் துணியால் துடைத்த பிறகு ஆடை அணிந்து கொண்டு துறையை விட்டு வெளியே வரும்போது இருபது முப்பது பேர்கள் காத்துக்கொண்டிருப்பதைப் பார்த்தான். அவர்களெல்லாம் அவனது இனத்தைச் சேர்ந்தவர்கள். அவர்களெல்லாம் குளிக்க வந்திருந்தார்கள். அவன் துறையில் குளித்துக்கொண்டிருந்ததால் அவர்கள் அவனை நெருங்கவில்லை. அவர்கள் அவன் மீது மிகுந்த மரியாதை கொண்டிருந்தார்கள். அவர்கள் அவனுக்காக நின்றபடி காத்திருந்தார்கள். கர்ணன் ஒரு கணம் நின்று அவர்கள் அனைவரை யும் ஒட்டுமொத்தமாகப் பார்த்தான். சிம்மகன் என்கிற ரதங்களை வடிவமைப்பதில் வல்லவனான கலைஞன் அவனை நெருங்கி வந்து தரையைத் தொட்டு வணங்கினான். "இவ்வளவு சீக்கிரமாகவே வேலையை தொடங்க வந்து விட்டாயா?" என்று அவனைக் கேட்டான் கர்ணன்.

"நிறைய வேலை இருக்கிறது. எல்லாம் நடக்க வேண்டுமே."

"இவ்வளவு பேர்தானா?"

"நம் ஆட்களிடையே ஒரு வதந்தி பரவியுள்ளது. யுத்தம் நடக்காது என்று பேசிக் கொள்கிறார்கள்.'

"அப்படிச் சொன்னது யார்?"

"விதுரன் சொன்னாராம். சமாதானப் பேச்சு பேச பாண்டவர்களின் பக்கத்திலிருந்து தூது வந்திருக்கிறதாம். அவன் பெயரைக் கூடச் சொன்னார்கள்" என்றவன் பக்கத்திலிருந்த சைத்யனைத் திரும்பிப் பார்த்து அந்தப் பெயரைத் தெரிந்து கொள்ள முயன்றான்.

கர்ணனோடு பேசுவதற்கு தருணத்தை எதிர்பார்த்து நின்றிருந்த ஏறத்தாழ ஐம்பது வயது மதிக்கத்தக்க குல முக்கியஸ்தரான சைத்யன் முன் வந்து குனிந்து தரையைத் தொட்டு வணங்கி எழுந்தார்.

"அவனும் பாண்டவர்களுக்குச் சொந்தக்காரன்தானாம். ஏதோ பெயரைச் சொன்னார்கள். மறந்து போய்விட்டது. உண்மை விஷயம் என்ன என்பது உங்களுக்குத் தெரியாமல் இருக்குமா?"

'கிருஷ்ணன்' என்று வாய்விட்டுச் சொல்லவில்லை கர்ணன். நேற்று மாலை தனது கையைப் பிடித்துக்கொண்டு தான் வந்துள்ள தன் உத்தேசமே அமைதியை நிலைநாட்டுவதுதான் என்று கிருஷ்ணன் சொன்னது ஞாபகம் வந்தது. பிறகு, "அவனது உத்தேசம் அமைதியை நிலைநாட்டுவதுதான் என்றால் எதிரிகளிடையே பிளவை உருவாக்க ஏன் முயற்சி செய்கிறான்? என் பிறப்பைப்பற்றி ஏதேதோ சொல்லிக் குழப்பி என்னால் சூரிய வணக்கத்தைக் கூட ஒழுங்காய்ச் செய்ய முடியாமல் வைத்துவிட்டான். யுத்தம் நடக்காது என்கிற வதந்தியைப் பரப்பி வீரர்களைக் குழப்பத்தில் ஆழ்த்துவது கூட அவனது தந்திரமோ என்னமோ" என்று எண்ணினான் கர்ணன்.

தொடர்ந்து சைத்யனே பேச ஆரம்பித்தார். "என் சகோதரன் விதுரனின் வீட்டுக்குச் சென்றானாம். பேச்சோடு பேச்சாக எங்கள் குடும்பமே சேர்ந்து மூன்று ரதங்களைச் செய்து கொடுக்கும் பொறுப்பை ஏற்றுக்கொண்டுள்ளார் என்றானாம். முட்டாள், யுத்த மெல்லாம் வராது, யுத்தமே வராமல் அரண்மனையில் காரணமே இன்றி ரதங்களை யாரேனும் வாங்குவார்களா? நாளைக்கு அவர்கள் வேண்டாம் என்று சொல்லி விட்டால் என்ன செய்வாய் என்று கேட்டாராம் விதுரன்"

"கிருஷ்ணன் வந்து தங்கி இருப்பது விதுரனின் வீட்டில்தான். நான் அங்கே செல்ல மாட்டேன் என்பதால் கிருஷ்ணனே நேற்று சாயங்காலம் வீட்டுக்கு வந்திருந்தான். கொஞ்ச தூரம் ரதமேறிச் சென்று வரலாம், வா என்று என்னை அழைத்தான். யாரும் தேரோட்ட வேண்டாம் என்றும் தானே ஓட்டுவதாகவும் சொன்னான். ஆனால் அவன் விருந்தாளி என்கிற மரியாதையால் நானே ஓட்டிச் சென்றேன். என்னதான் இருந்தாலும் அவன் க்ஷத்திரிய வகுப்பைச் சேர்ந்தவன். நான் தேரோட்டிப் பிரிவைச் சேர்ந்தவன் என்பதால் இப்படிச் செய்தேனோ என்னமோ. ஒருவேளை விதுரனும் குந்தியும் கிருஷ்ணனும் கூடித்தான் என் பிறப்பு பற்றிய கதையைக் கட்டி விட்டார்களோ?"

"விதுரனின் வார்த்தையை நம்பலாமா?" என்று சிம்மகன் கேட்டான்.

கர்ணனால் நேரிடையாகப் பதில் சொல்ல முடியவில்லை. சூதர்களில் கர்ணனும் விதுரனும் தான் முக்கியமானவர்கள். ஆனாலும் இருவரிடையேயும் நெருக்கமான எந்தப் பிணைப்பும் இல்லை. அவன் திருதராஷ்டிரனின் தாயோடு இருந்த பணிப்பெண்ணுக்குப் பிறந்தவன். அதே திருதராஷ்டிரனின் சாரதியாகிய அதிரதனின் மகன் இவன். தன் வீரத்தால் ஒரு சேனையே தலை வணங்கும் அளவுக்கு முன்னேறியவன் கர்ணன். ஆனால் சிறிதளவும் வீரமற்ற விதுரனுக்கும் அரண்மனையில் ஓர் ஆசனம் இருக்கிறது. பாண்டவர்களுக்காகப் பரிந்து அடிக்கடி துரியோதனனுக்குப் புத்தி சொல்ல வந்து நன்றாக வாங்கிக் கட்டிக் கொள்வான். பீஷ்மன் மூலம் தர்மாத்மா என்கிற விருதையும் வாங்கிக் கொண்டுள்ளான். விதுரன் பொய் சொல்ல மாட்டான் என்கிற விஷயமும் மக்களிடையே பரவியுள்ளது. ஆனாலும் சிம்மகனின் கேள்விக்கு என்ன பதில் சொல்வது என்று குழம்பினான் கர்ணன். அவர்களுடைய தந்திரம் எதுவாக வேண்டுமானால் இருக்கட்டும். துரியோதனனின் மனத்தைப் பற்றி நான் அறிந்துள்ள அளவுக்கு வேறு யாருக்கும் தெரியாது.

"அதெல்லாம் பொய்; கண்டிப்பாய் யுத்தம் நடக்கும்" என்று பதில் சொன்னான்.

"எப்படியாவது யுத்தம் வரும்படிச் செய்ய வேண்டும் அரசே. இல்லாவிட்டால், யுத்தத்திற்கான ரதங்கள், வில்கள், அம்புகள் எல்லாவற்றையும் தயாரிக்கும் தொழிலறிந்த நாங்கள் எப்படிப் பிழைப்பது?" என்று வேண்டினான் சைத்யன்.

கர்ணன் புறப்பட்டான். மற்றவர்கள் அனைவரும் மரியாதையின் பொருட்டுப் பின்வாங்கி நின்றனர். நாய் பின்தொடர்ந்து வந்தது. வெயில் அந்நகரத்திற்குள் சுள்ளென்று உறைத்தது. சீக்கிரம் இருப்பிடத்துக்குச் சென்று காலை உணவை உண்டு தயாராக வேண்டும் என்று நினைத்தான். சமாதானத்துக்காக பேச வந்திருக்கும் கிருஷ்ணனின் பேச்சைக் கேட்க அவை கூடியிருக்கக் கூடும். துரியோதனன் அழைத்து வரச் சொல்லி ஆள் அனுப்பி இருக்கக் கூடும் என்று நினைத்துச் சரசரவென வேகமாக நடந்தான். இடையே ஒரு முறை கொட்டாவி வந்தது. கோட்டை வாசல் வழியாக உள்ளே நுழைந்ததுமே முதலில் விவசாயிகள் குடியிருப்பு. அதற்கப்புறம் தேரோட்டிகள் குடியிருப்பு. அவற்றிடையே உயர்ந்து நிற்கும் மாளிகைதான் கர்ணனின் அரண்மனை. துரியோதனன் தனது தனிப்பட்ட மேற்பார்வையின் கீழ்க் கட்டிக் கொடுத்திருந்தான். நாய் வாசலிலேயே நின்று விட்டது. கர்ணன் நடந்துகொண்டிருந்ததை உயர்ந்து எழுந்த குரல்கள் மூலமே தெரிந்துகொண்டான். அது அவனுடைய மனைவியின் குரல். எந்தக் காரணத்திற்காகவோ

என்னமோ என்று எண்ணிக்கொண்டிருக்கும் வேளையிலேயே குரல் தானாகவே நின்றுவிட்டது. தான் வீட்டுக்குத் திரும்பி வந்த விஷயம் அறிந்து நிறுத்தப்பட்டதாக நினைத்துக்கொண்டான். ஏன்தான் இத்தனை பெண்களை மணந்துகொண்டோமோ என்கிற பழைய கவலை மீண்டும் தோன்றியது. இது துரியோதனன் மீது மீண்டும் கோபம் தோன்றக் காரணமானது. 'கர்ணா, நீ அரசனின் தோழன். உன் தகுதிக்கு ஒரு மனைவி போதாது. நாலைந்து பேர்களாவது இருக்க வேண்டும்' என்று வற்புறுத்தி மணம் செய்து வைத்தவன் அவன்தான். அரண்மனையில் ஏவல் வேலைகளைச் செய்யக் கூட்டம் கூட்டமாக பணிப்பெண்களை அனுப்பும் தன் குலத்தில் திருமணம் செய்து கொள்வதாகச் சொன்னால் மறுப்பவர்கள் யார் இருப்பார்கள்? க்ஷத்திரிய ஆண்களின் வழக்கங்களையெல்லாம் தனக்கும் கற்பித்து விட்டான் துரியோதனன் என்று மனத்திற்குள்ளேயே திட்டிக் கொண்டிருக்கும்போது மனம் லேசானது. "பிள்ளைகள் எல்லாம் எங்கே?" என்று கேட்டான் கர்ணன். வாசல் அருகே நின்றிருந்த பணிப்பெண் ஓரடி முன்னால் வந்து குனிந்து வணங்கினாள். பிறகு, "சத்ருஜ்ஜயனும் வியாடனும் தம் பிள்ளைகளுக்கு விற்பயிற்சி கொடுப்பதற்காக அழைத்துச் சென்றிருக்கிறார்கள். சித்திரசேனனும் சுஷர்மரும் வேட்டைக்குச் செல்வதற்காக வில் முதலிய கருவிகளைத் தயார்படுத்திக் கொண்டிருக்கிறார்கள். சேஷனன் சமையல் அறையில் இருக்கிறான்" என்று சொன்னாள். "சரி" என்று மட்டுமே சொன்ன கர்ணன் மெத்தையின் மேல் அமர்ந்தான். வாசலிலேயே நாய் சுருண்டு படுத்திருந்தது. தண்ணீரில் அதுவும் விழுந்து எழுந்திருந்ததில் அதன் சிவந்த உடல் பளபளத்தது. கர்ணனின் அந்த மாளிகைக்குப் பின்புறத்தில் வரிசை வரிசையாகச் சின்னச்சின்ன வீடுகள் இருந்தன. ஆண் பிள்ளைகள் எல்லாரும் தத்தம் மனைவிமார்களோடு தனித்தனியே இருந்தார்கள். அவர்கள் அனைவரும் தத்தம் வீரத்திற்கேற்ற படைத் தகுதிகளோடு இருந்தார்கள். ஆனாலும் அனைவரும் சேர்ந்தே இந்த வீட்டில்தான் சாப்பிட்டு வந்தார்கள். அது கர்ணனின் விருப்பம். ஏழெட்டு வயதுக்கும் இளைய சின்னஞ்சிறு பேரப்பிள்ளைகளுடன் உட்கார்ந்து உணவு உண்பது கர்ணனுக்குப் பிடித்தமான விஷயம். அந்தஸ்துக்காக மணந்து கொண்ட மனைவிகளோடு அவன் ஒரு போதும் சாப்பிட உட்கார்ந்ததில்லை.

சிறிது நேரத்தில் மகன் சேஷனன் வந்து சாப்பிட எழுப்பினான். முதல் மனைவியாகிய குணகேளி இறந்த பிறகு, அவளுக்குப் பிறந்த சேஷனன்தான் கர்ணனின் சாப்பாட்டு விவகாரங்களையெல்லாம் கவனித்துக்கொண்டிருந்தான். கூடவே உட்கார்ந்து அவனும் சாப்பிட்டு வந்தான். கர்ணனைக் கவனித்துக்கொள்ளும் முழுப் பொறுப்பும் அவனைச் சார்ந்ததாகும். கர்ணன் எழுந்து கைகால்களைக் கழுவிக்

கொண்டு உணவுக்கூடத்திற்குச் சென்றான். எதிரும் புதிருமாக இருபது மணைப்பலகைகளைப் போட்டு கூடவே முன்னால் மரத்தட்டுகளை வைத்திருந்தார்கள். அந்தப் பக்கத்தில் இருந்து வந்த பதினெட்டு பேரப்பிள்ளைகளும் தாத்தாவின் பக்கத்தில் உட்காரப் போட்டியிட்டார்கள். எல்லோரிடமும் பேச்சுக் கொடுத்த கர்ணன் அவர்களை வரிசையில் உட்கார வைத்த பிறகு தானும் நடுவில் உட்கார்ந்தான். அவனுக்குப் பக்கத்தில் மூத்தவன் சேஷனன் உட்கார்ந்திருந்தான். அரிசிச் சோறும், இள ஆட்டுக்கறியும், பாலினாலான பட்சணங்களும் கொண்டு வந்து பரிமாறப்பட்ட பிறகு சிறுவர்களின் பேச்சுக் குறைந்தது. கறித்துண்டை மென்று கொண்டிருக்கும்போது கர்ணனின் மனத்தில் கிருஷ்ணனைப் பற்றிய எண்ணங்களே நிறைந்து கொண்டிருந்தன. தந்திரத்தால் தான் ஜராசந்தனைக் கிருஷ்ணன் கொன்றான் என்று கேள்விப் பட்டிருந்தான் கர்ணன். கொன்றான் என்பது தவறு. கொல்லும்படி செய்தான். மனிதர்களின் மனத்தை அறிவதில் அவன் புத்தி எப்போதும் கூர்மையானது என்பது உண்மைதான் என்ற எண்ணம் எழுந்தபோது தான் இரவெல்லாம் தூக்கமின்றி யோசித்ததெல்லாம் வீண் என்று தோன்றியது. சாப்பாட்டுக்குப் பிறகு ஒருமுறை நன்றாகத் தூக்கி எழுந்திருக்கவேண்டும் என்று நினைத்தான். எதிர் வரிசையில் கடைசியாக உட்கார்ந்திருப்பவன் யார் என்று புரியாமல் ஒரு கணம் திகைத்து, பிறகு துருமனின் மூன்றாவது மகன் என்ற தெளிவுக்கு வந்தான். அதற்குள் அவன் அழ ஆரம்பித்தான். அவனுக்குப் பக்கத்தில உட்கார்ந்திருந்தவன் விருகரதனின் மூத்த பெண். எப்போதும் துடுக்கானவள். விஷ்வஜிதனின் தட்டில் கை வைத்து ஏதோ எடுத்து விட்டாளாம். கர்ணனுக்குச் சிரிப்பு வந்தது. ‘அடுத்தவர்கள் தட்டில் கை வைக்கக் கூடாது’ என்று எச்சரித்தான். கர்ணனின் தாய் ராதை இறந்து ஆறு ஆண்டுகள் ஓடிவிட்டன. விதுரனின் வீட்டில்தான் பதின் மூன்று வருஷ காலமாகக் குந்தி இருந்து வருவதை மீண்டும் எண்ணிப் பார்த்தான் கர்ணன். அவளுக்கு இச்செய்தி தெரியாதா? ஒரு நாளாவது தன் தாயின் பழைய தோழியைக் கண்டு, அதன் மூலம் தன்னைக் கண்டு பேசும் ஆசை ஏன் அவளுக்குத் தோன்றவில்லை. ஒருவேளை இவை எல்லாமே பொய்யா? அம்மாவுக்குப் பிள்ளைகள் என்றால் மிகவும் பிரியம். சத்ருஜ்ஜயனும் விபாடனும் துருமரனும் சின்ன வயதில் ஏதேனும் குறும்பு செய்து, அதையொட்டி அவர்களைத் தான் ஏதேனும் அடிக்க நேர்ந்து விட்டால் அம்மா எங்கிருந்தாலும் ஓடி வந்து தடுத்து விடுவாள். தன் முகம் குந்தியுடையதைப் போல இல்லாமல் அவளுடையதைப் போல இருந்தால் எவ்வளவு நன்றாக இருக்கும் என்று நினைத்தான் கர்ணன். அவளுக்கு நீள முகம். சின்ன நெற்றி. மீண்டும் ஒரு முறை அவனுக்குக் கொட்டாவி வந்தது. ஆனாலும் தூக்கம் தற்சமயத்திற்கு வராது என்று உள்மனம் உறுதியாய் உணர்ந்தது.

சட்டென நினைத்துக்கொண்டவனைப் போல, "சேஷனா, நாய்க்குச் சாப்பாடு வைத்து விட்டாயா?" என்று பக்கத்தில் இருந்த மகனிடம் கேட்டான். அவன் பதில் எதுவுமே சொல்லவில்லை. அவனது முகத்தைப் பார்த்ததுமே புரிந்துவிட்டது. எழுந்து தன் தட்டையும் எடுத்துச் சென்று வாசலோரம் இருந்து நாய்க்கான தட்டில் சரித்தான். உடனே சமையல்காரனும் கொண்டு வந்து போட்டான்.

"அப்பா, நீ இரவெல்லாம் தூங்கவே இல்லையே. அடிக்கடி எழுந்து வெளியே போய்விட்டு வந்து படுத்துக்கொண்டாயே, என்ன காரணம்?" என்று சேஷனன் கேட்டான்.

"தூக்கம் வரவில்லை" என்று மட்டும் பதில் சொன்னான் கர்ணன்.

"நேற்று சாயங்காலம் நீ தனியாக அந்தப் பாண்டவர்களின் தூதுவன் கிருஷ்ணனோடு ரொம்ப தொலைவு சென்றிருந்தாய். பொழுது சாயும் நேரம் அது. இருட்டி விட்டபிறகுதான் திரும்பி வந்தாய். எதிரியோடு தன்னந்தனியாக ஏன் சென்றாய்?"

"அதனால் என்ன?"

"திரும்பி வந்த பிறகு, நீ சாப்பிடவுமில்லை. இரவு முழுக்கத் தூங்கவும் இல்லை. மனம் கலங்குகிற மாதிரி ஏதேனும் அவர் சொன்னாரா? அல்லது ஏதாவது விஷம் வைத்து விட்டார்களா?"

"நான் எதையும் சாப்பிடவும் இல்லை. குடிக்கவும் இல்லை."

"சாப்பாட்டிலும் குடிப்பதிலும்தான் விஷம் இருக்க வேண்டுமா? இருட்டு வேளையில் விஷம் தோய்ந்த ஒரு முள் தைத்தாலும் கூட போதும். நாம் நாக அஸ்திரம் விடுகிறோமே, அது போல ஒன்றே ஒன்று தைத்தாலேயே போதுமே."

"அப்படி எதுவும் நடக்கவில்லை."

பிறகு சேஷனன் எதுவும் பேசவில்லை. வாயில் இருந்த உணவை விழுங்கச் சிரமப்பட்டான் கர்ணன். மகன் பார்த்துவிடக்கூடாதே என்பதால் பலவந்தமாய் விழுங்கினான். ஆனால் தட்டில் உணவு அப்படியே இருந்தது.

சாப்பிட்டு முடித்ததும் சிறிது நேரம் பேரப்பிள்ளைகளுடன் பேசியிருந்து கொஞ்சி விளையாடிய பிறகு தன் அறைக்குத் திரும்பி வந்து படுத்தான் கர்ணன். கம்பளி விரிப்பின் மேல் படுத்ததுமே கண்கள் தாமாகவே மூடிக்கொண்டன. அம்மா ராதையின் அளவான உடற்கட்டு, தசைப்பற்று இல்லாமல் எலும்புகள் துருத்தி நிற்கும் அப்பா அதிரதனின் உடல்தோற்றம், இரண்டையும் எண்ணிக்கொண்டான் கர்ணன். 'மகனே, நான் எப்படியோ தேரோட்டியாகி விட்டேன்.

நீ சிறந்த வீரனாக இருக்க வேண்டும். தேரில் உட்கார்ந்துகொண்டு தேரோட்டச் சொல்பவனாக இருக்கவேண்டாம். எனக்குத் தெரிந்த அளவு வில்வித்தைகளை இன்றிலிருந்தே உனக்குப் பயிற்றுவிக்கிறேன்' என்று சொன்னார் அப்பா. அப்போது அஸ்தினாபுரத்திலேயே வில்வித்தைப் பயிற்சிகளுக்குக் குரு என்றால் கிருபாச்சாரியார் மட்டுமே. அவரிடம் பயில எந்த இளரவசனுக்கும் மனமில்லை. துரியோதனன் தன்னைவிடப் பன்னிரெண்டு வருஷம் சின்னவன் என்றும் தருமன் தன்னைவிடப் பத்து வருஷம் இளையவன் என்றும் நினைத்துக் கொண்டான் கர்ணன். "இந்தக் கிருபாச்சாரியருக்குத் தெரிந்தது கொஞ்சம்தான். இது போதாது. நீ எங்காவது வெளியே போய் யாராவது நல்ல குருவைக் கண்டுபிடித்து, அவருக்குச் சேவை செய்து, கூடவே இருந்து, வித்தைகளைப் பயின்று வந்தால் என் ஆசை நிறைவேறும்" என்று சொன்னார் அப்பா. என்னை விட்டுப் பிரிந்து இருப்பதை நினைத்தும், தெரியாத குருவைப் புரியாத திசையில் தேடிக் கொண்டு தன்னந்தனியே அலைய நேர்வதை நினைத்தும் அம்மா மிகவும் அஞ்சினாள். "குருவிடம் சேர்ந்துதான் கற்க வேண்டும் என்பதற்கு நாம் என்ன க்ஷத்திரியர்களா? வேண்டாம் வேண்டாம்" என்று தடுத்தாள் அம்மா. 'அப்போது எனக்குப் பதினெட்டு வயது. அப்போதே நெடுநெடுவென உயரமாய் வளர்ந்திருந்தேன் நான். நல்ல உடற்கட்டு, தோளைத் தொட்டுத் தடுக்க வந்த அம்மாவின் முகம் கழுத்துவரை கூட வரவில்லை. அவளுடைய நீளமுகமே மீண்டும் மீண்டும் கண்முன் எழுகிறது. நான் மிகவும் அதிர்ஷ்டம் செய்தவன். எனக்கு அறுபது வயது ஆகும் வரை உயிருடன் இருந்தாள். இறுதிக் காலத்தில் அவளும் மற்றவர்களைப் போலவே 'அரசே' என்று கூப்பிடத் தொடங்கினாள். 'அம்மா, நீ அப்படிச் சொல்லக்கூடாது. வழக்கம் போல மகனே என்று பெயர் சொல்லியே கூப்பிடு' என்று எடுத்துச் சொன்னால் கூடக் கேட்காமல் தன் விருப்பப்படியே அழைத்து வந்தாள். எந்த அர்த்தத்தில் அப்படி அழைத்தாளோ தெரியவில்லை. ஒருவேளை இவன் க்ஷத்திரியப் பெண்ணுக்குப் பிறந்தவன் என்று அவளுக்குத் தெரிந்திருக்குமோ? என் பிறப்பு பற்றி ரகசியத்தைச் சொல்லாமலேயே இறந்து விட்டாள். இந்த ஊருக்கு வந்து தங்கிய குந்தி தன் பழைய அரசியின் மகள் என்கிற எண்ணமே அவளுக்கு எழவில்லையா? அல்லது அவள் தொடர்பே வேண்டாம் என்று விலகியே இருந்துவிட்டாளா? பாண்டுவைத் திருமணம் செய்துகொண்டு ஊர்வலமாக இந்த ஊருக்கு வந்த குந்தி எத்தனை ஆண்டுகள் இங்கு இருந்தாள். அப்பொழுது கூடப் போய் பார்க்கவில்லை. அல்லது ஒருவேளை பார்க்கச் சென்று அவளே, 'நீ என்னைப் பார்க்க வரவேண்டாம் ராதை' என்று சொல்லித் தடுத்து விட்டாளோ? தன் மகன் எப்படி இருக்கிறான் என்று கேட்கிற எண்ணம்கூட அற்றுப் போய்விட்டதா? ஆண்மையற்ற கணவனோடுதான்

வாழ நேர்ந்ததாம். உண்மை யாருக்குத் தெரியும்? உண்மையை யாரிடமும் வெளிப்படுத்தாமல் தன் நெஞ்சிலேயே மறைத்து வாழ்ந்து மடிந்துவிட்டாள். ஒரு வேளை அம்மா இந்த ஊரில் திருமணம் செய்துகொண்டு வாழ்வது குந்திக்குத் தெரியுமோ தெரியாதோ! எனக்கு அம்மாவின் மனம்புரியும். ஆனால் குந்தியின் மனத்தப் புரிந்து கொள்ளும் வழி இல்லை. திருமணத்துக்கு முன்பே குழந்தை பெற்றுக் கொள்வது வெட்கக்கேடு என்கிற எண்ணம் அப்போதே அந்தப் பக்கத்தில் இருந்த க்ஷத்திரியர்கள் இடையே இருந்ததாம். இப்போது இந்தப் பக்கத்தில் இருக்கிற க்ஷத்திரியர்களிடையே அந்த எண்ணம் பரவி விட்டது. துரியோதனனும் துச்சாதனனும் தம் பெண்களை திருமணமாகும் வரையில் வெளியே அனுமதித்ததில்லை. வீட்டிலிருந்த பெரிய பெண்களின் கட்டுப்பாட்டுக்குள்தான் வைத்திருந்தனர். இந்த க்ஷத்திரியர்களிடையே ஏதேதோ புதுப்புது கட்டுப்பாடுகள். இன்னும் சூதர்கள் இடையே இந்தப் புதுப்பழக்கம் படரவில்லை. அவர்களும் இதையே பின்பற்றத் தொடங்கினால் க்ஷத்திரியர்கள் அனுபவிக்க புதுப்புது இளம்பெண்கள் எங்கிருந்து கிடைப்பார்கள்?” யோசனைகளைத் தொடர்ந்து இளம்பருவத்தில் தானும் துரியோதன னும் விளையாட்டாக எத்தனையோ பணிப்பெண்களை அனுபவித் திருப்போம் என்று நினைத்தான் கர்ணன். அதில் பல பெண்கள் இதே சூத வகுப்பைச் சேர்ந்தவர்கள்தான். இப்போது அதை நினைக்கும்போது கூச்சமாய் இருந்தது. “துரியோதனனுக்கு இப்போதும் அந்தப் பழக்கம் இருக்கிறது. அவன் வயது ஐம்பத்து மூன்று ஆகிறது. க்ஷத்திரியக் கன்னிப் பெண்கள் கற்பு பற்றிய எண்ணத்துக்குக் கட்டுப்பட்டிருக்கிறார்கள்.” கர்ணனின் மனம் எதை எதையோ பழசையெல்லாம் கிளறிப் பார்த்துக்கொண்டிருந்தது. இதற்கு முன் இப்படி இந்த எண்ணங்களெல்லாம் அலை மோதிய தில்லை. தொடர்ந்து கொட்டாவி விட்டான் கர்ணன். ‘இன்று அவை இருக்காது, சிறிது நேரமாவது படுத்திருக்காவிட்டால் உடம்பு தாங்காது’ என்று தோன்றியது. மல்லாந்து படுத்து கண்களை மூடிக்கொண்டதும் கண்களைத் தூக்கம் தழுவியது. எங்கெங்கேயோ அலைந்து திரிந்த மனம் கிணற்றின் ஆழத்தில் விழுந்த குடம்போல எங்கேயோ நழுவியது. மூழ்கிய குடத்தைப் போலவே அவன் மனமும் முதலில் கதகதப்பாக இருந்தது. பிறகு கரிய நிறத்தில் தண்ணீர் புரள்வதைப் போல இருந்தது. மெல்ல அதுவே வெள்ளமாகப் பெருகியது. அவனை மூழ்கடிக்கிற அளவுக்குப் பாய்ந்தது. சட்டென பயந்து எழுந்தான் கர்ணன். பாழாய்ப் போன இதே கனவு தொடர்ந்து தன்னைத் தாக்கித் தன் தூக்கத்தைக் கெடுக்கிறது என்று எண்ணினான் கர்ணன். இதற்கு என்ன செய்யலாம் என்று அக்கம் பக்கம் திரும்பிப் பார்த்தான். மீண்டும் பழைய நினைவுகளில் மூழ்கினான்... “ஆற்றின் மையத்திலிருந்து விலகி ஓரமாய் மிதக்கும் தொட்டில். கண்ணிலே

எரிச்சல். கன்னமே கிழிந்து விடுவதுபோல நீண்ட கொட்டாவி. வீட்டின் முற்றத்தில் சின்னப் பிள்ளைகளின் கூச்சல். இந்த வெயிலில் என்ன ஆட்டம் ஆடுகின்றார்களோ? 'கிணற்றுக்குள் விழுந்த பந்தை அம்புகளை விட்டே மேலே எடுக்கிறேன்' என்று சொன்னவர் யார்? சத்தியசேனனின் மகன் விஷ்வஜிதனாக இருக்கக் கூடும். ஆமாம். அவனுடைய குரல்தான். நான்தான் அவர்களுக்கு வில்வித்தையைக் கற்றுத் தந்தேன். க்ஷத்திரியரல்லாதவர்களுக்குக் கற்றுத் தரக்கூடாது என்பது பீஷ்மனின் நிபந்தனை. துரோணாச்சாரியாரின் பள்ளியில் எனக்குச் சிறிதும் இடமில்லை. காலாட்படையினரிலும், ரதப் படையினரிலும் முக்கியமானவர்கள் மட்டும் கற்றுக்கொள்ள முடியும். 'இந்த க்ஷத்திரியர்களே இப்படித்தான். பரசுராமனின் பெயரைக் கேள்விப் பட்டிருக்கிறாயா? அந்தக் காலத்தில் இருந்தவன். எல்லா க்ஷத்திரியர்களின் திமிரையும் அடக்கி ஆண்டவனாம். பார்க்கவ வம்சத்தைச் சேர்ந்தவனாம். அவன் வம்சத்தைச் சேர்ந்த பிராமணர்கள் சிலர் இருக்கிறார்களாம். அவர்களிடம் செல். அவர்களிடம் க்ஷத்திரியர் என்று சொன்னால் கற்றுத்தர மாட்டார்கள். எந்த வகையிலும் நாம் க்ஷத்திரியர்களில்லை. அவர்களுக்குப் புரியும்படி எடுத்துச் சொல்லி பக்தியுடன் குருவுக்குச் சேவை புரிந்து அவர்கள் சொல்லிக் கொடுப்பதையெல்லாம் கற்றுக் கொண்டுவா. உன்னைப்போன்ற அகன்று உருண்ட தோள்கள் இங்கு வேறு யாருக்கும் இல்லை' என்று சொன்னார் அப்பா. நான் சிறந்த வில்வீரனாக வேண்டும் என்கிற ஆசை அவருக்கு எவ்வளவு இருந்தது. என் ஆசை மட்டும் குறைந்ததா என்ன? தகுந்த பயிற்சி இல்லாமல் ஒருவனால் நுனியில் பற்றி எரியும் அம்பை எய்ய முடியுமா? என் ஆசிரியர் பார்கவர் மிகவும் அக்கறையுடன் எனக்குச் சொல்லித் தந்தார். இந்த துரோணரை விடக் கட்டுப்பாடுகள் மிகுந்த பயிற்சி. மாணவனும் அக்கறை செலுத்தி, குருவுக்கும் ஈடுபாடு இருந்தால் மட்டுமே துரோணர் கட்டுப்பாடுகளுடன் கற்றுக் கொடுப்பார். இல்லா விட்டால் அரண்மனைக்காரர்களுக்கு மகிழ்ச்சி யூட்டும் வண்ணம் ஒரு சில எளிய பயிற்சிகளைக் கற்றுக் கொடுத்து விடுவார். பார்கவரிடம் இப்படியில்லை. நான் முதன் முதலில் சென்ற போது, 'வசுஷேனா, உன் தோள்களும் அகன்ற மார்பும் நல்ல வில்வீரனின் அம்சமாகும். இன்னும் ஆறேழு ஆண்டுகள் முன்பேயே நீ வந்திருக்க வேண்டும். இளம் வயதில் பெறும் பயிற்சிகளைப் போல கருத்துத் தெரிந்த பிறகு பெறுவது சிரமம். ஆனாலும்கூட, உன் கவனத்தை ஒருமுகப்படுத்திப் பயிற்சி செய்' என்று சொன்னார். எனக்கு எல்லாவற்றையும் கற்றுக் கொடுத்தார். என் வாழ்வில் அந்த ஒரு தப்பு மட்டும் நடக்காமல் இருந்திருந்தால் எனது பயிற்சி முழுமையடைந்திருக்கும். கற்றுக் கொண்டோம் என்கிற மகிழ்ச்சி உள்ளுக்குள் இருந்தது- சூதனாய்ப் பிறந்து பிராமணன் என்று குருவிடம் பொய் சொல்லி அவரை நம்பவைத்துக் கற்றுக் கொள்கிறேன் என்று யாரிடமாவது ஒருவனிடம்

சொல்லிப் பரிமாறிக் கொள்ளாவிட்டால் தலையே வெடித்து விடும் போல இருந்தது. அம்மாவும் அப்பாவும் கடைசி வரைக்கும் ஒரு ரகசியத்தை வைத்துக் காப்பாற்றியதைப் போல, யாராக இருந்தாலும் மனசுக்குள்ளேயே பூட்டி ரகசியத்தைக் காப்பாற்றவேண்டும். குறைந்த பட்சம் அவர்கள் இருவருமாவது தமக்குள் இதுபற்றிப் பேசிக் கொண்டார்களோ என்னமோ. பவன் என்பவனை உண்மையான நண்பன் என்று நம்பினேன். ஆனால் அவன் எனக்கு மோசம் செய்து விட்டான். மோசம் என்று சொல்ல முடியாது. ஒரு ரகசியம் தனக்குத் தெரிந்துவிட்டது என்று நினைத் தான். மனசுக்குள்ளேயே வைத்திருக்க முடியாமல் சென்று மற்றவர் களிடம் உளறிவிட்டான். மொத்தத்தில் என்னுடையதுதான் தப்பு. ‘வசுஷேனா, உன் குலத்தைப் பற்றிக் கூறிய போது ஏன் பொய் சொன்னாய்?” என்று கேட்டார் குரு.

என் கைகால்களெல்லாம் நடுங்கி உடல் வியர்த்தது. ‘குருவே, உங்களை ஏமாற்றவேண்டும் என்று நான் பொய் சொல்லவில்லை இதைக் கற்றுக்கொள்ள வேண்டும் என்கிற ஆசையில் பொய் சொல்லி விட்டேன். பிராமணர்கள் அல்லாதவர்களுக்கு நீங்கள் சொல்லித் தருவ தில்லை என்று கேள்விப்பட்டு இதைச் சொன்னேன்.” என்றேன்.

“க்ஷத்திரியர்களுக்குச் சொல்லித்தரக் கூடாது என்பதுதான் எங்கள் விதி.”

எனக்குச் சிறிது நம்பிக்கையும் தைரியமும் வந்தன. மீண்டும் ஆசையோடு, “நான க்ஷத்திரியனில்லை” என்றேன்.

“ஆனாலும் சூதன், விவசாயப் பெண்களோடு க்ஷத்திரிய ஆண்கள் கொண்ட உறவால் பிறந்த இனம். யார் மூலம் பிறந்தவர்கள் என்பது தான் முக்கியம். என்றென்றும் க்ஷத்திரியர்களுக்குச் சேவை செய்து வாழ வேண்டிய இனம் நீங்கள். அதனால் உனக்குச் சொல்லித் தர முடியாது, போ”

கர்ணன் சட்டென்று விழித்தெழுந்தான். அந்த அளவு புழுக்கம் இல்லையென்றாலும், உடலில் வியர்வை பெருகியது. ‘க்ஷத்திரியர் களுக்குச் சேவை செய்து வாழும் இனம் நீங்கள்’ என்ற பார்கவரின் வார்த்தை தன்னைப் பொருத்தவரை உண்மையாகி விட்டதை எண்ணிப் பார்த்தான் கர்ணன். தானும் க்ஷத்திரியனின் சேவை செய்தே வாழ்ந்து வரும் ஞானம் பிறந்தது. இது ஒன்றும் புதிய விஷயமில்லை. இதனால் எந்தவிதமான அதிருப்தியும் இல்லை. ஆனாலும் மீண்டும் அந்தப் பழைய நினைவுகள் மூள்கின்றன. அப்போது புரியாத சில விஷயங்கள் இப்போது தெளிவாகின்றன. பழத்தின் ருசியை விதையே தீர்மானிக்கும் என்பது இப்போது புரிகிறது. மாபெரும் முனிவராகிய பரத்வாஜ முனிவர்க்கு குயப்பெண் ஒருத்தியின் மூலம் குழந்தை

பிறந்திருந்தாலும், துரோணரைத் தன் மகனாகவே அவர் நினைத்தார். சரத்வந்தன் காட்டுப் பெண்களுடன் கூடிவாழ்ந்து கிருபன், கிருபி என்ற இரண்டு பிள்ளைகளைப் பெற்றிருந்தாலும், அவர்களைத் தன் பிள்ளைகளாகவே ஏற்றுக் கொண்டார் அவர். அத்துடன் அவ்விருவரையும் பிராமணர்களாகவும் மாற்றி ஏற்றுக் கொண்டார். பரசுராம முனிவர்க்கும் மீனவப் பெண் ஒருத்திக்கும் பிறந்த கரிய வண்ணக் குழந்தையாகிய துவைபாயனனை முனிவர் தன் மகனாகவே ஏற்றுக் கொண்டார். அவனைப் பெரிய வேத விற்பன்னராக வளர்த்தார். விதை எத்தகையதோ கனியும் அத்தகையதாகும். உண்மைதான். ஆனால் விவசாயக் குலத்தைச் சேர்ந்த பெண்களுக்கும் க்ஷத்திரிய ஆண்களுக்கும் பிறந்த குழந்தைகள் மட்டும் க்ஷத்திரியர்களாக ஏற்றுக் கொள்ளப்படாமல் ஏன் தாழ்ந்தவர்களாகவே கருதப்பட்டுத் தள்ளி வைக்கப்பட்டார்கள்? தம் குழந்தைகளை - தமக்குப் பிறந்த குழந்தைகளைத் தன்னுடையவை என்று ஏன் அவர்கள் ஏற்றுக் கொள்ளவில்லை. க்ஷத்திரியர்களுக்குச் சேவை செய்து பிழைக்கிற இனம் இன்று எவ்வளவு வேகமாக வளர்ந்து பெருகி விட்டது. திருதராஷ்டிரன் ஒருவன் மட்டுமே இப்படி எண்பத்தாறு பேர் பிறக்கக் காரணமாகி விட்டான். துரியோதனனும் துச்சாதனனும் மற்ற அவனது பதின்மூன்று சகோதரர்மார்களும் பெற்றெடுத்தவர்களின் கணக்கு என்ன? ஆரியவர்த்தத்தைச் சேர்ந்த ஒவ்வொரு அரசனும், இளவரசனும் இவ்வினத்தில் தோற்றுவித்தவர்கள் எத்தனை ஆயிரம் பேர்? க்ஷத்திரியர்களைப் போலப் பத்து மடங்கோ நூறு மடங்கோ இருக்கும். உழுது விளைவிக்கிற விவசாயிகள் மூலமாகப் பெருகியதை விட, க்ஷத்திரியர்களின் உல்லாச ஆட்டங்களாலேயே இந்த இனம் பெருகியது...”

தொடர்ந்து கொட்டாவி விட்டான் கர்ணன். ஆனால் தூக்கம் வரவில்லை. பணிப்பெண்ணை அழைத்துத் தண்ணீர் எடுத்துவரச் சொன்னான். நதியின் நீர் ருசியாக இருந்தது. உடம்பு குளிர்ந்ததைப் போல இருந்தது. இருட்டறையிலேயே சிறிது நேரம் தனிமையில் உட்கார்ந்திருந்தான். எந்த விதமுமான எண்ண அலைகளுமின்றி மனம் அமைதியாக இருந்தது. முற்றத்தில் வண்டுகளின் ரீங்காரம் கேட்டது. எந்த விதமுமான யோசனைகளும் இல்லாமல் இப்படி இருப்பதே நன்றாக இருக்கிறது என்று எண்ணிய கர்ணண் நேற்று மாலையிலிருந்து அந்தக் கணம் வரைக்குமான பொழுதில் முதன்முதலாக அமைதியை உணர்ந்தான். மனம் எதற்காகத் தன் கட்டுப்பாட்டை இழந்து தன் விருப்பம் போல ஆட்டம் போடுகிறது என்று எண்ணினான் கர்ணன். வேண்டாம் என்கிற போது இப்படி அமைதியடைந்து விடுகிறதே என்று ஆச்சரியமும் படர்ந்தது. ஆனால் இந்த ஆச்சரியத்தால் மனத்தில் பெருகிய அமைதி கெடவில்லை. ஏதோ போதையேறியது

போல வண்டுகள் ரீங்காரம் விட்டுப் பின்னர் அமைதியடைகின்றன. பிறகு இன்னொரு வண்டுகளின் கூட்டம் ரீங்கரிக்க ஆரம்பிக்கின்றன. இடையில் பணிப்பெண் ஒரு முறை தலையை உள்ளே நுழைத்துப் பார்த்தாள். நிமிர்ந்து அவளைப் பார்த்தான் கர்ணன்.

"அரண்மனையில் இருந்து ரதம் வந்துள்ளது."

கர்ணன் எழுந்து வெளியே வந்தான். துரியோதனனின் நெருக்கமான தேரோட்டியான கனாமன் என்பவன் கதவருகே நின்றிருந்தான். கர்ணனைப் பார்த்ததும் குனிந்து வணங்கினான். 'கையோடு கூப்பிட்டு வரும்படிச் சொன்னார்' என்றான். தன் சாரதியை அழைத்துக் குதிரைக்கு அணிகலன்கள் பூட்டி ரதத்தைத் தயார்ப்படுத்த உண்டாகும் தாமதத்தை ஈடு செய்வதற்காகச் சொந்த ரதத்தையே அனுப்பி வைப்பது என்பது துரியோதனனின் பழக்கம்தான் என்று நினைத்தபடி உள்ளே சென்று கர்ணன் பட்டாடையை உடுத்திக் கொண்டு, மார்ப்புக் கவசம் பூட்டிக் கொண்டு மணி மாலை அணிந்து கொண்டு தயாரானான். உள்ளேயிருந்து வந்த மகன் கலேணன் கழுத்தில் முத்துமாலையையும் தலைக்குத் தலைப்பாகையையும் சுற்றி விட்டான். தேரோட்டிகள் தெரு வழியே ரதம் புறப்பட்டுச் சென்று கொண்டிருக்கும்போது எதிரில் நின்றிருந்தவர்களும் திண்ணைகளில் உட்கார்ந்திருந்தவர்களும் வழக்கம்போல மரியாதையின் பொருட்டு எழுந்து நின்று வணங்கினார்கள். க்ஷத்திரிய வீதிகளில் இருந்தவர்கள் மட்டும் உட்கார்ந்த இடத்தில் இருந்து எழுந்திருக்கவில்லை. மெல்லப் புன்னகை செய்து தன் அன்பையும் நட்பையும் வெளிப்படுத்தினார்கள். நான் குந்தியின் மகனாகிய க்ஷத்திரியனே என்கிற விஷயம் இவர்களுக்குத் தெரிந்தால், தற்சமயத்தில் அரண்மனையில் தான் வகித்துக்கொண்டு வரும் பதவியின் மரியாதைக்காக இவர்கள் அனைவரும் எழுந்து நின்றிருக்கக்கூடும் என்கிற கற்பனை அவனுடைய மனத்தில் உதித் தெழுந்தபோது ரதம் வேகவேகமாய் முன்னேறிக்கொண்டிருந்தது. க்ஷத்திரிய வீதி தேரோட்டிகள் தெருவைக் காட்டிலும் அளவில் சிறிய தாகும்.

துச்சகன் வாசலருகேயே நின்றிருந்தான். துரியோதனன் அவனது வருகைக்காகக் காத்திருந்தான். கூடவே துச்சாதனனும் சகுனியும் இருந்தார்கள். மற்ற சகோதரர்கள் பதினோரு பேரையும் முக்கியமான மந்திராலோசனைக்கு அழைக்கும் வழக்கம் இல்லை. கர்ணன் வந்து சேர்ந்ததுமே அவனை எப்பொழுதும் போலத் தன் பக்கத்திலேயே உட்கார வைத்துக்கொண்டு, மற்றபடி எந்த சம்பிரதாயமும் இன்றி நேரிடையாக விஷயத்துக்கு வந்து விட்டான்.

"அவனை வரவேற்பதை நான்கு நாள் தள்ளிப் போடலாம் என்று நேற்று முடிவெடுத்தோம். அப்படி ஒன்றும் அவசரமாக அவனைப்

பார்த்துப்பேச வேண்டிய அவசியமில்லை என்பதால் அப்படி முடிவெடுத்தோம். அவன் வந்து சேர்ந்ததுமே சபையைக் கூட்டி வரவேற்க என்ன அவசியமிருக்கிறது. நான்கு நாட்கள் காத்திருப்பது நல்லது என்று நீ சொன்னது நல்ல முடிவுதான். ஆனால் அவனை வரவழைத்துப் பேசவேண்டியதைச் சீக்கிரம் பேசி முடித்துச் சீக்கிரம் அனுப்பி வைப்பது நல்லது என்று இப்போது தோன்றுகிறது."

"ஏன்?"

"இந்தக் காலதாமதத்தை அவன் வேறுவகையில் பயன்படுத்திக் கொள்ளக்கூடும். நேற்று மதியத்திற்குப் பிறகு தாத்தாவின் வீட்டுக்குச் சென்றிருந்தானாம். இரவில் ஆசாரியரின் வீட்டுக்குச் சென்றிருந்தானாம். இன்று காலை எழுந்து யுயுத்ஸுவின் வீட்டுக்குச் சென்று அங்கேயே சாப்பிட்டானாம். நேற்று சாயங்காலம் உன் வீட்டுக்கும் வந்து உன்னை எங்கேயோ ரதத்தில் அழைத்துச் சென்றானாமே. உன்னிடம் அவன் ஜம்பம் எதுவும் பலிக்காது. ஆனால் மற்றவர்கள் அவன் வார்த்தைகளில் மயங்குவது எளிது. அவர்கள் மனத்தளவில் ஏற்கனவே பாண்டவர்களின் பக்கம் இருக்கிறார்கள். சீக்கிரம் என் அப்பா அம்மாவையும் அவன் சந்தித்து விடுவான். நம் மனைவிமார்களைச் சந்தித்து ஏதாவது சொல்லி மனசை மாற்றவும் தயங்கமாட்டான் அவன்."

கர்ணனின் உடம்பு வேர்த்தது. கிருஷ்ணன் தன்னுடன் பேசிய பேச்சின் விவரம் எப்படியாவது தெரிந்திருக்குமோ என்று குழம்பினான் கர்ணன். ஆனாலும் 'உன்னிடம் அவன் ஜம்பம் பலிக்காது' என்று சொன்ன அவன் வார்த்தைகளால் மனம் அமைதியுற்றது.

துச்சகன் உள்ளே வந்து, "கிருஷ்ணனின் ரதம் வந்து வெளியே காத்திருக்கிறதாம். சொல்லி அனுப்பி இருக்கிறார்கள்" என்றான்.

சட்டென்று இருக்கையிலிருந்து எழுந்தான் துரியோதனன். மற்ற மூவரும் அவனைப் பின் தொடர்ந்தார்கள். விடுவிடுவென்று நடந்து அரண்மனைக்குச் சென்றார்கள். உட்கார்ந்திருந்த பீஷ்மர், துரோணர், விதுரர், கிருபாச்சாரியார் அனைவரும் எழுந்து நின்று மரியாதை செலுத்தினார்கள். பக்கத்து அரியாசனத்தில் அமர்ந்திருந்த திருதராஷ்டிரன் மட்டும் எழுந்து நிற்கவில்லை. உட்கார்ந்தவுடனேயே துரியோதனன், "தூதுவனை உள்ளே வரச் சொல்லி ஆள் அனுப்பும் முன்பு அவனை எப்படி வரவேற்பது என்பது பற்றிய தெளிவு நமக்குள் இருக்கட்டும். அவன் கிரீடம் சூட்டிய அரசனில்லை. வெறும் தூதுவன். எனவே வாயில் காப்போனே முன்னின்று அழைத்து வரட்டும். அவன் உள்ளே நுழையும்போது யாரும் எழுந்து நிற்கத் தேவையில்லை" என்று சொன்னான்.

ஒரு கணம் யாரும் பேசவில்லை. பிறகு உட்கார்ந்த இடத்தி லிருந்தே பீஷ்மர், "நான் கூட கிரீடம் சூட்டிய அரசனில்லைதான். இதனாலேயே நான் வேறு எந்த அரண்மனைக்காவது செல்ல நேர்ந்தால் எழுந்திருக்க மாட்டார்கள் என்று நினைத்தாயா?" என்று கேட்டார்.

"நீங்கள் அரசனில்லை என்றாலும் கூட, இந்த ராஜ்ஜியத்தி லேயே கௌரவம் மிக்கவர். கிருஷ்ணனுக்கு துவாரகையிலேயே எந்த மரியாதையும் இல்லை என்பதைக் கண்ணாரக் கண்டு வந்திருக்கிறேன் நான். அது மட்டுமல்ல, அவன் நட்பு நாடி வந்துள்ளானா அல்லது விரோத எண்ணத்தோடு வந்துள்ளானா என்பதுவும் யோசிக்க வேண்டிய விஷயம்தான்."

சிறிது நேரம் அதைப் பற்றியே விவாதம் எழுந்தது. இறுதியில் பீஷ்மர் எழுந்து நின்று, 'ஜராசந்தனைக் கொல்வித்து நம் குடும்பத்தைச் சேர்ந்தவர்கள் ராஜ்சூய யாகம் செய்யக் காரணமாக இருந்தவன் அவன். அவனுடைய தலையில் கிரீடம் இருந்தால் என்ன, இல்லா விட்டால்தான் என்ன? க்ஷத்திரியனாகப் பிறந்தவனுக்கு எழுந்து நிற்பதுதான் ராஜ மரியாதை. நானே போய் அவனை எதிர்கொண்டு அழைத்து வருகிறேன்" என்று வெளியே செல்லக் கிளம்பினார். விதுரனும் துரோணரும் கிருபாச்சாரியரும் அவரைப் பின் தொடர்ந்தார்கள். கர்ணன் எதுவும் பேசாமல் தனது ஆசனத்தில் அமர்ந்திருந்தான். கிரீடம் சூடிக் கொள்ளாதவன் என்றாலும் கூட கிருஷ்ணனுக்குக் கௌரவம் வழங்கலாம் என்று அவனுடைய மனமும் சொன்னது. ஆனால் 'க்ஷத்திரியனாகப் பிறந்தவனுக்கு ராஜ மரியாதை கொடுத்துத்தான் தீரவேண்டும்' என்கிற பீஷ்மரின் வார்த்தைகளை அவனால் செரித்துக்கொள்ள முடியவில்லை. கிருஷ்ணனோடு யுயுதானன் சாத்யகியும் வந்திருந்தான். ராஜசூய யாகத்தில் அவனைப் பார்த்த நினைவு மங்கலாக இருந்தது கர்ணனுக்கு. இருவரையும் தொடர்ந்து சிறப்பான முறையில் ஆடை அணிகலன்கள் அணிந்து கொண்டிருந்த இருபது பேர்கள் உள்ளே நுழைந்தார்கள். எல்லாரும் துவாரகையைச் சேர்ந்தவர்களாம். ஆரிய வர்த்தத்திலேயே புகழ்பெற்ற துரியோதனனின் அரசவையின் அழகைப் பார்ப்பதற்காகக் கிருஷ்ணனும் யுயுதானனும் மட்டுமே அருகருகே உட்கார முடிந்தது. மற்றவர்கள் சுவரோரம் இருந்த பார்வையாளர்கள் வரிசையில் நின்றார்கள். அரச சபையின் அலங்காரத்தையும் அழகையும் அவர்கள் வாய்பிளந்தபடி பார்த்துக்கொண்டிருந்தார்கள். சம்பிரதாயமான வரவேற்புக்குப் பின்பு கிருஷ்ணன் தன்னை உற்றுப் பார்ப்பதைக் கவனித்தான் கர்ணன். அவனைப் பார்ப்பதைத் தவிர்த்தான் கர்ணன். இந்தத் தூதினால் ஆகப்போகும் முடிவு என்ன என்பது கர்ணனுக்கு ஏற்கனவே தெரியும். ஏறத்தாழ எல்லோருக்கும் கூட இது தெரிந்துதான் இருந்தது.

ஆனாலும் நடக்க வேண்டிய சம்பிரதாய முறைகள் அவற்றின் விதியின் படியே நடந்து தீரும் என்று அமைதியாக உட்கார்ந்திருந்தான் கர்ணன். இடையில் ஒருமுறை கொட்டாவி விட்டான். தூக்கமும் வரும்போல இருந்தது. ஆனால் அரச சபையில் அப்படி இருப்பது தவறு என்று உணர்ந்து கண்களை அகலமாகத் திறந்து விழித்திருக்க முயற்சி செய்தபோது கிருஷ்ணன் பேச ஆரம்பித்தான். போரிட முடியாத கோழைத்தனத்தால் சமாதானப் பேச்சு பேசத் தன்னைப் பாண்டவர்கள் அனுப்பவில்லை என்ற முன்னுரையோடு அவன் பேசினான். பீமன் மற்றும் அர்ஜுனனின் வீரத்தைப் பற்றி வருணிக்கத் தொடங்கினான். மீண்டும் தூக்கக் கலக்கம் கர்ணனைத் தழுவியது. ஆனால் மனத்தின் ஆழத்தில் அவன் நினைவுகள் புரண்டன. பார்கவரின் குருகுலத்திலிருந்து வெளியேறிய பிறகு நல்ல குருவைத் தேடித் தான் அலைந்த அலைச்சல்களை யெல்லாம் எண்ணத் தொடங்கினான் கர்ணன். ஆனால் அப்படிப்பட்ட குருவே அகப்படவில்லை. இருந்த ஒரே குருவான துரோணாச்சாரியரும் அஸ்தினாபுரத்தின் பீஷ்மரின் கட்டுப்பாட்டில் இருந்தார். போன இடங்களில் எல்லாம் தானே சிறந்த வில்வீரனாக இருந்ததை எண்ணிப் பார்த்தான். எதிர் காலத்தில் எந்த க்ஷத்திரியனுக்கும் சேவை செய்ய மாட்டேன் என்று வாக்குறுதி கொடுத்திருந்தால் பார்கவர் மேலும் தொடர்ந்து சொல்லிக் கொடுத்திருப்பாரோ என்று நினைத்துப் பார்த்தான். அதே சமயத்தில் ஒரு க்ஷத்திரியனின் படையிலன்றி ஒரு தேரோட்டி தன் வில் திறமையை எங்கு வெளிப்படுத்த முடியும் என்கிற கேள்வியும் எழுந்தது. ஒரு வேளை காட்டில் மிருகங்களை மட்டுமே வேட்டையாடிக்கொண்டிருக்கலாம். அப்போது இத்தகு எண்ணங்களே எழவில்லை. இப்போது எழுந்து தலையைக் குடைகின்றன. தொடர்ந்து கிருஷ்ணன் பேசிக்கொண்டிருப்பது கேட்டது. "ஓடுகிற குதிரையிலிருந்தும் ஓடுகிற ரதத்திலிருந்தும் - நின்ற இடத்திலிருந்தும் வக்கிர பாணம், லோகபாணம், அக்னிபாணம், மூன்றையும் எய்கிற திறமை கொண்டவர்கள் இந்த உலகத்திலேயே இல்லை. ஒரே நேரத்தில் அவனால் நான்கு அம்புகள் எய்ய முடியும். அவன் துரோணரிடமிருந்து மட்டும் எல்லாவற்றையும் கற்றுக்கொள்ளவில்லை..." உண்மையிலேயே தன்னைவிடச் சிறந்த வில் வீரனா அர்ஜுனன் என்று தன்னையே கேட்டுக்கொண்டான் கர்ணன். இதுவரைக்கும் எந்த நேரடிப் போட்டியும் நிகழ்ந்ததில்லை. அதே நேரத்தில் யுத்த தந்திரத்தில் அவன் கை தேர்ந்தவன் என்பதையும் அவனது மனம் ஒப்புக்கொண்டது. விராட நகரத்தில் பசுக்களைக் கவர்ந்து வரச் சென்றபோதும், பாண்டவர்கள் வனவாசத்தில் இருந்த சமயத்தில் கால்நடைகளின் முகாம்களைப் பார்வையிட்டு வருவதற்காக எல்லோரோடும் சென்றபோதும் அவனே அதைப் பார்த்திருந்தான். ஆனால் யுத்த தந்திரங்களை வடிவமைக்கும் பூரண சுதந்திரம் தனக்கு இதுவரை கிடைத்ததே இல்லையென்றும் எண்ணிக்கொண்டான்.

முழுப்பயிற்சியும் குருவின் அன்பும் ஆதரவும் அர்ஜுனனுக்குக் கிடைத்ததைப்போல ஒருபோதும் தனக்குக் கிடைத்ததில்லை என்றும் நினைத்தான். பார்கவரால் வெளியேற்றப்பட்ட பிறகு அவன் எங்கெங்கோ அலைந்து திரிந்தான். க்ஷத்திரிய இளைஞனுக்குத் தன் திறமையையும் வீரத்தையும் நகரத் தலைவர்கள் முன் காட்டவும், தன் தந்திரங்களைக் காட்டிக் கைத்தட்டல் பெறவும் முடிந்தது. கௌரவர்கள், பாண்டவர்கள் ஆகிய இரு அணிகளிலும் அவனே சிறந்த வில்வீரன் என்பதை அவன் மனம் ஒத்துக்கொண்டது. ஆனால் பார்கவ முனிவரிடம் கொஞ்சமே கற்றுத் தேர்ந்த அவனுக்கு அத்திறமை ஒன்றும் பெரியதாகத் தோன்றவில்லை. தனக்கும் அவனுக்குக் கிடைத்ததைப்போல முழு வாய்ப்பும் கிடைத்திருந்தால் அவனுக்குச் சமமானவனாக நிரூபித்திருக்க முடியும் என்றும் நினைத்தான். தன் நீண்ட கைளை ஒருமுறை குனிந்து பார்த்துக் கொண்டான் கர்ணன். தன் அளவுக்கு நீண்ட கைகள் யாருக்கேனும் இருக்கிறதா என்று சபையில் உட்கார்ந்தவர்களையெல்லாம் உற்றுப் பார்த்தான். யாருக்குமே அதைப்போல இல்லை. மீண்டும் கர்ணன் தன் பழைய நினைவுகளில் மூழ்கினான். "ஒருநாள் அர்ஜுனனை பீஷ்மரின் முன்னிறுத்திய துரோணர், 'குருவம்சத்துச் சிகரமே, யாரும் சமமாக முடியாத அளவுக்கு உங்கள் பேரனுக்கு விற்பயிற்சி கொடுத்திருக்கிறேன். வேண்டுமென்றால் நீங்கள் அவனைப் பரிசோதித்துப் பார்த்துக் கொள்ளலாம்' என்றார். பார்வையாளர்கள் வரிசையில் உட்கார்ந்திருந்த நான் எனது தகுதியையும் மறந்து சட்டென்று எழுந்து நின்றேன். 'அர்ஜுனன் செய்துகாட்டிய சாகசங்களையெல்லாம் என்னாலும் செய்து காட்ட முடியும். என்னால் அதை இப்போதே நிரூபிக்க முடியும். என் வீட்டில் இருக்கிற வில்லையும் அம்புகளையும் கொண்டுவர அவகாசம் கொடுங்கள்' என்று சொன்னதுமே பார்வையாளர்கள் எல்லாம் என்னைப் பார்த்தபடி ஸ்தம்பித்து நின்றார்கள். தன் மகன் பெரிய வீரனாக வேண்டும் என்று கனவு கண்டு கொண்டிருந்த அப்பா கூட பயந்து போய் அருகில் வந்து என் காதருகே குனிந்து 'இளவரசனோடு பந்தயமிடக் கூடாது மகனே. நாம் சூதர்கள்' என்றார். அப்படியென்றால் உலகத்திலேயே யாரும் சமமாக முடியாத மாவீரன் என்கிற வாய் வீரம் எதற்கு? அப்பா என் அருகில் வந்து 'மகனே' என்று அழைக்காமல் இருந்திருந்தால் என் குலத்தைப் பற்றி யாருக்கு தெரிந்திருக்காதோ என்னமோ! சட்டென்று எழுந்த பீமன் 'அடேய் வில்வீரனே, பாண்டு குமாரனோடு போட்டி போட எண்ணுகிற உன் துணிவு பாராட்டுக்குரியதுதான். ஆனால் அதற்கு முன்னால், உன் பெயர், ஊர், இருப்பிடம், குலம், கோத்திரம், வம்சம் எல்லாவற்றையும் சொல்' என்று கேட்டான்.

'நான் ஒரு வில்வீரன். அர்ஜுனனிடம் திறமை இருந்தால் போட்டிக்கு வரட்டும். வெறுமனே குலம், கோத்திரம் பற்றிய பேச்சு எதற்கு?' என்றேன் நான்.

'திருதராஷ்டிரனுக்கு ரதமோட்டும் சாரதியின் மகனல்லவா நீ? க்ஷத்திரியனோடு போட்டி போடுகிற அளவு உனக்குத் திமிரா?' என்றான் அவன்.

என்னைப் பிடித்துத் தண்டிக்கச் சொல்லிப் பல குரல்கள் எழுந்தன. எல்லாரும் அரண்மனையைச் சார்ந்தவர்கள் அல்லது க்ஷத்திரிய குலத்தைச் சேர்ந்தவர்களாக இருக்க வேண்டும். அப்பொழுது துரியோதனன் மட்டும் என்னருகில் வந்து நிற்காமல் இருந்திருந்தால் என்னைப் பிடித்துத் தண்டித்திருக்கக் கூடும்..."

துரியோதனனின் பக்கம் திரும்பிப் பார்த்தான் கர்ணன். அவன் கிருஷ்ணனின் பக்கம் உற்றுப் பார்த்துக்கொண்டிருந்தான். எதிலும் உறுதியானவன் அவன். தனக்குச் சரியென்று படுவதைச் செய்யாமல் விடுவதில்லை. அன்றைக்கு நட்புக்கரம் நீட்டியவன் இன்று வரைக்கும் நட்பாகவே இருக்கிறான். ஆனால் கிருஷ்ணன் இந்த நட்பைக் குறித்து இன்னொரு வகையில் விளக்கம் சொன்னான். 'கர்ணா, அன்று உன்னை ஆதரித்தது உன்னோடு நட்பு பாராட்ட வேண்டும் என்ற காரணத்திற்காக அல்ல, ஒரு சூதனைத் தனக்குச் சமமாகக் காண்கிற பெருந்தன்மையும் இல்லை. அவனுக்குள் பாண்டவர்கள் மீது பொறாமைத் தீ எரிந்து கொண்டிருந்தது. உண்மையிலேயே அர்ஜுனன் சிறந்த வில்வீரன். அவனை எதிர்த்துப் போராடத் தோதாக நீ கிடைத்ததுமே கட்டித் தழுவிக்கொண்டான். எதிரிக்கு எதிரி தனக்கு நண்பன் என்று சொல்வார்களே, அது மாதிரி இது. இப்போது நான் பாண்டவர்களை எதிர்க்கமாட்டேன் என்று சொல்லிப்பார். உங்கள் இருவரிடையே இருக்கும் நட்பு என்ன கதியாகும் என்பதை அப்போது பார்க்கலாம்" என்றான் கிருஷ்ணன். கிருஷ்ணன் சொல்வது உண்மைதானா? ஒருவேளை உண்மையின் இன்னொரு முகமோ இது என்று நினைத்தபடி மீண்டும் பழைய நினைவுகளில் மூழ்கினான் கர்ணன். "அர்ஜுனனுக்கும் எனக்கும் இடையில் முதல் அறிமுகமே போட்டிக்களத்தில்தான் ஆனது. போட்டி என்றாலே பகையும் பொறாமையும்தான். எனக்குள்ளும் பொறாமை வளர்ந்தது. அவனோ பெரிய ஜாலக்காரன். அதன் பிறகு துரியோதனனுக்கும் அவனுக்கும் இடையே நடந்த ஒவ்வொரு மோதலிலும் நான் அர்ஜுனனை எதிர்த்தே சண்டையிட்டேன். அது என் ஆன்மாவுக்குத் திருப்தியைத் தந்தது. துரியோதனனின் அன்பு அதிகமானது. வெறுமனே அவனைச் சந்தோஷப்படுத்த வேண்டுமென்பதற்காக நான் அர்ஜுனனை எதிர்க்க வில்லை. கிருஷ்ணன் சொல்வது பொய். ஒன்றை அல்லது ஒருவரை

எதிர்க்கும் பொது எதிரிகளும் நண்பர்களாக இருப்பார்கள் என்பதுவும் உலக வழக்கம்தானே. விதி எப்படி எப்படியோ விளையாடியது. என் பிறப்பு பற்றிய ரகசியம் ஏற்கனவே தெரிந்திருந்தால் ஒரு வேளை அர்ஜுனன் வந்து என் காலைப் பிடித்து வணங்கி இருப்பானோ என்னமோ. என்னமோ என்ன? கண்டிப்பாக வணங்கி இருப்பான். பெரியவர்களை மதிக்கும் குணம் அவனிடம் மிகவும் உண்டு. என்னைவிட பதினான்கு ஆண்டுகாலம் சிறியவன் அவன். 'கர்ணா, உங்கள் இருவரிடையேயுள்ள நட்பைப் பரிசோதித்துப் பார்' என்றான் கிருஷ்ணன். அவன் வார்த்தைகள் மயக்கும் சக்தி வாய்ந்தவை. பேச்சாலேயே மயக்கி விடும் சக்தி அவனுக்கு உண்டு. அந்த சக்திக்குக் கட்டுப்பட்டுத்தான் துரோணர், கிருபாச்சாரியர், திருதராஷ்டிரன் எல்லாருமே தலை வணங்குகிறார்கள். உறுதியான மனவலிமை இல்லாதவனாக இருந்திருந்தால், துரியோதனன் கூட அவனது வார்த்தையின் மயக்கத்தில் கரைந்துபோயிருப்பான். சபை முழுக்கக் கிருஷ்ணனின் பேச்சில் கட்டுண்டுக் கிடக்கிறது. நட்பு என்பது பரிசோதித்துப் பார்க்கத்தக்க ஒன்றா?.." கர்ணனுக்கு வியர்க்க ஆரம்பித்தது. மார்புக்கவசம் வியர்வையில் கசகசத்தது. துரியோதனனின் இருபுறங்களிலும் இரண்டு பணிப்பெண்கள் நின்று விசிறிக்கொண்டிருப்பதைப் பார்த்தான். பார்க்க இதமான காட்சி அது. அவனுக்கும் தனக்கும் இருக்கிற நட்பை உடைப்பதற்காகத்தான் கிருஷ்ணன் இந்தத் தந்திரத்தைச் செய்தானோ என்கிற சந்தேகத்தைக் கர்ணனால் விலக்க முடியவில்லை.

சிறிது நேரத்திற்குப் பிறகு தலையே வெறுமையடைந்தது போல உணர்ந்தான் கர்ணன். தடுக்க முடியாத அளவுக்குத் தூக்கம் கவிந்தது. தூக்கததைத் தூண்டுவதுபோல தொலைவில் எங்கோ வண்டின் ரீங்காரம் கேட்டது. எழுந்து சென்று எங்காவது படுக்க வேண்டும் அல்லது உட்கார்ந்தபடி தூக்கத்தை எதிர்கொள்ள வேண்டும் என்று நினைத்தான். என்ன நடக்கிறது என்று கவனித்துக் கொண்டிருக்கும் போதே அதை மீறித் தூக்கம் வந்தது. இருக்கையிலேயே பின்னால் நகர்ந்து நன்றாகச் சரிந்தான். மாறி மாறிப் பேசப்பட்ட பேச்சுகள் எல்லாம் மனசின் ஏதோ ஒரு மூலையில் மோதிக் கொண்டிருக்க, தூக்கம் அவனைத் தழுவியது.

'கொர்..' என்று தன் குறட்டைச் சத்தத்தைக் கேட்டுத் திடுக்கிட்டு எழுந்தான் கர்ணன். முகம் முழுக்க வேர்வைப் பிசுபிசுப்பில் எண்ணெய் வழிந்தது. பயந்தவன் போல கண்ணைத் திறந்து பார்த்தான். கிருஷ்ணன் பேசி முடித்திருந்தான். விதுரன் பேசிக்கொண்டிருந்தான். ஏதோ புராணக்கதையைச் சொல்வது போல விலாவாரியாக பேசிக் கொண்டிருந்தான். துரியோதனனின் பக்கம் பார்த்தான் கர்ணன். அதே தருணத்தில் அவனும் திரும்பி இவனைப் பார்த்துச் சிரித்தான். 'தூக்கம் வருகிற அளவுக்கு கிருஷ்ணன் பேச்சு அலுத்துவிட்டதா?'

என்று கேட்கிற மாதிரி இருந்தது அவன் சிரிப்பு. இருக்கையிலிருந்து எழுந்து பக்கத்திலிருந்த வாசல் வழியாக வெளியே வந்து முகத்தை நன்றாகக் கழுவிக்கொண்டான். அவனுக்குப் பின்னாலேயே வந்த துச்சாதனன், 'துரியோதனனுக்கு ரொம்பவும் சந்தோஷமாகி விட்டது' என்றான்.

"எதனால்?" என்று கேட்டான் கர்ணன்.

"நீ தூங்கியதால், பேசுபவன் பேச்சின் தகுதியை அறிந்துகொள்ள அது ஒரு சிறந்த எடுத்துக்காட்டு" என்று சொன்ன துச்சாதனன் கொல்லென்று சிரித்துவிட்டான். அவன் எப்போது சிரித்தாலும் கொல்லென்று சத்தமிட்டுச் சிரித்து விடுவான்.

மீண்டும் திரும்பச் சென்று தன் இருக்கையில் உட்கார்ந்தான் கர்ணன். இன்னும் விதுரன் பேசிக் கொண்டிருந்தான். பீஷ்மரும் துரோணரும் கிருபாச்சாரியரும் பேசி முடித்திருக்கவேண்டும். எப்பொழுதுமே இப்படித்தான். முதலில் பீஷ்மர் அப்புறம் துரோணர். அதற்கப்பறம் கிருபாச்சாரியர். அதற்கப்புறம் விதுரன். இந்த வரிசையில் தான் பேசுவது பழக்கம். யார் யார் என்னென்ன பேசினார்கள் என்பதைக் கேட்டுத் தெரிந்துகொள்ள வேண்டியதாகி விட்டது. எதற்கும் துரியோதனனை நேரடியாய்த் திட்டும் பழக்கம் பீஷ்மருக் கில்லை. துரியோதனனின் மீது அவருக்குப் பிரியமும் உண்டு. கோபமும் உண்டு. 'நம் பையன் நல்லவன்தான், கூட்டாளிகளால் தான் இப்படி இருக்கிறான்' என்ற எண்ணம் அவருக்கு. எல்லாத் தவறுகளுக்கும் பொறுப்பாளியாகச் சகுனியையும் கர்ணனையுமே ஆக்கி விடுவார். சகுனியை விட தன்னையே பெரிதும் பழிப்பார் என்று நினைத்தான் கர்ணன். எல்லாவற்றிற்கும் நான்தான் பழியேற்க வேண்டும். இத்தனைக்கும் நான் யார்? தேரோட்டி மகன். சூதன். அவர்களை அண்டி இருப்பவன். சகுனியோ ராணி காந்தாரியின் மூத்த சகோதரன். தொடக்கத்தில் இருந்தே நான் என்றால் அவருக்குப் பிடிக்கவில்லை. அவரைப் பார்த்தால் எனக்கு வயிறு கலங்கும். பீஷ்மர் சொன்னதையே கொஞ்சம் மெதுவான குரலில் சொல்வார் துரோணர். படிப்பறிவற்றவனின் வார்த்தையைக் கேட்க வேண்டும் என்று துரியோதனனுக்குச் சொல்லித் தந்திருப்பார். பேச ஒரு வாய்ப்பு கிடைத்தால் போதும், கிருபாச்சாரியார் மிகவும் சந்தோஷம் அடைந்து விடுவார். பல பழஞ்சுவடிகளில் இருந்து மேற்கோள்களைக் காட்டுவார். அவரால் துரியோதனனை நேரிடையாக விமர்சிக்க முடியாது. எப்போதுமே ஒரு வேண்டுகோளுடன் அவரது பேச்சு முடியும். "...தருமம் எப்போதும் பின்பற்றப்பட வேண்டும் என்று கேட்டுக் கொள்கிறேன். அப்போதுதான் மாதம் மும்மாரி பொழியும். பயிர்கள் நன்றாக விளையும்' என்றுதான் முடிப்பார். இனி இந்த

விதுரன் பேச்சு மிகவும் நுணுக்கமானது. எந்த அம்சத்தைப்பற்றிப் பேசுகிறார் என்பது இறுதிவரைக்கும் புரியாது..." நினைவுகளில் மூழ்கி யிருந்த கர்ணன் துரியோதனனும் கொட்டாவி விடுவதைப் பார்த்தான். பிறகு அவனது பக்கம் பார்த்து முறுவலித்தான். அவனுக்கு வலது பக்கத்தில் உட்கார்ந்திருந்த துச்சாதனனும் அதே அளவு பெரிதாகக் கொட்டாவி விட்டான். தனக்கு இனி தூக்கம் வராது என்றும் நினைத்தபடி வாசலுக்கு அருகில் இருந்த பணிப்பெண்ணிடம் சைகை செய்து பானகம் தரும்படி சொன்னான். தேனும் மூலிகை வேரின் சாறும் பாலும் கலந்த பானகம் அவ்வளவு சுவையாய் இல்லை. விதுரன் எப்பொழுதும் ஏன் இவ்வளவு நீளமாகப் பேசுகிறான் என்கிற கேள்வி முன்பும் பல முறை எழுந்திருக்கிறது. இப்போது ஒரு விடை கிடைத்து விட்டது. அவனும் சூதன். அரண்மனையில் ராணியின் தோழியாக இருந்தவளுக்குப் பிறந்தவன். இவன் பிறப்புக்குக் காரணமாக இருந்தவன் காட்டில் ஆசிரமம் கட்டிக்கொண்டு வேதப்பயிற்சி செய்த முனிவர். விதுரனுக்குப் போர் வீரனுக்குரிய உடற்கட்டு இல்லை. அரண்மனைச் சுகத்தையெல்லாம் துறந்து காட்டுக்குச் சென்று தவம் செய்கிற சக்தியும் இல்லை. இத்தகையவர்கள் இயற்கையாகவே ஈடுபாடுகொள்கிற புராணங்களிலும் பழஞ்சுவடிகளிலும் அவன் ஈடுபாடு கொண்டான். தான் பிறந்து வளர்ந்த அரச குடும்பத்தின் தந்தை தாத்தா முத்தாத்தா ஆகியோரின் தலைமுறை விளக்கங்களையும் அவர்களின் பெருமைமிக்க வீரப்பிரதாபங்களையும், செய்த யாகங்கள் பற்றிய விவரங்களையும் கட்டி நிறுவிய பட்டணங்களைப் பற்றியும் போர்களில் அழிக்க நேர்ந்த நகரங்களைப்பற்றியும் சிறையெடுத்து வந்த பெண்களைப்பற்றியும் தெரிந்துகொண்டு மனசிலிருத்தி அவ்வப் பொழுது தேவைப்படும் போதெல்லாம் ஞாபகத்திலிருந்து ஒருசில அம்சங்களைச் சுவையாக அரண்மனையில் சொல்வதுதான் இவன் வேலை, அரசகுடும்பத்தின் இளஞ்சிறுவர்களுக்கும் இவற்றை எடுத்துச் சொல்வான். இவனுக்கு நினைவிருக்கிற அளவு குருகுலத்தின் இதிகாச விவரங்கள் பீஷ்மருக்கும் இல்லை. தனது வம்சத்தின் பெருமையை ஞாபகம் வைத்துக்கொண்டு அவ்வப்பொழுது எடுத்துச் சொல்லும் இவனைக் கண்டால் பீஷ்மருக்கு மிகவும் மரியாதை. தன்னை மதிப்பதால் அவரைக் கண்டால் இவனுக்குச் சந்தோஷம். பேச வாய்ப்பு கிடைத்தால் போதும் துஷ்யந்தன், பரதன், அஸ்தின், அஜமிளன், தேவாதிதி திலீபன் ஆகியோர் செய்த சாகசங்கள் பற்றிப் பேசத் தொடங்கி விடுவான். அவனைச் சிறிது அலட்சியமாகவே பார்த்தான் கர்ணன். துரியோதனனின் எதிர் விளைவுகளைக் கவனிக்காமலே புராதன தரும நெறிகளை ஆதாரத்துடன் சொல்லி நிறுவிக்கொண்டிருந்தான் விதுரன். ஒருமுறை எல்லாருடைய முகங்களையும் பார்த்தான் கர்ணன். கவன மாகக் கேட்டுக் கொண்டிருந்தவர் பீஷ்மர் ஒருவரே. குருகுலத்தின் பழங்கதைகளைப் பற்றி அவ்வளவு ஆர்வம் கொள்ளாதவர் துரோணர்.

கண்களற்ற திருதராஷ்டிரனின் ஆர்வம் எதிலுள்ளது என்பது உறுதியாய்த் தெரியவில்லை. கிருஷ்ணனும் அக்கறையோடு கேட்டுக் கொண்டிருந்தான். ஆனால் அது நிஜமான ஆர்வத்தாலா அல்லது அரசவை நாகரிகம் கருதியா என்பது கர்ணனுக்குத் தெரியவில்லை. மீண்டும் விதுரனின் பக்கமே சென்றது பார்வை. குரலில் சிறிதும் ஏற்ற இறக்கம் இன்றி ஒரே சீராகப் பேசிக்கொண்டிருந்தான் விதுரன். சூதர்கள் எல்லாருமே அவனை மகாத்மா என்றும் மகாஞானி என்றும் கருதிப் புகழ்ந்து வந்தார்கள். இவன் பிறப்புக்குக் காரணமானவனும் அவன்தான். அவனைப்போலவே உடல்வாகு. ஆனால் அவனைப் போல காட்டில் இருந்து வேதப் பயிற்சி செய்யவில்லை. அரண்மனை வாழ்வுக்குப் பழக்கப்பட்டுப் போனான். பணிப்பெண்ணாக அரண்மனை ஊழியத்தில் சுகம் காணும் ஒருத்தி மீண்டும் வயல்வெளியில் வெயில் மழை சேற்றில் வந்து வேலை செய்யமாட்டாள். அவளுடைய பிள்ளைகளுக்கும் அரண்மனை எச்சில் சோற்றின் சாரம் கிடைத்து விடும். அதன் பின்பு அவர்களும் வெளியேறமாட்டார்கள். இப்படி எண்ண ஓட்டங்கள் அமைந்தபோது தன்னைத்தானே குத்திக் கொண்டதுபோல ஆனது. ஆட்சியாளர்களுக்கு சேவை செய்வதைத் தவிர போர் வீரன் ஒருவனால் என்ன செய்யமுடியும் என்று கேட்டுக்கொண்டான். முதல் நாள் இரவிலிருந்தே இந்த கேள்வி வேறுவேறு வடிவத்தில் தோன்றி வருத்துகிறதே என்ற உணர்வும் வந்தது. இங்கே பக்கத்து நகரமான விராட நகரில் சேனைத் தலைவனாக இருந்த கீசகனைப் பற்றிய ஞாபகம் எழுந்தது. அவனும் குலத்தில் தாழ்ந்தவன்தான். அவனது சொந்தத் தங்கையே விராட அரசனின் பட்டத்தரசியாம். அவர்களுடைய நாட்டில் சூதர்களே சிம்மாசனம் ஏறி ஆளும் அரசர்களாம். அப்படியென்றால்... என்று எண்ண ஆரம்பித்த கர்ணனால் தொடர்ந்து சிந்திக்க முடியவில்லை. அப்போதுதான் விதுரனும் தனது பேச்சை ஒரு முடிவுக்குக் கொண்டு வந்தான். கர்ணனுக்குப் பசித்தது. எழுந்துபோய் துரியோதனனின் மாளிகையில் ஏதாவது சாப்பிட்டு வரவேண்டும் என்று தோன்றியது. அடுத்து யார் பேசுவார்கள் என்று நினைத்தான். துரியோதனனா அல்லது திருதராஷ்டிரன் ஏதாவது பேச விரும்புவாரோ என்றும் கேட்டுக் கொண்டான். அவனைப் பற்றி எதுவும் முடிவாகச் சொல்ல முடியாது.

பாண்டவர்கள் கைக்கு ராஜ்ஜியம் சென்றுவிடக்கூடாது என்பது உன் எண்ணம் அதே சமயத்தில் யுத்தமென ஒன்று நேர்ந்தால் என்ன ஆகுமோ என்கிற பயம். பீஷ்மரும் துரோணரும் விதுரரும் அர்ஜுனன் மற்றும் பீமனின் வீரத்தைப் பலவாறு பாராட்டியும் தம் வீரத்தைத் தாழ்த்தியும் அவர் முன்னிலையிலேயே பேசிப்பேசி அவருக்கு ஒரு விதமான பயத்தையூட்டி விட்டார்கள். எதையும்

சொந்தக் கண்ணால் பார்க்கமுடியாத ஒருவருக்குத் தான் கேட்கிற வார்த்தைகளில் நம்பிக்கை வருவது இயற்கைதான். கண்ணில் துணி கட்டிக்கொண்டிருக்கிற காந்தாரிக்கும் கூட அதே பயம்தான் என்று எண்ணிக்கொண்டிருக்கும்போது மீண்டும் கிருஷ்ணன் பேசத் தொடங்கினான்.

“துரியோதனா, ஒரு விஷயத்தைப் பற்றிப் பேச மறந்துவிட்டது. இத்தனை வருஷங்களாக மனத்திலேயே வளர்த்துக் கொண்டிருக்கிற பெறாமை, பயம், வெறுப்பு ஆகியவற்றின் அடிப்படையிலேயே பார்க்கிற வரைக்கும் என் வார்த்தை உனக்குப் புரியாது. அவற்றை யெல்லாம் விலக்கிவிட்டுப் புதிய மனிதனாகு. யுத்தத்தைத் தவிர்ப்பதில் எந்தச் சிரமமுமில்லை.

இந்த வார்த்தைகளை எங்கோ கேட்டது போல இருந்தது. கர்ணனுக்கு. எங்கே என்பதும் யார் சொன்னது என்பதும் தெளிவாகத் தோன்றவில்லை. அதற்குள் துரியோதனன், “வேறு யாரேனும் பேச விருப்பப்படுகிறீர்களா?” என்று அவையைப் பார்த்துக் கேட்டான். யாரும் எதுவும் சொல்லவில்லை. சிறிது நேரம் அவை அமைதியாக இருந்தது. பிறகு துரியோதனனே கர்ணனைப் பார்த்து “நீ எதுவும் சொல்ல விரும்பவில்லையா?” என்று கேட்டான். கர்ணன் குழப்பமடைந்தான். தான் பேச வேண்டும் என்கிற எண்ணமே அவன் மனத்தில் எழுந்திருக்கவில்லை. வழக்கமாக அரசவையில் பேசக் கூடியவன்தான் அவன். பேசாவிட்டால் துரியோதனனும் விடுவ தில்லை. ஆனால் இன்றைய தினம் குறிப்பாக என்ன பேசுவது என்று குழம்பினான். துரியோதனனின் நிலைபாடு என்ன என்பது அவனுக்குத் துல்லியமாக தெரிந்திருந்தது. ஒவ்வொரு முறையும் வழக்கமாக அவை தொடங்கும் முன்பேயே துரியோதனனோடும் சகுனியோடும் துச்சாதனனோடும் கலந்தாலோசிப்பதும், பிறகு அந்த ஆலோசனையின் முடிவையே ஒரு தனிப்பட்ட கருத்துப்போல சபையில் முன் வைப்பதும் கர்ணனின் வேலையாகும். பிறகு கர்ணனின் கருத்தையொட்டி துச்சாதனனும் சகுனியும் ஆதரவாகப் பேசியதும், இறுதியாக அந்தக் கருத்தை ஏற்றுக்கொள்வது போல துரியோதனன் பேசுவதும் ஆண்டாண்டு காலமாக வந்த பழக்கம் ஆகும். இப்பொழுதுதான் பேசவேண்டும் என்றும், பேசாவிட்டால் எல்லாம் குழம்பிவிடும் என்றும் நினைத்த கர்ணன் சட்டென்று எழுந்து நின்றான். பீஷ்மரும் துரோணரும் விதுரரும் வயதானவர்கள் என்கிற காரணத்தால் உட்கார்ந்தே பேசினார்கள். தானும் அப்படிச் செய்ய முடியாது என்பதால் எழுந்து நின்றான் கர்ணன்.

“குரு வம்சத்தின் தூய்மை என்பதுதான் மையப்பிரச்சினை. நேரிடையாகத் தந்தையின் மூலம் பிறந்த பிள்ளைகள் ஆட்சியாள

வேண்டும். நியோகம் என்கிற பெயரில் யார் யாருடனோ சேர்ந்து, குழந்தைகளைப் பெற்று...' என்று பேசிக்கொண்டு வந்தவனால் தொடர்ந்து பேச முடியாமல் போனது. உள்மனத்திலிருந்து எந்த விதமுமான பேச்சும் எழவில்லை. பேச்சுக்கும் மனத்திற்குமான தொடர்பு அறுந்துபோனது. பேச நா எழவில்லை. அவனது கடந்த கால வாழ்வு நெஞ்சில் எழுந்தது. யாருக்கோ பெற்றெடுத்த குழந்தையைத் திருமணமாகாத பெண்ணொருத்தி அதைச் சாகடிக்க மனமின்றி தன் தாயின் பணிப்பெண்ணிடம் கொடுத்து விட்டாள். குழந்தைப்பேறு இல்லாததால் அவளைத் தாய் வீட்டுக்கே திருப்பி அனுப்பி இருந்தான் அவள் கணவன். அவள் குழந்தையோடு அவன் ஊருக்குத் திரும்பி வந்து, ஊர் எல்லையிலிருந்தபடி அவனுக்குச் சொல்லி அனுப்பி அழைத்து குழந்தை கிடைத்த விதத்தைச் சொல்லிக் காட்டியபோது அவன் எடுத்து ஆரத்தழுவிக் கொண்டான். மனைவி மீது அன்பைப் பொழிந்தான். எல்லோரிடமும் அவன் சூரியக் கடவுள் தந்த பரிசு அக்குழந்தை என்று சொல்லிக்கொண்டான். அந்த அதிரதனுக்குச் சொந்த மகனாக முன்னின்று ஈமக்கிரியைகளைத்தானே செய்திருக்கும் போது, சடங்கு ரீதியாக மற்றவர்களோடு சேர்ந்து பெற்றெடுத்த பிள்ளைகள் வாரிசு இல்லை என்று எப்படிச் சொல்வது என்று குழம்பினான். இக்கேள்வியே அவனைத் தொடர்ந்து பேசவிடாமல் கட்டிப்போட்டது. அவையிலுள்ளோர் அனைவரும் அவனை நிசப்தமாகப் பார்த்துக் கொண்டிருந்தனர். ஒரு விதமான திகைப்பில் முகத்திலும் கழுத்திலும் நெற்றியிலும் வியர்வை அரும்பியது. அதற்குள் துச்சாதனன் எழுந்து கர்ணன் நிறுத்திய இடத்திலிருந்து தொடர்ந்து பேசத் தொடங்கினான். திகைப்பு நீங்கியது. ஆனால் கர்ணனின் மனம் மௌனத்தில் உறைந்தது. துச்சாதனனின் வாயசைவும் கையசைவும் மட்டுமே மனசில் பதிந்தது. ஆனால் பேச்சு எதுவும் கேட்கவில்லை. ஏதோ பொம்மலாட்டம் பார்க்கிறவனைப்போல இருக்கையில் சாய்ந்து உறைந்தான். துச்சாதனனைத் தொடர்ந்து சகுனி பேசத் தொடங்கினான். அதற்கப்புறம் துரியோதனன். நடுவில் திருதராஷ்டிரன் குறுக்கிட்டுப் பேசினான். யாருடைய பேச்சும் கர்ணனின் காதில் விழவில்லை. வெறும் அசைவுகளாக மட்டுமே மனசில் பதிந்தன. இறுதியில் பீஷ்மர், கிருஷ்ணன், துரியோதனன் ஆகியோரிடையே வாக்குவாதம் நிகழ்ந்தது. திடுமென எழுந்து நின்ற துரியோதனன் அவையிலிருந்து வெளியேறினான். துச்சாதனன் துச்சாகன் அவனுடைய மற்ற சகோதரர்கள் மற்றும் சகுனி அனைவரும் வெளியேறினார்கள். துச்சாதனன் மீண்டும் உள்ளே வந்து தன்னை நோக்கிச் சைகை செய்ததுபோல இருந்தது. சட்டென அவனும் எழுந்து வெளியேறினான். துரியோதனனின் தனிப்பட்ட மந்திர ஆலோசனை மண்டபத்தை அடைந்த பிறகுதான் கொஞ்சம் கொஞ் சமாக மற்றவர்கள் பேச்சு காதில் விழுந்தது. ஆனால் மனம் இன்னும்

சமநிலைக்குத் திரும்பவில்லை. துரியோதனனின் நிலைபாட்டை துச்சாதனனும் சகுனியும் பலவாறு பாராட்டினார்கள். கிருஷ்ணனின் மயக்கும் வார்த்தைகளைக் காட்டிலும் சத்தியம் தவறாத துரியோதனின் வார்த்தைகளுக்கு மதிப்பு அதிகமுண்டு என்றார்கள். துரியோதனன் கர்ணனின் முகத்தைப் பார்த்தான். அவனால் சூழலை முற்றிலுமாகப் புரிந்துகொள்ள முடியாத நிலை.

"கர்ணா ஏன் இப்படி இருக்கிறாய்? பேச்சின் தொடக்கத்திலேயே ஏன் தடுமாறி நின்றுவிட்டாய்?"

அவனுக்கு என்ன பதில் சொல்வது என்று தெரியவில்லை.

"உடம்பு சரியில்லையா?"

"தலை சுற்றிய மாதிரி இருந்தது" என்று முணுமுணுத்தான் கர்ணன்.

பணிப்பெண்களை அழைத்தான் துரியோதனன். கர்ணனை மெத்தையில் படுக்க வைத்து நெற்றியில் நெய்யைத் தடவி நீவி விடுமாறு சொன்னான். சோமரசம் கலந்த பாலும் தேனும் கொண்டு வருமாறு ஆணையிட்டான்.

சிறிது நேர ஓய்வுக்குப் பிறகு எழுந்து உட்கார்கிற அளவுக்குத் தெம்பு வந்தது. அப்போது வேகவேகமாக உள்ளே ஓடி வந்த துச்சகன் 'எல்லோரும் சேர்ந்து துரியோதனனைக் கட்டிப் போடுமாறும், பெரியவர்களே அதிகாரத்தைக் கைப்பற்றி எடுத்துக் கொள்ளுமாறும், முன்பு பாண்டவர்களுக்குக் காண்டவப் பிரஸ்தத்தைக் கொடுக்கத் தீர்மானித்து முடிவெடுத்தது துரியோதனன்தான் என்றும் இப்பொழுது பெரியவர்கள் அமைதியாக இருந்து விட்டால் எதிர்காலத்தில் ஆரியவர்த்தம் அழிந்துவிடும் என்றும் கிருஷ்ணன் சொல்லிக் கொண்டிருப்பதாகச் சொன்னான். தொடர்ந்து பிதாமகர் பீஷ்மகரும் இதை ஒப்புக்கொண்டதாகவும் அப்பா திருதராஷ்டிரன் கூட தலையசைத்தாகவும் சொன்னான் அவன்.

"அப்படியா" என்று ஒரு கணம் யோசித்தான் துரியோதனன். "துச்சகா, கயிறொன்று எடுத்து வா, கிருஷ்ணனையே கட்டிச் சிறையில் அடைத்து விடலாம்." என்று சொல்லிவிட்டு வெளியே சென்றான். துச்சாதனனும் சகுனியும் தொடர்ந்து சென்றார்கள். எழுந்து செல்லும் நிலையிலில்லை கர்ணன். கர்ணன் உட்கார்ந்தே இருந்தான். அங்கே அவையில் கூச்சலிடும் சத்தம் கேட்டது. நடுநடுவே துரியோதனனின் குரல். மீண்டும் தடதடவென்ற சத்தம். அதற்கப்புறம் அமைதி. சிறிது நேரத்தில் துச்சாதனனும் சகுனியும் திரும்பி வந்தார்கள். துரியோதனனும் திரும்பி வந்தான். அவன் முகத்தில் கோபத்தின் சாயல் தெரிந்தது. தன் இருக்கையில் தொப்பென அமர்ந்தான்.

அவனிடம் துச்சாதனன் "அவை அலங்காரத்தைப் பார்க்க வந்தவர்கள் என்று சொன்னதெல்லாம் பொய். அவர்கள் அவனுடைய மெய்க்காப்பாளர்கள். ஆனால் நமக்கும் அந்த சந்தேகம் வரவில்லை" என்றான்.

* * *

அன்றைய இரவில் படுத்ததுமே தூக்கம் வந்துவிட்டது. ஆனாலும் சீக்கிரமாகவே விழித்து விட்டான். ஏதோ கனவு. எதுவும் தெளிவாக இல்லை. கனவு சரியாகப் புரியும் முன்பு விழிப்பு வந்து விட்டதா அல்லது கனவுதான் தூக்கத்தைக் கெடுத்ததா, சரியாய்த் தெரியவில்லை. பொங்கி எழுந்து வெள்ளமாகப் பெருகி மூழ்கடிக்கிற கனவா? ஆமாம் என்றோ, அல்லது இல்லை என்றோ சரியாகச் சொல்லத் தெரியவில்லை. எங்கோ தூரத்தில் குழலின் இசை கேட்டது. மாடு மேய்ப்பவர்களின் இருப்பிடத்திலிருந்து வந்தது போல இருந்தது. மீண்டும் இரவு முழுக்கத் தூக்கமின்றிப் போய்விடுமோ என்று நினைத்தபடி புரண்டுபடுத்தபோது சாயங்காலத்தில் இருந்த அளவு உடல்வலி இல்லை என்று தோன்றியது. நேற்று இரவு இருந்ததைப் போல மனத்தில் குழப்பம் இல்லை. ஒரு வகையில் அமைதியாக இருந்தது. காய்ச்சல் விட்ட பிறகு உடலில் சோர்வு இருந்தாலும் ஒரு வகையான சமநிலையில் மனம் இருப்பதைப்போல இருந்தது. குழல் வாசிப்பவன் யார் என்பதை அடையாளம் கண்டுபிடித்து மறுநாள் வீட்டுக்கு வரவழைத்து வாசிக்கச் சொல்லிக் கேட்கவேண்டும் என்று முடிவு கட்டினான். மறுகணமே பகலில் வேண்டாம் என்றும் இரவிலேயே வைத்துக் கொள்ளலாம் என்றும் முடிவு கட்டினான். குழலோசையைத் தொலைவில் இருந்துதான் கேட்கவேண்டும். எதிரில் உட்காரச் செய்து வாசிக்கச் சொல்லிக் கேட்கும்போது ஏதோ ஒன்றை இழந்ததுபோலத் தோன்றும். 'இத்தனை ஆண்டுகளாக மனசில் படிந்து விட்ட பொறாமை, பயம், வெறுப்புகளின் அடிப்படையில் பார்க்கிற வரைக்கும் உனக்கு என் வார்த்தைகள் புரியாது. இவற்றை யெல்லாம் உதறிவிட்டுப் புதிய மனிதனாகு. இந்த யுத்தத்தைத் தவிர்ப்ப தொன்றும் சிரமமான காரியமில்லை. இவற்றையெல்லாம் துறந்து விட்டுப் புதிய மனிதனாகு' என்ற கிருஷ்ணனின் வார்த்தைகள் ஞாபகத்துக்கு வந்தன. தொடர்ந்து தன் நினைவுகளில் மூழ்கினான் கர்ணன்... "இதே போலத்தான் நேற்று ரதத்தில் உட்கார்ந்து கொண்டு என்னிடமும் சொன்னான் கிருஷ்ணன். அவன் சொன்ன வாசகங்கள் சரியாக இதுவரை ஞாபகத்துக்கு வரவில்லை. இப்போது ஞாபகம் வந்துவிட்டது. 'கர்ணா, உன் அறுபத்தைந்து வருஷ கால வாழ்க்கையை ஒரே கணத்தில் துறந்து விட்டு முற்றிலும் புது மனிதனாக ஆவது எப்படி என்பதுதானே உன் கேள்வி. சூதர்குல முறைப்படியே நீ திருமணம் செய்து கொண்டாய். அதே குலப் பெண்களைத்தான் மணந்து

கொண்டாய்… உன் பிள்ளைகளுக்கும் அதே குலப்பெண்களைத்தான் திருமணம் நடத்தி வைத்தாய். துரியோதனனுடன் பழகி நெருக்கமாகி எந்த அளவு அன்போடு இருக்கிறாயோ அதே அளவு பாண்டவர்கள் மீது வெறுப்பு கொண்டுள்ளாய். இவையனைத்தையும் துறப்பது எளிதான காரியமா என்று நீ கேட்கிறாய்? குலப்பண்பாடு என்பது மேலோட்டமான ஒரு குறியீடு. அவ்வளவுதான். புதுசாகத் தெரிய வந்த உன் பிறப்பு பற்றிய உண்மையை முதலில் நீ மனசார ஒத்துக்கொள். அதன் பிறகு உலகுக்கு வெளிப்படுத்தலாம். பழைய சூழலில் உருவான நட்பும் விரோதமும் இன்னும் இருக்கிறதா என்று சோதித்துப்பார். புதிய மனிதனாகு.” இன்னும் என்னென்னமோ சொன்னான். ஞாபகம் வரவில்லை. திருமணத்துக்கு முன்பு பிறந்த குழந்தையோடேயே குந்தியைப் பாண்டு அரசன் திருமணம் செய்திருந்தால், குழந்தை இல்லை என்ற குறையால் அவர்கள் இமயமலைக்குச் செல்ல வேண்டி இருந்திருக்காது. நான் ஒருவனே அவர்களுக்கு மகனாக இருந்திருகக் கூடும். துரியோதனனுக்கும் பன்னிரண்டு வருஷம் மூத்த அண்ணனாக இருந்திருப்பேன். குருவம்சத்தின் தனிப்பெரும் அரசனாக இருந்திருப்பேன். துரியோதனன் இளவரசனாக இருந்திருப்பான். தருமனும் பீமனும் பிறந்திருந்தால் கூட வயதில் மூத்தவனாகிய என்னை வணங்கிச் சேவை புரிந்திருப்பார்கள். ராஜசூய யாகம் கூட என் மூலமாகவே நடந்திருக்கும். அல்லது ஒரு வேளை துரியோதனனின் முக்கிய எதிரியே நானாக ஆகி இருப்பேனோ என்னமோ…” ஏதேதோ எண்ணங்கள் அலை பாய்ந்தன. கூடிழந்த பறவை போல எங்கெங்கேயோ தாவின. அவனால் தூங்க முடியவில்லை. மீண்டும் நினைவுகளின் சுழலில் அவன் அகப்பட்டுக் கொண்டான்… “இந்தப் புதிய உறவைத் துரியோதனிடம் எடுத்துச் சொன்னால் அவனிடம் என்ன மாற்றம் ஏற்படும்? அப்படியென்றால் இந்திரப்பிரஸ்தத்திற்கு அதிபதி நீதான், அவர்களில்லை என்று சொல்லி விடுவானா? ஆயினும் அவர்களும் என்னோடுதான் இருப்பார்கள் என்பது அவனுக்குத் தெரியாதா? எல்லாமே பைத்தியக்காரத்தனம். அவர்கள் பாண்டுவின் பெயருக்குப் பிறந்தவர்கள். நான் திருமணத்திற்கு முன்பு பிறந்தவன். பாண்டுவின் குடும்பப் பெயரைச் சொந்தமாக்கிக்கொள்ள முடியாமல், வெளியே தள்ளப்பட்டவன். இப்போது திடுமென அண்ணன் தம்பியாக மாறுவது எப்படி? இந்த அறுபத்தைந்து ஆண்டுகளாகத் திரண்ட அனுபவத்தின் அடிப்படையில் உருவாகிவிட்ட குண அமைப்பை ஒரேயடியாக மாற்றுவது எப்படி? வாழ்க்கை என்பது பிசைந்த களிமண்ணைப் போல சுலபமான விஷயமல்ல. கிருஷ்ணன் என்னமோ சொல்லி விட்டான். என் சூழலில் அவன் இருந்தால்தான் சொல்வதைப் போலச் செய்வானா? யாரால்தான் முடியும்? துரியோதனனின் சுபாவம் எனக்குத் தெரியும். கர்ணா எனது நம்பிக்கையின் ஆதாரமே நீதான். ஆனால் எதிரிகளின் பக்கம் சேர்ந்து விட்டாய். ஆனாலும் நான்

போரிடுவேன். உன்னை எதிர்க்க நேர்ந்து விட்டது என் வாழ்வில் மிகப் பெரிய துரதிருஷ்டம்" என்றிருப்பான். இத்தனை காலமும் தோழனாக ஒன்றாக இருந்து, ஒன்றாக வளர்ந்துவிட்டு இன்று திடுமென ஒருவரை ஒருவர் எதிர்த்து நிற்பதா? ஒருவேளை நான் யார் பக்கமும் இல்லை என்று எல்லாவற்றையும் துறந்து வெளியேறி விட்டால்...? இதுதான் ஒரே தீர்வு. வயதும் அறுபத்தைந்தாகி விட்டது. ஊரையும் வீட்டையும் துறந்து எங்கேயாவது ஒரு காட்டில் பர்ணசாலை கட்டிக்கொண்டு துறவியாகிவிடலாம்..."

இந்தத் தீர்வு அவன் மனத்திற்குத் திருப்தியை அளித்தது. ஆழ்ந்த பெருமூச்சுடன் இடப்பக்கம் புரண்டு படுத்தான். சற்று தொலைவில் படுத்திருந்த சுஷேணன் எழுந்து, "இன்றைக்கும் உங்களுக்கும் தூக்கம் வரவில்லையா? அப்பா?" என்று கேட்டான். தன் மனத்தை வருத்திக் கொண்டிருக்கும் கேள்விக்கு ஒரு விடையைக் கண்டுபிடிக்காமல் விடுவதில்லை என்ற முயற்சியின் உளைச்சலில் மகனுடன் பேசத் தொடங்கினால் அது தடையாக இருக்கக்கூடும் என்பதால் எந்தப் பதிலையும் சொல்லவில்லை கர்ணன். பிறகு தன் நினைவுகளில் மூழ்கினான்.

"...ஒதுங்கிக்கொள்வதுதான் சிறந்த வழி. ஆனால் அது நான் ஒருவனே தப்பித்துச் சென்றுவிட்டதைப் போல இருக்கும். ஆனால் எந்த உண்மையும் உலகத்துக்குத் தெரியாமல் போய்விடும். எல்லோருக்கும் விஷயத்தை முழுமையாய்ச் சொல்லிவிட்டுச் சென்றால் சரியாக இருக்கும். ஆனால் எல்லார் முன்னிலையிலும் நின்று சொல்லச் சிறிது சிரமமாக இருக்கிறது. அது உண்மைதான். ஆனால் எல்லாவற்றையும் துறந்து வெளியேறுபவனுக்கு இந்தச் சிரமமெல்லாம் ஒரு கணக்கா?..."

சுஷேனனும் தூக்கம் வராமல் புரண்டான். ஒருவேளை தன் வருத்தத்திற்கும் அமைதியின்மைக்குமான காரணத்தை அவன் அறிந்திருப்பானோ என்று கலங்கினான் கர்ணன். மறுகணமே அதற்கு வாய்ப்பில்லை என்று அமைதியடைந்தான்.

"நான் எத்தனையோ முறை வேண்டாம் என்று மறுத்தாலும் கூட என் பக்கத்திலேயே படுக்க வந்துவிடுகிறான். அவன்தான் உண்மையான மகன். அந்தஸ்துக்கும் பெருமைக்கும் துரியோதனன் கட்டி வைத்த பெண்கள் எல்லாரும் வீட்டின் பின்கட்டில் தூங்கிக் கொண்டிருக்கிறார்கள்." மனைவிகளைப் பற்றிய எண்ணம் எழுந்ததுமே ஒதுங்கிக்கொள்வது பற்றிய எண்ணம் நொறுங்கிப் போனது. "என் பிறப்பின் ரகசியத்தை இந்த உலகத்துக்குத் தெரிவித்துவிட்டு எங்கேயாவது கிளம்பிப் போய்விடுவேன். என் எல்லாப் பிள்ளைகளும், பேரப் பிள்ளைகளும் என்ன கதிக்கு ஆளாவார்கள்? எல்லாருமே துரியோதனனுக்குச் சேவை செய்து கொண்டிருப்பவர்கள். அவர்கள் ஒருவேளை

பாண்டவர்களின் பக்கம் மாறக் கூடுமா? துரியோதனனின் பக்கமே தொடர்ந்து இருந்தாலும் அவன் அவர்களை நம்புவானா? அவர்கள் பாண்டவர்கள் பக்கம் சேர்ந்து இதுவரைக்கும் தமக்குத் தலைவனாக இருந்த துரியோதனையே எதிர்த்துப் போரிடுவார்களா? அல்லது என்னைப் போலவே காட்டில் பர்ணசாலை அமைத்துக் கொண்டு ...சீ... எந்தப் பக்கம் போனாலும் இடைஞ்சல்தான். கிருஷ்ணன் எது பேசினாலும் எல்லாரையும் தலையாட்ட வைத்துவிடுகிறான்..."

மறுபுறம் திரும்பிப் படுக்கவேண்டும் போலத் தோன்றியது. ஆயினும் தான் இன்னும் தூங்காமல் இருப்பது சுஷேணனுக்குத் தெரியக் கூடாது என்று அப்படியே படுத்திருந்தான். குழலோசை இன்னும் கேட்டுக்கொண்டிருந்தது. அதே பக்கத்தில் இருந்து காற்று வீசும்போது மிகவும் தெளிவாகக் கேட்டது. எந்தப் பக்கத்துக் காற்று என்பது தெளிவாகத் தெரியவில்லை. குளிர்காலம் நெருங்கிக் கொண்டிருந்தது. காற்றின் திசை புரியவில்லை. குழலோசை எங்கெங்கேயோ புதைந்திருந்த நினைவுகளைக் கிளறிவிட்டன.

"நிறைந்த அவையில் பாண்டவர்கள் குருவம்சத்தையே சேர்ந்தவர்கள் அல்ல என்று உண்மை தெரியாமல் பேசியது தப்பு. நாளையே துரியோதனனைப் பார்த்து ஒரு விஷயத்தைத் தெளிவு படுத்த வேண்டும். 'முதல் முறை சூதாட்டத்தில் எல்லாவற்றையும் அவர்கள் தோற்றபோதே இந்திரபிரஸ்தம் எனக்குச் சொந்தமாகி விட்டது. எங்கள் அப்பா அவர்களுக்குப் புத்தியில்லாமல் திருப்பித் தந்த பிறகு வனவாசம், அஞ்ஞாதவாசம் என்கிற பந்தயங்களிட்டு மீண்டும் ஆடி வென்றேன். உண்மையைச் சொல்லப் போனால் நான் அரசனாக இருக்கும்போது, நான் வென்றெடுத்த ஒன்றைத் திருப்பித் தருகிற அதிகாரம் என் அப்பாவுக்கில்லை. நான் திருப்பித் தர மாட்டேன் என்று வேண்டுமானால் சொல். ஆனால் அவர்கள் இந்த வம்சத்தையே சேர்ந்தவர்கள் இல்லை என்று சொல்லாதே. அது தருமத்துக்கு விரோதம்' என்று எடுத்துச் சொல்லவேண்டும், அவன் கேட்பானோ என்னமோ? நியோக முறையில் பிறந்த சந்ததியினர் வாரிசுதார்களாக ஆக முடியாது என்னும் வாதத்தை துரியோதனனின் ஏக அரசர்களில் எத்தனைபேர் ஒத்துக்கொள்வார்கள்? மகனுக்குப் பட்டம் கட்டிய பிறகு ஆட்சி அதிகாரத்தில் தலை நுழைக்கும் அதிகாரம் அப்பாவுக்கு இல்லை என்றால் எத்தனை பேர் ஒத்துக் கொள்வார்கள்? எத்தனை பேர் மறுப்பார்கள்? இவை எல்லா வற்றையுமே துரியோதனன் கணக்கில் எடுத்துக்கொள்ளவேண்டும். நான் நினைப்பதை சொல்லிவிடுவதுதான் நல்லது..."

இந்த முடிவு அவனுக்குச் சிறிது நிம்மதியைக் கொடுத்தது. சத்தமெழுப்பாமல் வலப்புறம் திரும்பிப் படுத்தான் கர்ணன். இன்னும்

குழலோசை கேட்டது. கனவும் நனவும் கலந்து குழம்பி பால் பொங்குகிற மாதிரி மனசில் பொங்கியது. ஏதோ அரைத் தூக்கம் குழலோசையை இன்னும் மனம் உணர்ந்துகொண்டிருந்தது. அல்லது ஏதேனும் கனவா? உடலின் ஒவ்வொரு நரம்பையும் தசைகளையும் கால்களையும் கைகளையும் தோள்களையும் தளர்த்தித் தூங்க முயற்சி செய்தான். இறுதியில் தூக்கம் வந்தது. உண்மையிலேயே அது நல்ல தூக்கம். மனசில் ஒரு காட்சி விரிந்தது. பெரிய அவை கூடும். ஆயிரமாயிரம் கம்பங்கள் தாங்கிய பந்தல். நடுவே சிம்மாசனம். அதன் மேல் கர்ணன் உட்கார்ந்திருந்தான். பக்கத்திலேயே இன்னொரு சிறிய சிம்மாசனம். காட்சி விரிந்தது. அது பெரிய காடு. நெருக்கி நடக்கும் படை நடுவே ரதத்தில் கர்ணன். குதிரையின் மேல் உட்கார்ந்து வருகிற அர்ஜுனன் 'அண்ணா, அரசனாகிய நீயே நேரிடையாக இறங்கிவிட்டால் ராஜ்ஜியத்தின் மதிப்பு என்னாவது? நாங்கள் இல்லையா, பார்த்துக் கொள்கிறோம், நீ திரும்பிச் செல்' என்று கூவிச் சொல்கிறான். என்னைப் போன்றே அவனுக்கும் நீளமான கைகள். உயரமான வில். இரண்டு வில்களும் ஒன்றாகப் பக்கத்தில் பக்கத்தில் நிற்கின்றன. ஒன்றோடு ஒன்று ஒட்டிக்கொள்கின்றன. இறுதியில் இரண்டும் இணைந்து ஒன்றாகின்றன. எவ்வளவு பெரிய வில்! இரண்டு ஆட்கள் உயரம். உறுதியான நாண். ஒரே நாணிலிருந்து இருவரும் மாற்றி மாற்றி அம்புகளை எறிகிறார்கள். வேகம்! புயல் வேகம்! தேசங்களை யெல்லாம் துளைத்துச் சீறிக்கொண்டு புறப்படும் உலோக நுனியுள்ள அம்புகள். நிமிர்ந்த வெள்ளைக் குதிரை நூற்றுக்கணக்கான நாடுகளில் சுயேச்சையாக அலைகின்றன. அதன் பின்னால் இந்தப் பெரிய வில். வில் வழியாகத் தெரியும் திரௌபதை. எப்படிப்பட்ட பேரழகு! உலகத்தையே கவர்ந்து இழுத்து வீழ்த்துகிற பேரழகு! அவளது தலைக்கு மேல்சுற்றிக்கொண்டிருக்கும் மீன் இயந்திரம். கீழே இருந்த தொட்டியில் கண்ணாடிபோல பளபளத்துக் கொண்டிருந்த நீர். வில்லை எடுத்து இயந்திரத்தை வீழ்த்தத் தயாராக இருக்கிறான் கர்ணன். 'இவன் சூதனல்லவா?' என்று திமிர்கொண்ட மணமகள் தன் தோழியைக் கேட்கிறாள். 'க்ஷத்திரியப் பெண்ணுக்கு இது எப்படிப்பட்ட அவமானம்? அண்ணா, இந்த மண்டபத்தில் நுழைய இவனுக்கு அனுமதி கொடுத்தது யார்?' என்று யாரோ கேட்கிறார்கள். 'இவன் எனக்குச் சமமானவன்' என்று துரியோதனன் குரல் எழுப்புகிறான். எங்கும் குசுகுசுவென்று சத்தம். வளைத்த வில்லை அப்படியே வைத்துவிட்டுத் திரும்புகிறேன். அவள் முகத்தில்தான் எவ்வளவு வெறுப்பு. இன்னொரு காட்சி. நிறைந்திருந்த அவை அது. பார்த்தபடியே நின்றிருந்த அரசர்கள். எதிரே பிராமணர்கள் சபை. குனிந்து வந்த எனக்கு யாரோ ஒருவர் இருக்கை இடுகிறார்கள். நான் உட்கார்ந்து கொள்கிறேன். எதிரே அந்தத் திமிர் கொண்ட பெண். 'துச்சாதனா, அவர்கள் தம் உண்மையான நிலையைப் புரிந்துகொண்டார்கள். ஆனால் அடிமையான பெண்

ஒருத்தி அரசர்களுக்கான உடை உடுத்திக் கொண்டிருப்பது எல்லா அரசர்களுக்கும் அவமானமான ஒன்று. இந்த உடைகளைக் களைந் தெறிந்து விட்டுத் துண்டுத் துணி உடுத்திக்கொள்ளச் சொல். மறுத்தால், நீயே பற்றி இழுத்துக் களைந்துவிடு. தன்மான அவமானங்களைப் பற்றி அவர்களுக்கே கவலையில்லை என்றால் நீ ஏன் கவலைப்படுகிறாய், என்று கர்ஜிக்கிறான் துரியோதனன். ஆனால் அவள் வளைந்து கொடுக்க வில்லை. 'தூ, சூதனே நீ என்னதான் ஆசைப்பட்டாலும் உன் குலப் பெண்ணாக என்னை நீ மாற்ற முடியாது' என்று சத்தமிடுகிறாள். எல்லா இடங்களிலும் குதிக்கிறாள். பீமன் அடித்துக்கொண்டிருக்கிற மேளம் முழங்கிக்கொண்டிருக்கிறது. அர்ஜுனன் குழலூதுகிறான். எங்கோ தொலைவிலிருந்து கேட்கும் குழலோசை இல்லை. பக்கத்திலேயே, காதின் அருகிலேயே அந்தக் குழலோசை கேட்கிறது. ஆனால் அது இனிமையாக இல்லை. நாராசமாக இருக்கிறது...

சட்டென கர்ணன் எழுந்து விட்டான். காட்சி கலைந்து விட்டது. குழலோசை எதுவும் இப்போது கேட்கவில்லை. என்ன நேரம் என்று தெரியவுமில்லை. விழித்ததுமே அது கனவுதான் என்று தெரிந்துவிட்டது. ஆனாலும் கனவா அல்லது பழைய நினைவுகளின் ஓட்டமா என்று சின்னச் சந்தேகம் வந்தது. எது என்று சரியாகத் தெரியவில்லை. என்ன நேரமிருக்குமோ என்று குழப்பமாக இருக்கும்போதே கர்ணனுக்குச் சிறுநிர் கழிக்க எழுந்திருக்கவேண்டும்போல இருந்தது. சுஷேனன் எழுந்திருப்பது நிச்சயம் என்று தெரிந்திருந்தாலும் போர்த்தியிருந்த கம்பளியை உதறி எழுந்து வாசலைத் திறந்துகொண்டு வெளியே வந்தான். வாசலருகில் படுத்திருந்த நாய் எழுந்து படபடவென்று காதுகளை உதறியது. அருகில் நெருங்கி காலை நக்கியது. சிறுநீர் கழித்து எழுந்தவன் வானை அண்ணாந்து பார்த்தான். வானம் மங்கலாக இருந்தது. நட்சத்திரங்கள் தெளிவாகத் தெரிந்தன. விடிய அதிக நேரமில்லை என்று மனசுக்குள் எண்ணிக்கொண்டான். காலைக் கடன்களையும் முடித்துவிடலாம் என்று தோன்றியது. வாசலைச் சாத்திக்கொண்டு ஆற்றங்கரைக்குச் சென்றான். நாய் பின்னாலேயே தொடர்ந்து ஓடி வரும் சத்தம் கேட்டது. ஊரைத் தாண்டி புதர்களின் மறைவில் சென்று முடித்துவிட்டு எழுந்தான். எல்லாமே மங்கலாகத் தெரிய ஆரம்பித்தது. ஆற்றங்கரையில் நேற்றைக்கிருந்ததை விடவும் அதிக மரங்களைக் கொண்டுவந்து போட்டிருந்தார்கள். செதுக்கியும் சீவியும் வீசிய மரப்பட்டைகள் ஒரு மூலையில் அம்பாரமாகக் கிடந்தன. நேற்று அதிக வேலை நடந்திருக்கிறது என்று எண்ணிக் கொண்டான். கரையின் அருகில் சென்று உட்கார்ந்தான் கர்ணன். மரச்செதில்களைச் சீய்த்துக் குழியொன்று உண்டாக்கி அதில் கதகதப்பாகப் படுத்துக்கொண்டது நாய். நீரின் மேல்பரப்பு சமமான பலகையைப் போல இருந்தது. சிறிய சத்தமும் இல்லை. சிறிது நேரம்

உட்கார்ந்திருந்த கர்ணன் எழுந்து மணற்பரப்பில் நின்று உடற்பயிற்சி செய்தான். மூச்சு வாங்கி உடல் வியர்த்தது. நேற்று பகலிலும் இரவிலும் படிந்திருந்த உடற்சோம்பல் விலகியது போல இருந்தது. ஆற்றில் இறங்கி முழுக்குப் போட்டான். சிறிது தூரம் நீந்திச் சென்றான். நேற்றுப் போல இல்லாவிடினும் நீரின் வேகம் உள்ளே இழுத்தது. உற்சாகமாகக் கையை உதைத்து நீந்தி மீண்டும் கரைக்கு வந்தான். நன்றாக விடிந்தது. கிழக்குத் திசையில் முகம் திரும்பி முதலிலிருந்து முடிவு வரை சூரிய சூக்தத்தைச் சொல்லத் தொடங்கினான். மனசில் கவனம் குவிந்து ஒருமுகப்பட்டிருந்தது. நேற்றுப் போல குழப்பம் இல்லை. பிரார்த்தனை முடியும் சமயத்தில் நாய்குரைத்தது. முதலில் 'கொர்' என்று சாதாரணமாகத் தொடங்கி பின்பு பலமாகக் குரைத்தது. அதைத் தடுக்கிற பெண்குரல் ஒன்றும் கேட்டது. திரும்பிப் பார்த்தான். அங்கே தலை நரைத்த குந்தியைப் பார்த்ததும் அவன் குழம்பினான். பயந்தான். இதயத்துடிப்பு அதிகரித்தது. அவனால் அந்த அதிர்ச்சியில் இருந்து மீளவே முடியவில்லை. நாய் கடித்துவிடும் என்கிற பயம் அவளிடம் சிறிதும் இருந்ததாகத் தெரியவில்லை. ஆனாலும் தன்னைத் தானே வதைத்துக் கொண்டதில் அவள் முகம் சிவந்திருந்தது. கர்ணன் எழுந்து சென்று நாயை அடக்கிப் பிடித்துக்கொண்டான்.

சிறிது நேரக் குழப்பத்திற்குப் பின் கர்ணன் அவளைப் பார்த்து, "அம்மா, நீங்கள் யார்? பார்க்க க்ஷத்திரியப் பெண்மணியைப் போல இருக்கிறீர்கள். இந்தத் தேரோட்டித் துறைக்கு ஏன் வந்தீர்கள்?" என்று கேட்டான்.

"நான் கடந்த பதின்மூன்றரை வருஷங்களாக விதுரனின் வீட்டில் இருந்து வருகிறேன்."

"அப்படியென்றால் விதுரனின் வீட்டுவாசலை என்றும் நான் மிதித்தவனில்லை என்ற உண்மை உங்களுக்குத் தெரிந்திருக்க வேண்டும்."

அடுத்து என்ன பேசுவது என்று அவளுக்குத் தெரியவில்லை. வெறுமனே நின்றிருந்தாள். கர்ணனின் கால்களிடையே நின்றிருந்தது நாய். மணலின் மேல் இருந்த மரச்செதில்களைப் பார்த்தபடி இருந்தாள் குந்தி. அவளை ஒரு முறை நிமிர்ந்து பார்த்தான் கர்ணன். வயதின் காரணமாகச் சிறிது கூன் விழுந்த தோற்றம். இருந்தாலும் உயர்ந்த தோள்கள். அகன்ற மார்பு விசாலமான கண்கள் உயர்ந்த நெற்றி. முழுக்க நரைத்த கூந்தல். எல்லா விதங்களிலும் அவள் தன்னைப் போல இருந்ததை ஆச்சரியத்துடன் பார்த்தான் கர்ணன். தான் இவளை ஒரு முறையும் பார்க்கவே இல்லையே என்று நினைத்துக்கொண்டான்.

"கர்ணா, கிருஷ்ணன் உன்னிடம் எல்லா உண்மைகளையும் சொன்னானல்லவா இல்லையா?"

“இங்கே இந்த இடத்தில் என்னைச் சந்திக்குமாறு அவன் தான் சொன்னானா?”

சட்டென்று என்ன பதில் சொல்வதென எதுவும் தோன்றவில்லை குந்திக்கு. சில கணங்களுக்குப் பின்பு “இல்லை, நானாகவே வந்தேன்” என்றாள்.

கர்ணனின் மனம் அமைதியடைந்தது. “எதற்காக வந்தீர்கள்?” என்று கேட்க மனம் வரவில்லை. அவளாலும் பேச்சைத் தொடர முடியவில்லை. “உட்காருங்கள்” என்று சொல்லி மணற்பரப்பில் உட்கார்ந்தான். சிறிது இடைவெளியில் அவளும் உட்கார்ந்தாள். நாய் மீண்டும் அந்த மரச் செதில்களிடையே தான் செய்து வைத்த குழியில் போய்ப் படுத்துக் கொண்டது.

“எத்தனை ஆண்டுகள் ஆனாலும் நீ என் மகனே. பாண்டவர்கள் உன் தம்பிகளே.”

என்ன பதில் சொல்வது என்று கர்ணனுக்குப் புரியவில்லை. இந்த வார்த்தையின் பொருள் என்ன என்று யோசித்துக் கொண்டிருக்கும் போது மீண்டும் குந்தியே, “நீ தற்சமயம் இருக்கவேண்டிய இடம் இந்த அஸ்தினாபுரமில்லை. உபப்லாவ்ய நகரம். வா போகலாம். ஒருவேளை துரியோதனன் ராஜ்ஜியத்தை திருப்பிக் கொடுத்தால், அதற்கு நீயே அரசனாக இருந்து அரசாட்சி செய். இல்லாவிட்டால் பாண்டவர்களின் படைக்குத் தலைமை தாங்கு.”

“அம்மா, இதற்கு திரௌபதை ஒத்துக்கொள்வாளா?”

“ஏன் ஒத்துக்கொள்ளமாட்டாள்?”

“பாண்டவர்கள் ஐவருக்கும் மனைவியாக இருக்கும் அவள் இப்போது என்னை எல்லார்க்கும் மூத்தவனாக எண்ணி நடந்து கொள்வாளா? உங்கள் வற்புறுத்தலுக்காக இல்லாமல் சொந்த விருப்பத்தின் அடிப்படையில் நடந்து கொள்வாளா?”

குந்தி நிமிர்ந்து அவன் முகத்தைப் பார்த்தாள். அவன் பார்வை கூர்மையாக இருந்தது. அவளும் அவனைக் கூர்மையாகவே பார்த்தாள். “கர்ணா, என் ஐந்து பிள்ளைகளில் யாரும் அடுத்த ஒரு பெண்ணைப் பற்றிப் பேசாத வண்ணமும் யாரோடும் பழகாத வண்ணமும் கட்டுப்பாட்டோடு வளர்த்திருக்கிறேன். நீயும் என் கட்டுப்பாட்டில் வளர்ந்திருந்தால் நல்ல மரபுகளைக் கற்றிருந்திருப்பாய். துரியோதனனோடு சேர்ந்து உனக்கும் இந்த மலிவான புத்தி வந்துவிட்டது.” என்றாள்.

அவன் பார்வை இன்னும் கூர்மையானது. “உங்கள் மருமகளின் மேல் ஆசைப்பட்டுவிட்டேன் என்று ஏன் சட்டென்று முடிவு கட்டிச்

சீறுகிறீர்கள்? அறுபத்தைந்து வயதுக் கிழவன் நான். வீடு நிறைய பிள்ளைகளும் பேரப்பிள்ளைகளும் இருக்கிறார்கள். நானும் க்ஷத்திரியனோடு சேர்ந்து அவனது சகவாசத்தால் கட்டியாளும் சக்திக்கும் மீறி நிறையப் பெண்களை மணந்து கொண்டது உண்மைதான். என் வார்த்தைகளின் அர்த்தம் உங்களுக்குப் புரிகிறதா? நீங்கள் சொல்வதால் உங்கள் பிள்ளைகள் என்னை அண்ணன் என்று ஏற்றுக்கொள்ளலாம் ஒருவேளை சகித்துக் கொள்ளவும் செய்யலாம். வெளியிலிருந்து வந்து உங்கள் பிள்ளைகளை மணந்து கொண்டிருக்கும் அவள், மூத்தவன் என்கிற முறையில் நான் சிம்மாசனம் ஏறி உட்கார்வதையோ, ஆட்சித் தலைமை ஏற்பதையோ ஒத்துக்கொள்வாளா? வேறொரு சூழலில் வளர்ந்து நான் ஆளானதைப் போலவே அவளும் இன்னொரு சூழலில் வளர்ந்து ஆளானவள். மற்ற ஐவரும் கூட வேறு நிலையில் ஆளானவர்கள். என் மனைவி மக்களும் கூட வேறொரு சூழலில் உருவானவர்கள். இவை அனைத்தையும் ஒன்றாகக் கூட்டிக் கலந்து பிசைந்து மீண்டும் ஒரு புதிய கட்டிடம் எழுப்புவது சாத்தியமில்லை…"

குந்தி அமைதியானாள். சிறிது நேரம் இருவரிடையேயும் ஆழ்ந்த மௌனம் நிலவியது. "இது தேரோட்டித்துறை. சூரியன் எழுந்து விட்டான். ரத வேலைக்காக ஆட்கள் வரும் நேரமாகி விட்டது. நானும் நீங்களும் உட்கார்ந்து பேசிக்கொண்டிருப்பதை யாராவது பார்த்தால் அது வீணான யூகங்களுக்கு இடம் கொடுக்கும். வேறு ஏதேனும் சொல்ல வேண்டுமா, இருந்தால் சீக்கிரம் சொல்லுங்கள்" என்றான் கர்ணன்.

தரையைப் பார்த்தபடியே உட்கார்ந்திருந்தாள் குந்தி. அவன் அவசரப்படுத்துவதிலும் அர்த்தம் இருக்கிறது என்று நினைத்தாள். ஆனாலும் பேச்சு வராமல் ஏதோ முணுமுணுத்தாள். நதியின் எதிர்க்கரையில் இருந்து ஒரு பறவை சத்தமிட்டுக் கொண்டிருந்தது. அச்சத்தத்திடையில் அவளுடைய பேச்சு மெல்லிய குரலில் கேட்டது.

"யுத்தத்தில் என் பிள்ளைகள் ஐந்து பேரையும் காப்பாற்ற வேண்டும். அதிலும் அர்ஜுனன் மீது உனக்கு விரோதம் இருக்கிறது. அவனைக் கொல்வேன் என்று பல முறை நீ உறுதி எடுத்திருக்கிறாயாமே."

"அவனுக்கும் என் மீது அதே அளவு குரோதம் இருக்கிறது. என்னைவிடப் பல முறை என்னைக் கொன்றுவிட்டுத்தான் மறுவேலை என்று அவனும் சூளுரைத்திருக்கிறான். மகனே அர்ஜுனா, கர்ணன் உனக்கு அண்ணனாக வேண்டும். யுத்தத்தில் அவன் உயிருக்கு எந்த ஆபத்தும் நேராமல் காப்பாற்ற வேண்டியது உன் கடமை என்று நீங்கள் அவனிடம் சொல்லமுடியுமா? இதே போல மற்ற நான்கு பேர்களிடமும் உங்களால் சொல்லமுடியுமா?

தடுக்கி விழுந்தது போல இருந்தது குந்திக்கு. தான் இதுபோல யோசித்திருக்கவில்லையே என்று நினைத்தாள். இனம் புரியாத குழப்பம் கவிந்தது. தன் மனவலிமையையெல்லாம் ஒன்றுதிரட்டி, "நீ துரியோதனனை எதிர்த்தும் போரிடவேண்டாம். அவர்கள் போரிடுவார்கள்" என்றாள்.

"அம்மா, நீங்கள் என் கேள்விக்குப் பதில் சொல்லவில்லை. இல்லை, இது தவறு. நீங்கள் ரொம்பத் தெளிவாகவே எனது கேள்விக்குப் பதில் சொல்லி இருக்கிறீர்கள். என் மந்த புத்திக்குத்தான் இன்னும் தெளிவான பதில் தேவையாக இருக்கிறது. பெற்று விட்டதால் மட்டுமே தாய்ப்பாசம் என்பதோ புத்திரபாசம் என்பதோ தோன்றிவிடாது. வளர்த்து, ஆளாக்கி பாலூட்டி, விளையாட்டு காட்டிச் சிரிக்கவைத்து பேச வைத்து ஒரு பிள்ளையைப் பல வருஷங்கள் வளர்ப்பதன் மூலம்தானே இந்த உறவு உருவாகும். உங்கள் ஐந்து பிள்ளைகள் மீதும் உங்களுக்கு ஏராளமான பாசம் உண்டு. அது எனக்குத் தெரியும். அவர்களுக்கு ஆபத்து விளைவிக்கக் கூடிய எந்தக் காரியத்தையும் நீங்கள் செய்யச் சொல்ல மாட்டீர்கள் என்பதும் எனக்குத் தெரியும். அதுமட்டுமல்ல, நான்தான் அவர்களுக்கு மூத்த சகோதரன் என்கிற உண்மையைக் கூட இந்தப் போர் முடிகிற வரைக்கும் நீங்கள் அவர்களிடம் சொல்லமாட்டீர்கள் என்றும் தெரியும். ஏனென்றால் உங்கள் மூத்த மகனின் சுபாவம் உங்களுக்கும் தெரியும். சனாதன தரும நெறிகளை மதிக்கிறவன் அவன். பீமன் ஒருவனைத் தவிர ஏறத்தாழ மற்ற அனைவரும் கூட அவ்விதமே. மரியாதையின் நிமித்தம் பீஷ்மரையும் விதுரரையும் கால்களில் விழுந்து அவர்கள் வணங்குவதில்லையா? கர்ணனின் பிறப்பின் ரகசியம் பற்றி அவர்களுக்குத் தெரிய நேர்ந்தது, அதனால் யுத்தத்தையே வேண்டா மென்று நிறுத்திவிட்டால்...? அதனால் நான் யார் என்பதை நீங்கள் அவர்களிடம் சொல்லமாட்டீர்கள் அல்லவா? சரிதானே அம்மா?"

குனிந்த தலை நிமிராமல் உட்கார்ந்திருந்தாள் குந்தி. அவனுக்குப் பதில் சொல்லவும் சக்தியின்றி, அந்த இடத்திலிருந்து எழுந்து செல்லவும் மனமின்றி உட்கார்ந்திருந்தாள். உடல், முழுக்க வியர்த்திருப்பதை அறிந்தாள். அதற்குள் மீண்டும் கர்ணன் பேச்சைத் தொடர்ந்தான்.

"முந்தா நாள் சாயங்காலம் கிருஷ்ணன் வந்து சொல்லும் வரைக்கும் இந்த விவரம் எனக்குத் தெரியாது. யாரோ பெற்றுத் தொட்டிலில் போட்டு நதியில் விட்டுவிட்டார்கள் என்று நம்பி இருந்தேன்.எனக்குக் கருத்துத் தெரியத் தொடங்கிய வயதில் தாய்ப்பாசம் என்பதன் பொருளும் தாய் - மகன் உறவைப் பற்றியும் தெரிந்ததும் எங்கேயோ கண்டெடுத்த குழந்தையாகிய என் தலையெழுத்து எப்படி இருக்குமோ என்று அச்சம் கொண்டிருந்தேன். ஆனால் அதற்கெல்லாம் அவசியமே

இல்லாதபடி என்னை அன்போடு வளர்த்தாள் என் அம்மா. உங்கள் அரண்மனையில் உங்கள் தாய்க்கும் உங்களுக்கும் பணிப்பெண்ணாக இருந்தவளாம். கிருஷ்ணன்தான் அந்த விவரத்தையும் எனக்குச் சொன்னான். அவளுடைய சுபாவத்தைப் பற்றி நீங்களும் கொஞ்சநஞ்சம் தெரிந்து வைத்திருப்பீர்கள். சமீப காலம் வரைக்கும் அதாவது எனக்கு வயதாகும் வரைக்கும் அவள் உயிரோடேயே இருந்தாள். அவள் இறந்த பிறகு எனக்குத் தாயில்லை என்கிற குறையை என் நண்பன் துரியோதனனின் தாய் காந்தாரி தீர்த்து வைத்தாள். இத்தனை வயதான பிறகுகூட எனக்குத் தாயின் அவசியம் இருக்கிறது. என் அம்மா ராதை உயிரோடு இருந்த போதுகூட காந்தாரி என்மீது அன்போடு இருந்தாள். ஆனால் நான் அவளை அப்போது அந்த அளவுக்கு நம்பி இருக்கவில்லை. இந்த அஸ்தினாபுரத்தில் மட்டுமல்ல, எந்த நேரத்திலும் காந்தாரியைப் போல ஒரு தாயை நான் பார்த்ததே இல்லை. கணவனுக்குப் பார்வை இல்லை என்று தெரிந்ததுமே அவனுக்கு இல்லாத பார்வை தனக்கும் வேண்டாம் என்று தானாகவே கண்ணைத் துணியால் கட்டி மறைத்துக்கொண்டு குருடியாக இருக்கிறாள். கணவனுக்காக இந்த அளவு தியாகம் செய்கிற பெண்ணிடம்தான் தாய்மையுணர்வு பரிபூரணமாகக் குடி கொண்டிருக்கும். அவளை நெருங்கி 'அம்மா, நான் கர்ணன் வந்திருக்கிறேன்' என்று எப்போது சொன்னாலும், உடனே எனது தலையை வருடி 'தீர்க்காயுளுடன் இரு மகனே' என்று ஆசிகள் வழங்குவாள். அர்ஜுனனுடன் விற்போட்டிக்காக எழுந்து நின்றபோது குலத்தைக் காரணம் காட்டி என்னை அவமானப்படுத்திய தருணத்தில் துரியோதனன் எனது கையைப்பற்றி எத்தனையோ ஆண்டுகளாகி விட்டன. அப்போது எனக்கு இருபத்தொன்பது வயது. அன்றிலிருந்து அவளுக்கு நானும் மகனானேன். தன் பிள்ளைகளுக்கு ஆதரவாகத்தான் கர்ணன் நிற்க வேண்டும் என அவள் விரும்ப மாட்டாளா?"

மீண்டும் இருவரிடையேயும் மௌனம். ஆற்றுத் தண்ணீர் மேல் இளம்பனி கவிந்திருந்தது. ஆற்றங்கரையில் இருந்த புதர்களும் அசைவற்று இருந்தன. குந்திக்குத் தன் கணவனுடன் இமயமலைச் சாரலில் கழித்த நாட்களும் குளிரும் பனியும் நினைவுக்கு வந்தன. அந்த மலையே தன் மேல் சரிந்து பேச்சையும் தடுத்துவிட்டது போன்ற இயலாமையால் நலிந்தாள். அவளை நிமிர்ந்து பார்த்தான் கர்ணன். அவள் கண்கள் தன் மேல் படர்ந்திருப்பதை கவனித்தான். சட்டென அவள் குருடியானதைப்போல இருந்தது. நீளமான கைகள். அகன்ற மார்பு. பெரிய புஜங்கள். விசாலமான கண்கள். உயர்ந்த நெற்றி. திடமான கழுத்து. ஆனால் தருமன் இப்படி இல்லை. பீமனும் கொஞ்சம் வித்தியசமானவன்தான். அர்ஜுனனின் முக அமைப்பும் உடல் அமைப்பும் கூட வேறானதுதான். நகுலனும் சகாதேவனும்

மாதிரிக்குப் பிறந்தவர்கள் என்று எண்ணிக்கொண்டிருக்கும்போதே படுத்திருந்த நாய் மெல்ல 'கொர்' என்று குரலெழுப்பியது. பிறகு எழுந்து நின்று சிறிது சத்தமுடன் குரைத்து. கர்ணனின் கவனம் அந்தப் பக்கம் திரும்பியது. ரதவேலை செய்பவர்கள் வருகிறார்கள் என்று தோன்றியது. நாய் குரைத்தபடி அந்தத் திசையில் ஓடியது. உட்கார்ந்திருந்த கர்ணன் சட்டென்று எழுந்து 'இப்போது நீங்கள் புறப்பட்டுச் செல்லுங்கள். எங்கள் ஆட்கள் வருகிறார்கள். யாருக்கும் எதையும் ஊகிக்க இடம் கொடுக்க வேண்டாம்' என்றவன் சட்டென குனிந்து அவளை நெருங்கி அவளது கால்களைப் பற்றித் தனக்குத் தானே பேசிக் கொள்பவனைப் போலத் தாழ்ந்த குரலில், 'உங்களை அம்மா என்று அழைக்கக் கூடாது என்று தீர்மானித்திருந்தேன். என்றைக்குமே நீங்களும் நானும் சந்திக்க மாட்டோம் என்று தோன்றுகிற இக்கணத்தில் வேறு மாதிரி தோன்றுகிறது. இந்த வாழ்வில் ஏகப்பட்ட அவமானங்களாலும் இகழ்ச்சிகளாலும் நொந்து போய் இருக்கிறேன். ஆனால் இத்தனை ஆண்டுகளில் சுகமாகவும் வாழ்ந்திருக்கிறேன். இப்போது உங்களை நான் தாயில்லை என்று நிராகரித்தால் எனக்கு நானே பொய் சொன்னவன் ஆவேன். நீங்கள் என்னைச் சீராட்டிப் பாராட்டி வளர்க்காமல் போயிருக்கலாம். ஆனால் என்னைச் சுமந்து நொந்து பெற்றெடுத்தவர் நீங்கள் அல்லவா?" என்றான்.

எழுந்து நின்றபோது அவளுடைய மார்பின் உயரத்துக்கு இருந்தான் அவன். பேச்சோசை மிகவும் நெருக்கமாகக் கேட்டது. 'வேகமாய்ச் செல்லுங்கள்' என்று கையைக் காட்டினான். திக்குப் புரியாதவள் போல குந்தியும் கிளம்பிப் போனாள். அடர்ந்த புதரைத் தாண்டி நடக்கும் முன்பு ஒருமுறை அவள் திரும்பிப் பார்த்தாள். அவன் இரண்டு கண்களும் தளும்பிக் கண்ணீரால் நிரம்பி இருந்தன. அவள் ஒரு கணம் அங்கேயே நின்றாள். அவனுடைய கண்ணீர் கன்னங்களில் பெருகி வழிந்தது. குந்தி மறைந்து போனாள். வெள்ளாடை உடுத்திய தலை முழுக்க நரை விழுந்த குந்தி நடந்து மறைந்தாள். பச்சையாய் அடர்ந்து வளர்ந்த புதர்கள் மட்டுமே கண்ணுக்குத் தெரிந்தன.

* * *

அடர்ந்த புதருக்குள் நுழைந்த பின் தன்னை வேறு யாரும் பார்த்து விடாதபடி விடுவிடுவென்று நடந்தவள் பாதுகாப்பான தொலைவுக்கு வந்து விட்டதாக உணரும் வரை அவளுடைய இதயத் துடிப்பு அதிகரித்திருந்தது. அதற்கப்புறம் வழி தெரியவில்லை. இது வழியே அல்ல, மறைந்து போகும் திசை என்று தோன்றியது. தனக்கு முன்னால் வளைந்து மண்டி இருக்கும் புதர்களை இரு கைகளாலும் விலக்கிப் பிடித்தபடி நடந்தாள். ஒவ்வொரு அடியையும் கவனமாக எடுத்து வைத்தாள். சுற்றிலும் வெறும் புதர்களையும் இலைகளையும் தவிர

வேறு எதுவும் தெரியவில்லை. மேலே வானம் சாம்பல் வண்ணத்தில் இருந்தது. மெதுவாக மூச்சு விட்டு இதயத் துடிப்பைக் கட்டுப்படுத்தி குனிந்து அடியெடுத்துவைத்து மெல்ல மெல்ல முன்னேறினாள். அவளது நடக்கும் ஓசை மட்டுமே அவளுக்கு கேட்டது எங்கேயாவது சிறிது நேரம் உட்காரவேண்டும் போல இருந்தது. மரத்தடியில் உலர்ந்து உதிர்ந்த இலைகளே ஒரு விரிப்பைப்போல இருந்தது. காலைத் தொட்டுப் பேசி இருந்துவிட்டு சட்டென எழுந்தவனின் தலை இடித்ததில் நெஞ்சில் வலித்தது. கைகளால் மெல்ல அந்த இடத்தில் நீவி விட்டாள். தரையில் படிய உட்கார்ந்திருக்கும் போது மடியில் எவர் தலையையும் தன்னால் வைத்துக்கொள்ள முடியும் என்று தனக்குள் நினைத்துக்கொண்டாள். மனசுக்குள்ளேயே கிருஷ்ணனை நினைத்துத் திட்டினாள்.

“ஏன் இப்படிச் செய்தாய் கிருஷ்ணா? என்னைத் தவிர வேறு யாருக்கும் தெரியாத ரகசியம் அது. என்ன புத்திசாலியோ நீ? ஆற்றங்கரையில் நள்ளிரவு நேரங்களில் உட்கார்ந்து யாருக்கும் தெரியாமல் மூன்று நாட்களாக அழுது கொண்டிருக்கிறேன். ‘உண்மை எனக்குத் தெரியும். உன் திருமணத்துக்கு முன்பு பிறந்தவன் அவன் தான். உண்மையைச் சொல்லி விடு’ என்று எத்தனை தரம் என்னை நச்சரித்தாய். உன்னிடம் நான் சொல்லி இருந்திருக்கக் கூடாது. பொய் என்று மறுத்து உண்மையை என் நெஞ்சிலேயே புதைத்துக் கொண்டு இறந்திருக்க வேண்டும். ராதை செய்ததைப் போல நானும் ரகசியத்தைக் காப்பாற்றி இருந்திருக்க வேண்டும். விதவைக் கோலேத்தில் ஐந்து பிள்ளைகளோடு நான் இந்த ஊருக்குத் திரும்பி வந்து இருந்தபோது அவளே ஒரு நாள் என்னைத் தேடிக் கண்டுபிடித்து வந்த அடையாளம் புரியாமல் குழம்பிய எனக்குத் தெளிவாகும் படி சொல்லி, ‘அரசி, இப்போது அவன் வில் வித்தை கற்பதற்காக அயல்தேசம் சென்றிருக்கிறான். இந்த நேரத்தில் உண்மை வெளிப்பட்டு விட்டால் உங்கள் மரியாதை போய்விடும். அது மட்டுமல்ல, நீங்கள் எனக்கு ஒரு சத்தியம் செய்து தர வேண்டும். அவன் இப்பொழுது முழுக்க முழுக்க எனது மகனாக இருக்கிறான். உண்மை தெரிந்து விட்டால் என்னை விட்டு விலகி விடக்கூடும். எனக்கும் அவனுக்கும் இடையில் குறுக்கே வருவதில்லை என்று எனக்கு வாக்குறுதி தருவீர்களா’ என்று கேட்டாள்.

‘ராதா உனக்குக் கொடுத்த வாக்குறுதியை நான் காப்பாற்றினேன். ஆனால் அவனுடைய பிறப்பு பற்றிய ரகசியத்தை அம்பலப்படுத்தியவன் கிருஷ்ணன். நீ இப்பொழுது மடிந்து விட்டிருந்தாலும் உண்மை உனக்கும் தெரிந்திருக்கட்டும் என்று இதைச் சொல்கிறேன்’ என்றபடி வானத்தை அண்ணாந்து பார்த்தாள். வானம் தன் எல்லா ரகசியங் களோடும் அமைதியாகச் சாம்பல் நிறத்தில் இருந்தன. புதர்கள் காற்றில் அசைந்தன. மனத்திற்குள் திரௌபதையை நினைத்தாள் அவள்.

“கிருஷ்ணை, உன்னைப் பார்த்துப் பதின்மூன்றரை ஆண்டுகளாகி விட்டனவே. சொல் கிருஷ்ணை, நீ கர்ணனை, இல்லை, இல்லை வசுஷேனனை ஏற்றுக்கொள்வாயா? இரண்டு பெயர்களுமே நான் வைத்த பெயர்களில்லை. நான் பெயரிடாத என் மூத்த மகனை ஏற்றுக் கொள்வாயா, சொல் கிருஷ்ணை, நீயும் இப்போது ஐந்து பிள்ளைகளுக்குத் தாய். கருவுறும் காலம் எல்லாம் கடந்து விட்டதா, இன்னும் இருக்கிறதா? உன் இளமைக் காலத்திலெனின், ஐவருக்குப் பதில் அறுவரையும் மணந்துகொண்டிருப்பாயோ என்னமோ.”

இத்தனை ஆண்டுகளாக இல்லாமல், அறுபத்தைந்து ஆண்டுகள் கடந்துபோன ஒரு விஷயத்தைக் கிளறியெடுத்து, தூசி தட்டி ஏன் வெளிப்படுத்தினானோ கிருஷ்ணன்? என்று அலுத்துக் கொண்டாள். பிறகு மனத்திற்குள்ளேயே, “நீ ஆதரிக்கிற பக்கத்தைப் போரில் வெற்றி பெற வைக்க வலிக்கிற நரம்பை மீட்ட வேண்டுமா நீ” என்று கேட்டுக் கொண்டாள். வலித்த நெஞ்சை மெல்ல இதமாக நீவி விட்டுக் கொண்டாள். ஒரு வகையில் அந்த வலிகூட அவளுக்கு இதமாக இருந்தது. அவள் கண்களை மூடிக்கொண்டாள்.

“குழந்தை பிறந்ததும் அதற்குப் பால் கூடக் கொடுக்கவில்லை. பிறந்ததுமே தாயைவிட்டுப் பிரிந்து விட்ட துரதிருஷ்டம் பிடித்த குழந்தை. ஊட்டாததால் பால் திரண்டு வலியெடுத்தது என் இளம் மார்பகம். தாய்ப்பால் கூட இல்லாமல் வளர்ந்தவனுக்கு இன்னும் கூட ஒரு தாயின் அருகாமை தேவைப்படுகிறது. மற்ற ஐந்து பேருக்கும் இல்லாத அளவுக்கு அவனுக்குத் தாயின் அருகாமையும் பிரியமும் தேவைப்படுகிறது. கண்களைக் கட்டிக்கொண்டு வாழ்கிற உனக்குப் பொறாமை இருக்கலாம் காந்தாரி, ஆனால் என் மகன் மீது ஒரு தாயைப்போல அன்பைப் பொழிந்து தாய்ப்பாசத்தோடு இருக்கிற உன் மீது எனக்கு எந்த விதமான பொறாமையும் இல்லை. கணவனுக்கு இல்லாத பார்வை தனக்கும் வேண்டாம் என்று கண்களைக் கட்டிக் கொண்டதால்தான் தருமனும் உன் பெயரைக் கேட்டால் போதும் கண்களைப் பக்தியோடு மூடிக்கொள்கிறான்.”

கண்களை மூடியபடி கீழே உட்கார்ந்தாள் குந்தி. கண்ணீரின் ஈரத்தில் இமைகள் ஒன்றோடு ஒன்று ஒட்டிக்கொண்டன. உள்முக மாகப் பார்வை திரும்பியது. மூழ்கி இருக்கும்போது நீருக்குள் தெரியும் சித்திரம்போல காட்சி விரிந்தது. பதின்மூன்றரை வருஷங்களாக இந்தப் போருக்காகத் துடித்த துடிப்பெல்லாம் சட்டென அடங்கிவிட்டதைப் போல இருந்தது. தன் பிள்ளைகளிடம் சென்று எல்லாவற்றையும் சொல்லி விட வேண்டும் என்று துடித்தாள் அவள்.

“என் அருமைப் பிள்ளைகளே, இந்தக் கர்ணன்தான் உங்களுக்கு மூத்தவன். அவனை மதித்து, அவனுக்குச் சேவை செய்யுங்கள்.

துரியோதனன் ராஜ்ஜியம் கொடுக்கவில்லை என்றால் வேண்டாம். நீங்கள் ஐந்து பேர்கள். உங்களுக்குத் தலைவன் கர்ணன், புதிய ராஜ்ஜியம் நிர்மானிப்போம். புதிய ராஜ்ஜியங்களைக் கைப்பற்றுவோம்..."

அப்பொழுதே எழுந்துபோய்த் தன் ஆவலை அவர்களிடம் எடுத்துரைக்க வேண்டும் என்று நினைத்தாள். ஆனால் எவ்வளவு தான் முயற்சி செய்தாலும் அவனால் எழுந்திருக்கவோ கண்களைத் திறக்கவோ முடியவில்லை. இமைகள் ஒட்டியிருந்தன. காந்தாரி தன் கட்டுகளைப் பிரித்தாலும், அவளுக்கும் இதே போல் இமைகள் ஒட்டிக் கொள்ளும் என்று நினைத்தான். திறப்பதைக் காட்டிலும் மூடிய வண்ணம் உள் முகமாகப் பார்ப்பதே சிறந்தது என்று தோன்றியது. கர்ணனின் வார்த்தைகளை மீண்டும் நினைத்துக் கொண்டாள். "அவனுக்கும் என்மீது அதே அளவு குரோதம் இருக்கிறது. கர்ணனின் உயிருக்கு எந்த ஆபத்தும் நேராமல் காப்பாற்ற வேண்டியது உனது கடமை என்று அவனிடம் நீங்கள் சொல்வீர்களா? மற்ற நான்கு பேர்களிடம் கூட இதே போலச் சொல்ல முடியுமா?" இன்னும் கண்கள் மூடியபடியே இருந்தன. கர்ணனின் வார்த்தைகள் மீண்டும் ஞாபகத்தில் எழுந்தன. "எனது கேள்விக்கு நீ இன்னும் நேரிடையாகப் பதில் சொல்லவில்லை. இல்லை இல்லை. நான் சொல்வது தவறு. ஏற்கனவே போதுமான விளக்கத்தோடு நீ பதில் சொல்லிவிட்டாய்" தொடர்ந்து கிருஷ்ணனை மனத்தில் எண்ணி, அவனுக்குச் சொல்வது போல சொல்லிக்கொண்டாள்.

"உன் அத்தை பிள்ளைகள் போரில் வெல்லவேண்டும் என்பதற்காக, உடலளவில் இல்லை என்றாலும் கூட மனத்தளவில் உன் அத்தையை நீ கொன்று விட்டாய். ஏன் இப்படிச் செய்தாய். நீ ஒரு பாவி. தருமத்தைப் பற்றியும் கருமத்தைப் பற்றியும் கவலைப்படாத ராட்சச மனம் படைத்தவன்."

கிருஷ்ணன் மீதான கோபம் கண்ணீராக வழிந்தது. கண்களில் வழிந்த கண்ணீரில் இமைகள் மேலும் ஒட்டிக்கொண்டன. "நீதி நியாயங்களில் கைதேர்ந்தவன் நீ ஒருவனே. மற்றவர்களெல்லாம் சாதாரணமானவர்கள் என்று எண்ணி இருந்தேன். இந்தக் கிழவியின் வயிற்றில் இப்படி நெருப்பிடக்கூடாது என்கிற சாதாரணமான தரும சிந்தனை கூடத் தோன்றவில்லையா உனக்கு, பாவி, பாவி.." என்று மீண்டும் தேம்பித்தேம்பி அழுதாள். அப்போதுதான் அவன் சொன்னதும் ஞாபகம் வந்தது.

"அத்தை, இத்தனை ஆண்டுகள் மறைத்து வைத்ததுபோதும். இதன் விளைவைப் பார்க்கவேண்டும். இதை வெளிப்படுத்தித்தான் ஆக வேண்டும்."

இன்னும் என்னென்னமோ சொன்னான் அவன். கேட்கக் கவர்ச்சியான வார்த்தைகள் அவை, அழகான திரைச்சீலையை இறக்கியது போல இருக்கும் அவன் பேச்சு. ஆனால் பேசி முடித்ததுமே பனியைப்போல கரைந்து விடும். நினைவுகளில் எதுவும் எஞ்சி இருப்பதில்லை. வெளிப்படுத்திய பின் உருவாகும் விளைவுகளுக் கெல்லாம் கிருஷ்ணனே பொறுப்பு என்று நினைத்துக்கொண்டாள். முந்தானையால் முகத்தையும் கண்களையும் துடைத்துக்கொண்டாள். இன்னும் இமைகள் மூடிக்கொண்டே இருந்தன. பலவந்தமாகத் திறந்தாள். புதர்கள் சுற்றிலும், மண்டி இருந்தன. விலக்கி விலக்கி வழி உண்டாக்கிக்கொண்டு வந்த திசை தெரியவில்லை. எல்லாம் மறைந்து போயிருந்தது. மீண்டும் திரும்பிச் சென்றால் அவன் அங்கு இருக்க மாட்டான் என்று நினைத்தாள். 'ஒருவேளை அவன் வீட்டுக்கே சென்றால்...' என்றும் அவள் மனத்தில் கேள்வி எழுந்தது. வானம் பெரும் பாரமாகத் தலை மீது கவிந்துவிடும்போல இருந்தது. 'உன்னால் போக முடியாது' என்று வானம் அவளிடம் பேசுவது போல இருந்தது.

"இன்று காலை இங்கு நான் வந்திருக்கக் கூடாது. ஏன் வந்தேன்? யுத்தத்தில் என் ஐந்து பிள்ளைகளையும் நீதான் காப்பாற்ற வேண்டும் என்று கேட்டேனே, அதைக் கேட்பதற்காக நான் வரவில்லை. எதைக் கேட்கவும் வரவில்லை. உண்மையை வெளிப்படுத்த விரும்பினேன். அதன் பின் விளைவுகள் என்னவாக இருக்கும் என்று பார்க்க விரும்பினேன். சீ... பேசி இருக்கக் கூடாது. பேசத் தொடங்கினால், பேச்சு தன் திசையில் இழுத்துச் சென்று விடும்..."

பிறகு அமைதியானாள் குந்தி. புதர்கள் ஒன்றோடு ஒன்று உரசிச் சத்தமெழுப்பியது. பூமிக்கே வானம் இறங்கி வந்து விடும் என்று அவள் நினைத்தாள். இதுபோல இங்கே அவள் வந்திருக்கவில்லையென்றால், இப்படி ஆகி இருக்காது என்றும் நினைத்தாள். மீண்டும் 'ஏன் இங்கே வந்தேன் நான்' என்று கேட்டுக்கொண்டபடி கண்களை மூடினாள். அதே கேள்வி மீண்டும் தன்னை வதைப்பதை உணர்ந்தாள். சிறிது நேரத்துக்குப்பின் சட்டென மேலெழுந்தாள். காதுகளை உள்முகமாகக் குவித்தபடி கவனித்தாள். வலதுபக்கம் ஆறு பாய்ந்து கொண்டிருக்கும் ஓசை கேட்டது. புதர்களை விலக்கிக் கொண்டு நடந்தாள். முதலில் சேறு. அப்புறம் தண்ணீர்ப்பரப்பு. பத்து அடி தொலைவுக்குப் பிறகு தெளிவான நீர்ப்பரப்பு தெரிந்தது. அங்கேயே கை கால்களையும் முகத்தையும் கழுவிக்கொண்டாள். கையால் கொஞ்சம் நீரை முகர்ந்து சூரியனின் திசையில் திரும்பி நின்று கண்களை மூடினாள்.

"ராதா, நீ இறந்தபோது நான் ஊரிலேயே இருந்தேன். என்ன செய்ய வேண்டும் என்று அப்போது எனக்குப் புரியவில்லை. இதோ, இதை ஏற்றுக்கொள். என் பிள்ளைக்குத் தாயான உனக்கு இதை அர்ப்பணிக்கிறேன்' என்றபடி நீரைக் கீழே ஊற்றினாள்.

* * *

ஒருநாள் காலையில் ஹோம வழிபாட்டை முடித்துக்கொண்ட பிறகு இரட்டைக் குதிரைகள் பூட்டிய ரதத்திலேறிப் புறப்பட்டான் சல்லியன். அவனுக்கு முன்பேயே முகாமின் முக்கிய அமைப்பாளன் தன் ஆட்களுடன் சென்றிருந்தான். இரவில் தங்கும் பொருட்டுச் சரியான இடத்தைத் தேர்ந்தெடுத்துக் கூடாரங்களை அமைத்து, அரசன், படைத்தலைவன் மற்றும் படைவீரர்களுக்குத் தகுந்தபடி எல்லா ஏற்பாடுகளையும் செய்வது அவனுடைய பொறுப்பாகும். உணவுப் பொருள்களையும் பாய்களையும் விரிப்புகளையும் போர்வை களையும் சமையல் பாத்திரங்களையும் நூறு மாட்டு வண்டிகளில் ஏற்றிக்கொண்டு வந்திருந்தான். கிராமப்புறத்து விவசாயிகள் மாட்டு வண்டிகளைக் கொடுத்து உதவினார்கள். அதிகாலையிலேயே அவர்கள் சென்றிருந்தார்கள். சூரியோதயத்துக்குப் பின் ஐந்து நாழிகைகள் கழுத்து சல்லிய ராஜன் கிளம்பினான். அவனுக்கு முன்னால் குதிரை வீரர்கள் சென்றுகொண்டிருந்தார்கள். அவனுக்குப் பின்னால் ரதப்படை வீரர்கள் வந்துகொண்டிருந்தார்கள். நடுவில் சல்லியனின் ரதம் சென்று கொண்டிருந்தது. பின்னால் வஜ்ரனின் ரதமும் அஜயனின் ரதமும் வந்தன. இந்த மூன்று ரதங்களைச் சுற்றியும் காலாட்படை வீரர்கள். பின்னே வரிசை வரிசையாக யானைகள் வந்தன. அவற்றிற்கும் பின்னால் வில்கள், அம்புகள் வாள்கள், ஈட்டிகள், கதாயுதங்கள், கேடயங்கள், கலசங்கள் நிரம்பிய ஐம்பது வண்டிகள் வந்தன. எல்லாமே இரட்டை குதிரைகள் பூட்டிய வண்டிகள். எல்லாவற்றிற்கும் பின்னால் வீரர்களின் பொழுது போக்கிற்காகத் தேர்ந்தெடுத்த சில பெண்களின் வண்டிகள். எல்லாவற்றிற்குத் பின்னால் வாள்களோடும் ஈட்டிகளோடும் தலைப்பாகை சுற்றிய காலாட்படைகளின் குழு கடைசியாக வந்து கொண்டிருந்தது. படை வீரர்களின் இவ்வரிசைகளைப் பார்ப்பதற்காக வெகு தொலைவில் இருக்கிற சிற்றூர்களிலிருந்தெல்லாம் மக்கள் வந்து பாதை நெடுகக் காத்திருந்தார்கள்.

யுத்தத்திற்கு தானே செல்வதாக ருக்மரதன் சொன்னான். ஆனால் சல்லியனுக்கு யுத்தத்தின் உற்சாகம் மூண்டு விட்டது. "உனக்கு விருப்பமிருந்தால் வா, இல்லையென்றால் விடு. ஆனால் நான் மட்டும் கண்டிப்பாகப் போகிறேன்." என்று பிடிவாதமாக இருந்தான். போரைத் தவிர வேறு எதிலும் வஜ்ரனுக்கும் அஜயனுக்கும் ஈடுபாடு இல்லை. எல்லாருமே போய்விட்டால் ஊரிலிருந்து அரசுப் பொறுப்பைக் கவனித்துக்கொள்ள யார் இருக்கிறார்கள்? யாரும் இல்லாத வேளையில் அக்கம் பக்கத்திலிருக்கிறவர்கள் நகரை ஆக்கிரமித்து விடக்கூடும். வடபகுதியில் இருக்கும் காடுகளிலுள்ள நாகர்கள் ஆக்கிரமித்து விடவும் கூடும். கால் பங்கு அளவு படையும் ருக்மரதனும் தலைநகரி லேயே இருக்கவேண்டும் என்று சல்லியனே சொன்னான். மிக பெரிய யுத்தமாக இருக்கப் போவதால் வஜ்ரன், அஜயன் இருவரின் மனைவி

மார்களும் வரவேண்டாம், அரண்மனையிலேயே இருக்கட்டும் என்று அனைவரும் சொன்ன ஆலோசனைகளின்படி அவர்கள் தங்கி விட்டார்கள். "உங்களுக்கென்ன, உங்கள் சேவைக்குத்தான் பணிப் பெண் களின் பட்டாளமே இருக்கிறதே" என்று பழிக்கத் தயங்கவில்லை அவர்கள்.

வெயிலின் புழுக்கமற்ற, குளிர்காலத்தின் குளிருமற்ற வானிலை. பகல் நேரம் முழுக்க படை தொடர்ந்து நடந்துகொண்டிருந்தது. இராவதிக்கு வந்து சேரும் ஒரு கிளைநதியின் கரையில் எல்லாரும் சிறிது நேரம் தங்கி உணவுண்டு இளைப்பாறிவிட்டுப் புறப்பட்டார்கள். ஏறத்தாழ எட்டு நாழிகைகளின் பயணத்திற்குப் பிறகு மீண்டும் நின்றார்கள். அன்றைய தினம் அங்கேயே தங்குவதென்று முடிவெடுத் தார்கள். ஆனால் இன்னும் பொழுது சாய்ந்து விடவில்லை. பொழுது சாய இன்னும் நாலைந்து நாழிகை நேரமாவது இருந்தது. ஆனால் ரதப் பிரயாணத்தால் மிகவும் சோர்ந்து விட்டான் சல்லியன். தன் கூடாரத்தில் பலகையின் மீது விரிக்கப்பட்டிருந்த படுக்கை மீது படுத்துக் காலை நீட்டிக்கொண்டான். தூக்கம் வந்துவிட்டது. சூரிய அஸ்தமன சமயத்தில் தூக்கம் கலைந்தது. எழுந்து உட்கார்ந்து கண்களைக் கசக்கிக்கொண்டு இருபுறங்களிலும் பார்த்தான். கூடாரமாக இருந்தாலும் கூட பார்ப்பதற்கு அழகாகவே இருந்தது. தொடுவதற்கே மிருதுவாக இருந்தது. மேலே உலர்ந்த தர்ப்பைப்புல்லை விரித்திருந்தார்கள். பக்கச் சுவர்களாக அதே புல்லினாலான தடுக்கு இருந்தது. உட்புறத்தில் வண்ண வண்ணத் துணிகளைத் தொங்கவிட்டிருந்தார்கள். உட்கார்ந்திருக்கும் விரிப்பும் மெத்தையும் கூட நன்றாக இருந்தன. சுகமான தலையணைகள். முன்புறம் கூட அழகாக அலங்கரிக்கப்பட்டிருந்தது. வெளியே எழுந்து வந்த சல்லியன் மீண்டும் சுற்றிப்பார்த்தான். பக்கத்திலேயே வஜ்-ஜிரனும் அஜயனும் தங்கியிருந்த கூடாரங்கள் இருந்தன. அவற்றைச் சுற்றிலும் எல்லாப் படைவீரர்களுக்கும் அவரவர்களது தகுதிக்கேற்ப கூடாரங்கள் அமைக்கப்பட்டிருந்தன. படைவீரர்கள் அனைவருக்கும் உணவுப் பொருள்களை வழங்கும் பொறுப்பு சக்ஷு என்பவனைச் சார்ந்திருந்தது. அவனது பணி பாராட்டுக்குரியது என்று மனத்தில் நினைத்துக்கொண்டு இன்றைய இரவு உணவுக்குப் பிறகு அவனுக்குப் பரிசாகத் தன்னோடு வந்திருக்கும் பெண்களில் மிக அழகான ஒருத்தியை அளிக்கவேண்டும் என்று எண்ணிக்கொண்டான். அதே நேரத்தில் பிராமணன் ஒருவன் நெருப்புத் தட்டோடு சல்லியனின் கூடாரத்திற்கு வந்து நெய் ஊற்றிக் கமவென்று புகையை எழுப்பி ஹோமம் செய்தான். மிகவும் பக்தியோடு சல்லியன் அதில் பங்கேற்றான்.

இரு பிள்ளைகளோடும் பிராமணனோடும் சல்லியன் உட்கார்ந்து உணவு உண்ணும் வேளையில் "சமையல் புது மாதிரியாக இருக்கிறது. அரண்மனையில் சமைப்பதைவிட நன்றாகவே இருக்கிறது" என்றாள்.

“சமையல்காரனுக்கும் ஒரு பரிசு தரலாம்” என்றான் சல்லியன்.

“ஆட்டுக்கறியும் மாட்டுக்கறியுமாகச் சமைத்திருக்கிறார்களே, என்ன விசேஷம் இன்று?” என்று அஜயன் கேட்டான்.

“ஏதேனும் விசேஷமான நாளாக இருக்க வேண்டும்” என்றான் பிராமணன்.

சாப்பாட்டிற்குப் பிறகு கண்காணிப்பாளனை அழைத்து வரச் சொன்னான் சல்லியன். நல்ல முறையில் கூடாரங்களை அமைத்ததற் காகவும் நல்ல சமையலுக்காகவும் அவனைப் பாராட்டினான். “பணிப் பெண்கள் இருக்கிற கூடாரத்திற்குச் செல். அவர்களுள் அழகாகத் தெரியும் ஒருத்தியை நீயே தேர்ந்தெடுத்துக்கொள். உன் சேவைகளுக்கு அவளைப் பரிசாகத் தருகிறேன். யுத்தம் முடிந்து ஊருக்குத் திரும்பும் வரையிலும் எல்லா ஏற்பாடுகளும் இதேபோல இருக்கவேண்டும். நீ தேர்ந்தெடுக்கும் அழகி முழுக்க முழுக்க உனக்கே சொந்தமாக இருப்பாள்” என்றாள்.

கைகுவித்து வணங்கிய கண்காணிப்பாளன் “இந்த ஏழைமேல் காட்டிய கருணைக்கு நன்றி. ஆனால் இவை அனைத்தும் துரியோதனனின் ஆட்கள் செய்த ஏற்பாடு. இவற்றையெல்லாம் ஏற்பாடு செய்து கொண்டு அவர்கள் காத்திருந்தார்கள். என்னோடு வந்த ஆட்களுக்குக் கூட எந்த வேலையுமே இல்லாமல் சாப்பாடு கிடைத்து விட்டது.” என்றான்.

வஜ்ஜிரனும் அஜயனும் வியப்பில் மூழ்கினார்கள். துரியோதனன் எப்போதும் வெறும் வாய்வீரம் பேசுபவன் அல்ல, செய்து காட்டுபவன் என்று எண்ணிக்கொண்டான். வஜ்ஜிரனும் அஜயனும் கொஞ்சம் கொஞ்சமாகப் புரிந்து கொண்டார்கள். ஒரே மாதிரியான பொருள்கள் என்றாலும், செய்முறை மட்டும் மாறியிருந்தது. அஸ்தினாபுரத்து முறையாக இருக்கக்கூடும் என்று எண்ணினான். மொத்தத்தில் எல்லாமே நன்றாக இருந்ததைக் கண்டு மனம் சந்தோஷம் கொண்டது.

இதுவரைக்கும் சல்லியனின் மனத்தில் ஏதோ ஒரு மூலையில் சந்தேகம் இருந்தது. இப்போது அதுவும் விலகி நிம்மதியாக இருந்தது. “ராஜ்ஜியத்தை விட்டுக் கொடுப்பதோ அல்லது வைத்துக்கொள்வதோ முக்கியமான பிரச்சனை இல்லை. தருமத்திற்கு வெற்றி கிடைக்க வேண்டும் என்பதே முக்கியம். பலப் பரீட்சைக்குப் பிறகு பாண்டவர்கள் நீதி கேட்டு வந்தால் ராஜ்ஜியத்தை விட்டுத் தரலாம். உண்மையான யுத்தம் பாண்டவர்களில் மூத்தவர்களான மூன்று பேர்களோடுதான். இளையவர்கள் இருவரோடு அல்ல. துரியோதனனின் இந்த வார்த்தைகள்தான் ஏற்கனவே பாண்டவர்களுக்கு ஆதரவளிப்பதாய் நான் கொடுத்த வாக்குறுதியை மாற்ற வைத்து கௌரவர்களுக்கு ஆதரவாய்க் கிளம்ப வைத்துவிட்டது” என்று நினைத்தான். இப்படி

மனம் மாறிவிட்டதை நினைத்து தொடக்கத்தில் சிறிது வருத்தமாய் இருந்தது. இப்போது அவ்வருத்தம் விலகிவிட்டது. "துரியோதனன் செய்து காட்டுபவன்" என்று மீண்டும் மனத்திற்குள் ஒருமுறை சொல்லிக் கொண்டான். புழுக்கமும் இல்லை. குளிரும் இல்லை. கூடாரத்தைச் சுற்றி வேப்ப இலைகளை பொசுக்கிப் புகையெழுப்பி இருந்தால் கொசுத் தொல்லையும் இல்லை. அரண்மனைக்குள் படுத்திருப்பது போலவே நிம்மதியாகப் படுத்து உறங்கினான். வழக்கம்போல நள்ளிரவில் விழிப்பு வந்து விட்டது. உண்மையிலேயே இந்த யுத்தம் நடக்குமா அல்லது இது வெறும் அச்சுறுத்தல்தானா என்கிற கேள்வி மீண்டும் மனசில் எழுந்து குழப்பியது. யோசனைகளில் மூழ்கியவன் அப்படியே தூங்கிப் போனான். மீண்டும் விழிப்பு வந்த பிறகு எழுந்து தன் வாயில் காப்பாளனை அழைத்துக் கொண்டு அருவிக்கரைக்குப் போய் வந்தான். குளித்த பிறகு தானும் பிராமணனோடு உட்கார்ந்து உரத்த குரலில் மந்திரம் சொல்லிப் பூசை செய்தான். பூசை முடியும் தருணத்தில் கண்காணிப்பாளன் வந்து காத்திருந்தான். உள்ளே வந்து தானும் அக்கினியை வழிபட்டு பிறகு அரசனை வணங்கி, கூடாரம் மற்றும் சாப்பாட்டு வசதிகளைத் தாமே பார்த்துக் கொள்வதாகவும் கொண்டு வந்துள்ள நூறு வண்டிகளோடும் ஆட்களோடும் தன்னைத் திரும்பிப் போகுமாறும் துரியோதனனின் ஆட்கள் சொல்வதாகத் தெரிவித்தான். முடிவாகத் தான் என்ன செய்ய வேண்டும் என்றும் கேட்டான்.

சட்டென என்ன பதில் சொல்வது என்று சல்லியனுக்குத் தோன்ற வில்லை. அஜயனையும் வஜ்ஜிரனையும் அழைத்தான். அவர்கள் "வசதி செய்து கொடுப்பது அழைப்பவர்களின் கடமை என்பது உண்மைதான் ஆனால் அதற்காக, நம் ஆட்களையும் பொருட்களையும் திரும்பி அனுப்புவது என்பது நம் கௌரவத்துக்கு அழகில்லை. யுத்தம் என்று ஆனபிறகு, அது எத்தனை நாட்கள் நடக்குமோ? ஒருவேளை அவர்கள் சேர்த்து வைத்திருக்கும் பொருள்களே கூட தீர்ந்து போகலாம். அதனால் ஆட்களும் பொருள்களும் நம்மோடேயே வரட்டும்" என்றார்கள்.

அரசனும் இதற்குச் சம்மதித்தான். "வீரர்களின் பொழுது போக்குக்காக அவர்களே இருபத்தைந்து வண்டிகள் நிறைய பெண்களை அனுப்பி இருக்கிறார்கள். இதனால் உங்கள் பெண்கள் வேண்டாம். அவர்களை வண்டியோடு திருப்பி அனுப்பி விடுங்களென்றும் சொல்கிறார்கள்" என்று மேலும் சொன்னான் கண்காணிப்பாளன்.

சிறிது யோசனைக்குப் பிறகு சல்லியன், "அப்படியென்றால் நேற்று இரவு அஸ்தினாபுரத்துப் பெண்கள்தான் நம் வீரர்களோடு இருந்தார்களா?" என்று கேட்டான்.

"அவர்கள் சாப்பாட்டைத் தானே நம் வீரர்கள் சாப்பிட்டார்கள்."

சல்லியன் சிறிது நேரத்திற்கு எதுவும் பேசவில்லை. பிறகு, வஜ்ஜிரனையும் அஜயனையும் பார்த்து. "உங்களோடு இருந்தவர்கள் நம் தேசத்துப் பெண்களா, அவர்கள் தேசத்துப் பெண்களா?" என்று கேட்டான்.

அவர்கள் எதுவும் பேசவில்லை. அவர் கோபமாக இருப்பதை இருவருமே புரிந்து கொண்டு விட்டனர். பிறகு சல்லியனே மீண்டும். "மத்ரதேசத்துப் பெண்கள் என்றால் எல்லா தேசத்துக்காரர்களும் வாயைப் பிளந்து கொண்டு அலைகிறார்கள். நீங்கள் என்னடா என்றால் அவர்கள் அனுப்பி வைத்த பெண்களை ஏற்றுக்கொண்டு விட்டீர்கள். என்னதான் நண்பன் என்றாலும், அடுத்த தேசத்துப் பெண்களை அவ்வளவு சுலபமாக ஏற்றுக்கொள்ளக் கூடாது. அதுவும் யுத்த சமயத்தில், இன்றிலிருந்து உங்கள் பெண்கள் எங்களுக்கு வேண்டாம் என்று சொல்லி அனுப்புங்கள்" என்றான்.

யாரும் எதுவும் பேசவில்லை. சல்லியன் சென்று தனது படுக்கையின் மேல் உட்கார்ந்தான். பக்கத்தில் நெருங்கி வந்த அஜயன், "இந்த ஒரு கவர்ச்சி கூட இல்லையென்றால் யுத்தத்திற்காக வந்திருக்கும் வீரர்களிடம் எப்படி உற்சாகம் வரும்?" என்று நிதானமான குரலில் எடுத்துரைத்தான். நம்மிடம் இருக்கிற பெண்களின் எண்ணிக்கையோ மிகவும் குறைவு. நேற்று இரவு சில வீரர்களிடையே மோதலுண்டாகி விட்டது. அதற்குள் நல்ல வேளையாக அஸ்தினாபுரத்துப் பெண்கள் வந்து விட்டார்கள். என்னதான் ஆனாலும் அவர்களும் நம் நட்பு நாட்டின் பெண்கள்தானே. நம் வீரர்களும் தம் வீரத்தையும் பராக்கிரமத்தையும் பேசிப் பரிமாறிக்கொள்ள புதிய ஆள்கள் வேண்டாமா?"

சல்லியன் எதுவும் பேசவில்லை. எல்லாரையும் புறப்பட ஆயத்தமாகும்படி சொன்னவண்ணம் இரு பிள்ளைகளும் வெளியே வந்தார்கள். முடிவை ஊகித்துக்கொண்ட கண்காணிப்பாளனும் தன் வேலைக்குக் கிளம்பிச் சென்றான். காலை உணவுக்குப் பிறகு மீண்டும் பயணம் தொடங்கியது. முன்னால் கூடாரங்களை ஏற்றிய வண்டிகள். அதற்கப்புறம் குதிரை வீரர்கள். பின்னால் ரதப்படை. நடுவில் ராஜரதங்கள். சுற்றுமுற்றும் மெய்க்காவல் படை வீரர்கள். அதற்கப்புறம் யானைப்படை அஸ்தினாபுரத்துப் பெண்களும் ஆட்களும் அடுத்தபடி கூடாரமடிக்கத் தகுதியான இடத்தைப் பார்க்க முதலிலேயே சென்று விட்டார்கள்.

வழியில் அவர்கள் சதத்ரு, சரஸ்வதி, திருஷத்வதி மற்றும் யமுனை நதிகளைக் கடக்கவேண்டியிருந்தது. அவற்றோடு வந்து இணையும் சில கிளையாறுகளையும் கடக்க வேண்டியிருந்தது. அங்கெல்லாம் பெரிய பெரிய படகுகளை ஏற்பாடு செய்திருந்தான் துரியோதனன்.

முழு ரதங்களையே ஏற்றிக்கொண்டு போகும் அளவுக்குப் பெரிய படகுகள். மாவுத்தர்கள் யானைகள் மேல் உட்கார்ந்தபடியே ஆற்றைக் கடந்தார்கள். சின்னச் சின்ன ஆறுகளின் குறுக்கில் மூங்கில் பாலம் கட்டி வைத்திருந்தார்கள். வழிநெடுக செய்யப்பட்டிருந்த ஏற்பாடுகளை யெல்லாம் கண்டு காலாட்படை வீரன் வரை எல்லோரும் மகிழ்ச்சி கொண்டார்கள்.

பதினான்கு நாட்கள் பயணத்திற்குப் பின் அவர்கள் அஸ்தினாபுரத்தை அடைந்தார்கள். ஊர் சேரும் முன்பே துரியோதனன் சகல மரியாதையோடும் எதிர்கொண்டு அழைத்தான். சல்லியனை வணங்கி அஜயனையும் வஜ்ஜிரனையும் கட்டித் தழுவிக்கொண்டான். காந்தாரர்களைப் போலவே அகன்ற முகம். தன்னம்பிக்கையோடு உயர்ந்த மார்பு. கண்ணியம். அஸ்தினாபுரத்து குடும்பத்தின் மரியாதைக்கு ஏற்ற ரத்தின மாலைகள் கம்பீரமான கிரீடம். சோர்வு நீங்க உபசரித்து, வழியில் நேர்ந்திருக்கக் கூடிய சிரமங்களுக்கு மன்னிப்பு கேட்டுக் கொண்டான். வஜ்ஜிரனும் அஜயனும் குளிக்கச் சென்றார்கள்.

சல்லியனைவிட சற்றே தாழ்வான ஆசனத்தில் அமர்ந்த துரியோதனன், "மாமா, என் தம்பி வந்து எல்லாவற்றையும் சொன்னான். துரியோதனன் ஒரு பேராசைக்காரன் என்றும், அடுத்தவர்களின் ராஜ்ஜியத்தை அபகரித்துக்கொண்டவன் என்றும் வதந்தியைப் பரப்பிவிட்டிருக்கிறார்கள். இதைச் சரியாகப் புரிந்துகொண்டு நீ வந்திருப்பதை நினைத்து நான் மிகவும் சந்தோஷப்படுகிறேன். எனக்கு ஆதரவளித்து என்னோடு நீங்கள் துணை நிற்பது தெம்பாக இருக்கிறது. உங்கள் படை எனக்கு வேண்டாம். மனப்பூர்வமான உங்கள் ஆசீர்வாதம் போதும். நீங்கள் எப்போதுமே தருமத்தின் பக்கம் என்பதை இந்த ஆரியவர்த்தம் முழுக்க அறியும். நீ என் பக்கம் சேர்ந்திருப்பதைப் பார்த்த பிறகாவது பாண்டவர்கள் பக்கம் போய்ச் சேர்ந்திருக்கிற அரசர்கள், துரியோதனன் பக்கம்தான் தருமம் இருக்கிறது என்பதை அறிந்து கொள்ளட்டும்" என்றான்.

சல்லியன் பேசாமல் அமர்ந்திருந்தான்.

துரியோதனன் மேலும் தொடர்ந்தான். "உங்களைக் கேட்காமல் தீர்மானிக்கக் கூடாது என்றுதான் காத்திருந்தேன். ரொம்பவும் முக்கியமான விஷயம். இப்போதே சொல்லலாம் என்றால் நீங்கள் மிகவும் சோர்ந்திருப்பதைப் போல காணப்படுகிறீர்கள்."

"அதெல்லாம் ஒன்றுமில்லை சொல், சொல்."

"நம் பக்கத்திற்குத் துணையாக எந்தெந்த அரசர்கள் இருக்கிறார்கள் என்பது உங்களுக்கு இப்போதே தெரிந்திருக்கலாம். எல்லாரும் பெரிய பெரிய அரசர்கள்தாம். ஒருங்கிணைந்த படைக்கு யாரைத் தலைவனாகத்

தேர்ந்தெடுக்கலாம் என்று விவாதித்துக் கொண்டிருக்கிறோம். நான் எப்போதுமே வயதில் மூத்தவர்களைக் கௌரவிக்கிற ஆள். அது தானே ஆரிய தருமம்? அரசர்களில் நீங்கள்தான் மூத்தவர். நீங்களே தலைவனாக இருந்து இப்போரை நடத்தி வெற்றிபெற்றுத் தர வேண்டும். மத்ர தேசத்துக்காரர்களின் வீரத்தை என்றென்றும் க்ஷத்திரிய உலகம் போற்றிக் கொண்டிருக்கவேண்டும் என்பது என் ஆசை. நீங்கள் ஒத்துக்கொள்ளவில்லையென்றால் பீஷ்மரைத் தலைவராக்கலாம் என்று சிலர் சொல்லியுள்ளார்கள். ஒருவேளை தாத்தா பீஷ்மரே படைத் தலைவராக ஆனாலும் கூட, படையை நடத்திப் போரில் வெற்றி ஈட்டித் தரும் பொறுப்பு உங்களுடையதுதான். உங்கள் கருத்து என்ன என்று தெரிந்தால், அதற்குத் தகுந்தபடி மற்றவர்களை ஒப்புக்கொள்ளச் செய்வேன்."

"பீஷ்மர்தான் தலைவராக வேண்டும்" என்று சட்டென்று பதில் சொன்னான் சல்லியன்.

சிறிது நேரம் இருவரும் மௌனமாகவே இருந்தார்கள். பிறகு, "நாளைக்கு நாங்கள் நகரை அடைந்து விடுவோம். யுத்தம் எந்த இடத்தில் நடக்க இருக்கிறது. என்றிலிருந்து நடக்க இருக்கிறது?" என்று கேட்டான் சல்லியன்.

"என்றைக்கு என்பதை கொள்ளையடிக்க வருகிற கூட்டம் தானே சொல்ல வேண்டும். என்னைப் பொறுத்தமட்டில் யுத்தம் வேண்டாம். எந்த இடத்தில் நடக்கப்போகிறது என்று கேட்டாயே. பாண்டவர்களுக்கு உண்மையாகப் படை உதவி செய்பவர்கள் பாஞ் சால தேசத்துக்காரர்கள். அதாவது ஐந்து பேரும் மணம் செய்து கொள்ளப் பெண்ணைக் கொடுத்தானே, அந்தத் துருபதன். அவனுக்கு அஸ்தினாபுரத்தையும், பீஷ்மரையும் அழிக்கவேண்டும் என்று ஆசை. அந்த ஆசையில்தான் மருமகன்களோடு கூட்டுச் சேர்ந்திருக்கிறான். காரணம் புரியவில்லையா உங்களுக்கு? அதாவது எங்கள் அனைவருக்கும் குருவான துரோணாச்சாரியும் துருபதனும் அந்தக் காலத்தில் நண்பர்களாம். துரோணர் மிகவும் ஏழைப் பிராமணராம். துருபதன் அரசனான பிறகு ஒரு முறை அவனைத் தேடிச் சென்றாராம். ஏதோ ஓர் உதவி கேட்க நினைத்தாராம். அந்தக் கர்வம் பிடித்தவன் அவரை அவமானப்படுத்திவிட்டானாம். நீங்களே சொல்லுங்கள். மாமா, படிப்பாளியை மதிக்காத அரசன் எந்த நரகத்துக்குப் போவான்? வேதங்களைப் பழித்தவன் என்றாவது உயிர் வாழ முடியுமா? சரி, அது இருக்கட்டும். பிரயாணம் எப்படி இருந்தது? உங்கள் தினசரி வழிபாடுகளுக்கு ஏதேனும் பிரச்சினை இருந்ததா?"

"அதெல்லாம் ஒன்றுமில்லை. உனது ஆட்கள் எல்லா ஏற்பாடு களையும் நல்லபடி கவனித்துக்கொண்டார்கள்."

"அந்தத் திமிர் பிடித்த துருபதன், துரோணரை அவமானப் படுத்தினான் இல்லையா, பிறகு புகலிடம் தேடி அஸ்தினாபுரத்திற்கு வந்தார் துரோணர். எங்கள் தாத்தா பீஷ்மர் எப்போதும் கருணை நிறைந்தவர். அப்போது நாங்கள் அனைவருமே சிறு பிள்ளைகள். இதெல்லாம் நாற்பது ஆண்டுகளுக்கு முந்தைய செய்தி. துரோணரை யும், துரோணர்க்கு ஆதரவு கொடுத்த பீஷ்மரையும், பீஷ்மர் கட்டிக் காத்து வளர்த்த இந்த அஸ்தினாபுரத்தையும் நாசமாக்கவேண்டும் என்ற ஆசை அந்த துருபதனுக்கு. வீடு பிளவுபட்டால் நாசம் செய்கிற வேலை சுலபமாகிவிடுமில்லையா? அதற்காகவே, இந்த ஐந்து பேருக்கும் பெண் கொடுத்து, தன்னவர்களாக ஆக்கிக்கொண்டு, இப்போது அவர்கள் பெயரைச் சொல்லி, அவர்களுக்கு ஆதரவு அளிப்பதுபோலக் காட்டிக் கொண்டு தாக்குவதற்காகக் கிளம்பி இருக்கிறார்கள். காம்பில்ய நகரம் இங்கிருந்து தெற்கில் இருக்கிறது. அங்கிருந்துதான் தாக்குதல் ஆரம்பிக்கிறது. நாம் அஸ்தினாவதியின் எல்லையில் உள்ள கங்கை நதிக்கு அந்தப் பக்கத்தில் நின்று காத்துக்கொண்டிருக்க வேண்டும் அல்லது அவர்கள் இரவு வேளையில் படகுகளில் வந்தாலும் வந்து விடக்கூடும். நதியோரமாகவே கொஞ்ச தூரம் கீழ்ப்புறம் சென்றிருந்து காத்துக்கொண்டிருக்கலாம் என்று சிலர் யோசனை சொல்லி இருக் கிறார்கள்."

துருபதனின் மீது சல்லியனுக்குக் கோபம் வந்தது. பாண்டவர் களின் ஆதரவாளன் என்று சொல்லிக்கொண்டு தன் அரண்மனைக்கு வந்திருந்தவன் பாஞ்சால தேசத்துத் துருபதனின் புரோகிதன்தான் என்பதை ஞாபகப்படுத்திக்கொண்டான் சல்லியன். இதைப் பாண்டவர் களுக்கும் கௌரவர்களுக்கும் நடக்கிற யுத்தம் என்பதை விடவும், குரு வம்சத்துக்கும், பாஞ்சால தேசத்துக்கும் நடக்கிற யுத்தம் என்றுதான் சொல்ல வேண்டும் எனத் தோன்றியது. தான் எவ்வளவு பெரிய தப்பு செய்ய இருந்தோம் என்று நினைத்து நெடுமூச்செறிந்தான். அவன் மனத்தில் பீஷ்மரின் சித்திரம் விரிந்து எழுந்தது. அவர் வெறுமனே குரு வம்சத்துக்கு மட்டும் பிதாமகரில்லை. இதற்குமுன் ஆரியவர்த்தத்தில், அவ்வளவு பெரிய கம்பீரமான க்ஷத்திரியனே இல்லை. அவர் என்ன சாதாரண க்ஷத்திரியனா? மாவீரன். தன்னையே தியாகம் செய்து கொண்ட பிரம்மச்சாரி. இங்கு சேர்ந்திருக்கிற வீரர்களுள் அவரைவிட்டால் நானே பெரியவன் என்று நினைத்தான் சல்லியன். "என்னைப் படைத் தலைவனாக இருக்கும்படி கேட்கிறான் துரியோதனன். பீஷ்மரின் இடத்தில் நான் நிற்பதா? அவர் இருக்கும் போது நான் ஒத்துக்கொள்வது முறையில்லை" என்று யோசித்துக்கொண்டு இருக்கும்போது அவரை வேகமாய்ச் சென்று காணும் ஆவல் பிறந்தது. தம்பி மகனுக்குப் பெண் கேட்டு பீஷ்மர் வந்திருந்ததை நினைத்துக்கொண்டான் சல்லியன். 'குருகுலம் என்றாலே கௌரவத்துக்கும் மரியாதைக்கும் பெயர்போன

குலம். இப்போதுவழி நெடுக எத்தனை எத்தனை வசதிகளைச் செய்து தந்தான் துரியோதனன். அந்த அளவுக்கு பீஷ்மரும் தாராள மனம் கொண்டவர். பெண் கேட்க வந்திருந்தபோது அவர் கொண்டு வந்த சீர்வரிசைகள் கணக்கில் அடங்காது. எங்கள் பழக்கத்தின் படி பெண்ணைத் திருமணம் செய்து கொள்பவர்கள் என்று சொன்னது தான் தாமதம், அவர் சீர்வரிசைகளாலேயே மூழ்கவைத்து விட்டார்...” எழுந்து தலையணை மேல் சாய்ந்தபடி உட்கார்ந்தான் சல்லியன். துரியோதனன் தன் ஆசனத்தைவிடச் சற்றே உயரம் குறைந்த ஆசனத்தில் அமர்ந்திருப்பதே அவனது பணிவுக்கும் அடக்கத்துக்கும் எடுத்துக்காட்டாகும் என்று நினைத்ததுமே திடுமென ஆரியச் சம்பிரதாயங்கள் மீது அளவு கடந்த மதிப்பு பிறந்தது. இதைக் காப்பாற்றவேண்டும் என்கிற உறுதியும் பிறந்தது.

“பாண்டவர்கள் யுத்தத்துக்கான ஏற்பாடுகளை உபப்லாவ்ய நகரிலிருந்துதானே செய்கிறார்கள்? அப்புறம் எப்படி முதல் தாக்குதல் காம்பில்ய நகரிலிருந்து தொடங்கும் என்று சொல்கிறாய்?”

“நாமெல்லாம் அப்படி நம்புவதற்காகத்தான் அவர்கள் காம்பில்ய நகரில் இருக்கிறார்கள். ஆனால் அவர்கள் உபப்லாவ்ய நகருக்கும் காண்டவ பிரஸ்தத்திற்கும் இடையில் இருக்கிறார்கள்?”

“எந்தக் காண்டவப்பிரஸ்தம்?”

“நாங்கள் அவர்களுக்கு முதலில் தானமாகக் கொடுத்த போது அதன் பெயர் காண்டவப்பிரஸ்தம்தான். ஆனால் போகப்போக அதற்கு இந்திரப்பிரஸ்தம் என்று பெயர் சூட்டிப் பெருமையடித்துக் கொண்டார்கள். சூதாட்டத்தில் இழந்த நகரப் போரிட்டு வெற்றி பெற்று மீட்கப் போகிறோம். எங்களுக் கொன்றும் அஸ்தினா புரத்தின் மீது ஆசை இல்லை என்று பொய்ப்பிரச்சாரம் செய்து எங்கள் ஆதரவாளர்களால் பிரித்துப் பயமூட்டுவது அவர்களு டைய தந்திரங்களில் ஒன்று. உண்மையில் அவர்கள் பெயரைச் சொல்லிக் கொண்டு சண்டை போடப் போகிறவர்கள் பாஞ்சாலர்கள் தான். உனக்கே தெரியாது போல இருக்கிறது. துருபதனுக்குத் திருஷ்டத்துய்மன் என்கிற மகன் இருக்கிறான். ஐந்து பேருக்கும் மனைவியாக இருக்கிறாளே, அவளுக்குச் சகோதரன் அவன். பாண்டவர்கள் படைக்குத் தலைவன் அவன்தான். அவன் ஏன் தலைவனாக வேண்டும்? பாண்டவர்களிலேயே ஒருவன் ஏன் தலைவனாகவில்லை? இதன் பொருள் துருபதனின் படைதான் போரிடப் போகிறது என்பதல்லவா?

பாண்டவர்களின் படை எங்கே போயிற்று? அங்கிருந்து புறப்படுவதுபோல நமக்கெல்லாம் ஒரு நம்பிக்கையை உண்டாக்கி விட்டு இந்தப் பக்கம் காம்பில்ய நகரிலிருந்து திடுமென தாக்குதல் நிகழ்த்தி

அஸ்தினாபுரத்தை அழிப்பதுதான் அவர்கள் எண்ணம். ஆரியப் பண்பாட்டை அழிக்காமல் அந்த ஆரியனல்லாதவனுக்குத் திருப்தி வராது."

துரியோதனனின் கடைசி வார்த்தை சல்லியனுக்குப் புரியவில்லை. அதனால் "துருபதனும் ஆரியன்தானே?" என்று கேட்டான்.

"மாமா, நீங்கள் அந்தக்காலத்து மனிதர். தருமநெறிகளைக் கண் போல மதிக்கிறவர். இந்த மாதிரி குறுக்குப் புத்திக்காரர்களின் மனவார்ப்பு உங்களுக்கு அவ்வளவாக எளிதில் பிடிபடாது" என்று துரியோதனன் சிரித்தான். அதற்கப்புறம் பொறுமையான குரலில் "பாஞ்சால ராஜ்ஜியத்தின் மக்கள் தொகையில் பாதிப்பேர் காட்டு வாசிகள். ஆரியரல்லாதவர்கள். அவர்களிடையே ஒரு பெண்ணைச் சகோதரர்கள் அனைவரும் கூடித் திருமணம் செய்து கொள்ளும் பழக்கம் உண்டு. அதனால்தானே துருபதனும் தன் மகளுக்கு இப்படிப் பட்ட திருமணத்தையே செய்து வைத்தான். அவன் ஆரியன் இல்லை என்று சொல்வதற்கு இந்த ஒரு உதாரணம் போதாதா? அவனுடைய படையில் பாதிக்குமேல் ஆரியரல்லாத வீரர்களே இருக்கிறார்கள். அவர்களுடைய விருப்பமே வேறு. யுத்தத்தில் துருபதனுக்கு உதவி செய்து தூய ஆரியப் பண்பாட்டுக்கு நிலைக்களனாக உள்ள அஸ்தினாபுரத்தை நாசப்படுத்துவதுதான் அவர்கள் விருப்பம். இத்தனை ஆரிய அரசர்கள் இங்கே நமக்காக வந்திருந்து ஏன் உதவி செய்கிறார்கள் என்பது இப்போது புரிகிறதா உங்களுக்கு? பாண்டவர்களுக்கு உதவுகிறவர்களில் பாதிப்பேர் அரை ஆரியர்கள். மீதிப் பேர்கள் ஆரியரல்லாதவர்கள்."

சல்லியனுக்கு ஏதோ புதிய விவரமொன்றைப் புரிந்துகொண்ட மாதிரி இருந்தது. ஆரியவர்த்தத்தில் நடக்கிற உள் விவகாரங்கள் எல்லாம் தனக்குத் தெரியவில்லை என்று நினைத்தான். அரசியல் காரியங்களும், அவற்றின் ரகசியங்களும் தன்னை விட ருக்மரதனுக்கு நன்றாகத் தெரியும் என்று நினைத்தான். அவன் ஆட்சி நடத்திக் கொண்டிருந்தபோது பெயருக்கு மட்டும் ஒற்றர்கள் இருந்தார்கள். ருக்மரதன் ஒற்றர்கள் குழுவைப் பலப்படுத்திவிட்டான். அவர்கள் இப்போது அமைச்சர்களிடம் தகவல்களைச் சொல்வதில்லை. நேரிடையாக அரசனிடமே சொல்கிறார்கள். தன்னைப் போன்ற வயசாளிகளின் ஆட்சிக்காலம் முடிவடைந்துவிட்டது என்று நினைத்துப் பெருமூச்சு விட்டான் சல்லியன். ஆனால் அது ஒன்றும் அவ்வளவாகத் துயரம் அளிக்கவில்லை. தன் கூடாரத்தின் சாளரம், வழியாக அவன் பார்வை சென்றது. எல்லா இடங்களிலும் இரண்டு ஆள் உயரத்திற்கு அடர்த்தியாகப் புல் வளர்ந்திருந்தது. அதனிடையே செல்வது என்பதே சாத்தியமில்லை. நுழைந்து செல்ல நினைப்பவனின் உடலைக் கிழித்து

விடும் கூரான புல். பிரயாணத்தின் போது இதைத் தான் கவனிக்கவே இல்லை என்று எண்ணிக்கொண்டான்.

"மத்ரதேசத்தில் இருப்பதைக் காட்டிலும் குரு நாட்டில்தான் புல் அதிகமாக இருக்கிறது. எங்கிருந்து இது அதிக அளவில் இருக்கிறது? சரஸ்வதி ஆற்றுக்கு இந்தப் பக்கத்திலிருந்தா?" என்று நினைத்த சல்லியனுக்கு இது மிகவும் புனிதமான நாடு என்று தோன்றியது. "இவ்வளவு உயரமாகப் புல்லை வளர்க்க வேண்டியதன் காரணம் என்ன?" ஒருமுறை நன்றாகக் கைகால்களை நீட்டி நெட்டி முரித்து வலியைப் போக்கிக்கொண்டான். "நம் ராஜ்ஜியத்தின் வடக்கே நாகர்களின் தொல்லை. என் இளமை முழுக்க அவர்களை அடக்கு வதிலேயே கழிந்துவிட்டது. இப்பொழுது ஊரில் ஆண்கள் சற்று கவனமாக இல்லை யென்றால் இரவு வேளைகளில் ஊருக்குள் புகுந்து தாக்குதல் நிகழ்த்துவார்கள். ஊரில் இருக்கிற படையை வைத்துக் கொண்டு இதைச் சமாளிக்க முடியுமா?" என்று யோசித்தான். ருக்மரதன் இருக்கும்போது இந்தக் கவலை வேண்டாம் என்று ஓரளவு மன அமைதி அடைந்தான். காட்டுவாசிகள் நாட்டுக்குள் புகுந்து குரு நாட்டை அழிக்க இருப்பதை எண்ணும்போதே அவனுக்குக் கோபம் வந்தது. "துரியோதனா, ஆரியர்களில் பாதிப்பேர்களாவது ஆண்மை மிக்கவர்கள். மற்ற பாதி ஆரியர்கள் பெண்கள்" என்று தனக்குத்தானே சொல்லிக்கொண்டான். எதுவும் புரியாமல் துரியோதனன் அவனது முகத்தைப் பார்த்துக்கொண்டிருக்காமல் சல்லியன் கையைத் தட்டி ஓசை எழுப்பினான். வாசலைக் காத்துக்கொண்டிருந்த நீபன் உள்ளே வந்தான். வஜ்ஜிரன், அஜயன் இருவரையும் அழைத்து வரும்படிச் சொல்லி அனுப்பினான். குளித்துக்கொண்டிருந்த அவர்கள் இருவரும் வேகமாய்த் திரும்பினார்கள். இந்தப் போரில் ஆரியர்களின் அஸ்தினாபுரத்தை நாசமாக்க ஆரியர் அல்லாதவர்களையும் அரை ஆரியர்களையும் சேர்த்துக் கொண்டு பாஞ்சாலர்கள் எப்படி எதிர்க்கத் திட்டமிட்டிருக்கிறார்கள் என்று எடுத்துச் சொல்லி தம் உயிருள்ள வரையில் குருநாட்டின் நலனுக்காகப் போராடுவது உறுதி என்று இருவரிடமிருந்தும் சத்தியம் வாங்கிக்கொண்டான். அப்போதே ரதப்படை மற்றும் காலாட் படையின் முக்கியஸ்தர்களை அழைத்து யுத்த முறைகளை விவரித்து, அவர்களிடமிருந்தும் உறுதி மொழி வாங்கினான். மாமா சல்லியனை வணங்கி மற்றவர்களிடமிருந்து விடை பெற்றுக் கொண்ட துரியோதனன் மறுநாள் அஸ்தினாபுரத்தில் அனைவரையும் சந்திப்பதாகச் சொல்லிவிட்டு ரதமேறி மெய்க்காவலர் களுடன் புறப்பட்டான்.

* * *

எல்லோருக்கும் அஸ்தினாபுரத்தைப் பார்க்கும் ஆர்வம் இருந்தது. தாம் கேள்விப்பட்டிருந்த எல்லா ஊர்களைக் காட்டிலும் பழைய ஊர் அது என்று நினைத்தார்கள். பெரிய பெரிய சக்ரவர்த்திகள் எல்லாம் இருந்து அரசாண்ட நகரம் அது. நாற்பது தலைமுறைகளுக்கு முன்பு கட்டப்பட்ட நகரமாம். நகரின் வடக்குப் பகுதியில் கங்கை நதியைக் கடந்து நதிக்கரையோரம் கூடாரங்களை அமைத்தார்கள் வீரர்கள். சல்லியன், வஜ்ஜிரன், அஜயன் மற்றும் சில முக்கிய சேனைத் தலைவர்கள் அனைவர்க்கும் நகருக்குள்ளேயே மாளிகை ஒன்று தங்குவதற்காக ஏற்பாடு செய்யப்பட்டிருந்தது. அரண்மனைத் தெரு மட்டும் அகலமாக இருந்தது. மற்ற தெருக்கள் குறுகலாகவே இருந்தன. வீடுகள் செங்கற்களால் கட்டப்பட்டிருந்தன. அநேக வீடுகளில் ஒரு மாடிக்கும் மேலாக இருந்தது. அவை அவ்வீட்டில் வசிக்கிறவர்களின் செல்வச் செழிப்புக்கு அடையாளமாக இருந்தது. அரண்மனையின் பின்பக்கம் செங்கல் கட்டிடமும் குடிசைகளும் சேர்ந்த ஐந்து தெருக்கள் இருந்தன. அங்குதான் சூதர்கள் வாழ்ந்து வந்தார்கள். வீடுகள் நெருக்கமாக இருந்தன. இவ்வளவு செல்வச் செழிப்பு மிக்க நகரம் கிஷ்கிந்தாவைப்போல நெருக்கடி மிக்கதாக இருக்க வேண்டும் என்று ஆச்சரியப்பட்டான் சல்லியன். அவன் மட்டுமல்ல, அது எல்லாருக்குமே ஆச்சரியமாகவே இருந்தது. இந்த நகரைக் காப்பதற்காக தாம் வந்திருக்கிறோம் என்று பெருமையாக இருந்தது. நட்பு நாடுகளில் இருந்து வந்தவர்களின் எண்ணிக்கை அதிகமாக இருந்தது. அவர்களால் நகரம் நிரம்பி வழிந்தது. ஆரியவர்தத்தின் பல முக்கிய அரசர்கள் வந்திருந்தார்கள். பார்த்தவர்கள் ஒருவர்க்கொருவர் அறிமுகப்படுத்திக் கொள்கிறார்கள். சிலருக்குச் சில தேசங்கள் எங்கே இருக்கின்றன என்றே தெரியவில்லை. காந்தார தேசத்துக்காரர்கள் பலர் வடக்கில் இருக்கிற பல தேசங்களின் பெயர்களையே கேள்விப் பட்டிருக்கவில்லை. அறிமுகமான அரசர்கள் அந்தந்த தேசங்களின் விசேஷங்களைக் கேட்டுத் தெரிந்து கொண்டார்கள். ஆட்சி முறைகளைப் பற்றி விவாதித்தார்கள். இப்படி எல்லாரும் ஒரே இடத்தில் சந்திக்கிற வாய்ப்பே வரவர குறைந்து விட்டது. பல ஆண்டுகளாக சுயம் வரங்களும் கூட அதிக அளவில் நடக்கவில்லை. தர்மராஜனை அடுத்து யாரும் ராஜசூயம் செய்ய வில்லை. இச்சூழலில் அஸ்வமேத யாகத்தைப் பற்றிய பேச்சுக்கே இடமில்லை. எவ்வளவோ பேர் வந்துவிட்டார்கள். இன்னும் சிலர் வந்து கொண்டிருந்தார்கள். என்றைக்கு யுத்தம் என்பது யாருக்கும் தெரியவில்லை. எல்லாரும் நல்ல முறையில் உபசரிக்கப்பட்டார்கள். உணவும் மதுவும் வேண்டுமளவு வழங்கப்பட்டது. பல அழகான பெண்கள் அனுப்பித் தரப்பட்டார்கள். வெயிலிருந்தபோது கங்கை நதியில் நீந்தினார்கள். சாயங்கால வேளைகளில் குதிரையோட்டிப் பழகினார்கள். அவ்வப்போது எல்லாரையும் தனிப்பட்ட வகையில் பார்த்து விசாரித்து மகிழ்ச்சிப் படுத்திக் கொண்டிருந்தான் துரியோதனன்.

ஆனாலும் பொழுதுபோகாத இளம் அரசர்கள் பலர் என்ன செய்வது என்று புரியாமல் திண்டாடிக் கொண்டிருந்தார்கள். பலர் சூதாட்டக் கழகங்களுக்குச் சென்று ஆடிக் கொண்டிருந்தார்கள்.

வஜ்ஜிரனும் அஜயனும் வெளியே சுற்றினார்கள். தன் சமவயதுக் காரர்களோடு பேசினார்கள். அவ்வப்போது தந்தையைப் பார்த்துச் செய்திகளைச் சொன்னார்கள். "இந்தத் துரியோதனனுக்கும் கர்ணனுக்கும் ரொம்ப நெருக்கம். கர்ணன் சூத குலத்தைச் சேர்ந்தவனாம். அவனைப் பார்த்தால் பீஷ்மருக்கும் துரோணருக்கும் பிடிப்பதில்லை. அவனுக்கும் இவ்விரண்டு பேர்கள் மீது அந்த அளவு கௌரவமில்லை. துரியோதனன் அவ்வப்போது இரண்டு பேர்களிடமும் பேசி மோதல் எதுவும் நிகழ்ந்துவிடாமல் பார்த்துக் கொள்கிறான். இந்த யுத்தத்ததால் எத்தனையோ சகோதரர்களிடையேயும் தந்தை பிள்ளைகளிடையேயும் கருத்து வேறுபாடு வந்துள்ளது. துவாரகை நகருக்குச் சென்றிருந்த துரியோதனன் யாதவர்களின் ஒற்றுமையை உடைத்து விட்டு வந்திருக்கிறான். யாதவர்களின் ஆதரவு முழுக்கப் பாண்டவர்களின் பக்கம் இருக்க வேண்டும் என்று முதலிலிருந்தே கிருஷ்ணன் முயற்சி செய்தானாம். ஆனால் துரியோதனனின் தந்திரம் பலித்துவிட்டது. இப்போது கிருஷ்ணனின் அண்ணன் பலராமன் யாதவப் படையை அழைத்துக் கொண்டு அஸ்தினாபுரத்துக்கு வந்து கொண்டிருக்கிறானாம் இன்னும் மூன்று நான்கு நாட்களுக்குள் அவர்கள் வந்து சேர்ந்து விடுவார்களாம். பலராமன் மிகப்பெரிய வீரனாம். அது மட்டுமல்ல, வீரர்களிடையே துணிவையூட்டுகிற நல்ல தலைவனும் கூட. இப்போது பாண்டவர்கள் பக்கம் சேர கிருஷ்ணன் ஒருவனே சென்றிருக்கிறானாம். சமாதானப் பேச்சு என்கிற சாக்கில் அஸ்தினாபுரத்துக்கு வந்திருந்த கிருஷ்ணன் இங்குள்ளவர்களின் ஒற்றுமையைக் குலைக்க முயற்சித்தானாம். முக்கியமாக பீஷ்மர் மனத்தையும் துரோணர் மனத்தையும் கெடுக்க முயற்சி செய்தானாம். அதற்காகத் தான் கிருஷ்ணனைப் பிடித்துக் கட்டிப்போடுமாறு கட்டளையிட்டானாம் துரியோதனன். பீஷ்மரும் துரோணரும் தடுத்து விட்டார்களாம். இப்படி ஏதாவது ஆனாலும் ஆகக் கூடும் என்று தான் தன் மெய்க்காவல் வீரர்களை மாறு வேஷத்தில் அழைத்து வந்திருந்தானாம் கிருஷ்ணன். கடைசியில் எப்படியோ தப்பித்துக் கொண்டு சென்றானாம்.

வஜ்ஜிரனும் அஜயனும் தம் வீரர்களைப் பார்த்து வருவதற்காக அடிக்கடி ஆற்றைத் தாண்டிச் சென்று வந்தார்கள். எங்கு பார்த்தாலும் கூடாரங்கள், தென்பட்டன. கும்பல் கும்பல் களாக வீரர்கள் இருந்தார்கள். பல தேசங்களிலிருந்தும் வந்த வீரர்களைப்பற்றி அறிவதில் இரண்டு சகோரர்களும் ஆர்வம் மிக்கவர்களாக இருந்தார்கள். நாளாக நாளாக அவர்களுடைய அந்த ஆர்வம் குறைந்தது. படை வீரர்கள் கூட எந்த

வேலையும் இல்லாததால் ஆர்வமற்று அலுத்துக் கொண்டார்கள். அவ்வளவு பேர்களும் தின்று வீசிய எச்சில் இலைகள் குவிந்து நாறத் தொடங்கின. கண்ட இடங்களும் கழிவிடங்களாக ஆனதால் அந்தத் துர்நாற்றமும் சேர்ந்து மூச்சை அடைத்தது. அஸ்தினாபுரத்தில் பாஞ் சாலர்கள் தாக்கக் கூடும் என்று எதிர்பார்க்கப்பட்ட இடம் அது. இங்கு இருந்தவீரர்களைவேறுஎந்த இடத்திற்கும் அனுப்புமாறில்லை. இத்தனை வீரர்கள் வரக்கூடும் என்கிற சரியான கணக்கு துரியோதனனுக்கும் இருந்த மாதிரி தெரியவில்லை. அவனுடைய ஊகத்தையும் மீறி வீரர்கள் வந்துவிட்டார்கள். அவர்கள் அனைவருக்கும் உணவுக்கான ஏற்பாடு செய்வது சிரமமான செயல் என்று அவனுக்கும் இப்போது புரிந்தது. தன் தேசத்தின் கிராமங்களிலிருந்து இரண்டாம் முறையாகத் தானிய வசூலைத் தொடங்கி இருக்கிறானாம். மீண்டும் தர விருப்பமில்லாத மக்கள் பானைகளில் தானியத்தை நிரப்பி மண்ணைத் தோண்டிப் புதைத்து வைத்தார்களாம். கோபமுற்ற அரசன் வீரர்களை விட்டு எல்லா இடங்களிலும் புகுந்து தேடச் செய்தானாம். சந்தேகம் வந்த இடத்தில் மண்ணைத் தோண்டிப் பார்த்தார்களாம். வேலையற்ற போர் வீரர்கள் கிராமப்புறங்களில் புகுந்து கைக்கு அகப்பட்ட பெண்களை இழுத்துக் கொண்டு போய், ஒருத்தியின் மீது ஏழெட்டு ஆண்கள் விழுந்தெழுந்தார்கள். எதற்குத்தான் இந்த யுத்தம் வந்ததோ என்று மக்கள் அனைவரும் சபித்தார்களாம்.

அலுப்புற்ற மத்ர தேசத்து வீரர்கள் வஜ்ஜிரனையும் அஜயனை யும் பார்த்து, "யுத்தம் நடக்கும்போது அழைத்துக்கொண்டு வந்திருக்கலாமே, இவ்வளவு சீக்கிரம் ஏன் அழைத்துக்கொண்டு வந்தீர்கள்?" என்று கேட்டார்கள்.

"எதிரிகள் வந்து தாக்கினால்தானே யுத்தம் நடக்கும்."

"அவர்கள் வந்து தாக்கிச் சாகிறோமோ இல்லையோ, வியாதி வந்து சாகப் போகிறோம். இந்த மலமூத்திர துர்நாற்றம் தாங்காமல் சாகப்போகிறோம்."

அவர்கள் கோபம் இவர்களுக்குப் புரிந்தது. அவர்களைப் பேசி அடக்க இவர்களுக்கு மனம் வரவில்லை. "கொஞ்சம் பொறுத்துக் கொள்ளுங்கள்" என்று அமைதிப்படுத்தி மூக்கை மூடிக்கொண்டு ஆற்றைக் கடந்து திரும்பி வந்தார்கள்.

வயிற்றையே கலக்கியது மாதிரி இருந்தது. ஊருக்குள் திரும்பினால் அதே வீடு. அதே சாப்பாடு, அதே பெண்கள். அல்லது சூதாட்டம். இதனால் அலுப்பு கொண்ட சகோதரர்கள் இருவரும் ஆற்றுக்கு வலப் பக்கமாகத் திரும்பி வடக்குப் பக்கமாய்ச் சென்றார்கள். பல அரசர்கள் நகர்க்குள் கூடி உலா வந்துகொண்டிருந்தால் அவர்களும்

சாதாரண மனிதர்களைப் போல ஆனார்கள். இவர்கள் மீது மக்கள் கொண்டிருந்த ஆர்வமும் வற்றிப்போய் அலுத்துக்கொண்டார்கள். மெய்க் காவலர்களின் அவசியம் இல்லை. ஊரைத்தாண்டி நான்கு மைல் தூரம் நடந்த பிறகு அங்கே யுத்தத்திற்காகத் தயார் நிலையில் நிறுத்தப்பட்டிருந்த ஏராளமான ரதங்களைக் கண்டு ஆச்சரியப் பட்டார்கள். அவற்றை எண்ணிப்பார்க்க இருவரும் முனைந்தார்கள். கணக்கிட முடியவில்லை. ஆயிரம், இரண்டாம் இல்லை. கணக்கிட முடியவில்லை. “நிச்சயம் இது பெரிய யுத்தம்தான். ஆனால் இது எப்போது தொடங்கும்? ஒருவேளை நடக்காமல் போய்விடுமோ? துச்சாதனன் ஊருக்கு வந்திருந்தபோது படைபலத்தைக் காட்டுவ தோடு முடியவும் கூடுமென்று சொல்லவில்லையா? இங்கே வந்து திரண்டிருக்கிற ஆயிரமாயிரம் வீரர்களையும் குதிரைகளையும் ரதங்களையும் யானைகளையும் பற்றிய தகவலை அறிந்த பாண்டவர்கள் யுத்தத்திற்கு வராமலேயே தொலை தூரத்திலேயே நின்று விட்டார்களோ? அப்படி ஏதாவது நடக்கும் பட்சத்தில் நம் வீரர்கள் வியாதியாலேயே இறந்துவிடுவார்கள். எதுவாக இருந்தாலும் சீக்கிரம் முடிவாக வேண்டும்” என்ற ரீதியில் அவர்கள் எண்ணம் ஓடியது. வஜ்ஜிரனுக்கு அதற்குள் ஊரைப் பற்றிய நினைவு எழுந்தது. அவன் மனைவி பேச்சில் திறமை மிக்கவள். புதுப்புதுப் பெண்களை படுக்கைக்குத் துணையாக ஆக்கிக் கொள்ளும் குணத்தை நாசுக்காகச் சுட்டிக் காட்டிப் பழித்துவிட்டாள். இதனால் அவள் மீதான ஆசை இன்னும் கூடியது. ரதங்களைப் பார்த்துவிட்டுத் திரும்பும் வழியில் அவளைப்பற்றிய நினைவுகள் அவனைத் துன்புறுத்தத் தொடங்கின.

* * *

தனக்குத் தொடக்கத்தில் இருந்த முக்கியத்துவம் நாளாக நாளாகக் குறைந்ததை உணர்ந்தான் சல்லியன். துரியோதனன் அவனைச் சரியாக மதிக்கவில்லை என்பதல்ல இதன் பொருள். உண்மையில் அவ்வப்போது வந்து அவனைக் கண்டு பேசிச் சென்றான். அது மட்டுமின்றி தன்னைப் போல பல தேசங்களில் இருந்து வந்திருக்கிற பல அரசர்களைச் சந்தித்துப் பேசவேண்டி இருக்கிற பொறுப்பும் அவனுக்குண்டு என்பதையும் உணர்ந்தே இருந்தான் சல்லியன். மற்ற அரசர்களின் அறிமுகம் கிடைத்ததும், அவர்களுடைய ராஜ்ஜியம், பரப்பு, சேனைகளின் பலம், சாதனைகளின் விவரங்கள் ஆகியவற்றைப் பற்றிக் கேட்டுத் தெரிந்துகொண்டான். அவற்றின் முன் தான் அந்த அளவு முக்கியத்துவம் கொண்டவனல்ல என்கிற தெளிவும் அவனுக்கே தோன்றியது. ஒருவேளை யுத்தமே நிகழ்ந்தால் கூட, மற்றவர்கள் எளிதில் மறக்க முடியாத அளவு எந்தப் பெரிய சாதனையையும் வயசாகிப்போன தன்னால் செய்ய முடியாது என்று தோன்றியது. ஆனாலும் வந்தாகி விட்டது. இறுதிவரையில் இருநது

பார்த்துவிடுவது என்று நினைத்து அமைதியானான். வஜ்ஜிரனும் அஜயனும் மத்ர தேசத்து மானத்தைக் காப்பாற்றுவார்கள் என்ற எண்ணமும் அவனுக்கு அமைதியைக் கொடுத்தது.

அஸ்தினாபுரத்துக்கு வர இன்னொரு காரணமும் இருந்தது. "பீஷ்மனைக் காண்பதுவும் அவனது நோக்கம். அறுபது வருஷங்களுக்கு முன்பு பெண் கேட்பதற்காக அவன் வந்தபோது பார்த்ததோடு சரி, அதற்கப்புறம் அவன் எங்கும் வெளியே - தருமன் நடத்திய ராஜசூய யாகத்தைத் தவிர - சென்றதே இல்லையாம். ஆரியவர்த்தம் முழுக்க மதிக்கப் பெறுகிற மனிதன் அவர். அஸ்தினாபுரத்துக்கு வந்து சேர்ந்த அன்று தன்னை எதிர்கொண்டு அழைக்க பீஷ்மரே நேரிடையாக வரக்கூடும் என்று நினைத்திருந்தான் சல்லியன். ஆனால் அவர் வரவில்லை. இதுவரை வந்தவர்களில் யாரையும் சந்திக்கவில்லை, வரவேற்கவுமில்லையாம் தானே சென்று சந்திக்க நினைத்துத் தன் விருப்பத்தைத் துரியோதனனிடம் வெளிப்படுத்தியபோது, "அவருக்கு உடல்நலம் சரியில்லை. ஓய்வெடுத்துக் கொண்டிருக்கிறார். அப்புறமாக அழைத்துச் செல்கிறேன்" என்று சொன்னான். வந்து இரண்டு மாதங்களாகி விட்டன. இன்னுமா குணமாகவில்லை. தான் வளர்த்து ஆளாக்கிய பேரப்பிள்ளைகள் இரண்டு குழுவாகப் பிரிந்து மோதிக் கொள்வதைக் காணப் பொறுக்காமல் மனம் கலங்கி நோயாளியாகி உண்மையிலேயே படுத்த படுக்கையாக இருக்கிறார் என்றும், துரியோதனனின் பக்கம் நின்று போரிட மனமில்லாமலும், அதை மற்றவர்களிடம் வெளிப்படையாய்ச் சொல்ல விருப்பமில்லாமலும் அறைக்குள்ளேயே கதவைத் தாள் போட்டுக்கொண்டு இருக்கிறார் என்றும் இரண்டு விதமான தகவல்களை அஜயனும் வஜ்ஜிரனும் சேகரித்து வந்து சொன்னார்கள். பீஷ்மருக்குப் போரில் ஈடுபட விருப்பம் இல்லையென்றால் துரியோதனனின் பக்கமே தவறு இருக்கக்கூடும். அவனுடைய பொய்யான பேச்சைக் கேட்டு நான் இத்தனை தூரத்துக்கு வந்து விட்டேனா?" அவனைப் பார்க்கவேண்டும் என்கிற ஆவல் அதிகரித்ததால் ஒருநாள் ரதத்திலேறி நேரிடையாக அவருடைய அரண்மனைக்கே சென்றான். அவர் உள்ளே இல்லை என்று வாயில் காப்பாளன் சொன்னான். எங்கே போய் இருக்கிறார் என்று கேட்டதற்குத் தனக்கு எந்த விவரமும் தெரியாது என்று சொன்னான். "அவர் வந்தபிறகு மத்ரதேசத்து அரசன் சல்லியன் வந்து போனதாகச்சொல்" என்று சொல்லிவிட்டு ரதத்தைத் திருப்புமாறு சாரதிக்கு ஆணையிட்டான்.

எத்தனையோ அரசர்கள் தமக்கேயான ஒற்றர்கள் அடங்கிய குழுவை வைத்திருந்தார்கள். அவர்கள் மூலமாகப் பல தகவல்கள் கிடைத்தன.

“பாண்டவர்களின் படை புறப்பட்டு விட்டதாம். ஏழு பிரிவாகப் பிரித்து, அதன் ஒவ்வொரு பிரிவிற்கும் ஒருவரைத் தலைமைப் பொறுப்பில் இருத்திப் புறப்பட்டு வருகிறதாம். துருபதன், விராடன், திருஷ்டத்துய்மன், சிகண்டி, சாத்யகி, சேகிதானன், பீமன். எல்லாரும் சேர்ந்து திருஷ்டத்துய்மனுக்கும் படைத்தலைவன் பட்டம் கட்டி இருக்கிறார்களாம்.”

இதைத் தவிர இன்னொரு செய்தியும் வந்தது. பாண்டவர்களின் படை உபப்லாவ்ய நகரத்திலிருந்து வடதிசைப் பக்கம் செய்கிறதாம். இந்திரப் பிரஸ்தத்திற்குச் செல்லக் கூடுமாம். அஸ்தினாபுரத்துக்கு வந்து சேர்ந்த பல அரசர்களுக்கும் துரியோதனனின் வார்த்தைகளில் வைத்திருந்த நம்பிக்கை போயிற்று. சூதில் தோற்ற தம் அரசை மட்டும் மீட்டெடுப்பது தான் பாண்டவர்களின் உத்தேசம். அஸ்தினாபுரத்தை நாசம் செய்வ தல்ல என்று தெரிந்து கொண்டார்கள். சிலர் இவ்வார்த்தையை அவனைப் பார்த்து நேரிடையாகவே கேட்டுவிட்டார்கள். அவனுக்கும் குழப்பம் தான். அந்தப் பக்கம் செல்வதுபோல போக்குக்காட்டி இந்துப் பக்கம் நுழைந்துவிட்டால் என்ன ஆவது? காம்பில்ய நகரிலும் கொஞ்சம் படை இருக்கிறது என்று ஒற்றர்கள் தகவலறிந்து வந்து சொன்னார்கள். புறப்பட்டவர்கள் இந்திரப்பிரஸ்தத்தை ஆக்கிர மித்துக் கொண்டால் என்ன செய்வது? அதன் பாதுகாப்புக்கு எந்த பெரிய ஏற்பாடும் இல்லை. உடனே படையின் ஒரு பகுதியை கர்ணன் மற்றும் துச்சாதனன் தலைமையில் அங்கே அனுப்பினான். ஆனால் பாண்டவர்களின் படை அங்கிருந்து திரும்பி நேராக இன்னும் வடக்குப் பக்கம் சென்றது. எங்கே புறப்பட்டுப் போகிறார்கள் என்று புரிந்துகொள்ள ஒரு நாள் தேவைப்பட்டது. இரண்யவதி நதி வழியாக வந்து குரு நாட்டை வசப்படுத்தப் போகிறார்கள் என்று புரிந்தது. ஆனால் அவர்களை அஸ்தினாபுரம் வரை வர விடாமல் நடுவிலேயே நிறுத்த எண்ணினான். அதனால் ஏற்கனவே வேலையற்றுக் குவிந்திருந்த படைவீரர்களை வடகிழக்குப் பக்கம் செல்ல ஆணையிட்டான். உடனே படை வீரர்கள் சுறுசுறுப்படைந்தார்கள். ஒவ்வொரு தேசத்தின் குழுவும் தனித்தனிப் பிரிவாகக் கிளம்பியது. ஒற்றர்கள் தந்த விவரங்களின் அடிப்படையிலேயே அவர்கள் செல்ல வேண்டியிருந்தது. நேர்வழி இல்லையாதலால், மரம், செடி கொடி களையும் அடர்ந்த புதர்களையும் வெட்டி வழியுண்டாக்கிக்கொண்டு செல்லவேண்டியிருந்தது. இதனால் பயணத்தின் வேகம் தடைபட்டது. மிக நீண்ட வரிசையில் சென்ற வீரர்களின் எண்ணிக்கை கணக் கற்றிருந்தது.

படைவீரர்கள் அங்கிருந்து புறப்பட்டிருந்தாலும் அரசர்கள் அனைவரும் அஸ்தினாபுரத்திலேயே இருந்தார்கள். ஒவ்வொரு வரையும் துரியோதனனே வந்து தனிப்பட்ட முறையில் பார்த்து,

“படைத்தலைவராக இருக்க பீஷ்மர் ஒத்துக்கொண்டு விட்டார். நீங்கள் அனைவரும் வரவேண்டும். எல்லார் முன்னிலையிலும் முறைப்படி படைத்தலைவன் பட்டம் சூட்டப்பெறும்” என்றான். வந்து இத்தனை நாட்கள் ஆன பிறகும்கூட யாராலும் பீஷ்மரைப் பார்க்க முடியவில்லை. பீஷ்மரைக் காணப்போகிறோம் என்றதும் எல்லோருக்கும் உற்சாகம் பிறந்தது. அவருக்கு நூற்றி இருபது வயதாவது இருக்கும் என்று நம்பினார்கள். அவரது தலைமையில் போராடுவதில் எல்லோருக்கும் உடன்பாடே. ஆனால் இத்தனை நாட்கள் அவர் ஏன் மௌனமாக இருந்தார் என்பதோ, இப்பொழுது திடுமென எப்படி ஒப்புக்கொண்டார் என்பதோ யாருக்கும் புரியவில்லை. அன்று மதியமே அனைவரும் அரண்மனை நோக்கிச் சென்றார்கள். என்றைக்கும் இல்லாத அளவுக்குத் தடபுடலான வரவேற்பு. அரண்மனைக்குள் நடு நாயகமான சிம்மாசனத்தில் துரியோதனன் உட்கார்ந்திருந்தான். பக்கத்திலேயே இன்னொரு ஆசனத்தில் ஒரு சிங்கத்தைப்போல பீஷ்மர் வீற்றிருந்தார். எல்லாரும் அவரையே ஆச்சரியத்தோடு பார்த்துக் கொண்டிருந்தனர். இத்தனை வயதாலும் முதுகில் சிறிதும் வளைவின்றி இருந்தார். நல்ல உயரம். தலையில் க்ஷத்திரிய கிரீடம் இருந்தது. முகத்தில் அங்கங்கே சுருக்கங்கள். சிவந்த தோலுக்கு நடுவே வயதானதன் அடையாளமாக அங்கங்கே கருத்துமிருந்தது. ஆசனத்திற்குப் பக்கமாக இருந்த திண்டின் மீது வைக்கப்பட்ட முன் கை நரம்புகள் தூக்கலாக இருந்தன. அவரது தோற்றம் பார்ப்பதற்குச் சற்று பயம் தரக் கூடியதாக இருந்தது. தலை சற்றே முன்பக்கம் வளைந்திருந்தாலும் நடுக்கமெதுவும் இல்லை. பக்கத்தில் உட்கார்ந்திருந்த அஜயன், “இவ்வளவு வயசான கிழவர் எப்படி படைத்தலைமை ஏற்றுச் செயலாற்ற முடியுமா?” என்று சல்லியனிடம் கேட்டான்.

மற்றவர்களுக்கும் கேட்கிறவண்ணம் அஜயன் பேசியதால் சல்லியனுக்குக் கோபம் வந்தது. கண்களாலேயே எச்சரித்தான். “பீஷ்மரைப் பற்றிய விஷயத்தில் மரியாதையாகப் பேசு” என்று மெதுவாகச் சொன்னான்.

மெதுவான குரலில் மீண்டும் அஜயன், “இந்தக் கிழவரை எதற்காகப் படைத்தலைவராக்கினார்கள்?” என்று கேட்டான்.

சட்டென்று என்ன பதில் சொல்வது என்று எதுவும் புரியவில்லை சல்லியனுக்கு. அதே சமயத்தில் வயதில் சின்னவனான அஜயனைப் போல பீஷ்மரைப்பற்றிச் சாதாரணமாக நினைக்கவும் அவனால் முடியவில்லை. எதுவும் சொல்லாமல் அமைதியாக இருந்தான். ஆனால் அஜயன் அவனது முகத்தையே பார்த்தபடி இருந்தான். அஜயன் தன் பதிலை எதிர்பார்த்துக்கொண்டிருப்பதும், தான் எந்தப் பதிலும் சொல்லாமல் போனால் அவன் சொன்னதே சரி என்று ஆகிவிடும்

எனவும் நினைத்த சல்லியன் கணநேர யோசனைக்குப் பிறகு "இவர் எப்படிப்பட்ட மாவீரர் என்பது வயதில் சிறியவனாகிய உனக்குத் தெரியாது. அந்தக் காலத்தில் காசிராஜனின் அரண்மனையில் சுயம்வரம் நடந்தபோது தன்னந்தனியாக சுயம்வரத்திற்கு நின்ற பெண்களைச் சிறையெடுத்துச் சென்றார். அப்போது எல்லா அரசர்களும் இவரை எதிர்த்துத் தாக்கினார்கள். அவர்களையெல்லாம் தனி ஒரு ஆளாக எதிர்த்து நின்று முறியடித்தார். குருநாட்டை விஸ்தரித்தவரும் இவரே" என்றான்.

"பெண்களைச் சிறையெடுத்து வந்தாரா? ஆனால் அவர் பிரம்மச்சாரி இல்லையா?"

'தமக்காக அல்ல, தம் தம்பிகளுக்காக அவர் அப்பெண்களைச் சிறையெடுத்து வந்தார்."

"திருமணம் செய்து கொள்ளப் போகிறவனே வந்து சிறை யெடுத்துக் கொண்டு போனால்தான் அப்பெண்களுக்கும் சந்தோஷமாக இருக்கும். ஒருவன் சிறையெடுப்பது, இன்னொருவன் திருமணம் செய்து கொள்வது என்றால் அதில் அந்தப் பெண்களுக்கு என்ன சந்தோஷம்? இந்தத் தம்பிகள் என்ன, வீட்டில் உட்கார்ந்து பொம்மை விளையாட்டு ஆடிக் கொண்டிருந்தார்களா?" என்று அஜயன் கேட்டான்.

அதற்குள் முரசொலி எழுந்தது. துந்துபிகளின் முழக்கம் எழுந்தது. சபையோர்களின் கவனம் அந்தப் பக்கம் திரும்பியது. துரியோனன் எழுந்து நின்று எல்லாரையும் வணங்கி இந்த யுத்தத்தில் பீஷ்மருக்குப் படைத்தலைவர் பட்டம் சூட்ட எல்லாருடைய அனுமதி யையும் கேட்டான். சபையோர்கள் அதற்கு இசைவு தெரிவித்தார்கள். சம்பிரதாய முறைப்படி அவருக்குப் படைத் தலைமைப் பட்டம் சூட்டி, தங்கத்தட்டில் வாள், வில், அம்புகள் ஆகியவற்றை வைத்து அவர்க்குத் தந்தான் துரியோதனன். வாளைத் தம் இரண்டு கைகளாலும் எடுத்துக் கொண்டார் அவர்.

அதற்கப்புறம் படைக்குழுக்களுக்கான தலைமைப் பொறுப்பாளர் களைத் தேர்ந்தெடுக்கும் விஷயத்தைப்பற்றி ஆலோசித்தார்கள். யாரைத் தேர்ந்தெடுக்கலாம் என்பதைக் காட்டிலும் யாரைத் தவிர்க்கலாம் என்று அவர்கள் அதிக அளவில் யோசிப்பதுபோல இருந்தது. எல்லோருக்குமே தானும் ஒரு படைக்குழுவுக்கு தலைமையேற்க வேண்டும் என்கிற ஆசை இருந்தது. எல்லோருமே தம் ஆசையை வெளிப்படையாகவே புலப்படுத்தினார்கள். துரியோதனன் எழுந்து நின்று எல்லாருடைய வீரதீரத்தைப் பற்றியும் பாராட்டிச் சொன்னான். அதற்கப்புறம் ஒவ்வொரு பெயராகச் சொல்லத் தொடங்கினான்: கௌரவர்களுக்கும் பாண்டவர்களுக்கும் வில்வித்தை பயிற்றுவித்த

துரோணாச்சாரியர், துரோணரின் மகன் அசுவத்தாமன், மத்ரதேசத்து அரசன் சல்லியன், கர்ணன் இந்திர வம்சத்தைச் சேர்ந்த பூரிசிரவன், சிந்து தேசத்து அரசன் ஜெயத்ரதன், கம்பபோஜ தேசத்து அரசன் சதக்ஷணன், போஜராஜன் கிருதிவர்மன், சகுனி, துச்சாதனன், பாலீகன். அடுத்தபடி எவருடைய பெயர் சொல்லப்படுமோ என்று எல்லோருமே ஆவலுடன் காத்துக்கொண்டிருந்தார்கள். ஆனால் துரியோதனன் அத்தோடு நிறுத்தி விட்டான். சொல்லப்பட்ட பெயர்களை வஜ்ஜிரனும் அஜயனும் எண்ணிக்கொண்டிருந்தார்கள். மொத்தத்தில் பதினொன்று பெயர்கள். அப்படியென்றால் பதினொன்று சேனாதிபதிகள், அதாவது பதினொன்று பிரிவாகப் படை பிரிக்கப்படும். தன் தந்தையும் ஒரு குழுத்தலைவனாக அறிவிக்கப்பட்டதையொட்டி அவர்கள் சந்தோஷம் அடைந்தார்கள். அவர் மூலம் தாமும் ஆலோசனைகள் வழங்க முடியும் என்று சொல்லிக்கொண்டார்கள்.

குழுத் தலைவர்களாகத் தேர்ந்தெடுக்கப்பட்ட அனைவருக்கும் மாலையிடப்பட்டு, பட்டுதுணி போர்த்தி சம்பிரதாயமான பதவிப் பிரமாணம் செய்யப்பட்டது. முதல்முதலாக வாய்திறந்து பேசினார் பீஷ்மர். அவர் குரல் பலவீனமாக இருந்தாலும் உறுதியாக இருந்தது." நகரத்தை நெருங்கும் வரையில் எதிரிகளைச் சும்மா விட்டால், நகரம் நாசமாகிவிடும். அதனால் தொலைவிலேயே நிறுத்தி எதிர்க்க வேண்டும். இன்றைக்கே சேனைத்தலைவர்கள் எல்லாரும் தத்தம் படைகளுடன் கிளம்பிவிடவும். உங்களோடு சேர்ந்து நானும் வருகிறேன்" என்றார்.

துரியோதனனின் பேச்சு மிகவும் நீண்டிருந்தது. ஆனால் பீஷ்மர் நாலு வாக்கியங்களில் முடித்துக்கொண்டார் என்று எல்லாரும் சொல்லிக்கொண்டனர். சாப்பாட்டை முடித்துக்கொண்டு எல்லாரும் கிளம்பினார்கள். வந்தவர்கள் அனைவருமே குழுத்தலைவர்களாக ஆக முடியவில்லை. ஆனால் அவரவர்கள் அழைத்து வந்திருந்த படைகளின் எண்ணிக்கைக்குத் தகுந்தபடி எல்லோருக்கும் வேறுவேறு பொறுப்புக்களைத் துரியோதனன் வழங்கினான். ஐம்பது வீரர்கள் அடங்கிய சிறுசிறு குழுக்களாகப் பிரித்தார்கள். இச்சிறு குழுவுக்கு ஒரு தலைவன். மூன்று சிறு குழுத் தலைவனுக்குச் சேர்த்து இன்னொரு தலைவன் அவன் சேனாமுகன் என்று அழைக்கப்பட்டான். மூன்று சேனாமுகன்களுக்குத் தலைவனாக இருப்பவன் பெயர் கணமுகன். அநேகமாக எல்லா அரசர்களுக்கும் ஏதாவது ஒரு பொறுப்பு ஏற்படும்படி கவனித்துக்கொள்ளப்பட்டது. வஜ்ஜிரனும் அஜயனும் கணமுகன்களாகத் தேர்ந்தெடுக்கப்பட்டார்கள்.

* * *

காலையிலிருந்தே படை வீரர்கள் அணிவகுத்துச் சென்று கொண்டிருந்தார்கள். உணவுப்பொருள்களைச் சுமந்து சென்று வண்டி முதலிலேயே கிளம்பிவிட்டது. படைகளில் இடையிடையே மற்ற பொருட்களின் வண்டிகளும் கிளம்பின. யுத்தத்தில் ரதங்கள் பழுதடைந்தால் அவற்றைச் சரிப்படுத்தத் தேவையான பொருட்களும், ஈட்டி முதலாவற்றைக் கட்ட உதவும் தோல் கயிறுகளும், யானைகளை அடக்க உதவும் அங்குசங்களும், அம்பறாத்தூணிகளும், கேடயங்களும், பல வகையில் சின்னதும் பெரியதுமான கயிறுகள், பாய்கள், எண்ணெய், வெல்லம், அம்புகளின் நுனியில் தடவுவதற்கான விஷப் புட்டிகள், வாள்கள், முள் நட்ட தடிகள் ஆகிய எல்லாப் பொருட்களையும் ஏற்றிக் கொண்ட வண்டிகளும் இடையிடையே சென்றன. இரட்டைக் குதிரை பூட்டிய வண்டிகள், நான்கு குதிரைகள் பூட்டிய வண்டிகள், முக்கியமான வீரன் இருக்கிறான் என்பதன் அடையாளமாக விசேஷ கொடி பறக்கும் ரதங்கள் சென்றன. ஒவ்வொரு ரதத்திற்கும் பாதுகாப்புக்காக இரண்டு வீரர்கள் குதிரையேறி வந்தார்கள். சக்கரங்களின் பாதுகாப்புக்கு இரண்டு வீரர்கள் நடந்து வந்தார்கள். ஒவ்வொரு தேரோட்டியும் தன் ரதத்தைப் பூக்களால் அலங்கரித்துக் கொண்டான். வழியில் கிடைத்த எல்லா பூக்களையும் அவர்கள் பறித்துக்கொண்டார்கள். பூக்கள் பறிப்பதற்காக நிறுத்தப்பட்ட ரதங்களால் பயணம் சிறிது தடைப்பட்டு நெருக்கடி உண்டானது. கடைசியாக யானைகள் வந்துகொண்டிருந்தன. முதுகில் புல்லை விரித்து அதன்மேல் பிடித்த மாவுத்தர்கள். இருவர் மேலிருந்தபடியே அம்பு வீசும் வில்வீரர்கள். இருவர் வாள் சண்டையில் வீரர்கள். ஏழாவது ஆள் எவ்வளவு தொலைவாக இருந்தாலும் சரியாகக் குறி பார்த்து அம்பு எய்யக் கூடியவன். இவர்களின் ஆயுதங்கள் அனைத்தும் இருக்கையின் நடுவில் வைத்துக்கொண்டிருந்தனர். அவர்களும் சிறப்பான முறையில் அலங்கரித்துக் கொண்டிருந்தனர். யானைகளுக்கும் பெரிய பெரிய மாலைகளைச் சூட்டி அலங்கரித்திருந்தனர்.

அஸ்தினாபுரத்திற்கு வந்தபிறகு ஏற்பட்ட பழக்கத்தால் பலரையும் நண்பர்களாக்கிக்கொண்டிருந்தார்கள். அஜயனும் வஜ்ஜிரனும், அவர்களில் சந்திர வம்சத்தைச் சேர்ந்த பூரி என்பவன் மிகவும் நெருக்கமானவன். அவனுடைய சகோதரனாகிய பூரிசிரவனன் என்பவனைத் துரியோதனன் சேனைத் தலைவனாக நியமித்திருந்தான். இந்தப் பூமியும் யுத்தத்திற்கு வந்திருந்த அவனுடைய இன்னொரு சகோதரனாகிய சலன் என்பவனும் அஜயனைப்போலவே கணமுகன் களாக இருந்தார்கள். பூரிசிரவனன் சொந்தமாகவே ஓர் ஒற்றர் குழுவை வைத்திருந்தான். எல்லா நிலைமைகளும் இரண்டு வீரர் களுக்கும் உடனுக்குடன் தெரிந்தது. பாண்டவர்களை எதிர்த்துப் படை புறப்பட்டதும் பூரி, வஜ்ஜிரன், அஜயன் மூவரும் ஒரே ரதத்தில்

இருந்தார்கள்.

"பாண்டவர்களின் பக்கம் மொத்தமே ஏழு குழுத் தலைவர்களாம். அப்படியென்றால் நம்மைவிட அவர்களிடம் படைபலம் குறைவுதானா?" என்று கேட்டான் அஜயன்.

"ஆமாம்."

"அவர்களின் பக்கம் யாருமே இல்லை. ஆரியவர்த்தம் முழுக்க என் பக்கம்தான்" என்று அடிக்கடி துரியோதனன் சொல்லிக் கொண்டிருப்பான். ஆனால் ஏழு குழுக்கள் படை சேர்வதென்றால், அது ஒன்றும் குறைவான எண்ணிக்கை இல்லை" என்றான் வஜ்ஜிரன்.

நகரத்தைத் தாண்டி நான்கு மைல் தூரம் சென்றது ரதம். அதுவரை அரசபாட்டை நீண்டிருந்தது. ஆனாலும் சமீப காலமாக ஏற்பட்ட குதிரை, யானை, ரதங்களின் நடமாட்டத்தால் பாதை முழுக்க குண்டும் குழியுமாக ஆகி இருந்தது. ரதத்தின் குலுக்கல்களுக்கிடையே, "அவர்கள் பக்கத்தில் எல்லாக் குழுத்தலைவர்களும் வயதில் சிறியவர்களாக இருக்கிறார்கள் இல்லையா?" என்று கேட்டான், அஜயன்.

"நிச்சயமாகச் சிறியவர்கள்தான். அவர்களுடைய படைத் தலைவன் திருஷ்டத்துய்மனுக்கே ஐம்பது அல்லது ஐம்பத்தியொன்று வயதுதான் இருக்கும். நம் படைத்தலைவருக்கு நூற்றியிருபது அல்லது நூற்றிருப்பத்தியொன்று எனச் சொல்கிறார்கள். அவர்கள் பக்கத்துச் சிகண்டி தன் அண்ணன் திருஷ்டத்துய்மனைக் காட்டிலும் ரொம்ப சின்னவனாம். சாத்யகிக்கும் சேஜீதனுக்கும் ஐம்பது வயது இருக்கக்கூடும். பீமனுக்கு ஐம்பத்திரெண்டு அல்லது ஐம்பத்தி மூன்று இருக்கும். ஆனால் அவனது பலம் இருபது வயது இளைஞனுக்கிருப்பதைப் போன்றதாகும். அல்லது ஒரு இளங்காளைக்குச் சமமானது என்றும் சொல்லலாம். இவர்களில் துருபதன் மட்டும் வயதில் பெரியவன். அதாவது எழுபது அல்லது எழுபத்தைந்து இருக்கலாம். விராடனின் வயது பற்றி எனக்குச் சரியாய்த் தெரியவில்லை. சமீபத்தில்தான் தன் பதினாறு வயது மகளுக்குத் திருமணம் செய்தானாம். சின்ன மனைவியின் மகள். அறுபது எழுபது வயதுக்குள்தான் இருக்க வேண்டும்."

"நம் பக்கத்தில் இருப்பவர்களைப் பற்றிச்சொல்" என்று கேட்ட அஜயன் பிறகு தானே சொல்லத் தொடங்கினேன். "துரியோதனனுடைய வயது எழுபது, எண்பது இருக்கும். நம் அப்பாவுக்கு எண்பத்து நான்கு வயது என்று அவரே சொல்லி இருக்கிறார். அந்த உயரமான ஜயத்ரதனுடைய வயது மட்டும் நாற்பது, நாற்பத்தைந்து இருக்கும்."

"ஆமாமாம்" என்று அதை ஆமோதித்தான் பூரி.

"சகுனி துரியோதனனுக்கு மாமா முறை. தாயின் அண்ணன். துரியோதனனும் பீமனும் ஒரே வயதுக்காரர்களாக இருக்கவேண்டும். திருமணமான ஏழெட்டு ஆண்டுகள் வரைக்கும் அவனுடைய தாயாருக்குக் குழந்தையே பிறக்கவில்லை என்று சொன்னாயல்லவா. எனவே குழுத்தலைவன் சகுனிக்கு எண்பத்தைந்து வயதுதான் இருக்கும். கர்ணனைப் பார்த்தால் அறுபது. அறுபத்தைந்து இருக்கும் என்று தோன்றுகிறது."

"இருக்கலாம். இருக்கலாம். நானும் அவனைப் பார்த்தேன்." என்றான் வஜ்ஜிரன்.

"உன் அண்ணன்தான் இருப்பதிலேயே சின்னவன். கிருதவர்மனையும் சுதக்ஷிணனையும் நான் பார்த்ததே இல்லை."

இதற்குள் ரதம் பழைய வழியை விட்டுக் குறுக்குப் பாதையில் புகுந்தது. படை வீரர்களுக்கு வழியேற்படுத்த வேண்டு மென்பதற்காகவே புதர்களையும் முட்களையும் வெட்டி ஏற்கனவே சீராக்கி வைத்திருந்தார்கள். மழைக்காலம் முடிந்து நாலைந்து மாதங்கள் ஆகி இருந்தாலும் எங்கும் புதர்களும் கொடிகளும் மரங்களும் செழிப்பாகவே வளர்ந்திருந்தன. அவ்வளவு குதிரைகளும் ரதங்களும் வண்டிகளும் வீரர்களும் மிதித்துத் துவைத்ததில் எங்கும் சேறாகி இருந்தது. இதனால் வேகம் குறைந்தது. போகப்போகப் பின்னால் யானைகள் பிரிவில் ஏதோ சத்தம் கேட்டது. ஆனால் அங்கிருந்தபடி எதையும் பார்க்க முடியவில்லை. இறங்கிச் சென்று பார்க்கவும் முடியாமலிருந்தது. வேட்டையில் வல்லவனாகிய அஜயன், "மரங்களில் பச்சைப்பசேலென்று கிளைகளைப் பார்த்ததும் அவற்றைத் தின்பற்காக யானைகள் தமக்குள் மோதிக்கொள்கின்றன. அல்லது ஆண் யானைகளையும் பெண் யானைகளையும் ஜோடியாக நடத்திச் செல்வதால் உற்சாகம் கிளம்பி ஆண் யானை சத்தமிட்டிருக்கும்" என்றான்.

பூரி சிரித்தான். "யுத்த பூமியில் நமது கூடாரங்களுக்குக் கூட பெண் சகவாசமிருக்கும்போலும்" என்றான்.

"வயதானவர்களைவிட இளைஞர்களே நன்றாக போரிடுவார்கள் இல்லையா?" என்று கேட்டான் வஜ்ஜிரன்.

"வயசானவர்களைக் கேட்டால் என்ன சொல்வார்கள் தெரியுமா? இளைஞர்களுக்குப் பெண்களையும் மதுவையும் தவிர்த்து வேறு எதுவும் தெரியாது என்று சொல்வார்கள். அவர்கள் பேச ஆரம்பித்தால்போதும், இந்த வார்த்தைதான் எங்கள் அப்பாவின் வாயில் வரும்."

"பெரியவர்களின் பேச்சைத் துரியோதனன் கேட்பதில்லை, சுயதம்பட்டம் அதிகம் என்று சொல்கிறார்கள். ஆனால் குழுத் தலைவர்களைத் தேர்ந்தெடுத்துக் கொள்ளும்போது ஏன் வயதானவர்

களையே தேர்ந்தெடுத்துக் கொண்டான்?" என்று கேட்டான் வஜ்ஜிரன்.

"வயசானவர்களின் பேச்சை அவன் கேட்பதில்லைதான். ஆனால், அவர்களை விட்டும் அவனால் இருக்கமுடியாது. சொன்ன பேச்சைக் கேட்பதில்லை என்று அவர்கள் அவனை வசைபாடிக் கொண்டிருப்பார்கள். அவனும் எல்லாவற்றையும் கேட்டுக் கொண்டு தனது விருப்பப்படியே செய்வான். அவர்கள் துணையின்றி அவனால் எதுவும் செய்யமுடியாது. அவர்களாலும் அவனைத் திட்டாமல் இருக்க முடியாது."

ரதத்தின் வேகம் மேலும் குறைந்தது. முன்பக்கத்தில் எங்கோ ஒரு ரதம் சேற்றில் புதைந்துவிட்டதாம். பின்னால் வேகமாய்ப் போய்க்கொண்டிருந்த ரதங்கள் அதன்மேல் மோதிவிட்டதாம். பக்கத்தில் இன்னொரு சாலையை உண்டாக்கி ரதங்களைத் திருப்பி விடுகிறார்களாம். அப்படித்தான் தகவல் வந்துள்ளது. அதுவரை உட்கார்ந்து பேசிக்கொண்டிருக்கலாம் என்று எல்லாரும் இறங்கினார்கள். உயரமான புல்லின் மறைவுக்குச் சென்று சிறுநீர் கழித்துவிட்டு வந்தார்கள் சிலர். மலம் கழிக்க விரும்பியவர்கள் இன்னும் கொஞ்சம் தொலைவாக நடந்தார்கள்.

ரதம் மீண்டும் ஓட ஆரம்பித்தது. ஆனால் அதற்குள் ரதம் முழுக்கச் சிற்றெறும்புகள் மொய்த்துவிட்டிருந்தன. பூரியின் தொடையில் எறும்பொன்று கடித்தபிறகுதான் அவர்கள் சிற்றெறும்பின் இருப்பை உணர்ந்தார்கள். ரதத்திற்குள் உட்காரமுடியவில்லை. அந்த அளவு எறும்புகள் கணக்கற்றிருந்தன. மூவருமே ரதத்தை விட்டிறங்கி நடக்கத் தொடங்கினார்கள். பின்னால் வந்த யானைகளின் தும்பிக்கையிலும் எறும்புகள் ஏறி இருக்கவேண்டும். இதனால் அவையும் வலி தாங்காமல் தவிக்க ஆரம்பித்தன.

சிறிது நேரத்தில் மாற்றுவழி தயாரானது. ரதங்களை ஓரமாய் நகர்த்திவிட்டு முதலில் யானை வரிசையை அனுப்பினார்கள். அவை நடந்து பாதை ஒரு ஒழுங்குக்கு வந்தது. அதே யானைகள் மூலம் உயரமான கிளைகளை முறிக்க வைத்தனர். ஓரளவு சமப்படுத்தப்பட்ட பாதையில் குதிரைகள் சென்றபின் ரதங்கள் கிளம்பின.

"பாண்டவர்கள் படையினருக்கும் இதேபோல் கஷ்டங்கள் இருக்கு மில்லையா?" என்று நடந்தபடியே கேட்டான் வஜ்ஜிரன்.

பூரிசிரவன் ஒரு கணம் யோசித்தபிறகு, "முற்றுகையிட வருபவர்கள் அவர்கள். அதிக அளவு சிரமமில்லாத வகையில் பாதையைத் தேர்ந் தெடுத்துச் செல்லக் கூடும். இப்போது எதுவரை வந்திருப்பார்களோ தெரியவில்லை. உபப்லாவ்ய நகரிலிருந்து அவர்கள் கிளம்பியதை மட்டும் தான் நம் ஒற்றர்கள் சொன்னார்கள்." என்றான்.

“என்ன சொன்னார்கள்?”

“படைக்கு முன்னால் பீமன் இருக்கிறானாம். அவனுக்குப் பின்னால் கவசமணிந்த நகுலனும் சகாதேவனும் இருக்கிறார்களாம். அர்ஜுனனின் மகன் அபிமன்யுவும், திரௌபதையின் ஐந்து பிள்ளை களான பிருதிவிந்தியன், சுருத்தசோமன், சுருத்த கீர்த்தி, சதாநீகன், சுருத்தசேனன் ஆகியோர் அவர்களுக்குப் பின்னால் வருகிறார்களாம். இந்த ஐந்து பேரும் நன்றாகச் சண்டையிடுவார்களாம். மாமாவாகிய திருஷ்டத்யும்மனே பயிற்சி கொடுத்தானாம். அர்ஜுனன் மகன் அபிமன்யுவைப் பற்றிச் சொன்னேனில்லையா, அவன்தான் விராட நகரில் திருமணம் செய்துகொண்டவன். பதினாறு வயதாம் அவனுக்கு. நன்றாக பயிற்சி எடுத்திருக்கிறானாம். இவர்களுக்குப் பின்னால்தான் சாமான்கள் ஏற்றிய வண்டிகளோடு சேவகர்களும் வருகின்றனராம் அதன்பின் பாஞ்சால தேசத்துப்படை அவற்றின் பின் போர்த் தளவாடங்கள், மருந்துகள் ஏற்றிய வண்டிகள். அப்புறம் கேகய தேசத்துப் படை, அவர்களுக்குப் பின்னால் சேதி தேசத்து அரசன் திருஷ்டகேது. ஐம்பத்திற்குள்தான் இருக்கும் அவன் வயது. அப்புறம் காசிராஜனின் மகன் அபிபூ. கிரேணிமான், வசுதானன், சிகண்டி அனைவரும் தருமனுக்குப் பாதுகாப்பாகச் சுற்றி வளையமிட்டுக் கொண்டு வருகிறார்களாம்.”

கீழே பார்த்து நடக்க வேண்டியிருந்ததால் அவர்கள் சரியாகப் பேசிக்கொள்ள முடியவில்லை.

மொத்தப் படையும் அவசரம் அவசரமாக நடந்தது. இதனால் ஒரே குழப்பம். நிர்வகிக்க முடியாத அளவு அதிக வீரர்கள். குதிரைகள், யானைகள், சரியான வழி இல்லை. சேற்றுக்குள் ரதத்தின் சக்கரங்கள் எந்தத் தருணத்திலும் புதைந்து விடும் தன்மையுடையவையாக இருந்தன. வேகவேகமாகச் செல்லவேண்டும் என்பதால் யானைகளை முதலில் நடத்தி, அதற்கப்புறம் குதிரைகளும், காலாட்படை வீரர்களும் நடந்த பிறகு ரதங்களை இறுதியாக அனுமதித்தார்கள். மூன்று நாட்கள் பயணத்திற்குப் பிறகு அவர்கள் பாண்டவர்களின் முகாமை நெருங்கினார்கள். ஆனால் அதற்குள் வரிசைகளும் வாகனங்களும் மாறிப் பெருங்குழப்பம் ஏற்பட்டது. மூன்று நாட்களும் அவர்களுக்குச் சரியான சாப்பாடு இல்லை. தூக்கமும் இல்லை.

* * *

பாண்டவர்கள் முகாமிட்டிருந்த இடத்திற்கு நான்கு மைல் தொலைவில் கௌரவ சேனை முகாமிட்டது. அங்கு போதுமான இடமிருந்தது. முள்ளையும் புதர்களையும் வெட்டி அகற்றிக் கூடாரத்துக்கான இடத்தைத் தயார் செய்தனர். இந்த இடத்தில்தான்

சண்டை நிகழக்கூடும் என்கிற எண்ணம் எல்லோருக்கும் இருந்தது. அங்கே சேர்ந்த அன்றே பீஷ்மரின் தலைமையில் ஆலோசனைக் கூட்டமொன்று நடந்தது. அதன்பிறகு பீஷ்மர், தன் கூடாரத்துக்குச் சென்று ஓய்வெடுத்தார். மூங்கில் தட்டிகளால் ஆன மேல் கூரையில் புல்விரித்துச் சுற்றிலும் துணிகளையே சுவர்போல இழுத்துக் கட்டி யிருந்தார்கள். குளிர் படர்ந்துவிடாமல் இருக்கப் பலகைகள் போட்டு, அதன்மேல் மெத்தென்ற விரிப்பை விரித்தார்கள். அதன்மேல் உட்கார்ந்து தலையணையில் சாய்ந்திருந்தார் பீஷ்மர். பிரயாணத்தால் மற்றவர்களும் களைத்திருந்தார்கள். துரியோதனனும் கர்ணனும் ஜெயத்ரதனும் மட்டுமே களைப்பைப்பற்றிக் கவலையில்லாமல் உற்சாகத்தோடு இருந்தனர். கிருபாச்சாரியர், துரோணாச்சாரியர், அஸ்வத்தாமன், சல்லியன் ஆகியோர் பீஷ்மரின் கூடாரத்திற் குள்ளேயே உட்கார்ந்திருந்தார்கள். கிரீடத்தைக் கழற்றி வைத்துவிட்டு உட்கார்ந்திருந்த பீஷ்மரின் தலையில் மூப்பினால் உண்டான தழும்புகள் இருந்தன. ஆனாலும் தெளிவான குரலில் அவர் பேசினார், “ஒருவழியாக இந்த இடத்துக்கு வந்து சேர்ந்து விட்டோம். யுத்தம் நடந்தால் அது இங்கேயே நடக்க வேண்டும்.”

தம் பேச்சில் எந்தத் திட்டவட்டமான ஆலோசனையையும் முன் வைக்கவில்லை பீஷ்மர். யாரும் எதுவும் கேட்கவில்லை. அமைதியாக உட்கார்ந்திருந்தார்கள். ஆனால் பீஷ்மர் தொடர்ந்து பேசவில்லை.

“இவ்வளவு வீரர்களும் அஸ்தினாபுரத்திலிருந்து இங்கே வந்திருப்பது யுத்தத்திற்குத்தானே?” என்று மெல்லக் கேட்டான் துரியோதனன்.

ஒருமுறை கொட்டாவிவிட்ட பிறகு, “நாம் வெறுமனே படை பலத்தைக் காட்டினால் போதும், பயந்து ஓடிவந்து மண்டியிட்டு கருணை காட்டுமாறு கேட்பார்கள் என்று சொன்னாயே, இப்போது நமது படை என்னமோ பெரிய படைதான். அவர்கள் பயந்து வந்து மண்டியிட்டால் யுத்தம் எப்படி நடக்கும்?” என்றார் பீஷ்மர்.

“ஆமாம் ஆமாம்” என்றான் சல்லியராஜன்.

“ஆனால் அவர்கள் யுத்தம் செய்வதற்காகவே வந்து தங்கி இருக்கிறார்கள்.” என்று தவறை எதிரிகள் மீது சுமத்துவதுபோலச் சொன்னான்.

“அதேதான் நானும் சொல்கிறேன். யுத்தம் நடந்தால் நடக்கட்டும். இவ்வளவு பெரிய படை ஓரிடத்தில் சேர்ந்திருப்பதை நான் என் வாழ்க்கையிலேயே பார்த்ததில்லை. கேள்விபடட்டதுமில்லை. அவர்கள் பக்கம் படைபலம் அதிகம்தான்.”

"ஆனால் நம் அளவு இல்லை. ஏன் பயப்பட வேண்டும்?" என்று பதட்டத்துடன் கேட்டான் துரியோதனன்.

"பயந்து போய் நான் இதைச் சொல்லவில்லை. ஒருகணம் நீ சும்மா இரு" என்று பீஷ்மர் துரோணரின் பக்கம் திரும்பி "ஆச்சாரியரே, நீங்கள் சொல்லுங்கள். யுத்தத்தைப்பற்றி நீங்கள் என்ன நினைக்கிறீர்கள்? யுத்தத்தைப் பற்றி உங்களை விட யாருக்கும் அதிகம் தெரிந்து விடப் போவதில்லை. இத்தனை பெரிய படைகள் இதற்கு முன்பு இப்படி மோதி இருக்கின்றனவா?"

"இல்லை" என்றார் துரோணர். உயரமானவர். ஆனால் மார்பெலும்பு தெரியும் உருவம். முதுகு வளைந்து உட்காராமல் பத்மாசனத்தில் உட்கார்ந்திருந்தார்.

"கொஞ்சம் ரதங்கள், இருநூறு முந்நூறு வீரர்கள், கொஞ்சம் யானைகள், கூர்மையான அம்புகளை எய்து எதிரிகளைச் சாகடிப்பது அல்லது கைப்பற்றிய நகரத்தைக் கொள்ளையடித்து விட்டுத் தீக்கிரையாக்குவது - இதுதான் நாம் இதுவரையில் கண்டு வந்த யுத்தங்கள். இவ்வளவு பெரிய படையை எப்போதும் பார்த்ததில்லை. இரண்டு பக்கத்திலும் எவ்வளவு பெரிய பெரிய படைகள்! எப்படிப் போரிடுவது என்பதே பெரிய பிரச்சினை. எத்தனையோ தேசங்களில் இருந்து படைகளெல்லாம் வந்துள்ளன. ஒவ்வொருவர்க்கும் அடையாளமாக ஒவ்வொரு கொடி இருக்கிறது. ஒவ்வொரு அரசனின் ரதத்திலும் கொடி பறக்கிறது. இவற்றைப் பார்த்ததுமே அடையாளம் கண்டுகொள்ள முடியும். ஞாபகம் வைத்துக் கொள்ளவும் முடியும். ஆனால் காலாட்படையினர் தமக்குள் எப்படி அடையாளம் கண்டு கொள்வார்கள்? இரண்டு அணிகளும் நெருங்கி மோதிக்கொள்ளத் தொடங்கியதுமே, அடையாளக் குழப்பம் நிச்சயம் ஏற்படும். அடையாளம் தெரியாமல் நம் வீரர்களே நமக்குள் அடித்துக் கொள்ளும் நிலை வந்துவிடும். நம் யானைகள் நம் வீரர்களையே அடித்துத் துவைத்துக் கூழாக்கி விடும். இந்த நிலையை எப்படிச் சமாளிப்பது?"

"நானும் இதைப்பற்றி யோசித்துவிட்டேன். எனக்கு எதுவும் தோன்ற வில்லை" என்று துரோணரும் வருத்தமுடன் சொன்னார்.

சைந்தவன், சல்லியன் முதலானவர்கள் இதைப்பற்றியே யோசிக்க வில்லை. இத்தனை பெரிய படை இருக்கிறது. எதிரிகளை நசுக்கிக் கூழாக்கி விடும் என்ற தன்னம்பிக்கை மட்டுமே அவர்கள் நெஞ்சில் நிறைந்திருந்தது. அப்போது கண்காணிப்பாளன் வந்து கூடாரத்துக்கு வெளியே காத்திருப்பதாக சேவகன் சொன்னான். துரியோதனனின் கட்டளையின் பேரில் உள்ளே வந்த கண்காணிப்பாளன் துரியோதனனையும் பீஷ்மரையும் வணங்கினான்.

“யுத்தம் எந்த இடத்தில் நடக்கப்போகிறது என்று நீங்கள் சரியாய்ச் சொன்னால், நான் சாப்பாடு மற்றும் இதர ஏற்பாடுகளைச் செய்யத்தோதாக இருக்கும். இப்போது நாம் தங்கி இருக்கிற இடத்தில் தான் சண்டை நடக்கப் போகிறது என்று எல்லாருமே நினைத்துக் கொண்டுள்ளார்கள். நமக்கு முன்னால் வந்துவிட்ட எதிரிப்படைகள் சரியான வசதிகள் மிக்க இடத்தைப் பிடித்துக்கொண்டிருக்கிறார்கள்.

எதிரே நான்கு மைல் தூரத்தில் இரண்யவதி நதி ஓடுகிறது. நதியின் இரண்டு கரையோரங்களிலும் அவர்கள் கூடாரம் அடித்திருக்கிறார்கள். ஒரு பக்கம் எல்லோருக்கும் குடிப்பதற்கும் சமையலுக்கும், குளிப்பதற்குமான நீர் வசதி, இன்னொரு பக்கத்தில் யானை, குதிரைகளுக்கு நீர் வசதி, அழகாக ஏற்பாடு செய்துள்ளார்கள். நதிக்கரையில் ஒரு நான்கு மைல் தூரத்துக்கு நாம் தொட்டுவிடாதபடி காவல் காக்கிறார்கள். இங்கு நமக்குத் தண்ணீருக்கு வழி இல்லை. இன்னும் முன்னே சென்றால் பன்னிரண்டு மைல் தூரத்தில் வைஷம்பாயன ஏரி இருக்கிறது. அங்கிருந்து எவ்வளவு நீரைத்தான் நம்மால் சுமந்து வர முடியும்? அதை எத்தனை பேருக்கு இங்குத் தர முடியும்? அக்குதிரைகளிலும் யானைகளிலும் சுமந்து வருவது சாத்தியமே இல்லை. வீரர்கள் குளிக்கவும் பிரச்சினை இருக்கிறது. போதுமான நீர் வசதி இல்லாதவதால் நாளை சாயங்காலத்திற்குள் கழிவுகளின் துர்நாற்றம் வீசத் தொடங்கிவிடும்...”

“ஆற்றுத் தண்ணீரில் அவர்களுக்கு மட்டும்தான் பங்கு இருக்கிறதா? நமக்குப் பங்கு இல்லையா?” என்று கோபத்துடன் கேட்டான் துரியோதனன்.

“ராஜ்ஜியத்தில் தமக்குரிய பங்கை அவர்கள் போரிட்டுப் பெற முயற்சி செய்வதைப் போலவே, ஆற்றுத் தண்ணீரில் நமக்குரிய பங்கை நாமும் போரிட்டுத்தான் அடையவேண்டும். வெறுமனே வாயால் கேட்டால் விட்டுவிடுவார்களா?” என்று பீஷ்மர் அமைதியாகவே சொன்னார்.

கௌரவப் படைத்தளபதியாக இருந்துகொண்டு அவர்களுக்குச் சார்பாகவே இன்னும் பேசுகிறாரே, இப்படி இருந்தால் எப்படி வெல்வது என்று தமக்குத் தாமே யோசித்தான் துரியோதனன்.

“இங்கிருந்து அவர்களைத் துரத்திவிட்டு நமக்கு வசதியான இடத்தை யுத்த பூமியாக வைத்துக்கொள்ள முடியாதா?” என்று கேட்டார் கிருபாச்சாரியர்.

“எப்படிச் செய்வது? இதே நதியின் வலது பக்கத்தில் இன்னும் கொஞ்சம் சென்றோம் என்று வைத்துக் கொள்ளுங்கள். அப்போது அவர்கள் உடனே அஸ்தினாபுரத்தின் பக்கம் சென்று விடுவார்கள். அது

ரொம்ப மோசமான விளைவைக் கொடுத்து விடும். நாமே இன்னும் கொஞ்சம் பின் வாங்கினாலும் கூட நம் ராஜ்ஜியத்திற்குள் நாமே அவர்களை வரவிட்டது போல ஆகிவிடும். தள்ளிப்போனாலும் இதை விட வசதியான ஆறு எதுவும் இருக்காது. எல்லா அழுக்கையும் கரைத்துக்கொண்டு செல்கிற சக்தி ஆற்றுக்கு மட்டும்தான் உண்டு. நிலையாய் ஓர் இடத்தில் நிற்கிற நீருக்கு இல்லை. நாம் அவர்களை எதிர்ப்பதற்குள், அவர்கள் ஒருநாள் பயணத்தூர அளவுக்கு முன்னேறி விடக்கூடும். இதனாலேயே அவர்கள் இருபக்கக் கரைகளையும் மறித்துக் கொண்டு நமக்காகக் காத்திருக்கிறார்கள்." என்றார் துரோணர்.

"ஆற்றுக்குக் குறுக்கே அங்கங்கே மூங்கில் பாலம் கட்டி வைத்திருக்கிறார்களாம். மரப்படகுகள் வைத்திருக்கிறார்களாம். இப்பொழுது பெரிய அளவில் ஒரு பாலத்தையும், ரதங்கள் போன்றவை போய் வருவதற்காகக் கட்டிக் கொண்டிருக்கிறார்களாம்" என்றான் கண்காணிப்பாளன்.

"நல்ல வசமான இடத்தைப் பிடித்திருக்கிறார்கள். அவர்கள் இந்த நிலையில் நாம் வேறு எதையும் செய்ய முடியாது, இன்னும் சில வண்டிகளை ஏற்பாடு செய்து கொண்டு தண்ணீர் கொண்டு வருவதுதான் ஒரே வழி. அவ்வப்பொழுதே ஆட்களை வைத்து மல மூத்திரத்தைச் சுத்தப்படுத்தவும் பள்ளம் தோண்டிப் புதைத்துக் கொள்ளவும் ஏற்பாடு செய்" என்று கண்காணிப்பாளனுக்குக் கட்டளை யிட்டார் பீஷ்மர். பிறகு அவன் வெளியேறியதும் மீண்டும் பழைய பிரச்சனை பற்றிப் பேசத் தொடங்கினார்கள்.

"இவ்வளவு பெரிய யுத்தத்தைச் சமாளிப்பது எப்படி ஆசாரியரே?" என்று கேட்டார்.

"நம் அளவுக்கு இல்லையென்றாலும் கூட அவர்களுடையதும் பெரிய படைதான். அவர்கள் எப்படிச் சமாளிப்பார்கள்?" என்று ஆச்சாரியர் மறுகேள்வி கேட்டார்.

நீங்கள் சொன்னபடி யுத்தத்தில் எப்போதும் தாக்குபவன், தடுப்பவன் என்று இரண்டு அணிகள் உண்டு. தடுப்பவனைக் காட்டிலும் தாக்கு பவனே அதிகக் கூர்மையாகச் சிந்தித்துச் செயல் படுகிறான். நாம் இப்போது தாக்குபவர்களா, தடுப்பவர்களா?"

"தாக்குபவர்கள் தான்" என்றான் துரியோதனன்.

"அவர்களிடமிருந்து அஸ்தினாபுரத்தையும், குரு சாம்ராஜ்ஜியத் தையும் காப்பாற்றுவதாகச் சொல்லித்தான் நான் படைத்தலைவனாகப் பொறுப்பேற்றுக் கொண்டிருக்கிறேன். எனக்கு முதலில் தாக்க விரும்ப வில்லை" என்று சொன்னார் பீஷ்மர்.

"தாக்குவதா, தடுப்பதா என்ற கேள்விக்குப் பதிலையே தேடிக் கொண்டிருந்தால், யுத்தத்தில் நாம் வெற்றி பெற முடியாது. வெற்றிதான் நமது குறிக்கோள் என்றால், நாம்தான் முதலில் தாக்க வேண்டும்" என்று சொன்னான் கர்ணன்.

"துரோணரைப் போன்ற வயதிலும் அனுபவத்திலும் மூத்தவர்கள் பொறுப்போடு ஒரு விஷயத்தைப்பற்றிப் பேசிக் கொண்டிருக்கும்போது நீ குறுக்கிடுவது சரியில்லை. பொறுமையாய் இருப்பதுதான் இந்த கூட்டத்திற்கும் நல்லது, உனக்கும் கௌரவம்" என்றார் பீஷ்மர்.

வேண்டுமென்றே தலையிலடித்ததுபோல கர்ணனிடம் அவர் பேசுகிறார் என்பது துரியோதனனுக்குப் புரிந்தது. கோபத்தாலும் அவமானத்தாலும் கர்ணனின் முகம் சிவந்தது. தனக்காக அதைத் தாங்கிக்கொள்ளுமாறு கர்ணனிடம் சைகையாலேயே கெஞ்சினான் துரியோதனன்.

"இப்பொழுதே பொழுது சாயும் நேரமாகி விட்டது. இன்றைக்கு யுத்தத்தை ஆரம்பிக்க முடியாது. இன்னும் இரண்டு மூன்று நாழிகைக்குள் இருண்டு கண்ணே தெரியாமல் போய்விடும். இந்த நேரத்தில் அவர்களும்தான் நம்மேல் எப்படித் தாக்க முடியும்? அவர்கள் வெறுமனே காத்துக்கொண்டிருப்பார்கள் என்று எனக்குத் தோன்ற வில்லை. அவர்கள் பக்கத்தில் கிருஷ்ணன் இருக்கிறான். அவனுக்கு எந்தப் பதவியும் பொறுப்பும் இல்லை.

"ஆனால் யுத்த தந்திரங்களை வகுப்பவன் அவனாகத்தான் இருக்கக் கூடும். சின்ன வயதிலேயே கம்சனைப் போன்ற பெரிய அரசனைக் கொன்றவன் அவன் ஜராசந்தனின் கதையையும் மிகச் சுலபமாக முடித்தவன் அவன். அவனது தந்திரங்களைச் சமாளிக்க மிகவும் துணிச்சல் வேண்டும். பீமன், அர்ஜுனன், சாத்யகி, சேகிதானன் ஆகிய பெரிய பெரிய வீரர்களெல்லாம் அந்தப் பக்கத்தில் இருக்கிறார்கள். மின்னலைப் போன்ற வேகம் தான் அவனது தந்திரத்தின் அடிப்படைக் குணம். தொடக்கத்திலிருந்தே அதை நான் கவனித்துக்கொண்டே வந்திருக்கிறேன். அதனால் நாளை காலை அவர்கள் நம்மீது தாக்குதல் தொடுக்கக்கூடும். அல்லது இன்று இரவே ஏதாவது நடந்தாலும் நடக்கலாம். அல்லது நம்மை இங்கே குழப்பத்தில் ஆழ்த்திவிட்டு அஸ்தினாபுரம் பக்கம் போனாலும் போகலாம்." என்று சிறிது நேர யோசனைக்குப் பிறகு சொன்னார் துரோணர்.

"கிருஷ்ணனுக்கும் இவ்வளவு பெரிய சேனையோடு மோதிய அனுபவம் உண்டா என்ன?"

"இல்லை."

பீஷ்மர் அமைதியாக உட்கார்ந்திருந்தார். குழி விழுந்த கண்கள் பாதி மூடிக்கொண்டிருந்தன. அவர் கண்களை மூடிக் கொண்டிருப்பது தூக்கத்தினால் அல்ல என்று துரோணர் மட்டுமே அறிவார். சல்லியன் முதலியோர் அவரைப் பார்த்தபடி வெறுமனே உட்கார்ந்திருந்தனர். சிறிது நேரத்துக்குப் பின் அவர் கண்களைத் திறந்து, "முன்பு எப்பொழுதும் நிகழ்ந்திராத அளவுக்குப் பெரிய போர் ஒன்றில் ஈடுபடும் முன்பு சில பொதுவிதிகளை இரண்டு அணிகளுமே பின்பற்றினால் இரு சாராருக்குமே நல்லதாக இருக்கும். குறைந்த பட்சம் சில தேவையற்ற உயிர்த் தியாகங்களை நாம் தவிர்த்துக் கொள்ள முடியும். இருபுறங்களிலும் சில குழப்பங்களைத் தவிர்க்கவும் இது உதவும். நாமும் எதிரிகளின் பிரதிநிகளும் கலந்து பேசிச் சில முடிவுகளை எடுக்கலாம். அதற்கு இரண்டு அணிகளுமே கட்டுப்பட்டாக வேண்டும்" என்று சொன்னார்.

"நல்ல யோசனை, சீக்கிரமே இதற்கு ஏற்பாடு செய்ய வேண்டும்" என்று துரோணர் அத்திட்டத்தை ஏற்றுக்கொண்டார்.

"நிகழப்போவது யுத்தம். அதற்கு எதற்கு வரைமுறை? அது தவிர, இந்தத் தருணத்தில் நாம் அவர்களை சந்திக்கப் போவதில் எனக்கு உடன்பாடு இல்லை" என்று மறுத்தான் துரியோதனன்.

"நான் படைத்தலைவனாகப் பொறுப்பேற்றுக்கொண்ட பிறகு, என் தீர்மானப்படிதான் யுத்தம் நடக்கவேண்டும். துரோணர் கூட இதற்கு ஒத்துக்கொண்டுள்ளார்" என்றார் பீஷ்மர்.

"ஆமாம் ஆமாம்" என்று உடனே துரோணரும் அவரோடு சேர்ந்து கொண்டார்.

தம் சொந்தப் புரோகிதனை அழைத்தார் பீஷ்மர். "ஆன மட்டும் தரும நெறிப்படி யுத்தம் செய்யவேண்டும். அதன் வரைமுறைகளை முடிவு செய்ய பாண்டவர்களின் சில பிரதிநிதிகளோடு நான் உட்கார்ந்து பேசவேண்டும். எங்கே, எந்த இடத்தில், எப்போது என்று தருமனிடம் கேட்டு வந்து சொல். நான் இருக்கும் இடத்திற்கே அவர்கள் பேசத் தயார் என்றால், இங்கு வந்து திரும்பிப் போகும் வரை அவர்களுக்கு எந்த ஆபத்தும் நேராதபடி பார்த்துக் கொள்வது இந்த பீஷ்மரின் பொறுப்பு என்று சொல். நான் அங்கு வந்துதான் பேச வேண்டுமென்றாலும், அதற்கும் நான் தயார். ரதத்தில் போய் பீஷ்மரின் தூதுவன் ஒன்று அறிமுகப்படுத்தினால் அந்தக் காவலர்கள் உன்னைத் தருமனிடம் அழைத்துச் செல்வார்கள். உடனேயே இது பற்றி முடிவெடுக்க வேண்டும் என்று சொல்லிவிட்டு வா." என்றார்.

உடனேயே புறப்பட்டுச் சென்றான் தூதுவன்.

“குறைந்தபட்சம் அவன் திரும்பிவர நாலைந்து நாழிகைகளாவது ஆகும். அதுவரை எல்லாரும் அவரவர்கள் கூடாரத்திற்குச் சென்று ஓய்வு எடுத்துக் கொள்ளுங்கள்” என்று எல்லாரையும் அனுப்பினார் பீஷ்மர். அவர்களுக்கும் ஓய்வு தேவைப்பட்டது. எல்லாரும் போன பிறகு படுக்கையில் சாய்ந்து கண்ணை மூடினார் பீஷ்மர். மற்ற விஷயங்களைக் கண்காணிக்கச் சென்றான் துரியோதனன். சிறிது நேரத்துக்குப் பின்பு ஓர்ஆள் மூலம் சாயங்காலத்திற்கான ஹோமத்திற்கு ஏற்பாடு செய்தார்.

அவர் எதிர்பார்த்ததைப் போலவே ஏழு நாழிகைகளுக்குப் பிறகு புரோகிதன் திரும்பினான்.

“தருமர் உள்ளிட்ட அனைவரும் உங்களுக்குத் தம் வணக்கங் களைச் சொல்லியனுப்பினார்கள். உங்கள் நலம்பற்றியும் துரோணரின் நலம்பற்றியும் விசாரித்தார்கள். இன்று சூரிய அஸ்தமனத்துக்குப் பிறகு பன்னிரண்டாவது நாழிகையில் நம் இரண்டு அணிகளின் கூடாரத்துக்கு இடையே உள்ள வெட்ட வெளியின் நடுவில் சந்திக்கலாம் என்றார்கள். ‘நாங்கள் நான்குபேர் வருகிறோம். உங்கள் பக்கத்திலிருந்து நான்குபேர் மட்டும்தான் வர வேண்டும், உங்கள் ரதங்களுக்குத் தனிப்பட்ட சாரதி யாரும் இருக்கக் கூடாது? என்றார்கள். பீஷ்மரின் வார்த்தையில் தமக்கு முழு நம்பிக்கை இருக்கிறதெனினும் இந்த வாய்ப்பைப் பயன் படுத்திக்கொண்டுத் தம்மைக் கொல்லவே அல்லது சிறை பிடிக்கவோ துரியோதனன் முயலாதபடி நீங்களே பார்த்துக்கொள்ள வேண்டும் என்று சொன்னார்கள்.”

“இந்தக் கடைசி வார்த்தையைச் சொன்னது யார்?”

“யாதவர்களின் கிருஷ்ணன்.”

“இந்த விஷயத்தை மற்றவர்கள் யாருக்காவது சொன்னாயா?”

“துரியோதனன் வழியிலேயே காத்துக்கொண்டிருந்தான். என் வாயைப் பிடுங்கிப் பிடுங்கி எல்லாவற்றையும் தெரிந்து கொண்டான்.”

ஒரு கணம் யோசனையில் ஆழ்ந்தார் பீஷ்மர். பிறகு, “நீ மீண்டும் ரதத்திலேறிப் பாண்டவர்களிடம் செல். அவர்கள் தந்த வெட்ட வெளிக்கு வருவது வேண்டாம். அவர்கள் கூடாரத்திற்கே நாம் வர இருப்பதாகவும், அங்கேயே அவர்களைச் சந்திப்பதாகவும் சொல். இந்த விஷயம் நம்மில் வேறு யாருக்கும் தெரியக்கூடாது. வழியில் துரியோதனனோ அல்லது மற்றவர்கள் யாராவதோ கேட்டால் ‘அப்படியே ஆகட்டும்’ என்று தெரிவிக்கப் போவதாகச் சொல், உடனேயே கிளம்பு” என்று சொன்னார்.

துரோணரையும் சல்லியனையும் அழைத்து வர ஆள் அனுப்பினார் பீஷ்மர். தாம் மூன்று பேரும் போனால் போதும் என்று முடிவெடுத்தார் அவர். மூவரும் ஒன்றாக உட்கார்ந்து சாப்பிட்டார்கள். சல்லியன் வர மறுத்தான். முதலில் பாண்டவர்களுக்கு வாக்குறுதி கொடுத்துவிட்டு அதற்கப்புறம் அணிமாறியதால் அவனுக்குக் குற்ற உணர்வு இருந்தது. ஆனால் “ஏன் வர மறுக்கிறாய்?” என்று பீஷ்மர் கேட்டபோது என்ன பதில் சொல்வது என்று புரியாமல் கிளம்பி விட்டான். இந்த முறை புரோகிதன் திரும்பி வந்து விட்டான். சீக்கிரமாகத் தன் பூசையையும் சாப்பாட்டையும் முடித்துவிட்டு அவனும் புறப்படத் தயாரானான். வழி காட்டுவதற்காக அவனையும் அழைத்துக்கொண்டு நான்கு குதிரைகள் பூட்டிய பெரிய ரதமொன்றில் அனைவரும் சென்றார்கள். பாதி நிலா வெளிச்சத்தைப் பொழிந்துகொண்டிருந்தது. சுற்றுவெளி மங்கலாகத் தெரிந்து கொண்டிருந்தது. அங்கங்கே மரம்செடிகள் இருந்தன. இருபுறங்களில் இருந்தும் யானைகளின் பிளிறல்களும் குதிரைகளின் கனைப்பொலிகளும் கேட்டன. தீப்பந்தங்களின் துணை யோடு இரண்டு நாழிகை நேரம் பயணம் செய்வதற்குள் பாண்டவர்களின் கூடாரங்கள் தெரிந்தன. நாய்களின் குரைப் பொலிகள் கேட்டன. காவல்காரர்கள் நெருங்கி வந்தார்கள். எல்லோரையும் ரதத்திலிருந்து இறக்கி நதியைக் கடக்க வைத்து தம் கூடாரத்திற்கு உள்ளே அழைத்துச் சென்றார்கள். அவர்களுடைய கூடாரங்கள் தம்மைவிடச் சிறந்த முறையில் அமைக்கப்பட்டிருப்பதை உணர்ந்தான்.

ஆலோசனைக் கூடாரத்திற்கு முன் ரதத்திலிருந்து இறங்கி அனைவரையும் தருமன், நகுலன், சகாதேவன், கிருஷ்ணன், அர்ஜுனன் அனைவரும் காலைத் தொட்டு வணங்கி உள்ளே அழைத்துச் சென்றார்கள். இவர்கள் அனைவரும் உள்ளே சென்று அமர்ந்த பிறகு பாண்டவர்கள் பிரிவுக்குத் தலைமை தாங்கிய திருஷ்டத்துய்மன் வந்தான். பெரியவர்கள் அனைவரையும் ஒருங்கே வணங்கினான். ஆனாலும் தம் மீது பாண்டவர்களுக்கிருக்கும் பாசமும் பக்தியும் முன்புபோல் இல்லை என்பதையும் தொடக்கத்திலிருந்தே உண்டாகி யிருக்கும் வெறுப்பும் கோபமும்தான் இருக்கின்றன என்பதையும் பீஷ்மரும் துரோணரும் புரிந்துகொண்டார்கள். அவர்கள் அனைவரையும் மிருதுவான இருக்கையில் உட்காரவைத்து தேன் முதலிய பானகங்களையும் கொடுத்து உபசரித்த பிறகு தருமன் உட்கார்ந்தான். மற்றவர்களும் உட்கார்ந்தார்கள். பேச்சை எப்படி ஆரம்பிப்பது என்று யாருக்கும் தெரியவில்லை. வழிநெடுகப் பேசாமல் ஊமையை போல வந்த பீஷ்மர் இன்னும் ஊமையாகவே இருந்தார். துரோணரும் வாயைக் கட்டிப்போட்டது போல உட்கார்ந்திருந்தார். சிறிது நேரத்துக்கு பிறகு தருமனே பேசினான்.

“தாத்தா ஆச்சாரியரே, உங்களைப் பார்த்துப் பதினான்கு ஆண்டுகள் ஆகிவிட்டன. மாமா, உன்னைப் பார்ப்பதே அரிதாகி விட்டது.”

மூவருக்கும் இதயம் கரைந்ததுபோல இருந்தது. பதினான்கு வருஷங்களுக்கு முன்பு தருமனின் உடல்வாகு நன்றாகவே இருந்தது. அவன் கண்களிலும் திருப்தி தெரிந்தது. முப்பத்தந்து முப்பத்தாறு வயதுக்காரனாகிய அர்ஜுனன் ஆரிய வர்த்தத்திலேயே உற்சாகம் மிக்க மாவீரனாகத் திகழ்ந்தான். இப்போது தருமன் மூங்கிலைப் போல மெலிந்திருந்தான். முகத்தில் தாடி கூட மிகவும் இறங்கி விட்டிருந்தது. அமைதியாகவே ஒளிவீசிய அவன் கண்களில் இப்போது நிராசை தெரிந்தது. தான் விதுரன் மூலம் கேள்விப்பட்டதைப் போலவே தருமன் முழுக்க முழுக்கப் பீமனின் வசம் இருப்பது உண்மைதான் என்று தோன்றியது. அவன் எங்கே போனானோ என்று நினைத்துக் கொண்டார் பீஷ்மர். எதிரிகளின் படைத்தலைவனாகிவிட்ட இந்தத் தாத்தாவைப் பார்க்கும் ஆர்வம் அவனுக்கு இருக்கச் சாத்தியமில்லை என்று நினைத்து அமைதியானார். ராஜ்ஜியத்தை இழந்து பன்னிரண்டு வருஷகாலம் காட்டில் வேடர்களைப் போலத் திரிந்து, இன்னொருவர் வீட்டில் வேலைக்காரர்கள் போல ஊழியம் செய்து அவலமடைந்ததற்கெல்லாம் யார் பொறுப்பு? சூதாட்டம் என்பது போட்டிக்களமாக எவ்வளவு காலம் இருக்கும்? சுரண்டும் கருவியாக அது எவ்வளவு காலம் இருக்கும்? ஆகிய கேள்விகள் அவர் மனத்தை அரித்தன. ஆனால் அவர் எதையும் பேசவில்லை. துரோணரும் அமைதியாக உட்கார்ந்திருந்தார். சல்லியனும் கூச்சத்தோடு உட்கார்ந் திருந்தான்.

சிறிது நேர மௌனத்திற்குப் பின் கிருஷ்ணன் மெல்லப் பேச்சைத் தொடங்கினான். “பீஷ்மரே, வீணாக உயிர்ச் சேதங்களின்றி, யுத்தம் செய்யும் முறையைக் குறித்துப் பேசி முடிவெடுக்க நாம் இங்கே கூடி இருக்கிறோம். இது குறித்து நீங்கள் ஏதேனும் யோசித்து வைத்திருக்கக் கூடும். அதை நீங்கள் சொன்னால், அதைப்பற்றி எங்கள் கருத்தை எடுத்துரைக்க வசதியாக இருக்கும்” என்றான்.

அவன் மனம் பேச்சின்பால் திரும்பியது. “ஆமாம், கிருஷ்ணா, நாங்கள் அதற்காகத்தான் வந்திருக்கிறோம். இவ்வளவு காலம் வரைக்கும் இவ்வளவு பெரிய அளவில் படைகள் சேர்ந்து மோதியதில்லை. ஆடு மாடுகள் போல இரண்டு அணி வீரர்களும் மோதிக் கைகால்களை உடைத்துக் கொள்வதிலும் உயிர் இழப்பதிலும் என்ன பயன் இருக்கிறது? இப்படித்தான் யுத்தம் நடக்குமென்றால் நானோ அல்லது திருஷ்டத்துய்மனோ படைத்தலைவர்களாக இருப்பதில் எந்தப் பொருளும் இல்லை. அதனால் நமது பொறுப்பு என்ன என்பதைப் பற்றி இப்போது பேசி முடிவெடுக்க வேண்டும்” என்றார்.

சல்லியன் திடீரென குறுக்கில் புகுந்து, "பீஷ்மரே எல்லாரும் உங்களைப் பிதாமகர் என்றே அழைக்கிறார்கள். நான் உங்களை எப்படி அழைப்பது? பிதாமகர் என்றே அழைக்கட்டுமா?" என்று கேட்டார்.

"வேண்டாம் வேண்டாம். பீஷ்மா என்றே கூப்பிடு. என்ன சொல்ல வந்தாய் நீ?"

"ஒரு படைத்தலைவன் என்கிற முறையில் நீ சொன்னது சரிதான். ஆனால் என்னை வாட்டும் கேள்வி வேறு. இந்த யுத்தம் நடந்துதான் ஆக வேண்டுமா? இதைத் தவிர்க்கவே முடியாதா?"

"கிருஷ்ணனைக் கேள். இதன் அவசியத்தைப் பற்றி அவன் சொல்வான். இதை எப்படியாவது தவிர்க்கத்தான் வேண்டும் என்று நானும் அவனும் ஆன மட்டும் முயற்சி செய்தோம். முடியவில்லை. இனிமேலும் முடியாது."

"சரி, ஆனால் நீ ஏன் துரியோதனனின் படைத்தலைவனானாய்?"

இதுவரை அமைதியாக இருந்த நகுலன் திடுமென வாய்திறந்து, "எங்கள் தூதுவனுக்கு வாக்குறுதி அளித்துவிட்டு நீ ஏன் படையோடு அவர்கள் பக்கம் சேர்ந்து குழுத்தலைவனானாய்?" என்று கேட்டான்.

நகுலனின் முகத்தைப் பார்த்தான் சல்லியன்.

ஏறத்தாழ தன் மகன் ருக்மரதனின் முகத்தைப் போலவே இருந்தது. தங்கையின் மகன். ஐம்பதை நெருங்கும் வயது. அமைதியான முகம், மூத்த மனைவிக்குப் பிறந்த பிள்ளைகளுக்கு அடிமையானதைப் போலத் தெரியவில்லை. துச்சாதனன் தன்னிடம் சொன்னதெல்லாம் பொய்யா என்று கேட்டுக் கொண்டான் சல்லியன். ஒரே குழப்பமாக இருந்தது. அப்போது பீஷ்மரும் சல்லியனைப் பார்த்து, "சொல் சல்லியா, சொல். எதையும் மூடி மறைக்க வேண்டாம். உன் தங்கையின் பிள்ளைகளுக்கு ஆதரவு அளிப்பதுதான் இயற்கை. ஆனால் நீ அதற்கு மாறாக இந்தப் பக்கம் இருக்கிறாய். இதற்கு விசேஷமான காரணம் ஏதேனும் உண்டா?" என்று கேட்டார்.

சல்லியனுக்குத் தர்ம சங்கடமாக இருந்தது. எதற்காகத்தான் இந்தப் பக்கம் சேர்ந்தோம் என்று தன்னையே கேட்டுக்கொண்டான். எல்லாவற்றையும் நினைத்துக்கொண்டான். சொல்லியே விடலாம் என்று தோன்றியது. "என் பிள்ளைகளுக்கு திரிகர்த்த தேசத்துக்காரர்கள் மிகவும் நண்பர்கள். அவர்களுக்குத் துரியோதனனோடு நெருக்கமான தொடர்பு. அவர்கள் பேச்சை விடு. நான் முதலில் பாண்டவர்களைத் தான் ஆதரிப்பதாக இருந்தேன். அதற்கப்புறம் ஒருநாள் துரியோதனன் தன் தம்பியையே அனுப்பி வைத்தான். "எல்லாமே குந்தியின் பிள்ளைகள்

வைத்ததுதான் சட்டமாக இருக்கிறது. இரண்டாம் தாரத்துப் பிள்ளைகளாகிய நகுலனும் சகாதேவனும் குதிரைச் சாணம்தான் வாரிக் கொண்டிருக்கிறார்கள். யுத்தத்தில் நாங்கள் வெற்றி பெற்றால் உன் தங்கையின் இரண்டு பிள்ளைகளுக்கும் அந்த ராஜ்ஜியத்தைக் கொடுத்து விடுகிறோம்." என்று சொன்னான். அது மட்டுமல்லாமல் கண்டிப்பாக இந்த யுத்தம் நடக்காது. வெறுமனே அவரவர்கள் அவரவர்களது பலத்தையும் படையையும் காட்டுவதோடு முடியும். எங்களுக்கு அதிக பலமிருப்பதை உணர்ந்தால் அவர்கள் வழிக்கு வருவார்கள். நீங்களும் வாருங்கள் என்றான். பிள்ளைகளும் அடம் பிடித்தார்கள். 'பாண்டவர்களுக்கு எவ்வளவு திமிர் என்று நீயே பார். வெறும் தூதுவனை அனுப்பி வைத்துள்ளார்கள். துரியோதனன் தன் சொந்தத் தம்பியையே அனுப்பி வைத்துள்ளான்' என்றும் சொன்னார்கள். இப்போது நீயே சொல் தருமா, உங்களில் ஒருவரே ஏன் வரவிலலை?"

"மாமா, அவன் ஆண்டுக்கணக்காக இந்த யுத்தத்திற்கான ஏற்பாடுகளைச் செய்து கொண்டிருக்கிறான். வனவாசத்திலும் அஞ்ஞாதவாசத்திலும் இருந்த நாங்கள் எப்படிச் செய்ய முடியும்? எல்லா இடங்களுக்கும் நாங்களே எப்படிச் சென்று வர இயலும்? ஆனால் ஆதரவு கொடுப்பதாக நீ எங்கள் தூதுவனிடம் சொல்லவில்லையா?" என்று நகுலன் பதில் சொன்னான்.

தான் முட்டாளாக்கப் பட்டதை உணர்ந்து ஊமையானான் சல்லியன். தொடர்ந்து எதையும் பேசவில்லை.

"குந்திக்கு மூத்த மகன் தருமன். இரண்டாம் மகன் நான். மூன்றாவது மகன் சகாதேவன். பீமனும் அர்ஜுனனும் கடைசி, புரிந்துகொள். இப்பொழுது உண்மை புரிந்துவிட்டதல்லவா, இப்பொழுதாவது எங்களோடு படையுடன் வந்து சேர்ந்துகொள்.' என்றான் நகுலன்.

இதைக் கேட்டதும் ஒரே தருணத்தில் பயமும் குழப்பமும் கவிய மெல்லிய குரலில், "இவ்வளவு நாட்கள் துரியோதனனின் விருந்தாளியாக இருந்து, இவ்வளவு சுகங்களை அனுபவித்தபிறகு.. நான் ஆரியனில்லையா மகனே, ஆரியனாக இருக்க வேண்டாமா?" என்று கேட்டான்.

"பிதாமகரே, இந்த யுத்தத்தைத் தர்மயுத்தமாக நடத்த வேண்டும் என்றுதானே நீங்கள் சொல்லி அனுப்பினீர்கள்?" என்று கேட்டான் கிருஷ்ணன்.

"ஆமாம் கிருஷ்ணா."

“எந்தக் காரணத்துக்காக இந்த யுத்தத்தில் தாம் பங்கெடுத்துக் கொள்கிறோம் என்பது ஒவ்வொரு அரசனுக்கும் தெளிவாகத் தெரிய வில்லை என்றால் அது எப்படி தர்மயுத்தமாகும்? நெருங்கிய சொந்தக் காரனாகிய சல்லிய ராஜனுக்கே உண்மை தெரியவில்லை என்றால் உங்கள் பக்கத்தில் இருக்கிற மற்ற அரசர்களுக்குத் தெரிந்திருக்கும் என்று நம்புகிறீர்களா? இதே போல எங்கள் ஆதரவாளர்களிடமும் நாங்கள் பொய் சொல்லி இருக்கக் கூடும். அதனால் இந்தக் காரணத்துக்காக யுத்தம் நடக்கப்போகிறது என்று நாங்கள் உங்களது எல்லா அரசர்களுக்கும் அறிவித்து, அணிமாற விருப்பம் உள்ளவர்கள் இப்பொழுது வேண்டு மென்றாலும் மாறிக்கொள்ளலாம் என்று அழைப்போம். அதே போல நீங்களும் எங்கள் அணியில் உள்ளவர்களிடம் சொல்லி அழைக்கலாம். அதற்கப்புறம் யுத்தத்தை ஆரம்பிக்கலாம். இதுவே தருமயுத்தத்தின் முதல் விதியாக கட்டும். சல்லியனே, பொய் பேசுபவனின் உபகாரங் களுக்கு ஓர் ஆரியன் எப்போதும் கட்டுப்பட்டவனில்லை” என்றான் கிருஷ்ணன்.

சிறிது நேரம் யோசனையில் ஆழ்ந்தார் துரோணர். முதன் முறை யாகப் பிறகு பேசத் தொடங்கினார்.

“கிருஷ்ணன் சொல்வது நியாயம்தான். ஆனால் துரியோதனன் இதற்கு ஒத்துக்கொள்ள மாட்டான்.”

“அப்படியென்றால் உண்மைக் காரணம் என்ன என்று தெரியாம லேயே பலர் யுத்தத்தில் பங்கேற்கக் கூடும். அவர்களையெல்லாம் நாம் தவிர்க்க வேண்டாமா?” என்று கேட்டான் கிருஷ்ணன்.

“துரோணரே, நாம் இதற்கு துரியோதனனை உடன்படும்படி செய்ய வேண்டும்” என்றார் பீஷ்மர்.

“இதன் நியாயம் பிதாமகருக்கு உடனே புரிந்துவிட்டது” என்றான் கிருஷ்ணன்.

“இந்தப்பக்கத்தில் நான் சேர இன்னொரு காரணமும் இருக்கிறது.” ஞாபகப்படுத்திக் கொண்டவனைப்போல மீண்டும் நடுவில் பேசினான் சல்லியன்.

“பீஷ்மரை விட அதிக அளவில் ஆரிய தருமங்களைப் பற்றி எங்களுக்குத் தெரியாது. அவரே துரியோதனனின் பக்கம்தான் இருக்கிறார் என்பதைத் தெரிந்து கொண்டதும் அவரே அப்படிச் செய்யும்போது நாமும் அந்தப் பக்கத்தில் சேர்வதுதான் சரி என்று தீர்மானித்தேன்” என்றான்.

“இதைப் பற்றி நானும் கேட்க வேண்டும் என்றுதான் இருந்தேன். எங்கள் ராஜ்ஜியத்தை எங்களுக்குத் திரும்பித் தர மறுத்தது நியாயம்

தானா? இல்லாவிட்டால் நீங்கள் ஏன் அவன் பக்கம் சேர்ந்தீர்கள்? இந்தக் குரு சாம்ராஜ்ஜியத்தை விஸ்தரித்தவர் நீங்கள். அதனால் செஞ் சோற்றுக் கடனுக்காக உடன்பட்டேன் என்று சொல்லாதீர்கள். இந்த ராஜ்ஜியத்தைக் கட்டிக்காத்து வளர்த்தது நீங்கள். வயதான காலத்தில் ஒரு பிடி சோறு சாப்பிடுவது பெரிய கடனாகாது. உண்மையைச் சொன்னால், எடுத்துக்கொள்ள பூரண உரிமை உள்ளவர் நீங்கள். எனவே ஏதாவது முக்கிய காரணம் இருக்க வேண்டும். அப்படி ஏதாவது இருந்தால் சொல்லுங்கள். நாங்கள் யுத்தத்தையே நிறுத்தி விடுகிறோம்" என்றான் தருமன்.

"துரியோதனனின் படைத்தலைமைப் பட்டத்தை ஏன் ஒத்துக் கொண்டேன் என்றதற்கான காரணத்தை என் வாயாலேயே நான் சொல்ல முடியாத நிலையில் உள்ளேன். ஒப்புக்கொள்வதன் மூலமே தருமத்திற்கு நான் அதிக அளவு கட்டுப்பட்டவனாக இருப்பதாக நினைத்தேன். அவனைப்போல நீங்களும் எனக்குப் பேரப் பிள்ளைகளே. அதை நான் மறப்பதற்கில்லை."

"வெறும் ராஜ்ஜியத்திற்காக நாங்கள் யுத்தத்தை ஆரம்பிக்கவில்லை. நாங்கள் உங்கள் பேரப்பிள்ளைகள் என்பதை இந்த உலகத்துக்கு எடுத்துக் காட்டவும்தான் இந்த யுத்தம்..." என்று தருமன் பதில் சொன்னான். இதைக் கேட்டு பீஷ்மர் மகிழ்ந்தார்.

நள்ளிரவு கடந்து விட்டது. பிரயாணத்தால் பீஷ்மரும் துரோணரும் சல்லியனும் களைத்திருந்தார்கள். அர்ஜுனனைத் தவிர்த்து மற்றவர்களும் தூக்கக் கலக்கத்தில் இருந்தார்கள். எனவே யுத்தத்திற்கான விதிகளை வடிவமைப்பதில் இரு அணிக்காரர்களுமே முனைப்பாக இருந்தார்கள். மேற்கொண்டு எந்த விவாதத்துக்கும் இடம் இன்றி நடைமுறையில் இருக்கிற ஆரிய யுத்த முறைகளை ஒப்புக் கொண்டனர். அவற்றோடு ஒரு சிலவற்றை மட்டும் சேர்த்துக் கொண்டவர். "யுத்தம் பகலில் மட்டும்தான் நடக்கவேண்டும். இருட்டிய பிறகு சங்கு ஊதி, சண்டையை நிறுத்தி, இரண்டு அணிகளும் தத்தம் கூடாரங்களுக்குத் திரும்பிவிட வேண்டும். காயப்பட்டோ அல்லது களைத்தோ ஒருவன் யுத்த பூமியை விட்டு வெளியேறினால் அவனைக் கொல்லக்கூடாது. ரதப் படையுடன் ரதப்படைதான் மோத வேண்டும். யானைப்படையும் யானைப் படையோடுதான் மோதவேண்டும். இதேபோல குதிரைப்படை குதிரைப் படையோடும், காலாட்படையோடும்தான் மோதவேண்டும். எந்த வீரனும் அல்லது குழுத் தலைவனும் எதிரணியில் இருக்கிற எந்த வீரனோடும் குழுத்தலைவனோடும் துவந்தயுத்தம் செய்ய அறைகூவல் விடுக்கலாம். இந்த அறைகூவலை ஏற்றுக் கொண்டு தயார் என்று எதிரில் வந்து நின்ற பிறகுதான் அவனோடு போரைத் தொடங்க வேண்டும். ஒருவனோடு ஒருவன் யுத்தம் செய்துகொண்டிருக்கும்போது

இன்னொருவன் வந்து தலையிடக்கூடாது. சரணடைந்தவர்களையோ, சிறை பிடித்தவர் களையோ கொல்லக்கூடாது. புறமுதுகு காட்டி ஓடுபவனையும், ஆயுதங்களை இழந்து நிற்பவனையும், கவசமிழந்து நிற்பவனையும் நிச்சயமாய்க் கொல்லக்கூடாது. தேரோட்டிகள், உணவுப் பொருட்களை சுமந்து செல்பவர்கள் மற்றும் ஆயுதங்களைக் கொண்டு வந்து தரும் ஆட்கள் மீதும் மற்றும் சங்கு ஊதுகிறவர்கள் மீதும், தப்பட்டை முழக்குபவர்கள் மீதும் ஆயுதங்களைப் பிரயோகிக்கக் கூடாது.

அதிகாலை நெருங்கியது. யுத்த விதிகளைத் தவிரப் பிற விஷயங் களையும் பேச வேண்டுமென்றால், அவை ஏராளமாய் இருந்தன. ஆனால் யாரும் பேசவில்லை. மூவரும் எழுந்து நின்றார்கள். அவர்கள் நான்குபேரும் பாதங்களைத் தொட்டு வணங்கினார்கள். சல்லியனின் பாதத்தைத் தொடும்போது தருமன், "எது தருமம் என்பது உனக்கு இப்போது தெரிந்திருக்கிறது. மனம் மாறுபவர்கள் அணிமாறிக் கொள்ளலாம் என்று நாங்கள் அறிவிக்கும்போது நீ படையோடு எங்கள் பக்கம் வந்து சேர்ந்து விடு" என்றான்.

சல்லியனின் முகத்தைப் பார்த்தபடியே கிருஷ்ணன், 'உன் படையோடு இங்கு வந்தால் மிகவும் மகிழ்ச்சியடைவோம். ஒருவேளை உன் எண்ணத்திற்கு உன் பிள்ளைகளின் ஆதரவு இல்லாமல் போகும் பட்சத்தில் படையை விட்டுத் தனியாக வருவது உனக்கும் சிரமமாக இருக்கும். ஆயுதம் இல்லாத சேனையைப் போல, படையில்லாத அரசனும் ஆற்றலிழந்து போய் விடுவான். அப்போது உன் படை யோடு நீ அந்தப் பக்கத்திலேயே இருந்துகொள். ஆனால் உன் ஆசிகள் மட்டும் தருமத்தின் மேல் இருக்கட்டும். எதிரிகளின் படைத் தலைமையில் இருந்தபோதும், எங்களை ஆசீர்வதிக்கும் பீஷ்மரைப்போல உன் ஆசிகள் துணையிருந்தால்போதும்" என்றான். பிறகு துரோணரின் பக்கம் திரும்பி "உங்களிடமும் நான் இதைத் தான் வேண்டுகிறேன்" என்று கேட்டுக் கொண்டான்.

பீஷ்மரோடு வந்த புரோகிதன் வெளியே இன்னொரு கூடாரத்தில் படுத்து உறங்கிக்கொண்டிருந்தான். அவனை எழுப்பி அழைத்துக்கொண்டு நான்கு பேரும் ரதத்திலேறினார்கள். தம் கூடாரங்களின் எல்லை வரைக்கும் சென்று பாண்டவர்கள் அவர்களை வழியனுப்பினார்கள். ரதம் கௌரவர்களின் கூடாரத்தை அடையும் போது விடிந்து விட்டது. மூவரும் இறங்கித் தத்தம் கூடாரங்களுக்குச் சென்று படுத்துக்கொண்டார்கள்.

யாருக்கும் சரியாகத் தூக்கம் இல்லை. சுற்றிலும் யானைகளின் பிளிறல்கள். குதிரைகளின் கனைப்புகள். விடிந்து விட்டதால் வீரர்கள் எழுந்து எழுப்பிய ஓசைகள். மனமும் குழம்பிக் கிடந்தது. முடிந்த அளவு தூங்கி சூரியன் நான்கு ஆள் உயரத்திற்கு எழுந்திருந்த

வேளையில் எழுந்தார்கள். குளித்து முடித்த புரோகிதன் பூசைக்குத் தயார் செய்தான். பீஷ்மரும் குளித்த பின்பு வந்து பூசையை நடத்தினார். அப்போது கண்ணாணிப்பாளன் வந்து வணங்கி, "பிதாமகரே, தொடக்கத்திலிருந்தே நமக்கு தண்ணீர்க் கஷ்டம். இப்போது என்ன நடந்திருக்கிறது தெரியுமா?" என்றான்.

அவர் அவனை வினாக்குறிப்போடு பார்த்தார். "இன்றைக்குக் காலையில் போர் தொடங்கிவிடும் என்று எல்லோரும் நினைத்துக் கொண்டிருந்தார்கள். இதுவரையில் எப்போதும் நடந்திருக்காத அளவு பெரிய யுத்தம். ரத்த ஆறே ஓடப்போகிறது என்று எல்லோரும் பேசிக் கொண்டிருந்தார்கள். மலை போலப் பிணங்களும், கூழ் கூழான சதைகளும், உடைந்த எலும்புகளும் குவிந்திருக்கும் என்றும் நேற்று மதிய அளவில் பேசிக் கொண்டிருந்தார்கள். இதை நினைத்தே பலர் பயந்து போனார்கள். குடித்த தண்ணீரெல்லாம் வியர்வையாக வழிந்து விட்டது. சிலபேரின் மன நிலை பாதிக்கப்பட்டு "செத்தேன், செத்தேன், செத்தேன்" எனறு அலறினார்கள். பலருக்கு வயிற்றுப் போக்கு. ஒவ்வொருவரும் எத்தனை முறைகள் போனார்கள் என்று கணக்கே இல்லை. எங்கெங்கும் ஒரே துர்நாற்றம். உங்கள் கூடாரம் சற்றுத் தொலைவில் இருப்பதால் இத்தனை தூரத்துக்கு நாற்றம் அடிக்கவில்லை. ஒருவேளை இந்த ஹோமப்புகையால் அது தெரிய வில்லையே, என்னவோ..."

பீஷ்மர் ஒரு கணம் அமைதியாக இருந்தார். பிறகு "இது வரைக்கும் யுத்தத்தையே பார்க்காத வீரர்களா இவர்கள்?" என்றார்.

"அப்படி ஒன்றுமில்லை. சிலர் மட்டும் புதியவர்களாக இருக்கக் கூடும். நேற்று காலை நாம் இங்கு வந்து சேர்ந்த சமயத்திலிருந்தே எல்லா வீரர்களும் பக்கத்தில் இருக்கிற பெரிய பெரிய மரங்களில் ஏறி எட்டி எட்டிப் பார்க்கத் தொடங்கினார்கள். இந்தப் பக்கம் எவ்வளவு தூரம் பார்த்தாலும் தெரிகிற அளவுக்குத்தான் நமது படையும் இருந்தது. அந்தப் பக்கம் எதிரிகளுடைய படையும் கண்ணுக்குத் தெரிகிற தூரம் மட்டும் இருந்தது. இவ்வளவு பெரிய படையையும் இவ்வளவு பெரிய யுத்தத்தையும் இது வரை அவர்கள் பார்த்ததே இல்லையாம். கேள்விப்பட்டதில்லையாம். பயந்து விட்டிருக்கிறார்கள். இதுவரை அவர்கள் ஈடுபட்ட யுத்தம் என்றால், கும்பலாய்ச் சென்று தொடங்கிய நேரம் தெரியும் முன்பேயே முடித்துவிட்டு சாவது அல்லது வெற்றி பெறுவது அவ்வளவுதான். கடல்போலப் பெருகிய படைவீரர்களின் வரிசையை இதற்கு முன்பு யாருமே கண்டதில்லை. நான்கூட கேள்விப்பட்டதில்லை."

அவர் மீண்டும் ஒரு கணம் அமைதியாக இருந்து விட்டுப் பிறகு, "ஆச்சாரியரையும், துரியோதனனையும் அனுப்பு. எல்லா இடங்களும் சுத்தமாக இருக்கும்படி பார்த்துக்கொள்" என்றார்.

“தண்ணீர்க்குக் கஷ்டமாக இருக்கும்போது எப்படி சுத்தமாக வைத்திருக்க முடியும்?”

“எந்த அளவுக்குச் சாத்தியமோ, அந்த அளவுக்கு” என்ற பீஷ்மர் ஹோமத்தின் பக்கம் திரும்பி இன்னும் கொஞ்சம் நெய்யைச் சொரிந்தார். அக்கினி பற்றி எரியத்தொடங்கியது. எங்கும் நெய் மணம் பரவிக் கமழ்ந்தது. இதமாக அவ்வாசனையை ஒரு முறை உள்ளிழுத்துக் கொண்டார். ஒரு பெரிய மரத்தில் ஏறித் தானும் பார்க்க வேண்டும்போலத் தோன்றியது. மறுகணமே இந்த வயசில் அது முடியாது என்றும் தோன்றியது. அங்கிருந்து எழுந்து கூடாரத்தின் முன்பக்கம் வந்து உட்கார்ந்தார். வெளியில் சிறிது தூரம் நடந்து சுற்றவோ அல்லது யுத்தம் நடக்க இருக்கும் வெட்டவெளியைச் சென்று பார்க்கவோ மனம் விரும்பவில்லை.

சிறிது நேரத்திற்குப் பின்பு துரோணரும் துரியோதனனும் கூடியே வந்தார்கள். துரோணர் ஓர் இருக்கையில் உட்கார்ந்தார். துரியோதனன் தாத்தாவின் பக்கத்தில் மண்டியிட்டு, “ஆச்சாரியர் எல்லாவற்றையும் சொன்னார். நாங்கள் இந்தக் காரணத்துக்காகத்தான் யுத்தம் செய்கிறோம். விருப்பம் உள்ளவர்கள் இந்தப் பக்கம் இருங்கள். விருப்பம் இல்லாத வர்கள் அந்தப் பக்கம் போய்ச் சேர்ந்து கொள்ளுங்கள் என்று சொல்வது சாத்தியமில்லை. எல்லோருக்கும் எல்லாவற்றையும் ஒளிவுமறைவு இன்றி சொல்லத் தொடங்கிவிட்டால் ஒரு ராஜ்ஜியத்தை எப்படிச் சமாளிப்பது? அரச நிர்வாகத்திலாவது சமாளிக்கலாம். ஆனால் யுத்தத்தில் அதெல்லாம் சாத்தியமே இல்லை” என்றான்.

“எவ்வளவோ வீரர்கள் நேற்று இரவிலிருந்தே வயிற்றுப் போக்காமல் அவஸ்தைப்படுகிறார்கள். பயம்தான் இந்த வயிற்றுப் போக்குக்குக் காரணம். பயம் என்பது தொற்று நோய்போல. இப்படிப் பட்டவர்களை வைத்துக்கொண்டால் இருப்பவர்களும் பயப்படுவார்கள். அதனால் யாருக்கு விருப்பம் இல்லையோ, யாருக்குப் பயமோ அவர்களையெல்லாம் இப்போதே அனுப்பி விடுவது நல்லது. யுத்தத்தில் எதிரிகளைவிட கோழைகளும் தயக்கம் காட்டுகிறவர்களும்தான் மிகவும் ஆபத்தானவர்கள்.”

“கோழைகளுக்கும் வீரமூட்டுவதுதானே படைத் தலைவனின் வேலை.”

“என் வேலை எதுவென்று எனக்கே நினைவூட்ட வேண்டாம். நான் ஈடுபட்ட அளவு போர்களை நீ பார்த்தும் இருக்கமாட்டாய்.”

“அதற்காகத்தானே உன்னைப் படைத்தலைவனாகும்படி கேட்டுக் கொண்டேன்.”

“நானும் அதனால்தான் உனக்குச் சொல்லிக்கொள்கிறேன். யுத்தத்தில் ஈடுபடுகிறவன் தான் எந்தக் காரணத்திற்காகப் போரிடு

கிறோம் என்பதைத் தெளிவாகத் தெரிந்திருக்கவேண்டும். மனசில் தெளிவு இல்லாவிட்டால் துணிச்சல் எங்கிருந்து வரும். அவர்கள் அணிக்கும் இதைத்தான் சொல்கிறேன். அவர்களுக்கும் யுத்தத்தின் காரணம் தெரிந்திருக்கவேண்டும். அவர்களிடமிருந்தும் சிலர் நம் பக்கம் வரலாம். இங்கிருந்தும் சிலர் அங்கு போகலாம். இப்படித் தெளிவான பிறகுதான் ஒழுங்கான யுத்தம் தொடங்கும். இல்லாவிட்டால், அரைமனத்தோடு நம் அணியில் சேர்ந்தவர்கள் நம் முதுகில் குத்தமாட்டார்கள் என்பது என்ன நிச்சயம்? அதற்காகத்தான் நான் இதைச் சொல்கிறேன். நான் பொறுப்பேற்ற யுத்தம் எதுவுமே தோற்றதில்லை. நீ பங்கேற்ற எந்த யுத்தத்திலும் வென்றதில்லை என்று."

"தாத்தா, என்னை அவமானப்படுத்துவதே உன் நோக்கமாக இருக்கும்போலத் தெரிகிறது."

"உண்மையான க்ஷத்திரியனாகப் போரிட்டு வெல்ல வேண்டும் துரியோதனா" என்று சொல்லி அவன் தலையைத் தடவிக் கொடுத்தார். மேலும் "சூதாடி வஞ்சிக்கக் கூடாது" என்றார். அவரது குழி விழுந்த கண்களைப் பார்த்தான் துரியோதனன்.

அதற்குள் துரோணர் குறுக்கிட்டார். "பிதாமகரின் வார்த்தைகளை ஒப்புக் கொள்ளும் பட்சத்தில் உனக்கு வெற்றி வாய்ப்பு அதிகம். பீஷ்மரே நானும் அதைத்தான் வரும்போது சொல்லிக்கொண்டு வந்தேன். நேற்று இரவு நாம் சென்று யுத்த விதிகளை வகுத்துக் கொண்டிருக்காவிட்டால் நாம் நிச்சயம் தோற்றிருப்போம். இந்த விதியின்படி நாம் யுத்தத்திற்குத் தயார் என்று உணர்த்தும் வரை அவர்கள் தாக்க முடியாது. நேற்று இரவிலிருந்தே நம் வீரர்கள் பயந்துபோய் கிடக்கிறார்கள் என்ற சங்கதி நிச்சயம் அவர்களுக்குத் தெரிந்திருக்கும். அதைப் பயன்படுத்தி நேற்று இரவோ அல்லது இன்று காலையே அவர்கள் நம்மைத் தாக்கத் தொடங்கி இருந்தால் நம் பாடு சங்கடமாக இருந்திருக்கும். நம் ரதங்கள், குதிரைகள், யானைகள் மற்றும் ஆயுதங்களை எளிதாகக் கைப்பற்றி அனைவரையும் நிராயுதபாணிகளாக்கித் துரத்திவிட்டு இன்னும் இரண்டு நாட்களில் அஸ்தினாபுரத்தையும் பிடித்திருப்பார்கள். விருப்பமில்லாதவர்கள் சென்று விடுங்கள் என்று சொல்வது கூட ஒருவகையில் நமக்கே நல்வாய்ப்பாக இருக்கும், தெரியுமா?"

துரியோதனனின் முகத்தையே பார்த்துக்கொண்டிருந்தார் பீஷ்மர். அவன் ஆழ்ந்தயோசனையில் மூழ்கியிருந்தான். அவனை நோக்கிய பீஷ்மர், "இந்தக் கேள்விக்கு நீயாகப் பதில் சொல்கிறாயா, அல்லது உன் கூட்டாளிகளைக் கேட்கவேண்டுமா? அரசனாகப்பட்டவனுக்குச் சொந்த புத்தி இருக்கவேண்டும். உன் கூட்டாளிகளின் பேச்சைக் கேட்டுக் கொண்டு ஒரு வேளை நீ வேண்டாம் என்று மறுத்தால் யுத்தத்தில்

வெற்றியை ஈட்டித் தருவதும் அவர்களின் பொறுப்பாகி விடும். அதோ, அங்கே சாத்தி வைத்திருக்கிற படைத்தலைவனுக்குரிய வாளை இப்போதே திருப்பித் தந்து விடுகிறேன்." என்றார்.

சிறிது நேர யோசனைக்குப்பின் துரியோதனன், "யுத்தத்தில் வெற்றியை ஈட்டித் தரும் பொறுப்பை நீங்களே ஏற்றுக் கொண்டிருக்கும் பட்சத்தில், உங்கள் முடிவுக்கு நான் கட்டுப்படுகிறேன்" என்றான்.

கைதட்டி வெளியே இருந்த சேவகனை அழைத்தார் பீஷ்மர். யானையில் ஏறிப் பேரிகை முழக்கி செய்தி அறிவிக்கும் அறிவிப்பாளனை அழைக்கும்படி சொன்னார். சிறிது நேரத்தில் நான்கு பேர்கள் வந்தார்கள். அவர்களைப் பார்த்துப் பீஷ்மர், "நியோக முறை மூலம் பிறந்த பாண்டவர்கள் இந்த வம்சத்தைச் சேர்ந்தவர்களே இல்லை. அவர்களுக்குக் காண்டவப் பிரஸ்தத்தைக் கொடுத்ததே தப்பு. அநியாயமாகக் கொடுக்கப்பட்ட ஒன்றைத் துரியோதனன் சூதாடித் திரும்பப் பெற்றார். இப்பொழுது அவர்களுக்கு ராஜ்ஜியத்தைத் திரும்பித் தரும் அவசியம் இல்லை. நம்மைப் பொறுத்தவரை யுத்தம் வேண்டாம் என்றாலும் அவர்கள் நம்மீது முற்றுகை இட்டிருக்கிறார்கள். புராதனப் பெருமை மிக்க இந்தக் குருவம்சத்தை இந்த வெளியாட்களிடமிருந்து காப்பாற்றுவது தருமம்தான் என்று நம்புகிறவர்கள் அனைவரும் நம் அணியிலிருந்து போர் புரியுங்கள். அந்த ஐந்து பேர் பக்கத்தில்தான் நியாயம் இருக்கிறது என்று நம்புகிறவர்கள் அவர்கள் பக்கம் சென்று விடுங்கள். இந்த விவகாரமே வேண்டாம் என்று நினைப்பவர்கள் தத்தம் ஊர்களுக்குத் திரும்பிச் சென்றுவிடலாம். நாளை சூரியன் அஸ்தமிக்கும் வரை செல்லாமல் நம்மோடு இருப்பவர்கள் நம்மவர்கள் என்றும் நம் அணியில் சேர்ந்து போர்புரிய அவர்கள் தயார் என்றும் தீர்மானிக்கிறோம். நாளைக்கு மறுநாள் சூரியோதய சமயத்தில் போர் தொடங்கும்" என்று நம் பக்கத்தில் இருக்கிற ஒவ்வொரு வீரனுக்கும் குழுத்தலைவர்களுக்கும் நன்றாகக் கேட்கிறபடி நீங்கள் நான்கு பேர்களும் நான்கு திசைகளிலும் சென்று பறையறிவியுங்கள்" என்றார்.

"இவ்வளவு ஏன் சொல்ல வேண்டும்?" என்று கேட்டான் துரியோதனன்.

"இப்படித்தான் சொல்லவேண்டும்" என்ற பீஷ்மர் அந்த நான்கு பேர்களிடம் "அவ்வளவுதான், இப்பொழுதே சென்று உங்கள் வேலையைச் செய்யத் தொடங்குங்கள்" என்று கட்டளையிட்டார். அவர்களும் வெளியேறினார்கள்.

சிறிது நேரத்தில் துரியோதனன் வெளியேறினான். ஒவ்வொரு குழுத் தலைவர்களின் கூடாரத்திற்கும் சென்று தனிப்பட்ட முறையில் விசாரித்துக் கொண்டிருந்தபோது ஆள் வந்து தாத்தா அழைத்ததால்

நேராக இங்கே வந்துவிட்டிருந்தான். அவன் புறப்பட்டுப்போன பிறகு அருகில் நெருங்கிய துரோணர், "அந்த ஐந்து பேர்களும் குரு வம்சத்தைச் சேர்ந்தவர்கள்தான் என்பது எனக்குத் தெரிந்த தருமம். அதனால் நான் அவர்கள் பக்கம் சென்று சேரமாட்டேன். செஞ்சோற்றுக் கடன் என்பது ஒரு காரணம். பாஞ்சால அரசன் துருபதனின் மேல் உள்ள கோபம் இன்னும் போகவில்லை என்பது இன்னொரு காரணம். பாண்டவர்களின் முக்கிய சேனை பாஞ்சாலர்களுக்குச் சொந்தமானது தானே...?" என்றார்.

"ஆச்சாரியரே, நீங்கள் பிறப்பால் பிராமணர். தொழில் விற்பயிற்சி. இத்தனை வருஷங்களுக்குப் பிறகும் அவன் மேல் இன்னும் கோபமுடன் இருப்பது பிராமண லட்சணமில்லை. இத்தனைக்கும் அவனுக்குத் தகுந்த தண்டனையும் கிட்டி, அவன் உங்களிடம் மன்னிப்பும் கேட்டுக் கொண்டான். நீங்கள் ஏன் க்ஷத்திரியராக இருக்கக்கூடாது?"

"இந்தத் துருபதனை என் மகன் திருஷ்டதுய்மன் மூலம் கொல்ல வில்லை என்றால் என் பெயர் துருபதனே இல்லை, அவனது மாணவன் அர்ஜுனன் மூலமே அவனைத் தோற்கடிக்க வைக்கிறேன் என்று சொல்லிக்கொண்டு திரிகிறானாம் அவன். அடிக்கடி நெய் ஊற்றிக் கொண்டே இருந்தால் நெருப்பு எப்படி அணையும்?"

"என்றைக்கு இருந்தாலும் அழியப்போகும் உடல்தான் இது. துருபதனின் மகன் மூலமே அழியட்டுமே என்று சும்மா இருந்திருக்க வேண்டும். உன் மீதோ, உன் மகன் மீதோ எனக்குச் சிறிதும் கோபம் இல்லாமல் இருக்கும்போது என்னை எப்படி நீ கொல்லிக்கலாம் என்று கேட்டு செய்தி அனுப்புங்கள்."

"பாஞ்சாலர்கள் மீது கோபம் வேண்டாம் என்று சொல்கிறீர்களே, உங்களுக்குக் கோபமில்லையா?"

"நான் க்ஷத்திரியன். இருந்தாலும் தப்பில்லை. நீங்கள் பிராமணன் தானே."

ஆச்சாரியர் மெதுவாகச் சிரித்தார். தம் பிராமணப் பிறப்பையும் க்ஷத்திரிய சுபாவங்களையும் இணைத்து அவர் கிண்டல் செய்வது இது ஒன்றும் முதல் முறை இல்லை. தம்மை இது போல கிண்டல் செய்கிற வயதும் நெருக்கமும் கொண்டவர்கள் வேறு யாரும் இல்லை. இதனால் அவருக்கு ஒரு வகையில் மகிழ்ச்சியும் உண்டானது. பீஷ்மரைப் பார்த்து, "எனக்கு என்னமோ செஞ்சோற்றுக் கடன். துருபதன் மேலே ஏதோ கோபம். அங்கே தருமன் சொன்னதுபோல இந்தத் தேசத்தையே உருவாக்கிக் கட்டிக் காத்த உங்களுக்கு செஞ் சோற்றுக் கடன் என்கிற பேச்சே இல்லை. ஆனாலும் நீங்கள் ஏன் இந்தப் பக்கம் இருக்கிறீர்கள்? படைத்தலைவன் பொறுப்பை ஏன்

எடுத்துக் கொண்டீர்கள்? பாண்டவர்களின் பிறப்பின் மீது உங்களுக்குச் சந்தேகம் வந்துவிட்டதா?" என்று கேட்டார்.

"ஆசாரியரே, அவர்கள் பிறப்பின் மீதுள்ள என் நம்பிக்கை குலைந்து விட்டால், ஆரிய தருமத்தையே மீறியவன் ஆகிவிடுவேன். நான் ஏன் இந்தப் பொறுப்பை ஏற்றுக் கொண்டேன் என்கிற காரணத்தை உங்களுக்கு இன்னொரு நாள் சொல்கிறேன். அதுசரி, நீங்கள் பூசையை முடித்து விட்டீர்களா?"

"காலையில் எழுந்திருக்கவே ரொம்ப நேரமாகி விட்டது. துரியோதனன் வந்தான். 'ஆசாரியரே, உங்களைப் போல வீரர்கள் யார் இருக்கிறார்கள்? எத்தனைபேர் தலைகளைச் சீவி இருக்கிறீர்கள் நீங்கள்?' என்று ஆரம்பித்து விட்டான்.

யுத்தம் ஆரம்பித்த நாளிலிருந்தே தினமும் என்னைப் பார்த்துப் புகழ்ந்து கொண்டே இருக்கிறான். கூடவே வரம் ஒன்றும் கேட்கிறான்."

"இப்பொழுதாவது பூசை செய்யுங்கள். செல்லுங்கள்" என்று சொன்னார் பீஷ்மர்.

துரோணர் வெளியே சென்றார். பீஷ்மர் வாயில் காக்கும் சேவகனை அழைத்து, அவன் மூலம் தன் காலை உணவைத் தருவித்துக் கொண்டார். அதற்குப்பின் யாரையும் உள்ளே அனுமதிக்க வேண்டாம் என்று சொல்லி ஓய்வு எடுத்துக் கொண்டார். தூக்கம் வந்தது. ஒருமுறை கைகால்களை உதறிக் கொண்டார். இனி தூக்கம் வராது என்று நினைத்தாலும் கண்களை மூடிக்கொண்டார். காது களைச் சுற்றிலும் கொசுக்களின் ரீங்காரம் கேட்டது. கடந்த எழுபது ஆண்டுகளாக அரண்மனையைத் தவிர்த்து வேறு எங்கேயும் படுத்த தில்லை என்பதை நினைத்தார். அரண்மனையில் தூங்குவதற்கான ஏற்பாடே வேறு விதத்தில் இருக்கும். வேப்ப இலையும் சந்தனத் தூளும் கலந்த கலவையில் நெருப்பில் வாட்டிப் புகையெழுப்பிக் கொசுத் தொல்லை கட்டுப்படுத்தப்படும். அரண்மனை வசதிகளைத் துறந்து கடந்த எழுபது ஆண்டுகளில் முதன் முறையாக வெளியே வந்து படுத்திருப்பதாக நினைத்தார். காடுகளில் பன்னிரண்டு வருஷ காலம் தருமனும் பீஷ்மரும். "அவன் பெயரே தருமன். ஆரிய முனிவர்கள் வைத்த பெயர். ராஜ்ஜியத்தைத் தராத கோபத்தில் அதர்மம் என்று அழைக்கிறானே. எல்லா அதருமங்களும் பிறக்கக் காரணம் பொறாமை மட்டுமல்ல, சுயநலமும் அகங்காரமும்தான். எல்லாமே ஒன்றுதான். அதற்கு நூற்றியெட்டு காரணங்களைத் தேடி அதற்குத் தருமம் என்றும் கருமம் என்றும் பெயர் சூட்டி ஆரிய தருமத்தை அதருமம் என்று அழைக்கிற காலம் வந்துவிட்டது." என்று நினைத்தபடி மீண்டும் புரண்டு படுத்தார். ஆனால் மீண்டும் எண்ணங்கள் தோன்றிய வண்ணமிருந்தன.

"பாண்டவர்களும் குரு வம்சத்தைச் சேர்ந்தவர்கள்தான் என்கிற என் நம்பிக்கை உண்மையிலேயே கலையத் தொடங்கிவிட்டதா...?" என்று தனக்குள்ளே கேட்டுக் கொண்டார். ஆழ்ந்த பெருமூச்சு ஒன்றை விடும்போது துர்நாற்றமாக இருந்தது. "ஒருவேளை காறறு அந்தத் திசையிலிருந்து வருகிறதோ" என்று நினைத்துக் கொண்டார். "க்ஷத்திரியத் தன்மையே கொஞ்சம் கொஞ்சமாக மறைந்து கொண்டு வருகிறது" என்று எண்ணியபோது சிரிப்பு வந்தது. துர்நாற்றம் அதிக அளவில் இருந்தது. மூக்கை மூடிக்கொண்டார். "ரதத்திலேறி எதிரிகளின் மேல் மழைபோல தொடர்ந்து அம்புகள் எய்து, குடித்த தண்ணீர் எதுவும் வேர்வையாக வழியாமல் சிறுநீராகவே வெளியேறுவது என்றால் அது முக்கியப் பிரச்சினைதான். பிரச்சினையும் இல்லை. ஒன்றும் இல்லை... ரிஷிகளே வைத்த பெயர்தான் தருமன் என்று. அதைக் கேள்வி கேட்கிற உரிமை இன்னொருவனுக்கு இல்லை. அப்படியென்றால் அவர்கள் என் பேரப்பிள்ளைகள் இல்லையா?"

பறையடிப்பவர்களின் பறை ஓசையும், அவர்களது அறிவிப்பும் காதில் விழுந்தது.. இந்தப் பிரச்சினையே வேண்டாம் என்று நினைப்பவர்கள் தத்தம் ஊர்களுக்குச் செல்லலாம்..." எவ்வளவு பேர் திரும்பிச் செல்வார்கள். ஒரு வேளை எல்லாருமே கிளம்பிப் போனால், யுத்தமே இல்லை... தருமமே வெல்லும். எனக்கு எந்தவிதமான செஞ் சோற்றுக் கடனும் இல்லை என்று சொன்னானே தருமன். எல்லாமே அரசனுக்குச் சொந்தமாக இருக்கும்போது, இல்லை என்று எப்படிச் சொல்வது? இந்த ராஜ்ஜியத்துக்கே மூல அரசன் நான். இந்த ராஜ்ஜியமே வேண்டாம் என்றுதானே எல்லாவற்றையும் நான் துறந்து நிற்கிறேன். இப்பொழுது இருவருமே என்னைத் தாத்தா என்கிறார்கள். முட்டாள்கள்.. இதிலே தாம் மட்டுமே தாத்தாவுக்கு உண்மையான பேரப்பிள்ளைகள் என்று வேறு உரிமை கொண்டாடுகிறார்கள். எல்லாரும் சரியான முட்டாள்கள்.." கொஞ்சம் கொஞ்சமாகக் கொசுத் தொல்லை குறைந்தது. அப்படியே சிறிது நேரம் தூங்கினார். துர்நாற்றத்தை உணராத, கொசுத் தொலையற்ற தூக்கம்.

விழித்தெழுந்த போது ஏறத்தாழ தான் ஆறு நாழிகை அளவு தூங்கி இருப்பதாக நினைத்துக்கொண்டார். தூக்கத்தில் பிறந்த யோசனை ஒன்று இப்போது ஞாபகத்துக்கு மீண்டும் வந்தது. துவைபாயணன் இருக்கும் காடு இங்கிருந்து எவ்வளவு தூரம் இருக்கக் கூடும் என்று யோசித்தார். எவ்வளவு தூரம் இருந்தாலும், ரதத்தில் படுத்தபடி ஓய்வு எடுத்த வண்ணமாவது சென்று பார்க்க வேண்டும் என்று நினைத்தார். "கிருஷ்ண துவைபாயணன் காட்டில் தான் தன் சீடர்களுடன் இருக்கிறார். ஒரு வகையில் சகோதர உறவு. தரும நியாயங்களைப் பற்றிய பிரச்சினை வரும்போதெல்லாம் அவன்தான் தீர்த்து வைப்பான். அவனையே கேட்டுத் தெரிந்து கொண்டு நாளை மாலைக்குள் வந்துவிடலாம்..."

என்ற எண்ணத்துடன் மல்லாந்து படுத்திருந்தவர் வலப்பக்கம் திரும்பிப் பார்த்தார். அதிக நேரம் படுத்திருக்க முடியவில்லை. சட்டென எழுந்து உட்கார்ந்தார். கைதட்டி வாயில் காப்பவனை அழைத்து துரியோதனனை வரச் சொல்லும்படி செய்தி அனுப்பினார்.

“நாளைக்கு மறுநாள் யுத்தம் ஆரம்பிக்க இருக்கிற நிலையில் ஒரு படைத்தலைவனாக இருக்கிறவர் படைகளை விட்டு எங்கோ யாரோ ஒரு முனிவரைத் தேடிக்கொண்டு புறப்பட்டுச் செல்வதென்றால் என்ன பொருள்?” என்று கேட்டான் துரியோதனன்.

“யாரோ ஒரு முனிவரல்ல, வீரியதானம் செய்து உன் அப்பாவும் தருமனின் அப்பாவும் பிறக்கக் காரணமானவர். பரம்பரையே அற்றுப் போன குருவம்சத்தைக் காப்பாற்றியவர். இந்த நேரத்தில் அவரைப் பார்த்து ஆசீர்வாதம் பெறாவிட்டால் இந்தப் படைத்தலைவனுக்கு வெற்றி கிடைக்குமா?”

துரியோதனன் எதுவும் பேசவில்லை. பிறகு பீஷ்மரே பணியாள் மூலம் நான்கு குதிரைகள் பூட்டிய இரண்டு ரதங்களைக் கொண்டு வர ஏற்பாடு செய்தார். கூடவே பத்து குதிரை வீரர்கள். மெய்க்காவல் படையும் துணைக்கு இருக்கட்டும் என்று சொன்னான் துரியோதனன். “முனிவரைக் காணப் புறப்படும்போது படை இருக்கக்கூடாது. வழியில் என்னை யாரும் சிறைப்பிடித்து விடமாட்டார்கள்.” என்று சொன்ன அவர் முதல் ரதத்தில் மெத்தென்ற விரிப்பும், தலையணையும் வைக்க ஏற்பாடு செய்தார் அடுத்த ரதத்தில் உணவு மற்றும் வேறு பொருட்களும் இருந்தன. தம் முகாமிலிருந்து தென்திசை நோக்கிச் செல்லும்போது தன் படையின் ஒரு பகுதியைத் தெளிவாகக் காணமுடிந்தது. யானைகள் மரங்களின் கொம்புகளை இழுத்துத் தின்றுகொண்டிருந்தன. பறையறிப்பவனின் ஓசையும் கேட்டது. இப்போது அவர் மனத்தில் வேறு எந்த எண்ணமும் இல்லை. தாயாதிகளுக்கு ராஜ்ஜியத்தைக் கொடுக்கமுடியாது என்று துரியோதனன் சொல்லி இருந்தால் அது தருமத்தின் பிரச்சினையாக மாறி இந்த அளவு மனசைத் தொல்லைப்படுத்தாது, அது உலக நடைமுறையாகி விடும். ஆனால் அவன் அவர்கள் குருவம்சத்தையே சேர்ந்தவர்களே இல்லையென்று சாதித்து, தான் தருமத்தை நிலைநாட்டத்தான் போரிடப் போவதாகச் சொல்கிறான். அவன் சொல்வதுதான் தருமம் என்று ஆகிவிடுமேயானால், தன் நிலைபாடு அதருமமாகித் தன் வாழ்வே வீணாகிவிடும் என்று நினைத்தார் பீஷ்மர். பாண்டவர்கள் வெல்வார்களா அல்லது தோற்பார்களா என்பதைப் பற்றிக் கூட அவர் கவலைப்படவில்லை. தன் வாழ்க்கை தோல்வியுற்ற ஒன்றாக ஆகிவிடுமோ என்று பெரிதும் கவலையுற்றார். கிருஷ்ண துவைபாயனனைப்போலவே தானும் காட்டுக்குச்

சென்று முனிவராக ஆகி இருக்கவேண்டும் என்று நினைத்தார். அதைச் செய்யாமல் ஒருபக்கம் பூரண இல்லறவாசியாகவுமின்றி, இன்னொருபக்கம் இல்லறத்தையும் துறக்க மனமின்றி இது என்ன அவஸ்தை என்று தலையணையில் சாயந்து காலை நீட்டிக் கொண்டார். துவைபாயனனின் காட்டுக்குச் செல்ல வழி இருந்தது. வழி நெடுக இருபுறங்களிலும் விளைநிலம் இருந்தது. இன்னும் சில இடங்களில் சிறுசிறு காடுகள் இருந்தன. ரதம் குலுங்காத வகையில் விரிப்பு இருந்தது. ஆனாலும் உடல் வலித்தது. தன் உடல் இவ்வளவு சுகம் கண்ட ஒன்றாக இருக்குமென்ற எண்ணமே இதுவரைக்கும் எழவில்லையே என நினைத்தார். “இந்த உடலுக்கு எவ்வளவு வயசிருக்கும்? இப்போது கணக்கிடுவதையே விட்டுவிட்டேன். சிரஞ்சீவி என்று சொல்லும் அளவுக்குப் பழைய உடல்.” வயதைப் பற்றி எண்ணத் தொடங்கியதும் தன் வாழ்வில் மிகச் சிறிய மாணவப்பருவத்தையும், இளமைக் காலத்தையும், பெரிய அளவில் நடுவயதையும் முதுமையையும் கொண்டிருப்பதை நினைவு கூர்ந்தார். ஞாபகங்களின் சிடுக்கை அவிழ்த்து அவிழ்த்து அதனூடே பயணம் செய்கிற ஒருவனால் எவ்வளவு தூரம் பயணம் செய்ய முடியும் என்ற கேள்வி மனத்தில் எழுந்தது. “தாயின் மடியிலேயே ஒன்றுக்கிருந்து குழப்பிக்கொண்ட குழந்தைப் பருவத்தை யார்தான் ஞாபகத்தில் வைத்திருக்க முடியும். தாயிடமிருந்து தள்ளிப் படுக்க ஆரம்பித்த பிறகு நடப்பதை மட்டும்தானே மனித மனம் ஞாபகத்தில் வைத்திருக்கிறது. தாயின் மடியில் படுத்து உறங்கும் அதிர்ஷ்டமே எனக்கில்லை. குழந்தையாய் இருக்கும் போது என் தாயை எப்படியெல்லாம் வெறுத்தேன்! தான் பெற்றெடுத்த குழந்தையைத் தனியே தவிக்க வைத்து விட்டுத் தாய் வீட்டுக்குச் சென்று விடுபவள் எவ்வகையான தாயாக இருக்க முடியும்? அப்பாவுக்கு எந்த ஆரியப் பெண்ணும் கிடைக்கவில்லையா? சிவந்த நிறத்துடனும், நல்ல உயரமுடனும், கூர்மையான மூக்கும் கரிய கண்களுடனுமிருக்கிற ஆரியப் பெண்ணைக் காட்டிலும் ஆரியரல்லாத பெண்கள் மேல் தான் அவருக்கு விருப்பம் அதிகம். இரண்டு மனைவிகளும் ஆரியர்களல்லாதவர்களே. இந்தக் காட்டுப் பெண்களிடம் அப்படி என்ன விசேஷமோ? பிரம்மச்சாரியான எனக்கு எப்படித் தெரியும்? அனுபவ அறிவு கிடையாது. அதையெல்லாம் தெரிந்து கொள்ளக் கூட எங்கே நேரமிருந்தது? அரசியல் காரியங்களுக்கே நேரம் சரியாக இருந்தது. என்னிடம் வந்து பெண்களைப்பற்றி யார் பேசுவார்கள்? அப்பா முதலில் கங்கா என்பவளைத்தான் மணந்து கொண்டார். அவள்தான் என் தாய். கங்காவின் மகனே என்றுதான் தன் இறுதி மூச்சு இருக்கிற வரைக்கும் என் சிற்றன்னை கூப்பிட்டு வந்தாள். ஒரு வகையில் இந்த கிருஷ்துவைபாயணன் சகோதரனாக வேண்டும். முனிவராகவும், என்னைவிட வயதில் மூத்தவனாகவும் இருக்கிற இவன்தான் என்னை இப்போது இப்படிக் கூப்பிட முடியும்.

மற்றவர்கள் அனைவருக்கும் பீஷ்மர்தான் நான். என் சொந்தப் பெயரை உலகமே மறந்துவிட்டது. தேவவிரதன் என்றால் அது என்னமோ இன்னொருவனுடைய பெயர் என்று தோன்றுகிற அளவு எனக்கே ஆகிவிட்டது. கங்கை நதியில் ஆரம்பித்து இமயமலையின் அடிவாரத்தில் இருக்கிற காடு வரைக்கும் சென்று வேட்டையாடுகிற இளம் வயது அப்பாவுக்கு. என்னைப்போலவே நல்ல உடற்கட்டு அவருக்கும். அவள் மலைச்சாதியைச் சேர்ந்தவளாம். அவள் பெயரும் கங்காதான். 'அரசே, உன் மேல் எனக்கும் ஆசைதான். ஆனால் உன்னுடைய என்னுடைய குலப்பழக்க வழக்கங்களே வேறுவேறு ஆயிற்றே' என்றாளாம். இளமைத் துடிப்பில் இவரும், 'குலப் பழக்க வழக்கம் மாறுபட்டிருந்தால் என்ன வந்தது இப்போது?' என்று கேட்டாராம். 'அப்படியெல்லாம் இல்லை எங்களிடையே, ஒரு பெண்ணுக்குப் பிறக்கிற குழந்தைகள், அப்பெண்ணின் பிறந்த வீட்டுக்குச் சொந்தமாகிவிடுமாம். ஆனால் உங்களிடையே அப்படி இல்லை. எவ்வளவு குழந்தைகள் பிறந்தாலும் அவர்கள் அனைவருமே அவள் கணவனுடைய உடைமை. நான் உன்னோடு வருகிறேன். ஆனால் என் குலப்படிதான் நான் நடப்பேன். எனக்கும் உனக்கும் பிறக்கும் குழந்தையைப் பிறந்ததுமே என்தாய் வீட்டுக்கு அனுப்பி வைத்து விடுவேன். இதற்கு உனக்குச் சம்மதம்தானா?' என்று கேட்டாளாம் அவள். 'பெண்ணே, எனக்கு வேண்டியதெல்லாம் நீதான். உன் குழந்தைகள் அல்ல, என்றாராம் இவர். 'என்றைக்காவது நீ, நான் குழந்தையை என் தாய் வீட்டுக்கு அனுப்புவதை தடுத்து விட்டால் அன்றோடு நம் இருவருடைய உறவும் முறிந்து விடும்' என்று நிபந்தனை விதித்துவிட்டு இவரோடு புறப்பட்டு வந்தாளாம் என் அம்மா..."

குழந்தைகள் யாருக்குச் சொந்தமானவர்கள்? தாய்க்கா, தந்தைக்கா? இந்தக் கேள்வி அவரை வருத்தத் தொடங்கியது. குலுங்கும் ரதத்தில் கால் நீட்டிச் சாய்ந்திருந்தவர் எழுந்து உட்கார்ந்தார். உலர்ந்த இலை களை உதிர்க்கிற மரங்கள். முன்னால் ஐந்து குதிரை வீரர்கள், அவர் களுக்குப் பின்னால் ரதம். அதற்குப் பின் இன்னும் ஐந்து குதிரை வீரர்கள். குதிரையின் குளம்படிகளும் ரதச்சக்கரமும் பட்டு உதிர்ந்த இலைகள் நொறுங்குகிற சத்தம் கேட்டது. "தாய்க்கா தந்தைக்கா யாருக்குச் சொந்தம்? செடி விதைக்குச் சொந்தமானதா, மண்ணுக்குச் சொந்தமானதா? இளம் வயசில் அப்பாவுக்கு இந்தக் கேள்வியே எழவில்லையாம். அவருக்கு அவருடைய மோகமே பெரிதாக இருந்தது. அழைத்து வந்து விட்டார். கருவுற்றாள். மகப்பேற்றிற்காக தாய்வீட்டுக்குச் சென்றாள். மகப்பேற்றுக்கு தாய் வீட்டுக்கு ஏன் செல்ல வேண்டும்? குழந்தையைப் பெற்றெடுத்து அங்கேயே விட்டு விட்டு தன் உடல் நிலைசரியான பிறகு திரும்பிவந்து விட்டாள். மீண்டும் தணியாத மோகம். மீண்டும் கர்ப்பம். மீண்டும் பிள்ளைப்

பேற்றிற்காகத் தாய்வீட்டுக்குப் பயணம். மீண்டும் குழந்தையை அங்கேயே ஒப்படைத்துவிட்டுத் தன் ஆரோக்கியத்தைச் சரிப்படுத்திக் கொண்டு திரும்பி வந்து விட்டாள். அப்பாவுக்கு அப்போதும் மோகம் தணியவில்லை. ஒன்று, இரண்டு, மூன்று நான்கு, ஐந்து, ஆறு, ஏழு பிள்ளைகள் பிறந்து விட்டன. ஏறுத்தாழ பன்னிரண்டு ஆண்டுகள் உருண்டுவிட்டன. அப்போதுதான் அப்பாவுக்கு ராஜ்ஜியத்தைப் பற்றி ஞாபகம் வந்தது. மெல்ல மெல்லத் தனக்கு வயதாகிக்கொண்டே இருக்கிறதே, தனக்கு அடுத்து ராஜ்ஜியத்தை யார் பார்த்துக் கொள்வார் என்ற கவலை தொற்றிக் கொண்டுவிட்டது." என்ற எண்ணங்களில் உழன்றது பீஷ்மரின் மனம். "அப்போது அதுதான் பிரச்சினை என்று நினைத்திருந்தேன். அப்பாவின் கவலை வெறும் ராஜ்ஜியத்தைப் பற்றியது மட்டுமல்ல தனக்குப் பிறக்கும் குழந்தையைத் தான் எடுத்துக் கொஞ்சி ஆடி விளையாடுகிற சுகம் தனக்கு வேண்டாமா என்கிற கவலையும் இருந்தது. 'அப்படியென்றால் நீயும் எங்கள் அம்மா வீட்டோடு வந்து இருந்துவிடு. ஆடிச் சந்தோஷமடையக் குழந்தைகள் கிடைக்கும்' என்றாளாம் அம்மா. 'நான் ஆரியக்குலத்தைச் சேர்ந்தவன். மாமியார் வீட்டில் இருந்து என் மரியாதையை நான் கெடுத்துக்கொள்ள மாட்டேன். அதுமட்டுமல்ல நான் சாதாரண மனிதனில்லை. இந்த ராஜ்ஜியத்துக்கு அரசன்' என்றாராம் அப்பா. 'உன் குலப்பழக்கமும் என் குலப்பழக்கமும் வேறுவேறு என்று உனக்கு எடுத்துச் சொல்லிப் புரியவைத்து நிபந்தனைக்குக் கட்டுப்பட்ட பிறகு தானே நான் உன்னோடு வந்தேன்.' என்று மடக்கினாளாம் அம்மா. 'கணவனுக்காக உன் குலப்பழக்கத்தை விடக்கூடாதா' என்று கெஞ்சிக் கேட்டாராம் அப்பா. 'நான் ஏன் அப்படிச் செய்ய வேண்டும்?' என்று அடம்பிடித்தாளாம் அவள். குழந்தைகள் தாய்க்குச் சொந்தமா, தந்தைக்குச் சொந்தமா என்கிற கேள்வியால் அப்பா குழம்பினார். வயதுக் காலத்தில் தோன்றாததெல்லாம் அப்போது தோன்றியதாம். 'நான் ஆரியன், குழந்தைகள் தந்தைக்குத்தான் சொந்தம்' என்று அவளிடம் எடுத்துச் சொன்னாராம். 'நான் மலைநாட்டுப்பெண். என் குலமே வேறு. எந்தெந்தப் பறவை எங்கெங்கிருந்தோ பொறுக்கி வந்து போட்ட விதையோ, அதைப் பற்றியெல்லாம் தெரியாது. வயிற்றில் சுமந்து பெறுபவளுக்கே குழந்தைகள் சொந்தம். என் குழந்தைகள் எனகே சொந்தம். நான் என் தாய்க்குச் சொந்தமானவள். உன் குலப் பழக்கத்தை என் மீது திணிக்க வேண்டாம். பெண்களைக் கட்டுப்படுத்துவதெல்லாம் என்னிடம் நடக்காது' என்று அவளும் பிடிவாதம் பிடித்தாளாம். என்னதான் இருந்தாலும் இவர் அரசர். அவள் இருந்தது இவர் அரண்மனையில். யார் வெற்றி பெற முடியும்? 'இந்த முறை உன் மகப்பேறு இங்கேயே நடக்கட்டும். அங்கே அனுப்புவதில்லை' என்று கட்டளையிட்டாராம். அழுதாளாம் அம்மா. எட்டாவது பிரசவம் இங்கேயே நிகழ்ந்தது. குழந்தைக்குப் பலத்த காவலிட்டு காத்தாராம் அப்பா. ஆனால் தான்

சுமந்து பெற்ற குழந்தையைத் தனியே விட்டுவிட்டு அவள் தப்பித்துத் தலைமறைவாகி விட்டாளாம். அப்பா அவளைத் தேட எந்த முயற்சியும் எடுத்துக் கொள்ளவில்லை. முயற்சியெடுத்து ஒரு வேளை கிடைத்திருந்தாலும் வந்திருப்பாளா?”

மீண்டும் தலையணையில் சாய்ந்தபடி காலை நீட்டி உட்கார்ந்தார் பீஷ்மர். நல்ல வலிமை மிக்க குதிரைகள். காந்தார, பாஹ்லேக, சிந்து, சேங்களைச் சேர்ந்த குதிரைகள்தான் உண்மையான குதிரைகள். துச்சலையை ஜயத்ரதனுக்குக் கொடுத்து உறவுண்டான பிறகு, நல்ல சாதிக் குதிரைகளுக்குப் பஞ்சமே இல்லை. அந்த அளவு சாதிக் குதிரைகளை இங்கு ஏன் உருவாக்க முடியவில்லை என்று எண்ணியபடி கண்ணை மூடினார் பீஷ்மர். ரதத்தின் குலுங்கலுக்குத் தகுந்தபடி அவர் உடலும் அசையத் தொடங்கியது.

“சின்ன வயதில் தாயின் நினைவால் மிகவும் வாடினேன். பெற்ற குழந்தையைப் போட்டுவிட்டு ஓடிப்போன அவளுக்கு எப்படிப்பட்ட கல்மனம் இருந்திருக்க வேண்டும்? அவள் ஒரு பெண்ணே அல்ல என்று பணிப்பெண்களெல்லாரும் திட்டினார்கள். அப்பாவும் திட்டினார். நானும் திட்டினேன். முதலில் பிறந்த ஏழு ஆண் குழந்தைகளையும் தாய் வீட்டில் விட்டுவிட்டு இங்கு வந்து விட்டாள். எட்டாவதாய் பிறந்த என்னை இங்கே விட்டு விட்டு எங்கேயோ போய்விட்டாள். அவளுக்கு எந்தக் குழந்தை மீதும் ஈடுபாடு இல்லை என்று இப்போது தோன்றுகிறது. இமயமலை அடிவாரத்தில் இருக்கிற சில குழுக்களிடம் இப்பழக்கம் இருப்பதை பிற்பாடு நானே தெரிந்து கொண்டேன். அப்போது எனக்கு ஐம்பது வயது. எனக்கு மன வருத்தமாகிவிட்டது. அங்கே போரிடும்போதெல்லாம் உயர்ந்த உருவத்தோடு நெடுநெடுவென்று யாரைப் பார்த்தாலும் ‘இவன் என் சகோதரனாக இருக்கக் கூடுமோ’ என்று நினைத்துக்கொண்டேன். பிறப்பு பற்றிய மாயையைப்போல ஆழமான மாயை வேறெதுவும் இல்லை என்று புரிந்துகொண்டேன்.

“அம்மா விட்டுவிட்டுப் போய்விட்டாள். ஆனால் அப்பா பிரியமுடன் இருந்தார். பார்த்துக்கொள்ள எத்தனையோ பேர் இருந்தாலும் என்னைப் பார்த்துக்கொண்டது அப்பாதான். இதனாலேயே அரண்மனைப் பணிப்பெண்கள் எல்லாரும் என்னை ‘அப்பா வளர்த்த பிள்ளை’ என்று செல்லப் பெயரிட்டு அழைத்தார்கள். மிகச் சின்ன வயதிலேயே வில்வித்தையிலும் வேட்டையிலும் யுத்தத்திலும் பயிற்சி பெற்றேன். பயம் என்றாலேயே என்னவென்று தெரியாத பருவம். தாயற்ற குழந்தைக்கு உருவாகும் தனிமை யுணர்வு தோன்றாத வண்ணம் என்னைக் கவனித்துக்கொண்டார் அப்பா. எனக்குச் சின்ன வயதிலேயே இளவரசர் பட்டமும் கட்டினார். ஆனால் வயதான

காலத்தில் அப்பா ஏன் மீண்டும் காதல் மோகம் கொண்டார். அதுவும் மீனவப் பெண்ணின் மேல். அவள் பெயரே காளி, கருப்பு நிறம். ஆஜானுபாகுவானவர் அப்பா. என்னைப் போலவே உயரமானவர். வயதான காலத்தில் மோகம் கொள்வது விசித்திரமில்லை. ஆனால் முதலில் ஆசைகொண்ட மலைநாட்டுப் பெண்ணைப் போலவே, இவளும் மீனவப்பெண். இந்தக் குலப் பெண்களிடம் அப்படி என்னதான் கவர்ச்சியைக் காண்கிறார்களோ, இந்த ஆரியர்கள்! போர்க்காலத்திலும் சரி, வேட்டைக்குப் போய் இருந்தாலும் சரி, அமைதியான காலமாக இருந்தாலும் சரி, அந்தப் பெண்களை விரட்டி விரட்டி மோகம் கொள்கிறார்கள்."

தன் நினைவுகளைச் சரிப்படுத்திக் கொண்டார் பீஷ்மர். தன் வாழ்நாள் முழுக்க இதைத்தான் பார்த்து வந்திருப்பதாக நினைத்தார்.

"சரியோ தப்போ, பிரமச்சாரியான எனக்கு இதன் மர்மம் புரிய வில்லை. கிடைத்த இடங்களையெலலாம் ஆக்கிரமித்த ஆரியர்கள் அவற்றை அழித்து விவசாய நிலங்களாக ஆக்கினார்கள். எல்லா இடங்களிலும் அவர்கள் தங்கத் தொடங்கினார்கள். தீரென்று படுத்த படுக்கையாகிவிட்ட அப்பாவுக்கு எவ்வளவு மருத்துவம் செய்தும் பயனில்லை. கடைசியில் அப்பாவின் சாரதி மூலம்தான் விஷயம் புரிந்தது. அரசனுக்குச் சாரதியாக இருக்கிறவனுக்குத் தெரிந்திருக்கிற அளவுக்கு அரசனைப்பற்றிய உண்மைகள் வேறு யாருக்கும் தெரியாது. அவன்தான் என்னிடம் 'உன் அப்பாவுக்குப் பிடித்திருப்பது மனநோய். வேட்டைக்காகத் தெற்குத் திசையில் சென்றிருந்தோம். அங்கே யமுனை நதியைக் கடக்கவேண்டி இருந்தது. ஓடக்காரி ஒருத்தி அங்கே இருந்தாள். இருபத்தாறு வயது இருக்கும். அவளைப் பார்த்ததுமே மோகம் கொண்டார் உன் அப்பா. எவ்வளவு வேண்டுமானாலும் கொடுப்பதாக உன் தந்தை அவளிடம் மன்றாடினார். 'நீங்கள் என்னைத் திருமணம் செய்து கொள்வதாக இருந்தால் உங்களோடு வருகிறேன், வந்து என் அப்பாவோடு பேசுங்கள்' என்றாள். மீன் பிடிப்பவர்களுக்குத் தலைவன் அவன். இந்த விவகாரத்தில் அத்துபடியாவன் போலத் தோன்றினான். முதலில் அப்பாவைப் பற்றிய எல்லா விவரங்களையும் தெரிந்து கொண்டவன். 'உங்களுக்கு இப்போதே தலைக்குயர்ந்த பிள்ளை இருக்கிறான். உங்களை மணப்பதால் என் மகளுக்கு என்ன லாபம்?' என்று கேட்டான். 'என்ன லாபமா? அரண்மனை வாசம், ஆபரணம், சுகஜீவனம் என்றார் உன் அப்பா. அதற்கு அவன், 'அதற்கெல்லாம் மயங்கி சக்களத்தி பெற்றெடுத்த பையனின் மனைவிக்கு வேலைக்காரியாக இருக்க என் மகளைத் தரமாட்டேன். அவளுக்குப் பிறக்கும் குழந்தைக்குத்தான் பட்டம் சூட்ட வேண்டும். அப்படிச் சூட்டுவதாக நீங்களும் உங்கள் மகனும் நீங்கள் வழிபடுகிற நெருப்பின் மேல் ஆணையிட்டுச் சொன்னால், என் மகளைக் கொடுப்பேன். இல்லாவிட்டால் இந்த

விவகாரமே வேண்டாம்.' என்றான். உன் தந்தை அங்கிருந்து உடனே வந்து ரதத்தில் உட்கார்ந்து ஊருக்குத் திரும்புமாறு என்னிடம் சொன்னார். அவள் மீது கொண்ட மோகம் போகவில்லை. ஆனால் ஏற்கனவே இளவரசர் பட்டம் கட்டியிருக்கிற உனக்கு ராஜ்ஜியத்தின் மேல் இருக்கிற உரிமையை எப்படி மறுக்க முடியும். அது மட்டுமின்றி உன்மேல் தன் உயிரையே வைத்திருக்கிறார் அவர். தந்தையாகவும் தாயாகவும் இருந்து அவர்தானே வளர்த்தார்.' என்றான்.

சாரதியை அழைத்துக்கொண்டு அந்த மீனவர்களின் தலைவனைப் பார்க்கச் சென்றேன் நான். எவ்வளவு ஆண்டுகள் கழிந்துவிட்டன. நூறு வருஷங்கள் இருக்கும். அப்போது எனக்கு வயது இருபத்தி இரண்டோ என்னமோ, அப்பாவுக்கு அறுபது வயதிருக்கும். அந்த மீனவர் தலைவனைப் பார்க்கச் செல்லும்போது என் மனத்தில் ஓடிக்கொண்டிருந்த உணர்வுகளைத் துல்லியமாக ஞாபகப்படுத்திக்கொள்ள இயலவில்லை. ரொம்ப விசித்திரம்தான் இது."

கால்களை இடம்மாற்றி, தலையணையை வலது தோள் பக்கம் சரிந்து உட்கார்ந்தார் பீஷ்மர்.

"குதிரையாகட்டும், ரதமாகட்டும், உட்கார்ந்து இருக்கும்போது எப்படி நிமிர்ந்து உட்கார்ந்திருப்பேன். அப்பா என் மீது பொழிந்த அன்புக்கு ஈடாக இதைச் செய்யவேண்டும் என்கிற எண்ணமா? படுத்த படுக்கையாக இருக்கும் அப்பாவைக் காப்பாற்றும் மூலிகையை எப்பாடுபட்டாவது எவ்வளவு ஆபத்துகள் இருந்தாலும் தேடித்தந்து விடுகிற உற்சாகமா? வயசான அப்பாவின் மனதைக் கொள்ளை கொண்ட அந்த இளம்பெண்ணைப் பார்க்கிற ஆர்வமா? இப்பொழுது எல்லாமே மறந்து போய் விட்டது. நானும் சாரதியும் போனபோது கூட அவள் ஓடக்கரையில் உட்கார்ந்திருந்தாள். கருப்பு நிறம். வெயிலில் காய்ந்து நீரில் நனைந்து உரம்பெற்ற உடல். 'இவள்தான் அந்தக் காளி' என்று சாரதி சொன்னபோது இவள் மீது அப்பா எப்படி மோகம் கொண்டாரோ என எழுந்த ஆச்சரியமும் கசப்பும் இன்னும் கூட நினைவிருக்கின்றன. அவளுக்கு அருகில் ஓடத்தில் உட்கார்ந்தபோது அவள் மேல் மீன்வாசம் அடித்தது. அவள் தன் குடிசைக்கு எங்களை அழைத்துச் சென்றாள். தோல் சுருங்கிய முகத்தை இன்னும் கொஞ்சம் சுருக்கிக் கொண்டால் கூட சில விவரங்கள் ஞாபகம் வரவில்லை. எங்களைத் திண்ணையில் உட்கார வைத்து வணங்கினார் அவள் அப்பா. தைரியமும் சக்தியும் நிறைந்த இளம் வயதில்தானே தாராள குணமும் தோன்றும்." அன்றிலிருந்து இன்று வரைக்கும் என் அனுபவம் இதைத்தான் சொல்கிறது. கீழ்குலத்தவர்கள், மேல் குலத்தவர்களின் காலில் வீழ்கிறார்கள். நீ ஆண்டான், நான் அடிமை என்று முகஸ்துதி

செய்கிறார்கள். அப்புறம் தானம் என்கிற பெயரில் ஒவ்வொன்றாகப் பிடுங்கிக் கொள்கிறார்கள்.

“திண்ணைமேல் கோரைப் புற்களாலான ஒரு பாயை விரித்து உட்கார வைத்து விட்டு நேரிடையாக விஷயத்துக்கே வந்து விட்டான் அவன். ‘இளவரசே, நீ இந்த ஏழையின் குடிசைக்கு வந்தது மிகவும் சந்தோஷம். உன் தந்தை என் மகள் மேல் ஆசைப்பட்டிருக்கிறாராம். இதிலே எனக்கு ஒரு ஆபத்து இருப்பதாய்த் தெரிகிறது. எப்படிப்பட்ட எதிரியையும் வீழ்த்தக் கூடிய வீரன் நீ” என்றான். ‘இதிலே ஆபத்து என்ன இருக்கிறது?’ என்று கேட்டேன் நான். ‘இப்போது இல்லை. ஆனால் நாளைக்கு உன் சக்தியைப் பயன்படுத்தி என் மகளுக்கு ராஜ்ஜியம் கிடைக்காத மாதிரி செய்து விட்டால், இந்த ஏழையின் மகனால் என்ன செய்ய முடியும்?’ என்று கேட்டான். ‘இவள் வயிற்றில் பிறக்கிற குழந்தையே இந்த நாட்டுக்கு அதிகாரி. நான் என்றென்றும் இதன் மேல் ஆசைப்படுவதில்லை. இந்தக் கணத்தில் இருந்து எல்லாவற்றையும் துறந்துவிடுகிறேன். ‘இளவரசன் பட்டத்தைக் கூட விட்டுவிடுகிறேன், இது என் சபதம்’ என்றேன். ‘இருந்தால் உன்னைப்போல ஒரு மகன் இருக்க வேண்டும். உன்னைப்போல ஒரு பிள்ளை எனக்குப் பிறக்காமல் போயிற்று பார்’ என்று எழுந்து மீண்டும் மீண்டும் கைகுவித்து வணங்கினான். பலவாறு பாராட்டினான். கடைசியில் மீண்டும் குனிந்து, ‘இன்னும் ஒரு சந்தேனம். நான் ஏழை. என்னடா தோண்டித் தோண்டிக் கேட்கிறானே என்று நீ கோபித்துக் கொண்டால் நான் இங்கேயே உன் வாளுக்கு இரையாகி இறந்து விடுவேன் என்று தெரியும் எனக்கு’ என்றான்.

‘சந்தேகம் எதுவும் வேண்டாம், சொல்?”

‘நீ என்னமோ இந்த ராஜ்ஜியமே வேண்டாம் என்று சொல்லி விட்டாய். இந்த உலகமே எதிர்த்தாலும் நீ உன் வார்த்தையிலிருந்து பின் வாங்கமாட்டாய் என்று தெரியும். ஆனால் உனக்குப் பிறக்கும் பிள்ளைகள் சும்மா விடுவார்களா? உனக்கும் திருமண வயது. என் மகளுக்குப் பிறக்கும் பிள்ளைகளும் உன் பிள்ளைகளும் சமவயதுக் காரர்களாக இருப்பார்கள். இதனால் எதிர்காலத்தில் வீண் பிரச்சினை தானே?’

‘நானே வேண்டாம் என்று ஒதுக்கிய ஒன்றை என் பிள்ளைகள் எதற்காகப் கேட்கப்போகிறார்கள்?’

‘இந்தக் காலத்தில் பிள்ளைகள் அப்பாவின் பேச்சைக் கேட்கிறார்களா என்ன? ஒருவேளை உனக்குக் குழந்தையே பிறக்கா விட்டால் அது வேறு விஷயம். பிறக்கப்போகிற குழந்தைகள் இப்படி இருப்பார்கள் என்று எப்படித் தீர்மானமாகச் சொல்வது? நீங்கள்

பெரிய குடும்பம். பெரிய குடும்பத்துக்கு என் பெண்ணை அனுப்புகிற வேலையும் வேண்டாம். நாளை ஒரு பிரச்சினையும் வரவும் வேண்டாம். வேறு எங்காவது பெண் பார்த்துக்கொள்ள உன் அப்பாவிடம் சொல்.'

'நிஷாதா, என் தந்தைக்காக இந்தச் சபதத்தை எடுத்துக் கொள்கிறேன். கேட்டுக்கொள். எல்லாக் காலத்திலும் நான் பிரம்மச்சாரியாக இருப்பேன். அரசனாகவும் ஆகமாட்டேன். உனக்கு எந்தப் பயமும் வேண்டாம். உன் மகளை என்னோடேயே அனுப்பு' சட்டென்று இந்த வார்த்தைகள் என் வாயிலிருந்து வந்துவிட்டன.

"என்ன சொன்னேன் என்பது எனக்கே சரியாகப் புரியவில்லை. ரதத்தில் அவளை உட்கார வைத்துக்கொண்டு கிளம்பிவிட்டேன். ஒரே மீன் வீச்சம். அப்பாவின் நோய்க்கு மூலிகையைக் கண்டெடுத்துக் கொண்டு போகிறோம் என்று என் மனத்திற்குள் ஒரே உற்சாகம். தாயாகவும் தந்தையாகவும் இருந்து வளர்த்த தந்தை. பெற்றதும் எங்கேயோ புறப்பட்டுப்போன தாய். இருபத்தி இரண்டு ஆண்டுகளுக்குப் பிறகு இப்போது எங்கே இருக்கிறாளோ? அப்பாவின் முகத்தில் மகிழ்ச்சி, கூச்சம். அவளைப் பார்த்தார். என்னைப் பார்த்துத் தலையைக் குனிந்து கொண்டார். ஓர் ஆண்டுக்குப் பிறகு அவரே வந்து என் தோள்களைப் பற்றிக்கொண்டு, 'எப்படிப்பட்ட பீஷ்ம சபதத்தைச் செய்து விட்டாய் மகனே. போ, படையெடுத்துக்கொண்டு போய் வேறு ராஜ்ஜியங்களை வெற்றி கொள். அதற்கு அரசனாகு. இதை விட்டு விடு. உன் சபதத்தை விடுமாறு கேட்டுக் கொள்ளும்படி அவளிடமும் அவளது தந்தையிடமும் சொல்கிறேன். திருமணம் செய்துகொள்' என்றார்.

ஆனால் அதற்குள் வாழ்க்கை முழுக்கப் பிரம்மச்சரியம்தான் என்கிற எண்ணம் மனத்தில் ஆழமாகப் பதிந்துவிட்டது. தேவவிரதன் என்கிற பெயரோடு பீஷ்மன் என்கிற பெயரும் சேர்ந்து கொண்டது. இப்போது தேவவிரதன் என்று சொன்னால் யாருக்குத் தெரியும்? தூங்கும் போது யாராவது 'தேவவிரதா' என்று அழைத்தால் நான் கூட எழுந்திருக்க மாட்டேன். பீஷ்மன் என்கிற பெயரே நிலைத்துவிட்டது. தேவவிரதன் அந்த மீனவனின் குடிசைத் திண்ணையிலேயே இறந்து விட்டான். வார்த்தைத் தந்திரத்தில் அந்த கிழவன் இந்த வீர அரசகுமாரனைக் காட்டிலும் நிபுணன் என்று பிற்பாடு புரிந்து கொண்டேன்."

வழியில் ஒரு சின்ன ஓடை தென்பட்டது. குதிரைவீரர்கள் உட்கார்ந்தபடியே குதிரைகளை நீர் குடிக்க வைத்துப் புறப்பட்டார்கள். ரதச் சக்கரங்கள் பாதி மூழ்குமளவு ஆழம். ரதத்தில் பூட்டப்பட்டிருந்த குதிரைகளும் குனிந்து நீர் குடித்தன. 'தாத்தா, குதிரைகளை மாற்றிப் பூட்டுகிறேன். நீங்கள் சற்று நேரம் ஓய்வெடுத்துக் கொள்கிறீர்களா?"

என்று சாரதி கேட்டான். தண்ணீரைப் பார்த்ததும் ஞாபகம் வந்தது. தம் கூடாரங்களில் கழிவு நாற்றம் இன்னும் இருக்கிறதோ போய்விட்டதோ என்று யோசித்தார். பறையறிவிப்புக்குப் பின்பு கோழைகள் அனைவரும் புறப்பட்டுச் சென்றிருக்கலாம். குறைந்தபட்சம் துர்நாற்றமாவது குறைந்திருக்கும். சிறிது தொலைவு சென்று வயிற்றின் உபாதையைத் தணித்துக்கொண்டு ஓடைத் தண்ணீரில் முகம், கை, கால் கழுவிக்கொண்டார். மீண்டும் ரதத்தில் ஏறி உட்கார்ந்து, "இன்னும் எவ்வளவு தொலைவு இருக்கிறது" என்று சாரதி சுகேசனிடம் கேட்டார். அதற்குச் சாரதி, "மிகவும் வேகவேகமாக வந்துள்ளோம். இன்னும் எட்டு அல்லது பத்து நாழிகைகள். எனக்கு வழி நன்றாகத் தெரியும். கைவசம் தீப்பந்தங்கள் உள்ளன. பொழுது சாய்ந்தாலும் கூட மங்கலான நிலா வெளிச்சம் இருக்கிறது. உங்களுக்குச் சோர்வாகவில்லையா?" என்று கேட்டான்.

"இல்லை. இவ்வளவு தூரம் கடந்ததே தெரியவில்லை."

"நான் சும்மா பெருமைக்காகச் சொல்லவில்லை. நான் லகானைப் பிடித்து உட்கார்ந்தால் எந்தக் குதிரையாக இருந்தாலும் என்னிடம் காற்றாகப் பறக்கும்."

பீஷ்மர் தன் நினைவுகளில் மூழ்கினார். "பெரிய செல்வாக்குள்ள குடும்பத்திற்குப் பெண்ணைக் கொடுத்துத் திருமணம் செய்து, அதன் மூலம் அதிகாரத்தைக் கைப்பற்றுவதே குலத்தில் தாழ்ந்தவர்களின் வேலை. நிஷாதனும் அதைத்தான் செய்தான். மெல்ல மெல்ல மகளோடு வந்து சேர்ந்துகொண்டான். அந்த வீட்டில் நான் ஒருவன்தான் எந்த அதிகாரமும் இல்லாதவனானேன். கோபம், வைராக்கியம், வெறுப்பு எல்லாமே மனத்தில் மண்டிக் கிடந்தன. அப்பா அவளது மோகத்தில் மூழ்கிக் கிடந்தார். ஒரு குழந்தை பிறந்தது. அதே நேரத்தில் அப்பாவுக்குத் தான் செய்த தவறு புரிந்தது. மனநிலை பாதிக்கப்பட்டது. நான் வீட்டை விட்டுக் குருகுலத்தில் வேத அத்யயனம் செய்துகொண்டிருந்தேன். இந்த இகலோக ராஜ்ஜியம் வேண்டாம், பரலோக ராஜ்ஜியம் ஒன்றே போதும் என்று இருந்தேன். ஒருவரை ஒருவர் பார்த்துக்கொள்ளவே இல்லை. எனக்கும் விருப்பம் இல்லை. இதற்கிடையில் அவள் இன்னொரு குழந்தையையும் பெற்றெடுத்தாள். அப்பா இறந்து போனார். மன நோயா அல்லது முதுமையடைந்தபோதும் அளவு மீறிய காமத்தால் வந்த விளைவா, தெரியவில்லை. பெண்ணைக் கண்டாலே பிடிக்காமல் போனது எனக்கு. பெற்றுப்போட்டு விட்ட தாய், இங்கு வந்து அப்பாவையே பலிவாங்கிக் கொண்ட சிற்றன்னை. இதைப் பார்க்கப்பார்க்க என் பிரம்மச்சரிய விரதம் வேரூன்றியது. சீ. காலையில் இருந்தே இந்த விஷயமே திரும்பத்திரும்ப ஞாபகத்துக்கு வருகிறது. யோசிப்பதற்கு

வேறு விஷயமே மனசில் இல்லையா..."

தலையை ஒருமுறை தடவிக்கொண்டார் பீஷ்மர். இதெல்லாம் நடந்து நூறு வருஷங்கள் ஓடிவிட்டன. "நாளைக்கு சாயங்காலத் திற்குள் கூடாரத்துக்குத் திரும்ப வேண்டும். களைப்பு அதிகமாகிவிடும். கிருஷ்ண துவைபாயனனைப் பார்த்து ஒரு விவரத்தைத் தெரிந்துகொள்ள வேண்டும் என்று கிளம்பிவிட்டேன். வேத அத்யயனத்தில் முழுக்க முழுக்கப் பயிற்சி பெற்றிருந்தால், நானும் துவைபாயனனைப் போலவே ஆகி இருப்பேன். ஆனால் மீண்டும் குடும்ப வலையில் வீழ்ந்தேன். அப்பாவின் மறைவுக்குப் பின்னரும் கூட பதினான்கு வருஷகாலம் ஊரைவிட்டு வெளியே இருந்தேன். சீ. மீண்டும் இதே நினைவுதானா..?"

மீண்டும் தலையை உலுக்கிக்கொண்டார் பீஷ்மர். தன் சுருங்கிய கண்களால் பொழுது கவிவதைச் சுற்றுமுற்றும் பார்த்தார். மரஞ்செடி கொடிகள் எல்லாம் சிவந்து காணப்பட்டன. சருகுகள் மீதும், சமமான தரை மீதும் வேகம் குறையாமல் ஓடின குதிரைகள். சிறிது நேரம் சீரான அக்குதிரைகளின் குளம்படிகளைக் கேட்டுக்கொண்டிருந்தார். சட்டென சிரிப்பு தோன்றியது. இவரது சிரிப்புச் சத்தத்தைக் கேட்டு சாரதி திரும்பிப் பார்த்தான். அதற்கப்புறம் தப்பாகிவிட்டது என்பது போல முகத்தை மீண்டும் நேராக்கிக் கொண்டான்.

"காளியை அவளுடைய மொழியில் எந்தப் பெயரிட்டு அழைத்தார்களோ, மத்ஸ்யகந்தி என்று முதன்முதலில் பெயரிட்டது நான். அதுவும் சாரதியின் எதிரில். அந்தப் பெயரே அரண்மனை முழுக்கப் பரவி அரண்மனையில் எல்லோரிடமும் பரவிவிட்டது. அவளுக்கும் இது தெரிந்து தினமும் சந்தனமும் புனுகும் பூசிக்கொள்ளத் தொடங்கினாள். எல்லாமே அளவுக்கு மீறி. பார்த்தே அறியாதவர்கள் வாசனைப் பொருட்கள், நகைகள், ஆடைகள் எது கிடைத்தாலும் அதைப் பயன்படுத்தும் அளவு தெரியாமல் பயன்படுத்துவதுபோல பயன்படுத்தினாள். திருமணமான புதிதில் அப்பா அவளுக்கு 'சத்தியவதி' என்று பெயர் சூட்டி இருந்தாலும் அரண்மனையில் உள்ளவர்கள் அவளை 'போஜனகந்தி' என்று அழைக்கத் தொடங்கினார்கள். அப்பா வின் மரணத்திற்குப் பிறகு, ஏன், அப்பா உயிரோடு இருக்கும்போதே கூட அவளுடைய அப்பாதான் உண்மையாக ஆட்சி செய்து வந்தான். அரசாட்சியின் மகிமையும் கண்ணியமும் மண்ணோடு மண்ணானது. பொதுமக்களுக்குப் பயபவர்களே மற்றுப் போனது. கருவூலம் காலியாகி விட்டது. வரி கொடுப்பவர்கள் இல்லை. மக்களைப் பயப்படுத்த மட்டும் என் பெயரைப் பயன்படுத்தினார்களாம்."

"இந்தக் கிருஷ்ண துவைபாயனனை அழைத்துக்கொண்டு பராசர முனிவர் நான் இருந்த இடத்திற்கு வந்தபோது அப்பா இறந்து பல ஆண்டுகள் கடந்து விட்டிருந்தன. எத்தனை ஆண்டுகள் என்பது

நினைவில்லை. மகனுக்குத் தன் தாயைக் காட்டும் பொருட்டு முனிவர் வந்திருந்தார். பிற்பாடுதான் இன்னும் சில விஷயங்களைக் கூடுதலாய்த் தெரிந்துகொண்டேன். ஒரு நாள் அவளே என்னிடம் சொன்னாள். பதினாறு வயதில் ஓடம் ஓட்டிக் கொண்டிருந்தாளாம். நதியைக் கடப்பதற்காக பராசர முனிவர் வந்தாராம். ஓடத்தில் உட்கார்ந்து துடுப்பு போடுகிற இவளைக் கண்டு மயங்கி விட்டாராம். 'பெண்ணே, உன்னைக் கண்டு மயங்கிப்போனேன், இப்பொழுதே வா' என்று கூப்பிட்டாராம். கரையோரமாகவே ஓடத்தை ஓட்டிக் கொண்டு வந்து ஒரு மரத்தடியில் வேரில் கட்டி வைத்தாளாம். ஓடத்திலேயே இருவரும் உறவு கொண்டார்களாம். அதற்குப்பின் அவளோடேயே அவளுடைய விருப்பத்திற்காகத் தங்கி இருந்தாராம். இருவரும் தினந்தோறும் சந்தித்துக்கொண்டார்களாம். இவள் கருவுற்றாள். அதற்கப்புறம் "நான் பிறகு வந்து பார்க்கிறேன்" என்று சொல்லிவிட்டு எங்கேயோ புறப்பட்டுச் சென்று விட்டாராம் முனிவர். கருவுற்ற மகளைத் தாயும் தந்தையும் கண்ணாகப் பார்த்துக்கொண்டார்கள். ஆண் குழந்தை பிறந்தது. மூன்று பேருமே சந்தோஷப்பட்டார்கள். ஒரு நாள் பராசரர் அவளிடம் வந்து, "பிள்ளை எனக்குப் பிறந்ததுதானே, கொடுத்துவிடு. நான் அழைத்துக்கொண்டு போகிறேன்" என்று கேட்டாராம். "கொடுக்க மாட்டேன். கர்ப்பத்துக்குக் காரணம் நீ தான். ஆனால் அவளைத் திருமணம் செய்து கொள்ளவில்லை" என்று அவளுடைய அப்பா பதில் சொன்னானாம். "திருமணம் செய்து கொள்ளாவிட்டால் என்ன? எனக்குப் பிறந்த குழந்தை. ஆதலால் குழந்தை எனக்கே சொந்தம். கொடுக்காவிட்டால் சாபமிட்டு விடுவேன்" என்றாராம் முனிவர். பால் குடிக்கிற வயது. கொடுக்க இவர்களுக்கு மனம் வரவில்லை. மலைநாட்டுப் பெண்களை விட மீனவப் பெண்கள் எவ்வளவோ மேல். எடுத்துக்கொண்டு போய் அவனும்தான் எப்படி வளர்ப்பான்? என்றெல்லாம் யோசித்தார்களாம். பிறகு, "சரி, குழந்தைக்கு எட்டு வயதாகிற வரை நீங்கள் வளர்த்துக் கொள்ளுங்கள். அதற்கப்புறம் நான் வந்து அழைக்கும்போது கொடுத்துவிடவேண்டும். நான் அவனை அழைத்துச் சென்று உபநயனம் செய்வித்து வேதப் பயிற்சி தருகிறேன்." என்றாராம் முனிவர். அப்போது போனவர் சரியாக எட்டு ஆண்டுகளுக்குப் பிறகு மீண்டும் வந்து அழைத்துச் சென்று விட்டாராம். தாயைப்போலவே கருத்த நிறம். அதற்காகவே 'கிருஷ்ணன்' என்று அங்கேயே பெயரிட்டாராம். மீன்காரனுக்கு கோபம் வருவது இயற்கைதான். மகளை அழைத்து எச்சரிக்கை செய்தானாம். "இனிமேல் யார் உன்னைத் தொட வந்தாலும், முதலில் என்னை வந்து பார்க்கச் சொல். திருமணமே செய்து கொள்ளாமல் வெறுமனே கர்ப்பமுண்டாக்கி விட்டு, பிறகு குழந்தையையும் எடுத்துக் கொண்டு போய் விடுகிறார்கள். சுமந்து நொந்து பெற்றெடுக்கிற உனக்குத் துக்கம்தான் மிச்சம்" என்றானாம் அவன். அன்று அவன் அப்படி

எச்சரித்திருக்காவிட்டால் என் தந்தையை அவள் பார்த்த கணமே ஏற்றுக் கொண்டிருந்திருப்பாள். அவரும் அவளைத் திருமணம் செய்து கொண்டிருக்கவேண்டிய அவசியம் நேர்ந்திருக்காது.

"அஸ்தினாபுரத்துக்கு கிருஷ்ண துவைபாயணனை முதன் முதலில் அழைத்தபோது, அவனுக்கு எத்தனை வயதிருக்கும், சரியாக நினைவில்லை. பன்னிரண்டோ, பதின்மூன்றோ, ஆனாலும் எவ்வளவு எளிதாக வேதப் பாடங்களை மனனம் செய்திருந்தான். அரைவாசி கிருஹஸ்தன் அவன். அவனுடைய தந்தையார் அவனுக்கு நல்ல விதமாகவே பாடங்களைச் சொல்லித் தந்திருந்தார். பராசரர், அரண்மனையிலேயே தங்கி இருந்தார். அவருடைய மகனின் தாய் விதவையாகி ஒரு வருஷம் மட்டுமே முடிந்திருந்தது. இரண்டு சிறுபிள்ளைகள். அவருக்கு அவள் மேல் எந்த விருப்பமும் இல்லையாம். அவளும் அதைப் பெரிதாய் எடுத்துக்கொள்ளவில்லையாம். எனக்குப் புரிந்து கொள்ளும் வயதில்லை என்றாலும் இதையெல்லாம் அரண்மனையில் வேலை செய்து கொண்டிருந்த ஆட்கள்தான் சொன்னார்கள். மகன் மட்டும் பக்தியோடு தாயை வணங்கினான். கடைசி வரைக்கும் தாய் மீது பக்தி கொண்டவனாகவே இருந்தான் கிருஷ்ண துவைபாயணன். இப்பொழுது கூட அவளை நினைந்துக் கொண்டால் தலை வணங்குவான்.

"நான் வேத அத்யயனம் செய்கிறேன் என்று கேள்விப்பட்ட பராசரர் என்னையே தேடிக் கொண்டு கங்கைக்கு அந்தப் பக்கம் நான் தங்கி இருந்த பர்ணசாலைக்கு வந்து விட்டார். "வர வர க்ஷத்திரியர்கள் வேதம் படிப்பதே குறைந்து கொண்டு வருகிறது. பீஷ்மா, நீ பிரம்மச்சரிய விரதம் பூண்டிருப்பவன்தானே. பேசாமல் நீ பிராமணனாக மாறி விடு. உன் அப்பா அரசனான பிறகு அவனுடைய சகோதரன் பார்கவ கோத்திரத்தைச் சேர்ந்த அர்சிசேன குடும்பத்தில் சேர்ந்து விடவில்லையா? இப்பொழுது எப்படியாய் இருந்தாலும் உன் தம்பிதான் அரசனாகப் போகிறான். நீ என்னோடு வந்து பிராமணனாகி விடு' என்றார். அப்பொழுது நான் ஏன் பராசரரின் வார்த்தையைக் கேட்கவில்லை? அப்பொழுதே பிராமணனாகிச் சென்றிருந்தால் இந்த அஸ்தினாபுரத்துச் சிக்கல்களெல்லாம் என் சிக்கல்களாக மாறி இருக்காது. பிரம்மச்சாரியாக இருந்தாலும் குடும்பங்களின் பிரச்சினைகளிலிருந்து என்னால் தப்பிக்க முடியவில்லை.

"ஒருவேளை பராசரர் தன் மகனைத் தன்னோடு அழைத்துச் சென்றிருக்காவிட்டால், அவன் அவளோடேயே இருந்திருப்பான். என் அப்பாவை மணந்துகொண்டதும் அவளோடு அவனும் அரண்மனைக்கு வந்திருப்பான். எனக்கு அண்ணனாகியிருப்பான். திருமணத்துக்கு முன் பிறந்த குழந்தையோடு திருமணம் செய்து

கொள்வதை வர வர க்ஷத்திரியர்கள் வெறுக்கிறார்கள். அந்தக் காலத்தில் அப்படி இல்லை. பழக்கம் என்பது எப்படியெல்லாம் வேகமாக மாறி விடுகிறது. இப்படியே மாறிக் கொண்டு இருந்தால் சநாதன தருமத்தின் நிலை என்ன ஆகும்?

இந்த எண்ணம் அவர் மனத்தைக் குடையத் தொடங்கியது. அப்போதுதான் பராசர முனிவரிடம் கேட்டதெல்லாம் நினைவி லெழுந்தது.

“முனிவரே, இந்தக் குழந்தையை தன் தாயிடம் விடாமல் நீங்கள் ஏன் அழைத்துக்கொண்டு சென்றீர்கள்?” என்று கேட்டதற்கு அவர், “இவன் எனக்குப் பிறந்தவன் என்பது ஒரு காரணம். அவளிடம் விட வேண்டும் என்கிற அவசியம் இல்லை. இரண்டாவதாக அவளிடம் விட்டு வைத்திருந்தால் இவன் ஒரு மீனவனாகத்தான் ஆகி இருப்பான். இப்பொழுது எந்த அளவுக்கு வேதப்பயிற்சி கொடுத்திருக்கிறேன், பார். எதிர்காலத்தில் இவன் ஒரு சிறந்த வேத ஞானியாக இருப்பான். மூன்றாவதாக, அவளைப் பார்த்து ஆசைப்பட்டதெல்லாம் உண்மை. அவளோடு உறவு கொண்டதும் உண்மை. ஆனால் கர்ப்பிணியாகிற வரை ஏன் அவளோடேயே இருந்தேன் தெரியுமா? என் வேத ஞானத்தின் பரம்பரையை வளர்க்க எனக்கு ஒரு மகன் தேவைப்பட்டான். இயற்கையே அவளிடம் என்னைச் சேர்த்தது என்று எண்ணிக்கொண்டேன்” என்றார். அவருடைய வார்த்தை உண்மை. கிருஷ்ண துவைபாயணனைப் போன்ற வேத ஞானி யாரும் இல்லை. நானும் அவரது பேச்சைக் கேட்டு பிராமணனாக ஆகி இருந்தால் அந்த அளவு நானும் கற்றிருப்பேனோ என்னமோ!”

பீஷ்மருக்கு வருத்தமாக இருந்தது. மனம் முழுக்க துவைபாயணனின் சித்திரம். எப்படிப்பட்ட பொலிவு! என்ன ஞானம்! என்று மனத்துக் குள்ளேயே அவரை நினைத்து வழிபட்டார். பராசரரின் வார்த்தை உண்மைதான். கனி எப்போதும் விதைக்கே சொந்தம். இல்லாவிட்டால் இவன் இந்நேரத்துக்கு மீனவனாகியிருப்பான். கூடவே, தாயைப் போலவே கரிய நிறத்தில் பிறந்திருக்கிற குழந்தையை அவருக்கு மட்டுமே சொந்தமென்று எப்படிச் சொல்லமுடியும் என்கிற சந்தேகம் வந்தது.

இரவு கவியத் தொடங்கி விட்டது. நிலா வெளிச்சத்தில் வழி மங்கலாகத் தெரிந்தது. முன்னால் செல்லும் இரண்டு குதிரை வீரர்கள் கையில் தீப்பந்தங்களைப் பிடித்திருந்தார்கள். “வழி சரியாகத் தெரிகிறதா?” என்று பீஷ்மர் சாரதியைக் கேட்டார். “நன்றாகத் தெரிகிறது தாத்தா, எனக்கு நன்கு பழக்கப்பட்ட வழிதான் இது” என்றான். இருந்த இடத்திலிருந்து எழுந்து வந்து கம்பளியொன்றை எடுத்து பீஷ்மருக்குப் போர்த்திவிட்டு மீண்டும் இருக்கைக்குச் சென்றான் அவன். வேகமாகச் செல்லும்போது குளிர்க்காற்று வீசும் என்பது அவருக்கும் தெரியும். ஆனால்

துவைபாயணனைப் பற்றியே மனம் நினைத்துக்கொண்டிருந்தது. தான் அப்பொழுதே ஏன் பிராமணனாக மாறி பரமார்த்த வழியில் செல்லவில்லை என்கிற எண்ணமும் ஓடிக்கொண்டிருந்தது. எனவே குளிரைப் பற்றி மறந்து போனது.

"நதிக்கு அந்தப் பக்கம் பர்ணசாலையில் பிராமணனைப் போலவே இருந்தேன். அரண்மனையுடனான எல்லாச் சம்பந்தங்களையும் துறந்து விட்டிருந்தேன். அரண்மனைக்கும் என் பர்ணசாலைக்கும் இடையே நதி மட்டும்தான் இருந்தது. ஒரு நாளும் அதைக் கடந்து செல்ல வேண்டும் என்று தோன்றவில்லை. அப்பா இறந்து பதினாலு வருஷங்கள் ஓடிவிட்டன. சத்யவதியின் மூத்தமகனான சித்ராங்கதனை ஒரு கந்தர்வன் கொன்றுவிட்டானாம். இரண்டாவது மகன் விசித்திர வீரியனுக்கு பதின்மூன்று வயது. சின்னப் பாலகன். ஒரு நாள் அழுதுகொண்டிருக்கும் அவனை அழைத்துக்கொண்டு அவளே பர்ணசாலைக்கு வந்து விட்டாள். வந்ததுமே தரையைத் தொட்டு வணங்கினாள். "பீஷ்மா, நான் உன் தாய், ஆனாலும் உன்னை நான் வணங்குகிறேன். இந்தப் பக்கம் திரும்பிப்பார்" என்றாள்.

"தொடக்கத்தில் இருந்தே தாய் என்றால் எனக்குப் பெரிய மரியாதையோ பக்தியோ இல்லை. ஆனால் இவள் விஷயத்தில் எப்படிப் பிறந்ததோ தெரியவில்லை. ஆனால் வேத அத்யயனம் செய்வேன் இல்லையா? கருணை வேண்டி வருகிறவரிடம், அதுவும் பெண்ணாக இருக்கும்போது, இரக்கம் கொள்ளாமல் எப்படி இருப்பது? அவள் ஓவென்று அழுதாள். "உன் தம்பி சித்ராங்கதனை ஒரு கந்தர்வன் துவந்த யுத்தத்திற்கு அழைத்து இரண்டு கணங்களிலேயே கொன்று விட்டான். இன்னும் அந்தச் சாவுக்கான காரியத்தைக் கூடச் செய்யவில்லை. அந்தச் கந்தர்வன் நம் தேசத்தின் வடபகுதிகளை வசப்படுத்திக்கொண்டிருந்தானாம். இன்னும் இரண்டு நாள்களில் அஸ்தினாபுரத்தையும் ஆக்ரமித்து அழிக்கப் போகிறானாம். இப்போது நீ வராவிட்டால் எங்களை யார் காப்பாற்றப் போகிறார்கள்? இந்தத் தம்பிக்கு யார் துணை?" என்று வியாதியால் உடல் குன்றிய பையனைத் தரையில் கிடத்தி விட்டு அழுதபடியே சொன்னாள்.

"அரசியலில் ஈடுபடுவதில்லை என்று சபதம் எடுத்துக் கொண்டிருக்கிற பிரம்மச்சாரி நான். என்னால் என்னசெய்ய முடியும்?"

"அப்படியென்றால் உன் தந்தையும் தாத்தாவும் முத்தாத்தனும் தலைமுறையாகப் பாடுபட்டு வளர்த்துக் கட்டிக் காத்த தேசத்தை யாரோ ஒருவன் சூறையாட விட்டு விடுவதா? நான் ஒரு பெண், என்னால் என்ன செய்ய முடியும்? என் அப்பாவும் இறந்து விட்டார். இந்தப் பிள்ளைக்கு மீன்பிடிக்கக் கூடத் தெரியாது. இருக்கட்டும். நானே அதைக் கற்றுக் கொடுத்து, இவனுக்கு இன்னொரு வழியைக்

காட்டுகிறேன்."

"உன்னையும் உன் பிள்ளையையும் காப்பாற்றும் பொறுப்பு எனக்கிருக்கட்டும்."

"அதற்கு மட்டும் நான் இங்கே வரவில்லை. இந்த ராஜ்ஜியத்தின் மேல் உனக்கு ஆசையில்லாமல் இருக்கலாம். எனக்கும் இப்போது இல்லை. உண்மையைச் சொல்ல வேண்டுமென்றால், இரண்டு தோணிகளையும் நான்கு துடுப்புகளையும் மட்டுமே சமாளிக்கத் தெரிந்தவர்களுக்கு ராஜ்ஜியத்தைச் சமாளிப்பது சிரமம் என்று எனக்கு இப்போது புரிந்துவிட்டது. எனக்கு இந்த ராஜ்ஜியத்தின்மேல் துளியும் ஆசை இல்லை. ஆனால் உன் அப்பாவைத் திருமணம் செய்துகொண்டு இந்த அரண்மனைக்கு வாழ வந்து பத்தொன்பது ஆண்டுகள் ஓடி விட்டன. அவரோடு மூன்று வருஷகாலம் மனைவியாக வாழ்ந்தேன். அதற்காகவாவது இந்த ராஜ்ஜியம் இன்னொருவன் கைக்குச் சென்று வீணாக விடக்கூடாது. அப்படி விட்டுவிட்டால் உன் அப்பாவுக்கும், அவர் மூதாதையர்களுக்கும் துரோகம் செய்த மாதிரி இருக்கும். அதனால் தான் உன்னிடம் வந்திருக்கிறேன். ஒரு மீனவப் பெண்ணுக்கே இந்த ராஜ்ஜியத்தின் மீது இவ்வளவு பற்று இருக்கும் போது, உன் அப்பாவுக்குப் பிறந்து வீராதி வீரன் என்று பெயர் வாங்கி இருக்கிற உனக்கு எந்தக் கடமையும் இல்லையா?"

"தர்க்க ரீதியாகத் தருமத்தைப் பற்றிப் பேச இவள் எப்பொழுது கற்றாள்? எனக்கு ஆச்சரியமாக இருந்தது. முதலில் சில நாட்களில் அரண்மனையில் அவளுடைய பேச்சு வழக்கத்தைக் கவனித்திருந்தேன். கூச்சமாக இருக்கும். அருவருப்பாகவும் இருக்கும். மனசுக்குள்ளேயே சிரித்துக் கொள்வதுண்டு. இப்போது எவ்வளவோ தூரத்துக்குப் பண்பட்டைந்திருக்கிறாள் என்று தோன்றுகிறது. என்னிடமே தருமத்தைப் பற்றியும், கடமையைப் பற்றியும், தந்தைக்காற்றும் கடமையைப்பற்றியும் எடுத்துச் சொல்லி என்னை என்னமோ பண்பாடற்ற ஆள் என்பதுபோல குத்திக் காட்டிப் பேசினாள். மனசின் ஒரு மூலையில் கோபம் வந்தது. சந்தோஷமாகவும் இருந்தது. கடைசியில் ஒரு வகையான திருப்தியும் இருந்தது. பயம் விலகி விட்டது."

"எனது பதிலை நாளைக்குச் சொல்கிறேன். இப்போது நீ போ" என்றேன்.

"அதற்குள் அஸ்தினாவதியின் மேல் கந்தர்வன் முற்றுகை யிட்டு விட்டால்..." என்று அவள் கேட்டாள்.

"ஒரு பெண் வந்து ஆணிடம் கெஞ்சுவதைப்போல தர்ம சங்கடமான விஷயம் வேறெதுவும் இல்லை. அது மட்டுமல்லாமல்,

எனக்குத் தொடக்கத்திலிருந்தே இந்தக் கந்தர்வர்கள் மீது கோபமிருந்தது. என்னைப் பெற்ற தாயின் மலைப்பகுதியில் அவர்களும் ஒரு பிரிவினர்தானே. 'சரி வா. அஸ்தினாபுரத்தைக் காப்பாற்றிவிட்டுத் திரும்புகிறேன்' என்று எழுந்தேன். படகுக்காரன் படகை ஓட்டும் போது நான் ஒரு மூலையில் நின்றிருந்தேன். அவள் நடுவில் இருந்தாள். பயத்தால் அவள் கால்களை உறுதியாகப் பிடித்துக் கொண்டிருந்தான் அவள் மகன்.

"அரண்மனைக்கு நான் திரும்பிய செய்தி நகரெங்கும் பரவி விட்டது. சந்தனுவின் வீரமகன் பிரம்மச்சாரி. பதினாறு ஆண்டுகளுக்கப்புறம் நதியைக் கடந்து ஊருக்கு வந்துள்ளான். பார்க்க மக்கள் அலை மோதினார்கள். வீரர்களை அழைத்தேன். ராஜ்ஜியத்தில் நல்ல வீரர்களே இல்லை. ஒவ்வொரு கிராமத்துக்கும் சொல்லி அனுப்பி நல்ல வாட்டசாட்டமான வீரர்களை வரவழைத்தேன். மறந்து போயிருந்த விற்பயிற்சியை நானும் தொடர்ந்தேன். அவர்களுக்கும் பயிற்சிகொடுத்தேன். ஆனால் அந்தக் கந்தர்வன் வரவில்லை. அவன் வசப்படுத்திய வட பகுதிகளை விட்டுவிட்டுக் கிளம்பிப் போய் விட்டானாம், செய்தி கிடைத்தது. படையைத் திரட்டிக் கொண்டு நானே வடபகுதிக்குச் சென்றேன். அந்த மக்கள் மூலம் கந்தர்வனின் இருப்பிடத்தைத் தெரிந்து கொண்டேன். அங்கேயே சென்று அவனுடைய இடத்தை முற்றுகையிட்டுத் தாக்கினேன். மலையில் போரிடுவது மிகவும் சிரமம். ஏறிச்செல்வதற்குள் இதயம் வெடித்து விடும். சீக்கிரமே சோர்வடைய நேரும். ஆனால் அவர்களுக்கு அது பழகிய ஒன்று. இருந்த போதிலும் அவர்களை நான் வென்றேன். அவன் இறந்தான். குருவம்சத்தின் மரியாதை தப்பியது. ஊருக்குத் திரும்பிவந்து, கந்தர்வனைக் கொன்றுவிட்ட விஷயத்தைச் சின்னம்மாவிடம் சொல்லி விட்டு அன்றைய இரவே நதியைக் கடந்து பர்ண சாலைக்கு வந்துவிட்டேன். என்னைப் பொறுத்தவரைக்கும் தந்தைக்காற்றும் கடமையைச் செய்துவிட்டேன். "மறுநாள் அவள் மீண்டும் மகனைத் தூக்கிக் கொண்டு வந்து விட்டாள்.

"பீஷ்மா நீ சிரஞ்சீவியாக இரு. நானும் என்னை ஆரியப் பெண்ணாக எண்ணிக் கொள்வதால் உன்னை மகனாக எண்ணி ஆசீர்வதிக்கிறேன். ராஜ்ஜியத்திற்கு வர இருந்த ஆபத்தைத் தடுத்தாய். ஆனால் இங்கு வந்து உட்கார்ந்து விட்டாய். ஆனால் நீ காப்பாற்றிய ராஜ்ஜியத்தை யார் அரசாள்வது? உன் சபதம் எனக்குத் தெரியும். நீ சிம்மானசத்தில் உட்கார்ந்து உன் விரதத்துக்கு ஊறு விளைவித்துக் கொள்ளுமாறு சொல்லவில்லை. அருகில் இருந்து ஆட்சி நிர்வாகத்தைப் பார். இந்தச் சிறுவன் சரியான முறையில் நிலைகொண்ட பிறகு, உனக்கு விருப்பமிருந்தால் இங்கேயே திரும்ப வந்துவிடு. இதைச் செய்யவில்லை என்றால், இப்போது நீ போய் அந்தக் கந்தர்வனைக்

கொன்று வந்ததில் எந்தப் பொருளும் இல்லை..."

"ராஜ்ஜியத்தைத் துறந்து வந்தவனை மீண்டும் ராஜ்ஜியமே இழுத்துக் கொண்டது. அருகில் போன பிறகுதான் அதுவரை ஆட்சி எப்படி நடந்து வந்தது என்ற விவரம் தெரியவந்தது. மீன்காரப் பெண்ணை அப்பா மணந்துகொண்ட பிறகு, மீன்காரக் கிழவன் மெல்ல மெல்ல உள்ளே வந்து அரண்மனையில் ஒட்டிக்கொண்டான். அப்பா அந்தப் பெண்ணின் மோகவலையில் சிக்கியிருந்தார். அந்த மோகத்திலேயே உயிரையும் விட்டார். மெல்ல மெல்ல அந்த மாமனாரின் ஆட்சி தொடங்கிவிட்டது. தகுதி இல்லாதவன் உயர்ந்த பதவி வகிக்க ஆசைப்பட்டால், அந்தப் பதவிக்கு மட்டுமல்லாமல் அதற்குக் கீழே இயங்குகிற எல்லா இடங்களும் அசிங்கமாகிவிடும். முதன்முதலில் தன் தகுதியின்மையை அறிந்தே மக்களிடம் மிகவும் கண்ணியமாக நடந்துகொண்டானாம். மெல்ல மெல்ல சர்வாதிகாரியாக மாறி விட்டானாம். மக்களுக்கு அரசாட்சி மீதே நம்பிக்கை இல்லாமல் போய்விட்டது. யாராவது வெளியிலிருந்து ஆள் வந்து இவனுடைய பிடியிலிருந்து விடுவித்தால் போதும் என்று மக்கள் அனைவரும் நினைக்கிற அளவு ஆகிவிட்டது. இப்படித்தான், மக்களின் விருப்பத்திற்கிணங்கியே அந்த வடபகுதியில் கூடக் கந்தர்வன் நுழைந்து விட்டான். இந்தப் பாட்டனால் பயிற்சியளிக்கப்பட்டவன்தானாம் அந்த சித்திராங்கதன். கண்ணியத்துக்கும் அகங்காரத்துக்கும் வித்தியாசம் தெரியாத அந்தப் பையனுக்குப் பன்னிரண்டு வயதானபோது கிழவன் இறந்துவிட்டானாம். நதிக்கு மறுகரையில் இருந்த எனக்கு இது எதுவுமே தெரியாது. நான் உண்டு, என் வேதப்பயிற்சி உண்டு என்று இருந்தேன். பையன் அரசாட்சிப் பொறுப்பை எடுத்துக் கொண்டான். காளியின் வயிற்றில் பிறந்தவன் அரசனாகி விட்டான். அந்த மீன்காரக் கிழவனின் ஆசை பலித்து விட்டது. அவனுடைய மகளின் ஆசையும் பலித்துவிட்டது. இந்த ராஜ்ஜியத்தின் படையில் சேர யாரும் முன்வரவே இல்லை. முதலிலிருந்தே வேத விற்பன்னர்களுக்குப் பெயர் போன நாடு இது. இந்த மீன்காரனின் பேரனுடைய ஆட்சியில் நிலை இன்னும் மோசமாகத்தான் போகுமே தவிர, சீரடையாது என்று எண்ணிய மக்கள் மெல்ல மெல்ல நாட்டை விட்டு வெளியேறி வேறுவேறு நாடுகளுக்குச் சென்று தஞ்சம் புகுந்தார்கள். குறிப்பாகப் பலர் பாஞ்சால தேசம் அடைந்தார்கள். யாரும் வரி கட்டவில்லை. ஆட்சி நிர்வாகமே குழம்பியது. குதிரை ஏறி அந்த அரசனே சென்று வீட்டின் முன் நின்று திட்டினால், ஏதோ கொஞ்சம் தானியம் கொடுத்தார்களாம். வடபகுதியில் முற்றுகையிட்ட கந்தர்வனை இவன் எதிர்த்துப் போரிடச் சென்ற போது "உன் பேர் என்ன?" என்று கேட்டானாம் அவன்.

"அரசன் சித்ராங்கதன்."

"இது அரசன் சித்ராங்கதனுக்குச் சொந்தமான இடம் இல்லையா?"

"ஆமாம்."

"என் பெயர்தான் சித்ராங்கதன். எனவே இது என்னுடைய ராஜ்ஜியம் தான் என்று நீயே ஒத்துக் கொண்டுவிட்டாய்."

"என் பெயர்தான் சித்ராங்கதன்."

"நாற்பது வருஷங்களாக என்னை எல்லோரும் சித்ராங்கதன் என்றுதான் அழைக்கிறார்கள். உன்னை எத்தனை வருஷங்களாக அழைக்கிறார்கள்?"

"பதினேழு வருஷங்களாக."

"அப்படியென்றால் யாருக்கு அதிக அனுபவம் இருக்கிறது? எனக்கு முதலில் வைத்த பெயர் அதுதான். அதை உன் அப்பா உனக்கும் பெயராக சூட்டி இருக்கிறான். இப்பொழுதே நீ போய் உன் அம்மாவிடம் சொல்லி வேறு பெயரை மாற்றி வைத்துக் கொண்டு வா. அதற்கப்புறம் பேசலாம்."

பதில் சொல்லத் தெரியாமல் குழம்பித் தவித்த இவனைப் பார்த்த இவனது வீரர்களே விழுந்து விழுந்து சிரித்தார்களாம். அதற்கப்புறம் கையில் வாளோடு பாய்ந்து வந்து அவன் கழுத்தை வெட்டியதும் உடன் வந்த வீரர்கள் அனைவரும் ஓடி மரங்களுக்குப் பின் மறைந்து கொண்டார்கள். மக்கள் நிம்மதிப் பெருமூச்சு விட்டார்கள்."

மரங்கள் அடர்ந்த பகுதி முடிந்து சிறிது தூரம் வெட்ட வெளிப்பரப்பு வந்தது. குளிர்காற்று வீசத் தொடங்கியது. தன் கம்பளியால் நன்றாக இழுத்துப் போர்த்திக்கொண்டார் பீஷ்மர். "தாத்தா இன்னொரு கம்பளி போர்த்தி விடட்டுமா?" என்று சுகேசன் கேட்டான். "வேண்டாம். இதுவே பாரமாக இருக்கிறது." என்றார் பீஷ்மர். அவர் அந்தக் கம்பளிக்குள்ளேயே ஒரு பக்கமாய்ச் சாய்ந்து உட்கார்ந்தார். ரதம் தூக்கித் தூக்கிப் போட்டது. பாதை சரியாக இல்லை. சரியாகக் கண்காணிக்கப்படவில்லை. முனிவர்கள் இருக்கும் இடம் என்று அலட்சியப்படுத்தி இருக்கிறார்கள் என்று எண்ணியபடி எழுந்து உட்கார்ந்தார். இப்படிப்பட்ட பாதையில் படுத்து அவஸ்தைப் படுவதைவிட எழுந்து உட்கார்வதே மேல் என்று தோன்றியது. சிறிது நேரப் பயணத்திற்குப் பின்பு வெட்ட வெளிப்பரப்பு மறைந்து மரங்களடர்ந்த பகுதி தொடங்கியது. ராஜ்ஜியத்தை மீண்டும் நல்ல நிலைக்குக்கொண்டு வர தான் பட்ட கஷ்டங்களையெல்லாம் நினைத்துக் கொண்டார் பீஷ்மர். மீண்டும் நினைவுகள் அவரை அலைக்கழித்தன. இறந்த காலம் முழுக்கக் கண்முன்னே நிழலாடியது.

“மக்களிடமிருந்து வரி வாங்குவது அப்படியொன்றும் சிரமமில்லை. தகுதியான ஆட்களைத் தேர்ந்தெடுத்து அந்த வேலையை ஒப்படைக்க வேண்டும். இருபத்தைந்து வயது வரை இளவரசனாக இருந்த எனக்கே ஆட்சி நுணுக்கங்கள் சரியாய்த் தெரியாது. எல்லாவற்றையும் புதுசாகத்தான் வடிவமைக்க வேண்டி இருந்தது. வசூலித்த வரிப்பணத்தை மக்கள் பாராட்டும்படியான காரியங்களில் செலவு செய்ய வேண்டும். மக்கள் தம்மைப் பாராட்டுகிறார்கள் என்கிற பிரமை எல்லா அரசர்களுக்கும் இருக்கும். ஆனால் மக்களின் மனசில் உண்மையிலேயே என்ன இருக்கிறது என்கிற விஷயம், இன்னொரு நாட்டுப் படையால் ஒரு நாடு தாக்கப் படும்போதுதான் தெளிவாகத் தெரியும். தேசத்தை விட்டுப் போயிருந்த பண்டிதர்களையும் வல்லுநர்களையும் திரும்பி வருமாறு அழைக்க வேண்டி இருந்தது. இதற்கு இதே தேசத்தில் இன்னும் எஞ்சியிருந்த அவர்களுடைய சொந்தக்காரர்கள் சிலரையோ அல்லது அவர்களது சீடர்களையோ பயன்படுத்த வேண்டியிருந்தது. இதற்கெல்லாம் ஆற்றல் தேவையாயிருந்தது. ஆற்றலைக் காட்டிலும் அதிக அளவில் சூட்சுமம் தெரிந்திருப்பது அவசியமாக இருந்தது.

“இதற்கிடையே அந்தப் பையன் விசித்திரவீரியனுக்கு கல்வி புகட்ட வேண்டியிருந்தது. நல்ல பண்பாடு உள்ளவனாக மட்டுமல்ல, நல்ல க்ஷத்திரியனாகவும் மாற வேண்டியிருந்தது. இவையெல்லாம் என்ன சாதாரண வேலைகளா?” என்று எண்ணிக்கொண்டிருக்கும் போதே ரதம் மீண்டும் மீண்டும் குலுங்கத் தொடங்கியது. சாரதி மெதுவாகவே சென்றுகொண்டிருந்தான். வழியே இப்படி இருக்கும் போது என்னதான் சாமர்த்தியமான சாரதியாக இருந்தாலும் என்ன செய்ய முடியும் என்று நினைத்தபடி சுற்றிலும் அடர்ந்திருந்த காட்டினிடையே தன் பார்வையை ஓட்டினார். அடர்த்தியான மரங்களிடையே இருந்து காற்று வீசும் சத்தத்தைக் கேட்டார் அவர்.

* * *

யானை மேல் உட்கார்ந்து வந்த பறையறிவிப்பவனின் பறை முழக்கச் சத்தத்தைக் கேட்டதும், அங்கங்கே பேசிக் கொண்டிருந்த படைவீரர்கள் அனைவரும் தத்தம் பேச்சை நிறுத்திவிட்டுக் காதுகளைக் கூர்மையாக்கிக் கொண்டனர். பாரமிழுத்த எருதுகள், போர் யானைகள், குதிரைகள் அனைத்துமே வீரர்களைப் போலவே உற்சாகமிழந்து காணப்பட்டன. பறையறிவிப்பாளனின் செய்திகளை எல்லாரும் கவனத்துடன் கேட்டனர். சரியாகப் புரிந்துகொள்ள முடியாதவர்கள் பக்கத்தில் இருப்பவர்களைக் கேட்டனர். “பாண்டவர்கள் தம் தந்தைக்கு நேரிடையாய்ப் பிறக்கவில்லை. கௌரவ வம்சத்தைச் சேர்ந்தவர்களே இல்லை. அதனால் ராஜ்ஜியத்தை அவர்களுக்குத் தரமுடியாது என்று

துரியோதனன் சொல்கிறார். இது சரிதான் என்று நினைப்பவர்கள் துரியோதன மகாராஜாவின் பக்கத்தில் இருந்து போராடலாம். இது சரியில்லை என்று நினைக்கிறவர்கள் எதிரிகள் பக்கம் சென்று சேர்ந்து கொள்ளலாம். அல்லது அவரவர்கள் ஊருக்குச் செல்லலாம்" என்பதுதான் செய்தியின் சாரம். வீரர்களுக்கெல்லாம் மனசிலிருந்து ஏதோ பாரம் விலகியதுபோல இருந்தது. அதே சமயத்தில் குழப்பம் மிகுந்தது. யுத்தத்தை நினைத்து பயந்து கொண்டிருந்தவர்களுக்கு ஏதோ காய்ச்சல் விலகியபோல இருந்தது. உற்சாகமாக இருந்தவர்கள் தளர்வடைந்தார்கள். "இதன் பொருள் நீ நினைப்பது போல இல்லை. யுத்தம் செய்ய விருப்பம் இல்லாதவர்கள் மட்டும் செல்லலாம் என்பது தான் இதன்பொருள்' என்று பக்கத்திலிருப்பவர்கள் விவரித்த பிறகுதான் சிலர்க்கு நிராசையின் அளவு குறைந்தது. ஆனாலும் பொங்கி வந்த உற்சாகத்தைத் தடுத்தது போல இருந்தது இந்த அறிவிப்பு.

பின்வரிசையில் இருந்த காலாட்படைகளுக்கு இந்த அறிவிப்பு காதில் விழவே இல்லை. சரியான முறையில் உணவும் தண்ணீர் வசதியும் இல்லாமல் கோபமுடன் இருந்த அவர்கள் குதிரை வீரர் களுக்கும் யானைப்படை வீரர்களுக்கும் இருந்த வசதிகளை நினைத்து வெளிப்படையாகவே திட்டத் தொடங்கினர். தாம் முழுக்க முழுக்கப் புறக்கணிக்கப்பட்டதைப் போலவே அவர்கள் உணர்ந்தார்கள். எல்லாப் போர்களிலும் தம் தலைவிதியே இப்படித்தான் என்று நொந்து கொண்டிருந்த சமயத்தில் வயிற்று உபாதையைத் தணித்துக் கொள்வதற்காகக் குதிரைப்படை வீரர்கள் இருக்கும் பக்கம் போய்வந்த சில வீரர்கள் பறையறிவிக்கப்பட்ட செய்தியின் விவரங்களைச் சொன்னார்கள். செய்தியைக் கேட்டதும் அனைவரும் மகிழ்ந்தார்கள். ஒருவர் மற்றவர்க்குச் செய்தியைப் பரப்பச் சிறிது நேரத்துக்குள்ளேயே அந்தக் குழுவில் இருந்த இருநூறு பேர்களுக்கும் செய்தி எட்டி விட்டது.

குளித்துத் துணிதுவைத்துக்கொள்ளக் கூட தண்ணீர் இல்லாமல் முதுகில் இருந்த வியர்வை அழுக்கை இடது விரல்களால் தேய்த்துத் தேய்த்துச் சுரண்டியபடி இருந்த ஒருவன், "அஸ்தினாபுரத்திலாவது நதி இருந்தது. ஆனால் நாம் முகாமிட்டது நான்கு மைல் தொலைவு தள்ளி. எங்கள் ஊர் இதுபோல இல்லை. எங்கு வேண்டுமென்றாலும் தண்ணீர் கிடைக்கும். பாழாய்ப்போன ஊர் இது. எதற்கும் வசதியே இல்லை. பேசாமல் கிளம்பிச் சென்றுவிடலாம்" என்றான்.

"ஆமாம். ஆமாம். எல்லோருமே ஊருக்குக் கிளம்பிச் செல்லலாம்."

"அப்படியென்றால் பாண்டவர்கள் குருவம்சத்தைச் சேர்ந்தவர்கள் தான் என்று சொல்கிறாயா நீ..." என்று இன்னொருவன் கேட்டான்.

“பாண்டவர்கள் என்றால் யார்? குருவம்சம் என்றால் என்ன?” என்று அழுக்கைச் சுரண்டியபடி இருந்தவன் கேட்டான்.

“அது கூடத் தெரியவில்லையா முட்டாள். நாம் இப்போது போர் தொடுக்கப்போவது பாண்டவர்கள் மீது. குருவம்சத்தைச் சேர்ந்தவர்கள் கௌரவர்கள். அஸ்தினாபுரத்துக்காரர்கள்” என்று எதிரிலிருந்தவன் தனக்குத் தெரிந்த அளவு எடுத்துச் சொன்னான்.

நன்றாக விவரம் புரிந்த ஒருவன் சிரித்தான். அவன் சிரிப்புக்குக் காரணம் புரியாமல் விழித்தார்கள் சிலர். “நம்மை நாட்டுப்புறம் என்று சொல்வது சரியாய்த்தான் இருக்கிறது. கௌரவ வம்சத்தைப் பற்றிய விஷயத்தைத் தெரிந்து கொள்ளாதவன் எப்படிப்பட்ட ஆரியன்?” என்று மற்றவர்களைக் கிண்டல் செய்தான் முதலில் சிரித்தவன்.

“நாம் ஒன்றும் இந்த ஆரியவர்த்தத்தைச் சேர்ந்த ஆரியர்கள் அல்லவே. ஏறத்தாழ இருபத்தைந்து நாள் பயணம். காந்தாரத்தையும் தாண்டிச் செல்லவேண்டும். எங்கள் பக்கத்தில் இப்படியெல்லாம் புழுக்கமிருக்காது. இதைத் தெரிந்து கொண்டு நமக்கு என்ன ஆகப் போகிறது?” தன் வியர்வை அழுக்கை முகர்ந்து பார்த்துவிட்டு அருவருப் போடு வீசிய பிறகு மீண்டும் நடு முதுகில் சொறிய ஆரம்பித்தவன் அவனது சிரிப்பைத் தடுத்தான்.

“எது எப்படியானால் என்ன, ஊருக்குச் செல்ல விரும்பு கிறவர்கள் போய்க் கொள்ளலாம் என்று சொன்னார்கள். இல்லையா, அது போதும், நாம் எல்லாருமே புறப்பட்டுச் செல்லலாம்” என்று வயதில் மூத்தவனாக இருந்தவன் சொன்னதும் எல்லோரும் அதற்கு ஒப்புக் கொண்டனர்.

“கௌரவர்கள் என்றாலும் யார் என்று தெரியவில்லை. பாண்டவர்கள் என்றாலும் யாரென்று தெரியவில்லை. ஊருக்குப் போகலாம் என்று சொன்னதுமே போய்விடமுடியாது என்பது கூடத் தெரியவில்லை. சரியான முட்டாள்கள்தான் நீங்கள்” என்று முதலில் கிண்டல் செய்தவன் மீண்டும் சொன்னான்.

“ஏன் இங்கிருந்து போக முடியாது?” என்று அடிப்பதுபோல கையை ஓங்கிக் கொண்டு ஒருவன் கேட்டான். பின்புறத்தில் ஒரு குதிரை கனைத்தது. தொடர்ந்து இன்னொரு குதிரை கனைத்தது. அதைத் தொடர்ந்து இருபது இருபத்தைந்து குதிரைகள் கனைத்தன. “அவற்றின் பாடு பரவாயில்லை. ஆண் குதிரைகள் பெண் குதிரைகள் இரண்டையுமே அழைத்து வந்திருக்கிறார்கள்” என்று சொன்னபடி மீண்டும் சிரித்தான் அவன்.

“இந்த ஆரிய வர்த்தக்காரார்களுக்கு குதிரைகள் பற்றிய ரகசியம் புரியாது என்று இதற்காகத்தான் சொல்கிறார்கள். குதிரைகளைப்

பற்றிய ரகசியங்கள் நம் பக்கத்து ஆண்களுக்குத் தெரிந்திருப்பது போல..." என்று சொல்லிக் கொண்டிருக்கும்போதே முதலில் கை ஓங்கிக் கொண்டு வந்தன, "ஏன் போக முடியாது, அதற்குப் பதில் சொல் முதலில்" என்று கேட்டான்.

விவரமறிந்தவன், "எவன் முட்டாளில்லையோ அவன் சொல்லட்டுமே" என்றான்.

"அது என்ன வேத ரகசியமா? நான் சொல்கிறேன் கேள்," என்று தலைப்பாகை சுற்றியவன் சொல்லத் தொடங்கினான்: "எங்கள் அரசனின் மனைவி காந்தார தேசத்துக்காரி. காந்தார தேசத்துப் பெண்ணுக்குப் பிறந்தவனாம் இந்த கௌரவர்களின் அரசன். அதனால்தான் எங்கள் அரசன் இவர்கள் பக்கம் சேர்ந்து போரிடுகிறார்கள். அரசன் சொல்லும் பக்கத்தில் காலாட்படையாக நின்று போரிடுகிறவர்கள் நாங்கள். ஊருக்குப் போகப் போவதாகச் சொன்னால் யார் விடப் போகிறார்கள்?"

"அப்படியென்றால் எதற்காகப் பறையறிவிக்க வேண்டும்?" என்று மூன்று வீரர்கள் ஒரே குரலில் கேட்டார்கள். ஆனால் தலைப்பாகைக் காரனின் வார்த்தைகள் உண்மை என்று எல்லாரும் ஒத்துக் கொண்டார்கள். லேசான மனம் மீண்டும் பாரமாகத் தொடங்கியது. பின்பக்கம் குதிரைகளின் குளம்புச்சத்தம் கேட்டது. எல்லாரும் திரும்பிப் பார்த்தார்கள். குதிரைக்காரர்கள் நீளமான மூங்கிலைக் கையில் பிடித்து குதிரைகளை விரட்டிக்கொண்டிருந்தார்கள். அசையா திருந்த குதிரைகளுக்கு நல்ல அடிகள் விழுந்தன. குதிரைகள் ஒரு வழியாகக் கட்டுப்பட்டன. ஆனால் தனது எதிர்ப்பைக் கைவிட வில்லை.

தம் ஆட்களின் குதிரை ரகசியத்தைப் பற்றிய ஞானத்தைக் குறித்துப் பேசியவன். "நானும் பார்த்துக் கொண்டுதான் இருக்கிறேன். சில சைகைகள் மூலம் குதிரைகளோடு பேசுகிறவர்கள். இங்கும்தான் இருக்கிறார்கள். அந்த ஆளைப் பாருங்கள். அதோ அந்தச் சிவப்புக் குதிரையின் மீது சவாரி செய்கிறானே, அவன்தான். அதன் வயிற்றில் சேணம்பூட்டுகிறானே, அவன் நிச்சயம் அவர்களில் ஒருவனாகத் தான் இருக்க வேண்டும். ஒரு புதிய ஆள் இதைச் செய்ய முடியாது. நிச்சயம் அவன் எங்கள் ஆள்களிடமிருந்துதான் இதைக் கற்றுக் கொண்டிருக்க வேண்டும். இதை நான் உறுதியாகச் சொல்வேன்." என்றான்.

குதிரைக்காரன் எல்லாக் குதிரைகளையும் தன் கட்டுப் பாட்டுக்குக் கீழ் கொண்டு வந்தான். அவற்றை அவன் கட்டிய முறையையும் அவர்களுக்குக் கட்டினான். ஆட்கள் அவனுக்குக் காட்டிய மரியாதையை வைத்து அவன் முக்கியமான ஓர் ஆள்தான்

என்று தெரிந்தது. ஐம்பதையொட்டிய வயது. சிவப்பு நிறம். நல்ல உயரம். இறுகக் கட்டிய குதிரைக்காரனுக்குரிய உடை. முகத்தில் ராஜவசம்சத்துக்களை. ஆனால் தலையில் எந்தக் கிரீடமும் இல்லை. இளவரசர்களுக்குரிய சின்னக் கிரீடமும் இல்லை. தலையில் வெறுமனே தலைப்பாகையைச் சுற்றி இருந்தான்.

குதிரையின் மேல் உட்கார்ந்த வண்ணம் துரியோதனனின் படைக்குதிரைகளையெல்லாம் சோதித்துப் பார்த்தான் யுயுத்ஸு. அவற்றின் முகங்கள், கண்ணில் தெரிந்த சுறுசுறுப்பு எல்லாவற்றையும் பார்த்தான். அவற்றின் சாணத்தையும் சிறுநீரின் நிறத்தையும் கூடப் பரிசோதித்துப் பார்த்து குதிரைகளின் ஆரோக்கிய நிலைமையை உறுதிப்படுத்திக்கொண்டான். நோயின் அறிகுறி தெரிந்த ஒரு சில குதிரைகளுக்கு மட்டும் தக்க மருந்துகளைக் கொடுக்கச் சொல்லி விட்டு ரதங்களிலிருக்கும் பக்கம் சென்றான். எதிரே வந்து கொண்டிருந்த துச்சாதனன் யுயுத்ஸுவைப் பார்த்து, "எல்லாம் சரியாக இருக்கிற தில்லையா? ரதங்களில் பூட்டப்படும் குதிரைகளையும் ஒருமுறை பார்த்து விட்டாயா?" என்று கேட்டான்.

யுயுத்ஸு எதுவும் பேசவில்லை. துச்சாதனனும் எதுவும் கேட்க வில்லை. வேறு அலுவல்கள் இருந்ததால் உடனே புறப்பட்டுப் போனான். ரதங்களில் இன்னும் குதிரைகள் பூட்டப்பட்டிருக்கவில்லை. ஆனால் சவாரிக் குதிரைகளில் இருந்து அவை தனிமைப்படுத்தப்பட்டுக் கட்டப் பட்டிருந்தன. அவற்றை நெருங்கும் தருணத்தில் யுயுத்ஸு மனத்தை மாற்றிக் கொண்டான். அடுத்தபடி வேறு எங்கே போவது என்று தெரியாமல் குழப்பத்தோடு சிறிது நேரம் இருந்துவிட்டுப் பிறகு வலப்புறமாகக் குதிரையைத் திருப்பிச் சென்றான். யானைமேல் உட்கார்ந்து முரசடித்துக்கொண்டு வந்தவன் வெகு அருகில்தான் செய்தியறிவித்துக் கொண்டிருந்தான். ஏற்கனவே விஷயம் தனக்குத் தெரியும் என்றாலும், சில முறைகள் முரசறிவிப்பவன் வாயிலாகவே கேட்டிருந்தாலும், இன்னொரு முறையும் கேட்க நினைத்துக் குதிரையை நிறுத்தினான். "துரியோதனனின் அணியில் இருக்க விருப்பமில்லாதவர்கள் எதிரிகள் அணியில் சேர்ந்துகொள்ளலாம். அல்லது யுத்தமே வேண்டாமென்று ஊருக்கும் திரும்பிச் செல்லலாம். நாளை அதிகாலைக்குள் தீர்மானித்துக்கொள்ள வேண்டும்" எங்காவது தொலைவாகப் போய் உட்கார்ந்து ஆலோசிக்க வேண்டும் என்று தோன்றியது. ஆனால் எங்குதான் போவது? எங்கெங்கு பார்த்தா லும் காலாட்படைகள், குதிரைகள், ரதங்கள், யானைகள், அஸ்தினா புரத்திலிருந்து பொருள்களை ஏற்றிக்கொண்டு வரும் மாட்டு வண்டிகள். குதிரைச் சவாரி செய்யும்போதுதான் தன்னால் சுறுசுறுப்பாக யோசிக்க முடியும் என்று தோன்றியது. ஆனாலும் இப்பொழுது எதுவுமே தோன்றாமல் குழப்பமாக இருந்தது. களைப்பாலா அல்லது

மூன்று இரவுகளாகத் தொடர்ந்து தூங்காமலேயே இருந்ததாலா... ஒன்றும் புரியவில்லை. ஐம்பது வயதுக்குப் பிறகும் குதிரைமேலே உட்கார்ந்து யோசிப்பது சாத்தியமில்லையோ என்று தோன்றியதும் 'அதுதான் இருக்கும்' என்று முடிவு கட்டினான். யுத்தம் வேண்டாம் என்கிறவர்கள் ஊருக்குச் சென்று விடலாம் அல்லது எதிரிகளின் அணியில் சேர்ந்து கொள்ளலாம். சமாதானமா, சண்டையா, என்று பேச்சு வந்து ஆறுமாதகாலம் ஓடிவிட்டது. துரியோதனனனின் முடிவு பற்றி எந்த விதமான சந்தேகமும் அவனுக்கு இல்லை. ஆனால் யுத்தம் புரிகிற அளவுக்குப் பாண்டவர்களிடம் சக்தி இருக்குமா என்கிற சந்தேகம் இருந்தது. இப்பொழுது அவர்களும் எங்கெங்கோ அலைந்து படைத்திரட்டிக் கொண்டு வந்துள்ளார்கள். தொடக்கத்திலிருந்தே இந்த யுத்தம் நடப்பதை விரும்பவில்லை அவன். அதைத் துரியோதனனிடமும் வெளிப்படுத்தி இருந்தான். ஆனால் யாரும் அவனது பேச்சைக் கேட்கவில்லை. அப்போது அவன் உட்கார்ந்திருந்த குதிரை கனைத்தது. தன் முன்னங்கால்களை உயர்த்தி எகிறியது. என்ன ஆயிற்று இதற்கு என்று நினைத்து அதை அடக்க முயற்சித்தான். தன் முடிவைச் சுயவிமர்சனத்துக்கு உட்படுத்தினான். உண்மையிலேயே தனக்கு யுத்தம் தேவையில்லையா அல்லது வேறு ஏதாவது காரணமா என்று யோசித்து உறுதிப்படுத்த விரும்பினான்.

"யுத்தம் வேண்டுமா, அல்லது வேண்டாமா என்பதல்ல பிரச்சினை. இந்தக் குடும்பத்தில் பிறந்தாகி விட்டது. காந்தாரியின் பணிப் பெண்ணாகிய அம்மாவுக்கும் திருதராஷ்டிரனுக்கும் பிறந்தேன். 'உன் அப்பா திருதராஷ்டிரன்தான்' என்று அம்மா சொல்கிறாள். அவரைப்பற்றி பேசும்போது அப்படியே மயங்கி உருகுகிறாள். சாஸ்திர சம்பிரதாயப்படி திருதராஷ்டிரனை மணந்து கொண்டவள்தானே என்பதுபோல பேசுகிறாள் அவள். ஆனால் திருமணம் என்கிற எந்த முறையும் இல்லை. இருந்த போதிலும் ஒரு மனைவிக்குரிய பக்தியை அவள் காட்டினாள். திருமணமாகிப் போகிற பெண்ணோடு அவளுக்குத் துணையாக இருக்கவும், அவளுடைய கணவனின் படுக்கையில் அவனுக்குச் சுகம்தரவும் சில அழகான பெண்களையும் அனுப்புவது க்ஷத்திரியர்களின் வாடிக்கை, அதன்படி ராணி காந்தாரியோடு தோழியாக வந்தவள் என் அம்மா. காந்தார அரசன் அந்த அளவுக்குப் பெரிய செல்வந்தன் இல்லை. அதனால் அவளோடு வெறுமனே பத்துப் பெண்களை மட்டுமே அனுப்பினான். இன்றைக்குக் கூட காந்தாரி அம்மாவைத் தோழி என்றுதான் அழைக்கிறாள். கண்ணைக் கட்டிக்கொண்ட காந்தாரியோடு கூடமாட நடப்பவள் என் அம்மாதான்."

கால்களாலும் தொடைகளாலும் குதிரையை இறுக்கியதும் குதிரை மெல்ல அடங்கியது.

"பாவம். குதிரைக்கும்கூட ஓய்வு இல்லை. அப்பாவாக நான் கருதுபவர் என்னை மகனே என்றுதான் அழைக்கிறார். ஆனால் இளவரசே என்று சொல்வதில்லை. இந்த மரியாதை அவருக்கும் சாஸ்திரப்படி அவர் மணந்து கொண்ட காந்தாரிக்கும் பிறந்த பதினாலு பிள்ளைகளுக்கு மட்டும்தான். கடைசியாய்ப் பிறந்தவள் துச்சலை. நாங்கள் எல்லாம் வெறும் பிள்ளைகள். திருதராஷ்டிரனின் பிள்ளைகள். கௌரவர்கள் இல்லை. இளவரசர்களும் இல்லை. இந்தக் குதிரைக்கும் ஓய்வு இல்லை. எவ்வளவுதான் களைப்பாக இருந்தாலும் இந்தக் குதிரை மீது பிரயாணம் செய்வதையே விரும்புகிறேன் நான். இதைவிட்டு வேறொன்றில் செல்ல மனம் வருவதில்லை... என்று யோசித்துக் கொண்டு வரும் போதே எதிர்த்திசையில் துரியோதனன் வந்து கொண்டிருந்தான். யுயுத்ஸுவைப் பார்த்ததுமே தன் குதிரையை அவன் பக்கம் திரும்பினான் துரியோதனன். அவனது மெய்க்காப்பாளர்களும் அவனைப் பின் தொடர்ந்தார்கள்.

துரியோதனனே முதலில் பேசினான்.

"யுயுத்ஸு, குதிரைகள் எல்லாம் நலம்தானே? இந்த யுத்தத்தில் குதிரைகளுக்கே முக்கிய பங்கு இருக்கும் என்று இப்பொழுது தான் ஆச்சாரியர் சொன்னார். எல்லாக் குதிரைகளுக்கும் அதிபதியாகிய உன்னிடம்தான் எல்லாப் பொறுப்பும் இருக்கிறது. இந்தத் தருணத்தில் குதிரைகளுக்கு ஏதாவது நோய் வரக்கூடும். புதிய இடம். புதிய சூழல். புல்லும் கொள்ளும்கூட புதுசு. அதிருக்கட்டும் குதிரைகளுக்குக் கொடுக்கப் போதுமான புல் இருக்கிறதா?"

"எல்லாம் சரியாக இருக்கிறது" என்றான் யுயுத்ஸு. அதிகம் பேசுவதற்கு ஏனோ விருப்பம் இல்லை. துரியோதனன் அவனது முகத்தைப் பார்த்தான். அவனுக்கு நெருக்கமாகத் தன் குதிரையை நடத்திச் சென்று அவனது தோளைத் தொட்டு. "என்ன யோசனை தம்பி?" என்று அன்பு ததும்பக் கேட்டான். யுயுத்ஸு எந்தப் பதிலும் பேசவில்லை. மேலும் கிளறிக் கேட்க விருப்பமில்லையோ என்னமோ அல்லது சுற்றிலும் தன்னையே பார்த்துக் கொண்டிருந்த மெய்க் காவலர்கள் முன் தொடர்ந்து பேச விருப்பமில்லாமலோ துரியோதனனும் தொடர்ந்து கேட்பதைத் தவிர்த்தான். "கிழக்குப் பக்கத்தில் இருந்து அரசர்கள் வந்திருக்கிறார்களாம். வரவேற்க வேண்டும். நான் வரட்டுமா" என்று சொல்லிவிட்டுக் கிளம்பினான் துரியோதனன். அந்தப் பக்கம் திரும்பிப் பார்க்கவில்லை யுயுத்ஸு. குதிரையையும் திருப்பவில்லை. யுத்தம் வேண்டும் அல்லது வேண்டாம் என்பது தனக்கு எப்போதுமே பிரச்சினையாக இருந்ததில்லை என்று தோன்றியது அவனுக்கு. அதை இறுதியாய் முடிவெடுப்பது தன்வசம் இல்லை என்றும் அவனுக்கும் தெரிந்திருந்தது. என்னதான் இருந்தாலும் அவன் பணிப்

பெண்ணுக்குப் பிறந்தவன். மற்ற எண்பத்தைந்து பிள்ளைகளைப் போல அவனும் ஒரு பிள்ளை. துரியோதனன் அவனை ஒருநாளும் தம்பியாக நினைத்ததில்லை. கூப்பிட்டதும் இல்லை. குதிரைகளைப் பார்த்துக் கொள்கிறவன், ரதங்களைப் பார்த்துக் கொள்கிறவன், யானைப் பாகர்களைக் கண்காணிப்பவன் என்றுதான் எண்ணிக் கொண்டிருந்தான். பழக்கத்தின் காரணமாக இது எதுவும் தாழ்வாகத் தோன்றவில்லை, தொடர்ந்து அவன் யோசனைகளில் மூழ்கினான்.

“நான் பணிப்பெண்ணுக்குப் பிறந்தவன்தான். திருமணமான மனைவிக்குப் பிறந்த பிள்ளைகளின் அந்தஸ்துக்கு ஆசைப்படக் கூடாது என்று எனக்குத் தெரியாதா? முதன் முதலில் துருபதனின் புரோகிதன் தூதுவனாக வந்தபோதுதான் துரியோதனன். ‘அவர்கள் சகோதரர்கள் ஐந்து பேர் இருக்கக்கூடும். ஆனால் நாங்கள் நூறு பேர் சகோதரர்கள் இருக்கிறோம். எனக்குத் தொண்ணூற்று ஒன்பது தம்பிமார்கள் இருக்கிறார்கள். வெறுமனே பதின்மூன்று தம்பிகள் என யாரும் நினைத்துக்கொள்ள வேண்டாம், என்றான். பிறகு யாதவக் கிருஷ்ணன் தூதுவனாக வந்தபோதும் இதே வார்த்தையைச் சொன்னான். இதைக் கேட்டபோது அப்பாவின் முகத்தில் நிம்மதி படர்ந்தது. எப்படியோ கடைசியில் மூத்தவனின் மனசில் சகோதர பாசம் உண்டாகி இருக்கிறது, என்று ஆனந்தம் அடைந்தான். ஆனால் எனக்குக் குழப்பமாக இருந்தது. சுமாரானப் பேச்சு தோல்வி அடைந்துவிட யுத்தமே நிச்சயம் என்று முடிவான பிறகு அவனது நடத்தையிலும் பேச்சிலும் பெரிய மாற்றமே உருவாகிவிட்டது. வேலைக்காரனைக் கூப்பிடுகிற மாதிரி கூப்பிட்டதெல்லாம் போய் எங்களைக் கூப்பிடும்போது அன்பு பொங்கி வழிந்தது. எங்களது ஓலைக் குடிசைகள் கூட எங்கே இருக்கிறது என்று தெரியாதவன் ஆட்களைத் துணைக்கு அழைத்துக்கொண்டு எங்களில் முக்கிய மானவர்கள் வீட்டுக்கு வந்து சென்றான். எங்களின் மனைவி மக்களின் நலன்களை விசாரித்தான். பலருக்கும் ஒரே சந்தோஷம். அவர்களுடைய கீழ்க்குல மனைவிகளுக்கும் ஆனந்தம். பிள்ளைகளும் குதூகலத்தில் துள்ளிக் குதித்தார்கள். என் மனைவிக்கும் ஆனந்தம். ‘அரசரே வீடுதேடி வந்திருக்கும்போது நீ ஏன் முகத்தை வாட்டமுடன் வைத்திருந்தாய்?’ என்று பத்ரை கேட்டாள். என் மனசிலிருக்கும் எண்ணங்களை அவளுக்குப் புரியும்படி எப்படி எடுத்துச் சொல்வது? சொன்னாலும் அவளுக்கு எப்படிப் புரியும்?”

மீண்டும் முன்னங்கால்களை உயர்த்தி தூக்கி எகிறியது குதிரை. அதிக மாகச் சோர்ந்திருந்தால் மூட்டு வலி கண்டிருக்கும் என்று நினைத்துச் சட்டென கீழே இறங்கிக் கடிவாளத்தைக் கையில் பிடித்துப் பக்கத்தில் இருந்த ஆளிடம் கொடுத்தனுப்பினான். “இன்னொரு குதிரையை ஓட்டி வரட்டுமா?” என்று கேட்டான் ஒருவன். எதற்காக இன்னொரு குதிரை,

தான் போகப் போவது எங்கே என்று யுயுத்ஸுவுக்குப் புரியவில்லை.

“மற்றவர்களுக்கு இல்லாத எதிர்ப்புணர்ச்சி தனக்கு மட்டும் ஏன் இருக்கிறது?” என்று தன்னையே கேட்டுக் கொண்டான். அப்போதே மனசுக்குள் பதிலும் தோன்றியது. ஆனால் அதை ஒருமுறைகூட சொல்லிப்பார்த்துக் கொள்ளவில்லை. அதற்குள் சித்தப்பா விதுரனைப் பற்றி நினைத்தான். ஒருவகையில் சின்ன வயதிலிருந்து வளர்த்தவர் அவர்தான் என்று சொல்ல வேண்டும். மனைவியின் மூலம் பதினைந்து பிள்ளைகளும் பணிப்பெண்கள் மூலம் எண்பத்தாறு பிள்ளைகளும் பெற்றுக் கொண்ட குருட்டுத் தந்தையால் எந்த குழந்தையைத் தூக்கிக் கொஞ்ச முடியும்? ஒரு வயதுப் பிள்ளையாக இருந்த போதிலிருந்தே சித்தப்பா விதுரனுக்குத் தன்மேல் ஆசை இருந்ததாம். அம்மா இதையே திரும்பச் திரும்பச் சொல்லிக் கொண்டிருந்தாள்.

“அவன் எடுத்து வளர்க்கவில்லையென்றால் நானும் மற்றவர்களைப் போலவே இருந்திருப்பேன். எதிர்ப்புணர்வு என்றால் என்ன என்று தெரியாத அளவு ஆகியிருப்பேன். அரண்மனையைச் சுற்றிலும் இருக்கிற இந்த பணிப்பெண்களுக்குப் பிறந்த கூட்டம் மட்டும் இல்லையென்றால் எந்த ராஜ்ஜியமும் நிலைத்திருக்க முடியாது என்று அவர்தான் அடிக்கடி சொல்வார்…”

அந்த வார்த்தைகளின் பொருள் தனக்கு இப்போதுதான் புரிகிறது என்று நினைத்தான் யுயுத்ஸு. மீண்டும் எதிர்ப்புணர்ச்சி பெருகியது. “இது என்ன வாழ்க்கை. அரசியோடு அரசனின் ஆனந்தத்துக் கென்று அளவற்ற பெண்கள். அவளுக்குப் பிறந்த பிள்ளைகள். சாதாரண வைசியர்களைப்போல விவசாயம் செய்கிற சுதந்திரமும் இல்லை. அரசகுமாரர்கள் என்கிற அதிகாரமும் இல்லை. ஒருவேளை பெண் குழந்தைகள் பிறந்து விட்டால் அரசகுமாரிக்கு அவள் ஒரு தோழி அல்லது பணிப்பெண். அவளோடு அவளுடைய கணவனின் வீட்டுக்குச் சென்று, அவன் விருப்பப்படும் நேரத்தில் அவனுக்குச் சுகம் தந்து குழந்தைகளைப் பெற்றெடுத்துக் கீழ்க்குலத்தை வளர்க்க வேண்டும்” மற்றொரு குதிரையைக் கொண்டு வந்து நிறுத்தினான் ஒரு ஆள். புத்திசாலிதான். தனக்குப் பிடித்தவற்றில் ஒன்றையே தேர்ந்தெடுத்துக் கொண்டுவந்துள்ளான். ஏறி அதன் மேல் உட்கார்ந்தான். ஆனால் எங்கே போவது என்று புரியவில்லை. மற்ற குதிரைகள் எப்படி இருக்கின்றன என்று பார்க்கவும் விருப்பமில்லை. திடுமென சித்தப்பாவைப் பார்க்கவேண்டும் என்ற ஆசை தோன்றியது. அதே சமயத்தில் இன்னொரு விஷயமும் மனசில் தோன்றியது. “பிதாமகர் இந்த வயசிலும் யுத்தத்திற்கு வந்திருக்கிறார். ஆச்சாரியர் வந்திருக்கிறார். இன்னும் எத்தனையோ பேர்கள் யுத்தத்துக்காக வந்துள்ளார்கள். ஆனால் சித்தப்பா விதுரர் மட்டும் ஏன் வரவில்லை. அவர் அப்படி

யொன்றும் பெரிய வீரனில்லைதான். ஆனால் யுத்தத்திற்கு வந்துள்ள கிழவர்கள் எல்லாம் வீரர்களா என்ன? இருக்கிற மற்றவர்களை உற்சாகப்படுத்தவும், 'ஏ முட்டாள்களா, பயந்து போய் புறமுதுகு காட்ட வேண்டாம். எங்கள் காலத்தில் நாங்கள் எப்படிச் சண்டை யிட்டோம் தெரியுமா' என்று ஆவேசமூட்டவும், தந்திரங்கள் சொல்லித்தரவும்தான் வந்துள்ளார்கள். ஆனால் சித்தப்பா மட்டும் வரவில்லை. அவரைப் போலவே பிதாமகரும் ஆசாரியரும் கூட யுத்தம் வேண்டாம் என்று சொல்லிக் கொண்டிருந்தார்கள். ஆனால் யுத்தம் என்று வந்துவிட்டபிறகு தாமே முதல் ஆளாக வந்து நின்று விட்டார்கள். ஆனால் சித்தப்பா மட்டும் தன்னால் பங்கேற்க முடியாது என்று சொல்லிவிட்டு ஊருக்குள்ளேயே இருந்துவிட்டார்." யுயுத்ஸுவின் மனத்தில் விதுரனைப்பற்றிய மதிப்பு கூடியது. விருப்பம் இல்லாதவர்கள் ஊருக்குத் திரும்பிச் செல்லலாம் அல்லது எதிர் அணியில் சேர்ந்து கொள்ளலாம் என்று ஏன் பறையறிவித்தார்கள், அறிவிக்கச் சொன்னது யார் என்று தெரிந்துகொள்ள வேண்டும் என்று தோன்றியது. படைத்தலைவரான பிதாமகரின் கூடாரத்தை நோக்கிக் குதிரையைச் செலுத்தினான் யுயுத்ஸு.

பிதாமகர் தற்சமயம் அங்கே இல்லையென்றும் கிருஷ்ண துவைபாயணனைப் பார்த்துவர அம்முனிவர் தங்கி இருந்த காட்டிற்கே சென்றிருக்கிறார் என்றும் கூடாரத்திலிருந்த வாயில் காப்பாளன் மூலம் தெரிந்து கொண்டான் யுயுத்ஸு. வாயில் காப்பாளனாகிய சோமரதனும் கூட யுயுத்ஸுவைப் போலத் தாழ்ந்த குலத்தைச் சேர்ந்தவன்தான். ஆனால் திருதராஷ்டிரனுக்குப் பிறந்தவனில்லை. பாண்டுவின் திருமணத்துக்கு முன்பு அவனோடு உறவு கொண்டிருந்த அஸ்தினாபுரத்து அரண்மனைப் பணிப்பெண்ணுக்குப் பிறந்தவன். பாண்டவர்கள் மீது ஒரு வகையான பாசமிருந்தது. யுயுத்ஸுவின் மீதும் அவனுக்குப் பாசம் உண்டு. பதின்மூன்று பதினான்கு ஆண்டுகளுக்கு முன்பு சூதாட்டத்தில வெற்றிபெற்ற துரியோதனன் பாண்டவர்கள் காட்டுக்குப் போகவேண்டும் என்று சொன்னபோது, நிறைந்த அவையில் துணிச்சலாக எழுந்த யுயுத்ஸு தருமத்தைப் பற்றிய ஒரு கேள்வியை எழுப்பினான். அன்றிலிருந்து அவனைப் பார்த்ததும் சோமரதனுக்குப் பிரியம் அதிகமானது, தாழ்ந்த குலத்தவனாக இருந்தும்கூட, பிதாமகரும் ஆச்சாரியரும் திருதராஷ்டிரனும் நிறைந்த சபையில் துரியோதனனுக்கு நீதி புகட்டிய துணிச்சலைக்கண்டு அவன்மேல் அன்பு கொண்டான் சோமரதன். பறையறிவித்ததன் பின்னணியை அவன் மூலம் தெரிந்து கொண்டான் யுயுத்ஸு.

"இந்த அறிவிப்பைப் பற்றி நீ என்ன நினைக்கிறாய்?" என்று யுயுத்ஸு கேட்டான்.

“உன் கேள்வியின் பொருள் புரியவில்லை எனக்கு.”

“உன் அப்பா பாண்டு மகாராஜா. உனக்குப் பிடித்திருந்தால் உன் தம்பிகளின் அணியில் நீ சேர்ந்து கொள்ளலாம் இல்லையா?

சோமரதன் குழம்பினான். “என்ன சொல்கிறாய் நீ?” என்று திணறினான்.

“அண்ணன் தம்பி என்கிற பாசம்.”

“கிண்டல் செய்ய வேண்டாம். அவர்களுக்கு என்னைத் தெரியவே தெரியாது. எந்த நாளிலும் அவர்கள் என்னை அண்ணா என்று அழைத்ததுமில்லை.”

“அப்படி அழைத்து விட்டால் எங்கே நீ தருமத்துக்கு மாறாக இந்த ராஜ்ஜியம் எனக்கே சேர வேண்டும் என்று கேட்டு விடுவாயோ என்கிற அச்சம் இருக்கலாம்.”

“பணிப்பெண்ணுக்குப் பிறந்த நான் ராஜ்ஜியத்தைக் கேட்பேனா? யுயுத்ஸு, என்னமோ இன்றைக்கு என்னைக் கிண்டல் செய்து பார்க்க வேண்டும் என்று நினைத்துவிட்டாயா?”

மேற்கொண்டு எதுவும் பேசவில்லை யுயுத்ஸு. இக்கேள்வியை தான் எப்படிக் கேட்டோம் என்று தனக்குத்தானே கேட்டுக் கொண்டான் யுயுத்ஸு. பதில் புரியவில்லை. குதிரை ஏறிப் புறப் பட்டான். எந்தப் பக்கம் செல்வது என்கிற தெளிவில்லை. குதிரையும் களைத்துத் தானும் களைப்பதைத் தவிர வேறு பயன் எதுவுமில்லை என்று தெரிந்தாலும் கூட வேறு வழியும் தெரியவில்லை. தன் கூடாரத் துக்குச் சென்று தூங்க வேண்டும் என்று தோன்றியது. அந்தப் பக்கம் குதிரையைத் திரும்பினான். ஆனால் கூடாரத்தைச் சென்று சேரும் முன்பு அஸ்தினாபுரத்துக்குச் சென்று சித்தப்பாவைப் பார்க்கும் ஆசை எழுந்தது. குதிரையில் தொடர்ந்து சென்றால் பதினெட்டு அல்லது இருபது நாழிகைப் பயணம் ஆகும். குதிரையில் இருந்து இறங்கிக் கூடாரத்திற்குள் சென்று படுத்தான். விரைவிலேயே தூக்கமும் வந்து விட்டது.

சிறிது நேரத்துக்குள்ளேயே மனசில் ஏதோ இருட்டு கவிந்ததைப் போல எண்ணித் திடுமென விழித்தெழுந்தான். சித்தப்பாவைப் பார்த்தேதீர வேண்டும் என்று தோன்றியது. முகத்தில் அரும்பி இருந்த வியர்வையை வழித்து எறிந்த படி குதிரை மீதேறிப் புறப்பட்டுவிட்டான். எங்கே போகிறோம் என்பதைச் சேவகனிடம் தெரிவிக்கவில்லை. வீரர்களும் யானைகளும் குதிரைகளும் தங்கி இருந்த இடத்தைத் தாண்டியதுமே அவன் நேர்வழியைத் தவிர்த்து விட்டான். அந்த வழி முழுக்க சரக்குகளைச் சுமந்து வரும் வண்டிகளையும்

குதிரைகளையும் சந்திக்க வேண்டிவரும் என்று வலப்புறம் இருந்த பாதையில் குதிரையைத் திருப்பினான். புழுதியற்ற பாதை, தெளிவாகத் தெரியும் வானம். பசுமையான சூழலை வந்தடைந்தபோது மனசுக்கு இதமாக இருந்தது. முரசறிவித்திருக்கும் இந்தச் சூழலைப் பயன் படுத்திக் கொண்டு துரியோதனனின் அணியிலிருந்து விலகிப் பாண்டவர்களின் அணியில் சேர வேண்டும் என்று தோன்றியது. இதற்கு முன் விதுரனிடமும் இதைப்பற்றிப் பேசி முடிவெடுக்க வேண்டும் என்று நினைத்தான். அந்த அணியில் சேரச் சென்றால் நிச்சயம் தன்னைத் தழுவி வரவேற்பார்கள் என்பதில் எந்தச் சந்தேகமும் அவனுக்கு இல்லை. ஒரு கிராமத்தைக் கடந்த பின்பு வழியை உறுதி செய்து கொண்ட பிறகு யோசனையில் அமிழ்ந்தான்.

“சொந்த மனைவிக்குப் பிறந்தவர்கள் மீது மட்டும் ஏன் பாசம் பொங்க வேண்டும். கண்ணுக்குத் துணியைக் கட்டிக் கொண்டிருக்கிற மனைவிக்குப் பதில் எல்லாச் சேவைகளையும் என் அம்மாதானே செய்தாள். பரவாயில்லை, இது நல்ல குதிரைதான் வேகமாகவே செல்கிறது. ஓட்டத்தில் அதிகக் குலுக்கலில்லை. காற்றில் மிதப்பது போலத் தோன்றுகிறது. மனைவி மூலம் அப்பா பெற்றெடுத்த பதினான்கு பேர்களின் பெயர்களும் எனக்கு மனப்பாடமாய்த் தெரியும். அதுவும் வரிசையாகவே தெரியும். துரியோதனன், துச்சாதனன், துச்சகன், துஷ்மலன், துர்தர்ஷன், துஷ்டிரதர்ஷன், துர்மர்ஷணன், துர்முகன், துஷ்கர்ணன், துர்மிகன், துர்விரோசனன், துஷ்வராஜயன், துராதரன். கடைசியில் மகள் துச்சலை. மகள் மீது பாசமிருக்கிறது என்றால் அதைப்புரிந்து கொள்ள முடியும். ஆனால் பணிப் பெண்களுக்குப் பிறந்த பிள்ளைகளின் பெயரையாவது ஞாபகத்தில் வைத்திருக்க வேண்டாமா ஒரு தந்தை? என் பெயரும் ஜலசந்தன், சமன், சஹறன், விந்தன் அனுவிந்தன் ஆகியோரின் பெயர்களும் மட்டும் அவருக்குத் தெரியும். அதுவும் தன் அன்புக்குரிய தாசியும் காந்தாரியின் தோழியுமானவளிடத்தில் பிறந்தவன் என்கிற காரணத்தால். மற்றவர்களை அடையாளம் கூடத் தெரியாது. அந்தப் பிள்ளைகளுக்கு விரும்பும்போது அரண்மனைக்குச் சென்று அப்பாவைக் காணும் அதிகாரமும் இல்லை. அவர்களுக்கும் அந்த ஆசை இல்லை” யுயுத்ஸுவுக்கு இது விசித்திரமாகப் பட்டது. மனத்தில் மீண்டும் எதிர்ப்புணர்ச்சி தோன்றியது. “தம்பி யுயுத்ஸு”, “தம்பி” என்று எவ்வளவு ஆசையாய் அழைத்தான் துரியோதனன். இப்போதும் நான் அருகில் சென்றால் அப்பா என்னைக் கட்டித் தழுவிக் கொள்வார். அவ்வளவுதான். அதற்கு மேல் ஒன்றுமிருக்காது. குறைந்த பட்சம் உச்சிமுகர்ந்து முத்தமிடக்கூட மாட்டார். இப்படி நினைக்கையில் தனக்குக் கூட பணிப்பெண்களுக்குப் பிறந்த எல்லாப் பிள்ளைகளின் பெயர்களும் தெரியாது என்று தோன்றியபோது வருத்தமாக இருந்தது.

* * * *

ஊரெல்லாம் உறங்கும் சமயத்தில் அஸ்தினாபுரத்தைச் சென்று சேர்ந்தான் யுயுத்ஸு. இதுவும் ஒரு வகையில் நல்லதுதான் என்று எண்ணினான் யுயுத்ஸு. தன் வீட்டுக்குச் செல்ல அவனுக்கு விருப்பமில்லை. நேராக விதுரனின் வீட்டுக்கே செல்வது என்று வழியிலேயே முடிவு எடுத்திருந்தான். ஊருக்குள் நுழைந்து வலது பக்கம் திரும்பி நதிக் கரையோரம் அடைந்தான். முன்னிரவு நேரம். வீட்டுக்குள்ளிருந்து நதிக்கரைக்கு இறங்கும் படிக்கட்டுகளில் இரண்டு உருவங்கள் தெரிந்தன. அவை சித்தப்பாவும் குந்தியுமாகத்தான் இருக்க வேண்டும் என்று நினைத்தான். நதிக்கரையில் அல்லது நதியைப் பார்த்தபடியே வீட்டுத் திண்ணையில் உட்கார்ந்திருந்தாள் குந்தி. விதுரனுக்கும் இரவில் சீக்கிரம் படுத்துறங்கும் பழக்கமில்லை. இருவரும் அருகருகே உட்கார்ந்திருந்தார்கள். இயற்கையாகவே விதுரன் மௌனமானவர். வரவர குந்தியும் அதே போலவே மாறிக்கொண்டிருந்தாள். விதுரனின் மனைவி பாரஸவி நோய்வாய்ப்பட்டிருந்தாள். இதனால் வீட்டுக்குள் படுத்திருக்கலாம் என்று நினைத்தான். குழந்தைகளும் மருமகள்களும் கூடக் தூங்கியிருக்கக் கூடும் என்று நினைத்தாள். குதிரையை நிறுத்திக் கட்டிவிட்டு படியேறும்போதே விதுரனுக்கு அடையாளம் தெரிந்துவிட்டது. "யுயுத்ஸு" என்றபடி படியிறங்கி எதிர்கொண்டழைத்தான்: வேகமாகப் படியேறிச் சென்று முதலில் சித்தப்பாவையும், பிற்பாடு குந்தியையும் குனிந்து வணங்கினான். "போர்க்களத்திலிருந்து நேரே இங்கு வருகிறாயா?" என்று விதுரன் கேட்டான். அவனுக்கு எல்லா விவரங்களும் தெரிந்தே இருக்கும். சூதர்கள் அனைவரும் அவனைக் கண்டால் அன்புடன் இருப்பார்கள். எல்லாப் பக்கங்களிலிருந்தும் அவனுக்குச் செய்திகள் வந்து விடும் என்று நினைத்துக்கொண்டான் யுயுத்ஸு. நதியில் கைகால் முகம் கழுவிக் கொண்டு வந்த அவனைச் சமையல் அறைக்கு அழைத்துச் சென்று எஞ்சியிருந்த உணவைப் பரிமாறினாள் குந்தி. விதுரனின் வீட்டுக்கு வந்த போதெல்லாம் அவனைப் பார்த்திருந்தான் யுயுத்ஸு. பேசியுமிருந்தான். ஆனால் அவளுக்கு எவ்வளவு நீண்ட கைகள் என்பதை அதுவரை பார்த்ததே இல்லை. இந்த வயதான காலத்திலும் கூட கதாயுதத்தை எடுக்கிற அளவு அகன்ற உள்ளங்கை. மூக்கு முட்டச் சாப்பிடும் அளவு சோற்றை அள்ளினான். யுத்தத்தைப் பற்றி அவள் எதுவுமே கேட்கவில்லை. விதுரரை யுயுத்ஸு ஏறி வந்த குதிரைக்கு நீர் கொடுத்து புல்லும் கொள்ளும் கொடுத்து பின்பு அவனருகில் நெருங்கி "ஏன் திடீரென்று இந்த நேரத்தில் வந்தாய்? என்று கேட்டான்.

முரசறிவிப்பைப் பற்றிய செய்தியைச் சொன்ன பின்பு யுயுத்ஸு "மனம் குழம்பிக் கிடக்கிறது. உன்னைப் பார்த்தால் கொஞ்சம் அமைதி கிட்டுமென்று தோன்றியது, கிளம்பி விட்டேன். வழியில் யோசித்துக் கொண்டு வரும்போது பாண்டவர்கள் அணியில் சேர்ந்துவிடலாம்

என்று தோன்றியது" என்றான்.

உடனே எதுவும் சொல்லவில்லை விதுரன். அப்படி உடனடியாய்ப் பேசுவது அவனுடைய சுபாவமில்லை என்று யுயுத்ஸு நினைத்தான். அவன் குந்தியின் முகத்தைப் பார்த்தான். "நீ ஒருவன்தான் பாண்டவர் அணியில் சேரப் போகிறாயா?" என்று கேட்டாள் குந்தி.

"வேறு யாரிடமும் இதுப்பற்றி நான் பேசவில்லை. பேசினால் கூட இப்பிரச்சினையை மரியாதையோடு அணுகி ஆராயும் நிலையில் அவர்கள் இருக்க மாட்டார்கள் என்று தோன்றுகிறது" என்று சொன்ன யுயுத்ஸு குனிந்து ஆறேழு முறை பாலூற்றிய சோற்றைப் பிசைந்து சாப்பிட்டான்.

"சித்தப்பா, யுத்தம் நிகழக்கூடாது என்று பிதாமகரும், ஆசாரியரும், நீயும் சொல்லிக் கொண்டிருந்தீர்கள். ஆனால் அப்போது தரும மற்றது என்று சொன்ன யுத்தத்திற்கு அவர்கள் அனைவரும் சென்றிருக்கிறார்கள். அதுமட்டுமல்ல, படைத்தலைவராகவும், குழுத் தலைவர்களாகவும் ஆகி இருக்கிறார்கள். நீ ஒருவன் மட்டும் மனம் விரும்பாத காரியத்தைச் செய்ய மாட்டேன் என்று இங்கேயே தங்கி விட்டாய். உன்னோடு கலந்து பேசி என் முடிவைப் பரிசீலித்துக் கொள்ள வேண்டும் என்பதற்காக வந்தேன்."

விதுரன் எதுவும் பேசாமல் மௌனமாக உட்கார்ந்திருந்தான். மிகவும் எளிமையான உடைகளை உடுத்திக்கொண்டிருந்தான். தாடியும் தலைமுடியும் நரைத்திருந்தது. "யுத்தத்திற்கு வரமுடியாது என்று சொன்னதற்காக அவர்கள் உனக்கு ஏதேனும் தொல்லை கொடுத்தார்களா?" என்று கேட்டான் யுயுத்ஸு.

"எனக்கென்ன தொல்லை தரமுடியும்?" என்று மெல்லிய குரலில் கேட்டான் விதுரன். "கொடுக்காமல் இருப்பார்களா?" என்று குந்தியும் கேட்டாள்.

"அப்பா, எனக்கு வயதாகிவிட்டது. அதுவுமின்றி நான் எப்பொழுதுமே யுத்தம் புரிந்தவனில்லை என்று சொல்லியிருந்தாலாவது விட்டிருப்பார்கள். அதற்குப் பதிலாக ரொம்பவும் ரோஷமாக "நீ செய்வது அநியாயம், அதருமம். இந்த யுத்தத்தில் நான் பங்கெடுத்துக் கொள்ள மாட்டேன். என் பிள்ளைகளும் பேரப் பிள்ளைகளும் கூடப் பங்கெடுத்துக்கொள்ள மாட்டார்கள்' என்று சொன்னால் சும்மா விடுவானா? இந்த கிழவன் வேலைக்காரிக்குப் பிறந்தவன், இவன் வராவிட்டால் என்ன குடிமுழுகிப் போய் விட்டது என்று சொல்லிவிட்டு துரியோதனன் யுத்தத்திற்குச் சென்று விட்டான். இங்கு இருக்கிற குருட்டுத் தந்தை இவரைக் கனவில் கூடத் திட்டுகிறானாம். அரண்மனை வீரர்களை அனுப்பி நம் வீட்டில் பால் கறக்கிற சில

பசுக்களையும் திருடிச்செல்ல வைத்து விட்டான். வீட்டுக்குப் பின்பக்கம் மாடுகளுக்கும் குதிரைகளுக்கும் உதவியாக இருந்த புல்வயலுக்கு நெருப்பு வைத்து விட்டான். நல்ல வேளையாக தானியங்கஎெல்லாம் வீட்டுக்குள்ளேயே இருந்ததால், அதில் கை வைக்க முடியவில்லை."

"ஏன் இப்படி செய்தான்? இதைவிட நேரிடையாக ராஜதண்டனை கொடுத்திருக்கலாமே."

"குருடனுக்கு விதுரன் என்றால் ஆரம்பத்திலிருந்தே சிறிது பாசமுண்டு. அது மட்டுமல்ல மக்கள் மத்தியில் விதுரனுக்கு நல்ல மதிப்பிருக்கிறது. இதனால் எங்கே மக்கள் தப்பாக நினைத்துக் கொள்வார்களோ என்ற பயம், அதனால்தான் தண்டனை என்று எதை யும் கொடுக்கவில்லை."

இப்பொழுது விதுரனே பேசினான். "திருதராஷ்டிரன் இப்படி ஏதாவது செய்தாலும் ஆச்சரியப்படுவதற்கில்லை. ஆனால் அஸ்தினா புரத்து மக்கள் இந்த விதுரனை தேசத்துரோகி என்று ஒதுக்க ஆரம்பித்துள்ளார்கள். ஓர் அரசன் போருக்குச் சென்றால் அவனோடு இந்த ராஜ்ஜியமே போருக்குச் செல்ல வேண்டும் என்பதும், வயசானவர் களும் நொண்டி, முடமானவர்களும், பெண்களும் மட்டும்தான் ஊரில் இருக்கலாம் மற்றவர்கள் அனைவரும் போருக்குப் போய்த் தீர வேண்டும் என்பதும் அவர்கள் எண்ணம்."

குந்தி இன்னும் கொஞ்சம் உணவு படைத்தாள். சமையல் அறையின் பால், தயிர், மோரின் மணத்தை முதன் முதலாக நுகர்ந்தான் அவன். "யுத்தம் என்றதுமே தேசபக்தி எல்லோருக்கும் வந்துவிடவேண்டும். யுத்தம் வேண்டாம் என்பவன் அதிலிருந்து விலகி இருக்க வாய்ப்பு இல்லை" என்றான் விதுரன்.

"மனைவி மக்களோடும் பேரப்பிள்ளைகளோடும் குந்தியை அழைத்துக்கொண்டு உபப்லாவ்ய நகருக்கே ஏன் சென்று விடக் கூடாது?"

"ஏன் போகவேண்டும்? நான் பிறந்தது இந்த ஊரில். வளர்ந்தது இந்த ஊரில். என் பிள்ளைகளும் பேரப்பிள்ளைகளும் இந்த ஊரின் நிலத்தைப் பண்படுத்தி உழுது பயிரிட்டவர்கள். என் ஆடுகளும் மாடுகளும் இந்த ஆற்றுத் தண்ணீரைக் குடித்து வளர்ந்திருக்கின்றன. இவற்றையெல்லாம் விட்டுவிட்டு இன்னொரு தேசத்துக்கு நான் ஏன் செல்ல வேண்டும். இத்தனைக்கும் நான் என்ன சொல்லி விட்டேன்? அஸ்தினாபுரத்தைப் பாண்டவர்களுக்குக் கொடுத்துவிடு. நம்முடைய பங்கு நம்மோடு இருக்கட்டும் என்று சொன்னேன். அவர்களுக்கு இது பிடிக்காமல் போய்விட்டதே. பாண்டவர்களுக்கு அநியாயம் நடப்பது அவர்களுக்கு முக்கியமாய்ப் படவில்லை.

இத்தனை காலம் கட்டியாண்ட ராஜ்ஜியம் குறைந்து விடுமே என்று கவலைப்பட்டார்கள். தன் கொம்பு உடைந்துவிடும் என்று கவலைப் பட்டார்கள். எல்லாம் சிறுபிள்ளைத்தனம்."

சாப்பிட்டு முடிந்த யுயுத்ஸு தாமிரச் செம்பில் நீர் குடித்து எழுந்துபோய் கைகழுவிக்கொண்டான். அவன் சாப்பிட்ட தட்டை எடுத்து வைத்தாள் குந்தி. மூவரும் சமையல் அறையிலேயே உட்கார்ந்து கொண்டார்கள். "பாண்டவர்கள் அணியில் சேர நீ விரும்பினால் அதுபோலவே செய். ஆர்வமுடன் போரிடு. இங்கு எனக்கும் என் குடும்பத்தார்க்கும் தொல்லைகள் வந்து கொண்டுதான் இருக்கும். அதற்கு என்ன செய்ய முடியும்?" என்றான் விதுரன்.

யுயுத்ஸு இந்தக் கோணத்தில் யோசித்திருக்கவில்லை. படைத் தலைவரான பீஷ்மர் என்னமோ முரசறிவிக்கச் செய்தது உண்மைதான். ஆனால் அப்படி விட்டுப்போவது அவ்வளவு சுலபமில்லை என்று இப்போது புரிந்தது. "ஒருவேளை இந்தச் சுதந்திரம் வெளியிலிருந்து வந்த அரசர்களுக்கு மட்டுமானதாக இருக்கும். இந்த ராஜ்ஜியத்தின் உப்பைத் தின்றவர்களுக்கு இல்லை என்பதுதான் இந்த அறிவிப்பின் பொருளா? திரும்பிச் சென்று பீஷ்மரையே கேட்டால் என்ன? இந்த ராஜ்ஜியத்தின் வீரர்களுக்கு அந்தச் சுதந்திரம் இல்லை என்று சொன்னால் என்ன செய்வது? என்று யோசித்துக் கொண்டிருக்கும் போதே அவனுக்குத் தூக்கம் வந்தது. மூன்று நாட்களாகத் தூக்க மில்லாதது, இவ்வளவு தொலைவு பிரயாணம் செய்தது, குந்தி படைத்த உணவு எல்லாம் சேர்ந்து கண்களை மூடச் செய்தன. "திருட்டுத் தனமாய்ப் போகாதே. உன் பக்கம் நியாயமில்லை. எனக்கு நியாயம் என்று தெரிகிற பக்கம் சேர்ந்து கொள்கிறேன்" என்று தைரியமாக நேருக்குநேர் சொல்லிவிட்டுச் சென்று சேர்' என்றான் விதுரன்.

'சரி' என்று தலையாட்டினான் யுயுத்ஸு. அவனது தூக்கத்தைக் கவனித்த குந்தி, 'வா உள்ளே. வந்து படுத்துக்கொள்' என்றாள்.

* * *

கட்டப்பட்டிருந்த குதிரைகளின் காலடிச் சத்தம் காற்றில் எழுந்தது. சற்று தொலைவில் யானைகளின் வரிசை இருந்தது. குதிரை களின் சாணத்தை ஆட்கள் அடிக்கடி அப்புறப்படுத்தினாலும் எல்லாவற்றையும் எங்கே கொட்டுவது என்று தெரியாமல் அந்தந்த இடங்களிலேயே குவித்து வைத்திருந்தார்கள். ஏற்கனவே முகாம் முழுக்கத் துர்நாற்றம் பரவிவிட்டது. துரோணருக்காக விசேஷமாகக் கட்டப்பட்டிருந்த கூடாரத்தில் நேற்று இரவு நடந்த ஹோமத்தின் புகை இன்னும் அங்கேயே கமழ்ந்து கொண்டிருந்ததால் வெளியே அடித்த துர்நாற்றம் உள்ளே வர இயலவில்லை. காலைக் குளியலை

முடித்து அக்கினியின் அருகில் உட்கார்ந்த அவர் இன்னும் பூசையைத் தொடங்கவில்லை. வலப்புறத்தில் சுள்ளிகள்கட்டும் நெய்க்குடுவையும் இருந்தன. ஏதோ மந்திரத்தின் வரிகள் மனசுக்குள் மிதந்தன. ஆனால் அவை என்ன என்று அவருக்குத் தெரியவில்லை. இந்த நேரத்தில் அவை ஏன் மனசில் தோன்ற வேண்டும் என்று கோபம் வந்தது. இவற்றின் அவசியமும் இப்போது இல்லை என்று மனசுக்குள்ளே நினைத்தபடி அக்கினியை விசிறியால் விசிறித் தூண்டிவிட்டார். சுள்ளிக்கட்டுகளில் இருந்து சுள்ளிகளை எடுத்து அடுக்கினார். கடந்த எண்பது ஆண்டுகளாக இந்த அக்கினியை அணையாமல் பாதுகாத்துக் கொண்டு வந்திருப்பதை நினைத்துக்கொண்டார். சிக்கிமுக்கிக் கற்களால் நெருப்பை உருவாக்கிக் கொள்ளும் சந்தர்ப்பமே ஒரு போதும் தோன்றியதில்லை. போகும் இடங்களுக்கெல்லாம் இந்த மூல அக்கினியை எடுத்துச் சென்றதுதான் காரணம். அப்போது கட்டப்பட்டிருந்த குதிரைகளின் கனைப்பொலி கேட்டது. தினந்தோறும் முதுகில் யாரையாவது ஏற்றிக்கொண்டு ஓடிப் பழகி உடலைத் தளர்த்திக் கொள்ளும் இக்குதிரைகள் இப்படிக் கட்டப்பட்டிருந்ததால் கனைக்காமல் என்ன செய்யும் என்று நினைத்துக் கொண்டார். அப்போதுதான் அன்றைய தினம் காலையில் தானும் குதிரைச்சவாரி செய்யவில்லை என்று தோன்றியது. தன் உடல் வலியையும் உணர்ந்தார் அவர். அப்போது அடிக்கடி பீஷ்மர் கேலி செய்வதையும் நினைத்துக்கொண்டார். “ஆசாரியரே, நீங்கள் சவாரி செய்யும் போது, உங்களுக்குத்தான் உடற்பயிற்சி செய்த மாதிரி இருக்கும் குதிரைக்கில்லை” என்பார் அவர். மெலிந்த உடல்வாகு. எலும்பு தெரியும் தோள்கள். எல்லா சக்திக்கும் உடலே ஆதாரம் என்று நினைத்தபோது அனிச்சையாகத் தன் உடலையும் பார்த்துக்கொண்டார். அதிக சுருக்கங்கள் எதுவும் இல்லை. புகைக்கிடையே அக்கினி எரிவதைப் பார்த்தார். அதைப் பார்த்ததுமே மறந்துபோன மந்திரவரிகள் நினைவுக்கு வந்தன. **“கர்போ யோ அபாம் கர்போ வனானாம் கர்பஷ்ச ஸ்தாதாம் கர்பஷர்ச தாம்”** (அக்னியானவன் நீருக்குள் மறைந்திருக்கிறான். காட்டு மரங்களில் மறைந்திருக்கிறான். மரம் போன்ற அசையாப் பொருள்களிலும் இருக்கிறான். அசையும் உயிர்களிலும் பசியாக இருக்கிறான்) இப்படிப் பட்ட நல்ல மந்திரவரிகள் மறந்துவிட்டதே என்று வருத்தமாக இருந்தது. வரவர தினசரி பயன்படுத்துகிற மந்திரங்கள் மட்டுமே ஞாபகத்தில் இருக்கின்றன. மற்ற வேதவரிகள் மனசை விட்டு மெல்ல மெல்ல மறைந்து கொண்டிருக்கின்றன. பீஷ்மர் சொல்வது உண்மை தானோ என்று நினைத்தார். “கற்ற மந்திரங்களையெல்லாம் மறந்து க்ஷத்திரியனாகி விட்டேனா நான்? இளமையில் வேதம் படித்ததை யெல்லாம் மறந்து வில்வித்தையில் வல்லவனாக மாறிப் போனேனா? இனிமேல் ஒரு பிராமணனாக இருந்து யாருக்கும் வேதத்தைச் சொல்லித் தரமுடியாதா?” வெளியே மறுபடியும் குதிரைகள் கனைத்தன. “அந்தக்

குதிரை என்னுடையதுதான். ஆயிரம் குதிரைகளுக்கு நடுவிலும் அதன் கனைப்புச் சத்தத்தை வைத்து நான் அடையாளம் கண்டுபிடித்து விடுவேன். என் குரல் கேட்டாலே போதும், அதுவும் கண்டு பிடித்து விடும். என் கட்டளைக்குக் கட்டுப்படும்” அது தன் குரலைக் கண்டுபிடிக்க காதுகளை விறைப்பாக வைத்துக் கூர்மையாகக் கவனிப்பதையும் நினைத்துக் கொண்டார். ஹோமம் தொடங்கியது. ஒரு வில் வீரன் குறிபார்த்துச் சரசரவெனத் தொடுத்த அம்புகளைப் போல் தினந்தோறும் சொல்லும் மந்திரங்கள் நாவிலிருந்து புறப் பட்டன. நெய் மணம் எழுந்து மூக்கை அடைந்ததும் மீண்டும் அந்த மந்திரத்தின் வரிகள் மனதில் தோன்றின. அக்கினியைப் பற்றிய அதே மந்திர வரிகள் மீண்டும் மீண்டும் நினைவில் மோதின. தன் வசம் எல்லா நெய்யையும் அக்கினியில் சொரிந்தார். சிவந்து எழும் சுடரைக் கண்டதும் எங்கும் அக்கினியே படர்ந்திருப்பது போலத் தெரிந்தது. சாஸ்திரப்படி மும்முறை வலம் வந்து தொழுதார். அக்கினி வழிபாடே தன்னை நல்வழியில் நடத்துவதாக நினைத்துக்கொண்டார். பிறகு கூடாரத்தை விட்டு வெளியே வந்து பார்த்தபோது தன் குதிரையே நிற்பதைப் பார்த்தார். ஹோமத்தின்போது மந்திரம் சொன்ன தனது குரலை அடையாளம் கண்டு அது கனைத்திருக்கக்கூடும் என்று எண்ணினார். அருகில் சென்று மெல்ல மெல்ல கழுத்தை நீவிக் கொடுத்தார் அதுவும் அன்போடு தலையை அசைத்தது. அதன் வாய்ப்புறமெங்கும் நனைந்த அரிசி மாவு ஒட்டியிருந்தது. அவரால் அதன் மணத்தை உணர முடிந்தது. சுற்றிலும் ஆயிரம் ஆயிரம் குதிரைகள். அவற்றின் கனைப்பொலிகள். குதிரைகளின் கனைப் பொலிகளும், காலாட்படையினர் தடதடவென்று நடக்கும் சத்தமும் தேரைப் பழுதுபார்க்கும் ஆள்களெழுப்பும் சத்தமும் காற்றில் கலந்து கேட்டன. உள்ளே போனால் இன்னும் ஹோமத்தின் மணம் கமழ்ந்தது. இமைகளை மூடி, உள்முகமாய்ப் பார்வையைத் திருப்பி மெதுவாக நீண்ட மூச்சை உள்வாங்கினார். வெளியே துர்நாற்றம் சகிக்க முடியவில்லை. ஒரு நாளிலேயே இப்படி ஆகிவிட்டதே, இன்னும் இங்கேயே தங்குவதாக இருந்தால் என்ன நேருமோ என்று நினைத்தார். தொடர்ந்து மூச்சை அடக்கவும் முடியவில்லை. அதனால் துர்நாற்றத்தைப் பற்றிக் கவலைப்படாமல் மூச்சிழுக்கத் தொடங்கினார். பின் பக்கமாக வந்து நின்ற சேவகன் ஒருவன் அடங்கி குரலில், “ஆச்சாரியரே, உணவு ஆறுகிறது. இன்றைக்குத் தங்கள் குளியலும் பூசையும் கூடத் தாமதமாகிறது.” என்றான்.

“ஆறினால் என்ன இப்போது?” அவரை அறியாமலேயே அவரது குரலில் கோபம் தொனித்தது. சேவகனுக்கு அவரது குணநலன்கள் நன்கு தெரியுமென்பதால் இதைக்கேட்டு வியப்படையவில்லை. அங்கேயே அமைதியாக நின்றிருந்தான். ‘போ, வருகிறேன்’ என்றார் அவர்.

கூடாரத்திற்குள் போனவனை நிறுத்தி மீண்டும் "அஸ்வத்தாமன் உணவுண்ணத் தயாராகி விட்டானா? என்று கேட்டார்.

"காலையில் எழுந்து குதிரையேறிப் போனவர் இன்னும் வர வில்லை. இன்னும் குளிக்கக்கூடவில்லை."

"அவன் இல்லாமல் நான் சாப்பிடமாட்டேன் என்று உனக்குத் தெரியாதா, கழுதை" என்று வெகுண்டார்.

அவன் தலை குனிந்தபடி, "சமைத்த உணவு ஆறுகிறது. இருக்கிற பாலை மீண்டும் சுடவைத்தால் முறிந்து போகும். நேற்று இரவு கொடுத்த பால் அது. இன்று மாலை வரையில் வேறு பால் கிடைப்பது கடினம் என்று சொல்லி இருக்கிறார்கள்" என்றான்.

"எங்கே போனான் அவன்?" என்று கேட்டபோது அவரது கை தாமாகவே குதிரையின் கழுத்தை வருடிக் கொடுத்த வண்ணமிருந்தது. சுருக்கென்ற வெயில். இன்னும் சிறிது நேரத்தில் நெற்றிக்குமேல் சூரியன் உயர்ந்து விடும்.

"விடிவதற்கு முன்னேயே ஒரு தேரோட்டி வந்து தன் கட்டுப் பாட்டில் இருந்த ரதங்கள் எங்கெங்கோ சிதறிப் போய் விட்டன என்று வந்து சொன்னான். வாய் கூட கழுவிக் கொள்ளாமல் அவனோடேயே குதிரையேறிப் போனார் அவர். அவனுக்குச் சொந்தமான ரதங்களையெல்லாம் மீண்டும் சேர்த்து சரியான முறையில் வைத்துக்கொடுத்து விட்டுத்தான் அவர் திரும்பி வருவார் என்று நம்புகிறேன்.

துரோணர் வெறுமனே "ம்" என்றார். சேவகன் உள்ளே போனான். அவருக்கு மகன் மீது கோபம் வந்தது. குதிரை தனது கழுத்தை முன்னே இன்னும் நீட்டியது. அதைக் கட்டியிருந்த கயிற்றை அவிழ்த்து, அந்தக் கயிற்றாலேயே பரபரவென்று தேய்க்கும்போது "இதையும் குளிப்பாட்டி விட்டால் நல்லது" என்று தோன்றியது. தண்ணீர் இல்லை என்ற ஞாபகமும் வந்தது. தன் கட்டுப்பாட்டில் இருக்கிற தேர்கள், குதிரைகள், வீரர்கள் அனைவரையும் ஓரிடத்தில் திரட்டி வைத்திருப்பது ஒரு வகையில் நல்லதுதான். எந்தக் கணத்திலும் போருக்கு உடனே புறப்பட்டுச் செல்ல முடியும். ஆனால் காலையில் தூங்கி எழுந்து வாய்கூடக் கொப்பளிக்காமல், பிராமணனாகப் பிறந்தவனுக்கு முக்கியமான அக்கினி வழிபாடு கூட செய்யாமல் போனதை எண்ணிக் கோபம் வந்தது. சேவகன் மீண்டும் வந்து வாசலருகில் வந்து நின்றான். இன்னொரு முறை காய்ச்சினால் பால் முரிந்து போகும், இன்று மாலை வரைக்கும் பால் கிடைக்காது என்று சொல்லியிருக்கிறார்கள்' என்று அவன் சொன்னது ஞாபகம் வந்தது. இவ்வளவு பெரிய படையையும், தேர்களையும் குதிரைகளையும் யானைகளையும்

பார்க்கும்போது சாயங்காலம் கூட பால் வருவது சந்தேகம்தான் என்று தோன்றியது. பாலோடு சேர்த்து உணவைக் குழைத்துச் சாப்பிடுவது இன்றே கடைசியாக இருக்கும் என்று உள்மனம் உரைத்தது. பரபர வென்று கயிற்றாலேயே குதிரையின் கழுத்தைத் தேய்த்த பிறகு வயிற்றுப்புறத்திலும் கால்களிலும் கூட கயிற்றில் தேய்த்த பின்பு, அதை மீண்டும் கயிற்றால் கட்டிவிட்டு கூடாரத்தின் அருகில் வந்து “கொஞ்சம் தண்ணீர் கொடு. கைகால் கழுவிக்கொண்டு நான் சாப்பிட வருகிறேன்” என்றார்.

பாலூற்றி வேகவைத்த சோறு என்றால் அவருக்கு மிகவும் விருப்பம். ஆனால் இன்று தண்ணீரில் வேகவைத்த சோற்றோடு காய்ச்சிய பாலை ஊற்றிப் பிசைந்திருப்பது சாப்பிடும்போதுதான் தெரிந்தது. நேற்றைய பால் அது. இப்படிச் செய்யாவிட்டால் அது முறிந்து விடக்கூடும் என்பது தெரிந்தது. அதனால் பேசாமல் சாப்பிடத் தொடங்கினார். உணவை மென்று தின்னும் அளவு இன்னும் பற்கள் கெட்டியாகவே இருந்தன. கடைவாய்ப்பற்கள் மட்டும் விழுந்து பத்து... இல்லை இல்லை... ஒன்பது வருஷங்களாகி விட்டன. சாப்பிடும்போது மகனின் நினைவு வந்தது. கூடவே கோபமும் வந்தது. அவனில்லாமல் அவர் சாப்பிடுவது மிகவும் அபூர்வம். தான் இல்லாமல் அப்பா சாப்பிடமாட்டார் என்பது அவனுக்கும் தெரியும். ஆனால் இப்பொழுது க்ஷத்திரியர்களின் வசதியே முக்கியமாகிவிட்டது. தன் சடங்கு சாஸ்திரங்களைச் செய்யக் கூட பிராமணனுக்கு நேரமில்லாமல் போய்விட்டது. வீடுகளில் அவர்களுக்குப் பதில் புரோகிதர்களே பூசை செய்யத் தொடங்கிவிட்டார்கள் என்று நினைத்து வருந்தினர். மேலும் நினைவுகள் மூண்டன.

“வர வரக் குளிப்பதைக் கூட விட்டாலும் விட்டு விடுவார்கள். இவ்வளவு நேரமாகியும் அக்கினிக்கு அவிசு தராமல் இருக்கிறான் அஸ்வத்தாமன். எப்படிப் பட்டவன் வந்து எனக்குப் பிள்ளையாய்ப் பிறந்துவிட்டான். ஹோமம் நடந்த இடத்திலேயே நான் சாப்பிட்டிருக்க வேண்டும். இங்கே குதிரைச் சாணத்தின் துர்நாற்றம் மூக்கையடைந்தது. இது வெறும் குதிரையுடையதா அல்லது மனிதக் கழிவின் வீச்சமா... சீ என்றது. இந்த வீரர்களுக்கு கொஞ்சம் தள்ளிப் போக வேண்டும் என்கிற மூளை கூட இல்லை. எங்கெங்கும் படையே வியாபித்திருக்கிறபோது, பாவம் அவர்களுக்குத்தான் எங்கு போக முடியும். அவன் இங்கே சாப்பாட்டுக்கு வரக்கூடும் என்கிற நிச்சயம் இல்லை. துரியோதனனின் கூடாரத்திலோ அல்லது கர்ணனின் கூடாரத்திலோ துச்சாதனனின் கூடாரத்திலோ எங்கோ ஓர் இடத்தில் முடித்திருக்கக்கூடும் என்று தோன்றியது. இவ்வளவு நேரம் பசி தாங்குபவன் இல்லை...”

இந்த எண்ணம் மனத்திற்குச் சற்று அமைதியைத் தந்தது. ஆனால் வீட்டில் அக்கினிக்கு அவிசு சொரியாமல் கண்ட கண்ட இடத்தில் வெளியே சாப்பிடுவது பற்றிக் கோபமும் வந்தது. உபநயனம் ஆன காலத்திலிருந்து காப்பாற்றிக்கொண்டு வந்த இந்த அக்கினி தனக்குப் பின் காப்பாற்றப்படாமல் போகலாம் என்று தோன்றியது. சாப்பிடப் பிடிக்கவில்லை. உள்ளே இறங்க மறுத்தது. ஆனால் சாப்பாட்டை கீழே கொட்டுவது தருமமன்று. "அன்னம் நிந்த்யாத், புக்தம் ன பரித்யஜேத்" அஸ்வத்தாமன் அப்படி இல்லை. தட்டு நிறைய சாப்பாடு போட்டுக் கொள்வான். மூன்றாம் முறை போட்டுக் கொள்ளும்போது அளவு தப்பிவிடும். கீழே கொட்டி விடுவான். ஐம்பத்தைந்து வயதான பிறகும் கூட இத்தனை நாட்கள் கூடவே உட்கார்ந்து திட்டிச் சொன்னாலும் கூட சாப்பிடும்போது தன் வயிற்றின் அளவு தெரியாமல் சாப்பாட்டை வாங்கி வீணடிப்பவனை என்ன சொல்ல முடியும். மூளை வளர்ச்சி இல்லாதவனா இவன் என்று தோன்றியது கூடவே க்ஷத்திரிய குணத்தை இவனும் கற்றுக்கொண்டானா? என்றும் தோன்றியது. இதைச் சோதித்துப் பார்க்கவேண்டும். அவர் வலது கை தானாகவே சோற்றை எடுத்துப் பரிமாறிக்கொண்டது. சாப்பிட்டு முடித்த பின்பு கையைக் கழுவிக் கொள்வதற்காக வெளியே வந்தார். அப்போது யானைகள், குதிரைகள், ரதங்கள் ஆகியவற்றின் சத்தத்தின் இடையிலும் முரசறிவிக்கும் ஓசை தெளிவாகக் கேட்டது. யுத்தம் ஆரம்பித்து விட்டதற்கான அடையாளமா இது என்று ஆர்வம் எழுந்தது. ஆனால் தன்னோடு கலந்து ஆலோசிக்கமாலேயே பீஷ்மர் யுத்தத்தை ஆரம்பிக்கிற முடிவெடுத்து விட்டாரே என்று கோபமும் வந்தது. செய்தியை அறிந்து கொள்ளக் காதுகளைக் கூர்மையாக்கிக் கொண்டார். ஆனால் செய்து எதுவும் கேட்கவில்லை. வெறுமனே பறை முழக்கம் மட்டும் கேட்டது. உள்ளே சாப்பாட்டுப் பாத்திரங்களைக் கழுவிக் கொண்டிருந்த சேவகனிடம் சென்ற துரோணர், "ஹவ்யா, ஏதோ அறிவிக்கிறார்களே, உனக்குக் கேட்கிறதா, போய் என்ன வென்று தெரிந்து கொண்டு வா" என்று அவசரப்படுத்தினார்.

உடுத்தியிருந்த துணியை சரியாக இழுத்துக் கட்டிக்கொண்ட ஹவ்யன் ஓடினான். "பெயருக்குத்தான் ஆசாரியரே என்று அழைக்கிறான் இந்தக் கிழவன். முக்கியமான முடிவை எடுக்கும் போதெல்லாம் என்னைக் கலந்தாலோசிக்காமலேயே எடுத்து விடுகிறான். திருதராஷ்டிரனும் அப்படித்தான். மாணவன் என்று சொல்லிக் கொள்கிற துரியோதனனும் அப்படித்தான்" என்று நினைத்தபடி அக்கினி குண்டத்துக்கு அருகில் உட்கார்ந்தார். வெளியில் துர்நாற்ற வீச்சத்திலிருந்து தப்பிக்க அதன் புகையும் மணமும் உதவியது. நீண்ட பெருமூச்சு வாங்கியபோது கொட்டாவி வந்தது. சாப்பிட்ட பின் உறங்குவது முதலிலிருந்தே பழக்கமான ஒன்று என்பதால் பக்கத்திலேயே

சாய்த்து வைத்திருந்த புல்லாலான பாயை விரித்துப் போட்டு கால் நீட்டிப் படுத்தார். முரசின் முழக்கம் நின்று விட்டிருந்தது. ஆனாலும் என்னமோ சத்தம் கேட்டுக்கொண்டிருப்பது போலவே உணர்ந்தான். 'அப்பா உனக்கு வரவர காது சரியாகக் கேட்பதே இல்லை, என்று அஸ்வத்தாமன் சொல்வது சரியென்று எண்ணிக்கொண்டார். இன்னொரு முறை கொட்டாவி வந்தது. அப்படியே கண்களை மூடினார். வெளியே குதிரை கனைத்தது. ஓட்டமெதுவுமில்லாததால் கையும் காலும் வலித்திருக்கவேண்டும். அப்போதே தூக்கமும் வந்து விட்டது.

அதற்குள் ஹவ்யன் திரும்பி விட்டான். பக்கத்தில் வந்து நின்று, "ஆமாம், உண்மைதான். நியோகம் மூலமாகப் பிறந்த அந்த ஐந்து பேர்களும் குருவம்சத்தை சேர்ந்தவர்களே இல்லை. அவர்கள் நம் மேல் தாக்குதல் நிகழ்த்த வந்துள்ளார்கள். புராதனமான குருவம்சத் தைக் காப்பாற்றுவதைத் தருமம் என்று நம்புகிறவர்கள் எல்லாம் நம் அணியில் இருந்து போர் புரியுங்கள். அந்த ஐந்து பேர்களின் பேச்சில்தான் நியாயம் இருக்கிறது என்று நினைப்பவர்கள் அவர்கள் அணியில் சென்று சேர்ந்து கொள்ளலாம். இந்தப் பிரச்சினையே வேண்டாம் என்று நினைப்பவர்கள் தத்தம் ஊர்களுக்குச் செல்லலாம் என்று முரசறிவிக்கிறார்கள்" என்றான்.

தாம் அனைவரும் கூடி முடிவெடுத்த விஷயம்தான் இது என்று அமைதியடைந்தார் அவர். தன்னைவிட்டு எதையும் தீர்மானித்து விடவில்லை என்பதுவும் திருப்தியாக இருந்தது. மறுபக்கம் திரும்பிப் படுத்தார். தூக்கம் வந்தது. முரசின் முழக்கத்தால் தூக்கம் அவ்வளவாகப் பாதிக்கவில்லை யென்றாலும், இரண்டு மூன்று முறைகள் புரண்டு படுத்த பிறகு ஆழ்ந்த தூக்கத்தில் அமிழ்ந்தார்.

விழித்தெழுந்து உட்கார்ந்த போது சமையல் அறையின் வாசலில் நின்றிருந்தான் ஹவ்யன். தன்னோடு பேசுவதற்காகக் காத்திருப்பவன் போலத் தோன்றியது. "என்ன விஷயம், சொல்" என்று கேட்ட பிறகு பயபக்தியுடன் இரண்டு அடிகள் முன்னே வந்து வணங்கி விட்டு, "இந்தப் பிரச்சினையே வேண்டாம் என்று நினைப்பவர்கள் தத்தம் ஊர்களுக்குச் செல்லலாம் என்று அறிவித்திருக்கிறார்கள். நான் ஊருக்குத் திரும்பலாம் என்று நினைத்துக்கொண்டிருக்கிறேன். அதற்கு உங்கள் அனுமதி வேண்டும்." என்றான்.

சட்டென்று எதுவும் புரியவில்லை அவருக்கு. விவரமாகச் சொல்லுமாறு கேட்டார். அவன் மீண்டும் விரிவாகச் சொன்னான்.

"அந்த அறிவிப்பு போர் வீரர்களுக்குத்தான். உன்னைப் போன்ற ஆட்களுக்கில்லை."

“யுத்தத்தில் போர் வீரர்கள் மட்டும்தான் உயிரைக் கொடுக்கிறார்களா? நமது கூடாரத்தைக் கூடத் தாக்குவார்கள். இதன் மீதும் நெருப்பிடக் கூடும். நான் வீரனில்லை. சேவகன் என்று சொன்னால் அந்தக் கூட்டத்தில் யார் கேட்கப் போகிறார்கள்? கேட்டால் கூட கொல்லாமல் போகிற அளவுக்கு பொறுமையும் இரக்கமும் யாருக்கு இருக்கிறது?”

“இந்த யுத்தத்தில் அப்படியெல்லாம் நடக்காது. யுத்தத்துக்குத் தயாராகி வருபவர்களைத் தவிர மற்ற யார் மீதும் எந்த ஆயுதத்தாலும் எந்தத் தாக்குதலும் நிகழக் கூடாது என்று இரண்டு அணிகளிடையேயும் ஒப்பந்தமாகி இருக்கிறது. நீ தைரியமாக இரு” என்று சொன்னார். ஆனால் மனசுக்குள் இந்த ஒப்பந்தம் இரண்டு அணிகளாலும் எத்தனை தூரத்துக்கு மதிக்கப்படும் என்பது கேள்விக்குறியாகவே மனசில் இருந்தது.

ஹவ்யனும் அதைக் குறித்தே பேசினான். “ஆச்சாரியரே, ஆத்திரம் அளவுமீறிப் போகும் போது ஒப்பந்தத்தையெல்லாம் யார் மதிப்பார்கள்? உங்கள் எதிரில் நின்று யுத்தத்தின் விஷயத்தைப் பற்றிப் பேசுகிறேன் என்று கோபித்துக் கொள்ள வேண்டாம்.”

இளவரசர்களுக்கு விற்பயிற்சி கொடுப்பதற்காக அஸ்தினா புரத்துக்கு முதன் முதலில் வந்த போது இந்த ஹவ்யனின் தந்தையார் தான் தனக்குச் சேவகனாக அரண்மனையில் இருந்து அனுப்பப் பட்டதை நினைவு கூர்ந்தார் துரோணர். அப்போது மனைவி உயிரோடு இருந்தாலும் கூட நோய்வாய்ப்பட்டிருந்தாள். நளனே சமையல் வேலைகள் அனைத்தையும் கவனித்துக் கொண்டிருந்தான். அப்போது ஹவ்யன் எட்டு வயதுச் சிறுவன். துரோணரின் வீட்டிலேயே குதிரைகளை மேய்த்துக்கொண்டிருந்தான். அப்பா இறந்த பின்பு, குதிரைகளை பார்த்துக்கொள்ளும் வேலையிலிருந்து விடுவித்து சமையல்காரனாக வைத்துக்கொண்டார் துரோணர். வெகு நாள்கள் பழக்கத்தின் காரணமாக அவன் அவரிடம் உரிமையோடேயே பேசினான்.

அவர் கோபமடைந்தது என்னமோ உண்மை. ஆனால் அவன் சொன்னது பொய் என்று வாதிட எந்தக் காரணமும் தோன்றவில்லை. பேசாமல் வெறுமனே கால்களை மடக்கிப் போட்டு உட்கார்ந்தார். பறையறிவித்த பிறகு எத்தனை பேர்கள் அதை மீறிப் போகிறார்கள் அல்லது எத்தனைப் பேர்கள் ஊர்களுக்குத் திரும்பிப் போகப் போகிறார்கள் என்று அறிய ஆர்வமாக இருந்தது. ஆனால் அஸ்தினா புரத்து வீரர்களுக்கு இது எதுவுமே சாத்தியமில்லை. அவர்கள் அனைவருமே துரியோதனனின் உப்பைத் தின்று வளர்ந்தவர்கள். மற்ற அரசர்களில் யார் யார் விருப்பம் யார் பக்கம் இருக்கும் என்று

ஆலோசித்துக் கொண்டு இருந்தபோது, இன்னும் ஹவ்யன் நின்ற இடத்திலேயே நின்றிருப்பது கவனத்துக்கு வந்தது. அவனுடைய கேள்விக்குத்தான் இன்னும் பதில் சொல்லவில்லையே என்கிற எண்ணமும் வந்தது.

"ஹவ்யா, இத்தனை நாட்கள் துரியோதனனின் உப்பைத் தின்றிருக்கிறாய், இந்தச் சமயத்தில் அவனைக் கைவிட்டுப்போவது உனக்கு அழகல்ல. அது அதருமம்.

அவன் எதுவும் பேசவில்லை, தன் பதில் அவன் வாயைக் கட்டி விட்டது என்று எண்ணினார். ஒரு முறை நீண்ட கொட்டாவி விட்டார். பிறகு "கொஞ்சம் தண்ணீர் கொடு" என்று கேட்டார். அவன் கொடுத்த தண்ணீர்ச் செம்போடு வெளியே சென்று வாயைக் கொப்பளித்து முகம் கழுவிக்கொண்டு வந்தார். செம்பை வாங்கி உள்ளே சென்று வைத்த பின்பு மீண்டும் அவர் அருகிலேயே வந்து நின்றான் அவன். அவனைத் திரும்பிப் பார்த்தார் துரோணர். தன் பதிலால் அவன் திருப்தியுறவில்லை என்று தெரிந்தது.

"என்ன சொல்?" என்று கேட்ட பிறகு அவன் அடக்கத்தோடு "நான் உங்களுக்குச் சேவை செய்துதான் என் வயிற்றை வளர்த்தேன். இன்னும் வளர்த்துக்கொண்டும் இருக்கிறேன். துரியோதன மகாராஜாவுடைய உப்பை நான் தின்னவில்லை. அது மட்டுமில்லாமல், பாண்டவர்கள் குருவம்சத்தையே சேர்ந்தவர்கள் இல்லை என்றால், அதைத் தருமதேவதையே ஏற்றுக் கொள்வாளா? என் சித்தப்பாவின் மருமகன்களில் ஒருவன் காண்டவப்பிரஸ்தத்தின் அரண்மனையில் வேலை செய்துகொண்டிருந்தான். அவர்கள் அந்த ராஜ்ஜியத்தை இழந்த பிறகு இங்கே அஸ்தினாபுரத்துக்கே வந்துவிட்டான். யாகம், தினசரி ஹோமம் ஆகியவற்றைச் செய்வதில் தருமனுக்குச் சமமாக யாரும் செய்ய முடியாது என்று அவன் அடிக்கடி சொல்வான். அவ்வளவு ஈடுபாடாம். அது போகட்டும். அதெல்லாம் தரும நுணுக்கம். எனக்குத் தெரியாது. நான் ஒரு வைசியன்தான். நிலத்தை உழுது விவசாயம் செய்கிறவன்தான். ஆனால் உங்களுக்குச் சேவை செய்தபடியே வளர்ந்து விட்டேன். எனக்கு எதற்கு இந்த விவகாரம்?" என்று கேட்டான்.

அவர் நன்றாகத் திரும்பி அவனது முகத்தைத் திரும்பிப் பார்த்தார். சிறிது குழப்பத்தில் இருந்தாலும் அவன் தொடர்ந்து, "உண்மை என்னவென்றால் ஒரு யுத்தம் எப்படி இருக்கும் என்று கூட எனக்குத் தெரியாது. இப்போது எனக்கு மனைவி மக்களின் ஞாபகம் வருகிறது. நான் இறந்து போனால் அவர்கள் கதி என்ன?" என்று கேட்டான்.

அவர் அவனையே உற்றுப் பார்த்தார். அவன் பார்வையைத் தாழ்த்திக் கொண்டு சிறிது நேரம் அங்கேயே உட்கார்ந்திருந்தான். பிறகு சமையல் அறைக்குத் திரும்பிச் சென்றுவிட்டான். அவன் பேசிய தெல்லாம் ஒவ்வொன்றாக மீண்டும் மனசில் எழத் தொடங்கியது. பாண்டவர்கள் குருவம்சத்தைச் சேர்ந்தவர்கள் இல்லை என்றால் அதைத் தருமதேவதையே ஏற்றுக் கொள்ளமாட்டாள் என்கிற வாதத்தால் அவர் மனம் சந்தோஷம் கொண்டது. இந்தத் தாயாதி களுக்கு ராஜ்ஜியத்தைத் தரமுடியாது என்று நேரிடையாக சொல்லி இருந்தால், அதில் அவருக்கு எந்தவிதமான ஆட்சேபமும் இருந்திருக்காது. ஆனால் அவர்கள் நியோக முறையின் மூலம் பிறந்தவர்கள், நியோகம் அதருமமானது என்று ஆரிய தருமத்துக்கே எதிரான வாதத்தை முன் வைத்ததை அவரால் ஏற்றுக்கொள்ள இயலவில்லை. அதைக் குறிப்பிட்டு வெளிப்படையாகவும் அவரால் எதிர்க்க இயலவில்லை. காலகாலமாகவே தொடர்ந்து பின்பற்றப் பட்டுக் கொண்டு வந்திருக்கும் மரபுதான் இந்த நியோகம் என்று மனசில் நினைத்தபடியே நீண்ட மூச்சு விட்டார் துரோணர். பக்கத்திலேயே இருந்த அக்கினி குண்டத்தில் புகைமணம் இதமாக இருந்தது. மிகப்பழைய நினைவுகள் எல்லாம் மனசில் மிதந்து வந்தன. அதே சமயத்தில் தான் நறுமணம் மிக்க காற்றைச் சுவாசிக்கும் போதெல்லாம் ஏதாவது ஒரு பழைய எண்ணம் மூண்டு வருவதையும் நினைத்துப் பார்த்துக் கொண்டார். எத்தனையோ முறை இப்படி நேர்ந்துள்ளது. நறுமணத்தைச் சுவாசிப்பதற்கும் ஞாபகத்துக்கும் என்ன உறவு என்று யோசித்தார்.

“இந்த அக்கினியின் மணம் என் பூர்வ வாசனை. என் வேரின் மணம். இதைக் கைவிட்டுவிட்டு வில்வித்தையின் பக்கம் என் முழுக் கவனத்தையும் திருப்பி விட்டேன். என் தந்தையின் நண்பராகிய சத்தியவிரதன் சொன்னது கூட ஞாபகம் வருகிறது. அவர்தான் என்மீது எவ்வளவு அன்போடு இருந்தார். கங்காத்வாரா என்னும் இடத்தில் அப்பா குளித்துக்கொண்டிருந்தாராம். அதே நதியில் சிறிது தூரத்தில் ஒரு அப்ஸரையும் குளித்துக் கொண்டிருந்தாளாம். அழகான பெண்ணாம். தேவ குலத்தைச் சேர்ந்த ஆணுக்கும் கந்தர்வ குலத்தைச் சேர்ந்த பெண்ணுக்கும் பிறந்தவளாம். நடனத்தாலும், பாட்டாலும் உருவான கவர்ச்சி இன்னொரு புறம். குளித்து முடித்து கரக்கு எழுந்து வந்தாள். காற்றிலும் வெயிலிலும் ஈரம் காயும் வரை இருந்துவிட்டு துணி மாற்றிக் கொண்டாளாம். கீழ்க்கரையில் அப்பா இருந்தது அவளுக்குத் தெரியவில்லையோ என்னமோ, ஆனால் அவளையே பார்த்துக்கொண்டிருந்த அப்பாவுக்கு அவள் மீது தாங்க முடியாத ஆசை உருவாகி விட்டதாம். அவர் போய் அவளோடு பேசிப் பார்த்ததில் அவள் இணங்காமல் புறப்பட்டுப் போய்விட்டாளாம். இதுவே ஆரியவர்த்தத்தைச் சேர்ந்த இளவரசனாகவோ அல்லது

அரசனாகவோ இருந்தால், இந்தக் கந்தர்வப் பெண்களே ஓடிப்போய் அவர்களை மயங்க வைத்துத் தன் கவர்ச்சி வலையில் வீழ்த்தி விடுவார்கள். சடை வளர்த்த சாமியாரை அவள் பொருட்படுத்துவாள் என்று எப்படி எதிர்பார்க்க முடியும்? எனக்கு இப்போது அவள் பெயர் கூட ஞாபகம் வந்துவிட்டது. கிருதாட்சி, ஆசை வசப்பட்ட இவரால் என்ன செய்ய முடியும்? இதுவே க்ஷத்திரிய அரசனாக இருந்திருந்தாலாவது அவளை வழிமறித்து அல்லது அம்பெய்து அச்சுறுத்திப் பிடித்துக் கட்டாயப்படுத்தியாவது உறவாட முடியும். அமைதியான சுபாவம் கொண்ட அப்பாவால் அதையெல்லாம் செய்வதென்பது சாத்தியமில்லை. எனக்கு நன்றாக ஞாபகம் இருக்கிறது. எந்தத் தருணத்திலும் கோபிக்கக் கூடாது என்று எத்தனை முறைகள் என்னிடம் சொல்லி இருக்கிறார். ஆனால் அவர் சுபாவமே வேறு, என் சுபாவமே வேறு என்று ஆகிவிட்டது. அவள் ஏறிச்சென்ற மலையின் திசையே ஏக்கத்தோடு பார்த்திருந்தபோது அந்த வழியாக குயவர் குலத்தைச் சேர்ந்த ஒரு பெண் வந்தாளாம். யாகத்திற்கு வேண்டிய உதவிகளைச் செய்யக் கூடியவள். என் தாயான அவள் பெயர் என்ன? யாரால் சொல்ல முடியும்? அவளைப் பார்த்ததாகக் கூட ஞாபகமில்லை எனக்கு. 'இது எனக்குப் பிறந்த குழந்தை, இதை விட்டால் என் கலைகளுக்கு வாரிசாக வேறு யாரும் இல்லை. என்னிடம் கொடுத்து விடு. அழைத்துக் கொண்டு போகிறேன்' என்று எனக்கு ஐந்து வயது நடக்கும்போது அழைத்து வந்து விட்டாராம். எனக்குச் சரியாக ஞாபகமில்லை. அவளுடைய பெயர் கூடத் தெரியாது. முகம் கூட தெளிவாக ஞாபகமில்லை. 'உன் முகம் உன் தாயை ஒத்திருக்கிறது. தந்தையைப் போன்றில்லை' என்று சத்தியவிரதனே ஒரு நாள் சொன்னார். 'அடி பெண்ணே, காம நோயால் நான் துடித்துக் கொண்டிருக்கிறேன். நீ தனியாக இருக்கிறாய். உன்னை வற்புறுத்தி உறவு கொள்ள எனக்கு விருப்பமில்லை. நீயே விரும்பி என்னோடு வா' என்று கேட்டாராம் அப்பா. இவர் நிலையைக் கண்டு இரக்கம் கொண்ட அவளும் உடனே இசைவு தெரிவித்தாளாம். கேட்டுக் கொண்டதும் இசைந்து, கருவைச் சுமந்து, பெற்றெடுத்து, ஐந்து வருஷ காலம் வளர்த்து வந்த குழந்தையை 'என் கலைகளுக்கு வாரிசாக யாரும் இல்லை. என்னிடம் கொடுத்து விடு' என்று கேட்டுக் கொண்டதும் அழுதபடியே விட்டுக் கொடுத்தாளாம். அவளைப் பார்த்த ஞாபகமும் இல்லை. பெயரும் தெரியாது. கருவுக்குச் சொந்தக்காரன் யார் என்பதுதான் முக்கியமானது. சுமந்தது யார் என்பது அவ்வளவு முக்கியமில்லை என்று எண்ணினாலும் கூட அவருடைய மனம் நாலைந்து பெயர்களைக் கற்பனை செய்து பார்க்கத் தொடங்கியது. என்னைப்போலவே இருந்தாளாம். என் இளமைப்பருவத்திலும் கூட இப்படியே இருந்ததேன். எலும்பு தூக்கலாகக் காணப்படும் முகம், பீஷ்மரின் தாய் கூட அதே இமயமலைச் சாரலைச் சேர்ந்தவர்தானாம்.

பிறக்கிற குழந்தைகள் தாய்க்குச் சொந்தமாக வேண்டும் என்கிற பிரிவைச் சேர்ந்தவளாம். இதனால் பீஷ்மருக்கு முன்பு பிறந்த ஏழு சகோதரர்களும் கந்தர்வர்களாகப் போய்விட்டார்களாம். ஒருவேளை என் அப்பாவின் கோரிக்கைக்கு அந்த அப்ஸரை கிருதாட்சி ஏற்றுக் கொண்டு நான் பிறந்திருந்தால், அவள் என்னை அப்பாவின் வசம் ஒப்படைத்திருக்க மாட்டாள். அப்பொழுது நான் என்ன ஆகி இருப்பேன்? என்ன ஆகி இருக்கும்?" என்று கேள்வி எழுந்ததுமே அவர் மனம் உறைந்து விட்டது. சின்ன வயசின் வறுமை, அவமானம், எல்லாம் ஞாபகம் வந்தது. இவற்றுக்கிடையில் கலை வல்லுனனாக ஆனதும் செஞ்சோற்றுக் கடனுக்கு ஆட்பட்டதும் ஞாபகம் வந்தது. இப்படித்தான் அவர் வாழ்வு பல படிகளைக் கடந்து வந்தது. இதுவே தேவர் உலகமெனில் வாழ்வு வேறு விதமாக இருந்திருக்கும். எத்தனையோ சகோதரர்களும் சகோதரிகளும் இருந்திருப்பார்கள். தந்தை ஒருவரோ, பலரோ. ஆனால் எல்லாருமே அடையாளம் காணத்தக்கவராக இருந்திருப்பார்கள் என்று தோன்றியது. மீண்டும் அவர் மனம் இருட்டில் மூழ்கியது. நெடுநேரம் ஒரு சிலையைப் போலவே உட்கார்ந்திருந்தார். சட்டென வலது பக்கம் திரும்பிப்பார்த்தார். ஹவ்யன் உள்ளே சென்றிருந்தான். உணவுண்டு கொண்டிருக்கக் கூடும் என்று நினைத்தார். பாலைவனத்தில் வழி தெரியாமல் பாய்ந்து உலர்ந்து போகும் நதியைப் போல அவர் மனம் உலர்ந்தது.

சிறிது நேரத்துக்குப் பின்பு வெளியே குதிரைகளின் கனைப் பொலிகள் கேட்டன. குதிரை வந்து நின்ற வேகத்தைக் கண்டு அது அஸ்வத்தாமன்தான் என்று நினைத்துக்கொண்டார். சட்டென்று கதவுகளை மூடிவிட்ட அறையைப்போல அவர் மனம் இருண்டு கிடந்தது. இந்தக் கூடாரத்தை அமைத்தவர்கள் தங்கப் போகிறவர் களின் உயரங்களையும் ஆகிருதியையும் கணக்கிலெடுத்துக்கொள்ள வில்லை என்று தோன்றியது. இதன் வாயில் மிகச் சிறியதாக வடிவமைக்கப்பட்டிருந்தது. இந்தக் கூடாரம் இத்தகையவர்க்கு என்று தனிப்பட்டமுறையில் வடிவமைக்காமல் மொத்தத்தில் படைத் தலைவர்க்கும் குழுத்தலைவர்களுக்கும் அரசர்களுக்கும் என்று வடிவமைக்கப்பட்ட ஏராளமான கூடாரங்களில் இதுவும் ஒன்று என்று தோன்றியது. அஸ்வத்தாமனின் முகத்தைப் பார்த்தால், அவன் இன்னும் குளிக்கவில்லை என்று யாராலும் சொல்லிவிட முடியும். சவாரிக்காக என்று அவன் அணிந்திருக்கும் உடைகளின் நிறம் எதுவென யாருக்குமே தெரியாது. நரைத்த தாடியும் முடியும்கூட புழுதியில் தோய்ந்திருந்தது. இடுப்பில் சுற்றியிருந்த கச்சை வியர்வையில் நனைந்திருந்தது.

"சாப்பிடக் கூட இல்லாமல் எங்கே சென்றிருந்தாய்?"

“என் அணியைச் சேர்ந்த குதிரைகளும் ரதங்களும் எங்கெங்கோ கலைந்து போய்ச் சிதறிவிட்டிருந்தன. வீரர்களும் கலைந்து போயிருந் தார்கள். எல்லாவற்றையும் தேடிச் சரிப்படுத்தி விட்டு வந்தேன்.”

“சாப்பாடு?”

“முடித்தாயிற்று. துரியோதனனின் கூடாரத்தில் சாப்பிட்டு விட்டேன்.” என்று சொன்னபடி அவர் பக்கத்தில் உட்கார்ந்தான் அவன். வியர்வை வீச்சம் வீசியது. ‘திடீரென கிருஷ்ணதுவை பாயணனைக் காண்பதற்காக துவைபாயணனின் வனத்திற்கே பீஷ்மர் கிளம்பிப் போயிருக்கிறாராம். இந்த நேரத்தில் போக வேண்டாம் என்று துரியோதனன் தடுத்தும்கூடக் கேட்கவில்லையாம். என்னமோ தருமநெறிகளைப் பற்றிய ஐயத்தைத் தீர்த்துக்கொள்ள வேண்டுமாம். நாளை சாயங்காலம் திரும்பி வருவாராம். நாளைக்கு மறுநாள் காலை யுத்தம் ஆரம்பித்துவிடும் என்று சொன்னாராம்.”

தருமநெறியில் அப்படி என்ன ஐயம் என்று தோன்றியது துரோணருக்கு. அதற்குள் வியர்வை நெடி எங்கும் அடித்தது. அக்கினிக் குண்டத்தின் புகையையும் மீறி அநத நெடி இருந்தது. அவரால் இயல்பாக மூச்சுவிட முடியாமல் போனது. வெளியே வீசும் கழிவின் வீச்சமும் உள்ளே வந்துவிட்டதோ என்று தோன்றியது. வியர்வையின் துர்நாற்றத்துக்கும் கழிவின் துர்நாற்றத்துக்கும் கூடவா தனக்கு வேறுபாடு தெரியாமல் போய்விடும் என்று எண்ணியபடி, “எங்கே குளித்தாய்?” என்று கேட்டார்.

“குளிக்கவில்லை. யுத்த சமயத்தில் அதெல்லாம் எப்படிச் சாத்தியம்?”

“அப்படியென்றால் அக்கினிபூசையும் செய்யவில்லையா?”

அஸ்வத்தாமன் எந்தப் பதிலும் சொல்லவில்லை. புழுக்கமாக இருப்பதாக உணர்ந்தவன்போல வேகமாக மூச்சை இழுத்தான். ஆனால் உண்மையில் புழுக்கமெதுவும் இல்லை. கோடை முடிந்தது. மழைக்காலமும் கழிந்து, மரங்களில் புதிய இலைகள் துளிர்க்கும் காலத்தில் இரவில் கூடப் போர்த்திக்கொள்ள வேண்டியிருந்தது. காலை நேரத் தட்பவெப்பச் சூழல் நன்றாக இருந்தது.

“நீ என்ன பிராமணனா, சண்டாளனா?” என்று அவர் கேட்ட போது வார்த்தைகளில் தொனித்த கோபத்தைவிட அதிக அளவில் அவர் கோபம் கொண்டுள்ளார் என்று அஸ்வத்தாமன் புரிந்து கொண்டான். அவரும் அதை உணர்ந்தார். பீஷ்மர்க்கு வந்திருக்கும் சந்தேகம் என்ன? நியோகத்தின் மூலம் பிறந்த பாண்டவர்கள் குருவம்சத்தைச் சேர்ந்தவர்களா, இல்லையா என்கிற பிரச்சினையில் அவருடைய முடிவு என்ன என்பது அவருக்கும் தெரிந்திருந்தது.

இதற்காகக் கிருஷ்ணதுவைபாயணனைச் சந்தித்துப் பேச வேண்டிய அவசியமில்லை. படைத்தலைமைப் பொறுப்பை ஏற்றுக் கொண்டிருக்கிற ஒருவர் யுத்தம் ஆரம்பிக்க இருக்கிற தருணத்தில் தனக்கு வந்த சந்தேகத்தை தன்னிடம் கூடக் கலந்தாலோசிக்காமல் அவ்வளவு தொலைவு காட்டுக்குச் சென்றுவிட்டாரே என்று அவமான மாக உணர்ந்தார்.

"வழக்கமாக தருமநெறிகளில் எந்த சந்தேகம் வந்தாலும் என்னைத்தான் அழைத்துப் பேசுவதுண்டு. விவாதம் என்று சொல்ல முடியாது. பெரும்பாலும் அவரே பேசுவார். பத்துபதினைந்து வருஷ காலம் எங்கும் அகலாமல் கங்கைக் கரையில் பர்ணசாலை கட்டிக் கொண்டு வேத அத்யயனம் செய்தவராம் அவர். அதற்கும் பிறகு கூட அந்த வழக்கத்தை விடவில்லை. வேதம், அரசியல், பழைய வாழ்வின் பெருமைகள் ஆகியவற்றைப் பற்றி அவர்க்குத் தெரிந்திருக்கும் விவரங்கள் ஏராளம். யுத்தக்கலையில் மட்டுமே தேர்ச்சிபெற்று வேத அத்யயனத்தை நான் கைவிட்டுப் பல வருஷங்களாகின்றன. துருபதனின் அவமானப் பேச்சைக் கேட்ட பிறகு முழுக்க முழுக்க விட்டுவிட்டேன். ஆனாலும் கூட தரும நெறிகளிலோ அல்லது வேத வரிகளில் எங்கோ ஒரு இடத்தின் உட்பொருளை அறிந்து கொள்வதில் ஏதாவது சிக்கலோ ஏற்பட்டால் உடனே என்னை அழைத்துப் பேசுவார். இப்பொழுது மட்டும் கிருஷ்ணதுவைபாயணனிடம் ஏன் போனார்? என்னிடம் கூடச் சொல்லவில்லையே, கூடவே என்னையும் அழைத்துச் சென்றிருந்திருக்கலாமே. 'உங்களுடையது பிராமண குலமாயிற்றே. நீங்கள் ஏன் க்ஷத்திரியனாகக் கூடாது' என்று இன்று காலையில்தானே கேட்டார். சும்மா வேடிக்கைக்காகக் கேட்கிறார் என்று நினைத்துக் கொண்டேன். அதை உண்மைதான் என்று நினைத்து என் பிராமணத் தன்மையை நிராகரித்தால்...?"

இரண்டுமுறை தான் உட்கார்ந்த நிலையை மாற்றி உட்கார்ந்தார். அவர் வழக்கமாக அரை பத்மாசனத்தில்தான் உட்கார்வார். ஒரு பாதத்தை இன்னொரு தொடையின் மேல் போட்டிருப்பார். அந்தக் காலின் பாதம் தரையில் இருக்கும். இப்போது அந்தப் பாதத்தை இந்தக் காலின் தொடையின் மேல் வைத்து இந்தப் பாதத்தை நிலத்தின் மேலும் மாற்றி வைத்து உட்கார்ந்தபோது அஸ்வத்தாமன் எழுந்து போயிருப்பது தெரிந்தது. உள்ளே சமையல் அறையில் அவனது கெட்டியான குரல் கேட்டது. "ஹவ்யா வந்து சாப்பாடு போடு வா. சீக்கிரம்" என்ற குரல் கேட்டது. துரியோதனனின் கூடாரத்தில் சாப்பிட்டாகி விட்டது என்று சொன்னவன் இவ்வளவு சீக்கிரம் இங்கே மீண்டும் சாப்பிடுவதற்காகக் கூப்பிடுகிறானேஎன்று நினைத்தார். அவனுக்குச் சாப்பாட்டின் மேல் இருக்கிற பிரியம் அவருக்கும் தெரிந்துதான். ஆனால் குளியல், பூசை, வேத அத்யயனம் பற்றியெல்லாம் அவனுக்கு ஆர்வம் இல்லையே என்று

வருந்தினார். அப்போது வேத அத்யயனத்திலும் பூசைகளிலும் தனக்கே ஆர்வம் இல்லாதபோது தன் மகனிடம் இருக்கவேண்டும் என்று எப்படி எதிர்பார்ப்பது என்று நினைத்துக் கொண்டார். இந்த எண்ணம் அவருக்குள் கோபத்தைக் கிளறியது. மீண்டும் தான் உட்கார்ந்த நிலையை மாற்றி உட்கார்ந்தார். வேதம், வில்வித்தை இரண்டிலுமே சிறந்தவர் தன் தந்தை என்ற எண்ணம் எழுந்ததும் மீண்டும் பழைய நினைவுகளில் மூழ்கினார்.

"மகனே, இந்த இரண்டையுமே நீ நன்றாகப் பழகிக்கொள்ள வேண்டும். ஆனால் ஒன்றைக் கற்றுக் கொள்ளும் உற்சாகத்தில் இன்னொன்றை அலட்சியப்படுத்தி விடாதே" என்று மீண்டும் மீண்டும் சொல்லிக் கொண்டிருந்தார். இந்த இரண்டிலும் அவர் சிறந்தவராக இருந்தாலும்கூட ஏழ்மையைச் சந்தோஷமாகவே ஏற்றுக் கொண்டிருந்தார். எப்படிப்பட்ட அரசர்கள் வந்து அழைத்த போதும் கூட யாருடைய ஆஸ்தானத்துக்கும் சென்றிருக்கவில்லை. யாருக்காவது ஏதாவது தெரிந்துகொள்ள வேண்டும் என்றால், அவருடைய ஆசிரமத்துக்கு வரவேண்டும். அங்குள்ள விதிகளுக்குக் கட்டுப்பட்டு கற்க வேண்டும். சாகிற வரையில் இப்படியே இருந்து செத்தார். கல்விமான்கள் என்பவர்கள் எந்தத் தேசத்தின் பிரஜையுமில்லை. எந்த அரசனுக்கும் கட்டுப் பட்டவனில்லை. காட்டுக்கு நடுவே இருந்த ஆசிரமத்தையே தனது ராஜ்ஜியம் என்று சொன்ன அவரது பேச்சு எனக்குச் சிறிதும் புரிந்ததில்லை. அப்புறம் கூடப் பல வருஷ காலம் இது புரியவில்லை. அதுதான் என்னுடைய துரதிருஷ்டம்..."

கோபம் தணிந்த மனம் அமைதியடைந்தது. வெளியிலிருந்து வீசிய காற்று உடலுக்கு இதமாக இருந்தாலும் மூக்குக்கு அருவருப்பாக இருந்தது. மேலும் கொஞ்சம் நெருக்கமாக அக்கினி குண்டத்தின் அருகில் அமர்ந்தார். நன்றாக இழுத்து மூச்சுவிட்டார்.

"அப்பா இறந்த பிறகு தொடர்ந்து கல்வி பயில அக்னிவேஷம் என்னும் இடத்திற்கு ஏன் சென்றேன்? அம்பின் நுனியில் எண்ணெயில் நனைத்த துணியைச் சுற்றித் தீப்பற்ற வைத்து அதை எய்யும் பயிற்சி. மிக வேகமாய் வீசும் காற்றிலும் கூட அம்பில் எரியும் நெருப்பு அணையாது. எந்தத் திசையில் இருந்து காற்று வீசினாலும் சரி, காற்றின் வேகத்தை விட அம்பின் வேகம் அதிகமாக இருக்கும். அக்கினியஸ்திரம் எய்யக் கற்பதற்கு அக்கினிவேஷத்திற்குச் செல்வதற்குப் பதில் அக்கினி மந்திரத்தைக் கற்பதற்கு ஏதாவது வேதம் தெரிந்த ஞானியிடம் ஏன் சென்று சேரவில்லை. என்னோடு பயின்ற சக நண்பர்கள் அனைவரும் வேதம் படிக்க கிருஷ்ண துவைபாயணனைத் தேடிச் சென்ற போது நான் மட்டும் ஏன் அக்கினிவேஷத்திற்குச் சென்றேன்? என்னுடைய இயற்கையே அதுதான் போலும். இயற்கையை மீறிவிட முடியுமா?

என்ன?” என்ற எண்ணம் அவருக்குச் சிறிது மன அமைதியைக் கொடுத்தது.

“அப்பா மறைந்துபோன துயரத்தையும் மறந்து எவ்வளவு உற்சாகத்துடன் கற்றுக் கொண்டிருந்தேன். காலையிலும், நண்பகலிலும் மாலையிலும் குரு வந்து சொல்லித் தந்ததும் அதை நான்கு விதங்களிலும் பயிற்சி செய்து தேர்ந்தேன். படை வியூகம், படையை நடத்தும் முறை, முற்றுகை தாக்குதல், தற்காப்பு ஆகியவற்றுக்குத் தொடர்பான புதிய புதிய முறைகளைக் கற்றேன். என் குரு முன்னொரு காலத்தில் என் தந்தையிடம் கற்ற பழைய மாணவராம். எனவே தன் குருவுக்கு செய்கிற நன்றிக் கடன் என்று எண்ணித் தனக்குத் தெரிந்ததையெல்லாம் சொல்லித்தந்தார் அவர்.” என்று எண்ணியபோது குருபக்தியால் அவர் மனம் நிறைந்தது. கண்களை மூடி மனசை நினைவின் வழியே செலுத்தித் தன் குருவின் சித்திரத்தைத் தேடி எழுப்பினார். நாலைந்து கண நேரம் அதிலேயே அவரது மனம் அமிழ்ந்தது. பிறகு ஏதோ சத்தம் கேட்டு அவர் மனம் நினைவு கலைந்தது. சமையலறையில் அஸ்வத்தாமன் சாப்பிட்டுக் கொண்டிருந்தான். பாத்திரத்தில் இனிப்புக் கஞ்சியை ஊற்றி அசிங்கமாகச் சத்தமெழ உறிஞ்சிக் குடித்தான். அசிங்க மாகச் சத்தமெழுப்பாமல் அவனால் சாப்பிடவே முடியாதோ என்று தோன்றியது. மீண்டும் மனம் உள்முகமாகத் திரும்பியது.

“அப்போது துருபதன் ஏன் என்னுடன் அவ்வளவு நட்புடன் இருந்தான் என்று இப்போது புரிகிறது. இது வரையில் ஒரு கோணத்தில் மட்டுமே பார்த்த விஷயம் இப்போது இன்னொரு கோணத்தில் இன்னும் தெளிவாகப் புரிகிறது. இத்தனை நாளாக இது புரியவில்லையே என்று ஆச்சரியமாகவும் இருக்கிறது. புத்திசாலியான மாணவனை, ஒரு சாதாரண மாணவன் சார்ந்து கற்றுக் கொள்வதும் கூடவே இருப்பதும் பொதுவாகக் காண்கிற விஷயம்தான். அதிலும் குருவின் விசேஷ அன்புக்கு ஆளானவனை வளைத்துப் போடவும் முயற்சி செய்து விடுவார்கள். அசட்டு மாணவர்கள் மட்டுமல்ல, மிகச் சாதாரண மாணவர்களும் இப்படித்தான் செய்வார்கள். துருபதன் அசடு அல்ல. மேதாவியுமல்ல. அவன் பணிவும், நெருக்கமும் அளவு கடந்தது. ‘துரோணா, நீ மட்டும் இங்கே இல்லாதிருந்தால் நான் இங்கிருந்து ஓடிப்போய்விட்டிருப்பேன். குருகுலப்பயிற்சி முடிந்த பிறகு உன்னை விட்டு நான் மட்டும் தனியாக ஊருக்கு எப்படிச் செல்வேன்? போனாலும் எப்படி இருக்க முடியும்? தண்ணீரில் நீந்தியபடியே வில்லில் குறிபார்க்க பதினைந்து நாட்களாக நானும் முயற்சிசெய்கிறேன். மூக்கில் நீர் நுழையாமல் தடுப்பதிலேயே என் கவனமெல்லாம் செல்கிறது. எனக்குக் கொஞ்சம் விளக்கமாகச் சொல்லித் தருகிறாயா? என்றும் ‘குரு என் மீது கோபமுற்றிருக்கிறார். துருபதன் கவனத்தோடும் சிரத்தையோடும் தான் பயிற்சி செய்கிறான். ஏமாற்றவில்லை என்று ஒரு முறை அவரிடம் எனக்காகச் சொல்கிறாயா

என்றும், 'துரோணா, நீ எனக்குப் பெரியண்ணன் மாதிரி. இப்பயிற்சிக்குப் பிறகு நீ எங்கும் செல்ல வேண்டாம். நான் பட்டம் சூட்டிக் கொண்டதும் என் சிம்மாசனத்தில் பாதியை உனக்குத் தருகிறேன். ஏன் அவநம்பிக்கையாகச் சிரிக்கிறாய்? சூரியன் மேலும் சந்திரன் மேலும் ஆணை இது' என்றும் பல முறை சொன்னான். அவனைப் போலவே மற்ற நண்பர்களும் நட்பு மழை பொழிந்தார்கள். எல்லோரைவிடவும் அவன் அதிகமாகவே நட்பு பாராட்டினான். அவன் தந்தை பிரஷதன் என் தந்தைக்கு நண்பனாம். 'நாம் இருவரும் அந்த நண்பர்களின் பிள்ளைகள். அதனாலேயே நாமும் நண்பர்கள்' என்று பலமுறை அவனே சொல்லிக்கொண்டு ஆசிரமத்துக்கு வருவதுண்டு. எனக்கு அவர்கள் அனைவருடைய ஞாபகமும் இல்லை. அப்பாவும் அரசர்களின் நட்பை ஒரு பொருட்டாகவோ, பெருமையாகவோ நினைத்துப் பாராட்டியதில்லை. அந்த வகையில் அவர் பெரிய விவேகி."

தன் சாப்பாட்டை முடித்துக்கொண்டு அஸ்வத்தாமன் வெளியேறுவது தெரிந்தது. துரோணர் அவனது நிழலைத்தான் முதலில் பார்த்தார். அவனை நிமிர்ந்து பார்ப்பதற்குள் அவன் வெளியேறி விட்டான். வெளியே குதிரைகளைப் பரபரவென்று தேய்த்துக் கொண்டிருக்கும் சத்தம் கேட்டது. அப்போது அவரது பார்வை எதிர்ப்பக்கத்தில் பதிந்தது. வரிசையாய் நிற்க வைக்கப்பட்ட வில்கள், பலவகையான அம்புகள் நிறைந்த அம்பறாத்துணிகள், வாள்கள், கதாயுதங்கள், ஈட்டி, கேடயம் எல்லாம் இருந்தன. வெறும் ஆயுதங்களை நிற்க வைத்தே அந்தப் பக்கத்தை நிர்மானித்தது போல இருந்தது. அவை அனைத்தையும் ஒரே பார்வையில் அளந்தார் துரோணர்.

"அக்கினிவேஷத்தில் குருகுலப்பயிற்சி முடிந்ததுமே எல்லாருமே அவர்கள் ஊருக்குச் சென்றபோது, என்னுடைய கல்வியை முடிப்பதற்காக பார்கவ முனிவரைச் சந்திக்கச் சென்றேன். எல்லா வகையான அஸ்திரங்களையும் பயிற்சி செய்து விடவேண்டும் என்கிற வேகம் எனக்குள் எழுந்தது. 'இந்த துரோணனுக்குப் புராண ஞானம், இவன் பிடித்துக் கையாளாத அஸ்திரமே இல்லை? என்று பேரெடுக்க வேண்டும் என்கிற ஆசை என்னை இயக்கியது. அக்கினி அஸ்திரம் வீசுவதில் அந்த குருவைக் காட்டிலும் பார்கவர் வல்லவர். அது மட்டு மில்லாமல் கோடாலி யுத்தத்திலும் அவர் வல்லவர். எவ்வளவு தூரமாக இருந்தாலும், சரியாகக் குறிபார்த்து வீசுவதில் வல்லவர். அது மட்டுமல்லாமல் க்ஷத்திரியர்களுக்கு எதுவும் சொல்லித் தரக்கூடாது என்றும் பிராமணர்களுக்கு எதுவும் சொல்லித்தருவதாகச் சபதம் எடுத்துக் கொண்ட குழுவைச் சேர்ந்தவர் பார்கவர். அங்கீரஸக் கோத்திரத்தைச் சேர்ந்தவர் என்றும் பரத்வாஜ முனிவரின் மகன் என்றும் சொல்லிக்கொண்டு என் பிராமண அடையாளங்களைச்

சொன்ன பிறகு அவர் என்னை மாணவனாக ஏற்றுக் கொண்டார். அவருடைய வம்சத்தைச் சேர்ந்தவர்களின் க்ஷத்திரியர்கள் மீதான கோபம் அதிகப்படியானது என்று நான் நினைப்பது அவர்க்குத் தெரிந்திருந்தால், அப்போதே நான் வெளியேற்றப்பட்டிருப்பேன்."

இன்னும் அந்த ஆயுதங்களின் மேலேயே பதிந்திருந்தது அவரது பார்வை.

"மிகக் குறைச்சலாகக் கற்றவன் அரசன் ஆகிறான். பெரிய செல்வந்தனாக மாறி விடுகிறான். ஆட்சி நிர்வாகத்தைக் கைப்பற்று கிறான். உண்மையிலேயே கல்விகளிலும் கலைகளிலும் தேர்ச்சி பெற்றவர்கள் வயிற்றுப்பாட்டுக்காக அலைந்து இப்படி ஆட்சியில் அமர்ந்திருப்பவர்களின் அருகே கெஞ்சிக் கேட்கச் செல்கிறார்கள். இல்லையென்றால் என்னைப்போல ஆசிரியராகலாம். அவ்வளவு தான். செல்வந்தனாக முடியாது. என்ன விசித்திரமோ இது. அழகான அரண்மனை, பணிப்பெண்கள், வசதி, இன்பம் எல்லாமே இந்த ஆட்சியில் அமர்ந்து இருப்பவர்களுக்குத்தான். இந்த அளவு அஸ்திரங் களில் கை தேர்ந்த என்னைத் திருமணம் செய்துகொள்ள ஒரு அழகான பெண் கிடைக்காமல் போய்விட்டதே! இந்தத் துரோணன் அந்த அளவு குரூபியல்ல. குருடனுமல்ல. கொஞ்சம் மெலிந்த உடல்வாகு, அவ்வளவுதான். பத்து ஆள்கள் வந்தாலும் சமாளிக்கிற திறமை. அடித்து வீழ்த்துகிற வில் வீரம். ஆனாலும் கூட சுயம்வரங்களில் பங்கேற்கிற உரிமை இல்லை. சுயம்வரங்களில் க்ஷத்திரியர்களுக்கு மட்டுமே இடம் உண்டு. என்னதான் இருந்தாலும் நமக்குத் திருமண மந்திரம் மட்டும் ஓதும் வேலைதான். வருஷக் கணக்கில் மழை வரவில்லை யென்றால் தன் பெண்ணை ஏதாவது ஒரு பிராமணனுக்குக் கொடுத்துத் திருமணம் செய்து வைக்கிற அரசனும் இருந்தான். அதைக் கூட மனசார அவர்கள் செய்வதில்லை. வேண்டா வெறுப்பாகத்தான் செய்தார்கள். இளமை துடிக்கும் வயதில் சகல அஸ்திரங்களிலும் வல்லவனான இந்தத் துரோணனுக்கு ஒரு அழகான பெண் கிடைக்க வில்லை. இல்லாவிட்டால் இந்த அஸ்தினாபுரத்தில் அரசனின் ஆதரவில் இருந்த ஏழைப் பிராமணனான கிருபாச்சாரியனின் தங்கை கிருபையைப் போய் ஏன் திருமணம் செய்து கொண்டிருக்கப் போகிறேன். காமம் தலைதூக்கிப் பொங்கும் தருணங்களில் மட்டுமே அழகாய்த் தெரிபவள் அவள். எப்படிப்பட்ட ஏழ்மையில் வளர்ந்தவள் அவள்! மிகவும் வறிய சூழலில் வளர்ந்து ஆளான பெண்ணுக்கு கணவன் மேல் அன்பைப் பொழிந்து ஆனந்தம் தரும் நெருக்கமும் உரிமையும் தன்னம்பிக்கையும் எங்கிருந்து வரும்? கௌதம கோத்திரத்தைச் சேர்ந்த ஷரதவன் என்ற ஏழைப் பிராமணன்தான் அவளுடைய தந்தையாம். என்னைப்போலவே வேதப்பயிற்சியைக் கைவிட்டு விற்பயிற்சியில் மூழ்கியவனாம். அம்பு செய்ய உதவும் மரக்

கொம்புகளைக் கொண்டு வந்து தரும் பெண் ஒருத்தி பறவைகளை வேட்டையாடிக்கொண்டிருந்தாளாம். அவளைப் பார்த்ததுமே அவள் அழகால் ஈர்க்கப்பட்டு விட்டானாம். தன் விருப்பத்துக்கு இடம்தராத அவளைப் பிடித்துப் பலவந்தப்படுத்தி உறவு கொண்டு விட்டானாம். கர்ப்பமுற்ற அந்தப் பெண் இரட்டைக் குழந்தைகளாக, ஆண் ஒன்றையும் பெண் ஒன்றையும் பெற்றெடுத்தாளாம். பிறப்புக்குக் காரணமானவன் அவளோடு இருந்தது ஒருநாளோ, ஒரு மாதமோ, யாருக்குத் தெரியும். அதற்கப்புறம் அவனைப் பற்றிய தகவலே இல்லை. தாய்க்காரி மிகவும் நோய்வாய்ப்பட்டுக் கிடந்தாளாம். குழந்தைகளைத் தூக்கிக் கொண்டு வந்து அரண்மனையில் அரசனாகிய சந்தனுவிடம் ஒப்படைத்துவிட்டு, ‘இவர்கள் உன் பிரஜைகள். ஒரு தந்தையாக இருந்து இவர்களை வளர்த்து ஆளாக்கு’ என்று சொல்லிவிட்டு உயிரை விட்டு விட்டாளாம். அவனுக்கோ குழந்தைகள் என்றால் பிரியம் அதிகமாம். மலைநாட்டில் இருந்து தான் மணந்துகொணடு வந்த பெண் தனக்குப் பிறந்த குழந்தைகளையெல்லாம் தாய் வீட்டில் கொண்டுபோய் விட்டுவிட்டு வந்ததால் அப்படி ஆனானோ, என்னமோ! அரண்மனைக்கு இப்பிள்ளைகள் வந்து சேர்ந்த சிறிது காலத்திலேயே அவன் இறந்து விட்டானாம். அரண்மனையில் எஞ்சிய சோற்றைத் தின்று பிள்ளைகள் வளர்ந்தார்களாம். காட்டுவாசியான தாயின் வயிற்றில் பிறந்தால் பிள்ளைகளும் கருப்பாகவே இருந்தார்கள். குள்ளமும் கூட பத்து ஆண்டுகளுக்குப் பிறகு தந்தையானவன் எங்கெங்கோ விசாரித்துக் கொண்டு விவரங்களை அறிந்து அரண்மனைக்கு வந்தானாம். தன் பிள்ளைகள் என்று சொல்லி அழைத்துச் சென்று மகனுக்கு வில் வித்தையைக் கற்றுத் தந்தானாம். ஆறேழு வருஷங்கள் கிருபனுக்குப் பயிற்சி தந்தானாம். அதற்குள் தந்தையானவன் இறந்து போனான். இவன் மீண்டும் தங்கையை அழைத்துக் கொண்டு அரண்மனைக்கு வந்துவிட்டான். அப்புறம் அங்கு இருந்த போர் வீரர்களுக்கும், கீழ்க்குலக்காரர்களுக்கும் வில்வித்தையைக் கற்றுக் கொடுக்க ஆரம்பித்து ஆச்சாரியர் என்று பெயர் பெற்றான். ஒரு தேரோட்டிக்குக் கொடுக்கக் கூடிய அளவு சாதாரண சம்பளம்தான். எப்படியோ தங்கையை வளர்த்தான். இந்த ஏழைக் குடும்பத்துப் பெண்ணின் முகத்தில் என்ன களை தோன்ற முடியும்!”

மனைவியின் ஞாபகம் வந்ததும் அவர் மனம் வருத்தம் கொண்டது. மீண்டும் நினைவுகளில் மூழ்கினான்.

“அவள் ஒன்றும் கெட்டவளில்லை. என்னைக் கண்டு பயப் பட்டாள். வறுமை அவளுக்குப் பொறுமையைக் கற்றுத் தந்திருந்தது. எந்த விதமான பேராசையும் இவளுக்கிருந்ததில்லை. அவள் அண்ணன் கிருபாச்சாரியனைப் போலவே திருமணத்துக்குப் பின்னும் அவளுடைய அண்ணன் வீட்டில் எத்தனை நாள் வாழ முடியும்? அவன் வீட்டில்

தான் என்னென்ன வசதி இருந்தது? இவ்வளவு திறமையைக் கையில் வைத்துக் கொண்டு வயிற்றுப் பாட்டுக்கு ஊரூராக அலைந்து கொண்டு...”

வெளியே குதிரையின் கனைப்பொலியும் கூடவே தடதடவென்ற குளம்பொலியும் கேட்டன. வேறு ஏதாவது குதிரை வந்து இந்தக் குதிரையோடு மோதுகிறதா என்று நினைத்து எழுந்து வெளியே வந்தார். அவர் மகன் அஸ்வத்தாமன் அங்கிருந்தான். அவனுடைய குதிரை முன்னங்கால்கள் இரண்டையும் தூக்கியபடி நின்றிருந்தன. அவற்றை இறக்கி விடாதபடி தொடையில் கைகொடுத்துத் தூக்கிப் பிடித்திருந்தான் அஸ்வத்தாமன். குழம்பிய குதிரை எதுவும் புரியாமல் கனைத்தது. பதினைந்து வயதுப் பையன் நாய்க்குட்டியைப் பிடித்திருப்பது போல ஐம்பதையொட்டிய வயதுடைய அஸ்வத்தாமன் குதிரையை பிடித்திருந்தான். கோபம் வந்தது. பெருமையாகவும் இருந்தது. ‘முட்டாள்’ என்று சொல்லவும் நினைத்தது மனம். அப்படியே நின்று கொண்டிருந்தார். அவனும் குதிரையைக் கீழே இறக்காமல் அப்படியே பிடித்திருந்தான். கடைசியில் கால்களைக் கீழே இறக்கினான். புதிய குதிரைகளில் ஏறும் முன் அவன் அவற்றைப் பழக்கும் முறைகளில் இதுவும் ஒன்று. பெயருக்குத் தகுந்த மாதிரியே அவனும் இருந்தான். குதிரைகளின் மீது அளவு கடந்த பிரியம் கொண்டிருந்தான்.

அந்த எலும்பான பெண்ணுக்கு இப்படிப்பட்ட பலசாலியான பையன் எப்படிப் பிறந்தானோ என்று வியந்தார் துரோணர். பிறக்கும் போதே அளவில் பெரிய குழந்தையாக இருந்தான். பெரிய உடல். நீண்ட கால்கள். இவ்வளவு பாரமான குழந்தையைத் தூக்கி வைத்துக்கொள்ள இயலாமல் சோர்வுற்றாள் அவள். இந்தக் குழந்தை பிறந்தபோதே அவள் இறந்து விடும் நிலையில்தான் இருந்தாள். இதற்குப் பின்னும் கூட அவள் அதிக நாட்கள் உயிர்வாழவில்லை. இறந்துவிட்டாள். ஏழ்மையின் காரணமாக அவள் இறந்தாள் என்பதுதான் உண்மை என்ற நினைவைத் தொடர்ந்து வறுமை தன்னை முதலில் சிதைக்கத் தொடங்கிய தருணத்தை நினைவு கூர்ந்தார் துரோணர்.

“அப்போது நாங்கள் விருகஸ்தலம் என்னும் இடத்தில் இருந்தோம். விருகஸ்தலம் என்பது பழைய பெயர். அங்கே திரிந்து கொண்டிருந்த ஓநாய்களையெல்லாம் வேட்டையாடிக் கொன்று விட்டு அந்த இடத்தை உருவாக்கினார்களாம். தேடினால் கூட ஒரு மான் அங்கே பக்கத்தில் கிடைக்காது. மற்றவர்களிடம் கையேந்த விரும்பாத ஆண் நான். ஆனால் வீட்டில் அடுப்பு எரிந்தாக வேண்டுமே. தானே அங்குமிங்கும் உள்ள வீடுகளில் கையேந்தி எடுத்து வந்து எனக்கும் கொடுத்து குழந்தைக்கும் கொடுத்து வந்தாள். தலையில் கை வைத்துக் கொண்டு உட்காருவதைத் தவிர வேறு வழி தெரியவில்லை எனக்கு. அக்கம் பக்கத்துப் பிள்ளைகள் ‘நான் பால் குடித்தேனே’ என்று

சொன்னால் போதும், ஆறு வயதான அஸ்வத்தாமன் ஒன்றும் தெரியாமல் தன் தாயிடம் ஓடிவந்து 'அம்மா எனக்குப் பால் வேண்டும்' என்று கேட்பான். அழுது அடம்பிடிப்பான். பாவம் அவள் எங்கிருந்து பால் கொண்டு வந்து தருவாள்? அவள் பிச்சையெடுத்து வைத்திருந்த கோதுமை மாவில் தண்ணீரில் கரைத்து அவனிடம் கொடுத்து அது தான் பால் என்று நம்ப வைத்து குடிக்கச் சொல்வாள். அவனும் அதைப் பால் என்று குடித்துச் சந்தோஷமடைவான். ஆனால் அக்கம் பக்கத்துக் குழந்தைகள் அவனைப் பார்த்துக் கேலி செய்வார்கள். ஆனால் குழந்தைக்கு எதுவும் புரியாது. அது அவளுக்குப் புரிந்துவிடும். அவளுக்கு இந்த வாழ்க்கை வெறுத்திருக்குமோ? குழந்தையை என்னிடம் ஒப்படைத்துவிட்டு எந்தச் சத்தமும் காட்டாமல், அதிகமாகப் பேசக்கூட இல்லாமல் இரண்டு மாதங்களுக்குள் இறந்துவிட்டாள்.

"அப்போதுதான் குருகுலத்தில் என்னோடு படித்த துருபதனை நினைத்துக்கொண்டேன். என்னை விட்டுப் பிரிந்திருக்க முடியாது என்று சொன்னவன், தான் பட்டமேறியதும் தனது சிம்மாசனத்தில் பாதியைக் கொடுப்பதாகச் சொன்ன நண்பன். அவனுடைய வார்த்தை களின் உண்மையின் பொருள் எனக்குப் புரிந்திருந்தால் நான் சென்றே இருக்கமாட்டேன். என் பிள்ளையும் நானும் பட்டினியாய் இருந்து சாக நேர்ந்திருந்தாலும் கூட நான் சென்றிருக்க மாட்டேன். அப்போதே அவனைத் தோள்மேல் தூக்கிக் கொண்டும் நடத்தியும் அழைத்துக் கொண்டு போனேன். எத்தனை நாள் பயணமோ, எதுவுமே நினைக்க வில்லை. எனக்கு ஐம்பது வயதுதான் ஆகி இருக்கும் அப்போது. வெயிலில் நடந்து நடந்து உடல் கருத்துவிட்டது. உடுத்தியிருந்த துணிகளும் கிழிந்து விட்டன. வியர்வை நெடி. துருபதனின் அரண்மனைக்குள் நுழைவதே சிரமமாகிவிட்டது. கடைசியில் ஊர்பேரையும் என்னுடைய பெயரையும் சொல்லி அனுப்பிய பிறகு உள்ளே இருந்து அனுமதி வந்தது. நிறைந்து வழிந்த சபையில் சிம்மாசனத்தில் ஏறி உட்கார்ந்து கொண்டுதான் என்னைப் பார்க்க வேண்டுமா? சாதாரண அறையில் சாதாரண ஆசனத்தில் உட்கார்ந்து தனிமையில் பார்த்தால் ஆகாதா?

"நண்பா, துருபதா, உன்னைத்தானே தேடி வந்தேன். இப்போது இங்கே நீயே அரசனாக இருக்கிறாய் என்று தெரியாது. உன் தந்தை எப்பொழுது இறந்தார்? பசியால் அழும் இந்தக் குழந்தைக்கு முதலில் சாப்பிட ஏதாவது ஏற்பாடு செய். பிறகு உட்கார்ந்து சாவகாசமாகப் பேசலாம். பேசுவதற்கு நிறைய விஷயங்கள் உள்ளன" என்றபடி அவன் அருகில் செல்லக் காலடி வைத்தேன். உடனே அவன், "சேவகனே, அரச சபையில் எங்கே நிற்க வேண்டும், எப்படிப் பேசவேண்டும் என்பதைச் சரியாகச் சொல்லித் தராமல் இவனை நீ எப்படி உள்ளே அனுமதித்தாய்?" என்று தன் சேவகனைத் திட்டினான் அவன். அவனுடைய வார்த்தையைக் கேட்டதுமே அதிர்ச்சியில் உறைந்து

போனேன் நான். "என்னை அடையாளம் தெரியவில்லையா, பெரியண்ணன் என்று என்னை அழைத்தாயே. குரு அக்னிதேவரின் குருகுலத்தில் உன்னோடு கூடப் படித்த துரோணன், உன் நெருங்கிய தோழன்" என்று விரிவாகச் சொன்னேன் நான்.

"நீ என் குருவின் சிஷ்யன் என்பது உண்மைதான். ஆனால் அவர் உனக்கு வெறுமனே வில்வித்தைதான் கற்றுக் கொடுத்திருக்கக் கூடும். ஆனால் யாரோடு, எந்த மாதிரி, கௌரவத்தோடு பேசவேண்டும் என்கிற நாகரிகத்தைச் சொல்லித் தரவில்லை" என்றான் அவன். அவன் முகத்தில் சட்டென ஒரு கம்பீரக்களை தோன்றியது. "உன் நிலைமை சரியில்லை என்று சொன்னால், நான் ஏதேனும் உதவி செய்யத் தயார். ஆனால் நண்பன் என்று முறை கொண்டாடும் பேச்சு வேண்டாம். அரச சபையில் எப்படி மரியாதையுடன் பேசுவது என்று கற்றுக்கொள்ள வேண்டும். சேவகனே, இவர்களை அழைத்துக் கொண்டு போய் அரண்மனையின் பணியாட்களுக்கான சமையல் கட்டுக்கு அழைத்துச் சென்று சாப்பாடு வழங்க ஏற்பாடு செய்" என்றான். இந்த துரோணன் என்றும் அவமானத்தைச் சகித்துக் கொண்டவனில்லை. கோபம் வந்துவிட்டது. "அடேய் துருபதா, உன் திமிரை அடக்காவிட்டால் நான் அக்னிவேஷரின் சீடனே அல்ல" என்று முகத்துக்கு நேராகச் சொல்லிவிட்டு குழந்தையின் கையைப் பிடித்துக்கொண்டு திரும்பிவிட்டேன். இந்த க்ஷத்திரியர்களின் திமிர் என்றுதான் குறைந்திருந்தது, துருபதன் மட்டுமில்லை, ஒவ்வொரு அரசனும் அப்படித்தான்.

"மீண்டும் ஒவ்வொரு ஊராக நடக்கத் தொடங்கினேன். அப்படிச் சுற்றும்போதுதான் ஓர் எண்ணம் தோன்றியது. இல்லை இல்லை- திரிகர்த்த தேசத்தில் சூதர்களுக்கு விற்பயிற்சி கொடுத்துக் கொண்டிருந்தபோதே இந்த எண்ணம் வந்துவிட்டது. வயிற்றுப் பாட்டுக்கு கையேந்திக் கையேந்தி எத்தனை காலம் வாழ்ந்தேன். என்ன பயன்? அவமானப்படுத்திய துருபதனைப் பழிக்குப் பழி வாங்காமல் நான் வில்வித்தை கற்று என்ன பயன்? அவன் திமிரை அடக்கியே தீர வேண்டும் என்ற எண்ணம் நெஞ்சில் உறுதி பூண்டது அப்போதுதான். வாழ்க்கைக்கு ஓர் அர்த்தம் பிறந்தது அப்போது தான். அதற்கிடையில் நான் அஸ்தினாபுரத்தில் பாண்டுவின் பிள்ளை களுக்கும் திருதராஷ்டிரனின் பிள்ளைகளுக்கும் மாமா கிருபனே முன்னின்று விற்பயிற்சி கொடுக்கிறான் என்று கேள்விப்பட்டேன். அவனைப் பார்த்துப் பத்து, பன்னிரண்டு ஆண்டுகள் ஆகிவிட்டன. நான் இருந்த இடம் யாருக்குத்தான் தெரிந்திருந்தது? அவனைத் தவிர தெரிந்தவர்கள் என்று சொல்லிக்கொள்ள எனக்கும் வேறு யார்தான் இருந்தார்கள். அவனை நினைக்கும்போது அவள் நினைவும் வந்தது. அவனைப் பார்க்கவேண்டும் என்கிற ஆசை எழுந்தது. 'அப்பா,

எனக்கு ஒரு மாமா இருப்பதாக அடிக்கடி சொல்வாயே, என்னைப் பார்க்க அவரும் ஒருநாளும் வந்ததில்லை, நானும் பார்த்ததில்லையே என்று அஸ்வத்தாமனும் ஒருநாள் கேட்டான். எல்லாமாகச் சேர்ந்து மனத்தில் ஆர்வத்தை மூட்ட உடனே கிளம்பிவிட்டோம். அப்போது அஸ்வத்தாமனுக்கு வயது பதினைந்து. தோளில் வில்லோடும் அம்பறாத் தூணியோடும், கையில் கூர்மையான கோடாலியோடும் முன்னால் நடந்தான். அவன் துணையாக வரும்போது புலி, சிறுத்தை, கரடி எந்த விலங்கைக் கண்டும் அச்சம் கொண்டதில்லை அப்போது. நல்ல உயரம். அகன்ற உடற்கட்டு. கொஞ்சம் என்னைப் போலவே மெலிந்த உருவம்.

"கிருபன் இரக்கமானவன். ஆனால் புத்திசாலி இல்லை. க்ஷத்திரியர்களின் திமிரைப்பற்றி அவனுக்குத் தெரியவில்லை. சின்னப் பிள்ளையாக இருந்த போதிலிருந்தே இந்த அரண்மனையின் ஆதரவில் வளர்ந்ததால் க்ஷத்திரியர்கள் மீது பெரிதும் மரியாதை யுடன் இருந்தான். வெளியே நான்கு தேசங்களில் சுற்றி நான்கு ஆசிரமங்களைப் பார்த்திருந்தால் ஆச்சார்யன் என்கிற ஸ்தானத்தின் பொருள் புரிந்திருக்கும். பெயருக்குத்தான் ஆசாரியன். பீஷ்மன் அளித்த எளிய விருது. தன் பேரப் பிள்ளைகளுக்குப் படிப்புச் சொல்லித் தருபவன் ஆசாரியன் என்கிற தகுதிக்குக் கீழே இருந்தால் அது அவனது அரசப் பெருமைக்குத்தானே இழுக்கு? சம்பளத்தைப் பற்றியும் வசதிகளைப் பற்றியும் தான் அதிகக் கவலைப்பட்டான் கிருபன். சுயமரியாதையைப் பற்றி அவன் கவலைப்படவில்லை. ஐம்பது குதிரைகளைக் கட்டி மேய்க்கிறவனுக்கு எவ்வளவு கொடுக்கிறார்களோ, அதற்குக் குறைவாகத்தான் கொடுத்தார்கள். ஆனால் அதையே பெரிய அதிர்ஷ்டமாய் எண்ணினான். கிருபன் சூதர்களுக்கு ஆசிரியர் என்றிருந்த நிலையிலிருந்து இளவரசர்களான பாண்டுவின் பிள்ளைகளுக்கும் திருதராஷ்டிரனின் பிள்ளைகளுக்குமான ஆசிரியர் என்ற நிலைக்கு உயர்ந்து விட்டதாக எண்ணிச் சந்தோஷப்பட்டார். என்னைப் பார்த்ததுமே, 'மைத்துனரே, இங்கே இத்தனை பிள்ளைகளுக்குச் சொல்லித் தர வேண்டும். நீங்களும் வில்வித்தையில் வல்லவர் தானே. எனக்குத் துணையாக இருந்து விடுங்கள். எப்படியாவது பீஷ்மரைச் சந்தித்து உங்களைப்பற்றி எடுத்துச் சொல்கிறேன். அவர் கருணைமிக்கவர். இல்லை என்று சொல்வதில்லை. ஒரு வீடு, தானியம், பால் தரும் பசு, கொஞ்சம் சம்பளம் - இவை போதாதா எனக்குத் திருமணமே ஆகவில்லை. ஒண்டிக் கட்டைதான். இருவருமே ஒன்றாக இருந்து விடலாமே. இரண்டு பேரும் தனித்தனியே இருந்து கொண்டு தனித்தனி சமையல் செய்து கொள்வது வேண்டாம்.' என்றான் கிருபன். இன்றைக்கும் அப்படியே இருக்கிறான். பெரிய ஆசை ஒன்றும் இல்லை. ஆசாரியரே என்று கூப்பிட்டால் போதும்.

சந்தோஷப்பட்டு விடுவான். முகம் பெரிதாக மலர்ந்து விடும். இந்த ஏற்பாட்டுக்கு ஒத்துக்கொண்டால், த்ரிகர்த்தத்தில் வயிறு வளர்த்ததற்கும் இங்கே இருப்பதற்கும் பெரிய வேறுபாடு ஒன்றும் தோன்றியிருக்காது. வெறும் வயிற்றுப்பாட்டைத் தவிர, இந்தத் துரோணன் எதையும் சாதித்திருக்க முடியாது. கிருபனோடு நானும் சென்று பீஷ்மரைப் பார்த்து வணங்கினேன். கர்வத்தோடும் அகங்காரத்தோடும் நடந்து கொண்டான் அவன். வாழ்நாள் முழுக்க பிரம்மச்சாரியாக இருந்தவன் அவன். வேத சாஸ்திரங்கள் அறிந்தவன். தன் சகோதரர்களுக்காக காசிராஜனின் பெண்களைச் சிறையெடுத்துக் கொண்டு வரும்போது, சுயம் வரத்திற்காகச் சேர்ந்திருந்த எல்லா க்ஷத்திரியர்களும் கூடி எதிர்த்தபோது தனி ஆளாக அவர்களை எதிர்த்து வெற்றி பெற்றவன். அவன் கண்கள் எதிரில் இருப்பவர்களைப் பார்க்காமல் வானையே பார்த்திருக்கும். திருதராஷ்டிரனின் பிள்ளைகளும் பாண்டுவின் பிள்ளைகளும் சுற்றிருந்த விற்பயிற்சி மிக மோசமான நிலையில் இருந்தது. ஆழமான கிணறு ஒன்றில், விழுந்துவிட்ட பந்தில் தைத்துக் கொள்ளுமாறு மெல்லிய நூல் ஒன்றோடு இணைத்துக் கட்டிய அம்பை எய்து பந்தை மேலே எடுத்துக் கொடுத்தபோது, அவர்களுக்கு அந்த நுணுக்கம் கைவந்திருக்க வாய்ப்பே இல்லை என்று தோன்றியது. எல்லாம் கொடுத்ததற்குத் தகுந்த வித்தை, அவ்வளவுதான். யாரோ ஒரு சிறுவன், 'ஐயா, இப்படி அம்பு விட எங்களுக்கும் கற்றுத் தாருங்கள்' என்று கேட்டான். யார் கேட்டவன்? அர்ஜுனனா? ஆம். அவனாகத்தான் இருக்க வேண்டும். அவனிடம்தான் இயற்கையிலேயே கற்றுக் கொள்ளும் ஆர்வமும் திறமையும் இருந்தன. அவன் ஒருவன்தான் எந்தப் புதிய விஷயத்தையும் மிகச் சுலபமாகவும் வேகமாகவும் கற்றுக் கொண்டான். அவனிடம், 'குரு - மாணவன் என்கிற உறவு இல்லாமல் சொல்லித் தருவது சாஸ்திரத்துக்கு விரோதம்' என்று நான் சொன்னதுமே, 'இன்றே, இப்போதே உங்கள் பாதங்களைத் தொட்டு வணங்கிக் கேட்டுக் கொள்கிறேன். தயவு செய்து மாணவனாக ஏற்றுக் கொள்ளுங்கள்' என்று காலில் விழுந்தான்.

"சின்னப் பிள்ளைகள் கேட்டுக் கொள்வதன் அடிப்படையில் மாணவனாக ஏற்றுக் கொள்ள முடியாது. அதற்கெல்லாம் பெரியவர்கள் வரவேண்டும்" என்று நான் அவனிடம் சொன்ன பிறகு, அடுத்த நாள் எல்லா சிறுவர்களையும் கூப்பிட்டுக் கொண்டு நான் இருந்த இடத்திற்கே தேடி வந்து விட்டார்கள். 'எங்கள் தாத்தா உங்களை அழைத்து வரச்சொன்னார். தயவு செய்து வாருங்கள்' என்றார்கள். 'நான் உங்கள் தாத்தாவின் பிரஜையல்ல. அதனால் அவரது ஆணையை ஏற்றுக்கொள்ள வேண்டிய அவசியம் எனக்கில்லை. வேண்டுமென்றால் அவருடைய இந்த ராஜ்ஜியத்தை விட்டு வெளியேறுகிறேன். நான் படித்தவன். படித்தவனுக்கு எந்த ஊருக்குப்

போனாலும், அவன் அந்த ஊருக்கு அந்நியனாகிவிட மாட்டான். நீங்கள் சின்னப்பிள்ளைகள். இந்த தரும நெறி நுணுக்கம் உங்களுக்குத் தெரியவில்லை. உங்கள் தாத்தா விடம் போய் சொல்லுங்கள்' என்றார். இரண்டே இரண்டு நாழிகைகளுக்குள் பீஷ்மரே வந்துவிட்டார். வாழ்க்கையில் ஒரு நம்பிக்கையும், பிடிப்பும் இத்தருணத்தில்தான் துரோணருக்கு ஏற்பட்டது. 'உன் வில் திறமையும் தரும ஞானத்தையும் கேள்விப்பட்டு நீங்கள் வில் வித்தையில் பெரிய நிபுணராக இருக்க வேண்டும் என்று நினைக்கிறேன். நீங்கள் வில்லை ஆளும் திறமையை நாங்களும் சிறிது பார்க்கலாமா? நீங்கள் விரும்பும் பரிசுகளையும் கௌரவத்தையும் அரண்மனை வழங்கும்' என்றார் பீஷ்மர். உடனே நானும், 'மகாராஜாவுக்கு என் ஆசிகள். கௌரவத்துக்காகவும் பரிசுகளுக் காகவும் திறமையைக் காட்ட இது ஒன்றும் கழைக்கூத்தாட்ட மல்ல' என்றேன். அதற்கு அவர் 'நானும் அந்தப் பொருளில் கேட்கவில்லை. ஆசிரியராக நியமிப்பதற்கு முன்னர் அவர்களின் திறமையைச் சோதித்துப் பார்ப்பது வாடிக்கைதானே' என்று கேட்டார்.

'அரசரே, உங்களிடம் ஆசிரியர் வேலையை ஏற்றுக் கொள்ளும் விருப்பம் எனக்கில்லை. அரசரால் நியமிக்கப் பட்டவன் குருவாக முடியுமா? வேண்டுமென்கிற மாணவர்களை ஏற்றுக்கொள்கிற அல்லது வேண்டாம் என்கிற மாணவர்களை விலக்குகிற சுதந்திரம் குருவுக்கு இருக்கிறது. உங்கள் அஸ்திரத்திறமையைக் காட்டுங்கள். எனக்குத் தெரிந்ததையும் காட்டுகிறேன். பரஸ்பரம் பார்த்து சந்தோஷப்படுகிற அம்சம் ஏதேனும் இருந்தால் அதை நிராகரிக்க வேண்டியதில்லை.' என்றேன் நான்.

நல்ல பண்பு எங்கிருந்தாலும் அதைக் கண்டுபிடித்து பாராட்டுபவர் பீஷ்மர். ஒரு வேளை தன் பேரப்பிள்ளைகளுக்கு வேறு எவருக்கும் கிட்டாத அளவுக்கு பயிற்சி அமையவேண்டும் என்கிற சுயநலக்காரரோ? இரண்டுமே சரி என்பதுதான் உண்மை. 'ஆச்சாரியரே, நீங்கள் இந்த தேசத்திலேயே இருக்க வேண்டும். ஆச்சாரியரின் வாசஸ்தலம், அத்யயனம், பயிற்சிக் கூடம், ஜீவனத்துக்குத் தேவையான நிலபுலன்கள் எல்லாவற்றிற்கும் ஏற்பாடு செய்யப்படும். அவை ஆசாரியர்க்கே சொந்தமாக இருக்கும். அரசனின் அதிகாரம் கூட அதைக் கட்டுப்படுத்தாது என்று வாக்குத் தருகிறேன். பயிற்சி முடிந்த பிறகு நீங்கள் கேட்கிற குரு தட்சணையைத் தர வாக்குறுதி வழங்குகிறேன். அஸ்தினாபுரத்திலேயே உங்கள் ஆசிரமத்தை அமைத்துக் கொள்ளுங்கள். உங்கள் ஞானம் எங்கள் பிள்ளைகளுக்கும் அமைய வேண்டும்" என்றார் பீஷ்மர்.

* * *

வெளியே அஸ்வத்தாமனின் குரல் கேட்டது.

"என்ன மாமா, நடந்தே வந்து விட்டாயா?" கிருபாச்சாரியர் வந்திருக்கிறார் என்பது துரோணருக்குப் புரிந்தது. அவர் வரவு அவருடைய நினைவுகளை அறுத்தது. அது அவருக்குச் சிறிது ஏமாற்றமாக இருந்தது. இந்நினைவுகளினூடான பயணம் அவருக்குச் சந்தோஷம் தரவில்லையெனினும், அதற்குள் அவர் மூழ்கி இருப்பதை விரும்பினார். எந்த விஷயமாக இருந்தாலும் அதில் மூழ்கி விடுவதே துரோணருக்கு விருப்பமாக இருந்தது. "என்னப்பா செய்வது? இந்த யுத்தத்தின் கெடுபிடியில் எனக்கு ரதம் கொடுக்க யார் இருக்கிறார்கள்? ஏதாவது ஒரு குதிரையில் ஏறி வரலாம் என்றால் அடையாளம் புரியாமல் எங்காவது என்னை அது தள்ளிவிட்டால் என்ன செய்வது?" என்று அவர் பதிலுரைப்பதும் கேட்டது. "அவர் கூடாரம் எங்கே இருக்கிறது? நான் விசாரிக்கவும் இல்லை. மறந்தே போய் விட்டது. இப்பொழுது அவராகவே வந்துள்ளார். நல்லதாய்ப் போயிற்று" என்று நினைத்துக் கொண்ட துரோணர் குரலை உயர்த்தி, 'அஸ்வத்தாமா, உன் மாமாவை உள்ளே அனுப்பு" என்று சொன்னார். சற்றே கருத்த நிறமும் தளர்ந்த உடலும் குள்ளமுமான கிருப்பாச்சாரியர் உள்ளே வந்தார். உஸ்... என்று சொல்லிக்கொண்டபடி தரையில் உட்கார்ந்தார். "எவ்வளவு குதிரைகள், எவ்வளவு ரதங்கள், எவ்வளவு போர் வீரர்கள், முன்பு தேவேந்திரனின் தலைமையில் நமக்கும் அசுரர்களுக்கும் யுத்தம் நடந்தபோதுகூட இவ்வளவு கூட்டம் இருந்ததோடு என்னமோ?" என்று அவர் சொல்லும் போதே, 'ஹவ்யா, இங்கு வந்து ஆசாரியர்க்குப் பாய்விரித்துவிட்டுப் போ" என்றார் துரோணர். உடனே ஹவ்யன் ஓடி வந்தான். ஓரமாய்ச் சுருட்டி வைத்திருந்த பாயை எடுத்து அவர்முன் விரித்தான். உள்ளிருந்து கொஞ்சம் தேனையும் தண்ணீரையும் கொண்டு வந்து வைத்தான். "ஓ... உன் கூடாரத்தில் தேன்கூட இருக்கிறதா? விசேஷமான கூடாரமும் வேலைக்காரனும் கூடக் கொடுத்திருக்கிறார்களா, நீங்கள் கொடுத்து வைத்தவர்தான்" என்றபடி தேன் இருந்த பாத்திரத்தை எடுத்து, மூடப்பட்டிருந்த இலையை விலக்கினார் கிருபாச்சாரியர்.

"உங்கள் கூடாரம் எங்கே இருக்கிறது?"

"எங்கே என்று சொல்வது? நீங்கள் அந்துப் பக்கம் பார்த்தீர்களா? பார்த்திருக்க மாட்டீர்கள். மாகிஷ்மதிபுரத்துப் படைவீரர்கள் இருக்கிறார்களே, அதற்கும் அந்தப் பக்கத்தில் இருக்கிறது. ஒரு குடிசைதான். ரொம்பவும் சின்னது. என்னைப் போன்ற ஆளுக்குச் சின்னதானால் என்ன, பெரியதானால் என்ன? நேற்று இரவு தூங்கிக் கொண்டிருக்கும்போது எல்லாத் தரப்பு விநியோகஸ்தர்களும் உள்ளே நுழைந்து விட்டார்கள். ஒரே குறட்டைச் சத்தம். வியர்வை நெடி.

இங்கே எவ்வளவோ பரவாயில்லை. வெறும் குதிரைக் கழிவின் துர்நாற்றம் மட்டும் தான். அந்தப்பக்கம் மனிதர்களின் மலநாற்றமே அதிகம்.

"சாப்பாடு?"

"இந்த உடம்பு எங்கே சாப்பிட்டால் என்ன? ஒரு கவளம் அதிகமானாலும் தாங்க முடிவதில்லை. படைவீரர்களுக்கு என்ன கொடுத்தார்களோ, அதையே கொடுத்தார்கள். வயசான என்னால் மென்று சாப்பிட முடியுமா? எனக்காக மிருதுவாகச் செய்து கொடுப்பவர்கள் யார் இருக்கிறார்கள்? மெல்லாமல் விழுங்கினால் வயிறு வலிக்கிறது."

துரோணர்க்கு அந்தப் பக்கம் ஒன்றும் இந்தப் பக்கம் ஒன்றுமா கடைவாய்ப்பற்கள் விழுந்து விட்டிருந்தன. அவற்றிற்குப் பக்கத்தில் இருந்த பல் சிறிது ஆடுவது போல இருந்தாலும் அதிக அளவு வலி கொடுக்கவில்லை. அவரைவிட ஐந்து வயது சிறியவரான கிருபாச்சாரியர்க்கு வெறும் ஏழோ எட்டோ பற்கள்தான் எஞ்சியிருந்தன. அவையும் ஆடிக்கொண்டிருந்தன. எல்லாமே அவரே சொல்வதுதான். யாரும் அவர் வாயைத் திறக்கச் சொல்லிப் பார்த்ததில்லை. அப்பற்கள் தாமாக விழும்வரை அவரால் சரியாய்ச் சாப்பிடவும் முடிவதில்லை. பேசவும் முடிவதில்லை. துரோணர் தம் சொந்தச் சேவகனையே இங்கும் அழைத்து வந்திருந்தார். அவருடைய சேவகன் என்றாலும் அவனுக்குச் சேரவேண்டிய சம்பளம் முதலானவற்றை அரண்மனையே வழங்கி விடும். அஸ்தினாபுரத்தில் கூட கிருபாச்சாரியர் தம் உணவைத் தாமே சமைத்து உண்ணும் பழக்கம் கொண்டவர். அதனால் இங்கு எந்தச் சேவகனையும் அழைத்து வரவோ அல்லது புதுசாக நியமித்துக் கொள்ளவோ சாத்தியமின்றிப் போனது.

"இந்தக் கூடாரம் பெரிதாகவே இருக்கிறது. ஹவ்யனுக்குச் சொன்னால் எனக்காகக் குழைந்த நிலையில் சோறு வடித்துத் தரக் கூடும். இங்கேயே ஓரமாகப் படுத்துக்கொள்ளலாம்" என்று நினைத்த போது கிருபாச்சாரியரின் முகம் கூச்சத்தால் சிவந்தது. இதுவரை ஒரு முறையும் இப்படிக் கேட்டுக்கொண்டதில்லை. அவர் நிலையைக் கண்டு துரோணர் இரக்கம் கொண்டார். அஸ்தினாபுரத்தில் ஆசாரியராக ஆன பின்பு துரோணர் கிருபாச்சாரியரின் வீட்டிலேயே தங்கி இருந்திருக்கலாம். கிருபாச்சாரியரும் அதையே விரும்பினார். ஆனால் தொடக்கத்திலிருந்தே அரண்மனையைச் சார்ந்து வளர்ந்து விட்ட இவரோடு இருந்தால் தான் ஏற்றுக்கொண்டிருக்கும் ஆசிரியர் பொறுப்புக்கான மரியாதை நிலைத்திருக்காது என்று எண்ணினார் துரோணர். இரட்டைக் குழந்தைகளைப் பெற்ற காட்டுப் பெண், அவர்களை சந்தனு மகாராஜாவிடம் ஒப்படைத்த பிறகு, பெயர்சூட்டக் கூட

ஆள் இல்லாமல் அரண்மனைப் புரோகிதனே பெயர் சூட்டினான். அரசனின் கிருபைக்கு ஆளான வர்கள் என்பதால் கிருபன், கிருபி என்று பெயர்சூட்டப்பட்டு விட்டது. இன்று வரைக்கும் இதே பெயரையே மாற்றாமல் வைத்துக் கொண்டிருக்கிறார். இவருடைய தந்தையார்வந்து வில்வித்தை யெல்லாம் கற்றுத் தந்து விட்டுப் போன பிறகாவது சரத்வந்தனின் மகன் சரத்வன் என்றோ, அல்லது கௌதம கோத்திரத்தைச் சேர்ந்தவன் என்பதால் கௌதமன் என்றோ வைத்திருக்கலாம். ஆனால் அதைப்பற்றி அவ்வளவு அக்கறைகொள்ள வில்லை அவர். அதன் பிறகு கூட தம்மைப்பற்றி அறிமுகப் படுத்திக் கொள்ளும்போது கிருபன் என்றே சொல்லிக்கொண்டார். பெயரின் மகிமை அறியாத அஸ்தினாபுரத்துக்காரர்கள் 'அரசனின் கருணை கொண்டவன்' என்றோ, 'கடவுளின் கருணை கொண்டவன்' என்றோ சொன்னார்கள். துரோணர் அவரை நிமிர்ந்து பார்த்தார். வயதான உடலின் காரணமாக ஓய்வும் சரியான உணவும் இல்லாததால் களைப்புற்றிருந்தார். தூக்கக் கலக்கத்தில் இருப்பது போலத் தெரிந்தது. பாய்மீது உட்கார்ந்துக் கொண்டு தேனைப் பருகினார்.

"நீங்கள் எதற்கு இங்கே வந்தீர்கள்?" என்று அவரிடம் கேட்டார் துரோணர். கிருபாச்சாரியர்க்கு அக்கேள்வியின் பொருள் புரியவில்லை. "இந்த முடியாத நிலைமையில் போர்க்களத்துக்கு ஏன் வந்தீர்கள் என்று கேட்கிறேன்" என்று புரியும்படி மீண்டும் விரித்துரைத்தார். தேன் பாத்திரத்தைக் கீழே வைத்துவிட்டு சிறிது நீர் பருகிய கிருபாச்சாரியர் உதடுகளைத் துடைத்தபடி, "நீங்கள் வந்தே ஆக வேண்டும். போர்புரிய நாங்கள் இருக்கிறோம். எங்களை ஆசீர்வதித்து வழிகாட்டிவிட நீங்கள் வராதிருந்தால் எப்படி?" என்று துரியோதனனே சொல்லி அனுப்பினான். அவன் மனசு பெரியது. வராமல் இருக்க முடியுமா?" என்றார்.

"இப்பொழுது எந்தெந்தப் பிரச்சினைக்கு வழிகாட்டும்படி உங்களைக் கேட்டான் அவன்? நீங்களும் எதெதெற்குச் சொன்னீர்கள்?"

இந்தக் கேள்வியும் அவருக்குச் சட்டெனப் புரியவில்லை. இல்லை, அவருக்குப் புரியத்தான் செய்தது. ஆனால் என்ன பதில் சொல்வது என்றுதான் புரியவில்லை என இரண்டு கணங்களுள் புரிந்தது. "கொஞ்ச நேரம் காலை நீட்டி ஓய்வு எடுத்துக்கொள்ளக் கூட இடமில்லாமல் இருக்கும்போது நீங்கள் ஏன் ஊருக்குத் திரும்பிப் போய் விடக் கூடாது? வேண்டுமென்றால் நான் உங்களுக்கு ஒரு ரதத்தை ஏற்பாடு செய்து தருகிறேன்" என்று மீண்டும் சொன்னார் துரோணர். தன் அதிருப்தியை துரியோதனனுக்கு வெளிப்படுத்த இதுவும் ஒரு வழியாகும் என்று நினைத்த கிருபாச்சாரியர்க்கு அந்தக் கணமே புறப்பட்டுவிட வேண்டும் என்ற எண்ணம் தோன்றியது. "போய் நிம்மதியாக படுத்தாவது

தூங்கலாம். ஒரு செம்பு பாலாவது குடிக்கலாம். வரவேண்டும், வந்தே தீரவேண்டும் என்றெல்லாம் கட்டாயப்படுத்தினான். ஆனால் இங்கு வந்து பார்த்தால் யார் என்று கேட்கக் கூட நாதியில்லை" யுத்த களத்திலே இந்த வயசான கிழவனுக்கு என்ன வேலை என்று நேற்று இரவு என் கூடாரத்துக்குள் நுழைந்து படுத்துக்கொண்டவர்கள் பேசிக் கொண்டதும் அவருக்கு ஞாபகம் வந்தது. புறப்பட்டுவிடுவதுதான் சரி என்று நிச்சயித்துக்கொண்டபோது துரோணர் ஹவ்யனைக் கூப்பிட்டு "கிருபாச்சாரியர்க்கு நன்கு குழைவாகச் சோறு வடித்துக் கொடு. அல்லது மாவு இருந்தால் தேனும் பாலும் கலந்து பிசைந்து கொடு. பால் இருக்கிறதில்லையா?" என்று கேட்டார்.

"கொஞ்சம் இருக்கிறது."

"சோள மாவுதானே. ரொம்ப ருசியாக இருக்கும்" என்று உற்சாகத்தோடு சொன்னார் கிருபாச்சாரியர். கூடாரத்தின் வெளியே சென்று ஹவ்யன் கொடுத்த தண்ணீரை வாங்கி கால்களை கழுவிக் கொண்ட பிறகு சமையல் அறையில் உட்கார்ந்து மாவையும் தேனையும் ஊற்றிப் பிசைந்து தின்னும் போது பாலின் பற்றாக் குறையால் பாலோடு சுடுநீர் கலந்திருப்பது தெரியவில்லை. மெல்லாம லேயே விழுங்கத்தக்க இந்த உணவு வயிற்றில் இறங்கியதுமே நிம்மதியாக இருந்தது. "திரும்பிச் செல்லலாம்தான். ஆனால் ஊர்க்காரர்கள் என்ன நினைப்பார்கள்? வில்வீரர்களின் குருவுக்கு உடம்புதான் தள்ளாமல் போய்விட்டது என்றாலும் யுத்த விஷயத்தில் அவர் மூளை என்றும் சுறுசுறுப்புதான். அது யாருக்கும் வராது என்று அக்கம்பக்கத்துப் பெண்கள் முதல் எல்லாருமே புகழ்ந்தார்கள். இந்தச் சூழலில் இப்போது நான் ஊருக்குப் போனபிறகு யுத்தம் நடந்தால்...? ஒருவேளை துரியோதனன் மீண்டும் என்னை அழைத்துக் கொள்ளாவிட்டால்?" என்றெல்லாம் ஓடிக் கொண்டிருந்த அவர் யோசனைகளின் இடையே "பால் தீர்ந்து விட்டது. கொஞ்சம் தேன் ஊற்றட்டுமா? எவ்வளவு வேண்டுமானாலும் தாராளமாக இருக்கிறது?" என்று ஹவ்யன் குறுக்கிட்டான். "வேண்டாம். வேண்டாம். இனிப்பு அதிகமானால் என்னமோ முகத்தில் தேய்த்த மாதிரி இருக்கிறது." என்று கையைக் குறுக்கில் வைத்து மறித்துத் தடுத்தார் கிருபாச்சாரியர். பிறகு வெளியே உட்கார்ந்திருந்த துரோணரை நோக்கி, "என்னதான் இருந்தாலும் இது யுத்த பூமி. இத்தனை பேர்களையும் பார்க்க வேண்டியிருக்கும். இல்லாவிட்டால் துரியோதனன் என்னைத் தேடி வந்து கட்டாயம் பார்த்திருப்பான். அதுவுமன்றி, நான் எங்கே இருக்கிறேன் என்று அவனுக்குத் தெரியாதே..." என்றார்.

வெளியே இன்னொரு முறை பறையறிவிக்கும் சத்தம் கேட்டது. இது வேறு ஏதாவது புதிய அறிவிப்பா என்று காதுகளைக் கூர்மைப்

படுத்திக்கொண்ட துரோணர்க்கு கிருபாச்சாரியர் சொன்னது காதில் விழவில்லை. அவரே எழுந்து போய் வெளியே நின்றார். அங்கே அஸ்வத்தாமனும் இல்லை. அவனுடைய குதிரையும் இல்லை. குதிரைகள் கட்டப்பட்டிருந்த இடத்தில் வெயில் ஏறி இருந்தது. அவற்றின் கனைப்புச் சத்தம் அதிகரித்தது. குதிரைச் சாணத்தின் துர்நாற்றமும் மிதிபட்டு அழுகிய புல்லின் துர்நாற்றமுமே எங்கெங்கும் பரவியிருந்தது. யுத்தம் முடியும் மட்டும் இதையேதான் நல்ல காற்று என்று நம்பி இருக்க வேண்டும் என நினைத்தவருக்கு குதிரைகளுக்கு இன்னும் நீர் வைக்கவில்லை என்பது ஞாபகம் வந்தது! தன் ரதக்குதிரைகளுக்கு தண்ணீர் காட்டுவதற்காகப் பெரும்பாலும் அஸ்வத்தாமன் சென்றிருக்கக் கூடும் என்று நினைத்துக்கொண்டார். பறை முழக்கம் அருகாமையில் நெருங்கி வந்தது. யானைமேல் உட்கார்ந்தபடி பறையடித்துக்கொண்டு வருபவனின் சத்தத்தைக் கேட்டு கட்டப்பட்ட இடங்களிலேயே கால் களைத் தூக்கி அறுத்துக்கொண்டு ஓடிவிடுவது போலத் திமிறின. பறையறிவிப்பவனின் யானை பக்கத்தில் வருவதைப் பார்த்தே இவ்வளவு பயப்படும் இக்குதிரைகள் நாளை யுத்தம் ஆரம்பித்த பிறகு என்ன செய்யுமோ என்றும் இவற்றிற் கெல்லாம் பயிற்சி கொடுத்தவர்கள் யாரோ என்றும் நினைத்துக் கொண்டிருக்கும்போது முழக்கம் நின்று செய்தியறிவிப்பு தொடர்ந்தது. அதே பழைய செய்திதான்; 'பாண்டவர்கள் இந்த வம்சத்தைச் சேர்ந்தவர்கள்தான் என்று எண்ணுபவர்கள் விரும்பினால் அவர்கள் அணியில் சென்று சேர்ந்துகொள்ளலாம்.' எத்தனை முறை இதையே திரும்பத் திரும்பச் சொல்லிக்கொண்டிருப்பான். ஒரு பக்கத்தில் இருந்து தொடங்கி ஒரு சுற்று முடித்துக்கொண்டு மீண்டும் கிளம்பிய இடத்தை நோக்கிச் செல்கிறனோ என்று தோன்றியது. ஒருமுறை நீண்ட அளவில் இழுத்து மூச்சு வாங்கினார். அந்தத் துர்நாற்றத்துக்கு மூக்கு பழகிவிட்டதை உணர்ந்தார். வேறு எதுவும் தோன்றாததால் அங்கேயே நின்று சுற்றிலும் திரும்பிப் பார்த்தார். பார்த்த இடத்தில் ஏராளமான யானைகள் தெரிந்தன. "எங்கிருந்து வந்தன இவ்வளவு யானைகள்? இவ்வளவு யானைகளைத் திரட்டி இருக்கிறான் என்பதே தெரியவில்லையே" என்று எண்ணிக்கொண்டார் துரோணர். அவற்றைப் பார்த்துக்கொண்டிருக்கும்போதே பக்கத்தில் இருந்த ஒரு மரத்தில் ஏறிப் பார்க்கும் ஆசை தோன்றியது. வலது புறத்தில் பக்கத்திலேயே ஒரு மரம் தெரிந்தது. அதைப் பார்த்ததும் ஏணி வைத்தால் கூட அதன்மேல் தான் ஏறுவது சாத்தியமில்லை என்று தோன்றியது. திடுமென ஏதோ இனம்புரியாத மகிழ்ச்சியும் தோன்றியது. பறையின் சத்தம் போகப்போக எங்கோ தொலைவில் விலகியது. சட்டென குதிரைச் சாணத்தின் துர்நாற்றம் பொறுக்க முடியாத வண்ணம் இருந்தது. 'இந்த மூக்கே விசித்திரமாக இருக்கிறது' என்று எண்ணியபோது தன் முகத்தில் எடுப்பான உறுப்பே இந்த மூக்குதான் எனத் தோன்றியது. நீண்டு அகன்ற மூக்கு. கூர்மையான

நுனி. பறையின் சத்தம் நின்றது. இப்போது செய்தி அறிவிப்பைத் தொடங்கக் கூடும் என்று நினைத்தார்.

மீண்டும் துரோணர் உள்ளே வந்தபோது கிருபாச்சார்யர் பாயின்மேல் படுத்திருப்பதைப் பார்த்தார். தூங்கத் தொடங்கி விட்டார் போலத் தெரிந்தது. ஓசையெழுப்பாமல் தன் இடத்துக்குச் சென்று துரோணர் உட்கார்ந்தார். ஆனால் அவர் உள்ளே வந்ததைத் தன் உள் மனத்தால் கண்டதைப் போல சட்டென்று எழுந்து உட்கார்ந்தார். அக்கினிக் குண்டத்தின் பக்கத்தில் உட்கார்ந் திருந்ததால், துரோணர் மூச்சுவிடும் முறை மாறியிருந்தது. எதிரில் உட்கார்ந்திருந்த கிருபாச்சாரியரின் கண்கள் தம்மையே உற்றுப் பார்த்துக்கொண்டிருப்பதை உணர்ந்தார். ஒரு வகையான குழப்பம் அவர் மனத்தில் கவிந்தது. எங்கோ மனசின் ஆழத்தில் ஒரு வலியையும் உணர்ந்தார். வெளியே கழிவுகளின் துர்நாற்றமும் உள்ளே அக்கினிக் குண்டத்தின் புகையும் கலந்து வயிறு குமட்டுவது போல இருந்தது. "உங்கள் பாடு பரவாயில்லை. இங்கேயே அக்கினி பூசையைச் செய்து கொள்கிறீர்கள். நேற்றும் இன்றும் அக்கினி பூசை இல்லாமலேயே சாப்பிட்டுவிட்டேன் நான். இங்கே வரலாம் என்றால் அதற்கு வழி? இன்று மாலையாவது உங்களோடு இருந்து பூசை செய்து மன அமைதி தேடிக் கொள்கிறேன். உங்களுக்கு நிறைய நெய் தந்திருப்பீர்கள் இல்லையா?" என்றார் கிருபாச்சார்யர். துரோணருக்கு உண்மையாகவே வயிற்று வலி ஆரம்பித்தது. வயிற்றுவலி, பேதி, அடிக்கடி சிறுநீர் கழித்தல், மலம் கழித்தல், தலைவலி, உடல்வலி எல்லாமே யுத்த காலத்தில் சாதாரணமாக வரக்கூடிய வியாதிகள்தான் என்பதை துரோணர் அறிந்திருந்தார். இவை அனைத்தையும் குணப் படுத்தும் முறைகளையும் மற்றவர்களைக் காட்டிலும் சிறப்பாக அறிந்து வைத்திருந்தார். இவற்றுக்கான மருந்துகள் கூட கூடாரத்தில் இருந்தன. சேவகனான ஹவ்யனுக்கு எந்த வியாதிக்கு எந்த சூரணம் அல்லது மருந்து தரவேண்டும் என்று தெரியும். ஆனால் தன்னை வாட்டுவது யுத்தபயம் அல்ல என்பது அவருக்குத் தெரிந்தது. ஆரியவர்த்தத்திலேயே ஈடு இணையற்ற இந்த யுத்தத்தில் இரண்டு அணிகளிலும் இருக்கிற சிறந்த வீரர்கள் யார்க்கும் இப்படிப்பட்ட பிரச்சினை இருக்காது என்பதை அவர்களுக்குப் பயிற்சி தந்த அவர் நன்றாகவே தெரிந்து வைத்திருந்தார். இருந்தபோதிலும் ஏதோ ஓர் இனம்புரியாத வலி அடிவயிற்றை அமுக்குவதைப்போல இருந்தது அவருக்கு. திடுமென வலிக்கத் தொடங்கியது. "சூரியன் மேற்கில் சரிய ஆரம்பித்து விட்டான். சாயுங்காலம் என்றே எடுத்துக்கொள்ளலாம். நானே அக்கினி பூசை செய்கிறேன். எனக்குக் கொஞ்சம் மன அமைதியாக இருக்கும்" என்று எழுந்தார் கிருபாச்சாரியர். உள்ளே சென்று ஊது குழலை எடுத்து வந்து அக்கினி குண்டத்தில் இருந்த

அக்கினி தெளிவாகத் தெரியும் வண்ணம் ஊதிச் சாம்பலை அகற்றி அதன் மேல் சுள்ளிகளை அடுக்கினார். பிறகு வெளியே சென்று முகம் கால் கழுவிக்கொண்டு உள்ளே திரும்பி நெய்ப் பாத்திரத்தையும் சுள்ளிகளையும் அருகில் வைத்துக்கொண்டு உட்கார்ந்தார். விசிறி விட்டதுமே அக்கினி எழுந்தது. மந்திரம் சொன்னபடி அக்கினியில் நெய் சொரிந்தார் அவர். அக்கினிச் சுவாலையின் வெளிச்சம் அறை முழுக்கப் பரவியது.

கிருபாச்சாரியர் பூசை செய்துகொண்டிருக்கும் போதே துரோணரின் வயிற்று வலி அதிகமானது. எதிரில் பூசை நடந்து கொண்டிருக்கும் போது வெளியே எழுந்து போய் வாந்தி எடுத்து விடக் கூடாது என்று கட்டுப்படுத்திக்கொண்டார். மனம் எங்கெங்கேயோ அலைந்தது. வெறுமனே கண்மூடிக்கொண்டு அமர்ந்திருந்தார். கிருபாச்சாரியரின் வழிபாடு அதிக நேரத்தை எடுத்துக் கொள்ளும் ஒன்றல்ல. தமக்கு முக்கியம் என்று தோன்றக் கூடிய, தந்தை மூலம் தமக்கு மனப்பாடமான சிற்சில மந்திரங்களை மட்டும் சொன்னபடி அவிசு சொரிவதோடு முடிந்துவிடும். அக்கினி மந்திரத்தைச் சொன்ன படி இருந்த நெய்யையெல்லாம் சொரிந்து விட்டுப் பூசையை முடித்து பின்பு பாயின் அருகில் வரும்போது துரோணருக்கு ஏதாவது பேச வேண்டும் போலத் தோன்றியது. "பறையறிவித்துச் சென்றதை கேட்டீர்களா?" என்று கிருபாச்சாரியரிடம் கேட்டார். உடனே அவர் "கேட்டேன். கேட்டேன். நான் இருந்த இடத்தின் அருகில் கூட வந்து சொன்னார்கள்" என்றார்.

"தருமம் என்றால் என்ன என்று தீர ஆலோசித்து, விரும்பும் அணியில் சேரவோ அல்லது போர்க்களத்தில் இருந்து திரும்பவும் ஊருக்குச் செல்லவோ நமக்கு வாய்ப்பு இருக்கிறது. உங்களுக்கு எது தருமம் என்று தோன்றுகிறது?"

"நான் புதுசாக இதைப்பற்றி யோசிக்க வேண்டிய தேவையில்லை. முதலிலேயே யோசித்து வைத்திருக்கிறேன். பாண்டவர்கள் பக்கமே தருமம் இருக்கிறது. பாண்டு அரசனின் பெயரால்தானே நியோகம் நடந்தது. அவன் மனைவிக்குப் பிறந்த குழந்தைகள் அவனுக்குப் பிறந்ததாகவே கருதப்படும். அவர்களுக்கும் குருவம்சத்துக்கும் தொடர்பில்லை என்று சொல்வது அதருமம். ஆனால் நான் குழந்தையாக இருந்த காலத்திலிருந்து உண்டு வளர்ந்த இடம் இது. அதனால் இந்த அணியில்தானே நான் இருந்தாக வேண்டும்."

"துரியோதனன் நீங்கள் பார்த்துப் பிறந்த பிள்ளையல்லவா? உங்களை வளர்த்தவர் சந்தனு. அதற்கப்புறம் பீஷ்மர். அதனால் நீங்கள் எதற்காக துரியோதனனுக்கு நன்றிக் கடன்பட்டிருக்க வேண்டும்?"

"பாண்டவர்கள் காண்டவப்பிரஸ்தத்துக்குச் சென்றபோது நானும் அவர்களோடு சென்றிருந்தால் நன்றாக இருந்திருக்கும். ஆனால் துரியோதனனின் ஆஸ்தானத்திலேயே தங்கிவிட்டேனே..."

இது எளிதான விஷயமாகத் தோன்றவில்லை துரோணர்க்கு. தானும் கூட துரியோதனன் ஆட்சிக்கு வந்த பிறகு அவனது ஆஸ்தானத்திலேயே தங்கி விட்டவர்தான் என்று தோன்றியது.

"அது மட்டுமில்லை. இது வரைக்கும் துரியோதனன் என்னை மரியாதையாகவே நடத்தி வந்துள்ளான். அரசவையில் எனக்கும் ஓர் இடத்தை ஒதுக்கித் தந்துள்ளான். அரசவை கூடும் போதெல்லாம் எனக்கும் அழைப்பு வரும். உணவு. உடை எல்லாவற்றிற்கும் அரண்மனையில் இருந்தே ஏற்பாடாகி விடும்."

அரசவையில் கிருபாச்சாரியரை விடவும் தன் இடம் உயர்ந்தது என்று நினைத்துக்கொண்டார் துரோணர். அவர் வசித்த இடமும் மிகவும் பெரியது. பீஷ்மர் வசித்து வந்த இடத்தைப்போலவே பெரிய இடம், பணியாட்கள், பால் தரும் பசுக்கள், குதிரைகள், நான்கு ரதங்கள் எல்லாம் இருந்தன. ஆனால் இவை அனைத்தும் கருணையால் தான் கிடைத்து வந்தன. அவரிடம் ஏராளமாகத் தங்கமும் இருந்தது. பாண்டவர்கள் காண்டவப் பிரஸ்தத்துக்குச் சென்றபோது தன்னுடைய அன்புக்குரிய மாணவனான அர்ஜுனனோடு சென்று புது ஊரில் நிலைத்திருந்திருக்கலாமே என்று தோன்றியது. அக்கினி குண்டத்தில் இனிமையான நறுமணம் கமழ்ந்தது. நீண்ட அளவில் மூச்சை இழுத்து விட வேண்டிய அவசியமில்லாமல் இருந்தது.

"இதில் இன்னொரு விஷயமும் இருக்கிறது. என்னைச் சின்ன வயதிலிருந்து வளர்த்தவர் பீஷ்மர். அவர் அளவுக்கு வேத அத்யயனத்தை நாம் செய்திருக்கிறோமோ என்ன? அவரை விட தருமத்தைப்பற்றி நமக்குத் தெரியுமா? அவரே துரியோதனனின் படைத்தலைவராக இருக்கும்போது, ஒருவேளை பாண்டவர்களின் கோரிக்கை நியாய மற்றதாகக் கூட இருக்கலாம்.

இவ்வாதத்தையும் ஏற்றுக் கொள்ளத்தக்கதே என்று நினைத்தார் துரோணர். எதற்காகவோ அவருக்குக் கோபம் வந்தது. காரணம் புரிய வில்லை. தன்னை அவர்களொன்றும் வளர்க்கவில்லை என்கிற விஷயம் சற்றே அவருக்கு மன நிறைவைத் தந்தது. அப்போது கிருபாச்சாரியர், "நான் என்னமோ பீஷ்மரின் தயவால் வளர்ந்தவன். அவருடைய வேண்டுகோளின் படி குரு பதவியை ஏற்றுக் கொண்டவர்கள் நீங்கள். உங்களுக்கே சொந்தமான பூரண சுதந்திரமுள்ள வசிப்பிடமும் வசதி களும் இருக்கின்றன. எது தருமம் என்று யோசிக்கிற விஷயத்தில் என்னைவிடத் தங்களால் சுதந்திரமாக யோசிக்க முடியும்."

“எந்த சுதந்திரமான இடம்?” என்று கேட்டு முடிப்பதற் குள்ளாகவே அவருக்குப் பாதி விடை தோன்றியது போல இருந்தது. அதற்குள் கிருபாச்சாரியர், “அஹிச்சத்ர பிரதேசத்தில் உள்ள வட பாஞ்சாலம். துருபதனிடமிருந்து வென்ற இடம்.”

துரோணர் தனக்குத்தானே சொல்லிக்கொண்டார். “துருபதனிட மிருந்து வென்றதுதான். திருதராஷ்டிரனின் பிள்ளைகளை துரியோதனன் முதலானவர்களும் பாண்டுவின் பிள்ளைகளான தருமன் முதலானவர் களும் திருதராஷ்டிரனுக்குப் பணிப்பெண்கள் மூலம் பிறந்த பிள்ளைகளும் என்னிடம் குருகுலப்பயிற்சியை வெற்றிகரமாய் முடித்தார்கள். இந்த ஆரியவர்த்தத்திலேயே சிறந்த வில்வீரர்கள் என்ற பெருமை யையும் அடைந்தார்கள். இந்தப் பெருமையைக் கேள்விப்பட்ட பல தேசங்களின் அரசகுமாரர்கள் என்னிடம் மாணவர்களாக வந்து சேர்ந்தார்கள். தன் பேரப்பிள்ளைகளின் திறமையையும் வளர்ச்சியையும் பார்த்து சந்தோஷப்பட்ட பீஷ்மர் எனக்கு மரியாதை செலுத்த ஒரு விழாவை ஏற்பாடு செய்தார். அந்த விழாவுக்கு அனுமதி கேட்டு என்னிடம் அவர் வரும்வரை நான் என் மனத்திலிருந்த விருப்பத்தைச் சொல்லவில்லை. துருபதனைச் சிறைப்பிடித்து வந்து என் கட்டில் காலில் அவனைக் கட்டினால் போதும், அதுதான் எனக்குச் செலுத்த வேண்டிய குருதட்சணை என்று சொன்னதும் அவருக்கும் தன் பழைய எதிரியைப் பழிவாங்கிக்கொள்ள இது ஒரு சந்தர்ப்பம் என்று கருதி உள்ளுக்குள்ளேயே சந்தோஷப்பட்டார். ஆனால் அதை வெளியே காட்டிக்கொள்ளவில்லை. தீவிரமாக ஆலோசிக்கிற மாதிரி காட்டிக்கொண்டார். பிறகு எல்லா பேரப்பிள்ளைகளையும் ஒன்று திரட்டித் துருபதனைத் தாக்க வழிவகுத்தார். அந்த ஒரு சந்தர்ப்பத்தில் தான் தயாதிப்பிள்ளைகள் அனைவரும் ஓரணியில் நின்று பொது எதிரியை எதிர்த்தார்கள். அதுவே முதலும் கடைசியுமாக ஆனது. இந்த ஒற்றுமை நிலைத்திருந்தால் இந்தக் குரு ராஜ்ஜியம் மிகப்பெரிய அளவில் வளர்ந்திருக்கும். பீமனின் துணிச்சலையும் அர்ஜுனனின் வில் திறமையையும், துரியோதனன் மற்றும் அவனது சகோதரர்களின் ஆர்வத்தையும் ஒன்றிணைத்து நான் உருவாக்கிய யுத்த தந்திரம் மிகச் சரியாகப் பலித்தது. பீமன் ஒருவனை மட்டுமே விட்டிருந்தால் போதும், துருபதனைக் கொன்றிருப்பான். ஆனால் யாருக்கு வேண்டும் அது? அர்ஜுனன் குருவின் மனம் அறிந்த மாணவன். வீரர்களிடமிருந்து துருபதனை விலக்கிச் சிறைப்பிடித்து கைகால்களைக் கட்டி ரதத்தில் ஏற்றி வந்தான். அப்போது நான் என் காட்டிலில் தூங்கிக் கொண்டிருந்தேன். நாய்போல கூவிய துருபதனை என் கட்டில் காலில் கட்டிப் போட்டார்கள். அப்போது அர்ஜுனன் அவனைப் பார்த்து, “அடேய், நாயைப்போலக் கத்தாதே, என் குருவின் தூக்கம் கலைந்து விடும்” என்றான். என் கால் அவன் தலையில்

இடித்தது. சட்டென்று எழுந்திருப்பதுபோல எழுந்து, 'என் காலை இடிக்கிறதே, என்ன இது?' என்று தெரியாததுபோல அர்ஜுனனைக் கேட்டேன். அப்போதே அவனையும் பார்த்து, "ஓ... என் அருமை நண்பனே, நீ ஏன் போய் தரையில் உட்கார்ந்துகொண்டாய். நாம் இருவரும் ஒரே குருவின் மாணவர்கள் இல்லையா, தரையாகட்டும், கட்டிலாகட்டும் நாம் இருவரும் ஒன்றாகவே உட்காரவேண்டும்" என்றேன். உடனே துருபதன் என்னிடம் கெஞ்சினான். "தயவுசெய்து என் கால்களில் கட்டியிருக்கிற கயிறுகளை அவிழ்க்கச் சொல். நான் எனது தோல்வியை ஒத்துக்கொள்கிறேன். உன்னைத் தலை வணங்குகிறேன். என்னைப் பெரிய மனது வைத்து மன்னித்துவிடு" என்றான். பிறகு நான் அர்ஜுனனிடம் "அவிழ்த்து விட்டுவிடு அர்ஜுனா. என்னதான் இருந்தாலும் அவன் என் நண்பன். ஒரே குருவிடம் படித்த சகமாணவன். இரண்டுபேரும் சமமே" என்றேன். அப்பொழுதுதான் அவன், "பாஞ்சால தேசத்தின் வடபகுதியையும் தெற்குப் பகுதியையும் கங்கை நதி சமமாகப் பிரிக்கிறது. வடக்குப் பகுதியை முழுமையாக நீ எடுத்துக் கொள். தெற்குப் பகுதியை எனக்கு விட்டுவிடு. பிதுரார்ஜிதமாக வந்த ராஜ்ஜியத்தை முழுமையாக இழந்தவன் என்று நேரும் பழியிலிருந்து என்னைக் காப்பாற்று. தயவு செய்து என்னை உதைக்காதே. பக்தியோடு உன்னைத் தலைவணங்கு கிறேன்" என்று சொன்னான்..

"என்ன மறந்து விட்டீர்களா? பாஞ்சாலத்தை இரண்டாகப் பிரித்து காம்பில்ய நகரத்தை அடக்கிய தென்பகுதியைத் தானே வைத்துக்கொண்டு அஹிச்சத்ர நகரத்தை அடக்கிய வடபகுதியை உங்களுக்குத் தந்தானே துருபதன். நீங்களும் அவனை எடுத்துக் கொளளச் சொல்லி முதுகில் தட்டி அனுப்பினீர்களே... எது எப்படியானாலும் உங்களுக்கு அந்த ராஜ்ஜியம் இருக்கிறது. அஸ்தினாபுரத்தில் இருக்க விருப்பம் இல்லை என்றால், அஹிச்சத்ர நகருக்குச் சென்று, ஒரு சிம்மாசனம் செய்து கொண்டு..." என்று சொல்லி முடிப்பதற்குள் கிருபாச்சாரியர்க்கு இருமல் வந்தது.

துரோணர் மீண்டும் தன் நினைவுகளில் மூழ்கினார்... "இந்த யுத்தத்தில் நான் பங்கெடுத்துக் கொள்ள மாட்டேன் என்று எதையும் மூடி மறைக்காமல் துரியோதனனிடம் சொன்னபோது, 'மிருகங்கள் கூட ஆபத்துக் காலத்தில் தம்மை வளர்த்தவர்களுக்குத் துணையாக இருக்கும். நீங்களே இப்படிச் சொன்னால், என் நிலைமை என்னாவது?' என்று கேட்டான் துரியோதனன். தம்மிடம் சாப்பிடுகிறார் என்கிற தைரியத்தில் இப்படிப் பேசிவிட்டான் துரியோதனன். ஆனால் மாணவப் பருவத்தில் அப்படி இல்லை. வில்களையும் அம்பையும் வைத்துக்கொண்டு பயிற்சி செய்யும் இளைஞனாகத்தான் இருந்தான். நன்றாகவே ஞாபகம் இருக்கிறது. மிகவும் புத்திசாலித்தனமாக

பீஷ்மர் என் பெயரைச் சொல்லி அந்த வடபாஞ்சாலப் பகுதியை குரு ராஜ்ஜியத்தோடு இணைத்துக்கொண்டார். நான் அப்போதே யோசித்திருக்க வேண்டும். இப்பொழுது கூட அஹிச்சத்ர நகருக்குச் சென்று ஒரு அரண்மனையைக் கட்டிக்கொண்டு, ஒரு சிம்மாசனத் தையும் செய்துகொண்டு அரசாட்சியைத் தொடங்கக்கூடாதா. இந்த அரசர்களுக்கு வீரத்தையும் அறிவையும் ஊட்டிய குரு நான். என் ராஜ்ஜியத்தில் நானே வீற்றிருந்து நித்திய பூசைகளைச் செய்து ஆன்மிகத் தகுதியை வளர்த்துக்கொள்ள முடியாதா? நான் ஒரு முட்டாள்தான். எனக்குச் சொந்தமான ராஜ்ஜியத்தை பீஷ்மர் அபகரிக்க அனுமதித்து விட்டேன்...” இருமலைத் தொடர்ந்து தொண்டையைச் செருமிக்கொண்டு கிருபாச்சாரியர், “அவன் உங்களை அவமானப்படுத்திய செய்தியை ஏன் முதலிலேயே சொல்ல வில்லை? பாதி ராஜ்ஜியத்தை அவனுக்குத் தானமாகக் கொடுத்து விட்டீர்கள். இல்லாவிட்டால் அந்தத் துருபதன் பிச்சைக்காரனாகத் திரிந்திருப்பான். நீங்கள் கொடுத்த தானம் பெரியது. ஆனால் அதைப் பெறும் தகுதி அவனுக்கு இல்லை” என்றார். துரோணர் மீண்டும் தன் நினைவுகளில் மூழ்கினார். “இல்லாவிட்டால் முழு ராஜ்ஜியத்தோடு சேர்க்கப்பட்டிருக்கும். ரொம்பவும் தந்திரமாக தன் ராஜ்ஜியத்தை விஸ்தரித்துக் கொண்டான். துருபதனைப் பிடித்து வந்து கட்டில் காலோடு கட்டிப் போட்டதுதான் எனக்குக் கிடைத்த குருதட்சணை, ராஜதட்சணையைத் தானே விழுங்கிவிட்டான். என் படிப்பு என் பயிற்சி, என் திறமையின் பலனையெல்லாம் விழுங்கி, மீண்டும் சோற்றுக்காக அவனது அரண்மனையை நம்பி இருக்கிறமாதிரி சூட்சமமாக வழி வகுத்து விட்டான்...” என்று எண்ணிக்கொண்டிருக்கும் போது ‘நான் அங்கே படுத்துக்கொள்கிறேன்’ என்றபடி தன் பாயைத் தூக்கிக் கொண்டு சமையல் அறைப்பக்கம் சென்றார். அக்கினிக்குண்டத்தின் அருகே தனிமையில் உட்கார்ந்திருந்த துரோணருக்கு ஆட்சிபுரியும் அனைவரின் மீதும் கோபம் பிறந்தது... “இந்த உலகத்தின் எல்லா இன்பங்களும் இவர்களுக்கே. பெரிய அரண்மனை. பட்டத்தரசி என்கிற பெயரில் முழுக்க முழுக்க அலங்காரங்களுடன் வலம் வரும் மனைவி, வீடு நிறைய வேலைக்காரப் பெண்கள், தேசத்தைக் காப்பாற்றுவதற்காக ரதங்கள், குதிரைகள், யானைகள், நகர மேம்பாடு, பாதுகாப்பு என்ற பெயரில் மக்கள் விளைவதில் ஒரு பங்கு, இது போதெதென்று நடக்கிற யாகங்கள், பூசைகள் எல்லாமே இவர் பெயரில்தான். அவற்றின் புண்ணிய பலன்கள் எல்லாம் இவர்கள் நல்லவழியை அடைய உதவும் வகையில் தான். எப்பொழுதும் அத்யயனத்தில் ஈடுபட்டிருக்கிற நாம் இவர்களுடைய வாழ்க்கை வரலாறுகளை எழுதியபடியும், தேசத்தின் சகல சாதனைகளையும் இவர்கள் பெயரோடு இணைத்துப் புகழ்ந்தும், இவர்களுடைய தாத்தா, முத்தாத்தனின் வீரதீரப்

பிரதாபங்களைத் தெரியாதவர்களுக்கு எடுத்துச் சொல்லியும்... தூ, நான்தான் முட்டாள். அப்பொழுதே வடபாஞ்சாலத்துக்குச் சென்று ஏன் நான் ஆட்சியைத் தொடங்கவில்லை. இவர்களுக்கு உலக சுகங்கள் எல்லாமும் வேண்டும். எல்லா அழகாக பெண்களும் இவர்களுக்கு வேண்டும். இவர்களுக் கெல்லாம் அந்தக் காலத்தில் பார்கவ பரசுராமன் செய்ததைப் போல.. பரசுராமன் செய்ததைப்போல..." என்று எண்ணும் போது அவருக்கு மாணவப்பருவ வாழ்க்கை ஞாபகத்துக்கு வந்தது. அக்கினி வேஷரிடம் கற்று முடித்த பிறகு பார்கவ கோத்திரத்தைச் சேர்ந்த ஜமதக்னி குலத்தவரிடம் சென்று கற்க முனைந்த போது தான் எப்படி யெல்லாம் பற்பல தேர்வுகளுக்கு உட்படுத்தப்பட்டோம் என்பது ஞாபகத்துக்கு வந்தது. க்ஷத்திரியர்களுக்குக் கற்றுத் தருவதில்லை என்கிற முடிவை இன்னும் அந்தக் குலத்தவர்கள் மாற்றிக்கொள்ள வில்லை. க்ஷத்திரியர்களைப்பற்றி அவர்கள் சொல்வதை அவர்கள் வாயிலிருந்தே கேட்க வேண்டும். "ரேணுகா க்ஷத்திரியப் பெண்ணாம். அத்யயனத்தில் மூழ்கிய ஜமதக்னியை அவள் திருமணம் செய்து கொண்டாள். அதற்காகவே தன் குலச் சந்தோஷங்களை அவள் விட்டுத்தர வேண்டுமா? ஞானவானாக இருந்தாலும் ஜமதக்னி ஏழை. ரேணுகாவின் ஏக்கங்களையும் எண்ணங்களையும் அறிந்த சித்ரரதன் என்பவன் தன் செல்வத்தாலும் வசதியாலும் அவளைக் கவர்ந்திழுக்கவேண்டும் என்கிற பொய்வேட்கையோடு அடிக்கடி ஆசிரமத்துக்கு வந்து ஒரு மாணவனுக்குரிய பணிவைக் காட்டி குருவின் நம்பிக்கையைப் பெற முயன்றான் சித்ரரதன். தொடக்கத்திலிருந்தே சகல சௌகரியங்களையும் அனுபவித்து வளர்ந்த ஆளும் கூட்டத்தைச் சேர்ந்த ஆண்களும் பெண்களும் எப்படி கட்டுப்பாடோடு இருப்பார்கள்? தன்னுடைய தாயாகவே இருந்தாலும் கூட தன் கணவனுக்கு அவள் துரோகம் செய்தாள் என்பதால் அவள் தலையையே பரசுராமன் வெட்டி விடவில்லையா..?" என்று நினைத்தபோது அவருடைய தலை தானாகவே பரசுராமனை வணங்கித் தாழ்ந்தது. கடைசியில் சித்ரரதனைக் கொன்று பாவத்தின் இரண்டு முகங்களையும் அழித்தான் பரசுராமன், ஆசிரமத்தைச் சூறையாட வந்த கார்த்த வீர்யார்ஜுனனையும் கொன்றான் பரசுராமன். ஆனால் அவன் இல்லாத சமயத்தில் வந்த கார்த்தவீர்யார்ஜுனன் ஜமதக்னியைக் கொன்றான். தன்னுடைய தந்தையின் கொலைக்குப் பழி வாங்கப் புறப்பட்ட பரசுராமன் முறையாகப் படை திரட்டிச் சென்று ஆர்யவர்த்தத்தின் எல்லா அரசர்களையும் கொன்று அழித்து எல்லா இடங்களிலும் ரத்த ஆறு ஓடச் செய்தான். கோடரியைக் கையாள்வதில் அவனுக்குச் சமமான ஒருவன் எந்தக் காலத்திலும் பிறந்ததில்லை. எல்லாப் பாவங்களும் இந்த ஆட்சி புரிபவர்களிடமிருந்து தான் பிறக்கின்றன. எல்லா அநியாயங்களுக்கும் அதருமங்களுக்கும் மூலமே அவர்கள்தான் பரசுராமனே மீண்டும் பிறக்கவேண்டும் அந்த இருபத்தொரு யுத்தங்களையும் செய்து

குடிப்பதிலும் சூதாட்ட ராஜ்ஜிய வெறி பிடித்து அலைவதிலும் காலம் கழிக்கிற ஆட்சியாளார்கள் அனைவரையும் பூண்டோடு அழிக்க வேண்டும்." திடீரென எழுந்த துரோணர் எதிரில் குவித்து வைத்திருந்த படைக் கருவிகளின் இடையே இருந்த நீளமான கைப்பிடியைக் கொண்ட கோடரியைக் கையில் எடுத்துக்கொண்டார்... "இன்று கூட இந்தக் கோடரியை அவரைப் போல கையாள முடிந்தவர்கள் யார் இருக்கிறார்கள்? அவரிடம் கற்ற நான் ஒருவனே இருக்கிறேன். அதை நினைத்துப் பெருமையாக இருக்கிறது. இதைச் சுழற்ற ஆரம்பித்தால் யாருமே எதிரில் நிற்க முடியாது... ஒரே வீச்சு, உடலில் எந்த இடத்தில் விழுந்தாலும் ரத்த ஆறுதான் ஓடும். இருந்தாலும் யாரும் இப்போது இந்த ஆயுதத்தைப் பற்றிக் கவலைப்படுவதில்லை. தொலைவிலிருந்தே எதிரியைத் தாக்குகிற வில்லுக்கும் அம்புக்கும்தான் மதிப்பு. பழைய ஆயுதங்களின் பயன்பாடே வரவரக் குறைந்து கொண்டே வருகிறது..." என்று நினைத்தபடி கோடரியை ஒரு முறை கழற்றிப் பார்த்தார். "என்னைப் போல வயசானவன் பயன்படுத்தத் தக்கதல்ல இந்த ஆயுதம். இளமையும் சக்தியும் வேண்டும். அஸ்வத்தாமனுக்கு ஏற்ற ஆயுதம் இது. கையில் எடுத்தால் பரசுராமனாகவே ஆகி விடுவான். அவ்வளவு சக்தி. ஆனால் சுதந்திரமாக எதையும் சாதிக்கிற ஆர்வமின்றி வீணாகத் துரியோதனனின் காலடியில் விழுந்து கிடக்கிறான்.."

பீஷ்மரின் மீதான கோபம் மீண்டும் எழுந்தது துரோணருக்கு... "இந்த ஆட்சியாளர்களின் கூட்டமே அழிய வேண்டும். ஆரிய வம்சத்தின் ஆட்சியாளர்கள் அனைவரையும் பூண்டோடு அழிக்க பரசுராமன் இருபத்தொரு யுத்தங்கள் செய்தான். ஆனாலும் மறுபடியும் துளிர் விட்டுவிட்டார்கள். பெரிய மரம்போல வளர்ந்து விட்டார். மற்ற செடி கொடிகள் எல்லாம் இந்த பெரிய மரத்துக்கு அழிந்து உரமாகிவிட்டன. இந்தச் சூழலில் பரசுராமன் மீண்டும் எப்படி பிறக்க முடியும்? அவ்வளவு அரசர்களையும் கொன்ற பாவத்திற்குப் பிராயச்சித்தமாக யாகம் செய்து தட்சணையாகத்தான் வென்ற ராஜ்ஜியங்கள் அனைத்தையும் தந்தையைப் போன்ற ரிஷிகள், முனிவர்கள், ஆசார்யர்களுக்குத் தானம் புரிந்துவிட்டுத் தானும் கடுந்தவம் இருப்பதற்காகக் காட்டுக்குச் சென்றுவிட்டான். ஆண் துணையற்ற க்ஷத்திரியப் பெண்கள் இந்த ரிஷிகளோடும் முனிவர்களோடும் ஆசாரியர்களோடும் நியோக முறையில் சேர்ந்து சந்ததியை வளர்த்தார்கள். இவர்களுக்கெல்லாம் குழந்தைகளைக் கொடுத்த ரிஷிகளும் முனிவர்களும் அறிவின் தேடலில் ஆசிரமத்திலேயே தங்கி விட்டார்கள். ஆனால் ஆளும் கூட்டத்தின் சந்ததியோ பல்கிப்பெருகிக் கொண்டிருந்தது. மீண்டும் பழைய நிலைமையை அடைந்தது. பரசுராமனே ஏன் ஆட்சியை நடத்தவில்லை? அரசில் தருமநெறியை ஏன் முறைப்படுத்தவில்லை? ரிஷிகளுக்கும் முனிவர்களுக்கும் பிறந்த

புதிய க்ஷத்திரியர்கள் ஏன் தருமத்தையும் ஞானத்தையும் நிலை நிறுத்த வில்லை..."

இவை போன்ற கேள்விகள் ஏராளமான அளவில் அவர் மனத்தில் தோன்றின. அவற்றைப் பற்றி யோசிப்பதற்குள் துரோணரின் மனம் செயலிழந்தது. கோபத்தின் நிழலை மட்டுமே அவரால் உணர முடிந்தது. இப்படிப்பட்ட மனக்குழப்பம் நேரும் போதெல்லாம் சிறிது தூரம் நடப்பது அவர் பழக்கம். கையிலிருந்த கோடரியை எடுத்த இடத்திலேயே வைத்துவிட்டு உள்ளேயே குறுக்கும் நெடுக்கும் நடக்கத் தொடங்கினார். ஆனால் ஏழெட்டு அடிவைப்பதற்குள் மீண்டும் திரும்ப நேரிடும் குறுகலான இடம் போதாதென்று எண்ணிக் கூடாரத்தை விட்டு வெளியேறினார். வெளியே எங்கேயும் நடப்பதற்கு இடமில்லை. எங்கெங்கும் குதிரைகள், வீரர்கள், சாணக் குவியல், மலம், சிறுநீர். ஒரு ரதத்திலேறி இந்தப் படைக் குவியலில் இருந்து வெளியே சென்றால்தான் நூறு அடி தூரமோ ஆயிரம் அடி தூரமோ, நடப்பது சாத்தியம் என்று தோன்றியது. ஆனால் அந்த வெட்டவெளிக்குச் செல்லும் திசை எது என்பது தெரியவில்லை. அதே சமயத்தில் யுத்த காலத்தில் வெளியே செல்லக் கூடாது என்பது விதி. அதைத்தானே பல முறை வலியுறுத்திப் போதித்திருப்பதும் ஞாபகத்துக்கு வந்தது. சூரியன் முழுகும் நேரம். சிவந்த வெளிச்சத்தில் எங்கெங்கும் புழுதி பறப்பது தெரிந்தது. அதற்குள் ஹவ்யன் வெளியே வந்து கூப்பிடுவது கேட்டது.

"சந்தியா காலமாகிவிட்டது. பூசைக்குத் தயார் செய்துள்ளேன்."

அவர் நின்றிருந்த இடத்திற்கே வந்து தண்ணீர் நிறைந்த செம்பைக் கொடுத்தான். கைகால் முகம் கழுவிக்கொள்ளும் முன்பு சிறுநீர் கழிக்கவேண்டும் என்று நினைத்தார். எங்கே போவது என்று தெரியவில்லை. தூய்மையான, நடமாற்றமற்ற, இடமே இல்லை. அங்கிருந்து ஏழெட்டு அடி தூரம் நடந்து, ஒரு கல்லின் மறைவில் சிறுநீர் கழித்து விட்டுத் திரும்பிவந்து கை கால் முகம் கழுவிக் கொண்டு உள்ளே வந்தார். அக்கினி குண்டத்தின் முன்பு உட்கார்ந்தபோது வெளியிலிருந்ததை விட வித்தியாசமான விசிறியால் அக்கினியை மூட்டிக்கொண்டிருந்தபோது மீண்டும் அவர் மனத்தில் கேள்வி எழுந்தது. "நான் ஏன் அப்பொழுதே அஹிச்சிரத்துக்குச் சென்று அரசனாக முடிசூட்டிக்கொள்ளவில்லை? எவ்வளவு தெளிவாகத் துருபதன் அப்போதே சொன்னான். "துருபதா, இந்த பாஞ்சால ராஜ்ஜியமே உனக்குச் சொந்தம். இதில் பாதியை எனக்காக விட்டுக் கொடுத்திருக்கிறாய். மீதியை நீயே ஆட்சி செய். உன் ஆட்சிக்குத் தேவையான உதவிகளை நான் செய்கிறேன். நான் ஆளட்டும் என்கிற ஆசை அவனுக்கு இல்லாமலிருந்தாலும் குரு வம்சத்து பீஷ்மரின் கைக்கு அந்த ராஜ்ஜியம் சேர்ந்துவிடக்கூடாது என்று

அவன் நினைப்பது அவனுடைய வார்த்தைகளில் தெரிந்தது. அதைக் கூடப் புரிந்துகொள்ள முடியாத முட்டாளாகிவிட்டேனே நான். ஏதோ நாகரிகம் கருதியோ அல்லது கிண்டலாகவோ சொல்கிறேன் என்று கண் மூடிக் கொண்டிருந்து விட்டேன். உலக நடைமுறையில் அந்த க்ஷத்திரியனுக்கு இருக்கிற சுறுசுறுப்பு ஆசாரியனாகிய எனக்கு இல்லை..." நெருப்பு பற்றிக் கொண்டது. மந்திரம் சொன்னபடி பூசையில் ஈடுபட்டிருந்தாலும் மனம் இன்னும் அதே விஷயத்தை அசைபோட்டுக்கொண்டிருப்பது தெரிந்தது. புசை முடிந்து எஞ்சிய நெய்யை அக்கினியிலேயே ஊற்றினார் துரோணர். கூடாரம் முழுக்க சுவாலையின் வெளிச்சம் எழுந்து பரவியது. அப்போது தான் மட்டுமல்ல, எந்த ஆசாரியனுமே உலக நடைமுறையில் க்ஷத்திரியனுக்கு இணையான சுறுசுறுப்பை அடையமுடியாது என்று தோன்றியது." பரசுராமன் என்ன செய்தான்? ரோஷத்தோடு எழுந்து பாய்ந்து எல்லா க்ஷத்திரியர்களையும் கொன்றான். ஆட்சியாளர்கள் அனைவரையும் பூண்டோடு அழித்தான். ஆனால் இறுதியில் தான் இருந்து ஆட்சி செய்யவில்லை. கோட்டையை முற்றுகையிட்டுக் கைப்பற்றிய பிறகு மீண்டும் திரும்பித் தருவதைப் போலச் செய்துவிட்டான். ஆசாரியர்களின் தலையெழுத்தே இப்படிப்பட்டதுதான். ஏதோ ஒரு கோபத்தின் அல்லது ரோஷத்தின் போதையில் எழுந்து நிற்பது, அதற்கப்புறம் ஆகாயத்தைப் பார்த்தபடி கனவு காண்பது, பழைய மந்திரங்களைக் கற்று, புதிய மந்திரங்களை உருவாக்குவது, அதோடு சரி. ஒரு கவளம் சோறு, கட்டிக்கொள்ள ஓர் ஆடை ஆகிய இரண்டுக்கும் அதிகமாக எதையும் எதிர்பார்ப்பதில்லை அவர்கள். எவனாவது இவ்விரண்டையும் கொடுத்தால், அவனை வானளாவப் பாராட்டி ஆசி வழங்குவார்கள்..." ஒரே அளவாக எரியாமல் அசைந்தசைந்து மெல்ல மெல்ல குறைந்து தீ அடங்கியது. அடர்த்தியான மணம் எழுந்தது. நன்கு மூச்சை உள்ளிழுத்தார் துரோணர். வெளியே கணக்கற்ற குதிரைகள் ஒரே நேரத்தில் கனைக்கும் சத்தம் கேட்டது. தொலைவில் யானைகள் பிளிறும் சத்தமும் கேட்டது. இவ்வளவு நேரமும் இந்த இரைச்சல் தனக்குக் கேட்கவே இல்லையே என்று எண்ணிக் கொண்டார் துரோணர். "ஹவ்யா, இருட்டத் தொடங்கி விட்டது. விளக்கு கொண்டுவந்து வை" என்று கூவினார். பிறகு "அங்கே வேண்டாம். இந்தப் பக்கம் ஒரு மூலையில் கொண்டு வந்து வை. காற்றடித்தால் அணைந்து போகும். பால் வந்ததா? வருவதும் சாத்தியமில்லை. எனக்குச் சாப்பாடு எதுவும் வேண்டாம். கொஞ்சம் சோளமாவில் தண்ணீர் ஊற்றிப்பிசைந்து தேன் கலந்து கொடுத்தால் போதும். கிருபாச்சாரியர் என்ன செய்கிறார்?" என்று கேட்டார்.

"அப்பொழுது படுத்தவர் இன்னும் எழுந்திருக்கவில்லை. தூங்கிக் கொண்டுதான் இருக்கிறார். நேற்று இரவு முழுக்கத் தூங்கவே இல்லையாம்."

* * *

வேப்ப எண்ணெயில் எரியும் தீபத்தை அமைதியாகப் பார்த்தபடி உட்கார்ந்திருந்தார் துரோணர். வெளியே அடிக்கடி எழும் குதிரை களின் கனைப்புச் சத்தமும் யானைகளின் பிளிறலும் அவ்வப் பொழுது அவரது நினைவோட்டத்தைத் துண்டித்தபடி இருந்தன. சிறிது நேரத்திற்குப்பின் கூடாரத்தின் வாயிலைத் தள்ளிக் கொண்டு யாரோ உள்ளே வந்தார்கள். வாசலுக்கு அருகிலேயே நின்று அவரைப் பார்த்தபடி இருந்தது அந்த உருவம். துரியோதனனல்லவா இது என்று நினைத்துக் குழம்பியபோது அவனேதான் என்று தோன்றியது. கிரீடமும் மார்புக்கவசமும் அணிந்து வந்திருந்தான். அவன் அணிந்திருந்த ஆடை பளபளத்தது. இடுப்பில் வாள் தொங்கிக் கொண்டிருந்தது. இடது தோளில் வில்லும் முதுகின்மேல் அம்பறாத் தூணியுமிருந்தது. திடுமென இது அவனில்லையோ என்று ஐயம் வந்தது. இந்த உருவம் துரியோதனனைவிடக் குள்ளமாக இருப்பதைப் போல இருந்தது. மார்பும் சிறுத்திருந்தது. சிறிய தீபத்தின் வெளிச்சம் அந்தக் கூடாரத்துக்குப் போதாமல் இருந்தது. தொண்ணூறு வயதாவதால் தனக்குக் கண்கள் சரியாய்த் தெரியவில்லை என்று சொல்லிக்கொண்டார். அவன் யார் என்று புரியாமல் குழம்பிக் கொண்டிருக்கும் போதே வந்தவன் அவருடைய காலில் விழுந்து வணங்கினான். "தரையில் சாஷ்டாங்கமாக விழுந்து வணங்கியெழும் இவன் யாராக இருக்கும்? எத்தனையோ மாணவர்களுக்கு பயிற்சியளித் திருக்கிறேன். யாரும் இதுபோலத் தரையில் மார்பும் கிரீடமும்பட விழுந்து வணங்கியதில்லை. கிரீடம் அணிந்து கொண்டதுமே இந்த க்ஷத்திரியர்களுக்குத் தலைக்கனம் ஏறி விடுகிறது. வெறுமனே கைகளைக் குவித்து உடம்பு வளையாமல் வணங்குவது போல நடித்து விடுகிறார்கள்?" என்று யோசனையில் மூழ்கி இருந்தவனிடம், "குருவே, என்னை அடையாளம் தெரியவில்லையா?" என்று கேட்டான் வந்தவன். தூய ஆரிய மொழி. உச்சரிப்பும் கூட ஒரு மாதிரி இருந்தது. எந்தத் தேசத்துக்காரனோ? ஒவ்வொரு தேசத்திலும் ஒவ்வொரு விதமான உச்சரிப்பு. "தெரியாமல் போகுமா அரசே, எழுந்து உட்கார். நலம்தானே? ஹவ்யா, கொஞ்சம் பருகக் தேன் கொண்டு வா" என்றார் துரோணர். அவன் நெருங்கி வந்து அவர் காட்டிய பாயின் மேல் உட்கார்ந்தபிறகு கூட அவருக்கு அடையாளம் தெரியவில்லை. விளக்கின் மங்கலான வெளிச்சத்தின் முன் முகம் மட்டும் தெரிந்தது. கருத்த நிறம். ஆரிய வேஷம்.

"உங்களுக்கு இன்னும் அடையாளம் தெரியவில்லை என்று எண்ணு கிறேன். என் பெயர் ஏகலைவன். உங்கள் மாணவன்."

"யார் அது ஏகலைவன்?" என்று வாய் விட்டுக் கேட்கவில்லை அவர். அவன் அவரது முகத்தையே பார்த்துக் கொண்டிருந்தான்.

“எத்தனையோ மாணவர்களுக்கு எந்தெந்தக் காலத்திலோ சொல்லிக் கொடுத்திருப்பேன். வயதான பிறகு அவர்கள் முக அமைப்பு கூட மாறிவிடுகிறது. என் ஞாபகமும் கூடக் குன்றி விடுகிறது. வெறும் பெயரைச் சொன்னால் நினைவு வருவது கஷ்டம். நீ எந்த ஊரில் எப்போது மாணவனாக இருந்தாய்? கோபித்துக் கொள்ளாதே. எனக்கு ரொம்ப வயதாகிவிட்டது. உன்னைப் பார்த்தால் முப்பது முப்பத்தைந்து ஆண்டுகளுக்கு முன்பு பயிற்சி பெற்ற ஆளாய்த் தெரிகிறது. வேறு ஏதாவது அடையாளம் சொல்...”

“இங்கே பாருங்கள் அடையாளாம்” என்று அவன் தனது வலக்கையைக் காட்டினான். கையில் நான்கு விரல்கள் மட்டும் இருந்தன. கட்டைவிரல் இல்லை. வளரவே இல்லையோ அல்லது வெட்டப்பட்டு விட்டதோ என்று அவர் மனம் குழம்பியது. உற்றுப் பார்க்கும்போது வெட்டுப்பட்ட அடையாளம் நன்றாகத் தெரிந்தது. அதிர்ச்சியில் அவருக்கு உடலெங்கும் வேர்த்தது. கண் மங்கியது. குருதேசத்துக்கும் பாஞ்சால தேசத்துக்கும் நடுவில் இருந்த காட்டில் வசிக்கும் நிஷாத இனத்தின் தலைவனுடைய மகன் இவன் என்பது நினைவுக்கு வந்து விட்டது. பற்பல தேசங்களின் அரசர்களுடைய மகன்களெல்லாம் பயிற்சி பெறும் பொருட்டு என் வசம் சேர்ந்ததைக் கேள்விப்பட்டு தன்னுடைய மகனுக்கும் பயிற்சி கொடுக்க வேண்டும் என்று தானே நேரில் வந்து காலில் விழுந்து கேட்டுக் கொண்டான். குடம் குடமாய்த் தேனும், கூடை கூடையாய்ப் பழங்களும் யானைத் தந்தமும் மான் கொம்பும் பன்னிரண்டு புலித்தோலும் கொண்டு வந்து என் காலடியில் குவித்தான். ரொம்ப தாராளமான மனசுக்காரன். பணிவு மிக்கவன். அப்பொழுதே பாயும் புலியைக் குறிபார்த்து அம்பெய்தி வீழ்த்துகிற திறமை பையனிடம் இருந்தது. தைரியமானவன். பிறந்ததில் இருந்தே புலி யானை பாம்புகளிடையே வளர்ந்த தைரியம். ரதங்களையோ குதிரைகளையோ கேள்விப்பட்டிருக்காத ஜனங்கள். இவனைப் பார்த்ததுமே அல்லது இவனது தந்தையைப் பார்த்ததுமே எனக்கு பிடித்துவிட்டது. இறந்து போன என் மனைவிக்கும் கூட இதே முக அமைப்புதான். மூக்கு, கண், கழுத்து, உடல் நிறம், சிரிப்பு எல்லாமே அப்படியே இருந்தது. சரத்வந்தனோடு சேர்ந்து இரட்டைக் குழந்தைகளைப் பெற்றெடுத்த தாய்கூட இதே காட்டின் இனத்தைச் சேர்ந்தவள்தானா?

“அடையாளம் தெரிகிறதா குருவே?”

“தெரிகிறது” என்று சொல்லும்போது மூச்சு அடைத்தமாதிரி இருந்தது. மங்கலான விளக்கு வெளிச்சத்திலேயே அவன் முகத்தைக் கூர்ந்து பார்த்தார். வெறுப்போ அல்லது கசப்போ தெரியவில்லை. அதே பழைய பக்தி.

“இங்கே எப்படி வந்தாய்?”

“இந்த யுத்தத்திற்காகவே வந்தான். என் படையோடு உங்கள் அணியில்தான் இருக்கிறான்.

“இப்பொழுது நீ அரசனா?”

“ஆமாம், தந்தை இறந்த பிறகு நான் முடி சூட்டிக்கொண்டேன். இருபது ஆண்டுகள் ஓடிவிட்டன. முடிசூட்டு விழாவுக்கு உங்களை எப்படியாவது வரவழைத்துவிட வேண்டும் என்று ஆசைப்பட்டேன். ஆனால் உங்கள் பிரிய மாணவன் அர்ஜுனன் என்ன சொல்வானோ என்று கொஞ்சம் தர்ம சங்கடமாக இருந்தது. உங்கள் ஆசிகளைப் பெறும் அதிர்ஷ்டம் இல்லாமல் போனது.”

அவனை ஒருமுறை முழுமையாய்ப் பார்த்தார் அவர். இவனுடைய தந்தை நிஷாத குலத்தின் தலைவன். ஆனால் இப்படி கிரீடம், அங்கி, கவசம் எல்லாம் ஆரிய அரசனைப் போல அணிந்திருக்கவில்லை. பட்டாபிஷேகத்துக்கு முன்பு அவர்களிடையே என்ன பழக்கம் இருந்தோ தெரியவில்லை. ஆனால் அவன் தந்தை பக்குவப்படுத்தப்பட்ட தோலாடை ஒன்றை இடுப்பில் சுற்றிக்கொண்டிருந்தான். திறந்த மார்பு. இறகுகளால் ஆன கிரீடம் அணிந்துகொண்டிருந்தான். சாதாரண மக்களுக்கு மூங்கிலாலான தலைப்பாகையே அணிகலனாக இருந்தது. கழுத்தில் வண்ண வண்ண மலர்களாலான மாலைகளை அணிந்துகொண்டிருந்தனர். இப்பொழுது கையில் தாமிர வளைகளை அணிந்துகொண்டிருந்தான். முதல் கணத்தில் தோன்றிய குழப்பம் விலகி மெல்ல மெல்ல அவர் நினைவுகள் தெளிவடையத் தொடங்கின. அன்று அவனுடைய திறமையையும் வேகத்தையும் தைரியத்தையும் குருபக்தியையும் சோதித்துப் பார்த்துவிட்டுத் தன்னுடை ய மாணவனாகச் சேர்த்துக் கொண்டதும் மற்ற மாணவர்கள் முகத்தைச் சுளித்தார்கள். இவனுக்கும் அசிங்கமாகி விட்டது. ஆரிய மொழி தெரியாத இவன் ஒவ்வொரு வார்த்தையாகத் தடுமாறித் தடுமாறிக் கற்றுத் தப்பும் தவறுமாகப் பேசும்போது மற்றவர்கள் எல்லாம் கேலியாய்ச் சிரித்தார்கள். ஆனால் அவனுடைய வில்திறமை வெளிப்பட்டபோது அவர்கள் அனைவரும் வாயை மூடிக்கொண்டனர். ஒருநாள் பீஷ்மரே என்னை அழைத்து, “ஆசாரியரே, யாரோ ஒரு காட்டுவாசிப் பையனை இளவரசர்களோடு சேர்த்து உட்கார வைத்துச் சொல்லிக் கொடுக்கிறீர்களாமே, இதெல்லாம் நம் பிள்ளைகளுக்குப் பிடிக்கவில்லை. அரசகுலத்து மரியாதைக்கே இது ஒரு இழுக்காகும்” என்று சொன்னார். அவரது வார்த்தைகளுக்கு முழுப்பொருளை நான் புரிந்து கொள்ளவில்லை. எல்லாப் பிள்ளைகளிலிருந்தும் இவனை விசேஷமாக விலக்கி, பிறப்பிலேயே தைரியமும் குறிபார்த்து இலக்கை வீழ்த்தும் திறமையும் கொண்ட அவனுக்கு இன்னும் கொஞ்சம் சொல்லித்

தருவதில் இருக்கிற சந்தோஷம் வேறு எதிலாவது உண்டா? கங்கையின் மறுகரையில் இருந்த காடுதான் அவன் வசிப்பிடம். அவனுடைய இடத்துக்கே சென்று சொல்லித்தர ஆரம்பித்தேன் நான். மீண்டும் காட்டுக்கே போய்விட்டதில் அவனுக்கும் இங்கிருந்தே தர்மசங்கடம் விலகியது. அவ்வப்பொழுது ஆற்றுக்கும் அந்தப் பக்கம் போய்வந்ததில் எனக்கும் பொழுது போனது. ஒருமுறை இளவரசர்கள் வேட்டை ஆடுவதற்காகக் காட்டுக்குச் சென்றபோது நான் அவனுக்குப் பயிற்சி கொடுத்துக் கொண்டிருக்கும் விஷயம் வெளியே தெரிந்தது.

“குருவே, அர்ஜுனனை உங்களுடைய விசேஷ மாணவனாக நினைத்து அவனுக்காக என்னுடைய கட்டை விரலைக் கேட்டீர்கள். இப்பொழுது அவனே உங்களை எதிர்த்துப் போராட வந்திருக்கிறான்.”

ஏகலைவனின் குரலில் கிண்டல் செய்யும் தொனி இல்லை. ஆனாலும் கூட துரோணருக்குச் சங்கடமாக இருந்தது. அவரும் எதுவும் பேசவில்லை. உண்மையாக நடந்த விஷயங்கள் எல்லாம் அவருடைய மனத்தில் தெளிவாக மிதந்து நின்றாலும் சொல்லத் தெரியாமலோ அல்லது முடியாமலோ அப்படியே உட்கார்ந்திருந்தார். “பல வருஷங்கள் ஆகிவிட்டன. நினைவில்லையா குருவே?” என்று கேட்ட ஏகலைவன் மேலும் தொடர்ந்தான்: “ஒரு நாள் இளவரசர்கள் அனைவரும் ஆற்றைக் கடந்து நான் இருந்த காட்டுக்கு வேட்டையாட வந்தார்கள். நான் இருந்ததை மோப்பம் பிடித்தோ என்னமோ, அவர்களுடைய நாய் குரைக்கத் தொடங்கியது. யாருடைய நாய் என்று எனக்கு எப்படித் தெரியும்? காட்டு நாயாக இருந்தாலும் இருக்கக் கூடும் என்று எண்ணி அது வந்த திசையை உத்தேசித்து அம்பு எய்தினேன். அதிர்ஷ்டவசமாக அந்த அம்பு பாய்ந்து சென்று அதனுடைய வாயில் தைத்தது. அந்த இளவரசர்களுக்கெல்லாம் ஆச்சரியம் உண்டாகி இருக்கக் கூடும். இவ்வளவு சரியாகச் சத்தத்தை மட்டுமே அடையாளமாகக் கொண்டு குறி பார்த்து அம்பு எய்பவன் யாராக இருக்கக் கூடும் என்று தேடிக்கொண்டு வந்தார்கள் அவர்கள். நான்தான் அம்பு எய்தியவன் என்பது அவர்களுக்குத் தெரிந்து விட்டது. ‘ஏகலைவா, இங்கே என்ன செய்துகொண்டு இருக்கிறாய்?’ என்று என்னைக் கேட்டார்கள். ‘பயிற்சி செய்து கொண்டிருக்கிறேன்’ என்று நான் பதில் சொன்னேன். ‘யார் உன் குரு?’ என்று மீண்டும் கேட்டார்கள். நான் குடிசையின் பக்கம் விரலைக் காட்டினேன். நீங்கள் வராத நாளில் உங்களை வணங்கிப் பயிற்சி பெறும் பொருட்டு உங்களைப் போலவே ஒரு மண் பொம்மை செய்து குடிசையில் வைத்திருந்தேன். நம்மைவிட இந்தக் காட்டுவாசிக்குச் சிறப்பான முறையில் சொல்லித் தந்திருக்கிறார் குரு என்று தமக்குள்ளேயே பேசிக் கொண்டு அவர்கள் அனைவரும் புறப்பட்டுச் சென்று விட்டார்கள். ஆனால் உண்மையிலேயே சத்தம் வரும் திசையை உத்தேசித்து அம்பு

எய்யக் கற்றுத் தந்து நீங்களில்லை. விலங்குகளின் சின்ன அசைவையும் சத்தத்தையும் கூட கேட்டு அந்தத் திசையை அறிந்து, அம்பு எய்கிற சாமர்த்தியம் எங்கள் எல்லா காட்டுவாசிகளிடமும் இருந்தது. சத்தத்தை முன்வைத்து அம்பு எய்வதால் இதற்கு சத்தவேதி என்று பெயர் வைத்திருந்தோம். உங்கள் மாணவர்களுக்கு வெறும்பெயர் மட்டும் தெரியும். உத்தேசித்துக் குறிபார்த்து எய்வதெல்லாம் தெரியாது. இது நடந்து மூன்று நாட்களுக்கப்புறம்தான் நீங்கள் வாடிய முகத்தோடு காட்டுக்கு வந்தீர்கள். 'ஏன் முகவாட்டமாக இருக்கிறீர்கள் குருவே?' என்று நான் கேட்டேன். 'வாக்குறுதியை மீறி நடந்த குற்றத்திற்கு ஆளாகி இருக்கிறேன். என்னைக் காப்பாற்றுவாயா?' என்று நீங்கள் கேட்டீர்கள். 'உங்களைக் காப்பாற்றுவதற்கு என் கழுத்தையே வேண்டு மானாலும் வெட்டித் தருகிறேன்' என்றேன் நான். ஒரு கணம் எதுவும் பேசாமல் நீங்கள் ஊமையாக இருந்தீர்கள். நான் வற்புறுத்திக் கேட்ட பிறகு, 'அர்ஜுனனைப் பெரிய வில்வீரனாக ஆக்குகிறேன் என்று வாக்குக் கொடுத்திருந்தேன். உன் 'சத்தவேதி'த் திறமையைக் கண்ணால் கண்டு வந்த அவன் என்னை வாக்குத் தவறியவன் என்று பழித்துக் கொண்டிருக்கிறான். இப்பொழுது நீதான் என்னைக் காப்பாற்ற வேண்டும்' என்று நீங்கள் சொன்னீர்கள். அந்த நேரத்தில் 'இந்தக் கலையைச் சொல்லிக் கொடுத்தது நீங்களில்லை' என்று சொல்ல எனக்கு மனம் வரவில்லை. பொய்யோ, உண்மையோ, குருவின் மனம் நோகும்படி பேச என்னால் முடியவில்லை. அதற்கப்பபுறம்தான் எனது வலதுகைப் பெருவிரலை நீங்கள் கேட்டீர்கள். இதனால் இந்த வில்லையே காலம் முழுக்கத் தொட முடியாமல் போகும் என்று தெரிந்தும் நீங்கள் இதைக் கேட்டீர்கள். நான் சிறிதும் யோசிக்காமல் விரலை வெட்டிக் கொடுத்தேன். அதற்கப்புறம் நீங்களே மூலிகை கொண்டு வந்து அரைத்து கட்டு கட்டினீர்கள். குணமான பிறகு யாருக்கும் தெரியாமல் திருட்டுத்தனமாய் வந்து நான்கு விரல்கள் மூலமாகவே அம்பு எய்யக் கற்றுக் கொடுத்தீர்கள்..."

தொடர்ந்து என்ன சொல்வது என்று தெரியாமல் அமைதியானான் அவன். அவனுடைய எல்லா வார்த்தைகளும் அவருடைய மனத்தை மிதித்து நிமிர்ந்து பார்க்காவிடாமல் செய்தது. கூடாரத்திற்குள் மௌனமாக எரிந்து கொண்டிருந்தது தீபம். குதிரை களின் கனைத்தல்களோ யானைகளின் பிளிறல்களோ எதுவும் அவர் மனத்தில் பதியவில்லை. மௌனத்தில் உறைந்திருந்தார். அப்போது மீண்டும் ஏகலைவன், "அதற்கப்புறம் நான் ஊருக்குச்சென்று விட்டேன். இந்த ஆரியர்களின் சகவாசமே வேண்டாம், ஆரிய முறையிலான குருபக்தி, பயிற்சி முறைகள் எதுவுமே வேண்டாம் என்று ஒதுங்கினேன். இனி என்றென்றைக்கும் அவர்களுடைய பழக்க வழக்கங்களைப் பின்பற்றுவதில்லை என்று என்னைப் பொறுத்த

அளவில் சபத மெடுத்துக் கொண்டேன். ஆனால் நான் அரசனாகிய பிறகு இந்த அஸ்தினாபுரத்தில் என்னென்ன நடக்கிறதென்பதையெல்லாம் கேட்டுத் தெரிந்துகொண்டிருந்தேன். இப்போது துரியோதனனுக்கும் பாண்டவர்களுக்கும் யுத்தம் நடப்பது தெரிந்தது. என்னைக் கண்டு பொறாமைப்பட அர்ஜுனனுக்கு எதிராக நின்று போரிட்டு என் படையினர் மூலம் அவனைச் சுற்றி வளைத்துக் கொல்ல வேண்டும் என்கிற ஆசையால் நானாகவே இங்கு புறப்பட்டு வந்தேன். இங்கே வந்த பிறகுதான் நீங்களும் அர்ஜுனனை எதிர்த்து போரிடுகிறீர்கள் என்று தெரிந்தது." என்றான்.

இந்த இடத்தில் துரோணருக்குப் பேசவேண்டும் என்று தோன்றியது. அந்தக் காலத்தில் தான் சொன்ன பொய்யையும், அதைச் சொல்ல வேண்டியிருந்த அவசியத்தைப் பற்றியும், ரகசியத்தை மறைத்தே வைத்திருக்க வேண்டும் என்று தனக்கு இடப்பட்டிருந்த கட்டளையைப் பற்றியும் எடுத்துச் சொல்ல வேண்டும் போலத் தோன்றியது. "இந்த யுத்தத்தில் எந்தெந்த தேசத்திலிருந்தோ எந்தெந்தக் காரணங்களுக்காகவோ பல அரசர்கள் வந்து சேர்ந்திருக்கிறார்கள். நீயும் வந்திருக்கிறாய். துரியோதனனின் அணியில் இருந்து போரிடவேண்டும் என்ற விருப்பமிருந்தால் இரு, நானும் இருக்கிறேன். ஆனால் அர்ஜுனன் மேல் பழிவாங்க நினைக்காதே. நீ பெருவிரலை இழந்ததற்கு உண்மையான காரணம் அர்ஜுனன் இல்லை," என்று நிதானமாய்ச் சொன்னார் துரோணர்.

"தன்னைவிட ஒருவரும் சிறந்த வில்வீரனாக இருக்கக் கூடாது என்கிற பொறாமையை அவனோடு பயிற்சிக் கூடத்தில் சேர்ந்து பயிலும் போதே வெளிப்படுத்தியவன் அவன்" என்று குரலையுயர்த்திச் சொன்னான் ஏகலைவன்.

"பயிற்சிக் காலத்தில் தான் ஒரு சிறந்த வில்வீரனாக மலர வேண்டும் என்கிற ஆசை எந்த நல்ல மாணவனுக்குத்தான் இருக்காது? அர்ஜுனனுக்கும் அத்தகைய ஆசை இருந்தது என்பது அசாதாரண விஷயமில்லை. அர்ஜுனன் என்னிடம் இருந்த உரிமை காரணமாக வந்து புலம்பியது உண்மை. அவன் புலம்பியதற்காக மட்டுமே வந்து உன் கட்டைவிரலை வெட்டிக் கொடு என்று கேட்டுவிட்டேன் என்று நினைக்கிறாயா? இந்த மாதிரி கேட்கிற அளவுக்கு அர்ஜுனனுக்கு அறிவு முதிர்ச்சி இருந்திருக்கும் என்று எண்ணுகிறாயா?"

"குருவே, உண்மையை இப்போதாவது சொல்லுங்கள். யாரைக் கண்டு பயந்தீர்கள்? உங்களை நான் பார்த்துக் கொள்கிறேன்."

"யாரைக் கண்டும் பயப்படக்கூடாது என்கிற நிலைக்கு என் மனமும் வந்துவிட்டது. சொல்கிறேன். கேள். உன் 'சத்தவேதி வில்

முறையைக் கண்டு இந்த க்ஷத்திரிய சிறுவர்கள் அப்போது பயந்தார்கள் என்பது உண்மை. ஆனால் இதைவிடவும் முக்கியமான ஒரு காரணம் இருந்தது. உன் கையில் இருந்தது தாமிர வில். உங்களுடைய காட்டு இனத்திற்கு மூங்கிலாலான வில்லைத் தவிர வேறு ஒன்றும் தெரியாது. உலோகத்தாலான வில்லைத் தந்தாலும் கூட அதில் பயிற்சி பெற்று அம்பு எய்வது என்பது சிரமம். வெறும் மூங்கிலாலான வில்லிலிருந்து விடப்படும் அம்பு என்பது எவ்வளவு தொலைவு செல்லும்? உங்கள் அம்புகளின் நுனியில் விஷம் இருக்குமே தவிர, கூர்மையான உலோகம் பொருத்தப்பட்டிருப்பதில்லை. தக்கையான அம்புகளின் வேகம் எப்போதுமே குறைவுதான். அது எட்டும் தூரமும் குறைவுதான். நீ நாயைக் கொல்ல எய்த அம்பின் நுனி உலோகத்தாலானது. அந்த அம்பை நான்தான் உனக்குக் கொடுத்திருந்தேன். இந்த விஷயங்கள் பிள்ளைகள் மூலமாகப் பீஷ்மருக்குத் தெரிந்துவிட்டது. அன்று இரவே அவர் என்னை அழைத்தார். ‘வரவர காட்டுவாசிகள் ராஜ்ஜியத்திற்குள் புகுந்து தொல்லை கொடுப்பது அதிகமாகி விட்டது. ஆரியர்களின் கிராமங்களில் புகுந்து தானியங்களைக் கொள்ளையடிக்கிறார்கள். நம் பெண்களைக் கடத்திக்கொண்டு போகிறார்கள். அப்படிப்பட்டவர்களின் தலைவனுடைய மகனுக்கு நீங்கள் ஆரியர்களுக்குரிய வில் பயிற்சி முறையைக் கற்றுக் கொடுத்தால், ராஜ்ஜியத்துக்கு அநியாயம் செய்கிறதைப் போலாகும்’ என்றார். அது மட்டுமல்ல. இப்பொழுது கற்றுக் கொடுத்திருக்கிறதையும் திரும்பிப்பெற வேண்டும் என்றார். அதாவது உன் வலதுகை பெருவிரலை வெட்ட வேண்டும் என்றார். இதற்கிடையில் உங்கள் இனத்துக்கும் அஸ்தினா புரத்து அரண்மனைக்கும் இடையே வணிகத்தொடர்பும் வளர்ந்திருந்த தில்லையா? புலித்தோல், மான் தோல், யானைத் தந்தம், தேன் எல்லாவற்றையும் கொண்டு வந்து கொடுத்துவிட்டு கோதுமையை வாங்கிச் சென்றீர்கள். அந்தக் குறுகிய காலத்திற்குள்ளேயே நீங்கள் கோதுமைக்கு அடிமையாகி விட்டிருந்தீர்கள். இந்தச் சூழலில், தானே உன் கட்டைவிரலை வெட்டச் சொல்லி ஆணையிட்டால் பண்ட மாற்று உறவு கெட்டுவிடும் என்று நினைத்தார் பீஷ்மர். அதனால் தனது பெயர் எப்போதும் வெளிப்பட்டுவிடக்கூடாது என்று சொல்லி உன் கட்டைவிரலை வெட்டி வர எனக்கு ஆணையிட்டார் அவர். ஏதாவது ஒரு காரணம் சொல்ல வேண்டுமே என்று அர்ஜுனனுக்குக் கொடுத்த வாக்குறுதி என்றெல்லாம் நானே பொய் சொன்னேன்.”

எதுவும் பேசத் தோன்றாமல் உட்கார்ந்து விட்டான் ஏகலைவன். துரோணரும் மேற்கொண்டு அவனிடம் எதுவும் சொல்லும் மனநிலையி லும் இல்லை. சிறிது நேரம் ஒருவரை ஒருவர் அறியாதவர்கள் போல வேறுவேறு எண்ணங்களில் மூழ்கிக் கிடந்தார்கள். அந்த நேரத்தில் உள்ளே வந்த அஸ்வத்தாமன், “கிருபாச்சாரியர் இன்னும் தூங்குகிறார்.

சாப்பிடக் கூப்பிட்டால் வேண்டாம் என்று முனகி விட்டு மீண்டும் படுத்துவிட்டார். இன்னும் தாமதமானால் கரைத்து வைத்த சோளமாவு ருசியிழந்து போகும்." என்றான்.

"எங்கள் இருவருக்குமே கொண்டு வா, இவன் என்னுடைய மாணவன். நிஷாத தேசத்து அரசன்."

ஏகலைவனும் துரோணரும் சோளமாவை எந்திர கதியில் உண்டு முடித்தார்கள். கை கழுவிக்கொள்ளும் தருணத்தில் அஸ்வத்தாமன் வந்தான். கூடாரத்தின் வாயிலைத் திறந்தபோது உள்ளே நுழைந்த காற்றில் விளக்குத் திரி படபடவென்று நடுங்கியது. இதற்குள் மீண்டும் அஸ்வத்தாமனே வாசலுக்குக் குறுக்கே நின்று கொண்டதில் விளக்கு நிலைத்து எரியத் தொடங்கியது. அவனுக்கு ஏகலைவனின் அடையாளம் தெரியவில்லை. ஏகலைவனுக்கும் அவனைத் தெரியவில்லை. அதற்குள் "அப்பா, யுயுத்ஸு திடீரென்று காணாமல் போய் விட்டான். தொடக்கத்தில் இருந்தே எதிரிகள் அணிக்குச் சார்பாகவே பேசிக் கொண்டிருந்தானாம். இப்போது அந்த அணிக்கே போய்ச் சேர்ந்து விட்டானோ என்று சந்தேகம் வந்து, தேடுவதற்காக ஆள் அனுப்பி இருக்கிறான் துரியோதனன்" என்றான் அஸ்வத்தாமன்.

ஏகலைவனுக்கும் அஸ்வத்தாமனுக்கும் பரஸ்பரம் அறிமுகப் படுத்தி வைக்க வேண்டும் என்கிற உணர்வும் இன்றி ஊமையைப் போல உட்கார்ந்திருந்தார் துரோணர். ஏகலைவன் எழுந்து முன்பு போலவே சாஷ்டாங்கமாக அவர் காலில் விழுந்து வணங்கினான். "சீக்கிரம் வந்து விடுவதாக என் படையினரிடம் சொல்லிவிட்டு வந்தேன். உங்கள் கூடாரத்தைத் தேடிக் கண்டு பிடிப்பதற்குள்ளேயே தாமதமாகிவிட்டது. எங்களில் பலருக்கு உங்கள் ஆரியமொழி தெரியாது. மரம்செடிகொடி எதுவுமே இல்லாத சூழலில் அவர்கள் திகிலடைந்து போய் இருப்பார்கள். நான் இருந்தால் சிறிது ஆறுதலாக இருக்கும். நாளைக்கு வந்து பார்க்கிறேன்" என்று சொல்லிவிட்டுக் கிளம்பிப்போனான். போகும் போது கதவைச் சாத்திக்கொள்ள வேண்டும் என்று கூடத் தோன்றாமல் அப்படியே விட்டு நடந்தேன். காற்று வேகமாக வீசி, விளக்கு அணைந்தது. துரோணர் ஹவ்யனைக் கூப்பிட்டார்.

அஸ்வத்தாமன் எதுவும் பேசவில்லை. துரியோதனனின் கூடாரத்தில் இறைச்சி, சோறு, ரொட்டி, பாயசம் எல்லாவற்றையும் திருப்தியாகச் சாப்பிட்டு முடித்தே வந்திருந்தான். அக்கினிக் குண்டத்துக்குப் பக்கத்திலேயே தந்தையும் மகனும் அருகருகே படுத்துக் கொண்டார்கள். அக்கினிக் குண்டத்தின் அருகிலேயே தலைவைத்துப் படுத்திருந்தாலும் வெளியிலிருந்து வீசிய துர்நாற்றத்தில் வீச்சம் அதிகரித்திருந்தது. கூடவே மகனின் உடம்பிலிருந்து வீசும் வேர்வை

நெடி, அன்றைய தினம் முழுக்க அவன் குளிக்கவில்லை. கடந்த இருநாட்களிலாவது குளித்தானோ, இல்லையோ என்று தெரிய வில்லை. அக்கினி பூசைபற்றிச் சொல்லவே தேவையில்லை என்று யோசித்துக்கொண்டிருக்கும்போதே குறட்டை விடத் தொடங்கி யிருந்தான் அவன். இந்த இரவு முழுக்கத் தனக்கு தூக்கம் வரப் போவதில்லை என்று நினைத்துக்கொண்டார். ஊரின் ஞாபகம் வந்தது. “கீழே நானும் மாடியில் அவனும் படுத்துக் கொள்வதுண்டு. ஆனால் இங்கே வேறு வழியில்லை. இவனிடம் பிராமணனுக்குரிய சுபாவமே இல்லை. இவனால் க்ஷத்திரியனாகவும் ஆக முடியாது. ஒரு ஆரிய அரசனுக்கு இருக்கவேண்டிய கம்பீரமும் தன்னம்பிக்கையும்கூட இவனிடம் இல்லை. உலக நடைமுறைகளிலும் அறிவு குறைவு. ஆனால் உடல்பலம் இருக்கிறது. நான் கற்றுக் கொடுத்த எல்லாவிதமான ஆயுதப் பயிற்சிகளும் இருக்கின்றன. இவனை எப்படியாவது முன்னுக்குக் கொண்டு வர வேண்டும் என்கிற ஆசையில் மற்ற எந்த மாணவர்களுக்குச் சொல்லித் தராத சில ரகசியப் பயிற்சிகளை இவனுக்கு மட்டும் தனிப்பட்ட வகையில் சொல்லித் தந்தேன். ஆனால் ஏன் இவனை இப்படி மாறிப் போனான்?” என்று யோசித்தபடி மறுபுறம் திரும்பிப் படுத்தார் துரோணர்.

இரவு நெடுநேரத்துக்குப் பிறகு அவனது குறட்டைச் சத்தத்தையும் மீறி சிறிது நேரம் கண் அயர்ந்தார். தூக்கத்தில் அவருக்குத் தன் தந்தையின் ஞாபகம் வந்தது. காட்டின் நடுவிலேயே பர்ணசாலையைக் கட்டிக்கொண்டிருந்தார் அப்பா. வேண்டுமென்கிறவர்கள் தேடிக் கொண்டு வந்து பயிற்சி மேற்கொள்ள வேண்டும். அரசகுமாரர்களாக இருந்தாலும் அலட்சியத்தைக் காட்டக் கூடிய சுதந்திர புருஷராய் இருந்தார் அவர். தனக்கு விரும்பப்பட்டவனை மாணவனாக ஏற்றுக் கொண்டு விருப்பமற்றவர்களை அந்தக் கணத்திலேயே ஓடி விரட்டி இருந்திருக்க முடியும். இவனுக்குச் சொல்லிக் கொடு, இவனுக்குச் சொல்லித் தராதே என்று யாராலும் அவரைக் கட்டுப்படுத்த முடியாது. தொடர்ந்து நாலைந்து முறைகள் கனவில் தோன்றி தொந்தரவு தந்தார் அப்பா, அதற்குப் பின் விழித்துக் கொண்டார். மகனின் குறட்டைச் சத்தம் கேட்டது. பிறகு மீண்டும் அது மெல்ல மெல்ல மறைய மறுபடியும் கண் அயர்ந்தார். மறுபடியும் ஒரு கனவு. கனவில் தான் ஒரு ஆசிரமத்தைக் கட்டவேண்டும் என்று எண்ணுவதுபோல இருந்தது. அப்படியே உறக்கமும் வந்தது. அதிகாலையில் சீக்கிரம் விழித்துக் கொண்டார். வெளியே இன்னும் இருள் அடர்ந்திருந்தது. கழிவுகளில் இருந்து எழுந்த துர்நாற்றம் மேலும் அதிகரித்திருந்தது. அப்போதே எழுந்துவிட்ட பலரும் வயிற்றின் உபாதைகளைத் தணித்துக்கொள்ள அங்கங்கேயே உட்கார்ந்திருப்பது தெரிந்தது. துரோணருக்குக் கடும் கோபம் வந்தது. அதே சமயத்தில் அவர்களால் வேறு எங்கே போக

முடியும் என்கிற எண்ணமும் வந்தது. தான் எங்கேயாவது தொலை வாகச் செல்ல வேண்டும் என்று தோன்றியது. "பாண்டவர்கள் புத்திசாலிகள். முதலிலேயே வந்து சரியான இடத்தைப் பிடித்துக் கொண்டுள்ளார்கள்" என்று நினைத்துக்கொண்டார். பிறகு அவரும் ஒரு பக்கமாய்ப் போய்க் காலைக்கடனை முடித்துக்கொண்டு திரும்பி வந்தார். ஹவ்யனை எழுப்பி விட்டு உள்ளே சென்றார். சூரியன் உதித்த பிற்பாடும் அஸ்வத்தாமன் எழுந்திருக்கவில்லை. எழுந்திருக்கும் பழக்கமும் அவனுக்கு இல்லை. தன் குளியல் வேலைகளையாவது முடித்துக் கொள்ளலாம் என்று பின்பக்கம் சென்றார். அப்போது ஹவ்யன், "பாத்திரத்தில் பாதியளவுதான் தண்ணீர் இருக்கிறது. நேற்று சாயங்காலமே கொண்டு வந்து தந்திருக்கப்பட வேண்டிய தண்ணீர் இன்னும் கொடுக்கப்படவில்லை. இதுவும் செலவாகிவிட்டால் கால் கழுவிக்கொள்ளக் கூடத் தண்ணீர் இருக்காது" என்றான்.

வெறுமனே முகத்தையும் கைகாலையும் மட்டும் கழுவிக் கொண்டார் துரோணர். உள்ளே கூடாரத்துக்குத் திரும்பும் வேளை யில் ஏகலைவன் வந்தான். அவனோடு வேறு இருவர் வந்திருந்தார்கள். மரத்தாலான இரு குடங்கள் நிறையத் தேனும் இரண்டு புலித்தோலும் ஒரு மூங்கில் கூடை நிறைய காட்டுப் பழங்களும் கொண்டுவந்து வைத்தார்கள் அவர்கள். நேற்றுப் போலவே இன்றும் சாஷ்டாங்கமாகத் தரையில் விழுந்து துரோணரை வணங்கினான் ஏகலைவன். உட்கார் என்று சொன்ன பிறகு தரையில் உட்கார்ந்தான். இன்னும் குறட்டை விட்டுக்கொண்டிருந்தான் அஸ்வத்தாமன். இந்தப் பக்கமாக துரோணர் உட்கார்ந்திருந்தார். திறந்த கதவு வழியாக உள்ளே வந்த சூரிய ஒளி ஏகலைவனின் மேல் விழுந்தது. துரோணர் அவனை உற்றுப் பார்த்தார். நேற்று அணிந்து வந்திருந்த தங்கக் கிரீடமும் மார்புக்கவசமும் பூட்டி இருந்தான். கூட வந்த இருவரும் வெளியே சென்று நின்றிருந்தார்கள். அவர்கள் தோள்களில் உலோகத்தாலான வில்கள் தொங்கின.

எந்தப் பீடிகையுமின்றி நேராக விஷயத்துக்கு வந்தான் ஏகலைவன்.

"நேற்று இரவு முழுக்க நான் யோசனை செய்தேன். அர்ஜுனன் மேல் பழிதீர்த்துக்கொள்ள இது நல்ல தருணம் என்று நினைத்து துரியோதனன் அணியில் இருந்து போரிடுவதற்காக யுத்தத்திற்கு வந்தேன். எனக்கு அநியாயம் செய்தவர் பீஷ்மர் என்று இப்போது புரிந்துவிட்டது. துரதிருஷ்டவசமாக இந்தப் பக்கத்துப் படைத்தலைவரே அவர்தான். அவர்மேல் பழிதீர்த்துக் கொள்ளவேண்டும் என்றால் நான் அர்ஜுனனின் பக்கம் சேர வேண்டும். நேற்று முழுக்க முரசறிவித்துச் செய்தி சொன்னார்களாம். பாண்டவர்கள் பிறந்தார்களாமே, அது என்ன முறை?" என்று கேட்டுவிட்டுச் சிறிது நிறுத்தினான். துரோணர் "நியோகம்" என்று சொல்லி வாக்கியத்துக்குத் தொடர்பு உண்டாக்கினார்.

"அது தான், நியோகம் தான். உங்கள் ஆட்களிடையே ஏதேதோ விசித்திரப் பழக்கம். இதெல்லாம் எங்களிடையே கிடையாது. குழந்தைகள் இல்லாமல் இறந்தாலோ அல்லது சந்ததி பெருகவில்லை என்றாலோ பாவம் என்கிற விஷயமும் இல்லை. பிள்ளைகளுக்காக நில புலன்கள், வீடு, அரண்மனை என்று எதுவும் சேர்த்து வைப்பதும் இல்லை. அதனால் பறையறிவிப்பாளன் சொன்னபடி துரியோதனனின் பக்கம் நியாயம் இருக்கிறதா, அர்ஜுனனின் பக்கத்தில் நியாயமிருக்கிறதா என்பதெல்லாம் சுத்த பைத்தியக்காரத்தனம். அது எங்கள் பிரச்சினையே இல்லை. இரவெல்லாம் தூக்கமில்லை. எல்லா இடங்களிலும் ஒரே கழிவு, துர்நாற்றம். தாங்க முடியவில்லை. இத்தனை பேருடைய வியர்வை நாற்றமே முதலில் எங்களால் சகித்துக்கொள்ள முடியவில்லை. இந்த மாதிரியெல்லாம் காத்திருந்து யுத்தம் செய்வதும் எங்கள் பழக்கமில்லை. அதனால் நான் எங்கள் ஆட்களுடன் திரும்பிப் போகிறேன்" என்றான் ஏகலைவன்.

அதிர்ச்சி அடைந்தவர்போல உட்கார்ந்திருந்தார் துரோணர். அவன் சொன்ன வார்த்தைகளில் ஒரு புதிய பொருளை அவர் கண்டார். அதற்குள் ஏதோ இன்னொரு விஷயம் ஞாபகத்துக்கு வந்ததைப்போல ஏகலைவன், "குருதேசத்துக்கும் பாஞ்சால தேசத்துக்கும் இடையிலிருக்கும் காடுதான் எங்களுடையது. நாங்கள் பிடித்துப் பழகும் யானைகளை அவர்களும் வாங்குவார்கள். இவர்களும் வாங்குவார்கள். பாஞ்சால தேசத்து அரசனின் மகளைத்தான் அர்ஜுனன் கட்டிக் கொண்டுள்ளான் என்கிற விஷயத்தைக் கேள்விப்பட்டு அவர்களுக்கு யானைகளை விற்பதையே நிறுத்தி விட்டேன். ஒவ்வொரு யானைக்கும், கூடுதலாக இன்னும் இரண்டு வண்டிகள் நிறைய தானியங்களையும், இன்னும் ஐந்து பொற்காசுகளையும் அதிகமாகக் கொடுப்பதாகச் சொன்னார்கள். ஆனால் நான் கொடுக்கவில்லை. ஆனால் பழைய குறைந்த விலையிலேயே அஸ்தினாபுரத்துக்காரர்களுக்கு யானைகளைக் கொடுத்து வந்தேன். ஆனால் அது எவ்வளவு பெரிய தப்பு என்று இப்போது புரிகிறது. எந்தப் பக்கத்திலும் மாற நான் விரும்புவதில்லை. நான் ஒரு மரத்தில் ஏறிப் பார்த்தேன். இரண்டு அணிகளிலும் எவ்வளவோ யானைகளைக் கொண்டு வந்து நிறுத்தி இருக்கிறார்கள். பொருள்களைச் சுமக்கவென்று விற்ற யானைகளை எல்லாம் இவர்கள் யுத்தத்திற்காகப் பயன்படுத்தி இருக்கிறார்கள். இதைப் பார்த்ததும் வருத்தம் தான் அதிகமானது. யானைகளை விற்று வந்த தங்கத்தின் மூலம் உங்கள் ஆரிய அரசர்களைப் போல நானும் அணிகலன்கள் செய்து பூட்டிக் கொண்டிருந்தேன். இரவில் அதையெல்லாம் யோசித்த பிறகு எல்லா அணிகலன்களையும் அகற்றிவிட்டு எங்களவர்களின் சாதாரண உடைகளையே அணிந்துகொண்டேன்."

துரோணர் இன்னும் பேசாமல் உட்கார்ந்திருந்தார். மேற்கொண்டு என்ன பேசுவது என்று தெரியவில்லையோ அல்லது பேச ஒன்றுமில்லையோ, அமைதியாகவே உட்கார்ந்திருந்தார். இதைப் பார்த்து அவனும் அமைதியானான். துரோணர் இமைக்காமலேயே அவனைப் பார்த்துக்கொண்டிருந்தார். மெல்ல எழுந்த ஏகலைவன் அஸ்வத்தாமனைக் கடந்து மீண்டும் சாஷ்டாங்கமாக அவர் காலில் விழுந்து வணங்கிவிட்டுப் புறப்பட்டான். வாயிலில் நின்றிருந்த இருவருமே அவனைப் பின் தொடர்ந்தனர். உட்கார்ந்த இடத்திலேயே உட்கார்ந்திருந்தார் துரோணர். அஸ்வத்தாமனின் குறட்டைச் சத்தம் குறைந்திருந்தது. ஆனால் இன்னும் உறக்கத்திலேயே இருந்தான். மகன் மேல் கோபம் வந்தது. இவன் பிராமணனே இல்லை என்று தோன்றியது. சபிக்க வேண்டும் என்று தோன்றியது. ஆனால் மகனையே சபிக்கும் சக்தி தனக்கில்லை என்று எண்ணிக்கொண்டார். அதற்குள் ஹவ்யன் உள்ளிருந்து வந்தான். “பூசைக்குத் தயார் செய்யட்டுமா?” என்று கேட்டான். அவர் எந்தப் பதிலையும் சொல்லவில்லை. ஆனால் அவன் தனது வழக்கப்படி ஒரு சின்ன சுள்ளிக் கட்டையும், ஒரு பாத்திரத்தில் செய்யும் கொண்டு வந்து வைத்தான். ஊரிலிருந்து புறப்படும்போது தான் புலித்தோலை எடுத்து வர மறந்தது ஞாபகமானது. ஏகலைவன் கொண்டு வந்து வைத்து விட்டுப்போன இரண்டு புலித்தோலையும் ஓரமாக விரித்தான். பழம் மற்றும் தேனையும் எடுத்து உள்ளே வைத்தான். துரோணர் அக்கினிக் குண்டத்தின் அருகில் பாயில் உட்கார்ந்தார். விசிறியால் விசிறியபடி நெருப்பைச் சற்றே கிளறினார். சிறிது நேரத்திற்குள் பற்றி எரியத் தொடங்கியது. மந்திரம் சொன்ன படி அதில் நெய் சொரிந்தார். அக்கினி சுவாலையிட்டு எழுந்தது. அதே சமயத்தில் வெளியிலிருந்து காற்று வேகமாக வீசியபொழுது கழிவின் துர்நாற்றம் வீசியது. மூக்கை மூடிக்கொண்டு வாய் வழியாக மூச்சு வாங்கினாலும் தாங்கிக்கொள்ள முடியவில்லை. மந்திரங்கள் எதுவுமின்றி நாலைந்து முறை நெய்யை எடுத்துத் தொடர்ச்சியாக அக்கினியில் சொரிந்தார் துரோணர். தன் முகத்தை நெருப்புக்கு அருகாமையில் வைத்துக்கொண்டார். நெருப்பின் கதகதப்பான சூட்டில் மந்திரத்தைத் தானாகவே உச்சரித்தது வாய். மனம் மட்டும் ஏகலைவன் சொன்னதை யெல்லாம் மீண்டும் மீண்டும் ஞாபகத்திற்குக் கொண்டு வந்து அசை போட்டது. பீஷ்மரின் தலைமையின் கீழ் போரிடுவதும் அர்ஜுனன் அணியில் சேர்வதும் பொருளற்றது என்றும் ஊருக்குத் திரும்பிச் செல்வதே சிறந்த வழி என்றும் அவன் சொன்னான். அவன் முடிவால் அவர் மனம் அமைதியடைந்தது. இப்போது பிரக்ஞைபூர்வமாக மந்திரங்களை உச்சரிக்கத் தொடங்கினார். தொடர்ந்து பூசையில் ஈடுபட்டிருக்கும்போதே அவர் மனமும் ஒரு முடிவெடுத்தது. “பாண்டவர்கள் பக்கம் நியாயம் இருக்கிறது என்று மனசார நம்புகிறேன் நான். செஞ்சோற்றுக் கடனைத் தீர்ப்பதற்காக

துரியோதனனின் அணியில் இருக்கிறேன். என் வடபாஞ்சாலப் பகுதியை விழுங்கிய அவர்கள்தான் எனக்கு அதிக அளவில் கடன் பட்டிருக்கிறார்கள்." இந்த முடிவையடுத்து மனம் லேசானது. மிச்ச மந்திரங்களை மிகுந்த ஈடுபாட்டோடு சொல்லிப் பூசையை முடித்து எழுந்து வலம்வரும்போது அஸ்வத்தாமன் கண்களைத் திறந்து பார்ப்பது தெரிந்தது. எஞ்சிய நெய்யையெல்லாம் அக்கினிக் குண்டத்தி லேயே கவிழ்த்து விட்டதால் உருவான சுடரைக் கண்டு அவர் மனம் உற்சாகமடைந்தது.

"அஸ்வத்தாமா, எழுந்து உட்கார். உன்னிடம் ஒரு விஷயம் சொல்ல வேண்டும்" என்றார்.

அவன் எழுந்து உட்கார்ந்தான்.

"பாண்டவர்கள் பிறந்த விதம் நியாயமானது என்றுதான் ஆரிய தருமம் சொல்கிறது. ஆனால் நியாயத்துக்கு எதிர் அணியில் நாம் நிற்கிறோம். அவர்கள் அணியில் போய்ச் சேர்வதும் வேண்டாம். இங்கேயே இருப்பதுவும் வேண்டாம். எங்காவது தொலை தூரமாய்ச் சென்று ஒரு ஆசிரமம் கட்டிக் கொண்டு இருந்துவிடலாம். என்ன சொல்கிறாய்?"

"துரியோதனனை விட்டு நான் வரமாட்டேன்" என்று சட்டென்று அவன் பதில் சொன்னான் அவன்.

"உனக்கும் அவனுக்கும் அப்படி என்ன தொடர்பு? உனக்கு என்ன உதவி செய்தான்? சுத்த பிராமணத்துவத்தை நீ தக்க வைத்துக் கொள்ளாதவன் என்று எந்த ரிஷிகளும் முனிவர்களும் உனக்குப் பெண் கொடுக்கவில்லை. க்ஷத்திரியர்களின் இருப்பிடத்தில் சிறிது கூட வெட்கமின்றி சாப்பிட்டுக் கொண்டு திரிகிற அசடன் என்று சொல்லி எந்த க்ஷத்திரியனும் உனக்குப் பெண் தரவில்லை. அந்தத் துரியோதனன் உனக்கு ஒரு திருமணத்தையாவது செய்து வைத்தானா? ஐம்பத்தந்து வயதாகிவிட்டது. பாரத்வாஜ வம்சம் உன்னோடு முடிந்து விட்டது." இவ்வளவு சொல்லி முடிப்பதற்கும் அவர் குரலில் மெல்ல மெல்லக் கோபம் ஏறிக் குரல் உயர்ந்து விட்டது. கூடாரத்தைத் தாண்டியும் அவரது குரல் கேட்கத் தொடங்கியது.

அஸ்வத்தாமன் மீண்டும் கொட்டாவி விட்டான். பிறகு, "அப்பா, உங்களுக்கு என்னமோ மூளை குழம்பியிருக்கிறது. என் அப்பாவைக் கட்டிலின் காலில் கட்டி வைத்த அந்தத் துரோணனைக் கொல்லாமல் விடமாட்டேன் என்று அந்தப் பாண்டவர்களின் மைத்துனனான திருஷ்டத்துய்மன் கொக்கரிக்கிறானாம். இந்த சமயத்தில் யுத்தம் வேண்டாம் என்று நீ ஆசிரமம் கட்டக் கிளம்பினால், எல்லா தேசத்து மக்களும் உங்களைக் கோழை என்று சொல்ல மாட்டார்களா? அந்தச்

திருஷ்டத்துய்மனின் ரத்தத்தை நான் சிந்த வைக்க வேண்டாமா?" என்றான்.

என்ன பதில் சொல்வது என்று அவருக்குப் புரியவில்லை. சிறிது நேரம் கழிந்தது. "எழுந்து முகம் கழுவிக்கொள். நல்ல தேனும் பழங்களும் இருக்கின்றன." என்று அவன் தோள்களைத் தொட்டு எழுப்பினார்.

* * *

"**ஆ**சிரமம் வந்துவிட்டது. அதோ குடிசைகள் தெரிகின்றனவே, அதுதான்" என்று சாரதி சுகேசன் சொன்னதும் குதிரை வீரர்களை யெல்லாம் இறங்கி நடந்துவருமாறு சொன்னார் பீஷ்மர். அவரும் ரதத்திலிருந்து இறங்கினார். உட்கார்ந்தே வந்ததில் உடம்பு முழுக்க வலி இருந்த போதிலும் நடக்கும்போது சுகமாக இருந்தது. தீப்பந்தத்தின் வெளிச்சத்தில் பீஷ்மரின் கையைப் பிடித்து அழைத்துச் சென்றான் சுகேசன். "பந்தம் பிடித்திருப்பவர்களைப் பின்னால் அனுப்பு அதன் வாசனை வேண்டாம்" என்று நிதானமாக மூச்சு வாங்கினார் பீஷ்மர். என்றைக்கும் அணையாத தீபத்தைக் கொண்டது ஆசிரமம். அதில் சொரியப்படும் நெய்யின் மணம் எந்த ஆசிரமத்திலும் ஏறத்தாழ ஆயிரம் அடி தொலைவிலேயே வீசத் தொடங்கிவிடும். அதைச் சுவாசிப்பதே தனி சுகம்தான் என்ற நினைவோடுதான் மனனம் செய்திருந்த அக்கினி சூக்தங்கள் அனைத்தும் நினைவுக்கு வந்தன. "இன்னும் எவ்வளவு தொலைவு இருக்கிறது?" என்று மீண்டும் கேட்டபோது "இன்னும் நூறு அடி கூட இல்லை. அதோ எதிரில் இருக்கிறது பாருங்கள்" என்றான் சாரதி. ஆனால் அவ்வார்த்தைகளை நம்பவில்லை பீஷ்மர். நடப்பதைச் சற்றே நிறுத்தி ஆழ்ந்து மூச்சை இழுத்துக்கொண்டாலும் நம்பிக்கை வரவில்லை. ஆனால் தன்னால் எளிதில் உணரத்தக்க வாசனைதான் என்று அவர் மனம் சொன்னது. இந்த வாசனையை இந்த இடத்தில் எதிர்பார்க்கவில்லை. எதிர்பாராத இடத்தில் இருந்து இந்த வாசனை வந்ததால் அது தலையைக் குழப்பியது. சிறிது நேரக் குழப்பத்திற்குப் பின் அது ஏதோ பிணத்தை எரித்த அல்லது எரிக்கும் வாசனை என்று உணர்ந்தார். "சுகேசா, மனிதனின் உடல் நெருப்பில் எரியும் வாசனை அல்லவா இது?" என்று கேட்டார் பீஷ்மர்." ஆமாம் தாத்தா, ஆசிரமத்தில் யாரோ செத்திருக்கிறார்கள். இறுதிக்கடன் செய்கிறார்கள். அந்த நாற்றம்..." என்று இழுத்தான் சுகேசன். யாராயிருக்கக் கூடும்? பீஷ்மரின் மனம் சட்டென கிருஷ்ணதுவைபாயணன்தான் இறந்திருக்கக்கூடுமோ என்று துணுக்குற்றது. அப்படியெல்லாம் இருக்கக்கூடாது என்று அவருடைய உள்மனம் பிரார்த்தித்தது. தன்னைவிட வயதில் அவர் சிறியவர்தான் என்றும் எண்ணிக்கொண்டார். அவர் வயது நூற்றியெட்டோ அல்லது நூற்றுப்பத்தோதான் இருக்குமென்றும் மிகவும் நலிந்து போய் இருந்ததால் எந்தக் கணத்திலும் இறந்திருக்கலாம்

என்றும் நினைத்துக் கொண்டார். ஆசிரமத்தை நெருங்க நெருங்க, பிண நாற்றமும் மெல்ல மெல்ல அதிகரித்துக்கொண்டே வந்தது. ரொம்பவும் மங்கலான வெளிச்சத்தில் எதையும் பார்க்கமுடியவில்லை. எல்லாமே இருண்டிருந்தது. எந்த விதமான பறவைகளின் சத்தமும் இல்லை. பசுக்களின் சத்தமும் இல்லை. பிணம் எரிகிற சூழலில் மந்திரங்கள் சொல்லக் கூடாது என்பது விதி. இந்தச் சூழலுக்குப் பொருத்தமானது ஆந்தையின் சத்தம் மட்டும்தான். ஆனால் அது கூட அங்கே இல்லை.

ஆனால் இவர்கள் அனைவரும் ஆசிரமத்தை அடைந்தபோது ஏறத்தாழ எழுபது, எண்பது வயது மதிக்கத் தக்க வேத விற்பன்னர்கள், முப்பது அல்லது நாற்பது வயது மதிக்கத்தக்க பிரமச்சாரிகள் அனைவரும் இருந்தார்கள். அவர்கள் தாடி மீசைகளோடும் குடுமி வளர்த்துக் கொண்டுமிருந்தார்கள். அவ்வளவு கடுங்குளிரிலும் எந்தக் கம்பளியும் இல்லாமல் திறந்த மார்போடு இருந்தார்கள் அவர்கள். சில தீப்பந்தங்கள் எரிந்து கொண்டிருந்தன. வந்திருப்பவர் பீஷ்மர் என்ற அடையாளம் தெரிந்ததும், ஒரு தீப்பந்தக்காரன் எழுந்தோடினான். திரும்பும் போது கிருஷ்ணதுவைபாயணரையும் அழைத்துக்கொண்டு வந்தான். அவருடைய கருத்த மார்பில் நரைத்த முடி அடர்ந்திருந்தது. பிணம் போலவே அமைதியான முகம். "கிருஷ்ணா, ஆசிரமத்தில் யாரோ இறந்துவிட்ட மாதிரி தெரிகிறது. நான் வந்த நேரமே சரி யில்லை போலிருக்கிறது. இறந்தவர் யார்?" என்று கேட்டார் பீஷ்மர்.

அவர் "நான்" என்று சொல்லத் தொடங்கியபோது ஒரு பிணம் பேசுவது போல இருந்தது. அவர் குரல், அவர் முகம், அவர் கண்கள் அனைத்திலும் ஒருவித பிணக்களை இருந்தது. பீஷ்மர் அவரது முகத்தையே உற்றுப் பார்த்தார். இருவரிடையேயும் மஞ்சள் தழலுடன் பந்தம் எரிந்து கொண்டிருந்தது. சுற்றிலும் மௌனமாக நின்று கொண்டிருந்தவர்களின் நிழல்கள் அச்சம் ஊட்டுவனவாய் இருந்தன. "உனக்கு எப்படி விஷயம் தெரிந்தது?" என்று கேட்ட கிருஷ்ணதுவைபாயணனின் கேள்வி பீஷ்மருக்குப் புரியவில்லை. "புறப் பட்டதே புறப்பட்டாய். இன்னும் கொஞ்சம் சீக்கிரமாகக் கிளம்பி மதியமே இங்கு வந்து சேர்ந்திருந்தால் கடைசி நேரத்திலாவது அவனது முகத்தையாவது பார்த்திருக்கலாம்" என்று மீண்டும் அவர் சொன்னது பீஷ்மரை மேலும் குழப்பியது. துவைபாயணனே மீண்டும் தனக்குள்ளாகவே, "பார்த்து ஆக வேண்டியது என்ன இருக்கிறது?" என்று சொல்லிக் கொண்டார் தொடர்ந்து "இது நான் சொன்னதில்லை. எல்லாம் அவன் சொன்னது" என்று முனகிக் கொண்டார். பிறகு அமைதியானார். வேறு எதுவும் பேசவில்லை. சிறிது காற்று குறைந்திருந்ததால் பந்தங்கள் எந்த அலைபாய்தலும் இல்லாமல் எரிந்தன. இருப்பினும் சுற்றி இருப்பவர்களின் முகங்கள் எதுவும் சரியாய்த் தெரியவில்லை. ஒருவேளை துவைபாயணரின் மகன் சுகதேவன்தான்

இறந்திருக்கக் கூடுமோ என்கிற சந்தேகம் பீஷ்மரின் மனத்தில் எழுந்தது. வலப்பக்கம் திரும்பி ஏறத்தாழ எண்பது வயது மதிக்கத்தக்க, கம்பளி போர்த்திக்கொண்டிருந்த ஓர் ஆசிரமத்துக்காரனைப் பார்த்தபோது இந்த ஐயம் உறுதிபட்டது. "சுகதேவன் பெரிய ஞானி. விருப்பும் சமயத்தில் மரணத்தைத் தழுவிக் கொள்ளும் வரம் கொண்டவன். தானாகவே இறந்துபோக வேண்டும் என்று முடிவெடுத்து இறந்தான்." என்றான் அவன். அதற்குள் துவைபாயனர் நிலை குலைந்து கீழே விழுந்தார். பக்கத்தில் இருந்தவர்கள் அவர் வசதியாகச் சாய்ந்துகொள்ள எதையோ முட்டுக் கொடுத்தனர். எதிரில் உட்கார்ந்து அவரது தோள்களைப் பிடித்து பீஷ்மர் அமைதிப்படுத்தினார். "கிருஷ்ணா, நான் உன்னை விட வயதில் மூத்தவன் என்பது உண்மைதான். ஒருவகையில் சகோதரன் முறையாகவும் ஆகவேண்டும். ஆனால் வேதங்களையே கரைத்துக் குடித்த உன்னைப் போன்ற ஞானிக்கு ஆறுதல் சொல்லும் தகுதி யாருக்கிறது? பிறந்த பிறகு சாவை யாரால் தடுக்க முடியும்? சிலர் முதலில் சாகிறார்கள். சிலர் கொஞ்சம் தாமதமாகச் சாகிறார்கள். எத்தனை வருஷங்கள் வாழ்ந்துவிட்டேன், என்னென்னவெல்லாம் பார்த்து விட்டேன் என்று அருவருப்பாக இருக்கிறது. ஆனால் நம் கையிலா சாவு இருக்கிறது. சுகதேவன் விரும்பும்போது மரணத்தைத் தழுவிக் கொள்ளும் ஆற்றல் கொண்டவன் என்று இவர் சொன்னாரே, அது என்ன குறைவான சாதனையா? எழுந்திரு. ஆசிரமத்துக்குப் போகலாம்..."

துவைபாயணரின் முகத்தில் உயிர்ப்பின்றி இருந்ததைத் தீப்பந்தத்தின் வெளிச்சத்தில் பார்க்க முடிந்தது. வழக்கமாக உற்றுப் பார்க்கும் அவரது பார்வை உயிர்ப்பற்று உலர்ந்திருந்தது. பீஷ்மரும் அவருடைய மற்ற இரண்டு சீடர்களும் தாங்கிப்பிடித்து துவைபாயணரை எழுப்பி ஆசிரமத்துக்கு அழைத்துச் சென்றார்கள். எண்பது வயதான அந்தச் சீடர், "குருவே, பாலோடு சேர்த்துப் பிசைந்த இந்த மாவை நீங்கள் சாப்பிட்டே ஆக வேண்டும். அவன் உண்ணாவிரதம் தொடங்கிய நாளிலேயே மரணம் நிச்சயமாகி விட்டதல்லவா. இன்று வெறும் உடல்தான் சாய்ந்துவிட்டது. பெரிய ஞானியாகிய நீங்கள் இந்த அளவு துக்கப் படலாமா? இன்னும் மற்ற வேலைகளைக் கவனிக்க வேண்டாமா?" என்றார்.

* * *

ஆசிரமமே இருளில் ஆழ்ந்திருந்தது. அருகில் பிணம் எரிந்து கொண்டிருந்ததால் எழுந்த நாற்றம் ஐம்புலன்களையும் தாக்கிச் செயலிழக்க வைத்தது. மரணத்தின் குகைக்குள்ளேயே நுழைந்ததைப் போல உணர்ந்தார் பீஷ்மர். அவருக்குப் பயத்தைப் பற்றி எந்த விதமான பயமும் இல்லை. தன் நீண்ட ஆயுட் காலத்தில் சாவைப்

பார்க்காதவரும் இல்லை. அவருடைய குடும்பத்திலேயே அவரைவிட வயதில் இளையவர்கள் பலர் இறந்திருக்கிறார்கள். அப்பொழுதெல்லாம் அவரே முன் நின்று எல்லாப் பொறுப்புகளையும் தன் தோளில் ஏற்றிக் கொண்டு குரு வம்சத்தை இத்தனை ஆண்டுகளாக வளர்த்து முன்னேற்றவில்லையா என்று தோன்றியது. அப்பொழுது எந்த நாளிலும் மனத்தில் சாவின் நிழலை நிரப்பவில்லை. ஆனால் விருந்தாளியாக வந்துள்ள தம்மைக் கவனிக்க நின்று கொண்டிருந்த சுமந்த ரிஷியோடு பேசிக்கொண்டிருந்தபோது, நாபியின் நரம்புகளில் இருந்து சாவின் புகை எழுந்ததை அவர் உணர முடிந்தது. தான் சாவதைப் பற்றிப் பயமில்லை அவருக்கு. இதுவரை தான் வாழ்ந்த நிலம், குடித்த ண்ணீர், சாப்பிட்ட தானியங்கள், பார்த்த ஆகாயம், சூரியன், நட்சத்திரம், மரம் செடிகொடிகள் எல்லாமே மரணத்தின் நிழல் வடிவங்கள் என்கிற உணர்வு எழுந்ததைப்போல இருந்தது. இச்சூழலின் இடையிலேயே அவருக்கு ஆசிரமம் ஈடுபட்டிருக்கும் செயலின் அறிமுகமும் ஆனது. கிருஷ்துவைபாயணருக்கு நான்கு பேர்கள் பிரதான சீடர்களாக இருந்தார்கள். 'கம்பளி போர்த்திக் கொண்டு முகம் சிவந்த எண்பது வயதுக்காரர் ஒருவர் இருந்தாரே, இப்போது குருவின் குடிசையிலேயே தங்கிவிட்டாரே, அவருடைய பெயர் பைலர். பாலும் மாவும் கொண்டு வந்து தந்தவர் வைசம்பாயனர். இங்கே விளக்கேற்றிக் கொண்டு வந்து வைத்தாரே, அவர் பெயர் ஜைமினி, நான் சுமந்தன். எங்கள் நான்கு பேர்களுக்கும் ஆளுக்கு ஒவ்வொரு வேதத்தை உபதேசித்துள்ளார் குரு" என்று சொன்னவனை இடையில் நிறுத்தி "ஆளுக்கொரு வேதம் என்றால், மொத்தம் எத்தனை வேதங்கள் இருக்கின்றன? வேதம் என்றால் ஒன்றுதான் அல்லவா?" என்று கேட்டார் பீஷ்மர். தொண்ணூறு வருஷங்களுக்கு முன்னால், சின்ன வயதில் தானும் வேத அத்யயனம் செய்த நினைவிலிருந்து இந்தக் கேள்வி எழுந்தது. இருந்தபோதிலும் இக்கேள்வியில் ஓர் உட்பொருளும் இருந்தது. உண்மையில், மரணத்தின் மர்மம் மற்றும் நிஜத்தை அறிந்துகொள்ளும் ஆவலே இக்கேள்வியைக் கேட்கத் தூண்டியது, இதனால் இதை மேலும் விவாதிக்க எண்ணி, "எதன் அடிப்படையில் வேதத்தை நான்காகப் பிரித்திருக்கிறார்கள்? நாலாகப் பிரித்த பிறகு உங்கள் ஒவ்வொருவருக்கும் ஒவ்வொரு பிரிவை மட்டுமே ஏன் சொல்லித்தர வேண்டும்? எல்லோருக்கும் எல்லாப் பிரிவுகளையும் ஏன் சொல்லித்தரவில்லை?" என்று கேட்டார் பீஷ்மர். அப்போது சுமந்தன், "ஒன்றைவிட அதிகமாகக் கற்றுக்கொள்ளக் கூடாது என்றில்லை. கற்றுத் தர முடியாது என்றும் குரு சொல்லவில்லை. ஆனால் கற்கிற திறமை யாருக்கிறது? குருவைப் பற்றி உங்களுக்கே தெரியும். எட்டு வயதிலேயே அவருடைய தந்தை பராசரர்அழைத்து வந்து வேதபாடத்தைச் சொல்லித் தரத் தொடங்கினார். இளமையிலேயே புத்திக் கூர்மை மிகுந்தவர் அவர். அதிக நினைவாற்றல் மிக்கவர்.

தந்தையோடு சேர்ந்து பல தேசங்கள் சுற்றினாராம். தந்தை இறந்த பிறகு கூட தனியாக பல தேசங்களும் சுற்றி அலைந்து வேதங்களின் பயிற்று முறைகள் எத்தனை உண்டோ அத்தனையையும் அறிந்தார். உங்களுக்கே தெரியுமில்லையா, ஒவ்வொரு தேசத்திலும் ஒவ்வொரு யாகத்தைச் செய்யும்போது ஒவ்வொரு விதமான மந்திரத்தைப் பயன் படுத்துகிறார்கள். வேறுவேறு முறைகளில் உச்சரிக்கிறார்கள். யாகத்தின் பலன்களைப் பற்றியும் பொருளைப் பற்றியும் வேறுவேறு வகைகளில் எடுத்துரைக்கிறார்கள். அதுவும் சரி, இதுவும் சரி; அது தான் சரி, இது தப்பு என்கிற வாக்கு வாதங்கள் ஆண்டாண்டு காலமாக நடந்து கொண்டிருக்கிறது. ஆண்டாண்டு காலமாகப் பல ரிஷிகளும் முனிவர்களும் பற்பல மரபுகளை உருவாக்கி விட்டுப் போயிருக்கிறார்கள். ஒவ்வொரு மரபும் உயர்ந்ததாகவும் சிறந்ததாகவுமே பேசப்படுகிறது. இவை அனைத்தைப் பற்றியும் அறிந்தவர் குரு. இவற்றின் வேறுபாடுகளையும் துல்லியமாக உணர்ந்தவர் குரு. அவர்க்குத் தெரியாத மரபே இல்லை. இந்த வேறுபாடுகளுக்கு அடியில் இருக்கிற உண்மையான சாரத்தை அறிவது என்பது சாதாரண சாதனையா என்ன? இதை அடைவதே தன் வாழ்வின் ஒரே குறிக்கோளாகக் கொண்டார் அவர். இவ்வளவு பொறுமையும் திறமையும் ஞானமும் உள்ள ஒருவர் எதிர்காலத்தில் பிறப்பார் என்பதற்கு எந்த உறுதியும் இல்லை. நான்கு வேதங்களையும் கரைத்துக் குடிக்க வேண்டும் என்ற ஆவலுடன்தான் நானும் முதலில் இருந்தேன். ஆனால் ஒரு வேதத்தின் பொருளையும் சாரத்தையும் அறிவதற்குள் என் சக்தியெல்லாம் செலவழித்து விட்டதைப் போல இருந்தது." என்றான்.

அப்போது பீஷ்மர் தனக்குள் நினைவு கூர்ந்தார். "தன் தாயைப் பார்க்கத் தந்தையோடு அஸ்தினாபுரத்துக்கு வந்த போது இவனுக்குப் பதின்மூன்று வயது. ஆனால் அந்த வயதுக்குள்ளேயே வேதத்தின் பல பகுதிகளை மனப்பாடம் செய்து வைத்திருந்தான். அம்பிகை மற்றும் அம்பாலிகை இருவருக்கும் நியோகம் செய்து வைப்பதற்கு அவனே தக்கவன் என்று தீர்மானித்து அழைத்தபோது கூட அவனுக்கு இருபத்தெட்டோ முப்பதோதான் வயதிருக்கும். தூங்கி எழுந்ததும் வேதங்களை மனனம் செய்வதைத் தவிர வேறு எந்த வேலையும் இல்லை. அஸ்தினாபுரத்தில் இருந்த பிராமணர்கள் அனைவரையும் அழைத்து அவர்களுக்குத் தெரிந்த மந்திரங்களைக் கேட்டுத் தெரிந்து கொண்டான். எனக்குத் தெரிந்ததையும் என்னிடமிருந்து கேட்டுக் கொண்டான். அப்புறம் திருமணம் கூடச் செய்து கொள்ளவில்லை. ஆனால் தன் கல்விக்கும் ஞானத்துக்கும் ஒரு வாரிசு வேண்டும் என்று அப்ஸர குலத்தைச் சேர்ந்த பெண்ணொருத்தியிடமிருந்து கருப்பை யைக் கடனாகப் பெற்று அதன் மூலம் ஒரு மகனை அடைந்தான். தந்தையைக் காட்டிலும் மிகப்பெரிய ஞானவானாம் அவன். நான்

பார்த்ததில்லை. இல்லை, பார்த்தேனோ, சரியாக ஞாபகம் இல்லை. இல்லை என்றுதான் எண்ணுகிறேன். அவன் அஸ்தினாபுரத்துக்கு வந்ததே இல்லை. ஒருவேளை, வந்தும் நான் பார்க்கவே இல்லையோ! ஏன் உண்ணாவிரதமிருந்து இறந்தான். சுமந்தனைத்தான் கேட்க வேண்டும்?..." ஆனால் சுமந்தனிடம் அதைக் குறித்துக் கேட்கச் சிறிது அஞ்சினார். பிணம் எரியும் வாடை மீண்டும் மனத்தை அடைத்தது. அருவருப்பாகவும் இருந்தது. தயங்கித் தயங்கி ஒருவகையாய் அவனிடம் கேட்டார். பக்கத்தில் இருந்த எள் எண்ணெய் ஊற்றிய விளக்கு மிகவும் மங்கலாக எரிந்து கொண்டிருந்தது. எதிரில் உட்கார்ந்திருந்த சுமந்தனின் வெண்தாடியும், சுருக்கம் விழுந்த நெற்றியும், கண்களும் மங்கலாகத் தெரிந்தன. இருட்டோடு இருட்டாகக் கரைந்து போவதே தனது இயற்கை என்பதுபோல மெல்ல மெல்ல அடங்கிக் கொண்டிருந்தது விளக்கு.

"சுகதேவன் தன் அப்பாவை விடவும் சிறந்த ஞானி. ஆனால் அவனும் தந்தையிடம் ஒரு மாணவனாகவே இருந்தான். தன் தந்தையைப் போலவே பல தேசங்களிலும் திரிந்து ஞானத்தை அடைந்தான். வெறும் வேதத்தை மட்டுமல்ல, அங்கங்கே வேதத்துக்கு எதிராக வாதிக்கிற தத்துவங்களையும் அக்கறையோடு கற்றான். இதுவே அவனது எதிர்பாராத சாவுக்கு ஆரம்பக் காரணமாயிற்று. எந்தச் செயலிலும் ஆர்வம் அற்றிருந்தான். சிரத்தை இல்லாதவன் தன் வாழ்வில் சந்தோஷமாக இருப்பது சாத்தியமா?" என்று கேட்டான் சுமந்தான்.

"அது எப்படி சாத்தியமாகும்? அவன் சிரத்தை இன்றிப் போனதற்குக் காரணம் என்ன?"

"ஒருவகையில் அவனை சிரத்தை இல்லாதவன் என்றோ நம்பிக்கை யில்லாதவன் என்றோ சொல்ல முடியாது. பிரம்மச்சரியம், கிரகஸ்தம், வானப்பிரஸ்தம் மூன்று நிலைகளிலும் பிரம்மச்சரியமே மிகச் சிறந்தது என்று அவன் வாதம் செய்ய ஆரம்பித்தான். அதை முற்றிலுமாக மறுக்க முடியாததில்லையா?"

தான் இதுவரைக்கும் சபதமேற்றுக் கொண்டு வாழ்ந்து வரும் பிரம்மச்சரிய நிலையின் பெருமையையும் உயர்வையும் எடுத்துச் செல்ல ஒரு ரிஷிபுத்திரன் பிறந்திருந்ததை அறிந்து மனத்திற்குள்ளேயே மகிழ்ந்தார் பீஷ்மர். "அது எப்படி முடியும்?" என்று பேச்சைத் தொடர்ந்தார்.

"கிரஹஸ்தன் என்றாலேயே பற்று, என் மனைவி, என் பிள்ளைகள் என்கிற பலவகையான பற்றுகள் கொடிபோலக் கிளைத்துச் சுற்றிக் கொண்ட பிறகு, கடைசிக் காலத்தில அவற்றிலிருந்து விடுபடுகிறேன்

என்று சொல்வதெல்லாம் வெறும் பேச்சே தவிர சாத்தியமாவதில்லை. அதனால் பற்றுக்களில் அகப்பட்டுக்கொள்ளாமல் இருப்பதே புத்திசாலித் தனம். அதனால் எல்லாருமே பிரம்மச்சாரிகளாகவே இருக்க வேண்டும் என்று வாதம் புரிந்தான்."

"உண்மைதானே" என்றபடி தலையாட்டினார் பீஷ்மர்.

"இப்படியே பல இடங்களிலும் விவாதம் புரிந்து வெற்றிபெற்று வந்தான். வாதத்துக்குத் தயாரானால் அவனோடு பேசி யாராலும் வெல்ல முடியாது. விதேக நாட்டின் ஆஸ்தானத்தில் தான் இப்படிப்பட்ட வாத விவாதங்களும் தத்துவப் போர்களும் அதிகம் என்று உங்களுக்கும் தெரியும். அங்கே கூட சென்று பங்கேற்று வெற்றி பெற்றான். இவன் வார்த்தையின் பொருளை அவர்கள் ஆழமாகச் சோதித்துப் பார்த்தார்கள். காமக்கலையில் வல்ல, எப்படிப்பட்ட மனோதிடம் உள்ளவனையும் வீழ்த்திவிடும் அழகழகான கன்னிப் பெண்களை இவனைக் கவனித்துக்கொள்ள நியமித்தார்கள். ரிஷிகள் பெண்களுடன் உறவு கொள்வதில் தப்பொன்றுமில்லையே. அவர்கள் அந்த அழகிகளை அனுப்பிய விஷயத்தை மிகவும் ரகசியமாக வைத்திருந்தார்கள். சேவை செய்கிற சாக்கில் அவனைத் தொட்டு, உணர்ச்சிகளைத் தூண்ட ஆனமட்டும் என்னென்னமோ தந்திரங்களைச் செய்தார்களாம். ஆனால் உடலளவில் மட்டுமல்ல, மனத்தளவிலும் கூட எந்தக் கவர்ச்சிக்கும் ஆட்படவில்லையாம் சுகதேவன். அவனை மறைவிலிருந்து கண்காணித்த அவர்கள், அவனுடைய பார்வை, உடல் இயக்கம் எதிலும் சிறிது கூட மாற்றம் இல்லாததைத்தான் கண்டார்கள்.

"பிறப்பால் அவன் நபும்சகனா?" தன் சந்தேகத்தைத் தீர்த்துக் கொள்ளும் பொருட்டுக் கேட்டார் பீஷ்மர்.

"நிச்சயமாக இல்லை. முகத்திலும் பேச்சிலும் பழக்க வழக்கங் களிலும் ஆண்மைக்களை நிரம்பிய மனிதன் அவன். தன் ஆண்மையை அடக்கிக் கொள்வதிலும் அதே அளவு ஆண்மை மிக்கவன் அவன்" என்று சுமந்தன் பதில் சொன்னபோது பீஷ்மர் தன்னைப்பற்றி எண்ணிக் கொண்டார். சுகதேவனை அவர் பார்த்த தில்லை. ஆனால் இளம் பருவத்தில் - இளம்பருவத்தில் மட்டுமென்ன- இப்போதுகூட தம்மை ஆண்சிங்கம் இல்லை என்று யார் சொல்லிவிட முடியும்? "ஆண்மையைக் கட்டுப்படுத்தும் ஆண்மையோடுதானே நானும் வாழ்ந்தேன். விசித்திரவீரியனுக்காக எவ்வளவு அழகான பெண்களை வென்றெடுத்து வந்தேன். வியாதியஸ்தனான அவன் இறந்த பிறகு அவர்களுக்கு நியோகம் செய்ய எத்தனை முறை என்னை வற்புறுத்தினாள் சத்யவதி? ஆனால் இம்மியளவாவது என் பிரம்மச்சரியத்தில் இருந்து விலகினேனா நான்? இந்த உலகமே இன்று பீஷ்மர் என்றால் பிரமச்சரியம், பிரமச்சரியம் என்றால் பீஷ்மர்

என்று பேசுவதில் எந்த ஆச்சரியமும் இல்லை” என்று நினைத்தபடி சுமந்தனின் முகத்தைப் பார்த்தார். அவர் மனத்தில் சுகதேவனின் மீதான, கௌரவம் அதிகரித்தது.

“அவனுடைய பிரம்மச்சரியம் முதலில் அறிவுபூர்வமாக உருவாகிப் பிறகு உணர்வுகளின் துணையோடு உறுதி பெற்ற ஒன்றாகும்” என்று சுமந்தன் தொடர்ந்து, “பற்று என்பதே தவறு. அதில் அகப்பட்டுக்கொள்ளாமல் வாழ வேண்டும் என்று நம்பிக் கொண்டிருந்தவன். ஒருநாள் அதற்கு நேர்மாறாகப் பேச ஆரம்பித்தான். குடும்பம், மனைவி, மக்கள் என்பதெல்லாம் பொருளற்றது என்ற பிறகு பிரம்மச்சாரியாக எத்தனை நாள் வாழ்ந்துதான் என்ன பயன்? இப்பொழுதே இறந்துவிட்டால் என்ன? அல்லது இன்னும் ஐம்பது வருஷம் கழித்து இறந்தால் என்ன? பிறப்பு, சாவு என்னும் நச்சுச் சக்கரத்தில் இருந்து விடுதலை ஆவதே வாழ்க்கையின் குறிக்கோள். ஆசையையும் சுயநலத்தையும் விடாதவரை விடுதலை என்பது சாத்தியம் இல்லை. அதே சமயத்தில் அதிலிருந்து விடுபட்ட பின்பு வாழ்வதிலும் பொருள் இல்லை. சாகப் பயப்படுகிறவன் வேண்டுமானாலும் சாவு வரும் வரை வாழ்ந்து கொண்டிருக்கலாம். ஆனால் அத்தகையவன் இன்னும் விடுதலை ஆனவனாக ஆகவில்லை என்பதுதான் பொருளாகும். இப்படியெல்லாம் பேசி வாதிக்கத் தொடங்கி விட்டான். அவனை எப்படித் தோற்கடிக்க முடியும்? தோற்கடிப்பவர் யார் இருக்கிறார்கள்? இந்த ஆசிரமத்தில்தான் அவன் இருந்தான். குருவோடு சேர்ந்து வாதம் புரிந்தான். எங்கள் நால்வரோடு விவாதித்தான். கடைசியில் ஒருநாள் தனது கருத்தை நடை முறைப்படுத்த வேண்டி நிச்சயித்துக் கொண்டு உண்ணாவிரதத்தில் உட்கார்ந்து விட்டான். நாங்கள் எல்லாரும் எவ்வளவோ வேண்டிக்கேட்டுக் கொண்டோம் பெற்ற தந்தையார் அழுதார். எந்தக் காலத்திலும் எந்தக் காரணத்தை முன்னிட்டும் குரு துக்கத்திற்கு ஆளானவரில்லை. ‘அப்பா, நான் தவறு எதையும் செய்யாத பட்சத்தில் உங்கள் அழுகைக்குப் பொருள் இல்லை. வேதத்தை இவ்வளவு கற்றுத் தேர்ந்து என்ன பயன்?’ என்று கேட்டான். உணவோ, தண்ணீரோ, எதையுமே ஒருவன் உட்கொள்ள வில்லை என்றால், அவனால் எத்தனை நாட்கள் தான் வாழமுடியும்? கடைசியில் இன்று மாலை.” என்று சொல்லி முடிப்பதற்கு முன்பேயே பீஷ்மரின் மனத்தில் மீண்டும் சாவின் மணம் அடிக்கத் தொடங்கியது. அது அல்ல என்றும் மனசில் தோன்றியது. இந்த ஆசிரமத்தில் காலெடுத்து வைத்ததில் இருந்து மனத்தில் நிறைந்திருந்த மரணம் பற்றிய உணர்வுகள், இதுவரை பேசிக்கொண்டிருந்ததில் மறைந்து சற்றே லேசானது மனம். இப்போது தப்பிக்க வழியே அற்று மீண்டும் அதே நினைவுகள் கவிந்தன. எதிரில் வேறு எதுவும் தட்டுப்படாததால் அவர் கண்கள் எந்திர ரீதியில் சுமந்தனின் முகத்தையே பார்த்தன.

அதுவும் சாவின் பிம்பமாக இருந்தது. கணத்துக்குக் கணம் அடங்கிக் கொண்டிருந்த விளக்கு சுற்றிலும் பரவி இருந்த இருட்டின் பரம சத்தியத்தை நிறுவத் துடித்ததுபோல இருந்தது. சிறிது நேரம் பேசாமலேயே உட்கார்ந்திருந்த சுமந்தன், "இதுவரை இதைப்பற்றி மட்டுமே பேசிக் கொண்டிருக்கிறோம். எப்பொழுது மகன் உண்ணா விரதத்தில் உட்கார்ந்தானோ, அன்றிலிருந்தே வெளியுலகத்தில் என்ன நடக்கிறது என்பது எதுவுமே அவருக்குத் தெரியவில்லை. அங்கே உங்கள் பேரப் பிள்ளைகள் நடுவே யுத்தம் நடக்கப் போகிறதாமே. நீங்கள் இங்கே வந்த காரணம் என்ன? எல்லாம் அலுத்துப்போய் வந்தீர்களா?" என்று கேட்டான்.

மரணம் சம்பவித்திருக்கும் அந்தச் சூழலில் தன்னுடைய பிரச்சினையை மறந்தே போய்விட்டார் பீஷ்மர். இப்போது நினைத்துக் கொண்டாலும் எல்லாமே தொடர்பற்றுத் தோன்றின. அதைப்பற்றிப் பேசும் ஆர்வம் ஏனோ தோன்றவில்லை. சுமந்தனும் மறுபடியும் வலியுறுத்திக் கேட்கவில்லை. பேசாமல் இருந்தான். மௌனம் இருவரிடையேயும் கவிந்தது. இருளின் கருவிலிருந்து வெளிவந்து அடர்ந்தது போன்ற மௌனம். அதிலிருந்து தப்பிக்கப் பேச்சொன்றே வழி என்று அறிந்த பீஷ்மர் திடீரென்று போர்க் களத்தில் இருந்து நேரிடையாக இங்கு புறப்பட்டு வந்ததற்கான காரணத்தையும் பிரச்சினையைப் பற்றியும் சொல்லத் தொடங்கினார். "நாளை மதிய அளவில் நான் கிளம்ப வேண்டும். இந்தச் சூழலில் எனது பிரச்சினை யைப் பற்றிப் பேசுவது சரியில்லை. வந்ததற்கு உங்களிட மாவது சொல்லிக் கொள்கிறேன். நீங்களும் வேதம் அறிந்த ஞானி. ஒருவகையான மாற்றம் எனக்குள் நிகழ்வதை நான் உணர்கிறேன். ஆனால் என்ன என்பதுதான் தெரியவில்லை."

அவர் பேசி முடித்தபோது நள்ளிரவு கடந்து நாலைந்து நாழிகைகள் கழிந்திருந்தன. நியோக முறை பற்றிய எந்தக் கருத்தையும் சுமந்தன் திட்டவட்டமாய்ச் சொல்லவில்லை. "இந்த விஷயத்தைப் பொறுத்த வரையில் வேதங்கள் விஷயத்தில் எங்கள் குரு கடைப்பிடித்த முறையையே கடைப்பிடிக்க வேண்டும். கோட்பாட்டு ரீதியாக இது பற்றிய கருத்துக்களை ஒன்று திரட்டித் தொகுத்துப் பார்த்து ஒரு நியாயமான முடிவுக்கு வரவேண்டும். ஆனால் அது வரையில்.." என்று இழுத்தான் சுமந்தன். அதற்கு மேற்கொண்டு பேச இயலாமல் அமைதியடைந்தார் அவர். மீண்டும் மௌனம் கவிந்தது. திரியைச் சுற்றி இருந்த சிறிது வெளிச்சத்தைத் தவிர எங்கும் இருளே கவிந்திருந்தது.

"நீங்களும் பிரயாணம் செய்து களைப்புடன் இருப்பீர்கள். இரவு நெடுநேரமாகி விட்டது. இப்போது படுத்துக்கொள்ளுங்கள். காலையில் இது பற்றிக் குருவிடம் பேசுவோம். தன் துயரத்தை விட்டு அவரும்

வெளியேவருவதற்கு இது உதவக்கூடும். அப்படி நடந்துவிட்டால் இரண்டு பேர்களுக்கும் அனுகூலமாகும்" என்று சொல்லி விட்டு எழுந்தார் அவர். குடிசையின் கதவைப் பாதியளவு திறந்து, "காட்டின் நடுவே இருந்தாலும் இங்கே எந்தவிதமான பயமும் இல்லை. இது ஆசிரமம்தானே. திருட்டுப்பயம் கூடக் கிடையாது." எனச் சொல்லிய பின்னர் கதவை மூடிக்கொண்டு வெளியே கவிந்திருந்த இருட்டில் நடந்து மறைந்துபோனார்.

குடிசைக்குள் தனிமையை உணர்ந்தார் பீஷ்மர். மிகச்சிறிய விளக்கு. எண்ணெய் தீர்ந்து போகிற நிலையில் இருந்தது. சுற்றிலும் அடர்த்தியான இருள். பாதை சரியில்லாததால் ரதம் குலுங்கிக் குலுங்கி வந்ததன் காரணமாக முதுகு, விலாப் பகுதி யெங்கும் வலித்தது. புல்லை நிரப்பித் தயாரித்த மெத்தை மிருதுவாக இருந்தது. வைக்கோல் நிரம்பிய தலையணை. கதகதப்பான கம்பளியைப் போர்த்திக்கொண்டு படுத்தார். இந்தக் கருப்புக் கம்பளியை ஏன் இங்கு வைக்க வேண்டும், வெள்ளைப்போர்வை எதுவுமே இவர்களுக்குக் கிடைக்கவே இல்லையோ என்று நினைத்துக் குழம்பினார். எந்த நிறமாக இருந்தால் என்ன, கதகதப்பாக இருந்தால் சரி என்கிற வாதத்திற்கும் அவர் மனம் ஒத்துக்கொள்ளவில்லை. கருப்பாக இருப்பதாலேயே அது தன்னையும் கருப்பாக்கிவிடாது என்று தனக்குத்தானே சொல்லிக் கொண்டார். ஆனாலும் அவர் குழப்பம் விலகவில்லை. கம்பளியை காலாலேயே உதைத்து விலக்கிவிடும் வேகம் வந்தது. ஆனாலும் வெளியே குளிர்காற்று வீசியதை உணர முடிந்தது ஒன்றுமில்லாததற்காக சுகதேவன் இறக்கவில்லை என்று தனக்குள்ளேயே சொல்லிக்கொண்டார். ஆனால் அதுவும் அவனது சாவுக்கான காரணத்தைக் கண்டுபிடிக்கிற முயற்சியாகவே அது இருந்தது. தொடர்ந்து அவர் யோசனைகளில் மூழ்கினார்... "என்னைப் போலவே அவனும் கட்டைப் பிரம்மச்சாரி. ஆனால் அவன் கிருஹஸ்தர்கள்தான் உயிர்வாழ வேண்டும் என்று நினைத்தான். குழந்தைகளைப் பெற்று வளர்த்து பேரப்பிள்ளைகளோடு கொஞ்சி விளையாடி கொள்ளுப் பேரர்களோடு ஆட்டத்துணையாக ஒரு கிருஹஸ்தன் ஆசைப்பட முடியும். எல்லாவற்றிலும் பிரம்மச்சரியம் தான் சிறந்தது என்றால் எதற்காக வாழ வேண்டும்? அல்லது எவ்வளவு காலம் அவன் வாழ வேண்டும்? பிரம்மச்சரியத்தின் மேல் இருக்கிற ஈடுபாட்டின் காரணத்தால், என் மனமும் சுகதேவனின் மனமும் ஒன்றாகிறது. தொடர்ந்து அவன் நடந்த பாதையின் வழிபுரியாமல் போயிருப்பதை உணர்ந்தார் அவர். அப்பாவின் காம வேகத்தைத் தணித்துக் கொள்வதற்காக நான் பிரம்மச்சாரியானேன். ஆனால் அது கிருஹஸ்தனைவிட பிரம்மச்சரியன் என்கிற எண்ணத்தால் கவரப் பட்டு ஆனதல்ல.

"எனக்கு எந்த ஒரு அதிகாரமும் இல்லாத பட்சத்தில்தான் தன் மகனைத் தரமுடியும் என்று அவளுடைய தந்தை சொல்லி விட நான் கங்கையின் அக்கரையில் தனியாகக் குடிலில் இருந்தேன். பிறகு தமக்கு உதவி செய்ய வேண்டும் என்று அவளே வந்து மறுபடியும் கேட்டுக் கொண்டபோதுதான் வீட்டுக்கு வந்தேன். ஆனால் வந்த வேலை முடிந்ததுமே அரண்மனையை விட்டு ஏன் வெளியேறவில்லை? ஆனால் என்னுடைய வேலை இத்தோடு முடிந்தது என்கிற ஞானம் ஏன் எந்தச் சந்தர்ப்பத்திலும் ஏற்படவில்லை? ஒன்றன்பின் ஒன்றாகத் தொடர்ச்சியாக சங்கிலிகள் போல என்னைக் கட்ட நானே அனுமதித்தேன்" அப்போது விளக்கு அணைந்து விடும்போல இருந்தது. பக்கத்தில் இருந்த எண்ணெயிலிருந்து கொஞ்சம் ஊற்றித் தூண்டிவிட எண்ணமிருந்தாலும் தூங்கப்போகும் நேரத்தில் விளக்கு எதற்கு என்று அமைதியானார். ஆனால் விளக்கு நின்றுபோனதும் அணைந்து போன திரியின் புகை மணம் அறைமுழுக்கப் படர்ந்தது. பிணம் எரியும் வாடையைப் போல இருந்தது அது. தான் போர்த்திக்கொண்டிருக்கும் கருப்புக் கம்பளியைப் பற்றிய பிரக்ஞையும் இருந்தது குடிசையில் தான் ஒருவனே தனியாகப் படுத்திருக்கும் ஞாபகமும் வந்தது. ஆசிரமத்தின் முழு அமைப்பும் இருட்டில் சரியாய்த் தெரியவில்லை. இப்படிப்பட்ட குடிசைகள் எத்தனை இருக்கின்றனவோ, ஒன்றுக்கொன்று எவ்வளவு தொலைவில் இருக்கின்றதோ என்றும் எண்ணம் சுழன்றது. தான் படுத்திருக்கும் குடிசை தனித்து மிகத் தொலைவில் இருக்கிறதோ என்று நினைத்தபோது ஒருவிதமான பயம் எழுந்தது. "அஸ்தினா புரத்தில் அவ்வளவு பெரிய அரண்மனையில் தனிமையிலேயே இத்தனை நாட்கள் இருக்கவில்லையா? எங்கோ மூலையில் ஓர் ஆள் இருப்பான். இத்தனை நாட்கள் இல்லாத பயம் இந்தப் பீஷ்மனுக்கு இந்த இருட்டில் வந்துவிட்டதே..." என்று எண்ணிய சிறிது நேரத்துக்குள்ளாகவே மனசில் தைரியம் நிறைந்தது. எனினும் எங்கும் நிறைந்திருந்த பிணவாடை மட்டும் நெஞ்சைவிட்டு அகலவில்லை. இந்த வாடையின் மூலத்தைக் கண்டுபிடிக்கவேண்டும் என்கிற ஆர்வம் எழுந்தது. அதே சமயத்தில் அந்த எண்ணத்துக்கு என்ன பொருள் என்ற கேள்வியையும் தனக்குள் எழுப்பிக்கொண்டபோது அதற்குப் பதில் தெரியவில்லை. சிறிது நேரத்தில் தூக்கம் வந்துவிட்டது. தூக்கத்தில் சுகதேவனைப்பற்றிய கற்பனைச் சித்திரமொன்று எழுந்தது. "எப்படி இருந்திருப்பான் அவன்? கரிய நிறத்தில் உடல் மெலிந்த தந்தை. ஆனால் இவன் பிறப்பதற்குக் காரணமான கரு அபஸர இனத்தைச் சேர்ந்ததாகும். ஆனால் அவள் எப்படி இருந்தாளோ" ஆனால் எந்தக் கற்பனைச் சித்திரமும் அவர் ஆர்வத்துக்குத் திருப்தி தருவதாக இல்லை. ஒரே ஒரு நாள் முதலில் வந்திருந்தாலாவது அவனைச் சந்திக்கும் வாய்ப்பு கிடைத்திருக்கும். அதே சமயத்தில் சாவை நெருங்கிக்கொண்டிருக்கும் நிலையில் ஒருவனைச் சந்திப்பதன்

மூலம் எந்தப் பயனும் விளையப்போவதில்லை என்றும் தோன்றியது. அவன் உண்ணா விரதத்தைத் தொடங்கும் முன்பு அல்ல தொடங்கிய தினத்தில் அவனைப் பார்த்திருக்கவேண்டும் என்று தோன்றியது. அந்த எண்ணத்திலேயே உறக்கத்தில் ஆழ்ந்து போனார். கனவில் சுகதேவனைக் காண முடியும் என்று நம்பினார். அதே சமயத்தில் அவனைக் கனவில் காண நேர்ந்தால் பயந்து விடுவோமோ என்கிற எண்ணமும் இருந்தது. அதையும் மீறி மெல்லமெல்லத் தூக்கத்தில் ஆழ்ந்தார்.

* * *

சீடர்கள் அனைவரும் வற்புறுத்தி பால் ஊற்றிப் பிசைந்த மாவையும் வெல்லத்தையும் சாப்பிட வைத்த பிறகு, துவைபாயணரின் உடலில் சற்றே தெம்பு வந்தது. அந்தக் குடிசையிலேயே பாயை விரித்து அதன் மீது மான் தோல் ஒன்றை விரித்து அவரைப் படுக்க வைத்துக் கம்பளியைப் போர்த்திவிட்டார்கள். பைலர், வைசம்பாயனர், ஜைமினி ஆகிய மூன்று பேர்களுமே சுற்றிலும் மௌனமாக உட்கார்ந்திருந்தார்கள். பக்கத்திலேயே கம்பத்தில் விளக்கு எரிந்து கொண்டிருந்தது. சுகதேவனின் மரணத்தைக் குறித்து எதுவும் புதுசாகப் பேசுவதற்கில்லை. பழசையே மீண்டும் மீண்டும் பேசி வேதனையைப் பெருக்கவும் யாருக்கும் விருப்பம் இல்லை. உடலில் இருந்து மூச்சு நின்றுபோனது இன்று மதியம் தான் என்றாலும் அவனது மரணம் உறுதியாகிப் பல மாதங்களாகின்றன. மரணம் பற்றி அவன் முடிவு எடுத்ததற்கும், அதைச் செயல்படுத்த முனைந்ததற்குமான இடைவெளி எவ்வளவு காலமோ தெரியவில்லை. அப்போது "சுமந்தன் எங்கே?" என்று கேட்டார் துவைபாயனர்.

"விருந்தாளியான பீஷ்மரோடு இருக்கிறான்" என்று ஜைமினி பதில் அளித்தாள்.

"நீங்களெல்லாரும் போய்த் தூங்குங்கள்."

"உங்களைத் தனியேவிட்டு..."

குரு எதுவும் பேசவில்லை. சிறிது நேரத்துக்குப் பின் "அவன் உண்ணாவிரதத்தை தொடங்கிய அன்றே நான் மனத்தளவில் தயாராகி விட்டேன். இன்று எதுவும் புதிதில்லை. நீங்கள்போய் படுத்துக்கொள்ளுங்கள்" என்றார். ஆனாலும் யாருமே எழுந்திருக்க வில்லை. குரு கண்களை மூடிக்கொண்டார். அவருக்குத் தூக்கம் வர வில்லை. ஆனால் தனிமையில் இருக்கும் விருப்பத்தால் அப்படி இருக்கிறார் என்று மூவரும் நினைத்துக்கொண்டார்கள். பைலன் கண்ணால் சைகை காட்டினான். ஒவ்வொருராகத் தனித்தனியே எந்த விதமான சத்தமும் இன்றி எழுந்து வெளியே சென்றார்கள். கடைசியாக

வெளியே வந்த ஜைமினி ஓசையெழுப்பாமல் பலகையால் ஆன கதவை வெளிப்புறத்திலிருந்து தாழ் போட்டான். உள்ளே படுத்திருந்த துவைபாயணன் மெல்லக் கண்களைத் திறந்தார். கம்பத்தில் இருந்த விளக்கு அசைவற்று எரிந்துகொண்டிருந்தது. சுவர்களும் சுற்றுப் புறமும் அவ்வெளிச்சத்தில் மங்கலாகத் தெரிந்தாலும் விளக்குக்கடியில் கம்பத்தின் கீழ் இருள் அடர்ந்திருந்தது. அந்த இருட்டின் பகுதியையே உற்றுப் பார்த்துக்கொண்டிருந்தார் அவர். மனசில் வெறுமை நிறைந்திருந்தது. வலியோ வேதனையோ எதுவுமே இல்லை. பொங்கி யெழும் துயரமும் இல்லை. ஒரு மாதிரியான விட்டேற்றியான மன நிலை. துயரைக் கண்டு உடைந்துவிடாத, இன்பத்தைக் கண்டு மிகவும் கூத்தாடிவிடாத மனநிலை. பல ஆண்டுகளாக இந்த மாதிரியான ஒரு மனநிலையில் தான் அவன் இருந்தானோ என்று தோன்றியது. எரியும் விளக்கையும் விளக்கின் கீழே கவிந்திருக்கும் இருளையுமே உற்றுப்பார்த்தபடி வலது பக்கமாகத் திரும்பிப்படுத்தபோது, தன் துயரமனைத்தும் கரைந்ததைப்போல இருந்தது. "இப்போது ஏன் துயரமுண்டாகவில்லை. இந்தத் தனிமையில் நான் ஏன் வாய்விட்டு அழவில்லை! சோகம் தாங்காமல் ஏன் ஏதாவது ஒரு நதியில் சென்று விழவில்லை? உயரமான மலையில் ஏறி கீழே ஏன் விழவில்லை?" சுகதேவனின் உடல் மேல் விறகுகள் அடுக்கப்பட்டு எரியூட்டப்பட்ட காட்சி மனசில் விரிந்தது. அப்போது அவர் மனசில் மீண்டும் கேள்விகள் எழுந்தன. "என் மகனுக்குத் தோன்றிய எண்ணம் ஏன் எனக்குத் தோன்றவில்லை? தந்தையாகிய என் குணத்தின் செயல்வடிவம்தான் சுகதேவன் செய்து காட்டியதா?" இத்தகு எண்ணங்கள் மனத்தில் துக்கத்தையும் ஆச்சரியத்தையும் நிரப்பின. தன் முத்தாத்தனாகிய வசிட்டரின் பிள்ளைகள் கௌசிகன் என்னும் அரசனால் போரில் கொல்லப்பட்டபோது, துயரம் தாளாத வசிட்டர் தன்னைத் தானே ஒரு கயிற்றால் கட்டிக்கொண்டு ஆற்றில் விழுந்த நிகழ்ச்சி ஞாபகம் வந்தது. படகுக்காரர்கள் அதைப் பார்த்ததும் நீச்சலடித்து வந்து காப்பாற்றிக் கயிறுகளையெல்லாம் அறுத்துப் பிழைக்க வைத்தார்களாம். அப்படகுக்காரர்கள் மேல் கோபம் கொண்டு வசைபாடினாராம் வசிட்டர். பிறகு உயர்ந்த மலை மீது ஏறி அங்கிருந்து விழுந்து இறக்க முயற்சி செய்தாராம். அப்போதும் சாக முடியவில்லை. அதற்கப்புறம் விறகுகளை அடுக்கி நெருப்பிட்டு விட்டு அதில் விழுந்து உயிர்துறக்க முடிவு செய்தாராம். அவர் அனுபவித்த துயரத்தில் சிறிதளவு கூட தனக்கு இல்லை என்று தோன்றியது. ஒருவகையான பற்றற்ற மன நிலையில் தன் வாழ்வையும் தன் முப்பாட்டனின் வாழ்வையும் ஒப்பிட்டுப் பார்த்தார். "அவர் குடும்பத்தோடு இருந்தவர். மனைவி மீது அளவு கடந்த அன்பு கொண்டிருந்தாராம். பிறப்பால் மிகவும் தாழ்ந்த குலம் என்றாலும் அருந்ததியை மிகவும் மனசார விரும்பிக் கைப் பிடித்துப் பல குழந்தைகளைப் பெற்றுக்கொண்டார். ஆசிரமத்துக்கு

வரும் எல்லா மாணவர்களுக்கும் தாயாகவே இருந்தாள் அவள். தன் பிள்ளைகள் மீது அளவற்ற அன்புடன் வசிட்டர் இருந்ததற்கும் இதுவே காரணமாக இருந்திருக்கக்கூடும். அவர்கள் இறந்தபோது அத்துயரம் தாங்க முடியாமல் அவர் பைத்தியமாகவே அலைந்தார். மிகச்சிறந்த ரிஷி என்றும் வேத ஞானத்தில் வல்லவர் என்றும் பெயர் பெற்ற ஒரு ரிஷி சோகத்தில் இந்த அளவு பாதிப்படையலாமா? அப்படிப்பட்டவர் சாதாரண ஆட்களைப்போலத் துயரத்தால் உடைந்து விடலாமா? மழையாலும் வெயிலாலும் பாதிக்கப்படாத பாறையைப் போல ஒருவனால் நிற்க முடியவில்லையென்றால் அவன் கற்ற வேதங் களாலும் மந்திரங்களாலும் என்ன பயன்? அல்லது ஒருவேளை கிருஹஸ்தர்களுக்கு உறவுகளின் மீது அளவற்ற பற்றும் பாசமும் பலவீனமும் தவிர்க்க முடியாதவையா? நான் கிருஹஸ்தனாகவில்லை. பிரும்மச்சரியனாகவே இருந்துவிட்டேன். அதனால்தான் இந்த வேறுபாடா?" கண்கள் களைப்பின் காரணமாக மூடிக்கொண்டன. வெளியில் இருந்து வெளிச்சம் மறைந்ததும் உள்மனம் விழித்துக் கொண்டது. "வசிட்டரின் பிள்ளைகளும் அப்பா மீது அளவற்ற பிரியம் கொண்டவர்களாக இருந்திருக்கவேண்டும். அம்மாவும் அவர்கள் மீது அளவற்ற அன்பு கொண்டவளாக இருந்தாள். அவரும் அன்பின் திருவுருவமாகவே இருந்தார். பிள்ளைகள் அவர் மீது அன்போடு இருந்ததில் எந்த ஆச்சரியமும் இல்லை. நான் எப்படி, அம்மாவிடமிருந்து என்னை அப்பா அழைத்து வந்தபோது எனக்கு எட்டு வயது இப்போது கூட அந்தப் பழைய விவரங்கள் ஞாபகத்தில் இல்லை. ஒரு பெரிய ஆறு. ஆறு நிறைய தண்ணீர் ஓடியது. அது கிழக்குக்கரையோ அல்லது தெற்குக்கரையோ, தெரியவில்லை, கரையோரமாய் ஒரு வீடு. எங்கும் மீன்வாசனை அடித்தது. அவள் கைகள் கருத்தும் உறுதியாகவும் இருந்தன. ஆற்றைக் கடக்க அவள் என்னைப் படகில் அழைத்துச் சென்றாள். வழியிலேயே வலையை வீசி மீன் பிடித்தாள். சில நேரங்களில் நிறைய மீன்கள் கிடைத்தன. சில சமயங்களில் ஒன்றுமே கிடைத்ததில்லை. அந்த வெயில் கூட ஞாபகத்தில் இருக்கிறது வேர்வை வழிந்த அவளது கழுத்து ஞாபகத்தில் இருக்கிறது. இதை விட்டால் என் இளமைக்காலத்தைப் பற்றி அதிகமாக வேறு எதுவும் ஞாபகத்தில் இல்லை. அதற்கப்புறம் வேத பாடத்திலேயே எனது ஞாபகம் உறைந்துவிட்டது. பல வேறு தேசங்களில் பயின்று வருகிற பலவகையான மரபுகள் அவற்றின் மீதான விமர்சனங்கள் ஆகியவற்றைப் பயில்வதிலும் செலவழிந்து விட்டது. அப்பாவின் கையைப் பிடித்து ஆற்றைக் கடக்கும்போது அவள் அழுது கொண்டிருந்ததும் ஞாபகம் உள்ளது. ஆற்றைக் கடக்கப் படகை ஓட்டுவதற்கு யாரும் வரவில்லை. அழுதபடியே அம்மா குடிசைக்குள் இருந்துவிட்டாள். அப்பாவே துடுப்பசைத்துப் படகை ஓட்ட ஆற்றைக் கடந்தோம். அதற்கப்புறம் எங்கெங்கோ அலைவதும் கற்பதுமாகவே காலம் கழிந்தது. இருபதாவது

சபையில் வேதப்பண்டிதர்கள் எல்லாரும் நிறைந்த சபையில் தெளிவாக உச்சரிப்போடு வேதத்தில் நான் கற்றதையெல்லாம் எடுத்துரைக்க வைத்தார் அப்பா. எல்லாரும் பாராட்டினார்கள். இதை விட்டால் எனது வாழ்வில் ஞாபகம் இருப்பதெல்லாம் வேத மந்திரங்களும் அவற்றின் பொருளும் மட்டுமே. வேதத்துக்காகவே என் வாழ்வு அர்ப்பணிக்கப்பட்டுவிட்டது. எந்த ரிஷியும் இதுவரை இயற்றி இல்லாத அளவில், அனைத்தையும் தொகுத்துப் பாதுகாத்தேன். இப்பொழுதே எத்தனை வேத வரிகள் காணாமல் போயிருக்கிறதோ, நான் இந்த வேலையைச் செய்திருக்காவிடில் எவ்வளவோ இழப்பு ஏற்பட்டிருக்கும். இவற்றிற்காக அலைந்து திரிந்த தேசங்கள் எத்தனையோ, கண்டெடுத்த பிறகு அவற்றின் மறைபொருளை அறிந்து கொண்டவை எவ்வளவோ, ஏற்கனவே தெரிந்து வைத்திருப்பவர்கள் அவ்வளவு சுலபமாகத் தமக்குத் தெரிந்தவற்றை யெல்லாம் சொல்லி விடுவார்களா என்ன?" என்று யோசித்துக்கொண்டு இருக்கும்போதே தூக்கம் வந்தது. தூக்கத்தில் மீண்டும் சுகதேவனின் ஞாபகம் வந்தது. அதைத் தொடர்ந்து மனத்தில் என்னென்னமோ கேள்விகள். "வேதத்தைத் தவறாகப் புரிந்து கொண்டானா அவன்? அவன் உணர்ந்ததைத் தப்பு என்று சொல்லி என்னால் அவனிடம் நிறுவிக் காட்ட முடியாமல் போய் விட்டதல்லவா? ஏதாவது ஒரு மந்திரத்தின் அல்லது மந்திர மண்டலத்தை ஆதாரமாக வைத்து வாதம் புரிந்தால் ஒத்துக்கொள்ள வைக்க முடியும். ஆனால் அவனது வழியே வேறு. வேதத்தின் நோக்கம் என்ன? சொர்க்கத்திற்குச் செல்வதா? முக்தியா? சொர்க்கத்திற்குச் செல்தல் என்றால் என்ன? முக்தி என்றால் என்ன? வேதத்தின் அடிப்படையில்தான் இவற்றிற்குப் பதில் தேட வேண்டுமா? அவனோடு வாதம் புரிந்து தோல்வி அடையச் செய்வது என்பது சாத்தியமே இல்லை. ஆனால் தப்பான வழியில் சென்றான் என்று உள்மனம் சொல்கிறது. ஆனால் என் உள்மனத்தில் இருப்பதை வார்த்தை களில் வடித்து என்னால் வாதிக்க முடியாமல் போய் விட்டது." மீண்டும் ஆழ்ந்த தூக்கத்தில் மூழ்கினார் அவர். சீடர்கள் போர்த்தி விட்டுச் சென்ற கம்பளிக்குள் அவர் சுருண்டிருந்தார்.

நீண்ட நேரத்துக்குப் பின்பு விழிப்பு தட்டியது. எவ்வளவு நேரம் தூங்கினோமோ என்று நினைத்துக்கொண்டார். மூன்று சீடர்களும் வாயிலுக்கருகில் இன்னும் உட்கார்ந்திருந்தார்கள். "இந் நேரம் தூங்கி இருக்கக்கூடும்." என்று யாரோ குசுகுசுப்பது கேட்டது. யார் குரல் அது? பைலன் அல்லது ஜைமுனியின் குரலாகத்தான் இருக்கும் என்று நினைத்தார். வெளியே குளிரில் தூக்கமின்றி அவர்கள் தனக்காக இருப்பதை நினைத்து மனம் நெகிழ்ந்தார். சீடர்களைவிட உயர்ந்த பிள்ளைகள் இருக்க முடியுமா? என்று கேட்டுக் கொண்டார். முழுக்கவும் விழிப்பு வந்துவிட்டது. விளக்கு நின்றுவிட்டிருந்தது.

இது ஒருவகையில் நல்லதுதான், அமைதியாய் இருக்கிறது என்று தோன்றியது. உள் மனம் முழுச் சுதந்தரத்தோடு இயங்கமுடியும் என்று நினைத்தார். "நியோக முறையால் பிறந்த பாண்டவர்கள் குருவம்சத்தைச் சேர்ந்தவர்களே இல்லை என்று துரியோதனன் பேசுகிறானாம். இதைப்பற்றிப் பேசி நல்லதாக ஒரு முடிவு எடுக்கத்தான் வந்திருக்கிறாராம்" என்று யாரோ பேசும் குரல் கேட்டது. அது சுமந்தனின் குரல் என்று உடனே புரிந்து கொண்டார். "மெதுவாகப் பேசு, குரு அரைத்தூக்கத்தில் இருப்பார்" என்று மீண்டும் யாரோ குசுகுசுத்தார்கள். "பீஷ்மரே துரியோதனனின் படைத்தலைவராக இருக்கிறாராம். குருவம்சத்துக்கும் பாண்டவர் களும் எந்த சம்பந்தமும் இல்லை என்று நினைப்பவர்கள் மட்டும் நமது அணியில் இருங்கள், மற்றபடி உண்டு என்று எண்ணுபவர்கள் பாண்டவர்கள் பக்கம் சேர்ந்து கொள்ளுங்கள் என்று பறையறிவித்துச் செய்தி சொல்லிவிட்டு இங்கே வந்திருக்கிறாராம். குசுகுசு என்று பேசினாலும் தெளிவாகவே கேட்க முடிந்தது.

"இங்கே வேண்டாம். ஹோமசாலைக்குச் சென்று உட்கார்ந்து பேசலாம்" என்று யாரோ ஒருவர் எழுப்பிய ஒரு குரல் ஆலோசனையை முன் வைத்ததும் அவர்கள் எழுந்து சென்றார்கள். இருட்டின் நிசப்தத்தில் காலடிச்சத்தம் மெல்ல மெல்ல எழுந்து தேய்ந்தது. முற்றிலுமாகத் தூக்கம் கலைந்துவிட்டது. எவ்வளவு நேரம் தூங்கினேனோ என்று கேட்டபடி கண்களைத் திறந்தார். கண்களைத் திறந்து வைத்துக் கொள்வதற்கும் மூடிக்கொண்டிருப்பதற்கும் எந்த வித்தியாசமும் தோன்றவில்லை. அந்த அளவுக்கு இருட்டு. குடிசைக்குள் இருப்பது எப்போதுமே இப்படித்தான் என்று நினைத்தபடி மீண்டும் கண்ணை மூடினார். இந்த நேரத்துக்கு எல்லாமே வெந்து சாம்பலாகி இருக்கும். நெருப்பு அணைந்துபோயிருக்கும். சோற்றையும் தண்ணீரையும் தொடாமல் பல நாட்கள் இருந்தவனின் உடல் வேக எவ்வளவு நேரம் பிடிக்கும் என்று தோன்றியது." சோறும் தண்ணீருமின்றி சோர்வால் அவன் படும் அவஸ்தையைப் பார்க்க மனம் பொறுக்காமல் ஒரு பாத்திரத்தில் பாலை எடுத்துக் கொண்டுபோய்க் கொடுத்துப் பருகுமாறு எத்தனை பேர் கெஞ்சினோம். சுமந்தன், பைலன், வைசம்பாயனன், ஜைமுனி, நான் மற்றும் ஆசிரமத்தில் உள்ள பலரும் கெஞ்சினோம். ஆனால் அவனுக்குத்தான் எவ்வளவு உறுதி. இப்போது எல்லாம் சுட்டுச் சாம்பலான பிறகு அந்த சபதத்தில் என்ன எஞ்சியது? இதனால் என்ன சாதித்தான் அவன்?" என்ற நினைவைத் தொடர்ந்து எழுந்துபோய் அவனை எரியூட்டிய இடத்தைப் பார்க்கவேண்டும் என்று விரும்பினார். மெல்ல எழுந்து உட்கார்ந்தார். சிறிது தடுமாறிய பின்னர் கைக்கு ஊன்றுகோல் கிடைத்தது. கம்பளியைப் போர்த்திக் கொண்டு மெல்ல மெல்ல அடியெடுத்து வைத்து வாசலுக்கு வந்து

கதவைத் திறந்தபோது உலகமே மரணத்தில் உறைந்திருப்பது போல இருந்தது. சீடர்கள் அனைவரும் ஹோமசாலையில் பீஷ்மனின் விஷயத்தைப்பற்றிப் பேசிக்கொண்டபடி இருக்கக்கூடும் என்று சொன்ன வண்ணம் குடிசையின் பின்கட்டுக்குச் சென்றார். ஆசிரமத்தின் எல்லாக் குடிசைகளும், கொஞ்சம் தள்ளி இருக்கிற பசுக்களின் கொட்டகையும், வடபகுதியில் இருக்கிற சமையல் அறையும் எவ்வளவு அடர்ந்த இருட்டிலும் கூட அடையாளம் கண்டு செல்லக் கூடிய அளவுக்கு அவருக்குப் பழகியே இருந்தது. ஆனாலும் இன்று எல்லாமே திசை மாறிப்போய் இருக்கிறது. இந்தப் பக்கத்தில்தானே தெற்கில் தெரியும் மரங்களுக்கு அப்பால் தெரியும் பள்ளத்தின் அருகில்தான் உலர்ந்த விறகுகளை அடுக்கி அதன்மேல் அவனை வைத்து அவனை என்றால் என்ன? உயிர் பிரிந்த உடலை... எதற்காகவோ தலையைச் சுற்றுகிற மாதிரி இருக்கிறது. உடலிலிருந்து விலகிப் பிரியும் உயிருக்கு ஏன் இவ்வளவு அவசரம்? இப்போது எங்கே போயிருக்கும் அது? யாரால் பார்க்க முடியும்..?" என்ற நினைவைத் தொடர்ந்து பத்துப் பதினைந்து மந்திரங்கள் நினைவுக்கு வந்தன. ஊன்றுகோலின் உதவியால் கீழே விழாதபடி சற்று நேரம் இருந்துவிட்டு, பிறகு மேலே நடக்கத் தொடங்கினார். இருட்டில் தடுமாறித் தடுமாறி மெல்ல மெல்ல நடந்து கொண்டிருக்கும்போது பீஷ்மரின் ஞாபகம் வந்தது." நியோகம் தருமமா அல்லது அதருமமா என்று என்னிடம் கேட்டுத் தெரிந்து கொள்வதற்காக என்னிடம் வந்திருக்கிறானாம். அவனுடைய தம்பி விசித்திர வீரியன் குழந்தைகள் இன்றி இறந்து குரும்வசமே ஒரு முடிவுக்கு வந்து விட்ட நிலையில், நியோக முறையால் வம்சத்தை வளர்ப்பதுவே தருமம் என்று நிச்சயிக்கப்பட்டது. வாழ்நாள் முழுக்க பிரம்மச்சாரியாகவே இருக்கிற சபதம் எடுத்துக் கொண்டிருந்தானாம் பீஷ்மன். அம்மாவின் ஆலோசனையின் பேரில் இந்த பீஷ்மன்தானே என்னை வந்து அழைத்தது? அப்போது நியோகம் என்பது தருமம் தான் என்று தோன்றிய இந்த பீஷ்மருக்கு, தன் இளைய தம்பியின் மருமகளுக்குக் கணவனின் சம்மதத்தோடு நியோக முறையில் பிறந்த குழந்தைகளை ஏற்றுக் கொள்வதில் மட்டும் திடீரென தருமம், அதருமம் எனச் சந்தேகம் ஏன் வந்தது? அதில் சந்தேகம் எதுவும் இல்லை என்றால் இத்தனை தூரம் என்னைத் தேடிக் கொண்டு வந்தான்? அந்தக் காலத்தில் நான் வெறுமனே நியோகம் என்பதைக் கேள்விப்பட்டிருந்தேன். அவ்வளவுதான். அதன் பொருள் தெரிந்திருக்க வில்லை. என்னதான் இருந்தாலும் அது க்ஷத்திரியர்களின் பழக்கம். தான் நிறுவிய ராஜ்ஜியம் தம் வசத்தின் பெயரிலேயே நிலைத்திருக்க வேண்டும் என்று துடிக்கிற பழக்கம். ஜடாமுடி வளர்த்துக் காட்டில் அலைகிற எனக்கு - இந்த மான் தோலையும் கமண்டலத்தையும் வேறு எந்தச் சொத்துமில்லாத எனக்கு - இதன் முழுப்பொருள் எதுவும் தெரியாது. 'மகனே, என் மகன் விசித்திர வீரியனுக்கு நீ ஒரு வகையில்

சகோதரனாக வேண்டும். அது மட்டுமல்லாமல் நீ வேதம் படித்த ஒரு பிராமணனும் கூட, என் இரண்டு மருமகள்களுக்கும் நியோகம் செய்யவேண்டும். இருவரோடும் எந்த வித்தியாசமும் காட்டாமல் நீ இருக்கவேண்டும்" என்றாள் அம்மா. எத்தனையோ ஆண்டுகளுக்குப் பிறகு சந்தித்த தாயின் வார்த்தையைத் தட்டமுடியாமல்தானே நான் அக்கோரிக்கைக்கு ஒத்துக்கொண்டேன்? தனிப்பட்ட முறையில் என்னை அழைத்து நியோகத்தைப் பற்றிய தருமம், விதி முறைகளைப் பற்றி யெல்லாம் சொல்லித் தந்தது இந்த பீஷ்மன்தானே! 'நள்ளிரவு நேரமாக இருக்க வேண்டும். சம்பந்தப்பட்ட ஆண், பெண் இருவரும் உடல் முழுக்க நெய் தடவிக் கொண்டிருக்கவேண்டும். தலையிலிருந்து நெய் ஒழுக வேண்டும். தன் புலன்களையெல்லாம் ஆண் கட்டுப்படுத்தி இருக்க வேண்டும். அவனைப் பொறுத்தமட்டில் மாமனார், மருமகள் போன்ற உணர்வுதான் எழ வேண்டும். இருவரிடையேயும் பேச்சு வார்த்தை எவ்வளவு குறைவாக இருக்கிறதோ, அவ்வளவு நல்லது. உடல்களிடையேயான தொடுதலும் குறைவாக இருத்தல் நல்லது. முழுக்க முழுக்க உணர்ச்சி வசப்படாத ஒன்றாகவும், மருத்துவர் நோயாளியின் வாயைத் திறந்து மருந்தைப் புகட்டுவதுபோல இருந்து விட்டுத் திரும்ப வேண்டும். அவன் அவளையோ, அல்லது அவள் அவனையோ திரும்பிப் பார்க்கக்கூடாது. துவைபாயணா, நீ ரிஷியாக இருந்தாலும் உன்னைத் தம்பியாகவே நினைக்கிறேன். நீ இப்படி நடந்து கொள்வ தால், உன் பிரம்மச்சரியத்துக்கு எந்தக் களங்கமும் நேராது. நானும் உன்னைப்போல பிரம்மச்சாரிதான். உனக்கு இதனால் களங்கம் உண்டாகும் என்றால் அதனால் எனக்கும் வருத்தம்தான். நியோகம் நடந்தபிறகு மனத்தில் கிஞ்சித்தும் மகிழ்ச்சியின் எண்ணம் இருக்கக் கூடாது. ஒருவேளை மனத்தில் அப்படி ஏதேனும் ஓர் எண்ணம் தங்கி இருக்குமானால், அது அருவருப்பாக மட்டுமே இருக்க வேண்டும். உணர்வுபூர்வமாக அடிமைப்படாமல் இருந்தால் நல்லது. உன் பிரம்மச்சரியத்துக்கு இது ஒரு பரிசோதனை" என்று பீஷ்மனே சொன்னான். இதே வார்த்தைகளில் அவன் சொல்லாமல் இருந்திருக்கலாம். ஆனால் இதுதான் பொருள். எண்பது வருஷங்கள் கடந்து விட்டன. முதல்நாள் இரவில் அம்பிகையை அனுப்பினான் பீஷ்மன். இல்லை, படுக்க வைத்தான். பிறகு என்னை அனுப்பினான். அவள் அன்று மாலையே என் ஜடாமுடிகளையும் கோலத்தையும் மறைவாகப் பார்த்துவிட்டு அருவருப்புற்றிருந்தாள். இதனால் தன் உடலிற்கும் கூந்தலுக்கும் நியமத்தின்படி பூசிக்கொள்ள வேண்டிய நெய்யைப் பூசிக் கொண்டிருக்கவில்லை. மூலையில் தலை கவிழ்ந்து உட்கார்ந்திருந்தாள். பேசக் கூடாது. புலனடக்கம் வேண்டும். இருட்டில் வெகுநேரம் நின்றிருந்தேன். பிறகு திரும்பி வாசலில் இருந்த திரைச் சீலையை எடுத்துச் சுற்றிக்கொண்டு வெளியே வந்தபோது, அங்கிருந்த அம்மா உற்சாகத்தோடு "மகனே, எல்லாம்

நல்லபடி நடந்ததா? ஏன் இப்படி குன்றிப்போய் இருக்கிறாய்? பலன் இல்லாமல்போய் வம்சம் வளராமல் போனால் நான் மிகவும் பாவம் செய்தவளானேன். ராணி என்றால், அது என்னமோ சொர்க்கத்தில் இருக்கும் சுகத்திற்குச் சமம் என்று எண்ணிக் கொண்டிருந்தேன். ஆற்றில் படகோட்டி மீன்பிடித்துக் கொண்டிருந்தபோது கிடைத்த சுகம் இப்போது இல்லை. உன் தவவலிமையை எல்லாம் பயன்படுத்தி இந்த வம்சத்தை நீ வளர்த்து குழந்தைப்பேற்றை அளிக்கவேண்டும் என்று கண்ணீர் விட்டு அழுதாள். 'இருவரின் உடல்களுக்கும் நெய் பூசி, புலனடக்கத்தோடு அணுகி, தந்தை என்கிற உணர்வோடு அணுகி-பீஷ்மா, இந்தத் தரும விதிகளையெல்லாம் யார் உருவாக்கினார்கள்?" என்றேன்.

இன்னும் அணையவில்லை. சாம்பல் மூடிக்கொண்டிருந்தாலும் நெருப்பின் கனல் தெரிகிறது. இன்னும் அனல் இருக்கிறது. எல்லாம் சாம்பலாகத்தான் முடியும் என்றால் இப்போது இறப்பது, அல்லது இன்னும் ஐம்பது ஆண்டுகள் கழித்து இறப்பது இரண்டுக்கும் வித்தியாசம் இல்லை. அப்படியென்றால் சுகதேவன் சொன்னது சரிதானே..." அதே இடத்தில் உறைந்து நின்றார் அவர். காற்று அடிக்கும்போதெல்லாம் சாம்பல் பறந்து நெருப்பு எழுந்தது. அங்கும் இங்குமாக நெருப்பு எரிந்து கொண்டிருந்தது. எலும்புகள் எரிய இவ்வளவு நேரம் ஆகுமா என்று தன்னையே கேட்டுக்கொண்டார். பிறகு மெல்ல தன்கையி லிருந்த கோலால் நெருப்பைக் கிளறினார். ஒன்றும் சரியாகத் தெரியவில்லை. எதிரில் இருந்த நெருப்பால் கம்பளிபோர்த்திக் கொண்டிருந்ததால் புழுக்கமாக இருந்தது. கம்பளியைச் சற்றே தளர்த்திக்கொண்டு தரையில் உட்கார்ந்தார். எங்கும் நிசப்தம் சாம்பல் மேட்டில் தனது மனதும் புதைந்தது போல இருந்தது. மனத்தைத் தன் கட்டுப்பாட்டுக்குள் வைத்திருப்பதே சாதனையின் முதல்படி என்று தோன்றியது. இதையேதான் அவனும் சொல்லிக்கொண்டிருந்தான். என் வழியும் அவன் வழியும் பிரியும் இடம் உண்மையில் எது என்கிற ஆலோசனை தோன்றியபோது மனம் எங்கெங்கேயோ அலைந்து விட்டு இறுதியில் பீஷ்மரில் நிலைகொண்டது. "எதைப்பற்றி எண்ணிக் கொண்டிருந்தேன்? நியோகத்தைப் பற்றியல்லவா? ஒவ்வொரு தேசத்திலும் ஒவ்வொரு பழக்கவழக்கமா? என் முப்பாட்டன் வசிட்டர் அரசன் கல்மாஷபாதனின் மனைவிக்கு நியோகம் செய்தார். கல்மாஷ பாதனே மனைவியை அழகழகான ஆடைகளால் அலங்கரித்து, தலை முழுக்க வாசனை மிக்க பூக்களை முடித்து, உடல் முழுக்க கஸ்தூரி, புனுகு ஆகிய வாசனைத் தைலத்தைப் பூசி, கழுத்து நிறைய தங்க நகைகளால் அலங்கரித்து மெத்தென்ற படுக்கையின்மேல் உட்கார வைத்தானாம். பிறகு வசிட்டருக்கும் தானே அழகான வெள்ளை ஆடையையுடுத்தி நீண்ட தலைமுடியைச் சீவி சந்தனம் பூசி, கழுத்து

நிறையப் பூமாலை அணிவித்து கைப்பிடித்து அழைத்துச் சென்று மனைவியின் அருகில் உட்காரவைத்தானாம். பிறகு, “ஐயா, உங்கள் வீரிய சக்தியினால் தேஜஸ் மிக்க மகனைப் பிறப்பித்து உதவ வேண்டும்” என்று வேண்டிக்கொண்டு வெளியே போய் கதவை மூடிக்கொண்டானாம். மனைவி கருவடையும் வரை தினந்தோறும் இப்படிச் செய்து, கருவடைந்தது உறுதிப்படும் வரை இருக்க வைத்து பிறகு கணவனும் மனைவியும் நன்றியோடு அவருக்கு ஒரு விருந்து வைத்தார்களாம். நூறு பசுக்கள், ஆடை அணிகலன்கள், கம்பளிகள் மற்றும் அன்பளிப்புகளை ரதங்களில் ஏற்றி அரசனே முன்னின்று வழி அனுப்பி வைத்தானாம். அதற்கப்புறம் அழகான தேஜஸ் மிக்க ஆண் குழந்தை பிறந்தது. ஆனால் யார் இந்த விதி முறைகளையெல்லாம் செய்தார்கள்?” மீண்டும் அவர் நினைவுகள் பின்னோக்கிச் சென்றன. எண்பது வருஷங்களுக்கு முந்தைய நினைவுகள். ஒரு சில வருஷங்கள் கூடக் குறைய இருக்கலாம். “எல்லாமே பீஷ்மனின் வேலைதான். பணிப்பெண்ணின் மூலம் தெரிந்து விட்டது. மூத்த மருமகள் அம்பிகை இப்படி அருவ்வருப்பு கொண்டு தலையைக் குனிந்து உட்கார்ந்து விட்டாள் என்று தெரிந்து என் தாய் நெய் ஒழுகும் அவள் கூந்தலைப் பிடித்துத் தள்ளினால் கூட அவள் என்னை நெருங்கவில்லை. அடுத்த நாள் தனக்குப்பதில் தன் பணிப்பெண்ணை உள்ளே அனுப்பிப் பின்கட்டு வழியாக அவள் தப்பித்துச் சென்றுவிட்டாள். எங்களுக்குள் இதற்கு முன் முகப்பரிச்சயமும் இல்லை. குரல் கூட அறிமுகமில்லை. பேச்சும் குறைவாக இருக்கவேண்டும் என்பது விதியாக இருந்ததால் வந்தவள். பெண்ணா, அரச குமாரியா என்பது தெரியவில்லை. கோபமோ, அருவருப்போ, பிடிவாதமோ, அம்பிகை அந்தப் பணிப்பெண்ணை அனுப்பாவிட்டால் எந்த நியோகமும் நடந்திருக்காது. பெண்ணோடு எப்படிப் பழக வேண்டும் என்பது எனக்கும்தான் எப்படித் தெரியும்? அதுவும் பெண்ணின் உடல் மேல் அருவருப்பூட்டுகிற அளவில் நெய்யைப் பூசிவிட்டு, தந்தையின் இடத்தில் இருக்குமாறு தனக்கும் கட்டளை விதித்து விட்ட பிறகு உறவு எப்படி சாத்தியமாகும்? அவளே தான் என்னிடம் பேச்சை ஆரம்பித்தாள்.

“முனிவரே, உங்களை வணங்குகிறேன். இந்த நெய்யின் மணம் உங்களுக்குப் பிடித்திருககிறதா?”

“பேச வேண்டாம். அது தருமத்திற்கு விரோதம்.”

“அப்படிச் சொன்னவர் யார்?”

“பீஷ்மர்”

“ஆண் பெண் உறவைப்பற்றி பிரம்மச்சாரியான பீஷ்மருக்கு என்ன தெரியும்? அவர் சொல்வது போலப் புலன்களை அடக்கிக்

கொண்டால் எப்படி வீரியதானம் செய்ய முடியும்? ஐயா, நீங்கள் கோபித்துக் கொள்ளவில்லையென்று நீங்கள் வாக்குறுதியளித்தால், நான் சில விஷயங்களைப் பற்றித் தங்களிடம் சொல்கிறேன்."

"கோபதாபங்களையெல்லாம் கடந்தவன் நான்" நெய்யினால் என் கை பிசுபிசுப்பாக இருந்தபோது அவள் நெய் பூசாமல் வந்திருப்பதை அப்போது அறிந்திருக்கவில்லை நான்.

"எல்லோருக்கும் எல்லாமும் தெரிந்திருப்பதில்லை. ஆண் பெண் உறவைப் பற்றி உங்களுக்கும் தெரியாது. இப்படி நெய் பூசிக் கொண்டிருப்பதிலும், பேச்சைக் குறைக்கவேண்டும் என்று சொல்வதிலிருந்தும் தெரிகிறது. நான் அம்பிகையின் பணிப்பெண். நேற்று உன் அருவருப்பான தோற்றத்தைக் கண்டு அம்பிகை ஓடிப் போனாள். அவளும் சரி, அவளுடைய தங்கை அம்பாலிகையும் சரி, உடலுறவின் அனுபவமே இல்லாதவர்கள். இவ்வளவு அழகான சகோதரிகளை ஆண்மையோடு சிறையெடுத்து வந்த பீஷ்மர் நோயாளியான விசித்திர வீரியனுக்கு மணம் செய்து வைத்தால், அவர்களுக்கும் தான் அந்த அனுபவம் எப்படி ஏற்படும்? அதை நினைத்தாலே அவர்களுக்கு இயற்கையாகவே அருவருப்பும் எரிச்சலும் இருக்கிறது. இந்த நிலையில் அழுக்காகி முடித்த தலைமுடியையும், நீண்ட சுருள்சுருளான தாடியையும் வெயிலிலும் மழையிலும் இருந்து இருந்து கருத்துப்போன உடலையும் கொண்ட உங்களை மறைவிலிருந்து பார்த்துவிட்டு மனத்தில் அருவருப்பை வளர்த்துக் கொண்டிருக்கிறார்கள். நியோகம் என்றால் நள்ளிரவில் ஒருமுறை கண்ணை மூடிக் கண்ணைத் திறக்கும் வரை இருந்து விட்டு வந்தால் பலன் கொடுத்து விடும் காரியமா? பல நாட்கள் வேண்டும். நீங்களும் இதுபற்றி அதிகம் தெரியாதவர். நான் சொல்கிறபடி செய்யுங்கள். எல்லாவற்றையும் சொல்லித் தருகிறேன். ராணிகளின் மனநிலையையும் அறிந்து கொள்கிறேன். பீஷ்மரின் கட்டுப்பாட்டு விதிமுறைகள் அவரோடேயே இருக்கட்டும். அவசரத்தில் அறுவடை செய்யமுடியாது என்பது பெரிய அரசிக்குத் தெரியும். சில நாட்களாவது நீங்கள் இங்கு தங்கி இருக்க வேண்டும்..."

தன் மகன் சுகதேவனின் எரியும் சிதையையே அமைதியாக அவர் பார்த்துக்கொண்டிருந்தபோது, அந்தப் பணிப்பெண்ணால் விழிப்புற்ற படைப்பாற்றலின் ஞாபகம் தெளிவாக எழுந்தது. ஒரு பெரிய துணியாலேயே அந்த இருட்டுக்குள்ளேயே உடம்பில் இருந்த நெய்யை யெல்லாம் துடைத்துவிட்டாள். அவள் தன் உடம்பில் சந்தனத்தை அரைத்துப் பூசி இருந்தாள். "உணர்வுகள் விழித் தெழும்படித் தன் கைகளால் என் உடலெங்கும் தீண்டியவள் இப்படி இல்லை, இப்படி வா என்று இருட்டுக்குள் என்னை அழைத்துச் சென்றாள். பீஷ்மரின் தருமவிதிகள் எவ்வளவு போலியானவை என்று நிரூபித்துவிட்டாள்.

மறுநாள் காலையில் அவளே என்னைத் தேய்த்துக் குளிப்பாட்டி, தலைமுடியை உலர்த்தி ஒழுங்காக வாரிவிட்டாள். பிறகு உடலெங்கும் எள்ளெண்ணெய் தடவி கை, மார்பு, தோள், புஜங்கள் எங்கும் பிடித்துவிட்டு மிருதுவாக்கினாள். தன் ராணிகளுக்கு விருப்பம் வரும் வகையில் என்னை ஆக்கினாள். அவர்களும் மருத்துவர் தரும் கசப்புக் கஷாயத்தைக் குடிப்பது போல, என்னையும் சகித்துக் கொண்டார்கள். அல்லது தம்மேல் நிகழ்த்தப்படும் பலாத்காரத்தைச் சகித்துக் கொள்ளும் அபலைப் பெண்களைப் போல இருந்தனர் என்றும் சொல்லலாம். அந்த பணிப்பெண் என்னை விரும்பினாள். அது விருப்பமோ, பக்தியோ? அவள் முகம் சந்தோஷத்தில் மலர்ந்திருந்ததை நானே பார்த்தேன். நோயாளி அருவருப்போடு பார்க்கிறான் என்று தெரிந்தும் மூச்சைப்பிடித்து வாய்க்குள் மருந்தை ஊற்றும் வைத்தியனைப்போல அவர்கள் இருவருடனுமான அனுபவம் கடமைக்குச் செய்ததைப் போல இருந்தது. ஆனால், உணவை விரும்பிச்சாப்பிடும் ருசி தெரிந்த ரசிகனுக்கு இன்னும் இன்னும் சமைத்துப் போட விரும்பும் சமையல்காரனைப்போல அந்தப் பணிப்பெண்ணுடனான அனுபவம் இருந்தது. "முனிவரே, என் விண்ணப்பத்தைச் சொல்லட்டுமா? நான் ஒரு பணிப்பெண்தான். வேண்டும்போது உறவு கொள்ள நியமிக்கப்பட்டவள். அரசன் உயிருடன் இருந்திருந்தால், அவன் மூலம் குழந்தைகளைப் பெற்றிருப்பேன். அவை அனைத்தும் கீழ்க்குல மக்களாகி இருக்கும். இப்பொழுதும் நான் அரண்மனைப் பணிப்பெண்ணே. என்னுடன் இருப்பதற்காக உங்களை அழைக்கவில்லை. என் வயிற்றில் இப்போது உருவாகி இருக்கும் குழந்தையும் வேலைக்காரியின் மகனாகத்தான் இருக்கக் போகிறது. அதுவும் கீழ்க்குலமாகப் போகிறது. இந்தக் கருவை எனக்காக என் சொந்த மகிழ்ச்சிக்காக ஏந்திக் கொண்டிருக்கிறேன். தாயின் அருகாமையுடைய அவசியம் தீர்ந்த பிறகு அக்குழந்தையை அழைத்துச் சென்று விடுவதாக இப்போதே நீங்கள் உங்களது தாயிடம் சொல்வீர்களா? ஐயா, என் மகன் கீழ்க்குலக்காரனாவதில் எனக்கு விருப்பம் இல்லை. அதுவும் உங்கள் மகன் பிராமணனாக அவன் இருந்தாலும், எனக்குச் சம்மதமே. க்ஷத்திரியனாக இருந்தாலும் சரியே. எங்களைப் போன்ற, எங்களை விடக் கீழ்க்குலத்தில் உள்ள பெண்கள் வயிற்றில் பிராமணர்களால் சுமக்கப்படும் கரு, குழந்தையாகப் பிறக்கிற போது பிராமணர்களாக ஆகிறது. உங்கள் தாயின் வயிற்றில் நீங்கள் பிறக்கவில்லையா, ஆனால் இந்த க்ஷத்திரியர்கள் உறவு மட்டும் வைத்துக் கொள்கிறார்கள். ஆனால் குழந்கைளை க்ஷத்திரியர்களாக ஏற்றுக் கொள்வது இல்லை."

"'அவளது வேண்டுகோள் என் உள்மனத்தை ஏன் அசைக்க வில்லை?" என்று தன்னையே கேட்டுக்கொண்டார் துவைபாயணர்.

இன்னும் கனன்றுகொண்டிருந்த நெருப்பிலும், வீசிக்கொண்டிருந்த வாடையிலும் எண்பது ஆண்டுகளுக்குப் பிந்தைய எண்ணங்களிடையே அவர் பார்வை அலைந்தது. தான் ஒப்புக்கொள்ளாததன் காரணத்தைத் தேடியது. ஆனால் இறந்தகாலம் முழுக்க மங்கலாகவே நினைவிருந்தது. அவள் பேசிய வார்த்தைகள் கூட இவைதான் என்று உறுதியாகச் சொல்வதற்கில்லை. ஆனால் பொருள் இதுதான். இந்த நூற்றி எட்டு வயதிலும் வேதத்தின் ஒவ்வொரு வரியும் நினைவில் இருக்கிறது. ஆனால் இது போன்ற விஷயங்களில் ஒன்று கூட தெளிவாக ஞாபகம் இல்லையே, ஏன் என்று நினைத்துக்கொள்ளும் போது சிரிப்பு வந்தது. அப்போது என்னைப் பொறுத்த மட்டில் மகன் ஒருவன் வேண்டும் என்கிற அவசியம் இருந்ததில்ல. எல்லா தேசங்களிலும் அலைந்து வேத ஞானத்தை வளர்த்துக்கொள்ளும் ஆர்வத்தில் இருந்தேன். அவள் பிரார்த்தனைக்கு நான் செவி மடுத்திருந்தால், விதுரன் எனக்கு மகனாக இருந்திருப்பான். அவன் மூக்கு, நெற்றி, கண்கள், கண்களின் கீழ்ப்பகுதி எல்லாமே என்னைப் போலவே இருக்கின்றன. சுபாவமும் என்னுடையதைப் போன்றதே. ஆனால் திருதராஷ்டிரன் பாண்டு இருவரும் உடலளவிலும் சரி, சுபாவங்களிலும் சரி முற்றிலும் என்னை விட வேறு பட்டவர்கள். இது என்ன விசித்தரமோ, இதற்கு என்ன காரணமாக இருக்கக்கூடும் என்று தோன்றியது. நாலைந்து விதமாக எண்ணங்களை ஊகிக்க முடிந்தாலும் ஒன்றும் திருப்தியாக இல்லை. திருப்தியான விடையைத் தேடிக்கொண்டு இருக்கும் போதே மனம் இன்னொன்றைக் கற்பனை செய்யத்தொடங்கியது. என் முப்பாட்டனாகிய வசிட்டன் பாஞ்சாலப் பெண்ணான அருந்ததியைத் திருமணம் செய்து கொண்டது போலவே நானும் அவளை ஏன் திருமணம் செய்துகொள்ளவில்லை? அவள் பெயர் கூடத் தெரியவில்லை. பணிப்பெண் என்று அவள் தன்னைப் பற்றிச் சொல்லிக் கொண்டாள். நான் எதுவுமே அதிக அளவில் அவளோடு பேசவில்லை. உன் சொந்தப் பெயர் என்ன என்று கேட்கிற ஆசை ஒரு நாளும் தோன்றவில்லை. இப்போது அவளுடைய முகம் கூடச் சரியாக ஞாபகத்திற்கு வரவில்லை. அவள் முகம், அவள் உடற்கட்டு, நிறம் பற்றிக் கூட என்னால் எதையும் விரிவாகச் சொல்ல முடியாது. பல பிள்ளைகளோடும் பேரப்பிள்ளைகளோடும் இப்போது விதுரன் குடும்பஸ்தனாக இருக்கிறான். நான் அஸ்தினாபுரத்துக்குச் சென்று எத்தனை ஆண்டுகள் ஆகிவிட்டன. அவைக்கு வந்த ஒரு வேத ஞானியை வரவேற்கிற அரசன்போல திருதராஷ்டிரன் வணங்குகிறான். ஆனால் விதுரன் தன் இரண்டு கைகளாலும் பாதங்களைத் தொட்டு வணங்கும் போது இதமாக இருக்கிறது. இத்தனை நாட்களாக இந்த வித்தியாசம் தனக்குத் தோன்றவில்லையே என நினைத்து ஆச்சரியப்பட்டார். விதுரன் எல்லா விதங்களிலும் பிராமணனாகத் தகுந்தவன். தரும நெறிகளைப் பற்றி நிறையத் தெரிந்து வைத்திருக்கிறான் என்கிற நினைவு

தோன்றியது. விதுரனின் முகம் நன்றாக ஞாபகத்தில் இருக்கிறது. பலமுறை பார்த்திருக்கிறேன். அஸ்தினாபுரத்துக்குச் செல்லும்போது பயபக்தியுடன் உட்கார்ந்து தருமநெறியைப் பற்றி ஏதாவது கேட்பான். ஆனால் அவனுடைய தாயின் முகம் மட்டும் நினைவுக்கு வரவில்லையே என்று நினைத்தபோது நெஞ்சில் எழுந்த உணர்வுக்குச் சட்டென பொருள் புரியவில்லை. அது மனக்கட்டுப்பாட்டின் விளைவா அல்லது வேறு ஏதாவது காரணமா தெரியவில்லை..." எதுவானால் என்ன, என்று மனத்தை அமைதிப்படுத்திக் கொள்ளும் முயற்சியில் இருந்தார். ஆனால் அவரே அறியாத வண்ணம் அவரது மனம் மௌனத்தில் உறைந்திருந்தது. விதுரனிடமே அவனுடைய தாயின் பெயர் என்ன என்று ஒருமுறை கேட்டுவிட வேண்டும் என்று தோன்றியது. மனசுக்குள்ளேயே விதுரனின் சித்திரத்தை நினைத்துக்கொண்டார். ஆனால் இந்தக் கேள்வியைக் கேட்க மனம் நடுங்கினார். இது ஏன் இப்படி என்கிற கேள்விக்கு எந்தப் பதிலும் தோன்றவில்லை. குளிர் அதிகமானது போலத் தோன்றவே கம்பளியை சரியாக இழுத்துப் போர்த்திக் கொண்டார்.

எவ்வளவு நேரமாகி இருக்கும் என்று தெரியவில்லை. எங்கோ ஒரு பறவை தனிமையில் கூவிக் கொண்டிருப்பது கேட்டது. மீண்டும் அதே எண்ணங்களா அல்லது பழம் நினைவுகளா என்று தெரியவில்லை. சிறிது நேர யோசனைக்குப் பிறகு இரண்டும் வேறு வேறாகப் பிரிக்க முடியாதபடி பிணைந்திருக்கிறது என் தோன்றியது. "அப்பொழுது மகனே வேண்டாம் என்று நினைத்தவன் பிறகு மீண்டும் எதற்காக வேண்டும் என்று விரும்பினேன்? இருபது இருபத்தைந்து வருஷங்கள் கழிந்த பிறகுதான் ஐம்பதையொட்டிய வயசில் அந்த எண்ணம் தோன்றியது. இந்த ஞானத்துக்கு வாரிசாக ஒரே ஒரு மகன் வேண்டும் என்று தோன்றியது. அதுவரை தோன்றியே இராத எண்ணம் சட்டென மனசில் எழுந்து வான அளவுக்கு விரிந்தது. ஆனால் உள்ளே சிறிது தயக்கமும் பயமும் இருந்தது. இமயமலையையொட்டி வாழும் அப்ஸர குலப்பெண் ஒருத்தியைக் கண்டு அவளிடம் ஒன்பது மாத காலத்துக்கு அவளுடைய கருப்பையை எனக்காகப் பயன்படுத்திக் கொள்ள முடியுமா என்று கேட்டேன். தாய்ப்பால் கொடுக்கும் காலம் வரைக்கும் அக்குழந்தையையும் வளர்க்க முடியுமா என்றும் கேட்டேன். அவர்களது இனத்தில் ஒரு பெண் பெற்றெடுக்கும் குழந்தைகள் அவளது தாய்வீட்டுக்குச் சொந்தமாகி விடுமாம். ஆனால் ரிஷி என்கிற பயபக்தியின் காரணமாக என் வேண்டுகோளுக்கு அவள் ஒத்துக் கொண்டாள். எனினும் தன் தாயிடமும் என்னை அழைத்துச் சென்று அவளுடைய அனுமதியையும் அடைந்தாள். அந்த இடம் இப்போது எங்கே இருக்கிறது? அந்த மலைப் பகுதிகளில் பாய்ந்து செல்லும் நதி எது? கங்கையில் வந்து கலக்கும்

ஒரு கிளையாற்றின் நதியில் சுத்தமான ஒரு கல்லின் மேல் அவள் என்னை ஏற்றுக் கொண்டாள். நடுப்பகலின் ஒளிமயமான வெளிச்சத்தில் அவள் என் விருப்பத்தை நிறைவேற்றினாள். ஆனால் ஏதோ தனது, கடமையைச் செய்கிறோம் என்று அவள் நினைக்கவே இல்லை. எனினும் முதல்நாளில் நான் என்னமோ காம இன்பத்தை விழைபவன் என்று நினைத்து விட்டாள். இரண்டு வாரங்களுக்குப் பிறகு அவள், 'முனிவரே, கரு உருவாகிவிட்டது. உனக்கு விருப்பமானது ஆண் குழந்தைதான். ஒருவேளை பெண் குழந்தையாய்ப் பிறந்தால் என்ன செய்வது?" என்று கேட்டாள். "இன்றிலிருந்து நான்கு ஆண்டுகள் கழித்து இதே இடத்துக்கு வருகிறேன். ஆண் குழந்தையாய் இருந்தால் என்னிடம் கொடு. பெண் குழந்தை என்றால் என்னிடம் சொன்னால் போதும், கொடுக்கத் தேவையில்லை. நீயே வளர்த்துக்கொள். காட்ட வேண்டிய அவசியமும் இல்லை. பொய் சொல்லக்கூடாது. எச்சரிக்கை" என்றேன். மூன்று வயது நிரம்பிய சுகதேவனை அவளது தாயிடமிருந்து பிரித்து அழைத்து வரும்போது அழ ஆரம்பித்தான். படகுக்கரையில் மீனவக் குடிசையில் இருந்து என்னை என் தந்தையார் அழைத்து வரும்போது நானும் இப்படித்தான் அழுதேன். ஆனால் என் தந்தைக்கு அப்போது இன்னும் சின்ன வயது. வில் வித்தையில் பழகிப் பழகி உறுதியான மார்பு, தோள்கள், என்னைப்போல வயதாகி இருக்கவில்லை. தள்ளாத உடம்பும் அல்ல. என்னிடம் வந்த பிறகு நாலைந்து நாட்கள் தன் தாயையே நினைத்துக்கொண்டு அழுதான். அதற்கப்புறம் மிக வேகமாகவும் கூர்மையாகவும் வேதங்களைக் கற்கத் தொடங்கிவிட்டான். பன்னிரண்டு வயதிற்குள் நான் படித்த மந்திரங்களை யெல்லாம் மனப்பாடம் செய்துவிட்டான். பால்யகால ஆட்டங்களிலோ, சாப்பிடுவதிலோ அவன் மனம் திரும்பியதே இல்லை. அந்த அளவுக்கு அத்யயனத்தில் ஆர்வமாக இருந்தான். நானும் பிரம்மச்சாரியாக இருந்தேன். ஆனால் அதுதான் வாழ்வில் ஒரு மனிதனின் உயர்ந்த நிலை என்று எப்போதும் வாதித்ததில்லை. அவன் வாதிக்கத் தொடங்கினான். கிருஹஸ்த, வானப்பிரஸ்த நிலைகளைத் தாண்ட வேண்டிய அவசியமில்லை என்று வாதித்தான். பற்றுகொள்வதும் அப்புறம் அதிலிருந்து விடுதலை அடைவதும் ஏன் என்றும் கேட்டான். பற்றே வேண்டாம் என்று அவன் வாதிக்கும் போது எனக்கும் அது உண்மைதான் என்றே தோன்றியது. ஆனால் தந்தைக்கான கடன்? மகன் வேண்டுமென்று திரும்புவது ஏன்? தந்தைக்குரிய கடனை அவன் செய்ய வேண்டும் என்றுதானே. தந்தைக்குரிய கடமையும் குருவுக்குரிய கடனையும் ஒரே நேரத்தில் செய்யட்டும் என்றுதான் அவனைப் பெற்றெடுத்தேன். சில காலத்திற்குப் பின்பு அவனும் இக்கடமைகளைச் செய்யக் கூடும் என்று நம்பினேன். நம்பிக் கொண்டிருந்தேனோ அல்லது அலட்சியம் செய்தேனோ, வேதத்தின் உண்மைப்பொருளை நானும் தேடிக் கொண்டிருந்தேன். அவனும்

தேடிக் கொண்டிருந்தான். 'வேதம் முழுக்கப் படித்திருக்கிறாய். பிறப்பும் சாவும் மட்டுமே உண்மையின் இரண்டு முகங்கள். நடுவில் வெறும் எண்ணங்கள். பிறந்து எதற்கு? வாழ்வது எதற்கு? சாவுக்குப்பின் உயிர் எங்கே போகிறது? இக்கேள்விகளுக்குப்பால் எனக்கு வேறு எதுவுமே தெரியவில்லை. உங்களுக்கு ஏதாவது தெரிகிறதா?" என்று கேட்டான்.

'இவை முக்கியக் கேள்விகள்தான் மகனே. ஆனால் இன்னும் யோசித்தால்...'

"ஒரு பயனும் இல்லை. என்னை ஏன் பெற்றெடுத்தாய் என்று உன்னை நான் பழிக்கவில்லை. ஆனால் வெறுமனே குழந்தைகளைப் பெற்றெடுத்துக் கொள்வதில் எனக்கு எந்தப் பொருளும் இருப்பதாய்த் தெரியவில்லை. இதனால் பிரமச்சரியமே சிறந்தது என்ற முடிவுக்கு வந்திருக்கிறேன்..."

"மகனே, அப்படியென்றால் மகன் தந்தைக்காற்றும் கடன் என்பது..."

"பிறப்பு என்பதே பொருளற்றுப் போகும்போது, பிறப்புக்குக் காரணமானவருக்கு என்ன பொருள் இருக்கப் போகிறது? அவருக்கு அடைக்கப்பட வேண்டிய கடனாக எதுதான் எஞ்சப் போகிறது?"

அவன் பேச்சு வெறும் விவாதத்திற்கு மட்டுமானது அல்ல என்று அப்போது கூட நான் புரிந்து கொள்ளவில்லை. சில நாட்களுக்குப் பிறகு உண்ணாவிரதச் சபதமெடுத்து என் கண் முன்னாலேயே அவன் உட்கார்ந்தபோது அவனது உள்மனம் ஏற்றுக்கொண்ட பார்வையை உணர்ந்துகொள்ள முடிந்தது. அதை உணர்ந்த பிறகும் என்னால் எதுவும் செய்ய இயலவில்லை. "இன்னும் முப்பது, நாற்பது அல்லது அறுபது ஆண்டுகள் கழித்து வருகிற சாவுக்கும் இன்றே வருகிற சாவுக்கும் என்ன வேறுபாடு? உன் மனசின் ஆறுதலான பதில் எனக்கு வேண்டாம்? வாழ்க்கையின் முக்கிய இலக்கு என்கிற கோணத்தில் இருந்து பதில் சொல். உன்னைப்போன்ற பெரிய ஞானிகளுக்கு அழுகை அழகு கொடுப்பதில்லை" என்றான் அவன்.

மனத்தின் ஆழத்தில் இருந்து துயரம் பொங்கியது. ஆனால் அழுகையாய் அது வெடிக்கும் முன்னர் தன்னைப் போன்ற ஞானிக்கு அழுகை அழகல்ல என்று அமைதியானார். துயரம் நெஞ்சை அடைத்தது. அப்படியென்றால் மனம் பேதலித்தவர் போல நதியில் மூழ்கியும் மலையிலிருந்து உருண்டும் நெருப்பில் விழவும் போன என் முப்பாட்டன் வசிட்டர் அஞ்ஞானியா? என்கிற கேள்வி மனசில் எழுந்தது. நடுநெஞ்சில் அடைத்திருந்த துக்கம் மெல்ல உள்ளிறங்கி அமிழ்ந்தது. மனசில் வெறுமை சூழ்ந்தது. வசிட்டரின் மருமகளான அதிர்ஷயந்தி, அவரைத் தேடி ஓடி வந்து தடுத்து, "வம்சம் முற்றுப்பெறவில்லை. என் வயிற்றில் நாலு மாதக் கருவைச் சுமந்து கொண்டிருக்கிறேன்.

நீங்கள் இறந்து போனால் அதை வளர்க்கவும் காப்பாற்றவும் யார் இருக்கிறார்கள்?" என்று அவள் கேட்டபோது உலர்ந்த விறகுகளை அடுக்கிப்பற்ற வைத்துவிட்டு எரியும் நெருப்பில் விழ அவர் தயாராக இருந்தார். அவளுடைய கேள்வி அவரை யோசிக்க வைத்தது. சற்றே பின் வாங்கினார். கர்ப்பிணியான மருமகளைக் காப்பாற்றிக் கொள்ளத் தன்முடிவை மாற்றிக்கொண்டார். எந்த மருமகளை நான் பார்த்துக் கொள்வது? என்கிற கேள்வி கிருஷ்ணதுவைபாயணரின் மனத்தில் எழுந்தது. சிறிது நேரம் அமைதியில் ஆழ்ந்தார். மனசில் அடங்கியிருந்த துக்கம் மெல்ல மெல்ல மேலெழுந்து தேம்பித்தேம்பி அழத் தொடங்கினார்.

* * *

சாம்பலின் முன்னால் வெகுநேரம் உட்கார்ந்திருந்துவிட்டு அதற்கப்புறம் எழுந்து குடிசைக்குள் வந்து படுத்தபோது அதிகாலை வேளையாகிவிட்டது. சிறிது நேரம் மட்டுமே தூங்கி எழுந்தபோது சூரியன் உதித்துக்கொண்டிருந்தது. பீஷ்மர் இன்னும் சிறிது நேரம் கழித்து எழுந்தார். விடியலில் ஒருவரையொருவர் பார்த்துக்கொண்ட போது என்ன பேசுவது என்று இருவருக்குமே புரியவில்லை. அந்த அதிகாலை வேளையிலும் இருள் அடர்ந்திருப்பதாகவே எண்ணினார் பீஷ்மர். சாவின் நிழல் எங்கும் கவிந்திருப்பது போலத் தெரிந்தது. தான் வந்த காரணத்தைக் கிருஷ்ணதுவைபாயணரிடம் எடுத்துரைக்கவும் விவாதிக்கவும் காரணம் தெரிந்திருப்பினும் அதைப்பற்றி எதுவும் கேட்காமல் "இரவில் நன்றாகத் தூக்கம் வந்ததா?" என்று மட்டும் கேட்டார்.

காலையில் ஆசிரமத்துக்காரர்கள் அனைவரும் சேர்ந்து அருகிலிருந்த குளத்திற்குச் சென்று தர்ப்பணம் செய்ய வேண்டியிருந்தது. அவர்களோடு பீஷ்மரும் சேர்ந்து சென்றபோது அவருக்கு ஆசிரமத்தின் அமைப்பு பற்றி நன்கு தெரிந்தது. ஆசிரமம் ஓர் உயர்ந்த மேடையில் இருந்தது. சுற்றிலும் வயல்வெளி. "ஆசிரமத்துக்குத் தேவையான தானியங்களையும் காய்கறிகளையும் பழங்களையும் பயிரிட்டுக்கொள்கிற அளவு போதுமான நிலமிருக்கிறது" என்றான் வைசம்பாயனன். கீழ்ப்பக்கத்தில் சுமார் ஐந்நூறு பசுக்கள் உள்ள தொழுவம் இருந்தது. அவற்றின் மேய்ச்சலுக்கென்று பெரிய காடொன்றிருந்தது. துவைபாயனர் பைலன், வைசம்பாயனன், ஜைமினி, சுமந்தன் ஆகியோரை தவிர்த்து ஏறத்தாழ ஐம்பது ஆசிரியர்களே இருந்தார்கள். இருநூறு சீடர்கள் இருந்தார்கள். இவர்கள் அனைவரும் சேர்ந்து பயிரிடும் வேலையையும் பார்த்துக்கொண்டார்கள். "உண்மையில் இந்த ஆசிரமத்தைக் குரு திட்டமிட்டு உருவாக்கவில்லை. வேதப்பயிற்சிக்காக நாங்கள் நான்கு பேரும் இங்கு வந்து சேர்ந்தோம். எங்களைத் தேடிக்கொண்டு மற்ற சீடர்கள் வந்தார்கள். இவர்கள் அனைவருக்கும் சாப்பாடு மற்றும்

ஏனைய வசதிகளுக்கு என்ன செய்வது? அது மட்டும் அல்லாமல் குருவுக்கும் வயதாகிவிட்டிருந்தது. அதற்கு மேல் ஊரூராகச் சுற்ற முடியாத நிலைமை. அந்த அவசியமும் இல்லை. நாங்கள் நால்வரும் சேர்ந்து வற்புறுத்தியதால்தான் இந்த அளவுக்குப் பெரிதானது" என்றான் வைசம்பாயனன்.

அனைவரும் குளத்தில் இறங்கி இறந்து போனவனுக்காக நீர் இறைத்துத் தர்ப்பணம் செய்து கொண்டிருக்கும்போது மார்பளவுக்கு தாடி இறங்கிப் புரள்கிற, வெள்ளை ஆடை உடுத்திய முனிவரைப் போலத் தோற்றம் தந்த ஒருவர் வந்து நின்றார். பீஷ்மர், துவைபாயணர், பைலன் ஆகியோர் நின்றிருந்த இடத்தை நெருங்கினார். ஆனால் தண்ணீரில் இறங்கவில்லை. தர்ப்பணம் தரும் சடங்கிலும் பங்கெடுத்துக் கொள்ளவில்லை. பைலன் அதைக் கவனித்தான். எந்தத் தேசத்தில் இருந்து கற்றுக் கொள்வதற்காக வந்திருக்கிறாரோ என்று எண்ணியபடி மந்திரங்களை உச்சரித்த வண்ணம் கையில் அள்ளிய நீரை நழுவவிட்டான். எல்லாரும் கரைக்குத் திரும்பியதும் வந்திருந்தவர்களில் ஒருவன் தானே முன் வந்து தன்னை அறிமுகப்படுத்திக் கொண்டான். "என் பெயர் விருஷன். இவன் பெயர் அனரண்யன். ஏதோ முடிந்த அளவு வேத அத்யயம் செய்திருக்கிறோம். சில விஷயங்களில் சந்தேகம் இருக்கிறது. உங்கள் குருவான கிருஷ்ணதுவைபாயணரிடமே கேட்டுத் தெரிந்து கொள்ளவேண்டும் என்று ஆசையாய் உள்ளது. ஆனால் இப்படி ஒரு துக்கம் நிகழ்ந்திருக்கிறது என்று அறியாமலேயே வந்து விட்டோம். ரொம்பவும் தொலைதூரத்துத் தேசத்துக்காரர்கள் நாங்கள். உங்கள் ஆசிரமத்திலேயே நான்கு நாட்கள் தங்கி இருந்து அவர் மனம் ஆறுதல் அடைந்த பிறகு கேட்டுத் தெரிந்து கொள்கிறோம். எங்களுக் கொன்றும் அவசரமில்லை" என்றான் அவன்.

"நீங்கள் வந்திருப்பதன் நோக்கம் உபதேசம் பெறவா அல்லது சந்தேகங்களுக்கு விளக்கம் கேட்கவா அல்லது விவாதம் புரியவா?" என்று பைலன் கேட்டான்.

"இந்த மூன்றுக்கிடையேயும் அதிக வித்தியாசம் எதுவும் இருப்பதாக எனக்குத் தோன்றவில்லை. இருந்தாலும் பரவாயில்லை."

"இன்றைய நிலைமையில் எங்கள் குருவால் வேத விவாதத்தில் ஈடுபட முடியாது. நேற்றுத்தான் அவருடைய மகன்..." என்று பைலன் சொல்லிக் கொண்டிருக்கும் போதே குறுக்கிட்ட ஜைமுனி "மிகவும் களைத்துப் போகிற அளவுக்கு விவாதிக்க வேண்டாம். ஓரளவு விவாதித்தால் போதும் அவருக்கும் தன் மனச்சுமை இறங்கிச் சோகத்தி லிருந்து வெளிவர இது உதவியாய் இருக்கக் கூடும்" என்றான்.

பீஷ்மரும் கிருஷ்ணதுவைபாயணரும் சற்றே பின்தங்கி வந்து கொண்டிருந்தார்கள். இருவரின் கைகளிலும் ஊன்று கோல்கள் இருந்தன.

மற்ற சீடர்களும் ஆசிரியர்களும் பயிர்வேலைக்கும் பசுக்களைக் கவனித்துக் கொள்ளவும் சென்றார்கள். துவைபாயணரும் பீஷ்மரும் முக்கிய சீடர்கள் நான்கு பேரும் வழிபாட்டு இடத்துக்கு அருகில் உட்கார்ந்தார்கள். துவைபாயணர் ஒரு மான்தோல் மீதும் பீஷ்மர் ஒரு புலித்தோல் மீதும் மற்ற நன்கு சீடர்களும் புதியவர் இருவரும் பாய் மீதும் உட்கார்ந்திருந்தார்கள்.

"நீங்கள் சாப்பிட்டுவிட்டீர்களா?" என்று புதியவர்களைப் பார்த்துக் கேட்டார் கிருஷ்ணதுவைபாயணர்.

"இப்பொழுதுதான் சாப்பிட்டோம். உங்கள் ஆசிரமத்துப் பால் மிகவும் ருசியாக இருக்கிறது" என்றான் அனரண்யன். "வேதத்தில் எந்த மந்திரத்தின் பொருள் உங்களுக்குப் புரிய வேண்டும்?" என்று பேச்சைத் தொடங்கி வைத்தான் பைலன். வழக்கமாக வெளியிலிருந்து யார் வந்தாலும் விவாதத்தை அவன்தான் தொடங்கி வைப்பான். விவாதத்திலும் அவனே முக்கியப் பங்கு வகிப்பான். அவனது திறமை பற்றி அனைவருக்கும் நல்ல நம்பிக்கை இருந்தது.

"மந்திர விளக்கம் பற்றிப் பிறகு பேசலாம். இப்பொழுது வேறு ஒரு தனிப்பட்ட சந்தேகம். சற்று நேரத்திற்கு முன்பு நீங்கள் அனைவரும் குளத்தில் இறங்கி நின்று கொண்டு மந்திரம் சொன்னபடியே தண்ணீரை எடுத்து ஊற்றினீர்களே, அந்தச் சடங்குக்கு என்ன பொருள்?"

"குருவின் மகன் இறந்துவிட்டான். அந்த விஷயம் உங்களுக்கும் தெரிந்திருக்கும். அவன் செல்லும் வழியில் தாகம் தீரத்தண்ணீர் இறைக்கிறோம். உங்கள் தேசத்தில் இந்தச் சடங்கைச் செய்வதில்லையா?"

"இங்கு இறைக்கிற நீர் அவன் வழிக்கு எப்படி உதவும்?"

"அதற்காகத்தான் அதை மந்திர சக்தி என்று சொல்கிறோம்."

"அப்படியென்றால் ஒரு வேலை செய்யலாம். எனக்கு இப்போது குடிக்கத் தண்ணீர் தேவையாக இருக்கிறது. உங்கள் கிணற்றங் கரைக்கோ அல்லது குளத்தங்கரைக்கோ என் நண்பனை அனுப்பி வைக்கிறேன். உங்களில் யாரேனும் ஒருவர் அவனோடு சென்று கைநிறைய நீரை ஊற்றுங்கள். இங்கே எனக்கு முன்னால் ஒரு பாத்திரதை வையுங்கள். அங்கே ஊற்றும் தண்ணீர் இங்கே இதில் விழுந்து நிரம்புகிறதா அல்லது நேரிடையாக எனது வயிற்றுக்குள் சென்று தாகம் அடங்குகிறதா, அதையும் பார்த்து விடலாம்."

"மரண உலகத்தில் இருக்கும் ஆன்மாக்களுக்கான மந்திரங்களை இந்த மண்ணுலகப் பரிசோதனைகளுக்கு உட்படுத்தக் கூடாது" என்று சொன்னான் பைலன்.

"அப்படியென்றால் மரண உலகத்தை நீங்கள் பார்த்திருக் கிறீர்களா?"

இந்தப் புறக்கண்களால் அதைப் பார்த்துத்தான் ஆக வேண்டுமா? வேதத்தில் என்ன சொல்லி இருக்கிறது என்றால்..." என்று பேச முன் வந்த பையனைத் தடுத்து விருஷன் தொடர்ந்தான்.

"அப்படிச் சொன்னவர்கள்கூட அதைப் பார்த்தவர்கள்தான் என்ற முடிவுக்கு வர என்ன ஆதாரம் இருக்கிறது? கண், காது, மூக்கு, நாக்கு ஆகிய ஐம்புலன்களால் பார்க்கவும் உணரவும் முடியாத ஒன்றை எப்படி நம்புவது?"

பைலன் வாதத்தைத் தொடர்ந்தான். உட்கார்ந்திருந்த துவைபாயணரின் மனம் மகனைப் பற்றி நினைவுகளில் மூழ்கியது. அவனும் கூட ஒரு முறை இதே போல விவாதித்தான். ஆனால் வேத ரிஷிகள் பார்த்ததற்கோ, கேட்டதற்கோ ஆதாரம் என்ன என்று கேட்கவில்லை. இந்தப் பிறப்புக்குப் பிறகு மறுபிறப்பு என்ற ஒன்று உண்டு. இதற்கு முன்னாலும் ஒரு பிறப்பு இருந்தது. இப்படி மீண்டும் மீண்டும் பிறக்கக் காரணம் கரும வினைதான் என்ற அளவுக்கு அவன் நம்பிக்கை கொண்டிருந்தானா என்கிற ஐயமும் எழுந்தது. "உண்ணாவிரதத்தால் இந்த உடலைத் துறப்பதன் மூலம் கரும வினையில் இருந்து நம்மால் விடுபட முடியாது. என்கிற தெளிவு கூடவா அவனுக்கில்லாமல் போயிற்று? இருந்திருந்தால் இப்படி யெல்லாம் செய்திருக்கமாட்டான். அல்லது மறுபிறப்பு, கருமவினை, எல்லாமே வெறுமனே கற்பனைக் கதைகளோ?" என்ற எண்ணம் எழுந்தது. அவர் மனம் நிலையாமை பற்றிய எண்ணங்களுக்குள் முழுகியது. மனத்தில் வெறுமை சூழ்ந்தது. மகன் இறந்து போனதால் மட்டுமல்ல, தன் வாழ்வுக்குப் பொருளற்றுப்போய்விட்டதே என்று எண்ணினார். வெறுமனே கண் மூடி அமர்ந்திருந்தார்.

பீஷ்மருக்கு அந்த விவாதம் பிடித்திருந்தது. அந்தப் புதியவன் சொன்னதைப் போல வேதம் என்பது பொய்யானால் வேதத்தில் சொல்லப்பட்டிருக்கிற யாகங்கள் பற்றிய கருத்துக்கள் எல்லாம் பொய்தானா? என்று தோன்றியது. தமக்கு முன்னால் பலரும் செய்த ராஜசூய யாகங்கள், தானே தேசமெங்கும் படையெடுத்துச் சென்று வென்று வந்த பிறகு நடத்திய வெற்றிச் சடங்குகள், பேரப்பிள்ளைகள் நடத்திய ராஜசூய யாகம், இவற்றின் மூலம் சொர்க்கத்தில் இருக்கிற முன்னோர்களுக்கு நாம் செலுத்தும் மரியாதை எல்லாமே பொய்தானா

என்று தோன்றியது. அப்போது துவைபாயணர் குறுக்கிட்டு, “சுமந்தா, இவர்கள் மூவரும் விவாதித்துக்கொண்டிருக்கட்டும். எனக்குத் தலை சுற்றுகிற மாதிரி இருக்கிறது. என்னை அழைத்துச் சென்று படுக்கை யில் விடுகிறாயா?” என்றார்.

சட்டெனப் பேச்சை நிறுத்திய விருஷன், “ஐயா, உங்களுக்குப் பிள்ளை இறந்து போன துக்கம். இன்றைய தினமே விவாதிக்கத் தொடங்கி விட்டதை எண்ணித் துக்கமாக இருக்கிறது. வேண்டு மென்றால் நாலைந்து நாட்கள் தள்ளி விவாதத்தை வைத்துக் கொள்ளலாம். நாங்கள் உங்களோடேயே தங்கி இருக்கிறோம்” என்றான்.

“இல்லை’ நீங்கள் தொடர்ந்து விவாதிக்கலாம். என் சீடர்களும் என்னைப் போலவே வேதத்தில் வல்லவர்கள். வயதின் காரணமாக எனது புத்திக் கூர்மை சற்றே மழுங்கி வருகிறது” என்று சொல்லிவிட்டு எழுந்தார். உடனே சுமந்தன் அவர் அருகில் வந்து அவருடைய இடது தோளைப் பிடித்துக் கொண்டான்.

தன் இருப்பிடத்திற்குச் சென்றதும் பாயை விரித்து, அதன்மேல் மெத்தென்ற கம்பளியையும் விரித்துப் படுக்கையில் படுத்தார் துவைபாயணர். ஒரு போர்வையால் எனக்குப் போர்த்திவிட்டு நீ செல்” என்றார். “குருவே, அவர்களுடைய விவாதம் புதிய திசையில் செல்கிறது. அவர்கள் மந்திரங்களின் பொருள்கள் பற்றிக் கவலைப்படவில்லை. மந்திரத்தையே கேள்விக்குட்படுத்துகிறார்கள். அதை மறுக்கவும் செய்கிறார்கள்.” என்றான் சுமந்தன். குரு எதையும் பேசவில்லை. அவன் கிளம்பிச் சென்றான். அவர் மனத்தில் அடர்ந்துகொண்டிருந்த வெறுமையுணர்வு ஒவ்வொரு கணமும் அதிகரித்தது. நேற்று மகன் இறந்த பொழுது மரணம் என்பதை ஒரு தனிப்பட்ட மனிதனின் இழப்பு என்று நினைத்து மன ஆறுதல் கொண்டிருந்தார். இப்போது மரணம் என்பதே முற்றிலும் முழுமையான சத்தியம் என்ற எண்ணம் தோன்றி மனத்தை ஆக்கிரமித்தது. “மரணத்திற்குப் பின் ஒன்றும் இல்லை. அதனால் இருக்கிறவரைக்கும் சுகமாக இருந்து விடலாமா? அப்படியென்றால் சுகம் என்றால் என்ன? புலன் உணர்வுக்கு உட்பட்ட சுகங்களை மட்டும் சந்தோஷம் என்று எண்ணிக்கொள்ள வேண்டும். இப்போது எனக்கு நூற்றி எட்டு வயதாகிறது. தோலில் சுருக்கம் விழுந்து விட்டது. வாயில் பற்கள் விழுந்து விட்டன. உணவு வகைகளில் எந்த வகையான ஆர்வமும் இல்லை. ஆனால் உணவில் ஆர்வத்தோடு இருந்தபோது எப்படி இருந்தேன்? இப்போது இந்த வயதில் புலன் இன்பம் என்றால் என்ன?” என்றெல்லாம் கேள்விகள் எழுந்தன. இதைத் தொடர்ந்து மரணம் பற்றிய அவரது எண்ணங்கள் மேலும் மேலும் வலுவடைந்தன.

தான் என்ன யோசித்துக்கொண்டிருந்தோம் என்று மீண்டும் ஞாபகப்படுத்திக்கொள்ள முனைந்தார். நினைவுகள் இருளடைந்த தைப்போல இருந்தன. கண்களைத் திறந்தபடி அண்ணாந்து படுத்துக் கொண்டு இருக்கும்போது புலன்களின் இன்பத்தை நுகர முடியாத தான் இந்தக் கணத்தில் இறந்து போவதற்கும் பத்து ஆண்டுகள் கழித்து இறப்பதற்கும் என்ன வேறுபாடு இருக்கப்போகிறது என்று நினைத்தார். இதுதான் சரி என்ற எண்ணம் தோன்றி அந்தக் கேள்வியிலேயே மனம் நிலைத்திருந்தது. சிறிது நேரத்துக்குப் பின்பு, "சுகதேவனின் வழிமுறையே சரி, அவன் செய்ததே சரி. நானும் அவனுடைய வழியைப் பின்பற்றி இதே படுக்கையில் உண்ணாவிரதம் இருந்து இரண்டு மூன்று நாட்களுக்குப் பிறகு இந்த உடலை மாய்த்துக் கொள்ளலாம். ஆனால் அதற்கப்புறம்?" ஒரே இருள். நிலவோ, நட்சத்திரங்களோ இல்லாத இரவு வேளையைப் போன்ற இருள். அவரது உடல் நடுங்கத் தொடங்கியது. ஒரு வகையான பயம் சூழ்ந்தது. இதுவரை ஒரு முறையும் அனுபவித்தறியாத பயம். இந்தப் பயம் மெல்ல மெல்ல வளர்ந்து நிலவும் நட்சத்திரங்களுமற்ற இருட்டோடு கலப்பது போல இருந்தது. கலப்பது என்றால் என்ன? இருப்பது என்றால் என்ன? எதுவுமே இல்லையென்றால் இந்தப் பயத்திற்குக் காரணம் என்ன? என்ற கேள்விகளைத் தொடர்ந்து எதுவும் இல்லாமல் இருப்பதைக் காட்டிலும் இந்தப் பயத்தோடு இருப்பது ஒருவகையில் நல்லதுவே என்ற எண்ணம் தோன்றியது. போர்வையை விலக்கி விட்டு எழுந்து உட்கார்ந்தார். பாய்க்குப் பக்கத்திலேயே வைத்திருந்த கைத்தடியைப் பிடித்தபடி எழுந்து மெல்ல மெல்ல நடந்து வெளியே வந்தார். எதிரில் காணப்பட்ட மந்திரச் சாலையில் விவாதம் இன்னும் தொடர்ந்து நடந்துகொண்டு இருக்கக்கூடும் என்ற எண்ணினார். பைலன் விவாதம் புரிவதில் வல்லவன். ஆனாலும் இந்தப் பிரச்சினைக்குப் பதில் சொல்லி வாதத்தில் வெற்றி பெறுவது எப்படி என்ற எண்ணம் எழுந்தபோது அதைப்பற்றி யோசிக்காமல் இருப்பதே நல்லது என்று தோன்றியது. அப்போது தனக்கு வலப்புறமாக ஒரு கன்றுக்குட்டி வருவது தெரிந்தது. மிகவும் இளங்கன்று அது. ஒரு மாதமாவது ஆகி இருக்குமோ, தெரியவில்லை. தொழுவத்தில் இருந்து தப்பித்துக்கொண்டு வந்துவிட்டது. பழுப்பு வண்ணத்தில் ஒளிரும் அந்தக் கன்றின் உடல் இளம் வெயிலில் மின்னியது. அருகில் சென்று தழுவிக்கொள்ள வேண்டும் என்று தோன்றியது. கையில் தடியோடு சென்றால் பார்த்து அஞ்சி ஓடிவிடக் கூடும் என்று தோன்றி கைத்தடியைக் கீழேயே வைத்து விட்டு பொறுமையாக அடிமேல் அடி வைத்து கன்றின் அருகில் சென்றார். அது ஒரு முறை துள்ளியது. ஆனால் விலகிச் செல்லவில்லை. வெறுமனே துள்ளத்துள்ளிக் குதித்தபடி அங்கேயே நின்றிருந்தது. வா வா என்று கை நீட்டியபடி மெல்ல மெல்ல அதன் அருகில் சென்றார் அவர். தப்பித்துக்கொள்ளக் கூடுமோ என்கிற எண்ணத்தோடேயே இரு கைகளையும் நீட்டி அதைப் பிடித்தார்.

கைகள் அவ்வளவு பலம் பொருந்தியவை இல்லை என்பதால் தடுமாறிக் கீழே விழுந்தார். ஒரே ஒரு கணம். கன்றுக் குட்டி கைக்கு அகப்பட்டது. ஆனால் மறுகணமே தாவித் தப்பியோடிவிட்டது. பயத்தாலோ அல்லது தனக்கு ஆட்டம் காட்ட வேண்டும் என்ற எண்ணத்தாலோ என்று நினைத்தார் அவர். முழங்காலில் சிராய்த்துக் கொண்டதைப் பார்த்தார். எவ்வளவு மென்மையான உடல், இன்னும் கொஞ்ச நேரம் தழுவிக் கொண்டிருக்கவேண்டும் என்று ஆசையாய் இருந்தது. விழுந்தவர் எழுந்து, உட்கார்ந்துகொண்டு அதையே பார்த்துக் கொண்டிருந்தார். தழுவிக்கொள்ள முடியவில்லை, அதைப் பார்த்துக் கொண்டாவது இருக்கலாம் என்று தோன்றியது. நின்ற இடத்தில் நிற்காமல் மீண்டும் மீண்டும் துள்ளிக்கொண்டிருந்தது கன்றுக்குட்டி. பக்கத்தில் தரையில் முளைத்திருந்த புல்லைப் பற்களால் பிடுங்கித் தின்னத் தெரியாமல் வெறுமனே முகர்ந்து கொண்டிருந்தது.

அப்போது சுமந்தன் அங்கே வந்தான்.

“திரும்பச் செல்ல பீஷ்மருக்குக் காலதாமாகிறதாம். நீங்கள் படுத்திருக்கும் இடத்திற்கே வந்து சொல்லிக்கொண்டு விடை பெற்றுக் கொள்ளலாமா என்று கேட்டு வரச் சொன்னார்.”

“என் இருப்பிடத்திற்கே அழைத்து வா. முதலில் என்னை அழைத்துச் செல்.”

பக்கத்தில் விழுந்திருந்த கைத்தடியை எடுத்து அவரிடம் கொடுத்து இடது தோளைப்பிடித்து அவரை எழுப்பினான் சுமந்தன். அதற்கப்புறம் அவரே குடிசைக்கு நடந்து சென்று தலையணையில் சாயந்தபடி போர்த்திக்கொண்டு படுத்தபோது அறையெங்கும் இருண்டிருப்பதைப்போல இருந்தது. உள்ளேயே உட்காரக்கூடாது என்று நினைத்தபோது பீஷ்மர் உள்ளே வந்தார். துவைபாயணரின் படுக்கைக்கு எதிரே இருந்த தலையணையில் அவரும் சாய்ந்து உட்கார வசதி ஏற்படுத்தித்தந்துவிட்டு சுமந்தன் வெளியே சென்றான்.

“நான் இன்னும் சிறிது நேரத்தில் புறப்படுகிறேன்.”

“சிறிது நேரம் உட்கார்ந்து உன்னோடு பேசக்கூட முடியவில்லை. என்னமோ கேட்க வேண்டும் என்று வந்தாயாமே.”

“எதற்காகவோ புரியவில்லை, அந்தக் கேள்வியில் பொருள் எதுவும் இருப்பதாகத் தெரியவில்லை. அது மட்டுமல்லாமல் இக்கேள்விக்கு உன்னால் கூட பதில் சொல்ல முடியுமா என்கிற சந்தேகமும் உள்ளது. ஆனாலும் சொல்லி விடுகிறேன்...” என்று சொல்வதற்குள் துவைபாயணர் குறுக்கிட்டார்.

“சந்ததிக்காக நியோகம் செய்வது சரி என்று முடிவெடுத்து என் அம்மாவிடம் சொல்லி என்னை வந்து அழைத்துச் சென்றவன் நீ. எண்பது ஆண்டுகளுக்கு முன்பு இதன் மேல் நம்பிக்கை இருந்த உனக்கு இந்தக் கணத்தில் என்னைக் கேட்டுத் தெரிந்துகொள்ள வேண்டும் என்று ஏன் தோன்றியது? கூடவே சந்தேகமும் ஏன் வந்தது? மற்றவர்கள் கருதுவதைப் பற்றிக் கவலைப்பட வேண்டாம். நீ என்ன நினைக்கிறாய் சொல்.”

சட்டென்று என்ன பதில் சொல்வது என்று பீஷ்மருக்குத் தோன்றவில்லை தன் மனத்திற்குள்ளேயே பதிலைத் தேடினார். திருதராஷ்டிரன், பாண்டு ஆகியோரின் பிறப்பு பற்றிய விஷயத்தில் அவருக்கு எள்முனை அளவும் சந்தேகம் இல்லை. இப்போது துரியோதனன் சொல்வதையும் தவறு என்று பல முறை சுட்டிக் காட்டியவர்தான். ஆனாலும் இதைக் கேட்டுத் தெரிந்துகொள்ள இத்தனை தொலைவு ஏன் பயணம் செய்து வந்தோம் என்று தோன்றியது. தனது நடவடிக்கை அவருக்கே விசித்திரமாய்த் தோன்றியது. தன் நம்பிக்கையில் நுட்பமாய் விழுந்து விட்ட கீறலைப் பூசி மெழுக வந்ததாய்ச் சொல்லிக்கொண்டார். அப்போது துவைபாயணர் குறுக்கிட்டு, “நானே பலவகையான குழப்பங்களில் அகப்பட்டுத் தவிக் கிறேன். உன்னைப் போல ஒருவன் என்னோடு கூட இருந்தால் அதைச் சரிப்படுத்திக்கொள்ள முடியும். இந்த உலகத்திலேயே என்னை ஒருமையில் அழைத்துப் பேசும் உரிமை உன் ஒருவனுக்குத்தான் உள்ளது. ஒருவகையில் நீ எனக்கு சகோதரனாகவும் ஆக வேண்டும். காலம் முழுக்க பிரம்மச்சரிய விதத்தைப் பின்பற்று கிறவன் நீ. இப்போதே ஏன் திரும்பிச் செல்ல வேண்டும்? என்னோடு நாலைந்து நாட்கள் இருந்து விட்டுச் செல்லலாமே. இல்லையென்றால் என்னோடேயே ஆசிரமத்தில் தங்கிவிடு” என்றார்.

“ஆனால், நான் துரியோதனனின் படைப்பிரிவுக்குத் தலைமைப் பதவியை ஏற்றுக்கொண்டிருக்கிறேன். இன்று இரவுக்குள் யுத்தம் நடக்கும் இடத்தை அடையவேண்டும். நாளை காலையில் போர் தொடங்க இருக்கிறது.”

“நீயா?” என்று ஆச்சரியத்தோடு கேட்டார் அவர். வெறுமனே தலையசைத்துவிட்டு பேசாமல் இருந்தார் பீஷ்மர். “துரியோதனின் பக்கத்தில் படைத்தலைவன் என்கிற பதவியை ஏற்றுக் கொண்டிருக்கிற நீ, நியோகத்தை அதருமம் என்று சொல்வதையும் ஏற்றுக் கொண்டது போலவே இருக்கிறது. என்னை அழைத்து, குருவம்சத்தை வளர்ப்ப தற்காக இதுவரை நீ செய்த சகல முயற்சிகளும், நான் செய்ததும் எல்லாமே அதருமம் என்றுதானே ஆகிறது.”

வேறு எதைப்பற்றியோ யோசிப்பதுபோல இருந்தார் பீஷ்மர். ஆனால் அவரது பார்வை துவைபாயணர் மீதேயே பதிந்திருந்தது. மீண்டும் அந்த இருப்பிடம் முழுக்க உயிரற்ற மௌனம் சூழ்ந்தது. துவைபாயணர் பீஷ்மரின் முகத்தைப் பார்த்தார். நீண்ட மூக்கு, எந்தக் கணத்திலும் சாவின் மௌனம் நிறைந்து விடும் என்பது போலத் தெரியும் குழிவிழுந்த கண்கள். ஒரு நூற்றாண்டு காலத்துக்கும் மேலான சரித்திரத்திற்கும் அக்கண்கள் சாட்சியாக நின்றிருந்தன. தம் கண்கள் எப்படித் தோற்றமளிக்கின்றனவோ என்று அறிய விழைந்தார். ஆனால் யார் சொல்வார்கள்? கேட்டாலும் கூட, தனக்கு அக்கணத்தில் தோன்றிய எண்ணத்தைப்போல மற்றவர்களுக்கும் தன்னைப்பற்றித் தோன்றினால் என்ன செய்வது என்று தோன்றியது. மௌனத்தைத் தகர்க்கவேண்டும் என்ற எண்ணத்தில், அவரே மீண்டும் பேசினார்.

“நேற்று மகனுக்குக் கொள்ளி வைத்ததில் இருந்து யோசித்துக் கொண்டிருக்கிறேன். இன்று காலை அந்தப் புதியவர்கள் இருவரும் விவாதத்திற்கு வந்ததில் இருந்து அந்த யோசனையின் பாரம் இன்னும் அதிகரித்திருக்கிறது. அந்த யோசனையின் முன் நியோகம் தருமமா இல்லையா, என்கிற கேள்வி பொருளற்றதாக எனக்குத் தோன்றுகிறது. முக்கியமான கேள்விக்குப் பதில் எதுவும் தெரியாத சூழலில், இந்த மாதிரியான விவரங்களை நினைத்துத் தலையைக் குழப்பிக் கொள்வதால் என்ன பயன்?”

“விவரமாய்ச் சொல்” என்று கேட்பதுபோல பீஷ்மர் அவரைப் பார்த்தார். துவைபாயணர் தொடர்ந்து, “மரணத்துக்குப் பொருள் உண்டு என்றால் வாழ்க்கைக்கும் பொருள் உண்டு. வாழ்க்கைக்குப் பொருள் இருந்தால், பிறப்புக்கும் பொருள் உண்டு. பிறப்புக்குக் காரணமான செய்கைக்கும் பொருள் உண்டு. அப்போது பிறப்பிக்கும் முறைகள் பலவற்றைத் தோற்றுவித்துக்கொள்ள முடியும்” என்றார்.

அவருடைய முகத்தையே பார்த்தபடியிருந்தாலும் அவரது பார்வை ஓரிடத்தில் பதியாமல் அலைந்துகொண்டிருந்தது. நேற்றிலிருந்து அவருடைய மனத்தைப் பிடித்த சாவின் மணம் மீண்டும் எழுந்ததைப்போல இருந்தது. இருவரும் ஒரே காற்றைச் சுவாசித்தபடியும், ஒரே இருட்டின் பின்னணியில் தமக்குப் பிடித்த வண்ணம் யோசனைகளைப் புரள விட்டபடி மௌனமாக உட்கார்ந்திருந்தார்கள். சிறிது நேரம் கழித்து எழுந்த பீஷ்மர், “நான் பிரயாணத்துக்குத் தேவையான ஏற்பாடுகளைச் செய்கிறேன்” என்று சொன்னார். ப்போதும் துவைபாயணர் உட்கார்ந்திருந்தார். அவரது மனத்தைச் சாவின் மணம் ஆக்கிரமித்திருந்தது. ஒரு கணம் நின்ற பீஷ்மர், தொடர்ந்து அவருக்காகக் காத்திருக்காமல் தடியை யூன்றி வெளியேறித் தம் குடிசைக்குச் சென்றார்.

* * *

சிறிது நேரத்திற்குப் பின் குருவின் குடிசைக்கு அருகே யாரோ ஓடி வந்த காலடியோசை கேட்டது. மறுகணம் மூச்சு வாங்கியபடி புலகன் அங்கே வந்து நின்றான். ஆசிரமத்தின் எல்லா நடவடிக்கைகளையும் மேற்பார்வை பார்த்துக்கொள்பவன் அவன். ஆசிரமத்துக்குச் சொந்தமான நிலங்களில் நடைபெறும் விவசாயம், பசுக்கள் எல்லா வற்றையும் அவனே கவனித்துக்கொண்டிருந்தான். இது தவிர பத்து மாணவர்களுக்குப் பாடம் சொல்லித்தரும் பொறுப்பையும் ஏற்றுக் கொண்டிருந்தான். ஓடி வந்த வேகத்தில் மேல் மூச்சு கீழ்மூச்சு வாங்க அவிழ்ந்த தலைக்குடுமியை முடித்தபடி அவசரம் அவசரமாக குருவை வணங்கி எழுந்து "குருவே, ஆசிரமத்தின் மேல் முற்றுகையிடப் போகிறார்கள். தூதர்கள் வந்திருக்கிறார்கள். என்ன சொன்னாலும் கேட்க மறுக்கிறார்கள். அரசனின் ஆணைக்குச் சகலரும் கட்டுப்பட வேண்டும் என்று அடம்பிடித்து நிற்கிறார்கள்" என்றான்.

"அது என்ன அரசனின் ஆணை?"

"துரியோதனனின் ஆள் வந்துள்ளான். அவனோடு குதிரையிலும் ரதங்களிலும் வில் வீரர்கள் வந்துள்ளார்கள். அங்கே யுத்தம் நடக்கப் போகிறதாம். பல தேசங்களில் இருந்து அரசர்களும் அவர்களது பெரும் படைகளும் வந்துள்ளார்களாம். இது ராஜ்ஜியத்துக்கே கௌரவப் பிரச்சினை. பொதுமக்கள் அனைவரும் தம்மிடம் உள்ள பசுக்களை ஒப்படைக்க வேண்டும் என்றும் கட்டளை விதிக்கப்பட்டிருக்கிறதாம். ஆசிரமங்களுக்குக் கூட இக்கட்டளையில் இருந்து விதி விலக்கு இல்லை. இது ஆசிரமம் என்பதால் அந்தத் தலைவனே நேராக வந்திருக்கிறான்."

குருவுக்கு ஆச்சரியமாக இருந்தது. ஆனாலும் பயந்துவிட வில்லை. "அவனை இங்கே அழைத்து வா" என்றார். வந்த வேகத்தி லேயே திரும்பிச் சென்றான் புலகன். சிறிது நேரத்துக்குள் குதிரையின் காலடிச்சத்தம் கேட்டது. குரு எழுந்து வெளியே வந்து வெயிலில் பக்கத்தில் இருந்த பாறையின் மேல் உட்கார்ந்தார். குதிரையில் இருந்து இறங்கிய தலைவன் அவரை வணங்கினான். பிறகு "நான் வந்திருப்பதன் நோக்கத்தை நீங்களும் அறிந்திருக்கக் கூடும். அரச ஆணையை நிறைவேற்றுவதில் தங்களின் ஒத்துழைப்பு அவசியம்" என்றான்.

"உதவி என்றால்...?"

"ஆசிரமத்தில் நிறைய தானியங்களைச் சேர்த்து வைத்திருக் கிறீர்களாம். ஐநூறு பசுக்கள் இருக்கின்றனவாம். இவை இல்லாமல் நிறையக் கன்றுகள், காளைகள் எல்லாமே இருக்கின்றனவாம். ராஜ்ஜியத்தின் இருப்புக்கான போராட்டம் நிகழ இருக்கிறது. இவை அனைத்தையும் நீங்கள் கொடுத்தாலே போதும், பெரிய உதவியாக

இருக்கும்."

"ஆனால் இது ஆசிரமம். ஆசிரமச் சொத்து அரசுக்குச் சொந்தமாகாது."

"அது எப்படி, விளக்கமாகச் சொல்லுங்கள்."

"அரசனிடம் இருந்து ஒரு சிறு காணிக்கையைக் கூட நான் தானமாகப் பெற்றதில்லை. ஆசிரமத்தில் இருப்பவர்களே விவசாயம் புரிந்து தானியம் விளைவித்துள்ளார்கள். பசுக்களை வளர்த்துப் பாதுகாத்து பால், தயிர், நெய், மாமிசம் ஆகியவற்றுக்காகப் பயன்படுத்திக் கொள்கிறோம்."

"ராஜ்ஜியத்தில் இருக்கிற எல்லா நிலங்களும் அரசனுக்கு உரியவை. நீங்கள் விவசாயம் செய்கிற இடம், பசுக்களை வளர்க்கும் இடம், இங்கே உட்கார்ந்திருக்கும் பூமி, மூச்சுவிடும் காற்று ஆகிய எல்லாமே அரசனுக்குச் சொந்தமாக இருக்கும் போது அரசனிடமிருந்து ஒரு சிறு காணிக்கையைக் கூடத் தானமாகப் பெற்றதில்லை என்று சொல்வது அரச நிந்தனையாகும். அது மட்டுமல்ல, ஒரு குடிமகனுக்குரிய கடமையில் இருந்து வழுவுகிற குற்றமுமாகும்."

அவமானப்படுத்தும் நோக்கம் எதுவும் அவனது குரலில் இல்லை. அதே சமயத்தில் எந்த விதமான கௌரவமும் இல்லை. பொதுவாக எல்லோருக்கும் எடுத்துச் சொல்வதுபோலச் சொன்னான்.

"ஆனால் உன் அரசனுக்கு தருமநெறி பற்றிய ஞானம் குறைவு. ஞானத்தைப் பற்றிய தேடலிலும் கல்விமுயற்சிகளிலும் ஈடுபடுகிறவர்கள் எந்த அரசனுக்கும் பிரஜைகளாக இருப்பதில்லை. அவர்களுடைய ஆசிரமங்கள் எந்த அரசனுக்கும் சொந்தமுமாகாது. சர்வ கலைகளுக்கும் அதிபதியாக இருக்கிற புதன் மட்டுமே எங்களுக்கு அரசனாவான். இந்த வார்த்தைகளைத் துரியோதனனிடம் போய்ச் சொல், போ."

"ஐயா, இன்னும் உங்களைக் கௌரவித்தே பேசுகிறேன். ஆணையை நிறைவேற்றுகிற வெறும் அதிகாரி மட்டுமே நான். நியாய அநியாயம் குறித்த கேள்விகளை நீங்கள் நேரிடையாகவே அரசனோடு பேசிக் கொள்ளலாம். நீங்கள் ஒத்துக் கொள்ளவில்லை என்றால் நான் அனைத்தையும் பலாத்காரமாக எடுத்துச் செல்ல நேரும். நீங்கள் முடிவெடுப்பதற்குச் சிறிது கால அவகாசத்தைத் தரும் அதிகாரம் எனக்கிருக்கிறது. அதற்குமேல் என்னால் எதுவும் செய்யமுடியாது" என்று சொல்லி குனிந்து வணங்கி விட்டுக் குதிரையில் ஏறித் தானியக் கிடங்கு இருக்கும் திசையில் சென்றான்.

காலுக்குக் கீழே இருக்கிற நிலம் சரிந்ததைப் போல உணர்ந்தார் துவைபாயணர். அவமானப்பட்டது போலவும் உணர்ந்தார். உண்மையின் மீதும், வேத மதிப்பீடுகள் பற்றித் தான் கொண்டிருந்த நம்பிக்கைகள் மீதும் காலையில் விவாதிக்க வந்து சேர்ந்த இரண்டு புதியவர்கள் தொடுத்த கணையை விட இப்போது ஆழமான காயத்தை தந்தார். விவாதிக்க வந்தவர்களுடன் பேசி வெல்ல முடியும். தோல்வியும் நேரலாம். தோல்வி நேர்ந்தாலும் மீண்டும் வெற்றி பெறுகிற வாய்ப்பு வரலாம். அரசனின் அதிகாரம் ஆசிரமத்தில் யாருக்குமே சாப்பாடோ, குடிப்பதற்குப் பாலோ இல்லாத சூழலைக் கொண்டு வந்து விட்டது. ஆசிரமத்தையே அடைத்துவிட நேரிடும் என்று தோன்றியது. தான் எதிர்கொண்டே தீரவேண்டிய முக்கிய நெருக்கடி என நினைத்தார். நினைக்க நிகைக்கக் கோபமும் வந்தது. வெட்கம் கெட்ட அரசர்கள், கூறுகெட்ட அவர்களது கட்டளைகள்' என்று மனத்திற்குள் சொல்லிக் கொண்டார். துரியோதனனைச் சபித்தார். தமக்கு அநியாயம் செய்தவர்களைத் தனக்குமுன் வாழ்ந்த ரிஷிகள் சபித்ததையெல்லாம் அவர் நினைத்துக்கொண்டார். கோபம் சற்று குறைந்ததைப் போல இருந்தது. சட்டென ஆசிரமத்துக்குள்ளேயே இருக்கிற பீஷ்மரின் ஞாபகம் வந்தது. 'படைத்தலைவரே இங்கு இருக்கும்போது எனக்கு ஏன் ஞாபகம் வரவில்லை' என்ற எண்ணத்தைத் தொடர்ந்து அவரது மனச் சுமை சற்றே குறைந்தது. உட்கார்ந்த இடத்திலிருந்து எழுந்து பீஷ்மர் இருக்கும் குடிசையை நோக்கிச் சென்றார். 'இப்போதுதான் அந்தத் தலைவன் வந்தான்' என்று தொடங்கி நடந்ததையெல்லாம் விவரமாகச் சொன்னார். பிறகு "அவனை அழைத்து இந்த ஆசிரமத் தைத் தொட வேண்டாம் என்று சொன்னால் இந்த ஆசிரமம் பிழைக்கும்" என்று வேண்டினார்.

ஆனால் பீஷ்மர் சட்டென்று பதில் சொல்லவில்லை. அவருடைய ஆழமான கண்களில் சுற்றியிருந்த இருள் மட்டுமல்ல, எதிரிலிருந்த வேத ஞானியான துவைபாயணரின் உருவமும் தெரிந்தது. வேறு எதையோ தேடுவது போலவும் தோன்றியது.

அவரது முகத்தையும் கண்களையும் பார்த்துக் கொண்டிருந்த துவைபாயணர், "ஏன் பேசாமல் இருக்கிறாய்? துரியோதனனின் ஆணையைத் தடுக்கிற அதிகாரம் உனக்கு இல்லையா?" என்று கேட்டார்.

"அது ஒன்றும் பிரச்சினை இல்லை. உன் முப்பாட்டனின் பெயர் வசிட்டரிஷி அல்லவா?

"ஆமாம்"

"அவரது ஆசிரமத்தில் மிகவும் அழகான வெள்ளை நிறமுள்ள பசு இருந்ததாம். யானையைப் போல அதன் மடி பருத்திருந்தது.

தினந்தோறும் மூன்று வேளைகள் பால் கொடுக்குமாம். அரசனாகிய கௌசிகன் ஒருநாள் ஆசிரமத்துக்கு வந்திருந்தபோது அது பால் கறப்பதைப் பார்த்துவிட்டு இதை எனக்கே கொடுத்துவிடு" என்று கேட்டான். ராஜ்ஜியத்தில் இருப்பதெல்லாம் தனக்கே சொந்தமென்றும், வேண்டுமென்பதை வேண்டும் சந்தர்ப்பத்தில் கைப்பற்றிக் கொள்ளும் அதிகாரம் தனக்குண்டு என்று எடுத்துச் சொன்னானாம். வசிட்டர் ஒப்புக்கொள்ளாததால் பலவந்தமாகப் பிடித்து வர வீரர்களுக்குக் கட்டளையிட்டானாம். அரைக்கணம் அதிர்ச்சியில் உறைந்து நின்று விட்ட வசிட்டர் பிறகு ஆசிரமத்தில் இருந்த எல்லா சீடர்களையும் அழைத்து வந்திருக்கும் அரசனையும் அவனது வீரர்களையும் எலும்பு நெறுங்குமாறு அடிக்க ஆளாளுக்கு நீளமான தடிகளைக் கொடுத்தார். அவர்களும் அடித்தார்கள். அடிவாங்கிப் போன கௌசிகன் மீண்டும் பெரும்படையுடன் திரும்பிவரக்கூடும் என்று எதிர்பார்த்த வசிட்டர் அக்கம்பக்கத்துக் கிராமங்களில் இருந்து பொதுமக்களைத் தனக்கு ஆதரவாக ஒன்று திரட்டினார். அவர்களும் வில் அம்போடும் மற்ற ஆயுதங்களோடும் ஆசிரமத்துக்கு அரணாக இருந்தார்கள். படையெடுத்து வந்த அரசனைத் தோற்கடித்து ஆசிரமத்தை சேர்ந்த பசுவைக் காப்பாற்றிக்கொண்டான். இந்தத் தோல்வியால் மனம் திருந்திய அரசன் துறவியானான். இந்த யுத்தத்தில் வசிட்டரின் பிள்ளைகள் இறந்தார்கள். ஆனாலும் பசுவை மட்டும் கொடுக்கவில்லை. எனக்கு இந்த விஷயத்தைப் பற்றி யார் சொன்னார்கள்?" என்று அரைக்கணம் யோசித்தவர் ஞாபகம் வந்ததைப் போல "முன்பு ஒரு முறை நீயே சொன்னாயல்லவா?" என்றார்.

"ஆமாம். ஆமாம். எங்கள் முப்பாட்டன் அப்படித்தான் செய்தார்."

"இப்பொழுது நீயும் அப்படிச் செய். அந்தத் தலைவனை கூப்பிட்டு எச்சரிக்கை செய். கேட்காவிட்டால், அவனையும் அவனது வீரர்களையும் கொன்று விடுங்கள். அதற்கப்புறம் துரியோதனனே படையோடு வரக்கூடும். அதற்குள் நீ ஒரு பெரிய போருக்குத் தேவையான ஏற்பாடுகளைச் செய்துகொள்."

"ஆனால் எனக்கு வில்வித்தை தெரியாது. இந்த ஆசிரமத்தில் உள்ள எவருக்குமே வில்லை எப்படிப் பிடிப்பது என்று கூடத் தெரியாது."

"ஏன் தெரியாது?"

"கல்வி, கலைகளில் ஈடுபட்டிருப்பவர்களைக் காப்பாற்றும் பொறுப்பு அரசனுடையதில்லையா? நமக்கு எதற்கு வம்பு என்று நினைத்து வாளாவிருந்துவிட்டேன். அமைதியும் அஹிம்சையும் நிறைந்த இடமாக இந்த ஆசிரமத்தை வைத்திருந்து விட்டேன்."

பீஷ்மர் எதுவும் பேசவில்லை. துவைபாயணர் அவரது முகத்தையே பார்த்துக்கொண்டிருந்தார். மனசுக்குள்ளேயே சிரித்துக் கொண்டிருக்கிறானோ என்று தோன்ற வைக்கிற விதத்தில் அவரது முகம் இருந்தது. அதற்குள் இன்னொரு ஆசிரியர் ஓடி வந்து, "கிடங்கில் இருந்த தானிய மூட்டைகளை எடுத்து எடுத்து வண்டிகளில் நிரப்பு கிறார்கள். பசுக்களையும் ஓட்டிக் கொண்டு செல்கிறார்கள்" என்றான்.

துவைபாயணர் கோபம் கொண்டார். குரலை உயர்த்தி "பீஷ்மா வேகமாகப் போ. உன் கட்டளை ஒன்று மட்டுமே இந்த ஆசிரமத்தைக் காப்பாற்றும். சீக்கிரம் எழுந்திரு. பீஷ்மர் வந்திருக்கிறார் என்று சொல்லி அனுப்பட்டுமா?" என்றார்.

"வசிட்டரும் மற்றவர்களும் வேத ஞானத்தில் சிறந்தவர்கள் என்று கேள்விப்பட்டிருக்கிறேன். அவரே இயற்றிய சில மந்திரங்களை நானும் பயிற்சி செய்திருக்கிறேன். நீயும் ஒரு வேத ஞானியே. நீ மந்திரங்களை இயற்றியவனா அல்லது தொகுத்தவனா?" என்று துவைபாயணரின் கோபத்தைச் சிறிதும் பொருட்படுத்தாதவரைப் போலக் கேட்டார்.

"இந்த ஆபத்தான தருணத்தில், எங்களுக்கு உதவியாக இருப்பதற்குப் பதில் என்னென்னமோ சம்பந்தமே இல்லாத கேள்வி களைக் கேட்டுக்கொண்டுள்ளாயே?"

"கிருஷ்ணா, கோபம் கொள்ளாதே," என்று சொல்லிவிட்டு ஓடி வந்திருந்த ஆசிரியரின் பக்கம் திரும்பி "நான் இங்கே இருப்பதாகச் சொல்லி அந்தத் தலைவனை இங்கே அழைத்துவா. ஆசிரமத்தைச் சேர்ந்த ஒரு பொருளைக்கூடத் தொடக்கூடாது என்று நான் சொன்ன தாய்ச் சொல்." என்று கட்டளையிட்டார் பீஷ்மர். பிறகு அவன் ஓடிச் சென்றதும், "வேத ரிஷியின் குணநலன்கள் எவை எவை என்கிற கேள்வி இப்போது என் மனத்தில் திடுமெனத் தோன்றி இருக்கிறது" என்று சொன்னார்.

மனக் கொந்தளிப்பில் அகப்பட்டுக் கொண்ட துவைபாயணர்க்கு இந்தக் கேள்வியின் ஆழம் புரியவில்லை. அந்த ஆசிரியர் ஓடிச் சென்ற திசையையே பார்த்தபடி கீழே உட்கார்ந்தார். சிறிது நேரத்திற்குள் குதிரைகளின் குளம்படிச் சத்தம் கேட்டது. தலைவன் குதிரையி லிருந்து இறங்கி பீஷ்மரை வணங்கினான். பிறகு பீஷ்மர் அவனிடம், "யுத்தத்திற்காக மக்களிடமிருந்து அதிக வரி என்கிற பெயரில் தானியங் களைப் பெறுவது பழக்கமான ஒரு விஷயம்தான். ஆனால் ஆசிரமத் திற்குள் புகுந்து தானியங்களைக் கைப்பற்றிக்கொள்ள எதற்காக முடிவெடுத்தாய்?" என்று கேட்டார்.

"ஐயா, நீங்கள் இங்கே இருக்கும் விஷயம் எனக்குத் தெரியாது. இப்படிப்பட்ட பெருமை வாய்ந்த ஆசிரமத்தில் கைவைக்கத் தனியொருவனாக முடிவு எடுப்பது சாத்தியமா?"

"அப்படியென்றால்..."

"அரசரிடமிருந்து வந்த ஆணையைத் தான் செயல்படுத்துகிறேன்...."

"இப்போது நான் சொல்கிறேன், கேட்டுக்கொள். இந்த ஆசிரமத்தில் கைவைக்க வேண்டாம். இந்தக் கணமே உன் வீரர்களை அழைத்துக்கொண்டு நீயும் வெளியேறு. அரசன் கேட்டால் எனது பெயரைச்சொல்."

அந்தத் தலைவன் அங்கேயே நின்றிருந்தான். "இது தான் என் கட்டளை. இனி நீ போகலாம்" என்று பீஷ்மர் சொன்ன பிறகு மீண்டும் குனிந்து வணங்கித் திரும்பினான். குதிரைக் குளம்போசை தொலைவில் சென்று தேய்ந்தது.

"கிருஷ்ணா, நான் இப்பொழுதே கிளம்பாவிட்டால், இரவுக்குள் செல்வது சிரமமாகி விடும். நாளைக்குக் காலையில் இருந்து யுத்தம் தொடங்குகிறது" என்று பீஷ்மர் மேலே எழுந்தார். பிறகு முறைப்படி வணங்கி விடை பெற்றுக் கொண்டார். "யுத்தம் முடிந்த பிறகு நீ இங்கேயே வந்து விடு" என்று துவைபாயணர் சொல்லிக் கொண்டிருக்கும்போதே ரதம் வந்து அருகில் நின்றது. பீஷ்மரின் கையைப்பற்றி மேலேற உதவி செய்தான் சாரதி. ரதமும் குதிரைகளும் புறப்பட்டன. குதிரைகளின் குளம்புகள் புழுதியைக் கிளப்பின. புழுதியின் புகையில் குதிரைகளின் உருவங்கள் மறைந்தன.

* * *

மேடு பள்ளங்கள் நிறைந்த வந்த வழியிலேயே ரதம் திரும்பியது. இந்த ஆசிரமத்திலிருந்து பத்துப்பதினைந்து மைல்கள் தூரத்திற்குப் பிறகு பாதை சரியாக இருக்கும் என்று சுகேசன் சொன்னான். தலையணையின் மேல் சாய்ந்தபடி இருந்த பீஷ்மருக்குக் கைகால்கள் வலித்தன. நேற்று இரவு கொஞ்சம் வலி இருந்தது. அப்பொழுதே எண்ணெய் தேய்த்துக்கொண்டிருக்க வேண்டும் என்று தோன்றியது. இடுப்போடு சேர்ந்து தலையணையை அழுத்தியபடி உட்கார்ந்தார் பீஷ்மர். அதிகக் குலுக்கலின்றி குதிரைகளை மிகப் பொறுமையாகவே ஓட்டினான் சாரதி. முன்னால் சென்ற குதிரைகள் எழுப்பிய புழுதியைத் தவிர்ப்பதற்காக இன்னும் முப்பது நாற்பது அடி தூரம் முன்னே செல்லுமாறு முன்னால் செல்லும் குதிரைகளுக்கும் பின்னால் செல்லும் குதிரை வீரர்களுக்கும் அவனே சொன்னான்.

ஆசிரமத்தில் இருந்து வெகு தூரம் வந்துவிட்ட பிறகும் கூட பீஷ்மரின் மனத்தை நிரப்பியிருந்த சாவின் எண்ணம் சிறிதும் விலக வில்லை. நேற்று முன்னிரவு நேரத்தில் ஆசிரமத்திற்குள் நுழைந்ததில் இருந்து இந்தக் கணம் வரைக்கும் இதே எண்ணம் திரும்பத் திரும்பத் தோன்றிக்கொண்டிருந்தது. காலையில் அந்த இரண்டு புதியவர் களுடன் வேத விவாதம் நிகழ்ந்த தருணத்தில் ஒருவேளை மனம் மறந்திருந்ததோ, என்னமோ. வானெங்கும் பற்பல வடிவங்களில் மேகங்கள் படர்ந்திருந்தன. பாதையைத் தாண்டி மங்கலாகத் தெரியும் மரங்கள், வழியெங்கும் காணப்படும் புழுதி எல்லாமே சாவின் வடிவங்களாய்த் தெரிந்திருந்தன. இது வெறும் பிரமை என்று மனம் சொல்லிக் கொண்டது. ஆனால் சாவு என்பது பொய்யில்லையே, பொய்யில்லாத ஒன்று எப்படி பிரமையாக முடியும் என்று தோன்றிய போது அது ஒவ்வொருவனையும் ஒவ்வொரு வடிவத்தில் வந்து சேர்க்கிறது என்பது நினைவுக்கு வந்தது. சுகதேவனைப் பொறுத்த வரைக்கும் உண்ணாவிரதம் என்கிற வடிவில் வந்து, இல்லை இல்லை சாவு அவனைத் தேடி வரவில்லை. அவனே பிரக்ஞை பூர்வமாக அதை வரவழைத்துத் தழுவிக்கொண்டான். சாவு பற்றிய அச்சத்தைக் கடந்திருந்தான் அவன். வாழ்வின் இன்பம் குறித்த ஆர்வமும் அவனிடம் இல்லை. எந்த உணர்வாலும் பாதிப்புறாத ஒரு மனநிலையை அடைந்திருந்தான். ரதத்தின் குலுக்கல்கள் அதிக மாக இருந்தன. மனமும் கட்டுப்பாடு இல்லாமல் எங்கெங்கோ அலைந்து கொண்டிருந்தது. "எந்த உருவத்தில் சாவு என்னைத் தேடி வரும்? சாவைக் கடந்தவன் என்று சொல்கிற அளவுக்கு அதிக காலம் வாழ்ந்துவிட்டேன். வீர க்ஷத்திரியனைப்போல போர்க்களத்தில் சண்டையிட்டுக் கொண்டிருக்கும்போது இறப்பேனோ என்னமோ. ஆனால் வில்லையும் அம்பையும் தூக்கும் வலிமை இல்லாமல் போகும் போது என்ன ஆகும்? எனக்கு நன்றாக நினைவிருக்கிறது. திருதராட்டிரனுக்கு எண்பத்தொன்று அல்லது எண்பத்திரண்டு வயதிருக்கும். திருதராஷ்டிரனின் தாயையும் அவளுடைய இரண்டு சகோதரிகளையும் அழைத்து வருவதற்கு நாலைந்து ஆண்டுகள் முன்பு நடந்த சம்பவம் அது. தனக்கு விருப்பமான மணமகளைத் தானே தேடிக் கொள்கிற உரிமையைப் பெண்களுக்கு வழங்கும் சுயம்வரம் அது. அவர்களில் ஒருத்தி ஏற்கனவே சால்வன் என்னும் அரசனின்பால் காதலுற்றிருந்தாள். அவனையே சுயம்வரத்தில் தேர்ந்தெடுப்பது என்ற முடிவெடுத்திருந்தாள். இவனைத்தான் தேர்ந்தெடுப்பது என்ற முடிவெடுத்த பிறகு சுயம்வரம் ஏற்பாடு எதற்கு? மற்ற இரண்டு மகள்களுக்காக இந்த சுயம்வரத்தை அந்த அரசன் ஏற்பாடு செய்திருந்தானா? இப்படிப்பட்ட சுயம்வரம் ஒன்றில் தனக்குப் பிடித்த ஒருத்தியை ஒருவன் பலவந்தமாகச் சிறையெடுத்துச் செல்ல முடியும் என்பதை யாராவது மறுக்க முடியுமா? அவர்கள்

மூவரையும் கட்டி என் தேரில் போட்டுக் கொண்டேன். ஐந்து குதிரைகள் பூட்டிய தேர் அது என்று எண்ணுகின்றேன். அஸ்தினாபுரத்துக்கு வந்த பின்னர், அவர்களுடைய கட்டுக்களை அவிழ்த்தபோது கயிற்றோடு அவர்களின் தோலும் பிய்த்துக்கொண்டு வந்தது. நல்ல வேளை, அவர்கள் இறக்கவில்லை. 'உங்கள் அரச தருமம் பாழாய்ப் போகட்டும். பலத்தைக் காட்டி எதை வேண்டுமானாலும் யாரை வேண்டுமானாலும் சொந்தமாக்கிக்கொள்ள முடியும் என்று நினைத்தாயா என்னை மாடு போல நினைத்து, மாட்டைக் கட்டுவது போலக் கட்டிப் போட்டு இத்தனை தூரம் அழைத்து வந்து இந்த அரண்மனை என்னும் சிறையில் அடைத்தாலும் நீ என்னை வென்ற தாகாது. என் மனத்தின் விருப்பம் வேறு. பலத்தைக் காட்டி உயிரற்ற பொருள்களை அடைய முடியும். மனம் உள்ள மனிதர்களை அடைய முடியாது என்கிற உண்மையை அறியாத மூடனா நீ என்று சொன்னாள் ஒருத்தி. அவள் முகத்தில் வெறுப்பு அப்பட்டமாய்த் தெரிந்தது. பெண்களின் முன்னிலையிலும் வெட்கமுறும் நேரம் வரும் என்பது அந்தச் சந்தர்ப்பம் வரைக்கும் எனக்குத் தெரிந்திருக்கவில்லை.” சட்டென வசிட்ட முனிவரை நினைத்துக் கொண்டார். அவரும் கூட இதே முறையில் தானே பசுவை ஓட்டிக்கொள்ள வந்த அரசனிடம் பேசினார். மீண்டும் அவர் நினைவுகளில் மூழ்கினார். “ஆனால் நான் அம்பையை உடனேயே திரும்ப அனுப்பி விட்டேன். நேராக சால்வனிடமே சென்று சேருமாறு அனுப்பினேன். இதில் என்ன தப்பு இருக்கிறது? சுயம்வர மண்டபத்தில் என்னோடு நேரிடையாகப் போரிட்டுப் பெண்ணை மீட்டுக்கொள்ள முடியாதவன் இப்பொழுது அந்தப் பெண்ணை ஏற்றுக்கொண்டால், தன் கௌரவத்துக்கு இழுக்கு என்று எண்ணி ஒதுக்கி விட்டானா? ஆமாம் அதுதான் காரணமாக இருக்க வேண்டும். அவன் அரச அதிகாரத்தில் இருக்கும்போது தனது வலிமையை ஆதாரமாய்க்கொள்ளாத கௌரவத்தை யார் தான் விரும்புவார்கள்? அவனால் மறுக்கப்பட்ட அம்பை எல்லாப் பழிகளையும் என் மேலேயே ஏன் சுமத்தினாள்? க்ஷத்திரியர்களை வெறுக்கிற பரசுராம வம்சத்தைச் சேர்ந்த பார்க்கனிடம் சென்று தஞ்சம் புகுந்தாளாம். 'பெண்ணே, உனக்கு யார் அநீதி இழைத்தார்கள், சொல்? சால்வனா அல்லது பீஷ்மனா? என்று கேட்டாராம் அவர். 'சால்வனை நான் மனசார விரும்புகிறேன். ஆனால் இப்போது அவன் என்னை வெறுத்து ஒதுக்குகிறான். தன் பலத்தைப் பயன்படுத்தி என்னைக் கட்டிப் போட்டுச் சிறையெடுத்துச் சென்ற பீஷ்மனே என்னை மணந்துகொள்ள வேண்டும். அப்பொழுதுதான் எனக்கு நேர்ந்த அநீதி சரிப்படுத்தப்பட்டது என்று எண்ணுவேன்' என்றாளாம் இவள். பார்கவரும் இதைத்தான் விரும்பினாரோ என்னமோ! என் மீது படையெடுத்து வந்தார். 'இவளை மணம் செய்துகொள் அல்லது என்னோடு சண்டைக்கு வா' என்று நேருக்கு நேர் நின்றார். என்னை

வெறுக்கிறவள் என்னை மணந்து கொண்டு எந்த விதமான மகிழ்ச்சியை அனுபவிப்பாள்? என் விரதத்தில் இருந்து என்னைப் பிறழவைப்பது ஒன்றே அவள் நோக்கம். பீஷ்மனைப் பிராமணனால் தோற்கடிக்க முடியுமா? க்ஷத்திரிய குலத்தைப் பரசுராமன் அழித்தபோது நான் உயிரோடு இல்லை. க்ஷத்திரியர்களின் உலகத்தில் எவ்வளவு பகுதியைக் கொன்றானோ? அதில் எவ்வளவு உண்மையோ, இந்தப் பிராமணர்களின் கற்பனை எவ்வளவோ, தெரியவில்லை. ஆனால் போரில் பார்கவர் தோற்ற பிறகு தன் நிராசையின் காரணமாக நெருப்பில் விழுந்து இறந்தாளாம். பீஷ்மனைக் கொல்லவே மறு ஜென்மம் எடுப்பேன் என் சபதமெடுத்து விட்டு இறந்தாளாம். அதற்கப்புறம் இந்தத் துருபதனின் அரண்மனையில் பிறந்தாளா அல்லது நடுவில் வேறு எங்கேயாவது பிறந்து இறந்து பின்னர் இங்கு பிறந்தாளா? இதற்கு முன்பு கேட்ட இந்த வதந்தி முற்றிலும் மறந்தே போனது. இப்போது நினைவுக்கு வருகிறது. நாளையில் இருந்து நடக்கப்போகும் யுத்தத்தில் இது உண்மையாகி விட்டால்...” ஒரு கணம் அவர் உடல் நடுங்கியது. “...நான் வெற்றிபெற்று, தூக்கிக்கொண்டு வந்த பெண்ணின் மூலமே நான் தோற்று இறக்க வேண்டுமா? சாவைக் கண்டு நான் அஞ்சவில்லை. ஆனால் தோல்வி?...” முதுகு நடுங்கியது. ஒரு முறை குலுங்கிய ரதம் சமநிலமான பாதையில் ஓடத் தொடங்கியது. எதிரே சற்றுத் தொலைவில் ஓடும் குதிரைகளின் குளம்போசையையே கூர்மையாகக் கவனித்துக்கொண்டிருந்தான். மீண்டும் நினைவுகளில் மூழ்கினான். “இந்த மறுபிறப்பு என்கிற சங்கதியெல்லாம் உண்மையா? பல நேரங்களில் இந்தச் சந்தேகம் எழுகிறது. காலையில் மந்திரச் சாலையில் அந்த இருவரும் எழுப்பிய விவாதம் உண்மைதான் என்று தோன்றுகிறது. புலன்களால் அறிய முடியாத ஒன்று வெறுமனே கற்பனையாய்தான் இருக்கவேண்டும். துருபதனுக்கு நபும்சகன் பிறந்திருக்கிறான். இது போல பலருக்கும் குழந்தை பிறக்கிறது. தனது எதிரியும் குரு ராஜ்ஜியத்தை நிறுவியவனுமாகிய இப்பீஷ்மனைக் கொல்வதற்காக அந்த அம்பையே மீண்டும் பிறந்திருக்கிறாளென கதை கட்டி விட்டார்களா?...” பீஷ்மனுக்குச் சிரிப்பு வந்தது, “...இப்படி ஒரு யுத்தம் நடக்கப் போகிறதென்று முன்பேயே அவனுக்கு எப்படித் தெரியும்? அதில் நான் பங்கேற்கப் போகிறேன் என்று யார் நினைத்தார்கள்? எனக்கே தெரியாது. என்னைக் கொல்வதாக இருந்தால், இதற்குள்ளாக அந்த நபும்சகன் அஸ்தினாபுரத்துக்கு வந்து தக்க தருணம் பார்த்திருந்து கொன்றிருக்கலாம். மகன் நபும்சகனாகப் பிறந்த அவமானத்தை மறைத்துக்கொள்ள இப்படிக் கதை கட்டி விட்டானோ என்று நினைத்துக்கொள்ளும்போது சமமான பாதை வந்தது! இடது புறத்திலும் வலது புறத்திலும் உயரமான மரங்கள். இப்போது முன்னால் செல்லும் குதிரைகள் எழுப்பிய புழுதியும் குறைவாக இருந்தது. ஒழுங்கான பாதையைப் பார்த்ததும் மீண்டும் மரணம் பற்றிய எண்ணங்கள்

மனசில் கலந்தன. “அந்த ஆசிரமத்துக்கு நான் சென்றே இருக்கக் கூடாது” சொல்லிக் கொண்டார். பிரம்மச்சரியமே சாலச் சிறந்தது என்று நினைத்து அதைப் பின்பற்றினானாம் சுகதேவன். அதை நினைத்தபோது தன் வாழ்வு பற்றியும் பெருமையாகத் தோன்றியது. சாவது ஒன்றுதான் தனக்கு இருக்கும் ஒரே வழி என்ற எண்ணம் தோன்றியதும் மனம் மௌனமடைந்தது. ஒரு நாளும் தான் பார்த்திராத சுகதேவனின் உருவத்தைக் கற்பனையில் நினைத்துப் பார்த்தான். அவன் கடைப் பிடித்த வழியே சிறந்த வழி என்று மனசுக்குள் சொல்லிக் கொண்டபோது முன்னால் குதிரையில் சென்று கொண்டிருந்தவன் சட்டென்று பாதையின் வலது பக்கம் திரும்பி காட்டுக்குள் ஏதோ வேட்டையைப் பின் தொடர்பவன் போலத் தொடர்ந்தான். அதைப் பார்த்து சுகதேவனும் ஆச்சரியம் கொண்டான். வேக வேகமாக ரதத்தை முன்னால் ஓட்டி வந்து நிறுத்தினான். பின் பக்கம் வந்த குதிரை வீரர்கள் ரதத்தைச் சுற்றிலும் அரண்போல நின்று கொண்டார்கள். அரைக் கணத்திற்குள் முன்னால் சென்ற குதிரை வீரர்கள் இரண்டு ஆடவர்களைப் பிடித்து வந்தார்கள். ஏறத்தாழ அறுபது வயதிருக்கும் ஒருவனுக்கு. அவனது மகனைப் போலக் காணப்படும் இன்னொருவனுக்கு முப்பது வயதிருக்கும். அழுக்கான ஆடைகளை அணிந்து கொண்டிருந்தார்கள். வெயிலில் அலைந்து கருத்த முகம். உழைப்பாளிகள் என்பதை எடுத்து காட்டும் விரிந்த மார்பும் தோள்களும், இருவரும் பயந்தபடி ரதத்துக்கு அருகே வந்து கை குவித்து வணங்கினார்கள். ஒரு குதிரை வீரன் முன் வந்து, “ஐயா, இவர்களுக்கு இரண்டு பெரிய வண்டிகள் இருக்கின்றன. ஒவ்வொன்றும் இரட்டைக் காளைகள் பூட்டிய வண்டி. ஒன்றில் மூன்று மூட்டை நிரம்ப தானியங்கள். இன்னொன்றில் உலோக வேலை செய்யும் சாமான்கள், உலோகத்துண்டுகள் தகடுகள் எல்லாம் இருக்கின்றன. ஐம்பது வயதான ஒரு பெண்மணியும் இருபத்தைந்து வயதான பெண்மணியும் மூன்று குழந்தைகளும் பாதையின் எதிர்ப்புறத்தில் இருந்து வந்து கொண்டிருந்தவர்கள் எங்களைப் பார்த்ததும் திருடர்களைப் போல சட்டென பாதையின் வலது பக்கம் திரும்பி மரங்களின் பின்னால் வண்டிகளை நிறுத்திவிட்டு மறைந்து கொண்டார்கள். திருடர்களாக இருக்கும் என்று நினைத்துப் பிடித்தோம்,” என்றான்.

“உண்மையைச் சொல்லுங்கள். நீங்கள் அனைவரும் யார்? எந்த ஊர்க்காரர்கள்? எங்கே போய்க் கொண்டிருக்கிறீர்கள்? ஏன் மறைந்து கொண்டீர்கள்?” என்ற பீஷ்மர் அவர்களைக் கேட்டார்.

“ஐயா, நாங்கள் உலோக வேலை செய்து பிழைப்பவர்கள். ஒவ்வொரு தேசமாய்ச் சென்று திரிந்து அலைந்து வேலை செய்து தானியம் சம்பாதித்துப் பிழைக்கிறோம்.” என்று வயதானவன் சொன்னான்.

“எதற்காக மறைந்து கொண்டீர்கள்?”

“யுத்தம் நடக்கப் போகிறதாம். எங்களுக்கென்ன தெரியும்? இந்த வழியில் வரும்போது ஒரு கிராமத்தில் ஒரு படைவீரர் எங்களைப் பிடித்துக்கொண்டார். திடமான ஆட்கள் எல்லாம் யுத்தத்திற்கு வரவேண்டும் என்று சொல்லி என் மகனை கட்டாயப்படுத்தி இழுத்தார்கள். எங்களுக்கு வில்லையும் அம்பையும் பிடித்துப் பழக்கமில்லை. வெறும் உலோக வேலை செய்கிறவர்கள் என்று சொன்னோம். அப்படியென்றால் அம்புகளுக்குத் தேவைப்படும் கூரான உலோகத்தைச் செய்து கொடுங்கள், வாருங்கள் என்று அழைத்தார்கள். நாங்களும் சரி என்று சம்மதித்து அவர்களைப் பின் தொடர்ந்தோம். அவர்கள் கிராமத்திற்குள் போன பிறகு நாங்கள் தப்பித்து வந்துவிட்டோம். தொலைவிலிருந்து பார்க்கும்போது நீங்கள் அவர்களாகத்தான் இருக்கக்கூடும் என்று நினைத்துவிட்டோம். இதனால் வண்டிகளைக் காட்டுக்குள் விட்டு மறைந்துவிட்டோம்.”

“ஏன் தப்பித்துக்கொண்டு வந்தீர்கள்?”

“யுத்தத்தில் வேலை செய்கிறவர்களிடம் அச்சமூட்டியும் கட்டாயப் படுத்தியும் வேலை வாங்குகிறார்கள். போர்க்களத்தின் பின் பகுதியில் உலைக்களம் வைத்து எங்களைப் போன்றவர்களிடம் வேலை வாங்குவார்கள். எதிரிகளிடம் இருந்து வந்து விழுந்த அம்புகளின் நுனிகளைத் தமக்கு ஏற்றபடி மாற்றி வடிவமைத்துக் கொள்வார்கள். முறிந்து போன ரதங்களின் சக்கரங்களை பழுது பார்க்க வேண்டும். ஆனால் எதிரிகள் பின்பக்கமாக வந்து எங்களைக் கொல்ல மாட்டார்கள் என்பதற்கு என்ன உறுதி இருக்கிறது? நாங்கள் அங்கே போய் விட்டால் பெண்களை எங்கே விட்டுச் செல்வது? எங்களோடு அழைத்துச் சென்றால் படை வீரர்களே எங்கள் பெண்களைக் கற்பழித்துக் கொன்றுவிடுவார்கள். இறந்துவிட்ட பிணங்களைக் கூட விடுவதில்லை. எப்படியோ எங்கள் வாழ்வை நடத்திக்கொண்டு செல்லும் எங்களுக்கு எதற்கு இந்த யுத்த வம்பெல்லாம்?

அவர்கள் இருவரையும் உற்றுப் பார்த்தார் பீஷ்மர். பிறகு தானே ரதத்தில் இருந்து கீழே இறங்கி அவர்கள் இருவருடைய உள்ளங்கையையும் பிடித்துப் பார்த்தார். அங்கங்கே ரத்தம் கட்டி மரத்துப்போய்விட்ட தழும்புகள் ‘உங்கள் வண்டிகள் எங்கே இருக்கின்றன?”

“அதோ அந்த மரச்சந்தில்.”

அவர்கள் நடந்து சென்றார்கள். அவர்களை சுதேசனும் நான்கு குதிரை வீரர்களும் பின்தொடர்ந்து சென்றார்கள். கால்களில் பீஷ்மர் காலணிகளை அணிந்திருக்கவில்லை. மிருதுவான புல்லில் நடப்பது

இதமாக இருந்தது. இங்குமங்குமாகச் சிற்சில கற்கள் கிடந்தன. புல்தரையில் நடப்பதில் சந்தோஷம் கொண்டார் பீஷ்மர். பிறகு அவ்வீரர்கள் வண்டிகள் இருக்குமிடத்தைக் காட்டினார்கள். எருதுகள் பூட்டிய நிலையிலேயே இருந்தன. ஆனால் அவை புதியவர்களை கண்டு பயப்படவில்லை. வெறுமனே மூச்சு வாங்கிக்கொண்டு நின்றன. வீரர்கள் விவரித்தபடியே எல்லாச் சாமான்களும் வண்டிகளில் இருந்தன. ஆனால் பெண்களின் சுவடே இல்லை.

“பெண்களும் பிள்ளைகளும் எங்கே இருக்கிறார்கள்?” என்று கேட்டார் பீஷ்மர்.

“பயந்து ஓடிச்சென்று விட்டார்கள். அவர்களுக்கு எந்தத் துன்பமும் நேராது என்று நீங்கள் வாக்குறுதி கொடுத்தால் நான் அவர்களை அழைக்கிறேன்.”

“உன் தாத்தா வயசாகிற என்னிடமிருந்து கூட உனக்கு வாக்குறுதி தேவையா?”

“உங்களைப் பார்த்தால் அரசர்போல இருக்கிறீர்கள். இந்த வீரர்கள்...” என்று பாதியிலேயே வார்த்தையை விழுங்கித் தன் இரண்டு கைகளையும் குவித்து வணங்கினான்.

“யாரும் எந்தத் தொல்லையும் தரமாட்டார்கள். நீ கூப்பிடு.”

அவன் குயிலைப் போல மூன்று முறை கூவினான். பிறகு “வாருங்கள். நான்தான் கூப்பிடுகிறேன். வண்டிக்கு அருகே வாருங்கள்” என்று இரண்டு முறை கூவினான். சிறிது நேரத்தில் மரம் செடிகளின் இடைவெளியில் சரசரவென்று சத்தம் கேட்டது. வீரர்கள் சொன்னது போலவே ஐம்பது வயது மதிக்கத் தக்க ஒரு பெண் வந்தாள். கூடவே ஒரு இளம் பெண்ணும் வந்தாள். அவளுடைய தோளில் இரண்டு வயதே மதிக்கத்தக்க ஒரு குழந்தை இருந்தது. கிழவியின் தோளில் ஒரு சாதாரண வில் இருந்தது. இளம்பெண்ணின் கையிலும் வில்லும் அம்பும் இருந்தன. முதுகில் அம்பறாத்தூணி கட்டியிருந்தாள். பீஷ்மரின் பார்வை அந்த இளம் பெண்ணின் மேல் பதிந்தது. நிறைமாதக் கர்ப்பிணியாக இருந்தாள் அவள். வயிற்றுச் சுமையைத் தூக்கிக்கொண்டு நடக்க முடியாதவள்போல நடந்து வந்தாள். எல்லோரும் சேர்ந்து வந்து தன் கணவனின் பின்னே வந்து நின்றார்கள்.

“இவர்கள் எல்லாரும் யார்?” என்று பீஷ்மர் கேட்டார்.

“இவள்தான் என் மனைவி. மறைந்து நிற்பவள் என் மகள். இவர்கள் எல்லாரும் என் பேரப்பிள்ளைகள்.”

“வில்வித்தை தெரியாது என்று சொன்னாய். பெண்கள் கூட வில் வைத்திருக்கிறார்களே.”

“அது தற்காப்புக்கு. சின்னச் சின்ன மிருகங்கள்...” என்று வார்த்தைகளை விழுங்கினான்.

கர்ப்பிணிப் பெண்ணை இன்னொருமுறை ஆழமாகப் பார்த்தார் பீஷ்மர். பிறகு, “உங்கள் வழியே நீங்கள் செல்லுங்கள். ஆனால் இது யுத்தக் காலம். பெரிய வழிகளை விட்டு விடுங்கள். நாலைந்து நாட்களுக்கு ஏதாவது கிராமத்தில் தங்கி இருங்கள். தானிய மூட்டைகளை எங்காவது மறைத்து வைக்க வேண்டும்” என்று சொல்லிவிட்டுத் திரும்பித் தன் ரதத்தை நோக்கி நடந்தார். இப்போதும் புல்லில் நடப்பது இதமாக இருந்தது. ரதத்தில் செல்வதைக் காட்டிலும் இப்படியே புல்தரையில் நடந்து சென்றால் எவ்வளவு நன்றாக இருக்கும் என்று தோன்றியது. அவர் கையைப் பற்றி ரதத்தில் ஏறுவதற்கு உதவி செய்த சுகதேசன் சாய்ந்து கொள்ள தலையணைகளைச் சரிப்படுத்தித் தந்தான். மீண்டும் பயணம் தொடர்ந்தது. பாதையின் இரு புறங்களிலும் மரங்கள். அங்கங்கே வெண்மேகங்கள். ஆனாலும் கர்ப்பிணிப் பெண்ணின் வயிற்றை அவரால் மறக்க முடியவில்லை. இப்போது பாதையில் அவ்வளவாகக் குலுக்கல்கள் இல்லை. மண்பாதை என்பதால் பதிந்து உருளும் ஓசையைத் தவிர வேறு எதுவும் இல்லை. ரதம் ஒரே சீராக ஓடிக்கொண்டிருந்தது. அப்படியே தூக்கம் வந்தது. தலையணையில் சாய்ந்து பின்னால் நகர்ந்து அப்படியே படுத்துக்கொண்டார். போர்த்திக்கொள்ள வேண்டிய அவசியம் இல்லை. தூக்கத்தில் ரதம் ஓடும் உணர்வும் இருந்தது. எங்கோ தொலைவிலுள்ள இடத்திற்குச் செல்வதுபோல இருந்தது. எங்கோ ஓர் இடத்தில் சக்கரம் சிக்கித் திணறிய சமயத்தில் விழித்தார். மனசின் ஆழத்திலிருந்து ஓர் எண்ணம் எழுந்தது. “விசித்திர வீரியன் இறந்தபிறகு அவளை மணந்து கொள்ளுமாறு அவள் என்னைக் கட்டாயப்படுத்தினாள். மறுத்தபோது கடைசி பட்சமாக தம்பியின் இரண்டு மனைவிகளுக்கும் நியோகம் செய்யுமாறு சொன்னாள். “நானே சொல்வதால் உன் பிருமச்சரிய விரதத்திற்கு எந்தக் களங்கமும் நேராது” என்றாள் அம்மா. அவள் வார்த்தையைக் கேட்டிருந்திருக்கலாம் என்று தோன்றியது. தலையைச் சொறிந்தபடி கண்களைத் திறந்தார். வெளியே விரிந்த நீல வானம். இன்னும் தனக்கு இந்த ஆசிரமத்து ஆசை போகவில்லையே என்று நினைத்தபடியே மீண்டும் தலையைச் சொறிந்துகொண்டார்.

* * *

இயற்றுபவன், தொகுப்பாளன் இருவருக்கும் இடையிலான வித்தியாசத்தை மனம் உணர்ந்து கொண்டதும் மரணம் பற்றிய உணர்வுகளிலிருந்து விடுபட்டது போல உணர்ந்த துவைபாயனர் தம் குடிசைக்குள் கம்பளியைப் போர்த்திக்கொண்டு படுத்தார். ஒன்றையடுத்து ஒன்றாக நடந்துவிட்ட துரதிருஷ்டங்களைப் பற்றி

எண்ணம் சற்றே அவர் மனத்தை விட்டு நழுவியது. மகனின் மரணத்தைக் கூடப் பொறுத்துக் கொள்ளலாம். வேதத்தைப் பற்றிக் கேள்வி கேட்பவர்களுடன் வாதிக்கலாம். ஆனால் ஆசிரமத்தையே சூறையாடிக்கொண்டு வருமாறு விதிக்கப்பட்ட அரச ஆணையை எண்ணிக் கோபம் வந்தது. முப்பாட்டனின் ஞாபகமும் வந்தது. இதை ஞாபகப்படுத்தியவன் பீஷ்மன்தான் என்ற எண்ணமும் தோன்றியது. போரில் துரியோதனன் அழியவேண்டும் என்று சாபமிடத் தோன்றியது. அப்போது முன்பு வந்த ஆசிரியரே மீண்டும் ஓடோடி வந்து “குருவே, அந்தத் தலைவன் தன் வீரர்களுடன் மீண்டும் வந்துள்ளான். இப்போது ஒரு வார்த்தை கூடச் சொல்லாமல் தானியங்களைச் சூறையாடுகிறான்” என்றார்.

“என் முன்னிலையில் தானே பீஷ்மன் அவர்களுக்குக் கட்டளை யிட்டுச் சென்றான்” என்றபடி குரு எழுந்து உட்கார்ந்தார்.

“நாங்களும் அதையே சொல்லி அவனைத் தடுக்கச் சென்றோம். கிழவனைப் பகைத்துக்கொள்ள வேண்டாமே என்ற மரியாதைக்காக அப்போது நாங்கள் ஒதுங்கி இருந்தோம் என்றும் சிம்மாசனத்தில் உட்கார்ந்திருப்பவர்கள் ஆணையே எங்களுக்கு முக்கியம் என்றும் கிழவனின் வார்த்தைக்கு அரண்மனையிலேயே மரியாதை இல்லை, நாளை விடிவதற்குள் தானியம் அனைத்தையும் போர்க்களத்துக்குக் கொண்டுபோய்ச் சேர்க்கவேண்டும் என்றும் சொன்னான்.”

“அவனைத் தடுக்க முடியவே இல்லையா?” என்று கேட்கும் போது சபிக்கும் மந்திரங்கள் அனைத்தும் ஞாபகத்திற்கு வந்தன. கூடவே, மந்திரச்சாலையில் உட்கார்ந்து விவாதிக்கும் இரண்டு புதியவர்களின் முகங்களும் ஞாபகத்திற்கு வந்தன. சபிக்கும் மந்திரங்களுக்கு உண்மையிலேயே சக்தி உண்டா என்ற கேள்வி எழுந்தது. “அவர்கள் படையோடு வந்திருக்கிறார்கள்” என்ற பதில் சொன்னார் ஆசிரியர். “முப்பாட்டனாகிய வசிட்டர் சபிப்பதற்குப் பதிலாக தடியெடுத்தது ஏன்? இரண்டாம் முறையாக வில்லேந்தி பொது மக்களைத்தமக்கு ஆதரவாகத் திரட்டி யுத்தம் புரிந்தது ஏன்” என்று கேட்டுக்கொள்ளும்போது உணர்ந்தார். நேற்று இரவு பொங்கி வந்த அழுகையைப்போல மீண்டும் அழுகை பொங்கியது. ஆனால் தளர்வுற்று அழும் விருப்பம் இல்லை. குதிரைகள் மேல் அமர்ந்து வில்லோடும் அம்போடும் போராடத் தயாராக வந்திருக்கும் வீரர்களோடு மோதிக் கொல்லும் ஆற்றல் தம் ஆசிரமவாசிகளுக்கில்லையென்று தோன்றியபோது உட்காரத் தெம்பற்றுப் போனதுபோல ஆனது. கம்பளி விரிப்பில் படுத்துக்கொண்டார். புத்தி மயங்கியது போல இருந்தது. தன் இறுதிக்காலம் நெருங்கிக் விட்டதோ என்று ஐயப்பட்டார்.

அப்படியே படுத்துக்கொண்டார்.

சாயங்கால வேளையில் புளகன் வந்தான். அவனைத் தொடர்ந்து நான்கு முக்கிய சீடர்களாகிய பைலன், வைசம்பாயனர், ஜைமினி, சுமந்தன் ஆகியோரும் அந்த இரண்டு புது விருந்தாளிகளும் வந்தார்கள்.

துவைபாயணரால் எழுந்து கூட உட்காரமுடியவில்லை. எல்லாரும் எழுந்து சுற்றிலும் உட்கார்ந்தார்கள். "ஆசிரமத்தில் இன்றைய இரவு ஒரு வேளைக்குச் சாப்பாடு கிடைக்கும். அதுவும் வேண்டிக் கேட்டுக்கொண்டதன் பேரில் விட்டுச் சென்றார்கள். எங்கேயாவது கிளம்பிச் செல்லுங்கள் என்று சொல்லி எல்லாரையும் அனுப்புவதைத் தவிர வேறு வழியில்லை. எல்லாரும் கிளம்பிப் போய் விட்டால், அடுத்த பருவத்தில் விவசாயம் செய்பவர் யார்? அப்போது செய்யாவிட்டால் விளைச்சலும் இருக்காது. இனி ஒரு போதும் மீண்டும் ஆசிரமத்தைத் திறந்து நடத்த முடியாது."

"நாம் சிலர் மட்டும் கிடைக்கிற கிழங்கு, கனிகளை உண்டு இங்கே இருக்கலாம். சிலர்க்கு வீடு என்றோ, ஊர் என்றோ சொல்லிக்கொள்ள எதுவும் இல்லை. அவர்கள் எல்லாரும் எங்கே போவார்கள்?" என்று பைலன் கேட்டான்.

"ஆசிரமத்தில் இருந்து மட்டும் தானியங்களையும் பசுக்களையும் சூறையாடிக்கொண்டு செல்லவில்லை. சுற்று வட்டாரத்தில் இருக்கிற கிராமங்களிலும் புகுந்து இந்த வேலையைச் செய்திருக்கிறார்கள். அவர்கள் அனைவருக்கும் கூட இந்த கிழங்கு, கனிகளைவிட்டால் வேறு வழி இல்லை. இப்படியே போனால் நமக்கும் எத்தனை நாட்கள் கிழங்கும் கனிகளும் கிடைக்கும்? தொடர்ந்து வேட்டையாடினால் பிராணிகளும் எங்கிருந்து கிடைக்கும்? நமக்கு வேட்டையாடக் கூடச் சரியாக வராது" என்ற சுமந்தனின் வார்த்தையை எல்லாரும் உண்மை தான் என்று ஏற்றுக்கொண்டார்கள்.

"துரியோதனனின் அணிக்குத் தோல்வியே கிடைக்கட்டும் என்று நாம் அனைவரும் நம்முடைய வேத ஞானச் சக்தியின் மூலம் சபிக்கலாம்" என்று ஜைமினி ஆலோசனை சொன்னதுமே, விருஷன் குறுக்கிட்டு, "நாங்கள் பாஞ்சாலம் வழியாகத்தான் இந்தப் பக்கம் வந்தோம். அங்கும் கூட இப்படித்தான் கிராமம் கிராமமாகப் புகுந்து தானியங்களைப் பலவந்தமாகச் சூறையாடிக்கொண்டிருந்தார்கள். சபிப்பதில் உண்மை இருந்தால் பாண்டவர்களும் தோற்கவேண்டும். யுத்தத்தில் இரண்டு அணிக்காரர்களும் மடியவேண்டும். ஆனால் இரண்டு அணிகளுக்கும் போரில் தோல்வி எப்படிக் கிட்டும்?" என்று கேட்டான்.

"ஆனாலும் வேத அத்யயனம் செய்திருக்கிற நம் சாபத்துக்குச் சக்தி அதிகமிருக்கிறது" என்று ஜைமினி வாதிட்டான்.

“சூறையாட வந்த தலைவனையும் அவனது வீரர்களையும் சாபத்தின் வலிமையால் இங்கேயே ஏன் சாகடிக்கவில்லை அல்லது முடவர்களாக ஏன் செய்யவில்லை?” என்று அனரண்யன் கேட்டான்.

எல்லோருக்கும் கோபம் வந்தது. யாரும் பேசவில்லை. எல்லாருடைய முகத்திலும் திசையறியாத குழப்பம் இருந்தது. குடிசைக்குள் கவியத்தொடங்கி இருந்த இருட்டிலும் மௌனத்திலும் கூட அவர்களுடைய முகக்குழப்பத்தைப் படிக்க முடிந்தது.

சிறிது நேரத்துக்குப்பின் ஏதோ முடிவெடுத்தவன் போலப் புலகன் பேசத் தொடங்கினான். “இப்போது நாம் ஒரு வேலை செய்யலாம். நமக்குள் எத்தனை தைரியசாலிகள் இருக்கிறார்கள் என்று எண்ணிப்பார்க்கலாம். எல்லாரும் ஒன்றாகத் சேர்ந்து இருட்டில் நடந்தே செல்லலாம். தானிய மூட்டைகளைச் சுமந்த வண்டிகளை போர்க்களத்துக்குச் செல்லும் வழியில்தான் கூடாரமடித்து நிறுத்தி இருப்பார்கள். இருட்டில் புகுந்து எல்லாக் கூடாரங்களுக்கும் நெருப்பு வைத்துவிட்டு ஆனமட்டும் வீரர்களை அடித்துக்கொல்வோம். தானியங்களை யெல்லாம் அதே வண்டியில் ஏற்றித் திரும்பிக்கொண்டு வந்து காட்டில் எங்காவது மறைத்து வைக்கலாம். பசுக்களை ஆளுக் கொரு திசையில் ஓட்டிச் செல்லாம். ஒருவேளை நாளை அரசனின் படையே இங்கு வந்தாலும் அவனுக்கு எதுவுமே இங்கு கிடைக்காது. கள்ளர்களைப் போலத்தான் இன்று இரவு நாம் செயல்பட்டாக வேண்டும். பைலன், ஜைமுனி, வைசம்பாயனரே நீங்கள் என்ன சொல் கிறீர்கள்?”

நால்வரில் யாரும் பதில் சொல்லவில்லை. அதற்குள் குருவே குறுக்கிட்டு, “இந்த நான்கு பேர்களில் யார் இறந்தாலும் என் வாழ்நாள் முழுக்க தேடிச் சம்பாதித்த வேத ஞானத்தின் ஒரு பகுதி நஷ்டமாகிப் போகும். அதை அடுத்த தலைமுறைக்கு உபயோகப்படும் வகையில் ஈடுபாட்டோடு கற்றுக் கொள்பவர்கள் யாருமே இல்லை. அவர்கள் வேண்டாம்” என்றார்.

புதியவர்கள் இரண்டு பேரும் சிரித்தார்கள். அதற்குள் வேறு ஏதோ யோசனையில் புலகன் மூழ்கிவிட்டதால் அவர்கள் சொன்னதைக் கேட்கவில்லை. ஒரு கணத்துக்கு பின்பு மீண்டும் அவனே சொன்னான்.

“இன்னொரு வழியும் இருக்கிறது. நாம் மொத்தம் இருநூற்று ஐம்பது பேர்களாவது இருப்போம். அனைவரும் ஆளுக்கொரு திசையில் செல்வோம். அரசாங்க வீரர்கள் இதுவரை செல்லாத கிராமங்களுக்கு விஷயத்தை முதலிலேயே தெரிவித்துவிட்டு தானியத்தை யெல்லாம் பாத்திரத்திலோ மூட்டையிலேயோ போட்டு அடைத்து காடுகளில் சென்று மறைத்து வைத்து விடலாம். பள்ளம் தோண்டிப்

புதைத்த இடங்களை யெல்லாம் பள்ளம் தெரியாதபடி பார்த்துக் கொள்ளவேண்டும். திசை தெரியாது குழம்புகிற கிராமத்துக்காரர்களை யெல்லாம் ஒன்று திரட்டித் தைரியமூட்டி இரவு வேளையில் அந்த வீரர்களின் மேல் தாக்குதல் நிகழ்த்திக் கொன்று விடலாம். மக்களை ஒன்று திரட்டித் தைரியமூட்டி அவர்களிடையே கோபத்தைத் தூண்டி விட்டால் போதும், அந்த வீரர்களுக்கும் ஒரு பயம்வரும். கட்டளையை நிறைவேற்றாமலேயே நிறைவேற்றியது போல நாடகமாடிக் கொண்டு இருப்பார்கள். மக்களுக்கும் நிம்மதியாக இருக்கும்."

"இதெல்லாம் ஆசிரமம் செய்ய வேண்டிய வேலையா?" என்று வைசம்பானன் கேட்டான்.

"இல்லாவிட்டால் ஆசிரமத்தின் இருப்புக்கே பொருள் இல்லை" என்று உறுதியான குரலில் சொன்னான் புலகன்.

"பொருள் பற்றி நீ எதுவும் பேச வேண்டாம். வேதத்தின் பொருள் பற்றி குரு எனக்குச் சொல்லித் தந்திருக்கும் அளவு வெறுமனே விவசாய வேலையையும் பசுக்களைப் பராமரித்துக் கொண்டும் இருக்கிறநீ தெரிந்துகொண்டதில்லை என்று வைசம்பாயனன் பதில் சொன்ன போது புலகன் கோபம் கொண்டான். இருவரும் வாக்குவாதத்தில் ஈடுபட்டார்கள். புலகன் எழுந்து கையை உயர்த்தி விட்டான். அதற்குள் வைசம்பாயனனும் அடிக்கக் கையை ஓங்கினான். சட்டென அவர்கள் இருவருக்கும் இடையில் புகுந்த சுமந்தன் இருவரையும் அமைதிப்படுத்தும் வகையில், "இப்போது நாம் யாரும் சண்டை போட்டுப் பயனில்லை. ஆசிரமம் என்ன செய்ய வேண்டும் என்று முடிவெடுப்பவர் குரு. என்ன செய்யவேண்டும் என்பதை அவரே சொல்லட்டும்" என்றான்.

குரு கண்மூடிப் படுத்திருந்தார். அந்தக் கணமே முடிவெடுத்துச் சொல்கிற அளவு வேகமாக அவரது மூளை வேலை செய்யவில்லை. மனம் வேறெங்கோ குவிந்திருந்தது.

புலகன் எழுந்து வெளியே நடந்தான். சாகத் துணிந்தவன் போன்ற உறுதி அவனது முகத்தில் இருந்தது. இரண்டு புதியவர்களும் அவனைப் பின்தொடர்ந்தார்கள்.

* * *

திருதராஷ்டிரனின் அரண்மனையின் முன் நேராக வந்து இறங்கினான் சஞ்சயன். குளிர்காலம் தொடங்கிவிட்டதென்றாலும் அவன் உடல் வியர்த்திருந்தது. குதிரைக்கும் வியர்த்திருந்தது. உடம்பு, கை, முகம் தலை முழுக்கப் புழுதி அப்பி இருந்தது. குதிரையைக் கட்டும் முன்னாலேயே பணிப்பெண் ஓடி வந்து, அரசரும் அரசியும் குதிரையின் குளம்போசையை வைத்தே சஞ்சயனாகத்தான் இருக்கும்.

போய்ப்பார் என்று என்னை அனுப்பினார்கள். விதுரனும் உள்ளே தான் இருக்கிறார்” என்று சொன்னாள்.

“குதிரைக்குத் தண்ணீர் காட்ட ஏற்பாடு செய். எனக்கும் ஒரு செம்பு தண்ணீர் கொடு.”

படியேறி அரை ஓட்டத்தில் உள்ளே சென்ற அவள் பேசத் தொடங்கும் முன்பு, “நீ மூன்று நாட்கள் தாமதப்படுத்திவிட்டாய். தூக்கம் கூட இல்லாமல் நாங்கள் காத்துக்கொண்டிருக்கிறோம். என்ன நடந்தது? வேகமாய்ச் சொல்” என்று அவசரமாய்க் கேட்டான் திருதராஷ்டிரன்.

“இன்று காலைதான் போர் தொடங்கியுள்ளது. மதியம் வரைக்கும் பார்த்திருந்து விட்டு உடனே கிளம்பி வந்தேன்.”

“ஏன் தாமதமாகிவிட்டது? கிருஷ்ணதுவைபாயனரின் ஆசிரமத்தி லிருந்து மூன்று நாட்களுக்கு முன்பேயே பீஷ்மர் திரும்பிச் சென்று விட்டாராமே?”

“அவர் திரும்பி வந்து விட்டார். நமது அணியில் எல்லோரும் தயாராகவே இருந்தார்கள். யார் முதலில் தொடங்குவது என்று முடிவாகவில்லை யுத்தத்துக்கு வந்திருப்பவர்கள் அவர்கள், அவர்களே முதலில் தொடங்கட்டும் என்று பிடிவாதமாக இருந்தார் பீஷ்மர். கடைசியில் அப்படித்தான் ஆனது. மூன்று நாட்களுக்கு முன்பு எதிரிகளிடையே திடீரென உற்சாகம் குறைந்துவிட்டது. யுத்தமே வேண்டாம், உதவிக்கு வந்திருக்கிற படைகளையெல்லாம் திருப்பி அனுப்பிவிடு. நாம் காட்டுக்கே சென்றுவிடலாம் என்று பேசிக் கொணடார்களாம். இதனால் அவர்கள் யுத்தத்தை ஆரம்பிக்கத் தாமதமாகிவிட்டது.”

“அப்படி நடந்திருந்தாலாவது யுத்தத்தில் ஏராளமான பேர்கள் சாவதைத் தடுத்திருக்கலாம், இல்லையா தேவி?” என்று ராணியின் பக்கம் திரும்பிக் கேட்டுவிட்டு, “முதலில் உற்சாகம் இழந்திருந்தார்கள் என்று சொன்னாயே, அப்புறம் எப்படி அவர்களிடையே உற்சாகம் வந்து போரைத் தொடங்கினார்கள்?” என்று கேட்டான்.

“நமது அணியின் விவரங்கள் எனக்குத் தெளிவாகத் தெரிகிறது. என்னைப் பார்க்க நேரும் போதெல்லாம் நாம் வெற்றி பெறுவோம் என்கிற விவரத்தை மகாராஜாவுக்கும் தேவிக்கும் சொல் என்று துரியோதனன் சொல்லிக்கொண்டே இருக்கிறான். எதிரிகளின் கூடாரங்களிடையே நம் ஒற்றர்கள் வேவு பார்த்துக்கொண்டே இருக்கிறார்கள். அவர்களுடைய தொடர்பும் எனக்கு உண்டு. இதனால் எனக்குத் தெரிந்த விவரங்களையெல்லாம் சொல்கிறேன். எதிரிகளும்

ஒற்றர்படை வைத்திருப்பார்கள் இல்லையா? நம் அணியில் யார் யார் சோர்ந்திருக்கிறார்கள், யார் யார் உற்சாகத்தோடு இருக்கிறார்கள், அவர்களுடைய பலம் எப்படி என்பதையெல்லாம் அவர்களும் தெரிந்து கொள்கிறார்கள். இரண்டு நாட்களுக்கு முன்பு இரவில் அர்ஜுனனுக்குத் திடுமென ஓர் எண்ணம் வந்ததாம். 'எதிரி அணியின் படைத்தலைமையில் இருப்பவர் நம்மையெல்லாம் வளர்த்து ஆளாக்கிய பீஷ்மர். அவருக்குத் துணையாக இருப்பவர் நமக்கு வில்வித்தை கற்றுத் தந்த துரோணர். துரியோதனன் உட்பட அனைவரும் நம் சகோதரர்களே, ராஜ்ஜியத்தின் மீது இருக்கிற ஆசையால் இவர்களைக் கொல்வது தருமமாகுமா? அது போகட்டும், இந்தப் பெரிய யுத்தத்தில் யார் வென்றாலும் யார் தோற்றாலும் ஆரியவர்த்தத்தின் பாதிக்கும் மேற்பட்ட க்ஷத்திரிய ஆண்கள் இறந்து விடுவார்கள். நம் தூய்மையான க்ஷத்திரியப் பெண்களை மற்ற கீழ்க்குலத்தவர்கள்- அதிலும் குறிப்பாக ஆரியரல்லாதவர்கள்- தூக்கிக் கொண்டுபோய் விடுவார்கள். ஆண் துணை இல்லாமல் நம் பெண்களே அவர்களைத் தேடிச் சென்றாலும் செல்லக்கூடும். அப்போது வருணங்கள் குழம்பி, அதருமம் தலையெடுக்கும். எல்லாவற்றிற்கும் மூல காரணம் நமது மண்ணாசைதானே, எப்படியோ, வயதாகிக் கொண்டுதான் இருக்கிறது. காட்டுக்கே திரும்பிச் சென்று ஒரு ஆசிரமத்தைக் கட்டிக் கொண்டு வேத அத்யயனம் செய்துகொண்டு இருந்து விடலாம். என்னதான் இருந்தாலும் துரியோதனன் நமக்குச் சகோதரன் முறைதான். அவனே ராஜ்ஜியத்தை ஆண்டு அனுப்பிவிக்கட்டும் என்று இரவு முழுக்க யோசித்த அர்ஜுனன் இன்று காலை எழுந்ததுமே 'நான் யுத்தம் செய்ய மாட்டேன். யுத்தம் வேண்டாம்' என்று அடம்பிடித்தானாம். தருமனுக்கும் குழப்பம் உண்டாகி விட்டதாம். அவனும் தரும நெறி களில் சிறந்தவன் இல்லையா?"

மங்கலான வெளிச்சத்தில் "ஆமாம் ஆமாம்" என்று திருதராஷ்டிரன் தலையாட்டுவது தெரிந்தது.

"நகுலனுக்கும் சகாதேவனுக்கும் இக்கருத்தில் உடன்பாடு இல்லையென்றாலும் கூட சகோதரர்களின் ஆணைக்குக் கட்டுப் பட்டவர்கள்தான் அவர்களும். அப்போது பீமன் அங்கே இல்லை. விடிந்து யுத்தத்திற்குச் சென்றால் இரவு திரும்பும் வரை சாப்பிட எதுவும் கிடைக்காது என்கிற முன் எச்சரிக்கையின் காரணமாக சமையல் கூடத்திற்கே நேராகச் சென்று உட்கார்ந்து விட்டானாம்."

"யார் என்னதான் சொன்னாலும், அர்ஜுனன் ஓரளவுக்கு நல்லவன்தான் இல்லையா விதுரா?" என்று திருதராஷ்டிரன் கேட்டான். விதுரன் எந்தப் பதிலையும் சொல்லவில்லை. சாய்ந்து உட்கார்ந்த கம்பத்தைப்போலவே அவனும் மௌனமாக இருந்தான். இப்போது

தான் அவனது மௌனத்தை உணர்ந்தான் திருதராஷ்டிரன். அதன் பொருளும் அவனுக்குப் புரிந்தது.

"அப்புறம் என்ன நடந்தது. சஞ்சயா?"

"எதிரியின் அணியில் படைத்தலைவர்களிடையேயும் அணித் தலைவர்களிடையேயும் ஒரே குழப்பம். வழக்கமாக யுத்தத்திற்கு முன்தினம் வரும் காய்ச்சலில் இருந்து விடுதலை கிடைத்ததே என்று சிலருக்குச் சந்தோஷம். 'யுத்தம் இல்லையாம். யுத்தம் இல்லையாம் அவரவர்கள் ஊருக்குத் திரும்பிச் செல்லலாம்.' என்று இன்னும் சிலர் தமக்குள் குசுகுசுத்துக் கொண்டார்களாம். பீமனுக்கு விஷயம் எட்டியது. சாப்பிட்டுக் கொண்டிருந்த கறிச்சோற்றைப் பாதியிலேயே விட்டு விட்டு எழுந்து வந்தானாம். என்ன இது என்று விசாரித்தானாம். 'அர்ஜுனா, உனக்குப் பயமாக இருந்தால் உபப்லாவ்ய நகருக்கே திரும்பிச் சென்று கதகதப்பாகப் படுத்துத் தூங்கு. யுத்தத்தை நான் பார்த்துக் கொள்கிறேன்' என்று சொன்னானாம். 'நான் சொல்வது தரும நெறி பற்றி. இது கோழைத்தனமோ பயமோ அல்ல' என்று அர்ஜுனன் வாதம் செய்தானம். 'கோழைத்தனம் எப்போதும் தருமத் தின் வடிவத்தைத் தான் எடுக்கும் என்று சொன்னானாம் பீமன். இதனால் கோபம் கொண்ட அர்ஜுனனும் பீமனும் சண்டை போட்டார்களாம்..." என்று சொல்லிக் கொண்டு இருக்கும்போதே 'சண்டை போட்டார்களா?" என்று கேட்டான் திருதராஷ்டிரன்.

"சண்டையாக முடிந்திருந்தாலும் முடிந்திருக்கும். அதற்குள் திரௌபதையின் அண்ணன் திருஷ்டத்துய்மன் வந்தான். திரௌபதை யும் வந்து விட்டாள். 'இது என்ன பேடித்தனமான தருமம்' என்று அர்ஜுனனை எள்ளி நகையாடினாளாம். அர்ஜுனன் அவள் மீதும் கோபம் கொண்டானாம். 'பெண்களால் தான் எல்லாப் பிரச்சனை களும் உண்டாகின்றன' என்று பெண் குலத்தையே இழிவு படுத்திப் பேசினானாம். அப்போது கிருஷ்ணன், 'நீங்கள் யாரும் பேச வேண்டாம். அர்ஜுனனிடம் நான் பேசிக்கொள்கிறேன்' என்று சொல்லிவிட்டு அர்ஜுனனைக் கைப்பிடித்துத் தனது கூடாரத்திற்கு அழைத்துச் சென்றானாம் கிருஷ்ணன். மாலை முழுக்கவும் இரவு முழுக்கவும் அவனை உட்காரவைத்து உபதேசம் செய்து நேற்று காலையில்தான் அர்ஜுனனின் மனத்தை மாற்றினானாம் அவன்."

"அப்படி என்ன உபதேசம் செய்திருக்கக் கூடும்" என்று முதன் முதலாகத் தன் மௌனத்தைக் கலைத்துக் கேட்டான் விதுரன்.

"கிருஷணன் பெரிய தந்திரக்காரனில்லையா?" என்றான் திருதராஷ்டிரன்.

“முதலில் அர்ஜுனனுக்கென்று தொடங்கிய உபதேசத்தைக் கேட்க மெல்ல மெல்ல எல்லாரும் சேர்ந்துகொண்டார்களாம். மற்ற குழுத்தலைவர்களும் கூட அதில் சேர்ந்துகொண்டார்களாம். க்ஷத்திரியர்கள் அல்லாதவர்களும் உள்ளே சென்று உட்கார்ந்து கொண்டார்களாம். அவன் எதையும் ரகசியமாகச் சொல்லவில்லை. வெளிப்படையாகவே பேசினான். ‘யுத்தத்தில் ஆண்கள் இறந்து பெண்கள் ஆதரவற்றவர்களாக மாறுவது சகஜம்தான். அதற்கப்புறம் அப்பெண்கள் அடுத்த ஆண்களோடு சேருவதும் சகஜம்தான். பலாத்காரத்தாலோ அல்லது சொந்த விருப்பத்தின் அடிப்படையிலோ இது நடந்து விடும். ஆனால் நம் க்ஷத்திரியப் பெண்களுக்கு நடந்தால் மட்டும் இதை அநியாயம் என்று ஏன் எண்ணவேண்டும். கற்பும் புனிதமும் வெறும் ஆரியப் பெண்களுக்கு மட்டுமே உரியவையா? உன் மூத்த பாட்டி சத்யவதி ஆரியப் பெண்ணா? பீஷ்மனின் தாய் கங்கை ஆரியப்பெண்ணா? நீ திருமணம் செய்துகொண்டு ஒரு வருஷம் குடும்பம் நடத்தி விட்டு வந்த உலூபி ஆரியப் பெண்ணா? முற்காலத்தில் எத்தனை பேர் ஆரியரல்லாதவர்கள் நமது வம்சத்தில் வந்து சேரவில்லையா? நீ மருமகளாக்கிக் கொண்டுள்ள உத்தரையின் தாய் சுதேஷ்ணை ஆரியப் பெண்ணாக இருந்தாலும் தாழ்ந்த குலக்காரியல்லவா? கற்பு என்று சொல்ல வந்தால் அது அவர்களுக்கும் உண்டு, இவர்களுக்கும் உண்டு. இதில் வித்தியாசமாகப் பார்ப்பது நமது அகங்காரத்தைத்தான் காட்டும். அவனது இந்தப் பேச்சால் சாதாரணப் போர் வீரர்களுக்கு எல்லாம் மிகவும் மகிழ்ச்சியாகிவிட்டது. கிருஷ்ணன் சொல்வது சரி என்று கைதட்டி வரவேற்கத் தொடங்கி விட்டார்களாம்.”

“சரியான தந்திரக்காரன்” என்ற திருதராஷ்டிரனின் முகத்தில் ஏமாற்றம் படர்ந்தது. பக்கத்தில் நெருக்கமாகவே உட்கார்ந்திருந்த விதுரன் அவனது முகத்தையே பார்த்தபடி இருந்தான். கண் பார்வை இல்லையென்றாலும் விதுரன் தன்னையே பார்த்துக்கொண்டிருப்பது அவனது உணர்வுக்குத் தெரிந்தது. “தேவி, நீ என்ன நினைக்கிறாய்?” என்று தனது மனைவியைக் கேட்டபோது அவளால் எந்த முடிவுக்கும் சட்டென வர முடியாமல் தடுமாறிக்கொண்டிருந்தாள். கிருஷ்ணன் இங்கே வந்திருந்தபோது தன் கால்களைத் தொட்டு வணங்கியதை ஞாபகப்படுத்திக் கொண்டாள் அவள்.

“அர்ஜுனனுக்கு இன்னும் சொன்னானாம் கிருஷ்ணன்.” என்ற சஞ்சயன் விவரங்களை மேலும் தொடர்ந்து சொன்னான். “நீங்கள் அனைவரும் பாண்டுவுக்குப் பிறந்தவர்களே இல்லை என்று துரியோதனன் சொல்கிறான். அவர் அணியில் சேர்கிறவர்கள் அனைவரும் இதை ஏற்றுக் கொள்கிறார்கள். பீஷ்மனும் துரோணரும் அவன் அணியிலேயே இருப்பதால், அவர்களும் இதை ஏற்றுக் கொள்கிறார்கள் என்றுதான் பொருள்படும். இவ்விருவரும் தருமநெறிகளில் சிறந்தவர்கள் என்று நீங்கள்

நினைத்தால் நீங்கள் அனைவருமே திருமணத்துக்குப் புறம்பான முறையில் பிறந்தவர்கள் என்பதையும், உன் தாய் திருமணத்துக்குப் புறம்பான முறையில் பிள்ளைகளைப் பெற்றவள் என்பதையும் நீங்களே ஏற்றுக் கொண்டது போல ஆகும். நீ இதை ஏற்றுக்கொள்கிறாயா? என்று கிருஷ்ணன் கேட்ட போது அர்ஜுனன் கோபம் கொண்டானாம். "என்ன பேச்சு பேசுகிறாய்?" என்று ஆத்திரம் கொண்டானாம். அதற்குக் கிருஷ்ணன். 'கோபம் கொள்ளாதே கிருஷ்ணா, தருமத்தைப்பற்றிய உன் கற்பனைக்குப் பின்னால் இருக்கிற விஷயங்களை உனக்கு விவரித்துச் சொல்கிறேன். தருமம் ராஜ்ஜியத்தை விடப் பெரிது என்று நீதானே சொன்னாய். தாத்தா, பெரியப்பா, குரு, சகோதரர்கள் என்கிற உறவுகளை விட தருமம் பெரிதுதான். ராஜ்ஜியத்தைக் காட்டிலும்கூட பெரிதுதான். தருமத்தை நிறுவும் யுத்தத்தில் தடைக்கல்லாக நின்றிருக்கும் அவர்கள் இறக்கக்கூடும். அந்த முயற்சியில் நீயும் பிறக்கக்கூடும். தருமத்துக்கான போராட்டம் முக்கியம். நீ போரிடவில்லையென்றால் அதுதான் தருமத்துக்கு விரோதமாகும். அது மட்டுமல்ல, உலகமே உன்னைக் கோழை என்று அழைக்கும். நீ போரிடவில்லை என்றாலும் பீமன் போரிடுவான். நகுலனும் சகாதேவனும் போரிடுவார்கள். தருமனும் தன்னால் இயன்ற அளவு போரிடுவான். நானும் இருக்கிறேன். யுயுதானன் இருக்கிறான். அபிமன்யு, கடோத்கஜன், உங்கள் ஐந்து பிள்ளைகளும் இருக்கிறார்கள். வேண்டுமென்றால் தருமத்தைப் பற்றி ஏதாவது ஏறுமாறாகப் புரிந்துகொண்டு யோசனைகளில் காலம் கழி." என்றானாம். கிருஷ்ணனின் வார்த்தையைக் கேட்டதற்கப்புறம் மெல்ல மெல்ல மனம் மாறினானாம் கிருஷ்ணன்.

"ஆமாம் சாமர்த்தியமான பேச்சுக்காரன் அவன்" என்றாள் காந்தாரி. அவள் குரலில் இருந்த புகழ்ச்சிக்கு குறிப்பைக் கேட்டு அவன் குழம்பினான். அதிருப்தியாக மனைவியின் பக்கம் திரும்பினான். வெள்ளைத் துணியால் கண்களைக் கட்டிக்கொண்டிருக்கும் அவள் முகம் எதிர்ப்பக்கத்தில் இருந்த சுவரின் பக்கம் பார்த்தபடி இருப்பது அவனுக்குத் தெரியவில்லை. அரண்மனைக்குள் மௌனம் படர்ந்தது. அரண்மனைக்கு வெளியே மட்டும் இன்னும் பகல் என்று சொல்லும் அளவுக்குச் சத்தம் கேட்டபடி இருந்தது. வண்டிச் சக்கரங்கள் உருளும் கடமுடச் சத்தம். குதிரைகளின் குளம்போசை. 'ம், தூக்கு', 'தள்ளு' என்பன போன்ற குரல்கள் எல்லாம் கலந்து கலவையாக எழுந்தன. யுத்தபூமிக்கு இன்னும் சாமான்கள் ஏற்றிக்கொண்டு வண்டிகள் போகின்றன என்று புரிந்துகொண்டான் திருதராஷ்டிரன். அப்போது கிருஷ்ணனின் வார்த்தைகள் மோசடி மிக்கவை என்று நினைத்தாள் காந்தாரி. 'என்னையும் குந்தியையும் ஒரே தராசில் வைத்து இருவருமே சமமானவர்கள்தான் என்று நிறுவிக்காட்ட முயற்சி செய்கிறான் தந்திரக்காரன்' என்பதை அவள் புரிந்துகொண்டாள்.

அப்போது தன்னைவிடவும் தன் கணவன் புத்திசாலி என்று நினைத்துக் கொண்டாள். ஒரு கணம் தன் கற்பை நிலைநாட்டவே தன் மகன் துரியோதனன் போரில் ஈடுபட்டிருப்பது போலத் தெரிந்தது அவளுக்கு. அதற்குள் திருதராஷ்டிரன் என்னமோ பேச முனைந்ததால் அவளுடைய எண்ணம் அங்கேயே அறுந்தது.

"சஞ்சயா, பெரியப்பா பீஷ்மரின் தலைமையில் இன்று காலையில் போர் தொடங்கியது என்று சொன்னாயே, நீ கிளம்பும் வரையில் எப்படி நடந்து கொண்டிருந்தது? இதற்குள் அந்தக் குந்தியின் பிள்ளைகள் எவ்வளவு தூரத்துக்குப் பின்வாங்கி இருக்க முடியும்? எவ்வளவு பேர் இறந்திருக்கக்கூடும்? விவரமாய்ச் சொல்."

"ஓ... அதை எப்படிச் சொல்வது? நமது படை கடல்போல படர்ந்திருந்தது. அதன் படைத்தலைவராக பீஷ்மர் கடலில் கலக்கும் நதிகளுக்கெல்லாம் ஆதாரமாக இருக்கிற இமயமலையைப் போல உயர்ந்து நிமிர்ந்திருந்தார். போர்க்களத்தின் இடையே தமது யுத்த ரதத்தில் அவர் நின்றிருந்த மிடுக்கைப்பற்றி என்னென்று சொல்வேன்! வெண்ணிலவு போல மின்னும் வெள்ளைக் குதிரைகள்! பீஷ்மரைச் சுற்றி அணிவகுத்திருக்கும் வீரர்களின் உற்சாகம்! அவர்களுக்கு நடுவே மாவீரனாக வீற்றிருந்தார் பீஷ்மர். ஒரே தாக்குதலில் கதந்தர்வர்களைத் தாக்கி எமலோகத்துக்கு அனுப்பிய வீரர் அவர். காசிராஜன் ஏற்பாடு செய்திருந்த சுயம்வர மண்டபத்தில் எல்லா அரசர்களையும் ஒரே சமயத்தில் எதிர்த்து நின்று போராடி வென்று மூன்று அரச குமாரிகளையும் சிறையெடுத்துக்கொண்டு வந்தவர். நண்பகல் சூர்யனைக் காட்டிலும் உயர்ந்த அளவுக்கு ரதத்தில் ஏறி வந்தவர். ஆளுயர உலோகத்தாலான வில்லை எடுத்து நாணைச் சோதிப்பதற்காக விரலால் மீட்டியதும் எழுந்து ஓசையைக் கேட்டு நம் வீரர்களுக்கு உற்சாகம் பொங்கியது. எதிரிகள் அணியைச் சேர்ந்த வீரர்களின் வயிறு கலங்கியது. அப்போது..." என்று சொல்லிக் கொண்டிருக்கும் போதே திருதராஷ்டிரன் காந்தாரியிடம் "தேவி, கேட்டுக்கொண்டு இருக்கிறாய் அல்லவா?" என்றான். சஞ்சயனின் குரல் வரும் திசையிலேயே அவள் முகம் திரும்பி இருந்தது. வார்த்தைகளைக் கொண்டு போர்க்களத்தை அவள் கற்பனை செய்து கொள்வதும் தெரிந்தது. ஒரே நேரத்தில் அவளது முகத்தில் உற்சாகம், மகிழ்ச்சி, தூக்கம் எல்லாம் கலந்திருந்தன. சஞ்சயன் எதைப்பற்றியும் கவனிக்கவில்லை. விவரிப்பவன் என்கிற முறையில் தன் வார்த்தைகளிலும், அதன் ஏற்ற இறக்கத்திலும் கவனமாக விவரிப்பதிலுமே மூழ்கி இருந்தான். கீழே உட்கார்ந்திருந்த விதுரன் ஆளே அங்கு இல்லை என்னும் அளவுக்கு மௌனமாக உட்கார்ந்திருந்தான். கூண்டில் பொருத்தப்பட்டிருந்த விளக்கு மௌனமாக எரிந்து கொண்டிருந்தது.

படைத்தலைவனாகிய பிதாமகர் நாணை மீட்டி ஓங்காரத்தை எழுப்பியதுமே நம் அணிக்காரர்கள் சங்குகளை ஊதினார்கள். கொம்பு முழக்கினார்கள். போர் ஆரம்பிப்பதற்கு முன்னாலேயே கடவுள்களுக்கெல்லாம் கடவுளாகிய இந்திரனின் சக்தியைப் பெறும் பொருட்டு சோமபானம் குடித்திருந்தார்கள். சோமபானத்தை வழங்கு வதைப் பொறுத்தமட்டில் துரியோதனனுக்கு எல்லையே இல்லை. வண்டிகளில் வந்து இறங்கிய சோமபானத்தை அருந்திய நம் வீரர் களிடையே தோன்றிய உற்சாகத்தை நான் எப்படி வர்ணிப்பேன்? கரையை உடைத்துக்கொண்டு கடலே பெருகி வந்ததைப்போல வந்த வீரர்களைக் கண்ட எதிரிகளின் குதிரைகள் பயத்தால் நடுங்கித் தம் மீது உட்கார்ந்திருக்கும் வீரர்களை உருட்டிவிட்டு ஓடிவிட்டன. பின்வாங்கி ஓடும் எதிரிகளின் குதிரைகள் பயத்தால் நடுங்கித் தம் மீது உட்கார்ந்திருக்கும் வீரர்களை உருட்டிவிட்டு ஓடிவிட்டன. பின்வாங்கி ஓடும் எதிரிகளுடைய யானைகளின் காலடியில் அகப்பட்டு ஏராளமான வீரர்கள் இறந்து போனார்கள். ரதங்கள் ஒன்றோடு ஒன்று மோதி நுகம் உடைந்து, சக்கரங்கள் முரிந்து, அச்சு முறிந்து ரதத்தில் இருந்த வீரர்களை வீழ்த்திவிட்டது. எல்லோருக்கும் ஏன் இந்த யுத்தத் திற்கு வந்தோம் என்றாகிவிட்டது."

"யாராவது முக்கியமான ஆள் இறந்தார்களா?"

"ஆயிரக்கணக்கான வீரர்கள் இறந்தார்கள். அவர்களை எல்லாம் எண்ண முடியாது. பாண்டவர்களுடைய - இல்லை, இல்லை குந்தியின் பிள்ளைகளுடைய புது மருமகனும் விராடனின் மூத்த மனைவிக்குப் பிறந்த சுவேதன் என்பவன் அங்கேயே இறந்தான் என்பது மட்டும் தெரிந்தது. நீங்கள் இங்கே தகவல்கள் கேட்கக் காத்திருக்கக் கூடும் என்ற எண்ணத்தால் உடனே குதிரை ஏறி வந்து விட்டேன். இந்த நேரத்துக்குள் இன்னும் எத்தனை எத்தனை பேர்கள் இறந்து போனார்களோ! கடலின் முன் மணல் என்ன செய்யும்? பித்துப்பிடித்த யானையின் முன் வாழைக்கன்று என்ன செய்யமுடியும்? பலம் பொருந்திய கௌரவ சேனையை போரில் வெல்ல இந்த உலகத்தில் மட்டுமல்ல, மேலுலகம், கீழுலகம் இரண்டிலும் கூட இல்லை என்பதை ஏன் இந்த குந்தியின் பிள்ளைகள் புரிந்து கொள்ளவில்லை?"

சஞ்சயன் தன் தகவல்களைச் சொல்லி முடித்தான். ஆனால் திருதராஷ்டிரனின் மனத்திலும் காதுகளிலும் அது இன்னும் ஒலித்துக் கொண்டே இருந்தன. அறைக்குள் மௌனம் நிலவியது. விளக்கும் மௌனமாய் எரிந்துகொண்டிருந்தது. அரண்மனைக்கு வெளியே கேட்ட வண்டிகளின் சத்தம் இங்கே மௌனத்தை அதிகரித்தபடி இருந்தது. சிறிது நேரத்துக்குப்பின் திருதராஷ்டிரன் கைகளைத் தட்டி

ஓசை எழுப்பினான். அறைக்கு வெளியே இருந்த பணிப்பெண் உள்ளே வந்து அருகில் நின்றாள். "நல்ல செய்தியைக் கொண்டுவந்த சஞ்சயனுக்கு சிந்து தேசத்தைச் சேர்ந்த இரண்டு குதிரைகளை நான் பரிசாகத் தந்திருக்கிறேன் என்று குதிரைகள் கண்காணிப்பாளனிடம் சொல். சஞ்சயா, தினமும் நீ இப்படியே எனக்கு சந்தோஷத் தகவல்களைத் தெரிவித்துக்கொண்டே இரு" என்றான்.

"அரசே தினமும் உங்களிடமிருந்து பரிசுகளைப் பெறும் நற்பேறு எனக்குக் கிடைக்கட்டும். ஆனால் இங்கிருந்து போய் செய்தி களைத் திரட்டிக்கொண்டு அன்றே திரும்ப வருவது சாத்தியமில்லை. ஒற்றர்கள் செய்திகளைத் திரட்டி எங்கெங்கோ செல்வார்கள். தெரிவிக்கக் கூடிய அளவுக்குச் செய்திகள் கிடைத்ததுமே நீங்கள் கொடுத்த குதிரையிலேயே ஏறி வந்து விடுகிறேன். தேவியின் கருணையும் என் மீது இருக்கட்டும். என் மனைவி ஆபரணங்களையே காணாத ஏழை."

"அவனுக்கு ஏதாவது கொடு" என்று திருதராஷ்டிரன் காந்தாரி யைத் தூண்டினான்.

காந்தாரி தனது இடது கையிலிருந்து ஒரு தங்க வளையலைக் கழற்றி அவனிடமே நீட்டினாள். அதை வாங்கியதற்கப்புறம் அத்தனை நேரமும் நின்றே பேசிக்கொண்டிருந்தவன், "இனி, நான் வீட்டுக்குக் கிளம்புகிறேன் மூன்று நாட்களாகத் தூக்கமில்லை. காலையிலிருந்து சாப்பிடவும் இல்லை" என்று சொல்லிப் புறப்பட்டான்.

அவன் காலடியோசை மெல்ல விலகிச் சென்றது. அவன் அரண்மனையைவிட்டுச் சென்றதும் "விதுரா, உன் மௌனம் உன் அதிருப்தியையும், வருத்தத்தையும் குறிக்கிற ஒன்று என எனக்குத் தெரியாதென நினைத்துக்கொண்டாயா? சஞ்சயன் இவ்வளவு சந்தோஷமான செய்தியைச் சொல்லிக் கொண்டிருக்கும்போது நீ வாயைத் திறக்கவே இல்லையே. இவ்வளவு நேரம் அழுது கொண்டிருந்தாயா?" என்று விதுரனிடம் கேட்டான்.

"வீட்டுக்குச் சென்று அந்தக் குந்தியிடம் சொல்லும்போது தேம்பித் தேம்பி அழுவான்" என்றாள் காந்தாரி.

"சந்தோஷத்தைப் பகிர்ந்துகொள்ள உனக்கு விருப்பம் இல்லா விடில் நாளையில் இருந்து நீ இங்கே வரவேண்டாம்," என்று கட்டளை யிட்டான் திருதராஷ்டிரன்.

"இப்பொழுது கூட நீ வரச்சொல்லி ஆள் அனுப்பியதால்தான் வந்தேன் அரசே" என்று வாயைத் திறந்தான் விதுரன்.

"உன்னோடு சேர்ந்திருக்க விரும்புவதே என் வாழ்வின் முதல் தவறு.

இதற்கு விதுரன் எந்தப் பதிலும் சொல்லவில்லை சிறிது நேரம் பேசாமல் இருந்தான். அந்த மௌனத்திற்கும் பொருள் உண்டு என்றும், அதை மற்றவர்களைக் காட்டிலும் வெகுசீக்கிரம் திருதராஷ்டிரன் புரிந்து கொள்வான் என்பது விதுரனுக்கும் தெரியும். பிறகு எழுந்து நின்று, "நான் வீட்டுக்குச் செல்ல உன் அனுமதியை வேண்டுகிறேன். ராணி, உன் அனுமதியையும் வேண்டுகிறேன்" என்று சொல்லிவிட்டுப் பதிலுக்குக் காத்திருக்காமல் தோளிலிருந்து நழுவிய கம்பளியை இழுத்துச் சரியாய்ப் போர்த்திக்கொண்டபடி நடந்தான். வாசலுக்கு வெளியே காலணியை அணிந்துகொண்டு முற்றத்தைக் கடந்தபோது அங்கே சஞ்சயன் அவனுக்காகக் காத்திருந்தான். அழைக்காமலேயே குதிரையை நடத்தியபடியே அவனோடு சேர்ந்து நடக்கத் தொடங்கினான். இடது பக்கத்தில் சூதர்கள் வசிக்கும் தெருவில் வண்டிகளில் சாமான்களை ஏற்றிக்கொண்டிருந்த ஆரவாரம் கேட்டது. தீப்பந்தங்களின் வெளிச்சம் அங்குமிங்கும் நகர்ந்தபடி இருந்தது. ஆற்றங்கரையோரம் இருக்கும் விதுரனின் வீடு இருக்கும் திசையில் எந்த ஜனசந்தடியும் இல்லை.

"என் வீட்டிலேயே சாப்பிடு, வா. அப்படியே பேசலாம்" என்று சொன்னான் விதுரன்.

* * *

எல்லாரும் தூங்கிக்கொண்டிருந்தார்கள். குந்தியும் தூங்கிக் கொண்டிருந்தாள். சமையல்காரன் மட்டும் விதுரனுக்காக மங்கலாக எரியும் விளக்கினடியில் அரைத் தூக்கத்தோடு காத்துக் கொண்டிருந்தாள். இரவில் மாவில் தேனும் பாலும் கலந்து, அதை மட்டும் உண்ணும் பழக்கம் உள்ளவன் என்பதால் விதுரனுக்கு அதைத் தயார் செய்து வைத்தான் சமையல்காரன். சஞ்சயனுக்கு பாலூற்றி சமைத்த சாப்பாட்டைப் பரிமாறினான்.

சஞ்சயன் சாப்பிட்டுக்கொண்டிருக்கும்போது, "யுத்தத்தைப் பற்றிய செய்தியைச் சொல்லும்போது நீ இவ்வளவு பொய் சொன்னாயே, எதற்காக?" என்று கேட்டான் விதுரன்.

"நானா, பொய்யா?" என்று ஆச்சரியத்துடன் கேட்டான் சஞ்சயன். வேறு எதுவும் பேசவில்லை. மென்று கொண்டிருந்த வாய்கூட தன் அசைவை நிறுத்தியது. வீட்டுக்குப் பக்கத்தில் ஓடிக்கொண்டிருந்த ஆற்றின் ஓசை அவனுக்கும் கேட்டது. 'இந்த சித்தப்பாவின் வீட்டில் இரவும் பகலும் எப்போதும் இந்த ஓசை கேட்டுக்கொண்டே இருக்கிறது. இரவு நேரத்தில் இதுமட்டுமே கேட்கிறது" என்று எண்ணிக் கொண்டான். அப்போது கடந்த மூன்று நாட்களாக மனிதர்களின் நடமாடும் ஓசையும், யானை, குதிரை, மனிதர்களின் கழிவு நாற்றமும், அவற்றின் நடமாட்டமும் நிறைந்த போர்க்களத்தில் அலைந்ததையும்

எண்ணிப் பார்த்துக்கொண்டான்.

"படைத்தலைவனாகிய பீஷ்மர் வந்து நின்று வில்லை எடுத்து நாணை மீட்டியதும் எழுந்த சத்தத்தைக் கேட்டு பகைவர்கள் கடகட வென்று நடுங்கி விட்டார்கள் என்றாய். ஆளுயர வில்லை எடுத்துப் பிடித்து நாண் பூட்டுகிற சக்தி நூற்றி இருபது வயதான கிழவருக்கு இருக்குமா? எப்படிப்பட்ட இளைஞன் நாண் ஏற்றி மீட்டினாலும் அது எழுப்புகிற ஓசை சுற்றுவட்டாரத்தில் இருக்கிற வீரர்களின் சத்தத்தை தாண்டி எதிர்ப்புறத்தில் இருக்கிற எதிரிகள் அணிக்குக் கேட்பது சாத்தியமா? இதற்கு மேல் நீ சொன்ன கடல், புயல், மலை ஆகிய உவமைகள் கூட அப்படிப்பட்டவைதான்."

விதுரனின் வார்த்தை சஞ்சயனின் மனத்திற்குள் மெல்ல மெல்லப் பதிந்தது. வாய் மீண்டும் மெல்ல ஆரம்பித்தது. சற்று நேரம் மெல்லுவதை நிறுத்திவிட்டு "பிறகு எப்படி வர்ணிக்க வேண்டும்?" என்று கேட்டான்.

"நடந்ததை நடந்தபடி சொல். பார்த்ததைப் பார்த்தபடி சொல்."

மீண்டும் சாப்பிடத் தொடங்கினான் சஞ்சயன். நதியின் ஓசை மீண்டும் அவனுக்குக் கேட்கத் தொடங்கியது. ஆற்றையொட்டி படிக்கட்டுகள் இருப்பதாலோ அல்லது நதியின் ஓட்டத்தில் திருப்பங்கள் இருப்பதாலோ இச்சத்தம் வருகிறது என எண்ணி வியந்தான். வெகுசீக்கிரம் வீட்டுக்குச் சென்று மனைவியிடம் தான் பெற்ற தங்க ஆபரணங்களைக் காட்டவேண்டும் என்று நினைத்தான். இந்நேரம் தூங்கிக்கொண்டிருப்பாளோ அல்லது போர்க்களத்தில் தனக்கு ஏதாவது ஆகி இருக்கக் கூடும் என்று பயந்தபடி இருப்பாளோ என எண்ணினான். காலையில் யுத்தம் தொடங்கிய போது அவன் பின்பகுதியில் தான் இருந்தான். ஓ என்ற உற்சாகக் குரல்கள், யானைகளின் பிளறல்கள், அம்புகள் விர்ரென்று பாயும் ஓசை, நடுநடுவே வலி பொறுக்க முடியாமல் வெளிப்பட்ட வேதனைக் குரல்கள் எங்கும் கேட்டது. அவன் காதில் விழுந்ததெல்லாம் இவை மட்டும்தான். கண்ணார எதையும் பார்க்கவில்லை. கடுமையான போர் மூண்டிருக்கிறது என்று முகம் வெளிறிப்போன வீரர்களை மட்டுமே அவன் பார்த்திருந்தான். கண்ணாரப் பார்க்கலாம் என்று முன்னே செல்லும் தருணத்தில் ஆயிரக்கணக்கில் பாய்கிற அம்புகளில் ஒன்று தப்பித்தவறி மார்பில் தைத்து விட்டால் என்ன செய்வது என்கிற பயமிருந்தது. செய்தி சேகரிக்க வந்தவனுக்கு இந்த வம்பெல்லாம் எதற்கு என்று தோன்றியது. பெரிய வேட்டைப் பிராணியை வீழ்த்திய பின் வேட்டைக்காரர்களெல்லாம் சந்தோஷத்தில் ஆரவாரம் செய்வதைப் போல போரின் நடுவே ஒருமுறை 'சுவேதன் இறந்தான்' என்று கூவினார்கள். யார் அந்த சுவேதன்? விராடனின் மூத்த மகனாம்.

யார் விராடன்? பாண்டவர்களில் அர்ஜுனனுடைய மகனுக்குப் பெண்ணைக் கொடுத்தவன். இத்தனை விவரங்களைச் சேகரிப்பதற்குள் உயிரே போய்விட்ட மாதிரி ஆனது. பிறகு மெல்ல விதுரனிகன் பக்கம் திரும்பி, “சித்தப்பா, வெள்ளைக் குதிரைகள் பூட்டிய ரதத்தில் ஏறிப் பிதாமகர் சென்றதை நானே பார்த்தேன். அவருக்கு முன்னால் உலோகத்தாலான பெரிய வில்லும் அம்புகளும் இருந்தன. ஒரு தடித்த தலையணையைக் குறுக்கில் வைத்து அதன் மேல் சாய்ந்திருந்தார் அவர். அந்த வயசில் யாரால் யுத்தத்தில் சண்டையிட முடியும். அப்படிப்பட்டவரே முன்னால் நடுவில் இருந்தால் அதைப் பார்க்கிற மற்றவர்களுக்கும் தானாகவே உற்சாகம் பிறக்கும்” என்றான்.

“இந்த அளவுக்கு மட்டும் சொல்லி இருந்திருக்க வேண்டும் நீ.”

“என் தந்தை உயிருடன் இருந்த காலத்தில் திருதராஷ்டிரனுக்கு மந்திரியாக இருந்த செய்தி உனக்கும் தெரியும். அவர் சாகிற தருணத்தில் இதோ சாப்பிட்டுக் கொண்டிருக்கிறேனே இந்தக் கையைப் பிடித்துத் தன் தோல் சுருங்கிய கைக்குள் வைத்துக்கொண்டு புத்திமதி சொன்னார். அதிகாரத்தில் இருப்பவர்களிடம் என்றும் சந்தோஷமான செய்திகளையே தெரிவிக்கவேண்டும். துயரமான செய்திகளை ஏற்றுக்கொள்கிற மனப்பக்குவம் அதிகாரத்தில் இருக்கிற எவருக்கும், அதிலும் குறிப்பாக சிம்மாசனத்தில் இருப்பவர்க்குக் கிடையாது. அரசர்களுக்குச் செய்தி தெரிவிக்கும்போது இந்த ஒரு அம்சத்தை என்றும் மறக்கக் கூடாது என்பது அவரது கொள்கை. அது மட்டுமல்லாமல் நாங்கள் சூதர்கள். நம்முடைய அரசர்களைப் பற்றிப் புகழ்ந்து பாராட்டுவதுதானே எங்கள் குலத் தொழில்?”

நதி எழுப்பிய ஓசை விதுரனுக்கும் கேட்டது. ஊருக்குள் அரண்மனைக்குப் பக்கத்திலேயே வசிப்பதில் விருப்பமில்லாமல் ஆற்றங்கரை ஓரமாக இந்த வீட்டைக் கட்டிக்கொண்டு வந்திருக்கா விட்டால், தூங்கி எழுந்ததில் இருந்து தூங்கப் போவதுவரைக்கும் திருராஷ்டிரன் சொல்வதற்கெல்லாம் பசுமாடு மாதிரி தலையாட்டிக் கொண்டும் மனசுக்குவக்காத அறிவுரையைச் சொல்லும் போதெல்லாம் வசைபட்டுக்கொண்டும் இருக்க நேர்ந்திருக்கும். இந்த ஓசையைக் கேட்டாவிட்டால் எதையோ இழந்ததைப்போல ஒரு எண்ணம் தோன்றும். மனத்துக்கு இதம் தர இந்த வீடும், இந்த படிக்கட்டுகளும், இந்த நதியும் போதும் என்று தோன்றியது. அப்போது சஞ்சயன் விதுரனிடம், எங்கள் குலத்தொழில் அதுதானே சித்தப்பா?” என்று கேட்டான்.

“சஞ்சயா, உன் தந்தை கவல்கணன் என்னைவிட வயசில் சிறியவன். உறவு ரீதியாகப் பார்க்கப் போனால் நான் திருதராஷ்டிரனுக்குச் சகோதரனாக வேண்டும். அவனைவிட ஆறு அல்லது ஏழு

நாட்கள் சின்னவன் நான். நீ சொல்கிற அந்தக் குலத்தொழிலைச் செய்பவனாக இருந்திருந்தால் நானே அமைச்சனாக இருந்திருக்க வேண்டும். என்னிடம் அத்தகைய குணம் இல்லை என்று தெரிந்தே அவன் உனது தந்தையாரை அமைச்சராக்கிக்கொண்டான். என்னைப் பொறுத்தவரையில் அரசனுக்குப் பிடிக்கிறதோ இல்லையோ, எனக்கு உண்மை என்று தோன்றிய விஷயங்களை எடுத்துச் சொல்லியே வந்திருக்கிறேன்."

"ஆனாலும் நீ அரசனின் தம்பி."

"எப்படிப்பட்ட தம்பி என்கிற விவரங்கள் எல்லாம் இப்போது வேண்டாம். சூதர்கள் அனைவருமே ஒரு வகையில் அரசவம்சத்தில் இருப்பவர்களுக்குச் சகோதரர்களாகவே இருக்க வேண்டும். நீ விவரித்த குலத்தொழிலைச் செய்த பிறகும் கூட உன் தந்தை பெரிய செல்வந்தனாக ஆகவில்லை. அது போகட்டும், நீ ஒன்றும் ஆட்சிபுரியும் அரசனுமில்லை, அமைச்சனுமில்லை. அரசனுக்குச் செய்திகளைச் சேகரித்து வந்து சொல்பவன் மட்டுமே. நீ கண்ட உண்மையை அல்லது நம்பத் தகுந்த ஆட்களிடம் இருந்து கிடைத்த தகவல்களை மட்டும் சொன்னால் போதும். அரசன் ஏதேனும் கோபம் கொண்டால் பயப்படவேண்டாம். உன் இடது கையால் பிடித்தபடி உட்கார்ந்திருக்கிறாயே, அந்த மாதிரி தங்க வளையல்களுக்கு என்றும் ஆசைப்பட வேண்டாம்."

"நீ சொல்வதைப் பார்த்தால், செய்தியையே சொல்லவேண்டாம் என்று சொல்வது போல இருக்கிறது. எனக்குப் பிடிக்கிற செய்தியோ, பிடிக்காத செய்தியோ, செய்திகள் தொகுத்துத் தந்த வேலைக்குச் சம்பளம் கொடுக்கிறேன், நடுவில் கோபப்பட்டு எந்தக் காரணத்தை முன்னிட்டும் வேலையிலிருந்து நீக்கிவிட மாட்டேன் என்று அவர் எந்த உறுதியையும் எனக்கு அளிக்கவில்லை. இப்படி கொடுக்கப்படுகிற பொருட்களே நான் படுகிற சிரமங்களுக்குப் பயன் ஆகும். அவ்வளவு தொலைவு குதிரை ஓட்டிக்கொண்டு போய், அந்தத் துர்நாற்றத்திற்கிடையே எங்கெங்கேயோ அலைந்து செய்தி சேகரித்து மதிய நேரத்தில் புறப்பட்டு எங்கும் நிற்காமல் நேராக இங்கு வந்துவிட்டால், உட்கார்கிற இடத்திலெல்லாம் தோல் பிய்ந்து விட்டது தெரியுமா?" என்று சொல்லிவிட்டு மீண்டும் சாப்பிடத் தொடங்கினான் சஞ்சயன். ரொட்டியைப் போல அதை மென்று தின்ன வேண்டிய அவசியம் இருக்கவில்லை. வேக வேகமாகச் சாப்பிட்டான் அவன்.

மௌனமாக உட்கார்ந்திருந்த விதுரனுக்கு நதியின் ஓசை மட்டுமே கேட்டுக் கொண்டிருந்தது. "திருதராஷ்டிரனுக்கு உவப்பில்லாத வகையி லேயே பேசி வந்திருந்தாலும் கூட அவனுடனான உறவு ஒரு நாளும்

அறுந்து போனதில்லை. அவன் என்னை நன்றியில்லாதவன் என்று வசைபாடுவதும் வெளிப்படையாகவே அவனது செய்கைகளை நான் விமர்சிப்பதும் நாலைந்து நாட்களுக்கு எந்தப் பேச்சுவார்த்தையும் இல்லாமல் நான் வீட்டில் இருப்பதும் கடைசியில் அவனே ஆளை விட்டு என்னை அழைத்துக் கொள்வதும் இதுவரை எத்தனை முறைகள் நடந்திருக்குமோ. ஒரு முறையும் கூட நானாக அவனிடம் சென்றதில்லை. அவன் சொல்லி அனுப்பியதுமே ஏன் சென்றேன்? முழுக்க அவனுடைய உறவை ஏன் துண்டித்துக் கொள்ளவில்லை?" என்ற கேள்விகள் எழுந்து மனசை வதைத்தது. "அண்ணன் தம்பி என்று சொல்வதெல்லம் மேலுக்குப் பேசப்படும் விஷயம். அவனுடைய தாயின் பணிப்பெண்ணுடைய மகனாகிய நான் ஒரே தந்தைக்குப் பிறந்திருந்தாலும் கூட அவனுக்குச் சேவகன்தான. தம்பியாக முடியாது. தொடக்கத்தில் இருந்தே உண்மையான தம்பியாகிய - சிற்றன்னைக்குப் பிறந்த - பாண்டுவின் மீது அவனுக்குப் பாசமே இருந்ததில்லை. சேவகனாகிய என் வேலை சேவை மட்டுமே. சமவயதுக்காரனாகிய கண் பார்வை அற்றவனின் கையைப் பிடித்து அரண்மனை வளாகத்திலும் சிற்சில சமயங்களில் நதிக்கரையிலும் பொழுது போக்காக நடத்திச் செல்கிற, கதை சொல்கிற, அவன் கேட்கிற நூறு கேள்விகளுக்குப்பதில் சொல்கிற, அவனோடேயே சாப்பிட்டு, உறங்கிக் காலம் கழிக்கிற ஆளாகத் தொடர்ந்து இருந்ததால் என்மீது ஒரு வகையான ஈடுபாடு அவனுக்குள் தோன்றியிருக்கக் கூடுமோ! அவனது தொடர்பு எனக்கும் பழக்கமாகி விட்டதோ! எனக்குச் சொந்தமான வகையில் விவசாய நிலங்களும் பசுக்களும் வீடும் இல்லாமல் வெறும் அரண்மனைச் சம்பளத்தை எதிர்ப்பார்க்கிவனாக இருந்திருந்தால் என் பாடும் சஞ்சயனைப் போன்றே ஆகி இருந்திருக்கும்" என்று யோசனைக்குள் மூழ்கி இருக்கும் போது தட்டில் எஞ்சிய பாலை எடுத்துக் குடித்தான் சஞ்சயன்.

"சஞ்சயா ஒரு வேலை செய். திருதராஷ்டிரனுக்கு யுத்தகளத்தின் நல்ல செய்திகள் மட்டுமே தேவையாக இருக்கலாம். ஆனால் எனக்கு உண்மையான செய்திகள் வேண்டும். ஆன மட்டும் உண்மையான தகவல்களைச் சேகரித்து என்னிடம் சொல். யுத்தத்தைப் பற்றிய மொத்தச் செய்திகளுக்கும் சேர்த்து நான் பத்து பொற்காசுகள் தருகிறேன். இதற்கும் அரசனுக்கும் எந்த சம்பந்தமும் இல்லை" என்று சொன்ன விதுரனிடம், "நமது குலத்திலேயே மூத்தவன் நீ. முக்கியஸ்தன் நீ. உன்னிடம் கூலி வாஙகிக் கொண்டா நான் செய்திகளைச் சொல்ல வேண்டும்? உண்மையான செய்திகளைச் சொல்கிற ஆர்வம் எனக்கு மட்டும் இல்லையா என்ன? எனக்குக் கிடைக்கிற தகவல்களை இங்கு வந்து சொல்லிவிட்டுச் செல்கிறேன். அங்கே அரசனிடம் அவனுக்குத் தேவையான விதத்தில் சொல்லிக் கிடைப்பதைப் பிடுங்கிக்கொண்டு,

இன்னும் கொஞ்சம் அவன் தருகிற விதத்தில்... என்று இழுத்தான் சஞ்சயன்.

“பிடுங்கிக்கொள்கிற சங்கதியே வேண்டாம். அரசன் கொடுக்கிறானோ இல்லையோ உனக்குக் கொடுக்கும் பொறுப்பு என்னைச் சேர்ந்தது. அவனிடமும் உண்மையையே சொல்ல வேண்டும். அந்தச் செய்திகள் ஒருவேளை அவனுக்குப் பிடிக்காமல் போய் ‘நாளையிலிருந்து என் முகத்தில் விழிக்காதே, என்று அவன் சொல்லக்கூடும். அப்படிச் சொல்லி விட்டால் அவனைப் பார்க்கவே தேவையில்லை. எனக்கு மட்டும் வந்து சொல். எதற்காக இதனை வலியுறுத்திச் சொல்கிறேன் தெரியுமா? சூதர்கள் என்பவர்கள் வெறுமனே முகஸ்துதிக்காகப் பேசுகிறவர்கள் என்கிற பழி வேண்டாம். உண்மையைப் பேசுகிற துணிச்சல்காரர்கள் என்கிற பெயர் வாங்க வேண்டும். யுயுத்ஸுவின் விஷயத்தைப்பற்றி நீ அறிந்திருக்க மாட்டாய் என்று எண்ணுகின்றேன். திருதராஷ்டிரனுக்கு நேரிடையாகவே பணிப்பெண் மூலம் பிறந்தவன். துரியோதனனைப் போன்ற சுயதம்பட்டக்கார அரசனின் முன்னால் நின்று தைரியமாக உண்மையைச் சொன்னான். இப்பொழுது பாண்டவர்கள் அணியில் சேர்ந்து விட்டான். தனக்கு நியாயம் என்று தோன்றுவதைத் தயங்காமல் செய்தான்.”

“அப்படியா?” என்று ஆச்சரியத்தோடு கேட்டான் சஞ்சயன்.

“அவனைப் போலவே நீயும் செய்தால் மற்றவர்கள் பார்வைக்குச் சுயமரியாதை உள்ளவனாய் மதிக்கப்படுவாய்.”

சாப்பிட்டு முடித்த பிறகு கூட சஞ்சயன் எழுந்திருக்கவில்லை. வெறுமனே தரையைப் பார்த்தபடி இருந்தான். “பாவம் சமையல்காரன், அவனாவது சீக்கிரம் படுத்துக் கொள்ளட்டும்” என்றபடி எழுந்தான் விதுரன். சஞ்சயனும் எழுந்தான். இருவரும் வெளியே வந்து கை கழுவினார்கள். சமையல்காரன் வேக வேகமாகக் கதவைத் தாளிட்டுக் கொண்டான்.

தன் குதிரையின் அருகில் சென்ற சஞ்சயன் திரும்பி வந்து விதுரனிடம், “ஒரு விஷயம். இதை அரசனிடம் சொல்ல முடியாது. உங்களிடம் சொல்கிறேன். கர்ணனுக்கும் பிதாமகருக்கும் நடுவில் ஏதோ மோதலாம். இந்த பீஷ்மர் படைத்தலைவனாக இருக்கிற வரையில் தான் யுத்தம் செய்யப் போகவில்லை என்று சபதம் செய்துவிட்டுத் தன் கூடாரத்திற்குச் சென்று படுத்துக்கொண்டானாம்.” என்றான்.

“அப்படிப்பட்ட செய்திகளை மறைக்காமல் கண்டிப்பாக அரசனிடம் சொல். அது சரி, எப்படி மோதல் மூண்டது?” என்று கேட்டபடி விதுரன் தனது கம்பளியை உடல் முழுக்க இழுத்துப் போர்த்திக் கொண்டான். வீட்டின் வெளிமுற்றத்தில் குளிர்ச்சியான

காற்று வீசிக்கொண்டிருந்தது. படிக்கட்டுக்களின் கீழே ஓடிக் கொண்டிருந்த நதியின் ஓசை துல்லியமாக கேட்டது.

“தாத்தா, எதிரிகளின் வீரத்தைப் பற்றியும் சக்தியைப் பற்றியும் எந்த அடிப்படையில் நீ கணிக்கிறாய். நம் அணியில் இருக்கும் வீரர்களின் வீரத்தை எதன் அடிப்படையில் கணிக்கிறாய். அவர்களைக் காட்டிலும் எந்த வகையில் நம் வீரம் உயர்ந்ததென்று சொல்வீர்களா, என்று துரியோதனன் பிதாமகரிடம் கேட்டானாம். தனக்குத் தெரிந்த வரையில் எல்லா வீரர்களைப் பற்றியும் அவர் களுடைய பலம் பற்றியும் எடுத்துச் சொன்னவர் கர்ணனின் பெயரையே குறிப்பிடவில்லையாம். இத்தனைக்கும் கர்ணன் அவருடைய எதிரிலேயே இருந்தானாம். ‘நம் வீராதி வீரனையே மறந்து விட்டாயே தாத்தா’ என்று பீஷ்மரிடம் சொன்னானாம் துரியோதனன். அதற்கு அவர் ‘பொதுவாக நான் தேர்ப்படை வீரர்களை ரதி, அதிரதி, மகாரதி என்று மூன்று நிலைகளில் பிரிக்கிறேன். சூதனாகிய உனது நண்பன் சாதாரண ரதி என்கிற அளவுக்குக் கூட போரிடும் வீரன் இல்லை. அதிலும் பாதி அளவுக்குத்தான் அவனைச் சொல்லலாம். வேண்டுமென்றால், ‘அரைரதி’ என்று குறிப்பிடலாம். சொந்தத் திறமையை விடவும் வாய்ச்சவடால் இவனுக்கு அதிகம்’ என்றாராம். கர்ணனுக்குக் கோபம் வந்துவிட்டது. பேச்சு முற்றிவிட்டது. ‘நீங்கள் வீட்டுக்குள்ளேயே புகுந்துவிட்ட பாம்பு. உங்கள் அன்பு, பாசம் எல்லாமே எதிரிகளின் பக்கம்தான்’ என்று கர்ணனும் சொன்னானாம். ‘அர்ஜுனனைப் போன்ற மாவீரனின் படைத்தலைவனின் தேரோட்டியாகும் தகுதியும் கூட உனக்கில்லை’ என்றாராம் பீஷ்மர். ‘உங்களைப் போன்ற மோசமான படைத்தலைவனின் தலைமையின் கீழ் போரிடுவது என்பது எனது ஆண்மைக்கே களங்கம் ஆகும். நீங்கள் இந்தப் பொறுப்பில் இருந்து விலகும் வரை நான் போரிடப் போவதில்லை’ என்று சொல்லிவிட்டு கர்ணன் தன் கூடாரத்தை நோக்கிச் சென்றுவிட்டானாம். கையைப் பிசைந்துகொண்டு துரியோதனனே சென்று எவ்வளவோ அமைதிப் படுத்தினாலும் கர்ணன் அமைதியுறவில்லையாம். ‘தலைநடுக்கம் கொண்ட கிழவன் முதலில் கீழே இறங்கட்டும். அதற்கப்புறம் எனது உயிரைக் கொடுத்துப் போராடுகிறேன். அல்லது அவன் வந்து மன்னிப்பு கேட்கட்டும், திரும்ப வருகிறேன்’ என்றானாம் கர்ணன். பிதாமகரை அவன் இவன் என்று ஒருமையில் பேசியதைக் கேட்டுத் துரியோதனனுக்குக் கோபம் வந்ததாம். ஆனால் கோபித்துக்கொள்ள இது ஏற்ற தருணம் இல்லை என்பதாலும், கர்ணன் தனது உயிருக்குச் சமம் என்பதாலும் அமைதியாகிவிட்டனாம்.

“கர்ணனுக்கு எப்போதுமே சிறிது அகங்காரம் அதிகம் தான்” என்கிற வார்த்தையைச் சர்வசாதாரணமாகச் சொல்லி விட்டாலும் கடைசி வார்த்தையைச் சொல்லும்போது மென்று விழுங்கினான்

விதுரன். சூதர்களிடையே கௌரவத்தோடு இருப்பவர்கள் இருவர் மட்டுமே. தருமம், நீதி, நியாயம் என்று வரும்போது விதுரனைப் பாராட்டுகிற அவர்கள் எல்லாருமே, வீரம், வெற்றி என்பவை பற்றிப் பேச நேரும்போது கர்ணனைப் பற்றி குறிப்பிடுவதுண்டு. சூதர்கள் அனைவரும் விதுரனைச் 'சித்தப்பா' என்று அழைப்பதைப் போலவே கர்ணனை 'அரசே' என்று அழைக்கிறார்கள். இந்த இருவரிடையேயும் சரியான உறவு இல்லை என்பது அவர்களுக்கும் தெரியும். ஆனால் இருவரும் தம்மவர்கள் என்கிற எண்ணத்தால் இருவரையுமே கௌரவத்துக்குரியவர்களாக நினைத்தார்கள். இளைஞனாகிய தன்னுடைய ஆதரவு கர்ணனின் பக்கமே இருக்கக்கூடும் என்பதை நினைத்தே விதுரன் கடைசி வார்த்தையை மென்று விழுங்கினான் என்பதை அறிந்த சஞ்சயன், "நாளைக்கு ஒருநாள் ஓய்வு எடுத்துக்கொண்டு நாளைக்கு மறுநாளே போர்க்களத்துக்குச் சென்று விடுவேன்" என்று குதிரையில் ஏறினான்.

* * *

குளிருக்கு இதமாகப் போர்த்திக்கொண்டு அனைவரும் படுத்து உறங்கிக் கொண்டிருந்தனர். ஆற்றங்கரையை ஒட்டிய வீட்டுத் திண்ணை மேல் படுத்திருந்த விதுரனுக்கு ஆறு பாய்ந்தோடும் ஓசை ஒன்றே தெளிவாகக் கேட்டபடி இருந்தது. கடந்த பதினைந்து இருபது ஆண்டுகளாகவே இரவில் சீக்கிரம் தூக்கம் வருவதில்லை. ஒருவேளை சீக்கிரம் தூங்க நேர்ந்தாலும் நள்ளிரவில் விழிப்பு வந்துவிடும். அதற்கப்புறம் விடிகிறவரைக்கும் தூங்க இயன்றதில்லை. ஒருவேளை தூக்கம் வருகிற மாதிரி இருந்தாலும், அதிகாலைப் பறவைகள், குருவிகள், பசுக்கள், கன்றுகள், குதிரைகள், குழந்தைகளின் சத்தத்தில் அதுவும் கலைந்துவிடும். இப்போது நேரம் என்ன என்று சரியாகத் தெரியவில்லை. திரும்ப மனம் எண்ணினாலும் மீண்டும் இந்தக் குளிரில் எழுந்து போய்வர ஆர்வம் பிறக்கவில்லை. திருதராஷ்டரனின் கடுமையான பேச்சு ஞாபகத்துக்கு வந்தது. "சந்தோஷத்தைக் கேட்டுப் பகிர்ந்து கொள்கிற விருப்பம் இல்லாத நிலையில் நாளையிலிருந்து நீ இங்கு வரவேண்டாம்? இது ஒன்றும் அவ்வளவு கூர்மையான வார்த்தை இல்லை. இதற்கு முன் எத்தனையோ சந்தர்ப்பங்களில் இதைவிடவும் மோசமான முறையில் மனசைத் தைக்கிற மாதிரி பேசி இருக்கிறான். "என்னைப் பாண்டுவின் ஆதரவாளன் என்றே அவன் தீர்மானித்துவிட்டான். நியாயத்தின் பக்கம் நிற்பவன் என்று அவன் ஒப்புக்கொள்வதே இல்லை. 'வீட்டுக்குப்போய் குந்தியிடம் சொல்லிவிட்டுத் தேம்பித் தேம்பி அழுவான்' என்றாள் காந்தாரி. மிகப் பெரும் தியாகத்துக்கு உரியவளான அரசி ஏன் இப்படி ஒரு சாதாரண பெண்ணைப் போலப் பேசினாள்!" என்று தனக்குத்தானேயே

கேட்டுக் கொண்டான். குந்தியையும் காந்தாரியையும் தான் மதிக்கும் முறைகளை மனத்திற்குள்ளேயே ஒப்பிட்டுக்கொண்டான். குந்தியுடன் சுமுகமான முறையில் பழகத்தக்க நட்பு இருந்தது. அவளோடு எதைப் பேசிப் பகிர்ந்துகொண்டாலும் ஒரு வகையான ஆறுதல் கிடைத்தது. மனைவியிடம் கூட கிடைக்காத ஆறுதல். ஆனால் காந்தாரி உண்மையிலேயே அரசி, தன் கணவனுக்குக் கண் பார்வை இல்லை என்று அறிந்ததும், தன் கணவனுக்கு இல்லாத பார்வைப்பேறு தமக்கு மட்டும் ஏன் என்ற எண்ணத்தோடு பிறந்த வீட்டிலிருந்து வரும்போதே கண்களில் துணி கட்டிக்கொண்டு ஏறத்தாழ அறுபது எழுபது ஆண்டுகளாகவே பார்வை அற்றவளாகவே வாழும் மிகப்பெரிய கற்புக்கரசி அவள். அவளுக்கும் அவனுக்கும் இடையே நட்பு வளர வாய்ப்பே இல்லை. குந்தியுடன் உணர்கிற அளவு நெருக்கமும் இல்லை. ஆனாலும் அவள் மிகவும் மதிப்புக்குரியவள். இதுவரை ஒருநாளும் ஒருமுறையும் கடுமையாய்ப் பேசியதில்லை. அந்த எண்ணமே மனசில் மீண்டும் மீண்டும் எழுந்து துன்புறுத்தியது. மனசுக்குள் அவளைப் பற்றிதான் உருவாக்கி வைத்திருக்கும் பிம்பத்தில் ஒரு மூலையில் சிறிது சிதைவு ஏற்பட்டுவிட்டதை உணர்ந்தான் அவன். ஏதோ ஒரு வகையான இனம்புரியாத சோர்வுக்குள்ளானான். அதிலிருந்து விடுபடும் முயற்சியாக உடலைத் தளர்த்திக் கண்களை மூடிக் கொண்டான். சிறிது நேரத்தில் தூக்கம் வந்தது.

ஆனால் திருப்தியாக உறங்கும் முன்பேயே விழித்து விட்டான். பறவைகளின் இரைச்சல் எதுவுமே அற்ற இருட்டு வேளை. நதியின் ஓசை நிசப்தத்தின் ஆழத்தை அதிகரித்தது. மெல்ல மெல்லத் தன் நினைவுகளில் மூழ்கினான். "என் வாழ்விலிருந்து பிரிக்க முடியாத பகுதியாக மாறிவிட்டது இந்த ஆறு. இதைப் பார்க்கும்போது பாண்டவர்களின் ஞாபகம் வருகிறது. அவர்களை அரக்கு மாளிகையில் வைத்து எரித்துவிடத் திட்டமிட்டு வாரணாவதத்துக்கு அனுப்பிய பொழுதான் நான் துரியோதனனின் உண்மையான உருவத்தைப் புரிந்துகொண்டேன். அதற்கப்புறம் அவனோடு இருக்கப் பிடிக்காமல் ஆற்றங்கரை ஓரமாக இந்த வீட்டைக் கட்டிக் கொண்டு வந்து விட்டேன். அப்பொழுது இரவு வேளைகளில் வீட்டின் அருகே புலிகளும் கரடிகளும் வருவதுண்டு. இப்பொழுது அஸ்தினாபுரம் எவ்வளவோ வளர்ந்துவிட்டது. காட்டு விலங்குகளின் சத்தத்தைக் கேட்டே பத்துப் பதினைந்து வருஷங்களாகி விட்டன, என்ற நினைவைத் தொடர்ந்து பாண்டவர்கள் காட்டுக்குப்போன ஞாபகம் வந்தது. சின்ன வயதிலேயே இளவரசன் பட்டத்தை ஏற்றுக் கொண்ட தருமன் தன் நேர்மையான நடத்தையாலும் நியாயமான அணுகுமுறையாலும் மக்களின் அன்பையும் நம்பிக்கையையும் பெற்றதைக் கண்டு திருதராஷ்டிரன் உள்ளுக்குள்ளேயே பொச்சரிப்பு

கொண்டான். “அப்பா, இதை இப்படியே விட்டால், நாளைக்கு இவனுக்கே அரசனாகப் பட்டம் கட்டுங்கள் என்று மக்களே கேட்கத் தொடங்கிவிடுவார்கள். அது இன்னும் கஷ்டம். உன் பிள்ளைகளாகிய நாங்கள் நடுத்தெருவில் பிச்சைக்காரர்களாகத்தான் இருக்க வேண்டும்” என்று தன் தந்தையிடம் புலம்பினான் துரியோதனன். அவனுடைய கோரிக்கைக்குச் செவி மடுத்தான் திருதராஷ்டிரன். சின்ன வயதில் சிரமப்பட்டவர்களுக்குத்தான் உலகஞானம் வரும். திருராஷ்டிரனுக்கும் துரியோதனனுக்கும் அதுதான் நேர்ந்தது. அதற்கு நேர்மாறாக ராஜசூய யாகம் செய்தற்குப் பின்னர் தருமராஜன் மெல்ல மெல்ல ஆணவம்கொண்டவனானான். “தருமனே, சூதாடுவதற்கென்றே உன்னை அழைத்துவர திருதராஷ்டிரன் என்னை அனுப்பி இருக்கிறான். உனக்கு எதிராக ஆடச் சகுனியை உட்கார வைப்பார்கள். தங்கையின் வீட்டில் தெண்டச்சோறு சாப்பிடும் பழக்கம் கொண்ட அந்தக் காந்தாரத் தேசத்துக்காரர்களுக்கு வேறு தொழிலே இல்லை. காலையில் எழுந்ததில் இருந்து பகடையை உருட்டி உருட்டி வேண்டுவது விழும்படி பயிற்சி செய்து பார்க்கிற அற்பக் கூட்டம் அவர்கள். அவனுக்கு எதிராக உட்கார்ந்து ஆடத் தொடங்கினால் நீ தோற்பது உறுதி. ‘சூதாட்டம் என்பதே அநியாயம், நான் வரமாட்டேன் என்று சொல்லி விட்டான்’ என்று நானே திரும்பப்போய் சொல்லி விடுகிறேன் என்று சொன்னதை ஏற்றுக் கொண்டானா அவன்? ‘இந்த ஆரியவர்த்தத்திலேயே செல்வந்தனாகிய இந்த அரசன் சூதாட்டத்திற்குக் கொஞ்சம் எடுத்துச் செலவழிக்காவிட்டால் கௌரவம் எஞ்சுமா?’” என்று திமிராகப் பேசிப் புறப்பட்டான்.” என்ற நினைவைத் தொடர்ந்து நடந்த ஒவ்வொரு நிகழ்ச்சியும் ஞாபகம் வந்தது. அனைத்துக்கும் அவன்தானே பொறுப்பு என்று மனம் கேட்டது. துரியோதனன், திருதராஷ்டிரன் இருவரைக் காட்டிலும் அதிகப் பொறுப்பு அவனுக்குத்தானே என்றும் மனம் கேட்டது. அப்பொழுது வீட்டுக்குள் யாரோ எழுந்திருக்கும் சத்தம் கேட்டது. முன்வாசல் கதவை யாரோ தள்ளித் திறந்த சத்தம் கேட்டது. குந்தியாக இருக்கக் கூடும் என்று நினைத்தபோது குந்தியே வந்தாள். படிகளில் இறங்கும் சத்தம். பகல் என்றும் பாராமல் வெயிலானாலும் குளிரானாலும் அவள் ஒருத்திதான் ஆற்றங்கரையின் அருகில் செல்பவள். தானே முன்சென்று அவளிடம் நேற்று யுத்தம் தொடங்கிவிட்ட செய்தியைச் சொல்ல வேண்டும் என்று தோன்றியது. தெரிந்து கொள்ள அவளும் ஆர்வமாக இருக்கக்கூடும் என்று நினைத்து படுத்த இடத்திலிருந்து எழுந்து நன்றாக கம்பளியை இழுத்துப் போர்த்திக்கொண்டு அறை வாசலைத் திறந்து வெளியே வந்தான். இருட்டு, நட்சத்திரங்கள் மட்டும் கண்சிமிட்டிக் கொண்டிருந்தன. கிழக்கிலும் மெல்ல மெல்லச் சூரியன் உதித்துக்கொண்டிருந்தது. படிகளில் இறங்கத் தொடங்கினான். இருட்டில் கூட தண்ணீரையே உற்றுப் பார்த்த படி

உட்கார்ந்திருந்த குந்தி திரும்பிப் பார்த்தாள்.

குந்தியின் அருகில் உட்கார்ந்து நடந்ததையெல்லாம் விவரமாய்ச் சொன்னான் விதுரன். அதைக்கேட்ட குந்தி நீண்ட பெருமூச்சொன்று விட்டாள். வீட்டுக்குள் இருக்கும்போது கேட்பதைக் காட்டிலும் கரையோரத்தில் ஆற்றின் சத்தம் அதிகம் என்று தோன்றியது. "யுத்தத் தொடக்கத்தை அர்ஜுனன் இப்படி இரண்டு நாட்கள் வீணாகத் தாமதப்படுத்தி இருக்கத் தேவையில்லை." என்றாள் குந்தி.

"எனக்குக் கர்ணனின் நடத்தைதான் ஆச்சரியமாக இருக்கிறது. அவன் ரொம்பவும் மட்டமான ஆள் என்று எப்போதோ முடிவு கட்டி விட்டேன். ஆனால் தன் அகங்காரத்தையே பெரிசு என்று எண்ணி இந்த யுத்த சமயத்தில் தன் அரசனுக்குத் துரோகம் இழைப்பான் என்று நினைக்கவில்லை. ஒருவேளை கோழையோ, என்னமோ?" என்றான் விதுரன்.

"அது எப்படி?" என்று கேட்டாள் குந்தி.

"தொடக்கத்தில் இருந்தே துரியோதனனின் கெட்ட காரியங்கள் அனைத்திற்கும் பின்னாலிருந்து ஆலோசனை வழங்குபவன் அவன் தான். உன் மருமகளை அரசவைக்கு இழுத்து வருமாறு ஆலோசனை சொன்னவன். அவளது ஆடைகளை உருவி வீசுமாறு சொன்னவன். எல்லாம் அவன்தான். அவனது திறமையை நம்பித்தான் யுத்தம் செய்ய முடிவெடுத்திருந்தான் துரியோதனன். இப்போது பீஷ்மர் இப்படிச் சொல்லி விட்டார் என்று சாக்குபோக்கு சொல்லி..."

"விதுரா, உன் சொந்தக் கருத்து என்ன? உண்மையிலேயே கர்ணன் 'அரை ரதி' என்று எண்ணுகிறாயா?"

"அவனுடைய அகங்காரத்தை அடக்குவதற்காக அவர் அப்படிச் சொல்லி இருக்கக் கூடும். ஆனால் அதையே காரணம் காட்டித் தன் அரசனுக்கு என்ன நேரும் என்று கூடப் பொருட்படுத்தாமல் இருப்பது தப்பு இல்லையா. ஒருவகையில் இதனால் நமக்கு வசதிதான் என்று சொல்ல வேண்டும். ஆனால் நியாயம் என்ற கோணத்திலிருந்து பார்க்கும்போது இது தப்பு என்று தோன்றுகிறது."

குந்தி மௌனமாக இருந்தாள். விதுரனுக்கு குழப்பமாக இருந்தது. வீட்டுக்குள் இருப்பதைக் காட்டிலும் இங்கு குளிர் குறைவு என்று தோன்றியது. ஆனாலும் குந்தி நன்றாகக் கம்பளியால் போர்த்திக் கொண்டிருந்தாள். இன்னும் பறவைகளின் சத்தம் கேட்கவில்லை. ஒருவேளை குளிர் என்று இன்னும் முடங்கிக் கிடக்கின்றனவோ? குந்தி மீண்டும் பெருமூச்சு வாங்குவது அவளது கம்பளியின் ஏற்ற இறக்கத்தில் இருந்து தெரிந்தது.

'நான் சொல்வது சரிதானே?' என்று கேட்டான் விதுரன்.

'விதுரா, நம் இருவருக்குள்ளும் எந்தக் கருத்து வேறுபாடும் கிடையாது என்று சொல்கிற அளவு நெருக்கமாகி இருக்கிறது நம் நட்பு. கோபித்துக்கொண்டு உட்கார்கிற குணம் உனக்கு இருப்பதை நான் என்றும் பார்த்ததில்லை. திருமணமாகி இங்கே நான் வந்த போது உனக்குப் பதினெட்டு வயது இருக்கும் இல்லையா? அதனால் உன்னிடம் நேரிடையாகவே ஒரு விஷயத்தைச் சொல்லட்டுமா?

விதுரனால் எதுவும் பேசமுடியவில்லை. இந்த அளவுக்கு கூர்மையான குரலில் தன்னோடு ஒருபோதும் குந்தி பேசியதில்லை என்று தோன்றியது. சொல் அல்லது வேண்டாம் என்று அவன் சொல்வதற்கு முன்பேயே அவள் தொடர்ந்தாள். "உங்கள் குலத்திலேயே நீயும் கர்ணனும்தான் முக்கியஸ்தர்கள். உன்னைத் தருமஞானம் மிக்கவன் என்று உன் குலக்காரர்களும் மற்றவர்களும் கூட மதிப்பு தருகிறார்கள். அவனை வீரன் என்று குறிப்பிட்டுப் பெருமைப்படுத்துகிறார்கள். உன்னைப் பொருத்தவரையில் உன் மீது அவனுக்குக் கோபமோ, வெறுப்போ இருக்கக்கூடும். ஆனால் பொறாமை இருக்கச் சாத்திய மில்லை. ஆனால் உனக்கு அவன்மீது பொறாமை இருக்கிறது. கடந்த பதிமூன்றரை வருஷங்களாக உனது வீட்டில் இருக்கிற என்னால் இப்படித்தான் புரிந்துகொள்ள முடிகிறது."

சுற்றிலும் உள்ள இருள் அவனை அறைந்ததுபோல இருந்தது. வேறு யாராவது இப்படிச் சொல்லி இருந்தால், அது இந்த அளவுக்கு உள்மனத்தைப் பாதித்திருக்காது. அவளது வார்த்தைகளை உள்வாங்கும் சக்தி தனக்கு இல்லை என்று தோன்றியது. கம்பளிக்குள் உடல் வியர்த்த மாதிரி இருந்தது. ஆற்றையே உற்றுப் பார்த்துக்கொண்டிருந்தவள் சிறிது நேரத்துக்குப் பிறகு இந்தப் பக்கம் திரும்பாமல் தனக்குத்தானே சொல்லிக்கொள்வது போல 'பதின்மூன்றரை வருஷங்களாக உன் வீட்டில் சாப்பிட்டு வருகிறேன். எதிரிகளின் தாய்க்கு வீட்டுக்குள் புகலிடம் கொடுத்தவன் என்று துரியோதனன் உன்னை விலக்கி வைத்து விட்டது இந்த தாராள குணம். உன் மனம் நோகும்படி செய்தால் அது நன்றிகொன்ற பாவம் ஆகும். ஆனால் இப்போது இந்த வார்த்தையைச் சொல்ல நேர்ந்து விட்டது. 'உன்னிடம் உள்ள நெருக்கத்தின் காரணமாய்த்தான் இதைச் சொன்னேன்.' என்று சொன்னான்.

இதனால் விதுரன் மேலும் கலங்கினான். மன்னிப்பு கேட்கும் தொனியில் பேசிய குந்தியின் வார்த்தைகள் அவனை மேலும் வேதனைக்குள்ளாக்கின. 'இந்தத் திறந்த வெளியில் ஏன் உட்கார்ந்து கொண்டாய்? போய் உள்ளே சென்று தூங்கு' என்று சொல்லிவிட்டு நதிக்கரையோரமாகவே வளர்ந்திருந்த உயரமான புற்களின் ஊடே

நடந்து சென்றாள். விதுரன் அங்கேயே உட்கார்ந்திருந்தான். “கர்ணனின் மீது எனக்குப் பொறாமையா?” என்கிற கேள்வி தைக்கத் தொடங்கியது. “இப்போது அங்கே நடந்து கொண்டிருக்கும் யுத்தத்திற்கு மூல காரணமே பொறாமைதான் என்று நானே பலமுறை சொல்லி இருக்கிறேன். பாண்டவர்களின் வளர்ச்சியைக் காணப் பொறுக்காத உன் பொறாமையால் எதிர்காலத்தில் நாட்டில் ரத்த ஆறே ஓடும்” என்று பதின்மூன்றரை வருஷங்களுக்கு முன்னாலேயே துரியோதனனுக்குப் புத்தி சொன்னேன். திருதராஷ்டிரனுக்கும் புரியும்படி வலியுறுத்திச் சொன்னேன். அர்ஜுனனின் போர்த்திறமை மீது உனக்கிருக்கும் பொறாமையால் நீ இப்படிப் பேசுகிறாய். உன் நண்பனைக் குறுக்கு வழியில் இழுக்கிறாய்’ என்று அரசவையில் வைத்தே கர்ணனிடம் சொன்னேன். அப்போது பீஷ்மரே என்னைப் பார்த்துப் ‘பொறுமை பொறுமை’ என்று சொல்லவில்லையா? அப்படிப்பட்ட என்னிடம் பொறாமை இருப்பது சாத்தியமா?” என்று தனக்குள்ளேயே கேட்டுக்கொண்டான் விதுரன். தன் மனத்தையே ஆழமாய் அலசிப் பார்த்துக்கொண்டான். அதற்கான அடிப்படை கூட தெரியவில்லை. வெளியே மெல்ல வெளிச்சம் படர்ந்தது. பறவை களின் சத்தம் இப்போது கேட்கத் தொடங்கியது. தண்ணீரின் மேற்பரப்பில் மெல்லிய புகைப்படலம் எழுவது தெரிந்தது. இப்போது குளிர்காலம் வந்துவிட்டதே என்று நினைத்தபடி பல் விழுந்த வாயைத் திறந்து மூச்சு வாங்கினான். இப்படிச் செய்யச் செய்ய, அவன் வாயிலிருந்தும் புகைமண்டலம் எழுந்தது. பனியை அவனால் உணரமுடிந்தது. இப்படித் தொடர்ந்து செய்ததில் மார்பு வலிப்பது போல் உணர்ந்தான். இதற்குள் பிள்ளைகளும் பேரப்பிள்ளைகளும் எழுந்து படியிறங்கி வரத்தொடங்கினார்கள். அவன் முகம் கழுவிக் கொண்டு படி ஏறினான். மேல் மூச்சு வாங்கியது.

கரையில் இருப்பதை விட, மேலேதான் ஆறு சுழித்தோடும் சத்தம் அதிக அளவில் கேட்பதை மறுபடியும் உணர்ந்தான் விதுரன். இத்தனை நாட்களாக இதைத்தான் எப்படி கவனிக்கவில்லை என்று தன்னையே கேட்டுக்கொண்டான். பிறகு சூரியனின் மஞ்சள் வெளியில் நடக்கத் தொடங்கினான். அவன் எண்ணங்கள் மீண்டும் சுழன்றன. ‘ஏதாவது ஆசை உள்ளவனிடம் பொறாமை இருப்பது இயற்கைதான். தன்னை விடப் பெரிய நிலையில் இருப்பவனைப் பார்த்தும் பொறாமையுண்டாவதும் இயற்கைதான். வயசால் இல்லை யென்றாலும் தரும ஞானத்தில் என்னைவிடச் சிறந்தவன் கர்ணன். மக்களால் கௌரவிக்கப்படுவதிலும் சிறந்தவன் அவன். ஆனால் நான் ஏன் பொறாமைப்பட வேண்டும்?’ என்று யோசிக்கும் போது தனக்கும் கர்ணனுக்கும் இருக்கிற எல்லா குணநலன்களையும் பட்டியலிட்டுச் சீர்தூக்கிப் பார்த்தது மனம். ‘அவன் வில்வீரனாக இருக்கலாம்.

நானாகவே வேண்டாம் என்று ஒதுக்கிய களம் அது. தற்காப்பு என்கிற அளவுக்குத்தான் தெரியும். அவ்வளவுதான். சகலரும் யுத்தத்திற்குச் சென்றிருக்கும் போது, 'போகவேண்டும்' என்ற அரச கட்டளையை மதித்துச் சென்றிருக்கும்போது, எனக்கு அதருமம் என்று தோன்றும் யுத்தத்தில் நானோ, என் பிள்ளைகளோ, என் பேரப்பிள்ளைகளோ கலந்து கொள்ளமாட்டோம் என்று சொன்ன என் தைரியம் கர்ணனுக்குண்டா?" என்ற கேள்வி மனத்தில் எழுந்தபோது, 'பீஷ்மர் படைத்தலைவனாக இருக்கும் வரை நான் வில்லைத் தொடமாட்டேன்' என்று சொல்லிவிட்டுத் தன் கூடாரத்துக்குச் சென்று உட்கார்ந்து கொண்ட கர்ணனைப் பற்றிய ஞாபகம் வந்தது. ஆனால் மறுகணமே அது அகங்காரத்தின் அடிப்படையில் பேசப்பட்ட ஒரு வார்த்தை என்றும் தன்னுடையதைப் போல தெளிவான நோக்கம் கொண்டதில்லை என்றும் தோன்றியது. அகங்காரமே எல்லாப் பாவங்களுக்கும் மூலம் என்று தோன்றியது. தாம் இருவருமே ஒப்பிடப்பட முடியாதவர்கள் என்று எண்ணிக் கொண்டார்.

அன்று முழுக்கத் தன் அறையிலேயே கம்பளியால் போர்த்திக் கொண்டிருந்தான் விதுரன், வழக்கம் போல ஆற்றங்கரையோரம் படிக்கட்டில் உட்கார்ந்திருப்பது சாளரம் வழியாகப் பார்த்த போது தெரிந்தது. வழக்கமாக அவள் உட்காரும் இடம் தான் அது. யுத்த அறிவிப்புக்குப் பிறகு அவள் அந்த ஆற்றங்கரையையே தன் இருப்பிடமாக்கிக் கொண்டாள். இன்று ஆற்றிலேயே மிதந்து மிதந்து அவள் தன்னிடமிருந்து வெகுதோலைவு விலகி விலகிச் செல்வது போல உள்மனத்தில் உணர்ந்தான். 'கர்ணன் மீது உனக்குப் பொறாமை?' என்கிற வார்த்தை ஒரு பக்கம் இருக்கட்டும், 'உன் வீட்டில் சாப்பிட்டுக் கொண்டிருக்கிறேன்' என்றெல்லாம் பேசித் தன் நன்றிக்கடனை வெளிப்படுத்திக் குழப்பிவிட்டாள். அப்போது தான் எதையோ இழந்து விட்ட உணர்வு தோன்றியது. "அவளை இங்கு தங்க வைத்துக்கொண்ட நாட்களில் இருந்து என்னைத் துரியோதனன் எப்படியெல்லாம் எள்ளி நகையாடினான். பாம்புகளின் தாய்க்குப் புகலிடம் கொடுக்கும் புற்று என்று என் எதிரிலேயே இகழ்ந்து பேசினான் கர்ணன். இப்போது அவன் மீதே எனக்குப் பொறாமையாக இருக்கிறது என்று சொல்லிவிட்டாள் இவள்." என்கிற எண்ணம் வந்த போது கோபம் பிறந்தது. ஆனால் தான் கோபத்தை வென்றவன் என்றும் சாந்தமானவன் என்றும் பெயர் வாங்கியவன் என்ற எண்ணம் ஞாபகத்துக்கு வந்து தனது கோபத்தைக் கட்டுப்படுத்திக் கொண்டான். எல்லா அசம்பாவிதங்களுக்கும் கோபமே மூல காரணம் என்று தானே பலமுறை சொல்லியிருப்பதையும் நினைத்துக் கொண்டான். நிறைந்த சபையிலே இதைச் சொல்லும் போது வயதில் முதிர்ந்த பீஷ்மரைப் போன்றவர்கள் அனைவரும் சம்மதத்திற்கு

அடையாளமாகத் தலையை அசைத்ததும் ஞாபகத்துக்கு வந்தது. சாப்பிடும்போது எல்லோரோடும் குந்தி உட்கார்ந்திருந்தாள். பேசிக் கொண்டுதான் சாப்பிடவேண்டும் என்கிற பழக்கம் எதுவும் இல்லை. அவளும் யாரோ புதியவள் போல இரண்டு வாய் எடுத்துப் போட்டுக் கொண்டாள். பேசக்கூடிய சந்தர்ப்பம் எதுவும் வரவில்லை. சாப்பிட்டுக் கொண்டே இருக்கும்போது, 'வீட்டுக்குப் போய் அந்தக் குந்தியிடம் எல்லாவற்றையும் சொல்லி அழுவான்' என்ற காந்தாரியின் வார்த்தை ஞாபகத்துக்கு வந்தது. குந்தியின் மீது காந்தாரிக்குப் பொறாமை உண்டு என்பதை மூடி மறைக்கத் தேவையில்லை. இவ்வளவு பெரிய தியாகம் செய்த உத்தமியாகிய இவளிடம் இந்த ஒரு குறை மட்டும் இல்லாமல் இருந்தால் எவ்வளவு நன்றாக இருக்கும் என்று பலமுறை நினைத்து வருத்தப்பட்டதும் ஞாபகத்துக்கு வந்தது. ஆனால் குந்திக்கு? மாதுரி இருந்தவரைக்கும் அவள் மீது வயிற்றெரிச்சல் பட்டிருந்தாள். ஆண்மையற்ற கணவனோடு அவளும் தன்னுடன் வாழ வந்தவள் என்கிற அளவில் அவள் மீது இரக்கம் இருந்தாலும், பாண்டுவோடு அவளையும் வைத்து எரித்த பிறகு அந்த வயிற்றெரிச்சலும் எரிந்து சாம்பலாகி விட்டது என்று தோன்றியது. அதற்கப்புறம் யாராவது தன்னை விட உயர்ந்த நிலையில் இருப்பவர்களைக் கண்டு மனசில் பொறாமைப் பட்டாளா என்பது எனக்குத் தெரியாது. காந்தாரி யின் பிள்ளை அரியாசனத்தில் உட்கார்ந்து, ராஜசூயம் செய்த தன் அரியாசனத்தை அவளுடைய மகனிடம் தன் மகன் சூதில் இழந்து, தம்பிகளுடன் காட்டுக்குச் சென்றிருக்கும் போது, கடந்த பதின்மூன்றரை ஆண்டுகளில் ஒரு நாள் கூடப் பொறாமைப்பட்டிருக்க மாட்டாளா என்றும் தோன்றியது. எதுவும் ஞாபகத்துக்கு வரவில்லை.

பொழுது சாயும் வேளையில் விதுரனின் உடல்நிலை சற்றே மோசமடைந்தது. காய்ச்சல் வந்தது போல இருந்தது. உடல் நடுங்கியது. இரவு சாப்பிடும் போது கூட குந்தி எதுவும் பேசாமல் தன் பாட்டுக்குச் சாப்பிட்டுவிட்டு எழுந்திருந்துவிட்டாள். அதற்குப் பின் அவளே அவனிடம் வந்து, 'அடுத்து யுத்தத்தைப் பற்றிய செய்தி எப்போது வரும்?" என்று கேட்டாள். அவன் மனம் சற்றே அமைதியடைந்தது. 'நாளை காலை அங்கே சஞ்சயன் செல்வான். நாளைக்கு மறுநாள் வரக்கூடும். இதற்கிடையே சரக்குகளை ஏற்றிக்கொண்டு போகிற வண்டிக்காரர்களுக்கு ஏதாவது தெரியுமா என்று கேட்டுப் பார்க்கிறேன், என்றான். அவள் அவனுடைய மனைவி பாரசவிக்கு அருகில் சென்று உட்கார்ந்தாள். விதுரனுக்கு ஏதோ தனிமையில் இருப்பது போன்ற எண்ணம் தோன்றியது. இரவு ஒழுங்காகத் தூக்கம் வரவில்லை. அந்தக் காய்ச்சல் மறுநாளும் தொடர்ந்தது.

மறுநாள் காலையில் திருதராஷ்டிரனின் பணிப்பெண் வந்து 'அரசர் அழைத்து வரச் சொன்னார்' என்றாள். படுக்கையில் படுத்தபடியே,

'எனக்கு உடல்நிலை சரியில்லை படுத்திருக்கிறார் என்று போய்ச்சொல்' என்று சொல்லி அனுப்பினான். நான்கு நாழிகைகளுக்குப் பிறகு மீண்டும் வந்த பணிப்பெண் 'நடக்க முடியாத நிலையில் இருந்தால் ரதத்தில் வரவேண்டுமாம். உங்கள் ரதம் தயாராக இல்லையென்றால் அரண்மனையில் இருந்து ரதம் அனுப்பட்டுமா என்று கேட்கச் சொன்னார் என்று சொல்லிவிட்டு எதிரிலேயே நின்றிருந்தாள். 'எழுந்து ரதத்தில் உட்கார்கிற அளவு கூட சக்தியில்லை' என்று சொன்ன பிறகும் அவள் அங்கேயே நின்றிருந்தாள். வேறுபுறம் திரும்பிப் படுத்தான் விதுரன். கம்பளியால் உடல் முழுக்கப் போர்த்திக்கொண்டான். கோபம் வந்தது. ஆனால் அது கோபமன்று எனத் தனக்குத்தானே சொல்லிக் கொண்டான். 'விருப்பு வெறுப்பற்று அவனுக்குப் புத்திமதி சொன்னபோதெல்லாம், என்னை வேலைக்காரியின் மகன் என்று இழிவு படுத்திப் பேசி இன்னொரு முறை தனது அரண்மனைக்குள் காலடி எடுத்துவைக்க வேண்டாம் என்று எவ்வளவு கேவலமாகப் பேசினான். நாலைந்து நாட்களுக்குப் பிறகு இப்படித்தான் யாரையாவது ஆளை அனுப்பி விடுவதுண்டு. "அன்றைக்கு நீ அப்படிப் பேசி இருக்கலாமா?" என்றால் "அதையெல்லாம் மறந்து விடு" என்று முதுகைத் தட்டிக் கொடுப்பான். "நீ ஏன் என்னை அரசே என்று அழைக்கிறாய்? நான் உன் அண்ணனல்லவா? அண்ணா என்று கூப்பிடு" என்று என்றாவது ஒருநாள் சொல்வான். இன்னொரு நாளில், "அண்ணா என்று கூப்பிட உனக்கு என்ன உரிமை இருக்கிறது? என் தாயின் வேலைக்காரிக்குப் பிறந்ததாலேயே உனக்கு இந்த உரிமை வந்து விடுமா? நியோகத்தாலேயே உனக்கு இந்த உரிமை வந்து விடுமா? என்று கேட்டுவிடுவான். பிறகு இதையெல்லாம் மறந்து மீண்டும் அவனே தம்பி முறை கொண்டாட வருவான். அப்புறம் மறுபடியும் அரசன் என்கிற திமிர். இந்த க்ஷத்திரியர்களிடமிருந்து இன்னும் விலகி இருப்பது நல்லது' என்று எண்ணிக்கொண்டிருக்கும்போது பணிப் பெண் நடந்து போவது கேட்டது. திடுமென குந்தியை நினைத்துக் கொண்டான். அவளும் அரண்மனை வம்சத்தைச் சேர்ந்தவள்தானே என்கிற எண்ணம் தோன்றியபோது மனசில் துயரம் நிறைந்தது.

* * *

விதுரன் கிளம்பிப் போனபிறகு காந்தாரியும் திருதராஷ்டிர னும் அதே பெரிய கட்டிலில் படுத்துக் கொண்டார்கள். ஒருவரால் அடுத்தவர்க்குத் தொந்தரவு இருக்க வேண்டாம் என்பதற்காகத் தனித்தனி கம்பளிகளை போர்த்திக் கொண்டிருந்தார்கள். தலையணைகளும் வேறுவேறு இருந்தன அகன்ற தோள்களுடைய திருதராஷ்டிரனுக்கு உயர்ந்த தலையணை தேவைப்பட்டது. அவன் எப்போதும் சுவர் அருகிலேயே படுத்தான். இன்னொரு புறத்தில் காந்தாரி. இல்லையென்றால் தூக்கம் வருவதில்லை. "என்னுடைய

கருப்புக் கம்பளியைத் தானே போர்த்தி இருக்கிறாய்” என்று திருதராஷ்டிரன் தனது வேலைக்காரியிடம் கேட்டான். கருப்புக் கம்பளியாக இருந்தால் அதிக அளவில் கதகதப்பாக இருக்கும் என்பது அவனது நம்பிக்கை. ஓரளவு புழுக்கமாக உணரும் நாட்களில் கருப்புக் கம்பளிக்குப் பதிலாக வெள்ளைக் கம்பளியைப் போர்த்தச் சொல்லிக் கேட்டதும் உண்டு. ஆனால் காந்தாரியைப் பொறுத்தவரையில் கருப்பு, வெள்ளை என்கிற எந்த வித்தியாசமும் இல்லை. எதுவாக இருந்தாலும் போர்த்திக் கொள்வான். “விளக்கு எரிகிறதா?” என்று பணிப்பெண்ணிடம் கேட்டான் திருதராஷ்டிரன். “அவ்வப்போது எண்ணெய் ஊற்றிக் கொண்டிரு. தூங்கி விட வேண்டாம்” என்று அவளுக்குக் கட்டளையிட்டான். ‘குருடனுக்கு விளக்கு எரிந்தால் என்ன அணைந்தால் என்ன’ என்று சின்னக்குரலில் முனகிக் கொண்டாலும், ஒருவேளை எண்ணெய் தீர்ந்து விளக்கு அணைந்து போகும் பட்சத்தில், வாசனையை வைத்தே விளக்கு நின்றுவிட்டதை அறியும் திருதராஷ்டிரன் அழைத்துத் திட்டி விடுவான் என்கிற பயம் எல்லார்க்கும் இருந்தது. அவள் அறையை விட்டு வெளியேறும் காலடிச்சத்தம் கேட்ட பிறகு, மனைவியிடம், “விதுரனின் தகுதியைப் பார்த்தாயா?” என்று கேட்டான் திருதராஷ்டிரன்.

“இதில் புதுசாகப் பார்க்க என்ன இருக்கிறது?”

அந்தப் பேச்சு அத்தோடு முடிந்தது. “அவன் தகுதியை தெரிந்த பிறகு கூட இழுத்து இழுத்து வைத்து உறவாடுபவன் நீதானே” என்று அவள் சொல்லக் கூடும் என எதிர்பார்த்தான் அவன்.

ஆனால் அவள் அத்தோடு நிறுத்திக்கொண்டாள். அவள் அதிகக் கோபத்துடன் இருக்கிறாளா அல்லது அவளுடைய கவனம் வேறு விஷயத்தில் பதிந்திருக்கிறதா என்று தெரியவில்லை. அவனுடைய மனம் விதுரனைப் பற்றி நினைப்பதை விடுத்துத் தன் மனைவியைப் பற்றி நினைக்கத் தொடங்கியது. இந்தச் சூழலில் யாருடனாவது பேச வேண்டும் எனத்தோன்றியது. தூக்கம் வரவில்லை. ஆனால் அவளு டைய மனநிலை சமயத்துக்குத் தகுந்தபடி இருக்கும். விதுரனென்றால் பரவாயில்லை. எவ்வளவு நேரம் பேசினாலும் பொறுமையாய் உட்கார்ந்து கேட்டுக்கொண்டிருப்பான். அவனுக்குப் பிடிக்காத விஷயத் தைப் பற்றிப் பேசினாலும், இவளைப்போல வெடுக்கென்று பேசுவ தில்லை. அவன் கருத்தைப் புதுசாக எதுவும் கேட்டுத் தெரிந்து கொள்ளத் தேவையில்லை. இன்று மாலையிலும் கூட நீங்கள் சொல்லி அனுப்பியிருந்ததால் வந்தேன் அரசே என்று அவன் சொன்னதுதான் தப்பு. மற்றபடி நடந்தது எதுவுமே புதுசில்லை என்று நினைத்தபடி அமைதியானான். அரண்மனையின் வெளி முற்றத்தில் இருந்து இன்னும் பேச்சுச் சத்தம் கேட்டது. சக்கரங்கள் உருளும் சத்தம், சாமான்களை

ஏற்றுபவர்களின் உற்சாகக் குரல்கள். தீப்பந்தங்கள் எரியும் வாசனையை அவனால் துல்லியமாய் நுகர முடிந்தது. "இந்த அளவு உணவுப் பொருட்களை விநியோகிக்கிற வசதி பாண்டவர்களுக்கு எங்கிருந்து வந்தது? அவர்களால் எவ்வளவு கொடுத்து விட முடியும்? கொடுப்பதாக இருந்தாலும் எவ்வளவு தூரத்துக்கு அவற்றை எடுத்துச் செல்ல முடியும்?" என்றபடி நினைத்துக்கொண்டிருக்கும்போது பீஷ்மரைப் பற்றி யோசனை எழுந்தது. சஞ்சயன் செய்தி அறிவிக்கும் முறை அவனுக்கு மிகவும் பிடித்திருந்தது. அவனுடைய அப்பா கவல கணனைக் காட்டிலும் மனசிற்கு இதமூட்டும் வகையில் செய்தி சொன்னான் அவன். இந்த யோசனைகளில் மூழ்கி இருக்கும்போதே அவன் வாய்திறந்து ஏதோ பேசினான். பேச்சின் குரல் தனக்கே கேட்ட பிறகுதான் தன்னை மீறிப் பேசி விட்டது தெரிந்தது. "நீ பெரியப்பா பீஷ்மரைப் பார்த்திருக்கிறாயா?"

"ஏன்?" என்று கேட்டாள் காந்தாரி.

"ஆள் நல்ல உயரமாம். இந்த வயதிலும் கூட மலைச்சிகரம் போலக் கம்பீரமாக நிற்கிறாராம். நீ மலைச் சிகரத்தைப் பார்த்திருக் கிறாயா?"

"எங்கள் நாடு மலைநாடுதானே. அங்கு இருக்கும்போது எனக்குச் சமதளப் பிரதேசம் என்பதே தெரியாது. எவ்வளவு உயரமான மலைகள் தெரியுமா? அவற்றின் மேல் பச்சைப் பசேலென்று மரம் செடிகொடிகள் வளர்ந்திருக்கும். அவற்றின் நடுவே உயரமான சிகரங்கள் நின்றிருக்கும்."

"எங்கள் குருநாடு சமதளமான பிரதேசம் அல்லவா?"

"அப்படித்தான் சொல்கிறார்கள். நான் பார்த்ததில்லையே?"

"அப்படியென்றால்" என்று இழுத்தான் திருதராஷ்டிரன். தனக்குத் தெரிந்த ஒரு விஷயத்தை மீண்டும் உறுதிப்படுத்திக் கொள்ளும் வகையில் இப்படிக் கேட்டான். "என்னை உங்களுக்கு மணம் முடிப்ப தென்று என் அப்பா முடிவெடுத்த உடனேயே நான் என் இரண்டு கண்களையும் துணிப்பட்டையால் கட்டிக் கொண்டேன். நான் எங்கள் தாய் மண்ணாகிய காந்தார தேசத்தை மட்டும்தான் பார்த்திருக்கிறேன்."

"அப்படியென்றால் பெரியப்பாவைப் பார்த்ததே இல்லையா?"

"எப்படிப் பார்த்திருக்க முடியும்? பெண் கேட்டு அவர் வர வில்லையே. ஆடை ஆபரணங்கள், உலோகப் பாத்திரங்கள், உங்கள் மண்ணில் விளையும் பொருட்கள் ஆகியவற்றை எடுத்துக் கொண்டு சில வீரர்களோடு படைத்தலைவன் மட்டுமே வந்திருந்தான். இதெல்லாம் உங்களுக்கு எப்படி ஞாபகமிருக்கும்?"

திருதராஷ்டிரனின் மனம் பழைய நினைவுகளில் மூழ்கியது. அவளைப் பற்றிப் பரவசத்துடன் நினைத்துக்கொண்டான். கட்டிய கணவனுக்கு இல்லாத கண்பார்வை தனக்கு எதற்கு என்று திருமணம் நிச்சயமான அன்றே தன் இரண்டு கண்களையும் தானே மூடி மறைத்துக் கொண்டவள் அவள். இந்த ஊருக்கு வந்து இதே அரண்மனையில் அக்கினி சாட்சியாகத் தன்னை மணந்து கொண்டு இந்த ஆரிய வம்சத்துக்கு மட்டுமின்றி ஆரியவர்த்தத்திற்கே புகழ் சேர்த்த தேவி என்று பெயர்பெற்ற மனைவியை எண்ணும்போது மனசுக்குள் பெருமை பொங்கி வழிந்தது. தனது தியாகத்தால் அவள் உயர்ந்தாள் என்கிற எண்ணம் எழுந்தபோது அவளை நன்றி யுடன் நினைத்துக்கொள்ளத் தோன்றியது. படுத்திருந்தவன் தன் இடது கையை அவளது பக்கம் நீட்டினான். அவள் போர்த்திக் கொண்டிருந்த கம்பளி மிகவும் சொரசொரப்பாக இருந்தது. தொட்டுப் பார்த்துக் கம்பளியின் நிறத்தை அறிந்து கொள்ளமுடியாது என்று தோன்றியது. அப்போது அவன் "என்ன?" என்றாள்.

"தேவி, இந்தக் குருவம்சத்தைக் காப்பாற்ற நீ வந்தாய்" என்று உணர்ச்சிபூர்வமாக அவன் சொன்னபோது கூட அவள் மௌன மாகவே இருநதாள். திருதராஷ்டிரனும் மௌனமானான். தொட்டுப் பார்த்துத் தன்னால் நிறத்தைக் கண்டுபிடிக்க முடியவில்லையே என்று ஏக்கமாக இருந்தது. காந்தாரி மிகவும் சிவந்த நிறமுடையவளாம். மலைநாட்டுக்காரர்கள் எல்லாருமே இப்படித்தானாம். மிருதுவான தோல். ஆனாலும் உறுதியான உடல். இவை மட்டுமே அவளைப் பற்றித் தனக்குத் தெரிந்த விவரங்கள் என்று எண்ணிக்கொள்ளும்போது பணிப்பெண் கருப்புக் கம்பளியைப் போர்த்துவதாகச் சொல்லிவிட்டு வெள்ளைக் கம்பளியைப் போர்த்தி விட்டாளோ என்று சந்தேகம் எழுந்தது. காந்தாரியும் கண்களை மூடிக் கொண்டிருப்பதால் தன் கம்பளியின் நிறத்தைப் பார்த்துச் சொல்ல முடியாதவளாய் இருக்கிறாள் என்று தோன்றியது. தம்மை ஏமாற்றுவதற்காகப் பணிப் பெண்களே தமக்குள் பேசி முடிவெடுத்திருக்கக் கூடும் என்று தோன்றியது. அப்போது கதகதப்பாகவே உணர்ந்ததால் அக்கம்பளி கருப்பாகவே இருந்திருக்கலாமே என்றும் தோன்றியது. ஏதாவது மாற்றிப் போர்த்தி இருக்கும் பட்சத்தில், அவர்களுக்குக் கிடைக்கக் கூடும் தண்டனைகளைப் பற்றிய பயம் இருக்கும் என்ற எண்ணமும் எழுந்து மனம் அமைதியடைந்தது.

"இந்தக் குருவம்சத்தை நிலைநிறுத்தப்பாடு பட்டவரே பெரியப்பா பீஷ்மர்தான். இப்பொழுது இந்த வயதிலும் கூட தன் வீரத்தால் இதை நிலைநிறுத்தப் பாடுபடுபவரும் அவர்தான்." என்றான் திருதராஷ்டிரன்.

காந்தாரி எதுவும் பேசவில்லை. தன் பேச்சுக்கு ஆதரவாக அவள் ஏதேனும் தொடர்ந்து பேசக் கூடும் என்று எண்ணிய திருதராஷ்டிரனுக்கு ஏமாற்றமாக இருந்தது. "நீ என்ன நினைக்கிறாய்?" என்று மீண்டும் கேட்டான். "ஆமாம்" என்று ஒற்றை வார்த்தையால் பதில் சொன்ன காந்தாரி அவனுக்கு முதுகைக் காட்டியபடி இடதுபுறம் திரும்பிக் கொண்டாள். கம்பளியைப் புரட்டிய சத்தத்தாலும் மூச்சுத் சத்தம் சற்றே தள்ளிச் சென்றதாலும் அதை உணர்ந்து கொண்டான் திருதராஷ்டிரன். அவள் தூங்க விரும்புகிறாள் என்று நினைத்து மௌனமாக இருந்தாள். 'யுத்தம் தொடங்கி இருக்கிற இன்றைய தினத்தில் இவளுக்கு இவ்வளவு சீக்கிரத்தில் தூக்கம் வருகிறதே' என்று நினைத்து சற்றே அமைதி குலைந்தாலும் தானும் உறங்க முயற்சித்தான். சஞ்சயன். சொன்னதையெல்லாம் மறுபடியும் நினைவுக்குக் கொண்டு வந்து மகிழ்சியடைந்தபோது திடுமென பாண்டவர்களின் படையைப் பற்றி நினைத்துக்கொண்டான். எண்ணிக்கையைப் பொறுத்தமட்டில் குறைவுதான் எனினும் சக்தியில் குறைந்தவர்கள் அல்லராம். திருஷ்டத்துய்மன் ஏற்கனவே பல யுத்தங்கள் செய்து நன்கு பயிற்சி உள்ளவன். அவனே இப்பொழுது படைத்தலைமையில் இருக்கிறானாம். கிருஷ்ணனும் பெரிய தந்திரசாலி. சாத்யகியும் நல்ல வீரன்தான். பீமனின் மகன் வந்திருக்கிறானாம். ரதங்களை முறித்து அவற்றின் சக்கரங்களைப் பிடுங்கி எதிரிகளின் மேல் வீசுகிற சக்தி உள்ளவனாம் அவன். அர்ஜுனனின் அம்பு பற்றி சொல்லத் தேவையே இல்லை.

நகுலனும் சகாதேவனும், திரௌபதையின் ஐந்து பிள்ளைகளும்கூட இருக்கிறார்கள். சஞ்சயன் சொல்கிற அளவுக்கு அவ்வளவு சாமான்யமானதல்ல. சந்தேகம் வந்து சற்றே மனம் குழம்பியது. எண்பத்தொன்று வயது நடக்கிற எனக்கே அவ்வப்பொழுது சோர்வும் மயக்கமும் இருக்கும்போது, நூற்றி இருபது ஆன பெரியப்பாவுக்கு எப்படி இருக்குமோ? என் தாத்தா வயதான பெரியப்பாவிடம் உண்மையிலேயே போரிடுவதற்குப் போதுமான சக்தி இருக்கிறதா? சஞ்சயன் பொய் சொல்லி விட்டானா? அது பொய் இல்லை என்றும் உண்மைதான் என்றும் நம்ப விரும்பினான். மீண்டும் மீண்டும் அதையே மனசிடம் சொல்லிக் கொண்டான். நானாவது குடும்பஸ்தன். உறுதியான மனைவியும் ஒத்தாசைக்கு ஏராளமான பணிப் பெண்களும் உள்ளார்கள். கட்டை பிரம்மச்சாரிக்குத் தள்ளாமை எப்படி வரும்" என்கிற கேள்வியும் எழுந்து அது மனசுக்கு ஓரளவு இதமாக இருந்தது. 'உண்மையிலேயே பீஷ்மர் ஒரு மகா புருஷர்தான். மலைச்சிகரம் போல உயரமானவர்' என்று எண்ணிக் கொள்ளும் போது அவனுக்கும் சற்றே உறக்கம் வந்தது. உறக்கமோ, உறக்க மயக்கமோ, சிறிது நேரத்திற்கு எல்லாவற்றையும் மறந்திருந்தபோது காந்தாரி குறட்டைவிடும் சத்தம் கேட்டு விழித்தெழுந்தான். தனது

இடது கையை நீட்டித் தொட்டுப்பார்த்தான். அவள் மல்லாந்த நிலையில் படுத்திருப்பது தெரிந்தது. இதனால்தான் அவள் குறட்டை விடுகிறாள் என்று நினைத்தபடி அவளைத் தொட்டு எழுப்பிப் புரண்டு ஒருக்களித்துப் படுக்குமாறு சொன்னான். அவள் சட்டென ஒருக்களித்துப் படுத்தாள். ஆனாலும் சிறிதும் வேறுபாடின்றே அதே அளவு தூக்கத்தில் இருந்தாள். பல்லில்லாத வாயில் இருந்து புறப்படும் புஸ்புஸ் என்கிற மூச்சுக்காற்று மீண்டும் பழையபடியே இருந்தது. அவள் மீது கோபம் கொள்ளத் தோன்றியது. மெல்ல மெல்ல வரத் தொடங்கி இருந்த உறக்கம் இப்படி இடையில் ஏற்படும் ஏதாவது இடையூறினால் தடைப்பட்டது என்றால் அப்புறம் மீண்டும் உறக்கம் வராது என்று அனுபவத்தில் உணர்ந்திருந்த அவனுக்கு அவள் மீது கோபம் அதிகரித்தது. எழுப்பித் திட்டலாமா என்று கூடத் தோன்றியது. ஆனால் "நீ மட்டும் என்ன குறட்டை விடாமலா இருக்கிறாய்? ஏதோ ஒருநாள் தப்பித்தவறி குறட்டை விடுவதற்கு இத்தனை கோபமா?" என்று அவள் சொல்லக் கூடும் என நினைத்து மௌனமாக இருந்தான். பேச்சுத் துணைக்கு யாரும் இன்றி பொழுது போவது சிரமமாக இருந்தது.

சிறிது நேரத்திற்குள், சிறுநீர் கழிக்கச் செல்ல வேண்டும் போலத் தோன்றியது. 'சரியாகத் தூக்கம் வரவில்லை என்றால் இது ஒரு தொல்லை' என்று நினைத்துக் கொண்டபடி பணிப் பெண்ணை அழைத்தான். இரண்டாவதுமுறை அழைத்த போது 'இதோ வந்தேன்' என்று பதில் குரல் கொடுத்தாள் அவள். காந்தாரியின் குறட்டைச் சத்தம் சற்றே அதிகரித்தது. பணிப்பெண்ணின் கையைப் பிடித்துக் கொண்டு நடந்தபோது தரை குளிர்ச்சியாக இருப்பதை உணர்ந்தான். விளக்கு எரிந்து கொண்டு இருக்கக் கூடும், இல்லையென்றால் இவள் இவ்வளவு சுலபமாக அழைத்துக்கொண்டு செல்ல முடியாது என்று எண்ணியபடி அறைக்கு வெளியே வந்தான். வலப்புறம் முற்றத்தை யொட்டி சரியாக முப்பது காலடி தூரத்திற்குப் பின்பு அவள் சொன்னதைப்போல வாசலைக் கடந்து சிறிது தூரம் நடந்து ஒரு கல்லின் மேல் ஏறி உட்கார்ந்து சிறுநீர் கழித்தான். பிறகு அவள் ஒரு பாத்திரத்தில் தண்ணீர் கொண்டு வந்தாள் அவனது கால்களில் ஊற்றிக் கழுவிய பிறகு திரும்பினாள். அப்பொழுது அவன் 'உனது பெயர் என்ன?' என்று கேட்டான், அவள் மௌனமாக இருந்தாள். 'பணிப்பெண்ணே, இங்கே இருக்கிறாயா, உன்னைத்தான் கேட்கிறேன். உன் பெயர் என்ன?' என்று மீண்டும் கேட்டான்.

'சாரு' என்றாள் அவள்.

'நல்ல பெயர்தான், உன் வயது என்ன?'

அவள் மீண்டும் மௌனமாக இருந்தாள். திரும்பவும் அவன் ஒரு முறை கேட்ட பிறகு' அறுபத்தைந்து என்றாள்.

'அப்படியா, உனது மிருதுவான கையைத் தொடும்போது பதினாறு வயதுதான் இருக்கும் போலத் தோன்றுகிறது' என்றபடி சிறிது நேரம் அங்கேயே நின்றிருந்தான். பணிப் பெண்ணும் அங்கேயே நின்றிருந்தாள்.' அதற்கு என்ன செய்ய முடியும்? உனக்கும் முதுமை வந்துவிட்டது என்றான். அவள் அப்பொழுதும் மௌனமாகவே இருந்தாள். தன்னைப் பிடித்திருந்த அவளது கையின் பிடியின் இறுக்கம் அப்படியே இருந்தது. “சாரு என்றுதானே சொன்னாய்? எண்பத்தொரு வயதில் முழுக்க முழுக்க வயதாகி இருப்பது எனக்கு மட்டும்தானா அல்லது.. அல்லது எல்லா ஆண்களுக்கும் எந்த வயதில் முதுமை வரத் தொடங்குகிறது?” என்று கேட்டான்.

அப்பொழுதும் சாரு மௌனமாகவே இருந்தாள். 'சொல்' என்று அவன் மீண்டும் வற்புறுத்திய பிறகு 'அது எனக்கு எப்படித் தெரியும். அரசே, உங்களைப் போலவே வயதான இன்னொரு ஆணைத்தான் கேட்டுத் தெரிந்துகொள்ள வேண்டும். குளிரில் இப்படி வெகுநேரம் வெளியே நிற்கக் கூடாது. அறைக்குப் போகலாம் வாருங்கள்' என்று முன்னால் இழுத்துச் செல்பவள் போல நடந்தாள்.

காந்தாரி அப்போதும் குறட்டைவிட்டுக் கொண்டிருந்தாள். அவனைப் படுக்க வைத்துக் கம்பளியைப் போர்த்திய பிறகு அறையை விட்டு அவள் வெளியேறும் சத்தம் கேட்டது. அவள் காலில் கொலுசு அணிந்திருக்கிறாள் என்று கவனித்தான் அவன். கம்பளியைப் போர்த்திக் கொண்டதும் கதகதப்பாக இருந்தது. இது கருப்புக் கம்பளியாகத்தான் இருக்கவேண்டும் என்று உறுதிப்படுத்திக் கொண்டான். அரண்மனைக்கு வெளியே எந்த ஓசையும் இல்லை. யுத்த களத்துக்குச் செல்ல வேண்டிய சரக்குகளையெல்லாம் ஏற்றியாகிவிட்டதா அல்லது நள்ளிரவாகி விட்டது என்று படுக்கப் போய்விட்டார்களா என்று தோன்றியது. இந்த அளவு சரக்குகள் அந்தக் குந்தியின் பிள்ளைகளுக்கு எங்கிருந்து வரக்கூடும்?

மூச்சுவாங்க மட்டும் சின்ன இடைவெளியை விட்டு இழுத்துப் போர்த்திக்கொண்டான். உள்ளே கதகதப்பாக இருந்தது. மீண்டும் நினைவுகளில் மூழ்கினான். 'என்ன சொன்னாள் அவள்? உங்களைப் போல வயதான எந்த ஆணையாவது கேட்டுத் தெரிந்து கொள்ளுங்கள். யாரைப் போய்க் கேட்க முடியும்? அதற்குப் பொருத்தமான பெயர் ஒன்று கூட ஞாபகத்திற்கு வரவில்லை. பெரியப்பா பீஷ்மர் பிரம்மச்சாரி. அவளுக்கு இந்த விஷயம் எப்படித் தெரியும்? அதுமட்டுமன்றி இந்த விஷயங்களையெல்லாம் அவரிடம் பேச முடியாது. துரோணரும்கூட வயதில் பெரியவர்தான். அந்த அளவு நெருக்கமும் இல்லை. ஏழைப் பிராமணனாகிய கிருபாச்சாரியன் வாசலுக்கு வெளியே நின்று

பேசக்கூடிய ஆள். நெருக்கமாய்ப் பேச முடிந்த ஆள் ஒருவன் உண்டு என்றால் அவன் விதுரன் மட்டும்தான். ஆனால் அவனோடு கூட இப்படிப்பட்ட விஷயங்களைப் பற்றிப் பேச முடியாது. கிருஹஸ்தர்கள் கூட பிரம்மச்சாரிகள் போல வாழ வேண்டும் என்று சொன்னவன் அவன். ஒருவன் ஒரு மனைவியோடு மட்டும் உறவு கொண்டு வாழ வேண்டும், அப்படி வாழ்ந்தால் அவனும் பிரம்மச்சாரிதான் என்று சொன்னவன் அவன். நெருக்கமானவர்கள் வேறு யார் இருக்கிறார்கள்? தேரோட்டும் சாரதியையோ அல்லது அவனது தந்தையையோதான் அழைத்து வரச்சொல்லிக் கேட்க வேண்டும். அரசனாகிய நான் அப்படிப்பட்ட பணியாட்களிடம் எப்படி இந்த விஷயத்தைப் பற்றிக் கேட்பது? எனக்கு நெருக்கமான நண்பர்களே இல்லையே...' என்று ஆச்சரியப்பட்டான். அதை நினைக்க துக்கமாகவும் இருந்தது. காந்தாரி இன்னும் குறட்டை விட்டபடி தூங்கிக்கொண்டே இருந்தாள். 'மனைவி மட்டும் இருந்தால் போதாது! கூடவே ஒரு நண்பனும் இருக்க வேண்டும். மனத்தைப் புரிந்துகொண்டு எனக்கு இப்படி ஆனது, உனக்கு எப்படி ஆனது என்று மனம்விட்டுப் பரிமாறிக் கொள்கிற நண்பன் வேண்டும். அப்படிப்பட்ட நண்பன் யாரும் இல்லையே...' என்று நினைத்தபடி கதகதப்பான கம்பளியின் கீழ் தனிமையை எண்ணி வருந்தினான். இத்தனை நாட்கள் இதுபோன்ற எண்ணங்கள் எதுவும் தோன்றியதில்லை. இதுதான் முதல் முறை என்று தோன்றியபோது தனிமையின் தீவிரம் அதிகரித்தது. மறுபடியும் ரொம்ப நேரத்துக்குத் தூக்கம் வரவில்லை.

விடிந்து அவன் எழுந்திருந்தபோது வெளியே ஆரவாரம் தொடங்கியிருந்தது. சூரியன் உதித்து குறைந்தது நான்கு நாழிகைகளாவது ஆகி இருக்கக்கூடும் என்று நினைத்தான். பணிப் பெண்ணும் அதை உறுதிப்படுத்தினாள். குரலிலிருந்தே அவள் சுஸ்மிதை என்று தெரிந்துகொண்டான். சுஸ்மிதையே அவனை வெளியே அழைத்துச் சென்று முகம் கழுவி குளிப்பாட்டிப் புத்தாடை அணிவித்து கட்டிலின்மேல் உட்கார வைத்தாள். மனைவி காந்தாரியும் அருகிலேயே உட்கார்ந்திருப்பது புரிந்தது. சுஸ்மிதை வெளியே சென்றாள். அறைக்குள் மௌனம். அரண்மனை முற்றத்திலும் நிசப்தம். ஏதோ ஒருவிதமான வெறுமை எங்கும் நிறைந்திருப்பதுபோலத் தெரிந்தது. சிறிது நேரத்திற்குப் பின்பு மீண்டும் சுஸ்மிதை வந்தாள். 'புரோகிதர் வந்து பூசையைத் தொடங்க இருக்கிறார். புறப்படலாமா' என்று கேட்டாள். திருதராஷ்டிரனும் காந்தாரியும் எழுந்து நின்றார்கள். ஆளுக்கொரு கையில் இருவரையும் பிடித்து அறையைத் தாண்டி பூசை நடக்கும் இடத்துக்கு அழைத்து வந்தாள் சுஸ்மிதை. வழிபாடு முடிந்த பிறகு மீண்டும் திரும்பி அழைத்து வந்தாள். கட்டிலின் மேல் உட்கார்ந்த பிறகு திருதராஷ்டிரன் 'அரண்மனையின் எல்லாப்

பகுதிகளிலும் மௌனம் நிறைந்திருக்கிறது. வழிபாட்டுக் கூடத்தில் நாம் இருவரும் மட்டுமே இருப்பதைப் போல இருந்தது' என்றான்.

'மருமகள்களும் பேரப்பிள்ளைகளின் மனைவிமார்களும் நேற்றே போர்க்களத்துக்குச் சென்று விட்டார்கள்.'

'அந்த இடத்திற்கு இவர்கள் ஏன் போக வேண்டும்? பணிப் பெண்கள் இல்லையா?'

"தம் கணவன்மார்களைப் பணிப்பெண்களின் வசம் ஒப்படைக்க அவர்கள் ஒன்றும் என்னைப் போல் கண்களில் துணிப்பட்டை கட்டிக் கொண்டிருக்கவில்லையே?"

அவள் எந்தப் பொருளில் இந்தப் பதிலைச் சொன்னாள் என்பது புரியவில்லை. ஆனால் அக்குரலில் மகிழ்ச்சியற்ற தன்மையின் சாயல் அடங்கி இருந்தது. அதை வற்புறுத்தித் தெரிந்து கொள்ளும் ஆர்வம் அத்தருணத்தில் இல்லை. அதே நேரத்தில் சுஸ்மிதை வந்து இருவரையும் காலை உணவுக்கு அழைத்துச் சென்றாள்.

அன்று முழுக்க அவன் மனம் வெறுமையில் தவித்துக் கொண்டிருந்தது. பொழுது சாயும் தருணத்தில் எழுந்து அரண்மனையின் முற்றத்தில் சிறிது நேரம் காலாற நடக்க வேண்டும் போல இருந்தது. பணிப்பெண்ணைக் கூப்பிட்டுக் கை தட்டிய பிறகு அருகில் வந்து குரல் கொடுத்தவள் சாரு என்று உணர்ந்து கொண்டான். "எங்கே போயிருந்தாய்?" என்று கேட்டான். "அரசியோடு இருந்தேன்" என்றாள் அவள். "அரசி எங்கே?" என்று மீண்டும் கேட்டான். சாயங்கால வெயிலில் உட்கார்ந்து பேசிக்கொண்டிருக்கிறாள்" என்றாள் அவள்.

"எதைப்பற்றி?"

"அவளுடைய இளமைக்காலம் பற்றி. காந்தார தேசம் முழுக்கக் குன்றுகளும் மலைகளும் இருந்தனவாம். குளிர்ச்சியாக இருக்குமாம். வருஷத்தில் ஏழெட்டு மாதங்கள் தொடர்ச்சியாக புழுக்கமாய் இருக்கிற நேரம் இது. அந்தக் குளிர்ச்சி வேறெங்கே கிடைக்கப் போகிறது என்று நினைத்து ஒருமுறை அழுதும் விட்டாள்."

அவன் சற்றே குழம்பினான். திருமணமாகி வந்ததில் இருந்து ஒருமுறை கூட தாய் வீட்டுக்குப் போனதில்லை. "கண்களைக் கட்டிக் கொண்ட பிறகு அங்கே போய்த்தான் யாரைப் பார்க்கப் போகிறேன்? சகோதரர்கள் இங்குதானே இருக்கிறார்கள்?" என்று அவளே சொன்ன வார்த்தைகள் ஞாபகத்துக்கு வந்தன.

"சாரு சிறிது நேரம் இந்த மாலை வெயிலில் என்னை நடக்க விடு. அரசி இருக்கிற பக்கமாய் வேண்டாம்.

இறங்கும் வெயில் ஒரு வகையில் இதமாய் இருந்தது. ஆனால் ஊர் முழுக்க எந்த ஆரவாரமும் இல்லை. எல்லாம் அடங்கிப் போய் இருக்கிறது. சரக்குகளை ஏற்றியனுப்பும் வேலை முடிந்துபோய் இருக்கக் கூடும். எந்த மாளிகையிலும் யாரும் இல்லை. ஆண்கள் அனைவரும் போருக்குச் சென்றுள்ளார்கள். பெண்களும் தம் கணவன்மார்களைப் பார்த்துக் கொள்வதற்காகச் சென்றிருக்கிறார்களாம். தன்னைக் கேட்டிருந்தால் போகவிடாமல் தடுத்திருக்க முடியும் என்று நினைத்துக் கொண்டான். ஒரு வேளை போர் நிகழ்ச்சிகளை நேருக்கு நேராய்ப் பார்க்கச் சென்றிருக்கிறார்களோ என்னமோ, நம் கணவன்மார்களால் வெட்டி வீழ்த்தப்படும் பகைவர்களின் குவியல்களைப் பார்க்க விரும்பினார்களோ என்னமோ என்று தோன்றியபோது யுத்தம் என்றால் எப்படி இருக்கும் என்கிற கேள்வி அவனுக்குள்ளும் எழுந்தது.

"சாரு, நீ எந்த யுத்தத்தையாவது நேரில் பார்த்திருக்கிறாயா?"

"இல்லை. யுத்தத்திற்குச் சென்ற கணவனுக்குத் துணையாக இருந்திருக்கிறேன்."

"அவனுக்கு எத்தனை வயது."

'இருபத்...' என்று சொன்னவள் நாக்கைக் கடித்து மென்று விழுங்கியது தெரிந்தது.

'உண்மையைச் சொல்' என்றான். அவன் எதுவும் பேசவில்லை. அவள் வற்புறுத்திய பிறகு 'இருபத்தாறு' என்றாள்.

"அப்படியென்றால் உனக்கு எத்தனை வயது? அறுபத்தைந்து என்று நேற்று இரவு பொய் சொன்னாயா?"

அவள் எந்தப் பதிலும் சொல்லவில்லை. வெறுமனே அவனுடைய கைகளைப் பற்றி நடக்கவைத்துக் கொண்டிருந்தாள். பிறகு அவளாகவே பேசத் தொடங்கி, "உங்கள் பிள்ளைகளுக்கும் பேரப் பிள்ளைகளுக்கும் இளம் வயது. அவர்களுடைய மாளிகைகளில் வேலை செய்ய வேண்டாம் என்று என் கணவர் சொல்லி விட்டார். நீங்கள் வயதானவர். அதுவுமன்றிக் கண்களில்லாதவர். உங்கள் மாளிகையில் வேலை செய்வதில் தனக்கு எந்த ஆட்சேபணையும் இல்லை என்று சொல்லி விட்டார் அவர். இங்கு வந்து வேலைக்குச் சேர்ந்து ஒரு மாதம்தான் ஆகிறது. நேற்று நீங்கள் என் வயதைக் குறித்துக் கேட்ட போது அக்குரலில் வெறுமனே தெரிந்து கொள்ளும் ஆர்வம் மட்டும் இல்லை என்று புரிந்தது. அதனால்தான் அறுபத்தைந்து என்றேன்."

அவள் அமைதியான குரலில் சொன்னாலும் கூட அவனுக்குப் பலம் குன்றிக் கீழே விழுந்துவிடுவோமோ என்பது போல ஆனது. நடக்காமல் நின்று விட்டான். அவள் பிடித்துக் கொண்டிருக்காவிடில்

விழுந்து விடுவோம் என்று தோன்றியது. ஒரு கணம் உடலே உறைந்தது போல இருந்தது. பிறகு தன்னுடைய பேச்சினால்தான் இவர் இப்படியானார் என அவள் நினைக்க நேரிடும் என்று எண்ணி நிதானமாக நடக்கத் தொடங்கினான். அவளும் அவனுடைய கைகளைப் பற்றியபடி பக்கத்திலேயே வந்து கொண்டிருந்தாள். ஏழெட்டு அடிகள் எடுத்து வைப்பதற்குள் அவன் தளர்ச்சி சரியானது. பொழுது சாய்ந்து கொண்டிருக்கக் கூடும். எங்கும் எந்த விதமான ஆரவாரமும் இல்லை. "எல்லாரும் யுத்தத்திற்குச் சென்றுவிட்டார்களோ? பெண்கள் கூடவா? இதுவரை எந்தப் பெண்ணும் இப்படிப் பேசவில்லை. பணிப் பெண்கள் இருப்பதே அரசன் ஆனந்தத்திற்குத்தான். ராஜ்ஜியத்தை ஆள்வது போலவே அவர்களையும் ஆளலாம். இவளை வேலையில் இருந்து நீக்க வேண்டும் அல்லது தண்டனைக்கு உள்ளாக்க வேண்டும். என்ன தண்டனை தரலாம்? அதைச் சாதிப்பது எப்படி? என்றெல்லாம் யோசித்துக் கொண்டிருக்கும் போது அவளது குரலில் இனிமை ஞாபகத்திற்கு வந்தது. இரவில் இந்தக் குரலை வைத்தே இவளுடைய இளம் வயதை அடையாளம் கண்டுபிடிக்கவில்லையே என்று நினைத்துக்கொண்டான். சிறிது தூரம் நடந்த பிறகு, "திரும்ப அழைத்துச் சென்று கட்டிலில் படுக்க வைத்து விடு" என்றான். படுக்க வைத்த பிறகு "இப்பொழுது நீ போர்த்தியது கருப்புக் கம்பளிதானே?" என்று கேட்டு உறுதிப்படுத்திக் கொண்டான்.

இரவு உணவுக்கு அழைத்துச் செல்ல சுஸ்மிதை வந்தாள். "நீயே மீண்டும் வந்திருக்கிறாயே. அவள் எங்கே? அவள் பெயர் என்ன?" என்று கேட்டான். "கணவன் யுத்தத்திற்குச் சென்றிருக்கிறான். தனியாக இங்கிருந்து நான் என்ன செய்யப் போகிறேன். தாய்வீட்டுக்குப் போகிறேன் என்று திடுமெனக் கிளம்பிப் போய் விட்டாள்." என்றாள் அவள்.

"தாய் வீடு என்றால் எந்த ஊர்?"

"எனக்குத் தெரியாது."

திருதராஷ்டிரனும் அதிக ஆர்வம் காட்டவில்லை. பக்கத்தில் இருந்த காந்தாரி விழித்திருக்கிறாள் என்பது மட்டுமல்ல, காலையில் இருந்தே மௌனமாகவே ஏதோ எதிர்ப்பைப் புலப்படுத்துகிறாள் என்கிற எண்ணமும் அவனுக்கு இருந்தது. அரசனாகிய தன்னையே இந்த வேலைக்காரப் பெண் ஏமாற்றி விட்டுச் சென்று விட்டாளே என்கிற அவமானமும் கோபமும் கூட மனத்தில் நிறைந்திருந்தது. எங்கும் நிசப்தம். விளக்கு எரிகிறதோ என்னமோ? சுஸ்மிதையை அழைத்துக் கேட்கலாம் என்று எண்ணிப் பிறகு தயங்கிப் பின்வாங்கினான். காந்தாரி குறட்டை விடவில்லை. தூங்காமல் இருந்தும் கூட மௌனமாகவே இருந்து தன்னை இப்படி வதைக்கிறாளே

என்று கோபம் வந்தது. போர்வையை நன்றாக இழுத்துப் போர்த்திக் கொண்டு எல்லாவற்றையும் மறக்க முயற்சி செய்தான். முடியவில்லை.

“மீண்டும் சஞ்சயன் எப்போது வருவான்? நாளைக்கா அல்லது நாளைக்கு மறுநாளா? அவன் வந்தது நேற்றா, முந்தாநாளா? எனக்கு எதுவுமே தெளிவாக ஞாபகமில்லை. காந்தாரியைக் கேட்கலாமா? ஆனால் வெளிப்படையாகவே அவள் என்னைத் தவிர்க்க முற்படும் போது நானாக எப்படிப் பேசுவது? ஒன்றும் அவசரம் இல்லை. மகா வீரராகிய பீஷ்மர் தன் படையோடு எதிரிகளை மோதி அழித்த பிறகே செய்தி வரட்டும். பிரம்மச்சரியம்தான் பீஷ்மரின் வீரத்தில் அடங்கி இருக்கிற ரகசியம். இன்னொன்றும் ஞாபகத்துக்கு வருகிறது. விதுரன் சொன்னதா, அல்லது வேறு யாராவது சொன்னார்களா? இல்லை இல்லை, விதுரன் தான் சொன்னான். பாண்டவர்கள் தம் மனைவியாகிய திரௌபதையைத் தவிர்த்து வேறு எந்தப் பெண்ணையும் தொட்டதில்லையாம். அர்ஜுனனுக்கு மட்டும் இன்னொரு மனைவி உண்டாம். வில்வித்தையும் மற்ற ஆயுதக் கலைகளையும் கற்கும்போது தன் பிள்ளைகள் எங்கே நெறி தவறிப் பணிப்பெண்களோடு உறவு கொண்டாடத் தொடங்கி விடுவார்களோ என்ற எண்ணத்தோடு பாம்பு போல அவர்களையே சுற்றி வந்து பாதுகாத்தாளாம். அளவுக்கதிகமான காம விளையாட்டுக்களால்தான் உங்கள் தந்தைக்கு வியாதி வந்தது. நீங்களாவது எச்சரிக்கையாக இருங்கள் என்று விளக்கமாகச் சொல்லி வைத்தாளாம். இந்திரப் பிரஸ்தத்தைக் கட்டி நிறுவிய பிறகு, அந்த ஐந்து பேர்களும் எந்தப் பணிப் பெண்ணோடும் உறவாடியதில்லையாம். பிறகுதான் சூதாடி எல்லாவற்றையும் தோற்று காட்டுக்குச் சென்று விட்டார்கள். காட்டில் இன்னொரு வகையான பிரம்மச்சரியம். அப்படியென்றால், பெரியப்பா பீஷ்மரைப் போலவே பிரம்மச்சரியத்தைப் பின்பற்றுகிற ஐந்து மகாவீரர்கள் எதிரிகளாக இருக்கிறார்கள் என்றுதான் பொருளாகிறது...” என்ற எண்ணத்தைத் தொடர்ந்து இதயத்துடிப்பு அதிகரித்தது. மகனுக்குப் புத்தி சொல்லும் போதெல்லாம், “மகனே, இவ்வளவு செல்வம் கொழிக்கிற நாடு இருக்கிறது. இவ்வளவு பேர் பணிப்பெண்கள் இருக்கிறார்கள். வேண்டுமென்றால் கால்நடைகளையோ, பொன்னையோ கொடுத்து அயல் தேசத்திலிருந்தும் கூட அழகான பெண்களை வரவழைத்து சந்தோஷமாக இரு, எதற்காக வீணாகப் பாண்டவர்கள் மீது பொறாமைப் படுகிறாய்? தம்பியின் பிள்ளைகளுக்கு அநியாயம் புரிந்தான் என்கிற பழியும் எனக்கு வேண்டாம்.” என்று தானே சொன்னதையும் நினைத்துக்கொண்டான். துரியோதனன் மற்றும் துச்சாதனன் மாளிகை களில் நிறைய பணிப்பெண்களாம், அதைக் குரு ராஜ்ஜியத்தின் பெருமைக்கு அடையாளமாக எண்ணிக் கொண்டிருந்ததையெல்லாம் மீண்டும் நினைத்தான். இப்போது அந்த

எண்ணமே அவனுக்கு அச்சமூட்டியது. பெரியப்பா முழுக்க முழுக்க பிரம்மச்சரியத்தைப் பின்பற்றினார். குந்தியின் பிள்ளைகளைப் போல திருமணம் செய்து கொள்ளாமல் முழுக்க முழுக்க பிரம்மச்சரியத்தைப் பின் பற்றியவர். அவரது தலைமையில் நிச்சயமாக வெற்றி கிடைக்கும் என்று நினைத்து மன அமைதி கொண்டான். நீண்ட நேரத்திற்குப் பிறகு உறக்கம் வந்தது. நல்ல உறக்கம். ஆனால் திடுமென விழித்துக் கொண்டான். கனவோ என்னமோ, தன் பிள்ளைகள் அனைவரும் ஒவ்வொருவராக யுத்தத்தில் இறந்து... நல்ல வேளை, இது வெறும் கனவுதானே, உண்மையில்லை என்று நினைத்து மனத்தை அமைதிப் படுத்திக்கொண்டு மீண்டும் படுக்கையில் புரண்டு படுத்தான். சட்டென சிறுநீர் கழிக்கச் செல்ல வேண்டும் போலத் தோன்றியது. பணிப் பெண்ணை அழைத்து அவளது கையைப் பற்றிக் கொண்டு நடக்க விருப்பமின்றி படுத்தபடியே இருந்தான். இன்றைய தினம் காந்தாரியிடமிருந்து குறட்டைச் சத்தம் இல்லை. உறங்குகிறாளோ அல்லது விழித்திருக்கிறாளோ என்று தோன்றியது. வயதான பிறகு சிறுநீரைக் கூடக் கட்டுப்படுத்திக்கொள்ள இயலவில்லையே என்று நினைத்து பணிப் பெண்ணைக் கூப்பிட்டான். அப்போது சுஸ்மிதை எழுந்து வந்தாள். 'ஏன் தூக்கத்தைக் கெடுக்கிறீர்கள்' என்று காந்தாரி அவனிடம் கேட்டாள்.

சிறுநீர் கழித்து விட்டு மீண்டும் வந்து படுத்துக்கொண்டதும் பிரம்மச்சரியத்தில் அந்த அளவு சக்தி இருக்கக் காரணம் என்ன எண்ணம் எழுந்தது. தெரிந்ததும் தெரியாததுமான நிறைய பதில்கள் மனத்தில் எழுந்தன. கடைசியில் இதற்கெல்லாம் பதில் சொல்ல விதுரதன்தான் பொருத்தமானவன் என்கிற எண்ணம் எழுந்தது. அப்பொழுதுதான் அன்று முழுக்க அவன் வரவே இல்லை என்பது உறைத்தது. விடிந்ததும் ஆள் அனுப்ப வேண்டும் என்று எண்ணிக் கொண்டான். காந்தாரியின் திசையில் இருந்து நீளமாக மூச்சிழுக்கும் சத்தம் கேட்டது. ஆனால் தூங்குகிறாளோ. இல்லையோ என்கிற சந்தேகம் வந்தது. திடுமென தன் தனிமையைப் பற்றி நினைத்துக் கொண்டான். விதுரன் மீண்டும் அரண்மனைக்குள் வருவானோ என்று தோன்றியது. ஒருவேளை அவன் மனத்தை மாற்றிப்போக வேண்டாம் என்று தடுத்து விடுவானோ என்று தோன்றியது. அதிகாலை நேரத்தில் கூட நிசப்தமாகவே இருந்தாலும் அவனுக்குத் தூக்கமே வரவில்லை.

இரண்டாவது முறையாக வந்த சுஸ்மிதையுடம், "நீ ஒரு ரதத்தில் ஏறி விதுரனின் வீட்டுக்குப் போ. உன் அண்ணன் திருதராஷ்டிரனுக்கு உடல்நலம் குன்றியுள்ளது என்று சொல். நீ இல்லாவிட்டால் அவனால் உயிர் பிழைப்பது அரிது என்று சொல்" என்றான்.

சிறிது நேரத்திற்குள் ரதம் திரும்பி வரும் ஓசை கேட்டது. அதைத் தொடர்ந்து நடந்து வரும் சத்தம். வெறும் சுஸ்மிதையின் காலடிச்சத்தம் மட்டும் அல்ல. கூட இன்னொரு வரும் நடந்து வரும் சத்தம் கேட்டது. விதுரனின் காலடிச் செத்தம்தான். “என்ன உடம்புக்கு...?” என்று விதுரன் கேட்டான். சட்டென எழுந்து உட்கார்ந்தவன் “அருகில் வா” என்று திருதராஷ்டிரன் கைளை நீட்டினான். விதுரனின் மார்பு, தோள், கழுத்துப்புறமெங்கும் சூடாக இருப்பதை அவனை அணைக்கும்போது உணர்ந்தான் திருதராஷ்டிரன். பார்வையற்ற அவன் கண்களில் இருந்து கண்ணீர் பெருகியதைப் பார்த்து விதுரனின் கண்களும் கண்ணீரால் நிறைந்தன.

* * *

“சஞ்சயா, நீ வந்து போய் மூன்று நாட்களாகி விட்டன. எந்தச் செய்தியும் தெரியாமல் நாங்கள் தவித்துக் கொண்டிருக்கிறோம். தினந்தோறும் வந்து சொல் என்று சொல்லித்தானே உனக்கு இரண்டு குதிரைகளைக் கொடுத்தேன்” என்று சொன்னான் திருதராஷ்டிரன்.

“செய்தியாகச் சொல்லத்தக்க விஷயங்கள் எதுவுமே நடக்காத பட்சத்தில் வெறுமனே வந்து சொல்வதில் என்ன பயன் அரசே? சொல்லத் தக்க விதத்தில் இன்று ஒரு சம்பவம் நடந்தது. சொல்லப் போனால் இன்றிலிருந்துதான் உண்மையான யுத்தம் ஆரம்பிக்கிறது” என்று சொன்ன சஞ்சயன் வியர்வையைத் துடைத்துக் கொண்டபடி அருகில் நின்றிருந்த பணிப்பெண்ணிடம் “ஏதாவது குடிக்கத் தருகிறாயா? வயிறு பற்றி எரிகிற அளவுக்குப் பசிக்கிறது. அரசே, நான் உட்கார்ந்து கொண்டு சொல்லட்டுமா?”

“உட்கார். உட்கார்.” என்ற திருதராஷ்டரன் பணிப் பெண்ணிடம், “ஒரு மணைப் பலகை கொடு. குடிப்பதற்குத் தேன் கலந்த நீர் எடுத்து வந்து கொடு. கொஞ்சம் மாவும் தேனும் பாலும் பிசைந்து கொண்டு வந்து கொடு. எல்லாச் செய்திகளும் முடிந்த பிறகு சஞ்யன் இங்கே சாப்பிடப்போவதாக சமையல்காரனிடம் சொல்” என்றான். பிறகு சஞ்சயனிடம், “இன்று என்ன செய்தி?” என்று ஒரே மூச்சில் கேட்டான்.

தூணில் சாய்ந்தபடி உட்கார்ந்திருந்த விதுரனும், “போன முறை சொன்னதைப் போலவே தெளிவாகச் சொல்” என்றபடி சஞ்சயனின் முகத்தைப் பார்த்தான்.

“யுத்தத்தில் இருந்து பீஷ்மரின் விலகல். படைத்தலைமைப் பொறுப்பைத் துரோணர் ஏற்றுக்கொள்ள வாய்ப்பு இருக்கிறது. துரியோதனனின் படையில் வீரர்கள் குறைவு. பாண்டவர்களின் தந்திரம். இவை தாம் முக்கியச் செய்திகள்” என்று ஒரே மூச்சில் சொல்லி முடித்தவன் பிறகு மெல்ல மெல்ல விவரங்களை சொல்ல

ஆரம்பித்தான்." இன்று யுத்தம் தொடங்கிய நான்கு நாழிகைக்குள் பீஷ்மர்தான் இனி போரிடப் போவதில்லை என்றும் படைத் தலைமைப் பொறுப்பில் இருந்து விலகிக் கொள்வதாகவும் அறிவித்தார். தேரோட்டியிடம் தன் தேரை படைக்களத்தில் இருந்து திருப்பி ஓட்டுமாறு சொன்னார். அங்கிருந்து நேராகத்தன் கூடாரத்திற்குத் திரும்பவில்லை. படைக்களத்தில் இருந்து மிகவும் தள்ளி, அதன் சத்தம் கூட கேட்காத அளவுக்குத் தொலைவில் இறந்து போன குதிரைகள், யானைகள், வீரர்களைப் புதைக்கிற இடத்தையும் தாண்டிப் போனார். காற்று வீச்சின்போது கழிவு நாற்றம் வராத அளவுக்குத் தொலைவில் இருக்கும் இடம் அது. வீரர்களுக்குத் தேவையான நீருக்கு உதவும் ஏரிக்கு அருகில் உள்ள மரத்தடியில் உண்ணாவிரதம் இருந்து இறக்கப் போவதாக அறிவித்துள்ளார். நேராக அங்கேயே சென்றுவிட்டார். தலைமை இல்லாத படையுடன் துரியோதனன் போரைத் தொடர்ந்தான். இது சொல்லத்தக்க செய்திதான் என்று அதற்குள் அங்கிருந்து கிளம்பி விட்டேன்."

"அவர் இப்படி முடிவெடுக்க என்ன காரணம்?" என்று விதுரன் கேட்டான். சக்தி மிக்க பிரம்மச்சாரியாகிய பெரியப்பா தலைமைப் பொறுப்பேற்று வெற்றி ஈட்டித் தருவார் என்று நினைத்துக் கொண்டிருந்த சூழலில் ஏன் இப்படிச் செய்தார் என்று கலங்கிய திருதராஷ்டிரன் கரை உடைந்தது போல வருந்தினான். காந்தாரியும் தூணைப் போல உட்கார்ந்திருந்தாள்.

"எதிரிகள் இடையேயும் செய்திகள் சேகரிக்க ஆட்களை வைத்திருக்கிறேன் என்று சொன்னேன் இல்லையா. அவர்கள் மூலமும் துரியோதனனின் ஒற்றர்கள் மூலமும் சில விவரங்களைத் தெரிந்து கொண்டேன். படைத்தலைமைப் பொறுப்பில் பீஷ்மர் இருக்கிறவரைக்கும் நிச்சயமான வெற்றி அல்லது தோல்வி இரண்டுக்கும் வழியில்லை என்று புரிந்து கொண்டார்கள் பாண்டவர்கள். பாண்டவர்களும் எதிர் அணியில் இருக்கிற யாரையும் நேரிடையாகக் கொல்லவில்லை. பீஷ்மரும் அந்த வகையில்தான் படையை இயக்கிக் கொண்டிருந்தார். அவரை நேருக்கு நேர் தாக்கிக் கொல்லவும் அவர்களில் யார்க்கும் விருப்பம் இல்லை. என்னதான் இருந்தாலும் சிறு வயதில் அன்போடு சீராட்டி வளர்த்தவர் என்கிற அன்பின் காரணத்தாலோ அல்லது வேறு ஏதாவது காரணத்தாலோ தெரியவில்லை. வில்லும் அம்பும் ஏந்தி போர் புரிகிறவரைக் கொல்லலாம். ஆனால் தேர்க்குள் தலையணையில் சாய்ந்தபடி பின்னணியிலிருந்து இயக்குபவரை எப்படிக் கொல்ல முடியும்? இப்படியே பாண்டவர்கள் குழம்பிக் கொண்டிருக்கும்போது யாதவர்களின் கிருஷ்ணன் ஒரு ஆலோசனை சொன்னானாம். "பீஷ்மரைக் கொல்வதற்காகவே சபதமிட்டு இறந்து போன காசிராஜனின் மகளான அம்பை மீண்டும் பிறந்து. மீண்டும்

உயிர்த்தியாகம் செய்து மீண்டும் துருபதனுக்கு மூத்த குழந்தையாக ஆணுமற்ற பெண்ணுமற்ற அலியாகச் சிகண்டி பிறந்திருக்கிறான். இப்போது சிகண்டியே வந்து பாண்டவர்களின் படையில் பங்கேற்று பீஷ்மரை எதிர்கொள்வதுதான் பொருத்தமானது" என்று சொன்னானாம். இன்றைய தினம் எதிர் அணியில் படைத் தலைவன் மாள்வது உறுதி என்றும், அவரைக் கொல்வதற்காகவே பிறந்திருக்கிற சிகண்டியே இன்று பாண்டவர்களின் படைக்குப் பொறுப்பேற்று மோதப்போவதாக எல்லா வீரர்களிடமும் செய்தியைப் பரப்பினார்கள்..." என்று சொல்லிக் கொண்டிருந்த சஞ்சயனை இடையில் நிறுத்திய காந்தாரி "அம்பை என்றா சொன்னாய்?" என்று கேட்டாள்.

"அந்தக் கதை உனக்குத் தெரியுமா? என் தாய், பாண்டவரின் தாயைக் காட்டிலும் மூத்தவள் அவள். சுயம்வர மண்டபத்தில் இருந்து இம்மூவரையும் வென்று கைகால்களைக் கட்டித் தேரில் ஏற்றிக் கொண்டு இங்கே வந்துவிட்டார் பெரியப்பா..." என்று தொடர்ந்து சொல்ல முயன்ற திருதராஷ்டிரனைத் தடுத்த காந்தாரி, "உன் பெரியப்பா வின் வீரக்கதைகளை எல்லாம் நானும் கேட்டிருக்கிறேன். அவள் பெயர் மறந்து போய்விட்டது. அதற்காகத்தான் கேட்டுத் தெரிந்து, கொண்டேன்" என்று சொன்னாள்.

அவளது பேச்சும் அவள் பேசிய விதமும் திருதராஷ்டிரனுக்குப் புரியவில்லை. அவளைக் கிளறிக் கேட்க விருப்பமின்றி, "அப்படிச் செய்தியைப் பரப்பினார்கள். அதற்கப்புறம்...?" என்று சஞ்சயனிடம் கேட்டான்.

"மாவும் தேனும் சாப்பிடுகிறான் அவன்" என்று பதில் சொன்னான் விதுரன்.

அவசரம் அவசரமாக விழுங்கிக் கொண்டிருந்த சஞ்சயனுக்குச் சிரிப்புவந்தது.வாயில்சாப்பாட்டை வைத்துக்கொண்டே சிரிக்க இயலாமல் கீழே குனிந்து துப்பினான். புரையேறியதால் இருமத் தொடங்கினான். "பொறுமை, பொறுமை" என்று விதுரன் சொன்னதையும் கேட்காமல் அவசரம் அவசரமாகவே சாப்பிட்டான். பிறகு, "என் ஆர்வத்தைக் கட்டுப்படுத்த இயலவில்லை. நானே கண்ணாரத் தொலைவிலிருந்து பார்த்தேன். மேலே தடுப்பு எதுவுமில்லாத உயரமான தேரில் சிகண்டி வந்து நின்றான். இடுப்புக்குக் கீழே பெண்களைப் போல ஆடை அணிந்து கொண்டிருந்தான். இடுப்புக்கு மேல் ஆண்களைப் போல கவசம் அணிந்து கொண்டிருந்தான். தலைமுடியை நீளமாகப் பின்னி யிருந்தான். அசையும் இடுப்பு, அந்தப் புறத்தில் இருக்கிறவர்கள் பொழுது போக்கத் தக்கவனாக இருந்தான் சிகண்டி. "அகங்காரம் பிடித்த பீஷ்மனே, அபலைப் பெண்ணாகிய என்னைக் கவர்ந்து வந்து என் வாழ்வை வீணாக்கியவனே, இப்போது உன்னைச் சாகடிப்பதற்கென்றே ஆணாகப்

பிறந்து வந்திருக்கிறேன். நீ ஆண்மையுள்ளவனாக இருந்தால், வில்லும் அம்பும் எடுத்துக் கொண்டோ, வாள் எடுத்துக் கொண்டோ அல்லது கதை எடுத்துக் கொண்டோ நேருக்கு நேர் சண்டையிட வா. நேருக்கு நேர் சந்திக்கத் துணிச்சல் இல்லை யென்றால் தரையைத் தொட்டு வணங்கு" என்று கூவிய நபும்சகனின் வார்த்தைகள் ஒருவர் மூலமாக இன்னொருவருக்குப் பரவி அவர்கள் வீரர்கள் சிரிக்கத் தொடங்கிய சிரிப்பு அரை நாழிகை நேரமானாலும் நிற்கவில்லை. பத்து நாள் யுத்தத்திற்கு நடுவில் இரண்டு பக்க அணியைச் சார்ந்த வீரர்களுக்கும் இந்தப் பேச்சே பெரும் பொழுது போக்காக இருந்தது. ஒரே சிரிப்புதான். முதல் வரிசையில் இருந்தவர்களின் சிரிப்பு அடுத்த வரிசைக்காரர்களிடம் "என்ன சிரிப்பு?" என்று கேட்க, முதல் வரிசைக்காரர்கள் தான் கண்ணால் பார்த்த அளவிலும் காதால் கேட்ட அளவிலும் அவர்களுக்கு எடுத்துச் சொல்ல அதைக் கேட்டு அவர்களும் சிரிக்கத் தொடங்கினார்கள். போர்க்களத்தில் இருந்த எல்லோருமே சிரிக்கத் தொடங்கிவிட்டார்கள். அவர்களுக்கு அருகில் இருந்த நான் திரும்பி தொலைவில் இருந்து பீஷ்மரைப் பார்த்தேன். இந்தப் பைத்தியக்காரத்தனமான சிரிப்பால் அவர் அவமான மடைந்தாரா அல்லது ஆண்மை மிக்க வீரனாகிய தான் நபும்சகனாகிய சிகண்டி யோடு போரிடக் கூடாது என்ற காரணத்தாலோ அல்லது நபும்சக வடிவத்தில் உள்ள அம்பை உண்மையிலேயே தன்னைக் கொல்லக் கூடும் என்கிற அச்சத்தாலோ அவர் உறைந்திருந்தார். சிரிப்புச் சத்தம் நின்றதுமே "எல்லாரும் எதற்காகச் சிரிக்கிறார்கள்" என்று தன் தேரோட்டியைக் கேட்டார் பீஷ்மர். இறங்கிப்போய் செய்தியைக் கேட்டு வந்து சொன்ன அவனும் சிரிப்பு தாங்க மாட்டாமல் சிரித்தான். அதற்குள் சிரிப்பின் இன்னொரு அலை எழுந்து வந்தது. இரண்டு பக்க வீரர்களும் வில்களைத் தோளில் மாட்டிக்கொண்டு கைளைத் தட்டிச் சிரிக்கத் தொடங்கினார்கள். சிலர் சிகண்டியைப்போல இடுப்பை வளைத்து வளைத்து நடந்து அபிநயிக்கத் தொடங்கினார்கள். தம் அணியைச் சேர்ந்த வீரர்களே இப்படிச் செய்யத் தொடங்கிய பிறகு, ஒரு தலைமைப் பொறுப்பில் இருப்பவர் பார்த்துக் கொண்டு சும்மா இருக்க முடியுமா? பீஷ்மரின் முகம் மேலும் உறைந்தது. சில கணங்களுக்கு எதுவும் பேசவில்லை. அதற்குப் பின்பு எழுந்து நின்று உரத்த குரலில் பீஷ்மர், "இந்த பீஷ்மனுக்குப் பயம் என்பது கிடையாது. இதை முதலில் எல்லாரும் தெரிந்து கொள்ளுங்கள். ஆனால் ஒரு நபும்சகனின் சவாலை ஏற்றுக் கொள்வது வீரனாகிய எனக்கு அழகல்ல. படைத்தலைமைப் பொறுப்பில் இருந்து நான் விலகுகிறேன். சாரதி, தேரைத் திருப்பு" என்றார். நம் வீரர்கள் திசை கெட்டுப் போனார்கள். எதிர் அணி வீரர்களைச் சேர்ந்த சிலர் சிகண்டி வந்து திருமணம் செய்து கொள்ளக் கூடும் என்கிற அச்சத்தால் பிரம்மச்சாரி ஓடி விட்டான் என்று காதில் விழும்படியே கூவினார்கள். அப்படி யாரேனும் ஒருவர்

சொன்னாலும் போதும் உடனே மற்றவர்களும் சேர்ந்து ஓவென்று இரைச்சலிட்டு சிரித்தார்கள். முன் வரிசையிலேயே இருந்த அர்ஜுனன் ஒன்றைத் தொடர்ந்து ஒன்றாக ஐந்து அம்புகளை வானில் எய்து படைவீரர்களின் கவனத்தைத் திருப்பி மதிப்புக்குரிய பிதாமகரின் விஷயத்தில் யாரும் கேவலமாகப் பேசுவதோ அல்லது சிரிப்பதோ கூடாது என்று சத்த மிட்டுச் சொன்னான். எல்லோரும் அடங்கினார்கள். குசுகுசு என்று பேசிக் கொள்வது மட்டும் தொடர்ந்தது. எப்படியோ நபும்சகன் ஒருவன் படைக்களத்தில் பேசப்படுகிற பெரிய வீரனாகி விட்டான். அதற்கப்புறம் பீஷ்மரைப் பின் தொடர்ந்தேன் நான். அதற்கப்புறம்தான் கர்ணன் களம் புகுந்தான் என்கிற செய்தியைக் கேள்விப்பட்டேன். அதை மட்டும் நேராகப் பார்க்கவில்லை."

வேறு எந்தத் தகவலும் ஞாபகத்துக்கு உடனடியாக வரவில்லை யாதலால், சொல்வதற்கும் வேறு விஷயம் இல்லை என்று அமைதியாக இருந்தான். மரத்தாலான பாத்திரத்தில் பாலும் மாவும் இருப்பதைக் கூட மறந்து உட்கார்ந்திருந்தான். படைக்களத்திலிருந்து பீஷ்மர் விலகியதை அறிந்து திருராஷ்டிரனுக்குப் பயம் வந்தது. "அவரைக் கொல்வதற்காகவே அம்பை மறுபிறப்பு எடுத்திருக்கிறாள். அதுவும் நம் எதிரியான துருபதனின் பிள்ளையாகத்தான் பிறக்க வேண்டுமா அவள். நண்பர்களாக இருக்கிறவர்கள் கூட கோபத்தில் நம் எதிரி களைத் தேடிச் சேருகிறார்கள்" என்கிற யோசனையைத் தொடர்ந்து அந்த நபும்சகனைப் பற்றி எண்ணிப் பார்க்கத் தொடங்கினான்." நபும்சகன் என்றால் எப்படி இருப்பான்? ஆணும் அல்ல, பெண்ணும் அல்ல என்று மட்டும் கேள்விப்பட்டிருக்கிறேன். மற்றபடி வேறு எதுவும் தெரியவில்லை. யாரைக் கேட்டால் இதுபற்றிச் சொல்வார்கள்? துரோணரைக் கொல்வதற்காகவே திருஷ்டத்துய்மணன் அக்கினி பூசையைச் செய்தான் என்று கேள்விப் பட்டிருக்கிறேன். அவருக்கு எதிராக அந்த சிகண்டியை நிறுத்தி இருக்கக் கூடாது. பீஷ்மரே தொடர்ந்து படைத் தலைமைப் பொறுப்பில் இருந்திருக்கக் கூடும்" என்கிற எண்ணமும் நடுநடுவே எழுந்தது.

"பீஷ்மரின் படைத்தலைமையில் என்னென்ன வெற்றிகள் கிடைத் திருக்கின்றன?" என்று நடுவில் கேட்டான் விதுரன்.

"அதை எப்படிச் சொல்ல முடியும்? கடந்த பத்து நாட்களாக எத்தனை ஆயிரக்கணக்கில் படைவீரர்கள் இறந்திருக்கிறார்களோ, எத்தனை ஆயிரக்கணக்கான வீரர்கள் கைகால்கள் உடைந்து விழுந்து கிடக்கிறார்களோ, அதையெல்லாம் யாரால் கணக்கு வைத்துக் கொள்ள முடியும்? ஒருநாள் யுத்தம் நடந்த இடத்தில் அடுத்த நாள் யுத்தம் நடப்பது சாத்தியமில்லை. இறந்த வீரர்களும் குதிரைகளும் யானைகளும் அங்கே குவியல் குவியலாகக் கிடந்தன. அதன்

துர்நாற்றம் சுற்று வட்டாரத்தில் ரொம்ப தூரத்துக்கு வீசிக் கொண்டிருந்தது. இப்படி இருக்கிறதே என்று ரொம்பவும் தள்ளிப் போகவும் வழியில்லை. மற்றபடி சாமான்களையும், சாப்பாட்டுக்காக வந்த தானியங்களையும் மற்ற சரக்குகளையும் அடிக்கடி இடம் மாற்றுவது ஆகக் கூடிய காரியமில்லை. நாம் ஒரு திசையில் சென்றால், இன்னொரு திசையிலிருந்து எதிரிகள் நுழைந்து விடுவார்களோ என்கிற பயம் வேறு. எதிரிகள் அணியிலும் கணக்கெடுக்க முடியாத அளவு வீரர்கள் இறந்திருக்கிறார்கள். ஆனால் மொத்தத்தில் நம் அணிக்குத்தான் இழப்பு அதிகமாக உள்ளது. முதலில் அவர்களிடம் ஏழு மடங்கு வீரர்கள் இருந்தால் நம்மிடம் பதினொரு மடங்கு வீரர்கள் இருந்தார்கள். இப்போது அந்த வித்தியாசம் சிறிது சிறிதாகக் குறைந்து ஏழுக்கு ஏழு என்கிற அளவில் அவர்களுக்கும் நமக்கும் சமபலம் என்று மாறிவிட்டது. அல்லது நம் பலம் குறைந்துவிட்டது என்றே சொல்ல வேண்டும். துரோணர் சொல்வதை வைத்துக் கொண்டு பார்த்தால் ஐந்துக்கு ஐந்து என்ற விகிதத்தில்தான இரண்டு அணிகளின் பலமும் இருக்கக் கூடும்."

"அந்த அளவுக்கு நஷ்டமேற்பட்டுள்ளதா?" என்று கேட்ட திருதராஷ்டிரனின் குரல் வாசல் வரை கேட்டது. "பெரியப்பா பிதாமகரின் முன்னிலையில் இது எப்படிச் சாத்தியமானது?" என்று கேட்டான்.

"பாண்டவர்கள் அந்த அளவு வேகமாகச் சண்டையிடுகிறார்கள். மோதி இறந்தவரைக் காட்டிலும், மோதலால் உண்டான பயத்தாலும், குழப்பத்தாலும் சிதறி ஓட முற்பட்டு ஒருவர் மேல் ஒருவர் விழுந்து இறந்தவர்கள் அதிகம். படைக்களத்தை விட்டு ஓடிப் போனவர்களும் அதிகம். வில்லை எடுத்து ஒரு அம்பு கூட விடச் சக்தியற்றவனின் தலைமையில் வெற்றி பெறுவது சாத்தியமே இல்லை என்று பல வீரர்கள் பயந்துவிட்டார்கள். ஆனால் எதிரிகள் அணியில் உள்ள தன் உயிருக்கும் அஞ்சாத பீமனின் மீது அவர்களுக்கு மரியாதை ஏற்பட்டுள்ளது. தன்னந்தனியாகவே ஐந்நூறு வீரர்களை எதிர்த்து அழிக்கக் கூடிய ஆற்றல் அவனுக்குள்ளது. அவன் ஓர் இடத்தில் நின்று யுத்தம் புரிவதில்லை. நேராக நம் வீரர்கள் நடுவே புகுந்து விடுவான். கத்திகளும் ஈட்டிகளும்தான் அவர்களது முக்கிய ஆயுதங்கள். உலோகத்தாலான பெரிய கதை ஒன்றை எடுத்துக் கொண்டு நுழைகிறான் பீமன். யானைப்படையின் நடுவே புகுந்து அவற்றின் மத்தகத்தில் குறிபார்த்து ஒரே ஒரு அடி கொடுத்தால் போதும், அவை துடிக்க ஆரம்பித்துவிடும். பைத்தியம் பிடித்தவை போலக் கட்டறுந்து நம் வீரர்கள் மேலேயே பாயத் தொடங்கிவிடும். பிடிக்கு அகப்படுவதே இல்லை. அர்ஜுனனின் வில் திறமையைப் பற்றிப் புதுசாக சொல்லத் தேவையில்லை. யானைகளின் சின்னக்

கண்களைக் கூடச்சரியாகக் குறிபார்த்து அம்பு விடக் கூடியவன் அவன். வெறியோடும் வேகத்தோடும் தாக்குகிற அவர்களின் முன் எந்தப் படையும் நிற்க முடியாது. இதனால் நாம் ஆயிரக்கணக்கில் திரட்டி வைத்திருந்த யானைகள் நமக்கே எதிராகத் திரும்பிவிட்டன" என்று நிறுத்திய சஞ்சயன் மீண்டும் ஏதோ புதுசாக ஞாபகம் வந்தவன் போல, "யானை என்றால் பீமன், பீமன் என்றால் யானை என்று சொல்கிற அளவுக்கு என் மனத்தில் இரண்டு பிம்பங்களும் பின்னிப் பிணைந்திருக்கின்றன. அவன் இதுவரைக்கும் உங்கள் பதினேழு பிள்ளைகளைக் கொன்றிருக்கிறான். எனக்கு கணக்குத் தெரிந்த அளவில் தான் இதையும் சொல்கிறேன்," என்றான்.

மேலும் தொடர்வதற்குள் காந்தாரி வீரிட்டு அழ ஆரம்பித்தாள். பணிப்பெண் ஓடிவந்தாள். காந்தாரி கண்களைச் சுற்றிக் கட்டிக் கொண்டிருந்த துணி நனைந்தது. சட்டென தனது தவறை உணர்ந்தான் சஞ்சயன். "அரசி, அரசனுக்குப் பிறந்த பதினேழு பிள்ளைகள் இறந்ததைத்தான் நான் குறிப்பிட்டேன். அவர்களில் உங்கள் பிள்ளைகள் ஒருவரும் இல்லை. அவர்கள் அனைவரும் நலமாகவே இருக்கிறார்கள். அதற்குள் அருகிலிருந்தே குடத்திலிருந்து நீரை எடுத்துக்கொண்டு போய் முகத்தில் தண்ணீர் தெளித்தாள் பணிப்பெண். சஞ்சயன் மறுபடியும் ஒருமுறை தெளிவாகச் சொன்னான்." என் பிள்ளைகளில் யாரும் இறக்கவில்லை இல்லையா? உண்மையைச் சொல் என்று மீண்டும் காந்தாரியே கேட்டாள்.

"சத்தியமாக யாரும் இல்லை" என்று சஞ்சயன் மீண்டும் ஒருமுறை சொன்னபிறகுதான் அவள் அமைதியானாள்.

"எட்டாவது நாள் யுத்தத்தில், மொத்தத்தில் எட்டு பேரைக் கொன்றான் பீமன். சுநாபன், ஆதித்யகீத்து, குண்டதாரன், பஹ்வாசி, மகோதரன், அபராஜிதன், பண்டிதகன்... மொத்தத்தில் எத்தனை பேர் ஆனார்கள்?" என்றவன் அதே பெயர்களை மீண்டும் ஒருமுறை விரல்விட்டு எண்ணினான். "ஏழு பெயர்கள்தான் ஞாபகமிருக்கிறது. எட்டாவது ஆளின் பெயர் மறந்துபோய் விட்டது. அப்புறம் நேற்றோ அல்லது முந்தாநாளோ மேலும் ஒன்பது பேர்களையும் இதே போலச் சாகடித்தான் பீமன். வியுடோரஸ்யன், குண்டவினன், அநாதிருஷ்டி, குண்ட பேரன், தீர்க்கபாஹு... அதற்கப்புறம் பெயர்கள் ஞாபகமில்லை அரசே. மறக்காமல் எல்லாப் பெயர்களையும் வரிசையாகச் சொல்ல வேண்டும் என்பதற்காக வழிநெடுக மனத்திற்குள்ளேயே சொல்லிப் பார்த்துக் கொண்டுதான் வந்தேன். இப்போது மறந்து விட்டது. கனகத்வஜன் பெயர் மட்டும் ஞாபகம் வருகிறது. மற்ற பெயர்கள் மறந்துவிட்டன. ஞாபகம் வந்ததும் ஓடிவந்து சொல்கிறேன்..."

ஞாபகப்படுத்திக் கொள்ளும் முயற்சியில் சஞ்சயன் முனைந்திருக்கும்போதே திருதராஷ்டிரனும் தன் நினைவுகளில் மூழ்கினான். "யாருடைய பெயர்கள், இவை எல்லாம்? இவற்றைச் சூட்டியவர் யார்? எனக்குப் பிறந்தவர்களாகவே இருக்க வேண்டும். இல்லாவிட்டால் சஞ்சயன் இவ்வளவு உறுதியாகச் சொல்லி இருக்க மாட்டான்" என்று நினைத்துக் கொண்டிருக்கும்போது, இவர்களின் தாய்களைப் பற்றியும் எண்ணிப் பார்க்கத் தொடங்கினான். "இவர்களைப் பற்றிய விவரங்களைச் சஞ்சயன் ஒருவனே விசாரித்து வந்து சொல்லக் கூடும். பணிப்பெண்ணைப் பணிப்பெண்ணே என்று கூப்பிட்டுத்தான் எனக்குப் பழக்கமே தவிர, பெயரைக் கேட்டுத் தெரிந்து வைத்துக் கொள்கிற பழக்கம் இல்லை. அந்தப் பழக்கம் இப்போதுதான் ஏற்பட்டுள்ளது. எல்லாம் எத்தனை வருஷங்களுக்கு முன்னால் நடந்தவை? எப்படி ஞாபகத்தில் இருக்கும்?" என்ற யோசனையில் மூழ்கியவன், "சஞ்சயா, இவர்களுக்கெல்லாம் என்ன வயதிருக்கும்?" என்று கேட்டான்.

"எட்டுபேர் என்று முதலில் சொன்னேன் இல்லையா, அவர்களில் மூத்தவனுக்கு ஐம்பது வயது இருக்கும். மற்றவர்கள் ஒரு வருஷமோ, ஒன்றரை வருஷமோ இடைவெளிவிட்டுப் பிறந்தவர்கள். எட்டுப்பேரும் ஒரே தாயின் பிள்ளைகள். கும்பலாக பீமனை வீழ்த்த முன் வந்தார்கள். பீமனைக் கொன்று பிணமாகவோ அல்லது சிறை பிடித்தோ கொண்டு வந்தால் அண்ணன் துரியோதனன் பரிசளிக்கக் கூடும் என்ற ஆசையால் அப்படிச் செய்தார்கள். ஆனால் பீமன் அவர்கள் அனைவரையும் அடித்து மயக்கமுற வைத்து விட்டான். பிறகு அவர்கள் தலைகளை அடுத்தடுத்து வெட்டி நம் வீரர்களை நோக்கி வீசினான். துண்டிக்கப்பட்ட தலைகள் ரத்தம் ஒழுக நம்மை நோக்கி வந்து விழுந்ததைக் கண்டதும் வீரர்கள் ஒழுங்கு குலைந்து இங்கும் அங்கும் ஓடினார்கள். அவர்களே ஒருவர் மேல் ஒருவர் விழுந்து தடுமாறினார்கள். எல்லார் மனத்திலும் பயம் பரவியது. இரண்டாவது முறை இறந்த ஒன்பது பேர்களும் கூட ஒரே தாய்க்குப் பிறந்த பிள்ளைகள்தாம். துரியோதனனே இந்தத் தம்பிகளை உற்சாகப் படுத்தி அனுப்பி வைத்தானாம். அவர்களும்..." என்று சொல்லிக் கொண்டிருக்கும் போதே சட்டென காந்தாரி கோபத்துடன் "யாருக்கு யார் சகோதரர்கள்? தம்பிகள் என்று அவனே தனது வாயால் சொன்னானா அல்லது சூதனாகிய நீயே கற்பனை செய்து கொண்டு சொல்கிறாயா? அரச சபையில் கௌரவத்தோடு பேசவேண்டும்" என்றாள்.

விளக்கின் வெளிச்சம் மங்கலாக இருந்தது. வெளியே வாசலில் நின்றிருந்த உள்ளே வந்து விளக்குக்கு எண்ணெய் ஊற்றித் திரியை ஏற்றினாள். அறையெங்கும் வெளிச்சம் பரவும்படி மீண்டும் நன்கு எரியத் தொடங்கியது விளக்கு, அப்போது விதுரன், "அது ஒன்றும்

சஞ்சயனின் கற்பனை அல்ல. 'அவர்கள் வேண்டுமென்றால் ஐந்து பேர்கள் இருக்கலாம். நாங்கள் நூறு பேர் இருக்கிறோம். மொத்தத்தில் எனக்குத் தொண்ணூற்றொன்பது பேர் சகோதரர்கள் இருக்கிறார்கள். யுத்தத்திற்கு யார் வந்தாலும் அடித்து வீழ்த்தி விடுவோம்?' என்று துரியோதனனே எல்லாரும் நிறைந்த அரச சபையில் சொல்வதுண்டு. அரச சபையிலேயே சொல்பவன் படைக்களத்தில் சொல்லாமல் இருப்பானா?" என்றான்.

காந்தாரி எதுவும் பதில் சொல்லவில்லை. திருதராஷ்ரனின் மனம் வேறு ஏதோ சிந்தனையில் மூழ்கி இருந்தது. மொத்தத்தில் பதினான்கு ஆண் குழந்தைகளும் ஒரு பெண் குழந்தையும் காந்தாரியின் வயிற்றில் பிறந்தார்கள் என்பது எல்லார்க்கும் தெரிந்த விஷயம்தான். மொத்தம் நூறு பிள்ளைகளில் இந்தப் பதினான்கு பிள்ளைகளைக் கழித்தால் எத்தனை பேர் என்று கணக்கிட்டான் அவன் சுமராக விடை கண்டு பிடிக்க முடியாமல் விதுரனிடம் 'நூறில் பதினான்கு போனால் எத்தனை?" என்று கேட்டான். எதற்காகக் கேட்கிறான் என்று உடனடி யாகப் புரியாவிட்டாலும்' எண்பத்தாறு என்று சொன்னான் விதுரன்.

தன் தந்தையின் மூலம் தனக்குப் பிறந்த சகோதரர்கள் மொத்தம் எண்பத்தாறு பேர் என்ற கணக்கு துரியோதனனுக்கு எப்படித் தெரியும் என்று நினைத்து ஆச்சரியப்பட்டான் திருதராஷ்டிரன். 'அவன் சொல்வதே சரியாக இருக்கக்கூடும். எனக்கு என்ன அவசியம் இருக்கிறது?" என்ற யோசனையில் தொடர்ந்து அவன் மூழ்கி இருக்கும் போது சஞ்சயன், 'இங்கு வருவதற்கு முன்பு வீட்டுக்குச் சென்று மனைவியிடம் முகத்தைக் காட்டிவிட்டு வந்தேன். குதிரையிலிருந்து இறங்கக்கூட இல்லை. இப்போது நான் புறப்படுகிறேன், நாளை ஓய்வெடுத்துக் கொண்டு நாளைக்கு மறுநாள், இல்லை இல்லை, நாளைக்கே போர்க்களத்துக்குச் செல்கிறேன். இப்போது என்னைச் செல்ல அனுமதிக்க வேண்டும்' என்றான்.

* * *

உறங்கத் தொடங்கி ஒரு நாழிகை நேரத்துக்குள்ளேயே விழித்து விட்ட திருதராஷ்டிரன் பணிப்பெண்ணை உரக்கச் சத்தமிட்டுக் கூப்பிட்டான். தூக்கக்கலக்கத்தில் அரண்டு போய் ஓடி வந்த சத்தம் கேட்டது. "விளக்கு ஏன் எரியவில்லை?" என்று கேட்டான் திருதராஷ்டிரன்.

'எரிகிறது அரசே."

"பொய் சொல்கிறாய்."

"பொய் இல்லை என்று உங்களுக்கு எப்படி நிரூபிக்க முடியும்? அரசியை எழுப்பியாவது காட்டலாம் என்றால் அவளுக்கும் கண் தெரியாது. இந்த நேரத்தில் வேறு பணிப் பெண்களும் உடன் இல்லை."

“வாசனை எதுவும் வரவில்லையே.”

“விளக்கு ஏற்றும் போது சிறிது வாசனை வரும். அப்புறம் அணைக்கும்போது அடர்த்தியான வாசனை வரும். எரியும்போது எப்படி வாசனை வரும்?”

இவளோடு வாதத்துக்கு இறங்கக்கூடாது என்று வாயை மூடிக் கொண்டான் திருதராஷ்டிரன். அவள் திரும்பி நடந்து சென்ற சத்தம் கேட்டது. தான் ஏதேனும் கனவு கண்டோமா என்றும் இல்லையென்றால் திடுமெனத் தூக்கம் ஏன் கலையவேண்டும் என்றும் தன்னையே கேட்டுக்கொண்டான். மறுபக்கத்தில் திரும்பிப் படுத்தான். எங்கும் நிசப்தம் நள்ளிரவாக இருப்பதால்தான் இப்படி இருக்கிறது என்று தோன்றினாலும், அரண்மனையில் வேறு யாருமே இல்லை என்கிற ஞாபகமும் வந்தது. ‘பிள்ளைகள், பேரப் பிள்ளைகள், அவர்களின் மனைவிகள் மற்றும் பிள்ளைகள் அனைவருமே போர்க்களத்துக்குச் சென்றிருக்கிறார்கள். பின்னால் இருக்கிற சூதர்கள் குடியிருப்புகளில் கூட யாரும் இல்லையாம். பெண்கள் கூட பெருமளவில் சென்றிருக்கிறார்களாம். விதுரன்தான் சொன்னதாக ஞாபகம். அரண்மனையின் இத்தனை பெரிய அறையில் நான் ஒருவனே. பக்கத்தில் இவள் மட்டுமே படுத்துக்கொண்டிருக்கிறாள். நான் இவ்வளவு நேரமும் பணிப்பெண்ணுடன் பேசிக்கொண்டிருந்த போது, இவளுக்கு விழிப்பு வரவில்லையா? குறட்டையின் சத்தம் கூட இல்லை. தூங்கும் போது கேட்கும் சீரான மூச்சுச் சத்தமும் கூட இல்லை. நான் மட்டுமே தனிமைப்படுத்தப்பட்டு விட்டேன்.” என்று நினைத்தபோது கோபம் வந்தது. ஆனால் அதை வெளிப்படுத்திப் பேச்சில் இறங்க விரும்பாததால் அமைதியானான். ஒரு பணிப்பெண் இந்த அளவு வாதிக்கிறாளே என்று மறுபடியும் கோபம் வந்தது. தூக்கக் கலக்கமாக இருப்பதால்தான் இப்படிப் பேசுகிறாள் என்று தன்னையே அமைதிப்படுத்திக்கொண்டான். மீண்டும் தூங்க முயற்சி செய்வதில் எந்தப் பயனும் இல்லை என்று மனம் சொல்லி விட்டது. ‘பெரியப்பா பீஷ்மர் நடுப்சகனான சிகண்டியிடம் சண்டை யிடாமலேயே தோற்றுவிட்டதாகச் சஞ்சயன் சண்டையிடாமலேயே தோற்றுவிட்டதாகச் சஞ்சயன் சொல்கிறான். அவனோடு சண்டை யிடுவதை இவர் ஏன் அவமானமாக நினைக்க வேண்டும்? அது சரி, அவன் எப்படி இருப்பான்? என்னால் தெளிவாகக் கற்பனை செய்ய முடியவில்லை. ‘நமது அணியில் பதினொன்று பிரிவுகளில் ஆறு போக ஐந்து மட்டுமே நஷ்டமடைந்திருக்கிறதாம்.’ என்கிற வார்த்தைகளின் ஞாபகம் வந்தபோது உடம்பு லேசாக நடுங்கத் தொடங்கியது. ‘அந்தப் பீமனின் குரல் மிகவும் பெரியது. சூதாட்டச் சபையில் எப்படி கர்ஜித்தான் அவன்! ஒரு மனிதப் பிறவியால் அந்த அளவு சத்தமிடமுடியும் என்று நான் அறிந்திருக்கவில்லை’ என்று

யோசனையில் ஆழ்ந்திருக்கும்போது வயிற்றில் ஒரு வகையான வலியை உணர்ந்தான். பொறுத்துக்கொள்ள இயலாததொன்றுமல்ல. ஆனாலும் ஊமைவலி. 'காலையிலும் நண்பகலிலும் இரவிலும் என்ன சாப்பிட்டேன் 'என்பதை நினைவுபடுத்திக்கொண்டான். இறைச்சியோ வேகவைத்த தானியமோ எதுவும் இல்லை. பற்கள் விழுந்த பிறகு இறைச்சி சாப்பிடுவதை நிறுத்தி ஏழெட்டு ஆண்டுகள் ஆகின்றனவே என்று நினைத்தான். அதைத் தொடர்ந்து வலியானது வெறும் வயிற்றில் மட்டுமன்றி உடல், கை முகம், தலை எங்கெங்கும் வலி இருப்பதை உணர்ந்தான். பணிப்பெண்ணைக் கூப்பிட்டால் கோபித்துக் கொள்ளக்கூடும் என்று எண்ணிக் கட்டிலில் மல்லாந்து படுத்துக் கண்களை மூடி உறங்க முயற்சி செய்யும் போது போரில் இறந்துவிட்ட தன் பதினேழு பிள்ளைகளின் ஞாபகம் வந்தது. 'முதலில் எட்டு பேர்களும் அப்புறம் ஒன்பது பேர்களுமாக இறந்திருக்கிறார்கள். எல்லாருடைய தலைகளையும் துண்டித்து பந்துகளைப் போல வீரர்களின் இடையே வீசி இருக்கிறார்கள். அந்தக் காட்சியை நினைக்கும் போதே மனம் நடுங்குகிறது. இந்த ஊமை வலி வெறும் வயிற்று வலி இல்லை. வார்த்தையால் விவரிக்க முடியாத ஏதோ கடுமையான வலி..' ஒரு கணம் அவன் உடம்பே பயத்தால் நடுங்கியது! சில கணங்களுக்குத் தூக்கம் வரும்போல இருந்தது. சஞ்சயன் சொன்ன பெயர்களையெல்லாம் ஞாபகம் படுத்திக்கொள்ள முயன்றான். முடியவில்லை. சஞ்சயனாலேயே நினைவுபடுத்தி வரிசையாய்ச் சொல்ல முடியவில்லை என்னும் பட்சத்தில் தன்னால் மட்டும் எப்படி சொல்ல முடியும் என்று நினைத்துக்கொண்டான். வயிற்றில் வலி மீண்டும் எழுந்தது. ஏதாவது பித்தமாக இருக்குமோ என்ற ஐயம் தோன்றியது. ஏதாவது பானகம் அல்லது லேகியம் சாப்பிட்டால் நல்லது என்று தோன்றியது. இந்த வேளையில் பணிப் பெண்ணையும் அனுப்பிவிட்டால் அரண்மனையிலேயே யாரும் இருக்க மாட்டார்கள் என்று தோன்றியது. அரச வைத்தியரை அழைத்து வரச் செய்யவேண்டும் என்று தோன்றியது. அவனும் இருக்கிறானோ அல்லது போர்க்களத்துக்குச் சென்றுவிட்டானோ என்று கேட்டுக் கொண்டான். "மூத்தவனுக்கு ஐம்பது வயதாம். எட்டுப் பேரும் கூடப்பிறந்த சகோதரர்களாம். ஒரே தாய்க்குப் பிறந்தவர்களாம். அவள் யாராக இருக்கக் கூடும்? கனாபியா? தீர்க்க கேசியா? அல்லது.. இந்தப் பெயர்களே ஞாபகத்துக்கு வரவில்லை. எவ்வளவு வருஷங்கள் ஆகிவிட்டனவோ, இது நடந்து? வயதான பிறகு அவள் வேறு வேலைகளைச் செய்யத் தொடங்கி விட்டாள். இன்னும் உயிரோடு இருக்கிறாளோ என்னமோ தெரியவில்லை. மூத்த பிள்ளைக்கு ஐம்பது வயது என்றால் இவளுக்கு அறுபத்தாறு அல்லது அறுபத்தேழு வயதாவது இருக்கக் கூடும். எதுவுமே சரியாக ஞாபகத்துக்கு வரவில்லை. குரலை வைத்தே எல்லாரையும் அடையாளம் காண வேண்டியிருக்கிறது. மிருதுவான குரல், பணிவான

குரல், அழும் குரல், தூண்டும் குரல் என்று அடையாளம் காண வேண்டி இருக்கிறது. உடல் வேறுபாடு கூட உயரம், உறுதி, இறுக்கம் இளமை என்றுதான் அடையாளம் காண வேண்டி இருக்கிறது. ஒருவர் மீது இன்னொருவர் பொறாமைப்பட்டு போட்டா போட்டியுடன் மேலே விழுந்த அவர்களின் பெயர்கள் யாருக்கு ஞாபகம் இருக்கிறது? விசாகை என்பவளின் ஞாபகம் மட்டும் இருக்கிறது. அவளது அன்பும், மென்மையும் ஞாபகம் இருக்கிறது. அவளுடைய மகன்தான் யுயுத்ஸு. அவன்தான் எதிரிகள் அணியில் போய்ச் சேர்ந்து கொண்டான். என் ரத்தத்துக்கு, எனக்கு மகனாகப் பிறந்து எனக்கே துரோகம் செய்து விட்டான் அவன். இதற்கு அவனே சாட்சியாக இருக்கிறான். போர்க்களத்தில் முதலாவதாக அவன் இறந்திருக்க வேண்டும். அதற்குப் பதிலாக என் ரத்தத்துக்குப் பிறந்த இந்தப் பதினேழு பிள்ளைகளும் இறந்து விட்டார்கள்" இந்த யோசனை மீண்டும் அவனைத் துக்கத்தில் ஆழ்த்தியது. கூடவே வலியும் அதிகரித்தது. வாந்தி வரும்போல இருந்தது. இந்த அசௌகரியத்துக்குக் காரணம் என்ன என்று அறியும் முன்பேயே மனசின் அடியில் புதைந்திருந்த துயரம் அழுகையாய் உடைந்து பெருகியது. மனத்தின் அடி ஆழத்தில் புதைந்து கிடந்த துயரத்தால்தான் இந்த அசௌகரியம் என்று உணர்ந்தபோது தன் வலி குறைந்திருப்பதுபோல உணர்ந்தார். எங்கும் நிசப்தமாக இருந்தது. உயிரைப் பிழியும் நிசப்தம். "விளக்கு எரிந்து கொண்டிருக்கலாம் இல்லையென்றால் அந்தப் பணிப்பெண் அவ்வளவு துணிச்சலாக வாதம் செய்வாளா? சஞ்சயன் வந்ததும், அவனிடம் அந்தப் பெயர்களையெல்லாம் கேட்டு ஞாபகப்படுத்திக் கொள்ளவேண்டும். அவர்கள் தாய்மார்கள் பிழைத்திருக்கிறார்களோ, இல்லையோ தெரியவில்லை. தொடர்ந்து குழந்தைகள் பெற்றெடுத்ததில் ஒருவேளை இறந்துவிட்டார்களோ, பதினைந்து பிள்ளைகள் பெற்றெடுத்தாலும் காந்தாரி உயிருடன் இல்லையா? எப்படியாவது இருக்கட்டும். சஞ்சயன் வந்த பின்பு அவசியம் கேட்க வேண்டும்" என்று எண்ணும்போது பக்கத்தில் படுத்திருந்த காந்தாரியின் மேல் கோபம் வந்தது. தான் சத்தமிட்டு அழுததை அவள் கேட்டிருக்கக் கூடும், ஆனாலும் அவள் எழுந்து பார்க்கவில்லை என்று நினைத்தான். ஒருவேளை எழுந்திருந்துவிட்டுத் தூங்குவதுபோல நடிக்கிறாளோ என்றும் தோன்றியது. சீ, எப்படிப்பட்டவள் இவள்" என நினைத்தபடி வலப்பக்கம் திரும்பிப்படுத்தான். தூக்கம் வரவில்லை. சிறிது நேரத்திற்குள் எழுந்துபோய் சிறுநீர் கழித்து விட்டு வரவேண்டும் என்று தோன்றியது. பணிப்பெண்ணைக் கூப்பிட்டான். ஒரே குரலில் அவள் எழுந்து நடந்து வரும் சத்தம் கேட்டது. அப்படி யென்றால் அவளும் தூங்காமலேயே இருக்கிறாள் என்று நினைத்தான்.

கையைப் பிடித்து அழைத்துச் செல்லும் போது, "சாம்பல் போட்டிருக்கிறாயா?" என்று கேட்டான். "எப்போதுமே போட்டுத் தயார் நிலையிலேயே இருக்கும்" என்றாள் அவள்.

ஆனாலும் மலம் கழிக்கவில்லை அவன். வெறுமனே காற்று வெளியேறியதில் உடம்பு லேசானதுபோல இருந்தது. எழுந்து நான்கு அடி வைத்த பிறகு, "சுஸ்மிதா, சாயங்காலம் சஞ்சயன் வந்து போர்ச் செய்திகள் சொன்னது உனக்கும் கேட்டதா?" என்று கேட்டான்.

"கொஞ்சம் கொஞ்சம்."

"எட்டுச் சகோதரர்களையும் ஒன்றாக வீழ்த்தினானாமே பீமன், அந்த எட்டுச் சகோதரர்களின் பெயர்களையும் அவன் சொன்னான், உனக்கு அந்தப் பெயர் ஞாபகம் இருக்கிறதா?"

"சுனாபன், ஆதித்ய கேது, ப்ஹவாஷி, குண்டதாரன், மகோதரன், அபராஜிதன், பண்டிதகன், விஸாலாக்ஷன்."

"புத்திசாலி என்றால் நீதான் புத்திசாலி. எட்டுப் பேர்களின் பெயர்களையும் சரியாகச் சொல்லிவிட்டாயே. சஞ்சயனுக்குக் கூட நடுநடுவே பெயர் மறந்து போயிற்று. அவன் சொன்ன பெயர்களைச் சிறிது கூட தடுமாறாமலேயே சொன்னாயே, உனக்கு எப்படித் தெரியும்?"

"என் வீட்டுக்கு அருகில்தான் அவர்கள் வீடு. அதற்கடுத்து சஞ்சயன் ஒன்பது பேர்களைப் பற்றிச் சொன்னான் அல்லவா, அவர்கள் வீடு கூட என் வீட்டுக்குப் பின்னால்தான் இருக்கிறது. அவர்களின் பெயர்களைக் கூட வேண்டுமென்றால் சொல் கிறேன்."

"இவர்களின் தாய்மார்களின் பெயர் என்ன?"

"இப்போது எதற்கு அதெல்லாம்?"

"என் பிள்ளைகள் இத்தனை பேர் இறந்து போனார்களே, அவர்களின் தாய்மார்களை அழைத்துச் சிறிது அமைதிப்படுத்தி..." என்று சொன்னபோது அவள் வெடுக்கெனச் சிரித்தாள். குழப்பத்தோடு அவன் அவள் பக்கம் முகத்தைத் திருப்பினான். பிறகு "ஏன் சிரிக்கிறாய்?" என்று கேட்டான்.

"அரசே, தேவலை, பாடலி, அஸ்வினிகளின் வயிற்றில் பிறக்கும் குழந்தையை இது என் குழந்தைதான் என்று எந்த ஆண் மகனால் துணிச்சலாகச் சொல்ல முடியும்? அவர்களின் கதைகளை யெல்லாம் என் அம்மா சொல்வதுண்டு. பணிப் பெண்கள் தம் வயிற்றில் பிறக்கும் குழந்தைகளுக்கு அரச குடும்பத்தவர்களின் பெயர்களைக் காரணமாகச் சொல்லித் தனது கௌரவத்தை அதிகப்படுத்திக் கொள்வது வழக்கம். இதற்கு நடுவில் உங்களுக்குக் கண்ணும் தெரியாது. எத்தனைபேர்

எத்தனை சந்தர்ப்பங்களில் உங்கள் பெயரை உபயோகப்படுத்திக் கொண்டாரோ, யாருக்குத் தெரியும்? ஆண்பிள்ளைகள் பிறந்தால் அரசனின் பெயரைச் சொல்பவர்கள் பெண் குழந்தைகள் பிறந்தால் எந்தப் பெயரையும் சொல்லாமல் இருப்பதும் உண்டு. இவள் தன் தந்தைக்குப் பிறந்த பெண் என்ற எண்ணம் எந்த அரச குமாரனுக்காவது எழுந்துவிட்டால், பிற்பாடு அரச சேவையில் சேர முடியாமல் போய், வயிற்றுப் பாட்டுக்குத் திண்டாட்டமாக ஆகிவிடும். அப்படி நடக்க விட முடியுமா? என் அம்மா உயிருடன் இருந்திருந்தால் உன் பிள்ளை களின் விவரங்களை எல்லாம் சொல்லக் கூடும்."

"உண்மையாகவா?" என்று கேட்டபோது அவன் கைகால்கள் நடுங்கத் தொடங்கின.

இரவின் நிசப்தத்தைப் போலவே படுக்கையும் குளிச்சியாக இருந்தது. கம்பளியைப் போர்த்திக்கொண்டு ரொம்ப நேரம் கழித்த பிறகுதான் கதகதப்பாக இருந்தது. நாளையிலிருந்து அறை மூலையில் நெருப்பு மூட்டிக் கதகதவென்று இருக்குமாறு பார்த்துக்கொள்ள வேண்டும். என நினைத்துக்கொண்டிருக்கும் போது பணிப் பெண்களாக இருக்கும் எல்லாப் பெண்களின் மீதும் கோபம் வந்தது. "அவர்கள் பெயர்களை என்னவென்று சொன்னாள்? தேவலை, பாடலி, அஸ்வனி எல்லாருமே மோசமானவர்கள்." என்று பத்து முறை திட்டிக்கொண்டாலும் அவன் மனசில் பிறந்த அவமான உணர்வு சிறிதும் அடங்கவில்லை. தாமதமாகத்தான் கல்யாணம் நடந்தது. என்றாலும், குருடனுக்குப் பெண் கொடுக்க யார் வருவார்கள் என்பதால், பெரியப்பாவே தான் காந்தாரியைப் பார்த்துத் தனக்கு மணம் முடித்ததை நினைத்துக் கொண்டான். திருமணம் நடக்கும் வரை, பெண்ணின்பம் அறியாத அவன் அதற்கப்புறம் உறவு கொண்ட பெண்கள் எத்தனை பேர்?' அரசே, உங்களால் நான் கர்ப்பமடைந்திருக்கிறேன். இங்கே வயிற்றில் தொட்டுப் பாருங்கள், என்று எத்தனைப் பெண்கள். கையைப் பிடித்துத் தொட்டுக் காட்டியிருக்கிறார்கள். அப்படித் தொட்டுப் பார்க்கும்போது எத்தனை இதமாக இருந்தது என்றும் வாழ்வில் இதைவிடவும் ஓர் இன்பம் உண்டா என்றும் தோன்றியது. 'சுஸ்மிதை சொல்வது உண்மைதான் என்றாலும், என் மூலம், பிறந்த குழந்தைகளின் எண்ணிக்கைக்கு எந்தக் குறையும் இல்லை. சில பணிப் பெண்கள் அரசரின் பெயரைப் பயன்படுத்திக்கொள்வது உண்மைதான் என்றாலும் என் அனுபவத்தின் உண்மையை ஏன் சந்தேகத்திற்குள்ளாக்க வேண்டும்?" என்று எண்ணத்தைத் தொடர்ந்து மனம் ஒருவாறு அமைதியுற்றது. எவ்வளவோ நேரம் முயற்சி செய்த பிறகு தூக்கம் வந்தது.

* * *

விடிந்ததும் எழுந்து வெந்நீரில் குளித்துவிட்டு பணிப் பெண்ணின் கையைப் பற்றியபடி பூசை அறைக்குச் சென்றான் திருதராஷ்டிரன். இனி காலை, மாலை இரண்டு வேளைகளிலும் வழிபாடு நடத்த வேண்டும் என்று சொன்னான். யுத்தத்தில் தன் அணியை சேர்ந்தவர்களுக்கே வெற்றி கிடைக்க வேண்டும் என இந்திரனை வழிபட்டான். பிறகு தன் இடத்துக்குச் சென்று காலை உணவை உண்ணும் போதும் காந்தாரி மௌனமாகவே இருந்ததைக் கவனித்தான் அவன். ஏதாவது பேசவேண்டும் என்று அவன் நினைத்தபோது அவள் பணிப்பெண்ணைக் கூப்பிட்டாள். "உள்ளே மிகவும் குளிராக இருக்கிறது. கொஞ்சம் வெளியே வெயில் இருக்கும் பக்கம் அழைத்துச் செல்" என்றாள். இதன் பொருள் திருதராஷ்டிரனுக்குப் புரிந்தது. அவள் செல்லும் வரை பொறுமையாக இருந்துவிட்டு, பிறகு கம்பளியை இழுத்துப் போர்த்தியபடி படுத்தான். இரவெல்லாம் அவனைத் தொல்லைப்படுத்திய நினைவுகளே மீண்டும் மீண்டும் எழுந்தன.

சிறிது நேரத்திற்குள் யாரோ நடந்து வரும் சத்தம் கேட்டது. "வா... வா... விதுரன்தானே" என்று சொல்லும் போதே "எப்படி இருக்கிறாய், பார்த்து விட்டுப் போகலாம் என்று வந்தேன். இரவில் நன்றாகத் தூங்கினாயா?" என்று கேட்டான் விதுரன்.

"இப்படி கட்டில் அருகில் வா, இல்லையென்றால் சிறிது நேரம் சும்மா வெயிலில் அலைந்து விட்டு வரலாம் வருகிறாயா?"

"வா போகலாம். நானே கூப்பிடலாம் என்றுதான் இருந்தேன்."

மனம் லேசாகிற வகையில் இதமான வெயில். "சகோதரா, எனக்கு இப்போது என்ன தோன்றுகிறது தெரியுமா? சிறுவயதில் என் கையைப் பற்றி நீ ஊருக்கு வெளியேயும் ஆற்றங்கரையோரமாகவும் அழைத்துச் செல்வாய் இல்லையா... அதுதான் ஞாபகத்துக்கு வருகிறது. இப்படியே சிறிது தொலைவு வரை செல்லலாமா?"

விதுரன் அவனைத் தன் வலக்கையால் பற்றி நடந்து கொண்டிருந்தான். எந்தக் குழப்பமோ, தடுமாற்றமோ இல்லாமல் அடியெடுத்து வைத்தான் திருதராஷ்டிரன். "அரசே, இப்போது எந்தப் பக்கம் போகலாம், இடது பக்கம் திரும்பினால், ஊருக்கு உள்ளே செல்லலாம். நேராச் சென்றால் ஆற்றங்கரை வந்து விடும்."

"அரசே என்று கூப்பிடாதே என்று எத்தனை முறை சொல்லி இருக்கிறேன் உன்னிடம்? திருமணத்திற்குப் பிறகு நான் ஊர்ப்பக்கம் நடந்து போனதே இல்லை. அந்தப் பக்கமாகவே செல்லலாம்."

"ரதம், குதிரை, குடை, கொடி, தோரணம் எதுவுமே இல்லாமல் அரசன் தெருவில் செல்லலாமா?"

ஒரு கணம் ஆலோசித்தான் திருதராஷ்டிரன், பிறகு “நான் ஒன்றும் சிம்மாசனத்தின் மேல் உட்கார்ந்திருக்கவில்லை. போகலாம்” என்றான்.

பாதையில் மிருதுவான புழுதி படிந்திருந்தது. குப்பை கூளங்கள். அங்கங்கே கழிவு நாற்றம் நிசப்தம்.

‘விதுரா, இது ஏன் இப்படி நாறுகிறது? இங்கு சுத்தம் செய்பவர்கள் யாரும் இல்லையா?’

வீட்டிலே ஆள்கள் இருந்தால்தானே சுத்தம் செய்ய? யுத்தத் திற்கோ அல்லது யுத்த வேலை நிமித்தமாகவோ ஆண்கள் எல்லாரும் சென்றுவிட்டார்கள் இங்கிருக்கிற பெண்களைக் கூட மாட ஒத்தாசைக்கு அழைத்துச் சென்றிருக்கிறார்கள். சிறுவர்கள், நோயாளிகள், வயதானவர்கள் மட்டுமே வீட்டில் இருக்கிறார்கள். அது கூட அங்கே ஒரு வீட்டில் இங்கே ஒரு வீட்டில் என்பது போல இருக்கிறார்கள்.”

“இது எந்த இடம்?”

“பணிப்பெண்கள் இருக்கிற இடம்.” என்றபடி விதுரன் அவனுடைய கையைப் பற்றி நேராக ஏறத்தாழ இருநூறு முந்நூறு அடிதூரம் நடத்திச் சென்றான். அதற்கப்புறம் வலப்புறம் திரும்பி சிறிது தொலைவு நடந்து மறுபடியும் வலப்புறம் திரும்பி மீண்டும் அதே தொலைவு நடந்தான். பிறகு இடது பக்கம் திரும்பி சிறிது தூரம் நடந்த பிறகு மீண்டும் இடது பக்கத்தில் திரும்பி நடந்தான் அப்போது “விதுரா, ஒரே இடத்தில் முன்னும் பின்னும் முன்னும் பின்னுமாகத் திருப்பித் திருப்பி நடக்கிறாய் அல்லவா” என்று கேட்டான்.

“இந்த இடத்தில் மொத்தம் ஐந்து தெருக்கள்” இரண்டு பக்கங் களிலும் சின்னச் சின்ன வீடுகள். குடிசைகள். எல்லாத் தெருக்களிலும் நடக்கிறாம் அவ்வளவுதான் ஏன். கால் வலிக்கிறதா? அரண்மனைக்குத் திரும்பச் செல்லலாமா?” திடுமென ஞாபகம் வந்தவனைப் போல, “நான் சிறுவனாக இருந்தபோது ஊரெங்கும் அழைத்துச் செல்வாயே, அப்போது இந்த இடம் இருந்ததா? என்று கேட்டான்.”

விதுரன் ஞாபகப்படுத்திக்கொள்ள முயன்றான். அறுபது அறுபத்தைந்து ஆண்டுகளுக்கு முந்தைய ஞாபகம் மனசில் எழுந்தது. ‘அப்போதும் இங்கே சூதர்கள் இருந்தார்கள். ஆனால் அப்போது அவர்களுக்கென்று தனிப்பட்ட தெரு இருந்ததில்லை. இந்த இட மெங்கும் அப்போது மரம் செடிகள் இருந்தன. நீ இப்போது இருக்கிற அரண்மனை கூட அப்போது இல்லை. பீஷ்மரின் மாளிகை மட்டும் இருந்தது. உன் தாய் இருந்த மாளிகையும் இருந்தது. அவ்வளவுதான். சமீபத்தில் தானே உனக்கும் உன் பதினான்கு பிள்ளைகளுக்கும் தனித்தனி மாளிகைகள் கட்டப் பெற்றன. உங்களுக்காக இவ்வளவு பணிப் பெண்கள். அவர்கள் தங்குவதற்கென்றே அரண்மனைக்குப் பின்

பக்கத்திலேயே இருந்த மரம் செடிகளையெல்லாம் வெட்டி எறிந்து விட்டு இந்த இடம் ஏற்படுத்தப்பட்டது. நாளாக நாளாக அவர்களுக்கும் சந்ததி பெருகியபோது இந்த இடம் உருவாகி விட்டது. இந்த அளவுக்கு ஐந்து தெருக்களும் வளர்ந்து விட்டன. இப்போது அஸ்தினாபுரத்தில் அதிக அளவு எண்ணிக்கையில் வாழ்பவர்கள் அவர்கள்தான்.

இங்கும் நிசப்தமாகவே இருந்தது. இரவு போலவே அச்சுறுத்தும் நிசப்தம். வெயிலின் உறைப்பு மட்டும் இல்லாதிருந்தால், திருதராஷ்டிரனைப் பொருத்தமட்டில் பகலுக்கும் இரவுக்கும் எந்த வேறுபாடும் தெரியாமல் போயிருக்கும். "இந்தக் குலத்தவர்கள் போருக்குச் சென்றிருக்கிறார்களா?" என்று கேட்டான்.

"ஆமாம், என் குடும்பம் ஒன்றைத் தவிர."

திருதராஷ்டிரனுக்கு மனம் தடுமாறியது. அதைச் சமாளித்தபடி, "ஆண்கள் போர்க்களத்துக்குப் போவதில் பொருள் இருக்கிறது. பெண்களை எதற்கு அழைத்துச் செல்ல வேண்டும்? நான்கு நாள் கூடப் பெண்கள் இல்லாவிட்டால் அவர்களால் சமாளிக்க முடியாதா?" என்று கேட்டான்.

"அதை நீதான் சொல்ல வேண்டும்." என்று சொன்ன விதுரன் சட்டென ஞாபகம் வந்தவனைப்போல "நேற்று இரவு நான் வெளியேறிய பிறகு சஞ்சயனைப் பார்க்க நேர்ந்தது. வீரர்கள் மரணத்துக்கு நடுவில் இருக்கிறார்களாம். எதிரிலும் பின்பக்கமும் இருக்கிறவர்களின் அம்புக்கும் வாளுக்கும் ஈட்டிக்கும் இலக்காகியோ, யானையின் காலடியில் அகப்பட்டோ இறந்துகொண்டே இருக்கிறார்களாம். அந்த சாவு தன்னை வந்து தீண்டாமல் வருவது அன்றைய தினத்தின் புண்ணிய பலன்தான் எனச் சொன்னான். மனம் நிறைய மரணபயம் நிறைந்து கொண்டிருக்கும் வேளையில் எதிரே ஒரு பெண் கிடைத்தால் அவளை இழுத்து அவளோடு உறவு கொள்கிறார்களாம். சாவைத் தோற்கடிக்கிற, மறுநாள் சாவை எதிர்த்துப் போராடுகிற சக்தியும் தைரியமும் அவர்களுக்கு இந்த உறவால் கிடைக்கிறது" என்றான்.

திருதராஷ்டிரன் யோசனையில் ஆழ்ந்தான். அவன் அறியாமலேயே "ஆமாம் உண்மைதான்" என்று சொன்னது வாய்.

"போர்க்களத்தில் சேவைக்காக எத்தனை பெண்கள் இருந்த போதும் போதுமானதாக இல்லையாம். சாதாரண நாள்களில் க்ஷத்திரியர்களின் சேவைக்குப் போதுமான அளவில் இருந்த பெண்களை இப்போது சாமானிய போர்வீரனும் அனுபவிக்க அனுமதிக்கப்பட்டிருக்கிறது. அதிக அளவில் சாகசம் புரிந்த, அதிக அளவில் எதிரிப் படையின் வீரர்களைக் கொல்கிற வீரனுக்கு

அன்றைய தினம் முக்கியத்துவம் கொடுக்கிறார்களாம். யுத்தம் முடியும் வேளையில், போர்க்களத்துக்குச் சென்றிருக்கிற பெண்கள் அனைவருமே கர்ப்பமுற்றுத்தான் வருவார்கள். இவர்கள்தான் அடுத்த தலைமுறையினராக இருக்கப் போகிறார்கள். ஏனென்றால் அந்த அளவுக்கு க்ஷத்திரியர்களும் வீரர்களும் இறந்து போவார்கள்."

பேச்சின் திசையை நீதி போதனையின் பக்கம் இழுக்கிறான் என்று தெரிந்துகொண்ட திருதராஷ்டிரன் சிறிது அமைதியிழந்தான். "இவன் எப்போதுமே இப்படித்தான். தன்னைத்தானே பெரிய தரும ஞானி என்று எண்ணிக்கொண்டிருக்கிறான். கொஞ்சம் இடம் கொடுத்தால் மடிமேலேயேறி உட்கார வருகிற நாயைப் போல இவனும்" என்று நினைக்கும்போது அவன் மீது கோபம் பெருகியது. ஆனால் இந்தத் தருணத்தில் இவன் கோபித்துக்கொண்டு சென்றால் அப்புறம் பொழுதைக் கழிப்பது சிரமம் என்று தோன்றியது. அதனால் திட்டுவதைத் தவிர்த் தான்.

தொடர்ந்து நடந்துகொண்டிருந்தபோது எதிர்த்திசையில் இருந்து குதிரை ஒன்று வந்தது. எதிரில் அரசரே நடந்து வருவதையும், கூடவே தன் குலத்தைச் சேர்ந்த சித்தப்பாவே கையைப் பற்றி அழைத்து வருவதையும் கண்ட குதிரை வீரன் சட்டெனக் குதிரையை நிறுத்திக் கீழே இறங்கி நின்றான். "யார் நீ" என்று அவனைக் கேட்டான் திருதராஷ்டிரன்.

"கர்ண மகாராஜாவின் தூதுவன்."

"கர்ணன் எப்போது மகாராஜாவானான்?"

"நாங்கள் அப்படித்தான் கூப்பிடுகிறோம். துரியோதன மகா ராஜாவும் அதற்கு அனுமதி கொடுத்திருக்கிறார்."

"எங்கிருந்து வருகிறாய்?"

"போர்க்களத்திலிருந்து, அவருடைய வீட்டில் தகவல் சொல்வதற்காக வந்தேன். நேற்று படைத்தலைமைப் பொறுப்பில் இருந்து பீஷ்மர் விலகிய பிறகு துரோணர் தலைமைப் பொறுப்பேற்றார். பீஷ்மரின் தலைமையில் தான் போரிடுவதில்லை என்று கர்ணன் சபதமெடுத் திருந்தாரில்லையா? நேற்றிலிருந்து அவர் வில்லெடுத்துக் களம் புகுந்திருக்கிறார். அவர் சபதமெடுத்திருந்ததிலிருந்து எங்கள் ஆட்கள் யாரும் யுத்தத்தில் நேரடிப் பங்கு வகிக்கவில்லை. ஒரு பணிப்பெண்கூட மனசார உற்சாகமூட்டவில்லை. நேற்றிலிருந்து எங்கள் ஆட்கள் எவ்வளவு ஆவேசத்தோடு போரிடுகிறார்கள் தெரியுமா? எவ்வளவு வேகமாக எதிரிகளை வீழ்த்துகிறார்கள் தெரியுமா? அந்த விவரங்களை அவர் வீட்டில் சொல்வதற்குத்தான் சென்று கொண்டிருக்கிறேன்."

"கர்ணனின் வீடு எங்கே?"

"அதோ, அங்கேதான். அந்தத் தெருவிலே எடுப்பாக உயரமாக இருக்கிறதே, அதுதான் கர்ணனின் அரண்மனை."

சூதர்கள் அனைவரும் கர்ணனை ஆதரித்து சண்டையிடாமல் இருந்த விவரம் விதுரனுக்குத் தெரிந்திருக்கவில்லை. வேண்டுமென்றே இந்தத் தகவலைத் தன்னிடமிருந்து மறைத்து விட்டானோ என்று தோன்றியது. இந்தச் செய்தி அவனுக்குத் தெரியாமல் போகக் கூடிய ஒன்றல்ல. அவனும் இந்தக் குலத்தவன்தான் இந்த குலத்தவர்கள் நடுவில் கர்ணனுக்கு இருக்கும் ஆதரவை நினைத்து ஒருகணம் விதுரனின் உடல் நடுங்கியது. இதை ஏன் சஞ்சயன் தன்னிடம் இருந்து மறைக்க வேண்டும் என்றும் சொன்னால் தான் பொறாமைபடக் கூடும் என்று நினைத்து விட்டானோ என்றும் மனத்தில் கேள்விகள் எழுந்தன. கூடவே தன்னைக் குறித்து குந்தி சொன்ன வார்த்தைகளும் ஞாபகத்துக்கு வந்தன. என் குலத்தவர்கள் என்னை கௌரவமாக மதித்துப் பேசலாம். ஆனால் அவர்கள் அன்பையெல்லாம் கர்ணனே கவர்ந்து கொண்டிருக்கிறான்" என்று தோன்றியது. கூடவேதான் அவர்கள் நடுவில் வாழாமல் ஊரைவிட்டுத் தள்ளி ஆற்றங்கரையில் வீடு கட்டிக் கொண்டு இருப்பதையும் எண்ணிக்கொண்டான். இன்னொரு முறை குளிர் தாக்கியது போல உடல் நடுங்கியது.

மதிய அளவில் விதுரன் வீட்டுக்குச் சென்றான். ஆனால் குந்தியின் முகத்தை நேருக்கு நேர் பார்க்கக் கூச்சமாக இருந்தது. அதே சமயத்தில் வீட்டுக்குள் பொழுது போவதும் சிரமமாக இருந்தது.

* * *

ஏரிக்கு இடது புறமாக ரதத்தைத் திருப்பிய சாரதி சற்று தொலைவு சென்று ரதத்தை நிறுத்தினான். பின்பு ரதத்திலிருந்து கீழே இறங்கி சோர்வாக உட்கார்ந்திருந்த பீஷ்மரின் கையைப் பற்றி இறங்க உதவி செய்தான். தண்ணீருக்குப் பக்கத்திலேயே சமமான நிலப்பகுதியில் உட்கார்ந்தார். சாரதி ஓடிச் சென்று ரதத்தில் இருந்து மெத்தையும் தலையணைகளையும் எடுத்துக் கொண்டு வந்தான். அவற்றின் மேல் உட்கார்ந்து கொண்ட பிறகு சாரதியிடம் "நீ போகலாம்" என்றார். அவன் அதைக் காதில் வாங்கிக்கொள்ளாதவன் போல நின்றிருந்தான். "க்ஷத்திரியனாகப் பிறந்த நான் படுக்கையின் மேலே படுத்தபடிச் சாகலாமா?" என்ற எண்ணம் எழுந்தபோது தன் மனச்சாட்சியின் முன்னிலையில் தானே தலை குனிந்து நிற்பதுபோல இருந்தது. அக்கணமே அதே ரதத்தில் ஏறி போர்க்களத்துக்குச் சென்று சாமானிய வீரர்களிடையே நின்று ஏதேனும் ஓர் அம்பு தைத்து இறந்தால் எவ்வளவோ நன்றாக இருக்கும் என்ற எண்ணமும்

எழுந்தது. அதே தருணத்தில் தன்னைத் தொடர்ந்து கர்ணனே படைத்தலைமைப் பொறுப்பேற்றிருக்கக் கூடும் என்றும் அவன் தலைமையின் கீழ்ப் போராடும் வீரர்களிடையே தானும்போய் நிற்பதா, அது எவ்வளவு கேவலம் என்றும் தோன்றியது. இன்னும் அந்தச் சாரதி நின்றுகொண்டே இருந்தான். சட்டென அவருக்குள் ஓர் எண்ணம் எழுந்தது.

"ரதத்தில் அம்புகள் இருக்கின்றனவா, பார்."

"சம்பிரதாயத்துக்காக எடுத்து வைத்த, வேறு வேறு அளவுள்ள மூன்று அம்புகள் இருக்கின்றன."

"ரதத்தை எடுத்துக்கொண்டு போய் ரதம் நிறைய அம்புகளை ஏற்றிக்கொண்டு வா. எந்த அளவாக இருந்தாலும் சரி, இப்போது இருக்கிற மூன்று அம்புகளைக் கொடுத்துவிட்டுப் போ. இதோ இந்தப் படுக்கையையும் தலையணையையும் எடுத்துக்கொண்டு செல்."

தரையின் மேல் உட்கார்ந்தபடி ரதம் திரும்பிச் சொல்வதையே பார்த்துக்கொண்டிருந்தார் பீஷ்மர். ஒரே புழுதி மயமாக இருந்தது. ரதம் தெரியவில்லை. "பூமியையும் வானத்தையும் இணைப்பதுபோல இவ்வளவு உயரத்திற்கு எழும் புழுதி மண்டலத்தை நான் இதுவரை பார்த்ததில்லை. வானத்தில் ஏராளமான பிணந்தின்னிக் கழுகுகள் அலைகின்றன. கார்மேகங்கள்போலத் தன் இறகுகளாலேயே வானத்தை அக்கழுகுகள் மறைக்கின்றன. அவை இருள் மழையையே பூமியின் மீது பொழிகின்றன. இவையெல்லாம் எப்படி வருகின்றன? பிணங்களின் நாற்றத்தை அடையாளமாக வைத்தே வந்து விடுகின்றனவா? பிணங்களின் நாற்றத்தை அடையாளமாக வைத்தே வந்து விடுகின்றனவா? ஒரு கழுகு இன்னொரு கழுகுக்கு இச்செய்தியை எப்படிச் சொல்லும்" என்று யோசனையில் ஆழ்ந்திருந்தபோது பின்புறத்தில் ஏதோ காலடிச்சத்தம் கேட்டது. திரும்பிப் பார்த்தார். ஏறத்தாழ இருபது அடி தொலைவிலேயே பிணந்தின்னிக் கழுகுகளும் ஒரு நாயும் நின்றிருந்தன. "நான் ஏற்கனவே இறந்து விட்டதாக இவை நினைத்து விட்டனவா? அல்லது சாக நிச்சயித்திருப்பதை அறிந்து வந்துள்ளனவா? விலங்குகளுக்கும் பறவைகளுக்கும் சாவின் மணம் தெரிந்துவிடுமோ" என்ற எண்ணத்தோடு எழுந்து நின்று அடிப்பது போல கையைத் தூக்கி விரட்டியும் கூட அச்சம் இன்றி உட்கார்ந்த இடத்திலேயே அசையாமல் உட்கார்ந்தபடி அவரையே பார்த்தபடி இருந்தன. தொடர்ந்து நிற்க முடியாமல் உட்கார்ந்து கொண்டார் பீஷ்மர். உலோகத்தாலான அந்த வில் எடை மிக்கதாகத் தோன்றியது. மடியில் அதன் பாரம் அழுத்தியது. தன் வாழ்வும் கூட இதைப் போலவே பாரமானது என்றும் தோன்றியது. அப்போது கழுகுகள் தம் இறகுகளை அடித்துக் கொள்ளும் ஓசை கேட்டது. எதற்காகவோ

திரும்பிப் பார்க்கும் ஆர்வம் பிறக்கவில்லை. சற்று தொலைவில் ஏரிக்கரையில் வண்டிகளைக் கொண்டு வந்து நிறுத்தி தண்ணீர் நிரப்பிக் கொண்டிருப்பது தெரிந்தது. "இப்போது கூடாரங்கள் எந்தத் திசையில் இருக்கின்றன?" தினந்தோறும் ஏராளமான பேர்கள் இறந்து விழுந்து, சிதைந்து போன அவ்வுடல்களின் நாற்றம் தாங்க முடியாமல் போய், தொடர்ந்து கழுகுகளும் நாய் நரிகளும் அங்கு அசைவதைச் சகிக்க முடியாமல் போய் அடிக்கடி கூடாரங்களை மாற்றிக்கொண்டே இருந்தார்கள். தொடக்கத்தில் வணங்கிப் புகழ்ந்து பேசிய துரியோதனன் நாளாக நாளாக கடுஞ்சொற்கள் சொல்பவனாக மாறினான். 'தாத்தா, யுத்தத்தில் ஏற்படும் தோல்வியின் அவமானம் எப்பொழுதும் படைக்குத் தலைமை தாங்குபவனையே சார்ந்தது' என்று முந்தாநாள் சொன்னான். உன் அன்பும் ஆதரவும் எல்லாம் அவர்கள் பக்கம் இருக்கும்போது எங்களுக்கு எப்படி வெற்றியை ஈட்டித் தருவாய்?' என்றும் கூடச் சொன்னான். தினமும் நான்கு முறைவந்து புகழ்ந்து விட்டுச் செல்பவன், 'உன் வீரத்தை மெச்சி, கர்ணன் வெளியேறி இருப்பதைப்பற்றிக் கவலைப்படாமல் இருக்கும் எனது நிலையைப் புரிந்துகொள்' என்றான்." கழுகுகள் மீண்டும் ஒரு முறை சிறகுகளை அடித்துக்கொள்ளும் சத்தம் கேட்டது. "அங்கே ஏராளமான அளவில் இறந்து கிடக்கிற பிணங்களையும் யானைகளையும் குதிரைகளையும் விட்டு இன்னும் சாகாத எனக்காக இவை காத்திருக்கின்றனவா? இக்கழுகுகளின் முந்தைய தலைமுறையைச் சேர்ந்த கழுகுகள் இப்படி குவியல் குவியலாக பிணங்கள் விழுகிற காட்சியைக் கண்டிருக்கிற வாய்ப்பே இருந்திருக்காது..." அஸ்தினாவதியையும் தான் கட்டிக்காத்து வளர்த்த குருவம்சத்தையும் பற்றி நினைத்துக்கொண்டார். அத்தோடு நள்ளிரவில் தூங்கும்போது வந்து எழுப்பிச் சொல்லப்பட்ட வார்த்தைகளும் ஞாபகத்துக்கு வந்தன. "வெற்றியை ஈட்டித்தரும் வலிமை இல்லாத படைத்தலைவனை விலக்கி விட்டுத் தகுதியான இன்னொருவனைப் படைத்தலைவனாக நியமிக்கிற அதிகாரம் அரசனுக்கு இருக்கிறது. இவ்வளவு காலம் கொடி கட்டிப் பறந்த உனது வீரத்தை நான் குறைத்து மதிப்பிடவில்லை. ஆனால் நாளை நடக்கப் போகிற யுத்தத்துக்கு பிறகு நீங்களே தொடர்ந்து நீடிப்பதோ அல்லது வேறு யாரையாவது நியமிக்கலாமா என்று யோசிக்க வேண்டிய கடமையும் எனக்குள்ளது?"

"என்னை என்ன செய்யச் சொல்கிறாய்?"

"கர்ணன் போருக்கு வரும்படிச் செய்."

"அப்படியென்றால் கர்ணனின் கூடாரத்துக்குச் சென்று தப்பாகி விட்டது என்று கேட்க வேண்டுமா நான்?"

“நான் கட்டி வளர்த்த குருவம்சம் எனக்கு இட்ட கட்டளை இது. யாருக்கு வேண்டுமானாலும் எதை வேண்டுமானாலும் கட்டளையிட வல்லது அரியாசனத்தின் அதிகாரம். ராஜ்ஜியத்தின் பெயரில் குருவுக்கும் மூத்தவர்களுக்கும் உயிரைக் காப்பாற்றியவர்களுக்கு கூட கட்டளை இடமுடியும்” என்ற யோசனையைத் தொடர்ந்து இது குளிர்காலம் என்கிற ஞாபகம் வந்தது. வெயில் எதுவும் இல்லை. நிறைய மேகங்கள் சூழ்ந்திருக்கின்றன. “உயிரைக் காப்பாற்றியவர்களுக்கும் வம்சத்தைக் காப்பாற்றியவர்களுக்கும் ராஜ்ஜியத்தைக் காப்பாற்றியவர்களுக்கும் கூட கட்டளை இட முடியும். சுருங்கிய உடல் நடுங்கும் அளவு குளிர்கிறது. போர்க்களத்தில் இருக்கும்போது தெரியவில்லை. கரு மேகத்தின் பின்னணியில் இப்போது குளிர்கிறது. கழுகுகளைப் போல மேகங்கள் பின்னணியில் இப்போது குளிர்கிறது. கழுகுகளைப் போல மேகங்கள் பூமியின்மேல் கவிகின்றன. குளிர்கால மழை இன்னும் தொடங்கவில்லை. போரினால் ஏற்படும் அழிவுகளை யெல்லாம் மொத்தமாகக் கழுவி அடித்துக் கொண்டு போவதற்காக, போரின் முடிவுக்காக காத்திருக்கிறதோ என்னமோ தெரியவில்லை. மழை பொழிந்து பூமி குளிர்ந்த பிறகு, காற்று தன் வேலையைத் தொடங்கும். கடுங்குளிரைக் காட்டிலும் அந்தத் துர்நாற்றத்தைத்தான் தாங்க முடியவில்லை. உலகத்தில் மனிதர்களின் எண்ணிக்கையைவிடக் கழுகளின் எண்ணிக்கை அதிகமாக இருக்குமோ?” பின்பக்கத்தில் இருந்து இறக்கைகள் அடித்துக் கொள்ளும் சத்தம் அருகில் நெருங்கிய வந்தது போல இருந்தது. திரும்பி உட்கார்ந்தார். மிகவும் நெருங்கி வந்தது கழுகு. ஆனால் மேலே பாய்ந்து கொத்திக் கொல்கிற வெறி எதுவும் இல்லை. வயிறு நிரம்பிய திருப்தியில் இருந்தது. நாயும் கூட இன்னும் கொஞ்சம் அருகில் நெருங்கி வந்தது. உற்றுப் பார்த்தபடி படுத்தது. ‘ரொம்ப நல்லது’ என்று வாய்விட்டுச் சொன்னார் பீஷ்மர். படுத்த இடத்திலிருந்தே அது வாலை ஆட்டியது. அப்படியென்றால் அதன் நோக்கம் என்ன? புரியவில்லை. உயிர் போகும் வரை, இவை மேலே பாய்ந்து தொல்லை தரப்போவதில்லை என்கிற நம்பிக்கை வந்தது. “பிரம்மச்சரிய விரதம் பூண்டு ஆற்றைத் தாண்டிச் சென்று வேத அத்யயனம் சென்றவன் நான். இப்போது உட்கார்ந்த இடத்தில் இறகுகளை அடித்துக் கொண்டிருக்கிற கழுகுகளைப் பார்த்துக் கொண்டு இருக்கிறேன். இன்னும் நெருக்கமாக வரக் கூடும் என்று தோன்றவில்லை. ஆற்றைத் தாண்டிச் சென்றவன் மீண்டும் ஒருமுறை ராஜ்ஜியத்தை ஆபத்திலிருந்து காப்பாற்றுவதற்குத் திரும்பினேன். நோயாளியான வயதான அப்பாவுக்குக் கடைசி காலத்தில் பிறந்த குழந்தைகளின் சக்தி எப்படிப்பட்டதாக இருக்கும்? அவர்களுக்குப் போய் இளமையும்

ஆற்றலும் பொருந்திய பெண்களைச் சிறையெடுத்து வந்து கட்டி வைத்தேன். அம்பையே, உனக்குத்தான் அநியாயம் செய்துவிட்டேன். 'பீஷ்மனே, என்னைத் திருமணம் செய்து கொண்டால்தான் எனக்கு நேர்ந்த அநியாயத்திற்குத் தீர்வு கிடைத்தமாதிரி இருக்கும்' என்ற உன் வார்த்தைக்கு நான் தோற்றிருக்க வேண்டும். அப்படிச் செய்திருந்தால் குருவம்சத்தின் கதை இப்படி ஆகி இருக்காதோ என்னமோ, வெறும் காப்பாளனாக மட்டுமே இருந்துவிட்டேன். தண்டிக்கவல்ல தந்தையாக மாறவில்லை. அவசியம் தீர்த்த பிறகு தன் காப்பாளனைக் கூட தூக்கி எறிய வல்லது சிம்மாசனம்" என்ற சிந்தனையைத் தொடர்ந்து வாய் தானாகத் திறந்து கொண்டது. தான் சிரித்தது உண்மையா என்று தன்னையே கேட்டுக் கொண்டது. அப்போது நாய் இன்னும் வேகமாக வாலை ஆட்டியது. எலும்பையும் தாக்கி நடுங்க வைக்கிற அளவுக்குக் குளிராக இருந்தது. பக்கத்திலேயே ஏரி இருந்தது- "எல்லை யற்ற தொலைவுக்கு ஒரு நதியைப் போலப் பெருகிப் பாயும் ஆற்றல் ரதத்துக்கு இருந்தால் எவ்வளவு நன்றாக இருக்கும்... ஆனால் ஒரே இடத்தில் தேங்கி இருக்கிற ஏரிபோல ரதத்தின் ஓட்டமும் ஒரே இடத்தில் நிலை கொண்டிருக்கும்." கைகால்களை நீட்டி வலியைப் போக்கிக் கொள்ளும்போது ரதம் வந்து சேர்ந்த சத்தம் கேட்டது. இடது பக்கம் திரும்பிப் பார்த்தார். ராஜரதம். அலங்கரிக்கப்பட்ட வெண்குதிரைகள். ரதத்திலிருந்து இறங்கி வந்த துரியோதனன் காலைத் தொட்டு வணங்கி கீழே உட்கார்ந்தான். கூட வந்த ரதங்கள் சற்றே தொலைவில் நின்று கொண்டிருந்தன.

"தாத்தா, அம்புகளாலான படுக்கையைத் தயார் செய்து அதன் மேல் படுக்கத் தீர்மானித்து இருக்கிறாயாமே. க்ஷத்திரிய குலத்தின் தருமத்தைப் பற்றி உன்னைவிட யாருக்கு நன்றாகத் தெரியும்? ஆனால் தயவு செய்து அஸ்தினாபுரத்துக்கே திரும்பிச் செல்லுங்கள். அரண்மனையில்..." பீஷ்மர் எதுவும் பேசவில்லை. கழுகுகளின் பக்கம் பார்த்தபடி உட்கார்ந்திருந்தார். துரியோதனனின் பார்வை அந்தப் பக்கம் திரும்பியது. சட்டென்று எழுந்து வேகமாகக் கைதட்டிச் சத்தமெழுப்பி அவற்றை விரட்டினான். ஆனால் அவை அச்சத்தத்தைச் சிறிதும் மதிக்கவில்லை. பக்கத்தில் இருந்த வில்லைக் கையில் எடுத்து அம்பாறத் தூணியில் இருந்து அம்பை உருவினான்.

"அவற்றைத் தாக்க வேண்டாம்" என்று பீஷ்மர் தடுத்தார்.

"எதற்காக?"

"அவற்றைக் கொன்றால், அதோ பார், வானில் இன்னும் அலைந்து கொண்டிருக்கும் கழுகுகளும் வரும். பிணந்தின்னிக் கழுகுகள் கீழே இறங்குவதை யாராலும் தடுகக முடியாது."

“அதனால்தான் நான் சொல்கிறேன். தயவு செய்து அரண்மனைக்கு...”

“நான் உருவாக்கிக் கட்டிக் காத்த அஸ்தினாபுரம் இனி நிலைத் திருக்கப் போவதில்லை. நீ வெற்றி பெற்றாலும் சரி, அல்லது அவர்கள் வெற்றி பெற்றாலும் சரி...”

“நிறுவியது நீங்கள். வளர்த்தது நான். அது நாசமாகக் கூடாது என்றுதானே இந்த அளவு கஷ்டப்பட்டுக் கொண்டிருக்கிறேன்.”

“அப்படியென்றால் இதுதான் உனக்கு இறுதி அவகாசம். நான் இறந்து போனால் பாண்டவர்களுக்கு எடுத்துச் சொல்ல ஒருவரும் இருக்கமாட்டார்கள். உன் மீசையிலும் மண் ஒட்டாதபடியும், அவர் களுக்கும் எந்த விதமான அநியாயமும் நடந்து விடாதபடியும் பேசி முடிக்க என்னால்தான் முடியும். இன்னும் ஒரு நாள்தான் நான் உயிருடன் இருப்பேன். உணவு, தண்ணீர் எதுவும் இல்லாமல் அதிக நேரம் பிழைத்திருக்கும் சக்தி என் உடலுக்கில்லை.”

“இந்தச் சந்தர்ப்பத்தில் நீங்கள் இப்படிப் பேசக்கூடும் என்று எனக்கு வழியிலேயே தோன்றியது. இன்னொன்று கூடத் தோன்றியது. நீங்கள் கோபித்துக் கொள்ளவில்லையென்றால் சொல்கிறேன்.”

“நான் துரியோதனனல்லன்.”

“பெருமளவில் படையை இழந்தபிறகு சமாதானத்துக்கு இவனைச் சம்மதிக்க வைத்துவிடலாம் என்ற எண்ணத்தில்தான் நீங்கள் படைத் தலைமைப் பொறுப்பை ஏற்றுக் கொண்டீர்கள். உங்கள் மனத்தில் இருக்கிற திட்டபடியே இந்த பத்து நாள் யுத்தத்தில் பெருமளவு படையை அழித்துவிட்டீர்கள். இல்லையா?”

அவர் அவனையே உற்றுப் பார்த்தார். வானில் அலைந்து கொண்டிருக்கும் கழுகுகளின் கண்களை அவன் நினைத்துக் கொண்டான். ஆனால் அங்குமிங்கும் பார்வையைத் திருப்பி மழுப்பாமல் அவர் கண் களை நேருக்கு நேர் பார்த்தான்.

“நீ பெரிய புதியசாலி, பீஷ்மர்தான் என் படைத்தளபதி என்று எல்லா தேசங்களிலும் பிரச்சாரம் செய்து இந்த அளவு பெரிய சேனையைத் திரட்டிக்கொண்டாய். நான் முன்னிலையில் இருந்தால், பாண்டவர்கள் தருமத்துக்குக் கட்டுப்பட்டு அம்பு எய்ய மாட்டார்கள். அவர்களின் படைபலமும் குறைவு. தாக்கி அழித்து விடலாம் என்றெல்லாம் கணக்கு போட்டு என்னிடம் மீண்டும் மீண்டும் வந்து படைத் தலைமைப் பொறுப்பை ஏற்றுக்கொள்ளவேண்டும் என்று கெஞ்சிக் கேட்டுக் கொண்டாய், இல்லையா?”

அவன் தன் பார்வையை ஏரியின் பக்கம் திருப்பினான். வார்த்தைகள் தொண்டையடியிலேயே அமிழ்ந்தன. தான் மௌனமாக

இருந்தால் அவரின் வார்த்தைகளை ஏற்றுக்கொண்டாகி விடும் என்ற எண்ணத்தில், அவசரமாக, "சிகண்டியால் இன்றைய யுத்தத்தில் உங்களுக்கு நல்லது நடந்திருக்கிறது" என்றான்.

அவன் வார்த்தைகளையே காதில் வாங்கிக் கொள்ளாதவர் போலப் பீஷ்மர், "இதுவரை நடந்திருக்கும் யுத்தத்தைப் பற்றிய செய்திகளைச் சொல்கிறேன் கேள். நீ தோல்வியை நோக்கிச் சரிந்து கொண்டிருப்பதன் காரணத்தை என் மீது சுமத்த வேண்டாம். இப்போரில் வெற்றி பெறா விட்டால் எதிர்காலத்தில் வாழ்வே இல்லை என்கிற வெறியோடு போரிடும் வீரர்கள் யாரும் உன் அணியில் இல்லை. உன்னைத்தவிர. யுத்தம் புரிவதைக் காட்டிலும் யுத்த நிர்வாகத்தில்தான் நீ சிறந்து விளங்குகிறாய். அங்கே பீமனைப் பார். அவனுக்குச் சாவு என்றால் என்ன என்கிற கற்பனை கூட இல்லை. இதனால் உயிருக்குப் பயப்படுவதில்லை. இப்போரில் வெற்றி பெறவில்லையென்றால் வாழ்க்கையே இல்லை என்கிற வேகம் அவனுக்குச் சக்தியைக் கொடுக்கிறது. மற்ற நான்கு பேர்களுக்கும் கூட இதே நிலைமைதான். அவ்வளவாக வீரனில்லை எனினும் கூட தருமனும் வீரர்களிடையே உற்சாகம் வரும் பொருட்டு வேகமாகச் சண்டையிடுகிறான். அர்ஜுனனின் வீரத்தைப் பற்றியும் தோற்றால் ஏற்படக் கூடிய அவமானத்தைப் பற்றியும் எல்லோருக்கும் தெரியும். நகுலனும் சகாதேவனும் பேசாமல் இருந்தாலும் கூட இப்பொழுது இருக்கிற வாழ்க்கை நிலையால் பொங்கி எழுந்திருக்கிறார்கள். திருஷ்டத்துய்மனுக்குக் குருவம்சத்தின் மீது இன்னும் பழைய வன்மம் இருக்கிறது. தன் தந்தைக்குத் துரோணரால் ஆன அவமானமும் தங்கைக்கு நடந்த அவமானமும் அவன் மனசை நிறைத்திருக்கின்றன. அவற்றிற்குப் பழிவாங்கத் துடிக்கிறான். பாண்டவரின் பிள்ளைகள், கடோத்கஜன் ஆகியோரைப் பொறுத்த அளவில் கூட இது உண்மைதான். இன்னும் அந்தத் துவாரகையில் இருந்து வந்திருக்கிறானே அவன் பெயர் என்ன? சாத்யகி அல்லவா, அவனும் தம் படைவீரர்களை எதிரிகளின் அணிக்கு அனுப்பிவைத்த பலராமனுக்குப் புத்தி புகட்ட வேண்டும் என்கிற வேகத்தோடு இருக்கிறான். உன் அணியில் அந்த அளவு வேகத்தோடு இருக்கிற ஒரே ஒரு வீரனை உன்னால் காட்ட முடியுமா?"

துரியோதனனின் கண்கள் தொலைவில் இருந்த கழுகுகளின் மீது நிலைகுத்தி இருந்தன. ஆனாலும் பீஷ்மரின் கேள்விக்கு மறுகணமே பதில் சொன்னான்.

"அதற்காகத்தான் துரோணரைப் படைத்தலைமைப் பொறுப்பை ஏற்றுக் கொள்ளவைத்திருக்கிறேன்."

"துரோணரை நியமித்திருக்கிறாயா? பாஞ்சாலர்கள் மேல் அவர்க்குக் கோபம் இருந்தது. ஆனால் அதை ஏற்கனவே தீர்த்துக்கொண்டு

விட்டாரே. துருபதனுக்கும் திருஷ்டத்துய்மனுக்கும் துரோணரின் மீதிருக்கும் கோபம் துரோணர்க்கு அவர்கள் மீது இல்லை. ஒரு வேளை இருந்தாலும் கூட, அது வெறுமனே பாஞ்சாலர்கள் மீது கிடையாது. பாண்டவர்கள் அவருடைய மாணவர்களே, அது மட்டு மன்றி அவருக்கிருக்கும் செஞ்சோற்றுக் கடன் பற்றியும் நீ பேசி இருக்கிறாய். இந்தச் சூழலில் அவரைத் தவிர்த்து வேறு யாரையாவது நியமித்திருக்கலாம் நீ. உன் கர்ணனை ஒருவேளை நியமித்திருந்தால், துரோணர் விலகி இருக்கக்கூடும். அவரோடு அவருடைய மகன் அஸ்வத்தாமனும் விலகி இருப்பான். மேலும் சுயமரியாதையுள்ள பல க்ஷத்திரிய அரசர்களும் கூட விலகி இருப்பார்கள். சூதனின் தலைமையின் கீழ் யார் தான் போரிடுவார்கள்? அதனால் துரோணரை நியமித்திருப்பதைத் தவிர வேறு வழியும் உனக்கில்லை."

"குளிருக்குக் கதகதப்பான ஆடையை அணிந்து கொண்டு நன்றாகச் சாப்பிடுங்கள். நான் இங்கேயே ஒரு குடிசை கட்டித் தருகிறேன். கர்ணன் எப்படிப் போரிடுகிறான் என்று கேட்டுத் தெரிந்துகொள்ளும் பொருட்டாவது நீங்கள் உண்ணாவிரதம் என்கிற பேச்சைக் கைவிட வேண்டும்."

"உன் கர்ணன் சரியான முட்டாள். நான் அவனை அரை ரதி என்று சொன்னேன். என் மதிப்பீட்டில் தவறு இருக்கலாம். தன் அரசனுக்கு இந்த அளவு போரில் சரிவுகள் ஏற்படுவதைப் பார்த்த பிறகும் கூட அவனுக்கு உண்மையிலேயே பாண்டவர்கள் மீது கோபம் இருந்தால், இந்த பத்து நாட்களாகக் கூடாரத்தில் உட்கார்ந்திருப்பானா? போரிடுவதிலிருந்து தப்பித்துக்கொள்ள ஏதாவது ஒரு காரணம் தேவையாக இருந்ததோ என்னமோ..."

"தொடக்கத்தில் இருந்தே அவனை நீங்கள் காரணமின்றியே இழிவுபடுத்திப் பேசுகிறீர்கள். இப்பொழுதும் அதேபோல்தான் பேசு கிறீர்கள். அவனுக்குச் சுயமரியாதை என்பது இருக்கக் கூடாதா?"

"உன் தோல்வியைக் காட்டிலும் அது முக்கியமா?" என்றவர் அரைக்கணம் எதுவும் பேசாமல் இருந்தார். அவருக்கு மூச்சு வாங்கியதைத் துரியோதனன் பார்த்தான். ஒருவாறு சமாளித்துக் கொண்ட பிறகு தாழ்ந்த குரலில், "உன்னோடு வாதம் புரிவதால் எனக்கு என்ன பயன்? பேசிக் கொண்டே சாக எனக்கு விருப்ப மில்லை. இன்னும் ஒரு நாள் தான் நான் உயிர் வாழக்கூடும். இன்று இரவு இந்தக் குளிர்க்கு எதையும் போர்த்திக் கொள்ளப் போவதில்லை. ஒருவேளை குளிர் அதிகமானால், இன்று இரவே கூட என் கதை முடிந்து போகலாம் கடைசியாக ஒரு விஷயம் சொல்ல விரும்புகிறேன். நான் சாவதற்கு முன், அவர்களையும் உன் சொந்தச் சகோதரர்களாகப் பாவித்தால், இப்பொழுதும் கூட சமாதானம் செய்து வைப்பேன்.

என்னால் முடியும். நான் இறந்த பிறகு, நீ சமாதானம் என்று ஆகாயத்தைப் பார்த்து அலறினாலும் கூட கிடைக்காது" என்றபடி துரியோதனனின் ரதங்களைப் பார்த்தார். அங்கே அவருடைய சாரதி நின்று கொண்டிருந்தான். சைகை செய்து அவனை அழைத்தார். அம்புகளைக் கொண்டுவரச் சென்ற சாரதி அருகில் நெருங்கி வந்தான்.

"கொண்டு வந்தாயா?"

"கொண்டு வந்திருக்கிறேன்."

"இங்கே அம்புப் படுக்கைக்கு ஏற்பாடு செய்."

இரண்டு வீரர்கள் அம்புகளையெல்லாம் வாரி வந்து அடுக்கினார்கள். சாரதி அவற்றைப் படுக்கையாக்கினான். எலும்புகளில் அவை தைத்தன. அப்படியே கால் நீட்டித் தலையை வடக்குப் பக்கம் வைத்து மல்லாந்த வாக்கில் படுத்தார். அவரது பார்வை வானத்தை நோக்கி இருந்தது.

துரியோதனன் பக்கத்தில் நெருங்கி வந்தான். அதை அவரும் உணர்ந்தார். ஆனாலும் பார்வையை அவன் பக்கம் திருப்பவில்லை. "தாத்தா" என்று அழைத்தான். அவர் எதுவும் பேசவில்லை. "நீங்கள் இப்படிச் சாவதில் என்ன அர்த்தம் இருக்கிறது? இந்த ஒரு கேள்விக்கு மட்டும் பதில் சொல்லுங்கள்."

"வாழ்க்கைக்குப் பொருளற்றுப் போன பிறகு சாவைப் பொருளற்றது என்று அழைக்க முடியாது. உண்ணாவிரதத்தைக் காட்டிலும் சிறந்த வழிமுறை எனக்குத் தெரியவில்லை. இந்த அம்புப் படுக்கைக்கு நெருப்பு மூட்டிக்கொள்ள முடியும். அந்த ஏரியில் சென்று கூட விழலாம். ஆனால் இதெல்லாம் ஒருவகையில் பலாத்கார வழிகள். இப்படி ஒவ்வொரு கணந்தோறும் வாழ்விலிருந்து விலகி விலகிச் சென்று சாவோடு ஐக்கியமாவது உன்னைப்போன்ற ஆளுக்குச் சாத்தியமே இல்லை. உயிர் அடங்கும் முன்பு கொஞ்சம் யோசிக்க வேண்டும் போல இருக்கிறது" என்று அவர் தன் கண்களை மூடிக் கொண்டார்.

சிறிது நேரத்திற்குப் பின் அவன் கிளம்பிப்போன காலடிச் சத்தம் கேட்டது. ரதங்கள் புறப்பட்டுச் செல்லும் சத்தமும் கேட்டது. அதுவும் மெல்ல மெல்ல விலகி மறைந்தது. அவர் கண்களைத் திறந்து வானைப் பார்த்தார். கார்மேகங்களைப் பார்த்து அலுப்பாக இருந்தது. வானம் என்றால் தூய்மையாக வெண்மையாக இருக்க வேண்டும். அல்லது ஒளிரும் நீலத்தைப் போல இருக்க வேண்டும். அவர் மீண்டும் கண்களைமூடிக் கொண்டார். இந்தக் குரு சாம்ராஜ்ஜியத்தைக் காப்பாற்றும் முயற்சியில் கடந்த பத்து நாள் யுத்தத்தில் ஏராளமான

வீரர்களின் சாவுக்குத் தான் காரணமாகி விட்டதைப் போன்ற குற்ற உணர்வு அவர்க்குள் எழுந்தது. உடம்பு வியர்த்தது. பல கணங்களுக்கு ரத்த ஓட்டமே நின்றது போல ஆனது. சுயநினைவு திரும்பியதும் சகுனியைப் பற்றி நினைத்துக்கொண்டார். ஒருமுறை கூட அவனை நேராகப் பார்த்ததில்லையே என்று துயரமாக இருந்தது. இது என்ன அவன் மீது திடீர் ஈடுபாடு என்று நினைத்தபோது உறவு வகையில் அவன் தனக்கு மகன் முறையாக வேண்டும் என்று தோன்றியது. மீண்டும் கண் திறந்தார். அதே வானம், அதே கார் மேகங்கள். இப்போது அவரையே இலக்காகக் கொண்டு நான்கைந்து கழுகுகள் வானில் வட்டமிட்டன. ஏதாவது ஒரு கழுகு நெருங்கி வந்து தாக்கினாலும் தன் கதை அத்தோடு முடியும் என்று தோன்றியது. ஒரு கணம் உடம்பு வேர்வையில் நனைந்தது. வலது பக்கத்தில் இறகுகளை உதறும் சத்தம் கேட்டது. அப்படியே கழுத்தைத் திருப்பிப் பார்த்தார். அந்த இரண்டு கழுகுகளும் மெல்ல மெல்ல அருகில் நெருங்கி வந்தன. அவற்றின் பின்னே நாய் தொடர்ந்து வந்தது. கடந்த பத்து நாட்களாகப் போர்க்களத்தைச் சுற்றி இறங்கிய லட்சக்கணக்கான கழுகுகளின் எடை முழுக்கத் தனது தலையில் இறங்கியதைப் போல இருந்தது. அதற்குள் யாரோ அம்பு எய்திய சத்தம் கேட்டது. இறகுகள் படபடவென்று அடித்துக் கொள்ளும் சத்தமும் கேட்டது. சுற்றிலும் பார்வையை ஓட்டினார். யாரோ ஒரு வீரன் வில்லேந்தி அவற்றின் மீது அம்பு எய்திக் கொண்டிருந்தான். அவனைச் சைகையால் அருகே வருமாறு அழைத்தார். வந்ததும் அவனிடம் "நீ யார்?" என்று கேட்டார்.

"வீரன். உங்களை கழுகு, நாய், நரி எதுவும் அண்டாமல் பார்த்துக் கொள்ளும் பொருட்டு அரசர் நியமித்து விட்டுச் சென்றிருக்கிறார். இரவு வேளையில் என்னோடு இருப்பதற்கு இன்னொரு வீரனை அனுப்புவதாய்ச் சொல்லி விட்டுச் சென்றிருக்கிறார். ஒருவேளை நீங்கள் இறந்தாலும் உடனே வந்து தகவல் சொல்லுமாறு ஆணையிட்டிருக் கிறார். பிணத்தைக் கழுகுக்கு விட்டுவிடாமல் தகனம் செய்ய உத்தேசித்திருக்கிறார்."

அவர் ஒரு கணம் மௌனமாக இருந்தார். வானில் அம்புகள் தொட்டுவிட முடியாத தொலைவில் கழுகு வட்டமிட்டுக் கொண்டிருந்தது. பிறகு மெல்ல "எனக்கு எந்தக் காவலும் வேண்டாம். நீ போகலாம்" என்றார்.

"அரச கட்டளையை மீற முடியாது."

"இயற்கையாகவே சாக விரும்புகிறேன். தயவு செய்து நீ சென்று விடு."

"அரச கட்டளையை மீற முடியாது தாத்தா. இங்கிருந்து போனால் எனக்குத் தண்டனைதான் கிடைக்கும்."

பிறகு அவர் மௌனமானார். கண்கள் மீண்டும் வானில் பதிந்தன. "உங்களுக்குப் பிடிக்கவில்லையென்றால் சற்று தொலைவாக நின்றிருக்கிறேன்" என்ற அவன் குரலும், பிறகு மெல்ல மெல்லக் காலடி எடுத்து வைக்கும் சத்தமும் கேட்டது. அவர் மனத்தில் வெண்மையான தூய வானம், நீல வானம் கருமேகங்கள் போல வானில் பறந்த கழுகுகள் என்று மாறி மாறிச் சித்திரங்கள் எழுந்தன. பாதத்திலிருந்து முட்டி வரைக்கும் வலிக்கத் தொடங்கியது. மெல்ல எழுந்து உட்கார்ந்தார். பிறகு எழுந்து ஏரியைப் பார்த்தபடி நின்றார். குளிர்க்காற்று ஏரியிலிருந்து எழுந்து வீசியது. முதலில் தன் கிரீடத்தைக் கழற்றி வீசினர். வெறும் கோவணதாரியான உடல் குளிரில் நடுங்கத் தொடங்கியது. சற்று தொலைவில் நின்றிருந்த வீரன் இவை அனைத்தையும் குழப்பத்தோடு கவனித்துக்கொண்டிருந்தான். கழுகுகள் மேலே வட்டமிட்டுக்கொண்டிருக்கும் சூழலில் தலையும் தாடியும் வெளுத்த இந்தக் கிழவனின் வயது எத்தனை என்று யாருக்கும் தெரியாது என்று நினைத்துக் கொண்டான். 'குருவம்சத்தைச் சேர்ந்தவர்களுக்குப் பிதாமகர்' என்று மற்றவர்கள் அழைப்பதை மட்டும் கேள்விப்பட்டிருந்தான். "ஏன் இப்படி வெறும் கோவணதாரியாக நின்றுவிட்டார்? கழுகுகள் நெருங்கி வந்து கொத்திக் கொத்தித் தின்னட்டும் என்றா? பழுப்பும் சிவப்பும் கலந்துவிட்ட உடல்நிறம் இவர்க்கு. தோல் எல்லாம் சுருங்கிப்போய் உள்ளது. உடலில் சில நரைமுடிகள் தான் ஒட்டிக் கொண்டு இருக்கின்றன" என்று மனத்திற்குள்ளேயே நினைத்துக் கொண்டான் அந்த வீரன். தன் கண்களைக் கசக்கிக் கொண்டு அவரையே பார்த்தபடி இருந்தான். கழுகே அவர் உருவத்தில் வந்து இறங்கி விட்டதா அல்லது அவர்தான் கழுகாக மாறி வட்டமிடுகிறாரா என்று தெரியாமல் குழம்பினான். இன்னும் தெளிவாகக் காணும்பொருட்டு கண்களைக் கசக்கிக்கொண்டான். அவனால் அந்தக் கழுகுக்கும் அவருக்கும் எந்த வேறுபாட்டையும் காண முடியவில்லை. நீண்ட கழுத்தையுடைய கழுகுகள் மெல்ல அவற்றின் மீது அம்புகளை எய்து விரட்ட வேண்டுமா, வேண்டாமா என்று குழம்பினான். இன்னும் இன்னும் அவரை நெருங்கிக் கொண்டிருந்தன கழுகுகள். வானில் வட்டமிட்டுக்கொண்டிருந்த கழுகுகளும் இறங்க ஆரம்பித்தன. ஆனால் அவரை நெருங்குவதில்

அவை எந்த அவசரத்தையும் காட்டவில்லை. தன் கும்பலைச் சேர்ந்த இன்னொரு கழுகாகவே அவரை நினைத்து அவை நெருங்கின. அதைக் கண்டு அந்த வீரன் நடுங்கினான். தன்னால் ஒரு சமயத்தில் ஒரு கழுகின் மீதுதான் அம்பு எய்ய முடியும் என்று நினைத்துக் கொண்டான். அவைகூட, அவற்றின் உறுதியான இறகுகளின் காரண மாக உடலில் மேல் படாமல் போகக்கூடும் என்றும் நினைத்தான். அம்பு வீசப்பட்டதால் வெகுண்டு அக்கழுகுகள் தன்னை வந்து தாக்குமோ என்று தோன்றியது. நடுக்கத்தின் காரணமாக வில்லைக் கீழே இறக்கும்போது பிதாமகர் தன் கோவணத்தையும் உருவி எறிந்து விட்டார். கழுகுகளை நோக்கி ஒவ்வொரு அடியாக முன்னேறிக் கொண்டிருந்தார். பிதாமகருக்கு மூளை கெட்டுவிட்டது என்று தோன்றியது. அவர் முதுகு மட்டுமே அவனுக்குத் தெரிந்தது. முகத்தைப் பார்த்தால் பைத்தியமா இல்லையா என்பதைக் கூறிவிடலாம் என்று தோன்றியபோது அவன் தலைக்கு மேலிருந்து கழுகுகள் இறங்கும் ஆரவாரம்கேட்டது. ஒரு கழுகின் இறக்கை அவன் தலைமீது பட்டு உயிரே போனது போல இருந்தது. அந்த இடத்தை விட்டு வலதுபுறம் திரும்பி வேகமாக ஏரியை நோக்கி சென்று பின்னால் திரும்பிப் பார்த்தான். ஒன்றிரண்டு நாட்களுக்கு முன்னால் யுத்தம் நடந்த இடத்தில் இருந்து ஏராளமான கழுகுகள் வருவதைப் பார்த்தான். அந்த இடத்தை முழுக்க அவை ஆக்கிரமித்தன. இறக்கப் போகும் அம்மனிதனைச் சுற்றிக் குத்தித் தின்னத் தயாராக அவை உட்கார்ந்திருந்தன. கழுகுகளுக்கு நடுவில் ஒரு துண்டுத் துணி கூட இல்லாமல் ஏதோ தவம் செய்பவனைப் போலக் கண்களை மூடிக் கொண்டு நின்றிருந்தார் அவர். வானத்துக்கே தன்னை யாரேனும் தூக்கிக் கொள்ளக் கூடும் என்று எதிர்பார்ப்பவர்களைப் போல தன் கைகளை வானத்தை நோக்கி விரித்திருந்தார். அந்த வீரனுக்கு மிகவும் பயமாக இருந்தது. கரையோரமாகவே தொலைவாக நடக்கத் தொடங்கினான். திரும்பிக் கூடப்பார்க்கவில்லை.

* * *

ரதத்தில் திரும்பிக்கொண்டிருந்த துரியோதனனுக்கு யுத்த அமைப்பே குலைந்ததுபோல இருந்தது. யுத்தம் தொடங்கும் முன்பு தன் படை முகாமிட்டிருந்த இடத்தையெல்லாம் சுற்றிப் பார்த்து, ஒரு உயர்ந்த மரத்திலேறி கண்ணுக்கெட்டிய தொலைவு வரைக்கும் தெரிந்த படையைக் கண்டபோது, யுத்தத்தைப் பற்றி அவன் வளர்த்துக்கொண்டிருந்த அவனது கற்பனைகள் எல்லாம் சிதறிப் போயின. இப்படிப்பட்ட பிரச்சினை தனக்கு வரும் என்று அவன்

எதிர்பார்க்கவில்லை. இதேபோன்ற பிரச்சினை தன் எதிரிகளுக்கும் இருக்கும் என்று எண்ணிச் சிறிது அமைதியடைந்தான். இவ்வளவு பெரிய படையைத் திறமையாய் நிர்வகித்துச் செல்ல தாத்தாவுக்குத் தெரியாமல் போய்விட்டதா என்று சந்தேகம் வந்தது. ஆனால் எல்லாவற்றையும் அவர் ஒருவராகவே செய்யவில்லை. ஆசாரியர், அஸ்வத்தாமன், துச்சாதனன், ஜயத்ரதன் ஆகியோரும் தானும் வழங்கிய ஆலோசனைகளின் அடிப்படையில்தான் அவர் இயங்கினார் என்ற ஞாபகமும் வந்தது. "அப்படியெனில் எங்களில் யாருக்குமே சரியானதெளிவு இல்லையா?" என்கிற புதிய சந்தேகம் முளைத்தது. யுத்தம் தொடங்கிய இரண்டாம் நாளின் போதுதான் பிணங்கள் குவிந்து நாற்றம் வீசத் தொடங்கியதும் கழுகுகள் பறந்து விட்டமிட்டதும் நடந்தன. அல்லது மூன்றாம் நாளோ என்றும் சந்தேகம் எழுந்தது. "இன்று யுத்தம் நடந்த இடத்திலிருந்து போதுமான அளவு தள்ளித்தான் நாளை போரைத் தொடங்க வேண்டும். எதிரிகள் முகாமிட்டிருக்கிற இடத்துக்கு அருகில் என்றால் அது சாப்பாடு மற்றும் பல கோணங்களில் இருந்து அவர்களுக்கே வசதியாக இருக்கும். அதைத் தவிர்க்க வேண்டுமென்றால் ஆன மட்டும் தொலைவான இடத்துக்கு நாமே அழைத்துச் செல்ல ஏதாவது தந்திரம் செய்ய வேண்டும். நமக்குத் தண்ணீர் வசதி கிட்டக் கூடாது என்று அவர்கள் தந்திரம் செய்யவில்லையா? போர்த்தனம் எங்கெங்கோ சிதறிப் போய் இருக்கிறது. எல்லோரையும் மீண்டும் ஒன்றிணைக்க வேண்டும். இல்லாவிட்டால்... ஆனால் அனைவரையும் ஒருங்கே கூட்டுவது எப்படி? என்று எண்ணிக்கொண்டிருக்கும்போது ரதம் ஒரு மேட்டின் மீது ஏறியது. வரும்போது இம்மேட்டைக் கவனிக்கவே இல்லையே என்று நினைத்துக்கொண்டான். பள்ளமான இடத்தில் தானே நீர் அதிக அளவில் தேங்கி இருக்கும் என்றும் ஞாபகம் வந்தது. பிணங்களின் நாற்றம் தாங்க முடியாததாக இருந்தது. பின்னால் திரும்பிப் பார்த்தபோது தண்ணீர் மின்னுவது தெரிந்தது. கூடாரத்திற்கு இன்னும் பாதி தூரம் போக வேண்டும். இன்னும் கொஞ்ச தூரம் ஏற வேண்டும், அதற்கப்புறம் சிறிது இறக்கம். அதை அடுத்த மைதானம்தான் போர்க்களம். குதிரைகள் மூச்சுவிடும் சத்தம் கேட்டது. 'சிறிது நேரம் நின்று ஆயாசம் தீர்த்துக்கொள்ளட்டும்' என்று நினைத்தான். எதற்காகவோ தானும் சிறிது நேரம் நின்று ஓய்வெடுத்துக்கொள்ள விரும்பினான். இரண்டு முறை தானும் பெருமூச்சு விட்ட பிறகு திரும்பினான். பக்கத்தில் இருந்த மரம் மிகவும் பெரிதாக இருப்பதைப் பார்த்தான். போர்க்களத்திலிருந்து நல்ல காற்று வீசும் தொலைவான இடத்திற்குச் சென்று திரும்பியதால் அங்கு வீசிய துர்நாற்றத்தின் வீச்சத்தைக் கடுமையாக உணர்ந்தான்.

அவன் பெருமூச்சு வாங்கும்போது ஒரு குதிரை சாணமிட்டது. அதைத் தொடர்ந்து இன்னொரு குதிரையும் சாணமிட்டது. தொடர்ந்து மற்ற ரதங்களின் குதிரைகளும் கூட சாணமிட்டதைப் பார்த்தான். அந்த விஷயத்தில் விலங்குகளின் ஒற்றுமையை எண்ணி வியந்தான். அப்போது அவன் மனத்திற்குள் ஒரு எண்ணம் உதித்தது. உடனே சாரதியைப் பார்த்து, "நான் இந்த மரத்தின் உச்சியில் ஏறி, ஒரு முறை போர்க்களம் நடக்கும் இடத்தைப் பார்க்கிறேன். பக்கத்தில் நின்று பார்க்கும்போது சரியாகத் தெரியவில்லை. நீ இங்கேயே இரு' என்றான்."

"அரசே, பார்த்து ஏறுங்கள். மேல் கிளையில் கழுகுகள் உட்கார்ந் திருக்கின்றன. கொத்த வந்தாலும் வரும்."

"இடுப்பில் வாள் இருக்கிறது."

"நாங்களும் உங்களுக்குத் துணையாக இருக்கிறோம்."

உயரமான கிளையை அடையச் சிறிது நேரம் பிடித்தது. கூடவே மூச்சு வாங்கியது. முதலில் கைக்கு அகப்பட்ட கிளையில் சிறிது நேரம் உட்கார்ந்து ஓய்வெடுத்துக்கொண்டபோது இந்த ஆயாசம் ஐம்பத்து மூன்று வயதானவன் அடையாளமோ என்று தோன்றியது. தொடர்ந்து மரத்தின் நடுப்பகுதியில் ஏறிக்கொண்டிருந்த சாரதியைப் பார்த்து, "யாரும் ஏற வேண்டாம். உங்கள் அரசன் கழுகுகளைப் பார்த்துப் பயம் கொள்கிறவன் இல்லை" என்றான்.

"அவை பிணம் தின்னும் கழுகுகள் அரசே."

"தெரியும். நீங்கள் கீழேயே இருங்கள்" என்று கையைக் காட்டினான். வாள் இடுப்பில் ஆடிக்கொண்டிருந்தது. உச்சியை அடைந்தபோது குளிர்காற்று வீசியது. உச்சியில் உட்கார்ந்திருந்த கழுகுகள் படபடவென்று இறகுகளை அடித்துக்கொள்ளத் தொடங்கின. ரத்தம் படிந்து சிவந்ததைப்போல அதன் கழுத்து இருந்தது. அலகுகள் நீண்டிருந்தன. அந்த உயரத்தில் எல்லாக் கழுகுகளும் ஒன்றாகப் பாய்ந்தால் என்ன நேரும் என்று எண்ணிப் பார்த்தபோது பயமாக இருந்தாலும் ஒரு கையால் கிளையைப் பற்றியபடி மறுகையால் வாளை எடுத்து வீசினால் கழுகுகளின் தலைகள் துண்டாகிக் கீழே இருக்கிற சாரதிகளுக்கு அன்றைய இரவு இறைச்சிக்கு உணவாக விழுந்துவிடும். மேலே ஏற ஏற, கீழே இருந்த ரதங்கள் மிகவும் சிறிதாகத் தெரிந்தன. இன்னும் தனக்கு மரமேறும் சக்தி இருக்கிறது என்றும், மரத்தில் ஏறி விளையாடி எவ்வளவு காலமாகி விட்டது என்றும் நினைத்துக் கொண்டான். அப்போது சட்டென பீமனின் ஞாபகம் வந்தது. "அந்தக் குண்டன் எப்படியெல்லாம் கிண்டல் செய்தான்! தனக்குத்தான்

ஆற்றல் அதிகம் இருக்கிறது என்கிற திமிரில் மரக்கிளையைப் பிடித்து அசைத்து அசைத்து ஏறிக்கொண்டிருந்த என்னைக் கீழே விழ வைத்துவிட்டான். கீழே விழுந்ததும் அவமானப்படுத்துகிற மாதிரி ஏளனமாகச் சிரித்தான். ஆனால் உயரமான கிளையில் என்னைப் போல ஏறுகிற ஆற்றலோ, துணிச்சலோ சிறிதும் இல்லாத வெறும் சாப்பாட்டுக்காரன் அவன்."

"ரதத்தின் அருகில் உட்கார்ந்து பேசிக்கொண்டிருந்த சாரதிகளை மேலிருந்து பார்த்தபோது சின்னச்சின்னச் சாணக் குவியல்கள் போல இருந்தார்கள். ஒன்று, இரண்டு, மூன்று... சரியாக எண்ணிக் கண்டு பிடிக்கக் கூட முடியாத அளவில் சிறிய அளவில் இருந்தார்கள். நம் அஸ்தினாபுரத்து அரண்மனைக்குப் பக்கத்தில் இருக்கும் ஆலமரம் இதைவிடப் பெரிதா, சிறியதா? அந்த அர்ஜுனன் பெரிய சுய தம்பட்டக்காரன், மரக்கிளையில் கட்டிய மரத்தாலான குருவிப் பொம்மையின் கண்களுக்குக் குறிவைத்துத் தாக்கிய திறமை படைத்தவன் என்கிற அகங்காரம் அவனிடம் உண்டு. அன்றிலிருந்து தனக்கு இணையான போர்வீரனே இல்லையென்று சொல்லிக் கொள்ளத் தொடங்கினான். ஆசாரியரும் அவனுக்குச் செல்லம் கொடுத்தார். அவனும் அவரைக் கண்டதுமே காலில் விழுந்து வணங்கிப் பலவாறு முகஸ்துதிகள் செய்ய ஆரம்பித்தான். சந்தோஷப் பட அவரும் அவனுக்கு உற்சாகம் வழங்கினார். எல்லா ஆசாரியர்களும் இப்படித்தான் போலும் என்று நினைத்தவண்ணம் போர்க்களத்தின் மீது தனது பார்வையைப் பதித்தான். நடுவே பல மரங்கள் தென்பட்டன. சரியாகத் தெரியவில்லை. ஆனாலும் எந்தெந்த இடங்கள் எங்கெங்கே என்பது மட்டும் சரியாகத் தெரிந்தது. "நாம் முதன் முதலில் வந்து தங்கியது அதோ அந்த மரத்துக்குப் பின்னால் தெரிகிற புதர்களுக்குப் பின்புறம் இருக்கிறது. தொலைவில் இதேபோல் இருக்கிற மேட்டை யொட்டி எதிரிகளின் கூடாரம் இருக்கிறது. அவர்கள் வந்து இறங்கியதில் இருந்து கூடாரங்களை மாற்றிக்கொண்டதே இல்லை. நமது இருப்பிடங்களைச் சுற்றித்தான் யுத்தமும் நடைபெறுகிறது. பிணத்தின் நாற்றமும் கழுகுகளின் இரைச்சலும் நம் பக்கத்தில்தான் இருக்கின்றன. காற்றும் அந்தத் திசையில் இருந்து இந்தத் திசை நோக்கி வீசிக் கொண்டிருப்பதால் இந்த நாற்றம் அவர்கள் பக்கம் வீசவில்லை. இரவில் குளித்துவிட்டு உடலை லேசாக்கிக் கொள்ள பக்கத்திலேயே பாயும் நதி. இனி யுத்தம் அவர்கள் இருக்கும் இடத்தைச் சுற்றி நடக்குமாறு பார்த்துக்கொள்ள வேண்டும். அவர்களுக்கும் பொருட்களை ஏற்றி இறக்குகிற, அடிக்கடி இடம் மாறுகிற பிரச்சினையை உருவாக்க வேண்டும். இதுவரைக்கும் நாம் தயாராக இருந்து அவர்களைச்

சண்டைக்கு அழைத்தோம். அவர்கள் வந்து எல்லாவற்றையும் அழித்து விட்டுச் சென்றார்கள். இனி எல்லாவற்றையும் மாற்ற வேண்டும்...” அப்போது அவனுக்குள் ஒரு எண்ணம் உதித்தது. பல கழுகுகள் இறக்கைகளைப் படபடவென்று அடித்தபடி மேகங்களை நெருங்குவதும் பிறகு மேகங்களில் இருந்து மின்னலைப்போல வெளிப்படுவதும் தெரிந்தன. படைக்குத் தலைமைப் பொறுப்பேற்றிருப்பவர். குறிப்பிட்ட கால அவகாசத்திற்குள் குறிப்பிட்ட வேலையை முடிக்குமாறு கூற வேண்டும் என்று எண்ணினான். துரோணாச்சாரியாரிடம் நேரிடையாகவே, “குருவே, நீங்கள் பெரிய அளவில் எதையும் சாதிக்க வேண்டாம் தருமனை மட்டும் எப்படியாவது சிறைப்பிடித்து வர முயற்சி செய்யுங்கள். அவனுக்கு இன்னும் சூதாட்டப்பித்து போகவில்லையாம். இந்தப் போர்க்களத்திலேயே அவனை ஆடவைத்து, இந்த முறை தோற்றுப் போகிறவர்களுக்கு எட்டு ஆண்டுகள் வனவாசம் செய்ய வேண்டும் என்கிற பணயமிட்டு விடலாம்” என்று சொல்லிவிட வேண்டும் என்ற எண்ணம் அவன் மனத்தில் ஓடியது. தன் எண்ணத்தைத்தானே மெச்சி சிட்டிகை தட்டியபோது தனது திசையிலேயே பார்த்துக் கொண்டிருந்த கழுகுகள் படபடவென்று இறகுகளை அடித்துக் கொண்டன. ஏழெட்டுக் கழுகுகள் ஒன்று சேர்ந்து வட்டமாகப் பறந்தன. “இதே போலத்தான் அந்தக் குண்டன் பீமனை நமது வீரர்கள் வளைத்துக் கொண்டார்கள். அவனைச் சிறைப்பிடித்து அழைத்து வருவதற்குள் அர்ஜுனன் வந்து அவனை விடுவித்து விட்டான். போர் விதிகளைப் பற்றியெல்லாம் அவர்களுக்கு எந்த மதிப்பும் கிடையாது” அப்பொழுது தற்சமயம் யுத்தம் நடந்து கொண்டிருந்த இடத்தின் அடையாளம் அவனுக்குத் தெரிந்தது. “கர்ணன் போர்க்களம் புகுந்திருக்கிறான். துரோணரும் இருக்கிறார். இப்போது இருபுறங்களிலும் சமமான சக்தி, தைரியசாலிகளான நமக்குக் கர்ணனின் வருகை மேலும் வீரத்தைக் கொடுக்கும்.” ஏற்கனவே கிளையைப் பிடித்துக் கொண்டிருந்த கை வலித்ததால் மறுகையால் மாற்றிப் பிடித்துக்கொண்டு அதை விலக்கிக் கொண்டான். அதனால் சற்றே நிலைமாறி உட்காரவேண்டி இருந்தது. போர்க்களத்தைக் கண்கூடாகப் பார்க்கிற மாதிரி திரும்பி உட்கார்ந்தான். அப்போது இரண்டு கிளைகளுக்கிடையே தெளிவாகத் தெரிந்த ஏரியைப் பார்க்க முடிந்தது. மிகப்பெரிய ஏரிபோலவே தெரிந்தது. இத்தனை நாட்களும் இத்தனை வீரர்களுக்கு தேவையான தண்ணீரை எடுத்துக் கொண்டபிறகு கூட, இன்னும் நிரம்பியே இருந்தது ஏரி. தன் தாத்தா அம்புப் படுக்கையில் படுத்திருக்கும் இடத்தை, ஏரியை ஒட்டித் தேடினான். கழுகுகளே வானில் வட்டமடித்துக் கொண்டிருந்தன. அவனது தேடல் முயற்சிகளை அக்கழுகுகள்

தடுத்தன. எல்லா இடங்களிலும் அவையே நிரம்பி இருந்தன. மனத்திற்குள்ளேயே அவர் உட்கார்ந்திருக்கும் இடத்தை உத்தேசமாகக் கற்பனை செய்து பார்த்தான். தொடர்ந்து வருத்தத்தில் மூழ்கினான். "இன்று காலை அவர் சாப்பிட்டிருக்கக் கூடும். இப்பொழுதே கடுமையாய்க் குளிர்கிறது. இரவில் இன்னும் கடுமையாய்க் குளிர்கிறது. அங்கே அவர் தங்குவதற்குக் கூடாரமோ அல்லது அவர் போர்த்திக்கொள்ளப் போர்வையோ, எதுவுமே இல்லை. நடப்பவை அனைத்தையும் பார்த்து மனம் சோர்ந்து விட்டார். சிம்மாசனத்தில் உட்கார்ந்திருக்கிற எனக்கும் சில கடமைகள் உண்டு என்பதை அவர் மறந்துவிட்டார். 'என் சாவுக்குப் பிறகு, சமாதானம் வேண்டும் என்று அலறினாலும் கூட உனக்கு உதவி செய்ய யாரும் வரமாட்டார்கள்' என் அவர் சொன்ன வார்த்தைகள் இன்னும் தெளிவாகக் கேட்டுக்கொண்டே இருக்கின்றன. அவர் மிகவும் களைத்துப் போயிருக்கிறார். ஆனால் அவரது குரலில் களைப்பின் அடையாளம் சிறிதும் இல்லை." மெல்ல வானத்தை அண்ணாந்து பார்த்தான் துரியோதனன். வானத்தில் இன்னும் கருமேகங்கள் சூழ்ந்திருந்தன. கிளையில்தான் பற்றி இருக்கிற கைப்பிடி நழுவுவது போல ஒரு கணம் தோன்றியது. உட்கார்ந்திருக்கும் இடத்தில் இருந்து கீழே விழுந்தால் அடையாளம் கண்டுபிடிக்க இயலாத வண்ணம் உடல் சிதறிப் போகக் கூடும் என்று தோன்றியது. குதிரைகள் ரதங்களிலிருந்து விடுவிக்கப்பட்டு புல் மேய்ந்து கொண்டிருந்தது. வீரர்களும் கீழே படுத்துக்கொண்டிருந்தார்கள். மீண்டும் ஒரு கிளையில் இருந்து, இன்னொரு கிளைக்கு பிடியை மாறறிச் சமாளித்தான். இப்பொழுது அவன் கண்ணுக்கு நேராகப் போர்க்களம் நிகழுமிடம் தெரிந்தது. பார்த்ததெல்லாம் போதும் என்று தோன்றியது. ஆனால் அவனைச் சுற்றிக் கழுகுகள் வட்டமிட்டன. அவனையே உற்றுப் பார்த்த வண்ணமிருந்தன. மரத்தில் இருந்து இறங்க வேண்டும் என்றே தோன்றவில்லை. "தாத்தா சொன்னதிலும் உண்மை இருக்கக் கூடும். ஒவ்வொருவருக்கும் சாகும் வரை போராட ஏதேனும் ஒரு உறுதியான காரணம் இருக்கக் கூடும். என் அணியில் நான் ஒருவன்தான் அத்தகு உறுதியோடு இருக்கிறேன். பத்து நாட்களாக இந்தப் போரில் தன்னை ஈடுபடுத்திக்கொள்ளாத கர்ணன் ஒரு முட்டாளாகத்தான் இருக்க வேண்டும். ஒருவேளை இதில் ஈடுபட சரியான காரணம் எதுவும் அவனுக்கு இல்லையா? இந்த யுத்தம் இதே முறையில் தொடருமேயெனில் எல்லாருமே சாகக் கூடும் அல்லது அஞ்சி ஓடக் கூடும். நான் மட்டுமே தனித்து விடப்படுவேன். தாத்தாவை முன்னிறுத்திச் சீக்கிரம் சமாதானப் பேச்சுக்கு ஏற்பாடு செய்ய வேண்டும். ஒரு பலவீனமான நிலைக்கு எங்களைத் தள்ளி

விட்டதாக அவர்கள் நினைக்கிற பட்சத்தில் அவர்கள் சமாதானப் பேச்சுக்கு மறுக்கக் கூடும். 'திமிர் பிடித்தவர்கள் நன்றாக அனுபவிக் கட்டும்' என்று சொல்லிச் சிரித்தாலும் சிரிக்கக் கூடும். ஒருவேளை சமாதானத்துக்கு வந்து ஒத்துக்கொண்டதும், எங்கள் அணிக்காரர்களை யெல்லாம் அழைத்துக்கொண்டு ஊருக்குச் சென்ற பிறகு காண்டவப் பிரஸ்தம் அல்லது இந்திரப்பிரஸ்தத்தில் இருந்து மீண்டும் நம்மீது படையெடுத்து வரமாட்டார்கள் என்று எப்படிச் சொல்ல முடியும்? சூதாட்டத்துக்குப் பிறகு பீமன் தருமனின் வார்த்தையைக் கேட்ப தில்லை. பீமனின் வார்த்தையைத்தான் தருமன் கேட்டுக் கொண்டிருக் கிறானாம். தாத்தாவின் கண்களைப் பாசம் மறைக்கிறது. இந்த அரசியலின் விவகாரம் எல்லாம் அவருக்குச் சரியாகப் புரிவதில்லை." மீண்டும் தன் பிடியை மாற்றி உட்கார்ந்தான் துரியோதனன். தனக்குக் கீழே இருந்த இன்னொரு சின்னக் கிளையில் கால்களை வைத்துக் கொண்டான். தொலைவில் நெருப்பு அம்புகளின் அசைவைக் கண்டான். அநேகமாக அது கர்ணனாகத்தான் இருக்கவேண்டும் என்று எண்ணினான். அப்போது, 'துரியோதனா, இந்த யுத்தம் வேண்டாம் உன் பாட்டியின் பணிப் பெண்ணுக்குப் பிறந்த மகன் என்று என்னை நீ நினைக்கிறாய். அது ஒருபக்கம் இருக்கட்டும். தயவு செய்து என் வார்த்தையைக் கேள். இந்த யுத்தம் வேண்டாம்' என்று சொன்ன விதுரனின் வார்த்தைகள் ஞாபகத்துக்கு வந்தன. இவர்களுக்கெல்லாம் அரசியல் பற்றி என்ன தெரியும்? எந்த ராஜ்ஜியத்தையாவது எந்தச் சமயத்திலாவது ஆண்டிருக்கிறார்களா? தாத்தா குரு சாம்ராஜ்ஜியத்தை நிர்வகித்து வரும்போது, சிம்மாசனத்தில் இருப்பவனைப் பார்த்துச் சவால் விட யாரும் இல்லை. தருமனுக்கு இளவரசர் பட்டம் கட்டி பிறகு, 'அண்ணா, இனி நம்முடைய நிலை சூதர்களைப்போல ஆகி விடும்' என்று பலமுறை சொல்லிப் புலம்பி ஆறுதல் தேடி வந்திருக்கிறான் துச்சாதனன். வாரணாவதத்தில் அவர்கள் அனைவரும் இறந்து போய் விட்டார்கள் என்று அவன் எத்தனை மகிழ்ச்சியுடன் இருந்தான். மூத்தவனுக்கு மட்டும் எதற்கு இளவரசுப்பட்டம்? இவ்வளவு பெரிய குரு சாம்ராஜ்ஜியத்திற்கு ஒரே ஒரு அரசன்தான் இருக்க வேண்டுமா? பாஞ்சாலத்தின் ஒரு பகுதியாகிய அஹிச்சத்திரம் ஏதோ ஒரு விதத்தில் நமக்குச் சொந்தமாகவே இருக்கிறது. என்னை அந்தப் பகுதிக்கு அரசனாக்கு' என்று என்னிடம் எப்படி யெல்லாம் வாதிடத் தொடங்கினான். அவனைப் பார்த்து எனக்கும் ஒரு தனிப்பட்ட சிம்மாசனத்தில் உட்கார்ந்து பார்க்க வேண்டும் என்கிற கனவு பிறந்தது. அதிகாரத்துக்கு ஆசைப்பட்ட பிறகு அதற்கு எல்லை என்ன இருக்கிறது? இந்தத் துரியோதனன் அதிர்ஷ்டசாலி. பாண்டவர்கள்

இறந்திருக்கவில்லை. துருபதனின் மருமகன்களாக ஊருக்குத் திரும்பி வந்தார்கள். தேசத்தின் ஒரு மூலையில் தனக்கேயான ஒரு ராஜ்ஜியத்தை நிறுவிக் கொண்டார்கள். ஒரு ராஜ்ஜியத்தை ஆளும்போது எதிரிகள் யாராவது இருக்க வேண்டும். யாரும் இல்லையென்றால் கூட யாரையேனும் ஒருவனை உருவாக்கிக்கொள்ள வேண்டும். இல்லா விட்டால் ராஜ்ஜியத்திற்குள் ஒருவனால் ஒற்றுமையை எப்படி நிறுவிக் கட்டிக்காக்க முடியும்? அதிகாரத்தைக் கட்டிக் காப்பது எப்படி?" அப்போது மீண்டும் நெருப்பு அம்புகள் பறந்தன." கர்ணனின் அம்புகள் தானா இவை. எந்தத் திசையிலிருந்து எந்தத் திசைநோக்கிச் செல்கின்றன? யுத்தத்தில் யாரும் எப்போதும் ஒரே திசையைப் பார்த்து நின்றிருப்பதில்லை. இடம் மாறும் போதெல்லாம் திசையும் மாறக் கூடும். ஒருவேளை அர்ஜுனனுடையதாக இருக்குமோ? பீமனும் கூட இத்தகு அம்புகளை எய்ய வல்லவன்தான்..." அவன் தொண்டையைச் செருமி அடைத்துக் கொண்டிருந்த சளியைக் காறித் துப்பினான். மீண்டும் பழைய நினைவுகளை நோக்கித் தெளிவில்லாமலேயே அவன் மனம் திரும்பியது. சில கணங்களுக்குப் பிறகு எல்லாம் தெளிவாகத் தெரிந்தன. "பீமா, அர்ஜுனா, முட்டாள் தருமனே, காடு களைந்து விவசாயம் செய்து கொண்டும், ஊரை நிர்மாணித்துக்கொண்டும் உங்கள் வேலையை நீங்கள் பார்த்தபடி இருந்தால் நானும் எனது வேலையைப் பார்த்துக்கொண்டிருப்பேன். எங்கள் தேசத்தை மெல்ல மெல்ல நீங்கள் அபகரிக்க முயற்சி செய்வதாக என் சகோதரர்கள் வெளிப்படையாகவே குற்றம் சாட்டினாலும் கூட நான் அவர்களை அமைதியாக இருக்குமாறு சொல்லிவிட்டிருப்பேன். உங்களை என் நல்ல நண்பர்களாகக் கூட எண்ணி இருந்திருப்பேன். ஆனால் அப்படி நடக்கவில்லை. அகங்காரத்தோடு உங்கள் திறமையை வெளிப் படுத்துமாறு யார் உங்களிடம் சொன்னார்கள்? ராஜசூயம், ஜராசந்தனின் சாவு இதெல்லாம் என்ன? 'அண்ணா, எதிரிகள் மரம் போல உயரமாக வளரும்போது நாம் வேடிக்கை பார்த்தபடி இருக்கலாமா? அது நம்மைப் பலவீனமாக ஆக்கிவிடாதா' என்று கேட்டான் துச்சாதனன். அவன் பேச்சில் ஒருவகையான ஆத்திரம் இருந்தது. அரியாசனத்தில் மேல் அவனுக்கு இருக்கிற வெறி நாளுக்கு நாள் அதிகமானது. நீங்கள் நான்குபேரும் உங்கள் அண்ணனுக்குக் காட்டுகிற மரியாதையை ராஜசூயத்தில் நேராகக் கண்டுவந்த என் தம்பிகள் என்மேல் இன்னும் கூடுதலாக மரியாதைகொண்டார்கள். என் சொல்லுக்குக் கட்டுப்பட்டவர்கள். அப்போது அவர்கள் தேவைகள் என்ன என்பதை அறிந்து கொள்வதும், முடிந்த மட்டும் அவற்றில் சிலவற்றையேனும் நிறைவேற்றுவதும் என் கடமையாகிவிட்டது.

இல்லாவிட்டால் எனக்கு எதிராகக் கூட அவர்கள் மாறினாலும் மாறக்கூடும். இன்னும்கூட துச்சாதனனின் மனத்தில் தனியாக ஒரு ராஜ்ஜியத்தை நிறுவிக்கொண்டு அரியாசனம் ஏறும் ஆசை முழுக்க அழிந்துவிடவில்லை. எவ்வளவு விநயமாகத் தன் விருப்பத்தை அவன் முன் வைத்தான் தெரியுமா? 'அண்ணா, எப்படியும் பதின்மூன்று வருஷங்கள் அவர்கள் இங்கு வரப் போவதில்லை. இந்திரப்பிரஸ்தத்தை நாம் சரிவரக் கவனித்துக் கொள்ளாவிட்டால், நாளை நம் எல்லை யோரப் பகுதிகளைக் கண்காணிப்பதும் சிரமமாகிவிடும். எனவே நானே அங்கு சென்று அதைப் பார்த்துக் கொள்ளும் பொறுப்பேற்றுக் கொள்கிறேன்' என்றான். ஆனால் நான் வேறு ஒரு விதத்தில் அவனுக்குப் பதில் சொல்லிச் சமாளித்தேன் நான். "தம்பி, அவர்கள் காடுகளைத் திருத்தி இந்திரப்பிரஸ்தம் என்ற பெயரில் நிறுவிய புதிய ஊரை மீண்டும் காண்டவப்பிரஸ்தம் போல ஆக்குவதன் மூலம்தானே அவர்கள் முகத்தில் மை பூசிய மாதிரி இருக்கும்" என்றேன். 'நீ எதற்கு எங்களையெல்லாம் பிரிந்து அங்கே இருந்து அவர்களுடைய நாட்டில் பரிபாலனம் செய்ய வேண்டும்?' என்று அவனைக் கட்டித் தழுவிச் சொன்னபோது, அடுத்து என்ன பேசுவது என்று புரியாமல் நின்றான் அவன். இந்தத் துரியோதனனிடம் அரசியல் பேசி துச்சாதனன் ஜெயித்து விட முடியுமா? 'அன்புள்ள தம்பிகளே, பதின்மூன்று ஆண்டு களுக்குப் பிறகு கண்டிப்பாக யுத்தம் நடந்தே தீரும். பாஞ்சால தேசத்துக்காரர்கள் இப்பொழுதிலிருந்தே தயாராகத் தொடங்கி விட்டார்கள். கூடவே யாதவர்களின் கிருஷ்ணனும் இருக்கிறான். நீங்களும் இப்பொழுதிலிருந்தே தயாராகத் தொடங்குங்கள். நம் படையைப் பதின்மூன்று பிரிவுகளாகப் பிரித்து, ஒவ்வொன்றுக்கும் ஒவ்வொருவர் பொறுப்பெடுத்துக் கொள்ளுங்கள்' என்றேன். மற்றவர்கள் எல்லோரும் உற்சாகத்துடன் ஈடுபட்டார்கள். ஆனால் துச்சாதனனைச் சமாளிப்பதுதான் கஷ்டம். அரசியல் ஆலோசனைகளில் இருந்து அவனைத் தள்ளி வைத்திருந்தால், அது அவனுடைய கௌரவத்துக்கு இழுக்கு என்றே அவன் எண்ணி இருந்திருப்பான். அவனை என்னோடு கூடவே வைத்திருக்கவும், அதே நேரத்தில் மிகவும் தள்ளிப் போய் விடாதவாறும் பார்த்துக் கொண்டேன். தொடர்ந்து முயற்சிகள் செய்த பிறகு, என்னுடன் அவனும் அரசியல் அதிகாரத்தைப் பகிர்ந்து கொள்கிறான் என்கிற மாயையிலேயே வைத்திருந்தேன்."

இதமான காற்று வீசியது. குளிர்காற்று. மரத்திலிருந்து இறங்கிச் செல்ல வேண்டும் என்கிற எண்ணமே இல்லாதவன் போலப் போர்க்களத்தைப் பார்த்தபடி மரத்திலேயே உட்கார்ந்திருந்தான். சிறிது நேரத்திற்குள் காற்று வேகமாக வீசத் தொடங்கியது. இவை

எல்லாம் ஒன்றோடு ஒன்று உரசிச் சத்தமிட்டது. தரையில் புழுதி சுழன்றெழுந்தது. ஒரு கணத்தில் நூற்றுக்கணக்கான இலைகள் கரை யில் உதிர்ந்தன. அவனையே உட்கார்ந்து பார்த்தபடி இருந்த ஒரு பிணந்தின்னிக் கழுகு படபடவென்று இறக்கைகளை அடித்துக் கொண்டு பறந்து சென்றது! மற்ற கழுகுகளும் கூடப் பறந்து சென்றன. கிளை முறிந்து விழக்கூடும் என்று அவை நினைத்து விட்டனவா? சட்டெனப் பயம் தோன்றியது. "பிதாமகர் வெறுமனே பெயருக்கு மட்டும் படைத்தலைமைப் பொறுப்பில் இருந்தார். எல்லாவற்றையும் நாங்களேதான் செய்தோம். ஆனால் படை பலம் பாதியாகக் குறைந்து விட்டது. அவர் இறந்துவிட்டால் சமாதானத்திற்கு வழியே இல்லை. இப்பொழுது கூட தாமதமாகவில்லை. மரத்தை விட்டு இறங்கி நேராகச் சென்று தாத்தாவை முன்னிறுத்தி சமாதானப் பேச்சைத் தொடங்கலாமா?" அப்படி என்னும்போது மனம் லேசானது. தன் உடல் எடையே குறைந்ததைப்போல இருந்தது. தான் உட்கார்ந்திருக்கும் கிளை கூட உடையாது என்ற துணிச்சல் வந்தது. எப்படியானாலும் சரி என்று நினைத்தபடி மரத்திலிருந்து இறங்கி வரும் வழியிலேயே நான்கு உறுதியான ஒரு கிளையைப் பார்த்ததுமே இன்னும் சற்று நேரம் உட்கார்ந்திருக்க வேண்டும் போல இருந்தது. ஒரு வேளை இப்போது சமாதானமானாலும் கூட தன் தொடையைப் பிளப்பதென்றும் துச்சாதனனின் நெஞ்சைப் பிளப்பதென்றும் பீமன் செய்த சபதத்தி லிருந்து பின்வாங்குவானா என்று தோன்றியது. ஆனால் தரும நெறிகளின் சட்டங்களுக்குள் அவனைக் கட்டுப்படுத்துவது ஒன்றும் பெரிய விஷயமில்லை என்று தோன்றியபோது சற்றே ஆறுதலாக இருந்தது. ஒரு கணம் மனத்தில் புயல் நின்று அமைதியானதைப் போல இருந்தது. மறுகணமே மீண்டும் மனத்தில் புயல் வீசியது. "படைபலத்தில் பாதியை இழந்த பிறகு ஊருக்குச் சென்று என்ன செய்யப் போகிறோம்?" கேள்வி முற்றிலும் சரியாகப் புரியும் முன்னரே மனம் இன்னொரு கோணத்தில் யோசிக்கத் தொடங்கியது. வெளிப் படையாக ஒரு எதிரியைச் சுட்டுவது என்பது ஆட்சி என்னும் கோணத்தில் இருந்து பார்க்கும் போது தவிர்க்க முடியாத விஷயமாகும். முதன் முதலில் கற்பனையாக நினைத்து உருவாக்கிய எதிரி இப்போது உண்மையாகவே எதிரியாகி விட்டான். அவர்கள் அனைவரும் என் உண்மையான எதிரிகளாக ஆகிவிட்டார்கள். அவர்கள்பால் எனக்கும் வெறுப்பு ஆழமாக ஊன்றி விட்டது. நானும் துச்சாதனனும் மற்ற தம்பிகள் அனைவரும் இந்த விஷயத்தை முன்னிறுத்தியே ஒற்றுமையை வளர்த்துக்கொண்டுள்ளோம். இப்பொழுது அதையெல்லாம் உடைத்து-தன் எதிரியோடு மோதும் வாய்ப்பு இல்லையென்றால் கர்ணனுக்கு

எவ்வளவு நிராசையாகிவிடும்..." மனக்குழப்பம் மெல்ல மெல்ல மறைந்து கொஞ்சம் கொஞ்சமாக மீண்டும் அமைதி மெல்லத் திரும்பியது. "என்னைப் பற்றிய பயம் இல்லாவிட்டால் அந்த ஐவருக்குள்ளும் ஒற்றுமை இருந்திருக்குமோ? தன் பிள்ளைகளிடையே என்றென்றும் ஒற்றுமை நிலவவேண்டும் என்பதற்காகவே ஐந்து பேருக்கும் ஒருத்தியையே மனைவியாக்கி வைத்திருக்கிறாள் குந்தி. 'தருமன் பிழை செய்திருந்தாலும், அதைப் பெரிதுபடுத்திக் குற்றம் சுமத்தி உங்களுக்குள்ளேயே பிளவு ஏற்பட வழி உண்டாக்கி விடாதீர்கள். எதிரியை நினைத்து ஒற்றுமையைக் காப்பாற்றிக்கொள்ளுங்கள்' என்று அவள்தான் புத்தி சொன்னாளாம்...'

இத்தருணத்தில் அவனுடைய சாரதிகள் கீழிருந்து கூப்பிடுவது கேட்டது. ரதத்தில் குதிரைகள் பூட்டி மரத்திலிருந்து தள்ளி நின்றிருப்பது புழுதியிடையே தெரிந்தது. துரியோதனன் கீழே இறங்கி வந்தான். உறுதியான கிளையில் காலை ஊன்றி இறங்கும் போது கை கால்கள் நடுங்கத் தொடங்கின. இவ்வளவு பெரிய கிளையில் இருந்து எப்படி இறங்குவது என்று யோசித்தபடி அங்கேயே உட்கார்ந்தான். பெரிய மரங்களே எப்போதும் இப்படித்தான். ஏறிவிட முடியும். இறங்குவது மட்டும் கடினம் என்று நினைத்தபடி அங்குமிங்கும் பார்த்துக் கொண்டிருக்கும்போது சாரதி மிகவும் நெருங்கி வந்தான்.

"நீங்கள் அப்படி இறங்கினால், கீழே வர முடியாது. இரண்டு ரதங்களின் நுகத்தடியில் பிணைத்திருக்கிற கயிற்றை அவிழ்த்துக் கொடுக்கிறேன். அந்தக் கிளையில் ஒரு முனையை கட்டி விட்டு மறுமுனையைப் பிடித்துக்கொண்டு வாருங்கள்."

அதைச் சொல்லிமுடிப்பதற்குள் சாரதியின் வாயெல்லாம் மண் நிரம்பி விட்டது. துரியோதனனின் கண்களிலும் புழுதி அப்பிக் கொண்டு கண் திறக்க முடியாதபடி ஆனது.

"நான் கீழே இறங்கிய பிறகு இந்தக் கயிற்றை அவிழ்த்துக் கொள்வது எப்படி?" என்று அவன் மேலிருந்து கேட்டான்.

"அதுவும் உண்மைதான். மீண்டும் நுகத்திற்குக் கட்ட கயிறுகள் தேவை."

"இங்கிருந்து குதித்துவிடுகிறேன். என்ன ஆனாலும் ஆகட்டும்."

"வேண்டாம் அரசே வேண்டாம். கைகால்கள் முறிந்து விடும்." என்று கூவினான் சாரதி. அதற்குள் வாய்க்குள் இன்னும் கொஞ்சம் புழுதி புகுந்தது.

* * *

"திருஷ்டத்துய்மா, உன் பெயருக்குத் தகுந்தபடி இந்தக் காரியத்தைச் செய்து விட்டாயே, உனக்கு வெட்கமாக இல்லையா?" என்று தன் ரதத்தில் இருந்தபடியே கூவினான் அர்ஜுனன். தன் ரதத்தில் இருந்து கீழே இறங்கி கையில் வாளுடன் சென்று கீழே விழுந்து கிடந்த துரோணரின் தலையை எடுத்து துரியோதனனின் படைக்கு மத்தியில் எறிந்து விட்டுத் திரும்பி ரதத்தில் ஏறிய திருஷ்டத்துய்மன் ஆச்சரியத்தோடு இந்தப் பக்கம் திரும்பிப் பார்த்தான். "என்ன பார்க்கிறாய்? இந்தப் பாஞ்சாலர்களே அயோக்கியர்கள் என்று எனக்குத் தெரியும். ஆனால் இந்த அளவுக்கு நிலைதாழ்ந்தவர்கள் என்று எனக்குத் தெரியாது. பத்து யாகம் செய்தாலும் நீ செய்திருக்கும் பாவம் போகாது." என்ற அர்ஜுனனின் வார்த்தைகளால் அவன் மேலும் குழம்பினான். அவனுடைய சாரதியும் அவனைச் சூழ்ந்திருந்த குதிரை வீரர்களும் மட்டுமல்ல, சற்றே தொலைவாக நின்றிருந்த மகாரதி சாத்யகியும் கூட 'வெற்றி, வெற்றி திருஷ்டத்துய்மா' என்று கூவிக் கொண்டிருக்கும் பொழுது, பாண்டவச் சேனை முழுக்க ஜெயகோஷம் புரிந்து கொண்டு இருக்கும் போது, தன் படைத்தலைவனின் தலையைத் துண்டித்ததைக் கண்டு துரியோதனனின் படை வீரர்கள் அனைவரும் பயந்து ஓடும் போது, அர்ஜுனன் மட்டும் ஏன் அதிர்ச்சியுற்றுக் கண்டபடி திட்டு கிறான் என்று அவனுக்குப் புரியவில்லை. அவன் கோபக்காரன் தான். ஆனால் தன் தங்கையை அவனுக்குக் கொடுத்துத் திருமணம் செய்து கொடுத்திருப்பதால் என்ன பேசினாலும் சகித்துத்தான் ஆக வேண்டும் என்று நாக்கைக் கடித்தபடி பொறுமையாக இருந்தான்.

ஆனால் அர்ஜுனன் பேச்சை நிறுத்தவில்லை. "உன் அப்பாவின் பகைக்குப் பழிவாங்குவது ஒன்றுதான் உனக்கு வேண்டியிருக்கிறது. ஒரு குருவின் உயிரின் மதிப்பு உன்னைப் போல அநாகரிகமானவர்களுக்கு எப்படித் தெரியும்? இந்த ஜென்மத்தில் இந்தக் குருவின் பாதங்களைத் தொட்டு வணங்கும் பாக்கியம் உனக்குக் கிடைத்திருந்தால், உன் வம்சமே புனிதமடைந்திருக்கும். அப்படிப்பட்டவரின் கழுத்தைத் துண்டித்து நாய்நரிகளுக்கு எறிவதுபோல எறிந்து விட்டாய்." என்றவன் தொடர்ந்து பேச முடியாமல் தாள முடியாத கோபத்தால் கன்னத்தை அழுத்திக் கொண்டான். அதிர்ச்சியில் உறைந்திருந்த திருஷ்டத்துய்மனின் திசையில் சட்டென ஒரு அம்பை உயர்த்தி, 'உன்னை எமனின் பட்டணத்துக்கு இப்போதே அழுகிய பிணங்களின் நடுவே எறிகிறேன் பார்' என்று சொல்லும்போது அவன் கண்கள் எல்லாம் சிவந்து விட்டன.

"அர்ஜுனா, ஏன் இப்படிப் பேசுகிறாய்?" என்று யுயுதானன் கேட்டான். அர்ஜுனன் இவனுடைய கேள்வியையே கவனிக்காமல் மேலும் பேசத் தொடங்கியதால் யுயுதானன் மேலும் சத்தமிட்டு "நீ தன் தங்கையின் கணவன் என்று திருஷ்டத்துய்மன் வாயை மூடிக்

கொண்டிருக்கிறான். நம் சுபத்திரையின் கணவன் என்று நான் அமைதியாக இருப்பதைப் போல அவனும் இருக்கிறான். நான் சொல்வதைக் கேள்" என்றவன் இந்த ஆரவாரத்தில் என்ன தான் கூவினாலும் தொண்டை நரம்புகள் இற்றுப் போவதைத் தவிர வேறெந்தப் பயனும் இல்லை என நினைத்து வில்லோடும் அம்போடும் ரதத்திலிருந்து இறங்கி அர்ஜுனனின் ரதத்தை நோக்கி ஓடிவந்தான். இடுப்பில் கட்டி இருந்த வாளின் பாரம் பின்னோக்கி இழுத்தது. அர்ஜுனனின் ரதத்தைச் சுற்றி நின்றிருந்த குதிரை வீரர்கள் விலகி வழியை விட்டார்கள். அர்ஜுனனின் ரதத்திற்கு அருகில் சென்று கீழிருந்தபடியே, "இந்த துரோணரைச் சாகடித்தால்போதும் என்று நாங்கள் அனைவரும் எண்ணிக் கொண்டிருந்தோம். உன் அண்ணன் தருமன் என் கையைப் பற்றிக் கொண்டு 'சாத்யகி, துரோணரை எப்படியாவது கொல்ல வேண்டும். நீதான் அந்த வேலையைச் செய்ய வேண்டும். உன்னால்தான் முடியும்' என்று கெஞ்சிக் கெஞ்சிக் கேட்டுக் கொண்டான். இந்த நிலையில் நீ திடீரென பேய் பிடித்தவன் போல..." என்று சொல்லி முடிப்பதற்குள் அர்ஜுனன் குறுக்கிட்டான். "ஏ சாத்யகி இதைப்பற்றி உனக்கு என்ன தெரியும். வாயை மூடிக் கொண்டிரு" என்றான்.

இதனால் கோபம் கொண்டாலும் குரலின் தொனியை மாற்றி "அர்ஜுனா, வெட்கமுள்ள க்ஷத்திரியனல்லன் நீ ஒரு நாய்க்கு இருக்கிற நன்றியுணர்வு கூட உனக்கு இல்லை. உயிரையே பணயம் வைத்து இங்கு வந்து உன்னோடு சேர்ந்து நானும், எங்கள் யாதவப்படையும் எந்தக் கடனுக்காகச் சண்டையிடுகிறோம்? என்னையே வாயை மூடு என்று சொல்கிறாயா? இந்தத் திருஷ்டத்துய்மன் இல்லையென்றால் இந்தப் போரைத் துணிச்சலோடு உங்களால் ஆரம்பித்திருக்க முடியுமா? ரதங்களையும் குதிரைகளையும் யானைகளையும் வீரர்களை யும் அனுப்பியவன் அவன். வண்டி வண்டியாக அம்புகளையும் வில்களை யும் அனுப்பியவன் அவன். வந்த படை வீரர்களுக்கெல்லாம் சாப்பாட்டுக்கு வழி செய்தவன் அவன். அவனுடைய அண்ணன் இல்லா விட்டால் பீஷ்மரைத் தோற்கடித்திருக்க முடியுமா? வர வேண்டாம் என்று எவ்வளவோ தடுத்தும் கேட்காமல் வந்து போரில் பங்கெடுத்துக் கொண்ட இவனுடைய தந்தை இன்று இரவுதானே இறந்தார். அதைக் கூடத் தாங்கிக் கொண்டு போர்புரிகிறவன் திருஷ்டத்துய்மன். படைத்தலைவன் என்ற அகங்காரம் சிறிதும் இன்றி நாங்கள் கொடுக்கிற ஆலோசனைகளைக் கௌரவத்துடன் ஏற்றுக் கொண்டவன் அவன். இவை எல்லாவற்றையும் ஒரு நாய்க்குச் செய்திருந்தால்கூட நன்றி யோடு நினைத்துப் பார்க்கும்." தொடர்ந்து சத்தமாகப் பேசியதில் அவனுக்குத் தொண்டை அடைத்துக் கொண்டது. கையில் வாளோடு அதிர்ச்சியில் உறைந்து நின்றிருந்த திருஷ்டத்துய்மன் தன் ரதத்தில்

இருந்து இறங்கி யுயுதானனின் அருகில் வந்து நின்று, "சாத்யகி, இவன் ஒருவன் இறந்து போவதால் என் தங்கை விதவையாக மாட்டாள். இன்னும் நான்கு பேர் இருக்கிறார்கள். நானே இவன் கதையையே முடித்து விடுகிறேன். அடேய் அர்ஜுனா, ரதத்தை விட்டுக் கீழே இறங்கு, கையில் வாளை எடுத்துக்கொள். துரோணரின் ரத்தம் படிந்த ஈரம் காயாத இந்த வாளாலேயே உன் தலையையும் துண்டித்து விடுகிறேன்' என்று சொல்லும்போதே பின்புறத்திலிருந்து பாய்ந்து வந்த பீமன் திருஷ்டத்துய்மனின் எதிரில் வந்து தோளைப் பற்றினான். "ஏதோ தலை உருண்டது. தலை உருண்டது என்று என் குழுவில் இருந்த வீரர்களில் சிலர் பேசிக் கொணடார்கள். 'யாருடைய தலை' என்று கேட்டேன். போய் விசாரித்துக் கொண்டு வந்தவன் 'துரோணரின் தலை. அதைப் படைத்தலைவன்தான் துண்டித்து எறிந்தான்' என்று சொன்னான். உன் ரதத்தின் கொடியை அடையாளம் வைத்து கண்டுபிடித்து ஓடி வந்தேன். அப்பாவுக்கு உண்மையிலேயே பிறந்த மகன் நீதான். அவர்க்கு வேறு எந்தச் சடங்கும் நீ செய்யத் தேவையில்லை" என்று சொன்னபடி இறுகத் தழுவிக் கொண்டான். அவனது நெற்றியிலும் கன்னங்களிலும் கழுத்திலும் ஒட்டிக் கொண்டிருந்த ரத்தம் திருஷ்டத்துய்மனின் கிரீடத்திலும் ஒட்டிக் கொண்டது. அதற்குள் கையில் வாளோடு கீழே குதித்த அரஜுனனைத் தொடர்ந்து குதித்த கிருஷ்ணன் இருவருக்கும் இடையில் நின்று, "யுயுதானர் கடந்த பதினான்கு நாட்களாக யாருக்கும் சரியான தூக்கம் இல்லை. இரண்டு நாட்களாக நாம் யாருமே கண்ணை மூடக் கூடவில்லை. எல்லாருக்குமே தலை குழம்பிப்போய் இருக்கிறது. கொஞ்ச நேரம் கூடாரத்துக்குச் சென்று நிம்மதியாய்த் தூங்கிவிட்டு வா. அர்ஜுனா, எத்தனை நாட்கள் வேண்டுமானலும் உறக்கமின்றிச் சுறுசுறுப்பாக இருக்க முடியும் என்று நீசொல்வது உண்டு, இல்லையா? உனக்கும் தூக்கம் அவசியம் தேவை. ஆனால் இது நீ படுத்துறங்கும் சமயமல்ல. படைத்தலைவன் இறந்து, எதிரி அணிகள் நிலைகுலைந்திருக்கும் இத்தருணத்தில்தான் நாம் நம் முற்றுகையைப் பலப்படுத்த முடியும். செத்து விழுகிறவர்கள் ஒரு பக்கம் இருந்தாலும், திக்குத் தெரியாமல் சிலரை ஓட்டம் பிடிக்க வைக்கவும் இதுதான் நல்ல தருணம்" என்றான்.

"இப்பொழுது என்ன நடந்தது கிருஷ்ணா?" என்று திருஷ்டத்துய்மனை விடுத்துக் கிருஷ்ணனிடம் கேட்டான் பீமன்.

"ஒன்றும் இல்லை. அர்ஜுனனுக்குக் குருவின் மேல் இருக்கிற அன்பு சற்றே அதிகமாகிவிட்டது. எல்லாம் இப்பொழுது சரியாகி விட்டது. திருஷ்டத்துய்மா, நீ கிளம்பு. அந்தப்பக்கம் வலப்புறத்தில் இருந்து நீ தாக்கத் தொடங்கு. நானும் அர்ஜுனனும் இப்பொழுது குழப்பமுண்டாகி இருக்கிற இடத்துக்கே செல்கிறோம். பீமா, நீ எங்கே இருந்தாய்?"

"இப்பொழுதுதான் திருதராஷ்டிரனின் பிள்ளைகள் ஏழு பேரைக் கொன்றேன். திருஷ்டத்துய்மனைத் தழுவிப் பாராட்டிச் செல்லலாம் என்று வந்தேன். நான் பின்புறத்தில் சென்று எதிரிகள் மீதான தாக்கு தலைத் தொடங்குகிறேன் சரிதானே?"

"மிகவும் பின்னால் போக வேண்டாம். தம் தேசங்களுக்கு ஓடிப்போக விரும்புபவர்களுக்கு வழிவிட வேண்டும். அவர்களை யெல்லாம் அனாவசியமாகக் கொல்லாதே. எஞ்சி இருக்கிற யானை களைக் கொன்றால் நல்லது."

எதுவும் பேசாமல் ஓடிச்சென்று பீமன். யுயுதானனை நெருங்கிய கிருஷ்ணன் அவனுடைய தோளைப்பற்றி, "நேராகக் கூடாரத்திற்குச் செல். தானாக விழிப்பு வரும்வரை எழுப்பக் கூடாது என்று காவல் காரர்களுக்குச் சொல்லி விட்டுக் கண்களை மூடித் தூங்கிவிடும். அதற்கப்புறம் வந்து திருஷ்டத்துய்மன் சொன்ன இடத்தில் இருந்து போரிட்டால் போதும்" என்றான்.

தூக்கமே தனக்கும் முக்கியமாகத் தேவைப்படுகிறது என்று யுயுதானனுக்கும் புரிந்தது. அவனும் எதுவும் பதில் சொல்லாமல் தன் ரதத்திற்குச் சென்று ஏறி உட்கார்ந்தான். எங்கோ தொலைவில் நகுலனின் ரதம் தெரிந்தது. அங்கேயே இருந்து போரிடுமாறு தன் குழுவினர்க்குச்சொல்லிவிட்டு, நகுலனின் ரதத்திற்கு அருகில் செல்லுமாறு தனது சாரதிக்குக் கட்டளையிட்டான். நகுலனின் வீரர்கள் தாக்குதலுக்குள்ளாகிச் சிதறி இருந்தார்கள். ஆனால் அவன் சோர்வுறவில்லை. அவனிடம் தன் குழு வீரர்களைப் பயன்படுத்திக் கொன்றான். அதுவரை எப்போதும் வராத கொட்டாவி அப்போது வந்தது. மகிழ்ச்சியாகவும் இருந்தது. குதிரைகளும்கூட புதிய சக்தியை அடைந்த மாதிரி நடக்கத் தொடங்கின. யுயுதானன் ஒருமுறை கழுத்தைத் திருப்பிப் பார்த்தான். வெயில் ஏன் மஞ்சளாக இருக்கிறது என்று எண்ணிக் கொண்டான். சூரியனுக்குத் திடீரென என்ன ஆனது என்று தன்னையே கேட்டுக் கொண்டான். கண்களை அகல விரித்துப் பார்த்தாலும் கூட அவனால் எதையும் சரியாய்ப் பார்க்க இயலவில்லை. "ஏன் போர்க்களம் முழுக்க மஞ்சளாய்த் தெரிகிறது?" என் தன் சாரதியைக் கேட்டான்.

"தூக்கம் இல்லாததால் உங்களுக்கு அப்படித் தெரிகிறது" என்று சாரதி ரதத்தை நிறுத்தினான்.

எதற்காக அவன் ரதத்தை நிறுத்தினான் என்று யுயுதானனுக்குப் புரியவில்லை. சமநிலமான அந்தப் பகுதியில் எந்தத் திசையில் வேண்டுமானாலும் ரதம் போக முடியும். அங்கங்கே விழுந்து கிடக்கிற பிணங்களைத் தவிர்த்து வேறெந்தத் தடையும் இல்லை. போரில்

தான் நின்று போரிட்ட பகுதியில் இறந்த யானைகள், குதிரைகளின் எண்ணிக்கை மிகவும் குறைவே என்று எண்ணிக் கொண்டான். முரிந்த ரதங்களின் எண்ணிக்கையும் குறைவுதான். ரதத்தை நிறுத்திய சாரதி எழுந்து நின்று சுற்றுமுற்றும் பார்த்தான். யுயுதானனும் சுற்றிலும் பார்வையை ஓட்டினான். குளிர்காலத்தின் இதமான மஞ்சள் வெயில் வீசியது. வலது புறத்தில் ஏராளமான பிணந்தின்னும் கழுகுகள் அலைந்து கொண்டிருந்தன. தொலைதூரத்தில் ஐந்தாறு ரதங்கள் நின்று கொண்டிருந்தன. "என்ன பார்த்துக் கொண்டிருக்கிறாய்?" என்று சாரதியைக் கேட்டான்.

"கூடாரம் எந்தத் திசையில் இருக்கிறது என்று என்னால் சரியாக அனுமானிக்க முடியவில்லை? நேற்றுக்காலை விடியும் முன்னரேயே கருக்கலிலேயே எழுந்து புறப்பட்டதுதான், அதற்கப்புறம் எந்தெந்தத் திசைகளிலோ அலைந்தோம். எல்லாம் குழம்பி விட்டது. இப்போது எப்படித் திரும்பச் செல்வது என்று புரியவில்லை. அங்கே அந்த ரதங்கள் தெரிகின்றனவே, அவை நம் ரதங்களா அல்லது, எதிரியில் ரதங்களா தெரியவில்லை. அங்கேயே நெருங்கிச் சென்று கேட்கலாமா என்று பார்க்கிறேன். ஆனால்..." என்றவன் ஒரு கணத்திற்குப் பிறகு, "இதுதான் சரியான வழி. கழுகுகள் வலதுபுறத்தில் தெரிகின்றன அல்லவா, அது நேற்று இரவு சண்டை நடந்த இடமாக இருக்கக் கூடும். ஆனால் இன்னும் அழுகிப் போகாத பிணங்கள் என்றால் அவற்றுக்கு ருசிப்பதில்லை. அதனால்..." என்று மீண்டும் யோசனையில் ஆழ்ந்தான். பிறகு, "அரசே, வில்லையும் அம்பையும் தயாராகப் பிடித்துக் கொண்டிருங்கள். அந்த ரதங்களின் அருகிலேயே செல்வோம். நம்மவர்கள் என்றால் பரவாயில்லை. எதிரிகளாகவே இருந்தாலும் கூட அவர்கள் நம்மைத் தாக்கக் கூடும் என்று சொல்வதற்கில்லை. காரணமே இல்லாமல் தாக்கவும் தாக்குதலுக்குள்ளாகவும் அவர்களுக் கென்ன பைத்தியமா பிடித்திருக்கிறது? ஆனாலும் எதற்கும் நீ தயாராக இரு. ஆனால் கண்ணுக்குத் தெரிகிற மாதிரி கையில் பிடித்திருக்க வேண்டாம்" என்று சொன்னபடி ரதத்தை ஓட்டத் தொடங்கினான்.

நான்கு நாழிகைகளுக்கும் அதிகமாக அங்குமிங்கும் அலைந்த பிறகு நதிக்கரையை அடைந்து ரதத்தில் இருந்து இறங்கி படகிலேறித் தாண்டிச் சென்று கூடாரத்திற்கு அருகில் சென்ற போது வாயில் காவலாளர்கள் கூடார வாசலைத் திறந்தார்கள். சுபத்திரையும் திரௌபதையும்அபிமன்யுவின் கர்ப்பிணி மனைவியும் மற்றும் அடையாளம் புரியாத பணிப்பெண்களும் உட்கார்ந்திருந்தார்கள்.

"என்ன விஷயம் அண்ணா?" என்று சுபத்திரை எழுந்து வந்து கேட்டாள்.

"துரோணர் இறந்து விட்டார். இன்னும் போர் தொடர்ந்து நடந்து கொண்டிருக்கிறது?"

"நீ எதற்காக வந்தாய்?"

"கொஞ்ச நேரம் சரியாகத் தூங்கிவிட்டுச் செல்ல வேண்டும். தலைக்குள் ஙொய் என்று ஒரே சத்தம்."

"துரோணரை யார் கொன்றார்கள்?" என்று எழுந்து வந்து கேட்டாள் திரௌபதை. கண்களில் நீர் பெருகவில்லையெனினும் அவள் முகம் கலங்கி இருப்பதைப் பார்க்க முடிந்தது. நேற்று இரவு நடந்த சண்டையில் தன்னுடைய அப்பா இறந்த செய்தி அவளுக்குத் தெரிந்திருக்கிறது என்று புரிந்துகொண்ட யுயுதானன், "உன் அண்ணனும் படைத்தளபதியுமாகிய திருஷ்டத்யும்மன் தன் கையாலேயே வாளால் துரோணரின் தலையைத் துண்டித்து பந்தைப் போல வானத்தில் எறிந்தான்" என்றான். அதைக் கேட்டதும் கருத்திருந்த அவள் முகத்தில் மின்னலைப் போல வெளிச்சம் பரவியது. ஆனால் மின்னலைப் போலவே அந்த வெளிச்சம் சட்டென மறைந்து மீண்டும் கருமை படர்ந்தது.

யுயுதானன் தன் குடிசைக்குச் சென்றான். பின் வாசல் வழியாக வந்த சேவகன் ஒரு பாத்திரத்தில் கொஞ்சம் மாவு கொண்டு வந்து தந்தான். அதை வாங்கி அவன் கபகபவென்று தின்று கொண்டிருந்த போது உள்ளே வந்த திரௌபதை, "என் பிள்ளைகள் எங்கே இருக்கிறார்கள் என்று பார்த்தாயா?" என்று கேட்டாள்.

"திருஷ்டத்யும்மனுடனேயே தத்தம் ரதங்களில் ஏறிப் போரிட்டுக் கொண்டிருக்கிறார்கள். மாமாவின் குழுவை விட்டு விலகிச் செல்வ தில்லை."

"நீ கிளம்பும்போது ஐந்து பேர்களையும் பார்த்தாயா?"

"சரியாக ஞாபகமில்லை. ஆனாலும் நன்றாக இருக்கிறார்கள். வேறு ஏதாவது விஷயமெனில் எனக்குத் தெரிந்திருக்கும்."

"அவர்களுக்குத் தூக்கம் வரவில்லையா?"

என்ன பதில் சொல்வது என்று யுயுதானனுக்குத் தெரியவில்லை. தனக்கும் கிருஷ்ணன் சொல்லும் வரை தூக்கத்தின் அவசியம் பற்றித் தெரியவில்லை. அவர்கள் யாரிடமும் அவன் சொல்லவில்லையோ அல்லது தன் ராஜ்ஜியம் தன் யுத்தம் தனக்கு நேர்ந்த அவமானத்திற்கான யுத்தம் என்று தூக்கம் கெட்டு இருக்கிறார்களோ தெரியவில்லை. அதனால் எந்தப் பதிலும் சொல்லாமல் நின்றான் யுயுதானன். திரௌபதையும் மௌனமாக வெளியேறினாள்.

நடுவில் ஒன்றிரண்டு முறைகள் விழித்தவன் மீண்டும் தூக்கத்தி லேயே ஆழ்ந்து போனான். இரவில் ஏதோ சாப்பிட்டுப் படுத்துக் கொண்டது மங்கலாக நினைவிருக்கிறது. இரவில் திடுமென ஒரு சமயத்தில் விழிப்பு வந்தது. என்ன என்று புரியும் முன்னேயே யாரோ கதவுகளைப் படபடவென்று தட்டும் ஓசை கேட்டது. "யுயுதானா, யுயுதானா, சகோதரர்களிடையே சண்டை நடக்கிறது. எழுந்து ஓடிவா" என்று யாரோ கூவும் சத்தம் கேட்டது. உற்றுக் கேட்டபோது அது திரௌபதையின் குரல் என்று தெரிந்தது.

சட்டென அவசரமாக எழுந்து கொண்டு வெளியே வந்தபோது கூச்சலிட்டது அர்ஜுனன் என்று தெரிந்தது. அவனுடைய குடிசைக்கு எதிரே தருமராஜனின் குடிசை இருந்தது. திரௌபதையோடு அக்குடிசைக்குள் நுழைந்தபோது புல்லால் ஆன படுக்கையில் படுத்திருந்தான் தருமராஜன். ஒரு விளக்கு எரிந்து கொண்டிருந்தது. பக்கத்தில் கையில் வாளோடு தருமராஜனைக் கொல்லப் போவதாகச் சொல்லிக் கொண்டு நின்றான் அர்ஜுனன். தருமராஜனின் உடலில் சில போர்க்காயங்கள் இருந்தன. யுயுதானனுக்குத் தன் கண்களைத் தன்னாலேயே நம்ப முடியவில்லை. அது கனவா அல்லது நனவா என்று குழம்பினான். அர்ஜுனனுக்குப் பக்கத்திலேயே பொறுமையாக நின்றிருந்தான் கிருஷ்ணன். "நான் ஒரு நாழிகையில் விடும் அம்புகளை உன்னால் வாழ்நாள் முழுக்க விட்டாலும் விடமுடியாது. என்னமோ இரண்டு இடங்களில் காயங்கள் ஏற்பட்டதும் பயந்து ஓடி வந்து படுத்து விட்டாயே, கோழை நீ. நீ வந்து என்னைக் கோழை என்று சொல்கிறாய். இந்த யுத்தத்தில் இருந்து எத்தனை பேரைக் கொன்றிருப்பாய், வாய் விட்டுச் சொல்" என்ற அர்ஜுனன் குரல் வார்த்தைக்கு வார்த்தை உயர்ந்து கொண்டிருந்தது. "காட்டில் இருந்தபோது பீமன் சொன்னதுதான் சரி. பெரிய அண்ணன் என்கிற மரியாதை கொடுத்து நீ சொல்கிறபடியெல்லாம் கேட்டுக் கேட்டு நடந்ததால். உனக்கு இறுமாப்பு வந்துவிட்டது. எங்கள் வார்த்தைகளைக் கேட்காமல் அடக்கி ஆள எண்ணுகின்றாய். இப்படிக் குடிசையில் வாழ்கிற நிலைமைக்குத் தள்ளியது நீதான். மீன்பொறியைச் சுயம்வர மண்டபத் தில் வீழ்த்தி இந்தத் திரௌபதையை வென்றது நான். இப்போது இதே திரௌபதையின் முன்னால் என்னைப் பார்த்துக் கோழை என்று பழித்து அவமதிக்கிறாயா? கர்ணன் என்றால் என்ன என்று நினைத்துவிட்டாய்? அவனுடைய ஒரு அம்பு தைத்ததற்கே ஓடி வந்து படுத்துக் கொண்டாயே. என் உதவி இல்லாமல் அவனை நீ கொல்ல முடியும் என்று நினைத்துக் கொண்டாயா?" என்று கேட்டான்.

திரௌபதை வந்து தன்னை அழைத்த காரணம் இந்தச் சண்டையை நிறுத்தும் பொருட்டே என்பது யுயுதானனுக்கு உறைத்தது. இந்தச் சண்டையின் மூல காரணம் எதுவும் தெரியாமல் பேசி அவர்கள்

கவனத்தை இழுப்பதன் மூலம் அர்ஜுனனின் கோபம் சிறிதளவு தணியக் கூடும் என்றும் அப்படியே அவர்கள் சண்டைக்கான காரணத்தையும் தெரிந்து கொள்ளலாம் என்றும் நினைத்தான் யுயுதானன். பிறகு மெல்ல, 'அர்ஜுனா, ஏன் இப்படியெல்லாம் பேசுகிறாய்? என்ன விஷயம் சொல்" என்று கேட்டான். அப்போது நேற்று துரோணர் இறந்தபோது தனக்கும் அவனுக்கும் இடையில் நடந்த சண்டையின் ஞாபகம் வந்தது.

ஆனால் அர்ஜுனனுக்கு அது ஞாபகத்தில் இருந்ததுபோலத் தெரியவில்லை. சட்டென அவன் பக்கம் திரும்பிச் சொல்லத் தொடங்கினான். "யுயுதானா, நடந்த விஷயத்தைச் சொல்கிறேன். நான் சொல்வதில் ஏதேனும் பொய் இருந்தால் எல்லாவற்றிற்கும் சாட்சியாய் இருக்கிற கிருஷ்ணன் சொல்லட்டும். நான் சொல்வதில் தப்பு இருந்தால் நீயே சொல். இந்த முட்டாள் இன்று இரவு கர்ணனோடு போரிடச் சென்றானாம். அவனுடைய அம்புகளை இவனால் தடுக்க முடியுமா? இரண்டு அம்புகள் தைத்து விட்டன. கொஞ்சம் ரத்தமும் வெளியேறிவிட்டது. யுத்தத்தில் இருந்து உடனே பின்வாங்கி ஓடிவந்து இங்கே படுத்துக் கொண்டான். அதற்கப்புறம்தான் நான் பீமனைப் பார்த்தேன். எனக்கு எப்பவும் இவனைப்பற்றித்தான் கவலை அதிகம். எப்பாடுபட்டாவது இவனைச் சிறைபிடித்து விடுவதாகத் துரோணர் சபதம் செய்த சங்கதி உனக்கும் கூடத் தெரியுமில்லையா, அதே போலக் கர்ணனும் சபதம் செய்யவில்லை என்று எப்படி நம்ப முடியும்? செய்யாவிட்டால் கூட அப்படி ஒரு எண்ணத்தை உள்ளுக்குள்ளேயே வைத்திருந்து காரியத்தைச் சாகித்துக் கொண்டு விட்டால் நம் கதி என்னாவது என்ற கவலை எனக்கு. இதனாலேயே சதாகாலமும் இவனுக்குப் பக்கத்திலேயே இருப்பேன். யுத்தத்தில் நாம் எங்கே இருக்க வேண்டும் என்பதைச் சூழலும் சந்தர்ப்பங்களும்தான் முடிவு செய்ய வேண்டுமே தவிர நாம் நமக்குள் தீர்மானிக்க முடியாது. நான் பீமனைப் பார்த்து இவனைப் பற்றி விசாரித்தேன். போர்க்களத்தில் அடிபட்டுக் கூடாரத்துக்குச் சென்று விட்டதாக அவன் சொன்னான். காயம்பட்டு ஓய்வு எடுப்பதற்காகச் சென்றுள்ளான் என்று சொன்னால் என்ன அர்த்தம்? மிகவும் மோசமாகக் காயம் பட்டுள்ளான் என்றுதானே அர்த்தமாகும்? எனக்குக் கவலையாகிவிட்டது. யுத்தத்தைத் தொடர்ந்து நடத்துமாறு என்னுடைய குழுவை நகுலனிடம் ஒப்படைத்து விட்டு இவனைப் பார்த்து விட்டுச்செல்லலாம் என்று சொல்லி கிருஷ்ணனைச் சம்மதிக்க வைத்து அழைத்து வந்தேன். வெளியே ஒரே இருட்டு. நடுவே, வழிதடுமாறிப் போய்விட்டது. கடைசியில் இங்கே வந்து பார்த்தால் இப்படிக் கிடக்கிறான். இவையெல்லாம் காயங்களா, நீயே வந்து பார், வா வந்து பார்" என்று தன் கையில் இருந்த வாள் முனையால் படுத்திருந்த தருமனின் தோளுக்குப் பக்கத்தில் காட்டினான்.

“சிலருக்குத் தன் ரத்தத்தில் ஒரு துளியைப் பார்த்தால் கூட நடுங்கிப் போய் விடுவார்கள். இதற்குப் போய் ஏன் இந்த அளவு கோபம் கொள்கிறாய்?” என்று அர்ஜுனனிடம் கேட்டபோது நேற்று இதே அர்ஜுனன் திருஷ்டத்துய்மன் மீது கோபம் கொண்டது ஞாபகத் துக்கு வந்தது.

“இதற்காக நான் கோபித்துக் கொள்வேனா, நடந்ததைச் சொல்கிறேன் கேள். நானும் கிருஷ்ணனும் ஆற்றைத்தாண்டி இங்கே ஓடி வந்தோம். நம் கூடாரத்து நாய்கள் எங்களைப் பார்த்து அடையாளம் தெரியாமல் குரைத்தன. மேலே விழுந்து பிடுங்கி இருந்தாலும் பிடுங்கி இருக்கும். என் முகத்தில் எவ்வளவு காயங்கள் இருக்கின்றன தெரியுமா? இங்கே வந்து பார்த்தால் இவனுக்கு திரௌபதை சிசுருஷை செய்து கொண்டிருந்தாள். எங்களைப் பார்த்ததுமே இந்த மகாராஜா, “யார் அது வருவது? அர்ஜுனனா? கர்ணனைக் கொன்றுவிட்டாயா? அவன் தலையைத் தனியே துண்டித்தாயிற்றா?” என்று மூச்சுக்கூட விடாமல் கேட்டான். “இன்னும் இல்லை” என்று நான் சொன்னதுதான் தாமதம், அடுத்து ஒரு வார்த்தை கூட பேசவிடாமல் “எதுவும் பேசாதே, வாயை மூடு. கர்ணனை எதிர்த்துப் போரிட முடியாமல் ஓடி பயந்து வந்திருக்கிறாயா நீ. கொஞ்சம் கூட வெட்கமில்லையா உனக்கு. இது உனக்கும் பெருத்த அவமானம். உன் வில்லுக்கு அவமானம். நம் தந்தை பாண்டுவின் புகழுக்கும் பெயருக்குமே அவமானம். இனிமேல் என்னிடம் முகத்தைக் காட்டிக் கொண்டு நிற்கவேண்டாம். போய் விடு. இது என் ஆணை’ என்று வாய்க்கு வந்தபடி திட்டிவிட்டான். அப்படி நாயை அச்சுறுத்துகிற மாதிரி அச்சுறுத்தலாமா? முதலில் இந்த முட்டாளின் கழுத்தை வெட்டி விடலாமா, கூடாதா, நீயே சொல். பீமன் சொல்வதுதான் சரி. பெரியண்ணன் என்று மரியாதை கொடுத்து இவனுக்கு அடங்கியதே தப்பு, பீமன் சொல்வதைப் போல, ஜயத்ரதனை அப்பொழுதே கொன்றிருந்தால், அவன் என் மகன் அபிமன்யுவைக் கொன்றிருக்க முடியாது. இந்த அயோக்கியனின் பேச்சைக் கேட்டுத்தான் அவனைக் கொல்லப்போன பீமனையும் நான் அப்பொழுது தடுத்து விட்டேன். “நான் சொல்வது சரியா தப்பா, நீயே சொல் திரௌபதை?” என்று நியாயம் கேட்கிற மாதிரி திரௌபதியின் பக்கம் திரும்பினான்.

“பேச்சு நீண்டுகொண்டே இருந்ததால் இனி அவன் தன் அண்ணனின் மேல் வாளைப் பாய்ச்ச மாட்டான் என்கிற தைரியம் திரௌபதைக்கும் வந்தது. இதே எண்ணம் யுயுதானனுக்கும் சிறிது நேரம் முன்னாலேயே வந்தது. கிருஷ்ணன் யாருக்கும் எதுவும் சொல்லாமல் வெறுமனே வேடிக்கை பார்த்தபடி நின்றிருந்தான். படுத்துக் கொண்டிருந்த தருமன் சட்டென எழுந்து உட்கார்ந்தான். மறுகணமே தன் இரண்டு கைகளாலுமே மார்பில் அறைந்துபடி பேசத்

தொடங்கினான்.

"அர்ஜுனா, உன்னிடம் மன்னிப்பு கேட்கக் கூட எனக்குத் தகுதி யில்லை. அந்த அளவுக்குத் தாழ்ந்து விட்டேன். அயோக்கியன் நான். உங்களையெல்லாம் இந்த அளவு கஷ்டங்களுக்குள்ளாக்கிய பாவி நான். உன் வாளாலேயே என் உயிர் போவது தான் என் தவறுகளுக்கெல்லாம் பிராயச்சித்தமாகும். அடுத்த ஜன்மத்திலாவது எனக்கு நல்ல புத்தி வரும். கொன்று விடு. எனக்குத் தகுந்த தண்டனையைக் கொடு." என்று தேம்பித் தேம்பி அழுதபடி குனிந்து அர்ஜுனனின் இரண்டு கால்களையும் தம் கைகளால் பற்றிக் கொண்டான். "என் நலத்தைப் பார்த்துச் செல்ல ஓடோடி வந்தாய்" என்பது எனக்குத் தெரியாமல் போய்விட்டது தம்பி. அந்தக் கர்ணனின் மீதிருந்த பயத்தால் இரவு முழுக்கத் தவித்துக் கொண்டிருந்தேன். சுற்று வழியில் வந்து இந்தக் கூடாரத்தைத் தாக்கத் தொடங்கினால் இந்தக் காவலர்களால் எதிர்த்து நிற்க முடியுமா என்று கலங்கிக் கொண்டிருந்தேன். இந்திரனுக்கு இணையான உனக்குப் பயம் என்பது இருக்குமா? உன் காண்டீபத்தின் சத்தத்தைக் கேட்டுப் போர்க்களமே நடுங்கும்..."

அப்போது குறுக்கிட்ட கிருஷ்ணன் முதன் முறையாக, "ஒரு வேளை உன்னைச் சிறைப்பிடித்து துரியோதனனின் வசம் ஒப்படைத் திருந்தாலும் அவனால் உன்னை என்ன செய்ய முடியும்? நீ ஏன் இந்த அளவு பயந்தாயோ, தெரியவில்லை? சித்திரவதை செய்வான் என்று பயந்து விட்டாயா?" என்று கேட்டான்.

"துரியோதனனின் கையில் அகப்பட்டுக் கொண்டால் அவன் தன்னுடைய கூடாரத்திற்குள் என்னை உட்கார வைத்து 'உண்மையி லேயே நீ ஆணாக இருந்தால் வந்து சூதாடு வா" என்று சவால் விட்டுச் சிரிக்கிற மாதிரி இரவெல்லாம் கனவு வந்தது. அப்படி ஏதாவது நடந்தால் நான் என்ன செய்ய முடியும்?"

"ஆட முடியாது என்று சொல்."

"க்ஷத்திரியனாகப் பிறந்து ராஜசூயம் செய்தவன் என்கிற நிலையில் அப்படிச் சொல்ல முடியுமா?" என்று சொல்லும்போது அழுது சிவந்த கண்களில் இயலாமை தெரிந்தது.

"அர்ஜுனா, இதைப் பற்றி நீ என்ன சொல்கிறாய்?" என்று கேட்பதற்குள் அவன் தேம்பித் தேம்பி அழ ஆரம்பித்தான்.

"ஏன்? என்ன ஆனது உனக்கு?" என்று கேட்டு முடிப்பதற்குள், "தந்தைக்குச் சமமான பெரியண்ணனை இப்படிச் சிறிது கூட மதிப்புத் தராமல் பேசிய பிறகு நான் இந்த மண்ணில் வாழக்கூடாது. மரணம்தான் எனக்குச் சரியான தண்டனை" என்றபடி தன் கையிலிருந்த வாளைத் தனது கழுத்துக்கு அருகில் கொண்டு சென்றான். வலது

பக்கத்தில் இருந்த சாத்யகி சட்டென்று கையைப் பிடித்துத் தடுத்தான். மேலும் தேம்பி அழத் தொடங்கிய அர்ஜுனன் "எனக்கு என் தந்தையைப் பார்த்த ஞாபகமே இல்லை. பெரிய அண்ணனை நான் எப்போதுமே தந்தைக்குச் சமமாகவே எண்ணி மதித்து வந்திருக்கிறேன். அப்படிப்பட்டவன் என் காலில் விழுந்துவிட்ட பாவத்தை நான் எப்படித் தீர்த்துக் கொள்வேன்? அதுமட்டுமன்றி அண்ணன் தம்பிகளுக்கிடையேயே ஒற்றுமை இல்லை என்று தெரியநேர்ந்தால் கைதட்டிச் சிரிக்க மாட்டார்களா எதிரிகள்? யுயுதானா, என் வாளைக் கொடு" என்று கையை நீட்டியபடி இன்னும் கொஞ்சம் அழுதான்.

சாத்யகிக்குத் தர்மசங்கடமாக இருந்தது. ஒரு ஆண் இப்படியெல்லாம் அழமுடியுமா என்று கூடவே ஆச்சரியமாகவும் இருந்தது. அவனது பார்வை திரௌபதையின் பக்கம் திரும்பியது. மௌனமாகத் தலை குனிந்து நின்றிருந்தவள் பெருமூச்சு வாங்குவது தெரிந்தது. சிறிது நேரம் யாரும் பேசவில்லை. தொலைவிலிருந்த போர்க்களத்திலிருந்து எழுந்த ஓசை மெல்லத் தெளிவாகக் கேட்டது. ஒருவேளை யானைகளின் பிளிறலோ என்னமோ, தெரியவில்லை. நடுவில் மௌனம். ஏதோ பறவைகளின் இரைச்சல்.

அதற்கப்புறம் கிருஷ்ணன் முன்வந்து, 'யுத்தம் தொடங்கி பதினைந்து நாட்களாகி விட்டன. யாருக்கும் தூக்கம் இல்லை. மூன்று நாட்களாக யாரும் கண் மூடவில்லை. யாரால்தான் அந்தச் சூழலில் குழப்பம் கொள்ளாமல் இருக்க முடியும்? அர்ஜுனா, யுயுதானன் நேற்று மதியத்தில் இருந்து தூங்கி விழித்து சோர்வு நீங்கி இருக்கிறான். ஓரளவு அவன் மனமும் தெளிவாக இருக்கும். நான் அவன் ரதத்தை ஓட்டிச் செல்கிறேன். உன் குழுவை அவன் முன்னின்று நடத்திப் போரிடட்டும். நீ சிறிது நேரம் தூங்கி இருந்துவிட்டு வா" என்றான்.

"என்ன சொன்னாய் கிருஷ்ணா?"

"சரியான தூக்கம் இன்றி உன் புத்தி குழம்பிப் போய் இருக்கிறது. கொஞ்ச நேரம் தூங்கிவிட்டு வா."

"இந்த அர்ஜுனன் தூக்கத்தை வென்றவன் என்பது உனக்குத் தெரியாதா? இன்னும் பதினைந்து நாட்களானாலும் இப்படியே தூக்கமின்றி இருக்க முடியும். நான் சொல்வதைக் கேள். கர்ணனைக் கொல்லாமல் கூடாரத்துக்குத் திரும்பி வந்து அண்ணனின் முகத்தில் விழிக்க மாட்டேன். அண்ணா, உங்கள் மேல் ஆணை இது" என்று குனிந்து தருமனின் கால்களைத் தொட்டு எழுந்தான். தம்பியின் தலையை உயர்த்தி மார்போடு அணைத்தான் தருமன்.

"உன் சபதத்திற்குக் கால அவகாசம் குறிக்காதது ஒரு வகையில் அதிர்ஷ்டம்" என்ற கிருஷ்ணனின் வார்த்தைகள் யுயுதானனுக்குச் சட்டென்றுபுரிந்தன. பரஸ்பரம் ஒருவரையொருவர் தழுவிக் கொள்வதில் மும்முரமாக இருந்த சகோதரர்களுக்கு அது புரியவில்லை. முன்பு போலவே திரௌபதை எல்லாரையும் மௌனமாகப் பார்த்தபடி நின்றிருந்தாள்.

"அப்படியென்றால் வா போகலாம். எதிரிகளுக்கு ஓய்வு எடுக்கக் கூட அவகாசம் தரக்கூடாது" என்று அர்ஜுனனின் தோளைப் பிடித்து இழுத்தான் கிருஷ்ணன். பிறகு, மறுபக்கம் திரும்பி, "யுயுதானா, ஓய்வெடுத்துக் கொண்டது போதுமென்றால் வேகமாகக் காலைக் கடன்களை முடித்துக்கொண்டு வந்து விடு, நம் அனைவருக்கும் சிறிது சிறிது தூக்கம் தேவை. வீரர்கள் கூட முறை மாற்றித் தூங்கிக் கொள்ள திருஷ்டத்துய்மன் ஏற்பாடு செய்துள்ளான்' என்றான்.

தலையில் கம்பளியைச் சுற்றிக் கொண்டு காலைக்கடன் கழிக்க வயல் பக்கம் சென்றான் யுயுதானன். மங்கலான வெளிச்சத்தோடு சூரியன் தன் காலைக் கிரணங்களைப் பூமியின் மேல் இறைத்தான். பறவைகளின் இரைச்சலும் குறைவாகவே இருந்தது. கடந்த பதினைந்து நாள்களாக மாற்றி மாற்றி யுத்தம் நடந்த இடங்களில் அவனது பார்வை திரும்பியது. வானில் ஒரு கழுகைக் கூடக் காண முடியவில்லை. அதிகாலையின் மங்கலான வெளிச்சத்தில் அவை காணவில்லையா, அல்லது வயிறு முட்டத் தின்று முடித்துவிட்டுக் கழுகுகள் பறந்து விட்டனவா என்று தெரியவில்லை. அக்கரையை விட இக்கரையில் பிண நாற்றம் கொஞ்சம் குறைவுதான் என்று எண்ணிக்கொண்டான். காலைக்கடன் கழிக்கச் செல்லும் போதெல்லாம் தினமும் தன் ஊரில் பார்க்கும் கடற்கரையின் ஞாபகம் வந்தது. அவற்றைக் கண்டு பல யுகங்களானது போல இருந்தது. பாழாய்ப் போன யுத்தத்தை முடித்து விட்டுச் சீக்கிரம் ஊருக்குத் திரும்பச் செல்ல வேண்டும் என்று நினைத்துக் கொண்டான். கூடவே 'பிழைத்து எழுந்தால்' என்ற எண்ணமும் தோன்றியது. உயிருடன் இருக்கிறோமோ அல்லது இல்லையோ, யுத்தம் சீக்கிரம் முடிந்தால் போதும் என்கிற ஆசை வலுப்பட்டுக் கொண்டிருந்தபோது கிருஷ்ணன் சொல்வதுதான் சரி என்ற எண்ணம் எழுந்தது. ஓய்வுக்கோ, கலந்து ஆலோசனை செய்யக் கால அவகாசமோ எதிரிகளுக்குச் சிறிதும் தராமல் சுற்றிலும் தொடர்ந்து தாக்குதல் நிகழ்த்தினால் மட்டுமே இந்த யுத்தம் சீக்கிரம் முடியும். பீமன் சொல்வதும் சரிதான். ஆளைத் தீர்த்துக் கட்டுவதுதான் அவன் குறிக்கோள். வில்லோ அம்போ இன்றி, எந்த நுட்பமும் இன்றி, பார்ப்பவர்களை வியப்பில் ஆழ்த்துகிற வகையில் செய்ய வேண்டும் என்கிற ஆசையோ எதுவும் இன்றி கிடுகிடுவென்று உள்ளே புகுந்து

தாக்கி, ஒரே அடியில் வீழ்த்துவது ஒன்றே அவன் இலக்கு. தொடர்ந்து தருமனுக்கும் அர்ஜுனனுக்கும் இடையில் நிகழ்ந்த சம்பவத்தை மீண்டும் நினைத்துக் கொண்டான். தான் கிருஷ்ணனோடு கிளம்பி உபப்லாவ்ய நகருக்கு வந்து சேர்ந்தபோது பாண்டவர்களிடையே இருந்த நெருக்கத்துக்கும் யுத்தம் தொடங்கியதில் இருந்து அவர்களுக்கு இடையே உருவாகிய உறவுக்கும் உள்ள வேறுபாடு வெளிப்படையாய் தெரிந்தது. குறைவாகப் பேசும் பழக்கம் உள்ள நகுலனும் சகாதேவனும் வெல்ல முடியாத வீரர்கள் இல்லையெனினும் உறுதியான மனம் படைத்தவர்கள். கோழைகள் அல்லர். காரணமின்றி உயிரை இழக்க நேர்கிற சந்தர்ப்பம் வந்தால் மட்டுமே போர் முனையில் இருந்து பின் வாங்குகிறார்கள். ஆனால் உடனேயே சிறிது ஓய்வுக்குப் பிறகு வேறு இடத்தைப் பிடித்துத் தாக்குதலைத் தொடங்குகிறார்கள். கொஞ்சம் நிதானமான வீரர்கள் எனினும், உறுதியான வீரர்கள் அவர்கள். மாவீரனாகிய அர்ஜுனன் இந்த அளவு உணர்ச்சிவசப்படக் கூடியவன் என்று அதுவரையில் அவன் நினைத்துக் கூடப் பார்த்ததில்லை. தான் நினைத்துக் கொண்டிருந்ததைவிட தருமன் மன உறுதி படைத்தவன் என்று தோன்றியது. சூதாட்டத்தில் தனக்கிருக்கும் பலவீனம் பற்றி அவனும் தெரிந்தே வைத்திருக்கிறான் என்றும் தோன்றியது. “சொந்தக் காரர்கள் மீது அர்ஜுனனைப் போலவே அவனுக்கும் அளவு கடந்த அன்பெல்லாம் கிடையாது. ‘நாளை பீஷ்மனைக் கொல்ல வேண்டும்’ என்று அவனே திருஷ்டத்துய்மனைக் கேட்டுக் கொண்டான். ‘துரோணரைக் கொல்லாமல் நாம் முன்னேற முடியாது’ என்றும் அவன்தான் சொன்னான். இப்பொழுது ‘கர்ணனைக் கொன்றே தீர வேண்டும்’ என்று சொல்லிக் கொண்டுள்ளான். சொந்தமாகச் செய்து முடிக்கிற உடல் வலிமையும் போர்த்திறமையும் அவனுக்கில்லை” என்ற எண்ணத்தைத் தொடர்ந்து பீஷ்மர் போர்முனையில் இருந்து விலகிய நாள் முதல் அன்றுவரை நடந்ததையெல்லாம் மீண்டும் வரிசையாக ஞாபகப்படுத்திக் கொண்டான். “தருமனைச் சிறைப் பிடிப்பதே படைத் தலைவனாகிய தன் முதல் வேலை என்று துரியோதனனுக்குத் துரோணர் அளித்த வாக்குறுதியை இந்த அணியின் ஒற்றர்கள் மூலம் அறிந்து கொண்ட தருமன் மிகவும் பயந்து போனான். ‘அர்ஜுனா, நீ என் பக்கத்திலேயே இருக்கவேண்டும். எந்தத் தந்திரத்தின் மூலம் எத்தருணத்தில் துரோணர் வந்து என்னைச் சிறைப்பிடிப்பார் என்று சொல்ல முடியாது.’ என்றான். அர்ஜுனனை இவனிடமிருந்து பிரிக்க வேண்டும் என்பதற்காகவே திறமை மிக்க இன்னொரு குழுவை வேறொரு இடத்தில் நிறுத்தி ‘நீ சரியான ஆண்மகனாக இருந்தால் வந்து மோதிப் பார் வா’ என்று சவால் விட்டார்கள். கிருஷ்ணன் தடுத்தும் கூடக் கேட்காமல் அச்சவாலை ஏற்றுக்கொண்ட அர்ஜுனன் படை புறப்பட்டது. அத்தருணத்தில் அண்ணனைப் பாதுகாப்பதைக் காட்டிலும் தன் ஆண்மையை நிரூபிப்பதே முக்கியமாய்ப் போனது.

சிறைப்பிடிக்க துரோணர் வகுத்த சக்ரவியூகத்தில் அபிமன்யு போய் அகப்பட்டு வீணாக மாண்டான். அவன் சாகக் காரணமான ஜயத்ரதனை மறுநாள் சாயங்காலத்துக்குள் வீழ்த்தி விடுகிறேன் என்று சாந்தியப்பாடுகளைப் பற்றி எல்லாம் யோசிக்காமல் சபதமெடுத்தான். இந்த அர்ஜுனனின் சுபாவம் இத்தனை ஆண்டுகளாக எனக்குத் தெரிந்திருக்கவில்லை' என்று வருத்தப்படும்போது வானில் கழுகுகள் பறப்பதைப் பார்த்தான். குளிரும் இரவைக் கழிக்க வேறு எங்கோ உட்கார்ந்து பொழுதைக் கழித்ததோ அல்லது இரவு முழுக்கப் பிணங்களிடையே திரிந்து விட்டு விடிந்த பிறகு புறப்பட்டுச் செல்கின்றனவோ என்று ஊகித்தான். தான் சீக்கிரம் போர்முனைக்குச் செல்ல வேண்டும் என்று காலைக்கடன்களை முடித்துக்கொண்டு அவசரமாகக் குளிக்கத் தொடங்கியதும் கை, கால், முகம் எங்கும் எரியத் தொடங்கியது. அம்புகள் தாக்கியதால் உடல் முழுக்கப் புண்களாகி இருந்தன. மேலும் நாணை இழுத்து இழுத்து வலது கைவிரல்களும் இடதுகைத்தோளும் பிய்ந்து போய் மரத்திருந்தன. வருத்தமாக இருந்தது. கையோடு கொண்டு வந்திருந்த பருத்தித் துணியைத் தண்ணீரில் நனைத்துக் காயவைத்துக் கொண்ட பிறகு குடிசைக்குத் திரும்பினான். சூடான ரொட்டியைச் சாப்பிட்டு நதியைக் கடந்து ரதத்தில் ஏறி உட்கார்ந்ததும் சாரதி, “இரண்டு தினங்களுக்குப் போதுமான அளவு ரொட்டிகளும், ஒரு குடம் நிறையத் தண்ணீரும் வைத்திருக்கிறேன். அம்புகளும் கொண்டு வந்து வைத்துள்ளேன். போதுமா என்று நீங்களும் ஒரு முறை பாருங்கள்” என்றான்.

* * *

“அரசே, பீஷ்மர் படைத்தலைமைப் பொறுப்பை ஏற்றுக் கொண்டிருந்த பத்துநாள் இடைவெளியில் எந்த முக்கியமான வீரரும் இறக்கவில்லை. வெறுமனே போர் வீரர்களின் தலைகள் தான் அங்கு மிங்கும் உருண்டன. ஆனால் துரோணர் படைத் தலைமைப் பொறுப்பை எடுத்துக்கொண்ட இந்த நாலரை நாட்களுக்குள் பெரிய பெரிய வீரர்கள் சிலரின் தலைகளும் உருண்டன. சாதாரண வீரர் களின் தலைகளும் உருண்டன...” என்று சொன்னான் சஞ்சயன்.

சட்டெனக் குறுக்கிட்ட திருராஷ்டிரன், “அந்தப் பெரிய பெரிய வீரர்கள் யார் யார்? அதை முதலில் சொல்” என்றான்.

“சொல்கிறேன்” என்ற சஞ்சயன் தொடக்கத்திலேயே தன் செய்திகளுக்கிடையே விழுந்த குறுக்கீட்டினால் ஒரு கணம் ஞாபகப் படுத்திக் கொள்வதற்காக நிறுத்திய பின்பு, “அர்ஜுனனின் மகன் அபிமன்யு, பீமனின் மகன் கடோத்கஜன், துரோணாச்சாரியர், சிந்து ராஜன் ஜயத்ரதன், இன்னும் சில நட்பு வீரர்கள்...” என்று சொல்லி முடிவதற்குள் காந்தாரி, “என் துச்சலையின் கணவனா....?” என்று

கேட்டாள்.

"ஆமாம் அரசி" என்று எந்த உணர்வையும் காட்டாமல் பதில் சொன்னான் சஞ்சயன். தன் செய்திகளிடையில் குறுக்கீடுகள் நேர்ந்ததால் அவன் குழப்பமுற்றான். "கொன்றவன் யார்?" என்ற அவள் கேள்விக்கு அமைதியாகவே, "அர்ஜுனனே கொன்று தன் சபதத்தை நிறைவேற்றிக் கொண்டான்" என்று சொல்லிவிட்டு நிறுத்தினான்.

"என் மகளை விதவையாக ஆக்கிய அவன் மனைவியும்..." என்று காந்தாரியின் துயருற்ற மனம் சாபமிடத் தொடங்கியது. திருதராஷ்டிரனின் நெஞ்சம் விம்மியது. இரவு விளக்கு கூண்டிற்குள் அமைதியாக எரிந்து கொண்டிருந்தது. தூணில் சாய்ந்து உட்கார்ந் திருந்தான் விதுரன்.

"விதுரா, நீயாவது இவளைச் சற்றே அமைதிப்படுத்தக் கூடாதா?" என்று கேட்டான் திருதராஷ்டிரன்.

"சாபங்களைக் கொடுத்து கொடுத்துத் தானாகவே மனம் சம நிலைக்குத் திரும்பும். அந்தச் சிறுவன் அபிமன்யுவின் மனைவியும் கடோத்கஜனின் மனைவியும் கூட விதவைகளாகி இருக்கிறார்கள். இதுவரை இறந்திருக்கிற கணக்கற்ற சாதாரண வீரர்களின் மனைவிமார்கள் அனைவரும் கூட விதவைகளாகி இருக்கிறார்கள். நட்பின் நிமித்தம் நமக்கு உதவ வந்த அரசர்களின் மனைவிமார்களும் விதவைகளாகி இருக்கிறார்கள். பல தேசங்களில் வீட்டு வேலைகள் செய்து கொண்டும் விவசாய வேலைகள் செய்து கொண்டும் இருக்கிற இந்தப் பெண்களைப் பற்றியும் கவலைப்பட வேண்டும். ஏன் இப்படி ஆனது என்று ஒரு கேள்வியைக் கேட்டுக்கொள்வது நல்லது."

விதுரனின் பேச்சிற்குப் பிறகு சாபமிடுவதை நிறுத்தினாள் காந்தாரி. அவளுடைய சிவந்த முகம் மேலும் சிவந்ததை அந்த வெளிச்சத்தில் இருவரும் பார்த்தார்கள். "மேற்கொண்டு சொல் சஞ்சயா" என்ற கட்டளையிட்டான் விதுரன்.

"படைத்தலைமைப் பொறுப்பை ஏற்றுக்கொண்டதும் துரோணரின் முகத்தில் நன்றிப் பெருமிதம் தெரிந்தது. 'நீ வழங்கிய இந்தக் கௌரவத்துக்குப் பதிலாக உனக்கு என்ன வேண்டும்?' என்று துரியோதனனிடம் கேட்டார் துரோணர். 'தருமனைச் சிறைப் பிடித்தால் போதும். வேறு எதுவும் வேண்டாம். அவன் உயிருக்கு நான் எந்தவிதமான தீங்கும் இழைக்கமாட்டேன். அதற்கப்புறம் இந்த யுத்தத்தை நிறுத்திவிட்டு எப்படி சமாதானடைவது என்பது குறித்து யோசிக்கிறேன்' என்கிற துரியோதனனின் கோரிக்கையை அவரும் ஏற்றுக்கொண்டார். யுத்தத்தில் வென்ற பிறகு அவர்களுக்குரிய பங்கை அவர்களுக்கே கொடுப்பது தானே துரியோதனனின் எண்ணம்.

'தருமனைச் சிறைபிடிப்பதே நம் நோக்கம். அதற்குத் தகுந்த மாதிரி நான் ஒரு வியூகம் அமைக்கிறேன். அதன் மர்மத்தை அறிந்து, நீங்கள் அனைவரும் சரியாகப் போரிட வேண்டும்.' என்று ஆச்சாரியார் நமது அணி வீரர்கள் அனைவருக்கும் விவரித்துச் சொன்னார். குழுத் தலைவர்கள் தம்மோடு இணைந்து போர் புரியும் அடுத்த நிலை வீரர்களுக்கும் தனித்தனியே விளக்கிச் சொன்னார்கள். அதன் பெயர் சக்கர வியூகமாம். ஆனால் அதில் ஒரு பிரச்சினையும் இருந்தது. தனக்குத் தெரிந்த வியூக முறைகளையெல்லாம் அர்ஜுனனுக்கும் அவர் சொல்லித் தந்திருந்தார். இவ்வியூகத்தை அவன் பார்க்க நேர்ந்தால் இவ்வியூகத்திற்குள் அகப்படாமலேயே நின்று போரிட முடியும். அவனுடைய சாரதியாகிய கிருஷ்ணன் நம் வியூகத்திற்குள் நாமே அகப்படுகிற விதமாய் ஆக்கி நம்முடைய இந்தத் தந்திரத்தைப்பற்றித் தெரிந்து கொண்டுவிடுகிற தந்திரத்தை கையாண்டாலும் கையாளக் கூடும். அதனால் எதையாவது செய்து அர்ஜுனனையும் கிருஷ்ணனையும் இந்த வியூகத்திலிருந்து வெகு தொலைவு அழைத்துச் சென்று விட வேண்டும் என்று முடிவு கட்டினார்கள். திரிகர்த்தத்தின் அரசன் சுஷர்மன், அவனுடைய சகோதரர்களாகிய சத்யேசன், சத்யகர்மன், சத்யதேவன் மற்றும் சத்யரதன் ஆகிய ஐந்துபேர்களும் சேர்ந்து ஒரு திட்டம் வகுத்தனர். மறுநாள் யுத்தம் தொடங்கப் போகும் தருணத்தில் மூத்தவனான சுஷர்மன். "நீ ஆண்மை உள்ளவனாக இருந்தால் என்னுடன் தனித்துப் போர் செய்ய வா" என்று சவாலுக்கு அழைக்க வேண்டும் என்றும் இந்தச் சவாலை அலட்சியப்படுத்துவது அர்ஜுனனின் சுபாவமே இல்லை என்பதால் ஏற்றுக்கொள்வான் என்றும் அப்போது அர்ஜுனனையும் கிருஷ்ணனையும் ஒரே சமயத்தில் அந்த இடத்தில் இருந்து மெல்ல மெல்லத் தொலைவான இடத்திற்கு அழைத்துச் சென்று விடலாம் என்றும் மற்ற அனைவரும் சேர்ந்து இந்த தருமனைச் சிறைப்பிடிப்பது எளிது என்றும் திட்டமிட்டடார்கள்.

"சபாஷ்... சபாஷ்... அதே போலத் திட்டம் நிறைவேறியதா? சிறைபட்டிருக்கும் அவனை என் முன் கொண்டு வந்து நிறுத்துமாறு சொல்" என்று திடுமென உற்சாகமுற்ற திருதராஷ்டிரன் கூவினான்.

"சிறை பிடிக்க இயலவில்லை. எதிர்பாராத சம்பவங்கள் எல்லாம் நடக்கத் தொடங்கி விட்டன. திரிகர்த்த அரசன் சவால் விடுத்ததும் பொங்கி எழுந்த அர்ஜுனன் தன் படையை அழைத்துக் கொண்டு அவன் இந்த பக்கம் புறப்பட்டுச் சென்றான். ரொம்ப தூரம். முரிந்த ரதங்கள், அம்புகளின் துணுக்குகள், பிணம் விழுந்து நாறும் இடங்களையெல்லாம் தாண்டி இருந்த வெட்ட வெளிப் பிரதேசத்துக்கு அழைத்துச் சென்று விட்டான். இதற்குள் இது ஏதோ தந்திரம் என்கிற எண்ணம் பாண்டவர்களுக்கு வந்து விட்டது. விவரம் புரியாமல் நுழையக்

கூடாது என்று தருமன் தன் படையோடு பின் தங்கி விட்டான். அதே சமயத்தில் வியூகத்தில் நுழையவிட்டால் க்ஷத்திரிய சமூகத்தின் பழிக்கு ஆளாக நேருமே என்ற கவலையும் அவனை அரித்தது. நகுலன், சகாதேவன், திருஷ்டத்துய்மன் ஆகியோருக்கும் என்ன செய்வது என்று புரியவில்லை. பீமன் மட்டும் 'எதிரிகள் நிர்மானித்திருக்கிறபடியே வியூகத்துக்குள் நுழைய வேண்டும் என்று என்ன இருக்கிறது? ஆளுக்கொரு மூலையில் புகுந்து தாக்கலாம் வாருங்கள்" என்று ஏதோ ஒரு மூலையில் இருந்து புகுந்து தாக்கத் தொடங்கினான். மற்றவர்கள் இன்னும் தயங்கியபடி நின்றிருந்தார்கள். அப்பொழுது அர்ஜுனனின் மகன் அபிமன்யு முனனால் வந்து 'இது சக்ரவியூகம். இதன் தந்திரம் எனக்குத் தெரியும். உபப்லாவ்ய நகரில் என் தந்தை மணலில் கட்டம் போட்டுக் காட்டிக் கற்றுத் தந்திருக்கிறார். நான் உள்ளே செல்கிறேன். என்னை எல்லாரும் பின்பற்றி வாருங்கள்.' என்றான். சின்னப் பையன்தான் என்றாலும் மிகவும் உற்சாகமுடன் இருந்தான். நாணில் அம்பு பூட்டி அவன் எய்த வேகமும் வாகும் அவன் தந்தை அர்ஜுனனைப் போலவே இருந்தது. ஒரு கணம் அபிமன்யுவை அனுப்பத் தருமன் தயங்கினான். ஆனால் அது மானப் பிரச்சனை. வேறு வழி தோன்றாமல் அவனை மட்டும் முன்னால் அனுப்பிப் பின்னால் இவர்கள் தொடர்ந்தார்கள். திசை மாற்றிக் குழப்புவதே சக்கரவியூகத்தின் முக்கிய வேலை. வேகமாக முன்னால் வந்து போரிட்ட அபிமன்யு வியூகத்தின் உள்ளே அகப்பட வைத்தார்கள். தருமனின் இரண்டு பக்கங்களிலும் திருஷ்டத்துய்மனும் யுயுதானனும் இருந்தார்கள். பின்னால் நகுலனும் முன்னால் சகாதேவனும் இருந்தார்கள். எல்லாரும் தத்தம் படையோடு தருமனைச் சூழ்ந்து நின்றார்கள். இதனால் அவனைச் சிறை பிடிக்க இயலவில்லை. உள்ளே அகப்பட்டுக் கொண்ட அபிமன்யுவை மதிய வேளையில் கொன்றார்கள். அவனும் எத்தனையோ வீரர்களைக் கொன்றான். சிறுவயதுக்காரர்களாகவே தேர்ந்தெடுத்துத் தேர்ந்தெடுத்துத் தனக்கேயான ஒரு வீரர்கள் குழுவை வைத்திருந்தான் அவன். எல்லோருக்கும் இருபதுக்குள்தான் வயதிருக்கும். கண்ணெதிரில் அபாயம் தெரிந்தாலும் கண்களை மூடிக்கொண்டு அதன் மேல் பாயும் உற்சாகம் கொண்டவர்கள் அவர்கள். வயதில் பெரியவர்களைப் போல முன்னும் பின்னும் பார்த்து ஆலோசிக்கிறவர்கள் அல்லர். தொடர் விளைவுகளைப் பற்றி யோசிக்கிறவர்கள் யாரும் இல்லை. பாய்வதும் கொல்வதும்தான் அவர்கள் குறிக்கோள். கௌரவத்தைப் பற்றியோ, புகழைப் பற்றியோ, தான் ஒரு பெரிய ஆள் என்று காட்டிக் கொள்வதைப் பற்றியோ சிறிதும் கவலைப்படாத ஆட்கள். எல்லாருமே அபிமன்யுவின் உபப்லவ்ய நகரில் இருந்த போதே தயாரானவர்களாம். அனைவரும் ஒன்றாகவே வியூகத்தில் புகுந்தார்கள். தொடக்கத்திலேயே அவன் ஜயத்தரனைப் பார்த்து விட்டு, 'என் பெரியம்மாவை அவமானப்படுத்தியவன் நீதானா?'

என்று கேட்டபடி அவன் மீது ஓர் அம்பு எய்தினான். ஜயத்ரதன் ஒரு கணம் சமாளித்துக் கொண்டான். இவர்கள் மேலும் தொடர்ந்து வியூகத்திற்குள் சென்றார்கள். இக்ஷ்வாகு வம்சத்தின் அரசனின் பெயர் மறந்து போயிற்று. அவனைக் கொன்றார்கள். அவ்வளவு வேகமாகப் போரிடாமல், சும்மா அலங்காரத்துக்கு நின்றிருந்த மத்ர தேசத்து அரசன் சல்லியராஜனின் மேல் அம்பெய்து காயப்படுத்தினர். சில கணங்களுக்குள்ளேயே அவன் இறந்து போனான். மேலும் புகுந்து துரோணரின் சேனையைத் தாக்கத் தொடங்கினர். குதிரைகள் திசை தெரியாமல் குழம்பி எங்கெங்கோ தறிகெட்டு ஓடத் தொடங்கின. அவன் அர்ஜுனன் மகன் என்று கேள்விப்பட்டு துரோணர் அவனது திறமையைக் கண்டு பாராட்டினார். பிறகு அவனைத் தாக்குமாறு துரியோதனனுக்குச் சொன்னார். துச்சாதனன் தோற்று விட்டான். கர்ணன் கூடத் தோற்றுவிட்டான். எதற்காகவோ அபிமன்யுவைப் பார்த்ததும் கர்ணன் சண்டை செய்வதைக் காட்டிலும் அவனையே பார்ப்பதில் நேரம் செலவிட்டான். சரியாக அம்புகளைப் பாய்ச்சவில்லை. அந்தச் சிறுவனின் அழகைக் கண்டு மயங்கி நின்றான். அந்தச் சிறுவனைப் பொறுத்தவரை இவன் யாராக இருந்தால் தனக்கென்ன என்றே போராடினான். எதிர்ப்படுகிறவர்களையெல்லாம் கொன்றான். கூடவே உற்சாகக் கூக்குரல் வேறு. நம் அணியில் பலபேர் இறந்தார்கள். சல்லியனின் ஒரு மகன் இறந்தான். மேலும் பல அரச குமாரர்கள், விருந்தாரகன் என்னும் ஒரு அரசன் அப்புறம் அஷ்வகேது, சத்ருஞ் சயன், சந்திரகேது, மேகவேகன், சுவர்கள், சூர்யபாஸன் இன்னும் பல பேர் எத்தனை பேருடைய பெயர்களைத்தான் ஞாபகத்தில் வைத்திருக்க முடியும்? முக்கியமான பெயரை மறந்து விட்டேன். துரியோதனனின் மகன் லட்சணன், அப்புறம் அப்புறம்..."

"என் பேரன் லட்சணனா...?" திருராஷ்டிரன் அலறினான்.

யாரிடம் சொல்லிக் கொண்டிருக்கிறோம் என்பதைக் கூட மறந்த சஞ்சயன். "ஆமாம். பிறகு, இந்தச் சிறுவர் பட்டாளத்தின் தாக்குதலைத் தாங்க முடியாத சகுனி ஒரு யோசனை சொன்னான்.."

"நிறுத்து, நிறுத்து. செய்தியை நிறுத்து சஞ்சயா" என்று இன்னொரு முறை அலறியபோது காந்தாரி தன் உதடுகளைக் கடித்து அழுது கொண்டிருந்தாள்.

சஞ்சயன் சட்டென நிறுத்தினான். திருராஷ்டிரன் ஊமை யானான். உள்ளுக்குள்ளேயே குமுறி அழுத காந்தாரியும் மௌனியாக இருந்தாள். அரண்மனையே நிசப்தமாக இருந்தது. அஸ்தினாவதியே நிசப்தமாக இருந்தது. விளக்கு மெலிதாக எரிந்து கொண்டிருந்தது. கதவோரம் உட்கார்ந்திருந்த பணிப்பெண் தூங்கி வழிந்து கொண்டிருந்தாள். சிறிது நேரத்துக்குப் பின்பு சஞ்சயன், "தற்சமயத்துக்கு

நிறுத்திக் கொள்கிறேன். தூங்கி எத்தனை யுகங்களாயிற்றோ என்பது போல இருக்கிறது. வீட்டுக்குப் புறப்படுகிறேன். மீண்டும் செய்திகளைச் சேகரிக்கப் போகிற பதற்றத்தில் தூக்கம் வருகிறதோ என்னமோ! ஒருநாள் கழிந்தால் கூட ஞாபகத்தில் இருக்கிற பல விஷயங்கள் மறந்து போக வாய்ப்பு உண்டு." என்றான்.

சிறிது நேரத்திற்குப் பின்பு திருதராஷ்டிரன். "அந்த அபிமன்யு எப்படி இறந்தான் என்று சொல்லி விட்டு முடித்துக்கொள்" என்றான்.

"அவனைச் சுற்றி வளைத்து எல்லோரும் ஒரே நேரத்தில் தாக்கவில்லையென்றால் அவனைக் கொல்ல முடியாது என்று சகுனி கொடுத்த ஆலோசனையைத் துரோணர் உடனடியாக ஒப்புக்கொள்ள வில்லை. 'அப்படியென்றால் நீங்கள் ஒருவராகவே சென்று அவனைக் கொன்றுவிட்டு வாருங்கள் ஆசார்யரே. என் படையை இன்னும் அழிவுக்குள்ளாக்க நான் விரும்பவில்லை. அதுமட்டுமன்றி என் மகன் மீது குறிவைத்துக் கொன்ற அவன் சாவதைப் பார்க்காத வரைக்கும் என் மனம் அமைதி கொள்ளாது' என்று துரியோதனன் பிடிவாதம் பிடித்த பிறகுதான் ஒத்துக் கொண்டார். துரோணர், கர்ணன், கோசலராஜன் பிருஹத்பலன், கிருபாச்சாரியர், அஸ்வத்தாமன் மற்றும் துவாரகையில் இருந்து வந்திருந்த யாதவச் சேனைக்குத் தலைமையாளாகிய கிருதவர்மன் ஆகிய ஆறு பேரும் தத்தம் குழுக்களோடு சுற்றிலும் சூழ்ந்து கொண்டு தாக்கினார்கள். இந்த யுத்தத்தில்தான் கோசல ராஜன் இறந்தான். இதற்குள் அபிமன்யுவின் படையிலிருந்த வீரர்களில் பலர் இறந்து போனார்கள். மிச்சமிருந்தவர்கள் சோர்வுற்று இருந்தார்கள். தம் சக்தியையும் அம்புகளையும் அளவாகப் பயன்படுத்த வேண்டும் என்கிற எண்ணம் அந்த இளம் வயது உற்சாகத்தில் தோன்றவில்லை. அம்புகள் கூட ஏறத்தாழ முடியும் கட்டம்தான். அபிமன்யுவின் ரதத்தில் ஓர் அம்புகூட எஞ்சி இருக்கவில்லை. அப்பொழுது அவன் வாளெடுத்துக் கொண்டு போரிடத் தொடங்கினான். மற்றவர்கள் அனைவரும் சுற்றி நின்று அவனைத் தாக்கத் தொடங்கினார்கள். அவன் அணிந்து கொண்டிருந்த கவசம் மிகவும் விசேஷமானது. மார்பு, முதுகு, கழுத்து எங்கு அம்புகள் தைத்தாலும் லேசாக வலிக்குமே தவிர, தைத்து ஊடுருவதில்லை. கீழே விழுந்துவிடும். உள்ளே உலோகத் தகடுகள் இருந்தன. அம்புகள் படும்போது டண்டண் என்று சத்தம் வந்து கொண்டிருந்தன. கடைசியில் அவன் முகம், தொடை, முழங்கால்களுக்குக் குறிவைத்து அடித்து ரத்தம் சிந்த வைத்துக் கொன்றுவிட்டார்கள். பல இளைஞர்களும் இறந்தார்கள். அபிமன்யு இறந்ததைப் பார்த்துப் பலரும் தப்பி ஓடினார்கள். ஆனால் சக்கரவியூகத்தில் அகப்பட்டவர்கள் எப்படித் தப்பிக்க முடியும்? ஒவ்வொருவராக எல்லாருமே இறந்தார்கள். சிலராவது சரண் அடைந்திருப்பார்களோ என்னமோ. ஆனால் அதற்கு வாய்ப்பு எதுவும்

தராமல் அம்பு மழையே பொழிந்து முடிந்தது. அந்த அம்புகளில் நெருப்பு மட்டும் இருந்திருந்தால் அங்கிருந்த பிணங்கள் எல்லாமே எரிந்து போய் இருக்கும்."

திருதராஷ்டிரன் பெரு மூச்சுவிட்டான். கடித்த உதடுகளை இன்னும் விடுவிக்கவில்லை காந்தாரி. சஞ்சயனின் குரல் செய்திகள் முடிந்து விட்டதைக் குறிப்பால் உணர்த்தியது. மீண்டும் மௌனம். ஆனால் அவன் சித்தரித்த செய்திகளின் காட்சிகள் எல்லாம் உருவம் கொண்டு அலைவதுபோல இருந்தன. ரொம்ப நேரத்துக்குப் பிறகு விதுரன், "முதலில் சொல்லும்போது ஒரு மூலையில் பீமன் நுழைந்து தாக்கினான் என்று சொன்னாயே, அவனுக்கு என்ன ஆனது? அவனால் வியூகத்திற்கு ஏதேனும் நஷ்டமானதா?" என்று கேட்டான்.

"துரதிருஷ்டவசமாக அந்தப் பக்கத்துச் செய்திகளை என்னால் சேகரிக்க இயலவில்லை. ஆனால் பீமனின் நோக்கம் என்ன வென்று தெளிவாய்த் தெரிகிறது. திருதராஷ்டிரனின் பிள்ளைகளைத் தேடித் தேடிக் கொல்வதுதான் அவன் நோக்கம். நம் அணி வீரர்களுக்கும் அது தெரிந்தே இருக்கிறது. அவனோ அல்லது அவனது வீரர்களோ வருகிறார்கள் என்றாலேயே போதும் நம் வீரர்கள் சிதறி ஓடுகிறார்கள். அப்போது பீமன் பாய்ந்து சென்று மகராஜனின் பிள்ளைகளைத் தாக்கிக் கொன்று விடுகிறான். இப்படியாக இதுவரை முப்பத்தொன்று போர்களைக் கொன்றிருக்கிறான். அவர்களில் சக்ரவியூகம் அமைத்த நாளில் மட்டும் பதின்மூன்று பேர்களைக் கொன்றிருக்கிறான். சத்ருஞ் சயன், சத்ருசஹன், சித்ரபாணன், சித்ரோயதன் ஆகியோர் அடங்கிய எட்டு பேர் உள்ள குழு ஒன்றையும் துர்ஜயன், துர்முகன், துர்மஷணன், துச்சஹன், துர்மதன் ஆகியோர் அடங்கிய ஐந்து பேர் குழுவையும் கொன்று விட்டான்..."

"அந்த ஐந்து பேர்களும் என் பிள்ளைகள்" என்று காந்தாரி அலறினாள். சஞ்சயனும் விதுரனும் அந்தப் பக்கம் திரும்பிப் பார்த்தார்கள். அலறியவண்ணம் கட்டிலிலிருந்து மயங்கிக் கீழே விழுந்தாள். "என் பிள்ளைகள்..." என்று ஏதோ சொல்லத் தொடங்கிய திருதராஷ்டிரன் சட்டெனத் திரும்பி அவளைத் தாங்கிக்கொண்டான். அவனுக்கும் மூச்சு நின்றது போல இருந்தது.

* * *

"என் மகனா?" என்று திரும்பிக் கேட்கிற பொழுதே அர்ஜுனனுக்குக் குரல் கம்மியது. குடிசைக்குள் கால் வைத்ததும் தரையில் புரண்டு அழும் சுபத்திரையைப் பார்த்ததுமே அது தன் மகன்தான் என்பது உறுதிப்பட்டது. அதிர்ச்சியில் நிலைகுலைந்து அவளுக்குப் பக்கத்தில் உட்கார்ந்து அவளைத் தழுவிக்கொண்டான். முகம் முழுக்கக் கண்ணீர்க் கோலத்துடன் இருந்த சுபத்திரை தன் கணவனின் மடியில்

முகம் புதைத்தாள். கதவு திறந்திருந்ததால் விளக்கின் வெளிச்சம் அங்குமிங்கும் அலைந்தது. பின்னாலிருந்து வந்த திரௌபதை, கிருஷ்ணன், தருமன் ஆகியோர் சுற்றி நின்று கொண்டதால் காற்று நுழைவது குறைந்தது. விளக்கின் வெளிச்சம் எந்த அலைதலுக்கும் இலக்காகாமல் இருந்தது. அவன் அவளுடைய தோள் மீதும், அவள் அவன் மடிமீதும் முகம் புதைத்திருந்தார்கள். அதைப் பார்த்து தருமனுக்கு மனம் சங்கடப்பட்டது. திரௌபதையின் கண்களும் குளமாகின. துயரம் படிந்த முகத்துடன் அமைதியாக நின்றிருந்தான் கிருஷ்ணன்.

"உன் அன்பு மகன் அபிமன்யு மாண்டு போனான். உன் அண்ணனே சம்மதித்து போ என்று சொல்லி அனுப்பினானாம். நீ இருந்தும் கூட அவன் இறந்துபோய்விட்டான். நீ ஒழிக. உன் அண்ணன் ஒழிக. உன் வில்வீரம் ஒழிக. பீமனின் பலம் ஒழிக. பாண்டவர் குலமே ஒழிக" என்று சொல்லிவிட்டுத் தேம்பித் தேம்பி மீண்டும் அழ ஆரம்பித்தாள். அவளை இன்னும் கொஞ்சம் ஆதர வாகப் பற்றித் தழுவிக் கொள்வதைத் தவிர அர்ஜுனனுக்கு வேறு எதுவும் தெரிவதில்லை.

தானும் அழுது மனைவிக்கும் சமாதானம் சொன்ன பிறகு பக்கத்தில் இருந்த தன் குடிசைக்குச் சென்றான் அர்ஜுனன். அங்கேயும் விளக்கு வெளிச்சத்தில் உத்தரையை மடியில் சாய்த்துக் கொண்டு நெற்றியை நீவி விட்டுக் கொண்டிருந்தாள் திரௌபதை. சரிந்த கர்ப்பிணி வயிற்றோடு மல்லாந்த வாக்கில் திரௌபதையின் மடியில் சாய்ந்திருந்த அவளுடைய அழகு அவன் மனத்தை வதைத்தது. மாமனாராகிய அர்ஜுனன் உள்ளே வருவதைக் கண்டதும் கால்களை இழுத்து எழுந்து உட்கார்ந்தாள் அவள். சிறிது நேரம் நின்றிருந்த அர்ஜுனன், "திரௌபதை, இவளுக்கு ஆறுதல் சொல்லும் சக்தி உன்னைத் தவிர வேறு யாருக்கும் இல்லை" என்றான். அவள் மௌனமாக இருந்தாள். வாசல் கதவு திறந்தபடி இருந்ததால் காற்று உள்ளே வந்து விளக்கு வெளிச்சம் அலைபாயத் தொடங்கியது. அவன் வெளியேறினான்.

தருமனின் குடிசைக்குள் உட்கார்ந்து எல்லா விவரங்களையும் கேட்டறிந்த அர்ஜுனன், "அபிமன்யுவின் மரணத்துக்குக் காரணமானவர் யார்?" என்று கேட்டான்.

"ஜயத்ரதன். வாசலில் அவன் எங்களைத் தடுக்காமல் இருந்திருந்தால் அபிமன்யு உள்ளே தனியே அகப்பட்டிருக்க மாட்டான்."

"பாவி, சண்டாளன், எங்களிடமிருந்து உயிர்ப்பிச்சை பெற்று உயிர் வாழ்கிற அவன் என் மகனைக் கொன்றானா?" என்று வானைப் பார்த்துக்

கேட்பவனைப் போல உரக்கக் கூவினான்.

தருமன் வேறெதும் பேசவில்லை. ஆனால் பீமன், "அவர்கள் வியூகம் அமைத்த மாத்திரத்தில் அதில் நுழைய வேண்டும் என்பது விதியாஎன்ன? நுழைந்தால்தான் நாம் க்ஷத்திரியர்கள் என்று ஆகுமா? இது க்ஷத்திரியர்களின் மோசமான குணம். துரோணரைப் போன்ற ஆச்சாரியர்கள் தம் புத்திசாலித்தனத்தைக் காட்டச் செய்த தந்திரம் அது. யுத்தம் என்றால் நேருக்கு நேரான போர். அது எந்த அணியாக இருந்தாலும் சரி. நேருக்கு நேர் நின்று மோத வேண்டும். இதில் தந்திரம் எல்லாம் எதற்கு?" என்றான்.

பீமனின் முகத்தை ஏறிட்டுப் பார்த்தபடி உட்கார்ந்திருந்தான் அர்ஜுனன். தருமன் பீமனின் முகத்தைப் பார்ப்பதையே தவிர்த்தான். எல்லாவற்றையும் பார்த்தபடி பேசாமல் இருந்தான் கிருஷ்ணன். நகுலனும் சகாதேவனும் சாத்யகியும் திருஷ்டத்துய்மனும் தம் யுத்த ஞானத்தைப் பற்றித் தமக்குள் குசுகுசுவென்று விவாதித்துக் கொண்டிருந்தார்கள்.

பீமன் மீண்டும் பேசத் தொடங்கினான். "இரண்டாவதாக ஒரு விஷயம். திரௌபதையைக் கவர்ந்து செல்ல வந்து அகப்பட்டுக் கொண்டபோதே ஜயத்ரதனைக் கொல்லவேண்டுமென்று எத்தனை முறை திருப்பித் திருப்பித் சொன்னேன். "பொறுமை பொறுமை. இவன் நமக்கு மைத்துனன் முறை ஆக வேண்டும். நம் தங்கையை நாமே விதவையாக்குவது தவறல்லவா?" என்று உன் அன்புள்ள அண்ணன் தருமன்தான் அன்று தடுத்துவிட்டான். அவன் வார்த்தையே வேதம் என்று நம்பி இருக்கிற நீயும் அதுதான் சரி என்று தாளம் போட்டாய். நாம் அனுப்பிய பிறகு, என்றாவது ஒருநாள் நம்மை அழித்தே தீர்வது என்று கங்கணம் கட்டிக்கொண்டு சக்தி மிக்க ஒரு புதிய படையையே திரட்டித் தினந்தோறும் அவர்களுக்குப் பயிற்சி கொடுத்து தானும் பயிற்சி செய்தானாம். அன்றே நான் சொன்னபடி கேட்டிருந்தால்..."

தலையைக் குனிந்தபடி யோசித்துக் கொண்டிருந்தான் அர்ஜுனன். தருமனும் தலை குனிந்திருந்தான். "நாளைக்கு நடக்கப்போகிற யுத்தத்தில் ஏதாவது செய்து ஜயத்ரதனைக் கொன்றால்தான் அபிமன்யுவின் மரணத்துக்குப் பழி வாங்கியது போல இருக்கும். நான்கு நாட்கள் கழித்துக் கொன்றால் அது பழிக்குப் பழியாகாது. மற்றவர்கள் போல அவனும் யுத்தத்தில் மாண்டான் என்றுதான் ஆகும். பழிக்குப்பழி வாங்கும் வேலையை நீ செய்கிறாயா அல்லது நான் செய்யட்டுமா, சொல். அப்போது அவனைக் கொல்லப்போன என்னைத் தடுத்து நிறுத்தியவன் நீதான். அபிமன்யுவின் இறப்புக்குக் காரணமானவனும் நீதான்..." என்றான் பீமன்.

அர்ஜுனனுக்குக் கோபம் வந்தது. நிமிர்ந்து பீமனின் முகத்தைப் பார்த்தான். சட்டென நின்று தன் முஷ்டியை உயர்த்தி ஆகாயத்திற்குக் கேட்கும் வகையில் சத்தமாக, "நாளைய பொழுது சாய்வதற்குள் நான் அந்தப் பாவி ஜயத்ரதனைக் கொல்லாவிட்டால் நான் பாண்டுவின் பிள்ளையே இல்லை. பாண்டவனாக வாழப்போவதும் இல்லை. போர்க்களத்திலேயே அக்கினிப் பிரவேசம் செய்து விடுவேன்" என்றான்.

அர்ஜுனனின் குரல் இந்த அளவுக்கு உயரும் என்று யாருமே இதுவரைக்கும் கற்பனை செய்து கூடப் பார்த்ததில்லை. அவ்வளவு உரக்கக் குரலெழுப்பியவன் கையைத் தாழ்த்தி, அப்படியே தூண் போல உறைந்துவிட்டான். அந்தக் குடிசையின் கூரை விழப் போவதைப் போலவும் அவன்தான் தாங்கிப்பிடித்து நின்றிருப்பதைப் போலவும் அத்தோற்றம் இருந்தது. ஒரு கணத்திற்குப் பிறகு கிருஷ்ணன் பேச ஆரம்பித்தான். "அர்ஜுனா, இது விவேகமுள்ளவன் பேசுகிற பேச்சாக இல்லை. நாளைக்குள் ஜயத்ரதனைக் கொல்ல ஆனமட்டும் முயற்சி செய்வோம். அதற்காகச் சபதம் எடுத்துக்கொள்ள வேண்டிய தேவை யில்லை. சபதம் எடுத்துக்கொண்ட பிறகு அதைச் சாதித்துக் காட்ட வேண்டிய அவசியம் உண்டு. இல்லாவிடில் மக்களிடையே நம் மதிப்பு என்னாவது? அதுமட்டுமன்றி, நம் மனமே நம்மைப்பற்றி மிகக் கேவலமாகக் கணித்துவிடும். நாளைக்குள் அவனைக் கொல்ல வில்லையென்றால் நான் பாண்டவனே அல்ல, அக்கினிப்பிரவேசம் செய்வேன் என்றெல்லாம் சொல்ல என்ன அவசியம் இருக்கிறது? இந்த முகாமுக்கே கேட்கிற மாதிரியும், ஆற்றுக்கு அந்தப் பக்கம் கூடக் கேட்கிற மாதிரியும் அவ்வளவு சத்தமாகக் கூச்சலிட்டாயே, எதிரிகளை முட்டாள் என்று நினைத்துக்கொண்டாயா? நமது முகாமுக்குள்ளேயே அவர்களுடைய ஒற்றர்கள் இருக்கக் கூடும். அல்லது நம் முகாமில் வேலை செய்கிறவர்களில் ஒரு சிலராவது அவர்களுடன் தொடர்பு கொண்டவர்களாக இருப்பார்கள். இந்த விஷயத்தையறிந்ததும் உன் சபதத்தைப் பற்றிப் போர்க்களத்தில் எங்கெங்கும் பரப்பி விடுவார்கள். ஜயத்ரதனுக்கு முழுப்பாதுகாப்பு கொடுக்கவும் அவர்கள் ஏற்பாடு செய்யக் கூடும். சாயங்காலமானதுமே "என்னப்பா ஆனது உன் சபதம்? அக்கினிக் குண்டத்துக்கு ஏற்பாடு செய்கிறோம். வந்து விழு வா" என்று சொல்வார்கள். அப்போது என்ன சொல்வாய்?"

கிருஷ்ணனின் கேள்வியால் இன்னும் கொஞ்சம் மௌனம் உண்டானது. மறுநாள் யுத்தத்தை எப்படிச் சமாளிப்பது என்று படைத்தலைமைப் பொறுப்பிலிருக்கும் திருஷ்டத்துய்மன் யோசிக்கத் தொடங்கினான். ஒருக்கால் சபதம் நிறைவேறாமல் போனால் மேற்கொண்டு யுத்தம் என்னாவது என்று யோசித்தான் தருமன். ஒரு வகையான பயம் குடிசையில் இருந்தவர்களின் மனங்களில் படர்ந்தது.

மேலே உயர்த்திய கையைக் கூட கீழே இறக்கத் தோன்றாமல் நின்றவாக்கில் நின்றிருந்தான் அர்ஜுனன். ஏதோ சொல்ல முயன்ற யுயுதானன், பிறகு மென்று விழுங்கினான்.

"ஏதோ சொல்ல வந்தாயே சாத்யகி, என்ன அது?" என்று திருஷ்டத்துய்மன் கேட்டான்.

"ஒன்றுமில்லை."

"நீ பேசுவதே குறைவு. ஆனால் இப்போது யார் மனசில் என்ன திட்டங்கள் தோன்றினாலும் எல்லாவற்றையும் சொல்ல வேண்டும். நாளை இச் சபதத்தை நிறைவேற்றும் பொறுப்பு நம் எல்லாருக்குமே இருக்கிறது."

"இந்த சபதத்திற்கும் நான் சொல்ல வந்ததற்கும் எந்தத் தொடர்பும் இல்லை."

"எதுவாக இருந்தாலும் சொல்" என்று எல்லாரும் வற்புறுத்தினார்கள். நகுலன், சகாதேவன், துருபதன், விராடன் எல்லாருமே தற்சமயத்திற்கு சூழ்ந்திருக்கும் மௌனத்தை உடைத்துக்கொண்டால் போதும் என்று நினைத்தார்கள்.

"வேறு ஒரு விஷயத்தைப் பற்றி யோசித்துக்கொண்டிருந்தேன். உபப்லாவ்ய நகருக்கு வந்து இந்தப் பக்கத்து க்ஷத்திரியர்களுடன் கலந்து பேசிய பிறகுதான் ஜராசந்தனுக்குப் பயந்து மதுரா நகரிலிருந்து ஓடிப்போன யாதவர்களை இவர்களனைவரும் தாழ்வாகப் பார்க்கிறார்கள் என்று புரிந்தது. கிருஷ்ணனின் வார்த்தையைக் கேட்டுத்தான் எல்லோரும் புறப்பட்டுப் போனதால், அவனைப் பேடி, கோழை, மாடு மேய்ப்பவன், மிருகங்களை எதிர்கொள்ளத் துணிவு இன்றி மாடுகளை வேறொரு பக்கம் ஓட்டிச் செல்பவன் என்று ஏளனமாகப் பேசினார்கள். இருபது, இருபத்தைந்து வயது இருக்கும்போது எனக்கும் கூட கிருஷ்ணனின் இந்நடத்தை குறித்து ஏராளமான சந்தேகங்கள் வந்ததுண்டு. இன்றைய யுத்தத்தில் தருமனுக்குத் தக்க முறையில் பாதுகாப்புக்கு ஏற்பாடு செய்த பிறகு திரிகர்த்த அரசனின் சவாலைச் சந்திக்க அர்ஜுனன் சென்றிருந்தால், இந்தத் தோல்வி ஏற்பட்டிருக்காது. அபிமன்யுவும் தன் உயிரைத் தியாகம் செய்யத் தேவை இருந்திருக்காது. அந்தச் சவாலைப் பொருட்படுத்த வேண்டாம் என்று, ஏன் நீ எடுத்துச் சொல்லவில்லை கிருஷ்ணா?"

"கிருஷ்ணனும் அதைத்தான் திருப்பித் திருப்பி வற்புறுத்தினான். ஆனால் அர்ஜுனனின் க்ஷத்திரிய தருமம்.." என்று தொடங்கிய தருமன் பேச்சை முடிக்காமலேயே நிறுத்தினான்.

யுயுதானன் மேற்கொண்டு எதுவும் பேசவில்லை. மீண்டும் எங்கும் மௌனம் நிறைந்தது. சிறிது நேரத்துக்குப் பின்பு படைத் தளபதியான திருஷ்டத்துய்மன் "இனிமேல் க்ஷத்திரிய தருமம் என்கிற பெயரில் இருக்கிற எத்தனையோ பழக்கங்களை விட்டு விட வேண்டும். பீமன் சொல்வதுதான் சரி. எதிரிகள் வகுக்கும் வியூகத்தை உடைத்துச் செல்லவோ, அதன் மூலம் நம் சக்தியை வீணடிக்கும் வேலைகளையெல்லாம் செய்யவோ வேண்டுமா? நம் வசதிக்குத் தகுந்தபடி யுத்தத்தின் போக்கை மாற்றிக் கொள்ள வேண்டுமே தவிர, எதிரிகள் வகுக்கும் தந்திரங்களுக்கு நாம் பலியாகிவிடக் கூடாது. யுத்தம் என்பது விளையாட்டுப் போட்டிகள் நடக்கும் இடம் இல்லை."

நகுலனும் சகாதேவனும் 'ஆமாம் ஆமாம்' என்றார்கள். விராடனும் துருபதனும் தலையை அசைத்துத் தன் சம்மதத்தைத் தெரிவித்தனர். உயர்த்திய கையை இன்னும் இறக்காமலேயே நின்றிருந்தான் அர்ஜுனன்.

"நாம் எல்லாருமே சீக்கிரம் சாப்பிட்டுவிட்டு முடிந்த அளவு தூங்குவோம். நாளைக்கு நடக்கப் போகும் யுத்தம் முக்கியமான யுத்தம்" என்றான் கிருஷ்ணன்.

"அது தெரிந்த பிறகு தூக்கம் எப்படி வரும்?" என்று திருஷ்டத்துய்மன் கேட்டான்.

"வரவழைத்துக்கொள்ள வேண்டும். இல்லாவிடில் போரிடுவது சாத்தியமாகாது. பீமனைப் பார், உட்கார்ந்த இடத்திலேயே தூங்கி வழிகிறான். பீமா, சாப்பிட்டுவிட்டாயா?"

பீமனுக்கு அக்கேள்வி கேட்கவில்லை. "இன்னும் இல்லை" என்று நகுலன் பதில் சொன்னபோது "எவ்வளவு நாட்களானாலும் என்னால் தூக்கம் இன்றி இருக்க முடியும்" என்றபடி அர்ஜுனன் தன் கைகளைக் கீழே இறக்கினான்.

"கொஞ்சம் சோமரசம் கிடைத்தால் எல்லார்க்கும் நன்றாக இருக்கும். அரிசிலிருந்து வடிகட்டியதாக இருந்தாலும் கூடப் பரவா யில்லை. தூங்க வசதியாக இருக்கும்" என்ற தருமனின் குறிப்பைப் புரிந்து கொண்ட சகாதேவன் எழுந்து வெளியே நடந்தான்.

"பனைமரத்தில் இருந்து இறக்கிய கள்தான் ஒரு பானையளவு பீமனின் குடிசையில் இருக்கக் கூடும். அவனுக்காகத் தினமும் வேட்டையாடி இறைச்சியைக் கொண்டு வந்து தருகிற வேடர்கள் இதையும் அவனுக்காகத் தந்தார்கள்" என்று நகுலன் ரகசியத்தை வெளிப்படுத்தியபோது எல்லோருடைய முகங்களிலும் புத்துணர்ச்சி பரவியது.

* * *

"சஞ்சயா, இந்த யுத்தத்தை நிறுத்த முடியாதா?" என்று கேட்கும் போதே காந்தாரியின் குரல் ஒடுங்கியது.

"இந்தச் சூழலில் இனி முடியாது. இது வரைக்கும் ராஜ்ஜியம் மட்டுமே பிரச்சினையாக இருந்தது. இப்பொழுது அர்ஜுனனின் மகன் இறந்து விட்டான். பீமனின் மகனும் இறந்து விட்டான். இந்தப் பக்கம் துரியோதன மகாராஜனின் மகனும் இறந்துவிட்டான். தன் தந்தையை யாரேனும் கொன்றால் வரும் ரோஷத்தைக் காட்டிலும் வயிற்றில் பிறந்த குழந்தைகளைக் கொன்றால் வரும் கோபத்தைக் கட்டுப்படுத்த யாராலும் முடியாது. அதுமட்டுமன்றி, அவர்கள் அணியின் படைத்தளபதி திருஷ்டத்துய்மனின் தந்தை துருபதனும் இறந்துவிட்டான். அதனால் அவர்கள் தளபதி ஒத்துக் கொள்ளமாட்டான். அந்த அணியின் படையில் பெரும்பகுதி அவனுடைய படையாகும். பாண்டவர்கள் ஒப்புக்கொள்வதும் சாத்திய மில்லை. துரியோதன மகாராஜா மகனின் சாவுக்குப் பிறகு பாம்பு போலச் சீறிக் கொண்டு இருக்கிறான்."

"அப்படியென்றால் நாம் இப்பொழுது என்னதான் செய்வது?"

"நான் தொகுத்து வந்து சொல்லும் செய்திகளைக் கேட்டுக் கொண்டிருக்கலாம்."

காந்தாரி பதில் எதுவும் சொல்லவில்லை. சஞ்சயனும் பேசவில்லை. திருதராஷ்டிரனும் பேசாமல் இருந்தான். தூணில் சாய்ந்திருந்த விதுரன் மௌனமாக இருந்தான். எண்ணெய் போதாத காரணத்தால் விளக்கு மங்கலாக எரிந்தது. "கரிந்த வாசனை வருகிறது. விளக்கு எரிகிறதா, நின்றுவிட்டதா?" என்று கேட்டபடி பணிப்பெண்ணைக் கூப்பிட்டான்.

அவள் தூங்கிக்கொண்டிருந்தாள். இன்னொரு முறை உரக்கக் கூப்பிட்ட பின்பு ஓடிவந்து, "விளக்கு அணையத்தான் போகிறது. அரண்மனையிலேயே எண்ணெய் இல்லை. நாளை எங்கள் பகுதியில் யார் வீட்டிலிருந்தாவது கொஞ்சம் வாங்கி வருகிறேன்" என்றாள்.

"அரண்மனையில் எண்ணெயே இல்லை என்றால் என்ன அர்த்தம்?" என்று திருதராஷ்டிரன் கோபத்துடன் கேட்டான்.

"போர் முனைக்கு வேண்டும் என்று சொல்லி இன்று சாயங் காலம் ஆள் வந்து அரண்மனையில் இருக்கிற எல்லா எண்ணெயையும் வண்டியில் ஏற்றிக்கொண்டு போய்விட்டார்கள். ஏதோ பழைய பானையில் இருந்ததையெல்லாம் வழித்து எடுத்துத்தான் இன்று விளக்குக்கு ஊற்றினேன்."

"அப்படியென்றால் இன்று இரவுக்கு...?"

தூக்கம் கெட்டதில் பணிப்பெண்ணுக்குக் கோபம் வந்தது. "அரசே, கண் தெரியாதபோது, விளக்கு எரிந்தால் என்ன, எரியா விட்டால் தான் என்ன? நான் இங்கேயே இருக்கிறேன். எனக்கு இந்த அரண்மனையின் எல்லா இடங்களும் முழுக்க மனப்பாடம்தான். இருட்டாக இருந்தாலும் கூட, சிறுநீர் கழிக்கவானாலும் சரி, வேறு எதற்காக ஆனாலும் சரி நான் அழைத்துச் செல்கிறேன்" என்றாள்.

திருதராஷ்டிரனுக்கு முகம் சிவந்தது. அதற்குள் விதுரன் "இங்கே பாரம்மா, என் வீட்டுக்குச் சென்று ஒரு மணங்கு எண்ணெய் வாங்கி வா. போ. இப்பொழுதே போ. தனியாகச் செல்லப் பயமாக இருந்தால் நானும் கூட வருகிறேன். இல்லையென்றால் வெளியே ஆண் காவல் காரர்கள் யாராவது இருந்தால் அவர்களை அனுப்பு" என்றான்.

"விதுரா, உன் வீட்டிலிருந்து அரண்மனைக்குக் கடனா? அல்லது தானமா? வேண்டாம் வேண்டாம்." என்று திருதராஷ்டிரன் பிறகு, "கடன் என்றே வாங்கி வா. இருட்டு என்றால் எனக்குப் பயம்" என்றான்.

பணிப்பெண் வெளியே நடந்து சென்ற காலடிச் சத்தம் கேட்டது. திருராஷ்டிரனின் கவனம் முழுக்க திரி கரிந்து போன வாசனையிலேயே பதிந்திருந்தது. முதலிலிருந்தே இப்படித்தான், அந்த வசானை எதிர்மறையான எண்ணங்களை அவனுக்குள் தூண்டி விடும். அதிலிருந்து தப்பித்துக் கொள்வதற்காகவே, "என் மருமகன் ஜயத்ரதனைக் கொன்றே தீருவேன் என்று அர்ஜுனன் சபதம் செய்திருப்பதாகச் சொன்னாயே, அது நம் அணிக்காரர்களுக்கு ஒற்றர்கள் மூலம் முன்னாலேயே தெரிந்து விட்டது என்றும் சொன்னாயே. ஆனால் இறந்தவர்கள் பட்டியலில் அவன் பெயரையும் சொன்னாய். அவனைப் பாதுகாக்க நம்மவர்கள் எந்த முயற்சியும் எடுத்துக் கொள்ளவில்லையா? தன் தங்கை மீது துரியோதனனுக்கு அளவு கடந்த பிரியம் உண்டு என்று உனக்குத் தெரியுமில்லையா?" என்று கேட்டான்."

"அது தெரியும். மாமன் மைத்துனர்க்கிடையிலும் கூட மிகவும் நெருக்கம் இருந்தது. திரௌபதையைக் கவர்ந்து செல்ல ஜயத்ரதன் முயற்சி செய்தபோது..." என்று சொல்லிக்கொண்டு இருக்கும்போதே குறுக்கிட்ட காந்தாரி, "அது எப்போது? என்ன சங்கதி?" எனறு கேட்டாள்.

"இன்னும் இரண்டு வருஷங்கள் கூட ஆகவில்லையாம். அஞ்ஞான வாசத்துக்குப் பாண்டவர்கள் புறப்படுவதற்கு முன்பு ஒருமுறை ஆண்கள் யாரும் இல்லாத சமயத்தில் சென்று திரௌபதையைத் தூக்கிக்கொண்டு சென்றானாம். நடுவில் ஓடி வந்து தடுத்த பாண்டவர்கள் ஜயத்ரதனைச் சிறைப்பிடித்துச் சென்றார்களாம்.

அவனைப் பீமன் கொன்றிருக்கக் கூடுமாம். ஆனால் தன் தங்கையின் கணவன் என்பதால் அப்படிச் செய்யாமல் அவமானப்படுத்தும் வகையில் மூன்று இடங்களில் தலையை மழித்து விட்டு அனுப்பி விட்டார்களாம். அந்தக் கோபத்தில்..." என்று சொல்லும்போதே இடைமறித்த காந்தாரி, "அது எப்படி முடியும், அவள் வயது என்ன? என் மருமகனின் வயது என்ன? அவனுக்கு அப்பொழுது முப்பத்தைந்து முப்பத்தாறு தானே இருக்கும். இவளுக்கு ஐம்பத்தாறாவது இருக்கக் கூடும் இல்லையா?" என்று கேட்டாள்.

"அதெல்லாம் எனக்கு எப்படித் தெரியும்? இதுபற்றியெல்லாம் எனக்கும் எதுவும் தெரியாது. செய்தித் தொகுப்பாளர்கள் இதுதான் பின்னணி என்று வந்து சொன்னதுதான் தெரியும்.."

காந்தாரி மௌனமானாள். பேச்சின் திசை மாறிவிடாமல் இருக்கும் பொருட்டு சஞ்சயனும் பேசாமல் இருந்தான். ஆனால் திருராஷ்டிரன், "சஞ்சயா, நான்தான் கண் தெரியாதவன். உண்மையி லேயே திரௌபதை அவ்வளவு அழகியா? அவளது கவர்ச்சிக்கு மூல காரணம் என்ன?" என்று கேட்டான்.

"அரசே, நானும் திரௌபதையைப் பார்த்ததில்லை. ஒரு ஆடவனுக்கு மேல் பல ஆடவர்களுடன் தொடர்புள்ள பெண் என்றாலேயே மற்ற ஆடவர்களுக்கு வெகு சீக்கிரமாகவே கவர்ச்சி உண்டாகி விடுகிறது என்பது என் அனுபவம். திரௌபதை ஐந்து கணவர்களோடு..." என்பதை முடிக்கும் முன்னரேயே விதுரன் குறுக்கிட்டு "சஞ்சயா, நீ போர் பற்றிய செய்திகளைச் சொல்ல வந்தவன். வேறு விஷயங்களைப் பற்றிப் பேசக் கூடாது" என்று தடுத்தான்.

"யுத்தத்திற்குத் தொடர்பாக இந்த விஷயமும் வந்து விட்டது. அவ்வளவுதான் சித்தப்பா. அதுவும் மகராஜா கேட்டுக் கொண்டதால் சொன்னேன். இப்படிப்பட்ட பேச்சில் எனக்கும் ஆர்வம் இல்லை."

சட்டென அந்தப் பேச்சில் குறுக்கிட்ட திருராஷ்டிரன், "சஞ்சயா, நம்மவர்கள் முன் எச்சரிக்கையாக இருக்கவில்லையா? எப்படி அதில் அவர்கள் தவறினார்கள்? விவரமாகச் சொல்" என்றான்.

"ஜயத்ரதனை எப்பாடுபட்டாவது காப்பாற்ற வேண்டும் என்று துரியோதனன் துரோணருக்குக் கட்டளையிட்டிருந்தான். இதன் மூலம் இருவகைப் பயன்கள் இருந்தன. ஒன்று, தன் மைத்துனனாகிய ஜயத்ரதனைக் காப்பாற்றுவது. இன்னொன்று, சபதம் நிறைவேறாததால் அர்ஜுனன் அக்கினிப்பிரவேசம் செய்வது. அதற்கப்புறம் யுத்தத்தை வெல்வது எளிதல்லவா? 'குருவுக்குத் தெரியும் எல்லா போர்த்தந்திரங்களும் எனக்கும் தெரியும். அவரை நான் சுலபமாகத் தோற்கடித்து விடுவேன்?" என்று சொல்லிக் கொண்டிருந்தானாம் அர்ஜுனன்.

'அவனுக்குச் சொல்லித் தராத தந்திரம் எதுவும் இல்லையா?' என்று துரியோதனன் கேட்டான். 'அப்படியா, இன்றைய தினம் நான் வகுக்கிற வியூகத்தைப் பார். அதை மீறிக் கொண்டு ஜயத்ரதனை நெருங்க அந்த இந்திரனே வந்தாலும் முடியாது' என்று சொல்லி சக்கர சகட வியூகம் என்னும் புதுத் தந்திர முறையை உருவாக்கினார். நால்வகைப் படையும் ஒன்றோடு ஒன்று கலந்து சுற்றிலும் நிற்க, அதை அடுத்த சுற்றில் தாமரை பூத்தது போல வீரர்கள் நிற்க, நடுவில் தன்படையோடு ஜயத்ரதன் இருக்கவேண்டும். இதுதான் சக்கர சகட வியூகம். சாயங்காலத்துக்குள் எந்த வழியிலும் உள்ளே புகுந்து தாக்கிவிடக் கூடாது என்பதுதான் இவ்வியூகத்தின் முக்கிய நோக்கம். இப்படி ஏதாவது இருக்கக்கூடும் என்று பாண்டவர்களும் எதிர்பார்த்திருப்பார்கள் இல்லையா? அவர்கள் எப்பாடு பட்டேனும் ஜயத்ரதனைக் கொன்றே தீருவது என்று தன் படையைத் தயார் செய்திருந்தார்கள். சாயங்காலத்திற்குள் அவனை எப்படியாவது கொல்ல வேண்டும் என்று அவர்களும் துடித்துக் கொண்டிருந்தார்கள். இம்முயற்சியில் ஈடுபட்டுக் கொண்டிருக்கும் போது தருமனை யாரும் சிறைப்படுத்திவிடாமல் இருக்கும் பொருட்டு பாதுகாத்துக்கொள்ள வேண்டும். தருமனையும் மற்ற வீரர்களையும் கூட எச்சரித்திருந்தார்கள். யுத்தத்தில் முக்கியமான கட்டம் அது. அர்ஜுனனின் மகன் சாவை எண்ணி அவர்கள் கோபத்தில் கொதித்துக் கொண்டிருந்தார்கள். துரியோதனனும் தன் மகனின் சாவுக்குப் பழிக்குப் பழி வாங்கத் துடித்துக்கொண்டு இருந்தான். அவர்களை நசுக்கி அழித்து விட வேண்டும் என்று தருணத்துக்குக் காத்திருந்தான். எதிரிகளின் தாக்குதலை முறியடிக்கும் வேகத்தோடு இருந்தார்கள் பாண்டவர்கள். அன்று நொறுங்கிய ரதங்களுக்குக் கணக்கே இல்லை. ஏராளமான குதிரைகள் கால் உடைந்து இறந்து விட்டன. ரதங்களில் பூட்டிய குதிரைகள் ரதங்கள் முறிந்த பிறகு அங்கேயே அலைந்துகொண்டிருந்தன. அவற்றை வெளியேற்றவும் வழியில்லை. இறந்த குதிரைகளும் அங்கேயே கிடந்தன. ஒருவேளை அனைத்தையும் வெளியேற்றி இருந்தால் குறைந்த பட்சம் மாமிசமாவது எஞ்சி இருக்கும். ரத்தச் சேற்றில் குதிரைகள் கூட பிடிதவறி எங்கெங்கேயோ அலைந்து குழம்பின. செத்துக்கொண்டிருந்த வீரர்களின் முனகல் போர்முனையின் ஆரவாரத்திற்கிடையேயும் மெல்லக் கேட்டுக் கொண்டிருந்தது. அர்ஜுனனின் தாக்குதலைத் தாங்க முடியாமல் துச்சாதனன் பின் வாங்கினான். அவனுடைய இடத்திற்கு வந்த துரோணரின் மீது அர்ஜுனன் அம்பெய்யவில்லை. அதற்குப் பதில் வெறும் படையை மட்டுமே எதிர்க்குமாறு தன் படையினருக்குச் சொன்னான். களைத்துப்போன ஆச்சாரியர் கறை படிந்த வெள்ளையாடை அணிந்திருந்தார். அவ்வப்போது அம்புகளை எய்து கொண்டு இருந்தார். ஆனால் அவரால் முழுச் சக்தியுடன் நாணை இழுக்க இயலவில்லை. இதனால் அவர் எய்த அம்புகள்

இலக்கை அடையும் முன்பேயே விலகி யார் மீதோ விழுந்தன. சிறிது நேரத்திற்குப் பின் அப்படி அம்பு வீசுவதையும் நிறுத்திக் கொண்டார். சிறிது நேரத்திற்குப்புறம் அர்ஜுனனின் சாரதியான கிருஷ்ணன் வேறு பக்கம் தன் படையைத் திசை திருப்பினானாம். அதற்கப்புறம் அர்ஜுனனின் படை யாதவர்களின் அரசனாகிய கிருதவர்மனின் படையை எதிர்கொண்டது. ரதத்தை ஓட்டுகிற கிருஷ்ணனைப் பார்த்தோ என்னமோ, யாதவத் தளபதி கிருதவர்மன் தன் படையோடு தானே ஓரமாக நகர்ந்து அர்ஜுனனின் படைக்கு வழிவிட்டான். அதற்கப்புறம் அர்ஜுனன் காம்போஜராஜன் சுதக்ஷிணனைக் கொன்றான். திசை தவறிய அவனுடைய படையினர்கள் ஓடிச் செல்ல வழியில்லாத நிலையில் எதிரிகளின் அம்புகளுக்கு இலக்காகி இறந்து போனார்கள். அங்கிருந்து முன்னேறி கலிங்க தேசத்து அரசன் சுருத்தாயுவையும் அவனது சகோதரர்களான அச்யுதாயு, நியதாயு, தீர்காயு ஆகியோரையும் எதிர்த்துப் போராடினார்கள். நான்கு சகோதரர்களும் இறந்து போனார்கள். தலைவன் இல்லாத படைவீரர்கள் திசைபுரியாமல் தடுமாறிக் குழம்பினார்கள். இதற்கிடையில் திருஷ்டத்துய்மன் துரோணரை எதிர்கொண்டான். அவரைக் கொல்ல அவன் தொடக்கத்தில் இருந்தே கண் வைத்திருந்தான். இந்தச் சந்தர்ப்பத்தில் எப்படியும் தன் எண்ணத்தை நிறைவேற்றிக் கொள்வது என்று முடிவெடுத்து மிகவும் வேகத்தோடு அவரைத் தாக்கினான். பாண்டவர்களின் ஐந்து பிள்ளைகளும் தம் தாய் மாமனோடு தனித்தனி ரதங்களில் வந்து துரோணர் படையைத் தாக்கினார்கள். இந்த யுத்தத்தில் தன் தளபதியைக் காப்பாற்ற துரோணரின் படைவீரர்கள் வீராவேசத்தோடு போரிட்டார்கள். துரோணரின் கட்டளைப்படியே, படை இரண்டாகப் பிரிந்து திருஷ்டத்துய்மனை உள்ளே அனுமதித்து, பிற்பாடு அவன் படைகளைச் சுற்றி வளைத்துக் கொண்டது. அந்தச் சமயத்தில் வேறுபக்கம் இருந்த சாத்யகி தன் படையோடு இங்கு வரவில்லையென்றால் பாண்டவர்களின் தளபதியுடைய கதை முடிந்திருக்கும். இந்தப் பக்கம் அனூப தேசத்து அரசர்களாகிய விந்தன் மற்றும் அனுவிந்தன் இருவருமே அர்ஜுனால் கொல்லப்பட்டார்கள். அர்ஜுனன் வேகமாக முன்னேறிக் கொண்டிருப்பதைக் கண்டு துரியோதனனே தனது படையோடு எதிர்கொண்டான். துரியோதனனைக் கண்ட அர்ஜுனன், “வாடா பெட்டைப்பயலே, கடைசியாக வந்தாயா?” என்று கூவினான். இருவரும் பொருத்தமான ஜோடிதான். துரியோதனனும் அர்ஜுனனைப் பார்த்து, “உண்மையிலேயே நீ பாண்டுவுக்குத்தான் பிறந்தவன் என்றால் வந்து என்னை வெற்றி கொள் வா” என்று அறைகூவல் விடுத்தான். அதற்கப்புறம் யாரும் பேசிக்கொள்ளவில்லை. யுத்தம் கடுமையாக மூண்டது. அதுவரையில் அடைந்த வெற்றிகளின் காரணமாக அர்ஜுனனின் படைவீரர்கள் உற்சாகம் கொண்டிருந்தார்கள். அர்ஜுனனின் வில் வீரத்தில் இருந்த

நம்பிக்கையும் ஒரு காரணம். அந்தப் போர் முனையில் அவனுக்கு இணையான வில்வீரன் யார் இருக்கிறார்கள்? இலக்கு, வேகம் ஆகியவை ஒரு பக்கம் இருந்தாலும், உடம்பில் தைத்து மறுபக்கம் ஊடுருவுகிற மாதிரி அவன் அம்பை எய்யும் ஆற்றலைக் கண்டே மற்றவர்கள் விழ வேண்டும். எல்லாம் உலோக வில்லாம். துரியோதனன் பக்கத்தில் நகர்ந்து அர்ஜுனனுக்கு உள்ளே செல்ல வழி விடவேண்டி இருந்தது. இன்னொரு பக்கத்தில் பாண்டவர்களின் பிள்ளைகள் பாஹ்ளேக தேசத்தின் அரசனாகிய பூரியின் தம்பி சலனனைக் கொன்றார்கள். அலம்புஷன் என்கிற ராட்சசக் கூட்டத்தைச் சேர்ந்த முக்கியஸ்தனைப் பீமனின் மகனாகிய கடோத்கஜன் கொன்றான்..”

“அலம்புஷம் யார்?” என்று திருராஷ்டிரன் கேட்டான்.

“எனக்கும் தெரியாது.”

“அவன் பகன் என்னும் அசுரனின் தம்பியின் மகன். ஏகசக்ர நகரத்தில் இருந்த போது பீமன் ஒரு ராட்சசனைக் கொன்றான். அவனுடைய தந்தையின் பெயர் கிம்மீரன் ஆகும். தன் மூத்த மகனைக் கொன்ற பீமனின் மேல் பழி வாங்கும் பொருட்டு வனவாசத்தின் போது அந்த ராட்சசன் பாண்டவர்கள் மீது தாக்குதல் நிகழ்த்தினான். அவனையும் பீமன் கொன்று விட்டானாம். இப்படி தன் சகோதரன், தந்தை இருவரையும் கொன்ற பீமனைக் கொன்று பழிவாங்கும் பொருட்டு அலம்புஷன் தானாகவே முன் வந்து துரியோதனனின் அணியில் சேர்ந்தான். சரிதானே...?” என்று விதுரன் விவரித்தான்.

“தன் தந்தையைக் கொல்ல முற்பட்டவனை மகனாகிய கடோத்கஜன் வழிமறித்துக் கொன்றான். திருஷ்டத்துய்மனைப் பாதுகாக்க வந்த சாத்யகி சிறிது நேரம் துரோணரின் படையோடு போரிட்ட பிறகு ஒருக்கால் அர்ஜுனனின் படை சோர்ந்திருந்தால் தன்னுடைய படை துணையாக இருக்கட்டும் என்று அர்ஜுனன் இருக்கும் பக்கம் நடத்திச் சென்றான். உண்மையிலேயே அர்ஜுனனின் முன்னங்கை, நெற்றி, தொடைகள் எங்கும் ரத்தம் வழிந்தது. சாரதியாகிய கிருஷ்ணனின் மேலும் அம்புகள் பட்டு ரத்தம் பெருகியது. இதே தருணத்தில் கிருதவர்மன் தன் படையோடு சாத்யகியின் படையை எதிர்கொண்டான்.

“அது யார் கிருதவர்மன்?” என்று கேட்டான் திருராஷ்டிரன்.

“சொல்லவில்லையா நான்? யாதவர்களின் படையில் முக்கியஸ்தன். யாதவர்களின் படையோடு நம் அணியில் வந்து சேர்ந்து கொள்ளவில்லையா? ரகசியமாக அவனுக்குத் தூது அனுப்பிய கிருஷ்ணன், “நமது படையைத்தான் நீ அவர்களுக்குத் தந்து விட்டாய். நீயே அதற்கும் தலைமையும் தாங்குவதாக இருந்தால், நான் பாண்டவர்

களின் பக்கத்தில் இருப்பதால் நாம் இருவருமே நேருக்கு நேராகப் போரிட வேண்டியிருக்கும். அதைப் பார்க்க நேர்ந்தால் மக்கள் என்ன சொல்வார்கள்? உனக்கு வெட்கமாக இல்லையா?" என்று சொல்ல வைத்தானாம். வெட்கப்பட்டானோ, அல்லது வேறு எதையாவது நினைத்துக் கொண்டானோ தன் படையையெல்லாம் கிருதவர்மனிடம் ஒப்படைத்த பலராமன் தீர்த்த யாத்திரைக்குக் கிளம்பிப் போனானாம். இப்பொழுது யுத்தத்தில் தன் துவாரகையின் சேனையின் மீதே - தான் தளபதியாக இருந்த சேனையின் மீதே - போரிடுவது சாத்யகிக்கும் கஷ்டமாக இருந்தது. வீரர்களும் அம்புகள் விடத் தயங்கினார்கள். கடைசியில் கிருதவர்மனையே குறி வைத்துத் தாக்கினான் சாத்யகி. வீரர்கள் மேல் அம்பு எய்ய வேண்டாம் என்று தன் வீரர்களுக்குச் சொன்னான். இதனால் இரண்டு அணிகளிலும் வீரர்கள் மோதிக் கொள்ளவில்லை. சாத்யகியின் சேனை அவன் சொன்னபடியே கேட்டது. ஆனால் கிருதவர்மனின் சேனை அவனது சொற்படி கேட்க வில்லை. கிருதவர்மன் அவமானத்தால் பின் வாங்கினான். இதே தருணத்தில் தனக்கு எதிரே அகப்பட்ட மகத ராஜ்ஜியத்தைச் சேர்ந்த ஜலசந்தனைக் கொன்ற பிறகு சாத்யகி மேலும் முன்னேறினான். துரோணர் அவனைத் தடுக்க முற்பட்டார். ஆனால் அவனைத் தடுக்க முடியாமல் ஓரமாக ஒதுங்கினார். சாத்யகி முன்னேறியதைப் பார்த்ததும் துரோணர் வெகுண்டெழுந்தார். வெகு வேகமாக அவன் மேல் தன் சேனையைப் பாய வைத்தார். பாண்டவர்கள் பக்கம் சேர்ந்துவிட்ட சிசுபாலனின் மகன் திருஷ்டகேதுவைக் கொன்றார். அதற்கப்புறம் கேகய தேசத்து அரசனாகிய பிருஹத்க்ஷத்திரினையும் கொன்று மேல் உலகத்துக்கு அனுப்பினார். ஜராசந்தனின் மகனாகிய சகாதேவனையும் கொன்றார். அப்போதுதான் எதிரில் வந்த திருஷ்டத்துய்மனின் மகன் க்ஷத்திர தர்மனையும் கொன்றார். இவ்வளவுக்கும் அவர் படைக் குழு துணையிருந்தது. இப்பொழுது யுத்தம் எந்தக் கட்டத்தை அடைந்திருக்கிறது? அர்ஜுனனின் மகன் இறந்தான். துரியோதனனின் மகனும் இறந்தான். தளபதி திருஷ்டத்துய்மனின் மகன் இறந்தான். இத்தோடு யுத்தம் நின்றதா? அப்போது அத் திருஷ்டத்துய்மன் பார்க்கவில்லை. அங்கேயே வேறொரு இடத்தில் போரிட்டுக் கொண்டு இருந்த பீமன் பார்த்தான். சட்டெனப் புயல்போல இந்தப் பக்கம் திரும்பி முரிந்து கிடந்த ரதத்தின் ஒரு சக்கரத்தைப் பிடுங்கித் துரோணரின் ரதத்தின் மேல் எரிந்தான். அது தாக்கித் துரோணரின் சாரதி அங்கேயே இறந்தான். ரதமும் நசுங்கிவிட்டது. ஆனால் துரோணர் பிழைத்தார். குருவைக் காப்பாற்றுவதற்காக உங்கள் பதினொன்று பிள்ளைகளும் அவன் மீது பாய்ந்தார்கள். எல்லோரும் உங்களுக்குப் பிறந்த பிள்ளைகள். ராணியின் வயிற்றில் பிறந்தவர்கள் இந்தப் பக்கத்தில் யாரும் இல்லை. ஒருவரை அடுத்து ஒருவராக, என்னமோ மரத்தில் இருந்து பழங்களைப் பறிப்பதுபோல தலைகளைப் பிடுங்கி நம்

அணிக்கு நடுவில் எறியத் தொடங்கினான். அவர்களின் அணியிடையே ஒரே ஆரவாரம். நம் அணியிடையே ஒரே குழப்பம். பிறகு பீமனுக்கும் கர்ணனுக்கும் இடையே யுத்தம் தொடங்கியது. இதற்குப் பிறகுதான் காந்தாரி ராணிக்குப் பிறந்த துர்ஜயன், துர்முகன் உள்ளிட்ட ஐந்து பேர்களையும் பீமன் கொன்றான். இதே சமயத்தில் சந்திர வம்சத்தைச் சேர்ந்த சோமதத்தனின் மகனாகிய பூரிசிரவன், சாத்யகியின் மேல் தாக்குதல் நடத்தினான். சாத்யகியும் மிகவும் சோர்ந்திருந்தான். அவன் தலையை வெட்டி எதிரிகளிடையே எறிந்து தன் தம்பி சலனின் மரணத்துக்குப் பழிக்கு பழி தீர்த்துக் கொள்ளவேண்டுமென்று வாளை எடுத்தானாம். அதற்குள் தொலைதூரத்தில் இருந்து இதைப் பார்த்து பிட்ட கிருஷ்ணன் அதை அர்ஜுனனுக்குக் காட்டி பூரி-சிரவனின் வலது தோளில் தைக்குமாறு அம்பு விடுமாறு கேட்டுக் கொண்டானாம். உடனடியாக வேகமாக அர்ஜுனன் விட்ட அம்பு பூரிசிரவனைத் தாக்க, அவன் கீழே விழுந்தான். 'நான் உன்னோடு போர் புரியவில்லை. நீ எப்படி என்னைத் தாக்கலாம்?' என்று அர்ஜுனனிடம் கேட்பதற்காக பூரிசிரவன் அந்தப் பக்கம் திரும்பினான். தோளில் அம்பு தைத்துக் கீழே விழுந்து விட்டவனின் வாளையே எடுத்துக் கொண்ட சாத்யகி அவனுடைய கழுத்தை வெட்டி நம் படையினரை நோக்கி வீசி எறிந்தானாம். அதற்குள் பொழுது சாயும் வேளையாகி விட்டது. ஏற்கனவே ரத்தச் சேற்றால் சிவந்த போர்க்களம் சாயங்காலச் சிவப்பில் மேன்மேலும் பயங்கரமாகத் தெரிந்தது. அர்ஜுனனால் இன்னும் ஜயத்ரதனை நெருங்க இயலவில்லை. அவனைத் தடுப்பது தானே நம் வீரர்களின் நோக்கமாகவே இருந்தது. ஒருவர் பின் ஒருவராக வந்து தடுத்துக்கொண்டே இருந்தார்கள். ஜயத்ரதனைக் கொல்லவே இயலவில்லை. இதற்கிடையில் அர்ஜுனனே எழுந்து நின்று 'சாயங்காலமாகி விட்டது. போரிடுவதை நிறுத்துஙகள்' என்று தன் வீரர்களுக்குக் கட்டளையிட்டானாம். போரிடுவதை நிறுத்துங்கள் என்றால் எந்த வீரனுக்குத்தான் மகிழ்ச்சியாக இருக்காது. நம் பக்கத்துக்குத் தளபதிகளும் அதேபோல ஆணையிட்டனர். யுத்தம் தான் முடிந்து விட்டதே, இனி சென்று அர்ஜுனனைக் கேலி செய்யலாம் என்ற எண்ணத்துடன், துரியோதனனே ஜெயத்ரதனை ரதத்தில் ஏற்றிக்கொண்டு வந்து தூரத்தில் நின்றபடி, "அர்ஜுனா, இங்கேயே இருக்கிறான் பார் ஜயத்ரதன். உனக்கு அக்கினி குண்டத்தை ஏற்பாடு செய்யச் சொல்லட்டுமா? இல்லை நீயே செய்து கொள்கிறாயா?' என்று கூவினானாம். கண் மூடிக் கண் திறப்பதற்குள் அர்ஜுனன் குறிபார்த்து எய்த அம்பு நேராக வந்து ஜயத்ரதனின் கழுத்தில் மூன்று அங்குல ஆழத்திற்குத் தைத்துவிட்டது. தொடர்ந்து அதைப்போலவே பத்துப்பதினைந்து அம்புகள், ஹோ என்ற அலறலுடன் கீழே விழுந்தான் ஜயத்ரதன். 'துரியோதனா, சூரியன் இன்னும் முழுக வில்லை, பார்த்துக்கொள்' என்று கிருஷ்ணன் சொன்னானாம்.

எல்லாத் தந்திரத்துக்கும் மூல காரணம் கிருஷ்ணன்தான் என்பது புரிகிறதா?”

“மோசடி மோசடி...” என்று திருதராஷ்டிரன் கூவினான்.

“அதை அவர்கள் தந்திரம் என்று சொல்கிறார்கள். வெறுமனே ஜயத்ரதனைக் கொன்றதோடு நிறுத்தவில்லை. மீண்டும் தாக்குதல் நடத்துங்கள் என்று தம் வீரர்களுக்கு ஆணையிட்டார்கள் அவர்கள். நம் வீரர்கள் வில் அம்புகளைக் கீழே வைத்துவிட்டு இளைப்பாறிக் கொண்டிருந்தார்கள். சிலர் அங்கேயே படுத்துக் கால் நீட்டிக் கொண்டார்கள். எதிர்பாராத விதமாக எதிரிகள் அம்பு விட்டுத் தாக்கத் தொடங்கியதால் அங்கேயே பலர் இறந்தார்கள். சிலர் தம்மிடம் வில் அம்புகள் இருப்பதை மறந்து ஓடத் தொடங்கினார்கள். அந்தப் பக்கத்திலிருந்து பாண்டவர்களின் சேனை முழு வேகத்தோடு தாக்கத் தொடங்கியது. வியூகம் முற்றாகக் குலைந்து போனது. தோல்வியால் நம்மவர்க்குப் பெருத்த நஷ்டம். ஓடிவந்து அவர்கள் தாக்குதல் நடத்தியதாலும், வியூகம் முழுக்கக் குலைந்து போனதாலும் ஐந்தாறு மைல்களுக்கு இந்தப் பக்கம் யுத்தம் நடந்த இடம் நகர்ந்து விட்டது. காலையில் இருந்து யுத்தம் நடந்த இடம் வெட்ட வெளியாகி விட்டது. நானே அதை நேராகப் பார்க்க வேண்டும் என்று சென்றேன். போனபிறகு எவ்வளவு பயந்து விட்டேன் தெரியுமா? இன்னும் உயிர் பிரியாமல் துடித்துக்கொண்டிருந்த மனிதர்களை மட்டுமல்ல, நாக்கு பிதுங்கிப் போய் இறந்து கிடக்கிற குதிரைகளையும் பார்த்தேன். இன்னும் ரத்தம் ஒழுகிக்கொண்டிருக்கிற குதிரைகளின் மாமிசத்தைத் தின்ன நாக்கைத் தொங்கப் போட்டுக் கொண்டு நாய்களும் ஓநாய்களும் அலைந்தன. அவற்றைப் பார்க்கவே பயமாக இருந்தது. செத்துக் கிடக்கிற ஏராளமான பிணங்களுக்கும் உயிருடன் தன்னந்தனியே வேடிக்கைப் பார்த்துக் கொண்டிருந்த எனக்கும் அவற்றிற்கு வித்தியாசம் தெரிந்துவிடுமா என்ன? அவை எல்லாம் காட்டு நாய்கள். ஆனாலும் ஒரு கணம் தைரியமாக நின்று சுற்று முற்றும் பார்த்தேன். எங்கும் ரத்தம், ஈக்கள். கழன்று விழுந்து கிடந்த கவசங்கள் கழுத்தணி, காதில் குண்டலங்கள் ஆடும் தலைகள், அங்குமிங்கும் சிதறிக் கிடந்த கிரீடங்கள், மணிமாலைகள், ரதங்களின் கொடிகள், ரதங்களை அலங்கரிக்கும் வண்ண வண்ணத் துணிகள், வண்ணம் பூசிய இருக்கைகள், நுகங்களோடு பூட்டிக் கட்டுகிற கயிறுகள், முறிந்த சக்கரங்கள், ரத்தம் படிந்த மூக்கணாங்கயிறுகள், அங்குசங்கள், எல்லாவிதமான ஆயுதங்கள், வாள்கள், அம்புகள் நிரப்பி வைக்கப்பட்ட ரதங்கள். யானைகளுடைய கழுத்தில் கட்டப்பட்ட மணிகள். குடிப்பதற்காக நீர் நிரப்பிய குடுவைகள். எதை எதை என்னால் ஞாபகத்தில் வைத்துக்கொள்ள முடியும். எல்லாம் முறிந்து போனவையே. அவ்வளவு பிணங்கள் அங்கே கிடந்தாலும் கூட

அவற்றைத் தின்ன வந்த நாய்களிடையேயும் ஓநாய்களிடையேயும் போட்டி வந்தது. மனிதர்கள் போர் புரிவதைப்போல அவற்றிற்கும் இடையே போர் மூண்டது. அவற்றினிடையே வானில் இருந்து பறந்து வந்து உட்கார்ந்துகொண்ட பிணந்தின்னிக் கழுகுகள். நான் மிகவும் பயந்து விட்டேன். ஓடோடி வந்துவிட்டேன்…”

“சஞ்சயன். கொஞ்ச நேரம் நிறுத்து. எனக்குத் தலை சுற்றுகிறது” என்று திருதராஷ்டிரன் தடுத்தான்.

சஞ்சயன் நிறுத்தினான். மழைவிட்டதுபோல இருந்தது. சிறிது நேரத்திற்குப் பின்பு திருதராஷ்டிரன், “விளக்கு எரிகிறதா?” என்று கேட்டான்.

“வீட்டிலிருந்து எண்ணெய் வாங்கி வந்து ஊற்றி இருக்கிறாள்.”

“வாசனையே இல்லையே.”

“இங்குஅரண்மனையில் பயன்படுத்தும் எண்ணெய்யோடு சந்தன எண்ணெய்யும் கலந்து பயன்படுத்துகிறார்கள். என் வீட்டு எண்ணெய் சாதாரண எண்ணெய்தான். வாசனை இல்லாவிட்டால் கூட அதே அளவு பிரகாசமாக இருக்கிறது.”

திருதராஷ்டிரன் நிதானமாக மூச்சு வாங்கினான். எல்லா இடங் களிலும் மரணம் நிறைந்தது போல இருந்தது. மேற்கொண்டு எதுவும் பேசவில்லை.

“நான் வீட்டுக்குச் செல்லட்டுமா? நாளைக் காலையில் வந்து மிச்சத்தைச் சொல்கிறேன். பேசிப்பேசித் தொண்டையும் வலிக்கிறது.”

“வேண்டாம். வேண்டாம். மேலும் மேலும் துயரமான செய்திகளே வரும் என்று என் உள்மனம் சொல்கிறது. ஆனாலும் தெரிந்து கொள்ளும் ஆர்வத்தையும் தடுக்க இயலவில்லை. இவ்வளவையும் கேட்ட பிறகு இரவு தூக்கமும் வருவதில்லை. கொஞ்ச நேரம் பொறுத்திரு. பிறகு தொடரலாம்.” என்று சொல்லி விட்டு திருதராஷ்டிரன் மீண்டும் மூச்சு வாங்கினான்.

* * *

“பயத்தால் ஓடி விட்டீர்களா?” என்று துரியோதனன் கேட்டான். முகாமில் தீப்பந்தங்கள் எரிந்து கொண்டிருந்தன. எண்ணெய் வாசனை யில் பிண நாற்றம் மறைந்து விட்டது. படைத்தளபதி துரோணரும் கர்ணனும் நின்றே இருந்தார்கள். பெரிய தலையணையை வைத்து, அதில் சாய்ந்து உட்கார்ந்திருந்த துரியோதனன் தம் இருவரையும் உற்றுப் பார்ப்பதை அவர்கள் உணர்ந்தே இருந்தார்கள். “நீங்கள் இருவரும் என்னென்ன செய்கிறீர்கள், எவ்வளவு தைரியத்தோடு

போரிடுகிறீர்கள், எந்தெந்தச் சந்தர்ப்பங்களில் எப்படி எப்படியெல்லாம் தாக்குதல் நிகழ்த்துகிறீர்கள் என்பதையெல்லாம் நானும் பார்த்துக் கொண்டு தான் இருக்கிறேன். செய்திகளும் கிடைத்துக் கொண்டுதான் உள்ளன." என்றான் அவன்.

துரோணர் தலை குனிந்திருந்தார்.

"ஆசாரியரே, தருமனைச் சிறைபிடிக்க இயலவில்லையா?"

"ஆனால் ஜயத்ரதன் இறந்தது என் தவறினால் அல்ல."

"எதிரிகள் இந்த அளவு மோசடி செய்வார்கள் என்று எனக்கு எப்படித் தெரியும்? அது போகட்டும், நீங்கள் இதுவரை புரிந்த சாதனை என்ன? அர்ஜுனனை ஏன் நீங்கள் இதுவரை கொல்லவில்லை. கர்ணன் கொல்லட்டும் என்று விட்டுவிட்டீர்களா?"

துரோணர் எதுவும் பேசவில்லை.

"வயசில் பெரியவர் என்று இத்தனை நாளும் பணிவோடு கேட்டுக் கொண்டேன். பீஷ்மரிடம் பணிவாகக் கேட்டுக் கேட்டு பத்து நாட்களில் ஏழு படைப்பிரிவுகளை இழந்தேன். இந்த ஒரு நாளிலேயே உங்களால் எவ்வளவு நஷ்டம் உண்டாகி இருக்கிறதோ தெரியவில்லை. குறைந்த பட்சம் இரண்டு படைப் பிரிவுகளாவது நஷ்டமேற்பட்டு இருக்கும். தன் படைபலத்தை யெல்லாம் மெல்ல மெல்ல இழந்து கொண்டு இருக்கிற படைத் தளபதியைப் பற்றி என்னவென்று சொல்வது?" இதற்குள் அவன் குரல் உயர்ந்தது.

"அரசே, நடப்பது மாபெரும் யுத்தம். எதிரிகளுக்கும் இதே அளவு நஷ்டமாகி இருக்கிறது."

"ஆனால் அவர்களிடையே எந்த முக்கியப் பிரமுகனும் இறக்க வில்லை" என்று மேலும் குரலை உயர்த்திச் சொன்னான்.

"பிரமுகர்களின் சாவு என்பது எதிர்பாராமல் நடப்பது. அதிர்ஷ்டம் இருந்தால் நடக்கும். ஆனால் சில முக்கியக் குழுக்களுக்கு சேதாரம் உண்டாக்கி இருக்கிறோம்."

"இங்கே பாருங்கள். ஏறத்தாழ நாற்பது ஆண்டுகளுக்கும் மேல் இருக்குமில்லையா, நீங்கள் அஸ்தினாபுரத்துக்கு வந்து, அப்போதி லிருந்து அரசனுக்குச் சமமாக எந்த நிலையிலும் எந்தக் குறைவுமின்றி எல்லாவற்றையும் அனுபவித்து வந்திருக்கிறீர்கள் நீங்கள். தந்தைக் காற்றும் கடன், கடவுளுக்காற்றும் கடன், ரிஷிகளுக் காற்றும் கடன் என்பது போலவே அரசனுக்காற்றும் கடன் என்பதுவும் இருக்க வேண்டு மில்லையா?"

தொலைவிலிருந்து 'ஹோய்' என்று சத்தம் எழுந்தது. காற்று அந்தப் பக்கத்தில் இருந்து வீசும்போது அம்புகள் வீசும் சத்தம் கேட்டது. வெளியே ஒரே இருட்டு. கூடாரத்திற்குள் வண்ண வண்ணத் துணிகளால் அலங்கரிக்கப்பட்ட கூரைத் துணி தெரிந்தது. தூணோடு சேர்த்துச் சுற்றப்பட்டிருந்த வெள்ளைத் துணி விளக்கின் புகையால் கருத்திருந்தது. "நம்மிடையே போரிடும் வீரர்களுக்கு எந்தக் குறையும் இல்லை. நமக்குத் தோல்வியென்றால் அது தந்திரங்கள் இல்லாமையாலும் சரியான வழிகாட்டுதல்கள் இல்லாமையாலும்தான். நீங்கள் உலகமே புகழும் வில்வித்தைக் குரு. தோற்றால் உங்கள் திறமைக்கே அது அவமானம் என்கிற பயமாவது இருக்க வேண்டுமில்லையா?"

முதலில் இருந்ததைக் காட்டிலும் ஐந்து மடங்கு அவன் குரல் ஏறியிருந்தது. நாக்கு வெளியே வந்து விழுமோ என்கிற அளவுக்குக் கூச்சலிட்டான். "பீஷ்மரைப் போல நீங்களும் விலகிக் கொள்கிறீர்களா? அல்லது ஏதாவது செய்கிறீர்களா, இப்போதே யோசித்துச் சொல்லுங்கள்."

துரோணர் மீண்டும் தலை கவிழ்ந்தார். அந்தப் பக்கத்தில் இருந்து வீசிய காற்று மீண்டும் போரின் சத்தத்தைப் பரப்பியது. தீப்பந்தங்கள் அணைந்து விடுமோ என்று தோன்றியது. ஆனால் அணையவில்லை. வாசலில் இருந்த சேவகன் ஓடி வந்து அதற்கு இரண்டு கரண்டி எண்ணெய் ஊற்றித் தூண்டி விட்டுச் சென்றான்.

"போர்த்தந்திரங்களில் சிறந்த அனுபவமுள்ள உங்களுக்கு எல்லாம் தெரிந்திருக்க வேண்டும்" என்ற துரியோதனின் குரல் தனக்குத்தானே பேசிக் கொள்வதுபோல இறங்கியது. "யுத்த சமயத்தில் தளபதியை அடிக்கடி மாற்றுவது உசிதமல்ல என்பதை நீங்களும் அறிந்து வைத்திருப்பீர்கள். இது நீங்களே எங்களுக்குச் சொல்லித் தந்த வார்த்தை. ஒருவேளை தளபதி இறக்க நேர்ந்தால், அதுவேறு விஷயம். அவர்களைப் பாருங்கள். ஒரே ஆளே தொடர்ந்து தளபதிப் பொறுப்பில் இருக்கிறான்."

"அரசே, நான் மரணத்தைக் கண்டு பயப்படுகிறேன் என்று தவறாகக் கணக்கிட வேண்டாம். அந்தத் தளபதியையோ அல்லது அவனுடைய அப்பனையோ இன்று இரவிற்குள் அல்லது நாளை விடிந்த பிறகோ நிச்சயம் கொல்வேன், இது உறுதி."

"பாஞ்சாலர்கள் மேல் இருக்கும் பழைய பழியைத் தீர்த்துக் கொள்வீர்கள் என்றுதான் தோன்றுகிறது. அரசனுக்காக என்ன செய்யப் போகிறீர்கள்?"

"என் வயதுக்குத் திருஷ்டத்துய்மன் கூட சின்னவனே. பாண்டவர்களுக்கு நீயே சம வயதுக்காரன். இந்த உடம்பும் தன் சக்திக்கு மீறிய பாரத்தைச் சுமக்காது."

மேற்கொண்டு என்ன பேசுவது என்று தோன்றவில்லையோ, அல்லது தோன்றினாலும் பேசும் விருப்பமில்லையோ, துரியோதனன் அமைதியானான். மௌனமாகவே உட்கார்ந்திருப்பது கஷ்டமாக இருந்தது. "எதிரிகள் யுத்தம் தொடங்கும் முன்பு பீஷ்மரோடு செய்து கொண்ட எல்லா உடன்படிக்கைகளையும் மீறிவிட்டார்கள். இந்த இரவிலும் கூடப் போரைத் தொடர்கிறார்கள் என்றால் இரவு பகல் எந்த வித்தியாசமும் இல்லாமல் உணவு உறக்கம் எல்லாவற்றையும் மறந்து போரிடுகிறார்கள் என்ற தோன்றுகிறது. இப்போது நீங்கள் இருவரும் சென்று சேர்ந்து கொள்ளுங்கள். நானும் வருகிறேன்."

குனிந்து வணங்கிய பின்பு துரோணர் வெளியே வந்தார். அடர்ந்த இருள். அங்கங்கே கூடாரங்களுக்கு அருகில் எரிந்து கொண்டிருந்த பந்தங்களின் வெளிச்சம் மட்டுமே இருந்தது. கர்ணன் உள்ளேயே நின்றுவிட்டான். ஆச்சாரியர் அவன் வரக் கூடும் என்று சிறிது நேரம் காத்திருந்தார். சிறிது நேரத்தில் அவன் வெளியே வந்தான். இருவரும் ஒன்றாகவே நடந்து சற்று தள்ளி நிறுத்தி இருந்த ரதங்களின் அருகே வந்தபோது "அரசன் சொன்னதையெல்லாம் நீயும் கேட்டுக் கொண்டுதானே இருந்தாய். அது என்னை மட்டுமே குறித்துச் சொன்னதல்ல" என்று ஆசாரியர் கர்ணனிடம் சொன்னார்.

கர்ணன் எதுவும் பேசவில்லை. சாரதி ஏற்ற வைத்திருந்த பந்தத்தின் வெளிச்சத்தில் கர்ணன் சிந்தனை வயப்பட்டிருப்பது தெரிந்தது.

* * *

"**ச**ஞ்சயா, வரவர இரக்கமே இல்லாதவனாக நீ மாறிக் கொண்டு வருகிறாயே ஏன்?"

"ஏன் அப்படிச் சொல்கிறீர்கள், அரசே."

"கேட்டுக் கொண்டிருக்கிற நானும் அரசியும் என்ன நினைப்போம் என்று எதைப்பற்றியும் கவலைப்படாமல் இப்படி நிஷ்டூரமாகப் பேசுகிறாயே."

"நான் வெறும் செய்தியாளன். உண்மையில் இல்லாத ஒரு மகிழ்ச்சியைச் செய்தியில் எப்படிக் கொண்டு வர முடியும்?"

"என் மகன் தோற்றுக்கொண்டிருக்கிறான் என்கிற இளக்காரம் உனக்கும் வந்து விட்டதோ என்று நினைத்தேன்."

"அப்படியெல்லாம் நினைக்காதீர்கள். உங்களுக்குப் பிடிக்கவில்லை யென்றால் செய்தியை நிறுத்தி விடுகிறேன்."

"சொல், சொல், நேரிடையாகப் பார்க்க முடியாதவர்களுக்கு இப்படிச் செய்தியும் இல்லை என்றால் என்ன ஆவது?"

"அப்படியென்றால் தொடரட்டுமா? நான் என்ன சொல்லிக் கொண்டிருந்தேன்?"

திருதராஷ்டிரனுக்கு ஞாபகம் வரவில்லை. விதுரன் ஞாபகப் படுத்தினான். "துரியோதனனின் தவறால் பெருத்த நஷ்டம் ஏற்பட்டது."

"இரவு நேரத்தில் நடக்கும் யுத்தத்தில் இரண்டு அணிகளும் சமநிலையில் மோதிக்கொள்ளச் சாத்தியமில்லை. பாண்டவர்கள் ஐந்து பேர்களும் பன்னிரண்டு ஆண்டுகளாகக் காட்டில் இருந்தவர்கள். இரவு வேளைகளில் தீப்பந்தங்களின் உதவி இல்லாமல் காட்டில் திரிந்தவர்கள். அந்தப் பழக்கம் இருந்தது அவர்களுக்கு. திருஷ்டத்துய்மனின் படையில் இருக்கும் அநேக வீரர்கள் காட்டு வாசிகள். பீமனின் மகன் கடோத்கஜனும் அவன் கூட இருப்பவர்களும் ராட்சசர்கள். இரவு வேளைகளில்தான் அவர்கள் நடவடிக்கை அதிகம். பகலில் தூங்குகிற கூட்டம். இதனால் இரவில் நடக்கும் போரில் அவர்கள் எந்தத் தடுமாற்றமும் இல்லாமல் குறிபார்த்துத் தாக்கத் தொடங்கினார்கள். நம்மவர்களுக்கு இந்தப் பழக்கம் யாருக்கும் இல்லை. வீரர்கள் கூட நகர்ப்புறத்தில் பிறந்து வளர்ந்தவர்கள். விலங்குகள்போல உற்சாகமாகக் கூச்சலிட்டுக் கொண்டும், அதே சமயத்தில் இச்சத்தத்தால் எதிரிகளுக்கு நடுக்கத்தைத் தந்தும் முன்னேறித் தாக்கிய கடோத்கஜனைப்போல நம் வீரர்களால் செய்ய முடியவில்லை. அவர்கள் யாரும் எதிரில் நின்று அம்பு எய்கிற கூட்டமில்லை. இரவு வேளைகளில்தான் முறிந்துபோய் கிடக்கிற ரதச் சக்கரங்களையெல்லாம் எடுத்து நம் வீரர்கள் மேல் எரிவார்கள். திடுமென இப்படி எதிர்பாராத விதத்தில் வந்து தாக்கும்போது நம் வீரர்களிடையே எந்த அளவு குழப்பமும் பயமும் உண்டாகி இருக்கும் என்று நீங்களே கற்பனை செய்து பாருங்கள். இரவு வேளை களில் பிணங்களை தின்ன வந்த மிருகங்களையே அப்படியே தூக்கி நம் வீரர்கள் மேல் எறியக் கூட சிலர் தயங்கவில்லை. இது எந்த அளவு குழப்பத்தை உண்டாக்கும் என்று கற்பனை செய்து பாருங்கள். பயந்து போன நம் வீரர்கள் ஒருவர் மேல் ஒருவர் விழுந்து மோதிக்

கொண்டார்கள். இரவு நேரத்தில் எதையும் தெளிவாகப் பார்க்க முடியவில்லை. இந்த அளவுக்கு முன்னேறித் தாக்கக்கூடும் என்று இவர்கள் எதிர்பார்க்கவே இல்லை. இரவில் தொடர்ந்து போரிடுவதா, வேண்டாமா என்று ஒரே குழப்பம். போரிடாவிட்டால் அவர்கள் நம்மையே அழித்துவிடக் கூடும். நம் முகாமையே எரித்து விடக் கூடும். நம் ரதங்களுக்குக் கூட நெருப்பிட்டுவிடக் கூடும். எதிர்க்க ஆளே இன்றி அஸ்தினாபுரத்துக்கு வந்துவிடக் கூடும். இந்த அளவுக்கு சாத்தியப்பாடுகள் இருக்கும்போது, எதிரிகளின் நோக்கம் எதுவாக இருக்கும் என்று எப்படி நினைப்பது? இதனால் இருட்டை எதிர்த்து நிற்பதே நம் வீரர்களுக்கு முதல் வேலையாக இருந்தது. இதனால் ஆயிரக்கணக்கான தீப்பந்தங்களுக்கு ஏற்பாடு செய்தான் துரியோதனன். இதற்கான எண்ணெய்க்கும் ஏற்பாடு செய்தான். போர் முனையில் இருட்டு என்பதே இல்லாமல் செய்தான். நள்ளிரவு நேரத்தில் தான் எல்லாத் தீப்பந்தங்களும் வந்திறங்கின. எல்லா இடங்களிலும் வெளிச்சம் பரவி நிற்குமாறு பந்தம் பிடிப்பவர்கள் பரவி நின்றார்கள்...”

‘சபாஷ். நல்ல ஏற்பாடு” என்றான் திருதராஷ்டிரன்.

திருராஷ்டிரனின் குறுக்கீட்டைக் கவனிக்காதவன் போலவும், அதனால்தான் சொல்ல வந்த செய்தி பாதிக்கப்பட்டது போலவும் குரலை உயர்த்திய சஞ்சயன் தொடர்ந்து சொல்ல ஆரம்பித்தான்.

“ஆனால் விளைவு என்ன ஆனதென்றால் நம் வீரர்கள் எங்கெங்கே நிற்கிறார்கள் என்கிற அடையாளம் அவர்களுக்குச் சுலபமாகத் தெரிந்தது. அவர்கள் வெகு சுலபமாக இவர்கள் மீது குறிவைத்துத் தாக்கத் தொடங்கினார்கள். இவர்களுக்கோ அவர்கள் இருக்குமிடம் சரியாகப் புலப்படவில்லை. பந்தத்தின் வெளிச்சம் எவ்வளவு தூரத்துக்குத் தெரியும்? நம்மவர்களே மாண்டு விழுந்தார்கள். எதிரிகளைத் தாமும் தாக்குகிறோம் என்கிற பிரமை இவர்களுக்கு இருந்ததுதான் மிச்சம். ஆனால் உண்மையில் அவை அனைத்துமே குருட்டுத் தனமாக எய்த அம்புகள்தான். நம் பக்கத்தில் அதிகமான அளவில் வீரர்கள் இறந்தார்கள். ரத்த ஆறு ஓடியது. நடுநடுவே குடங்களில் எண்ணெய் சுமந்து கொண்டு பந்தங்களுக்கு ஊற்று வதற்குக் கூட ஆட்களுக்கு ஏற்பாடு செய்தான் துரியோதனன். குடங்களிளெல்லாம் அம்புகளால் தாக்கப்பட்டு உடைய அவற்றைச் சுமந்து சென்றவர்கள் உடலெல்லாம் எண்ணெய் வழிய எதிர்பாராத விதத்தில் பக்கத்தில் இருந்த தீபங்களின் நெருப்பு பட்டு உயிரோடு எரிந்து போனார்கள். மொத்தத்தில் அவர்களுக்கு நாம் இருக்கும் இடம் தெளிவாகத் தெரிந்தது. இப்படித்தான் துரியோதனன் இருக்குமிடத்தை

அடையாளம் வைத்துக்கொண்டு பீமன் வந்து தாக்கினானாம். நகுலன் சகுனியின் மேல் தாக்குதல் தொடுத்தான். கிருபாச்சாரியரின் மேல் சிகண்டி தாக்குதல் தொடுத்தான். கடோத்கஜன் அஸ்வத்தாமன் மீதும் துருபதன் கர்ணனின் மகன் சுஷேணனின் மீதும் விராடன் சல்லியன் மீதும் பாண்டவர்களின் ஒரு மகனாகிய சதானீகன் உன் மகனாகிய சித்திரசேனன் மீதும் திருஷடத்துய்மன் துரோணர் மீதும் தாக்குதல் தொடுத்தார்கள். இப்படியாக ஒவ்வொருவரும் நம் பக்கத்து முக்கியஸ்தர்கள் மீது தாக்குதல் தொடுக்கத் தொடங்கினார்கள். இதற்குள் துரோணர் சூழ்நிலையின் விபரீதத்தைப் புரிந்து கொண்டார். யுத்தத்தில் இருந்து பின்வாங்கி வந்து ‘எந்த முட்டாள் தீப்பந்தங்களைக் கொளுத்தி வைக்கச் சொன்னான்?’ என்று கேட்டாராம். அரசரே இதற்கு ஏற்பாடு செய்தான் என்று பதில் வந்ததும், ‘கூப்பிடு அவனை. முதலில் எல்லா இடங்களிலும் எரிகிற தீப்பந்தங்களை அணைக்கிற வேலையைப் பாருங்கள்’ என்று தளபதியாக நின்று கட்டளையிட்டானாம். ‘அணையுங்கள், அணையுங்கள்’ என்று நம் பக்கத்தில் ஒரே ஆரவாரம். ஒவ்வொன்றாக எல்லாம் அணைந்தன. அப்பொழுது இன்னொரு வகையில் பிரச்சினை தோன்றியது. அவ்வளவு பிரகாசமாக எரிந்து கொண்டு இருந்த பந்தங்கள் திடீரென நின்றதால் நம்மவர்க்குக் கண்களைக் கட்டியதைப் போல ஆனது. எதிரிகள் மேலே பாய்ந்து தாக்கத் தொடங்கினார்கள். போர்முனையிலேயே துரோணர் துரியோதனனைக் கூப்பிட்டு அனுப்பினாராம். பீமனின் ஆட்களோடு மோதிக் கொண்டிருந்த தன் வீரர்களின் பொறுப்பை துச்சாதனனிடம் ஒப்படைத்துவிட்டுத் துரோணரைச் சந்திக்கச் சென்றானாம் துரியோதனன். ‘உனக்குச் சரியாகத் தெரியாத வேலையை நீ ஏன் செய்கிறாய்? தலையணையைப் போட்டுத் தூங்குகிற வேலை என்று தளபதி வேலையை எண்ணிக்கொண்டாயா? என்னோடு கலந்தாலோசிக்காமல் தீப்பந்தங்கள் ஏற்றி வைக்குமாறு ஏன் சொன்னாய்? உன் அதிகாரம் எல்லாம் அஸ்தினாபுரத்தில் அரண்மனை சிம்மாசனத்தில் உட்கார்ந்திருக்கும்போது இருக்கட்டும். போர் முனையில் தளபதியின் சம்மதமின்றி அல்லது கலந்தாலோசிக்காமல் எந்தக் கட்டளையையும் விதிக்கக்கூடாது’ என்று வெகு வேகமாகத் திட்டத் தொடங்கினாராம். அந்தக் கிழவனின் குரல் இந்த அளவு வேகத்துடன் இருக்கும் என்று யாராலும் கற்பனை செய்து கூட பார்க்க முடியவில்லை என்று இந்தச் செய்தியைச் சேகரித்து வந்தவன் சொன்னான். கொஞ்சம் கூட இடைவெளி தராமல் தொடர்ந்து துரோணர் அரசனைத் திட்டுகிறார் என்றும் அரசன் தலைகுனிந்து நின்றிருக்கிறான் என்றும் துரியோதனனின் மெய்க்காப்பாளர்கள்

ஓடிச்சென்று கர்ணனிடம் சொன்னார்களாம். தன் குழுவை இன்னொருவனிடம் ஒப்படைத்து விட்டு ஓடி வந்த கர்ணன் ஊமையைப்போல துரியோதனன் நின்றிருப்பதைப் பார்த்தானாம். பைத்தியம் பிடித்தவரைப் போலக் கத்திக் கொண்டிருந்தாராம் துரோணர். சுற்றிலும் ஏராளமான வீரர்கள் பார்த்துக் கொண்டிருந் தார்கள். ஒரு கணத்தில் சூழலைப் புரிந்து கொண்ட கர்ணன் துரோணரிடம் சென்று, "தப்பு நடந்தது உண்மைதான். ஆனால் அது அரசன் செய்த தவறு. சிம்மாசனத்தில் இருக்கிறவன் தவறு செய்தால் அதைக் கீழே இருக்கிறவர்கள் பணிவோடு எடுத்துரைக்கலாம். விமர்சிக்கக் கூடாது. இதுபோலத் திட்டவும் கூடாது. தளபதியாக இருப்பதால் உங்களுக்குத் திமிர் ஏறிவிட்டது. பணிவையும் அடக்கத்தையும் முதலில் கற்றுக் கொள்ளுங்கள்" என்றானாம். "உனக்குத் தளபதிப் பதவி கிடைக்கவில்லை என்கிற ஆத்திரத்தில் இப்படியெல்லாம் பேசுகிறாயா, சூதப்பயலே" என்றார் துரோணர். "கிழவனே, உன்னைப்போல நான் பேராசைக்காரனுமல்லன், அக்கறை யில்லாதவனும் அல்லன். நாக்கை அடக்கிப் பேசு. அரசனுக்குத் தகுந்த கௌரவத்தைக் காட்டாவிட்டால் உன் நாக்கையே அறுத்து விடுவேன்" என்று முன்னேறினானாம் கர்ணன். ஆச்சாரியர் சும்மா இருப்பாரா? ஆனால் அதற்குள் இருவரையும் துரியோதனனே சமாதானப்படுத்தி, "ஒற்றுமையே பலம். நாம் அதை இழந்து விடக்கூடாது" என்று சொல்லி மேற்கொண்டு எந்த காரியத்தையும் தளபதிக்குத் தெரியாமல் செய்வதில்லை என்று வாக்குத் தந்தானாம். துரோணர் தொலைவாகச் சென்ற பிறகு கர்ணனைத் தழுவிக் கொண்டு கண் கலங்கினானாம்..."

"கர்ணா, நான் பதினாலு பிள்ளைகளைப் பெறவில்லை. மொத்தம் பதினைந்து பெற்றேன். உன்னையும் சேர்த்து" என்று ரொம்ப நேரத்திற்குப் பிறகு காந்தாரி வாய்திறந்தாள்.

"ஆமாம் அரசி, அன்று இரவு யுத்தத்தில் வென்றவன் கர்ணனே. இப்பொழுது அதைத்தான் சொல்ல வாயெடுத்தேன்."

"சொல், சொல். கர்ணனின் பிரதாபங்களை கேட்டால் எனக்கு துரியோதனனின் பிரதாபங்களை கேட்ட சந்தோஷம் அடைவேன்" என்று சொன்ன காந்தாரி அதுவரைக்கும் பூண்டிருந்த மௌனக் கோலத்தைக் களைந்து உற்சாகம் கொண்டாள்.

"தன்னைக் கர்ணன் இப்படி அவமானப்படுத்திப் பேசினான் என்று துரோணர் சென்று சொல்லி இருக்க வேண்டும். போர் முனையில் இருந்து வந்த அஸ்வத்தாமன் கர்ணனைக் கொல்ல

முற்பட்டான். துரியோதனன்தான் அவனை அமைதிப்படுத்தினான். அது போகட்டும். அன்று நடந்த யுத்தத்தில் பெரும் இழப்புக்குக் காரணம் கடோத்கஜன் என்று தெரிந்தது. அவனைக் கொல்கிறவரை நம் வீரர்களிடையே தைரியம் வர வைப்பது முடியாத காரியம் என்று புரிந்தது. அந்தக் கூட்டமே ராட்சசக் கூட்டம். இரவு நேரம் வேறு. கைக்குக் கிடைத்ததையெல்லாம் எடுத்து வீசிக் கொண்டிருந்தார்கள். எத்தனையோ முறை இறந்த பிணங்களையே எடுத்து எடுத்து நம் படையினர் நடுவே வீசினார்கள். பிணங்களின் தலைகளைத் துண்டித்து வீசினார்கள். விசித்திரமான குரலில் கூவினார்கள். சாதாரணமாக அந்த நேரத்தில் இருக்க வேண்டிய பயத்தைக் காட்டிலும் நூறு மடங்கு, ஆயிரம் மடங்கு அதிகமாகத் தோன்றியது. அதுமட்டுமல்லாமல் ராட்சசர்களுக்கு அநேக மாயா ஜாலங்கள் தெரியும் என்கிற நம்பிக்கை வேறு இருந்தது. சாதாரண வீரர்கள் ஒரு பக்கம் இருக்கட்டும். க்ஷத்திரியர்களும் அரசகுமாரர்களும் கூட ராட்சசர்களின் மாயாஜால சக்திகளை நம்பி நடுங்கினார்கள். எவ்வளவோ நம் வீரர்கள் இரவோடு இரவாகக் கிளம்பி ஊரைப் பார்க்கக் கிளம்பினார்கள். பல அரசர்கள் கூட திருட்டுத் தனமாகத் தம் தேசங்களுக்குத் திரும்பினார்கள். கடோத்கஜனைக் கொல்லாவிட்டால் இரவுக்குள்ளேயே தன் சேனை முழுவதையும் கொன்று முடித்து விடுவான் என்று புரிந்து கொண்டான் துரியோதனன். அந்த வேலையைத் தானே செய்து முடிப்பதாகக் சூத வீரர்களையெல்லாம் ஒரு குழுவாகச் சேர்த்துக்கொண்டு புறப்பட்டான் கர்ணன். அப்போது துரியோதனன் இன்னொரு காரியத்தையும் செய்தான். பீமனால் கொல்லப்பட்ட பகாசுரனின் கூட்டத்தைச் சேர்ந்த அலாயுதன் என்பவன் இருந்தான். பீமனின் மீது இருக்கிற துவேஷத்தைத் தணித்துக்கொள்ளத் தானாகவே முன் வந்து நம் படையோடு சேர்ந்தவர்களில் அவனும் ஒருவன். அவன் மட்டும் இன்னும் உயிரோடு இருந்தான். தளபதியின் கட்டளைக்கெல்லாம் பணிந்து கீழ்ப்படிகிற கூட்டத்தவர்கள் இல்லை அவர்கள் ஒரு பக்கமாய் ஒதுங்கித் தூங்கிக் கொண்டிருந்தார்கள் அவனைத் தேடிக் கண்டுபிடித்த துரியோதனன் கடோத்கஜனையும் அவனது சேனையையும் அழிக்கும்படி கேட்டுக் கொண்டான். அலாயுதனின் பக்கம் வெகுகுறைவான ஆட்களே இருந்தார்கள். ஆனால் உயிரைப் பொருட்படுத்தாதவர்கள். ராட்சசர்களே அப்படித்தான். மேலே பாய்கிற புலி தன் உயிரை எப்படிப் பொருட்படுத்துவதில்லையோ, அதே போலவே இருப்பார்கள். அது மட்டுமன்றி ராட்சசதக் குலத்துக்கே அநியாயம் புரிந்த இடும்பை யின் மகன் என்கிற கோபமும் அவர்களிடம் இருந்தது. அலாயுதன்

தன் ஆட்களோடு கடோத்கஜனின் குழுவினரின் மேல் பாய்ந்தான். இவர்களும் அவர்களைப் போலவே விதம் விதமாகக் கூடிக் கொண்டு தாக்கினார்கள். அவர்களுடைய பயத்துக்கு இவர்களுடைய பலமே பொருத்தமான ஜோடி என்பது நம் வீரர்களுக்குப் புரியவே இல்லை. பேய் பிசாசுகள் தான் புகுந்து விட்டனபோலும் என்று நினைத்து பயந்து சிதறி ஓடினார்கள். இருட்டுக்கு இருக்கிற மாயா சக்தி வேறு எதற்கு இருக்கிறது? பீமன் பக்கத்தில்தான் எங்கேயோ யுத்தம் செய்து கொண்டிருந்தானாம். மகனுக்கு உதவியாக, மகனைப்போலவே அவனும் ஆரவாரத்தோடு சண்டையிட்டுக் கொண்டிருந்தானாம். தன் குலத்தைச் சேர்ந்த பகாசுரனைக் கொன்ற பீமன் இவன்தான் என்று தெரிந்துகொண்டு அலாயுதன் தனது படையுடன் சென்று அவனைத் தாக்கத் தொடங்கினான். பீமனின் வீரர்களுக்குப் பயமிருந்தது. ராட்சசர்களின் மாயா சக்தியைப் பற்றிய பயம் அவர்களுக்கும் இருக்குமில்லையா. இருட்டு வேறு, ஆரியர்களோடு தைரியமாகப் போரிடும் அவ்வீரர்கள் ராட்சசர்கள் என்று தெரிந்த கணத்திலேயே சிதறி ஓடினார்கள். அலாயுதன் தாவிச்சென்று பீமனைப் பிடித்தான். சிறிது கூட ஓய்வு இன்றி இரண்டு நாட்களாகத் தொடர்ந்து போரிட்டுக்கொண்டிருந்தான் பீமன். பச்சை மாமிசம் தின்று சுகமாகத் தூங்கிக் காலம் கழித்தவன் அலாயுதன். முதல் அடியில் சிறிது கலக்கம் கொண்டான் பீமன். தலை சுற்றியதுபோல கீழே விழுந்தான். எதிரிகள் அணியிடமிருந்து புறப்பட்டு வந்த இந்தக் கும்பலைக் கண்டு கடோத்கஜனும் ஆச்சரியப்பட்டான். அவர்களுடைய வேகத்தை அவனும் கவனிக்கவே செய்தான். தன் தந்தையாகிய பீமனையே கீழே தள்ளி அலாயுதன் மேலே ஏறி உட்கார்ந்திருப்பது தெரிந்தது. இன்னும் ஒரு கணம் தாமதித்தால் கூட தன் தந்தையின் மார்பைப் பிளந்து விடுவான் என்று புரிந்தது! உடனே பாயந்து வந்து அவன் மேல் தாவினான். இருவரின் பாரமும் பீமனின் மேல் விழுந்தது. அதற்குள் இருவரும் கீழே விழுந்து புரளத் தொடங்கினார்கள். பாரம் குறைந்தது. இருவரும் கட்டிப் புரண்டபடியே பத்துப் பதினைந்து அடிதூரம் சென்றார்கள். சட்டென்று எழுந்து அலாயுதின் மீது பாயும் அளவுக்குச் சக்தி போதாமல் தள்ளி எழுந்து உட்கார்ந்து பெருமூச்சு வாங்கினான். அந்தப் பக்கமாக வந்த கர்ணனும் இதைப் பார்த்தான். தன் வாளை உருவி கடோத்கஜனை ஒரே வெட்டாக வெட்டிச் சாய்த்து விட்டுப் புறப்பட்டுப் போனான். மூச்சு அடைத்து அலாயுதன் இறந்தான். கழுத்திலிருந்து ரத்தம் ஒழுகிய நிலையில் ஓவென்று விகாரமாகக் கூவி அலாயுதினின் பிணத்தின் மேலேயே விழுந்து உயிரை விட்டான் கடோத்கஜன்.

"சபாஷ் கர்ணா" என்ற திருதராஷ்டிரன், "வேறு ஓர் ஆளுடன் சண்டையிட்டுக்கொண்டிருந்த பூரிசிரவனின் வலத்தோளில் அர்ஜுனன் அம்பை எய்திக் கொன்று சாகடித்து மோசடி செய்தவர்கள்தானே அவர்கள்?" என்றான்.

"கர்ணனின் காரியத்தை நான் மோசடி என்று சொல்லவில்லை, வெறுமனே செய்திகளைச் சொல்கிறேன். கடோத்கஜனை கர்ணன் கொன்ற செய்தியை துரியோதனன், துச்சாதனன், கிருபாச்சாரியர், அஸ்வத்தாமன், துரோணர், சகுனி முதலியோர் அனைவரும் ஆரவாரத்தோடு முழங்கினார்கள். மற்ற அனைவரும் கூடக் கூச்ச லிட்டார்கள். நம் பக்கத்து வீரர்களின் பயம் பல மடங்கு குறைந்தது.

* * *

"கடோத்கஜா, கர்ணன் வாளோடு வருகிறான்" என்று பீமன் கூவினாலும் கூட அது அவன் காதில் விழவில்லை. அலாயுதினைக் கொன்றுவிட்டுக் கர்ணனைக் கவனிக்கவேண்டும் என்று நினைத்தான். ஆனால் அது முடியாமல் போனது. தளர்ச்சியின் காரணமாக அவன் கண்கள் இருண்டன. மூச்சு முட்டுபவன் கூவுவதைப் போலக் கடோத்கஜன் கூவுவது கேட்டது. "பாழாய்ப்போன இந்தக் கண் இருட்டும் மயக்கமும்" என்று தனக்குள் சொல்லிக்கொண்டான் பீமன். கை கால்களை உதைத்துக்கொண்டு அவன் துடிப்பதை அவனால் உணர முடிந்தது. ஆனால் கண்களைத் திறக்கமுடியவில்லை. பிறகு எல்லாம் சரியாய்ப் போனது. இப்போது எல்லாவற்றையும் தெளிவாகப் பார்க்க முடிந்தது. மெல்ல எழுந்து மகன் அருகில் சென்றான் அவன். அவனது உடலைத் தொட்டான். தொண்டைக்கருகில் வெட்டுப்பட்ட இடத்திலிருந்து அருவியைப்போல ரத்தம் பெருகிக் கொண்டிருந்தது. ரத்தப் பெருக்கைத் தடுக்க அவன் ஆனமட்டும் முயன்றான். ஆனால் முடியவில்லை. திடீரென கடோத்கஜனின் அலறல் அடங்கியது. அந்த இடத்திலேயே வேரூன்றிவிட்ட மரம்போல நின்றிருந்தான் பீமன். எங்கிருந்தோ ஒரு அம்பு புறப்பட்டு வந்து அவன் வலது கையைத் தாக்கியது. பீமன் அதைப் பிடுங்கி எடுத்தான். அதற்குள் இன்னொரு அம்பு வந்து இடது கையைத் தாக்கியது. அதையும் பிடுங்கி எடுத்தான் பீமன். பிறகு குனிந்து கடோத்கஜனின் உடலை முதுகில் சுமந்து கொண்டு நடந்தான். இறந்தவனின் கைகள் தன் மார்பின் குறுக்கில் வருமாறு வைத்துக்கொண்டான். கடோத்கஜனின் முகம் அவனது பின்னங்கழுத்தைத் தொட்டது மாதிரி இருந்தது. யாரோ ஒருவன், "கோழை, கோழை, பெட்டைப்பயல்" என்று கூவுவது கேட்டது. மகனின் உடலோடு அவன் ஓடுவதைப் பார்த்து யாரோ சொல்வது கேட்டது.

யாராக இருக்கக் கூடும் அது என்று யோசித்தான் அவன். கர்ணனா? அவனால் குரலை வைத்து அடையாளம் கண்டுபிடிக்க இயலவில்லை. பீமன் தன் வேகத்தை அதிகப்படுத்தினான். வழியில் கிடந்த ஏராளமான பிணங்களாலும் முறிந்துபோன ரதங்களாலும் அவனது வேகம் தடைப்பட்டது. கொஞ்சம் கூட நழுவி விடாமல் மகனின் உடலைத் தூக்கிக் கொண்டு நடந்தான். அவன் உடலில் வேர்வை பெருகியது. இல்லை, அது வேர்வை இல்லை. கடோத்கஜனின் கழுத்திலிருந்து இன்னும் ரத்தம் பெருகிக் கொண்டு இருந்தது. "என் மகனுக்கு எவ்வளவு உறுதியான உடல். எவ்வளவு கெட்டியான மார்பு. ஒரு பாறையைப்போல என் முதுகை அழுத்துகிறது. அவன் கைகள் உலோகத்தைப்போல வலிமையாக இருந்தன" என்று நினைத்துக்கொண்டான் பீமன், அவன் ஓடத் தொடங்கினான். பின்பக்கத்தில் இருந்து ஒரு வெளிச்சம் அவன் மீது படிந்தது. யாரோ தீப்பந்தம் பிடித்தபடி தொடர்ந்து வருகிறார்கள் என்று தோன்றியது. தீப்பந்தக்காரன் வேறு யாருக்கோ வெளிச்சத்தைக் காட்டுகிறவன் போல பீமனையும் கடந்து முன்னால் சென்றான். யார் என்று பார்ப்பதற்காக நிமிர்ந்தான் பீமன். நீலன்தான் என்று அவனுக்குப் புரிந்தது. இவ்வளவு தூரம் ஓடி வந்தாலும் அவனுக்குக் களைப்பு தெரியவில்லை. இப்போது தலை சுற்றலோ, கண் மயக்கமோ எதுவும் இல்லை. வேர்வை - இல்லை - கடோத்கஜனின் உடலில் இருந்து வழிந்த ரத்தத்தோடு அவனுடைய காயங்களில் இருந்து வழிந்த ரத்தமும் சேர்ந்து வழிந்தது. அந்த இடத்தைத் தாண்டிய பீமன் பக்கத்தில் இருந்த சமவெளியை அடைந்தான். தோள், மார்பு, வயிறு, தொடை எங்கும் ரத்தக்குழம்பாக இருந்தது. மீண்டும் ஒரு முறை முதுகை வளைத்து உடலைச் சரிப்படுத்திக்கொண்டான். பிறகு அந்த மேட்டிலிருந்து இறங்கத் தொடங்கினான். அப்போது நீலன், "அரசே, வழியில் நாம் ஒரு மூங்கில் பாலத்தைக் கடக்க வேண்டியதிருக்கும். என் எடையை மட்டுமன்றி உங்கள் இருவரின் எடையையும் கூட அது தாங்க வேண்டியதிருக்கும். எனவே ஓட வேண்டாம். மெதுவாகவே செல்லலாம்" என்றான். முகாமுக்கு அருகில் வந்ததும் "யாரங்கே, நான் பீமன் வந்திருக்கிறேன். என்னோடு நீலன் வந்திருக்கிறான். உள்ளே வரவேண்டும். வந்து கதவைத்திற" என்றான். தன் குடிசைக்கு முன் ஒரு யானையைப்போல உட்கார்ந்து முதுகில் சுமந்திருந்த உடலை ஜாக்கிரதையாக இறக்கி மூச்சு வாங்கினபடி, "நீலா, சமையல்காரர்களை எழுப்பி மேல் மூலையில் உடலை எரிக்கச் சிதைக்கு ஏற்பாடு செய்யச் சொல்" என்றான். குடிசையின் முன் மல்லாந்த நிலையில் கிடத்திய கடோத்கஜனின் மார்பில் முகம் புதைத்து அழுதான். உடலில் இன்னும் சூடு குறையாமல் வெதுவெதுப்பாக

இருந்தது. "பீமா நமது கடோத்கஜன் இறந்துவிட்டானா?" என்று கேட்டபடி அவன் தோள்களில் கை வைத்தாள் திரௌபதை. அவளும் அவனது மார்பில் தலை வைத்து அழுதாள். இதயத்துடிப்பு நின்றிருப்பதை அறிந்து அவளுக்குள்ளும் துக்கம் குமுறியது. எங்கும் மௌனம் உறைந்திருந்தது. பீமன் மயங்கி விழுந்தான். அங்கு பேசப்பட்ட பேச்சு எங்கோ தொலைவில் இருந்து கேட்பதுபோல இருந்தது. 'பீமா, தெளிந்துவிட்டாயா, இங்கே பார். இங்கே உன் அண்ணன் நிற்கிறேன் பார். நான் தான் கிருஷ்ணன் வந்திருக்கிறேன் பார்" என்று அழைக்கும் குரல்கள் கேட்டன." தூரத்தில் யாரோ தீப்பந்தத்தோடு ஓடுவது தெரிந்தது. தருமன் முன் வந்து "சத்தத்தை வைத்து இப்படித்தான் நடந்திருக்கவேண்டும் என்று நினைத்தோம். நிலா வெளிச்சம் வரும்வரை போரிடக் கூடாது என்றும் அதுவரை வீரர்கள் ஓய்வு கொள்ளலாம் என்றும் நாம் அவர்களோடு ஒப்பந்தம் செய்திருந்தோம். அதை யாரும் மதிக்கவில்லை. சாத்யகியிடம் பொறுப்பை ஒப்படைத்து விட்டு இப்போதுதான் வந்தேன். அர்ஜுனா, பீமனை அந்தப் பக்கமாகப் பிடித்துக்கொள்" என்றான். யாரோ ஒருவன் அருகில் வந்து, "அரசே, சிதை தயாராக உள்ளது" என்று அறிவித்தான். மீண்டும் கடோத்கஜனின் உடலை முன்பு போலவே முதுகில் சுமந்துகொண்டு எழுந்தான் பீமன். யாருடைய உதவியையும் எதிர்பாராமல் நேராகச் சிதை இருக்கும் இடத்துக்குச் சென்று அதன்மேல் உடலைக் கிடத்தினான். பிறகு ஓர் உயிரற்ற தூணைப்போல நின்றிருந்தான் பீமன். ஒரு பக்கம் திரௌபதையும் அர்ஜுனனும் நின்றிருக்க, மறுபக்கம் கிருஷ்ணனும் தருமனும் நின்றிருந்தார்கள். பணியாட்கள் விறகுக் கட்டைகளை அடுக்கினார்கள். கடோத்கஜனின் உடல் கொழுந்து விட்டு எரியத் தொடங்கியது. பீமன் சட்டென இடது பக்கம் திரும்பி அர்ஜுனனைப் பார்த்து, "அர்ஜுனா, எப்பொழுதும் கர்ணனை நீயே, கொல்லப் போவதாகச் சொல்வாய். அது உண்மைதானா, அல்லது இப்பொழுதே நான் சென்று அவன் கதையை முடிக்கட்டுமா?" என்று கேட்டான்.

"அவன் என் கையால்தான் பலியாக வேண்டும். அம்மா குந்தியின் மீது ஆணையிடுகிறேன். நீ அவனைத் தொட வேண்டாம். அவன் கழுத்தை வெட்டி உன் இடது காலில் வந்து விழுமாறு வீசுகிறேன். அவசரத்தில் எதையும் செய்ய வேண்டாம். என்ன, கிருஷ்ணா, நான் சொல்வது சரிதானே?"

சிதை எல்லாப் பக்கங்களிலிருந்தும் தழல் விட்டு எரியத் தொடங்கியது.

"நீலா, இது முழுக்க எரிந்து சாம்பலாகிற வரை இங்கேயே இருந்து, அதற்கப்புறம் சாம்பலை எடுத்து ஆற்றில் கரைத்து விடு. நாய் நரிகள் ஒரு எலும்பில் கூட வாய் வைத்து விடக் கூடாது. எச்சரிக்கையாகப் பார்த்துக் கொள்" என்று கட்டளை யிட்டுவிட்டு சட்டெனத் திரும்பி வேகமாக நடக்கத் தொடங்கினான். பின்னாலிருந்து ஓடி வந்த கிருஷ்ணன், "பீமா, எங்கே செல்கிறாய்?" என்று கேட்டான்.

"யுத்தம் செய்ய, அலாயுதானைச் சேர்ந்த மற்ற ராட்சசர்களையும் கொல்ல வேண்டும் கடோத்கஜனின் ஆட்களை முன்னின்று நடத்த யாருமே இல்லை."

"அதை நாங்கள் கவனித்துக் கொள்கிறோம். உன் முகம் பார்க்க எப்படி இருக்கிறது தெரியுமா? போய் சிறிது நேரமாவது படுத்து ஓய்வு எடுத்துக்கொள். அதற்கப்புறம் அவர்கள் கொழுப்பை அடக்கலாம். திரௌபதை, பீமனின் கையைப்பிடித்து குடிசைக்குள் அழைத்துச் சென்று படுக்க வை. இப்போது அவனிடம் ரோஷம்தான் இருக்கிறது. வெறும் ரோஷத்தை வைத்துக்கொண்டு ஒன்றும் செய்ய முடியாது."

அருகில் வந்த திரௌபதை பீமனின் கையைப் பற்றிக் கூடாரத்துக்கு அழைத்துச் சென்றாள். பெரிய கன்றுக்குட்டிபோல அவளையே பின் தொடர்ந்தான் பீமன். உள்ளே விளக்கை ஏற்றி வைத்து பாயை விரித்துத் தயார் செய்து அவனைப் படுக்க வைத்த பிறகு, "உன் தலை, முகம், உடம்பெங்கும் ரத்தச் சேறாக இருக்கிறது. குளித்தால் நல்லது. குளிக்கிறாயா?"

"வேண்டாம்."

"சமையல் அடுப்பு சதாகாலமும் எரிந்து கொண்டுதான் இருக்கிறது. வெந்நீர் இருக்கும்."

"கழுவுவதன் மூலம் இந்த ரத்தத்தின் வாசனை போய் விடுமா?"

திரௌபதை அவனை நெருங்கி உட்கார்ந்தாள். தன் கால்களை மடித்து வைத்து, "இப்படி வந்து தலையைச் சாய்த்துக்கொள் வா" என்று அவன் தோளை பற்றியிழுத்து அவனது தலையைத் தன் மடியில் கிடத்திக் கொண்டாள். படுத்ததுமே பீமன் கண்களை மூடினான். எங்கும் இருண்டதுபோல இருந்தது. இரண்டு முறை நீளமாக இழுத்து மூச்சு விட்டான். பிறகு தலையை அவளது மடிமீது வைத்த வண்ணமே ஒருக்களித்துப் படுத்தான். வலத்தோளில் தைத்த அம்பைப் பிடுங்கிப் போட்ட இடத்தில் வலித்தது. அதனால் மீண்டும் திரும்பி மல்லாந்து படுத்தான். ஒரே கணத்தில் இடது பக்கம் புரண்டு படுத்தான்.

மறுகணமே தேம்பித்தேம்பி அழத் தொடங்கினான். திரௌபதை குனிந்து அவன் முகத்தைத் தன் மார்பிடையே புதைத்துக் கொண்டாள்... "பீமா, இந்த யுத்தம் யார் யாரையெல்லாம் விழுங்குமோ? அழாதே. நேற்று அபிமன்யு இறக்கவில்லையா?" என்று மெல்லிய குரலில் அவனைத் தேற்றினாள்.

"அவன் இறந்ததற்காக அல்ல" என்று மீண்டும் தேம்பினான் பீமன். "கர்ணன் வாளெடுத்துக் கொண்டு வந்தபோது நான் பார்த்தேன். ஆனால் எழுந்துபோய் தடுக்கிற அளவு சக்தி இல்லாமல் போய்விட்டது. செத்துப்போனவன் போலக் கிடந்தேன். என் முன்னிலையிலேயே என் மகனின் கொலை நடப்பதை வேடிக்கைப் பார்த்துக்கொண்டிருந்தேன். ஆனால் தடுக்க முடியாமல் போய் விட்டது. பீமன் கோழையாகிவிட்டேன். பெட்டையாகி விட்டேன்."

பீமன் குரலெடுத்து அழத்தொடங்கினான். அவள் இன்னும் கொஞ்சம் குனிந்து அவன் முகத்தை மேலும் தன் மார்பிடையே இறுக்கமாய்ப் புதைத்துக்கொண்டாள். அவனின் வெதுவெதுப்பான கண்ணீரில் அவள் துணி நனைந்தது. கன்னம், கை, மார்பெங்கும் அவன் உடலிலிருந்த ரத்தம் பதிந்தது. சிறிது நேரத்திற்குப் பின்பு பீமனின் அழுகை நின்றது. சீராக மூச்சு விடத் தொடங்கினான். மெல்ல மெல்ல தூங்க ஆரம்பித்தான்.

* * *

"எந்தத் திசையில் செல்லட்டும் ஆசாரியரே?" என்று புதிய சாரதி கேட்டான்.

அவர் எந்தப் பதிலையும் சொல்லவில்லை.

"ஆசாரியரே, எந்தத் திசையில் செல்லவேண்டும் என்பதை நீங்கள் சொல்லாவிடில் எனக்கு எப்படித் தெரியும்?"

"ம்"

அவருடைய வெறும் "ம்" என்பது தன் கேள்விக்குப் பதிலல்ல என்று சாரதிக்குத் தெரிந்தது. அந்த இடத்திலேயே ரதத்தை நிறுத்தினான். போர்முனை இன்னும் வெகு தூரத்தில் இருந்தது. வெறுமனே எழும் ஆரவாரங்களிலிருந்து தான் அடையாளம் காண வேண்டும். இருட்டு, எதுவும் சரியாகத் தெரியவில்லை. தளபதியிட மிருந்து எந்தக் கட்டளையும் இல்லை. அவனுக்குத் தூக்கக் கலக்கமாக இருந்தது. கண்கள் மெல்ல மெல்ல இழுத்துக்கொண்டு போயிற்று. உட்கார்ந்த இடத்திலேயே சிறிது நேரம் தூங்கிக்கொள்ள அவகாசம்

கிடைத்தால், தன் வாழ்வையே கூட தானமாய்க் கொடுத்து விடலாம் என்று தோன்றியது. அதைத் தொடர்ந்து கண்கள் தானாகவே மூடிக் கொண்டன. குதிரைகளைப் பிணைத்த கயிறோடு அவன் முழங்காலும் சேர்த்துக் கட்டப்பட்டிருந்ததால் கீழே விழ வாய்ப்பில்லை என்று தோன்றியது.

மூடியைத் திறந்து விட்ட கொதிகலனைப்போல துரோணர் அமைதியாக இருந்தார். "இந்த வயதான குருவை எதிரில் நிற்க வைத்துவிட்டு தான் மட்டும் தலையணையில் சாய்ந்தபடி உட்கார்ந்துகொண்டு அதிகாரத்தோடு பேசுகிறானே இந்த துரியோதனன், தளபதி என்றால் என்ன நினைத்துக்கொண்டிருக்கிறான். இதைப்போல நான் ரதத்தில் உட்கார்ந்துகொண்டு அவனைக் கீழே நிற்க வைத்துவிட்டேன்' என்ற மன நிறைவோடு சுற்றிலும் ஒரு முறை பார்த்தார். தொலைவில் தெரிவது மரமோ, ரதமோ சரியாய்த் தெரியவில்லை. எங்கும் இருட்டாய் இருந்தது. பட்டப் பகலிலேயே தொலைவில் இருக்கும் பொருள் கூட அலைபோல ஏறி இறங்கித் தெரிந்தது. இச்சூழலில் சரியாய் எப்படிக் குறி வைக்க முடியும்? வயதான பிறகு யுத்தத்திற்கே வரக்கூடாது என்று நினைத்துக்கொண்டார். உட்கார்ந்த இடத்திலேயே கொட்டாவி வந்தது. குடிசைக்குச் சென்று படுத்தால் போதும் என்கிற ஆசை வலுத்தது. கூடவே தளபதியாகிய தான் அப்படிச் செய்யலாமா என்ற எண்ணமும் எழுந்தது. காலை நீட்டி உட்கார்ந்தபோது பீஷ்மரின் ஞாபகம் வந்தது. ஒரு பெரிய தலையணையை வைத்துக் கொண்டு ரதத்தில் உட்கார்ந்திருந்தார் அவர். பாவம் தளபதிப் பொறுப்பில் இருந்து விலகிக் கொள்ளுமாறு கட்டளையிட்டானாம் துரியோதனன். அதுபோல் என்னை விலக்குகிற காரியம் ஏதேனும் செய்து பார்க்கட்டும். அப்புறம் தெரியும். ஆனால் அஸ்வத்தாமனை இழக்கிற அளவு அவன் புத்தி கெட்ட காரியம் எதையும் செய்ய மாட்டான்." என்ற நினைத்தபடி ரதத்தின் பின் பலகையில் தலையைச் சாயத்துக் காலை நீட்டிக் கொண்டார். மூன்று திசைகளில் இருந்தும் தொடர்ந்து கேட்ட ஆரவாரங்களும் கூக்குரல்களும் மெல்ல மெல்ல அடங்கின. நடுவில் இன்னும் கொஞ்சம் முன்னால் நகர்ந்து, பலகையில் இருந்து தலையை விலக்கிச் சமமான இடத்திலேயே தலைசாய்த்துக் கொண்டார். குளிராக இருந்தது. ஆனாலும் நிறைவாக இருந்தது. அப்போது "ஆச்சாரியரே, கடோத்கஜனின் சேனையைத் தாக்க அலாயுதனையும் அவனது ஆட்களையும் அனுப்பும் எண்ணம் துரியோதனனுக்கு ஏற்பட்டுள்ளது. அதற்குத் தங்கள் அனுமதி உண்டா என்று கேட்டு வருமாறு சொன்னார்" என்று யாரோ ஒரு தூதுவன் வந்து கேட்டமாதிரி இருந்தது.

அவர் அதற்குச் சம்மதம் தெரிவித்தார். பிற்பாடு மெல்ல மெல்ல விழித்தெழுந்தார். குளிரில் கைகால்கள் உறைந்ததைப் போல இருந்தன. கம்பளி இருந்தாலாவது நன்றாக இருக்கும் என்று தோன்றியது. சாரதி உட்கார்ந்த இடத்திலேயே நன்றாகத் தூங்கி வழிந்தான். எப்படியோ அனுமதி கேட்காமல் எதையும் செய்வதில்லை என்பதை ஒப்புக் கொண்டான். இப்பொழுது வலது பக்கத்தில் இருந்து எந்தச் சத்தமும் இல்லை. முன் பக்கமும் மெல்ல மெல்லக் குறைந்தது. இடது பக்க மூலையில் ரொம்ப தூரம் படைகள் தள்ளிச் சென்றுவிட்டன. இந்த இருட்டில் தொடரும் யுத்தத்தை நினைத்தும் அதில் கையாளப்படும் தந்திரங்களை நினைத்தும் அவர் வியப்பு கொண்டார். இந்தக் குளிரில் இப்படியே இருந்தால் விடிவதற்குள் தொண்டை கட்டிக் கொண்டு சளி பிடித்துக் கொள்ளும் என்று தோன்றியது. "சாரதி, தபனா, கேட்கிறதா?" யாரையாவது அனுப்பி வேகமாக ஒரு கம்பளி கொண்டு வர ஏற்பாடு செய். அது வருவதற்குள் ஏதாவது முறிந்து போன ரதப்பலகையை வைத்து நெருப்புண்டாக்கு, குளிர் தாங்க முடிய வில்லை" என்றார்.

ரதப் பலகை நன்றாகக் கொழுந்துவிட்டு எரிந்தது. நல்ல வேலைப்பாடு உள்ள ரதம். அச்சு முறிந்து நின்றிருந்தது. இதற்காக வாவது உபயோகப்பட்டதே என்று தோன்றும்போது கம்பளி வந்து விட்டது. "இப்படித்தான் இருக்க வேண்டும். ஏதாவது ஒரு துணியை எடுத்துச் சூடாக்கி என் முழங்காலுக்கு ஒத்தடம் கொடு." என்றார். "அப்படியே, உன்னிடம் கொஞ்சம் எள்ளெண்ணெய் இருக்குமா? தேய்த்து விட்டால் மூட்டுவலி... சரி விடு... ஒரேயடியாக குளிர் காய்ந்தால் இந்த நெருப்பின் மணத்தால் தலைசுற்றி வாந்தி வரும் போல இருக்கும்" என்று சொன்னார்.

"கம்பளி ரொம்பவும் கதகதப்பாக இருக்கிறது. ரதம்தான் சரி, தபனா, இங்கே இருக்கிற அம்புகளையெல்லாம் ஒரு பக்கமாகக் கூட்டி படுப்பதற்கு இடம் ஏற்பாடு செய்."

"தளபதியே, கடோத்கஜனைக் கர்ணன் கொன்றுவிட்டதாகத் தகவல் சொல்லி வருமாறு துரியோதனன் அனுப்பினார்" என்று தூதன் வந்து நின்றான்.

"மிகவும் மகிழ்ச்சி. இந்தப் பெருமை அவர்கள் இருவர்க்கும் உரியது என்று போய்ச் சொல்" என்று அத்தூதனை அனுப்பினார் துரோணர்.

கடோத்கஜன் இறந்து விட்டதால்தான் ஆரவாரம் அடங்கிப் போய் உள்ளது என்று தோன்றியது. யுத்தம் மெல்ல மெல்ல நகர்ந்து

தள்ளிப் போய்விட்டது என்கிற தன் கற்பனை தவறாக இருக்கக் கூடும். கீழே விரிக்க ஒரு போர்வை இருந்தால் நல்லது என்று தோன்றியது. "படுத்துக் கிடப்பதில் எந்த மன நிறைவும் இல்லை. வெறுமனே எழுந்து உட்கார்ந்து செய்யவும் எந்தக் காரியமும் இல்லை. எங்கிருந்தோ கூச்சல் கேட்டது. காற்றின் வேகத்தால் அது எந்தத் திசையில் இருந்து வருகிறது என்று தெரியவில்லை. "தபனா, யுத்தம் நடத்துகிற இடத்துக்குச் செல்" என்றார். அவன் மிகவும் இளவயசுக்காரன்தான். மங்கலாகத் தெரிந்தாலும் தெளிவாகப் பார்க்கக் கூடியவன். "குதிரைகள் ஏன் பயந்தவை போல நிற்கின்றன?" என்று கேட்டார் துரோணர். "வழியில் ஏதோ ஒரு பிணம் கிடக்கிறது" என்று பதில் சொன்னான் தபன். "சரி, இறங்கிப்போய் வழியைச் சரிசெய்து விட்டு தேரை நடத்து" என்றார் துரோணர். "செய்து கொண்டுதான் இருக்கிறேன். ஆனாலும் அடிக்கடி இப்படி...." திடுமென வழக்கமாக வணங்கும் அக்கினியை நினைத்துக் கொண்டார் துரோணர். "இன்னும் ஏன் குளிர்கால மழை தொடங்கவில்லை?" என்று கேட்டார்.

"எனக்கு எப்படி ஜோதிடம் தெரியும்? நீங்கள்தான் சொல்ல வேண்டும்."

கடோத்கஜன் இறந்த பிறகு கூட யுத்தம் நிற்கவில்லை. பாண்டவர்களின் அணியில் இருந்து யார் யார் எந்த எந்தப் பக்கம் நின்று அம்பு விடுகிறார்கள் என்று சரியாகத் தெரியவில்லை. என்ன காரணம் என்று புரியவில்லை, நம் ஆட்கள் அவர்கள் மீது பாய்ந்து சென்று தாக்குதல் நிகழ்த்தவில்லை. தற்காப்புக்குப் போரிடுவதே தன் வேலை என்று நினைத்ததைப்போல இருந்தது. "தபனா, நான் இங்கே வந்திருப்பதையும் இந்த இடத்தில் இருப்பது பற்றியும் நம்மவர்களிடம் சொல்" என்றார் துரோணர். "படை வீரர்கள் குறைவாகவே இருக்கிறார்கள். இருட்டாக இருப்பதால் பலர் முகாமுக்குத் திரும்பிப் போய்விட்டார்கள் போலும். இருட்டில் யுத்தம் செய்யத் தனித்திறமை தேவைப்படுகிறது. முடிவு என்ன என்று அறியாமலேயே ஆடும் சூதாட்டம் போன்றது அது. ஏன் இந்தக் காரியத்தில் இறங்கினோம். இல்லை, நாம் ஆரம்பித்த ஒன்றல்ல, வேண்டுமென்றே செய்துகொண்டதும் அல்ல. அவர்கள்தான் இப்படிச் செய்யத் தந்திரமாய்த் தூண்டினார்கள். இன்னும் எங்கோ ஒரு மூலையில் யுத்தம் நடந்து கொண்டுள்ளது. இங்கே மிகவும் குளிராக இருக்கிறது. 'எங்களுக்கும் ஓய்வு தேவை' என்று உரக்கக் கேட்கும் ஓசை கேட்டது. "யாருடைய ஓசை அது. நம் பக்கத்து ஆளா?" என்று தன்னையே கேட்டுக்கொண்டார். பிறகு சாரதியைப் பார்த்து, "இன்னும் கொஞ்சம்

முன்னே ரதத்தைச் செலுத்த தபனா, என்ன அது சத்தம் என்று யாரிடமாவது கேள்." என்று சொன்னார். வழியில் அஸ்வத்தாமன் தென்பட்டான். "ஓய்வு கேட்டுக் குரல் கொடுப்பது அர்ஜுனன்தான். இரு அணிகளிலும் உள்ள வீரர்களும் நிலா வரும் வரை ஓய்வு எடுத்துக்கொள்ளலாம் என்று சொல்கிறான். இதற்கு நீங்கள் சம்மதிக் கிறீர்களா எனக் கேட்கிறான். நம் ஆட்கள் கூட ஓய்வு தேவை என்று சொல்கிறார்கள். குதிரைகள், யானைகள், ரதங்கள் எல்லா இடங் களிலும் அவரவர்களும் நின்றபடியே எல்லாரும் தூங்குகிறார்கள். நேற்று இரவில் இருந்து நாம் சக்கர சகடவியூகம் அமைத்ததில் இருந்து போரிட்டுக்கொண்டே இருக்கிறார்கள். இவ்வளவு நேரமாக அவர்கள் போய் சிறுநீர் கழித்து வரவோ காலைக் கடன் கழித்து வரவோ கூட அனுமதிக்கவில்லை." என்றான். இதைக் கேட்ட துரோணர், "இதுவும் அர்ஜுனனின் தந்திரம்தானா? இந்த வேண்டுகோள், உண்மைதானா, இல்லையா என என்மீது ஆணையிட்டுச் சொல்லச் சொல்" என ஒரு தூதுவனை அனுப்பினார். ஆனால் அஸ்வத்தாமனே குதிரையேறிக் கேட்டு வரச் சென்றான். "அவனுக்கு ஐம்பத்தாறு வயதானாலும் கூட இன்னும் கண்பார்வை கூர்மையாக இருக்கிறது. எவ்வளவு வேகமாகப் போகிறான்" என்று எண்ணிக் கொண்டார். மகன் திருமணமாகாமலேயே இருந்துவிட்டதை எண்ணிப் பார்க்கும்போது ஒருவிதமான வெறுமையும் மௌனமும் அவரைச் சூழ்ந்தன. அவரால் எந்த அளவு முயற்சி செய்தாலும் அந்த இருட்டில் எதையும் பார்க்க இயலவில்லை. சிறிது நேரம் கழித்து "தளபதி வாழ்க" என்ற குரல் கேட்டது. பலர் ஒரே சமயத்தில் கூடி முழங்கியதைப்போல இருந்தது. துரோணரின் மனத்தில் ஆழ்ந்த மௌனம் சூழ்ந்திருந்தது. மீண்டும் அஸ்வத்தாமனே முன்வந்து, "அது தந்திரம் ஒன்றுமில்லை அப்பா. தற்சமயத்துக்கு யுத்தம் முடிந்து நிலா எழுந்ததன் பின்பு தொடரும். குருவாகிய உங்கள் பாதத்தின் மீது ஆணையிட்டு அர்ஜுனனே சொன்னான். அவன் குரல் எனக்கு அடையாளம் தெரிந்தது" என்றான். பிறகு துரோணர் அவனைப் பார்த்து, "சரி, நீ ரதத்திலேறி ஓய்வு எடுத்துக்கொள். நான் கூடாரத்துக்குச் சென்று படுக்கிறேன், அங்குதான் என்னால் சரியான முறையில் ஓய்வெடுத்துக்கொள்ள முடியும். நான் மிகவும் களைத்துப் போய் இருக்கிறேன்" என்றார்.

வேப்ப எண்ணெய் விளக்கு எரியும் தன் குடிசைக்குள் தன் கால்களைப் பார்த்துக்கொண்டார் துரோணர். சதைப்பற்றில்லா குச்சியான எலும்புக் கால்கள். பாம்பு உரித்த தோலைப் போல் அவர் தோல் சுருங்கி இருந்தது. அந்தச் சுருக்கங்கள் சமுத்திரத்தின்

அலைகளை ஞாபகப்படுத்தின. வயதின் காரணமாக மூட்டுவலியும் இருந்தது. பாய்மேல் புல்லை விரித்து அதன் மேல் மான்தோல் விரித்திருந்தது. இந்த மான்தோலைத் தனக்கு அன்பளிப்பாய்த் தந்த ஏகலைவனை மனசுக்குள்ளேயே ஆசீர்வாதம் செய்தார். படுத்துக்கொள்ள இதமாகவும் கதகதப்பாகவும் இருந்தது மான்தோல். படையின் பலம் குறைந்தது கூட ஒரு வகையில் நல்லதாகப் போயிற்று என்று நினைத்தார் துரோணர். அதாவது வீரர்கள் குறைந்ததால் கழிவு நாற்றத்தின் அளவும் கணிசமாகக் குறைந்துவிட்டது. முகாம் வேறு ஓர் இடத்துக்கு மாற்றப்பட்டு விட்டதால் இப்படித் தோன்றியதா என்றும் ஓர் எண்ணம் ஓடியது. குதிரைகளின் சீரான காலடிச்சத்தம் எவ்வளவு இதமாக இருக்கிறது என்ற எண்ணம் தோன்றியது. "தளபதி ஆசாரியர் தூங்கப் போய்விட்டாரா?" என்ற துரியோதனின் குரல் கேட்டது. துரியோதனன் ஏன் இந்த நேரத்துக்கு இங்கு வந்தான் என்ற கேள்வி அவர் மனத்தில் எழுந்தது. துரியோதனன் கதவைத் திறந்து கொண்டு உள்ளே நுழைந்தான். அந்த மங்கலான வெளிச்சத்தில் கூட அவன் கிரீடத்தில் பதிக்கப்பட்ட முத்துக்கற்கள் மின்னின. அவனது கழுத்தில் இருந்த மணிமாலையும் மார்புக் கவசமும் கைக்கவசங்களும் கூட மின்னின. கால்களை நீட்டிய வண்ணம் படுத்துக் கிடக்கவே அவர் தீர்மானம் கொண்டார். "தன் ஆடை அலங்காரங்களுடன் அரசன் நின்றபடியே என்னோடு பேசட்டுமே" என்றும் நினைத்தார். "நாங்கள் ஒரு திட்டம் தீட்டி இருக்கிறோம். அதை உங்களிடம் தெரிவித்துத் தெளிவுபடுத்தவே வந்திருக்கிறேன். ஏனென்றால் நாளைக்குக் காலை போர் முனைக்கு வந்ததும் நீங்கள் எங்கள்மீது கோபம் கொள்ளக் கூடாது அல்லவா" என்றான். "அது என்ன புதுத் திட்டம், சீக்கிரம் சொல்" என்று கேட்டார் துரோணர். அவர் உரக்கக் கொட்டாவி விட்டார். "நம் எதிரிகள் எல்லாம் ரதங்களிலேயே தூங்கிக் கொண்டுள்ளார்கள். தரையெங்கும் ரத்தச் சேறாக இருக்கிறது. சாணம் போட்டுவிட்டு அதன் மீதே குதிரைகள் படுத்துத் தூங்குகின்றன. இந்தச் சமயத்தைப் பயன்படுத்திக்கொண்டு, நடப்பது என்ன என்று புரியும் முன்பேயே அவர்களைத் தாக்கியழிக்க வேண்டும் என்பதுதான் எங்கள் திட்டம்" என்றான் துரியோதனன். உள்ளே வந்த பிறகு துரியோதனன் மூடாமலேயே விட்டு விட்டதால் வெளியேயிருந்து வீசிய காற்றில் விளக்குத் திரி நடுங்கியது. "தயவு செய்து கதவுகளை மூடிவிடுகிறாயா?" என்று துரியோதனனிடம் கேட்டார் துரோணர். கால்களை நன்கு நீட்டிக் கொண்டார். "தயவு செய்து இதற்கு நீங்கள் ஒப்புதல் தரவேண்டும்" என்று கெஞ்சிக் கேட்டுக் கொண்டான்.

“என்னைப் பொறுத்தவரைக்கும் அதை ஒப்புக்கொள்ள முடியாது. என் பாதத்தின் மீது ஆணை என்று அர்ஜுனன் சத்தியம் செய்த பிறகுதான் இடைக்காலப் போர் நிறுத்தத்துக்கு ஒப்புக்கொண்டேன். அந்த வார்த்தையை நாம் காப்பாற்ற வேண்டும்.”

“நம் ஜயத்ரதனைக் கொல்லும்போது அவர்கள் பொய் சொல்ல வில்லையா?”

“ஒரு வேளை தன் சபதத்தை நிறைவேற்றிக் கொள்ளும் நிர்ப்பந்தத்தில் அப்படிச் செய்திருக்கலாம் அவர்கள்.”

கதவுகள் மூடப்பட்டு விட்டதால் திரி நிதானமாக எரிந்தது. துரோணர் தன் கண்களை மூடிக்கொண்டார். இமைகளின் விளிம்பில் சிவப்பு தெரிந்தது. உள்ளே ஆழத்தில் இருட்டு அடர்ந்திருந்தது. “தயவு செய்து ஒத்துக் கொள்ளுங்கள் ஆச்சாரியரே” என்று துரியோதனன் வலியுறுத்தினான். “தளபதியின் வார்த்தைகளை மீறி நடக்கிற ஆசை உனக்கிருந்தால், தளபதி செய்துகொண்ட ஒப்பந்தத்தை மீறும் எண்ணமிருந்தால், தாராளமாக நீ அப்படிச் செய்து கொள்ளலாம்” என்று சொல்லிவிட்டு மறுபுறம் புரண்டு படுத்த துரோணர் போர்வையை இழுத்துப் போர்த்திக்கொண்டார். துரியோதனனின் உப்பிய முகத்தையும் கோபத்தில் கொதிக்கும் கண்களையும் நினைத்துக் கொண்டார் துரோணர். பிறகு திடுமென மறுபுறம் புரண்டு பார்த்தார். குதிரை புறப்பட்டுச் செல்லும் குளம்படிச் சத்தம் கேட்டது. போர்த்தியிருந்த போர்வையை விலக்கினார். பாதி திறந்த கதவின் வழியாக ஜில்லென்று காற்று வீசியது. விளக்குத் திரி வேகமாய் நடுங்கியது. “ஹவ்யகா, ஹவ்யகா” என்று வேகமாகப் பணியாளைக் கூப்பிட்டார். அவன் வருவது மாதிரி தெரியவில்லை. விளக்கு அதற்குள் அணைந்துவிட்டது. வேப்ப எண்ணெயின் வாசனை அறை முழுக்கப் பரவியது. அப்போது கூட ஹவ்யன் வரவில்லை.

காலையில் தூங்கி எழுந்தபோது உடம்பெங்கும் ஊறலெடுத்தது. சொறிந்து கொள்ள வேண்டும் போல இருந்தது. இதனால்தான் எழுந்து விட்டோமோ என்றும் தோன்றியது. வேகமாகச் சொறிந்து கொண்டார். சுருங்கித் தளர்ந்த தன் உடல் தோல் அதைத் தாங்குமா என்றும் நினைத்தார். அப்போதுதான் தான் தளபதிப் பொறுப்பேற்றுக் கொண்ட நாள் முதல் குளிக்காததும் ஞாபகம் வந்தது. “ஹவ்யா, குளிக்க வெந்நீர் இருக்கிறதா?” என்று கேட்டார். ஆனால் அவன் இருப்பதற்கான அடையாளமே இல்லை. எழுந்து போய் அவனை உள்ளே தேடிப் பார்த்தார். அங்கும் இல்லை. அப்போதுதான் முதல்

நாளே யாரிடமும் சொல்லிக்கொள்ளாமல் ஊரை விட்டுப் போய் இருக்க வேண்டும் என்று எண்ணிக் கொண்டார். 'யாரிடமும் சொல்லாமல்' என்று கூட சொல்ல முடியாது. முன்பேயே சில நாட்கள் ஊருக்குச் செல்ல அனுமதி கேட்டிருந்தான். ஆனால் இந்தச் சூழ்நிலையில் தன்னைத் தனியே விட்டுவிட்டு அவன் செல்லக்கூடாது என்று நினைத்தார் துரோணர். இப்படி நன்றிகெட்டத்தனமாக அவன் சென்றிருக்கக் கூடாது என்று தோன்றியது. குடிசைக்குப் பின் பகுதியில் ஓய்வெடுத்துக் கொண்டிருந்த சாரதி தபனை எழுப்பி வெந்நீர் வைத்துத் தருமாறு சொன்னார். ஆனால் தண்ணீர் சுடவைக்கப் பானை எதுவும் இல்லை என்று பதிலுரைத்தான் தபன் "எங்கிருந்தாவது கொண்டு வந்து வெந்நீருக்கு ஏற்பாடு செய். இன்று நான் குளித்தே ஆகவேண்டும்" என்றார் துரோணர். தபன் குதிரையில் ஏறித் தண்ணீரைத் தேடிச் சென்றான். அவன் தண்ணீர் கொண்டு வந்து சுடவைப்பதற்குள் முழுக்க விடிந்து விட்டது. பிறகு முதுகை மெதுவாகத் தேய்த்து விடும்படி சொன்னார் துரோணர். குளித்து முடித்த பிறகு தூய ஆடைகளை அணிந்துகொண்டார். பிறகு அக்கினி வழிபாட்டுக்கு ஏற்பாடு செய்யும்படி தபனுக்குக் கட்டளையிட்டார். ஆனால் நெய் இல்லை என்று சொன்னான் தபன். "என்ன சொல்கிறாய்?" என்று கேட்டார் துரோணர். "ஆமாம். அவர்கள் கொண்டு வந்து தரவில்லை போலிருக்கிறது" என்றான். "நான் இன்று அக்கினி வழிபாடு செய்தே ஆகவேண்டும் போ. இந்த நேரத்திற்குத் துரியோதனனின் சமையல் கட்டில்தான் நெய் இருக்கும். போய் வாங்கிவா. ஓடு" என்று கோபத்துடன் கத்தினார் துரோணர்.

நெய் சொரிந்து அக்கினியை வழிபடும் போது, இனிய மணம் எழுந்து எங்கும் நிறைந்தது. ஞாபக மறதியால் சில வரிகளை விடுத்து மந்திரங்களை உச்சரித்தார். பிறகு அரை குறையாய்ச் சில சம்பவங்கள் ஞாபகத்துக்கு வந்தன. அரசனின் சமையல் கட்டில் எஞ்சி இருந்த நெய்யைக் கொண்டுதான் பூசை செய்ய நேர்ந்ததை எண்ணி வருந்தினார் துரோணர். குறைந்தபட்சம் ஒவ்வொரு விஷயத்தையும் துரியோதனன் வந்து கலந்தாலோசிப்பது குறித்து ஓரளவு மன நிறைவாகவே இருந்தது. "பாவம் பீஷ்மர். தன் அதிகாரத்தை நிலை நிறுத்திக்கொள்ளக் கூட அவர் பயந்தார். ஆனால் அதெல்லாம் இந்தத் துரோணரிடம் நடக்காது" என்று நினைத்துக்கொண்டார். வழிபாட்டுக்குப் பிறகு தபன் உண்ணுவதற்காக மாவைக் கொண்டு வந்தான். பத்து நாட்களுக்கு முன்னாலேயே அவர்கள் பால் வழங்குவதை நிறுத்திவிட்டார்கள். துரியோதனனுக்குக் கூட பால் வழங்குவதை நிறுத்தி இருப்பார்களோ என்று ஆச்சரியப்பட்டார். தானியத்தின்

இருப்புக் கூடக் கரைந்து விட்டது. ஏகலைவன் அன்பளிப்பாகக் கொடுத்து விட்டுச் சென்ற தேன் மட்டும்தான் அதிக அளவில் எஞ்சியிருந்தது. அதுவும் அஸ்வத்தாமன் குடித்தது போக அந்த அளவு எஞ்சியிருந்தது. தேனோடு மாவைக் கலந்து தின்றபிறகு துரோணர் குடிசையை விட்டு வெளியே வந்தார். அதிகாலைச் சூரியனின் வெளிச்சம் இதமாக இருந்தது. மற்றவர்களின் குடிசைகளில் இருந்து அவர் குடிசை மட்டும் தனித்து ஒதுங்கி இருந்தது. உண்மை யில் பொது வீரர்களுக்கும் குதிரைகளுக்கும் யானைகளுக்கும் தனிப்பட்ட தங்குமிடம் என்பதே இல்லை. மற்ற இடங்களில் இருப்பதைப்போல கழிவின் துர்நாற்றம் துரோணரின் குடிசைப்பக்கம் இல்லை. திடுமெனப் பொழுது விடிந்து ஆறேழு நாழிகைகளாவது ஆகி இருக்கக் கூடும் என்று தோன்றியது. யுத்தத்தைப் பற்றிய செய்திகள் எதுவும் தெரியவில்லை. "போர்க்களத்தில் என்னதான் நடக்கிறது? யாரும் வந்து எதற்காகவும் அனுமதி கேட்கவில்லை. செய்தியும் அனுப்பவில்லை. கலந்தாலோசிப்பதும் இல்லை. இது பெரிய அவமதிப்பு. இப்போதுதான் புரிகிறது. என்னிடம் ஒரு வார்த்தை கூடச் சொல்லாமல் என்னை விலக்கி இருக்கிறான். ஒரு வேளை நான்தான் விலகி இங்கேயே தங்கி விட்டேனா?" என்று யோசித்தபடி பொறுமையாக மூச்சுவிடத் தொடங்கினார். துர்நாற்றம் எதுவும் இல்லை. இளம் வெயில். அவன் இனி வரமாட்டான் என்று தோன்றியது. யாரையும் அனுப்பவும் மாட்டான் என்றும் தோன்றியது. மனசிற்குள் ஒருவிதமான வேதனை படர்ந்தது. குடிசைக்குள் போய்ப் பார்த்தார். இளம் வெயிலில் மேலும் கீழும் நடந்தார். ஆனால் ஒருவிதமான வெறுமையுணர்வு மனசில் நிறைந்திருந்தது. மிக நெருங்கிய இடத்திலிருந்து சண்டையிடும் சத்தம் கேட்டது. "சரி, நானே தனித்திருக்க விரும்பினேன். என் கட்டுப்பாட்டிலிருந்து அவர்கள் விலக நானே காரணமாக இருந்துவிட்டேன். தன்னுடைய படைகள் போரிட்டுக் கொண்டிருக்கும்போது தூங்குகிற தளபதி, எப்படி தன் பதவியில் தொடர்ந்து இருக்க முடியும்?" என்று நினைத்துக் கொண்டார்.

"வா, வந்து அந்த மார்புக்கவசத்தை எடு" என்று தபனனை அழைத்தார்.

"முதல் நாள் சண்டைக்குப்போகும்போது கவசம் வேண்டாம் என்றும், அது கனம் மிக்கதாக இருக்கிறது என்றும் சொன்னீர்களே."

"இப்போது வேண்டும் என்று சொல்கிறேன். இந்த உலகமே இன்று துரோணரின் ஆக்ரோஷத்தைப் பார்க்கப் போகிறது."

தபனன் வந்து மார்புக் கவசத்தைப் பூட்டினான். தன் உடம்பு எலும்பும் தோலுமானது என்று அவருக்கும் தெரியும். கவசத்தைப் பொருத்திய பிறகு எடுப்பாக ஒரு போர்வீரனுக்குரிய கோலத்துடன் இருந்தது. பிறகு "நீயும் தயாராகு. போ, சீக்கிரம்" என்று தபனையும் அவசரப்படுத்தினார். குதிரைகளைப் பூட்டி ரதத்தை முன்னால கொண்டு வந்து நிறுத்தினான் தபன். பிறகு ஒரு பானை நிறைய தண்ணீரையும் சாப்பிடுவதற்காகக் கொஞ்சம் மாவையும்கொண்டு வந்து வைத்தான். "இன்னும் கொஞ்சம் அம்புகளையும்கொண்டு வந்து வை" என்று கட்டளையிட்டார் துரோணர்.

அவருடைய ஒவ்வொரு நடவடிக்கையும் "இன்று நீங்கள் எல்லாருமே இந்தத் துரோணரின் ஆக்ரோஷத்தையும் பௌருஷத்தையும் பார்க்கப் போகிறீர்கள் என்று சொல்வதுபோல இருந்தது. திடீரென அவருக்கு ஹவ்யனின் ஞாபகம் வந்தது. "நான் உங்களுக்குச் சேவை புரிந்து சோறு சாப்பிடுகிறேன். துரியோதனனின் சோற்றைச் சாப்பிடவில்லை" என்று அவன் சொன்னது ஞாபகம் வந்தது. "உங்களுக்குச் சேவை செய்பவன்தான் நான். அதில் எந்தச் சந்தேகமும் இல்லை. இப்பொழுது கூட வீட்டுக்கு வாருங்கள். சேவை செய்கிறேன். எங்கெங்கோ வந்து உயிரைக் கொடுப்பது எப்படி விவேகமாகும்?" என்று அவன் கேட்டதும் ஞாபகம் வந்தது. "உயிருக்குப் பயந்தவன், கோழை" என்று சொல்ல வந்து பாதியிலேயே நிறுத்தினார். "அப்படி யென்றால் அவன்தான் விவேகியா?" என்ற கேள்வி எழுந்தது. அதுவும் பாதியிலேயே நின்று யுத்தத்தைப் பற்றிய நினைவுகளில் ஆழ்ந்தது மனம். யுத்தம் தொடர்ந்து நடந்துகொண்டிருந்தது. அஸ்வத்தாமன் சாத்யகி மேலும், துச்சாதனன் நகுலன் மேலும் போரிடுகிறார்கள். பீமனின் படை எங்கோ ஒரு பக்கம் போய்க்கொண்டிருந்தது. தான் எங்கே போவது என்றும், தன் குழு வீரர்கள் எந்த இடத்தில் போரிடு கிறார்கள் என்றும் கேட்டுக்கொண்டார். அதோ, துரியோதனன் பக்கத்திலேயே இருக்கிறான்.

"தபனா, துரியோதனனின் பக்கம் ரதத்தைத் திருப்பு."

ரதம் நகர்ந்து அங்கே போய் நின்றது.

"அரசே, யுத்தம் இப்போது எந்த நிலையில் இருக்கிறது?"

அவன் எந்தப் பதிலும் பேசவில்லை.

"எந்த நிலைமையில் இருக்கிறது என்று தெளிவாகச் சொல்."

"நீங்கள் சென்று ஓய்வெடுத்துக் கொள்ளலாம்."

"எல்லாம் முடிந்தது. இன்று வீராவேசத்துடன் போரிட வேண்டும்."

"அப்படியென்றால் உங்கள் எதிரியை நீங்களே தேர்ந்தெடுத்துக் கொள்ளுங்கள்."

அவன் தன்னை அவமதிக்கிறான் என்றும் அவன் வாயை அடைக்கும்படி இன்று போரிட வேண்டும் என்றும் எண்ணிக் கொண்டார்.

"எங்கே என் படை?"

"உங்கள் படையா? உங்களுக்குச் சொந்தமான படை என்று எப்பொழுது வைத்திருந்தீர்கள்?"

துரோணருக்குத் தர்ம சங்கடமாக இருந்தது. அவருக்கென்று தனியே சொந்தப்படை எதுவுமில்லை. தனக்கென்று ஒரு குழு வீரர்கள் கூட இல்லாதவன் மொத்த சேனைக்கு எப்படித் தளபதியாக இருக்க முடியும் என்று தோன்றியது. நிற்கவே முடியாத அளவு தளர்வு தாக்கியது. துரியோதனன் தன் ரதத்தின் மேல் உட்கார்ந்து யுத்தம் நடக்கும் மூன்று திசைகளிலும் ஒரு நிர்வாகியைப் போல சுற்றிப் பார்த்துக்கொண்டிருந்தான். தன் நிலையை எண்ணி அவருக்குக் கூச்சமாக இருந்தது.

"அரசே, எனக்கொரு சின்ன படையாவது கொடு. என் வீரத்தை இன்று புலப்படுத்தியே தீர வேண்டும்."

ஆனால் துரியோதனன் அதைக் கேட்காதவன்போல் முகத்தைத் திருப்பிக் கொண்டான். அவன் கேலியாய்ச் சிரிக்கிறானோ என்று தோன்றியது. அவன் சிரிப்பதைத் தான் பார்த்துவிடக்கூடாது என்று அந்தப் பக்கம் திரும்பி விட்டானோ என்றும் தோன்றியது.

இறுதியில் அவருக்கு ஒரு சிறிய படை தரப்பட்டது. போர் முனையின் வெளிச்சுற்றின் ஓரமாகவே வந்து கொண்டிருந்தார் துரோணர். "யாரை நான் தாக்குவது? பீமனையா? அல்லது அர்ஜுனனையா? அவன் என்னோடு போரிட மாட்டான். அதனால் முடியாது. ஏற்கனவே சோர்ந்து போய் இருக்கிறவர்களைச் சுலபமாகக் கொன்று விட முடியும். நகுலனோடோ, சகாதேவனோடோ போரிட முடியாது. மிகவும் சின்னவர்கள் அவர்கள். போரிட வேண்டும் என்றால் நான் அர்ஜுனனோடுதான் போரிட வேண்டும். தருமன் அதோ தொலைவில் எங்கோ செல்கிறான். அவனுக்கு அருகிலேயே வெள்ளைக் குதிரைகள் பூட்டிய ரதத்தில் அர்ஜுனன் இருக்கிறான். தருமனை நான் சிறைப்பிடித்து விடக் கூடும் என்று இன்னமும் அவன்

பயந்துகொண்டிருக்கிறான். என் எல்லா மாணவர்களிலும் குருபக்தி நிரம்பியவன் அவன். அது யார், வெள்ளைத் தாடியோடு இந்தப் பக்கம் வருவது? வெண்தாடி, மின்னும் கிரீடம். தொங்கிய முகம். அது யார் என்று தெரியவில்லையே..." என்று நினைத்த துரோணர் தன் சாரதி தபனனைப் பார்த்து, "யார் அந்த அரசன். நம் அணியில் யாரோடு அவன் போராடுகிறான்?" என்று கேட்டார்.

"பாஞ்சால தேசத்து அரசன் துருபதன் அவன். நம் அணியைச் சேர்ந்த சகுனியின் மீது போரிடுகிறான்."

"ஓ சரி, என் படையை அவனிடம் திருப்பு. அவன் படைகள் மீது ஆக்கிரமக்குமாறு நம் குழுவினருக்குச் சொல்."

மறுபடியும் பழைய பகை ஞாபகம் வந்தது. உற்சாகம் பொங்கியது. உடம்பில் சூடேறியது. "இவனை நான் பார்த்துக் கொள்கிறேன் என்று சகுனிக்குச் சொல்லி அனுப்பு" என்றார். துருபதனின் பக்கம் பார்த்து "அடேய் பாஞ்சாலா, இப்போது உன் எதிரில் இருப்பது யார் தெரியுமா, துரோணன், புரிகிறதா?" என்று அறைகூவல் விடுத்தார். வீரர்களைப் பார்த்துப் பாய்ந்து போராடுமாறு ஆணையிட்டார். போர் மூண்டது. வீரர்களிடையே உற்சாகம் பெருகியது. வில்லில் அம்பு பூட்டி அவனை நோக்கி எய்தார். ஆனால் அது எங்கோ குறி தவறிப் போய் விழுந்தது. யாரைத் தாக்கியதோ? பக்கத்தில் இருந்த விராடனின் மேல் பாய்ந்தது. இன்னும் கொஞ்சம் தள்ளி வலது பக்கத்தில் இருந்தான் துருபதன். மீண்டும் குறி பார்த்தார். அலைகளைப் போலப் பொங்கி எழுந்து தாக்கிக் கொண்டன படைகள். "கடவுளே, எனக்கு இந்த அளவு சக்தி இருக்கிறது என்று இதுவரை தெரியவே இல்லை. தபனா, இப்படியே அம்புகளை எடுத்து எடுத்துக் கொடுத்துக் கொண்டே இரு. அவன் கதையை முடிக்காமல் விடமாட்டேன். மூச்சு முட்டிக் கொண்டு வருகிறது" என்று சொன்னார் துரோணர்.

"ஆச்சார்யரே, துருபதன் விழுந்தான். உங்கள் அம்பு பட்டே விழுந்தான்."

"என் அம்பு பட்டுத்தானே விழுந்தான். அந்த அம்பு வேறு யாருடையதும் அல்ல அல்லவா?"

"சம பலம் கொண்டவர்களோடு மட்டுமே போரிட வேண்டும் என்பது யுத்தத்தின் விதி. அதை அவர்களும் பின்பற்றுகிறார்கள். துருபதன் மீது வேறு யாரும் குறி வைக்கவில்லை."

“ஆமாம். அலைபோலப் பாய்கிற ரதத்தில் தூணைப்போல உட்கார்ந்திருந்த துருபதனின் கிரீடத்தில் மீது குறி வைப்பது சிரமமாக இருந்தது. துருபதா, இப்போது தெரிந்ததா, இந்தத் துரோணரின் சக்தி? அந்தக் காலத்தில் அவமானப்படுத்தினாய் அல்லவா?” துரோணர் மிகவும் பரவசப்பட்ட நிலையில் இருந்தார். உடலின் சூடு தாங்க முடியாமல் இருந்தது. மூச்சு வாங்கினார். உடம்பெங்கும் வேர்வை வழிந்தது. “தபனா, இந்தக் கவசம் மிகவும் பாரமாக இருக்கிறது. மார்பை நசுக்குகிற மாதிரி உள்ளது. அதைக் கொஞ்சம் கழற்றி விடு” என்று கேட்டுக் கொண்டார். அதற்குத் தபன், “ஆச்சரியரே, நாம் திரும்பிச் செல்லும் வரையில் அணிந்துகொண்டு இருங்கள். ஏதாவது அம்பு எந்தப் பக்கத்திலிருந்தாவது வந்து தாக்கக் கூடும். உங்களுக்குப் பாதுகாப்பு தேவை” என்று சொன்னான். புழுக்கத்தால் உடல் வெப்பம் தாங்க முடியாத்தாக இருந்தது. அவரால் துருபதனின் கிரீடத்தைக் கூடப் பார்க்க இயலவில்லை. “அவன் என்னை அவமானப் படுத்தினான்” என்று திரும்பத் திரும்பச் சொன்னார். திடுமென அவருக்குத் தலை சுற்றியதைப் போல இருந்தது. கண்கள் மங்கின. ஏதோ ஒரு குரல் ஆழத்தில் இருந்து, “அவனைக் கொண்டு வந்து கட்டில் காலில் கட்டியபோதே அவன் செய்த அவமானத்திற்கு பழி தீர்த்தாகி விட்டது. அவனும் தனது ராஜ்ஜியத்தில் பாதியைக் கொடுத்து விட்டான்” என்று சொன்னது. தொடர்ந்து ஒருவகையான குற்ற உணர்வு எழுந்தது. “நான் பீஷ்மனோடு மோதிப் பழி வாங்கி இருக்க வேண்டும். துரியோதனன் என்னை ஏமாற்றி விட்டான்” என்று மனசுக்குள் நினைத்தார். பிறகு தபனிடம், “துரியோதனனுக்கு எதிராக ரதத்தைத் திருப்பு. நான் அவனை எதிர்த்துப் போரிட வேண்டும்” என்றார். புழுக்கம் அதிகமானது. கவசத்தோடு உட்கார்ந்திருக்க இனி இயலாது என்று நினைத்தார். ஒரு ஆற்றங்கரையின் ஓரம் குடில் கட்டிக் கொண்டு இருப்பதைப் பற்றிக் கனவு கண்டார். சட்டெனத் தபனின் பக்கம் திரும்பி “நான் சொன்னது காதில் விழவில்லையா? நான் சொன்னபடி செய்ய மாட்டாயா?” என்று தபனைப் பார்த்துக் கூவினார்.

“அரசனையே எதிர்த்துச் சண்டையிடுவது சரியா ஆச்சாரியரே?” என்று கேட்டான் தபன்.

துரோணர் உள்ளுக்குள்ளேயே குமுறினார். “தபனுக்கு இது புரியாது. யாராலும் புரிந்துகொள்ள முடியாது. என் மகன் அஸ்வத்தாமனுக்கே இது புரியவில்லையே. என் மனத்தில் கோபம் நெருப்பைப்போல எரிகிறது. அழுகை வரும்போல இருக்கிறது. எதிரணியின் தலைவன் மாண்டுபோனதால் வீரர்கள் சிதறி ஓடுகிறார்கள். வெற்றி. இந்தச்

சண்டையில் இது நமக்குக் கிடைத்த வெற்றி. எதிரணியின் ஒரு படைத்தலைவனை வீழ்த்தி விட்டோம். விராட அரசனுக்குக் காயம் பட்டிருக்கிறது. அரவனும் இறந்தானென்றால் எதிரிகள் அணியின் இரண்டு படைத்தலைவர்கள் இறந்ததாக ஆகும். இது என்ன, எனது வலது தோளில் ஏதோ அம்பு தைக்கிறதே." என்று நினைத்த துரோணர் தபனிடம் "யார் என் மீது அம்பு எய்தது?" என்று கேட்டார்.

"ஒரு சாதாரண வீரன்தான். சிதறி ஓடும் துருபதனின் படையிலிருந்து யாரேனும் எய்திருக்கக் கூடும்."

"இது தருமத்துக்கு விரோதம். போரில் சமத் தகுதி உள்ளவர்கள் தான் போரிட்டுக்கொள்ள வேண்டும் என்பது தான் தருமம். ஒரு சாதாரண வீரனா என் மீது அம்பு எய்தினான்?"

அந்த அம்பைப் பிடுங்கி எறிந்ததும், காயத்திலிருந்து ரத்தம் பெருகியது. தண்ணீரான ரத்தம். உலர்ந்துபோன உடலிலிருந்து ரத்தம் பின் எப்படி வெளியேறும்? மூச்சுவிடத் தடுமாற்றமாக இருந்தது. "நுனியில் விஷம் தடவிய அம்பாக இருக்குமா" என்று சந்தேகம் வந்தது. உள்ளிருந்து அழுகை குமுறிக் கொண்டு வந்தது. "ஓ- சாவு நெருங்குகிறது. இந்தத் துரோணரின் சாவு ஒரு சாதாரண வீரனால் வருகிறது" என்று நினைத்தார். பீஷ்மரின் ஞாபகம் வந்தது. தானாக ஒதுங்குவது அல்லது துரியோதனனால் ஒதுக்கப்படுவது இரண்டையும் எண்ணி மனம் குமுறியது. ஓடிப்போன ஹவ்யன் விவேகியா என்ற கேள்வி மீண்டும் எழுந்தது. எங்கெங்கும் ஆரவாரம், கூச்சல். "ஆச்சாரியரே, துருபதனின் மகன் திருஷ்டத்துய்மன் இந்தப் பக்கம் பாய்ந்து வருகிறான்" என்றான் தபன்.

தன் வீரர்கள் எல்லாம் சிதறி ஓடுவதைப் பார்த்தார் துரோணர். அம்புபட்டு ரத்தம் பெருகும் நிலையில் துரோணர் கிடக்கிறார் என்கிற செய்தி திருஷ்டத்துய்மனுக்குச் சொல்லப்பட்டது. இன்னும் அரை நாழிகை நேரத்துக்குள் அவர் தானாகவே சாகக்கூடும் என்றும் சொல்லப்பட்டது. கடலில் மிதக்கும் படகுபோல ரதம் மிதப்பதாக உணர்ந்தார் துரோணர். குதிரைகள் மூச்சு வாங்கின. அவரால் எதிராளியை நன்கு பார்க்க முடிந்தது. துருபதனைப் போலவே கட்டான உடல் அவனுக்குமிருந்தது. ஒரு வாளோடு திருஷ்டத்துய்மன் தன்னை நெருங்குவதை அவர் உணர்ந்தார். இடது கையால் தலையில் இருந்த கிரீடத்தை எடுத்தெறிந்தார். மூச்சு மெல்ல மெல்ல அடங்கிக்கொண்டிருந்தது. கண்கள் மங்கின. இரக்கமற்ற தொனியில் ஒரு குரல் பேசுவது எங்கிருந்தோ பேசுவது போலக் கேட்டது. "உன் உயிர் தானாகவே பிரியப் போகிறது என்று எனக்குத்

தெரியும். ஆனால் உன் தலையை வெட்டி உன் அணியினர் நடுவே வீசி எறிவதாக நான் சபதம் செய்திருக்கிறேன். அந்த நாட்களில் என் அப்பாவை நீ அவமானப்படுத்தியதோடு மட்டுமன்றி, இப்போது அவரைக் கொன்றும் விட்டாய்" ஓங்கிய வாள்தான் துரோணரின் கண்கள் பார்த்த கடைசிக் காட்சி.

* * *

வீட்டுக்குச் செல்லும்போது விடியும் நேரமாகிவிட்டது. பிறகு தூங்கச் சென்றான். நகரம் முழுக்கவும் அமைதியாக இருப்பதால், நான்கு ஆள் உயரத்துக்கு சூரியன் ஏறி, வீட்டுக்குப் பின்புறம் இருக்கும் மரத்தின் உச்சியையும் தாண்டிச் சென்ற பிறகும் கூட சஞ்சயன் எழுந்திருக்கவில்லை. காத்திருந்து காத்திருந்து சலிப்பு தாங்க முடியாமல் மனைவி வந்து எழுப்பினாள். அன்றைய தினம் போர் முனைக்குச் செல்ல வேண்டாம் என்று அவள் தடுத்தாலும் கூட அவன் மனமெல்லாம் யுத்தத்திலேயே படிந்திருந்தது. மதிய வேளையில் சுடச்சுட சாப்பிட்டு விட்டு மீண்டும் படுத்துக்கொண்டான். இரவில்தான் சிறிது நேரம் மனைவியோடு பேசிக்கொண்டிருந்தான்.

காலையில் கருக்கலிலேயே எழுந்து ரொட்டி கட்டிக்கொண்டு குதிரையில் ஏறிக் கிளம்பினான். இதுவரைக்கும் அஸ்தினாபுரத்துக்கும் போர் முனைக்கும் போய் வந்து கொண்டிருக்கும் வண்டிகளால் நெரிசலாகவே சதா காலமும் இருந்த பாதைகள் இப்போது நெரிசலடங்கி இருந்தன. நகரத்தில் இருந்து எடுத்துச் செல்ல இப்போது இருப்பு எதுவும் மிச்சமில்லை என்ற எண்ணமும் எழுந்தது. சூரியன் உதித்த ஏழெட்டு நாழிகைகளுக்குள் அவன் எதிர்பார்த்த குளம் எதிர்க்கப்பட்டது. இறங்கிக் குதிரைக்கு தண்ணீர் குளிப்பாட்டினான். அங்கேயே கரையில் புல் மேய விட்டு விட்டுத் தானும் கைகால் கழுவிக் கொண்டு சாப்பிட உட்கார்ந்தான். சாப்பிட்டு முடிக்கும் தருணத்தில் ஒரு ரதம் வந்தது. குதிரைகளுக்குத் தண்ணீர் குடிப்பாட்ட அந்த ரதம் நின்றது. திருடனைப் பிடித்து கட்டி வைப்பது போல, யாரையோ கை கால்களைக் கட்டி ரதத்தில் கிடத்தி இருந்தார்கள். தேரோட்டியின் அடையாளம் தெரியவில்லை. ஆனால் கட்டுண்டு கிடந்தவனின் பக்கத்தில் இருந்தவனின் அடையாளம் தெரிந்தது. அவன் பெயர் வஜ்ரதரன். அவனும் சூத இனத்தைச் சேர்ந்தவன்தான்.

"வஜ்ரதரா? ஏன் இந்த வழியில் செல்கிறாய்? உனக்குப் பக்கத்தில் இருப்பது யார்?"

"அவன் ஒரு திருடன். அரசாங்கத்துக்குச் சொந்தமானதைத் திருட வந்தவன்."

வஜ்ரதரனின் பார்வை சஞ்சயன் வைத்திருந்த உணவு பருகும்படி செய்தான். "சஞ்சயா, இவ்வளவு ரொட்டிகளைக் கட்டிக் கொண்டு புறப்பட்டு விட்டாயா? நெய் கூட ஊற்றி வந்திருப்பாய். எனக்கு இரண்டு ரொட்டி கொடுக்கிறாயா? இரண்டே இரண்டு கொடு. உன் மனைவிக்கு எட்டு ஆண்பிள்ளைகள் பிறக்கும்" என்றான். பிறகு தானாகவே இறங்கி சஞ்சயனின் முன்பு உட்கார்ந்தான். ரதத்தை ஓட்டி வந்தவன் குதிரைகளை அவிழ்த்துத் தண்ணீர் குடிப்பாட்டினான். சஞ்சயன் வஜ்ரதனுக்கு இரண்டு ரொட்டிகள் கொடுத்தான். சாரதிக்கும் ஒன்றாவது தர வேண்டும் என்று தோன்றியது. ஆனால் தனக்குப் போதாமல் போகும் என்று நினைத்தான். செய்தி சேகரித்துக்கொண்டு வருபவர்களுக்குத் தலைக்கு இரண்டு ரொட்டிகளாவது தரவேண்டும் என்று கணக்குப் பார்த்து இவ்வளவு சுட்டு எடுத்து வந்திருந்தான். பாதி வயிறு நிரம்பிய பிறகுதான் மனம் நிதானப்பட்டது. வஜ்ரதரனுக்கு. பிறகு ஒரு ரொட்டித் துண்டை மென்றபடி, "போர் முனைக்கு செல்கிறாயா? அங்குபோய் நீ என்ன செய்யப் போகிறாய்? நம் அரசன் தோற்றுக்கொண்டிருக்கிறான்."

"கர்ணன் தலைமைப் பொறுப்பை ஏற்றுக்கொண்ட பிறகு என்ன நடந்தது தெரியுமா?"

"திருதராஷ்டிரனின் இருபத்தொரு பிள்ளைகளை நேற்றைய போரில் பீமன் கொன்றானாம். எல்லோரும் நம் குலத்தவர்கள்தான். வெறும் வயிற்றில் மதுகுடிக்கக் கூடாது என்பது உண்மைதான். கர்ணனின் மகன் சுஷேணனை அர்ஜுனன் கொன்றானாம். உன் ரொட்டி வயிற்றில் நிரம்பிய பிறகுதான் உடம்பு ஒரு நிலைக்கு வந்தது. அதனால் அர்ஜுனனைக் கொன்றே தீருவேன் என்று கர்ணன் அறை கூவல் விடுத்திருக்கிறான். அவனுக்குச் சல்லிய மகாராஜன்தான் சாரதி."

கொல்லென்று சிரித்து விட்டுப் பிறகு "பார்த்தாயா கர்ணனின் பிரதாபத்தை. க்ஷத்திரிய வம்சத்தைச் சேர்ந்த அரசன், அரியாசனத்தில் உட்கார்ந்து கொண்டிருப்பவன். நம் கர்ணனுக்குத் தேரோட்ட வந்திருக்கிறான்" என்றான்.

சஞ்சயனுக்கு ஆர்வம் பிறந்தது. ஆனால் சமவயதுக்காரனும் ஓரளவு தன் நண்பனுமாகிய சுஷேணன் இறந்ததை நினைத்து வருத்தம் உண்டானது. இந்நேரத்திற்கு அர்ஜுனனைக் கொன்றிருந்தாலும் கொன்றிருக்கக் கூடும் என்று நினைத்துக் கொண்டிருக்கும்போது

வஜ்ரதரன் குறுக்கிட்டு "நம் பக்கம் ஏன் தோல்வி ஏற்படுகிறது தெரியுமா?" என்று கேட்டான்.

"தளபதிகளுக்குள்ளேயே ஒற்றுமை இல்லாததுதான் காரணம்.. பீஷ்மர், துரோணர்.." என்று சொல்லிக் கொண்டே சென்றவன், நடுவில் நிறுத்தி, "உனக்கு வேதம் தெரியுமா?" என்று கேட்டான்.

"ஏதோ கொஞ்சம் கொஞ்சம். உன் அளவுக்குத் தெரியாது."

"நான் சொல்கிறேன் கேள். இந்திரன் பிறந்ததுமே தாய்ப்பால் கொடுக்கும் முன்பேயே சோமபானம் கொடுத்தார்களாம். பெரிய வனானவதும் ஒரே மூச்சில் முப்பது குடுவை குடிக்கிற ஆளானானாம். பெரிய பெரிய தீரச் செயல்களையெல்லாம் அவனால் சுலபமாய்ச் செய்ய முடிந்ததாம். "இந்திரனே, எந்த சோமபானத்தைக் குடித்துவிட்டு விருத்தன் முதலியவர்களை உன்னால் கொல்ல முடிந்ததோ, அந்த இனிமையான மது இதோ இங்கே இருக்கிறது. அது உனக்கு மிகுந்த மகிழ்ச்சியைத் தரட்டும்" என்று வேதம் சொல்கிறது. நீயே சொல் சஞ்சயா? சந்தோஷம் இல்லாமல் சாகசம் செய்வது சாத்தியமா? சோமபானம் இல்லாத சந்தோஷம் சாத்தியமா?"

"என்ன சொல்ல வருகிறாய் நீ?"

"நம் அணியில் போர் தொடங்கிய முதல் இரண்டு தினங்களுக்கு மட்டும்தான் எல்லா வீரர்களுக்கு சோமபானம் கொடுக்கப்பட்டது. அதற்கப்புறம் நிறுத்திவிட்டார்கள். இவ்வளவு பேர்க்கும் எப்படித் தர முடியும் என்று கைவிரித்து விட்டார்கள். சோமபானம் குடிக்காமல் பயம் எப்படி விலகும்? முதல் நாளில் நம் வீரர்கள் திறமையை அதற்கப்புறம் காட்டவே இல்லை தெரியுமா? இதுதான் நான் சொல்ல வந்தது."

அவனது கேள்விக்கு உடனே எந்தப் பதிலும் தோன்றவில்லை சஞ்சயனுக்கு. "நீ எதற்குப் போர் முனையிலிருந்து திரும்பி வருகிறாய்?" என்று கேட்டான்.

"சோமபானம் குடிக்காமல் சண்டை போடுபவன் எப்படியும் தோற்பான். மரணம் அடைவான். எந்தக் காரணமும் இல்லாமல் நான் ஏன் சாகவேண்டும்? இந்திரனின் சாபத்துக்கும் சோமதேவனின் சாபத்துக்கும் ஏன் உள்ளாக வேண்டும்? அதனால் வெளியேறி வந்து விட்டேன்."

"இப்போது குடித்திருக்கிறாயே, அது எங்கிருந்து கிடைத்தது?"

"வரும்போது வழியில் கிடைத்தது. அதாவது வழியில் யார் கண்ணிலும் படாமல் பனைமரத்தில் கள்ளுப் பானையைக் கட்டி இருந்தார்கள். இன்னும் சூரியன் உதித்திருக்கவில்லை. எதிர்பாராத தருணத்தில் என் கண்ணில் விழுந்தது. ரதத்தை நிறுத்திவிட்டு மரத்திலேறி இறக்கினேன். ரதத்தின் குலுக்கலில் உந்து விடாதபடி பானையைச் சுற்றிலும் தழைகளைச் சுற்றிக் கட்டி வைத்திருக்கிறேன். உனக்குக் கொஞ்சம் கொடுக்கிறேன். இன்னொரு ரொட்டி கொடுத்து விடு. கொடுக்காவிட்டால் நானே முழுக்கவும் குடித்துவிட்டு உன்னோடு யுத்தம் செய்து உன் வசம் இருக்கிற ரொட்டி மூட்டையையே பிடுங்கிக் கொள்வேன். சோம ரசத்திலிருந்துதானே சக்தி வருகிறது."

சஞ்சயனுக்கும் ஆசையுண்டானது. அதற்குள் குதிரைகளுக்குத் தண்ணீர் காட்டும் வேலையை முடித்துக்கொண்டு வந்த சாரதியும் அறிமுகமானான். அவன் பெயர் பிரவீரன். விருகப்பிரஸ்தத்தைச் சேர்ந்தவன். அவனே ரதத்தில் கட்டியிருந்த கள்ளுப்பானையைக் கொண்டு வந்து முன்னால் வைத்தான். பானை நிரம்பள் இருந்தது. கொஞ்சம் குடித்த பிறகு மனம் லேசானது சஞ்சயனுக்கு. அவன் பார்வை ரதத்தின் பக்கம் சென்றது. "யார் அவன்?" என்று கேட்டான்.

"சொன்னேனில்லையா, அரசுக்குச் சொந்தமானதைத் திருடிக் கொண்டு ஓட முயன்றான். இந்த ரதம், இந்தக் குதிரைகள் கூட அவன் திருடிக்கொண்டு வந்தவைதான். பிடித்துக்கொண்டு போகிறோம். திருதராஷ்டிரனின் முன்னால் கொண்டுபோய் நிறுத்தினால் அவனுக்குத் தண்டனை கிடைக்கும், எனக்குப் பரிசு கிடைக்கும்."

"என்னென்ன திருடினான்?"

"வா, காட்டுகிறேன்."

சஞ்சயன் அவனோடு சென்று ரதத்தில் பார்த்தான். ஏறத்தாழ முப்பது வயது மதிக்கத்தக்க ஒருவனைக் கையையும் காலையும் கட்டி உருட்டியிருந்தார்கள். அந்த யுத்த ரதத்தின் ஒரு மூலையில் அம்புகளும், உலோக முனைகளும் சக்கரத்துக்குப் பொருத்தக் கூடிய கடையாணிகளும், சில உலோகத்துண்டுகளும் கிடந்தன. வேறு எதுவும் இல்லை."

"போர் முனையில் இருந்து இவற்றையெல்லாம் திருடிக் கொண்டு ஓடிக் கொண்டிருந்தான் இவன். இந்த ரதமும் குதிரைகளும் கூட போர் முனையிலிருந்தே ஓட்டி வந்தான். அரசுக்குச் சொந்தமான சொத்தைத் திருடிய இவனது வலது கையைத் துண்டிக்கலாமா, வேண்டாடா, நீயே சொல்" என்று வஜ்ரதரன் கேட்டான்.

"அவன் கட்டுகளை அவிழ்த்துவிடு. நான் சொல்கிறேன்" என்றபடி தானே குனிந்து அவனது கட்டுகளை அவிழ்த்தான் சஞ்சயன். அவனை உட்காரவைத்த பிறகு, "அடேய், உண்மையைச் சொல். யார் நீ? எதற்காகத் திருடினாய்?" என்று கேட்டான்.

அவன் அழத் தொடங்கினான். அழுதபடியே, "நான் உண்மையைச் சொல்கிறேன். என் குழந்தைகள் மேல் ஆணையிட்டுச் சொல்கிறேன். எனது வலது கையை வெட்டி விட்டால் என்னால் என் தொழிலை எப்படிச் செய்ய முடியும்?" என்று கேட்டான்.

"உன் தொழில் என்ன?"

"கொல்லன் நான்"

"இதைப்போய் ஏன் திருடினாய்?"

"திருடிச் செல்லவில்லை. யுத்தம் என்றால் எப்படி இருக்கும் என்று பார்ப்பதற்காகச் சென்றேன். அழுகி நாறும் பிணங்களுக்கு நடுவே லட்சக்கணக்கான உலோக முனைகள் வீணாகச் சிதறிக் கிடந்தன. கைக்குக் கிடைத்ததைப் பொறுக்கிக்கொண்டேன். இந்தப் பட்டிகள் கூட முறிந்து கிடந்த ரதங்களிலிருந்து எடுத்தவைதான். இந்த ரதம் கூட முறிந்து கிடந்ததுதான். நானே சரி செய்து இவற்றை யெல்லாம் ஏற்றிக்கொண்டேன். யுத்தத்திற்கு இனி உதவாது என்று அவிழ்த்து விடப்பட்டிருந்த இந்தக் குதிரைகள் அங்கே நொண்டிக் கொண்டிருந்தன. அவற்றைப் பிடித்து ரதத்தில் பூட்டிக்கொண்டு வந்தேன்."

"இவற்றை எடுத்துச் சென்று என்ன செய்வாய்?"

"இவற்றையெல்லாம் உருக்கி வீட்டு வாசலுக்குத் தேவையான தாழ்ப்பாள், கொண்டி, நாத்தாங்கிகளையெல்லாம் செய்து கிராமம் கிராமமாகச் சென்று விற்றுப் பிழைப்பேன்."

ஒரு கணம் சஞ்சயன் அவனையே பார்த்தபடியிருந்தான். பிறகு, "வஜ்ரதரா, இவனை விட்டுவிடு." என்றான்.

"அரசுக்குச் சேர வேண்டிய சொத்தைத் திருடியவனுக்குச் சார்பாகப் பேசுகிறாயா?"

"திருதராஷ்டிரனின் முன் இவனைக் கொண்டுபோய் நிறுத்தினால் யுத்தத்தில் பங்கெடுக்காமல் ஏன் ஓடி வந்தாய் என்று உனக்குத்தான் தண்டனை கிடைக்கும்."

வஜ்ரதரனின் முகம் வெளுத்தது. சஞ்சயன் அந்தக் கொல்லனுக்கு ஒரு ரொட்டியைக் கொடுத்தான். அதற்கப்புறம் பானையிலிருந்து ஒரு குடுவையில் கள்ளையும் ஊற்றி கொடுத்தான்.

* * *

வயிறு வலித்தது. வாந்தி எடுத்தால் சரியாகக் கூடும் என்று நினைத்தான். இருமுறை வெளியே சென்று வாந்தி எடுக்க முயற்சி செய்தாலும் வரவில்லை. வாயில் காப்பாளனாகிய சைத்யன் "என்ன ஆயிற்று அரசே?" என்று பணிவாகக் கேட்டும் கூட அவன் எதுவும் சொல்லவில்லை. மீண்டும் உள்ளே வந்து படுத்துக்கொண்டான். கம்பளி கதகதப்பாக இருந்தது. யுத்தத்தின் சத்தம் கேட்காத அளவுக்குக் குடிசை தள்ளி இருந்தது. நிசப்தம். இருட்டு. குடிசைக்குள் மட்டும் எள்ளெண்ணெய் ஊற்றிய தீபம் எரிந்துகொண்டிருந்தது. "இரவில் நன்றாகத் தூங்கு" என்று சொல்லி அரசனே குடுவை நிறைய சோம பானம் வரவழைத்துத் தந்தான். ஆனால் அவன் குடிக்கவில்லை. "நாளைய யுத்தம் உன்னுடையது. இன்று இரவு நன்றாகத் தூங்கி ஓய்வெடு. நீயே குடி. நான் இன்றைய இரவு யுத்தத்தைப் பார்த்துக் கொள்கிறேன்" என்றான். அவன் நட்பு போற்றத்தக்கது. ஆனால் வாந்தி வருவதுபோல வயிற்றில் ஏதோ சங்கடப்படுத்திக்கொண்டே இருந்தது. மரத்திலிருந்து இறக்கிய சுத்தமான பானமாம். புளிப்பு மணத்தைத் தவிர வேறு எதுவும் இல்லை. எனினும் கதகதப்பாகக் கம்பளியைப் போர்த்திக்கொண்டு படுத்தாலும் தூக்கம் வரவில்லை. வலப்பக்கம் புரண்டு படுத்தான். குடிசைக்குள் இருக்கிற நாய், ஒவ்வொரு முறையும் புரளும் போதெல்லாம் விழித்துப் பார்த்துச் சத்தமிட்டது. தன்னைப் பார்த்தே ஐந்து நாட்கள் ஆகிவிட்டன என்பதால் இந்த அளவுக்குக் குழைகிறது என்று கை நீட்டி அதன் கழுத்தைத் தடவிக் கொடுத்தான். சிறிது நேரத்திற்குள் நாய் தூங்கிவிட்டது. ஆனாலும் அவனுக்குத் தூக்கம் வரவில்லை. தலையில் ஏதோ மிதப்பதைப் போன்ற உணர்வு இருந்தது. வயிற்றுக்குள் இன்னும் வேதனை இருந்தது. "நாளைய யுத்தத்தில் நான் யார் என்பது அவனுக்குத் தெரிந்து விடும். சமமான வீரனுடன் போரிடுகிறோமா, இல்லையா என்பதை நாளைய யுத்தம் சொல்லிவிடும். ஒரு பக்கம் கோபத்தால் பொங்கிய சக்தி. இன்னொரு பக்கம் அன்பால் உண்டாகும் இயலாமை. இந்த உள் முரணை நினைத்துக் கொள்ளும் போது என் கோபம் அதிகரிக்கிறது. உறவு என்பதும் உடன்பிறப்பு என்பதும் வெறும் மாயை. பொய். ஓர் உறவின் காரணமாக என்னைப் பெற்றெடுப்பது, பிறகு ஒதுக்கி விடுவது. இப்பொழுது வந்து உறவு கொண்டாடுவது. இவை எல்லாம்

யுத்த தந்திரமன்றிவேறென்ன? சரி, நான் என்ன செய்ய வேண்டும் இப்போது? என்னைப் பெற்றெடுத்தாலேயே உரிமை வந்து விடுமா? நான் பெற்று வளர்த்தவனும், தன் தாயின் மறைவுக்குப் பிறகு என்னை ஒரு தாய் போல கவனித்துக் கொண்டவனுமாகிய என் அருமை மகனைவிட அந்த உறவு பெரியதாகிவிடுமா? என் மகன் சுஷேணனை வேண்டுமென்றே குறிவைத்துக் கொன்றிருக்கிறான் அவன். எங்கு அடித்தால் எங்கு நோகும் என்று அவனுக்குத் தெரிந்திருக்கிறது? மேலும் இதன் மூலம் என்னைத் தூண்டி விடுகிறான். குச்சியால் பாம்பைச் சீண்டுவதுபோல என்னால் என்ன செய்ய முடியும் என்பதை நாளை அவனுக்குக் காட்ட வேண்டும். என் இதயமே திடீரென கல்லாகி விட்டது. "ஓ... நீதான் கர்ணனின் மகனா, என்னோடு சண்டையிட உன்னை அனுப்பி விட்டானா உன் அப்பா, என்னோடு நேரிடையாக மோதப் பயந்து விட்டானா?" என்று சொல்லிக் கொண்டே சுஷேணனைக் கொன்றானாம் அவன். 'என் மகன் அபிமன்யுவைக் கொன்றது உன் அப்பா. கடோத்கஜனின் கழுத்தில் வெட்டி விட்டு ஓடியவன் உன் அப்பா. இப்பொழுது நான் உன்னைக் கொல்கிறேன்' என்று சொன்னபடி அவன் எய்த அம்பு நேராகச் சுஷேணனின் கழுத்தை வெட்டிவிட்டது..." அதை நினைத்ததுமே கர்ணனுக்கு அழவேண்டும் போலத் தோன்றியது. "ஆனால் நான் அழமாட்டேன். நான் பெண் அல்ல. சுஷேணா, நீ ஒன்றும் அனாதை இல்லை. உன் சாவுக்குப் பழிவாங்காமல் விட மாட்டேன். அபிமன்யுவின் மரணத்துக்கு அர்ஜுனன் ஜயத்ரதனைப் பழிவாங்கினான் இல்லையா? மகனே, மறுபடியும் சொல்கிறேன். நீ அனாதை இல்லை. நாளைய போரில் எல்லாப் படையினரையும் திரட்டிக் கொண்டுபோய் அவனைத் தாக்கி, அவன் தலையைச் சீவிப் பந்தாடாவிட்டால் நான் உன் தந்தையே இல்லை" என்று தனக்குத் தானே சொல்லிக்கொண்டபோது அவன் மனம் ஒரு சமநிலைக்குத் திரும்பியது. உடல் வலி கூட குறைந்துவிட்டது. இப்போது தன்னால் தூங்க முடியும் என்று நினைத்தான். வலப்புறம் ஒருக்களித்து படுத்த படி உறங்க முயற்சி செய்தான் கர்ணன். தூங்கப் போகும் தருணத்தில் வெளியே ஏதோ பேச்சுச் சத்தம் கேட்டது.

"சித்திரசேனன், சுஷர்மன்... மெதுவாகப் பேசுங்கள். அவர் உறங்குகிறார். வாருங்கள், அங்கேபோய் நின்று பேசலாம்" இதைத் தொடர்ந்து காலடிச் சத்தம் மெல்ல மெல்லத் தொலைவில் சென்று தேய்ந்தது. படுத்தவாக்கிலேயே "என் பிள்ளைகளாகிய சித்திர சேனனுக்கும் சுஷர்மனுக்கும் என்ன ஆனது?" என்று எண்ணிக் கொண்டான்.

பதில் கொடுப்பவர்கள் யாரும் அங்கில்லை.

"சைத்யா, கூப்பிடுவது கேட்கவில்லையா, வா இங்கே உடனே" என்று கூவினான் கர்ணன். கூவியதால் அவனுக்குத் தொண்டை வறண்டது. காற்று உள்ளே புகுந்து விளக்கை அணைத்து விடாதபடி மெல்லக் கதவைத் திறந்து கொண்டு உள்ளே வந்தான் சைத்யன்.

"அரசே, இந்தச் செய்தி உங்கள் காதில் விழ வேண்டாம் என்று எவ்வளவோ முயற்சி செய்தேன். எனினும் அந்த முட்டாள் தூதுவன்..."

"யார் கொன்றார்கள் அவனை?" என்று கேட்டான் கர்ணன்.

"உங்கள் எதிரி அர்ஜுனன். வேண்டுமென்றே உங்கள் பிள்ளை களைத் தொடர்ந்து கொல்கிறான் அவன்."

கர்ணன் மீண்டும் பழைய இடத்திலேயே படுத்துக்கொண்டான். சிறிது நேரத்திற்கு முன்பு தளர்ந்து சரியான நரம்புகள் மீண்டும் முறுக்கேறின. கர்ணன் எதுவும் பேசவில்லை. உடல் முறுக்கிக் கொள்வதைப் போல கடுமையாக வலித்தது. ஆனாலும் அனைத்தையும் தாங்கிக்கொண்டிருந்தான். யுத்தம் என்றால் மரணம் என்பதன் உண்மை அவனுக்குப் புரிந்தது. "துரியோதனனும் துச்சாதனனும் தன் பிள்ளைகளைப் போரில் இழக்கவில்லையா? அபிமன்யுவை நான் கொன்றதாக அர்ஜுனன் நம்பிக்கொண்டிருந்தாலும் உண்மையில் நான் கொல்லவில்லை. நான் குற்றவாளியில்லை. ஆனால் அவனை எப்படி நம்பச் செய்வது இதை. ஒருவேளை அவனை நம்பவைக்கும் முயற்சி செய்திருந்தால் அவனும் என் பிள்ளைகளைக் கொல்லாமல் விட்டிருக்கக் கூடும். ஒருவேளை, 'நீ கௌரவ சேனைக்கு முக்கிய தளபதியாகிவிட்டாய், உன் பிள்ளைகளை அடுத்தடுத்துக் கொல்கிறேன். நீ என்னதான் செய்வாய் பார்க்கிறேன்?' என்று சவால் விடுகிறானா? அப்படித்தான் தோன்றுகிறது. பொழுது விடியட்டும் அர்ஜுனா, நான் உன்னோடு மோத வருகிறேன். நேருக்கு நேர் மோதலாம். மற்ற நால்வரையும் குந்தியின் பிள்ளைகள் என்று நான் மதித்தாலும் என் பிள்ளைகளை அடுத்தடுத்துக் கொன்ற உன்னை அப்படி எண்ண முடியவில்லை. உன்னோடு மோதியே தீர வேண்டும்..."

அமைதியின்றியும் உறக்கமின்றியும் படுக்கையில் புரண்டு புரண்டு படுத்தான் கர்ணன். இன்று இரவு தூக்கமற்ற இரவாக இருக்கப் போகிறது என்று அவனுடைய மனம் சொன்னது. இரவிலும் யுத்தம் தொடர்ந்து நடந்துகொண்டே இருப்பதால், தன்பிள்ளைகளாகிய சித்திரசேனன், சுஷர்மன் ஆகியோரின் ரத்தம் உலரும் முன்னேயே புறப்பட்டுப்போய் அவனைக் கொல்ல வேண்டும் என்று மனம்

துடித்தது. அவசரமாய் எழுந்து உட்கார்ந்தான் அவன். ஆனால் மறுநாள் காலை நடக்கப் போகும் யுத்தத்தில் பங்கெடுப்பதற்காக இரவில் ஓய்வெடுத்துக் கொண்டிருக்கும் வீரர்களை எழுப்புவது சாத்தியமாகுமா என்று தோன்றியது. எழுப்பினாலும் அவர்கள் தன் பேச்சைக் கேட்பார்களா என்றும் தோன்றியது. எழுந்து வந்தாலும் கூட, உண்மையிலேயே யுத்தம் செய்வார்களா என்றும் தோன்றியது. கண்களை இறுக மூடித் தூங்குவதற்கு முயற்சி செய்தான் கர்ணன். அவனது சாரதியான சல்லியனும் கூடத் தூங்கச் சென்று விட்டான். அவனும் எழுந்து வந்து சொன்னபடி கேட்பான் என்று சொல்ல முடியாது. அவனது ஆர்வமும் வேகமும் மெல்ல அடங்கியது. மீண்டும் வயிறு வலிப்பது போல இருந்தது. ஆனாலும் வாந்தி வர மறுத்தது. வராது என்று தெரிந்ததும் குடிசைக்கு வெளியே சென்று உட்கார்ந்து வாந்தி எடுக்க முயற்சி செய்தான். இரவில் மௌனம் மனசைக் குலைப்பதாக இருந்தது. எதிரில் சற்றுத் தள்ளி இருந்த துரியோதனனின் குடிசையிலும் மௌனமும் இருட்டும் அடர்ந்திருந்தது. எண்ணெய்ப் பற்றாக் குறை பற்றித் துரியோதனன் சொன்னது ஞாபகம் வந்தது. தன் பிள்ளைகளின் மரணத்தைப் பற்றிய நினைவுகளில் இருந்து அவனால் மீளவே முடியவில்லை. "பட்டப்பகலிலே சுஷேணனைக் கொன்றான் அவன். ஆனால் நடு இரவில் சித்திரசேனனையும் சுஷர்மனை யும் கொன்றிருக்கிறான். ஆனால் இந்த இருட்டில் இவர்கள் இருவரையும் எப்படி அடையாளம் கண்டு பிடித்தான்? திசை தவறி அந்தப் பெருமையைத் தளபதிக்குச் சூட்டிப் பார்க்கிறானா தூதுவன். என்னால் எதையும் சரியாக யோசிக்க முடியவில்லை. எல்லாமே குழம்புகிறது."

வலி கொஞ்சம் அடங்கியதைப்போல இருந்தது. ஆனாலும் வாந்தி மட்டும் வர மறுத்தது. படுக்கப்போனால் மீண்டும் இந்த வலி தொடரும் என்று தோன்றியது. ஆனால் என்ன செய்வது? தூங்க முயற்சி செய்தான். தன் கண்களை மீண்டும் மூடிக்கொண்டான். எண்ணெய் விளக்கு நிதானமாக எரிந்தபடி இருந்தது. சைத்யனே மீண்டும் எண்ணெய் ஊற்றி இருக்கக் கூடும் என்று நினைத்தபடி படுத்திருந்தான். "அர்ஜுனா, பாறைபோல உறுதியான எனது முடிவில் நெகிழ்ச்சியுண்டாக்கியதில் உன் தாய்க்கு வெற்றிதான். ஆனால் அவள் உனக்குள் உறுதியை வளர்ப்பதிலும் தன் பங்கைச் சரிவரவே செய்திருக்கிறாள். இதில் உனக்கு நம்பிக்கை இல்லையென்றால், உனக்குச் சாரதியாக இருக்கும் கிருஷ்ணனைக் கேட்டுப்பார்" யுத்தத்தைத் தொடங்கும் முன்பு இதைச் சொல்ல வேண்டுமா என்று எண்ணினான் அவன். ஒரு கணத்திற்கு அப்படிச் செய்வதுதான் சரி என்று தோன்றியது. மறுகணமே அவன் குலைந்து போனான்.

கௌரவ சேனையை முன்னால் வைத்துக்கொண்டு இதைத் தன்னால் சொல்ல இயலாது என்று தோன்றியது. எனவே அந்த எண்ணத்தை முளையிலேயே கிள்ளியெறிந்தான். அப்போதுதான் சைத்யன் வந்து அருகில் நிற்பதைப் பார்த்தான்.

“ஐயா, இந்தச் சூதர் குலத்தின் பெருமையையும் புகழையுமே நீங்கள் உயர்த்தி விட்டீர்கள். இதுவரை யாருமே செய்யாத காரியம் இது” என்றான்.

கர்ணன் எந்தப் பதிலும் பேசவில்லை. மறுபுறம் புரண்டு படுத்தான்.

“காலம் காலமாக க்ஷத்திரியர்களுக்குத் தேரோட்டி வந்திருக்கிறது நம் குலம். ஆனால் கிரீடம் அணிந்த அரசன், சிம்மாசனமேறி அமர்ந்த ஓர் அரசன், உண்மையான ஒரு க்ஷத்திரியன் முதன் முதலாக நம் குலத்தவனுக்குத் தேரோட்டியாக வருவது இப்போதுதான் முதலில் நடக்கிறது. இந்த ஒரே விஷயத்தில் நம் குலப் பெருமையே உயர்ந்து விட்டது.”

கர்ணனுக்குக் கௌரவமாகவும் இருந்தது. வெறுப்பாகவும் இருந்தது. கௌரவசேனைக்குத் தளபதியாக நியமிக்கப்பட்டபோது, ஒரு தேரோட்டி மகன் தளபதியானால் தாம் அனைவரும் போரைக் கைவிட்டுத் தம் ஊர்களுக்குச் சென்று விடுவதாகச் சொல்லி அனைவருமே எதிர்ப்பு தெரிவித்ததை எண்ணிப் பார்த்தான். துரியோதனன் மட்டும் அந்தச் சூழலைச் சாமார்த்தியமாக எதிர் கொள்ளவில்லையென்றால், அவர்கள் அனைவருமே சென்றிருக்கக் கூடும். ‘ஒரு தேரோட்டிக் குலத்தவனுக்கு நான் தேரோட்ட வேண்டுமா?” என்று எவ்வளவு அகங்காரத்தோடும் வேகத்தோடும் கேட்டான் சல்லியன். அவனையும் துரியோதனன்தான் பேசிச் சமாளித்தான். “மாமா, யுத்தத்தின் சூத்திரக் கயிற்றையே கையில் வைத்திருப்பவர்கள்தான் இந்தக் குலத்தவர்கள். அவர்களையே ஏன் இழிவுபடுத்திப் போகிறீர்கள்?” என்று எடுத்துச் சொன்னவன் அவன் தான்.

“தயவு செய்து தூங்குங்கள் அரசே, நாளைக்கு, உங்கள் பிள்ளை களின் மரணத்துக்குப் பழிக்குப்பழி வாங்க வேண்டும்.”

கதவை மூடிக்கொண்டு வெளியேறினான் சைத்யன். அறை கதகதப்பாகவே இருப்பதை உணர்ந்தான் கர்ணன். இறந்துபோன மகனின் சித்திரம் அவன் மனத்தில் எழுந்தது. “குழந்தையாய் இருக்கும் போது கொழுகொழுவென்று பார்க்க அழகாக இருந்தான் சுஷேணன். நானும் அவன் தாயும் ஒரு கணமும் அவனைக் கீழே விடாமல் மாறி

மாறித் தூக்கி வைத்துக் கொண்டு ஆடினோம். அவன் வளர்ந்து சின்னப் பிள்ளையாக இருந்தபோது ஏதோ ஒரு தவறு செய்துவிட்டான் என்று அவனைக் கடுமையாக அடித்துவிட்டேன். இளமைத் துறுதுறுப்பில் தவறு செய்துவிடும் மூத்த பிள்ளையைச் சரியாக வளர்க்கும் பொறுமை எந்தத் தந்தைக்குண்டு. சித்திர சேனனை யும், சுஷர்மனையும் கொஞ்சியதுபோல அவனைக் கொஞ்சவில்லை. ஆனாலும் அவன் என்னோடு மிகவும் நெருக்கமாகவே இருந்தான். அர்ஜுனா, நாளைக்கு நேருக்கு நேர் நின்று உன்னோடு போர் புரிவேன். உன் சாரதி கிருஷ்ணனின் அறிவுரையின் படி உன் தாயால் ஏற்பாடு செய்யப்பட்டிருக்கும் பாதுகாப்பை உடைத்தெறிகிறேன்." இதையே பத்து முறைகளுக்கும் மேல் திரும்பத் திரும்பச் சொன்னான். ஓளரவு அது அவனுக்கு மன அமைதியைக் கொடுத்தது. பிறகு மெல்ல மெல்ல தூக்கத்தில் அமிழ்ந்தான்.

தூக்கத்தில் அவன் ஒரு கனவுகண்டான். அவனுடைய மூன்று பிள்ளைகளாகிய சுஷேணன், சித்திரசேனன், சுஷர்மன் அனைவரும் சூரிய மண்டலத்தைச் சென்றடைந்தார்கள். இதமான வெளிச்சம். கீழே அகன்ற நதி, அதில் ஒரு படகு, சூரிய வெளிச்சமே ஒரு குழந்தையாக அந்தப் படகில் வந்து இறங்குகிறது. நதியில் பெருகும் வெள்ளத்தால் படகு மெல்ல அசைந்து அதன் போக்கில் போகிறது. கனவு கலைய திடுமென விழித்துக் கொண்டான் கர்ணன். உதடுகளின் ஓரங்களில் எச்சிலின் ஈரம் அருவருப்பாக இருந்தது. சட்டெனக் கண்திறந்து பார்த்தான். விளக்கு அணைந்திருந்தது. காற்றினாலா எண்ணெய் இல்லாததாலா தெரியவில்லை. மீண்டும் வயிற்று வலி தொடங்கியது. தூங்குவதற்காகக் குடித்த மது தூக்கத்தையே கெடுத்துவிட்டது என்று நினைத்தான். அந்த இரவில் தன்னால் இனி தூங்குவது சாத்தியமே இல்லை என்று எண்ணினான். சுஷேணன் குழந்தையாக இருந்தபோது சைத்யன் அவனை எடுத்து வைத்துக்கொண்டு கொஞ் சியதுண்டு. மற்ற இரண்டு பிள்ளைகளையும் சிறுவயதில் கொஞ்சி விளையாடி இருக்கிறான். சிறுநீர் கழிப்பதற்காக வெளியே சென்றான். கதகதப்பான போர்வையைப் போர்த்தியபடி சைத்யன் விழித்திருந்தான். அப்படியென்றால் எண்ணெயின் இருப்பு தீர்ந்து விட்டது என்று நினைத்துக்கொண்டான். மீண்டும் தூங்கச் சென்றான். நாயைச் சிறிது தூரம் தள்ளிக் கிடத்திவிட்டு தாராளமாகப்படுத்தான். இன்னும் வலி குறையவில்லை. இப்போது வயிற்றில் மட்டுமன்றி, உடல் முழுக்க வலி பரவிவிட்டது. தூக்கமும் குலைந்தது. திடுமென மனசில் ஓர் எண்ணம் உதித்தது. "தூக்கத்தில் இருந்து சைத்யனை எழுப்பி யாரிடமும் வெளியிடக் கூடாது என்று சத்தியம் வாங்கிக் கொண்டு என் பிறப்பின்

ரகசியம் பற்றிச் சொன்னால் எப்படி இருக்கும். மக்கள் நினைத்திருப்பது போல நான் தேரோட்டியின் மகனில்லை. குந்தியே வந்து சொன்னாள். சமமில்லாதவர்களிடையே இப்போது யுத்தம் நடந்துகொண்டிருக்கிறது. அர்ஜுனனுக்குத் தெரியாது. தனக்கு மட்டும்தான் தெரியும். ஏனோ அவனிடம் அதைக் குந்தி தெரிவிக்கவில்லை. விருப்பமில்லைபோலும். அதனால் நானும் சொல்வதற்கில்லை. அவன் என் பிள்ளைகளைக் குறிவைத்துச் சாகடிக்கிறான். எனக்கு வெறியூட்ட வேண்டுமென்றோ அல்லது நிறைந்த சபையில் திரௌபதயை அவமதிக்கும் விதத்தில் பேசினேனென்றோ இப்படிச் செய்கிறான். அல்லது நான் துரியோதனின் வலதுகை என்று நினைத்துச் செய்கிறானோ, நீ யாரிடமும் சொல்லி விடாதே." என்று தெரிவித்து விட வேண்டு என்று தோன்றியது. இப்படி முழுக்க முழுக்கத் தன் ரகசியத்தை வெளிப்படுத்துவதன் மூலம் தன் மனப்பாரம் குறையும் என்று தோன்றியது. "நாளைய யுத்தத்தில் நான் இறப்பேன் அல்லது அவன் இறப்பான். சமமற்றவர் களுக்கு இடையே நடக்கும் இந்த யுத்தத்தில் அவன் இறப்பானா? நாளை மாலை வரைக்குமாவது சைத்யன் இந்த ரகசியத்தை யாரிடமும் சொல்லாதிருக்க வேண்டும். அதற்கப்புறம்....?" என்று யோசித்தான். சட்டென அவன் இதயம் உறைந்ததைப் போல இருந்தது. "ஒரு வேளை நான் இறந்த பின்பு இந்த உண்மை துரியோதனனுக்குத் தெரிய வருமானால் நான் வேண்டுமென்றே தோல்வியுற்று கொலையுண்டேன் என்று நினைக்க மாட்டானா? என் இதயத்துடிப்பின் சத்தம் எனக்கே கேட்கிறது." என்று எண்ணங்கள் அவன் மனத்தில் ஓடின. இறுதியில் சைத்யனிடம் எதையும் சொல்லத் தேவையில்லை என்று தோன்றியது. பிறகு மறுபுறம் புரண்டு படுத்து உறங்க முயற்சி செய்தான். ஆனால் குளிர்க்காற்று குடிசைக்குள் எப்படியோ நுழைந்தது. "வெளியே எப்படியெல்லாம் குளிர்கிறது!" என்று நினைத்தான். மீண்டும் சைத்யனை எண்ணிக்கொண்டான். "எதற்காகக் குடிசைக்கு வெளியே உட்கார்ந்து காவல் காக்கிறான்?" என்று கேட்டுக்கொண்டான். அவனை உள்ளே வரச்சொல்லித் தூங்குமாறு சொல்லவேண்டும் என்று தோன்றியது. ஆனால் படைத்தளபதி உள்ளே படுத்து உறங்கும் போது வெளியே நின்று காவல் காக்க வேண்டும் என்பது விதியாகும். அவன் மட்டுமன்றி இருபது முப்பது வீரர்களாவது அவனைக் காவல் காக்கும் பணியில் இருக்கக்கூடும் என்று எண்ணினான். ஒரு தேரோட்டியின் குலத்தைச் சேர்ந்தவனுக்குத் தேரோட்டுவதற்காக ஒரு க்ஷத்திரிய குலத்தைச் சேர்ந்த அரசன் நியமிக்கப்பட்டதை அறிந்து சற்று முன் சந்தோஷத்தோடு வந்து பேசிய சைத்யனின் வார்த்தைகளை நினைத்துக் கொண்டான்.

"ஒருக்கால் நான் உண்மையான தேரோட்டி மகனில்லை என்று சைத்யனிடம் சொன்னால் அவன் என்ன செய்வான்?" என்று நினைத்தான். ஒருக்கால் தலைகுனிந்து வணங்கக் கூடும் என்று தோன்றியது. மீண்டும் மறுபுறம் புரண்டு படுத்தான். இன்னும் விடியாத பொழுதை எண்ணி நொந்துகொண்டான். அப்பொழுது மீண்டும் வலியை உணர்ந்தான். வாந்தி எடுத்தால் நல்லது என்று தோன்றியது. வெளியே இடம் மாறி நின்ற சைத்யன் எழுப்பிய ஓசை கேட்டது. மீண்டும் வலியின் மீதே எண்ணம் திரும்பியது. "என் அம்மா அப்பா இருவருமே இறுதிவரைக்கும் என் பிறப்பின் ரகசியம் பற்றி ஒருமுறையும் வாய் திறக்கவில்லை. ஒருவேளை அவர்கள் குந்திக்கு வாக்குறுதி கொடுத்திருக்கக் கூடும். தன்னோடேயே ரகசியம் புதைந்து விட இருவரும் இறந்து போனார்கள். அவர்களைப்போலவே நானும் உயிரோடு இருக்கும் வரை இந்த ரகசியத்தைக் காப்பாற்றுவதே நல்லது."

நாய் குரைக்கும் சத்தம் கேட்டது. காதுகளை உதறி உடலையும் ஒருமுறை உதறிக்கொண்டது. "அது ஏன் தன் தலையை உதறிக் கொள்கிறது?" என்று தன்னையே ஒருமுறை கேட்டுக்கொண்டான் கர்ணன். பிறகு அதன் சுபாவமே அப்படித்தான் என்றும் தோன்றியது. தனக்குத் தேவையற்றதையெல்லாம் உதறிவிட்ட நாய் கர்ணனின் அருகில் வந்து கதகதப்பான போர்வையில் தலை வைத்துப் படுத்துக் கொண்டது.

* * *

"மறுபடியும் உங்கள் பத்து பிள்ளைகளின் தலைகளை வெட்டி நம் சேனையின் நடுவே விழுமாறு எறிந்த பிறகு பீமன் தன் ஆட்களோடு துச்சாதனனின் மேலே விழுந்தான். அதுவரை எத்தனை தலைகள் உருண்டனவோ, என்னால் எண்ண முடியவில்லை. இப்படி ஒவ்வொன்றாக வெட்டுண்ட தலைகள் நம் சேனையின் மேல் வந்து விழுந்ததைக் கண்டு கோபம் கொண்ட துச்சாதனனும் தன் சேனையோடு பீமனுடன் மோதினான். "ஆள் படையோடு வந்து எந்தப் படைபலமும் இல்லாத சாமானிய வீரர்களாகப் போரிட்டுக் கொண்டிருந்த எங்கள் தம்பிகளைக் கொல்ல உனக்கு வெட்கமாக இல்லையாடா மிருகமே" என்று கர்ஜித்ததும் பீமன் இந்தப் பக்கம் திரும்பினான். "நாங்கள் காட்டுக்குக் கிளம்பியபோது நீ என்னைப் பார்த்து மிருகமே மிருகமே என்று கூவியபடி ஆடியது இப்போது கூட எனக்கு நினைவிருக்கிறது" என்று பதில் சொன்னான். பிறகு தன் ஆட்களோடு தாக்கத் தொடங்கினான். துச்சாதனனின் போர்த் தந்திரத்தில் சில பிழைகள் இருந்ததென்று எண்ணுகிறேன். பீமனும் அவன்

ஆட்களும் என்றாலே தலைகளை வெட்டிப் போரிடும் சேனைக்கு நடுவே தூக்கிப் போடுகிறவர்கள் என்கிற எண்ணம் நம் வீரர்கள் மத்தியில் நிலைபெற்றுவிட்டிருந்தது. துச்சாதனனின் குழுவுக்கும் அதே கதிதான் ஆனது. ஆரவாரத்துடன் புகுந்து தாக்குகிற பீமன் மற்றும் அவனது ஆட்களின் முன் துச்சாதனனின் குழுவினரால் தாக்குப் பிடிக்க இயலவில்லை. துச்சாதனன் ஒருவனே தனியாளானான். சுற்றிலும் பீமனின் ஆட்கள். ஆரவாரத்துடன் தாக்கவந்த பீமனைக் கண்டு திசை புரியாமல் உறைந்து நின்றான் துச்சாதனன். நெருங்கி வந்த பீமன் தன் வாளால் அவனது வலது கையில் ஓங்கி வெட்டித் துண்டாக்கினான். கத்தியைப் பிடித்திருந்த துச்சாதனனின் கை தனியே போய் விழுந்தது. பிறகு அவனை இடுப்பில் கைகொடுத்துத் தூக்கி ஆற்றங்கரையில் துணி துவைப்பவர்கள் துணி துவைக்கக் கையை ஓங்குவது போல ஓங்கி பத்து இருபது முறை சுழற்றினான். அதிலேயே மூச்சுமுட்டிச் சாகட்டும் என்று நினைத்தான். பீமனின் ஆட்கள் எல்லாம் சட்டென்று பின்வாங்கிச் சண்டை நடந்த இடத்தை மைதானம் போல ஆக்கி மற்றவர்களும் பார்க்க வசதி செய்து தந்தனர். பிறகு துச்சாதனனைக் கீழே இறக்கி மல்லாந்து படுக்க வைத்து, "உன் இதயத்தைப் பிளந்து ரத்தம் குடிப்பதாகச் சபதம் செய்திருந்தேன். இப்போது அந்தச் சபதத்தை நிறைவேற்றிக் கொள்கிறேன் பார்" என்று தன் வலது முஷ்டியால் ஓங்கி அவனது இடது மார்பில் ஓங்கிக் குத்தினான். எலும்புகள் சடசடவென்று முறிந்து நொறுங்கும் ஓசை கேட்டது. கவசத்தை யெல்லாம் கிழித் தெறிந்து விட்டு மறுபடியும் ஒரு முறை ஓங்கிக் குத்தினான். அப்போதே துச்சாதனனின் துடிப்பு அடங்கி விட்டது. உள்ளிருந்து ரத்தம் வழிந்தது. பொங்கி வந்த சிவப்பு ரத்தம் சுற்றிலும் பீமசேனை, இன்னொரு மூளையில் இருந்த கர்ணனின் பார்வை அந்தப் பக்கம் பதிந்தது. வீரர்கள் எல்லாரும் அங்கேயே பார்த்தபடி இருந்தார்கள். நான் ஒரு ரதத்தின் மறைவில் நின்றபடி எல்லாவற்றையும் பார்த்துக் கொண்டிருந்தேன். இதயத்திலிருந்து பொங்கி வரும் சிவப்பு ரத்தத்தை இரண்டு கைகளாலும் அள்ளி மூன்று முறைகள் நக்கிக் குடித்தான். சூடான ரத்தத்தின் உப்புச் சுவையால் அவன் அருவருப்பால் முகம் சுளித்தான். மீசை, கன்னம், கழுத்து எங்கும் ரத்தத்தைப் பூசிக் கொண்டு, ஆள் பார்க்கவே பயங்கரமாக இருந்தான். "முடிந்தால் வந்து தூக்கிச் செல்லடா துரியோதனா, வாடா, வந்து தூக்கிச் செல்லடா கர்ணா, சகுனி, கிருதவர்மா என்று கூவினான். துச்சாதனன் தலையை வெட்டி சேனைக்கு நடுவே வீசவில்லை பீமன். அவனுடைய தலையை மட்டும்தான் அவன் அப்படிச் செய்யாமல் விட்டான். சட்டென்று எழுந்து மறுகணமே வாளை எடுத்துக்கொண்டு தன் ஆட்களுக்குச்

சைகை செய்தான். பிறகு எல்லாரும் துரியோதனனின் பக்கம்சென்றார்கள். கர்ணனின் மேல் அர்ஜுனன் மட்டுமே போரிடுவது என்று அவர்கள் தீர்மானித்துக்கொண்டதுபோல இருந்தது. துச்சாதனின் ரத்தத்தைப் பீமன் குடிப்பதைக் கண்ணால் பார்த்த துரியோதனனின் வீரர்கள் நடுங்கினார்கள். வாய், கன்னம், கழுத்தெங்கும் ஒழுகிய ரத்தச் சிவப்பு அச்சம் தரும் தோற்றத்தைத் தந்தது. யாரும் யுத்தம் செய்யவில்லை. 'ஐயையோ ராட்சசன், ஐயையோ ராட்சசன்' என்று பயந்து அலறியபடி அவர்கள் ஓட முற்பட்டபோது அவர்களே ஒருவருக்கொருவர் மோதிக்கொண்டார்கள். மனித ரத்தத்தையே ஒருவன் குடிக்கிறான் என்றால், அவன் மனிதனாக இருக்க முடியாது, ராட்சசனாகத்தான் இருக்கவேண்டும் என்று அவர்கள் தீர்மானித்தனர். கடோத்கஜன் எழுப்பிய பீதியைப் போலப் பத்து மடங்கு பீதியை எழுப்பினான் பீமன். வேறுவழி இல்லாமல் துரியோதனன் அங்கிருந்து தப்பிவிட்டான். ரதத்தின் மறைவிலிருந்து உங்களுக்குச் செய்தி சொல்வதற்காகப் பார்த்துக்கொண்டிருந்த நான் ஓடித் தப்பித்திருக்காவிட்டால், இப்போது இந்தச் செய்தியைச் சொல்லக் கூட நான் இருந்திருக்க மாட்டேன்" என்று விவரித்த சஞ்சயன் வேறு பக்கம் பார்த்தான்.

விளக்கின் மங்கலான வெளிச்சத்தின் காரணமாக இதுவரைக்கும் அவனது பார்வை காந்தாரியின் பக்கம் செல்லவே இல்லை. கேட்டுக் கொண்டிருந்தவள் பாதியிலேயே படுக்கச் சென்று விட்டாள். அவளுக்குப் பிரக்ஞை தவறி இருக்கக் கூடுமோ என நினைத்து அவள் அருகில் சென்று தொட்டு உலுக்கி, "தேவி, அரசி, சுயநினைவுடன் இருக்கிறீர்களா?" என்று கேட்டான். தூணில் சாய்ந்து உட்கார்ந்திருந்த விதுரனும் கூட எழுந்து வந்தான். திருதராஷ்டிரன் எந்த அசைவுமின்றி மரம்போல உட்கார்ந்திருந்தான். காந்தாரி உடனே எதையும் பேசவில்லை. ஆனால் கைகால்களை அசைத்தாள். சுற்றி நின்றவர்களுக்குச் சற்றே நிம்மதியானது. சிறிது நேரத்துக்குப் பிறகு அலறி அழத் தொடங்கினாள்.

"அய்யோ, என் துரியோதனனின் தொடையை முரித்த பாவி..."

"தேவி... ஏன் அப்படி அலறி அழுகிறீர்கள்? கர்ணன் இறந்த பிறகு என்ன நடந்ததென்று எனக்கும் தெரியாது. நான் அங்கிருந்து கிளம்பும்போது துரியோதனன் நலமாகவே இருந்தான்."

அவன் எதுவும் பேசவில்லை. மீண்டும்அவன் தோளைத் தொட்டு உலுக்கிய பிறகு சுயநினைவு வரப்பெற்றவனாகி, "பீமனின் பழிவாங்கும் படலத்தில் அது ஒன்றுதானே எஞ்சியுள்ளது?" என்று கேட்டாள்.

* * *

"...உனக்கு ஏன் அடையாளம் தெரியவில்லை? அவ்வளவு நீண்ட கைகள் இந்த மண்ணில் வேறு யாருக்கு இருக்கிறது? இந்த அளவுக்கு அகன்ற வட்டமான முகமும்தான் யாருக்கு இருக்கிறது?" என்று கலங்கிய குரலில் கேட்டாள் குந்தி. கீழே நதி பாய்ந்து செல்லும் ஓசை மேலே அறை மூலை வரைக்கும் கேட்டது. விளக்கு வெளிச்சத்தில் குந்தியின் முகத்தையே பார்த்துக்கொண்டிருந்தான் விதுரன். "கர்ணனின் முக அமைப்பு குந்தியின் முக அமைப்பையே ஒத்தது என்று இப்பொழுது தோன்றுகிற எண்ணம் ஏன் இதற்கு முன்பு ஒரு போதும் தோன்றவில்லை? எனக்கு மட்டும் அல்ல, யாருக்குமே ஏன் தோன்றாமல் போயிற்று?" என்கிற வியப்பு அவன் மனத்தை நிறைத்திருந்தது. கற்பனைக்கும் மீறிய சாத்தியப்பாட்டை இயற்கை என்று யாருமே பார்ப்பதில்லை என்றும் தோன்றியது. பிறகு குந்தி. "தாயாக இருந்தாலும் கூட அவன் பிறந்ததைக் கொண்டாடும் நிலையில் அன்று நான் இல்லை. இப்போது அவன் இறந்த பின்பு தகனத்தையாவது..." என்றாள். வார்த்தைகளை முடிக்க முடியாமல் அழுகை முட்டியது. ஆனால் அவள் உடைந்து அழவும் தொடங்கவில்லை. கட்டுப்படுத்தி அடக்கிக்கொண்டாள்.

அன்றைய இரவு விதுரனும் தூங்கவில்லை. விஷயம் தெரியாமல் வீட்டில் இருக்கிற மற்றவர்கள் எல்லாம் போர்த்திக்கொண்டு தூங்கும் போது குந்தியும் விதுரனும் திண்ணையின் மூலையில் உட்கார்ந்திருந்தனர். கீழே நதியின் ஓசை கேட்டுக்கொண்டிருந்தது. அவ்வப்பொழுது விதுரனே எழுந்து எண்ணெய் ஊற்றிய விளக்கும் அவர்களோடு சேர்ந்து விழித்திருந்தது–

விதுரனின் ரதத்தில் இருவருமே காலையில் கிளம்பினார்கள். நேற்று கர்ணன் இறந்து விழுந்த இடத்தைக் கண்ணால் பார்த்த சத்சயனையும் ரதத்தில் ஏற்றிக்கொண்டனர். குளிர்காலச் சூரியன் எழும் முன்னரே அவர்கள் இரண்டு நாழிகைப் பிரயாணத்தை முடித்திருந்தார்கள். விதுரனுக்கும் ரதத்தை ஓட்டிக்கொண்டிருந்த சஞ்சயனுக்கும் இது ஆச்சரியத்தைக் கொடுத்தது. யுத்தம் தொடங்கியதில் இருந்து, அவன் மரணம் அடையும் வரை கர்ணனனைப்பற்றிய செய்திகளை இருவருமே வேறு வேறு கோணங்களில் உள்வாங்கிப் புரிந்து கொண்டனர். 'பீஷ்மர் அவமானப்படுத்திவிட்டார் என்ற காரணத்துக்காகப் பத்து நாட்கள் வில்லைத் தொடாமல் போய் உட்கார்ந்துவிட்டானா?' என்கிற கேள்வி விதுரனின் மனத்தை அரித்துக் கொண்டிருக்கும்போது 'இறுதி யுத்தத்தில் கர்ணனின் அம்புகள் குறி தவறி குறி தவறிப் பாய்ந்ததன் காரணம் இப்போது

தான் புரிகிறது என்று சஞ்சயன் நினைத்துக்கொண்டிருந்தான். குந்தியின் ஐந்து பிள்ளைகளும் குந்தியின் இன்னொரு மகன் தன் தாய்க்குச் செய்து தந்த சத்தியமும் மோதிக் கொண்ட விசித்திரத்தை எண்ணி இருவருமே வாய்மூடி மௌனமானார்கள். வழி நெடுக முறிந்தும் உடைந்தும் கிடந்த ரதங்களும், போர்முனையிலிருந்து அச்சத்தால் ஓடி வந்து சோர்வோடு மரங்களுக்குப் பின்னால் மறைந்த வீரர்களுமே இருந்தார்கள்.

"குந்தி, இந்த ரகசியத்தை நீ இத்தனை நாளும் ஏன் நெஞ்சுக் குள்ளேயே சுமந்து கொண்டிருந்தாய்?" என்று விதுரன் கேட்டான்.

அவள் எந்தப் பதிலும் சொல்லவில்லை. கரடு முரடான பாதையில் சென்று கொண்டிருந்த ரதத்தின் சக்கரங்கள் தூக்கித் தூக்கிப் போட்டன. "இந்திரப் பிரஸ்தத்திலிருந்து ரதத்திலேறி வந்து உன் வீட்டையடைந்து பதின்மூன்றரை வருஷங்கள் ஓடி விட்டன அல்லவா" என்று சொன்னவள் ஓடும் ரதத்தின் பக்கமாகச் சென்று குனிந்து வாந்தி எடுத்தாள். சஞ்சயன் ரதத்தை நிறுத்தினான். விதுரன் பானையில் இருந்து எடுத்துத் தந்த தண்ணீரால் அவள் வாய் கொப்பளித்து முகம் கழுவிக்கொண்ட பிறகு அவன் ரதத்தைத் தொடர்ந்து ஓட்டுமாறு சொன்னான். "பொறுமையாய்ப் போ" என்றான் விதுரன்.

"வேக வேகமாகவே செல். கழுகுகளுக்கும் காக்கைகளுக்கும் அவன் இரையாகிவிடக்கூடும்" என்று நடக்கக்கூடாதது நடந்து விட்டது என்பதைப்போல பயத்தோடு சொன்னாள். மீண்டும் ரதம் வேகம் கொண்டு குலுங்கத் தொடங்கிய போது "அவன் சொன்னது தான் உண்மை. எல்லாவிதமான சிசுருஷைகளும் செய்து பாலூட்டி வளர்த்த இந்தப் பிள்ளைகளுக்காக அவனிடம் போய் வரம் கேட்டாளே தவிர, அவனுக்காக இவர்களிடம் எதுவும் கேட்கவில்லை. கடைசி வரைக்கும் ஒரு தாயாக எதையும் செய்யவில்லை. ஆனால் அவன் மட்டும் ஒரு மகனுக்குரியதைச் செய்துவிட்டான்" என்று தனக்குத் தானே பேசிக் கொண்டாள். இவ்வார்த்தைகளுக்குப் பின்னால் இருந்த உணர்வை விதுரனால் புரிந்துகொள்ள முடிந்தது. ஆனால் சஞ்சயனுக்குப் புதிராகவே இருந்தது. சிறிது தூரம் ரதம் ஓடிய பிறகு, "இறுதிக்கட்டத்தில் குறி பார்ப்பதில் அர்ஜுனனுக்கிருந்த கச்சிதம் கர்ணனுக்கு இல்லை என்று சொன்னாயல்லவா?" என்று கேட்டாள் குந்தி.

"ஆமாம்" என்று சஞ்சயனோடு சேர்ந்து விதுரனும் தலையாட்டினான்.

"அதுதான் எனக்கும் ஆச்சரியமாக இருக்கிறது. ஏதோ ஒரு விவசாயி முதன் முதலாக வில் எடுப்பதுபோல, வீராதி வீரனாகிய கர்ணனின் அம்புகள் ஏன் குறி தப்பிப் பாயவேண்டும்? போர் முனைக்குச் செல்லும் முன்பேயே அவனுடைய சாரதி அவனை அவமானப்படுத்திப் பேசிவிட்டான். போருக்குச் செல்லும் முன்பு தன் வீரர்களுக்கு ஆவேசம் ஊட்டுவதற்காக அப்படைக்குத் தலைமை வகிப்பவன் பேசுவது போலவே கர்ணனும் தன் வீரர்களிடையே பேசினான். அம்புகள் நிரம்பிய அவனுடைய ரதத்தைச் சுற்றி, அன்றைய தினம் போரிடுவதற்காகவே முந்தைய இரவு முழுக்க ஓய்வெடுத்துக் கொண்டு வந்திருந்த வீரர்கள் நின்றிருந்தார்கள். அநேகமாக எங்கள் குல வீரர்கள் அதிக அளவில் இருந்தார்கள். 'எங்கே அந்தச் சிறுவன் அர்ஜுனன்? எனக்கு அவனை அடையாளம் காட்டுபவர்களுக்கு என் மார்பில் அணிந்திருக்கிற தங்க ஆபரணங்களையெல்லாம் பரிசாகத் தந்துவிடுகிறேன். போதாது என்றால் ஒரு ஊரையே தானமாகத் தருகிறேன். அதுவும் போதாது என்றால் நூறு பசுக்கள் தருகிறேன். இன்னும் போதாது என்றால் பருவமடைந்த பதினாறும் நிரம்பாத நான்கு அழகான இளம் பெண்களைக் கொடுக்கிறேன். வீரர்களே, அந்த அர்ஜுனன் இருக்கிற திசையையாவது காட்டுங்கள்...' என்றான். வீரர்களுக்கு உற்சாகம் ஊட்டும்பொருட்டு தளபதியானவன் பேசும் போது ஒவ்வொரு வாக்கியத்தின் முடிவிலும் 'ஆமாம்' என்றோ, சபாஷ்' என்றோ சாரதி சொல்வதுதானே முறை. ஆனால் அந்தச் சல்லியன் அதைரிய மூட்டுகிற முறையில் பேசினான். 'கர்ணா, புலியின் குகையைக் காட்டு என்று நாய் குரைப்பதைப்போல வெறுமனே கூவவேண்டாம். ஈடு இணையற்ற வீரனாகிய அர்ஜுனனின் வில் வீரம் எங்கே, சூதர் குலத்தில் பிறந்து, தேரோட்ட மட்டுமே தகுதியான நீ எங்கே? நாயோடு ஆட புலியே தானாக வந்ததுண்டா? பேசாமல் வாயை மூடிக் கொண்டு இரு" என்றான். கர்ணனின் உற்சாகம் குலைந்து போனது. குலத்தைப்பற்றிக் குறித்து மட்டமாகப் பேசியதால் வீரர்கள் அனைவரும் கோபம் கொண்டார்கள். இரண்டு வீரர்கள் கோபத்தோடு ரதத்தின் மேலேறி சல்லியனின் கையைப் பிடித்து முறுக்கி விட்டார்கள். பிறகு கர்ணனே அவர்களை அமைதிப்படுத்தி கீழே இறக்கி அனுப்பி வைத்தான்..."

'சல்லியன் என்றால் நம் மாதரியின் அண்ணன் அல்லவா?"

"ஆமாம். அவனேதான். தங்கையின் பிள்ளைகளை விட்டுத் துரியோதனின் வலையில் விழுந்த அவிவேகி" என்று விதுரன் தெளிவு படுத்தினான்.

"அவனைப் போய் சாரதியாய் வைத்துக் கொண்டதே தப்பு" என்று சொன்னபடி சஞ்சயன் மேற்கொண்டு விவரிக்கத் தொடங்கினான். "யுத்தம் நடக்கும்போது கூட அவன் சரியான முறையில் உதவி செய்யவில்லை. அம்புகளை வேகவேகமாகத் தேர்ந்தெடுத்துக் கொடுக்க வில்லை. எதிரிகளின் வியூகத்தில் அகப்பட்டு விடாதபடி ரதத்தை ஓட்டிச் செல்லவில்லை. இந்த இந்த இடங்களில் தாக்குதல் அதிகமாக இருக்கும், அந்த இடங்களில் எல்லாம் அம்புகளைச் சரியாக எய்ய வேண்டும் என்று எடுத்துச் சொல்லவில்லை. இறுதியில் கர்ணனோடு சண்டை போட்டுக் கொண்டு இறங்கிப் போய்விட்டான். அர்ஜுனனின் சாரதியான கிருஷ்ணனைப்பற்றிச் சொல்ல வேண்டிய அவசியமே இல்லை. "இப்போது எதிரி சிக்கலில் அகப்பட்டுக் கொண்டிருக்கிறான். இதுதான் அவன்மீது அம்பு விட சரியான தருணம். இதோ, இந்த அம்பை எடுத்துக்கொள். அதைத் தொடர்ந்து அடுத்தடுத்து இந்த அம்புகளையும் விட்டுக் கொண்டே இரு" என்று கொடுத்தபடியே இருந்தானாம்."

"ஆமாம். பின்னணியில் இருந்து இயக்கியவன் கிருஷ்ணனே" என்று குந்தி தனக்குத்தானே முனகிக் கொண்டாள்.

வழியில் ஓடைக்கு அருகில் ரதத்தை நிறுத்தியபோது தனக்குச் சாப்பிட எதுவும் வேண்டாம் என்று மறுத்தாள் குந்தி. மகனுடைய தகனம் நடந்து முடியும் வரை தான் எதையும் தொடப்போவது இல்லை என்று பிடிவாதம் பிடித்தாள். விதுரனும் கூட எதுவும் சாப்பிடவில்லை. சஞ்சயன் மட்டும் ரொட்டியும் தேனும் தின்று தண்ணீர்குடித்தான். ரதம் மீண்டும் புறப்பட்டது. மதியத்திற்குப் பின் சூரியன் மேற்கை நோக்கி இறங்கும் அளவில் போர்க்களத்தில் இருந்து வீசிய துர்நாற்றம் அடிக்க ஆரம்பித்தது. "அந்துப் பக்கத்திலிருந்து காற்று வீசுவதால் நாற்றம் அடிக்கிறது. இன்னும் ரொம்ப தூரம் செல்ல வேண்டும். குறைந்தது மூன்று நான்கு நாழிகாவது பிரயாணம் செய்ய வேண்டும்" என்றான் சஞ்சயன்.

நேற்று அர்ஜுனனுக்கும் கர்ணனுக்கும் இடையே யுத்தம் நடந்த இடத்தில் மட்டுமல்ல. அதற்கு முன்பே சுற்று வட்டாரங்களில் நடமாட்டமே அற்றுப் போனது. ஒவ்வொரு நாளும் ஒவ்வொரு இடத்தில் யுத்தம் நடப்பது உண்மையென்றாலும் இன்றைய தினம் யுத்தம் எங்கே நடக்கும் என்று சஞ்சயனாலும் கற்பனை செய்து பார்க்க முடியவில்லை. நேற்று யுத்தம் நடைபெற்ற இடத்தின் அடையாளம் தெரிந்தது. பிணங்கள் இன்னும் அழுகத் தொடங்கவில்லை. நாய் நரிகள் மற்ற இடங்களை விட்டு இங்கே வரத் தொடங்கி விட்டிருந்தன.

ஆகாயத்தில் வட்டமிடும் கழுகுகளும் பூமியில் நிரம்பி இருக்கும் கழுகுகளும் நாய் நரிகளும் நட்பு பூண்டதைப்போல இருந்தது. அங்கே ஏராளமான நாய்களும் கழுகுகளும் இறந்து கிடந்ததைக் கண்டு ஆச்சரியமுண்டானது. சில நாய்கள் இறந்து கிடந்தன. அழுகிய மனிதப் பிணங்களின் மாமிசமே நஞ்சாகி விட்டதோ என்று சஞ்சயன் யோசித்திருக்கும்போது விதுரனும் அதே கேள்வியைக் கேட்டான். ரதத்தைச் சற்று தள்ளியே நிறுத்திவிட்டு மூவரும் நடந்து வந்தார்கள். முன்னால் சஞ்சயன். நடுவே குந்தி. ஒரே பார்வையில் போர்க்களத்தில் விழுந்து கிடந்த பிணங்களையெல்லாம் பார்த்தாள் குந்தி. "நடக்கும் போது பார்த்து கவனமாக நடந்து வாருங்கள். விஷயம் தடவிய அம்பு முனைகள் கீழே விழுந்திருக்கலாம். தைத்துவிட்டால் நாமும் இந்த நாய்களைப்போலவும் கழுகுகளைப் போலவும் இங்கேயே சுருண்டு விழுந்து இறக்க நேரிடும்" என்றபடி சஞ்சயன் திரும்பிப் பார்த்தான். குந்தியின் கால்களில் செருப்பு எதுவும் அணியவில்லை. விதுரன் அணிந்திருந்தான். அங்கேயே நிற்குமாறு குந்திக்குச் சொன்ன சஞ்சயன் நாலைந்து அடிதள்ளி விழுந்து கிடந்த ஒரு பிணத்தில் செருப்புகளைக் கழற்றிக்கொண்டு வந்து அவள் முன் வைத்தான். "ராணி, ஒவ்வொரு காலாகக் காட்டுங்கள். கட்டி விடுகிறேன்." என்றான். அவள் நின்ற இடத்திலேயே சிலைபோல நின்றிருந்தாள். "குந்தி, காலைக் காட்டு" என்று விதுரன் வற்புறுத்தினான். அதற்கு "இங்கேயே இறந்தால் கூட நல்லதுதான். நல்ல பரிகாரமாகி விடும். ஒரு பிணத்தின் செருப்புகளைப் போட்டுக் கொண்டு உயிர்வாழும் ஆசை எனக்கில்லை" என்றாள் குந்தி.

"அப்படியென்றால் பார்த்து அடியெடுத்து வையுங்கள். நான் சொல்லும் திசையிலேயே வாருங்கள்" என்று சொல்லி விட்டு சஞ்சயன் முன்னால் நடந்தான்.

நாலைந்து அடிகள் எடுத்து வைத்ததுமே மீண்டும் நின்ற சஞ்சயன், "நேற்று இரவு சொல்ல மறந்து போயிற்று. இந்திரப் பிரஸ்தத்தை நிர்மாணிக்கும்போது அர்ஜுனன் நாகர்களைக் கொன்றானல்லவா, அவர்களில் உயிர் பிழைத்துத் தப்பித்துச் சென்றிருக்கும் நாகர்களும் மற்ற வேறுவேறு இடங்களில் வாழும் நாகர்களும் சேர்ந்து ஓர் அணியாக வந்து தானாகவே துரியோதனனின் பக்கம் சேர்ந்து கொண்டார்கள். நேற்று கர்ணனின் படையோடு இப்படையையும் சேர்த்து அனுப்பி இருந்தான் துரியோதனன். அவர்கள் அனைவரும் தம் அம்புகளில் விஷம் தடவி இருந்தார்கள். வெறும் விஷச்சாறு அல்ல. பாம்புகளின் விஷத்தை எடுத்து அம்பின் நுனிகளில் தடவித் தடவி உலர

வைத்து எடுத்து வந்திருந்தார்கள். நேற்று பாண்டவர்களின் வீரர்கள் பல பேர் இத்தகைய அம்புகள் தாக்கி இறந்தார்கள். அர்ஜுனனையும் தாக்கி இருக்கும். ஆனால் அவனைக் கர்ணன் பார்த்துக் கொள்வான், நாம் அவனது வீரர்களைக் கவனித்துக் கொண்டால் போதும் என்று எண்ணிக்கொண்டு யாரும் அவன் மீது அம்பு எய்யவில்லை. மோசக்கார சாரதியால் கர்ணன் தன் குழுவிடமிருந்து தள்ளித் தனிமைப் பட்டுவிட்டான். இங்கே அந்த விஷ அம்புகள் தைத்து விழுந்து கிடக்கும் பிணங்களைப் பாருங்கள்..." என்று சொன்னான்.

"எதிர்பாராத விதமாக அப்படி ஏதாவது ஒரு அம்பு அர்ஜுனனைத் தாக்கி இருக்கக் கூடுமா?" என்று குந்தி திடுமெனக் கேட்டாள்.

அவள் ஆதங்கத்தைச் சஞ்சயன் புரிந்து கொண்டான். "தாக்கித் தைத்திருந்தால், தைத்து ஒரு நாழிகைக்குள் நஞ்சு தலைக்கேறி கீழே விழுந்திருக்க வேண்டும். ஆனால் கர்ணன் இறந்து விழுந்த பிறகு, தன் இரண்டு கைகளையும் உயர்த்தி, 'எங்கள் மனைவியை நிறைந்த சபைக்கு இழுத்து வந்து அவமானப் படுத்தத் திட்டம் வகுத்துத் தந்த நாய் இறந்து விட்டது' என்று கூக்குரலிட்டான். அம்பு தைத்திருந்தால் அப்படிக் கூவுகிற அளவு சக்தி இருக்குமா?" என்று கேட்டான் சஞ்சயன்.

அதற்குள் இரண்டு நாய்கள் குரைத்தபடி இவர்கள் பக்கம் பாய்ந்து வந்தன. தாம் வந்திருக்கும் இடம் மிகவும் அபாயகரமானது என்று இப்பொழுது சஞ்சயனுக்குப் புரிந்தது. சுற்றுமுற்றிலும் பார்த்தான். கோலோ அல்லது கோல் போலப் பயன்படுத்தக்கூடிய எதுவுமோ கண்ணில் படவில்லை. சட்டென்று தன்னுடைய வாளையே எடுத்து குந்தியின் மேல் எகிறிய நாயின் மேல் வீசினான். நாயின் முதுகைப் பிளந்தது வாள். ரத்தம் குபுகுபுவென்று பாய அந்த நாய் அங்கேயே மடிந்து விழுந்தது அது. இன்னொரு நாய் உயிரே போனது போல விடாமல் குரைத்தபடி ஓடோடிப் போனது.

அவர்கள் மூவரும் மேலும் நடந்தார்கள். பயந்து ஓடிய நாயின் சத்தத்தைக் கேட்டு மற்ற ஏழெட்டு நாய்களும் கூடப் பயந்து ஓடின. கழுகுகள் மட்டும் எந்த அசைவும் இன்றி தாம் உட்கார்ந்திருந்த இடத்திலேயே உட்கார்ந்திருந்தபடி அவர்கள் பக்கம் கழுத்தைத் திருப்பிப் பார்த்தன. குந்திக்கு வயிற்றைக் கலக்கியது. வாந்தி வரும் போல இருந்தது. அங்கேயே உட்கார்ந்துகொண்டாள். ஆனால் அவளுக்கு முன்னாலேயே ஓர் அழுகிய பிணம் கிடந்தது. இன்னும் கொஞ்சம் கூடுதலாக வயிறு கலங்கச் சங்கடமாக இருந்தது. ஆனால்

வாந்தி வரவில்லை. விதுரன் மெதுவாக அவளது தோளைப் பற்றினான். சுற்றிலும் பார்வையை ஓட்டியபடி நின்றான் சஞ்சயன். நேற்று யுத்தம் நடந்ததென்னமோ இதே இடத்தில்தான். ஆனால் அர்ஜுனன் எந்தப் பக்கம் இருந்தான், கர்ணன் எந்தப் பக்கம் இருந்தான், அவனது வீரர்கள் எந்தப் பக்கம் போனார்கள், நாகர்கள் எந்தப் பக்கம் இருந்தார்கள் என்று எதுவும் புரியாமல் குழம்பினான். சட்டென நாகர்களின் பிணங்களை எளிதில் அடையாளம் காண முடியும் என்று தோன்றியது. பறவை இறகுகளைச் சூடிக் கொண்டு வந்திருந்தார்கள் அவர்கள். அவர்கள் அந்தப் பக்கம் கிடந்தார்கள் என்றால் அர்ஜுனனின் வீரர்கள் இருந்த திசை, அதற்கு எதிர்த்திசையாகும். ஆனால் சாரதியில்லாத கர்ணனின் ரதம் எங்கெங்கேயோ ஓடியதால் இந்த இடம் என்று குறிப்பிட்டுக் காண்பதில் சிரமமிருந்தது. ஆகாயத்தில் வட்டமிட்டுக்கொண்டிருந்த கழுகுகளால் திசை குழம்பியது. யுத்தத்தில் கர்ணனுக்கு வெறியூட்ட வேண்டும் என்பதற்காகவே ரதத்தில் பறந்துகொண்டிருந்த கொடிக் கம்பத்தின் மேல் மூன்று முறை அம்பெய்து வீழ்த்தி விட்டான் அர்ஜுனன். இப்போது அதை வைத்துக்கொண்டு கண்டு பிடிப்பதும் சிரமம்தான் என்று தோன்றியது. "சஞ்சயா, இந்த இடத்தில் குந்தியால் நிற்க முடியாது. சீக்கிரம் அடையாளம் காட்டு. அல்லது இவளை நம் ரதத்துக்கு அருகில் அழைத்துச் சென்றுவிடலாம். பிறகு நானும் நீயும் வந்து பிணத்தைத் தேடிக்கண்டுபிடித்து எடுத்துச் செல்லலாம். எனக்குத் தூக்குகிற சக்தி இல்லை. நீ தூக்கிக் கொண்டால் நான் கையையோ, காலையோ பிடித்துக்கொள்வேன்" என்றான் விதுரன், சூரியன் மெல்ல இறங்கும் திசையைப் பார்த்தான் சஞ்சயன். அதனாலேயே அது மேற்குத்திசை என்று முடிவு கட்டினான். ஆனால் நேற்றைய யுத்தத்தில் யார் யார் எந்தெந்தப் பக்கத்தில் இருந்தார்கள் என்று திசைகளை ஞாபகம் வைத்துக் கொள்ளவில்லை அவன். இதனால் குழப்பமாக இருந்தது. "சித்தப்பா, நானும் நீயும் வந்து தேடினாலும் கூட பிணத்தைக் கண்டுபிடிப்பது சிரமம். இங்கே விழுந்து கிடக்கிற ஆயிரக்கணக்கான பிணங்களிடையே நாய் நரிகளால் அரையும் குறையுமாய் சேதாரப்பட்டவையே அதிகம். அந்தக் கழுகுகளோ நேராக வந்ததுமே கண்களைத்தான் கொத்துகின்றான்..." என்றான் சஞ்சயன்.

"நீண்ட கைகள், அகன்ற முகம்" என்று வேதனையோடு மூச்சு விட்டாள் குந்தி.

"நான் பார்த்திருக்கிறேனே. ஆனாலும்..."

குந்தி சட்டென எழுந்து நின்றாள். ஒரு முறை சுற்றிலும் பார்த்தாள். "கர்ணனின் ரதம் எந்தப் பக்கம் இருந்தது? கொஞ்சம்

யோசித்துப் பார்த்துச் சொல்."

"முடிந்த வரை ஞாபகப்படுத்திப் பார்த்து விட்டேன். நினைவுக்கு வரவில்லை."

தொடர்ந்து நடந்தார்கள் அவர்கள். போகிற போக்கிலேயே எல்லாப் பிணங்களையும் கவனித்துக்கொண்டே போனார்கள். அவள் நடக்கிற வேகத்தைக் கண்டு பயந்து விதுரன், ஏதாவது ஒரு பிணம் தடுக்கிக் கீழே விழுந்து விடக் கூடும் என்று பின்னாலேயே ஓடினான். ஏறத்தாழ பாதித் தூரம் வந்த பிறகு குந்தி நின்று ஒரு முறை சுற்றிலும் பார்த்தாள். அதற்குப் பின்பு முரிந்து விழுந்திருக்கும் ரதங்களை மட்டும் தேடிக் கொண்டு புறப்பட்டாள். "குந்தி, காலுக்குச் செருப்பாவது..." என்கிற விதுரனின் வார்த்தைகள் அவள் காதுக்கு எட்டவில்லை. எந்த ரதத்தின் அருகிலும் அவளால் கர்ணனைக் காண முடியவில்லை. இறுதியில் தூணைப்போல நின்று விட்டாள். சூரியன் முழுகி மெல்ல மெல்ல இருள் கவிந்தது. எல்லாப் பிணங்களின் நிறமும் ஒன்றைப் போலவே இருந்தது. அவள் திடுமென அழத் தொடங்கினாள். நேற்று இரவு கர்ணனின் மரணச் செய்தியைக் கேள்விப்பட்டதில் இருந்து அவள் அழாததை நினைத்துக்கொண்டான் விதுரன். அவன் அவளது வலது தோளைக் கெட்டியாகப் பற்றிக்கொண்டான். குந்தி நெஞ்சே வெடித்து விடும்படி அழுதாள். பிறகு அந்த இடத்திலேயே நிலைகுலைந்து உட்கார்ந்தாள். "சித்தப்பா, இருட்டத் தொடங்கி விடும். நம் ரதம் இருக்கும் இடத்தைக் கண்டுபிடிக்க முடியாமல் போனால் கஷ்டமாகி விடும்" என்று சஞ்சயன் எச்சரித்தான். அவர்கள் இருவரும் இரண்டு பக்கங்களிலும் தாங்கிக்கொள்ள அவள் நடந்தாள்.

ரதத்தில் உட்கார்ந்த பிறகு சஞ்சயன் இரண்டு நாழிகை நேரம் ரதத்தை ஓட்டினான். துர்நாற்றம் ஓரளவு மட்டுப்பட்டது. ஓர் ஆலமரத்தின் அருகில் நிறுத்திய பிறகு, "ஏதோ உத்தேசமாய்த் தான் இவ்வளவு தூரம் ஓட்டிக் கொண்டு வந்தேன். அஸ்தினாபுரம் எந்தத் திசையில் இருக்கிறது என்று தெரியவில்லை. விடிந்த பிறகுதான் நாம் செல்ல முடியும். இருட்டில் ஏதாவது பள்ளத்தில் விழுந்தாலும் விழக்கூடும். அல்லது குதிரைகள் எங்காவது தடுமாறிக் கால்களை உடைத்தாலும் உடைத்துக் கொள்ளக்கூடும்." என்றான் சஞ்சயன்.

விதுரன் மிகவும் வற்புறுத்திய பிறகு கொஞ்சம் தேன் கலந்த மாவைத் தின்றாள் குந்தி. இருட்டில் காய்ந்த தொட்டியைத் தின்று கொண்டிருக்கும் போது சஞ்சயனுக்கு ஓர் எண்ணம் உதித்தது. பானையில் இருந்து குடுவையில் தண்ணீரைச் சாய்த்து, அவர்களுக்குக் குடிக்கத் தந்து, தானும் குடித்த பின்பு "நன்றாக உற்றுக் கேளுங்கள்.

இங்கு எங்கெங்கோ பக்கத்தில் ஜனங்களின் சத்தம் கேட்கிறதில்லையா?" என்று கேட்டான்.

விதுரன் காது கொடுத்துக் கேட்டான். எதுவும் கேட்கவில்லை.

"சித்தப்பா உனக்கு வயசாகிறது. எனக்குக் கேட்கிறது. அரசி, நீங்கள் ரதத்தில் ஏறி உட்காருங்கள். நான் ஒரு குதிரையில் ஏறிச் சென்று இன்றைய யுத்தத்தைப் பற்றிக் கேட்டுத் தெரிந்து கொண்டு வருகிறேன். வழக்கமாக எனக்குத் தகவல்கள் கொடுப்பவர்களே கிடைத்தால் தெரிந்துகொள்ள வசதியாய் இருக்கும்."

விதுரனும் தெரிந்து கொள்ளும் ஆர்வத்தில் இருந்தான். குந்தி மௌனமாக இருந்தாள். "அரசி, உங்களுக்குப் பயமாக இருக்கிறதா?" என்று சஞ்சயன் கேட்டான். நரைபடர்ந்த தன் தலையை அவள் அசைத்து மறுத்தது தெளிவாகத் தெரிந்தது. அதற்குள் குதிரைகள் புல்லைத்தின்றன. ஒன்றை அங்கே அதற்குள் விட்டு இன்னொன்றின் மேல் ஏறி இடுப்பில் வாளைச் சரியாகக் கட்டிக் கொண்டு சஞ்சயன் புறப்பட்டுச் சென்றான்.

அவன் புறப்பட்டுச் சென்ற பிறகு இருட்டு மேலும் அடர்த்தி யானது. சுற்றிலும் வெட்டவெளி. ஏதோ ஒரு திசையிலிருந்து காற்று வீசியபோது துர்நாற்றம் அடித்தது. ஆகாயத்தில் நட்சத்திரங்களையும் பார்க்க முடியவில்லை. புழுதியும் இருட்டும் அடர்ந்திருந்தன. ஆலமரத் தில் நிறைய கழுகுகள் வந்து அடைந்திருந்தன. அவ்வப்போது அவை இறக்கைகளை அடித்துக் கொள்ளும் ஓசை கேட்டது.

"குந்தி, பயமாக இருக்கிறதா?"

"எதற்காகப் பயம்?"

"இந்த இருட்டு, இங்கேயே அருகில் ஆயிரக்கணக்கில் பிணங்கள், மரத்தின் மேல் கழுகுகள்…"

சிறிது நேரத்திற்குப் பின்பு குந்தி நீண்ட கொட்டாவி விட்டாள்.

"நேற்று இரவு முழுக்கத் தூக்கமில்லை. இன்று பகல் முழுக்கப் பிரயாணம் செய்த களைப்பு வேறு. ரதத்திலேயே படுத்துக்கொள். நான் விழித்திருக்கிறேன்' என்று விதுரன் சொன்ன பிறகு கம்பளி யைப் போர்த்திக்கொண்டு படுத்தாள் குந்தி. சீக்கிரமாகவே தூக்கம் வந்துவிட்டது. விதுரனும் உட்கார்ந்த இடத்திலேயே தூங்கி வழிந்தான். அரைத்தூக்கத்தில் தெளிவாகப் புரியாத ஏராளமான எண்ணங்கள் மனசில் புரண்டன.

இடையில் திடுமென எழுந்து உட்கார்ந்தாள் குந்தி. விதுரன் தலையை உதறினான். "நாம் பார்த்தோமே, அந்தப் பிணங்களை யெல்லாம் ஒன்று கூட்டிக் கட்டைகள் அடுக்கித் தகனம் செய்து விட்டால், அவனுக்கும் சேர்த்துச் செய்த திருப்தி கிடைக்கதாதா?" என்று கேட்டாள் குந்தி.

விதுரனுக்கு இந்த யோசனை நடைமுறைக்கு ஒத்துவராததென்று தோன்றியது. 'ஆயிரக்கணக்கான பிணங்களை' இழுத்து ஒன்றாகக் குவிக்க ஆட்கள் எங்கே இருக்கிறார்கள்? அத்தனை பேரையும் சுடுவதற்குத் தேவையான விறகுகளை எங்கே இருந்து கொண்டு வருவது? இரண்டு பக்க அணிகளும் வெற்றியா தோல்வியா என்று முடிவு காண ஆத்திரத்தோடு போரிட்டுக்கொண்டிருக்கும்போது, இதைப் பற்றி யார் நினைப்பார்கள்?' என்று அவன் சொன்னதைச் சரியாகக் கேட்கும் முன்பேயே அவள் படுத்துவிட்டாள். படுத்ததுமே ஆழ்ந்த உறக்கத்தில் மூழ்கினாள். ஆனால் விதுரன் இன்னும் அதைப் பற்றியே யோசித்துக் கொண்டிருந்தான். யுத்தத்தில் மடிந்த அனைவரையும் தகனம் செய்வது யுத்தத்தில் வென்றவரின் பொறுப் பாகும். ஆனால் யார் வெற்றி பெற்றாலும் இது சாத்தியமா என்று தோன்றியது. இப்பொழுது பார்த்த ஓர் இடம் மட்டும் இல்லை, இது வரை சஞ்சயனின் வருணனைப்படி ஏறத்தாழ நூறு இடங்களிலாவது பிணங்கள் நிறைந்திருக்கும். முதலில் இறந்தவர்களின் பிணங்கள் எல்லாம் அழுகி எலும்புக் கூடுகளாக மட்டுமே எஞ்சி இருக்கக் கூடும்' என்று நினைத்துக் கொள்ளும்போது அவனுக்கும் தூக்கம் வந்தது. குந்தியின் காலுக்கு அருகே, ஓரத்தில் அவனும் கம்பளியைப் போர்த்திக் கொண்டான். "கர்ணன் உயிருடன் இருந்த வரைக்கும் போரில் எனக்கிருந்த ஆர்வம் இப்போது எனக்கில்லை. கர்ணன் என் பிள்ளைகளையெல்லாம் சாகடிக்கக் கூடும் என்பதால் அல்ல, அவர்களால் கர்ணன் கொல்லப்பட்டு விடுவானோ என்கிற பயம் தொடக்கத்திலேயே இருந்தது. இப்போது யுத்தத்தின் செய்திகள் பற்றி அவ்வளவாக ஆர்வம் தோன்றவில்லை."

"துரியோதனன் வென்றாலும் ஒன்றே, தருமன் வென்றாலும் ஒன்றுதான் என்றா?"

"இனி துரியோதனன் வெல்வது என்பது சாத்தியமே இல்லை. நான் சொல்ல வந்தது என்னவென்றால்..."

தொடர்ந்து அவன் பேச்சை முடிக்கவில்லை. விதுரன் அவளது முகத்தையே பார்த்துக் கொண்டிருந்தான்.

“பயப்பட வேண்டாம். நான் போர்வீரன் இல்லை என்றாலும் கூட சமயம் வரும் போது நாய் நரி கழுகுகளை விரட்ட முடியும். இருட்டைப் பொறுத்தவரை அது மனசில் உள்ள பயம். அவ்வளவுதான். நாம் வரும்போது ஒரு தீப்பந்தத்தையும் கொஞ்சம் எண்ணெயையும் கொண்டு வந்திருக்கலாம்.”

“இடும்பனின் காட்டின் ஒரு வருஷம் இருந்த பிறகு இருட்டைப் பற்றிய பயமே போய்விட்டது. நேற்றிலிருந்து மரணத்தைப் பற்றிய பயமும் போய் விட்டது என்று தோன்றுகிறது...”

விதுரன் எதுவும் பேசவில்லை. மரத்திலிருந்து அடிக்கடி எழும் இறக்கைகளை அடித்துக் கொள்ளும் ஓசையைத் தவிர வேறொன்றும் கேட்கவில்லை. எங்கும் நிசப்தம். அவர்கள் இருவரும் ரதத்தின் மேல் கட்டி வைக்கப்பட்டிருந்த ஒரு குதிரையும் தூங்கிக்கொண்டிருந்தது. ஏதாவது பேசிக்கொண்டிருந்தால், இருட்டின் தனிமை குறையக் கூடும் என்று தோன்றியது. ஆனால் என்ன பேசுவது என்று எதுவும் தோன்ற வில்லை. ரொம்ப நேரத்திற்குப் பின்பு பேசத் தொடங்கிய குந்தி, “கடோத்கஜனின் வீரத்தைப் பற்றியும், அவன் உடலிலிருந்து ரத்தம் பெருகியது பற்றியும் நீ சொன்னாயல்லவா, அப்போது நான் ஒரு பாவி என்று தோன்றியது” என்றாள்.

“ஏன்?”

“பிறந்த குழந்தையின் மேல் மிகவும் பாசத்தோடு இருந்தான் பீமன். இதை இப்படியே விட்டால், இவன் இந்த ராட்சசர்களோடேயே சேர்ந்து விடுவான், இனி நம்மால் ஆரிய வாழ்க்கை முறைக்குத் திரும்ப முடியாமல் போகுமோ என்கிற பயத்தில் நான் பிடிவாதம் பிடித்து அவனை அழைத்துக்கொண்டு அங்கிருந்து புறப்பட்டேன். குழந்தை பிறந்தபோதே எவ்வளவு பெரிசாக இருந்தது தெரியுமா? கையில் தூக்கிவைத்துக்கொண்டால் நமக்கே முச்சு வாங்கும். அவ்வளவு எடை. அக்குழந்தையோடு கொஞ்சவில்லை. அதனோடு ஆடவில்லை. அதை வளர்க்கவும் இல்லை. அது பிறக்கக் காரணமாக இருந்ததோடு சரி புறப்பட்டு விட்டோம். இப்போது தந்தை கொடுத்த உயிரை தந்தைக்காகவே கொடுத்து விட்டுப் போய்விட்டான். அப்பா கொடுத்த ஒரு துளி ரத்தத்திற்குப் பதிலாக வழிய வழிய ரத்தத்தைச் சிந்தி விட்டுச் சென்று விட்டான். காட்டிலிருந்து வந்த பிறகு அவனை ஒரு முறையும் பார்க்கவில்லை” என்று சொல்லிக் கொண்டு வரும் போது தொண்டை அடைத்துக் கொண்டது. ஆனால் அழவில்லை. இருட்டின் நிசப்தத்தைக் குலைத்து விடக் கூடாது என்பதைப்போல

அமைதியானாள். விதுரனும் பேசவில்லை. மரத்தின் மேல் அதுவரை கேட்டுக் கொண்டிருந்த சத்தம் கூட நின்றுவிட்டது. காற்று வீசும் போதெல்லாம் துர்நாற்றமும் வீசிக் கொண்டிருந்தது. ரொம்ப நேரத்துக்கு மௌனமாகவே உட்கார்ந்திருந்த பிறகு "கர்ணனையும் அப்படித்தான் செய்தேன். பெற்ற கணமே தானம் கொடுப்பதுபோல கொடுத்து விட்டேன். நான் பயப்படவில்லை. அவர்கள்தான் சேர்ந்து என்னைப் பயமுறுத்தினார்கள். என் வயிற்றில் ஒன்பது மாதம் அவனைச் சுமந்திருந்தேன். அவ்வளவுதான். அவனுக்காக எதையும் செய்யவில்லை. இப்பொழுதும் அவனும் எனக்காக, நான் கொடுத்த ரத்தத்தையே திருப்பித் தந்து விட்டுப்போய்விட்டான். இப்படி தியாகம் செய்யும்படி நானே அவனிடம் கெஞ்சிக் கேட்டேன் என்பதை எண்ணிப் பார்க்கும்போது வெட்கமாக இருக்கிறது விதுரா" என்றாள். இப்போது தொண்டை அடைத்துக்கொள்ளவில்லை. தனக்குத்தானே சொல்லிக் கொள்வதுபோலச் சொல்லிக்கொண்டாள். மீண்டும் மௌனம். அவளது நரைத்த கூந்தலையே பார்த்தபடி உட்கார்ந்தான் விதுரன். "இதில் விசித்திரம் என்னவென்றால் கடோத்கஜனை என் கர்ணனே கழுத்தை வெட்டிக் கொன்றதுதான்" என்று முனகியவள், "என் பிள்ளைகள் வெல்லப்போவது நிச்சயம். அவர்கள் வெல்ல வேண்டும் என்பதுதான் தான் விருப்பமும் கூட. ஆனால் என்னைப் பொறுத்தவரை நான் தோற்றுவிட்டேன் என்றே எண்ணுகிறேன். சரியாகத் தெரியவில்லை. அவர்கள் வெற்றியில் என்னால் பங்கெடுத்துக் கொள்ள இயலாது..."

விடிகிற வேளை நெருங்கிக்கொண்டிருந்தது. அப்போதும் சஞ்சயன் வரவில்லை. தனியாகவும் ரதத்தை ஓட்டிச் செல்ல முடியாது. ஒரு குதிரை மட்டுமே இருந்ததுதான் காரணம். அதுவும் தண்ணீருக்காகத் தவித்தது. எந்தத் திசையில் செல்லவேண்டும். எங்கே நீர் கிக்கும் என்பது போன்ற விவரங்கள் எதுவும் அவனுக்குத் தெரியவில்லை. குடத்தில் இருந்த தண்ணீரில் கொஞ்சம் எடுத்து முகம் கழுவவும் காலைக் கடன்களுக்காகவும் பயன்படுத்திக் கொண்டனர். வானில் உயரத்தில் வட்டமிடும் கழுகுகளைப் பார்த்தபடி உட்கார்ந்திருந்தாள் குந்தி. சிறிது நேரத்திற்குள் சஞ்சயன் வந்து சேர்ந்தான். குதிரை நிதானமாக நடந்து வந்து முன்னால் நின்றது. முகத்தில் அடிபட்ட காயமிருந்தது. கைகளை அவனால் சரியாக அசைக்க முடியவில்லை. அந்த அளவு வலி. கால்களையும் சரியாக எடுத்து வைக்க முடியவில்லை தூக்கமில்லாததாலும் புழுதியில் வந்ததாலும் கண்கள் சிவந்து வீங்கி இருந்தன. நெருங்கி வந்து தரையில் உட்கார்ந்தபடி சொன்னான்.

"கர்ணனின் மறைவுக்குப் பிறகு சல்லியனைத் தளபதியாக்கினானாம். நேற்றைய யுத்தத்தில் தருமனே சல்லியனைக் கொன்று விட்டானாம். சகாதேவன் சகுனியைக் கொன்று விட்டானாம். மற்ற வீரர்களின் குதிரைகளையெல்லாம் கொன்று விட்டார்களாம் பாண்டவர்கள். துரியோதனன் தலைமறைவாகி விட்டான். எங்கேயாவது இறந்துபோய் விழுந்து கிடக்கும் அடையாளம் தெரியவில்லையா அல்லது உயிருக்குப் பயந்து எங்காவது தப்பித்து ஓடித் தலைமறைவாகி விட்டானோ தெரிய வில்லை. அவனைத் தேடிக் கண்டு பிடிப்பதற்காக நேற்று இரவு முழுக்க எல்லா இடங்களிலும் வலை வீசித் தேடினார்கள் பாண்டவர்கள். பாண்டவர்களின் பக்கத்தில் கூட, சில நூறு வீரர்களும் முப்பது நாற்பது குதிரைகளும் பத்துப் பதினைந்து ரதங்களும் மட்டுமே எஞ்சி இருக்கக்கூடும்."

"யுத்தம் முடிந்த மாதிரிதான்" என்றான் விதுரன். "இரவு நீ எங்கே சென்றிருந்தாய்? உடம்பிலும் முகத்திலும் ஏன் காயமாகி இருக்கிறது?" என்று கேட்டான். அதற்குச் சஞ்சயன் பதில் சொல்லவில்லை. தலையைக் குனிந்துகொண்டு உட்கார்ந்திருந்தான். "துரியோதனனின் சார்பில் போரிடப் போனாயா? அதுபற்றி எனக்கு எந்தக் கோபமும் இல்லை. அவன் உப்பைத் தின்றிருக்கிறாய். அவனுடைய தந்தையிடமிருந்து பரிசுகள் பெற்றுள்ளாய். சொல். உண்மையைச் சொல்."

தலைகுனிந்தபடியே உட்கார்ந்திருந்தான் சஞ்சயன். உண்மையும் அவனுக்குள்ளேயே உறைந்திருந்தது. "சொல் சஞ்சயா, இவள் காந்தாரியைப் போன்றவள் அல்ல" என்று விதுரன் சொல்லி வற்புறுத்தியதும் சஞ்சயன், "என் தப்புக்குத்தக்க தண்டனை கிடைத்தது. அவ்வளவுதான்" என்றான்.

"என்ன நடந்தது?"

"இங்கிருந்து நேற்று இரவு புறப்பட்டேன் இல்லையா, யுத்தத்தைப் பற்றித் தெரிந்து கொள்வதும் என் நோக்கங்களுள் ஒன்று. அத்தோடு, பாண்டவர்களைச் சந்தித்து இறந்துபோன கர்ணன் அவர்களுடைய மூத்த சகோதரன் என்று சொல்ல வேண்டும் என்கிற எண்ணமும் இருந்தது. அந்த எண்ணமே என்னைக் கடுமையாக ஆட்டிப் படைத்தது. அதற்காகவே உங்களைவிட்டுப் புறப்பட்டேன்..."

"சொன்னாயா?" குந்தியின் முகம் வெளுத்தது "எப்படிச் சொல்வது? அவர்களைச் சந்தித்தால்தானே?" துரியோதனனைத் தேடிக் கொண்டு ஆளுக்கொரு திசையில் அலைகிறார்கள் என்று சொல்லவில்லையா? அவர்களுடைய முகாமுக்குச் சென்றேன். காவல்காரர்கள் "யார்

நீ?" என்று கேட்டுத் தடுத்தார்கள். தருமராஜனைக் காணவேண்டும் என்றேன். மீண்டும் "நீ யார்?" என்று கேட்டார்கள், முக்கியமான விஷயம் ஒன்றைச்சொல்ல வேண்டும் என்றேன். "அப்படி என்ன முக்கிய விஷயம். முதலில் என்னிடம் சொல்" என்று கேட்டார்கள். "கீழ்மட்டக்காரர்களிடம் சொல்வதற்கில்லை" என்றேன் நான். யாரோ எதிரிகள் அணியில் இருந்து வேவு பார்க்க வந்தவன் என்று நினைத்துக் கட்டி வைத்து கண்டபடி அடித்துவிட்டார்கள். "அது என்ன சொல், சொல்' என்று கேட்டு அடித்தார்கள். அடி தாள முடியாமல் சொல்லி விட்டேன். "கர்ணன் குந்தி ராணிக்குப் பிறந்த மூத்த மகன், திருமணத்துக்கு முன்பே பிறந்தவன், எனக்கு அந்த ரகசியம் தெரியவந்தது" என்றேன். அவர்கள் என்னை நம்பவில்லை. நான் ஏதோ கற்பனைக் கதை சொல்கிறேன் என்று கிண்டல் செய்தார்கள். 'குந்தி ராணி என்றால் என்ன நினைத்துக் கொண்டாய்!' என்று கேட்டபடி இன்னும் வேகமாக அடித்து விட்டார்கள். உயிர் பிழைத்ததே பெரும் புண்ணியம். வைத்தியம்போலப் பிதற்றத் தொடங்கினேன். "பைத்தியம் மாதிரித் தெரிகிறது. போனால் போகிறான். விட்டுவிடு" என்று சொன்னான் ஒருவன். இரவெல்லாம் கட்டியே வைத்திருந்து விட்டு விடிந்ததும் அவிழ்த்து விட்டார்கள். நொண்டியபடியே குதிரை ஏறி..." என்று சொல்லும்போதே சஞ்சயனின் சிவந்த கண்களில் இருந்து கண்ணீர் வழிந்தது.

அவன் அமைதியான பிறகு விதுரன், "இவ்வளவு வருஷங்களாக இந்த ரகசியத்தைக் குந்தி தன் நெஞ்சில் சுமந்திருந்தாள். கர்ணனும் நெஞ்சில் வைத்துக்கொண்டே இறந்துபோய் விட்டான். உன்னை இங்கு அழைத்து வந்தது இடத்தைக் காட்டத்தான். ரதம் ஓட்டி வருவதற்குத்தான் ஆள் தேவை என்றிருந்தால், என் பிள்ளைளையே அழைத்து வந்திருப்பேன். உன் எல்லைக்கு மீறிய காரியத்தை நீ ஏன் செய்யப் போனான்?" என்றான்.

"வழி நெடுக அதையே யோசித்துக்கொண்டே வந்தேன். இத்தனை நாள்களும் செய்தித் தொகுப்பாளனாகவும் செய்தி சொல்பவனாகவும் வாழ்ந்து விட்டதன் பழக்கதோஷம் என்று எண்ணுகிறேன். முதன் முதலில் இந்தச் செய்தியைச் சொன்னவன் என்கிற பெயரும் புகழும் வெகுமதிகளும் கிடைக்கும் என்று நினைத்துவிட்டேன்..." என்றபடி மீண்டும் தலையைக் குனிந்துகொண்டேன்.

சிறிது நேரத்துக்குப் பிறகு மீண்டும் அவனே பேசினான்.

"இந்தச் செய்தி தொகுக்கிற வேலையை விட்டு விட வேண்டும் என்று நினைத்துக்கொண்டிருக்கிறேன். திருட்டுத்தனமாக ஒளிந்து கொண்டிருக்கிற நரியை வேட்டைக்காரர்கள் சுற்றி வளைத்துக் கொல்கிற மாதிரி துரியோதனனைப் பாண்டவர்கள் கொன்றார்கள் என்கிற செய்தி எப்படி இருந்தாலும் திருதராஷ்டிரனுக்குத் தெரிந்து விடும். அதை நான் போய்ச் சொல்ல வேண்டிய அவசியம் இல்லை."

தான் வெட்கப்பட வேண்டிய அவசியம் இனி இல்லை என்பது போல முகத்தை நிமிர்த்திப் பார்த்தான்.

"இரவெல்லாம் அடி வாங்கியதால் உன் மனசாட்சி விழித்து விட்டது போலத் தெரிகிறது. இத்தோடு இன்னொரு விஷயத்திலும் உன்னே நீயே பரிசோதித்துக் கொள். என்ன உண்மையோ அதை மட்டும் சொல், அதன் மேல் எந்தப் பூச்சும் வேண்டாம் என்று நீ செய்தி சொல்லத் தொடங்கிய முதல் நாளே உன்னை அழைத்துச் சொன்னேன். திருதராஷ்டிரனின் பிள்ளைகள் இறப்பது உறுதி என்று தெரிந்த பிறகு, நீ சொல்கிற விதத்தில் ஒரு கசப்பைச் சேர்த்துக் கொண்டிருக்கிறாய். சில கணங்களுக்கு முன்புதான் துரியோதனனை ஒளிந்து கொண்டிருக்கிற நரி என்று சொன்னாய். மேலும் திதுராஷ்டிரனைப் பற்றிச் சொல்லும்போது வழக்கமாய்ச் சொல்லும் அரசன் என்கிற அடைமொழியைக் கூடச் சொல்லவில்லை. உண்மையான செய்தியாளனிடம் இப்படி ஏற்ற இறக்கம் இருக்கக் கூடாது. ஒட்டுதலோ அல்லது வெறுப்போ இருக்கக் கூடாது" என்றான் விதுரன்.

சஞ்சயனுக்கு மீண்டும் கூச்சமாக இருந்தது. கூடவே குழப்பம். இனம்புரியாத கோபம் 'இவ்வளவு காலமும் விதுரன் குந்தியைத் தன் வீட்டில் வைத்துக்கொண்டிருக்கிறான். இப்பொழுது அவள் பிள்ளைகள் சிம்மாசனத்தில் உட்காரப் போகும் வேளையில் அவள் முன்னிலையிலேயே திருதராஷ்டிரனுக்குத் தர வேண்டிய மரியாதை யைத் தருமாறு சொல்கிறான்" என்ன செய்வது என்று தெரியாமல் தலை கவிழ்ந்து உட்கார்ந்திருந்தான்.

ரதத்தில் குதிரைகளைப் பூட்டியபிறகு விதுரனே சாரதியின் ஸ்தானத்தில் உட்கார்ந்தான். கைகளைத் தூக்கக் கூட முடியாத நிலையில் இருந்த சஞ்சயன் குந்திக்குப் பக்கத்தில் கால் நீட்டி உட்கார்ந்தபடி வழிமட்டும் சொல்லிக்கொண்டிருந்தான். தண்ணீருக் காகத் தவித்துக்கொண்டிருந்த குதிரைகள் தள்ளாடியபடி ரதத்தை இழுத்தன. அவற்றைச் சரியான திசையில் ஓட்டிச் செல்லும் முயற்சியில்

அவனுக்கு மேல் மூச்சு கீழ்மூச்சு வாங்கியது. மூன்று நாழிகைப் பிரயாணத்திற்குப் பிறகு ஒரு ஓடை இருப்பதாய்ச் சொன்னான் சஞ்சயன். குதிரைகள் தண்ணீர் பருகிய பிறகு, ரதத்தில் இருந்த குடத்திலும் தண்ணீரை நிரப்பிக் கொண்டார்கள். உலர்ந்து போன ரொட்டியைத் தண்ணீரில் நனைத்துச் சாப்பிடத் தொடங்கினான் சஞ்சயன். மாவோடு தேனும் கலந்து பிசைந்து விதுரனுக்குக் கொஞ்சம் கொடுத்து விட்டுத் தானும் உண்டாள் குந்தி. பிறகு வழி சொல்ல வேண்டிய அவசியம் இருக்கவில்லை. உருண்டோடிய ரதங்களின் சக்கரங்கள் மண்ணில் பதிந்த அடையாளம் தெரிந்தது. திரும்பிச் செல்லும் பயணம் என்பதால் குதிரைகளும் சிரமமின்றி ஓடின. உட்கார்ந்த நிலையிலேயே சஞ்சயன் தூங்கி வழிந்தான். சிறிது தூரம் விலகி உட்கார்ந்து கொண்ட குந்தி அவனைக் கீழே படுத்துக்கொள்ளும்படி சொன்னாள். வற்புறுத்திய பிறகு அவன் சற்றே கூச்சத்துடன் படுத்துக் கொண்டான். ஆனால் ரதத்தின் குலுக்கலில் ஏற்கனவே அடிபட்ட உடம்பு கூடுதலாக வலித்ததால் எழுந்து உட்கார்ந்தான்.

மேலும் மூன்று நாழிகைப் பயணத்துக்குப் பிறகு, சூரியன் உச்சிக்கு ஏறிக் கொண்டிருக்கும் நேரத்தில் தம் எதிரில் அஸ்தினாபுரத்தை நோக்கிச் செல்லும் பெண்கள் குழுவைப் பார்த்தார்கள். தலையில் முக்காடு போட்டபடி நடந்து சென்றார்கள். அவர்கள் அனைவரும் க்ஷத்திரியப் பெண்களாக இருக்க வேண்டும் என்று சொன்னான். விதுரன் அவர்களுக்கு மட்டுமே கைகளையும் முழங்கால்களையும் மறைத்து உடுத்தும் பழக்கம் இருந்தது. அக்கும்பலில் சில கைக்குழந்தை களைத் தூக்கி வந்த பணிப்பெண்களும் இருந்தார்கள். அக்கும்பலில் உயர்ந்த தோற்றமுடனிருந்த துரியோதனனின் மனைவியாகிய பானுமதியை அவனால் அடையாளம் காண முடிந்தது. அவளுக்குப் பின்னால் துக்கத்திற்கான உடைகளை உடுத்தியபடி துச்சாதனனின் மனைவியும் வந்துகொண்டிருந்தாள். அவர்களும் விதுரனை அடையாளம் கண்டு நின்றார்கள். இடுப்பில் வாளோடும் போர் வீரனுக்குரிய உடைகளோடும் வந்துகொண்டிருந்தவனை முதலில் விதுரனால் அடையாளம் காண முடியவில்லை. பிறகுதான் அவன் யுயுத்ஸு என்று தெரிந்தது. யுயுத்ஸு பாண்டவர்கள் அணியில் நின்று போரிட்டவன் என்பதால் அந்த இடத்தில் அவர்களோடு வரக் கண்டதும் விதுரன் சற்றே குழம்பினான்.

"எங்கே போய்விட்டுத் திரும்புகிறீர்கள் சித்தப்பா?" என்று வருத்தத் துடன் கேட்டான் யுயுத்ஸு.

"நீ எப்படி இங்கே?"

"நேற்று சல்லியன் இறந்த பிறகு துரியோதனனின் சேனை முழுக்க நாசமாகிவிட்டது. முகாம் காவல்காரர்களைக் கூட வற்புறுத்திப் போரில் ஈடுபடுத்துகிறார்கள் என்கிற செய்தி எங்களுக்குக் கிடைத்தது- ஓடிப்போன துரியோதனனுக்காக உதவி வந்த வீரர்களோ அல்லது அவனைத் தேடிப்போன நம் வீரர்களே இந்தப் பெண்களின் முகாமில் புகுந்து தன் வேட்கையைத் தணித்துக் கொள்ளும் பட்சத்தில் நம் அரச வம்சத்தின் கௌரவம் மண்ணோடு மண்ணாகிப் போகும் என்று மனசுக்குப் பட்டது. ஓடிச்சென்று தருமனிடம் சொன்னேன். "யுயுத்ஸு", நான் அதைப் பற்றியே யோசிக்கவில்லை. நீயே போ. உனக்கு எல்லாரையும் தெரியுமல்லவா. எப்படியாவது எல்லாரையும் அஸ்தினாபுரத்திற்குக் கொண்டு சேர்ப்பது உன் பொறுப்பு" என்றான். ஓட்டமாக ஓடி வந்தேன். ஆனால் முகாமில் ஒரு ரதம் கூட இல்லை. குதிரையும் இல்லை. சமையல் செய்தே இரண்டு நாட்களாகி விட்டதாம். கொண்டு வந்த சமையல் பொருட்கள் எல்லாம் தீர்ந்துபோய்விட்டனவாம். சமையல்காரர்களுக்கும் ஓடிச் சென்று விட்டார்கள். நேற்று பொழுது சாயத் தொடங்கியதும் எல்லோரையும் நடத்தியே அழைத்து வரத் தொடங்கினேன். நேற்று இரவு ஒரு மரத்தடியில் அனைவரையும் படுத்திருக்க வைத்து விட்டு நான் இந்த வில்லோடும் அம்போடும் காவல் காத்துக் கொண்டிருந்தேன்."

ரதத்திலிருந்து இறங்கிய விதுரன் துரியோதனனின் மனைவிக்கு அருகில் சென்று நின்றான். அவள் தன் முகத்தைக் காட்டத் தயங்கிக் குனிந்தபடி இருந்தாள். அவளுக்குப் பின்னாலிருந்த துரியோதனனின் தங்கையாகிய துச்சலை, துரியோதனனின் மருமகள், துச்சாதனனின் மருமகள் அனைவரையும் அவனால் அடையாளம் காண முடிந்தது. எதுவும் சொல்ல இயலாமல் அவர்கள் அனைவரும் மௌனமாக நின்றிருந்தார்கள்.

தலையில் தங்கக் கிரீடமும் ஆபரணங்களும் அணிந்திருந்த பானுமதி விதுரனைப் பார்த்து, "யார் சார்பாகவும் யுத்தம் செய்ய மாட்டேன் என்று சொன்னீர்களாமே. நீங்கள் எப்படி இந்த வழியில் எதிரிகள் அணியிலிருந்து வருகிறீர்கள்?" என்று கேட்டாள்.

"இல்லை. போர்க்களத்தைப் பார்ப்பதற்காக நேற்றுச் சென்றேன்."

"ரதத்தில் யார் உட்கார்ந்திருக்கிறார்கள்? ரதத்தில் உட்காரும் அளவுக்குக் கூட உங்கள் மனைவிக்கு உடல்நிலை சரியில்லை என்று கேள்விப் பட்டேனே. இவள் யாரோ விதவை போலத் தெரிகிறாளே, யார் அவள்?"

"இவளா?" விதுரனுக்குச் சொல்ல மனமில்லை. ஆனால் சொல்லா விட்டால், அவள் மீண்டும் மீண்டும் வற்புறுத்தக் கூடும் என்று நினைத்தாள்.

"இவள் என் வீட்டிலேயே கடந்த பதின்மூன்றரை வருஷங்களாக இருக்கிறாள். உங்களை யாரையும் பார்க்கிற சந்தர்ப்பமே வரவில்லை, அவ்வளவுதான்."

பானுமதிக்குச் சங்கடமாக இருந்தது. காண்டவப் பிரஸ்தத்தில் நடந்த ராஜசூய யாகத்தின்போது அவளைப் பார்த்த ஞாபகமிருந்தது. அப்பொழுது, ஒரு பேரரசியைப்போல இருந்தவள் இப்பொழுது வெறும் வெளுத்த உடையை உடுத்தி விரக்தியில் மூழ்கி இருப்பதைப் பார்த்தாள். துரியோதனனின் மனைவி தலை கவிழ்ந்தாள்.

"ரதத்தில் இன்னும் ஆறேழு பேராவது உட்காரலாம். மிகவும் களைத்துள்ளவர்கள் வந்து உட்காருங்கள்" என்று குந்தி சொன்னாள்.

அவர்கள் யாரும் தலை நிமிரவில்லை பதில் சொல்லவில்லை. "பானுமதி, வா. துச்சலை, நீயும் வா. பானுமதியின் பக்கத்தில இருக்கிறாயே, உன் பெயர் என்ன?" என்று குந்தி மீண்டும் அழைத்தாள்.

"நாங்கள் நடந்தே ஊருக்கு வந்து விடுவோம்" என்று சுயமரியாதையைக் காப்பாற்றிக் கொள்ளும் முயற்சியில் பற்களைக் கடித்தபடி சொன்னார்கள்.

அவர்கள் வரமாட்டார்கள் என்பதை விதுரன் புரிந்து கொண்டான். அதிக நேரம் நிற்பதால் சங்கடம் தான் அதிகமாகும் என்பதை உணர்ந்து, "சரி, ஊரில் பார்க்கலாம்" என்று சொல்லிவிட்டு ரதத்தில் ஏறி உட்கார்ந்து குதிரைகளை விரட்டினான்.

* * *

"அரசே, கர்ணன் இறந்து விட்டானாம். சாரதி இல்லாத ரதத்தின் சக்கரம் மண்ணில் புதையுண்டு குதிரைகள் தடுமாறியதால் கர்ணனே இறங்கி சக்கரத்தைத் தூக்க முயற்சி செய்து கொண்டிருந்தபோது அர்ஜுனனின் அம்பு தைத்து இறந்துவிட்டானாம். நம் படை பயந்து போய்ச் சிதறி ஓடி விட்டது."

சேவகன் வந்து செய்தி சொன்னதும் சல்லியனுக்குக் கீழே விழுந்த மாதிரி ஆகிவிட்டது. அவன் போர் முனையில் இருந்து திரும்பி இன்னும் நான்கைந்து நாழிகைகளும் ஆகவில்லை. அதற்குள் கர்ணன் இறந்து விட்டான். "மத்ர தேசத்துப் பெண்களைப் போல நெறி

தளர்ந்த பெண்கள் யாருமே இல்லை எனச் சொன்னானே அந்தக் குலம் கெட்டவன்" என்பதை நினைத்துக்கொண்டபோது மனத்தில் அமைதியுண்டானது. ஆனால் அதைத் தொடர்ந்து அவன் மனமே அவனைக் குத்த ஆரம்பித்தது. "யுத்தத்தில் சாரதியாக இருக்கிறவன் தலைவனை விட்டு என்றும் இறங்கி வரக்கூடாது. என்னுடையதுதான் தப்பு" என்று மனசாட்சி தெளிவாகவே சுட்டிக்காட்டியது. "ஆனால் சுத்த க்ஷத்திரியனாகவும் மகுடம் சூட்டியவனாகவும் உள்ள என்னைக் கர்ணனுக்குச் சாரதியாக இரு என்று துரியோதனன் சொன்னது மட்டும் தப்பு இல்லையா?" என்றும் மனசுக்குள் கேட்டுக் கொண்டான். 'ஏதாவது விவாதிக்க வேண்டுமென்றால் எவ்வளவு நயமாகப் பேசி எதிரியைத் தனக்குப் பணிய வைத்து வருகிறான் துரியோதனன்' என்றும் தோன்றியது. காக்கையின் நிறம் வெள்ளை என்று சொல்லி, அதையும் நம்ப வைத்துவிடுவதில் வல்லவன் அவன். தன்னை வழியிலேயே வரவேற்று உவசரித்த நாளிலிருந்து துரியோதனனைப் பற்றிய எண்ணங்கள் எல்லாம் வரிசையாக மனசில் அலை அலையாக எழுந்தன. குடிசைக்குள் நெருப்பு எரிந்த இடத்தைச் சுற்றிலும் கதகதப்பாக இருந்தது. குளிர்காலம் தொடங்கிவிட்டது. வெளியே போர் முனையில் திரியும்போது குளிர் தெரிவதில்லை. உள்ளே வந்து உட்கார்ந்ததுமே தெரிகிறது. வெளியே சூரியன் முழுகி விட்டதோ இல்லையோ, தெரியவில்லை. "என்னதான் இருந்தாலும் நான் செய்தது தப்புத்தான்." என்று நினைத்தபடி குளிர்காய மூட்டிய நெருப்புக்கருகே சென்று கால்களை நீட்டிக் கொண்டான். "இந்தப் பாழாய்ப் போன யுத்தம் எப்போது முடியுமோ, ஊரில் நிம்மதியாக இருந்திருக்கலாம். நான் அப்பொழுதே சொன்னதைக் கேட்கவில்லை ருக்மரதன். இந்த வஜ்ஜிரனும் அஜயனும் கூட அப்படித்தான். சாவுதான் இத்தனை தூரத்துக்கு இழுத்து வந்ததோ, தன் ராஜ்ஜியத்துக்குச் சிறிதும் சம்பந்தமே இல்லாத இந்த யுத்தத்திற்கு வரவேண்டியதாகி விட்டது. நம் மத்ர தேசத்தைக் காட்டிலும் இந்தக் குரு நாட்டில் குளிர் அதிகமோ? எந்த விஷயத்திலும் உருப்படி இல்லாத தேசம் இது." உள்ளங்கால்கள் சுருக்கென்று சூடேறத் தொடங்கியதும் கால் களைப் பின்னுக்கு இழுத்துக் கொண்டான். தப்பு செய்து விட்டதாக எண்ணி மீண்டும் மனம் மருகத் தொடங்கியது. "என் இரண்டு பிள்ளைகளையும் குறிவைத்துக் கொன்ற சண்டாள அர்ஜுனனை எதிர்த்துக் கொல்ல வல்லவனாக இருந்தவன் இந்தக் கர்ணன் ஒருவனே. அவனைத் திட்டிப் பேசுவதை விடுத்து ரதத்தைத் தொடர்ந்து ஓட்டி உதவி செய்திருந்தால்... 'சபாஷ் கர்ணா! இதோ இந்தா அம்பு, பார்த்து வீசு' என்று உற்சாகம் கொடுத்திருந்தால் கர்ணன்

அர்ஜுனனைக் கொன்றிருக்க முடியும். பிள்ளைகளைக் கொன்ற எதிரியைக் கொன்று பழிக்குப்பழி தீர்த்துக் கொள்ளும் வேகம் இனி எனக்கு எங்கிருந்து வரப்போகிறது? இவர்கள் சல்லிய ராஜனின் பிள்ளைகள் என்று அவனுக்குத் தெரியாதா? கொன்றுவிட்டாலும் ஒரு தந்தையாக இருந்து என் கடமையைச் செய்யவேண்டாமா? முட்டாள்தனமான காரியம் செய்துவிட்டேன். இந்த நெருப்பால் எந்தப் பயனும் இல்லை. ஆளைச் சோம்பேறியாக்கி விடுகிறது" என்று நினைத்தபடி நான்கு முழ தூரம் பின் வாங்கி உட்கார்ந்தான். "எல்லாம் முடிந்துவிட்டது. ஊருக்குப் போய் ருக்மரதனிடம் 'உன் அரசியல் பாழாய்ப் போக, சம்பந்தமில்லாத சண்டையில் பங்கெடுக்கச் சென்று இவ்வளவு வீரர்களையும் உன் இரண்டு தம்பிகளையும் இழந்து வந்திருக்கிறேன். பார்' எனச் சொல்ல வேண்டும் என்று நினைத்துக் கொண்டிருக்கும்போது முதுகுப் பக்கம் ஊறலெடுத்தது. குளித்து எத்தனை நாட்களாகிவிட்டன என நினைத்தபடி இடது கையைத் திருப்பிச் சொறிந்து கொண்டான். கவசத்துக்குள் விரல்களை விட்டு ஊறிய இடத்தைத் தொட வேண்டியிருந்தது. "இந்த வேலைக்கு இரண்யவதிதான் சரி. எவ்வளவு இதமாகச் சொறிந்து விடுவாள் அவள். 'இங்கேயா தாத்தா, இங்கேயா தாத்தா' என்று கேட்டுக் கேட்டுச் செய்வாள். 'இன்னும் கொஞ்சம் மேலே, இல்லை இல்லை இன்னும் கொஞ்சம் கீழே என்று நானும் சரியான இடத்தைச் சொல்வேன். சிறிது கூட நகத்தால் கீறாமல் இதமாகச் சொறிந்து விடுவாள். பிறகு தன் மிதுருவான விரல்களால் அந்த இடத்தைத் தடவி விடுவாள். பெரிய மந்திரக் கைகள் அவை" என்று தனக்குத்தானே சொல்லிக் கொண்டான். "அவளைக் கடைசியாய்ப் பார்த்து நான்கு மாதங்கள் ஆகிவிட்டன. இப்போது எப்படி இருப்பாளோ, எத்தனைச் சுற்று வீட்டு விலக்காகி வீணானதோ? போனதுமே அந்த முட்டாள் ருக்மனை உதைக்க வேண்டும். அவன் மனைவி எதற்கும் பயனில்லாதவள். அவன் சொல்வதற்கெல்லாம் தக்கபடி தாளம் போடுகிறவள்" என்று நினைத்துக்கொண்டிருந்தபோது ஒரு வேலைக்காரன் வந்து, "அரசே, கர்ணனின் ரதத்தில் இருந்து நீங்கள் இறங்கி வந்து விட்டதற்காக உங்களுக்கு சபாஷ் சொல்லி எதிரிகள் பாராட்டுகிறார்கள்" என்றான். "பாராட்டாமல் வேறென்ன செய்வார்கள்? ஒருவேளை அவர்கள் என் பிள்ளைகள் என்று அர்ஜுனனுக்குத் தெரிந்திருக்காது. மாபெரும் வில்லாளியாகிய அர்ஜுனனை எதிர்த்து வீழ்த்தியவன் என்கிற புகழையடையும் விருப்பத்தில் யுத்த ஆரம்பத்திலேயே அவனைத் தைரியமாக எதிர்த்து நின்ற வீரர்கள் அவர்கள். தனக்கு எந்தச் சம்பந்தமும் இல்லாத இப்போரில் ஏன் இவர்கள் இவ்வளவு உற்சாகம்

காட்டினார்கள்?...” பற்கள் இல்லாத வாயைத் திறந்து கொட்டாவி விட்டான். வெளியே இருட்டத் தொடங்கி விட்டதை உணர்ந்தான். கடந்த நான்கு நாட்களாகவே எந்தக் குடிசைக்கும் எண்ணெய் விநியோகம் இல்லாததால் விளக்கு ஏற்றுமாறு சொல்வதில் எந்தப் பயனும் இல்லை என்று தோன்றியது. “இவ்வளவு நாட்களாக எந்த யுத்தம் எந்த நாட்டில்தான் நடந்துள்ளது?” என்று தனக்குத்தானே கேட்டுக் கொண்டான். பிறகு தன் சேவகனை அழைத்து, “நீயா, நெருப்பு அணையும் போல் இருக்கிறது. இன்னும் இரண்டு மூன்று கட்டைகளைக் கொண்டு வந்து போடு. இல்லாவிட்டால் பூச்சிகளோ, கொசுக்களோ வரக்கூடும். முறிந்து கிடக்கும் ரதங்களில் இருந்து கட்டைகளை உடைத்துக் கொண்டு வா” என்றான். மீண்டும் கொட்டாவி விட்டான். தொடர்ந்து வரும் கொட்டாவிகளுக்காக அலுத்துக் கொண்டான். தொடர்ந்து மறுபடியும் கொட்டாவி வந்தது. அப்போது ஒரு ரதம் வந்து நின்று சத்தம் கேட்டது. தொடர்ந்து ‘அரசன் துரியோதனன் வாழ்க’ என்ற சத்தமும் கேட்டது. முத்துக் கற்கள் பதிந்த மகுடத்தோடும் மணி மாலைகளுடனும் கலசத்தோடும் துரியோதனன் வந்து இறங்கினான். அவனும் குளித்து பல நாட்கள் ஆகி இருந்ததால் அவன் உடலிலிருந்து எழுந்த வியர்வையின் துர்நாற்றமும் சகிக்க முடியாதிருந்தது. குடிசைக்குள் வந்து சல்லியனுக் கெதிரில் பாயில் உட்கார்ந்தான் அவன். நெருப்பின் சிவப்பு அவன் கண்களில் பிரதிபலித்தது. அக்கண்களை நேருக்கு நேர் பார்க்கத் தயங்கித் தலை குனிந்தான் சல்லியன்.

“மாமா, உங்கள் மீது குற்றம் சாட்ட நான் வரவில்லை. கர்ணன் எனக்கு எவ்வளவு நெருக்கமானவன் என்று உங்களுக்குத் தெரியும். அவன் இறந்ததற்கும் அர்ஜுனன் உயிர்பிழைத்ததற்கும், இன்றைய தின யுத்தம் தோல்வியில் முடிந்ததற்குமான முழுப் பொறுப்பும் உங்களுடையதே ஆகிவிட்டது.”

கிழவன் சல்லியனின் மனம் திசையறியாது குழம்பியது. தன் மீது சுமத்தப்பட்ட பொறுப்புகளால் மனம் குலைந்தான். காதுகளில் இரைச்சல் எழுந்தது. வெளியே நின்றிருந்த ரதக் குதிரைகளின் கனைப்புகளும், வெளி நடமாட்டத்தின் ஓசையும் ம்ம் என்ற குதிரைகளை அதட்டி ஓட்டும் சாரதிகளின் ஓசையும் காதுகளில் விழுந்து கொண்டிருந்தன. ஆனால் மனசில் எதுவும் பதியவில்லை. பிறகு அச்சத்தமும் கூட நின்று போய்விட்டது. இருவர்க்கிடையேயும் உறைந்த மௌனத்தைக் கலைத்தான் துரியோதனன்.

“நடந்து போனதற்காக இப்போது குறை சொல்வதோ பழி சுமத்துவதோ எந்தப் பயனையும் தரப்போவதில்லை. உன் பிள்ளைகளைக் கொன்ற அர்ஜுனனைக் கொன்றே தீர்ப்பதாக நீ சபதம் எடுத்திருக்கிறாய். இன்றைய யுத்தத்திற்குப் பிறகும் இன்னும் பாதிக்கும் மேல் நாகர்கள் படை உள்ளது. இத்தோடு நம் வீரர்களும் இருக்கிறார்கள். நீ சேனைத் தளபதியாக இருந்து நாளைய யுத்தத்தில் உன் சபதத்தை நிறைவேற்றிக்கொண்டால் உன் பிள்ளைகளுக்கு சொர்க்கம் கிடைக்கும்.”

குலைந்த சல்லியனின் மனம் உற்சாகமடைந்து பிறகு என்ன செய்ய வேண்டும் என்று தெளிவாகத் தெரிந்தது. “நீங்கள் கர்ணனைக் கீழ்க்குலத்துக்காரன் என்று கிண்டல் செய்யலாம். ஆனால் இந்த சேனைத் தளபதிப் பொறுப்பை பீஷ்மர், துரோணர் ஆகியோரைத் தொடர்ந்து இப்போது உங்களுக்குத் தருகிறேன்” என்றான் துரியோதனன்.

நிமிர்ந்து துரியோதனனின் முகத்தைப் பார்த்தான் சல்லியன். அவன் முகத்தின் உணர்வுகளைப் புரிந்துகொள்ள முடியவில்லை. நெருப்பு வெளிச்சத்தில் அவனது மணிமகுடம் ஒளிர்ந்துகொண்டிருந்தது. ஆனால் தனக்குள் ஓர் இனம்புரியாத உணர்வு பொங்குவதையுணர்ந்தான் சல்லியன்.

“நாளைய யுத்தத்தின் தந்திரங்களை, நடைமுறைகளைப்பற்றி நானே முடிவெடுத்துச் சொல்கிறேன். இப்பொழுது நான் சென்று தளர்ந்து போய் இருக்கிற நம் வீரர்களுக்கும் நாகர்களுக்கும் உற்சாகமூட்டி, கிருபாச்சாரியார், அஸ்வத்தாமன், கிருதவர்மன் அனைவருக்கும் நீங்கள் சேனைத் தளபதியாகியிருப்பதைத் தெரிவிக்கிறேன். வேண்டுமென்றால் நீங்கள் ஓய்வு எடுத்துக்கொள்ளுங்கள். நான் பிறகு படைத்தளபதிக்குரிய வாளோடும் மந்திரம் சொல்லும் புரோகிதனுடனும் பிறகு வருகிறேன். சரியா?”

அத்தருணத்தின் உணர்வுகளைச் சல்லியனாலேயே புரிந்துகொள்ளவில்லை. அசையாமலேயே உட்கார்ந்திருந்தான். வெறுமனே ‘ம்’ என்றான். அதைப் புரிந்துகொண்டு குறுநகையுடன் எழுந்து சென்றான் துரியோதனன். வெளியே ரதம் புறப்பட்டுச் செல்லும் சத்தம் கேட்டது. சேவகன் உள்ளே வந்து, “அரசே, இது நம் மத்ர தேசத்துக்குக் கிடைத்த மரியாதை. தயவு செய்து மறுக்க வேண்டாம்” என்றான். சல்லியனும் அதை உணரவே செய்தான். உள்ளூர ஒரு பக்கம் மகிழ்ச்சியும் தோன்றியது. பீஷ்மரைப் போன்றவர் வகித்த சேனைத் தளபதிப் பொறுப்பு தனக்குத் தரப்பட்டிருப்பதை எண்ணியபோது

பெருமையாகவும் இருந்தது.

சமையல் அறையிலிருந்து வெளிவந்த சேவகன் மரியாதையுடன் தலைவணங்கி, "அரசே, சமையல் பொருள்கள் எல்லாம் தீர்ந்துவிட்டன. மதியத்திலிருந்து அடுப்பு புகையவில்லை. உடைந்துபோன ரதங்களின் புண்ணியத்தில் ஏராளமான விறகுகள் மட்டுமே இருக்கின்றன" என்றான். சல்லியனுக்குப் பசித்தது. ஆனால் தாங்கிக் கொள்வதைத் தவிர வேறு வழியில்லை. சேவகன் அவனுக்குப் படுக்கப் பாயை விரித்துத் தந்தான்.

இரண்டு நாட்களுக்கு முன்புதான் தன் பிள்ளைகளை அவன் இழந்திருந்ததால் தீட்டின் காரணமாக அக்கினி வழிபாட்டைச் செய்யவில்லை. படுத்திருக்கும்போது வயிற்றில் பசி பரவுவதை உணர்ந்தான். தன் படையுடன் அஸ்தினாவதிக்குள் முதலில் வந்ததையும், வழியிலேயே வரவேற்று துரியோதனன் தடபுடலாக உபசரித்ததையும் நினைத்துக்கொண்டான். அந்த விருந்துகளை நினைத்துக் கொள்வதால் வயிறு நிறையப் போவதில்லை என எண்ணி மறுபுறம் ஒருக்களித்துக் கொண்டு தூங்க ஆரம்பித்தான். இந்த யுத்தம் முடிவும் வரை தனக்கு யாரும் உணவு வழங்கப் போவதில்லை என எண்ணிக் கொண்டான். போரில் இறந்த குதிரைகளை வேண்டுமானால் வெட்டிச் சாப்பிடலாம். ஆனால் பச்சை மாமிசத்தைத் தின்று செரித்துக் கொள்ளும் வயதைத் தான் தாண்டிவிட்டதை நினைத்தான். ஒருக்கால் அக்குதிரைகள் நச்சு அம்புகளால் தாக்கப்பட்டிருக்குமானால், அதன் மாமிசம் ஆபத்தானதாகும். மிகக் குறைவான குதிரைகளே உயிருடன் இருக்கின்றன. கொட்டாவி வந்தாலும் தூக்கம் வரவில்லை. பீஷ்மரைப் போல உணவும் நீரும் இல்லாமலேயே இருந்து உயிர்விட வேண்டும். பீஷ்மரைப்பற்றிய எண்ணம் வந்ததுமே அவன் தனக்குள்ளேயே சிரித்துக் கொண்டான். சாகும்போது கூட பீஷ்மனின் பற்கள் உறுதியாய் இருந்ததையும், தனக்கு எல்லாப் பற்களும் உதிர்ந்து விட்டதையும் நினைத்துக்கொண்டான். இம்மாதிரியான எண்ணங் களில் மூழ்கி இருந்ததில் பசி பற்றிய எண்ணம் மறந்துவிட்டது. பிறகு சில கணங்களுக்கு இவ்வெண்ணங்களையெல்லாம் மறந்து தூங்க முயற்சி செய்தான். திடுமென மனசில் ஒரு கேள்வி எழுந்ததும் எழுந்து உட்கார்ந்தான். "பழைய ஆரியதருமங்களில் வல்லவரான பீஷ்மர் பாண்டவர்களுக்கு எதிரான நிலையிலும் துரியோதனனுக்கு ஆதரவாகவும் ஏன் செயல்பட வேண்டும்? துரியோதனனின் அணியில், அந்த அணிக்குச் சேனைத் தளபதியாக இருந்து, அந்த க்ஷத்திரிய வீரன் பத்து நாட்களில் என்ன சாதிக்க முடிந்தது? அவர் சாதித்ததெல்லாம் துரியோதனனின் படையைப் பாதியாகக் குறைத்ததுதான். பிறகு

திடுமென எல்லாவற்றிலிருந்தும் ஒதுங்கி உணவோ தண்ணீரோ இன்றி குளிரில் கிடந்து இறந்தார். பலரும் பலவிதமான காரணங் களைச் சொல்கிறார்கள். அவருக்கு மனம் பாண்டவர்கள் பக்கமும் அன்பு துரியோதனனின் பக்கமும் இருந்தது என்று சிலர் சொல் கிறார்கள். சிலர் அவருக்கிருந்த செஞ்சோற்றுக் கடன் பற்றியும் தரும நெறிகளில் இருந்த ஈடுபாடு பற்றியும், இவ்விரண்டுக்கும் இடையிலான முரண்பாடுகள் பற்றியும் சொல்கிறார்கள். இவ்வளவு பெரிய யுத்தத்தைச் சமாளிக்கிற திறமையும் தெளிவும் பீஷ்மரைவிட இவர்களுக்கு அதிகம் இருந்ததோ என்னமோ?" ஆனால் ஒரு விஷயம் மட்டும் சல்லியனுக்குத் தெளிவாகத் தெரிந்தது. போருக்குப் புறப்படும் முன்பு பீஷ்மரைப் பற்றி அவன் உருவாக்கி வைத்திருந்த சித்திரம் இப்போது இல்லை. எப்போதும் அக்கறைப் பச்சை கண்ணுக்கு இனிமைதான் என எண்ணிக் கொண்டான். பீஷ்மர் வகித்த பொறுப்பைத் தான் ஏற்றுக் கொண்டதில் அவனுக்குண்டான மகிழ்ச்சி வெகுநேரம் நிலைத்திருக்கவில்லை. மறுபுறம் புரண்டு படுத்தபோது, ரதத்தின் ஓசையும், குதிரைகளின் குளம்போசையும் வீரர்களின் நடமாட்டமும் வெகு தொலைவில் கேட்டது. இரவு தொடங்கி இன்னும் வெகுநேரம் ஆகவில்லை என்று எண்ணிக்கொண்டான். மீண்டும் பசி கிளர்ந்தெழுந்து அவன் உணர்வுகளைத் தாக்கின.

அதே நேரத்தில் யாரோ தேடி வந்த மாதிரி இருந்தது. "மத்ர தேசத்து சல்லியராஜனின் கூடாரம் எங்கிருக்கிறது?" என்று யாரோ விசாரிக்கிற குரல் கேட்டது. அறிமுகமான குரல்தான் அது. யாரென்று யோசிக்கும்போது அது ஹோமதத்தனின் குரல் என்று புரிந்தது. சல்லியனின் சேகவனும் அடையாளம் கண்டு பிடித்துவிட்டான்.

நீபன் உள்ளே வந்து நெருப்பைக் கிளறி விட்டான். மேலும் இரண்டு விறகுத் துண்டுகளைக் கொண்டு வந்து போட்டான். நெருப்பின் சிவந்த வெளிச்சத்தில் புரோகிதன் ஹோமதத்தனின் முகம் துயரமுடன் இருந்தது. அவனது உடைகளும் தாடியும் அழுக்கடைந் திருந்தன. எழுந்து உட்கார்ந்த சல்லியன் "ஹோமதத்தா, தலைநகரில் எல்லாரும் நலமாக இருக்கிறார்களா?" என்று கேட்டான்.

முதலில் சல்லியனுக்கு வாழ்த்துக் கூறிய புரோகிதன் அவனுக்கருகேயே அமர்ந்து, "நானும் அதைப்பற்றித்தான் சொல்ல வந்தேன். வழியில் ஏகப்பட்ட தொல்லைகள். குதிரைக்குக் காயம் பட்டு விட்டது. எனக்கும் காயம் பட்டு விட்டது. அது எல்லாம் இருக்கட்டும். கடைசியில் நீங்கள் இருக்குமிடத்தைக் கண்டுபிடித்து விட்டேன். ஆயிரக்கணக்கான கழுகுகள் தலைக்கு மேல் பறப்பதைப்

பார்த்தேன். ஏராளமான நாய்கள், நரிகள், மோசமான துர்நாற்றம்..."

"அதுசரி, ஊர்ச் செய்தி என்ன?"

"படையோடு நீங்கள் ஊரைவிட்டுக் கிளம்பி மூன்று நான்கு மாதங்கள் இருக்குமில்லையா? அந்தப் பக்கத்தில் திரிகர்த்த தேசத்தவர் களும் கிளம்பி வந்து அதே அளவுதான் இருக்கும். நமக்கு வடக்குப் பக்கத்தில் இருக்கிற நாகர்கள் இந்தத் தருணத்துக்காகக் காத்துக் கிடந்தார்கள் போலும். பத்து நாட்களுக்கு முன்பு நம் தேசத்தின் மீதும் அதற்கு, மேற்கிலுள்ள தேசத்தின் மீதும் படையெடுத்து வந்து வசப்படுத்திக் கொண்டார்கள். திரிகர்த்தத்தைச் சேர்ந்த சுஷர்மண் யுத்தத்தில் இறந்து போனானாமே?"

"நம் ராஜ்ஜியம் எப்படி இருக்கிறது?" என்று கவலையுடன் கேட்டான் சல்லியன்.

"பாதுகாப்பாக நம் வசத்திலேயே இருக்கிறது. ருக்மரதன் மிகவும் முன்னெச்சரிக்கையுடன் நடவடிக்கைகளை எடுத்து வருகிறான். உங்களோடும் இளவரசர்களோடும் படையின் முக்கால் பகுதியை இங்கே அனுப்பினோம் இல்லையா? எல்லோரையும் உடனே திரும்பி வருமாறுச் சொல்லும்படி ருக்மரதன் அனுப்பினான்."

"திரும்பி அழைத்துச் செல்ல என்ன எஞ்சி இருக்கிறது?"

"நமது படை, வஜ்ஜிரன், அஜயன்..."

"நீயே சொன்னாயே. தலைக்கு மேலே ஆயிரக்கணக்கான கழுகுகள், சுற்றிலும் நாங்களும் நரிகளும் என்று..."

புரோகிதன் வேறு எதைப்பற்றியும் பேசவில்லை. மௌனமாக உட்கார்ந்திருந்தான். ஊரைப் பற்றிய செய்திகளைக் கற்பனை செய்தபடி உட்கார்ந்திருந்தான் சல்லியன். அங்கே விட்டு வந்திருந்த கால்பகுதிப் படையினரும் இல்லாவிடில் இதற்குள் தேசமே நாகர்களுக்கு அடிமையாகி இருக்கும். இங்கே நாம் புறப்பட்ட விவரங்கள் அந்த நாகர்களுக்குக் கிடைத்திருக்கும் என்று தோன்றியது. காட்டை அழிக்கும்போது, வனவிலங்குகளை அழிப்பது போல நாகர்களைச் சுட்டு அழித்த அர்ஜுனனை மனத்திற்குள்ளேயே பாராட்டிக் கொண்டான். தன் தேசத்தின் வடபகுதியில் கூட அடர்ந்த காடு இருப்பதை நினைத்துக் கொண்டான். "மற்றவர்கள் எல்லாம் எப்படி இருக்கிறார்கள்? இரண்டு நாட்களுக்கு முன்புதான் அஜயனும் வஜ்ஜிரனும் இறந்தார்கள். இன்னும் மத்ரதேசத்துக்குச் சொல்லி அனுப்ப வில்லை" என்று மெல்லச் சொன்னான்.

"அரசே, மற்றவர்கள் அனைவரும் நலமாக இருக்கிறார்கள். நமது தேசத்துக்கும் க்ஷத்திரிய குலத்துக்கும் அவமானம் என்னும் வகையில் ஒரு சம்பவம் நடந்து விட்டது. உணவும் நீரும் விட்டு ருக்மரதன் கவலையில் மூழ்கி இருக்கிறான். வெளிப்படையாகவே சொல்லி விடுகிறேன். இளவரசி இரண்யவதியை நாகர்கள் கடத்திக் கொண்டு போய்விட்டார்கள்."

"அப்படியென்றால் நம் அரண்மனையின் மேல் நாகர்கள் முற்றுகையிட்டார்களா?" சல்லியனின் முகம் கவலையால் சுருங்கியது.

"இல்லை. அவர்கள் நமது ராஜ்ஜியத்தின் பக்கமே வரவில்லை..."

"இவள் என்ன தனியாக ஊரைவிட்டுச் சென்றாளா? போதுமான பாதுகாப்பின்றி ஊரைத் தாண்டிப் பெண்கள்..."

"அப்படிப்பட்டதெல்லாம் ஒன்றுமில்லை. என்ன நடந்ததோ சொல்லி விடுகிறேன். உடம்பெல்லாம் வர்ணம் பூசிக் கொண்டு தலையிலும் கழுத்திலும் முன்னங்கைகளிலும் பூமாலைகளையும் பல வர்ண இலைகளால் ஆன கிரீடங்களையும் அணிந்து கொண்டு நாகர்களைச் சேர்ந்த ஆண்கள் ஊருக்கு அவ்வப்போது வந்து நடனமாடிக் காட்டி ருசிருசியான உணவு வகைகளைப் பிச்சையாக வாங்கி உண்ணுவார்கள் இல்லையா? அதேபோல ஒரு நாக இளைஞன் அநேகமாகத் தினமும் அரண்மனைக்கு வந்தான். பின்பக்கம் அந்தப்புரத்தின் வாசலில் நடனமாடி வந்தான். நமது இளவரசியும் தினமும் அங்கே சென்று அவனது நடனத்தைப் பார்த்துக்கொண்டிருப்பாள். ஒரு நாள் இரவில் அவள் உள்ளே படுத்துக் கொண்டிருந்தாள். காலையில் எழுந்தபோது காணவில்லை. எங்கே என்று தேடுவது? நாள் முழுக்க நாங்கள் ஆற்றங்கரையிலும் காட்டுக்குள்ளும் குளம் ஏரிகளிலும் தேடினோம். அவளைக் கண்டு பிடிக்கவே முடியவில்லை."

"நாகர்கள்தான் கடத்திக் கொண்டு போனார்கள் என்று எப்படி முடிவு கட்டினீர்கள்?" என்று கோபத்துடன் கேட்டான் சல்லியன்.

"இரண்டாவது நாள் ஒரு நாகக் கிழவி வந்து அரண்மனையின் முன்னால் நின்று குறி சொல்வது போல அரசகுமாரி நாக இளைஞனோடி ஓடிச் சென்று காட்டில் திருமணம் புரிந்துகொண்டு மகிழ்ச்சியோடு இருக்கிறாள் என்று சொன்னாள்."

"அவளைச் சிறை பிடிக்கவில்லையா?" என்று கேட்டபோது அர்ஜுனனை அழைத்துச் சென்று அவர்கள் காட்டுக்குத் தீ மூட்ட வேண்டும் என்றும், அவர்கள் எந்த வழியிலும் தப்பித்து விடாதபடி

அம்புகளை எய்து கொல்லும்படி செய்யவேண்டும் என்றும் ஆவல் தோன்றியது.

"நாகர்கள் வேண்டுமென்றே இந்தப் பெண்ணை அனுப்பி இருந்தார்கள். சிறையில் அடைத்திருந்தால் நம்மைத் தாக்கி இருப்பார்கள். இப்பொழுது சுற்றுவட்டாரங்ளில் இருக்கிற ராஜ்ஜியங்கள் எல்லாம் அவர்கள் வசத்தில் உள்ளன. இப்போது அவர்களுக்கு எதிராக நாம் செய்யும் எந்தக் காரியமும் அவர்களைத் தூண்டி விடுவது போல அமையும் என்று நான்தான் சொன்னேன். ருக்மரதனும் ஒப்புக்கொண்டான். நானே அந்தக் கிழவியிடம் சென்று, "நீ குறி சொல்வது எல்லாம் பொய். என்னை அழைத்துச் சென்று நேராகக் காட்டுவாயா? உனக்கு ஒரு வண்டி கோதுமை மாவும் இண்டு குடங்கள் நிறைய நெய்யும், ஒரு தங்கச் சங்கிலியும் கொடுக் கிறேன்" என்று சொன்னேன். "நாளைக்குப் பதில் சொல்கிறேன்" என்று சொல்லிவிட்டுச் சென்றுவிட்டாள். அடுத்த நாள் தைரியமாக என் வீட்டுக்கே தேடிக் கொண்டு வந்துவிட்டாள். "இன்று இரவு என்னோடு வருகிறாயா? காட்டுகிறேன்" என்றாள். தனிமையில்தான் செல்ல வேண்டும்.ஆனால் கொன்று விட்டால்...? அரசனிடம் சொல்லி என்ன செய்யலாம் என்று கேட்டேன். போய்ப் பார்த்து வருமாறு வற்புறுத்தினான். இரவு வேளையில் அவளோடு தனிமையில் நடந்தேன். இருட்டு, ஊருக்கு வெளியே அழைத்துச் சென்ற பிறகு என் கண்களைக் கட்டிவிட்டாள். அதற்குப் பின் எங்கெங்கேயோ சுற்றி வளைத்து அழைத்துச் சென்றாள். இரவு முழுக்க நடந்தோம். நள்ளிரவு நேரத்தில் ஒரு காட்டுக்கு வந்தோம். அங்கிருந்து என்னோடு நாலைந்து ஆண்களும் தொடர்ந்து வந்த பேச்சுக்குரல் கேட்டது. விடிகிற வரைக்கும் நடந்தோம். விடிந்த பிறகு சற்று நேரம் தூங்கினோம். எனக்குச் சாப்பிடக் கொடுத்தார்கள். படுத்துத் தூங்க படுக்கையும் கம்பளியும் கொடுத்தார்கள். நல்லபடி கவனித்துக் கொண்டார்கள். ஆனால் கண்களைக் கட்டிய கட்டை மட்டும் அவிழ்க்கவில்லை நானாகப் பிரித்துக் கொள்ளவும் பயமாக இருந்தது. இப்படியே மூன்று நாட்கள் நடந்தோம். எந்தத் திசை, எந்தக் காடு எதுவுமே புரியவில்லை. எவ்வளவு தூரம் நடந்திருப்போம் என்று ஊகிக்க முடியவில்லை. கடைசியில் ஓர் இடத்தில் நின்று கட்டுகளை அவிழ்த்தார்கள். எதிரே மூங்கிலால் ஆன குடிசைகள். பாத்திரங்கள், பாய் எல்லாமே மூங்கிலால் ஆனவை. சுத்தமான இடம். அரண்மனை யில் குழலூதிக் கொண்டு ஆட வந்த அதே இளைஞன். அவனோடு நம் இரண்யவதி. அவளும் நாகர் கூட்டத்தைச் சேர்ந்த பெண்ணைப் போல ஆடையணிந்திருந்தாள். உடம்புக்கு வர்ணம் பூசிக்கொண்டு

கழுத்து நிறைய என்னென்னமோ மாலைகளைப் போட்டுக் கொண்டிருந்தாள். அந்தக் கோலத்திலும் அழகாகவே இருந்தாள். என் அருகில் வந்து என்னை வணங்கி ஆசி வழங்குமாறு கேட்டாள். அந்த இளைஞனையும் விழுந்து வணங்குமாறு கேட்டுக்கொண்டாள். "புரோகிதரே, ஆரிய சம்பிரதாயத் திருமணத்தின் மந்திரங்களையும் ஒன்றிரண்டு சொல்லிவிடுங்கள்" என்று சொல்லிச்சிரித்தாள். அவளுடைய முகத்தில் எந்த துயரத்தின் சாயலும் இல்லை. அவள் சூடிக் கொண்டிருந்த பூவைப் போலவே புத்துணர்ச்சியோடு இருந்தாள்.."

"போதும் நிறுத்து. அவளாகவே ஓடிச் சென்றிருக்கிறாள். அவளையும் சேர்த்து அந்தக் காட்டுக்கே நெருப்பிட வேண்டும். எந்தக் காடென்று உனக்குத் தெரியும்தானே...?" என்று சல்லியன் கூவினான்.

"திரும்பும்போது கூட ஊர் வரும் வரைக்கும் கண்ணைக் கட்டியே அழைத்து வந்தார்கள். வெறும் இரவுகளில் மட்டும்தான் பிரயாணம். கண்ணைக் கட்டிவிட்டாலேயே மனிதனுக்கு எந்தத் திசை என்று கூடத் தெரிவதில்லை. கண்ணைக் கட்டிய பிறகு அதே இடத்திலேயே இருபது முப்பது சுற்றுகள் சுற்ற வைத்துப் பிறகுதான் அழைத்துச் சென்றார்கள். ஊர் வந்து சேர்ந்ததும் இருபது முப்பது சுற்றுகள் சுற்ற வைத்துத்தான் கட்டுகளை அவிழ்த்து விட்டார்கள். அப்புறம் கிழவி சென்றுவிட்டாள்."

"நீ அந்தக் கழுதையுடன் பேசவில்லையா?"

"தனிமையில் பார்க்கிற சந்தர்ப்பமே இல்லை. அவளோடு அந்த இளைஞனும் இருந்தான். மேலும் நான்கு பெண்களும் இருந்தார்கள். நான் அங்கு இருந்ததே இரண்டு நாழிகைகள்தான். அதற்குள் எனக்குச் சாப்பாடெல்லாம் செய்து தந்தாள். நான் புறப்படும் முன்பு நமது தேசத்தின் மீது தம் குலத்தவர்கள் முற்றுகை இடாத வண்ணம் தடுப்பதாகவும் ருக்மரதனும் அவர்கள் மீது எந்த முற்றுகையும் இடக் கூடாது என்றும் சொன்னாள்."

சல்லியனின் மனத்தில் அர்ஜுனனின் சித்திரம் நிறைந்திருந்தது. "எப்பேர்ப்பட்ட வில்லாற்றல்! எவ்வளவு வேகம்! எவ்வளவு சரியாகக் குறி பார்க்கிறான்! இன்றைய யுத்தத்தில் கூட கர்ணனுடன் வந்த நாக வீரர்களை எவ்வளவு திறமையாக அம்பெய்தி வீழ்த்தினான்! அவனோடு வந்த வீரர்களும்தான் எவ்வளவு உற்சாகத்தோடு போரிட்டார்கள்! அவர்கள் கூட விஷம் தோய்ந்த அம்புகளைத்ததான் உபயோகப்படுத்தினார்கள்" பிறகு தன் உண்மையான எதிரிகள் யார் என்று அந்தக் கிழ வீரனுக்குப் புரிந்தது. "இன்றோ, நாளையோ

இந்த நாகர்கள் நமது தேசத்தை தாக்கி வெல்லக் கூடும். நாகர்களின் ஒரே எதிரி அர்ஜுனன்தான். ஆனால் நாகர்கள் துரியோதனனின் பக்கம் இருக்கிறார்கள். அதாவது நம் எதிரிகள் நம்மோடேயே இருக் கிறார்கள். நான் எவ்வளவு பெரிய முட்டாளாகி விட்டேன். இந்தக் கணத்திலேயே நான் பாண்டவர்களின் அணியில் சென்று சேர வேண்டும்…" என்று யோசனைகளில் அவன் மூழ்கி இருக்கும்போது "எனக்கு மிகவும் பசிக்கிறது" என்றான் ஹோமதத்தன்.

சல்லியன் அவன் கேட்டதைக் கவனிக்கவே இல்லை. "நீ ஊரிலிருந்து புறப்படும்போது ஏதாவது உணவோ அல்லது மாவோ எடுத்துக்கொண்டு கிளம்பி இருப்பாய் இல்லையா…" என்று ஹோமதத்தனைக் கேட்டான்.

"ஊரில் இருந்து கிளம்பும்போது பை நிறைய உணவுப் பொருள் களைக் கொண்டு வந்தேன். அதில் கால்பாகம்கூடச் செலவழிய வில்லை. இன்னும் இந்த போர்முனைக்கு வந்து சேர இரண்டு நாள் பிரயாணம் இருக்கும்போது இங்கிருந்து தப்பி ஓடிவந்த வீரர்களைக் கண்டேன். நாலுபேர் வந்து "ஐயா, மூட்டையில் இருப்பதை எங்களுக்குக் கொடுங்கள். உங்களுக்குப் புண்ணியமாகும்" என்று கெஞ்சினார்கள். நான் பதில் சொல்லும் முன்பேயே மேலே விழுந்து பிடுங்கிக் கொண்டார்கள். நான் கூச்சலிட்டேன். அதைக் கேட்டு பத்துப் பண்ணிரண்டுபேர் இருக்கிற இன்னொரு கூட்டம் வந்து அவர்கள் மேல் விழுந்து பிடுங்க முயற்சி செய்தார்கள். எனக்குத்தான் மீட்டுத் தரப் போகிறார்கள் என்று நினைத்துக்கொண்டிருந்தபோது அவர்கள் அதைப் பிடுங்கிக்கொண்டு போய்விட்டார்கள். 'எதற்காகக் கூவினாய்" என்று இவர்கள் என்னை அடிக்கத் தொடங்கும் முன்பு குதிரையேறி ஓடிவந்து விட்டேன். இரண்டு நாட்களாக எதுவும் சாப்பிடவில்லை."

சேவகன் மீண்டும் உள்ளே வந்து நெருப்பில் மேலும் ஒன்றிரண்டு மரத்துண்டுகளை போட்டுவிட்டுச் சென்றான். தன் உண்மையான எதிரிக யார், யாரை எதிர்க்க வேண்டும் என்ற இன்னொரு முறை மனசில் குழப்பிக்கொண்டு இருக்கும் வேளையில் மீண்டும் புரோகிதன் குறுக்கிட்டு, "அரசே, இந்த யுத்தம் போகிற போக்கை வழியெங்கும் நான் விசாரித்துக் கொண்டுதான் வந்தேன். ஆனால் நம் இளவரசர்களின் மரணம் பற்றிக் கேள்விப்படவில்லை. நீங்கள் இங்கிருந்து என்ன செய்யப் போகிறீர்கள்? பேசாமல் ஊருக்குச் சென்று விடலாம். நீங்கள் அங்கே வந்து அரண்மனையில் சும்மா உட்கார்ந்திருந்தாலும் மனசுக்கு எவ்வளவோ தைரியம். உங்களிடம்

பொறுப்பை ஒப்படைத்து விட்டு ஊர் ஊராகச் சென்று இளைஞர் களைத் திரட்டித் துணிவூட்டிப் போர்ப்பயிற்சியும் கொடுத்து புதுப் படையை உருவாக்குதில் ருக்மரதன் ஈடுபட்டால் எவ்வளவோ நன்மை யுண்டாகும். அதற்குப் பின்பு முடிந்தால் நாகர்களின் வசமிருக்கும் ராஜ்ஜியங்களைக் கைப்பற்றினால் நமக்கும் உதவியாக இருக்கும்."

சல்லியனுக்கு இப்போது ஒரு வழி புலப்பட்டது. தன் ஊரை யும் அரண்மனையையும் மகனையும் மருமகனையும் பேரப் பிள்ளைகளையும் பிரஜைகளையும் பார்க்கிற ஆசை தோன்றி தீவிரமடைந்தது. என்னதான் வீரனாக இருந்தாலும் அர்ஜுனன் எதிரி, என் இரண்டு பிள்ளைகளையும் கொன்றவன் என்கிற ஞாபகம் வந்தது. துரியோதனனோ நாகர்கள் மீது பெருத்த நம்பிக்கை வைத்துள்ளான். குருவம்சத்துக்காரர்களின் உறவே அருவருப்பாக இருப்பதாக உணர்ந்தான். "இந்த ஓர் இரவு கழியட்டும். குளிர். இருள். உன் குதிரையும் ஓய்வு எடுத்துக்கொள்ளட்டும். விடிந்ததும் ரதத்துக்கும் இரண்டு குதிரைகளுக்கும் ஏற்பாடு செய்கிறேன். விடிந்ததுமே நானும் நீயும் நீபனும் கிளம்பிப் போய்விடுவோம்." என்று சொல்லும்போது முதுகில் ஊறல் எடுத்தது. இடதுகையை முதுகுப் பக்கம் கொண்டு போகும்போதே "பாழாய்ப் போன அழுக்கு" என நினைத்துக் கொண்டான். அதற்குள் வெளியே ரதங்கள் வந்து நின்ற சத்தம் கேட்டது. துரியோதனனா? உள்ளே வந்த நீபன் அதையே தெரிவித்தான். "தளபதிக்குரிய வாளுடன் வந்திருக்கக் கூடும். இத்தனைக்கும் பீஷ்மன் எவ்வளவு பெரிய தளபதி, இந்த யுத்தத்தில் அவனது சாதனை என்ன என்று மனசுக்குள் விவாதித்துக் கொண்டிருக்கும்போது உள்ளே துரியோதனன் வந்தான். அவனுக்குப் பின்னால் அஸ்வத்தாமன், கிருபாச்சாரியர், இருவரும் வந்தார்கள். "துரியோதனா, இவன் என் அரண்மனைப் புரோகிதன். ஊரிலிருந்து செய்தி கொண்டு வந்துள்ளான். அக்கம் பக்கத்து நாடுகளையெல்லாம் நாகர்கள் ஆக்கிரமித்து வளைத்திருக்கிறார்களாம். ஊசியின் மேல் நிற்பது போல ருக்மரதன் நின்றிருக்கிறானாம். அவர்கள் எங்கள் தேசத்தின் மீது எப்போது படை எடுத்து வருவார்களோ தெரியவில்லை. இந்த நாகர்கள் எல்லாரையுமே சுற்றி நின்று நெருப்பு வைத்து கொளுத்த வேண்டும். அதற்கு அர்ஜுனன்தான் சரி. இப்போதே நான் அவனைப் பார்த்துப் பேசி எங்கள் ஊருக்கு அழைத்துச் சென்று." மேற்கொண்டு என்ன பேசுவது என்று தோன்றாமல் திணறி நின்றான்.

"மாமா, இரண்டு நாட்களுக்கு முன்பு உங்கள் பிள்ளைகளைக் கொன்றவனிடமே உதவிக்குப் போய் நிற்பது க்ஷத்திரியனுக்கு அழகாகுமா?"

சல்லியனுக்குத் தடுக்கி விழுந்த மாதிரி இருந்தது. “அப்படி யென்றால் அவன் வேண்டாம். நான் மட்டுமாவது ஊருக்குச் செல்கிறேன். இரண்டு பிள்ளைகளையும் இத்தனை பெரிய படையை யும் இந்த யுத்தத்துக்காகப் பலி கொடுத்தாகி விட்டது...” என்று படபடத்தார்.

“உங்கள் துயரத்தை என்னால் புரிந்துகொள்ள முடிகிறது. உங்கள் பிள்ளைகளைக் கொன்றவனை நாளைய யுத்தத்தில் நாம் கொல்வோம். அதற்கப்புறம் நமது எல்லாப் படையுடனும் சென்று உங்கள் அக்கம் பக்கத்து ராஜ்ஜியங்களை விடுவித்து அந்த நாகர்களையும் சுட்டுப் பொசுக்கி விட்டு விடுவோம். நானே அந்த வேலையை செய்கிறேன்.”

“ஆனால் இங்கே உன் படைக்குள்ளேயே நாகர்கள் இருக்கிறார்களே.”

“அவர்கள் அர்ஜுனனைக் கொல்வதற்காக மட்டுமே வந்தவர்கள். அதற்கப்புறம் அவர்களையும் சுற்றி வளைத்துக் கொன்று விடலாம். உங்கள் ஊருக்கும் சென்றுவரலாம். இப்பொழுது எழுந்து நில்லுங்கள். படைத் தளபதிக்கான வாளை ஏற்றுக் கொள்ளுங்கள்.”

சல்லியன் எழுந்திருக்கவில்லை. எழுந்து நிற்க ஒத்தாசையாக அவனுடைய வலத்தோளைப் பிடித்து நிற்க வைத்தான். அப்போது கிருபாச்சாரியர், “மத்ர தேசத்து அரசனே, நீ சேனைத் தளபதியாக இருந்தாலும் யுத்த காரியங்களை துரியோதனனே பார்த்துக் கொள்வான். பாண்டவர்களின் அணியில் தொடக்கத்தில் சேனைத் தளபதியாக இருந்தவனே இன்னும் இருக்கிறான். நம் அதிரஷ்டம் சரியில்லை. இங்கே அரசனே சேனைத் தளபதியாகவும் இருந்தால், ஏதோ நம் அணியில் அப்பதவியை வகிக்க ஆளே இல்லை என்கிற மாதிரி ஆகிவிடும் அதனால் பெயருக்காகவாவது நீ ஒத்துக்கொள். உன்னை விட்டால் மகுடம் சூட்டிய அரசர்கள் யாருமே நம் அணியில் உயிருடன் இல்லை. இத்தனை நாட்கள் அஸ்தினாபுரத்தின் விருந்தாளியாக இருந்த பிறகு இதைக் கூட நீ செய்ய மறுத்தால் அது ஆரிய தருமமாகுமா?” என்று கேட்டார்.

சல்லியனுக்கு யாரோ கத்தியால் குத்தியதைப் போல இருந்தது. இரண்யவதி, நாகர்கள், அர்ஜுனன், அவனால் கொல்லப்பட்ட இரண்டு பிள்ளைகள், சுற்றிலும் நெருப்பிடப் பட்டு எரியூட்டப்பட்ட காடு என வேறு வேறு சித்திரங்கள் ஞாபகத்துக்கு வந்தன. சட்டென பீஷ்மனின் மேல கோபம் பிறந்தது. உடனேயே அந்தக் கோபத்துக்கு எந்தப் பொருளும் இல்லை என்று புரிந்தது. பிறகு திரும்பி தன்

புரோகிதனிடம், "நாளை ஒருநாள் நீயும் தங்கி ஓய்வெடுத்துக்கொள். நாளைக்கு மறுநாள் காலையில் மூன்று பேர்களும் கிளம்பிப் போகலாம்" என்றான்.

* * *

கிருபாச்சாரியர் ஊருக்குத் திரும்பி வந்திருப்பதாக ஒரு பணிப் பெண் வந்து திருதராஷ்டிரனிடம் சொன்னாள். "ஓடு. அழைத்துக் கொண்டு வா. சஞ்சயனைக் காணவே இல்லையே" என்று அவளை விரட்டினான் திருதராஷ்டிரன். காந்தாரி கட்டிலின்மேல் படுத்திருந்தாள். சிறிது நேரத்தில் பணிப் பெண் திரும்பி வந்து "வந்துள்ளார்" என்றாள்.

"ஆச்சாரியரே, வாருங்கள், வாருங்கள். நேராக அரண்மனைக்கே வராமல் எங்கே சென்றிருந்தீர்கள்" என்று திருதராஷ்டிரன் கேட்டான்.

"முற்றத்தைத் தாண்டி வந்து கொண்டுள்ளார். மிகவும் சோர்ந்து போய் இருக்கிறார். நடந்து வரும் சக்தியும் இல்லை" என்று பணிப் பெண் பதில் சொன்னாள்.

அவர் வந்து "அரசன் வாழ்க" என்று வாழ்த்திய பிறகு நிலை குலைந்து அங்கேயே உட்கார்ந்து விட்டார்.

"ஆச்சாரியரே, போர் முனையிலிருந்து திரும்பி வந்திருக்க வேண்டும் நீங்கள். செய்திக்காகத் தவித்துக் கொண்ருக்கிறேன் நான். உங்களுக்குத் தெரிந்ததையெல்லாம் சீக்கிரமாய்ச் சொல்லுங்கள்."

ஆச்சாரியர் மிகவும் சோர்ந்திருநதார். இன்னும் மூச்சு வாங்கிக் கொண்டிருந்தது. "சொல்வதற்கான முக்கியச் செய்தி இருக்கிறது. ஆனால், எனக்குப் பேசுகிற சக்தி கூட இல்லை. சாப்பிட்டு மூன்று நாட்களாகின்றன. போர் முகாமில் அடுப்பெரிந்தே நான்கு நாட்களா கின்றன." என்றார்.

"என் மருமகள்கள் சொன்னார்கள். ஆச்சாரியரே, இங்கே அரண்மனையில் இருக்கிற வரைக்கும் என்றாவது ஒருநாள் நீங்கள் பசியுடன் இருக்க நேர்ந்ததுண்டா? இப்பொழுது நிலைமை எப்படி ஆகிவிட்டது பாருங்கள்" என்ற திருதராஷ்டிரனின் குரல் கம்மியது.

"அரண்மனையிலும் நேற்றிலிருந்து யாருக்கும் சாப்பாடு இல்லை. இந்த அஸ்தினாபுரத்திலேயே எங்கும் ஒரு மணி தானியம்கூட இல்லை. சில பணிப்பெண்களைப் பக்கத்திலிருந்த கிராமங்களுக்கு அனுப்பினேன். 'வாருங்கள், வாருங்கள், நீங்கள் எல்லாம் இந்த அரசின் பிரதிநிதிகள். நீங்களே வந்து வீட்டுக்குள் சோதனை செய்து

கொள்ளுங்கள்" என்று அழைத்துச் சென்று காட்டினார்களாம் அவர்கள். இருந்ததையெல்லாம் ஏற்கனவே யுத்தத்துக்காக நம் ஆட்கள் துடைத்தெடுத்துச் சென்று விட்டார்களாம். 'நாங்களும் பட்டினிதான் கிடக்கிறோம். அரண்மனையில் இருந்து ஏதாவது அனுப்பி வைத்தால் எங்கள் பிள்ளை குட்டிகள் பிழைக்கும்? என்று சொன்னார்களாம். ஆனால் உண்மையில் தானியங்களைப் பெரிய பெரிய குடங்களிலும் பாத்திரங்களிலும் நிரப்பிக் காட்டுக்குள் பதுக்கி வைத்திருக்கிறார்களாம். அந்த இடத்தின் மேல் முள்ளையும் கல்லையும் போட்டு யாருக்கும் தெரியாதது மாதிரி செய்திருக்கிறார்களாம். ஜனங் களைப் போலத் தேசத்துரோகிகள் யாரும் இல்லை. தேசத்தில் இருக்கிற குடிமக்கள் எல்லாரும் தேசத்துரோகிகளே, நமது முன்னோர்கள் கட்டி வளர்த்துக் காப்பாற்றிய குரு நாட்டின் குடிமக்கள் எல்லாருமே தேசத் துரோகிகளே. நீங்கள் என்ன சொல்கிறீர்கள் ஆச்சாரியரே?"

ஆச்சாரியர் எதுவும் பேசவில்லை.

"குடிமக்களிடையே தேசப்பற்றை ஆழ ஊன்றி வளர்த்தெடுப்பது தான் நம் முன் உள்ள முதல் கடமை அல்லவா ஆச்சாரியரே?"

"அரசே, இப்போது ஒரே குரு கவளம் சோற்றை எப்படியாவது கண்டுபிடித்துச் சாப்பிடுவதுதான் இப்போது என் முன் இருக்கிற பிரச்சினை. தேசத்தின் மீது இருக்கிற பற்றினால்தானே போர்முனையில் பதினெட்டு நாட்கள் படாதபாடு பட்டேன். புறப்படுவதற்கு முன் வீட்டில் கொஞ்சம் தானியம் வைத்துவிட்டுச் சென்றேன். இப்பொழுது வந்து பார்த்தால் அதை வைத்திருந்த பாத்திரத்தையே உடைத்திருக் கின்றன இந்த எலிகள். மாதக்கணக்கில் ஊரில் இல்லாததால் சுவரெங்கும் துளை போட்டிருக்கிறது. ஒரே ஒரு மழைபெய்தால் போதும். வீடே கவிழ்ந்து விடும். இந்த வயதான காலத்தில் இப்படி இருக்க வேண்டும் என்பது என் தலையெழுத்து."

ஆச்சாரியருக்குப் பக்கத்தில் நின்றிருந்த பணிப்பெண் ஓசைப் படாமல் வெளியேறினாள். ஆச்சாரியர் பக்கம் சைகை செய்து பின்தொடருமாறு சொன்னாள். அவரும் கூடவே எழுந்து வந்தார். அவருடைய காதுக்கருகில் குனிந்து ரகசியக்குரலில், "அரசருக்கு சீக்கிரமாக ஏதாவது ஒன்றிரண்டு செய்திகளைச் சொல். எனக்கும் கேட்க ஆர்வமாய்த்தான் இருக்கிறது. அப்புறம் என் வீட்டுக்கு அழைத்துச் சென்று வேகவைத்த கிழங்கு கொடுக்கிறேன். என் மருமகள் காட்டில் இருந்து தோண்டியெடுத்து வந்தாள். யாரிடமும் சொல்லி விடாதே எச்சரிக்கை" என்றாள்.

ஆச்சாரியரின் முகம் நன்றியால் நிறைந்தது. "உன் வம்சம் நன்றாக இருக்கட்டும்" என்று ஆசி வழங்கினார். அவர் உள்ளே வந்து மீண்டும் உட்கார்ந்தபோது திருதராஷ்டிரன் 'எங்கே போயிருந்தீர்கள்?' என்று கேட்டான்.

"சிறுநீர் கழிக்கச் சென்றிருந்தேன்."

"யுத்தத்தைப் பற்றிச் சொல்லுங்கள். பணிப்பெண்ணே, ஆச்சாரியருக்குக் குடிப்பதற்கு ஒரு பாத்திரத்தில் தண்ணீர் கொண்டு வந்து கொடு. அதையாவது குடித்த பிறகு தெம்போடு பேசட்டும்."

"முதலிலிருந்தே சொல்ல வேண்டுமா?"

"வேண்டாம் வேண்டாம். துச்சாதனனும் கர்ணனும் இறந்தது வரை எல்லாம் தெரியும். அதற்கப்புறம் சல்லியனும் சகுனியும் இறந்ததையும் கேள்விப்பட்டோம். அதற்கப்புறம் என்ன நடந்தது?"

"சல்லியனும் சகுனியும் இறந்த பிறகு யுத்தமே நடக்கவில்லை. அதற்கப்புறம் யுத்தம் செய்ய என்ன எஞ்சியிருந்தது?" ரதம், குதிரை, யானை, வீரர்கள் எதுவுமே இல்லை."

"துரியோதனன் எதிரிகள் கையில் அகப்பட்டானா?"

"அதைத்தான் சொல்ல வந்தேன்."

"அவனை யாரும் கொல்லவில்லைதானே."

"இல்லை"

"அப்படியென்றால் விவரமாய்ச் சொல். காந்தாரி, துரியோதனனைக் கொல்லவில்லையாம். இன்னும் உயிரோடுதான் இருக்கிறானாம். கேள். கேள். நம் வம்சம் முற்றிலும் அழியவில்லை."

காந்தாரி எழுந்து உட்கார்ந்தாள். ஒரு பிடி உதிர்ந்த வெல்லத் தூளையும் ஒரு பாத்திரத்தில் தண்ணீரையும் கொண்டு வந்து தந்தாள் பணிப்பெண். அதைக் குடித்த பிறகு ஆச்சாரியருக்குப் பேசும் சக்தி வந்தது. "துரியோதனன் தலைமறைவாகி விட்டான். வேறு என்ன செய்ய முடியும். பாவம். சல்லியனும் சகுனியும் இறந்த பிறகு ஒரே ஒரு வீரன் கூட உயிருடன் இருக்கக் கூடாது என்று சுற்றி வளைத்துக் கொன்றார்கள். ஒரு குதிரை கூட இல்லை. முகாமுக்குத் தீ வைத்து விட்டார்கள். எஞ்சியிருந்த கொஞ்ச நஞ்ச அம்புகளும் தீக்கிரையாகின. துரியோதனனுக்குச் சில தனிப்பட்ட சேவகர்கள் இருந்தார்கள். அவர்கள் போரில் பங்கெடுக்கவில்லை. அவர்களும்

என்னைப்போல வயதான நாலைந்து பேரும்தான் பிழைத்தோம். எதிரிகள் ஒரு மூலையில் இருந்து எல்லா இடங்களிலுமே தேடிக் கொண்டு நடந்தார்கள். அவர்கள் பக்கத்தில் ஐந்து சகோதரர்கள், அவர்களுடைய ஐந்து பிள்ளைகள், கிருஷ்ணன், திருஷ்டத்துய்மன், சாத்யகி, ஏறத்தாழ நூறு வீரர்கள், இருபது முப்பது ரதங்கள், அறுபது எழுபது குதிரைகள் இருந்தன. எல்லாருமே சேர்ந்து தேடுதல் வேட்டை நடத்தினார்கள். எங்கேயோ செத்து விழுந்திருக்கக் கூடும் என்கிற சந்தேகம் யாருக்கும் வரவில்லை. கடைசியில்தான் நம் முகாமுக்கு வந்து நெருப்பிட்டுக் கொளுத்தினார்கள். அங்கிருந்து கிழக்கு நோக்கி வந்தார்கள். குடிக்கத் தண்ணீர்கூட இல்லாமல், குளிக்காமல் குளிரிலேயே நடக்கத் தொடங்கினேன் நான். உடம்பில் பல நாள் அழுக்கு எங்கும் சொறி சொறியாகிவிட்டது. குளிரினாலும் பரவாயில்லை என்று குளிப்பதற்காக ஏரிப்பக்கம் சென்றேன். ஏரியை நெருங்கும் தருணத்தில் அவர்கள் வந்து விட்டார்கள். தனியாக அல்ல, வேட்டைக்குப் போகிற மாதிரி வந்து கும்பலாய்ச் சுற்றிக் கொண்டார்கள். யாரோ ஒரு வீரன் நான்தான் துரியோதனனாக இருக்கக் கூடும் என்று ஓடிவந்து பிடித்துக் கொண்டான். அதற்குள் குதிரையில் இருந்த தருமன் நெருங்கி வந்தான். "ஆச்சாரியரே, தனியாக இங்கு என்ன செய்கிறீர்கள்?" என்று அவன்தான் பேச்சுக் கொடுத்தான். உயிர்ப்பிச்சை கேட்க நான் சிறிதும் தயங்கவில்லை. "தருமனே, உனக்கு வெற்றி கிடைக்கட்டும். நீ ராஜசூயம் செய்தவன் செஞ்சோற்றுக் கடனுக்காக நான் கௌரவர்கள் சேனையில் இருந்து போராடியது உண்மைதான். இப்போது தனிமையில் அகப்பட்டுக் கொண்டேன் என்னை கொல்ல வேண்டாம்" என்றேன். அதற்கு அவன், "ஆச்சாரியரே, நீங்கள் போரிட்டிருக்கலாம். ஆனால் இத்தனை நாள் நடந்த யுத்தத்தில் ஒருவனையும் கொல்லவில்லை. ஒரு குதிரை யைக் கூட கொல்லவில்லை. அதுவுமன்றி எங்களுக்கு எல்லாம் தொடக்க காலத்தில் வில் வித்தையைக் கற்றுத் தந்த குரு நீங்கள். இப்போது துரியோதனன் எங்கே மறைந்திருக்கிறான் என்பதை மட்டும் சொல்லி விடுங்கள்" என்றான். "புனிதமான வேதத்தின் மீது ஆணையிட்டுச் சொல்கிறேன். எனக்கு எதுவுமே தெரியாது" என்றேன். அதற்குள் பீமனும் கிருஷ்ணனும் அங்கே வந்தார்கள். அர்ஜுனனும் வந்தான். அந்த இடத்திலேயே அர்ஜுனன் என் காலைத் தொட்டு வணங்கினான். அதற்கப்புறம் எல்லாரும் ஏரிக்கரையில் அரை வட்டத்தில் நின்றார்கள். மாறிமாறி துரியோதனைத் திட்டினார்கள். "பயந்தாங்கொள்ளி நாயே, எதற்காகடா மறைந்து கொண்டாய் வாடா" என்றார்கள். வீரர்கள் கூட இழிவாகத் திட்டினார்கள். திட்டுவதற்கு

அத்தனை வசைச் சொற்கள் உண்டு என்று அதுவரைக்கும் எனக்குத் தெரிந்ததே இல்லை. அதில் ஆச்சரியம் என்னவென்றால் அங்கேதான் ஒரு மூலையில் துரியோதனன் மறைந்துகொண்டிருந்தான். ஏரிக்கு நடுவில் ஒரு சின்ன மேடு இருந்தது. அங்கிருந்த ஒரு மரத்தில் ஏறிக் கிளையில் ஒளிந்து கொண்டிருந்தான். இந்த வசைகளைக் கேட்டுப் பொறுத்துக்கொள்ள முடியாமல் எழுந்து வந்தான். கையில் கதாயுதம் வைத்திருந்தான். கரைக்கு வந்து சேர்ந்தான். மின்னும் கிரீடம். தங்கத்தாலான புஜக்கீரிடைகள். நனைந்துபோன மார்க்கவசம். தண்ணீரில் நீந்தி வந்ததால் உடம்பு நடுங்கிக்கொண்டிருந்தது.

“ஆண்மை இல்லாதவனே, ஒரு க்ஷத்திரியனாகப் பிறந்து விட்டு இப்படி மறைந்து உட்கார்ந்து இருக்கிறாயே, வெட்கமாக இல்லையா உனக்கு?” என்று கேட்டான் தருமன். “நான் ஒன்றும் மறைந்து உட்கார வில்லை. கடைசி யுத்தத்துக்காக ஓய்வு எடுத்துக் கொண்டிருந்தேன். இப்போது யுத்தத்துக்கு நான் தயார். ஆனால் நான் தனி ஆள். நீங்கள் இத்தனைப் பேர்களும் குதிரை வீரர்களுமாக சுற்றி வளைத்துக் கொண்டிருக்கிறீர்கள். ஒரு தனி ஆளை இத்தனைப் பேர்கள் சுற்றி வளைத்திருக்கிறீர்களே, இது வெட்கமாக இல்லையா?” என்றான் துரியோதனன். ஒரு கணம் ஆலோசித்த பிறகு, “சரி, உன் மீது கருணை காட்டுகிறேன். எங்களில் யாரையாவது ஒருவரை நீயே தேர்ந்தெடுத்துக்கொள். அவனை ஒண்டிக்கு ஒண்டியாக எதிர்த்துப் போரிடு. அதில் நீ வெற்றி பெறும் பட்சத்தில் வெற்றி உனதே என்று ஒத்துக் கொள்கிறேன்” என்றான் தருமன். “இதுதான் முடிவா?” என்று துரியோதனன் கேட்டான். அதற்குள் கிருஷ்ணன் குறுக்கில் வந்து, “தருமா, இன்னும் சூதாடுகிற புத்தி போகவில்லையா உனக்கு. எதிரி இவ்வளவு நேரமும் ஓய்வெடுத்திருக்கிறான். உன்னையே தேர்ந்தெடுத்துச் சண்டையிடுகிறேன் வா என்று கூப்பிட்டால் அவனுக்கு நீ ஈடுகொடுக்க முடியுமா? அவன் வென்றதாக ஏற்றுக் கொள்வது என்றால் என்ன பொருள்? இப்பொழுது கிடைத்திருக்கிற வெற்றியை எல்லாம் அவனுக்குத் தாரை வார்த்துக் கொடுத்து விட்டு மீண்டும் வயிற்றுக்குக் கஞ்சியின்றி காட்டுக்குப் போய்விடலாம் என்று எண்ணுகிறாயா? உனக்கு ஏதேனும் மூளை இருக்கிறதா?” என்று கேட்டான். தருமன் திருதிருவென்று விழித்தான். அது வரைக்கும் தரையில் உட்கார்ந்திருந்த பீமன் எழுந்து வந்து, “கிருஷ்ணா, இப்பொழுதே சொல்கிறேன். இவன் மூத்தவன் என்கிற காரணத்தால்தான் சிம்மாசனத்தில் அமர வைத்திருக்கிறோம். அவ்வளவுதான். ஆட்சி நிர்வாகத்திலும் சரி, கருவூலப் பொறுப்பிலும் சரி, இவனைத் தலையிட அனுமதிப்பதில்லை. மூத்த அண்ணன் என்பவன் தந்தைக்குச் சமம் என்று நினைத்து எல்லாவற்றையும்

அவனிடம் நம்பி ஒப்படைத்ததால்தான் சூதாடி எங்களை இந்த நிலைக்குக் கொண்டு வந்துவிட்டான். இன்னொரு முறை அப்படி நேர விடமாட்டோம். இப்போது அவன் எதிரியோடு ஏற்படுத்திக் கொண்ட நிபந்தனைக்கும் எங்களுக்கும் எந்தச் சம்பந்தமும் இல்லை" என்றான். இப்போது துரியோதனனின் முகம் இருண்டது. பிறகு கிருஷ்ணனே, "இத்தனை பேர்களும் சேர்ந்து ஆளுக்கொரு கல்லால் உன்னை அடித்தால் பைத்தியக்கார நாய் போல நீ செத்துப்போவாய். ஆனால் நாங்கள் வீரர்கள். எங்களில் ஒவ்வொருவராக அழைத்து துவந்த யுத்தம் செய். உன் தொடையைப் பிளக்கிறேன் என்று பீமன் சபதம் செய்திருக்கிறான். அவனோடு போரிடுகிறாயா? அவன் கையிலும் கதாயுதம் இருக்கிறது" என்றான். அதற்குத் துரியோதனன், "கிருஷ்ணா, நான் க்ஷத்திரியன். வீரன். என் தம்பிகள் அனைவரையும் கொன்றுவிட்ட திமிரில் இந்தக் கேடு கெட்டவன் இப்படித் துள்ளுகிறான். அவனைக் கொல்ல எனக்கு இது ஒரு வாய்ப்பு. என்னோடு போட்டியிட முடியுமா என்று அவனிடம் கேள்" என்று சொன்னான். நேராகப் பீமனிடம் பேசுவது இழுக்கு என்பதுபோல எல்லாவற்றையும் ஜாடையாய்ச் சொன்னான்.

"அதுதான் சரி, குரு வம்சத்தின் கௌரவமே என் மகனாகப் பிறந்திருக்கிறது" என்றான் திருராஷ்டிரன்.

"பீமன் தன் கையில் கதாயுதத்தை எடுத்துக் கொண்டான். ஒரே தாவாகத் தாவி துரியோதனன் முன்பு நின்றான் அவன். பிறகு வைத்த கண் வாங்காமல் அவனையே பார்த்தான். ஒரு கணமோ இரண்டு கணமோ அல்ல, ரொம்ப நேரம் அவனையே பார்த்துக் கொண்டிருந்தான். சட்டென்று பீமன் தன் கதையைக் கீழே வீசி எறிந்துவிட்டான். பிறகு, "இவன் ஏற்கனவே செத்தவன் போல இருக்கிறான். இவன் முகத்தைப் பாருங்கள். கிருஷ்ணா, உண்மையில் இவன் இந்த உலகத்தை விட்டுப் போய்ச் சில நாட்கள் ஆகிவிட்டன. மரணத்தின் இருட்டு அவன் கண்களில் அடர்ந்திருக்கிறது. எப்படியோ அவன் ஏரிக்கரைக்கு வந்திருக்கிறான். பிள்ளைகளோ, பேரப்பிள்ளைகளோ இல்லாமல் தனக்குத் தானே தர்ப்பணம் செய்து கொள்ள வந்திருக்கிறான். இப்படிப்பட்டவனோடு என்னைப் போன்ற ஒருவன் யுத்தம் செய்வதா? வாருங்கள் எல்லாரும் போகலாம். யுத்தம் நேற்றோடு முடிந்துவிட்டது" என்று சொல்லிக் கொண்டே கிடுகிடுவென்று நடக்கத் தொடங்கினான். "பீமா, உன் சபதம் என்னாவது?" என்று கூவினான் கிருஷ்ணன். "இக்கணத்தில் அச்சபதத்துக்கு எந்த அர்த்தமும் இல்லை" என்று வேக வேகமாக நடந்தான் பீமன். அவன் பேச்சின்

பொருள் யாருக்கும் புரியவில்லை. எல்லாரும் கல் தூண்களைப்போல நின்றிருந்தார்கள். அதற்கப்புறம் பீமனின் பின்னாலேயே கிருஷ்ணனும் நடந்து சென்றான். அவனைத் தருமன் பின்பற்றினான். மற்றவர்களும் ஒவ்வொருவராகப் பின்பற்றினார்கள்."

"காந்தாரி, கேட்டாயா இதை? ஒருவகையில் பீமன் துஷ்டனாக இருக்கலாம். ஆனால் தைரியசாலி இல்லை. நேருக்கு நேர் நின்று மோதும் தைரியம் அவனுக்குக் கிடையாது. துரியோதனா, நீ ஒரு தப்பு செய்துவிட்டாய். அவனுக்கு வெறியூட்டி யுத்தத்துக்கு இழுத்துக் கொன்றிருக்க வேண்டும். அவனால் கொல்லப்பட்ட உன் எல்லாத் தம்பிகளுக்கும் மரியாதை செலுத்தவாவது நீ கொன்றிருக்க வேண்டும். எப்படியோ, யுத்தத்தில் வெற்றி நமக்குத்தான் இல்லையா ஆச்சாரியரே?"

ஆச்சாரியர் பணிப்பெண்ணிடம் தன் வயிற்கைக் காட்டிச் சைகை செய்தான். அவள் எழுந்து வெளியே வருமாறு சைகை காட்டினாள்.

"ஆச்சாரியரே, கிளம்பிவிட்டீர்களா? அவ்வளவுதானா செய்தி?" என்று திருதராஷ்டிரன் கேட்டான்.

"அவசரமாகக் காலைக் கடன் கழிக்கச் செல்லவேண்டும். ஆற்றுப் பக்கம் போய் வந்த பிறகு மிச்சத்தைச் சொல்கிறேன்..." வாசலுக்கு மறுபுறத்தில் இருந்து குரல் கேட்டது.

* * *

சிறிது நேரம் கழித்து துரியோதனன் ஏரிக்குள் இறங்கினான். முழங்கால் அளவுத் தண்ணீருள்ள இடத்தில் குனிந்து நின்று பார்த்த போது அவன் நிழல் கருப்பாகத் தெரிந்தது. முகம், மகுடம் மட்டு மன்றி கண்கள் கூடப் பொலிவிழந்து கருத்திருப்பது தெரிந்தது. சுற்றிலும் திரும்பிப் பார்த்தான். இருள் சூழ்ந்திருந்தது. எங்கும் இருளாக இருக்கும்போது, நிழல் இப்படித்தானே இருக்கும் என்று தன்னைத்தானே அமைதிப்படுத்திக்கொண்டான். ஏரியையே குடித்து விடும் அளவுக்கு வேட்கையாக இருந்தது- குனிந்து இரண்டு கைகளாலும் தண்ணீரை அள்ளினான். குடிப்பதற்கு உதடுகள் அருகில் கொண்டு சென்றபோது இது தனக்குத்தானே செய்து கொள்ளும் தர்ப்பணமா என்னும் சந்தேகம் வந்தது. பிதாமகர் இறந்துவிட்டார். துச்சாதனன் இறந்துவிட்டான், மற்ற தம்பிகளும் பிள்ளைகளும் இறந்து விட்டார்கள். இவர்களுக்குத் தர்ப்பணம் கொடுப்பவர்கள் யாரும் இல்லை. ஒருவேளை தான் இறந்தாலும் கூட தனக்கும் தர்ப்பணம் கொடுக்கக் கூடியவர்கள் யாரும் இல்லை. அவர்கள் அனைவருக்கும் தானே கொடுத்து விடும் எண்ணம் எழுந்தது. நேரம் இருட்டாக

இருந்தது ஒரு பிரச்சினை. அது மட்டுமன்றி அதற்குத் தகுந்த மந்திரங்கள் அவனுக்குத் தெரியாது என்பது இன்னொரு பிரச்சினை. உதட்டுக்கருகில் குவித்த கைகளில் இருந்து நீர் தானாகவே நழுவியது. மீண்டும் கரைக்கு வந்தான். இருட்டு. கால் புதைகிற சேறு. இருபது முப்பது அடி தூரம் நடந்து வந்த பிறகு எதையோ பார்த்ததுபோல இருந்தது. அப்பொழுதுதான் ஞாபகம் வந்தது. கதை. குனிந்து எடுத்துக் கொண்டான். அப்போது இன்னொரு கதையும் அங்கு கிடப்பது தெரிந்தது. அதையும் கையில் எடுத்துக்கொண்டான். தன் கதையைக் காட்டிலும் அது எடை மிகுந்து இருப்பது போலத் தெரிந்தது. கதையின் கைப்பிடி துர்நாற்றமாக இருந்தது. கையால் தடவிப் பார்த்து முகர்ந்தான். யானை, குதிரைகளின் ரத்தம் படிந்து உலர்ந்து நாற்றமடித்தது. உலோகத்தாலான கதை அது. நீண்ட கைப்பிடி. தன் கதையை இடது தோளில் சாய்த்துக்கொண்டு இன்னொரு கதையைப் பிடித்து நாலைந்து முறை சுற்றினான். ரொம்பவும் கனமாக இருந்தது. தான் இரண்டு நாள்களாக எதுவுமே சாப்பிடாதது ஞாபகம் வந்தது. அதனால்தான் கதை அவ்வளவு கனமாய்த் தெரிகிறது என்று நினைத்துக் கொண்டான். இப்போது எங்கே செல்வது என்று புரிய வில்லை. என்ன செய்வது என்றும் புரியவில்லை. “சாயுங்காலம் வரைக்கும் ஒளிந்து கொண்டிருந்தாயிற்று. இப்போது மறைந்திருக்க வேண்டிய அவசியம் இல்லை. ஆனால் எங்கேயும் போக வேண்டிய அவசியமும் இல்லை” என்று தனக்குத்தானே அலுத்துக்கொண்டான். சில கணங்கள் அப்படியே நின்றிருந்தான். பிறகு இரண்டு கதைகளையும் பிடித்துக் கொண்டு வலதுபுறம் திரும்பி நடந்தான். அந்த இருட்டிலும் எல்லாம் மங்கலாக அடையாளம் தெரிந்தது. அங்கிருந்து கொஞ்சம் தள்ளி நடந்துபோய் நின்றான். அங்கிருந்த சாம்பலைத் தொட்டுப் பார்த்தான். “இந்த இடம்தான். இங்குதான் அம்புப் படுக்கை செய்யப் பட்டது. ஒரு வண்டி நிறைய விறகுகளை முகாமலிருந்த சமையல் கூடத்திலிருந்து வண்டி நிறைய ஏற்றிக்கொண்டு வந்துதான் தாத்தாவை எரியூட்டியதாகச் சொன்னார்கள். ஏன் தான் பொய் சொன்னானோ? இந்த இடம்தான். எத்தனை நாட்கள் ஆயிற்று... என்பது ஞாபகம் இல்லை. எல்லாமே கலந்து குழப்பமாக இருக்கிறது. “நான் இறப்பதற்கு முன்பு நீ அவர்களைச் சகோதரர்களாக ஏற்றுக்கொள். அவர்களிடம் உனக்காகப் பேசிச் சமாதானம் செய்து வைக்கிறேன். என் மறைவுக்குப் பின்பு நீ சமாதானம் சமாதானம் என்று ஆகாயத்தைப் பார்த்துக் கூவினாலும் கூட....” என்று அவர் சொன்ன கடைசி வார்த்தைகள் ஞாபகத்துக்கு வருகின்றன. எட்டு நாட்கள் இருக்கும் என்று எண்ணுகின்றேன். அவர் ஆன்மா எந்த உலகத்துக்குச்

சென்றிருக்கும்? தர்ப்பணம் செய்து முடிக்கிற வரைக்கும் ஆன்மா என்பது மரணமடைந்த இடத்திலேயே சுற்றிச் சுற்றிவரும் என்று சொல்வார்கள்" என்று எண்ணியபடி வானை நோக்கி அண்ணாந்தான். அவனால் எதையும் பார்க்க இயலவில்லை. முற்றிலும் இருட்டாக இருந்தது. எவ்வளவுதான் கூர்மையாய்ப் பார்த்தாலும் வானில் எதுவும் தெரியவில்லை. ஒரு கழுகு, ஒரு நாய்கூட காணோம். மரணத்திற்குப் பின்பு அந்த இடத்தில் கழுகுகள் எத்தனை நாட்கள் சுற்றிக் கொண்டிருக்குமோ என்று தன்னையே கேட்டுக்கொண்டான். இந்தக் கேள்வி எழுந்ததற்குக் காரணம் ஆர்வமா, பயமா தெரியவில்லை. மரணம் நிகழ்ந்த இடத்தில் இருக்கவேண்டாம் என்று எண்ணி அங்கிருந்து கிளம்பினான். அந்த இருட்டிலும் கூட மண்ணில் படிந்திருந்த ரதச் சக்கரங்களின் அடையாளத்தைப் பார்த்தான். பீஷ்மர் இங்கு வந்த அன்று அவரைக் காணத்தான் ரதமேறி வந்த இடம் இது என்று ஞாபகம் வந்தது. கடைசியில் ஒரு வழியைக் கண்டு பிடித்ததை எண்ணி ஓரளவு மகிழ்ச்சியாக இருந்தது. ஆனால் அவ்வழி எங்கே கொண்டுபோய் நிறுத்தும் என்பது பற்றிய எந்தத் தீர்மானமும் இல்லை. இறுதியில் அங்கேயே நிற்பதைக் காட்டிலும் நடப்பது நல்லது என்று தோன்றியது. பிறகு அந்தச் சக்கரங்கள் படிந்த தடத்தை ஒட்டி நடக்கத் தொடங்கினான். சிறிது தொலைவு நடத்தற்கப்புறம் எதுவுமே கண்ணுக்குத் தெரியாத அளவு இருட்டாக இருந்ததை உணர்ந்தான். பயம் அதிகமானது. இதயத் துடிப்பும் அதிகரித்தது. தன் கையிலிருந்த கதையை படிப்பதுபோல ஓங்கினான். அப்போதுதான் தனக்குச் சொந்தமில்லாத கதையை உயர்த்தியதை எண்ணிக்கொண்டான். உடனே மீண்டும் இடது கையில் இருந்ததை வலது கைக்கும், வலது கையில் இருந்ததை இடது கைக்குமாக மாற்றிக் கொண்டான். இச்செயலால் அவன் வெட்கமடைந்தான். உடனே மீண்டும் ஆயுதங்களைக் கைமாற்றிக் கொள்ளும் வேளையில் தனக்கு முன்னால் இருந்த ஆலமரத்தைக் கண்டான். இதே மரத்தின் கீழ்தான் ரதத்தை நிறுத்திவிட்டு மேலே உச்சிக்கிளையில் ஏறி நின்று போர்க்களத்தின் சூழலைக் கண்டதையும் போர்நிலையை ஆய்ந்ததையும் நினைத்துக் கொண்டான். கதாயுதங்களைத் தோளில் சாய்த்துக்கொண்டு அங்கேயே நின்றான். மரத்தை அண்ணாந்து பார்த்தான். ஒரு பிணந்தின்னிக் கழுகு கூட கிடைக்கவில்லை. ஒரு வேளை இருட்டாக இருப்பதால் சரியாய்த் தெரியவில்லையோ என்று தோன்றியது. அன்றைய தினம், அடர்ந்திருந்த இருளே கழுகுகளாகத் தோற்றமளித்ததோ அல்லது கழுகுகளின் கூட்டமே இருளாகத் தோன்றியதோ என எண்ணினான். மரத்தின் மேலே

ஏறிப் பார்க்க வேண்டும் என்று ஆசையாக இருந்தாலும், மேலே ஏறிப்பார்த்தால் எதுவும் தெரியப் போவதில்லை என்று தோன்றியது. சட்டென்று ஏதோ விர்ரென்ற ஓசை கேட்டது. உடனே உடலெல்லாம் நடுங்கியது. அவ்வோசை உடலின் மேல் படர்ந்தபோதுதான் அது காற்று என்று உணர்ந்தான். அந்தப் பெரிய மரத்தின் கிளைகளில் இருந்து இலைகளெல்லாம் காற்றில் உதிர்ந்தன. மரத்தின் இலைகளெல்லாம் கீழே உதிர்ந்து விடும் அளவுக்கு காற்று வேகமாக வீசியது. புயலைப் போல அக்காற்றில் மரமே கீழே விழுந்து விடுமோ என்று தோன்றியது. சட்டென்று பின்வாங்கிய துரியோதனன் விலகி நடக்க முயற்சி செய்த போதையின் அடையாளம் எல்லாவற்றையும் மறைத்து எங்கெங்கும் இலைகள் உதிர்ந்து கிடந்தன. அந்த மரத்தை விட்டு ஆனமட்டும் தொலைவான தூரத்திற்குச் சென்றுவிட்டால் போதும் என்று தோன்றியது. இலைகளையெல்லாம் தாண்டி வேகமாய் நடந்து சென்றான். வெகு தூர நடைக்குப் பின்னர் வெறுமனே காற்றின் சத்தம் மட்டுமே கேட்டது. இலைகளின் சுவடே இல்லை. அதை நினைத்து மனம் சற்றே ஆசுவாசமாக உணரும்போது துர்நாற்றம் வீசியது. எத்தனையாவது நாளில் யுத்தம் நடந்த இடம் இது என்று தெரியவில்லை. உடனே அங்கிருந்து ஓடிச் சென்றுவிட வேண்டும் என்று தோன்றியது. எந்தத் திசையில் ஓடினாலும் துர்நாற்றத்தில் இருந்து தப்பிக்க முடியாது என்று தோன்றியது. வந்த வழியே திரும்பி ஓடினாலும் முடிவற்று உதிரும் இலைகளிடையே அகப்பட்டுக் கொள்ள நேரும் என்ற பயமும் தோன்றியது. இதனால் துர்நாற்றம் வந்த திசையிலேயே கொஞ்ச தூரம் நடந்தான். அப்போது யாரோ தன்னை “அரசே அரசே” என்று கூப்பிடும் குரல் கேட்டது. உடனே இரண்டு கதாயுதங்களையும் ஒரே கையில் பிடித்துக்கொள்ள நேரும் என்ற பயமும் தோன்றியது. இதனால் துர்நாற்றம் வந்த திசையிலேயே கொஞ்ச தூரம் நடந்தான். அப்போது மீண்டும் யாரோ தன்னை “அரசே அரசே” என்று கூப்பிடும் குரல் கேட்டது. உடனே இரண்டு கதாயுதங்களையும் ஒரே கையில் பிடித்துக் கொண்டு தன் தலையில் கிரீடம் இருப்பதை ஒரு முறை தொட்டு உறுதிப்படுத்திக் கொண்டான். எனினும் மனசில் சற்றே கலவரம் படர்ந்தது. யாராயிருக்கும் என்று யோசித்தபடி அங்கேயே நின்றான். தொலைவில் இரண்டு கண்கள் தெரிந்தன. ஒன்றுக்கொன்று அகன்ற இடைவெளி. பேயாக இருக்கக் கூடுமோ என்று தோன்றியது. பிறகு சுற்றிலும் ஒருமுறை பார்வையை ஓட்டினான். வலது மூலையில் ஒரு கண் அசைவது தெரிந்தது. ஆனால் எந்தச் சத்தமும் இல்லை. இடது பக்கத்தில் அடர்ந்த இருள் மட்டுமிருந்தது. “இந்த இடத்திலிருந்து எங்காவது ஓடிச்சென்றுவிட

வேண்டும். எந்தப் பக்கம் திரும்பினாலும் பிணக்குவியல்." வந்த வழியே திரும்பலாம் என்றாலும் அளவற்று இலைகளை உதிர்க்கும் அம்மரம் பீதியூட்டியது. அங்கேயே நின்றிருந்தால் தொலைவில் தெரியும் அக்கண்களின் இடைவெளியில் இருந்து மீண்டும் 'அரசே' என்று கூவும் குரலால் மனம் நடுங்கியது. நடுக்கத்தில் இரண்டு கதாயுதங்களும் கை நழுவி விழுந்தன. சட்டென்று தானும் ஒரு சவமே என்ற எண்ணம் எழுந்தது. எதையோ பறிகொடுத்ததைப்போல துயரம் பெருகி அழுகை மூண்டது. அதற்குள் கதாயுதங்கள் ஒன்றோடு ஒன்று மோதிக் கொண்ட சத்தம் கேட்டது. இரண்டும் உலோகத்தாலான கதாயுதங்கள் என்று தோன்றியது. சட்டென்று குனிந்து கீழே விழுந்து கிடந்த தனது கதாயுதத்தை கண்டெடுத்து ரத்தம் படிந்த இன்னொரு கதாயுதத்தின் மேல் ஓங்கி ஓங்கி அடிக்கத் தொடங்கினான். டண்டண் என்று எழுந்த ஓசை சற்றே அவனுடைய பயத்தை விலக்கியது. "நான் இறக்கவில்லை. உன்னைக் கொல்லாமல் சாகமாட்டேன்" என்று சொன்னபடி மீண்டும் மீண்டும் டண்டண் என்று ஓசை எழும்படி ஓங்கி அடித்தான். அப்போது எதிரிலிருந்து ஒரு பேய் தன்னை நோக்கி வருவதை உணர்ந்தான். அதை நோக்கி, "ஏ பேயே, எதற்காக இங்கே வந்தாய்? உன்னால் என்னை அச்சுறுத்த இயலாது. இன்னும் நான் இறக்கவில்லை" என்று கூவினான்.

"இப்படி ஓங்கி ஓங்கி அடித்துக்கொண்டு இருக்கிறாயே, யார் நீ?" என்று அது கேட்டது.

"நீ யார் என்பதை முதலில் சொல்" என்று சத்தமாகக் கேட்டான் அவன்.

"உன்னைப் போல ஒருவன்தான் நானும்" என்று தன் குரலை வேறு யாரும் கேட்டுவிடக் கூடாது என்று எண்ணியதைப்போல மிக மெல்லிய குரலில் சொன்னது.

'அப்படியென்றால் போர்வீரனா நீ?'

"அப்படியென்றால் நீயும் வீரனா?"

"உன் பேய்த்தனமான பதிலெல்லாம் வேண்டாம். நீ யார் என்பதைத் தெளிவாகச் சொல்லி விடு. பேய்களுக்குக் கூட வேறு வேறு வேலைகள் இருக்குமா?"

"ஐயா, நான் ஒரு கொல்லன். இங்கே போர்க்களத்தில் சிதறிக் கிடக்கிற உலோகங்களையெல்லாம் தேடிச் சேகரிக்கிறேன்."

"நான் சாவுக்குப் பயப்படுபவன் இல்லை. நான் சாகக் கூடியவனும் இல்லை."

"நீ யார் என்பதை இன்னும் சொல்லவில்லையே சரி போகட்டும் விடு" என்று சொன்னபடி அது விலகி நடந்தது.

மீண்டும் தன் கதாயுதத்தால் கீழே கிடந்த மற்றொரு கதாயுதத்தை ஓங்கி ஓங்கி அடிக்கத்தொடங்கினான். அக்கண்கள் மெல்ல மெல்ல விலகிச் சென்றன. குளிர் விலகிச் சட்டென்று உடம்பில் சூடு பரவியது. சிறிது நேரம் சத்தம் நின்றது.

ரொம்ப நேரத்திற்குப் பின் அக்கொல்லன் மீண்டும் அங்கு வந்தான். எடைமிக்க இரண்டு கதாயுதங்கள் அவ்விடத்தில் கிடப்பதைப் பார்த்தான். இரண்டையும் ஒன்றாகத் தூக்க முயற்சி செய்து தோற்றான். மேலே கிடந்த ஒரு கதாயுதத்தை முதலில் எடுத்துத் தோள்மேல் போட்டுக் கொண்டு பாதையை ஏற்கனவே தெரிந்து வைத்திருந்தவன்போல இருட்டில் நடந்தான். தன் சக்திக்கும் மீறிய பாரம் என்று நினைத்தான். இடையில் நாலைந்து முறைகள் நின்று கீழே இறக்கி வைத்து இளைப்பாறிய பிறகு மீண்டும் தூக்கிச் சென்று வண்டியில் ஏற்றினான். இரவெல்லாம் தேடித் தேடி அலைந்தாலும் அடைய முடியாத பெரிய செல்வமே கிடைத்துவிட்டதைப் போல பெருமைப்பட்டான். இனியும் தாமதிக்கக் கூடாது என்று நினைத்துக் காளைகளை வண்டியில் பூட்டி ஓட்டத் தொடங்கினான்.

சிறிது நேரத்தில் விடிந்தது. வழியில் சந்தடி எதுவும் இல்லை எதற்கும் எச்சரிக்கையுடன் இருப்பது நல்லது என எண்ணி வண்டியை நிறுத்தி ஓரமாய் முளைத்திருந்த செடிகளைப் பிடுங்கி வண்டியில் இருந்த உலோகங்கள் தெரியாத வண்ணம் மறைத்து விட்டு மீண்டும் புறப்படும் சமயத்தில் வானில் பெரிய பெரிய கழுகுகள் பறப்பது தெரிந்தது. எந்தத் திசையில் இருந்து எந்தத் திசையை நோக்கிப் பறக்கின்றனவோ என்று ஆரவத்துடன் அவற்றின் பக்கம் திரும்பிப் பார்க்கும்போது தாழ்வாகப் பறந்த ஒரு கழுகின் காலிடையே பளபளவென்று மின்னும் ஒரு பொருளைக் கண்டான். என்னவாக இருக்கக்கூடும் என்று அதை உற்றுப் பார்க்கும்போது அது கிரீடம் என்று புரிந்தது. கழுகு அதைப் பற்றியபடியே மேலே பறந்து சென்றது. உயரே உயரே பறந்து சென்று அங்கேயே வட்டமிடத் தொடங்கியது. அவன் வண்டியைத் தொடர்ந்து செலுத்தினான்.

* * *

"ஆச்சாரியரே, முன்பு இருந்ததைவிட உங்கள் குரல் இப்போது தெளிவாக இருக்கிறதே, ஏதாவது சாப்பிட்டீர்களா?" என்று கேட்டான் திருதராஷ்டிரன்.

"எங்கிருந்து தனக்கு சாப்பாடு கிடைக்கப் போகிறது அரசே, வெறும் கங்கையின் தண்ணீரைத்தான் குடித்தேன்."

"அப்புறம் என்ன ஆனது அதைச்சொல். என் மகனுடன் போரிட அஞ்சிச் சபதத்தைக் கைவிட்டுப் பீமன் ஓடிவிட்டான் என்று சொன்னாய் அல்லவா, அதற்குப்பின் என்ன நடந்தது என்று சொல்..."

"பீமன் பின்னாலேயே மற்றவர்களும் சென்றார்கள். அவர்களின் பின்னே நானும் சென்றேன்."

"ஏன் அவர்கள் அணியில் சேர்ந்துவிட்டாயா?"

"இல்லை இல்லை, இவர்கள் எந்தப் பக்கம் செல்கிறார்கள், என்ன செய்கிறார்கள் என்பதைத் தெரிந்து கொள்ளச் சென்றேன். எல்லாரும் களைத்திருந்தார்கள். எல்லாருடைய கண்களிலும் தூக்கம் தெரிந்தது. எல்லாருமே தம் முகாமை நோக்கி நடந்தார்கள். எங்கேயோ ஓர் இடத்தில் நான் வழி தவறிவிட்டேன். தொடர்ந்து நடக்கத் தெம்பில்லாமல் உட்கார்ந்து களைப்பாறிக்கொண்டிருந்தேன். ரொம்ப நேரம் கழித்து என்னை நோக்கி அஸ்வத்தாமனும் கிருதவரனும் வருவது தெரிந்தது. பொழுது சாயத் தொடங்கிய நேரம். அவர்களை அடையாளம் கண்டு கொண்டு கூவினேன். அவர்கள் என்னை நெருங்கி "எங்கே அரசர்?" என்று கேட்டார்கள். நடந்ததையெல்லாம் நான் அவர்களிடம் சொன்னேன். அஸ்வத்தாமனால் அதைத் தாங்கிக்கொள்ள இயல வில்லை. "நாமெல்லாம் உயிரோடு இருக்கும்போது அரசனைச் சாக விடலாமா? யுத்தம் முடிந்தது என்று எப்படிச் சொல்ல முடியும்? வாருங்கள். முதலில் அரசரைக்கண்டு பேசி அடுத்து என்ன செய்யலாம் என்று ஆலோசனை செய்யலாம்" என்றான். மூன்று பேரும் ஏரியை நோக்கி நடந்தோம் எல்லா இடங்களிலும் தேடினோம். அரசரைக் காணவில்லை. மீண்டும் நாங்கள் முகாம் இருந்த இடத்துக்கு வந்து குடிசையில் வேயப்பட்டிருந்த பனை ஓலைகளைப் பிரித்தெடுத்து மூன்று தீப்பந்தங்கள் செய்தோம். பின்பு ஆளுக்கொரு பந்தத்தை எடுத்துக் கொண்டு அரசரைத் தேடத் தொடங்கினோம். "அரசே அரசே" என்று கூவிக் கொண்டே அலைந்தோம். நானும் கிருதவர்மனும் ஒரு திசையிலும் மற்றொரு திசையில் அஸ்வத்தாமனும் தேடி அலைந்தோம். கண்டு பிடிக்க இயலவில்லை."

“கடைசிவரை கிடைக்கவே இல்லையா?”

“இல்லை”

“அப்படியென்றால் எங்கே சென்றிருக்கக் கூடும்? மீண்டும் எங்கிருந்தாவது நண்பர்களின் உதவியை நாடிப் போனானா? நாகர்கள், ராட்சசர்கள், கந்தர்வர்கள், கின்னர்கள் யாரையேனும் சந்திக்கச் சென்றானா?”

“எனக்குத் தெரியாது.”

“ஆமாம். அவன் அதற்காகத்தான் சென்றிருக்க வேண்டும். இறுதி வெற்றி தருமத்துக்குத்தானே. சரி, அப்புறம் என்ன நடந்தது. சொல்.”

“எங்கள் தீப்பந்தங்கள் வழியில் சிறிது நேரத்திற்குப் பின் அணைந்து போய்விட்டன. எங்கும் அடர்ந்த இருளாகி விட்டது. நான் அந்த அளவு அடர்ந்த இருட்டை அதற்கு முன் எப்போதும் சந்தித்ததில்லை. ‘கிருதவர்மா, இங்கேயே உட்கார்ந்து விடுவோம், எனக்கு எதுவுமே தெரியவில்லை’ என்றேன். அதற்குள் அஸ்வத்தாமனும் எங்களோடு வந்து சேர்ந்து கொண்டான். வெறும் குரலை வைத்துத்தான் அவன் அஸ்வத்தாமன் என்று தெரிந்து கொண்டேன். எந்தத் தடுமாற்றமும் இல்லாமல் நடந்து வந்தான் அவன். ‘அரசரை அப்புறம் தேடலாம். யுத்தம் முடிந்து விட்டது என்று அவர்களே சொன்னதாகச் சொன்னாய் அல்லவா, அதற்குப் பின் அவர்கள் அனைவருமே ஒன்றாகச் சென்று படுத்துக் கொண்டிருக்கக் கூடும். இருட்டில் சத்த மில்லாமல் சென்று ஐந்து பேர்களுடைய தலைகளையும் வெட்டி விடுவோம். இவர்களோடு திருஷ்டத்துய்மனின் தலையையும் வெட்டி விடுவோம். என் தந்தையைக் கொன்ற சண்டாளன் அவன்’ என்றான். எனக்கு என்னமோ இந்த யோசனை சரியானதாகத் தோன்றவில்லை.”

“ஏன் தோன்றவில்லை?”

“படுத்து உறங்குபவர்களைத் திருட்டுத் தனமாய்ச் சென்று சொல்லக்கூடாது. அது க்ஷத்திரிய தருமமல்ல என்று சொன்னேன். அதற்கு அந்த அஸ்வத்தாமன், ‘நான் ஒன்றும் க்ஷத்திரியன் இல்லையே?’ என்றான. உடனே கிருதவர்மன், ‘நீ அஸ்வத்தாமன். அப்படியென்றால் அது பிராமண தருமமாகுமா?’ என்று கேட்டான். ‘அந்த விவாத மெல்லாம் வேண்டாம். யுத்தத்தில் வெற்றி பெறுவது முக்கியம். பேசாமல் என்னோடு வாருங்கள்’ என்றான் அஸ்வத்தாமன். எங்கள் இருவரின் தோள்களையும் பற்றி இழுத்துக் கொண்டு நடந்தான். ஒரே இருட்டு. அவன் ஒருவனால் மட்டுமே தெளிவாக நடக்க முடிந்தது.

எனக்கு இதயம் படபடவென்று அடித்துக் கொள்ளத் தொடங்கியது. கிருதவர்மன் தயங்கித் தயங்கிப் பின்னால் நடந்து வந்தான். எப்படியோ நடந்து நடந்து பாண்டவர்களின் முகாமை அடைந்தோம். எல்லோரும் உறங்கிக்கொண்டு இருந்தார்கள். பயங்கரமான குறட்டைச் சத்தம். ஆற்றைத் தாண்டி அரசர்களின் முகாம் இருந்தது. நாங்கள் மெதுவாக ஆற்றைக் கடந்து சென்றோம். அஸ்வத்தாமன் மட்டும் முகாமிற்குள் சென்றான். ஏறத்தாழ ஒரு நாழிகையான பிறகும் கூட எந்தச் சத்தமும் இல்லை. அதற்கப்புறம் திடீரென்று கூச்சல் கேட்டது அஸ்வத்தாமன் எங்களை நோக்கி ஓடி வந்தான். அவன் கையில் ரத்தம் தோய்ந்த வாள் இருந்தது அந்த ரத்தத்துளிகள் எங்கள் மீதும் சிதறின. நாங்கள் உடனேயே தெப்பத்தைக் கிளப்பினோம். அந்தப் பக்கத்தில் ஒரே கூச்சல். பிடியுங்கள், ஓடுங்கள் என்கிற ரத்தம். இவ்வளவு ரத்தத் திற்கும் ஆற்றின் இந்தப் பக்கம் படுத்திருக்கும் வீரர்கள் யாரும் எழுந்திருக்கவில்லை. இதனால் சுலபமாக ஆற்றைக் கடந்து நாங்கள் தப்பித்து விட்டோம். இந்தத் தள்ளாத வயதில் என்னால் எப்படி ஓட முடியும்? ஓடி ஓடிச் சோர்ந்து போனேன்."

"ஒருவழியாக ஆறு பேரையும் கொன்று விட்டானில்லையா?" என்று உற்சாகத்துடன் கேட்டான் திருதராஷ்டிரன்.

"சொல்கிறேன். சிறிது தூரத்திற்குப் பிறகு எங்களிடமிருந்து விலகி அஸ்வத்தாமன் எங்கோ ஓடிவிட்டான். எனக்கும் சரி, கிருதவர்மனுக்கும் சரி, எந்தப் பக்கம் போனான் என்பது தெரியவில்லை. நானும் கிருதவர்மனும் ஓடத் தொடங்கினோம். பிறகு ஓட்டத்தை நிறுத்திய அவன், 'ஆசாரியரே, பெரிய படையுடன் துவாரகையில் இருந்து நான் இங்கு வந்தேன். எல்லாரும் இறந்து விட நான் ஒருவனே எஞ்சி இருக்கிறேன். இப்போது அஸ்வத்தாமன் பாண்டவர்களைக் கொன்று விட்டான். எங்கள் துவாரகையைச் சேர்ந்த கிருஷ்ணனும் சாத்யகியும் இன்னும் உயிருடன்தான் இருக்கிறார்கள். அவர்களிடம் சிறிதளவு படையும் இருக்கிறது. இந்த இருட்டில் அவர்கள் நம்மைக் கண்டு பிடிக்க இயலாமல் போகலாம். ஆனால் விடிந்ததுமே அவர்கள் தேடத் தொடங்குவார்கள். துரியோதனனின் அணியில் நாம் மூன்று பேர்தான் எஞ்சி இருக்கிறோம் என்பது அவர்களுக்குத் தெரியாதா? நான் இப்பொழுதே ஓடிச்சென்று துவாரகையை எப்படியாவது அடைந்து பலராமனிடம் தஞ்சம் புகுந்து விடுகிறேன்' என்று சொல்லிக் கொண்டே ஓடிவிட்டான். எந்தத் திசையில் ஓடினானோ, எனக்குத் தெரியவில்லை. அந்த அளவுக்கு இருள் அடர்ந்திருந்தது. இந்தத் தள்ளாத வயதில் என்னால் ஓட முடியுமா? பேசாமல் உட்கார்ந்து

விட்டேன். அங்கேயே படுத்துவிடலாம் என்று கூடத் தோன்றியது. ஆனால் அந்தக் கடுங்குளிரில் உறைந்து இறந்து விடுவேனோ என்று பயமாக இருந்தது. அதனால் படுக்கவில்லை என்று பயமாக இருந்தது. அதனால் படுக்கவில்லை. எதிரிகளாகவே இருந்தாலும் கூட தூங்கும் போது கொன்றுவிட்டு வந்த என் மருமகன் அஸ்வத்தாமனைப் பற்றி நினைக்கும்போது மனம் வருந்தியது..."

"எதிரிகள் கொல்லப்பட்டதை நினைத்து உனக்குச் சந்தோஷமில்லையா ஆச்சாரியரே?" என்று கேட்ட திருதராஷ்டிரனுக்கு ஆச்சாரியரின் மேல் கோபம் மூண்டது.

"கொல்வதாக இருந்தாலும் கூட, அதில் ஒரு விதிமுறை வேண்டும். அங்கேயே பாண்டவர்களின் முகாமைப் பார்த்தபடி உட்கார்ந்து விட்டேன். சிறிது நேரத்தில் தீப்பந்தங்கள் அங்கும் இங்கும் அலைவது தெரிந்தது. பத்துப் பதினைந்து தீப்பந்தங்கள் புறப்பட்டன. ஆளுக்கொரு திசையில் போனதைப்போல இருந்தது. ஒரு தீப்பந்தம் நான் இருந்த திசையை நோக்கி வந்தது. நான் எழுந்து நின்றேன். பீமன்தான் தீப்பந்தம் ஏந்திக் கொண்டு வந்தான். எனது இதயம் நடுங்கியது. பீமனைக் கண்டு நான் பயப்பட்டிருக்கத் தேவையில்லை. ஏனென்றால் அவன் என் எதிரியல்ல. தொடக்கக் காலத்தில் என்னிடம் வித்தை கற்ற மாணவன்தானே அவன். ஆனால் இப்பொழுது சற்று நேரத்துக்கு முன்புதான் கழுத்து வெட்டப்பட்டு இறந்துவிட்ட பீமன் இவ்வளவு சீக்கிரத்தில் பேயாக மாறி வந்ததைக் கண்டு, உண்மையிலேயே பயந்து விட்டேன். பயத்திலேயே செத்து விடுவேன் போல இருந்தது. ஆனால் அவன், "ஆசாரியரே, எங்கள் ஐந்து பிள்ளைகளையும் திருஷ்டத்துய்மனையும் கொன்றது யார்? உண்மையைச் சொல்லுங்கள். அப்படிப்பட்ட காரியத்தை நீங்கள் செய்திருக்க மாட்டீர்கள் என்று தெரியும்' என்று கேட்டான். 'ஐந்து பிள்ளைகளா? அப்படியென்றால் நீங்கள் ஐந்து சகோதரர்களும் சுகம்தானே?' என்று கேட்டேன் நான். 'துரியோதனனைக் கொல்லாமல் விட்ட எனது விவேகம்கெட்ட செயலுக்கு இப்போது மார்பில் அடித்துக் கொள்ளலாம் போல இருக்கிறது. அவன் வேலையாய்த்தான் இருக்கும் இது. எந்தப் பக்கம் போனானோ தெரியவில்லை, என்றான் பீமன். ஆனால் உங்களது கூடாரத்துக்குச் சென்று கொலை செய்தவன் அஸ்வத்தாமன். நானும் கிருதவர்மனும் எவ்வளவோ எடுத்துச் சொல்லித் தடுத்தும் கூட அவன் கேட்கவில்லை. இந்த இருட்டில் என்னால் எதையும் பார்க்க முடியவில்லை. சற்று நேரத்திற்கு முன்புதான் ஏதோ ஒரு பக்கம் ஓடினான். துவாரகைக்குச் செல்லப் போவதாகச் சொல்லிவிட்டுக் கிருதவர்மன்

ஓடி விட்டான்' என்று அவனிடம் சொன்னேன். சட்டென்று எல்லாத் திசைகளிலும் தீப்பந்தங்களோடு தேடிக் கொண்டிருக்கும் ஆட்களுக்குக் கேட்கிற வண்ணம் 'அஸ்வத்தாமன், அஸ்வத்தாமனைத் தேடிப் பிடிங்கள்' என்று சொல்லிக்கொண்டே தீப்பந்தத்தோடு ஓடினான். அதற்கப்புறம் என்ன ஆனது என்று எனக்குத் தெரியாது. நேற்று விடிகிற வரைக்கும் அங்கேயே உட்கார்ந்திருந்து விட்டு அதற்கப்புறம் புறப்பட்டேன். வழியில் யாரோ சில வேட்டைக்காரர்கள் கொஞ்சம் முயல் கறி கொடுத்தார்கள். அதைத் தின்ற தெம்பில் அப்படியே நடந்து இங்கு வந்தேன்."

திருராஷ்டிரன் எதுவும் பேசவில்லை.

காந்தாரி மௌனமாகப் படுத்திருந்தாள்.

* * *

முகாமில் நடப்பட்டிருந்த மூங்கில் கழிகளைப் பிடுங்கி அடுக்கிச் சிதையுண்டாக்கினர். பாதி வெட்டுண்டு ரத்தம் உறைந்து கிடந்த ஆறு பிணங்களையும் அருகருகே கிடத்தினார்கள். சூரியன் உச்சிக்கு ஏறிக் கொண்டிருந்தது. அப்பிணங்களுக்கு அருகில் அஸ்வத்தாமனைப் பிடித்துக்கட்டி இருந்தார்கள். அந்த ஆறு பிணங்களுக்காக மட்டுமன்றி, தனக்கும் சேர்த்தே அந்தச் சிதை ஏற்பாடு செய்யப்பட்டிருக்கிறது என அஸ்வத்தாமனுக்குப் புரிந்தது. அழுதும் புரண்டும் கெஞ்சியும், வேண்டியும் அவர்களுடைய குருவின் மகன் என்று எடுத்துரைத்தும் உயிர்ப்பிச்சை கேட்டு, எதுவும் பலிக்காமல் போகவே, வரப்போகும் மரணத்திற்குத் தன்னைத் தயார்ப்படுத்திக் கொண்டான்.

ஆறு பிணங்களையும் ஒன்றாகத் தழுவும் அளவுக்குக் கைகளை நீட்டி உட்கார்ந்திருந்தாள் திரௌபதை. சுற்றிலும் பாண்டவர்கள் ஐவரும் உட்கார்ந்திருந்தார்கள். விடிந்ததில் இருந்தே இதே நிலையில் இருந்தாள் திரௌபதை. அவர்கள் ஐவரும் தலையில் கைவைத்தபடி உட்கார்ந்திருந்தார்கள். யுயுதானன் நின்றிருந்தான். அங்கங்கே சுற்றிலும் சில வீரர்கள் நின்றிருந்தார்கள். எல்லா இடங்களிலும் பேரமைதி குடிகொண்டிருந்தது. ஆற்றின் ஓசை கூடக்கேட்கவில்லை. அந்த நிசப்தத்தைக் குலைக்க ஒருவர் தேவைப்பட்டது. அருகிலேயே நின்றிருந்த கிருஷ்ணன், "சுபத்திரை, கிருஷ்ணையைத் தாங்கிப் பிடித்துக் கொள். கீழே அழைத்துக் கொண்டு செல். கிருஷ்ணை, நடந்ததைத் தாங்கிக் கொள்ளத்தான் வேண்டும். இது தவிர வேறு வழி என்ன இருக்கிறது? உடல்களை அழுக விட்டுவிடக் கூடாது. இப்பொழுதே துர்நாற்றம் பரவத்தொடங்கி விட்டது" என்றான்.

எழுந்து திரௌபதையின் அருகில் வந்த சுபத்திரை அவளது தோளைப்பற்றி, "அக்கா, அபிமன்யு இறக்கவில்லையா, அதை நான் தாங்கிக்கொள்ளவில்லையா? என்னைவிட நீ பெரியவள். உனக்குத் தெரிய வேண்டாமா, வா, இந்தப் பக்கம்" என்று அழைத்தாள்.

திரௌபதை அப்பிணங்களைத் தழுவிப் பிடித்த கோலத்திலேயே கிடந்தாள். கிருஷ்ணனே நெருங்கி வந்து அவளது தோளைப்பற்றித் தூக்கி மேடான ஓர் இடத்தில் உட்காரவைத்தான். அவனும் அவள் முன் உட்கார்ந்து கொண்டான். அவள் கண்கள் வற்றி விட்டன என்று நினைத்தான். மிகவும் கனிவான குரலில் அவனிடம், "நள்ளிரவில் இருந்து இப்படியே அழுது கட்டிக்கொண்டு கிடக்கிறாய். பெற்ற வயிறு தாங்காதுதான். அதை என்னால் புரிந்துகொள்ள முடிகிறது. இத்தனை நாட்கள் நடந்த யுத்தத்தைப் பார்த்தாய் இல்லையா? இது யுத்தம். சாவு நம்மை நோக்கி வரும்போது எதிர்கொண்டுதான் ஆகவேண்டும். உன்னைத் தவிர வேறு எந்தப் பெண்ணால் இதைப் புரிந்துகொள்ள முடியும்?" என்று கேட்டான்.

அவள் எதுவும் பேசவில்லை. ஆனால் மரணத்தை ஏற்றுக் கொண்டு விட்டதற்கான அடையாளம் அவள் கண்களில் தெரிந்தது- வெளுத்த ஆகாயத்தின் கீழே எங்கும் மௌனமே உறைந்திருந்தது. ஆறேழு கழுகுகள் சட்டென்று அங்கே தோன்றிப் புதிய பிணங்களைக் கண்டு வட்டமிட்டன. அவளும் நிமர்ந்து பார்த்தாள். கீழே இறங்கவே அக்கழுகுகள் முயன்றன. ஆனால் சுற்றிலும் நிறையபேர் நின்று கொண்டு இருப்பதைப் பார்த்த கழுகுகள் மேலேயே சுற்றிச்சுற்றி வட்டமிட்டன. அவற்றையே பார்த்திருந்த திரௌபதை 'மரணத்தைத் தாங்கிக் கொள்கிறேன்' என்றாள்.

அவள் முகத்தையே பார்த்துக் கொண்டிருந்தான் கிருஷ்ணன். துயரத்தால் ஊமையான மற்றவர்களும் அவளையே பார்த்துக் கொண்டிருந்தார்கள். அவள் தோளைப் பற்றியபடி சுபத்திரை உட்கார்ந்திருந்தாள். சட்டென்று மனம் உடைந்த திரௌபதை உரத்த குரலில் அழத் தொடங்கினாள். கொலையுண்ட செய்திகளைக் கேள்விப்பட்டு ஓவென்று அலறியபடி ஓடி வந்ததை அடுத்து அவள் அழவே இல்லை. இப்போது மீண்டும் அழுததில் அவள் கன்னங்களில் கண்ணீர் வழிந்தது. மீண்டும் அவளை நெருங்கித் தோள்களைப் பற்றிய கிருஷ்ணன் அமைதிப்படுத்திய பின், "நீ மரணத்தை ஏற்றுக் கொண்டது உண்மை என்றால் அழக் கூடாது" என்றான்.

"கிருஷ்ணா, எனது நிலைமை உனக்குப் புரியவில்லை. அபிமன்யு இறந்தபோது, அர்ஜுனன் ஓடிவந்து மனைவி சுபத்திரையைத் தழுவிக் கொண்டு தேம்பித் தேம்பி அழுததை நீ பார்த்தாயல்லவா? கடோத்கஜன் இறந்தபோது அவன் உடலைச் சுமந்து வந்த பீமன் தன் மீது இருந்த ரத்தக் கறையையெல்லாம் கண்ணீராலேயே கழுவிய தையும் பார்த்தாயில்லையா? இப்போது இந்த ஐந்து பேர்கள் மீதும் நான் ஒருத்தியே விழுந்து அழுது முடித்தேன். சுற்றிலும் நின்று கொண்டிருக்கிற தந்தைமார்கள் ஐந்து பேரில் ஒருவரும் இப்பிணங்கள் மேல் விழுந்து அழவில்லை. அர்ஜுனன் சுபத்திரையைத் தழுவிக் கொண்டு புலம்பியதைப் போல யாரும் வந்து என்னைத் தழுவிக் கொள்ளவில்லை. எதையோ எதிர்பார்க்கிறவர்கள் போல எல்லாரும் அங்கே தொலைவாக நின்று கொண்டிருக்கிறார்கள்.

எல்லாரும் ஆழ்ந்த மௌனத்தில் இருந்தார்கள். கிருஷ்ணனின் பார்வை ஐந்து பேர்கள் மீதும் படிந்தது. அவர்கள் அனைவரும் ஏதோ ஒரு குற்ற உணர்வுடன் உட்கார்ந்திருந்தார்கள். சட்டென்று எழுந்து வந்த பீமன் அவளைக் கட்டித் தழுவிக் கண்ணீர் விட்டான். அதற்கப்புறம் அர்ஜுனன் நெருங்கினான். அவனைத் தொடர்ந்து தருமன், நகுலன், சகாதேவன் அனைவரும் நெருங்கினார்கள். ஆனால் அவர்களிடமிருந்த ஐவரும் ஊமையைப்போல அவள் முகத்தைப் பார்த்தார்கள். உறுதியான குரலில் அவள், "ஈனப்பிறவியான அஸ்வத்தாமன் எனக்குப் புத்திர சோகத்தைக் கொடுத்துவிட்டான். அதே சமயத்தில் எனக்கு மிகப் பெரிய உண்மையொன்றை விளங்க வைத்திருக்கிறான். கிருஷ்ணா, அவன் கட்டுகளை அவிழ்த்து விடு. எங்காவது போய் பிழைத்துக் கொள்ளட்டும். சாத்யகி, பிணங்களை ஒவ்வொன்றாகச் சிதையின்மேல் ஏற்றி விறகுகளை அடுக்கி மூடு. இந்த என் பிள்ளைகளுக்கு நானே கொள்ளி வைக்கிறேன். உங்கள் படைத்தளபதிக்கு வேண்டுமானால் நீங்கள் செய்து கொள்ளுங்கள். இல்லாவிட்டாலும் பரவாயில்லை. அவன் எனது அண்ணன்தான். என் பிள்ளைகளைத் தன் பிள்ளைகளோடு சேர்த்து வளர்த்தவன். அவர்களோடு சேர்ந்து தூங்கும்போது உயிரை இழந்தவன்."

வைத்த கண் வாங்காமல் பார்த்துக்கொண்டிருந்தான் யுயுதானன். திரௌபதையின் கூந்தல் அவிழ்ந்து அலைபாய்ந்தது. நிமிர்ந்த மார்பும் சரிந்த தோளும் உறுதியான பார்வையுமாக நின்றிருந்தாள் அவள். சூதாட்டத்திற்குப் பிறகு, சபைக்கு நடுவே துச்சாதனன் இழுத்து வந்த போது இதே தோற்றத்தில்தான் அவள் நின்றிருந்திருக்கக் கூடும் என்று அவன் எண்ணினான். கீழே உட்கார்ந்திருந்த ஐவரும் அவளையே

பார்த்துக் கொண்டிருந்தனர். அவர்கள் முகங்களில் மரணத்தை பற்றிய உணர்வுகள் படிந்திருந்தன. முதல் நாள் மாலைதான் துரியோதனனை வென்று விட்டதாகப் பெருமை பேசிய பீமன், எதுவும் பேச இயலாதவனாகி ஊமையைப் போல உட்கார்ந்திருந்தான்.

* * *

“அரசே, இப்போது கடுமையான வார்த்தைகளைப் பேசி எந்தப் பயனும் இல்லை. அவர்களையும் உன் குழந்தைகளைப் போல நீ அன்று எண்ணியிருந்தால் இந்த யுத்தமே நடந்திருக்காது. சமாதானப் பேச்சு பேச வந்த போதே, நான் இதைப்பற்றி எடுத்துரைத்தேன். நீ கேட்கவில்லை. இப்பொழுதாவது அவர்களையும் பிள்ளைகளாக ஏற்றுக்கொள். உன் மீது இருக்கும் வெறுப்பையும் கசப்பையும் மறந்து போகும்படி நான் ஏற்பாடு செய்கிறேன். வெற்றி பெற்றவர்கள் கசப்பானதை மறப்பது எளிது” என்று கிருஷ்ணன் சொன்னான்.

கல்லைப்போல உட்கார்ந்திருந்தான் திருதராஷ்டிரன். அதிகாலைக் கீற்றுகள் சாளரத்தின் வழியே வந்து கொண்டிருந்தன. மீண்டும் ஒருமுறை இதையே வற்புறுத்திச் சொன்ன பிறகு “அப்படியென்றால் இப்போதே சமாதானப் பேச்சு நடத்துவோம். அவர்கள் அவர்களுடைய காண்டவப்பிரஸ்தத்துக்கே செல்லட்டும்” என்று பொறுமையாய்ச் சொன்னான் திருதராஷ்டிரன்.

“அப்படியென்றால் அஸ்தினாபுரத்தை யார் ஆள்வார்கள்?”

“என் மகன் திரும்பி வருவான். படையோடு வருவான். அவர்கள் சுவடே இல்லாதபடி செய்வான். ஆனால் உன் வார்த்தைக்குக் கட்டுப்பட்டு சமாதானப் பேச்சுக்கு ஒத்துக் கொள்கிறேன்.”

“அரசே உன் கற்பனை ஆற்றல் மிகப்பெரியது. துரியோதனன் இறந்துவிட்டான். அவன் இறந்ததை முதலில் பார்த்தவன் பீமன். அதற்கப்புறம் நானும் பார்த்து அடையாளம் சொன்னேன். அவன் இன்னும் உயிருடன் இருப்பதாக எண்ண வேண்டாம்.”

திருதராஷ்டிரன் அழவில்லை. “கிருபாச்சாரியர் பொய் சொல்கிறான் என்று எனக்கு அப்போதே தெரியும்” என்றாள் காந்தாரி.

“கிருபாச்சாரியார் சொன்ன வரைக்கும் உண்மைதான். எஞ்சியவற்றை உங்கள் விருப்பத்துக்கு ஏற்றபடி கற்பனை செய்து கொண்டீர்கள். அது போகட்டும். அவர்களை அழைக்கட்டுமா? அவர்கள் அஸ்தினாபுரத்திற்குள் நுழைவதை யாராலும் தடுக்க முடியாது. அவர்கள்பால் பகைமை பாராட்டியபடி நீங்கள் எப்படி வாழ முடியும்?” என்று

காந்தாரியின் கையைப் பற்றியபடி கேட்டான் கிருஷ்ணன்.

சிறிது நேரத்திற்குப் பின்பு, "கிருஷ்ணா, போய் அவர்களை அழைத்து வா. நான் ஒவ்வொருவராகத் தொட்டுத் தலையைத் தடவிப் பழசையெல்லாம் மறந்து விடுங்களென்று கேட்டுக் கொள்கிறேன்" எனச் சொன்னாள் காந்தாரி.

கிருஷ்ணன் புறப்பட்டுச் சென்றான். உடனே தருமன் அதற்கு ஒத்துக் கொண்டான். அர்ஜுனனும் ஒத்துக் கொண்டான். நகுலனுக்கும் சகாதேவனுக்கும் விருப்பமில்லையென்றாலும் எந்த விதமான விடிவாதமும் பிடிக்கவில்லை. பீமன் மட்டும்தான் வர முடியாது என மறுத்தான். "அந்தக் குருடனால்தான் இவ்வளவும் நடந்தது. யுத்தத்திற்கு முன்பும் நான் அவனை வணங்கி மதித்ததில்லை. வெற்றி கண்டபிறகு ஏன் அவனை வணங்க வேண்டும்? வயதில் பெரியவன் என்பதாலேயே மதிப்புக்குரியவன் ஆகி விடுவானா?" என்று கிருஷ்ணனின் மீது கோபம் கொண்டான். இறுதியில் குந்தி கேட்டுக் கொண்டதன் பேரில் அவனும் சென்றான். கிருஷ்ணன் கேட்டுக் கொண்டதன் பேரில் குந்தியும் வந்தாள். ஊமையாக இவர்களைப் பின்தொடர்ந்தாள் திரௌபதை. விதுரனும் சென்றான். முதலில் கிருஷ்ணனும், அவனைத் தொடர்ந்து ஐந்து பாண்டவர்களும், அதற்கப்புறம் சாத்யகி, குந்தி, திரௌபதை ஆகியோரும் கடைசியில் விதுரனும் உள்ளே நுழைந்தார்கள். விதுரனைச் சைகை செய்து அழைத்த பணிப்பெண் ஒருத்தி. "உங்களிடம் ஒரு விஷயம் சொல்ல வேண்டும். ஆனால் நான் சொன்னதாய் யாருக்கும் தெரியக் கூடாது" என்றாள்.

"என் காதால் கேட்ட சங்கதியை யாரிடமும் வாயால் சொல்லும் பழக்கம் எனக்கு இல்லை, சொல்."

"இப்பொழுது முன்னால் போனாரே கிருஷ்ணன், அவர் உள்ளேயிருந்து வெளியேறியதும் அரசர் ஒரு கத்தியைக் கேட்டு வாங்கித் தன் கம்பளிக்குள் மறைத்து வைத்துக் கொண்டார். தம் பிள்ளைகள் இறந்த கோபத்தில் குந்தியின் பிள்ளைகளுக்கு ஏதேனும் கெடுதல் செய்தாலும் செய்யக் கூடும்."

மௌனமாக உள்ளே சென்ற விதுரன் கிருஷ்ணனுக்குச் சைகை செய்து அழைத்துக் காதில் சொன்னான். உடனே கிருஷ்ணன் திருதராஷ்டிரனுக்கு அருகில் நடந்து சென்று படுக்கையின் வலது பக்கத்தில் உட்கார்ந்தான். இடது பக்கத்தில் கண்களைக் கட்டிக் கொண்ட காந்தாரி உட்கார்ந்திருந்தாள்.

"அரசே, உன் ஐந்து பிள்ளைகளும் வந்திருக்கிறார்கள். தருமா, வா, வந்து உன் தந்தையின் காலில் விழுந்து வணங்கு" என்று சொன்னான் கிருஷ்ணன்.

தருமன் வந்து மிகவும் பக்தியோடு இரண்டு கால்களையும் தொட்டு வணங்கினான். திருராஷ்டிரன் தருமனின் முகத்தைக் கையில் ஏந்தி உச்சி முகர்ந்து, "தீர்க்காயுசுடன் இரு" என்று ஆசீர்வதித்தான். அதற்கப்புறம், "பீமா, நீ வா" என்று அழைத்தான் கிருஷ்ணன். ஆனால் உடனே பீமன் வரவில்லை. கிருஷ்ணனே சென்று அவனது தோள்களைப்பற்றி எழுப்பி, "அரசே, நீங்கள் மன்னிப்பீர்களோ, மாட்டீர்களோ என்ற தயக்கத்தில் பீமன் பின்னாலேயே நிற்கிறான். அவனை மன்னித்து நீங்கள் தழுவிக்கொள்ள வேண்டும்" என்றபடி அவனருகே அழைத்து வந்து காலில் விழ வைத்தான். திருதராஷ்டிரனின் இடது கை பீமனின் முதுகைத் தொட்டது. கம்பளிக்குள் சென்ற வலது கை வெளியே வந்த கணத்தில் சட்டென்று அதைப்பற்றித் தடுத்தான் கிருஷ்ணன். சட்டென்று பின்னால் நகர்ந்த பீமன், "கிருஷ்ணா, இந்தக் கிழட்டுப் பாம்பைப் பற்றி உன்னைவிட எனக்கு நன்றாய்த் தெரியும். இதனால்தான் நான் வரமுடியாது என மறுத்தேன்" என்றான்.

அதற்குள் நடந்தது என்னவென்று எல்லோருக்கும் தெரிந்து விட்டது. தருமன், அர்ஜுனன், நகுலன், சகாதேவன் அனைவருக்கும் உடல் நடுங்கியது. திருதராஷ்டிரன் உரத்த குரலில் கூவினான்.

"கிருஷ்ணா, நீ ஒரு தந்திரக்காரன் என்பது எனக்குத் தெரியும். என் நூறு பிள்ளைகளைக் கொன்றவனின் ரத்தத்தைச் சிந்த வைத்துப் பழி தீர்த்துக் கொள்ளும் அதிகாரம் எனக்கு இருக்கிறது. குறுக்கிட்ட உனக்குச் சாபம் இடுகிறேன். பிள்ளைகளின் மரணம் என்றால் உனக்குப் புரியுமா? நூறு பிள்ளைகள். என் ரத்தத்தில் பிறந்த நூறு பிள்ளைகள். இவன் ஒருவனே கொன்றானாம். துரியோதனன் உயிருடன் இல்லை என்னும் பட்சத்தில் அவனையும் இவனே கொன்றிருக்கக் கூடும். அவனை அவமானப்படுத்திக் கொன்றிருக்கிறான். வீடு என் கையை" என்றபடி இருந்த இடத்திலிருந்து எழுந்து முன்னால் பாய்ந்தான். கிருஷ்ணன் அவனது கையில் இருந்த கத்தியைப் பிடுங்கிப் பக்கத்தில் இருந்த விதுரனின் கையில் கொடுத்தான். பிறகு "அரசே, உன்னால் பீமனைப் பார்க்க முடியாது. நீ கண்பார்வை இல்லாதவன். அவன் எப்படி இருப்பான் என்று சொல்கிறேன் கேள். அவனது நெற்றி, கன்னம், கழுத்து, மார்பு, தோள்கள், தொடைகள் எங்கெங்கும் காயம் பட்டுக் காயம்பட்டு வடுக்களாகவே உள்ளன. எவ்வளவு பெரிய தாக்குதலையும் சந்தித்துப் பழகிய உடல் அவனுடையது. ஒருவேளை

உன் கத்தி அவன் மீது பாய்ந்திருந்தாலும் ஒன்றும் ஆகி இருக்கப் போவதில்லை. கொஞ்சம் ரத்தம் சிந்தி இருக்கும், அவ்வளவுதான். ஆனால் கண்ணை மூடிக் கண்ணைத்திறக்கும் கணப்பொழுதிற்குள் உங்கள் கதையையே அவனால் முடிக்க முடியும். உண்மையில் நான் அவனைக் காப்பாற்றவில்லை. உன்னைத்தான் காப்பாற்றினேன்" என்றான்.

திருதராஷ்டிரன் படுக்கையின் மேல் உட்கார்ந்தான். அதற்கப்புறம் சட்டென்று அழத் தொடங்கினான். பிறப்பிலிருந்து குருடான பொட்டைக் கண்களில் கண்ணீர் வழிந்தது. சிறிது நேரத்திற்குப் பின்பு, "கிருஷ்ணா, அப்படியாவது பீமனைச் செய்யச் சொல். நூறு பிள்ளைகளை இழந்த நான்..." என்று சொல்லிக் கொண்டிருக்கும் போதே கிருஷ்ணன் காந்தாரியிடம், "காந்தாரி, நூறு பிள்ளைகளை இழந்திருக்கும் நீ பாண்டவர்களை மன்னிப்பாயா? யுத்தம் வேண்டு மென்று அவர்களொன்றும் கேட்கவில்லை. உண்மையைச் சொல். உன் நூறு பிள்ளைகளை" என்று சொன்னபடி அவளுக்கருகில் சென்று உட்கார்ந்து, "உன் மூத்தமகன் துரியோதனனை விட இரண்டு வயது சின்னவன். நீ என்னையும் மன்னிக்க வேண்டும்..." என்றான்.

காந்தாரி அழவில்லை. அமைதியாகவே உட்கார்ந்திருந்தாள். சிறிது நேரத்துக்குப் பிறகு "அரசரைப் பொறுத்தவரைக்கும்தான் நூறு பிள்ளைகள் என்கிற கணக்கு. இந்த காந்தாரி என்கிற வேலைக்காரிக்குப் பிறந்தவை வெறும் பதினான்கு பிள்ளைகள்தான். இவர்களோடு எங்கள் மருமகனும் இறந்து விட்டான். என் துயரமே மிகவும் குறைந்தது. அரசரின் துயரமே பெரிது அல்லவா?" என்று கேட்டாள்.

"என் சாபத்திற்குச் சக்தி இல்லாமல் இருக்கலாம். ஆனால் இவளுடைய ஒரு பெருமூச்சு ஒன்றே போதும். அந்தக் குந்தியின் பிள்ளைகளை தூக்கி விசிறி விடும்" என்றான் திருதராஷ்டிரன்.

"காந்தாரி, உன்னிடம் மிகவும் முக்கியமான விஷயத்தைப் பற்றிப் பேச வேண்டும் என்று ரொம்ப நாட்களாகவே நினைத்தேன். நீ உண்மையைச் சொல்வாய் எனில் ஒன்று கேட்க விரும்புகிறேன். எதையும் மூடி முறைக்காமல் உண்மையைப் பேசுகிற காலம் வாழ்க்கையில் ஒரு முறையாவது வர வேண்டும். இப்போது நீ அந்த மனநிலையில்தான் இருக்கிறாய் என்று தோன்றுகிறது. சொல்வாயா?"

"என்ன விஷயம்? சொல்."

"வேண்டுமென்றால் நானும் நீயும் ஓர் அறைக்குத் தனியே சென்று பேசலாம்."

"என்ன விஷயம், அதைச்சொல் முதலில்."

"அரசர் பிறப்பாலேயே குருடு. ஆனால் நீ ஏன் இப்படிக் கண்ணைக் கட்டிக் கொண்டாய்?"

"அவள் பெரிய பதிவிரதை. கணவனுக்கு இல்லாத பார்வை தனக்கும் வேண்டாம் என்று கண்களைக் கட்டிக் கொண்டாள்" என்று பதில் சொன்னான் திருதராஷ்டிரன்.

"அரசே, அவளே பதில் சொல்லட்டும். அவள் சொல்லும் வரை, நீங்கள் சற்றே பொறுமையாக இருங்கள்."

"கிருஷ்ணா, உண்மையைச் சொல்வதன் மூலம் என்ன வரப் போகிறது?" என்று கேட்டாள் காந்தாரி.

"மாயை ஒழியும். அதனால் அமைதி கிட்டும். அதனால்தான் கேட்கிறேன் சொல். வேண்டுமென்றால் வேறு ஒரு தனி இடத்துக்கு உன்னை அழைத்துச் செல்லட்டுமா? அல்லது இவர்கள் அனைவரையும் வெளியே அனுப்பட்டுமா?" என்று கேட்டான் கிருஷ்ணன்.

காந்தாரி மௌனமாக இருந்தாள். தரையில் பாய்மீது உட்கார்ந் திருந்தவர்களெல்லாம் நிசப்தமாக இருந்தார்கள். "திருமணம் நிச்சயம் ஆனபிறகு இப்படிக் கண்களைக் கட்டிக் கொண்டாயா?"

"அதெல்லாம் இப்போது எதற்கு கிருஷ்ணா?"

"பாவாயில்லை, சொல்" என்று உள் மனத்தைத் தொடும் குரலில் மெல்லத் தூண்டினான் கிருஷ்ணன்.

"திருமணம் நிச்சயமானது. நான் வேண்டாம் என்று மறுத்த போதும் நிச்சயித்து விட்டார்கள். வீட்டைவிட்டு ஓடிப்போகிற எண்ணம் கூட வந்தது. ஒருவேளை நான் ஓடிப்போயிருந்தால் கூட, என்னை என் தந்தை தான் மறைத்து வைத்துள்ளார் என நினைத்து பீஷ்மனின் சேனை வெகுண்டெழுந்து ஊரையே நாசப்படுத்தி இருக்கும். இதனால் ஓடிப்போகவில்லை. கிருஷ்ணா, நீ நிறைய ஊர்களில் அலைந்து திரிந்தவன். எங்கள் காந்தார தேசத்தைப் பார்த்திருக்கிறாய் அல்லவா?"

"பார்த்திருக்கிறேன். அழகான மலைகள். எப்போதும் பசுமையாய் இருக்கும் மரங்கள்."

"நீல வானம். எல்லாப் பருவங்களிலும் பூ பூக்கிற வண்ணம் செடி கொடிகள் உண்டு. சுவையான நீர். காட்டுப் பழங்கள். புழுக்கமே

இல்லாத இதமான நிலை. அந்த அளவு அழகான நாடு வேறொன்று இருக்கிறதா?"

"இல்லை."

"நாங்கள் ஏழைகள். இங்கு இருப்பதைப் போல சமதளப் பரப்பு கொண்ட பூமியே அங்கு இல்லை. ஏராளமான விளைச்சலுக்கு வழியில்லை. உலோகமோ, தங்கமோ எந்தச் செல்வமும் இல்லை. மலைநாட்டில் இவை எல்லாம் எங்கிருந்து கிடைக்கும்? செல்வத்துக்கு வழி இல்லாத நாட்டில் இவை எல்லாம் எப்படி இருக்கும்? பீஷ்மரை பெரிய படையையே அனுப்பி இருந்தார். கூடவே வண்டி வண்டியாக நெல், தானியம், உலோகப் பாத்திரங்கள் தங்க நகைகள் அனைத்தும் கொண்டு வந்திருந்தார்கள். 'இவை எல்லாம் நட்புக்கு ஓர் அடையாளம். ஆனால் என் குருட்டு மகனுக்குப் பெண் கொடுக்க மறுத்தான். பகைக்கு அடையாளமாகப் படையும் வருகிறது' என்று செய்தி அனுப்பப்பட்டிருந்தது. என் அப்பா மிகவும் பயந்து விட்டார். பொருள்களின் மீது ஒருவிதமான பேராசையும் பிறந்தது. பேராசை இல்லையென்றால் படையைக் கண்டு பயந்து போகத் தேவை யில்லை. மலை நாட்டு வீரர்கள் மறைந்து மறைந்து தாக்குதல் செய்யத் தொடங்கினால், வெட்டவெளியில் போரிட்டுப் பழகிய வீரர்கள் பல நாட்களுக்குத் தாக்குப்பிடிக்க முடியாது. நீயே சொல். முடிந்திருக்குமா?"

"கண்டிப்பாக முடிந்திருக்காது."

"ஆனால் அப்பா பேராசை என்னும் வலையில் விழுந்து விட்டார். உடனே அப்போதே என் புடைவை முந்தானையிலிருந்து கொஞ்சம் துணியைக் கிழித்து, 'இன்னும் நீங்கள் என்னை இந்தத் திருமணத்திற்குக் கட்டாயப்படுத்தினால் அந்தக் குருடனின் முகத்தைக் கூடப் பார்க்க மாட்டேன்' என்று சொன்னபடி கட்டிக் கொண்டேன். அப்போதும் கூட அப்பாவின் மனம் மாறவில்லை. பெண்ணின் அசட்டுப் பிடிவாதம் நான்கு நாட்களில் மறைந்து போகும் என்று நினைத்தாரோ என்னமோ! அந்தக் கோலத்திலேயே என்னைப் பல்லக்கில் ஏற்றி அனுப்பினார். மலை நாட்டு எல்லை கடந்த பிறகு என்னைத் தேரில் உட்கார வைத்தார்கள். அந்தக் கணம் வரை தேர் எப்படி இருக்கும் என்று நான் பார்த்ததே இல்லை அதற்குப்பின் பலமுறைகள் தேரில் செல்ல நேர்ந்திருந்தாலும் ஒரு முறையும் பார்த்ததில்லை. கிருஷ்ணா, நான் எவ்வளவு அழகாக இருந்தேன் தெரியுமா? தண்ணீர் தேங்கி இருக்கும் மலைப் பகுதியில்

என் முக பிம்பத்தைப் பார்த்து நானே பெருமைப்பட்டிருந்தேன். தோழிகள் என்னை மையமாக வைத்துக் கனவுக் கதைகள் பின்னத் தொடங்கினார்கள். அத்தோடு என் அழகுக் கதையும் முடிந்து போனது. அதற்கப்புறம் நானும் பார்த்துக் கொள்ளவில்லை. என்னைப் பார்த்து மகிழ்கிற கணவனும் அமையவில்லை. அழகு பற்றி எதுவுமே தெரியாத கணவனுக்கு மனைவியானேன். அதற்கப்புறம் விரைவாகக் கருவுறவில்லை என்று பீஷ்மர் மிகவும் பதற்றமடைந்தார். எனக்கு எதுவுமே தெரியாது என் கணவனுக்கும் எதுவும் தெரியாது. பிறகு பாலுறவைப் பற்றிய விவகாரங்களையெல்லாம் ஒரு பணிப்பெண்தான் இவருக்குச் சொல்லித் தந்தாளாம். அதற்கப்புறம்தான் நான் பிள்ளைகள் பெறத் தொடங்கினேன். அடுத்தடுத்துக் குழந்தைகள் பிறந்தார்கள். அரண்மனைப் பணிப்பெண்களும் பெற்றெடுத்தார்கள். நூறு என்று சொல்கிறார்கள். பன்றிக் குட்டிகளின் கணக்கு யாருக்குத் தெரியும்? நான் மட்டும் பதினாலு ஆண் பிள்ளைகளையும் ஒரு பெண்ணையும் பெற்றெடுத்தேன்...”

“இங்கு வந்து நிலை கொண்ட பிறகும் கூட நீ ஏன் இந்தக் கட்டுகளை அவிழ்க்கவில்லை?”

“கிருஷ்ணா, உண்மையைச் சொல்கிறேன் கேள். இங்கு வந்த பிறகும் பீஷ்மரும், மற்றவர்களும் தேவிப்பட்டம் கட்டி விட்டார்கள். எப்படிப்பட்ட பொறுமைசாலிப்பெண் இவள், கணவனுக்கு இல்லாத பார்வை தனக்கும் வேண்டாம் என்று தானும் கண்களைச் சுற்றிக் கட்டுப் போட்டிருக்கிறாள், மகாபதிவிரதை, அவள் கால் பதிந்த இடமே புண்ணியஸ்தலம், அவள் வசிக்கிற நாட்டில் செல்வம் கொழிக்கும் என்று பலவாறு புகழத் தொடங்கிவிட்டார்கள். தொடக்கத்தில் இதைக் கேட்டாலே கோபம் வந்தது. ஆனால் நாளடைவில் புகழ் வார்த்தைகள் போதையூட்டின. தேவிப்பட்டத்தைத் துறக்க மனம் வரவில்லை. நான் இருக்கும் இடத்தில் செல்வம் கொழிக்கிறது. நான் இருக்கும் இடம் வெற்றி பெறுகிறது என்று நானே நம்பவும் தொடங்கினேன். அந்த நம்பிக்கை வளர்ந்து உறுதியானது. இந்த யுத்தத்தில் என் பிள்ளைகளும் பேரப்பிள்ளைகளும் மருமகனும் இறந்து, அவ்வளவு பெரிய படை முழுக்க அழிந்து, இந்த அரண்மனைக்குள் சாப்பாட்டுக்குக் கூட கதியில்லாமல் போய்... கிருஷ்ணா, உனக்கு உண்மை தெரியுமா? போர் முனையில் இருந்து திரும்பி வந்த மருமகள்களுக்குச் சாப்பிடக் கூட உணவு இல்லை. நாங்களும் சாப்பிட்டு நான்கு நாட்களாகி விட்டன. நான் இருக்கும் இடம் புண்ணியஸ்தலம் என்றால் ஏன் இவை எல்லாம் நடந்தன? நான் கண்களைக் கட்டிக் கொண்டதற்கான

உண்மையான காரணத்தை நானே மறந்து இந்த அஸ்தினாபுரத்தின் அரண்மனைக்காரர்கள் சொன்ன புகழ் வார்த்தைகளில் மயங்கி மூழ்கி விட்டேன். இந்த யுத்தத்தால் பழசெல்லாம் மீண்டும் ஞாபகம் வருகிறது. இதே சமயத்தில் என் மனசாட்சியைத் தட்டி நீயும் கேட்டு விட்டாய். இதுவரை என் பிள்ளைகளில் யாருமே, 'அம்மா, நீ ஏன் இப்படி குருடிபோல இருக்கிறாய். உன் முகத்தைப் பார்ப்பதற்காகவாவது கட்டுகளை அவிழ்த்து விடு' என்று நீ கையைப் பற்றிக் கேட்டுக் கொண்ட விதத்தில் ஒரு நாளும் கேட்டதில்லை. என் பெண் கூடக் கேட்டதில்லை. தாய் குருடியாக இருப்பதால்தான் நன்மை பெருகுகிறது என்று நம்பிக் காலைத் தொட்டு வணங்கினார்கள்."

காந்தாரி அமைதியானாள். அறைமுழுக்க மௌனம் சூழ்ந்திருந்தது. திருதராஷ்டிரன் சுவரோடு சரிந்து காலை நீட்டி உட்கார்ந்திருந்தான். சிறிது நேரத்திற்குப் பிறகு கிருஷ்ணன், 'அப்படியென்றால் காந்தார தேசத்தைத் தவிர்த்து வேறு எதையும் நீ பார்த்ததே இல்லை. வேறு ஆட்களையும் பார்த்ததில்லை. நீ குழந்தைகள் பெற்றபோது, அவற்றைப் பார்க்கிற ஆசை கூட உனக்கு உண்டாகவில்லையா?'"

"குழந்தைகளைப் பொறுத்தவரை அவற்றைத் தொட்டுப் பார்க்கும் இன்பம் பெரிது. பார்க்க ஆசை இல்லாமல் இல்லை. ஆனால் பதிவிரதை என்னும் வார்த்தை கொடுத்த மயக்கத்தில் இருந்தேன். கிருஷ்ணா, மாயைக்கு இருக்கும் சக்தி உண்மைக்கு உண்டா? கணவனைப் பார்க்க முடியவில்லையே என்று நான் கவலைப்படவே இல்லை. குழந்தைகளைத்தான் ஒரு முறையும் பார்க்கவே இல்லை. பெற்றெடுத்த பிள்ளைகளுக்குப் பால் கொடுத்ததோடு சரி. கண்களைக் கட்டிக் கொள்ளும் முன்பு இளமையில் மாங்காய்களைப் போல உருண்டு உறுதியாய் இருந்த என் மார்பகங்கள் தொடர்ந்து பிள்ளை களுக்குப் பால் கொடுத்துக் கொடுத்து தளர்ந்து தொய்ந்து விட்டன. பிள்ளைகளும் கூட ஒரு குறிப்பிட்ட வயசுக்குப் பிறகு தாயை எதிர்பார்ப்பதில்லை. அவர்களுக்கு என்னால் எந்தக் கதையை எடுத்துச் சொல்ல முடியும்? காந்தார தேசத்து மலைகள் குன்றுகள், அருவிகள், ஓடைகள் ஆகியவற்றைத் தவிர என் மனத்தில் வேறு எந்த எண்ணங் களும் இல்லை. இந்த அஸ்தினாபுரத்தின் சுற்றிலுமுள்ள நதி, ஓடை, மக்களைப்பற்றி என்னால் எதையுமே சொலல முடியவே இல்லை. என் கணவனுக்கு மனைவிகளான பணிப்பெண்கள் அனைவரும் அவர்களுக்குத் தாயானார்கள். பிள்ளைகள் வளர்ந்த பிறகு திருமணம் செய்து கொண்டார்கள். மனைவிகள் வந்தார்கள். கூடவே பணிப் பெண்கள் வந்தார்கள். ராஜ்ஜியம் வந்தது. அதிகாரம் வந்தது. இந்தக்

குருட்டுத் தாய் இருளில் தனிமையில் இருந்தாள். இளமை எல்லாம் கடந்த பிறகுதான் கணவன் பேசத் தொடங்கினார். யுத்தம் தொடங்கிய பிறகு சதா நேரமும் என்னோடேயே இருக்கிறார். என்னை உயர்ந்த வளாக எண்ணி என் காலில் தொட்டு வணங்கியது மட்டும் தான் என் பிள்ளைகள் எனக்குச் செய்த ஒரே காரியம். மருமகள்களும் பணிப்பெண்களும் கூட இதையே செய்தார்கள். என் கணவனின் காமவிளையாட்டுகளுக்குத் துணையாக இருந்த பணிப்பெண்களும் கூட அவ்வப்போது என் காலைத் தொட்டு வணங்கினார்கள். அது போகட்டும். என்னமோ பெற்றாயிற்று, பாலூட்டி வளர்த்தாயிற்று. அவர்களும் பெரியவர்கள் ஆனார்கள். அவர்கள் சொன்னதையே நியாயம் என்று நானும் நம்பினேன். அவர்களைத் தவிர உலகத்தை எந்த வழியில் என்னால் புரிந்துகொள்ள இயலும்? வளர்ந்து போராடி மடிந்து விட்டார்கள். உயிருடன் இருந்தபோது அவர்கள் முகங் களைக் கூடப்பார்க்கவில்லை. என் பிள்ளைகள் அனைவரும் என்னைப் போலவே அழகானவர்களாம். எல்லாம் பணிப்பெண்கள் சொன்ன வார்த்தைகள். ஒருவேளை என்னைத் திருப்திப்படுத்துவதற்காகப் பொய் சொன்னார்களோ என்னமோ. கிருஷ்ணா, நீ உண்மையைச் சொல். துரியோதனனும், துச்சாதனனும் துர்முகனும் மற்றவர்களும் பார்க்க எப்படி இருப்பார்கள்? என் மகள் அழகானவள்தானா?" என்ற காந்தாரி தொடர்ந்து கேள்விகளை அடுக்கினாள். பதிலை எதிர் பார்த்து நிறுத்தவில்லை. "பிள்ளைகளின் கண்முன்னால் தாய் இறக்க வேண்டும். ஆனால் எனக்கு முன் என் பிள்ளைகள் அனைவரும் இறந்து விட்டார்கள். பெற்றெடுத்து, பாலூட்டி வளர்த்து, இன்று இறந்த தகவலையும் கேட்டாயிற்று. அவ்வளவுதான். வாழ்வில் ஒரு முறையும் அவர்களைப் பார்த்ததில்லை."

காந்தாரி அமைதியானாள். அவளது உணர்வுகள் அங்கே உட்கார்ந்திருந்தவர்களை ஆட்கொண்டன. சாளரங்கள் வழியே உள்ளே வந்த ஒளிக்கற்றையில் தூசி பறந்தது. அதற்குள் திருதராஷ்டிரன் தேம்பித் தேம்பி அழத் தொடங்கும் சத்தம் கேட்டது. 'ஏன் அழுகிறீர்கள் அரசே?' என்று கேட்டான் கிருஷ்ணன்.

"பிள்ளைகள் எல்லாரும் இறந்து போயினர். ராஜ்ஜியமும் கை விட்டுப் போனது. இதனால் இவளும் என்னைக் கைவிட்டு விட்டாள்."

"நான் எப்போது உங்களைக் கைவிட்டேன்? எப்போது நீ என் கைகளைப் பற்றி இருந்தாய்? அரசே, இத்தனை ஆண்டுகள் உன்னோடு வாழ்ந்த பிறகு உன்னை விட்டால் வேறு யார் எனக்கு இருக்கிறார்கள் என்று எனக்குத் தெரியாதா? நீ காட்டுக்குச் சென்றால் கூட உன்

பின்னாலேயே, உன் கம்பளியைப் பற்றியபடியே வருவேன்” என்று சட்டென்று குறுக்கிட்டுச் சொன்னாள் காந்தாரி. திருதராஷ்டிரன் மௌனமானான்.

“தாயே, நீ பிறவிக் குருடி அல்ல. துணியால் கட்டு கட்டிக் கொண்டிருப்பதால் குருடாகி விடமாட்டாய். இப்பொழுதாவது ஏன் அதை நீ அகற்றி சுற்றும் முற்றும் பார்க்கக் கூடாது?”

“இத்தனை ஆண்டுகள் குருடாக இருந்ததற்குப் பிறகா?”

“ஏன், பார்த்தால் என்ன?”

“இத்தனை ஆண்டுகள் குருடாக இருந்த பிறகு இப்போது எதைப் பார்ப்பது கிருஷ்ணா?”

“உன் எதிரில் இருக்கும் என்னையும், பக்கத்திலிருக்கும் அரசரையும் எதிரில் உட்கார்ந்திருப்பவர்கள் அனைவரையும் அஸ்தினாபுரத்தையும் விருப்பபட்டால் போர்க்களத்தையும் பார்த்து நீயே நேரிடையாக அரசருக்கு எடுத்துரைத்தால் உன் கண்கள் மூலமாக அவருடைய மனச்சாட்சியைத் தட்டி எழுப்பலாம்.”

“அவருக்குப் பணிப்பெண்களின் உதவி உண்டு.”

“பணிப்பெண்களின் கண்கள் மூலமும், தன் பிள்ளைகளின் கண்கள் மூலமும் இதுவரை பார்த்தாயிற்று அல்லவா, நீ கூட அப்பிள்ளைகளின் மூலமாகத்தானே பார்த்தாய். இப்போது உன் சொந்தக் கண்களால் பார். அரசர்க்கும் எடுத்துச் சொல்” என்று சொன்னபடி காந்தாரியின் கண்களை மூடியிருக்கும் துணியை அவிழ்க்க முனைந்தான் கிருஷ்ணன். உடனே ‘வேண்டாம் வேண்டாம்’ என்று மறுத்தாள் அவள். முடிச்சை அவிழ்த்துக் கட்டுகளைப் பிரித்தெறிந்தான் கிருஷ்ணன். ஆனாலும் அவளுடைய கண்கள் மூடிய நிலையிலேயே இருந்தன. “கண்ணைத் திற. நீ குருடியல்ல. தூங்கி எழுந்திருக்கும்போது திறப்பாய் அல்லவா அதுபோல் திற” என்ற கிருஷ்ணன், அவள் இமைகளைத் தன் விரல்களால் நீவிக் கொடுத்தான். அவளும் மெல்ல மெல்லக் கண்களைத் திறந்தாள். கலங்கிய சித்திரங்கள், வெளிச்சத்தைத் தாங்க முடியாமல் கண்களை மீண்டும் மூடிக் கொண்டாள்.

“கிருஷ்ணா, பார்க்க மிகவும் சிரமமாக இருக்கிறது. வேண்டாம், எனது துணிகளைக் கொடுத்துவிடு.”

"வியாதி குணமான பிறகும், நீண்ட நாட்கள் படுத்துக் கிடந்தவன் எழுந்து நடக்கச் சிரமப்படுவதுபோல இருக்கிறது உனக்கு. அவ்வளவு தான். மறுபடியும் கட்டு வேண்டாம்" என்று சொன்ன வண்ணம் கிருஷ்ணன் சாளரத்தின் கதவுகளை மூடினான். உள்ளே வெறும் மங்கலான வெளிச்சமே இருந்தது. காந்தாரி மீண்டும் கண் திறந்தாள். கூசியது. இத்தனை ஆண்டுகள் கண்களை அமிழ்த்திக் கொண்டிருந்த குளிர்ச்சி போய் வெளிச்சத்தின் வெப்பம் தாக்கியதைப் போல இருந்தது. வலித்தது. தன் ஊரில் கண்களுக்குத் துணியைக் கட்டிக் கொள்ளும்போது இருந்த வெறுப்பும் இயலாமையும் கோபமும் மீண்டும் மீண்டும் மூண்டதைப் போல உணர்ந்தாள். அவள் உதடுகள் நடுங்கின. இப்போதும் அதே போன்ற கோபத்தின் தூண்டுதலாலேயே இமைகளைத் திறந்தாள். மெல்ல மெல்லப் பார்வை திரும்பியது. ஊமையைப் போல அறை முழுக்க உற்றுப் பார்த்தாள். எதிரே இருந்த வாசல் கதவு, அதைத் தாண்டித் தெரியும் பெரிய முற்றம், விளக்கு எரியும் கூண்டு, எதிரே உட்கார்ந்திருக்கும் ஆட்கள், பக்கத்திலேயே இன்னும் காதருகே கைகளை வைத்துக் கொண்டிருக்கும் இவன் எல்லாரையுமே பார்த்தாள். இவன் அல்லவா கிருஷ்ணன் என்று தோன்றியது. பத்து பதினைந்து முறை இமைகளை மூடிமூடித் திறந்த பிறகு இன்னும் கொஞ்சம் தெளிவாகத் தெரிந்தது பார்வை. இன்னும் ஊமையைப் போல இருப்பதை எண்ணிக் கூச்சப் பட்டவளாக "கிருஷ்ணா, இவர்கள் எல்லாரும் யார்?" என்று கேட்டாள்.

"ஒவ்வொருவராக அருகில் வந்து வணங்குங்கள். தருமா, நீ வா."

எழுந்து வந்து இரண்டு கால்களையும் பற்றியபோது அவனது முகம் அவளுக்கு நெருக்கமாக இருந்தது. அவனுடைய உடல்வாகையும் அவள் பார்த்தாள். அடுத்து பீமனும் வந்து தன் பெரிய கைகளால் தொட்டு வணங்கினான். அவனைத் தொடர்ந்து அர்ஜுனனும் நகுலனும் சகாதேவனும் வந்தார்கள். அதற்கப்புறம் கிருஷ்ணன். "குந்தி நீயும் வா" என்றழைத்தான்.

"குந்தியும் இங்கு இருக்கிறாளா?" என்று காந்தாரி கேட்டாள்.

குந்தி எழுந்து வந்து அவளது இரண்டு தோள்களையும் பற்ற, "நான் தான் குந்தி. உன் தங்கை" என்றாள். அவள் முகத்தையே உற்றுப் பார்த்தாள் காந்தாரி. அதற்குப் பிறகு குந்தி, "மகளே கிருஷ்ணை, வந்து வணங்கு வா. காந்தாரி, இவள்தான் திரௌபதை" என்றாள்.

திரௌபதையின் தலையைத் தடவிக் கொடுத்தாள் காந்தாரி. அவள் கூந்தலில் காந்தாரியின் விரல்கள் அளைந்தன. அவள் கண்

களில் நீர் நிரம்பியது.

"தாயே, இன்றைய தினம் நீ வெயில் இருக்கும் பக்கம் போக வேண்டாம். சாளரக் கதவுகளையும் முற்றாகத் திறக்க வேண்டாம். மங்கலான வெளிச்சத்திலேயே இரு. கண்கள் நன்றாகப் பழகட்டும்" என்றான் கிருஷ்ணன்.

காந்தாரி வலது பக்கம் திரும்பினாள். சுவர் ஓரம் சரிந்து கால்களை நீட்டியவண்ணம் உட்கார்ந்திருந்தான் திருராஷ்டிரன். வெண்தாடி, வழுக்கைத் தலை உலர்ந்த கண்கள். நரம்புகள் தெரியும் முன்னங்கைகள். அவளுடைய கண்கள் அவன் மேலேயே பதிந்திருந்தன. பிறகு தன் இரண்டு கைகளையும் முகத்துக்கருகில் உயர்த்தி கையில் இருந்த சுருக்கங்களையும் உள்ளங்கையில் இருந்த சுருக்கங்களையும் திருப்பித் திருப்பிப் பார்த்தாள்.

அதற்கிடையில் திருதராஷ்டிரன், "காந்தாரி, உனக்குக் கண்கள் தெரிகின்றனவா?" என்று கேட்டான்.

"ஆமாம். இந்தக் கிருஷ்ணன் கட்டுகளை அவிழ்த்துவிட்டான். இவர்கள் அனைவரையும் பார்க்கிறேன். உங்களைக் கூடப் பார்க்க முடிகிறது."

"கிருஷ்ணா, நீ ஒரு பாவி" என்று கோபத்துடன் அலறினான் திருதராஷ்டிரன். "பிள்ளைகளை இழந்து போயிருக்கும் நிலையில், மனைவியையும் என்னிடமிருந்து பிரித்து விட நீ தந்திரம் செய்கிறாய். காந்தாரி, எல்லோராலும் தேவி என்று வணங்கப் பெற்ற நீ செய்யத் தக்க காரியமல்ல இது. ஒரு சாதாரணப் பெண்ணைப்போல உன்னைத் தாழ்த்திவிட எண்ணும் இவனது தந்திரத்துக்கு நீ பலியாக வேண்டாம்" என்றான். இரண்டு கண்களிலிருந்தும் கண்ணீர் பெருக, தேம்பித் தேம்பி அழுதான்.

* * *

நாள் முழுக்க மௌனமாகவே இருந்தாள் அவள். படுக்கையின் மீது வழக்கம்போல உட்கார்ந்திருந்தான் திருதராஷ்டிரன். சுவரில் சாய்ந்தும் படுத்தும் கிடந்தான். அவளும் சிறிது நேரம் உட்கார்ந்திருந்தாள். அதற்கப்புறம் எழுந்து சென்று தானே அந்த அரண்மனையின் எல்லாப் பகுதிகளுக்கும் சென்று வந்தாள். தூண்கள், சுவர்கள், சாளரம், தரை அனைத்தையும் உற்று உற்றுப் பார்த்தாள். தன் காந்தார தேசத்து அரண்மனையைவிட இது பெரியது என்று தோன்றியது. ஆனால் பழைய நினைவுகள் சரியாக ஞாபகத்தில் இல்லை.

பல ஆண்டுகள் உருண்டோடி விட்டன என்று தோன்றியது. அதே யோசனையுடன் அந்த இடத்திலேயே நின்றிருக்கும்போது கையில் பாத்திரத்துடன் ஒருவன் அங்கே வந்தான் கிழவன். கருத்த நிறம். வெண்தாடி, வெளுத்த உடைகள், அடையாளம் தெரியவில்லை.

"அடையாளம் தெரியவில்லையா, காலையில் பார்த்தீர்களே?" என்று அவனே கேட்டான்.

"ஓ... விதுரன்... சரியாக ஞாபகமில்லை."

தன் கையாலேயே திருதராஷ்டிரனுக்கும் ஒரு பாத்திரத்தில் கஞ்சியை ஊற்றிக் கொடுத்து விட்டுத் தானும் குடித்தாள் காந்தாரி. பணிப்பெண்ணுக்காகக் காத்திருக்கவில்லை. வயிற்றுக்கு எதுவும் இல்லாமல் இருவரின் வயிறுகளும் உலர்ந்திருந்தன. ஆனால் அவன் பரபரவென்று கஞ்சியைக் குடித்த விதம் அவளுக்குப் பிடிக்கவில்லை. ஆனால் வாய்விட்டு எதையும் சொல்லவில்லை. பாத்திரங்களை எடுத்துச் சென்று வாசல் கதவின் அருகில் வைத்த பிறகு அவள் அதே படுக்கையின் மீது உட்கார்ந்தாள். மிகவும் களைப்பாக இருந்தது. எல்லாவற்றையும் இழந்த பிறகு எதையோ அடைந்த உணர்வு எழுந்தது. தூக்கம் இழுத்தாலும்கூட, கண்களை அகலத் திறந்து மேலே இருந்த உத்திரங்களையும் விளக்குக் கூண்டையும் வாசலையும் மீண்டும் மீண்டும் பார்த்துக்கொண்டிருந்தாள். சிறிது நேரத்தில் கண்கள் தாமாகவே மூடிக்கொண்டன. தூக்கம் வந்தது. எவ்வளவு நேரம் அமைதியான உறக்கம் வந்ததோ, எவ்வளவு நேரம் சித்திரங்கள் குழம்பிக் குழம்பி கனவுகள் வந்து அலைக்கழித்தனவோ, தெரியவில்லை. விழித்தெழும் வேளையில் பக்கத்தில் திருதராஷ்டிரன் மெல்ல குறட்டை விட்டு உறங்கிக்கொண்டிருந்தான். குறட்டைச் சத்தத்தால்தான் எழுந்து விட்டாளோ என்றும் தெரியவில்லை. விழிப்பு வந்த பிறகும் கூட கண்கள் மூடிய நிலையிலேயே இருந்தன. உள்ளே பழகிய இருள். எவ்வளவோ நேரத்துக்குப் பிறகு நினைவு வந்து கண்களைத் திறந்தாள். அறை தெரிந்தது. அறையைத் தாண்டி உலகமும் தெரிந்தது. எழுந்து சாளரக் கதவுகளைத் திறந்தாள். மாலைப் பொழுது மங்கி வெளிச்சம் குறைந்து விட்டதாலோ, அல்லது கண்கள் பழகி விட்டதாலோ, வெளியுலக வெளிச்சம் கண்களைத் தாக்க வில்லை. சாளரத்திற்கு அந்தப் பக்கம் ஒரு மாளிகையின் உச்சி தெரிந்தது. "அதுதான் அரச சபை கூடும் இடம் அல்லவா?" என்று தன்னைத்தானே கேட்டுக் கொண்டாள். சிறிது நேரம் சாளரத்துக்கு அருகிலேயே நின்றிருந்துவிட்டு, பிறகு வெளியே வந்து சுவர் ஓரமாக விரித்து வைக்கப்பட்டிருந்த பாயில் உட்கார்ந்தாள். அவ்வளவு

பெரிய இடத்தில் தான் மட்டும் தன்னந்தனியாய் உட்கார்ந்திருப்பது போலத் தோன்றியது. "இப்பொழுது அவர் ஒரு பக்கம். நான் ஒரு பக்கம். இருவருமே பிரிந்து விட்டோம் இந்தக் கணம்வரைக்கும் நான் அவரைப் பார்க்கவில்லை. அவருக்கு மனைவியாக இருந்து குழந்தைகளைப் பெற்றுக் கொடுத்தேன். இப்பொழுது அந்தப் பிள்ளைகள் அனைவருமே இறந்து போய்விட்டார்கள். இப்பொழுது நான் மீண்டும் பார்க்கத் தொடங்கி இருக்கிறேன். இரண்டு பேருமே பார்க்க இயலாதவர்கள் என்கிற ஒரு விஷயத்தைத் தவிர எங்கள் இருவரையும் இணைக்கும் பொதுவான விஷயம் வேறு எது இருந்தது?" என்ற விதமாக எண்ணங்கள் ஓடின. அப்போது முதிய தன் உடலுக்குச் சிறகு முளைத்தது போல் இருந்தது. சட்டெனக் குந்தியைப் பற்றி நினைத்துக் கொண்டாள். "எவ்வளவு உயரம்! என்ன உடற்கட்டு! இப்பொழுதும் யாரேனும் பார்க்க நேர்ந்தால் தோற்றத்தை வைத்தே பேரரசி என்று அழைக்க வேண்டும். இதனால்தான் அவ்வளவு ஆற்றல் மிக்கவர்களாக அவளுடைய பிள்ளைகள் பிறந்தார்களோ!" என்று தோன்றியது. தன் பிள்ளைகளை ஒரு முறையும் கண்திறந்து பார்க்கவில்லையே என்று தோன்றியது. எப்படி இருந்தார்களோ! அவர்களின் குரல் மட்டும் நெஞ்சில் ஒலித்துக் கொண்டிருந்தது. மற்றபடி உயரம், உருவம், நிறம், உடற்கட்டு பற்றிய எந்த சித்திரமும் மனசில் எழவில்லை. அப்படி எழவும் சாத்தியமில்லை. கண்முன் பீமன், அர்ஜுனன், நகுலன், சகாதேவன் ஆகியோரின் சித்திரங்களே மீண்டும் மீண்டும் எழுந்தன. பல ஆண்டுகளுக்கு முன் பாண்டுவுக்கும் குந்திக்கும் உணவுப் பொருள்களைக் கொண்டு போய் தந்தவன் சொன்ன வார்த்தைகள் ஞாபகத்துக்கு வந்தன. "க்ஷத்திரியர்களுக்கு இயல்பான முறையில் இந்த தருமன் பிறக்கவில்லை. வீரதீரச் செயல்களுக்குப் பொருத்தமான முறையில் நமக்கு ஒரு மகன் வேண்டும். அதற்குப் பொருத்தமான முறையில் ஓர் ஆளைத் தேடிக் கண்டு பிடித்து அழைத்து வருகிறேன். அவனோடு நியோக முறையில் நீ சேர்ந்திருந்து நமக்குப் பெருமை உண்டாகும் வண்ணம் ஆற்றல் வாய்ந்த ஒரு மகனைப் பெற்றுத் தர வேண்டும்' என்று பாண்டுவே சொன்னானாம். அவனே சென்று தேவ உலகத்தைச் சேர்ந்த சேனாபதியைத் தேடி அழைத்து வந்தானாம். அப்போது பீமனின் உருவம் மீண்டும் மனசில் எழுந்தது. இன்னொரு முறை பார்க்க ஆசையாக இருந்தது. எவ்வளவு உயரம். எவ்வளவு விசாலமான தோள்கள்! எவ்வளவு அகன்ற தோள்கள்! அர்ஜுனனுக்கு ஐம்பது வயது முடிந்திருக்க வேண்டும். ஆனாலும் இந்த வயசிலும் எப்படி அழகாக இருக்கிறான்! துச்சாதனனின் வயதுதான் இருக்கும். நியோகத்துக்குப் பொருத்தமானவர்களைக்

குந்தியே தேடிக் கொண்டாளோ அல்லது பாண்டுதான் தேடி வைத்தானோ என்று தோன்றியது. பீமனைப் போன்ற ஒரு குழந்தை பிறகு மீண்டும் எதற்காக நியோகத்தில் இறங்கினான்? நியோகத்தின் மூலம் மூன்றாவது குழந்தையைப் பெற்றெடுத்த குந்தியைப் பற்றி அந்தக் காலத்தில் அவதூறாகப் பேசியதெல்லாம் ஞாபகம் வந்தது. சற்றே கூச்சமாகவும் இருந்தது. நகுலனின் முகமும் சகாதேவனின் முகமும் நெஞ்சில் வந்து போயின. இன்னும் முப்பத்தைத் தாண்டாத இளைஞர்களைப் போலவே அவர்கள் தோன்றினார்கள். உயரமோ, திடமான உருவமோ, பருத்த உடல்கட்டோ அற்ற நடுத்தரமான உடலமைப்பு. ஐந்து பேர்களையும் மீண்டும் ஒரு முறை அழைத்துப் பார்க்க ஆசையாக இருந்தது. தனக்கு வேண்டும் விதமாகக் குழந்தை களை அடையப் பொருத்தமான ஆடவனைத் தேடித் தேர்ந்தெடுத்துக் கொள்ளும் நியோக முறையை அவள் பாராட்டத் தொடங்கினாள். விருப்பம் இருந்தாலும் சரி, இல்லாவிட்டாலும் சரி, குருடியைப் போலக் கண்ணைக் கட்டிக் கொண்டு குருட்டுக் கணவனின் இம்சைக்குக் கட்டுப்பட்டு, அவனது சாதாரண சுருக்களைச் சுமந்து பெற்றெடுத்து அவர்களின் வெறுப்பான சொற்களைச் சகித்துக் கொள்வதற்குப் பதில் குந்தி மேற்கொண்ட முறை எவ்வளவோ உயர்ந்தது என்று மனத்திற்குள்ளேயே எண்ணிக்கொண்டாள். இப்படிப்பட்ட ஒரு வாய்ப்பு தனக்கும் இருந்தால் வீரமும் விவேகமும் உள்ள பிள்ளைகளாகப் பெற்று திருதராஷ்டிரனுக்குத் தந்திருக்க முடியும் என்று தோன்றியது. இந்தத் தோல்வியும் இப்படி ஏற்பட்டிருக்காது என்று எண்ணிக் கொண்டிருக்கும்போது உள்ளே இருந்து திருதராஷ்டிரன் பணிப் பெண்ணை அழைக்கும் குரல் கேட்டது. பணிப்பெண் அங்கு இல்லை. வயிற்றுக்கு எந்த வழியும் இல்லாததாலே வரவில்லையா அல்லது இந்த அரண்மனையில் இனி வேலை செய்தால் இனி எந்த சம்பளமும் கிடைக்காது என்று வராமல் போய்விட்டாளோ என்று தோன்றியது. அதே நேரத்தில் மிகவும் கோபத்துடன் அவன் அரண்மனை முழுக்கக் கேட்கிற விதமாகக் கூவுவது கேட்டது. அவளே எழுந்து அவன் அருகில் சென்றாள.

“என்ன வேண்டும்?”

“பணிப்பெண் எங்கே?”

“வரவில்லை.”

“விளக்கு எரிகிறதா?”

“இன்னும் பொழுது சாயவில்லை.”

"பொய் சொல்கிறாய். இருட்டில் என்னைத் தனியே விட்டு விட்டுச் செல்கிறாய் நீ" என்று கூவினான் திருதராஷ்டிரன்.

அவள் எதுவும் பேசவில்லை. வெறுமனே நின்றிருந்தாள்.

"உன் கட்டுகளை எடுத்துவிட்டுத்தான் இப்போதும் இருக்கிறாயா நீ?" என்று கேட்டான் அவன்.

"காலையிலேயே எடுத்துவிட்டேன்."

"இப்போது பார்வை தெரிகிறதா?"

"ம்"

அவன் பேசவில்லை. பெருமூச்சு விட்டான். அவனது குழி விழுந்த கண்களில் கண்ணீர் நிறைவது தெரிந்தது.

"ஏன் அழுகிறீர்கள்?"

"பிள்ளைகள் எல்லோரும் இறந்து போனார்கள். நீயும் என்னை விட்டு விலகி விட்டாய்" என்றபடி அவன் சுவரின் பக்கம் திரும்பி கம்பளியைப் போர்த்திக் கொண்டான். அவள் அங்கேயே நின்றிருந்தாள். அவனுக்கு ஏதாவது ஆறுதல் சொல்லவும் அவனை விட்டுத் தான் விலகிவில்லை என்று நம்பிக்கையூட்டவும் மனம் விழைந்தது. ஆனால் பொருத்தமான வார்த்தைகள் தோன்றவில்லை. சிறிது நேரத்துக்குப்பின் மீண்டும் அவன் பணிப்பெண்ணை அழைத்தான்.

"எந்தப் பணிப்பெண்ணும் இல்லை. என்ன வேண்டும்?"

"சிறுநீர் கழிக்கச் செல்ல வேண்டும்."

"நான் அழைத்துச் செல்கிறேன். வா" என்றபடி இரண்டடி முன்னால் வந்து கையைப் பற்றினாள். "வேண்டாம் வேண்டாம்" என்றபடி அவன் கைகளை உதறினான். "இதற்கெல்லாம் பணிப் பெண்தான் சரி. உன்னோடு வரக் கூச்சமாக இருக்கிறது. உனக்குக் கண் தெரிகிறதல்லவா இப்போது" என்று கையைக் கம்பளிக்குள் மறைத்துக் கொண்டான். 'அவள் அங்கேயே நின்றிருந்தாள். அவன் திரும்பிப் புரளக் கூடவில்லை. ஒரு சிறு அசைவும் இல்லை. சிறுநீர் கழிக்காமல் ஒரு கணம் கூடத் தாங்கிக்கொள்ள இயலாதவன் அவன் என்கிற விஷயம் அவளுக்கு ஞாபகம் வந்தது. பிறகு அவள் வெளியே வந்தாள். அங்கிருந்து முற்றத்திற்கு வந்தாள். பிறகு வெளி வாசலைத் தாண்டி நடந்தாள். எவ்வளவு பெரிய அரண்மனை இது என்று எண்ணியபடி வெளிப்புறச் சுவர் அருகில் வந்து தொலைவில்

தெரியும் வெட்டவெளியைப் பார்த்தபடி நின்றாள். பொழுது முழுகிக் கொண்டு இருந்தது. அருகில் இருந்த அரசவை மாளிகைக்கு அருகே யாரோ வருவது தெரிந்தது. அநேகமாக அவள் பணிப்பெண்ணாகத்தான் இருக்கக் கூடும் என்று எண்ணிச் சைகை செய்து அழைத்தாள். அவளும் ஓடி வந்தாள். முழங்காலுக்குக் கீழும் தோள்களிலும் எந்த விதமான ஆடையும் அணிந்திருக்கவில்லை.

"இந்த அரண்மனையின் பணிப்பெண்ணா நீ?"

"ஆமாம் தேவி."

"அரசர் அழைக்கிறார். போய் என்னவென்று கேட்டுவா."

காந்தாரி அங்கேயே நின்றிருந்தாள். சூரியன் மூழ்கிக் கொண்டிருந்தான். வானம் மஞ்சள் பூசி இருந்தது. உயர்ந்த அரசவைக் கட்டிடத்தின் காரணமாக அவளால் முழுச் சூரியனைச் சரியாகப் பார்க்க இயலவில்லை. 'இந்தக் கட்டிடம் மட்டும் குறுக்கிடவில்லை யென்றால் முழுகும் சூரியனின் அழகைக் கண்டிருக்க முடியும்' என எண்ணிக் கொண்டாள். "திருமணமான பெண்கள் ஆண்டுக்கொரு முறையோ அல்லது இரண்டு ஆண்டுகளுக்கொரு முறையோ தாய் வீட்டுக்குச் செல்வது வழக்கம். நான் ஒரு முறையும் செல்லவில்லை. கண்களைக் கட்டிக்கொண்ட பிறகு எதைப் போய்ப் பார்க்கப் போகிறேன். பேராசைக்காரனும் கோழையுமாகிய என் அப்பாவைப் பார்க்கவே கூடாது என்கிற பிடிவாதம் வேறு என்னைத் தடுத்தது. இப்பொழுது நான் அங்கே போனாலும் கூட என் இளமைக்காலத்து காந்தார தேசமாக அது இருக்கப்போவதில்லை. எல்லாத் தொடர்பு களும் அறுபட்டு விட்டன" என்று எண்ணும்போது கண்களில் கண்ணீர் நிறைந்தது. எதிரில் தெரிந்த காட்சி முழுக்க நனைந்தபடி தெரிந்தது.

பணிப்பெண் திரும்பினாள்.

"விதுரனின் வீட்டுக்குச் சென்று, அங்கே பாண்டவர்களோடு தங்கி இருக்கும் கிருஷ்ணனை நான் அழைத்ததாய்ச் சொல்லி அழைத்து வருகிறாயா?"

பணிப்பெண் வெட்ட வெளியைக் கடந்து இடதுபுறம் திரும்பி நடந்தாள். அப்போதுதான் விதுரனின் வீடு அந்தத் திசையில் இருப்பது அவளுக்குப் புரிந்தது. ஆற்றங்கரையோரம் வசிக்க வேண்டும் என்பதற்காக ஊரைவிட்டுப் போனதாகத் தோன்றியது. அவளுக்கு உடனே அந்த ஊரின் நதியைப் பார்க்க வேண்டும் என்று தோன்றியது. மிகப் பெரிய

நதியாம், நமது தேசத்து நதிகளைப் போலல்லவாம். மிகவும் வேகமாய் பாயக்கூடியதாம் என்று எண்ணிக் கொண்டிருக்கும். போது சூரியன் முற்றிலும் மறைந்தது. மாலை இருள் கவிழ்ந்தது. இன்னும் சிறிது நேரத்தில் முழுக்கவும் இருட்டிவிடக் கூடும் என்று தோன்றியது. விளக்கு இல்லையென்றால் கண்களைக் கட்டிக் கொண்டது போலத் தான் இருக்கும் என்று தோன்றியது. அப்போது குளிர்வதைப் போல இருந்ததால், உள்ளே சென்றாள்.

சிறிது நேரத்திற்குப் பின் கிருஷ்ணன் வந்தான்.

"தாயே, கண்கள் எப்படி இருக்கின்றன?"

"இப்பொழுதுதான் சூரியன் முழுகும் சமயத்தில் வெளியே சென்றிருந்தேன். கொஞ்சம் வலிக்கிற மாதிரி இருந்தது."

"இரண்டு தினங்களில் எல்லாம் பழகி விடும்."

"கிருஷ்ணா, எனக்கு ஓர் ஆசை. அதை நிறைவேற்ற எங்கள் அணியில் எந்த ஆடவனும் உயிருடன் இல்லை. குந்தியின் பிள்ளை களைக் கேட்கக் கூச்சமாக இருக்கிறது. நீயாக இருந்தால் பொருத்த மாக இருக்கக் கூடும் என்று எண்ணித்தான் உனக்குச் சொல்லி அனுப்பினேன்."

"என்ன சொல்லுங்கள்?"

"என் பிள்ளைகளின் பிணங்களையாவது குறைந்தபட்சம் பார்க்க விரும்புகிறேன்."

கிருஷ்ணன் எதுவும் பேசவில்லை. தலை குனிந்து நின்றிருந்தான். "ஏன் கிருஷ்ணா?" என்று உருக்கமாகக் கேட்டாள் அவள்.

"யார் யார் எந்த எந்த இடங்களில் நடந்த போரில் இறந்தார்கள் என்பது நினைவிருக்கிறது. ஆனால் கழுகுகளும் நாய் நரிகளும் அரசன், சாமானியன் என்கிற எந்த வித்தியாசமும் இன்றி எல்லாப் பிணங்களையும் கொத்திச் சிதைந்து அடையாளத்தை அழிந்திருக்கும். இல்லாவிட்டால் கூட, பிணங்கள் இந்நேரத்திற்குத் தாமாகவே அழுகிச் சிதைந்திருக்கவும் கூடும்."

"அது எனக்குத் தெரியும். ஆனாலும் முயற்சி செய்யலாமே என்கிற சபலம். போர்முனை என்பது எப்படி இருக்கும் என்பதைக் கண்ணால் காண வேண்டும் என்கிற ஆசை."

மறுநாள் சூரியன் உதிக்கும் வேளையில் தானே ஒரு ரதத்தை ஓட்டிக் கொண்டு வருவதாய்ச் சொல்லிவிட்டுப் புறப்பட்டான் கிருஷ்ணன்.

* * *

அதிகாலைக் குளிரில் கிருஷ்ணன் நீட்டிய கையைப் பற்றி ரதத்தில் ஏறும்போது முதலிலேயே வேறொரு பெண் ஏறி அங்கே உட்கார்ந்திருப்பதைப் பார்த்தாள் காந்தாரி.

"யாரம்மா நீ?" என்று கேட்டாள் காந்தாரி.

"பார்த்தவர்களை ஞாபகத்தில் இருத்தி வைத்துக் கொள்ளச் சிறிது காலம் பிடிக்கும். இவள் குந்தி. ஏற்கனவே பார்த்தவள்தான்" என்ற கிருஷ்ணன் இருக்கையில் அமர்ந்து குதிரைகளை விரட்டினான்.

அஸ்தினாபுரத்தைத் தாண்டி இடமும் வலமும் விளை நிலங்களாக இருக்கும் சாலையில் செல்லும் போது எல்லா இடங்களும் வெட்ட வெளிகளாக இருப்பதைக் கண்டாள் காந்தாரி. கூடவே சற்றே கூச்சமாகவும் இருந்தது. "என் பிள்ளைகளின் பிணத்தைத் தேடி நான் செல்கிறேன். என் பிள்ளைகளால் கொலையுண்ட பிணங்களைப் பார்க்க இவளும் வருகிறாள் போலும்" என்று தோன்றியது. உடனே "கிருஷ்ணா, எனக்கு தற்சமயம் அங்கே சென்று அவற்றைப் பார்க்கும் ஆசை இல்லை. திரும்பிச் செல்லலாம்" என்றாள்.

"புறப்பட்டாகிவிட்டது. பிரயாணத்துக்குத் தேவையான உணவுப் பொருட்களும் தண்ணீரும் எல்லாரும் கொண்டு வந்து விட்டோம். நீயும் குந்தியும் ஓரகத்திகள். அக்கா தங்கையைப் போல ஒன்றாகத்தான் வரட்டுமே என்று நானாகவேதான் அழைத்து வந்தேன். பழைய விரோதம் அவளுக்கு அறவே இல்லை. உனக்கும் அப்படித்தானே?" என்றான் கிருஷ்ணன்.

காந்தாரி அமைதியானாள். இந்தக் கிருஷ்ணனின் மதி நுட்பம் மிகவும் பாராட்டக்குரியது. அடுத்தவர் மனத்தில் இருப்பதையெல்லாம் ஊகித்துவிடுகிறான் என்று எண்ணிக்கொண்டாள்.

"காந்தாரி, கர்ணனைப்பற்றி நீ கேள்விப்பட்டிருக்கிறாயோ, இல்லையோ, அவன் உன்னைத் தாய்க்குச் சமமாக நினைத்தான்" என்றாள் குந்தி.

"விதுரன் உன்னைப் போர்முனைக்கு அழைத்துச் சென்றிருந் தானாமே. அவன்தான் சொன்னான்" என்று கேட்டபடி குந்தியின்

முகத்தையே உற்றுப் பார்த்தாள் காந்தாரி. "உன்னைப் போலவே முகத்தோற்றமாம். உன் தோள்களைப் போலவே அகன்ற தோள்களாம். விதுரன்தான் சொன்னான். என் கால்களைத் தொட்டு வணங்கிய அவன் கைகள் மிகவும் அகன்றவை என அறிவேன். அதுமட்டும்தான் எனக்குத் தெரியும். மற்றவற்றை எல்லாம் கேட்டுத்தான் தெரிந்து கொண்டேன்."

குந்தி காந்தாரியின் கைகளைப் பற்றினாள். அவள் கண்கள் கண்ணீரால் நிறைந்தன. காந்தாரியின் கண்களும் நிரம்பின. ரதம் வேகமாக ஓடிக் கொண்டிருந்தது. கிருஷ்ணன் எதுவும் பேசாமல் தன் பாட்டுக்கு ரதத்தைச் செலுத்திக் கொண்டிருந்தான். ஏழெட்டு நாழிகை நேரப் பயணத்திற்குப் பிறகு ஒரு ஓடையின் அருகில் ரதத்தை நிறுத்திக் குதிரைகளுக்குத் தண்ணீர் காட்டினான். கொண்டு வந்திருந்த மிருதுவான சோற்றை காந்தாரிக்குக் கொடுத்தாள் குந்தி. கிருஷ்ணனுக்கும் கொஞ்சம் கொடுத்துவிட்டுத் தானும் கொஞ்சம் எடுத்துக் கொண்டு உட்கார்ந்தாள்.

மீண்டும் பிரயாணம் தொடங்கியபோது காந்தாரி, "குந்தி, திருதராஷ்டிரனுக்குத் திருமணம் செய்து" என்னை இந்த ஊர்க்கு அழைத்து வந்த செய்தி கேள்விப்பட்டதுமே, எல்லோருக்கும் முதலில் குழந்தையைப் பெறாவிட்டால் ராஜ்ஜியம் கைவிட்டுப் போகும் என்று நீ துடித்தாயாமே. பாண்டுவும்கூட அவசரப்பட்டுத் துடித்து நியோகத்திற்கு ஏற்பாடு செய்தானாமே. உண்மையா? எனக்கும் திருதராஷ்டிரனுக்கும் செய்தி கிடைத்தது. என்மீது உனக்குப் பொறாமை இருந்தது என்று எனக்குத் தெரியும். முதலில் மகனைப் பெற்றெடுத்தவள் நீ என்பதில் உன்மீதும் எனக்குச் சற்றே பொறாமையாக இருந்தது. அதற்கப்புறம் அப்பொறாமை நாளாக நாளாக வளர்ந்து கொண்டே போனது. இப்போது உன் பிள்ளைகள் போரில் வென்றாலும் கூட, அம்மகிழ்ச்சி யில் பங்கு கொள்ளாமல் தள்ளியே இருக்கிறாயாமே... விதுரன் தான் சொன்னான்" என்றாள்.

மதிய வேளையில் அவர்கள் போர்முனையை அடைந்தார்கள். அப்பொழுது கழுகுகளின் எண்ணிக்கை குறைவாகவே இருந்தது. நாய் நரிகளின் எண்ணிக்கை கூட குறைவாகவே இருந்தது. பல இடங்களில் பிணங்களின் சதைகள் குதறப்பட்டு வெறும் எலும்புகள் மட்டும் கிடந்தன. ஒரே துர்நாற்றம் வீசியது. சண்டை நடந்த முக்கியமான இடங்களையும் அங்கு போர் நடந்த விதம் பற்றியும் விவரித்தான் கிருஷ்ணன். அடுத்து போர் நடந்த இன்னொரு பக்கம் வந்தபோது நூற்றுக்கணக்கான மக்கள் அங்கே எதையோ தேடிக்

கொண்டிருப்பது தெரிந்தது. பிணங்களை உருட்டியும் ரதங்களைத் தள்ளியும் தேடிக் கொாண்டிருந்தார்கள் அவர்கள். "கிருஷ்ணா, என்ன செய்கிறார்கள் அவர்கள்?" என்று கேட்டாள் காந்தாரி.

"பெரிய யுத்தம் நடந்து முடிந்த இடம் அது. துரோணர் இறந்த தினத்தில் அல்லது ஜயத்ரதன் இறந்த தினத்தில் பல முக்கிய வீரர்கள் இறந்தார்கள். அவர்களின் ஆடை ஆபரணங்கள் வில்லின் உலோகம், குதிரைகளை அலங்கரிக்கும் துணிகள் எல்லாவற்றையும் தேடிப் பொறுக்கிக் கொண்டிருக்கக்கூடும்."

"யார் அவர்கள்?"

"யாரோ சுற்றுப் புறத்தில் வசிக்கும் மக்களாக இருக்க வேண்டும். இந்தக் குரு ராஜ்ஜியத்தைச் சேர்ந்த பிரஜைகளாய்த்தான் இருக்க வேண்டும். போர் நடந்த இடங்களில் எல்லாம் தேடுகிறார்கள்."

காந்தாரி உற்றுப் பார்த்தாள். மதிய வெயிலில் கண்கள் சற்றே வலித்தன. ஆனால் தெளிவாகத் தெரிந்தது. பிணங்களைக் காலால் உருட்டித் தள்ளி, இடுப்பிலும் தோளிலும் அணிந்து கொண்டிருந்த ஆடைகளை அவிழ்த்து எடுத்துக் கொண்டனர். சிலர் கத்தியால் காதுகளையே அறுத்து குண்டலங்களை எடுத்துக் கொண்டார்கள். யாரோ ஒருவன் ஒரு மகுடத்தை எடுத்து வைத்துக் கொண்டு பார்த்தான். இன்னொருவன் இறந்து போன குதிரையின் முகத்தில் பூட்டப்பட்டிருந்த ஆபரணத்தைப் பிடுங்கிக் கொண்டிருந்தான்.

"கிருஷ்ணா, நாம் அரண்மனையில் இவ்வளவு துயரத்தில் மூழ்கியிருக்கும்போது பிரஜைகள் அனைவரும் தமக்கும் துயரத்துக்கும் எந்த உறவும் இல்லை என்பதுபோல இப்படி இருக்கலாமா?" என்று கேட்டாள் காந்தாரி.

"அவர்களுடைய உறவினர்களும் நெருக்கமானவர்களும் கூட இந்தப் போரில் இறந்திருக்கிறார்கள்."

காந்தாரி அக்காட்சியைப் பார்த்தவண்ணமே ரதத்தில் உட்கார்ந்தாள். அதற்குப் பிறகு மெல்லிய குரலில், "நீ சொன்னது தான் சரி, இங்கே எந்தப் பிணத்தின் அடையாளமும் தெரியவில்லை. என் பிள்ளைகளின் பிணங்களுடைய அடையாளம் கூட தெரியப் போவதில்லை. திரும்பிச் சென்று விடலாம் வா."

கிருஷ்ணன் ரதத்தைத் திருப்பினான்.

திரும்பி வரும் பயணத்தின் போது காந்தாரி மிகவும் சோர்ந்திருந்தாள். குந்தியும் களைப்போடு இருந்தாள். யாரும் எதுவும் பேசவில்லை. ஓடும் ரதத்தில் இருவரும் ஒருவருக்குப் பக்கத்தில் ஒருவராகப் படுத்துக்கொண்டனர். கிருஷ்ணன் தன் பாட்டுக்கு ரதத்தை ஓட்டினான். குதிரைகள் கூட சோர்ந்திருந்தன. நடுவில் அவ்வப்பொழுது காந்தாரி பயத்தால் முனகியதைப்போலத் தெரிந்தது. நடுவில் நீர்நிலை ஒன்றின் முன் ரதத்தை நிறுத்தி, தண்ணீர் பருக வைப்பதற்காக குதிரைகளை அவிழ்த்தபோது காந்தாரிக்கு விழிப்பு வந்தது. குதிரைகள் நீர் அருந்தி முடித்ததுமே, மீண்டும் அவற்றை ரதத்தில் பூட்டிப் பயணத்தைத் தொடர்ந்தாள். அவனுக்கும் தூக்கக் கலக்கமாக இருந்தது. அப்போதுதான் காந்தாரி எழுந்து உட்கார்ந்திருப்பது தெரிந்தது. அதைப் பார்த்து கிருஷ்ணனுக்கு ஆச்சாரியமானது. இரண்டு கண்களையும் திறந்திருந்தாள். ஆனால் எதுவுமே தெரியவில்லை என்பதைப்போல ஒருவிதமான குருட்டுத் துடிப்பு அவள் கண்களில் தெரிந்தது. கிருஷ்ணன் அவளையே பார்த்துக்கொண்டிருந்தான். கிருஷ்ணன் அவளையே பார்த்துக் கொண்டிருந்தான். அவள் தன் இரண்டு கைகளையும் உயர்த்தி மிருதுவாகக் கண்களைத் தேய்த்துக்கொண்டு மீண்டும் திறந்து பார்க்க முயற்சி செய்தாள்.

"ஏன் என்ன ஆனது?" என்று கேட்டான் கிருஷ்ணன்.

"திடுமென விழிப்பு வந்துவிட்டது. எழுந்து உட்கார்ந்து கண் களைத் திறந்தேன். எதுவுமே தெரியவில்லை. குருடாகி விட்டதைப் போலத் தெரிகிறது."

குந்தி உறங்கிக்கொண்டிருந்தாள். கிருஷ்ணன் மௌனமாக அவளையே பார்த்துக்கொண்டிருந்தான். குதிரைகள் தம்பாட்டுக்கு ஓடிக் கொண்டிருந்தன. எவ்வளவோ நேரத்திற்குப் பிறகு "கிருஷ்ணா, எனக்கு மீண்டும் பார்வை திரும்பாது என்று என் மனசுக்குத் தெரிகிறது. நான் இப்படியே முதலில் இருந்ததைப் போல திருதராஷ்டிரனுடன் இருந்துவிடுவேன். அதுவும் ஒருவகையில் நிம்மதிதான்."

கிருஷ்ணனுக்கு என்ன சொல்வதென்றே தெரியவில்லை. அவளையே உற்றுப் பார்த்துக் கொண்டிருந்தான். அவள் முகத்தில் எந்த விதமான உணர்ச்சியும் இல்லை.

* * *

எங்கும் கருமேகங்கள் அடர்ந்திருந்தன. வானையே தரைக்கு இழுத்து மரங்களைத் தொடவைக்கிற அளவுக்குக் கருமேகங்கள் அடர்ந்திருந்தன. குளிர்கால மழை தொடங்கப்போவது நிச்சயம்

என்று எல்லாரும் அண்ணாந்து பார்த்துக்கொண்டிருக்கும் போது விதுரனின் வீட்டுக்கு உள் அறை ஒன்றில் பிரசவ வலியால் துடித்துக் கொண்டிருந்தாள் உத்தரை. அதிகாலை நேரம் அது. குந்தி தனியாக இருந்தாள். பிரசவம் பார்ப்பதில் கைதேர்ந்த இரண்டு பெண்களை அனுப்பி இருந்தான் விதுரன். இன்னும் அதிகாரபூர்வமாக சிம்மாசனத்தில் உட்காராத தருமன் சபையில் ஒரு இருக்கையில் அமர்ந்து பார்வையாளர்களைச் சந்தித்துக் கொண்டிருந்தான். மூன்று பேர்கள் வந்திருந்தார்கள். அவர்களில் ஒருவர் தருமனுக்கு ஆசி வழங்கித் தன் இருக்கையில் அமர்ந்தான். பிறகு, "என் பெயர் புலகன். கிருஷ்ண துவைபாயனரின் ஆசிரமத்தை நிர்வகிப்பவன் நான். இவர்கள் இருவரும் ஞானிகள்" என்றான். அதுவரை உட்கார்ந்திருந்த தருமன் எழுந்து வணங்கிப் பருகுவதற்காகக் கொண்டு வருமாறு ஆட்களிடம் பணித்தான். "ஞானியும் வேத வல்லுநரும் எங்கள் தாத்தாவுமான துவைபாயனர் நலமாக இருக்கிறாரா?" என்று கேட்டான். வெளியே சீராகப் பெய்து கொண்டிருந்த தூறலில் நனைந்தபடி ஓடிவந்த பணிப் பெண்கள் அறையை நோக்கி நடந்தார்கள். பெரிய மழை பொழியும் என்று எதிர்பார்த்து விட்டுச் சிறு தூறல் பொழிவதைக் கண்டு சற்றே ஏமாற்றத்திற்குள்ளானார்கள் ஊர் மக்கள். மேகங்கள் அடர்ந்திருந்தும் மழை பொழியாததால் ஒருவிதமான புழுக்கம் எங்கும் அடர்ந்தது. தாம் போர்த்திக் கொண்டிருந்த போர்வைகளை விலக்கி விட்டு வெளியே வந்து "மழை வேண்டும். எங்களுக்கு மழை வேண்டும்" என்று கூவினார்கள். "அரசே, அந்தப் பக்கத்தில் இருந்து வரும்போது பெரிய பெரிய பாறைகளின் வரிசையைக் கண்டேன். ராட்சச நாடு இங்கே இருக்கிறது என்பதற்கு இது அடையாளமா?" என்று கேட்டான் நீலன். மேலோட்டமாக இவ்வார்த்தைகள் காதில் விழுந்தாலும் பீமனின் மனசைத் தொடவில்லை. ஆற்றைக் கடந்த இடம் இதுதான் என்கிற அடையாளம் பீமனுக்குப் புரிந்தது. ஏறத்தாழ முப்பது ஆண்டுகள் கடந்து விட்டன. எல்லாமே மங்கலாய் நினைவிருந்தது. அந்த ஆபத்தான சூழலில் ஓர் இடத்தை ஞாபகத்தில் இருத்தி வைத்துக் கொள்கிற அளவு மனநிலை இல்லை அதைத் தொடர்ந்து ஆறு மாதங்களுக்கு முன்புதான் இந்த வழியே சென்றதையும் நினைத்துக் கொண்டான் பீமன். இந்நினைவு சற்றே கூச்சத்தைத் தந்தது. "நான் கேட்கும் முன்பேயே தன் பிள்ளையை அவள் அனுப்பி வைத்தாள். தன் மற்ற பிள்ளைகளையும் காட்டி அவர்களும் என் பிள்ளைகளே என்றாள். மீண்டும் அவள் திருமணமே செய்து கொள்ளவில்லை என்றாள். அவள் முன் மீண்டும் சென்று எப்படி தலை நிமிர்ந்து பார்க்க முடியும்? காமகடங்கடியின் எதிரில் எப்படி நிற்கப் போகிறேன்? தன்

கணவனுக்கு என்ன ஆனது என்று அவள் கேட்டால் அவளுக்கு என்ன பதில் சொல்ல முடியும்? அக்கேள்வி எனக்குக் கூச்சத்தையும் சங்கடத்தையும் தருவது உறுதி" உன் மனக் குழப்பத்தின் காரணமாக, அவனால் பாதையைத் தெளிவாகப் பார்த்து அறிய முடியவில்லை. தெற்குத் திசையில் நேராகச் செல்ல வேண்டுமா அல்லது கிழக்கே சற்று வளைந்து செல்ல வேண்டுமா என்று குழம்பினான். அந்த இடத்தில் குதிரையும் நின்று போனது. ஏதேனும் புலியைக் கண்டு அவை அஞ்சி நின்று விட்டனவோ என்று தோன்றியது. "நீலா, அம்பையும் வில்லையும் தயார்படுத்திக்கொள். குதிரைகள் காலைக் கூடத் தூக்கவில்லை பார்" என்றான் பீமன். பிறகு நீலன் பீமனிடம், "அரசே, அங்கே காடு இருக்கிறது பாருங்கள், அங்கே ஏதோ நெருப்பு எரிகிறது. அதன் வாசனையில் அவை நின்றுவிட்டன. அங்கே பாருங்கள். காட்டின் வலது பக்கத்திலும் இடது பக்கத்திலும் நெருப்பு எரிகிறது. காற்று இந்தத் திசையில் இருந்து காட்டின் திசையை நோக்கி வீசுகிறது" என்றான். அதைக் கேட்டு பீமனின் மனம் துணுக்குற்றது. "இந்தக் குளிர் காலத்தில் காட்டில் எப்படி தீ பரவும்? யாரோதான் வேண்டுமென்றே நெருப்பு மூட்டி இருக்கிறார்கள். மிருகங்களை அச்சுறுத்துவதற்காகவோ அல்லது தேன்கூட்டுக்கு நெருப்பு வைக்கப் போய் அது தப்பித் தவறி எல்லா இடங்களுக்கும் பரவி..." என்றபடி பீமன் உற்றுப் பார்த்தான். நெருப்பால் விளைந்த புகையாலும் வான் நிறைய மேகக் கூட்டமும் இருந்தது. குளிர்கால மழை பொழியக் கூடும் என்று தோன்றியது. "தன்னுடைய தம்பியின் மகன் என்று தெரிந்தும், அதுவும் மற்றொருவனுடன் போரிட்டுக் கொண்டிருக்கிறான் என்று தெரிந்ததும் கடோத்கஜனைக் கர்ணன் ஏன் கொன்றான்? தரையில் பக்கத்திலேயே விழுந்து கிடந்த என்னை அவன் பார்க்கவே இல்லையா? அல்லது நான் அவனது இளைய தம்பி என்பதால் என்னைத் தாக்கவில்லையா?" என்று பல கேள்விகள் அவனைக் குடைந்தன. வானில் அடர்ந்த கரும்புகை சிதையில் கிடத்தப்பட்ட தன் மகன் கடோத்கஜனின் உருவத்தை ஞாபகப்படுத்தியது. கடோத்கஜனின் மரணச் செய்தி ஏற்கனவே சாலகடங்கடியை எட்டியிருக்கக் கூடுமோ என்று தோன்றியது. அல்லது தான் சொல்லித்தான் இப்போது தெரியப்போகிறதா என்றும் எண்ணம் எழுந்தது. இயந்திரகதியில் தன் குதிரையிலிருந்து இறங்கினான் அவன். "இரண்டு குதிரைகளையும் பார்த்துக்கொண்டு நீ அங்கேயே இரு. வில்லோடும் அம்போடும் எச்சரிக்கையாக இரு. நான் போய் அங்கே என்ன நடக்கிறது என்று பார்த்து வருகிறேன்" என்று நீலனிடம் சொல்லிவிட்டு அவன் பதிலைக் கூட எதிர்பார்க்காமல் புகை எழுந்த திசையை நோக்கி வேகமாக நடந்தான் பீமன்.

வானில் மேகங்கள் அடர்ந்திருந்தன. விவசாயத்தில் ஈடுபாடு இல்லாதவிவசாயிகள் மழையை அவ்வளவாக விரும்பவில்லை. ஆனால் கிழங்குகள் கூட வளர்வதற்கு மழை தேவைப்படுகிறது என்று சிலர் எடுத்துச் சொல்லி விளக்கிய பிறகு எல்லோருடனும் சேர்ந்து மழை வேண்டுமென்று ஆரவாரம் செய்தனர். புலகனைப் பார்த்த தருமன், "துரியோதனன் பல தவறுகளைச் செய்து விட்டான். என் ஆட்சியில் முனிவர்களுக்கும் ஞானிகளுக்கும் உயர்ந்த கௌரவம் வழங்கப்படும். அவர்களுக்கு அரண்மனையின் ஆதரவு எப்போதும் உண்டு. இனிமேல் உங்கள் வாழ்க்கையை நடத்துவதற்காக நீங்கள் விவசாயத்தில் ஈடுபட வேண்டிய அவசியம் இல்லை. பசுக்களைக் கூட நீங்கள் பராமரித்து வளர்க்க வேண்டிய தேவை இல்லை. உங்களுக்குத் தேவையான தானியங்கள், ஆடை அணிகலன்கள், மற்றும் எல்லாப் பொருட்களும் அரண்மனைக் கருவூலத்திலிருந்தும் இருப்பி லிருந்தும் வழங்கப்பட்டு விடும்" என்று எடுத்துரைத்தான். இதைக் கேட்டு புலகன் பெரும் மகிழ்ச்சியடைந்தான். தொடர்ந்து தருமன், "ஆனால் தற்சமயத்திற்கு எங்கள் கருவூலம் வெறுமையாய் உள்ளது. அரண்மனை உபயோகத்திற்குத் தேவையான தானியங்கள் கூட இருப்பில் இல்லை. இந்த நிலை விரைவிலேயே மாறும். அப்போது தேவையான பொருட்களோடு நானே உங்களிடம் வருகிறேன். பெரிய ஞானியிடம் இருந்து வேத பாடங்களையும் கற்றுக் கொள்கிறேன்" என்றான். அப்போது இடைமறித்த நாஸ்திகனான விருட்சன், "அரசனின் பெருந்தன்மை போற்றுதற்குரியது. ஆனால் எங்களுக்கு அரண்மனையின் இருப்பில் இருந்து தானியங்களோ, மற்ற பொருட்களோ தேவையில்லை எங்களுக்கு எங்கள் நிலம் திரும்பவும் வேண்டும். விவசாயம் செய்யவும், மாடுகள் வளர்க்கவும், மாட்டுக் கொட்டகைகள் அமைக்கவும் எங்களது நிலம் திரும்பவும் வேண்டும். அத்துடன் துறவிகளுக்குச் சொந்தமான நிலத்தில் அரண்மனையின் குறுக்கீடு எந்தக் காலத்திலும் நேராது என்கிற உறுதி வேண்டும். எந்தச் சூழலிலும் எங்கள் அமைதியான சூழலிலும், சுதந்திரத்திலும் தலையிடுவதில்லை என அரசர் உறுதியளிக்க வேண்டும். அதுபோதும்" என்றான். இதன் உட்பொருளைச் சட்டென்று உள்வாங்கிக்கொள்ள இயலாத தருமன் "என்ன சொல்கிறாய் நீ" என்று கேட்டான். அதற்கு விருட்சன், "துறவிகளின் இருப்பிடமானது எக்காரணத்தை முன்னிட்டும் அரண்மனையின் ஆதிக்கத்துக்கு உட்படக் கூடாது. அரசன் ஏதேனும் தவறுகள் செய்யும்போது, அதைச் சுட்டிக் காட்டும் நிலையிலும் நல்வழிகாட்டும் நிலையிலும் துறவிகளின் இருப்பிடம் இருக்க வேண்டும். மொத்தத்தில் அது சுதந்திரமாக இயங்க வேண்டும்" என்று விளக்கினான்.

பாதைகளில் படிந்து கிடந்த அழுக்குப் பொருட்களையும் குப்பை கூளங்களையும் அடித்துச் சென்று சுத்தப்படுத்திவிடும் என்பதற்காக நகர மக்கள் மழையை மிகவும் எதிர்பார்த்தனர். சிறுசிறு துளிகளாகப் பெய்த மழை நொடியில் பெரிய மழையானது.

குளிர்காலத்தில் அது எதிர்பாராத வகையில் பொழிந்த மழையாக இருந்தது. ஆலங்கட்டி மழை. காட்டில் படர்ந்த நெருப்பு இம் மழையால் நின்றது. "நல்ல சமயத்திற்கு நீ வந்தாய். இல்லாவிட்டால் இவ்வளவு அருமையான மதிப்புமிக்க மரங்கள் சுட்டுச் சாம்பலாகி இருக்கும். வேகமாய்ப் பொழியும் மழையில் நெருப்பு தானாகப் பொசுங்கிப் போகிறது" என்று மழையை வாழ்த்தினான் பீமன். ஒரு மரத்தடியில் நின்றபடி மழையும் நெருப்பும் ஒன்றோடு ஒன்று மோது வதைக் கவனித்தான் பீமன். அவன் மனசின் ஆதங்கம் மெல்ல மெல்லத் தணியத் தொடங்கியது. "பாவம் அதிகமாகிப் போனதால், நேரத்துக்குச் சரியான மழை வருவதில்லை. இன்று ஒரு வழியாய் மழை வந்துள்ளது. இதற்கு நம் முன்னோர்களுக்குத்தான் நாம் நன்றி சொல்ல வேண்டும்" என்று எதிரில் நின்றிருந்த ஒரு பொக்கை வாய்க் கிழவன் சொன்னான்.

காட்டில் எங்கேயோ ஓர் இடத்தில் தன் மூங்கில் குடிசையில் இருந்து வெளியே ஓடி வந்த இரண்யவதி கட்டுப்படுத்திக்கொள்ள இயலாமல் வாந்தி எடுத்தாள். அவளைத் தொடர்ந்து வந்த நாகர் இனத்தைச் சார்ந்த கணவன் அவளுடைய முதுகை மெல்ல வருடித் தந்தான். முதலில் அவளுக்குக் கோபம் மூண்டது. பிறகு சிரிக்க வேண்டும்போலத் தோன்றியது. தான் சிரிக்க நினைப்பதை எண்ணி மீண்டும் கோபம் வந்தது. அக்கம் பக்கத்துக் குடிசைகளில் இருந்த பெண்களுக்கும் கேட்கும்படி அவள் சத்தமுடன் வாந்தியெடுத்தாள். அவர்கள் அனைவரும் வெளியே வந்து இரண்யவதியைச் சூழ்ந்து நின்று கொண்டார்கள்.

இன்னொரு இடத்தில், பிரசவம் பார்க்க வந்த பெண்கள் குந்தியிடம், "இன்னும் அரை நாளோ, ஒரு நாளோ, இரண்டு நாட்களோ ஆன பிறகுதான் பிரசவமாகும். நன்கு வலியெடுக்க வேண்டும். அதற்குப் பிறகுதான் பிரசவம்" என்று சொன்னார்கள். கதகதப்புக்காக உலர்ந்த விறகுகளை குவித்தி எரியூட்டினார்கள். வைக்கோல் படுக்கையின் மேல் ஒரு கம்பளியை விரித்தார்கள்.

கிளைகளில் ஒட்டி இருந்த மழைத்துளிகள் ஒவ்வொன்றாகக் கரைந்து விழும்போதெல்லாம் மழை பொழிவதைப் போலக் கேட்டது.

குளிர்ந்த பூமியில் இருந்து ஒருவித மணம் எழுந்தது. நாஸ்திகனான விருட்சனைப் பார்த்து தருமன், "நீங்கள் என்ன நினைத்துக் கொண்டிருக்கிறீர்கள்? பூமியில் ஒரு அரசன் இருக்க வேண்டும் என்று நினைக்கிறீர்களா? அல்லது இருவர் இருக்க வேண்டும் என்று எண்ணுகிறீர்களா?" என்று கேட்டான். உடனே கூடவே இருந்த இன்னொரு நாஸ்திகனான அவிரண்யன், "பிராமணர்களுக்கு பித்தன் ஒருவனே அரசன். இந்த மண்ணை ஆளும் அரசனுக்குத் தம் வாழ்வு முறையில் புகுந்து கட்டுப்பாடுகளை விதிக்கும் அதிகாரம் இல்லை என்று இவர்கள் சொல்வதுண்டு. எங்களைப் பொறுத்த மட்டில் கடவுள் நம்பிக்கை கிடையாது. எங்களுக்கு என்று தனி மந்திரங்களோ புனித நூலோ எதுவுமே இல்லை. உண்மைத் தேட்டத்தில் ஈடுபடும் ஞானிகளுக்குத் தினசரிப்பாடுகளைச் சமாளிப்பதற்காக அரண்மனை யைச் சார்ந்திருக்க வேண்டிய அவசியம் இருக்கக் கூடாது என்பதுதான் எங்கள் கருத்து" என்று எடுத்துரைத்தான். வெளியே மின்னல் வீசியது. மழை வலத்து வரக்கூடும் என்று சாளரங்கள் வழியே எட்டிப் பார்த்தான் தருமன். மழை வருவதற்கான புனித மந்திரங்களை உச்சரித்தான் புலகன். இதைக் கண்டு இரண்டு நாத்திகர்களும் சிரித்தார்கள். இது புலகனை மேலும் தூண்டிவிட்டது.

திடுமென கடல் அலைகள் கட்டுமீறி கரையை உடைத்தன. வானில் கருமேகங்கள் மேலும் அடர்ந்தன. கங்கையின் கரையில் உட்கார்ந்திருந்த அர்ஜுனன் தண்ணீரில் தெரிந்த தன் நிழலைப் பார்த்துக் கொண்டிருந்தான். சில காயங்கள் ஆறி இருந்தாலும், மழைத் துளிகளால் நீர்ப்பரப்பு கலைந்தாலும் கூட காயங்களால் உண்டான வடுக்களைக் கண்டான் அர்ஜுனன்.

நதிக்கரையோர மரங்களின் உராய்வால் உண்டாகும் ஒலி மாளிகையின் மேல் மாடியில் இருந்த குந்தியின் காதில் விழுந்தது. முற்றத்திற்கு மேல் இருந்த அறையின் மூலையில் நிறுத்தப்பட்டிருந்த வில் அம்புகளின் பளபளப்பு குறைந்திருப்பதைப் பார்த்தான் அர்ஜுனன். அம்புகளின் மீது படிந்திருக்கிற கறையை மழைத் தண்ணீரில் கழுவினால், அவற்றின் பளபளப்பு திரும்பக் கூடும் என்று எண்ணி, அவற்றைக் கொண்டு வருவதற்காக மேலேறினான். கொண்டு வந்து மழையில் நன்கு நனையும் விதமாக வைத்தான்.

புலகன் மீண்டும் தருமனிடம், "போருக்காக, யாரும் தானியம் தரத்தேவையில்லை என்று விவசாயிகளிடம் சொல்லி ஒற்றுமைப் படுத்துவதிலும், அரண்மனைப் படைகளை எதிர்த்து நின்று எங்கள் ஆசிரமத்துக்குச் சாந்தமான பகுதிகளில் சிலவற்றையேனும் காப்பாற்றித்

தக்க வைப்பதற்கும் இவ்விரண்டு பேர்களும் எங்களுக்குப் பெரிதும் உதவியாக இருந்தவர்கள். ஆனால் இவர்களுக்கு எதன் மீதும் நம்பிக்கை இல்லை" என்றான். "எனக்கிருக்கும் நம்பிக்கையைக் கூட இவர்கள் நம்பவில்லையா?" என்று தருமன் மிக மெல்லிய குரலில் கோபம் ஏறியது. "நீங்கள் கோபமாக இருக்கிறீர்கள் அரசே, நம்பிக்கை இல்லை என்று சொல்லிக் கொள்வதில் அவமானமாக இருக்கிறதா அரசே?" என்று கேட்டான் விருட்சன். வெளியே இடி இடித்தது. பாம்பு நெளிவதைப்போல மின்னல் மின்னியது.

கரையோரத்தில் ஒரு பாயால் போர்த்தப்பட்ட இரண்டு வண்டிகள் நிறுத்தப்பட்டிருந்தன. ஒரு வண்டிக்குள் பிரசவ வலியோடு மருமகள் உட்கார்ந்திருந்தாள். அவளது அருகிலேயே முதுகிலும் இடுப்பிலும் இதமாக நீவியபடியே மாமியார் உட்கார்ந்திருந்தாள். இன்னொரு வண்டியில் தாத்தாவும் பேரப்பிள்ளைகளும் ஆடிக் கொண்டிருந்தார்கள். "உலைக்களத்தில்தான் இருக்க வேண்டும். அவனை போய் அழைத்து வா" என்று அந்த முதிய பெண்மணி தன் கணவனிடம் சொன்னாள். அந்த முதியவன் தூறலிலேயே ஓடினான்.

மலைகளைப் போல அலைகள் பொங்கி உயர்வதைப் பார்த்தபடி கரையோரம் நின்றிருந்தான் கிருஷ்ணன்.

"யாரங்கே, போய் உடனே சித்தப்பா விதுரரை அழைத்து வாருங்கள்" என்று கட்டளையிட்டான் தருமன். தொடர்ந்து "மழை வலுத்துவிட்டால் கம்பளியைப் போர்த்திக் கொண்டாவது உடனே வரச்சொல்லுங்கள்" என்றான்.

பிரசவ வலியால் மருமகள் அழுவதைக் கேட்டபடி அடுத்த அறையில் இருந்த சுபத்திரைக்குத் தன் மகன் அபிமன்யுவின் ஞாபகம் வந்தது.

"நம் காட்டில் தீப்பிடித்துக் கொண்டுவிட்டது. ஓடி வாருங்கள். வடக்குப் பக்கமாக ஓடுங்கள். அங்குதான் நெருப்பு இல்லாமல் இருக்கிறது" என்று கூவியபடி ஆண்களும் பெண்களும் வில்களோடும் அம்புகளோடும் ஓடினார்கள். குழந்தைகளை முதுகில் சுமந்தபடி ஓடினார்கள் பெண்கள். "இரண்யவதி, உனக்கு அம்பு எய்யத் தெரியாதா?" என்று கேட்டான் அவன். "எங்கள் காட்டில் எப்போதும் தீப்பிடித்தது இல்லை" என்று பதில் அளித்தாள் அவள்.

எங்கெங்கும் புகைமயமாக இருந்தது. காலடியில் உலர்ந்த இலைகள் நொறுங்கிச் சத்தமிட்டன. இன்னும் பொட்டுப் பொட்டாக மழை பொழிந்து கொண்டிருந்தது. ஆற்றின் மேற்பரப்பையே மழைத் துளிகள்

மாற்றிவிட்டன. சற்றுத் தொலைவில் வலது பக்கமாக திரௌபதை நின்றிருந்தாள். “திரௌபதை, ஏன் மழையில் அப்படி நின்று கொண்டிருக்கிறாய்? இது குளிர்கால மழை. வீட்டுக்குள் போ” என்று அவளைக் கேட்டுக் கொண்டான் அர்ஜுனன். அவள் அவனது பக்கம் கூடத் திரும்பிப் பார்க்கவில்லை. அவள் ஆற்றையே பார்த்துக் கொண்டிருந்தாள். அவள் முகத்தில் கசப்பு படர்ந்திருந்தது. சிரமப் பட்டுப் படிகளில் ஏறிய அர்ஜுனன் திண்ணையில் உட்கார்ந்தான். மூச்சு வாங்கியது அவனுக்கு.

கிருஷ்ணனின் மனத்தில் அலைகள் நேர்த்திசையில் பொங்கி எழுந்து வீசின.

கோரைப்புல்லாலான பாயால் தன்னைப் போர்த்திக்கொண்டு அரண்மனைக்குப் புறப்பட்டான் விதுரன்.

அர்ஜுனனின் உலோக அம்பு மழையில் நனைந்து இருந்தது. அம்பையே பார்த்தபடி இருந்ததால் எதிர்த் திண்ணையில் உட்கார்ந் திருந்த சுபத்திரையை அவன் கவனிக்கவில்லை. அர்ஜுனன் பெருமூச்சு விட்டான்.

பிரசவமாகும் குழந்தையின் முதல் குரலைக் கேட்கக் காதுகளைக் கூர்மையாக்கி உட்கார்ந்திருந்தாள் குந்தி. மழை வலுத்துவிட்டது. மழை யின் சத்தம் எங்கும் சீராக ஒலித்தது.

மழையிலேயே கொல்லன் ஓடி வந்தான். வண்டியை மூடி இருந்த மறைப்பின் ஓட்டை வழியாக அவன் எட்டிப் பார்த்தான். “உள்ளே நடப்பதை இப்படியெல்லாம் நீ பார்க்கக் கூடாது. இது பிரசவ வலி நேரம். போய் எங்கிருந்தாவது கதகதப்பான புதுக் கள்ளைக் கொண்டு வா” என்று அவன் தாய் சொன்னாள். அவன் மீண்டும் மழையிலேயே ஓடிச் சென்றான்.

“அரசே, கொஞ்ச நேரத்தில் பெய்து ஓய்ந்து விடும் மழையாகத் தெரியவில்லை இது. இப்படி ஒரு மழையை அதுவும் குளிர்காலத்தில் பெய்வதை - நான் இதற்கு முன் பார்த்ததே இல்லை. நாம் நன்றாக இந்த இடத்தில் அகப்பட்டுக் கொண்டோம். இங்கிருந்து எங்கும் போக முடியாது” என்று பீமனிடம் சொன்னான் நீலன். இரண்டு குதிரைகளும் குளிரில் நடுங்கின. மழை பெரிய பெரிய துளிகளாகப் பெய்தன. மன ஆழத்திலிருந்து சிலவற்றைச் சொல்ல நினைத்தான் பீமன். அவன் நீலனிடம், “நீலா, குளிராலோ, மழையாலோ நான் பாதிக்கப்படவில்லை. ஏதாவது பாயை எடுத்துப் போர்த்திக் கொண்டு மழையிலேயே சென்று விடுவேன். திசையெல்லாம் எனக்கு நன்றாய்த்

தெரியும். நீ இங்கேயே இரு” என்றான். பிறகு சொன்னபடியே தலையையும் தோள்களையும் முதுகையும் நன்றாக மூடி மறைத்துக் கொள்ளும்படி பாயால் போர்த்திக் கொண்டான். தோலால் ஆன காலணிகளை நன்றாக இறுக்கிக் கட்டிக் கொண்டான். அதன் பின்பு இறங்கி நடக்கத் தொடங்கினான்.

கிருஷ்ணன் தன்னந்தனியாக அலைகளையே இன்னும் உற்றுப் பார்த்துக் கொண்டிருந்தான். அப்போது கிருதவர்மன் கிருஷ்ணனிடம், “உன் அர்ஜுனன் தந்திரத்தால் பூரிசிரவனனைக் கொல்லவில்லையா? நீ எதிரிகளோடு சேர்ந்து நம் யாதவப் படையின் அழிவுக்குக் காரண மாக இல்லையா?” என்று கேட்டான். வேண்டாம் என்று தடுத்தும் கூட யுயுதானன் கிருதவர்மன் மேல் பாய்ந்தான். “கிருஷ்ணா, என் மகள் வத்சலாவைத் தனக்கு மணம் செய்து தரவில்லை என்கிற கோபத்தால் அபிமன்யு அவள் கணவன் லட்சணனைக் கொன்று அவளை விதவையாக ஆக்கி விட்டான். உண்ட வீட்டுக்கு இரண்டகம் செய்தவனுக்குத் தகுந்த தண்டனை கிடைத்து விட்டது” என்றான் பலராமன். அவன் முகத்தை ஏறிட்டுப்பார்த்தான் கிருஷ்ணன். “முகத்தை என்னடா பார்க்கிறாய், தந்திரக்காரா” என்று கூவிய பலராமனின் முகம் சிவந்திருந்தது.

மெல்லப் படியேறி மேலே வந்தாள் திரௌபதை. விரித்த கூந்தலில் இருந்து மழைத்துளிகள் கீழே இறங்கின. அவளது நனைந்த முகத்தில் தனிமை படர்ந்திருப்பது தெரிந்தது. அர்ஜுனன் ஆற்றின் பக்கம் பார்த்தான். கருமேகத்திலிருந்து பெய்யும் மழையின் வெண்மை மீண்டும் கருத்த நதியில் கலந்து மாயம் புரிந்தது.

மழை வேகத்தைப் பார்ப்பதற்காக வீட்டில் இருந்து வெளியே வந்த தேரோட்டித் தெருவைச் சேர்ந்த பெண் நின்ற இடத்திலேயே ஓங்கரித்து வாந்தி எடுத்தாள். ‘ஒவ்வொருத்தியின் வயிற்றில் இருந்தும் நூறு குழந்தைகள் இந்த முறை பிறக்கப் போகின்றன. நீங்கள் வாந்தி எடுக்கும் வேகத்தைப் பார்த்தே என்னால் சொல்ல முடியும்” என்று ஒரு கிழவி உரத்த குரலில் கூவினாள்.

கூந்தலிலிருந்து மழைத்துளிகள் உதிர உதிர திரௌபதை இன்னும் அங்கேயே நின்று கொண்டிருந்தாள்.

“இந்தப் பாறையில்தான் இடும்பனை மோதிக் கொன்றேன். இந்த இடத்தில்தான் சாலகடங்கடி என்னை முதன்முதலாகப் பார்த்தாள்” என்று சொல்லிக் கொண்டான் பீமன். இங்கும் கூட மரங்கள் எல்லாம் எரிந்து போயிருந்தன. கரிந்து போனதன் அடையாளம்

தெரிந்தது. வேர்களைப் போல மழையின் நீரை உறிஞ்சிக் கொள்ளும் சக்தி தனக்கில்லையே என்று வருந்தினான். தன் உடலையே ஒரு முறை பார்த்துக் கொண்டான் பீமன். போர்காயங்களின் வடுக்கள் அவன் உடலெங்கும் இருந்தன. அவன் முகம், கழுத்து, மார்பு, தொடைகள், தோள்கள் எங்கும் வடுக்களாகவே இருந்தன. சட்டென அவனைப் பார்ப்பவர்கள் பயந்து ஓடும் வண்ணம் இருந்தன. தன் பேரப்பிள்ளையைக் கொஞ்சுவதற்காக அள்ளி எடுத்தால் கூட, வடுக்கள் நிறைந்த முகத்தைக் கண்டு அக்குழந்தை பயப்படக்கூடும் என்று தோன்றியது. "இந்த இடத்திற்கு எதிர்காலத்தில் எப்படிப் போவது என்கிற வழி நன்றாகத் தெரியும். வழியில் எதிர்ப்படும் மேடு பள்ளங்கள், பல அளவுகளிலும் நிறங்களிலும் தெரியும் பாறைகள் எல்லாமே ஞாபகத்தில் இருக்கின்றன. சாலகடங்கடியின் கையைப் பிடித்துக் கொண்டு திரியும்போது எல்லாவற்றையும் தெரிந்துகொண்டேன். இப்போது அவள் தலைக்கூந்தல் முழுக்க நரைத்திருக்கக்கூடும். தன் பிள்ளைகளின் மரணச் செய்தியை அவளுக்கு முன்னால் நின்று என்னால் எப்படிச் சொல்ல முடியும்?" என்று நினைத்துக்கொண்டான். பிறகு நடக்கத் தொடங்கினான். காட்டுக்குள் மழை பொழியும் சத்தமே கேட்கவில்லை. எங்கெங்கும் தீயால் கரிந்து போன மரங்கள் நின்றிருந்தன. அவற்றின்மேல் மழை விழுந்துகொண்டிருந்தது. மண்ணில் கரியும் சாம்பலும் மிதந்துகொண்டிருந்தன. பிணம் எரிந்த இடத்தில் நீர் தேங்கி இருப்பதைப் போல அங்கங்கே நீர் தேங்கி இருந்தது.

திரௌபதையிடம் உள்ளே செல்லுமாறு சொல்லத் தைரியமின்றி கண்களை மட்டும் மூடிக்கொண்டான் அர்ஜுனன். உள் அறையில் இருந்து உத்தரை வலியால் அலறும் குரல் கேட்டது.

"மழை வந்துவிட்டது. இன்னும் மழைபொழியட்டும் நெருப்பு அணையட்டும்"

"இதம் வசஹ பர்ஜந்யாய ஸ்வராஜே
ஹ்ருதே ஆஸ்த்வந்தரம் தஜ்ஜு-ஜோஷத்"

சிலைகளின் மேலும் சருகுகளின் மேலும் விழுகிற மழைச் சத்தத்தையும் மீறிக்கொண்டு மேகங்களை எட்டும் அளவுக்கு இரண்யவதி பெருங்குரலெடுத்துப் பாடினாள். பக்கத்தில் இருந்த அவள் கணவன், "இது என்ன? ஓடுவதை விட்டு இப்படி ஏன் கூவ ஆரம்பித்து விட்டாய்?" என்று கேட்டான். அதற்கு அவள், "இது மழையை இன்னும் வேகமாய் வரவழைக்கும் மந்திரம். இதைச் சொன்னால் வானிலிருந்து மழை கொட்டோ கொட்டென்று கொட்டும். காட்டின் நெருப்பு தணியும்" என்று பதிலுரைத்தாள்.

மழை விடாது தொடர்ந்து பொழிந்தது. மரங்களின் மேலும் செடிகொடிகளின் மேலும் பொழிந்தது. புகை நாற்றத்தைப் போக்கியது மழை. நெருப்பைத் தணித்து தரைமட்டமாக்கி விட்டது.

“தூங்கிக் கொண்டிருந்த திரௌபதையின் பிள்ளைகளைக் கொல்லத் துணையிருந்தவன் நீ” என்று சொன்னபடி கிருதவர் மனைத் தாக்கினான் யுயுதானன். பலராமனின் ஆதரவாளர்கள் யுயுதானன் மீது விழுந்தார்கள். ருக்மணியின் மகன் பிரதுய்ம்னன் குறுக்கில் புகுந்து யுயுதானனைக் காப்பாற்றினான். மற்றவர்கள் கைக்கு அகப்பட்ட கத்திகளையும் வாள்களையும், கத்திகளையும் கேடயங்களையும் கோடாரிகளையும் எடுத்துக் கொண்டு வந்தார்கள். அயல்நாட்டு மதுவை உண்டு மகிழ்ந்தார்கள் மற்ற யாதவர்கள் எங்கும் ரத்த ஆறு ஓடியது.

பிரசவ வலியால் துடித்துக் கொண்டிருந்தாள் உத்தரை. அவசரமாய் வெளியே ஓடி வந்த குந்தி “திரௌபதை, கொஞ்சம் உள்ளே பார் வா பாவம், வலி தாங்காமல் துடிக்கிறாள் அவள். உடம்பெல்லாம் வேர்த்து வழிகிறது. இன்னும் பிரசவமாகிற அறிகுறியே தெரியவில்லை. துணைக்கு வந்த பெண்கள் என்ன செய்வது என்று தெரியாமல் கையைப் பிசைந்து கொண்டிருக்கிறார்கள்” என்றாள். அர்ஜுனன் திரும்பிப் பார்த்தான். மழை வலுவாகப் பொழிந்து கொண்டிருந்தது.

மரங்கள் எல்லாம் எரிந்து கரியாக நின்றன. “சாலகடங்கடி, உன்னோடு, ஓராண்டுக் காலம் வாழ்ந்தவன் மீண்டும் வந்திருக்கிறேன். சில மாதங்களுக்கு முன்பு நான் இங்கு வந்தபோது உன் பிள்ளைகளின் மரக்குடில்கள் இருந்த மரங்கள் எல்லாம் இருந்தன. அப்போது இந்தக் காடுதான் எவ்வளவு அழகாக அடர்ந்திருந்தது. சாலகடங்கடி, சாலகடங்கடி, நான்தான் பீமன் வந்திருக்கிறேன். நான் பேசுவது கேட்கிறதா?” என்று கூவினான் பீமன். மூப்பின் காரணமாகவோ அல்லது மழையின் சத்தம் காரணமாகவோ அவள் காதில் எதுவுமே விழவில்லை. தொடர்ந்து “காமகடங்கடி, காமகடங்கடி” என்று கூவினான். எந்தப் பதிலும் இல்லை. யாருமே உயிருடன் எஞ்சியில்லை என்று மனம் உணர்ந்து கொண்டபோது அவன் நெஞ்சத்துடிப்பு அதிகரித்தது. மழை தொடர்ந்து பெய்தது. அது சற்றே மேடான பகுதி ஆதலால், மழைத் தண்ணீர் எங்கும் தேங்கி நிற்கவில்லை. பீமன் வானத்தைப் பார்க்க அண்ணாந்தான். உயர்ந்த மரத்தின் கிளைகள் எல்லாம் எரிந்து கருகி நின்றன. அவற்றில் எதிலுமே முன்பு குடில்கள் இருந்ததற்கான எந்த அடையாளமும் இல்லை. மீண்டும்

நம்பிக்கையோடு, "சாலகடங்கடி, சாலகடங்கடி" என்று கூவினான். மேகங்களைத் துளைத்துக் கொண்டு வானை எட்டும் அளவுக்கு அவன் குரல் எழுந்தது. அவன் முகத்தின் மீது மழைத் தண்ணீர் பொட்டுப் பொட்டாய் விழுந்து வழிந்தது.

பாயால் மறைப்பு உண்டாக்கிக் கொண்டு மிகவும் எச்சரிக்கையாய் நடந்தான் விதுரன். தெருவெங்கும் மழைத் தண்ணீர் ஓடிக் கொண்டிருந்தது. எந்தக் கணமும் தடுமாறி விழக்கூடும் என்று அவன் மனம் எண்ணியது. மழைத்தண்ணீரோடு எல்லா அழுக்குகளும் மிதந்து வந்தன. மறைப்பைத் துளைத்துக்கொண்டு உடலை நனைத்தது மழை.

நதியையே பார்த்துக்கொண்டிருந்தான் அர்ஜுனன். அதுவரை பழுப்பாக இருந்த தண்ணீரின் நிறம் அழுக்குகளும் கூளங்களும் வந்து பாய்ந்ததில் சிவந்தது. ஊர் முழுக்க இருக்கிற அழுக்கெல்லாம் வந்து நதியோடு சேர்ந்து விட்டதோ என்று தோன்றியது. இந்த யோசனைகளோடு மாளிகையின் உச்சியை அண்ணாந்து பார்த்தான். அப்போதுதான் அது புதுசாகக் கட்டி எழுப்பட்ட கட்டிடம் என்று தோன்றியது.

"ரொம்பவும் மழையில் நனையாதே. குடிசைக்குத் திரும்பிப் போ" என்றும் "இரண்யவதி, உன் மந்திரங்களை மீண்டும் ஒரு முறை மழைக்கடவுளுக்குக் கேட்கும்படி உரக்கச் சொல்" என்றும் குரல்கள் எழுந்தன.

வயிற்றை முறுக்கிப் பிழியும் வலிமைத் தாங்க இயலாமலும் அழக்கூடத் தெம்பு இல்லாமலும் பிரசவ அறையில் படுத்துக் கிடந்தாள் உத்தரை. பணிப்பெண்கள் அவள் உடலில் எண்ணெய்த் தேய்க்கும்போது மறுத்து "வேண்டாம் வேண்டாம்" என்று முனகினாள்.

திடுமெனத் தண்ணீர் அளவு உயர்ந்தது. உடைந்த முங்கில் களும் தழைகளும் மிதந்து வந்தன. யாரோ ஒரு பெண்ணின் பிணம் மிதந்து வந்தது. மீண்டும் எந்த விதவை தண்ணீருக்குள் விழுந்தாளோ என்று நின்றான் அர்ஜுனன். சட்டென்று நீரில் பாய்ந்து அவள் அருகில் செல்லலாமா என்று தோன்றியது. அவள் இறந்திருக்கக் கூடும் என்ற எண்ணம் எழுந்தது. கூடவே, ஒருவேளை அவள் உயிரோடு இருந்தாலும் கூட அவளை இழுத்துக் கரை சேர்க்கிற சக்தி தனக்கு இல்லை என்றும் தோன்றியது. பெருமூச்சு வாங்கியது. களைப்பாக இருந்தது.

"சித்தப்பா, இந்தக் கிராமத்து முக்கியஸ்தர்கள் அனைவரிடமும் நீயே பேசி நம்பிக்கையூட்ட வேண்டும். அவர்கள் கிராமங்களில் இனி

ஒருபோதும் புகுந்து கொள்ளையடிக்க மாட்டோம் என்று நானும் காலையில் இருந்து எடுத்துச் சொல்லிக்கொண்டுதான் இருக்கிறேன். அவர்கள் ஏற்க மறுக்கிறார்கள். நான் அவர்களிடம் கேட்பதெல்லாம் கிராமத்துக்கு ஒரு வண்டி என்கிற கணக்கில் தானியம் மட்டும்தான். அதிர்ஷ்டவசமாக, இன்று மழை தொடங்கிவிட்டது. எல்லாருமே உழுது விதைத்து விடட்டும். ஆறில் ஒரு பங்குக்கு மேல் வரி இருக்காது என்று நான் உறுதியளித்துவிட்டேன். நீயும் பேசி அவர்களைச் சம்மதிக்க வைக்க வேண்டும்."

அரண்மனைக்கு வெளியே அழுக்குத் தண்ணீர் பெருக்கெடுத்தோடியது. எதிர்த்திசையில் இருந்து வலது கையை உயர்த்தித் தலைமேல் மழைக்குத் தடுப்பாகப் பிடித்தபடி ஓடி வந்தான். அவன் யார் என்று புரியாமல் குழம்பினான் பீமன். ஓடி வந்தவன், "அரசே, என்னைத் தெரியவில்லையா, கடோத்கஜனோடு வந்து போரில் பங்கெடுத்துக் கொண்டவன் நான். ஒருவேளை, என்னை அடையாளம் தெரியவில்லையோ, என்னமோ?" எங்கள் அரசனும், எங்கள் ஆட்கள் அனைவரும் இறந்ததற்கப்புறம் நான் மட்டும் அங்கே என்ன செய்ய முடியும்? இரவு பகல் எல்லாம் பிரயாணம் செய்து கடைசியில் இங்கே காட்டுக்குத் திரும்பி வந்தேன். ஆனால் திரும்பி வந்து பார்க்க இங்கே என்ன மிச்சமாக இருந்தது? முழுக்காட்டுக்கும் அவர்கள் தீமூட்டி விட்டார்கள். காடே சுடுகாடாகிவிட்டது. எல்லா மரங்களும் எரிந்து விட்டன. பச்சையாய்த் தெரிந்த இடங்கள் எல்லாம் கரிந்து விட்டன" என்றான். உடனே குறுக்கிட்ட பீமன், "யார் நெருப்பு வைத்தது, யார்?" என்று கேட்டான். அதற்கு அவன், "எனக்குத் தெரியாது. எங்கள் காட்டுக்கு அருகில் உள்ள பாஞ்சாலத்தில் ஒரு சிலரைத் தனிப்பட்ட முறையில் எனக்குத் தெரியும். தம் கால்நடைகளை மேய்ப்பதற்காக அவர்கள் இங்கு வந்தபோது, அவர்களை விசாரித்தேன். குரு பக்கத்தைச் சேர்ந்தவர்கள் செய்த வேலைதான் இது என்று அவர்கள் சொன்னார்கள். காண்டவப் பகுதியைச் சேர்ந்தவர்கள் என்றும் சொன்னார்கள். இந்தக் காடு நல்ல விவசாய மண் ஆகும். இதை அழித்து விவசாய நிலமாக்க விரும்பினார்கள் போலும். இது ஏற்கனவே தெரிந்த விஷயம்தான். ஆனால் கடோத்கஜன் உயிரோடு இருந்தவரை, இதன் எல்லையைத் தாண்டி உள்ளே வரும் தைரியம் யாருக்கும் இருந்தது கிடையாது. உங்களுக்காகப் போரிட நாங்கள் அனைவரும் அங்கே வந்து விட்டோம். எங்கள் அரசி சாலகடங்கடி எல்லா இளைஞர்களையும் போர்முனைக்கு அனுப்பி விட்டாள். காட்டின் பாதுகாப்பைப் பெண்களே பொறுப்புடன் கவனித்துக் கொள்வார்கள் என்றும் சொன்னாள். இந்தச் சூழலைப் பயன்படுத்திக் கொண்டு உங்கள்

ஆரியக் குடிகள் சுற்றி வளைத்து தீ வைத்து விட்டார்கள். குளிர்காலம் என்றாலும் கூட கிளைகள் எல்லாம் காய்ந்துதான் இருந்தன இதனால் தீ பரவுவது சுலபமாகி விட்டது. மூன்று இரவுகளும் மூன்று பகல் களும் நெருப்பு அணையாமல் எரிந்தது..." என்றான். அப்போது மீண்டும் குறுக்கிட்ட பீமன், "பெண்கள் குழந்தைகள் எல்லாம் எங்கே போனார்கள்?" என்று கேட்டான்.

போர்க்கள பூமியில் பெய்த மழை வெள்ளமென ஓடியது. அவ்வெள்ளம் நதியோடு இணைந்து ஓடியது. எங்கெங்கோ சிதறிக் கிடந்த எலும்புத்துண்டுகளும் சதைத் துண்டுகளும் அடித்துச் செல்லப் பட்டு வெள்ளத்தோடு இணைந்தது.

ஒரு குடுவை மதுவோடு கொல்லன் மழையில் ஆடிக் கொண்டிருந்தான். மூடப்பட்டிருந்த வண்டியில் இருந்து 'என்னால் தாங்க முடியவில்லையே, ஐயோ' என்று மருமகள் அழும் சத்தம் கேட்டது. "நீ ஏற்கனவே மூன்று பிள்ளை பெற்றவள். இப்போது என்னால் தாங்க முடியவில்லை என்று சொன்னால் என்ன பொருள்?" என்றாள் மாமியார்க்காரி. "நன்றாக மூச்சை அடக்கி முக்கு. ம்.. இப்படித் தான்" என்று மீண்டும் சொன்னாள். பிறகு அவள் கணவனின் பக்கம் திரும்பி, "அந்த வண்டியில் இருக்கும் அம்பைப் பற்ற வைத்து கொஞ்சம் தண்ணீர் சுட வை" என்றாள். மழை தரையையே துளைப்பது போல வேகமாய்ப் பெய்தது.

"அவர்கள் எல்லாரும் ஓடிப்போய் விட்டார்கள் என்று எண்ணு கிறேன். அவர்களுக்காகவே காட்டில் எல்லா இடங்களிலும் தேடிப் பார்த்தேன். புலி, சிறுத்தை, கரடி, யானைகளின் பிணங்களோடு மனிதர்களும் எரிந்து சுருகிக் கிடப்பதைக் கண்டேன். சிதைந்துபோன உடலின் எச்ச சொச்சத்தில் இருந்து, அது மனிதனுடையதா, அல்லது விலங்கினுடையதா என்று தெரியவில்லை" என்று பீமனிடம் சொன்னான் அவன். பிறகு தேம்பித் தேம்பி அழுதான். மழைச் சத்தத்தையும் மீறிக் கேட்க வேண்டும் என்பதால், உரத்தகுரலில் "உனக்கு உண்மை தெரியவில்லையோ என்னமோ எல்லாரும் இறந்திருக்க மாட்டார்கள். சிலர் இறந்திருக்கலாம். சிலர் வேறு ஏதாவது காட்டுக்கு ஓடிச் சென்றிருக்கலாம்" என்றான். இப்படிச் சொல்வதன் மூலம் தனக்குத்தானே நம்பிக்கை ஊட்டிக் கொண்டான். ஆனால் எதார்த்தத்தை விட்டு விலக விரும்பாத அவன், "எல்லாப் பக்கங்களில் இருந்தும் நெருப்பு சுடும்போது சிலரால் மட்டும் எப்படித் தப்பிக்க முடியும் அரசே?" என்று கேட்டான். உடனே பீமன் தொண்டை நரம்புகள் புடைக்க வானை எட்டும் அளவுக்கு ஓங்கிய குரலில் "சாலகடங்கடி சாலகடங்கடி" என்று கூவினான்.

தன் வலியெல்லாம் ஒரு முடிவுக்கு வந்ததில் பெருமூச்செரிந்தாள் உத்தரை. பணிப்பெண் ஓடிவந்து குந்தியை அழைத்து, அவள் காதில் ஏதோ ரகசியமாய்ச் சொன்னாள். அதைக் கேட்டதும் குந்தியின் கண்கள் தளும்பின. நனைந்த கூந்தலுடன் உட்கார்ந்திருக்கும் திரௌபதையை நோக்கி வந்த குந்தியின் அழுகை வெடித்தது. “குழந்தை இறந்து பிறந்ததாம்” என்று சொன்னாள். தொடர்ந்து அழ ஆரம்பித்தாள். ஆனால் மழைச்சத்தம் அழுகைச் சத்தத்தைக் கேட்க விடாமல் செய்து விட்டது.

“அரசே, யாராவது ஒருவர் கண்ணில் படுவார்கள் என்று எண்ணித்தான் நானும் இங்கே காத்திருக்கிறேன். ஒரு மான் கூட வேட்டைக்குக் கிடைக்காதபடி காடே முற்றிலுமாக எரிந்து விட்டது. வெறும் கிழங்குகளைத் தோண்டித்தான் சாப்பிட்டு உயிர் வாழ்கிறேன். இந்தக் கரியும் சாம்பலும் இந்த மழையில் அடித்துக்கொண்டு போய் விடும். இப்போதே மழையும் ஆரம்பித்து விட்டது. இனி அவர்கள் உழுது விதைக்க ஆரம்பிக்கக் கூடும். நான் காத்திருந்து அவர்கள் ஒவ்வொருரையும் கொன்று அவர்கள் ரத்தத்தைக் குடித்து மாமிசத்தைப் புசித்து விடுவேன்” என்று அவன் பீமனிடம் சொன்னான்.

குந்தி தேம்பித் தேம்பி அழுதாள். “மகளே, திரௌபதை, உன் ஐந்து பிள்ளைகளும் இறந்தபிறகு, பிறக்கப்பேகிற இந்தக் குழந்தைதான் நம் வம்சத்தை வளர்க்கப் போகிறது என்று நினைத்திருந்தேனே” என்று சொல்லிச் சொல்லி அழுதாள்.

திண்ணையின் மேல் படியில் இருந்து பார்த்தான் அர்ஜுனன். அந்த உயர்ந்த உலோக அம்பை இப்போது அவனால் பார்க்க இயல வில்லை. அழுக்குத் தண்ணீர் ஓடிக் கொண்டிருந்தது. வேகவேகமாயப் படி இறங்கினான். அம்பு தைப்பதுபோல மழைத்துளிகள் அவனது உடலைத் துளைத்தன. அதைத் தாங்க முடியாமல் விறுவிறுவென்று மேலே ஏறிக் கொண்டான் அர்ஜுனன்.

குந்தியை ஆறுதல்படுத்தும் வண்ணம் அவளை தனது தோளில் சாய்த்தபடி “உத்தரைக்கு நியோகம் செய்யலாமே” என்று சொன்னாள் திரௌபதை. “வேண்டாம் வேண்டாம். இனிமேல் அது வேண்டவே வேண்டாம்” என்று குந்தி வேகமாகத் தலையசைத்து மறுத்தாள்.

அலைகள் மேலும் மேலும் உயர்ந்து பொங்கின. புதுசாக நிர்மாணிக்கப்பட்ட துவாரகை நகரமே அழிந்து விடும்போல இருந்தது.

குழந்தை பர்பரகனுக்கு ஒரு வயது இருக்கும் இப்போது. அவனாவது “உயிருடன் இருக்கிறானா அல்லது அவனும் நெருப்பில்

எரிந்து விட்டானா?" என்று கேட்டான். அவன் கண்கள் தளும்பின. தொண்டை கமறியது.

திரௌபதையைப் பார்த்து குந்தி, "இன்னும் நீ மாத விலக்காகிறாய் அல்லவா?" என்று கேட்டாள். "ஆமாம், ஏன்?" என்று கேட்டாள் திரௌபதை. உடனே குந்தி, "நீ இன்னொரு முறை கருவுறத் தயாராக இருக்க வேண்டும். இல்லையென்றால் இத்தோடு இந்த வம்சம் அழிந்து விடும்" என்றாள். திரௌபதை தலையை அசைத்தாள். அவள் கண்களில் வெறுப்புணர்ச்சி அடங்கி இருந்தது. குந்தி எழுந்து சுபத்திரையின் அருகில் சென்றாள்.

"நான்தான் ஏற்கனவே சொன்னேனே, இங்கே ஏராளமான பிணங்கள் எறிந்து சாம்பலாகக் கிடக்கின்றன. இதில் ஒரு குழந்தையை எப்படி அடையாளப்படுத்த முடியும்?" என்று பீமனிடம் கேட்டான் அவன்.

மூடப்பட்ட வண்டிகளின் மேல் தொடர்ந்து மழை விழும் சத்தத்தால் ஒரு வண்டியில் இருந்து விடுக்கும் அழைப்பு இன்னொரு வண்டியில் இருப்பவர்களுக்கு எட்டவில்லை. பிறகு உயர்ந்த குரலில், "கொஞ்சம் வெந்நீர் கொண்டு வா. குழந்தை அழுகிற சத்தம் கேட்க வில்லையா உனக்கு?" என்று கூவினாள். உடனே அடுத்த வண்டியில் இருந்த முதியவன் அடுப்பிலிருந்து வெந்நீரை இறக்கி மனைவியிடம் தந்தான். மழையில் நனைந்தபடியே உள்ளே எட்டிப் பார்த்தான். பிறகு ஆனந்தத்தால் குதித்தான்.

குந்தி மீண்டும் திரௌபதையின் அருகில் வந்து உட்கார்ந்து, "சுபத்திரையால் இனி கருத்தரிக்க வாய்ப்பில்லை. அர்ஜுனனுக்கு வயதாகி விட்டது. இப்போது நீதான் ஒரே நம்பிக்கை" என்றான்.

"இங்கே பார். நான் மழையில் நனைந்து கொண்டிருக்கிறேன். எனக்குப் பாதிக்குடுவையாவது கள் வேண்டும்" என்று அந்த முதியவன் வாதாடினான்.

மழையில் நனைந்தபடியே பெண்களின் கூட்டம் சபைக்குள் நுழைந்தது. அதைப் பார்த்த தருமன், "இவர்கள் எல்லாம் யார்?" என்று கேட்டான். அதற்கு ஒரு கிழவி, "இவர்கள் அனைவரும் போர் வீரர்களைச் சந்தோஷப்படுத்துவதற்காகப் போர் முனைக்கு இழுத்துச் செல்லப்பட்ட கிராமத்துப் பெண்கள். எல்லாரும் கருவுண்டாகி இருக்கிறார்கள். இதனால் இவர்களின் கணவன்மார்கள் இவர்களை மீண்டும் வீட்டுக்குள் அனுமதிக்கவில்லை. இவர்கள் இப்போது என்ன செய்ய வேண்டும்?" என்று சத்தம் போட்டு தெரியப்படுத்தினான்.

ஊமையாக அவர்கள் அனைவரையும் பார்த்தான் தருமன். சபை முழுக்கவும் அவர்கள் நிறைந்திருந்தார்கள். வெளியேவும் நின்றிருந்தார்கள். அப்பொழுது ஒரு பெண் முன் வந்து, "அரசே, உங்கள் வம்சத்துக்காக நடந்த போரில் எங்கள் மீது பிரயோகிக்கப்பட்ட பலாத்காரத்தால் நாங்கள் கர்ப்பமடைந்து விட்டோம். பிறக்கப் போகிற இந்தக் குழந்தைகளுக்கு அப்பா என்று யாரைக் காட்டுவது?" என்று கேட்டாள். மற்றவர்களும் அவளோடு சேர்ந்த கொண்டார்கள்.

"இந்த வம்சம் இத்தோடு நின்றுபோனால் என்ன ஆகப் போகிறது?" என்று கேட்டாள் திரௌபதை. இதனால் குந்தி கோபம் கொண்டாள். உடனே அதிகாரம் தொனிக்க, "அதெல்லாம் முடியாது. நீ கருவுற்றே ஆக வேண்டும். இந்த வம்சத்தில் மருமகளாக இருக்கிற நீ இந்த பேச்சை எப்படிப் பேசலாம்?" என்றாள். அவள் கண்கள் கோபத்தில் சிவந்தன. திரௌபதைக்கும் கோபம் பொங்கியது. அவள் கண்களும் சிவந்தன. "அம்மா, இந்த வீட்டுக்கு மருமகளாக வந்த நீ இப்படிச் சொல்லலாமா?" என்று கேட்டாள்.

கடல் பொங்கி வழிந்தது. தண்ணீர் ஊருக்குள் நுழைந்தது. "நான் கட்டிய இந்த நகரம்..." என்று மனசுக்குள் கலங்குகிறான் கிருஷ்ணன் ஊரெங்கும் நிறைந்திருக்கிற விதவைகளைப் பற்றி ஒரு கணம் எண்ணிக் கொண்டான்.

அந்தக் கொல்லனின் மகன் தன் மூன்று குழந்தைகளையும் தூக்கி வைத்துக் கொண்டு மழையில் ஆடினான். "குளிர்கால மழையில் குழந்தைகளை ஆட வைக்கிறாயே" என்று தந்தை மகனைக் கடிந்து கொண்டான்.

தெருவில் முழங்கால் அளவுக்கு வெள்ளம் ஓடியது. பிறகு அது தொடை வரைக்கும் ஏறியது. சபைக்குள் புகுந்து கேள்வி கேட்ட பெண்களுக்கு என்ன பதில் சொல்வது என்று தெரியாமல் குழம்பினான். பிறகு வெளியே பெய்யும் மழையைப் பார்த்தபடியே தருமன் உட்கார்ந்தான்.

⊙⊙